அசோகமித்திரன் சிறுகதைகள்

(1956 – 1987)

அசோகமித்திரன் (1931–2017)

இயற்பெயர் ஜ. தியாகராஜன். செகந்தராபாத்தில் பிறந்தார். மெஹ்பூப் கல்லூரியிலும் நிஜாம் கல்லூரியிலும் ஆங்கிலம், இயற்பியல், வேதியியல் படித்தார். தந்தையின் மறைவுக்குப்பின் இருபத்தொன்றாம் வயதில் குடும்பத்துடன் சென்னைக்குக் குடியேறினார். *கணையாழி* மாத இதழின் ஆசிரியராக பல ஆண்டுகள் பணியாற்றினார்.

1951 முதல் தமிழிலும் ஆங்கிலத்திலும் எழுதினார். சிறுகதை, குறுநாவல், நாவல், கட்டுரை, விமர்சனம், சுய அனுபவப் பதிவு போன்ற பிரிவுகளில் 60 நூல்களுக்கு மேல் எழுதியிருக்கிறார். பல இந்திய மொழிகளிலும் சில ஐரோப்பிய மொழிகளிலும் இவரது நூல்கள் மொழிபெயர்க்கப்பட்டுள்ளன. 1973இல் அமெரிக்காவின் அயோவா பல்கலைக்கழகத்தின் எழுத்தாளர்களுக்கான சிறப்புப் பயிலரங்கில் கலந்துகொண்டவர்.

1996ஆம் ஆண்டு சாகித்திய அக்காதெமி விருது பெற்றார்.

அசோகமித்திரன் தனது 85வது வயதில், 23.03.2017 அன்று சென்னை வேளச்சேரியில் காலமானார்.

மனைவி: ராஜேஸ்வரி.

மகன்கள்: தி. ரவிசங்கர், தி. முத்துக்குமார், தி. ராமகிருஷ்ணன்.

க. மோகனரங்கன் (பி. 1967)
தொகுப்பாசிரியர்

கவிதைகளும் விமர்சனக் கட்டுரைகளும் எழுதிவரும் இவருக்குச் சிறுகதையிலும் மொழிபெயர்ப்பிலும் ஆர்வம் உண்டு. இதுவரை வெளியாகியுள்ள நூல்கள்: 'நெடுவழித்தனிமை' (2000), 'சொல் பொருள் மௌனம்' (2004), 'இடம்பெயர்ந்த கடல்' (2007), 'மைபொதி விளக்கு' (2012).

மின்னஞ்சல் : *mohankrangan@gmail.com*

கைபேசி : 9976727170

அசோகமித்திரன் சிறுகதைகள்

(1956 – 1987)

1

அசோகமித்திரனின் பிற காலச்சுவடு வெளியீடுகள்

நாவல்

- ❖ 18வது அட்சக்கோடு (கிளாசிக் வரிசை)
- ❖ ஒற்றன்!
- ❖ யுத்தங்களுக்கிடையில்...
- ❖ மானசரோவர் (கிளாசிக் வரிசை)
- ❖ கரைந்த நிழல்கள் (கிளாசிக் வரிசை)
- ❖ இந்தியா 1944–48
- ❖ இன்று
- ❖ தண்ணீர் (கிளாசிக் வரிசை)
- ❖ ஆகாயத் தாமரை

சிறுகதை

- ❖ ஐந்நூறு கோப்பைத் தட்டுகள் (கிளாசிக் வரிசை)
- ❖ வாழ்விலே ஒரு முறை (முதல் சிறுகதைத் தொகுப்பு வரிசை)
- ❖ அழிவற்றது
- ❖ 1945இல் இப்படியெல்லாம் இருந்தது...
- ❖ இரண்டு விரல் தட்டச்சு
- ❖ அமானுஷ்ய நினைவுகள்

குறுநாவல்

- ❖ இன்ஸ்பெக்டர் செண்பகராமன்
- ❖ அசோகமித்திரன் குறுநாவல்கள்: முழுத் தொகுப்பு
- ❖ மணல் (கிளாசிக் வரிசை)

கட்டுரை

- ❖ எரியாத நினைவுகள் (கிளாசிக் வரிசை)
- ❖ படைப்புக்கலை
- ❖ சில ஆசிரியர்கள் சில நூல்கள்
- ❖ ஒரு பார்வையில் சென்னை நகரம்
- ❖ ஆடிய ஆட்டமென்ன
- ❖ திரைக்குப் பின்

அசோகமித்திரன் சிறுகதைகள்

(1956 – 1987)

1

தொகுப்பாசிரியர்
க. மோகனரங்கன்

காலச்சுவடு பதிப்பகம்

அன்பார்ந்த வாசகருக்கு,

வணக்கம்.

காலச்சுவடு நூலை வாங்கியமைக்கு நன்றி.

நூலின் உள்ளடக்கம், உருவாக்கம், அட்டைப்படம் இன்ன பிற அம்சங்கள் பற்றிய உங்கள் கருத்துகளையும் ஆலோசனைகளையும் காலச்சுவடு வரவேற்கிறது. தகவல், எழுத்து, வாக்கியப் பிழைகள் தென்பட்டால் அவசியம் தெரிவித்து உதவுங்கள். நூல் தயாரிப்பில் கடும் குறைபாடு இருப்பின் மாற்றுப் பிரதி உங்களுக்குக் கிடைக்கக் காலச்சுவடு ஏற்பாடு செய்யும்.

மின்னஞ்சல்: publisher@kalachuvadu.com

காலச்சுவடு நாகர்கோவில் அலுவலகத்திற்குக் கடிதம் அனுப்பலாம்.

தங்கள்
எஸ்.ஆர். சுந்தரம் (கண்ணன்)
பதிப்பாளர் – நிர்வாக இயக்குநர்

அசோகமித்திரன் சிறுகதைகள் (1956 – 1987) ❖ தொகுப்பாசிரியர்: க. மோகனரங்கன் ❖ ©ராஜேஸ்வரி, தி. ரவிசங்கர், தி. முத்துக்குமார், தி. ராமகிருஷ்ணன் ❖ முதல் பதிப்பு: ஏப்ரல் 2016, மேம்படுத்தப்பட்ட மூன்றாம் பதிப்பு: நவம்பர் 2018, ஏழாம் பதிப்பு: ஏப்ரல் 2025 ❖ வெளியீடு: காலச்சுவடு பப்ளிகேஷன்ஸ் (பி) லிட்., 669, கே.பி. சாலை, நாகர்கோவில் 629001

acookamittiran ciRukataikaL (1956-1987) ❖ Short Stories ❖ Author: Ashokamitran ❖ Compiled by: K. Mohanarankan ❖ ©Rajeswari, T. Ravishankar, T. Muthukumar and T. Ramakrishnan ❖ Language: Tamil ❖ First Edition: April 2016, Improved Third Edition: November 2018, Seventh Edition: April 2025 ❖ Size: Royal ❖ Paper: 18.6 kg maplitho ❖ Pages: 834 + xxii

Published by Kalachuvadu Publications Pvt. Ltd., 669 K.P. Road, Nagercoil 629001, India ❖ Phone: 91-4652-278525 ❖ e-mail: publications@kalachuvadu.com ❖ Printed at Clicto Print, Jaleel Towers, 42 KB Dasan Road, Teynampet Chennai 600018

ISBN: 978-93-5244-014-6

04/2025/S.No. 690, kcp 5714, 18.6 (7) u9s

பொருளடக்கம்

முன்னுரை: துளிகளில் நிறையும் முழுமை xi

பதிப்புரை xix

மூன்றாம் பதிப்பிற்கான குறிப்பு xx

1. நாடகத்தின் முடிவு 1
2. இந்த ஒரு ஞாயிற்றுக்கிழமை மட்டும் 7
3. விபத்து 11
4. டயரி 20
5. வாழ்விலே ஒரு முறை 24
6. மஞ்சள் கயிறு 33
7. கோலம் 40
8. அம்மாவுக்காக ஒரு நாள் 50
9. மழை 59
10. மூன்று ஜதை இருப்புப்பாதைகள் 63
11. இந்திராவுக்கு வீணை கற்றுக்கொள்ள வேண்டும் 71
12. ஐந்நூறு கோப்பைத் தட்டுகள் 80
13. ஒரு ஞாயிற்றுக்கிழமை 89
14. இரு நண்பர்கள் 99
15. அவனுக்கு மிகப் பிடித்தமான நக்ஷத்திரம் 106
16. விமோசனம் 110
17. தப்ப முடியாது 124
18. நம்பிக்கை 131
19. பார்வை 141
20. வேலி 148
21. இன்னொருவன் 153
22. குருவிக் கூடு 158
23. வரவேற்பு அறையில் 162
24. ரிக்ஷா 170

25.	மறுபடியும்	173
26.	வெறி	177
27.	எல்லை	187
28.	இனி வேண்டியதில்லை	195
29.	மகாமகம்	212
30.	பிரயாணம்	226
31.	திருப்பம்	236
32.	குதூகலம்	247
33.	கல்யாணம் முடிந்தவுடன்	252
34.	போட்டோ	260
35.	'சார்! சார்!'	267
36.	விரிந்த வயல்வெளிக்கப்பால்	270
37.	காரணம்	280
38.	காத்திருத்தல்	289
39.	காட்சி	300
40.	எலி	314
41.	கண்ணாடி	319
42.	வழி	326
43.	புலிக் கலைஞன்	339
44.	காந்தி	346
45.	கடன்	355
46.	காலமும் ஐந்து குழந்தைகளும்	366
47.	எண்கள்	372
48.	பிரத்யட்சம்	378
49.	நூலகத்துக்குப் போகும் வழியில் ஒரு கிரிக்கெட் மாட்சைப் பார்க்க நின்றபோது...	388
50.	உண்மை வேட்கை	393
51.	போட்டியாளர்கள்	402
52.	சுந்தர்	410
53.	தொப்பி	419
54.	விண்ணப்பம்	428
55.	புண் உமிழ் குருதி	433
56.	தெளிவு	442
57.	மௌனம்	449
58.	பாதுகாப்பு	455
59.	உயிர்	461

60.	வண்டிப்பாதை	468
61.	திரை	477
62.	காய்	481
63.	கல்வி	485
64.	நானும் ஜே.ராமகிருஷ்ணராஜுவும் சேர்ந்து எடுத்த சினிமா படம்	492
65.	புதுப்பழக்கம்	507
66.	தைரியம்	511
67.	அவள் ஒருத்திதான்	515
68.	இந்திராவுக்கு வீணை கற்றுக்கொள்ள முடியவில்லை	524
69.	'78'	530
70.	சுயநலம்	534
71.	கதர்	539
72.	அம்மாவைத் தேடி	543
73.	தந்தைக்காக...	548
74.	சினிமாவுக்குப் போன சென்ஸாரு	556
75.	காபி	559
76.	இவனை எப்படி?	566
77.	பயிற்சி	572
78.	மரியாதை	576
79.	வரிசை	580
80.	தனியொருவனுக்கு	587
81.	அது	592
82.	நடனத்துக்குப் பின்	594
83.	யுகதர்மம்	600
84.	பளு	606
85.	கண்ணும் காதும்	610
86.	சேவை	617
87.	சென்ஸாரும் குடும்பப் படமும்	623
88.	விரல்	625
89.	சுண்டல்	631
90.	அபவாதம்	636
91.	பறவை வேட்டை	642
92.	பங்கஜ் மல்லிக்	646
93.	விருந்து	651
94.	பொறுப்பு	659

95. முறைப் பெண்	664
96. குறி	672
97. விடிவதற்குள்	679
98. நாளைக்கு மட்டும்	685
99. சீருடை	692
100. துரோகம்	697
101. பெரியவருக்காக ஒரு காலைக்காட்சி	701
102. உத்தரவு	708
103. பங்கு	712
104. மழைநாளின் போது	716
105. விருத்தி	722
106. நெறி	731
107. இப்போது நேரமில்லை	735
108. பாதாளம்	742
109. கையெழுத்து	745
110. அடையாளம்	753
111. நள்ளிரவில் ஒரு புதுப்பாடம்	760
112. அம்மாவின் பொய்கள்	766
113. இந்த வருடமும்	773
114. '18 – அ'	777
115. மாற்று நாணயம்	782
116. உத்தர ராமாயணம்	787
117. சம்மதம்	799
118. மயிலிறகு	805
119. சிரிப்பு	812
120. புதுப் பயன்	819
121. ஒரு கிராமத்து அத்தியாயம்	825
122. பந்தயம்	829

துளிகளில் நிறையும் முழுமை

தமிழில் சிறுகதைக்கு ஒரு நூறு வருட வரலாறு உள்ளது. இதில் நிலைபேறுடைய தனித்துவமான கதைகளை எழுதியோர் பலருண்டு. என்றாலும் தமிழ்ச் சிறுகதை இன்று அடைந்திருக்கும் பெருமைக்கும் செழுமைக்கும் தமது படைப்புகளின் வாயிலாக வலுவான அடித்தளம் அமைத்தவர்கள் எனச் சிலரை மாத்திரமே சுட்ட இயலும். அசோகமித்திரன் அவர்களில் ஒருவர்.

அசோகமித்திரன் சுதந்திரத்துக்கு முன்பாக, அன்றைய நிஜாம் சமஸ்தானமான செகந்தராபாத்தில் 1931இல் பிறந்தார். இருபத்தைந்தாவது வயதில் முதல் கதையான 'நாடகத்தின் முடிவு' வெளியானது. அப்போதிருந்து தொடர்ச்சியாகவும் சீராகவும் எழுதியவர். ஒரு கட்டத்தில் தனது எழுத்துப் பணிக்குத் தடையாக இருக்கிறது எனத் தீர்மானித்து, சினிமா நிறுவனமொன்றில் தான் பார்த்துவந்த வேலையை உதறிவிட்டு முழுநேர எழுத்தாளராகிவிடுகிறார். கடந்த 60 வருடங்களில் 280 கதைகளை எழுதியுள்ளார். இது தவிர பல நாவல்களும் கட்டுரைத் தொகுப்புகளும் வெளிவந்துள்ளன. இவர் கதைகள் பலவும் மொழிபெயர்க்கப்பட்டுப் பல்வேறு இந்திய, ஐரோப்பிய மொழிகளில் வெளியாகியுள்ளன.

அசோகமித்திரனின் கதைகள் அவற்றின் செறிவான உருவம், துல்லியமான விவரிப்பு, குறிப்புணர்த்தும் தன்மை, உணர்ச்சி சமநிலை எனப் பலவிதத்திலும் நவீனத்துவத்தின் வரையறைக்குள் வடிவரீதியாகப் பிசிறின்றிப் பொருந்தக் கூடியவையே. தனிமனிதனாக அறிவின் துணையோடு இவ் வாழ்வின் சிக்கல்களை எதிர்கொள்ள நேரிடும்போது ஒருவருக்குள் இயல்பாக உருவாகக்கூடிய அவநம்பிக்கை, துயரம், குற்றவுணர்வு, மனவெறுமை போன்ற உணர்வுகள் இவர் கதைகளில் துல்லியமாக வெளிப்படுகின்றன. என்றாலும் நவீனத்துவத்தின் ஆதாரமான கருதுகோள்களில் ஒன்றான 'வாழ்வின் அர்த்தமின்மை' அல்லது 'அபத்தம்' என்பதை மறுதலிப்பதாகவே இவற்றின் தொனி அமைந்துள்ளது. இருளை

விவரிப்பதன் வாயிலாக முடிவிலே ஒளியை உருவகிக்கும் தன்மைகொண்ட இந்தக் கதைகள், துயருறும் மனித உயிருக்கு மீட்சியும் அதன் வாழ்க்கைக்குத் தனிமதிப்பும் உண்டு என்பதான கீழைத்தேய மரபின் நம்பிக்கையைப் பலவிதங்களிலும் பிரதிபலிப்பவை.

வாசகனைக் கவர்ந்திழுக்கக்கூடிய கற்பனாவாதத் தன்மையோ அளப்பரிய மனவெழுச்சி தரக்கூடிய லட்சியவாத நோக்கோ தமக்கெனத் தனி அடையாளம் கொண்ட மொழி நடையோ இல்லாதவை இவர் கதைகள். கதையோட்டத்தில் மெலிதான எள்ளல் தொனி, அதுவும்கூட உறுத்தாத வகையில், கதையின் விவரணையாளன் தன்மீது தானே செய்துகொள்ளும் சுயபரிகாசமாகப் பல சந்தர்ப்பங்களில் வெளிப்படுகின்றன. கூர்ந்து கவனிப்பவர் களுக்குத்தான் அவற்றின் பின் தளும்பி நிற்கும் விமர்சனத்தையோ விடுதலை யுணர்வையோ புரிந்துகொள்ள இயலும்.

அசோகமித்திரனின் கதைமாந்தர்கள் பெரும்பாலும் எளிய மனிதர்கள். நகர்ப்புறத்தைச் சேர்ந்த நடுத்தர, உதிரித் தொழிலாளர் வர்க்கத்தவர்கள். பணம், பதவி, அதிகாரம், கல்வி போன்ற சிறப்புத் தகுதிகள் எதுவும் பெரிதாக வாய்க்கப் பெறாதவர்கள். அவர்களுடைய அன்றாட வாழ்வில் எதிர்கொள்ள நேரிடுகிற நிகழ்வுகளே அவருடைய புனைவிற்கான அனுபவங்களாகின்றன. இம்மனிதர்களை மீளவே முடியாது எனத் தோன்றும்படியான கஷ்டங்களும் துயரங்களும் வந்து சூழ்ந்துகொள்கின்றன. அவற்றிற்கு நடுவேயும் அவர்கள் ஒரேயடியாக வீழ்ந்துபோகாமல் வாழ்ந்துகொண்டுதான் இருக்கிறார்கள். அவ்வாறு அவர்களை வாழத் தூண்டுகிற அம்சங்கள் குறித்த அக்கறையும் வியப்பும் மரியாதையும் இவரின் கதை நெடுகிலும் வெளிப்படுகின்றன.

அசோகமித்திரனின் கதைகளில் தென்படுகிற எளிமை, சாதாரணத் தன்மை என்பது மேலெழுந்தவாரியான கவனமற்ற மொழிப்பிரயோகத்தினால் தோன்றுவதல்ல. மாறாக முதிர்ச்சியும் நுட்பமும் கூடிய சொல்முறையினால் உருவாகி வருவது.

இத்தன்மை அவருடைய கதைகளுக்கு அபூர்வமான ஒளியைத் தருகிறது. மேலும் அவருடைய கதைகளில் தொழிற்படும் விவரணை, உரையாடல் மொழி என்பது அசோகமித்திரன் என்கிற எழுத்தாளரின் தனிஅடையாளம் கொண்டதல்ல. பதிலாக அக்கதைகளில் வரும் கதாபாத்திரங்கள் தங்கள் இயல்பிற்கும் தோன்றும் சூழலுக்கும் ஏற்ப நடந்துகொள்ளவும் பேசவும் செய்கிறார்கள். இத்தன்மை அவருடைய கதைகளுக்குத் தரும் நம்பகத் தன்மை முக்கியமானது. இதன் காரணமாகவே சிற்றிதழ்கள், இடைநிலை இதழ்கள், வணிக இதழ்கள் என்ற பேதமின்றி ஒன்றுபோல அவரால் எழுத முடிந்திருக்கிறது.

கதை கூறும் முறையில் உணர்ச்சித்தீவிரம் எதையும் பெரிதாகக் காட்டிக் கொள்ளாத, சாட்சிபூர்வமாக அமையும் இந்த விலகிய தொனிக்கும் அசோகமித்திரன் என்ற அவருடைய புனைபெயருக்கும் ஒரு விநோதமான தொடர்பு இருப்பதாகத் தோன்றுகிறது. அவர் ஜெமினியில் பணிபுரிந்தபோது அவருடைய சக ஊழியராகவும் அவருக்கு ஆதர்சமாகவும் விளங்கியவர் என்.வி. ராஜமணி என்பவர். அவர் எழுதிய நாடகமொன்றில் லட்சியவேகம்

மிகுந்த அரசனொருவன், அவனாகவே வேறுபெயரில் புரட்சியாளர் குழுவில் சேர்ந்துவிடுவான். அக்குழுவினர் அரசனை யார் கொல்வது எனச் சீட்டுக் குலுக்கிப்போட்டுத் தேர்வு செய்கையில் அவன் பெயரே வந்துவிடுகிறது. அவனை அவனே கொல்ல வேண்டும். அந்தக் கதாபாத்திரத்தின் பெயர்தான் 'அசோகமித்திரன்'. நண்பரின் மீதிருந்த மரியாதை காரணமாக அப்பெயரைத் தனது எழுத்துகளுக்கான புனைபெயராக வரித்துக்கொள்கிறார். தியாகராஜன் அசோகமித்திரனாக ஆன கதை இதுதான். அப்பாத்திரம் போலவே இவரும் ஓர் எழுத்தாளனாகத் தனது மொழியின் தனி அடையாளத்தை மறைத்துக்கொண்டு, கதையின் பாத்திரங்கள் அவற்றின் வார்ப்பிற்கேற்ப சுயேச்சையாக இயங்கவும் பேசவும் கூடிய பொதுமொழி ஒன்றை உருவாக்கிப் பயன்படுத்துகிறார் என நாம் உருவகித்துக்கொள்ளலாம், தவறில்லை.

சிறுவயதில் நமக்கு ஏற்படும் அனுபவங்களின் பாதிப்பு, அப்போது நாம் அடையும் உணர்ச்சிகளின் தீவிரம் இவற்றிற்கிணையாகப் பிற்கால நிகழ்வுகள் எதையும் ஒப்பிடமுடியாது என்கிறது உளவியல். பால்யம் என்பது எந்தவொரு எழுத்தாளனுக்கும் விருப்பமான பரண்பொருள். வேறு எங்கெல் லாமோ தேடி எதுவும் கிடைக்காத ஏமாற்றத்தோடு இங்கு வருபவர்கள் எவரும் வெறும் கையோடு திரும்புவதில்லை. இவ்விதிக்கு அசோகமித்திரனும் விலக்கல்ல. சற்றேறக்குறைய முப்பதுக்கும் அதிகமான கதைகளைத் தான் பிறந்து வளர்ந்த செகந்தராபாத் பின்னணியில், தன் பிராயத்து நினைவுகளைக் குழைத்து எழுதியிருக்கிறார். வளர்ந்துவிட்ட மனிதர்களைப் பற்றிய கதைகளில் அவர் படரவிட்டிருக்கும் இருண்மைக்கும் நெருக்குதல்களுக்கும் நேரெதிராகச் சிறுவர்களைப் பற்றிய அவருடைய கதைகள் களங்கமின்மையின் பிரகாசத் தோடு ஒளிர்கின்றன. நட்பின் பூரிப்பினால் விம்மிப் பெருகும் சிறுவர்களின் உலகை, இவ்வளவு துல்லியமாக அதன் வண்ணங்களோடு எழுதியவர்கள் தமிழில் அதிகமில்லை. 'வாழ்விலே ஒருமுறை', 'முனீரின் ஸ்பானர்கள்', 'நடனத்துக்குப்பின்', 'சில்வியா', 'தோஸ்த்', 'வெள்ளைமரணங்கள்', 'ஒரு நண்பன்', '1945இல் இப்படியெல்லாம் இருந்தது' எனப் பல கதைகளைக் குறிப்பிட்டுச் சொல்லலாம்.

சிறுகதையில் தொழிற்படும் காலமும் இடமும் குறுகலானவை. அவற்றுள் விரைவான தீற்றல்களால் ஆன கோட்டு உருவங்களையே அதிகமும் வரைந்து காட்டமுடியும். அவ்வெல்லைக்குள்ளாகவும் நாம் ஒருபோதும் மறக்கமுடியாத தீர்க்கமான சில பெண்முகங்களை உருவாக்கியிருக்கிறார் அசோகமித்திரன். 'என்னுடைய கதைகள் வாழ்க்கையில் இருக்கிறதுதான். அதுல வர பாத்திரங் களை ஏதோ ஒரு சமயத்திலே சந்திச்சுருக்கேன். நான் எழுதும் எழுத்து எல்லாமே அந்தப் பாத்திரங்களுக்கு நான் செலுத்துகிற ஒரு அஞ்சலிதான். என் படைப்பு எதை எடுத்துப் பார்த்தாலும் அது, அதில் வரும் மூலமாதிரிக்கு என்னுடைய அஞ்சலி, மரியாதை, இல்லாவிட்டால் வாழ்த்து' என்று ஒரு பேட்டியில் கூறுகிறார். இது அவருடைய மற்ற எந்தப் பாத்திரங்களுக்குப் பொருந்துகிறதோ இல்லையோ பெண் பாத்திரங்களுக்கு முழுவதுமாகப் பொருந்தும். தாய், மனைவி, சகோதரி, மகள் என எந்த நிலையிலும் வாழ்க்கையின் ஆதாரமான பிடிப்பாக இருப்பவர்கள் பெண்கள். நமது சமூக அமைப்பு முறையும் குடும்ப உறவுகளும் அவர்கள்மீது சுமத்தும் பாரம், அதனால் அவர்கள் அனுபவிக்க நேரிடுகிற வேதனை, பதிலீடு செய்ய

முடியாத அவர்களுடைய தியாகங்கள் பற்றி ஆற்றாமையும் கரிசனமும் கொண்ட பார்வையுடன் அசோகமித்திரன் பல கதைகள் எழுதியிருக்கிறார். 'ஒரு ஞாயிற்றுக்கிழமை', 'பார்வை', 'விமோசனம்', 'கல்யாணிக் குட்டியம்மா', 'அம்மாவுக்கு ஒரு நாள்', 'குழந்தைகள்', 'கல்யாணம் முடிந்தவுடன்', 'கட்டை வண்டி', 'நகல்', 'என்றும் ஆம்பர்', 'அம்மாவின் தினம்' முதலிய கதைகளை முக்கியமானவையாகக் கூறலாம்.

ஓர் எழுத்தாளன் தனது வாழ்க்கை அனுபவங்களிலிருந்து தனது கதைகளுக்கான கச்சாப் பொருளைத் தெரிவுசெய்துகொண்டாலும், பல சமயங்களில் அவன் விரும்பிப் படிக்கும் எழுத்துகள்தான் அவனுக்கு முன்மாதிரியானவையாகவும் அகத்தூண்டலை அளிப்பதானவாகவும் அமையும். அவற்றின் பிரதிபலிப்பு அல்லது எதிரொலி அவனுடைய கதைகளில் ஏதாவது ஒருவகையில் வெளிப்படவும் செய்யும். எழுத்தையும் புத்தகங்களையும் எழுத்தாளர்களையும் பற்றி அசோகமித்திரனும் தனது கதைகளில் எழுதியிருக்கிறார். 'இரண்டு நிமிடம்' என்ற கதையில் போர்ஹெவின் கதை ஒன்றைச் சுருக்கமாக விவரிக்கிறார். பாக்னர், க.நா.சு. பற்றியும் அதில் குறிப்பு வருகிறது. விபரீதக் கற்பனைகளைக் கதைகளாக எழுதிப்பார்த்த ஆலன் போ பற்றியும் கூறுகிறார். 'சிவகாமியின் மரணம்' என்கிற கதையின் மையமாக பெர்னாட் ஷா எழுதிய 'செயின்ட் ஜோன்' என்ற நாடகத்தைப் பற்றின விளக்கம் இடம்பெறுகிறது. 'பழிக்குப் பழி' எனும் கதையில் மாபசான், மேரிகாரெல்லி பெயர்களும் 'மணியோசை' கதையில் மணிக்கொடி எழுத்தாளர்கள் பற்றிய இரு வரிக் குறிப்பும் காணப்படுகின்றன. எழுத்தாளர் முகாமிற்காக அவர் சென்றிருந்த அயோவா சிட்டியின் பின்புலத்தில் பெயர்தெரியாத எழுத்தாளன் ஒருவனைப் பாத்திரமாக்கி 'அழிவற்றது' என்ற அழகான கதையை எழுதியிருக்கிறார். தவிரவும், மறைந்துபோன தமிழ் எழுத்தாளர் ஒருவரை நினைவுபடுத்தக்கூடிய 'விரல்' என்றொரு கதையும் உண்டு. இதற்கும் மேல், இவருடைய இயல்புக்கு முற்றிலும் மாறாக ஓர் இடைநிலை இலக்கிய இதழை, வரிக்கு வரி கேலி செய்து எழுதிய 'காணாமல் போன ஆறு' என்ற கதையும் இருக்கிறது. ஆனால் மேற்குறிப்பிட்ட எழுத்தாளர்களின் பாதிப்பு எதுவும் அசோகமித்திரனிடம் இல்லை. எதார்த்தமான நிகழ்வுகள், காட்சித்தன்மை, எளிய சொற்கள், சிறிய வாக்கியங்கள் என இவருடைய கதைவடிவத்திற்கும் மொழிநடைக்கும் ஆதர்சமாக நம்பப்படுபவர் அமெரிக்க எழுத்தாளரான ஹெம்மிங்வே. அவர் மீதான தனது மரியாதையை வெளிக்காட்டும்விதமாக 'பறவை வேட்டை' என்று ஒரு நேர்த்தியான கதையை எழுதியிருக்கிறார். அக்கதையில் தன் தந்தை இறந்த பிறகு வீட்டிற்குத் திரும்பிவருகிறான் எர்னஸ்ட். அவன் அப்போதுதான் பெயர் தெரிய வரும் இளம் எழுத்தாளன். போதிய வருமானமின்றி மனைவியின் தயவில் வாழ்ந்தவர் அவனுடைய தந்தை. மனைவியுடன் சச்சரவு ஏற்படும் போதெல்லாம் தப்பிக்கும் உபாயமாக சிறுவன் எர்னெஸ்ட்டை அழைத்துக் கொண்டு அவர் அருகிலுள்ள ஓடைக்குப் பறவை வேட்டைக்குச் செல்வார். அதை நினைவுபடுத்திப் பார்க்கும் எர்னெஸ்ட் அவர் நான்கு முறை சுட்டால் ஒருமுறைதான் பறவை விழும் என்கிறான். ஆனால் கடைசியாக இம்முறை அவர் தன் மரணத்திற்கு முயன்றபோது குறிதவறவில்லை என்று கதை முடிவில் எர்னஸ்ட் எண்ணுகிறான்.

'நாலுக்கு ஒன்று' என்பது பறவை வேட்டைக்கு வேண்டுமானால் சொற்பமான வெற்றியாக இருக்கலாம். வாழ்வின் தேடல்களுக்கோ எழுத்து முயற்சிகளுக்கோ அது நல்ல பலன் என்றுதான் கூறவேண்டும். அசோகமித்திரனின் கதைகள் 'நாலுக்கு ஒன்று' என்ற விகிதத்தைக் காட்டிலும் கூடுதலாகவே தம் நோக்கைப் பூர்த்தி செய்துகொண்டுவிடுகின்றன.

அசோகமித்திரன் சமீபமாக எழுதிய கதை ஒன்றில் 'சிறு வயதில் நம் கண்ணிற்குப் பெரிய தோற்றம் கொண்டவர்கள் பிற்காலத்தில் நமக்கும் சிறியவர்களாகி விடுகிறார்கள்' என்று ஒரு வரி வருகிறது. இதை நாம் எழுத்தாளர்களுக்கும் பொருத்திப் பார்க்கலாம். அன்று இளம் வயதில் நம்மைப் பரவசத்திற்குள்ளாக்கிய பலரின் எழுத்துக்கள் இன்று மீளவும் வாசிக்கையில் தம் வசியத்தை இழந்துவிட்டிருப்பதை உணர்கிறோம். அறுபது வருடங்கள் என்பது உரைநடையைப் பொறுத்தவரையிலும் அவ்வளவு சிறிய காலமல்ல. ஆரம்பத்தில் எழுதிய ஓரிரண்டு கதைகளைத் தவிர்த்துவிட்டுப் பார்த்தால் அசோகமித்திரனின் ஏனைய கதைகள் யாவும் வாசிப்பதற்கு ஆர்வமூட்டக் கூடியவையாகவும், அதே சமயத்தில் தமது சமகாலத் தன்மையை இழக்காமலும் இருப்பதை ஒரு சாதனை என்றுதான் கூறவேண்டும்.

எந்த ஓர் இலக்கியப் படைப்பிற்கும் அதன் வடிவத்தையும் அது பயன்படுத்தும் அழகியல் உத்திகளையும் பொருத்து அதற்கேயான எல்லைகள் உள்ளன. ஏற்கெனவே குறிப்பிடப்பட்டதுபோல அசோகமித்திரனின் கதைகள் பேரளவிற்கு நவீனத்துவத்தின் வகை மாதிரிக்குள் அடங்குபவையே ஆகும். அவருடைய சொல்முறையில் இயல்பாகவே காணப்படும் ஒருவித இறுக்கமும் கச்சிதமும் உண்டு. எனவே அவர் கதைகளில் மிகை உணர்ச்சிகளின் தழுதழுப்பையோ மொழியின் தன்னெழுச்சியான போக்குகளையோ அதீதமான தருணங்களில் மனம்கொள்ளும் பித்துநிலைகளையோ நாம் காணமுடிவதில்லை. தவிரவும் மனித மனத்தின் இயல்பான நிலையாக அதன் நேர்மறையான குணங்களை மட்டுமே காண்பவராகவும் அவை பற்றி மட்டுமே அதிகம் எழுதியவராகவும் இருக்கிறார். இவர் மனிதனின் இருண்ட நிழலான தன்மைகளை, அவனை அலைக்கழிக்கும் அடிப்படை இச்சைகளான காமம், வன்மம், குரூரம் போன்றவை குறித்து விரிவாக எதுவும் தன் கதைகளில் பேசுவதில்லை. அப்படிப் பேச நேரிடும் ஒரு சில சந்தர்ப்பங்களிலும் அவற்றை நேரடியாக முன்வைப்பதற்குப் பதிலாகக் கோடி காட்டவே முனைகிறார். இதனால் அவர் கதைகளில் விபரீத நிகழ்வுகளோ பரபரப்பான திருப்பங்களோ அதன் காரணமாக உருவாகும் அதிர்ச்சி மதிப்போ இருப்பதில்லை. அதனால்தானோ என்னவோ வடிவமாறுதல்கள் எதுவுமில்லாமல் ஒன்றுபோலவே இவர் கதைகள் காட்சியளிக்கின்றன என்ற குற்றச்சாட்டும் முன்வைக்கப்பட்டது.

மேல்தோற்றத்திற்குச் சலனம் அதிகமின்றி அமைதியாகத் தோன்றும் நீர்ப்பரப்பின் ஆழத்தே உள்ளோடும் சுழல்கள்போல இவருடைய கதைகளில் சில அசாதாரண தருணங்களும் கவித்துவமான கணங்களும் பிறழ்வுநிலை களும் உண்டு. ஆனால் அவையும் சாதாரணம் என்பது போன்ற தொனியிலேயே முன்வைக்கப்பட்டிருக்கின்றன. 'மழை', 'ரிக்ஷா', 'குதூகலம்', 'பிரயாணம்', 'திருப்பம்', 'காலமும் ஐந்து குழந்தைகளும்', 'மஞ்சள் கயிறு', 'காட்சி', 'காந்தி', 'இரு நிமிடங்கள்', 'அழிவற்றது',

'பூனை', 'இன்றும் நண்பர்கள்' எனப் பல கதைகள் இத்தன்மையி லானவை எனக் கூறலாம். 'உத்தி மட்டும் இலக்கியமாகிவிடும் என நான் எண்ணவில்லை. ஓர் உத்தி கையாளப்பட்டிருக்கிறது என்ற நினைப்பே எழச் செய்யாத உத்தியைத்தான் மிகச் சிறந்ததாகக் கருதுகிறேன். சொல்லவேண்டியதை நேரிடையாக, ஆசிரியராகச் சார்பு கொள்ளாமல் எழுத முயல்வதே என் பாணி' என்று ஓரிடத்தில் குறிப்பிடுகிறார். தனது எழுத்தின் மீது வைத்துள்ள அதே அளவிற்கு வாசகனின் நுண்ணுணர்வின் மீதும் நம்பிக்கைகொண்ட ஓர் எழுத்தாளருக்கே இவ்விதமான தொனி சாத்தியமாகும்.

அசோகமித்திரனின் கதைகள்மீது சுமத்தப்பட்ட மற்றொரு குற்றச்சாட்டு, அவை நேரடியாக எவ்வித அரசியல் சித்தாந்தத்தையும் பேசமுனையவில்லை என்றாலும், அவற்றின் உள்முகம் சாதிய, மத உணர்வுகள் என்ற தனிவட்டத்தில் இயங்குகிறது என்பது. இதுபோன்ற குற்றச்சாட்டு அசோகமித்திரன்மீது மட்டுமில்லாமல் வேறு சில எழுத்தாளர்கள்மீதும் முன்வைக்கப்பட்ட ஒன்றேயாகும். அரசியல் எழுத்துக்களுக்கும் எழுத்தின் அரசியலுக்கும் இடையிலான அடிப்படையான வேறுபாடுகளைப் புரிந்துகொண்டால் இதுபோன்ற கேள்விகளை எல்லா எழுத்தாளர்கள்மீதும் இயந்திரத்தனமாக நாம் பிரயோகிக்க வேண்டிய அவசியம் எழாது. அரசியல் எழுத்துக்கள் என்பன சமூக மாற்றத்தை உடனடி விளைவாகக் கருதிக் குறிப்பிட்ட நோக்கோடும் செயல்திட்ட வரையறைகளோடும் எழுதப்படுவன. அவற்றிற்கான இடமும் தேவையும் ஒரு மொழிக்கு எப்போதும் உள்ளன. அதே சமயத்தில் சமூகத்தின் கூட்டு நனவில் மனத்தில் பாதிப்புகளை ஏற்படுத்தும் எழுத்துக்களும் உண்டு. அவை சமூக, பொருளாதாரக் கட்டுமானத்திற்குப் பதிலாக மனிதனின் அகத்தைத் தமது ஆராய்ச்சிக்களமாகக் கொள்வன. அவ்வகை எழுத்துக் களை அவற்றின் தளத்தில் வைத்தே நாம் மதிப்பிட வேண்டும்.

மேற்குறிப்பிட்ட குற்றச்சாட்டினை மறுத்து அசோகமித்திரன் நேரடியாக எதுவும் கூறவில்லை. 'ஒரு எழுத்தாளனுடைய படைப்புகள்தாம் அவனை அடையாளம் காட்டக்கூடியவை. ஆதலால் என் படைப்புகளைப் படித்துவிட்டு தாங்களே விடை கண்டுவிடலாம்' என்றே பதிலளிக்கிறார். அவருடைய கதைகளை முழுதாகப் படிக்கும் ஒருவர், அவை மனிதர்களுக்கிடையேயான ஏற்றத்தாழ்வுகளையோ துவேஷத்தையோ எவ்விதத்திலும் ஊக்குவிப்பதில்லை என்பதை எளிதாக உணரலாம்.

எழுத்தை வாழ்க்கை முறையாகத் தேர்ந்துகொண்டு இறுதி வரையிலும் அயராமல் தொடர்ச்சியாக எழுதிவந்தவர் அசோகமித்திரன். இது ஒருவகை இலட்சியவாத மயக்கமோ (அ) பிடிவாதமோ இருந்தால் அன்றி சாத்தியமில்லை. மேலும் நீண்டகாலமாக எழுதிவருபவர்களின் எழுத்தில் தென்படும் சலிப்பிற்கும், சென்று தேய்ந்திறுதல் என்ற குறைபாட்டிற்கும் ஆளாகாமல் அசோகமித்திரனின் கதைகள் பெருமளவிற்குத் தப்பித்து விடுகின்றன. அதே சமயம் அவருடைய பிற்காலத்திய கதைகள் பலவற்றில் இறுக்கத்திற்குப் பதிலாக சற்றே நெகிழ்ச்சியும் உத்வேகத்திற்குப் பதிலாக நினைவுகளின் தழுதழுப்பும் வெளிப்படுவதைக் காணமுடிகிறது.

சமூகத்தில் எழுத்தாளனின் இடம் ஒரு கிரியா ஊக்கிக்கு ஒப்பானது. அவன் நம்முடைய வாழ்க்கையில் நேரடியாக எவ்வகையிலும் சம்மந்தப்படாதவனாக

இருந்தபோதிலும், மறைமுகமாக நமது சிந்தனைகளையும் அதன் வழியே நமது செயல்பாடுகளையும் பாதிப்பவனாக அமையக்கூடும். அவ்வகையில் தனது அறுபதாண்டு கால எழுத்துச் செயல்பாட்டின் மூலமாக அசோகமித்திரன் உருவாக்கியிருக்கும் கதையுலகம் என்பது பரந்து விரிந்தது. மாறுபட்ட வண்ணங்களும், வாசனைகளும் கொண்டது. இதனூடாக அலைந்து திரியும் ஒரு வாசகன், தன்னளவில் கண்டடையக்கூடிய சாராம்சமான வாழ்க்கை நோக்கு ஒன்றிருக்குமானால் அது 'வாழ்வின் பெறுமதி அல்லது அர்த்தம் என்பது இறுதியாக அடையப்பெறும் ஏதோ ஒன்று அல்ல. மாறாக எவ்வளவு துயரார்ந்த சூழலிலும், ஒவ்வொரு கணமும் வாழ முயல்வதில்தான் அடங்கியிருக்கிறது' என்பதாகவே இருக்கும். அசோகமித்திரனின் கதைகளைப் பொறுத்தவரையில் மரணம் உட்பட எந்த ஒரு நிகழ்விற்கும் பெரிய முக்கியத்துவம் இல்லை எனலாம்; அல்லது வெளியே செல்லும் போது வாசல் கேட்டை சத்தமெழாமல் சாத்திவிட்டுச் செல்லும் சிறு செயலுக்கும் சமமான முக்கியத்துவமிருக்கிறது என்றும் கூறலாம்.

'என்னை அறிவது யாருக்காவது முக்கியமானால், அவரை என் படைப்புகளைப் படிக்கக் கேட்டுக்கொள்கிறேன். இதில் ஒரு சிறுவிண்ணப்பம். என் படைப்பு எதுவுமே முதல் வாசிப்பில் தன்னை வெளிப்படுத்திக் கொள்வதில்லை. ஆதலால் அவருக்கு நேரமும் ஆர்வமும் இருக்குமானால் இரண்டாம் முறை படிக்கக் கேட்டுக்கொள்கிறேன். என் நம்பிக்கை, அது அவருக்கு ஏமாற்றத்தைத் தராது' என்று தனது பேட்டியொன்றில் கூறியிருக்கிறார். இத்தொகுப்பிலுள்ள அசோகமித்திரனின் கதைகள் பலவற்றை இரண்டாவது முறையாகவும் சிலவற்றை மூன்றாவது, நான்காவது முறையாகவும் படித்தேன். அவை எனக்கு ஏமாற்றத்தைத் தரவில்லை. மாறாக ஒருவித வியப்பை, நிறைவை, அமைதியை அளித்தன. இதைப் படிக்கும் வாசகர்களும் அவ்வாறே உணர்வார்கள் என நம்புகிறேன்.

ஈரோடு
28 நவம்பர் 2015

க. மோகனரங்கன்

பதிப்புரை

அசோகமித்திரனின் அனைத்துக் கதைகளும் இரு தொகுதிகளாகத் தொகுக்கப்பட்டுள்ளன. அவர் மொத்தம் 280 கதைகள் எழுதியுள்ளார். பொருளடக்கத்தில் கண்டுள்ளபடி வரிசை எண் ஒன்று முதல் 186வரையுள்ள சிறுகதைகள், கவிதா பதிப்பகம் வெளியிட்ட 'அசோகமித்திரன் சிறுகதைகள்' தொகுப்பில் உள்ளவாறு வரிசைப்படுத்தப் பட்டுள்ளன. 29ஆவது கதை 'அறு சுவை' (வாசகர் வட்டம்) நூலிலிருந்து எடுக்கப்பட்டது. 187 முதல் 194வரையிலும், 196 முதல் 204 வரையிலான 17 கதைகள் காலச்சுவடு பதிப்பகம் வெளியிட்ட 'அழிவற்றது' தொகுப்பிலிருந்து எடுக்கப்பட்டவை. 195ஆவது கதை, 205 முதல் 221வரையிலான 18 கதைகள் கவிதா பதிப்பகம் வெளியிட்ட 'மணியோசை' தொகுப்பிலிருந்து எடுக்கப்பட்டவை. 222 முதல் 242வரையிலான 21 கதைகள் காலச்சுவடு பதிப்பகம் வெளியிட்ட '1945இல் இப்படியெல்லாம் இருந்தது...' தொகுப்பிலிருந்து எடுக்கப்பட்டவை. 243, 244, 245 ஆகியவை நற்றிணை பதிப்பகம் வெளியிட்ட 'நண்பனின் தந்தை' தொகுப்பிலிருந்து எடுக்கப்பட்டவை. 246 முதல் 262 வரையிலான 17 கதைகள் காலச்சுவடு பதிப்பகம் வெளியிட்ட 'இரண்டு விரல் தட்டச்சு' தொகுப்பிலிருந்து எடுக்கப்பட்டவை. 263, 264, 265 ஆகியவை ஆனந்த விகடன் (2015), 266, 267 ஆகிய கதைகள் கல்கி (2015), 268ஆவது கதை ஓம்சக்தி தீபாவளி மலர் (2015), 269ஆவது கதை அமுதசுரபி (2015), 270ஆவது கதை கலைமகள் (2015), 271ஆவது கதை தினமணி கதிர் (2015) ஆகியவற்றிலும் வெளிவந்தவை. 272ஆவது கதை 'அகில இந்திய வானொலி'இல் (2015) வாசிக்கப்பட்டது. 273ஆவது கதை ஆனந்த விகடன் (2016)இல் வெளிவந்தது. 274 முதல் 280 வரையிலான ஏழு கதைகள் காலச்சுவடு பதிப்பகம் வெளியிட்ட 'அமானுஷ்ய நினைவுகள்' தொகுப்பிலிருந்து எடுக்கப்பட்டவை.

முந்தைய தொகுப்புகளில் கண்டுள்ளவாறே கதைகள் வெளிவந்த வருடத்தை இந்நூலில் குறிப்பிட்டுள்ளோம்.

அசோகமித்திரன், ஞாநிக்கு வழங்கிய பேட்டியில் (*சுபமங்களா, 1991*) தனது முதல் கதையான 'நாடகத்தின் முடிவு' *1957*இல் வெளிவந்ததாகக் குறிப்பிடுகிறார். ஆனால் நர்மதா பதிப்பகம் *1971*இல் வெளியிட்டிருக்கும் 'வாழ்விலே ஒரு முறை' தொகுப்பிலும், *1996*இல் வெளியிட்டிருக்கும் காலவரிசையிலான 'அசோகமித்திரன் சிறுகதைகள்' முதல் தொகுதி யிலும், பிறகு கவிதா பதிப்பகம் கொணர்ந்த தொகுப்பிலும் அசோகமித்திரனின் முதல் மூன்று கதைகளும் *1956*இல் வெளியானதாகவே குறிப்பிடப்பட்டுள்ளன. இத்தொகுப்பிலும் அவ்வாறே குறிப்பிடப்பட்டுள்ளது. கதைகள் வெளிவந்த இதழ்கள் அனைத்தையும் கண்டெடுத்து முழுப் பிரசுர விபரங்களுடன் ஒரு பதிப்பைப் பின்னர் வெளியிடக் காலச்சுவடு பதிப்பகம் திட்டமிட்டுள்ளது.

ஈரோடு **க. மோகனரங்கன்**
21 டிசம்பர் *2015*

●

மூன்றாம் பதிபிற்கான குறிப்பு

குறுகியகால இடைவெளியிலேயே 'அசோகமித்திரன் கதைகள்' மூன்றாவது பதிப்பு வெளியாவது மகிழ்ச்சிக்குரியது. முந்தைய இரு பதிப்புகளிலும் இடம்பெற்ற *272* கதைகளோடு, காலச்சுவடு வெளிட்ட 'அமானுஷ்ய நினைவுகள்' தொகுப்பிலுள்ள ஏழு கதைகளும், வாசகர்வட்ட வெளியீடான 'அறுசுவை' நூலில் உள்ள 'மகாமகம்' கதையும் சேர்க்கப்பட்டு மொத்தம் *280* கதைகள் கொண்ட, கிடைக்கப்பெற்ற கதைகளின் முழுத் தொகுப்பாக இம் மூன்றாம் பதிப்பு வெளிவருகிறது.

நன்றி.

ஈரோடு **க. மோகனரங்கன்**
21 அக்டோபர் *2018*

அசோகமித்திரன் சிறுகதைகள்

(1956 – 1987)

1

நாடகத்தின் முடிவு

'அசோக மித்திரன்'

நாடகம் கற்பனையில் அமைந்தது. அந்தக் கற்பனை வாழ்வுடன் மோதியபோது—?

இரவு மணி பத்துக்கு மேல் ஆகிவிட்டபடியால் தெருவில் நடமாட்டம் அதிகம் இல்லை. நிலவு பால்போல் காய்ந்துகொண்டிருந்தது. உடற்பிணியும் மனப்பிணியும் உள்ளவர்களைத் தவிர மற்ற எல்லாரும் உறங்கியாகிவிட்டது. ஆனந்தகுமாரும் தமது சுருட்டைப் புகைத்து முடித்துப் படுக்கையில் படுத்தார். ஆனால் பெருந் துக்கத்தைப் போன்று ஆனந்தமும் தூக்கத்தைப் பறித்துவிடுகிறது; ஆனந்தருக்கு அன்று இரவு உறக்கம் வரவில்லை. காரணம், பல ஆண்டுகள் அவர் பெரும்பாடுபட்டு எழுதிய நாடகம் அன்று அமோகமாகவும் மிக வெற்றியுடனும் அரங்கேற்றப்பட்டிருந்ததுதான்.

டவுன் ஹால் கடிகாரம் பதினொன்று அடித்தது. படுக்கையிலிருந்து ஆனந்தர் எழுந்திருந்தார். விளக்கைப் போட்டுக்கொண்டு அவர் மேஜைமுன் உட்கார்ந்து கொண்டார். அவரால் எழுதவும் முடியவில்லை. மனத்தில் எண்ணங்கள் கணக்கின்றிப் பறந்தன; ஆனால் எழுதுவதற்குப் பேனா முனையில் ஒன்று கூடத் தங்கவில்லை.

திரும்பவும் நாடக நினைவு அவர் மனத்தைச் சூழ்ந்துகொண்டது. அதை அவர் குறுகிய காலத்தில் எழுதி முடிக்கவில்லை. அதனை அவருக்குப் பிடித்த முறையில் அமைக்க ஏழு ஆண்டுகள் எடுத்துக்கொண்டார். அவ்வளவு நீண்ட காலம் அதே நினைவில் இருந்தபடியால் நாடகத்தின் ஒவ்வொரு வரியையும் ஒவ்வொரு பாத்திரத்தையும் அவர் நன்கு அறிவார். அதனால்தானோ என்னவோ அன்று நாடகம் பார்க்கும்போது கூட மேடைமீது அவரால் நடிகர்களைக் காண முடியவில்லை. அவரது கற்பனைச் சித்திரங்கள் உயிர் பெற்றிருப்பதைத்தான் காண முடிந்தது.

தலைமை வகித்த பேராசிரியர் சங்கரலிங்கம் கூறியது அவர் நினைவுக்கு வந்தது. ஸ்ரீ சங்கரலிங்கம் கூறினார்: ''இதை ஓர் ஓவியமென்று கூறலாம். அப்படிச் சொல்வதற்கு ஒரு முக்கியக் காரணமும் இருக்கிறது. பிரதிமையின் அழகைக் காணும்போது ஓவியனின் திறமையைத்தான் அதில் காண்கிறோம், வியக்கிறோம், மெச்சுகிறோம். அதேபோல இன்றைய நாடகத்தில் நடிகர்கள் எவ்வளவோ திறமையுடன் நடித்தபோதிலும் ஆசிரியன் கற்பனை வன்மைதான் நம் முன் நிற்கின்றது. கதாநாயகி சரோஜாவை எடுத்துக்கொள்ளுங்கள். எவ்வளவு அற்புதமான சிருஷ்டி!''

ஆனந்தகுமாருக்குத் திடீரென்று தம்முடன் வேறு யாரோ இருப்பது போன்ற உணர்ச்சி தோன்றிற்று. சிறிது படபடப்புடன் அறை முழுவதும் கண்ணோட்டினார். அவர் சந்தேகம் அர்த்தமற்றதாகப் போகவில்லை. வாசற்படியில் மென்மையான ஒரு வெண்மை வெளிச்சம் நின்றுகொண்டிருந்தது. ஒரு கணம் கழித்து அது மெதுவாக அவரை நெருங்கிற்று. கண்களைக் கசக்கிக்கொண்டு ஆனந்தர் அகல விழித்தார். அது வெளிச்சமல்ல; ஒரு பெண் உருவம்.

முகத்திலும் உடலிலும் அழகின் பூரணப் பொலிவு; இன்ன அளவென்று நிர்ணயிக்க முடியாத ஓர் இனிமை; ஆசை, அகங்காரம், சினம் ஆகிய எதனாலும் களங்கப்படாமல் நல்லொழுக்கத்தையே பிரதிபலிக்கும் வதனம். ஆனால் அந்த அழகுச்சிலையின் கண்களில் எல்லையற்ற சோகம் தேங்கியிருந்தது.

''யார் நீ?'' - கரகரத்த குரலில் ஆனந்தர் வினவினார். அந்தப் பெண்ணை எப்போதோ சந்தித்திருக்கிறார்; அவளுடன் பழகியிருக்கிறார். ஆனால் அவள் யார் என்பது அவர் நினைவுக்குச் சட்டென்று வரவில்லை.

அந்த அழகிய உருவத்தின் கண்களில் கண்ணீர் மல்கி நிறைந்தது. இரு துளிகள் உருண்டு விழுந்தன.

''என்னை ஏன் இந்தச் சித்திரவதைக்கு உள்ளாக்கியிருக்கிறீர்கள்?'' - அந்தக் குரலில் சோகத்தின் கீதம் ஒலித்தது.

''யார் நீ?'' ஆனந்தர் மறுபடியும் வினவினார். அந்தப் பெண் யாரென்று அறிய அவர் மூளை எங்கெங்கோ தாவியோடியது.

''உங்களாலேயே என்னைக் கண்டுகொள்ள முடியவில்லையா? நான் உங்கள் சரோஜா அல்லவா?''

ஆனந்தகுமார் நிமிர்ந்து உட்கார்ந்தார். சரோஜா - அதுவும் உங்கள் சரோஜா - அந்தப் பெயர் அவருக்கு மிகவும் பழக்கப்பட்ட பெயர்தான். ஆனால் இந்தப் பெண்? அவர் கூறினார்: ''நீ ஏதோ இடம் மாறி வந்திருக்கிறாய் என்று நினைக்கிறேன். எனக்கு உன்னைத் தெரியாது.''

''தெரியாதா? ஏழு ஆண்டுகள் உங்களுடன் இருந்துவரும் என்னைத் தெரியாதா? நான் உங்கள் நாடகத்தின் கதாநாயகி சரோஜா அல்லவா?''

நாடகத்தின் முடிவு

இரவு மணி பத்துக்கு மேல் ஆகிவிட்டபடியால் தெருவில் நடமாட்டம் அதிகம் இல்லை. நிலவு பால்போல் காய்ந்துகொண்டிருந்தது. உடற்பிணியும் மனப்பிணியும் உள்ளவர்களைத் தவிர மற்ற எல்லாரும் உறங்கியாகிவிட்டது. ஆனந்தகுமாரும் தமது சுருட்டைப் புகைத்து முடித்துப் படுக்கையில் படுத்தார். ஆனால் பெருந் துக்கத்தைப் போன்று ஆனந்தமும் தூக்கத்தைப் பறித்துவிடுகிறது. ஆனந்தருக்கு அன்று இரவு உறக்கம் வரவில்லை. காரணம், பல ஆண்டுகள் அவர் பெரும்பாடுபட்டு எழுதிய நாடகம் அன்று அமோகமாகவும் மிக வெற்றியுடனும் அரங்கேற்றப்பட்டிருந்ததுதான்.

டவுன் ஹால் கடிகாரம் பதினொன்று அடித்தது. படுக்கையிலிருந்து ஆனந்தர் எழுந்திருந்தார். விளக்கைப் போட்டுக்கொண்டு அவர் மேஜை முன் உட்கார்ந்துகொண்டார். அவரால் எழுதவும் முடியவில்லை. மனதில் எண்ணங்கள் கணக்கின்றிப் பறந்தன; ஆனால் எழுதுவதற்குப் பேனா முனையில் ஒன்றுகூடத் தங்கவில்லை.

திரும்பவும் நாடக நினைவு அவர் மனத்தைச் சூழ்ந்து கொண்டது. அதை அவர் குறுகிய காலத்தில் எழுதி முடிக்க வில்லை. அதனை அவருக்குப் பிடித்த முறையில் அமைக்க ஏழு ஆண்டுகள் எடுத்துக்கொண்டார். அவ்வளவு நீண்ட காலம் அதே நினைவில் இருந்தபடியால் நாடகத்தின் ஒவ்வொரு வரியையும் ஒவ்வொரு பாத்திரத்தையும் அவர் நன்கு அறிவார். அதனால்தானோ என்னவோ அன்று நாடகம் பார்க்கும்போதுகூட மேடைமீது அவரால் நடிகர்களைக் காண முடியவில்லை. அவரது கற்பனைச் சித்திரங்கள் உயிர் பெற்றிருப்பதைத்தான் காண முடிந்தது.

தலைமை வகித்த பேராசிரியர் சங்கரலிங்கம் கூறியது அவர் நினைவுக்கு வந்தது. ஸ்ரீ சங்கரலிங்கம் கூறினார்: "இதை ஓர் ஓவியமென்று கூறலாம். அப்படிச் சொல்வதற்கு ஒரு முக்கியக் காரணமும் இருக்கிறது, பிரதிமையின் அழகைக்

காணும்போது ஓவியனின் திறமையைத்தான் அதில் காண்கிறோம், வியக்கிறோம், மெச்சுகிறோம். அதே போல இன்றைய நாடகத்தில் நடிகர்கள் எவ்வளவோ திறமையுடன் நடித்தபோதிலும் ஆசிரியன் கற்பனை வன்மைதான் நம் முன் நிற்கின்றது. கதாநாயகி சரோஜாவை எடுத்துக்கொள்ளுங்கள். எவ்வளவு அற்புதமான சிருஷ்டி!"

ஆனந்தகுமாருக்குத் திடீரென்று தம்முடன் வேறு யாரோ இருப்பது போன்ற உணர்ச்சி தோன்றிற்று. சிறிது படபடப்புடன் அறை முழுவதும் கண்ணோட்டினார். அவர் சந்தேகம் அர்த்தமற்றதாகப் போகவில்லை. வாசற்படியில் மென்மையான ஒரு வெண்மை வெளிச்சம் நின்றுகொண்டிருந்தது. ஒரு கணம் கழித்து அது மெதுவாக அவரை நெருங்கிற்று. கண்களைக் கசக்கிக்கொண்டு ஆனந்தர் அகல விழித்தார். அது வெளிச்சமல்ல; ஒரு பெண் உருவம்.

முகத்திலும் உடலிலும் அழகின் பூரணப் பொலிவு; இன்ன அளவென்று நிர்ணயிக்க முடியாத ஓர் இனிமை; ஆசை, அகங்காரம், சினம் ஆகிய எதனாலும் களங்கப்படாமல் நல்லொழுக்கத்தையே பிரதிபலிக்கும் வதனம். ஆனால் அந்த அழகுச்சிலையின் கண்களில் எல்லையற்ற சோகம் தேங்கியிருந்தது.

"யார் நீ?" கரகரத்த குரலில் ஆனந்தர் வினாவினார். அந்தப் பெண்ணை எப்போதோ சந்தித்திருக்கிறார்; அவளுடன் பழகியிருக்கிறார். ஆனால் அவள் யார் என்பது அவர் நினைவுக்குச் சட்டென்று வரவில்லை.

அந்த அழகிய உருவத்தின் கண்களில் கண்ணீர் மல்கி நிறைந்தது. இரு துளிகள் உருண்டு விழுந்தன,

"என்னை ஏன் இந்தச் சித்திரவதைக்கு உள்ளாக்கியிருக்கிறீர்கள்?" அந்தக் குரலில் சோகத்தின் கீதம் ஒலித்தது.

"யார் நீ" ஆனந்தர் மறுபடியும் வினாவினார். அந்தப் பெண் யாரென்று அறிய அவர் மூளை எங்கெங்கோ தாவியோடியது.

"உங்களாலேயே என்னைக் கண்டுகொள்ள முடியவில்லையா? நான் உங்கள் சரோஜா அல்லவா?"

ஆனந்தகுமார் நிமிர்ந்து உட்கார்ந்தார். சரோஜா – அதுவும் உங்கள் சரோஜா – அந்த பெயர் அவருக்கு மிகவும் பழக்கப்பட்ட பெயர்தான். ஆனால் இந்தப் பெண்? அவர் கூறினார்: "நீ ஏதோ இடம் மாறி வந்திருக்கிறாய் என்று நினைக்கிறேன். எனக்கு உன்னைத் தெரியாது."

"தெரியாதா? ஏழு ஆண்டுகள் உங்களுடன் இருந்து வரும் என்னைத் தெரியாதா? நான் உங்கள் நாடகத்தின் கதாநாயகி சரோஜா அல்லவா?"

ஆனந்தகுமார் இடி விழுந்தது போல் அதிர்ச்சியடைந்தார். அவர் வாய் குழறிற்று: "போ, போ! நீ போய்விடு!"

"எப்படி நான் போக முடியும்? என்னைத்தான் என்றும் இருக்கும்படி யாகச் செய்துவிட்டீர்களே! ஐயா, என்னை ஏன் இப்படித் துன்புறுத்துகிறீர்கள்? என்னால் பொறுக்க முடியவில்லையே!"

ஆனந்தரின் முகத்தில் தாங்கொணாத துன்பத்தின் சாயல் படர்ந்தது. தம் இரு கைகளையும் ஒன்றோடொன்றைப் பிசைந்துகொண்டார். "நான் நானா – துன்புறுத்துகிறேன்? உன்னை என்றும் மனத்தில் வைத்து ..."

"ஆமாம். உங்கள் நேரத்தையும் மனத்தையும் என்னைச் சிருஷ்டிப்பதில் செலவிட்டீர்கள். உணவும் உறக்கமுமின்றி என்னை உருவாக்கப் பாடுபட்டீர்கள். உலக நியதிக்கு மேற்பட்ட அழகை எனக்குக் கொடுக்க விரும்பினீர்கள். அத்துடன் இலட்சிய குணங்கள் அனைத்தையும் எனக்கு ஊட்ட ஆசைபபட்டீர்கள். அதில் வெற்றியும் கண்டீர்கள் ..."

அந்த அழகியால் மேற்கொண்டு பேச முடியவில்லை. புடைவை நுனியால் வாயை மூடிக்கொண்டு விம்மினாள். ஆனந்தர் தலைகுனிந்து தம் வாய்க்குள் முணுமுணுத்துக் கொண்டார்: "ஆம், உன்னிலும் சிறந்த பெண் மனித கர்ப்பத்திலோ கற்பனையிலோ தோன்றியதில்லை."

சரோஜா சட்டென்று நிமிர்ந்தாள். அவள் காதில் ஆனந்தரின் வார்த்தைகள் விழுந்துவிட்டன. "ஆமாம். அளவுக்கு அப்பாற்பட்ட அழகும் குணங்களும் எனக்கு அளித்த நீங்கள் இருதயம் மட்டும் சாதாரண மனிதத் தன்மை பொருந்தியதாக அமைத்தீர்கள். இலட்சிய புருஷன் ஒருவனை எனக்குக் காதலனாகப் படைத்தீர்கள்."

ஆனந்தர் கெஞ்சுவது போல் சரோஜாவை ஏறிட்டுப் பார்த்தார். "நாடகம் என்றால் கதாநாயகன் வேண்டாமா?"

"அது எனக்குத் தெரியாது. என்னை அவன் மீது காதல்கொள்ளச் செய்தீர்கள். முடிவில்..." அவள் கண்களிலிருந்தது கண்ணீர் பெருக்கெடுத்தது. வாய் விட்டு அழப் பார்த்தாள்; ஆனால் முடியவில்லை.

அறையில் நிசப்தம் நிலவியது. ஆனந்தரின் திடம் சிறிது சிறிதாகத் திரும்பி வந்துகொண்டிருந்தது. ஆரம்பத்தில் அவரிடம் இருந்த பயங்கலந்த வெட்க உணர்ச்சி மெதுவாக ஒருவித அகம்பாவத்திற்கும் அதிகார தோரணைக்கும் இடமளிக்க ஆரம்பித்தது. அணையும் தறுவாயில் இருந்த சுருட்டை ஒரு முறை ஊதிப் புகையை உள்ளுக்கு இழுத்தார். சிறிது மௌனத்திற்குப் பிறகு அவர் பேச ஆரம்பித்தார்:

"நாடகம் என்றால் அதற்கு முடிவு இருக்கவேண்டும் துன்பியல் நாடகமானபடியால் சோகத்தில் முடிக்க வேண்டியிருந்தது. அதுதான் பொதுமக்களுக்கும் பிடித்தமானது. இன்றைய ஆரவாரத்தை நீ கேட்டாய் அல்லவா?"

"ஆமாம், நாடகம் பார்த்தவர்களின் களிப்பைக் கண்டேன். அவர்கள் ஆர்ப்பரித்து ஆமோதித்ததையும் கேட்டேன். அதனால்தான் இப்பொழுது உங்களிடம் வந்திருக்கிறேன். ஸ்வாமி, என்னைக் காப்பாற்றுங்கள். இந்தத் துன்ப நிலையிலிருந்து விடுதலையளியுங்கள்!"

"விடுதலையா? நான் உனக்கு அளிப்பதா? எப்படி?"

"நாடகத்தை நிறுத்திவிடுங்கள்!"

ஆனந்தர் இரண்டாம் முறையாகத் திடுக்கிட்டார். "நாடகத்தை நிறுத்துவதா? மக்களே அதை ஏற்றுக் கொண்டார்கள், நான் எப்படி

அதை நிறுத்த முடியும்? மேலும் அது எனக்குக் கொண்டு வரப்போகும் புகழையும் சிறப்பையும் கைநழுவ விட முடியாது."

சரோஜா மண்டியிட்டுக் கை கூப்பினாள். "ஐயா, அப்படிச் சொல்லி விடாதீர்கள். தங்கள் உத்தரவின் மேல் தானே நான் சுகுமாரனைக் காதலித்தேன்? கைகூடாக் காதலின் கொடுமை தாங்கள் அறியாததா? தாங்கள் நாடகம் எழுதும்போது பல இம்சைகள் பட்டுக் கொண்டிருந்தேன். ஆனால் இன்றோ? என்னைப் படைத்த தெய்வமே, உன்னை மன்றாடிக் கேட்டுக்கொள்கிறேன். நாடகத்தின் முடிவையாவது மாற்றிவிடு!"

"சரிதான். என்னையே எதிர்க்கத் தொடங்கிவிட்டாயா?"

"இல்லை, என்னையும் கொன்றுவிடுங்கள். அல்லது சுகுமாரனைக் கொல்லாது விடுங்கள். எவ்வகையிலாவது என்னை என் காதலனிடம் சேர்ப்பித்துவிடுங்கள்!"

"முடியாது. அவ்வாறெல்லாம் முடிந்தால் நாடகம் சீராக இராது. மேலும் இயற்கைக்கு மாறுபட்டதாக இருக்கும்."

"இயற்கை! என் சிருஷ்டியே இயற்கைக்கு மாறுபட்டதுதானே? நாடகம் வெற்றியுடன் அரங்கேற்றப்பட்டு விட்டது. இனி அதைப் பல தடவை திரையிடச் சொல்லுவார்கள். நான் இத்தனை நாட்கள் தங்கள் கற்பனை உலகத்தில் மட்டும் உழன்று அல்லாடிக் கொண்டிருந்தேன். ஆனால், ஐயோ, இனி ஒவ்வொரு நாள் இரவும் மேடைமீது உயிரும் தசையும் இரத்தமும் கூடியவளாய் உருவாவேன். என் சோக ஜீவிதத்தை மீண்டும் மீண்டும் நடத்த வற்புறுத்தப்படுவேன். துன்பக் கடலில் ஆழ்த்தப்படுவேன். ஏக்கமும் ஏமாற்றமும் கொடுமையும் கைகூடாக் காதலும் என்னை மாற்றி மாற்றிச் சாட நான் வதைக்கப்படுவேன். ஐயா, உங்களை மன்றாடிக் கேட்டுக் கொள்கிறேன். கருணை புரியுங்கள்!" அவள் கெஞ்சினாள்.

"முடியாது, ஒருகாலும் முடியாது!"

மண்டியிட்டவள் எழுந்து நின்றாள். முகத்தில் இருந்த சோகம் மறைந்தது. பெரும் ஏமாற்றத்தினால் உண்டாகும் சினமும் வன்மமும் மதிவதனத்தைப் பயங்கரமாக மாற்றின.

"ஆனந்தகுமார், நீ ஒரு விலங்கு! மனிதனென்று நினைத்து மன்றாடி நின்றேன். மிருக குணம் படைத்த அரக்கனே, எனக்குத் தெரியும் உன் நாடகத்தின் நோக்கம் எனக்குத் தெரியும் நீ அதனைக் கைவிட மறுக்கும காரணம். ஆனால், பாவி, உன்னைப் பெருந் தீ ஒன்று எரித்து வருகிறது. பொறாமைத் தீ!"

"என்ன சொன்னாய்? பொறாமை! யாருக்குப் பொறாமை?" ஆத்திரத்தில் ஆனந்தகுமாரின் உடல் பதறியது. அவர் உதடுகள் துடித்தன.

"உனக்குத்தான் பொறாமை, சுகுமாரனிடம், அவனைப் படைத்த நாளிலிருந்தே அவனை நீ விஷமென வெறுத்தாய். உயரிய வாழ்வும் சீரிய நோக்கமும் கொண்ட அவனை ஆசாபாசங்களில் ஏமாற்றங் கண்ட உன்னால் சகிக்க முடியவில்லை. உலகத்தின் உயரிய லட்சியங்கள் அனைத்தையும் மேற்கொண்டு கடைப்பிடித்த அவனை உன்னால் சகிக்க

முடியவில்லை. என் அன்பைப் பரிபூரணமாகப் பெற்றிருந்த அவனை, என்னைப் படைத்தும் எட்டியும் பிடிக்கத் தகுதியற்ற உன்னால் சகிக்க முடியவில்லை. ஆமாம், அவன் மேல் நீ பொறாமை கொண்டாய், என்மீது கொண்ட தகாத காதலினால்!"

"உளராதே! ஐம்பது வயசில் காதல் கொள்ள ..."

"காதல்! பேய்க் காதல் உன்னுடையது. ஆனந்த குமார், சுகுமாரனையும் என்னையும் ஏதோ உன் கற்பனையில் உதித்த உருவங்கள் என்று உன்னை நீயே ஏமாற்றிக்கொள்ளப் பார்க்கிறாய்!"

"போதும், நிறுத்து!" ஆனந்தரின் முகத்தில் முத்து முத்தாக வேர்த்தது. நெற்றி நரம்புகள் புடைத்து விளங்கின.

"நீ இந்நாள்வரை நடத்திய வாழ்வு நீசமானது. ஆனால் உயர்ந்தோன் ஆகவேண்டுமென்ற கற்பனையில் சுகுமாரனைப் படைத்தாய். உன்னை அவன் உருவத்தில் பிரதிபலிக்க எண்ணினாய். ஆனால் அவன் உன் எல்லைக்கும் மேற்பட்டுவிட்டான். நீ என்று நினைத்துச் சிருஷ்டி செய்தது ஒரு தெய்வமாக மாறிவிட்டது."

ஆனந்தரின் உடல் வேதனையால் துடிதுடித்தது. கைகள் ஒன்றையொன்று இறுகப் பிசைந்துகொண்டதனால் பல இடங்களில் இரத்தம் கசிய ஆரம்பித்தது.

"வாழ்க்கையில் உன்னால் அடைய முடியாத இன்பங்களை இந்த நாடகத்தின் மூலம் அநுபவிக்க எண்ணினாய். அன்பே இன்னதென்று அறியாத உன்மீது யாரும் அன்புகொள்ள முடியவில்லை. உலகத்தில் மிக ஈனமான பெண்கூட உன்னை உள்ளன்போடு காதலிக்க இயலவில்லை. அந்தத் தாபம் தணிவதற்காக உன் பைசாச மூளைக்குத் தோன்றியவாறு அழகிலும் குணத்திலும் மற்ற எல்லா வகைகளிலும் சீரியவளாக என்னைப் படைத்தாய். உன் பிரதிமை என்று நீ கற்பனை செய்து கொண்டவனிடம் காதல்கொள்ளச் செய்தாய்."

"போதும், நிறுத்து நிறுத்து! என்னைக் கொன்றுவிடாதே!" ஆனந்தர் அலறினார்.

"சண்டாளனே, அதோ பார் உன் கற்பனையில் நீ இதுவரை காணாததை!" சரோஜா வாசற்படிப் பக்கம் கையைச் சுட்டினாள்.

அங்கே இன்னோர் உருவம் காற்றில் மிதந்தபடி காணப்பட்டது. அதைப் பார்த்துச் சரோஜா குழையும் குரலில் கூறினாள்: "என் அன்பே! என் ஆருயிரே!"

அவ்வுருவம் காற்றில் மிதந்தபடியே ஆனந்தருக்கும் சரோஜாவுக்கும் இடையே வந்து தங்கியது. அது ஒரு பிணம்; ஓர் அழகிய யுவனின் உயிரற்ற சடலம். அதன் மார்பில் கத்தி ஒன்று பிடிவரை புதைக்கப்பட்டிருந்தது. அந்த கத்தியைச் சுற்றிலும் இரத்தம் உலர்ந்து பயங்கரக் கறையாகியிருந்தது,

ஆனந்தரின் முகம் வெளிறிற்று. கண்கள் சிவந்து வெளியே விழுந்து விடுவது போலப் பிதுங்கி வந்தன.

சரோஜா ஆனந்தரைப் பார்த்து ஆவேசம் பிடித்தவள் போலக் கதறினாள்: "பாரடா; மனிதப் பைசாசமே, பார்!" பிறகு சிறிதும் தயங்காமல் கத்தியை அந்தப் பிணத்தின் மார்பிலிருந்து இழுத்தாள். காயத்திலிருந்து இரத்தம் ஆனந்தர் முகத்தில் பீறியடித்தது.

"உன் இரத்தமடா இது, உன் இரத்தம்! உன்னை நீயே சாக அடித்துக் கொண்டாய். பார், கூத்தாடு, கூத்தாடு!"

பயங்கரம் தாங்க முடியாமல் கண்களை இறுக மூடிக்கொண்டார் ஆனந்தர். அவரைத் தாங்கி நிற்கும் உலகத்தை யாரோ மிகவும் வேகமாகச் சுழற்றிச் சுழற்றி அந்தரத்தில் வீசியெறிந்த உணர்ச்சி ஏற்பட்டது. தம் தலையை இரு கைகளாலும் கெட்டியாகப் பிடித்துக்கொண்டார். ஒரு கணத்திற்குப் பிறகு நினைவிழந்து கீழே விழுந்தார்.

மறுநாள் மாலைப் பத்திரிகைகளில் கீழ்க் காணும் செய்தி காணப்பட்டது:

"நேற்றிரவு நாடகாசிரியர் ஆனந்தகுமார் திடீரென்று மாரடைப்பினால் காலமான செய்தியை மிக வருத்தத்துடன் தெரிவித்துக் கொள்கிறோம். இறப்பதற்குச் சில மணி நேரம் முன்புதான் அவர் எழுதிய நாடகம் ஒன்று மிகவும் வெற்றிகரமாக அரங்கேற்றப்பட்டது என்பது குறிப்பிடத்தக்கது."

1956

இந்த ஒரு
ஞாயிற்றுக்கிழமை மட்டும்

"இந்த ஒரு ஞாயிற்றுக்கிழமை மட்டும் நான் வராமல் சமாளித்துக்கொண்டு விடுகிறீர்களா!" என்று அவள் மீண்டும் வேண்டிக் கேட்டுக்கொண்டாள். அதை வேண்டுகோள் என்று சொல்லிவிட முடியாது. அவளுடைய குரலில் லேசாகத் தொனித்த அலட்சியத்தை மறைக்க அவள் அதிகம் பிரயாசை எடுத்துக்கொள்ளவில்லை. அவனுக்கு எல்லாம் புரிந்துவிட்டது. அவன் உடனே அவனுடைய நாடகக் குழுவுக்கு ஒரு புதுக் கதாநாயகியைத் தேட ஆரம்பிக்க வேண்டும்.

அவள் புன்னகை புரிந்தபடிதான் நின்றுகொண்டிருந்தாள். அவளுடைய கண்கள் விவரமறியாத குழந்தையினுடையது போலத்தான் பிரகாசித்தன. சிவந்த, பூரித்திருந்த அவளுடைய உதடுகள் அவளுடைய பல்வரிசை மின்ன சிறிது இடைவெளி விட்டிருந்தன. அவளை மறுதலிக்க முடியாது என்று அவள் நன்கு தெரிந்துகொண்டவளாக இருந்தாள்.

அவன் ஏதோவாறு முனகினான். அவளுக்கு எஜமானனாகவும் ஆசானாகவும் அவளுடைய எதிர்காலத்தைச் சமைப்பவனாகவும் பல தருணங்களில் அவளுடைய பெண்மைக்கு உரியவனாகவும் அவன் இருந்த மூன்று வருட காலத்தில் அவளை அவ்வளவு அழகுடையவளாகவும் திண்ணமுடையவளாகவும் அவன் கண்டதில்லை. மூன்று வருடங்கள் முன்புதான் அவனுடைய கதாநாயகியும் அந்த ஸ்தானத்துடன் கூடிய எல்லாமாகவும் இருந்த இந்திரா ஒருநாள் மெல்ல "அடுத்த ஞாயிற்றுக்கிழமை மட்டும் நானில்லாமல் பார்த்துக் கொள்கிறீர்களா?" என்று கேட்டிருந்தாள். அப்போதே அவன் இன்னும் ஒருவார காலத்திற்குள் அவனுடைய குழுவிற்கு ஒரு புதுக் கதாநாயகியைத் தேடிப்பிடித்தாக வேண்டும் என்று உணர்ந்திருந்தான். அப்போதுதான் எவ்வளவோ காலத்திற்குப் பிறகு அவனுடைய ஒரு நாடகம் வெற்றியாக ஏற்கப்பட்டு அவனோடும் அவனுக்காகவும் உழைத்துக்கொண்டிருந்தவர்கள் மிக உற்சாகத்துடன் இருந்தார்கள். சமூக வட்டாரங்களில் அவன்

பெயர் அடிபடத் தொடங்கியிருந்தது. பத்திரிகைகள் சிறிது விஸ்தாரமாகவே அவன் நாடகத்துறைக்குப் பெரும் தொண்டு செய்துவருவதாக எழுத ஆரம்பித்திருந்தன. ரேடியோக்காரர்கள் ஒரு கருத்தரங்குக்கு அவனை அழைத்திருந்தார்கள். சில அமெச்சூர் நாடகக் குழுக்கள் தங்களுடைய நாடகங்களுக்கு அவனைத் தலைமை தாங்க அழைத்தன. ஒரு அனாதை ஆசிரமத்துக் காரியதரிசி நன்கொடைக்காக அவனிடம் விண்ணப்பித்துக் கொண்டிருந்தார். இப்படியெல்லாம் உருவாகிக்கொண்டிருக்கும் தருணத்தில்தான் இந்திரா அவனை நேருக்கு நேர் முகம் பார்த்து ஒரு ஞாயிற்றுக்கிழமை மட்டும் நாடகத்திற்கு அவள் வராமல் இருக்க அனுமதி கேட்டாள். அப்போதே அவனுக்கும் தெரியும், அவளுக்கும் தெரியும், அவனுடைய உலகம் குலைந்துவிட்டது, சிதைந்து விட்டது, பாழாகிவிட்டது என்று. அவனுடைய கதாநாயகி குழுவை விட்டுப்போய் அவன் உலகம் பாழாவது அதுதான் முதல் தடவை என்றில்லை. ஆனால் இந்திரா அப்படி ஒரு நாடக பாணிச் செயலை நாடக அரங்கிற்கு வெளியே அவனுக்குச் செய்வாள் என்று அவன் சிறிதும் எதிர்பார்க்கவில்லை. அவளே அப்படிச் செய்தாள், அவள் செய்தால் யாரும் செய்யக்கூடும், உண்மையில் அப்படித்தான் செய்துகொண்டிருந்தார்கள். அந்த நாடகக் குழுவிலேயே அந்த மாதிரி செய்ய மாட்டாதவனும் செய்ய முடியாதவனும் அவன் ஒருவன்தான். காரணம் அவன்தான் கதாநாயகன், அவன்தான் டைரக்டர், அவனேதான் சொந்தக்காரன் ...

அவன் தெளிவாக ஒருவார்த்தை உச்சரிக்க முடியாமல் அவளையே உற்றுப் பார்த்துக்கொண்டிருந்தான். அவளும் புன்னகை மாறாமல், அவள் கண்களில் இயல்பாக ஜொலிக்கும் ஒரு குழந்தைக்குரிய ஒளியுடன், அழகாக, உருண்டு, திரண்டு, வெறி உண்டாக்குமாறு, திண்ணத்துடன் நின்றுகொண்டிருந்தாள். உண்மையில் நம்ப முடியாத அளவுக்கு மாறுதல் அவளிடம் ஏற்பட்டுவிட்டது. மூன்று வருடங்கள் முன்னால் அவளை ஒரு ராத்திரியில் அந்தத் துறையில் சுத்த அயோக்கியன் என்றாலும் தவிர்க்க முடியாத அந்த ஏஜண்டு அவன்முன் நிறுத்தியபோது மக்குக்களில் மக்காகத்தான் அவளிருந்தாள். அப்போது அவளுக்குப் பதினாறுதான் நிரம்பியிருக்கும். பயந்தவளாக இருந்தாள். அவன் பார்வையில் ஒவ்வொரு அங்கமும் சுருங்க நின்றாள். அப்போது அவன் எழுந்திருக்கவும் முடியாத சோர்வில் இருந்தான். சற்று நேரம் முன்புதான் இந்திரா அவனை விட்டுப் போயிருந்தாள். அவனுடைய இருபத்தேழு வருட நாடக அனுபவத்தில் இந்திராதான் மிகச் சிறந்த கதாநாயகியாயிருந்தாள், அவளே போய்விட்டாள், அவள் போனால் அப்புறம் எது போனாலும் ஒரு பொருட்டல்ல, அவன் இன்னொரு கதாநாயகியைத் தேடிப் போக நீண்ட பயணம் எடுத்துக் கொண்டால் நிச்சயம் சிதறிப் போய்விடுவான், அப்போது அந்த ஏஜண்டு இவளை அவன் முன் நிறுத்தினான், இவள் குளிரிலும் பயத்திலும் நடுங்கிக் கொண்டிருந்தாள், அவன் இவளைப் பார்த்தான், சரி என்றான், ஒரு புது கதாநாயகி உருவாக ஆரம்பித்தாள். அவளிடம் பிரமாதமான கலைத்திறமை இருக்கும் என்று அவன் எதிர்பார்க்க ஒன்றும் இல்லை. ஆனால் அவன் மிகவும் சோர்ந்து போயிருந்தான். நிகழ்காலத்திலிருந்து, எதார்த்தத்திலிருந்து, நிராசையிலிருந்து அவன் தப்பித்துக்கொள்ள தவித்துக்கொண்டிருந்தான். அது மூன்று வருடங்களுக்கு முன்னால். ஆனால் அவனால் நிகழ் காலத்திலிருந்து,

அவன் நிலையிலிருந்து, தன்னிடமிருந்து தப்பித்துக்கொள்ள முடியவில்லை. இந்தப் புதுப் பெண்ணுடைய குளறுவாயை வைத்துக்கொண்டு, கூன் முதுகை வைத்துக்கொண்டு, மேடைக் கிலியை வைத்துக்கொண்டு, எடுத்ததெற் கெல்லாம் அழ ஆரம்பிக்கும் சுபாவத்தை வைத்துக்கொண்டு மீண்டும் உழைக்க ஆரம்பித்தான். அவன் உண்மையாக, கடுமையாக, களைப்பில்லாமல் உழைத்தான். அவனால் எது செய்தாலும் நாடகத்தில் மட்டும் அவனுக்குத் திருப்தியளிக்காததையும் அளிக்காதவர்களையும் மேடையேற்ற முடியாது. அவளுக்கும் ஒரு நல்ல கதாநாயகியாக வேண்டும் என்ற ஆசை இருந்தது. பொறுமையான, தொடர்ச்சியான, கடுமையான பழக்கம் ஏற்படுத்தியதில் அவள் ஓரளவு அவளுடைய மட்டித்தனத்தை ஒதுக்கிவைக்க முடிந்தது. உடலளவில் அவள் மிகவும் விரும்பத்தக்கவளாக இருந்தாள். உடலளவில் அவள் மிகவும் விரும்பத்தக்கவளாகவே வளர்ச்சிபெற்றாள். முதல் வருடத்தில் சொல்லிக் கொடுத்ததை அப்படியே செய்துகாட்டி யார் கண்டனத்திற்கும் உட்படாமல் இருந்தாள். இரண்டாவது ஆண்டில் அங்கொருவர் இங்கொருவர் அவளைப் பாராட்டினார்கள். மூன்றாண்டு முடிவதற்குள் ஜனம் அவள்மேல் உருகி வழிய ஆரம்பித்தது. என்ன அழகு, என்ன கம்பீரம், என்ன உணர்ச்சி, என்ன அனாயாசம், பிறவி நடிகை, கலைவாணியின் அவதாரம், வரலாறு காணாத அற்புத நடிப்புத் திறன், இந்திய நாடக சரித்திரத்தின் தலை சிறந்த சோகரச விற்பன்னள், ராமப்பிரம்மத்தின் எவ்வளவோ கதாநாயகிகளில் இவளைப் போல் சிறந்தவளில்லை... அது சாதனை. இப்போது இந்திரா இல்லாதது குறித்து யாருக்கும் ஒரு நினைவுக் கீறல்கூட இல்லை. இப்போதைய நாடகம் அமோகமாக நடந்துகொண்டிருக்கிறது. இன்னும் இரண்டு பெரிய நாடகங்களுக்கு ஏற்பாடுகள் ஆரம்பித்தாகிவிட்டது. அப்போது இந்த மட்டிப்பெண் தன்முன் நெளிந்து வந்து அடுத்த ஞாயிற்றுக்கிழமை மட்டும் தான் வராமல் இருப்பதற்கு அனுமதி கேட்கிறது. யாருக்குத் தெரியாது நீண்ட பெரியகார்கள் அவள் வீட்டின் முன்னால் நிற்க ஆரம்பித்துவிட்டன. எவனெவனோ கொழுத்த அசிங்கமானவன் தூங்கி வழியும் நேரத்திலெல்லாம் உள்ளேபோய் வருகிறான். அதே ஏஜண்டு அவளுக்கு எழுதத் தெரியும் அவளுடைய கையெழுத்தை மூன்று சினிமா ஒப்பந்தங்களில் வாங்கிவிட்டான் என்று? அவனுடைய நாடகக் குழுவிற்கு அவள்தான் அதிகமாகக் கூலி வாங்கும் கதாநாயகியாக இருக்கலாம், ஆனால் அது அவளுக்கு ஒரு காட்சிக்கு நாற்பது ரூபாய் மேல் தராது. இப்போது சினிமாத் தயாரிப்பாளர்கள் அவள் வீட்டு முன்னால் அலைய ஆரம்பித்துவிட்டார்கள். அவள் ஆயிரம் ஆயிரமாகப் பணத்தைப் பார்க்கலாம், பெரிய பங்களா வாங்கலாம், சோப் விளம்பரங்களுக்கு அவள் முகத்தைப் பிரசுரிக்கச் செய்துகொள்ளலாம், தேசப் பொருளாதாரத்தை ஆட்டிவைக்கும் முதலாளிகளின் இரவு விருந்துக்குப் பின் நிகழும் அந்தரங்கப் பேச்சு வார்த்தையில் அடிபடலாம், அதெல்லாவற்றினுடைய படிக்கட்டில் அவள் இருந்தாள். ஏன் உலகமே இன்னும் இரண்டாண்டு காலத்தில் அவள் காலடியில் விழுந்து கிடக்கலாம். இரண்டாண்டு காலத்தில் உலகமே காலடியில் விழுந்து கிடக்கக்கூடிய அவளை அவன் வெறித்துப்பார்த்தான். அவள் அடுத்த ஞாயிற்றுக்கிழமை ஒரு தினம் பற்றித்தான் கேட்டாள். எப்போதும் அப்படித்தான் அது ஆரம்பமாகும். ஆனால் அவனுக்குத் தெரியும் அவள் போயேவிடுவாள் என்று. அவன் மீண்டும் ஒரு மட்டியைப்

பொறுக்கி எடுக்க வேண்டும். மீண்டும் அவளை வைத்துக்கொண்டு இல்லாத பாடுபட்டு ஒரு கதாநாயகியைத் தயாரிக்க வேண்டும். சினிமாக்கள் இருக்கும்; சினிமாக்கள் எப்போதுமே இருக்கும். அவளும் ஒரு மூன்றாண்டு காலத்தில் ஒரு பக்குவம் ஏற்பட்டவுடன் போய்விடுவாள். அப்புறம் இன்னொருத்தியைத் தேர்ந்து எடுக்க வேண்டும். அவளும் போய்விடுவாள், மறுபடியும் இன்னொருத்தி, அவளும் போய்விடுவாள், அப்புறம் இன்னொன்று, அதற்கப்புறம் இன்னொன்று, இன்னொன்று, இன்னொன்று என்று அவன் களைத்து, அலுத்து, சலிப்புற்று, ஒரு காசுக்கும் பயனற்ற கிழவனாகி, அப்படியும் அவன் நாடகக் குழுவுக்கென ஒரு கதாநாயகி மிஞ்சமாட்டாள்.

அவள் உருட்சியுடன், திரட்சியுடன், பூரிப்புடன், இன்னும் அந்தப் புன்னகையுடன் காத்து நின்றுகொண்டிருந்தாள். அவளை எக்கேடு கெட்டுப்போ என்று சொல்லிவிட அவனுக்கு வலி ஏற்படும் என்று தோன்றவில்லை. ஆனால் எல்லா வலியையும் ஒதுக்கித் தள்ளிவிட்டு வெறித்தனமான ஒரு வேகம். அந்த வேகத்தை அந்நாள்வரை அந்தத் தாங்க முடியாத அளவுக்கு அவள் அவனுக்கு உண்டுபடுத்தியதில்லை. அதுதான் அந்தக் கணமே அவள்மீது பாய்ந்து அவளைக் கசக்கிப் பிழிந்து தரதரவென்று படுக்கையறைக்கு இழுத்துச் செல்ல வேண்டும் என்பது.

1956

விபத்து

அன்று பால்காரன் முதல் தடவையாகக் கூவின வுடனேயே பாச்சா விழித்துக்கொண்டுவிட்டான். பள்ளிக்கூட மாணவர் அட்டவணை ஒன்றிற்கு மட்டும் அவன் பெயர் சி.ஆர். பார்த்த சாரதியாக இருந்தது. மற்றெல்லாவிடத்திலும் எல்லாருக்கும் அவன் வெறும் பாச்சாதான். படுக்கையை விட்டு எழுந்ததும் பாச்சா நேரே குழாயடிக்குச் சென்று பல் துலக்கினான். சிறிது நேரத்திற்குப் பிறகு கண்ணாடி முன் நின்று தலையை வாரிக்கொண்டான். ஒரு ஞாயிற்றுக் கிழமையைத்தான் இத்துணை சுறுசுறுப்புடன் துவங்குவதுபற்றி அவனுக்குப் பெருமையாக இருந்தது. அவன் இல்லத்தில் அவனை ஒரு பூஞ்சைக் குழந்தையாகக் கருதியபடியால் காலை வேளையில் காபிக்குப் பதில் பால்தான் கொடுத்து வந்தார்கள். பாலின் விசேஷ குணங்களில் பாச்சாவுக்கு அதிக நம்பிக்கை ஏற்படாததால் அதனைப் பற்றிச் சிந்தையே கொள்ளாமல் மாடிக்குச் சென்று தனது புதுப் புத்தகங்களைப் புரட்டிப் பார்க்கலானான்.

ஏழுமணி சுமாருக்குச் சந்திரா அவனை உரக்கக் கூப்பிட்டாள். சந்திரா பாச்சாவுடைய சகோதரி. அவனைவிட மூன்று வயது பெரியவள். படிப்பில் ஒரு வகுப்பு முந்தினவள். உயரத்தில் பாச்சா அளவுதான். பாச்சாவுக்குச் சந்திராவைக் கண்டாலே ஒரு அலட்சியம்.

பெண் ஜென்மமே சுத்த மக்கு, அதிலும் சந்திரா கடைந் தெடுத்த மக்கு என்பது அவனுடைய உறுதியான அபிப்பிராயம். வீடு பெருக்க வரும் வேலைக்காரியிடம் ஒரு மணி நேரம், எதிர்வீட்டுப் பள்ளித் தோழியிடம் ஒரு ஜாமம், எவருமே இல்லாவிட்டால் தமிழே தெரியாத பக்கத்து வீட்டுத் தெலுங்கு மாமியிடம் ஒரு நாழிகை, இப்படியாக நாள் முழுவதும் வாயாடிக்கொண்டிருப்பது; பாவாடை தாவணியைக் கூடச் சீராகக் கட்டத் தெரியாதபோது அம்மாவின் ஒன்பது கஜப் புடவையைத் திடீர் திடீரென்று சுற்றிக்கொண்டு நிற்பது; ஒரு மாத சஞ்சிகையை மாதமெல்லாம் வாசித்துக்கொண்டிருப்பது –

சேச்சே, பெண்கள் சுத்த மக்குகள்! பாச்சாவுக்குத்தான் பெண்ணாகப் பிறக்காததுபற்றி மகிழ்ச்சி நெஞ்சம் நிறைந்து வழிந்தோடியது. ஆனால் இப்போது சந்திராவோடு கூடச்சேர்ந்துகொண்டு அம்மாவும் அவனைக் கூப்பிடவே கீழேயிறங்கி டம்ளர் பாலையும் ஒரே முடக்கில் விழுங்கினான்.

சமையலறையில் அப்பா குழம்புக்கு முள்ளங்கியை நறுக்கிக்கொண் டிருந்தார். பாச்சா அவர் அருகில் சென்று உட்கார்ந்துகொண்டான். நான்கு முள்ளங்கிக் கிழங்குகள் நூற்றுக்கணக்கான சிறு வில்லைகளாக மாறுவதைக் கண்டு அவன் மனம் லயித்தது. அந்தக் கத்தி ரொம்பக் கூர்மையானதாகத்தான் இருக்க வேண்டும். வீர சிவாஜியின் கத்தியைவிடக் கூர்மையானதாகத்தான் இருக்க வேண்டும். கத்தியைத் தொட்டு அதன் கூர்மையையறிய வேண்டுமென்ற ஆவல் பாச்சாவுக்கு எழுந்தது. ஆனால் அப்பாதான் அதை யாரும் தொடவிடுவதில்லையே. அன்றொரு நாள் அவருக்குத் தெரியாமல் வாழைத்தண்டு நறுக்குவதற்காக அம்மா எடுத்ததற்கே என்னவெல்லாம் சத்தம் போட்டார்! ஆனாலும் அப்பாவுக்கு ஒரு பேனாக்கத்தியின் மீது இத்துணை பற்றுதல் இருக்கக் கூடாது.

“ஏண்டா பாச்சா, இன்றைக்காவது சமர்த்தாக எண்ணெய் தேய்த்துக் கொள்ளேண்டா!”

அம்மாதான் அவனைக் கெஞ்சமாட்டாக் குறையாக அப்படிக் கேட்டாள். ஏதோ ஒரு நோட்டுப் புத்தகத்தின் மீது தன் பெயரை வர்ணப் பென்சில்களால் சிங்காரமாக எழுதிக்கொண்டிருந்த சந்திரா குறுக்கிட்டு, “ஆமாம், அவன் எண்ணெய் தேய்த்துக்கொள்ள வேண்டுமாக்கும். சாதாரணமாகக் குளித்துவந்தால் போதாதா?” என்றாள். இவளை யார் நடுவில் கூப்பிட்டது? பாச்சா கேட்டான், “ஏன், உன் மாதிரி இரண்டு மணி நேரம் குளிக்கச் சொல்கிறாயா?”

“குளிக்காமலிருப்பதற்கு அது எவ்வளவோ மேல். அம்மா, பாச்சா நேற்று முழுக்கக் குளிக்கவேயில்லை. குளிக்காமலேயே சாப்பிட உட்கார்ந்துவிட்டான். அம்மா, இதோ அடிக்க வருகிறான் பார்.” சந்திரா சொன்னது உண்மைதான். அவன் அதற்கு முந்தினநாள் குளிக்கத்தான் இல்லை. ஆனால் அதை யார் இப்போது தமுக்குப் போடச்சொன்னது? பாச்சா கையை ஓங்கிக்கொண்டு சந்திராவின் பக்கம் பாய்ந்தான். சந்திரா ஓடினாள். மாடிப்படியருகே பாச்சா அவளை வளைத்துக்கொண்டு தலைப்பின்னலைப் பிடித்துக்கொண்டான். ஆனால் அடிக்க ஓங்கின கையைக் கீழே கொணர முடியவில்லை. ஏன் முன்போல் அவனால் சந்திராவை அடித்து நொறுக்க முடியவில்லை என்பது அவனுக்குப் புரியவில்லை. இப்போதெல்லாம் சந்திரா ஒருநாள் போல இன்னொரு நாள் இருப்பதில்லை. ஒரு சமயம், பம்பரமும் மரக்குரங்கும் ஆடிய பழைய சந்திராவாகவே தோன்றினாள். இன்னொரு சமயம் ஏதோ ஒரு புது மனுஷியாகக் காணப்பட்டாள். அவளிடம் ஏதேதோ மாறுதல்கள் தோன்றிக்கொண்டிருந்தன. அவன் தயங்கினதைப் பயன்படுத்திக்கொண்டு தலைப்பின்னலை விடுவித்துக்கொண்டு கலகலவென்று சிரித்தபடியே சந்திரா உள்ளே ஓடினாள். அவள் சிரிப்புகூட மாறிக்கொண்டு வருவதாகப் பாச்சாவுக்குத் தோன்றியது.

நிபந்தனையில்லாமல் சரணாகதியடைந்தவன் போலப் பாச்சா குளிக்கும் அறையுள்போய் நின்றான். அவன் அம்மா ஒரு கிண்ணத்தில் காய்ச்சின எண்ணெயும் இன்னொரு கிண்ணத்தில் சீயக்காய்ப் பொடியும் எடுத்துவைத்தாள். அப்படியே அரைமனதாக "என்ன நான் தேய்த்துவிடட்டுமா?" என்று கேட்டாள். அவனுக்கு எண்ணெய் தேய்த்துக்கொள்ளக் கூடவா தெரியாது? "எல்லாம் நானே தேய்த்துக்கொள்வேன் போ!" என்றான் பாச்சா. பதினைந்து நிமிஷங்களுக்குப் பிறகு கண்ணாடிமுன் நின்றுகொண்டு தன் தலையை வாரிக்கொண்டான். அவன் கேசம் என்றும் இல்லாத பிரகாசத்துடன் மின்னியது. முன்போன்று நிமிர்ந்து நிற்கும் மயிர் அன்று தலையில் அப்படியே ஒட்டிக்கொண்டது. நெற்றியும் காதுகளும் பளபளவென்று காட்சியளித்தன. சந்திரா கேலி செய்தாள். "அம்மா, பாச்சா கொஞ்சங்கூட எண்ணெய் போகாமல் குளித்துவந்திருக்கிறான், பார்" என்று மேன்மேலும் விண்ணப்பித்துக்கொண்டிருந்தாள். அம்மா சொன்னாள்: "ஏதோ, படுத்தாமல் குளித்துவிட்டு வந்திருக்கிறானே, அதுவே போதும்." வெளியே கிளம்பிக்கொண்டிருந்த அப்பா, "டேய் பாச்சா, தலையை நன்றாகத் துடைத்துக்கொண்டு என் பூட்சுக்குப் பாலிஷ் போட்டு வை," என்று சொல்லிவிட்டுப் போனார். தலைக்கும் பூட்சுக்கும் என்ன சம்பந்தம்? சந்திரா மேலும் பேசிக்கொண்டே "ஆமாம், இன்றைக்கு எண்ணெய் தேய்த்துக் கொண்டதற்கே மழை வந்துவிடும். அப்பாவுடைய பூட்சுக்கும் அவன் பாலிஷ் போட்டு வைத்துவிட்டால் பிரளயம்கூட வந்துவிடலாம்," என்றாள். அவன் சில தடவைகள் பூட்சுக்குப் பாலிஷ்போட அப்பா சொல்லி வைத்திருந்தும் தவறியிருக்கிறான். ஆனால் அதற்காக இப்படியா கேலி செய்து வாட்டுவது? இந்தச் சந்திராவின் வாயில் தப்பித்தவறி மாட்டிக்கொண்டால் மீள முடியாது.

பாலு அந்தச் சமயத்தில் வந்து சேர்ந்தான். பாலு பாச்சாவின் அத்தியந்த சிநேகிதன். சினிமாப் பாட்டுகளை இசைத் தட்டிலுள்ளபடி பாடிக் காட்டுவதில் நிபுணன். கிரிக்கெட் ஆட்டத்தில் ஒரு புலி. இத்துணை திறமைசாலியான நண்பன் கிடைத்திருந்ததில் பாச்சாவுக்கு மிகுந்த பெருமை. நண்பனுக்குத்தான் பயனுள்ளவனாக இருப்பதற்காகக் கணக்கு வாத்தியார் கொடுத்த வீட்டு வேலையைச் செய்து முடிப்பதில் பாலுவுக்கு அவன் துணைபுரிவான். கிரிக்கெட்டில் பாலு புலியென்றால் கணக்கில் பாச்சா சிங்கமாயிற்றே.

அன்று கணக்குகளைப் போட்டு முடிக்க ஒன்பது மணியாயிற்று. பாச்சாவும் பாலுவும் சிறிது நேரம் சீட்டாடலாமென்று தீர்மானித்தார்கள். யாருக்கும் தெரியாமல் மாடியின் ஒரு முனையில் உட்கார்ந்துகொண்டு ஆளுக்குப் பதினைந்து சீட்டுக்களைச் சமாளிக்க முடியாமல் கையில் பிரித்து வைத்துக் கொண்டார்கள். சிறிது மௌனத்திற்குப் பிறகு பாலு, "டேய், நீ முதல்லே இறங்குடா" என்றான். அவன் பல சமயங்களில் பெரியவர்கள் சீட்டாடுவதைக் கவனித்திருக்கிறான். அந்த ஆட்டம் அவனுக்குச் சிறிதும் புரிந்ததில்லை. ஆனால் இப்போதோ எல்லாவற்றையும் கரைத்துக் குடித்த மாதிரி தனித் தெம்பு தோன்றிற்று.

பாச்சா சிறிது யோசனைக்குப் பிறகு இரண்டு சீட்டுகளைக் கீழே போட்டான். அந்த இரண்டு சீட்டுகளின் எண்ணிக்கையைப் பாலு

கூட்டிப்பார்த்தான். ஒன்பது வந்தது. உடனே பத்தாம் எண்ணிக்கையுள்ள ஒரு சீட்டைக் கீழே போட்டு மூன்று சீட்டுக்களையும் தன்னிடத்தில் மடக்கி வைத்துக்கொண்டான்.

பாச்சாவுக்குச் சந்தேகம் எழுந்தது. “ஏண்டா ஒரே ஒரு சீட்டைக் கீழே போட்டே? ஆட்டம் எனக்குத்தான்.”

“போடா நீ ஒன்பது போட்டே. நான் பத்து போட்டேன்,” என்றான் பாலு.

“இரண்டு சீட்டு போட்டா இரண்டு சீட்டுதான் போடணும். என்ன, தப்பாட்டம் ஆடி டபாய்க்கலாம்னு பாக்கிறியா?”

“போ, உனக்கு ஆட்டமே தெரியாது.”

“உனக்கு மட்டும் ரொம்பத் தெரியுமோ? சீட்டுக்கட்டு என்னுடையது; ஞாபகம் வைச்சுக்கோ.”

“சீட்டுக்கட்டு உன்னோடதாயிருந்தா உனக்கு ஆட்டம் தெரியும்னு என்ன நிச்சயம்?”

“அப்படீன்னா இதுக்கு எவ்வளவு எண்ணிக்கை?” பாச்சா பாலுவிடம் ஒரு சீட்டை நீட்டினான். அது ஆடுதன் ராணிச் சீட்டு. பாலு தயங்கினான். பாச்சா மறு பேச்சுப் பேசாமல் சீட்டுக்களைச் சேகரித்து அட்டைப் பெட்டியில் சொருகினான்.

பாச்சாவை அவன் அம்மா கூப்பிட்டாள். சாதம் சாப்பிடுவதற்காகத்தான் இருக்க வேண்டும். அப்பா வெளியே போனவர் இன்னும் திரும்பவில்லை. பாச்சா அம்மாவுக்குப் பதிலே அளிக்காமல் பாலுவுடன் ஊர்சுற்றக் கிளம்பிவிட்டான்.

பள்ளிக்கூடத்து மைதானத்தில் ஆறாம்படிவ மாணவர்கள் கிரிக்கெட் பழகிக்கொண்டிருப்பதை பாச்சாவும் பாலுவும் தூரத்தில் நின்றபடி பார்த்துக்கொண்டிருந்தார்கள். ஒரு தடவை அவர்கள் பக்கம் உருண்டோடி வந்த பந்தைப் பாச்சா ஓடிப்போய்ப் பொறுக்கியெடுத்துத் திருப்பி வீசியெறிந்தான். கல் போன்ற அப்பந்தைத் தொட்டவுடன் அவனுக்கு ஒரு இன்பக் கிளர்ச்சி உண்டாயிற்று. அதே சமயத்தில் பாலுவிடத்தில் அவனுக்கிருந்த மதிப்பு கணிசமாகக் குறைந்தது. பாலுவுக்கு மனோதத்துவ சாஸ்திரம் தெரியாது. ஆனால் பாச்சாவினுள் ஏற்பட்டுக்கொண்டிருக்கும் மாறுதல்களை எப்படியோ அவனால் புரிந்துகொள்ள முடிந்தது. அவனுக்கு அங்கேயே இன்னும் சிறிதுநேரம் இருந்து பெரிய ஆட்டக்காரர்களின் ஆடும் வழிகளை மனதில் பதிய வைத்துக்கொள்ள ஆசைதான். ஆனால் அதே ஆட்டத்தைப் பாச்சா பார்த்தால் அவனுடைய உன்னத ஸ்தானம் என்ன ஆவது? ஆதலால் அன்று காலை மிகவும் பிரயத்தனப்பட்டுத் தன் அண்ணாவிடமிருந்து சம்பாதித்த இரண்டணாவை பாச்சாவிடம் நீட்டி, “வாடா, கலர் வாங்கிச் சாப்பிடலாம்,” என்றான்.

அன்று பள்ளிக்கூடம் விடுமுறை நாளானபடியால் கலர் வண்டிக்காரன் வரவில்லை. இருவரும் ஒரு வெற்றிலை பாக்குக் கடையெதிரேபோய் நின்றார்கள். பாலு பாச்சாவை மிகவும் தணிந்த குரலில், “சிகரெட் குடிக்கலாமா?” என்று கேட்டான்.

பாச்சாவுக்குத் தூக்கி வாரிப்போட்டது. பாலு மறுபடியும் கேட்டான்:
"ஏண்டா, குடிக்கலாமா?"

"சீ!"

"இன்னிக்கி ஒருநாள்டா..."

"உங்கப்பா கிட்டே சொல்லிடுவேன்."

"உன் எலும்பை நொறுக்கிடுவேன்."

"போடா."

பாச்சா விடுவிடுவென்று நடக்கத் தொடங்கினான். உடனே பாலு அவனைக் கெஞ்சினான்.

"வா, நாம்ப கலரே வாங்கிச் சாப்பிடுவோம்."

"போடா!"

"டேய், டேய்..."

பாச்சாவுக்கு நெஞ்சம் இளகிவிட்டது. இருவரும் திரும்ப அக்கடைமுன் நின்றார்கள். பாலு கடைக்காரனிடம் காசை நீட்டி, "ஒரு கலர் கொடு" என்றான்.

கடைக்காரன் பாலுவையும் பாச்சாவையும் முறைத்துப் பார்த்தான். அவனுடைய கண்கள் ஒன்றில் வெள்ளையாக ஏதோ ஒன்று படர்ந் திருந்தது. மீசை பயங்கரமாக முறுக்கி விடப்பட்டிருந்தது. அவனுடைய பல் ஒன்று உதட்டோரத்தில் நீட்டிக்கொண்டிருந்தது. கடைச் சுவர்கள் இடைவெளிகளெல்லாம் விதவிதமான காலண்டர்களால் மறைக்கப் பட்டிருந்தன. ஒன்றுவிடாமல் எல்லாம் சினிமா நடிகைகளுடையதுதான்.

"ஒரு கலர் கொடு" என்றான் பாலு.

"இங்கே பென்சர் கலர்தான் இருக்கு" என்றான் கடைக்காரன்.

"உம், பரவாயில்லை" என்றான் பாலு.

"பென்சர் கலர் இரண்டரையணா" என்றான் கடைக்காரன்.

பாச்சா பாலுவின் கையைப் பிடித்து இழுத்தான். "இரண்டணாவிலே அரைமணி நேரம் சைக்கிள் விடலாமேடா," என்றான்.

"நம்பளை நம்பி எவண்டா சைக்கிள் தருவான்?"

"நான் வாங்கிண்டு வாரேன். நீ இங்கேயே இரு. ரெண்டு பேராப் போனா அவன் தரமாட்டான்."

பாலு பத்துநிமிஷம் ஒரு மரத்தடியில் காத்துக்கொண்டிருந்தான். பாச்சாவிடம் சிகரெட் பற்றிப் பேச்செடுத்ததற்குப் பலமுறை அவன் நாக்கைக் கடித்துக்கொண்டிருக்க வேண்டும்.

பாச்சா சைக்கிளை விட்டுக்கொண்டே வந்தான். கவர்ச்சிகரமான பச்சைநிறம் பூசப்பட்ட அந்த சைக்கிளின் சக்கரத்து விளிம்புகளெல்லாம்

நன்றாகத் தேய்த்துவிடப்பட்டுப் பளபளவென மின்னின. ஸீட்டில் உட்கார்ந் திருந்ததால் சைக்கிளைச் சரியாக மிதிக்க பாச்சாவுக்குக் கால் எட்டவில்லை. ஆனாலும் அவன் ஓட்டிவந்த தோரணை பொறாமையை எழுப்பும்படியாக இருந்தது.

சாஹேப் ரோட்டில் அந்த நேரத்தில் ஜனநடமாட்டம் அதிகம் இல்லை. சாலையின் இருபுறங்களிலும் மரங்கள் ஓங்கி படர்ந்து வளர்ந்திருந்தபடியால் நல்ல நிழலாக இருந்தது. பாச்சா மிக அலட்சியமாகச் சைக்கிளை மிதித்து வந்தான். பின்னால் பாலு உட்கார்ந்துகொண்டிருந்தான். தெருவில் ஒரு நாய் குறுக்கே வந்தது. சைக்கிளை ஓட்டியபடியே பாச்சா அதைக் காலை உதறித் துரத்தினான். ஒரு காலி ரிக்ஷா போய்க்கொண்டிருந்தது. பாச்சா இடது புறத்திலிருந்து அதனை முந்தினான். ரிக்ஷாக்காரன் ஏதோ திட்டினான். பாச்சா அவனைச் சட்டையே செய்யவில்லை. எதிரே ஒரு சிவப்பு பஸ் வந்தது. பாச்சா சைக்கிளை ஓரமாகத் திருப்பினான். அவனால் திருப்ப முடியவில்லை. பாலு ஏதோ சினிமாப் பாட்டு பாடிக்கொண்டிருந்தான். பாச்சா சைக்கிளை வேகமாக மிதித்தான். பஸ் நெருங்கிவிட்டது. பாச்சா இன்னமும் சைக்கிள்மீது உட்கார்ந்திருந்தான். சைக்கிள்தான் அசைவதாகத் தெரியவில்லை. பஸ் சகிக்க முடியாத நாற்றத்துடனும் சத்தத்துடனும் பாச்சாவின் கால்களை நோக்கி விரைந்து வந்துகொண்டேயிருந்தது. அப்பப்பா, இந்தச் சிவப்பு பஸ்கள்தான் எத்துணை அவலட்சணம்! பிசாசின் முகம்போல் முகப்பு; அதற்குக் கண்கள் போல் விளக்குகள். பாச்சா கண் இமைக்கவில்லை. பஸ்ஸின் முன் தகட்டில் ஒரு புலியின் பொம்மை பொறித்திருந்தது. திடீரென்று அப்புலி உயிர்பெற்று உருவெடுத்து அவன்மேல் பாய்ந்தது. பேனாக்கத்தி – முள்ளங்கி – சிவாஜி – கிரிக்கெட் – கல்போன்ற பந்து – பாலு சிகரெட் குடிக்கிறான் – சந்திரா – சந்திராவுக்கு ஒரு அறை – ஓங்கி ஒரு அறை – பயம் – ரொம்ப பயம் – ரொம்ப ரொம்ப பயம் – ரொம்ப ரொம்ப ரொம்ப ... அம்மா! அம்மா! அம்மா!

“சார்!”

பாச்சாவின் அப்பா கதவைத் திறந்தார்.

“இந்த வீட்டிலே பாச்சான்னு ஒரு பையன் இருக்கானா?”

“ஆமாம்.”

“நீங்கதான் அவன் அப்பாவா?”

“ஆமாம், ஏன்?”

“ஒண்ணுமில்லே, உங்க பையனுக்கு ஒரு சின்ன விபத்து நேர்ந்துடுத்து. பஸ் அடியிலே மாட்டிண்டுட்டான்.”

பரபரப்புடன் பாச்சாவின் அம்மா வெளியே வந்தாள். அந்தச் சம்பாஷணை அவள் காதில் விழுந்திருக்க வேண்டும்.

“ஒண்ணும் பதறாதீங்க. கொஞ்சம் தலையிலேயும் காலிலேயும்தான் அடி.”

பாச்சாவின் அம்மா தெருவுக்குப் போய்விட்டாள். அப்பொழுதுதான் அவளுக்குக் கவனம் வந்தது. “என் குழந்தை எங்கே கிடக்கிறான்?”

“ஸார், நீங்களும் கிளம்புங்க... அதோ ஸாஹேப் ரோட் சரஸ்வதி டிஸ்பென்ஸரி எதிரிலேதான் ...”

பாச்சாவின் அப்பா வீட்டினுள்ளே எட்டிப்பார்த்தார். சந்திரா படுத்துத் தூங்கிக்கொண்டிருந்தாள். ஞாயிற்றுக்கிழமை ஒருநாள்தான் அவளால் பகலில் சாப்பிட்ட பிறகு படுத்துத் தூங்க முடியும். அவர் சிறிதும் சப்த மெழுப்பாமல் கதவை இழுத்து வெளியே தாழ்ப்பாள் போட்டுவிட்டுக் கிளம்பினார்.

சரஸ்வதி டிஸ்பென்சரியைச் சுற்றி ஒரே கும்பல். அதன் உள்ளேதான் சிறுவர்களைக் கொண்டுபோயிருந்தார்கள். தெருவில் பஸ்ஸைச் சுற்றி இன்னொரு கும்பல். பஸ்ஸின் முன் சக்கரத்து அடியில் சைக்கிள் உருமாறி நொறுங்கிக் கிடந்தது. தார் ரோடில் பஸ் நின்ற இடத்தில் ரத்தம் இரண்டு சிறு குட்டையாகத் தேங்கியிருந்தது.

“இரண்டும் பாப்பாரப் பசங்க.”

“சைக்கிள் கொடுத்த பேமானியை உதைக்கணும்.”

“ஏன் ஸார், ஒரே கூட்டம் கூடியிருக்கு? பிக்பாக்கெட்டா, ஆக்ஸிடெண்டா?”

“பின்னாலேயிருந்த பையனுக்கு அடியேயில்லேடா.”

“பாவம், இப்பவே உயிர் நிக்குதோ போயிடுச்சோ? எந்தப் பெத்தவ வயிறோ எரியப் போவுது.”

“பையங்களைச் சேர்ந்தவங்க யாருமே இன்னமும் வரலையா? ஏம்பா எல்லோருமா இப்படிக் கூட்டம் போடறீங்க? யாராவது தெரிஞ்சவங்க இருந்தாங்கன்னா போய்ச் சொல்லுங்க.”

“இந்த ...க்கு போன் பண்ணிணா உயிர் போனப்புறம்தான் வருவாங்க.”

“அதான் பையன் அப்பா. அதோ அவன் அம்மாவும் வராங்க.”

“எந்தப் பையனோட அப்பா?”

குறுகலான அந்த வாசல்படியை அடைத்துக்கொண்டிருந்த கும்பலை இடித்துத் தள்ளிக்கொண்டு பாச்சாவின் அம்மாதான் முதலில் புகுந்தாள். ஒரு மேஜைமீது பாச்சா சுருண்டு துவண்டு உருமாறி உதிரத்தில் தோய்த்தெடுக்கப் பட்ட ஒரு குப்பைக் குவியல்போலக் கிடந்தான். தலையிலும் காலிலும் தற்காலிகமாகச் சுற்றிவைக்கப்பட்ட கட்டுகளெல்லாம் ரத்தம் ஊறிப் பயங்கரமாகக் காட்சியளித்தன. பாச்சாவின் அம்மாவால் ஏனோ அழ முடியவில்லை.

போலீஸ்காரர்கள் வந்தார்கள். இன்னொரு மூலையில் பாலு உட்கார்ந் திருந்தான். அவனைப் பலர் பல கேள்விகள் கேட்டார்கள். அவன் அதிர்ச்சி யினால் பேசும் சக்தியை இழந்திருந்தான். போலீஸ்காரர்கள் பாச்சாவிடம் வந்தார்கள். கால்பக்கம் ஒருவர் பிடிக்கத் தலையை இன்னொருவர் தாங்க பாச்சாவை போலீஸ் வண்டிக்குத் தூக்கிச் சென்றார்கள். சிறிதும் கூச்சமில்லாமல் தயக்கமில்லாமல் உயிருக்கு மன்றாடும்படியாக அடிபட்ட சிறுவனை ஒரு நொடிப்பொழுதில் சுமந்து சென்றார்கள். கைதிகளை அழைத்துச்செல்லும் அந்த வண்டியின் மரப் பெஞ்சில் கிடத்தினார்கள்.

"யாரப்பாது இந்தப் பையன்கூட வரப்போவுது? சீக்கிரம் வா!" என்று பாச்சாவின் அப்பாவை துரிதப் படுத்தினார்கள். பாச்சாவின் அம்மாவும் வண்டியில் ஏறப் போனபோது, "இதென்னடாது பெரிய தொல்லையாப் போச்சுது" என்று முணுமுணுத்தார்கள்.

பாச்சா கண்களைத் திறக்க முயன்றான். அவன் கண் இமைகள் மீது பெருத்த பாரங்கள் இருப்பதுபோல் தோன்றியது. இடது கண்ணைத்தான் சிறிது திறக்க முடிந்தது. யாரோ வெள்ளை உடுப்பு அணிந்தவர்கள் அவனைப் பல்லக்கில் தூக்கிக்கொண்டு போவதுபோல் சுமந்துகொண்டு போய்க் கொண்டிருந்தார்கள். அவன் தலை ஒரே கலக்கமாக இருந்தது. ஏதோ நாற்றம் அடித்துக்கொண்டிருந்தது. அந்த 'அமர்நாத்' கிரிக்கெட் மட்டையை விளாசினான். அப்புறம் என்னவாயிற்று? பாலுவும் அவனும் கலர் வாங்கிச் சாப்பிட்டார்கள். இல்லை, இல்லை. கலர் வாங்கிச் சாப்பிடவில்லை. சைக்கிள் விட்டார்கள். சைக்கிள் விட்டுக்கொண்டிருந்தார்கள். ஒரு நாய் துரத்திற்று. அதற்குப் பலமானதொரு உதை. அப்புறம் பஸ். சிவப்பு பஸ். புலி... ஆமாம். அவன்மேல் புலி பாய்ந்தது. ஆனால் சென்னைப் பட்டணத்து நடுவில் புலி எப்படி வர முடியும்? பாச்சாவுக்கு ஒன்றுமே புரியவில்லை. இரண்டு முறை, "ஜலம், ஜலம்," என்று கேட்டான். அது அவன் காதிலேயே கூட விழவில்லை. அவனுக்கு ஒன்று புரிந்துவிட்டது. அந்த நாற்றம் ஆஸ்பத்திரி நாற்றம். அவன் எதற்கு ஆஸ்பத்திரிக்கு வந்தான்? சந்திராவுக்கு 'இன்புளுயன்ஸா' ஜுரம் வந்தபோது ஒருமுறை அவன் ஒரு ஆஸ்பத்திரிக்கு வந்து மருந்து வாங்கிப் போயிருக்கிறான். இப்போது யாருக்கு ஜுரம்?

அவனை வெகு ஜாக்கிரதையாக ஒரு படுக்கையில் இறக்கினார்கள். அம்மா பக்கத்தில் நின்றுகொண்டிருந்தாள். பாச்சாவுக்கு மண்டையை வலிக்க ஆரம்பித்தது. வலி சிறிது சிறிதாக அதிகமாகிக்கொண்டு வந்தது. பொறுக்க முடியாத அளவு வந்துவிட்டது. பாச்சா கத்த முயன்றான். முடியவில்லை. அப்பாவின் பேச்சுக் குரல் கேட்டது. அப்பாவினுடைய பூட்சுக்கு அவன் பாலிஷ் போடவில்லை. அதற்குத்தான் கோபித்துக்கொள்கிறாரோ?

"பிழைச்சுப்பானா டாக்டர்?"

"எலும்பு ஒண்ணும் முறியாத போனாலும் ரத்தம் ஏகமாச் சேதமாயிடுத்து."

"பிழைச்சிப்பான் இல்லையா, டாக்டர்?"

"சின்ன வயசுதானே, கடைசி நிமிஷம் வரைக்கும் நம்பிக்கை வைக்கலாம்..."

பாச்சாவுக்கு நினைவு தவறியது.

பாச்சா ஆஸ்பத்திரியில் சேர்ந்து ஒருவாரம் ஆகிவிட்டது. அவனுக்கு வலியெல்லாம் வெகுவாகக் குறைந்துவிட்டது. இருந்தாலும் பல உபகரணங்கள் கொண்டு அவனைக் கட்டிலில் சிறிதும் அசைய முடியாத படி பொருத்தியிருந்தார்கள். அன்று மாலை சந்திரா அவனைப் பார்க்க வந்திருந்தாள். அம்மாவும் வந்திருந்தாள். அம்மாவின் நெற்றி மயிர் சரியாக வாரப்படாமல் பறந்துகொண்டிருந்தது. அவனுக்காகப் பழம் ஒன்றை நறுக்கிப் பிழிந்துகொண்டிருந்தாள். சந்திரா அவன் படுக்கை பக்கத்திலேயே தான் நின்றுகொண்டிருந்தாள். ஆனால் அவள் வெகு நேரத்திற்கு அவன் பக்கம் கண்ணையோட்டவில்லை. அவனை என்னவெல்லாம் பரிகாசம்

செய்திருக்கிறாள், கேலிபண்ணியிருக்கிறாள், வசவு வாங்கிக் கொடுத்திருக்கிறாள்? பாச்சா அவளைக் கவனிக்காதபடிதான் இருந்தான். ஆனால் அந்த உறுதியை நீண்ட நேரம் கடைப்பிடிக்க முடியவில்லை. கண்ணோரத்தால் சந்திராவைப் பார்த்தான். ஏன் அவள் முகம் கறுத்து வாடியிருக்கிறது? ஏன் அந்தக் குறும்புக் கண்களில் கண்ணீரும் சோகமும் தோய்ந்திருக்கின்றன? அவள் அவனையேதான் உற்றுநோக்கிக்கொண்டிருந்தாள். கண்களின் கண்ணீரும் மட்டும் இல்லை, அவனுக்காக மிகுந்த பாசமும்தான் தெரிந்தது.

பாச்சாவுக்கு அழுகை வந்துவிட்டது. சிறிது நேரத்திற்கு முன்பு அவனுக்கு உடல் வலியுடன் ஏதோ வேதனையும் இருந்தது. இப்போது உடல் வலி மட்டும்தான் இருந்தது.

1956

விபத்து

'அசோகமித்திரன்'

அன்று பால்காரன் முதல் தடவையாகக் கூவினவுடனே பாச்சா விழித்துக் கொண்டு விட்டான். பள்ளிக்கூட மாணவர் அட்டவணை ஒன்றிற்கு மட்டும் அவன் பெயர் சி. ஆர். பார்த்தசாரதியாக இருந்தது; மற்ற எல்லா இடத்திலும் எல்லாருக்கும் அவன் வெறும் பாச்சாதான். படுக்கையை விட்டு எழுந்ததும் பாச்சா நேரே குழாயடிக்குச் சென்று பல் துலக்கினான். சிறிது நேரத்திற்குப் பிறகு கண்ணாடி முன் நின்று தலையை வாரிக் கொண்டான். ஒரு ஞாயிற்றுக்கிழமையைத் தான் இத்தனை சுறுசுறுப்புடன் துவக்குவது பற்றி அவனுக்குப் பெருமையாக இருந்தது. அவன் இல்லத்தில் அவனை ஒரு பூஞ்சைக் குழந்தையாகக் கருதி வந்தபடியால் காலை வேளையில் காபிக்குப் பதில் பால்தான் கொடுத்து வந்தார்கள். பாலின் விசேஷ குணங்களில் பாச்சாவுக்கு அதிக நம்பிக்கை ஏற்படாததால் அதனைப்பற்றிச் சிந்தையே கொள்ளாமல் மாடிக்குச் சென்று தன்னுடைய புதுப் புத்தகங்களைப் புரட்டிப் பார்த்து மகிழலானான்.

ஏழு மணி சுமாருக்குச் சந்திரா அவன் பெயரை உரத்த குரலில் உச்சரித்தாள். சந்திரா பாச்சாவுடைய சகோதரி. அவனைவிட வயசில் மூன்று வருஷங்கள் பெரியவள். படிப்பில் ஒரு வகுப்பு முந்தினவள். உயரத்தில் பாச்சா அளவுதான். பாச்சாவுக்குச் சந்திராவைக் கண்டாலே ஓர் அலட்சியம். பெண் இனமே சுத்த மக்கு, அதிலும் சந்திரா கடைந்தெடுத்த மக்கு என்பது அவனுடைய உறுதியான அபிப்பிராயம். வீடு பெருக்க வரும் வேலைக்காரியிடம் ஒரு மணி நேரம், எதிர் வீட்டுப் பள்ளித் தோழியிடம் ஒரு ஜாமம்,

பாசம் என்பது இருதயத்தின் அந்தரங்கத்திலே இருப்பது.
அதை எளிதிலே கண்டு பிடிக்க இயலாது.

53—6

டயரி

பஸ் வெகு நேரமாக மெதுவாகப் போய்க்கொண் டிருந்தது. ஒரு பர்லாங்குக்கு ஒரு நிற்குமிடம் என்று இருந்தாலும் அது எங்கும் நிற்காமல் போய்க்கொண்டிருந்தது. உட்கார்ந்திருப்பவர்களும் நிற்பவர்களுமாக நிறைந்திருந்தது தான் பஸ் நிற்காததற்குக் காரணமாயிருந்திருக்கும். பஸ்ஸிலிருந்தவர்கள் அநேகமாக எல்லாரும் சினிமாவில் மாலைக் காட்சி பார்த்தவர்களும் ஆபீஸில் ஓவர்டைம் வேலை செய்தவர்களுமாகத் தெரிந்தார்கள். நிறைய ஆபீஸ் ஃபைல்கள் வைத்திருந்தார்கள். வீட்டுக்கு எடுத்துப்போய்ப் படிப்பதற்குப் போலும். படித்துவிட்டுக் குறிப்பு எடுப்பார்கள், படுக்கப் போவார்கள், எழுந்திருப்பார்கள், ஆபீஸுக்குப் போவார்கள், திரும்ப வேறு ஃபைல்களுடன் வீட்டுக்கு வருவார்கள், குறிப்பு எடுப்பார்கள், தூங்கப் போவார்கள் ...

ஒரு இடத்தில் பஸ் நின்றது. புறப்பட்ட இடத்திலிருந்து அந்த இடம் வெகு தூரம். அவ்வளவு தூரமும் பஸ் நிற்காமல் ஊர்ந்துகொண்டே வந்திருக்கிறது. நடுவில் ஐந்தாறு ஸ்டாப்புக ளாவது இருந்திருக்க வேண்டும், ஆனால் நிற்காமலே வந்திருக்கிறது. அது முதலிலே நிரம்பிவிட்டது என்பதனால் இருக்கலாம். ஒருவேளை அந்த இடங்களில் யாரும் பஸ்ஸுக்குக் காத்திருக்கவில்லையோ என்னவோ. சினிமாக் கொட்டகையில் மாலைக் காட்சி இன்னும் முடியாமல் இருக்கலாம். ஆபீஸில் ஓவர்டைம் வேலை செய்பவர்கள் என்ன ஃபைல்களை வீட்டுக்குக் கொண்டுபோவது என்று இன்னும் தீர்மானிக்க முடியாமல் இருக்கலாம்.

பஸ் மீண்டும் நகர ஆரம்பித்தது. ஏறுமிடத்தில் கம்பியைப் பிடித்துத் தொத்திக்கொண்ட கண்டக்டர் "முன்னுக்குப் போங்கள், முன்னுக்குப் போங்கள். எவ்வளவு தடவை சொல்வது முன்னுக்குப் போங்கள் என்று?" என்று கத்தினான். யாரும் அதை அதிகம் சட்டை செய்யவில்லை. கண்டக்டரேகூட. அவன் வெறுமனே ஒருமுறை கத்திவிட்டு அதைப் பற்றி யாதொரு சிந்தனையுமில்லாதவன்போல இருந்தான். அவனுக்கு அது ஒரு

பழக்கமாகப் போயிருக்கலாம். பஸ் புறப்பட்டவுடன் அப்படிக் கத்தாமல் இருந்தால் அவனுக்கு நிலைகொள்ளாது. எப்படி டீ குடித்தபின் சிகரெட் இல்லை என்றால் இருக்குமோ அப்படி. காலையில் அவன் டீ குடித்தபின் புகை பிடித்திருக்கக்கூடும். அப்போது அவன் உரக்கக் கணீரென்று கத்தியிருப் பான். ஆனால் இப்போது சூரியன் சாய்ந்து எவ்வளவோ நேரமாகிவிட்டது. இருள் சூழ்ந்து எல்லாமே மங்கிக் கிடந்தது; நகரம், வானம் பஸ்ஸின் விளக்குகள், பிரயாணிகளின் முகங்கள், எல்லாமே. கண்டக்டர் ஏதோ பழக்கத்தில் கத்துவதும் மங்கலாகத்தான் இருக்க முடியும்.

கண்டக்டர் தன் அருகே ஒண்டிக்கொண்டிருந்த ஒருவனிடம் ஒரு வார்த்தை சொல்ல, அவன் பஸ் படியிலிருந்து உள்ளே தன்னைத் திணித்துக் கொண்டான். அந்த மங்கல் வெளிச்சத்தில் ஏதோ மனிதன் என்ற அளவுக்கே தெரிந்தாலும் அவன் கையில் ஒரு புத்தகம் இருந்தது தெரிந்தது. அது புத்தகமல்ல. அது ஒரு டயரி. அந்த வருஷம் கொட்டை எண்களில் அதன்மேல் அச்சடிக்கப்பட்டிருந்தது. அது அவனுடைய டயரியாக இருக்க வேண்டும். அவன் அதை இறுகப் பிடித்துக் கொண்டிருந்தான், ஆண்டு முடிய இன்னும் ஒரே நாள் இருந்தது, ஆதலால் அவன் அதை எங்கேயோ வைத்துப் பத்திரப்படுத்த எடுத்துப் போய்க்கொண்டிருப்பான். இத்தனை நாட்கள் ஆபீஸில் டயரி குறித்துக்கொண்டிருந்துவிட்டு ஆண்டு முடியவே இப்போது வீட்டுக்குக் கொண்டுபோகிறான் போலும். ஆனால் ஆண்டு இன்னும் முடியவில்லை. இன்னும் ஒரு நாள் இருந்தது. ஒரு முழு நாள் இருந்தது. ஒரு நாளில் எவ்வளவோ நிகழலாம். அவனுக்கு இன்னும் முப்பது வயது ஆகியிருக்காது; ஆதலால் அவனுக்கு ஒருநாளில் எவ்வளவோ நிகழக்கூடும். அவன் அவைகளைக் குறிக்காமல் விட்டுவிட மாட்டான். நிச்சயமாக மாட்டான். ஆதலால் வெறுமனே வீட்டுக்குக் கொண்டு போகிறான் போலும். ஆபீஸில் வேலை நிறைய இருந்து டயரி எழுத அவகாசம் கிடைக்காமல் இருந்திருக்கலாம். ஆபீஸ் என்றில்லாமல் கடை ஏதாவது நடத்துகிறானோ என்னவோ. பெரிய கடையில்லாமல் சின்னக் கடை, ஒரு டீக்கடையாகக்கூட இருக்கலாம். பஸ் டிரைவர்கள் கண்டக்டர்களுக்குப் பிரத்யேகமான டீக்கடை. ஆனால் டீக்கடைக்காரன் டயரி எழுதுவானா? அவனால் தினசரிக் கணக்கே எழுத முடியாமல் இருக்கும். ஆதலால் நிச்சயம் இவன் டீக்கடை இல்லை. நாள் முழுக்க வேலை அதிகமாக இருந்து, அதனால் டயரி எழுதுவதற்கு அதை வீட்டுக்கு எடுத்துப்போகிறான். என்ன எழுதுவான்? ஆண்டு முடிய ஒருநாள் இருக்கும்வரை ஒருவன் டயரி எழுதினால் நிறையத்தான் எழுதியிருக்க வேண்டும். எம்மாதிரி? "இன்று முடி வெட்டிக்கொண்டேன் ... சுந்தர் குமார் சென்னை வந்திருக்கிறான் ... மாமனாரை ஐம்பது ரூபாய் கேட்டு எழுதியிருக்கிறேன்." ஒருவேளை அவனுக்கு இன்னும் கல்யாணமாகாமல் இருக்கலாம். கல்யாணம் ஆகவில்லை, ஆனால் ஆகப்போகிறது. அவன் ஒரு பெண்ணைப் பார்த்து வைத்துக்கூட இருக்கக்கூடும். அவனைப் பார்த்தால் நல்லவனாக, சாதுவாக இருந்தது. அவன் நிதானம் தவறித் தேர்ந்தெடுத்திருக்க மாட்டான். பெண்ணும் நல்லவளாக, சாதுவாக, அவன் சௌகரியமாக, யாரையும் புண்படுத்தாமல், முக்கியமாக அவன் பெற்றோர்கள் மனம் கசந்துகொள்ளாமல் மணந்துகொள்ளக் கூடியவளாக இருக்க வேண்டும். ஒருவேளை அவனுக்கு அப்பா இறந்துபோய் அம்மா

மட்டும் இருக்கிறாளோ என்னவோ. அம்மா அங்கீகரித்துச் சேர்ந்து வாழ முடியாத ஒரு பெண்ணைக் கல்யாணம் செய்துகொண்டு அவன் அம்மா மனதை வருத்திக் குலைக்கமாட்டான். பாரம்பரியம் மாறுவதில்லை. ஆதலால் அந்தப் பெண் நல்லவளாக, சாதுவாக, விவரம் அறிந்தவளாக, அவன் மதம், அவன் ஜாதியாகவும் இருக்கக்கூடும். அப்படி இருந்தால்தான் தேவலை. ஜாதியே வேண்டியதில்லைதான். இருக்கிறதற்கு என்ன செய்வது? ஒவ்வொரு ஜாதியும் அது அதற்கான தனியான இலகுவில் மாற்ற முடியாத வாழ்க்கை முறைகளை ஏற்படுத்திக்கொண்டிருக்கிறது. அவனுக்கும் அந்தப் பெண்ணுக்கும் அல்லது வேறுயாருக்கும் எதோமாதிரி இருந்துவிடுவதைச் சமாளிக்க முடியும், ஒருநாள், இரண்டு நாட்கள், ஒருமாதம்கூட. ஆனால் வாழ்நாள் முழுவதும்? அது எல்லாருடைய சுக சௌகரியங்களைப் பாதிக்குமாறுதான் முடியும். பாரம்பரியம், பழக்க வழக்கங்கள் லேசில் போவதில்லை – அவை போவதென்பதே உண்டா? அவனுக்குச் சங்கடம், அவளுக்குச் சங்கடம், அவன் அம்மாவுக்குச் சங்கடம், அவள் அம்மாவுக்குச் சங்கடம், எல்லாருக்கும் சங்கடம். அவன் தேர்வு யாருக்கும் சங்கடம் ஏற்படுத்தாததாகத்தான் இருக்கும். அவன் எல்லாவற்றையும் ஆழச் சிந்தித்த பிறகே ஒரு முடிவுக்கு வந்திருக்க வேண்டும். நல்ல பெண், சாதுவான பெண், கஷ்ட நஷ்டங்களை உணர்ந்த பெண், ஒரே மதம், ஒரே ஜாதி – என்ன பெயர் இருக்கக்கூடும்? பாரதி? சுஜனா? இந்திரா? ஆமாம், அது இருக்கக்கூடும். இந்திரா, அப்போது அவன் டயரியில் எழுதியிருக்ககூடும்: “இந்திராவை இன்று பதினொரு நாள் இடைவெளிக்குப் பிறகு கோயிலில் பார்த்தேன்... இந்திராவை இன்று பஸ் ஸ்டாண்டில் ஒரு அரைப் பார்வை பார்த்தேன் ...”

பஸ் மீண்டும் நின்று, இருவர் இறங்கி, மூன்றுபேர் ஏறி, கண்டக்டர் விசில் ஊதிக் கத்தியான பிறகு முனகிக்கொண்டு மேலும் நகர்ந்தது. இப்போது அந்த மனிதன் நன்றாக பஸ் உள்ளேயே வந்திருந்தான். மங்கல் விளக்குகள் ஒன்றின் வெளிச்சம் அவன் முகத்தில் நேராக விழுந்தது. அவன் முகத்தில் சோகச் சாயை இருந்தது. ஏதோ ஆழ்ந்த துக்கம். பெரிய நிராசை. சமீபத்தியதாக இருக்க வேண்டும். மிகவும் சமீபத்தியதாகத்தான் இருக்க வேண்டும். அந்தப் பெண்ணைப் பற்றித்தான் இருக்குமோ? அவன் வாய்விட்டுச் சொல்லவில்லை, அவள் புரிந்துகொள்ளவில்லை. ஒரு வேளை அவள் வேறு ஜாதியாக இருந்து அவன் அம்மா சரி என்று சொல்லாமல், அவள் அப்பா ஒரு கடப்பாரையை வீசி வர அவன் அவளைத் தன் வாழ்வி லிருந்து விலக்கிக்கொள்ள வேண்டியிருந்ததோ? போச்சு, முப்பது வயதில் நிராசை. இப்போது அவன் முப்பது வயதுக்காரன் மாதிரி இருந்தான். அந்த நிராசையைப் பதினாறு வயதில், இருபது வயதில், இருபத்தைந்து வயதில்கூட ஏற்று எதிர்த்துச் சமாளித்து மறந்தும் விடலாம். முப்பது வயதில் முடியாது. அந்த வயதில் முடியாது. அதனால்தான் அவன் டயரியைக் கொண்டுபோய் எரித்து அந்தப் பெண்ணின் நினைவுகளை எரிக்கப் போகிறான் போலும். நிராசைக்கு டயரியை எரிப்பது சரியான மாற்றுதானா? இல்லை. அது அவனுக்கும் தெரிந்திருக்கும். பின் எதற்காக அந்த டயரியை எடுத்துக்கொண்டு போகிறான்? டயரியில் வேதனை தரும் நினைவுகள் தவிர வேறு என்ன இருக்கும்? முன்னூற்றி அறுபத்தைந்து முழுப்பக்கங்கள் அல்லது அரைப் பக்கங்கள், ஒரு காலண்டர், அரசாங்க

விடுமுறைப் பட்டியல், தபால் கட்டண விவரம், ரயில் வரும் கிளம்பும் நேரங்கள், தன்னைப் பற்றிய தகவல்களுக்காக ஒரு பக்கம்: பெயர், வயது, உயரம், எடை, காலர் அளவு, காலணி அளவு, வீட்டு விலாசம், காரியாலய விலாசம், டெலிபோன் எண், ஒரு வாக்குமூலம் 'எனக்கு ஏதாவது விபத்தோ மரணமோ சம்பவித்தால் தயவுசெய்து இவர்களுக்குத் தெரிவிக்கவும் . . .' ஆகா! அந்த மனிதன் டயரியை எடுத்துப் போவது அவன் சாவதற்கு. சாவதற்குத்தான். ரயில் முன்னால் விழுந்து உயிரைவிட. அந்த டயரி அவனை அடையாளம் கண்டுகொள்வதற்காக. அவன் இறந்துபோனதை அவன் அம்மாவுக்குத் தெரிவிப்பார்கள். அந்தப் பெண்ணுக்குக்கூடத் தெரிவிக்கக்கூடும். ஹே ஆண்டவனே, அவனைக் காப்பாற்று. அவன் சாக வேண்டாம். அவன் சாகக் கூடாது. ஆமாம், ஏன் சாகக்கூடாது, அவன் சாவதேமேல்.

பஸ் அன்றைய வேலை முடித்து, டெர்மினஸ் அடைந்து, நின்று, எல்லாரும் இறங்கினார்கள். அவன் மெதுவாக நடந்து போனான். அந்த டயரியை அவன் இறுகப் பிடித்திருந்தான். அவன் முகத்தில் இன்னமும் சோகச்சாயை இருந்தது.

1957

வாழ்விலே ஒரு முறை

சுந்து மறுபடியும் வெளியே வந்துவிட்டான். ராமமூர்த்தி அவன் கையைப் பிடித்து உள்ளே இழுத்துச் சென்றான். "அம்மா இவனைப் பாரேன்! மறுபடியும் மறுபடியும் என் பின்னாலேயே ஓடி வருகிறான்!" என்று சொன்னான். அம்மா "அவனையும் அழைத்துக்கொண்டு போனால் என்ன? போடா, குழந்தையையும் அழைத்துக் கொண்டுபோய் ஜாக்கிரதையாகப் பார்த்துக்கொள். அவனுக்கு மட்டும் விளையாட வேண்டும் என்று ஆசை இருக்காதா?" என்றாள். சுந்து நிக்கர்கூட அணிந்துகொள்ளாமல் சட்டையெல்லாம் எச்சில் ஒழுக விட்டுக்கொண்டு நின்றுகொண்டிருந்தான். ராமமூர்த்தி காலை உதறித் தரையை உதைத்தான். "போம்மா, நீ எப்போதும் ஏதாவது..." என்றான். அதற்கப்புறம் அவனுக்கு வார்த்தை எழவில்லை.

தெருவிலிருந்து "டேய், நீ வருகிறாயா இல்லையாடா? என்று குரல் கேட்டது. அங்கே சேகர், பாபு, கல்யாணம் ஆகியோர் நின்றுகொண்டிருந்தார்கள். அவர்கள் ராமமூர்த்தியை விட்டுவிட்டுச் சென்றுவிடுவார்கள் போலிருந்தது. அம்மா உள்ளே போனாள். ராமமூர்த்தி மூக்கை உறிஞ்சிக் கொண்டு சட்டையில் கண்களைத் துடைத்துக்கொண்டான். சுந்து தன் பல் வரிசைகளிடையே வலது ஆள்காட்டி விரலை வைத்துக் கடித்துக் கொண்டிருந்தான். ராமமூர்த்தி அவனை அப்பா அறைக்கு இழுத்துப்போனான். அப்பா காரியாலயத்திற்குக் கிளம்பிப் பத்து நிமிடங்கள் ஆகியிருந்தன. ராமமூர்த்தி சுந்துவை "இனிமேல் என்னுடன் வெளியே வருவேன் என்று சொல்லாதே!" என்று சொல்லிவிட்டுக் கிள்ளினான். "நான் வயுவேன் நான் வயுவேன்–அம்மா!" என்று சுந்து அழ ஆரம்பித் தான். ராமமூர்த்தி வெளியே ஓடிவந்து 'வாங்கடா, சீக்கிரம் போகலாம்' என்று தன் சிநேகிதர்களிடம் சொன்னான். போகும் போது வீட்டைத் திரும்பிப் பார்த்துக்கொண்டே போனான். தெருக்கோடி போய்ப் பார்த்தபோது சுந்து வீட்டு வாசலில் நின்றுகொண்டிருந்தான். ராமமூர்த்தி "வீட்டுக்குப் போடா! வீட்டுக்குப் போடா!" என்று கத்தினான். பிறகு அவசரமாகத் தன் சிநேகிதர்களுடன் வேறு தெருவில் திரும்பிவிட்டான்.

கடைகளெல்லாம் திறந்திருந்தன. அந்த வேளையில் வியாபாரம் அதிகம் நடக்கவில்லை. துணிக்கடைகளில் மட்டும் சில பெண்மணிகள் ஏதோ வாங்கிக்கொண்டிருந்தனர். சேகரும் கல்யாணமும் ஒரு காலிப் பெட்டியை உதைத்துக்கொண்டவாறு வந்துகொண்டிருந்தார்கள். தெரு ஓரமாக ஒரு கழியை வைத்துக்கொண்டு நடந்துபோய்க் கொண்டிருந்த கிழவரின் கால்களில் அட்டைப் பெட்டி இடித்தது. கிழவர் திரும்பிப் பார்த்தார். "நான் இல்லை தாத்தா, இவன்தான்." என்று சேகர் கல்யாணத்தைக் காட்டினான். கல்யாணம், "டேய். நானெங்கேடா உதைத்தேன்?" என்றான். சேகர் ராமமூர்த்தியை சுட்டிக்காட்டி, "அப்போது இவன்தான் தாத்தா உதைத்தான். பள்ளிக்கூடம் முழுக்க இவனுக்கு நீளக்காது என்று பெயர்" என்றான். கிழவர், "துஷ்டப் பசங்களா" என்று சொல்லிவிட்டுச் சென்றார். ராமமூர்த்தி சேகர் முதுகில் ஓங்கி ஒரு குத்து விட்டான். சேகர் "அம்மா" என்றான். பிறகு ராமமூர்த்தியைத் துரத்திக்கொண்டு வந்தான். ராமமூர்த்தி அவனிடம் அகப்பட்டுக்கொள்ளாமல் இரண்டு மூன்று முறை கல்யாணத்தையும் பாபுவையும் சுற்றிச்சுற்றி வந்தான். சேகர் கடைசியில் அவனைப் பிடித்து பதிலுக்கு இரண்டு குத்துக்கள் விட்டான். அப்போது ஒருவன் ஐஸ்கிரீம் விற்றுக்கொண்டு போனான். "ஐஸ்! அஞ்சு பைஸா ஐஸ்!" என்று சேகரும் சென்னான். ஐஸ்கிரீம் விற்பவன் அவன் காதில் விழாதது மாதிரி கைவண்டியைத் தள்ளிக்கொண்டு போய்க்கொண்டிருந்தான். அவன் மறுபடியும் கூவியவுடன் நான்கு பையன்களுமாகச் சேர்ந்துகொண்டு "ஐஸ்! அஞ்சு பைசா ஐஸ்!" என்றார்கள். ஐஸ்கிரீம்காரன் வண்டியை விட்டுவிட்டுப் பையன்கள் பக்கம் ஓடி வந்தான். நான்கு பேரும் திசைக்கு ஒருவராகச் சிதறிப்போய்விட்டார்கள். ஐஸ்கிரீம்காரன் அட்டைப் பெட்டியைக் காலால் மிதித்துத் துவைத்துக்கொண்டே கண்டபடி வைத்தான். பிறகு தன் வண்டியைத் தள்ளிக்கொண்டு போனான்.

நான்கு பையன்களுமாகப் பார்க் அருகே வந்து சேர்ந்தார்கள். அது அவர்கள் பள்ளிக்கூடத்திற்கு எதிரேதான் இருந்தது. பள்ளிக்கூடம் கதவுகள் சாத்தப்பட்டு உயிரற்றுக் கிடந்தது. கல்யாணம் ராமமூர்த்தியின் தோள்மீது கையைப் போட்டு, "நாளைக்கு லீவுடா," என்றான். ராமமூர்த்தி "எப்படியடா? இன்றைக்குத்தான் லீவு கடைசி நாள்," என்றான். "இல்லை நாளைக்கும் லீவு," என்றான் கல்யாணம். ராம மூர்த்தி தன் தோள்மீது இருந்த கல்யாணத்தின் கையை உதறித் தள்ளினான். "எடுடா கையை! நான் என்ன, உன் பெண்டாட்டியா?" என்றான். இதற்குள் பாபுவும் சேகரும் அங்கே வைக்கப்பட்டிருந்த டெலிபோன் பெட்டிக்குள் புகுந்துவிட்டார்கள். ராமமூர்த்தியும் கல்யாணமும் அவர்களுடன் சேர்ந்துகொண்டார்கள். டெலிபோன் பெட்டியில் ஒரு பலகையில் டெலிபோன் பொருத்தப்பட்டிருந்தது. அதற்குப் பக்கத்திலேயே ஒரு தகட்டில் ஏதேதோ எழுதப்பட்டிருந்தது. சேகர் குதிகாலை உயர்த்தி டெலிபோனைக் காதில் வைத்துக்கொண்டு "ஹலோ, ஹலோ!" என்று கத்தினான். சில வினாடிகளுக்குப் பிறகு ஒரு பெண் குரல் "யுவர் நம்பர் பிளீஸ்" என்று ஒலித்தது. சேகர், "ஹலோ, ஹலோ லண்டனுக்குச் சலோ. எஸ் நோ ஆல் ரைட்!" என்று கத்தினான். இதற்குள் ராமமூர்த்தி டெலிபோனுக்குப் பக்கத்தில் காசு நுழைப்பதற்காக ஏற்படுத்தியிருந்த பிளவில் ஒரு காகிதத் துண்டை மடித்துத் தள்ளினான். பிறகு நான்கு பேருமாகப் பார்க் உள்ளே சென்றார்கள்.

பார்க்கில் போடப்பட்டிருந்த பெஞ்சுகளில் பாதிக்கு மேல் வெட்ட வெளியில் இருந்தன. சிறிது நிழலான இடத்தில் இருந்தவற்றில் யாராவது படுத்துக்கொண்டோ படித்துக்கொண்டோ இருந்தார்கள். ஒரு பெரிய தொட்டி மட்டும் எப்படியோ முழுதும் நிழலில் இருந்தது. அதில் தண்ணீர் ஒரு துளி கூடக் கிடையாது. நிறைய இலைகள்தான் இருந்தன. சேகர் முதலில் தொட்டியுள் இறங்கினான். அப்புறம் மற்றவர்களும் அவனுடன் சேர்ந்துகொண்டு தொட்டி உள்ளேயே சுற்றிச் சுற்றி ஓடிவந்தார்கள். தொட்டியில் ஒரு உடைந்த சீப்பு கிடைத்தது. அதைச் சேகர் தன் பையில் எடுத்து வைத்துக்கொண்டான். "ஹா ஹ் ஹா ஹ் ஹா! மூளையில்லாத மேதாவியே! உன் நாட்டின் இரகசியங்கள் அனைத்தும் அடங்கிய இந்த ஓலைச்சுவடி என் கையில் கிடைத்துவிட்டது. இனி சம்வர்த்தன சாம்ராஜ்யத்தைத் தவிடுபொடி செய்துவிடுவேன்! ஹா ஹ் ஹ ஹ் ஹா!" என்றான்.

"டேய் இவர் பெரிய என்ஜீடா," என்றான் கல்யாணம்.

"பேசாதே; உன் பேச்சைக் கேட்கும் காலம் மலையேறிப் போய்விட்டது. சிந்தனை செய்! போருக்கு வா! வெற்றி அல்லது வீரமரணம்!"

"டேய், டேய். கத்திச் சண்டை போடலாமாடா?"

"குச்சிக்கு எங்கேடா போகிறது?"

"என் வீட்டில் இருக்கிறது."

"உன் வீட்டில் இருக்கிறது குச்சியா? கடப்பாரை! எவன் தூக்குகிறது?"

"அந்த வேப்பமரத்தில் நல்ல குச்சியாக இருக்கும்."

"தோட்டக்காரன் வந்துவிடுவாண்டா."

"போடா, அவன் எங்கேயோ தூங்கிக்கொண்டு இருப்பான்."

"நான் இரண்டு குச்சி வைத்துக்கொண்டு சண்டை போடுவேன். டபிள் ஸ்வோர்ட் பைட்."

"நீ குகையிலிருந்து தப்பியது இந்தக் கத்திக்கு இரையாவதற்குத்தான்."

கல்யாணமும் சேகரும் ஒரு வேப்பமரத்தில் ஏறினார்கள். மெல்லிய குச்சியாக ஐந்தாறு முறித்துப் போட்டார்கள். வேப்பிலை கழித்து மேல் பட்டையும் உரித்த பிறகு குச்சிகளெல்லாம் வெள்ளையாக இருந்தன. எல்லாரும் அவற்றை வைத்துக்கொண்டு கத்திச் சண்டை போட்டார்கள். சேகர் அடிக்கடி "ஹா ஹ் ஹா!" என்று கத்திக்கொண்டே சண்டை போட்டான். ராமமூர்த்திக்குக் கன்னத்தில் கீறல் காயம் ஒன்று ஏற்பட்டு விட்டது. சேகரைத் தவிர மற்றெல்லாரும் அவரவர்களுடைய குச்சிகளைத் தூர எறிந்துவிட்டார்கள். ராமமூர்த்தி அழுது ஓய்ந்த பிறகு கல்யாணம் அவனைப் பார்த்து, "டேய்; இப்போது உன்னைப் பார்த்தால் ஜகன்னாத வாத்தியார் மாதிரி இருக்கு" என்று சொன்னான். ஜகன்னாத வாத்தியார் முகத்தில் ஒரு நீள வடு உண்டு. ராமமூர்த்தி சிறு கல்லை எடுத்து கல்யாணத் தின் மீது வீசினான்.

தோட்டக்காரன் பார்த்துவிட்டான். "திருட்டுப் பயல்களா! தினம் வந்து பாத்திகளைப் பாழ்பண்றீங்களா?" என்று துரத்திக் கொண்டு வந்தான். பார்க் வெளிச்சுவர் ஏறிக் குதிப்பதற்குச் சௌகர்யமாக நிறைய அலங்காரத் துவாரங்களுடன் கூடியதாக இருந்தது. பையன்கள் நான்கு பேரும் நடைபாதையில் குதித்துச் சிறிது தூரம் ஓடின பிறகு சட்டென்று நின்றார்கள். எதிரே ஜகன்னாத வாத்தியார் கோட்டு அணிந்துகொள்ளாமல் வந்துகொண்டிருந்தார். ஏதோ யோசித்துக்கொண்டு வந்தவர் பையன்களைப் பார்த்து, "அடேடே, எங்கேடா எல்லாருமாகக் கிளம்பினீர்கள்?" என்று கேட்டார்.

பையன்கள் தரையைக் காலால் தேய்த்தார்கள்.

"இங்கேதான் பக்கத்தில் வீடா? என்னடா சந்திர சேகரன்?"

"என் வீடு டி.எஸ். ஸ்டிரீட்டில் இருக்கிறது சார். கல்யாண சுந்தரமும் ராமமூர்த்தியும் அதற்குப் பக்கத்துத் தெருவிலே சார்."

"அவன் யார் புதுப் பையன்? நம்ம ஸ்கூலா?"

"இல்லை சார், அவன் எங்கள் மாமா பிள்ளை. கோயம்புத்தூரிலிருந்து வந்திருக்கிறான், சார்."

"பெயர்?"

"கே. விஸ்வனாதன்," என்று பாபு சொன்னான்.

"ஆமாம், ஏன் எல்லாருமாக மண்டை வெடித்துப் போகிற நேரத்தில் ஊர் சுற்றுகிறீர்கள்? வெயில் பாழ் போகிறதா?"

ஒருவரும் பதில் தரவில்லை.

"நேரே வீட்டுக்குப் போங்கள். நாளைக்குப் பள்ளிக்கூடம் திறக்கிறது. இப்படி மேய்ந்து கொண்டிருக்கிறீர்களே? ஹோம் வொர்க்கெல்லாம் முடித்துவிட்டீர்களா?"

புரிந்துகொள்ள முடியாத சப்தங்களாகச் சில எழுந்தன.

"ஊம் போங்கள். எல்லாரும் வீட்டுக்குப் போங்கள்."

சேகர் மட்டும் "மார்க் சார்" என்றான்.

"என்னது?"

"பரீக்ஷை மார்க், சார்."

"என்ன பெரிய பரீக்ஷை, சுண்டைக்காய்ப் பரீக்ஷை. எல்லாம் நாளைக்குக் கிளாசில் சொல்கிறேன்."

"சார், சார்." சேகர் கெஞ்சினான்.

"ஒன்றும் ஞாபகமில்லையடா. உனக்கு முப்பது மார்க்குக்குக் குறைச்ச லில்லை சரிதானே. ஆமாம், டி.எஸ். ஸ்டிரீட் என்றுதானே சொன்னாய், அங்கே வீடு ஏதாவது காலியிருக்கிறதா?"

"தெரியாது சார்."

“அங்கே ஏதோ டாக்டர் வீட்டுக்குப் பக்கத்தில் ஒரு வீடு காலியிருப்பதாகச் சொன்னான். அங்கே எவனாவது டாக்டர் இருக்கிறானா?”

“ஆமாம் சார்.”

“யார்?”

“டாக்டர் ரகுராமன், பி.எஸ்.ஸி., எம்.பி.பி.எஸ்.”

“அவன் வீட்டுக்குப் பக்கத்து வீடு காலியா?”

“தெரியாது, சார். நான் வேண்டுமானால் கேட்டுப் பார்க்கட்டுமா சார்?”

“கேளேன். நான்தான் வீடு மாற்ற வேண்டும்.”

சேகர் உடனே கிளம்பிப் போய்விட்டான். ராமமூர்த்திக்கும் கல்யாணத் துக்கும் பாபுவுக்கும் என்ன செய்வது என்று தெரியவில்லை. வாத்தியார், “டேய் டேய், சந்திர சேகரன்! டேய் சந்திர சேகரன்,” என்று கூப்பிட்டார்.

ராமமூர்த்தி ஓடிப்போய் சேகரை அழைத்துவந்தான்.

சேகர், “என்ன சார்?” என்று கேட்டான்.

“நீ போய் எங்கேயாவது பள்ளிக்கூட வாத்தியாருக்கு வீடு வேண்டும் என்று சொல்லி வைக்காதே. அப்புறம் தினம் டியூஷன் அது இது என்று ஐம்பது பையன்கள் வீட்டைச் சுற்றுவார்கள் என்று பயந்துகொண்டு இல்லை என்பார்கள். என்ன வாடகை, இதை மட்டும் தெரிந்துகொள், போதும்.”

“சரி, சார்.”

“ஒன்றும் அவசரமில்லை. நாளை பள்ளிக்கூடத்தில் சொன்னால் போதும்.”

“இல்லை, இப்போதே உங்கள் வீட்டில் வந்து சொல்கிறேன் சார்.”

“என் வீடு தெரியுமா உனக்கு?”

“தெரியும் சார். ஒரு தடவை உங்கள் புத்தகங்களைத் தூக்கிக்கொண்டு வந்தேன், சார்.”

“சரி, சரி. சாயங்காலமாக வா. இப்போது நான் ஒரு இடத்துக்குப் போகிறேன்.”

“சரி, சார்.”

வாத்தியார் போய்விட்டார். கல்யாணம் சேகரைக் கேட்டான்: “என்னடா, வாத்தியாருக்கு ரொம்ப வால் பிடிக்கிறாய்?”

“போடா, அந்த வாத்தியார் நல்லவர்.”

“பின்னே ஏண்டா கிளாஸ்லே அவருக்கு அழகு காட்டறே?”

நான்கு பேரும் சேகர் வீட்டருகே வந்தவுடன் சிறிது தயங்கி நின்றார்கள். கல்யாணம், “நாளைக்குப் பள்ளிக்கூடம் போய்த்தான் ஆக வேண்டும் போல் இருக்கிறது. லீவு இல்லை,” என்றான்.

ராமமூர்த்தி, “நான் என்ன சொன்னேன்” என்றான். அப்போது ஒருவன் “கிருஷ்ணாயில்” என்று கூவிக்கொண்டு வந்தான். கல்யாணம் சேகர் முகத்தைப்

பார்த்தான். ராமமூர்த்தி "வேண்டாண்டா" என்றான். அப்போது சேகரின் அம்மா உள்ளேயிருந்து வாசலருகே வந்து "இந்தாப்பா, கிருஷ்ணாயில்" என்று கூப்பிட்டாள். பிறகு பையன்களைப் பார்த்து "என்ன எல்லாரும் நடுத்தெருவில் வெய்யலில் நிற்கிறீர்கள்?" என்று கேட்டாள். பிறகு "சேகர், பாபுவை அழைத்துக்கொண்டு வா. இரண்டாந்தரம் போடுகிறேன்." என்றாள்.

ராமமூர்த்தியும் கல்யாணமும் சேகரிடம் தலையை ஆட்டிவிட்டுக் கிளம்பினார்கள். சேகரின் அம்மா, "சேகர், அவர்களையும் கூப்பிடு," என்றாள்.

எல்லோரும் உள்ளே சென்றார்கள். நான்கு பேர்களையும் சேகரின் அம்மா சமையலறையில் வரிசையாக உட்காரச் சொன்னாள். ஒவ்வொருவர் முன்னிலும் ஒரு வாதாம் இலையை வைத்தாள்.

ராமமூர்த்தி, "எனக்கு ஒன்றும் வேண்டாம் மாமி" என்றான்.

"என்ன ஒன்றும் வேண்டாம்?"

ராமமூர்த்தி பேசாமல் இருந்தான். சேகரின் அம்மா ஒரு பெரிய பாத்திரத்தில் பழைய அன்னத்துடன் மோரும் சிறிது உப்பும் சேர்த்துப் பிசைந்து நால்வர் இலைகளிலும் பரிமாறினாள்.

பாபு, "போதும் அத்தை, போதும் அத்தை" என்றான்.

"என்னடா போதும்? இரண்டு பிடி சாதம்கூட இல்லை. உங்கம்மா மத்தியானத்தில் சாதம் போடவே மாட்டாளா?"

"மாட்டாள்."

"பட்டினி போட்டுவிடுவாளா?"

பாபுவால் சட்டென்று பதில் தர முடியவில்லை. சேகரின் அம்மா கல்யாணத்தையும் ராமமூர்த்தியையும் பார்த்து, "நீங்களாவது இரண்டாந்தரம் சாப்பிடுகிறதுண்டா இல்லையா?" என்று கேட்டாள்.

"ஓ" என்று இரண்டு பேரும் சொன்னார்கள்

"சின்ன வயதில் வயிற்றைக் காயப் போடவே கூடாது. இப்போது காயப் போட்டால் வயதான பிறகு ஒன்றையும் தாங்கிக்கொள்ள சக்தி இருக்காது."

ராமமூர்த்தி சாதம் விழுங்க முடியாமல் திணறினான்.

"மறந்து போய்விட்டேன். காலையில் பண்ணிய கூட்டு நிறைய இருக்கிறதே," என்றாள் சேகரின் அம்மா. கூட்டுப் பாத்திரத்தைக் கையில் எடுத்துக்கொண்டு "உங்களுக்கெல்லாம் வாழைப்பூக் கூட்டு பிடிக்குமா?" என்று கேட்டாள்.

"ஊ ஹூம், வேண்டாம், பிடிக்காது" என்ற குரல்கள் அரைகுறையாகக் கிளம்பின.

"போட்டுக்கொண்டு சாப்பிடுங்கள். உடம்புக்கு ரொம்ப நல்லது." ஒவ்வொரு இலையிலும் கூட்டு நிறைய பரிமாறப்பட்டது. பையன்கள் எல்லாரும் பேந்தப் பேந்த விழித்தார்கள்.

"ஊம், சீக்கிரம் சாப்பிட்டு எழுந்திருங்கள், இலையில் சாதத்தை வைத்துக்கொண்டு உட்கார்ந்துவிடலாமோ?" என்றாள் சேகரின் அம்மா.

சாப்பிட்டுவிட்டுக் கையைக் கழுவும்போது எல்லாருக்கும் சிறிது மூச்சுத் திணறியது.

சேகரின் அம்மா பேச்சைக் கேட்காமல் இருக்க முடியவில்லை. அந்த வீட்டில் இருந்த ஒரு சின்ன காரம் போர்டை வைத்துக்கொண்டு நால்வரும் ஒரு அறையில் உட்கார வேண்டியிருந்தது. காரம் காய்கள் அதிகம் தேடாமல் கிடைத்துவிட்டன.

அரைமணி நேர ஆட்டத்திற்குப் பிறகு சேகர் பாபுவை "உங்கள் வீட்டில் காரம்போர்டு இருக்கிறதா?" என்று கேட்டான்.

"இருக்கிறதே" என்று பாபு சொன்னான்.

"யார் யார் உன்னோடு விளையாடுவார்கள்?"

"அப்பாவே என்கூட ஆடுவாரே. தினம் ஒரு ஆட்டமாவது ஆடுவோம்."

"அதுதான்," என்றான் சேகர்.

"இப்போதெல்லாம் நான் அப்பாவையே தோற்கடித்துவிடுகிறேன். தெரியுமா?" என்றான் பாபு.

சேகர் உடனே காரம்போர்டு காய்கள் சிலவற்றைத் தூக்கி எறிந்தான். ராமமூர்த்தியும் கல்யாணமும்கூட தோற்றுக்கொண்டுதான் இருந்தார்கள். இருந்தாலும் காய்களைத் தூக்கி எறிய வேண்டுமென்று அவர்களுக்குத் தோன்றவில்லை.

ராமமூர்த்தி திரும்ப அவன் வீட்டை அடைந்தபொழுது வாசல் கதவெல்லாம் திறந்து போட்டபடி இருந்தது. ராம மூர்த்தி வீட்டையெல்லாம் சுற்றிப்பார்த்தான். சிறிது நேரத்திற்குப் பிறகுதான் அம்மா பரபரப்புடன் வந்தாள். "ஏண்டா, சுந்து எங்கே?" என்று கேட்டாள்.

ராமமூர்த்தி "எனக்குத் தெரியாதே," என்றான்.

"குழந்தை காலையில் உன்கூட வெளியில் வரவில்லை?"

"நான் அழைத்துக்கொண்டு போகவில்லையே."

"அடப் பாவி! அப்போது குழந்தை எங்கேடா?"

ராமமூர்த்தி வெளியே ஓடி வந்தான். தெரு முனையில் திரும்பி இரண்டு வீடுகள் தள்ளி இருக்கும் பட்டாணிக் கடலைக் கடைக்கு வந்தான். அதிலே அந்தக் கடைக்காரனிடம், "இங்கே எங்கள் சுந்து வந்ததா?" என்று கேட்டான்.

"என்ன கேட்கிறே? என்றான் கடைக்காரன்.

"ஒரு சின்னப் பையன் இங்கே வந்தானா? சுந்தரேசன் என்று பெயர், நெற்றியிலே ஒரு காயம் இருக்கும்."

"என்னமோ தெரியாது, தம்பி" என்றான் கடைக்காரன்.

அப்போது கடைக்காரன் மனைவி உள்ளேயிருந்து எட்டிப் பார்த்து, "அதான் அந்த ஐயமார் வீட்டுப் பிள்ளை. இப்போதுகூட ஒரு அம்மா அழுதுகொண்டு வந்து கேட்டுவிட்டுப் போகவில்லையா?" என்றாள்.

"ஓ, அந்தப் பிள்ளையா? இன்றைக்கு இந்தப் பக்கமே அது வரவில்லை. தினம் பகல் பொழுதெல்லாம் இந்த அடுப்பையும் புகைப்போக்கியையும் பார்த்தபடியே நின்றுகொண்டிருக்கும். இன்றைக்கு வரவேயில்லை, தம்பி" என்றான்.

ராமமூர்த்தி பஸ் ஸ்டாண்டில் போய்ப் பார்த்தான். அங்கேயும் சுந்து இல்லை.

ராமமூர்த்தி தெருவெல்லாம் பார்த்தபடியே நடந்து சென்றான். யாரையும் ஒன்றும் கேட்கத் தோன்றவில்லை. சேகர் வீட்டு முன்னால் சேகரும் பாபுவும் நின்றுகொண்டிருந்தார்கள். ராமமூர்த்தி அவர்களிடம், "டேய், எங்கள் சுந்துவைக் காணும்டா" என்றான்.

சேகர், "சுந்துவைக் காணுமா? இன்றைக்கு நாம் உங்கள் வீட்டிலிருந்து கிளம்பும்போது வெளியே வந்தானே?" என்றான்.

"ஆமாம், அப்போதிலிருந்து அவன் எங்கேயோ போய்விட்டான். நான் இனிமேல் உங்களோடு வெளியே வரப் போவதே இல்லை" என்றான்.

ராமமூர்த்தி நான்கடி எடுத்து வைத்த பிறகு சேகர் "இதைப் பார்த்தாயா?" என்று கூப்பிட்டான்.

ராமமூர்த்தி திரும்பி வந்து பார்த்தான். அது ஒரு பொம்மைக் கைக்கடிகாரம்.

"இது உன்னுடையதா?" என்று ராமமூர்த்தி கேட்டான்.

"இல்லை பாபுவுடையது."

பாபு சேகரைப் பார்த்து, "நான் ஊருக்குப் போகும்போது உனக்குக் கொடுக்கிறேன்," என்றான்.

ராமமூர்த்தி அவர்களிடம் சொல்லிக்கொள்ளாமலேயே கிளம்பி வீட்டுக்கு வந்தான். அம்மா, அக்கா, வேலைக்காரி, எதிர்வீட்டு மாமா எல்லாருமே சுந்துவைத் தேடுவதில் ஈடுபட்டிருந்தனர். அம்மா ராமமூர்த்தியைப் பார்த்து, "இந்தக் கடங்காரனைச் சுந்துவைப் பார்த்துக்கொள்ளச் சொன்னேன். பகல் முழுக்க ஊர் சுற்றிவிட்டுக் குழந்தையை எங்கேயோ விட்டுவிட்டதே!" என்றாள்.

ராமமூர்த்தி மீண்டும் வெளியே ஓடினான். தெருவில் வண்டிகள் எல்லாம் முன்விளக்குகளுடன் ஓடிக்கொண்டிருந்தன. ராமமூர்த்திக்கு ஒரு சிறு பையன் வீட்டில் கோபித்துக்கொண்டால் எங்கேயெல்லாம் போவான் என்று நினைத்துப் பார்க்க முடியவில்லை. வரிசையாக ஐந்து பஸ்கள் ஊர்வலம் மாதிரி ஊர்ந்து சென்றன. தெருவிலும் நடைபாதைகளிலும் ஜனத்திரள் அதிகமாக இருந்தது. ராமமூர்த்தி நடந்தபடியே அந்தத் தெருவிலிருந்த ஒரு பிள்ளையார் கோயில் பக்கம் திரும்பிப் பார்த்தான். வெளியிலிருந்தே பிள்ளையார் தெரிந்தார். வெள்ளிக் கவசங்கள், விதவிதமான புஷ்பங்கள் முதலியவற்றால் அவருடைய சிறு உருவம் பெரிதும் மறைக்கப்பட்டிருந்தது. ஒரு கண்ணிமைப் போதுதான் ராமமூர்த்தி பிள்ளையாரைப் பார்க்க முடிந்தது. அப்புறம் யாரோ சன்னதியை மறைத்தபடி நின்றுவிட்டார்கள். ராமமூர்த்திக்குச் சுரமடித்து குணமாகும் போதெல்லாம் அம்மா அவனை

அந்தக் கோயிலுக்குத்தான் அழைத்து வருவாள். பிள்ளையார் ரொம்ப நல்லவர் என்றுதான் எல்லாரும் சொல்வார்கள். சுந்துவை அவர் கண்டுபிடித்துவிடுவாரோ?

தேவி விலாஸ் ஹோட்டல் முன்னால் ஒரு சிறு பையன் நிற்பதைக் கண்டு ராமமூர்த்தி பாய்ந்து சென்றான். ஆனால் அது சுந்து இல்லை. ராமமூர்த்தித் உரக்கவே கூறினான். "பிள்ளையார் பகவானே, நீதான் காப்பாற்ற வேண்டும்; சுந்து அகப்பட வேண்டும்."

பகவான் என்றதும் ராமமூர்த்திக்கு ராமாயணம் ஞாபகம் வந்தது. ராமாயணத்தில் சீதையை ஹனுமான்தான் கண்டு பிடித்துத் தந்தார். ஆதலால் யார் காணாமல் போனாலும் ஹனுமானைக் கேட்டுக்கொண்டால் கண்டுபிடித்துத் தந்துவிடுவார்.

சுந்து எங்குமே காணும். இப்படித் தெருக்களில் தேடினால் அகப்படுவான் என்று ராமமூர்த்திக்கு தோன்றவில்லை. சுந்துவை யாரோ தூக்கிக்கொண்டு போயிருப்பார்கள். யாரோ தூக்கிக்கொண்டு போய்விட்டார்கள்.

ராமமூர்த்தி வேகமாக ஓட ஆரம்பித்தான். சுந்துவை நிச்சயம் யாரோ தூக்கிக்கொண்டு போய்விட்டார்கள். தூக்கிக்கொண்டு போனவர்களுக்குப் பெரிதாக மீசை இருக்க வேண்டும். ராமமூர்த்தியால் சுந்துவை மீட்டு கொண்டு வர முடியாது. ஹனுமான்தான் சுந்துவைக் கொண்டு வர வேண்டும். ஹனுமான் என்று சொல்வது சரியில்லை. ஹனுமார் என்று சொல்ல வேண்டும். ஆனால் ஹனுமாருக்கு முன்னால் பிள்ளையாரைக் கேட்டுக்கொண்டாகிவிட்டாயிற்று. பிள்ளையார் பகவானே, என்மீது கோபித்துக்கொள்ளாதே! தேடிக்கொண்டு வருவதில் ஹனுமார் கெட்டிக்காரர். ஹனுமாரே, என் சுந்துவை எங்கேயிருந்தாவது கொண்டு வந்துவிடு. பிள்ளையாரே. கோபித்துக்கொள்ளக் கூடாது. யாரோ மீசைக்காரன் எங்கள் சுந்துவைத் தூக்கிக்கொண்டு போய்விட்டான்.

பள்ளிக்கூடம், பார்க், கறிகாய்க் கடை மற்றும் அந்தப் பக்கத்திலிருக்கும் தெருக்களைச் சுற்றிப் பார்த்துவிட்டு முழங்கால் வரைப் புழுதியுடன் ராமமூர்த்தி வீடு திரும்பினான். ஹனுமார், பிள்ளையார், மீசை இவைதான் அவன் மூளையில் சம்மட்டிபோல அடித்துக்கொண்டிருந்தன. வீட்டில் நிறைய கலகலப்பு இருந்தது. முன் அறையிலே சுந்து ஒரு தலைகாணி மீது குதிரை சவாரி செய்வது போல் உட்கார்ந்து கால்களை ஆட்டிக்கொண்டிருந்தான். அவனைப் பார்த்தால் அவன் வீட்டிற்கு வந்து வெகுநேரம் ஆகியிருக்கும் போலிருந்தது. ஹனுமார்தான் கண்டுபிடித்துக் கொண்டுவிட்டிருக்கிறார்.

ராமமூர்த்தி சுந்து முன்னால் நின்று அவனை வெறிக்கப் பார்த்தான். சுந்து வெட்கம் கலந்த சிரிப்புடன், "நான் போலீஸுக்குப் போயிருந்தேன்," என்றான். அப்பா அம்மாவிடம் விவரமாகச் சொல்லிக் கொண்டிருந்தார்.

ராமமூர்த்திக்கு அழுகை வெடித்துக்கொண்டு வந்தது. அவன் அழுகை ஓய்ந்த போதிலும் அடிவயிற்றிலிருந்து கேவுவது வெகுநேரம் நிற்கவில்லை.

1957

மஞ்சள் கயிறு

செருப்பு அறுந்து போய்விட்டது. நேற்றைக்கே அறுந்துவிடும் போலிருந்தது. நேற்றைக்கென்று இல்லை. இரண்டு மாதங்களாகவே அறுந்துவிடும் போல்தான் இருந்தது. இன்று அறுந்தே விட்டது. இன்றைக்குச் செருப்பு மட்டும் அல்ல. இன்னும் ஏதோ ஒன்றும் அறுந்து போய்விட்டது. என்ன அது? துணி உலர்த்துவதற்காகத் தொங்கவிட்டிருக்கும் கம்பு அநேகமாகத் தினமும் அறுந்துகொண்டிருக்கிறது. இத்தனை நாட்கள் தினமும் அதை ஒரு புது முடியிட்டுத் தொங்கவிட்டாயிற்று. அந்தக் கம்பு இப்போது ஒரு பக்கமாகச் சாய்ந்துகொண்டிருக்கிறது. ஒரு நாளைக்கு ஒரு ஐந்து நிமிஷம் சிரத்தை எடுத்துக்கொண்டு அதைச் சீர்ப்படுத்துவதற்குக் கையாலாகவில்லை. அதற்கு மட்டுமேன் – எதற்குமே கையாலாகவில்லை.

கோயிலில் கூட்டம் குறைய ஆரம்பித்துவிட்டது. சன்னதிக்குப் பின்னால் மணற்பரப்பில் குண்டு சாஸ்திரிகளைச் சுற்றி ஒரு சிறு கும்பல் நின்றுகொண்டிருந்தது. அறுந்த செருப்பைக் கழட்டி வைத்துவிட்டு சுப்புவும் அந்தக் கும்பலை ஒட்டியவாறு நின்றுகொண்டார். குண்டு சாஸ்திரிகளுக்கும் ராமய்யா வாத்தியாருக்கும் ஏதோ தர்க்கம். மேற்கு மாம்பலத்தின் கோடியில் குண்டு நிலம் வாங்கிப் போட்டிருந்தார். அந்த இடத்தைச் சுற்றி இன்னும் இரண்டு மூன்று பேர்களாவது வீடு கட்ட ஆரம்பித்தால் அவரும் ஒரு சிறு வீடு கட்டிக்கொண்டு சொந்த வீட்டில் குடித்தனம் நடத்தலாம். அதற்காக அவர் புரோகிதம் உடைய சுந்தரமய்யரை அந்தப் புது இடத்தில் மனை வாங்கி வீடு கட்டினால் மிகப் பிரமாதமாக இருக்கும் என்ற அபிப்பிராயம் கொள்ளச் செய்திருந்தார். அந்தச் சமயத்தில் ராமய்யா வாத்தியார் வேறு ஏதோ வேலையாக சுந்தரமய்யரிடம் சென்றிருக்கிறார். சுந்தரமய்யர் ராமய்யா வாத்தியாரின் அபிப்பிராயத்தையும் கேட்டிருக்கிறார். ராமய்யா வாத்தியார் மேற்கு மாம்பலத்திற்கே இன்னும் இருபது வருடத் திற்குக் குழாய், சாக்கடைக்கு விமோசனம் இல்லாதபோது மேற்கு மாம்பலத்திற்கும் தொலை மேற்கில் உள்ள அந்தப்

பொட்டல் காட்டில் வீடு கட்டுவதற்குப் பதில் நாலு பசு மாட்டை வாங்கி வைத்துக்கொண்டு பால் வியாபாரம் செய்யலாம் என்று கூறியிருக்கிறார். அதன் பலனைக் கோயிலில் அந்த வெள்ளிக்கிழமையன்று அனுபவித்துக் கொண்டிருந்தார்.

பிரம்மஹத்தி வழியும் முகத்தை வைத்துக்கொண்டு கோசம்ரக்ஷணை பற்றிப் பேசுவதற்கு அவருக்கு என்ன யோக்கியதை இருக்கிறது? எந்தச் சாக்கடைவாயன் சொன்னது மேற்கு மாம்பலத்திற்குக் குழாய், சாக்கடை இருபது வருடத்திற்கு வராது என்று? இப்பொழுதே சர்க்கார் கவனம் எடுத்துக்கொள்ள ஆரம்பித்துவிட்டார்கள். இன்னும் இரண்டு வருடங்களில் மேற்கு மாம்பலத்திற்கும் காந்திநகருக்கும் வித்தியாசம் தெரியாது. குண்டு சாஸ்திரிகள் விளாசினார். மற்றவர்கள் எல்லோரும் தலையை அலைத்துக்கொண்டிருந்தார்கள். அடிக்கடி சிரித்துக்கொண்டு அவர் சொல்வதுதான் சரியென்று சொல்லிக்கொண்டிருந்தார்கள். ராமய்யா வாத்தியாருக்கு ஏனடா கோயிலுக்கு வந்தோம் என்று ஆகிக்கொண்டிருந்தது.

குண்டு சாஸ்திரிகள் ஒரு வழியாகத் தன் மனத்தாங்கலைத் தீர்த்துக் கொண்டார். ராமய்யா போய்விட்டார். சுப்பு குண்டு சாஸ்திரிகளின் கண்களில் விழ வெகுநேரமாகப் பிரயத்தனம் செய்துகொண்டிருந்தார். குண்டு சாஸ்திரிகள் அவரைக் கவனித்ததாகவே காண்பித்துக் கொள்ளவில்லை. கவனிக்கவேயில்லையென்று கூறமுடியாது. கவனித்து வேண்டுமென்றே உதாசீனம் செய்துகொண்டிருக்கிறார். ஒரு கறிகாய்க்காரனிடம் அவர் அந்த மாதிரி நடந்துகொள்ள முடியாது. ஒரு வண்ணானிடம் அந்த மாதிரி நடந்துகொள்ள முடியாது. சுப்பு மெதுவாக அவரை அணுகி, "அப்போது நான் வரட்டுமா?" என்றார். குண்டு சாஸ்திரிகள் சுப்புவை ஒருமுறை உற்றுப் பார்த்தார். பிறகு, "நீ என்ன, என்னடா நினைத்துக்கொண்டிருக்காய்?" என்றார்.

சுப்புவின் குரல் இன்னமும் தழைந்துவிட்டது. "இன்று விடியற்காலையிலிருந்து உடம்பு..." என்று ஆரம்பித்தார்.

"உன் உடம்புக்கு என்னடா கேடு வந்தது? இந்த மாதிரி சொல்லாமல் கொள்ளாமல் எப்படி நீ வீட்டிலேயே உட்கார்ந்துவிடலாம்? உன்னால் ஜயராமய்யர் வீட்டுக் காரியத்தில் என் தலையேயல்லவா தூக்க முடியாமல் போவதற்கு இருந்தது!"

ஜயராமய்யர் வீட்டுக் காரியம் என்றது ஜயராமய்யருடைய அந்திமக் காரியங்கள். காலையில் சுப்பு எண்ணெயுடன் இருப்புச் சட்டியைத் தானம் பெற்றுக்கொண்டிருக்க வேண்டும். ஒருமணி நேரத்திற்குள் இருப்புச் சட்டியைக் குண்டு சாஸ்திரிகள் வீட்டில் ஒப்படைத்திருக்க வேண்டும்.

"என்னடா அயோக்கியத்தனம் பண்ணுகிறாய்..?"

கோயிலுக்கு வந்தவர்கள் பலரின் கவனம் மணற்பரப்பு மேல் நின்று கொண்டிருந்த கும்பலிடம் சென்றது. சிலர் என்ன விஷயம் என்று அறிய நெருங்கிக்கூட வந்தார்கள்.

"உனக்கு எப்படியடா போஜனம் கிடைக்கும்? நீ உடம்பெல்லாம் புழுப்புழுவாக நெளிந்து குஷ்டரோகம் வந்தல்லவா சாகப் போகிறாய்!"

சுப்புவுக்குக் கோபமே வரவில்லை.

“அயோக்கியப் படவா! ஏதோ சோறு தண்ணிக்கு வழியில்லாத பிராமணனாக இருக்கிறானே என்று ஒரு விசேஷத்திற்கு ஏற்பாடு பண்ணினால் உனக்கு இவ்வளவு திமிரா?”

சுப்புவுக்குத் கடைசி வார்த்தைகளெல்லாம் சரியாகக் காதில் விழவில்லை. அவருக்கு ஒருவிதக் களைப்பு வந்துவிட்டது. அந்தக் கூட்டத்திலிருந்த இன்னொரு புரோகிதர் மூக்குப் பொடி போட்டுக்கொள்ள ஆயத்தங்கள் செய்துகொண்டிருந்தார். இந்தக் குண்டு சாஸ்திரிகள் இப்படிக் கத்தவில்லை என்றால் சுப்புவால் ஒரு தடவை பொடி போட்டுக்கொள்ள முடியும். அந்த மூக்குப் பொடிப் புரோகிதர் மிகவும் பெருந்தன்மை உடையவர். ஒரு சிட்டிகைப் பொடிக்குச் சிறிதளவேனும் கஞ்சத்தனமாக நடந்துகொள்ள மாட்டார்.

“என்னடா நான் சொல்லச் சொல்ல வாயை மென்று முழுங்கிக் கொண்டிருக்கிறாய்? உன்னைத் தொலைத்துவிடுகிறேன் பார்!”

குண்டு சாஸ்திரிகள் ‘தொலைத்துவிடுகிறேன் பார்’ என்று சொன்னால் அவர் சொல்ல வேண்டியது எல்லாவற்றையும் சொல்லி முடித்தாகிவிட்டாயிற்று என்று புரிந்துகொள்ள வேண்டும். இப்போது அடுத்தவர் பேசலாம். எல்லோரும் மௌனமாக இருந்தார்கள். வேடிக்கை பார்க்கலாம் என்று குழுமினவர்கள் ஏமாற்றம் அடைந்தவர்களாகக் கலைய ஆரம்பித்தார்கள்.

மணி ஒன்பதுக்கும் மேலாகிவிட்டது. நவக்கிரகத்தில் குண்டு சாஸ்திரிகள் சைக்கிளை வைத்திருந்தார். அதை எடுத்துக்கொண்டு கோயில் வெளியே வந்தார். சுப்புவும் கோயில் வெளியே வந்தார். குண்டு சாஸ்திரிகள் கையில் ஒரு பெரிய பை இருந்தது. அவருடைய வேஷ்டி தடுக்கிற்று. சுப்புவைப் பார்த்து, “டேய், இதைப் பிடிடா” என்றார். சுப்பு சைக்கிளைப் பிடித்துக் கொண்டார். குண்டு சாஸ்திரிகள் வேஷ்டியின் ஒரு முனையை இடுப்பில் இழுத்துச் சொருகினார். சுப்புவுக்கு சைக்கிளைப் பிடித்து நிற்பது மிகவும் அசௌகரியமாக இருந்தது. அவருக்கு சைக்கிள் விடத் தெரியாது. சைக்கிள் விடத் தெரிந்தவர்கள் சின்னப் பையன்களாக இருந்தால்கூட வெகு லாகவமாகத்தான் சமாளிக்கிறார்கள்.

திடீரென்று குண்டு சாஸ்திரிகள் “எவ்வளவு சரடுடா திரித்து வைத்திருக்கிறாய்?” என்று கேட்டார்.

சுப்புவுக்கு ஒரு கணம் ஒன்றும் கூறத் தோன்றவில்லை. பிறகு, “நூறு இருக்கும்” என்றார்.

“நன்றாக மஞ்சளில் தோய்த்து எடுத்து வைத்திருக்கிறாயா?”

சுப்புவுக்கு நினைவு எங்கேயோ இருந்தது. “உம்,” என்றார்.

குண்டு சாஸ்திரிகளின் முகம் நம்பினவர் முகமாகவே தோன்றவில்லை.

குண்டு சாஸ்திரிகள் சைக்கிளை வாங்கிக்கொண்டு அதில் ஏறப்போனார். சுப்பு நிதானமாக, “ஒரு ரூபாய் இருந்தால் கொடுங்கள். நான்கு நாட்களில் தந்துவிடுகிறேன்” என்றார்.

குண்டு சாஸ்திரிகள், "என்னது?" என்றார்.

சுப்பு, "ஒரு ரூபாய் வேண்டும்," என்றார்.

"நீ என்ன, என்னடா நினைத்துக் கொண்டிருக்கிறாய்?"

"என்னிடம் பணமே இல்லை. காலையிலிருந்து ஒன்றுமே சாப்பிடவில்லை."

"உன் உடம்புக்கு ஏதோ கேடு வந்துவிட்டது என்று சொன்னாயேடா? ஜயராமய்யர் வீட்டு விசேஷத்திற்கு ஏற்பாடு பண்ணின என்னை ஏய்த்துவிட்டு..."

"எனக்கு உடம்பே சரியில்லை. காலையிலிருந்து வேறு ஒன்றுமே சாப்பிடவில்லை. கையில் காலணா இல்லை."

"லங்கணம் போடுடா. அப்போதுதான் புத்தி வரும்."

குண்டு சாஸ்திரிகள் சைக்கிளில் சென்றுவிட்டார். சுப்பு ஒரு ஹோட்டலுக்குள் புகுந்தார். அவரைக் கேட்க வந்த பையனிடம், "போண்டா சட்னி கொண்டு வா," என்றார். அவர் போண்டா தின்ற பிறகு பையன், "இன்னும் என்ன வேண்டும்?" என்று கேட்டான்.

"ஒன்றும் வேண்டாம்" என்றார் சுப்பு.

சுப்பு வேஷ்டி முடிப்பு ஒன்றை அவிழ்த்தார். அதில் நான்கணா இருந்தது. அவருக்குக் காலையில் உடம்பு சரியில்லாமலிருந்தது உண்மை.

தார் ரோடு சோவென்று இருந்தது. அந்த வேளையில் தார் ரோடுகளெல்லாம் மிகமிகச் சுத்தமாக இருப்பது போலிருந்தது. ஒரு கருப்புநிறக் கண்ணாடிப் பாயை விரித்துப் போட்டு இருபது கஜ தூரத்திற்கு ஒரு விளக்காக அமைத்துவிட்டால் ஏதோ கனவில் வரும் காட்சி போல்தான் இருக்கும். அப்படித்தான் இருந்தது. சுமார் அரை மணி நேரம் பெரிய பாதையில் நடந்த பிறகு சுப்பு பள்ளத்தில் இறங்கினார். அந்த ஒற்றையடிப் பாதை கண்ணுக்குத் தெரியவில்லை. ஆனால் அவர் கால்களுக்குக் கண்ணிருந்தது போலிருந்தது. ஒற்றையடிப் பாதையின் இரு புறங்களிலும் வேண்டிய முள் புதர்கள் இருந்தன. ஆனால் அவர் ஒன்றில்கூடக் காலை வைக்கவில்லை. ஒரே ஒரு இடத்தில் கல் ஒன்று தடுக்கிற்று எவனாவது முட்டாள் பகல் நேரத்தில் அவன் கை எவ்வளவு பலம் வாய்ந்தது என்று பரிசோதிக்க அந்தக் கல்லை எறிந்திருக்கலாம். அது பாதை நடுவில் விழுந்திருந்தது. யாராவது நாயைக்கூட அடித்திருக்கலாம். பாவம்; எலும்பும் தோலுமாகக் கிடக்கும் சீக்கு நாய்களுக்குத்தான் கல்லடி எப்போதும் கிடைத்துக்கொண்டிருக்கும். கல் மண்டையில் பட்டு ஒரேயடியாய் உயிர்போனாலும் பரவாயில்லை. விலாவில் படும். அல்லது காலில் படும். அந்த நாய்க்கு ஏற்பட்ட நாய் வாழ்வை நொண்டிக்கொண்டே தள்ள வேண்டும். ஒரு வீட்டில் வளர்க்கும் நாயாயிருந்தால் மேலே பாய்ந்து குதறிவிடும். தெருநாய், அதுவும் சீக்கு நாயாயிருந்தால் வாலைக் குழைத்துக்கொண்டு ஓடத்தான் செய்யும். அது ஓட ஓடத் துன்பங்களும் கற்களும் துரத்திக்கொண்டே வரும். ஆனால் நாய்களுக்கு என்ன தெரியும்? அவை பாட்டிற்கு ஓடிக்கொண்டே இருக்கும். நாம் மட்டுமென்ன? ஓடிக் கொண்டேதான் இருக்கிறோம். அந்தச் சீக்காளித்

தெருநாயை விட மோசமாக ஓடிக்கொண்டே இருக்கிறோம். நாயாவது எப்போதாவது திரும்பி ஊளையாவது இடலாம். நாம் அதுகூடச் செய்ய முடியாது ...

மங்கலாக ஒளி வீசிக்கொண்டிருந்த தெரு விளக்கில் அந்தச் சந்தில் உள்ள பத்துப் பன்னிரண்டு வீடுகளும் தூங்குகிற குட்டிப் பூதங்கள்போல் காட்சியளித்தன. ஒரு பூதத்தின் அருகில் சென்று நின்று சுப்பு இடுப்பைத் துளாவினார். வேஷ்டியின் ஒரு நுனியில் கட்டியிருந்த சாவியைக் கொண்டு கதவுப் பூட்டைத் திறந்தார். கதவு விதவிதமாக முனகிக்கொண்டு அகண்டது. பிறையிலிருந்த நெருப்புப் பெட்டியைத் தேடி எடுத்து சுப்பு அகல்விளக்கு ஒன்றை ஏற்றிவைத்தார். அந்த அறையின் மூலைகளில் மூன்று நான்கு பாத்திரங்கள், ஒரு கள்ளிப் பலகைப் பெட்டி, ஒரு தகரப் பெட்டி, ஒரு துணி மூட்டை, நெருப்பில் போட்டாலும் பொசுங்க முடியாத அளவுக்கு அழுக்கடைந்த ஜமக்காளம் தலையணை, ஒரு பழங் குடை, கூடை – இவைகளெல்லாம் கிடந்தன. அறை நடுவில் ஒரு கிழிந்த பாய் மீது ஒரு பெட்டிராட்டினம் – ஒரு கைராட்டினம் – இருந்தது. அதைப் பார்த்ததும் சுப்புவுக்கு ஞாபகம் வந்துவிட்டது. அவருடைய செருப்பு அறுந்துவிட்டது. துணி உலர்த்தும் கம்புக் கொடி அறுந்துவிட்டது. அத்துடன்கூட கைராட்டினக் கயிறும் அறுந்துவிட்டது. இப்பொழுது நன்றாக ஞாபகம் வந்துவிட்டது. பகலிலேயே சுமார் இரண்டரை மணிக்கு ராட்டினத்தில் நூல் நூற்கும்போது கயிறு அறுந்து போய்விட்டது. அப்போது போட்டுவிட்டுப் போன பஞ்சு அப்படியே சிதறிக் கிடந்தது.

ராட்டினத்துக்கு முன்னால் சுப்பு உட்கார்ந்துகொண்டார். அந்தக் குறுக்காணியில் சுற்றி வைத்திருந்த நூல் பத்து சரடுகளுக்குக்கூடப் போதாது. இதுவரை ஒரு சரடு கூடத் தயாரிக்கவில்லை. நூறு தயாரிக்க வேண்டும். அதைக் குண்டு சாஸ்திரிகளிடம் கொடுக்க வேண்டும். அதை அவர் ஊரிலிருக்கும் சுமங்கலிகளுக்கெல்லாம் விநியோகம் செய்வார். கல்யாணங்கள் செய்து வைப்பார். நோன்புகள் எடுத்துத் தருவார். பூஜை செய்வார். கிரகப் பிரவேசம் நடத்தித் தருவார். சுப்பு அமாவாசைத் தர்ப்பணம்தான் செய்து தரலாம். ஒரு தர்ப்பணத்திற்கு நான்கணா. பிறகு, தூக்குகிறவர்கள் நால்வரில் ஒருவராக இருக்கலாம். ஒற்றைப் பிராமணனாக இருக்கலாம். எண்ணெயுடன் இருப்புச் சட்டியை வாங்கிக்கொள்ளலாம். மேல் துண்டைத் தாண்டிச் செல்லலாம். இவைகள் செய்யலாம். இவைகளையேதான் செய்யலாம்.

சுப்பு கைராட்டினத்தை வேகமாகச் சுற்றினார். கயிறு அறுந்து போயிருந் தாலும்கூட ராட்டினம் வேகமாகச் சுற்றிற்று. முதலில் நூல் வந்தது. பிறகு சிறிது பருமனான கயிறு வந்தது. மஞ்சள் நிறம் பூசப்பட்டே வந்தது. மஞ்சள் கயிறாகவே வந்தது. அவள் இருந்தால் அவள் கழுத்தில் அதைக் கட்டலாம். ஏற்கெனவே ஒருமுறை கட்டியாயிற்று. மூன்று முடிகள் போட்டாயிற்று. அவள் இருந்தால் இன்னொரு முறை அந்த மஞ்சள் கயிறை அவள் கழுத்தில் கட்டலாம். மூன்று முடிகள் போடலாம். எவ்வளவு அழகான கழுத்து! பட்டுப் போன்ற கழுத்து. அந்த கழுத்தின்மீது தங்கத்தினால் செய்யப்பட்டது போன்ற முகம். மிகவும் அழகான முகம். தலையில் பட்டுப் போன்ற கேசம். நீண்டு அடர்ந்து கறுத்த கேசம். ஐயோ, எவ்வளவு அழகு! ஆனால் அந்தத் தலையினுள் என்ன இருந்தது? எந்தப் பிசாசு இருந்தது? ஒரு வருடம்கூட

சேர்ந்து வாழவில்லை. பிறந்தகம் போனவள் திரும்பி வரவேமாட்டேன் என்று மறுத்துவிட்டாளே. எத்தனை வருடங்கள் ஆகிவிட்டன! எவ்வளவு பேர்கள் புத்திமதி சொல்லி, பிறகு பயமுறுத்தலும் செய்தார்கள்? தானும் ஒருமுறை வெட்கத்தை விட்டு அவளைக் கெஞ்சிக் கூப்பிட்டுமல்லவா வர முடியாது, வரமாட்டேன் என்று சாதித்துவிட்டாள். திடீரென்று அந்த முகம் தோன்றிற்று. விழுந்து விழுந்து சிரித்தது. “உன்னோடு சேர்ந்து எவளால் குடும்பம் நடத்த முடியும்?” என்று கூறிற்று. மேலும் மேலும் சிரித்தது. சிரித்துச் சிரித்துக் காற்றோடு மறைந்து போயிற்று.

சுப்பு இன்னும் வேகமாக ராட்டினத்தைச் சுற்றினார். கயிறு, கயிறு, எங்கு பார்த்தாலும் கயிறு. கயிறு சிறிது சிறிதாகப் பருமனாகிக்கொண்டே வந்தது. தாம்புக் கயிறு அளவுக்கு வந்தது. இன்னமும் பெருகிக்கொண்டு வந்தது. தேர் வடம்போல் ஆயிற்று. மிகவும் மிருதுவான தேர் வடம். இந்த வடத்தைக்கொண்டு நம்மையே சுற்றிக்கொண்டால் என்ன? சுப்பு மேலே பார்த்தார். துணி உலர்த்துவதற்காகத் தொங்கவிட்டிருக்கும் மூங்கில் கம்பு கோணிக் கொண்டு இருந்தது. அது அவரோடு பேசவில்லை. சுப்பு, “சீ, நன்றி கெட்ட ஜென்மம்!” என்றார். அப்போதும் அந்த மூங்கில் கம்பு அவரோடு பேசவில்லை.

சுப்பு எழுந்திருந்து அந்தக் கள்ளிப் பலகைப் பெட்டியை அறை நடுவில் இழுத்துப்போட்டார். அதன்மீது ஏறிக்கொண்டு கையிலிருந்த தேர் வடத்தை அந்த மூங்கிலோடு சேர்த்துக் கட்டினார். வடத்தால் தன்னைச் சுற்றிக்கொண்டார். அவர் மட்டுமே சுற்றிக்கொண்டால் எப்படிப் போதும்? அந்தக் குண்டுவையும் சேர்த்துக் கட்டிக்கொண்டால்...? ஆயிற்று. குண்டு சாஸ்திரிகளையும் சேர்த்து அந்தத் தேர் வடத்தால் சுற்றியாயிற்று. அதோ, மூலையில் குண்டுவுடைய அந்த ஓட்டை சைக்கிளும் தொங்குகிறது. இன்னும் யார் யாரைச் சேர்த்துக்கொள்ளலாம்? ஏன், அந்த ஹோட்டல் பையனைச் சேர்த்துக்கொள்ளலாம். அந்தச் சட்னி ஊசிப் போனது என்பது அவனுக்கு நிச்சயமாகத் தெரியும். இருந்தும் மிகுந்த தைரியத்துடனும் ஒன்றுமே செய்துவிட முடியாது என்ற அலட்சியத்துடனும் இரண்டு போண்டாக்களையும் ஊசிப் போனச் சட்னியில் முழுக்கத் தோய்த்துக் கொண்டு வந்து வைத்திருந்தான். அவன் முகத்தில் அளவிட முடியாத எக்காளம் ஜ்வலித்தது. அவனையும் சேர்த்துக் கட்ட வேண்டியதுதான். அவனையும் சேர்த்துக் கட்டியாயிற்று. அப்புறம்? அவளையும் சேர்த்துக் கட்ட வேண்டியதுதான். ஆமாம், அவளை விட்டுவிட முடியுமா? தொட்டுத் தாலி கட்டியாயிற்றே! அப்புறம்? அப்பு, ரங்கநாதன், மகாலிங்கம்–உலகத்திலிருக்கும் அத்தனைப் பேர்களும். ஆமாம், ஒருவரையும் விட்டுவிட முடியாது. அத்தனை பேர்களையும் சேர்த்துக் கட்டித்தான் தொங்கவிட வேண்டும். ரொம்ப ரொம்ப வேடிக்கையாக இருக்கும். முழு உலகத்தையும் தான் தயாரித்த தேர் வடத்தினால் கட்டி, தன் வீட்டு உத்திரத்தினின்று தொங்கவிடுவது ரொம்ப வேடிக்கையாக இருக்கும். ரொம்பப் பொருத்தமாகவும் இருக்கும். தொங்கிக்கொண்டே சுப்பு பெட்டியை உதைத்தார். பெட்டி எட்டிப் போய் நின்றது.

சுப்பு கீழே விழுந்தார். அவர் தொங்கப்பார்த்தது தேர் வடம் இல்லை. மெல்லிய, சாதாரண கை நூற்றுக் கயிறுதான். சரியாகக் கூட முறுக்கேறவில்லை. ஆதலால் நடுவில் பஞ்சாக இருந்த இடம் நெகிழ்ந்துவிட்டது.

சுப்புவுக்குத் தலை தெளிந்துவிட்டது. பசி வயிற்றைக் கிள்ளிற்று. ஒரு பாத்திரத்தில் வைத்திருந்த நீரைச் சிறிது விழுங்கினார். அவர் நூற்று வைத்திருந்த நூலெல்லாம் பாழ். ஒரு சரடுகூடச் சரியாகச் செய்ய முடியாது. நல்ல வேளையாக அந்தத் தகரப் பெட்டியில் இயந்திரத்தில் நூற்கப்பட்ட சிட்டங்கள் வைத்திருந்தார். சுப்புவின் மூளை நன்றாகத் தெளிந்துவிட்டது. காலை நீட்டி, கட்டை விரலில் அந்த நூலை மாட்டிக்கொண்டு சரடு திரிக்க ஆரம்பித்தார்.

குண்டு சாஸ்திரிகள், "ஏண்டா, எல்லாம் கையினால் நூற்கப்பட்டது தானே?" என்று கேட்டார். சுப்பு, "ஆமாம்," என்றார்.

"எவ்வளவு சரடு இருக்கிறது?"

"ஐம்பது இருக்கும்."

"நேற்றைக்கே நூறு திரித்துவிட்டேன் என்றாயே?"

"இல்லை ஐம்பது என்றுதான் சொன்னேன்."

"அடப் பாவி, இப்படிப் புளுகுகிறாயே!"

"இல்லை. ஐம்பது என்றுதான் சொன்னேன்."

சுப்பு தன் கைகளைப் பார்த்துக்கொண்டார். ஒவ்வொரு விரலும் கத்தியினால் வெட்டுண்டது போன்ற காயங்களை ஏராளமாகக் காட்டின. கயிறுகளுக்குப் பூசின மஞ்சள் நிறம் இன்னமும் மறையவில்லை. சுப்பு உள்ளங்கைகள் இரண்டையும் சேர்த்துவைத்துப் பார்த்தார். பிறகு விரைந்து நடக்க ஆரம்பித்தார். காலில் செருப்பில்லை. முட்களும் கற்களும் கால்களைக் குத்தின. அதை அவர் பொருட்படுத்தவில்லை.

1958

கோலம்

வாசலில் கார் சத்தம் கேட்டு விஜயா ஓடி வந்து பார்த்தாள். அவளுடைய சிற்றப்பா வண்டியிலிருந்து இறங்கிக்கொண்டிருந்தார். பெட்டியையும் படுக்கையையும் டாக்ஸிக்காரன் இறக்கிவைத்தவுடன் அவர் அவனிடம் பணம் கொடுத்தார். அவன் மிகுந்த நன்றியுடன் தன் ஆசனத்தில் அமர்ந்து காரைக் கிளப்பினான். விஜயா, "வ ாருங்கள், சிற்றப்பா" என்று அழைத்தாள். "வீட்டில் எல்லாரும் சௌக்கியமா?" என்று கேட்டுக்கொண்டே அவர் வீட்டினுள் வந்தார்.

சிற்றப்பா வரப்போகிறார் என்று யாருக்கும் தெரியாது. விஜயாவின் அம்மா அப்போதே முடிந்த காபிக்கடையை மீண்டும் அவசர அவசரமாகத் துவக்க ஆரம்பித்தாள். அப்பா கொல்லைப்புறம் எங்கோ போயிருந்தார். ஜமுனா பூச்செடித் தொட்டிகளைக் கொத்திக்கொண்டிருந்தாள். விஜயா சிற்றப்பாவை உட்காரச் சொன்னாள். அவர் ஒரு விநாடி உட்கார்ந்திருந்த பிறகு எழுந்து தமது பெட்டியிடம் சென்றார். விஜயா ஓடிப்போய் அப்பாவிடம் சிற்றப்பா வந்திருப்பதைச் சொன்னாள்.

எல்லாரும் குளித்து, ஆங்கிலம், தெலுங்கு தினசரிகளைப் பார்த்தாகிவிட்டது. இன்னமும் அரைமணி நேரத்தில் சாப்பிட உட்கார்ந்தாக வேண்டும். அப்பாவும் சிற்றப்பாவும் உட்கார்ந்து பேசிக்கொண்டிருந்தார்கள். விஜயா அப்பா பக்கத்தில் நின்றாள். சிற்றப்பா "விஜயா நன்றாக வளர்ந்துவிட்டாள். நான்கு வருஷத்திற்கு முந்திக்கும் இப்போதைக்கும் அடையாளமே தெரியவில்லை" என்றார்.

விஜயாவுக்குச் சிற்றப்பாவை நான்கு வருஷங்களுக்கு முந்திப் பார்த்ததாகக்கூட நினைவில்லை. அவள் அப்பாவைக் கடற்கரையில் உள்ள ஊர்களுக்கு ஒன்று மாற்றி ஒன்றாக மாற்றிக்கொண்டு வந்தார்கள். அவள் பிறந்தது காகிநாடாவில், தன் தாத்தா வீட்டில். சில ஆண்டுகள் சென்னையில். பிறகு கல்கத்தா. அப்புறம் கொச்சி. அதற்குப் பிறகு விசாகப்பட்டணம். பிறகு பம்பாய். இப்போது மறுபடியும் சென்னை. சென்னைக்கு

வந்து ஒரு மாதங்கூட முழுவதும் ஆகவில்லை. இந்த ஒன்பது வருஷப் படிப்பில் ஐந்து பள்ளிக்கூடங்கள்; நான்கு வெவ்வேறு பாஷைகள். ஒன்றுகூட நன்றாக எழுதிப் பேசும் அளவுக்குத் தெரியாது, இப்போதுகூடப் பள்ளிக்கூடம் இல்லை. இன்னும் நான்கைந்து மாதங்களுக்குப் பிறகுதான் ஒரு புதுப் பள்ளிக்கூடத்தில் சேர வேண்டும்.

சிற்றப்பா மணிபர்ஸிலிருந்து சில புகைப்படங்களை எடுத்துக் காண்பித்தார். "இதுதான் சிட்டி. இதை எடுக்கும்போது பதின்மூன்று வயசுகூட இருக்காது. இப்போது படிப்பை முடித்து வீணை கற்றுக்கொண்டிருக்கிறாள். இதுதான் சியாமளா. இது ரங்கராஜு. இது ராமதாஸ். நாங்கள் பத்திராசலம் போயிருந்தபோது பிறந்தவன்..." இப்படியாகக் காண்பித்துக்கொண்டிருந்தார். விஜயா சிற்றப்பாவின் தோளுக்கு மேலிருந்து பார்த்துக்கொண்டிருந்தாள். அப்பா ஒவ்வொரு படத்தையும் ஒரு முறை உற்றுப் பார்த்துவிட்டுச் சிற்றப்பாவிடம் திருப்பிக் கொடுத்துக்கொண்டிருந்தார்.

விஜயா சிற்றப்பாவின் முகத்தைப் பார்த்தாள். சிற்றப்பாவும் அப்பாவைப் போலக் கறுப்புத்தான். ஆனால் இருவருக்கும் வேறு எவ்வளவோ வித்தியாசங்கள். சிற்றப்பாவின் முகம் அகன்று பெரிதாக இருந்தது. அப்பாவுக்குச் சிறிய, ஒட்டிப் போன முகம். அப்பாவினுடைய தலைமயிரை எண்ணிவிடலாம் போலிருந்தது. சிற்றப்பாவுக்கு அடர்த்தியாக, கற்றை கற்றையாகத் தலைமயிர். இருவருக்கும் நன்றாக நரைக்க ஆரம்பித்துவிட்டது. சிற்றப்பாவினுடைய முகத்தில் கறுப்புடன் சில இடங்களில் பச்சை, ஊதா நிறங்கள்கூட இருப்பது போலிருந்தது. அப்பாவுக்கு ஆனாலும் மிகவும் ஒட்டிய கன்னங்கள். விடாமல் சிகரெட் குடிப்பதனால் இருக்குமோ? விஜயாவுக்குத் தன் அப்பா ஓயாமல் சிகரெட் குடிப்பது பற்றிச் சிறிது வருத்தந்தான். அதிலும் நாற்றமாக நாறும் 'சார்மினார்' சிகரெட். சிற்றப்பா இந்த விஷயத்தில் எவ்வளவோ மேல்.

ஜமுனாவும் அவர்கள் இருக்கும் இடத்துக்கு வந்தாள். சிற்றப்பாவைப் பார்த்து, "ரங்கராஜு, சியாமளா எல்லாரும் நன்றாகப் படித்துக்கொண்டிருக்கிறார்களா?" என்று கேட்டாள். சிற்றப்பா, "ஊம், சியாமளா ஆறாவது பாரம், ரங்கராஜு இரண்டாவது, இல்லை, மூன்றாவது பாரம். ராம்தாஸ், சின்னப் பையன்; இப்போதுதான் நாலாவது வகுப்பு" என்றார். பிறகு அப்பாவைப் பார்த்து, "சிட்டியும் ஜமுனாவும் ஒரே வயசு தானே?" என்று கேட்டார்.

அப்பா ஒரு நிமிஷம் யோசித்தார். பிறகு, "ஜமுனா சிட்டியைவிடப் பெரியவள் இல்லையா? சிட்டி எந்த வருஷம்?" என்று கேட்டார்.

"ஆயிரத்துத் தொள்ளாயிரத்து முப்பத்தொன்பது. அவள் பிறந்த அடுத்த வாரம் யுத்தம் ஆரம்பித்தது."

"ஜமுனா முப்பத்தெட்டு ஜூன். சிட்டியைவிட ஒரு வயசு பெரியவள்."

விஜயாவுக்குச் சிரிப்பு வந்துவிடும் போல் இருந்தது. அப்பா தயக்கமில்லாமல் ஜமுனாவுக்கு இருபது வயசு என்று ஒப்புக்கொண்டுவிடுகிறார். அம்மாவானால் நிச்சயம் இரண்டு மூன்று வயசாவது குறைத்துத்தான் சொல்லுவாள். அம்மாவுக்கு உலகத்தில் இருக்கும் எல்லாப் பையன்கள் பெண்களும் தன் குழந்தைகளைவிட வயசில் அதிகமானவர்கள்.

உள்ளே யாரோ "உஸ், உஸ்" என்று பூனையை விரட்டிக்கொண்டிருந்தார்கள். விஜயா எட்டிப் பார்த்தாள். யாரும் பூனையை விரட்டவில்லை. அவள் அம்மாதான் பெண்களில் யாராவது ஒருவரைக் கூப்பிட்டுக் கொண்டிருந்தாள். விஜயா அம்மா அருகே சென்றாள். அம்மா தணிந்த குரலில், "இந்தப் பக்கமாகப் போய் இரண்டு வாழையிலை வாங்கிக்கொண்டு வா" என்றாள். விஜயா சில்லறையை வாங்கிக்கொண்டு கொல்லைப் புறமாகக் கடைக்குச் சென்றாள். போகும்போது ஒரு முறத்தில் வைத்திருந்த உலர்ந்த பச்சை அகத்திக் கீரையை மீண்டும் வெயிலில் உலர்த்திவிட்டுச் சென்றாள்.

சாப்பாடான பிறகு அப்பா காரியாலயத்துக்குப் போய்விட்டார். அதற்குள் அம்மாவுடன் தாராளமாகப் பேசும் அளவுக்குச் சிற்றப்பா பழகிவிட்டார். அவரை எதைப் பற்றிக் கேட்டாலும் எப்படியோ சிட்டி, சியாமளா, ரங்கராஜு, ராம்தாஸ் இவர்களைப் பற்றி நான்கு வார்த்தையாவது தம்முடைய பதிலில் சேர்க்காமல் இருக்கமாட்டார். சிட்டி வீணை கற்றுக்கொள்ள ஆரம்பித்து இரண்டே வருஷங்கள் ஆகின்றன. அதற்குள் கீர்த்தனங்களை நன்றாக வாசிக்கிறாள். கேட்டவர்கள் எல்லாரும் ராஜமகேந்திரவரம் சத்தியநாராயண மூர்த்தியே மறுபிறப்பு எடுத்துவிட்டாரோ என்று அதிசயிக்கிறார்கள். ராம்தாஸ் படிப்பில் வெகு கெட்டிக்காரன். ரங்கராஜுவுக்குப் பதின்மூறு வயசு முடியவில்லை. அதற்குள் மேஜைக் கடிகாரத்தைப் பிரித்துப் போட்டுப் பிறகு ஒன்று சேர்த்துவிடுகிறான். மிகவும் கூர்மையானவன்.

விஜயாவுக்குக் கொட்டாவி வந்தது. சிற்றப்பா அவளிடந்தான் பேசிக்கொண்டிருந்தார். அம்மா சாப்பாடான பிறகுகூட விசேஷமாகச் சமையலறையில் வேலையாக இருந்தாள். ஜமுனாதான் விஜயாவுக்கு நினைவு தெரிந்ததிலிருந்து யாரிடமும் அதிகம் பேச்சு வைத்துக்கொள்வதில்லை. அதிலும் இப்போது சிறிது நாட்களாக மகா மோசம். கிட்டத்தட்ட உம்மணா மூஞ்சியாகவே மாறிவிட்டாள். விஜயா, "இதோ வந்துவிட்டேன், சிற்றப்பா" என்று சொல்லிவிட்டு உள்ளே சென்றாள். சென்று கிணற்றருகே வெயிலில் வைத்திருந்த முறத்தைத் துழாவினாள். கீரை நன்றாக உலர்ந்திருந்தது. வேலைக்காரி இரும்பு உரலில் இடிக்க அம்மா அதில் இடிபடும் கொத்தமல்லியையும் மிளகாய்வற்றலையும் புரட்டிப் போட்டுக்கொண்டிருந்தாள். விஜயா அம்மாவிடம், "அம்மா, இது ஆனபிறகு இந்த அகத்திக்கீரையையம் சிறிது பொடி பண்ணித் தரச் சொல்கிறாயா?" என்றாள். அம்மா, "இது என்ன வேலையற்ற வேலை? பொழுது போகவில்லையென்றால் அகத்திக்கீரையையும் கத்தரிக்காயையுமா பொடி பண்ணிக்கொண்டிருப்பது? இன்னும் எவ்வளவோ வேலை இருக்கிறது" என்றாள். விஜயா, "அம்மா, அம்மா" என்று கெஞ்சினாள். "இந்த ஒரே ஒரு தடவைதான் அம்மா" என்றாள்.

இதுவரையில் அவள் அறியாத ஒரு வாசனை விஜயாவின் மூக்கைத் துளைத்தது. விஜயா வாசல் அறையில் எட்டிப் பார்த்தாள். சிற்றப்பா கோணலும் மாணலுமாகச் சுற்றிய ஒரு சுருட்டைப் புகைத்துக்கொண்டே ஒரு கட்டு முழுப் புகையிலையைச் சுற்றி ஒரு துணிப் பையில் வைத்துக் கொண்டிருந்தார். அவரைச் சுற்றிக் கீழே புகையிலை நரம்புகள் சில சிதறிக் கிடந்தன. அந்த நாற்றம் வயிற்றைக் குமட்டியது. சிற்றப்பாவுக்குச் சார்மினார்

கீர்மினார் எல்லாம் சரிப்படாது. ஒவ்வொரு தடவையும் ஒரு புகையிலையை நரம்பு விலக்கி அவ்வப்போதுக்குச் சுருட்டுத் தயார் செய்துகொண்டு புகை பிடிக்க வேண்டும். அவருடைய கறுத்து அகன்ற முகத்தை அந்தச் சுருட்டுடன் பார்த்தபோது விஜயாவுக்கு அவர் பட்டணவாசியாகத் தோன்றவில்லை. அப்பா மேல். எவ்வளவோ மேல்.

சிற்றப்பா குறட்டை விட்டுத் தூங்கிக் கொண்டிருந்தார். பாவம் ரயிலில் வந்த அலுப்பு. விஜயா அவர் பெட்டி வைத்திருந்த மூலையில் எதையோ தேடினாள். பிறகு மெதுவாக அந்தப் பெட்டியை நகர்த்தினாள். அந்தக் கோடியில் ஒரு காகிதப் பொட்டலம் இருந்தது. ஏதோ தெலுங்கு வாரப் பத்திரிகை ஒன்றின் இதழில் மஞ்சள் பொடிப் பொட்டலம் கட்டியிருந்தது. அந்தக் காகிதம் குறைந்தது ஒரு வருஷப் பழையது ஆனபடியால் இரண்டோர் இடங்களில் பொத்தலிட்டிருந்தது. விஜயா வெகு ஜாக்கிரதையாக மஞ்சள் பொடியை இன்னொரு காகிதத்தில் மாற்றிப் பொட்டலம் கட்டி வைத்தாள். அந்தப் பத்திரிகைக் காகிதத்தை வெளியே எறியப் போனாள். ஆனால் ஏதோ தோன்றி, அதைப் பிரித்து, ஒரு வரி விடாமல் படித்தாள் அவளுக்கு நன்றாகத் தெரிந்த பாஷைகள் தெலுங்கும் ஆங்கிலமுந்தான். அந்தக் காகிதத்தில் ஒரு சிறுகதையின் பிற்பகுதி மட்டும் இருந்தது. அதைப் படித்தாலே கதையைப் புரிந்துகொண்டு விடலாம். ஆனால் அவ்வளவு சிரத்தையுடன் படித்ததற்குக் கதை நன்றாகவே இல்லை. விஜயா மறுமுறை அந்தக் காகிதத்தைக் கசக்கி உருண்டையாக்கித் தூர எறிந்தாள். அது தார் ரோடு நடுவில் போய் விழுந்தது. அவர்கள் வீட்டு வாசலுக்கும் வீட்டு வெளிச்சுவருக்கும் இடையில் நான்கடிகூட இராது. வெளிச் சுவர் கேட் தாண்டின உடனேயே தார் ரோடு ஆரம்பித்துவிடும். விஜயா தார் ரோடைக் கூர்ந்து கவனித்தாள். அவர்கள் வீட்டு வாசல் எதிரே அவள் அன்று விடியற்காலை போட்டிருந்த கோலம் முக்கால்வாசிக்கும்மேல் அழிந்துபோய் மிகவும் மங்கலாகத் தெரிந்தது. இரண்டு நாட்களாகவே விஜயா விடியற்காலையில் எழுந்து, தார் ரோடை ஒரு பத்தடிச் சதுரத்துக்குத் தண்ணீர் தெளித்து அந்தப் பெரிய கோலத்தைப் போடப் பழகிக்கொண்டிருந்தாள். நேற்றைக்கு இன்று கை மிகவும் திடமாக, நடுக்கமில்லாமல் இருந்தது. நாளைக்கு இன்னமும் நன்றாக இருக்க வேண்டும். சங்கராந்தி அல்லவா?

விஜயா சுவரோரமாகச் சென்று கிணற்றங்கரையை அடைந்தாள். அந்த வீட்டில் நிலப் பரப்பே மிகவும் குறைவு. நிலத்தில் அதிக இடை வெளியே விடாமல் வீட்டைக் கட்டிவிட்டார்கள். ஆனால் அந்தச் சிறிய இடைவெளியில்கூட ஒரு மாதத்துக்குள் ஐம்பது செடிகளை ஜமுனா ஏற்படுத்திவிட்டாள். பாதிக்குமேல் அவை சிறுசிறு தொட்டிகளில் வைக்கப் பட்டிருந்தன. எப்போதோ பெரியனவாகிப் பூக்கப் போகின்றன. ஆனால் தினம் தவறாமல் அவற்றுக்குத் தண்ணீர்விட்டு வளர்க்க வேண்டும். கிணற்றருகில் ஒரு தவலையில் பாதி தண்ணீர் இருந்தது. விஜயா அதை எடுத்து ஐந்தாறு தொட்டிகளுக்கு நிரவித் தண்ணீர் விட்டாள். ஜமுனாவுக்கு எவ்வளவோ உதவியாக இருக்க வேண்டுமென்று அவளுக்கு மிகுந்த ஆவல். ஆனால் ஜமுனா அவளை எந்தவித ஒத்தாசைக்கும் கூப்பிட்டதில்லை. ஜமுனா ஏன் நாளுக்கு நாள் இந்த மாதிரி மாறிக்கொண்டு போகிறாள்? அவளுக்கென்று, பாவம், வரும் வரன்களெல்லாம் தட்டிக்கொண்டே போகின்றன.

மத்தியான்ன வெயில் சுளீரென்று அடித்தது. விஜயா உள்ளே சென்று, இடித்து வைத்திருந்த அகத்திக்கீரைப் பொடியைப் பார்த்தாள். நல்ல பச்சையாகத்தான் இருந்தது. ஆனால் ஒரு சீரான பொடியாக இல்லை. ஒரு பழைய வெள்ளைத் துணித்துண்டை வைத்துக்கொண்டு விஜயா அந்தப் பொடியைச் சலித்தாள். சலித்த பொடியைவிட வண்டல்தான் அதிகமாக இருந்தது. அதைப் போட்டு உரலில் இடித்தாள். எல்லாமாகச் சேர்ந்து இரண்டு கைப்பிடியளவு பொடியாயிற்று. அதைப் பொட்டலம் கட்டிவைத்தாள். பிறகு அடுப்புக் கரியைப் பொடி செய்தாள். அதையும் தனியாகப் பொட்டலம் கட்டிவைத்துக் கையைத் தேய்த்துக் கழுவினாள்.

உள்ளே ஜமுனா பூரி இட்டுப்போட அம்மா பொரித்து எடுத்துக் கொண்டிருந்தாள். விஜயாவைப் பார்த்தவுடன், "என்ன, உரலைக் குட்டிச்சுவராக்கி விட்டாச்சோ இல்லையோ?" என்று கேட்டாள். விஜயா ஒரு பூரியை எடுக்கப் போனாள். அம்மா, "போடு அதை. சிற்றப்பாவுக்குக் கொடுத்த பிறகு நீ தின்னலாம்" என்றாள். விஜயா சிற்றப்பாவிடம் சென்று பார்த்தாள். பிறகு அம்மாவிடம் வந்து, "சிற்றப்பா இன்னமும் தூங்கிக்கொண்டிருக்கிறார் அம்மா" என்றாள். "சரி, நீ உட்கார்" என்றாள் அம்மா.

விஜயா ஒரு தட்டைப் போட்டுக்கொண்டு உட்கார்ந்தாள். இரண்டு பூரியை எடுத்து அம்மா அந்தத் தட்டில் போட்டாள். அப்படியே, "கொஞ்சம் சாதம் சாப்பிடுகிறாயா?" என்று கேட்டாள்.

"வேண்டாம்" என்றாள் விஜயா.

"அப்படியெல்லாம் சாப்பிட்டால்தான் உன் உடம்பு நன்றாக இருக்குமே" என்றாள் அம்மா. விஜயா தன் உடம்பைப் பார்த்துக்கொண்டாள். அது நன்றாகத்தான் இருந்தது.

அப்பாவும் சீக்கிரம் காரியாலயத்திலிருந்து திரும்பிவிட்டார். அப்பா, சிற்றப்பா, விஜயா எல்லாரும் கடைத்தெருவுக்குக் கிளம்பினார்கள். சிற்றப்பா விடாமல் பேசிக்கொண்டே வந்தார். பாஷையென்று பார்த்தால் எல்லாம் ஒரே தெலுங்குதான். ஆனால் அவர் பேசுவது என்னவோ வேறு மாதிரியாக இருந்தது. ஒவ்வொரு வார்த்தையையும் ராகம் போட்டு உச்சரித்தார். சில சமயங்களில் பரவாயில்லை. சில சமயங்களில் சிரிப்பு வந்தது. விஜயா அவர் முகத்தைப் பார்த்தபடியே நடந்துவந்தாள். அப்பா அன்று ஏகப்பட்ட கறிகாய்களை வாங்கினார். பழம், பூ எல்லாம் சிறிது அதிகப்படியாகவே. நான்கு கடைக்கு ஒரு கடை கரும்பும் மஞ்சள் கொத்துமாக வைத்திருந்தார்கள். அப்பா பெரிய கரும்பாக இரண்டு வாங்கினார். எல்லாவற்றையும் அவராலே தூக்க முடியவில்லை. விஜயா ஒரு கரும்பை வாங்கிக்கொண்டாள். இன்னொன்றைச் சிற்றப்பா தூக்கிக்கொண்டார். கடைகளெல்லாம் தாண்டி வந்தபிறகு அப்பா திடீரென்று, "மறந்தே போய்விட்டேனே!" என்றார். எல்லாருமாக ஒரு மளிகைக் கடைக்குப் போனார்கள். அப்பா கடைக்காரனைப் புது வெல்லம் இரண்டு வீசை கட்டச் சொன்னார். கடையுள் ஒரு மூலையில் ஒரு பையன் நின்றுகொண்டிருந்தான். விஜயா அவனிடம் சென்று, தயக்கத்துடன், "இங்கே ரங்கோலி வர்ணம் இருக்கிறதா?" என்று கேட்டாள்.

பையன் உரத்த குரலில், “என்னது?” என்று கேட்டான்.

“ரங்கோலி வர்ணம்.” பம்பாயில் எல்லாம் அப்படித்தான் சொல்லுவார்கள்.

“அப்படியென்றால்?”

பம்பாயில் கேட்டவுடனே ஒரு பெரிய காகிதப்பையை எடுத்துத் தருவான். அதில் குறைந்தது ஆறு வர்ணங்களாவது தனித்தனிப் பொட்டலமாகக் கட்டியிருக்கும். விஜயா “ஒன்றும் இல்லை” என்று சொல்லி அப்பா பக்கம் நகர்ந்தாள்.

இதற்குள் அப்பா வெல்லத்தைக் கையில் வாங்கிக்கொண்டு, “என்ன, என்ன?” என்று கேட்டார்.

விஜயா, “ஒன்றும் இல்லை” என்றாள்.

கடைக்காரன், “என்ன வேண்டும்?” என்று கேட்டான்.

பையன், “ஏதோ கோலி வேண்டுமாம்,” என்றான்.

அப்பா மறுபடியும், “என்ன வேண்டும், விஜயா?” என்று கேட்டார்.

விஜயா, “ஒன்றும் இல்லை. ரங்கோலி வர்ணம் கிடைக்குமா என்று பார்த்தேன்” என்றாள்.

“கிடைக்காமல் என்ன? ஏம்பா, ரங்கோலி வர்ணம் இருக்கிறதா?” என்று அப்பா கேட்டார்.

கடைக்காரன், “அது என்னாங்க?” என்று கேட்டான்.

“அது தானப்பா, ரங்கு ரங்காக இருக்கும்.”

கடைக்காரன் விழித்தான். விஜயா, “வேண்டாம், அப்பா” என்றாள். கடையிலிருந்து இரண்டடிகூட வைக்கவில்லை. சிற்றப்பா விஜயாவைக் கேட்டார், “அது என்னது?”

“அதுதான் வர்ணம் வர்ணமாகக் கோலம் போடுவது” என்றாள் விஜயா. சிற்றப்பா, “ஓகோ” என்றார்.

கடைக்காரன், “பஞ்சவர்ணக் கோலங்களா?” என்று கேட்டான். விஜயா அப்பாவின் முகத்தைப் பார்த்தாள். அப்பா கடைக்காரனைக் கேட்டார்: “அது என்னப்பா அது?”

“அதுதானுங்க, கோலத்திலேயே பச்சை நீலம் வர்ணம் போடுவது. அப்போதே கேட்கக் கூடாதா? டேய் பையா, அந்த ஓரத்து டப்பா நாலையும் எடு.”

அம்மா கறிகாய்களைப் பிரித்துக் காம்பு ஆய்ந்து வைத்தாள். ஜமுனா வீடு முழுக்க மாக்கோலம் இட்டுக்கொண்டிருந்தாள். விஜயா அந்த நான்கு பொட்டலங்களையும் பிரித்துப் பார்த்தாள். வர்ணங்கள் அவ்வளவு ஒன்றும் சுவாரசியம் இல்லை. அந்தப் பச்சைக்கு இவள் இடித்துவைத்திருந்த அகத்திக்கீரைப் பொடி எவ்வளவோ மேல். பம்பாயிலானால் வர்ணங்கள் பளிச்சென்று இருக்கும். சிறிது ஜிகினாப் பொடியையும் தூவி இருப்பார்கள்.

ஜமுனாவும் அம்மாவும் படுத்துக் கொண்டாகிவிட்டது. வாசற்படி தாண்டி இருக்கும் நான்கடி இடைவெளியில் அப்பாவும் சிற்றப்பாவும் ஒரு பெஞ்சைப் போட்டுக்கொண்டு பேசிக்கொண்டிருந்தார்கள். விஜயா சிறிது நேரம் படியில் உட்கார்ந்தபடி கேட்டுக்கொண்டிருந்தாள். சிற்றப்பாவின் மாமனாரின் தங்கை தவறிப் போய்விட்டாள். ஆதலால் சித்தி, சிட்டி, சியாமளா, ரங்கராஜு எல்லாரும் அங்கே போயிருந்தார்கள். சிற்றப்பாவின் மாமனார் வீடு ஒரு சுத்தப் பட்டிக்காடான கனகலபப்பள்ளியில் இருந்தது. சிற்றப்பாவுக்குப் பட்டிக்காடென்றால் கொஞ்சங்கூடப் பிடிக்காது. ஒரு நடை சென்னைக்குத்தான் வந்து அண்ணா, மதனியையெல்லாம் பார்த்துவிட்டுப் போகலாமே என்று வந்தார். சிற்றப்பாவுக்குப் பட்டிக்காடென்றால் கொஞ்சமும் பிடிக்காது. சிட்டியின் வீணை வாசிப்பைக் கேட்டால் ராஜமகேந்திரவரம் சத்திய நாராயணமூர்த்தி வாசிப்பதைக் காட்டிலும் நன்றாக இருக்கும். சியாமளாவுடைய பரிசுகளை வைக்க வீட்டில் இருக்கும் அலமாரியெல்லாம் போதவில்லை. ரங்கராஜு பெரிய 'மெக்கானிக்'. மோட்டார் காரைக்கூடச் சரி செய்துவிடுவான். சிற்றப்பாவுக்குப் பட்டிக்காடென்றால் கட்டோடு பிடிக்காது.

விஜயாவுக்குக் கொட்டாவி மேல் கொட்டாவியாக வந்தது. அப்பாவுடைய 'சார்மினாரு'ம் சிற்றப்பாவினுடைய முழுப் புகையிலைச் சுருட்டும் கடுமையான மேகமண்டலங்களை உற்பத்தி செய்துகொண்டிருந்தன. விஜயா உள்ளே சென்று படுத்தாள். படுப்பதற்கு முன் அலாரம் கடிகாரத்துக்குச் சாவி கொடுத்தாள். அலாரம் ஐந்து மணிக்குப் பொருத்தியிருந்தது. விஜயா அதை நான்கரையாகச் செய்தாள். படுத்த ஒரு நிமிஷத்துக்குள் தூங்கிவிட்டாள்.

விஜயாவுக்குக் கண் விழிப்புக் கொடுத்தபோது என்ன நேரமென்று தெரியவில்லை. அப்பாவும் அம்மாவும் சிற்றப்பாவும் வெவ்வேறு விதமாகக் குறட்டை விட்டுக்கொண்டிருந்தார்கள். விஜயாவுக்கு நாம்கூடக் குறட்டை விடுகிறோமோ என்ற சந்தேகம் ரகசியமாக உண்டு. சில சமயங்களில் பிறர் குறட்டைவிடும் சப்தம் பெரும்பயத்தை உண்டாக்குவதாக இருக்கும். ஆனால் இப்போது ஒன்றும் பயம் தோன்றவில்லை. ஆதலால் கட்டாயம் நடுராத்திரியைத் தாண்டியாயிற்று. விஜயா படுத்தபடியே கடிகாரத்தை உற்று நோக்கினாள். அந்தக் கடிகாரத்துக்கு இருட்டிலும் தெரியக்கூடியது என்றுதான் பெயர். ஆனால் சிறிது நேரம் பிரயத்தனம் செய்தால்தான் அதன் முட்கள் இருக்கும் இடம் லேசாகத் தெரியும். அதற்குள் கண்கள் வலிக்க ஆரம்பித்துவிடும். அதற்குள் விளக்கைப் போட்டுக்கொண்டு வெளிச்சத்திலேயே பார்க்கலாம். ஆனால் விளக்குப் போட்டால் அநேகமாக வீட்டிலுள்ளோர் எல்லாரும் எழுந்துவிடுவார்கள். அவர்கள் ஒவ்வொருவராக "என்ன? என்ன?" என்று கேட்கும் கேள்விக்கு மறுபடியும் மறுபடியும் காரணம் கூறவேண்டும்.

விஜயா கடிகாரத்தைப் பார்த்தாள். அதன் சத்தம் நன்றாகக் கேட்டது. சிறிது நேரத்துக்குப் பிறகு நேரமும் பார்க்க முடிந்தது. அப்போது நான்கு அடித்து இருபத்தைந்து நிமிஷங்கள் ஆகியிருந்தன. இந்த மாதிரி விழிப்புக் கொடுக்கும் என்று தெரிந்திருந்தால் கடிகாரத்தைப் பொருத்தி வைத்திருக்க வேண்டிய அவசியம் இல்லை. விஜயா கண்ணை மூடிக்கொண்டு

சாயிபாபாவை நினைத்துக்கொண்டாள். இரண்டு முறை, "நான் இருக்கப் பயமேன்? நான் இருக்கப் பயமேன்?" என்று கூறிக்கொண்டாள். அது ஒரு மந்திரமாக அவளுக்குத் தோன்றவில்லை. ஆனாலும், சாயிபாபா வில்லை எல்லாவற்றிலும் அந்த எழுத்துக்கள் காணப்பட்டன. ஒருவேளை தமிழில் எதைச் சொன்னாலும் மந்திரமாகிவிடும் போலிருக்கிறது.

கடிகாரம் வெடித்துவிடுவது போல் மணி அடிக்க ஆரம்பித்தது. விஜயா ஒரு நொடியில் எழுந்து அதன் தலையில் உள்ள ஒரு பொத்தானை அமுக்கினாள். அது உடனே நிசப்தமாயிற்று. அதை எடுத்து மேஜைமேல் வைத்தாள். அவளுக்கு அன்று காலை மிகத் தெளிவாக இருந்தது.

என்றும் இல்லாத நாளாக, சொல்லி வைத்திருந்தபடி வேலைக்காரியும் அன்று சீக்கிரமாகவே வந்துவிட்டாள். ஒரு வாளி நிறையத் தண்ணீர் எடுத்து வந்து வாசல் முன்னால் தார் ரோடைக் கழுவினாள். தெருவில் அநேகமாக எல்லா வீடுகளிலும் விளக்கு எரிவது தெரிந்தது. பொழுது அப்பொழுதுதான் விடிய ஆரம்பித்திருந்தது. கீழ்வானத்தில் தோன்றிய வர்ணங்கள் கிறுகிறுப்பை உண்டாக்கின. விஜயா ஒரு நிமிஷம் அப்படியே அதைப் பார்த்து லயித்தபடி நின்றாள். பிறகு தெருவில் கழுவிவிட்ட பரப்பில் கோலப் பொடியால் புள்ளியிட ஆரம்பித்தாள். வரிசை வரிசையாக இட்ட நூற்றுக் கணக்கான வெண்புள்ளிகள் ஒரு கோட்டைப்போல் தோற்றம் அளித்தன.

பொழுது இன்னமும் சிறிது புலர்ந்தது. விஜயா புள்ளிகளைச் சேர்த்துக் கொண்டிருந்தாள். எங்கோ இருக்கும் ஒரு புள்ளியிலிருந்து ஆரம்பித்த கோடு ஏதேதோ புள்ளிகளைத் தொட்டுக்கொண்டு எங்கோ போய் முடியும். வலப்புறமும் இடப்புறமும் ஒரே மாதிரி; மேலும் கீழும் ஒரே மாதிரி. தெருவில் சிறிது நடமாட்டம் ஆரம்பமாகிவிட்டது. விஜயா வெகு வேகமாகக் கோலத்தை முடித்தாள். ஓர் இடத்திலும் கோணவில்லை. ஓர் இடத்திலும் புள்ளி பிசகவில்லை.

வர்ணங்களைக் கொண்டுவர விஜயா திரும்பினாள். கேட்டருகே சிற்றப்பா ஒரு வேப்பங்குச்சியுடன் உட்கார்ந்திருந்தார். அவர் சில நிமிஷங்களாகவே அங்கு மிகக் கவனமாக உட்கார்ந்திருக்க வேண்டும். விஜயாவைப் பார்த்தவுடன், "சியாமளாவால்கூட இவ்வளவு அழகாகப் போட முடியாது" என்றார். விஜயா சிற்றப்பாவின் முகத்தை ஒருமுறை உற்றுப்பார்த்தாள். பிறகு வர்ணப் பொட்டலங்களைக் கொண்டு வர உள்ளே சென்றாள். அவள் மறுபடியும் வெளியே வந்தபோது சிற்றப்பா நின்றுகொண்டிருந்தார். பால்காரன் மாட்டுடன் வந்திருந்தான். அவன் தினமும் கேட்டுக் கம்பி ஒன்றில் மாட்டைக் கட்டிக் கறப்பான். இன்று சிறிது தூரம் தள்ளி ஒரு லாந்தல் கம்பத்தில் மாட்டைக் கட்டிக்கொண்டிருந்தான். சிற்றப்பாதான் ஏதாவது சொல்லியிருக்க வேண்டும்.

கோலத்தின் வெளிப்புறக் கரைக்குப் பச்சை வர்ணம். அதற்கடுத்து இரண்டு பட்டைகள் ஒன்றையொன்று ஊடுருவிக்கொண்டு சென்றன. அவற்றுக்காக முதலில் ஏதோ வர்ணம் எடுத்த விஜயா மீண்டும் பச்சையையே எடுத்துக்கொண்டாள். அதன் பிறகு சிவப்பு வர்ணத்தைப் பரப்பினாள். சிற்றப்பா இப்போது அவள் பக்கத்திலேயே வந்து நின்று

கோலம்

பார்த்துக்கொண்டிருந்தார். அந்த இரு பட்டைகளும் ஒரே சீராக முறுக்கி விட்ட கயிறுபோல் காட்சியளித்தன. அப்புறம் சிறியது பெரியதாக எத்தனையோ தீவுகள்: வெள்ளை, கறுப்பு, மஞ்சள், நீலம், மீண்டும் பச்சை, சிவப்பு.

இப்போது நன்றாக வெளிச்சமாகிவிட்டது. பனிதான் லேசாகப் பெய்ய ஆரம்பித்திருந்தது. கோலத்துக்கு வர்ணம் பரப்புவது பாதியளவு பூர்த்தியாகி யிருந்தது. விஜயாவுக்கு முதுகும் கழுத்தும் வலித்தன. முதுகைச் சிறிது பின்புறமாக வளைத்தபடி நின்று கோலத்தைப் பார்த்தாள். கோலம் அவள் கண்ணுக்கே பொறாமை எழுப்பும்படி இருந்தது. மிகவும் அழகாக இருந்தது. அதைப் பூர்த்தி செய்துவிட்டால் எங்கே அழகு குறைந்துவிடுமோ என்ற தயக்கம் தோன்றிற்று.

அந்தப் பதினெட்டாம் எண் வீட்டுப் பையன் காக்கி உடை அணிந்து கொண்டு வேலைக்குக் கிளம்பிவிட்டான். பண்டிகையன்றுகூட விடுமுறை அளிக்காத ஒரு தொழிற்சாலையில் பயிற்சி போலிருக்கிறது. சிற்றப்பாவுக்கு வாயில் இருப்பதைத் துப்ப வேண்டும். அங்கும் இங்கும் பார்த்தார். பிறகு அவ்வளவு தூரம் போய்க் கொல்லைப் புறத்தில் துப்பினார். அந்தப் பையனுடைய பூட்ஸுகள் 'கொட், சறுக், கொட், சறுக்' என்று சப்தம் போட்டன. விஜயா சிறிது தள்ளி நின்றாள். அவன் அவளைத் தாண்டிச் சென்றுவிட்டான். கோலம் இரண்டு இடங்களில் பூட்ஸ் காலால் மிதிபட்டு வர்ணம் சிதைந்து உருக்குலைந்து இருந்தது.

விஜயாவின் மூக்கும் உதடுகளும் துடித்தன. அழுகை வெடித்துக்கொண்டு வரும்போல் இருந்தது. அந்தச் சமயம் அந்தப் பக்கம் வந்த வேலைக்காரி விஜயா நிற்பதைப் பார்த்துவிட்டுப் பதறிப்போய், "என்ன என்ன?" என்று ஓடிவந்தாள். சிற்றப்பாவும் வந்துவிட்டார். கோலத்தைப் பார்த்து ஒன்றும் புரியாமல் நின்றார். வேலைக்காரி, "பாவம்! குழந்தை எவ்வளவு ஆசையாகப் போட்டது!" என்றாள். சிற்றப்பாவின் கண்கள் வெகுண்டு புடைத்திருந்தன. தெருவில் பார்த்தார். அந்த இளைஞன் இருபது கஜ தூரங்கூடத் தாண்டி யிருப்பான். சிற்றப்பா தம் பெருத்த உடலைப் போட்டுக்கொண்டு ஒரே பாய்ச்சலாக ஓடினார். அந்தப் பையனைத் தரதரவென்று இழுத்து வந்தார். அவனுக்கு இருபது வயசு இருக்கும். நன்றாகவே வளர்ந்திருந்தான். கோலத்தருகே வந்தவுடன் சிற்றப்பா, "ஏமிராதி!" என்றார். அவர் போட்ட சத்தம் விஜயாவுக்கும் தூக்கி வாரிப்போட்டது. அப்பாவும் ஜமுனாவும் வெளியே வந்துவிட்டார்கள்.

சிற்றப்பா மறுபடியும் அவனை, 'ஏமிராதி?' என்றார். அவன் பிரமித்துப் போயிருந்தான். அவனுக்குத் தெலுங்கும் புரியாது. சிற்றப்பாவின் முகம் பயங்கரமாக இருந்தது. அப்பா மிரண்டு போய், "அவரை விட்டுவிடு, சுப்பு. அவரை விட்டுவிடு சுப்பு" என்று சிற்றப்பாவைக் கெஞ்சினார். சிற்றப்பா உலகத்திலிருக்கும் வெறுப்பையெல்லாம் வாயில் அடக்கிக்கொண்டு, "உனக்குக் கண்ணில்லை? அறிவு இல்லை?" என்று அந்தப் பையனிடம் கேட்டார். பிறகு அவனை உதறித் தள்ளினார். யாருக்கும் ஒன்றும் பேசத் தோன்றவில்லை. அந்தப் பையன் ஆடு போலப் போய்விட்டான்.

சிற்றப்பா, "விஜயா, நீ கோலத்தை முடித்து விடம்மா," என்றார். விஜயா கலைந்துபோன கோலத்தைச் சீர்ப்படுத்த ஆரம்பித்தாள். பால்காரன் மாட்டை அவிழ்த்துக்கொண்டு அந்தப் பக்கமாகவே போய்விட்டான். விஜயா கோலத்தை முடித்துவிட்டு மையத்தில் இருந்த மஞ்சள் வட்டத்து நடுவில் ஒரு சிவப்புப் பூவை வைத்தாள். வெகு நேரம் சிற்றப்பா கோலத்தின் பக்கத்திலேயே நின்றுகொண்டிருந்தார்.

வழக்கம்போலப் புரோகிதர் நேரம் கழித்துத்தான் வந்தார். சூரிய பூஜை, சந்திர பூஜை எல்லாம் முடிந்தன. அப்பா, அம்மா, சிற்றப்பா, ஜமுனா, விஜயா எல்லாருமாகக் கோயிலுக்குப் போய்விட்டு வந்தார்கள். எல்லாரும் சாப்பிட்டாயிற்று. அப்பாவும் சிற்றப்பாவும் மீண்டும் பேசிக் கொண்டிருந்தார்கள். உள்ளே அம்மா கரும்பை வெட்டிச் சீவிச் சிறு துண்டங்களாக நறுக்கிக்கொண்டிருந்தாள். விஜயா இரண்டு துண்டங்களை எடுத்து வாயில் போட்டுக்கொண்டாள். மிகவும் நன்றாக இருந்தது. அம்மா ஒரு வெள்ளித்தட்டு நிறையத் துண்டங்களைப் பரப்பி, "இதை அவர்களிடம் கொண்டுபோய்க் கொடு" என்றாள்.

விஜயா அப்பாவுக்கும் சிற்றப்பாவுக்கும் நடுவிலிருந்த ஒரு காலி நாற்காலியில் தட்டை வைத்தாள். அவளை யாரும் கவனித்ததாகத் தெரிய வில்லை. விஜயாவுக்கு வாய் சிறிது வலித்தது. அந்த இரண்டு கரும்புத் துண்டங்களை வேண்டிய அளவு மென்றாகிவிட்டது. அப்போது அவளுக்குச் சட்டென்று ஒன்று ஞாபகம் வந்தது. கோயிலுக்குப் போய்விட்டு வரும்போது கோலத்தைச் சிறிதும் கவனியாமல் உள்ளே வந்துவிட்டது நினைவுக்கு வந்தது. விஜயா வெளியே வந்து வாயிலிருந்த சக்கையைத் தெருவில் துப்பினாள். அப்போது கோலம் இட்ட இடத்தைப் பார்த்தாள். வர்ணங்கள் எல்லாம் ஏகமாக அழிந்துபோய், எல்லாம் ஒன்றாகக் கலந்து, ஒன்றும் உருத் தெரியாமல் இருந்தது. பூவையும் காணவில்லை. எவரும் அந்த இடத்தில் சில மணி நேரம் முன்பு ஒரு பெரிய நுணுக்கமான ரங்கோலிக் கோலம் இருந்தது என்பதையே நம்ப முடியாதபடி இருந்தது. ஆனால் விஜயாவுக்கு எந்தவித உணர்ச்சி மாறுபாடும் ஏற்படவில்லை. அவள் உள்ளே சென்று இன்னும் இரண்டு கரும்புத் துண்டங்களை வாயில் போட்டுக்கொண்டாள்.

1958

அம்மாவுக்காக ஒரு நாள்

மோரையும் சாதத்தையும் கலந்து பிசைந்து கொண்டிருந்த ரகுவை அவன் அம்மா, "ஏனடா, இன்றைக்குச் சிறிது சீக்கிரமாகவே வீடு திரும்பிவிடுகிறாயா?" என்று கேட்டாள்.

"என்னால் ஒன்றும் முடியாது, போ" என்றான் ரகு.

"வறுத்த சுண்டைக்காய் இரண்டு போடட்டுமா?"

"ஒன்றும் வேண்டாம், போ." அப்படிச் சொன்னபோது அவன் தட்டிலிருந்து சில சோற்றுப் பருக்கைகள் வெளியே தெறித்து விழுந்தன.

வெளி வராந்தா மணைமேல் ஒரு வாழைப் பழம் இருந்தது. ரகு அதனை உரித்துத் தின்றான். பிறகு கால் ஜோட்டை முடிந்துகொள்ள ஆரம்பித்தான்.

அவன் அம்மா அப்போது அங்கேதான் இருந்தாள். ரகு, "ஏன், இன்றைக்கு என்ன விசேஷம்?" என்று கேட்டான்.

"ஒன்றும் இல்லை. ராஜகுமாரியில் ஓடுகிற படம் நன்றாக இருக்கிறதாம். ஆறு மணி ஆட்டத்திற்குப் போகலாமா என்று பக்கத்து வீட்டு மாமி கேட்டாள்."

ரகு மௌனமாக இருந்தான்.

"சந்திராவுக்குப் பள்ளிக்கூடத்தில் ஏதோ நாடக ஒத்திகையாம். உன் தம்பிக்கு ஓய்.எம்.ஸி.ஏ.யை விட்டுக் கிளம்புவதற்கே எட்டு மணி ஆகிவிடும்."

"உம்."

"இந்த வீட்டைத்தான் பூட்டிக்கொண்டு போக முடியாதே."

"உம்." அவள் அப்போது மட்டும் அவனைச் சீக்கிரம் வீடு திரும்பச் சொல்லியிருந்தால் அவன் கட்டாயம் ஒப்புக் கொண்டிருப்பான். அவன் கேட்டான், "என்ன படம்?"

ஏதோ பெயரை அவள் சொன்னாள்.

"ஓகோ."

"நீ பார்த்துவிட்டாயா?"

அவனுக்குக் கோபம் வந்தது. "அந்தப் படத்தைப் பெரிதாக நீ ஒன்றும் பார்க்க வேண்டியதில்லை."

"நீ பார்த்துவிட்டாயாக்கும்."

"இல்லை என்று எவ்வளவு தடவை முட்டிக்கொள்வது? அதை நீ ஒன்றும் பார்க்க வேண்டிய அவசியம் இல்லை."

அவன் வாசலைத் தாண்டும் போது அம்மா முணுமுணுத்தது காதில் விழுந்தது.

மாம்பலம் ஸ்டேஷனில் ஒன்பது இருபத்தேழு ரயிலுக்கு இருநூறு பேர்கள் போலக் காத்துக்கொண்டிருந்தார்கள். ரகு அவர்களோடு போய் நின்றுகொண்டான். ஒன்பது இருபத்தேழுக்கு வந்தது. அவன் கடற்கரை ஸ்டேஷனில் இறங்கி ஆபீசுக்குப் போய்ச் சேரும்போது மணி பத்து.

பதினொன்றரை மணி அடித்தவுடன் காரியாலயத்தில் இருந்த சிலர் ஒரு பத்து நிமிஷ இடைவெளிக்காக வெளியே வந்தார்கள். ரகு அடுத்த கட்டடத்தில் இருந்த ஹோட்டலுக்குள் புகுந்தான். அவனுடன் கிருஷ்ணமூர்த்தியும் இருந்தான். அவர்களைப் பார்த்தவுடன் ஒரு பையன் உள்ளே சென்று இருவருக்கும் காபி கொண்டுவந்து மேஜைமேல் வைத்தான்.

திடீரென்று கிருஷ்ணமூர்த்தி கேட்டான், "மத்தியானம் சினிமாவுக்குப் போகலாமா?"

ரகு விழித்தான், "மத்தியானம்?"

"ஆமாம். இன்றைக்குச் சனிக்கிழமை இல்லையா?"

ஆமாம், அன்றைக்குச் சனிக்கிழமைதான். ஏன் அவனுக்கு அன்று வெள்ளிக்கிழமை போன்று இருந்தது? அவன் சொன்னான், "மாதக் கடைசியிலே எங்கேயடா போகிறது?"

கிருஷ்ணமூர்த்தி ஒரு பத்து ரூபாய் நோட்டை எடுத்துக் காட்டினான். "இதைப் பார்த்தாயா? ஆபீசுக்கு வந்தவுடனே ராகவாச்சாரியைப் பிடித்தேன்."

"என்னாலே முடியாதுடா. எங்கள் அம்மா சீக்கிரம் வரச் சொல்லியிருக்கிறாள்."

கிருஷ்ணமூர்த்தி அதற்கப்புறம் வற்புறுத்தவில்லை. காபிக்குப் பணம் கொடுக்க வேண்டிய சமயத்தில், "கொஞ்சம் எனக்கும் சேர்த்துக் கொடுத்துவிடுகிறாயா? நோட்டை இப்போதே மாற்ற வேண்டாம் என்று இருக்கிறேன்" என்றான்.

ரகு பையில் கையை விட்டான். ஒரு நான்கணாவையும் ஒரு இரண்டணாவையும் ஹோட்டல் மானேஜர் முன் வைத்தான். பிறகு அவர் தந்த ஆறு நயாபைசாக்களைத் திரும்பப் பையில் போட்டுக்கொண்டான். காரியாலயத்தில் தன் இடத்தில் உட்கார்ந்தான். அன்றைக்குச் சனிக்கிழமையாக இருந்தது நல்லதாகப் போயிற்று. பாவம், அம்மாவும் ஒரு சினிமாவைப் பார்த்துவிட்டு வரட்டுமே.

ஒன்றரை மணிக்குக் காரியாலயம் முடிந்தது. ரகு வெளியே வந்தான். சென்னை வர்த்தக உலகம் அந்த இடத்தில்தான் குழுமியிருந்தது. எங்கே பார்த்தாலும் மோட்டார் லாரிகள், தள்ளு வண்டிகள், மொத்த வியாபாரிகள், ஏற்றுமதி இறக்குமதிப் பிரதிநிதிகள், பாங்கர்கள், புரோக்கர்கள், துறைமுகத்து உத்தியோகஸ்தர்கள், தலைமுறை தலைமுறையாக நடைபாதையில் குடித்தனம் நடத்தும் பார வண்டிக்காரர்கள், அவர்கள் குழந்தை குட்டிகள் – ரகுவுக்கு இவையெல்லாம் ஒருவிதக் கிறுகிறுப்பை உண்டுபண்ணின. அந்த இடத்தில் 'உயிர்' இருந்தது. அதுவும் அந்தப் பகல் நேரத்தில் ஏராளமான அளவில் இருந்தது. அந்த இடத்தில் எல்லாரும் வேர்வை கீழே விழ உழைத்தாக வேண்டும். ஒரு சொட்டுக்குச் சிலரால் சில அணாக்கள் சம்பாதிக்க முடிந்தது. சிலரால் பல லட்சம் ரூபாய்கள் சம்பாதிக்க முடிந்தது.

கிருஷ்ணமூர்த்தி ரகுவைக் கைவிடவில்லை. ரகுவுக்குப் பசித்தது. கடன் வாங்கிவிட்டானானால் கிருஷ்ணமூர்த்தி தாராள மனதுடையவன்தான்.

பகல் ஆட்டத்திற்கு நேரம் ஆகிவிட்டபடியால் கிருஷ்ணமூர்த்தி போய்விட்டான். ரகுவுக்கு மனமும் வயிறும் நிறைந்திருந்தன. மெதுவாகச் சைனாபஜார் ரோடில் நடந்து வந்தான். வீட்டுக்கு ஐந்து மணிக்குப் போய்ச் சேர்ந்தால் போதும். அம்மாவுக்கு வெளியே கிளம்ப அதிகம் தயார் செய்துகொள்ள வேண்டியதில்லை. அவன் வீட்டிலிருந்து ராஜகுமாரி கொட்டகை பத்துநிமிஷ நேர நடைதான்.

ரகு தெருவைக் கடந்து ஹைகோர்ட்டு வாசல் முன் நின்றான். அவனுக்கு அந்த இடம் மிகவும் பிடித்திருந்தது. எல்லாம் பழங்காலத்திய கட்டடங்கள். வெளியே சிவப்பு வர்ணம் தோன்ற, உள்ளே வெள்ளையடிக்கப்பட்டு, கூரை உத்தரம் ஒவ்வொன்றும் இன்னும் பல ஆண்டுகளுக்கு நாங்கள் உண்மையாகத் தாங்கி நிற்போம் என்று உத்தரவாதம் அளித்து விளங்கும் அந்தக் கட்டடங்களை அவனுக்கு மிகவும் பிடித்திருந்தது. நடுநடுவே புல்வெளிகள், சில மரங்கள், பின்னால் ஓர் அழகான கிரிக்கெட் மைதானம். அதற்கப்புறம் பளபளவென்றிருக்கும் ஒரு சாலை. அதற்கும் சைனாபஜார் ரோடுக்கும் இடையே நூறு கஜதூரங்கூட இராது. ஆனால் அந்த இரண்டுக்கும்தான் எத்தனை வித்தியாசம்! சைனாபஜார் ரோடில் எப்போதும் ஜனநடமாட்டம், வண்டி ஓட்டம், சத்தம், பேரிரைச்சல். அந்தச் சாலையிலோ எப்போதோ ஒருமுறை ஒரு கார் விரைந்தோடும். அல்லது ஒரு பெண் தலையில் ஏழெட்டு டிபன் காரியர்களை ஒரு கூடையில் சுமந்து கொண்டு போவாள். நிசப்தம், நிம்மதி, ஆனந்தம், ரகுவுக்கு அந்த இடம் இந்த உலகத்துக்கு அப்பாற்பட்டது போல இருந்தது. மீண்டும் ஹைகோர்ட்டு வெளிச்சுவர்க் கதவருகே வந்து நின்றான். அத்தனை நேரம் நிழலில் சுற்றின பிறகு வெயிலில் நின்றவுடன் உடல் அதுவாகவே சிலிர்த்தது. குளிர் காலத்தில்தான் தெரிகிறது வெயிலின் அருமை. அதுவும் நிழலில் இருந்த பிறகு.

எதிர்ச்சாரியில் நின்ற பிரம்மாண்டமான கட்டடம் ஒன்றின் தலையில் வைத்திருந்த கடிகாரம் நான்கு மணி காண்பித்தது. அந்தக் கட்டடம் பாதி கட்டப்பட்டுக் கொண்டிருந்தபோதுதான் ரகுவுக்கு ஜார்ஜ் டவுனில் வேலையாயிற்று. அது சிறிது சிறிதாக வளர்ந்து, பூர்த்தியுற்றதையெல்லாம் ரகு அநேகமாகத் தினமும் கவனித்து வந்திருக்கிறான். அன்றைக்கு என்னவோ

அது அங்கே திடீரென்று முளைத்தது போல் அவனுக்குத் தோன்றியது. அவனுடைய கைக்கடிகாரத்துக்கும் அந்தக் கடிகாரத்துக்கும் மூன்று நிமிஷ வித்தியாசம் இருந்தது. ரகு கடற்கரை ஸ்டேஷன் பக்கம் நடக்கத் தொடங்கினான்.

மாலை தொடங்க ஆரம்பித்துவிட்டபடியால் நிழல்கள் நீண்டு விழுந்தன. தெருவில் போவோர் வருவோரும், 'எதையெடுத்தாலும் நான்கணா இரண்டணா' வியாபாரிகளும் சிறிது அதிகமாகவே தென்படத் தொடங்கினார்கள். அது சனிக்கிழமை மாலை வேறு. ஏராளமான ஜோடிகள். முக்கால் வாசிப்பேர்கள் ஆங்கிலோ – இந்தியர்களும் இந்தியக் கிறிஸ்துவர்களும். ரகுவுக்கு ஞாபகம் வந்தது. அது கிறிஸ்துமஸ் வாரம். இந்துக்கள் ராமர் பிறந்த தினம், சாயிபாபா பிறந்த தினம் என்று அநேக உயர் பிறவிகளின் பிறந்த தினங்களைக் கொண்டாடுகிறார்கள். கிறிஸ்துவர்கள் இயேசு கிறிஸ்து ஒருவர் பிறந்த தினத்தைத்தான் கொண்டாடுகிறார்கள். அந்த ஒருநாள் அவர்கள் கொண்டாடும் வைபவம் மற்ற மதத்தினர் பல நாட்கள் கொண்டாடும் வைபவங்கள் அனைத்தையும் மிஞ்சிவிடும் போலிருக்கிறது. ரகுவுக்குக் கிறிஸ்துவர்கள் மீது பொறாமை ஏற்பட்டது.

ஸ்டேஷனில் நுழைந்தவுடன் என்றும் இல்லாத வழக்கமாக டிக்கெட் பரிசோதகர் ஒருவர் ரகுவை டிக்கெட் கேட்டார். ரகு பதில் பேசாமல் தன் சீஸன் டிக்கெட்டை எடுத்துக் காட்டினான். அவனும் மூன்று ஆண்டுகளுக்கு மேலாக மூன்று மாதத்துக்கு ஒரு முறை 'கடற்கரை – மாம்பலம்' சீஸன் டிக்கெட் வாங்கி, அதைத் தினம் தவறாமல் ட்ரௌஸர் பையில் வைத்திருப்பான். ஆனால் அன்றுவரை ரயில் பரிசோதகர்களுக்கு அதை எடுத்துக்காட்டச் சந்தர்ப்பம் நேரிட்டதில்லை. அந்த ஒரு நாள்தான் ஒருவர் கேட்டார். நல்ல வேளையாக அவன் அன்று அதை வீட்டில் மறந்து வைத்துவிட்டு வந்திருக்கவில்லை.

இரண்டு பிளாட்பாரங்களில் மூன்று ரயில் தொடர்கள் நின்று கொண்டிருந்தன. அவை எல்லாம் நிசப்தமாக இருந்தன. அதே மின்சார ரயில்கள் நடுவில் இருக்கும் ஸ்டேஷன்களில் நின்றுகொண்டிருக்கும்போது சுருதி போடுவதுபோல் ரீங்காரம் செய்துகொண்டிருக்கும். ஆனால் கடற்கரை ஸ்டேஷனில் கிளம்பும்போதுதான் அவற்றுக்கும் சத்தம் எழுப்பும் சக்தி உண்டு என்பது வெளியே தெரியும்.

ரகு மூன்றாம் வகுப்பு வண்டி ஒன்றினுள் ஏறி உட்கார்ந்துகொண்டான். ரகுவை அந்த வண்டிக்கு இழுத்தது ஜன்னல் வழியாகத் தெரிந்த சிவப்புப் புடவை ஒன்று. வண்டியினுள் ஏறிய பிறகுதான் ரகுவுக்குத் தெரிந்தது, அது புடவையல்ல, வடக்கிந்தியர் உடுத்தும் மேலாடையென்று. அந்த வண்டியினுள் ஒரு பஞ்சாபிக் குடும்பம் உட்கார்ந்திருந்தது. கணவன், மனைவி, ஒரு குழந்தை – இவர்கள்தாம். கணவனும் மனைவியும் நடுத்தர வயதை எட்டிப் பிடித்துக்கொண்டிருந்தார்கள். குழந்தை மிகவும் அழகாக இருந்தது. ஒரு வயதுகூட நிறைந்திருக்காது என்றாலும் நன்றாகக் கொழுகொழுவென்று வளர்ந்து, நடக்கவும் நடந்தது. ரகு அந்தக் குழந்தையைப் பார்த்தபடியே உட்கார்ந்திருந்தான். அதுவும் அவனைப் பார்த்து ஒருமுறை சிரித்தது. பெற்றோர்கள் தங்களுக்குள்ளே ஏதோ புரியாத பாஷையில் உரத்துப் பேசிக்கொண்டிருந்தார்கள். குழந்தைக்கு அவர்கள் பேச்சுச் சுவாரசியப் படவில்லை.

அம்மாவுக்காக ஒரு நாள்

சிறிது சிறிதாக வண்டிக்குள் ஜனத்திரள் அதிகரிக்க ஆரம்பித்தது. ரகு தன் கைக்கடிகாரத்தைப் பார்த்தான். பிறகு கதவருகே வந்து நின்று ஸ்டேஷன் கடிகாரத்தையும் பார்த்தான். இரண்டுக்கும் நான்கு நிமிட வித்தியாசம் இருந்தது. உலகத்தில் எந்த இரு கடிகாரங்களும் ஒரே நேரத்தைக் காட்ட முடியாது போலிருக்கிறது. மணி நிச்சயமாக என்னவென்று தெரியவில்லை. ஆனால் நாலேகாலுக்கு மேல் ஆகிவிட்டது.

ரகு மறுபடியும் தன் இடத்தில் உட்கார்ந்து கொண்டான். இப்போது அந்தக் குழந்தையைத் தடங்கலில்லாமல் அவனால் பார்க்க முடியவில்லை. இடையில் உள்ள பெஞ்சுகளில் சிலர் உட்கார்ந்திருந்துகொண்டு பீடி குடித்துக்கொண்டிருந்தனர். அவர்கள் கன்னங்கள் வாயுள்ளே ஒன்றோடொன்று தொடும்படியாக ஒட்டிக் கிடந்தன. அப்படியிருந்தும் ஏன் அவர்கள் புகை பிடிக்கிறார்கள் என்று ரகுவுக்கு வியப்புத் தோன்றியது. பாவம், தள்ளாத வயசில் அந்தப் பீடி இல்லாது போனால் அவர்களுக்கு மயக்கம் ஏதாவது வருமோ என்னவோ யாருக்குத் தெரியும்? அவன் அப்பாகூட அந்தக் கடைசி நாள் அன்று டாக்டருக்குத் தெரியாமல் இரண்டு மயிரிழை புகையிலையை வாயில் போட்டுக்கொண்டார். பாவம், அதைக்கூடச் சரியாகச் சுவைக்காமல் போய்விட்டார்.

ரகுவுக்கு எங்கோ ஏதோ சரியில்லை என்று தோன்றியது. ரயில் புறப்படக் கால் மணிக்கும் மேலாக அவன் என்றைக்கும் காத்துக்கொண்டிருந்ததில்லை. வண்டியில் வேறு சிலரும் அதை உணர்ந்திருந்தார்கள். வண்டி புறப்பட்டால் இருபத்தைந்து நிமிடத்துக்குள் மாம்பலம் போய்ச் சேர்ந்துவிடலாம். ஸ்டேஷனிலிருந்து வீடுபோய்ச் சேர ஐந்து நிமிடம். அரை மணி நேரந்தான் அவனை வீட்டிலிருந்து பிரித்தது. ஆனால் வண்டி புறப்படவே மாட்டேன் என்கிறதே, என்ன காரணம் இருக்கும்? எப்போது புறப்படும்?

ரகுவுக்கு யாரையாவது ஏதாவது விசாரிப்பதென்றால் வேப்பங்காய் மாதிரி. ஆனால் வண்டியில் உட்கார்ந்து காத்துக் கொண்டிருந்தவர்கள் பலர் கீழே இறங்கி ஸ்டேஷன் மாஸ்டர், டிக்கெட் பரிசோதகர் முதலானோரிடம் கேள்விகள் கேட்டுக் கொண்டிருந்தார்கள். ரகு ஒரு கூட்டத்தருகே சென்றான். ஒரு வண்டி தண்டவாளம் விட்டு இறங்கிவிட்டது. கடற்கரை ஸ்டேஷனிலிருந்து மின்சார ரயில் வசதி இன்னும் பல மணி நேரத்துக்குக் கிடையாது.

ஒருவர் கேட்டார், "ஏன் ஸார், 'டபிள் லைன்' இருக்கிறதே; ஒன்றிலாவது விடலாமே."

அந்த ரயில் உத்தியோகஸ்தருக்கு ஐந்து நிமிஷத்துக்குள் ஒரே மாதிரியான கேள்விகள் ஆயிரத்துக்குப் பதில் சொல்லி அலுத்துவிட்டது. ஒரு வித வெறுப்புடன், " 'டபிள் லைன்' என்றால் என்ன, ஒன்றுக்கொன்று அரை மைல் இடைவெளி இருக்கிறதா? ஒரு பாதையில் வண்டி கீழே இறங்கினால் இன்னொன்றையுந்தானே அடைத்துவிடுகிறது?" என்றார்.

நிறையத் தெரிந்தவர் ஒருவர், "எழும்பூரிலிருந்தாவது மூன்று பாதைகள் இருக்கின்றன" என்றார்.

ரகு சீக்கிரமாக ஸ்டேஷனை விட்டு வெளியே வந்தான். பஸ்ஸில் வீடு சேர அதிக நேரந்தான் ஆகும். ஆனால் என்ன செய்வது? சில்லறைக்காகப் பையைத் துழாவினான். அவன் பையில் சரியாக ஆறு நயா பைசாக்கள் இருந்தன.

ரகு நின்றுகொண்டு தன் பைகள் எல்லாவற்றையும் தேடிப் பார்த்தான். அந்த ஆறு நயா பைசாக்களும் முற்பகலில் அந்த ஹோட்டல்காரர் கொடுத்த பாக்கிச் சில்லறை. காலையில் அலமாரியிலிருந்து பணம் எடுத்துப் பையில் போட்டுக் கொள்ளும்போது நிறைய இருந்த மாதிரிதான் இருந்தது. அவன் வெறும் ஆறு அணாக்கள்தானா கொண்டு வந்தான்? சேசே, என்ன முட்டாள்தனம்!

ரகு விறுவிறு என்று தன் காரியாலயத்துக்குச் சென்றான். அங்கே யாராவது அதிகப்படி வேலை செய்துகொண்டிருந்தாலும் இருப்பார்கள்.

இல்லை, யாரும் இல்லை. வெளி இரும்புக் கதவு பூட்டியிருந்தது. காவல்காரனைக் காணவில்லை. இரவில் இல்லாமல் போனால்தான் அவனைக் குற்றம் கூறலாம்.

ரகுவுக்கு வருத்தமாக இருந்தது. என்றும் சொல்லாத அம்மா அன்று அவனைச் சீக்கிரம் வரும்படி கேட்டுக்கொண்டிருந்தாள். ஏதோ சினிமாவுக்குப் போக வேண்டுமென்று அவளுக்கு ஆசை, அதைக்கூட அவனால் நிறைவேற்ற முடியாது போலிருக்கிறதே!

அந்தத் தெரு அந்நேரத்தில் எல்லாம் பூட்டிய கதவுகளாகக் காணப்பட்டது. ரகுவினுடைய சிநேகிதர்கள் உறவினர்கள் முக்கால் வாசிக்குமேல் மாம்பலத்திலேயே இருந்தார்கள். அவனுக்கு அவன் காரியாலயத்தில் வேலை பார்ப்பவர்களைத் தவிர அந்தப் பிராந்தியத்தில் வேறு அதிகமாகப் பரிச்சயம் இல்லை. காரியாலயத்தில் இருப்பவர்களிடங்கூட அவர்கள் வீட்டுக்குச் செல்லும் அளவுக்கு அவன் சிநேகிதம் செய்து கொள்ளவில்லை. தாமோதரன் வீட்டுக்கு இரண்டு முறை அவன் சென்றிருக்கிறான். தாமோதரன் வீடு புரசைவாக்கத்தில். புரசைவாக்கத்தில் வீடு வைத்துக்கொண்டிருப்பவனால் என்ன பிரயோசனம்? பாலகிருஷ்ணன் வீட்டுக்கும் அவன் ஒருமுறை சென்றிருக்கிறான். தன் மேஜைச் சாவியை வீட்டில் மறந்துவிட்டு வந்திருந்த பாலகிருஷ்ணன் ரகுவின் சாவியைக் கடன் வாங்கிக்கொண்டான். மாலை வீட்டுக்குப் போகும்போது அதை அவனுடனேயே தூக்கிக்கொண்டு போய்விட்டான். மறுநாள் அவனுக்குச் சுரம். அதனால் ரகு அவன் வீட்டுக்கு ஓட வேண்டியிருந்தது. பாய்க் கடைப் பக்கத்தில் எங்கோ இரண்டு மூன்று சந்துகளில் நுழைந்தால் பாலகிருஷ்ணன் வசிக்கும் பொந்து கிடைக்கும். இந்த மாதிரி ஆகும் என்று தெரிந்திருந்தால் கிருஷ்ணமூர்த்தியிடம் ஒரு நான்கணா கேட்டு வாங்கியிருக்கலாம். அவனிடமும் பணம் இருந்தது. யார் இப்படியாகும் என்று நினைத்தார்கள்? பாவம், அம்மா. வீட்டில் அவனுக்குமட்டும் பிடித்திருந்த சுண்டைக்காய் வற்றலைத் தினமும் நான்கு அவனுக்கென்று ஆசையுடன் இரும்புக் கரண்டியில் வறுத்து வைப்பாள். அன்று காலைகூட வறுத்து வைத்திருந்தாள். அவன்தான் போட்டுக்கொள்ளவில்லை.

ஓட்டமும் நடையுமாக ரகு பாலகிருஷ்ணன் வீட்டைத் தேடினான். அந்தச் சமயத்தில் எல்லாச் சந்துகளும் ஒரே மாதிரி தோற்றம் அளித்தன. ஒரு சதுர அங்குலத்தில் ஏறக்குறைய ஆயிரம்பேர்கள் போல வசிக்கும் அந்த இடத்தில் பாலகிருஷ்ணன் என்ற பெயரைச் சொல்லி யாரிடம் விசாரிப்பது,

மணி ஐந்தேகாலாகிவிட்டது. பாவம், அம்மா அவனுக்காகக் காத்துக் கொண்டிருப்பாள். என்றோ ஒரு நாளைக்கு அவள் ஆசைப்பட்டாள். அதைப் பூர்த்திசெய்து கொள்ள முடியாது போலிருக்கிறது. தினமும் காலையில் அவள் சாப்பிட்டான பிறகு தின்பதற்காக மறக்காமல் வாசல் மணையில் ஒரு வாழைப்பழத்தை வைத்திருப்பாள். அவன் வயிற்றுக்கு அது நல்லதாம். அவன் வயிற்றைப் பற்றிக்கூட அவளுக்குதான் எவ்வளவு அக்கறை!

பாலகிருஷ்ணன் வீடு கிடைத்துவிட்டது. அந்த வீட்டில் பன்னிரண்டு குடும்பங்கள். ஐம்பது பெரியவர்கள், நூறு குழந்தைகளாவது இருப்பார்கள். தட்டுத் தடுமாறிக்கொண்டு ரகு உள்ளே சென்றுகொண்டே இருந்தான். கடைசியில் பாலகிருஷ்ணன் வசிக்கும் பாகம் வந்தது. பாலகிருஷ்ணனின் மனைவி ஒரு கூடைக்காரியிடம் காய்கறி வாங்கிக்கொண்டிருந்தாள். ரகுவுக்கு அவள்தான் பாலகிருஷ்ணனின் மனைவி என்று தெரியும். அவனுக்கு ஞாபகம் இருந்தது. அவள்தான் அவனை அந்த வீட்டில் இருக்கும் வேறு யாரையோ தேடிக் கொண்டு வந்திருப்பவன் என்று நினைப்பது போலிருந்தது. அந்தக் கூடையில் கத்தரிக்காய் இருந்தது. அவ்வளவு உயர்ந்த ஜாதி என்று கூறிவிட முடியாது. சிறிது கசக்கும்; ஆனால் அவன் அம்மாவிடம் எந்தக் கத்தரிக்காயைக் கொடுத்தாலும் பிரமாதமாகச் சமைத்துவிடுவாள்.

"மிஸ்டர் பாலகிருஷ்ணன் வீட்டில் இருக்கிறாரா?" என்று ரகு கேட்டான்.

"இல்லையே." கேட்ட கேள்விக்கு அவள் பதில் சொன்னாள். பிறகு, வாங்கி வைத்திருந்த கத்தரிக்காயை உள்ளே கொண்டுபோய் வைத்துவிட்டுக் கூடைக்காரியிடம் பணத்தைக் கொண்டு வந்து கொடுத்தாள்.

ரகு மறுபடியும் கேட்டான், "எங்கே போயிருக்கிறார்?"

"தெரியாதே." கூடைக்காரி பாக்கியாக ஒரு நாணயத்தைப் பாலகிருஷ்ணன் மனைவியிடம் கொடுத்தாள். அப்போது அது கை தவறிக் கீழே விழுந்துவிட்டது. நான்கணா நாணயம் அது.

"எப்போது வருவார் தெரியுமா?"

"சொல்லிவிட்டுப் போகவில்லையே" இப்படிக் கூறிக்கொண்டே அவள் குனிந்து அந்த நான்கணாவை எடுத்து வைத்துக்கொண்டாள்.

கூடைக்காரி ரகுவுக்காகக் காத்திருப்பவள் போல நின்றாள். ரகு உடனே கூடையை ஒரு கை பிடித்துத் தூக்கி அவள் தலைமேல் வைத்தான். பிறகு அவனும் வெளியே போகத் தொடங்கினான்.

“நீங்கள் யார்? அவர் வந்தால் என்ன பெயர் சொல்வது?” முதல் தடவையாகப் பாலகிருஷ்ணன் மனைவி கேட்கப்படாமல் சுயமாகப் பேசினாள். ரகு, “ஒன்றும் இல்லை. ரகு வந்திருந்தான் என்று சொல்லுங்கள்” என்று கூறிவிட்டு வெளியே வந்தான். அம்மாவை அவன் எத்தனையோ தடவைகள் கோபித்துக்கொண்டிருக்கிறான் யார் வந்தாலும் அவர்களிடம் அதிகமாகப் பேசிவிடுகிறாளென்று. அவன் வீட்டில் இல்லாமல் இருக்கும் சமயத்தில் அவனைத் தேடிக் கொண்டு நண்பர் யாராவது வந்தால் அவன் அம்மா அவனை உட்காரச் சொல்லி, அவனுடைய பெயர், வயது, கலியாணமாகிவிட்டதா இல்லையா, உடன்பிறந்தவர்கள் எத்தனை பேர், அவர்கள் வீட்டில் கரி டி.யு.ஸி.எஸ்ஸில் வாங்குகிறார்களா அல்லது விறகு மண்டியில் வாங்குகிறார்களா – இவ்வளவு விவரங்களையும் விசாரித்து விடுவாள். அவள் கேட்கக் கேட்க, வந்தவன் ஒருவித அசட்டுக்களையுடன் பதில் சொல்லிக் கொண்டே போவான். ஏனென்றால் அவள் கேட்கும் கேள்விகளில் பலவற்றுக்கு அவனுக்குப் பதிலே தெரியாது. ஆனால் அவளிடம் ஒரு பிணிப்பு ஏற்பட்டுவிடும். பிற்பாடு அவன், எப்போது ரகுவைச் சந்தித்தாலும் அவன் அம்மாவைப்பற்றி விசாரிக்காமல் இருக்கவே மாட்டான். இந்தப் பாலகிருஷ்ணன் மனைவிக்கும் அவன் அம்மாவுக்கும் மலைக்கும் மடுவுக்கும் உள்ள வித்தியாசம். இன்னும் அதிகம். இன்னும் மிக மிக அதிகம். அவன் அம்மா எந்தக் காரியம் புரிந்தாலும் ஒரு தனி இனிமை இருக்கும். ஆனால் அவள் என்றோ ஒரு நாள் சினிமாவுக்குப் போக ஆசைப்பட்டால் அன்றைக்குத்தான் அவன் வீட்டுக்குச் சீக்கிரம் போக முடியாதபடி போய்விடும். ரயில்கள் நின்றுவிடும். கையில் வேறு சில்லறையே இராது. நண்பன் வீட்டில் இருக்கமாட்டான். பாலகிருஷ்ணன் மனைவி கையில் நான்கணா இருந்தது. மாம்பலம் போய்ச் சேர அந்த நான்கணா போதும். ஆனால் அவளைப் போய் எப்படிக் கேட்பது? பாலகிருஷ்ணன் இருந்தால் விஷயத்தைச் சொல்லி நான்கு ரூபாய்கூட வாங்கிக்கொள்ளலாம். ஆனால் அவன் இல்லாத சமயத்தில் அவனுடைய மனைவியிடம் என்னவென்று சொல்ல முடியும்? பாவம், அம்மா.

இனிமேல் எவ்வளவு விரைவாகப் போனாலும் பயன்படாத அளவுக்கு நேரமாகிவிட்டது என்று ரகுவுக்குத் தோன்றிற்று. இவ்வளவு பெரிய பட்டணத்தில் சமயத்தில் நான்கணா கடன் கொடுத்து உதவ ஆள் இல்லை. ஜனத் தொகையோ பத்துக் கோடி இருப்பதாகச் சொல்கிறார்கள். பத்துக் கோடி இருக்குமா? இராது. ஒரு கோடி இருக்கும். ஒருகோடிகூட ஒரு பட்டணத்துக்கு அதிகம் இல்லை? பத்து லட்சம் இருக்குமோ? எவ்வளவு பேர்கள் இருந்தால் என்ன? முகம் தெரிந்தவன் ஒருவன் இல்லை. இனிமேல் முழு நீளமும் நடந்துதான் ஆகவேண்டும். இந்த ஆறு நயா பைசாக்கள் தம்படிக்குக் கூடப் பிரயோசனம் இல்லை. குறைந்த பட்ச தூரங்கூடப் பஸ்ஸில் போகமுடியாது. அதற்கு ஏழு நயா பைசாக்கள் வேண்டும். அம்மா, பாவம், ஏமாந்து போயிருப்பாள். என்றைக்கோ ஒருநாள் ஆசைப்பட்டாள், அது பூர்த்தியாக வழியில்லாமல் போய்விட்டது. பாவம், அவள் மிக மிக நல்லவள். அவன் மிக மிகக் கெட்டவன்; கொடுமைக்காரன். அம்மா பார்க்க வேண்டுமென்று விரும்பிய சினிமாவை அவன் மட்டும் பார்க்கலாம். ஆனால் அவள் பார்க்கக் கூடாது. “அந்தப் படத்தைப் பெரிதாக நீ ஒன்றும் பார்க்க வேண்டியதில்லை.” அப்படி என்ன அவள் தாழ்த்தியாகப் போய்விட்டாள்?

பாவம். அவள் கோபித்துக்கொள்வதே இல்லை. இன்றுமட்டும் அவள் அவனை வாயார வைதால் எவ்வளவு நன்றாக இருக்கும்?

ரகு வீட்டுக்குள் அடியெடுத்து வைக்கும்போது நன்றாக இருட்டிவிட்டது. அவன் தினமும் வீடு திரும்பும் நேரந்தான். வீட்டில் அம்மா தனியாகத்தான் உட்கார்ந்திருந்தாள். அவன் ஆவலுடன் கேட்டான், "நீ சினிமாவுக்குப் போகவில்லையா, அம்மா?" அந்தக் கேள்விக்கு அர்த்தமே இருப்பதாகத் தெரியவில்லை.

"எங்கே போகிறது?" அதற்கு மேல் அவள் ஒன்றும் கூறவில்லை. அவளுக்குக் கோபித்துக்கொள்ளவே தெரியாது.

ரகுவுக்குக் கை, கால், நெஞ்சு, மார்பு, தலை எல்லாம் வலித்தன. இல்லையம்மா, நான் சீக்கிரம் வரத்தான் இருந்தேன். அம்மா, இன்றைக்கு ரயில் ஓடவில்லை, அம்மா, பஸ்ஸுக்கு சில்லறை போதவில்லை அம்மா – இன்னும் என்ன என்னமோ சொல்ல வேண்டுமென்று அவன் உதடுகள் துடித்தன. ஆனால் அதெல்லாம் சொல்லி என்ன பயன்? அவன் அம்மாவின் ஆசை பூர்த்தியானதாகிவிடுமா? அவன் சொல்வதைத்தான் அவள் நம்பப் போகிறாளா?

கைகால் கழுவிக்கொண்டு குளிக்கும் அறையிலிருந்து ரகு வெளியே வந்தான். அப்போது அவன் அம்மா, "பிளாஸ்கில் டீ வைத்திருக்கிறேன், சாப்பிடு" என்றாள்.

1958

மழை

"ரமணி உள்ளே வா. மழை பெய்யப் போகிறது" என்றான் அம்மா.

"மழை பெய்தால் என்னம்மா?" என்று கேட்டான் ரமணி.

"மழை பெய்தால் நீ நனைந்துவிடுவாய். அப்புறம் சுரம் வந்துவிடும்" என்றாள் அம்மா.

ரமணி இன்னமும் வாசற்கதவு அருகே நின்றபடி யோசித்துப் பார்த்தான். சுரம் வந்தால் ஒவ்வொரு சமயம் நன்றாகக் கூட இருக்கும். ஆனால் மருந்துதான் எப்போதுமே நன்றாக இருக்காது. மேலும் அந்த டாக்டர் எதையோ மாட்டிக்கொண்டு அவன் மார்பின்மேலும் முதுகின்மேலும் பட்டையாக ஒன்றை வைத்து அழுத்துவார். அது சுரத்தைவிட அதிகமாகக் குளிரும்.

ரமணி எதிரே பார்த்தான். அவன் வீடு முன்னால் ஒரு பெரிய மைதானம் இருந்தது. ஐந்து சின்னச் செடிகள்; ஒன்பது மிகச் சின்னச் செடிகள்; ஒரு பெரிய மரம்; ஒரு மிகப் பெரிய மரம்; இவையெல்லாம் நின்றுகொண்டிருந்தன.

அப்போது கூட்டமாகப் பத்து, இருபது பறவைகள் பறந்து வந்து அந்தப் பெரிய மரத்தையும் அந்த மிகப் பெரிய மரத்தையும் சுற்றி வந்தன. பிறகு ஒவ்வொன்றாக எங்கோ மறைந்து போயின.

ரமணி மேலே பார்த்தான். அன்று ஆகாயம் கீழே இறங்கி வந்திருப்பது போலத் தெரிந்தது. எப்போதும் காணும் நீலம் வெள்ளை வர்ணங்கள் அன்று இல்லை. ஒரே கறுப்பாக இருந்தது. சில இடங்களில் பெரிய யானைகள் நகர்ந்து போவது போல் இருந்தது. ரமணி இரு தடவைகள் யானையைப் பார்த்திருக்கிறான். ஒரு தடவை மிருகக் காட்சிச் சாலையில்; இன்னொரு தடவை அவன் வீட்டு முன்னாலேயே ஒரு குட்டி யானை வந்தது. அது கோயில் யானை என்று அதற்கு வெல்லமும் தேங்காயும் அவன் அம்மா கொடுத்தாள். யானை போன

பிறகு அவனுக்குக்கூட கொஞ்சம் வெல்லமும் தேங்காயும் கொடுத்தாள். மிகவும் ருசியாக இருந்தது.

ரமணி மீண்டும் மேலே பார்த்தான். கீழே வந்த யானைக்கும் மேலே போகும் யானைக்கும் ஏதோ வித்தியாசம் தெரிந்தது. கீழே வந்த யானை எவ்வளவு அருகே வந்தாலும் அது எவ்வளவு பெரிதாக இருந்தாலும் அவனுக்குப் பயமே தோன்றவில்லை. ஆனால் வெகு தூரத்தில் போகும் அந்த யானையைப் பார்த்தால் சிறிது பயம் தோன்றத்தான் செய்தது. அது யானை மாதிரிகூட இல்லை. ஒரு எருமை மாடு போல் இருந்தது. ரமணியை எந்த எருமை மாடும் ஒன்றும் செய்யவில்லை. ஆனால் அவனுக்கு அதைக் கண்டாலே பிடிக்கவில்லை. அதனுடைய நீண்டு வளைந்த கொம்புகளினால் இருக்கலாம். அதன் கண்கள் சிவந்து இருப்பதினால் இருக்கலாம். அதன் உடம்பில் எப்போதும் சேறும் சகதியும் ஒட்டிக்கொண்டு இருப்பதினால் இருக்கலாம்.

அவன் அம்மா இந்தத் தடவை வாசலுக்கே வந்துவிட்டாள். "உள்ளே வா ரமணி. பெரிதாக மழை கொட்டப் போகிறது" என்று அழைத்தாள். ரமணி ஆகாயத்தைச் சுட்டிக் காட்டி, "அது என்னம்மா?" என்று கேட்டான்.

"அதுதான் மேகம்."

"அது எருமை மாடு மாதிரி இல்லை?"

"அப்படியா?" என்று கேட்டாள் அம்மா. ஒரு வினாடி பார்த்த பிறகு "ஆமாம்" என்றாள்.

ரமணி கேட்டான்: "எருமை மாடு பொல்லாததுதானே அம்மா?"

"இல்லையே, எருமை மாடு மிகவும் நல்லது. அது நிறையப் பால் கொடுக்கும்."

"அது ஏனம்மா எப்போதும் அழுக்காகவே இருக்கிறது?"

"அதற்குக் குளிப்பாட்டி விடுகிறவர்கள் கிடையாது. நீ உள்ளே வா," என்று அம்மா அழைத்தாள்.

ரமணி உள்ளே வந்தான். அவனுக்கு ஒரு சந்தேகம் தோன்றியது. "மழை கொட்டினால் எருமை மாடு நனைந்துவிடும், இல்லையா?" என்று கேட்டான்.

"உனக்கென்ன எருமை மாடு மீது இவ்வளவு அக்கறை" என்று சொல்லிச் சிரித்தாள் அம்மா. பிறகு, "ஆமாம் நனைந்துவிடும்" என்றாள்.

"அப்போது சேறு சகதி எல்லாம் போய்விடும் இல்லையா? என்று ரமணி கேட்டான்.

"கட்டாயமாக" என்றாள் அம்மா.

அன்று இரவு ரமணி சாப்பிட்டுவிட்டுப் படுத்துக்கொண்டபோது அவன் அப்பா இன்னும் வீடு திரும்பவில்லை. வெளியே காற்று சங்கு ஊதுவது போல் சப்தம் போட்டுக்கொண்டு வீசிக்கொண்டிருந்தது. ரமணி கண்ணை மூடிக்கொண்டான். யானை, எருமை மாடு, குருவி, காக்கை எல்லாம் குளிக்க

வேண்டும் குளிக்க வேண்டும் என்று கூப்பாடு போடுகின்றன. உடனே மழை பெய்கிறது. ரமணி தூங்கிவிட்டான்.

மறுநாள் காலை ரமணி எழுந்துபோது நன்றாக வெளிச்சம் ஆகிவிட்டது. ரமணி வாசலில் எட்டிப் பார்த்தான். என்றும் இல்லாதபடி அன்று வெளிச்சம் கண்ணைக் கூசிற்று. ஆகாயமும், காற்றும் சுத்தமாக இருந்தன. ரமணி வெளியில் காலை வைத்தான். தரை ஜில்லென்று நனைந்து இருந்தது. மைதானத்தில் சில இடங்களில் தண்ணீர் தேங்கி இருந்தது. மரங்களும், செடிகளும் புது மினுமினுப்புடன் அழகுடன் தோன்றின. பறவைகள் சிறிது அதிகமாகவே கத்திக்கொண்டு பறந்துசென்றன.

அப்போது ஓர் எருமை மாடு அந்தப் பக்கம் போயிற்று. அதன் உடலில் சேறோ சகதியோ இல்லை. ரமணி உள்ளே வந்து அம்மாவைக் கேட்டான். "நேற்று ராத்திரி மழை பெய்ததா?"

அம்மா ஆச்சரியப்பட்டாள். "உனக்கு எப்படித் தெரியும்? நீ தூங்கிக் கொண்டல்லவா இருந்தாய்?"

"எல்லாம் எனக்குத் தெரியும்" என்றான் ரமணி.

அன்று ரமணியை அவன் அப்பாதான் குளிப்பாட்டினார். குளித்த பிறகு உடுத்திக் கொள்வதற்காக அவன் அம்மா ஒரு சட்டையை எடுத்துக் கொடுத்தாள். ரமணி அதைப் போட்டுக் கொண்டவுடன் எப்போதும் போல் இல்லை. சிறிது சிரமமாக இருந்து. அப்பா பக்கத்தில் ரமணியும் சாப்பிட உட்கார்ந்தான். அப்பா அவனைப் பார்த்துவிட்டு, "சட்டை சின்னதாகப் போய்விட்டது" என்றார்.

ரமணிக்கு ஒரு சந்தேகம் தோன்றிற்று. "சட்டை சின்னதாகப் போகுமா, அப்பா?" என்று கேட்டான்.

அப்பாவுக்குச் சிரிப்பு வந்தது. "இல்லை, நீ தான் பெரியவனாகி விட்டாய்" என்றார்.

சாப்பிட்ட பிறகு வேலைக்குப் போவதற்காக அப்பா சட்டை போட்டுக்கொண்டார். ரமணிக்கு அந்தச் சட்டை மிக மிகப் பழையது என்று தெரியும். அது இன்னமும் அப்பாவுக்குச் சரியாயிருக்கிறது. அப்பா பெரிதாகிவிடவில்லை. அம்மாவும் அப்படித்தான். அதே புடவைகளையும் ரவிக்கைகளையும்தான் அம்மா பல நாளாக உடுத்திக்கொண்டு வருகிறாள். அம்மாவும் பெரிதாக ஆவதில்லை. ஆனால் அவன் மட்டும் அடிக்கடி பெரிதாகிவிடுகிறான். கொஞ்ச நாட்களுக்கு முன் தைத்த சட்டைகள் எல்லாம் சின்னதாகப் போய்விடுகின்றன. ரமணிக்குப் புரியவில்லை.

அதற்கு மறுநாள் காலையும் ரமணி வெளியே போய்ப் பார்த்தான். தரை இன்னமும் நனைந்திருந்தது. மைதானத்தில் இன்னமும் சிறு குட்டைகள் இருந்தன. பறவைகள் அங்கும் இங்கும் பறந்துகொண்டிருந்தன. ரமணி இரண்டு முறை சுற்றிப் பார்த்தான். அந்த இடத்தில் ஏதோ மாறுதல் இருந்தது.

மழை

ரமணி இன்னும் இரண்டு முறை சுற்றிப் பார்த்தான். அப்போதுதான் அவனுக்குத் தெரிந்தது. பெரிய மரமும் மிகப் பெரிய மரமும் அப்படியேதான் இருந்தன. ஆனால் சின்னச் செடிகளும் மிகச் சின்னச் செடிகளும் பெரிதாக வளர்ந்திருந்தன. மேலும் தரையெல்லாம் பச்சென்று புல் முளைத்துப் பாய் விரித்தது போல் இருந்தது. ரமணி அந்தச் சின்னச் செடிகளின் இலைகளை ஓடிப் போய்த் தொட்டுப் பார்த்தான். அவை நனைந்திருந்தன. அவனுக்கு ஒன்று புரிந்துவிட்டது. ஓடி வந்து அவன் அம்மாவிடம், "அம்மா, நான் ஏன் பெரியவன் ஆகிறேன் தெரியுமா?" என்று கேட்டான்.

"நீ சமத்தாகச் சாப்பிடுகிறாய்."

"அதனால் மட்டும் இல்லை."

"பின் எதனால்?"

"மழையினால்."

1958

மூன்று ஜதை இருப்புப்பாதைகள்

இரவு பதினொன்றரை மணிக்குப் பதிமூன்றாம் முறையாக அந்தத் தெரு வழி நடந்து சென்ற அவனுடைய இதயம் வெடித்துவிடும் போலிருந்தது. ஒரு மணி நேரமாகவே அழுது தீர்த்துவிடுவதற்காக அவன் எவ்வளவோ முயன்றும் முடியாமல் போய்விட்டது. அவன் வயது வந்தவன். அவனுடைய கஷ்டங்களிலிருந்து அவன் அழுது தப்பித்துக்கொள்ள முடியாது. இன்னும் கால் மணி நேரத்தில் ஒரு மின்சார ரயில் வரும். அதில் தான் அழக்கூடாத அவன் அவனையும் அவன் துக்கத்தையும் மாய்த்துக்கொள்ள வேண்டும்.

நான்காம் இலக்கமிட்ட வீட்டை ரகுநாதன் தெருக்கோடி போயடையும் வரை கழுத்து நோகப் பார்த்தபடியே நடந்து சென்றான். அந்நேரத்தில் அந்தகாரத்தில் மூழ்கியிருந்த அந்த வீட்டில்தான் இந்திரா இருந்தாள். பதினேழு வயதுகூட நிரம்பாத அவள் அவளைவிடப் பத்து வயது பெரியவனான அவனுடைய உண்மையான உயிரை என்றோ பறித்து வைத்துக் கொண்டுவிட்டாள். அவனுடைய உடலில் இன்னமும் தங்கி யிருந்த உயிர் சரீர சம்பந்தமான சில பொறுப்புகளுக்காக மட்டும் இருந்தது. அது இன்னும் ஒரு கால் மணி நேரத்திற்குத்தான்.

மூன்று ஜதை இருப்புப்பாதைகள் முடியவே இல்லாதது போல் நீண்டு கிடந்தன. ஒன்று வடக்கே போகும் வண்டிகளுக்கு; இரண்டாவது தெற்கே போகும் வண்டிகளுக்கு; மூன்றாவது அந்த நிலையங்களில் நிற்காமலே செல்லும் நெடுந்தூரப் புகை வண்டிகளுக்கு. ரகுநாதன் ரயில் பாதையோரமாகச் சிறிது நேரம் நடந்து சென்று ஓரிடத்தில் நின்றான். அவன் நின்ற இடத்திலிருந்து ரயில் நிலையத்தில் எரியும் விளக்குகள் கண்ணுக்குத் தெரிந்தன. இருப்புப் பாதைகளின் இரு புறங்களிலும் அகண்ட கட்டாந் தரை, ஜன சஞ்சாரமே கிடையாது. ரகுநாதனுக்குத் தாய், தகப்பனார், உடன் பிறந்தவர்கள், சிநேகிதர்கள் எல்லாரும் இருந்தார்கள். இந்திராதான் இல்லை. இந்திரா இல்லாதபோது அவனுக்கு யாரிருந்தாலும் அவன் யாருமில்லாதவன்தான். எல்லாம் இன்னும் ஐந்து பத்து நிமிஷங்களுக்கு.

இன்னும் ஐந்து, பத்து நிமிஷங்கள். ரகுநாதனுடைய சிந்தனைகள் ஒவ்வொன்றாகவும் கலக்கமே இல்லாமலும் உருவாகி மறைந்துகொண்டிருந்தன. அந்த மாதிரியான ஒரு தெளிவை அவன் வாழ்நாளில் எவ்போதுமே அனுபவித்தது கிடையாது. அந்தச் சமயத்தில் அவனுடைய நெஞ்சம் பொறுக்க முடியாதபடி வலித்தது. ஆனால் தலை மட்டும் நிச்சலமாக இருந்தது. அந்நாள் வரை அவனுக்கு எதிலுமே தீர்மானமாக இருக்க முடிந்தது கிடையாது. அற்ப விஷயத்திலும் நூற்றுக் கணக்கான யோசனைகள். அதனால் தோல்வி. ஆனால் இந்திரா விஷயத்தில் அவன் தோல்வியடையக்கூடும் என்று அவனுக்குத் தோன்றவேயில்லை. அவள் இல்லாமல் அவன் இருக்க முடியாது என்பது மூன்று வருடங்களுக்கு முன்னால் அவளை முதல் தடவையாகப் பார்த்தவுடனேயே தெரிந்துவிட்டது. எந்த முறையில் அவள் அவனுடையதாவாள் என்பதை அவனால் ஊகித்துப் பார்க்க முடியவில்லை. ஆனால் அவள் அவனுடையதாகிவிடுவாள் என்ற நம்பிக்கை மட்டும் எப்படியோ தானாகவே வளர்ந்து வந்தது. அவனுக்கு முடிவுதான் தோன்றிற்று. ஆகுமுறைகள் தோன்றவில்லை. அதற்கு அவசியமிருப்பதாகவே தெரியவில்லை. அவ்வளவு நிச்சயம், அவ்வளவு நம்பிக்கை. இந்திரா அவனுக்குடையவள்தான்.

மூன்று வருடங்களுக்கு முன் இந்திரா அவன் இருந்த தெருவில்தான் இருந்தாள். என்ன காரணமோ அவன் வீட்டாருக்கும் அவள் வீட்டாருக்கும் பரிச்சயம் ஏற்படாமலே போய்விட்டது. அவள் பள்ளிக்கூடத்திற்குப் போகும் நேரத்தைக் கவனித்து அறிந்து அதற்குத் தகுந்தபடி அவன் காரியாலயத்திற்குக் கிளம்பும் நேரத்தை மாற்றிக்கொண்டதன் பயனாகத் தினம் சிறிது தூரம் இந்திராவைப் பின் தொடர்ந்து செல்ல முடிந்தது. அவளோடு பேச வேண்டுமென்று அவன் மனம் துடித்துக்கொண்டிருந்தது. அவன் பக்கம் அவள் பார்வை விழுந்தால் உடனே ஓடிச்சென்று “நீ இல்லாமல் நானிருக்க முடியாது” என்று கதற வேண்டுமென்று தவித்துக்கொண்டிருந்தது. ஆனால் நடுத்தெருவில் அவளை நிறுத்திவைத்து என்ன பேச முடியும்? எப்படிப் பேச முடியும்? இரண்டு வார்த்தைகள் பேசலாம். அதற்கு மேல் எப்படிப் பேச முடியும்? அவள் அவனுக்கு அறிமுகமானவள் அல்ல. என்னவென்று ஆரம்பிப்பது? “என் பெயர் ரகுநாதன். என்னுடைய வயது இவ்வளவு. நான் இவ்வளவு படித்திருக்கிறேன். உன் தெருவிலேயே இருக்கிறேன் . . .” சேச்சே, இதென்ன அத்தை பாட்டிக் கதை! வேறு ஏதாவதுதான் ஆரம்பிக்க வேண்டும். என்னதான் அது? ஐயோ, என்ன பேசுவதென்றே தெரியவில்லையே! நடுத்தெருவில் திடீரென்று அவளை நெருங்கினால் அவள் பயந்துவிடமாட்டாள்? கூச்சலிட்டுவிட்டால்? காரியம் முழுக்க முழுக்க, என்றென்றைக்குமாக அல்லவா கெட்டுவிடும்..? இதற்குள் இந்திரா போய்விடுவாள். அத்தினமும் போய்விடும். மறுதினம் வரும். அதுவும் போய்விடும். அடுத்த தினம் வரும். அதுவும் அப்படியே. கோடை நாட்களில் இந்திராவுக்குப் பள்ளிக்கூடம் கிடையாது. ஆதலால் என்றோ ஒரு நாள்தான் கண்ணில் படுவாள். பள்ளிக்கூடங்கள் திறந்தன. மறுபடியும் பஸ் நிலையம் வரை தொடர்ந்து செல்லுதல். ஒரு வருடம் ஆயிற்று. இரண்டு வருடமும் ஆயிற்று. இந்திராவுடன் பேச வேண்டுமென்ற ஆவலும் விவரங்களும் கணக்கில்லாமல் பெருகிக்கொண்டே போயின. ஆனால் ஒரு தடவை ஒரு வார்த்தைகூடப் பேசுவதற்குச் சந்தர்ப்பம் வரவில்லை. எப்படிப் பேசுவது?

என்னவென்று பேசுவது? எப்படி ஆரம்பிப்பது? பேசுவதற்குத்தான் சந்தர்ப்பம் வருமா அல்லது வராமலேயே வாழ்நாள் முழுதும் போய்விடுமா?

❍

சந்தர்ப்பம் வரத்தான் செய்தது. ஒரு ஞாயிற்றுக்கிழமை பத்துமணி சுமாருக்கு ரகுநாதன் சைக்கிளில் வந்துகொண்டிருந்தான். வழியில் தெருவில் பெருங்கும்பல் கூடியிருந்தது. அந்த இடத்தில் ஐந்து நிமிடங்கள் முன் தான் ஒரு விபத்து நிகழ்ந்திருந்தது. ஒரு பையனுக்குப் பயங்கரக் காயம். போலீஸுக்கும் ஆம்புலன்ஸிற்கும் டெலிபோன் செய்திருக்கிறார்கள். பையன் யாரென்று தெரியவில்லை . . .

ரகுநாதனுக்கு வலியில் துடிப்பவர்களைப் பார்ப்பதில் ஆர்வம் கிடையாது. ஆனால் அவனும் அன்று அந்தக் கூட்டத்தில் நெருக்கியடித்துப் போய்ப் பார்த்தான். அடிபட்டுக் கிடந்த சிறுவன் இந்திராவின் சகோதரன்.

ரகுநாதன் பேய்போல் சைக்கிளை மிதித்து வந்து இந்திரா வீட்டு முன்னால் நிறுத்தினான். ஓடிச் சென்று கதவைத் தட்டினான். கதவு திறந்தது. இந்திரா அவன் முன் நின்றாள்.

எவ்வளவு வருடங்களாக அந்த ஒரு சந்திப்புக்காக அவன் காத்திருந்தான்? நாட்கணக்கில் அவளிடம் பேச என்னென்ன யோசித்து வைத்திருந்தான்? ஆனால் அன்று அவன் சொன்னது, பேசியது, அவையெல்லாவற்றிற்கும் சிறிதும் பொருத்தமில்லாதது. “அப்பா அம்மா யாராவது இருக்கிறார்களா?”

அவ்வளவேதான். அதற்குள் அப்பா, அம்மா எல்லாரும் வந்துவிட்டார் கள். ஓடினார்கள். ரகுநாதன் விபத்தை அறிவித்ததோடு சரி. அவனை யாரும் கவனித்ததாகவே தெரியவில்லை – அவன் வந்து கூறாவிட்டால் வேறு யாராவது வந்து கூறியிருப்பார்கள். அப்புறம் சில நாட்களுக்கு இந்திரா வீட்டார் ஆஸ்பத்திரிக்கும் வீட்டுக்குமாக அலைந்துகொண்டிருந்தார்கள். சிறுவன் ஒரு மாதத்திற்குப் பிறகு குணமாகித் திரும்பி வந்தான். அதற்கு மறுநாள் அவர்கள் எல்லாருமே வேறு ஏதோ ஒரு தெருவுக்கு வீடு மாற்றிப் போய்விட்டார்கள்.

❍

ரகுநாதன் ரயில் பாதையோரமாக உட்கார்ந்துகொண்டான். வைகாசி மாதமாதலால் வெட்ட வெளியில் இருப்பது சிரமமாகத் தெரியவில்லை. எங்கோ தூரத்தில் நாதஸ்வரம் வாசிப்பது இலேசாகக் கேட்டது. யாருக்கோ கல்யாணம். அநேகமாக ஊர்வலம் நடந்துகொண்டிருக்கும். ரகுநாதன் அந்த மாதிரி ஊர்வலம் வர முடியாது. அப்படியே ஏதாவது இருந்தாலும் அந்த ஊர்வலத்திற்கு நாதஸ்வரம் வாசிக்கமாட்டார்கள்.

ரகுநாதன் உதட்டைக் கடித்துக்கொண்டான். பல் சதையைப் பொத்து இரத்தம் வந்தது அவனுக்குச் சிறிது திருப்தியளித்தது. அவன் உயிரை விடும்போது அவனுடைய உதடுகளில் கடைசியாக இருக்கப் போவது அவளுடைய பெயர், அவனுடைய இரத்தம், இவையிரண்டும்தான். இன்னும் நான்கைந்து நிமிடங்கள் . . .

இந்திரா வீடு மாற்றிப் போன பிறகு சிறிது நாட்களுக்கு ரகுநாதனுக்குப் பைத்தியம் பிடித்து விடும்போல இருந்தது. அவள் எங்கிருக்கிறாள், அவளை எப்போது பார்க்கலாம் என்று புலப்படாமல் பிரமைபிடித்தவன் போல ஊரைச் சுற்றி வந்தான். அவனுடைய கால்கள் உட்கார்ந்திருக்கும்போதே மாறிமாறி வலித்தன. வைத்தியர் அவனுடைய உடலில் ஏதோ ஒன்று குறைவுபட்டிருக்கிறது என்று மருந்து கொடுத்தார். அவனுடைய முகத்தில் சிறிதும் பெரிதுமாகக் கொப்பளங்கள் வெடித்துக்கொட்டின. வைத்தியர் உடலில் ஏதோ ஒன்று அதிகப்பட்டிருக்கிறது என்று மருந்து புகுத்தினார். விடியற்காலைகளில் மணிக்கணக்காக இருமல் வந்தது. வைத்தியர் உடலில் ஏதோ ஒன்று குறைந்து வேறொன்று அதிகரித்திருக்கிறது என்று சிகிச்சை செய்தார்.

"என்னப்பா, இப்போது எப்படி இருக்கிறது?"

"சிறிது தேவலை போலிருக்கிறது, டாக்டர்."

"அந்த மாத்திரையெல்லாம் முடித்துவிட்டாயா?"

"நீங்கள் மாத்திரை ஒன்றும் தரவில்லையே?"

"ஓகோ, போன வாரமா அது? சரிதான் ... உம், சாப்பிடும்போது சிறிது உப்பை அதிகமாகக் கலந்துகொள்ள வேண்டும். உருளைக்கிழங்கு, வாழைக்காய் பதினைந்து நாட்களுக்கு ஒரு முறைதான் சாப்பிடலாம்."

"சரி டாக்டர்."

"இப்போது ஆறு மாத்திரை தருகிறேன். இன்று இரவு இரண்டு. நாளை காலை இரண்டு. அப்புறம் மாலை இரண்டு. நாளன்றைக்கு எப்படி இருக்கிறது என்று வந்து சொல்."

"சரி, டாக்டர். இந்த விரல்களுக்கு என்ன செய்வது?"

"என்ன விரல்களுக்கு?"

"அதுதான் நரம்பு இழுத்துக்கொள்கிறதே? நேற்று அதற்காகத்தானே வந்திருந்தேன்?"

"உம்?"

"ஒரு மணி நேரத்திற்குள் ஒரு முறையாவது நரம்பு இழுத்துக்கொண்டு விரல்கள் பின்னிக்கொண்டு விடுகின்றன. வலி பொறுக்க முடிவதில்லை."

"அப்படியா, எல்லாவற்றிற்கும் இப்போது கொடுத்திருக்கும் மாத்திரை போதும்."

"தடவைக்கு இரண்டு மாத்திரைகள் என்றுதானே சொன்னீர்கள்?"

"இரண்டு சாப்பிடலாம். இல்லை, மூன்று சாப்பிட்டாலும் பரவாயில்லை. எல்லாம் உடல் பலஹீனத்திற்குத்தான். இரண்டு நாட்கள், இல்லை, ஒரு வாரம் பொறுத்து மறுபடி என்னை வந்து பார்."

வைத்தியர் எவ்வளவு என்று ஞாபகம் வைத்துக்கொண்டு மருந்து கொடுத்து வருவார்? ரகுநாதன் அவன் கூறும் உபாதைகளினால் அவதிப்படத்தான்

செய்தான். ஆனால் அவைகளுக்கு அவர் செய்யக்கூடியது ஒன்றுமில்லை. அவன் அவரிடம் வரும்போதெல்லாம் அவர் வைத்தியம் செய்வது போல ஏதாவது செய்ய வேண்டும். ரகுநாதனுக்கும் தெரியும் அவனுடைய வியாதி எல்லாம் எதனால் என்று. ஆனால் அவனால் அதை மட்டும் வெளியில் யாரிடமும் கூற முடியவில்லை. யாரிடம் என்று என்னவென்று சொல்வது? "ஒரு பெண்ணை இரண்டரை வருடங்களாகப் பின் தொடர்ந்தேன். அவளுக்கு நான் யார் என்று தெரியாது. என் பெயர் தெரியுமோ தெரியாதோ தெரியாது. நான் அவள்மீது உயிரை வைத்திருக்கிறேன் என்பது அவளுக்குத் தெரியாது. அவளிடம் நான் ஒரு வார்த்தைகூடப் பேசினது கிடையாது. அவள் இப்போது எங்கோ வீடு மாறிப் போய்விட்டாள். என் மனது தவிக்கிறது ..." எல்லாரும் சிரிப்பார்கள், வெறும் பித்துக்குளியாக இருக்கிறானே என்று. அவனுடைய வேதனை உண்மையானது. அதுதான் ஒரு நாளைக்கு முழங்காலை வலிக்கச் செய்கிறது. இன்னொரு நாளைக்கு நெற்றிப் பொட்டைத் துடிக்கச் செய்கிறது. முகத்தில் கொப்பளங்கள் வெடிக்கச் செய்கிறது. விரல்களைக் கொரக்களி இழுக்கச் செய்கிறது. அதன் மனதிலிருந்துகொண்டு அவனைப் பிழிந்து வாட்டிக்கொண்டிருக்கும் வேதனை ஆதாரமுள்ளது என்று யாரையாவது அவன் எப்படி நம்பவைப்பது? முடியாது. அப்படியிருக்கையில் வைத்தியரிடமாவது சென்று 'இங்கே வலி இருக்கிறது, இங்கே நோவு இருக்கிறது' என்று ஒத்துக்கொள்வதில் ஒருவித ஆறுதல் கிடைக்கத்தான் செய்தது. அந்த ஆறுதல் நிலையற்றது. அது உண்மையானதேயன்று. ஆனால் அந்தப் பொழுதிற்கு ஆறுதல் என்று கிடைக்கக் கூடியது அது ஒன்றுதானே.

❍

ரகுநாதன் இந்திராவின் புது வீட்டைக் கண்டுபிடித்துவிட்டான். அது அவனுடைய பேட்டையிலேயே ஐந்தாறு தெருக்கள் தள்ளியிருந்தது. அதைக் கண்டுபிடித்த முதல் நான்கைந்து நாட்களுக்கு ரகுநாதனுக்கு அவனுடைய ஆசைகள் எல்லாம் பூர்த்தியாகிவிட்ட மாதிரி இருந்தது. சமயம் கிடைக்கும்போதெல்லாம் அந்தத் தெரு வழியாகச் சென்றான். சுமார் ஐம்பது தடவைகள் மேலும் கீழுமாக நடந்ததில் ஒருமுறை இந்திராவைக் காண முடிந்தது. தெருவிலிருந்தே தெரியக்கூடிய அந்த வீட்டுக் கிணற்றங்கரையில் அவள் துணி தோய்த்துக்கொண்டிருந்தாள். இன்னும் ஒரு ஐம்பது முறைகள். அவள் வீட்டு நிலைப்படியருகில் தலை வாரிக்கொண்டிருந்தாள். இந்தமுறை அவள் ரகுநாதனைப் பார்த்தாள். விசேஷமாக எந்தவித மாறுதலும் அவள் முகத்தில் தென்படவில்லை. ரகுநாதன் எண்ணிக்கொண்டே போனான். ஐநூறு, எழுநூறு, பிறகு ஆயிரமும் வந்துவிட்டது. அவன் அந்தத் தெரு வழியாக ஆயிரம்முறை நடந்து சென்றாகிவிட்டது. காலை, மாலை, வெளிச்சத்தில், வெளிச்சமில்லாத நேரத்தில், மழையில், பனியில், குளிரில் ... குறிப்பாகப் பத்துத் தடவைகள்தான் அவன் அவளைப் பார்க்க முடிந்தது. ஆனால் அவளுக்கு அவனைக் கண்டதில் எவ்வித ஆர்வமும் இருந்ததாகத் தெரியவில்லை.

இரண்டரை வருடங்களுக்கு அவன் கண் எதிரிலேயே வசித்துவந்த இந்திராவின் வீட்டாரைப் பற்றி ரகுநாதன் அதிகம் சிந்தித்துப் பார்த்தது கிடையாது. அவர்கள் வீடு மாற்றிப்போன பிறகு அவர்களைத்தான் அவன் மாறி மாறிப் பார்க்க நேர்ந்தது. ஆதலால் அவர்களைப் பற்றி அடிக்கடி

நினைத்துப்பார்க்கவும் வேண்டியிருந்தது. தகப்பனார், சுமார் அறுபது வயதானவர். கடினமான கடந்த கால வாழ்க்கை அவரது முகத்தில் ஏராளமான கோடுகளையும் மேடு பள்ளங்களையும் விட்டுச் சென்றிருந்தது. அவருடைய கண்கள் அன்போ சாந்தமோ பிரதிபலிக்கவில்லை. ரகுநாதனுடைய மூன்று வருடகால வேதனையை அவரால் புரிந்துகொள்ள முடியாது. அவரால் இந்த ஒரு எண்ணந்தான் கொள்ள முடியும்: தன் பெண்ணை ஒருவன் பின்தொடர்ந்து கொண்டிருக்கிறான். அதற்கு அவரிடம் பயங்கரந்தான் வெளிப்படும். தாயார், கணவன் பட்டிருக்கும் துன்பங்களை அவளும் முழுக்க அனுபவித்திருக்க வேண்டும். அவளிடம் எப்போதும் ஒருவித மௌனம் குடிகொண்டிருந்தது, அந்த மாதிரி இருப்பவர்கள் ஆழ்ந்த வெறுப்பு விருப்புகள் வைத்திருப்பார்கள். தொன்றுதொட்டு வரும் சம்பிரதாயங்களிலிருந்து இம்மியளவும் அவளால் மாற முடியாது. அதிலும் அவள் மகள் மணவிஷயத்தில் அம்மாதிரியானது எதையும் அவளால் நினைத்துப்பார்க்க முடியாது. தாய் தகப்பனார் இருவரும் ஊரூராக அலைந்து திரிந்து, ஜாதகம் பார்த்து, அவர்கள் நிர்ப்பந்தத்திற்கும் நிபந்தனைகளுக்கும் உடன்பட்டு, கடன்பட்டு, இந்திராவை அவளும் அவர்களும் சிறிதும் அறியாத ஒரு மாற்றானிடம் ஒப்புவிப்பார்களே தவிர ரகுநாதன் அவளை மணந்துகொள்ள ஒருபோதும் சம்மதிக்க மாட்டார்கள். அந்தக் குடும்பக் கோட்டையை இந்திராவாகத் தகர்த்தெறிந்து வெளியே வந்தால்தான் ரகுநாதனுக்கு ஒரு சந்தர்ப்பம். இந்திராவுக்கு நிச்சயமாக அந்தச் சக்தி உண்டு. ஆனால் ரகுநாதன்மீது அவளுக்குச் சிறிதாவது பிரேமை இருப்பதாகத் தெரியவில்லையே! அவனால் அவளுடன் பேச முடியவில்லையே!

ரகுநாதனுடைய உடல் நிலை இன்னும் சீர்கேடாயிற்று. அவனுடைய ஞாபக சக்தி சிதறிக்கொண்டிருந்தது. அவனால் யாரிடமும் சரியாகப் பேச முடியவில்லை. உணவு அருந்த முடியவில்லை. தூங்க முடியவில்லை. எப்போதும் ஒரே எண்ணம் அரித்துக்கொண்டிருந்தது. இந்திரா அவனுக் கில்லை. இந்திரா அவனுக்கில்லை. இந்திரா அவனுக்கில்லை.

❍

இந்திரா அவனுக்கில்லை என்றால் அவனுக்கு எதுவுமே இல்லை. அப்போது அவன் இறக்கலாம்.

எங்கோ சாலையும் இருப்புப்பாதையும் சந்திக்கும் லெவல் கிராஸிங்கில் வைக்கப்பட்டிருந்த மின்சார மணி அடிக்கத் தொடங்கியது. அங்கே காவலுக்கிருப்பவன் சாலையை அடைத்துக் கதவை மூடினால்தான் அந்த மணியடிப்பது நிற்கும். இன்னும் சில நிமிஷங்களில் ரயில் வரப்போவதற்கு அதுதான் அறிகுறி.

முதல் தடவையாக மணி அடித்தவுடன் ரகுநாதனுக்குத் தூக்கிவாரிப் போட்டது. நிசப்தத்தைக் கிழித்துக்கொண்டு வந்த அந்த ஓசை அவனாகவே செய்ய வேண்டுமென்றிருந்த ஒரு காரியத்தை அதுவும் அவனைச் செய்ய விரட்டுவது போலிருந்தது.

ரகுநாதன் ஒரு இருப்புப்பாதைமீது கழுத்தை வைத்துப் படுத்துக் கொண்டான். படுத்தபடியே ரயில் நிலையத்தின் திசையில் பார்த்தான். பிரகாசமான விளக்கு ஒன்று தூரத்தில் அவனை நோக்கி மெதுவாக

வந்துகொண்டிருந்தது. ரயில் அப்போதுதான் நிலையத்தை விட்டுக் கிளம்பி யிருக்க வேண்டும். ரகுநாதன் கண்களை அழுத்தி மூடிக்கொண்டான். அதிகமாகப் போனால் இன்னும் ஒரு நிமிடம் அவன் உயிரோடிருப்பான். இன்னும் ஒரே ஒரு நிமிடம். அந்த ரயிலின் முதல் சக்கரமே அவன் கழுத்தைத் துண்டித்துவிடும். அவனுக்கிருக்கும் ஒரு நிமிடத்தில் அவன் செய்ய வேண்டியது எதாவது பாக்கியிருக்கிறதா?

அவனுடைய தாயார் தகப்பனார் பற்றி அவனுக்கு நினைவு வந்தது. பாவம் அம்மா. அவன் இறந்து போனதை அறிந்து துடித்துப்போய்விடுவாள்; குடும்பமே அலறும். ஆனால் எல்லாருக்கும் அன்பும் சொந்தமும் பாராட்ட வேறு யாராவது இருந்தார்கள். அவனுக்குத்தான் யாருமில்லை. இந்திரா இல்லை, அவனுக்கு ஒன்றும் இல்லை.

இந்திரா! ரகுநாதனுக்கு இந்திராவை ஒருமுறை பார்த்துவிட வேண்டும் போலிருந்தது. அவன் அவளைப் பார்த்து எத்தனையோ நாட்களாகிவிட்டன. அன்றொரு நாள் கண்ணாடியில் அவனுடைய முகத்தைக் கண்டு அவனே பயந்து போனதிலிருந்து அவன் பகல்பொழுதில் அவளுடைய தெருப் பக்கமே போகவில்லை: அவனுடைய முகம் அவ்வளவு மோசமாகப் போய் விட்டிருந்தது. ஆனால் சாவதற்குமுன் ஒரு தடவை அவளைப் பார்த்திருக்க லாம், தவறில்லை. ஏன், அந்த ஒரு இரவிலேயே பதிமூன்று முறை அவள் வீட்டைத் தாண்டிச் சென்றாகிவிட்டதே, ஒரு முறையாவது அவளைப் பார்க்க முடிந்ததா? ஒரு முறை? ஆமாம், நடுநிசியில் அவள் நடுத்தெருவில் வந்து நின்றுகொண்டிருப்பாளா? தற்கொலை என்றுதான் தீர்மானம் செய்தாகி விட்டதே, வெளிச்சமிருக்கும்போதே அவளைப் பார்க்கப் பிரயத்தனம் செய்திருந்தால் என்ன? இப்போது முடியாதா? இந்த ஒரு நிமிடத்திற்குள் ஓடிப்போய் அவளைப் பார்த்துவிட்டு வர முடியாதா?

மின்சார ரயிலின் பிரகாசமான முகப்பு விளக்கு ரகுநாதனுடைய மூடியிருந்த கண்களையும் கூசவைத்தது. ஏராளமான கனத்தைச் சுமந்து கொண்டு அநேக ஜதை சக்கரங்கள் இருப்புப் பாதையில் உராய்ந்துகொண்டு வேகமாக உருண்டு வந்து கொண்டிருந்தன. இருப்புப் பாதையின் குறுக்கே படுத்துக் கொண்டிருந்த ரகுநாதனால் பூமி அதிருவதை உணர முடிந்தது. வந்துவிட்டது, ரயிலுடன் அவன் முடிவும் வந்துவிட்டது. இந்திராவைப் பார்க்க முடியாது. இனி முடியாது. எழுந்திருந்து ஓடுவதற்குக்கூட நேரம் இல்லை, வந்துவிட்டது. வந்துவிட்டது. தான் இப்படி இறந்துபோவது இந்திராவுக்குத் தெரியப்போவதுகூடக் கிடையாது. அவளுக்கு என்ன தெரியும்? யாருக்குத்தான் என்ன தெரியும்? யாரிடம் அவன் எதைச் சொன்னான்? ஒன்றையும் சொல்லவில்லை. ஒருவேளை சொல்லியிருந்தால் ஏதாவது வழி புலப்பட்டிருக்குமோ? அவளுடைய அப்பாவும் அம்மாவும் அவனுடைய அப்பாவும் அம்மாவும் சம்மதித்து இருப்பார்களோ? வந்து விட்டது. இன்னும் அருகில் வந்துவிட்டது. கடைசி காலத்தில் கடவுளை நினை என்பார்கள். கடவுள் – கடவுளைப் பற்றி என்ன என்று நினைக்க வேண்டும்? இந்திரா வேண்டும். இதோ வந்தேவிட்டது. வெளிச்சத்தையும் பூமி அதிருவதையும் பொறுக்க முடியவில்லை. ஒரு கணத்திற்குப் பிறகு கழுத்து துண்டாகிவிடும் அப்புறம் உயிர்... இந்திரா, இந்திரா.

மூன்று ஜதை இருப்புப்பாதைகள்

முதல் சக்கரம் தாண்டியாகிவிட்டது. இன்னும் எவ்வளவோ சக்கரங்கள் அவனைத் தாண்டிவிட்டன. இறந்தாகிவிட்டது. மரணம் வலிக்கவேயில்லை. மரணம் மிகவும் ஆனந்தமானதுதான். ஆமாம், மரணத்திற்குப் பிறகு எப்படிக் காது கேட்க முடியும்? எல்லாம் முடியும். முன்பின் செத்திருந்தால்தானே சாவைப் பற்றித் தெரிவதற்கு.

இல்லை. ஏதோ தவறு இருக்கிறது. இதெல்லாம் உண்மையாக இருக்க முடியாது. காது கேட்கிறது. பூமி அதிருவதை உணர முடிகிறது. நினைவு நன்றாக இருக்கிறது. ஏதோ தவறு இருக்கிறது.

ரகுநாதன் கண்களைத் திறந்துகொண்டு பார்த்தான். வண்டிகள் ஒன்றடுத்து ஒன்றாக விரைந்தோடிக்கொண்டிருந்தன. அவனுக்கு ஒன்றும் புரியவில்லை. படுத்தவன் எழுந்து உட்கார்ந்துகொண்டான். இப்போது புரிந்து விட்டது. மூன்று ஜதை இருப்புப் பாதைகளில் அவன் முதலாவதில் குறுக்கே படுத்திருந்தான். அந்த ரயில் இரண்டாவது பாதையில் ஓடிக்கொண்டிருந்தது. அவன் இறக்கவில்லை. அவனுக்கு இறப்பும் கிடையாது. இந்திராவும் கிடையாது. தற்கொலை செய்துகொள்ளக்கூட அவனுக்குத் தெரியவில்லை.

ரகுநாதனுக்கு அழுகை பீறிட்டு வந்தது. அவன் விம்மி விம்மி அழுதான். அவன் எதற்கும் அழுததில்லை. அவன் இறக்க முடியாமல் போனதற்குத்தான் அழுதான். அவனுக்குச் சிறிதுகூட வெட்கமாக இல்லை. வண்டிபோய் வெகுநேரம் வரை அவன் அழுதுகொண்டிருந்தான். அழுது ஓய்ந்த பிறகு ஆகாயத்தைப் பார்த்தவாறு உட்கார்ந்திருந்தான்.

இன்னொரு ரயில் வரப்போவதை அறிவிக்க மணி மீண்டும் ஒலிக்கத் தொடங்கியது. ஆனால் அவன் மறுபடியும் எந்த இருப்புப் பாதையிலும் படுத்துக்கொள்ள எத்தனிக்கவில்லை.

1959

இந்திராவுக்கு வீணை கற்றுக்கொள்ள வேண்டும்

இந்திராவுக்கு வீணை கற்றுக்கொள்ள வேண்டும் என்று ஆசை.

இந்திரா தன்னுடைய ஆசையை அம்மாவிடம் சொன்னாள். அம்மா அதை அப்பாவிடம் சொல்லச் சொன்னாள். அப்பாவோ, "இந்த வருஷம் உனக்கு எஸ்.எஸ்.எல்.சி. பரீட்சை. சரியாகப் படித்துப் பாஸ் பண்ணு, பிறகு பார்த்துக்கொள்ளலாம்..." என்று சொல்லிவிட்டார். இரண்டு நாட்களுக்கெல்லாம் அவர் வேலை செய்துகொண்டிருந்த கம்பெனியின் சரக்கு களை விற்பனைக்கு ஏற்பாடு செய்ய இன்னொரு சுற்றுப் பிரயாணத்துக்குக் கிளம்பிவிட்டார். பார்த்தசாரதிக்கும் நளினிக்கும் "அழுத மூஞ்சி சிரிக்குமாம், கழுதைப்பாலைக் குடிக்குமாம்" என்று பாடிச் சிரிக்கச் சந்தர்ப்பம் கிடைத்தது. இந்திரா விம்மல்களுக்கிடையில் அவர்களைப் பார்த்து, "நீங்கள் எனக்குத் தம்பி தங்கைகளே இல்லை" என்று அறிவித்தாள்.

சித்திரை மாத வெயிலையும் பொருட்படுத்தாமல், பழைய மாம்பலத்திலிருந்த சித்தி அன்று பகல் வந்திருந்தாள். பொழுது சாயும் வேளையில் தன் வீட்டுக்குப் புறப்படும்போது இந்திராவினுடைய அம்மாவிடம், "அம்புஜம், கோதண்டராம ஸ்வாமி கோயிலில் உத்ஸவம் நடக்கிறது. இன்று யாரோ சினிமா ராமச்சந்திரன் கச்சேரியாம். குழந்தைகளை அழைத்துக் கொண்டு வாயேன். ராத்திரி அங்கேயே வீட்டில் தங்கிவிட்டுக் காலையில் திரும்பி வந்துவிடலாம்" என்று சொல்லிவிட்டுப் போனாள். அவள் போன பிறகு அம்மா, இந்திராவைப் பார்த்து, "அது யார் சினிமா ராமச்சந்திரன்?" என்று கேட்டாள்.

"அவர் ஒரு பெரிய டைரக்டர். ஒரு படத்திற்கு லட்ச ரூபாயோ இரண்டு லட்ச ரூபாயோ..."

"எதற்கு?"

"ஒரு படத்திற்கு."

"பாட்டு நன்றாக இருக்குமோ?"

"ஓ, கட்டாயம் நன்றாக இருக்கும். அவர் ரொம்பப் பெயர் போன டைரக்டர்."

அம்மா சிறிது யோசித்தாள். பிறகு "சரி, அப்படியானால் சாப்பாடான பிறகு சக்கரவர்த்தியை வீட்டைப் பார்த்துக்கொள்ளச் சொல்லிவிட்டு, நாம் எல்லோரும் போகலாம்" என்றாள்.

இந்திரா, "ஆமாம். சக்கி பதினோரு மணிக்கு முன்னால் வந்து விடுவானாக்கும். இந்த ஊரில்தான் ஐம்பது சினிமாக் கொட்டகைகள் இருக்கின்றனவே" என்று முணுமுணுத்தாள்.

ஆனால் சக்கி அன்று ஏழரை மணிக்கு வீட்டில் இருந்தான். "நீ போய்விட்டு வா, அம்மா. நான் வீட்டுக்குக் காவல் இருக்கிறேன்" என்றான். அவனாகவே "காலையில் பால் நான்கு ஆழாக்குதானே வாங்க வேண்டும்?" என்று விசாரித்து வைத்துக்கொண்டான். அம்மா பின்புறம் போயிருந்த சமயம், இந்திரா சக்கியிடம் மெதுவாக "என்ன இன்று உன் சகாக்களோடு இங்கே சீட்டுக் கச்சேரி ஏதாவது போடப்போகிறாயா?" என்று கேட்டாள். "உன் பல்லை உடைத்துவிடுவேன்" என்றான் சக்கி. அப்போது வெளியில் "சக்கரவர்த்தி!" என்று சக்கியுடன் இரண்டு மூன்று வருஷங்களாகப் பி.ஏ. பரீட்சை எழுதிக் கொண்டிருக்கும் ரங்கநாதன் குரல்கேட்டது. சக்கி இந்திராவின் முகத்தைப் பாராமலே வாயிற் பக்கம் விரைந்தான்.

பழைய மாம்பலத்தில் இரவில் அந்த வேளையில் ஏதோ வாசனை மூக்கைக் கடுமையாகச் சோதித்தது. சித்தப்பா விளக்குப் போட்டுக் கொள்ளாமல், வெளி வராந்தாவில் சாய்வு நாற்காலியில் காலை நீட்டிப் படுத்துக்கொண்டிருந்தார். இந்திரா, இந்திராவினுடைய அம்மா எல்லோரும் வீட்டினுள்ளே நுழைந்தவுடன், "என்ன கச்சேரிக்கா... உம்..?" என்று கேட்டார். பாச்சாதான், "ஆமாம்" என்று பதிலளித்தான். உள்ளே சித்தி தன் மூத்த பெண் வேதாவை "ஏண்டி முண்டம்! உன்னை யார் குழம்பையும் ரசத்தையும் சேர்த்துக் கொட்டி வைக்கச் சொன்னது? நாளைக்கு வேலைக்காரியிடம் இதைக் கொடுத்தால் திருப்பி உன் முகரக் கட்டையில் கொட்டமாட்டாள்?" என்று கேட்டுக்கொண்டிருந்தாள். இந்திராவினுடைய அம்மா, "ஏன் குழந்தையைத் திட்டுகிறாய்? குழம்பையும் ரசத்தையும் சேர்த்துக்கொட்டினால் ஊசிப் போயாவிடும்?" என்று கேட்டாள்.

சித்தி விரக்தியுடன், "இன்றைக்குக் குழம்பு மோர்க்குழம்பு," என்றாள்.

பெரியவர்கள் சிறியவர்களாக ஒரு பத்து நபர்கள் அந்த வீட்டிலிருந்து கச்சேரிக்குக் கிளம்பினார்கள். சித்தி வாயிற் கதவை இழுத்துப் பூட்டிக்கொண்டு வந்தாள். தெரு முனை திரும்பியவுடன் இந்திராவினுடைய அம்மா சித்தியை "அவர் வெளியில் படுத்துக்கொண்டிருக்க நீ இப்படிக் கதவைப் பூட்டிக்கொண்டு வந்துவிட்டாயே. அவருக்குத் தாகம் கீகம் எடுத்தால் என்ன செய்வார்?" என்று கேட்டாள்.

"பக்கத்து வீட்டில் கேட்டு வாங்கிச் சாப்பிட்டுக்கொள்வார்" என்றாள் சித்தி.

கோயிலில் நல்ல கூட்டம் குழுமியிருந்தது. வந்திருந்தவர்கள் எல்லோரும் அங்கேயே சுற்றுப்புறத்தில் இருப்பவர்கள். இரவு உணவை முடித்துவிட்டு, ஆற அமர இருந்தார்கள். கொட்டாவிகள் சிறிது அதிகமாகவே இருந்தன. இந்திராவும் அவள் குடும்பத்தாரும் பெண்கள் பிரிவில் இடித்து நெருக்கிக் கொண்டுதான் உட்கார வேண்டியிருந்தது. ஒரு வழியாக அமர்ந்தவுடன் இந்திராவின் அம்மா இந்திராவிடம், "இப்போது பாடிக் கொண்டிருப்பதுதான் ராமச்சந்திரனா?" என்று கேட்டாள்.

"இல்லை அம்மா" என்றாள் இந்திரா.

"அப்படியானால், இது யார்?"

"யாரோ தெரியாது."

"ஒருவேளை இதுதான் ராமச்சந்திரனோ என்னவோ?"

"இல்லை... இல்லை... இல்லை! ராமச்சந்திரன் வீணை வாசிக்கிறவர். இவன் எவனோ பாடிக்கொண்டிருக்கிறான், பார்த்தால் தெரியவில்லையா?"

"அதைச் சாதாரணமாகச் சொல்லேன். பல்லைக் கடித்துக்கொண்டுதான் சொல்ல வேண்டுமா?"

மணி ஒன்பதுக்கும் மேலாகிவிட்டது. எட்டரை மணிக்கே எதிர்பார்க்கப் பட்ட ராமச்சந்திரன் இன்னமும் வரவில்லை. யாராரோ மேடைமீது வந்தேறி அவர்களுக்குத் தோன்றியபடி பாடிவிட்டுப் போனார்கள். நடு நடுவில் ஒருவர், "எல்லோரும் அமைதியாக இருங்கள். ராமச்சந்திரன் வந்துகொண் டிருக்கிறார். இன்னும் சில நிமிஷங்களில் வந்தேவிடுவார்" என்றெல்லாம் அறிவித்துக்கொண்டிருந்தார். அத்துடன் பெயர் சொல்லத் தெரியாத குழந்தைகள் இரண்டு, பெயர், வீட்டு விலாசம் எல்லாம் சொல்லத் தெரிந்த குழந்தைகள் இரண்டு - ஆக நான்கு குழந்தைகள் மேடைக்குப் பின்னால் இருப்பதாகவும் குழந்தைகளைத் தாய் தந்தையர் அழைத்துக்கொண்டு போகலா மென்றும் தெரிவித்தார். குழந்தைகள் அழுதுகொண்டே இருந்தனவாம்.

ஒன்பதே முக்காலுக்கு ராமச்சந்திரன் வந்தார். அவர் சினிமாவில் சம்பந்தப்பட்டதனாலோ என்னவோ வயதாகி உடல் தளர்ந்திருந்தவர்கள் கூட அவரைப் பார்ப்பதற்குச் சிறிது விசேஷப் பிரயத்தனங்கள் எடுத்துக் கொண்டார்கள். ராமச்சந்திரன் தனது பக்க வாத்தியக்காரர்களுடன் கூட்டத் தின் நடுவே புகுந்து மேடைக்குச் சென்று உட்காரும் வரை இந்திரா கண் கொட்டாமல் பார்த்துக்கொண்டிருந்தாள். அப்பொழுது அம்மா யார் யாரோ தவறான நபர்களைக் குறிப்பிட்டு, "இவன்தான் ராமச்சந்திரனா? இவன்தான் ராமச்சந்திரனா?" என்று விசாரித்தாள். இந்திராவுக்கு வேறு எங்கேயாவது போய் உட்கார்ந்து விடலாமாவென்று இருந்தது.

ராமச்சந்திரன் ஒருமுறை சபையைப் பார்வையிட்டார். பிறகு பளபளவென்றிருந்த தன் வீணையை எடுத்து வைத்துக்கொண்டு தந்திகளை மீட்ட ஆரம்பித்தார். சில நிமிஷங்கள் அலட்சியமாக ஸ்ருதி சேர்த்துக் கொண்டிருந்தவர் திடீரென்று ஒரு பாட்டைத் துவக்கினார். எங்கும் நிசப்தம் நிலவிற்று.

இந்திராவுக்கு வீணை கற்றுக்கொள்ள வேண்டும்

இந்திரா அசைவற்று உட்கார்ந்திருந்தாள். அவளுக்குச் சங்கீதத்தின் நெளிவு, சூட்சமங்கள் எதுவும் புலப்படவில்லை. ராமச்சந்திரனின் வீணை கணம் தவறாமல் ஒலித்துக்கொண்டே இருந்தது. அதில் பெரும்பகுதி அவள் காதில் விழவில்லை. வீணை மட்டும் அவள் பார்வையை விட்டு அகலாமல் இருந்தது. ராமச்சந்திரன் டைரக்ட் பண்ணின சினிமாப் படங்களின் கதாநாயகிகள் எல்லோரும் சினிமாவில் ஒரு காட்சியிலாவது வீணையை வைத்துக்கொண்டு பாடினார்கள். அநேகமாக எல்லாத் தமிழ்ப் படங்களின் கதாநாயகிகளும் வீணை வாசிக்கத் தெரிந்தவர்களாகத்தான் இருந்தார்கள்.

"ஏண்டி ஜடம்! இந்தச் சனியன்கள் படுத்துத் தூங்க ஆரம்பித்துவிடும், கையுடன் இரண்டு சவுக்கத்தைக் கொண்டு வா என்று சொன்னேனே? உனக்குப் புத்தி எங்கே போயிற்று?" இந்திரா திரும்பிப் பார்த்தாள். சித்திதான் வேதாவை விசாரித்துக் கொண்டிருந்தாள். குழந்தைகள் எல்லாம் கோணலும் மாணலுமாக மணலில் தூங்கிக்கொண்டிருந்தன. ஏதோ ஞாபகம் வரவே இந்திரா தன் அம்மா பக்கம் திரும்பிப் பார்த்தாள். அம்மா உட்கார்ந்தபடியே வாயைத் திறந்துகொண்டு தூங்கிக்கொண்டிருந்தாள். அப்படியே சாய்ந்து கீழே விழ இருந்தவள் திடீரென்று விழித்துக்கொண்டாள். இந்திரா அம்மாவிடம் "அம்மா, நான் கட்டாயம் வீணை கற்றுக்கொள்ள வேண்டும்" என்றாள்.

◯

எதிர் வீட்டு சரோஜா இந்திராவிடம் இன்னொரு தடவையும் கூறிவிட்டாள்; வைத்தீசுவரன் கோவில் சகோதரர்கள் போன்ற பாட்டு வாத்தியார்கள் இந்த உலகத்திலேயே கிடையாது. அவர்கள் வாய்ப்பாட்டு, வயலின், வீணை மூன்றும் கற்றுக்கொடுத்தார்கள். சங்கீதத்தில் அவர்களுக்கு மிஞ்சி இந்தியாவில் யாரும் கிடையாது. ஆனால் அவர்களுக்கு விரோதிகள் அதிகம். அதனால்தான் சங்கீத சபைகளில் அவர்கள் கச்சேரி அடிக்கடி நிகழ்வதில்லை. ரேடியோவில் மட்டும் மூன்று மாதத்திற்கு ஒருமுறை தவறாமல் அவர்கள் கச்சேரி உண்டு. யார் என்ன சொன்னாலும் சரோஜா வுக்கு அவர்கள் கச்சேரி மிகப் பிரமாதமாகத்தான் இருக்கும்.

இந்திரா "வீணை ராமச்சந்திரன் எப்படி?" என்று கேட்டாள்.

சரோஜா, "அது யார், வீணை ராமச்சந்திரன்?" என்றாள்.

"ஒன்றும் தெரியாதவள் போல் கேட்கிறாயே, டைரக்டர் ராமச்சந்திரன் பெயரை நீ கேள்விப்பட்டதேயில்லையா?"

"ஓ, அந்தச் சினிமாக்காரனா. அவனுக்குப் பாட்டைப் பற்றி ஒன்றும் தெரியாதென்று எங்கள் வாத்தியார் அப்போதே சொல்லிவிட்டாரே."

"ஊ ஹூம்?" என்றாள் இந்திரா. அவளுக்கு நம்பிக்கை ஏற்படவில்லை. "நீ கேட்டிருக்கிறாயா?" என்றாள்.

"எல்லாம் கேட்டிருக்கிறேன். ஒரு வாத்தியம் என்றால் அதனிடம் மரியாதை, பக்தி வேண்டாம்? குரங்கை ஆட்டிக் காண்பிப்பது போலவா வீணையை வாசிப்பது?"

இந்திரா சரோஜாவைக் கூர்ந்து பார்த்தாள். சரோஜா ஒரு கணம் தயங்கினாள். பிறகு சிறிது மாறுபட்ட குரலில், "அப்படித்தான் எங்கள் வாத்தியாரும் சொன்னார்" என்றாள்.

இந்திரா, "சரி, இவர் பீஸ் எவ்வளவு? என்று கேட்டாள்.

"எதற்கு?" என்று கேட்டாள் சரோஜா.

"வீணை கற்றுக்கொள்வதற்குத்தான்."

"வீணையா? அவர்கள் வீட்டுக்குப் போய் கற்றுக் கொள்வதாயிருந்தால் இருபத்தைந்து ரூபாய் இருக்கும், அவர்கள் நம் வீட்டுக்கு வந்து சொல்லித்தர வேண்டுமானால், எவ்வளவு கேட்பார்களோ தெரியாது. ஐம்பது, நூறு கூட இருக்கலாம்."

"அவ்வளவு இருக்குமா?" என்று கேட்டாள் இந்திரா.

சரோஜா, "ஆமாம். இந்தக் காலத்தில் வெறும் வாய்ப் பாட்டுக்கே அவ்வளவு வாங்கிவிடுகிறார்கள். வீணை என்றால் லேசா?" என்றாள். இந்திரா யோசனையில் மூழ்கினாள்.

மாலை வெயில் பட்ட இடத்தையெல்லாம் பொன்னாகச் செய்து கொண்டிருந்தது. வருடப் பரீட்சைகள் முடிந்து முடிவுகளையும் தெரிவித்தாகி விட்டது. கண்ணில் பட்ட சிறுவர் சிறுமியர் எல்லோரும் எவ்விதப் பீதியுமற்றுத் தெளிவான முகத்துடன் இருந்தார்கள். இந்திரா, வீட்டு வாயிற்படி அருகே நின்றுகொண்டிருந்தாள். சரோஜாவின் வீட்டில் யாரோ விருந்தினர்கள் வந்திருந்தார்கள். அவர்களைச் சாக்கிட்டு அந்த வீட்டினர் அனைவரும் சென்னையில் பார்க்க வேண்டிய இடங்கள் எல்லாவற்றையும் இன்னொரு முறை பார்வையிடக் கிளம்பிப் போயிருந்தார்கள். பக்கத்து வீட்டுக் காமாட்சியை என்ன காரணமோ காணோம். அவள் இல்லாம லிருந்தும் நன்றாகத்தான் இருந்தது. எந்த விஷயமானாலும், "நீங்கள் எல்லாரும் ஐயங்கார். எங்கள் வீட்டு வழக்கம் என்னவென்றால்..." என்று ஆரம்பித்துவிடுவாள்.

இந்திரா மெதுவாக உள்ளே சென்று பார்த்தாள். அம்மா மூக்கின் நுனியில் ஒரு மூக்குக் கண்ணாடியைத் தொத்த வைத்துக்கொண்டு, ஏதோ ஒரு புத்தகத்தைத் தட்டுத் தடுமாறி வாசித்துக்கொண்டிருந்தாள்.

வெளியே வந்து, நான்கு வீடுகள் தள்ளி இருக்கும் ஒரு வீட்டில் திறந்த வெளியில் விளையாடிக்கொண்டிருந்த நளினியைக் கூப்பிட்டாள் இந்திரா. நளினி முகத்தைச் சுளித்துக்கொண்டு வந்தாள். இந்திரா, "உன்னைக் கால் புண் ஆறும்வரையில் பாண்டி ஆட வேண்டாம் என்று அம்மா சொல்ல வில்லை?" என்று கேட்டாள். அவளுக்கே அந்தக் கேள்வியைக் கேட்டிருக்க வேண்டாமென்று பிறகு தோன்றிற்று.

நளினி ஏதோ முணுமுணுத்துக்கொண்டே காலைத் தேய்த்தாள்.

இந்திரா, "ரங்கநாதன் தெரு வரைக்கும் போய்வரலாம், வருகிறாயா?" என்று கேட்டாள்.

"எதற்கு?" என்று நளினி கேட்டாள்.

"ஒரு வேலை இருக்கிறது" என்றாள் இந்திரா.

"யாருக்கு?" என்றாள் நளினி.

"யாருக்காயிருந்தால் உனக்கு என்ன?"

"அப்படியானால் நான் வரவில்லை."

"இரு இரு, அம்மாவிடம் சொல்கிறேன்."

"சொல்லேன், எனக்கென்ன பயமோ? நானும் சொல்கிறேன் – நீ மறுபடியும் பேனாவைத் தொலைத்துவிட்டாயென்று."

"யாருடி பேனாவைத் தொலைத்தது?"

"நீதான், எனக்குத் தெரியாதென்று நினைத்தாயா? போடி?"

"தெருவிலே கத்தாதே."

"நான் கத்துவேன். நீ யார் கேட்கிறதுக்கு?"

இந்திரா விடுவிடு என்று அங்கிருந்து விலகினாள். அவளைச் சின்னவர்கள் பெரியவர்கள் எல்லாரும் அலட்சியம் செய்தார்கள். அவள் மிகவும் துரதிர்ஷ்டம் பிடித்தவள். அவளுக்குப் பேனாக்கள் அடிக்கடி தொலைந்து போய்க்கொண்டிருந்தன.

சாஹுப் ரோடைத் தாண்டி ரங்கநாதன் தெருவுக்கு வந்தவுடன் இந்திராவுக்குச் சிறிது பயம் ஏற்பட்டது. அப்போதுதான் விளக்கு ஏற்றத் தொடங்கி இருந்தார்கள். அஸ்தமன வெளிச்சமும் இருந்தது. இருந்தபோதிலும் அவளுக்கு அந்த வேளையில் துணையில்லாமல் தனியாகப் போவது சிறிது பயத்தைக் கொடுத்தது. சில நாட்களாக அந்த மாதிரி ஒரு பயம் ஏற்பட்டிருந்தது. நளினியானால் நெஞ்சில் துளிக்கூட ஈரமில்லாமல் வரமாட்டேன் என்று சொல்லிவிடுகிறாள்.

ரங்கநாதன் தெருவில் ஒரு பழக்கடையை அடுத்தாற்போல் இருந்த வாயிற்படிமேல் 'சங்கீத வித்யாலயம் – வைத்தீசுவரன் கோவில் பிரதர்ஸ்' என்று ஒரு பலகை மாட்டப்பட்டிருந்தது. கதவு பாதி திறந்திருந்தது. இந்திரா தன்னைக் குறுக்கிக்கொண்டு, திறந்திருந்த பாதிக் கதவு வழியே உள்ளே புகுந்தாள். உள்ளே யாரும் இல்லை. அது ஒரு ஒற்றை அறை. அதை ஒரு மூங்கில் தட்டி இரண்டாகத் தடுத்துக்கொண்டிருந்தது. அந்த முழு அறைக்குமாக இருந்த மிகக் குறைந்த வெளிச்சமுடைய மின்சார விளக்கில், அங்கே கிடந்த பெட்டிகள், துணிமணிகள், வேஷ்டியாலும் துப்பட்டியாலும் போர்த்தப்பட்ட சில சங்கீத வாத்தியங்கள் எல்லாம் தெரிந்தன. இந்திரா ஒரு நிமிஷம் அப்படியே நின்றாள். மூங்கில் தட்டிக்குப் பின்னால் யாரோ ஊதுகுழல் வைத்து அடுப்பை ஊதும் ஓசை கேட்டது. இந்திரா மெதுவாக, "ஸார் ஸார்" என்று கூப்பிட்டாள். தட்டிக்குப் பின்னாலிருந்து ஒல்லியாக நரைத்த தலையுடன் ஒரு துண்டு மட்டும் கட்டியிருந்த ஒருவர் வெளிப்பட்டார். அவர் இடுப்பில் ஒரு குழந்தை இருந்தது. இந்திராவைப் பார்த்து அவர் "யாருடீ குழந்தை, என்ன விஷயம்!" என்று கேட்டார்.

❍

அம்மா ஏகமாக வைய ஆரம்பித்துவிட்டாள். "எங்கேடீ போயிருந்தே!" என்று கத்தினாள். இந்திரா கிலி பிடித்து "பாட்டு வாத்தியாரிடம் போயிருந்தேன்" என்றாள்.

"உன்னை யார் சொல்லாமல் கொள்ளாமல் போகச் சொன்னது? ஒன்றும் புரியாமல் தெரியாமல் யார் வயிற்றில் நெருப்பைக் கட்டிக்கொண்டு தவிக்கிறது?"

"நளினியிடம் சொல்லிவிட்டுப் போனேன்..."

"நளினி என்ன உன் மாமியாரா, நாத்தனாரா? வீட்டுப் பிள்ளைகள்தான் அர்த்த ராத்ரி வரையில் தலை காட்டாமல் ஊர் சுற்றுகிறது என்றால் நீங்களுமா இப்படி ஆரம்பித்துவிட்டீர்கள்?"

"நான் ஒன்றும் ஊர் சுற்றப் போகவில்லை." அதற்கு மேல் இந்திராவினால் பேச முடியவில்லை. மூலையில் அடுக்கி வைத்திருந்த படுக்கையில் முகத்தைப் புதைத்துக்கொண்டாள்.

அவள் அழும்படி நேரிட்டதற்காக வீட்டு வேலைகளைச் செய்யாமல் இருக்க முடியவில்லை. இரவு சாப்பாட்டுக்கு அவள்தான் அப்பளம் சுட வேண்டியிருந்தது. எல்லாரும் சாப்பிட்டு எழுந்த பிறகு, அவள்தான் இலை எடுத்துச் சுத்தி செய்ய வேண்டியிருந்தது. படுக்கை போட்டுக்கொள்ளும்போது மட்டும் சாதாரணமாக அவள் படுக்கைக்கும் அம்மாவின் படுக்கைக்கும் இடையிலிருக்கும் ஒரு சாண் அகலத்தை இரண்டு சாணாக அதிகப்படுத்த முடிந்தது. அவ்வளவுதான்.

படுத்த உடனே குறட்டை விட ஆரம்பிக்கும் அம்மா அன்றைக்கு என்னவோ சப்தமே செய்யவில்லை.

இந்திரா தலையணையை ஒரு தட்டுத் தட்டிவிட்டுப் படுத்தாள். அப்போது அம்மா, "இந்திரா" என்று கூப்பிட்டாள்.

இந்திரா பதில் அளிக்கவில்லை.

"இன்று எங்கேயம்மா போயிருந்தாய்?"என்று கேட்டாள் அம்மா.

"எங்குமில்லை போ" என்று சொன்னாள் இந்திரா.

"யார் அந்தப் பாட்டு வாத்தியார்? எனக்குச் சொன்னால்தானே தெரியும்!" என்றாள் அம்மா.

இந்திரா சிறிது நேரம் மௌனமாக இருந்தாள். பிறகு "சரோஜாவுக்குச் சொல்லித் தந்த வாத்தியார்" என்றாள்.

"நல்ல வாத்தியார்தானே?" என்று கேட்டாள் அம்மா.

"ரேடியோவில் மூன்று மாதத்திற்கு ஒரு முறை கச்சேரி உண்டு என்றால் நல்ல வாத்தியார் என்றுதானே அர்த்தம்?" என்று பதில் சொன்னாள் இந்திரா.

"அப்படியானால், சரிதான்."

சிறிது நேரம் பொறுத்து இந்திரா, "அம்மா" என்று அழைத்தாள்.

"ஏன்?"

"ஒன்றுமில்லை."

அம்மா பேசாமலிருந்துவிட்டாள். இந்திரா மறுபடியும் "அம்மா" என்றாள்.

"என்னம்மா?"

"நான் இன்றைக்குப் பாட்டு வாத்தியாரிடம் போனேனல்லவா..."

"உம்..."

"என்னை ஒரு பாட்டுப்பாடச் சொன்னபிறகு 'உனக்கு இதற்கு முன்னால் யார் பாட்டு கற்றுக்கொடுத்தது' என்று கேட்டார்."

"உம்."

"நான் யாரிடமும் கற்றுக்கொள்ளவில்லை, பிறர் பாடுவதைக் கேட்டுக் கேட்டுப் பாடுகிறேன் என்று சொன்னேன். ரொம்ப வெட்கமாக இருந்தது அம்மா. பாட்டெல்லாம் கற்றுக்கொள்ளாமல் எப்படியம்மா வரும்?"

அம்மா ஒன்றும் பதிலளிக்கவில்லை.

"இவ்வளவு வயது வரைக்கும் ஒன்றுமே கற்றுக்கொள்ளவில்லை என்று சொல்ல வெட்கமாக இருக்கிறதம்மா. அப்பா என்னவென்றால் இப்போது கூட வேண்டாமென்கிறார்."

"நீ இந்த வாத்தியாரிடம் சொல்லிக்கொள்ளம்மா."

"அம்மா" என்று அழைத்தாள் இந்திரா.

"என்னம்மா?"

"அம்மா, இவரும் எனக்கு நல்ல சங்கீத ஞானம் இருக்கேன்னு சொன்னார். நல்ல வீணையாக அவரே பார்த்து வாங்கித் தருகிறேன் என்று சொன்னார். சம்பளம் இருபது ரூபாய்."

அம்மா சட்டென்று "இருபது ரூபாயா?" என்றாள்.

"ஆமாம். எல்லாரும் வாரத்திற்கு நான்கு நாட்கள்தான் சொல்லித் தருகிறார்கள். இவர் ஐந்து நாட்கள்."

"இருபது ரூபாயா?"

"ஆமாம்!" இந்திரா உடனே நிறுத்திக்கொண்டாள். அம்மா கொத்தமல்லிக்குப் பேரம் பேசுவது போல அல்லவா கேட்கிறாள்?

அம்மா கொத்தமல்லிக்குப் பேரம் பேசுவாள். அவள் எது வாங்கினாலும், பேரம் பேசி வாங்காமல் இருக்கமாட்டாள். அவளுடைய மூக்குக்கண்ணாடியில், ஒரு வில்லை குறுக்கே விரிந்துபோய் எத்தனையோ வருடங்கள் ஆகிவிட்டன. அப்படியேதான் அதை மாட்டிக்கொண்டு தடுமாறுகிறாள். காலணா பச்சை மிளகாய்க்குப் பேரம் பேசி இல்லாத ஏச்சு வார்த்தைகள் எல்லாம் வாங்கிக் கட்டிக்கொள்வாள். இப்படியிருந்தும்

மாதக் கடைசியில் அக்கம் பக்கத்திலிருப்பவர்களிடமிருந்து இரண்டோ ஐந்தோ கடன் வாங்க அவள்தான் போவாள். அவளுடைய பிள்ளைகளும் பெண்களும் வீட்டுக்குத் தெரிந்தும் தெரியாமலும் எதெதிலோ பணத்தைச் செலவழிப்பார்கள். போன வாரம் கூட சக்கி ஒரு ஆங்கிலப் படத்திற்கு இரண்டு ரூபாய்க்கு மேல் செலவழித்துப் பார்த்துவிட்டு வந்திருந்தான். இந்திராவுக்கு நன்றாகத் தெரியும்.

இந்திரா, "நான் பாட்டுக் கற்றுக்கொள்ளவில்லை அம்மா" என்றாள்.

அம்மா திடுக்கிட்டு, "ஏம்மா?" என்று கேட்டாள்.

இந்திரா சிறிது தயங்கி, "அப்பா ஏதாவது..."

"அப்பா சொல்லுகிறதென்ன? இரண்டு வருடம் போனால் உனக்கு வரன் தேட வேண்டும், நான்கு பாட்டுகள் கூடத் தெரியாமல் இருந்தால் எப்படி? நீ நாளைக்கே சேர்ந்துவிடு."

"வீணையெல்லாம் வாங்க வேண்டியிருக்கும்... ரொம்பச் செலவாகும்."

"வாங்கினால் போயிற்று. வீடுகட்ட வேண்டுமென்றால் செங்கல், சுண்ணாம்பு வாங்கித்தான் ஆகவேண்டும். செலவென்ன? அசடுமாதிரி பேசாதே. நாளைக்கே போய்ச் சேர்ந்துவிடு."

இந்திரா சிறிது நேரம் பேசாமலிருந்து, மறுபடியும், "அப்பா கோபித்துக்கொள்வார்" என்றாள்.

"ஒன்றும் கோபித்துக்கொள்ளமாட்டார், நான் சொல்லுகிறேன்."

வெகுநேரமாகியும் இந்திராவுக்குத் தூக்கம் வரவில்லை. ஒரு முறை புரண்டு அம்மாவை அணைத்தவாறு படுத்தாள். அப்போது அம்மாவின் உடம்பு குலுங்கிக்கொண்டிருப்பதை அவள் உணர முடிந்தது. அழுதால்தான் உடம்பு அவ்வாறு குலுங்கும். அம்மா சப்தமே எழுப்பாமல் அழுவதற்கு எப்போது கற்றுக்கொண்டாள் என்று இந்திராவுக்குப் புரியவில்லை.

1959

ஐந்நூறு கோப்பைத் தட்டுகள்

ஸையது அப்துல் காதர் 'ஸையது அப்துல் காதர் அண்ட் கம்பெனி' பெரிய கடையைத் தாண்டி, பக்கத்தில் இருந்த ஒரு சந்தில் புகுந்தார். அவருக்கும் அந்தக் கடைக்கும் யாதொரு சம்பந்தமும் கிடையாது. ஸையதைப் போல அந்த ஸையது அப்துல் காதரும் சிகந்தராபாத்தில் நல்லகுட்டா என்னும் இடத்தில்தான் வசித்துவந்தார். ஸையதைப் போல அவரும் ஒரு காண்ட்ராக்டர். ஸையது ஒரு காண்ட்ராக்டைக் கண்டு மூன்று ஆண்டுகள் ஆகின்றன. அந்த ஸையது அப்துல் காதர் தம்முடைய கம்பெனியில் மாதத்துக்கு ஒரு விஸ்தரிப்புச் செய்து வந்து அமோகமாக வாழ்கிறார். எல்லாவற்றுக்கும் இது தான் காரணமாக இருக்க வேண்டும் – அந்த ஸையது அப்துல் காதர் வியாபாரத்தைத் தவிர வேறு எந்தத் துறையிலும் தலையிட்டுக்கொள்வதில்லை. ராமன் ஆண்டாலும் ரஹீம் ஆண்டாலும் அவருக்குப் பாதகம் இல்லை. ஆனால் ஸையது அப்படி இல்லை.

சந்துக் கோடியிலிருந்த மசூதிக்குச் சென்று அங்கே தாம் வழக்கமாக உட்காரும் மூலையில் ஸையது உட்கார்ந்து கொண்டார். அது மிகச் சிறிய மசூதி. அந்தச் சமயத்தில் ஒரே ஒரு கிழவர் மட்டும் ஒரு புறாக் கூட்டத்துக்குச் சிறிது கோதுமை ரவையைத் தரையில் இறைத்துக்கொண்டிருந்தார். சிறிது நேரம் அமைதியாக இருக்கலாம் என்று வந்து உட்கார்ந்த ஸையதுக்கு விடாமல் குட் – குட் – குட் – குட் என்று கத்திக்கொண்டிருந்த புறாக்கள் அனைத்தையும் ஒரேயடியாக நசுக்கிவிடலாமா என்று தோன்றிற்று.

ரவை எல்லாம் செலவான பிறகு அந்தக் கிழவர் ஸையதிடம் வந்தார். ஸையதின் அருகிலேயே சிறிது நேரம் பேசாமல் நின்றுகொண்டிருந்தார். இருவர் மனத்திலும் ஒரே பயந்தான் இருந்தது, எங்கே மற்றவன் 'ஏதாவது சில்லறை இருந்தால் கொடு' என்று கேட்டுவிட்டுப்போகிறானோ என்று.

"நேற்றுகூட நாம்பள்ளிக்குப் போயிருந்தேன்" என்றார் கிழவர். அப்படிச் சொல்லிக்கொண்டே இடுப்பைப் பிடித்துக்

கொண்டார். அந்த இடத்திலிருந்து நாம்பள்ளி குறைந்தது மூன்று மைல்களாவது இருக்கும்.

புறாக்கூட்டத்திலிருந்து ஒரு வெண்புறா தனிப்பட்டு வந்து கிழவரையும் ஸையதையும் தனது முட்டாள்தனமான பார்வையுடன் பார்த்துக்கொண்டு நின்றது. அது சிறிதாக இருந்தபோதே அதன் சிறகுகளைக் கத்தரித்துப் பறக்க முடியாத படி செய்துவிட்டார்கள். அது முட்டையிட்டுப் பொரித்த குஞ்சுகள் எல்லாம் தாயுடன் இருந்த அந்த மசூதியை நம்பி வாழப் பழகி விட்டன. அந்தக் கூட்டத்தில் இருந்த பாதிப் புறாக்கள் அந்த முட்டாள் புறாவினுடைய குழந்தைகள்.

"நான் சொன்னது நிஜந்தான்."

ஸையது அதைக் கேட்டுக்கொண்டு தலையசைத்தார். கிழவர் நிஜம் என்று உறுதிப்படுத்திய விஷயம் ஸையதின் மூத்த மகன் இப்ராஹிமின் மனைவி ஹைதராபாத்தில் சைக்கிள் ரிக்ஷா இழுத்துக் காலம் தள்ளுகிறாள் என்பது.

ஸையது தம் இரு கைகளாலும் கழுத்தைப் பிடித்துவிட்டுக் கொண்டார். கழுத்து ஏகமாக வலித்தது.

கிழவர் கடைசியில் தான் சொல்ல வேண்டியதைச் சொல்லிவிட்டார். "ஒரு பதினைந்து ரூபாய் இருந்தால் எப்படியோ பம்பாய்க்குப் போய்விடுவேன். அங்கிருந்து போவதற்கு ஏதாவது பார்த்துக்கொள்ளலாம்" என்றார்.

"பதினைந்து ரூபாய் என்னிடம் இருந்தால் இந்த நிமிஷமே நான் ஓடிப் போய்விடுவேன்" என்றார் ஸையது. அந்த முட்டாள் புறா இன்னமும் அவரையேதான் பார்த்துக்கொண்டிருந்தது. பதினைந்து ரூபாய் இருந்தால் மனைவி மக்களோடு நான்கு நாட்களாவது சரியாகச் சாப்பிடலாம். யூஸப்பைத் தான் பள்ளிக்கூடத்திலிருந்து போகச் சொல்லிவிட்டார்கள். இரண்டு மூன்று மாதச் சம்பள பாக்கியைக் கட்ட வேண்டும். அதெல்லாம் முடியாது; அவனை எங்கேயாவது சைக்கிள் கடை, பூக்கடையில்தான் சேர்க்க வேண்டும். அந்தப் பயல் நாராயணனுக்கு வேறு பணம் தரவேண்டும். இந்த முட்டாள் புறா இவ்வளவு குழந்தை குட்டிகளை வைத்துக்கொண்டு, சிறகையும் ஒடித்துக்கொண்டு ஒரு கவலையும் இல்லாமல் இருக்கிறது. அது எங்கேயும் வேறு தேசத்துக்கு ஓடிப் போக யோசிக்க வேண்டியதில்லை. பட்டினி கிடந்தாவது அதற்குத் துளி தானியத்தை மசூதியில் யாராவது இறைத்துவிடுவார்கள்.

ஸையது மறுபடியும் கழுத்தைப் பிடித்து விட்டுக் கொண்டார். வலி அதிகமாகிக்கொண்டிருந்தது.

அன்று பிற்பகல் ஸையதிடம் நாராயணன் வந்திருந்தான். "ஞாயிற்றுக் கிழமைக்குள் வீட்டைக் காலி பண்ணாவிட்டால் போலீஸ் வந்து சாமான்களைத் தூக்கி எறிவார்களாமே? உங்களை நம்பினோமே, மோசம் செய்துவிட்டீர்களே!" என்றான்.

"என்னடா முட்டாள் மாதிரி பேசுகிறாய்? உனக்காகத் தான் நான் ஊரெல்லாம் அலைந்துகொண்டிருக்கிறேனே!"

“இன்னும் எவ்வளவு நாளைக்கு இப்படி ஏமாற்றப் போகிறீர்கள்? இந்த வயதில் சின்னப் பையன்களிடம் ஏன் பொய் சொல்லிக்கொண்டு திரிகிறீர்கள்?” – நாராயணன் வாய்விட்டு அழுதுவிட்டான்.

ஸையதுக்குக் கோபம் வந்துவிட்டது. “என்னடா சொன்னாய்? என் உயிர் நண்பனின் மகனிடமிருந்தா நான் இப்படிப் பேச்சுக் கேட்டுக்கொள்ள வேண்டும்? ஆண்டவனே!” இந்த மாதிரி சில வார்த்தைகள் சொன்னார். திடீரென்று தம் இரு கைகளாலும் மார்பில் தொம் தொம் என்று குத்திக் கொள்ள ஆரம்பித்துவிட்டார். நாராயணன் ஒரு கணம் அரண்டுவிட்டான். உடனே, “வேண்டாம், மாமா. வேண்டாம், மாமா” என்று கூறிக்கொண்டே அவருடைய பெருத்த கைகளைப் பிடித்துக்கொண்டான். இருவரும் சிறிது நேரம் பேசாமல் நின்றுகொண்டிருந்தார்கள்.

ஸையதுடைய கடைசி மகன் யூஸப் அப்போது வீட்டினுள் நுழைந்தான். ஸையது அவனைக் கூப்பிட்டு, “ரேய் பாபா. வீடு ஏதாவது காலி இருக்கிறதா?” என்று கேட்டார். யூஸப் ஒன்றும் புரியாமல் விழித்தான். ஐந்தாவது பாரத்தில் படித்துக்கொண்டிருந்த அவனைத்தான் பள்ளிக்கூடத்திலிருந்து வீட்டுக்கு அனுப்பிவிட்டார்கள்.

ஸையது, “வீடு ஏதாவது காலி இருந்தால் என்னிடம் சொல்லு. நம் சங்கரன் போன மாசம் காலமாகிவிட்டான் அல்லவா? அவன் சம்சாரம் குழந்தைகளெல்லாம் அந்த ரயில்வே வீட்டைக் காலி பண்ண வேண்டுமாம். வீடு ஏதாவது காலி இருந்தால் சொல்லு” என்றார். யூஸப் இன்னமும் விழித்தான். பிறகு பதில் ஒன்றும் கூறாமல் உள்ளே போய் விட்டான்.

அவன் உள்ளே போன பிறகு ஸையது நாராயணனிடம், “இதைப் பாரடா, மகனே. நான் உனக்கு வீட்டுக்காக இந்தச் சிகந்தராபாத்தில் எல்லாரிடமும் சொல்லி வைத்திருக்கிறேன். உனக்குத்தான் தெரியுமே, அந்த இடாலியாவுடைய முனீம்ஜிக்கு ஒரு பத்து ரூபாய் அட்வான்ஸ்கூடக் கொடுத்து வைத்திருக்கிறேன். அவன் வீடுகளில் ஒன்று காலியானவுடன் நமக்கே தருகிறேன் என்று சொல்லியிருக்கிறான்” என்றார்.

நாராயணன், “அவன் வீடும் காலியாகப்போவதில்லை; நீங்களும் அவனுக்குப் பணம் ஒன்றும் கொடுக்கவில்லை. அவனுக்கு உங்களைத் தெரியவே தெரியாதாம்” என்றான்.

“எவன் சொன்னான்? எவன் சொன்னான்?” ஸையது சிறிது பதறினார்.

“அந்த முனீம்ஜியே சொன்னான். நேற்று நானே அவனைப் போய்ப் பார்த்துவிட்டேன்.”

ஒரு நிமிஷம் எல்லாம் அமைதியாக இருந்தது. ஸையது, “நீயே போய்ப் பார்த்துவிட்டு வந்தாயா?” என்றார்.

நாராயணனுக்குப் பதிலளிப்பதற்கு அவசியம் இருப்பதாகத் தெரியவில்லை.

“என்னைத் தெரியவே தெரியாது என்று சொல்லி விட்டானா?”

நாராயணன் உள்ளங்கையால் முகத்தைத் துடைத்துக் கொண்டான். பிறகு, "இனிமேல் உங்கள் சகவாசமே வேண்டாம். என்னை ஏய்த்து, வாங்கின பத்து ரூபாய் உங்களிடமே இருக்கட்டும்" என்றான்.

ஸையது, "இதைக் கேளடா நாராயணா" என்று ஏதோ ஆரம்பித்தார்.

"போதும், போதும். இனிமேலும் நான் மோசம் போக வேண்டாம். உங்களைப் பற்றி வெளியில் பேசிக்கொள்வது அத்தனையும் உண்மை என்று இப்போதுதான் தெரிகிறது. உங்களை நம்பாமல் இருந்திருந்தேனானால் நானாவது ஏதாவது வீடு தேடிக்கொண்டிருப்பேன். இன்னும் நான்கு நாட்களுக்குள் காலி பண்ண வேண்டும்."

"நாராயணா, டேய் நாராயணா!" நாராயணன் திரும்பிப் பார்க்காமல் போய்விட்டான். வரும்போது சிறு பையனாக இருந்தவன் வெளியே போகும்போது ஓர் ஆளாக மாறிவிட்டது போல ஸையதுக்குத் தோன்றிற்று.

உள்ளே யூஸப்பும் அவன் அம்மாவும் ஏதோ சண்டை போட்டுக் கொண்டிருப்பது இலேசாகக் காதில் விழுந்தது. ஸையது உள்ளே போய்ப் பார்த்தார். அவர்கள் தொடர்ந்து சண்டையிட்டுக்கொண்டிருந்தார்கள். எங்கோ மூலைக்கொரு சாமானாக இருந்ததால் வீடு மிகப் பெரிதாக இருப்பது போலிருந்தது. ஸையது சிறிது நேரம் அப்படியே நின்றுகொண்டிருந்தார். பிறகு தம் மனைவியைப் பார்த்து, "நான் வெளியில் போக வேண்டும். ஏதாவது தின்ன இருந்தால் கொடேன்" என்றார்.

அவர் மனைவி, "வீட்டில் என்ன இருக்கிறது?" என்று கேட்டாள். பிறகு, "காலையில் செய்த ரொட்டி ஒன்று இருக்கிறது. அதை வேண்டுமானால் எடுத்துக்கொள்ளுங்கள்" என்றாள்.

ஸையது சமையலறைக்குள் சென்று பார்த்தார். நசுங்கிப் போயும் வெளியெல்லாம் கரியாகவும் இருந்த சில அலுமினியப் பாத்திரங்கள் ஒரு மூலையில் கிடந்தன. சுவரில் அநேக வருடப் புகைச்சல் படிந்து கிடந்தது. ஒரு பாத்திரத்துள் பாதி ரொட்டி இருந்தது. ஸையது அதை எடுத்து இரண்டு துண்டம் வாயில் போட்டுக்கொண்டார். அது சோளத்தினால் செய்யப்பட்டது. அவரால் அதைக் கடிக்கவும் முடியவில்லை. விழுங்கவும் முடியவில்லை. அங்கே வைத்திருந்த மண் பீப்பாயின் குழாயைத் திறந்து சிறிது தண்ணீர் எடுத்துக் குடித்தார். அது டில்லிப் பீப்பாய். வெகு அழகான வேலைப்பாடு அமைந்து ஒரு குழாயும் பொருத்தியிருந்தது. அந்த அறையில் இருந்த மற்றச் சாமான்களுடன் அது பொருந்தவே இல்லை. மண் பாத்திரங்கள் எவ்வளவு உயர்ந்தவையாக இருந்தாலும் உபயோகப்படுத்தி விட்டால் திரும்ப விற்றுப் பணமாக்க முடிவதில்லை.

ஸையது தம் தலையிலும் சிறிது தண்ணீரைத் தெளித்துக் கொண்டு வெளி அறைக்கு வந்தார். கழுத்துவரை வளைவு வளைவாகத் தொங்கிய தமது தலை மயிரை வாரிக்கொள்ள ஆரம்பித்தார். தலையில் ஒரு கறுப்பு மயிர்கூட இல்லை. ஏதோ நிறம் இடப்படாத டோப்பா ஒன்றைத் தலையில் மாட்டிக்கொண்ட மாதிரி இருந்தது. தலையை வாரி முடித்தவுடன் ஸையது தமது காக்கி புஸ்கோட்டைப் போட்டுக் கொண்டார். கைத்தடியை எடுத்துக்கொண்டு வெளியே கிளம்பினார். யாரிடமாவது

கதவைத் தாழிட்டுக்கொள்ளச் சொல்லலாமா என்று தயங்கினார். பிறகு தாமே கதவைச் சாத்திக்கொண்டு வெளியே புறப்பட்டார். மாலை வெயில் பளிச்சென்று அடித்தது.

பதினைந்து இருபது கஜதூரம் போன பிறகுதான் ஸையதுக்குத் தாம் அந்தத் தெருவில் இருப்பதை உணர முடிந்தது. அவர் அந்தத் தெருவை உபயோகப்படுத்த விரும்பவில்லை. அந்தத் தெருவில் ஹிந்துக்கள் நிறைய இருந்தார்கள். ஸையதின் தலைக்கு வெகு சமீபத்திலிருந்து ஒரு சிறிய ரப்பர்ப் பந்து வேகமாகப் பறந்து வந்தது. எதிர்ச் சுவரில் பட்டுத் தெருவில் குதித்துக் குதித்து உருண்டது. ஸையது திரும்பிப் பாராமல் வேகமாக நடக்க ஆரம்பித்தார். பின்னால் நான்கைந்து இளைஞர்கள் சிரிப்பது கேட்டது. ஸையதை ஓர் இடி இடித்துக் கொண்டு பந்தைத் துரத்திய வண்ணம் ஓர் இளைஞன் ஓடினான். பந்தை மடக்கிய பிறகு அதை மெதுவாக உதைத்துக்கொண்டு திரும்பி வந்தான். ஸையதுக்கு நேர் எதிரே அதைக் கொணர்ந்து நிறுத்தி ஓங்கி உதைத்தான். கால் குறி தவறிவிட்டது. "டேய் பத்மாஷ், ஒதுங்கிப் போடா. கண் தெரியவில்லை?" என்று அவன் ஸையதைக் கேட்டான்.

ஸையத் அப்போதுதான் அவனை நிமிர்ந்து பார்த்தார். அவன் உடனே அவர் புஸ்கோட்டைப் பிடித்துக்கொண்டு, "என்னடா முறைத்துப் பார்க்கிறாய்?" என்று இன்னொரு கேள்வி கேட்டான். இதற்குள் மற்ற இளைஞர்கள் ஸையதைச் சூழ்ந்துகொண்டார்கள். "ரஜாக்கர் அயோக்கியன் என்ன சொல்கிறான்?" என்று ஒருவன் கேட்டான். இன்னொருவன், "உதை, அவனை, உதை" என்று சொன்னான். ஸையது, "உம், உம்" என்று தமக்குத் தாமே சொல்லிக்கொண்டார். பின்னால் இருந்த ஒருவன் அவரை முன்னே தள்ளினான். அவர் பந்தைக் கொண்டு வந்தவன் மீது சாய்ந்தார். அவன் அவர் கன்னத்தில் ஓங்கி ஓர் அறை விட்டான். எல்லோருமாக அவர் கைத்தடியைப் பிடுங்கி எறிந்துவிட்டு அவரைச் சுவர் மீது மோதினார்கள். ஸையது கைகளைத் தலை மீது வைத்துக்கொண்டு ஒரு பந்து போலச் சுருண்டுகொண்டு உட்கார்ந்தார். "இனிமேல் தெருவிலே ஒழுங்காக நடந்து போடா, ரஜாக்கர் கொலைகாரனே" என்று ஒருவன் சொன்னான். கூடவே ஓர் உதையும் விழுந்தது.

ஸையது மெதுவாக எழுந்து, கலைந்திருந்த தலையைக் கோதிவிட்டுக் கொண்டார். நிதானமாக நடந்து சென்று கைத்தடியை எடுத்துக்கொண்டார். தெருவில் போய்க்கொண்டிருந்தவர்கள், வீடுகளிலிருந்து வேடிக்கை பார்த்துக்கொண்டிருந்தவர்கள் யாரும் எதிலும் குறுக்கிடவில்லை. ஸையது தொடர்ந்து நடக்கலானார். அவருக்கு அந்தப் பந்தை எடுத்துக் கொண்டு வந்த இளைஞனை நன்றாக ஞாபகம் இருந்தது. அவன் அந்த இடத்துப் பால்காரர்களில் ஒருவன். மூன்று வருடங்களுக்கு முன் அவன் மாடுகளைக் கட்டி வைத்திருந்த ஒரு சிறிய மைதானத்தில்தான் ஸையது தாம் சேர்த்து நடத்தி வந்த படைக்குப் பயிற்சி அளிக்க ஆரம்பித்தார். ஸையதுடைய மூத்த மகன் இப்ராஹிம் அந்த மாடுகளின் கயிறுகளை அறுத்துவிட்டு, அந்த இளைஞனின் மண்டையில் ஒரு துப்பாக்கியின் பின் புறத்தால் ஓங்கி அடித்தான். அந்த இரவே அந்தப் பால்காரனின் குடும்பமும் அத்துடன் ஏராளமான மற்றக் குடும்பங்களும் எங்கெங்கோ வெளியேறின. இப்போது

இப்ராஹிம் என்ன ஆனான் என்று தெரியவில்லை. இந்தியத் துருப்புகள் ஹைதராபாத்தில் பிரவேசிக்க ஆரம்பித்தவுடன் அவற்றை எதிர்க்கப் போன முதல் ரஜாக்கர் படையில் அவன் இருந்தான். கடைசியாக ஒரு விஷயம் ஸையதின் காதுக்கு எட்டியது. இப்ராஹிமினுடைய மனைவி இரவில் ஆண் உடை தரித்துக்கொண்டு வாடகை சைக்கிள் ரிக்ஷா விட்டுப் பணம் சம்பாதிக்கிறாள்.

அஸ்தமன சூரியன் ஸையதுடைய நிழலைப் பிரம்மாண்டமானதாகச் செய்தான். நாள் கணக்கில் அரை வயிறாகச் சாப்பிட்டால்கூட எப்படித் தம் உடல் குறுகவில்லை என்பது அவருக்கு வியப்பாக இருந்தது. வயது அறுபதுக்கும் மேற்பட்டு, வசதிகளும் அற்றுப்போன காலத்தில்தான் அவருக்கு நன்றாகப் பசிக்க ஆரம்பித்திருந்தது. ஒரு காலத்தில்தான் அவருக்கு உணவுப் பண்டங்களைக் கண்டாலே வாய் கசந்தது. அவரைச் சுற்றிலும் உயர்ந்த வகைப் பிஸ்கோத்துகள், ஜாம் வகைகள், வெண்ணெய், இறைச்சி, கோழி முட்டை எல்லாம் இறைந்து கிடந்தன. யுத்தத்தின்போது சிகந்தராபாத்தில் இருந்த துருப்புகளுக்கு உணவுப் பண்டங்களைச் சேகரித்து விநியோகிக்கும் காண்டிராக்டர்களில் ஒருவராக அவர் இருந்தார். வேலூரில் உத்தியோகத்திலிருந்து ஓய்வு பெற்றுக்கொண்டு நிம்மதியாக இருந்த அவரை நிஜாம் அரசாங்கத்தில் பெரிய பதவியில் இருந்த அவர் மைத்துனன் குரேஷிதான், “வா, வா, நீயும் ஒரு காண்டிராக்டர் ஆகிவிடு. இங்கே பணம் கொட்டிக் கிடக்கிறது” என்று இழுத்து வந்தான். அவரைத் தன் வீட்டிலேயே குடித்தனம் நடத்தச் செய்தான். பணம் ஏராளமாகக் கொட்டித்தான் கிடந்தது. பணத்தின் மீது அப்போது இருந்த அசிரத்தையைப் பார்த்து ஸையதுக்குத் தாம் ஒரு சாமியாராகக்கூட ஆகிவிடலாம் என்று தோன்றிற்று. ஆனால் அதெல்லாம் பொய், வெறும் பொய் என்று அப்புறந்தான் தெரிய வந்தது.

யுத்தம் முடிந்தது. நாட்டில் என்ன என்னவோ மாறுதல்கள் நிகழத் தொடங்கின. ஸையதுக்கு அந்த வயதில் இபின் காஸிமும் அலாவுத்தீனும் கோரியும் அவுரங்கஜீபும் கனவில் தோன்றத் தொடங்கினர். முஸ்லிம்களுக்குப் புத்துயிர் அளித்து உலகனைத்தும் ஆளவைக்க வேண்டிய பொறுப்பும் தமக்கு உள்ளது என்று ஸையதுக்கு ஓர் எண்ணம் வேரூன்றி விட்டது. மகன், மைத்துனன் எல்லாரும் அவருடன் சேர்ந்து கொண்டார்கள். ஆனால் சீக்கிரமே, எதிர்பாராதவை எல்லாம் நடக்கத் தொடங்கின. மகனைப் பற்றித் தகவலே இல்லை. குரேஷி தன் குடும்பத்துடன் பாகிஸ்தானுக்கு ஓடிப் போய் விட்டான். ஸையதோ எந்த நிமிஷமும் மனைவி மக்களுடன் தெருவில் நிற்க வேண்டும். தெருவில் நின்றால் பால்காரர்கள் உதைப்பார்கள்.

ஸையது சட்டென்று ஒரு சுவரைப் பார்த்த வண்ணம் நின்றுகொண்டார். சைக்கிளில் வேகமாகப் போய்க் கொண்டிருந்த நாராயணன் நல்ல வேளையாக அவரைப் பார்த்துவிடவில்லை. இரண்டு மூன்று வருடங்களாக அவர் யார் யாரிடமிருந்தோ தம்மை ஒளித்துக்கொள்ள வேண்டியிருந்தது. நாராயணனுடைய தகப்பன் சங்கரன் அந்தக் காலத்தில் கடலூரில் ஸையதோடு சேர்ந்து வசித்தவன். பள்ளிக் கூடத்துக்குப் பிறகு அவர்கள் இருவருக்கும் தொடர்பு விட்டுப் போயிற்று. யுத்தம் முடிந்து சுமார் ஒரு வருடம் ஆன பிறகுதான் ராணி கஞ்ஜ் பஸ் ஸ்டாண்டில் சங்கரனை ஒரு

நாள் ஸையது அடையாளம் கண்டுபிடித்தார். சங்கரனும் சிகந்தராபாத்தில் ரயில்வேயில் வேலை பார்த்துவந்தான். குழந்தை குட்டிகள் எல்லாம் இருந்தார்கள். இப்போது அவன் இறந்துவிட்டான். அவன் குடும்பத்தாரை ஒரு மாதத்துக்குள் ரயில்வே வீட்டைக் காலி பண்ணும்படி காரியாலயத்தில் உத்தரவிட்டிருந்தார்கள். ஸையது அவர்களுக்கு வீடு பார்த்துத் தருவது தம் பொறுப்பு என்று சொல்லியிருந்தார். அவர்களும் ஏதோ நம்பிக்கையில் அவரே கதி என்று இருந்தார்கள். அவரைத் தெருவில் நான்கு பேர் பிடித்து உதைத்தால் கேள்வி கேட்பார் இல்லை, அவருக்கு வெகு நாட்களாகவே மிகச் சிறிய ஜீவனோபாயங்கூட இல்லை, அவரே தாம் இருக்கும் வீட்டை விட்டுச் சீக்கிரம் வெளியேற வேண்டும் என்பவற்றையெல்லாம் அவர்கள் தெரிந்து வைத்துக்கொள்ளவில்லை. அந்த இடாலியாவினுடைய வீடுகளையும் வியாபாரங்களையும் கவனித்துக்கொண்டிருந்த முனீம்ஜி ஒரு காலத்தில் ஸையதுக்கு மிகுந்த ஆப்தனாக இருந்திருக்கிறான். இப்போது அவனை நெருங்க முடிவதில்லை. அவரைத் தெரியவே தெரியாது என்று வேறு கூறி விடுகிறான்.

ஸையது அந்தச் சந்தில் திரும்பி அங்கிருந்த மசூதிக்குள் நுழைந்தார். அது அவருக்கு மிகவும் பழக்கப்பட்ட இடம். ஒரு காலத்தில் அவரிடம் தங்கிப் போயிருந்த பட்டாக்கத்திகளையும் பிச்சுவாக்களையும் அங்கேதான் புதைத்து வைத்திருந்தார். இன்னும் அவற்றை வெளியே எடுக்கவில்லை. கிழவர் ஒருவர் புறாக்களுக்கு ரவை தூவிக்கொண்டிருந்தார்.

❍

அந்தத் தாய்ப் புறா இன்னமும் ஸையதையே பார்த்தபடிதான் இருந்தது. அல்லது ஸையதுக்கு அப்படித் தோன்றிற்று. ஹிந்துவாக இருந்தால் பூர்வ ஜன்மத் தொடர்பு என்று விளக்கம் தரலாம். இப்ராஹிமே மறுபடியும் வந்திருக்கிறான் என்றுகூடச் சொல்லிவிடலாம். இப்ராஹிம் ஏன் பெண் புறாவாகத் தோன்றுகிறான்? அவன் மதத்துக்காக ஒரு தகரத் தகட்டைத் தூக்கிக்கொண்டு பெரிய பெரிய பீரங்கிகளையும் டாங்கிகளையும் அல்லவா எதிர்க்கப் போயிருந்தான். அவர்தான் பயங்கொள்ளி. உலகம் தம் பக்கம் இருக்கும்போது இல்லாத கோஷங்களையும் அட்டகாசங்களையும் நடத்தியாகிவிட்டது. நிலைமை சிறிது மாறியவுடன் வீட்டுக்குள்ளேயே ஒளிந்துகொண்டு யார் யார் காலிலெல்லாமோ விழ ஆரம்பித்துவிட்டாயிற்று. சிறு பையன்களை மோசம் செய்ய ஆரம்பித்து விட்டாயிற்று.

ஸையதுக்கு அந்த வெண்புறா நாராயணனை நினைவு படுத்தியது. அந்தப் பயல் நாராயணனை ஏய்க்க அவர் எண்ணவே இல்லை. உண்மையில் அந்தக் குடும்பத்துக்கு உதவ வேண்டும் என்றுதான் அவருக்கு ஆசை. எல்லாம் சரியாகப் போய்விடும் என்று எண்ணித்தான் பத்து ரூபாய் பணம் வாங்கி வைத்துக் கொண்டார். ஆனால் முனீம்ஜியைப் பார்க்கவே முடிய வில்லை. நிலைமை சகிக்க முடியாமல் போய்க்கொண்டிருந்தது. அந்தப் பத்து ரூபாயைத்தான் செலவழித்துக்கொள்ள வேண்டியிருந்தது. அவர் பணம் காசுக்கு அப்பாற்பட்டவர். தம் இனத்தையே புனருத்தாரணம் செய்யப் பிறந்தவர் என்றெல்லாம் நினைத்துக்கொண்டுதான் ஆயுளில் பாதிக்குமேல் ஆன பிறகு ஏதேதோ இயக்கத்தில் ஈடுபட்டார். இப்போது

அவரும் சிதறிக்கொண்டிருந்தார்; அவர் வம்சமும் சிதறிக்கொண்டிருந்தது; எல்லாரும் அழிந்துகொண்டிருந்தார்கள்.

புறாவைப் பார்க்கப் பார்க்க ஸையதின் மனம் கொதித்தது. அந்தப் புறாவைப் போன்றவன்தான் நாராயணன். அவனுக்குப் பதினேழு பதினெட்டு வயதுதான் இருக்கும். நன்றாகப் படித்துக் கொண்டிருந்தான். இன்னும் ஒரு வருடமானால் பி.ஏ. பட்டம் வாங்கிவிடுவான். மிகவும் வெள்ளை மனம்; எதன் மீதும் நம்பிக்கை கொள்ளும் உள்ளம்; அழுவதற்குத் தயங்காத சுபாவம். அம்மாதிரி இருப்பவர்களுக்குக் கஷ்டங்கள் வருவதுபோல இருந்தாலும் அந்தக் கஷ்டங்களை எதிர்த்துப் போராடி வெற்றியடைய அவர்களுக்குத் தைரியமும் சக்தியும் உண்டு. ஸையது மாதிரி இருப்பவர்களுக்கு இருதயம் ஒரு பாலை வனம். இன்பத்திலும் துன்பத்திலும் ஒரு வறட்சி.

ஸையதுக்குத் தம்முள் உதிக்கும் சிந்தனைகளுக்கு அர்த்தம் புரியவில்லை. ஆனால் அவரால் அவற்றை அநுபவிக்க முடிந்தது. அவருடைய சக்தியற்ற தன்மையையும் மனத்தின் வறட்சியையும் நன்றாக உணர முடிந்தது.

ஸையதுக்கு அந்தப் புறா தம்மைப் பார்த்து ஏளனம் புரிவதுபோல இருந்தது. அதனுடைய அமைதியைக் கண்டு சிறிதும் அமைதியற்று இருந்த அவருக்குக் கடும் பொறாமை உண்டாயிற்று. திசை நிலையற்றுத் திரிந்துகொண்டிருந்த அவருக்குப் பயம், சலனம் அற்று நிம்மதியாக இருக்கும் அந்தப் பறவையிடம் துவேஷம் ஏற்பட்டது. கடந்த மூன்று ஆண்டுகளில் அவருக்கு ஏற்பட்ட நஷ்டங்கள், தொல்லைகள், அவமானங்கள் எல்லாவற்றும் காரணமானது ஒரு புறா உருக்கொண்டு தம் முன் நிற்பது போலத் தோன்றிற்று. ஸையது வெறி பிடித்தாற்போல் பாய்ந்து சென்று அந்தப் புறாவைப் பிடித்தார். அதனுடைய உருண்டைக் கண்கள் இன்னமும் அவரையேதான் பார்த்தபடி இருந்தன.

“பாபா, உனக்கு ஓர் அவசரக் கடிதம் வந்திருக்கிறது.“

புறாவும் கையுமாக ஸையது திரும்பிப் பார்த்தார். யூஸப் ஒரு கடிதத்தை நீட்டியவாறு நின்றுகொண்டிருந்தான்.

“நீங்கள் வெளியே போனது தெரியாது. அம்மாதான் கையெழுத்துப் போட்டு வாங்கினாள்” என்றான் யூஸப்.

புறாவைக் கீழே விட்டுவிட்டு ஸையது அவசர அவசரமாக அந்தக் கடிதத்தை உடைக்க ஆரம்பித்தார். அது சர்க்கார் கடிதம். மண் நிறமுள்ள நீண்ட உறையில் அனுப்பியிருந்தார்கள். உறையைக் கிழித்து எறிந்துவிட்டுப் பதறும் கைகளுடன் ஸையது கடிதத்தைப் பிரித்தார். ஹைதராபாத் அரசாங்கத்தின் ஒரு காரியாலயத்திலிருந்து அது வந்திருந்தது. அரசாங்கத்துக்கு ஐந்நூறு பீங்கான் கோப்பைகளும் தட்டுகளும் வேண்டுமாம். ஸையதால் அவற்றை விநியோகிக்க ஏற்பாடு செய்ய முடியுமா என்று கேட்டு எழுதியிருந்தார்கள்.

ஸையதுக்குத் தன் துன்பம், வலி, துவேஷம் எல்லாம் ஒரு நொடியில் பறந்துவிட்டன. மூன்று வருட காலத்தில் ஒழுங்கான வேலை ஒன்று வந்தது என்றால் இதுதான். அவருக்கு இதுவரை உணவுப் பண்டங்கள் காண்டிராக்ட் நடத்தித்தான் பழக்கம் உண்டு. இருந்த போதிலும் அரசாங்கமே இந்த வேலையை அவரிடம் ஒப்படைத்திருந்தது. ஐந்நூறு கோப்பை தட்டுகளில்

அதிகம் போனால் அவருக்கு இருபத்தைந்து ரூபாய் கிடைக்கலாம். ஆனால் அது பெரிதல்ல. அவர் இனி மேலும் ரஜாக்கர் என்று ஒதுக்கி வைக்கப்படமாட்டார். அரசாங்கத்திடம் ஒரு புதுத் தொடர்பு ஏற்படும். யார் என்ன சொல்ல முடியும்? இதனால் வாழ்க்கையிலேயே ஒரு புதுத் திருப்பம் உண்டானாலும் உண்டாகலாம். முதலில் இந்தப் பயல் யூஸப்பைப் பள்ளிக் கூடத்தில் சேர்த்துவிட வேண்டும்.

மசூதியை விட்டுக் கிளம்பும்போது ஸையது புறாக் கூட்டத்தைப் பார்த்தார். ஒரு கண வித்தியாசத்தில் அவர் கையில் மடிந்துபோக இருந்த அந்தப் புறா ஒன்றுமே அறியாததாய், தன் முட்டாள் கண்களை அகல விழித்துப் பார்த்தது.

வீட்டை நெருங்கியவுடன் ஸையதுக்கு ஒரு சந்தேகம் தோன்றிற்று. ஒரு தெரு விளக்கின் அடியில் கடிதத்தை மறுபடியும் படித்துப் பார்த்தார். அவர் சந்தேகம் வீண் போகவில்லை. தவறு ஒன்று நடந்திருந்தது. அது அவருக்கு வந்த கடிதமல்ல. அது ஸையது அப்துல் காதர் அண்டு கம்பெனிக்காக வந்த கடிதம்.

ஸையது கைகளைப் பயங்கரமாகப் பிசைந்துகொண்டார். அந்தக் கணத்தில் மயிரிழையில் உயிர் தப்பிய அந்தப் புறாவின் உருவந்தான் அவர் மனத்தில் தோன்றிற்று.

1959

ஒரு ஞாயிற்றுக்கிழமை

பேபி தலையையும் போர்த்திக்கொண்டு படுத்திருந்தாள். அவளை எழுப்ப முயன்றுகொண்டிருந்த தன்னுடைய மனைவியை முத்துசுவாமி ஐயர் கோபித்துக் கொண்டார். "அவள்தான் ஞாயிற்றுக்கிழமைகளில் ஏழு மணிக்கு முன்னால் குரல் கொடுக்க வேண்டாம் என்று சொல்லி இருக்கிறாளே. இன்றைக்கு ஒரு நாள் தானே குழந்தையால் இப்படித் தூங்க முடியும்?" என்றார்.

"குழந்தை! கையில் ஒன்று, இடுப்பில் ஒன்றாக நான்கு குழந்தைகள் இருக்க வயசாயிற்று" என்று சொல்லிவிட்டு அவர் மனைவி உள்ளே சென்றாள்.

முத்துசுவாமி ஐயர், "பேபி, பேபி" என்று கூப்பிட்டார். பேபி படுத்தபடியே, "இதென்னப்பா தொந்தரவு" என்றாள்.

முத்துசுவாமி ஐயர் சட்டென்று நிறுத்திக்கொண்டார். அவர் மனைவி, "அடுப்பில் வைத்திருக்கும் பால் பொங்கி வழிந்துவிடாமல் பார்த்துக்கொள்ளுங்கள். நான் குளித்துவிட்டு வந்துவிடுகிறேன்" என்றாள். ஒரு மூங்கில் குச்சி நுனியில் மடிப் புடைவையை வெந்நீர் அறைக்குக் கொண்டு சென்றவள், "அப்படியே வாசலில் கறிகாய்க்காரன் போனால் கூப்பிட்டு, குழம்புக்கு ஏதாவது வாங்குங்கள்" என்றும் சொன்னாள். முத்துசுவாமி ஐயர் கரண்டிகொண்டு பாலைக் கிளறினார். வெளி வராந்தாவில் 'டொக்' என்று ஒரு சப்தம் கேட்டது. அவர் வராந்தாவுக்கு வந்தார். அங்கே செய்திப் பத்திரிகை கிடந்தது. தினத்தை விட அன்று அதிகப் பக்கங்கள். விளம்பரத் துணுக்குகள் இரண்டாம் பக்கம் நிரம்ப இருந்தன; மூன்றாம் பக்கத்திலும் பாதிக்குமேல் இருந்தன. முத்துசுவாமி ஐயர் விவாகப் பகுதியில் வந்திருந்த விளம்பரங்களை முதலில் பார்வையிட்டார். அவை எல்லாவற்றையும் பார்த்த பிறகு, 'அப்பாடா! இன்று ஒன்றும் எழுதிப் போட வேண்டியதில்லை' என்று நினைத்துக்கொண்டார்.

குளித்துவிட்டு வந்த அவர் மனைவி, "பாலில் போட்டிருந்த கரண்டி எங்கே?" என்று கேட்டாள். முத்துசுவாமி ஐயர் உள்ளே விரைந்து, "இதோ" என்றார்.

"வாசலில் கறிகாய்க்காரனை நிறுத்திவைத்திருக்கிறீர்களா?"

"இல்லையே!"

"இப்போது ஒருவன் தெருவிலே கூவிக்கொண்டு போனானே!"

"நான் கவனிக்கவே இல்லையே!"

அப்போது பேபி எழுந்து வந்தாள். "என் டூத் பேஸ்டை யார் எடுத்தார்கள்?" என்று கேட்டாள்.

"மேலே விழாதே. உன் விவகாரங்களுக்கு யார் வருகிறார்கள்?" என்று அம்மா சொன்னாள்.

முத்துசுவாமி ஐயர், "வெந்நீர் அறையில் ஒன்றைப் பார்த்தேன். நேற்றைக்கு நீ மறந்து போய் அங்கேயே வைத்துவிட்டு வந்தாயோ என்னவோ!" என்றார். பேபி அங்கே சென்று பார்த்தாள். அதற்கு அப்புறம் அவள் பேசவில்லை.

"அப்படியே குளித்துவிட்டும் வந்துவிடேன். வெந்நீர் வீணாகப் போகிறது" என்று அம்மா சொன்னாள். பேபி அவள் சொன்னதைக் கேட்டாள்.

புடைவையின் மடிப்புகளைச் சரிப்படுத்திய வண்ணம் பேபி வராந்தாவுக்கு வந்தாள். முத்துசுவாமி ஐயர் அவளிடம் பத்திரிகையைக் கொடுத்துவிட்டு அவளை ஒருமுறை முகத்தில் இன்னமும் குழந்தைக் களை இருந்தது. முத்துசுவாமி ஐயர், "இந்தப் புடைவை எப்போது வாங்கினது?" என்று கேட்டார்.

பேபி, "உம்" என்றாள். பிறகு, "ஓகோ உங்களிடம் நான் இதைக் காட்டவில்லையா? போன மாதம் வாங்கினது" என்றாள்.

முத்துசுவாமி ஐயர் சிறிது நேரம் மௌனமாக இருந்தார். பிறகு, "வருகிற முதல் தேதி வீட்டு வரிக்காரனை வரச்சொல்லி இருக்கிறேன், அம்மா. உன் சம்பளம் வந்துதான் கட்ட வேண்டும்" என்றார்.

பேபியின் உதடுகள் சிறிது அதிகமாக நீண்டன. "இரண்டு அண்ணாக்கள் இருக்கிறார்கள்! பணம் அனுப்பினால் என்னவாம்? இந்த மாதமும் ரிஸ்ட் வாட்சு வாங்கிக்கொள்ள முடியாது" என்றாள்.

முத்துசுவாமி ஐயர் ஒன்றும் பதில் அளிக்கவில்லை. திடீரென்று பேபி, "நேற்றைக்கு இண்டர்வ்யூ என்ன ஆயிற்று அப்பா?" என்று கேட்டாள்.

முத்துசுவாமி ஐயர் விழித்தார்.

"அதுதான் அப்பா, ஏதோ கப்பல் கம்பெனி; ரிடயர் ஆனால் பரவாயில்லை, அனுபவம் வேண்டும் என்று விளம்பரம் செய்திருந்தார்களே!"

"அது நாளைக்கு. இருபத்தெட்டாம் தேதிக்கு."

"இருபத்தாறு இல்லை? உங்களுக்கு வந்த கடிதத்தில் இருபத்தாறு, சனிக்கிழமை என்றுகூட எழுதி இருந்தது போல் இருக்கிறதே?"

முத்துசுவாமி ஐயர் உள்ளே சென்று மேஜையின் அடி அறையில் வைத்திருந்த ஒரு கடிதத்தைப் பிரித்துப்பார்த்தார். அந்தக் கம்பெனியார் அவரை இருபத்தாறாம் தேதியன்றுதான் வரச்சொல்லி இருந்தார்கள்.

அவருடைய மனைவிதான் அதிகமாக அயர்ந்துவிட்டாள். முத்துசுவாமி ஐயர், "நாளைக்குப் போய்ப் பார்த்தால் போகிறது" என்றார். அவள் சமாதானம் அடையவில்லை. "இப்படி முக்கியக் காரியங்களில் எல்லாம் மறதி இருந்தால் என்ன செய்வது? இன்றைக்கு ஸேட் காலனிக்காவது ஞாபகமாகப் போய்விட்டு வாருங்கள்" என்றாள்.

முத்துசுவாமி ஐயர், "சரி" என்றார்.

"மூன்றரை மணிக்கே கிளம்பிவிடுங்கள். அப்போதுதான் ராகுகாலத்துக்கு முன்னால் அவர்கள் வீடு போய்ச் சேரலாம்."

"சரி, சரி."

"ஜாதகத்தைச் சரியாகக் குறித்துக்கொண்டு ஞாபகமாகக் குங்குமம் தடவிக்கொண்டு போங்கள்."

"எல்லாம் எனக்குத் தெரியும்." ஆனால் அவர் குரல் அவ்வளவு கணீரென்று இல்லை.

ஜாதகப் புத்தகத்தை அலமாரியில் தேட வேண்டியிருந்தது. அந்தப் புத்தகத்தில் முத்துசுவாமி ஐயரின் தகப்பனார் காலத்திலிருந்து குடும்பத்தினர் எல்லோருடைய ஜாதகங்களும் குறித்து வைக்கப்பட்டிருந்தன. முத்துசுவாமி ஐயர் பேபியின் ஜாதகத்தைத் தனியாக ஒரு காகிதத்தில் எழுத ஆரம்பித்தார். தாது ௵ வைகாசி மீ 13உ . . . அதற்கான ஆங்கிலத் தேதியும் புத்தகத்தில் இருந்தது. முத்துசுவாமி ஐயர் அதை எழுதிக்கொள்ளவில்லை. இராசி, அம்சக் கட்டங்கள் எழுதிய பிறகு பாரத்வாஜ கோத்திரம், சௌ. விசாலாட்சி என்று எழுதினார். அதற்கு கீழே தம் பெயரையும் ஓய்வு பெற்றபோது வகித்த உத்தியோகம், வீட்டு விலாசம், எல்லாவற்றையும் எழுதினார். ஆள்காட்டி விரல் நுனியை நனைத்துக்கொண்டு அதில் துளி குங்குமத்தை ஒத்தி எடுத்துக்கொண்டார். அதைக் கட்டை விரலுடன் சேர்த்துப் பசைப்படுத்திக் கொண்டு ஜாதகத்தின் நான்கு மூலைகளிலும் தடவினார். ஜாதகப் புத்தகத்தைத் திரும்ப அலமாரியில் எடுத்து வைத்த பின் சிறிது நேரம் யோசித்தார். பிறகு தனியாக ஒரு துண்டுக்காகிதத்தில் 'விவரங்கள்' என்று எழுதி, "தஞ்சாவூர் ஜில்லா, இரண்டு தமையன்கள், ஒரு தமக்கை – மூன்று பேருக்கும் கல்யாணமாகிவிட்டது. விசாலாட்சி கடைசிப் பெண். ஹிந்தி விசாரத், டைப்ரைட்டிங் ஹையர்; இரண்டு வருஷமாக உத்தியோகத்தில் இருக்கிறாள்" என்று எழுதினார்.

பதினொன்றரை மணிக்குச் சாப்பாடாயிற்று. சாப்பாடானவுடன் பேபி தன் சிநேகிதி ஒருத்தியுடன் சினிமா பகல் ஆட்டத்துக்குப் போவதாகக் கிளம்பி

விட்டாள். முத்துசுவாமி ஐயர் சாய்வு நாற்காலியில் உட்கார்ந்து கொண்டு செய்திப் பத்திரிகையை முழுக்க வாசித்து முடித்தார். இமைகள் கனத்தன. மூக்குக் கண்ணாடியைக் கழற்றி, கையில் வைத்தபடியே கண் அயர்ந்தார்.

அவர் மறுபடியும் விழித்துக்கொள்ளும்போது மணி மூன்று அடித்து விட்டது. முத்துசுவாமி ஐயர் கொல்லைப்புறம் சென்று முகத்தைக் கழுவிக் கொண்டு வந்தார். அவர் மனைவி காபி கலந்துவிட்டு, அடை தட்டிக்கொண்டு இருந்தாள். முத்துசுவாமி ஐயரைப் பார்த்ததும், "இலையைப் போடட்டுமா?" என்று கேட்டாள். அவர், "உம்" என்றார். இலையின் முன் உட்காரும்போது அவருக்குத் தலை லேசாக வலித்தது.

முதல் அடையையே அவரால் முழுவதும் உண்ண முடியவில்லை. தலைவலி அதிகரித்துக்கொண்டே போயிற்று. "எனக்குக் காபி மட்டும் கொண்டுவா, போதும்" என்று எழுந்துவிட்டார். காபி சூடாக இருந்தது. ஆனால் தலைவலி குறையவில்லை.

முத்துசுவாமி ஐயர் நாற்காலியில் சாய்ந்துகொண்டு "எனக்குத் தலையை வலிக்கிறது" என்று மனைவியிடம் தெரிவித்தார். அவள் பதறி வந்து நெற்றியைத் தொட்டுப் பார்த்தாள். பிறகு காரமான தலைவலி மருந்து ஒன்றை அவர் நெற்றியில் அழுத்தித் தேய்த்தாள். முத்துசுவாமி ஐயர், "என்னது, நான் கிளம்பும் காரியம் ஒவ்வொன்றிற்கும் ஏதாவது தடங்கல் வந்துகொண்டே இருக்கிறதே" என்றார். அந்த ஸேட் காலனி ஜாதகம் அவர் கைக்கு வந்து இரண்டு வாரங்கள் ஆகிவிட்டன. அது பேபியின் ஜாதகத்துடன் பொருந்துவதாக ஜோசியர் கூறிவிட்டார். சம்பிரதாயப்படி முத்துசுவாமி ஐயர் பிள்ளை வீட்டாரிடம் சென்று பெண் ஜாதகத்தைக் கொடுத்துவிட்டு, பையனின் ஜாதகத்தை வாங்கிக்கொண்டு வர வேண்டும்.

முத்துசுவாமி ஐயர் எழுந்திருந்து வெள்ளை வேஷ்டி ஒன்றை எடுத்துக்கட்டிக்கொள்ள ஆரம்பித்தார். அவர் மனைவி கஷாயம் போட்டுக் கொண்டு வந்தாள். அவளிடம் அவர், "நான் போய்விட்டு வருகிறேன். இப்போது சிறிது தேவலை" என்றார். மணி நான்கு அடிக்க ஐந்து நிமிஷம் இருந்தது. அதிகத் தாமதம் ஏற்படாமல் ஒன்பதாம் நம்பர் பஸ் கிடைத்து விட்டால் நாலரை மணிக்குள் ஸேட் காலனிக்குப் போய்விடலாம்.

உடனே பஸ் கிடைக்கவில்லை. நாலேகாலுக்குத்தான் ஒரு பஸ் ஸ்டாண்டைவிட்டுக் கிளம்பியது. நுங்கம்பாக்கம் அடையும்போது ஒரு பிரயாணிக்கும் கண்டக்டருக்கும் பெரிய வாக்குவாதம். கடைசியாக டி.பி. ஆஸ்பத்திரி அருகில் முத்துசுவாமி ஐயர் பஸ்ஸை விட்டு இறங்கியபோது ராகுகாலம் ஆரம்பித்துப் பத்து நிமிஷங்கள் ஆகிவிட்டன.

அவர் தொடர்ந்து, போகலாமா வேண்டாமா என்று யோசித்தார். கடிகாரத்தைப் பார்த்தபோதுதான் ராகு காலம் வந்திருக்கிறது என்று தெரிந்தது. ராகு காலந்தான் என்று வைத்துக்கொண்டாலும் அது ஆரம்பித்துச் சில நிமிஷங்களே ஆகியிருந்தன. ஆதலால் அது அதிகக் கடுமை இல்லாததாக இருக்கலாம்.

முத்துசுவாமி ஐயர் அந்தத் தெருவில் இருக்கும் வீடுகளின் எண்களை வரிசையாகப் பார்த்தபடியே நடந்தார். பதினெட்டு, பதினேழு, பதினாறு—

பி, பதினாறு – முத்துசுவாமி ஐயர் பதினாறாம் எண் கொண்ட வீட்டு வெளிச்சுவர் கதவைத் திறந்துகொண்டு உள்ளே சென்றார். "ஸார்" என்று கூப்பிட்டார்.

வயதான ஒருவர் வெளியே வந்தார். "என்ன?" என்று கேட்டார்.

முத்துசுவாமி ஐயர், "நாகராஜ சர்மா?" என்றார்.

வயதானவர், "எங்கிருந்து வருகிறீர்கள்?" என்று கேட்டார்.

"மாம்பலத்திலிருந்து. என் பெயர் முத்துசுவாமி. நாகராஜ சர்மாவைப் பார்க்க வேண்டும். அவருடைய பிள்ளை ராமமூர்த்தி பற்றி."

"நான்தான் நாகராஜ சர்மா."

முத்துசுவாமி ஐயரும் சில விநாடிகள் பேசாமல் நின்றுகொண்டிருந்தார். நாகராஜ சர்மா, "வாருங்கள்" என்று உள்ளே அழைத்தார்.

முன் அறையில் வந்தவர்கள் உட்காருவதற்கென்று சோபாக்களும் நாற்காலிகளும் ஒழுங்காகப் போட்டிருந்தன. ஒரு மூலையில் உயரமான மேஜைமேல் ரேடியோ ஒன்று இருந்தது. சுமார் பத்து வயது மதிப்பிடக் கூடிய பெண் அதற்கு வெகு சமீபத்திலேயே நின்று அது பாடுவதைக் கேட்டுக்கொண்டிருந்தாள். சர்மா முத்துசுவாமி ஐயரைப் பார்த்து, "உட்காருங்கள்" என்று சொன்னார். முத்துசுவாமி ஐயர் உட்கார்ந்துகொண்டார்.

"என்ன விஷயம்?" என்று சர்மா கேட்டார்.

"போர்ட் டிரஸ்ட் சுந்தரராமன்தான் உங்கள் ஸ்ரீராமமூர்த்தி ஜாதகத் தைக் கொடுத்தார். வீட்டுக்கு ஒரு சாஸ்திரிகள் வருவார். அவரும் அதே ஜாதகத்தைக் கொடுத்தார்."

ரேடியோ கேட்டுக்கொண்டிருந்த பெண் உள்ளே சென்றாள்.

முத்துசுவாமி ஐயர் தொடர்ந்து பேசினார்: "என்னுடைய கடைசிப் பெண்ணுக்குத்தான். பொருத்தம் பார்த்ததற்குப் பேஷாகச் செய்யலாம் என்று சொன்னார்கள்."

"எந்த சாஸ்திரிகள் கொடுத்தார்?"

"அவர் பெயர் என்னவோ தெரியாது. நிறைய ஜாதகங்கள் கையில் வைத்திருப்பார். உங்களை நன்றாகத் தெரியும் என்று சொன்னார்."

"அப்படியா?" நாகராஜ சர்மா சிறிது யோசித்தார். "நீங்கள்?" என்றார்.

முத்துசுவாமி ஐயருக்கு விளங்கவில்லை.

நாகராஜ சர்மா, "சுந்தரராமன் வேறு ஒன்றும் சொல்லவில்லையா?" என்று கேட்டார்.

"ஒன்றும் சொல்லவில்லையே! அவர் மைத்துனிக்குப் பொருந்தவில்லை என்று ஜாதகத்தை என்னிடம் கொடுத்தார்."

"வேறு ஒன்றும் சொல்லவில்லையா?"

"குலம் கோத்திரம் பற்றி ஒன்றும் விசாரிக்கவே வேண்டாம், ரொம்ப நல்ல இடம் என்று சொன்னார்."

"ஊஹூம்" என்றார் சர்மா. பிறகு திடீரென்று, "நீங்கள் வடமர்தானே?" என்று கேட்டார்.

"வட தேசத்து வடமன்; நன்னிலம் அருகில்."

"எந்த இடமோ?"

"போலகம்."

"போலகமா?" என்றார் சர்மா. பிறகு மறுபடியும் யோசித்தபடி உட்கார்ந்திருந்தார். அவர் முகத்தில் ஓர் எரிச்சல்குறி படர்ந்தது. "கீதா!" என்று இரைந்து கூப்பிட்டார்.

அந்தப் பத்து வயதுப் பெண், "என்னப்பா?" என்று கேட்டுக்கொண்டு வந்தாள்.

"இந்தச் சனியன் என்ன கத்துகிறது? மூடி வை!" என்றார். கீதா ரேடியோவை மூடி வைத்துவிட்டுப் போனாள். சர்மா, "கடைசிப் பெண் என்றுதானே சொன்னீர்கள்?" என்றார்.

"ஆமாம். எனக்கு இரண்டு பெண்ணும் இரண்டு பிள்ளைகளும். இவள்தான் கடைசிக் குழந்தை. ஜாதகத்தை மாற்றிக்கொண்டு போகலாம் என்று வந்தேன்."

"அதற்கென்ன?" என்றார் சர்மா. முத்துசுவாமி ஐயர் பேபி ஜாதகத்தை அவரிடம் கொடுத்தார். சர்மா அதை வாங்கிக்கொண்டு திரும்பி அவர் தலைக்கு மேல் பார்த்தார். அங்கே சுவரில் ஒரு கடிகாரம் தொங்கியது.

முத்துசுவாமி ஐயர், "பஸ் சரியாகக் கிடைக்கவில்லை" என்றார்.

"அதற்கில்லை. இதெல்லாம் ஆயிரம் காலத்துப் பயிர் என்பார்கள்" என்றார் சர்மா. பிறகு முத்துசுவாமி ஐயர் கொடுத்த ஜாதகத்தையும் எழுதி யிருந்த விவரங்கள் எல்லாவற்றையும் நிதானமாகப் படித்தார். அப்புறம், "கீதா!" என்று கூப்பிட்டார்.

கீதா வந்து நின்றாள்.

சர்மா, "அண்ணா மாடியிலே இருக்கிறானா?" என்று கேட்டார்.

"ஒரு அண்ணாவும் வீட்டில் இல்லை. எல்லாரும் வெளியில் கிளம்பியாயிற்று."

"அப்போது நீதான் என் ஆபீஸ் அறையைத் திறந்து, அதில் அந்தக் கறுப்புப் பெட்டியிலிருந்து ராமு ஜாதகம் ஒன்று கொண்டுவா."

கீதா ஒரு காகிதத்தைக் கொண்டுவந்து சர்மாவிடம் காட்டி, "இதுதானே?" என்று கேட்டாள்.

“எங்கே? ஆமாம்.” சர்மா அதை வாங்கிக்கொண்டார். பிறகு இரண்டு கையாலும் அதை முத்துசுவாமி ஐயருக்குக் கொடுத்தார். ஜாதகம் மஞ்சள் காகிதத்திலேயே அச்சடித்திருந்தது.

“நாங்கள் பொருத்தம் பார்த்துவிட்டோம். நீங்களும் பாருங்கள்” என்றார் முத்துசுவாமி ஐயர்.

“உம், பார்க்கிறேன்” என்று இழுத்தாற்போல் சொன்னார் சர்மா. பிறகு ஒரு தீர்மானத்துக்கு வந்தவர் போல, “நான் பார்க்கிறேன். சுந்தரராமன் வந்திருந்த போதே ராமமூர்த்தி சொல்லிவிட்டான், இந்த வருஷம் அவனுக்குக் கல்யாணம் இல்லை என்று.”

“ஓகோ” என்றார் முத்துசுவாமி ஐயர். அவருக்கு ஏதோ ஒரு பளு குறைந்தது போலத் தோன்றியது.

“எனக்குக் கல்யாணத்துக்கு ஒரு பெண் இருக்கிறாள். ஒன்று என்ன, இரண்டு பேர் இருக்கிறார்கள். தங்கைகளுக்கு முதலில் முடித்துவிடு என்று சொல்கிறான்.”

“ஓகோ.”

“நானும் ஏதேதோ சொல்லிப் பார்த்தேன், அதற்கும் இதற்கும் என்ன சம்பந்தம் என்று. அவன் அதுதான் முக்கியம் என்கிறான்.”

“ஊஹூம்.”

“ஏதோ நான் மறுபடியும் சொல்லிப் பார்க்கிறேன். சரி என்று சொன்னா னானால் உங்களுக்குத் தகவல் அனுப்புகிறேன்.”

“நான் வருகிற வாரம் வந்து பார்த்துவிட்டுப் போகிறேன்.”

“வேண்டாம். ஏதாவது இருக்குமானால் உங்களுக்கு ஒரு கார்டு எழுதிப் போட்டுவிடுகிறேன். உங்களை ஏன் வீணாக அலைக்கழிக்க வேண்டும்?”

முத்துசுவாமி ஐயர் வெளியே வந்தபோது தெருவில் பால்காரர்களும் பூ விற்பவர்களும் நிறையத் தென்பட்டார்கள். தலைவலி தம்மை விட்டுப் பூரணமாக விலகிவிட்டதை அவரால் உணர முடிந்தது. அடுத்த தெருவுக்கு வந்தார். அதன் ஒரு கோடியில் அவர் நண்பர் ஒருவர் இருந்தார். அவர் வீட்டில் சனி ஞாயிறு இரு நாட்களிலும் மாலை ஆறரை மணியிலிருந்து ஏழரை வரை ஒரு பண்டிதர் உபநிஷத் சாரம் கூறுவார். ஏழெட்டுப் பேர்கள் நெருங்கி உட்கார்ந்துகொண்டு அதைக் கேட்பார்கள். முத்துசுவாமி ஐயர் நண்பரிடம் பல விஷயங்களைப் பற்றிப் பேசிக்கொண்டிருந்தார். அவருக்கு ஒரு தம்ளர் காபியும் கிடைத்தது. சீக்கிரமே உபநிஷத் விளக்கம் ஆரம்பமாயிற்று. முத்துசுவாமி ஐயரும் இருந்து அதைக் கேட்டார். பண்டிதர், “ஓங்கார உச்சாரணத்துடன் அறிந்தவர் அறியாதவர் என்ற இருவகையினரும் கர்மங் களைச் செய்கிறார்கள். அறிவும் அறியாமையும் வெவ்வேறு. ஆகையால் தத்துவ ஞானத்துடனும் சிரத்தையுடனும் யோக முறையை அநுசரித்தும் எது செய்யப்படுகிறதோ அதுவே மிகுந்த வீரியமுடையதாகும்” என்று சொன்னார்.

உபந்நியாசம் முடிந்தவுடன் முத்துசுவாமி ஐயர் பஸ் ஸ்டாண்டுக்குக் கிளம்பினார். உபந்நியாசத்துக்கு வந்தவர் ஒருவர் தம் காரில் அவரை எழும்பூர் ஸ்டேஷனில் விட்டுவிட்டுச் சென்றார்.

எழும்பூர் ஸ்டேஷனில், மின்சார ரயிலுக்கு டிக்கெட் வாங்குவதற்கு நின்று கொண்டிருந்தவர்களின் வரிசையில் அவரும் நின்றுகொண்டார். அவர் முறை வந்தபோது டிக்கெட் ஜன்னலின் சின்னத் துவாரம் வழியாக ஒரு ரூபாய் நோட்டை நுழைத்து, "ஒரு மாம்பலம்" என்றார். பத்தொன்பது பைசா டிக்கெட் ஒன்றுடன் பாக்கிச் சில்லறை அரை ரூபாய், பத்துப் பைசா, இரண்டு பைசா, அப்புறம் அணாக்களாக மூன்று அவரிடம் கொடுக்கப்பட்டது. "அயோக்கியத்தனம்" என்று சொல்லிக்கொண்டே முத்துசுவாமி ஐயர் மேல் பாலத்தின் மாடிப்படி ஏறினார். அந்த வேளையில் மின்சார ரயிலுக்காக அதிகக் கூட்டம் காத்திருக்கவில்லை. முத்துசுவாமி ஐயர் பிளாட்பாரத்தை அடைந்தவுடன் அங்கே இருந்த வெற்றிலைப் பாக்குக் கடையைத் தாண்டிச் சென்றார். அதற்குச் சிறிது தள்ளி இருக்கும் பெஞ்சு ஒன்றில் மூட்டை முடிச்சுகளுடன் உட்கார்ந்திருந்த சில பெண்மணிகளுடன் பேபியும் உட்கார்ந்திருந்தாள். அவள் எங்கேயோ ஆகாயத்தைப் பார்த்த மாதிரி விறைத்து உட்கார்ந்திருந்தாள், அவள் எதிரிலே பார்த்தவுடன் அருவருப்பும் பயமும் எழக்கூடிய உடையும் பாவனையும் கொண்ட நான்கு இளைஞர்கள் சிகரெட் குடித்துக்கொண்டு உரக்கச் சிரித்தும் பாடிக்கொண்டும் இருந்தார்கள்.

முத்துசுவாமி ஐயர் அவரை அறியாமல் பேபியின் கண்ணில் படமுடியாத இடமாகப் பார்த்து ஒதுங்கிக்கொண்டார். அவர் செய்யக்கூடியது ஒன்றும் இல்லை. அந்தப் பையன்களுக்கு அவர் இணை அல்ல. அவர் ஏதாவது செய்யவோ சொல்லவோ போனால் அவர்கள் நால்வரும் பக்கத்துக்கு ஒருவராக அவரைப் பிய்த்துவிடுவார்கள்.

சக்தியற்றவராகப் போனதால் முத்துசுவாமி ஐயருக்கு ரத்தம் கொதித்தது. அந்தப் பையன்களை ஒன்றுமே செய்ய முடியாது. "நீ யார் கேட்பதற்கு?" என்பார்கள், "இங்கே நிற்பதற்கு எனக்கு உரிமை இருக்கிறது" என்பார்கள். பையன்கள் என்ன? வயசானவர்கள், கல்யாணமாகி நான்கைந்து குழந்தைகள் பெற்றவர்கள் கூடப் பெண்கள் நடமாட்டம் இருக்கும் இடத்தில் ஏதோ மாதிரிதான் நடந்துகொள்கிறார்கள்.

முத்துசுவாமி ஐயருக்கு ஒரேயடியாக வியர்த்தது. பேபி பகல் காட்சிக்குப் போகிறேன் என்றவள் இப்போதுதான் வீடு திரும்புகிறாள் போல் இருக்கிறது. தினமும் அவள் வீடு திரும்பும்போது இருட்டிவிடுகிறது. அப்படி என்றால் தினமும் இம்மாதிரி எண்ணற்ற ஆபத்துக்களுக்கிடையில் ஒருவிதப் பாதுகாப்புமின்றி அவள் போய்விட்டு வருகிறாள். ரயில்வே பிளாட்பாரமாவது பரவாயில்லை. நிறைய மனிதர்கள் இருப்பார்கள்; எல்லாம் ஓர் அளவுக்கு மீறிப் போகாது. ஆனால் மற்ற இடங்களில்? அவள் வேலைக்கென்று போகிறாளே, அந்த இடத்திலேயே எதற்கும் அஞ்சாத அயோக்கியர்கள் இருந்தால்? அவளுக்குக் கல்யாணம் என்று ஒன்று செய்துவிட்டிருந்தால் இந்தத் துடிப்புக்குச் சந்தர்ப்பமே இருந்திருக்காது. இதற்குத்தான் பத்து வயதிலும் பன்னிரண்டு வயதிலும் பெண்களுக்குக்

கல்யாணம் செய்து வைத்தார்களோ? மங்களத்துக்கும் தனக்கும் கல்யாண மாகும்போது மங்களத்துக்குப் பத்து வயது நிரம்பவில்லையே!

ரயில் ஒன்று வந்து நின்றது. பேபி கூட்டத்துடன் கலந்துபோய் வண்டியில் ஏறிக்கொண்டாள். முத்துசுவாமி ஐயர் பின்தங்கியே நின்றார். இரண்டு முறை ஊதல் ஊதியவுடன் ரயில் கிளம்பிப் போய்விட்டது. முத்துசுவாமி ஐயர் பிளாட்பாரத்திலேயே அடிமேல் அடிவைத்து நடந்தார். அவருடைய மூத்த பெண்ணுக்கு வெகு நாட்களுக்கு முன்பு அவள் எட்டாவது வகுப்பில் இருக்கும்போதே வெகு சுலபமாகக் கல்யாணம் நடந்துவிட்டது. ஒரே ஒரு ஜாதகந்தான் முத்துசுவாமி ஐயரிடம் வந்தது. அது பொருந்தியிருந்தது. பிள்ளைக்குப் பெண்ணைப் பிடித்துவிட்டது. கல்யாணம் நடந்துவிட்டது. அவருடைய பிள்ளைகளுக்கும் மனைவிகள் வந்து ஒருவன் ஹைதராபாத் ஒருவன் பம்பாய் என்று போய்விட்டார்கள். பேபிக்குத்தான் வருஷக் கணக்கில் பாடுபட்டு வரன் தேடுகிறார்; இன்னும் ஒன்றும் கிடைக்கவில்லை. இன்றைக்குச் சென்ற இடங்கூட இல்லை என்கிற மாதிரிதான். பேபி ஏன் இவ்வளவு அதிருஷ்டக் கட்டையாகிவிட்டாள்?

பேபிக்கு அதிருஷ்டம் இல்லையா அல்லது அவருக்குத்தான் கையாலாகவில்லையா? முத்துசுவாமி ஐயருக்குத் தாம் பிற்பகல் அரைமணி முன்னதாகவே கிளம்பி இருக்க வேண்டுமென்று தோன்றியது. ராகு காலத்துக்கு முன்பே போயிருந்தால் ஒரு வேளை இந்த அஸிஸ்டண்ட் புரொபசர் ராமமூர்த்தியே நிச்சயமாகி இருக்கலாம். பெண்ணைக் கண்ணை மூடிக்கொண்டு கொடுக்கலாம் என்று போர்ட் டிரஸ்ட்காரர் சொல்லியிருந்தார். ஏன் சொல்லிவைத்தாற்போல் சமயத்துக்குத் தலைவலி வர வேண்டும்? இந்த வரனும் இல்லை என்றவுடன் அது பறந்து போய்விட்டது. பேபி கல்யாணமாகிப் போவதில் தமக்குச் சிரத்தையே இல்லை. எதையும் சிரத்தையுடன் செய்தால்தானே பலன் இருக்க முடியும்? விவாக விளம்பரங்களைப் படித்துவிட்டு, 'இன்று ஒன்றும் இல்லை' என்று நிம்மதி அடைந்துவிட்டால் போதுமா?

முத்துசுவாமி ஐயருக்குப் பேபியின் கல்யாண விஷயத்தில் தமக்குச் சிரத்தையே இல்லாமல் இருக்கக் கூடும் என்பதை நம்ப முடியவில்லை. பேபி அவருக்கு வெகு நாட்கள் கழித்துப் பிறந்த குழந்தை. அவர் அவளிடம் மிகவும் அன்பாக இருந்தார். அவளுக்கு நிறையச் சலுகைகள் கொடுத்தார். அவள் என்ன பிடிவாதம் பிடித்தாலும் கோபித்துக்கொள்ளமாட்டார். அவளுக்காகப் பரிந்துகொண்டு அவள் அம்மாவுடன் நிறையச் சண்டைபோடுவார். அவள் எப்போது வேண்டுமானாலும் எழுந்திருக்கலாம், எங்கே வேண்டுமானாலும் போகலாம், எப்படி வேண்டுமானாலும் பேசலாம். முதல் தேதி வந்தவுடன் சம்பளத்தை மட்டும் அவர் கையில் கொடுத்துவிட்டால் போதும்.

முத்துசுவாமி ஐயர் ஸ்தம்பித்து நின்றார். பேபியிடம் அவர் காட்டும் பரிவும் சலுகையும் எதற்காக என்று இப்போது தெரிந்துவிட்டது. இவையே அவளுக்குப் பிற்காலத்தில் மிகுந்த சங்கடத்தையும் துக்கத்தையும் தரலாம். ஆனால் யார் எப்படிப் போனால் என்ன? அவருக்கு இன்னும் மிஞ்சி இருக்கும் சில ஆண்டுகளை அதிகம் உடல் அலட்டிக் கொள்ளாமல் காலம்

தள்ள வேண்டும். பேபி கணவன் வீட்டுக்குப் போய்விட்டால் மாதம்மாதம் நூற்று முப்பத்தேழு ரூபாய்க்கு எங்கே போவது? பிள்ளைகளைக் கேட்டு எழுதுவதற்குத் தைரியம் இல்லை. அப்புறம் எவனாவது வேலை தருகிறேன் என்று கூப்பிட்டால் மறக்காமல் கொள்ளாமல் அவன் கூப்பிட்ட வேளைக்கு அவன்முன் போய் நிற்க வேண்டும்.

முத்துசுவாமி ஐயர் நடுங்கிப் போய்விட்டார். "ஈசுவரா என்னை என்னிடமிருந்து காப்பாற்று" என்று சொல்லிக்கொண்டார். இரண்டு மூன்று பேர்கள் அவரைத் திரும்பிப் பார்த்தார்கள். அவர் உரக்கப் பேசி இருக்க வேண்டும்.

1959

இரு நண்பர்கள்

நாங்கள் மெதுவாக நகர்ந்துகொண்டிருந்தோம். நான் சைக்கிளைத் தள்ளிக்கொண்டு போக வேண்டியிருந்தது. நடைபாதையில் நல்ல ஜன நெரிசல். போலிஸ்காரர்கள் போக்குவரவு விதிகள் பற்றிக் கண்டிப்பாக இருந்தார்கள் என்று எல்லாருக்கும் தெரியும். 'ஜான் கிரிஸ்டஃபி' என்ற தடிப் புத்தகத்துடனும் இன்னும் இரண்டு ஹோமியோபதி பத்திரிகைகளுடனும் ஆறு மணிக்கு என் நண்பனை அவன் காரியாலயத்தில் பார்க்கப் போயிருந்தேன். என் சைக்கிளுக்கு விளக்கு கிடையாது. இரவு வந்த பிறகு வெகுதூரம் நான் சைக்கிளைத் தள்ளிக் கொண்டுபோக வேண்டாமென்று நாங்கள் இருவருமே என் வீடு இருக்கும் திசையில் போய்க் கொண்டிருந்தோம். 'ஜான் கிரிஸ்டஃபி' புத்தகத்தை அவனுக் காகவென்றே நான் எடுத்துச் சென்றிருந்தேன். அதை அவன் கையில் வைத்துக்கொண்டு அடிக்கடி அவன் பாண்ட்டின் வலது பையைத் தடவிப் பார்த்துக்கொண்டிருந்தான். அது போக்குவரவு மிகுந்த சாலை. சாலையின் நடுவே மெல்லியதாகப் பாத்தி மாதிரிக் கட்டிச் சில செடிகளையும் வளர்த்திருந்தார்கள். அந்தப் பாத்தி இருதரப்புப் போக்குவரவைத் தடுத்துச் சீர்படுத்துவதாக இருந்தது. வேறு பக்கவாட்டுத் தெருக்களில் போவதற்குச் சௌகரியமாகப் பாத்தியை அங்கங்கே இடைவெளிவிட்டு அமைத்திருந்தார்கள். அம்மாதிரி ஒரு இடைவெளியடைந்தபோது நான் அவனை, "காப்பி சாப்பிடலாமா?" என்று கேட்டேன். அவன், "சரி", என்று சொல்ல நாங்கள் இருவரும் சாலையிலேயே தொடர்ந்து சென்றோம்.

"இங்கே ஒரு இடம்கூடச் சிறிது நேரம் உட்கார்ந்து பேசிவிட்டுப் போகிற மாதிரி இல்லை" என்றேன்.

"ஆமாம்."

"ஹோட்டலுக்குப் போவது காப்பிக்கு மட்டும் என்றில்லை. எங்கேயாவது சிறிது நேரம் உட்கார்ந்திருந்து பேசிவிட்டுப் போகிற மாதிரி ஏதாவது இடம் இருக்கலாம்."

“ஆமாம். ஆனால் அந்த இடத்திற்குக் காப்பி மாதிரி ஏதாவது காரணம் காட்டாமல் போனால் ஏதோ போலிருக்கும்.”

அப்போது தொழிற்சாலை மசி படிந்த உடையுடன் ஐந்தாறு பேர் கூட்டமாக எங்களுக்கு எதிராக வந்தார்கள். அவர்கள் எங்களைக் கடக்கும் வரை என் நண்பன் ‘ஜான் கிரிஸ்டஃபி’ புத்தகத்தை அவனது வலது துடையில் அழுத்திப் பிடித்து வைத்துக்கொண்டான்.

அது கூட்டம் நிறைந்த ஹோட்டல். வெளியில் இருபதுக்கும் மேலாகச் சைக்கிள்கள் நிறுத்தப்பட்டிருந்தன. உள்ளே மேஜைகளும் நாற்காலிகளும் நெருக்கமாகப் போட்டு ஒடிந்து விழுவது போல இருக்கும். அந்த ஹோட்டல் சர்வர்கள் மட்டும் புகுந்து புகுந்து செல்லும்படியான இடைவெளி இருந்தது. நான் இரண்டு கப் ஸ்பெஷல் காப்பிக்குச் சொல்லிவிட்டு அந்த சர்வர் நகர்ந்து சென்றவுடன் என் நண்பனிடம் சொன்னேன், “இருபது வருஷங்களாக இந்த ஹோட்டலுக்கு வந்துகொண்டிருக்கிறேன்.”

“அப்படியா? நானும் நிறைய நாட்களாகத்தான் இதைக் கவனித்து வருகிறேன். சமீப காலங்களில் இது பெரிதாகப் போயிருக்கிறது.”

காப்பி ஸ்ட்ராங்காக, கசப்பாக, நன்றாக இருந்தது. நான் பில்லைக் கொடுத்தேன். நாங்கள் ஹோட்டல் படி கீழிறங்கி வரும்போது என் நண்பன் மீண்டும் அவனுடைய பையைத் தடவிப் பார்த்துக்கொண்டான்.

நாங்கள் குறுகலான, அதிக ஜன நடமாட்டம் இல்லாத தெரு ஒன்றில் புகுந்து மௌனமாக நடந்துகொண்டிருந்தோம். புதிதாக வெள்ளையடிக்கப் பட்ட ஒரு பழங்காலத்தியக் கட்டடத்தைத் தாண்டிச் சென்றோம். என் நண்பன் கேட்டான், “இது யாருடையது தெரியுமா?”

“ஒரு ஆந்திர ஜமீந்தாருடையது. சில நாட்கள் முன்பு ஒரு பஸ் கம்பெனி வாங்கிவிட்டது.”

“அப்படியா?”

“நான் நாடகப் பள்ளிக்கு ஒரு இடம் வேண்டித் தேடும் போது இந்த வீட்டைப் பற்றித் தெரியவந்தது. இது ரொம்ப வருஷங்களாகப் பூட்டியே கிடந்தது. நான் உள்ளே போய்க் கேட்டேன். அப்போதுதான் காவல்காரன் ஜமீன்தாருக்கும் பஸ் கம்பெனிக்கும் பேச்சு நடந்துகொண்டிருக்கிறது என்கிற தகவலைச் சொன்னான். இப்போது வீட்டைப் பார்க்கும்போது அது கைமாறிவிட்டது என்று தெரிகிறது.”

நாங்கள் இப்போது ஒரு விளையாட்டு மைதானம் பக்கத்தில் இருந்தோம். சிறுவர்கள் அவர்கள் ஆட்டங்களை முடித்துக்கொண்டிருந்தார்கள்.

“ஜமீன்தார் வீடும் அந்த வீடும் எனக்கு மிகவும் பிடித்தவை,” என்று நான் விளையாட்டு மைதானத்திற்கு அப்பாலிருந்த இன்னொரு பழைய மாளிகையைக் காண்பித்தேன். அது சில மரங்களின் இடைவெளியில்தான் பார்வைக்குத் தென்பட்டது.

“எவ்வளவு அழகான கட்டடம்!” என்று என் நண்பன் சொன்னான். அப்புறம் கூறினான், “அதில் ஒரு கம்பீரம் இருக்கிறது. ஆனால் அம்மாதிரிக்

கட்டடங்கள் இப்போது இடிக்கப்பட்டுத்தான் வருகின்றன. எவ்வளவு நன்றாக இருக்கிறது – அந்தக் கட்டடம், இந்த மரங்கள், பின்னால் ஆகாயம்!"

மாலைச் சூரியன் அந்த மாளிகைக்குப் பின்புறத்திலிருந்து மிருதுவான வண்ணங்களை அடிவானத்தில் கொட்டிக்கொண்டிருந்தான்.

நாங்கள் விளையாட்டு மைதானத்தைக் கடந்து சென்றோம். என் நண்பன் சொன்னான்: "நான் சில வாரங்களாக ஆகாயத்தைப் பார்த்துக்கொண்டு வருகிறேன்."

"அது மிகவும் நல்லது."

"வேடிக்கையாக இல்லை? நான் இவ்வளவு வருஷங்களாக உயிரோடிருக்கிறேன். ஆனால் ஆகாயத்தை இன்னும் சரியாகப் பார்த்ததில்லை!"

"ஆகாயமே அற்புதமானது. ஆகாயத்தைப் பார்த்தபடியே இருக்க முடியுமானால் அது ஒருவனை வெகுதூரம் கொண்டு செல்ல முடியும்."

நாங்கள் இப்போது ஒரு பூங்கா அருகில் இருந்தோம். "சிறிது நேரம் இங்கே உட்கார்ந்து போகலாமா?" என்று நான் கேட்டேன்.

"சரி."

நான் சைக்கிளை நிறுத்திப் பூட்டினேன். பூங்கா மிகவும் சிறியது. அதற்குள் போகும் ஒரு வழியும் இருப்புப் பட்டை வளையம் பொருத்தி ஒவ்வொருவராக மட்டுமே போகும்படியாக இருந்தது. பெஞ்சுகளே கிடையாது. நாங்கள் இருவரும் செருப்புகளை உதறிவிட்டுப் புல் தரையில் உட்கார்ந்துகொண்டோம். சிறிது நேரம் கழித்து நான் கேட்டேன், "நீ நட்சத்திரங்களையும் பார்ப்பது உண்டா?"

அவன் ஒரு கணம் தயங்கினான். பிறகு, "சிறிது காலமாகத்தான்" என்றான்.

"அவைகளின் பெயர்கள் தெரியுமா?"

"இல்லை, இல்லை. எனக்குத் தெரியாது; தெரிந்துகொள்ளவும் முயற்சி செய்யவில்லை."

"ஒரு விதத்தில் பெயர்கள் தெரிந்துகொள்ளாமல் இருப்பது நல்லதுதான்."

"ஆமாம். அப்புறம் பெயர்களை வைத்துக்கொண்டு அவைகளுக்கான நட்சத்திரங்களைத் தேடுவதிலேயே நேரம் போய்விடும். எனக்கு எது நட்சத்திரம் எது கிரகம் என்றுகூடத் தெரியாது. நான் சில காலமாகவே ஒன்றைப் பார்த்துக்கொண்டு வருகிறேன். நேற்றுதான் அது சுக்கிரன் என்று தெரிந்தது."

"நானும் சுக்கிரனைக் கவனித்திருக்கிறேன். 'வானவில்' எழுதிக் கொண்டிருக்கும்போது மாடிக் கீற்றுக் கொட்டகையில்தான் நிறைய நேரம் இருந்தேன் – உனக்கே தெரியும் அது. அப்போது நான் ஆகாயத்தைப் பார்த்தபடி இருப்பேன், சுக்கிரன் அங்கிருந்து மின்னிக்கொண்டிருக்கும்."

இரு நண்பர்கள்

நீண்ட நேரம் பேசாமல் இருந்தோம். அவன் சொன்னான், "சுக்கிரனின் பாதிப்பு எனக்கு அதிகம் என்கிறார்கள்."

நான் சிறிது நெருங்கி உட்கார்ந்துகொண்டேன்.

"என் வாழ்க்கையை அமைக்கும் கிரகங்களில் சுக்கிரன்தான் தலைவன் மாதிரி."

"ஜாதகமா, கைரேகையா?"

"நாடி. நான் நாடிஜோசியர்பற்றி முன்புகூடச் சொல்லியிருக்கிறேன். நுணுக்கமாகச் செய்யுள்கள் எழுதிய பழைய ஏட்டுச் சுவடிகள் அவரிடம் ஏராளமாகக் கிடக்கிறது. அவர் நம் ஜாதகத்தை வைத்துக்கொண்டு ஏதோ கணக்குகள் போட்டு அதை வைத்து ஏட்டுச்சுவடி அட்டவணை ஒன்றைப் பார்த்துப் பிறகு சுவடிக் கட்டுகளிலிருந்து ஒரு ஓலையை எடுத்துப் படிக்க ஆரம்பிக்கிறார். நம் பெயர், தாயார் தகப்பனார் பெயர், பிறந்த தகவல், படிப்பு, வேலை எல்லாம் ஆச்சரியப்படும் படியாகச் சரியாக இருக்கின்றன. இதெல்லாம் எத்தனையோ வருஷங்களுக்கு முன்னால் எழுதப்பட்டிருக்க வேண்டும். ஆனால் இவ்வளவு சரியாக எப்படி எழுத முடிந்தது என்று ஆச்சரியமாக இருக்கிறது. அசுர குருவான சுக்கிரன்தான் என்னைத் தீவிரமாகப் பார்க்கிறானாம்." ஒரு இடைவெளிவிட்டு நண்பன் முடித்தான் "வக்கிரமாக."

நாங்கள் எங்கோ பார்த்தவண்ணம் இருந்தோம். அவன் மீண்டும் சொன்னான், "நான் கல்யாணம் செய்துகொண்டால் அவள் சீக்கிரத்தில் இறந்துவிடுவாளாம்."

"அப்படியா? கல்யாணம்பற்றி ஏதாவது யோசித்து வைத்திருக்கிறாயா? உன் மனதில் யாராவது இருக்கிறார்களா?"

"இல்லை. இரண்டு வருஷங்கள் முன்பு கல்யாணத்தைப் பற்றி நிறைய யோசித்துக்கொண்டிருந்து மிகவும் விருப்பத்துடன் கூட இருந்தேன். ஆனால் இப்போது எனக்கு அப்படித் தோன்றவில்லை. நான் கலங்கிப் போயிருக்கிறேன்."

நான் கவலையுடன் அவனைப் பார்த்துக்கொண்டிருந்தேன்.

"இந்தக் காலத்தில் ஒரு ஒழுங்கான, சந்தோஷமான கல்யாண வாழ்க்கையைக் கற்பனை செய்து பார்ப்பதுகூடக் கஷ்டமாக இருக்கிறது. நான் எல்லாரையும் கவனித்தபடிதான் இருக்கிறேன். அதிலும் முக்கியமாகப் பெண்களை – வீட்டில், வெளியில், எங்கும், எப்போதும். எனக்கு ஒன்றும் திருப்தியளிப்பதாக இல்லை. எவ்வளவோ ஆட்டபாட்டங்கள், மூச்சு விட முடியாத பரபரப்பு, சிரிப்பு, கொம்மாளம் எல்லாவற்றுக்கும் அடியில், வாழ்க்கையின் அடித்தளத்தில் துக்கமும் துயரமும்தான் எனக்குப் படுகிறது. ஒருவரையொருவர் உள்ளூரத் துவேஷித்துக்கொண்டு கடித்துக் குதறிக்கொண்டு இருப்பதைத்தான் பார்க்க முடிகிறது."

எனக்கு என் நண்பனைப் பற்றிக் கவலை அதிகமாயிற்று.

"பத்து வயது நிரம்புவதற்குள் ஒரு பெண்ணுக்கு என்னவெல்லாமோ வேண்டியிருக்கிறது – கூட்டம், கேளிக்கை, பத்திரிகைகள், பரபரப்புப்

புத்தகங்கள், சினிமா. அவளுக்கு இவை நிறையவும் கிடைக்கின்றன, ஒன்றும் தடையே கிடையாது. ஏனென்றால் பெரியவர்களே இவைகளுக்காகப் பறந்தோடுகிறார்கள். இவற்றில் என்ன இருக்கிறது? வக்கிர எண்ணங்கள், சீரழிவு, கொலை, சோரம், தன்னைத்தானே ஏமாற்றிக்கொள்வது. தலை நிறையக் கொலையும் சோரமும் தற்கொலையும் கற்பழிப்பும் வாழ்வைப் பற்றிக் கோணலான எண்ணங்களும் கொண்ட ஒரு பெண்ணால் எப்படி ஒரு ஒழுங்கான சந்தோஷமான மனைவியாக முடியும்? கணக்கில்லாத அபத்தமான நச்சு எண்ணங்களும் ஆசைகளும், வருஷக்கணக்காகக் கட்டுப்பாடற்று வளர்ந்த ஒரு பெண்ணினால் எப்படி அவளும் மகிழ்ச்சியுடன் இருந்து இன்னொருவனுக்கும் மகிழ்ச்சி தர முடியும்? எப்படி அவளால் ஒரு நல்ல தாயாகி, ஒரு நல்ல குடும்பத்தை, ஒரு நல்ல சமுதாயத்தை, ஒரு நல்ல தேசத்தை உண்டாக்க முடியும்? இந்தப் பைத்தியக்காரத்தனம், இந்தப் பிரளயம் – எல்லாரும் கண்மூடிக் குருடர்கள் போல இருக்கிறார்கள்."

என்னால் அவனை மேலும் பேசிக்கொண்டிருக்கத்தான் விடமுடிந்தது.

"எனக்கு எப்படி என்று சொல்ல முடியவில்லை, ஆனால் எல்லாம் கண் முன்னால் தெரிகிறது. நான் கல்யாணம் வேண்டாமென்று சொல்லவில்லை, அது சந்தோஷத்தை உண்டுபண்ணுமானால். ஆனால் உண்மையான சந்தோஷம் எப்படியிருக்கும் ஆசை அபிலாஷைகள் ஒழுங்காகவும் ஒழுங்கு படுத்தப்படாமலும் இருந்தால்? யாருக்கு ஒழுங்கான ஆசைகள் வைத்திருக்க அக்கறையிருக்கிறது?"

திடீரென்று என்னை அழுத்திக்கொண்டிருந்த பளு குறைந்தது. நான் புல் தரையில் காலை நீட்டிப் படுத்துக்கொண்டேன்.

நீண்ட நேரம் மௌனமாக இருந்தோம். அவன் மீண்டும் பேசினான். இப்போது அவன் குரலில் தாபமும் தன்னைத்தானே வருத்திக்கொள்வதும் குறைந்திருந்தது. அவன் சொன்னான்: "இந்த உலகத்திற்கு விடிவு காலம் உண்டா என்றே எனக்குச் சந்தேகமாக இருக்கிறது. எல்லாரும் வாழ்வை இன்னமும் இன்னமும் சிக்கலாக்கி, துன்பம் நிறைந்ததாகத் தலைதெறிக்க ஓடிக்கொண்டிருக்கிறார்கள். இந்தத் தலைமுறை மிகவும் அதிர்ஷ்டக் கட்டை. வரப்போகும் தலைமுறைகள் இன்னமும் துரதிருஷ்டம் வாய்ந்ததாகத்தான் இப்போது காண்கிறது. ஜன சமூகமே பெரிய சாபக்கேட்டில் விழுந்து விட்டது."

இப்போது நன்றாக இருட்டிவிட்டது. வீடுகளிலும் எங்கோ மூலைகளில் தெரு விளக்குகள் மட்டும் மங்கலாகத் தெரிந்தன. புல் தரையில் உட்கார வேண்டியதைப் பொருட்படுத்தாத ஐந்தாறு பேர்களும் பூங்காவை விட்டு வெளியேறி, நாங்கள் இருவர் மட்டும் தனியாக இருந்தோம். சுற்றுப்புறத்தில் சில ரேடியோக்கள் பாடின. குழந்தைகள் அவர்கள் பள்ளிக்கூடப் பாடங்களைத் தொண்டை கிழியப் படித்துக்கொண்டிருந்தார்கள். எப்போதோ ஒரு சமயம் தெருவில் மோட்டார் கார் தடுமாறிக்கொண்டு போயிற்று. ஒரு ஆகாய விமானம் அதன் பச்சை சிவப்பு விளக்குகளை ஒரு விசித்திரத் தாள லயத்தில் ஏற்றி அணைத்துக்கொண்டு பறந்து போயிற்று. பொழுதோடு கூட்டையடையாத ஒரு பறவை அங்கும் இங்கும் இடிபட்டுக்கொண்டு பயத்தில் தீனக்குரல் எழுப்பிக்கொண்டிருந்தது. அப்படியும் அப்போது

ஓர் ஆழ்ந்த மௌனம் நிலவியது. என் நண்பன் சிரிக்க ஆரம்பித்தான். உடலெல்லாம் அதிர அவன் வெகு நேரம் சிரித்துக்கொண்டிருந்தான்.

அவன் சிரித்து முடிந்ததும் நான் பேசினேன்: “இது உனக்கு உலகத்தின் மீதுள்ள அக்கறையைக் காட்டுகிறது. ஆனால் அது எந்த அளவுக்குப் பொருத்தம், நியாயம் என்றும் தெரிந்துகொள்ள வேண்டும். ஒருவேளை இது ஒருவிதமான அகங்காரமாகக்கூட இருக்கலாம். உலகம் ஒருவரைப் பொறுத்து, அந்த ஒருவருடன் முடிந்துவிடுவதில்லை.”

“ஆமாம், ஆமாம். அங்கேதான் இன்னொரு ஆச்சரியமானது நிகழ்கிறது. உலகத்திற்கான இந்தத் தாங்க முடியாத கவலையுடன் ஒரு பொங்கிவரும் ஆனந்தமும் இருக்கிறது.” அவன் மீண்டும் சிரிக்க ஆரம்பித்தான். சட்டென்று “நாம் போகலாமா?” என்று கேட்டான்.

நாங்கள் எழுந்திருந்து எங்கள் பின்புறத்தைத் தட்டி விட்டுக்கொண்டுப் பூங்கா வெளியே வந்தோம். நான் சைக்கிள் பூட்டைத் திறந்ததும் நாங்கள் இருவரும் மெதுவாக நடக்க ஆரம்பித்தோம். அவன் திடீரென்று “நான் கொண்டு வந்திருக்கிறேன்” என்றான். அவனது வலது பையிலிருந்து ஒரு காகித உறையை என்னிடம் தர நான் அதை என் சட்டைப் பைக்குள் உடனடியாகப் போட்டுக்கொண்டேன். அவன் சொன்னான், “இரண்டு நூறு ரூபாய் நோட்டாக இருக்கிறது.”

“சரி.”

நாங்கள் சிறிது நேரம் பேசவில்லை. அவன் ஒரு சிறு தடுமாற்றத்துடன் கேட்டான், “இப்போது எப்படி இருக்கிறது?”

அவனுக்கே அந்தக் கேள்வி எது என்று, சரியாகப் புரிந்துகொள்ளும்படியாகக் கேட்கப்படவில்லை என்று தோன்றியிருக்க வேண்டும். அவன் கேட்டான்: “இப்போது நீ எப்படிச் சமாளித்துக்கொண்டிருக்கிறாய்? உன்னை யார் பார்த்துக்கொள்கிறார்கள்? உன்னை நீயே சரியாகப் பார்த்துக்கொள்ள முடிகிறதா?”

நான் சொன்னேன், “அதெல்லாம் சரியாக இருக்கிறது. என்னை நிறையப் பார்த்துக்கொள்கிறார்கள். ஒருவேளை அதுதான் என்னைக் கெடுத்துவிட்டதோ என்னவோ. என் சகோதரர்கள் இருக்கிறார்கள். இதுவரை ஒன்றும் கவலையில்லை.”

அவன் அவசரம் அவசரமாக, “அப்போது சரி” என்றான்.

“நாங்கள் இன்னும் சிறிது தூரம் கடந்தோம். நான் சொன்னேன், “இதுவரையில் கவலை ஒன்றுமில்லை. ஆனால் எவ்வளவு நாட்கள் இப்படிப் போக முடியும்? மாதா மாதம் இருநூறு முன்னூறு வேண்டியிருக்கிறது – குறைப்பதற்கு வழியே இல்லை. குழந்தைகள் பெரியவர்களாகிக் கொண்டிருக்கிறார்கள். துணிமணி, பள்ளிக்கூடம்... இதுதான் குறைந்தபட்சம். ஆனால் எவ்வளவு நாட்களுக்கு? என் சகோதரர்களின் பொறுப்புகளும் அதிகமாகிக்கொண்டிருக்கின்றன. நான் அவர்கள் மீதே பளு சுமத்திக் கொண்டிருக்க முடியாது.”

“ஆமாம், ஆமாம்.”

"ரிட்ரெஞ்ச்மெண்ட் ஆகி இந்த நான்கு வருஷங்களில் நான் சம்பாதித்த தெல்லாம் 'குடை' கதைக்காக ஒரு இருபத்தி நான்கு ரூபாய்; 'விசித்திரக் குழந்தை'க்காகப் பதினைந்து ரூபாய். அப்புறம் அந்த இன்ஸ்டிடியூட்டில் ஒரு வருஷம். ஆனால் அதைச் சம்பாத்தியமாகக் கொள்ள முடியாது."

"ஆமாம், ஆமாம்."

"ஆனால் சரியாகிவிடும். எல்லாம் சரியாகிவிடும். இப்போது பிரச்சினை பற்றி முழு உணர்வு ஏற்பட்டிருக்கிறது. ஒரு பிரச்சினையைப் பற்றி உண்மை உணர்வே அதைப் பாதி தீர்த்துவிட்டது மாதிரி இல்லையா?"

"ஆமாம் ஆமாம்."

"எல்லாம் சீக்கிரம் சரியாகிவிடும்."

"ஆமாம், ஆமாம்."

என் வீட்டிலிருந்து சில கஜங்களே இருந்த பஸ் ஸ்டாண்டை அடைந்தோம். சீக்கிரமே ஒரு பஸ் தென்பட்டது. அவன் சொன்னான், "என் பஸ் வந்துவிட்டது."

"அதிர்ஷ்டக்கார 13" என்று நான் சொன்னேன்.

அது ஒரு 13 தான். என் நண்பன் அதில் ஏறிக்கொண்டான். திரும்பி, "போய் வருகிறேன்" என்றான்.

"குட் நைட்."

பஸ் துள்ளிக்கொண்டு முன்னால் நகர்ந்தது. குப்பென்று அது வெளிப்படுத்திய புகை பஸ் சென்று வெகுநேரம்வரை அங்கே காற்றில் மிதந்துகொண்டிருந்தது.

1960

அவனுக்கு மிகப் பிடித்தமான நக்ஷத்திரம்

ஸ்ரீராமுக்கு வயது இருபத்தொன்று நடந்து கொண்டிருந்தது. பி.ஏ. பரிக்ஷை எழுதியிருந்தான். பரிக்ஷை முடிவுகள் ஜுன் மாதத்தில் வரும். நடந்துகொண்டிருந்தது ஏப்ரல் மாதம்.

ராமஸ்வாமி ஐயர் ஸ்ரீராமின் அடுத்த வீட்டுக்காரர். மருந்து கம்பெனி ஒன்றில் குமாஸ்தாவாக இருந்தார். அவருக்கு ஐந்து குழந்தைகள். முதல் மூன்றும் பெண்கள். அப்புறம் நான்கு வயதில் ஒரு பிள்ளை. கடைசியாக ஒரு பெண். அது பிறந்து ஒன்பது மாதங்கள்தான் ஆகியிருந்தன.

ஸ்ரீராம் ஒரு ஆங்கில தினசரிக்குச் சந்தாதாரர். பத்திரிகை தினமும் காலை ஆறு மணிக்கு அவன் வீட்டில் விநியோகிக்கப் பட்டுவிடும். வழக்கமாகப் பத்திரிகை கொண்டு வருபவனுக்கு அன்று கோர்ட்டுக்குப் போக வேண்டியிருந்தது. ஆதலால் அவன் தன் மகனிடம் பத்திரிகைகளைக் கொடுத்து விநியோகித்து வரச் சொல்லியிருந்தான்.

ராமஸ்வாமி ஐயர் காலையில் எழுந்தபோது அவர் வீட்டு ஜன்னல் வழியாகப் பத்திரிகை ஒன்று நீட்டிக் கொண்டிருந்ததைப் பார்த்தார். அது யாருடையது என்பது அவருக்குத் தெரியாது. முகம் கழுவி காப்பியும் குடித்த பிறகு அந்தப் பத்திரிகையை ஒரு வரி விடாமல் படிக்க ஆரம்பித்தார்.

தெருவில் ஒருவன் புதுப் புளி விற்றுக்கொண்டு போனான். விலை மிகவும் மலிவு. ராமஸ்வாமி ஐயர் வெளியே வந்து புளி விற்பவனை ஒரு மணங்கு நிறுத்துப் போடச் சொன்னார். புளி விற்பவன் தராசில் ஒரு தடவைக்கு இரண்டு வீசையாக நிறுத்தான். புளி உருண்டைகளை உள்ளே கொண்டு போய்ப் போட்டுவர ஏதாவது தேவைப்பட்டது. ராமஸ்வாமி ஐயர் கையில் பத்திரிகை இருந்தது. அது யாருடையது என்று அவருக்குத் தெரியாது. அவர் மூன்றாவது தடவையாகப் புளி உருண்டையை உள்ளே கொண்டு செல்லும்போது ஸ்ரீராம் வெளியே வந்து

யாரிடமோ பத்திரிகைக்காரன் பற்றி விசாரித்துக் கொண்டிருந்தான். ராமஸ்வாமி ஐயர் உள்ளே விரைந்து சென்று புளியை உதறினார். அவரால் முடிந்தவரை அந்தத் தினசரியைச் சுத்தம் செய்து, வெளியே வந்து அதுதான் அவன் பத்திரிகையாக இருக்கக்கூடுமோ என்று ஸ்ரீராமிடம் கேட்டார். ஸ்ரீராம் பத்திரிகையை அவரிடமிருந்து பறித்துக்கொண்டு பிரித்துப் பார்த்தான். முன் பக்கத்தில் ஒரு சினிமாப் படத்தின் முழுப் பக்க விளம்பரம் இருந்தது. அந்த விளம்பரத்தில் தென்னாட்டிலே மிகச் சிறந்த அழகி என்று புகழ்பெற்ற நடிகையின் முகம் பெரிய அளவில் அச்சிடப்பட்டிருந்தது. ஆறு வீசைப் புளி அந்த முகத்தில் பல இடங்களில் கறை ஏற்படுத்தியிருந்தது. ஸ்ரீராமுக்கு அந்த நடிகை மீது அளவிட முடியாத ஆசை. எந்த எண்ணத்தில் வேறொருவருடைய பத்திரிகையைத் தூக்கிச் சென்றார் என்று அவன் ராமஸ்வாமி ஐயரைக் கேட்டான். ராமஸ்வாமி ஐயர் தனக்கு ஒன்றும் தெரியாது என்றும், பத்திரிகை அவர் ஜன்னலில் செருகப்பட்டிருந்தது என்றும் சொன்னார். ஸ்ரீராம் முணுமுணுத்துக் கொண்டே பத்திரிகையைப் படிக்க ஆரம்பித்தான். அந்த அழகியின் முகம் அலங்கோலமாக இருந்தது. காது கேட்கும் படியாக ஸ்ரீராம், "முட்டாள்" என்று முணுமுணுத்தான். ராமஸ்வாமி ஐயர் "என்ன" என்று கேட்டார். ஸ்ரீராம் "உமக்கு ஒன்றும் இல்லை" என்று கூறிவிட்டு மறுபடியும் "முட்டாள்" என்றான். கால்மணி நேரத்திற்குள் ராமஸ்வாமி ஐயர் ஸ்ரீராமை அவன் முட்டாள், மடையன், அயோக்கியன், போக்கிரி என்று தெரிவித்தார். ஸ்ரீராமும் ராமஸ்வாமி ஐயரைப் பற்றி ஏறக்குறைய அதே அபிப்ராயத்தைத்தான் கொண்டிருப்பதாக அறிவித்தான். அன்று ராமஸ்வாமி ஐயர் காரியாலயத்திற்குப் போகும்போது ஒரு மணி நேரம் தாமதமாகிவிட்டது.

இரண்டு நாட்கள் கழித்து அதிகாலையில் ராமஸ்வாமி ஐயர் வேப்பிலை கொண்டு செல்வதை ஸ்ரீராம் கவனிக்க நேர்ந்தது. ராமஸ்வாமி ஐயரின் பிள்ளைக்கு அம்மை போட்டிருப்பதாக அவன் அம்மா தெரிவித்தாள். ஸ்ரீராம் அன்று எம்ப்ளாய்மென்ட் எக்ஸ்சேஞ்சு, புத்தகசாலை, சினிமா இவையெல்லாவற்றிற்கும் போக வேண்டியிருந்தது. அவன் வீட்டை விட்டுக் கிளம்பியவுடன் முதல் காரியமாகச் சுகாதார இலாகாவுக்கு ஒரு கடிதத்தைத் தபால் பெட்டியில் போட்டான். அந்தக் கடிதத்தில் அவன் கையெழுத்திடவில்லை.

பகல் முழுவதும் நல்ல அலைச்சல். ஸ்ரீராம் மாலை வீடு திரும்பும்போது முழுக்க இருட்டவில்லை. அப்போது அவனுக்கு ஏதோ மாதிரி இருந்தது. அது என்னது என்று அவனுக்குப் புலப்படவில்லை. மனம் நிம்மதியற்று இருந்தது.

பிளாஸ்கில் அவனுக்காக வைத்திருந்த காப்பியை ஸ்ரீராம் மெதுவாகச் சீப்பிக் குடித்தான். அப்போது அவன் அம்மா சொன்னாள். யாரோ அதிகாரிகளுக்குத் தெரிவித்திருக்கிறார்கள். அன்று பகலில் வீட்டில் ஆண்கள் யாரும் இல்லாத சமயத்தில் அவர்கள் ராமஸ்வாமி ஐயரின் மகனை ஒரு மோட்டாரில் காலரா ஆஸ்பத்திரிக்குத் தூக்கிச் சென்றுவிட்டார்கள். ராமஸ்வாமி ஐயரின் மனைவி பெரிதாக அழுது வந்தவர்களையெல்லாம் கெஞ்சினாள். ஆனால் அவர்கள் அந்த நான்கு வயதுக் குழந்தையைத் தூக்கிச் சென்றுவிட்டார்கள். யாரும் ஒன்றும் செய்வதற்கில்லை, அதுதான்

அவனுக்கு மிகப் பிடித்தமான நகூத்திரம்

சட்டம் என்று சொன்னார்கள். ராமஸ்வாமி ஐயரின் மனைவி பைத்தியம் பிடித்தவள் போலக் கதறிக்கொண்டே தெருவில் ஓடினாள்...

ஸ்ரீராமுக்கு மிகுந்த வேதனை ஏற்பட்டது. அவன் இப்படியெல்லாம் ஆகும் என்று எதிர்பார்க்கவில்லை.

ராமஸ்வாமி ஐயர் ஆபீஸிலிருந்து வீடு திரும்பினார். வந்தவர் ஆபீஸ் உடைகளைக்கூட கழட்டாமல் வெளியே ஓடினார். அவர் மின்சார ரயில் நிலையம் இருக்கும் திசையை நோக்கி ஓடுவதை ஸ்ரீராம் கவனித்தான். தொத்து வியாதிகளுக்கான ஆஸ்பத்திரி ஊருக்கு வெளியே பத்து மைல் தூரத்தில் இருந்தது.

ஸ்ரீராமால் நிலைகொண்டு இருக்க முடியவில்லை. சாப்பாட்டை ருசித்து உண்ண முடியவில்லை. வீட்டு வெளிச் சுவர் அருகே நின்றுகொண்டு தெருவில் வருவோர் போவோரைப் பார்த்துக்கொண்டிருந்தான். மணி பத்துக்கும் மேலாகிவிட்டது. ஊரோசை அடங்கத் தொடங்கிவிட்டது. ரயில் நிலையம் அவன் வீட்டிலிருந்து அரை மைல் தூரத்தில் இருந்தது. அங்கு வண்டிகள் வந்து போகும் ஊங்கார சப்தம், லெவல் கிராஸிங்கில் அடிக்கும் மணியின் சப்தம், சக்கரங்கள் இருப்புப் பாதையில் உருளும் சப்தம், இவை எல்லாவற்றையும் ஸ்ரீராமால் மிகத் தெளிவாகக் கேட்க முடிந்தது. தன்னைச் சுற்றி ஊர் அடங்கி ஒடுங்கிப் போவதை அவன் அதற்கு முன்னால் உணர்ந்து கவனித்தது கிடையாது. வைத்தியக் கல்லூரியில் படிக்கும் அந்தக் கோடி வீட்டுப் பையனும் விளக்கை அணைத்துவிட்டான். தெருவின் இரண்டு வரிசை வீடுகளும் கருத்த நிழல்களாகக் காணப்பட்டன. ஸ்ரீராமின் கண்கள் கனத்தன. அவன் படுக்கையில் சாய்ந்தான். அவனால் தூங்க முடியவில்லை. அவன் மறுபடியும் தெருவுக்கு வந்தான். அவன் வேஷ்டி மட்டும் அணிந்திருந்தான். அந்த வேளையில் எல்லாம் இருட்டாக இருந்தது. எல்லாரும் தூங்கிக் கொண்டிருந்தார்கள். அவன் தன்னந்தனியாகத் தெருவில் காத்திருந்தான். கடைசியில் எது ஒன்றை நினைத்துப் பயந்துகொண் டிருந்தானோ, எது ஒன்றைத் தவிர்ப்பதற்கு அவனுக்கு உலகத்தில் உள்ளதை யெல்லாம் கொடுத்துவிடுவானோ அது தெரு முனையில் தோன்றிற்று. அது ராமஸ்வாமி ஐயர். அவர் அழுது அழுது தொண்டைக் கம்மிப் போயிருந்த தன் மனைவியைத் தாங்கிக்கொண்டு அழைத்து வந்தார். இரண்டு வருடங்களாகப் பக்கத்து வீட்டிலேயே இருந்தும்கூட ஸ்ரீராம் ராமஸ்வாமி ஐயரின் மனைவியை எண்ணிப் பத்து தடவைக்கூடப் பார்த்தது கிடையாது. அவள் அப்படி வீட்டுக்குள்ளேயே அடைந்து கிடப்பாள். ஊமையோ ஊனமோ என்ற சந்தேகம்கூட ஸ்ரீராமுவுக்குத் தோன்றியது உண்டு. அப்படிப்பட்டவள் அந்த அர்த்த ராத்திரியில் தன் அடக்கத்தை எல்லாம் உதறித் தள்ளிவிட்டு அழுதுகொண்டு வருகிறாள். பிற்பகலில் யார் யார் காலிலெல்லொம் விழுந்திருக்கிறாள். பைத்தியம் பிடித்தவள் போலக் கதறியிருக்கிறாள்.

ராமஸ்வாமி ஐயரும் அவர் மனைவியும் வீட்டினுள் சென்றார்கள். அத்தனை நேரம் ஒன்றும் புரியாமல் தூங்கிப் போயிருந்த குழந்தைகள் அனைத்தும் விழித்துக்கொண்டு ஒருசேர அழ ஆரம்பித்தன. தாயார் இன்னமும் புலம்பினாள். அது அவள் மகன். அவளுடைய ஒரே மகன். நான்கு வயதுதான் ஆகிறது. ஒரு மணி நேரம்கூட அது அவளைப் பிரிந்து இருந்ததில்லை. இப்போது அந்தக் குழந்தைக்கு உடம்பு சரியில்லாத போது

எங்கேயோ அத்துவானத்திற்குத் தூக்கிப் போய்விட்டார்கள். வியாதியுடன் படுத்திருக்கும் குழந்தைக்குப் பெற்ற தாயாரால் சிசுருஷை செய்ய முடியாது. அது தாகம் தாகம் என்று கதறும்போது ஒரு வாய்ப் பால் தர முடியாது. குழந்தையை எங்கேயோ பழக்கமில்லாத பயங்கரமான இடத்தில் ஆயிரம் குஷ்டரோகிகள், காலரா வியாதிக்காரர்கள் நடுவில் போட்டுவிடுவார்கள். குழந்தைக்கு ஆறுதலாக ஒரு வார்த்தை கூற ஒருவரும் இருக்கமாட்டார்கள். குழந்தை கிலி பிடித்து நடுங்கும். அதைக் கொல்லைப்புறம் அழைத்துப் போக யாரும் இருக்கமாட்டார்கள். யாரோ மீசை வைத்திருக்கும் முரடன்தான் இருப்பான். அவன் குழந்தையை அதட்டி மிரட்டுவான். ஆண்டவனே, நான் என்ன பாவம் செய்தேன்? ஏன் இந்த மாதிரி ஆகவேண்டும்? ஏன் இப்படி இரக்கமில்லாமல் என் குழந்தையை வாட்டுகிறாய்?

ஸ்ரீராம் இரவு முழுவதும் தூங்கவில்லை. இரண்டு நாட்கள் கழித்துக் குழந்தை இறந்துவிட்டது. அம்மை போட்டிருந்தபடியால் உடலை வீட்டுக்குக் கொண்டுவராமல் நேரே சுடுகாட்டிற்குக் கொண்டு போய்விட்டார்கள்.

ஒரு மாதம் கழித்து மனத்தைத் திடப்படுத்திக் கொண்டு ஸ்ரீராம் ராமஸ்வாமி ஐயர் வீட்டினுள் அடி எடுத்து வைத்தான். ராமஸ்வாமி ஐயர் ஒரு சாய்வு நாற்காலியில் உட்கார்ந்திருந்தார். ஸ்ரீராம் மெதுவாக, "ராஜு பற்றி உங்களிடம் ஒன்று சொல்ல வேண்டும்" என்றான். ராஜு என்பது ராமஸ்வாமி ஐயரின் மகனின் பெயர்.

ராமஸ்வாமி ஐயர் தலையைத் தூக்கி, "என்ன?" என்றார்.

"அவனுக்கு அம்மை போட்டிருந்தது பற்றித் தகவல் கொடுத்தது யார் தெரியுமா?"

"யாராயிருந்தால் என்ன?"

"அது நான்தான்."

ராமஸ்வாமி ஐயர் அவனை உற்று நோக்கிக்கொண்டிருந்தார். பிறகு "காமு!" என்று அழைத்தார்.

அவர் மனைவி சமையலறையிலிருந்து வந்தாள். ஒரு மாதத்தில் அவள் மிகவும் மாறிப் போயிருந்தாள்.

ராமஸ்வாமி ஐயர் அவளைச் சுட்டிக்காட்டி, "அவளிடம் சொல்லு" என்றார்.

ஸ்ரீராமுக்கு அந்தக் கணமே அவள் காலில் விழுந்து கதறி அழ வேண்டும் போலிருந்தது. அவன் நெஞ்சிலுள்ளதை விழுங்கிக்கொண்டு, "ராஜுவைப் பற்றித் தகவல் அனுப்பியவன் நான்தான்" என்றான்.

அவளிடமிருந்து அவன் மிகக் கொடூரமான சாபங்களுக்காகக் காத்திருந்தது. உள்ளூரப் பிரார்த்திக்கவும் செய்தான். ஆனால் அவள் தன்னுடைய இயல்பான அடக்கத்தைத் திரும்பப் பெற்றுக்கொண்டவளாக இருந்தாள்.

அவள் ஒன்றும் சொல்லவில்லை.

1960

அவனுக்கு மிகப் பிடித்தமான நக்ஷத்திரம் 109

விமோசனம்

அவர்கள் வீடு போய்ச் சேர்ந்த நேரத்தில் தெரு விளக்குகள் மட்டுந்தான் தூங்காமல் இருந்தன. சரஸ்வதி தன்னையும் அறியாமல் கதவுச் சாவிக்காக இடுப்பைத் துழாவினாள். அப்போதுதான் தோளில் குழந்தையைத் தூக்கிக் கொண்டிருப்பது உணர்வுக்கு எட்டியது. குழந்தை தூங்கியபடியே சரஸ்வதியினுடைய ரவிக்கையைத் தன் விரல்களால் இறுகப் பிடித்துக்கொண்டிருந்தது. சாவி இடுப்பில் இல்லை.

சரஸ்வதி குழந்தையைத் தோளில் சரிப்படுத்திக் கொண்டு தான் தூக்கி வந்த பையினுள் துழாவினாள். ஒரு சவுக்கம், இரண்டு மூன்று ஈரத் துணிகள், ஒரு தம்ளர், ஸ்பூன் இந்த மாதிரியாக ஏதேதோ கையில் தட்டுப்பட்டன. காகிதப் பொட்டலம் ஒன்று அகப்பட்டது. சிறிது நேரம் முன்பு பூஜை முடிந்த பிறகு கொடுத்த பிரசாதத்தைத்தான் காகிதத்தில் பொட்டலம் கட்டிப் போட்டிருந்தாள். சாவி கிடைக்கவில்லை.

அவள் கணவன் வாயில் இருந்த புகையிலையைத் துப்பிவிட்டு "சாவி எங்கேடி" என்று கேட்டான். சாவி இன்னும் சில விநாடிகளில் கிடைக்காவிட்டால் அவன் நிச்சயம் இரைய ஆரம்பித்துவிடுவான்.

சரஸ்வதி பரபரப்புடன் தேட ஆரம்பித்தாள். குழந்தை தோளிலிருந்து சரிந்து கீழே விழுவதற்கு இருந்தது. சரஸ்வதி சட்டென்று நிமிர்ந்து நின்றாள். தம்ளரில் ஏதோ இருப்பது போன்று சப்தம் வந்தது. தம்ளரில் கையை விட்டுப் பார்த்தாள். சாவி அதில் இருந்தது.

கதவைத் திறந்து உள்ளே சென்றவுடன் சரஸ்வதி நெருப்புப் பெட்டியைத் தேடி எடுத்து லாந்தரை ஏற்றினாள். குழந்தையைத் தரையில் கிடத்திவிட்டுத் தன் கணவனுக்குச் சாதம் போடத் தட்டைப் போட்டாள். காலையில் சாப்பாடாகி மிகுந்த சாதமும் குழம்பும் மூடி வைத்தது அப்படியே இருந்தன. எலிகள் எல்லாம் திடீரென்று எங்கே போயிருக்கக் கூடும் என்று அவளுக்குத் தெரியவில்லை.

அவள் கணவன் வாயைக் கொப்புளித்துவிட்டுச் சாப்பிட உட்கார்ந்தான். சரஸ்வதி சாதத்தை மெதுவாகத் தட்டில் பரிமாறி குழம்பையும் இரண்டு கரண்டி எடுத்து விட்டாள். ஒரு நிமிஷம் கழித்து அவள் கணவன் அவளை முறைத்துப் பார்த்தான். "அப்பளம் இன்று காலையோடு ஆகிவிட்டது" என்று சொன்னாள்.

கணவன் சாப்பிட்டு முடிந்த பிறகு சரஸ்வதி தானும் சாப்பிட உட்கார்ந்தாள். குழம்பு, வத்தல் குழம்பு. அடியில் கடலைப் பருப்பாக இருந்தது. இரண்டு மூன்று கற்களும் இருந்தன. சாப்பிட்டு எழுந்த பிறகு, தரையைச் சுத்தம்செய்து இருந்த சில பாத்திரங்களையும் தேய்த்துக் கவிழ்த்தாள். தவலையிலிருந்து தண்ணீர் மொள்ளும்போது சொம்பை மிகவும் ஜாக்கிரதையாக எடுத்தாள். முன்னொரு சமயம் இரவில் பாத்திரங்கள் ஓசைப்பட்டதற்காக வீட்டுக்கார அம்மாள் பெரிதாக இரைந்திருந்தாள்.

அவள் கணவன் அதற்குள் வாயைத் திறந்தபடி குறட்டை விட்டுக்கொண்டு தூங்கிக் கொண்டிருந்தான். குழந்தையும் தூங்கிக் கொண்டிருந்தது. அதற்கு இரவு படுக்கப் போகும்போது கொடுக்கும் பாலை அன்று புகட்ட முடியவில்லை. பூஜைக்குப் போன இடத்தில் ஏழரை மணி எட்டு மணி சுமாருக்குச் சிறிதளவு பால் கொடுத்ததோடு சரி. இப்போது குழந்தை ஆழ்ந்து தூங்கிக் கொண்டிருந்தது. எழுப்பிப் பால் கொடுத்துவிடலாம். ஆனால் அழாமல் பால் குடிக்கத் தெரியாது. அப்புறம் அவள் கணவனும் எழுந்துவிடுவான்.

சரஸ்வதி சிறு தட்டு ஒன்றால் பால் சொம்பை மூடி அதன் மீது பெரிய அடுக்கு ஒன்றையும் கவிழ்த்து வைத்தாள். குழந்தை தூங்கிக் கொண்டிருந்தது. அதன் பக்கத்தில் ஒரு புடவையை நாலாக மடித்துப் போட்டுப் படுத்துக்கொண்டாள். கைவிளக்குத் திரியை எவ்வளவு தணிக்க முடியுமோ அவ்வளவு தணித்திருந்தது. இருந்தும் அந்த வெளிச்சம்கூட அவள் கண்களைக் கூசச் செய்தது.

சரஸ்வதி கண்களை மூடிக்கொண்டு அவளுக்குத் தெரிந்த சில சுலோகங்களை மனதுக்குள் சொல்லிக்கொண்டாள். "அபசர்ப்ப சர்ப்ப பத்ரம்தே தூரம் கச்ச மஹாயச:" என்றெல்லாம் சொல்லிக்கொண்டாள். அந்த வாக்கியத்தைச் சொன்னால் பாம்பு உபாதையே இருக்காது என்று அவளுடைய அத்தை சொல்லியிருந்தாள். சரஸ்வதியின் கண்ணுக்கு பாம்பு எப்போதும் தட்டுப்பட்டதே கிடையாது. பின் எதற்காக அதைச் சொல்ல வேண்டும்? ஒருவேளை இதைத் தவறாமல் சொல்லிக் கொண் டிருப்பதனால்தான் பாம்பு ஒன்றும் வராமலிருக்கிறதோ என்னவோ?

பாம்பு என்றவுடன் சரஸ்வதிக்கு அன்று வாங்கி வந்த பிரசாதம் நினைவுக்கு வந்தது. வீட்டுக்கு வந்தவுடன் பையைக் காலிசெய்து குழந்தையின் ஈரத்துணி இரண்டையும் கசக்கிப் பிழிந்து உலர்த்தியிருந்தாள். பிரசாதப் பொட்டலத்தை உறியில் பால் புறை குத்தி வைத்திருந்த பாத்திரத்தின் மேல் வைத்திருந்தாள், கணவனும் மனைவியுமாக ஓரிடத்தில் கந்த சஷ்டி பூஜைக்காகப் போயிருந்தார்கள். அவள் கணவனுக்குப் பூஜை பிரார்த்தனை களில் அதிக ஈடுபாடு கிடையாது. வெற்றிலை பாக்கு புகையிலை, மாதம்

நூற்றுமுப்பது ரூபாய் சம்பளம், பதினைந்து நாட்களுக்கு ஒருமுறை இருமல் ஜுரம், ஒரு தமக்கை, இரண்டு தங்கைகள், முன்கோபம், சில சமயங்களில் கை ஓங்கியும் அறைந்துவிடுவது, தமிழ்ப் பத்திரிகைகளில் வெளியாகும் தொடர் கதைகளை விடாமல் படிப்பது, இருபத்திரண்டு ரூபாய்க் குடக்கூலி, வீட்டுக்காரரிடம் ஒரு நாள் உறவு, ஒரு நாள் சண்டை, வாரத்திற்கொரு சினிமா என்பதுதான் அவன் வாழ்க்கையாக இருந்தது. திடீரென்று அன்று மாலை ஆபீஸிலிருந்து சீக்கிரமாக வந்து "அங்கே ஒரு இடத்தில் பூஜை, உம், கிளம்பு, கிளம்பு" என்று அவளை அழைத்துக்கொண்டு போனான். தேங்காய் பழம் வெற்றிலை ஒரு ரூபாய் முப்பது பைசா ஆயிற்று. அப்புறம் பஸ் கட்டணம். அது ஒரு ஐம்பத்திரண்டு பைசா. கல்யாணமாகித் தனிக் குடித்தனம் என்று ஏற்பட்ட பிறகு இந்த மாதிரிக் கோவில், பூஜை என்று எதற்கும் சரஸ்வதியை அவன் அழைத்துச் சென்றது கிடையாது. பூஜை ஒரு இல்லத்தில் நடந்துகொண்டிருந்தது. அந்த வீட்டில் ஒரு பெரியவரை எல்லோரும் நமஸ்கரித்தார்கள். அவர் முகத்தில் ஒருவிதப் பிரகாசம் இருந்தது. தெய்வாம்சம் பொருந்திய முக்காலமும் அறிந்த மகான் என்றும் அவர் அனுக்கிரஹத்தில் தீராத வினைகள் கிடையாதென்றும் சொல்லிக் கொண்டார்கள். சரஸ்வதி அவரை நமஸ்கரித்துவிட்டு ஸ்திரீகள் பக்கத்தில் ஒரு மூலையில் உட்கார்ந்துகொண்டாள். அந்த மகான் முகத்தைப் பார்ப்பதற்கே ஆனந்தமாக இருந்தது. அடிக்கடி யாரோ அவரை அணுகிப் பேசினார்கள். அதைக் காது கொடுத்துக் கேட்டு ஓரிரு வார்த்தைகளில் அவர் பதில் அளிப்பது மிகவும் அழகாக இருந்தது. பக்கத்து அறையில் பூஜை நடந்து கொண்டிருந்தது. தீபாராதனை முடிந்த பிறகு விபூதி, குங்குமம், பிரசாதம் விநியோகம் செய்தார்கள். அதைத்தான் சரஸ்வதி ஒரு பொட்டலமாகக் கட்டி வைத்திருந்தாள். குழந்தைத் துணிகளுடன் அதை வைக்கிறோமே என்று ஒரு விநாடி அவளுக்குத் தோன்றிற்று. ஆனால் வேறு வழியில்லை. தோளில் குழந்தை ஒரு கையில் பை. இத்துடன் பொட்டலம் ஒன்றையும் எப்படித் தனியாகத் தூக்கி வருவது?

கை விளக்கு ஒருமுறை சுடர் விட்டெரிந்து தணிந்தது. சரஸ்வதி தூங்கிக் கொண்டிருக்கும் தன் கணவனைப் பார்த்தாள். வாய் இன்னும் திறந்தபடிதான் இருந்தது. குப்புறப் படுத்துக்கொண்டு கைகால்களைப் பரப்பிக் கொண்டிருந்தது எங்கேயோ பறந்து போவதுபோல் இருந்தது. ஜமுக்காளமும் போர்வையும் ஒரு மூலையில் கிடந்தன. சரஸ்வதிக்கு ஒரு கணத்தில் தன் கணவன் மீது பச்சாதாபம் பொங்கிக்கொண்டு வந்தது. இப்படித் தன் நிலை தெரியாமல் தூங்குபவரால் எப்படித் தோளில் குழந்தையும் கையில் பையுமாக இருப்பவளை அவள் ஓடி வந்து பஸ்ஸில் ஏறவில்லை என்று பத்துப் பதினைந்து பேர் மத்தியில் ஏச முடியும்? பூஜை முடிந்து அவர்கள் வீட்டுக்குக் கிளம்புவதற்கு மணி ஒன்பதே முக்காலுக்கும் அதிகமாகிவிட்டது. அவர்கள் பஸ் ஸ்டாப்புக்கு ஐம்பது கஜ தூரம் இருக்கும்போதே ஒரு பஸ் வந்துவிட்டது. அவன் வேஷ்டியை மடித்துக்கொண்டு ஓடிச் சென்று பஸ்ஸில் ஏறியும் விட்டான். சரஸ்வதியும் முடிந்த வரையில் விரைவாக நடந்தாள். பைக்கு மிகவும் நீளமான பிடிகள். பை தரையிலும் அவள் காலிலுமாக மாறி மாறி இடித்துக்கொண்டிருந்தது. அந்தத் தெருவில் விளக்கு வெளிச்சம் போதாது. பஸ் ஸ்டாப்பில் கும்பல் அதிகமாக இருந்தது. பாதிப் பேர் ஏறாமலிருக்கும் போதே 'இனி இடமில்லை' என்று கண்டக்டர்

விஸில் ஊதிவிட்டான். பஸ்ஸும் கிளம்பிவிட்டது. சரஸ்வதிக்கு எப்படித் தன்னால் ஓடவும் முடிந்தது என்று தெரியவில்லை. வேகமாகக் கிளம்பிய பஸ் சிறிது தூரம் சென்ற பிறகு நின்றது. அதிலிருந்து அவள் கணவன் திக்குமுக்காடிக் கொண்டு வெளியே குதித்தான். அவன் வேஷ்டி நுனி யார் காலடியிலோ மாட்டிக்கொண்டுவிட்டது. கண்டக்டர் வேறு ஏதேதோ இரைந்தான். பஸ் மீண்டும் கிளம்பிப் போய்விட்டது. அப்போதுதான் சரஸ்வதியால் பஸ் ஸ்டாப்புக்கு அருகிலாவது வர முடிந்தது. அவள் கணவன் காது கூசும்படி அவளை உரக்க வைதான். வேற்று மனிதர்கள் இல்லாம லிருந்தால் அவளை அடிக்கக்கூடச் செய்திருப்பான். அடுத்த பஸ் சீக்கிரமாக வந்துவிட்டது. அதில் அவ்வளவு கும்பல் இல்லை. பஸ்ஸில் ஏறின பிறகு சரஸ்வதிக்குத் தன் கால் விரல்கள் ஈரமாக இருப்பது தெரிந்தது. என்னவென்று பார்த்தாள். கட்டை விரலில் பெரிதாகக் காயம்பட்டு அவள் கால் வைத்த இடமெல்லாம் ரத்தக் கறையாகிக் கொண்டிருந்தது.

ஒரு குலுக்கலுடன் சரஸ்வதி விழித்துக்கொண்டாள். அவளையும் அறியாதபடி எப்படியோ தூங்கிவிட்டாள். நல்லவேளையாகக் குழந்தை இன்னம் தூக்கம் கலையவில்லை. அது சிறிது குரல் கொடுத்தவுடன் பாலைக் கொடுத்துவிட வேண்டும். ஆமாம், பால் புகட்டும் புட்டி எங்கே?

சரஸ்வதி அரைகுறையாக இருந்த தூக்கத்தை உதறித் தள்ளிவிட்டு விளக்கை எடுத்துக்கொண்டு சமையலறைக்குப் போனாள். வழக்கமாக வைக்கும் பிறையில் பால் புகட்டும் புட்டி இல்லை. வெளியே கொண்டு போயிருந்த பையில் தேடினாள். பையில் இருந்ததை வீடு திரும்பியவுடனே காலி செய்தாகிவிட்டது. அதில் புட்டி இல்லை. பூஜைக்குச் சென்ற இடத்தில்தான் மறந்துபோய் எடுத்துக்கொள்ளாமல் வந்துவிட்டாள். சரஸ்வதிக்கு வயிற்றைக் கலக்கியது. அந்தப் புட்டி ஒன்றரை ரூபாய் கொடுத்து வாங்கி வந்தது. அதில் பாலைக் கலக்கிவிட்டு ஒரு ரப்பர் நுனியும் மாட்டிக் கொடுத்தால்தான் குழந்தைக்கு அதைச் சப்புக் கொட்டிக் கொண்டு சாப்பிடத் தெரியும். அதுதான் அதற்குப் பழக்கமாகிப் போயிருந்தது. அந்தப் புட்டியைப் பூஜைக்குச் சென்ற வீட்டில் மறந்து வைத்துவிட்டாள். குழந்தையின் பால் புட்டியைக்கூட மறந்து விட்டு வரமுடியுமா? இன்னும் சிறிது நேரத்தில் விழித்துக்கொண்டு பசியில் அழுமே, என்ன செய்வது?

சமையலறையில் ஒரு தவலையைக் கவிழ்த்து அதன் மீது ஏறி நின்றுகொண்டு பரண்மீது வைத்திருந்த ஜாதிக்காய்ப் பெட்டியை எடுக்க சரஸ்வதி முயற்சி செய்தாள். பெட்டி பெரிதானது. பரணும் சிறிது கைக்கெட்டாத உயரம். ஆனால் அந்தப் பெட்டியில்தான் அதிகம் உபயோகமில்லாத பாத்திரங்களுடன் பாலாடை ஒன்று இருந்தது. அதை எடுக்க வேண்டும். ஜாதிக்காய்ப் பலகை பெட்டியானதால் ஏராளமான கரப்பான்களும் பாச்சைகளுமாக இருக்கும். பாலாடை நாற்றமடிக்கும். சுலபத்தில் அந்த நாற்றத்தைப் போக்க முடியாது.

சரஸ்வதியால் அந்தப் பெட்டியை அசைக்கக்கூட முடியவில்லை. கால் தவறிக் கீழே சாய்ந்தாள். தவலை பெருத்த சப்தம் போட்டுக்கொண்டு உருண்டது. அதோடு "என்ன யாரு, என்ன சத்தம்?" என்று ஒருவித நடுக்கத் துடன் அவள் கணவன் குரல் கேட்டது. குழந்தையும் எழுந்துவிட்டது.

சரஸ்வதி, "ஒன்றுமில்லை, நான்தான்" என்று சொல்லித் தவலையை நிமிர்த்தி வைத்துத் தன் புடவையைச் சரிப்படுத்திக் கொண்டாள். குழந்தை "அம்மா" என்று அழைத்தது. சரஸ்வதி லாந்தரை எடுத்துக்கொண்டு குழந்தை அருகே சென்றாள். குழந்தையின் கீழே விரித்திருந்த துணியைச் சுருட்டி வைத்துவிட்டு வேறு ஒரு துணியைத் தன் துடைமேல் விரித்துக் கொண்டு குழந்தையைக் கிடத்திக்கொண்டாள். குழந்தை அழ ஆரம்பித்தது. சரஸ்வதி பால் தம்ளரைக் கையில் எடுத்துக்கொண்டு குழந்தையின் மூக்கை இரு விரல்களிடை அழுத்திப் பிடித்துக்கொண்டாள். குழந்தை மூச்சு விடுவதற்காக வாயை அகலத் திறந்தது. சரஸ்வதி பாலை வாயில் ஊற்றினாள். குழந்தை திக்குமுக்காடிற்று. பிறகு பாலை விழுங்கிவிட்டு இன்னும் பெரிதாகக் கத்திற்று.

அவள் கணவன், "ஏய், என்னது?" என்று கேட்டான்.

"குழந்தை பால் குடிக்கிறது" என்று அவள் பதிலளித்தாள்.

"அந்த அலறலை நிறுத்து."

"இதோ ஆகிவிட்டது."

"மூதேவிக்குக் குழந்தைப் பால் கொடுக்கிறதற்குத் துப்புக் கிடையாது. ஒரு நிமிஷம் அழாமல் வைத்துக்கொள்ளத் தெரியாது! ஏய், அதை நிறுத்து."

"இதோ, இன்னும் அரைத் தம்ளர்தான் இருக்கிறது." ஆனால் குழந்தை பெரிதாக வீறிட்டு அலறிற்று. அப்படியே புரைக்கேறிவிட்டது.

சரஸ்வதி தன் கணவன் படுக்கையிலிருந்து எழுந்திருக்கும் வேகத்தைக் கண்டுத் தலையைக் கவிழ்த்துக்கொண்டாள். முதல் அடி தலையின் பின்புறத்தில் விழுந்தது. காது நுனியில் அடி சிறிதளவுதான் பட்டிருந்தது என்றாலும் உடனேயே காது விண்ணென்று தெறிக்க ஆரம்பித்தது. அடுத்த அடி தவடையில். அப்புறம் அடுத்தது. அதற்கப்புறம் இன்னொன்று. அப்புறம் இன்னொன்று. அதற்கப்புறம் இன்னொன்று. கடைசியாகத் தலைப் பின்னலைப் பிடித்து அவளைத் தரதரவென்று கதவுப்புறம் இழுத்தான். சரஸ்வதி கீழே சாய்ந்தாள். தரையில் பால் கொட்டிப் பரவிக் கொண்டிருந்தது. அவன் "போ வெளியே! இப்போவே போ வெளியே!" என்றான்.

திடீரென்று சரஸ்வதி எழுந்து நின்று "உம்" என்றாள். அவள் கணவன் திடுக்கிட்டுப் பயந்து பின் வாங்கினான். சரஸ்வதி கண்களை அகல விரித்து, "உம், ஜாக்கிரதை" என்றாள். அவன் அப்படியே ஸ்தம்பித்து நின்றான். சரஸ்வதியும் அப்படியே நின்றாள். குழந்தையும் அழுகையை நிறுத்திவிட்டது. சில விநாடிகளுக்கு என்ன என்று யாருக்குமே புலப்படாத மௌனம். சரஸ்வதி சட்டென்று உள்ளே வந்து ஒரு பழந்தணி கொண்டு பாலை ஒத்தி எடுத்துத் தரையைத் துடைத்தாள். பிறகு குழந்தையை மடியில் போட்டுக்கொண்டு தட்ட ஆரம்பித்தாள். அவள் கணவன் வெகுநேரம் வரை சிலை போல் அப்படியே நின்றுகொண்டிருந்தான். அப்புறம் மெதுவாக அவன் படுக்கைக்குச் சென்று படுத்துக்கொண்டான். அவன் அதிர்ந்து போய் நின்றுகொண்டிருக்கும்போது சிறிது காற்றடித்தால்கூட கீழே விழுந்துவிடுவான்

போலிருந்தது. சரஸ்வதிக்கு எப்படி ஒரு நொடிப்பொழுதில் தன்னுள்ளிருந்து இவ்வளவு உக்கிரம் வெளிக் கிளம்பிற்று என்று நினைத்துப் பார்க்கக்கூட முடியவில்லை.

பொழுது விடிந்தது.

அன்று அவள் கணவன் காப்பி சாப்பிட இல்லை. பக்கத்துக் குடித்தனக் காரருடைய தமிழ்த் தினசரியை மட்டும் மிகவும் சாவகாசமாகப் படித்தான். குழந்தை அவனிடம் தட்டுத்தடுமாறிக் கொண்டு போனபோது அவனிடம் கொஞ்சவுமில்லை. கோபித்துக் கொள்ளவுமில்லை. குளித்துவிட்டு எட்டரை மணிக்கே வெளியே கிளம்பினான். ஆபீஸுக்குப் போகும்போது மட்டுந்தான் அவன் கோட் அணிந்து கொள்வான். சரஸ்வதி பரபரப்புடன் "சமையல் ஆகிவிட்டது. சாப்பிட்டுவிட்டுப் போங்கள்" என்றாள். அன்று சமையலுக்கு ஒரு காய்கறியும் இல்லை. கடுகு கிடையாது. அப்பளம் கிடையாது. அவன் கோட்டையும் அணிந்துகொண்டு அவளைத் திரும்பிக்கூடப் பாராமல் வெளியே போய்விட்டான்.

சரஸ்வதி பதினொரு மணிக்கு அவன் வருவான் என்று காத்திருந்தாள். முன்னொரு சமயத்தில் காலையிலேயே ஆபீஸுக்குக் கிளம்பி, பதினொரு மணிக்கு வந்து சாப்பிட்டுவிட்டு போனான். இன்று பதினொரு மணிக்கும் வரவில்லை. ஒரு மணிக்கு வருவான் என்று பார்த்தாள். அப்போதும் வரவில்லை. சரஸ்வதி வேண்டா வெறுப்பாகத் தன் சாப்பாட்டை முடித்துக் கொண்டாள். முந்தின நாள் சாதமே அதிகமாக மிகுந்துபோய்த் தண்ணீர் ஊற்றி வைத்திருந்தாள். இப்போது வேறு மீந்துவிட்டது. இரவுக்குச் சமைக்க வேண்டியதில்லை. ஆனால் சமைப்பதற்கென்றும் ஒன்றும் இல்லை. ஏதாவது வாங்குவதற்கு அவளிடம் பணம் கிடையாது. சுவாமி உண்டியல் என்றிருக்கும் தகர டப்பியில் கருத்துப்போன நாணயங்களாகச் சுமார் ஒரு ரூபாய்க்கு இருக்கும். அவ்வளவுதான்.

மாலை இருட்டும் சமயத்தில் சரஸ்வதி குழந்தைக்குப் பால் புகட்டினாள். குழந்தை சிறிது படுத்தினாலும் கணவன் வீட்டிலில்லாத சமயத்தில் ஒரு மாதிரி அவள் சமாளிக்க முடிந்தது. அவன் ஏழு மணிக்கு வீடு திரும்பினான். இந்த முறை அவன் சாப்பிட வந்தான். வெறும் ரசமும் மோர் சாதமும்தான். எதிர் வீட்டிலிருந்து நான்கு அப்பளங்கள் அடுத்த நாள் திருப்பித் தருவதாக அவள் வாங்கி வந்தாள். இன்றிரவுகூட அவள் கணவன் வாயைத் திறந்து கொண்டு கைகால்களைப் பரப்பிக்கொண்டு பறப்பது போலத்தான் படுத்துத் தூங்கிக் கொண்டிருந்தான். குழந்தை இரண்டு மூன்று முறை இரவில் எழுந்து அழுதது. ஆனால் அவன் படுத்தபடியேதான் இருந்தான். அவன் கோபித்துக் கொள்ளவே இல்லை.

இன்னொரு பொழுதும் விடிந்தது. சரஸ்வதி இருந்த தூளைப் போட்டுக் காப்பி தயாரித்துக் கொடுத்தாள். அவள் கணவன் ஒரு வார்த்தைகூடப் பேசாமல் வாசல் திண்ணையில் உட்கார்ந்துகொண்டு ஒரு பத்திரிகையைப் படித்துக்கொண்டிருந்தான். அடுப்பில் உலைநீர் கொதித்துக் கொண்டிருந்தது. சரஸ்வதி சிறிது நேரம் என்ன செய்வதென்று தீர்மானிக்க முடியாமல்

நின்றுகொண்டிருந்தாள். பிறகு ஒரு முடிவுக்கு வந்தவளாக வாசல் கதவிடம் சென்றாள். இருபத்திரண்டு ரூபாய் வாடகையானாலும் வீட்டுத் திண்ணை சுவர் எழுப்பித் தனியாக அமையப்பட்டு இருந்தது. சமையலறைக்குப் பக்கத்திலிருந்துதான் நான்கு குடித்தனங்களுக்குப் பொதுவான முற்றம், கிணற்றங்கரை, குழாய் எல்லாம். சரஸ்வதி பத்திரிகை படிப்பதில் மூழ்கியிருந்த தன் கணவனை எப்படிக் கூப்பிடுவது என்று ஒரு கணம் தயங்கினாள். பிறகு, "அரிசி இப்போது ஒரு வேளைக்குத்தான் காணும்" என்றாள்.

அவள் கணவன் திடுக்கிட்டுத் தலை நிமிர்த்தி கண்களை அகல விரித்துப் பார்த்தான். பிறகு தலையைக் குனிந்துகொண்டு "உம்" என்றான்.

"காப்பித்தூள் ஆகிவிட்டது. அப்புறம் உளுத்தம் பருப்பு, வெந்தயம். கடுகு இரண்டரைப் பலமாவது வேண்டும்."

"உம்."

"மூன்று நாட்களாக அப்பளம் இல்லை. எதிர் வீட்டு மாமிக்குக் கிட்டத்தட்டப் பதினைந்து அப்பளங்கள் திருப்பித் தர வேண்டும்."

"உம்."

"மண்ணெண்ணெய் அரைக்கால் புட்டிதான் இருக்கிறது."

"உம்."

"அப்புறம்...ம் முடிந்தால் குழந்தைக்குப் பால் புகட்டும் புட்டி ஒன்று வாங்க வேண்டும்."

"உம்."

சரஸ்வதி ஒருமுறை நீண்ட சுவாசம் எடுத்துக்கொண்டாள். பிறகு சடாரென்று தன் கணவன் முன் சென்று அவன் கால்களைப் பிடித்துக்கொண்டு ஓவென்று கதறி அழ ஆரம்பித்தாள்.

அவன் ஒரு கணம் பிரமித்தவனாக இருந்தான். ஆனால் உடனே ஒன்றும் நேராதது போல் பத்திரிகையிலேயே கவனமாக இருந்தான். சரஸ்வதி விம்மல்களுக்கிடையே ஒவ்வொரு வார்த்தையாக உதிர்த்தாள். "நான் என்ன பாபம் செய்தேன்? ஏன் இப்படி இருக்கிறீர்கள்? ஏன் மாதக் கணக்கில் என்னோடு ஒன்றும் பேசாமலிருக்கிறீர்கள்? எனக்கு உங்களை விட்டால் வேறு யார் கதி?"

அக்கம் பக்கத்துக்காரர்கள் ஓரிருவர் எட்டிப் பார்த்தார்கள். தெருவில் காய்கறி விற்றுக்கொண்டு போன பையன் என்ன நடக்கிறதென்று பார்க்க நின்றான்.

"நான் என்னதான் பாபம் செய்தேன்? என்னைக் கண்டாலே உங்களுக்கு எரிச்சல் வருகிறதென்று நானே எவ்வளவு ஒதுங்கிப் போகிறேன்."

"உம்."

அவன் இன்னமும் தினசரியைத்தான் வெகு கவனமாகப் படிக்கும் பாவனையில் இருந்தான். அவள் அவன் காலைப் பிடித்துக் கொண்டிருந்த படியால் பத்திரிகையைத் தொங்க விடுவதற்குச் சௌகரியப்படவில்லை. தலைக்கு மேல் தூக்கிக்கொண்டு படித்துக் கொண்டிருந்தான். அந்த நிலைமையில் இரண்டு நிமிஷத்திற்குள் கழுத்தில் வலி ஏற்பட்டுவிடும்.

"எனக்கு உங்களைவிட்டால் வேறு யார் கதி? வீட்டில் சாமான்கள் வாங்கிப் போட்டால்தானே சரியானபடி சமையல் செய்ய முடியும்? நான் உங்களிடம் எதை என்று எப்படி என்று சொல்வேன்? உங்களுக்குத் தெரியாததா? ஏன் என்னுடன் பேசாமலே இருந்து சித்ரவதை செய்கிறீர்கள்? உங்கள் இஷ்டத்துக்கு மாறாக ஒருநாள், ஒருவேளை நான் நடந்ததுண்டா?"

தெருவில் இரண்டு மூன்று பேர்கள் நின்றுகொண்டு வேடிக்கை பார்த்துக் கொண்டிருந்தார்கள்.

"ஒன்றும் இல்லாதுபோன நாட்களில் அக்கம் பக்கத்துக்காரர்களிடம் அரை கால் கடன் வாங்கி அதைச் சொன்ன சமயத்தில் திருப்பிக் கொடுக்க முடியாமல் போனபோதெல்லாம் அவர்கள் உங்களைப் பற்றி என்ன நினைத்துக் கொள்வார்களோ என்று எப்படிப் புழுவாகத் துடிக்கிறேன் தெரியுமா?"

சரஸ்வதிக்குத் துக்கம் தொண்டையை அடைத்துக்கொண்டது.

குழந்தை தரையில் நீந்திக்கொண்டு வந்து வாசல் படியில் தலையை முட்டிக் கொண்டது. சரஸ்வதி பாய்ந்து சென்று குழந்தையின் நெற்றியைத் தேய்த்தாள். தெருவில் நின்ற சிறு கும்பல் கலைய ஆரம்பித்தது. அவள் கணவன் சிறிது நேரம் ஏதோ யோசித்தபடி உட்கார்ந்திருந்தான். பிறகு உள்ளே சென்று அவன் ஆபீஸுக்குச் செல்லும்போது அணியும் உடையைப் போட்டுக்கொள்ள ஆரம்பித்தான். சரஸ்வதி அவன் பின்னாலேயே போய் நின்றுகொண்டாள். "என்னை அடியுங்கள். நன்றாக எலும்பொடிய அடியுங்கள். நான் நீங்கள் அடிப்பதை எதிர்த்துத் திமிறினதற்குத்தானே இப்படி இருக்கிறீர்கள்? இதோ அடியுங்கள். நன்றாக அடியுங்கள்."

"சரி, என்னை விடு" என்று அவன் சொன்னான். அந்தத் தருணத்தில் அவன் என்ன சொன்னாலும் தயக்கமின்றிக் கேட்கத் தயாராக இருந்தாள். ஆதலால் அவன் கையைப் பிடித்துக்கொண்டு நின்றவள் விலகி நின்றாள். அவன் செருப்பை மாட்டிக்கொண்டு வெளியே சென்றுவிட்டான்.

சரஸ்வதி அப்படியே நின்றாள். அவளுக்கு அவள் நிலை புரியவில்லை. அவள் வாழ்க்கையில் ஏதோ மிக முக்கியமான இடத்தில் ஏதோ பிசகிப் போயிருந்தது. அது ஒன்றால்தான் வாழ்க்கை முழுதுமே ஒழுங்கேயில்லாமல் குறையும் கொந்தளிப்புமாக இருக்கிறது. கணவனுக்கும் மனைவிக்கும் ஒரு கணம்கூட அமைதியும் நம்பிக்கையும் ஒருவர் மேல் ஒருவருக்கு அன்பும் பரிவும் இல்லாமல் இருக்கிறது. எப்பேர்ப்பட்ட பிளவு ஏற்பட்டுவிட்டது! இது தீரப் போகிறதா? எதில் கொண்டுபோய் நிறுத்தப் போகிறது?

ஆனால் குழந்தைக்குச் சரஸ்வதி ஸ்தம்பித்து அயர்ந்திருப்பது தெரிய வில்லை. அதை அவள் கவனிக்க வேண்டியிருந்தது. குழந்தை என்று ஒன்றிருந்தது நல்லதாகத்தான் போயிற்று. அதுவும் இல்லை என்றால் உயிர் வாழ வேண்டுமென்பதற்கு அணுவளவுகூட ஊக்கமில்லாமல் போய் விட்டிருக்கும். அந்த அணுவளவு ஊக்கம், சோகம், சோர்வு, பிரமை எல்லாவற்றையும் உதறித் தள்ள வைத்துவிடுகிறது.

அன்று சரஸ்வதி சமைக்கவில்லை. அவள் கணவன் சாப்பிட வரவில்லை. அவள் குழம்பிப்போய் உட்கார்ந்திருந்தாள். ஒரு பையன் ஒரு காகிதத்தைக் கொடுத்துவிட்டுப் போனான். அந்தத் தெருவில் புதிதாக மரச் சாமான்கள் கடை ஒன்று திறக்கப் போவதாக அதில் அச்சிடப்பட்டிருந்தது. அசல் தேக்கு, கருங்காலியில் செய்யப்பட்ட மேஜை நாற்காலி பீரோக்கள் குறைந்த விலையில் உத்திரவாதத்துடன் விற்பதாக அதில் கண்டிருந்தது. குழந்தை நன்றாக விளையாடிக் கொண்டிருந்தது. இந்த இரண்டு நாட்களாக அது மாந்தம் மலச்சிக்கல் ஒன்றுமில்லாமல் அதிக சிரமமே கொடுக்காமல் இருந்துவிட்டது. மணி பன்னிரண்டு ஆகிவிட்டது. சமையலறையில் சரஸ்வதி காலையில் குளிக்கும்போது தோய்த்து வைத்த புடவை உலர்த்தப்படாமல் அப்படியே ஒரு குவியலாகக் கிடந்தது. சரஸ்வதி அதை நிதானமாகக் கொடிக்கம்பில் உலர்த்தினாள். அவளுடைய சிந்தனை அயர்ந்துபோய் மனம், பசி, தாகம் என்றுகூட உணராமல் எங்கோ ஒரு மூலையில் பதுங்கிக் கிடந்தது. பக்கத்து வீட்டிலிருந்து கல்லுரலில் தோசைக்கோ அடைக்கோ அரைக்கும் சப்தம் கேட்டது. அத்துடன் எங்கெங்கோ யாராரோ பேசிக்கொண்டிருப்பது, ஒரு ரேடியோ வண்டின் யாரோ இடைவெளி விடாமல் எதைப் பற்றியோ சொல்லிக் கொண்டிருப்பது, தெருவில் 'கிருஷ்ணாயில்' என்று கூவிக்கொண்டு போவது, இதெல்லாம் கேட்டது. இவ்வளவு சப்தமும் ஏதோ ஒரு மௌன சமுத்திரத்தில் ஆழ்த்தப்பட்டிருந்தது. அவ்வப்போது மட்டும் மேல் மட்டத்திற்கு வந்து ஒலித்துவிட்டுத் திரும்பிப் பாதாளத்தில் ஒய்ந்து போய்விடுவது போல் இருந்தது. சுவரில் ஒரு எறும்புத் தொடர் ஊர்ந்துகொண்டிருந்தது. அது சுவற்றுப் பிறையில் வந்து முடிவடைந்தது. இரண்டு நாட்களுக்கு முன்பு சஷ்டி பூஜைக்குப் பிறகு கொடுத்த பிரசாதப் பொட்டலம் அங்கிருந்தது. முந்தின இரவு கணவனுக்கு அன்னமிட்டபோது அதன் நினைவு வந்திருந்தால் அதையும் இலையில் பரிமாறி இருக்கலாம். சமயத்தில் எல்லாம் மறந்து போய்விடுகிறது. சரஸ்வதி அந்தப் பொட்டலத்தை எடுத்து எறும்புகளை உதறி ஊதி விலக்கிவிட்டு அந்தப் பட்சணத் துண்டை வேறு இடத்தில் எடுத்து வைத்தாள். அந்தப் பூஜைக்கு அவர்கள் என்ன பலனுக்கென்று போனார்கள்? இப்படிக் குடும்பம் பிளவுபட்டு வாய்விட்டுக்கூட அழ முடியாமல் நெஞ்சிலேயே புகைந்து சுருகிச் சாவதற்கா? தெய்வத்திடம் தண்டனையைத் தவிர வேறொன்றும் எதிர்பார்க்கக் கூடாது போலிருக்கிறது. ஒரு கணம் சரஸ்வதியின் மனக்கண்முன் அந்தப் பூஜை நடந்த வீட்டிற்கு வந்திருந்த மகானின் முகம் தோன்றியது.

சரஸ்வதியின் சோர்வு நொடியில் பறந்து போயிற்று. அவளுடைய துயரம் தீரும் மார்க்கம் கிடைத்துவிட்டது. சாந்தமும் அருளும் ததும்பும் வதனங்கொண்ட அந்த மகான் காலில் விழுந்தால் அவளுடைய வினைக ளெல்லாம் தீர்ந்துவிடும். அவர் விமோசனம் அளிப்பார். அவளால் அவருக்கு

நாள்தோறும் பணிவிடை செய்துகொண்டிருக்க முடியாது. பணம் காசு செலவழித்துப் பூஜைகள் செய்துவைக்க முடியாது. தொடர்ந்து இரண்டு நாட்களுக்கு அவரைத் தரிசனம் செய்து வருவதற்கு பஸ் கட்டணம்கூட அவளால் சமாளிக்க முடியாது. ஆனால் அவர் எல்லாம் அறிந்துகொள்வார். அவர் காலில் விழுந்து ஒருமுறை "சுவாமி, நீங்களே இவளுக்குக் கதி" என்று கதறிவிட வேண்டும். அப்புறம் எல்லாம் சரியாகிவிடும்.

குழந்தை தூங்கிக் கொண்டிருந்தது. சரஸ்வதி சுவாமி உண்டியலிலிருந்து அரை ரூபாய்ச் சில்லரை எடுத்துக்கொண்டாள். குழந்தையை மெதுவாக எடுத்துக்கொண்டு, பாலைக் காய்ச்சி வைத்திருந்த சிறு சொம்பையும் எடுத்துக்கொண்டு பின்கட்டுக் குடித்தனக்காரர் இடத்திற்குச் சென்றாள். அந்த வீட்டில் அநேகமாக எல்லாருக்கும் அவள் கணவன் மூர்க்கம், சரியில்லை என்று தெரியும். இருந்தாலும் பல தடவைகளில் சிறிதும் இரக்கமே யில்லாமல் அவளிடம் அவர்கள் நடந்துகொண்டிருக்கிறார்கள். சில சமயங்களில் வலிய வந்து அவர்கள் அங்கலாய்ப்பைத் தெரிவித்துக் கொண்டிருக்கிறார்கள். பின்கட்டுக் குடும்பத்தின் தாயார் முன் அறையில் படுத்துக்கொண்டிருந்தாள். சரஸ்வதி அவளிடம் சென்று "மாமி" என்று அழைத்தாள். அந்த அம்மாள் திரும்பிப் பார்த்து, "சரஸ்வதியா?" என்றாள்.

"கொஞ்சம் குழந்தையை ஒரு மணி நேரம் பார்த்துக்கொள்ளுங்கள். இதோ வந்துவிடுகிறேன்."

"என்னது?" அந்த அம்மாள் கேட்டாள்.

"என் பெரியம்மாவுக்கு உடம்பு அதிகமாகிவிட்டது என்று தகவல் அனுப்பியிருக்கிறார்கள். ஓடிப்போய்ப் பார்த்துவிட்டு வரவேண்டும். கொஞ்சம் குழந்தையைப் பார்த்துக்கொள்ளுங்கள். இதில் பால் இருக்கிறது. தூங்கி எழுந்தால் தயவுசெய்து கொடுங்கள். நான் இதோ ஓடி வந்துவிடுகிறேன்."

"உன் குழந்தை ஒரேயடியாக அழுது தொலைக்குமே?"

"கொஞ்சம் பார்த்துக்கொள்ளுங்கள். இதோ ஓடி வந்து விடுகிறேன்."

"உம், சரி. அப்படி அங்கே விட்டுப் போ."

"இதோ."

"மாற்றுத் துணி இரண்டு மூன்று வைத்திருக்கிறாயா? அப்புறம் வீடெல்லாம் ஆபாசம் செய்துவிடப் போகிறது."

"இதோ கொண்டு வந்திருக்கிறேன்."

"பெரியம்மா வீட்டுக்குப் போனால் குழந்தையும் தூக்கிக்கொண்டு போகக் கூடாதா? என்ன பொம்மனாட்டிகள்!"

சரஸ்வதி ஒரு விநாடி தயங்கினாள். பிறகு, "வாசல் கதவைப் பூட்டிச் சாவியை உங்களிடம் கொடுத்துவிட்டுப் போகிறேன். அவர் வந்தால் கொடுங்கள்."

விமோசனம்

"உம்."

"பால்காரன் வருவதற்குள் நான் வந்துவிடுவேன். அப்படி அவன் முன்னால் வந்துவிட்டால் ஒரு ஆழாக்குப் பசும்பால் நீங்களே வாங்கி வைத்துவிடுங்கள்."

"ஆமாம், இதுக்கென்று உன் வீட்டு முன்னாலே யாரையாவது காவலுக்கு நிற்கச் சொல்ல வேண்டும்."

"வேண்டாம், மாமி. நம் இரண்டு அகத்திற்கும் ஒரே பால்காரன்தானே. அதுக்குள்ளே நான் ஓடி வந்துவிடுவேன். குழந்தையைக் கொஞ்சம் பார்த்துக்கொள்ளுங்கள்."

சரஸ்வதி தான் போக வேண்டிய பேட்டைக்குப் பஸ் ஏறிப் போய்ச் சேர்ந்துவிட்டாள். ஆனால் அந்த மகான் வந்திறங்கியிருந்த வீடு எது என்று அவளுக்குப் புலப்படவில்லை. அந்த இடம் அவளுக்குப் பழக்கமில்லை. அந்த வீடும் யாருடையது என்று அவள் கணவன் அவளிடம் சொல்லவில்லை. அவளும் கேட்டுத் தெரிந்துகொள்ளவில்லை. பூஜைக்கு அநேகர் குடும்பத்தோடு வந்திருந்தார்கள். சரஸ்வதிக்குத் தெரிந்தவர்களாக யாரும் கிடையாது. அவளும் யாரிடமும் சம்பாஷணையில் கலந்துகொள்ளவில்லை. அந்த வீட்டு அம்மாள் மட்டும் சரஸ்வதியை அவள் பெயர், அவள் எங்கேயிருந்து வந்திருக்கிறாள், குழந்தைக்கு எத்தனை வயது என்று விசாரித்தாள். அதுவும் பிரசாதம் விநியோகிக்கும்போது. அத்தருணத்தில் அதிகமாக ஒருவருக்கொருவர் தெரிந்துகொள்ளச் சந்தர்ப்பமில்லாமல் போய்விட்டது.

அங்கிருந்த ரிக்ஷாக்காரர்களுக்கும் வீட்டு வேலை செய்யும் இரு பெண்மணிகளுக்கும் புதிதாக ஒரு மகான் வந்து தங்கியிருக்கும் வீடு தெரியாமல் போய்விட்டது. அரை மணி நேரம் திசை தெரியாமல் அலைந்த பிறகு சரஸ்வதிக்குப் பளிச்சென்று ஒரு விஷயம் ஞாபகத்துக்கு வந்தது. வயதான ஸ்திரீகளாகப் பலர் பூஜைக்கு வந்திருந்தார்கள். அதில் இரண்டு பேர்கள் விடாமல் அவர்களுக்குள் பேசிக்கொண்டே இருந்தார்கள். சரஸ்வதி அவர்கள் பக்கத்தில் உட்கார்ந்திருக்க நேரிட்டபடியால் சில வார்த்தைகளைக் காது கொடுத்துக் கேட்காமல் இருக்க முடியவில்லை. அநேக விஷயங்கள் மத்தியில் "ஏண்டி, இந்த வீட்டுப் பக்கத்து வீட்டில்தானே சினிமாக்காரி தங்கமணி இருக்கிறாள்? அவள் அப்பன் எங்கள் சின்ன மாமனார் வீட்டில் பத்து வருஷத்திற்கு முன்னால் வெறும் டிரைவராக இருந்தான். இப்போது லக்ஷக் கணக்கில் கொழிக்கிறான்" என்று அடிப்பட்டது. சரஸ்வதி சினிமா நக்ஷத்திரம் தங்கமணி வீடு எங்கிருக்கிறதென்று விசாரித்தாள். சோர்விலேயே ஆழ்ந்து கிடக்கும் தன் புத்திக்குக்கூட ஒரு தருணத்தில் இப்படிச் சமயோசிதமான யோசனைகளும் வருமா என்று அவளுக்கே வியப்பாக இருந்தது. சில நிமிஷங்களில் அந்த மகான் தங்கியிருந்த வீடு தெரிந்துவிட்டது.

சரஸ்வதி மாடியேறி வருவதை வாசல்படியருகேயே அந்த வீட்டு அம்மாள் கவனித்துவிட்டாள். "வாம்மா" என்று அவளை உள்ளே அழைத்துச் சென்றாள். மத்தியான நேரமான போதிலும் வீட்டில் நிறைய ஜன நடமாட்டம் இருந்தது. அந்த வீட்டின் பெரிய அறையில் ஊஞ்சலில் அந்த மகான் அமர்ந்

திருந்தார். ஓர் இளம் பாடகர் தம்புரா சுருதியுடன் பாடிக் கொண்டிருந்தார். சரஸ்வதி மகானை நமஸ்கரித்துவிட்டு அந்த வீட்டின் உட்புறம் சென்று கால் அலம்பிக் கொண்டாள். அந்த வீட்டு அம்மாள் அவளைச் சமையலறைக்கு அழைத்துச் சென்று சிறிது சர்க்கரைப் பொங்கல் கொடுத்தாள். சரஸ்வதியால் திண்ணமாக வேண்டாம் என்று சொல்ல முடியவில்லை. அந்த அம்மாள் சரஸ்வதியை அவள் எங்கிருந்து வருகிறாள், அவளுக்கு எவ்வளவு குழந்தைகள் என விசாரித்தாள். சரஸ்வதி இரண்டு நாட்களுக்கு முன் தான் வந்திருந்ததைச் சொன்னாள். அவளையும் அறியாமல் குழந்தைக்குப் பால் புகட்டும் புட்டியை அங்கு மறந்துவிட்டுப் போனதையும் சொன்னாள். அந்த வீட்டுக்கார அம்மாள், "ஓகோ, அது உன்னுடையதுதானா?" என்றாள். எங்கேயோ வைத்திருந்த அந்தப் புட்டியைச் சரஸ்வதியிடம் கொண்டு வந்து கொடுத்தாள். புட்டி நன்றாகச் சுத்தம் செய்யப்பட்டு இருந்தது. சரஸ்வதிக்கு எங்கிருந்தோ தெம்பும் நம்பிக்கையும் பிறந்தன.

பாட்டு இன்னும் நடந்துகொண்டிருந்தது. அந்த மகான் ஊஞ்சலில் மாறாத புன்முறுவலுடன் அமர்ந்திருந்தார். அந்த அறையில் ஒரு மூலையில் டெலிபோன் இருந்தது. யாரோ பேசும் பாகத்தை எடுத்துக் கீழே வைத்திருந்தார்கள். யாரும் அதனிடம் போகவில்லை. சரஸ்வதி சுவரோரமாக ஓரிடத்தில் உட்கார்ந்தாள். மகான் நன்றாகத் திரும்பினால்தான் அவர்களைப் பார்க்க முடியும். அவளுக்கு வேறு இடம் கிடைக்கவில்லை. பாடகர் மெதுவாகப் பாடிக்கொண்டிருந்தார். ஓரிரு சமயங்களில் மகான் கண்களை மூடிக்கொண்டு அப்படியே அசைவற்றிருந்தார். மற்றபடி அறையிலிருப்போர் மீது ஒவ்வொருவராக அவர் திருஷ்டி விழும். எல்லாரும் அவருக்கு அறிமுகமானவர்களாக இருந்தார்கள். அவர் அவர்களைப் பார்த்து புன்முறுவலித்தார். சரஸ்வதி அவரையே கண் கொட்டாமல் பார்த்தபடி காத்திருந்தாள். அவர் அவள் பக்கம் திரும்பவே இல்லை. பாட்டு தொடர்ந்து போய்க்கொண்டிருந்தது. உள்ளிருந்து யாரோ ஒருவர் பெரிய தாம்பாளம் நிறையப் புஷ்பங்களைப் பூஜை அறைக்குக் கொண்டுபோனார் அவர் சரஸ்வதியைத் தாண்டிச் செல்ல வேண்டியிருந்தது. என்ன காரணமென்று தெரியவில்லை. சரஸ்வதியைத் தாண்டியவுடன் அவர் கை தவறிவிட்டது. பெருத்த ஓசையுடன் தாம்பாளம் கீழே விழுந்தது. புஷ்பங்கள் சிதறின. பாடகர் கூடத் திடுக்கிட்டுப் பாட்டை ஒரு கணம் நிறுத்திவிட்டார். மகான் திரும்பிப் பார்த்தார். தாம்பாளத்தைக் கீழே போட்டவர் உடல் வெலவெலத்து நின்றார். "மன்னிக்க வேண்டும், ஸ்வாமி" என்று குளறினார். மகானின் திருஷ்டியில் தான் விழுந்ததை சரஸ்வதி உணர்ந்தாள். அவளுக்கு மயிர்க்கூச்சமேற்பட்டது.

பாட்டு தொடர்ந்து நடந்துகொண்டிருந்தது. புஷ்பங்களை எல்லாம் திரும்பத் தட்டில் எடுத்துப் போட்டுக் கொண்டு போயாயிற்று. சரஸ்வதி எதற்காக காத்திருக்கிறோம் என்று புரியாமலே அப்படியே இமை அசைக்காமல் உட்கார்ந்திருந்தாள். எதிர்பாராதபடி மகான் ஒரு கணம் அவள் பக்கம் திரும்பினார். அவர் மிகுந்த பரிவுடன் தன்னை நோக்கியதை சரஸ்வதி உணர்ந்தாள். குப்பென்று அழுகை வெடித்துக்கொண்டு வந்தது. அதை மகான் கவனித்துவிட்டதும் அவளுக்குத் தெரிந்தது.

மூன்றாம் முறையாக மகான் அவளைப் பார்த்தபோது அவர் அவளிடம் ஏதோ கேட்க விரும்பியதுபோலத் தோன்றிற்று. சரஸ்வதி குழந்தையின்

பால் புட்டியை அப்படியே கீழ வைத்துவிட்டு அவர் அருகே சென்று அவரை இன்னொரு முறை நமஸ்கரித்து எழுந்து நின்றாள். அவர் முகத்தில் பிரதிபலித்த அளவிட முடியாத பரிவை உணரஉணர சரஸ்வதியின் கண்களில் கண்ணீர் ததும்பி நிறைந்தது. அவர் ஒரு சொல் பேசவில்லை. ஆனால் அவர் பார்வை மிகுந்த அக்கறையுடன் 'என்னம்மா உனக்கு துக்கம்?' என்று கேட்பதாக இருந்தது. சரஸ்வதி, "சுவாமி..." என்று வாயெடுத்தாள். அத்துடன் அவளுக்குப் பேச்சற்றுப் போய்விட்டது. என்ன என்று எதை என்று எப்படிச் சொல்வது?

மகான் 'எல்லாம் என்னிடம் சொல்லலாம், அம்மா' என்று பாவனை விளங்கப் புன்முறுவலுடன் காத்திருந்தார். சரஸ்வதி "சுவாமி..." என்று ஆரம்பித்தாள். இதற்குள் இரண்டு மூன்று பேர்கள் மகானிடம் வந்தார்கள். அதில் ஒருவர் அந்த வீட்டுக்குரியவர். அவர்தான் அந்த மகான் அங்கே தங்குவதற்குக் காரணமானவர். அவர் தன்னோடு வந்தவர்களை மகானுக்கு அறிமுகம் செய்துவைத்தார். சரஸ்வதி சிறிது ஒதுங்கி நின்றாள். அப்போது பாட்டு முடிந்தது. அந்த வீட்டுக்காரர் பாடகரை மகானிடம் அழைத்துவந்து ஏதோ சொன்னார். அங்கிருந்தோர் எல்லோருக்குமாக மகான் விபூதி கொடுத்தார். அதற்குள் யாரோ ஒருவர் நகை ஒன்றை மகானிடம் கொண்டுவந்து காண்பித்தார். அது நிறைய கற்கள் பதித்த அட்டிகை. மகான் எழுந்திருந்து உள்ளே சென்றார். சரஸ்வதி ஊஞ்சலருகே நின்றபடி இருந்தாள். அறையிலிருந்தவர்கள் ஒருவருக்கொருவர் பேசிக்கொண்டிருந்தார்கள். சிறிது நேரத்தில் அங்கு இருந்த ஜனம் கலைந்துவிட்டது. சரஸ்வதி மட்டும் ஊஞ்சலருகே நிற்பதை யாரும் கவனித்ததாகத் தெரியவில்லை. வெயில் தழைய ஆரம்பித்துவிட்டது. அவள் குழந்தை நிச்சயம் எழுந்திருக்கும். அந்தப் பின்கட்டு அம்மாள் பால் வாங்கி வைத்திருப்பாள். ஆனால் பால்காரன் வரும் சமயத்தில் அவள் வேறெங்காவது போயிருந்தால் வேறு யாரும் சரஸ்வதிக்காகப் பால் வாங்கி வைத்திருக்க மாட்டார்கள். அவர்கூட வந்திருக்கக்கூடும்...

சரஸ்வதி ஊஞ்சல் அறையைத் தாண்டி உட்புறம் சென்றாள். அங்கே யாராரோ சிற்றுண்டி காபி முதலியன சாப்பிட்டுக் கொண்டிருந்தார்கள். அங்கு எல்லாரும் எல்லாருக்கும் தெரிந்தவர்களாக இருந்தார்கள். அவளைத் தெரிந்தவர்கள் யாரும் இல்லை. சரஸ்வதி ஒவ்வொரு அறையாகச் சென்றாள். அவளை யாரும் தடுக்கவில்லை. ஓரிடத்தில் அந்த வீட்டு அம்மாள் சிலருடன் பேசிக்கொண்டு அப்படியே சமையற்காரர் போலத் தோன்றிய ஒருவரிடம் ஏதோ சொல்லிக்கொண்டிருந்தாள். சரஸ்வதி மெதுவாக, "மாமி," என்றாள்.

அந்த வீட்டுக்கார அம்மாள் "என்ன?" என்று கேட்டாள்.

"ஸ்வாமிகள் எங்கே போயிருக்கிறார்? இப்போது பார்க்க முடியாதா?"

"ஜபம் செய்யப் போய்விட்டாரே."

மகானை வெகுநேரம் பார்க்க முடியாது என்பது அந்த அம்மாள் சொன்ன விதத்திலிருந்து உறுதியாகத் தெரிந்தது. சரஸ்வதிக்கு ஒரு வினாடி கண்ணிருண்டு மூச்சடைத்தது. அந்த அம்மாளும் மற்றவர்களும் அப்படியே பேசாமல் நின்றார்கள்.

சரஸ்வதி "அப்போது நான் போய்விட்டு வருகிறேன்," என்றாள்.

"சரி" என்று அந்த வீட்டு அம்மாள் சொன்னாள். அப்படியே யாரையோ கூப்பிட்டு, சரஸ்வதிக்கு மஞ்சள் குங்குமம் பழம் தாம்பூலம் தரச் சொன்னாள்.

சரஸ்வதி சிறிது தயங்கினபடியே நகர்ந்தாள். அந்த வீட்டுக்கார அம்மாளும் மற்றவர்களும் உடனே அவர்கள் சம்பாஷணையைத் துவக்கினார்கள்.

சரஸ்வதி வேகமாக நடந்து பஸ் ஸ்டாப்பை அடைந்தாள். இனித் தாமதிப்பதில் பயன் எதுவும் இல்லை. ஒரு கணம் அழுகை பொங்கிக்கொண்டு வந்தது. அடுத்த கணம் உணர்ச்சியேயற்று மனம் வெற்றாக இருந்தது.

அவள் வீட்டை அடைந்தபோது குழந்தை விழித்துக் கொண்டுவிட்டது. ஆனால் கணவன் இன்னும் வீடு திரும்பவில்லை.

அவள் கணவன் என்றுமே வீடு திரும்பவில்லை.

1961

தப்ப முடியாது

"ஏய், சும்மா சும்மா பின்னாலியே வராதே."

"காசு குடு."

"காசு ஒண்ணுமில்லே. போ வீட்டுக்கு."

"முடியாது. முதல்லே காசைக் குடு."

"மறுபடியும் துரத்திட்டே வந்தா கொன்னு போடுவேன்."

"கொன்னுப் போடுவியா நீ. குடிகாரா! காசைக் குடு."

"காசு கீசு ஒண்ணுமில்லே போ."

"பீங்கான் கிண்ணி அடீலேந்து நீதான் எடுத்தே."

"தூத்தூ, நான் இன்னிக்கு வீட்டுப் பக்கமே வரலே."

"புளுவாதேடா, குடிகாரா. கொழந்தை பார்த்திருக்கு. குழாயடிலே போய் ஒரு பானை தண்ணி கொண்டாராத்துக்குள்ளே திருடிட்டு போயிட்டயே, பாவி!"

"ஏய் யாருடி திருடினா? அடக்கிப் பேசு. இது பப்ளிக் ரோடு."

"காசைக் குடுடா."

"ஏய் முண்டே! சொக்காயை விடு. எங்கிட்டே காசு ஒண்ணும் கிடையாது."

"விட முடியாதுடா குடிகார சோம்பேறி. நான் கொழந்தையை டாக்டராண்ட கொண்டு போறதுக்கு வவுத்தைக் கட்டி வாயைக் கட்டி நாலு காசு சேத்து வைச்சா அத்தைப் போய்க் குடிச்சிட்டு வர திருடிருக்கியே! காசைக் குடுடா!"

அந்த மனிதன் அவளைத் தலையில் அடித்தான். பிறகு முதுகில் ஓங்கி ஒரு குத்துவிட்டான். தரையில் மங்கலான சிறு வட்டம் ஒன்றைத் தெருவிளக்கு உண்டாக்கியது. அந்த வட்டத்துக்கு வெளியில் இருந்துகொண்டு நான் பார்த்துக் கொண்டிருந்தேன். அந்தப் பெண் விழுந்த அடியை தடுக்கக்கூட

முயற்சி செய்யவில்லை. அந்த மனிதனை அசாதாரண பலத்துடன் பிடித்து இழுத்தாள்.

இரவு எட்டு மணி இருக்கும். ஒரு 'புகை'க்காக என் வீட்டை விட்டுச் சிறிது நேரம் நழுவி விட்டிருந்தேன். அந்தத் தெருவில் சாதாரணமாகப் போக்குவரத்து அதிகம் கிடையாது. தெரு விளக்கு மங்கல். அதற்குத்தான் அந்தத் தெருவுக்கே நான் போகிறேனோ என்னவோ. நான் அந்தத் தெருவில் திரும்பும்போதே அங்கே இன்னொரு முனையில் அந்த மனிதனும் அந்தப் பெண்ணும் சச்சரவிட்டுக் கொண்டு என் திசையில் வந்துகொண்டிருந்தார்கள். நான் அந்த விளக்குக் கம்பத்தை நெருங்கியபோது அவர்கள் தெருவில் நின்றிருந்தார்கள். அவள் அவன் சொக்காயைப் பிடித்துக் கொண்டிருந்தாள். தெரு விளக்கின் வெளிச்சம் ஒரு சிறிய வட்டத்தளவுக்குத்தான். அதுவும் மங்கலாக, வட்டத்தின் வெளியே நல்ல இருட்டு. தெருவோரமாகப் பள்ளம் இருந்தது. நான் வட்டத்தின் வெளியே பள்ளத்தில்தான் நின்றேன். என் சிகரெட் பாதி முடிந்திருந்தது.

அவனும் அவளும் சிறிது நேரம் மௌனமாகத் திமிறிக் கொண்டிருந் தார்கள். அவன் கீழே குனிந்து எதையோ எடுத்து அவள் தலையில் அடித்தான். அவள் 'அம்மா!' என்று முனகினாள்.

அப்போது பெரிய சாலையிலிருந்து இன்னும் இரண்டு பேர் அந்தத் தெருவுக்கு வந்தார்கள். அந்த மனிதன் இப்போது முரட்டுத்தனமாகத் தன்னை விடுவித்துக்கொள்ளப் பார்த்தான். ஆனால் அவள் விடவில்லை. அந்தப் புது நபர்கள் இருவரும் அருகில் வந்துவிட்டார்கள். இருவரும் சகோதரர்களாக இருக்க வேண்டும்.

அந்த ஆள் இப்போது பயங்கரமாகக் கையைக் காலை ஆட்டினான். "விடுடி – இல்லே பொணமாயிடுவே!"

"முடியாது, நீ காசைக் குடு."

இப்போது அந்த மனிதன் அவளைக் கண் காது தெரியாமல் அடித்துக் கொண்டிருந்தான். அடி விழ விழ அவளிடமிருந்து சிறு முனகல்கள்தான் வெளிவந்தன. அப்போது அந்த இரு சகோதரர்கள் வெகு சமீபத்துக்கு வந்துவிட்டார்கள். அதில் பெரியவனாகத் தோன்றியவன் சொன்னான்: "ஏய்! ஏய்! என்னய்யாது! பொம்பளையை அடிக்காதேயா!"

அந்த ஆள் அந்தப் பெண் மீது மழையாக அடிகளைக் கொட்டிக் கொண்டிருந்தான். சகோதரர்களில் மூத்தவன் பாய்ந்து சென்று அந்த ஆளின் கையைப் பிடித்துக்கொண்டான். அந்தப் பெண் அவன் பக்கம் திரும்பிக் கெஞ்சினாள். "பாருங்க சாமி, நான் குடிசேலே வச்சிருந்த காசைத் தூக்கிட்டு ஓடியாந்துட்டான்."

"ஏய், யாரு எடுத்தா? புளுகுறா அவ."

புதியதாக வந்தவன் கேட்டான், "என்ன விஷயம்?"

அந்தப் பெண் அவனிடமும் அவன் தம்பியிடமும் முறையிட ஆரம்பித்தாள். "பாருங்க சாமி, ஆறு மாசமா இவன் வேலைக்கே போறதில்லை. வீட்டிலே நாலு கொழந்தை. நான் வாயைக் கட்டி வவுத்தைக் கட்டி நாலு வீட்டிலே

வேலை பண்ணி பதினாறு ரூபா சம்பாதிக்கறேன். கடேசிக் கொழந்தைக்கு இரண்டு நாளா ஒரே காய்ச்சல். நான் வேலை பாக்கற வீட்டிலெல்லாம் கெஞ்சிக் கூத்தாடிக் கடன் வாங்கியாந்தேன். கொழந்தையை நாளைக்கு டாக்டராண்டே கொண்டு போகணும். இஞ்சக்சனுன்னு எதாவது சொன்னா நான் காசுக்கு எங்கே போவேன், சாமி? இவன் மூணு நாளா வீட்டுப் பக்கமே வரலே. இன்னிக்கு மட்டும் பொழுது சாய வந்து பீங்கான் கிண்ணி அடிலே வச்சிருந்த காசை திருடிக்கிட்டு ஓடிவந்துட்டான். யாருக்கு அடுக்கும் சாமி? தெய்வத்துக்கு அடுக்குமா சாமி?"

"நீ ஏன் அதைக் கண்மறவா வைக்கலை?" என்று புதிதாக வந்தவன் கேட்டான்.

"குடிசலே எங்கே மறைவா வெக்கறது சாமி? சில்லறையாயிருந்தா புதைச்சாவது வெக்கலாம். நோட்டுக் காயிதத்தை என்ன பண்ணறது?"

"இந்தாப்பா, ஒழுங்கா நேர்மையா இரு. அவ பணத்தைக் கொடுத்திடு."

"எங்கிட்டே ஒண்ணும் இல்லே. அவ பைத்தியம்."

"இல்லை சாமிங்களே. அவன் புளுவறான். நான் ஏதாவது பண்டம் பதார்த்தம் வாங்கறதுக்கு இரண்டு காசு வெச்சா அதைக்கூடத் திருடிக் குடிச்சுட்டு வந்திடுவான். ஆறு மாசமா இதே கஷ்டம்தான் சாமி. நானே அவனுக்கு அப்பப்போ காசு தரேன். இப்போ கொழந்தே சாவப் பொழைக்கப் படுத்திருக்கு. அது போயே போயிடும். இரண்டு நாளா கண்ணே திறக்கவே இல்லை. அத்தைத் தனியா விட்டுட்டு இந்தக் குடிகாரப் பயலை நான் துரத்தி வாரேன்."

"அவ பணத்தைக் கொடுப்பா."

"அவ பேச்சை நம்பாதீங்க. அவ கிறுக்கு பிடிச்சவ, அவ யாருன்னு எனக்குத் தெரியாது."

"என்னையா தெரியாதுன்றே பாவி! சோமாறி. காசைக் குடுடா!"

"ஏய் விடும்மே. ஊர் மேலே போறதா நினைப்போ? சொக்காயை விடு கிழிஞ்சிடும்."

"காசைக் குடு."

"அவ பணத்தை கொடுப்பது."

"உன் வேலையைப் பாத்துண்டு போய்யா. நீ என்னான்னு நினைச்சிருக்கே?"

"என்ன பேசறே? உன்னைப் போலீசிலே பிடிச்சுக் கொடுக்கறேன்"

"போ, போ, போலீசுக்கே ஓடு. சும்மா தெருவிலே போறவன் விவகாரத்தில் நுழையாதே."

"ஏய் குடிகாரப் பயலே? என்னடா சொன்னே?"

"என்னய்யா துள்ளறே! எலும்புக் கணக்கா பல்லை எண்ணணுமா?" அந்த ஆள் அந்த இரு சகோதரர்களையும் உருட்டிப் பார்த்தான். இவ்வளவு

நேரம் பேசாமல் இருந்த தம்பி அண்ணனை இடித்தான். "நீ வா இப்படி. இந்தச் சேரிக்காரங்களே இப்படித்தான் தினமும் அடிச்சுப்பிடிச்சுப்பாங்க. நீயும் நானும் ஒண்ணுமே பண்ண முடியாது."

மூத்தவன் பொங்கி வரும் கோபத்தை அடக்கியவாறு ஒரு கணநேரம் அப்படியே நின்றுகொண்டிருந்தான். ஒரு சேரிக்காரன் அவன் முகத்தில் கரியை பூசுகிறான் ... ஆனால் சமயோசிதம் உதித்திருக்க வேண்டும்.

"நான் போலீஸை இங்கே அனுப்பறேன்." என்றான்.

"ரொம்ப சரி. பூரா போலீஸ் ஸ்டேஷனையே அனுப்பு."

"ஐயா, ஐயா! சாமிங்களா! போயிடாதீங்கய்யா! அப்ப இந்தப் பாவிப்பய காசே தரமாட்டான்யா! ஐயா, ஐயா!"

அந்த இரு சகோதரர்களுக்கும் அது காதில் விழவில்லை. அவர்கள் என்னையும் தாண்டிப் போய்விட்டார்கள். என் சிகரெட் அநேகமாக முடிந்து விட்டது. கடைசி முறையாக இழுத்தேன். அப்போது அந்தப் பெண் எப்படியோ ஒரு குலுக்கு குலுக்கினாள். ரூபாய் நோட்டுக்களும் சில்லறையுமாக அந்த ஆள் சட்டைப் பையிலிருந்து வெளிக் குதித்துத் தெருவில் சிதறின. அந்தப் பெண் பாய்ந்தோடி நோட்டுகளைப் பொறுக்கினாள். அந்த மனிதன் வெறி பிடித்துப் போய்விட்டான். அவளைத் தலைமயிரைப் பிடித்து இழுத்து முகத்திலும் முதுகிலும் மொத்த மொத்தென்று மொத்தினான். அவள் கையைப் பிடித்துத் திருகினான். அவள் உறுதியாகத்தான் திமிறினாள். ஆனால் அவன் அவளைவிடப் பலசாலி. முரடும் வேறு. ரூபாய் நோட்டுக்களைப் பிடுங்கிக்கொண்டு ஓடினான். அவள் 'நில்லு நில்லு' என்று துரத்திக்கொண்டு ஓடினாள். ஆனால் அவன் ஓடியே போய்விட்டான். அவளால் அவனை எட்டிப் பிடிக்கவே முடியாது. அந்த முயற்சியைக் கைவிட்டுவிட்டு சில்லறை கீழே விழுந்து சிதறிய இடத்துக்கே திரும்ப வந்தாள். மெதுவாக மூன்று நான்கு நாணயங்களைப் பொறுக்கினாள். அது மொத்தம் எட்டணாவுக்கு மேல் இருக்காது. அவள் அதை எண்ணினாள். அப்படியே தெரு நடுவில் உட்கார்ந்துகொண்டு விம்மி விம்மி அழ ஆரம்பித்தாள். அந்த மாதிரிக் கண்ணராவி அழுகையை நான் அதற்கு முன்னால் பார்த்ததே கிடையாது.

என் சிகரெட் முடிந்துவிட்டது. நான் வீடு திரும்பினேன். அந்தத் தெருவிலிருந்து என் வீடு பத்து நிமிஷ நடைதான்.

"எங்கே நீ சொல்லாமே கொள்ளாமே வெளியில் போயிட்டே?" என்று நான் வீட்டில் காலடி வைத்தவுடன் என் அம்மா கேட்டாள். "இப்போ சாப்பிடறயா?"

"சரிம்மா."

என் அம்மா எனக்குத் தட்டு எடுத்து வைத்து ஒரு தம்ளர் தண்ணீரும் பக்கத்தில் வைத்தாள். நான் பின்புறம் சென்று கைகால் கழுவிக்கொண்டு வாயையும் கொப்பளித்துவிட்டு வந்தேன். தட்டின் முன்னால் உட்கார்ந்து கொண்டேன். அம்மா சாதம் பரிமாற வந்தபோது முடிந்த அளவு என் முகத்தைப் பின் தள்ளியே வைத்துக்கொண்டேன். என்ன இருந்தாலும் அது நாற்றமடிக்கும் இரண்டு பைசா சிகரெட்.

“யாரு புஜ்ஜியா! நீ வந்திட்டயா?” என்று சொல்லிக்கொண்டு பெரியம்மா அங்கே வந்தாள். அவள் எங்கள் வீட்டுக்கு வந்து சிறிது நேரம் ஆகியிருக்க வேண்டும். நான்தான் கவனிக்கவில்லை. “புஜ்ஜி கட்டித் தங்கம். சொன்ன பேச்சு கேட்டுண்டு எவ்வளவு அடக்கமாக இருக்கான்! இந்த மாதிரி மணியான பையங்க எங்கே பார்க்க முடியறது?”

என் அம்மாவுக்கு உள்ளூர நிரம்ப சந்தோஷம். ஆனால் வெளியில் காட்டிக்கொள்ளவில்லை. குறைபட்டுக் கொண்டு சொன்னாள். “ஆமாம். என்ன பிரயோசனம்? எதைக் கேக்கணுமோ அதைக் கேக்கறது கிடையாது. அந்த மன்னார்குடிக்காரங்க மறுபடியும்கூட வந்தாங்க. பத்தாயிரம் வரைக்கும் செய்யக் காத்திருக்காங்க. இவனானா ‘உம்’னு சொல்ல மாட்டேங்கறான்.”

“புஜ்ஜி, உங்க அம்மாவை இனிமேலும் கஷ்டப்படுத்தக் கூடாது. காலா காலத்தில் கல்யாணம் பண்ணிண்டு குடும்பத்தைப் பாத்துக்க ஒரு சிறுசை அழைச்சிண்டுதான் வரணும். அம்மாவுக்கும் வயசாயிடுத்து. எவ்வளவு நாள்தான் ஒழைக்கறது? இனிமே அவள் கஷ்டப்படாம இருக்கப் பாத்துக்க வேண்டியது உங்க பொறுப்பு. முப்பது வருஷமா உங்களுக்காகப் படாத பாடெல்லாம் பட்டிருக்கா.”

நான் சாப்பாட்டை முடித்துக்கொண்டு படுக்கப் போனேன். அந்தப் பெண்ணை என் எண்ணங்களிலிருந்து அகற்ற முடியவில்லை. அந்தச் சில்லறையை வைத்துக்கொண்டு என்ன செய்வாள்? எட்டணா—இல்லை, ஒரு ரூபாய்க்கு மேல் இருக்க முடியாது. குழந்தையை டாக்டரிடம் கொண்டு போவாளா? இரண்டு நாட்களாகக் கண்ணைத் திறக்கவில்லை என்று சொன்னாள். ஒருவேளை ஏதாவது கடுமையான சுரமாக இருக்கலாம். அம்மை டைபாய்டாகக்கூட இருக்கலாம். எட்டணாவை வைத்துக்கொண்டு என்ன பண்ண முடியும்? அந்த அயோக்யனைச் சுட்டுக் கொல்ல வேண்டும். என்ன புருஷன், என்ன தகப்பன்! இவனுக்குக் குழந்தை வேறு.

படுக்கையை விரித்து விளக்கையும் அணைத்தேன். ஆனால் அந்தப் பெண் என்னை விட்டுப் போகவில்லை. நான் அந்தத் தெருவை விட்டு வந்த பிறகு என்ன செய்திருப்பாள்? கண்றாவியாக அழுதுகொண்டிருந்தாள். ஒருவேளை இன்னமும் அழுதுகொண்டிருக்கிறாளோ என்னவோ. அவள் வீட்டுக்கே போகாமலும் இருந்திருக்கலாம்.

நான் படுக்கையில் புரண்டேன். நிமிஷத்துக்கு நிமிஷம் ஊரோசை அடங்குவதை உணர முடிந்தது. என் அம்மாவின் குறட்டை தெளிவாகக் கேட்டது.

அந்தப் பெண் போகவேயில்லை. எப்படி அந்தக் கிராதகன் அவளை அடித்து நொறுக்கினான்! ஒரு கல் எடுத்துக்கொண்டுகூட அவளை அடித்தான். நிச்சயம் ரத்தக் காயம் ஏற்பட்டிருக்கும். அப்படியிருந்தும்கூட அவள் பெரிதாகக் கூப்பாடு போடவில்லை. சாதாரணமாகச் சேரிக்காரர்கள் சிறுசிறு விஷயங்களுக்குக்கூடப் பிரமாதமாகக் கூப்பாடு போட்டுக் கூட்டம் கூட்டுவார்கள். ஆனால் இந்த பெண் அடக்கம்தான். நல்லபடி வளர்க்கப்பட்ட பெண்ணாக இருக்கவேண்டும். ஆனால் என்ன பிரயோசனம்? புருஷன் ஒரு குடிகாரன். அயோக்கியன். மூர்க்கன். குழந்தைக்கு வைத்தியத்துக்காக வைத்திருந்த காசைக்கூடத் திருடிக்கொண்டு ஓடிப் போய்விடுவான். எதற்கு?

குடிக்காக. இந்த மாதிரி ஆறு மாதமாகப் பண்ணிக் கொண்டிருக்கிறான். இவளும் பொறுத்துக் கொண்டிருக்கிறாள். முடியும்போது இவளாகவேகூட அவனுக்குப் பணம் கொடுப்பாள். பெண்களுக்குத்தான் எவ்வளவு சகிப்புத் தன்மை!

நான் நிலை கொள்ளமுடியாமல் தவித்துக் கொண்டிருந்தேன். எவ்வளவோ சண்டை சச்சரவுகளை நான் பார்த்திருக்கிறேன். இன்னும் பெரிய பெரியவர்கள் அடித்துப் பிடித்துக்கொள்வதைப் பார்த்திருக்கிறேன். எதுவும் என்னை உபத்திரப்படுத்தியது கிடையாது. ஏன் இது மட்டும் இப்படி? இந்தப் பெண் மட்டும் ஏன் என்னை இப்படிச் சங்கடப்படுத்துகிறாள்?

பளிச்சென்று புரிந்துவிட்டது. நான் அந்தக் காட்டுமிராண்டி அவளைக் குற்றுயிர் குலையுயிராக்கிப் பணத்தையும் பறித்துக்கொண்டு போகும் போதெல்லாம் கைக்கெட்டும் தூரத்தில் இருந்திருக்கிறேன், அந்த முழு சம்பவத்தையும் நான் பார்த்துக்கொண்டு நின்றிருக்கிறேன். குரூரமான அக்கிரமம் ஒரு பேதைப் பெண்ணுக்கு இழைக்கப்படும்போது ஒரு சுண்டு விரலை நகர்த்திக்கூட அதைக் தடுக்க முயற்சி செய்யாது நின்றிருக்கிறேன்.

இப்போது தெரிந்துவிட்டது என்னை எது உபாதைப்படுத்திக் கொண்டிருந்தது என்று. நான் அவள் உதவிக்குப் போயிருக்க வேண்டும். அவள் ரூபாய் நோட்டுக்களைப் பொறுக்கப் பாய்ந்த போதாவது அவளுதவிக்குப் போயிருந்தால் அவளுக்கு இரண்டு மூன்று ரூபாயாவது மிஞ்சியிருக்கும். நான் ஒரு அடி முன்னெடுத்து நின்றிருந்தால்கூடப் போதுமானதாயிருந்திருக்கும்—அந்த ஆள் அவ்வளவு துணிச்சலோடு இருந்திருக்க மாட்டான். நான் ஒருவன் அங்கு நின்று பார்த்துக்கொண்டிருக்கிறேன் என்கிறது மட்டும் தெரிந்திருந்தால்கூட நிலைமை எவ்வளவோ வேறு மாதிரியாக இருந்திருக்கக்கூடும். அவளுக்குக் கூப்பிட்ட குரலுக்கு யாரும் கிடையாது, ஒரு ஒத்தாசையும் கிடையாது என்றிருந்ததால்தான் அந்த ஆள் அவளை அப்படிப் புடைத்தான். அவ்வளவு நடந்தும்கூட நான் ஏன் இருட்டிலேயே துளிக்கூட நகராமல் நின்றுகொண்டிருந்தேன்? எப்படித்தான் அப்படி இருந்திருக்க முடியும்? எந்த மனிதனும் அப்படி நடந்துகொண்டிருக்க மாட்டான். அந்தச் சகோதரர்களாவது எதையாவது செய்தார்கள். நின்று அவளுக்குப் பரிந்து பேசினார்கள். கடைசிவரை இருந்து நியாயம் வழங்கிவிட்டுப் போகவில்லை. அவர்களுடைய கையையும் சட்டையும் அழுக்காக்கிக்கொள்ள விரும்பவில்லை. அவளுதவிக்குப் போவதானால் எந்த சாம்ராஜ்யமும் அவர்களுக்கு வந்துவிடப் போவதில்லை. அந்தச் சண்டையைத் தீர்த்துவைக்க வெட்டிக்கு இரண்டு மணி நேரமாவது ஆகும். ஆதலால் போய்விட்டார்கள். ஆனால் வெறுமனே போய்விடவில்லை. திடம் திராணியில்லாதபடி. ஆனால் ஏதோ அவர்களுக்கு முடிந்ததைச் செய்தார்கள். ஆனால் அதுகூட நான் செய்யவில்லை. என்னிடத்திலிருந்து நகரவே இல்லை. ஒன்றுமே நடக்காத மாதிரி மாறி மாறிப் புகையை இழுத்துக்கொண்டு நின்றுகொண்டிருந்தேன். எல்லாவற்றையும் பார்த்துக் கொண்டுதான் இருந்தேன். உண்மையில் அந்தச் சண்டையிட்ட இரண்டு பேரைவிட எனக்குத் தான் நடந்தது எல்லாம் நன்றாகக் கவனித்திருக்க முடியும். அந்த அரைமணி நேரம் பற்றி அவனுக்கும் அவளுக்கும் தெரிந்திருக்க கூடியதைவிட எனக்கு ஒவ்வொரு துளித் தகவலும் தெரியும். இருந்தும் வாயை மூடிக்கொண்டு இருந்திருக்கிறேன்.

படுத்தபடியே புரண்டவன் சட்டென்று தரையில் கிடப்பதை உணர்ந்தேன். மறுபடியும் மெத்தைமீது படுத்தேன். மோசமான நாள். ரொம்ப மோசமான நாள். வெளியே போயிருக்கவே கூடாது. அந்தத் தெருப்பக்கமே போயிருக்கக் கூடாது. போடா போ வெட்கம் கெட்டவனே. நாதியில்லாத பெண்ணைப் பிடித்து ஒருவன் மொத்திக் கொண்டிருக்கிறானாம். அப்போது வாயை மூடிக்கொண்டு இருந்துவிட்டு இப்போது தெருப்பக்கமே போயிருக்கக் கூடாதாம். பயந்தாங்கொள்ளி. குழப்பத்தைக் கண்டால் காததூரம் ஓடுகிறது. எவ்வளவு நாள் இந்த மாதிரி ஓடிக்கொண்டிருக்க முடியும்? என்றைக்காவது ஒரு நாளைக்கு வாழ்வின் சிக்கல்களை நேருக்கு நேர் எதிர்த்துத்தான் ஆகவேண்டும். உனக்காகத்தான். உன் சுயநலத்துக்காகத்தான்.

உம்? ஒருவேளை நான் செய்தது தப்பில்லையோ என்னவோ? உபநிஷத்தில் என்ன சொல்லியிருக்கிறது? தத்வமஸி. நான் அதுதான் என்னும்போது எனக்குக் குறை எப்படி இருக்க முடியும்? ஜே.கிருஷ்ணமூர்த்தி கூட "விருப்பு வெறுப்பில்லாத கவனம்" என்கிறார். நீ விருப்பு வெறுப்பில்லாமல் கவனமாக இரு. ஆமாம் நான் அதைத்தான் செய்தேன். அங்கே நின்றுகொண்டு விருப்பு வெறுப்பில்லாமல் இருந்தேன். கவனமாக இருந்தேன். ஏய்த்துக் கொள்ளாதேடா ஆஷாடபூதி? விருப்பு வெறுப்பில்லையாம்! சீ! உங்கம்மா சாப்பிடக் கூப்பிட்டபோது விருப்பு வெறுப்பில்லாமல்தான் இருந்தாயோ? சோறு தின்பதற்கு மட்டும் விருப்பு உண்டு – அதுவும் வயிறு புடைக்க. அப்புறம் உன் பெரியம்மா நீ, மணி தங்கம் என்ற போது மட்டும் விருப்பு – வெறுப்பில்லாமை எங்கே போயிற்று? உச்சி குளிர்ந்து போயிற்றே! உச்சி குளிர்ந்து போயிற்றே! ஆகா, என்ன அற்புதமான மணி நீ! ரத்தினம்! கபோதி! வெட்ட வெளியில் நின்றுகொண்டு சிகரெட் குடிக்கத் தைரியம் கிடையாது. எங்கேயோ ஆள் நடமாட்டம் இல்லாத சந்தைத் தேடிப்போக வேண்டும்.

ஆமாம் நான் கோழைதான். நாணயமே இல்லாதவன்தான். ஆனால் எனக்கு அவளைப் பற்றி என்ன தெரியும்? ஒருவேளை அவன் பெண்சாதி இல்லையோ என்னவோ. நிஜமாகவே பித்து பிடித்தவளாக இருக்கலாம். இல்லை, தெருவில் போகிறவனை மடக்கி மிரட்டிப் பணம் பறிப்பவளாகவும் இருக்கலாம். அவள் குழந்தை கிழந்தை என்று சொன்னதெல்லாம் சுத்தப் பொய்யாகவும் இருக்கலாம். அடக் கையாலாகாதவனே! அவள் அவன் பெண்சாதி என்று உனக்குத் தெரியுமடா. உனக்குத் தெரியும், அவன் குடிகாரன் அயோக்கியன் என்று. உனக்குத் தெரியும், அந்தப் பெண்ணுடைய குழந்தை ஒன்று உயிருடன் மன்றாடிக் கொண்டிருக்கிறது என்று. உனக்குத் தெரியும், அவள் மாசக் கணக்கில் உழைத்து ஊசலாடிச் சேர்த்த பணத்தை அவன் சூறையாடிக் கொண்டு போகிறான் என்று. ஏய்த்துக் கொள்ளாதேடா முட்டாள். உனக்கு நீயே புளுகிக்கொள்ளாதே, அது முடியாது. உண்மையிலிருந்து தப்ப முடியாது. ஏய்த்துக்கொள்ளாதே.

சில நிமிஷங்களில் நான் தூங்கிவிட்டேன். மறுநாள் விடிந்து நான் எழுந்தபோது எல்லாம் சரியாகிப் போயிருந்தது.

1962

நம்பிக்கை

என் துணிமணிகளை எவ்வளவோ வருடங்களாக அந்தச் சின்னச் சந்திலுள்ள பெட்டிக் கடைக் கிழவனிடம்தான் தைக்கக் கொடுத்துக் கொண்டிருந்தேன். வெட்டுவதிலிருந்து தைத்து, பொத்தான்கள் வைத்து காஜா எடுப்பது வரை அவனே எல்லாம் செய்வான். மோசமான தையற்காரன் என்று சொல்லி விடுவதற்கில்லை. சட்டை சட்டை மாதிரி இருக்கும். பாண்ட் பாண்ட் மாதிரி இருக்கும். ஆனால், எவரும் என் உடையைப் பார்த்தவுடனேயே "தையற்காரன் தொழிலுக்குப் புதிதோ?" என்று கேட்பார்கள். அவன் பெரிய கடைகளைவிடக் குறைவாகக் கூலி வாங்கிக்கொண்டான். அதற்காகத்தான் நானும் விடாமல் அவனிடமே போய்க்கொண்டிருக்க வேண்டும்.

இம்முறையோ புதுத்துணியுடன் ஒரு புதுத் தையற்காரனிடம் போனேன். அவன் எப்படித் தைப்பான் என்று தெரியாது; ஆனால் கடை பளிச்சென்று இருந்தது. 'ராவ் சன்ஸ், பங்களூர் டெய்லர்ஸ்' என்று போர்டு மாட்டியிருந்தது. நான் பங்களூர்த் தையற்காரர்கள் பற்றி நிறையக் கேள்விப்பட்டிருக்கிறேன். அநேக பங்களூர்க்காரர்கள் அப்பழுக்கற்றுத் தயாரிக்கப்பட்ட உடை உடுத்தியிருப்பதைக் கவனித்திருக்கிறேன்.

நான் கடையுள் நுழைந்தபோது காலை பதினோரு மணி இருக்கும். ஒருவன்தான் இருந்தான். அவன் தான் தகப்பனார் ராவாக இருக்க வேண்டும். ஐம்பது வயது தோன்ற, கறுப்பாக, சரியான ராவ் மாதிரி இருந்தான். என்னைப் பார்த்து, "வாருங்கள், சார். வாருங்கள், சார்" என்றான். கடையில் ஒரு பகுதியில் ஐந்தாறு தையல் மிஷின்கள் இருந்தன. இன்னொன்று லாண்டிரிப் பகுதி. தையல் பகுதி அலமாரிகள் அநேகமாக எல்லாம் காலியாக இருந்தன. ஆனால் லாண்டிரிப் பகுதி அலமாரிகள் நிறைந்திருந்தன.

என் துணியை எடுத்துக் கொடுத்து, "ஒரு ஷர்ட் தைக்க வேண்டும்" என்றேன். அவன், "உட்காருங்கள், சார்" என்றான். நான் உட்கார்ந்து இரண்டு நிமிஷங்கள் கழித்து அவனை நோக்கினேன். அவன், "என் பையன் இன்ச் டேப்பை

எடுத்துக்கொண்டு போய்விட்டான், சார். இதோ வந்துவிடுவான், சார். மற்ற தையற்காரர்கள் டீ குடிக்கப் போயிருக்கிறார்கள்” என்றான். பிறகு திடீரென்று, “அரே ராமு” என்று உரக்க அழைத்தான். எனக்குத் தூக்கி வாரிப்போட்டது.

நான் கடையைச் சுற்றுமுற்றும் பார்த்தேன். சுவர்களில் நிறையப் படங்கள் – விநாயகர் முதல் லக்ஷ்மி, சரஸ்வதி வரை – இருந்தன. அப்புறம் பெரிதாக அந்த ராவின் போட்டோ ஒன்று. அது தவிர இன்னொரு பெரிய படம். அது ஒன்றுதான் ஒழுங்காகத் துடைத்து, புதுப் புஷ்பங்களால் அலங்கரிக்கப்பட்டு இருந்தது. அது யாருடையது என்று எனக்குத் தெரியும். பங்களூரிலிருந்து இருநூறு மைல் தூரத்தில் ஒரு மகான் இருந்தார். சிறு வயதிலேயே அபார சக்தி படைத்து, அவர் பல அற்புதங்கள் நிகழ்த்தியதாகச் சொல்லுவதுண்டு. அவரால் அநேகம் பேருடைய தீராத வியாதிகள் தீர்ந்திருக்கின்றன. அவருடைய பக்தர் குழாம் பெருகி ஒரு சங்கமாக அமைத்திருந்தார்கள். சங்கத்தின் நன்கொடையிலிருந்து அந்தக் கிராமத்தில் நல்லதொரு ஆஸ்பத்திரியும், ஒரு பெரிய பள்ளிக்கூடமும் கட்டினார்கள். மக்களுக்குப் பயன்படக்கூடியதாகப் பல பணிகள் நடந்தன. இப்போது அந்த மகான் முன்போல் அற்புதங்கள் நிகழ்த்துவதில்லை என்று கூறினார்கள். துயருற்று அவரிடம் போவோரை வரவேற்று ஆறுதல் கூறுவார். நான் அந்தக் கிராமத்துக்குப் போனதில்லை. ஆனால் அவர் சென்னை வந்திருந்தபோது இரண்டு முறை தரிசித்திருக்கிறேன். தையற்கடையில் அவருடைய படம்தான் இருந்தது. நெஞ்சைக் கவரும் புன்னகை வீசும் அவரது முகத்தோற்றத்தில் அமைதியும் கருணையும் நிரம்பியிருக்கும்.

படத்தைக் காட்டியபடி “சுவாமியிடம் ஈடுபாடு போலிருக்கிறது” என்றேன்.

“அதெல்லாம் இல்லை, சார். பல வருஷங்களுக்கு முன் போயிருக்கிறேன். மூன்று முறை. இப்போதெல்லாம் இல்லை.”

“பெரிய மகான், உபகாரி என்று சொல்கிறார்கள்.”

“அதெல்லாம் ஒன்றுமில்லை. சார். ஏதோ ஒரு காலத்தில் சக்தி இருந்திருக்கிறது; இப்போது ஒன்றும் இல்லை. வெறும் பேச்சுத்தான்.”

அது பெரிய படம். அங்கிருந்த ஏழெட்டுப் படங்களில் அது ஒன்றுதான் தூசி தீரத் துடைக்கப்பட்டு இருந்தது. அந்தப் படத்திற்குக் காலையில்தான் சந்தன குங்குமம் இடப்பட்டிருக்க வேண்டும் – அவை பளிச்சென்று இருந்தன. புஷ்பங்களுக்கே குறைந்தது அரை ரூபாய் ஆகியிருக்கும்.

அவன் மீண்டும் “அரே ராமு!” என்று கூவினான். இம்முறை எனக்குத் தூக்கிவாரிப் போடவில்லை. அவனே கடை வாயிலுக்குப் போய் அங்கும் இங்கும் பார்த்தான். பிறகு “அரே சோட்டூ!” என்று கத்தினான்.

இடுப்புக்குக் கீழே ஒன்றுமணியாமல் இரு பையன்கள் கடைக்குள் ஓடி வந்தார்கள். ஒருவனுக்கு ஐந்து வயதிருக்கும். இன்னொருவனுக்கு மூன்றிருக்கும். எனக்கு என்ன பாஷை என்றுகூடப் புரியாத மொழியில் ராவ் அந்தக் குழந்தைகளிடம் ஏதோ கத்தினான். குழந்தைகள் இரண்டும் பக்கத்துச் சந்துக்குள் ஓடின. ராவின் வீடு அருகிலேயே இருக்க வேண்டும்.

அவை அவனுடைய குழந்தைகளாக இருக்க முடியாது; பேரக் குழந்தைகளாக இருக்க வேண்டும். குழந்தைகள் போனவுடன், "நான் ஜார்ஜ் டவுனிலிருந்து இங்கே வந்திருக்கிறேன், சார்" என்று ராவ் என்னிடம் சொன்னான். "மூன்று வருஷம் அங்கே கடை நடத்தினேன், சார். அந்த இடமே எனக்குப் பிடிக்கவில்லை. வியாபாரத்தை முடித்துக்கொண்டு பேசாமல் ஓய்வெடுத்துக் கொள்ளலாம் என்றுதான் இருந்தேன். ஆனால், என் மகனை வியாபாரத்தில் விட வேண்டியிருந்தது. அவனுக்காகத்தான் சார் இங்கே கடை திறந்தது. இன்னும் ஒரு மாதம்கூட ஆகவில்லை, சார்."

நான் பதில் பேசவில்லை.

"உண்மையில் சார், என் மாதிரி அங்கே டவுனில் யாரும் கடை நடத்தவில்லை. எல்லாத் தையற்காரர்களும் ஷர்ட்டுக்கு மூன்று கஜம் எடுத்துக் கொண்டால், நான் இரண்டே முக்காலில் முடிக்க முடியும். என்னிடமும் எல்லாரும் மூன்று கஜந்தான் கொண்டு வருவார்கள். நான் ஒன்றும் சொல்லமாட்டேன். ஷர்ட்டையும் தைத்துக் கொடுத்துவிடுவேன். அப்புறம் ஒரு வாரம் கழித்து அவர்கள் அந்தப் பக்கம் கண்ணில் தென்படும்போது கூப்பிட்டு 'இதோ உங்கள் ஷர்ட் தைத்தபின் மிஞ்சிய துண்டு' என்று சொல்லிக்கொடுப்பேன். அப்படி வியாபாரம் நடத்தினேன், சார்."

எனக்கு அவனிடம் என்ன பேசுவது என்று தோன்றவில்லை. இப்போதே, "இந்தாப்பா, என் துணியிலிருந்து இப்போதே கால்கஜம் கிழித்துக் கொடுத்து விடு" என்று சொல்லலாமா? அல்லது ஷர்ட் தைத்தபின் ஒருவாரம் காத்திருக்கலாமா? மீண்டும் அந்த மகான் படம் என் கண்ணில் விழுந்தது. மகானே கம்பீரமாக இருப்பார். அவரை அந்தப் படம் இன்னமும் சிறப்பாக்கியது. பளபளவென்று துடைக்கப்பட்டு, சந்தன – குங்குமம் மிக நேர்த்தியாக இடப் பட்டிருந்தது. புஷ்பங்கள் புத்தம் புதியவை. அந்தக் கடையின் தன்மையையே அந்தப் படம் மாற்றியிருந்தது.

"ஆனால் என்ன மனிதர்கள், சார்!" என்று ராவ் மீண்டும் ஆரம்பித்தான். "அவர்கள் சொன்னபடியே இருக்கும். புது ஃபாஷனாக இருக்கும். அத்துடன் உடுப்பதற்கும் சௌகரியமாக இருக்கும். அவர்கள் மீண்டும் தைக்கத் துணி கொண்டு வருவார்கள். என்னிடம் அவர்களுடைய அளவு, மற்ற விவரங்கள் எல்லாம் இருக்கும். ஆனால் போகும்போது, 'இந்தத் தடவை தையல் கொஞ்சம் நன்றாக இருக்கட்டும்' என்று சொல்லிவிட்டுப் போவார்கள். எனக்கு எப்படி இருக்கும், சார்? வேலையைச் சுத்தமாகச் செய்வான் என்று தெரிந்தும் அப்படிச் சொன்னால் எப்படி இருக்கும், சார்?"

அவன் கோபித்துக்கொண்டவன் போல இல்லை; விரக்தியுடன்தான் பேசினான். நான் சம்பந்தமேயில்லாமல் கேட்டேன், "எங்கே உன் மகன்?"

"சொல்லியனுப்பியிருக்கிறேன் சார். இஞ்ச் டேப்பை வீட்டுக்குக் கொண்டு போய்விட்டான். மற்ற தையற்காரன்களும் வரவில்லை. இந்தத் தையற்காரன்கள் எல்லாம் சுத்த மோசம் சார். ஒரு நாளைக்கு ஆறு ஷர்ட் தைக்கலாம். மூன்றுதான் தைப்பார்கள். ரொம்ப அலட்சியம். ஒரு வார்த்தை சொன்னால் அடுத்த நாள் வேலைக்கு வரமாட்டார்கள். இங்கே ஆறு மிஷின்கள் இருக்கின்றன. மூன்று பேர்தான் வேலை செய்கிறார்கள்.

இப்போது வேலையும் அதிகம் இல்லை. ஆனால் சீக்கிரமே வர ஆரம்பிக்கும். லாண்டிரி மட்டும் முதலிலிருந்தே முழு வேலை."

"சலவை ஆற்றங்கரையில்தானே?"

"இல்லை, சார். நான் வீட்டிலேயே செய்துவிடுகிறேன். என் மனைவி, மகள், மருமகள், குழந்தைகள் நாங்கள் எல்லாருமே உட்கார்ந்துவிடுவோம். துணிகளை வெளியிலே கொடுக்கிறதேயில்லை."

"ரேயான் பாண்ட்டுக்கு என்ன சார்ஜ்?" என்று கேட்டேன். வீட்டில் என்னிடம் ஒரு பாண்ட் சலவைக்குப் போட இருந்தது.

"ஒரு ரூபாய், சார்" என்று பதில் சொன்னான். "ஏழுபத்தஞ்சு காசுக்குச் செய்கிறவர்கள் இருக்கிறார்கள். ஆனால் நான் ஒரு ரூபாய் சார்ஜ் செய்கிறேன். சலவை முதல்தரமாக இருக்கும். அத்துடன் உங்கள் துணியும் வேறு வெளியாள்கள் கைபடாமல் இருக்கும்."

அப்போது இருபது வயது இளைஞன் ஒருவன் கடைக்குள் வந்தான். ராவின் மகனாக இருக்க வேண்டும் என்று பார்த்தவுடனேயே தெரிந்தது. ராவ், "அரே ராமு!" என்று உரக்க ஆரம்பித்தான். மகன் இஞ்ச் டேப்பைப் பையிலிருந்து எடுத்துத் தகப்பனிடம் கொடுத்தான். ராவ் அப்போதும் நிற்காமல் இன்னும் அடுக்கிக்கொண்டு போனான். மகன் இரு வார்த்தைகள் மெதுவாக, ஆனால் எதிர்ப்பு தெரிய சொன்னான். ராவ் உடனே வாயடைத்துப் போய்விட்டான். சில விநாடிகளுக்கு எல்லாருக்குமே சங்கடமாக இருந்தது. ராவ்தான் முதலில் நிதானப்படுத்திக்கொண்டு, "கொஞ்சம் உள்ளே வருகிறீர்களா, சார்?" என்றான்.

நான் உள்ளே சென்றேன். ராவ் என்னை அளவெடுத்துப் பெரிய நோட்டுப் புத்தகத்தில் குறித்துக்கொண்டான். என் சட்டை எப்படியெல்லாம் இருக்க வேண்டும் என்று சொன்னேன்; அந்தத் தகவல்களையும் குறித்துக் கொண்டான். என்னைக் கேட்டான். "ஷர்ட் எப்போது தரலாம் சார்? வருகிற ஞாயிற்றுக்கிழமை?"

அது ஒரு வாரம் கழித்து இருந்தது. நான் சொன்னேன், "முடியாது, எனக்கு இன்னும் சீக்கிரம் வேண்டும்."

"அப்படியானால் நாளை மறுநாள் கொடுக்கிறேன், சார்" என்றான். எனக்கு இரண்டாம் முறையாகத் தூக்கிவாரிப் போட்டது.

நான் அப்படியே போயிருக்கலாம். ஆனால் ஏதோ தோன்றி அந்த மகானின் படத்தை மீண்டும் பார்த்தேன்.

"பெரிய மகான்" என்றேன். எனக்குத் தெரிந்து அந்தக் கிராமத்துச் சுற்றுப்புறத்தில் மகான் காரணமாகப் பல அனுகூலங்கள் ஏற்பட்டிருந்தன. எனக்கு மிகவும் தெரிந்த இரு குடும்பங்கள் – எதிர்பாராத விபத்துக்களால் நிலை குலைந்த குடும்பங்கள் – மகானின் தலையீட்டால் மறு வாழ்வுபெற்றன. அவர் செய்ததெல்லாம் அவர்களைச் சந்தித்து சில வார்த்தைகள் பேசியதுதான். அமானுஷ்ய சக்தியா இல்லையா என்பதில்லை. ஆனால்

அவ்விரு குடும்பங்களும் கண்களைத் துடைத்துக்கொண்டு மீண்டும் வாழ்க்கையை எதிர்நோக்கத் தொடங்கியிருந்தன – இவையெல்லாம் எனக்கு நேரடியாகத் தெரிந்தவை. அதனால்தான் 'இவர் வெறும் பேச்சுக்காரர்' என்று ராவ் சொன்னதைக் கேட்டுக்கொண்டு போக மனமில்லை.

"இருக்கலாம், சார். எனக்கு அவர் ஒன்றுமே செய்யவில்லை. எல்லாம் பணக்காரர்களுக்குத்தான்."

"அப்படிச் சொல்லி விடுவதற்கில்லை. எனக்குத் தெரிந்து எவ்வளவோ ஏழை எளியவர்கள் அவரால் பலன் அடைந்திருக்கிறார்கள். அத்தோடு மகான்கள் உனக்கு என்ன செய்ய வேண்டும் என்கிறாய்? தங்கப் பாளங்களாகத் தர வேண்டுமா?"

ராவ் சிறிது நேரம் பேசாமல் இருந்தான். அவன் மகன் எங்கள் பேச்சில் அக்கறையே காட்டவில்லை. சலவைக்கு வந்த துணிகளுக்கு அவன் அடையாள வில்லைகள் மாட்டிக்கொண்டிருந்தான்.

ராவ் பேசினான்; இப்போது துவேஷம் இல்லாமல் பேசினான்: "இருக்கலாம், சார். நிறையப் பேருக்கு ஒத்தாசை செய்திருக்கிறார். நான் போன முதல் நாளே ஏராளமான கும்பல் நடுவிலிருந்து என்னைத் தனியாகக் கூப்பிட்டு அப்படியே காற்றிலிருந்து ஒரு லட்சுமி விக்கிரகம் எடுத்துக் கொடுத்தார். ஆனால் என்ன பிரயோசனம் சார்? என் மகனைப் பற்றி ஒன்றுமே சொல்லவில்லை. எனக்கு அவர் ஒன்றுமே செய்யவில்லை."

"ஏன், உன் மகனுக்கு என்ன?" என்று கேட்டேன். மகன் இப்போது ஏதோ தைக்கத் துணி வெட்டிக் கொண்டிருந்தான்.

"இவனில்லை, சார். என் மூத்த மகன்."

"என்ன ஆயிற்று?"

"அவன் செத்துவிட்டான் – மூன்று வருஷங்களுக்கு முன்னால்."

"ஓ" என்றேன். அவன் துக்கம் எனக்குப் புரிந்துவிட்டது. "என்ன வயதிருக்கும்?" என்று கேட்டேன்.

"இருபத்திரண்டுதான், சார்."

"எப்படி ஆயிற்று?"

"ஒன்றுமில்லை, சார். மூன்று நாள் சுரம். டாக்டர்கள்கூட பெரிய அபாயம், செத்துப் போய்விடுவான் என்று சொல்லவில்லை."

இப்போது எனக்குக் கடையைவிட்டு வெளியேற வேண்டும் போலிருந்தது. ராவ் தொடர்ந்து சொன்னான்: "அவன் செத்தபோது அவன் பக்கத்தில்கூட நானில்லை, சார். அவனுக்கு மருந்து ஒரு வேளை கொடுப்பதற்குக்கூட நாங்கள் யாரும் அவன் பக்கத்திலில்லாமல் செத்திருக்கிறான்."

"ஏன், எங்கே நடந்தது அது?"

"அவன் மதராஸிலிருந்தான், சார். நாங்கள் எல்லாரும் பங்களூரில் இருந்தோம். அப்போது நான் பங்களூரில்தான் கடை வைத்திருந்தேன்.

அதற்கு முந்தின வருஷம்தான் என் மகனுக்குக் கல்யாணம் நடந்தது. அவன் தன் மாமனாருடன் சென்னையில் அவர் கடையில் இருந்தான். ஒருநாள் அவனுக்குக் கொஞ்சம் சுரம் என்று கடிதம் வந்தது. அதற்கடுத்த நாள் ஜன்னி கண்டிருக்கிறது என்று தந்தி வந்தது. அடுத்த நாள் செத்துப்போய்விட்டான்."

"தந்தி கிடைத்தவுடன் கிளம்பியிருக்கலாமே? பங்களூரிலிருந்து சென்னை ஒரு இரவுதானே?"

"அதுதான், சார். வயிற்றெரிச்சல். என் மனைவி ஹார்ட் அட்டாக் வந்து படுத்த படுக்கையாக இருந்தாள். நான் கடையில் இருந்தேன். தந்தி ராத்திரி எட்டு மணிக்கு வந்தது. அதைப் பார்த்தவுடன் 'பாரு'க்குச் சென்று நான்கு பெக் பிராந்தி விழுங்கினேன்." ராவ் ஒரு நிமிஷம் நிறுத்தி, பிறகு தொடர்ந்து சொல்லிக்கொண்டு போனான்: "அப்புறம் என் மனைவியிடம் சென்னை போவதாக மட்டும் சொல்லிவிட்டு என் மோட்டார் சைக்கிளில் கிளம்பினேன்..."

"ரயில்?"

"ரயில் போய்விட்டிருக்கும். அடுத்தது காலையில் தான்."

நான் கற்பனை செய்து பார்த்தேன். ஜன்னி கண்ட மகனைப் பற்றிய கவலையும் நான்கு பெக் பிராந்தியும் உட்கொண்டவன் மோட்டார் சைக்கிளில் இரவில் இருநூறு மைல் கடந்திருக்கிறான்!

"எனக்கு ஒன்றுமே தெரியாது, சார். யாரோ அயலார் சூழ, சுய நினைவு இல்லாமல் கிடக்கும் என் மகன் நினைவைத் தவிர வேறு சிந்தனையே கிடையாது. அவர்கள் பெண்ணைக் கொடுத்திருப்பார்கள். ஆனால் அவர்கள் அவனுக்குச் சொந்தத் தாயார் தகப்பனார் மாதிரி ஆகுமா? நான் சாலையில் பறந்து போய்க்கொண்டிருந்தேன். எவ்வளவு நேரமாக என்று தெரியாது. திடீரென்று ஒரு கிராமத்தருகில் நான்கைந்து பேர் தெருவை அடைத்துக்கொண்டு கைவீசி என்னை நிற்கச் செய்தார்கள். நான் நின்றவுடன் ஒருவன் கேட்டான். 'நீ என்ன பைத்தியமா?'

"நான் பதில் சொன்னேன். 'என் மகன் சென்னையில் ஜன்னி கண்டு பிதற்றிக்கொண்டிருக்கிறான்.'

"அது இருக்கலாம். ஆனால் நீ இப்படிப் போனால் உன் உயிரே போய்விடுமே? நாங்களும் கால் மணி நேரமாக என்ன சப்தம் என்று வெளியே வந்து நின்றுகொண்டிருக்கிறோம். சற்று முன்புதான் ஒரு மோட்டார் சைக்கிள் சப்தம் என்று புரிந்தது. ஏதோ பைத்தியக்காரன் கிளம்பிவிட்டான், பிடித்துக் கட்டிப்போட வேண்டும் என்று தெருவை அடைத்து நின்றோம். ராத்திரி வேளையில் மாடுகள் சாலை நடுவிலேயே படுத்திருக்கும். அதுவும் எருமை மாடுகள். இந்த வேகத்தில் ஒரு கன்றுக்குட்டியை இடித்தால்கூட உன் மனைவி மக்களுக்கு உன்னுடைய ஒரு எலும்பு கிடைக்காது.

"இப்போது மணி என்ன?" என்று கேட்டேன்.

"பன்னிரண்டு தாண்டியிருக்கும்."

“அப்போதுதான் எனக்குக் களைப்புத் தெரிய ஆரம்பித்தது. கணுவுக்குக் கணு வலி. தலை பம்பரம் போல் சுற்றிக்கொண்டிருந்தது. அவ்வளவு நேரம் தாக்குப் பிடித்தது பிராந்தியால்தான். இரண்டுமணி நேரத்திற்குள் ஏறக்குறைய எண்பது தொண்ணூறு மைல் மோட்டார் சைக்கிளில் முடித்திருந்தேன். அன்றிரவு முதல் தடவையாகத் தாகம் தொண்டையை வாட்டியெடுத்தது. அவர்களைக் கேட்டேன். “இங்கு டீ கிடைக்குமா?”

‘அந்த மூலையில் ஒரு டீக்கடை இருக்கிறது. சீக்கிரம் போ. அவன் மூடிக்கொண்டிருப்பான்’ என்றார்கள். அவன் மூடிக்கொண்டுதான் இருந்தான். நான் உள்ளே போய் ஒரு கப் டீ கேட்டேன். அவன் என்னைப் பார்த்துக் குடிப்பதற்கு என்று மட்டுமில்லாமல் உண்பதற்கும் இரண்டு பன்ரொட்டிகள் கொண்டுவந்து கொடுத்தான். நான் அவைகளைத் தின்று டீயும் குடித்தேன். அவன் படுக்கையைப் போட்டுக்கொண்டு படுப்பதற்குத் தயாராக இருந்தான். அவன் அந்தக் கடையிலேயே வசித்துவந்தான்.

எனக்குக் களைப்பு உடலை நிற்கவிடவில்லை. வலி எல்லாவிடத்திலும் இருந்தது. தலைச் சுற்றல் குறைந்திருந்தது. ஆனால் கண்கள் கல்லாகக் கனத்தன. எனக்குத் தாங்க முடியவில்லை. டீக்கடைக்காரனைக் கேட்டேன். “இங்கே ஒரு பத்து நிமிஷம் களைப்பாறிப் போகிற மாதிரி இடம் இருக்கிறதா?” எனக்கு நேரம் அதிகம் இல்லை என்று தெரியும். நிலை தெரியாமல் மயங்கிக்கிடக்கும் என் மகனின் உருவம் என் மனத்தை விட்டுப் போகவில்லை. ஆனால் என் உடம்பு கெஞ்சியது. பத்து நிமிஷம், ஒரு பத்து நிமிஷம்.

“அந்தக் கடைக்காரன் தன் கடையின் பின்புறத்தில் பெஞ்சு ஒன்றை ஒழித்துக் கொடுத்தான். நான் அதில் காலை நீட்டிப் படுத்தேன்.” இங்கே ராவ் சிறிது நிறுத்தினான். நான் ஒரு நிழல் மாதிரிதான் அவன் கண்களுக்குப் பட்டுக்கொண்டிருக்க வேண்டும். அவன் நினைவு பூராவும் அந்த இரவில் இருந்தது.

“காலை நீட்டிக் கண்ணை மூடினேன், சார். அந்த இரவு பற்றி எனக்கு அவ்வளவுதான் தெரியும். நான் மீண்டும் கண்களை விழித்தபோதோ மறுநாள் காலை ஒன்பது மணி ஆகிவிட்டிருந்தது.” இங்கே ராவ் மீண்டும் நிறுத்தினான். அவன் தன்னைத்தானே வாட்டி வருத்திக்கொண்டிருந்தான். அவனை நிறுத்த முடியாது. இனி முடியாது.

“முதலில் எங்கிருக்கிறேன், ஏன் என்று ஒன்றுமே புரியவில்லை. அப்புறம் கணப்பொழுதில் எல்லாம் நினைவுக்கு வந்து வெளியே ஓடினேன். என் மோட்டார் சைக்கிளை நடுத்தெருவில் நிறுத்தியிருந்தேன். சாவிகூட அதிலேயே இருந்தது. ஒரு டீ குடிப்பதற்கு நின்றவன் இரவு பூராவும், காலை ஒன்பது வரை தூங்கித் தொலைத்திருக்கிறேன். நான் பாக்கி தூரத்தையும் பிசாசுபோல் சென்று கடந்தேன். நடுவில் பெட்ரோல் வேறு போட்டுக்கொள்ள வேண்டியிருந்தது. சென்னைச் சாலைகளில் நிற்காமல் ஒரே மூச்சாக அடித்துக்கொண்டு போய் என் சம்பந்தி இடத்தை அடைந்தேன். ஆனால் என் மகன் காலை ஐந்து மணிக்கே செத்துப் போயிருக்கிறான்.”

நான் ஒரு நாற்காலி பக்கம் நகர்ந்தேன். ராவ் திடமாக நின்றபடி சொல்லிக்கொண்டிருந்தான். வேறு யாராவது பார்த்தால் அவன் அன்றுதான்

பத்திரிகையில் படித்த கதை ஒன்றை எனக்குச் சொல்லிக்கொண்டிருக்கிறான் என்று நினைப்பார்கள்.

"அவ்வளவுதான், சார். அடுத்த வாரமே என் பங்களூர்க் கடையை இழுத்து மூடிவிட்டு சென்னைக்கே வந்து சேர்ந்தேன். இங்கே எங்கு திரும்பினாலும் என் மகன் ஞாபகம்தான். என் வாழ்வில் மிஞ்சியிருக்கும் ஒவ்வொரு நிமிஷமும் என்னைத் தண்டித்துக்கொள்ள வேண்டும் என்று துடிப்பு. அந்த டீக்கடையில் மட்டும் தூங்கிப் போகாமல் இருந்தால் என் மகனை உயிரோடு சில நிமிஷங்களாவது பார்த்திருக்க முடியும். அப்புறம் வேலூரில் யாரோ ஒரு மந்திரவாதி இறந்து போனவர்களின் ஆவியைத் தன் மீது வரவழைத்துப் பேசவைக்கிறான் என்றார்கள். நான் ஓடிப்போய் என் மகனுடன் பேச முடியுமா என்று பார்த்தேன். என் மகன்தான் பேசியிருக்க வேண்டும். அவன் பெட்டியில் வைத்திருந்த சில துணிமணிகள் பற்றி ஏதோ சொன்னான். அப்புறம் புது நரம்பு போடக் கொடுத்திருந்த டென்னிஸ் பாட் பற்றிச் சொன்னான். அதோடு போய்விட்டான்... இதெல்லாம் என்ன பிரயோசனம் சார்? என் மகன் மீண்டும் உயிருடன் வரப்போவதில்லை. நான் அப்புறம் அந்த வேலூர் மந்திரவாதியிடம் போகவில்லை, இங்கே டவுனில் கடை ஆரம்பித்தேன். அப்புறம்தான் இங்கே வந்தேன்."

அவன் முடித்துவிட்டான் என்று எனக்குத் தோன்றியது. ராவ் தன் இளைய மகனிடம் ஏதோ சொன்னான். அவன் பதிலுக்கு ஏதோ சொன்னான். ராவ் இன்னும் ஏதோ சொன்னான். அப்போதே தைக்க ஆரம்பித்திருந்த அந்த இளைஞன் தைப்பதை நிறுத்திவிட்டு வெளியே போனான். ஒருவேளை மற்ற தையற்காரர்களைக் கூப்பிட்டு வர வேண்டியிருந்திருக்கும்.

இப்போது நடுப்பகலாகி எனக்கும் வீடு திரும்ப நேரமாகிக் கொண்டிருந்தது. "நாளை மறுநாள் வருகிறேன்," என்று சொன்னேன். "சரி, சார்" என்று ராவ் சொன்னான். என்னையுமறியாமல் அந்த மகானின் படத்தை மீண்டும் பார்த்தேன். நான் படத்தைப் பார்த்ததை ராவும் பார்த்திருக்க வேண்டும். அவன் சொன்னான், "விதியை யாரால் சார் மாற்ற முடியும்? எப்பேர்ப்பட்ட மகானாலும் முடியாது. அவர் என் மகனைப் பற்றி ஒரு வார்த்தை சொல்லியிருந்தால்கூட அவனைப் பங்களூரிலேயே வைத்துக் கொண்டிருப்பேன். அவர் சொல்லவில்லை. எல்லாம் விதி, தலையெழுத்து. அதை யார் மாற்றுகிறது?" இப்போது அவன் அமைதியாகப் பேசினான். எனக்கும் அது ஆறுதலாக இருந்தது. "நாளை மறுநாள் வருகிறேன்," என்று சொல்லிவிட்டு சைக்கிளை எடுத்தேன். எனக்கு மிகவும் ஆறுதலாக இருந்தது.

இரண்டு நாட்கள் கழித்து அவனிடம் போனேன். அவனும் ஷர்ட்டைத் தயாராக வைத்திருந்தான். மிகவும் நன்றாகத் தைத்திருந்தான். ஆனால், முன் பொத்தான் பட்டி மட்டும் நான் சொன்னபடி வைக்கவில்லை. மற்றபடி வேலை சுத்தமாக இருந்தது. அவன் ஷர்ட்டைக் காகிதத்தில் சுற்றிக் கட்டிக் கொண்டிருக்கும்போது அவன் தவறவிட்டதைச் சொன்னேன். அவன் அதிர்ந்துபோய்விட்டான். "நாளை வாருங்கள், சார், நான் சரி செய்து வைத்திருக்கிறேன்."

"பரவாயில்லை. நான் விரும்பியிருந்தபடியே இருந்திருக்கலாம். ஆனால் இதுவும் பரவாயில்லை. இப்படியே இருந்துவிட்டுப் போகட்டும்."

“உங்களுக்குத் திருப்தி இருக்காது சார், நான் மாற்றிவிடுகிறேன் . . .”

“வேண்டாம்; இப்படியே இருந்துவிட்டுப் போகட்டும் தையல் நன்றாக இருக்கிறது. கூலிதான் சிறிது அதிகம். ஆனால் வேலைப்பாடு நன்றாக இருக்கிறது.”

அவன் வெகு ஜாக்கிரதையாக ஷர்ட்டை மடித்துக் காகிதத்தில் சுற்றிக் கொடுத்தான். அப்புறம் தன் மகனிடமும் அங்கு தைத்துக்கொண்டிருந்த மூன்று நான்கு தையற்காரர்களிடமும் ஏதோ சொன்னான். நல்ல வேளையாகக் கடையில் வேற்று மனிதர்கள் யாரும் இல்லை.

ஷர்ட் பொட்டலத்தை என்னிடம் கொடுத்தபடி ராவ் சொன்னான்: “நான் மாற்றிக் தைத்துக் கொடுத்திருப்பேன் சார். நீங்கள் நல்ல மனது பண்ணி வேண்டாம் என்று சொல்லிவிட்டீர்கள். சரியாக ஒருநாள் வேலையாகியிருக்கும், சார். எல்லாத் தையலையும் எடுத்துவிடலாம்; ஆனால் துணியைப் பாழடிக்காமல் காஜாவைப் பிரிக்கிறது ரொம்ப கஷ்டம், சார். அதற்கே அரை நாள் ஆகியிருக்கும். நீங்கள் பெரிய மனது பண்ணினீர்கள்.”

“அதனால் பரவாயில்லை. ஷர்ட் ரொம்ப நன்றாயிருக்கிறது” – மீண்டும் அந்த மகானின் படத்தைப் பார்த்தேன். அது சுத்தமாகத் துடைக்கப்பட்டு, சந்தன – குங்குமப் பொட்டு வைக்கப்பட்டிருந்தது. அன்றும் அரை ரூபாய் பெறுமான புதுப் புஷ்பங்கள்.

அன்று நான் சைக்கிள் கொண்டுபோகவில்லை. வீட்டிற்கு நடந்து வரும்போது அந்தப் படம் பற்றித்தான் நினைக்க முடிந்தது. ஒவ்வொரு நாளும் ராவ் அந்தப் படத்தை நன்றாகத் துடைத்து, சந்தன – குங்குமப் பொட்டு நேர்த்தியாகவும், ஆசையுடனும் வைத்து வருகிறான். அதற்கே தினம் பதினைந்து நிமிஷங்கள் ஆகிவிடும். அப்புறம் தினம் தவறாமல் புதுப் புஷ்பங்கள். அவன் மற்ற படங்களைப் பற்றிக் கவலைப்படவில்லை; அவை கடவுள் படங்களாக இருந்தும்கூட. ஆனால் மகான் படத்தைத் தினமும் அக்கறையுடன் கவனிக்கிறான். அவர்மீது அவனுக்கு நம்பிக்கை இல்லை என்று உறுதியாகச் சொல்கிறான். அதுவும், முன்பின் தெரியாத ஒருவனிடம் அந்த மகான் வெறும் ஏமாற்று, பணக்காரர்களைத்தான் கவனிப்பார் என்றெல்லாம் தூஷித்து வருகிறான்!

மகான் மீது இனியும் நம்பிக்கை இல்லை என்று அவன் சொல்லுகிறான். அவன் மகன் பற்றி அவர் எச்சரிக்கை செய்யவில்லை. அது அவன் நம்பிக்கையைத் தகர்த்துவிட்டது. இருந்தும் அவனுடைய கடையில் மகானின் பெரிய படம் ஒன்றை மாட்டித் தினமும் பதினைந்து நிமிஷமும் அரை ரூபாயும் செலவழிக்கிறான். தினமும் புதுப் புஷ்பங்கள். ஆதலால் உள்ளூர அவன் நம்பிக்கை போகவில்லை; அது இன்னமும் உறுதியாகத்தான் இருக்கிறது. அதை அவன் வெளிச் சொல்லாமல் இருக்கலாம். ஒத்துக் கொள்ளாமல் இருக்கலாம். மகானைப் பற்றித் தூஷணையாகப் பேசலாம், இருந்தும் அந்தரங்கத்தில் அந்த நம்பிக்கை போகவில்லை. அறிவால் எட்ட முடியாததற்காக அவன் தெரிந்தோ தெரியாமலோ தேடிப் போயிருக்கிறான். அந்த அறிய முடியாததன் சின்னமாக மகான் கிடைத்திருக்கிறார். அவனுக்கு நம்பிக்கை விழுந்துவிட்டது. அதற்கப்புறம் அந்த நம்பிக்கையைத் தகர்க்க

என்னவெல்லாமோ நிகழலாம்; ஆனால் அது மலைபோல் உறுதியாக இருந்தது. அவனால் அதை ஒழிக்க முடியாது.

ஆனால் அந்தப் படத்தை அவன்தான் தினமும் அலங்கரிக்கிறான் என்பது என்ன நிச்சயம்? ஒருவேளை வேறு யாராவது அதைத் துடைத்துப் பொட்டு வைக்கிறார்களோ என்னவோ? அவன் மகன்... இல்லை, அவன் மகன் அந்தப் படத்தருகே போக மாட்டான். அவன் எந்த மகான் பக்கமும் போக மாட்டான். அவன் கோயிலுக்குப் போயே எவ்வளவோ வருஷங்கள் ஆகியிருக்கும். மகான் படத்தைப் பொறுத்தமட்டில் அது ராவ்தான். வேறு யாரும் இல்லை.

ஒரு வாரத்திற்கப்புறம் நான் காய்கறிக் கடையை நோக்கி வேகமாக சைக்கிளில் போய்க்கொண்டிருக்கும் போது "சார், சார்!" என்று யாரோ கூப்பிடக் கேட்டுத் திரும்பினேன். அதற்குள் ராவையும் அவன் கதையையும் நான் மறந்தாகிவிட்டது. குரல் வந்த திசையில் பார்த்தபோது ராவ் என்னைக் கூப்பிட்டுக்கொண்டிருப்பதைப் பார்த்தேன். அவன் கடை வாசலில் நின்றுகொண்டிருந்தான். நான் திரும்பிப் பார்த்தது அவனுக்கு மிகவும் சந்தோஷமாகிவிட்டது. சைக்கிளைத் திருப்பிக்கொண்டு அவனிடம் சென்றேன். "வாருங்கள் சார்" என்றான்.

எதற்காகக் கூப்பிட்டிருப்பான் என்று எனக்குப் புரியவில்லை.

ஆனால் உள்ளே போனதும் அவன் ஒரு அலமாரியிலிருந்து ஒரு துண்டுத்துணியை எடுத்தவுடன் ஞாபகம் வந்தது. என் ஷர்ட் தைத்த மிச்சத் துணிதான். பெரிதாக இரண்டு கைக் குட்டைகள் தைத்துக்கொள்ளுமாறு இருந்தது. "இதுதான சார், மிஞ்சிப்போன துணி", என்று ராவ் சொல்லிக் கொடுத்தான். தன்னைப் பற்றி அவன் சொல்லிக்கொண்டதில் இம்மியும் பிசகவில்லை.

கடையை விட்டு வெளியே வரும்போது அந்த மகானின் படத்தைப் பார்த்தேன். அன்றும் அது சுத்தமாகத் துடைக்கப்பட்டு, பொட்டு இடப் பட்டு இருந்தது. வெறும் புஷ்பமாக இல்லாமல் பெரிய ரோஜா மாலை சூட்டப்பட்டிருந்தது. சிறிது நேரம் கழித்துத்தான் ஒரு விஷயம் என் நினைவுக்கு வந்தது. அது அந்த மகானின் பிறந்த தினம்.

1962

பார்வை

கிரீச்சிடும் வெளிக்கேட்டை என் மகன் திறக்கும் போதே அவள் ஒதுங்கி நிற்பதைப் பார்த்தேன். அவன் கேட்டைத் திருப்பி அடித்துச் சாத்திவிட்டு ஆபீஸுக்கு விரைந்த பின் அவள் அதை மெதுவாகத் திறந்துகொண்டு என்னிடம் வந்தாள். ஒரு பெரிய தோல் பையை வைத்திருந்தாள். நான் இன்னமும் தாமதிக்காமல், 'போ, போ. வீட்டில் ஆண்கள் யாரும் கிடையாது. பணம் காசெல்லாம் அவர்களிடம்தான் இருக்கும்,' என்றேன். இருந்தும் அந்தப் பெண், 'நான் ஒரு புது சலவைத் தூளை மாதிரி காட்ட வந்திருக்கிறேன்,' என்றாள்.

'என்ன அது?'

'ஒரு புது சலவைத் தூள். இதைக்கொண்டு துணிமணிகள், பாத்திரம், கண்ணாடி, தரை, வாஷ் பேஸின், கார்களைக் கூடக் கழுவலாம்.'

எனக்கு ஒரு பெயர் ஞாபகத்திற்கு வந்தது. 'அதுவா?' என்றேன்.

'இல்லை. இது ஒரு புதுத் தயாரிப்பு. இப்போதுதான் பதினைந்து நாட்கள் முன்பு விற்பனைக்கு வந்திருக்கிறது. இதில் சவுக்காரக் கலப்பே கிடையாது. ஆதலால் மிக உயர்ந்த துணிமணிகளைக் கூட ஒரு பயமுமில்லாமல் இதைக்கொண்டு சலவை செய்யலாம். குழாய்த் தண்ணீர், கிணற்றுத் தண்ணீர், வெந்நீர் எதுவாக இருந்தாலும் இத்தூள் உண்டுபண்ணும் நுரை துணிக்கும் அழுக்குக்கும் நடுவே உள்ள இடைவெளியில் புகுந்து அழுக்கை அப்படியே பிரித்து எடுத்துவிடுகிறது. பாத்திரங்கள் பளபளவென்று ஆகிவிடுகின்றன. தரைமீது படியும் பாசி பிசுக்கு விநாடிப் பொழுதில் போய்விடுகிறது. இத்தூள் அழுக்கை அப்படியே கரைத்துவிடுகிறது. துணிகளைத் தோய்க்க வேண்டியதில்லை. பாத்திரங்களை, தரைகளை அழுத்தித் தேய்க்க வேண்டியதில்லை. துணிமணி, பாத்திரம் தவிர கண்ணாடி, தரை, வாஷ் பேஸின், கார்களைக் கூடக் கழுவலாம். சிறிது தண்ணீர் கொண்டு வாருங்கள்.'

தோல் பையிலிருந்து அந்தப் பெண் ஒரு சிறு அட்டைப் பெட்டியை எடுத்தாள். அவள் கறுப்பாக, ஒல்லியாக இருந்தாள். அலைந்த களைப்பு தெரிந்தது. அட்டைப் பெட்டியைக் கையில் வைத்துக்கொண்டு, ‘சிறிது தண்ணீரும் ஏதாவது துணியும் கொண்டுவாருங்கள். இந்தத் தூளைக்கொண்டு எப்படிச் சலவை செய்வது என்று காண்பிக்கிறேன்.’ என்றாள்.

‘அதெல்லாம் எங்களுக்கும் தெரியும். மாதிரிப் பொட்டலங்கள் மூன்று கொடுத்துவிட்டுப் போ. இங்கே மூன்று குடும்பங்கள் இருக்கின்றன.’

‘தயவு செய்து சிறிது தண்ணீர் கொண்டுவாருங்கள். இதற்கு ஒரு தனிமுறை இருக்கிறது.’ அந்தப் பெண் மெதுவாகப் பேசினாள். ஆனால் உறுதியாகப் பேசினாள். ஏதோ வித்தை செய்வதுபோல் கட்டை விரலால் அந்தப் பெட்டியை அமுக்கினாள். ஒரு சிறு சப்தத்துடன் பெட்டி ஒரு மூலையில் திறந்துகொண்டது. அந்த வேகத்தில் ஓட்டை வழியாகச் சிறிது பொடிப் புகையாக வெளிவந்தது. அந்தப் பெண் காத்திருந்தாள்.

‘உனக்கு எவ்வளவு தருகிறார்கள்?’ என்று கேட்டேன்.

‘என்ன?’ என்றாள்.

‘உனக்கு எவ்வளவு சம்பளம் என்று கேட்டேன்.’

‘சம்பளம் நூறு ரூபாய். வெளியே போக வேண்டிய நாட்களுக்குத் தினம் நான்கு ரூபாய் உண்டு.’

‘தினமும் போக வேண்டியிருக்குமா?’

‘வாரத்தில் நான்கு நாட்களுக்குத்தான். புதன்கிழமைகளில் ஆபீஸ் வேலை உண்டு. அப்புறம் வாராந்திரப் பயிற்சி, கான்ஃப்ரன்ஸ் இவை மீதி நாட்களில்.’

‘அப்படி என்றால் மாதத்திற்கு 170, 180–க்கு மேல் வரும்.’

‘சொல்ல முடியாது. இந்தத் தினப்படி நான்கு ரூபாயில் எல்லாவற்றையும் மிச்சம் பிடிக்க முடியாது. ஒரு நாளைக்கு இருபது வீடுகள் முடிக்க வேண்டும். சில நாட்களில் காபி, சாப்பாடு இதற்கே நான்கு ரூபாய்க்கு மேல் ஆகிவிடும்.’

‘நீ எஸ்.எஸ்.எல்.சீயா?’

‘பி.ஏ. பாஸ் செய்திருக்கிறேன்.’

‘பி.ஏவா!’

‘கொஞ்சம் தண்ணீர் கொண்டு வாருங்கள்.’

‘நீ வேலையில் சேர்ந்து இரண்டு வருஷமாவது ஆகியிருக்குமா?’

‘இல்லை, இல்லை. ஆறுமாதம் முன்னால்தான் எனக்கு உத்தியோகம் கிடைத்தது. முதலில் என்னை வாசனைத் திரவியங்கள் செக்ஷனில் போட்டிருந்தார்கள். போன மாதம்தான் சலவைத்தூள் செக்ஷனுக்கு மாற்றினார்கள்.’

‘உன்னைக் கேட்கலாமோ, கூடாதோ. நீ என்ன ஜாதி?’

‘நாங்கள் கிறிஸ்துவர்கள்.’

‘நினைத்தேன்.’ சிறிதுநேரம் மௌனம் இருந்தது.

அந்தப் பெண்தான் முதலில் பேசினாள். ‘தயவுசெய்து சிறிது தண்ணீர் கொண்டுவாருங்கள். இதுதான் ஐந்தாவது வீடு. மணி இப்போதே பதினொன்றாகிவிட்டது.’

‘அவசியமில்லை. மூன்று மாதிரிப் பொட்டலங்கள் கொடு. இந்த வீட்டில் மூன்று குடித்தனங்கள் இருக்கின்றன.’

‘இப்போது இங்கே இருக்கிறார்களா? யார் யாரென்று சொன்னால் நானே நேரில் கொடுத்துவிட்டு வருவேன்.’

‘அவர்கள் எல்லாரும் வெளியே போயிருக்கிறார்கள். வந்தவுடன் நான் ஆளுக்கு ஒரு பொட்டலமாகக் கொடுத்துவிடுகிறேன்.’

‘தண்ணீர் கொண்டு வரமாட்டீர்களா?’

‘சரி, சரி! சுலோசனா! சுலோசனா!’

சிறிது பொறுத்து மீண்டும் என் மகளைக் கூப்பிட்டேன்: ‘சுலோசனா!’

உள்ளேயிருந்து சுலோசனா கேட்டாள்: ‘ஏன் இப்படிக் கூப்பாடு போடுகிறாய்? என்ன வேண்டும்?’

‘அந்த சின்ன பக்கெட்டில் கொஞ்சம் தண்ணீர் கொண்டு வாயேன்.’

‘எல்லாம் நீயே கொண்டுவந்துகொள்.’

‘இங்கே ஒரு பெண் சலவை பண்ணிக்காட்ட வந்திருக்கிறாள் ...’

‘நீ எப்படி வேண்டுமானாலும் பண்ணிக்கொள். என்னாலே எழுந்திருக்க முடியாது.’

வந்திருந்த பெண்ணை ஓரக்கண்ணால் பார்த்தேன். அவர் சுவரில் தொங்கிய காலண்டரை வெகு கவனமாகப் படித்துக்கொண்டிருந்தாள். நான் சொன்னேன்: ‘இதோ நான் போய்க் கொண்டு வந்துவிடுகிறேன். உட்கார்ந்துகொள்.’

‘பரவாயில்லை.’

நான் ஒரு வாளியில் தண்ணீர் கொண்டுவந்தேன். அவள் வாங்கிக் கொண்டு அட்டைப் பெட்டியை ஐந்தாறு முறை குலுக்கினாள். விழுந்த பொடி நன்றாகக் கரையும்வரை தண்ணீரில் கையை விட்டுக் கலக்கிய பிறகு மேல் பரப்பில் லேசாகச் சிலுப்பினாள். நொடிப் பொழுதில் நுரை வாளி நிரம்பிக் கீழே வழிந்தது. அவள் சொன்னாள்: ‘இப்போது தோய்க்க வேண்டிய துணி ஏதாவது கொண்டு வாருங்கள்.’

‘ஒரு புடவை இருக்கிறது, பரவாயில்லையா?’

‘புடவையா?’ அவள் ஒரு கணம் தயங்கினாள். பிறகு ‘எவ்வளவு கஜம்?’ என்று கேட்டாள்.

‘ஒன்பது கஜம்.’

‘ஒன்பது கஜமா!’ என்றாள். பிறகு, ‘சரி, கொண்டு வாருங்கள்,’ என்றாள்.

நான் புடவையை எடுத்துவர உள்ளே போகக் கிளம்பிய போது அவள் சொன்னாள். ‘அப்படியே ஒரு பெரிய பக்கெட்டும் கொண்டு வாருங்கள்.’

சின்ன வாளியிலுள்ளதைப் பெரிய வாளியில் கொட்டிவிட்டு அந்தப் பெண் என் புடவையை மெதுவாக அமுக்கி நனைத்தாள். அவளுக்குச் சிறிது வியர்த்துவிட்டது. நெற்றியைத் துடைத்துக்கொண்டு, ‘சாதாரணப் பருத்தி வகைகள், நைலான், பட்டு இதற்கெல்லாம் அரை வாளி வெந்நீரில் அல்லது வெறும் தண்ணீரில் ஒன்றரை டேபிள் ஸ்பூன் இந்தப் பொடியைப் போட்டு விட்டுக் கலக்கி நன்றாக நுரையெழுப்ப வேண்டும், பிறகு அதில் துணிமணிகளைப் பதினைந்து நிமிஷங்கள் ஊற வைக்க வேண்டும்,’ என்றாள்.

‘உனக்குக் கல்யாணம் ஆகிவிட்டதா?’

ஒரு நொடிப்பொழுதுக்கு அவள் முகத்தில் எரிச்சல் கோடு மின்னி மறைந்தது. ‘இல்லை’ என்றாள்.

‘உங்கள் ஜாதியில் எல்லாம் நீங்களே பார்த்துச் செய்துகொள்வதுதான், இல்லையா?’

‘இல்லை. சாதாரணமாக அப்பா அம்மா பார்த்து ஏற்பாடு செய்கிற கல்யாணங்கள்தான் அதிகம். ஏதோ சில சமயங்களில்தான் அப்படியில்லாமல் போகிறது.’

‘எல்லாம் சர்ச்சில்தான்.’

‘ஆமாம்.’

‘சர்ச்சுக்கு ஞாயிற்றுக்கிழமை ஞாயிற்றுக்கிழமைதானே போக வேண்டும்?’

‘இல்லை. வேறு நாட்களிலும் போவதுண்டு. தினம் போகிறவர்களும் இருக்கிறார்கள்.’

‘நாங்கள் எல்லோரும் கோவிலுக்கு வெள்ளிக்கிழமை போவதுண்டு. பண்டிகை பூஜை நாட்களிலும் போவோம்.’

‘நானும் நிறையக் கோவிலுக்குப் போயிருக்கிறேன்.’

‘நீ கிறிஸ்துவச்சி என்று சொன்னாயே?’

‘நாங்கள் கிறிஸ்துவர்களாக மாறினோம். ஐந்து வருடங்கள் முன்னால் தான் கிறிஸ்துவர்கள் ஆனோம்.’

‘சே, இருந்தபடி இருந்திருக்கக் கூடாதா?’ அந்தப் பெண் சிறிது பதட்ட மடைவதைக் கண்டேன். என்னைச் சல்லடையாக்கி விடுவதுபோல்

ஊடுருவிப் பார்த்தாள். பிறகு, 'ரொம்ப நாட்கள் முன்னால் என் தங்கை திடீரென்று குருடாகிவிட்டாள்,' என்றாள்.

'என்ன, குருடா?'

'ஆமாம். அவளுக்குப் பத்து வயது இருக்கும். நான் பத்தாவது வகுப்பில் இருந்தேன். அப்பா சிவப்பிரகாசம் ஓ.டி.யில் ஹைஸ்கூலில் அசிஸ்டெண்டாக இருந்தார். நாங்கள் எல்லோருமே அப்போது அந்த ஊரில்தான் இருந்தோம். ஒரு நாள் பெரிய புயல் வந்துவிட்டது. இரவெல்லாம் ஒரே இடியும் மழையும். அடுத்த நாள் காலை என் தங்கையால் ஒன்றுமே பார்க்க முடியவில்லை. அவள் பார்வை போய்விட்டது.'

'ஒரே ராத்திரியிலா? ஏன், மின்னல் எதையாவது பார்த்துவிட்டாளா?'

'அவளுக்கும் ஒன்றும் சொல்லத் தெரியவில்லை. அம்மா மாதக் கணக்கில் அழுதபடியே இருந்தாள். ஒரு டாக்டர்விடாமல் எல்லாரிடமும் அப்பா என் தங்கையை அழைத்துப் போனார். ஒரு தடவை ஆஸ்பத்திரியில்கூட அவளைச் சேர்த்தது. ஆனால் பார்வை வரவே இல்லை.'

'அப்புறம்?'

'ஒன்றுமே பிரயோசனமில்லாமல் போய்விட்டது. வீடே ஒரே அழுகை யாகப் போய்விட்டது. ஈ, எறும்பு ஏதாவது நசுங்கினால்கூட என் தங்கை அழுதுவிடுவாள். அவ்வளவு சாது.'

தனக்குச் சம்பந்தமே இல்லாத கட்டுக்கதை சொல்வதுபோல் அந்தப் பெண் சொல்லிக்கொண்டு போனாள்.

'ஐயோ, பாவம்! அப்புறம்?'

'மூன்று வருஷங்கள் குருடியாகத்தான் இருந்தாள். அதற்குள் அப்பா ரிடையர் ஆகிவிட்டார். அண்ணா உத்தியோகம் பார்க்க மதுரைக்குப் போய்விட்டான். அன்று காலை பதினோரு மணி இருக்கும். நாங்கள் தனியாக இருந்தோம். அம்மா, நான், என் தங்கை மட்டும். ஒரு கிழவர் வந்து கதவைத் தட்டிச் சோறு கேட்டார். அம்மா ஒன்றுமே கேட்காமல் உடனே சிறிது பழைய சோறும் மோரும் கொண்டு வந்து போட்டாள். கிழவர் வாசல் திண்ணையிலேயே உட்கார்ந்து சாப்பிட்டார். போகும்போது மட்டும் என் அம்மாவைப் பார்த்து, 'கர்த்தர் பெயரை ஜபி, உன் வீட்டில் மீண்டும் வெளிச்சம் ஏற்படும்', என்று சொல்லிவிட்டுப் போனார்.'

'என்ன சொன்னார்?'

'"கர்த்தர் பெயரை ஜபி" என்று சொல்லிவிட்டுப் போனார்.'

'அது என்ன ஜபம்?'

'கர்த்தர். தமிழ் வார்த்தைதான். இயேசு கிறிஸ்துவின் பெயர். கர்த்தர் என்றால் புரிகிறவன்.'

'என்ன புரிகிறவன்?'

'எல்லாமேதான். கடவுள்தான் எல்லாம் புரிகிறார். அவர் ஒருவர்தான் கர்த்தர்.'

எனக்குக் கால் வலித்தது. அப்படியும் 'கிழவர் யாரு?' என்று கேட்டேன்.

'தெரியவில்லை. கர்த்தர் ஜபம் செய் என்று சொல்லிவிட்டுப் போய் விட்டார். அப்பாவுக்குச் சம்மதமே கிடையாது. ஆனால் நானும் அம்மாவும் ரகசியமாக ஜபம் செய்துவந்தோம். எப்படியாவது என் தங்கைக்குக் கண் திரும்ப வேண்டுமென்று இரவு பகலாக ஜபம் செய்தோம். கர்த்தருக்குக் கருணை இருந்தது. ஆறு மாதக் காலத்தில் என் தங்கைக்கு மங்கலாகக் கண் தெரிய ஆரம்பித்தது. அப்போது அப்பாவும் எங்களுடன் சேர்ந்துகொண்டார். ஒரு வருடம் முடிவதற்குள் அவள் பார்வை முழுக்க வந்துவிட்டது. நாங்கள் எல்லோரும் கிறிஸ்துவர்களாகிவிட்டோம்.'

ஒன்றும் பேசாமல் இருந்தோம். அந்தப் பெண்ணுக்குத்தான் வாளிப் புடவை நினைவு வந்தது. 'இப்போது சிறிது கசக்கி அலசலாம்.'

'உன் தங்கைக்கு இப்போது எப்படி இருக்கிறது?'

'அவளுக்கு எல்லாம் சரியாகிவிட்டது. டீச்சர்ஸ் டிரெயினிங் எடுத்துக் கொண்டிருக்கிறாள். இதுதான் கடைசி வருஷம்.'

'அந்தக் கிழவரை அப்புறம் பார்க்கவில்லையா?'

'இல்லை. அன்றைக்கு அப்புறம் அவர் கிடைக்கவே இல்லை. அதனால் என்ன? எங்களுக்குக் கர்த்தரைக் காட்டிவிட்டாரல்லவா..? புடவையை எங்கே அலசுவது? குழாயில்கூட இப்போது தண்ணீர் வராது. கிணற்றடிக்குத்தான் போக வேண்டும்.'

'நான் அலசிக்கொள்கிறேன். சுலோசனா!'

'வேண்டாம், அவளைத் தொந்தரவு செய்ய வேண்டாம். அலசுவதை நானே செய்துவிடுவேன். கிணறு எங்கே இருக்கிறது? சின்னத் துணியாக இருந்தால் கசக்குவது அலசுவது எல்லாம் இங்கேயே செய்துவிடலாம். ஆனால் இது புடவை.'

'பரவாயில்லை. நான் பார்த்துக்கொள்கிறேன்.'

'சரி... ஆனால் நானே செய்துவிட முடியும். நிறையத் தண்ணீர் வைத்துக்கொண்டு அலசுங்கள். அப்போதுதான் சலவை சுத்தமாக இருக்கும். இந்தத் தூள் அழுக்குக்கும் துணிக்கும் உள்ள இடைவெளியில் புகுந்து அழுக்கை அப்படியே பிரித்து எடுத்துவிடுகிறது. இதில் திராவகக் கலப்பு எதுவுமில்லையாதலால் துணிமணிகளும் அதிக நாள் உழைக்கும். இந்தாருங்கள். இலவசப் பாக்கெட். இதைக்கொண்டு பதினைந்து இருபது துணிகளைச் சலவை செய்யலாம்.'

'இது திறந்திருக்கிறதே...'

'ஆமாம். இதை உங்கள் முன்னிலையில் திறந்த பிறகுதான் நாங்கள் கொடுக்க வேண்டும். எப்போதாவது நேரமிருக்கும் போது இதைப் படித்துப் பாருங்கள். மிகவும் உபயோகமான குறிப்புகள்.'

'எனக்குத் தமிழ் தவிர வேறு ஒன்றும் தெரியாது.'

'தமிழில்தான் இது இருக்கிறது. இதோ சலுகைக்கூப்பன். இதைக்கொண்டு நீங்கள் பெரிய அளவுப் பெட்டியை 90 பைசா தள்ளுபடியில் வாங்கிக் கொள்ளலாம். நான் காண்பித்த மாதிரியே உபயோகியுங்கள்.'

'இன்னும் இரண்டு மூன்று பெட்டிகள் கொடுத்துவிட்டுப் போயேன். இங்கே இன்னும் சில குடித்தனங்கள் இருக்கின்றன.'

'நானே இன்னொரு முறை வந்து அவர்களைப் பார்க்கிறேன். இந்த வீட்டு நம்பர் பதினெட்டுதானே?' அந்தப் பெண் தன் தோல் பையை மூடிவிட்டாள்.

அவள் போகும்போதும் வாசல்கேட் சப்தமே செய்யாமல் இருந்தது. அவள் கொடுத்துப் போன மாதிரிப் பெட்டியைப் பரண்மீது வைத்தேன். பிறகு இருவாளிகளையும் எடுத்துக்கொண்டு புடவையை அலசிப் போடக் கிணற்றங்கரைக்குச் சென்றேன்.

1963

வேலி

பாதி நீளத்துக்குச் சுவர் இருந்தது. முன்பாதி நீளத்துக்கு முள்கம்பி வேலி இருந்தது. சுவரும் வேலியுமாக அவன் வீட்டைப் பக்கத்து வீட்டிலிருந்து பிரித்துவைத்தன.

அவன் அந்த முள்வேலியைத்தான் சரிசெய்து கொண்டிருந்தான். வேலியாயிருந்த நாற்பது அடி நீளத்துக்கும் நான்கே சிமெண்ட் தூண்கள் இருந்தன. ஒவ்வொரு தூணும் நான்கடி உயரம் இருந்தது. முள் கம்பி அந்தத் தூண்களில் மூன்று சாரியாகக் கோணலும் மாணலுமாகக் கட்டப்பட்டு இருந்தது. ஆனால் அந்த வேலியைப் பொருத்தியவர்களுக்கு முள் கம்பி யைத் துளைகளில் நுழைத்துக் கட்டக்கூடப் பொறுமை இல்லை – கம்பி பல இடங்களில் ஏகமாக இடைவெளி விட்டுக்கொண்டு முறுக்கிக்கொண்டு இருந்தது. எவ்வளவோ நாட்களாக அப்படியே கிடந்து துருப்பிடித்துக் கொண்டிருந்த அந்த வேலியை அவன் ஒழுங்குபடுத்த முயலுவதைச் சில ஜோடிக் கண்கள் பக்கத்து வீட்டு ஜன்னலிலிருந்து பார்த்துப் பார்த்துச் சென்றன. பத்து வருடங்களாக ஒன்றும் தோன்றாமல் திடீரென்று அவனுக்கு மல்லிகைக் கொடி வளர்க்க வேண்டு மென்ற ஆவல் வந்தது யாருக்கும் விநோதமாகத்தான் தோன்றியிருக்கும். அவனுடைய மல்லிகைக் கொடியின் முதல் துளிர்களை ஆடுகள் தவறாமல் இரண்டே வாயசைப்பில் மறையச் செய்துகொண்டிருந்தன.

"உஷ், யாரிடமும் சொல்லிவிடாதே", என்று தன் தங்கை யிடம் அவன் சொன்னான். அவன் விரலிலிருந்து இரத்தம் சொட்டிக்கொண்டிருந்தது. எப்படியோ இரண்டு கம்பங்களில் முள் கம்பியைச் சரியான இடைவெளி விட்டுக் கட்டிவிட்டான். மூன்றாவது கம்பத்தில் கட்டிக்கொண்டிருக்கும்போது அவனை அறியாமல் அவன் முகம் திடீரென்று சுளிக்க நேர்ந்தது. ஒரு கணம் பொறுத்துத்தான் கம்பியின் முள் ஒன்று அவனுடைய வலது ஆள்காட்டி விரலை ஆழமாக உழுதுவிட்டதை உணர்ந்தான். பெரிய காயம். அதை உதறித் தள்ளிவிட்டு வேலியை முடிக்க முடியவில்லை. இப்போது அவன் தங்கையும் பார்த்துவிட்டாள்.

அவள் நிச்சயம் அம்மாவிடம் சொல்லி அவன் அதற்கு மருந்து போட்டுக் கொள்ளும்படி செய்துவிடுவாள். அவனால் தன்னைத் தானே கவனித்துக் கொள்ள முடியும் என்று வீட்டில் யாருக்கும் துளி நம்பிக்கைகூடக் கிடையாது. அவனுக்கும் அவர்கள் அவனைப் பற்றிப் பதட்டம் அடையும் போது அவர்களைத் தடுக்க முடிந்ததில்லை. அந்த ஒரு விஷயத்தில் அவனுக்கே அவன்மீது நம்பிக்கை குறைவாகத்தான் இருக்க வேண்டும். விரலைச் சுற்றி ஒரு பெரிய கட்டுடன் அவன் அன்று ஆபீஸுக்குச் செல்ல வேண்டியிருந்தது. மாலை வீடு திரும்பியபோது ஆடுகள் இன்னொருமுறை வந்து போயிருப்பதை உணராமல் இருக்க முடியவில்லை. உண்மையில் அந்த சிமெண்ட் கம்பங்களில் மூன்று சாரி முள்கம்பி சரியாக இருந்தாலும் ஆடுகள், கன்றுகள்கூட நுழையக்கூடிய இடைவெளி இருந்தது.

காலையில் தும்மல் அதிகமாகவே வந்தது. அந்த வருஷத்து மார்கழி மாதப் பனி சிறிது கூடுதலாகத்தான் இருந்தது. ஊரில் அந்தப் பகுதியில் தண்ணீர்க் குழாய் யாரையும் அலட்சியமாக இருக்கவிடாது. பொழுது விடிவதற்குள் சில வாளிகளாவது பம்ப் அடித்துத் தண்ணீர் எடுத்துக்கொள்ளாவிட்டால் யாரும் வீட்டில் குளிக்க முடியாது. சமையலுக்குக்கூட கஷ்டமாகிவிடும். அதிகாரிகள் இரண்டாம் நம்பர் ‘கை’ பம்புதான் அனுமதித்தார்கள். ஆனால் ஒவ்வொரு வீட்டிலும் ‘பக்கெட்’ பம்புதான் இருந்தது. அதிகாரிகள் அதைக் கவனிக்காதது போல் இருந்துவிடுவார்கள். அவர்களுக்கும் தெரியும் அரசாங்க விதிகளை அனுசரித்தால் எல்லாரும் பாலைவனவாசிகளின் பழக்கவழக்கங்களைத்தான் மேற்கொள்ள வேண்டியிருக்கும் என்று. பம்பை வீட்டிற்குள் கொண்டுபோகாமல் வெளித் தோட்டதிலேயே பொருத்திக் கொண்டால் தண்ணீர் சிறிது சுமாராக வரக்கூடும். வெட்டவெளியில் இருந்துகொண்டு அந்தப் பனியில் தும்மாமல் இருக்க முடியாது. அவன் இரண்டு பத்துகாலன் பீப்பாய்களையும் தோண்டி தவலைகளையும் தண்ணீர் அடித்து நிரப்பி விடுவதற்குள் வீட்டில் எல்லோரும் எழுந்து, அவன் தங்கை காபியும் தயாரித்து, காலை தினசரிப் பத்திரிகை பட்டுவாடா செய்யப்பட்டு, கரப்பான் பூச்சிகள் சந்து பொந்துகளில் மறைந்துபோய், தெருப் பையன்கள் ஐந்து மைல் தள்ளியிருக்கும் விளையாட்டு அரங்கில் நான்காவது நாளாக ஆடப்படும் கிரிக்கெட் டெஸ்ட் பந்தயத்தைப் பார்க்கக் கையில் உணவுப் பொட்டலங்களுடன் கிளம்பிவிட்டார்கள். கிரிக்கெட் ஆட்டத்தில் முந்தைய தினத்தன்று வெளி தேசத்திலிருந்து ஆடவந்த கட்சியில் திடீரென்று பெரிய சரிவு ஏற்பட்டு, ஆட்டம் ஒரு தீவிரமான கட்டத்தை அடைந்திருந்தது.

அனேகமாக எல்லா மல்லிகை இலைகளும் அரையும் காலுமாகக் கடிக்கப்பட்டுக் கிடந்தாலும் அந்தக் காலை மென்காற்றில் கொடி உற்சாகமாக அசைந்துகொண்டிருந்தது. ஆடுகள்கூட அங்கங்கே விட்டுவைத்திருந்த சில துளிர்கள் அவனைப் பார்த்து “பெரிசா மாஞ்சு போயிடாதேப்பா. எங்களைப் பாத்துக்க எங்களுக்கும் கொஞ்சம் தெரியும்” என்று சொல்வதுபோல் இருந்தது. அவனுக்கு ஆடுகள்மீது கோபமில்லை. செடியை வளர்க்க அவனுக்கு எவ்வளவு உரிமை இருந்ததோ அவ்வளவு உரிமை ஆடுகள் அதைத் தின்னவும் இருந்ததாகவே அவனுக்குத் தோன்றிற்று. இருவரில் உண்மையான சாமர்த்தியம் படைத்தவர் மிஞ்சலாம்—இதில் வருத்தப்பட்டுக்கொள்வதற்கு ஒன்றுமில்லை. ஆடுகள் அவனை எப்படி மிஞ்ச முடிந்தது? வாசல்

காம்பவுண்டுச் சுவர் சரியாக இருந்தது. கேட்டும் உறுதியாக இருந்தது. அவன் வீட்டுக்கும் பக்கத்து வீட்டுக்கும் இடையில் இருந்த முள்வேலிதான் சதி செய்தது. பக்கத்து வீட்டுக்காரர் அவர் கேட்டைச் சாத்தி வைக்கலாம். ஆனால் அது அவர் கவலை. வேலிகூட அப்படி மோசமில்லை. ஆனால் புது மல்லிகைத் துளிர்களை ருசி கண்ட ஆடுகளைத் தடுக்க அது போதாது.

பம்பில் தண்ணீர் சரியாக வரவில்லை. அவன் கிணற்றிலிருந்து பத்துப் பன்னிரண்டு வாளி இழுத்துச் செடிகளுக்குத் தண்ணீர் பாய்ச்சினான். ஒவ்வொரு செடியருகிலும் வாளியை நிதானமாகச் சாய்த்து, தண்ணீர் மண்ணை அரித்துவிடாதபடி மெதுவாகவிட்டான். அந்த வீட்டில் நான்கு குடித்தனங்கள். அந்தக் குழந்தைகள் கண்ட இடத்திலெல்லாம் இறைந்திருந்த காகிதத் துண்டுகளையும் சிறு சிறு கற்களையும் அவன் ஒவ்வொன்றாகப் பொறுக்கிச் சேர்த்து வாசல் சுவர் வெளியே எறிந்தான். சேதமாகாத ஒரு முழு காலி சிகரெட் பெட்டியை மட்டும் எடுத்து வைத்துக்கொண்டான். அதன் மீது ஒட்டிக்கொண்டிருந்த மணலை ஊதி அகற்றிவிட்டு தூரத்தில் நின்றுகொண்டிருந்த பின்குடித்தனக்காரரின் குழந்தையைக் கூப்பிட்டான். அவள் தயங்கியபடி வந்தாள். அவளிடம் "அம்பாள், இது வேணுமா?" என்று கேட்டான்.

அவள் கையை நீட்டினாள்.

"அம்பாள், இதேமாதிரி நிறைய சிகரெட் பெட்டி உனக்குத் தருவேன். கலர் கலர் பெட்டி. ஆனால் இங்கே மட்டும் ஒண்ணும் எறியாமல் இருக்கயா?"

அவள் அவனைத் தயக்கத்துடன் பார்த்தாள். அவனுக்கு வருத்தமாக இருந்தது.

"இந்தச் சின்னச் சின்னச் செடிகிட்டேயெல்லாம் கல்லைப் போடக் கூடாது."

அந்தப் பெண் சிறிது பயந்தமாதிரிகூட இருந்தது. அவனுக்கு அவள்மீது மிகவும் கோபம் வந்தது.

"செடிகூட உன்மாதிரி சின்னக்குழந்தை, அம்பாள். நீ கல்லை எறிஞ்சால் அதுக்கு அடிபடும். நீயும் பாபுவும் ஜயந்தியும் சண்டை போட்டுண்டு கல்லையெல்லாம் வீசி எறிஞ்சிக்கிறீங்க இல்லையா, உங்களுக்கு அடிபடற மாதிரி செடிகளுக்கும் அடிபடும். இதோ பார், இந்தச் செடி வலி தாங்காம அழுதுண்டிருக்கு."

அந்தப் பெண் அந்தச் செடியைப் பார்த்தாள்.

"நம்பளுக்கு அது அழறது கேட்காது. ஆனா பார், இங்கே ஈரமாயில்லே? அது அழுதிருக்கு."

அந்த பெண் முதல் தடவையாகப் பேசினாள். "நீதான் கிணத்துலேந்து தண்ணிவிட்டுருக்கே."

"இல்லே, இல்லே, அம்பாள்..." அவனுக்கு ஏனோ அந்தப் பெண்ணின் முகத்தைப் பார்க்க முடியவில்லை. பேசாமல் வாளியை எடுத்துக்கொண்டு

கிணற்றங்கரை சென்றான். ஒரு வாளி தண்ணீர் எடுத்துத் திரும்பி வரும்போது அந்தப் பெண் செடியருகே இருந்த ஒரு கல்லைப் பொறுக்கி வெளியே எறிந்ததைப் பார்த்தான். அந்தப் பெண்ணும் அவனைப் பார்த்துப் புன்முறுவல் செய்தாள்.

ஒரு பழைய தடித் தாம்புக்கயிறைத் தேடி எடுத்து அதன் மூன்று இழைகளைத் தனியாகப் பிரித்தெடுக்க ஆரம்பித்தான். தென்னை நார்க்கயிறானபடியால் ஒவ்வொரு இழையுமே ஒரு கயிறாக உபயோகப் படுத்தும் அளவுக்கு உறுதியாக இருந்தது. பிரிக்கும்போது மட்டும் அடிக்கடி முறுக்கிக்கொண்டு சிக்கல் பிடித்துக்கொண்டன. கயிறு முழுதையும் பிரித்து எடுக்க அவன் மிகவும் பொறுமையுடன் உழைக்க வேண்டியிருந்தது. அந்தத் தனித்தனி இழைகளை எடுத்துக்கொண்டு அவன் வேலியருகே சென்று முள் கம்பி சாரிகளின் நடுவில் நீட்டிக் கட்டினான். அரை மணிக்குப் பிறகு மூன்று சாரியாக இருந்த வேலி ஐந்து சாரி கொண்டதாக இருந்தது. அப்போதும் இடைவெளி அதிகமாகவே இருந்தது. கயிறு பாக்கி நிறைய இருந்தது. அதை வேலியில் குறுக்கும் நெடிலுமாகக் கட்ட ஆரம்பித்தான். ஏதோ செப்பிடு வித்தை பார்ப்பதுபோல் அம்பாளும் சில குழந்தைகளும் அவன் வேலி கட்டுவதைப் பார்த்துக்கொண்டு நின்றார்கள். குழந்தைகள் அவனைச் சுற்றியிருப்பது அவனுக்குச் சங்கடமாக இல்லை. எப்போதாவது பெரியவர்கள் வந்து உற்றுப்பார்த்து நின்றபோதுதான் அவன் ஏன் அந்த வேலையை நள்ளிரவில் செய்ய ஆரம்பிக்கவில்லை என்று தோன்றிற்று. காயம்பட்ட விரலுடன் கயிறைக் குறுக்கும் நெடிலுமாகக் கட்டுவது எளிதாக இல்லை. வேலி வலுப்படுத்தப்படுவதற்குப் பதிலாக அதில் வெவ்வேறு விதமான சிறிதும் பெரிதுமான பொந்துகள்தான் உண்டாயின. அது பிரயோசனமில்லை. வீட்டில் உள்ளே தம்பி குளித்துக்கொண்டிருந்தான். அப்படியானால் மணி எட்டேமுக்கால். தம்பி குளித்த பிறகு இவன் குளித்துச் சாப்பிட்டுக் காரியாலயத்திற்குப் போக இன்னும் ஒன்றேகால் மணி நேரந்தான் இருந்தது. இடையில் வேலியையும் முடிப்பது சிரமம். குழந்தைகளும் ஒவ்வொன்றாகப் பள்ளிக்கூடத்திற்குக் கிளம்பிவிட்டன. குறுக்காகக் கட்டின கயிறை அவன் வேகமாக அவிழ்க்க ஆரம்பித்தான். அதை அவிழ்த்து முடிப்பதற்கும் ஆடு வருவதற்கும் சரியாக இருந்தது.

அது பெண் ஆடு. குட்டிபோட்டு அதிக நாளாகியிருக்காது. அதன் மடி கனத்துத் தொங்கிக்கொண்டிருந்தது. அதன் கொம்புகள் இரண்டு பின்புறமாக வளைந்து இருந்தன. அந்த ஆட்டின் கொம்பினால் யாருக்கும் காயம்பட முடியாது. ஆடு வெள்ளையாக இருந்தாலும் உடலில் பல இடங்களில் பழுப்பு நிறத் திட்டுகள் இருந்தன. அந்த இடங்களில் மயிர் நிறைய முளைத்திருக்க வேண்டும். அல்லது பல நாள் அழுக்குப் படிந்து இருக்க வேண்டும். ஆட்டின் நடை மெதுவாக ஆனால் சீராக இருந்ததிலிருந்து அது அந்த இடத்திற்கு நன்றாகப் பழக்கப்பட்டிருந்தது தெரிந்தது. அவனைக் கவனியாதிருந்திருக்க வேண்டும். அவனிடமிருந்து சில அங்குலங்களே இருக்கையில் பார்த்துவிட்டது. அப்படியே நின்றது.

“ஆடு! வா, வா.”

அது அங்கேயே நின்றபடி அவனை உற்றுப்பார்த்தது.

"வா, ஆடு. வா இங்கே."

ஆடு தயங்கிற்று. அந்த அழைப்பை ஏற்றுக்கொள்ளலாமா என்று யோசிப்பது போலிருந்தது.

"வா, ஆடு வா. இங்கே வா."

ஆட்டுக்கு இப்போது தயக்கமில்லை. அவன் ஒரு அபாயம் என்று தீர்மானித்துவிட்டது. அது திரும்பிப் போக ஆரம்பித்தது. அதே சீரான நடை; ஆனால் சிறிது விறுவிறுப்பான அடிகள். ஆடு பக்கத்து வீட்டைத் தாண்டி மறையப்போகும் நேரத்தில் ஒரு ஆட்டுக்குட்டியும் அதனருகே பாய்ந்து வந்தது.

"ஆடு, போகாதே! வா!" என்று அவன் கத்தினான். ஆட்டுக்குட்டி சந்தோஷத்தில் துள்ளிக் குதித்துக்கொண்டிருந்தது. தாய் ஆடு தூரப்போக அதுவும் அவன் பார்வையிலிருந்து எட்டி மறைந்தது.

அந்த ஆட்டை அவன்மீது நம்பிக்கை கொள்ளவைக்க முடியாமல் போனதுபற்றி அவனுக்கு மிகவும் வருத்தமாக இருந்தது. அதன் முதுகைத் தடவிக்கொடுத்து, தலையை இரு கைகளாலும் அள்ளிப்பிடித்து முகர வேண்டும் என்று அவனுக்கு இருந்தது. அந்த ஆட்டுக் குட்டியை வாரி அணைத்துச் சிறிது நேரமாவது சுமந்துகொள்வது எவ்வளவோ ஆனந்தமாக இருக்கும். இனி அவை இன்னும் சில நாட்களாவது அவன் வீட்டுப் பக்கம் வராமல் இருக்கும். வேலியை ஏதோ செய்துகொண்டிருக்கிறார்கள், அங்கே போனால் ஏதாவது செய்துவிடுவார்கள் என்றெல்லாம் அவைகளுக்குத் தெரிந்திருக்கும். சில கஜங்கள் தள்ளி, பெரிய சாலையில் கசாப்புக் கடை ஒன்று இருந்தது. அந்த ஆடுகள் அந்தக் கடைக்காரனுடையது. அந்தத் தாய் ஆடு மிகவும் அமரிக்கையாகவும் அறிவு உடையதாகவும் இருந்தது. அது அதன் குட்டிகளை எந்த விபத்திலும் சிக்கிவிடாதபடி பாதுகாத்துவிடும். ஆனால் குட்டிகள்தான் வெகுநாட்கள் அதனுடன் இருக்காது. ஆட்டுக் கறிக்குத் தேவையிருக்கும்வரை ஆட்டுக்குட்டிகளும் நெடுங்காலம் இருக்க எதிர்பார்க்க முடியாது. எப்படி ஆடுகள் மத்தியில் மல்லிகைச் செடி நீடித்திருக்க எதிர்பார்க்க முடியாதோ அதேமாதிரி.

சீக்கிரமே ஒருவழி கண்டுபிடித்து ஒரு மணி நேரத்திற்குள் கயிற்றாலேயே அவன் அந்த வேலி நெடுக சிறுசிறு சதுரங்களாக இருக்கும்படிச் செய்துவிட்டான். ஒரே ஒரு மூலையில் மட்டும் வேண்டுமென்றே பெரிய சந்து வைத்திருந்தான். என்றாவது ஒரு நாள் அந்த ஆடாவது அதன் குட்டியாவது அந்தச் சந்தைக் கண்டுபிடித்து அவனுடைய மல்லிகைச் செடியை இன்னொருமுறை சுவைக்க வேண்டும் என்று அவன் மனதார ஆசைப்பட்டான்.

1964

இன்னொருவன்

அது ஒரு காண்டீன். ஒரு ரிக்ரியேஷன் கிளப் பக்கத்தில் இருப்பதனால்தான் அதைக் காண்டீன் என்று அழைக்கிறார்கள். கிளப்பில் நல்ல உடை உடுத்தவர்கள் பகலெல்லாம் சீட்டாடுகிறார்கள். இரவிலும் சிறிது நேரம் ஆடுகிறார்கள். கிளப் காரியதரிசிக்குக் குடித்தனம் குழந்தை குட்டிகள் உண்டு. அவர் கிளப் சீட்டுக் கட்டுகளையும் சீட்டாட்டக் காய்களையும் எண்ணி எடுத்துவிட்டு, கிளப் கதவையும் இழுத்துப் பூட்டாமல் வீட்டுக்குப் போக முடியாது. அதனால்தான் கிளப்பில் இரவு முழுதும் யாரும் சீட்டாட முடிவதில்லை.

நான் காண்டீனுக்குள் நுழைகிறேன். அங்கே சில மேஜை நாற்காலிகளைத் திறந்தவெளியில் போட்டிருக்கிறார்கள். நான் ஒன்றில் உட்காருகிறேன். ஒரு சிடுமூஞ்சிப் பையன் என்னிடம் வந்து என்ன வேண்டுமென்று கேட்கிறான். நானும் சொல்கிறேன். என்னைச் சுற்றிலும் நிறையப் பேர்கள் எது எதெல்லாமோ தின்றுகொண்டிருக்கிறார்கள்.

இருவர் எனக்கு எதிரே வந்து உட்காருகிறார்கள். நான் வேறு எங்கேயாவது ஒரு மூலை கிடைக்குமா என்று பார்க்கிறேன். ஒன்றும் காலியில்லை. வந்த இரு மனிதர்களின் மோவாய்க் கட்டையிலும் இரண்டு நாள் சொரசொரப்பு இருக்கிறது. அவர்கள் கண்கள் மங்கலாக இருக்கின்றன. அவர்கள் என்னைப் பார்க்கிறார்கள். அப்புறம் என்னைப் பார்ப்பதில்லை. அங்கு வருவதற்கு முன்னாலேயே அவர்கள் ஏதோ பேசிக்கொண்டிருந்திருக்க வேண்டும். பேச்சு மீண்டும் துவங்குகிறது.

"இன்னொருத்தனையும் தீர்த்துட்டாங்கன்னு உனக்குத் தெரியுமா?"

"நிச்சயமாகத் தெரியும்."

"பொணம்?"

"அதைத்தான் படுபாவிங்க எங்கேயோ ஒளிச்சிட்டாங்க."

சிடுமூஞ்சி என் காப்பியைக் கொண்டு வருகிறான். அப்படியே அந்த இருவரை என்ன வேண்டுமென்று விசாரிக்கிறான். காற்று சிலுசிலுப்பில்லாமல் இருக்கிறது. அந்த இரண்டு பேரும் அங்கே இருக்கிற கும்பலைப் போலத்தான். அவர்கள் சிடுமூஞ்சியிடம் நல்ல பெருந்தீனியாகக் கொண்டு வரச் சொல்கிறார்கள்; அந்தச் சமயத்தில் எல்லாருக்குமே பேய்ப் பசி இருக்க வேண்டும் போலிருக்கிறது.

சிடுமூஞ்சி போகிறான். கொலைப் பேச்சுப் பேசிக்கொண்டிருக்கும் அந்த இரண்டு பேர்களையும் நான் உற்றுப் பார்க்கிறேன். ‘நிச்சயமாகத் தெரியும்’ என்று சொன்னவனுக்கு ஒரு கண்ணில் சதை வளர்ந்திருக்கிறது.

“அவுங்க எப்போ பொணத்தைக் கொடுத்தாங்க?”

“படுபாவிங்க நேத்துதான் ஒண்ணைக் கொடுத்தாங்க. பெத்த அம்மாவாலேகூட முகத்தைக் கண்டுக்க முடியலை. ஒரு ஆள் ஓடிப்போய் அந்த நாயர் டாக்டரைக் கூட்டிக்கிட்டு வந்தான். பையன் போலீஸ்காரங்ககிட்டே நல்லா அடிபட்டுத்தான் செத்திருக்கான்னு டாக்டரு சொல்லிட்டாரு.”

“அந்த டாக்டரேதான் கம்ப்ளெயிண்டை எழுதினாரா?”

“ஆமாம், மந்திரிக்குத் தபால்லே ஒண்ணு அனுப்பிச்சுட்டு இன்னொரு கம்ப்ளெயிண்டை எடுத்துக்கிட்டு அவரே போலீஸ் ஐஜி. கிட்டே போனாரு. அந்தப் பையனோட அம்மாவையும் கூட இட்டுப் போனாரு.”

“டாக்டருங்களே ரொம்பக் கண்டிப்புதான்.”

“சப் இன்ஸ்பெக்டரும் ஹெட்டுமா மப்டிலே வந்து டாக்டர் காலிலே விழுந்து விஷயத்தை எப்படியாவது அமுக்கிடச் சொன்னாங்க. ஆனால் டாக்டரு டில்லி மந்திரி கேட்டாக்கூட விடமாட்டேனுட்டாரு.”

“டாக்டருங்க எப்பவுமே ரொம்பக் கண்டிப்புத்தான்.”

சிடுமூஞ்சி இரண்டு பெரிய தட்டுகளில் எதையோ நிறையக் குவித்துக் கொண்டு வருகிறான். அந்த இருவரும் விழுந்து விழுந்து அள்ளிப் போட்டுக் கொள்கிறார்கள்.

“போலீஸ்காரப் பாவிங்களே அப்படித்தான்.” என்கிறான் இரட்டைக் கண்ணன். “ஈவிரக்கமில்லாத மிருகங்க. அதுக்குத்தான் போலீஸ்காரன்னா அறுந்த கைக்குச் சுண்ணாம்பு தராதேன்னு சொல்லறாங்க.”

“ஆமாம், ஆமாம். கூடவே கூடாது.”

அவர்கள் இரண்டு பேரும் பேசாமல் சாப்பிடுகிறார்கள். என் கை மணிக்கட்டும் முதுகும் மிகவும் வலிக்கின்றன. எனக்கு எழுந்திருந்து உடம்பை நீட்டி முறித்துக்கொள்ள வேண்டும் போலிருக்கிறது.

திடீரென்று இரட்டைக் கண்ணன் கேட்கிறான். “இரண்டு பேரைப் பிடிச்சு இழுத்துக்கிட்டுப் போனாங்கன்றியே, உனக்கு நிச்சயமாத் தெரியுமா?”

“என்ன கேள்வி கேக்கிறே நீ? போலீஸ்காரப் பசங்க இரண்டு பேரைத் தெருவிலே உதை உதைன்னு உதைச்சு இழுத்திட்டுப் போனதை அந்த லாண்டிரிக்காரனே கண்ணாலே பார்த்திருக்கான். அந்த இரண்டு பேர் கையையும் வேறே பின்னாலே கெட்டியா சேர்த்துக் கட்டியிருந்திருக்காங்க.”

"பாவம்... அந்தக் கொலைகாரங்களைப் பிய்ச்சுப் பிய்ச்சுப் போடணும்!"

"நாயர் டாக்டர் ரொம்பத் தீவிரமா இருக்காரு. உடனேயே அந்த இரண்டு போலீஸ்காரங்களையும் சஸ்பெண்டு பண்ண வைச்சிட்டாரே!"

"எல்லாம் ஒரு வெள்ளிக் கிண்ணி காணாமே போனதுக்காக. ஹூம். அந்தக் கசாப்புக்காரங்களை உயிரோட புதைக்கணும்."

"இரக்கமே இல்லாத மிருகங்க. வெட்டிக்கு லாக்கப்பிலே இரண்டுபேரைப் பிடிச்சுப் போட்டு அடிச்சுக் கொலையும் பண்ணிட்டிருக்காங்க."

"ஆனால் அவங்க இரண்டு பேரைத்தான் இழுத்துட்டுப் போனாங்களா, உனக்குத் தெரியுமா? ஒரு பொணம் கொடுத்தவங்க இன்னொரு பொணத்தையும் கொடுத்திருப்பாங்களே?"

"அப்படி இல்லைப்பா. நான் விவரம் சொல்றேன் கேளு. இரண்டு பேரையும் எலும்பை முறிச்சுக் கொன்னுட்டாங்க. இரண்டு பொணத்தையும் சேர்த்துக் கொடுத்தால் சந்தேகம் கிளம்பும். அதனாலே ஒண்ணைக் கொடுத்திட்டு இன்னொண்ணை எங்கேயோ புதைச்சு வைச்சிட்டாங்க. கேட்டால், எங்களண்டை இல்லை, அவன் ஓடிட்டான்னு கதை விடறாங்க."

"கொலைக்காரப் பாவிங்க... தோலோட உரிச்சுப் புதைக்கணும்."

"அவங்களை சஸ்பெண்ட் பண்ணிட்டாங்க. நாயர் டாக்டர் விடமாட்டாரு. அந்தக் கசாப்புக்காரங்களைத் தூக்கு மேடைக்கு அனுப்பிச்சுடுவாரு."

"இதுக்கெல்லாம் தூக்கிலே போடமாட்டாங்க. ஜெயிலுக்குத்தான் அனுப்புவாங்க."

இப்போது இருட்ட ஆரம்பித்துவிட்டது. காண்டீன் மிகச் சிறியதாகவும் அசிங்கமாகவும் தெரிகிறது. எனக்கு உடம்பெல்லாம் வலி பிழிந்தெடுக்கிறது.

எழுந்திருந்து பில்லைக் கட்டிவிட்டு, தட்டுத் தடுமாறிக்கொண்டு வெளியே வருகிறேன். பார்க் ஓரமாகப்போய் இடதுபுறம் திரும்பி அப்புறம் வலது கைப்பக்கம் திரும்பி, நேராக நடந்து ஒரு கால்வாயைத் தாண்டி, ஒரு தென்னந் தோப்பு வழியாகச் சென்று ரயில் பாதையை அடைந்து அதனோரமாக நடக்கிறேன். அம்மாதிரி இடத்தில் சந்தடி நிறைய இருக்க முடியாது. ஆனால் பயங்கர இரைச்சல் கேட்கிறது.

நான் வேகமாக நடக்கிறேன். நான் நினைத்தபடியே அந்தப் போலீஸ் ஸ்டேஷனைச் சுற்றி இருநூறு பேருக்கும் மேல் கூட்டம் கூடியிருக்கிறார்கள். ஆவேசத்தோடு கத்திக்கொண்டிருக்கிறார்கள். கையில் எது கிடைத்தாலும் அதை அந்த ஸ்டேஷனின் மூடியிருக்கும் கதவு, ஜன்னல்கள் மீது வீசி எறிந்துகொண்டிருக்கிறார்கள். அந்த ஸ்டேஷனுக்கு ஒரு கதவும் நான்கு ஜன்னல்களும் இருக்கின்றன. கூட்டம் வெறி பிடித்திருக்கிறது.

"வெளியிலே வாங்கடா சோமாரிங்களா!"

"உயிரோட கொல்லுங்க அவுங்களை!"

"முழியைப் பேர்த்துக் கொடு!"

"வெட்டித் தள்ளு!"

"வெட்டித் தள்ளு!"

"கொளுத்திப் போடு!"

"சுட்டுத்தள்ளு நாய்களை!"

உள்ளே இருக்கும் மேஜையடியிலும் பெஞ்சு அடியிலும் காக்கிச் சட்டை அணிந்திருக்கும் போலீஸ்காரர்கள் கிலி பிடித்து நடுங்கிக் கிடப்பதை என்னால் கற்பனைசெய்து பார்க்க முடிகிறது. அவர்களிடம் சில தடிகளும் பெல்ட்களும் இரண்டு துப்பாக்கிகளும் இருக்கின்றன. ஆனால் அதை வைத்துக்கொண்டு வெளியிலிருக்கும் கும்பலோடு சண்டை போட முடியாது. கும்பல் நிமிடமாக அவர்கள் மீது பாய்ந்து கிழித்துக் குதறிப்போட்டுவிடும். வேறு பலத்த போலீஸ் ஒத்தாசை வரும்வரை அவர்கள் அந்தச் சிறிய இருட்டறையில் கதவு ஜன்னல் எல்லாவற்றையும் அடைத்துக்கொண்டு கடவுளைப் பிரார்த்தித்த வண்ணம் இருக்க வேண்டியதுதான்.

கூட்டம் நிமிடத்துக்கு நிமிடம் விபரீதமாகப் போய்க்கொண்டிருக்கிறது. பக்கத்தில் இருந்த ஒரு கொட்டகையின் சவுக்குக் கம்பத்தை ஒருவன் பிடுங்கி வர, கூட்டம் அதை வைத்துக் கதவைப் பிளக்க எத்தனிக்கிறது. ஒவ்வொரு மோதலின்போதும் கதவு நிர்க்கதியாக அடித்துக்கொள்கிறது.

நான் கூட்டத்தினுள் இடித்துப் புகுந்துகொண்டு எப்படியோ கதவு வரையிலும் போய் "நிறுத்து!" என்று கத்துகிறேன். யாரும் என்னைக் கவனிப்பதில்லை.

கதவு அலறுகிறது. நான் இன்னும் பலமாக, "நிறுத்து! நிறுத்து!" என்று கத்தியபடி அந்தக் கம்பத்தைப் பிடித்துக்கொண்டு அவர்கள் வேகத்தைக் குறைக்கிறேன். அந்த மனிதர்கள் கண்களெல்லாம் இரத்தமாகச் சிவந்திருக் கின்றன. அவர்கள் உடையெல்லாம் சொட்டச் சொட்ட இருக்கிறது.

நான், "நிறுத்து நிறுத்து!" என்று கத்துகிறேன்.

"கொலைக்காரப் பாவிங்க, லாக்கப்பிலே இரண்டு பேரை அடிச்சுக் கொன்னுட்டாங்க! கிழச்சுப் போடுங்க அவுங்களை!"

"நிறுத்து! நிறுத்து!"

"தள்ளிப் போய்யா! கொண்டாங்க கம்பத்தை!"

"நிறுத்து! நிறுத்து!"

"இரண்டு பேரைக் கொலை பண்ணிட்டு ஒரு பொணத்தைத்தான் கொடுத்திருக்காங்க! உம், கொண்டா அந்தக் கம்பத்தை!"

"இல்லை, இல்லை! அவுங்க ஒருத்தனைத்தான் கொன்னிருப்பாங்க. அவுங்களை வேலைலேருந்துகூட சஸ்பெண்ட் பண்ணியாச்சு!" என்று கத்துகிறேன் நான். எவன் காதிலும் விழவில்லை.

"உம், வாங்க! கட்டடத்துக்கு நெருப்பு வைங்க!"

"இல்லை, வேண்டாம்! வேண்டாம்! அவங்களை ஜெயிலிலே போடப் போறாங்க. அவங்களைத் தண்டிக்கப் போறாங்க!"

"கொண்டாய்யா பெட்ரோலை இங்கே! இங்கே கொண்டா!"

"நீங்க இப்படிக் கலகம் பண்ணினால் உங்களுக்கும் அவுங்களுக்கும் என்ன வித்தியாசம்?"

"உம், ஜல்தி! பெட்ரோல் கொண்டு வா! யாருய்யா இது ஏதோ உளறிட்டே இருக்கிறது? தள்ளிப் போ!"

"இல்லை, இல்லை! இது சரியில்லை! உங்களுக்கு அந்த இரண்டு பேர் யாருன்னு கூடத் தெரியாது. . ."

"இவன் எவண்டாவன் பினாத்திட்டே இருக்கிறது? காட்டிக் கொடுக்கிற பன்னாடையாடா நீ?"

"போடுய்யா இரண்டு இவனையும்!"

"எட்டிப் போய்யா! டாக்டரே சொல்லியிருக்காரு! கொண்டா இப்படிப் பெட்ரோலை! கதவு மேலே கொட்டு!"

"உள்ளே இன்னும் ஒரு பொணத்தை ஒளிச்சு வைச்சிருக்காங்க! ஜன்னலை உடைங்க!"

"இல்லை, இல்லை. போலீஸ் இலாகாவிலேயே அவுங்களைத் தண்டிக்கப் போறாங்க. உள்ளே பொணம் ஒண்ணும் கிடையாது!"

"ஒரு பொணம் கொடுத்தாங்க. இன்னொண்ணு அவுங்ககிட்டேதான் இருக்கு?"

"இல்லை, இல்லை."

"அட, ஏய்யா நிக்கிறீங்க? கதவைப் பொளந்து அந்தக் கழுதைகளைக் கூறு போடுங்க!"

என் உடலெல்லாம் மிகவும் வலிக்கிறது. நான் என்னால் முடிந்தவரை குரலெழுப்பி, "நிறுத்துங்க! நிறுத்துங்க! நான் சொல்றதைக் கேளுங்க!" என்று கத்துகிறேன்.

சிறிது நேரத்தில் அவங்க நிறுத்துகிறார்கள்.

நான் கத்துகிறேன். "உள்ளே பொணம் ஒண்ணும் கிடையாது!"

கூட்டம் பதிலுக்கு அலறுகிறது. "இரண்டு பேரைப் பிடிச்சு இழுத்துக்கிட்டுப் போனாங்க! ஒரு பொணத்தைத்தானே கொடுத்தாங்க!"

நான் சொல்கிறேன். "அவங்க இரண்டு பேரையும் கொன்னிருக்க மாட்டாங்க. அதுதான் உண்மை!"

"உனக்கெப்படித் தெரியும்? உனக்கெப்படித் தெரியும்?" என்று கூட்டம் அலறுகிறது.

"நான்தான் அந்த இன்னொருத்தன்," என்று கூறிவிட்டுக் கீழே சாய்கிறேன்.

1964

குருவிக் கூடு

“பாலு, மாடிக்குப் போய் ஹார்மோனியப் பெட்டியை எடுத்துக்கொண்டு வா,” என்று அம்மா சொன்னாள். அன்று சரஸ்வதி பூஜை. அந்த வீட்டில் ஹார்மோனியப் பெட்டிமீது புஸ்தகங்களை அடுக்கி வைத்துத்தான் பூஜை செய்வது. பாலு மாடிக்குச் சென்றான்.

மாடியில் ஹார்மோனியம் ஒரு கள்ளிப் பெட்டியில் வைக்கப்பட்டு, அக்கள்ளிப் பெட்டி ஒரு பெரிய பிரம்புத் தொட்டிலுள் வைக்கப்பட்டு, அத்தொட்டில் பரண்மீது ஏற்றி வைக்கப்பட்டிருந்தது. பாலு நாற்காலி மீது ஒரு ஸ்டூலைப் போட்டுக்கொண்டு ஏறி பரணை எட்டிப் பார்த்தான். கரப்பான், பாச்சை, எலிப் புழுக்கை, எல்லா நாற்றமும் வீசியது. கைபட்ட இடத்திலெல்லாம் எத்தனையோ நாட்களாகப் படிந்திருந்த தூசி கலைந்து மேல் கிளம்பி மூச்சையடைத்தது. தொட்டிலை ஒரு முறை அசைத்த பாலு சட்டென்று தன் கையைப் பின்னிழுத்துக் கொண்டான். தொட்டிலுள் வைக்கப்பட்டிருந்த ஹார்மோனியப் பெட்டிக்கும் தொட்டிலின் ஒரு பக்க விளிம்புக்கும் உள்ள இடைவெளியில் ஒரு குருவிக் கூடு இருந்தது. எதையும் தொடாமல் பாலு எம்பி எட்டிப் பார்த்தான். அக் குருவிக் கூட்டினுள் இரண்டு முட்டைகள் இருந்தன.

“ஏன் புஸ்தகங்களை எல்லாம் வெறும் பலகை மீது அடுக்கி வைக்கிறாய், ஹார்மோனியம் எங்கே?” என்று அம்மா கேட்டாள்.

“பிரம்புத் தொட்டிலில் குருவி கூடு கட்டியிருக்கிறது.”

“தொட்டிலில் கூடுகட்டியிருந்தால் ஹார்மோனியத்திற் கென்ன?”

“தொட்டிலில்தான் ஹார்மோனியத்தை வைத்திருக்கிறது. குருவிக் கூட்டைக் கலைக்காமல் ஹார்மோனியத்தை எடுக்க முடியாது.”

"ஹார்மோனியம் இல்லாமல் சரஸ்வதி பூஜை எப்படிச் செய்கிறது? நம் வீட்டில் ஒரு வருஷம்கூட அப்படி நடந்ததே கிடையாது?"

"வேண்டாம்மா. புஸ்தகங்களை மட்டும் வைத்துச் செய்துவிடலாம்."

"நகை, வஸ்திரம்கூட சாத்த முடியாதே?"

"புஸ்தகங்களையே அடுக்கி வைத்து நகை போட்டு அலங்காரம் செய்துவிடலாம்மா."

"என்னமோ, இந்த வீட்டில் எத்தனையோ வருஷமாக ஹார்மோனியம் இல்லாதபடி சரஸ்வதி பூஜை நடத்தியதே கிடையாது. இந்தத் தடவை இப்படி விட்டுப் போகிறது."

பாலு நோட்டுப் புஸ்தகங்களையும் புஸ்தகங்களையும் அடுக்கி வைத்தான். பூஜைக்காகப் புஸ்தகங்களை அவன் எந்த வருஷமும் அவ்வளவு அழகாகவும் சிரத்தையுடனும் அடுக்கி வைத்தது கிடையாது. வஸ்திரம் சாத்தின பிறகு நகை வைத்து ஜோடனை செய்யும்போது இரு பக்கங்களிலும் சமமாக இடம் விட்டு சங்கிலியின் முகப்பு நன்றாக மத்தியில் தொங்குகிற மாதிரி வைத்தான். ஒரே முழம் கதம்பம்தான் பூஜைக்கென்று வைத்திருந்தார்கள். அதையும் சீராக வைத்தான். அன்று புரோகிதர் வரவில்லை. வீட்டுக்குப் பெரிய பையனான அவனே அஷ்டோத்திர நாமாவளியை ஒவ்வொரு வரியாக எழுத்துக் கூட்டிப் படித்தான். ஒவ்வொரு நாமாவளிக்கும் புஷ்பத்தைக் காம்பகற்றி புஸ்தகங்கள் மீதும் அவைகளைச் சுற்றியும் மெதுவாக வைத்தான். வெற்றிலை பாக்கு, வாழைப்பழம், தேங்காயைத் தவிர பாயசம் வடையும் நிவேதனத்திற்கு வைத்திருந்தார்கள். பாலு கண்களை மூடிக்கொண்டு சரஸ்வதியை அவன் நிவேதனத்தை ஏற்றுக்கொள்ளுமாறு வேண்டினான். கடைசியில் கற்பூர ஹாரத்தி புரியும்போது அவன் உடலில் மயிர்க் கூச்சம் ஏற்பட்டது. ஹார்மோனியம் வைத்துப் பூஜை செய்த எந்த சரஸ்வதி பூஜையன்றும் அவனுக்கு அந்த அனுபவம் கிடையாது.

ஒரு வாரம் பொறுத்து மாடியில் சத்தம் அதிகமாகவே இருந்தது. பாலு பரணில் எட்டிப் பார்த்தான். கூட்டில் இரு குருவிக் குஞ்சுகள் இருந்தன. அவைகளுக்கு இரையளித்துக் கொண்டிருந்த தாய்க்குருவி சற்று தூரம் பறந்து சென்று ஒரு ஜன்னல் கதவு மீது உட்கார்ந்து கொண்டது.

நான்கைந்து மாதங்களுக்குப் பிறகு ஒரு பழைய புஸ்தகத்தைத் தேடி எடுக்க வேண்டி இருந்தது. பாலு இம்முறையும் பரண்மீது இருந்த அந்தப் பிரம்புத் தொட்டினுள் எட்டிப் பார்த்தான். கூட்டினுள் உட்கார்ந்திருந்த பெரிய குருவி விர்ரென்று வெளியே பறந்து போயிற்று. உள்ளே இம்முறை இரண்டு முட்டைகள் இருந்தன.

அன்று பின்கட்டிலிருக்கும் அம்மாள் சாவிக் கொத்தை அவன் வீட்டில்தான் கொடுத்துவிட்டு ஆஸ்பத்திரிக்குச் சென்றாள். அவளுடைய மூத்த மகள் பிரசவித்திருந்தாள். ஆண் குழந்தை. ஒன்பது பவுண்டு, ஆறு தையல்கள் என்றார்கள்.

இரண்டு நாட்கள் மழை. பிறகு தொடர்ந்தாற்போல் நன்றாகக் காய்ந்தது. மாலை ஆபீஸிலிருந்து பாலு திரும்பியவன் தூக்கிவாரிப் போட்டு நின்றான். ஹார்மோனியப் பெட்டி கீழே ஒரு மூலையில் வைக்கப்பட்டிருந்தது. “ஐயோ, அம்மா! இதை எப்போது இறக்கி வைத்தது?” என்று அலறினான். பதிலுக்குக் காத்திராமல் மாடிக்கு ஓடினான். பரண்மீது தொட்டில் வைத் திருந்த இடம் காலியாக இருந்தது. பாலு கீழே இறங்கி, “அம்மா, குருவிக் கூடு இருந்ததே, பார்க்கவில்லையா? அந்தத் தொட்டில் எங்கே அம்மா?” என்று கத்தினான்.

அந்தத் தொட்டிலைத்தான் பின்கட்டில் பிறந்த குழந்தையைத் தொட்டிலிட அவன் அம்மா கொடுத்திருந்தாள். யாரோ ஒரு கூலியாள்தான் பரண்மீது ஏறித் தொட்டிலைக் கீழே இறக்கி வைத்தானாம். ஒரே வைக்கோலும் சிறுசிறு இறகுகளுமாக இருந்த குருவிக்கூட்டை வெளியே தூக்கிப் போட்டாயிற்று, அந்த இரண்டு முட்டைகளும் கீழே விழுந்து உடைந்து போய்விட்டன. தரையில் அந்த இடத்தில் ஏதோ வெல்லப் பாகு சிந்தின மாதிரி இருந்தது.

பாலுவால் அன்றிரவு சாப்பிட முடியவில்லை. அன்று மட்டும் இல்லை. அடுத்த நாளும் முடியவில்லை. அதற்கடுத்த நாளும் முடியவில்லை. அவன் வீட்டிலிருந்தவர்களுக்கெல்லாம் பயம் வந்துவிட்டது.

பாலு மாடியில் இருந்தான். அவன் மாடிக்கு வரும்போதெல்லாம் அந்தத் தாய்க்குருவி பறந்து போய் ஜன்னல் கதவு மீது உட்கார்ந்துகொள்ளும். அன்று அதைக் காணோம்.

பாலு அந்த ஜன்னல் கதவைப் பார்த்த மாதிரியே உட்கார்ந்திருந்தான். திடீரென்று எங்கிருந்தோ வந்து அந்தக் குருவி ஜன்னல் கதவுமீது உட்கார்ந்து கொண்டது.

“வந்துவிட்டாயா? வந்துவிட்டாயா? நீதானா? நீதானா நீ?” என்று பாலு பதறினான்.

“ஆமாம், நான்தான். நானேதான்,” என்றது குருவி.

“உன் மக்கள் பிறக்காமலேயே இறந்துவிட்டார்களே!”

“ஓகோ, என் மக்கள் பிறக்காமலேயே இறந்துவிட்டதற்காக நீ அழுகிறாயா?” என்று குருவி கேட்டது.

“ஐயோ, இப்படியாகிவிட்டதே, நான் என்ன பண்ணுவேன்?”

“நீ என்ன பண்ண முடியும்?”

பாலுவின் அழுகை சடாரென்று நின்றது. “என்ன சொல்கிறாய்? என்ன சொல்கிறாய்?”

“உன்னால் என்ன பண்ண முடியும்?”

“உன்னையும் உன் குழந்தையையும் எவ்வளவு மாதங்கள் ஜாக்கிரதை யாகக் காப்பாற்றினேன். பூஜையன்றுகூட நான் உன்னைத் தொந்தரவு செய்யவில்லையே?”

"நீ என்னைப் பார்ப்பதற்கு முன்னாலேயே இரண்டு தடவை குஞ்சு பொரித்திருக்கிறேன். எல்லாம் நல்லபடியாக இருந்தால் இன்னும் அடுத்து இரண்டு தடவை குஞ்சு பொரிப்பேன்!"

"உன் மக்கள் பிறக்காமலேயே இறந்துவிட்டார்களே? முட்டையைக் கீழே தள்ளி உடைத்துவிட்டார்களே?"

"சரி. ரொம்ப வருத்தமான விஷயம்தான். ஆனால் ஒரு பூனை பரண்மீது வந்திருந்தால்?"

"நான் அதை விரட்டியிருப்பேன்."

"அடடா! அவ்வளவு அக்கறை உள்ளவன் நாள் முழுவதும் அல்லவா என் பக்கத்தில் உட்கார்ந்திருக்க வேண்டும்? உனக்குச் சௌகரியம் நேரும் போதும் மனதுக்கு எப்போதோ தோன்றும் போதும் மட்டும்தானே இங்கே நீ என்னை வந்து பார்க்கிறாய்? காக்கிறாய்?"

பாலுவுக்குக் குருவி ரொம்பவும் நன்றி கெட்டு இருப்பதாகத் தோன்றிற்று.

"ஆமாமப்பா, பிறக்காத என் குஞ்சுகளுக்காக ரொம்ப அழுகிறாயே, இப்போது அந்தத் தொட்டிலை ஒரு மனுஷக் குஞ்சுக்காகத்தானே இங்கிருந்து எடுத்துப் போயிருக்கிறார்கள்?"

பாலு கீழே இறங்கிப் போய்விடலாமா என்று நினைத்தான்.

"அடேயப்பா! உன் தயவை நம்பித்தான் நான் வாழ்ந்த மாதிரியும் அது தவறியதனால் எல்லாத் துக்கமும் உனக்கே வந்த மாதிரியும் மாய்ந்து போகிறாயே?"

"நீ... நீ... ரொம்ப..."

"அது சரி, என் குஞ்சுகளுக்காக இவ்வளவு பரிகிறாயே, ஏன் மூட்டைப்பூச்சிக் குஞ்சுகளைக் காலால் நசுக்குகிறாய்? அவைகளும் குஞ்சுகள்தானே?"

பாலு மாடிப்படியருகே விரைந்தான்.

குருவி பறந்து போய்விட்டது. அப்புறம் எவ்வளவோ தடவைகள் அது முட்டையிட்டுக் குஞ்சு பொரித்தது. ஆனால் பாலுவுடன் அது மறுபடியும் பேசவில்லை.

1964

வரவேற்பு அறையில்

அவன் கண்ணில் அவள் தென்பட்டவுடன் அவனுக்கு இல்லாத வேலையில் மிகுந்த வேலை இருப்பதாக முனைந்தான். வெளிகேட்டிலிருந்து வரவேற்பறைவரை இருந்த நூறு கஜ தூரத்தை மூன்று நிமிஷங்களுக்கு மேலாக அவள் நடந்து தீர்க்கும்வரை அவன் தலையைத் தூக்கவில்லையாயினும் அவள் நெருங்குவதைத் தெளிவாக உணர்ந்து, வரப்போகும் சங்கடமான சந்திப்பை எண்ணி அவன் கண்களை உயர்த்தாமல் இருந்தான். படியருகில் அவள் சிறிது தடுமாறி அந்த வரவேற்பு கௌண்டரையும் அடைந்தவுடன் அவனால், அவன் செய்துகொண்டிருந்ததை – அல்லது செய்யாததை – தொடர்ந்து செய்துகொண்டிருக்க முடியவில்லை. அவள் அவனைப் பார்த்துத் தயக்கத்துடன் புன்னகை புரிய அவன் ஒரு கடுமையான முகத்தோற்றத்தைப் பலவந்தமாக வரவழைத்துக் கொண்டு, "என்ன வேண்டும்?" என்று கேட்டான்.

"உங்கள் முதலாளியைப் பார்க்க வேண்டும்."

"அவர் இல்லை இப்போது."

இனி அவளுடன் அவனுக்கு வேலை ஒன்றுமில்லை என்கிற தோரணையில் அவன் மேஜை டிராயரைத் திறந்து ஒரு ஃபைலை எடுத்து மும்முரமாகக் காகிதங்களைப் புரட்ட ஆரம்பித்தான். அவள் அங்கிருந்து சிறிதும் நகராமல் அவனையே துளைத்துவிடுகிற மாதிரி பார்த்தபடி நின்றுகொண்டிருந்தாள். அவன் இனியும் பயனில்லை என்று ஃபைலை மூடிவிட்டு அவளை மீண்டும் பார்த்து, "இன்னும் என்ன வேண்டும்?" என்று கேட்டான்.

"எப்பொழுது வருவார்?"

"எனக்குத் தெரியாது. நீங்கள் வருவதற்கு முன்னால் டெலிபோன் செய்துவிட்டு வந்திருக்கலாம். இதோ டெலிபோன் நம்பர். தயவுசெய்து முதலாளியின் காரியதரிசிக்கு ஆபீஸ் நடக்கும் நேரத்தில் டெலிபோன் செய்து ஏற்பாடு செய்துவிட்டு வாருங்கள். நான் செய்வதற்கு ஒன்றுமில்லை, நீங்கள்

முதலாளியை எப்போது பார்க்க முடியும், முதலாளி உங்களைப் பார்க்கச் சம்மதிப்பாரா என்று காரியதரிசிக்குத்தான் தெரியும்." அவன் டெலிபோன் எண் குறித்த தாளை அவளிடம் நீட்டினான். அவள் பணிவுடன் அதை வாங்கி வைத்துக்கொண்டு ஒரு நிமிடம் பொறுத்துச் சொன்னாள். "இந்த டெலிபோன் எண் என்னிடம் ஏற்கெனவே இருக்கிறது. போனதடவைகூட நீ எனக்குக் கொடுத்தாய்."

"அப்போது நீங்கள் டெலிபோன் செய்துவிட்டே வந்திருக்கலாமே, உங்களுக்கு எவ்வளவோ சிரமம் குறைந்திருக்கும். இந்த வெயிலில் வந்திருக்க வேண்டாம்."

அவன் பேசிய சொற்களையும் மீறிப் புரிந்துகொண்ட நிலை விளங்க அவள் புன்னகை புரிந்தாள். ஆனால் அதில் ஏளனம் இல்லை. அவள் சொன்னாள், "நான் இரண்டு தடவை முயற்சி செய்தேன் காரியதரிசியிடம் பேச முடியவில்லை."

அந்த மும்முரமான காரியாலயத்திற்கு மூன்று டெலிபோன்கள் இருந்தன. அவனுக்குத் தெரியும், ஒருவருக்கு டெலிபோன் வசதி நிறைய இருந்தாலொழிய அந்தக் காரியாலயத்தில் எவருடனும் சட்டென்று பேசிவிட முடியாது என்று. இருந்தும் அவன் கேட்டான். "இன்றைக்கு முயற்சி செய்தீர்களா?"

"இல்லை."

"அப்போது என்ன செய்ய முடியும்?"

அவளுக்குக் கோபமே வராமல் இருந்தது அவனை அவன் நாற்காலியில் அடிக்கடி சங்கடத்துடன் நகர்ந்து உட்காரச் செய்தது.

"நான் வந்திருக்கிறேன் என்று உங்கள் காரியதரிசியிடமாவது தெரிவிக்க முடியுமா?"

அவன் பதில் பேசாமல் ஒரு துண்டுக் காகிதத்தை அவளிடம் கொடுத்து, "உங்கள் பெயரை எழுதித் தாருங்கள். இதை நான் அனுப்பி வைக்கிறேன்" என்றான்.

அவளிடம் எழுதுவதற்கு ஒன்றும் இல்லாததால் அவன் பேனாவைக் கொடுத்தான். அவள் அந்தக் கௌண்டர் பலகையின் மீது தன் மூக்கே தொட்டுவிடும்போல் குனிந்துகொண்டு நடுங்கும் விரல்களை மிகவும் பிரயாசைப்பட்டுச் சரிபடுத்திக் கொண்டு, கொட்டை எழுத்துக்களில் ஆங்கிலத்தில் 'மிஸஸ் ஆபிரஹாம், கௌரவ மாஜிஸ்டிரேட்' என்று எழுதினாள். அவன் அவள் வந்த நேரத்தைக் குறித்து அதைக் காரியதரிசிக்கு ஒரு பையன் மூலம் அனுப்பினான். பிறகு அவளிடம், "அப்படி உட்காருங்கள். பதில் வரச் சிறிது நேரமாவது ஆகும்" என்றான்.

அவள் நன்றி தெரியப் புன்னகை புரிந்த வண்ணம் அந்த வெராண்டாவில் ஓர் ஓரமாகப் போடப்பட்டிருந்த நாற்காலிகள் பக்கம் போனாள். அங்கே குறிப்பாக ஒரு வேலை என்றில்லாமல் உட்கார்ந்திருந்த இரண்டு மூன்று பேர் அவளைக் கண்டு எழுந்து போனார்கள். அவள் மிகவும் வயதானவளாக,

மிகவும் ஏழ்மையானவளாக இருந்தாலும் யாரிடமும் மரியாதையுணர்ச்சி உண்டு பண்ணுபவளாக இருந்தாள். அந்த நாற்காலிகளில் ஒன்றில் அவள் உட்கார்ந்திருந்தபோது அவளுக்கு உலகத்திடம் எவ்விதக் குறையும் இல்லாத மாதிரி அமைதியுடன் இருந்தாள்.

காரியதரிசியிடமிருந்து டெலிபோன் வந்தது. ஆனால் அது அவள் பற்றி இல்லை. காரியதரிசிக்கு உடனே ஒரு காரை அனுப்பச் சொன்னார். "சார் இங்கே ஒரு அம்மாள் காத்…" ஒன்றும் பயனில்லை. அதற்குள் காரியதரிசி அவர் டெலிபோனைக் கீழே வைத்துவிட்டார், ஒரு நிமிடத்திற்கெல்லாம் காரியதரிசி வரவேற்பறையைத் தாண்டி வெளியே போய்விட்டார்.

"மிஸஸ் ஆபிரஹாம்" என்று அவன் கூப்பிட்டான். "காரியதரிசி இப்போதுதான் வெளியே போய்விட்டார்."

அவள் பரபரப்புடன் எழுந்து வந்தாள். "என் கடிதாசு அவருக்குக் கிடைத்ததா?"

"அது அவர் அறையை அடைவதற்குள் அவர் வெளியே வந்திருக்க வேண்டும், ஏதோ மிக முக்கியமான வேலையாக வெளியே போகிறார்."

"அப்படியென்றால் நான் வந்தது தெரியாதா?"

"அப்படித்தான் இருக்கவேண்டும்."

"ஓ…"

முதல் முறையாக அவள் ஏமாற்றமடைந்து காணப்பட்டாள். புன்னகை போய்விட்டது.

"அவர் திரும்ப ரொம்ப நேரம் ஆகுமென்று நினைக்கிறாயா?"

"எனக்குத் தெரியாதேயம்மா. அவர் திரும்பிவர ஒரு மணி நேரம்கூட ஆகலாம்," அவன் அவளை 'அம்மா' என்று குறிப்பிட்டதை அவன் பேசி முடித்த பிறகுதான் உணர்ந்தான்.

"நான் காத்திருக்கிறேன்."

"சரி… உங்களுக்கு வேறு அவசர வேலை இல்லாமலிருந்தால்…"

"எனக்கு ஒரு அவசர வேலையும் இல்லை."

அவள் ஒரு கணம் அந்தக் கௌண்டர் அருகே தயங்கி நின்றாள். பிறகு மெதுவாகக் கேட்டாள், "ஒரு டம்ளர் குடிக்கத் தண்ணீர் கிடைக்குமா?"

"ஓ, தாராளமாக."

அவள் அங்கேயே நின்று தண்ணீர் வாங்கி மிகவும் மெதுவாகக் குடித்தாள். குடித்து முடித்த பிறகு, "நான் காத்திருக்கிறேன். தயவுசெய்து அவர் வந்தவுடன் அவருக்குத் தகவல் சொல்லி அனுப்புங்கள்." இதைச் சொல்லிவிட்டும் அவள் அங்கேயே நின்றாள்.

அன்று வெயில் அதிகமாயிருந்தது. சாலையில் அந்த வேளையில் பஸ்களும் மோட்டார் வண்டிகளும்தான் பெரும்பாலும் சென்றுகொண்டிருந்தன. அந்தக் காரியாலயத்திற்கு ஒரு வெளிச்சுவர் இருந்து, வண்டிகள் உள்ளே வருவதற்கும் வெளியே போவதற்கும் வெவ்வேறு கேட்டுக்கள் இருந்தன. அந்த இரு கேட்டுக்களை உள்ளே ஒரு வளைவுப் பாதை இணைத்தது. வெளிச்சுவருக்கும் பாதைக்கும் இடையே இருந்த இடத்தைப் புல்தரையாகச் செய்யப்பட்டிருந்தது. வெளிச்சுவர் மிகவும் உயரமாயிருந்தபடியால் வரவேற்பறையிலிருந்து இரு கேட்டுகள் வழியாகத்தான் சாலையைப் பார்க்க முடியும். சாலையில் எதிர்ப்புறத்தில் இருந்த மாதா கோவில் கடிகாரம் மணியடிக்க ஆரம்பித்தது அவன் பன்னிரண்டு எண்ணினான். அவன் தலைக்கு மேல் மின்சார விசிறி பேயாகச் சுற்றிக் கொண்டிருந்தும் அதிகக் காற்றே இல்லாமல் அவன் எதிரே இருந்த புல்வெளியும் காய்ந்து கிடந்தது. எப்போதும் புல்வெளியில் ஓடும் நிறைய அணில்கள் அன்று வெகு நேரமாக ஒன்றும் கண்ணில் தென்படவில்லை. அந்த அம்மாள் மட்டும் கௌண்டர் அருகில் நின்றுகொண்டு, அவள் கைகளை கௌண்டர் பலகையில் ஊன்றிக்கொண்டு, அவளுடைய மங்கலான கண்கள் ஏதோ ஆழ்ந்த சிந்தனை தெரிவிக்க நின்றுகொண்டிருந்தாள். அவள் தன் முன்னால் நிற்காமல் எங்காவது போய் உட்கார்ந்திருக்க வேண்டும் என்று அவன் விரும்பினான். இதற்கு முன் பலமுறை அவள் வந்திருக்கிறாள். கடிதம் தயாராக எழுதிக்கொண்டு வருவாள். அல்லது அங்கு வந்த பிறகு எழுதித் தருவாள். அவையெல்லாம் அவன் முதலாளி பெயருக்கு விலாசமிடப்பட்டு, ஒட்டியிருக்கும். அவள் கடிதங்களை அவன் அப்படியே முதலாளியின் காரியதரிசிக்கு அனுப்பினாலும் அவற்றில் என்ன விஷயம் இருக்கும் என்று அவனுக்குத் தெரிந்திருந்தது. அவை சிறிது உதவி கோரியிருக்கும். சிறிது பணத்துக்காக. அவன் முதலாளி அவளைப் பார்க்கவேண்டும் என்று உள்ளே அனுப்பச் சொன்னதேயில்லை. ஆனால் பல தருணங்களில் அவள் கடிதங்களுக்குப் பதிலாக உறைகள் வரும். அவள் அவற்றை அங்கேயே திறந்து பார்ப்பாள். அவற்றில் பணம் இருக்கும். ஆனால் இது எல்லா நேரங்களிலும் நிகழவில்லை. அவளுடைய விண்ணப்பங்களுக்குப் பதிலே வராது போனதும் உண்டு. அப்போதெல்லாம் அவள் மீண்டும் வரச் சொல்லப்படுவாள். அல்லது பிற்பாடு டெலிபோன் செய்யச் சொல்லப்படுவாள். அனேகமாக பிற்பாடு செய்யவும் என்றுதான் பதில் இருக்கும். பணம் கொண்ட உறைகள், வேறு தகவல்கள், இவை எப்போதும் காரியதரிசியிடமிருந்துதான் வரும். ஒருவேளை முதலாளிக்கு அவளை நேருக்கு நேர் பரிச்சயம் இல்லாமல் இருக்கலாம். வெறும் அவள் விண்ணப்பங்களின் பேரில் பணம் தந்து கொண்டிருக்கக்கூடும். பணம் எப்போதும் அனுப்பத்தான் செய்யப்பட்டது. முதலாளி அவளை நேரில் சந்தித்ததில்லை. அது பணத்தை நேராகத் தரும் அருவருப்பைத் தவிர்ப்பதற்காக இருக்கலாம். மேலும், மூன்றாவது ஆள் மூலமாக அனுப்பப்பட்ட பணம் வாங்கிக் கொள்ளுபவரை அதிகம் சங்கடப்படுத்தாது. ஆனால் இப்போது முதலாளியும் இல்லை, காரியதரிசியும் இல்லை. சீக்கிரம் முதலாளி காரியாலயத்திற்கு வந்து அந்த அம்மாளை அந்த வரவேற்பறையிலிருந்து அனுப்பி விடமாட்டாரா என்று அவன் விரும்பினான். அவள் இன்னமும் அவன் முன்னிலையிலேயே நின்றுகொண்டிருந்தாள். அவள் மூச்சே விடுகிறாளா என்று தோன்றும்படி ஒரு அசைவில்லாமல் நின்றுகொண்டிருந்தாள்.

"உட்கார்ந்து கொள்ளுங்களேன்."

அவள் காதில் அது விழவில்லை. அவன் உதட்டைக் கடித்துக்கொண்டு, அவள் இருப்பதைக் கவனிக்காதது போல் இருந்தான். ஆனால் இன்னும் ஒரு நிமிஷம் செல்வதற்குள் மீண்டும் அவளை "தயவு செய்து உட்கார்ந்து கொள்ளுங்கள்," என்றான்.

"உம்?"

"நீங்கள் உட்கார்ந்துகொண்டு காத்திருக்கலாம் என்று சொன்னேன். அவர்கள் யாரும் வருவதற்கு அரை மணி ஒரு மணி நேரம்கூட ஆகலாம்."

"ஆமாம். நான் உன்னைத் தொந்தரவுபடுத்தக் கூடாது."

"அதற்கில்லை."

அவள் என்ன செய்வதென்று தெரியாதது போல அங்கேயே தயங்கி நின்றுகொண்டிருந்தாள். அவன் வெகு நேரமாகக் கேட்க வேண்டுமென்பதை இன்னமும் அடக்கி வைக்காமல், "கொஞ்சம் காப்பி தருவிக்கட்டுமா?" என்று கேட்டான்.

"என்ன?"

"காப்பி?"

"ஏன்?"

"நீங்கள் பொருட்படுத்த மாட்டீர்கள் என்று நினைத்தேன். இந்த இடத்தில் அது ஒன்றுதான் சட்டென்று கிடைக்கும்."

அவள் புன்னகை புரிந்தாள். அவளைப் புண்படுத்திவிட்டோமோ என்று பயந்தான்.

"சரி. நீ நன்றாக இருக்க வேண்டும்." அவன் பெரிதும் நிம்மதியடைந்து ஒரு கப் காப்பிக்குச் சொல்லியனுப்பினான். அவள் அன்போடு அவனைப் பார்த்துப் புன்னகை புரிந்தாள். "நீங்கள் ஒரு கௌரவ மாஜிஸ்டிரேட்டா?" என்று கேட்டான்.

"ஆமாம். ரொம்ப நாட்களுக்கு முன்னால்."

"மிஸ்டர் ஆபிரஹாம் என்ன செய்துகொண்டிருக்கிறார்?"

"யார்? என் கணவரா? அவர் இறந்து பதினைந்து வருஷங்கள் ஆகின்றன."

"உங்களுக்குப் பிள்ளைகள் பெண்கள் இல்லையா?"

"எனக்கு இரண்டு பிள்ளைகளும் ஒரு பெண்ணும் இருக்கிறார்கள்... ஏன், என்னைப் பார்த்துக்கொள்வதற்கு என்று கேட்டாயா! அவர்களெல்லாம் பெரியவர்கள் ஆகிவிட்டார்கள். குழந்தைகள் பெரியவர்கள் ஆகிவிட்டார்கள். குழந்தைகள் பெரியவர்கள் ஆகிவிட்டால் எவ்வளவோ மாறுதல்கள் ஏற்பட்டுவிடுகின்றன. நான் யாரையும் குற்றம் சொல்லமாட்டேன்.

அவர்களும் பாவம், அவ்வளவு ஒன்றும் நல்ல நிலைமையில் இல்லை. அவர்களுக்குக் குழந்தைகள், மச்சினர்கள், மச்சினிகள், மாமியார்கள் இருக்கிறார்கள். அதோடு இந்த மூன்று வருஷமாகத்தான் நான் இப்படி இருக்கிறேன். நான் பணத்திற்கோ ஒத்தாசைக்கோ என் குழந்தைகளை எப்போதும் எதிர்பார்த்ததே கிடையாது. எப்போதுமே செய்யாததை இப்போது செய்வதென்றால் மிகவும் கஷ்டம்."

"காப்பிக்கு ஏன் இவ்வளவு நேரம் பிடிக்கிறது என்று தெரியவில்லை."

"பரவாயில்லை, நான் எப்படியும் காத்திருக்கத்தானே வேண்டும்? இப்போது என்னைப் பார்த்துக்கொள்ள யாரும் கிடையாது. நானும் அப்படி ஒருவரைக் கண்டுபிடிக்க வேண்டுமென்கிற கவலையையும் விட்டுவிட்டேன். உண்மையில் பார்க்கப் போனால் யார் அப்படிக் கிடைப்பார்கள் என்று மூளையைப் போட்டுக் குழப்பிக் கொள்வதைவிட இந்த மூன்று நான்கு மைல்கள் இங்கே நடந்து வருவது எளிதாக இருக்கிறது."

காப்பி இன்னமும் வரவில்லை. அவன் சொன்னான், "நீங்கள் அப்படிப் போய் உட்கார்ந்துகொண்டால் என் வேலையை முடித்துவிடுவேன். எனக்கு நிறையக் கணக்கு விவரங்கள் பார்க்க வேண்டியிருக்கிறது."

"அப்படியே செய்கிறேன். உன்னைப் பாவம், நான் தொந்தரவு செய்யக் கூடாது. எனக்கும் உடம்பு அவ்வளவு சரியில்லை. பணம் இல்லாவிட்டால் விதவிதமான கஷ்டங்கள் வந்துவிடுகின்றன."

அவள் நாற்காலிகள் போடப்பட்ட இடத்திற்குச் சென்றாள். அங்கே இருந்த ஒரு சிறு மேஜையருகே நாற்காலியை இழுத்துப் போட்டுக்கொண்டு அவள் தலையை முன்னங்கைகளில் சாய்த்துக்கொண்டாள். காப்பி வந்த போது அவளைத் தூக்கத்திலிருந்து எழுப்ப வேண்டியிருந்தது.

திடீரென்று சாலையில் ஜன நடமாட்டம் அதிகரித்து, மணி ஒன்றாகி விட்டது என்று அவன் தெரிந்துகொண்டான். அதுதான் அவன் சாப்பிடப் போகும் நேரமும். அப்போது காரியதரிசியின் கார் உள்ளே போயிற்று. அவன் இரண்டு நிமிஷங்கள் பொறுத்து டெலிபோனை எடுத்துக் காரியதரிசியிடம், "சார், மிஸஸ் ஆபிரஹாம், வரவேற்பறையில் காத்துக்கொண்டிருக்கிறாள்," என்றான்.

"என்ன வேண்டும் அவளுக்கு?"

"முதலாளியைப் பார்க்க வேண்டுமாம்."

"அவளைப் பிறகு டெலிபோன் செய்யச் சொல்."

அவன் டெலிபோனை வைத்துவிட்டு அந்த அம்மாள் பக்கம் பார்த்தான். அவள் தூங்கிக் கொண்டிருந்தாள். அவன் மீண்டும் காரியதரிசிக்கு டெலிபோன் செய்தான்.

"சார், நான்தான் வரவேற்பறையிலிருந்து பேசுகிறேன். அவள் வெகு நேரமாகக் காத்திருக்கிறாள். அவளுக்கு உடனே ஏதாவது உதவி வேண்டும் போல இருக்கிறது."

"முதலாளி இன்று வரவில்லை, இன்னும் இரண்டு நாட்களுக்கு வரமாட்டார். நாளை அல்லது நாளன்றைக்கு அவளை டெலிபோன் செய்யச் சொல். அல்லது கடிதம் எழுதட்டும்."

அவள் இன்னமும் தூங்கிக்கொண்டிருந்தாள். அவனுடைய நண்பர்கள் எல்லாரும் அதற்குள் காண்டீனில் கூடியிருப்பார்கள். என்றுமில்லாத நாளாக வரவேற்பு மேஜைக்கு ஒரு மணிக்கு அவனுக்குப் பதில் வரவேண்டியவன் வந்தும் விட்டான். அந்த அம்மாள் ஆழ்ந்து தூங்கிக் கொண்டிருந்தாள்.

"மிஸஸ் ஆபிரஹாம்... மிஸஸ் ஆபிரஹாம்" அவன் மெதுவாக அவளை அழைத்தான். பிறகு அவளருகே சென்றான். அவள் முகம் உலர்ந்து போய் ஒரே சுருக்கமாக இருந்தாலும் அவள் அமைதியோடு காணப்பட்டாள். அவன் அவளை மெதுவாகத் தொட்டு, "மிஸஸ் ஆபிரஹாம்" என்று எழுப்பினான்.

இம்முறை அவள் எழுந்துவிட்டாள். ஒரு கணம் அவனை வெறித்துப் பார்த்துவிட்டுப் பிறகு எழுந்திருந்தாள்.

"முதலாளி இன்னும் இரண்டு நாட்களுக்கு வரமாட்டாராம். அவர் உத்தரவு இல்லாமல் ஒன்றும் செய்வதற்கில்லை. நீங்கள் காத்திருந்தும் பயனில்லை."

"அப்படியா ?"

"நீங்கள் ஒரு கடிதம் எழுதிக் கொடுத்தால் அதற்குக் கூடிய சீக்கிரமே கவனம் கிடைக்கும்படி செய்கிறேன் என்று காரியதரிசி சொல்லுகிறார்."

"கடிதமா ?"

"ஆமாம். இதோ நான் காகிதம் தருகிறேன். நீங்கள் இங்கேயே எழுதித் தந்துவிடலாம்."

அவன் பேசியது அவள் காதில் விழுந்ததாகத் தெரியவில்லை. அவன் அவள் பதிலுக்காக காத்திருந்தான். அவள் எழுந்து போக ஆரம்பித்தாள். அவன் கேட்டான், "கடிதம் எழுதித் தரவில்லையா ? நீங்கள் மீண்டும் அதற் கென்று கஷ்டப்பட்டுக்கொண்டு இவ்வளவு தூரம் வருவது மிச்சமாகும். உங்கள் கடிதத்திற்குப் பதில் இருந்தால் அது உடனே உங்கள் விலாசத்திற்குத் தெரிவிக்கப்படும்."

"வேண்டாம்; பரவாயில்லை."

அவள் படியிறங்கி மெதுவாக வெளிகேட்டின் திசையில் போக ஆரம்பித்தாள். அவன் அவளிடம் சென்று, "அம்மா, நீங்கள் ஒன்றும் நினைத்துக்கொள்ள மாட்டீர்கள் என்றால், பஸ்ஸில் வீட்டுக்குப் போங்கள்."

அவளிடம் அவன் நீட்டிய ரூபாய் நோட்டை அவள் உற்றுப் பார்த்தாள். ஒருவர் புரியவந்த உதவியை நிராகரிப்பதில் உள்ள சங்கடத்தைத் தவிர்க்கவென்று அவள் அதை வாங்கிக்கொண்ட மாதிரி இருந்தது.

அவள் அவனுக்கு நன்றி கூறாதது பற்றி அவனுக்குச் சிறிதும் வருத்தம் ஏற்படவில்லை. அவன் மீண்டும் தன் இடத்திற்குச் சென்று அவள் தள்ளாடிக் கொண்டு வெளிகேட்டை நெருங்குவதைப் பார்த்தவண்ணம் இருந்தான். அவள் ரூபாய் நோட்டைக் கையில் வைத்த வண்ணமே போய்க் கொண்டிருந்தாள். வரவேற்பறைக்கும் வெளி கேட்டுக்கும் இடையே குறைந்தது நூறு கஜ தூரம் இருக்கும். அவள் கேட்டைத் தாண்டும் போது அவள் கையிலிருந்து ரூபாய் நோட்டு நழுவி விழுந்தது போலிருந்தது. அந்தக் கணத்தில் அவள் கேட்டைத் தாண்டித் திரும்பி கண்ணுக்குத் தெரியாதபடி போய்விட்டாள். அந்தப் பக்கமாகப் போய்க் கொண்டிருந்த யாரோ குனிந்து அந்த நோட்டைப் பொறுக்கிச் சென்ற மாதிரி இருந்தது. வரவேற்பறையிலிருந்து ரொம்ப தூரமானபடியால் அவனுக்கு எல்லாம் அவ்வளவு தெளிவாகத் தெரியவில்லை.

அவன் அவளை அப்புறம் பார்க்கவில்லை.

1964

ரிக்ஷா

"அப்பா, அப்பா! ரிஷ்கா! ரிஷ்கா!" என்று ரவி உள்ளே என்னிடம் ஓடி வந்தான். ரவிக்கு மூன்று வயது. வாசலில் ரிக்ஷா ஒன்று போய்க் கொண்டிருந்தது. வீட்டில் வேறு யாரும் இல்லை.

"ரிஷ்கா இல்லை. ரிக்ஷா."

ரவி அருகே வந்தான்.

"எங்கே சொல்லு – ரிக்ஷா."

"ரிஷ்கா."

"ரிஷ்கா இல்லை, ரிக்ஷா, ரிக்ஷா."

"ரிஷ்கா."

"ரிக் – ஷா"

"ரிஷ்கா."

"ரிக்ஷா."

"ரிஷ்கா."

"அப்படி இல்லை. இதோ பார், ரிக்,"

"ரிக்."

"ஷா."

"ஷா."

"ரிக்ஷா."

"ரிஷ்கா."

"ஊஹூம், மறுபடியும் சொல்லு, ரிக்."

"ரிக்."

"ரிக்."

"ரிக்."

"ஷா."

"ஷா."

"ஷா."

"ஷா."

"ரிக்ஷா."

"ரிஷ்கா."

சிறிது நேரம் மௌனம் நிலவியது.

"பார் ரவி, என்னைப் பார்த்துச் சொல்லு. ரீ."

"ரீ."

"இக்."

"இக்."

"ஷா."

"ஷா."

"ரிக்ஷா."

"ரிஷ்கா."

"ரிக்ஷா."

"ரிஷ்கா."

உலகம் க்ஷணகாலம் அசைவற்று இருந்தது.

"ரவி."

"அப்பா."

"சரியாச் சொல்லு. ரிக் ரிக் ரிக்."

"ரிக் ரிக் ரிக்."

"ரிக் ரிக் ரிக்."

"ரிக் ரிக் ரிக்."

"ஷா ஷா ஷா."

"ஷா ஷா ஷா."

"ஷா ஷா ஷா."

"ஷா ஷா ஷா."

"ரிக்ஷா, ரிக்ஷா."

"ரிஷ்கா, ரிஷ்கா."

"ரிக்ஷா, ரிக்ஷா."

"ரிஷ்கா, ரிஷ்கா."

காய்கறி வாங்கப்போன மனைவி திரும்பி வந்துவிட்டாள். வந்த பிறகு தான் அவள் குடையை மறந்துவிட்டு வந்தது தெரிந்தது.

"ஐயோ அவ்வளவு தூரம் மறுபடியும் போக வேண்டுமே!" என்றாள்.

"ரிஷ்காவில் போய்விட்டு வந்துவிடேன்," என்றேன்.

மனைவி என்னை ஏதோ மாதிரி பார்த்தாள்.

"என்ன?" என்றேன்.

"இப்போது நீங்கள் என்ன சொன்னீர்கள்?"

"ரிக்ஷாவில் போய் விட்டுவா என்றேன்."

"ஏதோ ரிஷ்கா என்கிற மாதிரி காதில் விழுந்தது" என்றாள்.

நான் ரவியைப் பார்த்தேன். ரவி விளையாடிக் கொண்டிருந்தான்.

1965

மறுபடியும்

சந்திரசேகரனுக்குக் கவலை வந்துவிட்டது. அவனும் அவன் மனைவியும் அக்கம் பக்கத்துப் பெரியவர்கள் சொன்னபடி வால் மிளகைப் பொடிசெய்து தேனில் குழைத்துக் கொடுத்தார்கள். பிறகு இரவு வேளைகளில் பால் தருவதை நிறுத்தினார்கள். ஒரு நாள் இரண்டு நாட்கள் ஒன்றும் இல்லை போலிருக்கும். மறுபடியும் ஏற்பட்டுவிடும். இதெல்லாவற்றிற்குப் பிறகுதான் சந்திரசேகரன் தன் மூன்று வயதுப் பையன் முத்துவை அந்தப் பெரிய குழந்தை நிபுணரிடம் கொண்டுபோய்க் காண்பித்தான்.

"இந்தக் குழந்தைக்கு என்ன – ஒன்றுமேயில்லையே?" என்றார் டாக்டர்.

"இரவில் படுக்கையை நனைத்துக்கொண்டுவிடுகிறான்."

"அது என்ன பிரமாதம்! பெரியவர்களுக்கே அப்படி நேர்ந்துவிடுகிறது."

"இல்லை, தினமும் அப்படியாகிவிடுகிறது."

டாக்டர் இன்னொரு முறை முத்துவின் கண்ணையும் வயிற்றையும் பார்த்தார். "ஒன்றுமே குறை இல்லை. உங்களுக்கு இதுதான் முதல் குழந்தை... பார்த்தீர்களா? அதனால்தான் எல்லாவற்றிற்கும் பயப்படுகிறீர்கள். எல்லாம் சரியாகிப் போய்விடும்."

சந்திரசேகரன் தயங்கினான்.

"இங்கு வருபவர்களில் பாதிப்பேர் குழந்தைக்குச் சரியாக நீர் இறங்குவதில்லை என்றுதான் வருகிறார்கள். நீங்கள் இதற்குப் போய்க் கவலைப்படுகிறீர்கள். போய் வாருங்கள்," என்றார் டாக்டர்.

"பீஸ்..."

"இதற்கு பீஸ் ஒன்றும் இல்லை. போய்வாருங்கள்."

டாக்டரிடம் போய்விட்டு வந்தவேளை முத்துவுக்குச் சரியாகப் போய் விட்டது. சந்திரசேகரனுக்கு மிகவும் உற்சாகமாக இருந்தது. யாருக்காவது தலைவலி என்றால்கூட "அந்த டாக்டரிடம் போங்கள். சமயத்தில் அவர் பீஸ்கூட வாங்குவது கிடையாது" என்று சொல்லிக்கொண்டிருந்தான். எல்லாம் ஒரு வாரத்திற்குத்தான். மீண்டும் ஆரம்பித்துவிட்டது. முன்னைவிட இன்னும் மோசமாகப் போய்விட்டது. இவ்வளவு பெரிய டாக்டரிடம் போய் அவர் சொன்னது பொய்யாகிப் போய்விட்டது என்று சொல்ல சந்திரசேகரன் மிகவும் சங்கடப்பட்டான்.

இந்தத் தடவை டாக்டர் சிறிது கடுமையாகத்தான் இருந்தார். சந்திர சேகரன் சொல்வதைக் கேட்டுக்கொண்டு மருந்து ஒன்று எழுதித் தந்தார். ஐந்து ரூபாய் பீஸ் வாங்கிக்கொண்டார். மருந்துக்கடையில் சந்திரசேகரன் விசாரித்தான். டாக்டர் எழுதிக்கொடுத்த மருந்து பதிமூன்று ரூபாய் விலை. மருந்துப் புட்டியுடன் பேனாவுக்கு மசிவிடும் கண்ணாடிக் குழாய்போல் ஒன்றும் இருந்தது. அதை எடுத்து எண்ணி ஆறு துளிகள் ஒரு நாளைக்கு நான்கு வேளைகள் மருந்தை குழந்தைக்குத் தரவேண்டும். மருந்து தர வேண்டிய ஒரு விவரம் கடும் எச்சரிக்கையுடன் புட்டி மேலே ஒட்டப்பட்டிருந்தது. 'மருந்து அதிகமாகப் போய்விட்டால் அபாயம் நேரிடும்.'

மருந்தெல்லாம் தீர்ந்து இரண்டு மாதங்கள் ஆகிவிட்டன. முத்து நன்றாக வளர்ந்திருந்தான். மூன்று சக்கர சைக்கிளில் அனாயாசமாக வீட்டைச் சுற்றிச் சுற்றி வந்தான். மிகவும் புத்திசாலியாக இருந்தான். பிடிவாதமும் அதிகமாகவே இருந்தது. அவனுக்கு அடுத்த சின்னவனும் இப்போது சுவரைப் பிடித்துக்கொண்டு நிற்க ஆரம்பித்துவிட்டான். சின்னவன் முதுகிலும் நெற்றியிலும் எப்போதும் ஏதாவது காயவடு இருந்துகொண்டே இருந்தது — முத்துவுக்குத் தன் தம்பியை அடிக்கும் வழக்கத்தை இன்னமும் விட முடியவில்லை. முத்துவை எங்கே படுக்கப் போட்டாலும் எப்படியாவது அப்பாவின் பக்கம் வந்துவிடுவான். சந்திரசேகரனுக்கு இப்போதெல்லாம் படுக்கை மேல் ரப்பர் ஷீட் போடுவதில் அசிரத்தை வந்துவிட்டது. ஈரத்தில் படுத்துக்கொண்டால் எளிதில் அவனுக்கு இப்போது ஜலதோஷம் பிடிப்பதில்லை.

அநேக நாட்களுக்குப் பிறகு சித்தி வந்திருந்தாள். பேச்சு வாக்கில் முத்து விஷயம் அவளிடம் சொல்லப்பட்டது. "முடிக் கயிறு வாங்கிக் கட்டுவது தானே!" என்று அவள் கேட்டாள்.

"அது என்ன?" என்று சந்திரசேகரன் மனைவி கேட்டாள்.

"சில மசூதிகளில் சாயந்திர வேளையில் குழந்தையைக் கொண்டு போனால் கட்டுவார்கள். ஆயிரம் விளக்கு மசூதிக்குக் கொண்டுபோ. இரண்டு மூன்று நாட்கள் குழந்தையைக் கொண்டுபோக வேண்டியிருக்கும். ஆனால் கட்டாயம் பலன் இருக்கும்."

"முடிக்கயிறு எதற்குக் கட்டுவார்கள்?"

"காற்றுச் சேஷ்டைக்குக் கட்டுவார்கள். குழந்தை எங்கேயாவது பயந்து கொண்டிருக்கும். மருந்துக்குக் கேட்காதது எல்லாம் முடிக்கயிறு வாங்கிக் கட்டினால் சரியாகிப் போய்விடும்."

சென்னையிலேயே எவ்வளவோ வருஷங்களாக இருந்து வந்தபோதிலும் முத்துவைத்தூக்கிக்கொண்டு போனபோதுதான் ஆயிரம்விளக்கருகில் இவ்வளவு மசூதிகள் இருக்கின்றன என்று சந்திரசேகரனுக்குத் தெரிய வந்தது. முடிக்கயிறு கட்டுகிற மசூதி ஒரு தெருத் திருப்பத்தில் இருந்தது. அங்கு மாலை ஆறு மணியிலிருந்து அநேகப் பெண்கள் குழந்தைகளை வைத்துக்கொண்டு மசூதி வாசலில் வரிசையாக நின்றுகொண்டிருந்தார்கள். அநேகமாக அவர்கள் எல்லாரும் அந்தச் சுற்றுப்புறத்திலேயே இருப்பவர்கள். மிகவும் ஏழைகள். அவர்கள் எல்லாருக்கும் அந்த மசூதிப்படியில் உட்கார்ந்திருந்த ஒருவன் அறிமுகமானவனாகக் காணப்பட்டான். சந்திரசேகரனையும் அவன் மனைவியையும் பார்த்துக் கூட்டம் அதுவாகவே விலகி வழிகொடுத்தது. மசூதி முன் நின்ற அந்தக் கூட்டத்தில் சந்திரசேகரனையும் அவன் மனைவி யையும் யாரும் கவனிக்காமல் போகமாட்டார்கள். வித்தியாசம் பளிச்சென்று தெரிந்தது.

"பிள்ளைக்குக் கயிறு கட்டணும்?" என்று மசூதிப்படியில் உட்கார்ந் திருந்தவன் கேட்டான்.

"ஆமாம்," என்று சந்திரசேகரனின் மனைவி பதில் சொன்னாள்.

"இன்னிக்கே கட்டிடலாம்."

"இரண்டு மூன்று நாட்களாகும் என்றார்களே?"

"வேண்டாம்; ஒருநாளே போதும்."

"எவ்வளவு?" என்று சந்திரசேகரன் கேட்டான்.

"மூணு ரூபாய்."

"ஒரே ரூபாய் என்றார்களே?" என்று சந்திரசேகரனின் மனைவி கேட்டாள்.

"அப்போ ரூபாய் ஒம்பதணா கொடு."

சந்திரசேகரன் பணத்தைத் தரப்போனான்.

"கொடு ரூபாய் ஒன்பதணா."

தொழுகை முடியும்போது இருட்டிவிட்டது. தொழுகை முடித்து வெளியே வருபவர்கள் வரிசையாக நின்ற பெண்களின் இடுப்பில் இருந்த குழந்தைகளை ஊதிக்கொண்டபடியே சென்றார்கள். முத்துவும் பலரால் ஊதப்பட்டான். அதற்கெல்லாம் பிறகு முடிக்கயிறு கட்டப்பட்டது.

முடிக்கயிறு கட்டினதில் பலன் இருந்தது. 'பெரியவர்கள் சொல்வது தவறாகப் போவதில்லை' என்று சந்திரசேகரன் சந்தோஷப்பட்டுக் கொண் டான். முத்துவின் முகம் தெளிவு பட்டுக்கொண்டிருந்தது. நன்றாக நிம்மதி யாகத் தூங்க ஆரம்பித்தான். ஆனால் ஒருவாரம் கழித்து மீண்டும் படுக்கை நனைய ஆரம்பித்தது.

எல்லாருக்கும் சோர்வு வந்துவிட்டது. ஒன்றும் செய்ய முடியாத விஷயத்தில் ஏற்படும் அசிரத்தை வந்துவிட்டது. சந்திரசேகரனுடைய

மைத்துனனுக்குக் கல்யாணம். ஊரிலிருந்து கடிதம் வந்திருந்தது. மனைவியைப் பத்து நாட்கள் முன்னதாகவே அனுப்பித்துவிட்டு, தான் கலியாணத்திற்கு முதல்நாள் போகலாமென்று சந்திரசேகரன் தீர்மானித்தான். அதன்படி மனைவியையும் இரு குழந்தைகளையும் ரயிலேற்றிவிட்டு வந்தான்.

இரவு படுக்கையை விரிக்கும்போது முத்துவின் ஞாபகமாகவே இருந்தது. சந்திரசேகரனுக்குக் குழந்தை பக்கத்தில் இல்லாமல் படுப்பது கஷ்டமாக இருந்தது. அதே சமயத்தில் ஒரு திருப்தியும் இருந்தது. பத்துப் பதினைந்து நாட்களுக்காவது ஈரப்படுக்கையில் புரளாமல் இருக்கலாம். வேஷ்டியைக் காலை வேளையில் தானே தண்ணீரில் அலசித் தோய்க்க வேண்டியிருக்காது.

காலையில் பால்காரன் இருட்டுடன் வந்துவிட்டான். பாலை வாங்கி வைத்துவிட்டுச் சந்திரசேகரன் மீண்டும் படுத்துக்கொள்ளப் போனான். அப்போது அவனுக்குத் தெரிய வந்த விஷயம் அவனைத் தூக்கிவாரிப் போடச் செய்தது.

படுக்கை மறுபடியும் நனைந்திருந்தது.

1966

வெறி

சத்யன்குமாரை முஷ்டியால் ஓங்கி ஒரு முறை குத்தி விட்டேன். இடது தாடையைத் தடவிக்கொண்டு அவன் எழுந்தவுடன் நான் இன்னொரு முறைக்குத் தயாராக இருந்ததும் உண்மைதான். அதற்குள் ஸ்டுடியோவில் என்னோடு வேலை செய்பவர்கள் என்னைப் பிடித்துக்கொண்டார்கள். நான் ஏன் சத்யன்குமாரைத் தாக்கினேன் என்று யாருக்கும் தெரியாது. சத்யன்குமாருக்கே கூடத் தெரியாது. என்னை நன்றாகத் தெரிந்தவர்கள் எல்லாருக்கும் பெரிய ஆச்சரியம், நான் எப்படி என் கையை உயர்த்தி இன்னொருவனை அடிக்கவும் முடிந்தது என்று. நான் எதற்கும் விளக்கம் கூறிக்கொண்டிருக்கவில்லை. சத்யன்குமார் போன்ற பெரிய நக்ஷத்திரங்களைத் தாக்க நினைப்பவர்களுக்கு நல்ல பாடமாக இருக்கட்டும் என்கிற முறையில் இந்த விவகாரம் போலீஸ் வரைக்கும் போய் எனக்குத் தண்டனையும் விதிக்கப்பட்டது.

பலருக்குப் புரியாதது இன்னொன்றும் இருந்தது. தருண்முகர்ஜியை நான் எப்படி நண்பனாகக் கொள்ள முடியும் என்பதுதான் அது.

தருண்முகர்ஜி ஒரு வங்காள சினிமா வாரப் பத்திரிகையின் சென்னைப் புகைப்படக்காரன். அந்தப் பத்திரிகை யார்யாரிடமோ அவ்வப்போது புகைப்படங்களை வாங்கிப் பிரசுரிப்பதற்குப் பதில் சென்னையிலேயே ஒரு புகைப்படக்காரனை மாதச் சம்பளத்திற்கு வைத்துக்கொள்வது சிக்கனமானது என்று கண்டுகொண்டது. அந்தக் கல்கத்தா பத்திரிகைக்கு இன்னும் தருண்முகர்ஜிதான் தென்னிந்திய நட்சத்திரங்களின் படங்களை அனுப்புகிறான். தருண்முகர்ஜியின் படங்களுக்குப் பலமுறை அப்பத்திரிகை விசேஷப் பாராட்டுத் தெரிவித்திருக்கிறது.

தென்னிந்திய நட்சத்திரங்களின் புகைப்படங்கள் அனுப்புவது மட்டும்தான் தருண்முகர்ஜியின் பொறுப்பு என்றில்லை. சென்னைக்கு வரும் வட இந்திய நட்சத்திரங்களின் புகைப்படங்களையும் அவன் எடுத்து அனுப்ப வேண்டும்.

இந்நாட்களில் சென்னையில் தொடர்ந்து அநேக பம்பாய் நடிக நடிகையர்கள் வந்து போகிறார்கள். உண்மையில் சென்னையில் தயாராகும் ஏராளமான ஹிந்திப் படங்களில் அவை சென்னையில் எடுக்கப்படுகின்றன என்பது ஒன்றுதான் சென்னையின் பங்கு. மற்றபடி மேக்கப், சிகையலங்காரம், உதவி சக டைரக்டருக்கு உதவியாளன்கூட வட இந்தியக்காரர்கள்தான். இதனால் எல்லாம் தருண்முகர்ஜிக்கு வேலை அதிகம். பிளாக் மார்க்கெட்டில் ஃப்ளாஷ் பல்புகளை இரட்டை விலை கொடுத்து வாங்கி அவன் பத்திரிகையிடமிருந்து அவைக்காக மூன்று மடங்கு விலை வாங்கிவிடுவான். அப்படித்தான் நான் நினைத்துக்கொண்டிருந்தேன்.

லிப்ரா ஸ்டுடியோவில் வரவேற்பாளனாக நான் வேலை பார்த்து வந்ததால்தான் தருண்முகர்ஜியை நான் அறியச் சந்தர்ப்பம் ஏற்பட்டது. அவன் முதன்முறை வந்தபோது புன்னகையுடன் பெரிதாக ஒரு சலாம் போட்டுவிட்டு உள்ளே போய்விட்டான். அரைமணி கழித்துத்தான் அவன் ஒரு புகைப்படக்காரன், அவனை உள்ளே விட்டது தவறு என்பது எனக்குக் கடும் எச்சரிக்கையுடன் தெரிவிக்கப்பட்டது – லிப்ரா ஸ்டுடியோவில் நுழைய அவ்வளவு கடும் நிபந்தனைகள். தருண்முகர்ஜி வெளியே வந்தபோது தலையைக் குனிந்துகொண்டு வந்தான். அவனுக்கு என்னைச் சங்கடத்தில் இழுத்துவிட்டது பற்றி உண்மையிலேயே வருத்தம். அதன் பிறகு அவன் பலமுறை லிப்ரா ஸ்டுடியோவுக்கு வந்தாலும் என்னை ஒருவிதத்திலும் பாதிக்காதபடி பார்த்துக்கொண்டான். அவனுக்குப் பல நடிக நடிகையரை நேரடியாகத் தெரியும். அவர்களைப் படம் எடுக்க வந்தால் முன் கூட்டியே ஸ்டூடியோ அதிகாரிகளிடம் அனுமதி வாங்கிவைக்க அவனே ஏற்பாடு செய்துவிடுவான். வேறு எந்த இடத்திலும் அவன் இப்படிக் கட்டுதிட்டங்களுக்கு உட்பட வேண்டிய அவசியம் கிடையாது. பத்திரிகைப் புகைப்படக்காரன் என்ற உரிமையோடு எங்கும் போகக்கூடிய அவன் லிப்ரா ஸ்டூடியோவைப் பொறுத்தமட்டில் தன்னைச் சிறுமைப்படுத்திக் கொள்வதைப் பொருட்படுத்தவில்லை. அது என் பொருட்டு என்று எனக்கு நன்றாகத் தெரியும். என்னால் அவனுக்கு விசேஷமாக ஒன்றும் உதவ முடியாது. அவன் எப்போதும் அங்கும் இங்கும் அலைந்து திரிந்துகொண்டிருக்க வேண்டியவன். மரியாதை, சுய கௌரவம் முதலியன பற்றி அதிகம் கவலைப்படக் கூடாது. சந்தர்ப்பங்களில் அழையா விருந்தாளியாக உள்ளே புகுந்துவிட வேண்டும். பலர் இடித்துத் தள்ளுவதற்கும் கிண்டல் செய்வதற்கும் பாத்திரமாக வேண்டும். இப்படி எல்லாம் இருந்தும் பலர் ரகசியமாக அவன் தயவை நாடுகிறார்கள் என்பது அவனுக்குத் தெரியும்; அவன் ஃபிளாஷ் விளக்கு கண் சிமிட்டி அணையும்போதெல்லாம் காமிரா தன் பக்கம் திரும்பியிருக்கக் கூடாதா என்று அநேகர் ஏங்குவது அவனுக்குத் தெரியும் இதற்கெல்லாம் நான் சிறிதும் உபயோகமற்றவன். இருந்தாலும் அவன் ஸ்டுடியோ பக்கம் வந்தால் அவசியம் என்னிடம் வந்து நின்று பேசிவிட்டுப் போவான். நாங்கள் அரைமணி நேரமாவது உலகத்தைப் பற்றியும் சினிமாவைப் பற்றியும் அதன் பிரகிருதிகள் பற்றியும் பேசிக் கொள்வோம். அவன் எப்போதும் குதூகலமாகப் பேசுவான். இடைஞ்சல்கள், தோல்விகள் நிறைய ஏற்பட்டாலும் அவன் உற்சாகமாக, விஷமக் கலப்பில்லாத நகைச்சுவையுடன் பேசுவான். பலர் அவன் ஒரு 'மஞ்சள்' ஆசாமி என்றும் நடிக நடிகையரைப் பயமுறுத்திப் பணம் பறிப்பவன்

என்றும், கூட்டிக் கொடுப்பவன் என்று கூடச் சொல்லுவார்கள். இது உண்மையாக இருக்கக்கூடும் என்று தோன்றுமளவுக்கு ஒரு ஹிந்தி நடிகன் தருண்முகர்ஜி ஒண்டிக் கட்டையாக வசித்து வந்த அறைக்கு டெலிபோன் அமைக்க ஏற்பாடு செய்திருந்தான். இப்படியெல்லாம் தருண்முகர்ஜி பெயர் வாங்கியிருந்தாலும் நான் அவனுக்கு நண்பனாக இருந்தேன். பலமுறை அவனுடன் போனில் பேச முயன்றும் முடியாமல் போயிருந்தது. சில மாதங்கள் கழித்து, கட்டணம் கட்டாத காரணத்திற்காக டெலிபோன் விலக்கப்பட்டது என்று அறிந்தேன்.

தருண்முகர்ஜி அறிமுகமாகிப் பல வருடங்கள் கழித்துத்தான் நான் அவன் அறைக்குப் போக நேரிட்டது. அவனுக்கு என்னால் ஆகவேண்டியது ஒன்றுமில்லை. எனக்கு அவனால் ஆகவேண்டியது ஒன்றுமில்லை. ஆதலால் நாங்கள் எதேச்சையாக சந்தித்தால் போதுமானதாக இருந்தது. ஆனால் அந்நேரங்களில் நாங்கள் இருவருமே அச்சந்திப்பு நேர்ந்ததில் பெரும் மகிழ்ச்சியுற்றிருக்கிறோம்.

ஒரு நாள் நல்ல இரவில் குழாய் ரிப்பேர் செய்பவன் ஒருவனை நான் தேடிப் போகவேண்டியிருந்தது. மிகவும் அவசரம். வீட்டில் தண்ணீர் சுத்தமாக வரவில்லை. குழாய் ரிப்பேர்காரன் இன்னும் வீடு திரும்பவில்லை. அவனுக்காகக் காத்திருந்து அந்தக் குறுகிய, சேறு நிறைந்த நாற்றமெடுக்கும் சந்தில் நான் நின்றுகொண்டிருந்தேன். அந்த வேளையில்கூட இளைத்து, எலும்பு புடைத்துத் தெரியும் அரைகுறையாடைக் குழந்தைகள் வெளியில் விளையாடிக்கொண்டிருந்தன. அக்குழந்தைகளுக்குக் குடிசையுள்ளே கிடப்பதற்கு அந்தச் சேற்று நாற்றமே மேல் என்றிருக்க வேண்டும். அங்கொன்று இங்கொன்று எரிந்துகொண்டிருந்த எண்ணெய் விளக்குகளில் அந்தக் குடிசைகளில் நிழல் உருவங்கள் அசைந்துகொண்டிருந்தன. அப்போதுதான் தருண்முகர்ஜி அந்தப் பக்கத்தில் எங்கோ வசிப்பதாகச் சொல்லியிருந்தது நினைவுக்கு வந்தது. ஓர் ஓட்டல் மாடியில் தான் இருப்பதாகச் சொல்லி யிருந்தான். அந்த இடத்தில் அந்த ஓட்டல் ஒன்றுதான் ஓட்டுக்கூரைக் கட்டட மாக இருந்தது. அது சந்துக்கோடியில் இருந்தது. பெரிய மனது செய்துதான் அதை ஓட்டல் என்று சொல்ல முடியும். ஒரு பெட்டிக்கடையையே சாப்பிடும் இடமாகவும் மாற்றியிருந்தார்கள். சுமார் பன்னிரண்டு அடிச் சதுரமுள்ள ஒரே அறையைச் சமையலறையாகவும் சாப்பிடும் இடமாகவும் பணம் வாங்குமிடமாகவும் உபயோகித்துக்கொண்டிருந்தார்கள். மண் சுவர்தான். அதில் டீக்கறையும் வெண்ணெய்ப் பிசுக்கும் வேறு உணவுப் பொருள் கறையுமாகக் கையெட்டக்கூடிய உயரம்வரை எங்கும் இருந்தது. அப்போது ஓட்டல் மூடும் நேரம். அந்த அறைக்குப் பின்னால் சிறு முற்றமாக இருந்த இடத்தில் நசுங்கியும் கரி படர்ந்ததுமான சிறிதும் பெரிதுமான அலுமினியப் பாத்திரங்களும் பீங்கான் கோப்பைத் தட்டுகளும் கழுவுவதற்காகக் குவிக்கப் பட்டிருந்தன. அங்கேதான் மாடிக்குப் போக ஒரு குறுகிய செங்குத்தான மாடிப்படி இருந்தது. மாடிப்படி ஏறியவுடன் ஓர் அறையில் பழைய பெட்டிகள், கிழிந்த அழுக்குப் பாய் படுக்கைகள், துணிமணிகள், ஒரு வெங்காயக் குவியல் இவை மத்தியில் ஓட்டல் சமையற்காரன் மற்றும் பணியாள்கள் மூன்று நான்கு பேர் படுத்திருந்தார்கள். அந்த இடத்திற்குச் சென்றிராவிட்டால் இப்படியும் வசதியற்ற அவலமான சூழ்நிலையில் மனிதன் பிழைத்திருக்கவும் முடியும் என்று கற்பனை செய்து பார்ப்பதுகூடக்

கடினம். அந்த இருண்ட, அசிங்கமான, நாற்றமெடுக்கும் மாடியில் இன்னொரு கதவும் காணப்பட்டது. அதுதான் தருண்முகர்ஜியின் அறை என்று எனக்குக் காண்பித்தார்கள். எனக்கு அந்த அறைக் கதவைத் தொடக் கை சிறிது கூசியது. ஒரு முறை தட்டினேன். பிறகு இன்னொரு முறை தட்டினேன். கதவு திறந்தது. வந்தவன் நான்தான் என்று நிதானப்படுத்திக்கொள்ளத் தருண்முகர்ஜிக்குப் பல விநாடிகள் ஆயின.

அந்தக் கல்கத்தாப் பத்திரிகை தருண்முகர்ஜிக்குத் தொண்ணூறு ரூபாய் சம்பளம் கொடுத்து வந்தது. இந்தத் தொண்ணூறு ரூபாய் ஏழாம் தேதியிலிருந்து இருபதாம் தேதிவரை என்றைக்கு வேண்டுமானாலும் வரக்கூடும். இதனால் தருண்முகர்ஜிக்கு அவன் செலவுகளைப் பங்கீடு செய்துகொள்வதில் பெரும் சங்கடம் இருந்தது. அவன் எடுக்கும் புகைப்படங்களை வேறு புகைப்படக் கடைகளில் கழுவி பிரதிகள் எடுப்பதற்குக் கொடுப்பது அவனுக்குக் கட்டி வராது. அவன் அவைகளுக்காகச் செலவழிக்கும் பணம் முழுவதையும் அவன் பத்திரிகை ஈடு கட்டும் என்று சொல்ல முடியாது. அப்படியே அது கொடுக்கும் பணமும் எவ்வளவோ மாதங்கள் கழித்துத்தான் அவனுக்குக் கிடைக்கும். அதனால் அந்தச் செலவுகள் எல்லாவற்றையும் குறைக்கத் தருண்முகர்ஜி அவன் இருக்குமிடத்திலேயே ஒரு 'இருட்டறை'யை அமைத்துக் கொண்டிருந்தான். அந்த ஹோட்டல் மாடியில் அவன் அறை ஆறடிக்குப் பத்தடிகூட இருக்காது. அதற்குள் புகைப் படங்களைக் கழுவுவதற்கான ஒரு 'டார்க் ரூம்.' உண்மையில் அந்த இருட்டறை ஜாதிக்காய்ப் பலகைகளால் செய்யப்பட்ட ஒரு பெரிய பெட்டி. தருண்முகர்ஜி அந்தப் பெட்டிக்கு மேலிருந்து தள்ளிவிடக்கூடிய ஒரு கதவு வைத்திருந்தான். அவன் அந்தப் பெட்டிக்குள் தன்னைக் கூனிக்குறுகி நுழைத்துக்கொண்டு அந்தக் கதவை மூடிக்கொண்டு விடுவான். மூச்சை அழுத்தும் ஹைபோ மற்றும் வேறு ரசாயன நெடி நிறைந்த அந்தப் பெட்டிக்குள் தவளைபோல் குந்தி உட்காரச் சாதாரண மனிதர்களால் சில கணங்களுக்குக்கூட முடியாது. ஆனால் தருண்முகர்ஜிக்கு அதுதான் ஜீவாதாரமாக இருந்தது. அறையில் மற்ற இடங்களில் ஏகப்பட்ட காகிதங்கள், வெவ்வேறு அளவுள்ள புகைப்படங்கள், படுக்கை, இரண்டு மூன்று கட்டைப் பெட்டிகள், துணிமணிகள், டஜன் கணக்கில் புகைக்கப்பட்டு எறியப்பட்ட சிகரெட் துண்டுகள், இன்னமும் சரியாகக் கழுவப்படாமல் கிடக்கும் நசுங்கி சொட்டை விழுந்த டிபன் காரியர், ஒரு மண்பானை – இதுதான் தருண் முகர்ஜியின் வாசஸ்தலமாக இருந்தது.

தருண்முகர்ஜி ஏதாவது சால்ஜாப்பு கொடுத்துக்கொண்டிருந்தான், என் கண்ணில் விழுந்தது எதுவானாலும் அதைப் பற்றி. ஆனால் அதற்கு அவசியமுமில்லை, எவ்வளவு சால்ஜாப்பும் போதவும் போதாது. அவனுக்குத் தனியிடம் வேண்டும், சில விசேஷ வசதிகள் வேண்டும், ஆனால் அவனிடம் போதியப் பணம் கிடையாது. அவனால் முடிந்தது இவ்வளவுதான். உண்மையில் அதற்குள் ஏதாவது பயங்கர நோய் கண்டு ஏதோ பொது ஆஸ்பத்திரியின் பொதுவார்டில் அவன் சாகாமல் இருந்தது விந்தை.

"தருண்முகர்ஜி, இந்த இடத்தைவிட்டு நீ உடனே கிளம்ப வேண்டும்," என்று சொன்னேன்.

"ஆமாம், சார், ஒரு நல்ல இடம் கிடைத்தவுடன்."

“இதைவிட எந்த இடமும் நல்ல இடமாகத்தான் இருக்கும். நீ நாளைக்கே காலி செய்துவிட வேண்டும்.”

“நிச்சயம், சார். வேறு இடம் கிடைத்தவுடனே காலி செய்துவிட வேண்டியதுதான்.

“நீ இப்படிச் சொல்லிக்கொண்டே ஒத்திப்போடுவாய்.”

“எனக்குப் பதினைந்து ரூபாயில் ஒரு தனி இடம் எங்கே கிடைக்கும் சார்? கிடைத்தால் அடுத்த நிமிஷம் போய்விடுவேன். இங்கே சென்னையில் நாற்பது ரூபாய்க்குக்கூடத் தனியிடம் கிடைப்பதில்லை. பாருங்கள், சார். எனக்கு எலெக்டிரிக் லைட் வேண்டியிருக்கிறது. வேறு நல்ல இடம் பெரிய இடம் இருபது ரூபாயில்கூடக் கிடைக்கும். ஆனால் விளக்கு இருக்காது. அப்புறம் கொஞ்சம் பாதுகாப்பான இடமாக இருக்க வேண்டும். என்னுடையது எது போனாலும் பரவாயில்லை. ஆனால் காமிரா சாமான்கள் எல்லாம்? அதெல்லாம் கிட்டத்தட்ட ஆயிரத்தைந்நூறு ரூபாய் பெறுமானம் உள்ளது, சார்.”

நான் குழாய் ரிப்பேர்க்காரனைத் தேடிப்போனேன். தருண்முகர்ஜி போன்றவர்கள் அவர்களாகவேதான் காப்பாற்றிக்கொள்ள வேண்டும்.

ஒரு மாதம் கழித்து அவனுக்குக் கல்யாணம் நடந்தது என்று கேள்விப்பட்டேன். அது சம்பிரதாய முறையில் நடந்த மணமல்ல. பெண் தென்னிந்தியப் பெண். அந்தப் பெண்ணின் அண்ணா அவளையும் தருண்முகர்ஜியையும் நடுத்தெருவில் செருப்பால் அடித்திருக்கிறான். சில காலம் எல்லாமே ஒரே அடிதடிக் கூச்சலாக இருந்திருக்கிறது. பிறகு ஒருவாறு சமனப் பட்டிருக்கிறது. அந்தப் பெண்ணும் வேலைக்குப் போய்க் கொண்டிருந்தபடியால் தருண்முகர்ஜி அறுபது ரூபாய் வாடகையில் ஒரு இரண்டு அறை பிளாக்கிற்குக் குடிபோக முடிந்திருக்கிறது. நான்கு மாதங்கள் முடிவதற்குள் அந்தப் பெண்ணின் தாயார் மாப்பிள்ளையையும் பெண்ணையும் பார்க்கத் தருண்முகர்ஜியின் வீட்டிற்கு வந்துபோக ஆரம்பித்தாள். இன்னும் நான்கு மாதம் கழிவதற்குள் தருண்முகர்ஜி அவன் அம்மாவிடம் காண்பிக்க மனைவியைக் கல்கத்தா அழைத்துப்போனான். மனைவியை அங்கேயே விட்டுவிட்டுச் சென்னை வந்தான். முதல் பிரசவத்தை அவன் தாயார் தகப்பனார் பார்த்துக்கொள்வதாக ஏற்பாடு.

எங்கள் ஸ்டுடியோ ஒரு பெரிய ஹிந்திப் படம் எடுக்க ஆயத்தம் செய்துகொண்டிருந்தது. இரண்டு மாதகாலம் பேரம் பேசியபிறகு சத்யன் குமார் கதாநாயகனாக நடிக்க ஒப்பந்தம் செய்யப்பட்டதாகத் தெரியவந்தது. ஐயாயிரம் குறையப் பத்து லட்சம் ரூபாய். மூன்று வருட காலத்தில் சத்யன்குமாரின் படங்கள் இரண்டே வெளிவந்திருந்தன. இரண்டும் தோல்விப்படங்கள். ஆனால் சத்யன்குமாரின் கூலி மட்டும் படத்திற்குப் பத்து லட்சமாக உயர்ந்திருந்தது.

எனக்குக் காலை ஷிப்டு. சுமார் 11 மணிக்குத் தருண்முகர்ஜி வந்தான். வழக்கத்தைவிட நன்றாக உடை உடுத்தியிருந்தான்.

“பெரிய ஆளப்பா நீ!” என்று நான் கோபித்துக்கொண்டேன். “உன் கல்யாணத்தைப் பற்றி ஒரு வார்த்தை கிடையாது, நீ புது வீடு போனது

பற்றி ஒரு தகவல் கிடையாது. நீ கல்கத்தா போய்விட்டு வந்தது பற்றி ஒரு மூச்சுக் கிடையாது. இங்கே என்னவோ எல்லாரும் நான் உன்னை என் கட்டை விரலடியில் வைத்திருக்கிறதாகச் சொல்கிறார்கள்!"

"தப்பாக நினைக்காதீர்கள், சார். எதற்கும் அவகாசம் இல்லாமலே போய்விட்டது. ஒன்று இப்போதே சொல்லிவிடுகிறேன், சார். எனக்கு மகன் பிறந்திருக்கிறான்."

நான் கை குலுக்கினேன். ஆனால் தருண்முகர்ஜி ஏனோ நிலைகொள் ளாமல் இருந்தான். "என்ன விஷயம்?" என்று கேட்டேன்.

அவன் அதற்குப் பதில் சொல்லாமல், "ஒரு டெலிபோன் செய்யலாமா, சார்?" என்று கேட்டான்.

"தாராளமாக."

அவன் ஏதோ ஓர் எண்ணைச் சுழற்றினான். அங்கு குரல் கேட்டதும், "ரூம் 105," என்றான். ரூம் 105 தொடர்பு கிடைத்ததும் அங்கு பதில் குரல் கிடைக்க வெகு நேரம் காக்க வேண்டியிருந்தது. மகத்தான மனிதனிடம் பேசும் முக்கியத்துவம் சொட்ட தருண்முகர்ஜி கேட்டான், "சத்யன்குமார் அவர்களா?"

"சாப் பாத்ரூம் மே ஹை." அத்துடன் அங்கே டெலிபோன் வைக்கப் பட்டுவிட்டது.

தருண்முகர்ஜி மிகவும் சோர்ந்தவனாக இருந்தான். நான் கேட்டேன், "என்ன விஷயம்?"

"சத்யன்குமார், சார். இதுவரை மூன்று முறை டெலிபோன் செய்து விட்டேன். ஒவ்வொரு தடவையும் அவனே 'எஜமானர் பாத்ரூமில் இருக்கிறார்' என்று சொல்லுகிறான். இந்த வாரம் கல்கத்தாவுக்கு இரண்டு புகைப்படங்களாவது நான் அனுப்ப வேண்டும்."

"சத்யன்குமாரா? எந்த சத்யன்குமார்?"

"உங்களுக்கு ஒன்றும் தெரியாதது போல் கேட்கிறீர்களே, சார்? அதே சத்யன்குமார்தான். உங்கள் படத்திற்காகத்தான் வந்திருக்கிறான்."

"அப்படியா? எனக்குத் தெரியாது. நிஜமாகத் தெரியாது."

"இன்றைக்குத்தான் இங்கே ஆரம்பவிழா, சார். உங்களுக்குத் தெரிந்திருக்க வேண்டும்."

"தெரியாது. நீ சொல்கிற வரையில் தெரியாது . . . சத்யன்குமார் சென்னையில்தான் இருக்கிறானா? ஆனால் இன்றைக்கே என்ன அவசரம்? நாளை, நாளை மறுநாள் கூட நீ போய்ப் பார்க்கலாமே?"

"இல்லை சார். இன்று மாலையே அவன் பம்பாய்க்குப் போய் நாளை பிற்பகல் ஸ்விட்ஜர்லாந்துக்குப் பறந்து செல்கிறான். அவனுக்குப் பல்வலி, ஒரு கடைவாய்ப் பல்லைப் பிடுங்க வேண்டும். இன்னும் நான்கு வாரங்களுக்கு இந்தியா திரும்பமாட்டான் சார்."

"பல் பிடுங்குவதற்கா? எனக்குத் தெரியாது."

"அதனால்தான் அவசரம். இன்றைக்கு நான் அவனைப் பார்க்கவில்லை என்றால் அப்புறம் இந்த மாதம் முடிய ஒன்றும் முடியாது. அவனுடைய பழைய புகைப்படங்கள் நிறைய இருக்கின்றன. ஆனால் அவன் இப்போது மீசையை எடுத்துவிட்டுத் தலையையும் வேறு மாதிரி வாரிக்கொள்கிறான்."

"அப்போது கஷ்டம்தான்."

"அதனால்தான் சார், காலையிலிருந்தே அவனைப் பார்க்க ஓடிக் கொண்டிருக்கிறேன். ஏர்போர்ட் போயிருந்தேன். ஏப்ரன் வரையுமே போயிருந்தேன். அப்போதே இரண்டு படங்கள் எடுத்திருக்க முடியும். ஆனால் அவன் வெளியே போய்க் காரில் ஏறும்வரை எனக்கு அடையாளமே தெரியாமல் போய்விட்டது. அவன் பைலட், ஹோஸ்டஸ் அவர்கள் கூடவே வந்திருக்கிறான். நான் கோட்டை விட்டுவிட்டேன். அப்புறம் மீனம்பாக்கத்திலிருந்தே டாக்சி வைத்துக்கொண்டு நேரே ஓட்டலுக்கு வந்தேன். டாக்சிக்கே பதினாறு ரூபாய் ஆயிற்று, சார்! அவன் ஹோட்டல் அறைக்குள் போய்விட்டால் அப்புறம் எனக்கு வழியே கிடையாது. அதனால் அவனை ஹோட்டல் முகப்புக்குள்ளேயே பிடித்துவிட வேண்டும் என்று ஓடினேன், சார். ஆனால் அவன் சில வினாடிகள் முன்புதான் உள்ளே போய்விட்டான். அப்போதிலிருந்து பாத்ரூமிலேயே இருக்கிறான்."

"அவன் அகப்படவில்லை என்று உன் பத்திரிகைக்குச் சொல்லிவிடேன்?"

"எப்படி சார்? போன மாதம்தான் லலிதாவின் பிறந்த நாள் கொண்டாட்டத்தைத் தவறவிட்டதற்காக எனக்கு இடி கிடைத்தது. இப்போது சத்யன்குமாரையும் விட்டுவிட்டால் எனக்கு இந்த வருஷ இன்க்ரிமெண்டு நின்றுவிடும். அத்துடன் இந்தப் பதினாறு ரூபாய் டாக்சிப் பணத்தைக்கூட நான் கேட்டுவாங்க முடியாது."

"போதாத காலம்தான்."

"சார், ஒரு உதவி செய்வீர்களா?"

"என்னது?"

"உங்கள் ஸ்டுடியோவில் கேட்டு உங்கள் பட ஆரம்ப விழாவிற்கு எனக்கு அழைப்பு வாங்கித்தர முடியுமா? அப்போதாவது நான் இரண்டு புகைப்படங்கள் எடுத்துவிடுவேன்."

நான் மௌனமாக இருந்தேன். வேறு யாரானாலும் இம்மாதிரிக் கோரிக்கைக்கு என் இயலாமையை உடனே சொல்லிவிடுவேன். ஆனால் தருண்முகர்ஜிக்கு அப்படிச் சொல்லிவிட முடியவில்லை. என்றுமே என்னை அணுகாதவன் வேறு வழியில்லாமல் போய்த்தான் என்னைக் கேட்டிருக்கிறான். நான் வேலை செய்து வந்த பல வருடங்களில் இம்மாதிரிச் சலுகைக்காக நான் யாரிடமும் கேட்டதில்லை. உண்மையில் யாரைக் கேட்க வேண்டும் என்றுகூட எனக்குத் தெரியவில்லை. நான் டெலிபோனை எடுத்து மானேஜரைக் கேட்டேன்.

"என்ன?" என்று அவர் வெடித்தார்.

நான் உடனே ஒன்றும் சொல்லவில்லை. இரண்டு கப் காப்பி வாங்கிவரும்படி ஆளை அனுப்பித்துவிட்ட பிறகு தருண்முகர்ஜியிடம்

அவன் லிப்ரா ஸ்டுடியோவில் சத்யன்குமாரைப் புகைப்படம் எடுக்க முயலுவது பயனற்றது என்று தெரிவித்தேன். காபி சாப்பிட்டான பிறகுச் சிறிது நேரம் நாங்கள் பேசிக்கொண்டு இருந்தோம். தருண்முகர்ஜி அவன் புது விலாசத்தைத் தந்து என்னை அவன் வீட்டுக்கு அவசியம் வரும்படி அழைத்தான். பிறகு வீட்டு வேலை ஏதோ இருக்கிறதென்று சொல்லி போகும்போது மட்டும் என்னிடம் ஒரு ரூபாய் கடன் வாங்கிக்கொண்டு போனான்.

அன்று மாலை லிப்ரா ஸ்டுடியோவின் பிரம்மாண்டமான வண்ணப் படத்தின் ஆரம்ப விழா விமரிசையாக நடந்தது. சத்யன் குமார் கோஷ்டி யுடன் அரை டஜன் புகைப்படக்காரர்கள் வந்திருந்தார்கள். நான் அன்றே தருண்முகர்ஜியை மீண்டும் பார்க்க நேர்ந்திருந்தால் மிகவும் சங்கடப்பட்டிருப்பேன். இன்னும் இரண்டு நாட்கள் வரையில் சங்கட உணர்வு உபாதைப்படுத்திக் கொண்டுதான் இருந்தது. ஒரு வார காலத்தில் எல்லாம் சகஜமாகப் போய்விட்டது. ஆனால் தருண்முகர்ஜியை இரண்டு மாதங்கள் கழித்துத்தான் மீண்டும் சந்தித்தேன்.

இம்முறை ஒரு எலக்ட்ரீஷியனுக்காகத் தேடிப்போயிருந்தேன். எங்கள் வீடு பழைய வீடு. பல வருடங்களுக்கு முன்பு அந்த எலக்ட்ரீஷியன்தான் மின்சார விளக்குகள் பொருத்தியிருந்தான். இப்போது அடிக்கடி ஃபியூஸ் எரிந்து போய்க்கொண்டிருந்தது. அவனே வந்து சரிபார்த்தால்தான் நல்லது என்று எல்லாரும் சொன்னார்கள். நான் அன்று காலை பத்து மணிக்கே அவன் வீட்டைக் கண்டுபிடித்துவிட்டுத் தகவலைச் சொல்லிவந்தேன். அன்று எனக்குப் பகல் ஒரு மணி ஷிப்டு. நிறைய அவகாசம் இருந்தது. தருண்முகர்ஜியின் விலாசம் என்னிடம் கைவசம் இல்லாதபோதிலும் அவன் அந்தப் பேட்டையில்தான் ஜாகை வைத்திருந்ததாகச் சொல்லியிருந்தது நினைவிலிருந்தது. இரண்டு பேரை விசாரிப்பதற்குள் அவன் வீடு கிடைத்து விட்டது.

அது ஒரு பத்திரிகைப் புகைப்படக்காரன் வீட்டிலிருக்கும் நேரமில்லை தான் இருந்தும் கதவைத் தட்டினேன். தருண் முகர்ஜி இருந்தான். அவன் மனைவியும் இருந்தாள்.

நான் மிகவும் சந்தோஷப்பட்டேன். தருண்முகர்ஜியும் ஒரு பொறுப்பான குடும்பஸ்தனாகிவிட்டான்! "ரொம்ப சந்தோஷம், ரொம்ப சந்தோஷம்,!" என்றேன்.

தருண்முகர்ஜி வந்தனம் தெரிவித்தான். பிறகு மெதுவாக "என் குழந்தை போய்விட்டது, சார்," என்றான்.

"எப்போது?"

"ஒரு மாதத்திற்கு மேலாகிவிட்டது."

குழந்தை மூன்று மாதங்களைத் தாண்டாத போதிலும் புரண்டுகொள்ள ஆரம்பித்துவிட்டது. ஏதாவது உச்சரிக்கக்கூட முயற்சிசெய்தது. முகம் பார்த்துச் சிரிக்க ஆரம்பித்தது. ஒரு நாள் சிறிது தும்மிற்று. அடுத்த நாள் நல்ல சுரம். தருண்முகர்ஜியும் மனைவியும் குழந்தையை ஒரு டாக்டரிடம் கொண்டு

போனார்கள். அது ஒரு ஞாயிற்றுக்கிழமை. அந்த டாக்டரம்மாவுக்கு எரிச்சலாக வந்தது. ஏதோ எழுதிச் சீட்டைக் கிழித்துக் கொடுத்தாள். என்ன ஆகாரம் தருவது என்று தருண்முகர்ஜியின் மனைவி கேட்டபோது அந்த அம்மாள் பொரிந்து தள்ளினாள். மருந்து ஏகப்பட்ட விலை. மூன்று வேளை மருந்து கொடுத்துவிட்டுத் தருண்முகர்ஜியும் அவன் மனைவியும் இரவெல்லாம் குழந்தையின் பக்கத்திலேயே உட்கார்ந்து பொழுதைக் கழித்தார்கள். மறுநாள் தருண்முகர்ஜிக்கு ஏதோ தவிர்க்க முடியாத வேலை இருந்தபடியால் குழந்தையை டாக்டரிடம் மனைவியை எடுத்துப்போகச் சொல்லிவிட்டு வெளியே போய்விட்டான். அன்று மாலை அவன் வீடு திரும்பியபோது அவன் மனைவி குழந்தையை டாக்டரிடம் அழைத்துச் செல்லவில்லை என்று தெரிந்தது. அவளுக்குத் தனியாகப் போகப் பயமாயிருந்திருக்கிறது. கையில் பணமும் இல்லை. தருண்முகர்ஜியிடமும் சிறிது சில்லறைதான் இருந்தது; பக்கத்து வீட்டுக்காரர் அடுத்த நாள் ஐந்து ரூபாய் தருவதாகக் கூறியிருந்தார். குழந்தைகளுக்குச் சளியும் ஜுரமுமாக இருந்தது; இதற்காக மனைவியின் வீட்டுக்காரர்களைக் கூப்பிடுவதா என்ற தயக்கம். மேலும் அவர்களுக்குப் பிரசவத்தைச் சென்னையில் வைத்துக்கொள்ளவில்லை என்று மீண்டும் கோபம். பொழுது விடிந்ததும் தருண்முகர்ஜி குழந்தையை ஒரு பொது ஆஸ்பத்திரிக்கு எடுத்துச்சென்றான். குழந்தையைப் பார்த்தவுடனேயே அங்கே 'அட்மிட்' என்று எழுதிவிட்டார்கள். குழந்தையை ஆஸ்பத்திரியில் சேர்த்தாகிவிட்டது. ஆனால் என்ன சிகிச்சை? ஆஸ்பத்திரியில் பெனிசிலின் இஞ்செக்ஷன் கொடுப்பதற்கு 'டிஸ்டில்டு வாட்டர்' இல்லாமல் தருண் முகர்ஜியே இரண்டு குப்பி வெளியிலிருந்து வாங்கிவர நேர்ந்தது. அவன் அப்படி வாங்கி வருவதற்குள் ஒரு டாக்டர் குழந்தைக்கு எப்படியோ இஞ்செக்ஷன் கொடுத்துவிட்டார். அப்போதிலிருந்து குழந்தையின் கண்கள் ஒரு பக்கமாகச் செருகிய வண்ணம் இருந்தன. மாலையில் சுரம் வந்து இரவு அது 104க்குப் போய்விட்டது. ஆஸ்பத்திரியில் ஐஸ் இல்லை. இரவு நர்ஸுக்குப் பதினேழு வயது இருக்கும். அவளுக்கு டியூடி டாக்டரிடம் சிரித்துப்பேசிக் கேட்க நிறைய விஷயங்கள் இருந்தன. தருண்முகர்ஜியின் மனைவிதான் குழந்தையின் நெற்றிக்கு ஈரத்துணி மாற்றிப் போட்டுக்கொண்டிருந் தாள். விடியற்காலை இரண்டு மணிக்குக் குழந்தை இறந்துவிட்டது. மெனிஞ்சிடிஸ் இருக்கும் என்றார்கள். மூளையுள் வீக்கமாகவும் இருக்கலாம். நியுமோனியாகவும் மாறி இருக்கலாம். குழந்தையை ஏன் இன்னும் முன்னதாகவே ஆஸ்பத்திரிக்குக் கொண்டுவரவில்லை? யார் இந்தக் கடும் மருந்தை எழுதிக் கொடுத்தது? நன்றாக வளர்ந்தவர்களால் கூட இதைத் தாங்க முடியாதே? தருண்முகர்ஜி மட்டும் இன்னும் முன்னாலேயே குழந்தையை ஆஸ்பத்திரிக்குக் கொண்டு வந்திருந்தால் டிஸ்டில்டு வாட்டர் இருந்திருக்கலாம். ஐஸ் இருந்திருக்கலாம். வேறு சுபாவமுள்ள நர்ஸ் இருந்திருக்கலாம். குழந்தைக்கு என்ன வியாதி என்று சரியாக நிர்ணயம் செய்திருக்கலாம் . . . பல சமயங்களில் தருண்முகர்ஜிக்கு எல்லாவற்றையும் கிளறி ஊழல் வண்டவாளத்தை வெளிக்கொணர வேண்டும் என்றிருந்தது. ஆனால் ஒரு முறை குற்றம்சாட்டப் போய்விட்டால் அப்புறம் தொடர்ந்து மேலும் குற்றச்சாட்டு, மறு குற்றச்சாட்டு, ருசுக்கள், விளக்கங்கள் என்று நாள் கணக்கில் அல்லாடிக்கொண்டிருக்க வேண்டும். என்ன பிரயோசனம்? போன குழந்தை திரும்பி வரப்போவதில்லை.

“நீ ஏன் ஆஸ்பத்திரிக்குப் போவதற்கு முன்னால் வேறு நல்ல டாக்டரிடம் குழந்தையைக் கொண்டு போகவில்லை? பீஸை அடுத்த நாள் தந்து விடுகிறேன் என்று சொல்லியிருக்கலாமே?”

“எனக்கு அது எப்படித் தோன்றும், சார்? முதல் நாள்தான் அந்த டாக்டரம்மாள் குழந்தைக்கு என்ன ஆகாரம் என்று ஆரம்பித்தவுடனேயே அப்படியெல்லாம் கத்தினாள். அத்தனைக்கும் அவள் பீஸை முதலிலேயே கொடுத்தான பிறகு.”

“எல்லா டாக்டர்களும் அவள் மாதிரியே இருக்க மாட்டார்கள்.”

“அன்றைக்கு எனக்கு அந்த நம்பிக்கை இல்லை, சார்.”

“ஆனால் என்னிடமிருந்து நீ பணம் வாங்கிக்கொண்டு போயிருக்கலாமே? இங்கிருந்து லிப்ரா ஸ்டுடியோ அப்படியொன்றும் எட்டியில்லையே?”

“ஆமாம் சார், அதைச் செய்திருக்கலாம். ஆனால் அன்றைக்கு நான் ஒரேயடியாகக் குழம்பிப்போயிருந்தேன், சார் ... ஆனால் ... அன்றைக்கு உங்களைப் பார்த்தேன் என்று நினைக்கிறேன், சார். ஆமாம், சார். உங்களைப் பார்த்து ஒரு ரூபாய்கூட வாங்கிக்கொண்டேன்.”

“அப்படியா?”

“ஆமாம், சார். இப்போது எல்லாம் சரியாக நினைவுக்கு வருகிறது. அன்றைக்கு சத்யன்குமார் தங்கியிருந்த ஹோட்டலிலிருந்து நேராக உங்களிடம் வந்துதான் நான் டெலிபோன்கூடச் செய்தேன்.”

“அன்றைக்கா நடந்தது இது?”

“ஆமாம், சார். திங்கட்கிழமை. ஆமாம், இப்போது நன்றாக நினைவுக்கு வந்துவிட்டது. என்னிடம் கொஞ்சம் பணம் இருந்தது, ஆனால் அது எல்லாம் காலையிலேயே செலவழிந்துவிட்டது. என் மனைவி வேறு நான்கு மாதங்களாக லீவில் இருந்தாள். முன்னையோ பின்னையோ சம்பளம் வந்துவிடும், ஆனால் அன்று எப்படியோ எங்களிடம் ஒன்றும் பணமே இல்லாமல் போய்விட்டது.”

இப்போது எனக்கும் எல்லாம் நினைவுக்கு வந்துவிட்டது. தருண்முகர்ஜி அன்று பகல் பூராவையும் மற்றும் அவனிடமிருந்த பதினாறு ரூபாயையும் சத்யன்குமாரைச் சந்திக்கும் முயற்சியில் செலவழித்திருந்தான். ஆனால் சத்யன்குமார் அன்று முழுவதும் பாத்ரூமை அடைக்கலம் அடைந்திருந்தான்.

தருண்முகர்ஜியின் வீட்டிலிருந்து நான் நேராக ஸ்டுடியோ வந்தேன். என் ஷிப்டு தொடங்க அரைமணிக்கு மேலிருந்தது. சத்யன்குமார் பல் பிடுங்கப்பட்டு ஐரோப்பாவிலிருந்து திரும்பி வந்து, எங்கள் ஸ்டுடியோ பட வேலையும் நடந்துகொண்டிருந்தது. பத்தே நிமிஷங்களில் நான் சத்யன் குமாரைத் தாக்கிவிட்டேன்.

1966

எல்லை

வெயில் தழைய ஆரம்பித்த உடனேயே வழக்கம் போலப் பத்மநாபனுக்கு நிலைகொள்ளவில்லை.

"காண்டீன் போய்விட்டு வரலாமா?" என்று ராவ் கேட்டான். பத்மநாபன் இரண்டு கைகளையும் தலைக்கு மேல் உயர்த்தி உடம்பை முறுக்கிக்கொண்டு, "சரி" என்றான்.

ராவ் தன் கைகளிலிருந்த ஈயக் கம்பியையும், ஈயப்பற்று வைக்கும் மின்சார 'ஸால்டரிங் ஐர'னையும் மேஜைமேல் உரிய இடங்களில் வைத்தான். அந்த அறையில் திரும்பின இடமெல்லாம் ஒலி பெருக்கி, ஒலிப்பதிவு சாமான்களாய்க் கிடந்தன. எப்போதும் மூடியேயிருக்கும் ஒரு ஜன்னல் விளிம்பில் ஒரு கட்டுத் தாள்களும் இரண்டு புத்தகங்களும் தூசி படிந்து கிடந்தன.

"உன் புத்தகங்களை ரொம்ப நாளாகத் தொடவில்லை போலிருக்கே?" என்றான் ராவ், அறைக்கு வெளியே வந்து கொண்டே.

"இந்தத் தடவை நான் பரிக்ஷைக்குப் பணம் கட்டவில்லை" என்றான் பத்மநாபன்.

"ஐயயோ! இந்த வருஷத்திலேயும் உனக்கு அடுத்த கிரேட் கிடைக்காதே", என்று சொல்லி ராவ் வருத்தப்பட்டுக் கொண்டான். பத்மநாபன் அறைக் கதவை இழுத்துப் பூட்டினான். குழந்தையை அழைத்துக்கொண்டு அவனையே வரும்படி டாக்டர் கோபித்துக்கொண்டார் என்று அவன் மனைவி சொல்லியிருந்தாள். அவன் குழந்தைக்குச் சிறுநீர் கழிக்குமிடத்தில் ஒரு ஆபரேஷன் தேவைப்பட்டது. அத்துடன் இரண்டு நாட்கள் முன்பு வந்திருந்த ஒரு கடிதமும் பத்மநாபனை அவ்வப்போது உறுத்திக்கொண்டிருந்தது.

காரியாலயக் காண்டீனில் ஏற்கெனவே ஜயராமன், தாமு இருவரும் ஏதோ சாப்பிட்டுக்கொண்டிருந்தார்கள். ராவும் பத்மநாபனும் அவர்கள் பக்கத்தில் போய் உட்கார்ந்தார்கள். காண்டீன் பையன் "என்ன வேண்டும்?" என்று கேட்டான்.

"என்ன இருக்கு?"

"காபி."

"இதுக்குக் கேள்வி என்ன வேண்டியிருக்கு? கொண்டுவா", என்றான் ராவ்.

தாமு "இது வேணுமா?" என்று அவன் சாப்பிட்டுக்கொண்டிருந்த ரொட்டி வில்லையைக் காண்பித்தான்.

ராவ் "வேண்டாம்", என்றான்.

பத்மநாபன் மட்டும் பாதி வில்லையை எடுத்துக்கொண்டான்.

காபி வந்தது.

"என்னப்பாது ஒரே கறுப்பாக இருக்கு? ஓய் ஐயர், இது என்ன காபியா நீ தரே?" என்றான் ராவ்.

"இந்தக் காபி இவ்வளவுதான்", என்றான் பத்மநாபன். அவனுக்கு ஒரு குதூகலம் வந்திருந்தது.

கோபித்துக் கொண்டாலும் ராவ் காபியை நிதானமாக ருசித்துச் சாப்பிட்டான். பத்மநாபன் ஐயராமனைப் பார்த்துக்கொண்டே இருந்தான்.

"என்ன பத்து, என்னையே ஒரேயடியாப் பாத்திண்டிருக்கே?" என்றான் ஐயராமன்.

"என்னன்னு கேக்கிற அளவுக்கு வந்துடறது", என்றான் பத்மநாபன்.

"கோவிச்சுக்காதேம்மா. உனக்கு இரண்டு ரூபாய் தரணும். அதுதானே?" என்றான் ஐயராமன்.

"நானும் இரண்டு தரணும்", என்று தாமு ஒத்துக்கொண்டான். அப்புறம் "நீ எவ்வளவு அப்?" என்று கேட்டான்.

"என்ன ஒரு இரண்டு ரூபாய் இருக்கும்," என்றான் பத்மநாபன்.

"நம்ம பத்து என்னிக்குமே அப்புத்தான், டௌனே கிடையாது" என்றான் ஐயராமன்.

ராவ் "நேத்திச் சீட்டாட்டமா?" என்றான். உடனே அவன் அவர்களுடனேயே இருந்தாலும் ஒரு தனியனாகிப் போனமாதிரி இருந்தது. மற்ற மூவர் கண்களில் ஜ்வலித்த ஒரு ஒளி அவனிடம் இருக்கவில்லை.

"ராவ், நீ போ. நான் பத்து நிமிஷத்திலே வந்துடறேன்" என்று சொல்லிக் கொண்டே பத்மநாபன் போய்விட்டான்.

ராவுடன் தாமு வந்தான். ராவ் சிகரட் பற்றவைத்துக்கொண்டான். தாமுவும் ஒன்று எடுத்துக்கொண்டான். அந்தத் திசையில் அவர்களைச் சங்கடப்படுத்துகிற மாதிரி எந்த ஆபீஸரும் வரமாட்டார்.

"ஒரு லோன் ஒண்ணு எழுதணும்", என்றான் ராவ்.

"இன்னும் எழுதிக்கொடுக்கலியா?" என்றான் தாமு.

“இல்லைப்பா, ஏதோ எழுதி எழுதிப் பார்த்தேன், சரியாவே வரலை.”

“இதெல்லாம் எழுதறதுக்கு அவன்தான் மன்னன்.”

“யாரைச் சொல்லறே?”

“சேஷாத்ரி.”

“ஆமாம் ஆமாம். அவன் வேலையை விட்டுப் போனப்போ ஒண்ணும் தெரியலே. இப்பத்தான் எது எதுக்கோ அவன் இல்லாதது ரொம்பக் கஷ்டமாயிருக்கு.”

“அவன் லோன்னு இல்லே, எதுக்கு எழுதிக் கொடுத்தாலும் கட்டாயம் நடந்திடும். எங்கே இருக்கானோ இப்போ!”

“நான் நாலு மாசம் முன்னாலே பார்த்தேன். வேலை ஒண்ணும் இல்லை மாதிரித்தான் பட்டது.”

“இங்கே இருந்த வரைக்கும் என்ன வேலை பண்ணினாலும் பண்ணா விட்டாலும் பத்மநாபனுக்கு மணிக்கணக்கிலே கணக்கு சொல்லிக் கொடுத்தான்.”

“கடைசியிலே இந்த ஆளு பரிக்ஷைக்கே போகலையாம்.”

பத்மநாபன் வந்து சேர்ந்துகொண்டான். தாமு பத்மநாபனைக் கேட்டான். “இப்போ சேஷாத்ரி எங்கேயிருக்கான் தெரியுமா?”

“தெரியாதே!”

“உனக்கும் அவனைப் பத்தி ஒண்ணும் தகவல் கிடையாதா?”

“ஊஹூம்.” இது சொன்னபோது பத்மநாபனுக்குப் பையில் இருந்த கடிதம் சிறிது கனத்தது.

“இன்னிக்கு பாங்க் குவார்ட்டர்ஸ்தானே,” என்று தாமு கேட்டான்.

“இன்னிக்கு வியாழக்கிழமை”, என்றான் பத்மநாபன்.

“ஓ.”

“என்ன அவ்வளவு சோகம்? இன்னிக்கு ஆட்டம் கிடையாதா?” என்று ராவ் சிறிது வேடிக்கையாகக் கேட்டான்.

“ஜயராமன் அவன் அண்ணாவோடு குவார்ட்டர்ஸ்லே இருக்கான். வியாழக்கிழமை அவர் சாயிபாபா பூஜை பெரிசா பண்ணுவார். அதனாலே அவர் ஆடமாட்டார்.”

“அதுனாலே நீங்க யாரும் ஆட முடியாது” என்று முடித்தான் ராவ்.

“ஆமாம்” என்றான் தாமு.

தாமு அவன் வேலை செய்யுமிடத்துக்குப் போய்விட்டான். ராவும் பத்மநாபனும் பாதியில் அவர்கள் விட்டுப்போன ஆம்ப்ளிஃபயரை மீண்டும் எடுத்துக்கொண்டார்கள். ராவ் மிகவும் நேர்த்தியாக ஈயப்பற்று

வைத்துக்கொண்டிருந்தான். பத்மநாபனுக்கும் அந்த வேலையெல்லாம் நல்ல பழக்கம் உண்டானாலும் ஈயப்பற்று வைக்க வேண்டிய வேலையை ராவிடம் கொடுத்துவிடுவான். ராவ் சிறிதும் தயக்கம், தடுமாற்றம் இல்லாமல் பொட்டு பொட்டாகக் கம்பிகளை இணைத்து ஈயப்பற்று வைப்பான். அதைப் பார்ப்பதற்கே மிகவும் அழகாக இருக்கும்.

ஆம்ப்ளிஃபையர் வேலை முடிந்துவிட்டது. ஆனால் கையெழுத்துப் போட்டு வெளியே போக ரிஜிஸ்டரை இன்னும் கால்மணி நேரத்திற்கப்புறம்தான் கொண்டுவந்து வைப்பார்கள். ராவ் நாற்காலியில் சாய்ந்து கொண்டு ஒரு சிகரட்டைப் பற்றவைத்துக்கொண்டான். பத்மநாபன் அறைக் கதவைப் பாதி சாத்திவிட்டுத் தானும் ஒரு சிகரட்டை எடுத்துக்கொண்டான். இருவரும் மௌனமாக உட்கார்ந்துகொண்டிருந்தார்கள். கால் மணி நேரத்திற்குப் பிறகு இருவரும் அறையைப் பூட்டிவிட்டுக் கிளம்பினார்கள். பத்மநாபன் சைக்கிளை எடுத்துக்கொண்டு ராவுடன் பஸ் ஸ்டாண்டுவரை வந்தான். பஸ் ஸ்டாண்டு கலகலப்பாக இருந்தது. ராவ் போகும் பஸ் உடனேயே வரவில்லை. வேறு ஏதோ பஸ்தான் வந்தது. அதில் ஏற விரைந்தவர்களில் சிலர் பத்மநாபனின் சைக்கிளில் இடித்துக்கொண்டார்கள். பத்மநாபன் சைக்கிளை நடைபாதையில் ஏற்றித் தள்ளிக்கொண்டு, சிறிது ஒதுக்குப் புறமாக நின்றான். ராவ், "நீ காத்திண்டிருக்க வேண்டாம்பா. ஆறு இரண்டு பஸ்ஸைவிட்டா எனக்கு அப்புறம் ஆறரை மணிக்குத்தான்" என்றான்.

"பரவாயில்லை" என்றான் பத்மநாபன்.

"உன் குழந்தைக்குத் தேவலையா?" என்று ராவ் கேட்டான்.

"உம்" என்றான் பத்மநாபன். பிறகு, "ஒண்ணும் முடியலை. ஒவ்வொரு மாசமும் இழுத்துப் பறிச்சுண்டு இருக்க வேண்டியிருக்கு. தேதி பதினெட்டு, இன்னும் பால்காரன் பாக்கி, டாக்டர் பில் இரண்டையும் கொடுக்க முடியலை. கடலெண்ணெய் மூணேகால் ரூபாய் வித்தால் என்ன பண்ண முடியும்? ஒண்ணும் முடியலை" என்றான்.

"ரொம்பக் கஷ்டமாத்தான் போயிடுத்து" என்றான் ராவ். அப்புறம், "நீ கடலெண்ணெய் வாங்கி எவ்வளவு மாசம் இருக்கும்?" என்று கேட்டான்.

"ஏன், போன வாரம்கூட வாங்கினேன்."

"கடலெண்ணெய் விலை நாலு ரூபாய்க்கு மேலே போய் மூணு மாசம் ஆறது."

பத்மநாபன் சிறிது நேரம் பேசவில்லை. பிறகு, "லோன் எழுதிட்டயா?" என்று கேட்டான்.

"இல்லை. நாளைக்காவது எழுதிக்கொடுத்து விடணும்."

"அது வந்தா ஒரு இருபத்தஞ்சு தர முடியுமா?"

"லோன் முதல்லே முழுக்கக் கிடைச்சுடட்டும், பார்க்கலாம்."

"நான் வாங்கின லோன் அடுத்த மாசம்தான் முடியறது. இன்னும் ஆறுமாசத்துக்கு ஆபீஸிலிருந்து நான் ஒண்ணும் எதிர்பார்க்க முடியாது."

“நீ சேஷாத்திரிக்குப் பணம் ஏதாவது பாக்கியா?” என்று ராவ் கேட்டான்.

பத்மநாபன் திடுக்கிட்டுப் போனான். “இல்லையே” என்றான்.

“சும்மாக் கேட்டேன்,” என்றான் ராவ்.

“நான் வரேன்”, என்று பத்மநாபன் கிளம்பினான்.

பத்மநாபன் கிளம்புவதற்குள் ராவின் பஸ் வந்துவிட்டது. ராவும் போய்விட்டான். பத்மநாபனுக்குச் சந்தேகம் வந்துவிட்டது. பணத்தைத் திருப்பிக்கேட்டு சேஷாத்ரி கார்டில்தான் எழுதியிருதான். ராவ் சாதாரணமாக ரொம்பக் கண்ணியமாக நடந்துகொள்வான். ஆனால் இந்த ஒரு சமயம் அவனுக்கு என்றில்லாத பிறர் கடிதத்தை எடுத்துப் படித்துவிட்டான்!

படிக்காமலும் இருந்திருக்கலாம் என்று பத்மநாபனுக்குத் தோன்றியது. அந்த சேஷாத்ரி ஒரேயடியாக ஐம்பது ரூபாய் திருப்பிக் கேட்கிறான்.

பத்மநாபன் துர்காபவனுக்குப் போய் ஒரு காபி சாப்பிட்டான். அங்கே இன்னமும் பதினெட்டு பைசாதான் வைத்திருந்தார்கள். மணி ஏழுகூட ஆகவில்லை. வீட்டுக்குப் போக முடியவில்லை. குழந்தையை டாக்டரிடம் அழைத்துப் போகக் காலை நேரம்தான் சரி. சாயிபாபா பூஜை செய்வதாகத் தடபுடல் செய்வது நம்மை நாமே ஏமாற்றிக் கொள்வதாகும். இது நன்றி கெட்டதனம். ஒவ்வொரு நாளும் அந்த வீட்டில் பத்து பத்தரைமணிவரை கூத்தடித்துவிட்டு இப்படியும் எண்ணம் வைத்திருக்கக் கூடாது.

பத்மநாபனால் அவ்வளவு சீக்கிரம் வீட்டுக்குப் போகவே முடியவில்லை. ஒரு மூன்று மாடிப் பள்ளிக்கூடத்தின் பக்கத்துச் சந்தில் இருந்த ஒரு ரிக்ரியேஷன் கிளப்புக்குப் போனான். எவ்வளவு ஜன்னல்கள் இருந்தனவோ அவ்வளவு கண்கள் படைத்த கபந்தன்போல் அந்த கிளப் இருந்தது. அந்தத் தெரு முனைக்கு மட்டும் ஒரு தெருவிளக்கு இருந்தது.

சைக்கிளைக் காம்பவுண்டு உள்ளே ஒரு ஓரமாகப் பூட்டி வைத்துவிட்டுப் பத்மநாபன் முதல் ஹாலுக்குள் போய்ப் பார்த்தான். அங்கே நான்கு மேஜைகள் இருந்தன. அவன் தேடிய முகம் இல்லை. கீற்றுக் கொட்டகை போட்டிருக்கும் மாடிக்குப் போனான். அங்கே அவனுக்குத் தெரிந்தவர் இருந்தார். அவர் வாயில் ஒரு பக்கத்தில் வெற்றிலை–புகையிலை அடைபட்டிருந்தது. அவருடைய கண்களும் சிந்தனையும் ஒரே நிலையில் அழுத்தி வைக்கப்பட்டு இருப்பதை முகம் காட்டிற்று. அங்கே உட்கார்ந்திருந்தவர்கள் எல்லாருமே ஒருவர் மாதிரி ஒருவராகத்தான் இருந்தார்கள். பத்மநாபன் சிறிது தள்ளியே நின்றான். ஐந்து நிமிஷத்திற்குப் பிறகு நண்பர் வந்தார். அவர் போட்டுக்கொண்டிருந்த ஷர்ட்டே எழுபது ரூபாய் பெறும்.

“என்ன பத்மநாபன்?” என்று கேட்டுக்கொண்டே அவர் வாயில் உள்ளதைத் துப்ப ஒரு மூலைக்குப் போனார். ஒரு பையன் அவர் சைகை தெரிந்து ஒரு டம்ளர் தண்ணீர் கொண்டு சென்றான். அவர் வாயைக் கொப்பளித்துவிட்டுப் பத்மநாபனிடம் வந்தார். வந்தவர் பையனைக் கூப்பிட்டு, “டேய், நெய் அடை இரண்டும் காபியும் வாங்கிண்டு வா,” என்றார்.

பத்மநாபன் “எதுக்கு?” என்றான்.

அவரையறியாமல் அவர் நாக்கு நுனி பல்லுக்கிடையில் சிக்கியிருப்பவை யைத் தேடி அகற்றுவதில் முனைந்திருந்தது. அவர், “பத்மநாபன், இங்கே இப்போ மினிமமே ரொம்ப ஜாஸ்தி பண்ணிட்டாங்க,” என்றார்.

“அப்படியா?” என்றான் பத்மநாபன்.

“ஆமாம் இந்த முதல்தேதி வரை கீழ்க்கோடி டேபிள் பாயிண்டுக்கு ஒரு அணாதான். ஆறு பைசா. இப்போ பாயிண்டுக்குப் பத்துப் பைசா பண்ணிட்டாங்க.”

“அதெல்லாம் பரவாயில்லை.”

“நான் முன்னாலியே சொல்லிவிடணும் பாரு... அந்த மார்த்தாண்டம், ரகுபதி இரண்டு பேரும்தான் உனக்கு முன்னாலேயே தெரியும்... கொஞ்சம் இரு. இப்போ இடம் எதாவது காலியிருக்குமான்னு பாத்துட்டு வரேன்,” என்று அவர் கீழே இறங்கிப்போனார்.

மேலே கீற்றுக் கொட்டகையில் இரண்டு மேஜைகள்தான் இருந்தன. அங்கே சீட்டாடிக் கொண்டிருந்தவர்கள் எல்லாமே பெரிய புள்ளிகள்.

கீழே இறங்கிப்போனவர் வந்துவிட்டார். “ஏற்பாடு பண்ணிவிட்டேன். செக்ரட்டரி ரூமுக்குப்போய் அவன்கிட்டே இருபது ரூபாய் கொடுத்தால் டோகன்கள் தருவான்,” என்றார்.

“சரி” என்று பத்மநாபன் கீழே இறங்குவதற்கு இருந்தான். “காபி வந்துடும். சாப்பிட்டுப்போ” என்று அவர் சொன்னார்.

பத்மநாபன், “அப்பா எப்படி இருக்கிறார்?”என்று கேட்டான்.

“அப்படியேதான் இருக்கார். சொன்னாக் கேட்கமாட்டேன்கிறார். வெளியிலே போய்விடுகிறார். ராத்திரியெல்லாம் மூச்சு விட முடியாதபடி திணறிண்டிருக்கார். ரொம்பக் கஷ்டமாயிருக்கு.” பத்மநாபன் தலையை ஆட்டினான். அவனுக்கு அவர் சொல்வது விளங்கவில்லை.

அடை சாப்பிடுவதற்குச் சௌகரியமாகப் பையன் ஸ்டூல், தண்ணீர் எல்லாம் கொண்டுவந்து கொடுத்தான். பத்மநாபன் சீக்கிரம் சாப்பிட்டுவிட்டுக் கீழே போனான். நண்பர் வீட்டுக்குக் கிளம்பிவிட்டார். பத்மநாபனுக்குப் பத்துபைசா மேஜை முற்றிலும் தெரியாததல்ல. ஆனால் தாமு, ஜயராமன் கோஷ்டியுடன் விளையாடும்போது காலை நீட்டிக்கொள்ள முடிந்தது. சகஜமாக அவர்களிடமிருந்து சிகரட் எடுத்துக்கொள்ள முடிந்தது. கையிலுள்ள பணம் முடிந்துபோனால் கணக்கு சொல்லிக்கொள்ள முடிந்தது. இங்கு அதெல்லாம் முடியவில்லை. பத்துமணி ஆனவுடன் கிளப் செக்ரட்டரி ஒவ்வொரு கதவாக மூடித்தாளிட ஆரம்பித்துவிட்டார். பத்தேகாலுக்கெல்லாம் எல்லா மேஜைகளும் கலையத்தான் வேண்டியிருந்தன. பத்மநாபன் ‘விருந்தாளி’ புத்தகத்தில் ஒரு கையெழுத்து போட்டுவிட்டு வர வேண்டியிருந்தது. அந்த இடத்தில் ஒருநாள் ஆடினால் நிச்சயம் தோற்கத்தான் வேண்டும். தொடர்ந்து ஒரு வாரம் பத்து நாட்கள் ஆடினால் சரிக்கட்டி விடலாம். அதற்குப் பணப்புழக்கம் இருக்க வேண்டும். இருபத்தைந்து ரூபாய் கட்டி அந்தக் கிளப்பின் அங்கத்தினனாகச் சேர வேண்டும். இருபத்தைந்து ரூபாய் இருந்தால் சேஷாத்ரிக்கு இருபது ரூபாயாவது கொடுக்கலாம்.

சேஷாத்ரிக்கு என்று எடுத்துவைக்கும் பணம்தான் நிமிஷமாக எங்கேயோ போய்விடுகிறது. சேஷாத்ரி மூன்றாவது கடிதம் எழுதியிருந்தான். அந்தக் கடிதத்தைப் பையிலேயே வைத்துக்கொண்டு ஊர் பேர் தெரியாதவர்களிடம் இருபது ரூபாய்ச் சில்லரையைப் பங்குபோட்டுக் கொடுத்திருக்க வேண்டாம்.

வெளியே சைக்கிள் சப்தம் கேட்ட அவன் மனைவி கதவைத் திறந்து விட்டாள். குழந்தை வாயிற்படியருகே தூங்கிய படி புரண்டு வந்திருந்தான். பத்மநாபன் முழு சைக்கிளையும் இரு கைகளில் தூக்கிக்கொண்டு மெதுவாகக் குழந்தையைத் தாண்டிப் போய் சுவரில் சாத்திவைத்தான். மனைவி பக்கத்து அறையான சமையலறையில் விளக்குப்போட்டாள். குழந்தை வீரிட்டு அழ ஆரம்பித்தான்.

பத்மநாபன் "அழாதேடா, கண்ணா" என்று தட்டினான். குழந்தை கண்களைத் திறக்கவில்லை. ஆனால் உடம்பை அப்படியும் இப்படியுமாக முறுக்கிக்கொண்டு பயங்கரமாக அழுதான். அவன் மனைவி அதைப் பார்த்தபடி அப்படியே நின்றுகொண்டிருந்தாள். பத்மநாபன் மட்டும் "அழாதே, அழாதேடா கண்ணா" என்று சொல்லிச் சமாதானப்படுத்தப் பார்த்தான். குழந்தை கதறி அழுது தொண்டை கட்டிப்போய், உடம்பில் நான்கைந்து இடங்களில் சிராய்த்துக்கொண்ட பிறகு ஓய்ந்தான். அப்போதுதான் அவன் மனைவி ஒரு துணியைக் கொண்டுவந்து குழந்தையடியில் தரையைத் துடைக்க வேண்டியிருந்தது.

"நாளைக்கு டாக்டரிடம் கட்டாயம் அழைத்துக்கொண்டு போகிறேன்," என்று சொல்லியபடி பத்மநாபன் சாப்பிட உட்கார்ந்தான். அவன் மனைவி பதில் பேசவில்லை. அவனுக்குத் தலைக்குள் இரத்தம் குப்பென்று ஏறியது. ஆனால் தாங்கிக்கொள்ள முடிந்தது. குழம்பும் விட்டபிறகு அவள் பொறித்த அப்பளம் ஒன்று போட்டாள்.

"எண்ணெய் ஏது?" என்று கேட்டான்.

அவள் பதில் ஒன்றும் தரவில்லை. அவன் சிறிது உரக்க, "உன்னைத்தான் கேட்டேன்" என்றான்.

"மத்தியானம் சலாம் கடையிலே வாங்கினது," என்றாள்.

மறுபடியும் தலைக்குள் ரத்தம் பெருக்கெடுத்தது. சலாம் கடைக்காரன் கடனுக்குத் தருகிற சாக்கில் ஒவ்வொரு பண்டத்திற்கும் விலை நிறைய வைத்துத் தீட்டிவிடுவான்.

அவன் சாப்பிட்டு முடிந்ததும் ஒரு கடிதத்தை மட்டும் அவனிடம் கொடுத்துவிட்டு ஒன்றும் பேசாமல் அவள் குழந்தையின் பக்கத்தில் படுத்துக்கொண்டுவிட்டாள். அது சேஷாத்ரி எழுதிய இன்னொரு கடிதம். அவன் நேரிலேயே வீடு தேடி வந்து, பத்மநாபனைப் பார்க்க முடியாததால் கடிதம் எழுதிக்கொடுத்துவிட்டுப் போயிருக்கிறான். நல்ல வேளை, நேரே வீட்டுக்கு வராமலிருந்தது. ஆனால் நேரே வீட்டுக்கு வந்திருந்தால் பாதிக்கடனாவது தீர்ந்திருக்கும். எப்போதோ படித்து மறந்துபோன உப்புசப்பற்ற கணக்குகளையெல்லாம் ஞாபகப்படுத்திக்கொண்டு

தனக்குச் சொல்லிக் கொடுத்து தொண்டை வரண்டவனுக்குச் சிறிதாவது ஒத்தாசையாக இருந்திருக்கலாம்.

"அவன் ஏதாவது சொல்லிவிட்டுப் போனானா?" என்று கேட்டான்.

படுத்திருந்தவள் பதில் சொல்லவில்லை.

இந்தத் தடவை அவன் இரைந்தபோது குழந்தைக்கேகூடத் தூக்கத்தில் ஒருமுறை தூக்கி வாரிப்போட்டது. ஆனால் அவள் தலையை மட்டும் வேறு பக்கம் திருப்பி வைத்துக்கொண்டாள்.

இப்போது தலையில் ரத்தம் பெருக்கெடுத்த போது அவளைக் கொன்றுவிடுவான் என்று அவன் நினைத்தான். ஆனால் இந்த முறையும் கோபத்தை அடக்கிக்கொள்ள முடிந்தது. இனிமேல் அவன் என்றென்றும் கோபத்தை அடக்கிக்கொள்ளத்தான் வேண்டும் என்று தோன்றியது.

1967

இனி வேண்டியதில்லை

"காரில் வெளியே போனது பிரகாஷ் ராவ் தானா?" என்று சந்தர் மீண்டும் கேட்டான்.

"நானும் யாரோ என்றுதான் இருந்தேன். அவனேதான்" என்றாள் சுஜாதா.

சந்தர் அந்த இரும்பு மடக்கு நாற்காலியில் வேறு பக்கம் பார்த்துத் திரும்பி உட்கார்ந்துகொண்டான். சென்ற முறை அந்த ஸினிமா ஸ்டூடியோவுக்கு வந்திருந்த போதே அந்தச் சந்தேகம் வந்தது. இப்போது அது ஊர்ஜிதமாகிவிட்டது. ஸ்டூடியோ புரோகிராம் மானேஜர் பிரகாஷ் ராவ், உள்ளே இருந்தபடியே வெளியே போயிருக்கிறதாகத் தகவல் கூறி அவர்கள் இருவரையும் ஏமாற்றிக்கொண்டிருக்கிறான். ஏமாற்றுகிறான் என்று சொல்வது தப்பாக இருக்கலாம். தட்டிக்கழித்துக்கொண்டிருக்கிறான். இப்போதும் இல்லை என்று சொல்லி அனுப்பிவிட்ட பிறகு தான் நிஜமாகவே வெளியே கிளம்பியிருக்கிறான்.

"நாம் போகலாமா?" என்று சுஜாதா கேட்டாள்.

சந்தர், "உம், வேற என்ன செய்வது? நானும் உன் பேச்சைக் கேட்டுக்கொண்டு அலைகிறேனே?" என்றான்.

"சரி, கிளம்பலாம்."

சுஜாதா எழுந்து நின்றாள். அவள் சிறிதுகூடத் தளர்ந்து போய்விடவில்லை. ஒரு கணம் சந்தருக்கும் அவளைப் பார்க்கப் பரிதாபமாக இருந்தது. அவள் புடவை இரண்டு இடங்களில் நூல் நைந்து போய்க் கிழிந்திருந்தது அவனுக்குத் தெரியும். அன்று பிற்பகலில்தான் அந்தப் புடவைக்கு அவன் கோணலும்மாணலுமாக இஸ்திரி போட்டுக் கொடுத்திருந்தான். அதை அவள் வெகு சாமர்த்தியமாகக் கட்டிக்கொண்டு அதிகம் கசங்காமலே வைத்துக்கொண்டிருந்தாள். அவளால் அரை மணிக்கு மேல் ஒரே நிலையில் உட்கார்ந்துகொள்ள

முடிந்தது. அவள் தொந்தரவின் பேரில்தான் என்றும் போல இன்றும் அவன் கிளம்பி வந்திருக்கிறான். பிரகாஷ் ராவ் சுஜாதாவின் சித்தப்பா பிள்ளை. அவனுடைய நாணயத்தை இதோ சுஜாதாவே தெரிந்துகொண்டுவிட்டாள்.

“சரி, வா போகலாம்” என்று சந்தரும் எழுந்து நின்றுகொண்டான். அந்த அறையில் இருந்த ஸ்டூடியோ வரவேற்பாளன் ஏதோ எழுதிக் கொண்டிருந்தான். அவனிடம், “நாங்கள் வந்து போனோம் என்று மிஸ்டர் பிரகாஷ் ராவுக்குச் சொல்லிவிடுங்கள்” என்று சுஜாதா சொன்னாள். அப்போது சந்தர், “அதோ பார்” என்றான். சுஜாதா திரும்பிப் பார்த்தாள். ஒரு கார் வந்துகொண்டிருந்தது.

கார் உள்ளே செல்லும்போது அதில் உட்கார்ந்திருந்த பிரகாஷ் ராவ் அவர்கள் பக்கமே பார்த்தபடி இருந்தான். சுஜாதாவும் சந்தரும் அவனைப் பார்த்துவிட்டதை அவனும் பார்த்துவிட்டான். சுஜாதா வரவேற்பாளனிடம், “இப்போது சொல்லுங்கள்” என்றாள். அவன், “அவர் முதலில் ரூமுக்குப் போய்ச் சேரட்டும்” என்றான்.

ஆனால் அதற்குத் தேவையில்லாமல் போய்விட்டது. பிரகாஷ் ராவே டெலிபோனில் வரவேற்பாளனைக் கூப்பிட்டு “அவர்களை என்னிடம் அனுப்பு” என்றான். சுஜாதாவும் சந்தரும் பிரகாஷ் ராவ் அறைக்குச் சென்றார்கள்.

பிரகாஷ் ராவ் அறையில் எல்லா இடத்தையும் அடைத்துக்கொண்டு ஒரு பெரிய மேஜையும் இரு சிறு மேஜைகளும் இருந்தன. இருந்த சிறிய இடைவெளியில் பிரம்பு நாற்காலிகள் அப்படியும் இப்படியுமாகப் போடப் பட்டிருந்தன. எங்கே பார்த்தாலும் காகிதம், காகிதக் கட்டு, பைல் என்று பல குவியல்கள் கிடந்தன. தரையில் ஒரு மூலையில் மூன்று நான்கு தம்ளர்கள் – காபி குடித்தது அப்படியே கழுவப்படாமல் – இருந்தன. பிரகாஷ் ராவைத் தவிர இன்னும் இரண்டு பேரும் அந்த அறையிலேயே உட்கார்ந்துகொண்டு வேலை பார்த்து வந்தார்கள். பிரகாஷ் ராவின் மேஜை மேலிருந்த இரு டெலிபோன்கள் மாறி மாறி அடித்த வண்ணம் இருந்தன. சில சமயத்தில் இரண்டும் ஒரே காலத்தில் ஒலித்தன. “வா, சுஜாதா” என்று வாயாரத்தான் பிரகாஷ் ராவ் சுஜாதாவையும் சந்தரையும் வரவேற்றான்.

சுஜாதா மிகவும் அன்பாகப் புன்னகை புரிந்தாள். “நான் சொன்னேனே, இவரைத்தான்” என்று சந்தரைக் காட்டினாள்.

“வாருங்கள், உட்காருங்கள்” என்று பிரம்பு நாற்காலிகளைக் காட்டினான் பிரகாஷ் ராவ்.

சுஜாதா உட்கார்ந்த நாற்காலி பிரகாஷ் ராவ் திசை நோக்கிப் போடப்பட்டிருந்தது. சந்தர் அமர்ந்திருந்த நாற்காலி வெளிக் கதவைப் பார்த்த மாதிரி இருந்தது. நாற்காலியில் உட்கார்ந்த பின்னர், சந்தர் தன்னால் இயன்றவரையில் முதுகை முறுக்கிக்கொண்டு பிரகாஷ் ராவைப் பார்த்த மாதிரியான நிலையில் தன்னை இருத்திக்கொண்டான். நாற்காலி குழிவானதாக இருந்ததால் அப்படி உட்காருவது சிறிது சிரமமாகத்தான் இருந்தது.

“நீ வீட்டுக்கு வந்திருந்தபோது சொன்னது இவரைத்தானே?” என்று பிரகாஷ் ராவ் ஆரம்பித்தான்.

“ஆமாம், ஆமாம். என் கூடத்தான் டில்லியில் டிராமா இன்ஸ்டிட்யூட்டில் படித்தார். அந்த செட்டிலே இவருக்குத்தான் முதல் ராங்க். ரொம்ப நல்ல நடிகர்” என்றாள் சுஜாதா.

“ஆ... ஆ” என்றான் பிரகாஷ் ராவ்.

“மெட்ராஸிலேயும் நாங்கள் இரண்டு பேருமாகத்தான் நாடக வகுப்பு நடத்திக்கொண்டு வருகிறோம். எல்லாம் நன்றாகத்தான் இருக்கிறது. கவர்ன்மெண்ட் பணம் தருகிறது. ஆனால் நாடகம் பற்றி ஒன்றுமே தெரியாதவர்களை எல்லாம் சேர்மெனாகப் போட்டுவிடுகிறார்கள். ரொம்பக் கஷ்டமாகப் போய்விடுகிறது. இப்போது இரண்டு வருஷமாக எஸ்.எஸ்.பி. எங்களை அழ அழ வைத்து விடுகிறாள்.”

“அப்படி என்ன பண்ணறாங்க அந்த அம்மா?” என்று பிரகாஷ் ராவ் கேட்டான்.

“சின்ன வேலையிலிருந்து பெரியது வரை எல்லாம் நாங்கள்தான் செய்கிறோம். எங்களைப் பற்றி அவள் ஒரு இடத்தில் ஒரு நல்ல வார்த்தை சொல்வது கிடையாது. வெளிநாடுகளிலிருந்து நிபுணர்கள் யாராவது வந்தால் எங்களைச் சரியாக அறிமுகம் செய்துவைப்பது கிடையாது. பயிற்சி தருவது நாங்கள். ஆனால் உள்ளூரிலேயே ஏதாவது உதவாக்கரை ஆளைக் கொண்டுவந்து ‘விசிடிங் புரொபஸர்’ என்று கொண்டு வந்துவிடுகிறது. அவன் அடிக்கிற கொம்மாளத்திற்கு நாங்கள் பணிந்து போக வேண்டும்...”

இதை எல்லாம் ஏன் சுஜாதா சொல்லிக்கொண்டிருக்கிறாள் என்று சந்தருக்குத் தோன்றியது. அவனுக்குக்கூட அவை பெரிய கொடுமைகளாகத் தோன்றவில்லை. ஆனால், “ரொம்ப கஷ்டம்தான்,” என்றான் பிரகாஷ் ராவ். “அந்த மாதிரி ஒருத்தர் கீழே வேலை பண்ண நேர்ந்துவிட்டால் சித்திரவதைத்தான்.”

“அதுதான் சரியான வார்த்தை. சித்திரவதை” என்றாள் சுஜாதா. “நான்தான் மிஸ்டர் சந்தர் கிட்டே சொன்னேன் – இந்த டிராமாவையே கட்டிக்கொண்டு அழுவதற்குப் பதிலாக வேறே எங்கேயாவது பார்க்கலாம் என்று. ரொம்ப நல்ல நடிகர். நல்ல திறமை இருக்கிறது. சினிமாவிலே அப்பவே சேர்ந்திருந்தால் இன்றைக்குள்ளே நன்றாக முன்னுக்கு வந்திருக்கலாம்.”

பிரகாஷ் ராவ் மிகவும் குறைந்த அளவு கவனம்தான் சந்தர் மீது செலுத்தினான். அது அலட்சியத்தினால் இருக்காது என்று மட்டும் தெரிந்தது.

“நாங்கள் போன திங்கட்கிழமையே வந்திருந்தோம். அப்புறம் வெள்ளிக்கிழமை வந்திருந்தோம். இரண்டு நாளிலேயும் நீ எங்கேயோ வெளியே போயிருந்தாயாம்.”

“ஆமாம், ஆமாம்” என்று பிரகாஷ் ராவ் அவசரப்பட்டுச் சொன்னான்.

சிறிது நேரம் எல்லாரும் மௌனமாக இருந்தார்கள். பிரகாஷ் ராவ் அறையில் வேலை செய்துகொண்டிருந்த இருவரும் தங்கள் வேலையையே கவனித்தவண்ணம் இருந்தார்கள். ஒரு பையன் உள்ளே வந்து, "சார், மூணாவது ஸ்டேஜிலே பாக்கப்" என்றான்.

"நாளைக்கு வேலை இருக்கா, இல்லை செட்டைக் கலைக்கப் போகிறாங்களா? கேளு அவங்களை!" என்று பிரகாஷ் ராவ் சொன்னான்.

"சுப்பிரமணியமே வந்து சொல்வதாகச் சொன்னார், சார்" என்றான் பையன்.

அப்போது தடிமனான ஒருவன் வந்தான். சுஜாதா இருப்பதைக் கூடப் பாராட்டாமல், "ஏமிரா ரேய்" என்று ஏதோ சொன்னான்.

பிரகாஷ் ராவ் அதைக் காதில் போட்டுக்கொள்ளாமல் "ஆமாம் சுப்பிரமணியம், நாளைக்கு நீங்க கண்டின்யூ பண்ணறீங்களா? இன்றையோடு முடிந்ததா?" என்று கேட்டான்.

"நம்ப புரொட்யூசர், பார்ட்னர் இரண்டுபேரும் கேசுக்காக மசூலிப்பட்டணம் போகிறாங்க. இனிமேல் எல்லாம் அவங்க திரும்பி வந்தப்புறம்தான்."

"அக்கவுண்டண்ட் உன்னைக் கூப்பிட்டனுப்பிச்சா நீ போகவே இல்லையாம்."

சுப்பிரமணியம் அதிக அக்கறை காட்டவில்லை. "அந்தச் செக்குக்காக" என்றான். "அது திரும்பி வந்துவிட்டது. அதற்குத்தான்."

"இன்னொரு தடவை அப்படி வந்தால் இந்த ஸ்டூடியோவிலே உங்களை ஷூட்டிங்குக்கு விடமாட்டாங்க, நான் சொல்லிவிட்டேன்."

"அட போப்பா! இந்த ஸ்டூடியோ இல்லை என்றால் இன்னும் ஒன்பது இருக்கிறது."

சந்தருக்கு முதுகு மிகவும் வலித்தது. அவன் நாற்காலியில் அமிழ்ந்து சரியாக உட்கார்ந்துகொண்டான். எழுந்து வெளியில் போகலாம். ஆனால் வாசற்படி அருகிலேயே அந்தத் தடி சுப்பிரமணியம் நின்றுகொண்டிருந்தான். அவனைக் குற்றம் சொல்வதிலும் பயனில்லை. அந்த அறையில் சுப்பிரமணியம் இடைஞ்சல் இல்லாமல் வேறிடமாய்ப் போய் உட்காருவதற்கு இடமே இல்லாமல் இருந்தது.

பிரகாஷ் ராவ் சுஜாதாவைப் பார்த்தான். சுப்பிரமணியமும் அவளைப் பார்த்தான்.

"உங்க டைரக்டர் இருக்காரா, கிளம்பிவிட்டாரா?" என்று பிரகாஷ் ராவ் சுப்பிரமணியத்தைக் கேட்டான்.

"ஷூட்டிங் முடிந்த உடனேயே கிளம்பின ஆசாமி அவர்தான்" என்றான் சுப்பிரமணியம். பிறகு, "ஏன், என்ன விஷயம்?" என்று கேட்டான்.

"இல்லை. அவரைப் பார்க்கிறதுக்குத்தான் இவர்கள் இரண்டு பேரையும் நான் வரச் சொன்னேன்" என்றான் பிரகாஷ் ராவ். சந்தருக்குச் சிரிப்பு வரவில்லை.

"ஏதாவது ரோலுக்கா? இந்தப் படத்திலேயா? படமே முடியப் போகிறது— இனிமேல் ஏதாவது இருந்தாலும் ரொம்பச் சின்ன பிட் ரோல்தான் இருக்கும். யாருக்கு?"

"சாருக்குத்தான். இவ என் கஸின். எங்க பெரியப்பா பெண். இவங்க இரண்டு பேரும் சேர்ந்து வேலை பார்க்கிறாங்க."

"எங்கே?"

பிரகாஷ் ராவ் ஏதோ தப்புத் தப்பாகச் சொன்னான். சந்தர் திருத்த வாயெடுத்தவன் பேசவில்லை.

சுப்பிரமணியம் சந்தரைப் பார்த்து, "நீங்க சொல்லிக் கொடுக்கிற நாடகத்தைக் கற்றுக்கொள்ள நிறையப் பேர் வருகிறார்களா?" என்று கேட்டான்.

"ஒரு வருஷத்துக்கு இருபது பேருக்குக் குறையாது."

"வகுப்பு நடக்கிறது எப்போ?"

"ஈவினிங்ஸ்லே ஆறு மணியிலிருந்து எட்டரை வரை. வாரத்திலே நான்கு நாட்களுக்கு."

"உங்க சம்பளமெல்லாம் ரெகுலரா..."

"அப்படி என்றால்?"

"இல்லை, மாதா மாதம் கொடுத்துவிடுவார்களா என்று..."

"ஓ! அதெல்லாம் சரியாக முதல் தேதியே கொடுத்திடுவாங்க. இதற்கு கவர்ன்மெண்ட் கிராண்ட் இருக்கிறது."

சுப்பிரமணியம் சிறிது யோசித்த பிறகு சொன்னான். "சார், நான் உங்க பிரதர்னு நினைச்சுக்குங்க. உங்க மாதிரி மனுஷாளுங்கள்ளாம் இந்த எழவெடுத்த சினிமா ஃபீல்டுக்கு வர வேண்டாம். நீங்க இப்போ இருக்கிற வேலையிலேயே இருந்திண்டு இருங்க, சார்."

சந்தர் சுஜாதா இருவரும் அசையாமல் அப்படியே உட்கார்ந்திருந்தார்கள். ஆனால் சுப்பிரமணியம் சங்கடப்பட்டுக் கொள்ளவில்லை.

இரண்டு டெலிபோன்களும் ஒருமித்து அடித்தன. இது பிரகாஷ் ராவுக்குச் சௌகரியமாக இருந்தது. ஒன்றை எடுத்துக் காதில் வைத்துக்கொண்டு "ஹலோ" என்றான். பிறகு அந்த அறையில் வேலை பார்த்துக்கொண்டிருந்த ஒருவரைப் பார்த்து, "இது உங்களுக்கு" என்றான். அவர் சிறிது இடித்துத் தள்ளிக்கொண்டுதான் போன் அருகே வர முடிந்தது. சுஜாதா ஒரு பக்கமாகச் சாய்ந்த வண்ணம் உட்கார்ந்தாள்.

பிரகாஷ் ராவ் இன்னொரு போனை எடுப்பதற்குள் அது மணி அடிப்பது நின்றுவிட்டது. "முட்டாள்கள்" என்று அவன் வாய்க்குள் முனகிக்கொண்டான்.

சுப்பிரமணியம் பிரகாஷ் ராவைப் பார்த்து, "ஏன், உங்க ஸ்டூடியோ படத்துக்கே முயற்சி பண்ணிப் பாரேன்" என்றான்.

பிரகாஷ் ராவ், "எங்கேப்பா? இப்போது எல்லாம் நாங்க எதை ரெகமண்ட் பண்ணுகிறோமோ அதைத்தான் எங்க டைரக்டர் ஒதுக்கித் தள்ளிவிடுகிறார்" என்றான்.

"நீங்க ஊரிலே இருக்கிற கண்ட எக்ஸ்ட்ரா வெல்லாம் அவர் முன்னாலே கொண்டுபோய் நிறுத்துறீங்க. உங்களுக்கு மதிப்பே இல்லாமே போயிடுத்து... எக்ஸ்யூஸ்மி சார்" என்று சுப்பிரமணியம் சந்தரைப் பார்த்து முடித்தான்.

அப்போது யாரோ ஒருவன் வந்து சுப்பிரமணியத்தைக் கூப்பிடவே அவன் போய்விட்டான். பிரகாஷ் ராவ் சுஜாதாவுக்கும் சந்தருக்கும் காபி வரவழைத்தான். காபி கொண்டு வந்த பையன் ஒரு கெட்டிலைக் கீழே வைத்துவிட்டு, அங்கே அறையில் இருந்த காபி தம்ளரைக் கழுவிக் கொண்டு வர எடுத்துப் போனான். சந்தருக்குக் காபி குடிக்க வேண்டாம் போலிருந்தது.

"நீங்க ஸ்டில் இரண்டு என்னிடம் கொடுத்து வைங்க. நான் ஒரு பத்து நாளிலே தகவல் சொல்கிறேன்" என்று பிரகாஷ் ராவ் உறுதி கொடுத்தான்.

சுஜாதா கைப்பையைத் திறந்து அதிலிருந்து சந்தருடைய புகைப்படங்கள் இரண்டை எடுத்துப் பிரகாஷ் ராவிடம் கொடுத்தாள். பிரகாஷ் ராவ் அப்படங்களை வைப்பதற்காகத் தன் மேஜை டிராயர் ஒன்றைத் திறந்தான். திறந்த டிராயரைச் சந்தர் நன்றாகப் பார்க்க முடிந்தது. வேறு யார் யாருடைய புகைப்படங்களோ டிராயர் நிறைய இருந்தன. உள்ளே இருந்தபடியே இல்லை என்று பிரகாஷ் ராவ் அவர்களை இருமுறை திருப்பி அனுப்பியது ஏமாற்ற வேண்டும் என்ற ஒரே எண்ணத்தினால் இருக்காது என்று சந்தருக்குத் தோன்றிற்று.

ஸ்டூடியோவிலிருந்து வெளியே வந்ததும் சந்தர், "நாம் காபி சாப்பிடலாமா?" என்று சுஜாதாவைக் கேட்டான்.

"இப்போதுதானே சாப்பிட்டோம்!"

"எனக்கு மறுபடியும் சாப்பிட வேண்டும் போலிருக்கிறது."

ஓட்டலில் தனி அறைக்குச் சென்று ஒரே காபி வரவழைத்துச் சந்தர் மட்டும் சாப்பிட்டான். சுஜாதா பில் பணத்தைக் கொடுத்தாள். அவள் கைப் பையிலிருந்து ஒரு கவர் கீழே விழுந்தது. சந்தர், "இந்தக் கைரேகைக்காரன் என்ன சொல்லியிருக்கிறான்?" என்று கேட்டான்.

சுஜாதா அந்தக் கவரை அப்படியே சந்தரிடம் கொடுத்தாள். சுஜாதாவே அந்த ஜோசியனிடம் சந்தர் பற்றிக் கேட்டு எழுதியிருக்கிறாள். இது முதல்

தடவையல்ல. அவளுக்கு ஜோசியத்தில் நம்பிக்கை உண்டு. சித்தப்பா பிள்ளை மீதும் நம்பிக்கை உண்டு.

அன்று அவர்கள் எடுக்க வேண்டிய வகுப்பு ஒன்றும் இல்லை. சுஜாதா சந்தரை அவன் வீட்டுச் சந்து முனைவரை கொண்டுவந்து விட்டுத் தன் ஹாஸ்டலுக்குப் பஸ் ஏறிப் போனாள். சந்தர் வீட்டில் சுஜாதாவையும் சுஜாதாவைப் பற்றியும் தெரியும். சந்தருடைய அம்மா, “அவளைக் கல்யாணம் பண்ணிக்கொண்டு அவளுடன் சுற்றிக்கொண்டு இரேன்” என்று சொல்லி யிருக்கிறாள். சரியான வேலை வருமானம் இல்லாதபோது எல்லாவற்றிற்கும் தைரியம் வருகிறது; கல்யாணம் பண்ணிக்கொள்ள மட்டும் வருவதில்லை.

சந்தருக்கு அன்றைய தபாலில் நான்கு கடிதங்கள் வந்திருந்தன. ஒன்றுதான் கடிதம். மற்ற மூன்றிலும் வெவ்வேறு நாடக வைபவங்களுக்கு அழைப்புகள். இரண்டு வைபவங்களில் மந்திரிகள் கலந்துகொள்ள இருந்தார்கள். மூன்றாவது சென்னையிலுள்ள ஒரு வெளிநாட்டு கான்சல்ஜெனரல் வீட்டில் நடப்பது. அங்கே முதல்தர வெளிநாட்டுச் சாராயம் தருவார்கள். தென்னிந்திய நாடக மரபு பற்றிச் சந்தர் ஒரு வேளை சிறு பிரசங்கம் ஒன்று செய்ய வேண்டியிருக்கும். அவன் பிரசங்கத்தைக் கேட்பார்கள். இலவச விஸ்கி தருவார்கள். ஒரு நல்ல பெரிய வருமானமுள்ள சான்ஸ்தான் அவனுக்கு வாங்கித் தரமாட்டார்கள். அவனும் அந்த அரை வேக்காடு கலாரசிகை எஸ்.எஸ்.பி.யின் அடுப்பங்கரைச் சூழ்ச்சிகளுக்கும் மூளைக் கொதிப்புகளுக்கும் ஈடுகொடுத்துக் கொண்டிருக்க வேண்டும். சந்தரால்தான் எஸ்.எஸ்.பி.க்கு சுஜாதாவையும் பிடிக்காமல் போய்விட்டது. இந்த எஸ்.எஸ்.பி.யை அவன் தூக்கியெறிந்து பேசிவிட அதிக நேரம் ஆகாது. அத்துடன் அவன், பாவம் சுஜாதா, இருவரும் இன்ஸ்டிடியூட்டை விட்டு வெளியேற வேண்டும். எஸ்.எஸ்.பி.யை விரோதித்துக் கொண்டால் தலை போய்விடாது. ஆனால் அரசாங்கம் ஆதரவளித்து வரும் எந்த நாடகப் பள்ளியிலும் ஒரு ஐந்து ரூபாய் வேலைகூடக் கிடைக்காது. அன்று சந்தருக்கும் சுஜாதாவுக்கும் அம்மாதிரி வேலை தவிர வேறு எதுவும் கிடையாது. கிடைக்காது.

❍

நாடக வகுப்புகள் நடத்தும் வேலையில் ஒரு சௌகரியம் இருந்தது. பகலில் நன்றாகத் தூங்க முடிந்தது. சந்தர் தூங்கி எழுந்துவிட்டு சுஜாதாவின் ஹாஸ்டலுக்குப் போனான். அவள் அங்கு இல்லை. அங்கிருந்து அவன் நேராக நாடக வகுப்பு நடத்தும் இடத்திற்குச் சென்றான். ஒரு சின்ன காளி கோயிலை அடுத்திருந்த கட்டடத்தில்தான் அந்த வகுப்புகள் நடத்த ஏற்பாடுகள் செய்யப்பட்டிருந்தது. பகல் வேளையில் அந்தக் கட்டடத்தில் குழந்தைகள் பள்ளி நடந்தது. அந்தப் பள்ளிக்கு ஒரு நிர்வாகக் குழு உண்டு. அந்தக் குழுவிற்கும் சேர்மென் எஸ்.எஸ்.பி.

சுஜாதா வகுப்பு நடத்த வரவில்லை. அவள் வகுப்பையும் சந்தரே சேர்த்து நடத்திக்கொண்டிருந்தான். நாடகத்தில் கைக்குட்டையை நழுவ விடுவதுபோல ஒரு காட்சி வந்தால் எப்படிக் கைக்குட்டையை உணர்ச்சி

ததும்ப நழுவ விடுவது என்று சொல்லிக் கொடுத்துக்கொண்டிருந்தான். கைக்குட்டை மிகவும் அழுக்கடைந்துவிட்டிருந்தது.

எட்டேகால் மணிக்கு சுஜாதா பரபரப்புடன் வந்தாள். “சந்தர், இப்போதே புறப்படு. பிரகாஷ் ராவ் வரச் சொல்லியிருக்கிறான்” என்று சொன்னாள்.

“நீ அவனைப் பார்க்கத்தான் போயிருந்தாயா?”

“ஐந்து மணிக்குச் சொல்லியனுப்பியிருந்தான். நானும் உடனேதான் ஸ்டுடியோவுக்குப் போயிருந்தேன். அதற்குள் எங்கேயோ வெளியே போய்விட்டு ஏழரை மணிக்குத்தான் திரும்பி வந்தான்.”

“வெளியிலேதான் போயிருந்தானா?”

“இந்தத் தடவை நிஜமாகவே அவன் இல்லை. ஒரு டைரக்டர் இன்று உன்னை அழைத்து வரச் சொன்னாராம். நீ உடனே ஸ்டுடியோவுக்குக் கிளம்பு.”

“இப்போது எட்டரையாகிறதே?”

“நாளைக்கு என்று போனால் அதற்குள் வேறு யாரையாவது செலக்ட் பண்ணிவிடுவார்கள்.”

“அப்படி ஒரு ராத்திரியிலே போய்விடுவது இதற்குள்ளாகவே போயிருக்கக் கூடாதா?”

சுஜாதா ஒன்றும் சொல்லாமல் நின்றாள். பிறகு, “நான் வேண்டுமானால் பிரகாஷ் ராவுக்கு மறுபடியும் டெலிபோன் பண்ணிக் கேட்கிறேன்” என்றாள்.

சந்தர் உதட்டைப் பிதுக்கினான். அன்று எஸ்.எஸ்.பி. வரமாட்டாளாதலால் அன்றைய வகுப்பை அத்துடனேயே முடித்துக்கொள்ள முடிந்தது. அந்தப் பள்ளிக்கூடத்துக்கு டெலிபோன் கிடையாது. கோயிலைத் தாண்டி நாலு வீடுகள் தள்ளித்தான் இருந்தது. அந்த வீடு எஸ்.எஸ்.பி.யுடையது.

கோயிலைத் தாண்டும்போது சந்தர், ‘ஹே காளி, எஸ்.எஸ்.பி. வீட்டில் இருக்கக் கூடாது’ என்று வேண்டிக்கொண்டான். சுஜாதா, “தாயே, பிரகாஷ் ராவ் ஸ்டுடியோவில் அவன் அறையிலேயே இருக்க வேண்டுமே” என்று பிரார்த்தித்துக் கொண்டாள்.

எஸ்.எஸ்.பி. வீட்டில் இல்லை. ஸ்டுடியோவில் தன் அறையிலேயே பிரகாஷ் ராவ் இருந்தான். அவர்கள் பக்கத்திலேயே நின்ற எஸ்.எஸ்.பி. வீட்டு வேலைக்காரனை சுஜாதா, “கொஞ்சம் குடிக்கத் தண்ணீர் கொண்டுவா” என்று சொல்லியனுப்பினாள். அவர்களைப் பக்கத்து பஸ் ஸ்டாண்டருகில் காத்துக்கொண்டிருக்கச் சொன்னான் பிரகாஷ் ராவ். பத்துப் பதினைந்து நிமிஷத்தில் அவன் அங்கு வந்து அழைத்துப் போவதாகச் சொன்னான். டெலிபோனை வைத்துவிட்டு சுஜாதாவும் சந்தரும் வெளியே வந்தார்கள்.

சந்தர், "இன்றைக்கு ஷேவ் கூடச் சரியாகச் செய்துகொள்ளவில்லை" என்று முணுமுணுத்துக்கொண்டான். பஸ் ஸ்டாண்ட் அருகே இருட்டாகத்தான் இருந்தது. சுஜாதா தன் கைப்பையைத் திறந்து சந்தரிடம் ஒரு சிறிய வட்டப் பெட்டியை எடுத்துக்கொடுத்தாள். சந்தர் பவுடர் எடுத்துத் தன் முகத்தில் ஒத்திக்கொண்டான்.

ஒரு கார் வந்து நின்றது. அதில் பிரகாஷ் ராவ் இருந்தான். "உம், ஏறுங்கள்" என்றான்.

சுஜாதா, "நானும் வர வேண்டுமா? நீங்கள் இரண்டு பேரும் போய்விட்டு வாருங்களேன்" என்றாள்.

"நான் உன்னை முதலில் ஹாஸ்டலில் டிராப் பண்ணிவிடுகிறேன்."

சுஜாதாவும் ஏறிக்கொண்டாள். வண்டி போய்க்கொண்டிருக்கும்போது பிரகாஷ் ராவ் சொன்னான்: "நாம் எதற்கும் டைரக்டரை முதலில் பார்த்து விடுவோம்."

"சரி. யாரது?"

பிரகாஷ் ராவ் ஒரு பெயர் சொன்னான். சித்தார்த்தா என்ற அந்த டைரக்டர் நல்ல டைரக்டர் என்று பெயர் வாங்கியவன். இன்னொரு விதத்திலும் அவன் பெயர் பெற்றவன். அவன் படம் முடியும் வரையில் அப்படத்தில் கதாநாயகியாக நடிப்பவள் ஏதோ சொக்குப் பொடி போடப் பட்டவள் போல வீடு, வாசல், கணவன், தாய் எல்லாவற்றையும் உதறித் தள்ளிவிட்டு சித்தார்த்தாவே சகலமும் என்றிருப்பாள். சித்தார்த்தாவின் படங்களில் நடிப்பு மிகவும் சிறப்பாக அமைவதற்கு இதையும் ஒரு காரணமாகச் சொல்வார்கள். வண்டி ஒரு பெரிய கட்டடத்தின் முன் நின்றது. சித்தார்த்தா மூன்றாவது மாடியில் இரண்டாவது பிளாக்கில் இருந்தான்.

சந்தருக்கு மாடிப்படி ஏறுவதில் சிரமமிருந்தது. பிரகாஷ் ராவும் சுஜாதாவும் சிரமப்படவில்லை. பிரகாஷ் ராவுக்கு சுஜாதாவைக் கீழே காரில் தனியாக விட்டுவிட்டு வர மனமில்லை.

பிரகாஷ் ராவ் வாசல் மணியை அழுத்தியபோது அது பியானோ வாசிக்கும் ஒலியை எழுப்பியது.

சித்தார்த்தாவே வந்து கதவைத் திறந்தான். "ஓ! வந்துவிட்டாயா? வா வா" என்று சொன்னான்.

"இது என் பெரியப்பா பெண் சுஜாதா. இது மிஸ்டர் சந்தர். அந்த நாடக நடிகர்."

"உள்ளே வாங்க, முதலிலே உள்ளே வாங்க."

எல்லாரும் உட்கார்ந்தவுடன் சித்தார்த்தா பிரகாஷ் ராவைப் பார்த்து, "சரிப்பா, சொல்லு" என்றான்.

இனி வேண்டியதில்லை

பிரகாஷ் ராவ் சந்தரைக் காண்பித்து, "இவரைத்தான் சொன்னேன்" என்றான்.

சித்தார்த்தா சந்தரைப் பார்த்தான். "உம், என்ன பண்ணிக் கொண்டிருக்கிறார்?" என்று கேட்டான்.

"டில்லி டிராமா இன்ஸ்டிடியூட்டிலே டிப்ளமாவெல்லாம் வாங்கி இருக்கிறார். சினிமாவிலே நடிக்கவில்லையென்றாலும் நிறைய நாடகங்களில் நடித்திருக்கிறார். இங்கே மெட்ராஸிலேயே டிராமா கிளாஸ் நடத்துகிறார்."

"எது? அந்த எஸ்.எஸ்.பி.யுடையதா?"

சந்தர் 'இல்லை. எஸ்.எஸ்.பி. அரசாங்கத்தால் நியமனம் பெற்ற வெறும் சேர்மென்தான். டிராமா வகுப்பு அவளுடையதில்லை' என்று சொல்லத்தான் நினைத்தான். ஆனால் இந்த நுட்பங்கள் எல்லாம் யாரும் காது கொடுத்துக் கேட்டுக்கொள்வதில்லை. புரிந்துகொள்வதும் இல்லை. "ஆமாம்," என்று ஒரே வார்த்தையில் சந்தர் பதில் சொன்னான்.

"ஐ ஸீ... இது?"

பிரகாஷ் ராவ் சொன்னான். "என் பெரியப்பா பெண். மிஸ்டர் சந்தர்கூட வேலை பார்க்கிறாள்."

"என்ன வேலை?"

"நானும் அதே டிராமா கிளாஸ்தான். நானும் வகுப்புகள் நடத்துகிறேன்."

"நீயும் டிராமா டிப்ளமா வாங்கியிருக்கிறாயா?"

"ஆமாம்."

சித்தார்த்தா ஒரு நிமிஷம் சுஜாதாவை உற்று நோக்கினான். பிறகு, "நீ மிஸ் சுஜாதா ஆனந்த ராவ் இல்லை?" என்று கேட்டான்.

சுஜாதா கண்களை அகல விரித்துக்கொண்டு, "ஆமாம்" என்றாள்.

"உங்க டில்லி இன்ஸ்டிடியூட்டிலே 'மிருச்ச கடிகா' நாடகத்தில் நீயும் நடித்தாய் இல்லையா?"

"ஆமாம்..."

"நீதான் வசந்தசேனா – இல்லை?"

"ஆமாம்."

"மை காட்! உனக்காக அப்புறம் நான் எங்கெங்கே எல்லாம் தேடினேன் தெரியுமா?"

"எனக்காகவா?"

“ஆமாம், நான் அந்த வருஷம் பிலிம் அவார்ட்ஸுக்காக டில்லி வந்திருந்தேன். உங்க இன்ஸ்டிடியூட் டிராமா பார்த்த அடுத்த நாளே நான் ஹைதராபாத் திரும்ப வேண்டியிருந்தது. மறுபடியும் நான் டில்லியிலே விசாரிக்கிறதுக்குள் உங்க செட்டே மாறிப் போயிடுத்து.”

“அதுதான் கடைசி மாசம். கோர்ஸே ஒரு வருஷம்தான்.”

“நான், மிருச்சகடிகா நாடகத்திலே நடித்தவள் என்று கேட்டால், இந்த மிருச்சகடிகாவையே ஏழெட்டு தரம் போட்டிருக்காங்க. ஏழெட்டு வெவ்வேறு வசந்தசேனாவை வைத்து. நான் எந்த எந்தப் பெண்ணையோ எல்லாம் பார்த்த பிறகுதான் உன் பெயர் கிடைத்தது. இப்போது சொல், உனக்கு சினிமாவிலே நடிக்க ஆட்சேபணை உண்டா?”

சுஜாதா வெட்கப்பட்டவள் போல் இருந்தாள். பிரகாஷ் ராவ் சொன்னான். “நாங்க வந்தது மிஸ்டர் சந்தருக்காகத்தான். உண்மையிலே இவள் இங்கு வருவதாகக்கூட இல்லை.”

“வந்தது ரொம்ப நல்லதாகப் போச்சு. நான் இந்த இரண்டு வருஷமா எங்கெங்கேயெல்லாமோ தேடிக்கொண்டு இருக்கிறேன், விசாரித்துக்கொண்டு இருக்கிறேன். மிஸ் ஆனந்த ராவ், நான் எடுக்கப் போகிற படம் பெரிய பாக்ஸ் ஆபீஸ் மாஸ் அப்பீல் படம் இல்லை. சரத் பாபுவுடைய ‘சந்திரநாத்’ தான் நான் இப்போ எடுக்கப்போகிற படம். அதிலே சரயூ ரோலுக்கு நீ சரியா இருப்பேன்னு அப்பவே பார்த்து வைத்தேன் ...”

“மிருச்சகடிகாவிலெ சந்தரும் நடித்தார். அதிலே சாருதத்தன் ...”

“நான் பார்த்தேன், நான் பார்த்தேன். ஆனால் நான் இப்போது பேசுகிறது சந்திரநாத் பற்றி.”

“இவள் அப்பா அம்மா கொஞ்சம்கூடச் சம்மதப்பட மாட்டாங்க” என்றான் பிரகாஷ் ராவ்.

“அவங்க இங்கே இருக்காங்களா?”

“இல்லை, ஊரிலே இருக்காங்க.”

“அப்போ மிஸ் ஆனந்த ராவ் இருக்கிறது எங்கே? உன் வீட்டிலேயா?”

“இல்லை, இல்லை. லேடீஸ் ஹாஸ்டலிலே இருக்கிறாள்.”

“ஒரு ஹாஸ்டலிலே இருந்துகொண்டு டிராமா கற்றுக்கொள்கிறேன் என்று வருகிற சோதாப் பையன்கள் நடுவிலே பழகப் பெண்ணை விடுகிறவர்கள் சினிமாவுக்கு ஒன்றும் சொல்லமாட்டார்கள். என்னைத் தப்பாக எடுத்துக்கொள்ளாதே, மிஸ் ஆனந்த ராவ். நல்ல வாய்ப்பு வாழ்க்கை யிலே ஒரே தடவைதான் வரும். உனக்கு நான் இந்த காரண்ட்டி தருகிறேன். இந்தப் படம் மூன்று மாதம், இல்லாது போனால் நான்கு மாதங்களிலே முடிந்துவிடும். தெரியுமா பிரகாஷ் ராவ்? இதற்குப் பைனான்ஸ் எல்லாம்

ஜெயஸ்ரீ டாக்கீஸ் நந்தலால் பாலிகா. இன்றையத் தேதிக்கு இந்தியாவிலேயே ரொம்பப் பெரிய பார்ட்டி. படம் முடிந்தது என்றால் உடனே ரிலீஸ்தான். நாலே மாதம். அதனாலே, மிஸ் ஆனந்த ராவ், இந்த நாலு மாதத்திற்கப்புறம் நீ சினிமாவோ டிராமாவோ அடுப்பங்கரையோ எங்கே வேண்டுமானாலும் போகலாம்."

பிரகாஷ் ராவ் சங்கடப்பட்டுக்கொண்டு இருந்தான். சந்தர் படபடப்பு அதிகரித்தவனாக இருந்தான். சுஜாதாவுக்கு சித்தார்த்தாவின் பேச்சு அதிகம் பிடித்ததாகத் தெரியவில்லை. சித்தார்த்தாவும் அதை ஒரு மாதிரி புரிந்துகொண்டிருந்தான். சித்தார்த்தா சொன்னான்:

"உன்னை இப்போதே, இல்லை – ஆமாம் என்று சொல்லச் சொல்ல வில்லை. இரண்டு நாள் எடுத்துக் கொள். விஷயம் இதுதான். உனக்கு நடிக்க வேண்டும் என்றுதான் இருக்கிறது – இல்லையானால் நீ ஏன் டில்லிக்குப் போய் டிப்ளமா எல்லாம் வாங்க வேண்டும்? உனக்கு இப்போது சினிமாவிலே நேரே ஹிரோயின் சான்ஸ் நான் தருகிறேன். நடிப்பிலே உன்னாலே எந்த அளவு எட்ட முடியும் என்று எனக்கு ஒரு மாதிரி விளங்கி இருக்கிறது. இதை மட்டும் வைத்துக்கொண்டு வேறு யாரும் முன்பின் தெரியாத ஒரு புதுப் பெண்ணுக்கு ஹீரோயின் ரோல் தரமாட்டார்கள். ஆனால் எனக்கு ஒரு நம்பிக்கை. நீ ஒரு இரண்டு நாளிலே பதில் கொடுத்தால் போதும்."

அந்த வேளைக்குப் பேச்சுவார்த்தை எல்லாம் முடிந்துவிட்டது என்று தோன்ற வைப்பது போல எல்லாரும் மௌனமாக இருந்தார்கள். பிரகாஷ் ராவ்தான் முதலில், "நான் நாளைக்கு வந்து பார்க்கிறேன்" என்று சொல்லிவிட்டு எழுந்தான். சுஜாதாவும் சந்தரும் எழுந்தார்கள். ஆனால் சுஜாதா பிரகாஷ் ராவைப் பார்த்த பார்வையில் பிரகாஷ் ராவ் மீண்டும் பேசினான்: "நாங்கள் வந்ததே மிஸ்டர் சந்தருக்காகத்தான்" என்றான்.

சித்தார்த்தா சொன்னான்: "பார்க்கலாம். இந்த சப்ஜெக்டுக்கு ஒரே ஒரு ஹீரோதான். சலம்தான் சந்திரநாத் ரோல் பண்ணப் போகிறான். மற்ற ரோல்கள் எல்லாம் நாற்பது, ஐம்பது, எழுபது வயது ரோல்கள். இவருக்கு ஒன்றும் சரிப்பட்டு வராது. இந்தப் படம் இல்லாத போனால் பரவாயில்லை. அடுத்த படத்திலே நிச்சயம் உபயோகப்படுத்திக்கொள்கிறேன்."

மூவரும் படி இறங்கிக் கார் அருகே வந்தார்கள். சுஜாதா, "நாம் கொஞ்சம் பீச் வரையில் போய்விட்டு வீடு திரும்பலாமா?" என்று கேட்டாள்.

பிரகாஷ் ராவ் முதலில் பதில் சொல்லவில்லை. பிறகு, "சரி" என்றான்.

பத்து மணிக்கு பீச்சில் பீச்சும், விளக்குகளும் மட்டும்தான் இருந்தன. சிறிது குளிர்காற்று இருந்தது. கடல் நடுவில் சிறு சிறு சலசலப்புக்கு மேல் எதுவும் இருப்பதாகத் தெரியவில்லை. ஆனால் கரை ஓரமாகத்தான் ஏகமாக இரைச்சல் போட்டுக்கொண்டு அலைகள் புரண்டு அடித்துக்கொண்டு விழுந்து மாய்ந்துகொண்டிருந்தன.

"நீங்கள் அடிக்கடி இவரைப் போய்ப் பார்த்துக்கொண்டிருங்கள்" என்று பிரகாஷ் ராவ் சந்தரிடம் சொன்னான். சந்தர் புன்னகைகூடப்

புரியவில்லை. அவன் அடிக்கடி போய்ப் பார்க்க வேண்டியவர்கள் பட்டியல் பெரிதாக இருந்தது.

சுஜாதா, "உனக்கு என்ன தோன்றுகிறது?" என்று சந்தரைக் கேட்டாள்.

"அடுத்த படம் அவர் எடுக்கிறபோது பார்த்துக்கொள்ளலாம்."

"அது இல்லை. அவர் என்னைக் கூப்பிடுகிறாரே?"

"உன்னைத்தானே? ஏன், உனக்கு இஷ்டமிருந்தால் போயேன்."

பிரகாஷ் ராவ், "என்ன சொல்கிறார் அவர்?" என்று கேட்டான்.

"ஒன்றுமில்லை" என்றாள் சுஜாதா. பிறகு "திரும்பலாமா?" என்று கேட்டாள்.

கார் ரவுண்ட்டாணா பக்கம் வந்தவுடன், "எந்தப் பக்கம் திரும்ப?" என்று பிரகாஷ் ராவ் கேட்டான்.

"பூக்கடைப் போலீஸ் ஸ்டேஷன் பக்கம்" என்றாள் சுஜாதா.

கார் பூக்கடையை நெருங்கிப் போகும்போதே, "இங்கே எங்களை விட்டுவிடு. நாளைக்கு நான் டெலிபோன் செய்கிறேன்" என்று சுஜாதா சொன்னாள்.

"நான் உன்னை ஹாஸ்டலிலேயே விட்டு விடுகிறேனே?" என்றான் பிரகாஷ் ராவ்.

"இல்லை, நான் போய்க்கொள்வேன். அப்படி முடியாவிட்டால் சந்தர் வீட்டுக்குப் போய்விடுவேன். அங்கே அவன் அம்மா, அக்கா, தங்கை எல்லாரும் இருக்கிறார்கள்."

பிரகாஷ் ராவ் வாதாடாமல் போய்விட்டான். சந்தர் சிறிது விறுவிறு என்று நடந்துகொண்டிருந்தான். அரை ஓட்டமாகச் சென்று சுஜாதா, "வா, நாம் புகாரியிலே ஏதாவது சாப்பிட்டுவிட்டுப் போவோம்" என்றாள்.

"புகாரி கிகாரிக்கெல்லாம் என்னிடம் காசு இல்லை" என்று சந்தர் சொன்னான்.

"என்னிடம் இருக்கிறது. தயவுசெய்து வா."

இப்போது சுஜாதாதான் முன்னால் போய்க்கொண்டிருந்தாள். அந்த ஓட்டல் வாசற்படியை அவள் கடக்கும்போது அங்கே இருந்த பிரகாசமான விளக்குகள், அவள் புடவை லேசாகக் கிழிய ஆரம்பித்திருப்பதைக் காட்டின. அநேகமாக அவள் புடவைகள் எல்லாமே அந்த நிலையில்தான் இருந்தன. அவள் புதிதாகத் துணிமணி எடுத்து வெகு நாட்கள் ஆகியிருக்க வேண்டும். மாதாமாதம் வருகிற இருநூறு ரூபாயில் ஹாஸ்டலுக்கு நூற்றுப்பத்து ரூபாய் கொடுத்துவிட்டு, ஊருக்கு நாற்பது ரூபாய் அனுப்பிவிட்டு, இரண்டு பெரிய அளவு 'சர்ஃப்' பெட்டிகள் வாங்கிய பிறகும் சந்தருடன்

ஓட்டலுக்கு எப்போது போனாலும் அவளே பணம் கொடுத்துவிடுகிறாள்! எப்போதோ ஒரு சமயத்தில் மட்டும் புடவைக்கு அவனை இஸ்திரி போட்டுத் தருமாறு கேட்டுக்கொள்வாள். அவனே அப்படிச் செய்து தருவதாக ஒப்புக்கொண்டிருந்தான். அந்த வார்த்தையை மட்டும் அவன் மாதத்தில் ஒரு முறை இரு முறை காப்பாற்றினால் போதும்.

சந்தருக்கு ஐந்து நிமிஷம் சரியாக இருந்தது. பிறகு மறுபடியும் தலையை வலித்தது.

சர்வரிடம் "பிஸ்கட், சமோஸா, டீ" என்று சுஜாதா சொன்னாள். "உனக்கு என்ன என் மேலே கோபம்?" என்று சந்தரைக் கேட்டாள்.

"ஒன்றுமில்லையே!"

"பின் ஏன் மூஞ்சியைத் தூக்கிக்கொண்டு இருக்கிறாய்?"

"அதற்கு என்ன செய்வது? சிலர் மூஞ்சி எப்போதும் அப்படித்தான் இருக்கும்."

"நான் ரொம்ப நம்பிக்கையோடுதான் இருந்தேன்."

"இப்போது மட்டும் என்ன, சித்தார்த்தாவுக்கு உன்னை ரொம்பப் பிடித்திருக்கிறது."

"எனக்குப் பிடிக்கவில்லையே!"

"அப்படிச் சொல்லிவிடாதே. மூன்றே மாதத்தில் நீயும் பெரிய ஸ்டார் ஆகிவிடலாம்."

"எனக்குப் பெரிய ஸ்டார் ஆக வேண்டும் என்று எல்லாம் ஆசை கிடையாது."

இதற்குள் சர்வர் ஒரு பெரிய தட்டில் பீங்கான் கோப்பை தட்டுகள் கடகடவென்று ஒலிக்க டீயும் பிஸ்கட்டும் கொண்டு வந்தான். சந்தர் ஒன்றும் எடுத்துக்கொள்ளவில்லை. சுஜாதாவினால் ஒன்றும் எடுத்துக்கொள்ள முடியவில்லை. டீயை மட்டும் அரை குறையாகச் சாப்பிட்டார்கள். தட்டில் பில் பணத்துடன்கூட பத்துபைசா சேர்த்து வைத்துவிட்டு சுஜாதா சந்தர் பின்னால் போனாள். சந்தர், கந்தசாமி கோயில் தாண்டிப் பக்கத்திலுள்ள சந்திலே திரும்பிச் சென்றுகொண்டிருந்தான். சந்திலே முனையில் இருந்த பசும்பால் கடையைத் தவிர மற்றப் பகுதிகள் அமைதியாக இருந்தன. பசுமாடுகளும் கன்றுகளும் நடுச்சந்தில் யாதொரு தயக்கமும் இல்லாமல் படுத்தபடி அசை போட்டுக்கொண்டிருந்தன. சுஜாதா, "சந்தர்" என்று கூப்பிட்டாள்.

அவன் திரும்பிப்பார்க்கவில்லை. சுஜாதா வேகமாக அவனை நெருங்கி, "சந்தர்!" என்றாள்.

அவன் நின்று, "என்ன நடுத்தெருவில் இருந்துகொண்டு கூப்பாடு போடுகிறாய்? நீ படித்தவளா?" என்று கேட்டான்.

"உனக்கு என்ன ஆயிற்று? நான் சினிமாவிலே சேருகிறதாகவே இல்லை..."

"உன்னை விரும்பித் தேடி அலைந்து ஒருவன் வருஷக் கணக்காக ஏங்கிக்கொண்டிருக்கிறான், அவனையும் கைவிட்டுவிடுவாயா? நீ வசந்தசேனா இல்லையா?"

"என்ன பச்சைக் குழந்தை மாதிரி பேசுகிறாய்? இன்றைக்குப் போனதே உனக்காகத்தான்..."

"நான் வெறுமனே ஒரு காரணம். உன்னை உன் சித்தப்பா பிள்ளை அழைத்துக்கொண்டு போனான். சித்தப்பா பிள்ளைதானே அவன்? ஒரு பெண்ணை மட்டும் தனியே அழைத்துக்கொண்டு போக அவனுக்குக் கூட கொஞ்சம் கூச்சமாக இருக்காதா?"

"சீ, உன் புத்தி வெறும் சாக்கடையாகிவிட்டது."

சந்தர் பேசாமல் வேகமாக நடந்தான். சுஜாதா மறுபடியும் ஓடி வந்தாள். "சந்தர்!"

அவன் பதில் பேசுவதற்குள் விளக்கில்லாமல் மணிகூட அடிக்காமல் மூன்று சைக்கிள்காரர்கள் வேகமாக வந்தார்கள். சுஜாதா அப்படியே நின்றாள். சந்தர் சந்தின் ஓரத்திற்குத் தாவிக்கொண்டு சென்றான். சைக்கிள்காரர்கள் போய்விட்டார்கள். சந்தர் ஓரமாகவே நடந்து ஐந்தாறு வீடுகள் தாண்டி ஒரு கதவைத் தட்டினான். அதுதான் அவன் வீடு. அவன் தங்கை கதவைத் திறந்தாள். சந்தர் படிதாண்டியவுடன், "கதவைத் தாழ்ப்பாள் போடு" என்று தங்கையிடம் சொன்னான். ஆனால் அவள் சுஜாதாவைப் பார்த்துவிட்டாள்.

"சுஜாதா அக்கா வந்திருக்காளா?"

"அக்காவும் இல்லை, தக்காவும் இல்லை. கதவை இழுத்துச் சாத்து."

"இங்கே வந்திருக்காளே? வா அக்கா."

சந்தர் தன் தங்கையைப் பிடித்துத் தள்ளி விட்டுக் கதவைச் சாத்தினான். தாழ்ப்பாள் போட்ட பிறகு சில விநாடிகள் கதவருகேயே நின்றான். கதவு தட்டப்படவில்லை.

"ஏன் அண்ணா சுஜாதாவை வெளியிலேயே வைத்துவிட்டுக் கதவைச் சாத்தினே? அம்மாவைக் கூப்பிடுகிறேன்."

"சத்தம் போடாமே உன் வேலையைப் பார்த்துக்கொண்டு போ. இல்லாத போனால் பல்லைத் தட்டிக் கொடுப்பேன்."

அவள் ஏதோ முணுமுணுத்துக்கொண்டு இருட்டில் உள்ளே சென்றாள். சந்தர் சப்தமே எழுப்பாமல் தாழ்ப்பாளைத் தளர்த்தினான். கதவை மிகவும் மெதுவாகத்தான் திறந்தான். அப்படியும் அது முனகிற்று. சந்து காலியாக இருந்தது.

சந்தர் வெளியே வந்து நின்றான். இருட்டாக இருந்தாலும் கண்கள் நன்றாகப் பார்த்தன. மாடுகள், கன்றுகள், சந்தில் வெளிச்சுவர் ஓரமாகப் படுத்துக்கொண்டிருப்பவர்கள், ஒரு குப்பைத் தொட்டி, முனையில் பசும்பால் கடை, கடையருகில் இருந்த விளக்குக் கம்பத்தில பீடி சுருட்டு பற்றவைத்துக் கொள்பவர்களுக்காகக் கட்டித் தொங்கவிட்டிருக்கும் நார்த்திரி, ஒரு நாய் இவையெல்லாம் தெளிவாகவே தெரிந்தன. சுஜாதா சந்தைக் கடந்து திரும்பி பெரிய சாலையில் போய்க்கொண்டிருப்பாள். டாக்ஸிக்காக இருக்காது. நேரே சென்று அண்ணாமலை மன்றத்தைத் தாண்டி கோட்டை ஸ்டேஷனுக்குப் போவாள். பதினொன்றே காலுக்குக் கூட ஒரு ரயில் உண்டு. ஹாஸ்டல் வாட்சுமென் கதவைத் திறந்துவிடுவான். அறைக்குப் போனவுடன் புடவை மாற்றிக்கொண்டு படுத்துக்கொண்டுவிடுவாள். படுத்துக்கொண்ட பிறகுதான் அவளால் சரியாக அழ முடியும்.

சந்தருக்கு மார்பு படபடப்பு, மூச்சு இரைப்பு எல்லாம் அடங்கியிருந்தது. மறுபடியும் சுஜாதாவை நடுத்தெருவில் அழச்செய்துவிட்டான். அவன் அவளை அழவைப்பதில் நூறில் ஒரு பங்கு எஸ்.எஸ்.பி. செய்வது கிடையாது. ஒரு வேளை அவனில்லாமல் சுஜாதா மட்டும் தனியாக இருந்தால் எஸ்.எஸ்.பி. சுஜாதாவிடம் உண்மையாகவே அன்பாகவும் ஆதரவாகவும் இருக்கக்கூடும். அவன் இல்லாவிட்டால் அவளுக்கு வந்திருக்கும் சினிமா வாய்ப்பை ஏற்றுக்கொள்வது எதோ பெருங்குற்றம் போல அவளுக்குத் தோன்றாது. அவன் பின்னாலேயே சுற்றிக்கொண்டிருந்துவிட்டுக் கடைசியில் ஒரு ராத்திரியில் நடுத்தெருவில் முகத்திற்கு நேரே சாத்தப்படும் கதவின் முன் அவள் நிற்க நேர்ந்திராது. இப்போது இல்லை. அவள் போய்விட்டாள்.

சந்தருக்கு மூச்சு விடுவதில் சிரமம் இல்லாமல் இருந்தது. யாராவது வீடு பெருக்கும்போது அவனுக்கு மூச்சுத் திணறும். அடுக்கு அடுக்காக மாடிப்படி ஏறும்போது மூச்சுத் திணறும். துணிக்கு இஸ்திரி போடும்போது மூச்சுத் திணறும். அப்படி இருந்தும் அவனாகவே ஒரு காலத்தில் சுஜாதாவின் புடவைகளுக்கு இஸ்திரி போட்டுத் தரும் பொறுப்பை ஏற்றுக்கொண்டிருந்தான். ஆனால் இப்போது ஐந்தாறு மாதமாகவே என்றோ ஒரு நாள்தான் அதற்குச் சௌகரியப்பட்டுக் கொண்டிருக்கிறது. அது தெரிந்துதான் சுஜாதாவே அவனிடம் அதிகம் தருவது கிடையாது. இனி தரவேமாட்டாள். அவள் திரும்ப வரமாட்டாள். இந்த முறை அழவைத்ததற்கு மன்னிக்கமாட்டாள். ஒரு வேளை அந்தச் சொக்குப்பொடி சிகாமணி சித்தார்த்தாவின் சினிமாவில் நடிக்கவும் சம்மதித்துவிடுவாள். சந்தர்தான் இனி எஸ்.எஸ்.பி.யுடன் தனியாக மாரடிக்க வேண்டும். சுஜாதா போனது பெரிய இழப்புத்தான்.

நிஜமாகவே இழப்புத்தானா? சந்தருக்கும் சந்தேகம் வந்தது. இந்த மூன்று வருட காலத்தில் சுஜாதா அவனுக்காக நிறையத் தியாகங்கள் புரிந்திருக்கிறாள் – சந்தேகம் இல்லை. அவன் ஒன்றும் செய்யவில்லையா?

அவள் இழுத்துப் போகாவிட்டால் அவன் பிரகாஷ் ராவின் கோணல் நாற்காலியில் உட்கார்ந்திருப்பானா? மூன்றடுக்கு மாடிக்கு மூச்சு முட்ட ஏறியிருப்பானா? தூணுக்குப் புடவை கட்டினால் திரும்பப் பார்க்கும் ஒரு டைரக்டர் தன்னைத் தூசி போல் உதறித் தள்ளக் காட்டிக் கொண்டிருப்பானா? பார்க்கப்போனால் இவ்வளவு நாட்களும் சுஜாதா நினைக்கச் சொன்னதைத் தவிர வேறு எதைத்தான் அவன் நினைக்கவும் செய்திருக்கிறான்? அவனாக அவன் எதைத்தான் செய்திருக்கிறான்?

சந்தர் வீட்டுக்குள் வந்து கதவைத் தாளிட்டான். அந்தச் சண்டை அவனுக்கும் சுஜாதாவுக்கும் நல்லது என்று தோன்றிற்று. இல்லாது போனால் இருவருமே ஆயுள் முழுவதும் கைக்குட்டை நழுவவிடுவதைக் சுற்றுக்கொடுத்துக்கொண்டிருக்க வேண்டும். இருவரும் கல்யாணம்கூடப் பண்ணிக்கொள்ள நேரிட்டிருக்கும். அப்படியும் ஆகிவிட்டால் இருவருக்கும் கதி மோட்சமே கிடையாது. நல்ல வேளை இனி அந்தப் பயம் இல்லை.

சந்தருக்கு இன்னொன்றும் தோன்றிற்று. இனிமேல் புடவைகளுக்கு அவன் இஸ்திரி போட வேண்டியிருக்காது.

1968

மகாமகம்

"என்ன குருவியம்மா, சௌக்கியமா?" என்று காகம் அம்மரத்துப் பக்கம் பறந்துசென்ற குருவியைப் பார்த்து வினவியது.

மாசி மாதமாதலால் அந்நேரத்தில் பனி லேசாகப் பெய்து கொண்டிருந்தது. சூரியனைக் கண்டபோதிலும் இலக்கியத்தில் கூறப்படுவதுபோல அவ்வளவு விரைவாக அது மறையவில்லை. மரத்தின் கிளைப் பாகங்களெல்லாம் நனைந்து ஜில்லென்று இருந்தன. நுனியில் பனித்துளி திரண்டிருந்தபடியால், அநேக இலைகள் தலைகுனிந்து காணப்பட்டன. எதுவோ கட்டின கூட்டை ஆக்கிரமித்துகொண்டிருந்த காகம் தனது குஞ்சுகள் தூங்கிக் கொண்டிருப்பதைப் பார்த்தும், தனது சிறகுகளும் அலகும் அசையும்போதெல்லாம் வீசும் மினுமினுப்பைக் கண்டும் பெருமைகொண்டு உவகைமிகுந்து உட்கார்ந்திருந்தது. காகத்திற்கு எப்போதுமே மாசிமாத காலம் ஒரு சந்தோஷ காலம். குருவியைக் கண்டவுடன் அதன் சந்தோஷம் குசலப் பிரச்னமாக உருக்கொண்டது.

குருவி பதிலளித்தது. அதன் சௌக்கியத்திற்குக் குறைச்சல் இல்லாவிடிலும், அக்கடுவம் பூனைக்காகப் பயந்து பயந்து ஏழு தடவைகள் கூடு மாற வேண்டியாகிவிட்டது. ஒவ்வொரு இடமும் ஒவ்வொரு மாதிரி. ஒன்றில் இலையிருந்தால் இன்னொன்றில் சுள்ளியிருக்காது. இன்னொன்றில் சுள்ளியிருந்தால் அக்கம்பக்கத்தில் புழு பூச்சிகள் இருக்காது; தானியக் கதிர்கள் இருக்காது. இவை எல்லாம் இருந்தால் பத்தடி தள்ளி ஆயிரம் பையன்கள் படிக்கும் பள்ளிக்கூடம் ஒன்று இருக்கும். அப்பப்பா, குணமில்லாத நாட்டுமிராண்டிகளான மனிதர்கள்தான் எப்போதும் பயந்துகொண்டே உயிர் வாழ வேண்டுமென்றால், பிறக்கும்போதே சீலத்துடன் பிறக்கும் பட்சியினங்கள் கூடவா இப்படி அவதிப்பட வேண்டும்? குருவியின் குரலில் ஒரு விரக்தி தொனித்தது.

காக்கை சிரித்தது. "நீங்கள் இப்படி இருந்தால் உங்களுக்குத் தொல்லையில்லாமல் வேறென்ன இருக்கும்? உங்களை

நீங்களேதான் பாதுகாத்துக்கொள்ள வேண்டும். மூளையை உபயோகித்து அதற்கான யத்தனங்கள் நீங்கள் புரியத்தான் வேண்டும்."

"எப்படி ?" என்று குருவி கேட்டது.

"இதெல்லாம் சொல்லிக் கொடுத்துத் தெரிந்துவிடுமா? அந்தந்த சந்தர்ப்பத்தைப் பொறுத்துத்தான் வழிசெய்து கொள்ளவேண்டும்."

"எப்படி?" குருவி கேட்டது.

"போன வருடம் என்னை ஒரு பாம்பு தொந்தரவு படுத்திக் கொண்டிருந்ததே, ஞாபகமிருக்கிறதா? அதை எப்படித் தொலைத்தேன் தெரியுமா?"

"எப்படி?" என்று குருவி கேட்டது.

"எப்படியென்ன? இந்த சமஸ்தான ராஜப்பிரமுகர் இருக்கிறாரல்லவா அவர் மூலமாகத்தான்." அப்போது ராஜ்யங்கள் புனரமைக்கப்படவில்லை.

"எப்படி?" என்று கேட்க வாயெடுத்த குருவி அக்கேள்வியை வாயினுள் மென்றுகொண்டது.

காகம் மேற்கொண்டு கூறியது: ராஜப்பிரமுகரின் ராஜ பவனத்திலிருந்து, வேலைக்காரர்கள் பார்த்துக்கொண்டிருக்கும்போதே, எட்டு வயதடையுமுன் எட்டடி பார்க்க முடியாதபடி கண்பார்வை பாதிக்கப்பட்ட அந்த ராஜப்பிரமுகரின் மூக்குக் கண்ணாடியை அலகில் கொத்திக்கொண்டு காகம் வெளியே பறந்துவந்துவிட்டது. எல்லோரும் அதைத் துரத்தினார்கள். ஆனால் காகமோ அவர்கள் கூச்சலையும், இ.பி.கோ.வின்படி திருட்டுக்கான தண்டனையைக் கூறிப்பயமுறுத்தியதையும் பொருட்படுத்தாமல் அதன் எதிரியான பாம்பின் புற்றினுள் அந்த மூக்குக் கண்ணாடியை வெகுலாகவமாகப் போட்டுவிட்டது. பிறகு, மரத்தின் உச்சக்கிளையில் உட்கார்ந்துகொண்டு வேடிக்கை பார்த்தது. மூக்குக் கண்ணாடிக்காக எல்லாரும் புற்றைத் தோண்டினார்கள். கண்ணாடி கிடைத்தது. அதே சமயத்தில் புற்றிலிருந்த பாம்புக்கும் அதன் வாழ்க்கைத் துணைவியான இன்னொரு பாம்புக்கும் கடப்பாரை அடிகள் கிடைத்தன. தொலைந்தது பாம்பு; தீர்ந்தது தொல்லை. புத்திசாலித்தனம் வாழ்க!

குருவி திடுக்கிட்டது. என்ன? காக்கை திருடியதா? திருடியதோடு மட்டுமல்லாமல் கொலைக்கும் காரணமாக இருந்திருக்கிறதா? பஞ்சமா பாதகங்களில் இரண்டைப் புரிந்துவிட்டு, அதில் பெருமையும் கொள்கிறதா?

"பஞ்சமா பாதகமா? அதென்னது?" என்று காகம் கேட்டது.

"உலகத்தில் மகாபாதககங்கள் என்று ஐந்து உண்டு. அவை என்ன என்ன என்று எனக்குத் தெரியாது. ஆனால் திருடும் கொலையும் நிச்சயம் பஞ்சமா பாதகங்களைச் சேர்ந்தவைதான்."

"அப்படியென்றால்...?"

"நீங்கள் ஒரு மகாபாபி."

“அதற்கு நான் என்ன செய்ய?”

“நான் என்ன செய்யவா? ஏனம்மா, திருடிவிட்டுப் பிறகு கொலையும் செய்தபிறகு, இன்னும் என்ன செய்வதென்றா கேட்கிறீர்கள்? உங்களுக்கு இதயம் என்று ஒன்று இருக்கிறதா? அப்படியிருந்தால், உங்கள் வாழ்நாளெல்லாம் அது நிம்மதியாக இருக்கப்போகிறதா?”

காகத்திற்குச் சற்று ஒன்றும் புரியவில்லை. அன்று காலை அத்தருணம்வரை எவராலும் எந்தச் சந்தர்ப்பத்திலும் அதனுடைய மன நிறைவுக்குச் சமானமாக எதையும் அநுபவிக்க முடியாதென்று நினைத்துக் கொண்டிருந்தது. ஆனால் பூனைக்கும் பருந்துக்கும் பயந்தே சாகும் ஒரு பொடிப்பட்சி வெறும் வார்த்தைகளாலேயே நிலைமையை மாற்றிவிட்டதே? இப்போது நெஞ்சத்திலும் மனதிலும் உள்ளத்திலும் இதயத்திலும் மற்றும் உடலுக்குள்ளிருக்கும் ஒவ்வொரு பாகத்திலும் ஏதோ குடைவதுபோன்ற உணர்ச்சி அல்லவா உண்டாகியிருக்கிறது! குருவி கடுவம் பூனைக்குப் பயந்து பறக்கும் ஒரு சிறு ஜந்துவாகத் தோற்றமளிக்கவில்லை; ஏதோ பிரம்மாண்டமான உருவம்கொண்ட ஒன்று, ஒரு கையில் கயிற்றையும், இன்னொரு கையில் திரிசூலத்தையும், மூன்றாவது கையில் தராசையும், நான்காவது கையில் நெருப்பையும் வைத்துக்கொண்டு, கண்களை உருட்டி மிரட்டிக்கொண்டு, ‘பாபி! மகா பாபி! மகா மகா பாபி!’ என்று உரத்து அலறுவது போலிருந்தது.

“உமது அறியாமையைப் போக்கிவிட்டேன். நான் வருகிறேன்” என்று கூறிக் கிளம்பிய குருவி, “உமக்கு நல்ல வேளையாகப் போயிற்று. இல்லாவிட்டால் செய்தது பாபமா புண்ணியமா என்றுகூடத் தெரியாமல் நிம்மதியாக இருந்திருப்பீர்கள்” என்றது.

காகம் துடித்தது. “ஐயோ, என்னைத் தனியே விட்டுப் போகிறீர்களே! நான் என்ன செய்வேன்?” என்று அலறிற்று.

“எதற்கு?” என்று ஒன்றுமே அறியாததாகக் குருவி கேட்டது.

‘நான் மகாபாபியாகிவிட்டேனே! இனி நான் என்ன செய்வேன்? எனக்கு என்ன வழி?”

“நான் என்ன ரிஷியா, சாபம் கொடுத்துவிட்டு உடனே விமோசனத்துக்கும் ஒரு வழியைக் கூறுவதற்கு?”

“ஐயோ, அப்படிக் கூறாதீர்கள். நீங்கள்தான் எல்லாம் உணர்ந்தவர். நான் ஒன்றுமே தெரியாத பாபி. பாபம் என்னவென்பதுகூடத் தெரியாத மகாபாபி. நான் கடைத்தேற வழி கூறுங்கள். பாப விமோசனம் கூறுங்கள். இந்த முந்திரிப் பருப்பைச் சாப்பிடுங்கள்” என்று காகம் கெஞ்சிற்று.

குருவி காகத்தின் கூட்டில் அதன் குஞ்சுகள் பக்கத்திலேயே வெகு சௌகரியமாக அமர்ந்துகொண்டது. முந்திரிப் பருப்பை உடைத்துச்

சாப்பிடும்போது இருமுறை பருப்பு தவறிக் கீழே விழுந்துவிட்டது. சிரமம் பாராமல் காகம் பறந்து சென்று அதை உடனுக்குடனே எடுத்துக் கொடுத்தது.

குருவி முந்திரிப்பருப்பை மிகவும் ருசித்துச் சாப்பிட்டது. அதற்கு முந்திய தினம்தான், அது கண்டிப்பாகச் சொல்லி வைத்திருந்தும் கேளாமல், அதன் குஞ்சுகள் தத்தித் தத்திச் சென்று தடுமாறித் தவித்தன. குருவிக்குக் கோபம் பொங்கி வந்தது. தன் குஞ்சுகளைத் திரும்பிக்கூடப் பார்க்கவில்லை. ஒவ்வொரு தடவையும் இதே மாதிரிதான், இறக்கைகள் பூரணமாக வளர்ந்திருக்காது. கண்பார்வை கூர்மை அடைந்திருக்காது. வாயைப் பொத்திக்கொண்டு சத்தம் போடாமல் இருக்கத் தெரியாது. ஆனால், ஒவ்வொரு தடவையும் – தவறாமல், இந்த நிலையில்தான் அதன் குஞ்சுகள் பறக்க முயற்சிக்கும்; தோல்வியுறும். குருவி பயந்ததுபோய், எதாவது கழுகு, பூனை, ஏன் காக்கைகூட அக்குஞ்சுகளைத் தூக்கிக் கொண்டுபோய் பட்சணம் செய்து விடுமோவென்று வயிற்றில் நெருப்பைக் கட்டிக்கொண்டு, குஞ்சுகளுக்குப் பாதுகாப்பு அளிக்க முயலும். குஞ்சுகள் இன்னும் அதிகமாகத் தத்தித் தத்திக் குதிக்கும். கோணலும் மாணலுமாகப் பறக்க ஆரம்பிக்கும். சில மணி நேரத்திற்குள், பெற்ற தாயாயிற்றே என்றுகூட எண்ணாமல் குருவியை விட்டுவிட்டு எங்கெங்கோ போய்விடும். சேச்சே, என்ன குடும்பம் வேண்டியிருக்கிறது? தாய்மை மீதே வெறுப்புக்கொண்ட குருவி, முந்திரிப் பருப்பின் ஒவ்வொரு துகளையும் நிதானமாகச் சாப்பிட்டது. அதே சமயத்தில் நினைத்துக் கொண்டது. இன்னும் எத்தனை நாட்களுக்கு இம்மாதிரிப் பொறுப்பு, கவலையில்லாமலே இருக்கமுடியும்? இரண்டு மாதம் போனால் மீண்டும் வைக்கோலும் பஞ்சும் தேட வேண்டியதுதான் மறுபடியும் முட்டையிட வேண்டும்; குஞ்சு பொரிக்க வேண்டும். அந்த அதிகக் கத்தல்களைப் பராமரிக்க வேண்டும். கண்ணுக்குக் கண்ணாகக் காக்க வேண்டும். பிறகு, எந்தவித நன்றியும் பாசமும் பெறாமல் அவைகளை இழக்க வேண்டும்.

காகம் காத்துக் கொண்டிருந்தது. ‘பாப விமோசனம், பாப விமோசனம்’ என்று தியானித்துக்கொண்டிருந்தது. கடைசியாக, குருவி வாய் திறந்தது. “ஏனம்மா, மகாமகம் என்பதைப் பற்றிக் கேள்விப்பட்டிருக்கிறீர்களா?” என்று கேட்டது.

காகம் கேள்விப்பட்டிருந்தது. ஆனால், அதற்கு அந்தச் சமயத்தில், ஏதேனும் தெரியும் என்கிற நம்பிக்கையே இல்லாமல் இருந்தது. “அது என்னது?” என்று பணிவுடன் கேட்டது.

“அது ஒரு புண்ணிய நாள்” என்று கூறிவிட்டுக் குருவி சிறிது நேரம் மௌனமாக இருந்தது. காகம் மிக்க கவனமாகத் தலையை வழக்கத்திற்கும் அதிகமாகச் சாய்த்துக்கொண்டு உட்கார்ந்திருந்தது. குருவி கேட்டது: “இன்னொரு முந்திரிப் பருப்பு இருக்கிறதா?”

“இல்லை...”

“வேறு ஏதாவது?”

"இரண்டு வேப்பம்பழம்…"

"இன்னும் ஏதாவது?"

"ஒரு கோழி முட்டை ஓடு…"

"அட, சட்! நல்லதாக ஏதாவது?"

"உலர்ந்த இரா."

"போதும், போதும், நிறுத்தும்."

காக்கைக்கு மூக்கை எங்காவது மோதிக் கொள்ளலாம்போல் இருந்தது. மிகவும் தாழ்ந்த குரலில் சமாதானம் கூற ஆரம்பித்தது: "முந்திரிப் பருப்பை வெயிலில் உலர்த்திப் பக்கத்திலேயே கடைக்காரனும் உட்கார்ந்திருந்தான்…"

"இருந்தாலென்ன? இன்னொரு முந்திரிப் பருப்பைத் தூக்கிக்கொண்டு வந்திருந்தால், உங்கள் கூடா முழுகிப்போயிருக்கும்?"

காக்கைக்கு அது நியாயமாகப் பட்டது. இரண்டு முந்திரிப் பருப்புகளைத் தூக்கிக்கொண்டு வந்திருக்கலாம். ராஜப் பிரமுகரின் மூக்குக் கண்ணாடியில் கூட இரண்டு கண்ணாடிகள் இருந்தன.

"கும்பகோணம் என்ற ஊரின் பெயரைக் கேள்விப்பட்டிருக்கிறீர்களா?" என்று குருவி கேட்டது.

காகம் கேள்விப்பட்டிருந்தது. தயங்காமல், "இல்லை" என்று பதிலளித்தது.

"அது ஒரு புண்ணிய க்ஷேத்திரம்." இப்படி அறிவித்த பிறகு குருவி மீண்டும் மௌனம் கொண்டது.

காகம் மூளையை உருட்டிக்கொண்டிருந்தது. இன்னும் ஒரு முந்திரிப் பருப்பைத் தூக்கிக்கொண்டு வந்திருக்கலாம். கடைக்காரன் அவ்வளவு ஒன்றும் கொடியவனில்லை. பாயில் பருப்பைத் துளாவி வைத்துவிட்டு, ஒரு பழங் குடையைத்தான் பக்கத்தில் பிரித்துவைத்திருந்தான். அந்தக் குடையில்தான் எத்தனை பொத்தல்கள், கிழிசல்கள்! பாவம், மழைக்காலத்தில் அந்தக் கடைக்காரன் மிகவும் சிரமப்படுவான். 'சே, குடையையும் பிரித்து வைத்துக்கொண்டு நனையவும் வேண்டுமா' என்று மழையில்கூட அதை மடித்துச் சுமந்துகொண்டு போவான். அவனுக்கு ஜலதோஷம் பிடித்துக் கொள்ளும். அவன் தொண்டையில் சளி கட்டிக்கொள்ளும். அடிக்கடி கனைத்துக் காரித் துப்புவான். காகத்திற்குக் கொண்டாட்டம்தான். என்ன கொண்டாட்டம் வேண்டியிருக்கிறது – பஞ்சமா பாதகங்களில் இரண்டைச் செய்துவிட்டு? அவை பாபங்கள் என்று தெரியாமல் வேறு இத்தனை நாட்கள் இருந்துவிட்டு? இந்தக் குருவியை யார் இதெல்லாம் கேட்டது? ஏன்? ஏதோ நினைவாகப் போய்க்கொண்டிருந்த அந்தச் சுண்டைக்காயை வலியக் கூப்பிட்டதும் அல்லாமல் அதன்மேல் பழியும் சுமத்துவது என்ன நியாயம்? வேண்டும், இதற்கு நன்றாக வேண்டும்: பட்டால்தான் தெரியும் இந்தக் காகம்மாளுக்கு.

"வருகிற திங்கட்கிழமையன்று கும்பகோணம் ஆதி கும்பேஸ்வரர் குளத்தில் இரண்டு முழுக்குப் போடும். உங்கள் பாபமெல்லாம் தொலையும்." குருவி தீர்மானமாக உரைத்தது.

"பாபத்தைத் தொலைப்பது அவ்வளவு சுலபமா?"

"என்ன இப்படி அலகைப் பிளக்குறீர்! அன்றுதான் பன்னிரண்டு வருடங்களுக்கு ஒரு முறை கூடும் மகாமகம். மிகவும் விசேஷம் பொருந்திய நாள். அன்று அந்தக் கும்பகோணத்துக் குளத்தில் குளித்தால் சகல பாபங்களும் தொலையும் என்கிறார்கள். அன்று அங்கு பெருத்த ஜனத்திரள் கூடுமாதலால் ஏமாந்தால், மூட்டை முடிச்சுகள், குழந்தை குட்டிகள்கூடத் தொலையும்."

அன்றிரவு தனது குஞ்சுகளை அணைத்தவாறு உட்கார்ந்த காகம் யோசித்தது. அதன் குஞ்சுகளை விட்டுவிட்டுப் போவதில் அதற்கு யாதொரு தயக்கமும் இல்லை – அவை பெரிதாகிவிட்டன. அதற்குத்தான் ஒரே நாளில் அதிக தூரம் பறக்க முடியாது. உணவு விஷயத்தில் சில கெட்ட பழக்கங்கள் ஏற்பட்டிருந்தன. அந்தத் தெருக்கோடி வீட்டுக்கார அம்மாள் நாள் தவறாமல் நிமிஷம் பிசகாமல் சரியாகக் காலை ஒன்பது மணிக்கு, ஒரு விளாம்பழம் அளவுக்கு வெள்ளை வெளேரென்ற அன்னத்தைக் 'கா'வென்று கூச்சலிட்டுவிட்டுக் கூரைமீது வீசி எறிவாள். அதில் பருப்பும் சிறிது நெய்யும் கலந்திருக்கும். அந்த நெய் மணம் நாள் முழுதும் இருக்கும். அப்புறம் மத்தியான நேரத்தில் பள்ளிக்கூடத்துப் பையன்கள், அம்மாவும் அக்காவும் சிரமப்பட்டு அவசரம் அவசரமாகச் செய்து கொடுத்துக் கட்டிக் கொடுத்திருந்த தோசையையும் பூரியையும் அலட்சியமாகத் தூர எறிவார்கள். அவ்வளவும் காக்கைக்குத்தான். காகத்திற்கு இதெல்லாவற்றையும் துறந்து போக வேண்டியிருந்தது என்னவோ போல்தான் இருந்தது. ஆனாலும் என்ன செய்வது? பஞ்சமா பாதகங்களில் இரண்டைப் புரிந்துவிட்டுப் பரிகாரம் தேடாமல் இருக்க முடியுமா? காகம் கண்களை மூடிக்கொண்டது. இரவு நேரத்தில் அதற்குக் கண் திறந்திருந்தாலும் மூடியிருந்தாலும் ஒன்றுதான். ஆனால் கண்ணை மூடாவிட்டால் உறக்கம் காணுவதில்லை.

2

மழையெல்லாம் ஓய்ந்துபோய்க் கிணற்றில் நீர்மட்டம் இறங்க ஆரம்பித்துவிட்டது. கீழே தண்ணீரில் கிணற்றின் கைப்பிடிச் சுவர் ஒரு சிறு வட்டமாகவும், அந்த வட்டத்தின் பரப்பில் நீல வானத்தின் நிழலும் தெரிந்தது. சிதறிக்கொண்டிருந்த சிறுமேகம் மெதுவாக நகருவது அந்த நீல வண்ண வட்டத்தில் இன்னும் தெளிவாகத் தெரிந்தது.

சாவித்திரி மேகத்தின் நிழல் நகர்ந்து மறைவதைப் பார்த்தபடியே நின்றாள். மேகம் மறைந்து, அந்த வட்டம் முழுவதும் நீலமாகத் தெரிந்தது. அந்த நீல வட்டம் சிறிது சிறிதாகப் பெரிதாயிற்று. சாவித்திரியின் கவனத்தில் அந்த வட்டம் இருந்தது. அத்துடன் இன்னும் ஏதேதோ சேர்ந்துகொண்டன. அந்த வீடு, பக்கத்து வீடு, எதிர் வீடு, அங்கே வசிக்கும் எல்லோரும்... வட்டம்

இன்னும் பெரிதாகிக்கொண்டே போயிற்று. தெரிந்த மனிதர்கள், தெரியாத மனிதர்கள், இன்னும் நிறைய மனிதர்கள், குழந்தைகள், மரங்கள், செடிகள், மாடுகள், அணில், கரையான் பூச்சி. . . சாவித்திரிக்குப் பிரமிப்பாக இருந்தது. கிணற்றினுள்ளே எட்டிப் பார்த்துக்கொண்டிருந்தவளுக்கு என்னென்னவோ தெரிந்தன. மலைகள், வயல்கள், பறவைகள், மிகப் பெரிய நீர்வீழ்ச்சி, ஆரவாரமிடும் கடல், சிங்கம், புலி, மிகப் பெரிய கட்டிடங்கள், காற்று, ஒரு குழந்தை அழுவது, இரண்டு குழந்தைகள் சிரித்து விளையாடுவது, எங்கேயோ இரயில் வண்டி ஓடுவது, மரங்கள், பனி மூடிய மலை, அங்கே மேல்துணிகூட இல்லாமல் ஜடமாக உட்கார்ந்திருக்கும் தாடிக்காரர்கள், மலை ஏரிகளிலும் சுனைகளிலும் நிரம்பி வழிந்த தண்ணீர் ஆறாகப் பெருகிப் பள்ளத்தில் விழுவது, பிணங்கள் எரிவது, கடலில் கொந்தளிப்பு, எரிமலை. . . அவளுக்குத் தெரிந்தது தெரியாதது, பார்த்தது பார்க்காதது, எல்லாம் ஒருமிக்க அவள் பிரக்ஞையில் எழுந்தன. அவை அவளுக்குப் புலப்பட்டன; மிகமிகத் தெளிவாகப் புலப்பட்டன.

“சாவித்திரி, சாவித்திரி!” என்று யாரோ மலைகளுக்கப்பால் வெகு தூரத்தில் கூப்பிடுவது கேட்டது. திடீரென்று பக்கத்திலிருந்தபடியே கூப்பிடுவதாகத் தோன்றிற்று.

“என்னடி, மறுபடியும் பிரம்மஹத்தி பிடித்து நிற்கிறாயா?” என்று சாவித்திரியை அவள் அம்மா உலுக்கினாள். மலை, கடல், காடு எல்லாம் போயிற்று; வெறும் வானம்தான் மிஞ்சிற்று.

சாவித்திரி மரக்கட்டை போல் கீழே விழுந்தாள். அம்மா போட்ட கூச்சலில் அப்பா, பாட்டி, அண்ணா, மன்னி, மூன்று குழந்தைகள் எல்லாரும் கிணற்றங்கரைக்கு ஓடி வந்தார்கள் சாவித்திரியை உள்ளே தூக்கிக்கொண்டு போனார்கள்.

மூஞ்சியில் மாறிமாறித் தண்ணீர் அடித்ததில் சாவித்திரி விழித்துக் கொண்டாள்.

“இன்னும் எவ்வளவு நாள் இதற்கு வைத்தியம் ஒன்றும் சரியாகப் பார்க்காமல் இருக்கப் போகிறீர்கள்?” என்று அம்மா அப்பாவைக் கேட்டபடியே அழுது ஆர்ப்பாட்டம் செய்தாள்.

“கல்யாணமானால் எல்லாம் சரியாகப் போய்விடும். ஹே சங்கரநாராயணா, மஞ்சள் வேஷ்டியும் கூரைப்புடவையுமாகப் பெண்ணையும் மாப்பிள்ளையையும் உன் சன்னிதியில் நிறுத்துகிறேன். காப்பாற்று,” என்று பாட்டி உரக்க வேண்டிக்கொண்டாள்.

அண்ணாவின் கடைசிக் குழந்தை ஒன்றரை வயது விசு மட்டும் சிரித்துக்கொண்டே சாவித்திரியின் மூக்கைப் பிடிக்க வந்தான்.

சாவித்திரிக்கு மிகுந்த சோர்வு ஏற்பட்டிருந்தது. ஒவ்வொருமுறையும் அவளுக்கு இந்த அனுபவம் ஏற்படத் தொடங்கும்போதெல்லாம், யாராவது வந்து அவளை அதலபாதாளத்தில் தள்ளிவிடுவது போல, அதைக்

கலைத்து அவளைப் பொது நினைவுக்குக் கொண்டுவந்துவிடுவார்கள். அவளுக்கு யாரைப் பார்த்தாலும் மிகுந்த சோகம் ஏற்பட்டது. ஒருவர்கூட உற்சாகமூட்டக் கூடியவராகத் தோன்றவில்லை. அம்மாவைப் பார்த்தால் ஒரே சமயத்தில் சிறுமியாகவும் ஏராளமான ஆசை, நிராசை, எரிச்சல், துக்கம் எல்லாம் சுமந்து நிற்கும் கிழவியாகவும் தெரிந்தாள். அப்பாவும் அப்படித்தான். சின்னக் குழந்தையைப் பார்த்தால்கூட அது அந்தக் கணமே ஆபாசம், அருவருப்பு மிகுந்த குணங்களுடன் பெரிதாகி, துக்கச் சுழலில் மாட்டிக்கொண்டு, தன்னைச் சேர்ந்தவர்களையும் அதிலேயே ஆழ்த்த இருப்பதுபோலத் தோன்றிற்று. உலகமே ஈவிரக்கமற்ற ஒன்றின் குரூர சிருஷ்டியாகத்தான் அவளுக்குத் தோன்றிற்று. அந்தத் தோற்றத்தின் தாங்க முடியாத துக்கத்தில் அவள் ஆழ்ந்திருக்கும்போது வேறு எதுவுமே அவளுக்கு ஒரு பொருட்டாகத் தோன்றவில்லை. கிணற்றில் தெரியும் வானத்து நிழல் ஒன்றுதான் அவளுக்கு ஆறுதல் அளிக்கக் கூடியதாக இருந்தது. ஆனால், அதைத் தொடர்ந்து அனுபவிக்க யாரும் அவளை அனுமதிப்பதில்லை.

சாவித்திரி தன் மனதுக்குள் ‘அம்மா, அம்மா’ என்று கதறிக்கொண்டாள். அது அங்கே அவள் முன்னால் உட்கார்ந்து மூக்கைச் சிந்திக்கொண்டிருந்த அம்மாவை அல்ல. சாவித்திரிக்குக் கண்ணும் காதும் உடலும் அவளை இறுகக் கட்டிப்பிடித்து வாட்டும் சங்கிலிகளாகத்தான் தோன்றின. அவை அவள் இதயத்தைக் கசக்கிப் பிழிந்துகொண்டிருந்தன. அவளுடைய இதய ஒளியை அணைத்துக்கொண்டிருந்தன. தாங்க முடியாத விடுதலை வேட்கை அவளைப் பற்றிக்கொண்டிருந்தது.

3

“தாத்தி, தாத்தா! தாத்தி, தாத்தா!” குழந்தை பரபரப்புடன் பிரகடனம் செய்தான்.

“என்னடா கண்ணு, இன்னும் வெயிலிலே இருக்கே! வா, உள்ளே போகலாம்”! என்று கூறிக்கொண்டு உள்ளேயிருந்து வந்த பாட்டி குழந்தையைத் தூக்கிக்கொண்டாள். குழந்தை மீண்டும், “தாத்தி, தாத்தா!” என்றான்.

காகத்திற்குச் சங்கடமாகப் போய்விட்டது. அன்று காலை சுமார் ஒருமணி நேரம் அது விடாமல் பறந்திருந்தது. உச்சி வேளையும் பசியும் நெருங்கி நெருக்கவே அந்தக் கிராமத்துக் கிணறுகள் பக்கமாகக் கவனித்துப் பறந்துகொண்டிருந்தது. அந்த வீட்டுக் கிணற்றங்கரையில் அந்தக் குழந்தை நின்றுகொண்டிருந்தான். அவன் கையில் பாதி தின்ற அப்பம் போன்றது ஒன்று இருந்தது. காகம் முதலில் கிணற்றுக் கைப்பிடிச்சுவர் மீதுதான் உட்கார்ந்து காத்துக்கொண்டிருந்தது. பிறகு, கீழேயிறங்கிச் சிறிது சிறிதாகக் குழந்தையை நோக்கித் தத்தித் தத்திப் போய்க்கொண்டிருந்தது. குழந்தை கவனித்துவிட்டான். அவனுக்குப் பயம் ஏற்படவில்லை. அவன் உச்சரிக்கக் கூடிய வார்த்தைகளைக் கொண்டு, தான் கண்ட விந்தையைப் பிறரிடமும் பகிர்ந்துகொள்ள வேண்டுமென விரும்பினான்.

பாட்டியும் காகத்தைப் பார்த்துவிட்டாள். குழந்தையைத் தூக்கிக் கொண்டு அவனிடம், "எங்கே சொல்லு. காக்கா காக்கா, கண்ணுக்கு மை கொண்டா. குருவி குருவி, கொண்டைக்குப் பூ கொண்டா" என்றாள்.

காகம் இருமுறை 'கா – கா' என்று கரைந்தது. இந்த மை விஷயத்தில் அதற்குப் பெருத்த மனத்தாங்கல். அது கறுப்பாக இருப்பது உண்மைதான். ஆனால் அதற்காக இப்படியா அதை இந்த மனித வர்க்கம் பழிப்பது? அப்படி என்ன ஒட்டிக்கொள்ளும்படியான கறுப்பு? என்ன காரணத்தினாலோ, அந்தத் தருணத்தில் அது தன் கண்டனத்தைக் காட்டும் செயல் ஒன்றும் புரிய விரும்பவில்லை. அன்று ஒலிக்கும் குரலில் மறுபடியும் 'கா – கா' என்று கத்தியது.

"எனக்குக் காலையிலிருந்து காலும் அரித்துக்கொண்டிருக்கிறது. யார் வரப்போகிறார்களோ?" என்று பாட்டி வாயினுள் முணுமுணுத்துக் கொண்டாள். உரத்த குரலில், "சாவித்திரி! இன்னும் யாரும் சாப்பிட ஆரம்பிக்கவில்லையென்றால் இந்தக் காக்காய்க்கு நாலு பருக்கை கொண்டு வந்து போடு" என்றாள். பிறகு, குழந்தையை எடுத்துக்கொண்டு உள்ளே சென்றுவிட்டாள்.

காகம் காத்திருந்தது. அதற்கு அந்த வீடு பிடிக்கவில்லை. சற்று முன்புவரை அதன் மனதெல்லாம் அந்த வீட்டிலிருந்து எப்படியாவது உணவு சம்பாதித்துவிடுவதில் இருந்தது. ஆனால், அந்தப் பாட்டி உணவு கொண்டுவரச் சொன்ன பிறகு, அதன் மனத்தில் ஒரு தயக்கம் ஏற்படத் தொடங்கியது. இன்னும் சில நிமிஷங்கள் காத்திருக்க நேரிட்டால், அது அந்த இடத்திலிருந்து பறந்து சென்றிருக்கும். ஆனால் அப்படி முழு மனமாற்றம் ஏற்படுவதற்குள் சாவித்திரி வெளியே வந்து ஒரு உருண்டை சாதத்தை அதன் பக்கமாக வைத்தாள்.

காகம் இரண்டு பருக்கை தின்ற பிறகு 'கா – கா' என்று கத்தியது. அதற்குச் சிறிது பயம்தான், எங்கே உள்ளூர்க் காக்கைகள் போட்டிக்கு வந்துவிடப் போகிறதோ என்று. ஆனால் வாய் மெல்ல ஆரம்பித்ததால் 'கா – கா' என்று கத்தாமல் இருக்க முடியவில்லை. முட்டைப் பழக்கம் மல்லாந்து விழும்வரையில்!

கடைசிப் பருக்கையை விழுங்கிவிட்டுக் காகம் தலை நிமிர்ந்தது. சாவித்திரி இன்னமும் அங்கே நின்றபடிதான் இருந்தாள். காகம் நன்றி கூறும் பாவனையில் 'கா – கா' என்று கத்தியது. அவளிடமிருந்து எந்தவித உணர்ச்சி மாறுபாடும் தெரியவில்லை. அவள் அதனையேதான் பார்த்துக் கொண்டு இருந்தாள்.

காகம் ஒரு புன்னகை புரிய எத்தனித்தது. பிறகு, சட்டென்று கிளம்பிப் பறந்தது.

ஒரு நிமிடத்திற்கு மேல் அதனால் பறந்து செல்ல முடியவில்லை. ஏன் அந்தப் பெண் அதனையே உற்று நோக்கிக் கொண்டிருந்தாள்? மனித வயதுக் கணக்குப்படி அவளுக்குப் பதினைந்து பதினாறு ஆண்டுகள் இருக்கும்.

ஆதலால் அவள் காகத்தை ஒரு புதுமையாகப் பார்த்திருக்க முடியாது.

காகம் ஒரு மரக்கிளைமீது உட்கார்ந்துகொண்டு மீண்டும் அந்த வீட்டுப் பக்கம் பார்வையோட்டியது. அந்தப் பெண் இன்னமும் அங்கே நின்றுகொண்டிருந்தாள். காகம் உணவு உண்ட இடத்தை இன்னமும் விழி மாற்றாமல் அப்படியே பார்த்துக்கொண்டு நின்றாள்.

காகத்திற்கு இது தெரிந்துவிட்டது. அந்தப் பெண் தீவிர சிந்தனையில் ஆழ்ந்திருக்க வேண்டியிருந்திருக்கிறது. அதுதான் பார்வை ஒரு குத்தாக நிற்கிறது. அவள் காகம் பக்கம் கண்களை வைத்திருந்தாளே தவிர, அதைச் சரியாகக் கூடப் பார்த்திருக்க மாட்டாள்.

காகத்திற்கு இந்த விவரம் மனத்திற்கு வலி உண்டுபண்ணவில்லை. வேறு யாராவது அதைச் சட்டை செய்யாமல் இருந்திருந்தால் அதற்குக் கஷ்டமாயிருந்திருக்கும். ஆனால் அந்தப் பெண் விஷயத்தில் அதற்கு எந்தவித மனத்தாங்கலும் ஏற்படவில்லை. அதற்கு அந்தப் பெண்ணை மிகவும் பிடித்திருந்தது. எத்தனையோ பேர்கள் அதற்குச் சோறு போட்டிருக்கிறார்கள். அவர்கள் எல்லாரும் ஒரு உயிரற்ற குரலில் 'கா' என்று கத்திவிட்டுச் சோற்றை விட்டெறிவார்கள். கீழே ஒரே புழுதியும் மண்ணும் சேறும் சகதியுமாக இருக்கிறதே யென்று ஒரு விநாடிகூடச் சிந்திக்காமல் வீசியெறிவார்கள். ஆனால் இந்தப் பெண் வாய் திறந்து சத்தமே எழுப்பவில்லை. சோற்றைக் கையில் உருண்டையாக உருட்டி அழுக்கேயில்லாத ஒரு இடமாகப் பார்த்து, மெதுவாகத் தள்ளினாள். அந்தச் சிறுசெயலில் மென்மையிருந்தால் அவள் உள்ளம் எவ்வளவு மென்மையுடையதாக இருக்க வேண்டும்! ஆனால் அந்த மென்மையான உள்ளம் இப்படி சிந்தனையில் வாட வேண்டியிருக்கிறதே? ஏன்? ஐயோ, ஏன்?

காகத்திற்குத் தன் இறக்கைகள் உபயோகமற்றுப் போய்விட்டதாகத் தோன்றிற்று. அதனால் பறக்க முடியவில்லை. சரி, இளைப்பாற வேண்டியதுதான் என்று தீர்மானித்தது. பகலென்றுகூடப் பாராமல் கிளையில் உட்கார்ந்தபடியே தூங்க ஆரம்பித்தது.

4

காகம் மீண்டும் கண் விழித்தபோது இருட்ட ஆரம்பித்திருந்தது. அது தூங்கின மரத்தின்மீதே இரண்டு பறவைக் குடும்பங்கள் தங்கியிருந்தன. காகம் ஒருமுறை உடலையும் சிறகுகளையும் சிலிர்த்துக்கொண்டது. அதற்குப் பிறகுதான் அந்தப் புது இடத்தில் தங்க வேண்டி நேர்ந்த காரணங்கள் ஒவ்வொன்றாக அதன் நினைவுக்கு வர ஆரம்பித்தன. அதற்குப் பசி இல்லை. ஆனால் வயிற்றை என்னவோ செய்தது. அந்தப் பெண் ஏன் தன்னையே பார்த்தபடி விறைத்து நின்றாள்? எவ்வளவு சின்னப் பெண்! இந்த வயதில் சிலையாக நின்று உருக என்ன நேர்ந்துவிட்டது? காகம் பறந்து சென்று அந்த வீட்டின் பின்புறத்தை அடைந்தது. அந்த வேளையில் அங்கே யாருமே இல்லை. வீட்டினுள் ஒரே ஒரு ஜன்னல் வழியே மட்டும் மங்கலாக விளக்கு வெளிச்சம் தென்பட்டது. இந்தப் பட்டிக்காட்டில் இன்னமும் மின்சார வசதி வரவில்லை போலிருக்கிறது

என்று எண்ணியபடி காகம் அந்தச் சாளரம் அருகே பறந்து சென்றது. இரும்புக் கம்பிகள் வழியாகப் பார்த்தபோது முதலில் அதற்கு ஒன்றுமே புலப்படவில்லை. சில விநாடிகள் கழித்துத்தான் அந்த அறையின் அமைப்பும் அதனுள்ளிருக்கும் மனிதர்களும் பொருள்களும் அதன் கண்ணுக்குத் தெரிய ஆரம்பித்தன. அது பணக்கார வீடா, ஏழையின் வீடா என்று உறுதியாகக் கூற முடியவில்லை. கிராமாந்திரங்களில் எல்லா வீடுகளும் ஏறக்குறைய ஒரே மாதிரிதான் இருந்தன. காகம் சிறிது அவசரமாகவே கண்ணையோட்டிற்று. முற்றிலும் இருட்டிவிட்டால் அதன் பாடு பெரும் திண்டாட்டமாகி விடும். அந்த அறையில் விளக்கருகே நின்றபடி, எரியும் திரியை உற்றுப் பார்த்தபடி, அந்தக் குழந்தை நின்றுகொண்டிருந்தான். பக்கத்தில் பாட்டி எந்த நிமிஷமும் விழுந்துவிடுமோ என்று பயப்படும்படியாக ஒரு பெரிய மூக்குக் கண்ணாடியை மூக்கு நுனியில் தொற்றவைத்துக்கொண்டு ஒரு தோத்திரப் புத்தகத்தைத் தட்டுத் தடுமாறி ராகம் போட்டுப் படித்துக் கொண்டிருந்தாள். ஆனால், அந்தப் பெண்ணைக் காணோம்.

காகத்திற்குப் பெருத்த ஏமாற்றமாயிருந்தது. இன்னொரு முறை கண்ணுக்கெட்டினவரை மூலை முடுக்குகளெல்லாம் பார்த்த பிறகு காகம் திரும்ப ஆரம்பித்தது. அப்போதுதான் ஜன்னலுக்கு வெகு அருகிலேயே நிழல்போன்றது ஒன்று தெரிந்தது. அது அந்தப் பெண். காகம் நெஞ்சு படபடக்கக் கூர்ந்து பார்த்தது. அதன் பார்வையிலிருந்து அந்த அறை, விளக்கு, குழந்தை, பாட்டி, கட்டில், குதிர் எல்லாம் மறையத் தொடங்கின. வரவர அந்தப் பெண்ணின் உருவம் தெளிவாகத் தெரிய ஆரம்பித்தது. அவள் ஜன்னல் வழியாக ஆகாயத்தைப் பார்த்த வண்ணம் உட்கார்ந்திருந்தாள். அவளுக்குப் பின்னால் அந்த விளக்கு இருந்தபடியால், அவள் முகம் மட்டும் காக்கைக்குச் சரியாகத் தெரியவில்லை. அவள் உடல் அசையாத நிலையில்தான் இருந்தது. ஆதலால் மனநிலை பகலில் இருந்தபடிதான். அப்போது திடீரென்று காகத்திற்குப் புலனானதொன்று, அதைத் திடுக்கிட வைத்தது. அந்தப் பெண்ணின் இதயம் இருக்குமிடத்தில் பளிங்கு போன்றதொன்று ஒளிக் கதிர்கள் வீசிக்கொண்டிருந்தது! அந்தப் பளிங்கு இதயத்தின் உருவம் எப்படிப்பட்டதென்று காக்கையால் நிர்ணயிக்க முடியவில்லை. ஆனால் அது ஏதோ குறைப்பட்டது என்று மட்டும் உணர முடிந்தது. கலங்கிய மனத்துடன் காகம் அந்தப் பளிங்கு இதயத்தைப் பார்த்தபடி இருந்தது. அந்த இதயத்தைக் கரையான் போன்றது ஒன்று அரித்துக் கொண்டிருந்தது; அரித்துக் கொண்டிருந்தது; இன்னமும் அரித்துக் கொண்டிருந்தது.

அப்போது ஒரு பெரியவரும் ஒரு இளைஞனும் குழந்தைகளும் அந்த வீட்டினுள் உரத்துச் சப்தமெழுப்பியபடி பிரவேசித்தார்கள். பாட்டி எழுந்து நின்றாள். விளக்கருகே நின்றிருந்த குழந்தை அந்த இளைஞனை ஓடிப் போய்க் கட்டிக்கொண்டது. பெரியவர் ஒரு பெரிய பையிலிருந்து சில பொட்டலங்களை எடுத்துப் பாட்டியிடம் கொடுத்தார். உடனே குழந்தைகள் எல்லாரும் பாட்டியைச் சுற்றிக்கொண்டன. அந்த இளைஞன் கல்லாய் உட்கார்ந்திருந்த பெண்ணின் அருகில் வந்து, மெதுவாக, “சாவித்திரி!” என்று அழைத்தான். அவளுக்கு இலேசாகத் திடுக்கிட்டது; எழுந்து

நின்றாள். காகத்தால் சற்றுமுன் பார்க்க முடிந்த பளிங்கு இதயத்தைக் காண முடியவில்லை. ஆனால், அவள் முகத்தை இப்போது நன்றாகப் பார்க்க முடிந்தது. அந்த இளைஞனின் முகச்சாயல்தான் அவளுக்கும் இருந்தது. ஆனால் அந்த முகத்தை மட்டும் யாராவது பார்க்க நேர்ந்தால், அது உயிருள்ளது என்று கூற முடியாதபடி இருந்தது. காகத்தால் மேற்கொண்டு அங்கிருக்க முடியவில்லை, தட்டுத் தடுமாறிக்கொண்டு, பகலில் தங்கின மரத்தை அடைந்தது.

மறுநாள் பொழுது விடிந்தபோது காகத்தின் மனம் அமைதியாக இருந்தது. அன்று இரண்டு மணி நேரம், அதற்கடுத்த நாள் இரண்டு மணி நேரம் பறந்து சென்றால் மகாமகக் குளத்தை அடைந்து விடலாம். காகம் மேற்கொண்டு பயணத்தைத் துவக்கியது. அதிகமாக ஊசலாடாமல், ஒரே சீரான உயரத்தில், நிதானமாகப் பறந்து சென்றது. தென் திசையை நோக்கிச் சென்றுகொண்டிருந்த அந்தக் காகம் ஒரு கணம் சூரியனை நோக்கிற்று. நீலத் திரையில் பதியவைத்த பளிங்கு போல் அவன் ஒளி வீசிக்கொண்டிருந்தான். காகத்தால் மேற்கொண்டு பறக்க முடியவில்லை. அந்தச் சூரியனை யாராலும் அணுக முடியாது. அவனை ஒன்றுமே செய்ய முடியாது. அவன் கடுமை மிகுந்தவன். அந்தப் பெண்ணின் இதயம் மென்மையானது. அதை மட்டும் எதாலோ அரிக்க முடிந்தது. காகம் திரும்ப வந்து, அந்த வீட்டுக் கிணற்றின் ராட்டினப் பலகைமீது உட்கார்ந்த கொண்டு 'கா – கா' என்று கரைந்தது. அந்தப் பெண் உடலுருவில் அங்கு வரவில்லை. ஆனால், அவள் அந்த இடத்திலேயே எங்கேயோ இருப்பதைக் காகம் உணர முடிந்தது. பளிங்கு போன்ற, ஆனால் மென்மையான, அவளுடைய இதயத்தை ஏதோ ஒன்று அரித்து அழித்துக்கொண்டிருந்தது. கால், அரை, முக்கால், முக்காலே மூன்று வீசம்–காகத்தால் தாங்க முடியவில்லை. "கடவுளே, அந்தப் பெண்ணைக் காப்பாற்று! அவள்மீது கருணைகொண்டு அவளைக் காப்பாற்று!" என்று கதறிற்று; கரைந்தது; கரைந்தது.

"சாவித்திரி எங்கே? வெகு நேரமாகவே காணோமே? சாவித்திரி! சாவித்திரி!"

மனிதப் பேச்சொலி கேட்டுக் காகம் மீண்டும் உலக நினைவுக்கு வந்தது. ஒரு விஷயத்தை அதனாலேயே நம்ப முடியவில்லை. அது பிரார்த்தனை செய்துகொண்டிருந்தது. அன்றுவரை அதனுடைய வாழக்கையில் எத்தனையோ குறைகள், ஆபத்துக்கள், சங்கடங்கள். எந்தச் சமயத்திலும் காகம் அதன் சக்திக்கு அப்பாற்பட்டதின் உதவிக்கு எதிர் பார்த்ததில்லை. அதனைப் பாம்புகள், பருந்துகள், மனிதர்கள் எவ்வளவோ தொல்லைக்கு உட்படுத்தியிருந்திருக்கிறார்கள். அதனுடைய குஞ்சுகள் இரண்டை ஒரு சமயம் நாய் ஒன்று தின்றுவிட்டது. அதனுடன் இரண்டு வருடங்கள் சேர்ந்து வாழ்ந்த ஆண் காகம் சிறிதளவும் ஈவு, இரக்கம், பாசம், பச்சாத்தாபம் எதுவும் இல்லாமல் ஒருநாள் அதைக் கை விட்டுவிட்டு வேறு ஒரு பேதையுடன் பறந்துபோய்விட்டது. அந்தச் சந்தர்ப்பங்களில் எல்லாம்கூட, காக்கை மனத்தால் வேண்டிக்கொள்வது, பிரார்த்தனை புரிவது என்று நினைத்துப் பார்த்ததுகூட இல்லை. அதனால் முடிந்தவரை

எந்த நிலைமையையும் அதுவாகவே எதிர்த்துநின்றிருக்கிறது. ஆனால், இன்று இந்தப் பெண்ணுக்காக அது எப்போதுமே புரியாத, அதற்கு அந்நாள் வரை அவசியமே தோன்றாத ஒன்றைப் புரிந்திருக்கிறது. காகம் பிரார்த்தனை புரிந்திருக்கிறது! அந்நாள்வரை அனுபவித்தறியாத ஒரு பெரும் சோகத்தை அன்று அது அனுபவித்திருக்கிறது. அதில் துளியளவும் தன்னலம் இல்லை. வேறு ஒரு உயிர் – ஒரு மென்மையான நல்ல உயிர் – அந்த உயிரின் துக்கத்தைத் தன் துக்கமாக அனுபவித்திருக்கிறது. கடவுளிடமிருந்து அந்தத் தருணம்வரை, தனக்காக, தன் சதை இரத்தத்திற்காக ஒன்றையுமே அது வேண்டிக்கொண்டதில்லை. ஆனால் அந்தப் பெண்ணுக்காகக் கடவுளிடம் வேண்டிக் கேட்டுக்கொண்டிருக்கிறது! தன்னுள் ஏற்பட்டிருந்த அந்த அளவிட முடியாத மாறுதலை உணர்ந்த காகம் 'கா – கா' என்று கரைந்து கிணற்றினுள் குனிந்து பார்த்தது. அதில் அந்தப் பெண் இருந்தாள். உயிரிருந்தும் உயிரற்றவளாக நேற்று காணப்பட்டவள் இன்று உயிரற்றவளாகவே இருந்தாள். ஆனால், இன்று அவளுடைய இதயப் பளிங்கு முழுமை பெற்றிருந்தது. பிரகாசமாக ஒளி வீசிக்கொண்டிருந்தது. அந்த ஒளியில் மென்மையிருந்தது. சூரியனின் ஒளியில் உள்ளது போன்ற கூர்மையும் கடுமையும் இல்லை.

அந்த வீட்டார் அழுதார்கள். வீட்டுத் தலைவர், பித்துப் பிடித்தவர் போல, நான்கு மூலைகளிலும் மஞ்சளிடப்பட்ட தாளொன்றைக் கிழித்துப் போட்டார். பாட்டி, "சித்திரை வரையிலாவது நீ இருந்திருக்கக் கூடாதா?" என்று புலம்பினாள்.

5

"என்ன, எப்போது கூடு திரும்பினீர்கள்?" என்று குருவி விசாரித்தது.

"நேற்றுத்தான்" என்றது காகம்.

"பிரயாணம் எல்லாம் சௌகரியமாக இருந்ததா?"

"இருந்தது."

"இப்போது மனம் நிம்மதியாக இருக்கிறதல்லவா?"

"நிம்மதியாக இருக்கிறது."

"பரிபூரண நிம்மதியா?"

"பரிபூரண நிம்மதி."

"எனக்கு அப்போதே தெரியும்" என்றது குருவி. ஏனோ அதன் குரலில் ஒரு ஏமாற்றம் தொனித்தது. பிறகு, கேட்டது: "அதிகக் கும்பலோ?"

"எனக்குத் தெரியாது."

"என்ன?"

"எனக்குத் தெரியாது என்றேன்."

"இதென்ன வேடிக்கையாயிருக்கிறது! மகாமகத்துக்குப் போய்விட்டு வந்து. . ."

"நான் மகாமகத்துக்குப் போகவில்லை."

"என்ன?"

"நான் மகாமகத்துக்குப் போகவில்லை."

"பைத்தியக்காரத்தனமாக இருக்கிறதே! பாபத்தைத் தொலைக்க மகாமகக் குளத்தில் குளிக்கப் போறேனென்று கிளம்பி. . ."

"அதற்கு அவசியம் ஏற்படவில்லை."

"அவசியம் ஏற்படவில்லையா? அன்று என்னிடம் கதறி அழுததெல்லாம்..."

"அன்று இருந்திருக்கலாம். . . ஆனால் இன்று அவசியம் இல்லை"

குருவி ஒரு கணம் மௌனமாக இருந்தது. பிறகு, கேட்டது: "இன்னும் பன்னிரண்டு வருடங்களுக்கு மகாமகம் கிடையாது, தெரியுமா?"

"தெரியும்."

"உங்களுக்கு ஏற்கெனவே வயதாகிவிட்டது."

"ஆமாம்."

"அடுத்த மகாமகம் வரையில் உயிரோடிருப்பது சந்தேகம்தான்."

"ஆமாம்."

குருவி மேற்கொண்டு பேசாமல் கிளம்பிப்போய்விட்டது. போகும் போது மட்டும், காகத்தின் காது கேட்க, "அதிர்ஷ்டக் கட்டை" என்று முணுமுணுத்துச் சென்றது.

பிரயாணம்

மீண்டும் முனகல் ஒலி கேட்டுத் திரும்பிப் பார்த்தேன். என் குருதேவரின் கண்கள் பொறுக்க முடியாத வலியினால் இடுங்கியிருந்தன. அவரைப் படுக்க வைத்து நான் இழுத்து வந்த நீளப் பலகை நனைந்திருந்தது. ஒரே எட்டில் அவரிடம் சென்றேன். "இனிமேலும் முடியாது" என்றார். நான் சுற்று முற்றும் பார்த்தேன். அந்த நேரத்தில் ஆகாயத்தில் ஒரு வெள்ளைக் கீறல்கூட இல்லை. ஆனால் கண்ணுக்கெட்டிய தூரம்வரை பரந்து கிடந்த மலைச் சாரலைச் சிறுசிறு மேகங்கள் அணைத்தபடி இருந்தன. நாங்கள் நடந்து வந்த மலை விளிம்பு அந்த இடத்தில் செங்குத்தாகப் பல நூறு அடிகள் இறங்கி, அடியில் ஒரு ஓடையைத் தொட்டது. தண்ணீர் தேங்கும் குட்டைபோல அந்த இடத்தில் ஓடை இருந்தாலும் சற்றே தள்ளி, அதுவே ஆவேசத்துடன் பாறைகள் மீது மோதிப் பள்ளத்தில் பாய்ந்துகொண்டிருந்தது. இந்தப் பக்கத்தில் மலை உயர்ந்துகொண்டிருந்தது. நாங்கள் வந்த விளிம்பு ஓரமாக இன்னும் பத்துப் பன்னிரண்டு மைல் போனால் ஒரு கணவாய் வரும். அதற்குப் பிறகு சிறு புதர்களால் நிறைந்த ஒரு சமவெளிப் பிரதேசம். அது ஒரு காட்டை எட்டிக் கரைந்துவிடும். அந்தக் காட்டைத் தாண்டியவுடன் ஒரு சிற்றாறு. அதன் அக்கரையில் தான் முதன் முதலாக மனித வாடை வீசும் ஒரு கிராமம் – ஹரிராம்புகூர். ஆறு மாதங்களுக்கு முன்பு ஹரிராம்புகூரைத் தாண்டி நானும் ஒரு தேவரும் நடைப் பயணமாக எங்கள் ஆசிரமத்திற்கு வந்து சேர இரண்டு பகல் பொழுதுகள்தான் தேவைப்பட்டன. இப்போது மலையிலிருந்து பாதி இறங்கு வதற்குள் ஒரு பகல் போய்விட்டது. அரை மணி நேரத்தில் இருட்டிவிடும்.

நான் என் சாக்கைப் பிரித்துப் பெரியதாக ஒரு துப்பட்டியையும், முரட்டுக் கம்பளியினால் தைக்கப்பட்ட நீளப் பையொன்றையும் எடுத்தேன். என் குருதேவரைப் போர்த்திருந்த கம்பளத்தையும் துணிகளையும் அகற்றிய பிறகு துப்பட்டியால் அவரைச் சுற்றிவிட்டு அவர் மெதுவாக அந்தக் கம்பளப் பையில் நுழைந்து கொள்வதற்கு உதவினேன். பை

அவரது தலையையும் மூடிக்கொள்ள வசதியாயிருந்தாலும் முகத்தை மட்டும் திறந்து வைத்தேன். கம்பளி மஃப்ளர் ஒன்று இருந்தது; அதை அவர் காது முழுதும் மூடியிருக்குமாறு தலையைச் சுற்றிக் கட்டிவைத்தேன். "சிறிது கஞ்சி தரட்டுமா?" என்று கேட்டேன். அவர் கண்களால் "கொடு" என்றார். சாக்கிலிருந்து மூடியிடப்பட்ட சிறுதகரப்பெட்டி, இரண்டாம் உலக யுத்தத்தில் சிப்பாய்களுக்குக் கொடுத்த வட்டமான ஒரு தகரப்பாத்திரம், ஒரு ராணுவத் தண்ணீர் 'பாட்டில்' இவை மூன்றையும் எடுத்தேன். வட்டப் பாத்திரத்தில் சிறிதளவு தண்ணீர் விட்டுக்கொண்டு தகர பெட்டியின் மூடியைத் திறந்தேன். அதில் பாதியளவு உறையவைத்த மண்ணெண்ணெய் இருந்தது. நெருப்புக் குச்சியைப் பற்றவைத்து அதன் அருகேகொண்டு போனேன். மண்ணெண்ணெய் குப்பென்று பிடித்துக்கொண்டு ஒரே சீராக எரிந்தது. பாத்திரத்தின் மடக்குப் பிடியை நீட்டிக்கொண்டு ஜுவாலையில் தண்ணீரைச் சுடவைத்தேன். ஒரு கொதி வந்ததும் என் முதுகுப் பையில் சிறு மூட்டையாகக் கட்டிப்போட்டிருந்த கிழங்கு மாவில் ஒருபிடி எடுத்துப் போட்டேன். ஒரு குச்சிகொண்டு கிளறிக்கொண்டே மாவுத் தண்ணீரைக் காய்ச்சினேன். அது கூழாகிவிடக் கூடாதென்று இன்னும் சிறிது தண்ணீர் சேர்த்தேன். கஞ்சி தயாராயிற்று. எரிந்துகொண்டிருந்த தகரப்பெட்டியை அதன் மூடிகொண்டு மூடினேன். நெருப்பு அணைந்து சிறிது மட்டும் புகை வந்தது. கஞ்சியைப் பாத்திரத்தில் கலக்கியே ஆறவைத்தேன். பொறுத்துக் கொள்ளக்கூடிய சூடு என்று தோன்றியபோது என் குருதேவரின் தலையை மெதுவாக என் மடிமேல் ஏற்றி வைத்துக்கொண்டு, கஞ்சியை அவருக்குப் புகட்டலானேன். இரண்டு வாய் குடித்ததும் அவர் போதும் என்றார். அவருக்குச் சிறிது தெம்பு வந்திருந்த மாதிரி இருந்தது. மிச்சமிருந்த கஞ்சியை நான் குடித்தேன். பாத்திரத்தைக் கழுவாமல் ஒரு துணிகொண்டு துடைத்து வைத்தேன். தண்ணீர் 'பாட்டி'லில் சிறிதுதான் தண்ணீர் இருந்தது. நான் கீழேயிறங்கி ஓடையில் தண்ணீர் பிடித்துவர அடுத்த நாள் காலையில்தான் முடியும்.

என் குருதேவர் வாயைத் திறந்தபடி படுத்திருந்தார். அவரிடம் ஒரு வருடம் யோகம் பயின்ற நான் வாயை எக்காரணம் கொண்டும் மூச்சு விடுவதற்குப் பயன்படுத்தாமல் இருக்கக் கற்றுக்கொண்டுவிட்டேன். ஐம்பது அறுபது வருட காலம் முதிர்ந்த யோகியாகவே வாழ்க்கை நடத்திய என் குருதேவர், அந்நேரத்தில் வாயைத் திறந்து வைத்துக்கொண்டும்கூட மூச்சுவிடுவதற்குப் பெரும் உபாதைப் பட்டுக்கொண்டிருந்தார். பதினைந்து நாட்களுக்கு முன்பு திடீரென்று வயிற்றை அழுத்திப் பிடித்துக்கொண்டு "அம்மா" என்று அவர் கீழே விழும்வரையில், அவர் சுவாசம் விடுவதே மிகவும் கூர்ந்து கவனித்தாலன்றித் தெரியாது. அப்படிப் புலனானால், ஒரு மூச்சுக்கு இன்னொன்று மிக நீண்ட சீரான இடைவெளி விட்டு வருவதை உணர முடியும். இப்போது அவர் வாயாலும் மூச்சு விடுவதற்குத் திணறிக்கொண்டிருந்தார்.

சூரியன் மலைகளின் பின்னால் விழுந்து, மலைகளே மலைகள் மீது பூதாகாரமான நிழல்களைப் படரவிட்டுக் கொண்டிருந்தன. இரவும் அந்த நிழல்களும் ஒன்றாகக் கலக்கச் சில நிமிடங்களே இருந்தன. அதற்குள் அங்கே குச்சி குச்சியாக வளர்ந்து பரந்துகிடந்த செடிகளில் உலர்ந்து போன சிலவற்றைச் சேகரிக்க நான் முனைந்தேன். எனக்குக் குளிரவில்லை.

பிரயாணம்

மேலங்கியே போட்டறியாத என் குருதேவர் இரு வாரங்களாகக் கம்பளத்தைச் சுற்றிக்கொண்டு கம்பளப் பையிலும் நுழைந்து கிடக்க வேண்டியிருந்தது. அவருக்குக் கணப்பு வேண்டும். அர்த்த ராத்திரி அளவில் பனி இறங்க ஆரம்பித்துவிடும். ஆவி போலல்லாமல் பஞ்சுப் பொதிகளாகவும் இறங்கும். என் குருதேவருக்குக் கணப்பு வேண்டும்—இன்னொரு காரணத்திற்காகவும் கணப்பு வேண்டும். பகலில் சில அடிச்சுவடுகள்தான் காணப்படும். இரவு வேளையில் அந்த அடிச்சுவடுகளுக்குரியவை வந்துவிடும்.

உலர்ந்த செடிகளை நான் வேரோடு பிடுங்கிக்கொண்டு வந்தேன். என் கைகளால் மார்போடு அணைத்துக்கொண்டு வரக்கூடிய அளவு இருமுறை கொண்டு வந்து சேர்ப்பதற்குள் எல்லாவற்றையும் கண்ணை இடுக்கிக்கொண்டு பார்க்க வேண்டியிருந்தது. என் குருதேவரைப் படுக்கவைத்து நான் இழுத்து வந்த பலகையுடன் ஒரு விறகுக் கட்டும் கட்டி வைத்திருந்தேன். அந்த விறகுத் துண்டுகள் இலகுவில் பற்றிக் கொண்டு விடா. பற்றிக் கொண்டாலும் ஓர் இரவு நேரத்திற்கு மேல் வரா. எங்கள் ஆசிரமத்திலிருந்து வருடத்திற்கு இரண்டு மூன்று முறை அத்யாவசியத் தேவைகளுக்காக ஹரிராம்புகூருக்கு நாங்கள் வந்து போகும் போதெல்லாம் பிரயாணத்திற்கு அந்த அளவு கட்டைக்கு மேல் எடுத்துக்கொள்வதில்லை. ஆனால் இம்முறை அது போதவே போதாது என்று எனக்குத் தெரிந்துவிட்டது.

நான் பிடுங்கி வந்த குச்சிகளில் ஒரு கைப்பிடியில் அடங்குபவையை எடுத்து ஒரு சிறு கூடாரம் மாதிரித் தரையில் பொருத்திவைத்தேன். என் குருதேவரின் கால் பக்கமாகத்தான் வைத்தேன். அந்தப் பிரதேசத்தில் பறவைகளே கிடையா. காற்று மிகவும் லேசாக வீசிக்கொண்டிருந்தாலும் மலைச் சாரலில் மோதிப் பிரதிபலிக்க வேண்டியிருந்ததால் கும்மென்ற ஒலி தொடர்ந்து கேட்டுக்கொண்டிருந்தது. பல நூறு அடிகள் கீழே, குறைந்தது அரை மைலுக்கப்பால் பிரவாகமாக மாறும் ஓடை தொடர்ந்த இரைச்சல் எழுப்பிக்கொண்டிருந்தது. இந்தச் சப்தங்களும் என் குருதேவரின் மூச்சுத் திணறலும் தவிர வேறு எதுவும் என் காது கேட்க அங்கிருக்கவில்லை.

பட்டாசுத்திரி போல் உலர்ந்த குச்சிகள் பற்றிக்கொண்டு எரிந்தன. அந்த ஜுவாலையில் நுனி மட்டும் படும்படியாக ஐந்தாறு விறகுத் துண்டுகளை ஒரு சக்கரத்தின் ஆரைக் கம்புகள் போல் வைத்தேன். நட்சத்திரங்கள் கூட்டம் கூட்டமாகத் தெரிய ஆரம்பித்துவிட்டன.

ஒரு விறகு பற்றிக்கொண்டு எரிந்தது. நான் பாய்ந்து சென்று அதைக் கையில் எடுத்து மூன்று நான்கு வீச்சுகளில் ஜுவாலைவிட்டு எரிவதை அணைத்து அது வெறும் தணலாக எரியும்படி செய்தேன். ஒரு விறகு மட்டும் அதிகமாகப் புகைந்துகொண்டிருந்தது. அதைத் தரையில் ஒரு முறை தட்டிவிட்டுப் புரட்டி வைத்தேன். புகை சிறிது குறைந்தது. நான் என் குருதேவரின் பக்கத்தில் போய் உட்கார்ந்துகொண்டேன். பின்னர் எழுந்து எங்களிடமிருந்த நீண்ட மூங்கில் கழியை என் பக்கத்தில் எடுத்து வைத்துக்கொண்டு அமர்ந்தேன். எல்லாப் பக்கத்திலும் உறைந்து போன பேரலைகள்போல் மலைச் சிகரங்கள் அந்த இருளிலும் கரும் நிழல்களாகக் கண்ணுக்குத் தெரிந்தன. பொழுது விடிய இருக்கும் இன்னும் பல மணி நேரத்துக்கு அவற்றைத்தான் நான் பார்த்துக்கொண்டு இருக்க வேண்டும். அமைதியாக உட்கார்ந்து பார்த்துக்கொண்டே இருந்ததில் நான்

எனக்குள்ளேயே விரிந்துகொண்டிருக்கும் உணர்வு ஏற்பட ஆரம்பித்தது. ஆசிரமக் குடிசைக்குள் என் குருதேவர் எந்தவித உடல் இடர்ப்பாடும் இல்லாமல் படுத்திருக்கும் வேளைகளில் நான் ஒவ்வொரு நாளும் வெட்டவெளியில் உட்கார்ந்து, இந்த விசால உணர்வைக் காத்திருந்து வரவழைத்துக்கொள்வேன். இப்போது என்னிச்சையின்றி அந்த விசால உணர்வு வர ஆரம்பித்ததும் அதை அகற்றிவிட வேண்டுமே என்ற கவலை வந்தது. அந்நேரம் தூரத்தில் இரு மலைச் சிகரங்கள் அசைந்து என் திசையில் குவிந்து வருவதுபோல் இருந்தது. என் அடிவயிற்றில் திடீரென்று பயம் எழுந்தது. உடனே மனலயம் கலைந்து போயிற்று. மலைச் சிகரங் களைப் பார்ப்பதைவிட்டு ஆகாயத்தைப் பார்த்தேன். தாறுமாறாகச் சிதறிக் கிடப்பதுபோல் இருந்த நட்சத்திரங்கள் சீக்கிரத்தில் தனித்தனிக் கூட்டங்களாகக் கண்ணுக்குத் தெரிய ஆரம்பித்தன. முதலில் அந்த உருவங்களுக்கு என் மனம் கற்பிக்கும்படியான தோற்றம் ஒன்றும் தோன்றவில்லை. ஆனால் அது மாறி ஒவ்வொரு நட்சத்திரக் குவியலும் வெவ்வேறு விதமான கைகால்களை நீட்டிக்கொண்டு வெறியுடன் பறந்து செல்லும் உருவங்களாகக் காண ஆரம்பித்தன. எனக்கு மீண்டும் அடிவயிறு ஒட்டிக்கொண்டது. கண்களை மூடிக்கொண்டு படுத்தேன். என் குருதேவர் திணறிக்கொண்டு மூச்சுவிடுவதுகூட ஒரு தாளலயத்துடன்தான் வந்துகொண்டிருந்தது. அதன் மீது மனத்தைச் செலுத்தியபோது என் நினைவுப் பிரக்ஞை அமிழ்ந்து என்னை உறக்கத்துக்குக் கொண்டு செல்வதை உணர்ந்தேன். அதைத் தடுத்துக் கண்களைத் திறந்து கொண்டு நட்சத்திரங்களைப் பார்த்தேன். நட்சத்திரங்கள் வெவ்வேறு கூட்டமாகப் பிரிந்து உருவங்களாக மாறும் தருணத்தில் மலைச் சிகரங்களை நோக்கினேன். என்னை அறியாமல் என் கவனம் என் குருதேவரின் சுவாச ஒலியில் மீண்டும் லயிக்க ஆரம்பித்தபோது எழுந்திருந்து உட்கார்ந்தேன். நான் எக்காரணம் கொண்டும் அன்றிரவு என் நினைவை இழக்கக் கூடாது. மலை யைத் தாண்டி, சமவெளியைத் தாண்டி, வனத்தைத் தாண்டி, ஆற்றைத் தாண்டி ஹரிராம்புகூரை அடைந்தே தீர வேண்டும். என் குருதேவருக்கு வைத்திய உதவி கிட்டும்படி செய்ய வேண்டும். பனி இறங்க ஆரம்பித்தது. நான் எங்களிடம் மிகுதியிருந்த ஒரே பழந்துண்டைத் தலையோடு போர்த்துக்கொண்டு ஒரு தொடையை இன்னொரு தொடை மீது இறுக்கி வைத்துக்கொண்டு உட்கார்ந்தேன்.

மலைச் சிகரங்களிடையே புகுந்து வீசிக்கொண்டு செல்லும் காற்றின் ஒலி எனக்குள்ளேயே கேட்டது. ஓடைச் சப்தமும் கேட்டது. நான் விரிந்துகொண்டிருந்தேன். எல்லாத் திசைகளிலுமாக விரிந்துகொண் டிருந்தேன். கணத்துக்குக் கணம் நான் இலேசாகிக்கொண்டே வந்து எனக்கு எடை, உருவமே இல்லை என்கிற அளவுக்கு விரிந்து, இன்னமும் விரிந்துகொண்டிருந்தேன். எல்லா ஒலிகளையும் கேட்க முடிந்த எனக்கு. அவையெல்லாம் எங்கோ ஓர் அடித்தளத்தில் மட்டும் இயங்கிக்கொண் டிருந்ததாகத்தான் தோன்றியது. அப்போது தனியாக ஒரு ஒலி அவை யெல்லாவற்றிற்கும் மேலாக ஒன்று கேட்டது. அந்த நிலையில், அந்தத் தருணத்தில் அது பொருந்திப் போகவில்லை. மறுபடியும் அந்தச் சீறல் வந்தது. நான் நொடிப் பொழுதில் என்னைக் குறுக்கிக்கொண்டேன். ஒரு வருடப் பயிற்சியில் மன லயத்தில் நான் அடைந்திருந்த தேர்ச்சி எனக்கு

அப்போது வேண்டாததாக இருந்தது. அந்தச் சீறல் மீண்டும் கேட்டது. என் பக்கத்தில் இருந்த தடியைப் பற்றிய வண்ணம் சீறல் வந்த திசையில் பார்த்தேன். இரண்டு மின்மினிப் பூச்சிகள் பளிச்சிட்டன. என் கழியை வீசினேன். முதல் வீச்சில் அந்த இரட்டை ஒளிப் பொறிகள் சிறிது அசைந்து மட்டும் கொடுத்தன. நான் என் கையை எட்டி மீண்டும் கழியை வீசினேன். அது எதன் மீதோ தாக்கிற்று. மயிர் குத்திடக் கூடிய ஊளையொலி கேட்டது. மறுகணம் அந்த ஓநாய் பின் வாங்கி ஓடிச் சென்றுவிட்டது.

என் குருதேவரின் பக்கம் பார்த்தேன். நான் வைத்திருந்த விறகுகள் அநேகமாக எல்லாம் எரிந்து அணையும் தறுவாயில் இருந்தன. நடுராத்திரியைக் கடந்திருக்கக்கூடும். நான் தூங்கிப் போயிருந்திருக்கிறேன். தணலாக இருந்த விறகுகள்கூட முக்காலுக்கு மேல் சாம்பலாகப் போயிருந்தன. அதன் பிறகுதான் அந்த ஓநாய் வந்திருக்கிறது. ஒரு சாண் அளவுக்கு மிஞ்சியிருந்த ஒரு கட்டைத் துண்டை ஊதி ஊதி ஜுவாலை எழச் செய்தேன். அதைக் கொண்டு என் குருதேவரைத் தலையிலிருந்து கால்வரை பார்த்தேன். அவர் படுத்திருந்த பையில் கால் பக்கத்தில் சிறிது கிழிந்திருந்தது. நான் ஓரிரு நிமிஷங்கள் தாமதித்திருந்தால் கூட அந்த ஓநாய் கம்பளப் பையை இன்னமும் கிழித்து என் குருதேவரின் காலைக் கவ்வியிருக்கும்.

அந்தக் கட்டை அணைந்து புகைய மட்டும் செய்தது. நான் உறைந்த மண்ணெண்ணெயை ஒரு விரலில் எடுத்துத் தணல் மீது வைத்தேன். கட்டை பற்றிக்கொண்டு எரிந்தது. அதை என் குருதேவர் முகத்தருகே கொண்டு சென்று, "ஐயா" என்று கூப்பிட்டேன். அவர் காதில் அது விழவில்லை. முன்பு வாயைத் திறந்து படுத்துக்கொண்டிருந்தவர் இப்போது வாயை மூடிக்கொண்டு தூங்கிக்கொண்டிருந்தார். நான் தூங்கிக்கொண்டிருந்த வேளையில் அவருக்குத் தாகம் எடுத்திருக்கக்கூடும்; பசித்திருக்கக்கூடும். நான் "ஐயா" என்று சொல்லி அவரைச் சிறிது அசைத்து எழுப்பினேன். அவர் அப்படியே இருந்தார். அவர் மூக்கருகே என் புறங்கையை வைத்துப் பார்த்தேன். அடுத்தபடி என் காதை அப்படியே அவர் மார்புமீது அழுத்திக்கொண்டு கேட்டேன். அங்கு காது கேட்பதற்கு ஒன்றுமில்லை.

குருதேவரின் சாவு அதிர்ச்சியைத் தரவில்லை. அப்பழுக்கில்லாத தேகநிலை உடைய அவர் எப்போது நீர் விலகிக் கொண்டிருக்கும்போதுகூடத் தன்னை நகர்த்திக்கொள்ள இயலாத அசக்தி அடைந்திருந்தாரோ அப்போதே நான் எதற்கும் என் மனத்தைத் தயார்செய்துகொண்டிருந்தேன். என் யோக சாதனை விடுப்பட்டுவிடும். அவரைத் தேடிக் கண்டுபிடித்து, அவர் என்னை ஏற்றுக்கொள்ளச் செய்வதற்கு மூன்றாண்டு காலத்திற்கும் மேலாயிற்று. இனி இன்னொரு தகுதி வாய்ந்த குருவை அடைய எவ்வளவு ஆண்டுகள் பிடிக்குமோ தெரியாது. வேறு குரு கிடைப்பாரா என்பதே சந்தேகம். எனக்கு நிர்ணயம் செய்யப்பட்டதற்கிணங்கத்தான் எனக்கு வாய்க்கும். ஹரிராம்புகூரை அடைவதற்குள் என் குருதேவருக்கு ஒன்றும் நேர்ந்துவிடக் கூடாது என்பதே அப்போது என் பிரார்த்தனை. கடைசிச் சுவாசம் என்று தோன்றும்போது சிறிது பசும்பாலை வாயில் ஊற்ற வேண்டும் – இதை வெகு நாட்கள் முன்பே என் குருதேவர் சொல்லக் கேட்டிருக்கிறேன். ஆனால், அன்று அந்தப் பேச்சே பொருத்தமில்லாதாக இருந்தது. 'என் போன்றவர்களை ஆறடி குழி தோண்டிப் புதைக்க வேண்டும்'

என்று அவர் சொன்னதும் அபத்தமாகப்பட்டது. அன்று நான் பசும்பால் விடத் தவறிவிட்டேன். ஆறடி குழி தோண்டியாவது புதைக்க வேண்டும். அதற்கு எப்படியும் இந்த மலைப் பாறையிடத்திலிருந்து சமவெளியருகில் இறங்கியாக வேண்டும். ஆறடி தோண்டி, வெறும் மண்ணை மட்டும் போட்டு மூடினால் போதாது. பெரிய பெரிய கற்களையும் போட வேண்டும். ஒரு ஓநாய் அவரை முகர்ந்துவிட்டது. அடுத்து, ஓர் ஓநாய்ப் படை வருவதற்கு அதிக நேரம் பிடிக்காது.

அப்போது அரைகுறைச் சந்திரன் வந்துவிட்டான். நான் என் குருதேவரைப் போர்த்தியிருந்த துணிகள் கம்பளப்பை முதலியவற்றை மெதுவாக உருவி எடுத்தேன். என் குருதேவரின் முகம் அற்புதமான அமைதியுடன் காணப்பட்டது. சுவாசத்திற்கும் இதயத் துடிப்பிற்கும் நான் தேடியிராவிட்டால் அவர் தூங்கிக்கொண்டுதான் இருக்கிறார் என்று நினைக்கும்படியான தோற்றம். ஒரு பழந்துணியைக் கிழித்து அவருடைய கால் கட்டை விரல்களைச் சேர்த்துக்கட்டினேன். அதேபோல் கைகள் இரண்டையும் பிணைத்தேன். ஒற்றை வேஷ்டிகொண்டே அவரைத் தலை முதல் கால்வரை சுற்றி, கம்பளப் பைக்குள் நுழைத்து, பையின் வாயை இழுத்துக் கட்டினேன். மெதுவாகத் தணல் எரியும்படி செய்துகொண்டு பொழுது விடிவதற்காகக் காத்திருந்தேன். முழங்கால்களுக்கிடையில் தலையைப் புதைத்துக்கொண்டு உட்கார்ந்திருந்தேன். கிழக்கு வானத்தில் வெளிர்ச்சாயம் தோன்றுவதற்குள் என்னைச் சுற்றி இரண்டங்குல உயரத் திற்குப் பனி உதிர்ந்திருந்தது. அந்த அரை வெளிச்சத்தில் நான் மீண்டும் என் குருதேவர் கிடந்த பலகையை இழுத்து நடக்க ஆரம்பித்தபோது பின்னால் ஒரு முறை பார்த்ததில் தூரத்தில் ஒரு உருவம் அசைவதை உணர முடிந்தது. நான் இரண்டாம் முறை திரும்பிப் பார்த்தபோதும் அது அதே தூரத்தில் வந்துகொண்டிருந்தது. இம்முறை அந்த ஓநாய் முனகிற்று.

இறந்தவர்கள் எப்படி எடைகூடக் கூடும் என்று தெரியவில்லை. என் குருதேவரை, அவர் சுவாசம் இயங்கிக்கொண்டிருந்த போதைவிட இப்போது இழுத்துப் போவது நிமிஷத்துக்கு நிமிஷம் கடினமாகிக்கொண்டிருந்தது. காலையில் சற்று நேரத்திற்குத் தரையில் பனியிருந்தபோது பலகை என் பின்னால் வழுக்கிக்கொண்டு வந்தது. ஆனால், உச்சிவேளை நெருங்கு வதற்குள் அங்கு பனியும் பெய்திருக்குமா என்று தோன்றுமளவுக்கு எல்லாம் உலர்ந்துவிட்டது. இப்போது நான் இறங்கு முகமாக இருந்தேன். பல சமயங்களில் பலகையை இழுத்து வருவதற்குப் பதில் பின்னாலிருந்து தள்ளி நகர்த்தி வந்தேன். கனம் அதிகரித்துக்கொண்டே வந்த அந்தச் சுமை பள்ளத்தில் சரிந்து விழுந்துவிடாமல் பாதுகாத்துக்கொண்டு போவது மிகவும் சிரமமாக இருந்தது. முன்னிரவு எனக் குருதேவர் குடித்து மிஞ்சியிருந்த கஞ்சியைச் சாப்பிட்ட பிறகு நான் எதுவும் உண்ணாமலிருந்த போதிலும் எனக்குப் பசி எழவில்லை. இடுப்பும் தோளும் மட்டும் வலித்தன. நான் எங்கும் நிற்கவில்லை. மறுபடியும் இரவு வருவதற்குள் மலைப் பிரதேசத்தைக் கடந்து சமவெளியை அடைந்துவிட வேண்டும் என்ற ஒரே நோக்கமாக இருந்தேன். என் மனத் திடத்திற்கு உடல் திடம் முடிந்தவரையில் ஈடு கொடுத்தது. ஆனால் அது போதவில்லை. நான் அடிமேல் அடி எடுத்து வைத்துத்தான் செல்ல முடிந்தது. நான் பார்த்துக் கொண்டிருந்தபோதே மலை நிழல் நீண்டுகொண்டு போவதை உணர முடிந்தது. இன்னும் நான்கு

அல்லது ஐந்து மணி நேரம் வெளிச்சம் இருந்தால் எனக்குப் போதும். ஆனால், எனக்கு அது கிடைக்கத் தவறவிட்டு மீண்டும் சுள்ளிகளுக்காக அலைந்து எடுத்துவைப்பதும் அறிவற்றது. சற்றும் எதிர்பார்க்க முடியா வண்ணம் பல இடங்களில் பாறை வெடித்துப் பல நூறு அடிகளுக்குச் செங்குத்தாக இறங்கியது. அந்தப் பிளவுகளின் அடியிலும் செடிகொடிகள் வளர்ந்து படர்ந்திருந்தன. அந்த ஒரு பகல்நேரப் பிரயாணத்திலேயே நான் அந்தப் பள்ளங்களில் தவறிப்போய் விழுந்த பல மிருகங்களின் சின்னங்கள் – அழுகி, உலர்ந்து, பூச்சி அரித்து, காற்றில் சிதறிப்போன சடலங்கள் – கிடப்பதைக் கண்டேன்.

அதிகரித்துவரும் உடல் சோர்வைக் குறைந்துவரும் வெளிச்சம் சரிக்கட்டி வந்தது. வெளிச்சம் இம்மியளவு குறைவதையும் என் உடல் முழுதாலும் என்னால் உணர முடிந்தது. என் உடல் யத்தனம் அதிகரித்தபோதிலும் என் பிரயாணத்தின் வேகம் வெகுவாக அதிகரிக்கவில்லை. நடப்பதென்றில்லாமல் நகர்வதற்கே மிகுந்த பிரயாசை எடுத்துக்கொள்ள வேண்டியிருந்தது. என் கண் முன்னால் ஆயிரக்கணக்கான பூச்சிகள் பறப்பதுபோலத் தெரிய ஆரம்பித்துவிட்டது. இன்னமும் இரண்டு மணி நேரப் பிரயாணம் இருந்தது. நிமிஷங்கள் செல்லச் செல்ல வெளிச்சம் மறைவதற்குள் நான் மலைப் பிரதேசத்தைக் கடந்துவிடுவேன் என்கிற நம்பிக்கை குறைந்துகொண்டே வந்தது. இன்னொரு இரவு பனி விழும் மலைகளுக்கிடையில் நான் தங்க வேண்டும். பகலில் என் கண்ணில் ஒன்றும் படவில்லை. ஆனால் அந்த உணர்வு என்னிடம் இருந்துகொண்டே இருந்தது. அந்த ஓநாய் என்னுடைய ஒவ்வொரு அசைவையும் அறியும். அது வரும்போது தனியாக வராது.

கண்ணுக்கெட்டும் தூரத்தில் சமவெளி தெரிந்தது. ஆனால் அதை நம்பி நான் பிரயாணத்தைத் தொடர முடியாது. என் குருதேவரின் சடலம் கிடந்த பலகையை அப்படியே தழைத்துக் கீழே வைத்துவிட்டு மீண்டும் சுள்ளிகளுக்காக அலைந்தேன். நேற்று கிடைத்த அளவு கிடைக்கவில்லை. நேற்றைவிட இன்று நான் ஒருநாள் வயது கூடுதலானவன்; உடல் களைப்பும் பலஹீனமும் அதிகரித்தவன். கிடைத்ததை வைத்து நெருப்புப் பற்றவைத்தேன். நான்கே விறகுக் கட்டைகள் பாக்கியிருந்தன. ஒவ்வொன்றாகப் பற்ற வைத்துக் கொண்டு, தணலாக எரியும் விறகுடன் என் குருதேவரின் சடலத்தைச் சுற்றிச் சுற்றி வந்துகொண்டிருந்தேன். இன்றும் நான் தங்கிய இடத்திற்குப் பக்கத்திலேயே செங்குத்தாகப் பள்ளம் இறங்கியது. அங்கு ஓடையில்லை – அது எங்கோ வேறு திசையில் சென்றுவிட்டது. இந்தப் பள்ளத்தின் அடியில் புதர்தான் மண்டியிருந்தது. நேற்றுப் பிரயாணத்தை நிறுத்தியபோது எனக்குப் பீதி எழவில்லை. என் குருதேவர் நேற்றும் உடலால் எனக்கு எவ்வித உதவியும் செய்ய இயலாதவர். அந்த விதத்தில் நேற்றும் நான் தனியன்தான். ஆனால் நேற்று இல்லாத பீதி இன்று என் அறிவைக் கருக்கிக்கொண்டிருந்தது. என் வாழ்க்கையின் சாதனைகள், லட்சியங்கள், சிந்தனை அடிப்படைகள், ஆசைகள், உணர்ச்சிகள் எல்லாம் ஆவியாகப் பறந்துபோய், என் குரு தேவரின் சடலத்தை முழுமையாகச் சமவெளியில் அடக்கம் செய்துவிட வேண்டும் என்பதைத் தவிர வேறு இலக்கு ஒன்றும் இல்லாமல் இருந்தேன். இன்னொரு இரவுப் பனி உயிரற்ற சடலத்தை ஒன்றும் செய்துவிட முடியாது. ஆனால் என் பற்களிலும் எலும்புகளிலும்கூட இழையோடும் பீதியுடன்

இருந்தேன். என் உடலெல்லாம் காதாகக் கேட்டுக்கொண்டிருந்தேன். நன்றாக இருட்டியபின் காற்றோசையோடு வேறொன்றும் கேட்க நான் அதிக நேரம் காத்திருக்க நேரவில்லை. மெல்லிய சீறலுடன் பல ஜதை மின்மினிப் பூச்சிகள் என்னை நோக்கி முன்னேறிக் கொண்டிருந்தன.

நான் ஒரு கையில் கொள்ளிக்கட்டையும் இன்னொன்றில் மூங்கில் கழியும் எடுத்துக் காத்திருந்தேன். அந்த இருட்டிலும் என் கண்கள் ஓரளவு பார்க்கத் தொடங்கிவிட்டன. ஓநாய்கள் கூட்டமாக வந்தாலும் பதினைந்து இருபது அடி தூரமிருக்கையில் பிரிந்து எங்களைச் சுற்றிவர ஆரம்பித்தன. ஒவ்வொன்றும் உறும ஆரம்பித்து, சிறிது நடந்து, பின்வாங்கி, ஒருமுறை சீறி, முன்னேறி, பின்வாங்கி எங்களைச் சுற்றியவண்ணம் இருந்தது. நிமிஷங்கள் யுகமாக நகர்ந்தன. ஓநாய்கள் எங்களைச் சுற்றும் வட்டத்தின் விட்டம் அங்குல அங்குலமாகக் குறைய ஆரம்பித்தது. ஐந்தாறு ஓநாய்கள் முழு வளர்ச்சி பெற்றவை. அவையெல்லாம் வாலைப் பின்னங்கால்களுக்கிடையில் பொருத்தி வைத்துக்கொண்டு எங்களைச் சுற்றின. நான் என குருதேவரின் தலைப்பக்கமாக நின்றுகொண்டு, நாற்புறமும் மாறி மாறி என் கொள்ளிக் கட்டையை ஆட்டியவண்ணம் இருந்தேன். பகலெல்லாம் ஓநாய்களைக் கண்ணெதிரே பாராமல் ஆனால் அவை எங்களைத் தாக்க எங்கோ தூரத்தில் பின்தொடர்ந்து வருகின்றன என்ற உணர்வே என்னைப் பெரும் பீதியில் விறைப்பாக இருக்கச் செய்தது. இப்போது அவற்றை நேரே கண்டவுடன் எனக்கு ஆழ்ந்த அமைதி ஏற்பட்டது. அந்நேரத்தில் எனக்குச் சிந்தனைகளே அவ்வப்போது எழாமல் போவதையும் உணர்ந்தேன்.

நான் மிகவும் நிதானமாக என் கைகளை அசைத்துக் கொண்டிருந்தேன். ஓநாய்கள் எங்களை இன்னமும் சுற்றிச் சுற்றி வந்த வண்ணமிருந்தன. நான் முதலில் தாக்க வேண்டும் என்று அவை காத்திருந்தது போலத் தோன்றிற்று. எனக்கும் அந்த ஓநாய்க் கூட்டத்துக்குமிடையே எழுந்திருந்த ஒரு இக்கட்டு நிலையை இருவரும் தீவிரப்படுத்தாமல் இருந்தால் இரவின் எஞ்சிய நேரம் அப்படியே கழிந்துவிடும் என்றுகூடத் தோன்றிற்று. பகல் என்று ஏற்பட்டவுடன் ஓநாய்கள் பின் வாங்கிவிடக்கூடும்.

நான் நிச்சயமாக இருந்தேன். அந்த ஓநாய்களின் அடக்கமான உறுமல்கூட அப்போது அப்பிரதேசத்தின் அமைதியோடு பொருந்திவிடக் கூடியதாகவே தோன்றியது. தாமாகவே தங்களுக்குள்ளாக ஏற்படுத்திக்கொண்ட ஒரு நியதிக்கு அவை தம்மைக் கட்டுப்படுத்திக் கொண்டு அதிலிருந்து இம்மியளவு பிறழத் தயாராக இல்லாதிருப்பது போல் எங்களை வலம் வந்துகொண்டிருந்தன. எனக்கு அந்த ஓநாய்கள் மீது பெரும் பரிவு ஏற்பட்டது. அவற்றைக் காலம் காலமாக நான் அறிந்து பழகியதுபோல ஒரு உணர்வு ஏற்பட்டது. ஒரு நிலையில் நானே அவற்றுடன் சேர்ந்து என்னையே சுற்றி வருவதுபோலத் தோன்றிற்று. அப்போது என் கையிலிருந்த கொள்ளிக்கட்டை சட்டென்று அணைந்துவிட்டது. ஜுவாலை எழுப்ப அதை நான் வேகமாக வீசினேன். அப்போது, அந்த மலைப் பிரதேசமே மூச்சு விடுவதை அப்படியே நிறுத்திக்கொண்டு ஸ்தம்பித்துக் கிடப்பதுபோலத் தோன்றிற்று. என் கைக்கட்டை முழுதும் அணைந்துவிட்டது. அதைப் போட்டுவிட்டுக் கீழே தணல் நுனிகளுடன் கிடந்த கட்டைகளில் ஒன்றைப் பொறுக்கியெடுக்க நான் தீயின் பக்கம் குனிந்தேன். ஒரு அரைக்கணம்

ஓநாய்கள் உறுமுவதுகூட நின்றுவிட்டது. அடுத்துப் பேரிரைச்சலுடன் பெரிய ஓநாயாக ஒன்று என் மேல் பாய்ந்தது. என் முகத்திற்கு நேரே பயங்கரமாக விரிந்து வந்த ஓநாயின் வாயில் என் கை விறகுக் கட்டையைத் திணித்தேன். அது ஊளைவிட்டுக்கொண்டு பின்வாங்கிற்று. அந்த நேரம் வேறு சில ஓநாய்கள் என் குருதேவரின் உடலைப் போர்த்திருந்த கம்பளப் பையைக் கடித்துக் கிழிக்க ஆரம்பித்தன.

அதுவரை நிலவிய அமைதி, நியதிக்குட்பட்ட கட்டுப்பாடு எல்லாம் நொடிப்பொழுதில் சிதறுண்டு போயின. என்னை ஒவ்வொரு ஓநாயாகத்தான் தாக்கின. ஆனால் உயிரற்றுக் கிடந்த என் குருதேவரின் சடலத்தின் மீதே கூட்டமாகப் பாய்ந்தன. நான் என் மூங்கில் கழியைச் சக்கரமாகச் சுற்றினேன். ஒவ்வொரு முறை என் கழி எதையாவது தாக்கும்போது என் தோள்பட்டை விண்டுவிடுவது போல நான் எதிரடி உணர முடிந்தது.

இப்போது ஓநாய்கள் என் மீதும் இரண்டு மூன்றாகத் தாக்கின. அந்த நேரத்தில் எங்களுக்குள் இருளே நிலவாததுபோல் இருந்தது. என் ரத்தமும் ஓநாய்களின் ரத்தமும் தீப்பற்றி வெடித்த வாணம்போல் எங்கள் மேலேயே சிதறி, சுற்றுப்புற மெல்லாமும் சிதறி விழுந்தன.

ஓநாய்கள் உறுமிக்கொண்டு பாய்ந்து வந்து, பிடுங்கி, அடிபட்டு, பின்வாங்கி, மீண்டும் பாய்ந்த வண்ணமிருந்தன. அப்போது இன்னொன்றையும் உணர்ந்தேன். என் சுய நினைவில் கற்பனை செய்தும் பார்க்க முடியாத ஒலிகளை, உரத்த ஒலிகளை, நான் எழுப்பிக்கொண்டிருந்தேன். அந்தப் போரில் நானும் ஒரு பயங்கர விலங்காக மாறிப்போயிருந்தேன். ஒரு நிலையில் நாங்கள் இரு தரப்பினரும் சம வலிமை பெற்றவர்களாகத் தோன்றினோம். ஓநாய்களுக்குள் ஓநாயாக நான் இருந்தேன்.

ஆனால் அது நீடிக்க முடியவில்லை. ஓநாய்ப் படையில் பெரும்பகுதி அடிபட்டு, ஊனமுற்று ஓடிப்போய்விட்டது. மூன்றுதான் மிஞ்சியிருந்தன. என் மேலங்கி பல இடங்களில் கிழிந்து ரத்தக் கறையோடு தொங்கிக் கொண்டிருந்தது. என் குருதேவரின் சடலம் வைக்கப்பட்ட கம்பளப்பை எப்போதோ துண்டு துண்டாக்கப்பட்டு விலகிக்கிடந்தது.

ஒரு ஓநாய் என் கழியின் வீச்சில் படாமல் என்னைப் பல திசைகளிலிருந்து தாக்கிக் கொண்டிருந்தது. நான் தழைய வீசினால் அது எகிறிக் குதித்தது. நான் மேலாக வீசினால் அது தலையைத் தரை மட்டத்துக்குத் தாழ்த்திக்கொண்டது. அதை ஒழித்துவிட என் வெறியெல்லாம் சேமித்து நான் போரிட்டுக்கொண்டிருந்தேன். அது என்னுடைய ஒவ்வொரு அசைவையும் உணர்ந்ததாக இருந்தது. ஒரு இரட்டைச் சகோதரனிடம் ஏற்படும் அன்புடனும் குரோதத்துடனும் நான் அதைத் தாக்கினேன். நான் இருந்த இடம், என் குருதேவரின் சடலம், மற்ற ஓநாய்கள் ஆகிய எல்லாவற்றையும் மறந்து அந்த ஒரு ஓநாயைத் துரத்தி ஓடினேன். அது பெரிதாக ஊளையிட்டுக்கொண்டு இருட்டில் ஓடிமறைந்தது. அது ஊளையிடுவதாகக் கேட்கவில்லை. ஏதோ வெற்றி முரசு முழங்குவதுபோலச் சீறிவிட்டுத்தான் சென்றிருந்தது. நான் திரும்பினேன். மற்ற இரு ஓநாய்கள் என் குருதேவரின் சடலத்தைக் கவ்வி இழுத்துக்கொண்டிருந்தன. "ஐயோ" என்று நான் அலறிக்கொண்டு அவை

மீது பாய்ந்தேன். அதற்குள் என் குருதேவரின் சடலத்துடன் அவை பள்ளத்தில் விழுந்துவிட்டன. அதுவரை என் கண்ணுக்கு எல்லாமே வெட்ட வெளியாகத் தெரிந்தது தடைப்பட்டுவிட்டது. “ஐயோ, ஐயையோ!” என்று அலறிக்கொண்டு நான் பாய்ந்தேன். காலில் ஏதோ தடுக்கிற்று – என் குருதேவரை நான் கிடத்தி இழுத்து வந்த பலகையாகத்தான் இருக்க வேண்டும். நான் விழுந்தேன். நான் தரையை அணுகுவதற்குள் என் நினைவு நீங்கிவிட்டது.

நான் மீண்டும் விழித்துக்கொண்டபோது என்மீது லேசான பனிப் போர்வை இருந்தது. காலைச் சூரியனின் ஒளிக்கதிர்கள் நேரடியாக என் கண்களைத் தாக்கின. அப்படியே படுத்திருந்தவன் ஒரு குலுக்கலுடன் எழுந்தேன். பஞ்சுபோலப் பனி சிதறிற்று. நான் கிடந்த இடத்திலிருந்து சற்றுத் தள்ளியிருந்த பள்ளத்தில் எட்டிப் பார்த்தேன். விளிம்பு ஓரமாக இறங்கி, ஓட்டமும் நடையுமாகப் பள்ளத்தின் அடியை அடைந்தேன். ஓநாய்கள் என் குருதேவரின் வயிற்றுப் பாகத்தைக் குதறித் தள்ளியிருந்தன. தலையையே காணோம். உடலெல்லாம் ரத்தம் வெளிப்பட்டு உறைந்திருந்தது போல இருந்தது. கைக் கட்டைவிரல்களைக் கட்டியிருந்த துணி அறுபட்டுக் கிடந்தது. ஒரு ஓநாயின் கால் அதன் தோள்பட்டையோடு பிய்த்து எடுக்கப்பட்டு, என் குருதேவரின் வலது கைப்பிடியில் இருந்தது.

1969

திருப்பம்

“இன்னிக்கு டிரைவிங் கிளாஸ் போகலையா?” என்று அண்ணி கேட்டாள். மல்லைய்யா தன் இடது கன்னத்தை அழுத்திக்கொண்டு, “போகணும்”, என்று சொன்னான். அன்றிலிருந்து பயிற்சி தரப் போவது பெரியதெருக்களில்தான் என்று மாஸ்டர் சொல்லியிருந்தான். மல்லைய்யாவுக்குக் குடிசையை விட்டுக் கிளம்பத் தெம்பில்லாமல் இருந்தது. சிறிது நேரம்தான் அவன் அந்த உரிமை கொண்டாடலாம். கால் மணி நேரத்தில் அவன் ஒரு தீர்மானத்திற்கு வந்தாக வேண்டும்.

அவ்வளவு அவகாசம்கூடக் கொடுக்காமல் அண்ணன் அன்று எட்டே முக்காலுக்கே வந்துவிட்டான். அண்ணன் வேலை பார்த்துக்கொண்டிருந்த ‘டர்னிங்’ கடை ஒரு பள்ளிக்கூடத்தை ஒட்டினாற்போல் இருந்தது. இரும்பு மற்றும் வேறு உலோகங்களை அங்கு கடைந்து குடைந்து வேலை செய்யும்போது பைத்தியம் பிடிக்கவைக்கக் கூடிய கிரீச்சிடும் ஒலிகள் காதைத் துளைத்துக்கொண்டு வரும். ஆதலால் பக்கத்திலிருந்து மாலை நான்கு மணி வரை அந்தக் கடையை மூடி விடுவார்கள். பத்து மணிக்கு முன்னாலேயே மூடுவது மிகவும் அபூர்வம். அன்று ஓர் அபூர்வமான நாள்.

“ஏண்டா டிரைவிங்குக்குப் போகலை?” என்று அண்ணனும் கேட்டான். மல்லைய்யா எழுந்து நின்று சட்டையைப் போட்டுக்கொண்டான். வரங்கலில் மாடு மேய்த்துக்கொண்டிருந்த அவனை சென்னைக்கு வரவழைத்து மோட்டார் ஓட்டக் கற்றுக்கொள்ள அண்ணன்தான் நூறு ரூபாய் கட்டியிருந்தான். அண்ணி உயரமான ஒரு பித்தளைத் தம்ளரில் சுக்குக்காபி கொண்டுவந்து அண்ணனுக்குக் கொடுத்தாள். அது சாம்பல் நிறத்தில் இருந்தது. அண்ணி ஒருத்தியால் அந்தக் குடும்பத்தில் எல்லாரும் காபி குடித்தார்கள். கல்யாணமான சில மாதங்களில் அண்ணன் முக்கால் தமிழன் ஆகிவிட்டான். இப்போது

இரண்டு குழந்தைகள். அண்ணிக்கு இன்னும் நான்கு வார்த்தைகள் தெலுங்கு தெரியாது.

கூரைக் கீற்று நடுவில் சொருகி வைத்திருந்த சிறு கண்ணாடியை எடுத்துக்கொண்டு மல்லைய்யா குடிசைக்கு வெளியே வந்து முகத்தைப் பார்த்துக்கொண்டான். முகம் மிகவும் களையிழந்து இருந்தது. இடது பக்கம் பூசினாற்போல் வீங்கியிருந்ததால் கண் இடுங்கிக் கிடந்தது. மல்லைய்யா கையாலேயே தலை மயிரைக் கோதிவிட்டுக் கொண்டான். அதுகூட வேண்டுமா என்றுதான் அவனுக்குத் தோன்றிற்று.

கண்ணாடியை மீண்டும் எடுத்த இடத்தில் வைத்துவிட்டு மல்லைய்யா கிளம்பினான். அண்ணி, "கஞ்சி குடித்துவிட்டுப் போ" என்றாள். மல்லைய்யா குடிசைக்குள் சென்று கஞ்சி குடித்தான். அவனுக்குக் குமட்டிக்கொண்டு வந்தது. கஞ்சி நன்றாகத்தான் இருந்தது. அவனுக்குத்தான் அதை விழுங்க முடியவில்லை.

மல்லைய்யா ரயில்பாதை ஓரமாக நடந்துவந்து ரயில் கேட்டை அடைந்தான். கேட் வலப்புறம் சென்றால் தியாகராய நகர் மற்றும் டிரைவிங் மாஸ்டர். நேரே போனால் மாம்பலம் ரயில்நிலையம். இடதுபுறம் சென்றால் பழைய மாம்பலம். பழைய மாம்பலம் சென்று அந்த அழுக்குக் குளத்தங்கரையில் உட்கார்ந்துவிடலாமா என்று அவனுக்குத் தோன்றிற்று. அந்தக் குளத்தில் எருமை மாடுகளைக் குளிப்பாட்டினார்கள். யாராவது இறந்தால் செய்யும் பத்தாவது பதினொன்றாவது நாள் சடங்குகளைப் பிராமணர்கள் அந்தக் குளத்தில்தான் செய்தார்கள். சோகம் அந்தத் தருணத்தில் தரும் நம்பிக்கை, ஆசாரம் இவைதான் அவர்களை அந்தக் குளத்துத் தண்ணீரில் இறங்கவைக்கும். மாட்டின் மீது பையன்கள் தண்ணீரை வாரியடித்துக் குளிப்பாட்டும்போது சடங்குகள் செய்பவர்கள் அந்தத் தண்ணீர் மேலே பட்டுவிடாதபடி ஒதுங்கி நெளிவார்கள்.

ரயில் கேட்டருகில் நாகராஜன் வந்துகொண்டிருந்தான். மல்லைய்யாவைப் பார்த்து, "மாஸ்டர் இல்லையா?" என்று கேட்டான். மல்லைய்யா, "நானும் இப்போதுதான் கிளம்பினேன்." என்றான். "இன்றையிலிருந்து மெயின் ரோடில் தானே?" என்று நாகராஜன் கேட்டான். "ஆமாம்" என்று மல்லைய்யா பதில் கொடுத்தான். நாகராஜனின் இடது கன்னமும் சிறிது பூசினாற்போல் வீங்கி இருந்தது. இடதுகண் சிறிது இடுங்கித்தான் இருந்தது. அவன் முகமும் களையிழந்து கிடந்தது.

'பேட்டா' காலணிக் கடை இன்னும் திறக்கவில்லை. நாகராஜன் அந்தத் திண்ணையில் போய் நின்றுகொண்டான். மல்லைய்யா அந்தக் கடைக்கு எதிரே இருந்த பங்களா வெளிச்சுவர் கேட்டைத் திறந்து அங்கே மரத்தடியில் நிறுத்தப் பட்டிருந்த சிறிய மோட்டார் வண்டியைத் துடைக்க ஆரம்பித்தான். ஒரு மாதிரியாகத் துடைத்த பிறகு ரேடியேட்டரில் விடுவதற்காகக் குழாய்த் தண்ணீர் பிடித்துக் கொண்டுவர அந்த வீட்டின் பின்புறம் சென்றான். தண்ணீருடன் திரும்பி வந்தபோது வண்டியருகில் மாஸ்டரும் நாகராஜனும் நின்று கொண்டிருந்தார்கள்.

"உனக்கென்னடா இவ்வளவு நேரம்? ஏன் முன்னாலேயே வரவில்லை?" என்று மாஸ்டர் தெலுங்கில் கேட்டார். மாஸ்டர் மல்லைய்யாவுடன் பேசும் போதெல்லாம் தெலுங்கில்தான் பேசினான். அவன் கேட்டதை அப்படியே மொழிபெயர்த்தால், "நீங்கள் ஏன் எப்படி இவ்வளவு மணி லேட்? ஏன் எப்படி அன்றைக்கு வரவில்லை?" என்றாகும். அவன் அப்படித் தெலுங்கில் பேசித்தான் ஆகவேண்டும் என்றில்லை. மல்லைய்யா ஓரளவு தமிழ் தெரிந்து வைத்திருந்தான். ஆனால் மாஸ்டர் மல்லைய்யாவிடம் தெலுங்கில்தான் பேசினான்.

மல்லைய்யா, "இன்றைக்கு அண்ணன் குழந்தைகளுக்குக் குளிப்பாட்ட வேண்டியிருந்தது சார்" என்றான். குழந்தைகள் அன்று குளிக்கவில்லை.

"உம், ஜல்தி, ஆகட்டும்" என்றான் மாஸ்டர். நாகராஜன் அரை பிரமை பிடித்த மாதிரி நின்றுகொண்டிருந்தான். அந்த மாஸ்டரிடம் மோட்டார் ஓட்டக் கற்றுக்கொள்ள மல்லைய்யா போன்ற பையன்கள் வந்தால் அவர்கள் காரைத் துடைத்து, எண்ணெய்–பெட்ரோல்–தண்ணீர் எல்லாம் பார்க்க வேண்டும். நாகராஜன் போன்ற பையன்கள் வந்தால் அந்த வேலை மட்டும் அவர்கள் செய்ய வேண்டியதில்லை. மற்றபடி மல்லைய்யாவுக்கும் நாகராஜனுக்கும் வித்தியாசமில்லை.

"இது சரியாக இருக்கிறதா, பாருங்க சார்" என்று மல்லைய்யா கேட்டான். மாஸ்டர் ரேடியேட்டர் துவாரத்தில் எட்டிப் பார்த்துவிட்டு மல்லைய்யாவின் பின் தலையில் வேகமாகத் தட்டினான். "எவ்வளவு தடவை ஒரு அங்குலம் குறையவிட வேண்டும் என்று சொல்லியிருக்கிறேன்?" என்றான்.

"சரி, சார்" என்று மல்லைய்யா சொன்னான்.

"உம், பாட்டிலை எடு" என்று மாஸ்டர் சொன்னான். நாகராஜன் கார் டாஷ்போர்டில் வைத்திருந்த ஹார்லிக்ஸ் புட்டியை எடுத்துக் கொடுத்தான். அதில் அடியில் சிறிது பெட்ரோல் இருந்தது.

மாஸ்டர் வெளியே நின்றபடியே கார் ஸ்விட்சில் சாவியை நுழைத்துச் சிறிது திருகி விட்டு, புட்டியில் இருந்த பெட்ரோலைச் சொட்டுச் சொட்டாக கார்புரேட்டர் மீது விட்டான். பிறகு குனிந்து எஞ்சின் அடியே இருந்த ஆக்சிலேட்டர் கம்பியைச் சிறிது இழுத்தான். கார் ஒரு முறை உதறிக்கொண்டது. மீண்டும் மீண்டுமாக நான்கைந்து முறை உதறிக்கொண்டு மௌனமாயிற்று. மாஸ்டர் படபடக்கும் முகத்துடன் நிமிர்ந்து நின்று இடுப்பில் கையை வைத்துக்கொண்டான். பிறகு, "உம், தள்ளு" என்றான்.

மல்லைய்யாவும் நாகராஜனும் காரை மெதுவாகத் தள்ளினார்கள். கார் வெளியில் இருந்தபடியே மாஸ்டர் ஸ்டியரிங் சக்கரத்தைப் பிடித்துக்கொண்டு வண்டி மெதுவாகத் தெருவில் வரும்படி பார்த்துக்கொண்டான். பிறகு ஏறி உட்கார்ந்துகொண்டான். அங்கே எதிரே நின்ற பழக்கூடை சிறிது நகர்ந்து கொண்டவுடன், "உம், தள்ளு" என்றான். மல்லைய்யாவும் நாகராஜனும் தள்ளினார்கள். ஜனநெரிசல் நிறைந்த அந்தத் தெருவில் அந்த வேளையில் தொடர்ந்து பத்தடிகூட ஒரு மூச்சில் தள்ள முடியவில்லை. முன்னும்

பின்னுமாகக் கால்மணி நேரம் தள்ளினவுடன் காரின் எஞ்சின் வேலை செய்யத் தொடங்கியது. நாகராஜனும் மல்லைய்யாவும் காரினுள் ஏறி உட்கார்ந்து கொண்டார்கள். மாஸ்டர் வண்டியை நகர்த்தாமல், "டேய், நீ இங்கே வந்து உட்காரு" என்று மல்லைய்யாவைத் தன் பக்கத்தில் உட்காரச் சொன்னான். நாகராஜன் பின்னால் உட்கார்ந்துகொண்டான். மாஸ்டர் உஸ்மான் ரோடில் சைதாப்பேட்டை திசையில் வண்டியை ஓட்டினான். போகும் வழியில் எங்கெல்லாம் கோயிலிருந்தாலும் வண்டியின் வேகம் சிறிது குறையும். ஸ்டியரிங்கையும் விட்டுவிட்டு மாஸ்டர் இருகைகளையும் கூப்பிக் கும்பிடுபோடுவான். மல்லைய்யாவுக்கும் நாகராஜனுக்கும் சிரிப்பு வரவில்லை.

சைதாப்பேட்டை பாலம் தாண்டியவுடன் மாஸ்டர் சாலையோரமாக வண்டியை நிறுத்தினான். மூன்று பேரும் கீழே இறங்கினார்கள். மாஸ்டர் மல்லைய்யாவைப் பார்த்து, "நீ ஏறு" என்றான். மல்லைய்யா வண்டி ஓட்டுமிடத்தில் உட்கார்ந்துகொண்டான். அவன் பக்கத்தில் மாஸ்டர் வந்து உட்கார்ந்தான். நாகராஜன் பழையபடி பின்னாலேயே ஏறி உட்கார்ந்து கொண்டான். மாஸ்டர் மல்லைய்யாவிடம், "உம், ஸ்டார்ட் பண்ணு" என்றான்.

மல்லைய்யா கியரை நியூட்டர் செய்தான். பிறகு பிரமை பிடித்தவன் போல ஸ்விட்சைத் திருப்பி ஆக்சிலெரேட்டரை மெதுவாக அழுத்தினான். அவன் என்னவெல்லாமோ எதிர் பார்த்துக் கிலி பிடித்தவண்ணம் இருந்தான். ஆனால் எஞ்சின் முதல் முறையே வேலைசெய்ய ஆரம்பித்துவிட்டது. ஒரு வினாடிக்குள், "இன்னும் என்ன பாக்கிறே? கியறைப் போட்டு வண்டியைக் கிளப்பு!" என்று மாஸ்டர் கத்தினார். மல்லைய்யா கிளட்சை இடது காலால் நன்றாக அழுத்திக்கொண்டு கியரை முதல் கியருக்கு மாற்றினான். பிறகு வலது காலால் ஆக்சிலெரேட்டரை அழுத்திக்கொண்டே கிளச்சு காலைத் தூக்கினான். வண்டி மூன்று நான்கு முறை தூக்கித் தூக்கிப் போட்டு எஞ்சின் நின்றேவிட்டது.

மல்லைய்யா அசையாமல் உட்கார்ந்துகொண்டு காத்திருந்தான். ஆனால் மாஸ்டர், "வண்டியைப் போட்டு உடை" என்று மட்டும் சொன்னான். பிறகு, "உம், ஸ்டார்ட் பண்ணு" என்றான்.

மல்லைய்யா கியரை நியூட்டர் செய்து எஞ்சினைக் கிளப்பிக் கியரை முதல் கியருக்கு மாற்றி ஆக்சிலெரேட்டரை அழுத்தினான். வண்டி ஒரு அடி முன்னால் நகர்ந்தது. பிறகு மேலும் கீழுமாகத் தூக்கித் தூக்கிப் போட்டு நின்றுவிட்டது.

இம்முறை மாஸ்டர் மல்லைய்யாவை வெறுமனே பார்த்தான். பிறகு, "உம், மறுபடியும் ஸ்டார்ட் பண்ணு," என்றான். வண்டியைச் சுற்றி ஐந்தாறு பையன்கள் நின்று வேடிக்கை பார்த்தார்கள்.

மல்லைய்யா கியர்களைச் சரிவர மாற்றி, எஞ்சினைக் கிளப்பி, மீண்டும் ஆக்சிலெரேட்டரை அழுத்தினான். வண்டி சிறிது விட்டு விட்டு நகர்ந்தது. வேடிக்கைப் பார்த்து நின்ற பையன்கள் "ஓ" என்று

நீட்டி ஓலமிட்டார்கள். வண்டி எதிரே ஒரு கோழிக் குஞ்சு எங்கிருந்தோ தோன்றிப் பாய்ந்தது. மல்லைய்யா கிளட்சையும் பிரேக்கையும் முழுக்க அழுத்தி வண்டியை நிறுத்தினான். கோழி வண்டியைத் தாண்டி சாலை நடுவில் போய் நின்றுகொண்டது. மாஸ்டர், "உம், போ," என்றான். மல்லைய்யா ஆக்சிலெரேட்டரை அழுத்தினான். வண்டி தடதடவென்று உதறிக்கொண்டது. எஞ்சின் நின்றுவிட்டது.

பிளந்து விட்ட மடைபோல் மல்லைய்யாவின் தலையிலும் முகத்திலும் அடிகளும் குத்துகளும் பாய்ந்து விழுந்தன. மல்லைய்யா ஒரு அளவுக்குத்தான் தலையை ஒதுக்கிக்கொள்ள முடிந்தது. கைகளால் முகத்தைப் பாதுகாத்துக் கொள்ள முடியவில்லை.

"எவ்வளவு தடவை சொல்றது காலை கிளட்சிலிருந்து மெதுவா எடு என்று?" என்று அர்த்தம் தொனிக்கும்படி மாஸ்டர் தெலுங்கில் கத்திக்கொண்டே அடித்தான். வேடிக்கை பார்த்து நின்ற பையன்கள் வாயைத் திறந்துகொண்டு பார்த்துக் கொண்டிருந்தார்கள். மாஸ்டர், "போடா வெளியே, போடா!" என்று மல்லைய்யாவை அடித்துக்கொண்டே தள்ளினான். மல்லைய்யாவுக்கு இதையாவது மாஸ்டர் தமிழிலேயே சொல்லலாம் என்று தோன்றிற்று. மாஸ்டர் தெலுங்கில், "நீங்கள் போடா வெளியில்," என்று சொல்லிக்கொண்டிருந்தான்.

மாஸ்டர் தான் உட்கார்ந்த இடத்திருந்தே மல்லைய்யா பக்கம் இருந்த கதவைத் திறந்து மல்லைய்யாவை வெளியே தள்ளினான். நாகராஜனைப் பார்த்து, "நீ வா," என்றான். நொடிப் பொழுதில் நாகராஜன் பின் கதவைத் திறந்து வெளியே வந்து காரின் டிரைவர் சீட்டில் உட்கார்ந்தான். கதவை முதலில் அதிகக் கவனமில்லாமல் மூடினவன் மறுபடியும் திறந்து மெதுவாக அழுத்தமாக மூடினான். மல்லைய்யா வண்டியின் பின் சீட்டில் ஏறி உட்கார்ந்துகொண்டான். மாஸ்டர் நாகராஜனிடம், "உம், ஸ்டார்ட் பண்ணு" என்றான். மல்லைய்யாவுக்கு அப்போதே நாகராஜனின் இடது காதும் கன்னமும் துடித்துக்கொண்டிருப்பது போலத் தோன்றிற்று. ஒரு கணம் நாகராஜன் நீண்ட மூச்சு இழுத்து விட்டுக்கொண்டான். பிறகு காரைக் கிளப்பினான். கார் கிளம்பி நகர்ந்து முனகிக்கொண்டிருக்கும் போதே "உம், செகண்ட் கியர் போடு!" என்று மாஸ்டர் சொன்னான். நாகராஜன் இரண்டாவது கியர் போட்டான். கியர் பொருத்திக் கொள்ளும்போது உலோகம் உராயும் சப்தம் வந்தது. மாஸ்டர் நாகராஜன் கன்னத்தில் விரல்களால் இடித்தான். "இனிமே கிளட்சைப் பூரா அமுக்கறேன்" என்று நாகராஜன் சொன்னான். "உம், காஸ் கொடு" என்று மாஸ்டர் சொன்னான். கார் சீறிக்கொண்டு முன் சென்றது. இரண்டிலிருந்து மூன்றாவது கியரை நாகராஜன் சங்கடமில்லாமல் பொருத்திவிட்டான்.

மல்லைய்யா துடித்துக்கொண்டிருந்தான். நாகராஜன் முதல் நாளிலிருந்தே கியர்களைச் சரியாக மாற்றிக்கொண்டிருந்தான். வண்டி நெளிந்து நெளிந்து போவதைச் சரிப் படுத்தத்தான் இன்னும் வரவில்லை. ஒரு பர்லாங்கு போகு முன்பே மாஸ்டர், "ஸ்லோ, ஸ்லோ," என்றான். வண்டி வேகம் குறைந்தாலும் தெரு ஓரத்தில் போய்க் கொண்டிருந்த ஒரு சைக்கிளை நோக்கிப் போய்க்கொண்டிருந்தது. நாகராஜன் ஓட்டும்போது காரே காந்த

சக்திக்கு உட்படுவது போல சைக்கிள்கள் பக்கமே போய்க்கொண்டிருந்தது. "ஹார்ன்" என்று மாஸ்டர் கத்தினான். நாகராஜன் வலது கையால் ஹாரனைப் பிசைந்தான். கன்றுக்குட்டி கூப்பிடுவது போல் இருந்தது. சைக்கிள்காரன் "ஐயோ!" என்றான். மாஸ்டர் தன்பலம் கொண்ட மட்டில் ஸ்டியரிங்கை மறுபுறம் திருப்பினான். கார் வளைந்து நடுரோட்டையும் கடந்து போயிற்று. பின்னாலிருந்து வந்த மணல் லாரியும் வேகமாக வளைந்து காரைக் கடந்து சென்றது. மணல் லாரியில் நின்றுகொண்டிருந்த ஆட்கள் 'ஓ'வென்று கத்தினார்கள். மல்லைய்யா துடித்தான். மாஸ்டரின் கை நாகராஜனின் கன்னத்தையும் காதையும் தாக்கிக்கொண்டிருந்தது. நாகராஜன் வேகம் தணிக்க முடியாமல் நடுரோட்டில் காரை நெளிய நெளியச் செலுத்திக் கொண்டிருந்தான். மாஸ்டர், "ஸ்டாப்!" என்றான். நாகராஜன் அப்படியே நடு ரோட்டில் நிறுத்திவிட்டான். மாஸ்டர் படபடவென்று நாகராஜனை அடித்துக்கொண்டே, "காரை எப்படிடா பார்க் பண்ணுவே!" என்று கேட்டுக்கொண்டிருந்தான். நாகராஜன் இரண்டு கைகளாலும் தலையைப் பாதுகாத்துக்கொண்டான். பின்னாலிருந்து வந்த வண்டிகள் அவர்களை இடது புறமாகவும் முந்திக் கொண்டுபோய்க் கொண்டிருந்தன. கார்க்காரர்கள் அவர்களுக்குப் பழக்கபட்டபடி திட்டிக்கொண்டு போனார்கள்.

மாஸ்டர், "இறங்குடா கீழே!" என்றான். ஒரு அரசாங்க பஸ் தாண்டிப் போவதற்குக் காத்திருந்துவிட்டு நாகராஜன் கீழே இறங்கிப் பின்னால் போய் ஏறிக்கொண்டான். மாஸ்டர் டிரைவர் சீட்டில் நகர்ந்து உட்கார்ந்து கொண்டு வெறுப்புடன் பின்னால் திரும்பிப் பார்த்தான். நாகராஜன் தலைமயிரைச் சரிப்படுத்திக் கொண்டிருந்தான். மாஸ்டர் மல்லைய்யாவை "என்னடா காத்திண்டிருக்கே? பக்கத்திலே வந்து உக்காரு!" என்றான். மல்லைய்யா ஒரு நொடியில் காரிலிருந்து வெளியேறி மாஸ்டர் பக்கத்தில் உட்கார்ந்தான். பின்னால் ஒரு பிரம்மாண்டமான மிலிட்டரி லாரி ஹார்ன் அடித்துக் கொண்டிருந்தது. மாஸ்டர் ஸ்விட்ச் சாவியைத் திருப்பி வண்டியை ஸ்டார்ட் செய்ய முனைந்தான். வண்டியில் பெட்ரோல் வாசனை ஏகமாக வந்துகொண்டிருந்தது. மாஸ்டர் பல்லைக் கடித்துக்கொண்டு, "தள்ளுங்கடா," என்றான். மல்லைய்யாவும் நாகராஜனும் கீழேயிறங்கி வண்டியைத் தள்ள ஆரம்பித்தார்கள். சைக்கிளில் போகும் இருவர் நாகராஜனைப் பார்த்துக் கையை வீசிவிட்டுப் போனார்கள். நாகராஜன் சுய நினைவே இல்லாததுபோல வண்டியைத் தள்ளிக்கொண்டிருந்தான்.

கோகாகோலா பாக்டரி கேட்டையும் கடந்து கிண்டி மேம்பால மேடு ஏற ஆரம்பித்தும் வண்டி கிளம்பவில்லை. மாஸ்டர் உட்கார்ந்தபடியே கையை வெளியே நீட்டிச் சைகை செய்தான். மல்லைய்யாவும் நாகராஜனும் தள்ளுவதை நிறுத்தினார்கள். கார் சாலையோரமாக இருந்தது. மாஸ்டர் கீழே இறங்கினான். இவன் கோபமாக இருந்த மாதிரி இல்லை. வேஷ்டியை மடித்துக்கொண்டு கோகாகோலா பாக்டரி காம்பவுண்ட்ச் சுவர்ப் பக்கமாகச் சென்றான். மல்லைய்யாவுக்கும் சுவர்ப் பக்கம் போக வேண்டுமென்றிருந்தது. நாகராஜன் அப்போதுதான் சரியாக மூச்சுவிட ஆரம்பித்திருந்தான்.

மாஸ்டர் தன் இடுப்பிலிருந்து ஒரு பொட்டலத்தை எடுத்து மல்லைய்யாவிடம் கொடுத்தான். மல்லைய்யா அதை வாங்கிக்கொண்டு காரிலிருந்து ஒரு துணிப்பையை எடுத்தான். சாலையோரமாக நிழல்

இருந்த இடத்தில் உட்கார்ந்துகொண்டு பையிலிருந்து சிறு உரலில் பொட்டலத்திலிருந்து இரு பாக்குத் துண்டுகளை எடுத்துப்போட்டு இடிக்க ஆரம்பித்தான். "டேய்!" என்று மாஸ்டர் சொன்னான். மல்லைய்யா இடிப்பதை நிறுத்தினான். மாஸ்டர் ஒரு வெற்றிலையைக் காம்பு கிள்ளி, சுண்ணாம்பையும் தடவி மல்லைய்யாவிடம் கொடுத்தான். மல்லைய்யா பாக்குத் துகள்களை வெற்றிலையில் வைத்து மடித்து மறுபடியும் இடிக்கத் தொடங்கினான். மாஸ்டர் கடைசியாகத் தானும் இருமுறை இடித்து லேகியம் மாதிரி மாறியிருந்த வெற்றிலைப் பாக்கை வாயில் அடக்கிக்கொண்டு ஒரு கொத்து புகையிலையையும் போட்டுக்கொண்டான். நடந்து போகிறவர்கள் ஐந்தாறு பேர் மாஸ்டரையும் மல்லைய்யா நாகராஜனையும் பார்த்தபடி நின்றிருந்தார்கள். மாஸ்டர், "ஏய்யா நிக்கிறீங்க? போங்க, போங்க," என்றான். ஒருமுறை எச்சில் உமிழ்ந்துவிட்டு வண்டியில் ஏறி உட்கார்ந்துகொண்டான். இந்தத் தடவை எஞ்சின் உடனேயே வேலை செய்ய ஆரம்பித்துவிட்டது. தான்தான் ஓட்ட வேண்டியிருக்கும் என்று மல்லைய்யா மாஸ்டர் பக்கம் சென்றான். மாஸ்டர், "சீ, போடா" என்றான். மல்லைய்யா, நாகராஜன் இருவரும் பின்னால் உட்கார்ந்துகொண்டார்கள். வண்டி முனகிக்கொண்டு கிளம்பியது.

எதுவும் மாற்ற முடியாத நடுக்கத்துடன் வண்டிபோய்க் கொண்டிருந்தது. ஆலந்தூரைத் தாண்டும்வரை சாலையில் போக்குவரத்து நெரிசல் மிகவும் அதிகமாக இருந்தது. மிலிட்டரி மைதானம் அருகிலும் அந்த வேளையில் நிறைய கார்களும் பஸ்களும் லாரிகளும் போய்க்கொண்டிருந்தன. மாஸ்டர் வண்டியைத் தொடர்ந்து ஓட்டிக்கொண்டிருந்தான். ராணுவ ஆஸ்பத்திரியைத் தாண்டிச் செல்லும்போது மாஸ்டர் ஒருமுறை ஹார்ன் அடித்தார். மல்லைய்யா துடித்துப் போய்விட்டான். அந்த மாதிரி இடங்களில் ஹார்ன் அடித்தால் போலீஸ்காரன் பிடித்துவிடுவான். அந்தச் சமயம் அங்கே போலீஸ் யாரும் இல்லை. மீனம்பாக்கம் விமான தளம் தெரிய ஆரம்பித்தது. மாஸ்டர் வண்டியை ஓட்டிக்கொண்டே, "அஞ்சு லிட்டர் பெட்ரோல் போட்டு பிராக்டிஸ் பண்ணுங்கடான்னா வண்டியைப் போட்டு உடைக்கிறீங்களா இரண்டு பேரும்? தூ!" என்றான். விமான நிலையத்திற்கு எதிரே சாலையோரமாகக் காரை நிறுத்தினான். எல்லாரும் கீழே இறங்கினார்கள். மாஸ்டர் வண்டியின் முன்மூடியைத் திறந்துவைத்தான். "டிரைவிங் பிராக்டிஸ் யாருக்கு? பிராக்டிஸ் எனக்குத்தான். தூ!" என்றான். பிறகு நாகராஜனைப் பார்த்து, "காபி சாப்பிடலாமா?" என்றான். நாகராஜன் உடனே, "ஓ" என்றான். நாகராஜன் மல்லைய்யாவைப் பார்த்துக் கண்களால் நீயும் வா என்றான். மல்லைய்யா தலையை அசைத்தான். நாகராஜன் சிறிது தயங்கி, பிறகு அவன் மட்டும் மாஸ்டருடன் விமான நிலையச் சிப்பந்திகள் கூட்டுறவு காண்டீனுக்குப் போனான்.

மல்லைய்யா வெளியில் இருந்தபடியே டிரைவர் சீட்டருகே உள்ளே எட்டிப்பார்த்தான். கிளட்சு, பிரேக், ஆக்சிலெரேட்டர். கிளட்சு, பிரேக், ஆக்சிலெரேட்டர், நியூட்டர், ஒன்று, இரண்டு, மூன்று. இன்னும் ரிவர்ஸ் கியர் ஒரு தடவைக்கூடப் போட்டுப் பார்த்தது கிடையாது. ஒன்றாவது கியரையே சரியாகப் போட்டு வண்டியைக் கிளப்ப வரவில்லை. யாருமில்லாத மைதானத்தில் சுமாராக வந்தது. மெயின்ரோடில் வரவில்லை.

வண்டியை மெயின்ரோடுகளில் ஓட்டாமல் மைதானத்திலா ஓட்டுவார்கள்? மாஸ்டருடைய வலது கை உடைந்தாலோ சுளுக்கிக் கொண்டாலோயொழிய மல்லைய்யாவுக்கு கார் ஓட்ட வரப்போவதில்லை. மாஸ்டருக்கு அவன் பலமெல்லாம் வலது கையில்தான் இருந்த மாதிரி இருந்தது. துரியோதனனுக்குத் தொடையில் இருந்த மாதிரி. கிளட்சு, பிரேக், ஆக்சிலெரேட்டர், நியூட்டர், ஒன்று, இரண்டு, மூன்று.

மாஸ்டரும் நாகராஜனும் காண்டீனை விட்டு வெளியே வந்தார்கள். மாஸ்டர் நாகராஜனுடன் சிரித்துகூடப் பேசிக்கொண்டிருந்தான். மல்லைய்யாவைப் பார்த்து, "ரேடியேட்டர் பாத்தியாடா?" என்று கேட்டான். மல்லைய்யா, "இதோ சார்," என்று சொல்லி ஒரு தகரக் குவளையை எடுத்துக்கொண்டு காண்டீனுள் சென்றான். நாகராஜன் மட்டுமே தள்ள மாஸ்டர் வண்டியைத் சென்னை திசை நோக்கித் திருப்பி நிறுத்தினான். ரேடியேட்டரைக் கவனித்தவுடன் மல்லைய்யா மீண்டும் துணிப்பையை எடுக்கப் போனான். மாஸ்டர், "வேண்டாம்," என்றான்.

டிரைவர் சீட்டில் மாஸ்டர் உட்கார்ந்துகொண்டு ஒரு கணம் அசைவற்று இருந்தான். பிறகு ஸ்விட்சைத் திருகினான். எஞ்சின் கிளம்பிவிட்டது. அவன் நகர்ந்துகொண்டு. "ஏறு," என்றான். நாகராஜன் ஏறப் போனான். "நீ இல்லே" என்று மாஸ்டர் எரிந்து விழுந்தான். மல்லைய்யா அவசரம் அவசரமாக டிரைவர் சீட்டில் ஏறி உட்கார்ந்துகொண்டான். நாகராஜன் பின்னால் உட்கார்ந்துகொண்டான். மாஸ்டர், "உம்," என்றான்.

மல்லைய்யா, "கிளட்சு, பிரேக், ஆக்சிலெரேட்டர்" என்று சொல்லிக் கொண்டான். எஞ்சின் ஓடிக்கொண்டிருந்தது. மல்லைய்யா முதல் கியர் போட்டு ஆக்சிலெரேட்டரை அழுத்தியபோது வண்டி அலுங்காமல் ஆனால் முனகிக்கொண்டே நகர்ந்தது. "உம், உம். ஜல்தி. செகண்ட்" என்று மாஸ்டர் கத்தினான். கிளட்சை அழுத்தி மல்லைய்யா இரண்டாவது கியரைப் போட்டான். இம்முறை அவன் கிளட்சைத் தளர்த்தியபோது வண்டி ஒருமுறை இடித்துக்கொண்டது. "மெள்ள விடு" என்று சொல்லி மாஸ்டர் பலமாக அவன் தலையில் குட்டினான். வண்டி போய்க்கொண்டிருந்தது. மாஸ்டர் சாதாரணமாகச் சொன்னான். "இன்னொரு தடவை கிளட்சுக் காலை தபதபன்னு தூக்கு, உன்னைக் கொன்னு போட்டுடறேன்."

அவனையுமறியாமல் மல்லைய்யா சொன்னான். "கொன்னு போட்டுடுங்க, சார். இங்கேயே கொன்னு போட்டுடு, அப்பா இல்லை, அம்மா இல்லை. யாரும் உன்னைக் கேக்க மாட்டாங்க" என்றான். அவன் தொண்டை அடைத்துக்கொண்டது.

"உன்னை நான் ஏண்டா கொன்னு போடணும்? நீ நன்னா வண்டி ஓட்டணும். கல்யாணம் கட்டிக்கணும். ஒண்ணுமில்லே, டிரான்ஸ்போர்ட்டிலாவது டிரைவராவணும். நான் ஏண்டா உன்னைக் கொன்னு போடணும்?" என்று மாஸ்டர் சொன்னான். ராணுவ ஆஸ்பத்திரி யைத் தாண்டியவுடன் மல்லைய்யா மீண்டும் வேகமாக வண்டியைச் செலுத்தினான். மவுண்ட்டிலிருந்து வரும் சாலையை அடைவதற்கு இன்னும் சில கஜங்களே இருந்தன. அங்கிருந்து கிண்டி பாலம் வரை நன்கு தேர்ச்சி

பெறாதவர்கள் வண்டி ஓட்டுவது மிகவும் அபாயகரமானது. மல்லைய்யா வண்டியை நிறுத்துவதற்காக வேகத்தைக் குறைத்தான். "உம், போ! நேரே போ" என்று மாஸ்டர் சொன்னான். மல்லைய்யாவுக்கு ஸ்டியரிங் திடீரென்று அவனுக்கு அடங்காமல் போவது போலத் தோன்றிற்று. ஆனால் அந்தச் சந்தியில் நின்ற போலீஸ்காரன் வண்டிக்கு வழி கொடுத்துவிட்டான். மல்லைய்யா போலீஸ்காரனைச் சுற்றி அப்படியே திருப்பினான். மாஸ்டர், "செகண்ட்கியர் போட்டுக்கோ," என்றான். வண்டி தரதரவென்று சப்தம் செய்துகொண்டு போயிற்று. ஆலந்துரில் சாலை ஜன நெரிசல் மயக்கம் வரும்போல இருந்தது. "ஹார்ன், ஹார்ன்," என்று மாஸ்டர் மெதுவாகச் சொன்னான். மல்லைய்யா விடாமல் ஹார்ன் அடித்துக்கொண்டே சென்றான். அதுவே வழியமைத்துக்கொள்வது போல போக்குவரத்து நடமாட்டம் வண்டிக்கு இடம் கொடுத்து வந்தது. மல்லைய்யாவுக்கு வியர்வை கழுத்திலிருந்து முதுகுத்தண்டு வழியாக இறங்கி இடுப்பை இறுகப்பிடித்திருந்த நிக்கரை நனைக்க ஆரம்பித்திருந்தது தெரிந்தது. வண்டியை மாஸ்டரிடம் கொடுத்துவிடலாம் என்று வேகத்தை இன்னமும் குறைத்தான். கிண்டி தொழிற்பேட்டை எதிரேயுள்ள பகுதியை அவனால் சமாளிக்கவே முடியாது. இதுவரை இருந்த அதிர்ஷ்டம் இனிமேலும் இருக்காது. ஆனால் மாஸ்டர், "போ, போ," என்றான். மல்லைய்யா அங்கு ஒன்றன்பின் ஒன்றாக நின்று பிரயாணிகளை ஏற்றி இறக்கிக்கொண்டிருந்த மூன்று பஸ்களைக் கடந்து சென்றான். மூன்றாவது பஸ்ஸைக் கடக்கும்போது எதிரே வந்த லாரி அவன் வண்டிக்கு ஒரே ஒருஅங்குல இடைவெளியே தந்தது. மாஸ்டர், "உம், போ," என்றான். மல்லைய்யா பேயறைபட்ட மாதிரி இருந்தான். ஆயிற்று, பஸ் ஸ்டாண்ட் ஆயிற்று, கிண்டி ரயில்வே ஸ்டேஷன் ஆயிற்று, ஏதோ டாக்டர் வீடு, பின்னால் வேகமாக வந்த ஒரு புது வண்டியையும் போகச் சொல்லி ஆயிற்று, மேம்பாலம் மீது ஏற ஆரம்பித்தாயிற்று, ஆயிற்று, அதோ போலீஸ்காரன் வேறெங்கேயோ பார்த்த வண்ணம் இருக்கிறான், ஆயிற்று, இப்போது எதிரே வண்டி லாரி ஒன்றும் வரவில்லையானால் அந்தக் குறுகல் பாலத்தைத் தாண்டிவிடலாம். கீழே மின்சார ரயில் அதிர்ச்சி ஏற்படுத்திக்கொண்டு ஓடுகிறது, அந்தக் குறுகல் பாலத்தின் இரு முனைகளும் முச்சந்திகள், இப்பக்கத்திலும் மூன்று சாலைகள், அந்தப் பக்கத்திலும் மூன்று சாலைகள் சேருகின்றன, ஆயிற்று, அதோ போலீஸ்காரன் இடதுபுறம் பார்த்துவிட்டு இங்கே பார்க்கிறான், ஆயிற்று, ஐயோ பூதம்போல லாரி எதிரே ஏறி வந்துகொண்டிருக்கிறது, ஆயிற்று, போலீஸ்காரன் நில்லென்று காண்பித்துவிட்டான்.

வண்டியோடு மல்லைய்யாவும் வெடவெடவென்று நடுங்கிக் கொண்டிருந்தான். அந்த லாரியை அடுத்து ஒன்று, இரண்டு, மூன்று, நிறைய வண்டிகள். போலீஸ்காரன் பின் புறத்துச் சாலையிலும் ஒரு வண்டி நின்றுகொண்டிருந்தது. போலீஸ்காரன் சென்னையிலிருந்து வந்த வண்டிகளைப் போகச் சொல்லிவிட்டு, அவனுக்குப் பின்னால் நின்ற வண்டியையும் விட்டுக் கை காட்டுவான். மல்லையா தன் பலம் கொண்ட மட்டும் கிளட்சையும் பிரேக்கையும் அழுத்திக் கொண்டிருந்தான். வண்டியின் எஞ்சின் ஓடிக்கொண்டிருந்தது. பின்னால் நிறைய வண்டிகள் சேர்ந்துவிட்டன. பக்கத்தில் மாஸ்டர் போலீஸ்காரனையே பார்த்த வண்ணம் இருந்தான். மீனம்பாக்கதிலிருந்து கிளம்பிய போது எதேச்சையாக

முதல் கியர் தடுமாற்றம் தரவில்லை. ஒவ்வொரு தடவையும் தடுமாற்றம் இல்லாமல் வண்டியை நகரச் செய்ய அவனுக்கு இன்னும் வரவில்லை. வண்டி மேம்பாலத்தின் ஏற்றத்தில் நிற்கிறது. முன்னால் போலீஸ்காரன், பின்னால் நிறைய வண்டிகள், பக்கத்தில் மாஸ்டர். மல்லைய்யாவுக்கு ரத்தமெல்லாம் உறைந்துபோன மாதிரி இருந்தது. ஒரு விநாடி ஒரு மணி நேரம் மாதிரி இருந்தது. போலீஸ்காரன் கை காட்டிவிட்டான். மாஸ்டர், "உம், போ" என்றான். வண்டி தூக்கித் தூக்கிப் போடாமல் இருக்க வேண்டும், போலீஸ்காரனை மோதாமல் இருக்க வேண்டும், பின்னாலே உருண்டுபோய் பின்னே நிற்கிற வண்டிகள் மீது மோதாமல் இருக்க வேண்டும். எஞ்சின் திடீரென்று நின்றுவிட்டது.

"ஸ்விட்சைப் போட்டு ஸ்டார்ட் பண்ணு!" என்று மாஸ்டர் கத்தினான். மல்லைய்யாவின் கை ஸ்விட்சிடம் போனது ஒரு அரை விநாடி தயங்கியது. அது போதுமானதாக இருந்தது. கியரை நியூட்டரில் மாற்றிக்கொள்ள வேண்டும் என்று நினைவுக்கு வருவதற்கு.

போலீஸ்காரன் பொறுமையிழந்து கையை மீண்டும் வேகமாக ஆட்டினான். இரும்புச் சம்மட்டி போன்ற மாஸ்டரின் கை எந்த விநாடியும் தலைமேல் விழக்கூடும். வண்டி நன்றாகத் கிளம்பிற்று. தடுமாறாமல், போலீஸ்காரனை இடிக்காமல் திரும்பிற்று. பாலத்தைக் கடப்பதற்குள் இரண்டாவது கியர் போட்டாகிவிட்டது. அதோ மூன்றாவதும் போட்டாகி விட்டாயிற்று. திடீரென்று மல்லைய்யாவுக்கு அவன் கனமெல்லாம் கொட்டிப்போய் ஏதோ காற்றால் ஆனவன் போலிருந்தது. அவன் கை கால்கள் ஒவ்வொன்றும் தனி அறிவுபெற்று இயங்கிக்கொண்டிருப்பது போலத் தோன்றிற்று. இடது காலுக்குக் கிளட்சின் சூட்சுமம் போலீஸ்காரன் எரிச்சலோடு கையை வீசியபோது தெரிந்துவிட்டது.

"ஸ்லோ, ஸ்லோ," என்று மாஸ்டர் சொன்னான். ஒரு மாட்டு மந்தை ரோடைக் கடந்துகொண்டிருந்தது. "செகண்டிலே போட்டுக்கோ"? என்று மாஸ்டர் சொன்னான். வண்டி இரண்டாவது கியரில் மாடுகள் நடுவேயெல்லாம் புகுந்து புகுந்து சென்றது. பாதை நன்கு தெளிந்ததும் மல்லைய்யாவே காரின் வேகத்தை அதிகப்படுத்தி மூன்றாவது கியர் போட்டுக்கொண்டான். இந்த முறை ஒரு சிறு உரசல் சப்தம் கேட்டது. மாஸ்டர் ஒரு குத்துவிட்டான். அதன் பிறகு, "என்னடா இளிக்கறே?" என்று கேட்டான். மல்லைய்யா, "இனிமேல் கிளட்சை முழுக்க அழுத்தறேன், சார்" என்று சொன்னான். சைதாப்பேட்டை பாலம் அநேகமாகக் கடக்கப்பட்ட தருணத்தில் மாஸ்டர், "ஸ்டாப்," என்றான். மல்லைய்யா வண்டியை இடது புறம் ஒடித்து நடைபாதையோரம் நிறுத்தினான்.

மாஸ்டர், "நீ இங்கே தானேடா இறங்க வேண்டும்?" என்று மல்லைய்யா வைக் கேட்டான். மல்லைய்யா, "ஆமாம்," என்றான். "பின்னே ஏன் இன்னும் உக்காந்திண்டிருக்கே, இறங்குடா கீழே!" என்று மாஸ்டர் சொன்னான். அவன் இன்னும் தெலுங்கில் தான் சொல்லிக்கொண்டிருந்தான். "நீங்கள் இறங்குடா கீழே!" மாஸ்டர் நாகராஜனைப் பார்த்தான். நாகராஜன் அமுங்கிய குரலில், "நான் மாம்பலத்திலேயே இறங்கிக்கறேன்" என்றான். "உனக்கு நாளைக்குத்தான் பிராக்டிஸ்" என்று மாஸ்டர் சொன்னான். பிறகு

மல்லைய்யாவைப் பார்த்து, "நாளைக் காலையிலே வரே இல்லேடா?" என்று கேட்டான்.

"வந்துடறேன் சார். சீக்கிரமாவே வந்துடறேன், சார்," என்று மல்லைய்யா சொன்னான். கார் போய்விட்டது.

மல்லைய்யா ஒரு சுவர் அருகில் போய் உட்கார்ந்து எழுந்தான். வீட்டுப் பக்கம் போனான். அவன் எங்கும் ஓடிப்போய் கிணற்றில் குளத்தில் விழவேண்டியதில்லை. அவன் நிச்சயம், குறைந்தபட்சம், ஒரு டிரான்ஸ்போர்ட் டிரைவராவது ஆகிவிடுவான். அந்தச் சமயம் அவனுக்கு எந்த மொழிக்காரி சமைத்துப் போட்டாலும் வாயில் அள்ளிப் போட்டுக்கொள்ளக் கூடிய அளவுக்குப் பெரிதாகப் பசித்தது.

1969

குதூகலம்

அவன் குதூகலத்துடன் வெளியே வந்தான். எவ்வளவோ மாதங்களுக்குப் பிறகு அவன் அந்த அறைக்கு வெளியே வருகிறான். மேலே வீட்டுக் கூரையைப் பார்க்கும் நிர்ப்பந்தம் இல்லாமல் ஆகாயத்தையும் அதில் பதிந்திருக்கும் நக்ஷத்திரங்களையும் பார்க்க முடிந்தபோது அவனுக்கு மகிழ்ச்சி பல மடங்காயிற்று. அவன் துள்ளித் துள்ளிக் குதித்து ஓடினான். துள்ளும்போது தான் குழந்தையாகிவிட்டது போன்ற ஓர் உணர்வு ஏற்பட்டது. குழந்தையாயிருக்கும் போது அவன் விரும்பிக்கேட்ட தின்பண்டங்களோ பொம்மைகளோ சில வேளைகளில் மறுதலிக்கப்பட்டிருக்கின்றன. அவன் கீழே விழுந்து காயம் பட்டுக் கொண்டிருக்கிறான். முதல் வகுப்பு படிக்கும்போது ஒரு கறுப்பு குண்டு டீச்சருக்கு அவன்மீது எக்காரணத்தினாலோ ஒரு விரோத பாவம் வந்துவிட்டது. அவன் சின்னஞ்சிறு குழந்தை, காரிய காரணம் தெரியாதவன் என்று அவளுக்குத் தெரிந்திருந்தால்கூட அவனை அடிக்கடி அதட்டி மிரட்டி அடித்திருக்கிறாள். அவன் அழத் தொடங்கியதும் அவள் இன்னும் அதிகமாக அதட்டி மிரட்டி அவனை வாயை மூடிக்கொண்டே அழும்படி செய்வாள். ஒரு முறை அவனுடைய பம்பரம் தெருச் சாக்கடை துவாரத்தில் விழுந்துவிட்டது. சாக்கடையுள் ஒரே இருட்டுடன் நாற்றமான நாற்றம். அவன் பம்பரம் இழந்து அழுதான். அவன் தெருவிலேயே ஒரு போக்கிரிப் பையன் இருந்தான். அவன் வயதிலும் உருவத்திலும் எவ்வளவோ பெரியவன். அவன் இவனைத் தலையில் குட்டிவிட்டுப் போவான். ஒரு முறை கட்டிப்பிடித்துக் கசக்கி நிக்கரையும் அவிழ்த்துவிட்டான். அப்போது அழுதிருக்கிறான். அம்மாதிரி எவ்வளவோ நாட்களில் எவ்வளவோ காரணங்களுக்காக அவன் அழுதிருக்கிறான். இருந்தாலும் அந்நாட்கள்தான் அவன் வாழ்க்கையில் உண்மையான மகிழ்ச்சிகரமான நாட்கள் என்று அவன் பெரியவனாகி, அவன் பெரியவன் என்கிற பிரக்ஞை ஏற்பட்டு, நாட்கள் செல்வது இனி அடுத்த நாளை உற்சாகத்துடன் எதிர்பார்க்கும் வயதைத் தாண்டியவை என்று

தோன்ற ஆரம்பித்ததிலிருந்து தோன்ற ஆரம்பித்தது. அதற்குள் அவன் எப்படியெல்லாமோ சுற்றிவிட்டு, கல்யாணம் செய்துகொண்டு, குழந்தைகளைப் பெற்றுக்கொண்டு, நான்கு உத்தியோகங்கள் பார்த்துவிட்டு, ஒருமுறை ரிக்ஷாக்காரனால் அடிபட்டு, ஒரு சீட்டுக் கம்பெனியின் தவணைகளை ஒழுங்காகக் கட்டாததால் கோர்ட்டுப் படிக்கட்டுகளை ஐந்தாறு முறை மிதித்து, ஆயுள் இன்ஷுரன்ஸ் பாலிசிகள் இரண்டு எடுத்து இரண்டையும் தவறவிட்டு, அப்பாவைக் கொளுத்துவதற்காகச் சுடுகாட்டுக்குச் சென்று, பின் அதே சுடுகாட்டுக்குத் தன் குழந்தை ஒன்றைப் புதைத்துவிட்டு வருவதற்குச் சென்று, வயிற்று வலி வரவழைத்துக்கொண்டு, இத்தனையும் ஆனபின் அவனுக்குத் தன் சிறுபிராய நினைவுகள் மீண்டும் மீண்டும் வர ஆரம்பித்தன. ஒவ்வொரு நாளும் பல புதுத் தகவல்கள் ஞாபகத்திற்கு வந்தன. இவ்வளவு சிறிய தகவல்கள், எடுத்துக் கூறப்போனால் எவருக்கும் மிக மிக அற்பமாகத் தோன்றக்கூடிய தகவல்கள், இவை எப்படி இவ்வளவு தெளிவாக, இவ்வளவு முக்கியமாக நினைவுக்கு வருகின்றன என்று அவனுக்கே ஆச்சரியமாக இருந்தது. அதே அற்பமான விஷயங்கள் அவனுக்கு மட்டும் ஒரு தனி முக்கியத்துவத்துடன் வந்தன. என்றோ நடந்த ஒவ்வொன்றுக்கும் இன்று பல அர்த்தங்கள், விளக்கங்கள் தெரிந்தன. அழுத அனுபவங்கள்தான் விசேஷமான இனிமையுடன் கலந்து வந்தன. அந்த இனிமை இப்போதும் குறையாமல் தொடர்ந்து அவனுக்கு உற்சாகமூட்ட அவன் துள்ளித் துள்ளிக் குதித்து ஓடினான்.

அவன் திரும்பி, பின், மேலே பார்த்தான். அன்றுவரை ஆகாயத்தைக் கண்ட மகிழ்ச்சியில் ஆகாயத்தைச் சரியாகப் பார்க்காமலேயே தன் நினைவில் தங்கிப்போயிருந்த ஆகாய அனுபவத்தை மட்டும் மனத்தின் மேல் தளத்திற்குக் கொண்டு வந்து ஆகாயத்தைப் பார்க்கத் தவறவிட்டிருந்தான். இப்போது நினைவின் இடர்ப்பாடு இல்லாமல், மனதால் பார்க்காமல், கண்களால், தன் உடலனைத்தாலும் ஆகாயத்தைப் பார்த்தான். அதற்குக் கண் மூக்கு வாய் என்று ஒன்றும் இல்லாதபோதிலும் அது அவனைப் பார்த்துப் புன்முறுவல் புரிந்ததுடன் இழுத்துக் கட்டிக்கொண்டு முத்தமிட்ட மாதிரியும் இருந்தது. அம்மாதிரி முத்தம் அவன் அம்மாதான் அவனுக்குத் தந்திருக்கிறாள். அதுவும் அவன் பள்ளிக்கூடங்கள் போக ஆரம்பித்தவுடன் நிறுத்திவிட்டாள். அவன் அம்மாவும் உருவத்தில் அவ்வளவு பெரியவளல்ல. ஆனால் அவள் அணைத்துக்கொள்ளும்போது அவனை அவன் கனபரிமாணமுள்ளவன் என்பதையே மறக்க அடித்துவிடும்படி அணைத்துக்கொள்வாள். அவளுக்குத் தன்னுடைய எந்தக் குழந்தையை அணைத்துக்கொண்டாலும் அதற்குத் தான் ஒன்று தனி என்கிற உணர்வை ஒரேயடியாக இல்லாமல் செய்துவிடுவாள். எல்லா அம்மாக்களுக்கும் அது சாத்தியமானதாக இருக்க வேண்டும், இருக்கும். ஆனால் எல்லா அம்மாக்களும் அந்தச் சக்தியை, அந்தப் பிரத்தியேக உரிமையைப் பயன்படுத்துவதாக அவனால் கூறிவிட முடியவில்லை. இன்று ஆகாயம் அம்மாவைப் போல் கட்டியணைத்து முத்தம் தருகிறது.

அவன் இப்போதுதான் நிலவைப் பார்த்தான். பௌர்ணமிக்கு மூன்று நாட்கள் இருந்தன. ஆதலால் நல்ல, பெரிய, பிரகாசமான சந்திரன். கண்களுக்குத் தெரியாதபடி ஏதோ திரவம் போன்றது ஒன்றையும் நிலவு மேலிருந்து பூமிக்கு இறங்கவைத்துக் கொண்டிருந்தது. அந்த ஆற்றல்

சூரியனுக்குக் கிடையாது. சூரியன் பல நூறு மடங்கு அதிக வெளிச்சம் தரலாம். தணலாகச் சுட்டு, வறுத்து எடுக்கலாம். ஆனால் பரிமாணமுள்ளது எதையும் தர முடியாது. சந்திரனால் அது முடிந்தது. சந்திரன் இறக்கும் அப்பொருளின் பளுவைத் தாங்க முடியாமல்தான் எல்லாரும் படுத்துக் கொண்டு விடுகிறார்கள். மாடுகள் படுத்துக்கொண்டுவிடுகின்றன. பறவைகள் படுத்துக்கொண்டுவிடுகின்றன. அப்படிப்பட்ட வேளையில் அவன் துள்ளிக் குதித்து ஓட விடுதலை கிடைத்ததில் அவனுக்குப் பெருமையாக இருந்தது. ஆனால் அவன் பெருமையின் வேகம் சிறிது மட்டுப்பட்டது. அங்கே ஒரு சினிமாக் கொட்டகையில் இரவுக் காட்சியிலும் சந்திரப் பளுவிற்கு எதிப்புத் தெரிவித்துக்கொண்டு நிறைய மனிதர்கள் தென்பட்டார்கள். அதில் அநேகம் பேர் வசதிகள் அதிகமில்லாத ஏழை எளியவர்கள். ஒரு வேர்க்கடலை வண்டியைச் சுற்றி வந்துகொண்டிருந்தார்கள். அந்த வண்டியின் பெட்ரோமாக்ஸ் விளக்கு கண்ணைக் கூசும்படி எரிந்துகொண்டிருந்தாலும் அந்த வெளிச்சத்தில் அம்மனிதர்கள் வெறும் நிழல்களாகத்தான் தெரிந்தார்கள். உண்மையில், ஏதோ வெளிச்சம் தந்துவிடுவதுபோல அந்த விளக்குக்கு ஒரு போலித் தோற்றம். உண்மையில் அது நிழல்கள்தான் உண்டு பண்ணியது.

அவன் அந்தச் சுவர் வழியாகப் புகுந்து வேர்க்கடலை வண்டிக் கூட்டத்தின் நடுவே துள்ளிக் குதித்து ஓடிப் போனான். நிழல்கள் அந்த வண்டியைச் சுற்றிமட்டும் இல்லை. அந்தச் சினிமாக் கொட்டகையின் பின்புறத்துச் சுவர்ப் பக்கமும் அவை நகர்ந்துகொண்டிருந்தன. அந்த நிழல்கள் அந்தப் பிரதேசத்தை நாற்றமும் ஈரமும் உடையதாகச் செய்து விட்டு வந்துகொண்டிருந்தன. கொட்டகை உள்ளே மங்கலாகச் சில விளக்குகள் எரிந்துகொண்டிருந்தன. உள்ளே நாற்காலிகளில் அந்த இடைவேளையிலும் உட்கார்ந்துகொண்டிருந்தவர்கள் தாறுமாறாக உட்கார்ந்திருந்தார்கள். சிலர் தூங்கிக்கொண்டும் இருந்தார்கள். அந்தக் கொட்டகையில் பெண்கள் பகுதி என்று தனியாக இருந்தது. கீழ் வகுப்புகள் இரண்டிற்கோ மூன்றுக்கோ மட்டும் அப்படி ஒரு தடுப்பு போட்டிருந்தது. இரவுக் காட்சிக்கு வந்த பெண்கள் எல்லாரும் தாறுமாறாகத்தான் இருந்தார்கள், உடையில், உட்காருவதில். பலரிடம் சிறுநீர் நாற்றம், வகை வகையான நாற்றம் அடித்துக்கொண்டிருந்தது. இரவுக் காட்சிக்கு சினிமா பார்க்கவரும் பெண்கள் இயற்கையில் அவர்களுக்குச் சுமத்தப்பட்ட நிர்ப்பந்தங்களைத் தூக்கி எறிந்துவிட்டுத்தான் இருப்பார்கள். அந்த சினிமாக் கொட்டகையில் கழுவிக்கொள்ளவே அவர்களுக்குத் தண்ணீர் கிடைக்காது. கிடைக்கும் தண்ணீர் கொண்டு அவர்கள் கழுவிக்கொண்டால் அதைக் கழுவிக்கொள்வதற்கும் இன்னும் அதிகம் தண்ணீர், வேறு தண்ணீர் வேண்டும். அவனுக்கு அவர்களைப் பார்த்தவுடன் பரிவும் உற்சாகமும் வந்தது. அவன் ஆண்கள் பெஞ்சு நாற்காலிகள்மீது ஏறிக் குதித்த வண்ணம் பெண்கள் பக்கத்தை அடைந்தான். அங்கே பருத்த, கருத்த, மிகவும் நாற்றம் அடிப்பவளாகப் பார்த்து அவள் பக்கத்தில் போய் உட்கார்ந்தான். அவள் உட்கார்ந்துகொண்டே தூங்கிக்கொண்டிருந்தாள். அநேகமாகப் பெண்கள் பகுதியில் எல்லாருமே தூங்கிக்கொண்டிருந்தார்கள், தூங்கி வழிந்துகொண்டிருந்தார்கள். முகத்திலும் உடலிலும் வியர்வையும் சோம்பலும் களைப்பும் ஏமாற்றமும் குரூரமும் அஞ்ஞானமும் காமமும் வழியத்தான் வாயைப் பிளந்துகொண்டு புடவை போன இடம் தெரியாமல்

குதூகலம்

உட்கார்ந்தும் சாய்ந்தும் தூங்கி வழிந்துகொண்டிருந்தார்கள். அவன் அவர்கள் நடுவில் மிகவும் சந்தோஷத்துடன் உட்கார்ந்துகொண்டான். இளம் வயதுப் பெண்களும் சிலர் இருந்தார்கள். அவர்கள் தூங்கி வழிவது குறைச்சலாகத்தான் இருந்தது. அவன் பருத்த பெண்மணிகளைத் தள்ளிக்கொண்டு முன்னேறி இப்போது ஒரு இளவயதுப் பெண்ணின் பக்கத்தில் உட்கார்ந்துகொண்டான். அவள் தன் கண்களுக்கு ஏகமாக மையிட்டுக்கொண்டு வெள்ளியிலான வளையங்களும் கால் கொலுசும் அணிந்திருந்தாள். அவள் தன் ஈறுகளைக் கருக்கடித்துக் கொண்டிருந்தாள். மூக்கில் மூக்கணி அணியத் துவாரம் செய்திருந்ததை அவள் பல நாட்களாக ஒன்றும் அணியாமல் மீண்டும் சதை மூடிக்கொள்ள விட்டிருந்தாள். அடைப்பட்டுக்கொண்டிருக்கும் அந்த மூக்குத் துவாரத்தினாலேயே அவள் முகம் ஏதோ ஒன்றை இழந்தது போலக் காட்சியளித்தது. அவளுக்கும் தூக்கக் கலக்கம். அதையும் மீறிக்கொண்டு அவள் இரவுக் காட்சிக்கு வந்திருக்கிறாள். தூங்குவதற்கு அவள் வீட்டைக் காட்டிலும் சினிமாக் கொட்டகை தகுதியானதென்று வந்திருப்பாள். அவன் அவள் பக்கத்தில் உட்கார்ந்துகொண்டு அவள் இடையைச் சுற்றியும் பிடித்துக்கொண்டான். அவளுடைய இருதயத் துடிப்பை வயிற்றில் உணர முடிந்தது. அவளுக்கு இருதயம் சிறிது கீழிறங்கி இருக்க வேண்டும். அல்லது அவள் இனிப் பிறக்கப்போகும் குழந்தையைச் சுமந்துகொண்டிருக்கலாம். வெற்றிலைக் காவி ஊறிப்போன வாயைப் பிளந்துகொண்டு மூடிப்போகும் மூக்கணித் துவாரம் கொண்ட மூக்கை அகல அகல விரித்துக்கொண்டு அவள் தூங்கி வழிந்துகொண்டிருந்தாள். அப்போதுதான் அவன் கவனித்தான்: அவள் காலடியில் தரையில் அவள் ஒரு குழந்தையைக் கிடத்தியிருந்தாள். அதற்குப் பக்கத்திலேயே வெற்றிலை போட்டுக்கொண்டிருந்த அவள் துப்பியும் இருந்தாள். அந்தக் குழந்தையும் தூங்கியபடி இருந்தது.

மங்கல் விளக்குகள்கூட அணைந்தன. மீண்டும் சினிமாக் காட்சி ஆரம்பமாயிற்று. அவன் சில நிமிஷங்கள் அந்தக் துலுக்கப் பெண்ணின் இடையைக் கட்டிப்பிடித்தவண்ணம் திரையில் ஓடும் நிழல்களைப் பார்த்துக்கொண்டிருந்தான். ஒரு கூரையடியில் அதிகநேரம் தங்கிப்போய் விட்டோம் என்ற உணர்வு ஏற்பட்டது. மேலும் திரை நிழல்கள் அவன் குதூகலத்தைக் குறைக்கும் வண்ணம்தான் இருந்தன. இப்போது போய் இவைகளைப் பார்த்துக்கொண்டு காலம் கழிக்கிறோமே என்றும் அவனுக்குத் தோன்றியது. உடனே அவன் கிளம்பி வெளியே வந்தான். குழந்தையை மிதித்துவிட்டான். அப்படியும் அழாமல் அந்த அசுத்தம் நிறைந்த தரையில், அசுத்தமும் நாற்றமும் பரவியிருக்கும் அந்த அடைசலில், அது தூங்கிக் கொண்டிருந்தது.

அவன் மீண்டும் குதித்துக் குதித்துப் போனான். தெரு விளக்குகள் அணைக்கப்பட்டுவிட்டாலும் எங்காவது ஒரு டீக்கடை அல்லது பால்க்கடை திறந்திருந்து அங்கு எரிந்துகொண்டிருக்கும் விளக்கு தெருவுக்கும் வெளிச்சம் தந்தது. தெருவில் பசுமாடுகள், எருமை மாடுகள், கன்றுகள் படுத்து அசைபோட்ட வண்ணம் இருந்தன. அந்த நேரத்தில் அந்தத் தெரு வழியாகப் போக வேண்டிய லாரி ஒன்று வெகு வேகமாகப் பெரும் இரைச்சல் போட்டுக்கொண்டு வந்தாலும் மாடுகளுக்காக வேகத்தைக் குறைத்து, நெளிந்து நெளிந்து போக வேண்டியிருந்தது. அவன் எகிறிக்

குதித்து லாரிமீது தன்னைப் பொருத்திக்கொண்டான். லாரி காலியாக இருந்தது. அதை ஏதாவது ஆற்றங்கரைக்கு ஓட்டிச்சென்று ஆற்று மணலை நிரப்பிக்கொண்டு வருவார்கள். விடியற்காலையிலேயே எங்கோ வீடு கட்டுவதற்கு ஒரு லாரி ஆற்று மணல் இறக்குவதற்கு அவர்கள் ஒப்புக்கொண்டிருக்க வேண்டும். லாரி காலியாக இருந்தபடியால் அலுக்கல் குலுக்கல் இரைச்சல் எல்லாம் அதிகமாகவே இருந்தது. ஆனால் அதில் அவன் நன்றாகப் படுத்துக்கொண்டான். படுத்துக்கொண்டபடியே ஆகாயத்தைப் பார்த்த வண்ணம் இருந்தான். ஆகாயமும் அந்த நக்ஷத்திரக் குவியல்களும் அவனுடன் கூட ஓடி வருவது போல இல்லை; அவன், ஆகாயம் நக்ஷத்திரங்கள் எல்லாமே எங்கோ தலைதெறிக்கும் வேகத்துடன் எப்போதுமே ஓடிக்கொண்டுதான் இருக்கின்றன என்று அவன் உணர முடிந்தது. நினைவுகள் இல்லாமல் அந்தந்தக் கணத்தின் அனுபவமே ஏற்பட்டு மறைந்து போய்க்கொண்டிருந்தபடியால் அவனுடைய குதூகலம் பலமடங்காயிற்று.

அவன் துள்ளிக் குதித்தான். அப்போது லாரியிலிருந்து தெருவில் விழுந்துவிட்டான். ஒரு கணம் நிலை தடுமாறியது போல இருந்தது. ஆனால் உடனே தன்னைச் கட்டுப்படுத்திக்கொண்டு ஓடிப்போகும் லாரியில் பின்புறச் சிவப்பு விளக்கைப் பார்த்த வண்ணம் நின்றான். ஒரு தகவல் நினைவுக்கு வந்துவிட்டது. அந்த லாரி அவனை அவன் வீட்டருகில்தான் தள்ளிவிட்டுச் சென்றிருந்தது. அந்நேரம்வரை குதூகலம் தவிர வேறொரு உணர்ச்சிக்கும் இடமில்லாத அவனிடம் இப்போது ஏதோ ஏக்கம் ஒன்று தன்னை வீட்டுப் பக்கம் இழுப்பதை உணர்ந்தான். மீண்டும் வீடா என்று ஒருபுறம் தோன்ற இன்னொருபுறம் வீட்டைப் பற்றி, அவன் வீட்டுச் சாப்பாடுபற்றி, அவன் குழந்தைகள் அவன் தோள்மீது உப்பு மூட்டை விளையாடுவதுபற்றி எல்லாம் ஏக்கம் தோன்றியது. அப்புறம் அவனுடைய சாய்வு நாற்காலி, கிராமபோன், குடை, மரப்பெட்டி, நாய், புதுச் செருப்பு, இரண்டாவது குழந்தை... எல்லா உணர்வுகளும் அகன்று ஏக்கம்தாம் மிஞ்சி அந்நேரத்தில் ஏக்கம்தான் எல்லாவற்றைக் காட்டிலும் அதிக வலிமை பொருந்தியதாக இருந்தது. அவன் மீண்டும் வீட்டுக்குச் சென்றான். இப்போது குதூகலம் முற்றிலும் அகன்று வெறும் குழப்பத்துடன், தான் அசாதாரணச் சுதந்திரத்தை அனுபவித்துவிட்டு அதைத் தானாக இழுப்பதற்குத் தயாராகி அவன் வீட்டிற்குள் நுழைந்தான். வீடு விழித்திருந்தது. வைத்தியர் வந்திருந்தார். “இரண்டு மணி நேரத்திற்கு மேலாகியிருக்க வேண்டும்” என்றார். அவன் அவன் பிணத்தைப் பார்த்தவண்ணம் வெகு நேரம் நின்றிருந்தான்.

1970

கல்யாணம் முடிந்தவுடன்

சசிகலாவுக்கு கிருஷ்ணமூர்த்தி மாலையிட்டு இரண்டு மணி நேரம் ஆகியிருக்கும். சிறியவர்களால் நிச்சயிக்கப்பட்டுப் பெரியவர்கள் சம்பிரமமாக நடத்தும் கல்யாணம். மாங்கல்ய தாரணத்திற்குப் பிறகு சப்தபதி முதலியவை ஆரம்பித்து ஆசீர்வாதமும் ஒருவாறு முடிந்தது. சசிகலாவுடைய உறவினர்கள், கிருஷ்ணமூர்த்தியுடைய நண்பர்கள், வேண்டப்பட்டவர்கள், அவள் அப்பாவிற்கடியில் வேலை பார்ப்பவர்கள், அவனுடைய ஃபாக்டரியில் வேலை பார்ப்பவர்கள் எல்லாரும் ஏதோ கப்பம் கட்டவேண்டியவர்கள் போல் கும்பலாகவும் வரிசை யாகவும் பெரிய சாஸ்திரிகளை அணுகி அவரிடம் பொருள் களையும் பணத்தையும் கொடுக்க, அவர்தான் கேட்ட பெயரை யும் உறவையும் ஞாபகம் வைத்துக்கொண்ட அளவுக்கு விதவிதமான பஞ்சாதிகள் ஓதிப் பரிசுப் பொருள்களையும் பணத்தையும் மாறி மாறி சசிகலாவிடமும் கிருஷ்ணமூர்த்தி யிடமும் கொடுத்துக்கொண்டிருந்தார். இதைப் பெண், பிள்ளை இரு தரப்பிலும் இருவர் வெகு கவனமாகக் குறித்துக் கொண்டிருந்தார்கள். அடுத்தடுத்து ராமபட்டாபிஷேகப் படங்களும் டீ செட்டுமாக வந்தபோது சசிகலா கிருஷ்ணமூர்த்தி இருவரும் ஒருவரையொருவர் பார்த்துக்கொள்ள, இருவருக்கும் சிரிப்பு வந்தது. யாரோ ஒருவர் ஒரு பெரிய காகிதப் பொட்டலத் தில் எதையோ கொடுத்து அவை அங்கேயே பிரித்துப் பார்க்க வற்புறுத்த, சாஸ்திரிகளும் அதை ஜாக்கிரதையாகப் பிரித்தார். உள்ளே ஒரு பொம்மைத் தொட்டில் இருந்தது. எல்லாரும் பிரமாதமாகச் சிரித்தார்கள்.

ஆசீர்வாதம் முடிந்து பெரியவர்களுக்கு நமஸ்காரம். இது ஒரு அளவிற்கு முன்பே முடிந்ததுதான். அப்போது விட்டுப் போனவர்களைப் பெரிய அத்தை காண்பிக்க, சசிகலா கிருஷ்ணமூர்த்தியுடன் அவர்களை நமஸ்கரித்தாள். கிருஷ்ண மூர்த்தி ஒரு உடற்பயிற்சி நிபுணன் போலக் கீழே விழுந்து விழுந்து எழுந்தான். ஆனால் சசிகலாவால் அவ்வளவு எளிதில் அவள் பங்கைச் செய்ய முடியவில்லை. மடிசார் வைத்துக் கட்டிக் கொண்ட புடவை எங்கெல்லாமோ வழித்துக்கொண்டது.

அவள் அவதிப்படும் போது அங்கு எழுந்த சிரிப்பு அவளுக்கும் சிரிப்பை வரவழைத்தது. ஒவ்வொரு முறையும் கிருஷ்ணமூர்த்தியையும் பார்த்துக் கொள்வாள். அவன் எல்லாமே மிகவும் பழக்கப்பட்டவன் போல ஒரு சங்கடமும் கூச்சமும் இல்லாதவனாக இருந்தான்.

இருபது நமஸ்காரங்களுக்குப் பிறகு சிறிது ஓய்வு கிடைத்தது. சசிகலாவுக்கு அவள் அம்மா ஒரு தம்ளர் பானகம் கொண்டு வந்து கொடுத்தாள். நான்கடி தள்ளி ஒரு நாற்காலியில் உட்கார்ந்திருந்த நண்பன் அருகில் கிருஷ்ணமூர்த்தி நகர்ந்தான். சசிகலா பானகத்தைக் குடிக்கத் தம்ளரை வாயருகில் உயர்த்தி னாள். அந்த நண்பன், “என்னடா, கல்யாணமெல்லாம் முடிஞ்சுதா?” என்று கிருஷ்ணமூர்த்தியைக் கேட்டான். அந்தக் கணம் சசிகலாவின் பார்வை கிருஷ்ணமூர்த்தி மீது இருந்தது. அதைப் பார்க்காத கிருஷ்ணமூர்த்தி அற்பமான கேள்விக்கு அதே ரீதியில் பதிலளிப்பது போல் அந்த நண்பனைப் பார்த்துக் கண்ணடித்தான். சசிகலாவால் மேற்கொண்டு பானகத்தைக் குடிக்க முடியவில்லை.

அப்புறம் மணமக்கள் சாப்பாடு. தன் எண்ணக் கோவை தனக்கே தெரியாத நிலையில் சகிகலா இருந்தாள். தம்பதிகள் ஒருவர் எச்சிலை இன்னொருவர் சாப்பிட நிர்ப்பந்தித்து ரசிக்க நிறையப் பேர் சுற்றிக்கொண்டு இருந்தார்கள். சசிகலாவால் கிருஷ்ணமூர்த்தியின் எச்சலைச் சாப்பிட முடியவில்லை. அவன் எச்சில் படாததையும் சாப்பிட முடியவில்லை. இதெல்லாம் ஒருவாறு முடிந்து பிற்பகலில் பிள்ளை வீட்டார் அவர்களை இறக்கியிருந்த எதிர் வீட்டுக்குப் போய்விட்டார்கள். அப்போதுதான் சசிகலாவுக்கு ஒரு நிதானம் வந்தது.

நிதானம் வந்தாலும் அவள் வெகு நேரம் வெறுமனே இருக்க முடிய வில்லை. பெரிய அத்தை சசிகலாவின் தங்கையிடம், “போடி, சரோஜா, அத்திம்பேரை நலங்குக்குக் கூப்பிட வரலாமான்னு கேட்டுண்டுவா” என்று சொன்னாள். சசிகலா ஒருமுறை அத்தையையும் சரோஜாவையும் பார்த்து விட்டு முகத்தைத் திருப்பிக்கொண்டாள்.

“நான் அதுக்குள்ளே அத்திம்பேரோட எப்படிப் பேசறது? அவர் இப்பத்தானே அத்திம்பேராயிருக்கார்,” என்று சரோஜா சொன்னாள்.

“என்னடீது இப்பத்தான் அத்திம்பேர், நேத்திக்கு அத்திம்பேர்னு? கேட்டுண்டு வா, போ. நாழியாறது” என்று அத்தை மீண்டும் சொன்னாள். அதற்குள் வேறு சில பெண் குழந்தைகள், “நான் போய்க் கேட்டுண்டு வரேன்” என்று முன்வந்தன.

சரோஜா அவர்களோடு எதிர்வீட்டுக்குப் போவதை சசிகலா கவிழ்ந்த தலை நிமிராமலே பார்த்தாள். அத்தை அத்துடன் விட்டுவிடாமல் சசிகலாவை யும், “உம், உம். எழுந்துண்டு புடவை தலையெல்லாம் சரி பண்ணிக்கோ. நாலு மணிக்கெல்லாம் நலங்க முடிச்சு டிபனுக்கு எல்லாருக்கும் எலை போடணும்” என்று துரிதப்படுத்தினாள்.

சசிகலா, “எனக்கு ஒண்ணும் நலங்கு வேண்டாம்” என்றாள்.

அத்தை, “இதென்னடீது, பொண் நலங்கு வேண்டாங்கறது! சீக்கிரம் தயாராகிப் போய் மாப்பிள்ளையை அழைச்சுண்டு வா. அசட்டுப் பிசட்டுன்னு நலங்கு வேண்டாம்னு உளராதே” என்றாள்.

சசிகலாவின் அம்மா முதலில் இதில் பட்டுக்கொள்ளாமல்தான் இருந்தாள். பெரிய அத்தை குடும்பத்தில் மூத்த சுமங்கலி. இம்மாதிரி பெரிய வைபவங்களில் அத்தை சொல்கிறாள் என்பதற்காகவாவது எல்லாம் பண்ணியாக வேண்டும். சசிகலா நகராமல் இருப்பதைப் பார்த்து, "இந்தக் காலத்திலே நலங்கு எல்லாம் ரொம்பக் கல்யாணத்திலே செஞ்சுக்கறது இல்லை, அக்கா" என்று அத்தையிடம் அம்மா சொன்னாள். ஆனால் அதற்குள் எதிர் வீட்டுக்குப் போன சிறுபெண்கள் கூட்டமாகத் திரும்பி வந்து, "அத்திம்பேர் ரெடியாம், இப்பவே ரெடியாம்" என்று கைதட்டிக் குதித்துக் குதித்துச் சொன்னார்கள்.

சசிகலா, "ஆமாம். எல்லாத்துக்கும் ரெடிதான்" என்று வாய்க்குள் சொல்லிக்கொண்டு எழுந்தாள். வேகமாக வாசற் பக்கம் போனாள். அம்மா, "சசி, தலையை வாரிக்கலே?" என்று கேட்டாள்.

"ஒண்ணும் வேண்டாம். அத்தைக்கு நலங்கை உடனே முடிச்சுடணு மோல்லியோ?" என்று சொல்லிவிட்டு வெளியே போனாள். அம்மா உடனே மற்றப் பெண்களிடம், "நீங்களும் கூடப் போங்களேண்டி" என்றாள். அந்தப் பெண்களும் ஓடிப் போய்ச் சசிகலாவுடன் சேர்ந்துகொண்டார்கள்.

பிள்ளை வீட்டார் வீட்டில் முகூர்த்தம் முடிந்த ஆயாசத்தில் பலர் படுத்துத் தூங்கி ஓய்வெடுத்துக் கொண்டிருந்தார்கள். இரண்டு மூன்றுபேர் அப்போதே படுக்கை பெட்டிகளை எடுத்துக் கட்டித் தயார் செய்து கொண்டிருந்தனர். முகூர்த்தம் முடிந்து பிள்ளை வீட்டாருக்குக் கொடுத்த தேங்காய் வெற்றிலைப் பாக்குப் பைகள் அங்குமிங்கும் கிடந்தன. அந்த வீடு பழங்காலத்திய வீடு. ரேழியை அடுத்துத் தாழ்வாரம், முற்றம் என்றிருந்தது.

தனி அறைகளாக இருந்த இரண்டு அறைகளில் ஒன்றில் கிருஷ்ணமூர்த்தி ஒரு பெட்டிமேல் உட்கார்ந்துகொண்டு அவன் அம்மா, அக்கா, தங்கைகளுடன் பேசிக்கொண்டிருந்தான். முகூர்த்த வேஷ்டியை இரட்டையாக மடித்துத் தடுக்குச் சுற்றாகக் கட்டிக்கொண்டிருந்தான். சசிகலா அவன் முன் போய் நின்று, "நலங்குக்கு வாருங்கோ" என்றாள்.

கிருஷ்ணமூர்த்தி அவன் அம்மாவைப் பார்த்து, "என்னம்மா, போறதா?" என்று ஒரு விஷமச் சிரிப்புடன் கேட்டான். அவள் தன் பெண்களைப் பார்த்து, "நலங்கு முடிச்சுண்டு வாரேளா?" என்று கேட்டபடி எழுந்தாள். ஒரு பெண் மட்டும், "கூப்பிடறதே நன்னாயில்லையே?" என்றாள். சசிகலா அவளைப் பார்த்துவிட்டு மீண்டும் கிருஷ்ணமூர்த்தி பக்கம் திரும்பியவளாகப் பேசாமல் நின்றாள்.

கிருஷ்ணமூர்த்தியின் சகோதரிகளில் இன்னொருத்தி சசிகலா கூப்பிட்டதில் தவறாக ஒன்றும் எடுத்துக்கொள்ளாமல், "கையைப் பிடிச்சுக் கூப்பிடு. அப்பத்தான் என் தம்பி வருவான்" என்றாள். அதற்குள் கிருஷ்ணமூர்த்தியும் எழுந்துவிட்டான்.

"டேய், டேய், என்னடா பெண்டாட்டி கூப்பிட்டவுடனே பின்னாலேயே ஓடறியே!" என்று ஒரு குரல் எழுந்தது. முதலில் சந்தேகத் தொனியுடன் பேசிய சகோதரியும் எழுந்து அந்தச் சிரிப்பில் கலந்துகொண்டாள். சசிகலாவுக்கு ஒரு விதத்தில் நெருக்கடி தீர்ந்ததாகவும் அதே சமயத்தில் ஒரு வெறுமையை அனுபவிப்பதாகவும் தோன்றிற்று.

நலங்கு ஆரம்பித்தது. சந்தனம், தலை வாரல், பொட்டு, கண்ணாடி காண்பித்தல். பதிலுக்குச் சந்தனம், தலை வாரல், பொட்டு, கண்ணாடி காண்பித்தல். இரு தரப்புப் பெண்களும் சில ஆண்களும் உட்கார்ந்தும் நின்றுகொண்டும் இந்த நலங்கைப் பார்த்து ரசித்துச் சிரித்துக்கொண்டிருக்க, அத்தை மட்டும் சிறு பெண்போல் ஓடியாடி நலங்குக்கு அடுத்தடுத்து வேண்டியதை எடுத்துக் கொடுத்துக்கொண்டிருந்தாள். வெற்றிலைப் பாக்குப் பரிமாறல், தேங்காய் உருட்டிப் பிடிங்கிக்கொள்ளுதல், அப்பளத்தைத் தலையைச் சுற்றி நொறுக்குதல். கிருஷ்ணமூர்த்தி கதாநாயகனுக்குரிய உற்சாகத்துடன் எல்லாவற்றையும் செய்துகொண்டிருந்தான். சசிகலா அவன் செய்ததையெல்லாம் அவனுக்கிணையாகத் திருப்பிச் செய்துகொண்டிருந்தாள். கேளிக்கை நிரம்பியதாக எல்லோராலும் அறியப்பட்டு எல்லோரும் சிரித்துக் கைதட்டிக் கொம்மாளம் அடித்துக்கொண்டிருக்கும் அந்த நலங்கைத் தான்மட்டும் தனக்குச் சம்பந்தமில்லாச் சடங்குபோல் செய்துகொண்டிருப்பது எப்படி எல்லோருடைய கவனத்திலும் படவில்லை என்று அவளுக்கு ஆச்சரியமாகக் கூட இருந்தது. அவளைப் பாடச் சொல்லி எல்லோரும் வற்புறுத்தி அவள் பாடும்போதுகூட யாருக்கும் ஒன்றும் தெரிந்ததாகத் தெரியவில்லை.

சசிகலா பாடிய வண்ணமே கிருஷ்ணமூர்த்தியை உற்றுப் பார்த்தாள். அவன் உற்சாகம் பொங்கி வழிய உட்கார்ந்திருந்தான். அவன் சட்டையில் பொத்தான்கள் இரண்டு போடப்படவில்லை. சதை நிரம்பிய மார்புடன் அன்று அவனுக்கு இரட்டையாகப் போட்ட புதுப் பூணூலும் தெரிந்தது. அவன் கழுத்தருகில் நிறைய வியர்த்திருந்தது. அவன் தலையை மட்டும் முன்னும் பின்னுமாக ஆட்டி, பாட்டை ரசித்துக் கொண்டிருந்தான். சில சமயங்களில் அவன் தொடையையும் ஆட்டினான். சசிகலா அவன் முகத்தைப் பார்த்தாள். நன்றாக உப்பிய அவன் கன்னங்கள் மழங்க க்ஷவரம் செய்யப்பட்டு, அதே சமயத்தில் லேசாக எண்ணெயும் வழிந்துகொண்டிருந்தது. அவன் கிருதா அடிக்காது நுனி வரை நீண்டு இருந்தது. காலையில் அவனை அலங்காரம் செய்யும்போது அவன் கண்ணுக்கு மையும் இட்டிருந்திருக்கிறார்கள். அது அவன் இரு கண்களுக்கும் அடியில் திட்டாக இன்னும் அழிக்கப்படாமல் இருந்தது.

அவன் கண்ணுக்கடியில் அப்படிக் கறுப்பு மை இருந்து அவள் இதற்கு முன்னர் ஒரு தரம்தான் பார்த்திருக்கிறாள். அவள் காரியாலயம் முடிந்து பஸ் ஸ்டாண்டுக்கு வந்து கியூவில் நிற்காமல் வேண்டுமென்றே இரண்டு பஸ்களைத் தவறவிட்டாள். இனி மூன்றாவது பஸ் வந்தவுடன் ஏறிவிட வேண்டியதுதான் என்று எண்ணியிருந்தபோது சாலை வளைவில் கிருஷ்ணமூர்த்தி வந்துவிட்டான்.

அவன் அந்த நாற்சந்தி வளையத்தைச் சுற்றி பஸ் ஸ்டாண்டு எதிரில் தன் மோட்டார் சைக்கிளை நிறுத்தி, அதில் உட்கார்ந்திருந்தபடியே பஸ்ஸுக்காகக் காத்திருக்கும் கும்பலில் தேடினான். வேண்டுமென்றே அவன் கண்ணில் படாமல் ஒரு ஓரமாக ஒதுங்கி நின்ற சசிகலா இனி அவன் கிளம்பிப் போய்விடுவான் என்று தோன்றியதும் சற்று முன் வந்து நின்றாள். அவனும் அவளைப் பார்த்து, அவ்வளவு பேர் மத்தியில் பேசுகிறோம் என்கிற உணர்வே இல்லாமல், "எங்கே போயிட்டே இவ்வளவு நாழி? ஏறு பின்னாலே" என்றான்.

சசிகலா புடவை முன் மடிப்புகளைப் பிடித்தவண்ணம் மோட்டார் சைக்கிள் பின் சீட்டில் ஏறி உட்கார்ந்துகொண்டாள். படபடவென்று கிருஷ்ணமூர்த்தி மோட்டார் சைக்கிளைக் கிளப்பினான். சசிகலா அவனைக் கெட்டியாகப் பிடித்துக்கொள்ளத்தான் வேண்டியிருந்தது. அவன் அவள் வீட்டுப் பக்கம் போகாமல் மவுண்ட்ரோடு பக்கம் போனான். இன்றைக்கும் டிரைவ்-இன் ஓட்டல் போகிறோம் என்று சசிகலா தெரிந்துகொண்டாள். அப்போது முன்னால் போய்க்கொண்டிருந்த சைக்கிள் ரிக்ஷா மீது கிருஷ்ணமூர்த்தி இடித்துவிட்டான். அவனும் சசிகலாவும் கீழே விழாது போனாலும் திடீரென்று மோட்டார் சைக்கிள் நின்றதில் ஒருவர் மேல் ஒருவர் பலமாக மோதிக்கொண்டார்கள். சைக்கிள் ரிக்ஷா சிறிது நசுங்கித் தான் போய்விட்டது.

ரிக்ஷாக்காரன் ஆரம்பிப்பதற்குள் கிருஷ்ணமூர்த்தி ஆங்கிலமும் தமிழுமாகப் பெரிதாக வைது கத்த ஆரம்பித்தான். கூட்டம் கூட ஆரம்பித்தது. அவ்வளவும் வைதுவிட்டு கிருஷ்ண மூர்த்தி ஒரு ஐந்து ரூபாய் நோட்டை சைக்கிள் ரிக்ஷாக்காரனிடம் விட்டெறிந்தான். அவன் அதை எடுத்துக்கொண்டு வண்டியைத் தள்ளிய வண்ணம் போனான். கூட்டம் வெகுவாகக் கலைந்து நான்கைந்து பேர் மட்டும் கிருஷ்ணமூர்த்தியையும் சசிகலாவையும் பார்த்த வண்ணமே நின்றுகொண்டிருந்தபோது கிருஷ்ணமூர்த்தி மோட்டார் சைக்கிளைக் கிளப்ப ஸ்டார்ட்டரை உதைத்தான். வண்டி கிளம்பவில்லை. மீண்டும் மீண்டும் உதைத்தான். வண்டி கிளம்பவில்லை. சசிகலாவை ஒதுங்கி இருக்கச் சொல்லிவிட்டு மறுபடியும் உதைத்துப் பார்த்தான். பிறகு எங்கெல்லாமோ கையை விட்டுத் துழாவிவிட்டு மீண்டும் உதைத்தான். இப்போது கிளம்பிவிட்டது. இருவரும் டிரைவ்-இன் ஓட்டலுக்குப் போய் வழக்கம்போல் ஆப்பிள் பஜ்ஜியும் ஃபாண்டாவும் சாப்பிட்டார்கள். அன்று கிருஷ்ணமூர்த்தியின் கண்ணருகில் மோட்டார் சைக்கிள் மசி எப்படியோ பட்டிருந்தது. அவன் எல்லாம் சாப்பிட்டுக் கைகழுவப் போன போதுதான் அதைப் பார்த்து முகத்தையும் கழுவிக்கொண்டு வந்தான். அதுவரை சிரிக்காமல் இருந்த சசிகலா சிரித்தாள். அவன் டிரைவ்-இன் ஓட்டலிலேயே அவளுடைய தொடையைக் கிள்ளினான். அப்போது அது இருவருடைய சிரிப்பில் கலந்துபோய்விட்டது.

இப்போது சிரிக்க முடியவில்லை. தான் பாட்டாகப் பாடும் சொற்கள் தனக்கு எந்தவித உணர்ச்சியும் ஏற்படுத்தாமல், இயந்திர ரீதியில் அவள் பாடிக்கொண்டிருப்பதை அவன் உப்பிய, வழவழப்பான, எண்ணெய் வழியும் கன்னங்களுடன் கண்ணுக்கடியில் அப்பிய மை இன்னும் அழிக்கப் படாமல், தலையை விசாலமாக ஆட்டிக்கொண்டு கேட்பதைப் பார்த்துக் கொண்டிருந்தும் அவளுக்கு அன்று சிரித்த சிரிப்பு வரவில்லை.

அன்றில்லாமல் கிருஷ்ணமூர்த்தியின் மோட்டார் சைக்கிள் பின் சீட்டில் ஏறி உட்கார ஆரம்பித்த ஏழெட்டு மாதங்களில் எவ்வளவோ சந்தர்ப்பங்களில் அவனால் கிள்ளப்பட்டும் இடிக்கப்பட்டும் அடிக்கப்பட்ட போதும் அவள் சிரித்த சிரிப்பு, அன்று முப்பது நாற்பது பேர் மத்தியில் அவன் ஒரு தலையாட்டிப் பொம்மை போல் அவளுடைய அபத்தமான சங்கீதத்தைக் கேட்டுத் தலையாட்டிக் கொண்டு ரசிக்கும்போது அவளுக்கு வரவில்லை.

நலங்கு முடிந்து சசிகலா கிளம்பிய போது கிருஷ்ணமூர்த்தி எப்படியோ யாரும் பாராத சமயத்தில் இப்போதும் ஒரு முறை அவளைக் கிள்ளிவிட்டான். சசிகலா உடல் குன்றிப் போய்விட்டாள். அன்று வரை அவளைக் கிள்ளி அவளுக்கு வலியெடுத்து, ரத்தம் கட்டிப்போய் இருந்த நாட்களிலும் அவன் கிள்ளலைக் கண்டு பயத்தினாலோ அருவருப்பினாலோ அவள் தேகம் சுருங்கியதில்லை. எப்போதோ ஒரு முறை மட்டும் சொல்லியிருக்கிறாள், "கிள்ளணும்னா கொஞ்சம் மெள்ளக் கிள்ளறது." அவன் எப்போது கிள்ளுவான், எங்கே கிள்ளுவான் என்பதுகூட அவளுக்கு ஒரு மாதிரி முன் கூட்டியே புலனாகி, அப்புறம் அவள் கிள்ளுவானா என்று ஒரு பந்தய மனநிலையில் எதிர்பார்க்கத் தொடங்கியிருந்தாள். இன்று அதுவே காட்டு மிராண்டித் தனமாகத் தோன்றிவிட்டது.

❍

மாலை ரிசப்ஷனுக்குக் கூட்டம் சிறிது சிறிதாகக் கூட ஆரம்பித்தது. "என்ன நீ இன்னும் ரெடியாகவில்லை?" என்று கிருஷ்ணமூர்த்தியே சசிகலா இருக்கும் இடம் தேடிவந்து கேட்டான். அவன் அப்போது பளபள வென்று இருந்தான். அதுதான் அவனுக்குப் பழக்கப்பட்ட உடையும் தன்மையும். முகம் தெரிகிற மாதிரியான புது பூட்ஸைப் போட்டுக்கொண்டு காலையில் ஹோமம் பண்ணின இடத்தையெல்லாம் தாண்டி வந்து விசாரிக்க வந்துவிட்டான்.

சசிகலா, "இந்த ரிசப்ஷனே இல்லாமெ போனாத்தான் என்ன?" என்று சொல்லிக்கொண்டே முகத்தைச் சிணுங்கிக்கொண்டாள். பக்கத்தில் யார் யாரோ வேற்றுப் பெண்கள், பெரியவர்கள், அவனுக்குக் கொஞ்சமும் தெரியாதவர்கள் எல்லாரும் இருந்தால்கூட மிக இயல்பாக அவன், "என்ன, நீ இன்னிக்கு ஒவ்வொண்ணும் இல்லாமே போனா என்ன, இல்லாமே போனா என்னன்னு கேட்டுண்டேயிருக்கயாம்? இப்பவே ரொம்பரொம்பக் கோச்சுண்டுடாதே. வா, சீக்கிரம்" என்று சொல்லிவிட்டுப் போனான்.

ரிசப்ஷன் நடந்தது. வெளிவாசலுக்கு அருகிலேயே கிருஷ்ணமூர்த்தியுடன் சசிகலா நின்றுகொண்டு வருகிறவர்களுக்குப் புன்னகையும் கும்பிடும் வழங்க வேண்டியிருந்தது. பெரிய அதிகாரிகள், பணக்காரர்கள், பிரமுகர்கள் எல்லாரும் வந்திருந்தார்கள்.

கிருஷ்ணமூர்த்தியின் நண்பர்கள் கூட்டமும் பெரிதாகவே இருந்தது. அவனைப் பொறுத்தவரையில் அன்று அவன் திருமண நாளாக இல்லாமல் வேறு எந்த நாளாகவே வேண்டுமானாலும் இருந்திருக்கலாம். அவனைச் சுற்றி அதே அரட்டை, அதே ஹாஸ்ய உதிரிகள், அதே சிரிப்பு. மற்றும் அதே கண்ணடித்தல். இதற்கு முன்பும் கிருஷ்ணமூர்த்தி பேசும்போது அவ்வப்போது கண்ணடித்திருப்பது சசிகலாவுக்கு ஞாபகமில்லாமல் போகவில்லை, அவன் என்றும் போல்தான் இன்றும் இருக்கிறான். ஆனால் எந்த அரட்டை, எந்த மிதமிஞ்சிய அசட்டைத்தனம், எந்தத் தூக்கியெறிந்து பேசும் மனப்போக்கு அவளுக்கு ஒரு காலத்தில் கிருஷ்ணமூர்த்தியிடம் ஒரு மயக்கத்தையும் வெறியையும் கொடுத்ததோ அதுவே இப்போது சகிக்க முடியாத நாராச மாக இருந்தது. அங்கே கூடியிருந்த ஆயிரம் பேரில் இளைஞர்கள் என்று நூற்றுக்கணக்கில் இருப்பார்கள். கிருஷ்ணமூர்த்தியை ஒத்த வயது, சம்பாத்தியம் உடையவர்கள் நிறையவே இருக்க வேண்டும். ஆனால்

யாராலும் முடியாத அளவுக்கு அருவருப்பு உண்டுபண்ணுபவனாக அவன் தோன்றினான். திருமண வாழ்த்துக் கூறி கைகுலுக்க வந்தவர்களுடன்கூட அவன் வெறும் மகிழ்ச்சியுடன் கை குலுக்கினதாகத் தெரியவில்லை. மாறாக ஏதோ பந்தயத்தில் ஜெயித்த ஒரு சூதாடியின் எக்களிப்போடுதான் அவன் அவனுடைய உடல் முழுதும் ஆட எல்லாருடைய கையையும் குலுக்கிக் கொண்டிருந்தான்.

இரவுச் சாப்பாட்டுக்கு இலை போட்டு முதல் பந்திக்காரர்கள் உள்ளே போய்க்கொண்டு இருந்தார்கள். வாசல் பக்கம் சந்தடி சிறிது குறைந்திருந்தது. யாரோ பாவம் பாடிக்கொண்டிருந்தார். கிருஷ்ணமூர்த்தி சசிகலாவிடம், "ஏன் கார்த்தாலேந்து டல்லடிக்கிறே?" என்று கேட்டான். "என் நாக்குட்டிக்கு ஏன் இவ்வளவு கோபம் எம்மேலே?" என்றும் சொல்லி அவள் முகவாய்க் கட்டையை ஒரு தட்டு தட்டி விட்டான்.

சசிகலா அவனை வெட்டிவிடுவது போல் பார்த்தாள். அப்போது அவனுடைய நண்பன் ஒருவன் அருகில் வந்தான். கிருஷ்ணமூர்த்தி நண்பன் சட்டைப் பையில் கையை விட்டு வெளியே எடுத்தான். ஒரு சிகரெட் பெட்டி வந்தது. ஒரு கணம் தன்னைச் சுற்றிப் பார்ப்பது போல் கிருஷ்ணமூர்த்தி பார்த்தான். பிறகு அந்த நண்பனோடு ஒரு ஓரமாகச் சென்று சட்டென்று ஒரு சிகரெட்டைப் பற்றவைத்துக்கொண்டான். சில பெரியவர்கள் பார்த்துவிட்டுப் பாராத மாதிரி நின்றார்கள். இரண்டே முறை சிகரெட்டை ஊதிவிட்டுக் கீழே போட்டு அணைத்துவிட்டு, கிருஷ்ணமூர்த்தி சசிகலாவின் பக்கத்தில் வந்த நின்றான். அவன் இப்போது உற்சாகமாக இருந்தான். "இனிமேலும் ஏன் நிக்கணும்? உக்காரு இப்படி. வரவா எல்லாரும் வந்தாச்சு" என்று சொல்லியபடி சோபாவில் பொத்தென்று விழுந்தான்.

"நான் உள்ளே போறேன்" என்று சசிகலா சொன்னாள்.

"என்ன அவசரம்? கொஞ்சம் உக்காந்துட்டுத்தான் போயேன்" என்று கிருஷ்ணமூர்த்தி அவள் கையைப் பிடித்து இழுத்தான். அவளும் சோபாவில் விழுந்து சட்டென்று நகர்ந்து உட்கார்ந்துகொண்டாள். கிருஷ்ணமூர்த்தி உதட்டைப் பிதுக்கிவிட்டு அவன் நண்பர்கள் பக்கமாகப் பார்த்துக் கட்டை விரலையாட்டினான். இருவர் அவன் அருகே வந்தார்கள். கிருஷ்ணமூர்த்தி அவர்களிடம், "டேய், சாரி சொன்னது சரிதாண்டா. இவ எடுத்ததுக்கெல்லாம் மூஞ்சியை உம்னுதான் வைச்சுண்டுடறா" என்றான்.

சசிகலாவுக்கு அந்த இருவரின் பெயர்களும் தெரியும். கிருஷ்ணமூர்த்தி யின் நண்பர்கள் பெயர்கள் எல்லாமே தெரியும். அவன் அவளையும் வைத்துக்கொண்டு அவர்களோடு பேச நடுரோடில் மோட்டார் சைக்கிளை நிறுத்திவிடுவான். எல்லாரும் சேர்ந்து சினிமாவுக்குப் போயிருக்கிறார்கள். எக்ஸிபிஷனுக்குப் போயிருக்கிறார்கள். அமெரிக்கக் கலாச்சார நிலையத் தில் இலக்கியப் பிரசங்கங்கள் கேட்டிருக்கிறார்கள். வெளியே வந்து சிரித்திருக்கிறார்கள். ஆனால் அவன் நண்பர்களைக் கிருஷ்ணமூர்த்தி சசிகலாவுக்கு முறையாக அறிமுகம் செய்துவைத்தது கிடையாது. ஆனால் அதே நண்பர்களுடன் அவன் அவளைப் பற்றிச் சர்ச்சை நடத்தியிருக்கிறான். அவர்கள் அவளை கிருஷ்ணமூர்த்தியிடம் விமர்சித்திருக்கிறார்கள். 'உம்மணா மூஞ்சி' என்று கூடப்பெயர் வைத்திருக்கிறார்கள்.

மேலும் தாங்க முடியாமல் சசிகலா உள்ளே போய் ஒரு அறைக்குள் சென்று தாளிட்டுக்கொண்டு அழுதாள். எப்போதோ அழுதிருக்க வேண்டியதை இப்போதாவது அழுது தீர்த்துவிடுகிறோமேயென்று தோன்றிற்று. அவளுக்குக் கிருஷ்ணமூர்த்திமீதுகூட அதிகம் குற்றமிருப்பதாகத் தெரியவில்லை. அவன் எப்போதும் போலத்தான் இப்போதும் இருக்கிறான். இவ்வளவு நாட்கள் அவளுக்குத்தான் கண் தெரியாமல் இருந்திருக்கிறது. காது கேட்காமல் இருந்திருக்கிறது. புத்தி என்பது செயல்படாமலேயே இருந்திருக்கிறது.

"ஏய் சசி, என்னடி உள்ளே போய்த் தாழ்ப்பாள் போட்டிண்டிருக்கே? வெளியே வா, சேஷஹோமத்துக்கெல்லாம் நாழியாயிண்டிருக்கு" என்று அம்மாவும் அத்தையும் வெளியிலிருந்து கூப்பிட்டுக்கொண்டிருந்தார்கள். அவர்களுக்கு யாரும் அவள் உள்ளே அழுதுகொண்டிருக்கக்கூடும் என்று கற்பனையில்கூடத் தோன்றியிருக்காது; தோன்றவில்லை.

சசிகலா கண்களைத் துடைத்துக்கொண்டு உறுதியான அடிகள் எடுத்து வைத்துக் கதவைத் திறந்து கொண்டு வெளியே வந்தாள். சேஷஹோமம் பற்றியெல்லாம் அவளுக்குத் தெரியும். இன்னும் ஒரு மணி நேரத்திற்குள் கல்யாணத்தின் இறுதிக் கட்டமும் முடிந்துவிடும். கிருஷ்ணமூர்த்தி நிரந்தர மாக அவளை ஒரு புது மனுஷியாக்கிவிடுவான். அந்த உரிமையை அந்நாள் வரை அவனுக்கு விட்டுக் கொடுக்காதது பற்றி அவளுக்குப் பெருமை இருந்தது. திடீரென்று அவளுக்கு அதிலும் அதிகம் பெருமைப்படுவதற்கு ஒன்றுமில்லை என்றுதான் தோன்றிற்று.

1970

போட்டோ

அவர்கள் சாப்பாடான பிறகும் கூட்டமாகத் தயங்கி நின்றுகொண்டிருந்தார்கள். பந்தல் நுழைவாசலில் பெரிய கூடைக்குப் பக்கத்தில் நின்றுகொண்டிருந்த சிறுவன் அவர்களிடம் தாம்பூலம் பழம் கொண்ட வர்ணக் காகிதப் பைகளை நீட்டிய பின்னும் அவர்கள், 'பரவாயில்லை' என்று சொல்லிக்கொண்டு பந்தலிலேயே நின்றுகொண்டிருந்தார்கள். கடைசியில் யாரோ ஒருவர் உள்ளே போய்க் கல்யாணப் பிள்ளையிடம் சொல்ல அவன் மஞ்சள் வேஷ்டியைத் தடுக்குச் சுற்றாகக் கட்டிக்கொண்டு மேலே ஷர்ட்டும் அணிந்த வண்ணமாக வந்தான். பரஸ்பரம் எல்லாருடைய முகமும் மலர்ந்தது. கல்யாணப் பிள்ளை 'நீங்கள் எல்லாரும் சாப்பிட்டாயிற்றா?' என்று அன்புடன் விசாரித்தான். தாலிகட்டிய பின் யார் யாரோ பெயர் ஊர் தெரியாதவர்களுக்கெல்லாம் அவர்கள் மூத்த உறவினர்கள் என்ற காரணத்திற்காகக் காலில் விழுந்து நமஸ்கரித்து இடுப்பு வலி ஏற்பட்டிருந்த அவனுக்கு அவனுடைய சம வயதுக்காரர்களை நட்புறவுடன் நின்று பேச நேரிட்டது மிகவும் சந்தோஷம் அளித்திருக்கும். அவர்களும் அதுவரை கூட்டத்தில் யாரோவாக இருந்தவர்கள் மாப்பிள்ளைக்கு நண்பர்களாகப் பிறர் அறியப்பட நேர்ந்ததில் மகிழ்ச்சி அடைந்தார்கள்.

அவர்களில் ஒருவனிடம் காமிரா இருந்தது. அது ஒரு பெட்டி காமிரா. இரண்டாவது உலக யுத்தம் ஆரம்பித்த நாட்களில் அதன் விலை ரூபாய் நான்குக்கு மேல போனதில்லை. இப்போது அதுவே ஐம்பது ரூபாய் இருக்கும். தோல் உறைகூட இல்லாமல் ஒரு பிளாஸ்டிக் கேஸ்தான் மாட்டியிருந்தது. புகைப்படக் கலையில் ஏராளமான முன்னேற்றங்கள் ஏற்பட்டுவிட்டன; நுணுக்கம் அபாரமாகப் பெருகிவிட்டது. லென்ஸ், ஷட்டர் ஸ்பீடு, அப்பெர்ச்சர், ஃபிளாஷ்கன், மற்றும் நெகடிவ் சுருளில் 'வேகம்', 'அதிவேகம்', 'மிக அதிவேகம்' என்றெல்லாம் நுண்ணிய மாறுதல்கள், அபிவிருத்திகள் நடைமுறைக்கு வந்து, இன்று கடைக்காரர்கள்கூட அவர்களிடம் 'விரல் தட்டினால் படம் எடுக்கும் பெட்டி காமிரா' வாங்க வருபவர்களைச் சிறிது

அலட்சியமாகவே கருதும் காலம் இருந்தும் அந்த மாப்பிள்ளையின் நண்பர்களிடையே இருந்ததெல்லாம் ஒரு சாதாரண, பாமரத்தன்மை விளங்கும் பெட்டி காமிராதான். அவர்கள் மாப்பிள்ளை மணப்பெண்ணுடன் சேர்ந்து ஒரு படம் எடுத்துக்கொள்ள ஆசைப்பட்டார்கள். அவர்கள் சாப்பாடான பிறகும் தயங்கித் தயங்கி நின்றதற்கு அதுதான் காரணம். மேலும் அந்தக் காமிராவால் படம் எடுப்பதற்கு அதுதான் சிறந்த நேரம். வெளியே வெயில் கடுமையாகக் காய்ந்துகொண்டிருந்தது.

கல்யாணப் பிள்ளைக்கும் பூரண சம்மதம். ‘இதோ அழைத்து வருகிறேன்,’ என்று சொல்லி மணப்பெண்ணை உள்ளேயிருந்து அழைத்து வந்து தன் நண்பர்களை ஒவ்வொருவராக அவளுக்கு அறிமுகம் செய்துவைத்தான். அவர்கள் அதுவரை சகஜமாகக் குழுவாக நின்றவர்கள் உடனே விறைப்பு வந்ததுபோல் வரிசையாக நின்று கைகூப்பி வணக்கம் தெரிவித்தார்கள். நண்பனின் மனைவி என்றாலும் அவர்கள் அவளிடம் ஒரு புதுப் பெண்ணிடம் முதன்முறை நடந்துகொள்வதுபோல் முகத்தின் புன்முறுவலுக்கும் உடலின் விறைப்புக்கும் பொருத்தமே இல்லாமல் நின்றார்கள். மாப்பிள்ளை, பெண்ணிடம், ‘இவர்கள் நம்மோடு ஒரு போட்டோ எடுத்துக்கொள்ள ஆசைப்படுகிறார்கள்’ என்றான். அவள் முகத்தில் வெட்கத்துடன் ஒரு கவலைக் குறியும் படர்ந்தது. ‘இப்பவேயா?’ என்றாள். ‘ஆமாம்’ என்று அவர்களில் ஒருவன் வெளியே வெயிலைக் காண்பித்துப் பதில் சொன்னான். சற்று முன்புதான் உடைமையாகி விட்டவனின் முதல் கோரிக்கையை மறுக்க அவளுக்கு மனமில்லை. ‘இதோ ஒரு நிமிஷம் உள்ளே போய்விட்டு வருகிறேன்,’ என்று சொல்லிவிட்டு உள்ளே போய்ப் பத்து நிமிஷங்கள் கழித்து வந்தாள். புதிதாகப் பவுடர் பூசி, மையிட்டுக் கொண்டு தலையைச் சரிசெய்துகொண்டு புடவை ரவிக்கையும் மாற்றியணிந்து கொண்டிருந்தாள். அந்தப் பத்தே நிமிஷங்களில் அவளை அப்படிப் பார்த்ததும்தான் மாப்பிள்ளைக்கும் அவனுடைய நண்பர்களுக்கும் அவரவர்களுடைய தோற்றத்தைப் பற்றிய பிரக்ஞை வலுவாக எழுந்தது. அவர்களும் அவர்களால் இயன்ற அளவு கைக்குட்டையால் முகத்தைத் துடைத்துக்கொண்டு, கைவிரலால் தலைமயிரைக் கோதிவிட்டுக்கொண்டார்கள். ‘இங்கேயே எடுத்துவிடலாமே,’ என்று மாப்பிள்ளை சொன்னான்.

‘இல்லை, வெளியிலேயே போய்விடுவோம். இந்த லைட் போதாது,’ என்றான் காமிராவுக்குரியவன்.

எல்லாரும் வெளியே வெயிலில் வரிசையாக நின்றுகொண்டார்கள். பத்துப் பேருக்கும் மேலாக இருந்தார்கள். ஆதலால் படமெடுப்பவன் நன்றாகப் பின் தள்ளி நிற்க வேண்டியிருந்தது. வெயில் ஏறக்குறையத் தலைக்கு மேலேயே இருந்தது. வெறும் கண்ணுக்குக்கூட வரிசையாக நின்றவர்கள் முகத்தில் கண் இருக்கும் இடத்தில் கறுப்பாக நிழல்தான் தெரிந்தது. நிச்சயம் படத்தில் அத்தனை பேருக்கும் கண்ணுக்குப் பதிலாக இரு பெரிய கரிய வட்டங்கள்தான் இருக்கும். படமெடுப்பவன் அவர்கள் எல்லாரையும் வேறு திசையில் வரிசையாக நிற்கச் செய்து முகத்தையும் சிறிது தூக்கினாற் போல் வைத்துக்கொள்ளக் கேட்டுக்கொண்டான். அவர்கள் மிக அடக்கமான நகைச்சுவையுடன் இந்த நிபந்தனைகளைப்

பூர்த்தி செய்துகொண்டிருந்தார்கள். நல்ல வெயில். எல்லாருக்கும் கண்ணைக் கூசியது. இருந்தாலும் ஒரு மாதிரி தமாஷ் பேச்சு பேசிக்கொண்டு, அவர்கள் அந்தப் புகைப்படத்திற்காக நின்றார்கள், அவர்களில் ஒருவன், ‘பாவம் நம்ம தாமுதான் ஒரு போட்டோவிலேயும் இருக்க முடியாதபடி போயிடறது,’ என்றான். ‘பின்னே யார் எடுக்கறது, அவன்தானே எடுக்க வேண்டியிருக்கு?’ என்று இன்னொருவன் சொன்னான். ‘யாராவது எடுக்கிறவங்க இருந்தாக்க நானும்தான் உங்ககூட நின்னுப்பேன்,” என்று காமிரா வைத்திருந்த தாமு சொன்னான்.

“உனக்குத் தானேப்பா எடுக்கத் தெரியுது? எல்லோருக்கும் போட்டோ எடுக்கத் தெரியுமா?” என்று ஒருவன் கேட்டான்.

“இந்தக் காமிராவிலே ஒண்ணுமே தெரிய வேண்டியதில்லை. சும்மா ஒரு குழந்தைகூட இதை இப்படித் தள்ளினாப் படம் எடுத்துடும்” என்று தாமு சொன்னான். அவனுக்கும் படத்தில் இருக்க வேண்டும் என்ற ஆசை இருக்க வேண்டும். அவன் அந்த ஆசையையும் அடக்கிக்கொண்டு, காமிராவுடன் தன்னைத்தானே முன்னும் பின்னும் நகர்த்திக்கொண்டு போட்டோ எடுப்பதற்குத் தயாராகிக்கொண்டிருந்தான். பந்தலில் சாப்பாடான பிறகு தங்கள் தங்கள் வீட்டுக்குப் போகாமல் தங்கிப் போயிருந்த ஒரு சிலரில் தூங்குவதற்கு அல்லது சீட்டாடுவதற்கு என்று போகாமல் இருந்த நான்கைந்து பேர் போட்டோவுக்காக வெளியே வெயிலில் நின்றுகொண்டிருப்பவர்களை வேடிக்கைப் பார்த்துக்கொண்டிருந்தார்கள். அப்போது பக்கத்தில் நின்றுகொண்டிருந்த தன் கணவனுடன் கல்யாணப் பெண் “அவரை எடுக்கச் சொல்லலாம்,” என்று பந்தல் பக்கம் காண்பித்துச் சொன்னாள். அவள் காண்பித்த திசையில் ஒருவன் அப்போதுதான் சாப்பாட்டை முடித்து, வெற்றிலை பாக்குப் போட்டுக்கொண்டு தன் ஷர்ட்டின் பொத்தான்களை இரண்டைத் தளர்த்திவிட்டுக் கழுத்துக் காலரைப் பின் தள்ளிவிட்டிருந்தான். அவன்தான் முந்தின இரவு ஜானவாசத்திலிருந்து அந்தக் கல்யாணத்தின் வெவ்வேறு கட்டங்களையும் புகைப்படத்தில் பிடித்து அவைகளுக்கு நிரந்தரத்துவம் தந்துவிடப் பெண் வீட்டுக்காரர்களால் நியமிக்கப்பட்ட போட்டோகிராபர். இரண்டாண்டுகளாகக் கல்யாண போட்டோக்கள் எடுப்பதில் அவனுக்கு நல்ல பெயர் வந்திருந்தது. அவன் ஏதோ சர்க்கார் வேலையில் இருந்தவன். வேலையை விட்டுவிட்டு முழு நேர போட்டோகிராபர் ஆகலாமா என்று யோசித்துக் கொண்டிருந்தான்.

கல்யாணப்பிள்ளை சிறிது மலைத்து நின்றான். இரண்டு மணி நேரமாகத் தன் மனைவியாக அந்தஸ்து மாறிய பெண்ணின் முதல் யோசனைக்குத்தான் செயலிழந்து நின்றுவிடுவதாக வேண்டாம் என்று நினைத்தாற்போல் போட்டோ கிராபர் பக்கம் ஓரடி வைத்து விண்ணப்பிக்கும் முறையில் தன் கையை அசைத்தான். யாரோ போட்டோ எடுக்கும் காட்சியைத்தான் சம்பந்தப்படாமல் இருக்கும் நிலைதரும் சுதந்திர உணர்வுடன் வேடிக்கை பார்த்துக்கொண்டிருந்த போட்டோகிராபர் திடுக்கிட்டு “என்னையா?” என்றான்.

கல்யாணப் பிள்ளையை முந்திக்கொண்டு பெண், “ஆமாம், ராஜவேலு,” என்றாள்.

போட்டோகிராபர் அவர்கள் அருகில் போனான். கல்யாணப்பிள்ளை இன்னமும் சங்கோசத்துடன் பேசத் தயங்கி நிற்கையில் பெண் போட்டோகிராபரிடம், "இந்த போட்டோவை நீ எடுக்கறியா?" என்றாள். எல்லாரும் வரிசை கலைந்து குவிய, தாமுவும் அவர்களிடம் வந்தான். போட்டோகிராபர் "எங்கிட்டே பிலிம் ஆயிடுத்து, ரிசப்சனுக்குக் கூடப் புது ரோல் வாங்கிண்டு வரணும்," என்றான்.

கல்யாணப்பிள்ளை தாமுவைக் காண்பித்து, "இந்த காமிராவிலேயே எடுத்துடலாம். இவங்கள்ளே பாதிப்பேர் ரிசப்ஷனுக்கு வரமாட்டாங்க. இந்த செட் மறுபடியும் சேராது," என்றான்.

போட்டோகிராபர் தாமுவின் காமிராவைப் வாங்கிப் புரட்டிப் பார்த்தான். தாமுவைப் பார்த்து "சரி, நீங்க எங்கூட வரீங்களா?" என்று கேட்டான்.

கல்யாணப்பெண் சொன்னாள், "அவர் இங்கே இருப்பார். அவரும் குரூப்பிலே இருக்கணுனும்தான் உன்னை எடுக்கச் சொன்னேன்," என்றாள்.

"சரி," என்று போட்டோகிராபர் பின்னுக்குச் சென்றான். கல்யாணப் பெண்ணுக்குத் தன் கணவனின் நண்பர்கள் முன்னால்தான் கட்டுப்பாடில் லாமல் நடந்துகொண்டுவிட்டோம் என்று தோன்றியிருக்கும். அவள் தன் கணவனிடம் சொன்னாள். "எங்கப்பான்னா ராஜவேலுக்கு ரொம்ப விசுவாசம், மரியாதை. எங்க வீட்டிலே சின்னதா ஏதோ காது குத்தறதுன்னாக்கூட ராஜவேலு அவனே வந்து போட்டோ எடுப்பான்" என்றாள்.

போட்டோகிராபர், "எல்லாரும் ரெடியா?" என்று கேட்டான்.

எல்லாரும் இன்னும் யாராவது "ஆமாம்" என்று சொல்லிவிடுவார்கள் என்ற எதிர்பார்ப்பில் யாரும் பதில் சொல்லவில்லை. போட்டோகிராபரும் அதை எதிர்பார்த்திருக்கவில்லை. தாமு மட்டும் சிறிது துடித்துக்கொண்டிருந்த மாதிரி இருந்தது. அவன் "நீங்கள் அவ்வளவு பின்னால் போக வேண்டாம்" என்றான்.

போட்டோகிராபர் சட்டென்று, "எப்படி?" என்றான்.

தாமுவுக்கு அந்தக் கேள்விக்கு உடனே பதில் சொல்ல முடியவில்லை. சமாதானமாக, "அவ்வளவு டிஸ்டன்ஸ் வேண்டியிருக்காது" என்று சொல்லி போட்டோகிராபரிடம் சென்றான். காத்திருந்தது போல போட்டோகிராபர் காமிராவைத் தாமுவிடம் கொடுத்தான். தாமு, "நீங்க கண்ணை நன்னாக் கிட்டே வைச்சுண்டு பாருங்க. பார்த்தீங்களா, இன்னும் நன்னா இரண்டடி மூணடி கிட்டவே இருந்து எடுக்கலாம். எங்க மூஞ்சியும் கொஞ்சம் பெரிசாவே விழும்" என்று சிரித்துக்கொண்டு, சமாதானமாகச் சொன்னான்.

போட்டோகிராபர் சிரிக்காமல் காமிராவை மீண்டும் கையில் வாங்கிக்கொண்டான். தாமு வரிசையில் தன் இடத்திற்குப் போக நகர்ந்தான். அப்போது போட்டோ கிராபர், "இதுலே கிளிக் எங்கேயிருக்கு?" என்று கேட்டான். தாமுவுக்கு ஏதோ சந்தேகம் வந்த மாதிரி நின்றான். பிறகு, சாதாரணமாக, "இதுதான். சும்மா விரலெட்டுக் கீழே தள்ளினாப்போதும்," என்றான்.

போட்டோகிராபர், "எனக்கு இந்த மாதிரிக் காமிராவெல்லாம் ஒண்ணும் புரியறதில்லை" என்றான்.

தாமு, "நீங்க பர்ஸ்ட் கிளாஸ் ஜப்பான் காமிரா வைச்சிருக்கீங்க," என்றான்.

போட்டோகிராபர் காதில் அது விழுந்ததாகத் தெரியவில்லை. அவன் காமிராவைக் கண்ணருகில் வைத்துக்கொண்டான். கல்யாணப் பெண், பிள்ளை, அவன் நண்பர்கள் அவர்களுக்கு இயலும் அளவு சுமுகமான வதனங் களுடன் காத்திருந்தார்கள். வெகு நேரத்திற்குப் பிறகு போட்டோகிராபர் கேட்டான், "உங்க முகத்திலெல்லாம் ஒரே நிழலா விழாது?"

இம்முறை தாமு பதில் சொல்லவில்லை. போட்டோகிராபர் காமிராவைக் கீழே இறக்கிக்கொண்டான். சுற்று முற்றும் பார்த்தான். மீண்டும் கண்ணருகே வைத்துக்கொண்டான். மீண்டும் இறக்கிக்கொண்டான். கைக்குட்டையை எடுத்து முகத்தைத் துடைத்துக்கொண்டு, தன் சட்டைக்குள் ஊதிக்கொண்டான். "எல்லாரும் மரத்தடிக்குப் போகலாம்," என்றான். மரம் நூறடி தள்ளி இருந்தது. எல்லாரும் ஒரு ஊர்வலமாக அந்த மரத்தருகே போனார்கள். மீண்டும் வரிசையாக நின்றார்கள். போட்டோகிராபர் காமிராவைக் கண்ணருகே வைத்துக்கொண்டு பார்த்தான் பிறகு கீழே இறக்கி, "இன்னும் கொஞ்சம் சேர்ந்தாப்பலே நின்னுக்கங்க," என்றான். எல்லாரும் ஒருவரையொருவர் இடித்துக்கொண்ட மாதிரி நின்றார்கள். கல்யாணப்பிள்ளையும் பெண்ணும் நெருங்கி நிற்க முடிந்தது. ஆனால் பெண்ணின் மறுபுறம் இருந்தவன் சிறிது இடைவெளி விட்டுதான் நின்றுகொண்டான். போட்டோகிராபர் காமிராவைக் கண்ணுக்கருகே வைத்துப் பார்த்தான். பிறகு காமிராவை அகற்றி மீண்டும் சுற்றும் முற்றும் பார்த்தான். உதட்டைப் பிதுக்கினான். கல்யாணப் பிள்ளை சொன்னான், "சும்மா எடுங்க. நாங்க இருக்கிற அழகுதானே படத்திலே வரும்," என்றான். "அதுக்கில்லே. எடுத்தா நன்னா எடுக்க வேண்டாமா?" என்று போட்டோகிராபர் சொன்னான். பிறகு, "இந்த மாதிரி காமிராவெல்லாம் நமக்குப் பழக்கமில்லாதது," என்றான்.

தாமு, "இதுலே ஒண்ணுமே இல்லை. சும்மாத் தட்டிவிட்டாப் போதும்," என்றான். போட்டோகிராபர் அதைக் காதில் போட்டுக்கொண்ட மாதிரியே தெரியவில்லை. சிறிது பொறுத்து, "இது வேண்டாங்க. எனக்கு எடுக்கத் தெரியலே," என்று சொன்னான்.

வரிசையில் நின்ற ஒருவன் சிறிது கடுமையாக, "தாமு, அப்ப நீயே எடுத்துடு" என்றான். தாமு காமிராவை போட்டோகிராபரிடமிருந்து திருப்பி வாங்கிக்கொள்ளத் தயங்கினான். கல்யாணப் பெண், "உன் காமிராவிலேயே எடுத்துடேன், ராஜவேலு," என்றாள்.

சிறிது கடுமையாகப் பேசினவன், "வேண்டாம், நம்ம இப்படியே எடுத்துப்போம்," என்றான்.

ராஜவேலு சமாதானமாகச் சொல்வதுபோல், "இல்லேங்க, இப்படி வெயில்லே எடுத்தா பாக்கிரவுண்ட் எல்லாம் பத்திண்டு தெரியும். நீங்க கறுப்பா கறுப்பா தெரிவீங்க. எவனும் எந்த மடையன் எடுத்தான்னுதான் கேட்பான்" என்றான்.

கல்யாணப்பிள்ளை, "பரவாயில்லே. ஏதோ போட்டோ வேணும், அவ்வளவுதானே," என்றான். தாமு மட்டும் காமிராவைத் திருப்பி வாங்கிக் கொண்டு, அதை மீண்டும் உறை போட்டு மூடிவிட்டான்.

கல்யாணப் பெண், "உன் காமிராவிலேயே எடுத்துடேன்," என்று மீண்டும் சொன்னாள்.

"பிலிம் ஆயிடுத்து, சாந்தி! கடையிலே போய் வாங்கி வரணும்," என்று போட்டோகிராபர் சொன்னான்.

கல்யாணப்பிள்ளை "நான் வேணும்னா வாங்கிவரச் சொல்லறேன்," என்றான். அவன் நண்பர்களில் ஒருவன் "நீங்க எதுன்னு சொன்னா இதோ சைக்கிள்ளே போய்க்கொண்டு வந்துடேறன்," என்றான்.

போட்டோகிராபருக்கும் இப்போது சங்கடமாக இருந்தது. "நீங்களே போறேன்றீங்களா? நான் வாங்கி வந்துடறேன்."

"பரவாயில்லை, நீங்க சொல்லுங்க. எங்கே எதை வாங்கி வரணும்? எனக்கு அவ்வளவா தெரியாது."

கல்யாணப்பிள்ளையும், "பரவாயில்லை. சொல்லுங்க," என்று சொல்லித் தன் பையிலிருந்து ஒரு பத்து ரூபாய் நோட்டு எடுத்தான். அதில் குங்குமம், மஞ்சள் கறையெல்லாம் படிந்திருந்தது.

"ஊஹூம் பணமெல்லாம் வேண்டாம். என் அக்கவுண்ட் இருக்கு," என்று தடுத்து, போட்டோகிராபர் ஒரு புகைப்படக் கடையைச் சொன்னான். "ராஜவேலுன்னு சொன்னா எழுதிப்பான். ஒரு 620 வாங்கி வந்துடுங்க,"

கல்யாணப் பெண் கேட்டாள்: "அப்பவும் இதே வெய்யில்தானே இருக்கும்?"

கல்யாணப் பிள்ளையின் நண்பர்களில் ஒருவன், "பந்தல் உள்ளேயே எடுத்திடலாம். அவர்கிட்டேதான் ஃபிளாஷ் இருக்கே," என்றான்.

ஒருவன் மட்டும் சைக்கிளை எடுத்துக்கொண்டு போக மற்றவர்கள் எல்லாரும் பந்தலுக்கு வந்தார்கள். கல்யாணப் பெண் சொன்னாள். "பாவம், அவரை வெய்யிலே இப்படி அலையவைக்க வேண்டாம்; அப்பாகிட்டே சொன்னா யாரையாவது ஆளனுப்பிச்சி வாங்கிண்டு வரச்சொல்லுவார்."

கல்யாணப்பிள்ளை, "பரவாயில்லை," என்றான்.

பக்கத்திலே இருந்த ஒருவர், "என்ன, போட்டோ எடுத்தாச்சா?" என்றார்.

"இல்லே, பிலிம் வாங்கப் போயிருக்கு," என்று கல்யாணப் பிள்ளை சொன்னான். பெண் உள்ளே போய்விட்டாள்: ஒருவன், "வாங்க இன்னொரு தடவை வெத்திலையாவது போடலாம்," என்றான். வெற்றிலைத் தட்டில் இருபது முப்பது வெற்றிலை போலக் கலைந்து கிடந்தது. சீவல் துகள் துகளாக வாசனைப் புகையிலையுடன் கலந்து கிடந்தது. "கொஞ்சம் பாக்கு இருந்தாத் தேவலேப்பா," என்று ஒருவன் கல்யாணப்பிள்ளையிடம் சொன்னான். தாமு, "எல்லாம் இதுவே போதும்," என்றான்.

கல்யாணப்பிள்ளை சுற்றும் முற்றும் பார்த்தான். முன்பு தாம்பூலம் கூடையருகே நின்ற பையனையும் காணோம். போட்டோகிராபர் கூட

எங்கோ தள்ளிப்போய் உட்கார்ந்திருந்தான். கல்யாணப்பிள்ளை உடனே சொல்லியனுப்புவதற்கு யாரும் கிடைக்காமல் அவனே சீவலிலிருந்து புகையிலைத் துகள்களை விலக்கி வாயில் போட்டுக்கொண்டான்; ஆனால் அப்படியே கூடப் போட்டுக்கொள்வதற்கு எல்லாருக்கும் சீவல் போதாது. கல்யாணப்பிள்ளை பெண் வீட்டார் பக்கம் பார்த்தான். பிறகு அவன் தரப்புப் பையன் ஒருவன் கண்ணில் பட அவனைக் கூப்பிட்டான். "போய்க் கொஞ்சம் வாசனைப் பாக்கு வாங்கிண்டு வா," என்றான்.

"யாரைக் கேக்கறது" என்று பையன் கேட்டான்.

"என்னையே கேளு. எங்கேயாவது உள்ளே போய் வாங்கிண்டு வாடான்னா," என்று கல்யாணப்பிள்ளை கோபித்துக்கொண்டான். பையன் உள்ளே போனான். சிறிது நேரம் கழித்து வந்து, "வாசனைப் பாக்கு இல்லையாம்," என்றான்.

அவனைத் தொடர்ந்து, கல்யாணப்பெண்ணின் தகப்பனாரே வந்தார். அதிக திடகாத்திரம் இல்லாத போதிலும் திருப்திப்படுத்த வேண்டும் என்கிற பாவனை தோன்றும் புன்னகையுடன், "பாக்கு கொண்டு வரச் சொன்னேளா, மாப்பிள்ளை? இதோ வாங்கிண்டு வரச் சொல்லறேன். வாங்கிண்டு வந்ததெல்லாம் தீர்ந்துபோச்சு. இதோ வாங்கிண்டு வரச்சொல்லறேன். இவாள்ளாம் சாப்பிட்டாச்சா?" என்று கேட்டார்.

கல்யாணப்பிள்ளை ஒன்றும் சொல்லவில்லை. ஆனால் அவன் நண்பர்கள், "ஆச்சுங்க ஆச்சுங்க" என்றார்கள். இதற்குள் கல்யாணப்பெண்ணே ஒரு கிளாக்ஸோ டப்பாவை எடுத்துக்கொண்டு வந்தாள். அதில் சாயப்பாக்கு இருந்தது. கல்யாணப் பிள்ளையின் நண்பர்கள் "இதுபோதும், இதுபோதும்" என்றார்கள். சுண்ணாம்பும் போதாமல் போய்விட்டது. வாசனைச் சுண்ணாம்பு பாட்டில்கள் இரண்டு மூன்று கொண்டுவந்தாலும் எல்லாம் காலியாக இருந்தன. கல்யாணப் பெண் உள்ளேபோய் ஒரு கல்சட்டியில் ஊறவைத்திருந்த வெள்ளைச் சுண்ணாம்பு கொண்டுவந்தாள்.

அப்போது பிலிம் வந்துவிட்டது. போட்டோகிராபர் அதைக் கையில் வாங்கிப் பார்த்துவிட்டு, "இதுதான்," என்றான். "கணக்கிலேதானே எழுதிக்கச் சொன்னீங்க?" என்றும் கேட்டான்.

"ஆமாம்" என்று வாங்கி வந்தவன் சொன்னான். போட்டோகிராபர் காமிராவை எடுத்துவரச் சென்றான்.

இம்முறை கல்யாணப் பெண் புதிதாக அலங்கரித்துக் கொள்ளவில்லை. போட்டோவைப் பந்தலிலேயே ஒரு கணத்தில், ஒரு மின்னல் வெளிச்சத்தில், போட்டோகிராபர் எடுத்துவிட்டான்.

அடுத்த நாள் மாலையே கல்யாணப் புகைப்படங்களின் பிரதிகள் வந்துவிட்டன. கல்யாணப்பிள்ளையின் நண்பர்கள் சேர்ந்து நின்ற போட்டோவும் வந்திருந்தது. தாமு அவன் காமிராவையும் அணைத்தபடி நின்றிருந்தான். எல்லாருடைய முகமும் தெளிவாக விழுந்திருந்தது. ஆனால் எல்லாரும் பொம்மை மாதிரித் தெரிந்தார்கள்.

1970

'சார்! சார்!'

பத்து நிமிஷமாகவே குரல் கேட்டுக்கொண்டிருந்தது. நான் மாடியிலிருந்து எட்டிப் பார்த்தேன். எதிர் வீட்டுக்கு முன்னால் இருவர் நின்றுகொண்டிருந்தார்கள். நான் எட்டிப் பார்ப்பதை அவர்கள் பார்த்துவிட்டார்கள்.

சிறிது நேரத்திற்குப் பிறகு அந்த இருவரில் பெரியவராக இருந்தவர் மீண்டும் "சார், சார்" என்று கூப்பிட்டார். எனக்கு இது ஓரளவு பழக்கமாகப் போயிருந்தது. எதிர்வீட்டில் வீட்டுச் சொந்தக்காரரும் இன்னொரு குடித்தனக்காரருமாக வசித்து வந்தார்கள். வீட்டுக்காரர் மாதத்தில் இருபது இருபத்தைந்து நாட்கள் வெளியூர் போய்விடுவார். குடித்தனக்காரர்தான் அவர் குடும்பத்துடன் எப்போதும் இருப்பார். அவர்கூட இப்போது தன் மனைவி குழந்தைகளை ஊருக்கு எங்கோ அனுப்பித்துவிட்டுத் தனியாகத்தான் இருந்தார். அவருக்குக் காது சிறிது மந்தம். பால்காரன், வேலைக்காரி, வண்ணான், மின்சார மீட்டர் கணக்கு எடுக்கிறவர் எல்லோரும் பத்துப் பதினைந்து முறை 'சார், சார்' என்று கத்திய பிறகுதான் கதவு திறக்கப்படும். அதற்குள் அக்கம் பக்கத்து வீடுகளில் உள்ள எல்லோரும் ஒரு முறை வெளியே வந்து பார்த்துவிட்டுப் போவார்கள். இப்போது வந்திருக்கும் இருவரும் புதிதாகக் காணப்பட்டார்கள். நான் சிரிப்பை அடக்கிக்கொண்டு மாடியிலிருந்து பார்த்தபடி இருந்தேன். நான் பார்த்துக்கொண்டிருந்தது அவர்கள் இருவரையும் சிறிது சங்கடப்படுத்தியது. எனக்கு அது தெரிந்து என் தலையைச் சிறிது பின்னால் இழுத்துக்கொண்டேன். என் தலைமறைந்ததும் அந்தப் பெரியவர் மீண்டும் 'சார், சார்' என்று கூப்பிட்டார். பிறகு கேட்டைத் திறந்து அந்த வீட்டு வாசற்படியருகே சென்று மறுபடியும், 'சார், சார்' என்று கூப்பிட்டார். பிறகு அவர்கள் இருவரும் ஏதோ பேசிக்கொண்டார்கள். கதவைத் திறக்காமல் உள்ளே தூங்கிக் கொண்டிருக்கும் அந்தக் காது மந்தக்காரரை அவர்கள் வைதுகொண்டிருக்க வேண்டும்.

வயதில் சிறுவனாக இருந்தவர் ஒரு யோசனை சொல்ல அவர்கள் இருவரும் படியிறங்கி அந்த வீட்டின் பக்கத்து ஜன்னலருகே சென்று 'சார், சார்' என்று கூப்பிட்டார்கள். நான்

இப்போது மீண்டும் மாடியிலிருந்து எட்டிப் பார்த்தேன். நான் பார்ப்பதை அவர்களும் பார்த்துவிட்டார்கள். அப்படியே அவர்கள் தொடர்ந்து சென்று அந்த வீட்டுக்குப் பின்னால் உள்ள கிணற்றங்கரையையடைந்து அங்கே 'சார், சார்' என்று கூப்பிட்டார்கள். நான் இப்போது நன்றாக மாடி முன்னால் வந்து பார்த்துக்கொண்டிருந்தேன். அவர்கள் முள் செடிகளையும் அவரைப் பாத்திகளையும் ஒரு மாதிரி தாண்டி அந்த வீட்டைப் பிரதக்ஷிணம் வந்துவிட்டார்கள். இப்போது என்னைப் பார்த்தபோது அவர்களுக்கும் சிரிப்பு வந்துவிட்டது. நான் சிரித்துவிட்டேன்.

"இவர் எங்கேயாவது வெளியே போய்விட்டாரா?" என்று அங்கு நின்றபடியே பெரியவர் என்னைக் கேட்டார்.

நான் மாடியிலிருந்தே "வெளியிலே பூட்டு ஒன்றும் காணோமே?" என்று சொன்னேன்.

அப்போது வயது சின்னவனாக இருப்பவர், "இந்தக் கதவை உள்ளேயிருந்து தாழ்ப்பாள் போட்டுக் கொல்லைக் கதவைப் பூட்டிப் போயிருக்கிறாரோ என்னவோ" என்றார்.

நான், "பாருங்களேன்" என்றேன். அவர்கள் மீண்டும் முள் செடிகளையும், புல் புதர்களையும் காய்கறிச் செடிப் பாத்திகளையும் கடந்து வீட்டை பிரதக்ஷிணம் வந்தார்கள்.

"என்ன?" என்றேன்.

"இல்லை" என்றார் இளவயதுக்காரர்.

"அவருக்குக் காது கேட்காது. எல்லோருமே உரக்கக் கத்தித்தான் கூப்பிட வேண்டும்" என்றேன்.

"எத்தனை தடவை சார், கத்துகிறது? மனுஷனுக்கு ஒத்தாசை பண்ணணுன்னு வந்தால் இப்படிக் கும்பகர்ணனாகத் தூங்குகிறானே?" என்று பெரியவர் சொன்னார்.

"நீங்கள் இப்போதுதான் முதல் தடவையாக வருகிறீர்கள், உங்களுக்கு அப்படித் தோன்றுகிறது. நாங்கள் தினம் இதைத்தான் பார்க்கிறோம்" என்று சொன்னேன்.

பெரியவர் ஒரு கணம் தயங்கினார். "சார், இவர் வெளியிலே வந்தால் ஒரு விஷயம் சொல்லிவிடுகிறீர்களா?" என்று கேட்டார். நான் மாடியிலிருந்து கீழிறங்கி தெருவைக் கடந்து அந்த வீட்டுக்குப் போனேன். பெரியவர் என்னிடம் ஒரு சீட்டைக் கொடுத்தார். அதில் ஒரு விலாசம் இருந்தது. "என்ன சொல்ல வேண்டும்?" என்று கேட்டேன்.

"நான் அவசரமாக வேறெங்கெல்லாமோ போக வேண்டும். இல்லை என்றால் நானே கூப்பாடு போட்டு அவனை எழுப்பித் தகவலைச் சொல்லிவிடுவேன்" என்று பெரியவர் சொன்னார்.

நான், "என்ன சொல்ல வேண்டும்?" என்று கேட்டேன்.

"இன்றைக்கு ராத்திரி, தவறினால் நாளை காலை எட்டு மணிக்குள் இவரைப் போய் பார்க்கச் சொல்ல வேண்டும். ரொம்ப முக்கியம். போனால் உடனே வேலை கிடைத்துவிடும்."

"யாருக்கு?"

"இவருக்குத்தான். மனுஷன் ஆறு மாதமாக வேலையில்லாமல் திண்டாடுகிறான்."

"அதுதான் குடும்பத்தை ஊருக்கு அனுப்பித்துவிட்டாரா?"

"ஆமாம், காது வேறு கேட்காதா, ரொம்பச் சொல்லித்தான் இதை ஏற்பாடு பண்ணிவிட்டு வந்திருக்கிறேன்."

"கதவை தட்டி வேண்டுமானால் பாருங்களேன்."

"டேய் செவிடா!" என்று சொல்லி அந்தப் பெரியவர் கதவையும் இரண்டு முறை தட்டினார். சின்னவர் பொறுமையிழந்து நின்றுகொண்டிருந்தார். பெரியவரும் கைக்கடிகாரத்தைப் பார்த்துவிட்டு மறுபடியும் கதவை மொத்தினார். நாங்கள் எல்லோரும் சிரித்துவிட்டோம்.

"நான் பார்த்துச் சொல்லிவிடுகிறேன், சார். எப்படியும் சாயங்காலம் வெளியே வந்து காப்பி சாப்பிடப் போவார். அப்போது சொல்லிவிடுகிறேன்" என்று நான் சொன்னேன்.

"நிச்சயம் சொல்ல முடியுமோல்லியோ? பிள்ளைகுட்டிக்காரன், சார். இதிலே செவிடு வேறே."

"நான் கட்டாயம் சொல்லிவிடுகிறேன், சார். அவரே இங்கே வந்து அவ்வப்போது பேப்பர் பார்க்கிறது உண்டு. அவருக்குக் காது கேட்காது என்று தெரியும். ஆனால் வேலையில்லை என்று தெரியாது."

"எவன் சார், வேலை கொடுக்கிறான்? எல்லாம் சரியாக இருப்பவர்களே தாளம் போடுகிறார்கள். ஏதோ இந்த மனுஷனுக்கு நல்ல காலம் வந்திருக்கிறது. சொல்லிவிட்டுப் போக வந்தால் இப்படிக் கழுத்தறுப்பாக இருக்கிறது. யாரிடமாவது சொன்னால்கூடச் சிரிப்பார்கள்."

நான் சிரித்தேன். அவர்கள் இருவரும் அசடு வழியப் போனார்கள். நான் என் வீட்டு மாடிக்குப் போனேன். என் வீட்டிலுள்ளவர்களும் சிரித்தார்கள். நான் டிபன் சாப்பிட்டுவிட்டுச் சாய்வு நாற்காலியில் படுத்தேன். நானும் தூங்கிவிட்டேன். மாலையில் எழுந்து எங்கோ போக வேண்டியிருந்தது. எதிர் வீட்டுக்காரர் விஷயத்தை மறந்தே போய்விட்டேன். அடுத்த நாள் காலையில்தான் ஞாபகம் வந்தது. அங்கே கதவருகில் வேலைக்காரியுடன் இன்னும் இரண்டு மூன்றுபேர்கூட இருந்தார்கள். முந்தின தினம் காலை அவள் வீடு கூட்டிவிட்டுப் போயிருக்கிறாள். அதற்கப்புறம் அந்த மனிதன் வெளியிலே வரவேயில்லை. இன்னும் ஐந்தாறு பேராகக் கதவைப் பிளந்துகொண்டு உள்ளே போனோம். அந்தச் செவிட்டு மனிதனின் பிணம் அதற்குள்ளாகவே நாறத் தொடங்கியிருந்தது.

1970

விரிந்த வயல்வெளிக்கப்பால்

“ஏண்டா, விடிஞ்சதும் போதுமா இதுதானா உனக்கு வேலை?” என்று அம்மா கடிந்தாள். மாணிக்கம் அவளைப் பொருட்படுத்தாமல் புட்டியிலிருந்து சிறிது மண்ணெண்ணெயை ஒரு தகர டப்பியின் மூடியில் ஊற்றிக்கொண்டான்.

“போடா அந்தாண்டை! செட்டிக்கடையிலே இன்னும் பத்து நாளைக்கு மண்ணெண்ணெயே கிடையாதுன்னு சொல்லியொழிச்சிருக்கான். வீட்டிலிருக்கறதை நீ கொட்டிப் பாழ் பண்ணறயா? போடா அந்தாண்டை!” என்று அம்மா கத்தினாள்.

“என்னாது? என்னாது?” என்று பாட்டி தாழ்வாரத்துக் கோடியிலிருந்து குரல் கொடுத்தாள். மாணிக்கம் சமையலறை யிருட்டிலிருந்து வெளியே வந்தான்.

“என்னாதுடா?” என்று பாட்டி கேட்டாள்.

“ஒண்ணுமில்லே” என்று மாணிக்கம் சொல்லியபடி நகர்ந்தான்.

“என்னாதுடி?” என்று பாட்டி மீண்டும் அம்மாவைக் கேட்டாள்.

“இது ஒண்ணு, எது எடுத்தாலும், என்னது என்னதுன்னு” என்று அம்மாவின் பதில் சிறிது தணிந்த குரலில் இருட்டிலிருந்து வந்தது.

மாணிக்கம் ஒரு பெரிய துணிக்கிழிசலை எடுத்து வைத்துக் கொண்டு தன் சைக்கிள் முன்னால் உட்கார்ந்து கொண்டான். விருவிரென்று தன் விரல்களால் சாத்தியப்பட்ட அளவுக்கு சைக்கிளைத் துடைத்தான். பிறகு துணியைத் திரித்து சந்து பொந்துகளில் நுழைத்து இழுத்து மேலும் அழுக்கைப் போக்கினான். அப்படியும் பல இடங்களில் தூசு படிந்து ஓரளவு நிரந்தரத் தன்மை விளங்குமாறுகூட சைக்கிளின் மூலை முடுக்குகளில் கறைகள் இருந்தன. மாணிக்கம் துணிக் கிழிசலின் ஒரு நுனியை மண்ணெண்ணெயில் நனைத்து

தன் கண்ணுக்குப்பட்ட கறைகள்மீது சொட்டவிட்டான். பிறகு அந்த இடங்களை வெறும் துணியால் மீண்டும் துடைத்தான். மண்ணெண்ணெய் பட்டுத் துடைக்கப்பட்ட இடங்கள் பளிச்சென்று தோற்றம் கொண்டன. ஓரிரு நிமிடங்களில் அந்த மினுமினுப்பு மங்கிப்போய் மீண்டும் பழைய நிலை திரும்பியது. இப்போது மாணிக்கம் துணியில் பெரும்பகுதியை மண்ணெண்ணெயில் தோய்த்து மிக விறுவிறுப்பாக சைக்கிள் முழுதும் மீண்டும் துடைத்தான். மட்கார்ட், ஃபிரேம், ஃபோர்க்குகளைத் துடைத்துவிட்டுச் சக்கரங்களின் ஆரக் கம்பிகளையும் துடைத்தான். துணிக் கிழிசல் நூலாகப் பிரிந்து ஆரக் கம்பிகளிடையில் பல இடங்களில் சிக்கிக்கொண்டது. மாணிக்கம் ஒவ்வொரு நூலாக விலக்கினான். சங்கிலி ஒன்றைத் தவிர சைக்கிளின் எல்லாப் பாகங்களையும் ஓரளவுக்குத் துடைத்தாகிவிட்டது. சங்கிலியில் ஏராளமாக மசை படிந்து கிடந்தது. அந்த மசையெல்லாம் போகத் துடைக்க வேண்டுமானால் நான்கு முழ வேஷ்டியில் பாதி வேண்டும். அல்லது கை வைத்த பழைய பனியன் ஒன்று வேண்டும். அப்புறம் நிறைய மண்ணெண்ணெய் வேண்டும். இவ்வளவும் செய்தான பிறகு மீண்டும் அந்தச் சங்கிலி மசை படியத்தான் போகிறது. சங்கிலியில்லாத சைக்கிள் சாத்தியமா என்று மாணிக்கம் யோசித்தான். சங்கிலி இல்லாமல் இருப்பதில் பல சௌகரியங்கள் இருந்தன. நடுத்தெருவில் சங்கிலி கழண்டுபோய் அதைக் கையெல்லாம் கரியாக்கிக்கொண்டு சரியாகப் போட வேண்டியதில்ல. வேஷ்டி நுனி சங்கிலியில் மாட்டிக்கொண்டு வண்ணானால்கூடப் போக்க முடியாத மசைக்கறை பட்டுக்கொள்ள வேண்டியதில்லை. காரியரில் சுகுணாவை அழைத்துக்கொண்டு போகும்போது பையன் எங்கே சங்கிலி – முள் சக்கரத்திடையில் காலை விட்டுக்கொண்டு விடுவானோ என்று பயந்தபடியே சைக்கிளை ஓட்டிச் செல்ல வேண்டியதில்லை. மாணிக்கம் தகர டப்பி மூடியை வழித்துத் துடைத்து சைக்கிளைத் துலக்கினான். சைக்கிளில் அழுக்கு போயிருக்கலாம். ஆனால், அது பழைய சைக்கிள்தான் என்பது அவ்வளவு மண்ணெண்ணெயாலும் மாற்றப்படாததொன்றாக இருந்தது. ஒரு காலத்தில் ஒரே சீராகப் பளபளவென்று இருந்திருக்கக்கூடிய சக்கரங்கள், கைப்பிடிகூட இப்போது பல இடங்களில் துரு ஏறிக் கிடந்தன. மாணிக்கம் கால் மிதியை ஒரு முறை அழுத்திப் பின் சக்கரத்தைச் சுற்றினான். உயர்ந்து போகும் சுருதியொலியுடன் அது வேகமாகச் சுழன்றது. அப்போது சைக்கிள் புது சைக்கிள் போலவே இருந்தது.

மாணிக்கம் சைக்கிளைத் துடைத்து முடித்துவிட்டு வீட்டின் கிணற்றங் கரைக்குச் சென்றான். மாட்டுத் தொழுவத்தில் லட்சுமியைத் தவிர மற்ற மாடுகளையெல்லாம் மேய்ச்சலுக்கு ஓட்டிச் சென்றாகிவிட்டது. பரிதாபம் தோன்றும் கண்களுடன் லட்சுமி மாணிக்கத்தைத் திரும்பிப் பார்த்தது. மாணிக்கம் லட்சுமியின் நெற்றியையும், அடிக் கழுத்தையும் சொறிந்து கொடுத்தான். மாடு கழுத்தை நீட்டி முகத்தை உயரே தூக்கிக் கொண்டது. லட்சுமிக்கு வலது காதுக்கடியில் ஒரு கட்டி கிளம்பியிருந்தது. அது கிளம்பிய நாளிலிருந்து அது தீனி ஒன்றும் சரியாகத் தின்னாமல் மாடு இருந்த இடத்திலேயே கிடந்தது. கட்டி பழுத்த பின்புதான் சூடுப்போட்டுக் கட்டியைத் திறக்க வேண்டும். கட்டி கிளம்பிய இடத்தில் ரோமம் நீக்கியிருந்தார்கள். மாணிக்கம் கட்டியை அழுத்திப் பார்த்தான். அது கல்போலக் கெட்டியாகயிருந்தது, மாணிக்கம் புது வைக்கோலைச் சிறிது

கையிலெடுத்து லட்சுமியின் வாய்க்கருகில் கொண்டுபோனான். அது வைக்கோலை முகர்ந்தது. பிறகு முகத்தை வேறுபுறம் திருப்பிக் கொண்டு விட்டது. மாணிக்கம் மீண்டும் மாட்டைச் சொறிந்து கொடுத்தான். 'இன்னும் இரண்டு நாள்கூட ஆகும்' என்று சொன்னான், மாடு மாறாத பரிதாபக் கண்களோடு எங்கோ பார்த்துக் கொண்டிருந்தது.

மாணிக்கம் வீட்டுக் கொல்லைப்புறத்திலிருந்த வாழை மரங்களிடம் சென்றான். இரு மரங்கள் தார் போட்டிருந்தன. நல்ல வேளையாக இரண்டும் தென்திசை நோக்கி குலை தள்ளவில்லை. முன்பு ஒருதடவை தெற்கு நோக்கி ஒரு மரம் தார் போட்டிருந்தது. மரத்தை வெட்டிச் சாய்த்து விடுவதா வேண்டாமா என்று யோசித்துக் கொண்டிருக்கும்போதே, அவன் தங்கைக்குக் கழுத்தில் பெரிதாக வீங்கி சுரம் வந்துவிட்டது. பதினைந்து மைல் தள்ளிருந்த டவுன் ஆஸ்பத்திரிக்கு அவளை எடுத்துச் சென்றார்கள். ஆஸ்பத்திரியில் சேர்க்கப்பட்ட குழந்தை கண்ணையே திறக்காமல் இருபத்தினான்கு மணி நேரத்தில், செத்துப் போய்விட்டது. குழந்தையின் கால் வெள்ளிக் கொலுசுவைப் பார்த்துப் பார்த்து அம்மா எவ்வளவோ நாட்கள் புலம்பியிருக்கிறாள். எல்லா வாழை மரங்களையும் வெட்டித் தள்ளிவிடுங்கள் என்று கதறியிருக்கிறாள். ஆனால் கிணற்றங்கரையில் இரைத்துக் கொட்டிய தண்ணீர் கொல்லையிலேயே தேங்கத்தான் வேண்டி யிருந்தது. எப்படியோ வாழை மரங்கள் பிழைத்துக்கொண்டன. அவை இன்னும் சில நாட்களாவது பிழைத்திருக்கும்.

கொல்லைப்புற வேலியைத் திறந்து மாணிக்கம் பாதைக்கு வந்தான். பாதையின் வலது கோடியில் அக்கிரகாரத்து வீடுகள் இருந்தன. பலவற்றில் இப்போது வசிப்பவர்களே கிடையாது. இருந்தாலும் பல்லுப்போன கால்போன பாட்டியம்மாதான் யாராவது இருந்தாள். அக்கிரகாரத்து முதல் வீடாகிய மாடி வீட்டை ஒரு நாகப்பட்டினம் சாயபு வாங்கிவிட்டார். அது மட்டும் பச்சை, மஞ்சள் வர்ணங்களில் பளிச்சென்று இருந்தது, அதை இப்போதைக்குக் கிடங்கு போலத்தான் பயன்படுத்தி வந்தார்கள்.

மாணிக்கம் அக்கிரகாரத்தைத் தாண்டி அடுத்தத் தெருவுக்குப் போனான். அந்தத் தெருவில்தான் தபால் பெட்டியிருந்தது. இன்னும் சில நாட்களில் அங்கே தபாலாபீஸே வந்துவிடும் என்று சொல்லிக் கொண்டிருந்தார்கள். தபால்பெட்டி வீட்டுக்குப் பக்கத்து வீட்டில்தான் செட்டியார் கடை வைத்திருந்தார். கடையையடுத்து சிறு வீட்டில் சங்கம் இருந்தது. சங்கக் கட்டடத்தையொட்டி ஒரு உயரமான கோயில் கொடி யொன்று பறந்துகொண்டிருந்தது. சங்கத்திற்கு நேர் எதிரே இருந்த வேப்ப மரத்தின் உச்சியில் ஒரு கோலைக் கட்டி வேறொரு கொடி பறந்து கொண்டிருந்தது, ஒவ்வொரு முறை அந்த வெவ்வேறு கொடிக்காரர்கள் கூடி வாக்குவாதம் செய்துகொள்ளும் போதெல்லாம் செட்டியார் தன் கடையைப் பாதி மூடிவிடுவார்.

செட்டியார் வீட்டிற்குள் மாணிக்கம் நுழைந்தான். ரேழியைத் தாண்டிய வுடனே தாழ்வாரத்தில் ஒரு அகலமான மரபெஞ்சு போட்டிருந்தது. தலைமுறை தலைமுறையாகப் பயன்படுத்தப்பட்ட பெஞ்சுப் பலகை வழவழவென்று இருந்தது. பெஞ்சுப் பலகையைக் கால்களுடன் இணைத்த

இடங்களில் பித்தளைப் பூண் போட்டுத் திருகாணி செலுத்தியிருந்தார்கள். பித்தளைப் பூண்கள் பளபளவென்றிருந்தன.

பெஞ்சின் மீது உட்கார்ந்திருந்த சித்தப்பா "என்னடா, காலையிலேயே நீயும் போட்டிக்கு வந்துட்டயா?" என்று மாணிக்கத்திடம் கேட்டார். பிறகு அன்றைய *தினத்தந்தி*யின் தாள் ஒன்றை அவனிடம் கொடுத்தார். மாணிக்கம் நின்றபடியே செய்திகள் படிக்க ஆரம்பித்தான்.

மார்பைத் துணியால் மூடிக்கொண்டு செட்டியார் வந்தார். சித்தப்பா தன்னிடமிருந்து இன்னொரு தாளைச் செட்டியாரிடம் கொடுத்தார். செட்டியார் அதைப் பார்த்ததும், பார்க்காததுமாக "என்ன, சண்டை வந்துடும்போல இருக்கே," என்றார்.

"ஆமாம், அப்படித்தான் தெரியுது" என்று சித்தப்பா சொன்னார்.

"நேத்திக்கு மூணு டாங்கி நாசம்னாங்க. இன்னிக்கு மறுபடியும் மூணு டாங்கி நாசமாமே" என்று செட்டியார் பத்திரிகையில் கண் வைத்தபடியே சொன்னார்.

"மூர்க்கப் பயங்க, எவ்வளவு உதை வாங்கிண்டாலும் மறுபடியும் மறுபடியும் வம்புக்குன்னே வந்தபடியிருக்காங்க" என்று சித்தப்பா சொன்னார்.

"எம்பாடுதான் ரொம்பச் சங்கடமாய்ப் போயிடறது" என்று செட்டியார் சொன்னார். "டிப்போக்கு நேத்திக்கு மண்ணெண்ணெய் வாங்கி வரப் பையனையனுப்புச்சா நாலுநாள் பொறுத்து வான்னுட்டான். நாலு டின் எண்ணெய் கேட்டா ஒரு டின்தான் தருவேன்னு சொல்லியிருக்கான். இங்கே மனுசாளுக என்னமோ எல்லா எண்ணெயும் என் வீட்டிலேயே நான் புதைச்சு வைச்சிருக்கிற மாதிரி திட்டிட்டுப் போறாங்க. இவன் அம்மா வந்து நேத்திக்கு என்னென்னெல்லாம் கேட்டுட்டுப் போயிட்டா?" என்று செட்டியார் மாணிக்கத்தைப் பார்த்தார். மாணிக்கம் பத்திரிகையை விட்டுத் தலையைத் திருப்பாமல் இருந்தான்.

மாணிக்கத்தின் சித்தப்பா பேச்சைத் திருப்புகிற மாதிரி "முன்னே. ஒரு தடவை கூடத்தான் ஏதோ கப்பல் வரலேன்னு நாட்டையை பறக்க அடிச்சாங்க" என்று சொன்னார்.

செட்டியார் சுவாரஸ்யம் குறைந்தவராக, "இப்போ ரயில் வரலேன்னு சொல்லப் போறாங்க" என்று சொல்லிப் பத்திரிகை மீது பார்வை ஓட்டினார். சட்டென்று, "மூணு டாங்க் நாசம், நாலு டாங்க் நாசம்றாங்களே, அவன் திருப்பி அடிக்கவே மாட்டானா?" என்று கேட்டார்.

மாணிக்கம் உடனே, "அவன் அடிக்கடி வரதுனாலேதானே நம்பளே அடிக்கப் போறோம்?" என்றான். செட்டியார் மாணிக்கத்தை ஒருமுறை முறைத்துப் பார்த்தார். சித்தப்பா, "பள்ளிக்கூடத்துப் பையனுக்கு இதெல்லாம் என்னடா பேச்சு? உன் பாடம் ஏதாவது இருந்தா படி போ" என்றார். மாணிக்கம் முகம் சிவந்து குனிந்து நின்றான்

"இவர்தான் படிப்பை முடிச்சுட்டார் போலேயிருக்கு," என்று செட்டியார் பத்திரிகை பார்த்த வண்ணமே சென்னார்.

"நல்ல பரிட்சை சமயத்திலே சீக்கா விழுந்துட்டான்" என்று சித்தப்பா சென்னார். செட்டியார் தன் கையிலிருந்த தாளை பெஞ்சுமீது போட்டுவிட்டு

வெளியே போனார். சித்தப்பாவும் அவரைத் தொடர்ந்து வெளியே போனார். போகும்போது மாணிக்கத்தின் தோளை மெதுவாக அழுத்திவிட்டுப் போனார்.

பெரியவர்கள் இருவரும் வெளியே போனவுடன் மாணிக்கம் பத்திரிகை முழுக்க வேகமாய்ப் படித்தான். முற்றத்தின் ஒரு பக்கத்தைத் தட்டிகொண்டு தடுத்திருந்தது. அதற்குப்பின் இருந்த அறைகளில் பேச்சுக்குரல், பாத்திரங்கள் ஒலி, இவற்றுடன் சொய்யென்று தோசை சுடும் சப்தமும் வந்தது.

மாணிக்கம் தாழ்வாரத்தில் பெஞ்சையடுத்து இருந்த அறைக்குள் எட்டிப் பார்த்தான். அங்கே செட்டியாரின் இரண்டாவது மகன் ராமலிங்கம் எதையோ மனப்பாடம் செய்துகொண்டிருந்தான். மாணிக்கத்தைப் பார்த்தவுடன் "ஏண்டா நேத்து ராத்திரி வரலே?" என்று கேட்டான்.

"அப்பா வீட்டிலேயே இருந்தார்" என்று மாணிக்கம் சொன்னான். "இந்தா" என்று ராமலிங்கம் ஒரு புத்தகத்தை மாணிக்கத்திடம் கொடுத்தான். அது எஸ்.எஸ்.எல்.சி. பத்து வருட கணக்கு வினாத்தாள்கள் கொண்டது.

மாணிக்கம் புத்தகத்தை வாங்கிக்கொண்டு சில பக்கங்களைப் புரட்டிப் பார்த்தான்.

"ஏண்டா அழறே?" என்று ராமலிங்கம் கேட்டான்.

"போடா, எனக்குக் கணக்கே வரமாட்டேங்குது" என்று மாணிக்கம் நெஞ்சடைக்கச் சொன்னான்.

"யாருக்குத்தாண்டா கணக்கு வரது? போட்டுப் போட்டுப் பார்த்தாத் தான் ஏதோ இரண்டு மூணு தெரியறது. நீ வாடான்னா வீட்டிலேயே உட்கார்ந்துடறே. இப்போ கணக்குப் போடலாம். வரயா?"

"இப்போ முடியாதுடா. நான் மத்தியானம் வரேன்."

"உன் இஷ்டம்."

மாணிக்கம் சிறிது நேரம் மௌனமாக இருந்தான். பிறகு அறையில் பெரிதாக மாட்டப்பட்டிருந்த காலண்டரிடம் சென்றான். ராமலிங்கம், "எடுத்துண்டு போ" என்று சொன்னான்.

மாணிக்கம் ராமலிங்கத்தைப் பார்த்தான். "இல்லே இங்கேயே இருக்கட்டும்" என்றான். அவனும் ராமலிங்கமுமாகச் சேர்ந்து *சோவியத் நாடு* பத்திரிகைக்கு மூன்றாண்டுச் சந்தா கட்டியிருந்தார்கள். இரண்டு வருடங்கள் முடியப் போகின்றன. அதற்குப் பரிசாக வந்த காலண்டர்கள் ஒன்றன் மீது ஒன்றாக அங்கே மாட்டியிருந்தது. மாணிக்கம் காலண்டர் தாள்களைப் புரட்டி ஒரு வண்ணப்படத்தை மட்டும் பார்த்தபடி நின்றான். அது கிராமப்புறப் படம். மிகப் பெரிய வயல் வெளி. பயிர் நன்றாக முற்றி அறுவடைக்குத் தயாராகக் காற்றில் அசைந்து கொண்டிருந்தது. வயல் வெளிக்குப் பின்னால் ஒரு மலைத்தொடர் லேசாகத் தெரிந்தது. சிறிதே வெண்மேகங்கள் கொண்ட வானம். வயல் வெளியில் தூரத்தில் ஒரு டிராக்டர் பொம்மைப் போலத் தெரிந்தது. டிராக்டரின் ஒரு செங்குத்தான குழாய் வழியாகப் புகை வந்துகொண்டிருந்தது.

மாணிக்கம் தீர்க்கமாக ஒருமுறை மூச்சு இழுத்துவிட்டான். அவனுக்கு டிராக்டர் விடும் புகை காற்றில் கரைந்து மறைந்து, மீண்டும் குழாய் வழியாக வெளிவந்து, மீண்டும் கரைந்து மறைவது போல இருந்தது. பயிர்கள் காற்று வீச்சில் அலை அலையாக அசைந்துகொண்டிருந்தன. மேகங்கள் வானத்தில் மிக நுண்ணியமாக மிதந்து போய்க் கொண்டிருந்தன.

பூமியே அதிர்வதுபோல ஒரு அலாரம் கடிகாரம் மணியடிக்க ஆரம்பித்தது. ராமலிங்கம் பாய்ந்து சென்று அதன் தலையில் ஒரு தட்டு தட்டினான். கடிகாரம் ஓய்ந்தது.

"மணி என்ன?" என்று மாணிக்கம் கேட்டான்.

"எட்டரை. இந்தக் கோமாளியை அஞ்சு மணிக்கு அடிக்கத் திருப்பி வைச்சா எட்டரைக்கு அடிக்கறது," என்று ராமலிங்கம் சொன்னான்.

மாணிக்கம் பதில் பேசாமல் படத்தையே பார்த்த மாதிரி நின்றான். ராமலிங்கம் சொன்னான். "ஒருவேளை நீ பார்த்துண்டிருக்கிற கிராமத்திலே இப்பத்தான் அஞ்சுமணியோ என்னவோ"

மாணிக்கம் காலண்டர் தாள்களைத் தொங்கவிட்டுத் திரும்பினான். "நான் வரேண்டா" என்றான்.

"மத்தியானம் வரயா?" என்று ராமலிங்கம் கேட்டான்.

"அப்பா வீட்டிலேயில்லேன்னா நான் வரேன்."

"படிக்கப் போறேன்னாத்தான் விடமாட்டார்."

மாணிக்கம்தன் வீட்டுப் பக்கம் விரைந்தான். வெளிச்சம் நிறையயிருந்தும் நிழல் லேசாகத்தான் தரையில் விழுந்தது. ஆகாயத்தில் வெண்மையான மேகங்கள் சூரிய ஒளியை மிருதுவாக மாற்றியனுப்பிக் கொண்டிருந்தன.

தாழ்வாரத்தில் நல்ல வேளையாகப் பாட்டி மட்டும்தான் இருந்தாள். மாணிக்கம் ஓசைப்படாமல் சைக்கிளை வெளியே எடுத்தான். அம்மா பார்த்தால் நிச்சயம் அவனைப் பழைய சோறு போட்ட இலை முன்னால் உட்கார்த்திவிடுவாள்.

மாணிக்கம் சைக்கிளை வேகமாக மிதித்து ஆற்றங்கரைப் பக்கம் போனான். வண்டிப் பாதை ஆற்றங்கரைப் பக்கத்தோடு சென்றது. மாணிக்கம் மணலில் சைக்கிளைத் தள்ளி எடுத்துச் சென்றான். ஆற்றில் தண்ணீர் போய்க் கொண்டிருந்தது. மூங்கில் பாலம் வழியாக ஆற்றைக் கடக்கக் கரையோர வண்டிப் பாதையில் இரு பர்லாங்குகளாவது போக வேண்டும். மாணிக்கம் சைக்கிளைச் சிறிது தூக்கிய வண்ணம் தண்ணீரிலேயே இறங்கி ஆற்றைக் கடந்தான். ஒரேயொரு இடத்தில்தான் தொடையளவுக்குத் தண்ணீர் இருந்தது. அந்த வேளையில் நிறையப் பேர்கள் ஆற்றைக் கடந்து வந்து போய்க்கொண்டிருந்தார்கள். பள்ளிக்குப் போகும் பெண்கள்தான் மூங்கில் பாலத்தை உபயோகித்தார்கள். பெண்களில்கூடத் துணிச்சலானவர்கள் தண்ணீரில் இறங்கித் தான் ஆற்றைக் கடந்தார்கள்.

ஆற்றைக் கடந்ததும் மாணிக்கம் சைக்கிளை தரையில் இறக்கினான். இரு சக்கரங்களும் தண்ணீரில் நனைந்திருந்தன. அவன் கீழே இறங்கியவுடன் சைக்கிளில் ஈரமாயிருந்த இடங்களில் மணல் ஒட்டிக்கொண்டது.

மாணிக்கம் பிரேக்கையே உபயோகப்படுத்தா வண்ணம் சைக்கிளை மெதுவாக ஓட்டிச் சென்றான். அவன் கிராமத்தைவிட இந்தக் கிராமம் இன்னும் பெரியது. இங்கேதான் உயர் நிலைப்பள்ளி இருந்தது. பெண்களும் பையன்களுமாக அதை நோக்கிக் குவிந்த வண்ணமிருந்தார்கள். ஏழு மாதங்கள் முன்பு வரை அந்தப் பள்ளி மாணிக்கத்துக்கு நண்பர்களோடு கூடுமிடமாக, வரலாற்றுப் பாடங்கள் படிக்கும்போது விந்தையூட்டுமிடமாக, கற்கும் கல்வி ஒரு சமயம் உற்சாகமூட்டுவதாக, இன்னொரு வேளை பயமூட்டுவதாக, நம்பிக்கை தருவதாக, நிராசை விளைவிப்பதாக, வீட்டுப் பெரியவர்கள் யாரும் பக்கத்திலில்லாத சுதந்திரத்தில் பெண்களை நேருக்கு ஓர் பார்க்குமிடமாக, அவர்களைக் கிண்டல் செய்யுமிடமாக, அவர்களோடு பேசுவதில் உற்சாகம் கொள்ளுமிடமாக இருந்திருக்கிறது. அவனுக்குக் கீழ்வகுப்புகளில் படித்தவர்கள்தான் இன்று அப்பள்ளிக்குப் போய்க்கொண்டிருக்க முடியும், போய்க்கொண்டிருந்தார்கள். அவன் மட்டும் பரிட்சையில் தேறியிருந்தால் இன்று அவர்களெல்லோரும் அவனுக்குக் குறைந்தவர்கள்தான். ஆனால் அவர்கள் இன்று அவனுக்குச் சரிசமம். சரிசமம் என்றுகூடச் சொல்வதற்கில்லை. அவர்கள் இன்னும் தோல்வி காணாதவர்கள். அவன் ஒரு தோல்வியடைந்தவன்.

மாணிக்கம் யார் கண்களையும் சந்திக்காமல் தெருக்களைக் கடந்து சென்றான். பஸ் போகும் சாலையருகில் மீண்டும் கூட்டம் இருந்தது. ஒரு பஸ் நின்றிருந்தது. அதில் பயணம் செய்துகொண்டிருந்த பிரயாணிகளில் பலர் கீழேயிறங்கிச் சாலையோரமாகச் சாலைக்கு முதுகைக் காட்டி உட்கார்ந்து எழுந்தார்கள். டீக்கடையில் டீ வாங்கிக் குடித்தார்கள்.

சாலையைக் கடந்து செல்லும் இன்னொரு வண்டிப்பாதையில் மாணிக்கம் தன் சைக்கிளைச் செலுத்தினான். அழகாக நேர்கோடுகளில் கரை கட்டப்பட்ட வயல்வெளி அவன் பார்வையில் பெரிதாக விரிந்து கொண்டேயிருந்தது.

வண்டிப் பாதை சிறு மேட்டு நிலத்தில் முடிவடைந்தது. அங்கிருந்து வயல்கள் ஓரமாக ஒற்றையடிப்பாதை சென்றது. சைக்கிள் அந்த ஒற்றையடிப் பாதையின் குண்டு குழிகளில் இறங்கி ஏறிச் சென்றபோது மாணிக்கத்திற்குக் குதிரைச் சவாரி செய்வது போலிருந்தது.

சுமார் அரை மைலுக்கு அதிகமாகச் சென்றபின் மாணிக்கம் சைக்கிளில் உட்கார்ந்தபடியே வலது காலைக் கீழே ஊன்றித் தன் பார்வை கொள்ளுமளவுக்கு வயல் வெளியைப் பார்த்தான். மூன்று நான்கு வயல்களைத் தவிர அங்கே முற்றும் நன்கு ஓங்கி வளர்ந்த பயிர்க் கதிர்கள் காற்றில் அசைந்து ஏரித் தண்ணீர் மேற்பரப்பு போல் சிற்றலைகளாகத் தென்பட்டது. தொலைவில் மலைத்தொடர் அப்போதே கலையத் தொடங்கும் பனி மூட்டத்தில் பிரம்மாண்டமான நாடகத் திரைபோல் காட்சியளித்தது.

பச்சை நிறத்தின் பல சாயல்களில் வயல்கள் அலை அசைவு காண அவன் கண்ணில் நிறைந்தன. அது பிரத்யட்சம் என்ற நினைப்பு நீங்கி

ஒரு மாபெரும் வண்ணப்படம் போல் தெரிந்தது. கண்ணுக்கெட்டிய வரை பச்சைப் பசேலென்ற வயல்வெளி. பின்னால் லேசாகத் தெரியும் மலைத் தொடர் வண்ணப்படம். அந்த வண்ணப்படம், அந்த காலண்டர் வண்ணப்படம். அதுவே தான். அந்த வண்ணப்படத்திற்கும் இதற்கும் ஒரே ஒரு வித்தியாசம். இங்கே டிராக்டர் தூரத்தில் குப்குப்பென்று புகை விட்டுக்கொண்டு போகவில்லை.

மாணிக்கம் வாயைச் சிறிது திறந்தபடி அப்படியே நின்றான். கீழே ஊன்றியிருந்த கால் வலித்தது. அப்போது அவனுக்குக் கதிர்கள் அசைவது மீண்டும் தெரிய ஆரம்பித்துவிட்டது. மலைத்தொடர் இன்னும் தெளிவாகத் தெரிய ஆரம்பித்துவிட்டது. வானத்தில் வெண் மேகங்கள் வெகுவாகக் கலைந்து வெயிலின் தீவிரத்தை அதிகப்படுத்தத் தொடங்கிவிட்டன.

கூவென்று ஒரு ஒலி. தூரத்திலிருந்து மிதந்து வந்து அவனுக்குக் கேட்டது. மாணிக்கம் ஒற்றைப் பாதையில் மீண்டும் சைக்கிள் விட்டுக்கொண்டு சென்றான். ரயில்வே ஸ்டேஷன் ஒரு மைல் தூரத்தில் இருந்தது. பாஸஞ்சர் வண்டி அங்கு வந்திருக்க வேண்டும். அந்தக் கூவல் ரயிலின் கூவல்தான்.

மாணிக்கம் வயல்களைப் பிளந்து சென்ற அந்த ஒற்றையடிப் பாதையில் சைக்கிளை வேகமாக விட்டுக்கொண்டு சென்றான். பாதை பல இடங்களில் தண்ணீர் வடிகாலுக்காகத் தடைப்பட்டது. சில இடங்களில் சைக்கிளை விட்டுக்கொண்டே செல்ல முடிந்தது. சில இடங்களில் இறங்கி சைக்கிளைத் தூக்கிக் கொண்டுதான் கடக்க வேண்டியிருந்தது.

இங்கிருக்கும் வயல்கள் போலத்தான் எங்கும் இருக்க வேண்டும். இங்கிருக்கும் மலைத்தொடர் போலத்தான் எங்கும் இருக்க வேண்டும். எங்கோ, யாரோ, ஏதோ பிரதேசத்தை வரைந்த வண்ணப்படம் இந்த இடத்தைப் பார்த்தே வரைந்த மாதிரி இருக்கிறது. இந்த மண்ணும் பயிரும், காற்றும், வானமும், மேகமும், மலைத் தொடரும் எல்லா விதத்திலும் ஒன்றுதான்.

மாணிக்கத்திற்கு சித்தப்பா, செட்டியார் ஞாபகம் வந்தது. அவர்கள் வரப்போகும் யுத்தத்தைப் பற்றிப் பேசிக்கொண்டிருந்தார்கள். வயலில் மூன்று டாங்கிகள் நாசம். நான்கு டாங்கிகள் நாசம். டாங்கிகள் வயலில் இறங்குமா? சண்டை என்றால் இறங்கித்தான் ஆகவேண்டும். ஒரு விதத்தில் டிராக்டரும், டாங்கியும் கூட ஒரே மாதிரிதான். ஆனால் வயலில் டாங்கிகள் மட்டும் நாசமாவதில்லை. இதோ இந்தப் பயிர்கள், இந்த அற்புதப் பயிர்களும் நாசமாகின்றன. வயல்வெளிக் காட்சியே நாசமாகிறது.

ரயில் இன்னொரு முறை கூவியது. இப்போது மாணிக்கத்திற்கு ரயில் பாதை கண்ணுக்குத் தெரிய ஆரம்பித்தது. தந்திக் கம்பங்களை நன்றாக வரிசையாகப் பார்க்க முடிந்தது.

குப்குப்பென்று இஞ்சின் புகைவிட்டுக்கொண்டு கிளம்பியது. அது விட்ட புகை டிராக்டர் புகையைவிடப் பல மடங்கு அதிகம். ஆனாலும் அதுவும் புகை. புகை சில விநாடிகளே காற்றில் மேலே மிதந்தது. பிறகு கரைந்து மறைந்தது. புகை தோன்றித் தோன்றி, கரைந்து மறைந்துகொண்டிருந்தது.

மாணிக்கம் வேகமாக ரயில் பாதையை நெருங்கி, ரயில் பாதையை யொட்டிச் சென்ற ஒன்றையடிப் பாதையில் சைக்கிளை நிறுத்தினான். ரயில் தடாம் குடாம், உஸ் புஸ்ஸென்று அவனை நெருங்கிக் கொண்டிருந்தது.

மாணிக்கம் சட்டென்று தன்னைத் தயார் நிலையில் இருத்திக் கொண்டான். என்ன காரணத்தினாலோ ரயில் வேகமாக ஓட முடியவில்லை. மாணிக்கத்துடன் ஏதோ கேட்டுப் பேசி உறவாட வேண்டும் என்ற எண்ணத்தோடு மெதுவாக நெருங்குவது போலத் தோன்றிற்று.

மாணிக்கம் சைக்கிளை விடத் தொடங்கினான். இப்போது இஞ்சின் சிறிது சிறிதாக அவனைக் கடந்து சென்றுகொண்டிருந்தது. மாணிக்கம் வேகமாக சைக்கிளை மிதித்து ரயிலோடு சென்றான். இஞ்சினை அடுத்திருந்த பெட்டி முற்றிலும் மூடிய பெட்டி. அதையடுத்த பெட்டிகளில்தான் பயணிகள் இருந்தார்கள். பயணிகள் பெட்டி ஒன்று, இரண்டு, மூன்றுகூட அவனைத் தாண்டிச் சென்றுவிட்டது.

மாணிக்கம் இன்னும் வேகமாகச் சைக்கிளை விட ஆரம்பித்தான். இப்போது அவன் சைக்கிள் வேகம் ரயிலின் வேகத்திற்குச் சமமாக இருந்தது. ரயிலில் ஜன்னலோரமாக உட்கார்ந்திருந்த சிலர், மாணிக்கத்திற்குக் கையை வீசி உற்சாகப்படுத்தினார்கள். ஏதோ ஒரு பையன் மட்டும் 'ஹேய், ஹேய்' என்றான்.

மாணிக்கம் தன் பலங்கொண்ட மட்டும் சைக்கிளை மிதித்தான். இப்போது அவன் ரயிலைவிட வேகமாகப் போய்க் கொண்டிருந்தான். ரயில் நீராவி சக்தியில் போய்க்கொண்டிருந்தது. அவன் தன் சொந்த சக்தியில் போய்க்கொண்டிருக்கிறான். இதோ இன்னொரு பெட்டியை அடைந்தாகிவிட்டது. இதோ அதையும் கடக்கப் போகிறான். இப்போது அவனுக்கு அந்த மூடிய பெட்டிதான் பக்கத்தில் ஓடிக்கொண்டிருந்தது. இன்னும் இரண்டு எட்டில் அதையும் தாண்டிவிடலாம்.

இஞ்சினிலிருந்த ஒரு ஆள் மாணிக்கத்தின் பக்கம் தலையை எட்டிப் பார்த்தான். அவன் தன் தலைமயிரை ஒரு கைக்குட்டை கொண்டு இறுகக் கட்டியிருந்தான். அவன் மாணிக்கத்தைப் பார்த்துக் கையை வீசினான். மாணிக்கமும் கை வீசினான்.

இப்போது இஞ்சினிலிருந்து இன்னொருவனும் மாணிக்கத்தை எட்டிப்பார்த்தான். அவனும் மாணிக்கத்தைப் பார்த்துக் கை வீசினான். ஒற்றைப்பாதை நல்ல வேளையாக அதிகத் தடங்கல்கள் கொண்டிருக்கவில்லை. ஓரிரு இடத்தில் மட்டும் மண் புழுதிப் பொடியாக இருந்தது.

மாணிக்கம் இஞ்சினையும் அடைந்துவிட்டான். இஞ்சினையும் அதற்கடுத்த பெட்டியையும் இணைத்த கொக்கி கடாம் புடாம் என்று ஒலித்துக்கொண்டிருந்தது. இஞ்சின் சீரான தாளகதியில் பல இடங்களில் நீராவியையும் புகையையும் வெளித்தள்ளிக் கொண்டிருந்தது.

இஞ்சின் டிரைவர் அவசியமேயில்லாத போதிலும் ஒரு முறை இஞ்சினைக் கூவ வைத்தான். அவன் எதையோ பிடித்து நகர்த்த, ரயில் வேகம் கூட ஆரம்பித்தது.

மாணிக்கம் இடைவெளியே விடாது சைக்கிளை மிதித்துக் கொண்டிருந்தான். இப்போது ரயில் சிறிது சிறிதாக அவனைத் தாண்டிப் போக ஆரம்பித்தது. அதனின் வேகம் இன்னமும் அதிகரித்தது. ரயில் பயணிகள் ரயிலோடு பந்தயமோட்டும் மாணிக்கத்தைப் பார்த்துக் கைவீசி, கத்தி, உற்சாகப்படுத்தி, கேலி செய்துகொண்டிருந்தார்கள்.

நான்கு பெட்டிகள் மாணிக்கத்தைத் தாண்டிச் சென்றுவிட்டன. மீண்டும் இஞ்சின் ஒருமுறை கூவியது. இஞ்சினில் இருந்த ஒருவன் மாணிக்கத்தைப் பார்த்து, கைக்குட்டையால் வீசி சைகை செய்தான்.

ஒவ்வொரு பெட்டியாக மாணிக்கத்தைத் தாண்டிச் சென்றது. இஞ்சின் நீராவி சக்தியில் செல்கிறது. மாணிக்கம் தன் சொந்த சக்தியில் சைக்கிள் ஓட்டுகிறான். நீராவி சக்தி முன்னால் தன் சக்தி மட்டும்கொண்டு போட்டியிட முடியுமா?

முடியுமோ என்னவோ? சைக்கிள் இன்னும் புதிய சைக்கிளாயிருந்தால் முடியலாம். இன்னும் நிறைய மண்ணெண்ணெய் கொண்டு சுத்தம் செய்திருந்தால் முடியலாம். மாணிக்கம் தன் வேகத்தைக் குறைத்துக் கொண்டான்.

ரயிலின் கடைசிப்பெட்டியும் அவனைத் தாண்டிச் சென்றது. அதன் பின்னால் ஒரு விளக்கு இருந்தது. பகல் நேரமாதலால் அது ஏற்றப்படாமல் இருந்தது. கடைசிப் பெட்டியின் பின்புறம் மட்டும் ஒரு கறுப்பு நிறப் பலகை போலத் தோன்றிற்று. அதன் அளவு அவன் பார்வையில் சிறிது சிறிதாகக் குறைந்த வண்ணமேயிருந்தது. சில நிமிடங்களில் ரயிலே தூரத்தில் ஒரு புள்ளி போலத் தென்பட்டது. அப்புறம் அதுவும் மறைந்துவிட்டது.

மாணிக்கம் களைப்பால் பெருமூச்சு விட்டுக்கொண்டு திரும்பிப் பார்த்தான். வயல்வெளி மட்டும் இன்னமும் அவன் பார்வையெட்டியவரை இருந்தது.

1971

காரணம்

அவனுக்கு ஏதோ மாதிரியிருந்தது. அவனுடைய அதிகாரியின் நாற்காலியில் அவன் அதிகாரியாக உட்காரு வதற்கு முன்னால் உட்கார்ந்துகொள்வதில் சற்று எளிதில் புரிந்துகொள்ள முடியாது சங்கடம் இருந்தது. நாற்காலி சௌகரியமான நாற்காலி. உட்கார்ந்தபடியே சுழலக் கூடியது. மேஜைக் கண்ணாடி பளபளவென்று இருந்தது. அவனுடைய அதிகாரியின் இரு குழந்தைகளையும் சேர்ந்தெடுத்த புகைப்படம் கண்ணாடி அடியிலிருந்து அவனைப் பார்த்துப் புன்னகை புரிந்த வண்ணம் இருந்தது. குழந்தைகளை எப்படிப் படம் எடுத்தாலும் அழகாகத்தான் அமைகிறது.

வேலு வந்து மேஜையை ஒட்டியவாறு நின்றுகொண்டான். சிறிது நேரத்துக்குப் பிறகுதான், "குட்மார்னிங், சார்!" என்றான்.

"குட்மார்னிங்."

வேலு அந்த இடத்தைவிட்டு, அவனை அப்படியே நோக்கியபடியே நிற்பதைவிட்டு, நகரும் எண்ணமே இல்லாதது போல் நின்றுகொண்டிருந்தான். எப்படியும் இந்த வேலுவை அறைக்கு வெளியில் இருக்கும் ஸ்டூலில் உட்கார வைக்க வேண்டும். அதிகாரி லீவில் போயிருக்கும் மூன்று நாட்களிலும் வேலு இப்படி மேஜையைப் பிடித்துக்கொண்டு உற்று நோக்கிக் கொண்டிருந்தால் வேலையொன்றும் செய்ய முடியாது என்பது மட்டுமில்லை. அந்த மூன்று நாட்கள் தான் உயிர் தரித்திருப்ப தைச் சகித்துக்கொள்ள முடியாது.

"காப்பி வாங்கிக்கொண்டு வா, வேலு"

வேலு அசையாமல் இருந்தான். பிறகு பதில் சொல்லி விடலாம் என்று எண்ணியவன் போல், "அதுக்குள்ளாறயா? இப்பத்தானே பத்தே கால் ஆவுது?" என்றான்.

"எனக்கு இப்பவே வேண்டியிருக்கு."

வேலு நிதானமாக நகர்ந்து அந்த அறையின் ஒரு ஜன்னல் விளிம்பிலிருந்த கண்ணாடித் தம்ளரை எடுத்தான். தம்ளர்

பக்கத்திலிருந்த மண் கூஜாவிலிருந்து சிறிது தண்ணீர் எடுத்து ஊற்றித் தம்ளரை அந்த அறையிலேயே குழப்பிவிட்டு ஜன்னல் வழியாக அந்தக் கழுவிய தண்ணீரை வெளியே வீசிக் கொட்டினான். பிறகு அறையைவிட்டு வெளியே போனான்.

வேலு வெளியே சென்றதும், அதிகாரி தன்னிடம் கொடுத்துவிட்டுப் போன சாவியைக் கொண்டு மேசை டிராயர்களைத் திறந்து காகிதங்களை வெளியே எடுத்து வைத்தான். அந்த மூன்று நாட்களில் அவன் பெரிதாக ஒன்றும் செய்யப் போவதில்லை. செய்ய வேண்டியதில்லை. அவனுடைய வழக்கமான வேலைகளைச் செய்தாலே போதும். வேலு காப்பி கொண்டு வந்துவிட்டான். தம்ளரை மேஜையின் மீது வைத்துவிட்டு, "இரண்டு பேர் பார்க்க வந்திருக்காங்க" என்றான்.

"என்னையா?"

"ஆமாம். காலையிலே எட்டு மணிக்கே வந்தாங்களாம். வாச்மென் பத்துமணிக்குத்தான் இந்த ஆபீசு திறக்கும்னு சொல்லி அனுப்பிச்சானாம்."

"இப்போ எங்கேயிருக்காங்க?"

"இங்கே வெளியாறதான்."

வாயெல்லாம் சூட்டில் துடிக்க அவன் காப்பியை அவசரமாகக் குடித்தான்.

"என்னவாம்?" என்று கேட்டான்.

"ஏதோ உங்களைத்தான் பார்க்கணுமாம். சுத்திப் பார்க்கத்தான் இருக்கும்."

"சரி, போய் வரச் சொல்லு."

வேலு இருவரை அழைத்து வந்தான். இவன் நாற்காலியிலிருந்து எழுந்து, "வாருங்கள்" என்று சொல்லி மேஜையின் முன் இருந்த இரு நாற்காலிகளைக் காண்பித்து அவனும் உட்கார்ந்தான். தன் அதிகாரியின் நாற்காலியில் அவன் உருவம் பாதியளவுகூடச் சரியாகப் பொருந்தவில்லை என்று தோன்றிற்று.

வந்தவர்கள் இருவரும் உயரமாக இருந்தனர். ஒருவன் மீசை வைத்திருந் தான். சாதாரணமாகத்தான் உடை உடுத்தியிருந்தார்கள்.

"என்ன செய்ய முடியும் என்னால்?" என்று அவன் ஆங்கிலத்தில் கேட்டான்.

"நாங்கள் வட இந்தியாவிலிருந்து வந்திருக்கிறோம். உங்கள் தொழிற்சாலை யைச் சுற்றிப் பார்க்க வேண்டும் என்று மிகவும் விருப்பப்படுகிறோம்." மீசையில்லாதவன் பேசினான். அவன் ஆங்கிலம் ஆங்கிலமாக இருந்தது. திடமாகப் பேசியே பழக்கப்பட்டவன் போல் சொற்களை உச்சரித்தான். அவன் உடைக்கு மீறிய தோரணையும் மொழிச் சுத்தமும் இருந்தன.

"எங்கள் அதிகாரி அடுத்த வெள்ளிக்கிழமை வந்துவிடுவார். வந்ததும் அனுமதி பெறலாம்." தான் அவர்களை வரவேற்று பேசியும் தனக்கு

அதிகாரம் ஒன்றுமில்லை என்று கூறியிருக்க வேண்டாம் என்று அவனுக்குத் தோன்றியது. வேலு அறையை விட்டு விலகாமலிருந்தது. அவன் பேச்சைக் கட்டுப்படுத்தியது.

"வெள்ளிக்கிழமைக்கு மூன்று நாட்கள் இருக்கின்றன. நாங்கள் நாளையே திரும்ப வேண்டும்."

இவன் பதில் தராமல் இருந்தான். மீசை இல்லாதவன் மீண்டும் பேசினான். "நீங்களே ஏற்பாடு செய்ய முடியாதா? வெறுமனே சுற்றிப் பார்த்தால் போதும்."

"நீங்கள் எங்கிருந்து வருகிறீர்கள்? நீங்கள் யார் என்று நான் அறிந்து கொள்ளலாமா?"

"நாங்கள் தில்லியிலிருந்து வருகிறோம். அரசாங்க ஊழியர்கள். வெறுமனே ஒருமுறைச் சுற்றிப் பார்த்தால் போதும். மிகவும் ஆசையுடன் வந்திருக்கிறோம்."

"இதற்கு நான் முன்கூட்டியே பட்டறை அதிகாரியிடம் தெரிவித்து அனுமதி பெற வேண்டும். உடனே முடியாது."

"ஒரு நேரம் சொன்னால் மீண்டும் வருகிறோம். இன்று மாலைக்குள் இருந்தால் மிகவும் சௌகரியமாயிருக்கும்."

இவன் மீண்டும் பதில் கூறாமல் இருந்தான்.

மீசைக்காரன், "உங்களுக்கு இதில் சிரமமிருந்தால் நாங்கள் வேறு மேலதிகாரியிடம் பேசுகிறோம்" என்றான்.

வேறு மேலதிகாரிகளிடம் இவர்களை அழைத்துப் போய் அறிமுகம் செய்து பேசவைக்கும் தொல்லைக்கு இவனே இவர்களைச் சுற்றிக் காண்பித்துவிடுவது மேல் என்று தோன்றியது. "உங்களால் மூன்று மணிக்கு வர முடியுமா?" அந்த நேரத்து வெயிலாலேயே அவர்கள் வரத் தயங்குவார்கள் என்றுகூட இவன் நினைத்தான்.

"வருகிறோம்... எங்களுக்கு ஒரு சிரமமும் இல்லை."

"தொந்தரவு கொடுக்கிறோம் உங்களுக்கு."

"தொந்தரவு ஒன்றும் இல்லை. மாலை மூன்று மணிக்கு வாருங்கள். நான் தொழிற்சாலையைச் சுற்றிக் காண்பிக்கிறேன்."

"அப்படியே உங்கள் தோட்டம்கூட."

"தோட்டமா?"

"ஆமாம், உங்கள் தோட்டம்."

"ஆமாம். இங்கே தோட்டமும் இருக்கிறதல்லவா?" என்று மீசைக்காரனும் தொடர்ந்து சொன்னான்.

"சாதாரணமாகத் தொழிற்சாலைகளில் இருக்கக்கூடிய தோட்டம் போல்தான் இங்கும் இருக்கிறது."

“அதையும் பார்த்துவிடலாம் அல்லவா?”

“சரி... எங்கள் தோட்டத்தைப் பார்ப்பதற்கு யாருக்கும் தடையிருக்காது.”

“அப்போது நாங்கள் மூன்று மணிக்கு வந்துவிடுகிறோம்” என்று மீசையில்லாதவன் சொன்னான்.

“சரி...”

“உங்கள் வாச்மெனிடம் சொல்லி வைத்துவிடுங்கள்.” என்று மீசைக்காரன் சொன்னான்.

“சொல்லி வைத்துவிடுகிறேன்.”

அவர்கள் போன பிறகு அந்த நாற்காலிகளை ஒழுங்குபடுத்திவிட்டு மேலும் வேலு அங்கேயே இவனைப் பார்த்தபடியே நின்றுகொண்டிருந்தான்.

“வேலு, போய் வாச்மெனை அழைச்சிண்டு வா” என்றான்.

“அவன் வரமாட்டான்ங்களே. இவுங்களைப் பத்திச் சொல்லிவிட்டு வரணும், அவ்வளவுதானே?”

“நீ கேட்டண்டை நின்னுட்டு வாச்மெனை இங்கே அனுப்பு. நான் சொல்றேன்.”

வேலு மெதுவாகச் சென்றான். ஐந்து நிமிடங்கள் மிக நிம்மதியாகக் கழிந்தன. சுழல் நாற்காலியில் ஒருமுறை முழுக்கவும் சுற்றினான். சுற்ற முடியும் என்பது தவிர அந்த நாற்காலி அதிகம் வசதி படைத்ததாகத் தெரியவில்லை.

அகலமான தோள் பட்டைகளும் அகலமான தலைப்பாகையும் அணிந்த வாச்மென் உள்ளே வந்தான். காவல்காரர்களுக்கு வண்ணான் செலவுக்கென்று தனிப் படி உண்டு.

“மோஸஸ். இப்போ இரண்டு பேர் வந்துட்டுப் போனாங்க. இல்லையா? அவுங்க மறுபடியும் மூணு மணிக்கு வருவாங்க. நேரே நம்ம அறைக்கு அனுப்பிச்சுடு.”

“நான் இரண்டு மணிக்குப் போயிடுவேனுங்களே.”

“ஓகோ, உன் ஷிப்டு இரண்டு மணியோட முடிகிறதா? உனக்கப்புறம் மெயின் கேட்டிலே யாரு?”

“சண்முகம், இல்லாட்டா, அப்துல்.”

“நீ ஞாபகமா அவங்ககிட்டேச் சொல்லிடு.”

“சரி, சார்.”

“இவுங்க முதல்லே எப்போ வந்தாங்க இங்கே?”

“காலையிலே எட்டு மணிக்கு வந்துட்டாங்க சார். கையிலே ஆளுக்கொரு மூட்டையோட வந்தாங்க. மிலிட்ரிகாரங்கன்னு நினைச்சேன். நேரே ரயில்லேயிருந்து இறங்கி வந்த மாதிரி இருந்தது.”

"இங்கே யாரும் இல்லைன்னு சொல்லியிருக்கிறதுதானே?"

"அவுங்க ஆபீசரைப் பார்க்கணுமின்னாங்க. பத்து மணிக்கு மேலே வாங்கன்னேன்."

"சரி, மூணு மணிக்கு வருவாங்க. வந்தா என்கிட்டே கொண்டுவிடச் சொல்லு."

"சரி, சார்."

காவல்காரனிடம் சொல்லி வைத்த பிறகு அந்தத் தொழிற்சாலையின் மூன்று முக்கிய பிரிவுகளிலும் மூன்று மணிக்கு இருவரைச் சுற்றிக் காண்பிக்க அழைத்து வருவது பற்றித் தெரிவித்து வந்தான். சரியாக மூன்று மணிக்கு அந்தத் தில்லிக்காரர்கள் வந்துவிட்டார்கள். காலையில் தோற்றமளித்தபடியே சோர்வேதுமில்லாமல் இருந்தார்கள்.

"போகலாமா?"

"சரி" என்று இருவரும் சொன்னார்கள்.

அவன் அவர்களை அழைத்துப் போனான். "முதலில் கச்சாப் பொருள்களைச் சுத்திகரித்துத் தூள் செய்யுமிடத்துக்குப் போவோம்."

"சரி."

"தொண்ணூத்தெட்டு சதவீதம் சுதேசிப் பொருள்கொண்டே தான் இங்கு உற்பத்தி நடக்கிறது. ஒரு கட்டத்தில் ஒரு கடலிடிக் ஏஜெண்ட் வேண்டியிருக்கிறது. அது மட்டும்தான் இறக்குமதி செய்யப்படும் பொருள்."

"அப்படியா?"

"கடந்த மூன்று ஆண்டுகளில் எங்கள் தயாரிப்புகளுக்கு வெளிநாட்டு மார்க்கெட் பெரிதாகப் பெருகியிருக்கிறது. எல்லாம் மத்திய கிழக்கு நாடுகளுக்கும் மற்றும் பல ஆப்பிரிக்க நாடுகளுக்கும் எங்கள் தயாரிப்புகள் வெளியனுப்பப்படுகின்றன. ஐரோப்பிய நாடுகளிலும் எங்கள் தயாரிப்புகளுக்கு வரவேற்பு இருக்கிறது. அநேகமாக இந்த வருட இறுதிக்குள் பிரான்ஸ் மற்றும் கிழக்கு ஜெர்மனி யூகோஸ்லாவியா ஆகிய நாடுகளுடன் வர்த்தக ஏற்பாடு அமையுமென்று எதிர் பார்க்கிறோம். ஆண்டு தோறும் எங்களால் மட்டும் 1.1 கோடி அந்நியச் செலாவணி சம்பாதிக்கப்படுகிறது. இரண்டு வருடங்களுக்கு முன்னால் முப்பத்தெட்டு லட்சமாக இருந்தது. இப்போது கிட்டத்தட்ட மூன்று மடங்கு பெருகியிருக்கிறது."

"அப்படியா?"

இப்படிச் சொல்லிக்கொண்டே போனவன் திடீரென்று தன் உற்சாகம் குறைவதை உணர்ந்தான். எழுபது வயதுக்காரர்கள், வாழ்க்கையின் சகல ரகசியங்களும் தெரிந்ததாக விறைப்பாக இருப்பவர்கள் கூட பாக்கிங் பிரிவில், தானாக உறையிட்டு டப்பாக்களை அழுந்த மூடும் இயந்திரத்தருகில், குழந்தை போல் விந்தை தெரிய நின்றிருக்கிறார்கள். அங்கே கூட இந்த இரு புதுதில்லி அரசாங்க ஊழியர்கள் 'அப்படியா?' என்றுதான் கேட்டுக்கொண்டார்கள்.

வேலுவிடம் தன் அறையில் மூன்று கோப்பை காப்பி தயாராக வைக்கச் சொல்லிவிட்டு, "அவ்வளவுதான்" என்று அந்த இருவரிடம் சொன்னான்.

"ரொம்ப நன்றி. ஆனால் உங்கள் தோட்டம்?" என்று மீசையில்லாதவன் கேட்டான்.

"ஓகோ. தோட்டத்தைப் பார்க்க வேண்டும் என்றீர்களல்லவா? தோட்டம் அந்தப் பக்கம் இருக்கிறது."

தோட்டத்தில் நுழைந்ததும் அந்த இருவரும் திடீரென்று சிறிது மாறுபட்டது போல் இருந்தது. தரையிலிருந்தே ஒரே கொத்தாக நீண்ட இலைகளாக முளைத்திருக்கும் செடியைக் காண்பித்து, "செடிவகைகளில் இதுதான் மிகப் பெரியது என்கிறார்கள்" என்றான்.

"அற்புதமாக இருக்கிறது. இதற்கு என்ன பெயர்?"

"என்ன பெயர் என்று எனக்கு நிச்சயமாகத் தெரியாது. வருடம் முழுவதும் பசுமையாக இருக்கும் ஜாதிகளைச் சேர்ந்தது. நமது கார்டன் சூப்பிரெண்டெண்டைக் கேட்டால் பெயர் சொல்லுவார். அவரைப் பார்க்கலாமா?"

"வேண்டாம், அவரைத் தொந்தரவு செய்ய வேண்டாம். ஆனால் இது மிகவும் அற்புதமான செடி. அப்புறம் உங்கள் மிருகங்கள், பறவையினங்கள்..."

"மான்கள் அங்கே இருக்கின்றன. வாருங்கள் போவோம்."

மரப் பலகைகளால் உயரமாக வேலி கட்டப்பட்ட அந்த வளைவில் சுமார் இருபது மான்கள் இருந்தன.

"மிகவும் அழகான, சாதுவான பிராணிகள்" என்று மீசைக்காரன் சொன்னான்.

"அப்படியொன்றும் சாது என்று கூறிவிடுவதற்கில்லை."

"கலவரம் அடைந்த மானுக்கு இந்த வேலி ஒரு லட்சியமில்லை."

"ஆமாம். பல சமயங்களில் இந்த வேலியைத் தாண்டித் தொழிற்சாலை உள்ளேயே சில மான்கள் ஓடி வந்திருக்கின்றன. அப்படியிருந்தும் முதலைக் குட்டி வேலி உள்ளே புகுந்தபோது எல்லாம் மிரண்டுபோய் ஏழெட்டு மான்கள் காலிழந்து செத்துப்போயின."

"முதலையா?"

"ஆமாம். யாரோ நண்பர் எங்கள் மானேஜிங் டைரக்டரிடம் ஓரடி நீளம்கூட இல்லாத ஒன்றைக் கொடுத்திருக்கிறார். அதைத் தோட்டத்துத் தொட்டியில் போட்டு வைத்திருந்தது. அப்புறம் பார்த்தால் அது முதலைக் குட்டி."

"பயங்கரம்."

"ஆமாம். அவ்வளவுக்கும் அதன் காலில் பலமான கயிறு சங்கிலி எல்லாம் கட்டித்தான் வைத்திருந்தோம். ஒருமுறை ஏகமாக மழை பெய்து இந்தத் தொழிற்சாலை தோட்டம் எல்லாம் சாணளவு தண்ணீரில் மிதந்தது.

அப்போது இந்த முதலை எப்படியோ சங்கிலியிலிருந்து விடுவித்துக்கொண்டு மான்களிடம் போய்விட்டது."

"உங்கள் மானேஜிங் டைரக்டர். பிராணி வளர்ப்பில் மிக அலாதியானவர்."

"ஆமாம். இங்கே முதலை, ஆமை, முயல், மயில் எல்லாம் வளர்த்ததுண்டு."

"பறவைகள்?" என்று மீசைக்காரன் கேட்டான்.

"அதுதான் மயில்."

"இல்லை. மயில் தவிர."

"ஒரு பஞ்சவர்ணக் கிளி இங்கே இருந்ததாம். ஆனால் அது நட்டுவாக்கிளி கொட்டி இறந்து போய்விட்டதாகச் சொல்கிறார்கள்."

"வேறு பறவைகள் ஒன்றும் கிடையாதா?"

"இங்கே தொழிற்சாலையில் கிடையாது."

"ஒருவேளை அவர் பங்களாவில்?"

"பங்களாவில் என்ன இருக்கிறது? நாய்கள் உண்டு."

"புறா மாதிரி ஏதாவது?"

"ஊஹூம், மீன்கள் இருக்கின்றன... ஆனால் இந்த நாளில் எல்லா வீடுகளிலும்தான் ஒரு மீன் தொட்டியிருக்கிறது.

"எவ்வளவு ஆண்டுகளாக நீங்கள் இங்கு வேலை பார்க்கிறீர்கள்?"

"எட்டு வருடமாகிறது. ஏன்?"

"ஒன்றுமில்லை. கேட்டேன். அப்போது இங்கே வேறு பறவைகள் ஒன்றும் கிடையாது?"

"இல்லை."

"நிச்சயமாக?"

"இல்லை. நான் வேறென்ன சொல்ல? தொழிற்சாலை பார்க்க வந்து பறவைகள் மீது அக்கறையாக உள்ளவர்களாக உங்களைத்தான் பார்க்கிறேன்."

"நாங்கள் சிரமம் கொடுத்திருந்தால் மன்னித்துவிடக் கேட்டுக் கொள்கிறோம்."

"பரவாயில்லை. பார்க்க வேண்டியது அவ்வளவுதானே?"

"அவ்வளவுதான்."

"நாங்கள் உங்களுக்கு மிகவும் கடமைப்பட்டிருக்கிறோம்."

"இல்லை, வாருங்கள். காப்பி சாப்பிட்டுவிட்டுப் போகலாம்."

மீசையில்லாதவன் ஒரு கணம் யோசிப்பது போல் இருந்தது. பிறகு "சரி" என்றான்.

வேலு மூன்று கோப்பைத் தட்டுகளில் காப்பியைத் தயாராக வைத்திருந்தான். உண்மையில் காப்பி சிறிது ஆறிப் போய்க்கூட இருந்தது.

தில்லிக்காரர்கள் இருவரும் நாற்காலிகளில் உட்கார்ந்தார்கள். காப்பியை ஒருமுறை உறிஞ்சிவுடன் நன்றாகச் சாய்ந்துகொண்டு உட்கார்ந்தார்கள். முதன் முறையாக அவர்கள் சிறிது ஓய்வெடுத்துக் கொள்கிறது போல இருந்தார்கள்.

காப்பி முடிந்தவுடன் தில்லிக்காரர்கள் இருவரும் சிகரெட் பற்றவைத்துக் கொண்டார்கள். மூக்கால் நீண்ட புகைவிட்டு மீசைக்காரன் கேட்டான். "தொழிற்சாலை பார்க்கவென்று வந்து தோட்டத்தைக் காணபியுங்கள் என்று சொன்னதில் உங்களுக்குத் தொல்லை இல்லை என்று நினைக்கிறேன்."

வேலுவும் அறையிலேயே நின்றுகொண்டிருந்தான். "வேலு. இந்த கப் சாஸரை எடுத்துவிடு... ஊஹூம் தொல்லை ஒன்றும் இல்லை."

மீசை இல்லாதவன் சாவகாசமாகப் புகை பிடித்துக்கொண்டிருந்தான். மீசையில்லாதவன் நட்புத் தோன்றவிருந்தான். அவன் சொன்னான்: "உண்மையில் நாங்கள் உங்கள் தோட்டத்தைத்தான் பார்க்க வந்தோம்."

"அப்படியா?"

"நிச்சயமாக இங்கேயோ உங்கள் மானேஜிங் டைரக்டர் வீட்டிலோ வேறு தோட்டம், வளர்ப்புப் பிராணிகள் கிடையாதல்லவா?"

"இல்லை. எல்லாம் நீங்கள் பார்த்ததுதான்."

வேலு தொடர்ந்து அங்கேயே நின்றுகொண்டிருந்தது சங்கடமாக இருந்தது.

"நாங்கள் இரண்டு பறவைகளைத் தேடி வந்தோம்."

"யார் நீங்கள்? நீங்கள் சொல்லவில்லை."

"நீங்களே ஊகித்திருக்க வேண்டும். தில்லி மிருகக் காட்சிச் சாலையிலிருந்து இரண்டு பறவைகள் திருட்டுப் போய்விட்டன, அதைத் தேடிக் கொண்டுதான் நாங்கள் வந்திருக்கிறோம். சென்னையில் இங்கே விற்கப் பட்டதாகத் தகவல்!"

"அவ்வளவு விசேஷமான பறவைகளா?"

"சின்னப் பறவைகள்."

"லவ் பெர்ட்ஸ்" ஏதோ தேசப்பெயர் சொல்லி மீசைக்காரன் சொன்னான்: "லவ் பெர்ட்ஸ்."

"லவ் பெர்ட்ஸ் சாதாரணமாகக் கிடைக்கக் கூடிய பறவைதானே?"

மீசைக்காரன் சொன்னான்: "அந்த ஜோடி ஓர் அசாதாரணப் பறவைதான். நம் பிரதமர் அந்த நாட்டுக்குப் போனபோதுதான் அன்பளிப் பாகக் கொடுக்கப்பட்டது. அது திடீரென்று காணாமல் போய்விட்டது."

"எப்படி இருக்கும் அவை?"

"சின்னப் பறவை. அதை விளக்குவது கஷ்டம். ஆனால் நாங்கள் பார்த்தால் தெரிந்துகொள்வோம்."

"காணாமல் போய் எவ்வளவு நாட்கள் ஆகின்றன?"

"ஒரு மாதம் ஆகிறது."

"ஒரு மாதம் என்றால் என்னவெல்லாமோ ஆகியிருக்குமே. அதை யாராவது சாப்பிட்டுக்கூட இருப்பார்கள்."

மீசைக்காரன் மீசையில்லாதவன் இருவரும் சிரித்தார்கள். ஆனால் வாய்விட்டுச் சிரிக்கவில்லை. "அதுதான் அவசரம். இங்கே உங்கள் தோட்டத்தில் நிறையப் பறவைகளுடன் இதையும் வளர்ப்பதாகத் துப்பு கிடைத்தது. ஆனால் அது சரியில்லை."

சிகரெட் முடிந்ததும் தில்லிக்காரர்கள் இருவரும் சிறிது நேரம் அப்படியே பேசாமல் இருந்தார்கள்.

பிறகு மீசைக்காரனைப் பார்த்து, "கிளம்புவோமா?" என்றான் மீசையில்லாதவன்.

மீசைக்காரனும் எழுந்து நின்றான். "உங்களுக்கு மிகவும் நன்றி" என்றான்.

"பரவாயில்லை."

"குட் ஈவினிங்."

இருவரும் வெளியே போனார்கள். சிறிது இடைவெளிக்குப் பிறகு, "வேலு, இப்பவாவது இந்த கப் சாஸருங்களை எடுத்துடேன்" என்றான்.

வேலு மேஜை மீது இருந்தவற்றை ஒன்று சேர்க்க ஆரம்பித்தான். "யாருங்க இவங்க, போலீஸ்காரங்களா?"

"அப்படித்தான் தெரியுது."

"போலீஸ்காரங்க மாதிரி இல்லையே?"

"ஏதோ வெளியூரிலேயிருந்து வந்து சுத்திப் பார்க்கணுமின்னாங்க, சுத்திப் பார்த்தாங்க. அவ்வளவுதான்."

"பறவைகளைத் தேடறவங்க இப்படியா தேடுவாங்க?"

"பின்னே எப்படித் தேடுவாங்க?"

இருவரும் மௌனமாக இருந்தார்கள். வேலுதான் மீண்டும் பேசினான். "அதுங்க எங்கே பறந்து போச்சோ?"

"அதுங்க பறந்து போய்விட முடியும், பறந்து போச்சு. அவ்வளவுதான்" அவன் பெருமூச்சு விட்டான்.

வேலுவும் வெகுநேரம் பேசாமலிருந்தான்.

1971

காத்திருத்தல்

அவனுக்குத் தொண்டை வறண்டுபோயிருந்தது உணர்வுக்கு எட்டியபோதுதான் அது வெகு நேரமாக வறண்டு கிடந்திருக்க வேண்டும் என்று தெரிய வந்தது. அவன் எழுந்து மின்சார விளக்கு ஸ்விட்சு இருக்கும் இடத்திற்குப் போய் அவன் விரல்களையும் அதன் மீது வைத்துவிட்டான். இனி ஸ்விட்சைப் போடக் கண்ணிமைக்கும் போதுகூட ஆகாது என்ற தருணத்தில் தான் அவனையறியாமல் அவன் கையைக் கீழே இறக்கினான். இருட்டில் மெள்ளச் சுவரைத் தடவிக் கொண்டே போய் அறையை அடைந்துவிடலாம். அறையில் நெருப்புப் பெட்டி இருந்தது. ஒரு நெருப்புக் குச்சியை ஏற்றினால்கூடத் தம்பளரை எடுத்துப் பானை மூடியை அகற்றித் தண்ணீர் மொண்டுகொண்டுவிட முடியும். இதை இருட்டிலும் செய்யலாம். ஆனால் தம்ளரை நகர்த்தி எங்காவது இடித்துவிடாமல் எடுக்க முடியாது; மண்பானையின் மூடியும் இருட்டில் சப்தம் எழுப்பாமல் எடுக்கக் கூடியது அல்ல. ஆனால் அதெல்லாம் மின்சார விளக்கைப் போட்டு அவன் வீட்டை வெளிச்சமூட்டிக் காட்டிக் கொடுப்பதற்கு எவ்வளவோ மேல்.

அவன் இருட்டிலேயே தட்டுத் தடுமாறிக்கொண்டு தண்ணீர் குடித்து வந்து மீண்டும் நாற்காலியில் உட்கார்ந்து கொண்டான். தொண்டை வழியாகத் தண்ணீர் வயிற்றுள் இறங்கினவுடன் அவனுடைய பளு சிறிது குறைந்தது போலிருந்தது. இப்போது ஏதாவது கடித்துச் சாப்பிடுவதற்கு இருந்தால்கூட நன்றாகயிருக்கும் என்று தோன்றியது. ஆனால் அப்போது வீட்டில் தண்ணீர் மட்டும்தான் இருந்தது. தின்பதற்கு வேண்டுமென்றால் அவன் வெளியேதான் போக வேண்டும்.

இப்போது தின்பதற்கு ஏதாவது இருந்தால் நன்றாயிருக்கும் என்ற சாத்தியக்கூறு மனத்திலிருந்து விலகிப்போய் அவன் உட்கார்ந்திருந்தான். விளக்கைப் போடாமல் வீட்டை இருள் சூழ வைத்திருப்பதால் அவன் வீடு இல்லாதது போலாகிவிடுமா என்று தோன்றிற்று. எவ்வளவு கும்மிருட்டிலும் அது தெரு என்று தெரியும். தெருவில் தெரு விளக்குகளோ அல்லது வேறு

வீடுகளின் விளக்குகளோ எரியாமல் போனால்கூட ஒவ்வொரு வீடும் தெரியும். நன்றாகவே தெரியும். அப்படி இருக்கையில் ஏன் வேண்டுமென்றே தன் வீட்டை இருட்டடித்துக் கொண்டிருக்க வேண்டும்?

தன் செய்கைக்கு நியாயம் காணாமல் அவன் இப்போது விளக்கை ஏற்றலாமென்று மீண்டும் எழுந்தான். ஆனால் அந்தத் தெளிவு மீண்டும் அகன்று, அப்படியே உட்கார்ந்து விட்டான். வீட்டை இருட்டாக வைத் திருப்பதால் அவன் வீடு யாருக்கும் தெரியாமல் போய்விடும் என்று அவன் விளக்கேற்றாமல் வைத்திருக்கவில்லை. வெளிச்சம் அவன் துணையற்றவனாகக் காட்டும். இருட்டு ஸ்தூலமாக அவனுக்கு ஒரு துணை போலிருக்கும். இருட்டில் அவன் அவனாக மட்டும், அவனுடைய துணையற்ற, சக்தியற்ற, பயம் மிகுந்தவனாக, பேராபத்தைத் தவிர்க்க வழியற்றவனாக மட்டும் இருப்பவனாகச் சந்தேகமறத் தோன்றமாட்டான். ஆபத்தானவனாக, பயங்கரமானவனாக, திருப்பித் திடீரென்று தாக்கக்கூடிய ரகசிய வாய்ப்புகள் பெற்றவனாகத் தோன்றக்கூடும். அதெல்லாம் உண்மையில் இல்லை என்றால்கூடத் தான் அப்படித் தோன்றக்கூடும் என்னும்போது அந்தச் சூழ்நிலையைக் கைவிட்டுவிடக் கூடாது.

அவன் காத்துக்கொண்டிருந்தான். நூறு கஜ தூரத்தில் கூட வாழ்க்கை எப்போதும்போலச் சென்றுகொண்டிருப்பது போலத்தான் சப்தங்கள் வந்துகொண்டிருந்தன. கார் ஹார்ன்கள், சைக்கிள் மணியடித்தல், லெவல் கிராஸிங் மணி, பெரிய பஸ்கள் நுணுக்கமாகத் திரும்ப வேண்டிய இடத்தில் வண்டியின் வேகத்தைக் குறைத்து இஞ்ஜினின் வேகத்தை அதிகப்படுத்துதல், பாரமேற்றாத தள்ளு வண்டி, ஸ்கூட்டர் ஆட்டோ ரிக்ஷாக்களின் ஊங்காரம், இரவில் அவிழ்த்து விடப்பட்ட ஒரு மாட்டின் குளம்புச் சப்தம் – அந்த மாடு பசு மாடாக இருந்தால் சினை மாடாக இருக்க வேண்டும், காளையாக இருந்தால் நன்றாகக் கொழுத்ததாக இருக்க வேண்டும், வெறும் ஒலியைக் கொண்டே பின்னங்கால் முன்னங்கால் என்று நிச்சயித்துக்கொள்ள முடிந்தது – அந்த மாடு அவன் வீட்டைக் கடந்து போய்விட்டது. மீண்டும் அவன் தெரு நிசப்தத்திலும் இருளிலும் மூழ்கிவிட்டது. எங்கெங்கோ தூரத்திலிருந்து மெல்லிய ஒலிகள் வந்துகொண்டிருந்த நகரக் கடலில் அவன் தெரு ஒரு குமிழியாக மிதந்து கொண்டிருந்தது. வெளியமைதி பொறுக்க முடியாமல் கத்தி விடலாமாவென்றுகூட அவனுக்குத் தோன்றிற்று.

அவனால் கத்த முடிந்திருக்கிறது. தொண்டை எரிச்சல் ஏற்படும் வரையில் கத்த முடிந்திருக்கிறது. மணிக்கணக்கில் கத்த முடிந்திருக்கிறது. அவன் கத்தியதை ஊரில் எண்ணற்ற ஒலிபெருக்கிகள் பன்மடங்கு அதிகமாக்கி எல்லோர் காதையும் மந்திக்கச் செய்திருக்கின்றன. இன்றுகூடச் சில ஒலிபெருக்கிகள் ஒலித்துக்கொண்டிருப்பதை அந்த இருட்டில் அவன் அவ்வப்போது கேட்க முடிந்தது. கீச்சுக் குரலில் சினிமாப் பாட்டுக்கள் வேகமாகச் சுழலும் இசைத்தட்டுகளிலிருந்து ஒலி பெருக்கப்பட்டும் பனிக்காற்றை இன்னமும் அதிகமாகக் குளிரவைத்துக்கொண்டிருந்தன. ஏழை எளியவர்கள் திருமணங்களில் ஒரு நாளைக்கு ஒலிபெருக்கி இசைத் தட்டுக் களை இரவல் வாங்கி ஒருநாள் பூராவும் அவற்றைத் திரும்பத் திரும்பப் பாட வைத்துக்கொண்டிருப்பார்கள். இசைத்தட்டு வைப்பவனுக்குப் பிடித்தமான பாட்டு ஒன்று அந்த இசைத் தட்டுக் குவியலில் இருந்தால் அந்தப் பாட்டே மீண்டும் மீண்டும் வைக்கப்பட்டு அலுக்கச் செய்யும்.

இன்று திருமண நாளல்ல. இது வெற்றியைக் கொண்டாடும் நாள். வெற்றியைக் கொண்டாடும் பல கோலாகல நாட்களில் இதுவும் ஒருநாள். பலவிதக் கோலாகலங்களில் ஒலிபெருக்கி இசைத்தட்டும் ஒன்று. அந்தக் கோலாகலத்தில் பங்கெடுத்துக்கொள்ளாதவனாக அவன் இருட்டில், அவன் வீட்டை இருட்டடித்துக்கொண்டு நிசப்தத்தில் தொண்டை உலர, பசிக்கும் வயிற்றைச் சிந்தனைச் சமாதானங்களால் நிரப்பிக்கொண்டு உட்கார்ந்திருந்தான்.

நேற்றுக்கூட இந்த வெற்றிக் கோலாகலங்கள் இருந்தன. மாலைகள், ஊர்வலங்கள், சுவரொட்டிகள் இனிப்பு விநியோகம், ஒலிபெருக்கி, இசைத்தட்டு. நேற்று அவன் அவை எவற்றிலும் பங்கு பெறாதவனாகத்தான் இருந்தான். நேற்று அவற்றை வெறுக்க முடிந்தவனாக, எதிர்ப்புக்கூடத் தெரிவிக்கக்கூடியவனாக, அவன் வெளியில், வெளிச்சத்தில் இருந்தான். அவன் பேசிய பேச்சுக்கள், எழுதிய எழுத்துக்கள், வீடு வீடாகச் சென்று கெஞ்சிய கோரிக்கைகள், மனதில் கொண்டிருந்த நம்பிக்கைகள், சில நேரங்களில் செலவுக்காகப் பணம் வாங்கிக்கொண்டு, பல நேரங்களில் அவனே செலவு செய்துகொண்டு தொண்டர்களைக் கூட்டுவித்து, அவர்களுக்குப் பள்ளிப்பாடம் போலக் கோஷங்களையும் விண்ணப்பங்களையும் வாதங்களையும் பதில் வாதங்களையும் சொல்லிக் கொடுத்து ஒரு பார்வைக் கோணத்தை உண்டு பண்ணிப் பங்களாக்களிலும், வீடுகளிலும், குடிசைகளிலும் உள் நுழைந்து பிரசாரம் செய்யக்கூடிய உறுதியளித்த முயற்சிகள் – இவையெல்லாம் திடீரென்று, நேற்று காலை, அநாவசியமானதாக, அர்த்தமற்றதாகப் போனபின் அவனுக்கு எந்த ஒலியும் நாராசமாகயிருந்தது, எந்தக் காற்றும் மூச்சிழுக்க முடியாததாக இருந்தது, எந்தப் பண்டமும் கசந்தது, எந்தப் பொருளும் கண்ணைக் கூசியது. இவ்வளவு தீவிரமாக, இவ்வளவு அடிப்படையாக மாறுதல்கள் அவனுள் தோன்றியிருந்தும் அவன் வழக்கம் போல மீசையோரங்களைக் கத்தரித்துக்கொண்டு வெள்ளைத் தடித்துணி வேஷ்டி சட்டையணிந்துகொண்டு அவனுக்குப் பழக்கமான, அதுவும் சமீப காலங்களில் மிகமிகப் பழக்கமான தெருக்களில், அவன் சென்ற வாரம்வரை கண்ணெதிராகப் பார்த்துப் புன்னகை செய்து, பேசி, வேண்டிக் கேட்ட மனிதர்கள் இன்னமும் உலவிக்கொண்டிருக்கும் தெருக்களில், நடந்து சென்றபோது அவனுக்குத் திடீரென்று எங்கும் எந்த மாறுதலும் ஏற்படவில்லை என்றும் தோன்றியது. செய்தித்தாள்களை முதலில் வேண்டுமென்றே பார்க்காமலிருந்து, பிறகு பார்க்க முடியாமல் இருத்தல் இனித் தாங்காது என்று தோன்றியவுடன் செய்தித்தாள் வாங்கப் போய், ஒரு கடையிலும் செய்தித்தாள் ஒன்றுகூட இல்லாமல் விற்றுப்போயிருக்க, இப்போது செய்தித்தாள் ஒன்றைப் பார்ப்பதுதான் அடுத்த கணம் அவன் உயிரோடிருக்க உறுதியளிக்கும் என்கிற முறையில் பரபரத்துத் திரிந்து ஒரு இலவச வாசகசாலையையடைந்து பக்கம் பக்கமாகக் கிழிக்கப்பட்ட பல்வேறு செய்தித்தாள்களை அவனுக்குக் கிடைத்த ஏறுமாறான வரிசையில் வரி வரியாகப் படித்துப் பின் வீடு வந்து சேர்ந்தான். மனைவியும், மனைவியின் தம்பியும், ஏன் அவனுடைய நான்கு சிறு குழந்தைகள்கூட, அவனுடன் பேசுவதற்கு ஒன்றுமில்லாமல் தூக்கமான விழிப்பில் நடமாடிக்கொண்டிருக்க, பழக்கத்தின் வலுவால் அவன் அடுப்பங்கரையில் உட்கார்ந்து அவன் மனைவி அவனுக்குப் படைத்த உணவை மறு பேச்சில்லாமல் உண்டான். உண்ட உடனேயே படுத்துக்கொண்டு, படுத்துக்கொண்ட உடனேயே

தூங்கிப்போயும்விட்டான். எந்த நினைவும் இல்லாமல், எந்தக் கனவும் இல்லாமல் அவன் தூங்கிப்போய்விட்டான். வலது முழங்கையில் முகத்தைச் சாய்த்துக்கொண்டு வெகுநேரம் தூங்கியதில் முகத்திலும் கழுத்திலும் வலப் பக்கமாக மட்டும் வியர்வை திரண்டு கொண்டு ஆழ்ந்த தூக்கத்தையும் கலைக்கக் கூடிய ஈரம் ஏற்பட்டவுடன் எழுந்துவிட்டான். வலது கை அப்படியே மரத்துப்போய் விட்டிருந்தது. எழுந்திருந்து முகம் கழுவிக்கொண்டு உட்கார்ந்துகொண்டான். மனைவி மாறாமல் இருந்தாள். மனைவியின் தம்பி ஓரளவு வயது வந்து விவரம் தெரிந்தவனாகயிருந்தபடியால் அவனும் மாறாதவனாக இருந்தான். ஆனால் குழந்தைகள் அதற்குள் பேசிச் சிரித்து விளையாடத் தொடங்கியிருந்தன. அவனிடமேகூடக் கொஞ்ச வந்துகொண்டிருந்தன. அவன் அதைப் பொறுக்க இயலாமல் அதே நேரத்தில் குழந்தைகளைக் கடிந்துகொள்ளச் சக்தியில்லாமல் மீண்டும் சட்டையை மாட்டிக்கொண்டு வெளியே போனான். வெளியே கேளிக்கைகள், கோலாகலங்கள் உருப்பெற ஆரம்பித்திருந்தன. அவை தொடர்ந்து பல நாட்கள் நடக்கும் என்பதும் தெளிவாகத் தெரிந்தது.

வெளியே எல்லாரும் உற்சாகம் பொங்க இருந்தார்கள். இரு நாட்கள் முன்புவரை இந்த மக்கள் திரளிடம் இந்த மாதிரியான முடிவு இவ்வளவு உற்சாகம் பெருக வைக்கும் என்பதற்கு எந்த வித அறிகுறியும் இல்லை. இல்லை, தான்தான் எந்தவொரு அறிகுறியையும் கண்டுகொள்ளவில்லை என்று அவனுக்குத் தோன்றியது. நேற்றின் விளைவு இன்று. இன்றின் விளைவு நாளை. அவனுக்குத்தான் நேற்றைப் பூர்ணமாக உணர்ந்துகொள்ள முடியவில்லை. ஆதலால் இன்று பிரமிப்பூட்டும்படியாக இருந்தது. இது உண்மையா, இது உண்மை தானா என்ற சந்தேகத்துடன் ஸ்தூலமான உண்மையின் நடுவிலேயே அவன் உழலவேண்டியிருந்தது. உண்மைகூட அவனுக்கு எரிச்சலூட்டவில்லை. உண்மையை அவன் பாராமல், உணராமல் தவறவிட்டிருந்தானே என்றுதான் அவனுக்கு அவன் மீது எரிச்சல் ஏற்பட்டிருந்தது.

தெருவில் என்றும்விட அதிகமாகவே ஜனத்திரள் இருந்தது. என்றும் விட அவர்கள் அதிகம் பேசிக்கொண்டிருந்தார்கள். ஒருவர் பேச்சை இன்னொருவர் கேட்க வேண்டும் என்பதை விடப் பேசுவது என்னும் செயலாக்கம் கைக்கொண்டு எல்லாரும் அந்தக் கணத்தின் முக்கியத்துவத்தில் பங்குகொள்வதில் முனைந்திருந்தார்கள். அவன் பேசுவதற்கு ஆளொருவரும் கிடைக்காமல் ஒரு வழியாகச் சென்று அவன் நேற்று வரைகூடப் பலரைக் கூட்டி, சந்தித்துப் பேசி, முடிவுகள் எடுத்து, படித்து, உணவுண்டு, தூங்கி, தண்ணீர் குடித்த கீற்றுக் கொட்டகைக்குச் சென்றான். தெருவோரத்தில் அது அனாதையாக இருந்தது. அதன் பக்கத் தடுப்புகளிலும் கூரையிலிருந்தும் ஒட்டியும், எழுதியும் தொங்கவிட்டிருந்ததுமான வாக்கியங்கள், பெயர்கள், வேண்டுகோள்கள், எச்சரிக்கைகள், ஏச்சுப் பேச்சுகள் எல்லாமே இன்று அர்த்தமற்றதாகக் காட்சியளித்தன. அர்த்தமற்ற தன்மையில் அவற்றை ஆதார மாகக் கொண்டு செயல்பட்டு வந்த அவனைக் குருடன், செவிடன், முட்டாள் என்று கேலி செய்வது போலக்கூடக் காட்சியளித்தன. கொட்டகையுள் இருந்த ஒரு மாம்பலகையை யாரோ தூக்கிச் சென்றுவிட் டிருந்தார்கள். கொட்டகையே இன்னும் பிய்த்துப் போடப்படாமல் இருக்கிறது என்பது அவனுக்குச் சிறிது வியப்பையும், ஆறுதலையும் தந்தது.

வீட்டில் குடித்த டீ போதாது. அவன் மீண்டும் டீ குடிக்க ஒரு டீக்கடையுள் சென்றான். அந்தச் சிறு இடத்தில் சிறு சிறு மேஜைகளாக நான்கு போட்டு மேஜைக்கு நான்கு என சிறிய நாற்காலிகள் போட்டிருந்தது. ஒரு கணம் அங்கு யாரும் தெரிந்தவர்கள் இல்லை என்று நிம்மதியடைந்தான். ஆனால் அதில்கூட அவன் உண்மையைக் காணத் தவறவிட்டுவிட்டான் என்பதை எடுத்துக்காட்டுவது போல் டீ குடித்துக் கொண்டிருந்தவர்களில் ஒருவன், "தொண்டர் வரார் பாருங்கடா" என்றான்.

இவன் துணுக்குற்றான். அதைக் காட்டிக் கொள்ளாமல் டீக்கடைப் பையனிடம் "கப் டீ," என்று கூறி உட்கார்ந்தான்.

"என்ன தொண்டரே, இன்னிக்கு அவன் டீ ஊத்தலயா?"

இவன் பதில் பேசாமல் அப்படியே உட்கார்ந்திருந்தான்.

"பட்டை பட்டையா சாம்பல் பூசிக்கிறவன் உங்களுக்கெல்லாம் தினம் பிரியாணி படைச்சானே, இப்போ டீத் தண்ணிகூட ஊத்தலயா?"

டீக்கடைக்குச் சொந்தக்காரன் போலிருந்தவன், "இந்தாங்க, இங்கே அரசியல் பேச்சு வேண்டாங்க" என்றான்.

"சவரக்கடைக்குப் போனாக்கூடத்தான் அரசியல் வேண்டான்றான். டீக்கடையிலே என்னாய்யா? அரசியல்காரங்க டீ குடிக்கிறதில்லையா?"

இவன் முன் ஒரு பையன் கப் சாஸரில் டீ கொண்டு வந்து வைத்தான். டீக்கடைச் சொந்தக்காரன் இவனிடம் வந்து மெதுவாக "சீக்கிரம் குடிச்சிட்டுப் போங்க. சொல்லி அனுப்பிச்சிருந்தா வீட்டுக்கு அனுப்பிச்சிருப்பேனே" என்றான்.

"என்னய்யா டீக்கடைக்காரரே, தொண்டரு என்ன சொல்லுறாரு?"

இவன் டீயை வாய்கூட வைக்காமல் அப்படியே எழுந்து வெளியே போகப்போனான்.

"என்னய்யா, மனுசன் மதிச்சிக் கேக்கிறேன். திமிரா பதில் பேசாம போறே."

இவன் டீக்கடையை விட்டுப் போகப் படியில் காலையும் வைத்து விட்டான். இவனைக் கேள்வி கேட்டுக்கொண்டிருந்தவன் விரைந்து வந்து இவன் முன் நின்று ஏதோ ஏசினான். இவனும் பதிலுக்கு ஏசினான். ஐந்து நிமிஷ அடிதடியில் யாருக்கும் உண்மையான அடிபடவில்லை. வீசிய கைகள் இலக்குகளைத் தாக்காமல் எங்கெங்கோ எது எதன் மீதோ இடித்துக்கொண்டன.

டீக்கடை ஆட்கள் விலக்கிவிட இவன் ஓட்டமும் நடையுமாக வீடு வந்து சேர்ந்தான். இவன் சட்டை கிழிந்து தலை கலைந்திருப்பதைப் பார்த்து மனைவி பரபரப்படைந்தவளாயிருந்தாள். "என்னங்க, இரண்டு நாள் வெளியே தலையைக் காட்டாமே வீட்டிலேயே இருந்திடுங்களேன்" என்று சொன்னாள். இவன் வைய ஆரம்பித்தான். "காவாலிப் பசங்க, கூட்டமாக் கூடில்ல அடிக்க வராங்க. வாங்கடா, ஒவ்வொருத்தனா வாங்கடா, கால கையை ஒடச்சித் தரேன்" என்று கத்தினான். மனைவியின் தம்பி பிரமை

பிடித்தவன் போல நின்றுகொண்டிருந்தான். மனைவி இவன் வாயை மூடி, "வேண்டாங்க, வேண்டாங்க" என்று வேண்டிக்கொண்டிருந்தாள். வெளியில் விளையாடிக்கொண்டிருந்த இவன் குழந்தைகள் வீட்டுக்கு வந்தன. கூடவே அக்கம் பக்கத்துக் குழந்தைகள் இரண்டு மூன்றும் வந்தன. குழந்தைகள் முதலில் தாயார் – தகப்பனார் சண்டை என்று எண்ணி அம்மாவின் புடவையைப் பிடித்து நின்றன. அப்படியில்லை என்று தெரிந்ததும் அவை விலகி வெவ்வேறு இடத்தில் நின்றன. இவனுக்கு முதலில் வெளிக் குழந்தைகளை வெளியே விரட்டி விட வேண்டும் என்றிருந்தது. ஆனால் அடுத்த கணமே ஏதோ தோன்றி அவைகளை விரட்ட முடியவில்லை.

ஊரில் உற்சாகம் பெருகிக்கொண்டே வந்ததை இவன் வீட்டுக்குள் ளிருந்தே உணர முடிந்தது. மாலை இரவாகி விளக்குகள் ஏற்பட்டுவிட்டன. இவனுடைய சிறிய வீட்டுக்கு நேரெதிரே இருந்த தெரு விளக்குகளும் சேர்ந்துகொண்டு வெளிச்சம் தந்தன. குழந்தைகளுக்கு உணவு படைக்கும் போது ஒருமுறை பார்த்துவிட்டு இவனைக் கூப்பிடாமல் தம்பிக்கும் குழந்தைகளுக்கும் மட்டும் மனைவி சோறிட்டாள். குழந்தை சாப்பிட்டு, வாரக் கணக்கில் அவை காதில் விழுந்து கொண்டிருந்த, படிக்கக் கிடைத்துக் கொண்டிருந்த வாழ்க, வீழ்க, என்னாச்சி கோஷங்களையும் ரயில் வண்டி ஒலியையும் சினிமாப் பாட்டுக்களையும் கொண்டு விளையாடி நேரம் போக்கிக் கடைசியில் பாயில் திசைக்கொன்றாகப் படுத்துத் தூங்கியும் விட்டன. எங்கோ ரேடியோவில் ஆங்கிலச் செய்தியும் கேட்கத் தொடங்கியவுடன் அவன் மனைவி அவனைச் சாப்பிட அழைத்தாள். அவனும் சாப்பிடுவதற்கு இலை முன் உட்கார்ந்தான். அப்போது மாலை டீக்கடையில் டீயை வாய்கூட வைக்காமல் விட்டுவிட்டு வந்தது நினைவுக்கு வந்தது.

அவனுக்கு ஒரேயடியாகப் பசித்தது. அவன் சாப்பிட்டு மனைவிக்கு அதிகம் மிஞ்சாது என்று தெரிந்ததும் அவன் மேலும் சோறு போடச் சொல்லி உண்டான். உண்டபின் திடீரென்று களைப்பு நீங்கி, தலையில் ஒரு தெளிவுணர்ச்சி ஏற்பட்டு அவனுக்குத் தைரியம்கூட வந்தது. தெருவில் பேச்சொலி கேட்டது. அந்தத் தெருவில் இரவில் பத்துப் பதினோரு மணிக்குக்கூட சினிமாவுக்குப் போகிறவர்கள், சினிமாவிலிருந்து திரும்பு கிறவர்கள் போவார்கள். போகும்போது பேசிக்கொண்டு போவார்கள். ஊரடங்கிய காரணத்தால் அவர்கள் இரைச்சல் போட்டுக்கொண்டு போவது போலக்கூட இருக்கும். ஆனால் இன்று இப்போது கேட்கும் பேச்சொலி வேறு.

"டேய் . . . வாடா வெளியே!" என்று இவன் இனப் பெயரைச் சொல்லிக் கூப்பிட்டு ஒரு குரல் கேட்டது. அதையடுத்து அவன் வீட்டுமுன் கதவு தடதடவென்று தட்டப்பட்டது. வீட்டின் கீற்றுக்கூரை மீது தொப்பென்று ஒரு கல் விழுந்தது.

இவன் மனைவி கிலி நிலையின் எல்லையில் குத்திட்டு நின்றாள். குழந்தைகளில் ஒன்று எழுந்துகொண்டு வீல் என்று கத்தியது. உடனே அவள் கீழே குனிந்து அதன் வாயைப் பொத்தினாள்.

"வாடா வெளியே, காட்டிக் கொடுக்கிற . .!" என்று மீண்டும் குரல் எழுந்தது. இவன் தன் மனைவியின் தம்பியைப் பார்த்தான். அவன்

கையில் நீண்ட மூங்கில் கழியுடன் நின்றுகொண்டிருந்தான். இவன் அவன் கைக்கழியை வாங்கிக் கொண்டான்.

மனைவி, “வேண்டாங்க, வெளியே போகாதீங்க. வேண்டாங்க” என்று அமுங்கிய குரலில் கெஞ்சினாள். கெஞ்சிக்கொண்டே தன் குழந்தைகளை வாரியெடுத்து அணைத்துக்கொண்டாள். இவன் கொல்லைப்புறக் கதவருகில் சென்றான். “வேண்டாங்க, வெளியிலே போகாதீங்க” என்று மீண்டும் கெஞ்சினாள். “அவரைப் பிடிச்சு நிறுத்து” என்று தம்பியிடம் சொன்னாள். அவள் தம்பி இவனருகே வந்தான். இவன் அவனை முறைத்துப் பார்த்தான். அவன் அப்படியே நின்றான். சட்சட்டென்று அக்கம்பக்கத்து விளக்குகள் அணைக்கப்படுவதை அவர்கள் உணர முடிந்தது.

இவன் கொல்லைப்புறக் கதவைத் திறந்துகொண்டு மெதுவாக வீட்டுச் சுவரோரமான இருட்டு நிழலில் நகர்ந்து பார்த்தான். தெரு விளக்கும் இவன் வீட்டு விளக்கும் தவிர வேறு வெளிச்சமில்லை. இவன் வீட்டு விளக்கும் சட்டென்று அணைந்தது.

இவன் சுவரோரமாக முன்புறம்வரை வந்துவிட்டான். வீட்டு முன்னால் மூவர் நின்றுகொண்டிருந்தார்கள். அதில் ஒருவன் பதினைந்து வயதுக்குள் இருக்கும் சிறுவன். சிறுவன் பீடி குடித்துக்கொண்டிருந்தான். ஒரு ஆள் கையில் ஒரு சவுக்குக் கம்பு இருந்தது.

இவன் பயங்கரமாகக் கூச்சலிட்டு அவர்கள்மீது பாய்ந்தான். முதல் வீச்சில் சவுக்குக் கம்பைத் தட்டிவிட்டான்.

அவர்களும் வீறிட்டுக் கத்தினார்கள். இவன் மனைவியின் தம்பியும் இன்னொரு மூங்கில் கழியைச் சிலம்பாட்டம் வீசிக் கொண்டு வந்தான். தாக்க வந்த மூவரும் ஊளையிட்டுக் கொண்டு தெருவின் மறுகோடியில் போய் நின்றுகொண்டு கற்களை விட்டெறிந்தார்கள்.

இவனும் இவன் மைத்துனனும் தெருவில் கோல்களைச் சுற்றிக்கொண்டு கத்திக்கொண்டு உறமினார்கள். இவன், “கத்தியை எடுடா, வரவன் காலைத் தலையைச் சீவிடறேன்” என்று கத்திக்கொண்டேயிருந்தான். இவர்கள் ஒரு முனையிலும் அந்த மூவர் இன்னொரு முனையிலுமாகத் தெருவை அடைத்து நின்றார்கள். தெருவின் இரு வரிசை வீடுகளும் மனிதர் வசிக்கும் இல்லங்களாக இல்லாத மாதிரி இருட்டி உயிரற்றுக் கிடந்தன. ரேடியோ ஒலிகூட இல்லை.

இவன், “வாங்கடா, கூலிப் பசங்களா! வாங்கடா!” என்று கூச்சலிட்டுக் கொண்டிருந்தான். தாக்க வந்தவர்கள் அந்தத் தெரு முனையிலிருந்து கூச்சலிட்டுக்கொண்டு கற்களை வீசிக் கொண்டிருந்தார்கள். வீசிய கல் எட்டக்கூடிய இடைவெளி யில்லாமலிருந்தும் அவர்கள் கற்களை வீசிக் கொண்டிருந்தார்கள். திடீரென்று அவர்கள் எங்கோ ஓடி மறைந்து விட்டார்கள். இவன் தன் கோலைக் கீழே போட்டுவிட்டு ஓடினான். அவர்கள் ஓடிப்போன காரணம் உடனே தெரிந்தது. அந்தப் பக்கத்திலிருந்து இரு போலீஸ்காரர்கள் சைக்கிளில் வந்துகொண்டிருந்தார்கள்.

இவனும் இவன் மனைவியின் தம்பியும் நடுத்தெருவில நின்றுகொண் டிருந்தார்கள். போலீஸ்காரர்களில் ஒருவன், “என்னய்யா கலாட்டா செஞ்சிட்டிருக்கே?” என்று கேட்டான்.

“வீட்டுள்ளே புகுந்து அடிக்க வராங்க சார்” என்று இவன் சொன்னான்.

“யாரய்யா வந்தான்? யாரு இவன்? கையிலே என்ன?”

“நம்ம மச்சான் பயங்க. கொலை பண்ண வந்தாங்க வீடு புகுந்து.”

“இவன் கையிலே என்னய்யா? சாமி! இவர்களை இழுத்து வா ஸ்டேஷனுக்கு. ஒரே தொல்லையாப் போயிடுத்து.”

“நாங்க ஒண்ணுமே பண்ணலீங்க. அவுங்கதான் வீட்டுள்ளார புகுந்து அடிக்க வந்தாங்க...”

“கையிலே கோலென்னய்யா? இழுத்து வா ஸ்டேஷனுக்கு!”

ஸ்டேஷனுக்குப் போகும் போதுதான் இவன் வீட்டு முன்னால் நின்ற தெரு விளக்கும் எரிய முடியாமல் உடைக்கப்பட்டிருந்ததை இவன் கவனித்தான்.

மறுநாள் காலை மனைவி ஸ்டேஷனுக்கு வரும்வரை இவன் தூங்கவில்லை. இவன் மனைவியின் தம்பி எப்படியோ ஒரு மூலையில் முடங்கித் தூங்கிப்போய்விட்டான். மனைவியின் முகம் அழுகையிலும் கிலியிலும் வீங்கிப்போயிருந்தது. அவள் தூங்கியே இருக்க முடியாது.

இவனை விட்டார்கள். ஆனால் அவள் தம்பியை ஸ்டேஷனிலே நிறுத்திக்கொண்டார்கள். மனைவியையும் குழந்தைகளையும் அவள் உறவுக்காரர்கள் வீட்டில் கொண்டு போய்விட்டான். அவள் அவனையும் அங்கேயே இருக்கச் சொல்லிக் கெஞ்சிக் கதறினாள். யார் யாரையோ போய்ப் பார்த்துச் சொல்லிவரக் கதறினாள். அவன் வேலை செய்த பிரமுகரிடம் போகச் சொன்னாள். தலைவர்களிடம் போய்ச் சொல்லச் சொன்னாள். அவன் முகத்தைப் பார்த்து, அவன் அவ்வாறெல்லாம் ஒன்றும் செய்யமாட்டான் என்று உணர்ந்தவளாயிருந்தும் அவள் கெஞ்சிக் கேட்டுக் கொண்டேயிருந்தாள். அவன் அவளை விட்டுவிட்டு மீண்டும் வீடு வந்து தாளிட்டுக்கொண்டான். தெருக்காரர்கள் அவரவர்கள் வேலையைப் பார்த்துக்கொண்டுபோவதைப் பார்க்கும்போது சில மணி நேரங்கள் முன்பு ஓர் அசாதாரண சம்பவம் நிகழ்ந்திருக்கும் என்பதற்கு யாதொரு அறிகுறியும் இல்லாதிருந்தது. அவர்கள் யாரும் அவனிடம் வரவுமில்லை.

இன்னமும் எங்கேயோ சினிமாப் பாட்டு கேட்டுக் கொண்டிருந்தது. ஐந்தாறு இடங்களிலிருந்து கலைந்து இணைந்து உருமாறி வந்துகொண்டிருந்த பாட்டொலி இப்போது ஒரே பாட்டாக வந்துகொண்டிருந்தது. ‘ஆம்பளைக்கு ஆம்பிளை நான்’ என்று ஒரு பெண் குரல் ஒலித்துக்கொண்டிருந்தது. இவன் வயிற்றில் பசியுடன் தொண்டை ஈரமானது மீண்டும் உலர்ந்துபோயிருந்த அவன் அந்தச் சொற்களை ஒவ்வொன்றாகத் தெளிவாக, கவனமாகக் கேட்டான். அவனுக்கு திடீரென்று ஒரு தமிழ் சினிமாக் கொட்டகையில் போய் உட்கார வேண்டும் என்று ஆவல் எழுந்தது. இப்போதுகூட மெதுவாக இருட்டில் யாருமறியாமல் வெளியே நழுவி ஒரு கொட்டகையைப் போய்ச் சேர்ந்துவிடலாம். போய் விடலாமா? போனால்தான் என்ன?

போய்விடலாம். இன்று போய்விடலாம். ஆனால் அது என்ன முடிவு? இருபது வயது நிரம்பாத ஒருவன், இவன் சரியாக ஏறெடுத்துப் பேசவும்

மதித்திருக்காத ஒருவன், ஒரு அறையில் அடைக்கப்பட்டு ஒரு மூலையில முடங்கிப் படுத்திருப்பான். பாவம், அவன் இவனுடன் இருந்தபோது, எல்லாம் சாதாரணமாக இருந்தபோது, ஒருநாள் அவனை சினிமாவுக்குக் கூட்டிப்போயிருக்கிறானா?

மீண்டும் உரக்கக் கத்த வேண்டும்போல இருந்தது. உரக்கக் கத்தினால் நிச்சயம் சிலர் காதில் விழும். ஆனால் யார் இப்போது வரப்போகிறார்கள்?

வர வேண்டியவர்கள் வரவில்லை. மனைவி மிகவும் கெஞ்சினாள். எல்லாரையும் போய்ப் பார்த்துவிட்டு வரச் சொன்னாள். "நீங்கள் ராப்பகலாக ஓடியாடி உழைத்தீங்களே. அவரைப் பார்த்துச் சொல்லிவிட்டு வாங்க" என்று கேட்டிருந்தாள். "தம்பிக்கு ஜாமீனுக்கு ஏற்பாடு செய்யுங்கள் அவரிடம் போய்" என்றாள். அவனாகப் போகவில்லை. ஆனால் அதற்குள் நிச்சயம் அவருக்குத் தகவல் எட்டியிருக்கும். அவர் காரைப் போட்டுக்கொண்டு வந்திருக்கக்கூடும். ஆனால் வரவில்லை. தோற்றிருந்தால் என்ன? வந்திருக்கக்கூடும். ஆனால் வரவில்லை. அந்த மனிதனும் வீட்டில் முடங்கிக் கிடந்துகொண்டிருப்பான். அவனும் யாரிடமும் பேசாமல், பத்திரிகைகளைப் பார்க்க மனமில்லாமல் – தைரியமில்லாமல் – ஒரு சாய்வு நாற்காலியில் விழுந்து கிடப்பான். மனைவியை ஏறெடுத்துப் பார்க்க முடியாமல் உட்கார்ந்திருப்பான். வீட்டில் குழந்தைகள் சிரித்து விளையாடினால் அதைப் பொறுக்க முடியாமல் எரிந்து விழுந்துகொண்டிருப்பான். துக்கம் விசாரிக்க வருபவரிடமும் டெலிபோன் செய்பவரிடமும் முள்மேல் படுத்திருப்பதுபோல் பொறுமையின்மையை வெளிக்காட்டி அந்தப் பேச்சைச் சுருக்கமாக முடித்துவிடுவான். சில பத்திரிகைக்காரர்கள் பேட்டிக்கு என்றுகூட வந்திருக்கக் கூடும். இப்போது பத்திரிகைக்காரர்கள் அருகில் வருவார்களா? வருவார்கள். எவனாவது ஒன்றிரண்டு பேர் வருவார்கள். அவர்களிடம் 'பெரிய அநீதி நடந்துவிட்டது' என்று கூறியிருக்கக்கூடும். அநீதி என்பது அந்த மனிதன்வரை என்ன பெரிய அநீதி நடந்துவிட்டது? சில ஆயிரம் ரூபாய்கள் இந்த மூன்று நான்கு வாரங்களில் கணக்கு வழக்கு இல்லாமல் செலவழிந்திருக்கும். அந்தச் சில ஆயிர ரூபாய்களைத் தான் வெற்றி பெற்றிருந்தால், பல மடங்காகப் பெருக்கித் திரும்பப் பெற்றிருக்க முடியும். வெற்றிக்கும் தோல்விக்கும் அது ஒன்றுதான் அந்த மனிதனுக்கு வித்தியாசம். இவனைப்போல் தலையுடைவதை எதிர்பார்த்து எலும்புகள் நொறுங்குவதை எதிர்பார்த்து, குழந்தை குட்டிகள் தாக்கப்படுவதை எதிர்பார்த்து, ஏன் – உயிரேகூட இழக்கக்கூடும் என்பதை எதிர்பார்த்து இருட்டில் தன்னந்தனியாக உட்கார்ந்திருக்கப்போவதில்லை. சிறிது ஏதாவது ஏறுமாறாக நடந்தால் போலீசுக்கு டெலிபோன் செய்யலாம். போலீஸ்கூடப் பெயரளவுக்காவது உதவிக்கு வரும். போலீஸ், உதவி என்று ஒன்றும் செய்யாமல் போனால்கூட ஒரு போலீஸ் தொப்பி அந்த வீட்டருகில் காணப்படுகிறது என்றால் அந்த மாதிரியே வேறு.

"போலீசுக்கு மீண்டும் போய் விவரமாச் சொல்லுங்க" என்று மனைவி சொன்னாள். மனைவியோடகூட அவள் தகப்பனும் சொன்னான். அவள் மூஞ்சி. அவன் மூஞ்சி. அந்த முழுக் கூட்டத்தின் மூஞ்சி. போலீசெல்லாம் அப்படி இவனுக்கென்று வந்துவிடுமா? நேற்று இரவு என்ன ஆயிற்று? கையில் கழியிருந்தது, பயங்கரமாகக் கத்திக்கொண்டிருந்தார்கள் என்று இவனும் அந்தப் பையனும் அல்லவா அங்கே உள்ளே போய் சிமெண்ட் தரையில் சாய வேண்டியிருந்தது? அவள் மூஞ்சி, அவள் முகரக் கட்டை. பதினைந்து

வருடம் இவனோடு குடித்தனம் நடத்தி இந்தச் சின்ன விஷயத்தில்கூட உண்மை நிலை தெரியவில்லை. நான்கு நாளைக்கொரு தரம் இருட்டில் கை கால்களை ஊன்றிக்கொண்டு ஒவ்வொரு குழந்தையாகத் தாண்டி இவனருகே வந்து படுத்துக்கொள்ளத் தெரிந்துவிட்டால் எல்லாம் தெரிந்துவிடுகிறதா? மூஞ்சி, மட்டி, களிமண்.

இது சரியில்லை. பாவம், அவளுக்குத்தான் எப்படித் தெரிந்திருக்க நியாயம் இருக்கிறது? உண்மையில் அவளோடு அவன் எல்லாவற்றையும் பகிர்ந்துகொண்டதில்லை. அவளுக்கு ஒன்றையும் விளக்கிக் கூறியதில்லை. அவளுடைய அபிப்பிராயம் என்று ஒன்றும் அவளைக் கேட்டதில்லை. ஏதோ அவளாக அவன் செயல்கள், அவன் நம்பிக்கைகள், அவன் அபிலாஷை கள் இவைகளை அவளுடைய சிறு உலகத்திற்கேற்றபடி அவளாகப் புரிந்துகொண்டு நடக்கிறாள். அவளிடம் உண்மையாக அவன் எதையும் பகிர்ந்துகொள்வதில்லை – அந்த நான்கு நாட்களுக்கு ஒருமுறை தவிர.

அவனுக்கு விளக்கைப் போட்டுவிட வேண்டும் என்று கை துடித்தது. அவன் நம்பிக்கைகள், அபிலாஷைகள் எல்லாம் இப்படி இருட்டில் ஏதோ ஒன்றுக்காகக் காத்திருப்பதுதானா? என்ன பெரிய நம்பிக்கைகள்? கொள்கைகள், அபிலாஷைகள்? இந்த உலகத்தின் பரப்பை மாற்றிவிடப் போகிறோம், சமதர்மம், சம வாய்ப்பு, சம வாழ்வு – சிரித்துவிட வேண்டும் போலிருந்தது. மனைவியோடு சமதர்மம் பழக முடியவில்லை, உலகப் பரப்பையே சமதர்மமாக்கிவிடப்போகிறான். நான்கு பேரைத் துணைக்குக் கூப்பிட முடியவில்லை, உலகப் பரப்பையே மாற்றிவிடப் போகிறான்.

ஆனால், இது நான்கு பேர் துணையிருந்து எதிர்நோக்கக் கூடியதா? என்னை உதைக்கப்போகிறார்கள், எனக்குத் துணையிருந்து நீங்களும் உதைபடுங்கள் என்று அழைக்கக் கூடியதா? நேற்று தாக்க மூவர் வந்தார்கள். இன்று ஏழெட்டுப் பேர்கூட வரக்கூடும். நேற்று ஒரு சிறுவன் இவன்கூட இருந்ததில் அந்த மூன்று பேரைத் துரத்தியடிக்க முடிந்தது. இன்று ஒருவன் அல்லது இருவர் இருந்தால்கூட வருகிறவர்களைத் திருப்பி யடித்துத் துரத்திவிடலாம். இன்று ஏழெட்டுப் பேர் வருகிறவர்கள் நாளை பத்துப் பன்னிரண்டாகிவிடும்.

மனைவியைப் பற்றி நினைக்காமல் வேறு விஷயங்களைப் பற்றி மனம் அலச ஆரம்பித்ததில் ஒரு ஆறுதல் இருந்தது. இவைகளைப் பற்றி அநாவசியமாக நிதானம் இழக்காமல் உணர்ச்சி வயப்படாமல் சிந்திக்க முடிந்தது. நாம் தனியாக இருக்கிறோம். நேற்று வந்தவர்கள் இன்றுகூட நான்கு பேர்களோடு வருவார்கள். நேற்று ஒருவனிடத்தில் மட்டும் சவுக்குக் கம்பு இருந்தது. இன்று ஒவ்வொருவனும் வைத்திருக்கக்கூடும். இவனை இவன் எண்ணும் எண்ணங்களுக்காக, இவன் கொண்டிருக்கும் கருத்துக்களுக்காக, நம்பிக்கைகளுக்காக, கொள்கைகளுக்காக, இவையெல்லாவற்றின் அடிப்படை யில் இவன் அவர்களுக்கு, அவர்களாகக் கற்பித்துக்கொள்ளும் அவமானம் இழைத்ததற்காகத் தாக்க வரப்போகிறார்கள். இப்படித் தாக்கி, அடித்துப் போடுவதால் இவன் சிந்தனைக் களத்தை மாற்றிவிட முடியுமா? இவன் கொண்டிருக்கும் கருத்துக்களை அகற்றி வேறு கருத்துக்களை வைத்து நிரப்ப முடியுமா? இவன் நம்பிக்கைகளுக்கு எதிராக நம்ப வைக்க முடியுமா? எப்படியோ எப்போதோ ஆரம்பித்த சிந்தனைச் சரங்களை, நினைவுகளை, உற்சாகங்களை, நம்பிக்கைகளை நான்கு அடி தலையில் போட்டு மாற்றிவிட

முடியுமா? உயிரை எடுத்துவிடலாம். ஆனால், நினைவுகளை, சிந்தனைகளை, நம்பிக்கைகளை எடுத்துவிட முடியுமா? இருந்தும் தாக்க வருவார்கள். இது இவன் தனிப் பிரச்னை. இவனுடைய மிகச் சொந்தமான, அந்தரங்கமான, தவிர்க்க முடியாத ஒரு பிரச்னை. அதனால்தான் வேறு துணை நாடாமல் இவன் தனியாகக் காத்திருக்கிறானா?

இவன் மீண்டும் தண்ணீர் குடிக்க இருட்டில் தட்டுத் தடுமாறிச் சென்றான். சினிமாப் பாட்டொலிகூட நின்றுவிட்டது. இரவு பதினொன்று கூட ஆகியிருக்கும். ஏன் யாரும் இன்னும் வரவில்லை? ஒரு வேளை வரமாட்டார்களோ? நேற்று சினிமா இரவு ஆட்டம் ஆரம்பிப்பதற்கு முன்னமேயே வந்துவிட்டுப் போய்விட்டார்கள். இப்போது இரவு ஆட்டம் இடைவேளையை நெருங்கிக்கொண்டிருக்கும். ஒருவேளை இரவு ஆட்டம் இடைவேளைவரை பார்த்துவிட்டு வரப் போகிறார்கள் போலும். நேற்றே விஷயம் முடிந்திருந்தால் சிறிது லேசாகவே முடிந்திருக்கும். ஒரு கை, கால் அல்லது விலா எலும்பு முறிந்திருக்கும். தலையில் போடமாட்டார்கள். பொதுவாக இப்படி அடிக்கிறவர்கள் கை கால்களை முறித்துப் போடுவதில் தான் முனைவார்கள். மூன்றே பேர். அதில் ஒருவன் சிறுவன். பீடிக் கையோடு அவனால் அதிகம் முடிந்திருக்கப்போவதில்லை. இவன் திருப்பித் தாக்கிவிட்டான். இவன் மனைவியின் தம்பி கோலைச் சுழற்றிக்கொண்டு வந்துவிட்டான். இவர்கள் கோல் சுற்றியதில் அவர்கள் மீது இரண்டொரு அடிகூட விழுந்தது. ரொம்பப் பலமாக இல்லாமல் போயிருந்தாலும் வெறியைத் தூண்டுவதற்குப் போதுமானது. ஒருவேளை இவன் மைத்துனன் நேற்றுத் துணைக்கு வராமல் இருந்தால் இன்று இவன் இப்படிக் காத்திருக்கத் தேவையில்லாது இருந்திருக்குமோ? ஆனால் அவனை இவனாகத் துணை கூப்பிடவில்லை. அவனாகவே வந்தான். இன்றுகூட அவனைப் போல வேறு யாராவது அவர்களாகத் துணை வந்தால் அவன் தன் வரையில் மாசுபடாதவனாகயிருப்பான். அந்தப் பையனுக்கு வந்த வேகம் வேறு யாருக்கும் வரவில்லை. வேறு யாரிடமும் வரக்கூடிய அளவுக்கு இவனில்லை போலிருக்கிறது. ஐயோ! அப்படியா? அப்போது விவரம் தெரிந்த நாளிலிருந்து கொண்ட நம்பிக்கைகள், கொள்கைகள், பார்வை எல்லாம் அபத்தமா? பொய்யா? வெறும் பொய்களினால், அந்தப் பொய்களுக்காகவா இப்போது சித்திரவதைப்பட்டுத் தனிமையில் சாகக் காத்திருக்கிறான்?

"வாங்கடா? வாங்கடா! சீக்கிரம் வாங்கடா!" என்று இவன் உரக்கக் கத்தினான். அந்தக் கணத்தில் எது எதையோ சிந்தித்துப் புதுக் கண்டுபிடிப்பு களை அடைவதற்குப் பதில் மிருகத்தனமாக அடி கொடுத்து அடிபட்டுச் சாகலாம் போலிருந்தது. வாங்கடா, வாங்கடா, வாங்கடா என்று மூச்சு விடாமல் மனத்தை இறுகப் பிடித்துக்கொண்டு ஜபிக்க ஆரம்பித்தான். அம்மாதிரியொரு பலவந்தத்திற்கு அவன் மூளை பழக்கப்படாத காரணத் தால் அவனுக்கு அவனையுமறியாமல் தூக்கம் வந்துவிட்டது. அவன் உட்கார்ந்தபடியே தூங்கிவிட்டான்.

அவன் தூங்க ஆரம்பித்துப் பத்து நிமிஷத்திற்கெல்லாம் அவன் கீற்றுக் கூரை மீது முதல் கல் விழுந்தது.

1971

காட்சி

அவனுக்குப் பசி விலகிப்போய், மூச்சிழுக்கும் தொல்லை போய், உடற் பலவீனம் மறந்துபோய், வாழை மரங்களையும் மாமரங்களையும் அற்புதக் காட்சிகளாகப் பார்த்துக்கொண்டே அந்த ஒற்றையடிப் பாதையில் சென்று கொண்டிருந்தான். தாழ்ந்து பட்டுப்போயிருந்த ஒரு மரக்கிளை மீது இரு கிளிகள் உட்கார்ந்திருந்தன. அவன் அந்த இடத்தைக் கடந்து சென்றபோது அவை பறந்து சென்றன.

திடீரென்று தண்ணீர் சலசலக்கும் சப்தம் கேட்டது. சிறுவன் சொன்ன இன்னொரு பாலம் இந்த ஆற்றைக் கடப்பதாகத்தான் இருக்க வேண்டும் என்று கூறிக் கொண்டான். இப்போது அந்த ஆறு கண்ணுக்குத் தெரிய ஆரம்பித்தது. முந்தைய ஆற்றுத் தண்ணீர் ஓடுவதே தெரியாமல் சலனமற்று இருக்க, அந்த ஆற்றில் தண்ணீர் கலங்கலாக விரைந்து ஓடிக்கொண்டிருந்தது. இவன் நடந்து வந்த ஒற்றையடிப் பாதை ஆற்றோரமாக அமைந்த ஒரு வண்டிப் பாதையில் முடிந்தது. அந்த இடத்தில் வரிசையாக மூன்று பெரிய மரங்கள் பார்வையை மறைத்து நின்றன.

இவன் வண்டிப் பாதையில் திரும்பி அந்த மரங்களைத் தாண்டியவுடன் கடைசி மரத்தடியில் அப்போது எரிந்து ஓய்ந் திருந்த சிதையைப் பார்த்தான்.

சுவரெழுப்பப்பட்ட நீளக் கொட்டகையாயிருந்த அந்த விடுதியின் ஒரு அறையில் இரவெல்லாம் இருமி இருமி அவன் தொண்டை ரணமாகப் போயிருந்தது. முழங்கால்கள் முகவாய்க் கட்டையைத் தொடும் வண்ணம் கட்டிலில் குந்தியப்படி இருந்த அவன் உரிய நேரம் வந்துவிட்டதென்று கால்களைத் தொங்கப் போட்டான். குளிர்ந்த சிமெண்ட் தரையைத் தொட்ட அவன் உள்ளங்கால்கள் ஒரு கணம் சுருண்டு நடுங்கின.

இப்போது அவன் கால்களை நன்றாகத் தரையில் ஊன்றிக் கொண்டு எழுந்து நின்றான். அறை கலப்படமற்ற இருளால் அடைந்து கிடந்தது. வெளிச்சத்தில் அந்த அறை அவன் மனக் கண்ணில் பதிய வைத்த விவரங்களை நினைவுகூர்ந்து

அடிமேல் அடி வைத்து ஒரு சுவர்ப்புறத்தை அடைந்தான். கையைத் தலை யுயரத்திற்குத் தூக்கிச் சுவரைத் தடவினான். மின்சார விளக்கு ஸ்விட்சு தட்டுப்பட்டது. அவன் அதைக் கீழ்ப்புறமாக அழுத்தினான். குறைந்த அளவு சக்தி கொண்டதாயிருந்தாலும் அந்த விளக்கின் வெளிச்சம் அவன் கண்கள் முன்பு அலைகள் பறக்கச் செய்தது.

அவன் அறைக்கதவைத் திறந்துகொண்டு அந்த விடுதியில் தண்ணீர்க் குழாய் இருந்த இடம் சென்றான். அவன் தலையின் பின்புறத்தில் ஏதோ டைப் இயந்திரம் விடாது இயங்குவது போன்ற சப்தம் அவன் நடையை மேலும் தடுமாறச் செய்தது.

அவன் குழாயைத் திறந்தவுடன் அது அவன்மீது எரிச்சலுற்றதுபோலச் சீறியது. குபுக் குபுக்கென்று இருமுறை சில துளிகள் தெளித்து விழுந்தன. பிறகு தண்ணீர் பெரும் இரைச்சலுடன் கொட்ட ஆரம்பித்தது. அவன் அதன் வேகத்தைத் தணித்து முதலில் தன் விரல் நுனிகளை நனைத்துக் கொண்டான். பிறகு முழுக்கையையும் தண்ணீரில் நனைத்துக் கொண்டான். உள்ளங்கையில் ஈரம் பட்டவுடன் அவனுக்கு மீண்டும் இருமல் கண்டது. அவன் இருமலை அடக்கிக்கொண்டு தண்ணீரை முகத்தில் அடித்துக் கொண்டான். இருமிக்கொண்டே வேஷ்டி நுனியால் முகத்தைத் துடைத்துக் கொண்டான். சிறுநீர் கழிக்க வேண்டும் போல் இருந்தது. ஆனால் அதற்கென்று நின்றபோது அவனுடைய உடலியக்கம் சோர்ந்து போய்விட்டிருந்தது.

அவன் மீண்டும் அறைக்கு வந்து அவனுடைய துணி மணிகளைக் கைப்பைக்குள் அடக்க ஆரம்பித்தான். அந்த அறை மிகச் சிறியது. அதில் போட்டிருந்த சிறிய கட்டில் அறையைப் பாதிக்குமேல் அடைத்துக் கொண்டிருந்தது. சுவரில் வெவ்வேறு இடங்களில் வெவ்வேறு விதமான கறைகள் தென்பட்டன. அந்தக் கறைகளுக்காகவே அவன் இரவு முழுவதும் விளக்கை அணைத்துவிட்டுக் கட்டிலில் உட்கார்ந்திருக்க வேண்டும் என்று தோன்றிற்று.

அவன் அந்த விடுதிப் பையனைத் தேடிச் சென்றான். முந்திய இரவு இந்த அறையை அமர்த்திக்கொண்டபோதே விடியற்காலை நாலரை மணிக்கு அந்த அறையைக் காலி செய்துகொண்டு போவது சிக்கல் நிறைந்ததாகிவிடும் என்ற பயம் தோன்றியதுண்டு. அவனைத் தவிர வேறு யாரும் அந்த நேரத்தில் விழித்திருக்க நியாயமில்லை. அவன் அந்த அறைக்குக் கொடுத்த முன்பணத்தில் பாக்கியைப் பெறாத போதிலும் அங்குத் தங்கியதற்கு ரசீது அவசியம் பெற வேண்டியிருந்தது. காலி செய்யும்போதுதான் ரசீதைத் தர முடியுமென்று அந்தப் பையன் சொல்லிவிட்டான். அந்தப் பையனுக்குப் பதின்மூன்று பதினான்கு வயதுக்கு மேலிருக்காது. ஆனால் வெகு திடமாகச் சொல்லிவிட்டான். அந்தப் பையன் மீது அந்த விடுதிச் சொந்தக்காரனுக்கு அபார நம்பிக்கை இருக்கவேண்டும்.

விடுதி முன் வெராந்தாவில் ஐந்தாறு உருவங்கள் தலையோடு காலாகப் போர்த்திக்கொண்டு வெவ்வேறு திசையில் சுருண்டு படுத்துக்கொண்டிருந்தன. எது அந்தப் பதினான்கு வயதுப் பையனாக இருக்கும் என்று அவனுக்குத் தெரியவில்லை. அவன் ஒவ்வொரு சுருளுக்கும் அருகில் சென்று 'பையா, பையா' என்று கூப்பிட்டான். அவன் இரண்டாவது சுருளுக்கருகில்

காட்சி

கூப்பிட்டபோது அது அசைந்து கொடுத்தது. விடுதிச் சொந்தக்காரன் உரிய இடத்தில்தான் நம்பிக்கை வைத்திருந்தான்.

பையன் ரசீது எழுதிக் கொடுத்துவிட்டு அறையை வந்து பார்த்தான். இவன் பையை எடுத்துக்கொண்டு அறை வெளியே வந்து நின்றான். பையன் அறை விளக்கை அணைத்து விட்டுக் கதவை இழுத்துப் பூட்டினான்.

தெருவோரமாக இருந்த திறந்த சாக்கடையிலிருந்து நாற்றம் குப்பென்று அடித்தது. காற்று மண்டலமே கலங்கிய திரவமாக மாறி அதன் அடியில் தங்க விழையும் சுண்ணாம்பாகப் பனி இறங்கிக்கொண்டிருந்தது. பனி மூட்டத்தில் ஒரு ஃபர்லாங் தள்ளியிருந்த மணிக்கூண்டு கடிகாரம் மங்கலாகத் தெரிந்தது. அந்தக் கடிகார விளக்கு வானத்து நட்சத்திரங்களுடன் ஒரு அபத்தமான போட்டி நடத்திக்கொண்டிருந்தது. மணி ஐந்தடிக்க ஐந்து நிமிஷம் இருப்பதாக அந்தக் கடிகாரம் காட்டியது.

அவன் அந்த மணிக்கூண்டை நோக்கி அவனால் முடிந்த வரை விரைவாக நடந்தான். அவன் போக வேண்டிய கிராமத்திற்கு அந்த ஊரிலிருந்து பஸ்ஸேற முந்தின மாலை அவன் வந்தடைவதற்குள் கடைசி பஸ் கிளம்பிப் போய் விட்டிருந்தது. காலை முதல் பஸ் எத்தனை மணிக்கு என்று விசாரித்தபோது ஐந்து ஐந்தேகால் ஐந்தரை என்று மூன்று வெவ்வேறு விதமான பதில்கள் கிடைத்தன. அந்த முதல் பஸ்ஸை விட்டால் அடுத்தது காலை பத்து மணிக்கு மேல்தான். அவன் எப்படியும் முதல் பஸ்ஸையே பிடித்துவிட வேண்டும். ஐந்து மணிக்கே அது கிளம்புவதாகயிருந்தால்கூட.

அது ஐந்தரைக்குக் கிளம்பக் கூடாதா என்று அவன் ஆசைப் பட்டுக்கொண்டான். அந்த நேரத்தில் திறந்திருக்கக் கூடிய மிக மோசமான டீக்கடையில் முந்தின நாள் மிகுந்திருந்த பால் கலந்த டீயையாவது குடித்து விட்டு பஸ்ஸில் ஏறலாம். இப்போது அதற்கும் நேரமில்லாமல் போய்விட்டதே என்று நினைத்துக்கொண்டான். அவனுக்குப் பசி வயிற்றைக் கிள்ளியது.

பஸ் ஸ்டாண்டில் நிழல் நிழலாக நின்ற பஸ்களில் ஒன்று மட்டும் உயிர்ப்பிக்கப்பட்டு நின்றது. அதனருகில் சென்று அங்கே தலையில் மஃப்ளர் சுற்றியிருந்த ஒருவனிடம் இந்த பஸ் அவன் போக வேண்டிய கிராமத்திற்குப் போகுமா என்று கேட்டான். அக்கேள்வி புலப்படாமல்போகவே அந்தக் கிராமத்திற்காகத் தான் இறங்க வேண்டிய இடத்தைச் சொல்லிக் கேட்டான். மஃப்ளர் சுற்றியவன், "ஏறுங்க, வண்டி கிளம்பப்போவுது" என்றான்.

அவன் சன்னலோரமாயிருந்த ஒரு இடத்தில் உட்கார்ந்து கொண்டான். அறுபது பேருக்கும் மேல் கொள்ளக்கூடிய அந்த பஸ்ஸில் பத்து நபர்களுக்கும் குறைவாகத்தான் இருந்தார்கள். பத்து நபர்களுக்காக அந்தக் குளிரில் அவ்வளவு அதிகாலையில் பஸ் ஓட்டி எப்படி லாபம் சம்பாதிக்க முடியு மென்று நினைத்துக்கொண்டான்.

பஸ் உதறிக்கொண்டு நின்றிருந்தாலும் அங்கிருந்து கிளம்ப நேரமாகும் போலிருந்தது. அது அங்கு நிற்கும் ஒவ்வொரு கணமும் அவன் பசியை பன்மடங்கு தீவிரப்படுத்திக்கொண்டிருந்தது. இரவில் ஒழுங்காகச் சாப்பிட் டிருக்கலாமேயென்று கூறிக்கொண்டான். இரவில் சாப்பிட்டால் இருமல் உபாதை தாங்க முடியாதபடி ஆரம்பித்துவிடும். அந்த உபாதையை அழுத்தி

மூடிவைக்கப் பச்சையும் சிவப்பும் கலந்த மாத்திரையை விழுங்க வேண்டும். மாத்திரையில் பாதிக்கு மேல் மயக்க மருந்து. மயக்க மருந்தைத் தின்று காலை முதல் பஸ்ஸைத் தவறவிடக் கூடாதென்று அவன் மாத்திரை விழுங்காமல் இரவில் உணவு ஒன்றும் உண்ணாமல் அந்த விடுதி அறையில் இருட்டில் குந்தி உட்கார்ந்தபடியே இரவைக் கழித்திருக்கிறான். அவனுக்கு இப்போதும் முழங்காலும் இடுப்பும் வலித்துக்கொண்டிருந்தன.

வெறும் வயிற்றோடு இரவெல்லாம் விழித்திருந்ததற்குச் சாப்பிட்டுவிட்டே அவ்வாறு இருந்திருக்கலாமேயென்று தோன்றிற்று. சாப்பாடு என்ற எண்ணம் வந்தபோதே அவன் உடல் கூசிற்று. எப்படி அவனுக்கு அகோரமாகப் பசிக்கவும் செய்து அதே நேரத்தில் சாப்பாட்டின் மீது துவேஷமும் இருக்க முடியும் என்று தோன்றிற்று. திரும்பத் திரும்ப எண்ணங்கள் சாப்பாட்டின் மீதும் அவன் உடம்பைப் பற்றியும் எழுவது அவனுக்குத் தாங்க முடியாத வேதனை ஏற்படுத்தியது. பஸ் உடனே கிளம்பாதா என்று அவன் ஏங்கினான்.

அவன் சற்றும் எதிர்பாராத வகையில் பஸ் கிளம்பியது. பஸ் ஸ்டாண்டின் குறுகலான நுழைவாயில் வழியாக மெதுவாகத் தெருவில் இறங்கி வேகம் கூட ஆரம்பித்தது. அவன் அந்த ஊர்த் தெருக்களைப் பார்க்க எண்ணினான். பஸ்ஸின் முழு நீளத்திற்கும் எல்லா ஜன்னல்களையும் அடைத்துவிடுவதாகக் கான்வாஸ் படுதா தொங்கியது. அவன் ஒருவாறு படுதாவைச் சிறிதளவு நீக்கி வெளியே பார்க்க முடிவதற்குள் பஸ் நெடுஞ்சாலையை அடைந்து சீறிக்கொண்டு சென்றது. சாலை மரங்களைத் தவிர அவனால் வேறெதையும் பார்க்க இயலவில்லை.

“ஜன்னல் மூடுங்களய்யா” என்று அவன் பின்னால் உட்கார்ந்திருந்த வயதானவர் ஒருவர் சொன்னார். அவன் படுதாவைத் தளர்த்திவிட்டு சீட்டில் சாய்ந்துகொண்டான். அவனுக்கு இருமல் பொங்கிக்கொண்டு வந்தது. உடனே முழங்கால்களைத் தூக்கி அவற்றின் இடுக்கில் அவன் தலையை நுழைத்துக் கொண்டான். அப்படியே கண்ணயர்ந்து விடக் கூடாதென்று தலையை நிமிர்த்தி வைத்துக்கொண்டான். கண்டக்டர் ஒரு ரூபாய் பத்து காசுக்கு டிக்கெட் தர, இனி சிறிது தூங்கினாலும் பரவாயில்லை என்று மீண்டும் தலையை முழங்கால்களில் புதைத்துக்கொண்டான். சாலையின் குண்டு குழிகளைத் தவிர வேறு தடங்கல்கள் இல்லாமல் பஸ் ஒரே சீராக ஓடிக் கொண்டிருந்தது.

பஸ்ஸின் சூழ்நிலையும் அதன் ஓட்டமும் அவனுக்குப் பழகிப்போய் அவை தனியாகக் கவனத்தில் இல்லாமல் விலகியவுடன் மீண்டும் இருமல் வந்து அவனைத் தூங்க முடியாமல் செய்தது. இரவெல்லாம்தான் தூங்காமல் இருந்தோம், விடுதியை விட்டு இன்னும் அரைமணி முன்னதாகவாவது கிளம்பியிருந்தால் ஒருவாய் காபி குடித்திருக்கலாமே என்று அவனுக்குப் பெருத்த ஏக்கம் தோன்றிற்று. எவ்வளவு அற்பமானவைக்கு இந்த வயதில் இந்த மனம் ஏங்க வேண்டியிருக்கிறதென்று அவனுக்கு வெட்கமாயும் துக்கமாயும் இருந்தது. அவன் வலுக்கட்டாயமாக, ஐந்தாவது படிவத்தில் படித்த சிறுசிறு செய்யுள்களை நினைவுபடுத்திக்கொண்டு ஏக்கத்தையும் துக்கத்தையும் ஒதுக்கிவிட யத்தனித்தான். ‘கடல் கடந்து சென்று பின் தாயகம் திரும்பி இது எந்நாடு, இது என் சொந்த நாடு என்று கூறிக்கொள்ள முடியாத அளவு நெஞ்சம் மரித்த ஒருவன் சுவாசித்துக் கொண்டிருக்கிறானா?

அப்படியொருவன் இருந்தால் அவனை நன்றாகக் கவனித்துப் பாருங்கள். அவன் பற்றி எந்த பாவலனுக்கும் உணர்ச்சிப் பெருக்கெடுக்காது . . . அந்த அற்பன் இருக்கும்போது அவனுக்குக் கெளரவம் அளிக்கப்படாது, இறக்கும்போது யாரும் கண்ணீர் உகுக்காது, மரியாதை செலுத்தப்படாது, கீதம் பாடப்படாது அவன் மறைவான்,' இந்தப் பாட்டிற்கு என்ன அர்த்தமும் பொருத்தமும் இருக்க முடியும் என்று அவன் நினைத்துக் கொண்டான். ஏன் ஏதேதோ சுவடே தெரியாமல் மறந்துபோக இந்தச் செய்யுள் மட்டும் வார்த்தைக்கு வார்த்தை, அதன் அரைப் புள்ளி காற்புள்ளியோடு நினைத்த நேரத்தில் ஞாபகத்துக்கு வருகிறது? அதன் எதுகை மோனை சந்தத்தாலா? ஒரு வேளை சுவாசிக்கிறானா சுவாசிக்கிறானாவென்று இரு முறை வருகிறதே, அதனால்தானோ? அவனுக்கு சுவாசிப்பது தான் இன்றைய மிகப் பெரிய பிரச்சனை என்று அவன் அடிமனதேகூடத் தீர்மானித்து விட்டதுபோல இருக்கிறது.

அடிமனத்துக்கு அடியில் நானும் இருக்கிறேன் என்று வயிறு கூறிற்று. கிள்ளிக் கிள்ளிக் கூறிற்று. ஒரு ரூபாய் பத்து காசுக்கான தொலைவு சென்ற பிறகுதான் அதைச் சமனப்படுத்த முயல முடியும். விடுதியிலிருந்து இன்னும் பத்து நிமிஷம் முன்னதாகக் கிளம்பியிருக்கக் கூடாதா? கடல் கடந்து சென்று பின் தாயகம் திரும்பி இது என் நாடு, சொந்தமான நாடு என்று . . .

பஸ் சடாரென்று நின்றது. ஒருவர் முன்புறமாக ஏறி பஸ் டிரைவரிடம் ஏதோ சொன்னார். அது போதாதென்று தோன்றி கண்டக்டரிடம் சென்று பேசினார். பஸ் மெதுவாக நகர்ந்தது. புதிதாக ஏறியவர் எங்கும் உட்காராமல் நின்றபடியே எட்டிப் பார்த்துக்கொண்டிருந்தார். பிறகு, "இங்கேதான், இங்கேதான்" என்று உரக்கக் கூறினார். பிறகு இன்னும் உரத்த குரலில், பஸ்ஸுக்கு வெளியே தலை நீட்டி, "வாங்கோ எல்லாரும் சீக்கிரமா வாங்கோ" என்றார்.

பஸ் நின்றது. ஒரே குழப்பமாக நிறையப் பேர் ஏறினார்கள். சிறிய பெண்கள், பெரிய பெண்கள், குழந்தையை இடுப்பில் வைத்திருப்பவர்கள், மூட்டை பெட்டி படுக்கை தூக்கிய வண்ணம் ஆண்கள், கிழவர்கள், தூக்கவும் முடியாததாகவும் சரியாக பஸ் படியேறவும் முடியாத சிறுவர்கள் — பஸ் அநேகமாக நிரம்பிப்போயிற்று. "எங்கே, கும்பாபிஷேகத்துக்குப் போறீங்களா?" "இல்லை, கல்யாணத்துக்கு. எல்லாம் ஏறிட்டாளா பாரு. சாமானெல்லாம் எண்ணு. ஏண்டா எல்லாம் சரியாயிருக்கா? அதை இங்கே வை. இந்த மூட்டையை சீட்டுக்கடியிலே தள்ளு."

இவர்களுக்காகத்தான் பஸ் காலியாக அந்தக் காலை நேரத்தில் ஓடுகிறது என்று அவன் நினைத்துக்கொண்டான். அவன் பக்கத்திலெல்லாம் குழந்தைகள் அந்த இருட்டையும் குளிரையும் சட்டையே செய்யாமல் ஜன்னல் படுதாவைத் தூக்கி வேடிக்கை பார்க்க அவர்கள் அடைந்துகொண்டார்கள்.

பஸ் ஒரு ரயில் பாதையைக் கடக்குமிடத்தில் வந்து நின்றது. சொல்லி வைத்தாற்போல் ஒரு ரயிலின் கூவல் கேட்டது. அவன் முழங்கால்களைத் தொங்க விடமுடியாமல் அந்த இடுக்கில் நின்ற மூன்று குழந்தைகள் ஜன்னலுக்கு வெளியே தலையை நீட்டி "அதோ அதோ" என்றன. ஐந்தாறு பெட்டிகளே கொண்ட ஒரு ரயில் தொடர் அந்த இடத்தைக் கடந்து சென்றது. பஸ் மீண்டும் கிளம்பியது.

அவன் அந்தக் குழந்தைகளை எங்கே போகிறீர்கள் என்று கேட்டான். முதலில் யாரும் பதில் சொல்லவில்லை. அவன் மீண்டும் கேட்க ஒரு பையன் ஓரிடத்தின் பெயரைச் சொன்னான். இவன் தான் இறங்க வேண்டிய இடத்தைச் சொல்லி அது எங்கே இருக்கிறது என்று கேட்டான். அந்தப் பையன், "கும்பாபிஷேகம் போறேளா?" என்று கேட்டான். அந்தப் பையன், நாங்க இறங்கறத்துக்கு அடுத்ததுதான்" என்று அந்தப் பையன் சொன்னான். பனி முகத்தில் அடித்தது. அந்தப் பையன் இரு முறை தும்மினான், இருந்தும் ஜன்னலைத் திறந்து வைத்தபடியே நின்றான். இவன் திரும்பிப் பார்த்தான். முன்பு அவன் பின்னால் உட்கார்ந்திருந்த கிழவரைக் காண வில்லை. அவர் நடுவில் எங்கேயோ இறங்கியிருக்க வேண்டும்.

கல்யாணத்திற்குப் போவதற்கு ஏறியவர்கள் யாருமே ஒரு நெடுந்தூரப் பிரயாணத்திற்கு பஸ்ஸில் உட்கார்ந்திருப்பவர்கள் போலக் காணப்படவில்லை. அவர்களுடைய மூட்டை, பைகளைக் கையில் பிடித்தவண்ணமே இருந்தார்கள். அப்படியிருந்தும் ஒரு பெரிய கூஜா மட்டும் சரியான அணைப்பு இல்லாமல் பஸ்ஸின் உள்ளே உருண்டு உருண்டு சென்றது. அதைப் பிடித்து நிறுத்துவதற்குள் அதிலிருந்த தண்ணீரெல்லாம் பஸ்ஸில் கொட்டிப் போய்விட்டது. "உன்னை யார் கூஜாலே தண்ணீர் கொண்டு வரச்சொன்னா?" ஒருவர் ஒரு அம்மாளைக் கேட்டார். ஒரு கூஜா தண்ணீருடன் தரையில் உருண்டிருக்கிறது என்று அறியவந்தவர்கள் உடனே குனிந்து கீழே இருந்த அவர்கள் பை, மூட்டைகளைக் கையில் எடுத்து வைத்துக்கொண்டார்கள்.

இப்போது வெளிச்சம் சிறிது சிறிதாகப் பரவ ஆரம்பித்தது. அவன் முழங்கால்களை இடித்துக்கொண்டு ஜன்னலருகே நின்ற குழந்தைகளை இப்போது தெளிவாகப் பார்க்க முடிந்தது. கசங்கிய துணியும் கலைந்த தலையுமாக அவர்கள் இருந்தார்கள். படுக்கையிலிருந்து அவர்களைக் கிளப்பி நேரே பஸ் ஏறுவதற்காக அழைத்து வந்திருக்க வேண்டும். ஆனால் அக் குழந்தைகள் சிறிதுகூடத் தூக்கக் கலக்கம் முகத்தில் தெரியாதபடி இருந்தார்கள். அந்த பஸ்ஸில் அப்போது தூங்கி வழிந்துகொண்டிருந்தவர்கள் பெரியவர்கள்தான்.

சாலை இருபுறத்திலும் வரிசையாக வீடுகள் வரத் தொடங்கிய ஓரிடத்தில் பஸ் நின்றது. கல்யாணக் கூட்டம் ஏறியபோதிருந்த குழப்பத்துடன் இப்போது கீழே இறங்கியது. "எல்லோரும் இறங்கியாச்சா? சாமானெல்லாம் சரியாயிருக்கா எண்ணிப்பாரு. பாட்டியை மெள்ளக் கையைப் பிடிச்சு இறக்கு. டேய், ஏண்டா தடியன் மாதிரி வேடிக்கை பார்த்துண்டிருக்கே, இந்தப் பெட்டியைப் புடிச்சு இறக்கேண்டா!"

அவன் இப்போது முழங்கால்களைத் தொங்கப் போட்டுக் கொண்டு தன் பையைக் கையில் எடுத்துக்கொண்டான். பஸ் ஏதோ ஓர் இடத்தில் சிறிது வேகம் குறைய, அவன் எழுந்து நின்றுகொண்டான். கண்டக்டர், "நீங்க இங்கேயா இறங்கணும்?" என்று கேட்க இவன் இறங்க வேண்டிய இடத்தின் பெயரை மீண்டும் சொன்னான். "இதுக்கு அடுத்த ஸ்டாப், உட்காருங்க. இன்னும் ஒரு மைலுக்கு மேலே போகணும்."

அவனை அங்கே இறக்காமல் எங்கு இறக்கியிருந்தாலும் அவனுக்கு அது அப்போது தெரிந்திருக்காது. பஸ் கிளம்பிப் போனபின் அவன்

அங்கேயே சுற்றும் முற்றும் பார்த்தான். சாலையிலிருந்து சிறிது தள்ளி ஒரு சிறு கோயிலின் கோபுரம் புதிதாக வர்ணமடிக்கப்பட்டுத் தெரிந்தது. அங்கே ஐம்பது நூறு பேர் கூடியிருக்கலாமெனப் பேச்சுச் சத்தமும் அவன் நின்ற இடத்தில் கேட்டது. அதுதான் கும்பாபிஷேகம் நடக்கும் கோயிலாக இருக்க வேண்டும்.

அங்கே போய் அவன் போக வேண்டிய கிராமத்துக்கு வழி கேட்கலாமா என்று நினைத்தான். இப்போது அவன் தலை ஒருமுறை சுற்றி நின்றது. இனிமேலும் வயிற்றைக் காயப்போட்டால் எங்காவது கீழே விழுந்துவிடுவோம் என்ற பயம் எழுந்தது. அங்கே பக்கத்திலேயே ஹோட்டல், கடை ஏதாவது இருக்குமாவென்று பார்த்தான்.

அந்த இடத்தில் சாலையின் இரு புறங்களிலும் மொத்தம் பதினைந்து கட்டடங்களே இருந்தன. சிறிய சிறிய கட்டடங்கள். சுவர்களில் எப்போதோ நடந்து முடிந்துவிட்ட தேர்தலின் கோஷங்கள் யதார்த்தத்திற்கு எவ்விதப் பொருத்தமும் இல்லாமல் அந்தக் காலைச் சிறு வெளிச்சத்திலும் உரக்கக் கூவிக்கொண்டிருந்தன. அந்த கோஷங்களுடன் மூட்டைப் பூச்சி மருந்து விளம்பரம், இன்னும் இரு தினங்கள் கழித்து அங்கே ஏதோ சினிமாக் கொட்டகையில் துவங்க இருக்கும் சினிமாப் படத்தின் விளம்பரமும் இருந்தன. ஒரு சிறு கீற்றுக் கொட்டகையில் ஒரு டீக்கடை செயல்பட்டுக்கொண்டிருந்தது.

அவன் அந்த டீக்கடைக்குச் சென்று ஒரு பெஞ்சில் உட்கார்ந்து கொண்டான். அங்கே ஒரு பெரிய கோட்டை அடுப்பில் பிசாசாக நாக்கு நீட்டி எரிந்த நெருப்பில் ஒரு பெரிய இருப்புச் சட்டியில் ஒருவன் வாழைக்காய் பஜ்ஜிகளைப் பொரித்து எடுத்துக்கொண்டிருந்தான். அப்போது இந்த டீக்கடையில் சாப்பிட்டுக்கொண்டிருந்த நான்கைந்து பேர்களும் சுடச்சுட பஜ்ஜிதான் தின்றுகொண்டிருந்தார்கள். கடலை எண்ணெய் காயும் வாசனை அங்கே வேறெதையும் நுகர முடியாத வண்ணம் செய்துகொண்டிருந்தது.

அவன் மகுடிமுன் பாம்பாக இருப்புச் சட்டியிலிருந்து பொரித்து எடுக்கப்பட்டவைகளைப் பார்த்தவண்ணம் உட்கார்ந்திருந்தான். வாழைக் காய் நீளவாட்டில் வில்லையிடப்பட்டு ஜாண் நீளத்திற்கு எண்ணெய் சொட்டச் சொட்ட பஜ்ஜியாக மாறுவதைப் பார்த்துக்கொண்டிருந்தவனுக்கு மீண்டும் தலை சுற்றியது.

வெகு நேரம் கழித்தே ஒருவன் அவனருகே வந்து "பஜ்ஜி வைக்கட்டுமா?" என்று கேட்டான். அந்தக் கடையில் அன்று காலை பஜ்ஜி ஒன்றுதான் காலை உணவாக இருக்க வேண்டும். இவன், "வேண்டாம், காபி மட்டும் போதும்" என்றான். டீக்கடைக்காரன், "காபியா?" என்று கேட்டான். "ஏன், காபி இல்லையா?" "ஒ, இருக்குதே. வேறே ஏதாவது சாப்பிடறீங்களா? பன் பிஸ்கட்டு கேக்கு ..." "காபி போதும்." "சரி!"

அந்த இடத்தில் அவன் மற்றவர்களிடமிருந்து மிகவும் மாறுபட்டவனாக இருந்தான். அவன் துணிமணியும் தலையும் மிகவும் கசங்கிக் கலைந்து இருந்தாலும் அவன் மற்றவர்களைப் போலில்லாததை உணர்ந்தான். அவன் அந்த பெஞ்சில் உட்கார்ந்திருந்த விதம்கூட அவர்களிடமிருந்து வேறுபட்டு இருந்தது. அவனோ அவனுடைய பெற்றோரோ அல்லது பெற்றோரின் பெற்றோரோ ஒரு காலத்தில் அந்த மாதிரியான கிராமப்புறத்தில்தான்

வசித்திருக்க வேண்டும். கிராமப்புறத்திலிருந்து விலகிப்போய்விடுவதால் எப்படி இவ்வளவு ஏராளமான நுணுக்கமான மாறுதல்கள் ஒருவனுக்கு அவன் அறியாமலேயே ஏற்பட்டுவிடுகிறது என்று அவன் வியந்து கொண்டான். அது அவனுடைய இழப்புணர்ச்சியை அதிகப்படுத்தியது. இது என் நாடு, இது என் சொந்த நாடு . . .

அந்த காபிகூட மிகவும் மாறுபட்டதாக இருந்தது. ஒரு மூலையில் கோட்டையடுப்பு பயங்கரமாக எரிந்துகொண்டிருக்க அந்த காபி ஆறிப் போய்த்தான் இருந்தது. அவன் காசு கொடுக்கையில் அவன் போக வேண்டிய கிராமத்துக்கான வழி கேட்டுத் தெரிந்துகொண்டான்.

அவன் பஸ்ஸிலிருந்து இறங்கிய இடத்திற்கு மீண்டும் சென்று சாலையில் கோயிலுக்கு எதிர்ப்புறமாகப் பிரிந்த ஒரு குறுகிய பாதையில் இறங்கி நடக்க ஆரம்பித்தான். அந்தப் பாதையின் இரு புறமும் வேலி இருந்தது. பாதை வளைந்து வளைந்து சென்றது.

இப்போது இருமலுடன் பனியால் அவன் அடிக்கடி தும்ம வேண்டி யிருந்தாலும் அப்பிரதேச மணம் அவனுக்கு ஒரு புதிய உணர்ச்சியைக் கொடுத்தது. ஆண்டாண்டு காலமாக எவ்வளவோ கட்டை வண்டிகள் சென்று அந்தப்பாதை மண் பட்டுப்போன்ற மிருதுத் தன்மையடைந்திருந்தது. இரவெல்லாம் பனியிறங்கியிருந்ததில் அவன் காலடி பட்டும் மண் புழுதி கிளம்பாமல் அடங்கிக் கிடந்தது. அவன் தன் கால்களை மண்ணில் புதைத்துக் கொண்டு நடந்தான். அந்த வயல்களையும் மரங்களையும் வேலியையும் ஆர்வத்தோடு பார்த்தபடியே நடந்து சென்றான். அப்போதிருந்த குறைந்த வெளிச்சத்திலும் வயலுக்கு வயல் நிறம் மாறுபடுவதையும் வேலியில் பஞ்சு தூவியதுபோல் பனி படர்ந்து இருப்பதையும் அவன் உணர முடிந்தது.

பனி இப்படிப் பஞ்சுபோல் தொங்கிக்கொண்டிருக்க முடியுமா என்று கேட்டுக்கொண்டான். உண்மையில் தரையில் பல இடங்களில் நன்றாக ஈரத்தை உணர முடிந்தது. அவன் இப்போது ஒரு வேலியை மிக நெருக்கத்தில் சென்று பார்த்தான். வேலியில் வெண்மையாக மினுமினுத்தது பனியல்ல சிலந்தி வலை என்று கண்டுகொண்டான்.

சிலந்தி வலை என்று அறிவுக்கு எட்டியவுடன் அவன் கண்களுக்கு வேலியில் இடைவெளியிருந்த இடமெல்லாம் வலை பின்னியிருப்பதைப் பார்க்க முடிந்தது. ஒரு வலையும் அவன் குறிப்பாக இனம்கண்டு கூறக்கூடிய உருவம் பெற்றிராமல் இருந்தபோதிலும் ஒவ்வொரு வலையும் மிகவும் நுணுக்கமாகப் பின்னப்பட்டிருப்பதை உணர முடிந்தது. எங்காவது ஒரு சிலந்திப் பூச்சியாவது கண்ணுக்குத் தென்படுமாவென்று தேடிப்பார்த்தான். வலையில் அங்கங்கு சிக்கிய வேறு ஏதோ பூச்சிகள்தான் இருந்தன தவிர அந்த வலையைப் பின்னிய பூச்சியாக அவனுக்கு ஒன்றும் அகப்படவில்லை.

வேலி நெடுகக் காணப்பட்ட அந்த அற்புத வலையைப் பார்த்த வண்ணம் அவன் மேலே சென்றான். வெளிச்சம் அதிகமாக அந்த வலையின் இழைகள் அவ்வப்போது வண்ணங்களைச் சிதறிப் பளிச்சிட்டன. ஒரு சிலந்திப் பூச்சியாவது கண்ணில் தென்படாதாவென்று அவன் தேடிச் சென்றான்.

அப்போது ஒரு சிறுவன் அவனைத் தாண்டிச் சென்றான். டீக்கடையை விட்ட பிறகு அவன் கண்ணில் பட்ட முதல் மனிதன் அந்தச் சிறுவன்தான்.

சிறுவன் திரும்பிப் பார்க்காமல் அவனைக் கடந்து போக, அவனாக விரைந்து நடந்து சிறுவனுடனேயே சென்றான். சிறுவன் அவன் முகத்தை ஒரு முறை பார்த்துவிட்டுப் பிறகு தனக்கு யாதொரு சம்பந்தமுமில்லை என்கிறமாதிரி மேலே சென்றுகொண்டிருந்தான். வேலியில் ஓரிடத்தில் வலை நெருக்கமாகக் காணப்பட்டதைச் சுட்டிக் காட்டி அந்தச் சிறுவனிடம், "இது சிலந்தி வலை தானே!" என்று கேட்டான்.

சிறுவன் "சிலந்தியா?" என்று கேட்டான்.

"இது சிலந்தி வலைதானே?"

"இது எட்டுக்கால் பூச்சி."

"அது எப்படியிருக்கும்?"

"கம்பி கம்பியா நீளமாகக் காலிருக்கும்."

"ஒண்ணைக்கூடக் கண்ணிலே காணுமே."

"நிறைய இருக்குதே. இதைப் பாருங்க."

"எங்கே?"

"இங்கே, இதோ."

சிறுவன் ஓரிடத்தைக் கண்பித்தான். வேலியின் உலர்ந்த கிளைகள், முட்களுடன் தானும் ஒன்றாக ஒரு பூச்சி இருந்தது. சிறுவன் மேலே தொடர்ந்து சென்றுகொண்டிருக்க அவனும் ஓடிப்போய் அவன் பக்கத்தில் நடந்தான். சிறுவன் அவன்மீது துளிக் கவனமும் காட்டாமல் சென்றுகொண்டிருந்தான். இவனாக அந்தச் சிறுவனிடம் தான்போக வேண்டிய கிராமத்தின் பெயரைச் சொல்லி அந்த வழி சரியான வழிதானா என்று கேட்டான். சிறுவன் சரியான வழி என்று சொல்லிவிட்டு அவன் பாட்டுக்குச் சென்றுகொண்டிருந்தான். இவனாக மீண்டும் சிறுவனிடம் அது இன்னும் எவ்வளவு தூரம் இருக்கும் என்று கேட்டான். சிறுவன் இன்னும் ஒரு மைல் இருக்கும் என்று பதில் சொன்னான். அவன் அந்தக் கிராமத்திற்கு அப்போது தான் முதல் தடவை யாகப் போவதாகச் சொன்னான். இப்போது சிறுவன் "யார் வீட்டுக்கு?" என்று கேட்டான்.

இவன் சொன்னான்.

சிறுவனுக்குப் புரிந்ததாகத் தெரியவில்லை. ஆனால் சிறுவன் இவன் போக வேண்டிய வீட்டில் இருந்த ஒரு பையன் பெயரைச் சொல்லி "அந்த வீட்டுக்கா?" என்று கேட்டான்.

இவன், "ஆமாம்" என்றான்.

இருவருமாக ஒரு மூங்கில் பாலத்தைக் கடந்தார்கள். ஆற்றில் தண்ணீர்ப் பரப்பின் மீது பனி புகைமண்டலமாகக் கவிந்திருந்தது. கரையோரம் இருந்த மரங்களின் இடுக்குகள் வழியாகத் துளைத்து வந்த சூரிய ஒளிக் கதிர்கள் பனி மண்டலத்தின் அசைவை எடுத்துக் காட்டின. பாலத்துப் பலகைகள் எண்ணற்ற அடிச்சுவடுகளால் மழமழத்திருந்தன.

பாலத்தைத் தாண்டியவுடன் சிறுவன் "இப்பிடி நேராப் போய் வலதுகைப் பக்கம் திரும்பினா இன்னொரு பாலம் வரும். அதைத் தாண்டிப் போங்க" என்று சொல்லிவிட்டு இடது பக்கம் திரும்பி ஆற்றங்கரையோரமாக இருந்த ஒரு பாதையில் சென்றுவிட்டான்.

இவன் சிறுவன் சொன்னபடியே நேராகச் சென்றான். இது வண்டிப் பாதையாக இல்லாமல் ஒற்றையடிப் பாதையாக இருந்தது. மீண்டும் வேலி. முள்செடிகளாலான வேலி. மாந்தோப்பும் வாழைத்தோட்டமுமாக இருபுறமும் அடுத்தடுத்து வந்தன. நல்ல வேளை நேற்று மாலையே பஸ் கிடைத்து இங்கு வந்து சேரவில்லை என்று நினைத்துக்கொண்டான். அப்படி வந்திருந்தால் நிச்சயம் பொழுது சாய்ந்த நேரத்திற்குத் தான் அந்தக் கும்பாபிஷேகக் கோயிலை அடைந்திருக்க முடியும். அதன் பிறகு இவ்வளவு தூரம் இருட்டில் துணையுமில்லாமல் சரியாக வழியும் தெரியாமல் அவன் போக வேண்டிய கிராமத்திற்குப் போய்ச் சேர்ந்திருக்க முடியாது. அந்த வண்டிப் பாதைக்கும் பாலத்திற்கும் ஒற்றையடிப் பாதைக்கும் யாரும் விளக்கு அமைத்திருக்க எதிர்பார்க்க முடியாது. இருட்டில் சிலந்தி வலை கண்ணுக்குத் தெரிந்திருக்காது. சிலந்தி வலையில்லை, எட்டுக்கால் பூச்சி. ஆனால் இருட்டில் எட்டுக்கால் பூச்சிகள் அவசியம் வெளியே வந்து வலையில் சிக்கியிருக்கும் வேறு பூச்சிகளைத் தின்றுகொண்டிருக்கும். இருட்டில் பாலம் தெரிந்திருக்காது.

அவனுக்குப் பசி விலகிப் போய், உடல் பலஹீனம் மறந்து போய், வாழை மரங்களையும் மாமரங்களையும் அற்புதக் காட்சிகளைப் பார்த்துக்கொண்டே அந்த ஒற்றையடிப் பாதையில் சென்றுகொண்டிருந்தான். தாழ்ந்து பட்டுப் போயிருந்த ஒரு மரக்கிளை மீது இரு கிளிகள் உட்கார்ந்திருந்தன. இவன் அந்த இடத்தை நெருங்கிக் கடந்து சென்றபோது அவை பறந்து சென்றன. தன் கால் தலையில் பரவ நடந்து கொண்டிருக்கும்போதே பறவைகளாக மாறிப் பறந்து சென்று வானத்தோடு ஒன்றிக் கரைந்துபோவதாக உணர்ந்தான்.

திடீரென்று தண்ணீர் சலசலக்கும் சப்தம் கேட்டது. சிறுவன் சொன்ன இன்னொரு பாலம் இந்த ஆற்றைக் கடப்பதாகத்தான் இருக்க வேண்டும் என்று கூறிக்கொண்டான். இப்போது அந்த ஆறு கண்ணுக்குத் தெரிய ஆரம்பித்தது. முந்தைய ஆற்றுத் தண்ணீர் ஓடுவதே தெரியாமல் சலனமற்று இருக்க, இந்த ஆற்றில் தண்ணீர் கலங்கலாக விரைந்து ஓடிக்கொண்டிருந்தது. ஒற்றையடிப் பாதை ஆற்றோரமாக அமைந்த ஒரு வண்டிப் பாதையில் கொண்டு சேர்த்தது. அந்த இடத்தில் வரிசையாக மூன்று பெரிய மரங்கள் பார்வையை மறைத்து நின்றன. இவன் வண்டிப் பாதையில் திரும்பி அந்த மரங்களைத் தாண்டியவுடன் கடைசி மரத்தடியில் அப்போதே எரிந்து ஓய்ந்திருந்த சிதையைப் பார்த்தான்.

அவனுக்கு முதலில் அது சிதை என்று தெரியவில்லை. ஏன் நீளமாக இப்படிச் சாம்பலைக் குவித்திருக்க வேண்டும் என்றுதான் நினைத்துக் கொண்டான். ஆனால் ஆற்றுக்கும் அந்தப் பாதைக்கும் இருந்த சிறு இடைவெளியில் குத்துக் கற்கள்போல், விளக்கு மாடம்போலச் சில சிறு அமைப்புகளையும் பார்த்த பிறகுதான் ஒரு சுடுகாடு என்று தெரிந்து கொண்டான். அந்தச் சாம்பல் குவியல் இப்போது அவனுக்குப் பழக்கப்பட்ட உருவத்தைக் காட்டிற்று. ஒரு பெரிய முண்டு. அது தலை, அப்புறம்

மார்பு, வயிறு, இடுப்பு, தொடைகள், இரு சிறு முண்டுகள். அவை முழங்கால் முட்டிகள். அப்புறம் கால், கடைசியாக ஆகாயத்தை நோக்கிக் குத்திட்டு நிற்கும் இருசிறு குவியல்கள் – பாதங்கள். பாதங்களில் கட்டை விரலைக்கூடப் பார்க்க முடிந்தது போலிருந்தது. சிதை அனேகமாக எரிந்து அடங்கிப்போயிருந்தது. உடல் கிடந்திருக்கக்கூடிய இடத்திலிருந்து தள்ளிப்போய்த்தான் ஒரு வரட்டி ஒரு செங்குத்தான நேர்கோடாகப் புகைந்து கொண்டிருந்தது.

அவனே இதற்கு முன்பு பல சிதைகளுக்கு நெருப்பிட்டிருக்கிறான். அவன் அப்பா, அம்மா, மற்றும் இரு உறவினர்கள். அவர்களுக்குக் கொள்ளி வைக்கக்கூடியவர்கள் உரிய தருணத்தில் வரவில்லை. வர முடியாது. அப்போது அவன்தான் ஈரத்தலையும் துண்டுமாக நெருப்புச் சட்டியைத் தூக்கிச் சென்று சடலத்தின் மார்புமீது அனலைக் கொட்டியிருக்கிறான். நான்கு உடல்களை நெருப்புப் பற்ற வைத்தவன் ஒன்றுகூட நன்றாகப் பற்றி எரிவதை அருகே இருந்து பார்க்கவில்லை. பார்க்கக் கூடாது. பார்க்க வேண்டாம். அடுத்த நாள் சாம்பலைத் துழாவி எலும்புகள் பொறுக்கி யிருக்கிறான். இங்கே இந்தச் சாம்பலைத் துழாவ இன்னும் சிறிது வெளிச்சமானவுடன், இன்னும் சிறிது குளிர் அடங்கியவுடன் வருவார்கள். இறந்துபோனது யாரோ? ஆணோ பெண்ணோ. ஆணாகத் தான் இருக்க வேண்டும்.

இவ்வளவு நீள உடல் பெண்ணுடையதாக இருக்க முடியாது. இரவு மழை பெய்யவில்லை. பெரிதாகக் காற்று அடிக்கவில்லை. சடலமும் சாணமும் ஆற அமர எரிந்து சாம்பலாகியிருக்கின்றன. சாம்பல் பல இடங்களில் வெள்ளை வெளேரென்று இருந்தது. பட்டுப்போல மிருதுவாக இருந்தது. அதைத் தொட்டு அறிய வேண்டியதில்லை. பார்த்தாலே தெரியும். தானும் ஒருநாள் இப்படித்தான் சாம்பலாகப்போக வேண்டும். இந்தத் தள்ளாமை, வியாதி எல்லாம் பொசுங்கிப் போய்விடும். யாரோ, பாவம், இறந்துபோயிருக்கிறார்கள். நேற்றுதான் இறந்திருக்க வேண்டும்.

அவனுக்கு இப்போது காலத்தைப் பின்னோக்கிப் பார்க்க முடியும் போலிருந்தது. நேற்றை இன்று பார்க்க முடிந்தது. சாம்பல் ஒரு கணத்தில் அதன் முந்தைய பரிணாமக் கட்டத்தை அடைந்தது. அது ஒரு மனித உடலாயிற்று. அதோ முகம். கழுத்து, கை, கால், மார்பு. காலம் இன்னமும் பின்னோக்கிச் சென்றது. அந்த உடலுக்கு உயிர் வந்துவிட்டது. அது எழுந்து உட்காருகிறது. திரும்பிப் பார்க்கிறது. புன்னகை புரிகிறது. புன்னகை அதன் இதயத்திலிருந்து வரவில்லை. அது செத்துப் போனதை நன்கு தெரிந்துகொண்டு ஏதோ ஒரு விபரீதத்தால் நேற்றை இன்று அனுபவிக்க நேர்ந்ததைப் பிரக்ஞையில் கொண்டு, ஆனால் அவனைப் பார்த்ததும் பழக்க தோஷத்தில் அந்தப் புன்னகை புரிந்தது. அது பீதியின் எல்லையில் புரிந்த புன்னகை. தான் இருக்கிறோம் என்ற உணர்வு, தான் இருக்கும்போதே பறிக்கப்பட்டுவிட்ட புன்னகை. அதுதான் சாவில் புன்னகை. சாவுப் புன்னகை. அது புன்னகைதானா?

அவன் பார்வையில் ஆயிரமாயிரம் முகங்கள் தோன்றி மறைந்தன. அந்தச் சிதைச் சடலத்தின் முகத்தின் பிம்பம் மீது பதிந்து பதிந்து மறையும் எண்ணற்ற முகங்கள் சாதாரணமாக மரணத்தில் காணும் முகங்கள் அல்ல.

அவை இருக்கும்போதே சாவை உணர்ந்துவிட்ட முகங்கள். ஒன்றும் அவன் நேரே அறிந்திராத, பழகியிராத மனித முகங்கள். ஒரு வேளை யுத்த களத்தில் போரிடுவோர் முகங்கள். அப்படித்தான் இருக்க வேண்டும். சீருடையணிந்து கொண்டு வருடக்கணக்கில் போரிடப் பயிற்சி பெற்று சாவு புரியவும் சாகவும் போகிறவர்கள் முகம் இப்படி ஏன் இருக்க வேண்டும்? இருக்காது. யுத்தத்தில் மரணமடைந்த ராணுவத்தினர் முகங்கள் பீதியைக் காட்டுவதில்லை. இந்த முகங்கள் சாதாரண மக்கள். ஏழை எளியவர்கள். தங்களைப் பாதுகாத்துக்கொள்ளக்கூடிய வழி தெரியாதவர்கள் அகதிகள். துப்பாக்கித் தோட்டா சரமாரியாகச் சீறிச் செல்வதைப் பார்த்தவர்கள். குண்டுகள் வெடித்துப் பெரியவர்கள் குழந்தைகள் என்று வித்தியாசம் இல்லாமல் கையும் காலும் சிதறிப் பறப்பதைப் பார்த்தவர்கள். பெண்கள், கிழவர்கள் உயிரோடு எரிவதைப் பார்த்தவர்கள். வீடு, வாசல் நொறுங்கி விழுந்து புழுதியாவதைப் பார்த்தவர்கள். அகதிகள் ஃபர்லாங்குக் கணக்கில் நீளநீளமாகக் கட்டப்பட்ட கொட்டகைகளில் அந்தச் சாவுப் புன்னகை இன்னும் கண்களை விட்டகலாமல் சுவாசித்துக்கொண்டிருப்பவர்கள். அவர்களும் சுவாசத்துக்கு நரக வேதனை பட்டுக்கொண்டிருப்பவர்கள். நீள நீளமான கொட்டகைகள்.

இது ஏதோ அவனறியாத நாடு. அவனறியாத காலம். அங்கும் நீள நீளமான கொட்டகைகள். சுற்றிலும் ஆளுயரத்திற்கு வேலி. முள் செடிகளான வேலி அல்ல. முள்கம்பி வேலி. வேலியில் சீரான இடைவெளியில் கண்காணிப்புக் கோபுரங்கள். வேலிமீது ஏறித் தப்பித்துச் செல்ல முயன்ற ஒருவனின் உடல் ரத்தக்கறை உறைந்து போய் அப்படியே தொங்கிக்கொண் டிருக்கிறது. அவன் குண்டடி பட்டுச் சாகாமல் இருந்தால்கூட அவன் அதிக நாள் பிழைத்திருக்க முடியாது. சதையெல்லாம் வெறும் தோலாகி அந்தத் தோல் எலும்பின் மீது ஒட்டிக் கொண்டிருக்கிறது. கண்காணிப்புக் கோபுரங்களில் நாற்புறமும் சுற்றக்கூடிய பிரகாசமான விளக்கு. இயந்திரத் துப்பாக்கி. வேலிக்கு மிகவும் உள்ளடங்கிக் கொட்டகைகள். நீள நீளக் கொட்டகைகள். கொட்டகையுள்ளே பரண்கள். கிடங்குகளில் உள்ளதுபோல அடுக்கடுக்காகப் பரண்கள். அந்தப் பரண்களில் நூற்றுக்கணக்கான பேர் சுருண்டு படுத்துக்கொண்டிருக்கிறார்கள். எல்லாரும் ஒரேமாதிரி இருக்கிறார்கள், வேலியில் தொங்கிக் கொண்டிருக்கிறவன்போல. இன்னும் உயிர் போகவில்லை சாவைக் கண்ணில் வைத்துக்கொண்டு. கண்களில்லை, நிரந்தரமாக ஒரேயுணர்ச்சியைக் காட்டும் கண்ணாடி உருண்டைகள். பார்க்க முடியாததைப் பார்த்துவிட்டு, மனத்தால் நினைத்துப்பார்க்கவும் முடியாததைப் பார்த்துவிட்டு. நூற்றுக்கணக்கானவர்கள் ஆயிரக்கணக்கில், லட்சக்கணக்கில். இதோ இப்போது பரணெல்லாம் காலியாயிருக்கிறது. கொட்டகைகள் எல்லாம் காலியாகி விட்டன. அவ்வளவு பேரையும் எரித்தாகிவிட்டது. அவ்வளவு பேரும் சாம்பலாகிவிட்டார்கள். அந்தச் சாம்பலை மலையாகக் குவித்து வைத்திருக்கிறது. இயற்கையில் உண்டான மலைபோல இல்லை. ஒழுங்காக, மேல் தளம் சீராகத் தட்டுப்பட்டு. பக்கச் சார்புகள் சீர்ப்படுத்தப்பட்டு. அந்தக் குன்றின் நீள அகல உயரத்தை வைத்து ஒரு மூன்றாம் படிவப் பையன் கணக்குப் போட்டுச் சொல்லிவிட முடியும் எவ்வளவு கன அடிச் சாம்பல் அந்தக் குன்றில் இருக்கிறது என்று. இந்தச் சாம்பல் இவ்வளவு லட்சம் பேருடையது என்றால் ஒரு மனிதனின்

சாம்பல் எவ்வளவு? இது நான்காம் வகுப்புப் பையன் கணக்கு. சாம்பல் குன்று மிக அழகாக இருக்கிறது. தூரத்திலிருந்து பார்க்கையில் அதற்கும் இந்த ஆற்றங்கரைச் சுடுகாட்டுச் சிதைக்கும் வித்தியாசம் தெரியவில்லை. மீண்டும் கொட்டகை. நீளக் கொட்டகை. கொன்று குவித்த பெண்களின் தலைமயிர் உள்ளே அடைக்கப்பட்டிருக்கிறது. வருடக்கணக்காக அப்படியே கிடந்து, தூசி படிந்து, சடை விழுந்து, மக்கிப் போய்க் கிடக்கிறது. நரைத்துப் பஞ்சாகப் போன மயிரிலிருந்து, பிறந்து இன்னும் ஒருமுறை முழுக்க விலக்கப்படாத பச்சிளம் குழந்தைகளின் மயிர்வரை. பல குழந்தைகளைப் பெற்றெடுத்த தாய்மார்களின் மயிர். கன்னிகளின் மயிர். இன்னொரு கொட்டகையில் ஜோடுகளாகக் குவிக்கப்பட்டிருக்கிறது. பல லட்சம் ஜதை ஜோடுகள். சிறிய கால், பெரிய கால், சப்பைக் கால், அகன்ற கால், குதிகால்களில் ஒட்டை விழுந்த ஜோடுகள், இன்னும் ஒட்டை விழாத ஜோடுகள், கால் சுண்டு விரலுக்கருகில் பிய்ந்துபோனது, கட்டை விரலுக்கருகில் பிய்ந்துபோனது, முன்னால் தையல் விட்டு அடித்தோல் பிளந்துகொண்டது, இதெல்லாம் ஆகாமல் இன்னும் ஓரளவு புதிதாகவே இருப்பது. இவர்கள் இந்த ஜோடுகளை எப்போது கழற்றினார்கள்? சுவரில் சாய்ந்துகொண்டு குண்டை எதிர்பார்த்து நிற்கும்போதா? காற்றுப் புகா அறைகளில் விஷவாயுவை உள்ளுக்கிழுத்துத் துடிக்கும்போதா? வெறும் பட்டினி போடப்பட்டே தரையில் சுருண்டு விழும்போதா? எவ்வளவு ஜோடுகள்! எவ்வளவு மயிர்! இந்தச் சிதையில் மயிர் இருக்குமா? பொசுங்கிச் சாம்பலாகப் போயிருக்கும். பிரேதத்தை மழுங்க மொட்டையடித்திருந்தாலொழிய. ஆண்கள், பெண்கள், குழந்தைகள், பெரியவர்கள், யாருக்கும் ஒரு வித்தியாசமும் கிடையாது. பாரபட்சம் காட்டப்படவில்லை. எல்லாருக்கும் விஷ வாயு. எல்லாருக்கும் துப்பாக்கிக் குண்டு. அவர்களும் எப்போதோ மூட்டை முடிச்சுகளுடன் பிரயாணம் செய்திருப்பார்கள். பெண்கள் குழந்தைகளை இடுப்பில் தூக்கி வைத்திருப்பார்கள். சிறுவர்கள் வண்டி ஜன்னலருகில் நின்று வேடிக்கை பார்த்திருப்பார்கள். படுகொலையில் ஒழுங்கான படுகொலை. பால் ஜோடுகள் கழற்றப்பட்டு, தலைமயிர் விலக்கப்பட்டு, தங்கப் பற்களிருந்ததால் அவை பிடுங்கப்பட்டு. அதற்கெல்லாம் பின்னரே சாவு. சாவுக்குப் பின் தகனம். ஒட்டு மொத்தமாக விசேஷ நவநாகரிக உலைகளில் தகனம். பின் சாம்பல் குவிப்பு, அதுவும் ஒழுங்காக, அழகுணர்ச்சி குறையாமல். எல்லாம் நேர் கோடுகளாலான – குவியல். அப்படி ஒழுங்காகப் புரியாத படுகொலையும் உண்டு. ஆட்டு மந்தையை மலைச் சரிவில் சிதறவிட்டுச் சுட்டுத் தள்ளுவதுபோல மனிதர்களை, சடலங்களைப் பள்ளத்தாக்கில் தள்ளிவிடுவது. ஆற்றுப் படுகையில் தள்ளிவிடுவது. சாக்கடைகளில் தள்ளி விடுவது. எருக்குழியில் தள்ளிவிடுவது. குப்பை மேட்டில் தள்ளிவிடுவது. இது நேற்று நடந்தது. இது முந்தாநாள் நடந்தது. இது போன வருஷம் வடந்தது. இது முப்பது வருஷம் முன்னால் நடந்தது. இது ஆயிரம் வருஷம் முன்னால் நடந்தது. இனிமேலாவது நடக்காமல் இருக்க வேண்டும். ஒவ்வொருவரும் தனித்தனியாகச் செத்துத் தனித்தனியாக இந்தச் சிதை போல எரிய வேண்டும். அவர்களாக உயிரை விடும்வரை வாழ்ந்துவிட்டுச் சாக வேண்டும்.

என் கண்களுக்கு என்னவாயிற்று? ஓரிரவுப் பசியும் கண் விழிப்பும் சுவாச வியாதியும் பனியும் இளங்காலை இருட்டும் பூச்சி வலையும்

வேலியும் எரிந்த சிதையும் எனக்கு ஏனிப்படிக் காட்சி தருகின்றன? நான் எந்தக் கொட்டகையும் பார்க்கவில்லை. சாவை ஒத்திப்போட வந்த அகதிகள் கொட்டகைகளும் பார்க்கவில்லை. சாகடிப்பதற்காகக் குவிக்கப்பட்டவர்கள் கொட்டகைகளையும் பார்க்கவில்லை. அந்தச் சாவுப் புன்னகையைப் பார்க்கவில்லை. பீதி எல்லையைக் கடந்து கண்கள் கண்ணாடிக் குண்டுகளாகப் போனதைப் பார்க்கவில்லை அந்தச் சாம்பல் குவியலைப் பார்க்கவில்லை. சடலங்களைக் குப்பை கத்தையாக எரிக்கும் உலைகளைப் பார்க்கவில்லை. விஷ வாயுக் கொலைக்களங்களைப் பார்க்கவில்லை. அந்த மயிர்க்கிடங்கைப் பார்க்கவில்லை. அந்த ஜோட்டுக் குவியலைப் பார்க்கவில்லை. பார்த்தால்தான் பாவமா? பார்த்தால்தான் அவைகளில் நான் பங்கேற்றவனாவேனா?

அவன் சுமை தாங்கமாட்டாமல் எரிந்து சாம்பலாகிவிட்ட அந்தச் சிதையைப் பார்த்தவண்ணம் நின்றுகொண்டிருந்தான். ஆறு கலங்கலாக ஓடிக்கொண்டிருந்தது.

1972

எலி

இரண்டாவது நாளாக இப்படிச் செய்ததில் கணேசனுக்கு மிகவும் கோபம் வந்தது. இன்றைக்கும் இரவுச் சாப்பாட்டிற்குப் பிறகு ஒன்றையும் மீதம் வைக்காமல் சமையலிடத்தை ஒழித்துப் போட்டு அவன் வீட்டுப் பெண்மணிகள் படுத்துவிட்டார்கள். அப்படி ஒன்றும் விவரம் தெரியாதவர்களில்லை. அக்காவுக்கு ஐம்பது வயதாகிறது. மனைவிக்கு நாற்பது முடியப் போகிறது. மகளுக்குப் பதின் மூன்று வயது வரப்போகிறது. ஒரு தோசைத் துண்டு, ஒரு அப்பளத்துண்டு, ஒரு தேங்காய்ச் சில்லு கிடையாது. எலிப் பொறிக்கு எதை வைக்கிறது? எக்கேடு கெட்டுப் போங்கள் என்று கணேசனும் படுத்துவிட்டான்.

அரைமணி தூங்கியிருக்கமாட்டான், துணி உலர்த்தும் மூங்கில்கோல் அசைவது கேட்டது. எலி கோலடியில் சுற்றிக் கொண்டிருக்கிறது. இரு நிமிஷங்கள். இப்போது கோல் இன்னும் அதிகமாக அசைகிறது. எலி கோல்மீது ஏறிக்கொண்டிருக்கிறது. இப்போது பித்தளைத் தாம்பாளம் சுவரில் இடிக்கம் சப்தம் கேட்கிறது. எலி பரண்மீது ஏறிவிட்டது. கசகசவென்று சப்தம். எலி பழைய செய்தித்தாள் குவியல் வழியாக முன்னேறிக் கொண்டிருக்கிறது. தடக்கென்று ஒரு சப்தம். எலி பரணிலிருந்து மரப் பீரோவுக்கு தாவிவிட்டது. பீரோ மீது போட்டிருந்த காலித் தகர டின்கள் கடகடவென்கின்றன. எலி பீரோமீதிலிருந்து சுவரில் ஆணி அடித்து மாட்டப்பட்டிருக்கும் அலமாரிக்கும் போய்விட்டது. சிறிது நேரம் எல்லாம் அமைதியாக இருக்கிறது. அதற்கு ஈடு செய்வதுபோல் தடாலென்று ஏதோ கீழே தள்ளப்படுவது பெரிதாகக் கேட்கிறது. இப்போது கணேசன், அவன் மனைவி இருவரும் எழுந்து விளக்கைப் போட்டுப் பார்க்கிறார்கள். எலி எண்ணெய் ஜாடியின் மூடியைக் கீழே தள்ளி விட்டிருக்கிறது.

மனைவி அரைத் தூக்கக் கண்ணுடன் எண்ணெய் ஜாடியை மூடி அதன்மீது ஒரு கூடையைக் கவிழ்த்து வைக்க அவளைப் பல்லைக் கடித்தவண்ணம் கணேசன் பார்த்து

நின்றான். "ஏதாவது மிச்சம் வைச்சுத் தொலைன்னா ஏன் இப்படித் தினம் துடைச்சு துடைச்சு வைக்கிறே?" என்று கேட்டான்.

"என்னத்தை மிச்சம் வைக்கிறது? ரசத்தை எலிக்கு வைக்கறதா? இல்லெ, உப்புமாவை பொறிக் கொக்கியிலே மாட்டி வைக்கறேளா?" என்று அவள் கேட்டாள்.

"நீ என்னன்னு நினைச்சுண்டிருக்கே?" என்று கணேசன் கேட்டான்.

"நான் ஒண்ணும் நினைக்கலே. தோசை அடைன்னா பாக்கி வைச்சு எலிப் பொறியிலே மாட்டி வைக்கலாம். நம்ப வீட்டிலே தினம் தோசையும் அடையும்தானே பண்ணிண்டிருக்கோம்?"

"அப்ப தினம் எலி வந்து எல்லாத்தையும் கொட்டிப் பாழ் பண்ணிடட்டும்."

மனைவி பதில் பேசாமல் காய்கறிக் கூடையிலிருந்து ஒரு உலர்ந்த வெங்காயத்தை எடுத்துக் கொடுத்தாள். "இதை வாணா வைச்சுப் பாருங்கோ."

"இந்த வெங்காயத்தைத் திங்க என்னிக்கு எலி வந்தது?"

அவன் வீசியெறிந்த வெங்காயம் அவளுக்கு வலித்திருக்கக்கூடச் செய்திருக்கும். இருந்தும் ஒன்றும் பேசாமல் படுக்கப் போய்விட்டாள்.

கணேசனுக்குப் படுக்க முடியவில்லை. அந்த இரு அறைகளில், பத்து பேர் சேர்ந்தாற்போல் படுக்கவோ சாப்பிடவோ முடியாத அந்தச் சிறு இடத்தில், தினமும் நான்கைந்து எலிகள் சர்வசுதந்திரத்துடன் ஓடியாடி விளையாடுகின்றன. துணிமணிகளைக் குதறிப் போடுகின்றன. டப்பா மூடிகளைத் திறந்து கீழே தள்ளிவிடுகின்றன. தக்காளிப் பழத்தைக் குடைந்து தின்கின்றன. எண்ணெயைக் குடித்துப் போகின்றன. ஒருநாள் தவறாமல் சுவாமி பிறையில் வைத்திருக்கும் விளக்கின் திரியை இழுத்துப் போய்விடுகின்றன.

கணேசன் சட்டையை மாட்டிக்கொண்டு கால் ரூபாயைச் சட்டைப் பையில் எடுத்துப் போட்டுக்கொண்டான். வாசல் கதவைப் பூட்டிக்கொண்டு வெளியே கிளம்பினான்.

ஹோட்டல்களை மூடிவிட்டார்கள். டீக்கடைகள் வெற்றிலை பாக்குக் கடைகள்தான் திறந்திருந்தன. ஒரு வடை, ஒரு வடையில் பாதி கிடைத்தால்கூடப் போதும்.

ஆனால் எங்கும் வடை மீதமில்லை. ரொட்டி, பன், பிஸ்கட்டு, வாழைப்பழம் இவைதான் இருந்தன. இதெல்லாவற்றையும் வெவ்வேறு சமயங்களில் உபயோகித்துப் பார்த்தாகிவிட்டது. எலி இவற்றைச் சட்டை செய்வதில்லை. எண்ணெயில் பொரித்தெடுத்த பண்டம்—வடை, பக்கோடா, பப்படம்—இவைதான் பலனளித்திருக்கின்றன. பருப்பு விற்கிற விலையில், எண்ணெய் விற்கிற விலையில் தினம் எங்கே இதெல்லாம் வீட்டில் பண்ணிக் கொண்டிருக்க முடிகிறது? அரிசி உப்புமா, ரவை உப்புமா, பொங்கல். அப்புறம் ரவை உப்புமா, பொங்கல், அரிசி உப்புமா இப்படித்தான் மாறி மாறி அந்த வீட்டில் கிடைக்கிறது. கணேசனுக்கு

உப்புமா பொங்கல் என்ற வார்த்தைகளே கூட அலுத்துப் போயிருந்தன. எலிக்கும் அப்படித்தானிருக்கும்.

சரி, இன்றைக்கு எலி நரி முகத்தில் விழித்திருக்க வேண்டும் என்று கணேசன் வீடு திரும்ப இருந்தான். தூரத்தில் மைதானத்தில் ஒரு பொதுக் கூட்டம் நடந்துகொண்டிருந்தது. மொத்தம் முப்பது நாற்பது பேர்கூட இருக்கமாட்டார்கள். இருந்தும் ஒருவர் கைகளைப் பலமாக வீசிப் பேசிக்கொண்டிருந்தார். சிறிது நேரம் கேட்டால் என்ன? கணேசன் கூட்டத்தை நோக்கி நடந்தான். பேச்சாளர் நிக்சனுக்கு எச்சரிக்கை விடுத்துக் கொண்டிருந்தார். சைனாவுக்கு எச்சரிக்கை. பிரிட்டனுக்கு எச்சரிக்கை. ரஷ்யாவுக்கு எச்சரிக்கை. பாகிஸ்தானுக்கு எச்சரிக்கை. அப்புறம் இந்திரா காந்திக்கு எச்சரிக்கை. தமிழ் நாட்டுத் தலைவர்களுக்கு எச்சரிக்கை. இந்தப் பயங்கர எச்சரிக்கைகளில் நூறில் ஒரு பங்கு எலி வர்க்கத்துக்குப் போய்ச் சேருமானால் அவ்வளவு எலிகளும் வங்காளக் கடலில் போய்த் தஞ்சம் புகும். ஏன் எலிகளுக்குத் தமிழ் மொழி புரிவதில்லை?

ஆனால் கணேசனுக்கு அந்தப் பேச்சைவிட இன்னொன்று பலனளிப்ப தாக இருந்தது. கூட்டத்திலிருந்து சிறிது தள்ளி ஒரு தள்ளு வண்டியைச் சுற்றிப் பலர் நின்றுகொண்டிருந்தார்கள். அந்த வண்டியில் பதிக்கப்பட்ட ஸ்டவ் ஒன்றின் உதவியால் சுடச்சுடப் பணியாரங்கள் தயாராகிக் கொண்டிருந்தன. கொதிக்கும் கடலை எண்ணெயிலிருந்து சல்லடைக் கரண்டியால் அவை எடுத்துத் தட்டில் போடப்பட்ட சில விநாடிகளில் விற்றுப் போய்க்கொண்டிருந்தன.

கணேசனும் அந்த வண்டிக்கருகில் நின்றுகொண்டான். நீர்மூழ்கிக் கப்பல்கள்போல இருபது மாவு தோய்த்து மிளகாய்கள் பொரிந்து கொண்டிருந்தன. ஒருவன், “வடை போடுய்யா, வடை போடுய்யா” என்று சொல்லிக்கொண்டிருந்தான்.

ஆனால் அடுத்த முறையும் மிளகாய் பஜ்ஜிதான். கணேசனும் “வடை போடுய்யா” என்றான். ஆனால் மிளகாய் பஜ்ஜிக்கு நிறையத் தேவையிருந்தது. ஒருவன் காரில் வந்திறங்கி, “ஒரு எட்டு பஜ்ஜி எடுத்துக் கட்டிவை” என்று சொல்லிவிட்டு இருட்டில் சிறுநீர் கழிக்கப் போனான். கணேசன், “வடை போடுய்யா இந்தத் தடவை” என்றான்.

மிளகாய் பொரித்து எடுக்கப்பட்டு நிமிஷமாகப் பகிர்ந்துகொள்ளப்பட்து. செய்தித்தாள் துண்டுகளில் இரண்டு, நான்கு, பத்து என்றுகூடப் பொட்டலம் கட்டப்பட்டன.

“நீங்க என்ன வடையா சொன்னீங்க? எவ்வளவு வேணும்?”

கணேசனுக்கு ஒன்று என்று சொல்லத் தயக்கமாக இருந்தது. “இரண்டு போதும்” என்றான்.

“அப்ப இதுக்கு அடுத்த வாட்டி போட்டெடுக்கறேன்.”

மீண்டும் மிளகாயே எண்ணெயில் இறங்கியது. வெகு நேரமாக வடை போட்டுக் கொண்டிருந்தவன் பெரிதாகச் சண்டையே போட ஆரம்பித்தான்.

“இதோ ஆயடுத்துங்க. ஒரு நிமிஷம். அதோ அவரும் வடைக்காகத்தான் காத்திட்டிருக்காரு.”

கணேசனுக்கு வேதனையாக இருந்தது. வண்டியைச் சுற்றி இப்போது நல்ல கூட்டம். எல்லாரும் அவர்கள் தின்பதற்காகப் பணியாரங்களுக்குக் காத்திருக்கிறார்கள். அவன் வடை தின்ன ஆவலோடு காத்திருக்கிறான் என்றுதான் அவர்கள் எல்லாரும் நினைத்திருக்க முடியும். அவர்களுக்கு அந்த வடை எலிப்பொறிக்காக என்று தெரிந்தால் எப்படியிருக்கும்? கணேசனுக்கு மிகவும் வேதனையாக இருந்தது.

வடை போட்டு எடுத்தவுடன் முதலில் கணேசனுக்குத்தான் இரு வடைகள் ஒரு *மாலை முரசுத்* துண்டில் கொடுக்கப்பட்டது. சுடச்சுட எண்ணெய் காகிதத்தில் ஊறி அவன் உள்ளங்கையில் பரவிற்று. மணக்க மணக்க இருவடைகள். வடையின் மேற்புற ஓட்டில் பருப்புத் துகள் வெள்ளையாகத் துரத்தி நின்றன.

கணேசன் வீட்டுப் பக்கம் நடந்தான். சூடு தாங்கமாட்டாமல் வடைகளை கைக்குக் கை மாற்றிக் கொண்டிருந்தான். கையும் காகிதமும் ஒரே எண்ணெய். பாவம், அந்த வண்டிக்காரனுக்கு அந்த வடைகள் எலிக்காக என்று தெரியாது. கணேசனுக்கு அந்த வடைகள் அவன் வீட்டிலேயே செய்யப்பட்டதாயிருந்தால் சங்கடமிருக்காது. இப்போது வேதனையாகத்தான் இருந்தது.

சட்டையைப் பாழடிக்காமல் எண்ணெய்க் கையால் சாவியை எடுப்பது முடியாத காரியம். கணேசன் வடைகளைக் கீழே வைத்துவிட்டுக் கையிலிருந்த எண்ணெயைப் புறங்காலிலும் ஆடு சதையிலும் தேய்த்துப் போக்கினான். வீட்டிற்குள் சென்று எலிப்பொறிக் கொக்கியில் ஒரு வடையைப் பொருத்தினான். இன்னொரு வடை மீதம். கணேசன் அவனே அதைத் தின்றான். ஐம்பது வயதுக்காரன் இரவு பத்து மணிக்கு வடை தின்றால் நிச்சயம் விளைவுகள் இருக்கும். ஆனால் இது எதற்கோ பரிகாரமாக என்று நினைத்துக்கொண்டான். படுத்துக்கொண்டான். தூங்கிவிட்டான்.

காலை கணேசனுக்கு வயிறு ஒரே குழப்பமாக இருந்தது. பொறியில் எலி அடைபட்டு இரவெல்லாம் ஏகமாகச் சப்தம் எழுப்பியிருக்கிறது. அவனுக்குத் தெரியாது. அவன் மனைவிதான் சொன்னாள்.

இப்போது எலியைக் கொண்டு போய் எங்காவது விடவேண்டும். கணேசன் பொறியைத் தூக்கிக்கொண்டு கிளம்பினான். பொறியில் இருந்த ஒரு சிறு துவாரத்தின் வழியாக எலி மூக்கை நீட்டிற்று. அந்த மூக்கிலிருந்து அது பெரிய எலியா சிறிய எலியா என்று தெரியவில்லை. ஆனால் வீட்டில் மாவு டப்பாவைக் கீழே தள்ள, எண்ணெய் ஜாடியை உருட்டிவிட, அழுக்குத் துணியைக் கடித்துப் போட, காய்கறிகளைக் குதறிப்போட எலி பெரிதாயிருந்தால் என்ன, சிறிதாயிருந்தால் என்ன?

இம்முறை தெருச்சாக்கடை வேண்டாம் என்று கணேசன் மைதானத்திற்குச் சென்றான். ஒரு வாரமாவது ஆகும் இந்த எலி வீடு கண்டுபிடித்துத் திரும்ப வர. ஆனால் இந்த எலி இல்லாது போனால் வேறு ஏதாவது எலி.

இந்தப் பையன்கள் சிறிது தள்ளிப் போகமாட்டார்களா என்று கணேசன் நினைத்தான். ஆனால் அவர்கள் அவன் எலிப் பொறியைத் திறப்பதற்காகக் காத்திருந்தார்கள். கணேசன் பொறியைத் தரையில் வைத்து மெதுவாக மூடிக்காம்பை அமுக்கினான். எலி வெளியே ஓடிற்று.

அது பெரிய எலியும் இல்லை. மிகச் சிறியதும் இல்லை. பரந்த வெளி பழக்கமில்லாமல் எலி தாறுமாறாக ஓடிற்று. ஒரு பையன் கல்லைவிட்டெறிந்தான். கணேசன், “வேண்டாம் பையா,” என்றான். அப்போது எங்கிருந்தோ பறந்து வந்த காக்கை எலியை ஒருமுறை கொத்திவிட்டுப் போயிற்று. எலி மல்லாந்து படுத்துத் துள்ளிற்று. பிறகு இன்னும் வேகமாகத் தத்தித்தத்தி ஓடிற்று. காக்கை ஒரு சுற்று சுற்றிவிட்டு வேகமாகக் கீழிறங்கியது. எலிக்குப் பதுங்க இடம் தெரியவில்லை. காக்கை எலியை அப்படியே கொத்திக்கொண்டு தூக்கிச் சென்றுவிட்டது. கணேசனுக்குத் துக்கமாக இருந்தது.

இன்னொன்றும் அவனுடைய துக்கத்தை அதிகரிக்கச் செய்தது பொறியைத் தூக்கிக்கொண்டு வீடு திரும்ப ஆரம்பித்தவன் பொறிக்குள் பார்த்தான். அவன் முந்தின இரவு கொக்கியில் மாட்டிய வடை அப்படியே தின்னப்படாமல் இருந்தது.

1972

கண்ணாடி

டிசம்பர் குளிருக்கு அந்தக் கோட்டு மிகவும் இதமாக இருந்தது. ஏனோ தினமும் அதைப் போட்டுக்கொள்ள முடிவதில்லை. கோட்டைப் போட்டுக்கொண்டு செருப்புக் காலுடன் வெளியே போனது கிடையாது. ஆதலால் பூட்ஸ். ஆனால் அந்தப் பூட்ஸைப் போட்டுக் கொள்ளும்போதே சுண்டுவிரல் வலித்தது. அரை மைல் நடந்து, நகர ஆரம்பித்து விட்ட பஸ் பின்னால் ஓடி அதில் தொத்திக் கொண்டதும் வலி பொறுக்க முடியாத அளவுக்குப் போய்விட்டது.

இவ்வளவிற்கும் அந்த பூட்ஸ் நான் குறைந்தது இரண்டாண்டு காலம் தினமும் போட்டுக்கொண்டு திரிந்ததுதான். அப்புறம் ஐந்தாறு இண்டர்வியூ காலங்களில் அணிந்துகொண்டிருக்கிறேன். அதெல்லாம் நான் வேலையை விட்டு ஒரு வருடம் ஆவதற்குள். அப்போதெல்லாம் சுண்டு விரல் வலித்ததாகத் தெரியவில்லை. ஒருவேளை வேலை கிடைத்துவிடும் என்று எதிர்பார்ப்பு—மனநிலையினால் உடலின் மறுகோடி வலி உரைக்காமல் இருந்திருக்கலாம். இப்போதோ இந்த வேலைக்கு நான் பொருத்தம், என்னுடைய திறமைகள் இவர்களுக்கு ரொம்பப் பயனுள்ளதாகத் தோன்றும், இந்த வேலை கிடைத்தால் கடைசிப் பையனுக்கு டான்ஸில் ஆபரேஷன் உடனே ஏற்பாடு செய்துவிட வேண்டும் என்றெல்லாம் மனதில் தோன்றுவது கிடையாது. யாராவது ஓடிவந்து 'நீ உடனே ஒரு வேலை கேட்டு விண்ணப்பம் எழுதிப்போடு' என்றால் அந்தப் பணியை எப்படியெல்லாம் ஒத்திப் போட முடியுமோ அப்படியெல்லாம் செய்வேன். பார்க்கப் போனால் விண்ணப்பம் எழுதியே ஆக வேண்டும் என்று நான் காகிதமும் பேனாவுமாக உட்கார்ந்து கொண்டால்கூட 'அன்பார்ந்த ஐயாவுக்கு' மேலே எழுத்தே ஓடாது. ஆனால் பூட்ஸ் மட்டும் நன்றாக வலிக்கிறது.

பூட்ஸ் அழுத்தி வலிக்கிற காலும் தொளதொள கோட்டும் ரெக்ஸைன் கைப் பையுமாக அமைந்தகரை மார்க்கெட் பஸ் ஸ்டாப்பில் இறங்கினேன். ஆவடி என்னும் இடம் சென்னைக்கு வடக்கே (அல்லது வடமேற்கே) இன்னும் வெகு தூரத்தில்

இருந்தாலும் புது ஆவடி ரோடு அந்த மார்க்கெட்டுக்கும் முன்னாலேயே தொடங்குகிறது என்று கேட்டுத் தெரிந்துகொண்டிருந்தேன். ஆதலால் பஸ் வந்த வழியிலேயே சிறிது தூரம் நடந்து வந்தேன். கண்ணில் பட்ட முதல் டாக்ஸியை நிறுத்தினேன். நான் போகவேண்டிய இடத்தை முதலிலேயே சொல்லி 'இந்த வண்டி வராது' என்று பதில் கிடைத்துத் திண்டாடிய நினைவுகள் நிறைய உண்டு. ஆதலால் ஒன்றுமே சொல்லாமல் கணப்போதில் வண்டியில் ஏறி உட்கார்ந்து கொண்டேன். மீட்டர் போடப்பட்டது.

"எங்கே போகணும்?"

"புது ஆவடி ரோடு"

"அதுலே எங்கே?"

"டிரேட் ஃபேர். உலகச் சந்தை ஆபிஸுக்கு."

வண்டி முடுக்கப்பட்டு, அந்த இடத்திலேயே முழுக்கத் திரும்ப இருந்தது.

"இங்கே எங்கே போறீங்க? புது ஆவடி ரோடு அந்தப் பக்கமில்லே இருக்கு?"

"நீ எங்கே போகணும்? புதுசா எக்ஸ்பிஷனுக்குக் கட்டிட்டு இருக்காங்களே, அங்கத்தானே?"

"ஆமாம். ஆனா அது புது ஆவடி ரோடில்தானே இருக்கு."

"ஆமாம் சாமி. அதுக்கு இந்தப் பக்கந்தானே வழி."

"புது ஆவடி ரோடு அங்கே பச்சையப்பாஸ் காலேஜ் கிட்டேனாப்பா தொடங்கறது?"

"எக்ஸிபிஷன் இந்தப் பக்கம் சாமி. நான் அங்கேந்து இப்பத்தான் வாரேன்."

"நான் எக்ஸிபிஷனாண்டை போகலை. ஆபீஸுக்குப் போகணும். அது புது ஆவடி ரோடிலேதான் இருக்கு."

எதிரே பூதாகாரமான லாரி ஒன்று நின்று கேவலமாக ஹார்ன் அடித்தது.

"எக்ஸிபிஷன் ஆபீஸு எக்ஸிபிஷனண்டை இல்லாமே எங்கேயிருக்கும் சாமி? நான் இப்போ அங்கேந்து தான் வாரேன்னு சொல்லறேன்."

"அதெல்லாம் தெரியாதப்பா. புது ஆவடி ரோடுன்னா புது ஆவடி ரோடுதான்."

இப்போது எங்கள் பின்னால் வரிசையாக இரு பஸ்கள், மற்றும் கார்கள் மாட்டு வண்டிகள் எல்லாம் நின்றுகொண்டிருந்தன.

"நீ போப்பா. புது ஆவடி ரோடு போன்னா போயேன்."

வண்டி சீறிக்கொண்டு கிளம்பி அரை நிமிஷத்திற்குள் புது ஆவடி ரோடு தொடக்கத்திற்குச் சென்றடைந்து நின்றது. "இப்போ எங்கே போகணும்?"

"நீ இந்த ரோடிலேயே போயிண்டிரு. நான் சொல்லறேன்."

டாக்ஸி வேகமாகப் போய்க்கொண்டேயிருக்க நான் பதட்ட நிலையில் சீட் விளிம்பில் உட்கார்ந்துகொண்டு சாலை இருபுறங்களையும் மாறி மாறிப் பார்த்துக்கொண்டேயிருந்தேன். டாக்ஸி ஒரு மைலுக்கும் மேலாகப் போயிருக்கும். நிறைய வீடுகள் வந்தன. காரியாலயமாக ஒன்றும் தட்டுப் படவில்லை. இந்தத் தேடலில் டாக்ஸி டிரைவரின் ஒத்துழைப்புக் கிடையாது என்கிற சூழ்நிலை. திடீரென்று ஒரு விஷயம் நினைவுக்கு வந்து எனக்குப் பகீரென்றது. முன்பு ஒரு சமயம் வேறொரு காரியாலயத்திற்கு ஹாடோஸ் சாலை என்று விலாசம் கொடுத்திருந்தது. ஒரே ஃபர்லாங்கு நீளமிருக்கும் ஹாடோஸ் சாலையில் ஒரு மணி நேரம் அலைந்து திரிந்த பிறகு அந்தக் காரியாலயம் ஹாடோஸ் சாலையில் பிரிந்து போகும் ஒரு சந்துக் கோடியில் இருந்தது தெரியவந்தது. அதே போல இந்த உலகச் சந்தையும் ஒரு சந்தின் கோடியில் காரியாலயம் அமைத்துக்கொண்டிருந்தால்?

திடீரென்று வீடுகள் முடிந்து சாலை ஒரு மேட்டில் ஏறி ஒரு திறந்த வெளிப் பிரதேசத்தில் திரும்பியது. அப்போது டாக்ஸியிலிருந்து பார்த்ததில் உலகச் சந்தை விளம்பரங்கள் எல்லாவற்றிலும் காணப்பட்ட கோபுரம் வெகுதூரத்தில் தெரியவந்தது. ஆனால் புது ஆவடிச் சாலை அதை நோக்கிச் செல்லவில்லை. "இது புது ஆவடி ரோடுதானே?" என்று கேட்டேன். நான் கேட்டது என் காதுக்கே சரியாகக் கேட்கவில்லை.

இன்னும் ஒரு மைல் சென்ற பின் டாக்ஸி மீண்டும் நின்றது. "இப்படியே போனா ஆவடிக்குப் போகலாம். ஆனா எக்ஸிபிஷனாண்டை போக முடியாது."

நான் அதற்குள் என் கலவர நிலையிலும் ஒரு முடிவிற்கு வந்து விட்டிருந்தேன். 'சரி, எக்ஸிபிஷனுக்கே போங்க. அங்கே போய்க் கேட்டுண்டு போகலாம்."

டாக்ஸி புதிதாகப் போடப்படும் மிக அகலமான சாலையில் திரும்பியது. பெரிய சரளைக் கற்களைப் போட்டு சமதளமாக்கியிருந்தார்கள். இன்னும் தார் போடவில்லை.

டாக்ஸி கடகடவென்று சப்தமெழுப்பிக்கொண்டு மெதுவாக முன்னேறியது. சரளைக் கற்கள் சக்கரத்தடியில் அழுந்தித் தெறித்து விழுந்தன. கோபுரம் சிறிது சிறிதாக தெளிவாகத் தோற்றம் கொள்ள ஆரம்பித்தது. அத்துடன் இன்னும் பல கட்டடங்கள் புதுமையான விநோதமான உருவங்களில் எழுப்பப் படுவதும் தெரிந்தது. இன்னும் இரு வாரங்களில் சந்தை தொடங்கியாக வேண்டும். ஏற்கெனவே செய்து முடித்த வேலை மலைக்க வைக்கும்படியாக இருந்தது. அதே நேரத்தில் இன்னும் செய்ய வேண்டியது ஏராளமாக இருக்க வேண்டும் என்றும் தோன்றிற்று. எவ்வளவு லட்சக் கணக்குச் செலவில் எவ்வளவு ஆயிரம் பேர் எவ்வளவோ நாட்களாகச் செய்து வரும் விவரம் எனக்கு ஒழுங்காக அறிந்துகொள்ள முடியவில்லை. அந்தக் காரியாலயம் எங்கே என்றுகூடச் சரியாகத் தெரியாது.

சந்தை முன்வாசல் எதிரே டாக்ஸி நின்றது. முன் வாசலுக்கு முன்னே, சாலைக்கு மறுபுறத்தில் ஒரு புது தனிக் கட்டடம். போர்டெல்லாம் ஒழுங்காக மாட்டியிருந்தார்கள். இவ்வளவு குறுகிய காலத்தில் அங்கே தோட்டம் போடப்பட்டு சில செடிகளில் பூக்கள்கூடத் தோன்றியிருந்தன.

என் ரெக்ஸைன் பையைத் தூக்கிக்கொண்டு கீழே இறங்கினேன். நிற்கவே முடியாமல் பூட்ஸ் வலித்தது. “உன் டிரிப்புக்கு முன்னாலே இதே இடத்திலேந்துதான். நான் வாரேன்.” புது ஆவடி ரோடு என்று நான் பிடிவாதமாக இல்லாதிருந்தால் எப்போதோ இங்கு வந்து சேர்ந்திருக்கலாம். செலவு மிகவும் குறைந்திருக்கும்.

டாக்ஸியை அனுப்பிவிட்டு அந்தக் காரியாலயம் முன்னால் நின்றேன். கல்யாணத்திற்காகத் தைத்த கோட்டும் காலை நசுக்கும் பூட்ஸுும் வேஷமணிந்து கொண்டு இங்கு வந்து நின்றது பொருத்தமாகப்படவில்லை. குளிருக்கு அடக்கமாயிருந்து என்பதைத் தவிர.

காரியாலயத்திற்குள் சென்றேன். தற்காலிகமாகக் கட்டப்பட்ட கட்டடம். ஆனால் தடபுடலான மேஜை, நாற்காலி, சோபாக்கள். சுவரில் பெரிய பெரிய வரைபடங்கள், போஸ்டர்கள் வரவேற்பறையில் ஒரு சோபாவில் சாய்ந்திருந்த ஒரு நபரைத் தவிர வேறு யாரும் கிடையாது. ஒரு கணத் தயக்கம். அந்த சோபாவிடம் சென்று, “விளம்பர அதிகாரி எங்கேயிருக்கிறார்?” என்று கேட்டேன். அந்த ஆளின் கோட் துணிக்கும் டையின் தரத்திற்கும் நான் ஆங்கிலம் தவிர வேறுமொழியில் பேசியிருக்க முடியாது. அவன் பதில் தராமல் சாய்ந்துகொண்டிருந்தான். நான் மீண்டும் கேட்டேன். “அங்கே கேளு” என்று அவன் ஹிந்தியில் சொன்னான். அவன் கைகாட்டிய திசையில் டெலிபோன் ஸ்விட்ச்போர்டு இருந்தது. நான் அங்கே போய் நின்றேன். சோபா ஆளும் எழுந்து வெளியே போய்விட்டான். நான் இன்னும் அவனை ஏதாவது கேட்டுக் கொண்டிருப்பேன் என்று எண்ணியிருக்கலாம்.

ஒரு காரிடாரிலிருந்து ஒருவன் இரைந்துகொண்டே வந்தான். அவன் கையில் கத்தைக் காகிதங்கள் இருந்தன. டெலிபோன் ஸ்விட்ச்போர்டில் ஒரு சிறு வட்டப்பட்டை கிர்கிர்ரென்று சப்தமெழுப்பிக் கொண்டிருந்தது. யாரோ பாவம், வெகுநேரமாகக் காத்துக்கொண்டிருக்க வேண்டும்.

வந்தவன் ஒரு பித்தானைக் கீழே தள்ளி டெலிபோனைக் காதில் மட்டும் வைத்துக்கொண்டு கேட்டுவிட்டு இரு கம்பிகளை இரு துளைகளில் நுழைத்தான். ஒரு கைப்பிடியை இரு முறை சுற்றி டெலிபோனைக் கீழே வைத்தான். “என்ன வேணும்?” என்று என்னைத் தமிழில் கேட்டான்.

“விளம்பர அதிகாரியைப் பார்க்கணும்.”

“எதுக்கு?”

“பார்க்கணும்.”

டாக்ஸி டிரைவருக்கு நான் ஏற்படுத்திய மனநிலையை இவனுக்கும் ஏற்படுத்திவிட்டேனோ என்று சந்தேகிக்க வைக்கும் ஒரு கண இடைவெளி.

“இந்த காரிடாரிலே நேராப்போய் அஞ்சாவது கதவு.”

அந்த காரிடாரில் நடக்கும்போது நான் நொண்டுவதாக உணர்ந்தேன். டெலிபோன் ஆள், “அஞ்சாவது ரூம். அஞ்சாவது ரூம்” என்று கத்தினான். முதல் நான்கு அறைகளுக்கு ஒரு பொதுத்தன்மை. ஐந்தாவது அறை ஏர் கண்டிஷன் செய்யப்படாமல் சாதாரணமாக இருந்தது. அந்த அறையில்

உட்கார்ந்திருந்த விளம்பர அதிகாரியும் சாதாரணமாக, ஒருவேளை அவரும் சுண்டுவிரலை நசுக்கும் பூட்ஸைப் போட்டுக் கொண்டிருக்கிறாரோ என்று சந்தேகப்படும்படி உட்கார்ந்திருந்தார். அதிக விற்பனையாகும் தினசரிப் பத்திரிகை பலவற்றை மேஜைமீது விரித்து வைத்துக்கொண்டு ஒரு சிவப்பு பென்சிலால் சில பகுதிகளைக் குறியிட்டுக் கொண்டிருந்தார். அப்பகுதிகள் இன்னும் பதினைந்து நாட்களில் தொடங்கப் போகும் உலகச் சந்தையின் விளம்பரங்கள்.

"என்ன சார் வேணும்?" என்று தமிழில் கேட்டார்.

நான் விவரமாகவே சொன்னேன்.

"எவ்வளவு வருடமாகப் பத்திரிகை வெளிவருதுன்னு சொன்னேள்?"

"இது அஞ்சாவது வருடம். இந்த நாட்டிலிருக்கிற முக்கியமானவங்க எல்லார் கைக்கும் இது போறது."

"என்ன சர்குலேஷன்?"

நான் சொன்னேன். நாட்டில் முக்கியமானவர்கள் எண்ணிக்கை சிறிது குறைவாகத்தான் இருந்தது.

"அடுத்த வாரம் வாருங்களேன். கேட்டுப் பார்க்கிறேன். ஸ்பெசிமன் காபியும் டாரிஃபும் கொடுத்துட்டுப் போங்கோ" என்றார்.

என்னிடம் அதற்கும் மேலும்கூட இருந்தது. உலகச்சந்தை சேர்மெனுக்கு விண்ணப்பம், விளம்பர அதிகாரிக்கு ஒரு தனிக் கடிதம். கடைசி ஆயுதமாக உபயோகிக்க வேண்டியது அது. அந்தக் கட்டத்தை அடைந்தாகிவிட்டது என்றே எனக்குத் தோன்றிற்று. அவர் தன் கடிதத்தைப் பிரித்துப் படித்தார். 'ஓகோ, உங்க பத்திரிகையிலே கோதண்டராமும் இருக்காரா? எவ்வளவு நாளா வெளிவரதுன்னு சொன்னேள்?" என்றார்.

நான் சொன்னேன். அவர் ஒரு கணம் எதையோ ஞாபகப்படுத்தி கொள்வதுபோலத் தோன்றினார். "ஏன் சார், இதுதானே மிஸ்டர் எஸ்.ஆர். வாசுதேவனும் இன்னொருத்தரும் சேர்ந்து ஆரம்பிச்ச பத்திரிகை?" என்று கேட்டார்.

"ஆமாம்."

"வெரிகுட், வெரிகுட் மிஸ்டர் வாசுதேவன் எப்படி இருக்கார்?"

நான் பதிலே சொல்லாமல் சமாளித்தேன்.

"வாசுதேவனும் நானும் சேர்ந்துதான் பாட்னாவிலே இருந்தோம். அவர் அங்கேயிருந்து டில்லிக்குப் போய்விட்டார். நான்தான் இடியட் மாதிரி மெட்ராஸ் வந்தேன்."

எனக்கு அவருடைய பூட்ஸ் பற்றி மறுபடியும் நினைக்கத் தோன்றியது.

"வெரி எண்டர்பிரைசிங் டைப். எப்படியிருக்கார்? ஜமாய்ச்சிண்டிருப்பாரே?"

நான் எவ்வித அர்த்தமும் தோன்றாத ஒரு சிரிப்புச் சிரித்தேன். "ஆமாம்" என்றேன்.

விளம்பர அதிகாரி தொடர்ந்து. "வெரி எண்டர்பிரைசிங் டைப். அவர் இருந்து கூடவா உங்கள் சர்குலேஷன் இப்படி இருக்கு?"

இப்போது வெறுமனே சிரித்தேன்.

"உங்களுக்கு வரவு செலவுக்குக்கூட கட்டிவராதே! நீங்க என்ன பண்ணறேள் இதிலே?"

நான் சொன்னேன். இம்மாதிரிக் கேள்விகளுக்கு என்றே நான் பதில் தயாரித்து வைத்து நான்கைந்து ஆண்டுகளாக உபயோகித்து வருகிறேன். விஷயம் அவ்வளவு புரியவும் புரியாது, அவர்கள் மீண்டும் கேள்விகளும் கேட்கமாட்டார்கள்.

"வாசுதேவனும் நானும் சேர்ந்து பாட்னாலே இருந்தப்போ அநேகமா தினமும் பாட்னா பத்தி எதாவது பேப்பர்லே வந்திண்டேயிருக்கும் ஒரு தடவை ஒரு ஆர்மி பார்ட்டிக்குப் போயிட்டு – காட், அன்னி ராத்திரி ஒரே ரகளையாப் போயிடுத்து. பிளாக்கவுட் வேறே. வாசுதேவனாலே நிக்க முடியலே. ஆனா ஒரு டாங்கா வாலாவை அடிச்சுட்டான். அப்பல்லாம் நீங்க பொறந்திருக்கக்கூட மாட்டீங்க. சாயந்திரம் கிளப்புலே போய் உக்காந்துண்டா நானும் அவனும் எட்டு மணிக்குள்ளே அரை பாட்டில் விஸ்கி தீத்துடுவோம். எப்படியிருக்காரோ இப்போ? நீங்க கடைசியா எப்போ பார்த்தீங்க?"

நான்கு ஏர்கண்டிஷண்ட் அறைகளுக்குப் பக்கத்திலேயே ஒரு சாதாரண அறையில் வேலை பண்ண வேண்டியிருந்த அந்த மனிதர் அந்தச் சூழ்நிலை யில் அதற்கு முன்னர் இவ்வளவு உற்சாகமாக இருந்திருக்கவே மாட்டார் என்பதுபோல எனக்குத் தோன்றியிருக்க வேண்டும். வாசுதேவன் எங்கள் பத்திரிகையுடன் எப்போதோ துண்டித்துக் கொண்டுவிட்டதை நான் அவரிடம் சொல்லவில்லை. "அது ஒரு காலம். அந்த மாதிரி இனிமே வரப் போறதில்லை. அந்த நாளே வேறு" என்றார்.

அவர் மிகவும் சந்தோஷமாக இருந்தார். நான் சொன்னேன், "நீங்க சுலபமா ஒரு முழுப்பக்கம் எடுத்துக்கலாம். பின் அட்டைகூட எடுத்துக்கலாம்."

அவர் சந்தோஷம் தடைப்பட்டவராகத் தோன்றினார்.

"இது மாசப் பத்திரிகைதானே, சார். நீங்க ஒரு இன்ஸர்ஷன் தான் தரமுடியும்" என்றேன்.

"ஆமாம்" என்றார். பிறகு, "நீங்க ஒரு பத்து நாளைக்கு முன்னாலே வந்திருக்கக் கூடாதா? அம்பதோட அப்பத்தொண்ணா ஒரு மாதிரி சமாளிச்சிருக்கலாம். இப்பல்லாம் சேர்மன் ஒவ்வொரு செலவு அயிட்டத்துக்கும் என்ன என்னன்னு கேக்கிறார்" என்றார்.

"நாங்க உங்க ஃபேரை முழுக்க கவர் பண்ணறதா இருக்கோம்."

"அது சரி, அது வந்து, சேர்மென்கிட்டே காண்பிச்சு நீங்க அடுத்த இஷ்யூ கொண்டு வரத்துக்குள்ளே ஃபேரே முடிஞ்சிருக்கும்."

"அதுக்குத்தான் இப்பவே வந்தேன்."

அவர் இப்போது முற்றிலும் பழைய மாதிரியே ஆகியிருந்தார். அவர் சொன்னார்; "நீங்க நாளைக்கு வாருங்கோ. உங்களுக்கு ஒரு பாஸ் வாங்கித் தரேன்."

"பாஸா ?"

"ஆமாம். ஃபேரெல்லாம் சுத்திப் பாக்கறதுக்கு. முடிஞ்சா இனாகரேஷனுக்கு இன்விடேஷன் அனுப்பறேன். அந்த லிஸ்டெல்லாம்கூட ஒரு மாதிரி முடிச்சாச்சு. இருந்தாலும் பாக்கறேன்."

"எங்களுக்கு இருபத்தெட்டாந்தேதி வரைக்கும்கூட பிரஸ்ஸிலே ஃபாரம் ஓடிண்டிருக்கும். நீங்க இருபத்தைஞ்சாந் தேதி ரிலீஸ் ஆர்டர் கொடுத்தாக்கூட பின் ராப்பர்லே சேத்துண்டுடலாம்."

"நான் சேர்மனைத்தான் கேக்கணும். ஒவ்வொண்ணுக்கும் அவரைத்தான் கேக்க வேண்டியிருக்கு. அதான் ப்ராப்ளம்."

இப்போது அவர் ஒரு தனி அறையில் உட்காரும் அதிகாரியாகக் கூடத் தோன்றவில்லை.

"நாளைக்கு வாங்கோ நீங்க. நான் பாஸ் வாங்கித்தரேன்."

நான் எழுந்து நின்றுகொண்டேன். அவரும் எழுந்து என் கையைப் பலமாகக் குலுக்கினார். அப்போது நானும் அவரும் ஒரு மாதிரி இருந்தோம்.

"வாசுதேவனுக்குச் சொல்லுங்கோ, நான் அவரை ரொம்ப விசாரிச்சேன்னு," என்றார்.

எனக்கு வாசுதேவனைக் கொஞ்சமும் தெரியாது. "சரி" என்றேன்.

அவர் மீண்டும் தினசரிப் பத்திரிகைகள் குவியலில் மூழ்கினார். நான் காரிடாருக்கு வந்து, நான்கு ஏர்கண்டிஷண்ட் அறைகளைத் தாண்டி வரவேற்பறையையும் கடந்து வெளியே வந்தேன். வெயில் சுளீரென்று அடிக்க ஆரம்பித்திருந்தது. நான் கோட்டைக் கழட்டி மடித்துக் கையில் தொங்க விட்டுக்கொண்டேன். கால் வலி கொஞ்சம் குறைந்த மாதிரி இருந்தது. அந்தக் கட்டடத்தின் வெளிப்புறமாகவே நடந்து அதன் பின்புறத்தை அடைந்தேன். ஒரு மூடிய கதவுக்கு மேல் 'ஆண்கள்' என்று எழுதியிருந்தது.

1972

வழி

கால் சிறிது அதிகமாக இடறினாலும் கோயில் எதிரே நின்றிருந்த கூட்டத்தில் அவனைத் தெரிந்தவர்கள் நிச்சயம் நிறையப் பேர் இருக்க வேண்டும் என்ற உணர்வு வீராசாமியை இன்னும் வேகமாக அந்த இடத்தைத் தாண்டிப் போகச் செய்தது. பஸ் ஸ்டாண்டும் தள்ளி ஒரு சிறு தெருவில் நுழைந்து அவன் கண் மூட்டத்திலும் ஓரளவு பழகியதாகத் தோன்றிய வீட்டு முன்னால் நின்று அந்த வீட்டு வெளிச் சுவர் கேட்டைத் திறக்கப் பார்த்தான். இரண்டு மூன்று முயற்சிகளுக்குப் பிறகே கேட்டின் கொக்கியைத் தளர்த்த முடிந்தது. கேட்டைத் திறந்து உள்ளே வந்தவுடன் மீண்டும் கொக்கியைப் போட முடியவில்லை. கொக்கி போடாமலேயே கேட்டை மூடிய மாதிரி வைத்துவிட்டு, வீட்டுக் கட்டடத்தை ஒட்டி நடந்து கிணற்றங்கரையை அடைந்தான். அங்கே ராசாத்தி பாத்திரம் துலக்கிக் கொண்டிருந்தாள். 'என்ன இப்பவே இங்கே வந்து நிக்கறே?" என்று கேட்டாள்.

"அதுக்குள்ளாறயா கண்ணாஸ்பத்திரி போயி வந்துட்டே?" என்று அடுத்தபடி கேட்டாள்.

வீராசாமி அப்போதும் பேசாமல் நின்றான்.

"காப்பித் தண்ணிக்கு வந்தியா?"

"உம்."

ராசாத்தி கோபம் என்று நிச்சயமாகச் சொல்ல முடியாத முகத் தோற்றத்துடன் தன் இரு கைகளையும் ஒரு பக்கெட் தண்ணீரில் முக்கி எடுத்துவிட்டு எழுந்து வீராசாமியிடம் வந்தாள். ஒரு மாதிரி அடங்கிய, ஆனால் இப்போது கோபம் நன்கு தெரியும் குரலில், "காலை நேரத்திலேயே ஆட்டம் போட்டுண்டு இங்கே வந்து நிக்காதேன்னு எத்தினி வாட்டி உனக்குச் சொல்லலே?" என்றாள்.

வீராசாமி பதில் தராமல் நின்றான்.

"கண்ணாஸ்பத்திரிக்குப் போகவேல்லியா?"

வீராசாமி என்ன பதில் தருவது என்று தெரியாதமாதிரித் தயங்கினான். பிறகு, "பஸ்ஸு இன்னிக்கு ஓடலியாம்" என்றான்.

ராசாத்தி ஒரு கணம் அவனை முறைத்துப் பார்த்தாள். பிறகு அந்த வீட்டில் அவள் வேலை செய்யும் போர்ஷனுக்குச் சென்றாள்.

வீராசாமி ராசாத்தி துலக்கிக்கொண்டிருந்த பாத்திரக் குவியலைப் பார்த்தபடி நின்றான். பாத்திரங்கள் எல்லாம் ஒன்றாகச் சேர்ந்து ஒரே மொத்தையாக இவனுக்குத் தெரிந்தது.

ராசாத்தி ஆவி பொங்கும் தம்ளர் ஒன்று எடுத்து வந்து "குடி" என்றாள். வீராசாமி காப்பியைக் குடித்தான். "ராசாத்தி, என்ன ஆச்சா?" என்று வீட்டுக்குள்ளிருந்து ஒரு குரல் கேட்டது. அதைத் தொடர்ந்து நேரிலேயே ஒரு அம்மாள், "ஏண்டி அந்த குக்கரையாவது முதல்லே தேச்சுக் குடுத்துட்டு மறு வேலை பாரேன்" என்று சொல்லியபடி வந்தாள். வந்தவள் வீராசாமியைப் பார்த்து "என்ன மறுபடியும் வந்துட்டானா?" என்றாள்.

வீராசாமி அந்த அம்மாள் பக்கம் திரும்பினான். அவனுக்கு அவள் கருத்த நிழல் மாதிரிதான் தென்பட்டாள். இருந்தும் உடனே அந்த அம்மாள் நயமாக "குக்கரை மட்டுமாவது அலம்பிக் கொடுத்துடு" என்றாள். மேலே காத்திராமல் உடனே உள்ளே போய்விட்டாள்.

வீராசாமி ராசாத்தியை, "துட்டு ஏதாவது கொடு" என்றான்.

"துட்டா?" என்று ராசாத்தி திரும்பிக் கேட்டாள். அப்படியே கீழே உட்கார்ந்து முன்பு போட்ட தேங்காய் நாரை மீண்டும் கையில் எடுத்துக் கொண்டாள்.

"துட்டு ஒண்ணும் இல்லே?" என்று வீராசாமி மீண்டும் கேட்டான்.

"எங்கிட்டயா?" என்று ராசாத்தி கேட்டாள். "நேத்து ராவுக்கு நீ ஆஸ்பத்திரிக்குப் போக கொடுத்த எட்டணா மேலே ஒரு பைசா இல்லே. காலிலே குழந்தைங்களுக்கு இரண்டு இட்லி வாங்கி தரக்கூடக் காசு கிடையாது. நீ துட்டு மறுபடியும் கேக்கறே" ராசாத்தி பாத்திரம் துலக்க ஆரம்பித்துவிட்டாள்.

அப்போது கிணற்றங்கரைக்குப் பல் தேய்க்க இன்னும் இரண்டு மூன்று பேர் வந்துவிட்டார்கள்.

வீராசாமி தன் கைத்தம்ளரை அப்படியே கீழே தடாலென்று போட்டு விட்டுத் திரும்பிப் போக ஆரம்பித்தான்.

"ஆஸ்பத்திரிக்குத்தான் போகலைன்னா வேலைக்காவது போயேன்" என்று ராசாத்தி சொன்னாள்.

"வேலை எவன் வைச்சிருக்கான்?" என்று வீராசாமி முனகியபடி நடந்தான்.

"காலங்காத்தாலே வார்னிஷ் மட்டும் எவனாவது வைச்சிருக்கானா?" என்று ராசாத்தி கேட்டாள்.

வீராசாமி திரும்பினான். ராசாத்தி உடனே ஒரு பெரிய பாத்திரமாக எடுத்துத் தன் முகத்துக்குப் பாதுகாப்பாக வைத்துக்கொண்டாள்.

வீராசாமி அப்படியே நின்றான். பிறகு தன் வழி போக ஆரம்பித்தான்.

"இதோ பாரு, இன்னிக்கு ஆக்கிப் போடறதுக்கு ஒண்ணும் கிடையாது. இப்பவே சொல்லிட்டேன்" என்று ராசாத்தி கத்தினாள்.

வீராசாமி போய்க்கொண்டிருந்த வண்ணமே இருந்தான். "என் காப்பித் தண்ணியைக்கூட நீ குடிச்சிட்டுப் போயிட்டே" என்று அடுத்து கேட்டது. வீராசாமிக்கு ராசாத்தியின் முகரையில் ஒரு குத்து அவசியம் போட்டுவிட வேண்டும் என்று தோன்றிற்று. ஆனால் ஒன்றும் செய்யாமல் கேட்டைத் தாண்டித் தெருவை அடைந்தான். திறந்தவெளியில் வந்தவுடன் ஒரு தெளிவு ஏற்பட்ட மாதிரி அவனுக்குத் தோன்றிற்று.

எப்படித் திரும்பிப் போனாலும் அந்தக் கோயில் குறுக்கே வந்தது. தன் எதிரே இரு நடைபாதைகளிலும் கொத்து வேலை மேஸ்திரிகள், பெரிய ஆள், சின்ன ஆளாக நிறையப் பேர் குவிந்திருந்தார்கள். ஒரு பக்கத்துத் தெருவில் ஆற்று மணலுடன் இரட்டை மாடு பூட்டிய மூன்று டிரக் வண்டிகள் நின்று கொண்டிருந்தன.

ஒருவன் வீராசாமியுடன் வந்தான். "டீத்தண்ணி வாங்கித் தரியா மேஸ்திரி?" என்றான்.

வீராசாமி தன் கண்களை இடுக்கிக்கொண்டு வந்தவனைப் பார்த்தான். "போடா அந்தாண்டே, சோம்பேறி" என்றான்.

வந்தவன் வீராசாமி பக்கத்திலேயே நின்றுகொண் டிருந்தான். இப்போது வீராசாமி அவனைக் கேட்டான் "வேலைக்குப் போகலே?"

"எங்கே மேஸ்திரி. பத்து நாளாத்தான் வேலையே இல்லாம எல்லா ஜனமும் இங்கே நின்னுட்டு நின்னுட்டு குடிசைலே போய்ப் படுத்துக்கிடறதே. சிமிட்டி கிடைக்கறதில்லையே."

"இன்னுமா வரலேங்கறாங்க?"

"சுத்தமா இல்லியாமே, மேஸ்திரி. பர்கிட்டு ரோடு டிப்போவை மூடிட்டு இப்போ துணிக் கடையை வைச்சுட்டான், தெரியுமில்லே,"

"வேலை முடியுணுங்கறவங்க பிளாக்கிலே வாங்கிப்பாங்க. பிளாக்கிலே என்னிக்கு சிமிட்டி கிடைக்காம இருந்தது?"

"பிளாக்கிலேயா? இப்போ என்ன விலை தெரியுமில்லே? முந்தா நேத்து பொழுது சாய ஒத்தரு சொல்லி வைச்சு பிரம்மா கடையிலேருந்து ஒரு மூட்டை எடுத்துட்டுப் போனாரு. முழுசா இருபத்தி மூணு ரூபா."

"அந்த மூட்டை பின்னாலியே போயிருந்தா உனக்கு வேலை கொடுத்திருப்பான்."

"எங்கே மேஸ்திரி? சிமிட்டி வாங்கிப் போனதே சைதாப்பேட்டை குப்பனாச்சே. அவனுக்கு ஒருநாள் கூலி தெகைஞ்சுது. இன்னிக்கு இரண்டு ரூபாயாவது கொண்டுவரலேன்னா வீட்டுக்கே வராதேன்னு சொல்லியிருக்கா."

"வீட்டுக்காரியை வீட்டுக்காரியா வச்சா அப்படிப் பேசுவாளா? நீ கூத்தியா மாதிரி தலை மேலே தூக்கி வைச்சிருக்கே."

"அது என்ன பண்ணும் மேஸ்திரி. இரண்டு நாளாச் சோறில்லாமே காயுது. நானாவது வெளியிலே போய் இரண்டு வாய் டீத்தண்ணி குடிக்கறேன். பிள்ளைங்களை மத்தியானக் கூழுக்காகிலும் இஸ்கூலுக்கு விரட்டிடறா?"

வீராசாமி அவன் பேச்சு பிடிக்காமல் தள்ளிப் போனான். நடைபாதையில் போவோர் வருவோருக்கு இடமே இல்லாமல் ஆண்களும் பெண்களுமாகக் குவிந்து கிடந்தார்கள். கீழே உட்கார்ந்துகொண்டு ஒரு பெண் கைக்குழந்தைக்கு முலைப்பால் ஊட்டிக்கொண்டிருந்தாள். அவள் பக்கத்தில் நடைபாதைக் கைப்பிடி வேலியில் கட்டப்பட்டிருந்த எருமைக்கன்று 'அம்மே, அம்மே' என்று ஈனமாகக் கத்திக் கழிந்துகொண்டிருந்தது.

அந்தக் கும்பலிலும் ஒருவன் ஓரங்குலத்திற்கு ஜரிகை போட்ட சலவை வேட்டியும் கையில் தங்க கடிகாரச் செயினும் மின்ன நின்று கொண்டு புகைப்பிடித்துக்கொண்டிருந்தான். அவனைச் சுற்றி நின்றவர்களைத் தாண்டிப் போகத்தான் வீராசாமி முயன்றான். ஆனால் வீராசாமியைப் பார்த்த ஜரிகை வேட்டிக்காரன் அவனாகவே, "இங்கே எங்கே வந்தே?" என்றான்.

"நீங்க ஏதாவது பார்த்துக் கொடுக்கணும்னுதான்" என்று வீராசாமி பதிலுக்குச் சொன்னான்.

"நான் என்னடா பார்க்கறது? என்ன தெனாவெட்டிலே அன்னிக்கு நான் கூப்பிட அந்த ஓட்டல்காரன் பின்னாலேயே ஓடிக்கிட்டு இருந்தே? அவன் கிட்டேயே போடா, ஒனக்குப் போட்டுத் தருவான்."

"எந்த ஓட்டல்காரரு?" என்று கேட்டான்.

"ஜெல்லிக்காரருப்பா. கோபால் தெருவிலே இல்லே, ஜெல்லி கண்டிராக்டரு? அவரு இப்போ லாரியை வித்து ஓட்டல் வைச்சுட்டாரு" என்று ஒருவன் விளக்கினான்.

"நாங்க முன்னாலே போகட்டுங்களா?" என்று இன்னொருவன் ஜரிகை வேட்டிக்காரனைக் கேட்டான்.

"போங்க. போய் எல்லாம் ரெடி பண்ணிவையுங்க. பகலு பன்னெண்டு மணிக்குத்தான் தண்ணி வரும். வந்தவுடனே தபதபன்னு இரண்டு அவுருலே வேலை முடியணும்.

வீராசாமி தன் பக்கத்தில் நின்ற ஒருவனை, "எங்கே வேலை?" என்று கேட்டான்.

அவன் சிறிது தயங்கின மாதிரி இருந்தான். பிறகு சொன்னான். "கோட்டூர்லே ஒரு சின்ன வீட்டுக்குத் தளம் போடறோம். கிணத்துத் தண்ணி உப்பரிக்குதுன்னு லாரித் தண்ணிக்கு ஏற்பாடு பண்ணியிருக்காங்க."

“கிளம்புங்க, கிளம்புங்க” என்று ஜரிகை வேட்டிக்காரன் அவசரப் படுத்தினான். அந்தக் கூட்டம் ஒரு மாதிரி கலைய ஆரம்பிக்க, அவன் ஒரு மோட்டார் சைக்கிளிடம் சென்றான். இப்போது வீராசாமியே அவனைப் பின்தொடர்ந்த வண்ணம் சென்றான். ஜரிகை வேட்டிக்காரன் மோட்டார் சைக்கிள்மீது ஏறி உட்கார்ந்துகொண்டான்.

“நீங்கள்ளாமே கைவிட்டுட்டா நாங்க என்ன வழி போறது சார்?” என்று வீராசாமி கேட்டான். ஜரிகை வேட்டிக்காரன் சிகரெட்டைக் கடைசியாக ஒரு முறை உறிஞ்சித் தூர எறிந்தான். வீராசாமியைப் பார்த்து நிதானமாகவே பேசினான். “உன்னை நம்பி என்ன வேலெடா கொடுக்கிறது? இப்போ சொல்லு, இந்தப் போதிலே நீ நிதானமாக இருக்கயா?”

வீராசாமி சொன்னான், “நான் எங்கே துரை நிதானம் தவறிருக்கேன்?”

“போடா கபோதி. எந்நேரம் பார்த்தாலும் ஆடி ஆடி மரத்திலே சுவத்திலே மோதிக்கறே. உன்னை நம்பி சாரத்திலே ஏத்த முடியுமாடா, குருட்டுக் கபோதி? நீயும் செத்து இன்னும் நாலு பேரையுமில்லே சாக அடிப்பே? போடா. எங்கேயாவது கூட்டிக்கொடுத்துப் பாரு.”

ஜரிகை வேட்டிக்காரன் சொன்னது நிறையப் பேர் காதில் விழுந்தது தெரிந்ததும் வீராசாமி வெறுமனே நின்றுகொண்டிருந்தான். ஜரிகை வேட்டிக்காரன் மோட்டார் சைக்கிளைக் கிளப்ப ஸ்டார்ட்டரை உதைத் தான். வண்டி கிளப்ப அவன் பத்துப் பதினைந்து தடவை உதைக்க வேண்டி யிருந்தது வீராசாமிக்கு ரொம்பச் சரியாகப் பட்டது.

மேற்கொண்டு நிற்பது ஒரு பயனுமளிக்காது என்று தோன்றியும் வீராசாமி அங்கேயே நின்றான். அங்கே கூடியிருந்த அத்தனை பேரும் வேலை இல்லாமல்தான் திரும்ப வேண்டும். சிமெண்ட் இல்லை, வேலை இல்லை. சிமெண்ட் ஏன் இல்லை? என்னமோ இல்லை. சிமெண்ட் தொழிற் சாலைகளுக்கு ஏதோ கேடு வந்துவிட்டது. எல்லாத் தொழிற்சாலைகளுக்கும் கேடு வந்துவிட்டது. கரெண்ட் இல்லை. சாராயக்கடையில் அதனால்தான் எப்போதுமே பெட்ரோமாக்ஸ் விளக்கு தொங்கவிட்டிருக்கிறது போலிருக் கிறது. பெட்ரோமாக்ஸ் வெளிச்சத்திலாவது கண் சிறிது தேவலை. இன்றைக்குக் கண்ணாஸ்பத்திரியில் கண்ணாடிக்குச் சீட்டு எழுதிக் கொடுத்திருப்பார்கள். அங்கே ஒரு டாக்டர் இளைஞர்களாக அவரைச் சுற்றியிருந்தவர்களிடம், “இதுதான் சரியான சல்ஃபட்டா கண்ணு,” என்று வீராசாமியின் கண்களைக் காண்பித்திருக்கிறார். இம்முறை கண்ணே முழுக்கத் தெரியாமல்போய் ஆஸ்பத்திரியில் போய்ப் படுத்திருந்த, பிறகு பார்வை ஒரு மாதிரித் தெரியவந்திருக்கிறது. இப்போது வேலை எதனால் இல்லை? கண் சரியாகத் தெரியவில்லை என்றா, சிமெண்ட் கிடைக்கவில்லை என்றா? ராசாத்தி பல்லை உடைக்க வேண்டும். எட்டணாவை வழுக்கைத் தலைக்காரியிடம் கொடுத்திருக்க வேண்டாம். பானையைக் கலக்கிப் பழைய சிகரெட் டப்பாவில் மொண்டு கொடுத்தாள். உண்மையில் அது ஒரு கொசுக்கடி மாதிரி. ஆனால் அவனுள்ளே சரக்கு துளி இறங்கியிருந்தால்கூட ராசாத்திக்கு ஒரு மைல் தூரத்திலேயே விஷயம் தெரிந்துவிடுகிறது. வீட்டில் போய்ப் படுத்து விடலாமா?

வேண்டாம் என்கிற மாதிரி ஒரு மணல் வண்டிக்காரன் வீராசாமியிடம் வந்தான். "ஒரு டிரக்கு வித்துக்கொடேன் மேஸ்திரி," என்று சொன்னான்.

"என்ன தரே?" என்று வீராசாமி கேட்டான்.

"ரெண்டு எடுத்துக்கோ, மூணு எடுத்துக்கோ, எனக்கு வண்டிச் சத்தம் கூடி எட்டு ஒன்பது ரூபா வந்தாக்கூடப் போதும். நாலு நாளா மணலு அப்படியே கிடக்குது."

வீராசாமிக்குப் பசிக்கவும் செய்தது. "நாஸ்தா வாங்கிக் கொடு, பார்க்கலாம்" என்றான்.

மணல் வண்டிக்காரன் தன் சட்டைப் பையிலிருந்து ஒரு நாணயத்தை எடுத்துக் காட்டினான். மூன்று பைசா சரகுக்கன நாணயம். "எங்கிட்டே இருக்கறதெல்லாம் இதுதான். மேஸ்திரி. மூணு நாளா வண்டியைக் கொண்டு போய்க் கொண்டுபோய் வரேன். வீட்டிலே அடுப்பே எரியலே, மேஸ்திரி."

வீராசாமி தலையை உதறிக்கொண்டான். ராசாத்தி எப்படியோ நேற்று வரை அடுப்பு எரியவைத்துவிட்டாள். இவன் சம்சாரமும் எங்கேயாவது வீட்டு வேலைக்குப் போனால் அடுப்பு எரியுமோ என்னவோ. சிற்றாள் வேலைக்குப் போகும் பெண்கள் இள வயதானால் பரவாயில்லை. வயது நாற்பதைத் தாண்டும் சிற்றாள் பெண்கள் வேலை கிடைத்த நாட்களில் வீராசாமியோடு போட்டி போட்டுக்கொண்டு பெட்ரோமாக்ஸ் விளக்கு எரியும் கடையில் வந்து குவிந்து விடுகிறார்கள்.

"நீ இங்கேயே இரு. நான் கேட்டுட்டு வரேன்" என்று வீராசாமி மணல் வண்டிக்காரனிடம் சொன்னான்.

முதலில் எந்தத் தெரு என்று சிறிது சந்தேகமாக வந்தது. பிறகு இதுதான் என்று ஏதோ ஒரு தெருவில் போனான். அதுதான். அந்த வீடுதான் அந்த வீட்டுக்காரரும் வெராந்தாவிலேயே நின்றுகொண்டிருந்தார். வீராசாமியைப் பார்த்து, "யாரு?" என்றார்.

"நான்தான் சார். அன்னிக்கூட வந்து கேட்டுட்டுப் போனேனே?"

"என்ன கேட்டுட்டுப் போனே?"

"அதுதான் உள்ளே ஜன்னல்கிட்டே பாச்சப் பண்ணிட்டுக் கோடி ரூம்புலே தரை போடறதுக்கு."

"ஓகோ, கொல்லத்துக்காரரா. இப்ப எங்கேப்பா வேலை செய்யறது? சிமெண்ட்டே ஸ்டாக் இல்லேங்கறானே? இன்னிக்குப் பேப்பர் பாத்தே யில்லே? செவண்டி ஃபைவ் பெர்சண்ட் பவர் கட். ஃபாக்ட்ரியெல்லாம் லேயாஃப். தெருவிலே, வீட்டிலே லைட் கிடையாது. இந்த அழகிலே கிடைக்கிற சிமெண்டு கேரளாவுக்குப் போயிடுமாம்."

"நம்பளுக்கு வேணுங்கறதெல்லாம் ஒரு மூட்டை இரண்டு மூட்டைதானே சார். ஏதோ கொஞ்சம் பேசி பிளாக்கிலே வாங்கி வேலையை முடிச்சுடலாம்."

"பிளாக்கிலேயா? எவ்வளவு?"

வீராசாமிக்கு சைதாப்பேட்டை குப்பன் எவ்வளவு ரூபாய்க்கு சிமெண்ட் வாங்கினான் என்பதைச் சிறிது கவனமாகக் கேட்டிருக்கலாமேயென்று தோன்றிற்று. "பிரம்மா கடையிலே ஒரு மூட்டை இரண்டு மூட்டை தரான், சார். இப்பகூட நீங்க யாரையாவது பணத்தோட அனுப்பிச்சா வாங்கிட்டு வந்துடலாம், சார்."

"எவ்வளவு? இரண்டு மூணு கூடன்னா பரவாயில்லை. ஒரேயடியாப் பத்துப் பதினஞ்சு அதிகம்னா முடியாதுப்பா."

"நம்பளுக்கு வேலை நடக்காதுங்களே. இன்னும் எத்தினி மாதம் ஆகுமோ ஸ்டாக் வரதுக்கு."

அந்த வீட்டுக்காரர் யோசித்தார். "இப்பவே மணி எட்டாயிடுத்து. நீ எப்ப சிமெண்ட் வாங்கி வந்து எப்ப வேலையிலே இறங்குவே? எனக்கு ஆபீஸ் வேறே போகணும்."

"நீங்க எதுக்கு சார் நாள் பூரா இருக்கணும்? வேலையைக் காமிச்சுட்டுப் போங்க. நான் கிளீனா முடிச்சுக்கொடுத்துட்டுப் போறேன்."

வீட்டுக்காரர் மீண்டும் சிறிது யோசித்தார். பிறகு உள்ளே போய் சட்டையைப் போட்டுக்கொண்டு வந்தார். அவர் கேட்டார். "எங்கே இருக்கு பிரம்மா கடை?"

"பக்கத்திலேதான், சார். சைக்கிள் கொண்டாந்தா சைக்கிள்ளியே போட்டுக் கொண்டாந்துடலாம். கூலிக்காரப் பசங்க எட்டணா கொடு, முக்கா ரூபா கொடுன்னுவாங்க."

"எங்கிட்ட சைக்கிள் கிடையாது."

"இல்லேன்னா அவர் சைக்கிள் வாங்கிக்கிடலாம், சார். இருபத்தைஞ்சு பைசாவோட முடிஞ்சுடும். நான் தள்ளிக் கொணாந்துடரேன்."

வீட்டுக்காரர் வீராசாமியை அவ்வளவு நம்பிக்கையோடு பார்க்கவில்லை. வீராசாமி சொன்னான், "நீங்க ஒண்ணும் யோசிக்காதீங்க, சார். நான் கொணாந்துப் போட்டுடறேன். அவ்வளவுதானே."

"சரி" வீட்டுக்காரர் வெளியே வந்தார்.

வீராசாமி கேட்டான், "ஆத்து மணலு இருக்குங்களா?"

"மணலா? அதோ அங்கே போய்ப் பார், போதுமான்னு."

வீராசாமி அவர் வீட்டில் அவர் சுட்டிக் காட்டிய இடத்திற்குப் போய்ப் பார்த்தான். திரும்ப வந்து, "இரண்டு மூணு பாண்டுகூடத் தேறாதுங்களே சார். குழந்தைங்க விளையாடி ஒரேயடியா வாரி எரைச்சுப் போட்டிருக்குங்களே" என்றான்.

"அப்ப மணல் வேறே வாங்கியாகணும்."

"நான் சீப்பாக் கொண்டுவரேன், சார். சரியா ஒரு டிரக் மணலு போதும்."

“ஒரு டிரக் வேணுமா?”

“ஒரு ரூம்பு முழுக்கத் தரை போடணும், அப்புறம் நிறைய பாச் வொர்க்கங்கெல்லாம் இருக்குதுங்களே. ஒரு டிரக் கண்டிப்பா ஆயிடும், சார்.”

“இப்போ மணல் கிடைக்குமா? வண்டிக்காரங்கெல்லாம் ஏழு ஏழரைக் கெல்லாம் போயிருக்க மாட்டாங்க?”

“நான் கொண்டுவந்துடறேன் சார். நமக்குத் தெரிஞ்ச பிள்ளையாண்டான் பர்ஸ்ட் கிளாஸ் மணலு வச்சிருக்கான். இதோ கொணாந்துடறேன்.”

“சிமெண்ட் வாங்கி வந்துடலாமே முதல்லே.”

“சிமிட்டி என்ன சார், எப்போ போனாலும் கொண்டாந் துடலாம். நல்ல மணலு கிடைக்கறதுதான் தொந்தரவு. முதல்லே மணலைக் கொணாந்துடறேன்”

“அதுக்கு எவ்வளவு?”

வீராசாமி குரலைத் தழைத்து, “பன்னெண்டுக்கு முடிச்சுடலாம், போதும்,” என்றான்.

“பன்னெண்டா! பத்து ரூபாய்க்கு நானே வாங்கிப் போட்டிருக்கேன். பன்னெண்டு பதினஞ்செல்லாம் முடியாது.”

“என்ன சார், வெவரம் தெரிஞ்சவங்க நீங்களே இப்படிச் சொல்றீங்க. டிரக் மணலு பதினாலு ரூபாயாகி இரண்டு வருஷமாயிடுத்துங்களே. ஒரு சித்தாளு இப்போ நாலு ரூபா கேக்கறா சார். இன்னிக்கு நம்ப வேலைக்குக் கூப்பிட்டாக்கூட சித்தாள் நாலு, பெரியாள் அஞ்சு ரூபாய்க்குக் குறைஞ்சு வரமாட்டாங்க. இப்பல்லாம் ரேட்டே அதுதான் சார்.”

“சரி, நீ கொண்டா . . . நானும் வரணுமா?”

“வேண்டாம், சார். மணலுக்கு நீங்க எதுக்கு? அப்படியே அவரு சைக்கிள் எடுத்தாரேன்.”

“சைக்கிள் எதுக்கு?”

“சிமிட்டி மூட்டை கொண்டாரத்துக்குத்தான். கூலிக்காரங்க அரை ரூபா முக்கா ரூபான்னு ஒரேயடியாகக் கேப்பாங்க.”

வீராசாமிக்குத் தெம்பாக இருந்தது. அந்த வீட்டுக்காரர் எடுத்ததற் கெல்லாம் தயங்கின மாதிரி இருந்தாலும் முடிவில் வீராசாமி சொன்னது எல்லாவற்றிற்கும் ஒத்துக்கொண்டு விட்டார். ஆனால் சிமெண்ட் மூட்டை? இதில்தான் சிக்கல் வரும்போலத் தோன்றிற்று. பிளாக் மார்க்கட்டில் சிமெண்ட் விற்கும் விலையைக் காலையில் முதல் பொறுப்பாகச் சொன்னவனை இன்னும் கவனமாகக் கேட்டிருக்கலாம். அப்போது தலைச் சுற்றல் அதிகமாக இருந்தது. இப்போதும் இருக்கிறது. கண்ணாவது ஒழுங்காகத் தெரிந்தால் தேவலை. எவ்வளவு நேரம்தான் பார்ப்பது என்னும் செயலை ஒரே கவனமாகக் கண்ணை இடுக்கிக்கொண்டு செய்ய

முடிகிறது? ஒரு நிமிஷம் பார்ப்பதே பெரும் வேலையாக இருக்கிறது. இன்றைக்கு ஆஸ்பத்திரிக்குப் போயிருந்தால் ஒழுங்காகச் சீட்டு எழுதி வாங்கிவந்திருக்கலாம். அடுத்தபடி கண்ணாடி, அதையும் இனாமாகவே வாங்கிவிடலாம். இருந்த எட்டணாவை வழுக்கைத் தலைக்காரியிடம் கொடுத்தாகிவிட்டது. ஒரு துருப்பிடித்த பழைய சிகரெட் டப்பாவை மொண்டு கொடுத்தாள். எந்த மூலைக்கு? இப்போது பசிக்கிறது.

மணல் வண்டிக்காரன் முன்பு நின்ற இடத்திலேயே நின்று கொண் டிருந்தான், அங்கு நல்ல வெயில் வந்துவிட்டால்கூட. "என்ன மேஸ்திரி, ஒண்ணும் முடியலையா?" என்று கேட்டான்.

"முடிஞ்சுது. எடு நாலு ரூபாயை," என்று வீராசாமி சொன்னான்.

"அட்வான்ஸ் எதாவது வாங்கிவந்தீங்களா?"

வீராசாமிக்கு அப்போதுதான் உணர்வுக்கு எட்டியது கையில் உடனேயே பணத்தைப் பார்க்க முடியாது என்று. மணலை இறக்கிய பிறகுதான். மணலை இறக்கிய பிறகு மறுபடியும் வீணாக அதே வழி வந்து வீட்டுக்குப் போய் கொத்துக் கரண்டி, ஸ்பிரிட் லெவல் கொண்டு வர வேண்டும். பெரிய மட்டப் பலகையும்தான். தரை போட வேண்டும்.

"இன்னும் ஒரு அஞ்சு நிமிஷம் நில்லு. நான் வீடு போய் என் சாமானைக் கொண்டாந்துடரேன்" என்று வீராசாமி சொன்னான்.

"மணலை எந்தத் தெருவுக்குக் கொண்டுபோகணும்னு சொன்னா அப்படி மொள்ளப் போயிட்டிருப்பேன்" என்று மணல்காரன் சொன்னான்.

"சொன்னால்லாம் தெரியாது. நீ இரு இங்கேதான்" என்று வீராசாமி சொல்லிக் கோயில் எதிரே இருந்த வாடகை சைக்கிள் – சைக்கிள் ரிப்பேர் கடைக்குப் போனான். வரிசையாக நிறுத்திவைத்திருந்த சைக்கிள்களில் ஒன்றிடம் சென்று, "டைம் போட்டுக்கறியா?" என்று சைக்கிள் கடைக்கார னிடம் சொன்னான்.

கடைக்காரன் முகத்தில் ஒரு உணர்ச்சியும் காட்டாமல் வீராசாமியை ஒரு நிமிஷம் பார்த்தான். பிறகு, "அதை எடுத்துக்கோ" என்று இன்னொரு வண்டியைக் காண்பித்தான். அது சிறிது பழையதான சைக்கிள்.

வீராசாமி கடைக்காரன் சுட்டிக் காட்டிய வண்டியையே எடுத்துக் கொண்டான். ஆனால், "ஏன் என்னைப் போல மனுசாள்ங்க அந்த வண்டிலே ஏறினா ஓடாதா?" என்று கேட்டான்.

கடைக்காரன் மனத்தாங்கல் ஒன்றும் தோன்ற முடியாத மாதிரி, "பகல்லே உனக்கு டைனமோ சைக்கிள் எதுக்கய்யா?" என்று கேட்டான்.

வீராசாமி முதலில் வீட்டுக்குப் போனான். சைக்கிளில் செல்வது தடுமாட்டமாகத்தான் இருந்தது. ராசாத்தி வீடு திரும்பிப் பாயைப் போட்டுப் படுத்திருந்தாள். கடைசிக் குழந்தை மூன்று வயதுப் பெண் மட்டும் உப்பிய வயிறும் குச்சிக் கால்களுமாகப் பக்கத்தில் உட்கார்ந்துகொண்டு ஒரு பொறையைச் சப்பிக்கொண்டிருந்தது. மூலையில் பித்தளைத் தோண்டி

பளபளவென்று துலக்கப்பட்டுப் புதுத் தண்ணீர் நிரப்பிவைக்கப்பட்டிருந்தது. அடுப்பிடம் தொடப்படாமல் இருந்தது.

கொத்துக்கரண்டி சாமான்களுடன் ஆணியில் மாட்டப்பட்டிருந்த தன் கான்வாஸ் பையை வீராசாமி எடுத்துக் கொண்டான். ராசாத்தி திரும்பிக்கூடப் பார்க்கவில்லை. குழந்தையும் அப்பாவைப் பார்த்து அவளை எழுப்பவில்லை.

வீராசாமி வெளியே வந்து சைக்கிளில் பையை மாட்டிக் கொண்டான். கையில் ஒரு ரூபாய் வாங்கி வந்து ராசாத்தியிடம் கொடுத்திருந்தால்கூட எவ்வளவோ நன்றாக இருந்திருக்கும். வேலைக்கு என்று இறங்கிவிட்டால் பகல் பொழுதில் வீடு வர முடிந்ததேயில்லை. ஓட்டல் மேசையில் சுடச்சுட சாம்பார் சட்னியுடன் தின்பதைத் தவிர்த்து வீட்டுக்கு வந்து விரைத் திருக்கும் சோற்றை விழுங்கத் தோன்றுவதில்லை. இன்றைக்கு நிஜமாகவே அந்தச் சோறுகூட இருக்காது. வீட்டு வேலை செய்யுமிடத்தில் எவ்வளவு தடவை தொட்டுத் தொட்டு அரை, ஒன்று என்று வாங்க முடியும்?

மணல் வண்டிக்காரன் இன்னமும் அதேயிடத்தில் நின்று கொண் டிருந்தான். வண்டியை மட்டும் கொஞ்சம் ஓரமாக நிழலிருக்கும் பக்கத்தில் ஒதுக்கியிருந்தான். மற்ற வண்டிக்காரர்கள் எல்லாரும் கிளம்பிப் போயிருந் தார்கள். கோயில் எதிரே எல்லாக் கூட்டமும் கலைந்துபோயிருந்தது.

“வாடா பின்னாலியே” என்று வீராசாமி சொன்னான். வண்டிக்காரன் வண்டியைத் திருப்பினான். மாடுகள் சுணக்கமே காட்டாமல் வண்டியை இழுக்க ஆரம்பித்தன.

அந்த வீட்டுக்காரர் அந்த அரை மணிக்குள் நன்றாகக் குளித்துவிட்டு நெற்றியில் பெரிதாக நாமமும் போட்டுக்கொண்டிருந்தார். “போய்யா, ஒம்பது மணிக்கு மேலே மணல் வந்து அப்புறம் சிமெண்ட் வாங்கி எப்பய்யா வேலையைத் தொடங்கறது? இன்னும் நாலு நாள் எல்லாம் அப்படியே கிடக்கட்டும், போ” என்றார்.

“நான் ராவுக்கு எட்டு மணியானாலும் இருந்து வேலையை முடிச்சுக் கொடுத்துட்டுப் போறேன் சார். டிரக்கு வண்டின்னா மெதுவாத்தானுங்களே வர முடியும்? அதோ அங்கேக் கோயில்லேந்து வரவேணாமுங்களா?” என்று வீராசாமி சொன்னான்.

“மணல் நல்ல மணல்தான்? எவ்வளவுய்யா வண்டி?”

வண்டிக்காரன் அப்படியே நின்றான். வீராசாமி, “அதான் முன்னாலியே சொன்னேனுங்களே, அதே ரேட்டுத்தான்” என்றான்.

வீட்டுக்காரர் மிகவும் எரிச்சலுற்றவராக இருந்தார். “ரோட்டிலே கொட்டிட்டுப் போயிடக் கூடாது. உள்ளே அள்ளிக் கொட்டிடணும்.”

வீராசாமி, “நம்மதான் உடனே வேலையைத் துவக்கிடப் போறோமே சார். அந்த நேரத்திலே உள்ளே போட்டுக்கலாம்” என்றான்.

“ஒரு மணிநேரம் பத்து செங்கல்லு தெருவிலே கிடந்ததுன்னு கார்ப்பரேஷன்காரன் ஃபைன் போட்டுட்டுப் போயிட்டான். மணலை

உள்ள போட்டுப் போறதுன்னா பேசு. இல்லேன்னா எனக்கு வேண்டாம்." வீட்டுக்காரர் சத்தம் போட்டே பேசினார்.

வீராசாமி மறுபடியும், "நம்மதான் இன்னிக்கே..." என்று ஆரம்பித்தான்.

வீட்டுக்காரர் இன்னொரு முறை இன்னும் பெரிதாகச் சத்தம் போடுவதற்குள் மணல் வண்டிக்காரனே "நானே உள்ளே தள்ளிட்டுப் போறேன். மேஸ்திரி" என்றான்.

அது அவ்வளவு சுலபமான காரியமாக முடியவில்லை. மணல் வண்டிக்காரன் ரோட்டில் வண்டியைச் சாய்த்துப் பிறகு மணலை அந்த வீட்டினுள் கொண்டு கொட்டி முடிப்பதற்குள் வியர்வையில் நனைந்திருந்தான். வீராசாமி அந்த நேரத்தில் அவன் எப்போதோ வேலை செய்து சரியாகக் கழுவாமல் வைத்திருந்த மட்டப் பலகையில் ஒட்டிக்கொண்டிருந்த சிமெண்ட் கலவையை நீக்கிக்கொண்டிருந்தான். மணல் கொட்டி முடித்த பிறகு வீராசாமி, "சார்" என்று கூப்பிட்டான்.

வீட்டுக்காரர் உள்ளேயிருந்து வந்தார். "பணம் கொடுக்கிறீங்களா?" என்று வீராசாமி கேட்டான்.

"பத்து ரூபாய்தானே" என்று அவர் கேட்டார். வீராசாமி பதட்டத்துடன், "பன்னெண்டு, முன்னாலியே பேசிட்டுத்தானே என்னைக் கொண்டாரச் சொன்னீங்க" என்றான்.

வீட்டுக்காரர் பத்து ரூபாயும் இரண்டு ரூபாயுமாக இரு நோட்டுக்களைக் கொடுத்தார். வீராசாமி பத்து ரூபாய் நோட்டை வைத்துக்கொண்டு ஒரு கணம் தயங்கினான். பிறகு, "நான் சிமிட்டி பார்த்து ஒரு மூட்டை எடுத்து வரட்டுங்களா?" என்று கேட்டான்.

"என்ன விலை? கண்ட்ரோல் ரேட்தான் தர முடியும்."

"என்ன சார், இப்போ இப்படிப் பேசற? கண்ட்ரோல் ரேட்டுக்கு சிமிட்டி எங்கே கிடைக்குது சார்? நீயேதானே சார் பேப்பர்லே போட்டிருக்கான்னுகூடச் சொன்னே? கண்ட்ரோல் ரேட்டுக்குக் கிடைச்சா நாங்க ஏன் சார் இப்படி வீடு வீடாக் கேட்டு வேலை தேடறோம்?" இதைச் சொல்லும்போது வீராசாமிக்கு ஒரு சிறு ஏப்பம் வந்தது. அப்போதும் தகரக் குவளை மணம் கொண்டதாக இருந்தது.

மணல் வண்டிக்காரன் குழைந்த குரலில், "என்னை அனுப்பிச்சுடு மேஸ்திரி" என்றான்.

அப்போது தபால்காரன் அந்த வீட்டுக்காரருக்கு ஒரு கடிதத்தைக் கொடுத்துவிட்டுப் போனான். அதைப் பிரித்துப் படிக்கவாரம்பித்த அவர் மீண்டும் வீட்டினுள் சென்று மறைந்தார்.

"சரி வாய்யா" என்று வீராசாமி மணல் வண்டிக்காரனை அழைத்துக் கொண்டு வந்தான். இன்று வேலை இல்லை. இன்றும் வேலை இல்லை. ஆனால் அவன் வேலை செய்து என்ன வாழ்ந்தது? இந்த மோசக்காரக் கண்ணை வைத்துக் கொண்டு அவன் போடும் தரைக்கு வாட்டம் சரியாக

இருக்காது. குறுக்கு நெடுக்காகத் தரையில் பதிக்கும் கோடுகள் கோணலும் மாணலுமாக இருக்கப்போகின்றன. சாரம் என்றில்லாவிட்டாலும் ஏணி மீதாவது எதற்காகவாவது ஏற வேண்டியிருக்கும். அப்போது அந்த கண்ட்ராக்டு மைனர் சொன்னபடி மேலேயிருந்து கீழே விழுந்து சாகக்கூட நேரலாம்.

பத்து ரூபாய் நோட்டை மாற்றுவது மிகவும் தொல்லை பிடித்த காரியமாகப் போய்விட்டது. தெரு முனையில், “நீ இங்கேயே இருடா” என்று மீண்டும் வண்டிக்காரனிடம் சொல்லிவிட்டு வீராசாமி பிரம்மா கடைக்குப் போனான். அந்தக் கடையின் பெயரில் பிரம்மா இருந்தாலும் அதை நடத்துபவர்களும் வேலைக்கு இருப்பவர்களும் பிரம்மாக்காரர்கள் இல்லை. நிறைய கை பம்பு, குழாய், சுத்தியல், தாம்புக் கயிறு, மண்வெட்டி, பெயிண்ட் டப்பாக்கள் நடுவில் ஒரு சிறு மேஜைக்குப் பின் கருப்புக் குல்லா அணிந்து உடகார்ந்திருந்தவனிடம் வீராசாமி சென்று. “சிமிட்டிக் கிடைக்குமா?” என்று கேட்டான்.

கருப்புக் குல்லாக்காரன் வீராசாமியை ஏற இறங்கப் பார்த்தான். அதற்குள் அந்தக் கடையில் இன்னொருவன் வீராசாமியை அடையாளம் கண்டுகொண்டுவிட்டான். “என்ன மேஸ்திரி?” என்று அவன் கேட்டான்.

“ஒரு வீட்டிலே தரை போடணும். சிமிட்டி நீங்க சொல்லித் தரீங்கன்னு குப்பன் சொன்னான்.”

‘நம்மகிட்டே ஏது சிமெண்ட்?”

“குப்பன் ஒரு மூட்டை எடுத்துப் போனானுங்களே நேத்து?”

“யார் அந்த சைதாப்பேட்டை ஆளா?”

“ஆமா, அவன்தான்.”

“அது பக்கத்திலே ஏதோ வீட்டுக்காரங்க நாலு மூட்டை வித்துத் தரீங்களான்னு கேட்டிருந்தாக. இந்நேரம் தீந்து போயிருக்குமே.”

“எவ்வளவுங்க?”

குல்லாக்காரன் வீராசாமியை மீண்டும் உன்னிப் பார்த்தான். இன்னொருவன், “இப்போ தெரிஞ்சதுதானே ரேட். இருபத்தி நாலு.”

“ஒரு மூட்டையா?”

“பின்னே நாலு மூட்டைமா? மார்க்கெட்டிலெ சிமெண்டே கிடையாது தெரியுமில்லே?”

வீராசாமி பேசாமல் இருந்தான்.

“என்ன, வேணுமா?” என்று அந்த இன்னொருவன் கேட்டான்.

“வாங்கித்தானாகணும். வேலை முடியுணுங்கறவங்க வாங்கித்தானே யாகணும்?”

“இப்போ சொல்லியனுப்பட்டுமா?”

வீராசாமி, "ஒரு வார்த்தை கேட்டுட்டு வந்துடறேன். அப்புறம் எடுத்துப் போறேன்" என்றான்.

"சொல்லறது உடனே வந்து சொல்லிப்புடு. இப்பவே அங்கே இருக்குதோ இல்லையோ."

"இதோ வந்து சொல்றேங்க" என்று வீராசாமி சொன்னான், பிறகு. "பத்து ரூபா சில்லறை தாங்க," என்றான்.

இப்போதும் மேஜைக்காரக் குல்லாக்காரன் அசையாமல் இருந்தான். ஆனால் அந்த இன்னொருவன் பத்து ரூபாய் நோட்டை வாங்கி மேஜை டிராயரில் போட்டு ஒரு ரூபாய் நோட்டுக்களாக வீராசாமிக்கு எடுத்துக் கொடுத்தான்.

மணல் வண்டிக்காரன் சட்டையை அவிழ்த்துவிட்டு நின்றுகொண்டிருந்தான். வீராசாமி அவனிடம் எட்டு ரூபாய் கொடுத்தான்.

"இன்னும் ஒரு ரூபாய் கொடுத்துடு மேஸ்திரி" என்று வண்டிக்காரன் கேட்டான்.

வீராசாமி திடீரென்று கோபம் தொய வண்டிக்காரனை, "நீ எவ்வளவுடா கேட்டே?" என்றான்.

"சரி சரி" என்று அவன் சொன்னான். பிறகு மாடுகளிடம், 'ட்ரீங்' என்றான். மாடுகள் நகர ஆரம்பித்தன.

நாலு ரூபாய். ஒழுங்காக நாலு ரூபாய். கண்ணாஸ்பத்திரிக்குப் போயிருந்தால் வெறும் மண்தான். வீராசாமி சைக்கிளை சைக்கிள் கடையில் கொண்டு நிறுத்தினான்.

"அரை அவரு போட்டுக்கப்பா" என்றான்.

ஆனால் அரை மணிக்கு மேலாகவேதான் ஆகியிருந்தது.

வீராசாமி சாமான் பையைப் பின்னால் தோளில் சாத்திக்கொண்டான். முழுதாக நாலு ரூபாய். விருவிரென்று தடுமாற்றமே இல்லாமல் நடக்க முடிந்தது. சிறிது தூரம் வந்த பிறகு அது அவன் வீடு செல்லும் பாதையில்லை என்பது உணர்வுக்கு எட்டியது. இன்னும் சற்றே தள்ளி அவனுக்குப் பழக்கமான பெட்ரோமாக்ஸ் விளக்கு தொங்கும் கடை இருந்தது.

1973

புலிக் கலைஞன்

பகல் ஒரு மணியிலிருந்து இரண்டுவரை எங்களுக்கு டிபன் இடைவெளி. முன்பெல்லாம் இரண்டரைவரை என்றிருந்ததாகச் சொல்வார்கள். அப்போது காலையில் வேலை ஆரம்பிக்கும் நேரமும் பதினொன்றாக இருந்திருக்கிறது. பதினொரு மணி காரியாலயத்திற்கு வீட்டில் பத்தரை பத்தேமுக்காலுக்குச் சாப்பிட உட்கார்ந்து காரியாலயத்திற்குப் பதினொன்றரைக்கு வந்து சேர்ந்து, உடனே ஒரு மணிக்கு டிபன் சாப்பிடப் போவது அசாத்தியமாக இருந்திருக்கும். அதனால்தான் காண்டீனில் எப்போதும் இரண்டு மணிக்குத் தான் நிஜமான கூட்டம் இருக்கும் இப்போது காலை பதினொரு மணி என்பதைப் பத்தரையாக்கி, அதையும் ஒரு மாதமாகப் பத்து என்று உத்தரவிட்டிருக்கிறார்கள். டிபனுக்காகப் பிற்பகல் ஒன்றிலிருந்து இரண்டுவரை. மாலை ஐந்து மணிக்கு முடியும் காரியாலயம், இப்போது ஆறு மணிவரை நீட்டி வைக்கப்பட்டு விட்டது.

வேலை எப்போதும் நடந்த வேலைதான். ஃபாக்டரி பிரிவு என்றிருந்த தச்சு வேலை செய்பவர்கள், எலெக்டிரிகல் பிரிவைச் சேர்ந்தவர்கள், லாபரட்டரிகாரர்கள் இவர்களுக்கு என்றுமே எட்டு மணிநேர வேலை. அதே போலக் கணக்குப் பிரிவு – அக்கவுண்ட்ஸ் டிபார்ட்மெண்ட். இவர்களுக்கு எங்கே வேலை நடந்தாலும் நடக்காதுபோனாலும் வருடமெல்லாம் கணக்கு எழுதிக் கொண்டே இருக்க வேண்டும். அப்புறம் டெலிபோன் ஆபரேட்டர். டெலிபோனுக்கு இடைவெளி, விடுமுறை என்றிருந்ததே கிடையாது. ஆதலால் இந்தப் பிரிவு களில் அடங்காதவர்களுக்குத்தான் அவ்வப்போது காரியாலய நேரத்திலே ஓய்வு கிடைக்கும். நாட்கணக்கில், வாரக்கணக்கில், மாதக் கணக்கில். எனக்குத் தெரிந்து ஒரு முறை எங்கள் ஸ்டூடியோ ஒன்றரை வருடம் திரைப்படமே எடுக்காமல் இருந்திருக்கிறது. ஒன்றரை வருடம் வேலையொன்றும் செய்யாமல் சம்பளம் வாங்கிக்கொண்டு, காரியாலய நேரத்தில் மேஜை மீது காலைத் தூக்கிப் போட்டுக் கொண்டு தூங்கி, தலைமயிரை நரைக்க வைத்து, அடிவயிற்றில் ஊளச்சதை

சேர்த்து, டயாபிடிஸ் நோய்க்கு இடம்கொடுத்து, சிந்தனைக்கு இலக்கு இல்லாத காரணத்தால் விழிகளுக்கு அலைபாயக் கற்றுக்கொடுத்து, பேச்சில் நிறைய உளறலை வரவழைத்துக்கொள்ளலாம்; ஒன்றரை ஆண்டுக்குப் பிறகு நிஜமாகவே வேலை வந்தபோது நிர்ப்பந்த ஓய்வு ஒரு முடிவுக்கு வந்ததில் உற்சாகக் கிளர்ச்சி கொள்ளலாம். அப்படிப்பட்ட கிளர்ச்சி கொண்டு, அதே நேரத்தில் வேலை செய்யும் பழக்கம் அறுபட்டுப்போனதால் தடுமாறலாம். அப்படிப்பட்ட கிளர்ச்சியையும் தடுமாற்றத்தையும் இன்று, நாளை என்று நாங்கள் எதிர்பார்த்திருந்த நாளில்தான் அவன் ஒரு பிற்பகல், நாங்கள் டிபன் முடிந்து வெற்றிலை புகையிலை போட்டுச் சுவைத்துக்கொண்டிருந்த நேரத்தில் வந்து சேர்ந்தான்.

"என்னப்பா வேணும்?" என்று சர்மா கேட்டார். சர்மா ஒரு காலத்தில் டிரௌசர் அணிந்தவராகவேதான் காணப்படுவார். போலீஸ் சப்– இன்ஸ்பெக்டராக வேலை பார்த்தவர். நாடகம், கதைகள் எழுதிப் பிரசுரம் செய்து பெயர் வாங்கி, எங்கள் ஸ்டூடியோவின் கதை இலாகாவில் ஒரு புள்ளியாகிவிட்டிருந்தார். தங்கமான பழைய நாட்களில் எங்கள் முதலாளியைத் தன்னுடைய மோட்டார் சைக்கிள் பிலியனில் ஏற்றிக் கொண்டு வெளிப்புறக் காட்சிகள் எடுக்கக்கூடிய இடங்களைத் தேர்ந்தெடுத் திருக்கிறார். இப்போது வேஷ்டி அணிந்து புகையிலை போடுவதில் மிகவும் பழக்கப்பட்டுவிட்டார். அவர் எழுந்து நின்றால் கழுத்துக்குக் கீழ் இரு தோள்பட்டையும் சச்சதுரமாக இறங்குவதுதான் அவர் ஒரு காலத்தில் தேகப் பயிற்சி அமைத்துக்கொடுத்த உடற்பாங்கு கொண்டவர் என்பதைக் காண்பித்தது.

சிறு அறை. சிறிதும் பெரிதுமாகப் பழங்காலத்து மேஜைகள் மூன்று. பெரிய மேஜை பின்னால் உட்கார்ந்துகொண்டிருந்த சர்மாதான் அந்த அறைக்குச் சபாநாயகரெனக் கொள்ள வேண்டும். நாங்கள் உட்கார்ந்திருந்த நாற்காலிகளைத் தவிர இன்னும் ஒன்று அதிகப்படியாக இருந்தது. எங்களுடையது எல்லாமே வெவ்வேறு விதமான பழங்கால நாற்காலிகள். அதிகப்படியான நாற்காலியில் ஒரு கால் குட்டை. யார் வந்து அதில் உட்கார்ந்தாலும் ஒரு புறம் சாய்ந்து, அதில் உட்கார்ந்தவரை ஒரு கணம் வயிற்றைக் கலக்கச் செய்யும். வந்தவன் அந்த நாற்காலியின் முதுகுப் புறத்தைப் பிடித்துக் கொண்டு நின்றான்.

"என்னப்பா வேணும்?" என்று சர்மா கேட்டார்.

"சனிக்கிழமை வீட்டுக்கு வந்தேனுங்க," என்று அவன் சொன்னான்.

"சனிக்கிழமை நான் ஊரிலேயே இல்லையே!" என்று சர்மா சொன்னார்.

"காலையிலே வந்தேனுங்க. நீங்ககூட ஒரு குடையை ரிப்பேர் பண்ணிட்டிருந்தீங்க."

"ஓ, நீயா? வேலாயுதமில்லே?"

"இல்லீங்க, காதர் டகர் பாயிட் காதர்."

"நீ வந்திருந்தயா?"

“ஆமாங்க. வெள்ளை சொன்னான், ஐயாவை வீட்டிலே போய்ப் பாருன்னு.”

“யாரு வெள்ளை?”

“வெள்ளைங்க. ஏஜண்ட் வெள்ளை.”

இப்போது சர்மாவுக்கு விளங்குவது போலிருந்தது. வெள்ளை என்பவன் தான் எங்கள் ஸ்டூடியோவில் பெரிய கூட்டங்களைப் படம் எடுக்க வேண்டியிருந்தால் நூற்றுக்கணக்கில் ஆண்களையும் பெண்களையும் சேர்த்துக்கொண்டு வருவான். கூட்டமாக இருப்பதைத் தவிர அவர்களிடமிருந்து நடிப்பு ஒன்றும் தேவைப்படாது. நபருக்கு ஒரு நாளைக்குச் சாப்பாடு போட்டு இரண்டு ரூபாய் என்று கணக்கு. வெள்ளை ஒரு ரூபாய் வாங்கிக்கொண்டுவிடுவான்.

“இப்போ ஒண்ணும் கிரவுட் சீன் எடுக்கலையேப்பா,” என்று சர்மா சொன்னார்.

“தெரியுங்க. உங்களைப் பாத்தா ஏதாவது ரோல் தருவீங்கன்னு அவரு சொன்னாரு.”

“யாரு சொன்னாரு.”

“அதாங்க. வெள்ளை சாரு.”

சர்மா எங்களைப் பார்த்தார். நாங்கள் இருவரும் அந்த ஆளைப் பார்த்தோம். குள்ளமாகத்தான் இருந்தான். ஒரு காலத்தில் கட்டுமஸ்தான உடம்பு இருந்திருக்க வேண்டும். இப்போது தோள்பட்டை எலும்பு தெரிய இருந்தான். நன்றாகத் தூக்கியிருந்த அவனுடைய தாடை மூட்டுக்கள் அவனுடைய கரிய கன்னங்களை அளவுக்கு மீறி ஒட்டிப் போனதாகக் காண்பித்தன. வெள்ளை கொண்டுவரும் ஆட்கள் எல்லாரும் அநேகமாக அப்படித்தான் இருப்பார்கள். ராமராஜ்யம் பற்றியப் படம் எடுத்தால்கூடப் படத்தில் வரும் பிரஜைகள் தாது வருஷத்து மக்களாகத்தான் இருப்பார்கள்.

“நான் வெள்ளைகிட்டே சொல்லியனுப்பறேன்” என்று சர்மா சொன்னார். நாங்கள் சாய்ந்துகொண்டோம். பேட்டி முடிந்துவிட்டது.

அவன், “சரிங்க,” என்றான். பிறகு குரல் சன்னமடைந்து “உடனே ஏதாவது பார்த்துக் கொடுத்தீங்கன்னாக்கூடத் தேவலாம், சார்” என்றான். “ஷூட்டிங் ஒண்ணும் இன்னும் ஆரம்பிக்கலையேப்பா. கிரவுட் சீனெல்லாம் கடைசியிலேதான் எடுப்பாங்க.”

“அதுக்கில்லீங்க. ஏதாவது ரோல் தாங்க.”

“உனக்கு என்ன ரோல்பா தர முடியும்? அதோ காஸ்டிங் அசிஸ்டெண்ட் இருக்காரு. அவர் கிட்டே எல்லா விவரமும் தந்துட்டுப் போ.”

நான்தான் காஸ்டிங் அசிஸ்டெண்ட். வந்தவன் மாதிரி ஆயிரக்கணக்கான நபர்களின் பெயர், வயது, உயரம், விலாசம் எல்லாம் குறித்துவைத்திருந்தேன். அந்தக் குறிப்புகளிலிருந்து தேவைப்படும்போது நான்கு பேருக்குக் கடிதம் போட்டால் மூன்று கடிதங்கள் திரும்பி வந்துவிடும், விலாசதாரர் வீடு மாற்றிப் போய்விட்டார் என்று. அப்புறம் எல்லாம் வெள்ளை தான்.

ஆனால் அவன் என் பக்கம் திரும்பவில்லை. அந்த மூவரில் சர்மாதான் மிக முக்கியமானவர் என்று அவன் தீர்மானமாக இருந்தான்.

"நீங்க பாத்துச் சொன்னாத்தாங்க ஏதாவது நடக்கும்" என்றான்.

"உனக்கு நீஞ்சத் தெரியுமா?" என்று சர்மா கேட்டார்.

"நீச்சலா? என்று அந்த ஆள் திரும்பக் கேட்டான். பிறகு "கொஞ்சம் கொஞ்சம் தெரியுங்க" என்றான்.

"கொஞ்சமெல்லாம் தெரிஞ்சாப் போறாது. ஒரு ஆளு மேலேந்து ஆத்துலே பாய்ஞ்சு நீஞ்சிப் போற மாதிரி ஒரு சீன் எடுக்க வேண்டியிருக்கும். அதுக்கு நீ போறாது."

"எனக்கு டகர் பாயிட் வரும்க. என் பேரே டகர் பாயிட் காதர்தானுங்க."

"அதென்ன டகர் பாட்?"

"டகர் பாயிட்டுங்க. டகர், டகர் இல்லே?"

இப்போது எல்லோரும் கவனமாக இருந்தோம். ஒருவருக்கும் புரியவில்லை.

அவன் சொன்னான், "புலிங்க, புலி. புலி பாயிட் ..."

"ஓ, டைகர் ஃபைட்டா. டைகர் ஃபைட், நீ புலியோட சண்டை போடுவியா?"

"இல்லீங்க. புலி வேஷம் போடுவேங்க. அதைத்தான் டகர் பாயிட்னுவாங்க, இல்லீங்களா?"

"புலி வேஷக்காரனா நீ? புலி வேஷமெல்லாம் சினிமாக்கு எதுக்கப்பா? புலி வேஷமா? சரி, சரி வெள்ளை வரட்டும். ஏதாவது சான்ஸ் இருந்தா கட்டாயம் சொல்லி அனுப்பறேன்."

"நான் ரொம்ப நல்லா டகர் பாயிட் பண்ணுவேங்க. நிஜப் புலி மாதிரியே இருக்கும்."

"நிஜப்புலிக்கு நிஜப்புலி கொண்டுவந்துடலாமே."

"இல்லீங்க நான் செய்யறது அசல் புலி மாதிரியே இருக்கும். இப்ப பார்க்கிறீங்களா?"

"ஆஹாம், வேண்டாம்பா. வேண்டாம்பா."

"சும்மா பாருங்க, சார் ஐயாவெல்லாம் எங்கே புலியாட்டம் பார்த்திருப்பாங்க."

"ஏன் ஒவ்வொரு மொகரத்துக்கோ ரம்ஜானுக்கோ தெருவில் புலி வேஷம் நிறையப் போறதே."

"நம்பளது வேறு மாதிரிங்க. நிஜப் புலி மாதிரியே இருக்கும்." அவன் எங்கிருந்தோ ஒரு புலித் தலையை எடுத்தான். அப்போதுதான் அவன் ஒரு துணிப்பையை எடுத்து வந்திருந்தது தெரிந்தது. புலித்தலை என்பது தலையின் வெளித்தோல் மட்டும். அதை அவன் ஒரு நொடியில் தன்

தலையில் அணிந்து கொண்டு முகவாய்க் கட்டை அருகே அந்தப் புலித்தலை முகமூடியை இழுத்துவிட்டுக் கொண்டான். அவன் சொந்தக் கண்களோடு ஒரு சிறுத்தையின் முகம் உடையவனாக மாறினான். அறையை ஒரு விநாடி அங்குமிங்கும் பார்த்துக் கொண்டான்.

"பேஷ்" என்று சர்மா சொன்னார். நாங்கள் அவனையே பார்த்த வண்ணம் இருந்தோம்.

அவன் கையை உயரத் தூக்கி ஒருமுறை உடம்பைத் தளர்த்திக் கொண்டான். அப்படியே குனிந்து நான்கு கால்களாக நின்று முகத்தைத் திரும்பித் திரும்பிப் பார்த்தான்.

"பேஷ்" என்று சர்மா மீண்டும் சொன்னார்.

அவன் பூனைபோல் முதுகை மட்டும் உயர்த்தி உடலை வளைத்துச் சிலிர்த்துக்கொண்டான். பிறகு வாயைத் திறந்தான். நாங்கள் திடுக்கிட்டோம். அவ்வளவு நெருக்கத்தில் அவ்வளவு பயங்கரமாகப் புலி கர்ஜனையை நாங்கள் கேட்டது கிடையாது.

அவன் மீண்டும் ஒருமுறை புலியாகக் கர்ஜித்துத் தன் பின்பாகத்தை மட்டும் ஆட்டினான். அப்படியே நான்கு கால்களில் அறையில் காலியாயிருந்த நாற்காலி மீது பாய்ந்து ஒடுங்கினான். நாற்காலி தடதடவென்று ஆடியது. நான் "ஐயோ!" என்றேன்.

அவன் நான்கு கால் பாய்ச்சலில் என் மேஜை மீது தாவினான். கண் இமைக்கும் நேரத்தில் சர்மா மேஜை மீது பாய்ந்தான். சர்மா மேஜை மீதும் தாறுமாறாகப் பல காகிதங்கள், புத்தகங்கள், வெற்றிலைப் பொட்டலம் முதலியன சிதறி இருந்தன. ஒன்றின் மீதும்கூட அவன் கால்கள் படவில்லை. அவன் சர்மா மேஜைமீது பதுங்கி சர்மாவைப் பார்த்து மீண்டுமொருமுறை குலை நடுங்க வைக்கும் முறையில் கர்ஜித்தான். அங்கிருந்து அப்படியே உயர மேலே பாய்ந்தான். நாங்கள் எல்லோரும் "ஓ!" என்று கத்திவிட்டோம்.

அது பழங்காலத்துக் கட்டடம். சுவரில் நெடுக சுமார் பத்தடி உயரத்தில் இரண்டங்குலத்திற்கு விளிம்பு மாதிரி இருந்தது. ஒரு பக்கச் சுவரில் அந்த விளிம்புக்குச் சிறிது உயரத்தில் ஒரு ஒற்றைக் கம்பி போட்ட ஜன்னல், வெண்டிலேட்டராக இருந்தது. அதில் ஏகமாகப் புழுதி, அழுக்கு, ஒட்டடை படிந்து இருந்தது.

அவன் நான்கு கால்களையும் வைத்து ஆளுயரத்திற்கும் மேல் எகிறி, எங்கள் தலைக்கு மேல் அந்த ஈரங்குலச் சுவர் விளிம்பில் ஒரு கணம் தன்னைப் பொருத்திக்கொண்டான். பிறகு கைகளால் வெண்டிலேட்டர் கம்பியைப் பிடித்துக்கொண்டு மீண்டும் புலி போல கர்ஜித்தான்.

"பத்திரம்பா, பத்திரம்பா!" என்று சர்மா கத்தினார். அந்த உயரத்தில் அவன் முகத்துக்கு நேரே கூரை மின்சார விசிறி பிசாசாகச் சுற்றிக் கொண்டிருந்தது. அவனுக்கும் அந்த விசிறிப் பட்டைகளுக்கும் நடுவே சில அங்குலங்கள்கூட இருக்காது.

அவன் அவ்வளவு உயரத்திலிருந்து அப்படியே நாற்காலி மீது தாவினான். அப்படியே எம்பித் தரையில் குதித்தான்.

நாங்கள் திகிலடங்காத அதிர்ச்சியில் இருந்தோம். சிறுத்தை முகத்திலிருந்த அவன் கண்கள் புலிக் கண்களாக மின்னின. இன்னொரு முறை சிறுத்தை பயங்கரமாக வாயைப் பிளந்து கர்ஜித்தது. அடுத்த கணம் அவன் உடல் தளர்ந்து தொங்கியது. அவன் எழுந்து நின்றுகொண்டான்.

சர்மாவால்கூட பேஷ் என்று கூற முடியவில்லை. அவன் சிறுத்தை முகமுடியைக் கழற்றிவிட்டான்.

நாங்கள் எல்லோரும் பேச முடியாமல் இருந்தோம். அவன்தான் முதலில் பழைய மனிதனானான்.

"நான் கட்டாயம் ஏதாவது பார்க்கறேம்பா" என்று சர்மா சொன்னார். அவர் குரல் மிகவும் மாறியிருந்தது. அவன் கையைக் குவித்து கும்பிட்டான்.

"நீ எங்கேயிருக்கே?" என்று சர்மா கேட்டார். அவன் மீர்சாகிப் பேட்டை என்று சொல்லி, ஒரு எண், சந்தின் பெயர் சொன்னான். நான் குறித்துக்கொண்டேன்; அவன் தயங்கி, "ஆனா எவ்வளவு நாள் அங்கே இருப்பேன்னு தெரியாதுங்க" என்றான்.

"ஏன்?" என்று சர்மா கேட்டார்.

"இல்லீங்க ..." என்று ஆரம்பித்தவன் சடாலென்று சர்மா காலில் விழுந்தான்.

"எழுந்திருப்பா எழுந்திருப்பா காதர்" என்று சர்மா பதறினார். நாங்கள் எழுந்து நின்றிருந்தோம். அவனும் எழுந்து கண்களைத் துடைத்துக் கொண்டான். "நம்ம சம்சாரம் வீட்டுப் பக்கமே வராதேன்னு சொல்லி யிருக்குங்க" என்றான். அவன்தான் சில நிமிஷங்களுக்கு முன்பு புலியாக இருந்தான்.

"நான் சம்பாரிச்சு எவ்வளவோ மாசமாகுதுங்க. அதுதான் என்ன பண்ணும்? நாலு குழந்தைங்க. எல்லாம் சின்னச் சின்னது." அவன் இப்போது அழுதுகொண்டிருந்தான்.

சர்மாவுக்கு ஏதோ தோன்றி, "நீ இன்னிக்குச் சாப்பிட்டாயா?" என்று கேட்டார்.

அவன், "இல்லீங்க" என்றான். அவன் அன்றில்லை, எவ்வளவோ நாட்களாகச் சாப்பிடவில்லை என்பதுகூடக் கேட்கத் தேவையற்றதாயிருந்தது.

சர்மா அவர் ஜேபியில் கையை விட்டார். நாங்களும் உடனே எங்கள் பைகளில் துளாவினோம். சில்லரை எல்லாம் சேர்ந்து இரண்டு ரூபாயிருக்கும். சர்மா, "இந்தா, இதைக் கொண்டு போய் முதல்லே காண்டீனுக்குப் போய் நன்னாச் சாப்பிடு" என்றார்.

அவன், "வேண்டாங்க" என்றான்.

"என்ன வேண்டாம்? போய்ச் சாப்பிடுப்பா முதல்லே" என்று சர்மா சொன்னார்.

"ஏதாவது ரோல் வாங்கித் தாங்க ஐயா" என்று அழுது கொண்டே அவன் சொன்னான்.

சர்மாவுக்கு அவ்வளவு கோபம் வந்து நான் பார்த்ததில்லை. "கொடுத்த பணத்தை நீ எப்படீய்யா வாங்கிக்க மாட்டேன்னு சொல்லுவே? பணத்தை மறுத்தா உனக்குப் பணம் எங்கேய்யா வரும்? ஒரு சல்லீன்னாலும் லக்ஷ்மீய்யா. உனக்கு எங்யேய்யா லக்ஷ்மீ வருவா? போ, வாங்கிண்டு முதல்லே சாப்பிடு" என்று கத்தினார்.

அவன் அழுகை ஓய்ந்து பணத்தை வாங்கிக்கொண்டான். சர்மா இதமாகச் சொன்னார். "ரோல்லெல்லாம் என் கையிலே இல்லேப்பா. உனக்கு முடிஞ்சது நான் செய்யறேன். போ, முதல்லே வயத்துக்கு ஏதாவது போடு." பிறகு என்னைப் பார்த்து, "கொஞ்சம் இவனை காண்டீனுக்கு அழைச்சுண்டு போய் சாப்பிட வை" என்றார். நான் உடனே எழுந்தேன்.

அவன், "வேண்டாங்க. நான் போய்ச் சாப்பிடறேங்க. நான் போய்ச் சாப்பிடறேங்க" என்றான். பிறகு மீண்டும் எங்களுக்குக் கும்பிடு போட்டுவிட்டு வெளியே போனான்.

நாங்கள் சிறிது நேரம் பேசாமல் இருந்தோம். சர்மா அவரையறியாமல் சிறிது உரக்கப் பேசிக்கொண்டார்.

"இவனுக்கு என்ன பண்ணறது? இங்கே இப்போ எடுக்கிறதோ ராஜா ராணிக் கதை."

ஆனால் அவர் வெறுமனே இருந்துவிடவில்லை. இரு வாரங்கள் கழித்து மீண்டும் கதை இலாகா கூடியபோது கதாநாயகன் புலி வேஷமணிந்து எதிரிக் கோட்டைக்குள் நுழைவதாகப் படமெடுக்கலாம் என்று சம்மதம் பெற்றுவிட்டார். புலியாட்டமாகக் காண்பிக்கும்போது கதாநாயகனுக்குப் பதில் காதர் 'டூப்' செய்யலாம். அவனுக்கு ஒரு நூறு ரூபாயாவது வாங்கித் தரலாம்.

நான் காதருக்குக் கடிதம் போட்டேன். நான்கு நாட்களில் வழக்கம்போல அக்கடிதம் திரும்பி வந்தது, விலாசதாரர் இல்லையென்று.

சர்மா வெள்ளையை அழைத்துக்கொண்டு காதரைத் தேடினார். நாங்களும் எங்கெங்கோ விசாரித்துத் தேடினோம். கதாநாயகன் எதிரிக் கோட்டைக்குள் நுழையும் காட்சி எடுக்கப்பட வேண்டிய நாள் நெருங்கிக் கொண்டே வந்தது. காதர் கிடைக்கவில்லை.

அவன் கிடைத்திருந்தாலும் அதிகம் பயன் இருந்திருக்காது. அந்த ஒரு மாதத்திற்குள் வெளியான ஒரு படத்தில் கிராமிய சங்கீதத்துடன் அந்தக் கதாநாயகன் காவடி எடுப்பதாகக் காட்சி வந்திருந்தது. அந்தப் படம் தமிழ்நாடெல்லாம் தாங்க முடியாத கூட்டத்தைக் கூட்டிக்கொண்டிருந்தது.

நாங்கள் எடுக்கும் படத்தில் கதாநாயகன் கரகம் எடுப்பதாகத் தீர்மானிக்கப்பட்டது.

1973

காந்தி

அன்று காபி அவனுக்கு மிகவும் கசப்பாக இருந்தது. கசப்பு அவனுக்கு என்றுமே பிடித்தமானதொன்று. பத்து நண்பர்களோடு இருக்கும் போதுகூட 'பத்து கப், ஒன்றில் மட்டும் சர்க்கரை இல்லாமல்' என்று அவன்தான் காபி கொண்டு வருபவனிடம் கூறுவான். அந்தக் காபியைக் குடிப்பதில் ஆரம்ப நாட்களில் இருந்த பெருமை விலகிப்போய், அதுவே பழக்கமாகப் போய்விட்டு வெகு நாட்களாகியும், அன்றுதான் காபியின் கசப்பை கசப்பாக, ருசிக்கத் தக்கதல்லாததாக உணர முடிந்தது. 'சர்க்கரை கொண்டுவா' என்று சொல்லத் திடமில்லாமல் கோப்பையில் பாதிக்கு மேல் காபியிருக்க அவன் அதை ஒதுக்கிவிட்டு நாற்காலியில் சாய்ந்துகொண்டான். அந்த ஹோட்டலிலும் மின்விசிறிகளை ஓடவைப்பதை நிறுத்தி வெகுநாட்களாகிவிட்டன. அவன் சட்டையின் பொத்தான் களை அவிழ்த்துக்கொண்டு ஊதிக்கொண்டான். மார்பின்மேல் காற்று கசப்பாகப் படிந்து மறைந்தது.

உள்ளிருக்கும் கசப்புத்தான் வெளியிலும் கசப்பாக உணர்வளிக்கிறது என்று அவனுக்குத் தெரியாமலில்லை. உண்மை கசப்பானது, உண்மை கசப்பானது என்று நண்பர் களுடன் விவாதிப்பதையே மிக முக்கியமானதாக, அர்த்தம் பொருந்தியதாக, வாழ்வே அதில்தான் மையம் கொண்டிருக்கிறது என்பது போன்ற மனநிலை கொண்டுவிட்ட இந்த ஏழெட்டு வருட காலத்தில் பல நூறு முறை அவன் அதைக் கூறியிருப்பான். உண்மை கசப்பானது என்று யாராலோ எந்தச் சந்தர்ப்பத்திலோ கூறப்பட்டாலும் அவர்கள் அவனைப் பார்த்து ஒருமுறை கண்சிமிட்டும் அளவுக்கு அவன் உண்மை கசப்பானது என்ற வாக்கியத்துடன் இணைக்கப்பட்டிருந்தான். அதில் அவனுக்கு முதலில் சங்கோசமிருந்து பின் சங்கடமிருந்து, அதன் பின் பெருமையிருந்து, அதற்குப் பின்னால் அது சம்பிரதாயமான, கிட்டத்தட்ட உணர்வேயெழுப்ப இயலாத, செத்த அசைச் சொல்லாகவும் போய்விட்டிருக்கும் என்ற நேரத்தில் அவன் கசப்பை மனதில், உடலில், வாயில், காபியில் உணர வந்திருப்பதை நினைக்க, அந்த நினைப்பைத் தடுக்க இயலாமல் போன தன் நிலையை எண்ணி மேலும் மாய்ந்துபோனான்.

இவ்வளவிற்கும் அவனைப் பற்றிப் பொய்யைப் பரப்பித் திரிபவன் அவனுடைய நண்பன். 'திரிபவன்' என்று நினைத்துவிட்டோமே என்று வருத்தம் கொண்டான். அவனைப் பற்றிப் பொய்யை ஒருவரிடத்தில், ஓரிடத்தில் மட்டும் அவன் நண்பன் கூறியிருந்தால் அந்த நண்பனையே நேருக்கு நேர் பார்த்துக் கேட்டுவிடலாம். ஆனால் அதற்கு இடம் கொடுக்காமல் அந்த நண்பன் பலரிடத்தில், பல சந்தர்ப்பங்களில் பொய்யை, பல பொய்களைக் கூறியிருக்கிறான். தீர்மானமாக, முன்திட்டத்துடன், துவேஷத்துடன் கூறியிருக்கிறான். இன்னமும் கூறி வருகிறான். இனியும் அந்த நண்பனைப் பார்த்து அதுபற்றிக் கேட்க முடியாது, கேட்க வேண்டியதில்லை. அந்தப் பொய்களைத்தான் நம்புகிறான் என்னும் அளவுக்கு அந்த நண்பன் நடந்துகொண்டு வருகிறான். அபிப்பிராயங்கள் பற்றிச் சந்தேகம் கொண்டு, சந்தேகம் கொள்ளவைத்துப் பேசலாம், விவாதிக்கலாம், மாற்றிக் கொள்ளலாம், மாற்ற வைக்கலாம். ஆனால் நம்பிக்கைகளை மாற்ற முடியுமா?

அவனுக்கு அவனைப் பற்றிப் பொய்கள் வெளியில் உலவுகின்றன என்பதில் கூட அவ்வளவு துக்கம் ஏற்படவில்லை. ஆனால் அந்த நண்பனால் அவை உலவவிடப்படுகின்றன என்பதுதான் சித்ரவதையேற்படுத்தியது. நண்பன்! எப்பேர்ப்பட்ட நண்பன்!

ஒருகணம் எல்லா வேதனையும் மறந்து அந்த நண்பனைப் பற்றிய ஒட்டுமொத்தமான உணர்வில் தன்னை பற்றிய நினைவும் மறைய லயித்தான். அவர்கள் இருவரின் உறவு நான்கு மாதங்களுக்கு மேற்பட்டதில்லை. நான்கே மாதங்கள். தன்னைப் பிறப்பித்த அம்மா, அப்பா; தன்னோடு கூடப் பிறந்தவர்கள்; சந்தர்ப்ப சூழ்நிலையானாலும் தன்னிச்சை காரணமாகவும் பள்ளி நாட்களில் ஏற்பட்ட எண்ணற்ற நண்பர்கள்; உறவுகள்; நான்காம் படிவத்தில் டபிள்யு.எச்.ஹென்லியின் 'இரவிலிருந்து' என்னும் கவிதையை ஒரு தரிசனமாக மாற்றிக் கற்றுக் கொடுத்த ஆங்கில மொழி ஆசிரியர்; எவ்வளவோ மாதங்கள் புரியாத முடிச்சாக இருந்த கால்குலஸ் இண்டெக்ரேஷன் அடிப்படையை ஒரு வலுவிழந்த நொடியில் தனக்குப் பிரகாசமாக்கிய கணிதப் பேராசிரியர்; நன்றாகத் தூக்கியெறியப்பட்டு மெதுவாகக் கீழிறங்கும் சுழற் பந்தைத் தவறாமல் கவர் – டிரைவ் செய்யப் பாதங்களை நகர்த்திக் கற்றுக் கொடுத்த கிரிக்கெட் வைஸ்காப்டன்; தன்னுடைய அழுக்குப் படிந்த ஷர்ட்களையும் டிரௌசர்களையும் பச்சைக் குழந்தையைக் கையாளுவதுபோல் நல்ல வெயில் நேரத்திலும் பொறுமையாகக் கிணற்றங்கரையில் சோப்புப் போட்டு அலசி உலர்த்தும் அவன் தங்கை; இப்படி இன்னும் எவ்வளவோ பேர்கள் எவ்வளவோ ஆண்டுகளாக அவன் மனத்தில், அவன் பிரக்ஞையில் ஆழ்ந்து போயிருந்தபோதிலும் அந்த நண்பன், நான்கே மாதங்கள் முன்பு ஏற்பட்ட நண்பனுக்கு அவனுடைய முழு ஜீவித இயக்கத்தையும் அர்ப்பணம் செய்திருந்தான். நண்பர் வட்டமே முழு உலகமும் என்றிருந்த அந்த வயதில், அந்த நண்பர் வட்டத்திலும் அந்த நண்பனே முழு வியாபகமும் என இருந்த நேரத்தில் தன் பிரக்ஞையே சிதறிப் போகிற விதத்தில் அந்த நண்பன் தோற்றம் கொண்டுவிட்டான். தோற்றம் என்றால் என்ன?

சளபளவென்று பேசிக்கொண்டு காலைத் தேய்த்துத் தேய்த்து நடப்பதால் உண்டாகும் அளவு மீறிய செருப்புச் சப்தத்துடன் மூன்று இளைஞர்கள் அந்த ஹோட்டலுக்குள் நுழைந்தார்கள். வேண்டுமென்றே செய்கிறார்கள்

காந்தி

என்றுகூடத் தோன்றும் முறையில் நாற்காலிகளைத் தடாம் முடாம் என்று நகர்த்தி ஒரு மேஜையைச் சுற்றி உட்கார்ந்தார்கள். அவர்களில் ஒருவனின் தலை மயிர் நீண்டு வளர்ந்து கழுத்துக்குப் பின்னால் ஷர்ட் காலரைத் தொட்டுப் புரண்டவண்ணமிருந்தது. இப்போது எல்லோரும் தலைமயிரை நீளமாக வளர்த்துக் கொள்கிறார்கள். ஆனால் எல்லோருக்கும் கழுத்துக்கு அடியில் உள்பக்கமாக மயிர் தானாகச் சுருண்டு கொள்வதில்லை. அவனுடைய நண்பன் முடி அப்படித்தான் சுருண்டுகொண்டிருக்கும். அவனை முதன் முதலாகச் சந்தித்த தினத்தன்றுகூடப் பேச்சு எது எதிலோ சென்று தலைமுடி பற்றி ஒரு கணம் கழன்றபோது அந்த நண்பன் பெருமையடித்துக் கொண்டான். அன்றிரவு மற்ற நண்பர்கள் நேரமாகிவிட்டது என்று ஒவ்வொருவராகச் சென்றுவிட்ட பின் அவர்கள் இருவரும் வீட்டு மொட்டை மாடியில் உட்கார்ந்து பேசிக்கொண்டிருந்தார்கள். அறிமுகமான முதல் நாள் என்ற உணர்வே இருவருக்கும் தோன்ற முடியாத வண்ணம் அந்த நண்பன் தொடர்ச்சியாகவும் முழு ஈடுபாடுடனும் பேசிக்கொண்டிருந்தான். அவன் எதைப் பற்றிப் பேசினாலும், அவன் பேசுவது மிகவும் அபத்தமானதாக இருந்தாலும், முழு மூச்சோடும் மனித சம்பாஷணையில் சாத்தியமான அதிகபட்ச ஆர்வத்துடனும் பேசிக்கொண்டிருந்தான். இவன் அந்த நண்பன் பேசும் விஷயங்களைக் காட்டிலும் அவனுடைய பேச்சு வெளிப்பாடு விதத்தில் லயம் கொண்டு தலையசைத்துக் கொண்டிருந்தான், அந்த இடத்தில் அவர்கள் உட்கார்ந்திருந்த நிலையில் அப்போது ஆகாயத்தில் தத்தளித்துக் கொண்டிருந்த நட்சத்திரங்களும் வேறு சில வீடுகளின் மாடிப் பகுதிகளும் மட்டும் நிழலாகப் பார்வையில் தெரிந்தன. அப்போது அந்த நண்பன் சட்டென்று "அதோ பார்" என்றான். அது எதிர்வீட்டு மொட்டை மாடி. அங்கே யாரோ ஒரு பையன் ஒரு சிட்னி விளக்கு உதவியில் பரிட்சைக்குப் படித்துக்கொண்டிருக்க வேண்டும். விளக்கு இவர்கள் இருந்த இடத்தில் தெரியவில்லை. அந்தப் பையன் எழுந்திருக்கிறான், சிம்னி விளக்கின் மங்கல் ஒளி ஒரு கணம் பையன் முகத்தில் விழுந்தது. அந்த ஒரு கணத்தில் கோடிக்கணக்கான மைல் தூரத்தில் நட்சத்திரங்கள் சிறுபுள்ளிகளாக மின்னிக் கொண்டிருக்கும் கருகிற வானபப்பின்னணியில் சுமார் இருபது முப்பது அடி தூரத்தில் அந்தப் பையனின் முகத்தின் ஒரு பகுதி மட்டும் சிம்னி விளக்கு ஒளி விழுந்து ஆகாயத்தில் சஞ்சரிக்கும் தேவதைபோல – அப்படித் தேவதைகள் இருக்குமானால் – பூமியின் எண்ணற்ற ஸ்தூல சக்திகளால் கட்டுப்பட்டிருக்கும் மனித உணர்வை, மனிதக் கற்பனையை, உள் மன எழுச்சியை, எல்லைக்கடங்கா அகண்ட வெளியில் இழுத்துச் செல்லும் தேவதை போலக் காட்சியளித்தது. அந்த ஒரு கணம் அப்பையனின் முகம் சாந்தத்தில், அமைதியில், அழகில், பரிசுத்தத்தில் தெரிந்தது தெரியாததான இலட்சிய மனிதப் பிறவிகள் யாவரையும் ஒரு நொடியில் பிரகாசப்படுத்திப் போவது போல இருந்தது. அந்தப் பையன் விளக்கை எடுத்துக்கொண்டு கீழே இறங்கிப் போய்விட்டான். நண்பன் பேசுவதை நிறுத்திவிட்டு வெகுநேரம் சிலை போல உட்கார்ந்திருந்தான். அவன் லயம் கலைந்து ஒரு முறை பெருமூச்சு விட்டவுடன் இவன், நீ சாப்பிட்டுவிட்டு இன்றிரவு இங்கே இருந்துவிடேன்" என்றான். சிறிது நேரம் முன்பு வரை ஆவேச இயக்கத்தின் உருவமாக இருந்த நண்பன் இப்போது எதிர்ப்பே சாத்தியமில்லாதவனாக மாறியிருந்தான். இரவு உணவு முடித்து விட்டு இருவரும் மீண்டும் மாடிக்கு வந்தார்கள். ஏனோ இருவருக்கும்

பேச விஷயங்களே இல்லாமல் போயிருந்தது. திடீரென்று நண்பன் அழ ஆரம்பித்தான். விம்மி விம்மி அழ ஆரம்பித்தான். இவன் அவனை அணைத்துக் கொண்டான். என்ன காரணம் என்று கேட்கத் தோன்றாமல் அவனை இறுக அணைத்துக்கொண்டான். அந்தச் சோகம் அற்ப சுயநல நோக்கு மன முறிவால் உண்டானதாகத் தோன்றவில்லை. ஒரு மனிதனின் வாழ்க்கைச் சோகமாகவும் தோன்றவில்லை. காலம் காலமாகக் கோடிக்கணக்கில் தோன்றி, உழன்று, மறைந்த மனித குலம் அனைத்திற்குமாக உண்டான சோகமாக இருந்தது. மனிதனின் முதன்மையானதும், மகத்தானதுமான இழப்புக்கு ஏற்பட்ட சோகமாக இருந்தது. மனித இனம் இழந்த பரிசுத்தத் திற்காக உருகி அழித்துக்கொள்ளும் சோகமாக இருந்தது. நண்பன் வெகுநேரம் அழுது ஓய்ந்தபின் அப்படியே படுத்துத் தூக்கிவிட்டான். இவனும் தன் கண்களிலிருந்து தாரை தாரையாகப் பெருகிய கண்ணீரைத் துடைத்துக்கொண்டு படுத்தபடியே வெகுநேரம் ஆகாயத்தைப் பார்த்த வண்ணம் விழித்திருந்தான். அந்த நண்பன், பரிசுத்தத்தின் எல்லையையும் சோகத்தின் எல்லையையும் உணர்வில் எட்டி அந்த மகத்தான அனுபவத்தை இன்னொருவனுக்கும் பகிர்ந்தளிக்கக் கூடிய நண்பன், இப்பொழுது முன் திட்டத்தோடும் துவேஷத்தோடும் ஒருவனைப் பற்றிப் பொய்களைக் கூறிப் பரப்பி வருகிறான்!

அந்த மூன்று இளைஞர்கள் எழுந்து போய்விட்டார்கள். அவர்களைவிட ஓரிரு வயதே பெரியவனாக இருக்கக்கூடிய தனக்கு அவர்களை எப்படித் தனியே இளைஞர்கள் என்று அழைக்கத் தோன்றியது என்று எண்ணிக்கொண்டான். ஏன் தன்னால் இப்படி முதுமையுணர்ச்சியோடு சிந்தனையில் விழுந்து கிடக்க முடிகிறது? அவன் எதிரே அந்த அசைவ ஹோட்டலிலும் தனக்கு இடமுண்டு என்று சொல்வது போல் ஒரு காந்திப் படம் புன்முறுவலித்துக் கொண்டிருந்தது. காந்தி! எப்பேர்ப்பட்ட மனிதர்! எவ்வளவு அசாத்தியமான நம்பிக்கைளும் எதிர்ப்பார்ப்புகளும் கொண்ட அபூர்வப் பிறவி! முப்பது வயதிலேயே முதுமைகொண்ட மனிதர். எங்கோ கடல்கடந்த நாட்டில் தனக்கு நேர்ந்த ஒரு அவமதிப்பை மனித இனத்திற்கே பொதுமைப்படுத்திக்கொள்ளக்கூடிய மன விசாலம் பெற்று இயற்கையின் தன்னிச்சையான அள்ளித் தெளிப்பால் கிடைத்த தோல் நிறத்தாலே கூட ஒரு மனிதன் இன்னொருவனைவிட உயர்த்தி எனக் கொள்ளக்கூடிய எந்தவித நியாயவாதத்திற்கும் உட்பட முடியாத ஆனால் எவ்வளவோ நூற்றாண்டுகளாக நடைமுறை வாழ்க்கையில் ஒன்றிப் போய்விட்ட சிருஷ்டி விநோதப் பெருமையையும் அகங்காரத்தையும் முற்றிலும் உணர்ந்து, சோகத்தில் தோய்ந்து, அந்த சோகத்தின் உந்துதலால் எண்ணற்ற அசாத்தியமான பணிகளில் ஈடுபட்ட மனிதர். அந்த வெள்ளிக்கிழமையன்று மாலை குண்டடிப்பட்டுச் சாகும்வரை சுய சுத்திகரிப்புத் தவத்தைத் தவறவிடாதவர். மனித இயல்பின் சபலங்களையும் பலவீனங்களையும் தெள்ளத் தெளிவாக உணர்ந்தவர். அப்படிப்பட்ட மனிதருக்கு மனமுறிவும் ஏமாற்றங்களும் சாத்தியமேயில்லை. ஆனால் அவருடைய கடைசி ஆண்டுகள் கண்ணீரில் உப்பரிக்கப்பட்டவை. அழையா இடங்களுக்கு அவராகப் போய் அவரைக் கேட்காத ஆலோசனைகளையும் அறிவுரைகளையும் அவராகக் கொடுத்து, பிரளயமாகப் பொங்கி வந்தப் பயங்கரக் கேடுகளுக்கு அவரே காரணம் எனத் தோற்றம் கொண்டு மற்றோரையும் நினைக்கவைத்து,

தான் கண்டெடுத்து உருவாக்கி வளர்த்துவிட்ட சீடர்களைக் கிழம் ஏன் இப்படி தொல்லை கொடுக்கிறது எனச் சொல்லாமல் சொல்ல வைத்து, தன்னை வணங்கிய ஒருவன் கையாலேயே சாவும் அடைந்தவர். மனித சிந்தனைத் தொடர்ச்சி தொடக்க காலத்திலிருந்து இன்று வரை ஏற்பட்டுள்ள துன்பியியல் காவியங்களில் எது மகத்தானது? இராமன் கதையா? தருமனா? ஈடிபஸ்ஸா? ஒதெல்லோவோ, லியர் அரசனா, டாக்டர் ஃபாஸ்டஸ்ஸா? இல்லை, காந்தியல்லவா? களங்கம் நிறைந்த புறவாழ்க்கையை வெறுத்து ஒதுக்காமல் தன் வரையிலாவது சாதிக்க வேண்டும் என்று பரிசுத்தத்தையே நாடிச் சென்ற தீரன் காந்தி அல்லவா?

அவன் காந்தியைப் பார்த்தது கிடையாது. அவன் பிறந்ததே அவர் இறந்து சில ஆண்டுகளுக்குப் பிறகுதான். அவரைப்பற்றி அவன் முதன் முதலில் கேட்டதெல்லாம் அவர் பெயருடன் கூடவே தாத்தா தாத்தா என்று சொல்லப்பட்டு ஏதோ பல்லுப் போன, உடல் வலுவிழந்த, விவரம் அறியாச் சிறுவர்களுக்கு மட்டும் களிப்பூட்டும் விதூஷக உருவம்தான். ஆனால் அப்படி இல்லை, எண்பது வயதை நெருங்கிய போதும் உலகம் அனைத்துக்கும் பொதுவான, பொருத்தமான பிரச்சினைகளில் முழு மூச்சுடன் தன்னை ஈடுபடுத்திக் கொண்டவர், தனக்கு அந்தரங்கம் என்று எதையுமே வைத்துக்கொள்ளாதவர், ஒரு நாளில் இருபத்தி நான்கு மணி நேரத்திலும் தன்னை மற்றவர் பார்வைக்கும் பரிசோதனைக்கும் பாராட்டுக்கும் கண்டனத்திற்கும் வெளிப்படுத்திக் கொண்டவர், தனக்கே கூச்சமேற்படுத்தும் நினைவுகளையும் அனுபவங்களையும் அவரைப் பேர் ஊர் தெரியாதவர்கள்கூட என்றோ எப்போதோ அறிந்து அவரைப் பற்றி விகாரமாக எண்ணிக் கொள்ளக்கூடிய வகையில் ஒப்புதல் வாக்குமூலம் போல சுயசரிதை எழுதியவர், தான் நேற்றிருந்தவனில்லை, ஒவ்வொரு கணமும் மறுபிறவி எடுக்கக் கூடியவன் – மாற்றம் கொள்ளக்கூடியவன் – உயரக்கூடியவன் –என்று அசைக்க முடியாத நம்பிக்கையில்தான் முன்கணம் களங்கமுற்றதை இந்தக் கணம் பகிரங்கப்படுத்தத் தயங்காதவர். இந்த மனிதர் கடவுளைக் குறிப்பது என்று தான் நம்பிய ஒரு சொல்லை உச்சரித்தபடிதான் தன் இறுதி மூச்சைவிட்டார். அவர் கடவுளைக் கண்டாரா? கடவுள்தான் மனித துயரத்தின் எல்லையா? இந்த மனிதரால் எப்படிச் சிரிக்கவும் முடிந்திருக்கிறது?

காபிக் கோப்பை மீது உட்கார வந்த ஒரு ஈயைச் சட்டென்று விரட்டினான். அரைக் கோப்பை அளவு மிஞ்சியிருந்த காபிமீது லேசாக ஏடு பரவ ஆரம்பித்திருந்தது. இந்த காபியைத் தான் குடிக்கப் போவதில்லையே, ஏன் ஈயை விரட்டினோம் என்று அவனுக்குத் தோன்றியது. ஓர் ஈ எத்தனை நாட்கள் உயிர் வாழ்ந்திருக்கும்? பத்து நாட்கள்? இருபது நாட்கள்? ஒரு மாதம்? அந்தக் குறுகியகால வாழ்க்கையில் ஒரு கணம், அதன் ஒரு வாய் உணவு, பெரும்பங்கைத்தான் வகிக்க வேண்டும். அவனால் இப்போது சாக்கடையில் கொட்டப்பட இருக்கும் அந்த காபி எத்தனை ஜீவ ராசிகளின் முழு ஜீவித ஆதாரமாக இருக்கக்கூடும்? எவ்வளவு எளிதில் சிருஷ்டி தர்மத்தை, ஒருயிர் தான் வாழவேண்டும் என்று மேற்கொள்ளும் இயக்கத்தை, தன்னால் ஒரு சலனம்கூட இல்லாமல் புறக்கணிக்க முடிகிறது, துஷ்பிரயோகம் செய்ய முடிகிறது? மனிதனுக்கும் மனிதனுக்கும்கூட இப்படித்தானோ? காந்தி

இதற்குத்தான் மீண்டும் மீண்டும் தான் ஆங்கிலேயரை வெறுக்கவில்லை, ஆங்கிலேயரைத் துவேஷிக்கவில்லை என்று கூறிக்கொண்டாரோ?

ஆனால் காந்தியை அவனுடைய நண்பன் ஒத்துக்கொண்டதில்லை. காந்தியாலேகூட தனக்கும் தன் நண்பனுக்கும் இப்படிக் குரோதம் தோன்றி விட்டதோ என்று நினைத்துக்கொண்டான். "காந்தியைப் போல ஒரு அயோக்கியன் மனித சரித்திரத்திலேயே பிறந்ததில்லை. அவனைப் போல் ஒரு மனித இன விரோதி செயல்பட்டதேயில்லை. இன்று சோவியத்தாரர்கள் அவர்களுக்குச் சௌகரியமாயிருக்கிறது என்று அவர்களும் காந்தி பஜனை செய்யலாம். ஆனால் அவனைப் போன்ற ஒரு பட்டாளி வர்க்கச் சத்ரு உலகத்தில் தோன்றியதே இல்லை"–இவ்வளவு திட்டவட்டமாக, தீவிரமாக, பெயர் ஊர் தெரியாத ஒரு சிறுவன் முகத்தின் பரிசுத்தத் தோற்றத்தில் உள்மன வயப்பட்டு உருகிக் கண்ணீர் வடிக்கவும் கூடிய அவனுடைய நண்பன் கூறியிருந்தான். திரும்பத் திரும்பக் கூறியிருக்கிறான். காந்தியைப் பற்றித் தான் அறிந்ததெல்லாம் அவனுடைய நண்பனும் அறிந்திருக்க வேண்டும். அப்படியிருந்தும் இவ்வளவு நிந்தனையை வெகு எளிதாக மனதின் அடித்தளத்திலிருந்து காந்திமீது சுமத்த முடிகிறது. "எப்படிக் கூறுகிறாய்?" என்று இவன் கேட்டிருக்கிறான்.

"அந்த மனிதனுடைய ஒவ்வொரு செய்கையும் அவன் அயோக்கியன் என்று காட்டுகிறது. ஊருக்கெல்லாம் உபதேசம். தான் செய்வதெல்லாம் அதற்கு நேர் எதிரானது."

"எப்படி?"

"ஒரு செயல்கூடப் பாட்டாளி மக்கள் நன்மைக்காக என்று கிடையாது. தானும் தன் பனியா இனத்தினரும் நிரந்தரமாக ஏகபோக வர்த்தக ஆதிக்கம் இழக்காமல் இருக்க வேண்டும் என்றுதான் அவன் செயல்பட்டது. ஒருமுறைகூட உண்மையான தொழிலாளிகள் வர்க்கத்துடன் இணைந்து கொள்ளவில்லை. மாறாக ஒவ்வொரு தொழிலாளர் கிளர்ச்சியின் போதும் பனியா முதலாளிகள் உடைமைகளையும் நலன்களையுமே பாதுகாக்க விவரமறியா ஏழைகளைப் பலியிட்டிருக்கிறான். சுதேசி இயக்கம் சுதேசி இயக்கம் என்று கூச்சலிட்டதெல்லாம் பனியா மில் முதலாளிகளின் கொள்ளையடிப்பைப் பாதுகாக்கத்தான். ஆங்கிலத் துணி பகிஷ்கரிப்பு பம்பாய் மில்களின் ஏகபோக வர்த்தகத்தை வலுப்படுத்தத்தான். எந்தத் தொழிற்சங்கக் கிளர்ச்சியிலும் தலையிட்டு மில் முதலாளிகளுக்குச் சாதகமாகவே கிளர்ச்சியைத் திசை திருப்பி விடுவதுதான் அவன் நோக்கம். எந்த உண்மையான மக்கள் எழுச்சியும் பண முதலைகளுக்குச் சாதகமாக மாற்றி விடுவதுதான் அவன் ஆயுள் லட்சியம். கை நூற்பு, கைவேலை, சர்வோதயம் என்றெல்லாம் ஏழைகள் என்றென்றைக்கும் ஏழைகளாகவே இருந்து சாவதற்காகச் செய்த தந்திரம். யாரும் ஆங்கில மருந்துகளை உபயோகிக்கக் கூடாது, மேல்நாட்டு வைத்திய முறை நோயாளிகளைக் கொள்ளையடிப்பதற்காக என்று நாளெல்லாம் அலறிவிட்டுத் தனக்கு மட்டும் உடம்புக்கு வந்தால் உடனே அதே வைத்தியர்களிடம் ஓடுவதுதான் அவனுடைய வழக்கம். 'உனக்கு ஆபரேஷன் செய்தால் நீ பிழைப்பாய்' என்று

கூறியபோது வாயை மூடிக்கொண்டு ஆபரேஷன் செய்துகொண்டவன்தானே இந்தக் காந்தி!"

"தன் உயிரைக் காப்பாற்றிக்கொள்வது யாருக்கும் முதல் தர்மமில்லையா?"

"அதுதான், அதுவேதான். தன் உயிர் என்றால் எது வேண்டுமானாலும் செய்துகொள்ளலாம். மற்றவர்களுக்கெல்லாம் உபதேசம். மாட்டுப்பால் குடித்தால் ஹிம்சை. ஆட்டுப்பால் குடித்தால் அஹிம்சை."

"இப்படி ஒன்றிரண்டு விஷயங்களை மட்டும் வைத்துக்கொண்டு ஒருவரின் முழு வாழ்நாள் சாதனைகளையும் இலட்சியங்களையும் புறக்கணிக்க முடியுமா?"

"என்ன சாதனை? என்ன இலட்சியம்? ஒத்துழையாமை என்று கூறி மக்களை ஏவிவிடுவது, அது ஒரு உண்மையான மக்கள் புரட்சியாக மாறும்போது எஜமானர்களுக்குச் சாதகமாகக் கைவிடுவது! பெஷாவரில் என்ன நடந்தது? மக்களோடு கார்வாலி ரெஜிமெண்ட் இணைந்துகொண்டு ஒரு வாரத்திற்கும் மேலாக ஆங்கில ஆதிக்கத்தை உதறித் தள்ளியிருக்கிறது. நினைத்துப் பார்க்கவும் முடியாத பயங்கர அடக்குமுறையைக் கட்டவிழ்த்து அந்த கார்வாலி ரெஜிமெண்டைச் சின்னா பின்னமாகப் படுகொலை செய்து, சித்திரவதை செய்து அந்தமானில் தீவாந்திரத்திற்கு அனுப்பியபோது இந்த மகா யோக்கியன் இர்வினுடன் ஒப்பந்தம் செய்துகொண்டிருக்கிறான். 'அரசியல் கைதிகள் எல்லாரையும் விடுவிக்க வேண்டும். கார்வாலி வீரர்களைத் தவிர.' இவன் தேசப்பிதா."

"நீ முழு விவரங்களையும் ஒருங்கிணைத்துப் பார்க்காமல் பகுதி பகுதியாகத் துண்டித்துப் பேசுகிறாய்."

"நான் பேச என்ன இருக்கிறது? இந்திய சரித்திரம் முழுக்கவே இவன் துரோகச் செயல்களை அடுக்கிக்கொண்டே போகிறதே? பம்பாயில் கப்பற்படைக் கிளர்ச்சிபோது என்ன நடந்தது? கப்பற்படை வீரர்களுடன் பம்பாய்நகரத் தொழிலாளர் வர்க்கம் அனைத்துமே சேர்ந்துகொண்டது. இந்திய வரலாற்றிலேயே முற்றிலும் சுயமான, பூரணமான இந்து முஸ்லிம் இணைப்பு என்று அப்போதுதான் நடந்தது. அந்தப் போராட்டம் மட்டும் அரவணைக்கப்பட்டு வளர்க்கப்பட்டிருந்தால் 1857 புரட்சியைக் காட்டிலும் பரிபூரணமான உண்மையான சுதந்திரப் புரட்சியாக மாறியிருக்கும். ஆனால் இந்த மகாத்மா என்ன செய்தான் அப்போது? ஆங்கிலப் படை பலத்தைத் திரணமாக மதித்து எதிர்த்து நின்ற அந்த உண்மையான வீரர்களை ஆதரித்து ஒரு வார்த்தை கூறவில்லை. ஒரு அறிக்கை விடவில்லை. மாறாக அவர்கள் முதுகில் கத்தி பாய்ச்சினான். 'இந்த விதமான இணைப்பு நான் வேண்டும் உன்னத ஹிந்து – முஸ்லிம் இணைப்பு அல்ல. படைவீரர்கள் அதிகாரிகளை மீறித் தள்ளும் கட்டுப்பாடற்ற தன்மையை என்னால் ஒப்புக்கொள்ள முடியாது'. கட்டுப்பாடற்ற தன்மை! இவன் வாழ்க்கையே முழுக்க முழுக்கக் கட்டுப்பாடற்ற தன்மை. இவன் உபதேசிக்கிறான் கட்டுப்பாடு!"

"நீ தவறான ஆதாரங்களையே படித்திருக்கிறாய்."

"இவன் தவறான ஆதாரங்களைத்தான் உலகமெல்லாம் பரப்பியிருக் கிறான்? அதைத்தானே உலகமெல்லாம் தெரிந்துகொண்டிருக்கிறது? பொய், புனைசுருட்டு, திரித்துக் கூறல், உள்ளொன்று வைத்துப் புறமொன்று பேசுதல், தனக்கு ஒரு நியாயம், மக்களுக்கு வேறொரு நியாயம்..."

"உன் ஆதாரம் எது? நீ எதை வைத்துக்கொண்டு இப்படிப் பேசுகிறாய்?"

"நீ ஆர்.பி.டட் எழுதிய 'இன்றைய இந்தியா' படி. புரியும். இந்த மகாத்மாவின் மகாத்மியம். இவன் கைப்பட எழுதிய கடிதங்களும் அறிக்கைகளுமே இருக்கின்றன."

"அவ்வளவுதானா? ஒருவரைப் பற்றி ஒருவர் எழுதியதை மட்டும் வைத்துக்கொண்டு தீர்ப்புக் கூறிவிட முடியுமா? ஒருவன் எண்பதாண்டுகள் பொது வாழ்க்கைக்கே அர்ப்பணித்துச் செயல்பட்டிருந்தபோது ஒருவர் விமர்சனத்தை மட்டும் வைத்துக்கொண்டு அந்த எண்பதாண்டுப் பணிகளை உதறித் தள்ளிவிட முடியுமா? நாம் அவரின் செயல்களை நாமாகப் பரிசீலித்து முடிவுக்கு வரவேண்டாமா?"

"என் பரிசீலனை முடிந்துவிட்டது. இவன் கார் வாலி ரெஜிமெண்டைத் துரோகம் செய்யவில்லை என்று கூற முடியுமா? இவனுடைய காந்தி இர்வின் ஒப்பந்தம் பனியா முதலாளிகள் உடைமைகள் பாதுகாப்புக்காகவென்றே செய்யப்படவில்லை என்று கூறமுடியுமா? இவன் மேல் நாட்டு வைத்திய முறை ஆபரேஷன் செய்துகொள்ளவில்லை என்று கூற முடியுமா? இவன் கப்பற்படை வீரர்கள் எழுச்சியை ஒடுக்குவதற்குச் செயல்படவில்லை என்று கூறமுடியுமா? என் பரிசீலனை முடிந்துவிட்டது. அஹிம்சையாம் அஹிம்சை! காஷ்மீரில் இவன் அஹிம்சையைக் காண்பித்திருக்கலாமே? படையெடுப்புக்கு எதிராக இந்தியத் துருப்புக்களை அனுப்பியபோது இவன் வாயை மூடிக்கொண்டுதானே இருந்தான்!"

இப்போது காந்தி படம் இன்னமும் அதிகமாகப் புன்முறுவலித்துக் கொண்டிருப்பது போல் தோன்றிற்று. பல கோடி ஆண்டுகள் முன்பு நேர்ந்திருக்க வேண்டிய சிருஷ்டியிலிருந்து தொடங்கி உலக வரலாற்றின் ஒவ்வொரு நாளும் மறுபரிசீலனைக்கும் புது முடிவுகளுக்கும் உட்பட்டுக் கொண்டிருக்கும் இன்றுகூட காந்தி பற்றி மட்டும் ஒருவனுக்கு அவன் பரிசீலனை முடிந்துவிட்டது. அந்த நண்பனுக்குக் காந்தி பற்றிய பரிசீலனை மட்டும் என்றில்லை. இவனைப் பற்றிய பரிசீலனையும் முடிந்துவிட்டது. அந்த நண்பனுடைய காந்தி பற்றிய பரிசீலனையைத் துணை வைத்துக்கொண்டு தன்னைத்தானே பரிசீலித்துக்கொள்ள முடியுமா? எதை சத்தியம் என்று வைத்துக்கொண்டு அடுத்த கட்டத்திற்குப் போவது? இதனால்தான் காந்தி தன் சுயசரிதத்தைச் 'சத்திய சோதனை' என்று பெயரிட்டாரோ?

அவனுடைய நண்பன் 'சத்திய சோதனை'யைப் படித்திருக்க மாட்டானென்று அவனுக்குத் தோன்றிற்று. அதைப் படித்திருந்தால் அவன் பார்வைக்கு இன்னம் டஜன் கணக்கில் குறைகளும் பாதகங்களும் அடுக்க முடியும். அந்த மனிதர் அதெல்லாவற்றையும் எழுதி வைத்துப் போயிருக்கிறார். அது முழு வாழ்க்கைச் சுயசரிதம் அல்ல. அதில் கண்டிருப்பதற்குப் பின்னர் இன்னும் இருபதாண்டுகளுக்கும் மேலாகக்

காந்தி வாழ்ந்திருக்கிறார். உலக சரித்திரம் அந்த இருபதாண்டுகளில்தான் பயங்கரத் தீவிரம் அடைந்திருக்கிறது. முழு தேசங்கள் அழிந்திருக்கின்றன. முழு நம்பிக்கைகள் அழிந்திருக்கின்றன. முழு கலாச்சாரங்கள் அழிந்திருக் கின்றன. நேரடியாகவும் சில இயக்கங்களின் விளைவாகவும் மக்கள் லட்சக் கணக்கில் அணு அணுவாகவும் ஒரேயடியாகவும் படுகொலை செய்யப் பட்டிருக்கிறார்கள். காட்டுமிராண்டிகளாக மனிதர் வாழ்ந்த காலத்தில் ஒருவன் முகத்தை இன்னொருவன் அறிந்துதான் கொலை செய்திருக்கிறான். இன்று கொலையாளிக்கு அவன் யாரை எவ்வளவு பேரைக் கொலை செய்யப்போகிறான் என்று தெரியாது. அவன் வரையில் அவன் விசையைத் தள்ளுபவன். கொலை செய்யப்படுபவர்ளுக்கும் அவர்களுடைய முடிவுக்கு எவன் உண்மையான காரணம் என்று தெரியாது. அப்படித் தெரிந்தாலும் அவன் பல ஆயிரம் மைல்களுக்கப்பால் ஒரு சுரங்க அறையில் மிகவும் பத்திரமாக, மிகவும் பத்தியமாக வாழ்க்கை நடத்திக்கொண்டிருப்பான். அங்கு அவன்கூட இருக்கும் நாய் பூனைகளிடம் கருணையின் வடிவமாக இருப்பான் . . .

நான் யாரையோ எதற்குச் சொல்ல வேண்டும், என் நண்பனே அப்படித்தானே இருக்கிறான்? – சிந்தனை பொது விஷயங்களிலிருந்து பிரிந்து மீண்டும் தன்னைப் பற்றியதாக மாறியதில் அவன் வேதனை தணிந்தது போலிருந்தது. சட்டென்று பொங்கி எழுந்த தன்னலனைப் பற்றிய சிந்தனைகளுக்குத்தான் எவ்வளவு கட்டுப்பட்டு அடிமையாக இருக்கிறானென்ற உணர்வு அவன் வேதனையை அக்கணத்தில் விம்மியழுது தீர்க்க வேண்டியதொன்றாகக் கூர்மைப்படுத்தியது. அந்த உண்மையும் எல்லா உண்மைகளைப் போலக் கசப்பாக இருந்தது.

அவன் எதிரே அரைக்கோப்பைளவில் ஆறிக்குளிர்ந்து போயிருந்த காபிமீது காற்று வீசும்போது நூற்றுக்கணக்கான நுணுக்கமான கோடுகளின் நெளிவு மூலம் காபி திரவத்தின் மேற்பரப்பில் பரவிய மெல்லிய ஏடு தன்னை வெளிக்காட்டிக் கொண்டிருந்தது.

1973

கடன்

நான் அந்த ஸ்டூடியோவில் வேலைக்குச் சேரும் போதே நாதமுனி மாமா மத்தியானத்தில் தூங்க ஆரம்பித்துவிட்டார். நாங்கள் எல்லோரும் அவருடைய சகோதரிகள் பிள்ளைகளாக இல்லாதபோதிலும் அவரை நாதமுனி மாமா என்றுதான் அழைத்து வந்தோம். தாழ்வான பிரம்பு நாற்காலியில் நன்றாகச் சாய்ந்துகொண்டு, வாயைத் திறந்துகொண்டு, குறட்டை விட்டுக்கொண்டு அவர் தூங்குவார். அவருடைய அறையிலேயே உட்கார்ந்து வேலை செய்ய வேண்டியிருந்த எனக்கு வயிற்றைக் குமட்டிக்கொண்டு வரும்.

ஒரு காலத்தில் நாதமுனி மாமா ராப்பகலாகக் கண்ணே அயரமாட்டார் என்பார்கள். அப்போது அந்த ஸ்டூடியோ முதலாளி அன்று வரை யாரும் தமிழில் எடுத்திராத முறையில், எடுத்திராத செலவில் ஒரு திரைப்படம் எடுத்து வந்தார். (அந்தப் படத்தை நான் அரை நிக்கர் போட்டுக் கொண்டிருந்த நாளில் பள்ளிக்கூடப் புத்தகங்களுடன் ஒரு பிற்பகல் ஆட்டத்தில் பார்த்தேன்.) வருடக் கணக்கில் அப்பட வேலை இரவு பகலாக நடந்தது. அக்காலத்தில் எங்கள் முதலாளிக்கு மிகவும் பயன்படக் கூடியவர்களாக இருந்த மூன்று நான்கு பேர்களில் நாதமுனி மாமாவும் ஒருவர். முதலாளி எதற்கும், 'நாதமுனியைக் கேட்க வேண்டும்,' 'நாதமுனி எப்படிச் செய்யச் சொல்கிறானோ அப்படிச் செய்யுங்கள்', 'என்ன நாதமுனி, இந்த சீனை இப்படி எடுத்தால் சரியாயிருக்குமா' என்றுதான் கூறிக் கொண் டிருப்பார். ஸ்டூடியோ காரில் நாதமுனி மாமா அரைமணி நேரம் வீட்டுக்குச் சென்றுவருவார் – குளித்து வேறு உடை தரித்து வருவதற்கு. மற்றபடி சாப்பாடு, டிபன், காலை – மாலை காபி, இரவு ஹார்லிக்ஸ், படுக்கை எல்லாம் ஸ்டூடியோவில்தான். அப்போது ஸ்டூடியோ காண்டீனையும் முதலாளி ஸ்டூடியோவின் ஒரு இலாக்காவாக நடத்திவந்தார். ஊரெல்லாம் செக்கச்செவேலென்ற ரேஷன் அரிசியை ஒரு சிறு பாத்திரத்தில் பட்டையாகப் போட்டுச் சாப்பிடத் தந்த நாட்களில் எங்கள் ஸ்டூடியோவில் மட்டும் மல்லிகைப்பூப் போன்ற சாதம் கணக்கில்லாமல் பரிமாறப்படும். காபிக்கு

காபிக்கொட்டையை காபிக் கொட்டை உற்பத்தியாளர் ஏலத்திற்குச் சென்று மூட்டை மூட்டையாக வாங்கி வருவார்கள். நாதமுனி மாமாவைக் காலைக் காபி முதல் இராச் சாப்பாடு வரை ஸ்டூடியோவில் வைத்துக்கொள்ளுமாறு முதலாளி ஏற்பாடு செய்தால் மற்றவர்களெல்லாம் அவர்களாகவே எந்நேரமும் ஸ்டூடியோவிலேயே இருப்பார்கள். ஸ்டூடியோவில் வேலை முடிந்த பிறகு வீட்டிற்குச் சென்று மீண்டும் சாப்பிடுவதற்கு ஸ்டூடியோவுக்கே வந்துவிடுவார்கள். ஸ்டூடியோ அதிகாலைப் பொங்கலை, அதில் சொட்டச்சொட்ட இருக்கும் நெய், குவிந்திருக்கும் முந்திரிப் பருப்பு, இதை நினைத்து நினைத்துச் சப்புக்கொட்டி என்னிடம் கூறுவார்கள். நான் வேலைக்குச் சேர்ந்த காலத்தில் இதெல்லாம் வெகுவாக மாறியிருந்தது. இந்த மாறுதல்களே பிறர் சொல்லித்தான் எனக்குத் தெரியும்.

நாதமுனி மாமாவின் நிலையும் வெகுவாக மாறியிருந்தது. திரைப்படத் தயாரிப்பில் ஆரம்பப் பயிற்சியாளன் என்ற கட்டத்தைத் தாண்டிவிட்ட முதலாளிக்கு நாதமுனி போன்றோரின் யோசனைகளும் ஒப்புதல்களும் ஒவ்வொன்றிற்கும் தேவை என்ற நிலைமை தொடர்ந்து நீடிக்கவில்லை. வெகு சீக்கிரத்தில் முதலாளியே முடிவுகள் எடுத்துவிட, அம்முடிவுகளை நிறைவேற்ற மட்டும் நாதமுனி போன்றோர் இருந்தால் போதும் என்றாகிவிட்டது. நாதமுனிக்குத் திறமை வாய்ந்தவர்கள் உதவியாளர்களாக அமைந்துவிட்டபடியால் மேற்பார்வை வேலைகூட மிக எளிதாகப் போய்விட்டது. நாதமுனி பிற்பகலில் ஸ்டூடியோவிலேயே தூங்க ஆரம்பித்து விட்டார். என் வேலைக்கும் அவருடைய எடிட்டிங் இலாக்காவுக்கும் எவ்விதச் சம்பந்தமும் இல்லாதபோதிலும் இட நெருக்கடி காரணமாக என் மேஜை அவருடைய அறையில் போடப்பட்டது. நாதமுனி மாமாவின் குறட்டை ஒலி போகும் போக்கிலிருந்து அவருடைய கனவுகளில் எவ்வளவு இக்கட்டான நிலைமைகளை அனுபவிக்கிறார், எவ்வளவு பயங்கரமான உருவங்களுடன் தனித்துப் போரிடச் சிக்கிக்கொள்கிறார் என்றெல்லாம் நான் நினைத்துப் பார்க்கத் தினமும் வாய்ப்புக் கிடைத்தது.

விழித்திருக்கும் நேரத்தில் நாதமுனி மாமா தன் வயதிற்கு மீறிய முதுமையடைந்தவர் போலத்தான் காணப்படுவார். அவருக்கு நிஜமாகவே நிறைய வயது ஆகியிருக்கக்கூடும். இருந்தும் கன்னக் கோடுகளும் தலை நரையும் தமிழ் சினிமாக் கதாநாயகன் காதலி வீட்டில் வேலைக்காரனாக நுழையப் போட்டுக்கொண்ட மாறுவேஷம் போல்தான் காட்சியளிக்கும். இதற்கு மாறாக நாதமுனி மாமாவின் மனைவி வாட்டமே தெரியாதபடி இருப்பாள். இரண்டு வயது வந்த பெண்கள் உட்பட ஆறு குழந்தைகள். அத்துடன் அவர் வீட்டில் அவருடைய மைத்துனன், அவன் மனைவி, ஒரு குழந்தை. அவர் மைத்துனனை ஸ்டூடியோவில் எல்லாரும், "வா ராஜா" என்று உற்சாகத்துடன் வரவேற்றுப் பேசுவார்கள். அவன் பெயரே ராஜா. எப்போதும் வெற்றிலை போட்டுக்கொண்டு சவுடாலாகப் பேசுவான். அவன் பிஸினஸ் செய்வதாகச் சொல்வான். வாரத்தில் இருமுறை நாதமுனி தூங்கும்போது வந்து அவரை எழுப்பித் தெலுங்கில் ஏதோ சொல்வான். அவர் இரண்டு நிமிஷம் யோசித்துப் பார்த்து, பிறகு தன் பையைத் துழாவுவதுபோல் பாவனை செய்து, கடைசியில் என்னை இரண்டு ரூபாய் கைமாற்றுக் கேட்பார். நான் அவரிடம் கொடுக்கும் இரண்டு ரூபாயை

அப்படியே ராஜாவிடம் கொடுப்பார். அவனுடைய அக்கா நாதமுனியிடம் தினமும் எண்ணி பஸ் சில்லறை மட்டும் தான் தருவாள் என்று எல்லாரும் சொல்வார்கள்.

ஆனால் நாதமுனி வீடு திரும்பும்போது பஸ்ஸில் போகாமல் நடந்துதான் போவார். அநேக நாட்கள் நானும் அவருமாகத்தான் நடப்போம். முதலாளிக்கு அவர் மிகவும் தேவையாக இருந்த நாட்கள், ஸ்டூடியோவின் தயாரிப்புகளில் பணிபுரிந்தோர் பட்டியல்களில் அவர் பெயரைக் கொட்டை எழுத்துக்களில் போட்டது, ஒரு படத்திற்கு அவரையே டைரக்டராக அறிவித்தது இதெல்லாம் பற்றி ஒரு வார்த்தை நாதமுனி மாமா என்னிடம் பேசமாட்டார். தைத்ரோபநிஷத், சென்னை பஸ்கள் தேசீயமயமாக்காதபோது சிடி மோட்டார் சர்வீஸ் சொந்தக்காரர் சுந்தரமய்யரே கும்பல் நேரங்களில் பஸ் ஸ்டாண்டுக்கு வந்து அட்டவணையை மீறி அதிக பஸ்கள் கொண்டு வந்து எல்லாரையும் உரிய காலத்தில் ஆபிஸ் போயடையச் செய்தது, ராயப்பேட்டையில் நடந்த ஒரு காங்கிரஸ் எக்ஸிபிஷன் தீப்பிடித்து எரிந்தது, சென்னையில் ஜப்பான் அபாயச் சங்கு ஊதி அதே சமயத்தில் ஊரில் வெள்ளமும் வந்தது, இதெல்லாம் பற்றி விவரமாகப் பேசுவார். என்னிடம் என்று இல்லை, அவருக்குத் தெரிந்தவர்கள் எல்லோரிடமும் அப்படிப்பட்ட விஷயங்களாகப் பேசுவார். அவர் பேச்சிலிருந்து அவர் ஒரு சினிமா ஸ்டூடியோவில் வேலை பார்ப்பவர், அதிலும் மிக நுணுக்கமான பணிபுரியும் எடிட்டிங் பிரிவுக்குத் தலைமை வகிப்பவர் என்று தெரிந்துகொள்ள முடியாது. அவருடைய பிழைப்புத் தொழில் அவருக்கு முக்கியமல்லாது போய் வெகு நாட்களுக்குப் பிறகு திடீரென்று நாதமுனி மாமாவுக்கு ஒரு முக்கியத்வம் வந்தது. எங்கள் ஸ்டூடியோவின் மிகப் பெரிய படமொன்றை வடக்கே காட்ட ஒரு விநியோகஸ்தரை ஏற்பாடு செய்திருந்தார்கள். நல்ல கொழுத்த பணம் படைத்த, பரம்பரை பரம்பரையாக வியாபாரத்தில் ஈடுபட்டிருக்கும் குடும்பம். அவர்கள் எங்கள் படத்தின் பிரதிகளை எடுக்க அவர்களே கச்சா 'பாஸிடிவ்' சுருள்களை அனுப்பியிருந்தார்கள். (அந்நாளில் கச்சா சுருள்களுக்குக் கட்டுப்பாடு, தட்டுப்பாடு ஒன்றும் கிடையாது) எதேச்சையாக லாபரட்டரிக்குச் சென்றிருந்த நாதமுனி மாமா விநியோகஸ்தர் அனுப்பித்த சுருள்கள் அத்தனையும் 'மாஸ்டர் பாஸிடிவ்' என்று கண்டுகொண்டுவிட்டார். அப்போது லாபரட்டரி சூப்ரிண்டெண்ட் ஒருமாத லீவில் இருந்தார். அவர் இல்லாத நேரத்தில் லாபரட்டரியில் மற்றப் பணியாளர்கள் கச்சாசுருள் 'மாஸ்டர் பாஸிடிவ்' என்று தெரிந்தால்கூட அப்படியே பிரதியெடுத்து அந்த விநியோகஸ்தருக்கு அனுப்பித்திருக்கக்கூடும். ஒரு 'மாஸ்டர் பாஸிடிவ்' 'நெகடிவ்'வுக்கு ஒப்பானது. அந்த 'மாஸ்டர் பாஸிடிவ்'விலிருந்து 'ட்யூப் நெகடிவ்' ஒன்று தயாரித்துக் கணக்கற்ற பிரதிகள் எடுத்துக் கணக்கற்ற ஊர்களில் படத்தை ஓட்டி அந்தப் பணத்தை அந்த விநியோகஸ்தர் அப்படியே சுருட்டிக்கொள்ளலாம். கடத்தல்காரர்கள் மூலம் படத்தின் பிரதிகளை இந்தியப் படங்கள் ஓடும் வெளிநாடுகளுக்கு விற்றுவிடலாம். வருடக்கணக்கில் படாத பாடுபட்டு, பல அபாயங்களுக்கிடையில் லட்சக்கணக்கில் செலவுசெய்து தாயர்செய்த ஒரு பொருளை அபத்தமாகத் தொலைத்துவிட்டு வருவதற்குச் சமானம். அந்த ஐந்தாறு நாட்கள் நாதமுனி மாமாதான் எங்கள் ஸ்டூடியோவில் மிக முக்கியப் பிரமுகர். நாதமுனி மாமா அறைக்கு முதலாளியே ஒருமுறை

வந்து பேசிவிட்டுப் போனார். ஸ்டுடியோ காரில் அவரை ஒருநாள் வீட்டில் இறக்கிவிட்டுப் போனார்கள். நாதமுனி மாமாவும் ஒரு வார காலத்திற்கு மிகவும் கலகலவென்று இருந்தார். அப்புறம் பரபரப்பு ஓய்ந்துவிட்டது. லாபரட்டரி சூப்ரிண்டெண்ட் லீவு முடிந்து திரும்பிவிட்டார். முதலாளி ஒரு அரசாங்க விருது பெறுவதற்காகவும் அடுத்த ஹிந்திப் படத்திற்கு நடிகர்கள் அமர்த்துவதற்காகவும் வட இந்தியா சென்றுவிட்டார். நாதமுனி மாமா பழையபடி பகலில் தூங்க ஆரம்பித்துவிட்டார்.

அன்று அவர் குறட்டை விசேஷமாக அருவருப்பாக இருந்தது. எந்தக் காரணத்தால் அருவருப்பு ஏற்பட்டாலும் எனக்கு ஒரே விளைவு குமட்டல் தான். குறட்டையைப் பொருட்படுத்தாமல் என் வேலையைக் கவனிக்கப் பிரயாசை செய்தேன். ஆனால் நாதமுனி மாமா ஒவ்வொரு முறை மூச்சிழுத்து விடும்போது ஒவ்வொரு பாவம் தொனிக்கும் குறட்டை ஒலி என்னை அதைத் தவிர வேறெதன் மீதும் கவனம் கொள்ளவிடவில்லை. நான் வேலையில் சேர்ந்து முழுக்க ஒரு வருடம்கூட ஆகவில்லை. ஆனால் அன்று 'இப்படி ஒரு மத்தியானத் தூங்கிக்கூடக் காலம் கழிக்க வேண்டியாயிற்றே' என்று அலுத்துக்கொண்டேன். என் நாற்காலியை அளவுக்கு மீறியே சப்தமெழுப்பும்படி நகர்த்தி அறை வெளியே வந்தேன். அப்போது தூக்கத்தி லேயே நாதமுனி மாமா பெரிதாக ஒரு பெருமூச்சு விட்டார். அத்துடன், "என்னை இனிமே அவரேம்பா பாக்க வரப்போறாரு?" என்றார்.

"என்ன?" என்று சொல்லி நான் அவர் பக்கம் திரும்பி நின்றேன்.

நாதமுனி தொடர்ந்து தூங்கிக் கொண்டிருந்தார்.

நான் திரும்ப என் நாற்காலியில் வந்து உட்கார்ந்துகொண்டேன். ஏதோ தூக்கத்தில் உளறினார் என்பது தவிர நாதமுனி என்ன உளறினார் என்று எனக்கு அந்நேரத்தில் தெரியவில்லை. அன்று அவர் விழித்துக் கொண்டவுடன், "நீங்கள் இன்னிக்குத் தூக்கத்திலே உளறினீங்க" என்றேன்.

"அப்படியா? என்ன உளறினேன்? என்ன உளறினேன்?"

"என்னமோ சரியாத் தெரியலே. நான் என்னப்பா பண்ணுவேன்ற மாதிரி இருந்தது."

"அப்படியா?"

நாதமுனி மாமா சிறிது நேரம் ஒன்றும் பேசாமல் இருந்தார். பிறகு, "வா, காபி சாப்பிட்டு வரலாம்" என்றார்.

நாங்கள் காபி சாப்பிடப் போனோம். நாதமுனி மாமா ஏதோ நினைவுபடுத்திக்கொள்ள முயன்றுகொண்டிருந்தார். சினிமா எடிட்டிங் வேலை பழகியவர்களுக்கு அரைமணி நேரப் பேச்சானால்கூட அதை வரிசையாக, ஒழுங்காகத் திரும்ப அமைக்கும் ஓர் அசாதாரணத் திறமை ஏற்பட்டுவிடும். "ராஜா என்னைத் தொந்தரவு படுத்தாதேன்னேனா?" என்று நாதமுனி மாமா கேட்டார். "இல்லை," என்றேன்.

காபி மிகவும் மோசமாக இருந்தது. இருவருமே முழுக்கக் குடிக்காமல் அறைக்குத் திரும்பினோம். நான் என் காகிதங்களைத் திரும்ப மேஜைமீது

போட்டுக்கொண்டு வேலையில் முனைய இருந்தேன். நாதமுனி மாமா கேட்டார், “எனக்கு ஒரு வேலை செய்யறியா?”

எனக்கு எரிச்சலாக இருந்தது.

“தாராளமா சார்” என்றேன்.

நாதமுனி மாமா மீண்டும் யோசனையில் ஆழ்ந்தார். எனக்கு ஏகப்பட்ட வேலை இருந்தது. எனக்கு இரு மேலதிகாரிகள். என்னை நாதமுனி மாமா அறையில் தள்ளியிருக்கவே கூடாது. மத்தியான காபியாவது கான்டீனில் ஒழுங்காக இருந்திருக்கலாம்.

“ராஜா ரொம்ப நெருக்கறாம்பா,” என்று நாதமுனி மாமா சொன்னார்.

“உங்களையா?”

“ஆமாம்ப்பா. தெரியாத்தனமா அவன்கிட்டே ஐநூறு ரூபா வாங்கிண்டேன். அவன் அக்காவுக்கு இது தெரியாது. இப்போ பிடிச்சு உடனே கொண்டாங்கறான்.”

“ராஜாதானே சார் உங்ககிட்டேந்து வாங்கிண்டு போறார்?”

“அது வட்டிப்பா. நான் உனக்குத் தரவேண்டியதெல்லாம் கணக்கு வச்சிருக்கேன். மொத்தமாத் தந்துடறேன்.”

“அதுக்கில்லே, சார்.”

“ஒரு வாரமா முழு ஐநூறையும் திருப்பிக் கொடுன்னு அவன் தொந்தரவு பண்ணறான். என் மிஸஸ்கிட்டே சொல்லி வாங்கிக்கறேன்னு பயமுறுத்தறான். அவகிட்ட பணம் இருக்கு, சரி. ஆனா அவளை அப்புறம் சரிப்படுத்தற பாடு? என் மிஸஸ்ஸைப் பாத்திருக்கே இல்லே நீ?”

“உங்க வீட்டுக்குத்தான் இரண்டு தரம் வந்திருக்கேனே, சார்.”

“உங்ககிட்டே ஒரு ஐநூறு இருக்குமா?”

நான் பதில் சொல்லவில்லை. மாதம் எழுநூறு ரூபாய் சம்பளம் வாங்குகிறவர் இன்னும் நூற்றைம்பதை எட்டாதவனைக் கேட்கிறார்.

“உனக்கு பிரகாசத்தைத் தெரியுமில்லே?”

பிரகாசம் எங்கள் ஸ்டூடியோவிலேயே மாதச் சம்பளம் வாங்கிக்கொண்டு வருடத்திற்கொரு படத்தில் துணைக் கதாநாயகன் வேடத்தில் நடிப்பவன். அவன் சமீபத்தில் முதலாளியைத் தூக்கியெறிந்து பேசிவிட்டான் என்று பேசிக்கொண்டார்கள்.

“எனக்குத் தெரியாது, சார்” என்றேன்.

“அவன் வீடு தெரியுமில்லையா?”

“வாணிமகால் கிட்டே எங்கேயோ.”

“ஆமாம். ஆமாம். அங்கேதான். திருமலைப்பிள்ளை ரோடிலே திரும்பிய வுடனே முதல் பங்களா மாடி. அவனைப் போய் நீ பார்த்துட்டு வரணும்.”

“என்னோடெல்லாம் அவங்க பேசவே மாட்டாங்க சார்.”

"ஆ... ஆ, பிரகாசம் அப்படியில்லே. ரொம்ப வேற மாதிரி. எனக்கு அவனைப் போய்ப் பார்க்கறதுக்கு சங்கடமாயிருக்கு. அதான் உன்னைப் போகச் சொல்றேன்."

"என்னை அவருக்குத் தெரியவே தெரியாதே, சார். இந்த ஸ்டூடியோ விலேயே ரொம்ப பேருக்கு என்னைத் தெரியாது."

நாதமுனி பதில் சொல்லவில்லை. சிறிது நேரம் யோசனையில் இருந்த மாதிரி சாய்ந்துகொண்டிருந்தார். சட்டென்று ஒரு குறட்டை வந்தது, "நான் போய்ப் பார்க்கறேன், சார்" என்று கத்தினேன்.

நாதமுனி மாமா கண்ணைத் திறந்துகொண்டு, "என்ன?" என்றார்.

"நான் பிரகாசத்தைப் போய்ப் பார்க்கறேன்."

"நீ பாக்கறியா? அப்பா! எனக்குப் பெரிய ஒத்தாசைப்பா. நான் உன்னை அவன் வீட்டு வாசல் வரைக்கும் கொண்டுவந்து விடறேன். நீ போய்ப் பார்த்துக் கேட்டுண்டு வா."

"என்ன கேக்கணும் சார்?"

நாதமுனி மாமா ஒரு கணம் யோசித்தார். "நீ ஒண்ணும் கேக்க வேண்டாம். நான் லெட்டர் தரேன்" என்றார். நான் மீண்டும் என் வேலையைச் செய்ய முனைந்தபோது அவர் ஐந்தாறு முறை எழுதி எழுதிக் கிழித்துப் போட்டுக் கடைசியாக ஒரு கடிதத்தைத் தயார் செய்தார். அதை ஒரு உறையில் போட்டு உறையை ஒட்டவும் செய்தார். எனக்கு அப்போதும் எரிச்சல் ஏற்பட்டது,

அன்று மாலை வாணிமகாலருகே நாங்கள் இருவரும் சென்றோம். "அதோ, அந்த வீடுதான்" என்று நாதமுனி மாமா சொன்னார்.

"எனக்குத் தெரியும்" என்றேன்.

"நீ போய்க் கேட்டுண்டு வந்துட்றியா? நான் இங்கேயே நிக்கறேன்."

அப்போதெல்லாம் வாணிமகாலருகே ஏகப்பட்ட தண்ணீர் தேங்கி, எது நடைபாதை, சாலை என்று நிச்சயமாகச் சொல்ல முடியாமல், அத்துடன் இருட்டாகவும் இருக்கும்.

"சரி" என்றேன்.

"இல்லை, நான் இப்படியே வீட்டுக்குப் போயிடறேன். நீ வந்து என்னைக் கூப்பிடு" என்றார்.

"சரி" என்றேன்.

நாதமுனி மாமா சிறிது தயங்கிவிட்டுப் பிறகு மெதுவாக நடந்து போக ஆரம்பித்தார். அவர் வீடு மாம்பலம் ஸ்டேஷன் அருகில். என்னுடையது பழைய மாம்பலத்தில்.

நான் ஷர்ட்டை ஒழுங்காக டிரௌசரில் நுழைத்து இழுத்து விட்டுக் கொண்டேன். பிரகாசம் வீட்டு கேட்டைத் திறந்து உள்ளே சென்றேன். கீழ்ப் பகுதியில் யாரோ முஸ்லீம்கள் குடியிருந்தார்கள், "பிரகாசம் வீடு

எது?” என்று கேட்டேன். “இதோ இப்படி மாடிக்குப் போகணும்” என்று ஒரு பையன் வழி காண்பித்தான்.

மாடி வெராந்தாவில் ஒரு சாய்வான பிரம்பு நாற்காலியில் அரை யிருட்டில் பிரகாசம் பனியன் பைஜாமா மட்டும் அணிந்துகொண்டு சிகரெட் பிடித்துக்கொண்டிருந்தான். நான் அவனருகே போய் நிற்கும் வரை என்னைப் பார்க்கவில்லை. திடீரென்று நான் அருகில் இருப்பதை உணர்ந்து “யாரு?” என்றான்.

“நான்தான்” என்றேன்.

“நான்தான்னா யாரு?” என்று கேட்டான்.

என் பெயரைச் சொன்னேன். அது அவனுக்கு எவ்வித விளக்கமும் அளித்திருக்காது. ஆனால் ஏதோ ஒரு விதமாகச் சமாதானமடைந்தவன் போல எழுந்து விளக்கைப் போட்டு மீண்டும் அவன் நாற்காலியில் உட்கார்ந்துகொண்டேன்.

“என்ன வேணும்?” என்று கேட்டான்.

“நாதமுனி அனுப்பிச்சார்” என்றேன்.

“யாரு?”

நான் எங்கள் ஸ்டூடியோ பெயரையும் சொன்னேன். “ஓ, நாதமுனி மாமாவா? எப்படி இருக்கார்? அவரையெல்லாம் பாத்து மாசக் கணக்கிலே ஆறது” என்று பிரகாசம் சொன்னான்.

நான் கடிதத்தை நீட்டினேன். அவன் என்னெதிரிலேயே உறையைக் கிழித்துக் கடிதத்தைப் படித்தான். செயலிழந்தவன் போல என்னிடமே அக்கடிதத்தைக் கொடுத்தான். நான் ஒரு பார்வையில் சில முக்கிய வரிகளைப் படித்தேன். நாதமுனி மிகவும் அன்புடன் பிரகாசத்தை அவன் அவரிடம் கடன் வாங்கியிருந்த எண்ணூறு ரூபாயைத் திருப்பிக் கேட்டிருந்தார்.

“நிஜம்மா சொல்லறேம்ப்பா. இன்னித் தேதியிலே எங்கிட்டேயிருக்கிற தெல்லாம் இதுதான்” என்று பிரகாசம் அவன் சிகரெட் டப்பாவைக் காண்பித்தான்.

நான் பதில் பேசவில்லை.

“உக்காரு” என்றான்.

நான் ஒரு நாற்காலியில் உட்கார்ந்தேன்.

“நீ என்ன பண்ணறே?” என்று கேட்டான். நான் சொன்னேன்.

“நீ வேலைக்குச் சேர்ந்து எவ்வளவு நாளாச்சு?”

“ஒரு வருஷம் ஆறது.”

பிரகாசம் சொன்னான், “இன்னும் ஒரு வருஷம் ஆறதுக்குள்ளே நீ வேறே எங்கேயாவது போயிடு.”

நான் பதில் சொல்லாமல் உட்கார்ந்திருந்தேன்.

“என்ன இப்படி சொல்லறேனேன்னு நினைக்காதே. உனக்குச் சோத்தைப் போட்டுப் போட்டு ஒரு வேலையும் வாங்கிக்காமே ஒரு வேலைக்கும் லாயக்கில்லாமே பண்ணிடுவாங்க. அப்புறம் நானும் நீயும் ஒண்ணுதான்.”

“நீங்கள்ளாம் ஸ்டார்.”

“பெரிய இஸ்டார்தான். தம்பிடிக்குப் பிரயோசனம் இல்லை. மார்க்கெட் இருக்கறப்போ நெய்ப் பொங்கலும் நெய் சோறும் போட்டுத் தூங்கப் பண்ணுவாங்க. முழிச்சுக்கறதுக்குள்ளே ஒம் முஞ்சியும் போயிடும். மார்க்கெட்டும் போயிடும். இன்னும் எவனெவனோ வந்துடுவான். நீ கழுதை மாதிரி தொப்பை தள்ளிண்டிருப்பே.”

எனக்கு அவன் சொன்னது ஒன்றும் புரியவில்லை. நான் பேசி அவனுடன் வாதாட முடியாது என்று மட்டும்தான் புரிந்தது.

“சரி, அதெல்லாம் உங்கிட்டே எதுக்கு? சின்ன வயசிலேயே ஒழுங்கா எங்காயாவது நல்ல இடத்திலேயே வேலைக்குப் போயி உக்காரு.”

நாங்கள் இருவரும் சிறிது நேரம் பேசாமல் இருந்தோம். நான் கேட்டேன், “நாதமுனி சார்கிட்டே என்ன சொல்லறது?”

பிரகாசம் அவன் நாற்காலியிலேயே அங்குமிங்கும் அசைந்துகொண்டான். “என்ன சொல்லறதுப்பா. அவருக்கு எண்ணூறு இல்லே, எட்டாயிரம்கூடக் கொடுக்கலாம். கையிலே ஒண்ணும் இல்லையே.”

நான் அவனைப் பார்த்தபடியே உட்கார்ந்திருந்தேன்.

“சரி, நாளைக்கு, இல்லேன்னா சனிக்கிழமை வரச் சொல்லேன். ஏதோ மானேஜ் பண்ணப் பாக்கறேன்.”

“சனிக்கிழமை ஈவினிங் வரச் சொல்லட்டுமா?”

“இல்லே காலையிலேயே வரச்சொல்லு. ஈவினிங்கிலேயெல்லாம் நான் வீட்டிலே இருக்கமாட்டேன்.”

அப்போது, “பிரகாஷ்” என்று கூவிக்கொண்டு உள்ளேயிருந்து ஒருத்தி வந்தாள். நான் அவளை உடனே அடையாளம் கண்டுகொண்டேன். தெலுங்கு நடிகை, அற்புதமான நடிகை. மூன்று நான்கு ஆண்டுகள் முன்புகூட அவளுடைய சாகசமான கண் வீச்சிலும் ஒய்யாரத்திலும் தென்னிந்தியாவே மயங்கிக் கிடந்தது. அவள் புருஷன் எங்கேயோ மசூலிப்பட்டணத்தில் இருந்தான். அவளுக்குக் குடியும் காக்காய் வலிப்பும் அளவு மீறிப்போய் சினிமாத் தொழிலில் பின்தங்கிப் போய்விட்டாள். அவளுடைய காக்காய் வலிப்புக்கு ஒரு ஆதிவாசி வைத்தியமாகக் காளை மாடு மாதிரி பிரகாசத்தை சைத்திருக்கிறாள் என்று சொல்லுவார்கள். பிரகாசம் பாழாவது நெய்ப் பொங்கலாலா அவளாலா என்று கூற முடியாது.

“நான் போய் வரேன்” என்று எழுந்தேன்.

அவள் “பிரகாஷ்” என்று இன்னொரு முறை கூவி அவன் கழுத்தைக் கட்டிக்கொண்டு மிகுந்த வாஞ்சையுடன் அவன் நெற்றியை முத்தமிட்டாள். பிரகாசம் மரக்கட்டைபோல இருந்தான்.

"எவரிதி அப்பாயி?" என்று கேட்டாள்.

பிரகாசம் அவளுக்குப் பதில் தராமல் என்னைப் பார்த்து, "நீ அவரை சனிக்கிழமை காலை வரச்சொல்லு, நான் ஏதாவது பார்க்கறேன்," என்றான்.

"சொல்ல மாட்டாயா?" என்று தெலுங்கில் கேட்டு மீண்டும் அவள் அவனை முத்தமிட்டாள். நான் படியிறங்கிக் கீழே வந்தேன்.

நான் சனிக்கிழமை காலை ஸ்டூடியோவுக்குப் போகிறேன். அங்கே எல்லாரும் கும்பல் கும்பலாகக் கூடி நிற்கிறார்கள். என்ன என்று கேட்டேன். "நாதமுனி மாமா செத்துட்டார்."

"ஐயோ, நம்ம நாதமுனி மாமாவா?"

"ஆமாம்."

"எப்படி? எப்படி?ஆக்ஸிடெண்ட்?"

"என்ன ஆக்ஸிடெண்ட்?"

"சைக்கிள் ஆக்ஸிடெண்ட். டிரான்ஸ்போர்ட் பஸ் மேலே ஏறிடுச்சு. காலையிலே எட்டு மணிக்கோ ஒன்பது மணிக்கோ."

"எங்கே? எங்கே?"

"எல்லாம் மாம்பலத்திலேயேதான். இப்ப பாடி ராயப்பேட்டை ஆஸ்பிட்டல்லே இருக்கு."

நாதமுனியின் சடலம் ராயப்பேட்டை ஆஸ்பத்திரியில்தான் இருந்தது. ஸ்டூடியோவில் கொஞ்சம் முக்கியமானவர்கள் என்பவர்கள் ஐந்தாறு பேர் ஒரு காரில் ராயப்பேட்டை ஆஸ்பத்திரிக்குப் போனார்கள். அவர் அறையிலேயே உட்காரும் எனக்கு அந்த வண்டியில் இடம் கொடுத்தார்கள். நாங்கள் ஆஸ்பத்திரி பழைய கட்டடத்தருகில் இறங்கி உள்ளே போனோம். சவ அறை பூட்டப்பட்டு இருந்தது. போலீஸ் இன்ஸ்பெக்டர் ஒருவர் இருந்தார். அவரிடம் அனுமதி கேட்க வேண்டியிருந்தது, நாங்கள் வந்த வண்டி நாதமுனியின் வீட்டுக்குச் சென்றது—ஒருவேளை அவர் மனைவி அல்லது வேறுயாராவது ஆஸ்பத்திரிக்கு வர வேண்டுமானால் அழைத்து வர. நாங்கள் மரத்தடியில் காத்து நின்றோம். இன்னும் அந்த அறைக்கதவைத் திறக்கவில்லை.

அப்போது எங்கள் ஸ்டூடியோ முதலாளி வந்தார். அவர் முகம் மிகவும் வருத்தம் தெரிய இருந்தது. அன்று தூக்கத்தில் நாதமுனி மாமா உளறியது என்ன என்றும், இதற்குத்தானோ என்றும் எனக்குத் தோன்றியது.

முதலாளி எங்கள் கூட்டத்தில் பெரியவர்கள் எனப்படுபவர்களிடம் "என்னப்பா, எப்படியாச்சு இது?" என்று கேட்டார்.

நாதமுனிக்குக சைக்கிள் பழக்கம் விடுபட்டுப் போய் எவ்வளவோ வருஷங்கள் ஆகிவிட்டன, ஆனால் அன்று ஏதோ காரணமாக மாம்பலம் ஜி.என். செட்டி ரோட்டில் சைக்கிளில் சென்றிருக்கிறார். பின்னால் வந்த பஸ் ராகவையா பஸ் ஸ்டாப்பில் நிற்பதற்காக அவர் ஒதுக்கியிருக்கிறார். வழக்கம் போல சென்னைச் சாலைகளை அகலப்படுத்தும் முயற்சியில்

அங்கும் சாலையின் இரு புறங்களையும் தோண்டிப் போட்டுச் சரளைக் கற்களை மட்டும் பரப்பி இருந்தார்கள். பஸ் கிளம்பிவிட்டது. சரளைக் கற்களினூடே சைக்கிளில் தடுமாறிக் கொண்டிருந்த நாதமுனி பஸ்ஸின் இடது முன் சக்கரத்துக்கும் அதன் மட்கார்டுக்கும் நடுவில் எப்படியோ சிக்கிக்கொண்டுவிட்டார். இது பஸ் டிரைவருக்குத் தெரியாது, வேறு பயணிகளுக்கும் தெரியவில்லை. நாதமுனி சக்கரத்தோடு சுற்றிச்சுற்றி வந்திருக்கிறார். வாணிமகால் அருகே அவர் தூக்கி எறியப்பட்டிருக்கிறார். பஸ்ஸூம் நின்றது. நாதமுனிக்கு உயிர் போவதற்கு முன் தான் யார் என்று தெரிவிக்க மட்டும் முடிந்திருக்கிறது.

“இவன் ஏன் சைக்கிள்ளிலே போறாம்பா?” என்று முதலாளி கேட்டார். பிறகு போலீஸ் இன்ஸ்ப்பெக்டரைக் கூப்பிட்டுத் தனியாகப் பேசினார்.

அரைமணி நேரம் கழித்துத்தான் நாதமுனியின் உடலைப் பார்க்க முடிந்தது, சவ அறைக்கே அப்போதுதான் கொண்டு வருகிறார்கள். கண், மூக்கு, வாய் மட்டும் தெரிய தலைக்குக் கட்டு கட்டியிருக்கிறார்கள். அந்தக் கட்டு இல்லாவிட்டால் முகம் முகமாக இருக்காது.

முதலாளி ஒரு ஏற்பாடு மட்டும் செய்துவிட்டுப் புறப்பட்டார். போலீஸ் சவ பரிசோதனை செய்ய வெட்டிக் குதற வேண்டியதை பஸ் ஏற்கனவே செய்துவிட்டாலும் மீண்டும் பரிசோதனை என்று இன்னொரு முறை, அநேகமாக இன்னும் ஒருநாள் காலதாமதத்தில், நாதமுனியின் உடல் துண்டு போடப்படும். அது வேண்டாம்; அப்படியே செய்துதான் ஆக வேண்டும் என்றால் உடனே பெயரளவுக்கு அதை முடித்து உடலைப் பிற்பகலுக்குள் நாதமுனியின் வீட்டில் கொண்டுபோய்ச் சேர்த்துவிட வேண்டும். இதற்காக முதலாளி செல்வாக்கை எல்லா கட்டங்களிலும் தயக்கமில்லாமல் உபயோகிக்கலாம்.

நாதமுனியின் உடலைப் பகல் இரண்டு மணிக்கெல்லாம் அவர் வீட்டுக்குக் கொண்டுபோய்விட்டோம் உடல் சீராக ஒருங்கிணைத்தபடியில்லாத படியால் தலை முதல் கால் வரை இழுத்துக்கட்டி வைக்க வேண்டியிருந்தது. நாதமுனியின் மனைவி குழந்தைகளுடன் ராஜாவும் பெரிதாகக் கூப்பாடு போட்டு அழுதுகொண்டிருந்தான்.

அவனுக்கு அவன் பணம் வராது. அவன், பாவம், அதற்கென்றில்லாமல் உண்மையிலேயே அக்கா புருஷன் கோரமரணம் அடைந்ததற்கு அழுது கொண்டிருக்கலாம். நாதமுனி மாமா அன்று காலை ஜி.என். செட்டி ரோடில் வாணிமகால் பக்கம் ஏன் போக வேண்டியிருந்தது என்று எனக்குத்தான் தெரியும். பணத்தை வாங்கிக்கொள்வதற்கு முன்னாலேயே செத்துப் போய்விட்டார். பாவம், ராஜா இப்போது அவன் அக்காவிடம் சொல்வானா? சொன்னால்தான் அவள் அவனுக்குப் பணம் தருவாளா?

நாதமுனி மாமாவின் முகம் கட்டுகளுக்கு மத்தியில் தெரிந்த அளவில் நிம்மதியாகத்தான் இருந்தது, அவ்வளவு அழுகை, கூச்சல், ஆர்ப்பாட்டம் நடுவில் அவர் ஸ்டூடியோவில் சாய்ந்து கிடப்பது போல்தான் இருந்தது. யாராவது குறட்டை மாதிரி சப்தம் செய்தால் அவர்தான் தூங்குகிறார் என்றுகூடச் சொல்லலாம்.

நான் பிணம் எடுக்கும் வரையில் அவர் வீட்டு எதிரில் சுற்றிக் கொண்டிருந்தேன். மாலையில் பிணத்தை தூக்கிக்கொண்டு கண்ணாம்மாப் பேட்டை பக்கம் போனார்கள். நான் வேறு திசையில், வாணிமகால் திசையில், மெதுவாக நடந்து சென்றேன்.

முதல் நாள் சந்திப்பு கொடுத்த எதிர்பார்ப்பில் என் மனதில் பிரகாசம் வெராந்தாலிலேயே உட்கார்ந்திருப்பான் என்றுதான் தோன்றிற்று. ஆனால் ஒரு வேலைக்காரப் பெண்தான் இருந்தாள். "ஐயாவைப் பார்க்கணும்" என்றேன்.

"ஐயா இல்லையே" என்று அவள் சொன்னாள்.

"அம்மா?"

"அம்மாவா?" என்று அவள் தயங்கினாள். பிறகு உள்ளே போனாள். அந்த நடிகை வெளியே வந்து என்னைப் பார்த்துவிட்டு ஒன்றும் பேசாமல் உள்ளே போனாள். சிறிது நேரம் கழித்து வேலைக்காரப் பெண் "உன்னை உள்ளாரக் கூப்பிடறாங்க" என்றாள். நான் என் செருப்பைக் கழற்றிவிட்டு உள்ளே சென்றேன். ஒரு பெரிய படுக்கையறையில் படுக்கையில் படுத்த வண்ணம் பிரகாசம் சிகரெட் குடித்துக் கொண்டிருந்தான். கட்டில் பக்கத்தில் அவள் சாய்ந்துகொண்டு அவன் தலையைக் கோதிவிட்டுக் கொண்டிருந்தாள்.

"வாப்பா, வா ... ரொம்ப ஸாரிப்பா. எனக்குப் பணம் ஒண்ணும் கிடைக்கவேயில்லை" என்று பிரகாசம் சொன்னான்.

"நாதமுனி செத்துப் போயிட்டாரு" என்று நான் சொன்னேன்.

"என்ன? செத்துப் போயிட்டாரா? எப்போ, எப்படி?" என்று தூக்கி வாரிப் போட்டு அவன் எழுந்தான்.

நாதமுனியைச் சுடுகாட்டுக்கும் எடுத்துப் போயாகிவிட்டது என்று தெரிந்து அவன் அழக்கூட அழுதான். "அவரு பணம் கொடுத்து யாரையும் திருப்பிக் கேட்டு நான் பாத்ததில்லேப்பா, எங்கே செத்தாரு? இங்கேயா? இங்கே வாணிமகால் பக்கத்திலையா?

நான் கிளம்பும்போது அவன் மீண்டும் படுக்கையில் படுத்துவிட்டான். நான் மாடிப்படி இறங்கித் தெருவுக்கு வந்தேன். ஏதோ தோன்றி அந்த வீட்டைத் திரும்பிப் பார்த்தேன். மாடி கைப்பிடிச் சுவரருகில் அந்த நடிகையும் வேலைக்காரப் பெண்ணும் நின்றுகொண்டிருந்தார்கள். அந்த நடிகை நான் போவதைப் பார்த்தவண்ணம் இருந்தாள்.

1973

காலமும் ஐந்து குழந்தைகளும்

அவன் நினைத்தபடியே ஆயிற்று. பிளாட்பாரத்தில் சங்கடம் மிகுந்த நாலு அடி தூரம் இன்னும் கடக்க இருக்கும் போதே ரயில் நகர ஆரம்பித்துவிட்டது.

“ஹோல்டான்! ஹோல்டான்!” என்று கத்தியபடி முன்னே பாய்ந்தான். கைப்பெட்டி அவ்வளவு உபாதைப் படுத்தவில்லை. ஆனால் தோளிலிருந்து தொங்கிய கான்வாஸ் பைதான் பயங்கரமாக அங்குமிங்கும் ஆடி, அவனை நிலை தடுமாற வைத்துக்கொண்டிருந்தது. அந்தப் பையில் ஓர் அலுமினியத் தம்ளரை ஓர் ஓரத்தில் இடுக்கியிருந்தான். அது அவன் விலா எலும்பைத் தாக்கியவண்ணம் இருந்தது. பை பையாக இல்லாமல், ஓர் உருளை வடிவத்தில் உப்பிப்போயிருந்தது. அதனால் ஒரு கையைத் தொங்கவிட முடியாமல் ஓர் இறக்கை போலத் தூக்கிக்கொண்டே ஓட வேண்டியிருந்தது. ஓர் இறக்கையுடன் ரயில் பின்னால் ‘ஹோல்டான், ஹோல்டான்’ என்று கத்திக் கொண்டு போவது அவனுக்குப் பொருத்தமில்லாதது ஒன்றைச் செய்யும் உணர்வைக் கொடுத்தது. ஒற்றை இறக்கையுடன் பஸ் பின்னால் கத்திக்கொண்டு போவதாவது ஓரளவு சரியாக இருக்கும்.

பஸ்! பஸ்ஸால்தான் இந்த அவதி. அவன் வீட்டிலிருந்து ரயில் நிலையம் போய்ச் சேர ஏன் பஸ்ஸில் ஏறினான்? மூட்டை இன்னும் கொஞ்சம் பெரிதாக இருந்து, பெட்டியும் இன்னும் கொஞ்சம் பெரிதாக இருந்தால் பஸ்ஸில் ரயில் நிலையம் போய்ச் சேரலாம் என்று தோன்றியே இருக்காது. பஸ்ஸில் அவன் ஏறிய நேரத்தில் கூட்டம் அதிகம். ஒவ்வொரு ஸ்டாப்பிலும் பின் வழியாக ஆண்களும் முன் வழியாகப் பெண்களுமாகப் பிரயாணிகள் ஏறியவண்ணமே இருந்தார்கள். யாருமே டிக்கெட் வாங்குவதைப் பற்றிய எண்ணமே இல்லாதது போலத் தோன்றினார்கள். அவர்கள் டிக்கெட் வாங்காதவரை கண்டக்டர் பஸ்ஸை நகரச்செய்வதாக இல்லை. இதில் நடுவில் சிறிது நேரம் மழைத் தூறல். சாலையில் ஒரே மாடுகள்; அல்லது மாட்டு வண்டிகள். பெருச்சாளி சந்து கிடைத்த இடத்தில்

மட்டும் தன் பெருத்த, தினவெடுத்த உடலை மந்த கதியில் வளைத்துப் போவதுபோல, பஸ் முன்னேறிக்கொண்டிருந்தது. பெருச்சாளி வயிற்றுக்குள் ஒற்றை இறக்கையை விரித்து நின்று கொண்டு அவன் ரயில் நிலையம் அடைவதற்குள் அவன் வயிறு நிரந்தரமாகக் கழுத்தருகில் ஏறித் தங்கிவிட்டது. ரயில் நிலையம் எங்கேயோ, ரயில் நிலையத்தின் பெயரைச் சொல்லி பஸ் நிற்கும் இடம் எங்கேயோ. அந்த இடத்திலிருந்து ஒற்றைச் சிறகுடன் ஒரு பர்லாங்கு ஓடி வந்தான். ஒரு பர்லாங்கா? ஒரு மைல்கூட இருக்கும்.

வழியில் பட்டாணி வண்டிக்காரன். வாழைப்பழம் விற்பவன். செருப்புத் தைப்பவன். ஒரு குஷ்ட ரோகி. ஐந்து குழந்தைகளை வரிசையாகத் தூங்கவைத்துப் பிச்சை கேட்கும் ஒரு குடும்பம். ஐந்து குழந்தைகள் ஒரே சமயத்தில் ஒரே இடத்தில் அசையாமல் கொள்ளாமல் அந்த மாலை நேரத்தில் எப்படித் தூங்க முடியும்? குழந்தைகளைக் கொன்று கிடத்தி விட்டார்களா? ஐயோ! இன்று கொன்று கிடத்திவிட்டால் நாளை? இல்லை குழந்தைகளை எப்படியோ தூங்கப்பண்ணி விட்டார்கள். மயக்க மருந்து கொடுத்திருப்பார்கள். ஆமாம், அதுதான். குழந்தைகள் நாக்கில் மாசிக்காயை அரைத்துத் தடவிவிட்டிருப்பார்கள். பாவம் குழந்தைகள்.

அப்புறம் மயக்கமுறாத குழந்தைகள் நொண்டிகளை சைக்கிளைத் தள்ளிக்கொண்டு வருகிறவன். முட்டாள், இப்படிச் சைக்கிளை நடை பாதையில் உருட்டிக்கொண்டு வந்தால் ஒற்றைச் சிறகுடன் ரயிலைப் பிடிக்க ஓடும் ஜந்துக்கள் எங்கே போவது? அவனைச் சொல்ல முடியாது. அவன் சைக்கிளில் காற்று இறங்கியிருக்கும். விளக்கு இல்லாமல் இருக்கும். விளக்கு இல்லாமற்போனால் போலீஸ்காரன் பிடித்துப் போய் விடுவான். இதோ இப்போது ஒரு போலீஸ்காரன் எதிரே நிற்கிறான். நடை பாதைக்காரர்களை நிறுத்திவிட்டு வரிசையாக நான்கு லாரிகள் கடந்து செல்ல வழி கொடுத்திருக்கிறான். நான்கு லாரிகள். ஒவ்வொன்றும் பூதமாக இருக்கிறது. பூதங்களால் வேகமாகப் போக முடியாது. மிக மிகச் சாவதானமாகத்தான் அவற்றின் அசைவு. பூதங்கள் நினைத்தால் மாயமாக மறைந்துபோக முடியும். அலாவுத்தீனுக்காக ஓர் அரண்மனையை அதில் தூங்கும் அரசகுமாரியுடன் ஒரு கணத்தில் கண் முன்னால் கொண்டுவந்து நிறுத்த முடியும். ஆனால் ரயிலுக்குப் போகும் அவனை ஒரு யுகம் அந்த நடைபாதை யோரத்தில் நிறுத்திவைத்துவிடும்.

ஆயிற்று, நிலையத்தை அடைந்தாயிற்று. ரயில் கிளம்ப இன்னும் ஐந்து நிமிஷம் இருக்கிறது. டிக்கெட்டையாவது முன்னால் வாங்கித் தொலைத்திருக்கக் கூடாதா? நான்கு டவுன் புக்கிங் ஆபீஸ்கள். அங்கே டிக்கெட் கொடுப்பவர்கள் பகலெல்லாம் வேலையில்லாமல் வெற்றிலை பாக்குப் போட்டுத் துப்பிக்கொண்டு இருப்பார்கள். இவன் டிக்கெட் வாங்கப் போயிருந்தால் வெற்றிலை பாக்குப் போட்டு அரைப்பதிலிருந்து ஓர் இடைவெளி கிடைத்ததே என்று இவனுக்கு மிகுந்த நன்றியுடன் டிக்கெட் கொடுத்திருப்பார்கள். யாரோ சொன்னார்கள், ரயில் நிலையத்திலேயே டிக்கெட் வாங்கிக்கொள்ளேன் என்று. யார் அந்த மடையன்? பக்கத்து வீட்டுத் தடியன். அந்த முட்டாள் சொன்னானென்று இந்த முட்டாளும், ‘எல்லாம் அப்புறம் பார்த்துக்கொள்ளலாம்’ என்று இருந்துவிட்டான்.

இப்போது ரயில் நிலையத்தில் டிக்கெட் கொடுக்கும் இடத்தில் ஏகக் கூட்டம். கியூ வரிசை. எல்லாரும் வரிசையாகவே வந்து டிக்கெட்

வாங்கிக்கொண்டு சில்லறை சரியாக இருக்கிறதா என்று சரி பார்த்துப் போக வேண்டிய நிர்ப்பந்தம். ரயிலைப் பிடிக்க வேண்டாமென்றால் கியூ வரிசையில் ஒழுங்காக நின்று, டிக்கெட் வாங்கிச் சில்லறை சரிபார்த்துக் கொண்டு போகலாம். ஒன்றுமே செய்ய வேண்டாமென்றால் எல்லாச் சட்ட திட்டங்களையும் ஒழுங்காக அநுசரித்துப்போய் நல்ல பிள்ளையாகப் பட்டினி கிடந்து சாகலாம். அந்த நடைபாதைப் பிச்சைக்காரக் குழந்தைகள் போல. அந்தக் குழந்தைகள் சாகாமல் இருக்க வேண்டும். பிச்சை வாங்கிச் சேகரித்துக் கொண்டிருக்கும் அந்த ஆண் பெண் இருவரும் அந்தக் குழந்தைகளின் அப்பா அம்மாவாக இருக்க வேண்டும். அப்படி இல்லாமலும் இருக்கலாம். பிச்சைக்காரர்களுக்கு அப்பா ஏது? அம்மா ஏது? அப்பா அம்மா இல்லாமலும் இந்த உலகத்தில் இருக்க முடியுமா? அந்தக் குழந்தைகளுக்கு அவர்கள் அப்பா அம்மா இல்லை. எங்கெங்கேயோ கிடந்த ஐந்து குழந்தைகளைச் சேர்த்து மயக்க மருந்து கொடுத்து நடைபாதையில் கிடத்தி அவர்கள் பிச்சை எடுத்துக்கொண்டிருந்தார்கள். அந்தக் குழந்தைகளுக்கும் தின்ன ஏதாவது கொடுப்பார்களா? கொடுக்க வேண்டும். அப்படித் தின்னக் கொடுக்காமல் எத்தனை குழந்தைகள் அப்படி மயக்கத்திலேயே செத்துப்போய்விடுகின்றனவோ? அப்பா அம்மா இருந்து இதோ இவன் மயக்கம்போடாமல் பிச்சைக்காகக் காத்திருக்கிறான். பிச்சையில் ஒரு கூட்டந்தான், இதோ இந்த டிக்கெட் கொடுக்கும் இடத்தில் நின்று கொண்டிருப்பது. ரயில் கிளம்ப இன்னும் ஓரிரு நிமிஷம் இருக்கும்.

இவன் டிக்கெட் வாங்குவதற்கும் அந்த நேரம் முடிவதற்கும் சரியாக இருந்தது. இப்போதுகூட ஓடிப் போய்ப் பிடித்துவிடலாம். நல்ல வேளையாக மாடிப்படி ஏறி இறங்க வேண்டியதில்லை. அப்படியும் நூறு அடி தூரம் இருக்கும்போது வண்டி நகர ஆரம்பித்துவிட்டது.

ஓடினான். பிளாட்பாரத்தில் உலகத்தில் இல்லாதது இல்லை. எல்லாம் கூடை கூடைகளாக, மூட்டைகளாக, இருந்தன. தகர டப்பாக்களாக. இவன் மோதிய ஒரு கூடை திடீரென்று கிருச் கிரீச்சென்று கத்திற்று. கோழிகள். கூடை கூடையாக உயிரோடு கோழிகள். கூடைக்குள் நகர முடியாதபடி அடைத்துவைக்கப்பட்ட கோழிகள். அவற்றினால் கத்தத்தான் முடியும். கூவ முடியாது. அதைத்தான் செய்தன, இவன் மோதியவுடன். அப்புறம் இந்தத் தபால்காரர்களின் தள்ளு வண்டி. வண்டியில் மலைமலையாகத் தபால் பைகள். புடைத்துப்போன தபால் பைகள். எவ்வளவோ ஆயிரம் பேர் எவ்வளவோ ஆயிரம் பேருக்குக் கடிதம் எழுதியிருக்கிறார்கள். நேரில் பார்த்துப் பேச முடியாததை எல்லாம் கடிதமாக எழுதியிருக்கிறார்கள். இவர்கள் நேரில் பார்த்தால் தான் எவ்வளவு பேச முடியப்போகிறது? கடிதத்தில், 'இங்கு யாவரும் நலம். தங்கள் நலமறிய ஆவலாயிருக்கிறேன்' என்று மறு சிந்தனை இல்லாமல் எழுதிவிடலாம். கடிதத்தில் அது ஒரு சௌகரியம்.

இப்படி ஓடிக்கொண்டே இருந்தால் ரயிலைப் பிடித்து விட முடியுமா? முடியலாம். ரயிலின் வேகம் குறைவாக இருந்து, தன் வேகம் அதிகமாக இருந்தால். ஆனால் ஒரு சூத்திரத்தின்படி பின்னால் ஓடுகிறவன் முன்னே போவதை எட்டிப் பிடிக்க முடிவதில்லை. இருந்த போதிலும் ஓடிக்கொண் டிருக்க வேண்டியிருக்கிறது. இந்த ரயிலைப் பிடித்துவிட வேண்டும்.

“ஹோல்டான், ஹோல்டான்!” என்று கத்திக்கொண்டு ஒற்றைச் சிறகை விரித்துக்கொண்டு பையில் திணித்திருக்கும் அலுமினியத் தம்ளர் கணத்துக்கு ஒரு தரம் அவன் விலா எலும்பைத் தாக்க, அவன் ரயில் பின்னால் ஓடினான். திடீரென்று பிளாட்பாரம் முழுக்கக் காலியாகப்போய்விட்டது. அவன் அந்த ரயில் இரண்டுந்தான். இப்போது நிச்சயம் ஓடிப்போய் பிடித்து விடலாம். ஆனால் பெரிய முட்டுக் கட்டையாக ஒரு பெரிய உருவம் எதிரே நிற்கிறது. கடவுள்.

“தள்ளி நில்லுங்கள்! தள்ளி நில்லுங்கள்! நான் அந்த ரயிலைப் பிடிக்க வேண்டும்.”

“அந்த ரயிலையா?”

“ஆமாம். அதைப் பிடித்தால்தான் நான் நாளைக் காலை அந்த ஊர் போய்ச் சேருவேன். நாளைக் காலை அந்த ஊர் போய்ச் சேர்ந்தால்தான் நாளை பத்து மணிக்கு அந்த இண்டர்வியூவுக்குப் போக முடியும். தள்ளி நில்லுங்கள்! தள்ளி நில்லுங்கள்!”

“வேலை கிடைத்துவிடுமா?”

“வேலை கிடைக்க வேண்டும். வேலை கிடைத்தால்தான் நான் அந்த நடைபாதைக் குழந்தைகள்போல் சாகாமல் இருக்க முடியும். எனக்குப் பிறக்கும் குழந்தைகளை நான் நடை பாதையில் கிடத்தாமல் இருக்க முடியும். தள்ளிப் போங்கள்! தள்ளிப் போங்கள்!”

“நீ என்ன ஜாதி!”

“நான் என்ன ஜாதியாக இருந்தால் என்ன? நான் ஒரு சடங்கு, கர்மம் செய்வதில்லை. பெரிதாக மீசை வளர்த்துக்கொண்டிருக்கிறேன். ஹோட்டலில் சென்று எந்த மிருகத்தின இறைச்சி கொடுத்தாலும் தின்கிறேன். சாராயம் குடிக்கிறேன். எனக்கு ஜாதி கிடையாது. தள்ளிப் போங்கள்! தள்ளிப் போங்கள்!”

“நீ உனக்கு ஜாதி இல்லை என்பதற்காக அவர்கள் உனக்கு ஜாதி இல்லை என்று நினைக்கப்போகிறார்களா?”

“போ, தள்ளி! பெரிய கடவுள்.”

மீண்டும் ஒற்றைச் சிறகு, ஹோல்டான். அலுமினிய தம்ளர். இந்தச் சனியன் அலுமினியத் தம்ளரை வேறு இடத்தில் திணித்திருந்தால் என்ன? இப்போது நேரமில்லை. இந்தத் தம்ளரே எதற்கு? தண்ணீர் குடிப்பதற்கு அல்ல; நாளை ஓரிடத்தில் உட்கார்ந்து ஒழுங்காக சவரம் செய்துகொள்வதற்குத்தான். எது எப்படிப் போனாலும் இண்டர்வியூவுக்கு முகச் சவரம் செய்துகொண்டு போக வேண்டும்! இந்தக் கடவுளுக்குத் தெரியுமோ எனக்கு வேலை கிடைக்காதென்று?

இன்னும் இரண்டடி எட்டிப் பிடித்தால் ரயில். மெதுவாகத்தான் போய்க்கொண்டிருக்கிறது ஆனால் ஓர் அவதி; ரயிலின் கடைசிப் பெட்டியில் ஏறிக்கொள்ள முடியாது. அது கார்டு வண்டியாக இருக்கும் முற்றும் மூடிய பார்சல் பெட்டியாக இருக்கும். ஆதலால் ரயிலை எட்டிப் பிடித்தால் மட்டும் போதாது. ஒன்றிரண்டு பெட்டிகளையும் கடந்து செல்ல வேண்டும். மீண்டும் கடவுள்.

“அட ராமச்சந்திரா! மறுபடியுமா?”

“ஏதோ உன்மேல் பரிதாபம். அதனால்தான்.”

“அப்படியானால் வண்டியை நிற்கச் செய்யும்.”

“நானா உன்னை வண்டி பின்னால் ஓடச் சொன்னேன்? ஒரு பத்து நிமிஷம் முன்னதாகவே கிளம்பியிருக்கக் கூடாது?”

“ஏதோ எல்லாம் ஆயிற்று. இனிமேல் என்ன செய்வது?”

“அப்போது அநுபவிக்க வேண்டியதுதான்.”

“இதைச் சொல்ல நீ எதற்கு? நான்தான் அநுபவித்துக்கொண்டிருக்கிறேனே. தள்ளிப் போம்.”

இரண்டு முறை கடவுள் தரிசனம் ஆயிற்று. நேருக்கு நேராக. எத்தனை பக்தர்கள், எவ்வளவு முனிவர்கள் எவ்வளவு ஆண்டுக் காலம் எப்படியெல்லாம் படாதபாடு பட்டிருக்கிறார்கள்! இல்லாத தியாகங்கள் புரிந்திருக்கிறார்கள்! புதுமைப்பித்தனாவது வீட்டுக்கு அழைத்துப் போய் ஒரு வேளைச் சோறு போட்டார். நானோ தள்ளிப் போகச் சொல்லிவிட்டேன். கடவுள் என்றால் என்ன என்று தெரிந்தால்தானே?

இப்படி ஓடி ஓடியும் ஐந்து நிமிஷப் பத்து நிமிஷக் கால தாமதத்தில் எவ்வளவோ தவறிப்போயிருக்கிறது. தவறிப் போவதற்கென்றே திட்டமிட்டுக் காரியங்களைத் தாமதமாகச் செய்ய ஆரம்பித்து அப்புறம் இல்லாத ஓட்டம் ஓடி, கடைசியில் என்ன ஓடினாலும் முடியாது என்று ஆகும்போது, “பார், என் துரதிர்ஷ்டம்! பார், என் தலையெழுத்து!” என்று சொல்லச் சௌகரியமாக இருக்காது?

நாளையோடு இருபத்தைந்து வயது முடிகிறது. இனி இந்த மாதிரி இடங்களில் உத்தியோகம் எதிர்பார்க்க முடியாது. வேலை வாய்ப்பு என்பது நாளை என்பதால் அப்படியே ஒன்றுக்குக் காலாகிவிடும். முழு வேலைவாய்ப்பில் படிப்பு முடிந்து இந்த ஆறு வருஷங்களில் விட்டுவிட்டு எண்பத்தொரு நாட்களில் தினக்கூலி வேலை. ஒரு மாதம் நான்கு நாட்கள் ஒரு பண்டாபீஸில் தாற்காலிகமாக. அவ்வளவுதான். ஒரு வேளை வேலைக்கென்று உண்மையாகவே தீவிரமாக முயற்சி செய்யவில்லையோ? முயற்சி. விடாமுயற்சி. தீவிர முயற்சி. முயற்சி திருவினையாக்கும். முயற்சி திருவினை ஆக்கும். பணக்காரன் ஆகலாம். பணம் வந்தால் ரயில் நிலையத்துக்கு பஸ்ஸில் வர வேண்டாம். ஒரு டாக்ஸியில் குறித்த நேரத்தில் வரலாம். ரயில் பின்னால் சிறகொடிந்த நெருப்புக்கோழிபோல ஓட வேண்டியதில்லை; அதுவும் “ஹோல்டான். ஹோல்டான்” என்று கத்திக்கொண்டு. இந்த ஹோல்டான் என்ற சொல்லே தரித்திரத்தின் குறியீடு.

நகர்ந்துகொண்டே இருக்கும் உலகத்தை ஹோல்டான் சொல்லி நிறுத்திவிட முடியுமா? உலகம் நகர்ந்துகொண்டா இருக்கிறது? பயங்கரமான வேகத்தில் அண்ட வெளியில் சீறிப் பாய்ந்துகொண்டிருக்கிறது. அது மட்டும் அல்ல. இன்னும் ஆயிரக்கணக்கான, கோடிக்கணக்கான அண்டங்கள், உலகங்கள், தலை தெறிக்கும் வேகத்தில் சீறிப் பாய்ந்துகொண்டிருக்கின்றன. இத்தனை அண்ட சராசரங்களைச் சிருஷ்டித்துவிட்டு அவற்றைக் கன வேகத்தில் தூக்கி எறிந்துவிட்டு இந்தக் கடவுள் என் முன்னால் நின்று நான் ஓடுவதைத் தடுக்கிறது!

நான் எங்கே ஓடிக்கொண்டிருக்கிறேன்? ஒரு ரயிலைப் பிடிக்க; இந்த ரயில் நிலையத்தில் பிளாட்பாரத்தில் நகர ஆரம்பித்துவிட்ட ஒரு ரயிலைப் பிடிக்க. நான் ரயிலைப் பிடிக்க வேண்டும். அல்லது அது என்னை விட்டுப் போய்விட வேண்டும். இந்த இரண்டுதான் சாத்தியம். இதற்கு எவ்வளவு நேரம் ஆகப்போகிறது? அரை நிமிடம். அதிகம் போனால் ஒரு நிமிடம். ஆனால் இதென்ன மணிக்கணக்காகச் சிந்தனைகள்? எத்தனை சிந்தனைகள், எவ்வளவு எண்ணங்கள்! எண்ணங்கள் என்பது வார்த்தைகள். வார்த்தைகள் காலத்துக்கு உட்பட்டவை. இவ்வளவு நேரத்தில் அதிகபட்சம் இவ்வளவு வார்த்தைகளே சாத்தியம் என்ற காலவரைக்கு உட்பட்டவை. ஆனால் மணிக்கணக்கில் எண்ணங்களை ஓடவிட்டுக்கொண் டிருக்கிறேன்! கடவுளைக்கூடக் கொண்டு வந்துவிட்டேன்! கடவுள் காலத்துக்கு உட்பட்டவரா?

எனக்குத் தெரியாது. எனக்குக் காலமே என்னவென்று தெரியவில்லை. செய்கையே காலம். அல்லது ஒரு செய்கைக்கும் அடுத்ததற்கும் உள்ள இடைவெளி. செய்கை, இடைவெளி இரண்டும் கலந்ததே காலம். அல்லது இரண்டுமே இல்லை. என்னைப் பொறுத்ததுத்தான் காலம். என் உணர்வுக்கு ஒன்றை விடுத்து அடுத்தது என்று ஏற்படும்போதுதான் காலம். அப்படி யென்றால் என்னைப் பொறுத்தவரையில் ரயில் நின்றுகொண் டிருக்கிறது. அது கிளம்பிவிடவில்லை நான் அதைப் பிடிப்பதற்கு அதைத் துரத்திக்கொண்டு போக வேண்டியதில்லை. இந்த ஓட்டைப் பெட்டி, உப்பிப்போன பையுடன் திண்டாடித் தடுமாறி ஓட வேண்டியதில்லை. ஆனால் அப்படி இல்லை. காலம் எனக்கு வெளியேதான் இருக்கிறது. இருபத்தைந்து ஆண்டுகள். ஆறு ஆண்டுகள். எண்பத்தொரு நாட்கள். ஒரு மாதம் நான்கு நாட்கள். பஸ்ஸில். பெருச்சாளி ஊர்தல். ஐந்து குழந்தைகள். கூடை நிறையக் கோழிகள். கிரீச் கிரீச். கொக்கரக்கோ இல்லை. இருமுறை கடவுள் பிரத்தியட்சம்.

கடவுள் என்றால் என்ன? என் மனப் பிராந்தி. கடவுளைப் பார்த்தவர் யார்? அவருக்கு என்ன அடையாளம் கூற முடியும்? அவர் என்னும்போதே கடவுள் ஏதோ ஆண் பால் போல ஆகிவிட்டது. கடவுள் ஆண் பாலா? ஐந்து குழந்தைகள். மயக்க மருந்து கொடுக்கப்பட்ட குழந்தைகளுக்குக் காலம் நின்றுவிட்டது. நான் ஓடிக்கொண்டிருக்கிறேன். ரயில் பக்கத்திலேயே ஓடிக்கொண்டிருக்கிறேன். என்ன? எங்கே ரயில்? எங்கே ரயில்?

அவன் டிக்கட் கொடுப்பவர் கொடுத்த பாக்கிச் சில்லறையை வாங்கிச் சட்டைப் பையில் போட்டுக் கொண்டான். உப்பியிருந்த தோள் பையால் ஒரு கையை மடக்க முடியாமல் அப்படியே அகற்றி வைத்துக்கொண்டு பிளாட்பாரத்தில் நின்றுகொண்டிருந்த ரயிலில் ஏறிக் கொண்டான். பையில் திணித்துவைத்திருந்த அலுமினியத் தம்ளர் விலா எலும்பில் இடிக்கும்போது அவனுக்கு வலிக்கத்தான் செய்தது.

1973

எண்கள்

இந்த ஆள் எப்போ முடிப்பார்னு தெரியலை. தினம் இந்த மாதிரிதான் ஆயிடறது. ஒவ்வொரு நாளும் கொஞ்சம் முன்னாலே வந்து பேப்பரை முழுக்கப் பாத்துட்டுப் போகலாம்னா நாம வரத்துக்குள்ளே நாலு பேராவது ஏற்கனவே வந்துடறாங்க. ஆள் வீடு ரொம்பப் பக்கத்திலே இருக்கும். ரொம்ப ரொம்பப் பக்கத்திலே இருக்கணும். இந்தச் சாலையிலே இரண்டு சாரிலேயும் ஒரே பாங்குகளும் கடைகளுந்தான் இருக்கு. இந்தப் பாங்குகளையும் கடைகளையும் எட்டு மணிக்குத்தான் திறக்கிறான். இந்த ஒரு இடந்தான் ஏழு மணிக்கே திறக்கிறான். ஏழு மணிக்கே வந்தா இங்கே வர இரண்டு மூணு பேப்பரையும் அஞ்சு நிமிஷத்துலே பாத்துட்டுப் போயிடலாம். நாளைக்காவது ஏழு மணிக்கு வந்துடணும். ஏழு மணிக்கு வந்தா வீட்டிலே தண்ணி பிடிச்சு வைக்க முடியாது. எட்டு குடும்பம் நடுவிலே ஒண்டுக் குடித்தனம் வாழற அழகிலே ஒழுங்காகக் கொல்லைப்புறம் போயிட்டு வரமுடியாது. ஏழு மணிக்குள்ளே பழைய சோத்தைக் கொட்டிண்டு கிளம்ப முடியாது. பேப்பரை படிச்சுட்டு மறுபடியும் வீட்டுக்குப் போய் குளிச்சிட்டுச் சாப்பிட்டுட்டு கிளம்பறதுக்கு நேரம் இருக்காது. வெறும் வயத்தோட ஒன்பதே முக்கால் மணி வரை எப்படி இருக்கிறது? ஒன்பதே முக்காலுக்குத்தான் கான்டீனுக்குள்ளேயே நுழையலாம். இந்தப் பேப்பரையே படிக்காம போயிடலாம். பேப்பரைப் படிக்காம போற நாளிலேதான் சர்க்கரை கார்டு பத்தி ஏதாவது புதிதாச் சொல்லறான். நாலு நாளைக்குப் பால் கார்டு தர மாட்டேன்னு சொல்லறான். இது தெரியாம அரைநாள் லீவு போட்டுட்டுப் பால் ஆபீஸுக்குப் போனா, 'போங்க, திங்கக்கிழமை வாங்க. படிச்சவங்களெல்லாம் இப்படி வந்துடறீங்களே? பேப்பர்லதான் போட்டாங்களே?' அப்படீன்னு பால் ஆபீஸ் பியூன் கேக்கறான். பேப்பரை வீட்டிலேயே வாங்கித் தொலைக்கலாம். முழுக்க அஞ்சு நிமிஷங்கூடப் படிக்கிறதுக்கு விஷயம் இல்லாத பேப்பரை மாசம் எட்டு ஒம்பது ரூபா கொடுத்து அழ வேண்டியிருக்கு. ஒம்பது ரூபாலே எவ்வளவோ காரியம் நடக்கும். ஆனா இந்த

நாள்லே ஒம்பது ரூபாலே என்ன காரியம் நடக்கிறது? ஒழுங்கா இரண்டு படி அரிசி வாங்கிண்டு வர முடியலை. இரண்டு படி அரிசி இரண்டு நாள்லே தீந்து போயிடறது. நாள் கணக்கிலே கிரஸினாயிலே கிடைக்காம போய் அன்னிக்கு வாசல்லே வந்த வண்டிக்காரன்கிட்டே இருந்த காசெல்லாம் கொடுத்து மூணு பாட்டில் எண்ணை வாங்கித்து. அளவெல்லாம் மோசம். சொன்னா அதுவும் இல்லைன்னு அடிச்சுடறான். அன்னிக்கு அந்த அஞ்சு ரூபா நோட்டை வாங்கிக்க மாட்டேன்னு அழ வைச்சான். போஸ்டாபீஸ்லே கொடுத்த நோட்டு. போஸ்டாபீஸ். அவனும் சில்லறை இல்லைன்னு நாயா அங்கேயும் இங்கேயும் ஓட வைச்சு அப்புறம் கொடுத்த நோட்டு. கையை விட்டா அப்படியே பறந்து போயிடும். அது காசுன்னு இல்லைன்னா அந்தக் குப்பையை எவனும் கோலெடுத்துக்கூடத் தொடமாட்டான். ஆனா இப்பத் தெருவிலே இருக்கிற காகிதக் குப்பையைச் சின்னத்துண்டு விடாம தூக்கிண்டு போறாங்க. இந்தக் காகிதம் பொறுக்கிறவங்க கண்ணே ஏதோ மாதிரி மாறிடறது. அவனுக்கு உலகத்திலே வேறே எந்தச் சிந்தனையும் கிடையாது. அவன் தோளிலே இருக்கிற சல்லடையா இருக்கிற சாக்கு, அப்புறம் குப்பை, தெருவிலே போறவங்க, வரவங்க, வண்டி, சைக்கிள், மாடு, வீடு எதுவும் அவன் கண்ணிலே படறதும் கிடையாது. படவும் முடியாது. கண்ணிலே படறது இல்லேன்னு சொல்ல முடியாது. அப்படி இல்லேன்னா தினம் ரோடிலே கார் ஏறிச் சாகறாங்க எல்லாரும் இந்தக் குப்பை பொறுக்கிறவங்களாகத்தான் இருக்கணும். ஒருவேளை அப்படித்தானோ என்னவோ. குப்பை பொறுக்கறவங்க இவ்வளவு பேர் செத்தும் இன்னும் குப்பை பொறுக்கிறவங்க இவ்வளவு பேர் இருக்காங்கன்னா இந்த ஊர்லே குப்பை பொறுக்கிற வேலைதான் எவனுக்கும் உடனே கிடைக்கக் கூடியதுன்னு குழந்தைகூடத் தெரிஞ்சுக்கும். எவ்வளவு நல்ல காலம் இந்தக் குப்பை பொறுக்கறவங்க அத்தனை பேரும் திருடப் போகாம, கொள்ளையடிக்கப் போகாம இருக்கிறது! நாளெல்லாம் குப்பை பொறுக்கினா அதிலே எவ்வளவு கிடைக்கும்? ஒரு ரூபாய் – இரண்டு? இரண்டு ரூபாலே ஒத்தன் என்ன பண்ண முடியும் இந்தக் காலத்திலே? அது சரி, அவனே இரண்டு ரூபாய்க்கு வாங்கித் தின்னுட்டான்னா அவன் குழந்தை குட்டிங்க? அவனுக்கு மட்டும் குழந்தை குட்டி கிடையாதா? வீடு வாசல் துணி இல்லாம இருக்கலாம், குழந்தை குட்டி இருக்காது? அந்தக் குழந்தை குட்டிங்களும் இவன் மாதிரித்தான் குப்பை பொறுக்கப் போயிடுமோ? குப்பைன்னா என்ன குப்பை? தெருவிலே கிடக்கிற பாதிக் குப்பை குழந்தைப் பீயை வழிச்சுப் போட்ட குப்பைதானே? அந்தப் பீயைத்தான் அந்தக் குழந்தைகளும் தோள் மேலே சுமந்துண்டு போகும்? பீயைச் சுமக்கிறதுக்கா இங்கே குழந்தை குட்டிங்க பொறக்கிறாங்க? பீ, பீ, பீ, எல்லாம் ஒரே பீ. இந்த ஆளு விடாம ஒரு வரி விடாம படிக்கிற இந்தக் காகிதம்கூட நாளைக்குப் பீயோட தெருவிலே கிடக்கும். அதை ஒத்தன் பீன்னுகூடப் பாக்காம சாக்கிலே எடுத்துப் போட்டுண்டு இன்னும் பீக் காகிதத்தைப் பொறுக்கப்போயிண்டே இருப்பான் . . .

அந்தக் கிழவர் படித்துக்கொண்டிருந்த தாளை அவனும் ஒரு முனையில் தூக்கிப் பிடித்தான்.

இந்தப் பக்கத்தை இந்த ஆளு அஞ்சு நிமிஷமாப் படிச்சுண்டிருக்கார். படிச்சுண்டிருக்கார் என்ன வேண்டியிருக்கு! கான். குனிஞ்ச தலை நிமிராமப்

படிச்சுண்டிருக்கான். இந்த ரீடிங் ரூமிலே வேறெ பேப்பரும் கிடையாது. இது தர்மத்துக்கு நடத்தற ரீடிங் ரூம். அவன்தான் எவ்வளவு பேப்பர் வாங்கிப் போடுவான்? பிராஞ்ச் லைப்ரரியை எட்டரை மணிக்குத்தான் திறக்கிறான். இந்தக் கால்காசு வேலைகூட இல்லைன்னா அங்கே போய்ப் படிக்கலாம். அதுவே வேலை இல்லாதவர்களுக்குத்தான் நடத்தறானோ என்னவோ. இது எட்டரை மணி வரை ரீடிங் ரூம். அப்புறம் கிண்டர்கார்டன் ஸ்கூல். சுவரிலே ஒரு ஆணி விடாம படம். இல்லாதபோனா போதனைகள். அன்பே சிவம். உழைப்பே தெய்வம். சுத்தம் சோறு போடும். உண்மையே பேசு. சத்தம் போடாதே. சத்தம் போடாமதான் இந்தக் கதிக்கு வந்தாச்சு. இந்த ஆளு சத்தம் போடாமதான் படிச்சுண்டு இருக்கான். படிச்சுண்டே இருக்கான். நானும் காத்திண்டே இருக்கேன். இவன் படிக்கிற பக்கத்திலே பாதிலே ஒரு பாங்க் பாலன்ஸ் ஷீட். ஒரு எண்கூட எட்டு இலக்கத்துக்குக் குறைஞ்சு கிடையாது. எட்டு, ஒன்பது, பத்து. பதினொண்ணு கூட இருக்காப்போல இருக்கு. பதினொரு இலக்கத்து எண்ணை ரூபாயாக் கற்பனை பண்ணிக்கூடப் பாக்க முடியலை. இதுவே பட்ஜட் தாளாக்கூட இருக்கலாம். அப்பவும் பத்து, பதினொண்ணு, பன்னெண்டுன்னு பெரிய பெரிய எண்கள். அவன் பத்து இலக்கத்துலே போட்டாலும் ஒண்ணுதான். இருபது இலக்கத்துலே போட்டாலும் ஒண்ணுதான். இவ்வளவு ரூபாயைப் பற்றி நிஜமாத் தெரிஞ்சவங்க நிச்சயம் இருப்பாங்க. அவங்க எப்படி இருப்பாங்க? என் மாதிரி இருக்க மாட்டாங்க. இந்த ஆள் மாதிரிகூட இருக்க மாட்டாங்க. இலவசப் பேப்பர் பறக்கப் பறக்கப் படிச்சுட்டுப் போறவங்களுக்கு மூணு இலக்க எண் தெரிஞ்சாலே பெரிய விஷயம். இது பிச்சைக்காசு. பிச்சைக்காரங்களுக்குப் பிச்சைக்காசு பத்தித்தான் தெரியும். லட்சம் கோடியெல்லாம் பள்ளிக்கூடத்திலே பரீட்சை பாஸ் பண்ணற அளவுக்குத் தெரிஞ்சாப் போதும். அவ்வளவுதான் தெரியும் வேறே. இந்த ஆளு எவ்வளவு பரீட்சை பாஸ் பண்ணியிருப்பான்? அதிகமாக இருக்காது. இவன் க்ஷவரம் பண்ணி அஞ்சாறு நாளாகியிருக்கும். மூஞ்சி தலையிலே இருக்கிற மயிர்லே கருப்பு மயிரை எண்ணி எடுக்கலாம். ஒண்ணு, இரண்டு, மூணு, நாலு ... சீ, மயிரை எண்ணறதுக்கா இங்கே வந்து உக்காரணும்? ஆனா என்னதான் பண்ணறது? பேப்பர்லே இருக்கிற மூணு தாளும் மூணு ஆளுங்ககிட்டே சிக்கியிருக்கு. அந்த இரண்டையும் நான் பார்க்கக்கூட வேண்டியதில்லை. எனக்கு ஸ்போர்ட்ஸூம் வேண்டியதில்லை. சினிமாவும் வேண்டியதில்லை. பாலகிருஷ்ண சாஸ்திரியின் காலக்ஷேபச் சுருக்கமும் வேண்டியதில்லை. இந்த ஆளு பக்கத்தைப் புரட்டினாலும் தேவலை. பாங்க் பாலன்ஸ் ஷீட்டை ஒரு வரி, ஒரு எண் விடாம படிக்கிறான். இவனே பாங்க்லே இருக்கானோ? இந்த நாள்லே பாங்க்கிலே வேலை பாக்கிறவங்க பளபளன்னுதானே இருக்கிறாங்க? நிஜமா அவங்ககிட்டே போய் என் அஞ்சு ரூபா பத்து ரூபாயை சேவிங்க்ஸ் கணக்கிலே போடுன்னு சொல்லறதுக்கே வெக்கமாயிருக்கு. அந்தக் கணக்கிலேந்து நான் பத்து ரூபா வாங்கப் போனப்போ அரைமணி காஷ்கௌண்டர்லே காத்திருக்க வேண்டியிருந்தது. ஏன்னா பக்கத்திலே ஜெனரேட்டர் வைச்சு வெளிச்சம் போடற புடவைக் கடைக்காரன் கத்தை கத்தையா நோட்டைக் கொண்டு வந்து பாங்க்கிலே போட்டிருக்கான். அதை அரைமணியா அந்தப் பளபளா பாங்க் ஆளு எண்ணிண்டிருந்தான். தினம் ஒரு லட்சம் கொண்டுவந்து கட்டறானாம் அந்தக் கடைக்காரன். அந்த பாங்கிலே என் அஞ்சு பத்து

ரூபா என்ன மாத்திரம்? வெக்கம், அவமானம். அந்த அவமானத்துக்கு இந்த ரீடிங் ரூம் அவமானம் பெரிசில்லை. ஆனா இந்த ஆள்தான் பாங்க் பாலன்ஸ் ஷீட்டை விடாம படிச்சிண்டே இருக்கான். இவனுக்கு இந்த எண்ணெல்லாம் அர்த்தம் ஆகணும். சீக்கிரம் படிச்சுத் தொலைச்சாத் தேவலை. இங்கேந்து ஏழு அம்பதுக்குக் கிளம்பினாக் கூட எட்டு பதிமூணுக்கு டைம் கீப்பர் கேட் கிட்டே போயிடலாம். இந்தச் சனியன் பேப்பர் படிக்காமயே போயிருக்கலாம். போயிருந்தா அப்பவே போயிருக்கணும். இவ்வளவு நேரம் இவன் பக்கத்திலேயே இந்தத் தாளைப் பிடிச்சுண்டு உக்காந்துண்டு சுவரிலே இருக்கிற வாக்கியங்களை எல்லாம் படித்திருக்க வேண்டாம். இந்த மகா மகா வாக்கியங்களைக் குழந்தைகளே படிச்சுண்டு இருக்கட்டும். குழந்தைகளால்தான் இதைப் படிச்சுட்டு வயறெரியாம இருக்க முடியும். தர்மம் பண்ணறவங்க இந்தப் போதனைகள் பண்ணாம இருந்தாத் தேவலை. ஆனா ஒத்தன் தர்மம் பண்ணறதே அவன் போதனை பண்ணறதுக்கு ஒரு வாய்ப்புன்னுதானே.

இப்போது அவன் அந்தக் கிழவர் படித்துக்கொண்டிருந்த தாளைச் சிறிது உறுதியாகவே பிடித்தான்.

இது விடாது போலேயிருக்கு. பாலன்ஸ் ஷீட்டுக்கு மேலே இருக்கிறதைத் தான் எத்தனை தடவை படிக்கறது? நாலு டென்டர் நோட்டீஸ். இரண்டு சங்கீத சபா விளம்பரம். நடுவிலே இரண்டு கால் பத்தி செய்தி. என்ன செய்தி? ‘சோவியத் ரஷ்யா ஆக்கிரமிப்பு செய்யும் என்று நேடோ கருதவில்லை.’ பக்கத்திலேயே ‘எம்.ஐ.ஆர்.வி.எஸ். ஏவுகணைகளைப் பயன்படுத்த ரஷ்யா தயார்’. ‘இந்த எம்.ஐ.ஆர்.வி.எஸ்.னா என்ன? அதெல்லாம் தெரிஞ்சுக்கறதுக்கு நேரம் எங்கே இருக்கு? இந்த ஆளுக்குத் தெரிஞ்சிருக்கலாம். நான் இங்கே வர நாளெல்லாம் இவனும் வரான். நான் வராத நாளெல்லாம்கூட வருவான். வந்து இப்படி ஒரு எழுத்து விடாம படிச்சுத் தீர்ப்பான். இதெல்லாம் படிக்கறது இவன் தலையெழுத்து. இவன் தலையிலே இருக்கிற மயிரெல்லாம் நரைச்ச மயிர். இவன் காதிலேயும் மயிர் நிறைய முளைச்சிருக்கு. அந்த மயிர் கறுப்பாயிருக்கு. இவன் புருவ மயிர் எப்படியிருக்கும்? இவன் கண்ணையே பார்க்க முடியலையே? அப்படித் தலையைக் குனிஞ்சுண்டு படிக்கிறான். கன்னம் ஒட்டித்தான் கிடக்கு. நேத்திக்குச் சோறு சாப்பிட்டானோ என்னவோ? எவ்வளவோ நாள் சாப்பிடாம கிடந்தாத்தான் இப்படி ஒட்டிப் போக முடியும். இல்லை, பெரிய சீக்காளியா இருக்கணும். இல்லை, இரண்டுமா இருக்கணும். இவனுக்கு என்ன சீக்கு இருக்கும்? பொண் சீக்கு இருக்கறதுக்கு நியாயமில்லை. பித்தம், காசம், ஹெர்னியா, டயாபிடீஸ், ரத்தக் கொதிப்பு, மயக்கம், நேத்தி ராத்திரி அது ஏதோ ஜாஸ்தியாப் போய் சாப்பிடாம படுத்திருப்பான். வெறும் வயத்திலே படுத்துண்டதுனாலே தூக்கம் கண்டிரக்காது. விடிஞ்சதும் விடியாததுமே இங்கே வந்துடறான். நான் மட்டும் என்ன பண்ணறேன்? அவனும் என்னைப் பத்தி அப்படித்தான் நினைச்சிண்டிருக்கணும். இந்த மாதிரி இந்த ஊர்லே இருக்கிற ஆயிரம் ரீடீங் ரூமிலேயும் ஆயிரக்கணக்கான பேர் இப்படித்தான் ஆயிரக்கணக்கான பேரைப் பத்தி நினைச்சிண்டிருப்பாங்க. மத்தவங்களைப் பத்தியும் நினைக்க முடியுமா இந்தக் காலத்திலே? எனக்குத் தோணலை. ஒரு ஆளைப் பத்தி நினைக்கிறதுக்குக்கூட மனசிலே ஒரு அமைதி இருக்கணும். ஒரு உற்சாகம் இருக்கணும். இங்கே எவன் மூஞ்சியைப் பார்த்தா உற்சாகமாக இருக்கிற

மாதிரி இருக்கு? எல்லார் மூஞ்சியிலேயும் சோர்வு, ஏக்கம். நாள் முழுக்க முழுக்க ஏதேதோ காரணங்களுக்காக மனம் நொந்துபோய், அந்தத் தனித்தனி காரணங்களெல்லாம் ராத்திரி தூக்கம் என்கிற ரசாயனத்திலே அப்படியே பாகாப்போய், மூஞ்சியிலேயும் முதுகிலேயும் இறுகிப் போய்க்கிடக்கு. ஒத்தன் மூஞ்சி தெளிவாயில்லே. ஒத்தன் முதுகு நேராகயில்லை. இவுங்க எல்லாம் விவரம் தெரிஞ்சவங்க. இந்த மண்லே விவரம் தெரிஞ்சவங்க எவனும் கூனிக் குறுகாம இருக்க முடியலை. ஏதோ தடால் புடால்னு கார்லே ஸ்கூட்டர்லே போறவங்களைப் பார்த்தாக்கூட இந்தக் கூனிக் குறுகல் தெரியறது. இவ்வளவு பெரிய பாலன்ஸ் ஷீட்டைப் பக்கத்திலே பாதி அடைச்சுக்கற மாதிரி அச்சிட்டுக் காண்பிச்சாக்கூட இந்தக் கூனிக் குறுகல் தெரியறது. இது நோய் நொடினாலே இருக்கணும். இல்லே, அயோக்கியத்தனத்தாலே இருக்கணும். இந்த மண்ணிலே இன்னிக்கு இருக்கிறவங்க எல்லாம் ஒண்ணு நோயாளிங்க. இல்லேன்னா அயோக்யங்க. இந்தப் பாரத புண்ய பூமி – அதோ அந்த ஆணியிலே பாரத புண்ய பூமி பத்தி பெரிய பாட்டு அட்டையிலே குழந்தைகளுக்காகத் தொங்கறது – பாரத புண்ய பூமி. பாரதியார் பாடிட்டுப் போயிட்டார். டி.கே.பட்டம்மாள் ரிகார்டு போட்டா. இப்போ குழந்தைகள் பாடறது. பாடறதுன்னுதான் நினைக்கிறேன். இந்த ரூம்லேயே இன்னும் அரை மணி கழிச்சுக் குழந்தைகள் பாடும். பாரத புண்ய பூமி. இந்த ரீடிங் ரூமும் பாரத புண்ய பூமிதான். வெளியிலே போல உள்ளேயும் பெருக்காத குப்பை நிறையக் குவிஞ்சு கிடக்கு. இங்கே குழந்தைகளும் ஒண்ணு இரண்டு சொல்லும். கிழவங்களும் பத்து இலக்க எண், பன்னெண்டு இலக்க எண் படிப்பாங்க. சுவர்லே நிறைய போதனைகள். இந்தக் கிழவன்கிட்டே இந்தத் தாளுக்காகக் காத்திருக்கிறதுக்குச் சுவரிலே போய் முட்டிக்கலாம். சுவர்லே முட்டிண்டா உடனே சுவர் எல்லாம் பாட ஆரம்பிச்சாலும் ஆரம்பிச்சுடும். என்ன பாட்டு? பாரத புண்ய பூமி. சீ! இவ்வளவு கசப்பா எனக்குள்ளே அடைஞ்சு கிடக்கு? பாவம், பாரதம் என்ன பண்ணும், பூமி என்ன பண்ணும்? ஆனா ஏன் இவ்வளவு கசப்பு? எனக்கு மட்டுந்தானா கசப்பு? லட்சக்கணக்கான பேர், கோடிக்கணக்கான பேர்கிட்டே இந்தக் கசப்பு இல்லை? இப்ப எப்படி லட்சம், கோடியெல்லாம் அர்த்தம் ஆறது? அவுங்க மனுஷங்கன்ற காரணத்தினாலா? மனுஷங்களை வெறும் எண் மாதிரி ஒதுக்கிவிட முடியுமா? அதனாலேதான் இந்த ஆள் இப்படிக் கால் மணியா இந்த ஒரே தாளை, அதுவும் இந்த பாங்க் பாலன்ஸ்ஷீட் இருக்கிற தாளைப் படிச்சிண்டு இருக்கிறப்போ விடுடா அதைன்னு சொல்லிப் பிடுங்க முடியாம இருக்கா? இவன் சட்டையைத் தோச்சு வாரக் கணக்கிலே ஆயிருக்கணும். காலர்கிட்டே அழுக்கு அப்படியே வண்டி மசையாப் பதிஞ்சு போயிடுத்து. இவனுக்குக் குடும்பம் பெண்சாதி யாரும் கிடையாதோ? இவனே இந்தச் சட்டையைத் தோய்க்கிறதுன்னா மணிக்கணக்கிலே தோய்க்கணும். அப்பகூடப் பெரிசா இந்தக் கழுத்து மசை மாறிடப் போறதில்லை. எங்கெங்கேயோ விழுந்திருக்கிற மூக்குப் பொடிச் சளிக்கறை போயிடப் போறதில்லை. இவன் ஒழுங்காச் சவரம் பண்ணிண்டா இவன் முகம் அழகாகக்கூட இருக்கலாம். ஒரு காலத்திலே ரொம்ப அழகாக இருந்திருக்க வேண்டிய முகந்தான். இவனுக்கு விவரம் தெரிஞ்சு முப்பது வருஷம், நாற்பது வருஷம் வாழ்ந்து இடிபாடுகள் பட்டு, யார் யாரையோ கெஞ்சி, எது எதுக்காகவோ கதறி, அழுது, பொருமி, ஆத்திரத்தையடக்கி, இழிவுபட்டு, நோய்வாய்ப்பட்டு உதவி

இல்லாம, ஒத்தாசை இல்லாம பராமரிப்பு இல்லாம, சரியாச் சாப்பாடு இல்லாம, நாளை பத்தி ஒரு நிச்சயமில்லாம, நிச்சமில்லாததுனாலே பயம் கொண்டு, பீதி கொண்டு, வெறுப்பு கொண்டு, கசப்பு கொண்டு, கண்ணைத் திறந்து வெளியிலே பாத்தா பட்டினியும் வேதனையும் குரூரமும் நிர்தாட்சண்யமும் அவலமும் அயோக்கத்தனமும் பீக் காகிதத்தைக் குழந்தைகள் பொறுக்கிக் கால் வயிறு ரொப்பிக்கொள்ள வேண்டிய அநியாயமும் காணச் சகிக்காம, இவனாலே ஒண்ணும் பண்ண முடியாத, சாகறதுக்கும் தைரியமில்லாம, இங்கே வந்து, இந்த ரீடிங் ரூமிலே வந்து எவனோ கொட்டிச் சேர்த்துக் கொம்மாளம் அடிக்கிற பணத்தைக் கணக்கு பாத்து, இவன் கற்பனையும் பண்ணிப் பார்க்க முடியாத எண்களைக் கண் வழியா மூளையிலே போதையேத்திண்டு மயங்கிக் கிடக்கான். இந்தப் போதைகூட இவனுக்குக் கிடைக்க வழியில்லைன்னா இவன் என்னாவான்? இவன் போதையிலே மயங்கிக் கிடக்கட்டும். தாராளமாகக் கிடக்கட்டும். இந்தப் போதை ஒண்ணுதான் இவனுக்கும் இவன் மாதிரி இருக்கிற கோடிக்கணக்கானவங்களுக்கும் இன்னிக்குக் கிடைக்கக் கூடியது. நான்கூட இந்தப் போதைக்குத்தான் இங்கே வருகிறேனோ?

மணி ஏழு ஐம்பத்தைந்து ஆனதில் அவன் தாங்க முடியாத அவசரத்தில் அவன் பக்கத்தில் உட்கார்ந்து குனிந்தபடி படித்துக்கொண்டிருந்த கிழவர் கையிலிருந்து அந்தத் தாளைச் சிறிது உறுதியாகப் பிடித்து உருவினான். முந்தின இரவு உண்ணாமல் படுத்திருக்கக் கூடியவர், அல்லது அப்படிப் பல நாள் உண்ணாமல் இருந்திருக்கக் கூடியவர், பல நாள் சவரம் செய்யாத முகமுடையவர், அழுக்கு மசையாகப் பதிந்து போய்விடும் அழுக்குச் சட்டை உடுக்க வேண்டியவர், பித்தம்–காசம்–டயாபிடிஸ்–ரத்தக்கொதிப்பு அவதிக்குள்ளாகியிருக்கக்கூடியவர், தன்னுடைய நீண்ட வாழ்வின் சோகத் துயர இழிவுகளை மறக்கப் பிரம்மாண்டமான எண்களைப் படித்துப் போதையேற்றிக்கொள்ள வேண்டியவர் சிறிது நேரம் முன்பாகவோ அல்லது வெகுநேரமாகவோ தூங்கிக்கொண்டிருக்க வேண்டும். அந்தத் தாள் அவன் கையுடன் வந்துவிட்டது.

1974

பிரத்யட்சம்

அவள் அந்த சீனப் பிரயாண நிறுவனத்தின் விமானத் தில் ஏறியது எல்லா உல்லாசப் பயணிகள் போல் அந்த விமானத்தில் தரப்படும் விசேஷச் சீன உணவுக்காக அல்ல. சீனச் சமையலைப் பற்றிப் பிற நாட்டோர் பெருமையாகக் கூறுவதும் சீன உணவைப் பற்றிச் சீனரே ஜம்பம் அடித்துக் கொள்வதும்கூட அவளுக்கு ஒருவித அயர்ச்சியைக் கொடுத்தது.

தைபேயில் அவள் விமானத்தில் ஏறி அது நகர ஆரம்பித்தவுடன் திடீரென்று ஒரு ஆண் குரலுக்கு ஏற்ப அந்த விமானப் பணிப்பெண்கள் நடனமாட ஆரம்பித்தார்கள். அது நடனம் அல்ல; அவர்கள் விமானப் பயணத்தில் நேரக்கூடிய சில விபத்துக்களின்போது பயணிகள் மேற்கொள்ள வேண்டிய தற்காப்பு முறைகளை விளக்கிக்கொண்டு இருந்தார்கள். ஒவ்வொரு பயணிகள் நாற்காலிக்கு அடியில் ஒரு கவசம் போன்றது இருந்தது; விமானம் கடலில் விழுந்துவிட்டால் அக்கவசம் பயணிகள் மிதக்க உதவும். பயணிகள் தலைக்கு நேரே ஒரு சிறு கதவு இருந்தது; விமானத்தின் உள்ளே காற்று அழுத்த நிலை தடைபட்டால் அச்சிறு கதவிலிருந்து கீழே தொங்கவிடப்படும் முகமூடியை அணிந்துகொண்டு பயணிகள் சுவாசிக்க வேண்டும். விபத்து ஏற்பட்டால் பயணிகள் விமானத்திலிருந்து வெளியேறக் கதவுகள் இந்த இடங்களிலெல்லாம் இருக்கின்றன. சிறிது நேரத்திற்குப் புகைப் பிடிக்காதீர்கள். வார் கொண்டு நாற்காலியோடு உங்களை இணைத்துக்கொள்ளுங்கள்... சீன மொழிக்கு பிறகு ஆங்கிலத்திலும் இந்த அறிவிப்பு நடந்தது. அவளுக்கு ஆங்கில மொழி ஒரு வார்த்தைகூடத் தெரியாது.

மூக்கு நுனியில் ஒரு சிறு பரு கிளம்ப ஆரம்பித்திருந்த பணிப்பெண் அவளிடம் வந்தாள்.

"சினிமா பார்க்க விரும்புகிறீர்கள்?"

"என்ன சினிமா?"

பணிப்பெண் ஒரு பெயர் சொன்னாள்.

"உம்."

பணிப்பெண் அவளிடம் காதில் மாட்டிக்கொள்ள ஸ்டெதாஸ்கோப் போன்றது ஒன்றைக் கொடுத்தாள்.

"இது என்ன?"

"இதைக் காதில் மாட்டிக் கொண்டால்தான் சினிமாவின் பேச்சு, பாட்டு எல்லாம் கேட்கும். இதை மாட்டிக் கொள்ளாதவர்கள் படத்தைப் பார்க்கத்தான் முடியும்."

"பின் எல்லாருக்கும் ஏன் இதை நீ கொடுக்கவில்லை?"

"ஏனென்றால் இதற்குக் கட்டணம் உண்டு."

"எவ்வளவு?"

"இரண்டரை அமெரிக்கன் டாலர்."

"அப்பாடா! அவ்வளவா?"

"ஆமாம், எல்லா விமானங்களிலும் அதுதான் கட்டணம்."

"அப்போது எனக்கு வேண்டாம்."

அந்த ஸ்டெதாஸ்கோப் போன்றதைத் திருப்பிக் கொடுத்துவிட்டாள். அவளிடம் மொத்தம் இருந்ததே பத்து அமெரிக்கன் டாலர்தான். அதை அவளூர் பணம் நானூறு தைவான் டாலர்கள் கொடுத்து வாங்க வேண்டியிருந்தது. கறுப்பு மார்க்கெட்டில் இன்னும் அதிகம் கொடுக்க வேண்டியிருக்கும்.

அவள் திடுக்கிட்டு நிமிர்ந்து உட்கார்ந்துகொண்டாள். சினிமாத்திரை நிழலுருவங்களைப் பார்த்தபடியே அவள் தூங்கிவிட்டிருந்தாள். சினிமா எப்போது முடிந்தது என்றகூடத் தெரியாது. ஒலி பெருக்கியில் சீன மொழியில் ஒரு ஆண் குரல் கேட்டுக்கொண்டிருந்தது. "இன்னும் சில நிமிடங்களில் டோக்கியோவை அடையப் போகிறோம். உங்கள் நாற்காலி வார்களை இணைத்துக் கொள்ளுங்கள். 'புகை பிடிக்காதீர்கள்' விளக்கு எரிய ஆரம்பித்தவுடன் சிகரெட்டுகளை அணைத்துவிடுங்கள். உங்கள் பயணம் இனிதாக இருந்ததென்று நம்புகிறேன். விமானச் சிப்பந்திகள் எல்லாருடைய சார்பிலும் உங்களுக்கு வாழ்த்துக்கள்."

அவள் ஜன்னல் கண்ணாடி வழியாக எட்டிப் பார்த்தாள். ஆகாயம் பூமிக்கு வந்துவிட்ட மாதிரி இருந்தது. இருட்டில் லட்சக் கணக்கான, விதவிதமான உருவம், வெளிச்சம், வர்ணம் உடைய நட்சத்திரங்கள். விமானம் அந்த நட்சத்திரக் குவியலை நெருங்க நெருங்க டோக்கியோவின் கட்டடங்களும் ஒரு மாதிரியாகத் தெருக்களும் தெரிய ஆரம்பித்தன. விமானம் திடீரென்று மேலே கிளம்பி நகரத்தின் ஒரு ஓரத்திற்குச் சென்று பிறகு உயரம் தணிய ஆரம்பித்தது.

அவளுக்கு வயிற்றைக் கலக்கியது. ஜன்னலை பார்ப்பதை விட்டு விமானத்தின் உட்புறமாகக் கண்களைத் திருப்பிக்கொண்டாள். 'நாற்காலி வார் இணைத்துக் கொள்ளுங்கள்' 'புகைக்காதீர்கள்' எச்சரிக்கைகள் கண் சிமிட்டிக் கொண்டிருந்தன. பணிப்பெண்கள் விபத்து நடவடிக்கைகளை

ஒலி பெருக்கிக் குரலுக்கேற்ப இன்னொரு முறை சைகை காட்டி நடனமாடினார்கள். விட்டில் பூச்சி சூழ்ந்திருப்பது போன்ற நீல விளக்குகள் வரிசைகளுக்கு நடுவில் விமானம் தலைதெறிக்கும் வேகத்தில் முன்னேறிக் கொண்டிருந்தது. சட்டென்று அதன் சக்கரங்கள் தரையைத் தொட்டன. விமானம் தடதடவென்று குலுங்கியது. அது ஓடும் வேகம் குறைய ஆரம்பித்தது. ஒரு பிரம்மாண்டமான கட்டடத்தின் பக்கத்தில் போய் நின்றது.

அந்த விமானத்திலிருந்து பலர் டோக்கியோவில் இறங்கினார்கள். தொடர்ந்து பயணம் செய்ய வேண்டியவர்கள் சிலர்கூட டோக்கியோ விமான நிலையத்தைப் பார்க்கவும் சுங்க வரியற்ற கடைக்குப் போகவும் கீழே இறங்கினார்கள். ஆனால் அவள் இறங்கவில்லை. அவளுக்கு அந்த இடத்தில் காலைக் கீழே வைக்கக்கூடக் கூசியது. ஒரு காலத்தில் இந்த ஜப்பானியர்கள் தான் சீனரைப் பன்றி மனிதர்கள் என்று கூறினார்கள். பன்றிகளைக் கொல்வதைப் போலச் சீனர்களைக் கொன்றார்கள். அதெல்லாம் நடந்தபோது அவள் பிறக்கக்கூட இல்லை. ஆனால் அவளுடைய பாட்டி திரும்பத் திரும்ப அந்தக் காலத்தைப் பற்றிச் சொல்லிக்கொண்டு புலம்பிக்கொண்டிருப்பாள். இப்போதெல்லாம் அந்தக் காலத்தோடு இந்தக் காலத்தைப் பற்றியும் கூறிக்கொண்டு புலம்பிக் கொண்டிருந்தாள். டாமினிக்கைத் திரும்பி வரச் சொல்லாதே. டாமினிக் அங்கே அமெரிக்காவிலேயே செளக்கியமாக இருக்கட்டும். இந்தப் பாழாய்ப் போன நாட்டுக்குத் திரும்பி வரவேண்டாம். என் கண்ணே, நீயும் டாமினிக்கும் இங்கே திரும்பி வராதீர்கள்.

டாமினிக்கைத் திரும்பி வரச் சொல்லாதே என்று அவளுடைய பெரியம்மாவும் சொல்லியனுப்பினாள். அவர்கள் குடும்பமே டாமினிக் திரும்பி வரக்கூடாது என்பதில் தீர்மானமாக இருந்தது. மூன்று தலைமுறை களில் டாமினிக் மீதுதான் எல்லாரும் உயிராக இருந்தார்கள். டாமினிக்தான் அவர்கள் குடும்பம் கடைத்தேற ஒரே நம்பிக்கையாக இருந்தான். அவன் திரும்பி வந்தால் நிச்சயம் தைவான் அரசாங்கம் அவனைச் சிறையில் தள்ளிவிடும். ஐந்து வருடம் அல்லது ஏழு வருடம் அல்லது பத்து வருடம். அவன் அமெரிக்காவில் சில இடங்களில் அவன் நாட்டு அரசாங்கத்தைக் குறை கூறிப் பேசிவிட்டான். ஏதோ படிக்கக் கூடாத புத்தகத்தைப் படித்து விட்டான். ஒருமுறை ஒரு தொழிற்சாலை வேலை நிறுத்தத்தில் பங்கு கொண்டிருக்கிறான். இதற்கெல்லாம் அமெரிக்க நாட்டிலேகூட அவனை யாரும் கைது செய்யவில்லை. ஆனால் அவன் தைவான் திரும்பினால் நிச்சயம் சிறையில் தள்ளிவிடுவார்கள்.

சுமார் ஒருமணி நேரம் அமைதியாக இருந்த விமானத்தில் மீண்டும் பரபரப்பு நிரம்பியது. புதிய பயணிகள் பலர் ஏறினார்கள். இவள் பக்கத்தில் காலியான இடத்தில் ஒரு பருத்த அம்மாள் ஒரு பெரிய பையை மடியில் வைத்துக்கொண்டு உட்கார்ந்தாள். அவளுக்கு நிறைய மீசை மயிர் இருந்தது. முகவாய்க்கட்டை சவரம் செய்யப்பட்டது போலக்கூடக் காணப்பட்டது. வந்து உட்கார்ந்தவுடனேயே அந்த அம்மாள் அவளைப் பார்த்து ஏதோ கேட்டாள். அது என்ன மொழி என்று அவளுக்குத் தெரியவில்லை. ஆனால் நிச்சயம் அது ஆங்கிலம் இல்லை. அந்த பருத்த அம்மாளுக்குக்கூட ஆங்கிலம் தெரியாது.

ஒலிபெருக்கி பேச ஆரம்பித்தது. புகை பிடிக்காதீர்கள். நாற்காலி வாரை இணைத்துக்கொள்ளுங்கள். அகில உலக விமான நிறுவனங்கள் சங்கங்களின் விதிமுறைப்படி இதோ விபத்து தடுப்பு விதிமுறைகள், இங்கே மிதக்கும் கவசம், இங்கே முகமூடி, இங்கே வெளியேறும் கதவுகள் ...

ஒரு பணிப்பெண் எல்லாப் பயணிகள் மடியையும் கால்களையும் பார்த்தபடி வந்தாள். அந்தப் பருத்த அம்மாளிடம் வந்தவுடன் அந்த அம்மாளின் பையை எடுத்து அந்த அம்மாளின் நாற்காலிக்கடியில் திணித்தாள். விமானம் நகர ஆரம்பித்தது.

உலகத்தின் கோடிவரை நீண்டிருக்கும் வரிசை போன்ற நீல விளக்குகள். விமானம் அவற்றைத் தலை சுற்றும் வேகத்தில் கடந்தபடி ஓடிக்கொண்டிருந்தது. சட்டென்று ஆகாயத்தில் கிளம்பியது. மீண்டும் டோக்கியோ நகரத்துத் தெருக்கள், கட்டடங்கள், விளக்குகள். ஆனால் ஒரு நிமிடம்கூட இருக்காது. எல்லையற்றுப் பரந்திருந்த அந்த மிகப் பெரிய நகரம் மிதந்து மிதந்து கீழே போய்க்கொண்டேயிருந்தது. அப்புறம் லேசாகத் தெரிந்தது. அப்புறம் அதுவும் தெரியவில்லை. டோக்கியோ நாசமாகப் போகட்டும்.

நான் ஏன் டோக்கியோவை இவ்வளவு வெறுக்க வேண்டும் என்று அவள் நினைத்துக்கொண்டாள். சீனர்களைப் பன்றிகளாகச் சீன நகரத் தெருக்களில் ஜப்பானியர் கொன்று குவித்தபோது எப்படி அவள் பிறந்திருக்கக்கூட இல்லையோ அதே போல இப்போது டோக்கியோவில் வசிக்கும் பலரும் பிறந்திருக்க மாட்டார்கள். “நீங்கள் எங்களைப் பன்றிகள்போலப் படுகொலை செய்தீர்கள்” என்று கூறினார். ‘ஓகோ, அப்படியா?’ என்றுகூட அவர்கள் கேட்கக்கூடும். அவளுக்கு ஒரு கணம் டோக்கியோவில் விமானத்தைவிட்டு இறங்கவில்லையே என்று ஏக்கம் ஏற்பட்டது.

விமானத்தில் சாப்பாடு என்றானவுடன் அவளுடைய பக்கத்து நாற்காலி பருத்த அம்மாள் அப்படியே சாய்ந்தபடி தூங்க ஆரம்பித்தாள். ஒரு புது பணிப்பெண் வரிசையாக எல்லா பயணிகளையும் விசாரித்த வண்ணம் வந்தாள். அவள் அருகில் வந்தபோதே எதற்கு வந்திருக்கிறாள் என்று புரிந்துகொண்டு, “எனக்கு சினிமா பார்க்க வேண்டாம்” என்று பணிப் பெண்ணிடம் கூறினாள். பணிப்பெண் ஒரு கணம் அந்தப் பருத்த அம்மாளை எழுப்பலாமா என்று தயங்கினாள். பிறகு வேறு வரிசைக்குச் சென்றுவிட்டாள்.

சினிமா தொடங்கியது. இது இன்னொரு படம். அவள் வரை அது முழுக்க முழுக்க மௌனப்படம். எடுத்த எடுப்பிலேயே நான்கு குதிரைக் காரர்கள். ஒரு கிராமாந்தர வீட்டைச் சூழ்ந்துகொள்கிறார்கள். ஒரு கிழவனை யும் அவன் மனைவியையும் சுட்டுக் கொன்றுவிட்டு அந்த வீட்டுக்குத் தீ வைக்கிறார்கள். அவர்களை அந்தக் கிழ தம்பதிகளின் இளமகன் எதிர்க்கிறான். அவனைக் கட்டிப்போட்டு அடிக்கிறார்கள். பிறகு காரியம் முடிந்ததென்று சென்றுவிடுகிறார்கள். அந்த இளைஞனின் அழகிய முகத்தில் கோபம் தெரிகிறது. வஞ்சம் கொள்ள வேண்டிய எண்ணம் தெரிகிறது. அவன் அந்த நான்கு கொடியவர்களையும் கடுமையாக, கொடூரமாகத் தண்டிப்பான்.

அவளுக்கு அதற்கு மேல் சினிமாவில் அந்த இளைஞன் முகம் தெரிய வில்லை. டாமினிக்கின் முகம்தான் தெரிந்தது. டாமினிக்கின் அழகிய

முகத்தில்தான் எவ்வளவு திடமும் தீர்மானமும் இருந்தது! அகதிகளாக தைவானுக்கு அவர்கள் குடும்பம் ஓடிவந்தபோது டாமினிக்குப் பத்து வயதுகூட இருக்காது. யார் யாரோ பணக்காரர்கள் ஆனார்கள். அவளுடைய அப்பாகூட கம்பளி பனியன் தொழிற்சாலை ஒன்றில் சேர்ந்து மனைவி மக்களுக்கு ஒழுங்காகச் சோறு போடுகிறார். ஆனால் டாமினிக்கின் அப்பா ஒரு வேலையும் தொடர்ந்து ஒரு வருடம்கூடத் தக்க வைத்துக் கொள்ளவில்லை. நரைத்துத் தொங்கும் மயிர்களுக்கிடையே தீர்வு தோன்றாத கவலை அகட்டிவிட்டிருந்த கண்கள் கொண்ட அவனுடைய அம்மாவின் பல இரகசியக் கனவுகளை நிறைவேற்றச் சூள் கூறாத சபதமாக டாமினிக் அமெரிக்கா சென்றிருக்கிறான்.

அவள் டாமினிக்கை மணந்துகொள்ளத்தான் அமெரிக்கா போகிறாளா? அல்லது மூன்று வருட காலத்திற்கு முன் அவள் மனதில் தேங்கிப் போயிருந்த நினைவுப் பசை உலர்ந்துவிடக் கூடாதே என்று போகிறாளா?

“டாமினிக்!”

“என்ன?”

அவள் பதில் கூறாமல் நின்றாள்.

டாமினிக் அவள் தோள்களைப் பற்றிக்கொண்டு அவளை நேருக்கு நேர் பார்த்தான். திடீரென்று அவளுக்குத் துக்கம் பொங்கி அவள் கண்களிலிருந்து நீர் தாரை தாரையாகப் பெருகிற்று. அவன் அப்படியும் அசையாமல் அவளையே பார்த்தபடி நின்றான். பிறகு பேசினான். “நீ இன்னும் ஒரு குழந்தைதான். இப்போது யார் ஊருக்குப் போனாலும் உனக்கு இப்படித்தான் அழுகை வரும். ஆனால் இரண்டு வருடம் கழித்து, மூன்று வருடம் கழித்த பின்னும் என்னை நினைக்கும்போது உனக்கு இப்படி அழுகை வந்தால் நாம் இருவரும் சேர்ந்துதான் வாழவேண்டும், வடதுருவத்தில் இருந்தால்கூட. சம்மதமா?”

அவள் தலையை ஆட்டினாள். அவன் மீண்டும் அவளை உற்று நோக்கிய படியே இருந்தான். பிறகு இறுக அணைத்து அவள் உதட்டில் முத்தமிட்டான்.

அவள் உதட்டைத் துடைத்துக்கொண்டாள். பக்கத்து நாற்காலி அம்மாள் வாயிலிருந்து எச்சில் சொட்டிக் கொண்டிருந்தது. இவள் ஏன் தன் பக்கத்தில் உட்கார்ந்துகொண்டாள் என்ற ஒரு கணம் அவளுக்குச் சுணக்கம் ஏற்பட்டது. ஆனால் உடனே இப்படியும் தோன்றிற்று. சீன மொழி தெரிந்த யார் அங்கு உட்கார்ந்திருந்தலும் இதோ இன்னும் சில மணி நேரங்களில் ஸான்பிரான்ஸிஸ்கோவில் இறங்க வேண்டியிருக்கும் அவளிடம் தொணதொணவென்று பேசிக்கொண்டிருப்பாள். அது ஆணாயிருந்தால் அந்தச் சில மணி நேரங்களில் அந்த நாற்காலியில் உட்கார்ந்தபடியே எல்லாவற்றையும் அனுபவித்து வி. வேண்டும் என்பது போல அவன் கை எங்கெங்கோ பரவும். வேண்டுமென்றே காலைத் தூக்கிப் போடுவான். பேசுகிறேன் என்ற சாக்கை வைத்துக்கொண்டு அவன் முகத்தை அவள் காதருகே கொண்டுவந்து இடிப்பான். டாமினிக்கைப் பற்றி நினைக்கவே முடியாது. டாமினிக் அமெரிக்கா செல்லப் போகிறான் என்று தெரிந்தவுடன் அவள் தன்னையே அவனிடம் ஒப்படைத்துவிடத் தயாராக இருந்தாள். ஆனால் டாமினிக் அந்த ஒருமுறை அவளை முத்தமிட்டதோடு சரி.

அவன் ஆண்மையுடையவன். ஆண்மையற்றவர்கள்தான் சந்தர்ப்பமில்லா சந்தர்ப்பங்களிலெல்லாம்கூட அற்ப சுகத்திற்காக அலைபாய்வார்கள். அவளுடைய டாமினிக் உண்மையான ஆண்மகன்.

சினிமா முடிந்தது முடியாததுகூடத் தெரியாமல் பலர் காது ஒலிபெருக்கியுடன் தூங்கிக்கொண்டிருந்தார்கள். அவளும் இந்த முறையும் சினிமா முடிவைத் தவற விட்டுவிட்டாள். அந்த இளைஞன் அந்த நான்கு கொடியவர்கள் மீது வஞ்சம் தீர்த்துக்கொண்டானா? அல்லது அவனும் அவன் அப்பா அம்மா போல் எதிர்ப்புக்கூடக் காட்டாமல் செத்துப் போனானா? அவள் எப்போதும் கதை முடிவுகளைப் பற்றி மனதில்கூட சர்ச்சை செய்துகொண்டது கிடையாது. அது மாயாஜாலக் கதையானாலும் தற்காலத்தின் துப்பறியும் கதையானாலும் முடிவை அப்படியே ஏற்றுக் கொள்ளும் இயல்பு. இன்று ஏன் சரியாகப் பார்க்காத சினிமா பற்றி இப்படிச் சந்தேகம் வந்தது? ஏன் அந்த இளைஞன் வஞ்சம் தீர்த்துக்கொள்ளாமல் செத்திருப்பான் என்று தோன்றியது?

அவளுக்கு நிமிஷத்திற்கு நிமிஷம் அந்தப் பிரயாணம் அலுப்பும் அயர்ச்சியும் கொடுத்தது. அவள் வாழ்க்கையில் முதல் முறை விமானப் பிரயாணம் செய்கிறாள். அவளை இன்னமும் பலர் 'என் குழந்தையே' என்று அழைக்கிறார்கள்; அவளுடைய வீட்டில் அவளுடைய பொம்மைகள் இன்னமும் உருப்படியாக இருந்தன; ஆனால் இந்தப் பிரயாணம் அவளுக்குக் குழந்தைகளுக்குரிய பரபரப்பும் குதூகலமும் தரவில்லை. அவள் பெரியவளாகிவிட்டாள். கிழவியாகக்கூட ஆகிவிட்டாள். இடுப்பு மட்டும் இன்னும் சிறிது பருத்துவிட்டால் போதும், அவளுக்கும் அவள் பக்கத்தில் அயர்ந்து தூங்கும் அம்மாளுக்கும் வித்தியாசம் தெரியாது.

அந்த அம்மாளின் கால்களை நகர்த்திவிட்டு அவள் பெண்கள் அறைப் பக்கம் சென்றாள். தைபேயில் ஏறியதிலிருந்து மணிக்கணக்காக அப்படியே உட்கார்ந்திருந்ததில் அடிவயிறும் கணுக்காலும் வலித்தன.

ஆனால் அவள் போன திசையில் பெண்கள் அறை இல்லை. அங்கே சமையல் அறைதான் இருந்தது. அங்கே இரு பணிப் பெண்கள் கைகோர்த்துக் கொண்டு இருந்தார்கள். அவளைப் பார்த்ததும் அவர்கள் இருவரும் ஒருவரையொருவர் விடுவித்துக் கொண்டார்கள்.

அவள் தயங்கி நின்றாள். ஒரு பணிப்பெண், "ஹை" என்றாள்.

அவளும் "ஹை" என்றாள். பிறகு சீன மொழியில் அவள் தேடும் இடத்தைக் கூறினாள்.

அந்த அறையின் கதவைத் திறந்துகொண்டு வெளியே வருவதற்கு முன் இன்னொரு முறை தன் ஸ்கர்ட்டை இழுத்து விட்டுக்கொண்டு கண்ணாடியில் பார்த்துக்கொண்டாள். அவள் அழகாகத்தான் இருந்தாள். அவள் அணிந்திருந்த உடை விசேஷமாக அப்பிரயாணத்தை முன்னிட்டே தைக்கப்பட்டது. ஒரு சில இடங்களில் அரை அங்குலம் பெரியதாகவே இருந்தது. வேண்டுமென்றே அவள் அம்மா அப்படித் தைக்க வைத்தாள். "அமெரிக்கா போனால் இந்த அரை அங்குலம் தேவைப்படும்." அமெரிக்கா, அமெரிக்கா. டாமினிக்கைத் திரும்பி வரச் சொல்லாதே. நீயும் டாமினிக்கும்

சந்தோஷமாக அமெரிக்காவிலேயே வாழுங்கள். இந்தப் பாழாய்ப் போன நாட்டுக்குத் திரும்பி வரவேண்டாம்.

விமானத்தில் பரபரப்பு. ஸான்பிரான்ஸிஸ்கோ அதோ கீழே மிதக்கிறது. நாற்காலி வாரை இணைத்துக்கொள்ளுங்கள். புகை பிடிக்காதீர்கள். உங்கள் பிரயாணம் இனிமையாக இருந்ததென்று நம்புகிறோம். மீண்டும் வாருங்கள்.

திடீரென்று பருத்த அம்மாள் அவள் கையைப் பிடித்துக்கொண்டாள். பல மடிப்புகளால் சூழப்பட்ட அவளுடைய கண்கள் ஏதோ கெஞ்சுவது போல இருந்தன.

"எனக்குக்கூட ஆங்கிலம் தெரியாது," என்று அவள் பருத்த அம்மாளிடம் கூறினாள். ஆனால் பருத்த அம்மாள் அவள் கையை விடவில்லை.

விமானம் விமான நிலையத்தில் ஒரு பெரிய கட்டடத்தின் அருகில் நின்றது. எல்லாரும் கதவுகள் பக்கம் நகர்ந்தார்கள்.

அவளும் பருத்த அம்மாளுமாக தங்கள் கைப்பைகளை எடுத்துக்கொண்டு மற்றவர்களோடு சேர்ந்து முன்னேறினார்கள். முடிவற்றது போன்ற செயற்கை குகைகளில் ஊர்வதுபோல் நடந்தார்கள்.

திடீரென்று அவர்கள் நின்றார்கள். அவர்களுக்கு முன்னால் குகை வெகுவாகச் சரிந்தது. அச்சரிவுக்கு இருந்த படிக்கட்டு நகர்ந்த வண்ணம் இருந்தது. எவரும் படிக்கட்டின் படி ஒன்றில் தன்னைப் பொருத்திக்கொண்டால் போதும். அதுவாக அவர்களைக் கீழே கொண்டுபோய்ச் சேர்த்துவிடும்.

அவள் அந்தப் படிக்கட்டின் தன்மையைப் புரிந்துகொண்டு அடி எடுத்து வைத்தாள். ஒரு இமைப்போதுக்கு அவள் தடுமாறுவதாக உணர்ந்தாள். பிறகு சரியாகப் போய்விட்டது.

அவள் கை இன்னமும் அந்தப் பருத்த அம்மாள் பிடியில் இருந்தது. அவள் திரும்பிப் பருத்த அம்மாளையும் வாருங்கள் சமிக்ஞை செய்தாள். ஆனால் பருத்த அம்மாள் பீதி தோன்றும் கண்களுடன் நகரும் படிக்கட்டைக் காட்டினாள்.

அவள் மீண்டும் பருத்த அம்மாளை அழைத்தாள். அவள் கை நீண்டு இறுகியது.

அவள் வெடுக்கென்று கையை உதறினாள். ஆனால் அதற்குள் நிலைமையைப் புரிந்துகொண்டு அந்தப் பருத்த அம்மாளும் தன் பிடியை விட்டாள். அவர்கள் இருவருக்கும் இடையே இருந்த இடைவெளி அகண்டுகொண்டே சென்றது.

அவளுக்கு வருத்தமாயும் வெட்கமாயும் இருந்தது. அவள் படி கீழே சென்றடைந்தபோது திரும்பிப் பார்த்தாள். அந்தப் பருத்த அம்மாள் இன்னமும் மேலே அப்படியே நின்றபடி இருந்தாள். மிகுந்த அன்புடன் அங்கிருந்தபடியே கையை ஆட்டினாள்.

அவள் அமெரிக்க நாட்டில் நுழைவதற்கான அனுமதிச் சீட்டை சீன விமானச் சிப்பந்திகளில் ஒருவன் உதவிகொண்டுதான் பூர்த்தி

செய்யவேண்டியிருந்தது. அவன் அவளைக் கடுமையாகக் கேட்டான். "விமானத்திலேயே ஏன் இதெல்லாம் செய்துகொண்டிருக்கக் கூடாது?"

"எனக்குத் தெரியாது."

"தெரியாது போனால் கேட்பதுதானே? விமானத்திலேயே இதெல்லாம் கொடுத்தார்களே?"

"எனக்குத் தெரியாது."

"படுத்துக்கொள்ள மட்டும் தெரியுமா?"

அவள் பேசாமல் இருந்தாள்.

அமெரிக்காவில் அவள் தங்கப் போகும் விலாசத்தை அவன் கேட்ட போது டாமினிக்கின் கடிதத்தை எடுத்துக் கொடுத்தாள். அவன் அதையும் அந்தச் சீட்டில் ஜாக்கிரதையாகக் குறித்தான்.

அவள் உடைமைகளெல்லாம் பரிசோதிக்கப்பட்டு அவளை விட்டார்கள். திடீரென்று திறந்த வெளிக்கு வந்தது போன்ற உணர்ச்சி ஏற்பட்டது.

அந்தத் தடுப்புக்கு அப்பால் ஒரு பெரிய கூட்டம் நின்றுகொண்டிருந்தது. ஒவ்வொருவர் முகத்திலும் கூர்ந்து தேடும் வேகம். அவர்கள் தாங்கள் காத்திருப்போரைக் கண்டுகொண்டு கையை வீசினார்கள். ஆனால் விமானத்திலிருந்து வந்த பயணிகள் அவ்வளவு துரிதமாக அவர்களைக் கண்டுகொள்ள முடியவில்லை. அவளும் அந்தக் கூட்டத்திலிருந்த நூற்றுச் சொச்சம் முகங்களில் டாமினிக்கைத் தேடினாள். எங்கிருந்தோ அவள் பெயர் கூப்பிடுவது போலக்கூட இருந்தது. ஆனால் டாமினிக் அவள் கண்ணில் படவில்லை.

அவள் செயலற்று நின்றாள். ஆனால் அப்படி நிற்க முடியவில்லை. பின்னால் வந்தவர்கள் அவளை இடித்து முன் தள்ளிய வண்ணம் இருந்தார்கள். பாஷை தெரியாத ஊரில் நல்ல இரவு நேரத்தில் தன்னந்தனியாக என்ன செய்வேன்? ஐயோ! டாமினிக்குக்குத் தந்தி போய்ச் சேரவில்லையா? எனக்கு டிக்கெட் வாங்க ஏற்பாடு செய்தவனே அவன்தானே? டாமினிக்!

அவள் தடுப்பையும் தாண்டி வந்துவிட்டாள். அப்போது ஒருவன் அவள் பெட்டியைப் பிடித்து இழுத்தான். அவள் பயந்து அவன் முகத்தை ஏறிட்டுப் பார்த்தாள். அவன் லேசாகப் புன்னகை புரிந்தான். அவள் ஒரு கணம் தயங்கினாள். பிறகு 'டாமினிக்!' என்று அப்படியே பெட்டியையும் பையையும் கீழே போட்டுவிட்டு அவனைக் கட்டிக்கொண்டான்.

"வா, போகலாம்" என்று டாமினிக் கூறினான். அவள் நீர் படர்ந்த கண்களுடன் அவனைப் பின்பற்றினாள்.

அவன் சட்டென்று திரும்பி, "ஏதாவது சாப்பிட வேண்டுமா? நீ சாப்பிட்டாகிவிட்டதல்லவா?" என்று கேட்டான்.

"எனக்கு ஒன்றும் வேண்டாம்" என்று அவள் கூறினாள்.

"அதிக நேரம்கூட இல்லை. நம் பஸ் இன்னும் அரைமணி நேரத்தில் கிளம்ப இருக்கிறது" என்றான்.

அவன் டாக்ஸிகாரனுடன் பேசியது அவளுக்கு என்னவோ போலிருந்தது. டாக்ஸி கால்மணிக்குள் அவர்களை பஸ் நிலையத்தில் கொண்டுபோய்ச் சேர்த்தது.

“நீ இங்கேயே இரு” என்று அவளை நிற்கச் சொல்லிவிட்டு டாமினிக் டிக்கெட் வாங்கச் சென்றான். அவள் சுற்று முற்றும் பார்த்தாள். அது மிகப் பெரிய அறையாக இருந்தது. பல வரிசைகளில் நாற்காலிகள். சில நாற்காலிகளில் டெலிவிஷன் பொருத்தப்பட்டுச் சிலர் டெலிவிஷன் காட்சி பார்த்துக்கொண்டிருந்தார்கள். ஒரு ஓரத்தில் சிற்றுண்டிப் பகுதி. அவள் நின்ற இடத்திலிருந்து மாடிப்படியும் மாடியின் ஒரு பகுதியும் தெரிந்தது. அவள் இப்போது நன்கு தெரிந்துகொண்டிருந்த ‘பெண்கள் அறை’யின் கதவு அவளுக்குப் பளிச்சென்று கண்ணில் பட்டது.

டாமினிக் க்யூவில் நின்றுகொண்டிருந்தான். அவனையறியாமல் அவன் முனனால் நின்றுகொண்டிருந்தவனை இடித்து, அவன் திரும்பிப் பார்த்தபோது ஏதோ சொன்னான். மன்னிப்பாகத்தான் இருக்கவேண்டும்.

டாமினிக் நின்றவிதமே ஏதோ நிரந்தரமாக மன்னிப்புக் கோருவது போல இருந்தது. அவளுடைய பெட்டியைத் தூக்கிக்கொண்டு அவன் நடந்தபோதுகூட அவனிடம் விறைப்பு ஏற்படவில்லை. கூனிக்குறுகி நடந்தான். தைவானில் தினம் ஒருவேளைச் சோறு சாப்பிட்டுக் கொண்டிருந்தபோதுகூட அவன் அப்படித் துவண்டு காணப்படவில்லை.

கியூவில் டாமினிக் டிக்கெட் வாங்கும் முறை வந்துவிட்டது. அவன் பணத்தை நீட்டி டிக்கெட் கொடுக்கும் மாதிடம் ஏதோ கூறினான். அவள் ஏதோ சொன்னாள். அவன் திரும்ப ஏதோ சொன்னான். அவள் டிக்கெட் புத்தகம் ஒன்று எடுத்து அதை ஒரு விசையினடியில் செலுத்தி அவனிடம் கொடுத்தாள். சில்லறையை அவன் கையில் மெதுவாக ஒப்படைத்தாள்.

டாமினிக் டிக்கெட்டைக் கையில் ஏந்திக்கொண்டு அவளை நோக்கி வந்தான். அவன் கிழவனாகிப் போயிருந்தான்.

அவள் முன் நின்றுகொண்டு லேசாகப் புன்முறுவலித்தான். “எப்படியிருந்தது உன் விமானப் பயணம்?”

அவளுக்கு அதைப் பெரிதாக விவரிக்கத் தோன்றவில்லை. “நன்றாக இருந்தது” என்றாள்.

“இந்த ஒரு விமானத்தில்தான் உனக்குச் சாப்பாடு ஒழுங்காகக் கிடைக்கும்” என்றான்.

அவள் “ஆமாம்” என்று முனகிவிட்டு அவனையே பார்த்த வண்ணம் நின்றாள்.

“என்ன பார்க்கிறாய்?” என்று கேட்டான். பிறகு மறுபடியும் பலவீன மாகச் சிரித்து அவளைக் கட்டிக்கொண்டான். இந்த முறை அணைப்பில் அவளால் ஏனோ கண்களை மூடிக்கொள்ள முடியவில்லை.

ஒரு ஒலிபெருக்கி பேச ஆரம்பிக்க அவன், “வா, நாம் பஸ் ஏறவேண்டிய நேரம் வந்துவிட்டது” என்று கூறிப் பெட்டியைத் தூக்கிக்கொண்டு நடந்தான்.

அவள் அவனைப் பின் தொடர்ந்தாள். மூன்றாண்டுகள் முன்பு டாமினிக் நடக்கும்போது அவன் பின்பக்கம் சிறிதுகூட அசையாது. இப்போது அவன் அவ்விடத்தில்கூடத் தளர்ச்சி அடைந்திருந்தான்.

பஸ்ஸில் ஏறுவதற்கும் வரிசையாகப் பயணிகள் காத்திருந்தனர். டாமினிக் பெட்டி வைத்திருப்பதைப் பார்த்துவிட்டு பஸ் டிரைவர் முதலில் டாமினிக்கிடம் வந்தான். டாமினிக் அவனுடன் சென்று பஸ்ஸின் பக்கவாட்டில் கீழே குவிந்திருந்த பெட்டிகளுடன் அதை வைத்தான். டிரைவர் மீண்டும் உள்ளே சென்று அடையாளச் சீட்டு எடுத்து வந்து ஒன்றைப் பெட்டியில் கட்டி இன்னொன்றை டாமினிக்கிடம் கொடுத்தான். மீண்டும் அதே கெஞ்சல் தோரணை.

அவள் பக்கத்தில் வந்து நின்றுகொண்டு, "பெட்டியை முன்னமேயே அவர்களிடம் ஒப்படைத்திருக்க வேண்டும்" என்றான். அவள் "அப்படியா?" என்று முணுமுணுத்தாள்.

அவளுக்கு அவள் அப்பா, அம்மா, பெரியம்மா, பெரியப்பா எல்லாருடைய நினைவும் வந்தது. அவர்கள் டாமினிக் பற்றி வைத்திருந்த நினைவு நினைவுக்கு வந்தது. அவளுடைய நினைவு மட்டும் பிரத்யட்சத்தின் அபார கணத்தில் மீண்டுவர முடியாமல் எங்கோ பதுங்கி இருந்தது.

அவர்கள் பஸ்ஸில் ஏறி உட்கார்ந்தார்கள். பஸ் மிகவும் சௌகரியமாக இருந்தது. குளிருக்கு அடக்கமாகப் பொறுக்கும் சூடுகொண்டிருந்தது.

"நாம் எப்போது வீடு போய்ச் சேருவோம்?" என்று கேட்டாள்.

"வீடா?" என்று கேட்டுவிட்டு டாமினிக் மீண்டும் லேசாகச் சிரித்தான். பிறகு, "நாளை காலை போவோம்" என்றான்.

"இரவு முழுக்க இந்த ஒரே பஸ்ஸா?" என்று அவள் கேட்டாள்.

"ஆமாம். ஸான்பிரான்ஸிஸ்கோவில் இரவு தங்கிவிட்டுப் போகலாம். ஆனால் இருபது டாலருக்குக் குறையாமல் செலவாகும்."

பூச்சி ஊங்காரம் போலச் சப்தமெழுப்பியபடி பஸ் விரைந்து கொண்டிருந்தது. அவள் டாமினிக்கைப் பார்த்தாள். அவன் தூங்கிக் கொண்டிருந்தான். பஸ்ஸில் ஏதோ ஒரு கறுப்புப் பெண் அடங்கிய குரலில் பாடிக்கொண்டிருந்தாள். அவள் குழந்தையைத் தூங்கச் செய்வதற்காக இருக்க வேண்டும்.

1974

நூலகத்துக்குப் போகும் வழியில் ஒரு கிரிக்கெட் மாட்சைப் பார்க்க நின்றபோது . . .

நூலகத்துக்குப் போகும் மாலைகளில் அந்தப் பள்ளிக்கூட விளையாட்டு மைதானத்தின் மதில் சுவரை சைக்கிளை ஒட்டியபடியே எட்டிப் பார்ப்பது பழக்கமாகி விட்டது. அந்தப் பள்ளிக்கும் அந்த மைதானத்துக்கும் இடையில் நூறு வீடுகளும் பத்துத் தெருக்களும் இருந்தன. மாணவர்கள் விளையாட வேண்டும் அல்லது திறந்த வெளியில் ஏதாவது செய்தாக வேண்டும் என்பதான நேரங்களில் அவர்களை ஆசிரியர்கள் ஊர்வலமாக அழைத்துப் போவார்கள். நான் அந்தப் பள்ளியில் படிக்கவில்லை. ஆனால் பல வருடங்கள் அந்தப் பள்ளியையும் மைதானத்தையும் சைக்கிளில் கடந்து சென்றுகொண்டிருப்பதில் அது நான் படித்து விளையாடிய பள்ளி போலாகிவிட்டது. என்னுடைய பள்ளி இருபத்தைந்து வருடம் முந்தையதும், ஐநூறு மைல் தொலைவும் கொண்டது. அங்கும் பரந்த மைதானம் இருந்தது. எளிய ஓடிப் பிடிப்பது தவிர வேறு விளையாட்டு நான் ஆடினதாக ஞாபகம் இல்லை. அந்த நாட்களில் விளையாட்டுக்கு அவ்வளவு முக்கியத்துவம் கிடையாது. இங்கு இந்த நகரில் நூலகத்துக்கு அல்லது வெறெந்த இடத்துக்குப் போகும் போதும் இந்த விளையாட்டு மைதானத்தைக் கடந்துதான் போக வேண்டியிருக்கிறது. மைதானத்துக்கு உயரமான மதில் சுவர். யாராவது விளையாடிக் கொண்டிருந்தால் அவர்கள் தலைகளை மட்டும் தெருவிலிருந்து பார்க்க முடியும். இன்று மாலை மைதானத்தில் ஒரு கிரிக்கெட் மாட்ச் நடந்துகொண்டிருக்கிறது.

சாலையைக் குறுக்கே கடந்து மைதானத்தை ஒட்டிச் சென்ற குறுகிய தெருவில் சைக்கிளைத் திருப்பினேன். நான் உத்தியோகமின்றி இருந்த பல தருணங்களில் அதுவும் ஒன்று. மணி தெரியவில்லை. என் கைக்கடியாரத்தின் உடைந்த கண்ணாடியை நான் மாற்றியிருக்கவில்லை. மணி நான்கு

இருக்கலாம். இன்னும் இரண்டு மணி நேரத்தில் நூலகத்தை மூடிவிடுவார்கள். அலமாரிகள் நடுவில் புகுந்து திரிந்து நான் கேள்விப்பட்டிருக்காத, இருக்குமென்றே நினைத்திராத ஒரு புத்தகத்துடன் வீடு திரும்ப இரண்டு மணி நேரம் தேவை. நாம் முன்னமறியாத ஆசிரியரின் நூலைப் படிப்பதில் ஒரு தனி இன்பம் இருக்கிறது. அது சிறு நூலகம்தான். நானும் அடிக்கடி அங்கு போய் வந்துகொண்டிருக்கிறேன். ஆனாலும் நான் அறிந்திராத ஆசிரியர்கள் பலர் இருக்கத்தான் செய்தார்கள். இப்போது இந்த கிரிக்கெட் ஆட்டத்தைப் பார்க்க நான் நின்றுவிட்டால் நானறியாத அந்த நூற்றுக்கணக்கான எழுத்தாளர்கள் பல மாதங்கள் உழைத்துக் கண்விழித்து எழுதியிருக்கும் நூல்களுக்கு நான் ஒதுக்கும் நேரம் குறைந்துவிடும். ஆனால் இங்கே இந்த மைதானத்தில் விளையாடிக் கொண்டிருப்பவர்களும் நானறியாதவர்களே.

ஆடியவர்கள் வாலிபர்கள் – சிறுவர்களல்ல. மைதானம் ஒரு பள்ளியின் பகுதி என்பதால் பல நேரங்களில் சிறுவர்கள் விளையாடுவார்கள். மைதானம் பெரிதாக கிரிக்கெட் ஆடும் அளவு இருந்தபடியால் ஞாயிற்றுக்கிழமைகளில் பெரியவர்கள் ஆடுவார்கள். இன்று மைதான நடுவில் ‘பிச்’சுக்கு முழுப்பாய் விரித்திருந்தார்கள். சிறுவர்கள் ஆட்டத்துக்கு ஏற்பாடுகள் அவ்வளவு தடபுடலாக இருக்காது.

மைதானத்துக்குச் சாலையோரந்தான் சுவர். பிற பக்கங்களில் முள் கம்பி வேலி. செடிகளும் நட்டிருந்தார்கள். ஆனால் மாணவர்கள் சில இடங்களில் வேலியை அகலப்படுத்தியிருந்தார்கள். அவ்விடங்களில் சிறுவர்கள் மட்டுமின்றி ஆடு மாடுகள் கூடப் புக முடியும். குறுக்கு வழியில் போவது மாணவர்களுக்குக் கைவந்தது. நான்கூட என் பள்ளி நாட்களில் பிரதான வாயில் வழியாகச் சென்றதைக் காட்டிலும் சுவர் ஏறிக் குதித்துச் சென்றதுதான் அதிகம். ஏறிக் குதிக்கும் இடங்களில் சுவரில் முதலில் நிறம் மாறும். பிறகு மங்கும். அப்புறம் காரை உதிரும். அதற்குப் பிறகு ஒவ்வொரு செங்கல்லாக மறையத் தொடங்கும். ஏறிக் குதிப்பது தாண்டுவதாகி இறுதியில் வெறுமனே நடப்பதாகிவிடும். வருடத்திற்கு ஒருமுறை சுவர் பழுது பார்க்கப்படும். சில நாட்களில் காவலும் வைப்பார்கள். ஆனால் சீக்கிரமே காவல்காரன் வேறு அலுவலுக்கு அழைக்கப்படுவான். விரைவில் சுவரில் விரிசல் காணும்.

வேலிச் செடிகள் அதிகம் மறைக்காத இடமாகப் பார்த்து சைக்கிளை நிறுத்தினேன். அந்த இடத்திலிருந்து ஆடுபவர் அனைவரையும் ஒரே பார்வையில் பார்த்துவிட முடியும். முகம் தெரியாது. ஆனால் கிரிக்கெட் ஆட்டம் பார்க்க முகம் தெரியவேண்டிய அவசியம் இல்லை. ஒரு நூலிலும் ஆசிரியர் முகம் தெளிவாகத் தெரிவதில்லை. அதுவும் அவரை முதன் முறையாகப் படிக்கும்போது.

நூலகத்துக்குப் போகும் வழியில் ஒரு கிரிக்கெட் மாட்சை வேடிக்கை பார்க்க நிற்கும்போது ஆடும் அணிகள் பற்றியோ ஆட்டம் எந்த கட்டத்தை எட்டியிருக்கிறதென்றோ தெரியாது. ஆனால் ஆடுபவர்கள் பற்றி நிறையவே அறியமுடியும். ஒல்லியானவன், பருமனானவன், மிதமாக உண்பவன், கண்ட வேளையில் வயிற்றை நிரப்பிக்கொள்பவன், ஒருவேளைச் சாப்பாட்டிற்கே வழியில்லாதவன், வீட்டில் குளிர்சாதனப் பெட்டி உடையவன், உணவு

விடுதிகளிலேயே சாப்பிட வேண்டிய நிர்ப்பந்தம் கொண்டவன்... இன்னும் பல விவரங்கள் அவர்கள் நிற்கும் விதத்திலும், நடை, ஓட்டம், தாவுதல், பந்து வீசுதல், விக்கெட் முன்பு மட்டையைப் பிடித்து நிற்பதிலெல்லாம் தெரியவரும். இவர்கள் தலைமுடியை நீளமாக வளர்த்துக் கொண்டிருந்தார்கள். குமாஸ்தா உத்தியோகத்துக்குப் போனால் முடியை வெட்டிவிடச் சொல்வார்கள். இவர்களில் சிலர் சிறிது உயர்ந்த இடங்களிலும் வேலைக்கு அமரக்கூடும். அன்று அவர்கள் அணியப்போகும் உடை, டை, எடுத்துச் செல்லப் போகும் கைப்பெட்டி, கர்சீப், சினிமாவுக்கு எந்த வகுப்பு டிக்கெட் வாங்குவார்கள். என்றெல்லாம் கற்பனை செய்து பார்ப்பது ரசமாயிருக்கும்.

மைதானத்தின் மறுபுறத்தில் தெருவும் அதை ஒட்டிய வீடுகளும் தெரிந்தன. மைதானமே ஒரு டஜன் வீடுகளுக்கு நடுவில் இருந்தது. சில புதியவை, சில அழுது வடிபவை. ஆனால் எல்லாமே பெரிய வீடுகள். பளிச்சென்ற வீடுகளில் தவிர இதர வீடுகளில் தென்னை மரங்கள்கூட சோர்ந்து காணப்பட்டன. நகரங்களின் இயற்கை அதுதான். ஆனால் நேஷனல் ஜியா கராஃபிகல் மாகஸீனில் பளபளப்பான தாள்களில் கரடிகளும் காட்டெருமைகளும் முறைத்துப் பார்க்கும். விளையாடுபவர்களில் பலர் அப்பக்கங்களில் இடம்பெற முடியாது. அவர்கள் காலையிலிருந்து ஆடிக்கொண்டிருக்க வேண்டும். தலைமயிர் கலைந்திருந்தது. ஏராளமாகக் கசிந்த வியர்வை உடையை உடலோடு ஒட்டியிருக்கும்படி செய்திருந்தது. கிரிக்கெட் ஆடுபவர்களின் பின்புறத்தைக் காணத் தவிர்க்க முடியாது. என்னதான் உயர்ந்தரக ஃபிளானல் டிரவுசர் அணிந்திருந்தாலும் கிரிக்கெட் ஆடும்போது பின்புறம் ஒரேயடியாக அழுக்கடைந்துவிடுகிறது.

என்ன ஸ்கோர், முதலில் ஆடியவர்கள் எவ்வளவு அடித்தார்கள் ஒன்றும் தெரியவில்லை. ஒரு கணம் காலையில் ஆடிய கோஷ்டியின் ஓட்டங்கள் எவ்வளவு என்று தெரிந்துகொள்ள ஆத்திரம் ஏற்பட்டது. ஆனால் கடைசிவரை நானிருந்து ஆட்டத்தைப் பார்க்கப்போவதில்லை, ஸ்கோர் தெரியவேண்டிய அவசியம் என்ன? ஸ்கோர் விவரம் தெரியாமல் வேடிக்கை பார்ப்பதிலும் இன்பம் உண்டு. ஸ்கோர் போன்றவற்றை நாமே கற்பனை செய்துகொண்டு சிறிது நேரம் வேடிக்கை பார்த்துவிட்டுப் பிறகு யாதொரு பந்தமும் நினைவுச் சுமையும் இல்லாமல் எழுந்து போவதில் ஓர் அசாதாரண சுதந்திர உணர்வு கிடைக்கிறது. நினைவுகளைக் காட்டிலும் நினைவுகளை அழித்தல் குதூகலம் தரக்கூடியது. விளையாடியவர்கள் இளைஞர்கள். அவர்களை நினைவுகள் விடாது நச்சரித்துக் கொண்டிருக்கும். அதுவும் ஆட்டத்தில் சிறிது தேர்ச்சி ஏற்பட்டவுடன் வேறு தலைசிறந்த ஆட்டக்காரர்கள் பற்றிய நினைவுகள் அவர்களை அழுத்தும். அவர்கள் நிற்பது சாய்வது ஓடுவதிலிருந்து பந்து வீச எவ்வளவு தப்படிகள் எடுத்துக்கொள்ள வேண்டும் என்பதுவரை தலைசிறந்த ஆட்டக்காரர்களின் நகல்களாகிவிடுவார்கள். என் காலத்திலும் கிரிக்கெட் வீரர்கள் இருந்தார்கள். அமர்நாத், ஹஸாரே, மன்கட், சற்றுக் கற்பனை மிகுந்தவர்களுக்கு பிராட்மன், மில்லர், பெட்ஸர்... எல்லா வீரர்களுமே செய்திப் பத்திரிகை போட்டோக்கள் மூலந்தான் எங்களுக்கு அறிமுகம் ஆனவர்கள். நேரில் பார்த்தவர்கள் மிக மிகக் குறைவு.

ஆனால் இந்தப் பையன்கள் – உண்மையில் இவர்கள் பையன்கள் தான் – தங்கள் நாயகர்கள் ஆடுவதை நேரிலேயே பார்த்திருக்கக்கூடும்.

ஆட்ட மைதானத்தில் அவர்கள் புழங்கிய விதத்திலிருந்து அப்படித்தான் தோன்றியது. பந்து வீசுபவன் இரண்டடி ஓடி ஒருமுறை குதித்து மீண்டும் வேகமாக ஓடிப் பந்தை வீசினான். அவன் மனதில் பூசித்துக் கொண்டிருக்கும் நாயகனை ஊகிக்க முடிந்தது. பந்தை அடிப்பவன் நிமிர்ந்து, உடனே உடலை வளைத்து, மட்டையைத் திருப்பி வீசினான். ஒன்றும் ஆகவில்லை. விக்கெட் கீப்பர் பந்தைத் தடுக்க அது மீண்டும் பந்து வீசுபவனிடம் சென்றது. ஒன்றும் நிகழாததில் நிம்மதி. நான் வேலியருகே கிடந்த செங்கல் குவியல்மீது வலது காலை ஊன்றிக்கொண்டு சைக்கிள்மீது சௌகர்யமாக உட்கார்ந்துகொண்டேன்.

ஆனால் ஏதாவது நிகழ்ந்தாக வேண்டியிருந்த்து. 'போலர்' இம்முறையும் துள்ளியும் ஓடியும் வந்து பந்தை வீச அதை 'பாட்ஸ்மான்' அவசரமாக அடிக்கச் சென்றதில் தவறவிட்டு 'போல்ட்' ஆனான். அவன் மைதானத்தைக் கடந்து தன் இதர சகாக்களை அடைவதற்குள் இன்னொரு ஆட்டக்காரன் விக்கெட் முன்வந்து நின்று, அவன் போலரிடமிருந்து பெற்ற முதல் பந்திலேயே 'போல்ட்' ஆனான். அத்துடன் அந்த 'ஓவர்' முடிந்தது.

இப்போது எங்கும் பரபரப்பு. அந்த 'போல'ரை அவன் சகாக்கள் சூழ்ந்துகொண்டு ஆரவாரம் செய்தார்கள். ஆட்டம் சர்வதேச விளையாட்டுப் போலத் தீவிரமடைந்தது. நான் உணர்ச்சிவசப்படுவதை அறிந்தேன். ஒரு எதிர்பார்ப்புடன் அதே நேரத்தில் அசிரத்தையுடன் அடுத்த போலர் பந்து வீசுவதைப் பார்த்து நின்றேன். இவன் துள்ளல் குதித்தல் இல்லாமல் பந்து வீசினான். ஆட்டக்காரன் ஒழுங்காக ஆடிச் சில ஓட்டங்கள்கூட எடுக்க முடிந்தது. அந்த 'ஓவர்' முடிந்தவுடன் முதல் போலரும் தலைவனுமாக அலுப்பு தோன்றுமளவுக்குப் பிற ஆட்டக்காரர்களை மைதானத்தில் நிறுத்தி வைப்பதில் அலட்டிக் கொண்டார்கள். ஒருவனையும் முன்பு நின்ற இடத்தில் இருக்கவிடவில்லை. இறுதியாக 'போலர்' பந்து வீசத் தயாரானவுடன் அனைவரும் ஒரு முனைப்பானார்கள். முதல் பந்து வீச்சில் ஒருவன் ஆட்டமிழந்தால் அந்த 'போல'ருக்கு 'ஹாட்ரிக்' கிடைக்கும். அதாவது மூன்று அடுத்தடுத்த பந்துகளில் மூன்று பேரை ஆட்டமிழக்கச் செய்த சாதனை.

திடீரென்று என் உடல் நடுங்க ஆரம்பித்தது. அந்த போலருக்கு 'ஹாட்ரிக்' கிடைக்க வேண்டுமென்று நான் விரும்புகிறேனா? பரபரப்பும் உற்சாகமும் விருப்பம் உள்ள திசையில் செல்லும். அவனுக்கு 'ஹாட்ரிக்' கிடைத்துவிட்டால்? அச்சாதனையின் குதூகலிப்பில் அவனுக்கு இரவெல்லாம் தூக்கம் வராது. சரியாக உண்ண முடியாது. திடீரென்று பசி எடுப்பது போலத் தோன்றி நட்ட நடு நிசியில் ஊறுகாயை விழுங்குவான். நான்கைந்து நாட்களுக்கு யாரைச் சந்தித்தாலும் அதீத சுய நினைப்போடு நடந்துகொள்வான். அந்தக் கிளர்ச்சி நெடுநாளுக்கு அவனுக்கு மகிழ்வளிக்கும் தொந்தரவாக இருக்கும். அவன் மட்டும் பந்து வீசும்போது துள்ளாமல் இருக்கக்கூடாதா?

எனக்கு வியப்பாக இருந்தது. அவனுடைய துள்ளலால் நான் அவன் தோல்வியை விரும்பினேன்! முகங்கூடத் தெரியாத அச்சிறுவன் ஏனோ என்னிடம் ஒரு இலேசான துவேஷத்தை உண்டு பண்ணிவிட்டான்!

ஆனால் எதிர்காலத்தில் அவன் மகத்தான ஆட்டக்காரனாக மாறக் கூடும். என் துவேஷ நினைப்புக்காக எனக்கு வருத்தம் ஏற்பட்டது. அவன் பந்து வீசும்போது குதிப்பதாலும் அவனுடைய உடை பின்புறம் அழுக்கடைந்து இருப்பதாலும் அவனும் அவன் சகாக்களும் விறைப்பாக, அருவருப்புத் தோன்ற குனிந்து நிமிர்வதாலும் அவனுடைய வெற்றியை நான் மறுதலிப்பது என்ன நியாயம்? இப்போது அவன் எப்படியாவது 'ஹாட்ரிக்' எடுக்கவேண்டும் என்று பிரார்த்தித்துக் கொண்டேன். அவன் வழக்கம் போலத் துள்ளியோடிப் பந்தை வீசினான். அது வலுவற்றதாக இருந்திருக்க வேண்டும். ஆட்டக்காரன் மிக எளிதாக அதைத் தடுத்துவிட்டான். பந்து மட்டையில் சிறு ஒலி எழுப்பியது. அதே நேரத்தில் மைதானத்தில் ஆடுபவர்கள் அனைவரும் இறுக்கம் தளர்ந்து இயல்பாக நின்றார்கள். போலரும் தளர்ச்சியுடன் நின்றான். எனக்கு அவன் முகத்தைப் பார்க்க வேண்டும், ஆறுதலாகப் புன்னகை புரியவேண்டும் என்றெல்லாம் தோன்றியது. ஆனால் நாங்கள் இருவரும் வெகு தொலைவில் இருந்தோம். இடையில் வேலியும் முட்புதரும் இருந்தன. நான் அவன் தொடர்ந்து விளையாடுவதைப் பார்க்கவில்லை. செங்கல் குவியலிலிருந்து காலை விடுவித்துக்கொண்டு நூலகத்தின் திசையில் சைக்கிளை மெதுவாகச் செலுத்தினேன்.

1974

உண்மை வேட்கை

ஆபீஸில் பக்கத்தில் யாரும் இல்லாத சமயமாகப் பார்த்துத் திடீரென்று ஒருநாள் மாணிக்கராஜ் என்னிடம் வந்து, "நான் ராஜினாமா லெட்டர் கொடுத்துட்டேன், சார்" என்றான்.

சில நாட்களாகவே ஏதோ எதிர்பாராததற்கு எதிர்பார்த்து இருந்தேன். ஆனால் வேலையை விட்டுவிடுவான் என்று எதிர்பார்க்கவில்லை.

"எழுதியே கொடுத்திட்டயா?" என்று கேட்டேன்.

"நேத்திக்கே கொடுத்துட்டேன், சார்."

என் முன்னாலிருந்த கணக்குப் புத்தகங்கள், காகிதங்கள் எல்லாவற்றையும் ஒதுக்கி வைத்தேன். "என்ன விஷயம்?" என்று கேட்டேன்.

மாணிக்கராஜ் விழிகளை உயர்த்தி இமைகளைத் தழைத்துக்கொண்டான். "இந்தப் பொய்யான வாழ்க்கையிலே பொய்களையே மீண்டும் மீண்டும் பேசி ஜன்மத்தைக் கழிக்க விருப்பமில்லை, சார்" என்றான். ஒருவர் வழக்கமான முறைக்குச் சற்று மாறாகத் தும்மினால்கூட எனக்குச் சிரிப்பு வந்துவிடும். ஆனால் மாணிக்கராஜ் மனம் நோகக் கூடாதென்று மூச்சை இழுத்துப் பிடித்துக்கொண்டு, பெரிய விக்கல் வந்தது மாதிரி பாவனை செய்தேன். என் கண்கள் சிவந்து ஓரிழை கண்ணீர் கூடத் தேங்கிக் கொண்டது. "எதைப் பொய்னு சொல்லறே?" என்று கேட்டேன்.

மாணிக்கராஜ் அவனால் இயன்றவரை ஒரு ஜைன சிற்பம் போல் தன் முகத்தை வைத்துக்கொண்டான். ஆனால் அவனுக்கு வலியெடுத்திருக்க வேண்டும். "நான் எவ்வளவோ பேர்கிட்டே கடன் வாங்கியிருக்கேன். அவுங்க கேக்கறாங்க. ஒவ்வொருத்தர்கிட்டேயும் பொய்தானே சொல்றேன்" என்றான்.

"வேலையை விட்டுட்டாப் பொய் சொல்ல வேண்டாமா?"

“பிராவிடண்ட் ஃபண்ட், கிராச்சுவிடி வருமில்லே. அதுலே கடனெல்லாம் தீத்துட்டு நிம்மதியா இருக்கலாம். இல்லையா?”

நான் அந்த இடத்தில் வேலைக்குச் சேர்ந்துப் பத்து ஆண்டுகள் ஆகியிருந்தன. மாணிக்கராஜ் எனக்கும் முன்பாகப் பல ஆண்டுகளாக வேலை பார்ப்பவன். ஆனால் பதினைந்தாண்டு சர்வீஸானாலும் அவனுடைய கட்டை சம்பளத்தில் பிராவிடண்ட் ஃபண்ட் எவ்வளவு சேர்ந்திருக்க முடியும்?

“உனக்குக் கடன் எவ்வளவு இருக்கு?”

மாணிக்கராஜ் ஒரு தொகைகள் பட்டியல் சொல்ல ஆரம்பித்தான். ஆயிரத்தெண்ணூற்றுச் சொச்சத்தில் முடித்தான். எனக்குத் தரவேண்டிய முப்பது ரூபாயை விட்டுவிட்டான். அவன் கண்ணில் நான் ஒரு கடன்காரனாகப் படாமல் இருக்க வேண்டும்.

அப்போது பாகவதர் வந்தான். பாகவதர் நிஜமான பாகவதர் இல்லை. வாரத்தில் மூன்று நான்கு நாட்களுக்கு நாங்கள் வேலை பார்த்து வந்த இடத்தில் அவனுக்கு தினக்கூலி வேலை கிடைக்கும். ஒரு நாளைக்கு மூன்று ரூபாய். மூன்று ரூபாய் வேலையானாலும் அவன் அங்கவஸ்திரம் அணியாமல் வரமாட்டான். அந்த ஒரே காரணத்திற்காக அவனை, பாகவதர் என்று அழைத்து வந்தோம். பிறந்ததிலிருந்து அவன் அம்மா கூப்பிட்ட பெயர் போல அவனும் அந்தச் சொல்லை விசேஷ கௌரவமோ கூச்சம் தருவதாகவோ இல்லாமல் தன்னை அழைக்கக்கூடிய ஒரு பெயராகவே ஏற்றுக்கொண்டிருந்தான். பாகவதர் எனக்குக் கும்பிடு போட்டாலும் மாணிக்கராஜுக்காகத்தான் காத்திருந்தான். என்னை விட்டுவிட்டு மாணிக்கராஜ் பாகவதரைத் தோட்டப்பக்கம் அழைத்துப் போனான். கால்மணி நேரம் பொறுத்துப் பாகவதர் எனக்குக் கும்பிடு போட்டுவிட்டு “நான் போயிட்டு வரேங்க” என்றான்.

“இன்னிக்கு உனக்கு வேலை இல்லையா?”

“நைட்டுங்க. ராத்திரி ஒன்பது மணி ஷிப்டுங்க.”

“என்ன இந்த மாணிக்கராஜ் திடுதிப்னு வேலையை விட்டுடடேறன்னு சொல்றான்?”

“தெரியலீங்க. வேலை பிடிக்கலையோ என்னவோ?”

“இவ்வளவு வருஷம் இருந்தப்புறமா திடீர்னு வேலை பிடிக்காம போயிறது?”

“தெரியலீங்க. அது அவரு மனச்சாட்சி விஷயம் இல்லீங்களா?”

“மனச்சாட்சியா? என்னய்யா மனச்சாட்சி? மனச்சாட்சின்னா என்னய்யா?”

“மனசுங்க. மனசுக்குப் பிடிக்கலேன்னா மனச்சாட்சிக்கும் பிடிக்காது. இல்லீங்களா?”

தூரத்தில் ஒரு பூனை சாலையைக் கடந்துகொண்டிருந்தது. பூனை பத்திரமாக மறுபுறம் சென்ற பிறகு பாகவரை, "உனக்கு எவ்வளவு தரணும்?" என்று கேட்டேன்.

உடனே பளிச்சென்று, "ஐநூறுங்க" என்றான்.

"ஐநூறா? ஐந்து நூறா?"

"ஆமாங்க; ஐநூறுதாங்க"

"அப்போ நீ ஏய்யா தினக்கூலி வேலைக்கு வரே? இன்னும் எவ்வளவு பணம் வச்சிருக்கே? எனக்கு ஒரு முன்னூறு தரயா?"

பாகவதர் சிரித்தான். "கேலி பண்ணறீங்க" என்றான்.

"நிஜமாத்தான்யா. போன மாசம்கூட அந்த ஒண்ரைக் கண் ஈட்டிக்காரன் கிட்டே எம்பது ரூபா வாங்கினேன். வட்டியே மாசம் பத்து ரூபா அது ஒண்ணுக்கு மட்டும்."

பாகவதர் கவனம் நான் என்ன பேசுகிறேன் என்பதில் இல்லை என்று தெரிந்தது. நான் முடித்த உடனே அவன் சட்டைப் பையிலிருந்து ஒரு தாளை எடுத்துக் கொடுத்தான். பிரித்துப் பார்த்தால் வேலைக்கு மனு. மாணிக்கராஜ் இடத்திற்கு.

"போய்யா! போய்யா!" என்றேன்.

பாகவதர் விடாப்பிடியாக நின்றான், அவனுடைய சிரிப்பும் குழைவும் அவனுக்குப் பெரிய பாதுகாப்பாக இருந்தன.

"போய்யா! கண் முன்னாலே நிக்காதே போய்யா!" என்றேன்.

"என்னை இல்லேன்னா யாரையாவது வேலைக்கு வைக்கத்தானே போறாங்க."

அவன் பேச்சில் இருந்த நியாயம் எனக்கு இன்னும் அதிகமாகக் கோபத்தை உண்டாக்கியது. மீண்டும், "போய்யா கண்முன்னாலேந்து! மறுபடியும் வந்தே மண்டையைப் பொளந்துடுவேன்!" என்றேன். பாகவதர் என் வார்த்தைகள் அந்த வார்த்தைகளுக்குரிய அர்த்தத்தில் கூறப்படவில்லை என்று நன்கு தெரிந்தவனாக இருந்தான். எப்போதும் இருந்த உறவு மாறாத நிலையில் புன்முறுவலுடன், "வரேங்க" என்று சொல்லிவிட்டுப் போனான். நான் நான்கு மணிக்கு காபி சாப்பிட காண்டீன் போகும்போது பாகவதர் வேலை மனுவை நேரிலேயே காரியாலயத்தில் சேர்ப்பித்துவிடலாம் என்று எடுத்து வைத்துக்கொண்டேன்.

அதன்படியே நாலேகால் மணிக்கு எங்கள் அக்கவுண்டண்ட் அறைக்குப் போனேன். அவரும் காபி சாப்பிட்டு முடித்திருந்தார். "மாணிக்கராஜ் கடுதாசு வந்திருக்கா?" என்று கேட்டேன்.

"ஆமாம். செகரட்டரி கையெழுத்துப் போட்டு மத்தியானம் தான் வந்தது."

"என்ன காரணம் சொல்லியிருக்கான்?"

"அவன் எழுதியிருக்கிற காரணம் எல்லாம் ஒண்ணும் சரியாப் புரியலே. வேலையை விட்டுடறேன்றான். ஆகா, பேஷாப் போயிட்டு வான்னு சொல்லறோம்."

"இந்த வயசிலே வேலையை விடறானே, கொஞ்சம் நாளாவது தாக்குப் பிடிக்கப் பணம் கிடைக்குமா?"

"என்ன கிடைக்கும்? அவன் கணக்கையே கொண்டுவரச் சொல்லறேனே" இப்படிச் சொல்லிவிட்டு அக்கவுண்டண்ட் அவர் மேஜையிலிருந்த மணியை இருமுறை தட்டினார். அறையைத் திறந்துகொண்டு வந்தவனிடம், "போய் குப்புசாமிகிட்டேந்து மாணிக்கராஜ் ஃபைல் வாங்கிண்டு வா" என்றார்.

"எந்த மாணிக்கராஜ்?" என்று அவன் கேட்டான்.

"இங்கே ஒன்பது மாணிக்கராஜ் இருக்கான். அடையாளம் சொல்லணும். போடா, போய் வாங்கிண்டு வா. எந்த மாணிக்கராஜாம்."

இரண்டு நிமிஷத்தில் மாணிக்கராஜ் காகிதங்கள் வந்தன. "இதோ எல்லாம் ரெடியாயிருக்கு. பிஎஃப், கிராச்சுயுட்டி எல்லாம் சேர்ந்து மூவாயிரத்தி முப்பது ரூபா ஆறது" என்று அக்கவுண்டண்ட் சொன்னார்.

நான் மனதில் ஆயிரத்தொண்ணூறை அதிலிருந்து கழித்துக்கொண்டேன்.

மேலும் அக்கவுண்டண்ட் சொன்னார், "அவன் பொண்ணு கல்யாணம்னு வாங்கிண்ட லோன்லே எண்ணூத்திச் சொச்சம் பாக்கியிருக்கு. சம்பள அட்வான்ஸ் வாங்கியிருக்கான் வேறே. மெஸ் பில்லு, ஸ்டோர்லே கட்டை கிட்டை ஏதாவது வாங்கியிருப்பான். எல்லாம் ஆயிரத்துக்கு வந்துடும்."

"அப்ப அவன்கிட்டே கையிலே இருநூறு மிஞ்சும்."

"இருநூறா? இரண்டாயிரம்னு சொல்லு."

"இல்லை. இருநூறுதான்" என்று சொல்லிவிட்டுக் கிளம்பினேன். பாகவதர் வேலை மனு என் சட்டைப் பையில் அப்படியே இருந்தது.

நான் திரும்பி என் இடத்திற்கு வருவதற்குள் மாணிக்கராஜ் கிளம்பிப் போயிருந்தான். அவன் பகல் ஒரு மணிக்கே வீட்டுக்குப் போயிருக்க வேண்டியவன். வேலை நேரம் முடிந்த பின்னும் தயங்கிச் சுற்றிக் கொண் டிருந்திருக்கிறான். இப்போதுதான் முடிவாக வீட்டுக்குப் போயிருக்கிறான்.

எனக்கு ஐந்தரை மணிவரை வேலை. அதன் பிறகு சைதாப்பேட்டை பக்கம் போனேன். அங்கே மேட்டுப்பாளையத்தில் மாணிக்கராஜ் வீட்டைத் தேடினேன்.

மேட்டுப்பாளையத்திற்கு ஏன் அப்படிப் பெயர் வந்ததென்று தெரிய வில்லை. எந்தெந்த இடத்து மழைத் தண்ணீர் சாக்கடைத் தண்ணீர் எல்லாம் அந்தப் பள்ளத்தில்தான் ஒரே சேறாகத் திரண்டிருந்தது. அந்தப் பழங்கால ஓட்டு வீடுகளிலும் குடிசைகளிலும் மின்சார வசதி கிடையாது. நன்றாக இருட்டி விடுவதற்கு முன் மாணிக்கராஜ் வீட்டைக் கண்டுபிடித்துவிட வேண்டும் என்று அவசரப்பட்டேன்.

நான் சொன்ன அடையாளங்களிலிருந்து அவனைத் தெரிந்து கொள்கிறவர்கள் யாரும் கிடைக்கவில்லை. குள்ளமாயிருப்பார். சின்னத் தலையாக இருக்கும். மொட்டைத் தலையாயிருக்கும். இந்த இடத்தில் இருபது வருடமாக வேலை பார்க்கிறார். எப்போதும் ஜிப்பா போட்டுக்கொள்வார். அவருடைய அண்ணாவோ தம்பியோ சூளைப்பட்டாளத்தில் இருக்கிறார். போன வருடம் ஒரு பெண்ணுக்குக் கல்யாணம் செய்தார். இப்போது சிறிது நாட்களாக நிறைய பூஜை பஜனைக்குப் போகிறார். மாணிக்கராஜ் என்று பெயர். ஒருவேளை இங்கே மாணிக்கம் என்று பெயரோ என்னவோ, மாணிக்கராஜ், மாணிக்கராஜு, மாணிக்கராஜி, மாணிக்கம்.

ஒன்றும் பயன்படவில்லை. ஒரு சின்ன மளிகைக் கடை ஆள் மட்டும், "முதலியாரா?" என்று கேட்டான். நானும் முதலிலிருந்தே அப்படிக் கேட்டு விசாரித்திருக்கலாம். இப்போது அவன் வீடு எது என்ற தெரிந்துவிட்டது. அவ்வளவு சேறு சகதிச் சந்துகளிலும் அவ்வளவு நேரம் தேடியலைந்திருக்க வேண்டாம்.

அது ஓடு போட்ட வீடாயிருந்தாலும் குடிசை மாதிரி முன்பக்கத்துச் சார்பு மிகவும் கீழிறங்கி இருந்தது. நான் மாணிக்கராஜைக் கூப்பிட்டபோது ஏழெட்டுப் பெரியவர்கள் சிறுவர்கள் எல்லாரும் வீட்டில் குனிந்தபடி முன்னேறித்தான் வெளியே வந்து தலை நிமிர்ந்தார்கள். பத்து குடும்பங்களுக்குக் குறைவில்லாமல் அந்த வீட்டில் இருக்க வேண்டும். வந்தவர்களில் ஒருவர்கூட மாணிக்கராஜ் குடும்பத்தைச் சேர்ந்தவர்கள் இல்லை. சற்றுப் பொறுத்து ஒரு பத்து வயதுப் பெண்ணுடன் மாணிக்கராஜுவின் மனைவி வந்தாள். அப்போதுதான் அவள் பிறவி ஊமை என்பது நினைவுக்கு வந்தது. மாணிக்கராஜ் இன்னும் வீடு திரும்பவில்லை.

"உங்க வீட்டுக்கு வந்து பாக்கச் சொல்லறேங்க" என்று அந்தப் பெண் சொன்னாள்.

"ஆமாம். கட்டாயம் வரச் சொல்லு" என்று சொல்லிவிட்டு நான் கிளம்பினேன். விரைந்து கவ்வும் இருட்டில் தெருக்கோடியில் ஜிப்பா அணிந்த உருவம் கையில் ஒரு பையுடன் வருவது தெரிந்தது. மாணிக்கராஜ்.

"வாங்க. எப்ப வந்தீங்க? உள்ளே வாங்க" என்று மாணிக்கராஜ் சொன்னான்.

"கொஞ்சம் எங்ககூட வா" என்று அவனை அழைத்துக்கொண்டு சந்து முனைக்குப் போனேன். அது ஒரு சுமாரான சாலையில் போய்ச் சேர்ந்ததால் அங்கு ஒரு தெரு விளக்குகூட இருந்தது. மாணிக்கராஜ் நெற்றியில் நிறைய விபூதி குங்குமம் தரித்திருந்தான்.

"உனக்கு எவ்வளவு குழந்தைங்க?" என்று கேட்டேன்.

"அஞ்சுங்க. ஒரு பொண்ணைத்தான் போன வருஷம் கட்டிக்கொடுத்துட் டேன். நீங்ககூட கல்யாணத்திற்கு வந்திருந்தீங்களே."

"உன் வீட்டிலே வேறே யாராவது வேலைக்குப் போய் சம்பாதிக்கிறவங்க இருக்காங்களா?"

“எல்லாம் பொட்டைப் பசங்க.”

“அப்ப வேலையை விட்டுட்டா என்ன செய்யறதா உத்தேசம்?”

மாணிக்கராஜின் முகம் உடனே குழம்பியது. அதற்கு அதிகம் இடம் கொடுக்காமல் அவன் வலுக்கட்டாயமாக விழிகளை உயர்த்தி இமைகளைத் தழைத்துக்கொண்டான். “இந்த ஜன்மத்தைப் பொய்களே சொல்லிக் கழிக்க எனக்கு மனசில்லை” என்றான்.

ஒரு கணத்திற்கு எனக்கும் மயக்கமாக இருந்தது. பொய்யேயில்லாத வாழ்க்கை! பொய் ஒன்று மட்டும் இல்லாமல் போய்விட்டால் வாழ்க்கைதான் எவ்வளவு நன்றாக இருக்கும்!

மாணிக்கராஜ் என் நிலையை உணர்ந்திருக்க வேண்டும். இன்னும் கொஞ்சம் வலுகொண்ட குரலில், “நான் கடன் வாங்கியிருக்கிற ஒவ்வொருத்தர் கிட்டேயும் இதோ அதோன்னு பொய்யே சொல்லிக்கிட்டுதான் இத்தனை நாள் காலம் கழிச்சுட்டேன். இனி மேலும் பொய் சொல்லிக் காலம் கழிக்க விருப்பமில்லை” என்றான்.

நான் மாணிக்கராஜ் முகத்தை உற்றுப் பார்த்த வண்ணம் இருந்தேன். அவன் கண்கள் சாதாரண நிலைக்குத் திரும்பியவுடன் என்னைப் பார்த்தன. உடனே அவன் கூச்சம் மேலிட்டுச் சங்கடப்படுவது போல எனக்குத் தோன்றிற்று.

நாங்கள் பேசாமல் சிறிது நேரம் நின்றோம். மாணிக்கராஜுவின் சங்கடம் அதிகரித்துக் கொண்டேயிருந்தது தெரிந்தது. ஒரு கட்டத்தில் பொறுக்க முடியாதவன் போல, “நான் வரேங்க” என்று சொல்லித் திரும்பி னான். நான் அவன் தோளைப் பிடித்து நிறுத்தினேன்.

“கடன்காரங்கிட்டே சொல்றதுதான் பொய்யா?” என்று கேட்டேன்.

“பின்னே இல்லையா?” என்று மிக விரைப்பாகப் பதிலுக்குக் கேட்டேன்.

“அது சரி, அது ஒண்ணுதான் பொய்யா?”

“என்னமோ, எனக்கு அது பிடிக்கலை. அவ்வளவுதான்”

“சரி, இப்போது பொய் சொல்லாதபடி எல்லாக் கடன்காரங்களுக்கும் பணத்தைத் திருப்பிக் கொடுத்திடறே. உன் பணமெல்லாம் தீந்து போயிடறது. உனக்கோ வேலை கிடையாது. சரி, அப்புறமா நீ பணம் வாங்கிற கடன்காரங் களுக்கு எவ்வளவு நிஜம் சொல்லப் போறே?”

“எப்பவோ வரப்போறதுக்கு இப்ப என்ன?”

“எப்பவோன்னு என்ன நூறு வருஷம் கழிச்சா வரப் போறது? இன்னும் இரண்டு மாசத்திலே, மூணு மாசத்திலே அப்படி ஒரு நிலைமை வரப் போறது. அப்ப என்ன பண்ணப் போறே? நீ வேலையிலே இருக்கிறப்பவே கடன் வாங்கறது திண்டாட்டமா இருக்கே, வேலையும் இல்லேன்னா எவன் தருவான்? அப்போ கடன் வாங்கறதுக்கே அல்லவா பொய் பேசணும்?”

“இனிமே கடனே வாங்கறதே இல்லேன்னு முடிவு பண்ணிட்டேன்.”

“ரொம்ப ரைட். கடன்னு போனாலே முன்னாலே பின்னாலேயெல்லாம் ஒரே பொய்தான். ஆனால் கடன் வாங்காமக் குடும்பம் நடத்த என்ன ஏற்பாடு பண்ணியிருக்கே?”

“நான் ஏற்பாடு பண்ணியா இந்தப் பிறவி அடைந்தேன்? நான் ஏற்பாடு பண்ணியா சாகப் போறேன்?”

“ரைட். அப்படியும் எடுத்துப்போம். அப்போ நீ ஏற்பாடு பண்ணி மனுஷனாகலே. நீ ஏற்பாடு பண்ணிக் கல்யாணம் கட்டிக்கலே. நீ ஏற்பாடு பண்ணி அஞ்சு குழந்தைகளை பெத்துக்கலே. நீ ஏற்பாடு பண்ணிக் கடன் படலே. அப்போ கடனைத் தீக்கறதுக்கு மட்டும் ஏன் இப்படி ஏற்பாடு பண்ணறே?”

“அது என் கடமை...”

“அப்போ உன்னை நம்பி ஒரு வாயில்லாதவ இருக்கா. சின்னச் சின்ன பொட்டைப் பசங்களா எல்லாத்துக்கும் உன்னையே நம்பியிருக்கு. அதுகளே நடுத்தெருவிலே விடாம பாத்துக்கறது உன் கடமையில்லையா?”

மாணிக்கராஜ் மிகுந்த எரிச்சலுடன் என்னைப் பார்த்தான். “போய்யா, என் சொந்த விஷயத்திலே தலையிட நீ யாருய்யா?” என்றான்.

நான் அதற்குத் தயாராக இருந்தேன். “என்னமோ தலையிட்டுட்டேன். இவ்வளவு ஆனப்புறம் சும்மாத் திரும்பிப் போறதுலே என்ன இருக்கு? நீ இந்த விஷயங்களை எல்லாம் யோசித்துப் பாத்துட்டுத்தான் வேலையை விடற முடிவுக்கு வந்தேன்னா யாரும் ஒண்ணும் சொல்றதுக்கில்லை. வேலையை விடறதுன்ற பெரிய காரியம் ஒழுங்காகக் காரணத்தோட இருக்கணும், அவ்வளவுதான்.”

“நான் எல்லாம் யோசிச்சுத்தான் முடிவுக்கு வந்திருக்கேன். யாரும் ஒண்ணும் எனக்கு உபதேசம் பண்ண வேண்டியதில்லை.”

உபதேசம் என்றதும் எனக்கு அவனை அடித்துவிட வேண்டும் என்ற அளவுக்கு கோபம் வந்தது.

“யோவ்? யாரும் காணாத சாமியாரை நீ கண்டுட்டயே, என்னய்யா உபதேசம் பண்ணினாரு உனக்கு? உனக்கு என்ன உபதேசம் பண்ணினாரு?”

“எங்க குருஜியை பத்தி மரியாதைக் குறைவாப் பேசாதே.”

“ஒரு மரியாதைக் குறைவாயும் பேசிடலைய்யா. உன்னைத் தான் கேக்கறேன். உன்னைக் கூப்பிட்டு வைச்சு வேலையை விடுன்னாரா?”

“இல்லை, ஆனா பொய்யை விடுன்னு சொல்லியிருக்கிறார்.”

“பொய் நிஜம் உனக்கு அவ்வளவு தெளிவாத் தெரிஞ்சுடுத்தாய்யா? நீ உன்னை பெரிய கெட்டிக்காரன்னு நினைச்சுண்டுருக்கே. நான் உன்னைப் பெரிய முட்டாள்னு நினைக்கிறேன். இதுலே எதுய்யா நிஜம்?”

மாணிக்கராஜ் பேசாமல் நின்றான்.

நான் தொடர்ந்தேன். "எனக்கு மூணுகாலம் தெரியாது. உன் மாரைக் கிழிச்சு அதுக்குள்ளே என்ன இருக்குன்னு காண முடியாது. ஆனால் இது நிச்சயமாகத் தெரியும். மத்தவங்க எல்லாரையும்விட இது எனக்கு நிச்சயமாகத் தெரியும். உன் பெண்டாட்டி குழந்தைகளுக்கு உன்னைத் தவிர வேறே கதி கிடையாது. இத்தனை நாள் கடனோ உடனோ பட்டு அரை வயிராவது சாப்பிட்டுண்டு இருந்துண்டிருக்காங்க. நீ ஏதோ இரண்டு பஜனைக்குப் போயிட்டு எதையோ அர்த்தம் பண்ணிண்டு உங்க அத்தனை பேருக்கும் ஆதாயமா இருக்கிற ஒரே வசதியைக் கடாசித் தள்ளறே. நீ நேரே காட்டுக்குப் போய் சன்னியாசியா உக்காரப் போறேன்னா சரிதான். அது இல்லை. காட்டுக்குப் போறவன் கடனை அடைச்சுட்டுத்தான் போகணும்னு என்ன சாஸ்திரம் இருக்கு? நிஜமாவே காட்டுக்குப் போகிறவன் சொல்லிட்டுப் போகமாட்டான்."

எனக்கு வியப்பாக இருந்தது. இப்படி எல்லாம் பேச நான் திட்டமிட்டதே கிடையாது.

"நீ என்ன வேண்டுமானாலும் செய்துகொள்ளலாம். உன்னைத் தடுக்க நான் யார்? குழப்பம் எங்கேயோ இருக்க வேறெங்கேயோ நீ ஏதாவது பண்ணினா அது குழப்பத்தைத் தீத்துடாது. கடங்காரங்களுக்குப் பொய் சொல்றது பத்திப் பெரிசாப் பேசறே. இந்தக் கால் மணியிலே எங்கிட்டே, அம்பது பொய் சொல்லிட்டே. எனக்குக்கூடப் பொய் பத்தித் தெரிஞ்சுக்கணும்னு ஆசைதான். ரொம்பத் தெரியாது. ஆனா இரண்டாங் கிளாஸ் பையன் கணக்கிலே போடற மாதிரி சரி – தப்புன்னு அவ்வளவு சுலபமாப் பொய் நிஜம் கண்டுக்க முடியாதுன்னு மட்டும் தெரியும். நீ இப்போ செய்யப் போற காரியம் என்னைக்கும் உன் வாழ்க்கையிலேந்து பொய்யை நீக்கிடும்னு உனக்கு நிச்சயமாத் தோணினால் தாராளமா நீ நினைச்சிருக்கிறபடியே செய்."

எனக்கு ஏமாற்றமாக இருந்தது. நான் பேசத் தொடங்குமுன் அவன் முடிவைத் தகர்த்தெறிய என்னிடம் ஏராளமான வாதங்கள் இருந்த மாதிரி எண்ணியிருந்தேன். அவனோடு நேருக்குநேர் பேசத் தொடங்கிய பிறகுதான் பெரும்பாலும் நானும் ஏதோ உந்துதலின் பேரில்தான் செயல் புரிகிறேன் என்று தெரிந்தது. மாணிக்கராஜுும் அப்படித்தான் அவனுடைய முடிவுகளை அடைந்திருக்க வேண்டும்.

என் தோல்வியைப் பூரணமாக அனுபவிக்க எனக்குத் தனிமை வேண்டியிருந்தது. நான் மாணிக்கராஜுவிடமிருந்து விலகிச் சாலையில் நடக்கத் தொடங்கினேன். ஆனால் பத்தடி செல்வதற்குள் மாணிக்கராஜ் ஓடிவந்து என் கைகளைப் பிடித்துக்கொண்டான். அவன் அழுது கொண்டிருந்தான்.

"என்ன மாணிக்கராஜ்?" என்று கலவரத்தோடு கேட்டேன்.

"எனக்கே ஒண்ணும் புரியலீங்க. இப்படிப் புரியாத நேரத்திலே பெரிய காரியங்களா ஒண்ணும் செய்யக் கூடாதுதான். ஆனா நான் பண்ணிட்டேன். நான் எங்கே போய் விழுவேன்? என் குழந்தை குட்டீங்க

எங்கே போய்ச் சாவும்? நான் எழுதியே கொடுத்திட்டேனே. இப்போ நான் போகலைன்னாக்கூட ஆபீஸ்லே கழுத்தைப் பிடிச்சுத் தள்ளிவிடுவாங்களே!"

மறுநாள் காலை எங்கள் காரியாலய செகரட்டரி வந்தவுடன் அவர் அறையில் போய் நின்றேன். "என்ன?" என்றார்.

"மாணிக்கராஜ் ராஜினாமாவை வாபஸ் செய்துடணும்."

"யார் மாணிக்கராஜ்?"

"என்கூட இருக்கிற அட்டெண்டர். அவன் அதைச் சரியான மனநிலையிலே இருக்கிறப்போ செய்யலை. அவன் ராஜினாமா செய்வதற்கு ஒரு காரணமும் கிடையாது."

"அவனையே மறுபடியும் அப்படி எழுதித் தரச் சொல்லு."

"இதோ எழுதியே கொண்டு வந்திருக்கேன்."

இது நடந்துப் பத்து வருஷங்கள் ஆகிவிட்டது. மாணிக்கராஜ் இன்னும் அதே இடத்தில் வேலையிலிருக்கிறான். அதே ஜிப்பா, அதே மொட்டைத் தலை, கொஞ்சம் குள்ளமாகிவிட்டானோ? நான்கு நாட்கள் முன்னால் பார்த்தேன். என்னைப் பாராது மாதிரிப் போனாலும் உள்ளூற விசுவாசம் கொண்டவனாகத்தான் இருப்பான். அவன் மனைவி குழந்தைகளும் என்னை நினைவில் வைத்திருக்க வேண்டும். இப்படி ஊகமாகவே சொல்வதற்குக் காரணம், அவன் ராஜினாமாவை வாபஸ் பெற வைத்த ஒரு மாத காலத் திற்குள் நான் ஏதோ ஒரு வேகத்தில் ராஜினாமா செய்திருந்தேன்.

1974

போட்டியாளர்கள்

எங்கள் ஸ்டூடியோவில் அப்போது எடுத்து வந்த படத்தில் சுலோசனா, கிரிஜா இருவரும் நடித்தார்கள். இருவருக்குள் யார் சிறந்தவள் என்ற போட்டி தீவிரமாக இருந்த காலம் அது. இருவரும் தமிழ், தெலுங்கு என்று மட்டும் இல்லாமல் ஹிந்திப் படங்களிலும் நடித்து வந்தார்கள். ஆரம்பத்தில் போட்டி, இலை மறைவு காய்மறைவாக இருந்தது. பிறகு பெரிதாக வெடித்து, கிடைத்த சந்தர்ப்பங்களில் எதிரில் கிடைத்த எவரிடமும் ஒருவரை ஒருவர் ஏசித் தீர்த்துக் கொள்ளும் அளவுக்கு வளர்ந்திருந்தது. அவர்கள் சுமுகமாக ஒத்துழைப்பதில் எங்கள் தொழில் சம்பந்தப்படாமல் இருந்தால் அந்த ஏச்சுப் பேச்சுக்களைவிட ரசிக்கத் தக்கது வேறெதுவும் இருக்காது.

நிஜ வாழ்க்கையோடு நிற்காமல் நாங்கள் எடுத்து வந்த படத்திலேயே அவர்கள் இருவருக்கும் பெரிய போட்டி இருந்தது. கதாநாயகனை யார் தூக்கிப் போய் கவனித்துக்கொள்வது என்பதை அவர்கள் இருவரும் நடனமாடித் தீர்த்து முடிவு செய்துகொள்ள வேண்டும். அந்த நடனப் போட்டிக்காக ஸ்டூடியோவில் ஒரு பெரிய அரண்மனையை உருவாக்கிக் கொண்டிருந்தார்கள். மாறுவேஷம் அணிந்த கதாநாயகன் சதிகாரர்களால் தாக்கப்பட்டுக் குற்றுயிரும் குலையுயிருமாக அரண்மனைத் தோட்டத்தில் மயங்கிக் கிடக்கிறான்.

இந்த அரண்மனை கட்டும் வேலை நடந்த நான்கு மாதங்களும் எங்களுக்குப் பெரிய அளவில் படப்பிடிப்பு ஏதும் இல்லாமல் இருந்தது. நடனப் போட்டி படத்தில் பத்து நிமிஷங் களுக்கும் மேலாக இடம் பெறுமாதலாலும், ஆடப்படும் நடனம் படத்தின் ஒரு சிகரமாக இருக்கத் திட்டமிடப்பட்டதாலும் நாட்டியம், சங்கீதம் இரண்டுக்கும் நிறைய ஒத்திகைகள் நடந்து, பாட்டும் ஒலிப்பதிவு செய்யப்பட்டுவிட்டது. அந்தப் பாட்டுக்கு ஏற்ப நடனத்துக்கான ஒத்திகைகளின் போதே நானும் கிருஷ்ணனும் அதிகமாகத் தேவைப்பட்டோம்.

கிருஷ்ணனும் நானும் ஒரு வார இடைவெளியில் அந்த ஸ்டூடியோவில் வேலைக்குச் சேர்ந்தோம். நான் ஒன்பதாவது வகுப்பு வரை எட்டிப் பார்த்தேன். கிருஷ்ணன் நாக்பூரில் மெட்ரிக் முடித்ததாகக் கூறிக்கொண்டிருந்தான். அவனுடைய தாத்தா எங்கள் முதலாளிக்கு எப்போதோ ஆசிரியராக இருந்திருக்கிறார். என் மாமாவும் எங்கள் முதலாளியின் மாமனாரும் ஒரே ஊர்க்காரர்கள். கிருஷ்ணனும் நானும் ஸ்டூடியோவின் ஒலிப்பதிவுப் பிரிவில் நுழைந்துவிட்டோம்.

குழி குன்றாவதும் மலை மடுவாவதும் அசாதாரணமில்லாத எங்கள் தொழிலில் ஏற்றத் தாழ்வு அதிகமில்லாமல் காலம் கடத்தக்கூடிய பிரிவு ‘சவுண்டு டிபார்ட்மெண்ட்’தான். எந்த ஸ்டூடியோவிலும் ஓர் ஒலிப்பதிவு நிபுணர் இருப்பார். அவர் பொறுப்பில் ஸ்டூடியோவிலுள்ள வசதிகளுக்கேற்றபடி ஒன்று இரண்டு அல்லது மூன்று ஒலிப்பதிவு யூனிட்டுகள் இருக்கும். ஒரு யூனிட்டுக்கு ஓர் ஒலிப்பதிவாளர், ஓர் உதவியாளர், ஒரு ‘பூம் அஸிஸ்டெண்ட்’ என்று இருப்பார்கள்.

படப்பிடிப்பின்போது, முக்கியமாக வசனப் பகுதிகளின் ஒலிப்பதிவுக்கு மைக்ரபோன் பொருத்தி வைக்கப்படும் கருவிக்கு ‘பூம்’ என்று பேர். இந்தக் கருவியில் ஏற்றம் போன்றிருக்கும் நீண்ட இரும்புத் தடி நுனியில் மைக்ரபோனைக் காமிராவின் பார்வையில் விழுந்துவிடாமல், அதே நேரத்தில் நடிகர்கள் அங்குமிங்கும் நடந்து பேசினாலும் அவர்கள் வசனத்தைத் தெளிவாகக் கிரகித்துக்கொள்ளும் இடைவெளியில் மைக்ரபோனை நகர்த்துவது பூம் அஸிஸ்டெண்டின் முதல் பொறுப்பு. அது தவிர ஒலிப்பதிவுக்கு முன்பும் பின்பும் கேபிள்களையும் ஒலிப்பதிவுச் சுருள்களையும் சுமப்பது, ஒலிப்பதிவுக் கருவிகளைத் தூக்கிப் போவது அல்லது தள்ளக் கூடியதை உரிய இடத்தில் கொண்டு சேர்ப்பது, சமயத்தில் ஒலிப்பதிவு நிபுணர், ஒலிப்பதிவாளருக்குக் காபி, சிகரெட் வாங்கி வருவது இவற்றையும் பூம் அஸிஸ்டெண்ட் செய்ய வேண்டிவரும்.

ஒலிப்பதிவுப் பிரிவில் எங்கள் போன்றோருக்கு உத்தியோக உயர்வு கிடைக்க மேலே இருப்பவர் யாராவது வேலைவிட வேண்டும்; அல்லது சாக வேண்டும். சினிமாத் தொழிலில் ஒலிப்பதிவுப் பிரிவில் வேலை வாய்ப்புக்கள் மிகவும் குறைவாதலால் வேலை விடுவது சாதாரணமாக நிகழக் கூடியது. அல்ல. சாவது யார் கையிலும் இல்லை. பூம் அஸிஸ்டெண்டுகள் வருஷக்கணக்கில் காபி, சிகரெட் வாங்கிக்கொண்டு வந்திருக்கிறார்கள். நானும் கிருஷ்ணனும் மாறி மாறி அதையே செய்து வந்தோம். நடன ஒத்திகைகளுக்கு எல்லா ஒலிப்பதிவுக் கருவிகளும் தேவைப்படுவதில்லை. ‘பிளேபாக் எக்விப்மெண்’டும் அதை இயக்க ஒரு பூம் அஸிஸ்டெண்டும் இருந்தால்போதும். எங்களுக்கும் வேறு யாராவது காபி, சிகரெட் வாங்கி வருவது உண்டானால் அது நடன ஒத்திகைகளின் போதுதான்.

நடன ஒத்திகைகள் முதலில் சுவாரசியமாகத்தான் இருக்கும். பிளேபாக் கருவியில் பாட்டின் ஒரு சிறு பகுதியை நாங்கள் திரும்பத் திரும்ப ஒலிக்க வைக்க, நடன ஆசிரியர் ஒத்திகை நடத்துவார். கோஷ்டி நடனமாக இருந்தால் எல்லா நேரத்திலும் எல்லாப் பெண்களும் நடனம் ஆடும்படி இருக்காது. அந்தப் பகுதி ஒத்திகையில் பங்கு பெறாத பெண்கள் எங்கள் பக்கத்தில் உட்கார்ந்துகொண்டு, “இன்னிக்கு அண்ணா மீசையை ரொம்ப

நைஸா வெட்டியிருக்காரில்லே?” என்று கேட்பார்கள். எங்களுக்குள்ள பரிசயத்தைப் பொறுத்து நாங்கள் பதில் அளிக்காமல் இருப்போம்; அல்லது கிள்ளுவோம்.

நட்சத்திர அந்தஸ்துப் பெற்றவர்களானதாலும் கோஷ்டி நடனமாக இல்லாது போனதாலும் இந்தப் படத்தின் அந்த நடன ஒத்திகை, சுலோசனா, கிரிஜா வீடுகளிலேயே தனித் தனியாக நடந்தது. மாலை ஐந்து மணிக்கு எல்லாரும் வீட்டுக்குப் போகத் தயாராக இருக்கும் நேரத்தில் திடீரென்று எங்கள் புரோகிராம் ஆபீஸுக்கு டெலிபோன் வரும். உடனே ஒரு வண்டி, நடன டைரக்டர் ராம்லால் எங்கிருந்தாலும் அவனை அழைத்து வரப் பறந்து செல்லும்.

மாலை ஐந்து மணிக்கு ராம்லால் வீட்டில் தூங்கிக் கொண்டிருப்பான்; அல்லது கிளப்பில் மூன்று சீட்டு ஆடிக் கொண்டிருப்பான். அவனை அழைத்துவரும் போதே ஒரு டஜன் சோடா, இரண்டு கவுளி வெற்றிலை, பாக்கு, புகையிலையும் வாங்கி வரவேண்டும். ஸ்டூடியோவில் அவனைக் கீழே இறங்கவிடாமல் அவசர அவசரமாக நானோ கிருஷ்ணனோ டேப் ரிக்கார்டருடன் காரில் ஏறி உட்காருவோம். அந்த நாளில் டேப் ரிக்கார்டர் இப்போதெல்லாம் உள்ளது போல் கையடக்கமாக இருக்காது; பெரிய டிரங்குப் பெட்டியளவுக்கு இருக்கும். மூச்சைப் பிடித்துக்கொண்டு அதை வண்டியில் தூக்கி வைக்கும்போது எனக்கு இருமுறை இடுப்புப் பிடித்துக்கொண்டிருக்கிறது.

கிருஷ்ணன் சுலோசனா வீட்டு ஒத்திகைகளுக்குத் துடிப்பாகப் போய்விட்டு வருவான். சுலோசனா, கிரிஜா இருவரும் அநேகமாக ஒரே அளவு பிரபலமாகியிருந்தாலும் இருவரும் வெவ்வேறு குடும்ப, சமூகப் பின்னணியிலிருந்து வந்தவர்கள். எல்லாரிடமும் மிகச் சகஜமாகப் பழகும் ராம்லால்கூடக் கிரிஜாவிடம் தள்ளி நின்றே நடன அசைவுகளைக் கற்றுக் கொடுப்பான். பரபரப்பாக ஏதும் நிகழாமல் இரவு ஒன்பது ஒன்பதரைக் கெல்லாம் அவள் ஒத்திகை முடிந்துவிடும். சுலோசனா வீட்டில்தான் சினிமாக் களை கட்டும்; ஒத்திகை நள்ளிரவு வரை செல்லும். இதனால் கிரிஜாவே திறமைசாலி என்று கூறமுடியாது. பார்க்கப் போனால் சுலோசனாவின் நடிப்பிலும், நடனத்திலும் அபார வீச்சும் துடிப்பும் இருக்கும். ஆனால் இருவரும் சேர்ந்து நின்றால் கிரிஜா அழகான ராஜகுமாரி போல் இருப்பாள். சுலோசனா அழகான பிரஜை போல் இருப்பாள்.

ஒருநாள் சுலோசனாவின் ஒத்திகைக்குச் சென்ற கிருஷ்ணன் சிவந்த கண்களுடன் எட்டு மணிக்கெல்லாம் ஸ்டூடியோவுக்கு நடந்தே திரும்பி வந்துவிட்டான். யாரிடமும் ஒன்றும் சொல்லாமல் சைக்கிளை எடுத்துக் கொண்டு வீட்டுக்கும் போய்விட்டான். ஒத்திகை, அன்று அரைகுறையாக நின்றுபோனது, நல்லவேளையாக எங்கள் முதலாளி காதுக்கு எட்டவில்லை. அதன் பிறகு வேலையை விட்டு நீக்கினாலும் சரி, இனி சுலோசனா ஒத்திகைக்குப் போகமாட்டேன் என்று கிருஷ்ணன் கூறிவிட்டான். அடுத்த ஒத்திகை ஒரு வாரம் கழித்து இருந்தது. அன்று நான்தான் சுலோசனா வீட்டுக்குப் போகும்படியாயிற்று.

ராம்லாலையும் என்னையும் இறக்கிவிட்டு, வண்டி ஸ்டூடியோவுக்குச் சென்றுவிட்டது. நான் பெரிய அண்டாவைத் தூக்குவது போல் டேப்

ரிக்கார்டரைச் சுமந்துகொண்டு படியேறினேன். கண்ணில் ஆள் யாரும் படாமல் இருந்த போதிலும் ராம்லால், "சுலோ, சுலோ!" என்று கூவிக்கொண்டு வீட்டினுள்ளே சென்றான்.

ஐந்து நிமிஷங்கள் கழித்து என்னிடம் வந்து, "போ, போ. மாடிக்குப் போ!" என்றான். நான் மூச்சிறைக்க மாடி ஹாலுக்குப் போனேன். அங்கு யாரும் இல்லை. கீழே கும்மாளமாகச் சத்தம் கேட்டுக் கொண்டிருந்தது. ஒரு ஸ்டூலை இழுத்துப் போட்டு அதன் மீது ரிக்கார்டரை வைத்துவிட்டு நின்றுகொண்டிருந்தேன். பிறகு ஒரு நாற்காலியை அருகில் நகர்த்திக்கொண்டு உட்கார்ந்தேன்.

கீழே கும்மாளம் சட்டென்று உயர்ந்து தணிந்தது. சுலோசனா தொளதொளவென்று பைஜாமாவும் குர்தாவும் அணிந்துகொண்டு மாடிக்கு வந்தாள். அவள் பின்னால் ராம்லால் சிரித்துப் பேசிக்கொண்டு வந்தான்.

கூரை மின்விசிறியைச் சுழலவிட்டுச் சுலோசனா அப்படியே தரையில் சாய்ந்து உட்கார்ந்தாள். வெற்றிலைக் காம்பைக் கிள்ளியபடி ராம்லால் அவள் பக்கத்தில் நின்றுகொண்டான்.

சுலோசனா சில நிமிஷங்கள் கண்ணை மூடிய வண்ணம் இருந்தாள். பிறகு, "ஆரம்பிக்கலாமா?" என்று கேட்டாள். ராம்லால் என்னிடம், "உம், போடு" என்றான்.

நான் ரிக்கார்டரை இயக்கச் சுவரில் பிளக்பாயிண்டைத் தேடினேன். "அங்கே இருக்கு" என்று சுலோசனா சுட்டிக் காட்டினாள். "முதல்லேருந்து மியூசிக்கைப் போடு" என்று ராம்லால் சொன்னான். நான் சுவிட்சைத் தள்ளினேன். பாட்டு ஆரம்பமாயிற்று.

ஒரு பகுதி வரை ராம்லால் அப்படியே அசையாமல் இருந்தான். சட்டென்று, "இதை மார்க் பண்ணிக்கோ!" என்றான். நான் மீட்டரைப் பார்த்துக் குறித்துக்கொண்டேன். பாட்டுத் தொடர்ந்து இன்னும் இரு நிமிஷங்கள் ஆன பிறகு, "ஆஃப், ஆஃப்" என்றான். நான் அந்த இடத்தையும் குறித்துக்கொண்டு ரிக்கார்டரை நிறுத்தினேன்.

ராம்லால் குறித்துக் கொடுத்த பகுதியை இரண்டாம் முறையாக ஒலிக்கச் செய்தேன். இம்முறை அவன் அறையைச் சுற்றி வந்து சில இடங்களைச் சாக்கட்டியால் குறியிட்டான். நான் மூன்றாம் முறை பாட்டை ஒலிக்கச் செய்தபோது அவன் ஆடிக் காண்பித்தான். இவ்வளவு தொப்பையும் தொந்தியுமாக இருப்பவனாலா இப்படியெல்லாம் ஆட முடிகிறது என்று ஆச்சரியமாக இருக்கும். தீவிரமாக ஒரு முனைப்புடன் சுலோசனா ஆட ஆரம்பித்தாள்.

நான் காத்திருந்த நேரம் வந்துவிட்டது என்று சப்தம் எழுப்பாமலேயே தொண்டையைச் சரி செய்துகொண்டு பேச ஆரம்பித்தேன். ஆனால் பேசத் தொடங்குமுன் மாடிப்படியில் நான்கைந்து பேர் தடதடவென்று ஏறி வருவது கேட்டது. "சுலோசனா டார்லிங்" என்று கொஞ்சிக் கூப்பிட்டுக்கொண்டு சதீஷ் மேஹ்ரா ஒரு புடைசூழப் பாய்ந்து வந்தான். சுலோசனா ஒரு கணம் அசைவற்று நின்றாள். பிறகு, "சதீஷ்!" என்று கூவியபடி ஓடிச்சென்று அவனைக் கட்டிக்கொண்டாள்.

சதீஷ் மேஹ்ரா அந்த நாளில் ஹிந்திப் பட உலகில் கொடி கட்டிப் பறந்துகொண்டிருந்தவன். அவன் படங்களை அவனே தயாரித்து அவனே டைரக்ட் செய்வான். அவனுடைய எல்லாப் படங்களிலும் அவனே கதாநாயகனாக இருந்தாலும் கதாநாயகி மட்டும் படத்துக்குப் படம் புதியவளாக இருப்பாள். அவன் அடுத்து எடுக்கும் வண்ணப்படத்துக்குக் கதாநாயகி கிரிஜாவா, சுலோசனாவா என்று ஹேஷ்யங்கள் உலவி வந்தன. அந்தப் போட்டியில் சுலோசனா வென்றுவிட்டாள்.

ஹிந்தியிலும் ஆங்கிலத்திலும் சதிஷ் மேஹ்ரா சுலோசனாவிடம் பொழிந்து கொட்டிக்கொண்டிருந்தான். அவன் கைகள் சுலோசனாவின் தலையைத் தடவி, கன்னங்களை வருடி, தோள்களைப் பிடித்து அழுத்தி ஒரு நிலையில் இல்லாதிருந்ததும், அவன் பேச்சுத் தங்கு தடையற்ற நீரோட்டமாக அந்தச் சூழ்நிலையே மாற்றி, மொழி தெரியாதவருக்கும் ஏதோ மத்திய கால மொகலாய தர்பாரில் இருப்பது போன்ற உணர்வை அளித்தது. அவன் படத்தில் நடிக்கும் நடிகை அந்தச் சில மாதங்களுக்கு மது உண்டு மயங்கிக் கிடப்பது போல் இருப்பாள் என்று கூறுவார்கள். சென்னையில் சித்தார்த்தா என்ற டைரக்டருக்கும் அப்படிப் பெயர் உண்டு. ஆனால் சதீஷ் ஒரு பெண்ணை ஒரு காவியகால நாயகி எனக் கிறக்கம் கொள்ள வைப்பவன். சித்தார்த்தாவால் அது முடியாது.

பத்து நிமிஷங்கள் அருவியாய்ப் பொழிந்த பிறகு சதீஷ் தான் நடன ஒத்திகைக்குத் தடையானதற்கு எங்களிடம் மிக விரிவாக, அதே தர்பார் மொழியின் பாணியில், தொனியில் மன்னிப்புக் கேட்டுவிட்டு, ராம்லாலின் வயிற்றை லேசாகக் குத்திவிட்டு வெளியே போனான். சுலோசனா பிரகாசமான முகத்துடன் என்னைப் பார்த்து, "ஆரம்பிக்கலாமா?" என்று கேட்டாள். எனக்கு ஏன் அப்படி ஒரு கோபச் சீறல் எழுந்தது என்ற தெரியவில்லை. "நான் ஹாலுக்கு வெளியிலே உக்காந்துண்டு ரிக்கார்டரைப் போடறேன்" என்றேன்.

சுலோசனா புரியாமல், "என்ன?" என்றாள். பிறகு, "வேண்டாம். உள்ளாறவே இருக்கலாம்" என்றாள்.

நான் விடவில்லை. "அப்போ சுவரைப் பாத்து உக்காந்துக்கறேன்" என்றேன். சுலோசனா முகப் பிரகாசம் ஒரு நொடியில் வற்றிப் போய்விட்டது. "பரவாயில்லை. அப்படியே உக்காரு" என்றாள். எனக்கும் அவள்மீது பரிதாபம் உண்டாயிற்று. நான் ரிக்கார்டரை இயக்கினேன்.

திரும்பத் திரும்ப ஒரு பகுதி. அடுத்தபகுதி. அதற்கடுத்த பகுதி. மீண்டும் முதற்பகுதி. அப்புறம் ஒரேயடியாக நான்காம் பகுதி. மீண்டும் இரண்டாம் பகுதி. ஒத்திகை போய்க்கொண்டே இருந்தது. ராம்லால். சுலோசனா. சுலோசனா. ராம்லால். சுலோசனா. இங்கிருந்து அங்குவரை. அங்கிருந்து இன்னும் அங்குவரை. அதே இடத்தில் இங்கே. இங்கிருந்து அங்கே. இங்கேயே. இன்னும் சற்றுத் தள்ளி. இருவரும் மாறிமாறி ஆடினார்கள்.

சுலோசனா வீட்டில் குழந்தைகளும் சேர்ந்து பதினைந்து பேர். ஒரு நேரத்தில் ஹாலைச் சுற்றி எல்லாரும் நிற்பார்கள். நான்கு பேர் போய்விடுவார்கள். மூவர் வருவார்கள். ஒரு சிறுமி ஒரு மூலையில் படுத்துத் தூங்கிவிட்டாள். இடையில் எல்லாருக்கும் காபி. ராம்லால்

வெற்றிலை புகையிலை போட்டுச் சுவைத்து, சோடாத் தண்ணீரால் வாயைக் கொப்புளித்து ஜன்னல் வழியாகத் துப்புவான்.

சுலோசனாவின் அம்மா எல்லாரையும் கீழே வந்து சாப்பிட்டுவிட்டுப் போகச் சொன்னாள். சுலோசனா மாடியிலேயே கொண்டுவரச் சொன்னாள். நான் சாப்பிட்ட மாதிரி பாவனை செய்தேன். ராம்லால் அதிகம் சாப்பிடவில்லை. சுலோசனா சாப்பிடவேயில்லை. வெளியே ஊரடங்க ஆரம்பித்துவிட்டது. ஹாலிலிருந்த ஒரே மின்விசிறி பிசாசாகச் சுழன்ற வண்ணம் இருந்தது. ராம்லால் உடை முழுக்கக் கசங்கி, ஜிப்பா தோள் பட்டைகளுக்கருகே நனைந்திருந்தது. சுலோசனாவின் குர்தாவெல்லாம் முழுக்க நனைந்திருந்தது. அவள் முகத்தையும் கழுத்தையும் மட்டும் அடிக்கடி துடைத்துக்கொள்வாள்.

நான் மட்டும் உட்கார்ந்த இடத்திலிருந்து நகராமல் சுவிட்சைப் போட்டு டேப்பைத் திருப்பிச் சுற்றி, சுவிட்சைப் போட்டு, டேப்பை மீண்டும் திருப்பிச் சுற்றி, சுவிட்சைப் போட்ட வண்ணம் இருந்தேன். என் மூளை அரைத் தூக்க நிலைக்குச் சென்று வெகு நேரமாகியிருந்தது. முழுக்கத் தூங்கியிருந்தால்கூட என் காது ராம்லால் உத்தரவுகளை வாங்கிக்கொண்டு, என் கைகள் வேலையைத் தாமாகவே பூர்த்திசெய்ய முடியும், செய்துவிடும் என்றும் தோன்றிற்று.

சாப்பாட்டுக்காகவென்று நாங்கள் ஒத்திகையைக் கால் மணி நேரம் நிறுத்தி, மீண்டும் துவங்கிய பிறகு அறையிலிருந்த கூட்டமெல்லாம் கரைந்து போய்விட்டது. மூலையில் மட்டும் அந்தச் சிறுமி தூங்கிக் கொண்டிருந்தாள். அந்த நேரத்தில் அங்கு என்ன நடந்தாலும் வேறு யாருக்கும் தெரியாது. தெரிந்துகொள்வதில் யாருக்கும் அக்கறையும் கிடையாது. அந்த நள்ளிரவில் அந்த ஹாலிலிருந்து பொங்கிப் பாய்ந்துகொண்டிருந்த சங்கீதமும் காலடி யோசையும் திரும்பத் திரும்ப ஒலித்துக் கொண்டிருந்ததில் சுற்று வட்டாரத்தில் இருப்போர்க்குக்கூட, அவர்கள் கவனத்திலிருந்து சிறிது சிறிதாக அகன்று, ஒரு கட்டத்தில் கேட்காமலேகூடப் போயிருக்கக்கூடும்.

பன்னிரண்டரைக்கு, கீழே போன் மணி சப்தம் கேட்டது. யாரோ போனை எடுத்து விசாரிப்பது தெரிந்தது. ஓர் ஆள் தூக்கக் கலக்கத்துடன் மாடி ஏறி வந்து என்னைப் பார்த்து, “உங்களை ஸ்டூடியோவிலே கூப்பிடறாங்க” என்றான். சுலோசனா ஆடுவதை நிறுத்தினாள். நான் கீழே போன் அருகே போனேன்.

நான் திரும்ப மாடிக்கு வந்தபோது ராம்லால், சுலோசனா இருவரும் மின்விசிறியடியில் தரையில் மல்லாந்து படுத்துக் கிடந்தார்கள். படுத்தபடியே சுலோசனா, “என்னவாம்?” என்று என்னைக் கேட்டாள்.

“இருக்கிற ஒரு டிரைவரும் வீட்டுக்குப் போயிடுவானாம்” என்றேன்.

“அதுனாலே?”

“நாங்கள் வீட்டுக்குக் கிளம்பறதுன்னா இப்பவே கிளம்பணும்.”

“ராவுக்கு ரெண்டு பேரும் இங்கேயே படுத்துத் தூங்கிட்டுக் காலையிலே வீட்டுக்குப் போங்களேன்.”

"நான் எப்படியும் வீட்டுக்குப் போகணும்."

"சரி." சுலோசனா அரை மனசுடன் சொன்னாள். பிறகு, "வண்டியை வரச் சொல்லு" என்றாள்.

"நான் வரச் சொல்லிட்டேன்."

புதிதாக வெற்றிலைக் கற்றையைப் பிரித்துக் கொண்டிருந்த ராம்லால் என்னை விநோதமாகப் பார்த்தான். சுலோசனா உட்கார்ந்துகொண்டாள். பிறகு எழுந்து என் அருகே வந்தாள். "என் மேலே ஏன் இவ்வளவு கோபம்?" என்றாள். அவள் குரலின் தொனியில் யார் கோபமும் துவேஷமும் பொசுங்கிப் போய்விடும். இருந்தும் நான் கேட்டேன். "நாங்கள்ளாம் கோச்சுக்க முடியுமா?"

அவள் இன்னும் அருகில் வந்தாள். அவளுடைய பட்டுக் குர்தா முழுக்க நனைந்து பல இடங்களில் அவள் உடலோடு ஒட்டிக்கொண்டிருந்தது. அவள் உள்ளணிகூட அணிந்திருக்கவில்லை. அதிகமாக வேர்க்கும் உடலியல்பு என்பதனால் இருக்கலாம்.

"நிஜமா, கோபம் இல்லையா உனக்கு என் மேலே?"

நான் பதில் சொல்லவில்லை.

"மனசுலே என்மேல் கோபம் வச்சுண்டு வீட்டுக்குப் போகாதே. என்னாலே தாங்க முடியாது."

அன்று மாலை அந்த ஹாலுக்குள் அடி வைத்தபோது நான் இருந்த நிலை என்னிடம் சீறிக்கொண்டு வந்தது. நான் கேட்டேன்; "ரொம்பத்தான் நல்ல மாதிரி பேசறியே? கிருஷ்ணனை என்ன அவமானம் பண்ணி அனுப்பிச்சே?"

"யாரு கிருஷ்ணன்?"

"எனக்கு முன்னாலே இங்கே ரிஹர்சலுக்கு வந்தவன். அவனை ஹாலுக்கு வெளியிலே இருந்துண்டு ரிக்கார்டரைப் போடச் சொன்னே. அது சரியா வராதப்போ இங்கேயே சுவரைப் பாத்துண்டு உட்காரச் சொன்னே. இப்போ ஒண்ணுமே தெரியாதது மாதிரி எங்கிட்டே பேசறே!"

சுலோசனா கேட்டாள்: "அவரு எப்படி நடந்திண்டாரு தெரியுமா?"

நான் விடவில்லை. "என்ன பண்ணியிருக்க முடியும்? உன்னை இங்கே என்ன பண்ண முடியும்?"

ராம்லால் சொன்னான், "வேண்டாம், பிரதர். அதெல்லாம் வேண்டாம் இப்போ."

அவள் சொட்டச் சொட்ட நனைந்த உடுப்போடு என் முன் நின்றுகொண்டிருந்தாள். நான்கைந்து மணி நேரம் யந்திரமாக ஆடியதில் தற்காலிகமாகவாவது மனிதக் களங்கங்கள் தேங்கியிருக்கச் சாத்தியமில்லாமல், பரிசுத்தமாகத் தோற்றம் அளித்தாள். இன்னமும் மாறாத குரலில், "அவர் ரொம்ப அசிங்கம் செஞ்சிட்டாரு" என்றாள்.

நான் ஒன்றும் கூறாமல் அவளையே பார்த்தபடியே நின்றேன். அவள் ராம்லாலைப் பார்த்து, "நீ சொல்லு, மாஸ்டர்" என்றாள்.

"அவன் திடீரென்று பாண்ட் பட்டனெல்லாம் அவுத்துட்டான் இங்கே வீட்டுக்காரங்க வேறெ யாராரோ இருக்கறப்போ. ஒரு கண்ட்ரோல் வேண்டாம்?" என்று ராம்லால் சொன்னான்.

சுலோசனா என்னைப் பார்த்துச் சொன்னாள்; "நான் ஆடறதெல்லாம் யாரும் என் மேலே ஆசைப்படறதுக்குத்தான். ஆசைப்படறவங்க அசிங்கம் செய்யக் கூடாதில்லையா?"

இதைச் சொல்லிவிட்டு என்னை அப்படியே இறுகக் கட்டிக்கொண்டாள். என் மோவாய்க் கட்டையை அவள் தோள் பட்டை தாங்க நான் ராம்லாலைப் பார்த்தேன். அவன் வெற்றிலை மென்றுகொண்டிருந்தான்.

ஒரு வார காலத்துக்குள் நடனப் போட்டியைப் படமெடுக்க ஆரம்பித்து, ஒரு மாதத்தில் முடித்து, அதன் பிறகு இரு மாதங்களில் படமும் வெளியிடப்பட்டது. அப்போது தமிழ்ச் சினிமா உலகமே சிறிது அதிர்ச்சியடையக்கூடிய காரியம் நடந்தது. சுலோசனாவுக்குக் கல்யாணம். மணமகன் ஏதோ ஊரில் இஞ்ஜினியர். சுலோசனா தொடர்ந்து நடிப்பாளா என்று தெரியாது.

சென்னை ஆபட்ஸ்பரியில் நடந்த தன் கல்யாணத்துக்குச் சுலோசனா எல்லாருக்கும் அழைப்பிதழ் அனுப்பியிருந்தாள். எங்கள் ஸ்டூடியோவில் தினக்கூலிக்கு வேலை செய்யும் பணியாட்கள்கூட முகூர்த்தத்துக்குச் சென்று சாப்பிட்டுவிட்டு வந்தார்கள்.

கல்யாணத்துக்குக் கிருஷ்ணன் போகவில்லை. நானுங்கூடத்தான்.

1974

சுந்தர்

ஒரு பசுமாட்டை வாங்கியே விடுவது என்று தீர்மானித்துவிட்டோம். "எருமை மாட்டையே கட்டிண்டு அழறதுக்கு ஒரு பசு மாட்டைக் கொல்லையிலே கட்டினாலும் வீடு லட்சுமி கரமாயிருக்கும்."

எருமை மாடுகளை நாங்களாக வெற்றிலை பாக்கு வைத்து அழைக்கவில்லை. ஒரு சமயம் ஏதோ காரணத்துக்காக ஒரு மாடு எங்கள் வீட்டில் வந்து சேர்ந்தது. சில நாட்களுக்குத்தான் என்று நினைத்தோம்; அது நிரந்தரமாகத் தங்கிவிட்டது. அது சினைப்பட்டுப் பால் மரத்துப்போனவுடன் பாலுக்காவென்று இன்னும் ஓர் எருமை மாடு வாங்கினோம். இரண்டும் ஒரே சமயத்தில் மரத்துப் போக, மூன்றாவது எருமை வந்து சேர்ந்தது. நாங்கள் இருந்த இடத்தில் எந்த நாட்களிலும் வேலையாட்கள் கிடைப்பது சுலபம் அல்ல. வீட்டில் நாங்களே ஒவ்வொருவராகத் தினமும் சாணியைத் திரட்டிக் குவிப்போம். ஐந்தாறு நாட் களுக்கு ஒரு முறை வறட்டி தட்டுவோம். சாணத்துடன் கரித்துகளைக் கலந்து பிசைந்து உருண்டைகளாக உருட்டிப் போட்டு உலர்த்துவோம். நாங்கள் நல்ல கோடை நாட்களிலும் வெந்நீர் போட்டே குளிப்போம். கொல்லைப் புறத்தில் ஒரு மூலையில் சாணி மலையாகக் குவிந்து நிற்கும். இன்னொரு மூலையில் வறட்டிகளும் சாணி உருண்டைகளும் இன்னொரு மலையாக நிற்கும். இவ்விரு மலைகளுக்கிடையில் இவற்றின் முழு முதற்காரணமான எருமை மாடுகள் அசைபோட்டுப் படுத்திருக்கும். இந்த மாடுகள் ஓர் இரகசிய ஒப்பந்தம் செய்து கொண்டிருக்க வேண்டும். எந்தவொரு சமயத்திலும் ஒரு மாட்டுக்கு மேல் கறக்கத் தேவையிராது. மூன்றுமே சொட்டுப் பால்கூடத் தர இயலாமல் போன மாதங்களும் உண்டு.

நல்ல காலத்துக்கு முடிவு உண்டு. கெட்ட காலத்துக்கும் கூடத்தான். எருமை மாடு ஒன்று செத்துப் போயிற்று. இன்னொன்று காணாமல் போயிற்று. மூன்றாவது இன்னும் நான்கைந்து மாதங்கள் ஆகும் கன்று போட. என் அக்கா கைக் குழந்தையுடன் சில மாதங்கள் எங்களுடன் வந்து இருக்கப்

போகிறாள். இப்போது போய்ப் பால்காரனிடம் கைப்பாலுக்குத் தொங்கு வதைக் காட்டிலும் ஒரு பசுமாட்டை வாங்கினால் என்ன? கொல்லையில்தான் மாடு கட்டும் முளைகள் மூன்றில் இரண்டு வெறுமனே இருக்கின்றனவே!

நாங்கள் பசு மாடு வாங்கப் போகிறோம் என்ற செய்தி ஊரெல்லாம் பரவிற்று. மாட்டுச் சம்பந்தம் இல்லாதவர்களே இதில் அதிக உற்சாகம் காட்டினார்கள். இவர்கள் கிண்டலைக் கண்டு ஏன் பசுமாடு வாங்க வேண்டும் என்ற எரிச்சல் வந்தாலும், இவர்களுக்காகவாவது ஒரு பசு மாட்டை வீட்டில் வாங்கிக் கட்டியே ஆக வேண்டும் என்றும் வீம்பு பிறந்தது. நாங்களும் முதற் கன்று போட இருக்கும் இளையதிலிருந்து எட்டுமுறை ஈன்ற முதிய மாடுவரை பதினைந்து மாடுகளைப் பார்த்தோம்.

முதலில் அப்பாவும் நானும் போய்ப் பார்த்துவிட்டு வந்து, அம்மாவிடம் மாட்டின் நிறம், கொம்பின் நீளம் போன்ற அடிப்படை விஷயங்களில்கூட முரண்பாடு தெரிய விவரிப்போம். அம்மாவுக்கு அப்பாவின் சாமர்த்தியத்தின் மீது சந்தேகம். ஆக மொத்தம் நாங்கள் மூவரும் ஒருநாள் போய் அந்த மாட்டைப் பார்ப்போம். நாங்கள் போனவேளையில் மாட்டைக் கறந்திருப்பார்கள். அது எவ்வளவு கறக்கிறது, எப்படிக் கறக்கிறது என்று பார்க்க இன்னொரு முறை போவோம். ஓரிருவர் அவர்கள் மாட்டை வீட்டுக்கு ஓட்டிக்கொண்டு போய் இரண்டு நாட்கள் வைத்திருந்து விட்டு முடிவு செய்யுங்கள் என்று சலுகை தந்தார்கள். ஒருவர் 'பாதிப் பணம் இப்போது தாருங்கள்; மீதியை அடுத்த மாதம் தாருங்கள்' என்றார். இப்படியெல்லாம் வந்த மாடுகளை விட்டுவிட்டு, மார்க்கெட்டுக்கு அருகிலிருந்த மார்வாடி வீட்டிலிருந்து ஒரு மாட்டை உடனே முழுப்பணமும் கொடுத்து வாங்கி வந்தோம்.

எதற்கோ மூன்று நான்கு முறைகள் சென்று பார்த்து ஆராய்ந்துவிட்டுப் பிறகு முடியாது என்று சொன்ன நாங்கள், இந்த மார்வாடிப் பசு விஷயத்தில் ஐந்தே நிமிஷத்தில் சரி என்றோம். காரணம் அப்பா அம்மா இரண்டு பேருமாக அன்று மார்க்கெட் பக்கத்தில் மார்க்கெட்டை விடப் பலமடங்கு பெரிதான தினசரிக் காய்கறிச் சந்தையில் தெரிந்த காய்கறிக்காரன் ஒருவன், பக்கத்திலேயே ஒரு மாடு விற்பனைக்கு வந்திருக்கிறது என்று சொல்லி, அப்பா அம்மா இருவரையும் உடனே அந்த வீட்டுக்கு அழைத்துச் சென்றிருக்கிறான். அப்போதுதான் அந்த மாட்டைக் கறக்க ஆரம்பித்திருக்கிறார்கள். பால் நுரை பொங்க ஜோடுதவலை நிறையக் கறந்திருக்கிறது. எங்களுடைய எருமை மாடுகள்கூட அவ்வளவு ஒருநாளும் கறந்ததில்லை. அப்பா அம்மா இரண்டு பேரும் சரி என்று சொல்லி ஒரு ரூபாய் முன்பணம் கொடுத்து அடுத்த நாள் 299 ரூபாய் செலுத்தி, மாடு வீடு வந்து சேர்ந்தது. கூடவே ஒரு மாதத்தியக் கன்றுந்தான்.

மாடு வந்தவுடன் அம்மா அதற்குக் கர்ப்பூரம் காண்பித்துக் குங்குமமிட்டு 'லட்சுமி' என்று அழைத்தாள்.

"என்ன லட்சுமி?"

"மாட்டுக்குப் பேரு" என்று அம்மா சொன்னாள்.

"லட்சுமி இல்லேம்மா, சுந்தர்."

"சுந்தரா?"

“ஆமாம்மா. அப்படித்தான் அந்த வீட்டிலே இந்த மாட்டைக் கூப்பிட்டா.”

“சுந்தர்னா? அது என்னபேரு?”

“ஆமாம்மா. நீ கவனிக்கலியா? சுந்தர், சுந்தர்னுதானே அந்த அம்மா தட்டித் தடவிக் கொடுத்தா? நான் கூப்பிடுறேன். பார். சுந்தர்!”

மாடு திரும்பிப் பார்த்தது.

“பார்த்தியா? சுந்தர்தான் இந்த மாட்டோட பேர்.”

“ஆம்பளைப் பேர்னா அது?”

“இது ஆம்பளை மாடுதானோ என்னவோ?”

“சீசீ, ரொம்பச் சமத்தாப் பேசாதே.”

மாடு பெயரைச் சுந்தர் என்று வைத்துக்கொண்டது மட்டும் மனச் சங்கடம் விளைவித்தது என்றில்லை. அதன் காம்புகள் முழுக்கக் கறுப்பாக இருந்தன. காராம்பசுவின் பாலைக் கோயில்களில் தவிர வேறெங்கும் உபயோகப்படுத்தக் கூடாது என்றுதான் எங்கள் வீட்டில் பேசிக் கொண் டார்கள். எனக்குக் காராம்பசு என்றால் எப்படி இருக்கும் என்று நன்றாகப் பார்த்தறியத் தெளிவு கிடையாது.

காராம்பசு என்றாலும் பசுதான். ஆதலால் மாதமொரு முறை கறந்த பாலை அப்படியே அபிஷேகத்துக்குக் கொடுத்தால் போதும் என்று தீர்மானித்தார்கள்.

மாட்டுக்குப் புதுப்பெயர் பழக்கப்பட வேண்டுமென்று எல்லாரும் அடிக்கடி கொல்லைப்புறம் போய் ‘லட்சுமி’ என்று கூப்பிட்டோம். பசு இதை லட்சியம் செய்ததாகத் தெரியவில்லை. ஆனால் அதே சமயத்தில் நிலை கொள்ளாமல் நாளெல்லாம் அங்கும் இங்கும் நகர்ந்த வண்ணமே இருந்தது.

மாலை வந்தது. பசுவை முதல் முறையாக வீட்டில் கறக்கப் போகிறோம். எருமை மாடுகள் பால் கொடுத்துக் கொண்டிருந்த நாட்களில் ஓர் ஆள் வந்து கறந்துகொண்டிருந்தான். அவனுக்குச் சொல்லி வைத்திருந்தும் இன்று வரவில்லை. அம்மாதான் ஒரு பெரிய பித்தளைச் செம்பை எடுத்துக்கொண்டு மாட்டிடம் சென்றாள்.

கன்றை நான் அவிழ்த்து விட்டேன். அது மாட்டின் மடியை முட்டி மாடு சுரப்பு விட்டவுடன் இழுத்துக் கட்டினேன். அம்மா மாட்டருகில் உட்கார்ந்துகொண்டு மடிக்காம்பைத் தொட்டாள். மாடு உதைத்தது.

நான் கன்றை ஒரு முனையில் இழுத்துக் கட்டிவிட்டு, மாட்டின் பின்னங் கால்களைக் கட்ட ஒரு கயிற்றைத் தேடிச் சென்றேன். எருமை மாடுகளைக் கறக்கக் கால்களை என்றும் கட்ட நேர்ந்ததில்லை. அவை பால் தர விருப்பமில்லாவிட்டால் நகர்ந்துகொள்ளும். ஆனால் காலைத் தூக்கி உதைத்ததில்லை.

எப்படியோ ஒரு கயிற்றைக் கண்டுபிடித்துக் காராம் பசுவின் கால்களைக் கட்டிய பிறகு நான் கொஞ்சமும் அம்மா கொஞ்சமுமாக அதைக் கறந்தோம். அம்மாவை அது கிட்ட நெருங்கவிடாமல் மிகவும் முரண்டு பிடித்தது. அம்மா அது லட்சுமி என்று பெயர் சூட்டப்பட்டதையும் பாராட்டாமல் நன்றாக நாலுஅடி முகத்திலும் முதுகிலும் போட்டாள். என்ன செய்தும் கடைசியில் மாலை காலாழாக்குப் பால்கூடக் கறக்கவில்லை.

அடுத்த நாள் காலையும் அப்படியே. அன்று மாலை இன்னும் மோசம். மாடு பாலே தரவில்லை.

மாடு பொல்லாதது என்பதுடன் இன்னொன்றும் தெரிந்தது. அந்த மாடு எங்கள் வீட்டுக்கு வந்து கிட்டத்தட்ட முப்பத்தாறு மணி நேரம் ஆகியும் படுக்கவே இல்லை; நின்ற வண்ணமே இருந்தது. நாங்கள் வைத்த உடைத்த கடலை, பருத்திக் கொட்டை, தவிட்டைக் கூடச் சுவராசியமில்லாமல் சாப்பிட்டது. வேறு எதையும் தின்னவில்லை. இரண்டாவது நாள் அருகில் நெருங்கவிடாமல் மாடு குதித்து ஆர்ப்பாட்டம் செய்த பிறகு, நான் அந்த மார்வாடி வீட்டுக்குப் போனேன்.

அந்தத் தெரு முழுக்க மார்வாடிக் குடும்பங்கள்தாம். சமண மதத்தினராதலால் பொழுது சாய்வதற்குள் சாப்பாட்டை முடித்து விளக்கை அணைத்துவிட்டார்கள். வயதானவர்கள் வாயில் துணியைக் கட்டிக் கொண்டிருந்தார்கள். நான், நாங்கள் மாடு வாங்கிய வீட்டின் முன் பகுதி யிலேயே கட்டப்பட்டிருந்த நான்கைந்து மாடுகளை அபாயகரமான முறையில் கடந்து, கீழே இருந்த சாணிக்குவியலில் ஒருமுறை காலை வைத்து, காராம்பசுவை எங்களுக்கு விற்றுவிட்ட குடும்பத்தை அந்த வீட்டில் கண்டுபிடித்தேன். வெளியே நின்றிருந்த அந்த அம்மாளிடம் "உங்கள் மாடு பால் கறக்கவில்லை" என்றேன்.

"அதற்குத் தீனி வைத்தாயா?" அந்த அம்மாளின் வாய் முன்னால் தொங்கிய துணித் திரை கண் கொட்டாமல் பார்க்கக் கூடிய வகையில் படபடத்தது.

"எதை வைத்தாலும் தின்பதில்லை; ஒரேயடியாக உதைக்கிறது."

அவள் வீட்டுக்குள்ளே திரும்பி உரத்த குரலில் கசகச புசபுசவென்று பொழிந்தாள். அப்புறம் பக்கத்து வீடு எல்லா இடத்திற்கும் சென்று செய்தி பரப்பினாள். 'சுந்தரைப் பட்டினிப் போட்டுக் கொல்லுகிறார்கள்' என்று போலச் சொன்னாள். எல்லாரும் என்னைச் சூழ்ந்து, கொண்டு "உங்களுக்கெல்லாம் இதயம் கிடையாதா?" "நீங்கள் மாட்டைக் கொன்றுதான் தின்பீர்களா?" "மாட்டைப் பட்டினி போட்டுச் சாகடித்தால் கோடி ஜன்மம் தலைகீழாக நெருப்பாற்றில் வெந்து கொண்டிருக்க வேண்டுமே" என்றெல்லாம் கேட்டார்கள்.

அந்த அம்மாள் என்கூடக் கிளம்பினாள். வருகிற வழியெல்லாம் தெருவில் போவோர் வருவோரிடம் என்னைச் சுட்டிக்காட்டி அவளுடைய மாட்டை நான் பட்டினி போட்டுச் சாகடித்துக் கொண்டிருக்கிறேன் என்று அவளுடைய மொழியில் அறிவித்த வண்ணம் வந்தாள். எப்படி ஒரே விஷயத்தை மணிக்கணக்கில் இந்த அம்மாள் திருப்பித் திருப்பிச்

சொல்லிக் கொண்டிருக்க முடியும் என்று எனக்கு ஆச்சரியமாக இருந்தது. நாங்கள் வீடு வந்து சேர்ந்தோம்.

மாடு அவளைக் கண்டு குதியாகக் குதித்தது: கத்திற்று: வாலைத் தூக்கிச் சிறுநீர் கழித்தது: உலகத்தையே ஊதித் தள்ளிவிடுவது போல மூச்சுவிட்டது.

அந்த மார்வாடி அம்மாள், "சுந்தர்!" என்று கத்திக்கொண்டு மாட்டைத் தழுவிக்கொண்டாள். தன்னுடைய வாய்த்துணியை விலக்கிவிட்டு மாட்டுக்கு முத்தம் கொடுத்தாள். மாட்டின் காதருகில் இருந்த ஓர் உண்ணியைப் பிடுங்கித் தரையில் எறிந்து காலால் தேய்த்தாள். "சுந்தர், மேரே சுந்தர்" என்று கொஞ்சிய வண்ணம் இருந்தாள். இந்தக் காட்சியைக் கண்டு அழுகை வரும் போல இருந்தது. என்னுடன் கூடப் பிறந்தவர்கள் அழுதேவிட்டார்கள்.

எங்கள் அம்மாதான் அசையாமல் இருந்தாள். சற்றும் எதிர்பாராத முறையில் கத்த ஆரம்பித்தாள்; "என்னன்னு நினைச்சுண்டு இப்படி ஒரு மாட்டை எங்க தலையிலே கட்டினே? பணத்தைக் கீழே வைச்சுட்டு இழுத்துண்டு போ உன் மாட்டை!"

"மாட்டுக்குத் தீனி போடாவிட்டால் எப்படிப் பால் தரும்? மாட்டைப் பட்டினி போட்டுக் கொன்றால் கோடி ஜன்மம் தலைகீழாக நெருப்பாற்றில் வேக வேண்டும்" என்றாள் அவள் பதிலுக்கு.

எங்கள் அம்மாவுக்கு இவ்வளவு ஆற்றல் உண்டு என்று எங்களில் யாருக்கும் தெரியாது. கால்மணி நேரம் பொரிந்து கொட்டியதில் அந்த மார்வாடி அம்மாளும் அடங்கிப் போனாள். "ஒரு பாத்திரம் தா" என்றாள் சமாதானமாக.

மாட்டின் காலைக் கட்டாமல் கன்றுக்குச் சொட்டுப்பாலை விட்டு அந்த அம்மாள் அந்தக் காராம்பசுவைக் கறந்தாள். ஒரு செம்பு நிறையக் கறந்த அப்புறம் இன்னொரு பாத்திரத்திலும் கறந்தாள். இப்போது எங்கள் அம்மா அவ்வளவு கத்தவில்லை. நாங்கள் எல்லோரும் அன்றிரவு படுக்கப் போகுமுன் பால் சாப்பிட்டோம்.

எங்கள் வீட்டுக் கொல்லைப் புறத்துக்கு இரவில் விளக்கில்லாமல் போக முடியாது. காரணம் சமையலறையை விட்டால் எட்டுப் பத்துப் படிகள் கீழே இறங்கினவுடன்தான் தரை தட்டும். ஆனால் வாசல் புறம் அப்படி இருக்காது. இரண்டே படிதான். ஆதலால் இயற்கையாகவே மேடு பள்ளமாக இருந்த இடத்தில் பள்ளத்தைத் தூர்க்காமல் வீடு கட்டியிருந்தார்கள். கொல்லையில் பெரிய மாட்டுத் தொழுவத்தைச் சுற்றிலும் உயரமான சுவர். எங்கள் வீட்டிலேயே மிகவும் பலமான கதவு இந்தக் கொல்லைச் சுற்றுச்சுவர்க் கதவுதான்.

இரவு படுக்கப் போகுமுன் எங்களில் யாராவது ஒருவர் இந்தக் கொல்லைக் கதவைப் பெரிய பூட்டு ஒன்று மாட்டிப் பூட்டிவிட்டு வருவோம். அன்றிரவு நான்தான் ஒரு கோழி முட்டை விளக்குச் சகிதம் போய்க் கதவைப் பூட்டிவிட்டு வந்தேன். காராம்பசு முதல் முறையாக எங்கள் வீட்டில் படுத்திருந்தது. அதுமட்டும் அல்ல, அசையும் போட்டுக்கொண்டிருந்தது. ஒரு வழியாக அது எங்கள் குடும்ப இயக்கத்தோடு இணைந்துவிட்டது

என்று தோன்றிற்று. "சுந்தர் !" என்று கூப்பிட்டு அதன் தலையைச் சொரிந்து கொடுத்துவிட்டு வந்தேன்.

காலையில் அம்மா போட்ட கூக்குரலில் எல்லாரும் எழுந்துவிட்டார்கள். இரவே சுந்தர் கயிற்றை அறுத்துக் கொண்டிருக்க வேண்டும். சமையலறைப் பின்புறக் கதவை அம்மா திறந்தவுடன் அத்தனை படியையும் ஒரே தாவலில் தாவிச் சமையலறைக்குள் வந்துவிட்டது. அம்மா பயந்துகொண்டு அலறியது அதற்குத்தான். இந்தப் பொல்லாத மாட்டை அடக்கக் கூடியவர்கள் அந்த வேளையில் யாராவது கிடைப்பார்களா என்று அப்பா வாசல் கதவைத் திறந்திருக்கிறார். சுந்தர் வாசல் கதவு திறக்கப்பட்டவுடன் வெளியே பாய்ந்தது. நாங்கள் எல்லாரும் அதைத் துரத்தி பிடிக்கலாமா, அது சாத்தியமா என்றெல்லாம் எண்ணிக் கொண்டிருக்கையில் நான்கு கால் பாய்ச்சலில் மார்க்கெட் இருக்கும் திசையில் ஓடிப் பார்வைக்கெட்டாமல் போய்விட்டது.

அம்மா அந்த மார்வாடிக்காரியை வைதாள். மாட்டை வைதாள். காய்கறிக்காரனை வைதாள். என்னையும் வைதாள், ஓடுகிற மாட்டைக் கழியால் ஒரு போடு போட்டு வீட்டுப் பக்கம் திருப்பத் தவறியதற்கு. அரை மணி கழித்துக் கன்றுக்குட்டியையும் ஓட்டிக்கொண்டு பாத்திரத்துடன் மார்வாடி வீட்டுக்குக் கிளம்பினேன்.

அந்த அம்மாள் வட்டியும் முதலுமாக என்னைப் பார்த்து கூச்சலிட்டாள். அதற்குள் எப்படியோ எனக்கு இந்த மாடு விஷயத்தில் ஒரு குற்ற உணர்ச்சி வந்துவிட்டது. ஆராய்ந்து பார்த்தால் அதற்கு இடமே இருக்கக் கூடாது. அவள் விற்பதாக முன் வந்துதான் நாங்கள் அந்த மாட்டை வாங்கினோம். அவள் சொன்ன விலையை அப்படியே கொடுத்திருக்கிறோம். அவள் என்னையோ எங்கள் வீட்டாரையோ பார்த்துக் கத்த என்ன நியாயம் இருக்கிறது?

அதெல்லாம் எனக்குத் தோன்றவில்லை. ஒரு மாதிரி குறுகிப் போய், "மாட்டைக் கறந்துகொண்டு போகிறேன்" என்றேன். அந்த அம்மாள் ஒரு ராஜ்யத்தையே தானம் செய்வதுபோல, "உம்" என்றாள். நான் சுந்தரைக் கறக்க உட்காருவதைக் கண்டு ஏழெட்டுச் சிறுவர் சிறுமியர்கள், ஐந்தாறு பெரியவர்கள் என்னைச் சுற்றி நின்றார்கள். இதில் ஓர் ஆச்சரியம், சுந்தர் என்னை உதைக்கவில்லை. நான் வீடு திரும்பியபோது, "மாடு எங்கே?" என்று அம்மா கேட்டாள். நான் பாலை நீட்டினேன். அதை வாங்கிக்கொண்டு, "மாடு எங்கே?" என்று மீண்டும் கேட்டாள்.

"என்னால் இப்போ ஓட்டிண்டு வரமுடியலை. சாயந்திரம் ஓட்டிண்டு வரேன்."

அம்மா என்னைச் சந்தேகத்தோடு பார்த்தாள். மாட்டுக்காகக் கொடுத்த பணத்தை அந்தப் பிடாரியிடமிருந்து உடனே திரும்பி வாங்கி வரும்படி அப்பாவிடம் சொன்னாள். அப்பா பதிலே பேசாமல் இருந்தார்.

மாலையில் நான் பால் கறக்கப் போனபோது மாடு மிகவும் குறைவாகக் கறந்தது. போதாததற்குப் பால் ஒரு மாதிரியாக நாற்றமும் எடுத்தது. எனக்கு உடனே தெரியாவிட்டாலும் பிறகு காரணம் தெரிந்துவிட்டது. பகல் பொழுதில் காய்கறிச் சந்தையைச் சுற்றி வரும் சுந்தர் குப்பைத்

தொட்டிகளையும் விட்டுவிடுவதில்லை. மார்வாடிக்காரி மாட்டுத் தீனி என்று ஒன்றும் வைப்பதில்லை. அந்த பொறுப்பு எங்கள் ஊர் முந்நூற்றுச் சொச்சம் காய்கறிக்காரர்களையும் மார்க்கெட்டைச் சுற்றியுள்ள ஐந்தாறு குப்பைத் தொட்டிகளையும் சார்ந்தது.

இந்த முறை அம்மா என்னை வைது திட்ட நிறையக் காரணங்கள் இருந்தும் நான் தைரியமாகச் சொன்னேன்: "மாடு அங்கேயே இருந்துடட்டும்மா! அது அங்கேதான் சந்தோஷமாக இருக்கு."

"விலை கொடுத்து வாங்கின மாடு இன்னொருத்தி வீட்டிலே இருக்கிறதாவது! எதுக்கடா அந்த மோசக்காரி காசை வாங்கிண்டா? ஒவ்வொரு வேளையும் அங்கே போய்ப் போய்க் கறந்துண்டு வர்றதுக்கு ஒழுங்கா எங்கேயாவது பாலையே வாங்கிண்டு வந்துடலாமே! மாடு அங்கே இருக்கிறதாவது? அவவேறே பாதிப் பாலைக் கறந்துண்டுடறா! பணத்தைத் திருப்பிக் கொடுத்துட்டு மாட்டை நீயே கட்டிண்டு அழுன்னா மட்டும் வாயைத் திறக்காமே ஓடிப்போறா!"

அப்பா இந்த மாடு விஷயத்தில் அப்புறம் தலையிட்டுக் கொள்ளவே யில்லை. அடுத்த நாள் நான் பள்ளிக்குப் போகாமல் அம்மாவுடன்கூடப் போய் மாட்டை இழுத்துக்கொண்டு வருவது என்று தீர்மானமாயிற்று. சுந்தரை இழுத்துக்கொண்டு வருவதாம்!

விடிகாலையில் போய் மாட்டைக் கறந்து கொண்டு வந்தேன். இப்போதும் பால் மிகவும் குறைவாகக் கறந்தது. கன்றுக்குட்டி ஊட்டிவிட்டது என்ற அந்த அம்மாள் சொன்னாள். பால் சகிக்க முடியாமல் நாறியது.

பகல் சாப்பாடு முடிந்தவுடன் அம்மா, "கிளம்புடா" என்றாள். இரண்டே நபர்கள் சிருஷ்டிக்கும் ஒரு கடும் பூகம்பத்தைப் பக்கத்திலிருந்து நிகழ்த்தித் தரும் பயங்கர வாய்ப்பு என் தலைமேல் திணிக்கப்பட்டதைத் தவிர்க்க முடியாமல் அரைப் பிரக்ஞை நிலையில் அம்மாவுடன் அந்த வெயில் நேரத்தில், ஒன்றரை மைல் தள்ளியிருக்கும் மார்க்கெட்டை நோக்கி நடந்தேன்.

பூகம்பம் நிகழ்ந்தது. மார்க்கெட் பிரதேசமே அந்த மார்வாடி வீட்டில் கூடியது. இரு மொழிகள், பெண்பாலாரால் பயன்படுத்தக்கூடும் அதி உச்ச வேகத்தை அடைந்தன என்றே கூற வேண்டும். எனக்கு என் அம்மாதான் ஒவ்வொரு சமயத்தில் ஓங்கியிருந்தாள் எனத் தோன்றிற்று. "பணத்தைக் கீழே வைச்சுட்டு என் மாட்டை நீயே கட்டிண்டு மாரடிச்சுக்கோடீ" என்று அம்மா சொன்ன போதெல்லாம் மார்வாடி அம்மாள் சற்றுச் செயலிழந்து காணப்பட்டதாகவே தோன்றிற்று.

ஐம்பது பேர்கள் கூடி மத்யஸ்தம். இனி நாங்கள் மாட்டை ஓட்டிக் கொண்டு போகலாம். ஆனால் மாடு வர வேண்டுமே?

ஒவ்வொரு முறை நான் சுந்தரிடம் சென்று அதைக் கட்டியிருந்த கயிற்றை அவிழ்க்க முயன்றபோதும் அந்த மார்வாடி அம்மாள் ஓடிவந்து மாட்டைக் கட்டிக் கொண்டு ஒப்பாரி வைப்பாள். அம்மா, "பணத்தை..." என்று சொன்னவுடன் ஒதுங்கிக்கொள்வாள். சுந்தர் திமிறிக் குதித்து என்னை நெருங்கவிடாமல் ஆர்ப்பாட்டம் செய்தது.

அம்மாவுக்கு அப்போது திடீரென்ற ஒரு யுக்தி மின்னல் வீசியிருக்க வேண்டும். "ஒத்தை மாட்டு வண்டி ஓட்டிண்டு வாடா" என்றாள். நான், "சுந்தரை வண்டிக்குள்ளே எப்படி ஏத்தறது?" என்றேன்.

"வண்டி ஓட்டிண்டு வாடான்னா என்னடா அதிகப் பிரசங்கித்தனம் பண்ணறே?" என்று அம்மா சீற, நான் நகர்ந்தேன்.

வண்டி வந்தவுடன் அம்மா ஏறிக்கொண்டாள். கன்றுக் குட்டியைத் தூக்கி வைத்துக்கொண்டாள். என்னையும் ஏறிக்கொள்ளச் சொன்னாள். அங்கிருந்தவர்களில் ஒருவரிடம் சுந்தரை அவிழ்த்து அதன் கழுத்துக் கயிற்றைத் தன்னிடம் தரச் சொன்னாள். அதை அப்படியே வண்டிக்குப்பின்னால் இருக்கும் தடுப்புக் கம்பியில் கட்டினாள். சுந்தர் திமிறி அறுத்துக்கொண்டு போகும் கணத்தை நான் எதிர்பார்த்து உட்கார்ந்தேன். ஆனால் வண்டி நகர அதன் பின்னர் சுந்தர் பரம சாதுவாக வந்தது.

இதன் பிறகு இரு வார காலத்தில் ஐந்தாறு முறை சுந்தர் அறுத்துக்கொண்டு மார்வாடி வீட்டுக்கு ஓடிப்போயிற்று. ஒவ்வொரு முறையும் ஒற்றை மாட்டு வண்டி அமர்த்திக்கொண்டு திருப்பி ஓட்டிக்கொண்டு வந்தேன். காய்கறிச் சந்தையில் சுதந்திரமாகச் சுற்றி, குப்பைத் தொட்டிகளைக் குடைந்து தின்று வாழ்வதைக் காட்டிலும் தனியாக விசாலமான கொட்டகையில் புல், பருத்திக் கொட்டை, புண்ணாக்கை அமைதியாகத் தின்றுகொண்டு இருநூறு சதுர அடியில் காலம் கழிக்க அதற்கு மனம் இல்லாததை ஒரு மாதிரி என்னால் புரிந்துகொள்ள முடிந்தது. ஒரு மாதம் நிரம்பாத கன்றை விட்டுக்கூட ஓடிப் போக வேண்டுமென்றால், சந்தை இரைச்சல் அதற்கு எவ்வளவு அத்தியாவசியமானதாக இருக்க வேண்டும்! எவ்வளவோ நல்ல காரணங்களுக்கே மனிதர்களால் தங்கள் இயல்பை மாற்றிக்கொள்ள இயலவில்லை. கேவலம், எஜமானன் மாறியிருக்கிறான் என்பதற்காக மட்டும் ஒரு மாட்டை அதன் சுபாவத்தை மாற்றிக்கொள்ளும்படி நிர்ப்பந்திப்பது எவ்வளவு அநியாயம்?

இன்னும் சிறிது நாட்களில், எங்களுக்கு இந்த மாடு வாய்த்தது போதும் போதுமென்றாகிவிட்டது. மார்வாடி அம்மாள் பணத்தைத் திருப்பித் தரமாட்டாள். சமயம் கிடைத்த போதெல்லாம் மாடு அறுத்துக்கொண்டு முந்தைய எஜமானியை நக்கிக் கொடுக்க ஓடிப்போய்விடும். கறக்கும் பாலும் கணிசமாகக் குறைந்துவிட்டது. மாடோ காராம்பசு. இத்தனை நாட்கள் அதன் பாலைக் குடித்ததற்கே எவ்வளவு தோஷம் குவிந்திருக்கிறதோ? விற்றுத் தொலைந்துவிட்டால் தேவலை.

இதை வாங்குவதற்கும் ஒருவர் வந்து சேர்ந்தார். பரம சாதுவாக இருந்தார். நாங்கள் மாட்டை முந்நூற்றைம்பதுக்கு வாங்கி அவருக்கு முந்நூறுக்கு விற்பதாகச் சொன்னோம். அவர் மறுபேச்சுப் பேசாமல் ஒத்துக் கொண்டார். ஒருநாள் மாலை இரண்டு ஆட்களை அழைத்துக்கொண்டு வந்து கன்றையும் மாட்டையும் ஓட்டிக்கொண்டு போனார்.

அன்றிரவு அப்பாவிடம் கேட்டேன்: "ஏம்பா, சுந்தர் அடிக்கடி அறுத்துண்டு மார்வாடி வீட்டுக்குப் போயிடும்னு சொன்னியா?"

அப்பா பதில் சொல்லாமல் வேறேதோ கவனமாக இருந்துவிட்டார். அவர் சாதாரணமாக அப்படி நடந்துகொள்வது கிடையாது.

அம்மாவைக் கேட்டேன். அம்மா எரிந்து விழுந்தாள், "சுந்தராம், சுந்தர்! என்னடா சுந்தர்? வீட்டைப் பிடிச்ச கிரக சாரம் ஒழிந்தது."

"அது சரி, இப்போ புதுசா வாங்கியிருக்காரே, அவருக்குச் சொன்னேளா? மாடு காணாமே போயிடுத்துன்னா மார்க்கெட்டிலே போய்ப் பாக்கணும் னாவது சொல்ல வேண்டாமா?"

அம்மா அதற்குப் பதில் சொல்லாமல் என்னை வைதாள். "சுந்தராம் சுந்தர்! பந்தர்!"

நல்லவேளை, இப்படி அந்த மார்வாடி வீட்டில் அவள் சொல்லவில்லை என்று நினைத்துக்கொண்டேன். இல்லாவிட்டால் என் பச்சைக் குழந்தையைக் குரங்கு என்று சொல்கிறாளே இந்தக் கொலைகாரி என்று அந்த மார்வாடி அம்மாள் ஏகமாக அலறியிருப்பாள்.

இரவு கொல்லைக் கதவை நான்தான் பூட்டிவிட்டு வந்தேன். இவ்வளவு கலாட்டாவில் சுந்தர் என்னை ஒரு துரும்பாகக்கூட மதித்தது கிடையாது. அப்படியிருந்தும் நான் தான் அதன் பெயரைச் சொல்லி அதை நினைத்தேன். பேசினேன். அதனிடம் உள்ள ஏதோ ஒரு குணம் என்னை மிகவும் கவர்ந் திருக்க வேண்டும்.

எனக்கு அதன் புது எஜமானரை எண்ணிப் பார்க்கப் பரிதாபமாக இருந்தது. ஒரு கேள்விக் கேட்காமல் பணத்தை எண்ணிப் பார்த்துக் கொடுத்துவிட்டு மாட்டை ஓட்டிப் போனார். அது அவர் மாட்டுத் தொழுவத்தில் இருக்கிறதோ, மார்க்கெட்டுக்கு அறுத்துக்கொண்டு ஓடிப் போய்விட்டதோ!

எனக்குத் தூக்கமே வராததில் சுந்தர் நிச்சயம் மார்வாடி வீட்டுக்கு ஓடிப் போயிருக்கும் என்றே திரும்பத் திரும்பத் தோன்றிற்று. எப்படியும் காலையில் மாட்டைத் தேடிக்கொண்டு அந்த மனிதர் இங்கும் வருவார். இங்கிருந்தே ஒரு மாட்டு வண்டியை அமர்த்திக்கொண்டு போகவேண்டும். இப்போதே அவர் இங்கேதான் வந்துகொண்டிருக்கிறாரோ?

காலையில் எங்கள் வீட்டுக் கதவைத் திறந்தபோது அவர் காணப்பட வில்லை. கழுத்துக் கயிறு அறுந்து தொங்கச் சுந்தர்தான் நின்றிருந்தது.

1975

தொப்பி

"ஒரு டீ கொண்டு வா"

"இன்னொன்றா?"

"ஆமாம்."

"இதோ கொண்டுவருகிறேன். அந்தப் பழைய பில்லை கொடுக்கிறீர்களா?"

"நீ பில் கொடுத்தாயா?"

"ஆமாம். உங்கள் கோப்பை அருகில் மேஜைமீது வைத்தேனே?"

"நான் பார்க்கவில்லை."

"இதோ கீழே விழுந்திருக்கிறது. டீ மட்டும் போதுமா?"

"போதும். இல்லை... முன்பு இங்கே ஒரு விதமான பிஸ்கட் கிடைக்கும். உங்களுடைய தயாரிப்பு என்று நினைக்கிறேன். பிஸ்கட் இருக்கிறதா?"

"இருக்கிறது. எல்லாம் சாதாரண பேக்கரி பிஸ்கட்டுதான். நீங்கள் எதைச் சொல்லுகிறீர்கள்?"

"பிஸ்கட்டுத்தான். அடுக்கடுக்காக இருக்கும். ஆனால் ஒரே பிஸ்கட். விலைகூட ரொம்பக் குறைவு. முன்பெல்லாம் கிடைக்கும்."

"எங்கே? இங்கேயா?"

"ஆமாம். இங்கேதான்."

"எவ்வளவு நாட்களுக்கு முன்பு?"

"பதினைந்து இருபது வருஷம் இருக்கும்."

"இருபது வருஷமா?"

"ஆமாம். இருபது வருஷங்களுக்கு முன்புதான்."

“நான் அப்போது பிறக்கக்கூட இல்லை. இங்கே எல்லாம் சாதாரண பேக்கரி பிஸ்கட்டுத்தான் கிடைக்கும். இல்லையென்றால் பாக்கெட் பிஸ்கட் கிடைக்கும். கொண்டு வரட்டுமா?”

“வேண்டாம். வெறும் டீ கொண்டு வா?”

இருபது வருஷங்களில்லை. சரியாக இருபத்திரண்டு. இவ்வளவு ஆண்டுகளில் இந்த ஹோட்டலின் அமைப்பு மட்டும் மாறிவிட்டிருந்தது. என்றில்லை. அங்கு வேலை செய்பவர்கள், விற்கும் பண்டங்கள்கூட மாறி விட்டன. பெயர் மட்டும் மாறாமல் இன்னும் இது ஒரு ஹோட்டலாக இருந்து வருகிறது. முன்பு ஒரு பெரிய அறையாக இருந்ததை இப்போது சிறுசிறு அலமாரிகளைக் குறுக்கே போட்டுப் பல பிரிவுகளாக ஏற்படுத்திவிட்டார்கள். நாற்காலியில் உட்கார்ந்தபடி அடுத்த பிரிவில் உட்கார்ந்திருப்பவர்களைப் பார்க்க முடியாது. இந்த அலமாரிகளின் கண்ணாடி வழியாக உள்ளே வைத்திருக்கும் பொருள்களைப் பார்க்க முடியும். முன்பு ஒரே அலமாரியில் பிஸ்கட் – கேக் வகைகள் இருக்கும். இப்போது இந்த அலமாரிகள் எல்லாவற்றிலும் அவை வைக்கப்பட்டிருக்கின்றன. உள்ளூர் கேக் பிஸ்கட் மட்டுமல்லாமல் பெரிய கம்பெனி பிஸ்கட் பொட்டலங்களும் நிறைய அடுக்கி வைக்கப்பட்டிருக்கின்றன. அது தவிரப் பீங்கான் பொருள்கள் – கோப்பை, தட்டுகள், கிண்ணங்கள் ஜாடிகள். ஆனால் முன்பு கிடைத்த பிஸ்கட் இப்போது கிடையாது.

அவன் இரண்டாவது டீயையும் ஆற அமரக் குடித்தான். இரண்டு மணி நேரத்துக்கும் மேலாக அவன் ஊரைச் சுற்றிக் கொண்டிருந்திருக்கிறான். ஏதோ ஓர் உந்துதலில் ஒவ்வொரு சாலையாகவும் தெருவாகவும் கால் நடையாகவே சுற்றினாலும் முன்பு எப்போதும் ஏற்பட்டிராத சோர்வும் களைப்பும் வந்துவிட்டன. அவனுக்குத் தெரிந்த எவ்வளவோ வீடுகளும் கடைகளும் கட்டடங்களும் உருத் தெரியாமல் மாறியிருந்தன. பெயரளவிலாவது மாறாத இந்த ஈரானி ஹோட்டலைப் பார்த்தவுடன் உள்ளே நுழைய வேண்டும் போலிருந்தது. உள்ளே நுழைந்து கால் மணி நேரத்துக்குப் பிறகுதான் அந்த பிஸ்கட் ஞாபகம் வந்தது.

இப்படித்தான் பல விஷயங்கள், உண்மையில் ஆயிரக்கணக்கான விஷயங்கள், இப்போது அவனுடைய நினைவின் மேல்தளத்துக்கு மிதந்து வந்துகொண்டிருந்தன. இந்த இருபது ஆண்டுகளில் ஒரு முறையேனும் அவனறிய இவைகளை அவன் நினைத்துப் பார்த்ததுகூடக் கிடையாது. ஆனால் இப்போது இடங்களாவது நினைவுக்கு வருவதுபோல் நபர்கள் நினைவுக்கு வரவில்லை. ஒரு பெயர் முழுதாகச் சரியாக வரவில்லை. முகங்கள் ஒன்றிரண்டு தவிரத் தெளிவாக நினைவுக்கு எட்டவில்லை. இங்கே பார்க்கும் முகங்களும் அடையாளம் கண்டுகொள்ளும்படியாக இல்லை.

எப்படி அடையாளம் கண்டுகொள்ள முடியும்? மனித முகங்களை ஓர் இடைவெளிக்குப் பிறகு அடையாளம் கண்டுகொள்ளத் தனிக் கற்பனைத் தேவை. தன் முகத்தில் ஏற்பட்டுள்ள மாறுதல்கள் போல் மற்றவர்களிடம் ஏற்பட்டிருக்கும் மாறுதல்களை ஊகித்தறியும் சக்தி வேண்டும். ஆனால் அவனுக்கு ஏற்பட்டிருக்கும் மாறுதல்களையேனும் அவ்வளவு தெளிவாக

அவன் தெரிந்துகொண்டிருக்க முடிகிறதா? ஏன் இந்த ஊரை இவ்வளவு ஆண்டுகள் கழித்துச் சுற்றிச் சுற்றி வருகிறான்?

அவனாக இந்த ஊருக்கு வரவில்லை. இன்று இங்கு வர நேர்ந்தது. எதேச்சையாக நடந்தது. நான்கு மணி நேரம் ரயில் நிலையத்தில் காத்திருப்ப தற்குப் பதிலாக ஊருக்குள் வந்தான். ஆரம்பத்தில் பொழுதைப் போக்கவென அவன் மேற்கொண்டது வெகு சீக்கிரமே வேறொரு தன்மை கொள்வதாயிற்று. இப்போது ஒவ்வொரு சாலையாக, ஒவ்வொரு தெருவாக நோக்கி அவன் கால்கள் குறிப்பாகச் செல்கின்றன. எங்கெங்கேயோ சுற்றிவிட்டு இந்த ஹோட்டல் வந்தது தற்செயலாக நிகழ்ந்ததில்லை.

ஹோட்டல் பில்லைக் கொடுத்துவிட்டு வெளியே வந்தவன் தன் நிழலைப் பார்த்துத் திடுக்கிட்டான். அது ஒரு புள்ளியாக மாறியிருந்தது. இயற்கையாக நேரக்கூடிய அவ்விஷயம்கூட அப்போது அவனுக்கு ஏதோ உணர்த்துவது போலிருந்தது. அந்த மண் அவன் நிழல் படுவதைக்கூட விரும்பவில்லை. அது செய்த சதியால்தான் திடீரென்று அவன் நிம்மதி யில்லாமல் போய்விட்டான்.

அந்த ஊரில் அவன் நிழல் படாத இடம் இருக்க முடியாது. அவனும் அவன் அப்பாவுமாக வெளியே போகும்போதெல்லாம் அப்பா எதையாவது சுட்டிக்காட்டி, 'இது நீ பிறந்த ஆஸ்பத்திரி, 'இது நீ பிறந்தபோது நாம் குடியிருந்த வீடு' 'உனக்கு இரண்டு வயதில் வயிற்றில் கட்டி விழுந்தபோது நாம் இங்கேதான் இருந்தோம்' 'இந்தக் கடையில்தான் நாம் வெகுநாட்களுக்கு மளிகைச் சாமான்கள் வாங்கிக் கொண்டிருந்தோம்' என்று கூறியிருக்கிறார். அவன் பிறந்த ஆஸ்பத்திரியின் பிரசவ அறையில் வெயில் இருந்தால் அவன் நிழல் அவன் பிறந்தவுடனேயே விழுந்திருக்கும்... பிரசவ அறைகளில் வெயில் இருப்பதில்லை. வெளிச்சம்கூடக் குறைவாகத்தான் இருக்கும். வெளிச்சம் இருந்தால்தான் ஒருவனுக்கு நிழல் விழுமா? இப்போது இவ்வளவு வெளிச்சம் இருந்தும் எனக்கு நிழல் இல்லையே.

பஸ் ஒன்று வந்து அவன் முன்னால் நின்று பயணிகளை இறக்கி, ஏற்றிக்கொண்டு போயிற்று. அது அவனை ரயில் நிலையத்துக்கு அழைத்துச் சென்றிருக்கும். மீதமிருக்கும் இரண்டு மணி நேரத்தைக் களைப்பாறப் பிளாட்பாரத்தில் போக்கிவிடலாம். அவன் உடல் அந்நேரத்தில் ஓய்வுக்காகக் கெஞ்சினாலும் அவன் எதிர்த்திசையில் நடக்கத் தொடங்கினான். இருபத்தி ரண்டு ஆண்டுகளுக்கு முன்பு இந்த ஊரில் பஸ்கள் கிடையாது. குதிரை வண்டிகள்தான் வெகு விரைவான சாதனம். இப்போதும் குதிரை வண்டிகள் இருக்கின்றன. நடுநடுவே பஸ்களும் ஓரிரண்டு டாக்சி மோட்டார் வண்டிகளும்கூடக் கண்ணில் பட்டன. ஏனோ அவை எதுவும் அவனுக்குப் பயன்படும் என்று தோன்றவில்லை. களைத்துப் போன கால்களை மேலும் வருத்திக்கொள்ள விசேஷ காரணம் ஏதும் இருப்பதாகத் தெரியவில்லை. இருந்தாலும் எதுவோ அவனை மேலும் அந்த ஊரைச் சுற்ற வைக்கிறது.

அன்று காலையிலிருந்து ஏற்கனவே இருமுறை நடந்த சாலையில் அவன் மீண்டும் நடந்தான். அந்தச் சாலையில் இடப்புறத்தில் பெரிய, பழங்காலப் பங்களாக்கள். வலப்புறம் ஒரு மைல் தூரத்துக்குப் பெரிய மைதானம்.

அந்தச் சாலையை ஒதுக்குப் புறமானது என்றும் சொல்லிவிட முடியாது. முக்கியமான சந்தடியுள்ள சாலை என்றும் கருத முடியாது. அதுகூட அவன் பழைய நினைவுகளிலிருந்து வெளிக்கிளம்பிய தோற்றத்தினின்று மாறுபட்டிருந்தது. மைதானத்தில் ஒரு ஸ்தூபி எழுப்பியிருந்தார்கள். யாருக்கோ நினைவுச் சின்னம். அந்த மைதானத்தில்தான் முன்பு அவ்வப்போது ராணுவ அணி வகுப்புகள் நடக்கும். அந்த மைதானமே ராணுவத்துக்குச் சொந்தமானதாக இருக்கலாம். ஆதலால் அந்த நினைவுச் சின்னமும் ராணுவம் சம்பந்தப்பட்டதாக இருக்க வேண்டும். இரு உலக மகா யுத்தங்களுக்குத்தான் உலகின் பெரிய நகரங்களில் நினைவுச் சின்னங்கள் இருக்கின்றன. 'பெயரறியப்படா வீரனுக்காக.' ராணுவத்தில் பெயர்களுக்கு என்ன பயன்? பெயர்கள் தவிர்க்க வேண்டிய சில்லறைத் தொல்லை. ஆதலால் முற்றிலும் எண்கள். குறிகள். ஆதலால் நினைவுச் சின்னமும் பெயரறியப்படாதவர்களுக்கு. ஆனால் பெயர் குறிப்பிட்டுத்தான் ஆக வேண்டும் என்றால் எவ்வளவு பெயர்களைத்தான் பொறிக்க முடியும்? கோடிக்கணக்கில் மாண்டவர்கள் பெயரைப் பொறிக்க எவ்வளவு பெரிய சின்னம் வேண்டியிருக்கும்? இமயமலை அளவு போதுமா? அவ்வளவு பேர்களைக் கொல்லுவது சாத்தியமானாலும் அவ்வளவு பேருக்கும் நினைவுச் சின்னம் எழுப்புவது சாத்தியமாகாது. ஆதலால்தான் சிக்கனமாக ஸ்தூபி. ஒருவேளை அது மாண்டவர் நினைவுச் சின்னமாக இல்லாமலும் போகலாம். ஜெயஸ்தம்பம் சித்தூரில் இருக்கிறது. தவுலத்தாபாத்தில் இருக்கிறது. வரங்கல்லில் இருக்கிறது. ஹம்பியில் இருந்தது. மைதானமாக இருந்த பரப்பில் இந்த இருபதாண்டுகளில் ஒரே ஒரு மாறுதல் இந்த ஸ்தூபிதான். ஆனால் அது தோற்றத்தையே மாற்றிவிடுகிறது.

அந்தச் சாலை அவனைக் கொண்டு சேர்த்த நாற்சந்தியில் ஊர் இருக்கும் திசையில் திரும்பினான். காலையில் அந்நாற்சந்திக்கு முதன் முறையாக வந்தபோது உடனடியாக ஊர்ப் பக்கம் திரும்பினான். இரண்டாம் முறையாக அங்கு வந்தபோது ஒரு கணம் தயங்கிச் சுற்றிப் பார்த்துவிட்டுத்தான் திரும்பினான். இப்போது தயங்காமல் கொள்ளாமல் ஊர்ப் பக்கம் திரும்பினாலும் ஏதோ அவனைப் பிடித்திழுக்கிற மாதிரி இருந்தது. அவனால் மேற்கொண்டு முன்னேற முடியவில்லை. வாழ்வில் ஒரே ஒருமுறை ஏற்படும் மகத்தான வாய்ப்புகளைக் கைநழுவ விடும்போது ஏற்படும் கலக்கமும் ஊமைவலியும் இப்போது அவனை அடைந்திருப்பது போலத் தோன்றிற்று. அவன் திரும்பி மீண்டும் அந்நாற்சந்திக்கு வந்தான். தூரத்தில் மைதானத்தில் ஸ்தூபி ஒற்றை மரமாகக் காட்சி அளித்தது.

வெயில் சுரீரென்று அடித்தது. அவன் அந்த ஊரிலிருந்து கிளம்ப வேண்டிய நேரம் நெருங்கிக் கொண்டிருந்தது. இப்போது அநேகமாக ஊர்க்கோடி எனக் கூறக்கூடிய இடத்தில் நின்றுகொண்டிருந்தான். அந்த நாற்சந்திக்கருகில் ஒரு சினிமாக் கொட்டகை. அவன் அறிந்து அங்கு ஆங்கிலப் படங்கள் தவிர வேறு படங்கள் திரையிடப்பட்டது கிடையாது. அங்கு வேலை செய்பவர்கள்கூடக் கொஞ்சம் மூக்கைத் தூக்கியே நடப்பது போலத் தோன்றும். அந்தச் சினிமாக் கொட்டகையை அடுத்து ஐந்தாறு பெரிய பங்களாக்கள். கட்டடமே தெரியாதபடி தோட்டம் வளர்க்கப்பட்ட பழங்கால பங்களாக்கள். அப்புறம்... அப்புறம்...

அவனுக்கு நினைவுக்கு வரவில்லை. நாற்சந்தியின் நான்கு திசைகளில் அந்த ஒரு திசையைப் பற்றி மட்டும் ஏன் மூளையைச் சிரமப்படுத்த வேண்டும்? அதுவும்தான் என்ன? ஏதேதோ தகவல்களை, நினைவுகளை நொடிக்கு நூறாக வெளித்தள்ளியது, இப்போது ஏன் அடைபட்டது போலப் பதுங்கிக் கிடக்கிறது? அதைச் சோதனைக்கு உட்படுத்த வேண்டும் என்ற ஒரு காரணத்துக்காகவே அவகாசம் அதிகம் இல்லாத வேளையில் மண்டையைப் பிளக்கிற வெயிலில் இங்கு திரும்பி வந்தானா?

அவன் பாதி புரிந்தும் புரியாததுமான மனநிலையில், மேற்கொண்டு என்ன செய்வதென்று தீர்மானிக்க இயலாதபடி நின்றான். அவன் ரயில் இன்னும் சிறிது நேரத்தில் அந்த ஊரிலிருந்து கிளம்பிவிடும் என்றாலும் ரயில் நிலையத்தை அடைய, அவன் மெதுவாக நடந்து செல்ல வேண்டும் என்று நேரிட்டால்கூட முக்கால் மணி நேரத்தில் அடைந்துவிடலாம். ஆனால் அவனுக்கு இருந்த அவகாசமோ அதற்கு இரு மடங்கு இருந்தது. அதனாலேயே இப்படித் தயங்கி நிற்பதற்கு ஏதுவாகிறதோ என்றும் நினைத்தான்.

ஆனால் இவ்விடத்தில் மட்டும் இப்படித் தயக்கம் நேரிடுவதற்குக் காரணம்? இன்னும் சிறிது தூரம் போய்ப் பார்ப்போமா?

அவன் சினிமாவைத் தாண்டி நடந்தான். அந்நேரத்தில் சினிமாக் காட்சிகள் ஒன்றும் கிடையாது. எல்லாக் கதவுகளையும் திறந்து வைத்திருந் தார்கள். சாலையிலிருந்தே வரிசை வரிசையாக பொருத்தப்பட்ட நாற்காலி களைப் பார்க்க முடிந்தது. அவை புதுப்பிக்கப்பட்டிருந்தன. உண்மையில் அவ்வளவு புதிதில்லை. ஆனால் அவன் முன்பு பார்த்ததற்கு இப்போது வேறு மாதிரி. ஆங்கிலப் படங்கள் மூன்ற நான்குதான் அவன் அந்த ஊரில் பார்த்திருப்பான். அவன் அப்பாதான் அவனை அழைத்துப் போயிருந்தார். அவன் தனியாகப் போயிருந்தால் கால்வாசிகூடப் புரிந்திருக்காது. கால்வாசியென்ன, ஒன்றுமே புரிந்திருக்காது.

அவன் ஒவ்வொரு பங்களாவாகக் கடந்து சென்றான். இவை அவனால் இன்று முதல் தடவையாகப் பார்க்கப்படுகின்றன. ஒரு பங்களாவுக்கு மட்டும்தான் அவன் நினைவிலிருந்த கேட் இருந்தது. மற்றவை மாறியிருந்தன. பெரிதுபடுத்தப்பட்டிருந்தன. இது புதுக்கட்டடங்கள். விசாலமான வெற்றிடத் தில் வரிசையாகப் பல கட்டடங்களுக்கு அஸ்திவாரம் போட்டிருந்தார்கள்.

கடைசி பங்களாவையும் தாண்டிய பிறகு அவன் நின்றான். அதையொட்டியபடி ஒரு குறுகிய பாதை. பாதை அடுத்து மாண்ட்காமரீஸ் ஹோட்டல்.

அவனுக்குத் தெரிந்துவிட்டது, ஏன் அவன் அந்தப் பக்கம் இழுக்கப் பட்டான் என்று. மாண்ட்காமரீஸ் ஹோட்டல்.

அவன் அனுபவத்துக்குட்பட்ட ஹோட்டல்களுக்கும் அந்த மாண்ட்காமரீஸ் ஹோட்டலுக்கும் நிறைய வித்தியாசம். எல்லாவற்றுக்கும் பொதுவாக ஹோட்டல் என்று பெயர் இருந்தாலும், அவன் அறிந்த ஓட்டல்களில் யார் வேண்டுமானாலும் உள்ளே போகலாம். இருக்கும்

ஒன்றிரண்டு அறைகளில் போட்டிருக்கும் மேஜை நாற்காலிகளில் எங்காவது உட்காரலாம். அழுக்குச் சட்டை பரட்டைத் தலையோடு 'என்ன வேண்டும்' என்று கேட்டு வருபவனிடம் எதையாவது கொண்டு வரச் சொல்லிச் சாப்பிடலாம். அவன் அந்த ஊரில் இருந்த நாட்களில் மாண்ட்காமரீஸ் ஹோட்டலில் அவனையொத்தவர்கள் உள்ளே நுழைய முடியும் என்று எண்ணிப் பார்த்திருக்கக்கூட மாட்டார்கள். பின் யாருக்காகத்தான் அந்த ஹோட்டால் என்றும் அவர்களுக்குத் தெளிவாகத் தெரியாது. மாதத்துக்கொரு நாள் அங்கு டான்ஸ் என்று ஊரெல்லாம் விளம்பரத் தட்டிகள் வைக்கப்படும். அப்போது நிறையச் சட்டைக்காரப் பெண்கள் அந்த மாண்ட்காமரீஸ் ஹோட்டல் பக்கம் போவதை அவன் பார்த்திருக்கிறான். சட்டைக்காரப் பெண்ணாக இருக்க வேண்டும், அல்லது வெள்ளைக்கார ஸோல்ஜராக இருக்க வேண்டும் . . .

அவனுக்கு இப்போது முழுதாக நினைவுக்கு வந்துவிட்டது. இருபத்திரண்டு வருடங்கள் ஒரு சிறு சாயல்கூடத் தென்படாமல் என்றென்றுமாக அழிந்து போய்விட்டது என்று நினைக்கக் கூடியது இப்போது நினைவுக்கு வந்துவிட்டது. பிறந்து, பல வருடங்கள் வளர்ந்து அலைந்து திரிந்த ஊரின் நினைவுகள் ஒரு சிலதான் ஏதோ நிழல் போல் இத்தனை நாட்கள் இருந்தன. ஆனால் இவ்வளவு ஆண்டுகளின் ஆயிரக்கணக்கான இரவுகளில் ஒருமுறைகூடக் கனவில் வருமளவுக்கு அவை அவனால் போற்றப்படுவனவாக இருந்திருக்கவில்லை. அவன் வரையில் அந்த ஊரில் அவன் வாழ்ந்த ஆண்டுகள் இல்லாததே போல்தான் அழிக்கப்பட்டவை. அதிலும் அந்த மாண்ட்காமரீஸ் ஆழத் தோண்டிப் புதைக்கப்பட்டது. அதனால் இன்று அதன் வெகு சமீபம் மூன்று முறை வந்துகூட அதுவாக நினைவின் மேல்தளத்துக்கு வரவில்லை. அவ்வளவு சுத்தமாக மறக்கடித்துக் கொண்டதற்குக் காரணம்?

அவன் மாண்ட்காமரீஸ் வெளிகேட் எதிரே நின்று உள்ளே பார்த்தான். அது ஒன்றுதான் மாறாமல் அப்படியே இருந்தது. அந்த இடம் காலப்பொழுதில் அடையும் மாறுதல்களை எதிர்த்துப் புதுப்பிக்கும் முயற்சிகள் தவிர வேறு மாறுதல்கள் எதுவும் கைக்கொள்ளப்படாமல் அப்படியே விட்டு விடப்பட்டிருக்கிறது. அன்று மாலை அவனும் அப்பாவுமாக அந்தப் பக்கமாக நடந்து சென்றுபோது இருந்த மாதிரிதான் இன்றும் இருக்கிறது.

இரு ஸோல்ஜர்கள் உள்ளேயிருந்து சாலைக்கு வந்தார்கள். அவர்கள் முதலிலேயே செக்கச் செவேலென்று இருந்தார்கள். அப்போது இன்னமும் சிவப்படைந்திருந்தார்கள். கண்கள் வெளியே பெயர்ந்தே விழுந்துவிடும் போல் இருந்தன. அவர்களுடைய கனமான, டஜன் கணக்கில் அடியில் குண்டு ஆணி அடிக்கப்பட்டிருந்த பூட்ஸ்கள் அந்தத் தார் ரோடே அதிரும் படியாகச் சப்தம் செய்தன. டக் – கடக். டக் – கடக். அவர்கள் நேரே அவன் அப்பாவைப் பார்த்து வந்தார்கள். அப்பா அவன் கையைப் பிடித்துக் கொண்டு இன்னமும் ஒதுங்கிப் போனார். ஸோல்ஜர்கள் இருவரும் இரு மனிதக் குன்றுகள் போலப் பக்கத்தில் வந்து நின்றார்கள். அவன் அப்பா என்ன செய்வது என்று தெரியாதவராய் அப்படியே நின்றார். ஸோல்ஜர்களில் ஒருவன் அப்பாவின் தொப்பியைத் தட்டிவிட்டான்.

அது சாலை நடுவில் விழுந்து சிறிது உருண்டு ஓடிற்று. அப்பா அதை எடுக்கப் போனார். அப்போது இன்னொரு ஸோல்ஜர் பாய்ந்து போய் அதை உதைத்தான். அது பந்தாகக் கிளம்பி வேறோர் இடத்தில் போய் இறங்கியது. இம்முறை அப்பா விரையவில்லை. முதல் ஸோல்ஜர் ஓடிப்போய் தொப்பி விழுந்த இடத்தை அடைந்தான். அவனும் ஓர் உதை விட்டான். அவனும் இன்னொரு ஸோல்ஜருமாகச் சில நிமிஷங்களுக்கு நடுச்சாலையில் அப்பாவின் தொப்பியை ஒரு ஃபுட்பால் மாதிரி விளையாடினார்கள். மாண்ட்காமரீஸ் ஹோட்டலில் வேலை செய்யும் இரு பட்லர்கள் கேட்டருகே நின்று இந்த ஸோல்ஜர்களின் கால் பந்தாட்டத்தைப் பார்த்து ரசித்த வண்ணம் இருந்தார்கள். ஸோல்ஜர்கள் வேண்டும் என்றே அப்பாவின் தொப்பியை அப்பா பக்கம் உதைத்து, அது அப்பாவைத் தாக்கும்போது அந்த இரு பட்லர்களும் விழுந்து விழுந்து சிரித்தார்கள். சில நிமிடங்களுக்குப் பிறகு ஸோல்ஜர்களுக்கு ஆட்டம் அலுத்துப் போய்விட்டது. அப்பாவின் தொப்பியை மாறிமாறி நசுக்கித் துவைத்து உருத்தெரியாமல் அடித்தபின் சீட்டியடித்துக் கொண்டு போய் விட்டார்கள். அப்பா தன் தொப்பியாக இருந்ததைப் பொறுக்கி எடுத்தபோத அந்த இரு பட்லர்களும் உள்ளே போய்விட்டார்கள்.

அவன் முகத்தைத் துடைத்துக் கொண்டான். அன்றிருந்தது போலத்தான் இன்றும் இங்கே ஜன நடமாட்டமே அதிகம் இல்லாமல் நிசப்தமாகக் கிடக்கிறது. உலக யுத்தம் முடிந்து, நாடு சுதந்திரம் அடைந்து, வெள்ளைக்கார ஸோல்ஜர்கள் அவர்கள் ஊருக்குத் திரும்பிப் போய், இந்தியாவின் பல பகுதிகள் மொழிவாரி மாநிலங்களாகப் பிரிக்கப்பட்டு மூன்று பொதுத் தேர்தல்கள் நடந்து, இரு யுத்தங்கள் நேரிட்டு, ஒருநாள் பகல் இரண்டு மணிக்கு நேரு செத்துப்போய், தனுஷ்கோடி ஊரைக் கடல் பொங்கி அழித்துத்தள்ளி, கென்னடி கொல்லப்பட்டதற்கு இங்கே பெண்கள் குழந்தைகள் சில அழுது, சென்னை மின்சார வண்டிகளின் ஹார்ன் வேறு விதமாக ஒலிக்கத் தொடங்கி, ரஷ்யாவை ஆளுபவர்களும் இங்கிலாந்து ராணியும் இந்தியாவுக்கு விஜயம் செய்துவிட்டுப் போயிருக்கிறார்கள். மாண்ட்காமரீஸ் ஹோட்டல் வெளியிலிருந்து பார்ப்பதற்கு அநேகமாக அப்படியேதான் இருப்பதாகத் தோன்றிற்று.

அவன் கேட்டைக் கடந்து ஹோட்டல் கட்டடம் அடையப் பல காத தூரம் நடக்க வேண்டியிருந்தது. அப்படியும் ஒரு சில செடிகளில் அழகான பூக்கள் பூத்திருந்தன.

அவன் போர்டிகோவைத் தாண்டிக் கட்டடத்தின் உள்ளே அடியெடுத்து வைத்தான். பழங்காலப் பங்களாவைப் போல இருந்த அந்த இடம் எப்படி ஒரு ஹோட்டலாகச் செயலாற்றுகிறது என்று கற்பனைசெய்து பார்ப்பது சிரமாக இருந்தது. ஒரு பெரிய ஹாலில் பெரிய சோபாக்களாகப் போட்டிருந்தார்கள். வெளியிலிருந்து வெளிச்சம் அதிகம் உட்புக முடியாமல் இருட்டாக இருந்தது. ஏர் கண்டிஷண்ட் செய்யப்படாத ஓரிடம் அவ்வளவு இருட்டாக அமைந்தது அசாதாரணமாகப்பட்டது. இந்த இருட்டிலிருந்துதான் ஸோல்ஜர்கள் இருவரும் வெளிக் கிளம்பியிருப்பார்கள். இப்போது ஹால் காலியாக இருந்தது.

டை, சூட் அணிந்த ஓர் இளைஞன் இவன் அருகில் வந்து ஒரு சோபாவில் உட்கார வைத்தான். "என்ன சாப்பிடுகிறீர்கள்?" என்று கேட்டான்.

"பிற்பகல் சாப்பாட்டுக்கு என்ன இருக்கிறது?"

அந்த இளைஞன் எங்கேயோ தேடிப் பிடித்து ஓர் அட்டையைக் கொடுத்தான். பல நூறு கைகள் அதைக் கையாண்டு அட்டை அழுக்காகி நைந்து போயிருந்தது. பண்டங்கள் பட்டியல் கட்டண விகிதம் அச்சிட்டிருந்தது; அனைத்தையும் பேனாவால் திருத்தியிருந்தனர்.

அவன் அந்தப் பட்டியலைப் படித்துக் கொண்டிருக்கும்போதே டை அணிந்த இளைஞன் கேட்டான், "நீங்கள் குடிக்க விரும்புகிறீர்களா?"

அவனுக்கு அந்த ஊரில் மதுவிலக்கு இல்லாதது நினைவுக்கு வந்தது.

"எனக்கு, ஒன்றுமே பிடிக்கவில்லை" என்றான். அவன் சிறுவனாக இருந்தபோது மனசால் எண்ணிப் பார்க்கவும் முடியாததாகத் தோன்றிய இடத்தில் இன்று உள்ளே போய் உட்கார்ந்து அவர்கள் முகத்துக்கு நேரே 'ஒன்றுமே பிடிக்கவில்லை' என்று கூறிவிட்டான்.

இளைஞன் ஒன்றும் புரியாமல் விழித்தான்.

"வெறும் காப்பி மட்டும் தர முடியுமா?" என்று கேட்டான்.

"பேஷாக. ஆனால் தாங்கள் ஒன்றும் சாப்பிட விரும்பவில்லையா?"

"அதான் சொன்னேனே எனக்கு ஒன்றுமே பிடிக்கவில்லை என்று."

டை இளைஞன் ஒரு பட்லரைக் கூப்பிட்டு மெதுவான குரலில் காப்பி கொண்டு வரச் சொன்னான். ஒரு பீரோ மாதிரி இருந்ததொன்றின் அருகில் சென்று ஒரு விசையை இயக்கினான். கிராமபோன் இசைத் தட்டுகள் கண்டு பிடிப்பதற்கு முன் பிரபலமாயிருந்த உருளை ரிகார்டுகள் கொண்ட ஃபோனோகிராஃப் அது. பியானோ வாத்தியம் போல் நிதானமான கதியில் நிறைய உரைசல் சப்தத்துடன் ஓர் ஐரோப்பிய சங்கீதம் அப் பீரோவிடமிருந்து எழுந்தது.

அவனுக்கு அந்த ஹால் உள்ளே பிரகாசமாக மாறிவிட்டதாகத் தோன்றிற்று. சட்டைக்காரப் பெண்களும் ஸோல்ஜர்களுமாக அந்த இடத்தில் நிரம்பி வழிந்தார்கள். அந்த உடைசல் ஃபோனோகிராஃப் சங்கீதத்துக்கேற்ப கைகோத்து நடனமாடினார்கள். அவன் அப்பாவின் தொப்பியைத் தட்டிவிட்ட ஸோல்ஜரும் இருபது வயதுகூட எட்டியிருக்க முடியாத ஒரு சிறு பெண்ணுடன் நடனமாடிக் கொண்டிருந்தான். அவனுக்குச் சரியான தண்டனை அப்பெண்ணை அவனிடமிருந்து பறித்துவிடுவதுதான். அவன் உட்கார்ந்த இடத்திலிருந்து எழுந்தான். ஸோல்ஜர், பெண், நடனமாடும் கூட்டம் எல்லாம் மறைந்தது. ஃபோனோகிராஃப் சங்கீதம் மட்டும் தொடர்ந்து ஒலித்துக் கொண்டிருந்தது.

காப்பி கொண்டுவந்த பட்லரிடம், "நான் சட்டைக்காரிச்சி இல்லை, தெரியுமா?" என்றான். அவன் ஒன்றும் விளங்காமல் நின்றான். டை இளைஞன், "என்ன வேண்டும்?" என்று கேட்டு வந்தான்.

"எங்கள் அப்பாவைத் தெரியுமா, உங்களுக்கு?" என்று கேட்டான்.

"மன்னிக்க வேண்டும். என்ன கேட்கிறீர்கள்?"

"ஒன்றும் இல்லை."

அவன் காப்பியைச் சாப்பிட்டான். அவன் அப்பாவைப் பற்றி அவர்களுக்கு என்ன தெரியும்? அந்த பட்லர்களே இன்று உயிரோடு இருந்து இங்கேயே வேலை பார்த்து வந்தால்கூட அவர்களுக்கு எப்படி நினைவு இருக்க முடியும்? எனக்கே இல்லையே. எவ்வளவு சுத்தமாக, எவ்வளவு பூரணமான, மறதி போர்த்திக் கொண்டிருந்திருக்கிறது! அதைப் போய்க் கலைத்துவிட்டேனே!

அவன் அன்று அவ்வூரை விட்டுப் போனபோது இன்னொரு முறை அங்கு வருவோமென நம்பிக்கையோ விருப்பமோ இல்லாமல் கிளம்பிப் போனான். வெகு நாட்களுக்கு அந்தப் புராதனக் கால ஃபோனோகிராஃப் ஒலி மட்டும் அவன் இரவில் தூங்கப் போவதற்குத் தாமதம் விளைவித்துக்கொண்டிருந்தது.

1975

விண்ணப்பம்

அந்தப் பூதாகாரமான, பல மாடிக் கட்டடத்தின் முன்னால் இருந்த நடைபாதை நசுங்கிய காலி தார்ப் பீப்பாய்களால் தடுக்கப்பட்டிருந்தது. நடை பாதைக்குப் போட்டிருந்த சிமெண்ட் வேலி தீயணைக்கும் படையினருக்கும் அவர்களுடைய இயந்திரங்களுக்கும் வழி செய்வதற்காக அவசரம் அவசரமாக உடைத்தெறியப்பட்டு மீண்டும் காமா சோமாவென்று நிறுத்திவைக்கப்பட்டிருந்தது. சீர் குலைந்த கதவும் ஜன்னலும் கொண்டு உள்ளும் புறமும் தீய்ந்துபோய் வெறிச்சோடிக் கிடந்த அந்தக் கட்டடத்தை ஒரு போலீஸ்காரர் காவல் காத்துக்கொண்டிருந்தார்.

கீழ்த் தளத்தில் சில கடைகளின் பெயர்ப் பலகைகள் இன்னும் இருந்தன. பக்கத்திலேயே 'எங்கள் கடை எதிர்சாரிக்கு மாற்றப்பட்டிருக்கிறது' என்ற அறிவிப்பும் இருந்தது. அந்த நகரத்தையே உருக்கிவிடக் கூடிய சுரைபோல அந்தப் பதினான்கு மாடிக் கட்டடம் ஜுவாலை விட்டுக் கனல் கக்கிப் பல மாதங்கள் ஆகிவிட்டன. இப்போது புகையெல்லாம் அடங்கிவிட்டது. சிறு தணலும் இல்லாமல் அணைந்துவிட்டது. அந்தக் கட்டடம் மட்டும் என்ன செய்வது எங்கு புகைப்பது என்று நிர்ணயிக்க முடியாத அரக்கனின் சடலம் போலக் கிடந்தது.

அக்கட்டடத்தைத் தாண்டிச் செல்லும்போது அவனுடைய அப்பா அவனை அவசரமாக இழுத்துச் செல்வதை ராமகிருஷ்ணன் உணர்ந்தான். நோட்டுப் புத்தகங்கள் பென்சில் போன்றவை வாங்குவதற்குதான் அவனுடைய அப்பா அவனை வெளியே அழைத்துச் செல்வார். எங்கேயெல்லாமோ அழைத்துச் செல்வதாகச் சொல்லியிருப்பது உண்டு – மியூசியம், மிருகக்காட்சி சாலை, பாம்புப் பண்ணை, காந்தி மண்டபம், கலங்கரை விளக்கம், கடற்கரை, சென்னையிலேயே மிக உயரமான கட்டடம்; இதெல்லாம் ஏதோ ஒரு காலத்தில் – அவர் குழந்தைகளோடு பேசி, விளையாடி, கதைகள் சொல்லி, பாடம் கற்றுக் கொடுத்திருந்த நாட்களில். ஆனால் இப்போது எல்லாம் மாறியிருந்தன. ராமகிருஷ்ணன் தூங்கி எழுவதற்குள்

அவர் வெளியே போய்விடுவார். அவன் இரவில் படுத்துத் தூங்கிய பிறகுதான் வீடு திரும்புவார்.

ஒருநாள் அவன் காலி தீப்பெட்டிகளையும். சோடா புட்டி மூடிகளையும் வைத்துக்கொண்டு தனக்குத்தானே பேசிக் கொண்டிருந்தபோது, அப்பா அவன் தலையைத் தடவிக் கொடுத்தார். அவனை யாரோ படுக்கையில் கிடத்துவார்கள். காலையில் எழுந்திருக்கும் போது அப்பா காணமாட்டார். அப்படியே அப்பா வீட்டிலிருந்த நேரத்தில் எதற்கும் எரிந்து விழுந்துகொண்டிருப்பார். எப்போதும் சண்டை – அப்பாவுக்கும் அம்மாவுக்கும்; அம்மாவுக்கும் அத்தைக்கும்; அத்தைக்கும் அப்பாவுக்கும்.

ஒருநாள் திடீரென்று அத்தை மரக்கட்டை போலக் கீழே விழுந்தாள். அப்பா ஒரு சைக்கிள் ரிக்ஷா அழைத்து வந்து அத்தையை ஆஸ்பத்திரிக்கு எடுத்துச் சென்றார். அப்புறம் மாதக் கணக்கில் அப்பா ஆஸ்பத்திரிக்கும் மருந்துக் கடைக்குமாக அலைந்துகொண்டிருந்தார். எல்லாம் அத்தைக்குத்தான்.

ஒருநாள் அத்தையை ஆஸ்பத்திரியிலிருந்து வீட்டுக்கு அழைத்து வந்தார்கள். ஒரேயடியாக இளைத்துப் போய்த் தனக்குத் தானே பேசிச் சிரித்துக்கொள்ளும் ஒரு விநோத உருவமாகத்தான் அவள் ராமகிருஷ்ணனுக்குக் காணப்பட்டாள். இப்போது கடற்கரை பற்றியும், மிருகக் காட்சிச் சாலை பற்றியும் அப்பா பேச்செடுப்பதில்லை. ராமகிருஷ்ண னுடைய அரை டிராயர்கள் குட்டையாகப் போயின. அவனுடைய சட்டை தோள்பட்டையில் பிடித்திழுத்தது.

அவன் எண்களும் எழுத்துக்களுமாக எழுத வேண்டிய நோட்டுப் புத்தகங்கள் மலையாகக் குவிந்தன. பெரிய பையன்கள் அவனையும் ஆட்டத்தில் சேர்த்துக் கொண்டார்கள். அம்மா முன்னைப் போல அவனிடம் கொஞ்சுவது கிடையாது. அவனுக்கு விளக்கம் கேட்க வேண்டிய விஷயங்கள் ஏராளமாகப் பெருகிக்கொண்டு வந்தன. ஒருமுறை அப்பாகூட ஒரு செய்திப் பத்திரிகையில் வந்த படத்தை அவனிடம் காட்டினார்.

“உனக்குச் சொல்லியிருக்கேனோல்லியோ – ரொம்பப் பெரிய கட்டடம்னு. அது நேத்திக்குத் தீப்பத்தி எரிஞ்சு போயிடுத்து.”

ராமகிருஷ்ணனுக்கு அது சரியாகப் புரியவில்லை. “அப்படீன்னா? அது இப்போ இருக்காதா?”

“அப்படியில்லே. இருக்கும். ஆனா ...”

“அப்போ என்ன போச்சு?”

“எல்லாந்தான். நேத்தி ராத்திரியிலேந்தே அதை அணைக்கப் பாத்துண்டிருக்கா. ஆனா முடியலை.”

“எப்படி அணைப்பா?”

“நீ அந்த வண்டியைப் பார்த்திருக்கயோ? சேப்பா இருக்கும். அதுலே பம்பு மிஷின், ஏணி எல்லாம் இருக்கும். அதுலேருந்து தண்ணியைப் பீச்சியடிப்பா.”

"அப்போ ஏன் அவாளாலே நெருப்பை அணைக்க முடியலே?"

"அந்த வண்டிக்கு அந்தக் கட்டடம் ரொம்பப் பெரிசு."

"நம்ப போய்ப் பார்க்கலாமாப்பா?"

ஒரு கணம் அவனுடைய அப்பா வருத்தப்பட்டுக் கொண்ட மாதிரியிருந்தது. அவனைக் கட்டிக்கொண்டார்.

"போகலாம். நான் இன்னிக்கு உன்னை அழைச்சிண்டு போறேன்."

அப்பா எவ்வளவோ நாட்களுக்கு எங்கெல்லாமோ அழைத்துப் போகிறேன் என்று சொல்லி அப்புறம் ஒன்றுமே செய்தது கிடையாது. ஆனால் இம்முறை பிற்பகல் வீட்டுக்கு வந்தார். "வா, ராமகிருஷ்ணா. நாம எல்.ஐ.சி. கட்டடத்தைப் பார்க்கலாம். அது இன்னும்கூட எரிஞ்சுண்டிருக்காம்."

ராமகிருஷ்ணன் தயங்கினான். "அப்பா, நம்ப பக்கத்து வீட்டுப் பையன் களையும் அழைச்சிண்டு போகலாமா? நான் அவாகிட்டே சொன்னேன். அவாளும் ரொம்ப ஆசைப்படறா."

அப்பாவுக்கு முழுத் திருப்தி இல்லை. இருந்தாலும். "சரி" என்றார்.

அவர்கள் எல்லோரும் பஸ் நிற்குமிடத்திற்குச் சென்றார்கள். எல்லாருமே அந்தத் தீயைப் பற்றித்தான் பேசிக்கொண்டிருந்தார்கள். பஸ்ஸில் ஏகக் கூட்டம். எரிந்தகொண்டிருந்த அந்தக் கட்டடத்தைப் பார்க்க ஊரே போய்க்கொண்டிருந்தது.

ஆனால் பஸ்ஸால் அதற்கருகே செல்ல முடியவில்லை. நாற்புறமும் ஒரு பர்லாங்கு தூரத்திற்கு எல்லாப் போக்குவரத்தும் நிறுத்தி வைக்கப்பட்டிருந்தது. எங்கு பார்த்தாலும் போலீஸ்காரர்கள். அப்பா சொன்ன சிவப்பு வண்டிகளும் நிறைய இருந்தன. தூரத்தில் அந்தக் கட்டடம் காணப்பட்டது. ஏப்பம் விடுவதுபோல அவ்வப்போது புகைவிட்டது. அது மிகவும் நெருக்கடியான சாலை. பெரிய பஸ்களும், லாரிகளும், கார்களும், கட்டை வண்டிகளும் திசை மாற்றி அனுப்பப்பட்டதால் ஒரே குழப்பமாக இருந்தது.

"அப்பா, என்னால் ஒண்ணும் பார்க்க முடியலை" என்று ராமகிருஷ்ணன் சொன்னான்.

அப்பா அவனைத் தோள்மீது தூக்கிக்கொண்டார். ஆனால் அதனால் பயனேதும் இல்லை. எல்லாப் பக்கத்திலிருந்தும் ஆயிரக் கணக்கானோர் இடித்துத் தள்ளிக்கொண்டிருந்தார்கள். ராமகிருஷ்ணனை தோள்மீது சுமந்துகொண்டும் இன்னும் இரு சிறுவர்களையும் சேர்த்துப் பிடித்துக் கொண்டும் ஒரேயிடத்தில் நிற்க முடியாதபடி அப்பா தவித்தார்.

ஆனால் வேறு முறையில் தீயைப் பார்க்கக் கூட்டம் வழி வகுத்துக் கொண்டிருந்தது. அந்த இடத்திலிருந்து சிறிது தூரத்தில் ஒரு கால்வாய் போன்றது ஓடிக்கொண்டிருந்தது. அந்தக் கால்வாய் கரையோரமாக அரை மைல் தூரம் நடந்தால் அக்கரையிலிருந்து தீப்பிடித்த கட்டடத்தைப் பார்க்க முடியுமாம். அது கால்வாய் மாதிரி இருந்தாலும் அதை ஓர் ஆறு என்று தான் அழைத்தார்கள்.

கூட்டத்தோடு கூட்டமாக நால்வரும் ஆற்றங்கரையோரமாக நகர்ந்தார்கள். முந்தின இரவு எப்போது தீப்பிடித்தது, ஜுவாலை எப்படிச் சீறியெழுந்தது என்றெல்லாம் எல்லோரும் கூடிக் கூடிப் பேசிக்கொண்டிருந்தார்கள். இவ்வளவு பெரிய கட்டடம் தீப்பற்றி எரிவது பற்றி அங்கிருந்த ஆயிரக் கணக்கான பேரில் ஒருவர்கூட வருந்துவதாகத் தோன்றவில்லை. எல்லாருக்கும் அது ஒரு சாதாரணமான பொழுதுபோக்காக இருந்தது. இன்னும் பல நாட்களுக்கு அதைப் பற்றி அவர்கள் பரபரப்போடும் உற்சாகத்தோடும் பேசிக்கொண்டிருப்பார்கள் என்று ராமகிருஷ்ணனுக்குத் தோன்றியது.

அந்த ஆறின் மறுபுறத்திலிருந்து தீயை நன்றாகவே பார்க்க முடிந்தது. பகல் இரண்டு மணிக்குக்கூட அந்தக் கட்டடத்தின் சில மாடிகளிலிருந்து புகை எழும்பிக் கொண்டிருந்தது. வரிசை வரிசையாக ஜன்னல்களும், காற்றுப் போக்கிகளும் இருந்தமையால் கட்டடத்தின் ஒவ்வொரு தளத்தையும் தெளிவாகக் காண முடிந்தது. திடீரென்று மக்களிடையே பெரிய கூச்சல். அமைதியாகத் தோற்றமளித்த மேல் இரு மாடிகளிலிருந்து எதிர்பாராத விதமாக ஜுவாலை கிளம்பியது. தீயின் நாக்குகள் ஜன்னல்கள் வழியாகச் சுருண்டு வளைந்து மேல் நோக்கிப் பாய்ந்தன. ஜன்னல் கண்ணாடிகள் தெறித்து, மழையாகக் கீழே பொழிந்தன. ஒரு முழு ஜன்னல் கட்டடத்திலிருந்து விடுபட்டு எரிந்துகொண்டே கீழிறிங்கியது ஏதோ ஒரு வித்தைக்காரன் தீ மூட்டிக் கொண்டு உயரத்திலிருந்து குதிப்பது போலிருந்தது.

ராமகிருஷ்ணனுக்கு வயிற்றைக் கலக்கியது. அவனுக்குத் தீயை, அங்கு அவனுக்குக் காணக்கிடைத்த விதத்தில் மனதுக்குப் பிடிக்கவில்லை. அது விபரீதமாக இருந்தது. நாசம் விளைவிப்பதாக இருந்தது. ஏன் யாராவது தண்ணீரைக் கொட்டி அதை அணைக்க மாட்டேன் என்கிறார்கள்? ஆற்றில் நிறையத் தண்ணீர் ஓடிக்கொண்டிருக்கிறதே? எடுத்து வீசி அடித்து அணைக்க முடியாதா?

இல்லை. அது சாத்தியமில்லை. இங்கிருந்த பார்க்கும்போது சுலபம் போலத் தோன்றியது. ஆனால் உண்மையில் அப்படியில்லை. தீ நூறடிக்கும் மேலே எரிந்துகொண்டிருந்தது. அந்தப் பெரிய இயந்திரங்களும், பாம்பு போன்ற குழாய்களும் அந்த உயரத்தை எட்ட முடியவில்லை. கட்டடத்தின் உள்ளே சென்றும் அணைக்க முடியாது. அதுவும் அபாயகரமானது. ஆதலால் தீ அதுவாக எரிந்து ஓய வேண்டும். கீழே சிதறி விழும் ஜன்னல் கதவுகளாலும், கண்ணாடித் துகள்களாலும் யாரும் காயமடையக் கூடாதென்றுதான் போலீஸ்காரர்கள் அங்கே யாரையும் நெருங்க விடவில்லை.

புகையும் ஜுவாலையும் சுருண்டு சுழன்று மேல் கிளம்பின. ஒரு மாடியிலிருந்து இன்னொரு மாடிக்குத் தீ பரவியபோது கூட்டத்தில் ஆரவாரம் எழுப்பியது. “நாம் திரும்பிப் போகலாம்ப்பா” என்று ராமகிருஷ்ணன் சொன்னான்.

அது நிகழ்ந்து எவ்வளவோ மாதங்கள் ஆகிவிட்டன. அந்தக் கட்டடம் வெளிப்புறம் பழுதுபடாதிருந்த போதிலும் உள்ளே இருண்டு வெறிச்சோடிக் கிடந்தது. எட்ட இருந்து பார்த்தபோது அதை சுற்றியிருந்த வேறு பல பெரிய கட்டடங்களைப் போலத்தான் அதுவும் காணப்பட்டது. அதற்கு முன்னால் இருந்த நடைபாதை மனிதர்கள் காலடி படாமல் தார்

பீப்பாய்களால் பாதுகாக்கப்பட்டதில் தரையில் இருந்த சிறு பொந்துகளிலும் இடுக்குகளிலும் செடிகள் முளைத்திருந்தன. உலோகத் துண்டுகளை எல்லாம் அகற்றியிருந்தார்கள். ஆனால் கண்ணாடித் துண்டுகள் அப்படியே கிடந்தன.

அங்குப் படிந்திருந்த புழுதியை எளிதில் பெருக்கித் தள்ள முடியாது. ராமகிருஷ்ணன் திரும்பி அண்ணாந்து பார்த்தான். "சின்னப் பையா! நான் ஒழுங்காக இருந்த நாட்களில் நீ ஏனடா என்மீது ஏறி வரவில்லை?" என்று அந்தக் கட்டடம் அவனைக் கேட்பது போலிருந்தது. அவனுடைய அப்பாவின் காதிலும் அது விழுந்திருக்குமோ? அவனுடைய அப்பா ஏதேதோ செய்வதாக வாக்குக் கொடுத்திருந்தார். ஆனால் ஒன்றும் செய்யவில்லை. இப்போது இந்தக் கட்டடத்தை ஒழுங்குபடுத்தினால்கூட மேலே ஏறிப் பார்க்க யாரையும் அனுமதிக்க மாட்டார்கள். அங்கே மேலேயிருந்து பார்த்தால் நன்றாகத்தான் இருக்க வேண்டும். அவ்வளவு உயரத்திலிருந்து மைல் கணக்கில் சுற்று முற்றும் பார்க்கக்கூடும். அவனுடைய அம்மா சமையல் செய்துகொண்டிருப்பதைப் பார்க்கலாம். அவனுடைய அத்தை தனக்குத்தானே சிரித்துக்கொண்டிருப்பதை பார்க்கலாம். அங்கிருந்து மிருகக் காட்சி சாலையைப் பார்க்கலாம். அவனுடைய அப்பா அவனை அழைத்துப் போவதாக வாக்குக் கொடுத்திருந்த எல்லாவற்றையும் பார்க்கலாம். அப்பா தயவுசெய்து, அதெல்லாவற்றையும் பார்த்துவிடலாம் அப்பா. அவற்றுக்கும் ஏதாவது நேர்ந்துவிடுவதற்கு முன்னால் தயவுசெய்து அப்பா.'

ஆனால் அவனுடைய அப்பா தன்னுடைய சிந்தனைகளிலேயே ஆழ்ந்திருந்தார், சில நாட்கள் முன்புதான் ஒரு பெரிய எரிமலையைப் போன்று இருந்த இடத்தைத் தாண்டிச் செல்கிறோம் என்ற உணர்வுகூட இல்லாமல். செங்கல்லாலும், கண்ணாடியாலும் இரும்பாலும் கட்டப்பட்ட எரிமலை. என்னதான் எரிமலையாக இருந்தாலும் அது எரிந்து விழவில்லையானால் அதை யாரும் லட்சியம் செய்வதில்லை.

1976

புண் உமிழ் குருதி

"போய்யா முன்னாலே!" தனபால் பின்னாலிருந்து தள்ளப்பட்டான்.

அவன் கால்களை மட்டும் சிறிது நகர்த்த முடிந்தது. முன்னால் நெருக்கமாக நின்றிருந்த பலரில் ஒரு ஆள் கட்கத்தில் இடுக்கியிருந்த குடை அவனுக்குச் சிறிது வசதி ஏற்படுத்தியது. அதன் நுனியைத் தவிர்க்க அந்தக் கூட்டத்தினுள் ஓர் இடைவெளி உண்டாயிருந்தது.

இப்போது கண்டக்டர் கூரையைப் பலமாகத் தட்டினான். "தள்ளிப்போ. தள்ளிப்போ. முன்னாலே அவ்வளவு இடம் இருக்குதே. தள்ளிப்போ. தள்ளிப்போ."

தள்ளக்கூடிய இடம் அதிகம் இருந்ததாகத் தெரியவில்லை. ஆனாலும் சிறுசிறு அசைவுகள் நிற்பவர் மத்தியில் உண்டாயின. திடீரென்று தனபால் நேர் முன்னால் நின்றிருந்தவன், "ஏன் சும்மாப் பிடிச்சுத் தள்ளறே" என்று கேட்டான்.

தனபால் பதில் சொல்லவில்லை. அந்த ஆள் திரும்பி தனபால் கையில் பிடித்திருக்கும் டப்பாவைப் பார்த்தான். உடனே அவனுடைய வேஷ்டியையும் பார்த்துக்கொண்டான். அவனாகவே இன்னும் சிறிது முன்னால் நகர்ந்துகொண்டான்.

தனபாலுக்கு நின்ற மூச்சு திரும்பி வந்தது. அவனுக்கு முன்னால் நின்ற ஆளின் வேஷ்டியில் ஒரு சிறு பச்சைக் கறை ஏற்பட்டிருந்ததை நல்ல வேளையாக அந்த ஆள் பார்த்துவிட முடியவில்லை. தனபால் தன்னை வளைத்துக்கொண்டு அந்த டப்பா யார் மீதும் பட்டுவிடாமல் மிகவும் கவனமாக நின்றுகொண்டான்.

ஆனால் அதெல்லாம் போதவில்லை. அடுத்த முறை பஸ் ஓரிடத்தில் நின்றபோது இன்னும் ஏழெட்டுப் பேர் ஏறிவிட பஸ்ஸில் நின்றிருந்தவர்களிடையே நெருக்கம் இன்னமும் அதிகமாயிற்று. தனபாலால் தன் டப்பா இன்னும் பலர் உடைகளில் கறையேற்படுத்துவதை உணர முடிந்தது.

பஸ் நின்ற சில விநாடிகளில் அவனால் முடிந்த அளவு இடது கையால் டப்பாவின் விளிம்பைத் துடைத்துவிட்டுக்கொண்டான். மீண்டும் அதே கையால் பஸ்ஸின் கைப்பிடிக் கம்பியைப் பற்றிக்கொண்ட போது கம்பியின் சில இடங்களில் பச்சை வர்ணம் பற்றிக்கொண்டது.

பஸ் உடனே கிளம்பவில்லை. படியில் தொற்றிக் கொண்டவர்களை கண்டக்டரால் அவ்வளவு எளிதில் இறக்கிவிடவும் முடியவில்லை. அவர்களும் பஸ் உள்ளே நுழைந்துவிட முடியவில்லை.

"விடுப்பா உள்ளே வேகுது" என்று பஸ் நடுவில் நிற்பவர்கள் மத்தியில் சிக்கிக்கொண்டிருந்த ஒருவரிடமிருந்து குரல் எழும்பியது. நிற்பவர்கள் எல்லாருமே வெந்துகொண்டிருந்தார்கள். ஆனால் அதை சகஜமாகப் பொறுத்துக்கொள்பவர்களாக இருந்தார்கள். அரை டிராயராக அணிந்து கொண்டிருந்த ஒருவன்மீது தனபாலின் டப்பா பட்டுவிட்டது. அவன் சட்டென்று திரும்பிப் பார்த்தான். தனபால் பயத்தைக் காட்டிக் கொள்ளாமல் நின்றான்.

"என்னய்யாது?" என்று அரை டிராயர்க்காரன் கேட்டான். தனபால் பதில் சொல்லவில்லை.

அந்த ஆள் மீண்டும் கேட்டான். "என்னாது? பெயிண்ட் டப்பாவா?"

"ஆமாம்."

"அறிவு இருக்கா? பெயிண்ட் டப்பாவை எல்லார் மேலேயும் இடிச்சுண்டு கும்பல்லே ஏறறியே?"

"நான் இடிக்காமதான் வைச்சுக்கிட்டு இருக்கேன்."

"என்ன இடிக்காம? எம்மேலேயே சாச்சுட்டு டிரெஸ்ஸெல்லாம் பாழ் பண்ணியிருக்கயே?"

அந்த ஆளின் பேச்சுக்கு மீறிய ஆத்திரம் அவன் முகத்தில் பரவுவதைப் பார்த்து தனபால் மேலே கம்பியைப் பிடித்த கையை விலக்கிக்கொண்டான். அப்போது பஸ் திடீரென்று கிளம்பி முன்னால் பாய்ந்தது. அந்த வேகத்தில் தனபால் பின்னால் நின்றிருந்தவர்கள் மீது சாய்ந்தான். அவன் கையில் பிடித்திருந்த பெயிண்ட் டப்பாவும் பிரஷ்ஷும் கீழே விழுந்தன. அந்த அமளியிலும் தனபால் உடனே குனிந்து டப்பாவைப் பிடித்துக்கொண்டான். நல்ல வேளையாக அது கவிழ்ந்துவிடவில்லை.

தனபால் நின்ற இடத்திற்குப் பக்கத்திலிருந்த ஸீட்டில் உட்கார்ந்திருந்த கிழவர் தனபாலின் திண்டாட்டத்தைப் பார்த்தார். அவர் சிறிது நகர்ந்து, "இங்கே உக்காந்துக்க" என்றார்.

இருவர் உட்காரும் ஸீட்டில் இருவர் உட்கார்ந்திருந்தார்கள். தனபாலுக்குக் கிடைக்கக் கூடிய இடம் சில அங்குலங்கள்தான். கிழவர் அவனை அணைத்துக் கொள்ளாவிட்டால் அவன் கீழே விழுந்துவிட வேண்டியதுதான்.

தனபால் நின்றபடியே சமாளித்துக்கொள்ளப் பார்த்தான். ஆனால் அந்தக் கிழவர் தனபால் கை டப்பாவைப் பற்றிக்கொண்டார்.

தனபால், "வேண்டாம் சார்" என்றான்.

"இல்லை. இங்கே கீழே பத்திரமா வைக்கிறேன்" கிழவர் டப்பாவை இறக்கிக் கீழே தன் கால்களுக்கிடையில் வைத்தார். நகர்ந்து கொடுத்துக் கொண்டு, "உக்காரு இப்படி" என்றார்.

"வேண்டாம் சார். மூணு பேருமே சங்கடப்படணும்."

இதற்குள் கிழவர் பக்கத்தில் உட்கார்ந்திருந்த ஆள் எழுந்துகொண்டான். "அடுத்த ஸ்டாப்பிலே இறங்கப் போறேன்" என்றான். இப்போது தனபால் கிழவர் பக்கத்தில் உட்கார மறுப்பதற்கு வழியில்லை.

தனபால் நன்றாக உட்கார்ந்த பின் கைக்குட்டையை எடுத்துத் தன் கைகளைத் துடைத்துக்கொண்டான். பிறகு அதே கைக்குட்டையால் பெயிண்ட் டப்பாவின் வெளிப்புறத்தைத் துடைத்தான். கடைசியாக பிரஷ்ஷைக் கைக்குட்டையில் சுற்றி இடது கையில் பிடித்துக்கொண்டான். இதெல்லாவற்றையும் கிழவர் பார்த்துக்கொண்டே இருந்தார். தனபால் அவருடைய பார்வையைத் தவிர்த்த வண்ணமிருந்தான்.

"எங்கே போகணும்?" என்று கிழவர் கேட்டார்.

"சிந்தாரிப்பேட்டை."

"அங்கே பெயிண்ட் பண்ணப் போறியா"

"இல்லே. வீட்டுக்குப் போறேன்."

"பெயிண்ட் உன்னோடுதா?"

"இல்லே. பார்ட்டிதுதான். இன்னிக்கு ஒரு வேலை முடிஞ்சது. அவர்களே எடுத்துட்டுப் போன்னு சொல்லிட்டாங்க."

"நிறையப் பத்துப் பதினைஞ்சு ரூபாய் பெயிண்ட் இருக்கும் போலேயிருக்கே."

தனபால் டப்பாவை ஒருமுறை பார்த்தான். "இருக்கும்" என்றான். "ஆனா, நிறைய லெட் மிக்ஸ் பண்ணியிருக்கு."

"என்னது?"

"இது அப்படியே டப்பாவா வந்த பெயிண்ட் இல்லே. நிறைய வொயிட் லெட், ஆயில் போட்டுக் கலந்திருக்கு."

"இருந்தாலும் நிறைய இருக்கு."

"எனக்கு ரேட் கம்மி, சார்."

"எவ்வளவு உனக்கு?"

"சாதாரணமா இப்பல்லாம் பெயிண்டிங் வேலைக்கு ஒரு நாளைக்குப் பத்து. பன்னிரண்டுகூட வாங்கறாங்க. எனக்கு எட்டு ரூபாதான்."

"எட்டு ரூபாய்க்கு நீ போனா மத்தவங்க கோச்சுக்க மாட்டாங்களா?"

"கோச்சுப்பாங்க. ஆனா நான் தினம் இந்த வேலைக்குப் போறதாயிருந்தா பத்து ரூபா கேக்கலாம்."

"ஏன் உனக்கு தினம் வேலை கிடைக்காதா?"

"கிடைக்காதுங்க. அப்படியே கிடைச்சாலும் போக முடியாது."

"ஏன்?"

"ஏதோ லீவு நாளிலே பகலிலே வேலை செய்ய முடியும். மத்தப்படி இரவிலே இரண்டு மணி நேரம் மூணு மணி நேரம் செய்ய முடியும். அதுவும் தெரிஞ்சவங்க வேலை கொடுத்தாத்தான்."

"நீ ஏதாவது காண்டராக்ட் ஆளுகளோடு சேர்ந்துக்கணும்."

"அது முடியாதுங்க."

"ஏன்?"

தனபால் சிறிது தயங்கினான். பிறகு சொன்னான். "நான் ஸ்டூடண்டுங்க. பாலிடெக்னிக்கிலே படிக்கிறேன்."

"படிச்சிண்டே வேலையும் பாக்கிறயா?" கிழவரின் குரலில் பாராட்டுத் தெரிந்தது.

"இல்லேன்னா படிக்க முடியாதுங்க."

கிழவர் அவனைப் புண்படுத்தி விடக்கூடாது என்பதற்காகவே மேற்கொண்டு கேட்காமல் இருந்தார் என்று தோன்றியது. தனபாலே சொன்னான், "எங்க அப்பா அம்மாவாலே என்னைப் படிக்க வைக்க முடியாது. அவுங்க கிராமத்திலே விவசாயத்திலே இருக்கிறவங்க. அவுங்களுக்கு வறது அங்கே குடும்பத்துக்கே பத்தாது."

"இங்கே எங்கே இருக்கே?"

"உறவுக்காரங்க வீட்டிலே. அது அங்கே இருக்கிறதுக்குத்தான். சாப்பாடெல்லாம் வெளியிலேதான். அதுக்குத்தான் மாசம் பத்துப் பதினைஞ்சு நாளாவது வேலை பாக்கறது. அவுங்க வீட்டிலே இருக்கிறதுக்காகப் பதிமூணு ரூபாய் கொடுத்திடறது. முடிஞ்சா ஊருக்கு எப்பவாவது பணம் அனுப்பறது."

"அவ்வளவு பணம் கிடைக்குமா?"

"கிடைக்காதுதான். ஆனா நான் ஒரு நாளைக்கு ஒரு ரூபா ஒண்ணரை ரூபாய்க்கு மேல் சாப்பிடறது கிடையாது. எப்படியாவது படிப்பை முடிச்சுட்டா ஒழுங்கா ஒரு வேலை தேடிண்டு எல்லாத்தையும் சரிப்படுத்திக் கொள்ளலாம்."

"நீ இருக்கிற வீட்டிலேயே கொஞ்சம் பணம் கொடுத்து சாப்பிட்டுக்கக் கூடாதா?"

"அது சரிப்படலீங்க."

"ஏன்?"

“நான் விருந்தாளியுமில்லே. வேண்டப்பட்டவனுமில்லே.”

“பதிமூணு ரூபா என்ன கணக்கு?”

“அதை அப்படியே வீட்டுக்குச் சொந்தக்காரங்ககிட்டே கொடுத்துடுவேன். நான் இப்பக்கூட வீட்டுக்கு போகவேண்டாம். ஆனா இன்னிக்குப் பதினைஞ்சு ரூபா கிடைச்சுது. அதைக் கொண்டு போய் வீட்டுக்காரங்கக்கிட்டே கொடுத்துடலாம்.”

பஸ் அண்ணா சிலையைத் தாண்டி சிம்ஸன் கம்பெனி வாசலில் நின்றது. கிழவர் இறங்கிப் போய்விட்டார். பஸ்ஸிலும் கும்பல் வெகுவாக குறைந்துவிட்டது.

தனபால் சிந்தாதரிப்பேட்டை மார்க்கெட் அருகே இறங்கினான். பஸ் கிளம்பிய பிறகு அவனுடைய டிரவுசர் பையில் கையை விட்டுப் பார்த்தான். அவன் வைத்திருந்த பதினைந்து ரூபாய் காணவில்லை.

தனபால் பஸ் பின்னால் ஓடினான். ஆனால் அது வெகுதூரம் சென்று விட்டது. சூரியன் தலைக்கு நேரே இருந்தது. ஏதாவது வீடு அல்லது கடைக்குள் நுழைந்தாலொழிய நிழல் கிடையாது.

தனபால் எதிர்பக்கமிருந்த பஸ் ஸ்டாப்பில் போய் நின்றுகொண்டான். முந்தின இரவு வீட்டுக்கே போகாமல் வேலை செய்திருந்தான். அந்தப் பல மாடிக் கட்டடத்தை இரவும் பகலுமாக வேலைசெய்து முடித்துவிட முயன்று கொண்டிருந்தார்கள். பிரகாசமான திறந்த பல்பு ஒளி வெளிச்சத்தில் பூச்சுவேலை. மொஸேயிக் தரையைத் தேய்ப்பது போன்ற வேலை நடந்துகொண்டிருந்தது. கூடவே பெயிண்டிங்கு வேலை. எல்லாம் உள் வேலைதான். ஆனால் தரையெல்லாம் ஒரே ஈரம். ஒழுங்காக இரண்டு மணி நேரம்கூட படுத்துத் தூங்க முடியவில்லை. தனபால் விடியற்காலையில் மட்டும் வெளியே கொட்டிக் கிடந்த மணல் குவியலின் மீது படுத்துத் தூங்கினான். இன்றைக்கு வீட்டுக்கார அம்மாளுக்குப் பணம் கொடுத்துவிடுவதாகச் சொல்லியிருந்தான். அவன் பணம் கையாள ஆரம்பித்த இந்த ஓரிரண்டு ஆண்டுகளில் வார்த்தை தவறியது கிடையாது.

அந்த வழியாக நிறையத்தான் பஸ்கள் வந்து போய்க்கொண்டிருந்தன. தனபால் தன்னை எந்தத் தீவிர உணர்வுக்கும் இழந்துவிடாமல் காத்திருந் தான். பசியெடுத்து வயிறு கிள்ளுவதை மட்டும் அவனால் தடுத்துவிட முடியவில்லை.

அவன் காத்திருந்தது ஒரு மணி நேரம் கழித்து வந்தது. நல்லவேளை, அதே கண்டக்டர். பிற்பகல் டியூடிக்கு மாறுவதற்கு இதுதான் கடைசி டிரிப்பாக இருக்க வேண்டும்.

“படியிலேயே நிக்காதே. உள்ளே ஏறு” என்றான் கண்டக்டர். பஸ்ஸில் கும்பல் இல்லை. நின்றுகொண்டு பயணம் செய்பவர்கள் யாரும் கிடையாது. தனபால் படியிலேயே நின்றுகொண்டிருந்தான்.

“நீ ஏறறியா? இல்லேன்னா வண்டியை விடு.”

“என் ரூபா காணமே போயிடுத்து.”

கண்டக்டர் உஷாரானான்.

"நான் போற டிரிப்பிலே இங்கேதான் இறங்கினேன். என் பணம் காணாமே போயிடுத்து."

உட்கார்ந்திருந்த ஒருவன் கேட்டான். "பிக்பாக்கெட்டா?"

"பிக் பாக்கெட் இல்லே. இதுலேதான் தவறி விழுந்திருக்கும்." தனபால் இப்போது பஸ் உள்ளே சென்று ஒவ்வொரு ஸீட் அடியிலும் பார்த்தான். கண்டக்டர் கேட்டான். "இந்த பஸ்லே வந்தாயா?"

"ஆமாம். இதோ டிக்கெட் கூட இருக்கு."

கண்டக்டர் அந்த டிக்கெட்டை வாங்கிப் பார்த்தான். அவனும் தேட ஆரம்பித்தான். பஸ்ஸில் உட்கார்ந்திருந்தவர்கள் எல்லாரும் கீழே தரையில் தேடிப் பார்க்க ஆரம்பித்தார்கள்.

டிரைவர் வண்டி இஞ்ஜினை நிறுத்திவிட்டான். கண்டக்டர் பஸ்ஸில் கிடந்த பழைய டிக்கெட்டுகள், காகிதங்கள் எல்லாவற்றையும் புரட்டிப் பார்த்தான்.

"பர்ஸா?"

"இல்லே நோட்டுத்தான். ஒரு பத்து ரூபா, ஒரு அஞ்சு ரூபா."

டிரைவர் சொன்னான், "வேறே எங்கே தாரைவாத்தியோ?"

"இல்லே. பஸ்ஸிலே ஏறினப்போ இருந்தது."

"பக்கத்துலே எவனாவது பிக்பாக்கெட் இருந்தானா?"

"அது எப்படித் தெரியும்? ஒரே கும்பலாயிருந்தது."

கண்டக்டர் கேட்டான். "நீ எங்கிட்டே நோட்டா குடுத்தே?"

"இல்லே சில்லறைதான். பாக்கெட்லேதான் ரூபா வைச்சிருந்தேன்."

"பாரு. பாரு. லேட்டாறது."

தனபால் பஸ் முழுக்கத் தேடிப் பார்த்துவிட்டான்.

சென்னை நகர ஜேப்படிக்காரர்கள் பற்றி அபிப்பிராயப் பரிமாறல்கள் பயணிகளிடம் நடந்தது. ஒருவன் மட்டும், "இங்கேதான் இல்லியே, இன்னும் ஏன் பஸ்ஸை நிறுத்தி வைச்சிருக்கே?" என்று கேட்டான்.

கண்டக்டர் தனபாலிடம் கேட்டான், "நீ எங்கேயாவது உக்காந்தயா?"

"ஆமாம். ஒரு கிழவர் பக்கத்துலே உக்காந்திருந்தாரு."

"பிக் பாக்கெட் அடிக்கிறவங்களுக்கு வயசு என்ன கணக்கு? இந்தக் காலத்திலே கிழவங்கதான் எல்லாத்துக்கும் துணிஞ்சுட்டாங்களே?"

இதற்கு பஸ்ஸில் சிறிது எதிர்ப்பு இருந்தது. பணம் போனவன் மீது அனுதாபம் அநேகமாக மறைந்துவிட்டிருந்தது.

தனபால் அரைமனதாக பஸ்ஸை விட்டு இறங்கினான். பஸ் கிளம்பிப் போய்விட்டது.

தனபால் பெயிண்ட் டப்பாவைத் தூக்கிக்கொண்டு ஒரு கடைக்குச் சென்றான். அவன் கொண்டுசென்ற பெயிண்டுக்கு மூன்று ரூபாய்தான் கிடைத்தது. பிரஷ்ஷை மட்டும் பத்திரமாகக் காகிதத்தில் சுற்றி வைத்துக் கொண்டான். அதை இன்னும் ஓரிரு மணி நேரத்தில் மண்ணெண்ணெய் தோய்த்து ஒழுங்காகச் சுத்தம் செய்யாவிட்டால் அது மீண்டும் உபயோகிக் முடியாதபடி உலர்ந்து பாழாகிவிடும்.

○

கண்ணகி சிலையருகே ஏகப்பட்ட தடங்கல்கள். சுரங்கப் பாதைக்காக வெட்டத் தொடங்கியிருந்தார்கள். அரையிருட்டில் தனியாக ஓர் உருவம் போவதைத் தனபால் கவனித்தான். எங்கோ பார்த்த மாதிரி இருந்தது. அந்த உருவம் அப்படியே நகர்ந்து செடிகளருகே சென்றுகொண்டிருந்தது. தனபால் ஒரே பாய்ச்சலில் சாலையைக் கடந்தான். அவனும் அச்செடிகள் பக்கமாகப் போய் அந்த ஆளைப் பிடித்து நிறுத்தினான். "திருட்டுக் கிழவா!"

"என்ன? என்ன?"

"ரொம்ப நல்லவன் மாதிரி பக்கத்திலே உட்கார வைச்சிண்டயே, எங்கேடா ரூபா?"

"என்ன? என்ன?"

இதற்குள் அங்கு ஐந்தாறு பேர் கூடிவிட்டார்கள்.

"சோம்பேறிக் கிழவா! சின்னப் பசங்களை பிக்பாக்கெட் அடிச்சு என்னடா பொழைப்பு?"

தனபால் அந்தக் கிழவரின் சட்டையைப் பிடித்துக்கொண்டு பிக்பாக்கெட் என்று சொன்னவுடன் அந்தக் கூட்டத்திற்கு விருவிருப்பு வந்துவிட்டது. கிழவர் மேல் அடி உதை தாராளமாக விழுந்தது. கிழவர் கீழே விழுந்துவிட்டார். ஒருவன் அவருடைய சட்டையைக் கிழத்துவிட்டான். இன்னொருவன் அவருடைய வேஷ்டியை உருவி எடுத்துவிட்டான். ஒரு சிறு பொட்டலம்தான் அவருடைய இடுப்பில் இருந்தது.

"புரட்டிப்போடு திருட்டுப் பயலை!"

"விடாதே!"

"அதுக்குள்ளே பர்ஸை கூட்டாளிகிட்டே தள்ளிட்டான்!"

"எங்கடா பர்ஸ்?"

"சும்மாக் கேட்டா சொல்லுவாங்களா இந்தத் திருட்டுக் கும்பல்? போடு மூஞ்சியிலே நாலு!"

"எப்பப் போச்சு?"

"எப்பப் போச்சு?"

புண் உமிழ் குருதி

“இப்பத்தானா!”

“பர்ஸ் எங்கேடா கிழவா? பெரிய மனுஷன் மாதிரி வேஷம் போடறியா?”

“போலீஸைக் கூப்பிடு!”

“கூப்பிடறதென்ன? இழுத்துப் போ ஸ்டேஷனுக்கு!”

தனபால், “பர்ஸ் இல்லை” என்றான்.

“என்னது?”

“பர்ஸ் போகலை. ரூபா நோட்டத்தான் வைச்சிருந்தேன்.”

“நோட்டையா எடுத்துட்டான்? இப்பவா?”

“இப்ப இல்லை.”

“இப்ப இல்லையா?”

“மூணு மாசம் இருக்கும். பஸ்ஸிலே பக்கத்திலே உட்கார்ந்து ஜேபி அடிச்சுட்டான்.”

திடீரென்று அந்தக் கூட்டம் மாறுதல் அடைந்தது. அந்தப் பக்கமாக ஒரு போலீஸ் கான்ஸ்டபிள் வந்து “என்ன இங்கே கலாட்டா?” என்று கேட்டபோது பதில் சொல்லத் தனபாலும் கீழே உட்கார்ந்திருந்த கிழவரும் தான் மிஞ்சியிருந்தார்கள்.

“என்னது கூச்சல் இங்கே கலாட்டா?”

கிழவர்தான் பதில் சொன்னார். “நாங்க ஏதோ பேசிக்கிட்டு இருக்கோம். அவ்வளவுதான்.”

நிம்மதியோடு அந்த போலீஸ் ஆள் சென்றுவிட்டான். தனபால் கிழவரைத் தூக்கிவிட்டான். சிறிது நகர்ந்து இருவரும் வெளிச்சத்துக்கு வந்தார்கள். கிழவர் வேஷ்டி மேலும் கீழுமாகக் கட்டியிருந்தது. முகத்தில் இரு இடங்களில் இரத்தம் கசிந்துகொண்டிருந்தது “என்ன திடீர்னு என்னை அடிச்சிட்டயே? நீ யாரு?” என்று கிழவர் கேட்டார்.

தனபால் வெறுப்போடு முகத்தைத் திருப்பிக்கொண்டான். கிழவர் கண்களை நெறித்துப் பார்த்தார்.

“நீ பெயிண்ட் அடிக்கிற பையன் இல்லே?”

தனபால் அவரோடு பேசவும் விருப்பமில்லாமல் நகர்ந்த செல்ல ஆரம்பித்தான். இப்போது கிழவர் அவன் கையைப் பிடித்துக் கேட்டார். “அன்னிக்கு ஒருநாள் பஸ்ஸிலே வந்த பையன்தானே நீ?”

“ ஆமாம் ரொம்ப அக்கறையா விசாரிக்கிற மாதிரி என் பணத்தை அடிச்சுண்டு போயிட்டே.”

“பணத்தை அடிச்சுண்டு போயிட்டேனா?”

"ஆமாம். ராவெல்லாம் கண் முழிச்சு வயித்துக்குச் சாப்பிடாம கூலி வாங்கின பணம். அதை நீ அடிச்சுண்டு போயிட்டே."

"நான் அடிச்சுண்டு போயிட்டேனா?"

"ஆமாம்."

கிழவர் தன்னை நல்ல வெளிச்சத்தில் நிறுத்திக்கொண்டார். தனபாலை முகத்துக்கு நேரே பார்த்து, "நான் அப்படி எல்லாம் செய்யறவன் இல்லேப்பா."

"யார்கிட்டச் சொல்லறே?"

கிழவர் முகத்தில் கசிந்த இரத்தத்தைத் துடைத்துக்கொண்டார். "உன் பணத்தைத் தூக்கிண்டு போயிட்டேன்னா இப்படி ஊரைக் கூட்டி உதைக்க வைச்சே? எனக்கு ஒண்ணுமே தெரியாதுப்பா."

தனபால் ஒன்றும் சொல்லாமல் நின்றான். ஊரோசை கடலோசைகூடச் சிறிது அமுங்கின மாதிரி இருந்தது.

"உன்னைப்பத்தி அப்புறம் நிறைய தடவை யோசிச்சுப் பார்த்திருக்கேன். என்னைத் திருடன்னு சொல்லி அடிச்சுப் போடுவேன்னு நான் நினைக்கல்லை."

"யார் என்ன கண்டாங்க? என் பணம் போச்சு."

"நான் எடுக்கலை. எனக்குத் தெரியாது" கிழவர் கிழிந்த சட்டையை அணிந்துகொண்டார்.

தனபால் கிழவர் முகத்தை உற்றுப் பார்த்தான். அவர் கோபமில்லாதவராக இருந்தார்.

"என்னை நம்புப்பா. உன் பணத்தை நான் எடுத்திட்டுப் போகலை. எனக்கு ஒண்ணும் தெரியாது."

கிழவர் அங்கிருந்து மெதுவாக விலகிப் போனார்.

1978

தெளிவு

"அடேடே, சின்னசாமியா, எப்போ வந்தேப்பா?"

"நேத்து வந்தேன்."

"ஏது இந்தப் பக்கம்? குடும்பத்தோட வந்திருக்கே போலிருக்கு..."

"உறவுப் பொண்ணு ஒண்ணுக்குக் கல்யாணம்."

"உன்னைப் பார்த்துத்தான் எவ்வளவு நாளாயிடுத்து? நீ மெட்ராஸ் போய் ஆறு வருஷம் இருக்குமில்லே?"

"ஆமாம். ஏழு ஆறது."

"ஏழு வருஷம் முன்னாலே பாத்தது. என்ன, எப்படி? சௌகரியமா இருக்கயா? வந்தாப் போனாத் தகவலே தரதில்லை. நம்ம வீட்டுக்கெல்லாம் வரவேண்டாமா?"

"என்ன, ஒருதரம் இரண்டு தரந்தான் வந்தேன். வந்ததும் உடனே திரும்பிட வேண்டியிருந்தது."

"இரண்டு மாசம் முன்னாலே கூட வந்திருக்காயாம்... மெட்ராஸிலே எங்கே இருக்கே? நுங்கம்பாக்கத்திலேதானே?"

"இல்லை, வடபழனிக்கு அந்தாண்ட ஒரு இடத்துக்குப் போயிருக்கேன். அங்கே குடிபோய் ஒரு வருஷமாகப் போவுது."

"சொந்த வீடா?"

"ஆமா. சின்னதா ஒண்ணு கட்டியிருக்கேன். வாயேன் நீ ஒரு தடவை மெட்ராஸுக்கு."

"எங்கேப்பா வறது? அப்பா போனதிலேந்து குடும்பத்திலே ஒரே சண்டையும் சச்சரவும்தான். வக்கீலுக்கும் கோர்ட்டுக்கும் போறதே பெரிய பாடாப் போயிடுத்து."

"அப்பா போயிட்டாரா? எப்படி? எப்போ?"

"அது இரண்டு வருஷம் ஆகப் போறது. அவர் நல்லபடிக்குத்தான் போய்ச் சேர்ந்தாரு. இங்கே இருக்கிறவங்கதான் மடியைப் பிடிச்சுண்டு குடுமியைப் பிடிச்சுண்டு இருக்காங்க."

"போயிட்டாரா? தெரியவே தெரியாது."

"உனக்கு எங்கே சொல்றதுக்கு? நீ மெட்ராஸ் போனே, ஒரு காகிதம் கிடையாது. இங்கே நாலு தடவை வந்துபோயிருக்கே. ஒரு தரம் வீட்டுப் பக்கம் வந்தது கிடையாது."

"முடியலேப்பா. ஒரு தடவையும் முடியாமையாப் போச்சு. முடிஞ்சு வராமலா இருக்கப் போறேன்."

"அது சரி. நீ வேங்கடாசலத்தைக் கட்டாயமாப் போய் பாரு. அவன் ஒரேயடியாக் கத்தறான். உன்னை நான் பாத்தேன்னு தெரிஞ்சா என்னை வெறுமனே விடமாட்டான். ஏண்டா கையோட இட்டாரல்லேன்னு சத்தம் போடுவான்."

"நான் போய்ப் பார்க்கறேன். இன்னிக்கே பாக்கறேன். பழைய வீடுதானே?"

"அதே வீடுதான். நாங்கள் உன்னோட இருந்தவங்க எல்லோரும் அதே வீடுகளிலேதான் இருக்கோம்."

"இன்னி மாலையிலேயே போய்ப் பார்த்துடறேன்."

"ஏன், இப்பத்தான் கிளம்பேன்? நானும் கூட வரேன்."

"இல்லே. வீட்டிலே எங்கேயோ அழைச்சிட்டுப் போகணும்னாங்க."

"சரி, போய்ப் பாரு. அவன் ரொம்ப சத்தம் போடறான். நான்கூட இன்னி சாய்ந்திரம் அவனைப் பார்க்கப் போனாப் போவேன். நம்ப எல்லாரும் சேர்ந்து ஏதாவது சினிமாகூடப் பார்த்துப் போகலாம். 'கிழக்கே போகும் ரயிலு'க்குப் போகலாமா?"

"நான் அதைப் பாத்துட்டேம்ப்பா."

"அது ஒண்ணுதான் இப்போது இங்கே புதுசா ஓடறது. நீ எங்கே மெட்ராஸிலேயே பாத்துட்டாயா?"

"இல்லை! இங்கேதான் பாத்தேன்."

"அட, இங்கேயா? என்னிக்கு?"

"முந்தா நேத்து."

"நீயே நேத்துத்தானே இங்கே வந்தேன்னு சொன்னே?"

"இல்லே, முந்தா நேத்துக் காலையிலே வந்தேன். வீட்டிலே எல்லாரும் சினிமாப் பாக்கணும்னு சொன்னாங்க. அதான் சாயங்காலமே பாத்தோம்."

"என்னமோ, வேங்கடாசலத்தைக் கட்டாயமாகப் போய்ப் பாரு. அவன் ரொம்ப சத்தம் போடறான்."

“ஊருக்குப் போறதுக்குள்ளே கட்டாயம் பாத்துடறேன். வாயேன், காப்பி சாப்பிட்டுப் போகலாம்.”

“இல்லே, நேரமாறது. இன்னிக்குப் பதினொரு மணி டியூட்டி. வீட்டுக்குப் போயி உடனே கிளம்பணும். ஏதோ இந்த வழியா வந்தேன். உன்னைப் பார்த்தேன். எங்களையும் கொஞ்சம் ஞாபகம் வச்சிக்கோப்பா.”

“என்ன அப்படிச் சொல்லறே, மணி? அப்படி மறந்துட முடியுமா? வா ஒரு தடவை மெட்ராஸுக்கு.”

“வரணும்தான். பையனெல்லாம் கொண்டு போய்க் காமி நாயினான்னு தொந்தரவு செய்யறாங்க. எங்கேப்பா, எம் முதலாளி எங்கே விட்டாரு? வீட்டிலே யாராவது செத்தாத்தான் லீவு தருவாரு. வரட்டுமா? வேங்கடாசலத்தை இந்தத் தடவையாவது பாத்துட்டுப் போ.”

சைக்கிளில் கிளம்பிப் போனவனை இரு நிமிஷங்கள் தெருவில் அசையாமல் நின்றிருந்து பார்த்துவிட்டுச் சின்னசாமி வீட்டினுள் சென்றான். ஒரு காலத்தில் அதே தெருவில் அதே ஊரில் அவனும் மணியும் வேங்கடாசலமும் சைக்கிளில் சேர்ந்து போகாத நாளில்லை. மூன்று பேரும் ஒரே பள்ளியில் படித்து, சுமாராகப் பரீட்சையில் தேறி, வேலைக்கு மனுப்போட்டு, ஒவ்வொருவருக்கும் ஒரு ஆறு மாசம், ஒரு வருஷம் இடைவெளியில் அதே ஊரில் வேலையும் கிடைத்துவிட்டது. கூடவே கல்யாணம். சின்னசாமிக்குத்தான் கடைசியில் கல்யாணம். நடந்து கொஞ்ச நாளைக்கெல்லாம் அவன் சென்னையில் வேலை தேடிக்கொண்டு அங்கே குடிபோய்விட்டான். அவனாகப் போகவில்லை. அவனுடைய மாமியாருக்குப் பெண் பக்கத்திலேயே இருக்க வேண்டும். அதற்கு வசதியாகத்தான் அவன் சென்னைக்கே போய்விட வேண்டியிருந்தது. அவனை வழியனுப்ப வந்த வேங்கடாசலம் ரயிலடியில் அழுதுவிட்டான். இருபத்தைந்து வயது இளைஞன், ஒரு குழந்தைக்குத் தகப்பனாகப் போகிறவன். கொஞ்சம் சவுடாமல் பேர்வழி என்று ஊருக்கெல்லாம் அறிமுகமாகி இருப்பவன் ஒரு நண்பன் ஊரை விட்டுப் போகிறான் என்று கண்ணீர் விட்டு அழுதான். அதுவும் நாலு பேர் நடுவில், ரயிலடியில்.

அவனுக்கு உடனே வேங்கடாசலத்தைப் போய்ப் பார்க்க வேண்டுமென்று ஆவல் பொங்கி எழுந்தது. கொஞ்ச நாள் பழக்கமென்றால் ஏதோ குறிப்பாக ஒன்றிரண்டு விஷயங்கள் மட்டும் நினைவுக்கு வரும். ஆனால் அவனும் வேங்கடாசலமும் வருஷக்கணக்காகச் சேர்ந்து வளர்ந்தவர்கள். அனுபவங்களைப் பகிர்ந்துகொண்டவர்கள். ஒரே மாதிரி அபிப்பிராயம் கொள்ளப் பழகிவிட்டவர்கள். இப்போது அவனை நினைத்தால் ஒட்டுமொத்தமாக உணர்ச்சிதான் பொங்குகிறது. அதற்குத் திசை, உருவம், அளவு, எதுவும் இல்லை. ஏதோ கடலில் மிதப்பது போலிருக்கிறது. இப்படி மிதப்பது இனிமையாயிருக்கிறது. வேதனையாயிருக்கிறது. வேங்கடாசலத்திற்கும் அப்படித்தான் இருக்கவேண்டும். அதனால்தான் அவன் கத்துகிறான். எப்படி அவனைப் பார்க்காமல் இவ்வளவு ஆண்டுகள் இருந்துவிட முடிந்தது? அவர்களிடையே முதலில் வாரம் ஒரு கடிதம்

இருக்கத்தான் செய்தது. ஆனால் கூடிய சீக்கிரமே அது மாதம் ஒன்று, இருமாதங்களுக்கு ஒன்று என்றாயிற்று. அப்போதுகூட எழுத விஷயங்கள் கிடைக்கவில்லை. கடிதங்களே நின்றுவிட்டது. இல்லை, கடிதங்கள் நின்றுவிட்டன.

இந்த வேங்கடாசலம்தான் ஒருமுறை இருவருமாக மழையில் மாட்டிக் கொண்டபோது பங்க்சரான சின்னசாமியின் சைக்கிளை ஒரு கடையில் விட்டு விட்டுச் சின்னசாமியை தன் சைக்கிள் பின்னால் உட்கார வைத்து நான்கு மைல்கள் ஓட்டி வந்திருக்கிறான். அந்த மழையில் நனைந்ததில் சின்னசாமிக்கு ஒன்றும் ஆகவில்லை. ஆனால் வேங்கடாசலம் ஒரு மாதம் படுத்துவிட்டான். ஒருமுறை ஊரில் பெரிய கலவரம். கல் விட்டெறிந்து வந்து போன பஸ்களைத் தாக்கித் தீக்கரையாக்கிக் கொண்டிருந்த கூட்டத்தின் முன்னால் போலீஸ் அணிவகுத்து நிற்கிறது. இதோ கண்ணீர்ப்புகை வீசும் படை வந்துவிட்டது. கூட்டத்தின் பின்னால் ஒருநாட்டுக் குண்டை யாரோ வெடித்திருக்கிறார்கள். கூட்டம் முன்னுக்கும் போக முடியாமல் பின்னுக்கும் போகாமல் பக்கத்திலுள்ள சந்து பொந்துகளில் நுழைந்து சிதற ஆரம்பித்தது. ஒரு சந்தில் சின்னசாமி நன்றாக மாட்டிக் கொண்டுவிட்டான். கல்லெறியில் ஈடுபட்ட சிறுவர்களும் போக்கிரிகளும் கண் காது தெரியாமல் ஓடி வருகிறார்கள். அவர்களைத் துரத்திக்கொண்டு போலீஸ்காரர்கள். தப்பித்து ஓடப்பார்த்தவர்கள் சின்னசாமியைக் கீழே தள்ளிவிட்டு நன்றாக மிதித்தும் விட்டு ஓடிக்கொண்டிருந்தார்கள். இன்னும் சில விநாடிகளில் போலீஸ்காரர்கள் வந்துவிடுவார்கள். கீழே விழுந்த கிடக்கும் சின்னசாமியும் ஒரு கல்லெறிக்காரன் என்று நொறுக்கித் தள்ளப் போகிறார்கள் அப்போது எங்கிருந்தோ வேங்கடாசலம் ஓடிவந்து சின்னசாமியைத் தூக்கிக்கொண்டு ஒரு வீட்டினுள் நுழைந்துவிட்டான். எல்லாக் கலவரமும் அடங்கி அவனும் சின்னசாமியும் வெளியே வந்தபோது வேங்கடாசலத்தின் சைக்கிள் உருத்தெரியாமல் உடைத்து நசுக்கித் தள்ளப்பட்டிருந்தது. நாட் கணக்கில் சின்னசாமியும் வேங்கடாசலமும் இந்த நிகழ்ச்சியை நினைத்து முகம் வெளிறிப் போவார்கள். அப்புறம் வேங்கடாசலத்தின் கல்யாணம். அங்கே தன் நண்பர்களைச் சரியாகக் கவனித்துக் கொள்ளவில்லை என்று வேங்கடாசலம் பெரிதாகக் கோபித்துக்கொண்டுத் தாலி கட்டப் பெரிய ரகளை செய்துவிட்டான். சின்னசாமி பல்பொடி கேட்டு அது உடனே கொடுக்கப்படவில்லை. என்பதில் அவ்வளவு கோபம். கல்யாணம் முடிந்து குழந்தை பிறந்த பிறகுகூட அன்று அப்படி ஒரு கலக்கம் ஏற்படுத்தியதை அவன் மனைவியும் அவள் வீட்டாரும் அடிக்கடி இடித்துக் கூறுகிறார்கள் என்று அவன் கூறியிருக்கிறான். சின்னசாமி கல்யாணத்தின்போது மாப்பிள்ளையே கவனிப்பு இல்லாமல் தவிக்க வேண்டியிருந்தது. ரொம்பப் பெரிய இடத்தில் பெண் எடுத்தால் இப்படித்தான் என்று ஓரிருவர் முணுமுணுத்தார்கள். மற்றவர்கள் வாயை மூடிக்கொண்டு நேரத்தை ஓட்டினார்கள். சின்னசாமியும் அவர்களில் ஒருவன்.

சின்னசாமிக்கு ஆயிரத்தொரு விஷயங்கள் ஒரே நேரத்தில் தோன்றியது. ஒன்றும் முழுதாகக் கோவையாக இல்லாமல் அங்கொன்றும் இங்கொன்றுமாகப் பளிச்சிட்டு மறைந்தன. ஆனால் தொடர்ச்சியாக

இருந்து ஒரு சிந்தனைதான்; எப்படி அவனால் இவ்வளவு நாட்கள் வேங்கடாசலத்தைப் பார்க்காமல் இருக்க முடிந்தது? எப்படி என்று தெரியாமல் போனாலும் ஏன் என்றாவது கண்டுகொள்ள முடியுமா? ஏன் என்றும் தெரியவில்லை. அவனுடைய வாழ்க்கையின் முதல் இருபத்தாறு ஆண்டுகளும் ஒரு பொருட்டில்லையோ? பொய்தானோ? மேலோட்டமாக வாழ்வில் வந்து போனவர்கள் பற்றித் திரும்ப அக்கறை தோன்றாததில் தப்புமில்லை, வியப்புமில்லை. ஆனால் வேங்கடாசலம்போல ஒருவன், தன்னுடைய ஆசை, அபிலாஷை, கனவு, நிகழ்காலம், எதிர்காலம் எல்லாம் என்று இருந்த ஒருவன், எப்படித் தேங்காய்க் கொப்பரை போல அப்படியே விடுபட்டுப் போனான்? அவன் விடுபட்டுப் போகவில்லை. இவன்தான் அவனைவிட்டுவிட்டான். ஊர் விட்டுப் போனால் உறவையும் நட்பையும் விட்டுவிட வேண்டுமா என்ன?

அந்த நேரத்தில் அவன் வாழ்க்கையிலேயே மிகவும் கடினமான காரியம் வேங்கடாசலத்தைப் பார்ப்பதுதான் என்று தோன்றிற்று. இந்த ஏழெட்டு வருடங்களில் எவ்வளவோ முறை இங்கு வந்து போனபோதெல்லாம் வெகு ஜாக்கிரதையாகப் பழைய நண்பர்கள் யார் கண்ணிலும் படாமலும் சமாளித்தாகிவிட்டது. ஆனால் இந்த முறை மட்டும் எப்படியோ ஒருவன் கண்ணில் பட்டாகிவிட்டாயிற்று. இனி மற்றவர்களைப் பார்த்துத்தான் ஆகவேண்டும், வேறு வழியில்லை.

பழைய நண்பர்களைப் பார்ப்பது சந்தோஷகரமானது இல்லையா? இப்போது மணியைப் பார்த்ததில் மகிழ்ச்சியில்லை? வயதில் பத்தாண்டுகள் குறைந்த மாதிரியில்லை? மணிதான் சேர்ந்து ஒரு கப் காப்பிகூடக் குடிக்காமல் போய்விட்டான். வேங்கடாசலத்தைப் பார்ப்பதானால்கூட வருவான். ஆனால் காப்பி சாப்பிடுவதற்கு அவனுக்கு நேரமில்லை. பதினொரு மணி ஷிப்டுக்கு ஒன்பது மணியிலிருந்தே என்ன அவசரம்?

சின்னசாமி உள்ளே எட்டிப் பார்த்தான். யாரும் கண்ணில் தென்படவில்லை. செருப்புக்கூட மாட்டிக்கொள்ளாமல் கிளம்பினான். எப்படியும் வேங்கடாசலத்தையும் பார்த்துவிட்டு வரவேண்டும். ஏழு வருஷங்கள் கழித்து ஓர் அந்தரங்கமான நண்பனைப் பார்க்க யாரைக் கேட்க வேண்டும், யாரிடம் சொல்லிப் போக வேண்டும்? சின்னசாமி வேகமாகவே சென்றான். இவ்வளவு நாட்கள் வேங்கடாசலத்தைப் பார்க்கத் தவிர்ப்பதற்குப் பரிகாரம் தேடுவது போல விரைவாக நடந்தான்.

அந்த ஊரும் சிறிது சிறிதாக முன்னேற்றத்தின் அறிகுறிகளைத் தாங்க ஆரம்பித்துவிட்டது. தெருக்கள் சிலவற்றுக்கு நடைபாதை போடப் பட்டிருந்தது. அங்கங்கு குப்பைத் தொட்டிகள் காணப்பட்டன. பொதுக் குழாய்களாக இருந்த பல குழாய்கள் இப்போது மூடப்பட்டு மௌனமாக உலர்ந்து நின்றன. அந்தச் சுற்றுப்புறத்தில் எல்லாருடைய வீட்டிற்கும் தனிக் குழாய் இணைப்பு கொடுக்கப்பட்டிருக்க வேண்டும். சில வீடுகள் புதுப்பிக்கப்பட்டிருந்தன. சில வீடுகள் வீட்டுத்தன்மை மாறிப் பயணிகள் தங்கு விடுதிகளாக உருப்பெற்றிருந்தன. தங்கு விடுதிகள் பக்கத்தில் வெற்றிலைப் பாக்குக் கடைகள். தொங்கும் பத்திரிகை போஸ்டர்கள்.

சிறு பாலிதீன் பைகளில் அடைத்து வைக்கப்பட்ட ஊறுகாய். ஒற்றை விரலால் சுவரில் தீட்டப்பட்ட நூற்றுக்கணக்கான சுண்ணாம்புக் கோடுகள். சின்னசாமிக்கு இன்னும் அவன் குடும்ப வீட்டை யாரும் அப்படிச் செய்துவிடவில்லை என்பதில் ஓர் ஆறுதல். ஆனால் தங்கும் விடுதிகள் அமைப்பவர்கள் சர்வ வல்லமை பெற்றவர்கள். அவன் வீடு அவர்களுக்கு எம்மாத்திரம்? அடுத்தமுறையே அவன் சென்னையிலிருந்து இங்கு வந்தால் முகம் பேர் தெரியாத ஒரு சிறுவன் அவனைப் பார்த்து, "ரூம் வேணுமா, சார்?" என்று கேட்கக்கூடும்.

வேங்கடாசலம் வசித்து வந்த தெருகூட நிறைய மாறுதல்களை அடைந்திருந்தது. ரயில்வே ஸ்டேஷனிலிருந்து சின்னசாமியின் வீட்டுக்கு வர அந்தத் தெருவில் வந்தேயாக வேண்டும். ஆனால் சின்னசாமி வேறு சுற்று வழியில்தான் வந்துகொண்டிருந்தான். இப்போதுதான் வேங்கடாசலம் இருக்கும் தெருவை நன்றாகப் பார்க்க ஒரு சந்தர்ப்பம்.

வேங்கடாசலத்தின் வீடு அதிகம் மாற்றம் அடையாமல் இருந்தது. தலையில் இடிக்கிற மாதிரி வாசலில் சாய்ந்து அமைந்த ஓட்டுக்கூரை. திண்ணை. வீட்டுக்கு வீடு இடைவெளியே இல்லாது போனாலும் இந்த வீட்டுக்கு மட்டும் முன்னால் நான்கடியில் ஒரு சிறு தோட்டம். தோட்டத்து நடுவில் வேங்கடாசலம் நின்றுகொண்டிருந்தான்.

சின்னசாமி தூரத்திலிருந்தபடியே புன்னகை முகத்தோடு வேங்கடாசலத்தின் வீட்டை நோக்கி நடந்தான். வேங்கடாசலமும் அவனைப் பார்த்துவிட்டான். ஒருவேளை பார்க்கவில்லையோ? சின்னசாமி வீட்டு முன்னால் வந்தபோதுகூட வேங்கடாசலத்தின் கவனம் வேறெங்கேயோ இருந்தது. சின்னசாமி அந்த வீட்டைக் கடந்து சென்றான்.

வேங்கடாசலம் பார்க்கவில்லையா? அடையாளம் கண்டுகொள்ள வில்லையா? அவ்வளவு மாறிவிட்டேனா நான், சின்னசாமி சிறிது தள்ளிப் போய் நின்றான்.

வேங்கடாசலம் அடையாளம் கண்டுகொண்டே இப்படிப் பார்க்காத மாதிரி பாவனை செய்தால்? அவனுடைய கோபத்தில் அவன் அப்படிச் செய்திருக்கக்கூடும். அவ்வளவு கோபமாக இருப்பவனை எளிதில் போய்ப் பார்த்துவிட முடியுமா? அவன் கோபத்தில் நியாயம் இருந்தது. நியாயமான கோபம் கொண்டிருப்பவனைச் சமாதானப்படுத்துவதற்கு நிறைய முயற்சி தேவை. முன்னதாகவே மனதைப் பலப்படுத்திக்கொண்டு வந்திருக்க வேண்டும். இந்த வேங்கடாசலம் இப்படிக் கோபித்துக் கொண்டிருப்பான் என்று எப்படித் தெரியும்?

வேங்கடாசலம் பார்வையில் படும்படியே சின்னசாமி சிறிது நேரம் தெருவில் நின்றான். வேங்கடாசலம் சில செடிகளைப் புரட்டிப் பார்த்தான். பூ விட்டிருக்கிறதா என்று பார்த்துக்கொண்டிருப்பான். இலைகளில் பூச்சி ஏதாவது வந்திருக்கிறதா என்றும் பார்த்துக்கொண்டிருக்கலாம். மீண்டும் அவன் பார்வை ஒரு சுழற்சியில் சின்னசாமி மீது விழுந்தது. ஆனால் அவன் அங்கு ஓர் ஆள் நிற்பதாக உணர்ந்ததாகத் தெரியவில்லை. உள்ளே போய்விட்டான்.

சின்னசாமிக்குக் குழப்பமாக இருந்தது. ஒன்று, வேங்கடாசலம் அவனை அடையாளம் கண்டுகொள்ளாமல் போயிருக்க வேண்டும். அல்லது, பார்த்தும் கவனியாதது போல மிகத் திறமையுடன் நடித்திருக்க வேண்டும். வேங்கடாசலம் அவ்வளவு தேர்ந்த நடிகனாகிவிட்டனா?

அவன் வீட்டுக்குள் போய்க் கூப்பிட்டால் என்ன? முதலிலேயே அதைத்தான் செய்திருக்க வேண்டும். வேங்கடாசலம் பார்த்தாலும் பாராது போனாலும் முதலில் அவன் வீட்டுக்கு நேராகப் போயிருக்க வேண்டும். அப்போது அவனைப் பற்றிச் சந்தேகிக்க வழியேதுமில்லாமல் போயிருக்கும். ஆனால் இப்போது எப்படிப் போக முடியும்? தெருவில் இரண்டு முறை குறுக்கே நெடுக்கே போனதற்கு என்ன விளக்கம் தருவது? அவனாகக் கேட்காது போனாலும் அது தன்னை உறுத்திக்கொண்டே இருக்குமல்லவா?

சின்னசாமி தான் தங்கியிருந்த வீட்டை நோக்கி நடந்தான். அடுத்தமுறை அந்த ஊருக்கு வரும்போது வேங்கடாசலத்தைப் பார்த்துக்கொள்ளலாம்.

1978

மௌனம்

மால்கம் ஸ்காட் அன்றும் எரிச்சல் மிகுந்துதான் இருந்தான். அவன் இந்தியாவுக்கு வந்து இரு மாதங்களுக்குள் நிறைய ஏமாற்றங்கள்.

இங்கிலாந்திலிருந்து கப்பலில் பம்பாய் வந்திறங்கி மதராஸுக்குச் சௌகரியமாகவும் சீக்கிரமாகவும் இரயிலில் போய்ச் சேர்ந்துவிடலாம் என்றிருந்தான். நான்கு வாரக் கப்பல் பயணத்திற்குப் பிறகும் அவனுடைய மனைவியால் உண்ட உணவு வயிற்றில் தக்க வைத்துக்கொள்ள முடியவில்லை. பம்பாயில் பெருவாரி நோய் என்று கப்பல் இலங்கைக்குத் திருப்பப்பட்டது. அங்கிருந்து மதறாஸ் வந்தது.

பதவி உத்தரவு பெற்றுக்கொள்ள ஸ்காட் சென்னை கோட்டைக்குச் சென்றபோது கவர்னர் வெளியூர் சென்றிருந் தார். அவர் திரும்பி வந்தபோது ஸ்காட்டுக்கு டிபுடி கலெக்டர் பதவி தான் தரப்பட்டது. அதுவும் திருநெல்வேலி ஜில்லா. தம்பதியுடன் அங்கு போய்ச் சேர்ந்தபோது பேய்மழை. முதல் நாளன்றே படுக்கையறையில் ஒரு சடைப்பூரான் தென்பட்டது. அந்தப் பயத்தில் ஸ்காட்டின் மனைவி ஒரு வாரம் சுரமாகப் படுத்துவிட்டாள்.

பதினைந்து நாட்கள் கழித்துக் கிடைத்த சமையற்காரன் மகிமதாஸ் மூக்கைச் சிந்தி அடுப்பில் போடும் பழக்கம் கொண்டவனாக இருந்தான். அது ஒவ்வொரு முறையும் அடுப்பில்தான் விழும் என்று என்ன நிச்சயம்?

ஊர்த் தெருவெல்லாம் ஒரே புழுதியும் சாணமும். வீட்டில் ஒரு பங்காதான். படுக்கையறையில் புழுங்கித் தவிக்க வேண்டும். ஒரே திருப்திகரமான விஷயம் ஸ்காட்டுக்கு கொடுக்கப்பட்ட மூன்று குதிரைகளும் நல்ல குதிரைகள். இரண்டு சாரட்டு வண்டிக்கு. மூன்றாவது டிபுடி கலெக்டர் இன்ஸ்பெக்ஷன் போவதற்கு.

அன்று அவனுக்கு இன்ஸ்பெக்ஷன் முறை. ஐந்து கிராமங்களுக்குத் தண்டோரா போட்டாகிவிட்டது. டிபுடி கலெக்டர் தங்க ஏற்பாடு செய்யப்பட்டது. நாகனூர் சாலையில் இருந்த இன்ஸ்பெக்ஷன் பங்களா. அதைச் சுற்றிலும் அத்துவானம்.

மனைவியிடம், "புது இடம்; தூங்கிப் போய்விடாதே" என்று சொல்லி விட்டு டவாலி முன்னால் ஓட, குடுமி வைத்த குமாஸ்தா பின் தொடர்ந்து வர ஸ்காட் குதிரை மீதேறி கிராமத்தை அடைந்தான். அவனைக்கண்டு நாய்கள் குரைத்தன. தெருவோரத்தில் குழந்தைகள் அசுத்தம் செய்திருந்தன. கிராமத்துப் பெரியவர்கள் ஸ்காட்டை வரவேற்றுப் பலாச்சுளையும், இளநீரும் கொடுத்தார்கள். பட்டும் படாததுமாகத் துரைசாணி அம்மாவுக்கு என்று ஒரு முழுச்சவரனையும் டிபுடி கலெக்டரிடம் சேர்ப்பித்தார்கள்.

இந்தியா பற்றி மெக்காலே எழுதிய ஒவ்வொரு வரியையும் ஸ்காட் படித்திருந்தான். முக்கியமாக மகாராஜா நந்தகுமார் என்ற 'ஹிண்டு பிராமின்' பற்றிக் கவனமாகப் படித்திருந்தான். ஸ்காட்டுக்குக் குடுமி வைத்தவர்கள் எல்லோரும் 'பிராமின்'களாகத் தென்பட்டார்கள். தென்னிந்தியா பூராவும் ஒரே குடுமி.

வெயில் அதிகரித்திருந்ததால் ஸ்காட் குதிரையை மெதுவாக ஓட்டினான். குமாஸ்தா சங்கரலிங்கத்திடம் கூறினான்: "இந்த நாடு இவ்வளவு காட்டுமிராண்டி என்று தெரியாது."

ஐந்து மொழிகள் கற்றறிந்த சங்கரலிங்கம் புன்னகை புரிந்தான். ஸ்காட்டுக்கு உற்சாகம் பொங்கியது. "நடுத்தெருவில் கழியும் இரண்டு கால் பிராணிகளை இங்கேதான் பார்க்க முடிகிறது" என்றான்.

சங்கரலிங்கம் இன்னொரு புன்னகை தந்தான்.

"மாட்டை வணங்குவது, ஆட்டை வணங்குவது, மரத்தை வணங்குவது, கல்லை வணங்குவது – இந்த மக்களுக்குக் கதி மோட்சமே கிடையாது."

சங்கரலிங்கத்திடம் இன்னொரு புன்னகை.

'இப்போதுதான் பார்த்தாயே கிராமத்துப் பெரியவர்களை – ஒருத்தனாவது உடம்பை மூடிக்கொண்டிருந்தானா? நல்லவேளை மேம் ஸாப் என்கூட வரவில்லை. வந்திருந்தால் கூக்குரலிட்டிருப்பாள்."

சங்கரலிங்கத்திடம் மாறாத புன்னகை.

"ஆண்கள் இப்படியென்றால் பெண்கள் இன்னும் மோசம். மூட வேண்டியதை மூடுவதில்லை. எங்கெல்லாமோ துணியைச் சுற்றிக் கொள்வது ..."

அப்போது அவர்கள் கிராமத்திலிருந்து மிகவும் தள்ளியிருந்த குளத்தோரமாகச் சென்றுகொண்டிருந்தார்கள். "இது என்ன குட்டை?" என்று ஸ்காட் கேட்டான்.

"இது எங்களூர் குளம்."

"என்ன?"

"இது என் ஊர். இந்தக் குளத்தில்தான் நான் பிறந்தது முதல் குளித்து வருகிறேன்."

"இந்த ஆபாசத் தண்ணீரிலா? ஒரு படித்துறைகூட இல்லையே" அந்நேரத்தில் ஒரு பெண் அங்கே துணி துவைத்துக் கொண்டிருந்தாள். ஸ்காட்டுக்கு உற்சாகம் பொங்கி வழிந்தது. குதிரையோடு குளத்தில் இறங்கி நேராக அந்தப் பெண்ணிடம் சென்றான்.

"வேண்டாம், மாஸ்டர்" என்று சங்கரலிங்கம் சொன்னான்.

"இது என்ன ஐந்து – ஆணா, பெண்ணா?" ஸ்காட் தன் கைத்தடியை நீட்டினான். அந்தப் பெண் பயந்துகொண்டு தண்ணீரில் உட்கார்ந்து கொண்டாள்.

"வேண்டாம், மாஸ்டர் வேண்டாம்" என்று சங்கரலிங்கம் சொன்னான்.

"இது என்னதென்று பார்த்துவிடுகிறேன்" என்று சொல்லியபடி ஸ்காட் அவனுடைய கைத்தடியால் அப்பெண்ணின் புடவை நுனியைத் தூக்கினான். அப்பெண் அலறி எழுந்தாள்.

"இது பெரிய தப்பு" என்று சங்கரலிங்கம் சொன்னான்.

"இதற்கு ஆண் பெண் வெட்கம் அடக்கம் ஒன்றும் வித்தியாசம் தெரியாது. பெண் நாயும் இதுவும் ஒன்றுதான்."

"மாஸ்டர்! மாஸ்டர்!" என்று சங்கரலிங்கம் கத்தினான்.

"இன்ஸ்பெக்ஷன் பங்களாவுக்கு ஓடி வந்துவிடு. நான் போய்ச் சிறிது ஓய்வெடுத்துக் கொள்கிறேன்." என்று கூறிவிட்டு ஸ்காட் குதிரையைத் தட்டிவிட்டான். குதிரை விரைந்தது.

அரைமணிக்குள் இன்ஸ்பெக்ஷன் பங்களாவைச் சுற்றி நிறைய கிராமத்தார்கள். பயங்கர ஆயுதங்கள் ஒன்றும் கிடையாது. தடி, கட்டை போன்றதுதான். அவ்வப்போது மிகவும் மிருதுவாகக் கசமுசா சப்தம். அந்தச் சப்தமின்மை அவர்கள் வீட்டைச் சுற்றி நிற்பதைக் காட்டிலும் பயம் எழுப்புவதாக இருந்தது. மிஸஸ் ஸ்காட் ஒரு கதவைச் சிறிது திறந்து பார்த்துவிட்டு உடனே கதவைச் சாத்தினாள். ஒரே ஒரு கல் அந்தக் கதவுமீது விழுந்தது. அப்போது சங்கரலிங்கம் ஓடி வந்தான். அவனுக்காகக் கூட்டம் பாதை விட்டது. அவன் பங்களாக் கதவைத் தட்டினான். "நான்தான் குமாஸ்தா சங்கரலிங்கம்." கதவு சிறிது திறந்தது. அவன் உள்ளே நுழைந்ததும் மூடிக்கொண்டது.

உள்ளே துரைசாணி அம்மாளின் முகம் வெளிறிப் போயிருந்தது. ஸ்காட்டுடைய நிலையும் அதிகம் வித்தியாசம் இல்லை அவனுடைய கைத்துப்பாக்கியில் தோட்டாக்கள் நுழைத்துக் கொண்டிருந்தான்.

"மாஸ்டர், அதை மட்டும் பயன்படுத்திவிடாதீர்கள்!"

"என்ன பயமுறுத்துகிறாய், மேன்? இந்தக் காட்டுமிராண்டிகளால் என்ன பண்ணமுடியும்?"

"அப்போது நான் போகிறேன்."

"எங்கே போகிறாய், ஸ்கவுண்டிரல்! நான் உன்னை போகச் சொல்லவில்லை."

சங்கரலிங்கம் ஒரு மூலையில் உட்கார்ந்துகொண்டான்.

ஒரு கல் வந்து ஒரு ஜன்னலை உடைத்தது. ஸ்காட் துப்பாக்கியோடு அந்த ஜன்னல் பக்கம் ஓடினான். ஆனால் அவனை அவன் மனைவி தடுத்தாள். "வேண்டாம், வேண்டாம்."

"இந்தக் காட்டுமிராண்டிகளுக்கு ஒரு பாடம் கற்பிக்க வேண்டும்."

"வேண்டாம். எனக்கு என்னவோ அவர்கள் முகங்களைப் பார்த்தால் பயமாக இருக்கிறது. அவர்கள் மௌனம் மிகவும் பயமாக இருக்கிறது."

ஸ்காட்டும் உடைந்த சன்னலடியில் குனிந்துகொண்டு கூட்டத்தைப் பார்த்தான். அவர்கள் முகங்கள் கல்லால் செய்யப்பட்டவை போலிருந்தன. அப்படி இருப்பது கருணையைக் குறிக்கலாம். அறியாமையைக் குறிக்கலாம், அக்கறையின்மையைக் குறிக்கலாம், கொலை வெறியைக் குறிக்கலாம்.

"ஏய்!" என்று ஸ்காட் கூப்பிட்டான்.

இருந்த இடத்திலிருந்தே சங்கரலிங்கம் புருவத்தை உயர்த்தினான்.

"அவர்கள் எதற்கு குழுமியிருக்கிறார்கள் என்று கேட்டு வா. அவர்களைச் சுட்டுத்தள்ளிவிடுவேன் என்று சொல்."

சங்கரலிங்கம் வெளியே போனான். கசமுசா சப்தம் சிறிது அதிகரித்தது. அவன் திரும்பப் பங்களாவுக்குள் சென்றவுடன் மீண்டும் நிசப்தம் நிலவியது.

ஸ்காட் பதட்டத்துடன் கேட்டான்: "ஏன் அவர்கள் சப்தம் ஒன்றும் செய்யாமல் இருக்கிறார்கள்?"

"அவர்கள் கிராமத்துப் பெண் ஒருத்தியை நீங்கள் அவமதித்து விட்டீர்கள். அதற்குப் பழி வாங்க வந்திருக்கிறார்கள்."

மிஸஸ் ஸ்காட், "ஐயோ!" என்றாள்.

"பழியா? என்ன பழி?" என்று ஸ்காட் கேட்டான்.

"அவர்கள் வழக்கத்தின்படி அந்த ஆணை அடித்துக்கொன்றுவிடுவார்கள். சாவின்போது மௌனம் அனுஷ்டிக்க வேண்டுமல்லவா?"

"அவர்களைச் சுட்டுத் தள்ளுகிறேன் ..."

"செய்யலாம். ஆனால் எவ்வளவு பேரை? இருநூறு பேருக்கு எதிராக ஒரு துப்பாக்கியால் என்ன செய்ய முடியும்?"

மிஸஸ் ஸ்காட் கணவனின் முழங்காலைக் கட்டிக்கொண்டாள். "போ! மன்னிப்புக் கேட்டுக்கொள். எனக்கு அவர்கள் மௌனம் பயங்கரமாக இருக்கிறது."

ஸ்காட் ஜன்னல் வழியாகப் பார்த்தான். அந்த இருநூறு பேரும் கற்சிலைகள் போல நின்றுகொண்டிருந்தார்கள். பறவைகள் ஒலியும் இலைகள் சலசலப்பதும்தான் கேட்டது.

ஸ்காட் திரும்பினான். அவன் முகத்தில் இரத்தம் அனைத்தும் கீழிறங்கிச் சவம் போலக் காட்சியளித்தான்.

"நான் மன்னிப்புக் கேட்டுக்கொள்கிறேன்."

"இது அவ்வளவு எளிதில் முடிந்துவிடும் என்று தோன்றவில்லை. எதற்கும் கேட்டுவருகிறேன்" என்று சங்கரலிங்கம் வெளியே சென்றான். சிறிது கசமுசா சப்தம். சங்கரலிங்கம் பங்களாவுக்குத் திரும்பினான். மீண்டும் கூட்டம் உறைந்தது.

"என்ன!" என்று ஸ்காட் கேட்டான்.

"அவர்கள் ஒத்துக்கொள்ளவில்லை."

"நான் மன்னிப்புக் கேட்டுக்கொள்கிறேன். அந்தப் பெண்ணுக்குப் பணம் தருகிறேன்."

"பயன்படாது."

"என்ன வேண்டும் என்கிறார்கள்?"

சங்கரலிங்கம் ஒரு நிமிஷம் பேசாமல் இருந்தான். பிறகு சொன்னான். "அவர்கள் கிராமத்துப் பெண்ணை அவமதித்ததற்காக உங்கள் இனப் பெண்ணைப் பதிலுக்கு அவமதிக்க வேண்டும் என்கிறார்கள்."

"இங்கு யார் இருக்கிறாள் வெள்ளைக்காரப் பெண்?"

"உங்கள் மனைவி இருக்கிறாளே?" மிஸஸ் ஸ்காட் அலறினாள்.

"இந்த கிராமத்தையே அழித்துவிடுவேன்" என்று ஸ்காட் சொன்னான்.

"அதில் சந்தேகமில்லை. ஆனால் அவர்கள் உங்களையயும் சேர்த்து இந்தக் கட்டடத்திற்கு இன்னும் ஐந்து நிமிடத்தில் தீ வைப்பதாக இருக்கிறார்கள்."

மிஸஸ் ஸ்காட் மூர்ச்சை போட்டு விழுந்தாள்.

ஸ்காட் கிலி பிடித்து, "நீதான் எங்களைக் காப்பாற்ற வேண்டும்" என்றான்.

"உங்கள் மனைவியை அவர்கள் காலில் விழுந்து மன்னிப்புக் கேட்கச் சொல்லுங்கள்."

ஸ்காட், அவனுடைய மனைவி இருவரும் வெளியே வந்து கிராமத்தார் முன்பு மண்டியிட்டு மன்னிப்புக் கேட்டார்கள். ஸ்காட் அதன் பிறகு ஓராண்டுக் காலம் அந்த ஜில்லாவில் இருந்தான். இச்சம்பவம் நடந்ததாகவே காட்டிக்கொள்ளவில்லை. ஒரு வார்த்தை உள்ளூர் மக்களை இகழ்ந்து பேசவில்லை.

ஸ்காட் தம்பதிகள் மன்னிப்புக் கேட்டவுடன் சங்கரலிங்கம் அந்தக் குளத்திற்குச் சென்றான். அந்தப் பெண் இன்னமும் துணிமணிகளைத் துவைத்து முடிந்தபாடில்லை.

"நீங்க சொன்ன கதையிலே தப்பு இருக்கு தாத்தா!" என்றேன். அவர் எனக்குக் கொள்ளுத் தாத்தா. அவர் வேலையிலிருந்து ஓய்வுபெற்ற அடுத்த நாள் இந்தியா சுதந்திரம் அடைந்தது. 'சங்குத் தாத்தாவுக்குச் சுதந்திரச்சங்கு கேட்கக் கொடுத்து வைக்கவில்லை' என்று கூறிக்கொள்வார்.

"என்ன தப்பு?" என்று கேட்டார்.

"குளம் கிராமத்துக்கு வெளியிலேன்னு சொன்னீங்க."

"ஆமாம், அரை மைலாவது இருக்கும்."

"இவ்வளவு ரகளை நடந்தபோதும் அந்த அம்மா குளத்திலே துணி தோய்ச்சிண்டிருந்தான்னு சொன்னீங்க."

"ஆமாம்."

"அப்போ கிராமத்துக்காராகிட்டே யார் போய்ச் சொன்னா? யார் அவங்களை தூண்டிவிட்டா?"

சம்பவம் நடந்து அறுபது ஆண்டுகளுக்குப் பிறகும் தாத்தா அங்கும் இங்கும் பார்த்துக்கொண்டார். பிறகு பேசினார்.

"ஸ்காட் என்னைக் குளத்துக்கிட்டே விட்டுட்டு வேகமாப் போயிட்டான்."

இங்கு தாத்தா ஒரு கணம் நிறுத்தினார்.

"நான் அவன் பின்னாலேதான் போயிருக்கணும் – அப்படித்தான் அவன் உத்தரவு. ஆனா அதுக்குப் பதிலா நான் கிராமத்துப் பக்கம் போனேன்."

1978

பாதுகாப்பு

கண்ணகி சிலையைத் தாண்டிய பிறகுதான் லலிதாவுக்குத் தன்னுணர்வு வந்தது. திரும்பி வந்து சுரங்கப் பாதையில் இறங்கினாள். நான்கைந்து நபர்கள் அங்கு தூங்கிக் கொண்டிருந்தார்கள். இன்னும் அரைமணி நேரத்தில் சுரங்கப் பாதையைப் பயன்படுத்த நிறையக் கும்பல் வந்துவிடும். அப்போது யாரும் தூங்க முடியாது.

வழக்கமாக பஸ் ஏறும் பைகிராப்ட்ஸ் சாலை முனை பஸ் ஸ்டாப்பைக் கடந்து பாலத்தையும் தாண்டி லலிதா மேற் கொண்டு நடந்தாள். பழைய புத்தகக் கடைகள் அப்போதே நடைபாதையில் விரிக்கப்பட்டிருந்தன. இந்தக் கடைகளை பஸ்ஸிலிருந்து பார்க்கும்போது ஒரொரு சமயம் ஏக்கம் தோன்றும். இப்போது புத்தகங்களைக் கையிலெடுத்துப் புரட்டிப் பார்க்கலாம்; இன்னும் கும்பல், முக்கியமாக ஆண்கள் கும்பல், வரவில்லை. அப்படியிருந்தும் அவளுக்கு ஓரிடத்திலும் நிற்கத் தோன்றவில்லை. பதிமூன்றாம் நம்பர் பஸ் ஸ்டாப்புக்கு அடுத்த ஸ்டாப் ஜெனரல் ஸ்டோர்ஸ் எதிரில். அவள் எவ்வளவோ ஆவலுடன்தான் அங்கு போய்ச் சேர்ந்தாள். ஆனால் விலாசினி வரவில்லை.

ஒரு பஸ் அங்கு வந்து நின்று ஒரு சிறு உதறலுடன் கிளம்பிச் சென்றது. ஆண்களுக்குக் கூட உட்கார இடம் இருந்தது. அடுத்த பஸ்ஸிலும் ஓரளவு அப்படி இருக்கும். ஆனால் அதன் பிறகு ஒரே நெரிசலாகிவிடும். விலாசினி சீக்கிரமே வந்துவிட்டால் நன்றாக இருக்கும். அவளுடைய வழக்கமான நேரத்தில் வந்தால்கூடக் கும்பலில்லாத பஸ்ஸைப் பிடித்துவிடலாம். டெலிபோன் செய்து சொல்லி வைத்திருந்தும் ஏனோ இப்படித் தாமதம் செய்கிறாள்.

பெரிய தெருவிலிருந்து ஒரு பெரிய ஜனத்திரள் பைகிராப்ட்ஸ் சாலையில் திரும்பியது. அதில் விலாசினி இருந்தாள். அவளும் லலிதாவைப் பார்த்துவிட்டாள். அவளருகே வந்து, "எங்கே அது?" என்றாள்.

லலிதா ஒரு கணம் தன் கைப்பையைத் திறக்கக் கொக்கியை, விலக்கினாள். ஆனால் உடனே கொக்கியைத் திரும்ப மாட்டிவிட்டு, "பஸ்ஸிலே காமிக்கறேனே" என்றாள்.

"நம்ம ரெண்டு பேருக்கும் சேர்ந்து உட்கார இடம் கிடைத்தால் சரி" என்று விலாசினி சொன்னாள். லலிதாவுக்கு கவலையாகத்தான் இருந்தது.

ஆனால் அடுத்து வந்த பஸ்ஸூம் கும்பலில்லாமல் இருந்தது. பெண்கள் பகுதியில் முதல் இரு சீட்கள் காலியாக இருந்தன. மற்றவர்களை இடித்துத்தள்ளி லலிதா அங்கு போய் உட்கார்ந்துகொண்டு விலாசினிக்காகச் சீட்டின் மறுபாதியில் கையை ஊன்றி வைத்துக்கொண்டாள். விலாசினி பரபரப்பு ஏதும் இல்லாமல் அங்கு வந்து உட்கார்ந்தாள்.

லலிதா எழுந்திருந்து, "நீ ஜன்னலோரமா வந்துடு" என்றாள். விலாசினி ஜன்னல் பக்கமாக உட்கார்ந்த பிறகு, அவளிடம் அக்கடிதத்தை எடுத்துக் கொடுத்தாள்.

விலாசினி நிமிஷமாக அதைப் படித்து முடித்தாள். கடிதத்தை மடித்துக் கையில் வைத்துக்கொண்டு, "யாரிவன்?" என்றாள்.

"நம்ம ரெண்டு பேரும் அன்னிக்கு எழிலகம் காண்டீஸ்லே டிபன் சாப்பிட்டப்போ பக்கத்து டேபிள்ளே உட்கார்ந்துண்டிருந்தானே."

விலாசினி கண்களைச் சுருக்கினாள். "எவ்வளவோ பேர்தான் இருந்தா" என்று சலிப்போடு சொன்னாள். "யாரு, சோதா மாதிரி தலைமயிரைப் புசுபுசுன்னு வைச்சிண்டிருந்தானே, அவனா?"

லலிதா ஒரு கணம் மௌனமாக இருந்தாள். பிறகு, "இப்பவெல்லாம் எல்லாருமேதான் மயிரை நீளமாக வளர்த்துக்கிறா" என்றாள்.

"இப்படிக் கண்டபடி எழுதியிருக்கானே?" விலாசினி கடிதத்தை மீண்டும் பிரித்துப் படித்தாள். அவள் படித்த பகுதியில் இப்படி இருந்தது: 'அடிக்கடி என்னைப் பார்த்துச் சிரித்துச் சிரித்து எனக்கு வெறியூட்டினாய். அன்று எங்கள் தெருவுக்கு வந்தபோது என் வீட்டையே மீண்டும் மீண்டும் உற்றுப் பார்த்தாய். இப்போது நான் உன்னோடு பேச வந்தால் பெரிய பத்தினி வேஷம் போடுகிறாய். நான் என்ன செய்துவிடுவேன் தெரியுமா? என்னை மயக்கினாய் என்று உன் செக்ஷனுக்கு வந்து கூச்சல் போடுவேன். உன் வீட்டிலே வந்து நீ எனக்கு வசியம் வைத்திருக்கிறாய் என்று சத்தம் போடுவேன். ஒழுங்காக என் வழிக்கு வா."

"ஒழுங்கா வழிக்கு வான்னா என்ன அர்த்தம்?"

லலிதா கேள்விக்குப் பதில் தராமல் இருந்தாள். இப்போது பஸ்ஸில் எல்லா சீட்டுகளும் நிரம்பிப் பயணிகள் நிற்கவும் வேண்டியிருந்தது என்பது அவளுடைய தோள்பட்டையில் ஒருவரின் ஜிப்பா உரசுவதிலிருந்து தெரிந்தது.

விலாசினி, "வழி வழின்னா இவங்க மனசிலே என்ன இருக்குன்னு சொல்லித் தொலைச்சாங்கன்னாலாவது தேவலை" என்றாள்.

லலிதாவுக்கு அழுகை வந்துவிடும் போலிருந்தது. அதே நேரத்தில் விலாசினியிடம் ஏதோ சந்தேகத்துக்குரிய சாயல் ஒன்றும் இருப்பதாகப் பட்டது. பரிதாபத்தைத் தூண்டும் பாவத்தைத் தன் முகத்திலிருந்து பல்லைக் கடித்துக்கொண்டு விலக்கிக்கொண்டாள்.

பஸ் ஜாம்பஜார் மார்க்கெட் எதிரில் நின்றது. இப்போது பஸ் நிரம்பி விட்டது. பஸ்ஸின் முன் பக்கமாக ஓர் இளம்பெண் ஏறினாள். சிறிது பிரயாசைப்பட்டே அவள் தன்னை அலங்கரித்துக் கொண்டிருந்தாள். அவளுடன் ஓர் இளைஞனும் ஏறினான். அந்தக் கூட்டத்திலும் அவளருகி லேயே நின்றுகொண்டிருக்க அவன் விசேஷ யத்தனங்கள் எடுத்துக் கொண்டான். ஒரு தருணத்தில் அந்தப் பெண் அவனை ஏறிட்டுப் பார்த்த பார்வையில் அவனை ஏற்கெனவே அறிந்திருப்பதும் அவனை அங்கீகரிப்பதும் தெரிந்தது. விலாசினி லலிதாவைப் பார்த்தாள். தலையைக் குனிந்துகொள்ள வேண்டும் என்று தோன்றிய உந்துதலை மீறி லலிதாவும் விலாசினியைப் பார்த்தாள். அந்த இளைஞன் தலையும் புசுபுசுவென்று இருந்தது.

இனிமேல் பஸ்ஸில் எந்தப் பேச்சு வார்த்தையும் வைத்துக்கொள்ள முடியாது. விலாசினி அந்தக் கடிதத்தை மடித்தாள். லலிதாவைப் பார்த்தாள். லலிதா லேசாகத் தலையை அசைத்தாள். விலாசினி கடிதத்தைச் சிறுசிறு துண்டுகளாகக் கிழித்தாள். பஸ் ஜன்னல் வழியே வெளியே எறியப் போனனாள் லலிதா, "வேண்டாம்" என்றாள். விலாசினி அத்துண்டுகளைத் தன் கைப்பையுள் போட்டுக்கொண்டாள்.

லலிதாவுக்கு அன்று இரவும் மறுநாள் காலைப் பொழுதும் மிகவும் திகிலாக இருந்தது. தெருவில் எவர் பேச்சுக் குரலும் சிறிது உரக்கக் கேட்டால் அவளுடைய வயிற்றில் திடீரென்று குளிர்வது போலிருந்தது. ஆபீஸுக்குப் போக வேண்டாமென இருந்தாள். ஆனால் காலைச் சாப்பாட்டிற்குப் பிறகு வீட்டிலிருக்கும் ஒவ்வொரு நிமிஷமும் அவளுடைய பதட்டத்தை அதிகரித்துக்கொண்டு போயிற்று.

"ஏண்டி, இன்னிக்கு ஆபீஸ் போகலை?" என்று அம்மா கேட்டாள்.

"இதோ போயிண்டேயிருக்கேன்" என்று லலிதா சொன்னாள்.

ஒரு மணிநேரம் லேட். இது அரைநாள் லீவு என்றுதான் கருதப்படும். இருந்தாலும் அவள் மேஜைக்குச் சென்றுவிட்டாள். சுமார் எண்பது பேர் உட்கார்ந்து வேலை செய்துகொண்டிருந்த அந்தப் பெரிய அறை அவளுக்கு எந்தப் பாதுகாப்பும் அற்றதாகத்தான் தோன்றிற்று.

பகல் இடைவேளை வந்தபோது அந்த அறை காலியாயிற்று. கையில் டிபன் கொண்டு வந்தவர்கள் கூட நிமிஷமாக அதைத் தின்று முடித்துவிட்டு அரை மணியைச் சுதந்திரக் காற்றாக சுவாசித்துச் செலவழிக்க வெளியே சென்றுவிட்டனர். லலிதாவுக்குப் பயம் தோன்றிற்று. அவள் தவிர்க்க விரும்பிய டிபன் ரூமுக்குச் சென்றாள். தரையிலும் மேஜை பெஞ்சு களிலும் சற்று முன்பே நிறையப் பேர் சாப்பிட்டுச் சென்றதற்கான அடையாளங்கள் இருந்தன. ஒரு பெண் – அவள் தாமதமாகச் சாப்பிட

ஆரம்பித்திருக்க வேண்டும் – இன்னமும் சாப்பிட்டு முடிக்கவில்லை. அவள் லலிதாவிடம், "இன்னும் சாப்பிடலியா?" என்று கேட்டாள். அவளுக்கு இருபது வயதுகூட இருக்காது போலிருந்தது.

"இனிமேல் தான்."

"சாப்பாடு இன்னும் வரலியா?"

"இல்லை, நான் கையிலேயே கொண்டு வந்துடறது."

"ஒண்ணும் கொண்டு வரலை போலிருக்கே?"

லலிதா ஒரு கணம் பேசாமல் இருந்தாள். "இல்லை, சீட்டிலேயே சாப்பிட்டேன்."

அந்தப் பெண் தன் சாப்பாட்டை முடித்து டிபன் காரியரை மூடிவிட்டு அதை ஒரு பையில் நுழைந்தாள். அறை ஓரத்தில் வைத்திருந்த வேறு சில டிபன் காரியர்களுடன் இதையும் வைத்தாள்.

"ஒங்க பேரு சரோஜாதானே?"

"இல்லை."

"சரோஜா, இல்லியா நீங்க?"

"இல்லை" இதைச் சொல்லிவிட்டு லலிதா அறையை விட்டு வெளியே வந்தாள். காண்டீனுக்குச் செல்லலாம். இப்போது கூட்டம் குறைந்திருக்கும்.

டோக்கன் வாங்கி அதற்குப் பிரதியாகக் காபி பெற்றுக்கொண்டு மூலை நாற்காலி ஒன்றில் லலிதா உட்கார்ந்தாள். பாதி காபி இருக்கும் போது டிபன் அறையில் பார்த்த அதே பெண் அங்கு வந்துவிட்டாள். இப்போது லலிதாவுடன் ஒரு நெருக்கத்துடன் பேச வந்தாள்.

"நீங்க லலிதான்னு இப்பதான் கேட்டுத் தெரிஞ்சுண்டேன். ஆனா உங்க பேரு சரியாத் தெரியாத இருக்கிறப்பவே உங்களைப் பத்தி எங்க அம்மா அக்காகிட்டேயெல்லாம் பேசியிருக்கேன்."

"என்னைப் பத்தியா?"

"ஆமாம். ரொம்ப ரிசர்வ்டு டைப்புன்னு. எனக்கு அப்படி இருந்துக்கத் தெரியலை."

"ஒண்ணும் பெரிய விஷயமில்லையே!"

"ஏன் இல்லை? இல்லேன்னா இந்த ஆம்பளைங்க எப்படியெல்லாம் தொல்லை தருவாங்க? உங்ககிட்டே யாரும் நெருங்க முடியாதே?"

தொல்லைகளிலிருந்து முழுப் பாதுகாப்பு என்று ஒன்றும் கிடையாது என்று லலிதா சொல்ல நினைத்தாள். ஆனால் இதைச் சொன்னால் அந்தப் பெண் நம்பப் போவதில்லை. அவள் கண்ணால் கண்டு அவளுக்காக அனுபவம் என்று உணரும்படி நிகழ்ந்தால்தான் ஒன்றை உண்மை என்று ஒத்துக்கொள்வாள்.

காபியைக் குடித்து முடித்து எழுந்த அந்தக் கணம் லலிதாவுக்கு வயிறு வெற்றிடமான மாதிரி இருந்தது. எதிரே காண்டீன் வாயிற்படியில் அவன் நின்றுகொண்டிருந்தான். அந்தக் கணம் ஏனோ அவளுக்காக அவளுடைய அம்மாவின் புடவை முந்தானை நினைவுக்கு வந்தது.

நிஜமாகவே புடவை முந்தானை கவசமாக இருந்தது. சர்வ சாதாரண மாக அண்ணன் தம்பி பிற பையன்களுடன் ஓடி, ஆடி, சண்டை போட்டு, ராசியாகி, பேசி, சிரித்து, அழுது, வைது, இரைச்சல் போட்டு விஷமம் செய்து அழகு காண்பித்துக் கொண்டிருந்த நாளில் அம்மா தேவைப்படவில்லை. பார்க்கப் போனால் அம்மா ஒரு தொந்தரவாக இருந்தாள். பிள்ளை களைக் கட்டுப்படுத்தாமல் ஓயாமல் பெண்ணைத்தான் ஏதாவது கூறிக் கொண்டிருந்தாள். ஆனால் அது மாறிப்போய் அவளாகவே அம்மாவை அண்ட வேண்டிய காலம் வந்தது. அம்மாவிடமும் மாறுதல் இருந்தது. முன்பு நான்கு பேர் முன் பெண்ணைக் கண்டித்துக் கோபிப்பவள் இப்போது ஏதாவது சொல்ல வேண்டுமென்றால் தனியாக, மெதுவாக, ஓர் யோசனை போலக் கூறத் தொடங்கினாள். அம்மா அன்று கூறிய யோசனைகள் அப்போது பாதிக்கு மேல் புரிந்ததில்லை. ஓரிரண்டு ஆண்டுகளுக்குப் பிறகு மீண்டும் அம்மாவிடமிருந்த விலகத் தொடங்கியதிலிருந்துதான் அம்மா அன்று கூறியவற்றுக்குக் கொஞ்சம் கொஞ்சமாக அர்த்தம் தெரிய ஆரம்பித்தது. தான் சிறு பெண்ணாக இருந்தபோது அம்மா ஏகமாக வைது திட்டியதற்கும் இப்போதுதான் காரணம் புலப்படத் தொடங்கியது. அதிகம் பேசாத இயல்புடைய பெண் என்று பெயர் நிலைக்கத் தொடங்கியபோது வெளி உலகத்தாரோடு உறவு இரு நேர் எதிர்முனைகளில் இயங்கியது. ஒன்று, மிகவும் மரியாதை காட்டினார்கள்; இல்லாது போனால் மிகவும் அலட்சியமாக நடத்தினார்கள். இதில் ஒரு விசேஷம், மரியாதையுடன் நடந்துகொண்டவர்கள்கூட சமயத்தில் இடித்துத் தள்ளி ஏமாற்றினார்கள். பெரிய விபத்து என்று ஒன்றும் நிகழவில்லை. ஆனால் சிறுசிறு காயங்களாக ஏராளம். முழுக்க ஆறின நிலை என்று ஒருபோதும் ஏற்பட்டது கிடையாது. இப்படியே காலம் காலமாக இருந்துவிடும் என்ற ஓய்வு மனத்தோடு இருந்த நேரத்தில் இப்படி ஒரு கடிதம். அம்மா முந்தானைக்கு ஒரு தாவல்.

பயம் தோன்றியபோதே ஒரு கேள்வியும் தோன்றிற்று. எதற்குப் பயம்? எதற்கென்று பயம்? பெண்ணாயிருக்கிறோம் என்று ஒரு பொதுப்படையான ஜாக்கிரதையுணர்ச்சி வேண்டுமானால் இருக்கலாம். ஆனால் பயம்? என்ன குற்றம் செய்துவிட்டோமென்று இவனுக்குப் பயப்பட வேண்டும்? இவனிடம் பணம் காசு வாங்கி ஒன்றும் மோசம் செய்யவில்லை. உத்தியோகம் காரணமாக ஒரே கட்டடத்தில் திரும்பத் திரும்பப் பார்க்க நேர்வதால் ஏற்பட்ட சில சந்தர்ப்பங்களில்கூட சேர்ந்தாற்போல் நான்கு வாக்கியங்கள் பேசினதில்லை; பேசியதெல்லாம் கூட மழை, வெயில், என்ன கொஞ்ச நாளாகக் காணோமே, இன்னிக்கு டிபன் மோசம், ஜப்பான் நைலான் புடவைன்னா இருநூறு ரூபாய் தாராளமாகத் தரலாம்... நெருங்கிப் பழக வேண்டுமென்று இல்லை. ஆனால், கண்ணெதிரே இரண்டு வருடமாகப் பார்த்துக்கொண்டிருக்கிற ஒருத்திக்குத் திடீரென்று

யாரும் கடிதம் எழுதமாட்டார்கள். அதுவே பைத்தியக்காரத்தனம். அதுவும் எப்படிப்பட்ட கடிதம்? பயமுறுத்தும் கடிதம். வழிக்கு வாவென்று கடிதம். எழுதியதுதான் எழுதினான், கொஞ்சம் மரியாதையுடனாவது எழுதினானா?

காண்டீன் வாயிற்படியில் நின்றவன் ஒன்றும் நேராதது போல டோக்கன் வாங்கும் மேஜைக்குச் சென்று அங்கிருந்து தின்பண்டங்கள் வாங்கிக்கொள்ள வேண்டிய இடத்திற்குச் சென்றான். லலிதா காண்டீனை விட்டு வெளியேறினாள்.

இன்னொரு நாள் சென்றது. இன்னும் ஒருநாள் சென்றது. ஒருவாரம் ஆயிற்று. அவன் அவ்வப்போது கண்ணில் பட்டுக்கொண்டுதான் இருந்தான். ஒருமுறை ஆபீஸ் வேலை காரணமாக அவளே அவன் மேஜைக்குச் செல்ல வேண்டியிருந்தது. அவன் ஒன்றும் நேராதது போல இருந்தான். அப்படியும் சொல்வதற்கில்லை. முன்பு ஒருவருக்கொருவர் அறிமுகமானவர்கள் என்பதற்கு அடையாளமாகப் புன்முறுவல், சிறுசிறு பேச்சு வார்த்தைகள் இருக்கும். இப்போது அவன் அவளைப் பார்த்தாலோ அவள் அவன் கண்ணில் படும்படியாக இருந்தாலோ முகத்தை விறைப்பாக வைத்துக் கொண்டான். அவன் கடிதத்திற்கு அவளிடமிருந்த அவன் எதிர்பார்த்த பிரதிபலிப்புக் கிடைக்காததால்தான் அவன் அப்படி இருக்கிறான் என்று தோன்றியது. அவன் என்ன மாதிரிப் பிரதிபலிப்பை எதிர்பார்த்தான்?

ஒரு மாதம் ஆயிற்று. அவன் அவளிடம் பாராமுகமாக இருப்பது வழக்கமாகப் போயிற்று. அவளுக்குக் கிலி முழுக்க அகன்றுவிட்டது. அவன் வசிக்கும் தெருவிலிருக்கும் அவளுடைய உறவினர் வீட்டுக்குக்கூட ஒருமுறை போய்விட்டு வந்தாள்.

ஒருநாள் விலாசினியுடன் பஸ்ஸில் வீடு திரும்பும் போது யாரோ ஒருவன் காகிதத்தைச் சுக்கு நூறாகக் கிழித்து ஜன்னல் வழியே வெளியே எறிந்தான். ஓடிக்கொண்டிருந்த பஸ்ஸின் பிற ஜன்னல்கள் வழியாக நிறையத் துண்டுகள் திரும்ப பஸ்ஸினுள்ளே பறந்துவந்து விழுந்தன. லலிதா விலாசினி மீதும் சில துண்டுகள் விழுந்தன. அவற்றை உதறியபோது லலிதா விலாசினி முகத்தைப் பார்த்தாள். விலாசினிக்கு விசேஷமாக ஒன்றும் நடந்ததாகத் தோன்றியதாகத் தெரியவில்லை. அவளே ஒருமுறை ஒரு கடிதத்தைக் கிழித்து பஸ் வெளியே எறியவிருந்தது மறந்துகூடப் போய்விட்டது.

லலிதாவுக்கு அழவேண்டும் போல் இருந்தது.

1978

உயிர்

ஒருவாரம் முன்பு ஜுரம் அடித்தபோது பத்து நாட்களுக்காக டாக்டர் சர்டிபிகேட் அனுப்பித்து லீவு வாங்கிவிட்டான். ஆனால் உடம்பு நான்கே நாட்களில் சரியாகிவிட்டது. அப்புறம் வீட்டிலிருந்தபடியே ஒவ்வொரு நாளாக கழிப்பது மிகவும் சிரமமானதாக இருந்தது. ஆனால் இன்று கடைசி நாள். நாளை பற்றியதோர் எதிர்பார்ப்பு இருப்பதினாலேயே சுவாரசியமாக இருக்க வேண்டிய நாள். ஆனால் காலையில் பல் தேய்க்கப் போனபோது கைதட்டி பல்பொடி டப்பா கீழே விழுந்து பொடி நிறையத் தரையில் சிதறிவிட்டது. அப்புறம் குளித்து விட்டுத் தலையை வாரும் போது சீப்பு கீழே விழுந்தது. சீப்பு தவறி விழுந்தால் வெள்ளைக்காரர்களுக்குப் பெருத்த அபசகுனம். யாராரோ ராஜாக்கள்கூடத் தங்கள் உயிரையோ கிரீடத்தையோ இழக்க நேர்ந்த நாட்களில் எல்லாம் சீப்பு கைதவறிக் கீழே விழுந்து அபசகுனம் தெரிவித்திருக்கிறதாம். இன்றைக்கு அவனுக்குச் சீப்பு கைதவறி விழுந்துவிட்டது.

அவன் கிரீடம் எங்கும் போய்விடவில்லை. அவனுடைய அம்மாதான் முப்பது மைல் தூரத்திலிருந்த அவளுடைய அண்ணன் வீட்டுக்குக் கிளம்பிப் போனாள். அங்கே அண்ணன் மனைவிக்கு உடல் நலம் திடீரென்று மோசமடைந்து விட்டிருக்கிறது என்று எதிர்வீட்டு டெலிபோனில் செய்தி வந்தது. எதிர்வீட்டுக்காரர்களோடு நெருக்கமான உறவு ஒன்றும் கிடையாது. அப்படியிருந்தும் அங்கு தகவல் கொடுத்து அம்மாவைக் கூப்பிட வேண்டுமென்றால் நிலைமை கொஞ்சம் மோசமாகத்தான் இருக்கவேண்டும் அதைக் குறிக்கத்தான் பல்பொடி கீழே விழுந்ததோ? சீப்பு தவறியதோ?

அவனுக்கு இதில் ஒரு சந்தேகம் தோன்றியது. அவனைவிட அவனுடைய அம்மாவுக்குத்தான் அண்ணன் உறவு நெருக்கம். ஆனால் அவளுக்குத் துர்ச்சகுனங்கள் தோன்றியதாகத் தெரியவில்லை. காலையில்கூட மிக உற்சாகமாக வாழைத் தண்டை நறுக்கிச் சமைத்தாள். வாழைத்தண்டு போன்று ஒரு

காய்கறியை வாங்கி வருவதற்கே வழக்கத்திற்கு மீறிய உற்சாகம் வேண்டும். அப்புறம் அதை அரிவாள்மனையில் நறுக்கித் துண்டம் போடுவதற்கு உற்சாகத்துடன் நிறையப் பொறுமையும் வேண்டும். என்னதான் இளம் தண்டு என்றால்கூட நார் நாராக வந்துகொண்டே இருக்கும். நறுக்கின அடுத்த நிமிஷம் வாழைத்தண்டு கறுப்பாகிவிடும். அதன் துண்டமோ சாறோ நாரோ துணியில் பட்டால் கறையை அகற்றவே முடியாது. உலகத்தில் எதை மாற்றினாலும் மாற்றிவிடலாம். வாழைத்தண்டுக் கறையை மாற்றிவிட முடியாது. அம்மா வெற்றிகரமாகச் சமையலை முடித்துவிட்டாள். சாப்பாடு ஆயிற்று. அதன் பிறகுதான் அந்த டெலிபோன் செய்தி.

மூன்று மணிக்கு வரவேண்டிய பால் மூன்று மணிக்கு வந்துவிட்டது. பால்கார ஆயா தாராளமாகவே அளந்துவிட்டாள். அவன் உள்ளே சென்று அதை காய்ச்சினான். அம்மா தோசை மாவு வைத்துவிட்டுப் போயிருந்தாள். நேற்று அரைத்தது. இன்று மாவு புளித்து பூரித்து போயிருந்தது. அவனாகத் தோசை வார்க்கப் பார்த்தான். ஆனால் அது ஊத்தப்பம் போன்ற உருவந்தான் கொண்டது. நடுவில் தீய்ந்து போயிற்று. உள்ளே வேகாமல் இருந்தது. அதைத் தின்றபோது இவ்வளவு நாட்கள் காரியாலயம் செல்லாமல் நாளை செல்லவிருக்கும்போது இப்படி வெறும் மாவைத் தின்று மீண்டும் உடம்புக்கு வந்தால் என்ன செய்வது என்று தோன்றிற்று. ஆதலால் இரண்டு தோசையோடு நிறுத்திக்கொண்டான். அப்புறம் காபி. அம்மா டிகாஷனும் வைத்துவிட்டுப் போயிருந்தாள். அதில் பாலை விட்டுக் கலந்தான். பாலை விட விட அதன் நிறம் லேசில் மாறவில்லை. பால்கார ஆயாவின் தாராளம் ஒரு மாதிரி அவனுக்கு புரிந்தது. ஆனால் இதற்காவெல்லாமா சீப்பு கை தவறிக் கீழே விழுந்தது சகுனம் காட்டும்?

அம்மா எப்படியும் இரவு ஏழு மணிக்குள் வந்துவிடுவதாகச் சொன்னாள். அப்படி வர முடியாவிட்டால் எதிர் வீட்டுக்கு டெலிபோன் செய்வதாகச் சொன்னாள். அவன் அம்மா வராது போனாலும் பரவாயில்லை. எதிர்வீட்டிற்கு டெலிபோன் செய்யாமல் இருக்க வேண்டுமே என்று வேண்டிக்கொண்டான். எதிர்வீட்டிற்குள் டெலிபோன் பேசவென அவன் போனபோதெல்லாம் ஏனோ அவன் உடல் சிறுத்துப் போகிற மாதிரி தோன்றியது.

மாலை ஆறுமணியாயிற்று. சரி, அம்மா நிச்சயம் இன்று வீடு திரும்புகிறாள். இல்லாது போனால் இதற்குள் டெலிபோன் செய்திருப்பாள். அதோ, எதிர்வீட்டுக்காரர்கள் எல்லோருமாக எங்கோ வெளியே கிளம்பிக் கொண்டிருக்கிறார்கள்.

இனி ஏதாவது டெலிபோன் வந்தால்கூட மணி அடித்துக்கொண்டே இருக்க வேண்டியதுதான்.

ஆறரை மணியாயிற்று. வீட்டுமுன் அறை விளக்கேற்றினான். சந்தியாவந்தனம் செய்தால் என்ன என்று தோன்றிற்று. அவன் சந்தியா வந்தனம் செய்வதைப் பத்தாண்டுகள் முன்பு அவனுக்குப் பூணூல் போட்ட

அடுத்த வாரத்திலிருந்தே விட்டுவிட்டான். இப்போது ஜுரம் விட்டு வீட்டிலேயே அடைந்து கிடந்தபோது ஒருநாள் அவனுடைய பழைய புத்தகங்களையெல்லாம் எடுத்துத் தூசு தட்டி அடுக்கி வைத்தான். அவற்றினுள் சந்தியாவந்தனப் புத்தகமும் இருந்தது. வேறெந்தப் புத்தகத்தையும் புரட்டிப் புத்தகமும் இருந்தது. வேறெந்தப் புத்தகத்தையும் புரட்டிப் பார்க்காதவன் சந்தியாவந்தனப் புத்தகத்தை மட்டும் புரட்டிப் பார்த்தான். பத்தாண்டுகள் முன்பு சொல்லின் அர்த்தமும் புரியாமல் கிரியைகளும் தெரியாமல் இருந்தபோது சந்தியாவந்தனம் முற்றிலும் அசாத்தியமான ஒரு சடங்கு என்று தோன்றியது. ஆனால் இப்போது அவனுக்கு அது நிரம்ப அர்த்தம் பொருந்தியதாகத் தோன்றிற்று. அவன் நீரை வணங்குகிறான். சூரியனை வணங்குகிறான். நவகிரகங்களை வணங்குகிறான். பல தேவதைகளை வணங்குகிறான். எல்லாவற்றிக்கும் மேலாக எல்லாவற்றிலும் நிறைந்த அவனிடத்திலும் நிறைந்து அவனுடைய புத்தியையும் இயக்கும் அந்தச் சக்தியை வணங்குகிறான். அந்தச் சக்தி பிரகாசமானது என்று கூறுவதில் என்ன தவறு? அது இல்லாவிட்டால் அவன் வரை எல்லாமே இருண்டதுதானே?

இத்தோடு அவனைக் கவர்ந்தது சந்தியாவந்தனத்தில் அடங்கியுள்ள பிராணாயாமம். பத்துப் பிராணாயாமம். பிராணாயாமம் செய்வது யாருக்குத்தான் நன்மை விளைவிக்காது? தனியாகப் பிராணாயாமம் செய்ய உட்காரும் போதெல்லாம் மனம் எங்கெல்லாமோ அலைந்து ஒருமுறைகூட முறையாகப் பிராணாயாமம் செய்ய முடிந்ததில்லை. இதற்காகத்தான் இவ்வளவு ஜோடனை மந்திர உருவில் சந்தியாவனத்தில் ஏற்படுத்தப்பட்டிருக்கிறதோ?

அவன் பட்டையாக விபூதியைக் குழைத்து நெற்றி மார்பு வயிறு தோள் கைகள் மீது இட்டுக்கொண்டு ஒரு தம்ளர் தண்ணீருடன் மேற்கு நோக்கி உட்கார்ந்தான். அப்போது வாசலில் யாரோ வந்து நிற்பதை ஊகிக்க முடிந்தது.

அவனுக்குச் சந்தியாவந்தனமும் புரிய முடியவில்லை. அப்படியே எழுந்து வெளியேயும் வர முடியவில்லை. அவன் பூசிக்கொண்டிருந்த விபூதி அவனைத் தடுத்து நிறுத்திக் கொண்டிருந்ததை உணர்ந்தான். நீரில் குழைத்து உடலெல்லாம் பூசிக்கொண்டிருந்த விபூதியை அவ்வளவு எளிதில் விலக்கிவிட முடியுமா? அம்மா வீட்டில் இருந்தால் நிச்சயம் இவ்வளவு தடபுடலாகப் பூசிக் கொண்டிருக்கமாட்டான். ஏன், சந்தியாவந்தனமே கூடச் செய்ய உட்கார்ந்திருக்க மாட்டான்.

வாசலில் நின்றவர் கதவுத் தாழ்ப்பாளை மீண்டும் குட்டுவது நாராசமாகச் சப்தம் எழுப்பியது. இனியும் சந்தியாவந்தனம் செய்யும் முயற்சி பயன்தராது.

அவன் எழுந்து போய் வாசல் கதவைத் திறந்தான். இருவர் நின்று கொண்டிருந்தார்கள்.

"சாலா மாமி இங்கேதானே இருக்கா?"

"எங்கம்மாதான்."

“வீட்டிலே இருக்காளா?”

“வெளியிலே போயிருக்கா.”

“எப்போ வருவா?”

“ஊருக்குப் போயிருக்கா. முடிஞ்சா இன்னி ராத்திரி வந்துடறதா சொன்னா.

“ஊருக்குப் போயிருக்காளா?” இரண்டாவது நபர் சோர்வு தோன்றக் கேட்டார்.

முதலில் பேசியவர், “எங்களை இன்னைக்கு உங்க அம்மா வரச் சொல்லியிருந்தா” என்றார்.

“திடீர்னு எங்க மாமிக்கு உடம்பு சரியில்லேன்னு தகவல் வந்தது.”

“உங்ககிட்டே ஏதாவது சொல்லிட்டுப் போயிருக்காளா?”

“வீட்டுக் காரியங்கள் பத்தித்தான் சொல்லிட்டுப் போயிருக்கா.”

அவனுக்கு அவர்களை இவ்வளவு நேரமும் வெளியிலேயே நிறுத்தி வைத்துப் பேசுவது சரியல்ல என்று பட்டது. “வாங்கோ, உள்ளே வந்து உக்காருங்கோ” என்றான்.

முதலில் பேசியவர் சொன்னார், “உக்காந்து என்ன செய்யறது?”

“ஒருவேளை எட்டு ஒம்பது மணிக்கெல்லாம் வந்தாலும் வந்துடலாம்.”

“ஒம்பது மணிக்கப்புறம், இன்னொருத்தர் வீட்டுக் கதவைப் போய்த் தட்டமுடியுமா?”

அவன் பேசாமல் நின்றான் இனிமேலும் பிராணாயாமம் சந்தியாவந்தனத்தைத் தொடர முடியாது. திடீரென்று ஏதோ தோன்றி, “நீங்கள் ஜாதக விஷயமாக வந்திருக்கேளா?” என்று கேட்டான்.

அந்த இருவரும் உடனே உயிர் பெற்றார்கள். “ஆமாம், ஆமாம். அம்மா சொல்லிட்டுப் போயிருக்காளா?”

“சொல்லிட்டுப் போகலை. ஆனா நேத்திக்கு வேறு யாரோடேோ பேசிண்டிருந்தப்போ இந்தத் தெருக்கோடி வீட்டுப் பையன் ஜாதகம் பத்தி விசாரிச்சுண்டு இருந்தா”.

“ஆமாம், ஆமாம் அதுதான்”.

“சார், உள்ளே வாங்கோ.”

இருவரும் உள்ளே வந்தார்கள். ஒருவர் வழக்கமாக ஜாதகங்களுக்கு அலைந்து திரிபவர் போன்ற தோற்றம்தான் கொண்டிருந்தார். ஆனால் முகத்தில் உண்மையான அக்கறை தோன்ற இருந்தவர் இம்மாதிரி விஷயங்களில் சம்பந்தப்பட முடியாதவர் போலவும் அதே நேரத்தில் யாருடைய சூழ்ச்சியினாலோ வரன் தேடும் இக்கட்டில் மாட்டிக்கொண்டவர் போலவும் இருந்தார். பொருத்தமில்லாத இன்னொரு விஷயம் அவருடைய மீசை. அது ஹிட்லர் மீசை. அந்த மீசை பற்றி அவன்

அப்பா நிறையவே சொல்லியிருக்கிறார். ஒருவேளை அவருக்கே அந்த மீசைமீது ஆசையிருந்திருக்கலாம். முப்பது நாற்பதாண்டுகளுக்கு முன்பு கல்லூரி முதல்வர்கள், தமிழ்ப் பேராசிரியர்கள் முதல் நாடக விதூஷகர்கள் புகைப்படக்காரர்கள் வரை அந்த மீசை பிரபலமாயிருந்தது. அவனுடைய அப்பா சாகும்போது மீசையில்லாமல் தான் செத்தார். அவனாக அம்மீசை வைத்திருப்பவர் ஒருவரை எதிர்ப்படுவது இப்போதுதான்.

கல்யாணப் பேச்சு விவகாரங்களில் திளைப்பவர் இப்போது இன்னமும் சலுகை பெற்றவராக இருந்தார். "நீ சாலாவுடைய பிள்ளைதானே? உன்னை எப்பவோ பார்த்தது. என்ன பண்ணிண்டிருக்கே?"

அவன் சொன்னான்.

"இவர் உங்களுக்கெல்லலாம்கூட உறவுதான். இவருடைய தங்கைக்கு ஏத்த மாதிரி இங்கே ஒரு வரன் இருக்குன்னு உங்கம்மா சொன்னா. முந்தா நேத்திக்கு அவளைக் கோயில்லே பார்த்தேன். இன்னிக்கு சாயந்திரம் வந்தா நேரே அழைச்சிண்டு போய் ஜாதகம் வாங்கித் தரேன்னு சொன்னா."

"கோடி வீடுதான்."

"ஆமாம். அவளும் அதைத்தான் சொன்னா. சார் திருச்சிலேந்து வந்திருக்கார். மறுபடியும் இங்கே வறதுன்னா அதுக்குன்னு மறுபடியும் பிரயத்தனம் செய்யணும். இப்போதைக்கு ஜாதகம் வாங்கிண்டு போறதுதான். நீ கூடவந்து வாங்கித் தந்துடலாம்."

ஹிட்லர் மீசைக்காரர் சொன்னார், "நீங்களே போய் வாங்கிண்டு வந்துட்டாக்கூடப் போதும்."

"அது எதுக்கு? வந்தது வந்தேள், நீங்களும் அந்த மனுஷாளைப் பார்த்துட்டுப் போங்கோ, என்ன அம்பி, கிளம்பலாமா?"

அவன் உள்ளே போய் ஒரு பூட்டைக் கொண்டுவந்தான். முன்னறை விளக்கை அணைக்காமலே வாசல் கதவை இழுத்து மூடிப் பூட்டினான். அம்மா வந்தால் சிறிது காத்திருக்க வேண்டி வரும். எதற்கு என்று தெரிந்தால் கோபித்துக் கொள்ளமாட்டாள்.

கோடி வீட்டிலும் ஒரு அம்மாள்தான் இருந்தாள். இந்த ஜாதியிலேயே ஆண்கள் எல்லோரும் அற்பாயுளில் போய்விடுகிறார்கள்.

ஹிட்லர் மீசைக்காரர் தன் தங்கை ஜாதகத்தைக் கொடுத்து அந்த அம்மாளின் பிள்ளையின் ஜாதகத்தை வாங்கிக்கொண்டார். அதுவரை விசேஷமாகக் கேள்விகள் கேட்காத அந்த அம்மாள், "நீங்கள் என்ன வேலையாயிருக்கேள்?" என்று கேட்டாள்.

"நான் இன்ஸ்பெக்டராயிருக்கேன்."

"அப்படின்னா –"

"இன்ஸ்பெக்டர் ஆஃப் போலீஸா இருக்கேன்."

"போலீஸ் சப் இன்ஸ்பெக்டரா?"

"ஆமாம். இன்ஸ்பெக்டர்"

"போலீஸ்னா சொன்னேள்?"

"ஆமாம்."

"போலீஸா?"

இதற்கு யாரும் தரவில்லை.

அந்த வீட்டை விட்டு வெளியேறி தெருவுக்கு வந்த பின் ஹிட்லர் மீசைக்காரர் கேட்டார், "போலீஸ்னா என்னவாம்?"

அவரை அழைத்து வந்தவர் சமாதானமாக, "நீங்கள் போலீஸ்லே இருந்தா உங்க தங்கைக்கு என்ன? இதெல்லாம் வெறுமனே அவாளா நினைச்சுக்கிறது."

"என்ன வெறுமனே நினைச்சுக்கிறது? அதிலே எவ்வளவு இளக்காரம், ஏளனம்? இந்த போலீஸ் இல்லேன்னா இந்தம்மா இன்னிக்கு ஒழுங்கா கோவிலுக்குப் போய் வடமாலை சாத்திவிட்டு வரமுடியுமா? இவர் மாதிரி பட்டை பட்டையா விபூதி பூசிண்டு வீட்டிலே தனியா உக்கார முடியுமா?"

மூவரும் பேசாமல் நடந்தார்கள். அந்த மௌனத்தை விசேஷமாக உணர்ந்தேயாக வேண்டும் போலிருந்தது.

அம்மா இன்னும் வரவில்லை. கதவுப் பூட்டைத் திறக்கப் போனவன் அந்த இருவரும் வாசலிலிருந்தபடியே போய்விடுவார்களோ என்ற நம்பிக்கையில் ஓரக்கண்ணால் பார்த்தான். ஆனால் ஹிட்லர் மீசைக்காரர் இன்னும் சிறிது நேரம் அவன் வீட்டில் இருந்து போக நிச்சயித்துவிட்டார் போலிருந்தது. "உக்காருங்கோ" என்று இருவருக்கும் நாற்காலிகள் எடுத்துப் போட்டான்.

ஹிட்லர் மீசைக்காரர் அந்த அம்மாள் கொடுத்த ஜாதகத்தைப் பிரித்துப் பார்த்தார். "முப்பத்து மூணு வயசாகிறது. இந்த அம்மாளின் குழந்தைக்கு. இந்த முப்பத்து மூணு வயசிலே போலீஸ்லே பிடிச்சுண்டு போறபடி என்னவெல்லாம் செய்திருக்கோ இந்தக் குழந்தை!"

இன்னொருவர் லேசாகத் தொண்டையைக் கனைத்துக்கொண்டார். "நீங்க அந்தம்மா சொன்ன ஒரு வார்த்தையை இவ்வளவு பெரிசா எடுத்துக்க வேண்டாம். கல்யாணம் பெரிய காரியம். அதிலே இந்த மாதிரிச் சின்ன விஷயங்களை எல்லாம் விட்டுத் தள்ளிடனும்."

"எதைத் தள்ளறது? நாளைக்கு என் தங்கை இவ வீட்டுக்குப் போனா போலீஸ்காரன் வீட்டுப் பொண்ணுன்னு வார்த்தைக்கு வார்த்தை சொல்லிண்டுதானே இருப்பா?"

"ஏன் நீங்களே ஏதாவது நினைச்சுக்கறேள்?"

"நான் எதுக்கு நானாக நினைச்சுக்கறேன்? எனக்கு இந்த மாதிரி மனுஷாளை நன்னாத் தெரியும். இந்த நிமிஷம் இதே மெட்ராஸிலே எங்கெங்கே என்னென்ன நடக்கிறதுன்னு உங்க யாருக்காவது தெரியுமா? நீங்க பாட்டக்கு துண்டைப் போத்திண்டு வெத்திலை பாக்கு வாங்கிண்டு

வருவேள். அது எப்படி முடியறது? கொலைகாரன், திருடன், பிராத்தல் வைச்சு நடத்தறவன், சாராயம் காய்ச்சறவன் இவங்களோட எல்லாம் நாளெல்லாம் போலீஸ்காரன் மாரடிக்கறதுனாலேதான். பொழுது விடிஞ்சு பொழுது போனா அவங்க மூஞ்சியிலேதான் முழிச்சுண்டிருக்கணும். அப்புறம் ரொம்ப நல்லவங்கன்னு இருக்கிற மத்தவங்க மூஞ்சியிலேயும் முழிக்கணும். நடு நடுவிலே கத்திக் குத்து வாங்கிக்கணும், கல்லடி பட்டுக்கணும். எவனாவது சுட்டாச் சாகணும். நூறு பேர் பிடிச்சு உயிரோட கொளுத்தினா ஒருத்தன் ஐயா பாவம்னு சொல்லாதபடி அப்படியே உயிரை விடணும். பட்டாளத்துக்காரங்களை தலை மேலே தூக்கிண்டு கொண்டாடறது. தியாகி, நாட்டுக்காக உயிரைத் தரும் வீரன் அப்படீன்னு. அவன் கொடுக்கக் கூடியது அந்த உயிர் ஒண்ணுதான். அவ்வளவு சலுகையும், சீராட்டலும் அவங்களை பீரங்கிக்குத் தீனியாப் போடறதுக்குத்தான். அவன் கொல்லணும், இல்லாட்டா தான் சாகணும். இது இரண்டுதான் அவனுக்குள்ளது. ஒரு சமூகம் ஒழுங்காக வாழறதுக்குள்ள அத்தனை தலைவலியும் போலீஸ்காரனுக்கு. ஆனா அவன் மேலே உள்ளூர இவ்வளவு அலட்சியம், இளக்காரம். சம்பந்தம் பண்ணிக்கறதுக்கு அவன் லாயக்கில்லை.”

அந்த இருவரும் போய்விட்டார்கள். அவனுடைய அம்மா ஒன்பதரை மணிக்குப் பத்திரமாக வீடு திரும்பிவிட்டாள். மாமியின் உடல் நிலை கொஞ்சம் மோசந்தான். மறுபடியும் இரண்டு நாட்கள் கழித்துப் போக வேண்டும். சேர்ந்தாற்போல் ஐந்தாறு நாட்கள் அங்க இருந்துவிட்டுக் கொஞ்சம் குணம் தெரிந்த பிறகு திரும்புவாள்.

கோடி வீட்டுப் பையன் ஜாதகத்தை அவன் சென்று வாங்கிக் கொடுத்ததைப் பற்றி அம்மாவிடம் சொல்லவில்லை. அதற்கு அவசியம் நேரவில்லை. அவன் அடுத்த நாளிலிருந்து வழக்கம் போல் ஆபீஸுக்கு போய்வர ஆரம்பித்தான். சந்தியாவந்தனம் மீண்டும் விட்டுப் போயிற்று.

1978

வண்டிப்பாதை

உலர்ந்த சருகுகள், சுள்ளிகளை நொறுக்கிக்கொண்டு காட்டுப் பாதையில் மெதுவாக நகர்ந்துகொண்டிருந்த அந்த ஜீப் நிற்கப் போவதை சுப்பாரெட்டி உணர்ந்தான். அவன் வண்டியில் கிடந்த நிலையில் ஜீப்பின் அடிப்பாகம், கூட வந்த இரு போலீஸ்காரர்களின் பூட்ஸுக்கள் தவிர அதிகம் பார்க்க முடியாது. வண்டி நின்றவுடன் போலீஸ்காரர்கள் கீழே குதித்தார்கள். ஒருவன் சுப்பாரெட்டியிடம், “லேசி திகுரா, அப்பாயி” (எழுந்து இறங்கடா, அப்பனே) என்றான். சுப்பாரெட்டியால் அவனாக எழுந்திருக்க முடியவில்லை. அப்பனே என்று அழைத்த போலீஸ்காரன் அவனைப் பிடித்துக் கொண்டான். சுப்பாரெட்டி எழுந்து உட்கார்ந்து பிறகு மெதுவாக ஜீப்பிலிருந்து கீழே குதித்தான்.

அவனுக்கு அந்த இடம் தெரிந்ததுதான். காட்டு நடுவில் எப்போதோ காட்டிலாகா ஊழியனுக்காகக் கட்டப்பட்ட சிறு வீடு ஒன்று கைவிடப்பட்டு கதவு, ஜன்னல் யாவும் இடிந்து கிடந்தது. அதில்தான் போலீஸ்காரர்கள் ஒரு தற்காலிக நிலையம் அமைத்துக்கொண்டிருக்கிறார்கள்.

சுப்பாரெட்டி ஒரு போலீஸ்காரனைப் பார்த்து “சார்” என்றான். அவன் புரிந்துகொண்டு சுப்பாரெட்டி கைகளை அவிழ்த்துவிட வந்தான். சட்டென்று ஏதோ தோன்றி அவ்வாறு செய்யாமல் சுப்பாரெட்டியின் பைஜாமாவின் முன் பகுதியை மட்டும் தளர்த்தினான்.

அப்போது, இன்னொரு ஜீப் அங்கு வந்தது. அதிலிருந்து ஒரு போலீஸ் சப்–இன்ஸ்பெக்டரும் இரு போலீஸ்காரர்களும் இறங்கினார்கள். சப் – இன்ஸ்பெக்டரின் முதல் பார்வை சுப்பாரெட்டி மீதுதான் விழுந்தது. அந்தப் பார்வை சுப்பாரெட்டி மூச்சு விடுவதை ஒருமுறை தடைப்படுத்தியது.

“ஒருவன்தான் கிடைத்தானா?” என்று சப்–இன்ஸ்பெக்டர் கேட்டான்.

“ஆமாம்” என்று ஒரு போலீஸ்காரன் பதில் சொன்னான்.

“என்னடா?” என்று கேட்டுக்கொண்டு சப் – இன்ஸ்பெக்டர் சுப்பாரெட்டியிடம் வந்தான். சுப்பாரெட்டி அசைவற்று நின்றான்.

“என்னடா? கேட்கிறேன், பதில் சொல்லாமல் நிற்கிறாய்?” என்று சப் – இன்ஸ்பெக்டர் அவன் கையிலிருந்த பிரம்பை வீசினான். அடி சுப்பாரெட்டியின் தோள் மீது விழுந்தாலும் அவனுடைய முழங்கைகளைக் கட்டி வைப்பதற்கு முதுகுப் பின்னால் நுழைத்திருந்த மூங்கில் தடி மீது தான் நேரடியாகத் தாக்கிற்று.

சுப்பாரெட்டி மீண்டும் பேசாமல் நின்றான்.

“வாயில் என்னடா, கொய்யாப்பழமா?” என்று சப் – இன்ஸ்பெக்டர் இன்னும் வேகமாக அவனுடைய பிரம்பை வீசினான். இம்முறை அது சுப்பாரெட்டியின் கழுத்தைத் தாக்கிச் சதையையும் பிய்த்துக்கொண்டு வந்தது.

“அம்மா!” என்றான் சுப்பாரெட்டி.

“வலிக்கிறதா? போலீஸ் ஸ்டேஷனுக்குத் தீ வைத்தபோது வலிக்க வில்லை?” சப் – இன்ஸ்பெக்டர் சுளீர் சுளீரென்று கண்டபடி அவனுடைய கைப்பிரம்பை வீசி சுப்பாரெட்டியை அடித்தான். சுப்பாரெட்டி அப்படியும் இப்படியும் திரும்பி அவனுடைய முதுகைக் காண்பித்தான்.

“மற்ற மூன்று பேர்களும் எங்கேடா?” என்று கேட்டுக்கொண்டு சப் – இன்ஸ்பெக்டர் சுப்பாரெட்டியை தொடர்ந்து அடித்தான். ஒரு அடி நேராக காலிலும் தலையிலும் விழ சுப்பாரெட்டி தடாலென்று கீழே விழுந்தான். கழியைச் சொருகி கைகள் பின்புறத்தில் கட்டப்பட்டிருந்ததால் கீழே விழுவதுகூட ஏடாகூடமாகத்தான் இருநதது.

அப்போது இன்னொரு போலீஸ் வண்டி அங்கு வந்தது. அதிலிருந்த அதிகாரியைப் பார்த்த மற்றவர்கள் எல்லோரும் விரைந்து நின்றார்கள். சப் – இன்ஸ்பெக்டர் படாரென்று சல்யூட் அடித்துவிட்டுப் புது வண்டியை நெருங்கினார்.

அந்த அதிகாரி கேட்டான், “எல்லாரும் கிடைத்துவிட்டார்களா?”

“இல்லை, சார். ஒருத்தான்தான் இருந்தான்.”

“நான்ஸென்ஸ்! நான்கு பேர்கள் சேர்ந்தே ஓடியிருக்கிறார்கள்!”

“இல்லை, சார். நாங்கள் சூழ்ந்துகொண்டபோது இவன் ஒருத்தன்தான்.”

“ஷட்அப்! இன்னும் எத்தனை நாட்களுக்கு இந்தப் பொடிப் பையன்களைத் தேடிக்கொண்டு இருப்பது?” அதிகாரி கேட்கக் கூசுமாறு சப் – இன்ஸ்பெக்டரை வைதான். “இன்று இரவுக்குள் அந்த மூன்று பேரையும் பிடித்துவிட வேண்டும் – உயிரோடோ பிணமாகவோ.”

அதிகாரி கிளம்பிப் போவதற்கு முன்னால் கீழே குவியலாகக் கிடந்த சுப்பாரெட்டியிடம் வந்தான். காலால் சுப்பாரெட்டியின் முகத்தைத் தூக்கிப் பார்த்தான். “பாக்கி மூன்று பேர்கள் எங்கேடா” என்று கேட்டான். சுப்பாரெட்டி பதில் கூறாமல் இருந்ததைப் பார்த்து அப்படியே முகத்தில் உதைத்தான்.

“பத்மாஷ்! கோல்கொண்டா கோலி தெரியுமாடா?” என்று அதிகாரி கேட்டான். சுப்பாரெட்டிக்குத் தெரியும். ஒரு ரூல் தடியை நுனியில் நனைத்து மிளகாய்ப் பொடியில் தோய்ப்பார்கள். அந்த நுனியை ஆசனவாய் வழியாக உடல் உள்ளே ஏற்றுவார்கள்.

“இன்றைக்குப் பொழுது சாய்வதற்குள் அந்த மூன்று பேரும் எங்கே ஓடிவிட்டார்கள் என்று சொல்லிவிடு. இல்லையென்றால் இந்தக் காட்டை விட்டு நீ உயிரோடு வெளியே போகமாட்டாய்.”

அதிகாரி கிளம்பிப் போனவுடன் அந்த இடத்தின் இறுக்கம் மிகவும் தளர்ந்தது. நல்ல வெயில் நேரமானாலும் இந்த இடம் அடர்த்தியான நிழலாக இருந்தது, சப் – இன்ஸ்பெக்டர் தன் பையிலிருந்த காலி சிகரெட் பெட்டியைக் கசக்கி எறிந்து ஒரு போலீஸ்காரனிடம் கையை நீட்டினான், அவன் ஒரு பீடிக்கட்டைத் தந்தான். சப் – இன்ஸ்பெக்டர் ஒரு பீடியைப் பற்றவைத்துக்கொண்டு மிகுதியைத் தன்னுடைய பையில் போட்டுக்கொண்டான்.

போலீஸ்காரன், “சாரே” என்றான். சப் – இன்ஸ்பெக்டர் பீடிக்கட்டை வீசி எறிந்தான். பிறகு அந்தக் கட்டடத்தினுள் சென்றான்.

நான்கு போலீஸ்காரர்களும் பீடி பற்றவைத்துக்கொண்டு ஆளுக்கொரு திசை சென்று திரும்பி வந்தார்கள். ஒருவனைப் பார்த்த சுப்பாரெட்டி, “சாரு” என்றான். அவன் புரிந்துகொண்டு சுப்பாரெட்டியை எழுப்பி ஓர் ஒதுக்குப்புறமாக அழைத்துச் சென்றான். மற்ற இடங்களைவிட முகவாயிலும் காதிலும்தான் சுப்பாரெட்டிக்கு மிகவும் வலித்தது. அதோடு தோள்பட்டையும் மிகவும் கடுத்தது. ஒரு பத்து நிமிடமாவது கையை அவிழ்த்துவிட்டால் எவ்வளவோ ஆசுவாசமாக இருக்கும்.

சப் – இன்ஸ்பெக்டர் கட்டடத்தின் வாயிற்படியில் வந்து நின்றுகொண்டு, “சாப்பாட்டுக்கு என்னடா ஏற்பாடு?” என்று கேட்டான். சுப்பாரெட்டியை எடுத்து வந்த போலீஸ்காரன் சொன்னான். “ஆலேரிலிருந்துதான் எடுத்து வர வேண்டும்.”

“போய்க் கொண்டு வாடா, சீக்கிரம். வயிறு பற்றிக்கொண்டு போகிறது. அப்படியே நாலு சிகரெட் பாக்கெட்டும் வாங்கிக் கொண்டு வா ...”

இரு போலீஸ்காரர்கள் ஒரு ஜீப் வண்டியை எடுத்துக்கொண்டு போனார்கள். சப் – இன்ஸ்பெக்டர் வெளியே நின்றுகொண்டிருந்த இரு போலீஸ்காரர்களிடம் “அவனை உள்ளே கொண்டாங்கடா” என்றான். அந்த போலீஸ்காரர்கள் சுப்பாரெட்டியைக் கட்டடத்தினுள் அழைத்துச் சென்றார்கள்.

அது ஒரு வெராண்டாவும் இரு சிறு அறைகளும் கொண்ட சிறிய வீடு. ஒரு கதவு ஜன்னல்கூட விட்டுவைக்கப்படவில்லை. எல்லாவற்றையும் யாரோ பெயர்த்து எடுத்துக்கொண்டு போய்விட்டார்கள். இப்போது உள்ளே இரண்டு மடிப்புக் கட்டில்களும் ஒரு தண்ணீர்ப் பானையும்தான் இருந்தது. சப் – இன்ஸ்பெக்டர் ஒரு கட்டிலில் படுத்துக்கொண்டிருந்தான். அவன் முன்னால் சுப்பாரெட்டியைக் கொண்டுபோய் நிறுத்தினார்கள்.

சப் – இன்ஸ்பெக்டர் படுத்தபடியே சுப்பாரெட்டியை பார்த்தான். “இதோ பார், பையா. வீணாக அடி உதைப்பட்டுச் சாவாதே. உன் காம்ரேடுகள் மூவரும் எங்கே இருக்கிறார்கள் என்று சொல்லிவிடு” என்றான்.

சுப்பாரெட்டி வாயைத் திறக்காமல் நின்றான். சப் – இன்ஸ்பெக்டர் ஏமாற்றத்துடன், “உன் தலையெழுத்து” என்றான் “இவனை எடுத்துக் கொண்டு போங்கடா?” என்றான். போலீஸ்காரர்கள் சுப்பாரெட்டியை அடுத்திருந்த சிறு அறையில் தள்ளினார்கள். அங்கே அரை இருட்டில் சுப்பாரெட்டி உட்கார்ந்துகொண்டான்.

❍

அரை இருட்டில் சுப்பாரெட்டி குந்தியபடி உட்கார்ந்தான். சுவரில் முழங்கைக் கழியை அழுத்தி நகர்த்திக் கழட்டிக்கொண்டுகூட விடலாம். அப்புறம் கைகளை இழுத்துக் கட்டியிருப்பதுதான் – அதையும் சிறிது பிரயத்தனம் எடுத்துக்கொண்டால் அவிழ்த்துக்கொண்டுவிடலாம். கணுக்கால் முட்டியில் பலமாக ஓர் அடி விழுந்திருந்தது. அந்தக் காலை வைத்துக்கொண்டு வேகமாக ஓடிப்போக முடியாது. இந்த இடம் அவனுக்கு நன்கு தெரிந்த இடந்தான். இதே இடிந்த வீட்டில் அவனும் கிருஷ்ணராவும் மல்லிகார்ஜுனனும் ரமணாரெட்டியும் இரு இரவுகள் தங்கியிருந்திருக்கிறார்கள். இந்த இடத்திலிருந்து ஆலேர் ரயில்வே நிலையம் மூன்று மைல்கள் இருக்கும். அங்கே போய்ச் சேர்ந்துவிட்டால் போலீஸ்காரர்களால் திரும்பப் பிடிக்கவே முடியாது. பாயிண்ட்ஸ்மென் ராஜய்யா வீட்டில் ஒளிந்துகொண்டுவிடலாம். எவ்வளவு நாட்கள் ராஜய்யா வீட்டில் அவன் ஒளிந்துகொண்டு இந்த போலீஸ்காரர்களுக்கு டிமிக்கி கொடுத்திருக்கிறான்?

போலீஸ்காரர்களுக்கு அவனுடைய பெயர்கூடத் தெரியாது. ஆனால் நான்கு பேர்கள் என்ற எண்ணிக்கை சரியாகத் தெரிகிறது. எல்லாம் அந்த முட்டாள் ரமணாரெட்டியால் வந்தது. ஜங்கான் போலீஸ் நிலையத்தை யாருமே எந்தச் சந்தேகமும் கொள்ளாமல் எரித்துவிடத்தான் ஏற்பாடு. சுப்பாரெட்டி ஒரு புட்டி கிரஸினாயிலும் ஒரு மூட்டைப் பழந்துணியுடனும் போலீஸ் நிலையத்தின் மொட்டை மாடியில் ஏறியாகிவிட்டாயிற்று. மொட்டை மாடியோடு இணைந்திருந்த ஓட்டுச் சார்பின் உத்தரத்தில் பழந்துணியைச் சுற்றியாகிவிட்டது இனி மண்ணெண்ணெயை ஊற்றிப் பற்றவைத்துவிட்டுக் கீழே இறங்கி ஓடிப்போக வேண்டியதுதான். அந்த சமயத்தில் ரமணாரெட்டி ஏதோ பயந்துபோய்ப் புதர்ப் பின்னாலிருந்து போலீஸ் நிலையத்தை நோக்கிச் சுட ஆரம்பித்தான். அவன் சுடுவதைக் கண்டு இன்னொரு மூலையிலிருந்து கிருஷ்ணராவும் சுட ஆரம்பித்தான். போலீஸ் நிலையத்தில் ஜரூராகிவிட்டார்கள். கதவுகளை மூடிவிட்டு ஜன்னலை மட்டும் திறந்துகொண்டு பதிலுக்குச் சுட்டார்கள். இந்தக் கெடுபிடியில் நெருப்புப் பெட்டி பற்றிக்கொள்ளவேயில்லை. கீழேயோ நாலாபுறத்திலிருந்தும் துப்பாக்கி வேட்டு. சுப்பாரெட்டி கீழே குதித்துப் புதர்கள் பக்கம் ஓடினான். அவன் குதித்துப் போனதுகூட போலீஸ்காரர்களுக்குத் தெரியாது. ஆனால் அப்புறம் போலீஸ் நிலையத்தை தீப்பற்ற வைக்க முயற்சி மட்டும் எப்படியோ தெரிந்துகொண்டுவிட்டார்கள். உடனே அந்தப் பிரதேசத்தில் ஒரு பெரிய போலீஸ் படையே வந்துவிட்டது.

போலீஸ்காரர்களுக்கு போலீஸ் நிலையத்திற்குத் தீ வைக்க முயன்றதுதான் தெரியும். கானாப்பூர் கொத்தவாலைக் கொன்றது தெரியாது. கொத்தவால் ஒரு முஸ்லிம். அனால் அவனைக் கொன்றது அவன் முஸ்லிம் என்பதற்காக இல்லை. அவன் ஆட்சி அமைப்பின் ஒரு சின்னம் என்றுதான். ஆனால் கொத்தவால் கொலையை அவர்கள்தான் புரிந்திருப்பார்கள் என்று யாருக்கும் தோன்றவில்லை. கொத்தவால் ஒரு செருப்புத் தைப்பவன் மகளை வைத்திருந்தான். அவளுக்கு வேற்று உறவுகள் உண்டாகியிருந்தன. அந்தச் சிக்கலில்தான் கொத்தவாலை ஒருவன் கொலைசெய்துவிட்டான் என்று நினைத்துக்கொண்டார்கள். அவர்கள் சந்தேகப்பட்ட ஆள் கண்மறைவாகப் போய்விட்டான்.

இந்த போலீஸ்காரர்களுக்கு இன்னும் விவரங்கள் அதிகம் தெரியாது. அவர்கள் யார் யாரைப் பிடிக்க வேண்டும் என்றுகூடத் தீர்மானமாகத் தெரியாது. அதனாலேயே அவனிடமிருந்து தகவல்களை வரவழைக்கும் முறைகள் கடுமையாக இருக்கும். கோல்கொண்டா கோலி ஒருமுறை. அதைவிட இன்னும் பயங்கரமான முறைகள் இருக்கின்றன. சுப்பாரெட்டி கோஷ்டி ஆறு பேராக இருந்தபோது இருவர் போலீஸ்காரர்களிடம் மாட்டிக்கொண்டார்கள். அப்புறம் அவர்களைக் காணவே இல்லை. ஒருவன் மட்டும் பைத்தியமாக வாரங்கலில் சுற்றிக்கொண்டிருப்பதாகச் சொன்னார்கள்.

போலீஸ்காரர்கள் எதற்கோ காத்துக்கொண்டிருக்கிறார்கள். இந்த இடத்தில் அவர்கள் விசாரணை வைத்துக்கொள்ள முடியாது. சுப்பாரெட்டியை இங்கிருந்து வேறெங்கோ எடுத்துப் போய்தான் அவர்களுடைய விசாரணை தொடங்கும். அந்த மூன்று பேர்கள் யார்? என்ன பெயர்கள்? எங்கே இருக்கிறார்கள்? சொல்லு. சொல்லு. சொல்லு.

சுப்பாரெட்டிக்கு உடல் நடுங்கியது. அவனால் பிரம்படியே தாங்க முடியவில்லை. இவர்கள் இன்னும் என்னென்ன செய்யப்போகிறார்களோ? தலைகீழாகக் கட்டித் தொங்கவிட்டுக் கீழே புகை கிளப்புவார்கள். முழங்கைகளை முழங்கால்களுக்குக் கீழே இறக்கிக் கழி செருகிக் கட்டிவிட்டுப் புட்டத்தில் பிரம்பால் அடிப்பார்கள். அடி வயிற்றில் முளைத்திருக்கும் மயிரைக் கொத்துகொத்தாகப் பிடித்திழுத்துப் பிடுங்குவார்கள். ஊசியை நகத்திற்கடியில் ஏற்றுவார்கள். கொரடு வைத்து நகத்தைப் பிடுங்கி எடுப்பார்கள் ...

சுப்பாரெட்டிக்கு இப்படிச் சிந்தனை செல்லச் செல்ல வயிறு தீப்பிழம்பாக மாற ஆரம்பித்தது. அவனைப் பற்றி அவன் ஒன்று நன்றாக அறிந்திருந்தான். அவனை என்ன செய்தாலும் அவன் வாயைத் திறக்கவே மாட்டான். இதனால் சித்திரவதை இன்னும் அதிகமாகும்.

இப்போதே ஓடிப்போய் அந்த போலீஸ் சப் – இன்ஸ்பெக்டரிடம் எல்லாவற்றையும் கூறிவிடலாமா? கூறுவதற்கு என்ன இருக்கிறது? தன் சகாக்கள் பெயர்களைத் தெரிவித்துவிடலாம். ஆனால் அவர்கள் அவ்வளவு எளிதாக அகப்பட்டுக்கொள்வார்களா? இப்போது சுப்பாரெட்டி அகப்பட்டுக்கொண்டது தெரிந்து உஷாராயிருப்பார்கள். ஆதலால் அவன் போலீஸ்காரர்களுக்குச் சொல்லக் கூடியதெல்லாம் வெறும் பெயர்கள்.

இந்தப் பெர்களைச் சொல்வதற்காக அவனை விட்டுவிடப் போகிறார்களா? அவன் தரக்கூடிய தகவல் அவ்வளவுதான் என்று அவர்கள் நம்பப் போகிறார்களா?

இன்னொரு விஷயம் உண்டு. போலீஸ்காரர்களிடம் எல்லாவற்றையும் கக்கி ஒப்புக்கொள்கிறவர்கள் தன்மையே வேறு. அவர்கள் போலீஸில் பிடிபட்டதிலிருந்தே கெஞ்சிக் கதறிக்கொண்டிருப்பார்கள். எல்லாருடைய காலிலும் விழுவார்கள். பெரிதாக அழுவார்கள், கீழே விழுந்து புரளுவார்கள். அவர்களைத் தரதரவென்று இழுத்துப் போகும்படி செய்துவிடுவார்கள். தங்களைத் தாமே இழிவுபடுத்திக்கொள்வதில் எதிராளிக்கு ஒரு வெறுப்பும் அலுப்பும் ஏற்படுத்திவிட்டு அதன் மூலம் அவர்கள் தோலைக் காப்பாற்றிக்கொள்வார்கள். ஆனால் சுப்பாரெட்டி அதெல்லாம் செய்ய வில்லை. ஆரம்பத்திலிருந்தே வாயைத் திறக்காமல் இருந்திருக்கிறான். பயத்தையோ கிலியையோ சிறிதும் வெளிக்காட்டிக்கொள்ளவில்லை. பெரிய அமுக்கன் என்ற அபிப்பிராயம் ஆழமாக விழுந்திருக்க வேண்டும். இப்போது அவனாக ஒப்புமூலம் தருகிறேன் என்று சொன்னால் மிகுந்த சந்தேகத்துடன்தான் அதைக் கருதுவார்கள். அவன் சொன்ன இடத்தில் அவனுடைய சகாக்கள் யாரும் கிடைக்காவிட்டால் ஆத்திரமும் வெறியும் பன்மடங்காகப் பெருகும். அவன் அந்தக் காட்டிலிருந்து உயிரோடு வெளியே போகமுடியாது.

அவனுக்கு உயிரை இழப்பதில் பெரிய எதிர்ப்பு இருக்காது என்று தோன்றியது. உலகத்திலுள்ள அத்தனை போலீஸ்காரர்களையும் கொன்று குவித்துவிட்டால்தான் வாழ்க்கை வாழ்வதற்குரியதாகும். ஒரு போலீஸ்காரன் இருக்கும்வரைகூட வாழ்வதற்குச் சாவதே மேல். ஆனால் இந்த போலீஸ்காரர்கள் அவ்வளவு எளிதாகச் சாவை விநியோகித்து விடுவதில்லை. அணு அணுவாகத்தான் அவன் உயிரை எடுக்கப் போகிறார்கள். அதைப்பற்றி நினைக்கும்போதே வயிறு குடைகிறது. தலைசுற்றி வாந்தியெடுக்க வருகிறது. இவ்வளவிலும் இது நிச்சயமாகத் தெரிகிறது. அவன் வாயைத் திறந்து ஒன்றும் சொல்லமாட்டான். அது அவனால் செய்ய முடியாததொன்று. இதனால் சித்திரவதையின் தீவிரம் இன்னும் அதிகமாகும். அவனுடைய ஆசனத் துவாரத்தைக் கிழித்துவிடுவார்கள். பிரம்பைத் தண்ணீரில் நனைத்துப் புட்டத்தில் அடிப்பார்கள். உடலெல்லாம் சூடு வைத்து அதன்மீது உப்புத் தண்ணீர் தெளிப்பார்கள். சித்திரவதை செய்யும்போது அவனறியாமல் வெளிப்படும் மலஜலத்தை அவனையே உண்ணச் செய்வார்கள்.

சுப்பாரெட்டி உட்கார்ந்தபடியே சிறிது நகர்ந்து அடுத்த அறையில் எட்டிப் பார்த்தான். சப்–இன்ஸ்பெக்டர் தூங்கிக்கொண்டிந்தான். அவன் முந்தைய இரவு முழுக்கத் தூங்கியிருக்க முடியாது. அப்படித் தூங்காமல் காத்திருந்துதான் சுப்பாரெட்டியைக் காலையில் கண்ணி வைத்துப் பிடிப்பது போலப் பிடித்தான். இன்னும் மற்றவர்களையும் பிடித்துவிட அவன் துரத்திச் சென்றான். ஆனால் அவர்கள் எல்லோரும் தப்பிவிட்டார்கள்.

அவர்களில் யாராவது மாட்டிக்கொண்டிருந்தால் என்ன ஆகியிருக்கும்? வினைதான். நிச்சயம் ஒருவன் அடிபடுவதைப் பார்த்து இன்னொருவன் எல்லாவற்றையும் கக்கிவிடுவான். அப்புறம் எல்லாம் அதோகதிதான்.

இவர்கள் மட்டுமல்லாமல் ரயில்வே வீடுகளில் இருப்பவர்கள் எவ்வளவோ பேர்கள் மாட்டிக்கொள்வார்கள். எப்பாடுபட்டுச் சம்பாதித்த துப்பாக்கி தோட்டாவெல்லாம் அப்படியே கபளீகரம் ஆகிவிடும்.

சுப்பாரெட்டி அவனுடைய முழங்கைகளை முதுகுப் பின்னால் அழுத்திப் பிடித்திருந்த கழியைத் தளர்த்தி விலக்கிவிட்டான். கையைப் பின்புறத்தில் மெதுவாக மடித்து உயர்த்தி முன்புறம் கொண்டுவந்துகொண்டான். நல்ல வேளையாக விலங்கு கைவசமில்லாமல் மணிக்கயிறு கொண்டுதான் இரு கைகளையும் மணிக்கட்டில் இறுக இழுத்துக் கட்டியிருந்தார்கள். அதை இலேசில் அவிழ்த்துவிட முடியாது.

சுப்பாரெட்டி அவனிருந்த அறை ஜன்னல் துவாரம் வழியாக மெதுவாக எட்டிப் பார்த்தான். வெளியே ஆளரவமே இல்லை. ஜீப் நின்றுகொண்டிருந்தது. ஆனால் அந்த போலீஸ்காரர்கள் இருவரையும் காணோம். அவர்கள் வெகுதூரம் எங்கும் போயிருக்கமாட்டார்கள். இப்போதுகூட இந்தக் கட்டடத்து முனையில் உட்கார்ந்துகொண்டு காவல் காத்தபடி இருக்கக்கூடும். அவன் தப்பி ஓட முயன்று மீண்டும் அகப்பட்டுக்கொண்டால்?

போலீஸ் ஸ்டேஷனை எரிப்பவன், போலீஸ்காரர்களைக் கொல்வதில் எந்த தயக்கமும் கொள்ளாதவன், கொலையையே சர்வ சாதாரணமாக நினைக்கக்கூடியவன். இப்படிப்பட்டவன் மீண்டும் அகப்பட்டால்? சுப்பாரெட்டியின் குடல் முறுக்கிப் பிசைந்துகொண்டது.

ஆனால் தப்பிக்க முயலாமல் இருப்பதும் பைத்தியக்காரத்தனம். இதோ இந்த மாதிரிச் சந்தர்ப்பம் கிடைக்கவே கிடையாது. சாப்பாடு முடிந்தவுடன் நிச்சயம் அவன் வேறு இடத்திற்குக் கொண்டு போகப்படுவான். அப்போது கை விலங்கு தப்பாது. அப்புறம் இன்றிரவே விசாரணை தொடங்கிவிடும்.

கோல்கொண்டா கோலி.

சுப்பாரெட்டி ஜன்னல் ஓரமாக நின்றுகொண்டு உஸ்உஸ்ஸென்று நான்கைந்து முறை ஊதினான். அதற்கு எந்த விளைவும் ஏற்படவில்லை. கட்டிய கைகளை உயர்த்தி ஜன்னல் விளிம்பைப் பிடித்துக் கொண்டு எம்பினான். அப்புறம் அது சரியில்லை என்று கண்டுகொண்டு கைகளை ஜன்னல் விளிம்பில் ஊன்றிக்கொண்டு மெதுவாக ஒரு காலைத் தூக்கி ஜன்னல்மீது வைத்தான். சிறிது எக்கிப் பிடித்து ஜன்னல்மீது உட்கார்ந்துகொண்டான். கீழே ஏழெட்டு அடியாவது இருக்கும் தரையை அடைவதற்கு. அவ்வளவு உயரத்திலிருந்து குதித்தால் நிச்சயம் சருகுகள் சுள்ளிகள் நொறுங்கிச் சத்தம் செய்து அவனைக் காட்டிக் கொடுத்துவிடும்.

சுப்பாரெட்டி ஜன்னலில் உட்கார்ந்தபடியே எட்டிப் பார்த்தான். ஜீப் யாதுமே அறியாததாகச் சாதுவாக நின்றுகொண்டிருந்தது. சுப்பாரெட்டி ஜன்னல் விளிம்பை இரு கைகளாலும் பிடித்துக்கொண்டு மெதுவாகத் தன்னை வெளியே தழைத்துக்கொண்ட ான். விளிம்பைப் பிடித்துத் தொங்கியபோது தரைக்கும் அவன் கால்களுக்கும் ஓரடி இரண்டடிதான் இருக்கும். மெதுவாகக் குதித்து உடனே சுவரோடு சுவராக ஒண்டிப்படுத்துக் கொண்டான். மெதுவாக ஊர்ந்தவாறே கட்டட முனையை அடைந்தான். அது வீட்டின்

பின்புறம். அங்கு ஒரே சுவர்தான்; ஒரு ஜன்னல், கதவுகூடக் கிடையாது. அங்கிருந்து பத்துப் பதினைந்து அடிகளில் புதர்கள் தொடங்கிவிடும். அப்புறம் ஒரு மைல் தூரத்திற்கும் மேலாக அடர்த்தியாக மரங்கள்.

சுப்பாரெட்டி ஊர்ந்தபடியே புதர்களையும் அடைந்துவிட்டான். புதர்கள் நடுவில் ஊர்ந்து செல்ல முடியாது. குனிந்து தவழ்வதுபோல முன்னேறினான். இரு கைகளையும் ஒன்றாகக் கட்டிப் போட்டிருந்தது இதற்கு மிகவும் இடைஞ்சலாக இருந்தது. ஆனால் காட்டை அடையும்வரை கைக்கட்டை அவிழ்க்க நினைப்பது முட்டாள்தனத்தின் எல்லையாகும்.

சுப்பாரெட்டிக்கு நம்பவே முடியவில்லை. இன்றோடு நம் கதை முடிந்தது என்று எல்லா நம்பிக்கையும் கைவிட்டவன் இவ்வளவு சுலபமாகத் தப்பிவிட்டான்! இவ்வளவிற்கும் பயங்கரவாதிகள் என்று இவர்கள் மீது இரட்டிப்புக் காவலும் கவனமும் இருக்க வேண்டும். ஆனால் போலீஸ்காரர்கள் திருடர்களையும் கொள்ளைக்காரர்களையும்தான் எப்போதும் சந்தேகத்துடன் நடத்துவார்கள். அரசியல் கைதிகள், இலட்சியவாதிகள், கொள்கைகளுக்காகப் புரட்சி செய்பவர்கள் திருடர்கள் போலத் தப்பித்துப் போக முயற்சி செய்வார்கள் என்று அவர்கள் எதிர்பார்க்க மாட்டார்கள்; அதனால்தான் சுப்பாரெட்டியைக்கூட அதிகம் கண்காணிக்கவில்லை போலும்.

சுப்பாரெட்டி இனி எழுந்து நடந்தே சென்றான். அந்த இடமெல்லாம் அவனுக்குக் கண்ணைக் கட்டிவிட்டால்கூடத் தெரியும். இப்படிக் காட்டு வழியாகச் சென்றால் சிறிது சுற்றுத்தான். ஒரு மணி நேரத்தில் ஆலேர் ரயில் நிலையத்தை அடைவதை இது இரண்டு மணி நேரமாக்கும். இருந்தாலும் இதுதான் இப்போதைக்குப் பத்திரமான பாதை.

கைக்கட்டை அவிழ்த்துக்கொள்ள வேண்டும் என்று அவனுக்குத் துடிதுடித்தது. ஆனால் முடியை மிகவும் இறுக்கிப் போட்டிருந்தது. எந்தக் கல்லில் தேய்த்துக்கொண்டாலும் கை சிராய்த்துக்கொள்ளுமே தவிரக் கட்டு அவிழாது. இதைக் கத்தி கொண்டுதான் வெட்டிக்கொள்ள வேண்டும். அதற்கு ராஜய்யா வீடுதான் சரி. ராஜய்யாவின் மீது யாருக்கும் எந்தச் சந்தேகமும் வந்தது கிடையாது. ராஜய்யா எதைப் பற்றியாவது சிந்தனை செய்யமுடியும் என்றுகூட யாரும் நினைத்தது கிடையாது. அவனை அவ்வளவு பெரிய மொத்துவாகத்தான் எல்லாரும் நினைத்து வந்தார்கள். ஆனால் ரயில்வே போலீஸிலிருந்தே எவ்வளவு துப்பாக்கிகளும் தோட்டாக்களும் திருடிச் சேர்த்திருக்கிறான் என்று யாருக்கும் தெரியாது. சுப்பாரெட்டியும் அவன் தோழர்கள் மூவரும் எவ்வளவோ நாட்கள் ராஜய்யா வீட்டில் தங்கிப் போயிருக்கிறார்கள்.

சுப்பாரெட்டிக்கு இப்போது தாகமும் பசியும் சேர்ந்துகொண்டன. முந்தை இரவு டீக்கடையில் இரண்டு நாட்டு பிஸ்கெட்டும் டீயும் சாப்பிட்டதுதான். இப்போது பகல் உச்சி வேளை தாண்டியாகிவிட்டது. போலீஸ்காரர்களுக்கே தின்ன ஒன்றுமில்லாதபோது அவனுக்கு என்ன தந்திருக்க முடியும்? இரவெல்லாம் தூக்கமில்லாமல் சுற்றி, உண்பதற்கும் ஒன்றும் கிடைக்காததால்தான் சப் – இன்ஸ்பெக்டரும் அந்த இரு போலீஸ்காரர்களும் களைத்துப் படுத்துவிட்டார்கள். அது எவ்வளவு நல்லதாகப் போயிற்று!

காதில் வலி, தோள்பட்டை வலி, கணுக்கால் வலி எல்லாவற்றையும் மீறி வயிற்றுப்பசி சுப்பாரெட்டிக்குத் தூக்கலாகத் தோன்றிற்று. அந்தப் பிரதேசம் ஒரே அமைதியாக இருக்கிறது. இன்னும் அவன் தப்பி ஓடிப் போனது தெரியவில்லை. இந்தச் சுற்று வழியில்லாமல் வண்டிப் பாதை யிலேயே போயிருந்தால் இவ்வளவு நேரத்தில் ஆலேர் ரயில்வே வீடுகளை அடைந்துவிட்டிருக்கலாம். இப்போது ஒன்றும் மோசம் போய்விடவில்லை. குறுக்கே போனால் பத்து நிமிஷத்தில் வண்டிப் பாதையை அடைந்துவிடலாம்.

கால்வலியைப் பொருட்படுத்தாது சுப்பாரெட்டி வேகமாக நடந்து சென்றான். வண்டிப்பாதையில் செல்லாமல் ஓரமாகச் சென்றால் போதும். அது பயனே இல்லாத மலட்டுப் பிரதேசம். விறகுக்காகத்தான் அந்தக் காட்டு மரங்களை யாராவது குத்தகை எடுத்து வெட்ட வரவேண்டும். அது ஆறு மாதத்திற்கு ஒருமுறை. இப்போது ஆளரவத்திற்கே வாய்ப்பில்லை. வண்டிப்பாதையில் சென்றால்கூட யார் கண்ணிலும் பட்டுவிடுவோம் என்ற பயம் கிடையாது. சுதந்திரம் வந்து முப்பது வருடங்கள் ஆகின்றன. இந்த இடம் முன்னூறு வருஷமாக இப்படித்தான் மலடாகக் கிடக்கிறது. இங்கு இருக்கிறது சில நூறு ஜனங்களும் ஜன்ம ஜன்மமாக மலடாக, கொடுக்காப்புளியும் சீதாப் பழத்தையும் சோள ரொட்டியையும் தின்று ஆடாகவும் மாடாகவும் வாழ்ந்து வருகிறார்கள்.

வண்டிப்பாதையைப் பிடித்தாகிவிட்டது. அரை மைல் சென்றால் ரயில்வே ஸ்டேஷன். ஒரு பழக்கப்பட்ட சப்தம் கேட்டு சுப்பாரெட்டி மரங்களுக்கிடையே ஒளிய ஒதுங்கினான். அத்திருப்பம் இருந்தது முன்னமேயே பார்வையில் படவில்லை. ஆலேரிலிருந்து சாப்பாடு எடுத்து வரப் போன போலீஸ் ஜீப்பாகத்தான் இருக்கவேண்டும். அவன் ஒளிவதற்குள் வந்த வண்டிய ஓட்டிவந்த போலீஸ்காரன் தன்னைப் பார்த்துவிட்டதை சுப்பாரெட்டி உணர்ந்தான்.

1978

திரை

வெற்றிலை பாக்குக் கடையில் அவன் வெற்றிலை பாக்கு வாங்கிக்கொண்டு திரும்புகையில் அந்தப் பெண்ணைப் பார்த்தான். அவள் சற்று உயரமான பெண்தான். புடவையைத் தழையத் தழையக் கட்டிக்கொண்டதில் அவள் இன்னும் உயரமானவளாகத் தோற்றமளித்தாள். அவள் கண்கள் ஒரே நேர்கோடாகப் பார்க்க, அவனைக் கடந்து சென்றாள்.

அவன் அந்தப் பெண்ணைக் கூர்ந்து பார்த்ததை அவன் உணர்ந்தபோது சிறிது எரிச்சல் வந்தது. அவன் கடைக்காரனை ஏறிட்டுப் பார்த்தபோது கடைக்காரன் கண்களில் எந்தப் பிரத்யேக உணர்வும் தெரிந்ததாகப் படவில்லை. ஆனால் அந்தக் கடையைவிட்டு நகர்ந்தபோது அந்தச் சூழ்நிலையில் தன்னைவிட அந்தக் கடைக்காரனே விவரமறிந்தவன் என்றே தோன்றிற்று.

அவனுக்கு அந்தப் பெண்ணை மீண்டும் பார்க்க வேண்டும் என்று ஆவல் எழுந்தது. அவன் அதன்பின் அந்தத் தெருவில் வரும்போது போகும்போதெல்லாம் ஒரு மறைமுக எதிர்பார்ப்புடன் இருக்கத் தொடங்கினான்.

அவனுக்கு அந்தப் பெண்ணுக்காக எதிர்பார்த்திருப்பதில் எங்கோ ஒரு மூலையில் ஒரு வெட்க உணர்ச்சியும் இருந்தது. அவன் அந்த வெட்க உணர்ச்சி கொள்வதற்கு ஆதாரமிருக்கக் கூடாது என்று மனதார வேண்டிக்கொண்டான்.

அந்தப் பெண்ணை மீண்டும் பார்க்க அவன் அதிக நாட்கள் காத்திருக்கத் தேவையில்லாமல் போயிற்று. அதே தெருவில், அதே திசையில் அவள் நடந்து வந்து வெற்றிலை பாக்குக் கடையைத் தாண்டி, பெரிய சாலையில் இடதுபுறமாகத் திரும்பிச் சென்றாள் ... அதற்கடுத்த நாளிலும் அவளை அந்தத் தெருவிலேயே பார்த்தபோது அவள் அந்தத் தெருவில் வசிப்பவள்தான் என்பது அவனுக்கு உறுதியாயிற்று.

அவனுக்கு அவளை மீண்டும் பார்த்ததில் சந்தோஷமும் கவலையும் சேர்ந்து எழுந்தது. அவள், அவனிடம் வெட்க

உணர்ச்சி தோன்ற வைத்ததற்கு எது காரணமாக இருக்கும் என்று யோசித்துப் பார்த்தான். அவள் உதட்டுக்குச் சாயம் பூசவில்லை. ஆனால் அவள் புருவங்கள் செயற்கையாகச் சீராக்கப்பட்டிருந்தன. கழுத்தில், கையில் ஒன்றுமில்லை. காதுக்கு மட்டும் வளையம் அணிந்திருந்தாள். அவளுடைய ரவிக்கை, புடவை கட்டியிருந்த விதம் எல்லாருடையதைப் போலத்தான் இருந்தது அவள் உடலமைப்புதான் சற்றே அசாதாரணமாக இருந்தது. அவளை சினிமாக்காரி என்று காட்டிக் கொடுக்கப் போதுமானதாக இருந்தது.

அவள் சினிமாக்காரிக்கான உடலைப் பெற்றிருந்தாலும் தெருவில் தனியே நடந்துபோக வேண்டி இருந்ததற்கும் காரணம் கிடைக்காமல் இல்லை. அவள் நேரே பார்க்க அழகாகத்தான் இருந்தாள். ஆனால் போட்டோவில் அவள் முகம் எப்போதும் அழகாக விழும் என்று சொல்ல முடியாது. அவள் சிவப்பாயிருப்பது, பெரிய கண்களைப் பெற்றிருப்பது, நீண்ட கூந்தல் கொண்டிருப்பது இதெல்லாம் மட்டுமே காமிராவுக்குப் போதாது. கதாநாயகி அல்லது வேறு எந்த முக்கிய பாத்திரத்திற்கும் இது போதாது. கோஷ்டியாக குடத்தைத் தூக்கிக்கொண்டு நாட்டுப்புறப் பாடலுக்கு ஆடி அசையத்தான் போதும். இந்த இரண்டுங் கெட்டான் சினிமாக்காரப் பிழைப்பில் சினிமா தொழில் மட்டும் சோறு போட்டுவிடாது. இதுதான் அவனுக்கு அவளைப் பார்த்தபோது குற்றவுணர்ச்சி உண்டு பண்ணி இருக்க வேண்டும்.

அவன் மனதில் அவள் தங்கிப் போய்விட்டாள். அவளைப் பார்த்த பிறகு அவன் பார்த்த ஓரிரண்டு தமிழ் சினிமாப் படங்களில் கும்பலாகப் பெண்கள் வரும்போது அவன் மிகக் கூர்மையாகக் கவனித்துப் பார்த்தான். அம்மாதிரிக் காட்சிகளில் ஏதோ ஒன்றிரண்டு பெண்கள் தவிர மற்றவர்கள் தெளிவாகத் தெரியும்படியாகப் படமெடுக்கப்படுவதில்லை.

இந்தப் பெண் இல்லை. ஒருவேளை அவள் வேறுமொழிப் படங்களில் தான் தோன்றுபவளாக இருக்கக்கூடும்.

அடுத்த முறை அந்தத் தெருவில் அவளைப் பார்த்தபோது அவள் எந்த மொழி பேசுபவளாக இருக்கக்கூடும். என்று கவனித்துப் பார்த்தான். அவள் தமிழ், தெலுங்கு, மலையாளம், கன்னடம் ஆகிய எல்லா மொழிகளுக்கும் பொருந்திப் போய்விடுபவளாக இருந்தாள். அவள் யாருடனாவது பேசுவதைக் கேட்டால் சொல்லிவிடலாம். ஆனால் அவள் எப்போதும் தனியாகவே காணப்பட்டாள். அவன் அவளைக் கண்ட நான்கு முறையும் அவள் தனியாகவே போய்க்கொண்டிருந்தாள். நான்கு தடவையும் வெவ்வேறு வேளையில். ஆதலால் அவள் எங்கோ காரியாலயத்தில் வேலைக்குப் போகிறாள் என்றும் சொல்லிவிட முடியாது. எவ்வளவுதான் ரதியாக இருந்தாலும் காரியாலயத்தில் வேலை செய்பவளுக்கு உடலமைப்பு இப்படி ஏற்படுவதேயில்லை.

இருமுறை அந்த வெற்றிலைப் பாக்குக் கடைக்காரனிடம் கேட்பதென்று முடிவு செய்து முடிவில் அப்படிச் செய்யாமல் அவனுக்கு வேண்டாத மிண்ட்டியையும், பாக்கு பொட்டலத்தையும் வாங்கிச் சென்றிருக்கிறான். அவன் அவளைக் கடைசியாகப் பார்த்தபோது அவள் நன்றாக மஞ்சள்

தேய்த்துக் குளித்திருந்தாள். தலைமயிர் அப்போதே உலர்ந்துகொண்டு, சற்று படியாதபடி இருந்தது. இப்படிப்பட்டவளை ஒரு வெற்றிலை பாக்குக் கடைக்காரன் மூலம் அணுகுவது அவனுக்குப் பெரும் அநீதியாகப்பட்டது. அவளைப் பெரு அவமதிப்புக்கு உட்படுத்துவது போலிருந்தது, இவ்வளவிற்கும் அந்த வெற்றிலை பாக்குக் கடைக்காரன் மிகவும் நல்லவனாகவே இருக்கக்கூடும். அவன் அந்தப் பெண்ணுக்கும் பரிச்சயமானவன் என்பது முதலிலிருந்தே அவனுடைய யூகம்.

அவனுக்குத் திரும்பத் திரும்ப அந்தப் பெண்ணின் நினைவு வந்து கொண்டிருந்தது. ஒரு விதத்தில் அவனுக்கு இது மனதை ஒருமுனைப்படுத்தும் சாதனமாகவும் அமைந்தது. ஆனால் இன்னொரு விதத்தில் இதுவே பெருத்த ஏமாற்றத்தில் கொண்டுபோய்த் தள்ளிவிடும் என்றும் பயம் எழுந்தது. இப்படியே எவ்வளவு நாள்தான் பார்த்துப் பார்த்துத் திரும்பிப் போவது? இந்தச் சமுதாயத்தில் இதுதான் பெரிய கஷ்டம். ஒரு பெண்ணைப் பார்க்க முடியும். ஆனால் பேச முடியாது. முந்தைய நூற்றாண்டுகள் போலப் பார்ப்பதற்குக்கூடக் கிடைக்காமல் இருந்தால் இந்தச் சங்கடமும், போராட்டமும் இராதல்லவா? அப்படி ஒருவர், இருவர் பார்த்துக்கொண்டால் அது இராமாயணம், சாகுந்தலம் போலக் காவியங்களாகிவிடும்.

இதுவரையில் ஒரே திசையில் நடந்து போகிறவளாக அவன் கண்ணில் படுபவள் அன்று சாலையிலிருந்து அந்தத் தெருவில் திரும்புவதைப் பார்த்தான். இம்முறை அவளைச் சிறிது பின் தொடர்ந்தான். அவள் இருக்கும் வீடு தெரிந்துவிட்டது.

அந்த வீட்டுக்குள் எப்படிச் சென்று யாரை சந்தித்துப் பேசுவது? என்ன மொழியில் பேசுவது? என்ன விஷயம் பேசுவது? அவனுக்குக் குழப்பமாக இருந்தது. அவனுடைய அனுபவமின்மை அதனைச் செயலற்றவனாகவே இருத்தி வைத்தது. இந்தக் கட்டங்கள் எதுவும் பூர்த்தி செய்யத் தேவையில்லாமல் அடுத்த கணமே அவளோடு குடித்தனம் நடத்த முடியாதா?

இங்கு அவனுக்குச் சற்றுத் தூக்கிவாரிப் போட்டது. லாட்ஜில் ஓர் அறையை இருவருடன் பகிர்ந்து காண்டு மெஸ்ஸில் மாதக்கணக்கு வைத்துக்கொண்டு, பெற்றோருக்கு மாதம் ஐம்பது ரூபாயும் அனுப்ப முடிகிற அமைதியான வாழ்க்கை அவனுக்கு அலுத்துவிட்டதா? அந்த அலுப்புக்காக அவன் மாற்றுத்தேட இப்பெண்ணைத் தேர்ந்தெடுத்ததில் அவன் அலுப்பு மறைவதோடு அவன் அமைதியும் மறையாது என்று என்ன நிச்சயம்? அன்று இந்த வெற்றிலை பாக்கு கடைக்கு வந்திருக்கக் கூடாது. இந்தப் பெண்ணை பார்த்திருக்கக் கூடாது. பார்த்திருந்தாலும் தன் மனதை இவளுக்கு இழந்திருக்கக் கூடாது. இப்போது பிரயோசனமில்லை. இப்படி யோசித்துப் பிரயோசனமில்லை.

இப்போது அவன் அவளை எதிர்பார்க்க தெருவில் நின்றுகொண்டிராமல் அவள் வீட்டிற்குச் சென்று பார்த்துவிட வேண்டும் என்று எண்ணிக் கொண்டான். அந்த வாயிற்படியே அவனுடைய உற்சாகத்தைப் போக்கி விடுவதாக இருந்தது. வாசலில் இருந்த திரை அவனுக்குக் கூச்சத்தை

அளித்தது. கௌரவமான எண்ணம் கொண்டிருந்தால்கூட அந்தத் திரையை விலக்கிக்கொண்டு உள்ளே சென்றால் உள்ளேயிருப்பவர்களுக்கு ஒரே எண்ணம்தான் தோன்றும். உள்ளே யார் இருக்கிறார்களோ, எவ்வளவு பேர் இருக்கிறார்களோ? இவன் நினைத்திருக்கும் யோசனைக்கு முறையாகக் காது கொடுத்துப் பேச யார் இருக்கிறார்களோ? அவர்களுக்கு ஒவ்வாது என்று எடுத்த எடுப்பிலேயே புறக்கணித்துவிட்டால்!

அவன் இப்படி அதிக நேரம் குழம்பிக்கொண்டிருக்கத் தேவையில்லாதபடி ஒரு நிகழ்ச்சி நடந்தது. அந்த வீட்டு முன்னால் ஒரு போலீஸ் வண்டி நின்றது. வண்டியிலிருந்து முதலில் சீருடை அணியாதவன் ஒருவன் குதித்தான். அவன் அந்த வீட்டினுள்ளே ஓடினான். அவனைப் பின்தொடர்ந்து ஒரு போலீஸ் சப்–இன்ஸ்பெக்டர் வண்டியிலிருந்து கீழே குதித்து அந்த வீட்டினுள் ஓடினான். திரையைக் கிழித்து எறிவதுபோல உதறித் தள்ளினார்கள். சிறிது நேரம் கழித்து அந்த உயரமான பெண்ணைச் சீருடை அணியாதவன் கையைப் பிடித்து இழுத்து வந்தான். கூடவே இன்னும் இரு பெண்கள் இருந்தார்கள். போலீஸ் வண்டியில் அவர்களை ஏற்றும் போது சப்–இன்ஸ்பெக்டர் தன் கைப்பிரம்பால் அவர்களுக்கு ஆளுக்கொரு அடி கொடுத்தான். மிருகங்கள்கூட இன்னும் சிறிது மரியாதையுடன் நடத்தப்படலாம்.

அந்த வீடு திறந்து போட்டபடியே இருந்தது. ஏதாவது ஆண்கள் அங்கு இருந்திருக்கக்கூடும். ஆனால் போலீஸ் சோதனையின் போது ஒருவரும் இருக்கவில்லை. அதன் பின்பும் யாரையும் காணவில்லை.

இப்போது அவனாக அந்த வீட்டினுள் நுழைந்தான். ஒரு அறை, அடுத்து இன்னொன்று. ஒரு தண்ணீர் பானை. இரண்டு, மூன்று பழைய டிரங்குப் பெட்டிகள்; கந்தலாகப் படுக்கை; ஒரு மட்டரக நிலைக்கண்ணாடி; இரண்டு மூன்று உடைந்த சீப்புகள்; ஜன்னல் விளிம்பில் ஒரு மை டப்பா; பாண்ட்ஸ் பவுடர் டப்பா; இவற்றுக்கு மத்தியில் முற்றிலும் பொருத்தமற்றதாக ஒரு விலை உயர்ந்த பெண்கள் கைப்பை.

போலீஸ்காரர்கள் அந்த வீட்டினுள் முரட்டுத்தனமாக நுழைந்ததையும், தான் தயங்கித் தயங்கி நின்றதையும் நினைத்துப் பார்த்துக்கொண்டான். அவனும் முன்னமேயே ஒருநாள் இப்படி அந்த வீட்டினுள் நுழைந்திருந்தால் ஒருக்கால் இன்று அவளைப் போலீஸ்காரர்கள் இழுத்துப் போயிருக்கமாட்டார்கள்.

அவன் அந்தத் தெரு வழியாகப் போவதையே நிறுத்திவிட்டான். அவள் இனியும் அதே தெருவில் இருப்பாள் என்று எப்படி எதிர்பார்ப்பது?

1979

காய்

சின்னப்பையன் அடுத்தவீட்டு வாயிற்படியருகில் சென்று, "வேலு! வேலு!" என்று இருமுறை கூப்பிட்டான். அவன் கூப்பிட்டது அவனுக்கே சரியாகக் கேட்கவில்லை. அடுத்துச் சிறிது உரக்கக் கூப்பிட்டான். அப்படியும் அந்த வீட்டிலிருந்து பதில் ஏதும் வரவில்லை. உள்ளே பாத்திரங்கள் சப்தம் மட்டும் கேட்டது.

இன்னும் இரு நிமிடங்கள் கழித்துச் சின்னப்பையன் மீணடும் "வேலு! வேலு!" என்று கூப்பிட்டான்.

"அவன் அப்பவே ஸ்கூலுக்குப் போயாச்சு" என்று ஒரு பதில் வந்தது.

இது சின்னப்பையனுக்கும் தெரியும். இருந்தும் மீண்டும் "வேலு" என்று கூப்பிட்டான்.

"அவன்தான் ஸ்கூலுக்குப் போயாச்சின்னு அப்பவே கத்தினேனே!"

பதில்தான் வந்ததேயொழிய மனிதர் யாரும் வரவில்லை.

"வேலு! வேலு!" என்று சின்னப்பையன் மறுபடியும் கூப்பிட்டான்.

"இதென்ன பெரிய தொந்தரவாப் போச்சு! மூளை கீளை சரியில்லையா?" என்று கேட்டவண்ணம் உள்ளேயிருந்து ஓர் அம்மாள் வெளியே வந்தாள். சின்னப்பையனைப் பார்த்து விட்டு, "நீதானா? என்ன வேண்டும்?" என்று கேட்டாள்.

"அம்மா இரும்பொலக்கையும் வாங்கிண்டு வரச்சொன்னாங்க."

"இங்கேது இரும்பொலக்கையும் செம்பொலக்கையும். ஒண்ணும் இல்லேன்று சொல்லு போ."

சின்னப்பையன் நகரவில்லை.

"போன மாசம்கூட இங்கேருந்துதான் வாங்கிண்டு போனாங்களாம்."

"வாங்கிண்டு போனா காலா காலத்திலே திருப்பித் தர வேணாம்? பத்துநாள் வைச்சுண்டாளே உங்க எஜமானியம்மா."

"இந்தத் தடவை உடனே தந்துடுவாங்க."

அந்த அம்மாள் சின்னப்பையனின் முகத்தை உற்றுப் பார்த்தாள். பிறகு கதவைத் திறந்து, "அங்கே ஸ்டோர் ரூம்லே கோடியிலே சாத்தி வைச்சிருக்கு. எடுத்துண்டு போய் வேலை முடிந்தவுடனே திரும்பிக் கொண்டுவந்து கொடு. எதுக்கு வேணும்னா உங்க உம்மா?"

"மிளகாய்ப்பொடி இடிக்கணும்னாங்க."

"இடிச்சப்புறம் கையோட கொண்டுவந்து வைச்சுட்டு மறுகாரியம் பாக்கச் சொல்லு."

சின்னப்பையன் இரும்பொலக்கையைத் தூக்கிக் கொண்டு அவன் வீட்டுக்குப் போனான். அவன் வீட்டு அம்மாள். "ஏண்டா உலக்கையை வாங்கிண்டு வர இவ்வளவு நேரம்?" என்று கேட்டாள்.

"அவங்க வந்து எடுத்துத்தர நேரமாச்சு."

"அவ முதல்லே உலக்கையே இல்லேன்னு சொன்னாளே, அப்புறம் எங்கேந்து வந்துதாம்?"

சின்னப்பையன் பதில் பேசவில்லை.

"உள்ளே போய்க்கொண்டு வைச்சிட்டு ஒருநடை பல்லாவரம் போய் மாங்காய் பறிச்சுண்டு வந்துடு."

"இப்போ மிளகாய்ப் பொடி இடிக்க வேண்டாமா?"

"எல்லாம் நாளை நாளன்னிக்குப் பார்த்துக்கலாம். முதல்லே நீ மாங்கா பறிச்சுண்டு வந்துடு. குடித்தனக்காரங்க ஒண்ணையும் விட்டு வைக்கமாட்டாங்க."

உலக்கையை ஒரு மூலையில் வைத்துவிட்டு ஒரு சிறிய கோணிப் பையைச் சின்னப்பையன் எடுத்து வந்தான்.

"இது போதுமா?" என்று எஜமானியம்மாள் கேட்டாள்.

"இருபது முப்பது காய்தான் இருக்குமுன்னு தோணித்து."

"சரி, போய் ஒண்ணுவிடாமப் பறிச்சுண்டு வந்துடு. பல்லாவரத்துக்கு டிக்கெட் எவ்வளவு! இருபதா?"

பத்து நாட்கள் முன்புதான் அவன் பல்லாவரம் போய் வர வேண்டி யிருந்துது. கருவேப்பிலைக்கும் தேங்காய்க்கும்.

"நாப்பத்தஞ்சு காசு."

"ரயிலுக்காக?"

"ஆமாம்."

"ரயிலுக்காரன் கொள்ளையடிக்கிறானே இப்படி?"

கோணிப்பையுடன் தொண்ணூறு காசுடனும் சின்னப் பையன் கிளம்பினான். தெருமுனையை அடைந்தபோது பள்ளிக் கூடத்திலிருந்து பிரகாஷ் திரும்பி வந்துகொண்டிருந்தான். அவனுடன் வேலுவும் இருந்தான்.

"எங்கேடா சின்னப்பையா?" பிரகாஷ் கேட்டான்.

"மாங்கா எடுத்துட்டு வர."

"இந்த அம்மாவுக்கு வேலையே இல்லை. சரி, கொஞ்சம் இரு, நானும் வந்துடறேன்."

"நானும் முன்னாலே போறேன். அம்மா கோச்சுப்பாங்க."

"எல்லாம் பரவாயில்லை. இரு இங்கேயே. நான் இதைத் தூக்கிப் போட்டுட்டு வறேன்." பிரகாஷ் சின்னப்பையனின் பதிலுக்குக் காத்திராமல் ஓடினான். வேலுவும் வழக்கத்திற்கு அதிகமான வேகத்தில் அவன் வீட்டிற்குச் சென்றான்.

சின்னப்பையன் ரயில்வே ஸ்டேஷன் போகும் வழியில் காத்திருந்தான். கால்மணி நேரமாகியும் பிரகாஷ் கண்ணில் படவில்லை.

சின்னப்பையன் ரயில்வே ஸ்டேஷனுக்கு ஓடினான். பல்லாவரத்திற்கு ஒரு ரிட்டன் டிக்கெட் வாங்கிக்கொண்டு மாடிப்படி மீது தாவிச் சென்றான்.

பல்லாவரத்தில் அவன் எஜமானியம்மாளின் வீட்டில் இருந்த மாமரத்தில் காணப்பட்ட மாங்கய்கள் எல்லாமே கைக்கெட்டாது உச்சாணிக் கிளைகளில்தான் இருந்தன. சின்னப் பையன் கோணிப்பையையும் எடுத்துக்கொண்டு மரத்தின் மீது ஏறினான். அந்த வீட்டில் குடியிருந்தவர்களில் சிலர் இப்போது மரத்தடிக்கு வந்து வேடிக்கை பார்த்தார்கள். சின்னப்பையன் கண்ணுக்குத் தெரியாமல் ஒளிந்திருந்த காய்களை அவர்கள் இலகுவில் கண்டுபிடித்து அவனுக்கு காட்டினார்கள். அவனால்தான் எல்லாக் காய்களையும் பறிக்க முடியவில்லை.

சின்னப்பையன் மரத்தின் மீது தொங்கிக்கொண்டு மாங்காய்களை எட்டிப் பிடிக்க முயன்று கொண்டிருந்த வேளையில் பிராகஷூம் அங்கு வந்து சேர்ந்தான். அவன் கூடவே வேலுவும் இருந்தான். கீழேயிருந்தபடியே பிரகாஷ் "ஏண்டா காத்திராம ஓடி வந்துட்டே?" என்று சின்னப்பையனை பார்த்துக் கத்தினான்.

சின்னப்பையன், "எங்கேயிருக்கு?" என்று கேட்டான்.

"எது எங்கேயிருக்கு?" என்று பிரகாஷ் கத்தினான்.

"நீ எந்தக் காயைச் சொல்றே" என்று சின்னப்பையன் கேட்டான்.

"உன் தலையை!"

"எதை?"

பிரகாஷ் ஒதுங்கி நின்றான். சின்னப்பையன் கோணிப் பையைப் பிடித்துக்கொண்டு கீழே இறங்க ஆரம்பித்தான். ஆனால் இன்னும் பாதி மரத்திலிருக்கும்போது பை கை நழுவிக் கீழே விழுந்தது. அதிலிருந்த மாங்காய்கள் உருண்டு சிதறியோடின. கீழேயிருந்தவர்கள் பாய்ந்து சென்று

பொறுக்கினார்கள். வேலுவும் பொறுக்கச் சென்றான். ஆனால் பிரகாஷ் மட்டும் அப்படியே நின்றான்.

சின்னப்பையன் கீழே தரையைத் தொட்டபோது சிதறிய காய்களைத் திரும்பப் பையில் போட்டுவிட்டார்கள். சின்னப்பையனுக்கு ஐந்தாறு மாங்காய்களாவது காணாமல் போயிருக்கும் என்று தோன்றிற்று.

ஒரு குடித்தனக்கார அம்மாள் பிரகாஷ் நிற்பதைப் பார்த்துவிட்டு 'எங்களுக்கெல்லாம் காய் கிடையாதா தம்பி?' என்று கேட்டாள். பிரகாஷ் கோணிப்பையிடம் சென்றான். சின்னப் பையன் மெதுவாக, "வேண்டாம், அம்மா கோச்சுப்பாங்க" என்றான்.

அவனை இலட்சியம் செய்யாமல் பிரகாஷ் அங்கே நின்றவர்களுக்கு ஆளுக்கு ஒரு மாங்காயாக விநியோகித்தான். கோணிப்பையில் ஏழெட்டு மாங்காய்களே மீதமிருந்தன.

சின்னப்பையன் மாங்காய்ப் பையை வாங்கிக்கொண்டு பல்லாவரம் ரயில் நிலையமுள்ள திசையில் செல்லத் தொடங்கினான். அவன் பின்னால் பிராகாஷும் வேலுவும் ஆளுக்கொரு மாங்காயைக் கடித்துத் தின்றவண்ணம் வந்துகொண்டிருந்தார்கள்.

வீட்டை நெருங்கும்போது சின்னப்பையனின் வயிறு மிகவும் குழம்பியிருந்தது. சீக்கிரமே அவனுடைய எஜமானியம்மாள் அவனை விசாரித்து, குற்றஞ்சாட்டி, மாங்காய் விஷயத்தை முடிக்க மாட்டாளாவென்று காத்திருந்தான். அதே போல அவளும், "ஏண்டா, இவ்வளவுதானா அத்தனை காய்களும்?" என்று கேட்டாள்.

"ஆமாம், ஆமாம்" என்று பிரகாஷ் சொன்னாள்.

"வழியிலேயே ஏதாவது வித்துட்டியாடா?" என்று அந்த அம்மாள் சின்னப்பையனைக் கேட்டாள்.

"விக்கவுமில்லை, கிக்கவுமில்லை அங்கேயிருந்தவங்களுக்கு நான்தான் கொஞ்சம் காய்களைக் கொடுத்தேன்" என்று பிரகாஷ் சொன்னான்.

"காசு ஒண்ணும் வாங்கிக்கலையா?"

"எப்படின்னு காசு வாங்கறது?"

அந்த அம்மாளுக்குக் கோபம் பீறிக்கொண்டு வந்தது. சின்னப்பையனைப் பார்த்து, "ஏண்டா அவன்தான் அப்படிப் பண்ணினா. உனக்குப் புத்தி எங்கடா போச்சு?" என்று கேட்டாள்.

"நான் சொன்னேன். பிரகாசுதான் எடுத்துக் கொடுத்தது."

அன்றிரவு படுக்கும்போது சின்னப்பையனுக்கு ஒரு விஷயம் கவனத்திற்கு வந்தது. அவன் ஒரு மாங்காயும் தின்னவில்லை.

1979

கல்வி

"அம்மா!" என்று லல்லி கூப்பிட்டாள்.

"இதோ வந்துட்டேண்டா, கண்ணு" என்று அம்மா சமையல் அறையிலிருந்து குரல் கொடுத்தாள். கை வேலையை அப்படியே போட்டுவிட்டு ஈரக்கையுடன் வந்தாள்.

"இதைப் பாரும்மா" என்று லல்லி சொன்னாள். அம்மா உடனே கீழே உட்கார்ந்து லல்லியின் காலைத் தன் மடிமேல் வைத்துக்கொண்டாள். சாக்ஸை ஒழுங்குபடுத்திவிட்டு லல்லியின் காலை ஜோட்டினுள் நுழைத்தாள். வெகு கவனமாக ஜோட்டின் லேஸை முடியிட்டாள். "எட்டு வயசாறது, இன்னும் கோந்தைக்கு பூட்ஸ் போட்டுக்கத் தெரியலை" என்று செல்லமாகக் கிண்டல் செய்தாள். லல்லியும் பொய்க் கோபத்துடன் உதைத்தாள். அம்மா எழுந்திருந்து லல்லியின் கன்னத்தில் முத்தமிட்டாள். இரு கைகளாலும் லல்லியின் நெற்றி மயிரைச் சரி செய்தாள். உள்ளே ஓடினாள். பாத்திரங்களின் சப்தம் கேட்டது. அம்மா மீண்டும் தன் வேலைகளில் ஆழ்ந்துவிட்டாள்.

லல்லி புத்தகப் பெட்டியைக் கீழே போட்டாள். அலுமினியப் பெட்டியாதலால் தடாலென்று ஓசை கேட்டது. உள்ளேயிருந்து அம்மா, "என்னத்தக் கீழே போட்டுட்டே?" என்று கேட்டாள். கேட்ட கையோடு ஓடி வந்தாள். லல்லியைப் பார்த்துவிட்டு, "நீ இன்னும் புஸ்தகமெல்லாம் எடுத்து வைச்சுக்கலியா?" என்று கேட்டாள். ஒரே ஓட்டமாக உள்ளே போய்க் கை கழுவிக்கொண்டு வந்தாள். புடவைத் தலைப்பில் கையைத் துடைத்துக்கொண்டு லல்லியின் புத்தகங்களையும் நோட்டுப் புத்தகங்களையும் பெட்டியில் அடுக்கி வைத்தாள். எங்கெங்கோ சிதறிக் கிடந்த பென்சில், பேனா, ரப்பர் எல்லாவற்றையும் சேகரித்துப் பெட்டியுள் போட்டுக் கொடுத்தாள். "இரு உன் டிபன் பாக்ஸைத் தயார் பண்ணறேன்" என்று சொல்லிவிட்டு மீண்டும் உள்ளே ஓடினாள்.

வாசலில் விரிசல் விழுந்த மணியைத் தட்டும் சப்தம் கேட்டது. ரிக்ஷா வந்தாயிற்று. ரிக்ஷா மணிச் சப்தந்தான் உலோகமும் இல்லாமல் அலோகமுமில்லாமல் இருக்கும்.

அந்தக் கடூரச் சத்தமே ரிக்ஷாவுக்கு அடையாளம். லல்லிக்கு அந்தச் சப்தம் கேட்டாலே பற்கள் கிட்டித்துக் கொள்ளும். ஐந்து குழந்தைகளை ஏற்கனவே ரிக்ஷாக்காரன் ஏற்றி வந்திருப்பானாதலால் லல்லிக்கு எப்போதும் நடுவில்தான் ஒண்டிக்கொள்ள இடம் கிடைக்கும். பள்ளிக்கூடம் போக ஆரம்பித்த நாட்களில் ரிக்ஷாவில் கோடியிடம் வேண்டுமென்று அழுது சண்டி பிடித்திருக்கிறாள். அனால் அந்த மற்ற குழந்தைகளும் சண்டிசெய்து இடம் கொடுக்காது. அவர்களிடம் லல்லியின் பிடிவாதம் பலிக்கவில்லை.

அம்மா பரக்கப் பரக்க லல்லியின் டிபன் பெட்டியை எடுத்து வந்தாள். தன் புடவைத் தலைப்பால் அதைச் சுற்றிலும் துடைத்து ஒரு சிறு பிளாஸ்டிக் கூடையில் போட்டுக்கொண்டு வெளியே ரிக்ஷாவிடம் சென்றாள். "தண்ணி எடுத்து வைக்க மறந்துட்டேனே!" என்று மீண்டும் உள்ளே ஓடினாள். லல்லி தரையை உதைத்துக் கொண்டிருந்தாள். அம்மா, வாட்டர் பாட்டில், லல்லி, லல்லியின் புத்தகப் பெட்டி எல்லாவற்றையும் தூக்கிக்கொண்டு ரிக்ஷாவிடம் சென்றாள். லல்லி அம்மாவின் முகத்தைப் பார்த்தாள் அம்மா அவள் முகத்தைத் தவிர்த்த வண்ணம் தண்ணீர், டிபன் வைத்திருந்த பிளாஸ்டிக் கூடையை ரிக்ஷாவில் இதரக் குழந்தைகளின் கூடை, பைகள் மாட்டியிருந்த கொம்பில் மாட்டினாள். முன்னொரு முறை மற்ற குழந்தைகளை ஒதுங்கச் செய்து லல்லியை ரிக்ஷாவில் ஒரு கோடியில் உட்கார வைத்திருந்தாள். அன்று மாலை லல்லி சுரத்துடன் வீடு திரும்பினாள். ஐந்தாறு இடங்களில் குழந்தைகள் கிள்ளி கீறி, காயம் பட்டிருந்தது.

ரிக்ஷா நகர ஆரம்பித்தபோது அம்மா கையை ஆட்டினாள். ரிக்ஷா தெரு முனைக்குப் போய்த் திரும்பும்போது மீண்டும் கையாட்டினாள். அதுவரை வீட்டு வாசலிலேயே நின்றுகொண்டிருந்தாள்.

லல்லிக்குத் தனக்குச் சண்டை போடத் தெரியவில்லை என்பதைவிட அம்மாவுக்குச் சண்டை போடத் தெரியாததுதான் அவமானமாக இருந்தது. அது மட்டும் அம்மாவுக்குத் தெரியுமானால் ரிக்ஷாக்காரனோடு சண்டை போட்டிருப்பாள்; ஸ்கூலுக்கு வந்து இங்கிலீஷ் மிஸ், பி.டி. மிஸ் ஆகிய இருவரிடம் சண்டை போட்டிருப்பாள்; லல்லிக்கும் ஸ்கூலுக்குக் கிளம்பும்போது இவ்வளவு பரபரப்பு, வருத்தம், தயக்கம், பயம் எல்லாம் இருக்காது. ஆனால் தன் இயலாமைக்குப் பரிகாரம் செய்வது போலத் தனக்காக வீட்டில் ஓடியாடி வேலை செய்கிறாள். இன்னும் இரண்டு முறை முத்தம் கொடுக்கிறாள். உதைத்தால் கண்டுகொள்ளாமல் இருக்கிறாள். அத்தோடு இதெல்லாம் லல்லிக்குத் தெரியாது என்று வேறு நினைத்துக் கொண்டிருக்கிறாள்.

ரிக்ஷாவில் உட்கார்ந்திருந்த மொத்தம் ஆறு குழந்தைகளில் இரண்டு பெண்கள் மிகவும் பெரியவர்கள். நிச்சயம் ஆறாவது ஏழாவது கிளாசில் படிப்பவர்களாயிருப்பார்கள். அந்த இரண்டு பெண்களுக்கும் பிற சின்னப் பெண்களைச் சீண்டி விடுவதில் மிகவும் சந்தோஷம். துஷ்டத்தனம் செய்து மிகவும் சாமர்த்தியமாக மாட்டிக் கொள்ளாமலும் இருப்பார்கள். இந்த இரண்டு பெண்களோடு ரிக்ஷாவில் செல்லும்போது மட்டும் தொந்தரவு என்றில்லை. ஸ்கூலில் காலையில் இரண்டாவது பீரியடு முடிந்து ஐந்து நிமிட இடைவேளையில் தண்ணீர்க் குழாயிடம் ஆபத்து நேரிடும். தெரிந்த பெண் என்பதற்காகவே லல்லி மீது தண்ணீரைத் தெளிப்பதுண்டு. ஒரு

முறை வாய் நிறையத் தண்ணீரை லல்லியின் சட்டைமீது ஒரு பெண் துப்பினாள். பிற்பகல் சாப்பாட்டு இடைவேளையிலும் ஆபத்து. ஒளிந்து ஒளிந்துகொண்டு டிபன் பாக்ஸைத் திறந்து வைத்துக்கொண்டு கன வேகமாகச் சாப்பிட வேண்டும். உண்மையில் சாதமே உள் செல்லாது. பலமுறை சுவரோரமாகச் சாதத்தைக் கவிழ்த்துக் கொட்டியிருக்கிறாள். அந்த மாதிரி நாளொன்றில் அவள் வகுப்பில் தூங்கிவிட்டாள். அதற்காக மிஸ் அடித்தபோது லல்லியுடைய சொக்காய் கால் சாக்ஸ் எல்லாம் நனைந்து விட்டது. "டீச்சர்! டீச்சர்!" என்று கேலிச் சிரிப்போட மற்ற பெண்கள் லல்லியை காட்டிக் கொடுத்தார்கள். அந்த மிஸ் அவளை வெளியே போகச் சொன்னாள். அன்று மாலையும் லல்லிக்குச் சுரம் வந்தது.

அதற்கடுத்த நாள் லல்லியின் அப்பா ஸ்கூலுக்குப் போய் ஹெட்மிஸ்ட்ரஸிடம் பேசிவிட்டு வந்தார். அதற்கடுத்த நாள் லல்லி ஸ்கூலுக்குப் போனபோது அந்த இங்கிலீஷ் கற்றுக் கொடுக்கும் மிஸ்ஸின் கண்களில் தாங்க முடியாத பயங்கரம் இருந்தது. அந்த ஒரு நாளைக்குப் பிறகு அவள் லல்லியைக் கையெடுத்தடிக்கவில்லை. ஆனால் லல்லிக்கு இங்கிலீஷ் வகுப்பு வந்தாலே உள்ளூர வயிற்று வலியும் குமட்டலும் வர ஆரம்பித்துவிட்டன.

நான்கு சாலைகள் சேருமிடத்தில் தன் முறைக்காக நின்றுகொண்டு இருந்த சைக்கிள்காரன் ஒருவன் மீது ரிக்ஷா மோதிவிட்டது. சைக்கிள்காரன் பெரிதாகச் சண்டைக்கு வந்துவிட்டான். அவனும், ரிக்ஷாக்காரனும் கைகலப்புக் கொள்ளவில்லை என்றாலும் வாயால் எவ்வளவு தாக்கிக்கொள்ளச் சாத்தியமோ அதைச் செய்தார்கள். லல்லிக்கு சைக்கிள்காரனைப் பார்க்க ஆச்சரியமாக இருந்தது. சோனியாகக் குள்ளமாக இருந்தான். ஆனால் அவன் வாய் சொற்களைப் பொரிந்து தள்ளியது. இறுதியில் ரிக்ஷாக்காரன்தான் முணுமுணுத்துக் கொண்டே போக நேர்ந்தது. ரிக்ஷா ஸ்கூலை அடைவதற்குள் இரண்டாவது மணி அடித்துவிட்டு வெளிகேட்டை மூடிவிட்டார்கள்.

கேட் வெளியே சுமார் இருபது இருபத்தைந்து மாணவிகள் காத்துக் கிடந்தார்கள். அரை கிளாஸ் ஒண்ணாங்கிளாஸ் படிக்கும் குழந்தைகள் அவர்களை அழைத்து வந்த பெரியவர்களோடு நின்றனர். அந்த ஸ்கூலில் மிக ஆடம்பரமாகப் பிரார்த்தனைக் கூட்டம் நடக்கும். கால் மணி நேரம் இரண்டாயிரத்து ஐநூறு ஆண்டுகள் முன்பு இருந்த புத்தரிலிருந்து இருபத்தைந்து ஆண்டுகள் முன்பிருந்த பிரம்மசத்துவானந்தா வரை ஹெட்மிஸ்டிரஸ் மூலமாகவும் தினம் ஒருவர் என்கிற திட்டப்படி ஓர் ஆசிரியை மூலமாகவும் அந்தப் பள்ளியின் நானூற்றுச் சொச்சம் பெண்களுக்குப் போதனை புரிவார்கள். அன்பே சத்தியம். சத்தியமே தெய்வம். இறைவன் கருணாமூர்த்தி. பிராணிகளிடமும் அன்பு பாராட்ட வேண்டும். இந்த போதனை நடக்கும் பதினைந்து நிமிடங்களில் கேட்டுக்கு வெளியே குழந்தைகள் காத்து நிற்கும். அது கிழக்குப் பார்த்த கேட்டாதலால் ஒன்பது மணிக்கு அங்கு நல்ல வெயிலடிக்கும். மழை நாட்களில் ஒண்டவும் இடம் கிடையாது. கேட் சாலையிலிருந்து இரண்டடி தள்ளியே இருந்தது. கேட் நேரெதிரே சாலையில் மழை நாட்களில் நிறையத் தண்ணீர் தேங்கியிருக்கும். கேட்டோடு ஒட்டிக்கொண்டு நிற்கும் குழந்தைகள் மீது அப்பக்கம் செல்லும் கார்களும் பஸ்களும் சேற்றை வாரி இறைத்துச் செல்லும்.

பிரார்த்தனைக் கூட்டம் முடிந்த பின் கேட் திறக்கப்பட்டது. பாவிகளாக வெளியே நின்ற குழந்தைகள் உள்ளே சென்றன. லல்லியும் தன் பையையும், சாப்பாட்டுக் கூடையையும் எடுத்துக்கொண்டு வகுப்பறைக்குச் சென்றாள். முதல் பீரியட் முழுக்க வகுப்புக்கு வெளியே நிற்க வேண்டும். அப்போதுதான் பள்ளிக்கு நேரம் கழித்து வந்ததற்குத் தண்டனை பூர்த்தியாகும்.

முதல் பீரியட் ஆங்கிலம். இங்கிலீஷ் மிஸ்.

லல்லிக்கு அந்த மிஸ் தன்னைப் பார்த்த முதல் பார்வை எக்களிப்பு நிறைந்ததாகத் தோன்றிற்று. ஒரு குரூரப் புன்னகைகூடச் செய்ததாகப்பட்டது. லல்லிக்கு வயிற்றைக் கலக்கியது. அம்மா ஆசையோடு பொரித்துப் போட்ட அப்பளம் இப்போது வயிற்றில் அடங்காப்பிடாரியாக மாறிக்கொண்டிருந்தது.

இங்கிலீஷ் மிஸ் அன்று வழக்கத்துக்கு அதிகமாகவே தன் செல்ல மாணவிகளிடம் கொஞ்சிச் சிரித்துப் பாடத்தை நடத்திக்கொண்டிருந்தாள். முப்பத்தி மூன்று குழந்தைகள் இருந்த வகுப்பில் இருபதுக்கும் மேற்பட்ட குழந்தைகள் பள்ளிக்குத் தினம் அல்லது அவ்வப்போது காரில் வருபவர்கள். ஆண்டு விழா, கார்னிவல், ஸ்கூல்டே என்ற சந்தர்ப்பங்களில் டிக்கெட் புத்தகத்தை அவர்களிடம் கொடுத்தால், நூறு இருநூறு ரூபாய் திருப்பிக் கொடுப்பார்கள். லல்லி பதினைந்து ரூபாய்தான், அதுவும் ஒரே ஒரு முறைதான் தர முடிந்தது. ஒரு டிக்கெட்டும் விற்காமல் முழுப் புத்தகமாகத் திரும்பத் தருவதற்கு அம்மா இருமுறை வர நேர்ந்தது. அதற்கப்புறம் அம்மா அந்தப் பள்ளிக்கு எக்காரணம் கொண்டும் வரவில்லை.

"மிஸ்" என்று வகுப்பு வாசற்படியில் நின்றபடியே லல்லி மெதுவாகக் கூப்பிட்டாள்.

சிரிக்கச் சிரிக்க தன் பாடத்தை மிஸ் நடத்திச் சென்றாள்.

லல்லி மீண்டும், "மிஸ்" என்றாள்.

மிஸ் காதில் இம்முறை விழுந்துவிட்டது. ஆனால் யார் கூப்பிட்டது என்று தெரியாமல் வகுப்பைப் பார்த்தாள்.

மீண்டும் லல்லி, "மிஸ்" என்று கூப்பிட்டாள்.

மிஸ் லல்லியைப் பார்த்துக் கண்களை விரித்தாள்.

"என்ன தொந்தரவு பண்ணிக்கொண்டிருக்கிறாய்?" என்று கேட்டாள்.

லல்லி இரு விரலாகக் காட்டினாள்.

"ஓ" என்று மிஸ் சொன்னாள், "கே.லலிதாவிற்கு பாத்ரூம் போக வேண்டுமாம்" என்றாள்.

இதற்கு மௌனமாக இருப்பதா, சிரிப்பதா என்று தீர்மானமாகத் தெரியாமல் வகுப்பு மௌனமாக இருந்தது.

"முதல் பிரியடே பாத்ரூமுக்குப் போக வேண்டும் என்றால் வீட்டிலேயே முடித்துவிட்டு வருவதுதானே?"

இப்போதும் வகுப்பு மௌனமாக இருந்தது.

"ஆனால் கே.லலிதாவை இப்போது உடனே பாத்ரூமுக்கு அனுப்பா விட்டால் அவள் வகுப்பையே பாத்ரூமாக்கிக் கொண்டுவிடுவாள்."

இப்போது வகுப்புக்குப் புரிந்தது. அவ்வளவு பெண்களும் பெரிதாகச் சிரித்தார்கள்.

"கே. லலிதா, நீ போகலாம். இன்று காலை நான்கு பீரியடுகளும் வகுப்புக்கு வெளியிலேயே நில்! போ!"

லல்லி அழுதுகொண்டே ஸ்கூல் ஆட்ட மைதானத்தைத் தாண்டி பாத்ரூம் இருந்த இடத்திற்குச் சென்றாள். அதற்குள் அவள் வயிறு இறுகிக் கொண்டுவிட்டது. அப்படியே திரும்பி வந்து வகுப்பு வாயிற்படியில் நின்றுகொண்டாள்.

மிஸ் டிக்டேஷன் கொடுத்துக் கொண்டிருந்தாள். லல்லியைப் பார்த்து. "நீ ஏன் எழுதவில்லை?" என்று கேட்டாள்.

லல்லியால் நின்றுகொண்டே நோட் புத்தகத்தைக் கையில் பிடித்துக் கொண்டு எழுத முடியவில்லை. பெரிதாக அழ ஆரம்பித்தாள்.

"இதோ பார்! இப்படி அழுது அமர்க்களம் செய்தால் இப்போதே வீட்டுக்கு அனுப்பி வைத்துவிடுவேன்" என்று மிஸ் அதட்டினாள்.

லல்லி அழுவது நின்றது. ஆனால் அடிக்கடி அடிவயிற்றிலிருந்து கேவுவதை அவளால் ஏதும் செய்ய முடியவில்லை.

முதல் வகுப்பு முடிந்து மணி அடித்தது. இரண்டாவது தமிழ் வகுப்பு. தமிழுக்கு வேறு டீச்சர். இந்த டீச்சர் ஒருத்தியிடம் தான் பெண்கள் தமிழில் பேசிக்கொள்ள முடியும்.

முதலில் தமிழ் டீச்சர் லல்லி நின்றுகொண்டிருப்பதைக் கவனிக்கவில்லை. வகுப்பு தொடங்கிப் பத்து நிமிடம் பொறுத்துத் தான் அது மனத்தில் பட்டிருக்க வேண்டும். "நீ வெளியே ஏன் நிக்கறே?" என்று கேட்டாள்.

லல்லி பதில் சொல்வதற்குள் வகுப்பில் சில பெண்கள் கோஷமாக, "அவ லேட்டா வந்தா, டீச்சர்" என்று சொன்னார்கள்.

"சரி, நீ உள்ளே வந்து உன் எடத்திலே உட்காரு" என்று டீச்சர் சொன்னாள்.

"என்னை, என்னை ..." என்று லல்லி பதில் சொல்ல ஆரம்பித்தவள் பெரிதாக விம்மி விம்மி அழத் தொடங்கினாள்.

டீச்சர் தன் நாற்காலியிலிருந்து எழுந்து லல்லியிடம் சென்றாள். வகுப்பைப் பார்த்து, "என்னாச்சு?" என்று கேட்டாள்.

"அவளை இங்கிலீஷ் மிஸ் எல்லா பிரியடும் வெளியே நிக்கச் சொன்னாங்க, டீச்சர்."

இப்போது தமிழ் டீச்சரின் கருணையும் தடைப்பட்டது. இங்கிலீஷ் மிஸ்ஸின் ஆணை தொடர்ந்து செயல்பட்டது.

தமிழ் வகுப்பு முடிவதற்குள் லல்லிக்கு விம்முவது நின்றுவிட்டது. அவள் கவனம் அவள் மீதும் வகுப்பு மீதும் குவிந்திருந்தது. தளர்ந்து போய் அவளுடைய கண் மைதானம், ஆகாயம், பக்கத்துக் கட்டடத்தின் வகுப்பறைகளின் வாசல் கதவு ஜன்னல்கள், விளையாட்டு மைதானம்

தாண்டி வெளிச் சுவருக்குப்பாலுள்ள சாலையில் ஓடும் பஸ்கள், உட்கார்த்தி வைத்து எடுத்துச் சென்ற ஒரு பிணத்தின் இறுதி ஊர்வலம், மைதானத்தில் கறுப்பாகக் கிடந்த ஒன்றை மையமாக வைத்து உயரே சுற்றி வரும் ஓர் ஒற்றைப் பறவை, வகுப்பில் முதல் வரிசையில் உட்கார்ந்திருந்த பெண்கள் பின்தலை, டீச்சர் கறுப்புப் பலகையில் சாக்கட்டி கொண்டு எழுதும் போது கீழே உதிரும் வெள்ளைப் பொடி – லல்லிக்கு இதெல்லாம் சுவாரசிய மாக இருந்தது. வகுப்பில் உட்கார்ந்து இருந்தால் ஏதோ சிறிது ஜன்னல் வழியாகத் தெரிவதுதான். ஜன்னல் வழியாகச் சாலையில் போகும் பஸ்கள் தெரியாது. தூரத்திலிருந்து கொண்டு சாலையில்போகும் பஸ்களின் மேற்பாகம் மட்டும் பார்த்து வருகையில் வெகு இயல்பாக மனமே ஒரு சிறு போட்டி வகுத்துக்கொள்கிறது. அத்த பஸ் இந்தப் பக்கத்திலிருந்து வருமா, எதிர்ப்பக்கத்திலிருந்து வருமா? பஸ் தெரிவதுபோல லாரி வரும்போதும் இங்கிருந்து தெரிகிறது.

இப்போது லல்லிக்குக் கால் வலிப்பது தெரிந்தது அம்மா பூட்ஸ் கயிற்றைச் சிறிது இறுக்கமாகவே முடியிட்டிருந்தாள். அதுவும் சங்கடப்படுத்திக் கொண்டிருந்தது. அத்துடன் வயிறு மீண்டும் குடைய ஆரம்பித்தது.

மூன்றாவது பீரியட் டீச்சர் மிகவும் மெதுவான குரலில் வகுப்பு நடத்துகிறவள். தமிழ் வகுப்பு தவிர மற்ற பாடங்கள் எல்லாம் ஆங்கிலத்தில். அந்த இரண்டாம் வகுப்புக் குழந்தைகளுக்கு எல்லாப் பாடமும் ஒரே மாதிரிதான் இருக்கும்.

அந்த டீச்சருக்குப் பெண்கள் எலிக்குஞ்சு என்று பெயர் வைத்திருந் தார்கள். எலிக்குஞ்சுவைப் பல தடவைகள் பிற டீச்சர்கள் அதட்டி மிரட்டுவதை நிறைய மாணவர்கள் பார்த்திருந்தார்கள்.

லல்லி ஒரு கால் மாற்றி இன்னொரு காலில் நின்றுகொண்டிருந்தாள். எலிக்குஞ்சு யார் மீதும் எதன் மீதும் அக்கறை இல்லாமல் மொளமொளவென்று வகுப்பை நடத்திக்கொண்டிருந்தது. “டீச்சர்” என்ற குரல் கொடுத்து லல்லி இரு விரல்களைக் காண்பித்தாள். எலிக்குஞ்சு ‘போ’வென்று தலையை ஆட்டியது. லல்லி தன் புத்தகப் பெட்டியையும் சாப்பாட்டுக் கூடையையும் அறை வாயிற்படியிலேயே வைத்துவிட்டு விளையாட்டு மைதானத்தை நோக்கி விரைந்தாள்.

அந்தக் கட்டடத்திலிருந்து மண்தரைக்கு இறங்க நான்கு படிகள் இருந்தன. மேலிருந்து இறங்கும் இரண்டாவது படியிலேயே வெயில் அடித்தது. லல்லிக்கு வெயில் தலையை விடக் காலில்தான் அதிகம் உறைத்தது. காலை ஏதோ சொப்புக்குள் அடைத்து விட்டிருந்தமாதிரி இருந்தது. அவள் வேகமாக ஓட முயன்றும் முடியவில்லை. வயிறு ஒரு பெரிய பலூன் மாதிரி உப்பிக்கொண்டு வந்தது. எந்த அளவுக்கு உப்பினால் தான் பலூன் மாதிரியே காற்றில் மிதக்க முடியும்? ஸ்கூல் பாத்ரூம் மிகவும் தூரத்தில் இருந்தது. உண்மையாகச் சங்கடப்படுபவர்களுக்கு அது பயன்பட முடியாது.

வெயில் இப்போது லல்லியின் உடல் முழுக்க உறைத்தது. அவளே வெயில் ஆன மாதிரி அவள் உடம்பு முழுக்கத் தகித்தது. பாத்ரூம் இந்த மாற்றத்தைக் கண்டு வெகு தூரம் ஓடிப் போய்விட்டது. லல்லி ஓடஓட அதுவும் அவளைவிட்டு இன்னும் தொலைவுக்கு ஓடிக் கொண்டிருக்கிறது.

அதுவும் இங்கிலீஷ் மிஸ்ஸூம் ஜோடி. இங்கிலீஷ் மிஸ் சொல்லிக் கொடுத்துத் தான் பாத்ரூம் இப்படி லல்லிக்குப் பாய்ச்சல் காட்டுகிறது. முதல் பீரியடில் இதே பாத்ரூம் எவ்வளவு சமர்த்தாக இருந்தது! இப்போது இங்கிலீஷ் மிஸ் அதற்கு ஏதோ சொல்லிக் கொடுத்துவிட்டாள்.

லல்லியின் வயிற்றில் பெரிய அண்டா அளவு தண்ணீர் கொதிப்பது போலிருந்தது. ஏகப்பட்ட நீராவி வெளிப்பட வயிறு ஒரு வெந்நீர்த் தவலை யாக மாறிப் போயிருந்தது. பலூனாக இருந்த வயிறு வெந்நீர்த் தவலையாக மாறிவிட்டது. அதனால் தான் ஓடுவது இவ்வளவு கஷ்டமாக இருக்கிறது. அண்டாவை யாராலும் தூக்க முடியாது. அதுவும் கொதிக்கும் வெந்நீர் நிறைந்திருக்கும் அண்டாவை. அம்மா லல்லி வயிற்றினுள் ஏகப்பட்ட வெந்நீரைக் கொட்டி நிரப்பிவிட்டாள். அம்மாவும் இங்கிலீஷ் மிஸ்ஸூம் ஜோடி.

பன்னிரண்டு பத்துக்குச் சாப்பாட்டு மணி அடித்தபோது தான் விளையாட்டு மைதானத்து நடுவில் ஒரு சிறு பெண் சுருண்டு விழுந்து கிடப்பது எல்லாருக்கும் தெரியவந்தது. லல்லியைச் சுற்றிப் பெண்கள் கும்பல். ஹெட்மிஸ்டிரஸ் என்ன விஷயம் என்று அப்போது அவள் எதிரில் இருந்த ஒரு டீச்சரை போய்ப் பார்த்துவிட்டு வரச் சொன்னாள். அவள் கும்பலை விலக்கிப் பார்த்துவிட்டு மீண்டும் ஸ்கூல் ஆயாவை அழைத்துப் போனாள். லல்லியின் உடையை அப்படியே கழற்றித் தோய்க்கப் போட வேண்டியிருந்தது. அவள் உடல் முழுக்கவும் சுத்தம் செய்து துடைத்துவிட வேண்டியிருந்தது. லல்லிக்குக் கடுமையாக சுரம் அடித்துக் கொண்டிருந்தது. கையும் காலும் நிமிஷத்துக்கொருமுறை இழுப்பு வந்ததுபோலத் துடித்துக்கொண்டிருந்தன.

இம்முறை அந்த ஸ்கூலுக்கு ஓடி வந்து லல்லியை அழைத்துப் போக லல்லியின் அம்மாவுக்குத் தயக்கம் ஏற்படவில்லை. லல்லியை வீட்டுக்குக் கொண்டு போவதற்கும் லல்லியின் அப்பாவுக்கு அவருடைய ஆபீஸூக்குத் தகவல் அனுப்புவதற்கும் திண்டாடிப் போய்விட்டாள். ஜூர வேகத்தில் லல்லி ஏதும் விளங்கிக்கொள்ள முடியாதபடி பிதற்றிக் கொண்டிருந்தாள்.

இரு நாட்கள் கழித்து லல்லியின் புத்தகப் பையையும் சாப்பாட்டுக் கூடையையும் எடுத்துவர லல்லியின் அம்மா மீண்டும் அந்தப் பள்ளிக்கூடத் திற்குப் போனாள். சுமார் முக்கால் மணி நேரம் காத்திருக்கும்படியாகிவிட்டது. லல்லிக்கு இன்னும் இரு 'டெர்ம்'. சம்பளமும் மற்ற கட்டணங்களுமாக முன்னூற்றுப் பதினொரு ரூபாய் கட்ட வேண்டும் என்று ஹெட்மிஸ்டிரஸ் தெரிவித்தாள். லல்லியின் புத்தகப் பையும் பிளாஸ்டிக் கூடையும் கிடைத்து விட்டன. அவளுடைய சாப்பாட்டுப் பெட்டிதான் எங்கோ காணாமல் போய்விட்டது.

1979

நானும் ஜே. ராமகிருஷ்ணராஜுவும் சேர்ந்து எடுத்த சினிமா படம்

தெலுங்கு மொழியும் உருது மொழியுமே நிறைந்திருந்த சிகந்திராபாத்தில் ஒரு பள்ளிக்கூட விழாவில் கடவுள் வாழ்த்தாக 'எந்தன் இடது தோளும்' என்ற பாட்டைப் பாடி நான் ஒரு மாதிரியான வரலாற்றுச் சிறப்புப் பெற்றிருந்தேன். அப்படி என்ன விசேஷமான கடவுள் வாழ்த்து என்று நினைப்பவர்களுக்கு அப்பாட்டை இதோ தருகிறேன்:

எந்தன் இடது தோளும் கண்ணும் துடிப்பதென்ன
இன்பம் வருகுதென்று சொல் சொல் கிளியே
தன்னை மறந்தென் மனம் துள்ளிவிளையாடுதே,
தேனருந்தி... கிளியே!
என்னையறியாமல் என் உள்ளம் தனிலோர் கள்வன்
எவ்விதமோ புகுந்து கொண்டான் போலும்
....

(புள்ளியிட்ட இடங்கள் நான் மறந்து போனவை. ஆதலால் விபரீதமாக ஏதாவது கற்பனை செய்துகொள்ள வேண்டாம்.)

இந்தக் 'கடவுள் வாழ்த்'தைப் பாடிச் சில மாதங்களுக்குப் பிறகு நான் சேர்ந்த நிஜாம் கல்லூரியில் சுதந்திர தினவிழா நடந்தது. அங்கே ஐந்நூறு பேரில் ஆறு பேருக்குத்தான் தமிழ் தெரியும். அங்கு நான் 'விடுதலை! விடுதலை!' பாடினேன். எல்லாரும் பிரமாதமாகத் தாளம் போட்டார்கள். அதை யார் இயற்றியது, அது என்ன பொருள் குறிக்கிறது என்று தெரிந்திருந்தால் என்னை நிஜாம் விரோதி என்று சிறையில் தள்ளி இன்று நான் ஏதாவது மாநிலத்திற்கு கவர்னராகக்கூட வந்திருக்க முடியும். ஆனால் அப்படி நேராவிட்டாலும் என்னை ஜே. ராமகிருஷ்ணராஜு கூர்ந்து கவனித்திருக்கிறான் என்று தெரியவந்தது.

எனக்கு அவன் பெயர்கூடத் தெரியாது. ஆனால் எனக்கு அடுத்த மேல் வகுப்பில் படித்தவன் என்று மட்டும் தெரியும்.

எங்கள் கல்லூரியில் வகுப்புக்கு வகுப்பு நான்கு சங்கங்களாவது உண்டு. இது தவிர எல்லா வகுப்புகளுக்கும் பொதுவாகச் சில சங்கங்களும் உண்டு. அப்படி நடந்த ஒரு சங்கக் கூட்டம் என் மனத்தில் இன்னமும் பச்சைப் பசேலென்று இருக்கிறது. சங்கத்தின் பெயர் 'வொர்ல்ட் ஸ்டடி சர்க்கிள்'. கூட்டம் 'இன்றைய பிரஞ்சு இந்தோ சீனாவில் பாவ்தாயின் பங்கென்ன?' தலைவர் உரை ஒரே வரியில்: திருவாளர் ஹோமி ஃபிரம்ரோஜ் பேசுவார். ஹோமி ஃபிரம்ரோஜ் பேசவில்லை. படிக்க ஆரம்பித்தான். அது யாரோ எழுதி ஏதோ பத்திரிகையில் வெளி வந்திருக்க வேண்டும். கண்ணால் பார்த்து அப்படியே வாயால் படித்துவிடும் முயற்சி கூட்டம் மௌனமாக உட்கார்ந்திருந்தது. பதினைந்து நிமிடத்தில் அவன் படித்து முடித்தான். அப்புறம் இரண்டு மூன்று நிமிடங்கள் இன்னும் ஆழ்ந்த மௌனம். தலைவர் சங்கடத்துடன் எழுந்து ஈனஸ்வரத்தில் "ஏதாவது கேள்விகள்?" என்று கேட்டார். கூட்டத்தில் எந்தப் பிரதிபலிப்பும் இல்லை. இன்னும் ஒரு நிமிட மௌனத்திற்குப் பிறகு கூட்டம் மௌனமாகக் கலைந்தது. உலகத்திலேயே மிக மௌனமாகக் கலைந்த மாணவர் கூட்டம் அதுவாகத்தான் இருக்க வேண்டும்.

ஆனால் தெலுங்கு மொழிக் கூட்டங்கள் கலகலப்பாக இருக்கும். அங்கே எல்லாரும் தெலுங்கும் உருதுவும் கலந்த மணிப்பிரவாளமாகத்தான் பேசுவார்கள். ஒவ்வொரு கூட்டத்திலும் ராமகிருஷ்ணராஜு பாட்டுப் பாடுவான். கணீரென்று தொண்டை. தெலுங்குப் பத்தியங்களாகப் பாடுவான். ஒவ்வொரு பத்தியமும் தொடக்கத்தில் வெவ்வேறு ராகம் போல இருந்தாலும் முடிக்கும்போது அவன் ஒரே ராகத்தில் முடிக்கிறானோ என்ற சந்தேகம் எனக்கு உண்டு. எல்லாக் கூட்டங்களுக்கும் கல்லூரி தரும் பதினைந்து ரூபாயில் வருவோருக்கெல்லாம் ராஜய்யா காண்டீனிலிருந்து டீயும் காராசேவும் விநியோகிக்கப்படும். ராஜய்யா தயாரிக்கும் காராசேவ் மிக நன்றாக இருக்கும்.

இந்த ராமகிருஷ்ணராஜு ஒரு நாள் என்னிடம் வந்து, "நீ நாளை மாலை என் ஆபீஸுக்கு வர வேண்டும்" என்றான். எனக்குப் புரியவில்லை. "ஆபீஸா!" என்று கேட்டேன்.

"ஆமாம், வீட்டிலேயே ஆபீஸ் வைத்திருக்கிறேன். தவறாதே. கட்டாயம் வந்துவிடு."

அவன் முகவரி தந்தான். அப்போதுதான் அவனும் சிகந்திராபாத்காரன் என்று தெரிந்தது. "சரி" என்றேன்.

அந்த நாளில் அவன் வசித்த கலாசிகுடாவின் தெருக்கள் எல்லாமே பத்தடி பதினைந்தடி அகலத்துக்கு மேற்படாத சந்துகள். நான் முன்பு படித்த பள்ளித் தமிழ்ப் பண்டிதர் ராஜா பாதர் ஒரு சந்தில் வசித்துவந்தார். அடுத்த சந்தில் ராமகிருஷ்ணராஜு.

அவன் வீட்டு முன்னால் அட்டையில் கையால் எழுதித் தொங்கவிட்ட பெயர்ப் பலகை ஒன்று இருந்தது. "ஜே. ராமகிருஷ்ணராஜு, *B.A.*, சினிமா நடிகர், தயாரிப்பாளர், டைரக்டர்."

அது பழங்கால வீடு. எடுத்தவுடனேயே ரேழி. ரேழிக்கு வலது பக்க அறையில் ஒரு மிகப் பெரிய மேஜைக்குப் பின்னால் ராமகிருஷ்ணராஜூ உட்கார்ந்திருந்தான். என்னைப் பார்த்து, "வந்தாயா? வா, உட்காரு" என்றான்.

நான் உள்ளே நுழைந்தேன். ஆனால் உட்கார முடியவில்லை. காரணம் அங்கிருந்த இரு நாற்காலிகளும் மேஜையையொட்டிப் போடப்பட்டிருந்தன. அவற்றைச் சிறிது பின் நகர்த்தி உட்காரலாம் என்றால் நாற்காலிகள் சுவரையும் ஒட்டிப் போடப்பட்டிருந்தன. அதாவது மேஜைக்கும் சுவருக்குமிடையே உள்ள சிறு இடைவெளியில் இரு நாற்காலிகளும் அப்படியே பொருத்தி வைக்கப்பட்டிருந்தன.

ராமகிருஷ்ணராஜூ, "அப்படியே மேலே ஏறி உட்கார்" என்றான். நானும் நாற்காலிமீது ஏறி நின்றுகொண்டு மெதுவாகக் கால்களை மேஜைக்கடியில் நுழைத்துக்கொண்டு உட்கார்ந்தேன். அப்போதே நாம் எப்படி எழுந்திருக்கப் போகிறோம் என்ற கவலையும் தோன்றியது.

"நான் உனக்காகத்தான் காலையிலிருந்து காத்திருக்கிறேன்" என்று சொன்னான்.

"இன்றைக்கு காலேஜ் உண்டே, பகலில் எப்படி வர முடியும்? ஆமாம், நீ எப்போது பி.ஏ.வானாய்? இன்னும் ஸ்டூடண்ட் என்றல்லவா நினைத்துக் கொண்டிருந்தேன்!"

"நான் காலேஜை விட்டுவிட்டேன்."

"நேற்றைக்கு வந்திருந்தாயே?"

"உன்னையும் இன்னும் இரண்டு பேரையும் பார்க்க வேண்டியிருந்தது. நான் போன மீட்டிங்கில்கூடப் பாடவில்லை.

"நான் போன மீட்டிங்குக்குப் போகவில்லை. அது சரி, நீ எப்போது பி.ஏ. பாஸ் பண்ணினாய்?"

"நான் என்ன கிளாசில் படித்தேன்?"

"பி.ஏ."

"அவ்வளவுதான்."

நான் அதற்கு மேல் அவனுடைய கல்வித் தகுதி பற்றிக் கேட்கவில்லை. "எதற்காக வரச் சொன்னாய்?"

"வெளியே போர்டு பார்த்தாயா?"

"என்ன போர்டு?"

"அதுதான் என் பெயர் போர்டு."

"உம், பார்த்தேன்."

"நான் சினிமா எடுக்கப் போகிறேன்."

"என்ன?"

"சி – னி – மா எடுக்கப் போகிறேன்."

அந்த நாளில் சினிமாவெல்லாம் என் போன்ற, ராமகிருஷ்ணராஜு போன்ற சாதாரண மனிதர்களோடு கற்பனையில்கூட என்னால் இணைத்துப் பார்க்க முடிந்ததில்லை. சினிமா உலகம் ஏதோ தேவர்கள் உலகம், கந்தர்வர்கள் உலகம் என்ற எண்ணம். அதனாலேயே அதைப் பற்றி நான் எண்ணிப் பார்த்ததுகூடக் கிடையாது. ஏதோ சினிமாப் பார்ப்பேன். ஸ்டண்ட் காட்சிகள் வந்தால் பெஞ்சில் நின்றுகொண்டு கை தட்டுவேன். காதல் காட்சிகள் வந்தால் தூக்கத்தோடு போராடுவேன். அவ்வளவுதான்.

"எனக்குத் தெரியும் – 'இவன் எப்படிடா சினிமா எடுப்பான்' என்று நீ சந்தேகப்படுவது."

நான் பதில் பேசவில்லை.

"சினிமா எடுப்பது அப்படி ஒன்றும் பிரமாத விஷயமில்லை. நான் ஆறு மாதமாகவே நிறையப் பேரோடு கடிதப் போக்குவரத்து வைத்துக் கொண்டிருக்கிறேன்." ராமகிருஷ்ணராஜு மேஜையின் ஒரு டிராயரைத் திறந்து ஐந்தாறு கடிதங்களை உறையோடு எடுத்துப் போட்டான். ஒவ்வோர் உறைமீதும் ஓர் ஓரத்தில் ஏதாவது ஒரு சினிமாப் படத்தின் விளம்பரம் இருந்தது. நான் ஒரு கடிதத்தை எட்டி எடுக்கப் போனேன். ராமகிருஷ்ணராஜு விருக்கென்று அத்தனை கடிதங்களையும் அவனுடைய கையில் பற்றிக்கொண்டான். பிறகு என்னைச் சமாதானப்படுத்துவது போல, "இது பி.என்.ரெட்டி எழுதிய கடிதம். இது எச்.எம்.ரெட்டி எழுதிய கடிதம். இது பலிஜகள்ளி லக்ஷ்மி காந்தகவி எழுதிய கடிதம். இது ரோகிணி ஸ்டூடியோ மானேஜர் எழுதிய கடிதம் . . ."

நான் எதையும் பொருட்படுத்தாத மாதிரி உட்கார்ந்திருந்தேன்.

"எல்லாருமே என்னை ஒருமுறை மதறாஸ் வந்து போகுமாறு சொல் கிறார்கள். நாம் சினிமா எடுக்க வேண்டுமென்றால் மதறாஸ் போய்த்தானே ஆக வேண்டும்?"

எனக்கு எதிலும் அக்கறையில்லை என்பதுபோல உட்கார்ந்திருந்தேன்.

"இதோ பார், நீயும் நன்றாகப் பாடுகிறாய். நானும் நன்றாகப் பாடு கிறேன். நம்ம காலேஜ் காண்டுகளுக்கு முன்னால் நம் திறமையை எதற்கு வீணடிக்க வேண்டும்? நான் மதறாஸ் போய் சினிமா எடுக்கும் போது எப்படியும் நீ என்கூட இருக்க வேண்டும். என்னதான் தெலுங்கு சினிமா என்றாலும் மதறாஸில் துணைக்கு ஒரு தமிழ்க்காரன் இல்லாமல் ஒன்றும் செய்ய முடியாது."

"ஓகோ, இதற்குத்தான் எனக்கு இவ்வளவு உபசாரம் பண்ணினாயா?"

"என்ன இப்படிப் பேசுகிறாய்? நீ என்றைக்கு முதலில் காலேஜில் பாடினாயோ அன்றைக்கே நீ என் பிரதர் என்று தீர்மானித்துவிட்டேன் –"

நான் தடாலென்று எழுந்தேன். முழங்கால் மேஜைமீது இடித்து வலி தாங்காமல் எழுந்த வேகத்திலே உட்கார்ந்தேன். "பிரதர் பிரதர் என்று பேசிக்கொண்டு வருகிறவர்கள் என்ன துரோகம் புரிவதற்கும் தயங்காதவர்கள்" என்று சொன்னேன்.

"நான் உனக்கு என்ன துரோகம் செய்தேன்?" என்று ராமகிருஷ்ணராஜு பரிதாபமாகக் கேட்டான். ஆனால் நான் இதற்குள் ஒவ்வொரு காலாக

என்னை விடுவித்துக்கொண்டு நாற்காலி மீது ஏறி நின்றேன். அப்படியே மேஜை மீது ஏறினேன். "ஜாக்கிரதை! ஜாக்கிரை! ஃபேன்! ஃபேன்!" என்று ராமகிருஷ்ணராஜு கத்தினான். நான் கீழே குதித்து வெளியேறினேன்.

அடுத்த இரண்டு மூன்று நாட்களில் நான் அவனைப்பற்றி அதிகம் யோசிக்க வழியில்லாமல் இருந்தது. அவன் கல்லூரிக்கு வருவதை நிறுத்திவிட்டான். ஆனால் அந்த வாரம் தெலுங்கு சங்கம் நடந்தபோது வழக்கமாகக் கேட்கும் அவன் குரல் இல்லாதது ஏதோ போலத்தானிருந்தது. ராஜய்யாவின் காராசேவ் கூட அன்று அவ்வளவு சுவையாக இல்லை.

எனக்குத் திடீரென்று ராமகிருஷ்ணராஜுவைப் பார்க்க வேண்டும் போலிருந்தது. எனக்கு அப்போது ஆன்மீகம், தத்துவம் இதெல்லாம் தெரியாது. ஆனால் அவன் சினிமா எடுக்கப்போகிறேன் என்று திட்டவட்டமாகச் சொன்னது எனது மாயைத் திரையொன்றைக் கிழித்து எறிந்த மாதிரி இருந்தது.

அன்று மாலை அவன் வீட்டிற்குச் சென்றேன். அவன் வீட்டிலில்லை. ஒரு சந்தேகத்தின் பேரில் கால் மேல் தள்ளியிருந்த தாஷ்மகால் ஹோட்டலுக்குப் போனேன். அது திறக்கப்பட்டு ஆறுமாதம்தான் இருக்கும். ஆனால் அதற்குள் மாலை நேரத்தில் அதனருகே சிறுசிறு கூட்டங்களாக நிறையப் பேர் வம்படித்துவிட்டுச் சுமார் எட்டு மணியளவில் கலைவார்கள். உலகத்திலுள்ள அத்தனை சினிமாப் பத்திரிகைகளும் அந்த ஹோட்டல் வெற்றிலை பாக்குக் கடையில் கிடைக்கும். ராமகிருஷ்ணராஜு அங்கே இருந்தான். என்னைப் பார்த்ததும், "வா, வா. உனக்காகத்தான் இன்று முழுக்கக் காத்திருந்தேன்" என்றான்.

நான் கொஞ்சம் விறைப்பாகவே இருந்தேன். "வா, ஒரு காப்பி சாப்பிடலாம்" என்றான்.

"எனக்குக் காப்பி வேண்டாம்."

"அப்போ ஒரு மசால் தோசை சாப்பிடு வா."

அவனைப் பின் தொடர்ந்து ஹோட்டலுக்குச் சென்றேன். அன்று சிகந்திராபாத்தில் மூன்றே இடங்களில்தான் மசால் தோசை கிடைக்கும். ஆர்யபவன், ஆனந்த பவன், தாஜ்மகால் ஹோட்டல். மற்ற இரு இடங்களில் நான்கணாவுக்குக் கிடைத்த மசால் தோசை தாஜ்மகால் ஹோட்டலில் ஐந்தணா. இன்றைய காசு விகிதப்படி முப்பத்தொரு காசு.

"ஒரு மஸ்கா மசால், இரண்டு பிளேட்" என்று ராமகிருஷ்ணராஜு ஆர்டர் கொடுத்தான்.

சீருடை அணிந்த அந்தத் தாஜ்மகால் பையன், "இரண்டு மசாலா!" என்று சமையற்கட்டுப் பக்கம் பார்த்துக் கத்தினான்.

"இல்லை! இல்லை! ஒரு மசாலா, இரண்டு பிளேட்!" என்று ராமகிருஷ்ணராஜு கத்தினான்.

அந்தப் பையன் எரிச்சலுடன், "இரண்டு மசாலா கான்ஸல்!" என்று கத்திவிட்டு, ராமகிருஷ்ணராஜுவைப் பார்த்து, "நீங்கள் என்னதான் சொல் கிறீர்கள்?" என்று கேட்டான்.

"எனக்கு ஒரு மசாலா தோசை வேண்டும்."

"அதை முதலிலேயே சொல்வதுதானே. இரண்டு பிளேட், இரண்டு பிளேட் என்றால் இரண்டு தோசை என்றுதானே அர்த்தம்."

"இல்லை. எனக்குக் கூடவே ஒரு காலி பிளேட் வேண்டும்."

ஒருவழியாக நாங்கள் தோசை சாப்பிட்டு முடித்து வெளியே வந்தோம். "பீடா?" என்று ராஜு கேட்டான். "சரி" என்றேன்.

"வா, நாம் இனிமேல் ஆபீஸுக்குப் போவோம்."

"ஏன், இங்கேயே பேசிக்கொள்ளலாமே?"

"இல்லை, ஆபீஸில்தான் ஆபீஸ் பேச்சுப் பேச முடியும். வா, போவோம்."

அவன் வீட்டுக்குப் போனோம்.

"நம்ப கம்பெனி பெயர் ஜே.ஜே. பிக்சர்ஸ். உன் இனிஷியலும் ஜே. என்னுடையதும் ஜே. நீ ஒத்துக்கொண்டாலும் ஒத்துக்கொள்ளாவிட்டாலும் மற்றவர்கள் நம்மை அண்ணா தம்பி என்றுதான் நினைத்துக்கொள்வார்கள்."

"என் பெயர் எதற்கு? எனக்கு ஒன்றும் தெரியாது."

"உன்னை நம்பித்தான் இந்த முயற்சியிலேயே இறங்கியிருக்கிறேன்."

"வெறுமனே என்னை என்னை என்கிறாயே, நானா சினிமா எடு என்கிறேன்? நீ என்னை ஏதோ வம்பில் மாட்டிவிடப் பார்க்கிறாய்."

"நான் சத்தியமாகச் சொல்கிறேன். எனக்கு அப்படியெல்லாம் சிந்தனை துளிக்கூட கிடையாது."

யாராவது சத்தியமென்றால் நான் செயலற்றுப் போய்விடுவேன்.

நான் அந்த நிலையில் இருந்தபோது ஒரு நடுத்தர வயதுடைய அம்மாள் எங்கள் அறையிலிருந்த விளக்கை அணைத்துவிட்டுப் போனாள். அங்கே மிகுந்தது நாங்களும் அறையிருட்டும்.

"சரி, சினிமா என்ன?"

"கிருஷ்ணார்ச்சுன யுத்தம்."

"புராணப் படமா? இப்போதுகூட இந்த மாதிரி ஒரு படம் வரவில்லை?"

"இல்லை. இராம ஆஞ்சனேய யுத்தம்தான் வந்தது."

"அது இல்லை. ஏதோ ஒரு வார்த்தையில்."

"கிருஷ்ண லீலா."

"இல்லை. ஒரு வார்த்தையில்."

"பீஷ்ம."

"ஆமாம், ஆமாம். அதுதான். சித்ரா டாக்கீஸில் பார்த்தேன். ரொம்ப நன்றாக இருந்தது."

"நம்முடைய படம் அதைவிட நன்றாக இருக்கும்."

"யார் அர்ச்சுனன்?"

"ஏன், நான்தான்."

"யார் கிருஷ்ணன்?" இதைக் கேட்டபோது அது நான்தான் என்று நான் நிச்சயமாக இருந்தேன். "ரகுராமய்யா."

ரகுராமய்யா தெலுங்கு நாடக மேடையின் மிகப் பிரபலமான நடிகர். 'கொல்லபாமா' என்ற ஒரு திரைப்படத்தில் நடித்தார். தெலுங்கு சினிமாவிலும் அவர் உடனே மிகப் பிரபலமான நடிகர் ஆகிவிட்டார்.

நான் தடாலென்று எழுந்து என் முழங்காலை இடித்துக்கொண்டேன். அதைப் பொருட்படுத்தாமல் கசமுசாவென்று கையைக் காலை அசைத்து நாற்காலியிலிருந்து அகன்று அறையைவிட்டு வெளியேறினேன். ராமகிருஷ்ணராஜு ஒரு வார்த்தை சொல்லவில்லை. விளக்கை அணைத்துப் போன நடுத்தர வயது அம்மாள் வெளிக் கதவு அருகே நின்றுகொண்டிருந்தாள். நான் வந்த வேகத்தைப் பார்த்து ஒதுங்கி நின்றாள். நான் தெருவிலும் வெகு வேகமாக நடந்து சென்றேன்.

இம்முறை இந்தச் சந்திப்பை அவ்வளவு எளிதாக ஒதுக்கி வைக்க முடியவில்லை. ஒரு உதவாக்கரை எடுக்கும் சினிமாவில் எனக்குக் கிருஷ்ணன் வேஷம் இல்லை! எனக்கு ஆத்திரம் பொங்கிக்கொண்டு வந்தது. ஆனால் அதே நேரத்தில் அவன் 'உன்னைத்தான் நம்பியிருக்கிறேன்' 'ஜே.ஜே. பிக்சர்ஸ்' 'சத்தியமாக' என்றெல்லாம் சொன்னதும் திரும்பத் திரும்ப நினைவுக்கு வந்தன. ஓரிரண்டு நாட்களில் எனக்கே இப்படித் தோன்ற ஆரம்பித்தது. என்னைக் கிருஷ்ண வேஷம் போடச் சொன்னால் எப்படியிருக்கும்? பஞ்சத்தில் அடிபட்ட கிருஷ்ணனாயிருக்கும். பெரிய முன்பல். போதாதற்கு ஒரு சிங்கப்பல். குசேலர் சினிமா எடுத்தால் கதாநாயகன் வேஷம் கொடு என்று வேண்டுமானால் அடித்துக் கேட்கலாம்.

மீண்டும் அவன் ஆபீஸுக்கு சென்றேன்.

அவன் வழக்கமான நாற்காலியில் உட்கார்ந்திருந்தான். "வா, வா. உனக்காகத்தான் காலையிலிருந்து காத்திருக்கிறேன்."

"இன்னொருமுறை இப்படிச் சொல்லாதே. எனக்கு இதைக் கேட்டுக் கேட்டு அலுத்துப் போய்விட்டது."

"சரி, சொல்லவில்லை. அன்று ஏகப்பட்ட கோபத்தில் முழுக்கக் கேட்காமல் போய்விட்டாய். நாம் எவ்வளவுதான் நன்றாகப் பாடினாலும் நம்மைத் தெரியாதவர்களுக்கு அது எப்படித் தெரியும்? அதனால்தான் ஒரு பிரபலமான பெயர் இருக்கட்டுமென்று ரகுராமய்யாவைக் கிருஷ்ணன் வேஷத்திற்குப் போட்டிருக்கிறேன். இதோ பார், ரகுராமய்யாவிடமிருந்து கடிதம்."

"எனக்கு இதையும் கேட்டு அலுத்துவிட்டது."

"கிருஷ்ணனுக்கு அடுத்தபடியான முக்கிய வேஷம் உனக்குத்தான்."

நான் ஆர்வமே காட்டாது உட்கார்ந்திருந்தேன்.

"நீதான் சகாதேவன்."

“அது என்ன வேஷம்? ஏதோ சேவகன் மாதிரி.”

“அதெல்லாம் இல்லை. உனக்கு நிறைய டயலாக் இருக்கிறது. அதோடு உனக்கு ஒரு பெரிய பாட்டும் இருக்கிறது.”

நான் கரைந்து விட்டேன். அவனுடைய ஜே.ஜே.யில் நானும் ஒரு ஜேயாகிவிட்டேன்.

“நாற்பதாயிரம் கூடத் தேவையில்லை. இருபதினாயிரம் இருந்தாலே போதும். படத்தை முடித்துவிடலாம். எல்லாருமே படம் ஓடி நான்கு மாதங்கள் கழித்துப் பணம் கொடுத்தால் போதுமென்று சொல்லிவிட்டார்கள்.”

“சரி, இந்தக் கதையில் அர்ச்சுனன் மனைவியாக திரௌபதி வருகிறாளா, சுபத்திரா வருகிறாளா?”

“இருவருமே வருகிறார்கள். ஆனால் திரௌபதிக்குத்தான் பெரிய ரோல்.”

“யார் திரௌபதி?”

“ஜி. வரலக்ஷ்மி.”

எனக்கு ராமகிருஷ்ணராஜுவிடம் பொறாமை பீறிட்டுக் கிளம்பியது. இரு மாதங்கள் முன்புதான் ஜி. வரலக்ஷ்மி நடித்த ‘முதட்டி இராத்திரி’ என்ற படம் எங்கள் சித்ரா டாக்கீசில் வந்திருந்தது. அது அவளுடைய முதல் படமோ இரண்டாவதோ. அவளுடைய கணவனான பிரகாஷ்ராவே தயாரித்து டைரக்ட் செய்தது. ஒவ்வொரு காட்சியிலும் ஜி. வரலக்ஷ்மி ஆறடி உயரமுள்ள தேவதை போலக் காட்சி தருவாள். அவளுடன் இந்தக் குள்ளக் கத்தரிக்காய்!

“நீ அவளுடைய தோளுக்குக்கூட வரமாட்டாயே?” என்றேன்.

“நான் அதைப் பற்றியும் யோசித்து வைத்துவிட்டேன். இதோ பார்.” ராமகிருஷ்ணராஜு நாற்காலி மீது எழுந்து நின்றான்.

“ஜாக்கிரதை. மேலே ஃபேன்.”

“நாற்காலியில் நின்றால் இடிக்காது. இப்போது எப்படியிருக்கிறேன்?”

“கேட்ட கேள்விக்குப் பதில் தெரியாமல் பெஞ்சுமீது நிற்கும் மாணவன் போல இருக்கிறாய்.”

“அது இல்லை. நான் உயரமாக இருக்கிறேனா இல்லையா?”

“நாற்காலி மீதும் நின்றால் உயரமாகிவிடுவாயா!”

“நான் நாற்காலி மீதும் ஜி. வரலக்ஷ்மி தரையிலும் நின்றால்?”

“ஒவ்வொரு காட்சியிலும் நீ நாற்காலி மீது நிற்பதைப் பார்த்தால் எல்லாரும் சிரிக்கமாட்டார்கள்?”

“நாற்காலியை அவர்கள் ஏன் பார்க்கவேண்டும்? எல்லாம் மார்பளவு தான் காமிரா எடுக்கும். அப்போது சரியாக இருக்கும்.”

“நீங்கள் ஒரே இடத்தில் நின்று பேசுவதாயிருந்தால் சரி. ஆனால் நீ நடக்கிற மாதிரி ஓடுகிற மாதிரி எல்லாம் எடுக்க வேண்டுமென்றால்?”

"அப்போதுகூட நான் ஓடமாட்டேன். காமிராவை ஓடவைத்தால் போதும்."

"அதெப்படி காமிராவை ஓடவைப்பாய்?"

"நீ இரயிலில் போகும்போது தந்திக் கம்பிகள் ஓடி வருகிற மாதிரி இருக்கிறது. ஆனால் உண்மையில் நீதான் நகர்ந்துகொண்டிருக்கிறாய். அதே போல நான் நின்றுகொண்டு காமிராவைக் கீழே சக்கரம் கட்டி ஓடவைத்தால் நான் நகருவதுபோல இருக்கும்."

எனக்கு அவனுடைய விளக்கம் சரி போலப் பட்டாலும் ஒத்துக்கொள்ள மனதில்லை. ஜி. வரலக்ஷ்மியுடன் இந்தச் சித்திரக்குள்ளன்!

"சண்டைக் காட்சிகளெல்லாம் எடுக்க வேண்டுமே, அதற்குக் குதிரைகளுக்கும் யானைகளுக்கும் எங்கே போவாய்?"

"அதையும் யோசித்து வைத்து ஏற்பாடு செய்துவிட்டேன். இதோ பார்". ராமகிருஷ்ணராஜு அவன் மேஜை டிராயரைத் திறந்து ஒரு பெரிய பிலிம் சுருளை எடுத்தான்.

"என்ன இது?"

"'பல்நாட்டி யுத்தம்' சினிமா பார்த்தாயா?"

"பார்த்தேன்."

"அதில் வந்த சண்டைக் காட்சிகளெல்லாம் இதில் இருக்கிறது."

"இதில் இருந்தால் உனக்கென்ன?"

"இதைத்தான் நம் படத்தில் அப்படியே சேர்ந்துவிடப் போகிறேன்."

"அடப்பாவி!" என்றேன்.

"இதில் பாவம் ஒன்றும் இல்லை. எல்லாருமே வேறு ஏதாவது சினிமா விலிருந்து சில காட்சிகளாவது எடுத்துப் போட்டுக்கொள்வார்கள். நாம் இதைப் போடப் போகிறோம், அவ்வளவுதான்."

"பார்க்கிறவர்களுக்குத் தெரிந்துவிடாது?"

"தெரியாது, ஏனென்றால் நடுநடுவில் நானும் ரகுராமய்யாவும் நடிக்கும் பகுதிகள் வரும். அப்போது எங்கள் படைகள்தான் சண்டை போடுவது போல இருக்கும்."

நான் பேச்சு மூச்சற்று இருந்தேன். இந்த ஓட்டை ஊரில், சந்துகளே உள்ள பேட்டையில். சர்க்கஸ் செய்வதுபோல நாற்காலியில் உட்கார வேண்டிய அறையில், இப்படி ஒரு மேதாவி இயங்கிக்கொண்டிருக்கிறான்!

ராமகிருஷ்ணராஜு மீண்டும் பேசினான். "இருபதினாயிரம் என்ன, ஒரு பத்தாயிரம் இருந்தால்கூடப் போதும். உன்னால் ஒரு பத்தாயிரம் ரூபாய் கொண்டுவர முடியுமா?"

எனக்கு அப்போதெல்லாம் நூறு ரூபாயே ஏதோ ரூபமில்லாத விஷயம். பத்து ரூபாயிருந்தால் மாதமெல்லாம் செலவழித்துக்கொண்டிருப்பேன்.

“எனக்கு அது எவ்வளவு என்றுகூடத் தெரியாது” என்றேன்.

“பத்தாயிரம்கூட வேண்டியதில்லை. ஒரு ஆயிரம் ரூபாய் இருந்தால் போதும். நாம் இருவரும் மதறாஸ் போய்ப் படத்தை முடித்துக்கொண்டு திரும்பிவிடலாம்.”

“ஆயிரம் ரூபாய் போதுமென்கிறாயா?”

“பேஷாகப் போதும். நமக்கு அங்கு என்ன செலவு? எல்லாருமே இனாமாக நமக்குப் படத்தை முடித்துத் தருகிறேன் என்கிறார்கள். ஜி. வரலக்ஷ்மியிடமிருந்து கூட –”

“கடிதம் வந்திருக்கிறது.”

“கரெக்ட். அதனால் நீ ஒரு ஆயிரம் ரூபாய் கொண்டுவந்தால் போதும்.”

“என்னிடம் பணம் ஒன்றும் கிடையாது. நீ கூப்பிட்டாயே என்றுதான் நான் வந்தேன். எனக்கு சினிமா கினிமா எடுப்பதெல்லாம் ஒன்றும் தெரியாது.”

“உனக்கு யாராவது கடன் தருவார்களா?”

“எனக்கா? ஹரிகோபாலிடம் கேட்டால் அவ்வப்போது ஒன்று, அரை தருவான். ஆயிரக் கணக்கிலெல்லாம் கடன் தருகிறவர்கள் தெரியாது. முதலில் எனக்கு ஆயிரம் ரூபாயை எண்ணக்கூடத் தெரியாது.”

“நீ தமிழ்ப் பையனாயிற்றே, வீட்டில் நிறைய ரூபாய் வைத்திருப்பாய் என்று நினைத்தேன்.”

“என் அப்பாவிற்கு நூறு ரூபாய் சம்பளம். அது வந்த முதல் வாரத்திற்கு அரிசிக்கு இருபது, உப்பு புளி சாமானுக்கு இருபது, பாலுக்கு இருபது என்று செலவாகிவிடும். என் அப்பாவுக்கே ஆயிரம் ரூபாயை எண்ணத் தெரியாது என்று நினைக்கிறேன்.”

ராமகிருஷ்ணராஜு யோசனையில் ஆழ்ந்தான். நன்றாக இருட்டிப் போய்விட்டது. அப்போது அந்த அம்மாள் அறை விளக்கைப் போட்டுவிட்டுப் போனாள்.

“யார் அது?” என்று கேட்டேன்.

“என் அம்மா,” என்று ராமகிருஷ்ணராஜு அசிரத்தையாகச் சொன்னான்.

“உன் அப்பா எங்கே?”

“ஊரில் இருக்கிறார்.”

“இங்கே நீயும் உன் அம்மாவும் மட்டும்தானா?”

“ஆமாம். நான் படிப்பதற்காக இந்த ஜாகை போட்டோம். அது போகட்டும். பணத்துக்கு ஏதாவது யோசனை தோன்றியதா?”

“நான்தான் சொன்னேனே, எனக்கு ஆயிரம் ரூபாய் எண்ணக்கூடத் தெரியாது என்று.”

ராமகிருஷ்ணராஜு மீண்டும் யோசனையில் ஆழ்ந்தான். பிறகு தலையை ஒரு மாதிரி சாய்த்துக்கொண்டு என்னைப் பார்த்தான். “நீ ஒரு காரியம் செய்வாயா?” என்று கேட்டான்.

“என்ன?”

“எனக்கு ஒரு இடம் தெரியும்.”

“யார்?”

அவன் ஒரு பெயரைச் சொன்னான். அது எங்களூரில் ஒரு பெரிய நகை வியாபாரியுடையது.

“அங்கே போனால் பணம் கிடைத்துவிடுமா?”

“கிடைக்கும். ஆனால் நீயும் கையெழுத்துப் போடவேண்டும்.”

“என் கையெழுத்தா?”

“ஆமாம். ஒரு அணா ஸ்டாம்பு ஒட்டி அதுமேல் நீயும் நானும் கையெழுத்துப் போட்டால் நமக்குப் பணம் கிடைக்கும்.”

எனக்கு ஆச்சரியமாக இருந்தது. “தபால் ஸ்டாம்பு மீது கையெழுத்துப் போட்டால் அவ்வளவு மதிப்பா?”

“அது தபால் ஸ்டாம்பு இல்லை. அது மாதிரி இன்னொன்று நீ கையெழுத்துப் போடத் தயாரா?”

“தயாரா? நீ இப்பவே அந்த ஸ்டாம்பை எடுத்துக்கொடுத்தால் கையெழுத்துப் போட்டுவிடுகிறேன்.

“அவ்வளவு சுலபத்தில் முடிந்துவிடாது. நான் அவனிடம் போய்ப் பத்திரம் எல்லாம் தயார் செய்கிறேன்... அப்புறம் நாம் இருவரும் போய் அவன் முன்னல் கையெழுத்துப் போட்டுப் பணத்தை வாங்கி வரலாம். உனக்குக் கையெழுத்துப் போட ஆட்சேபணை ஒன்றுமில்லையே?”

“எனக்கென்ன ஆட்சேபணை? வெறும் கையெழுத்துப் போட்டால் இவ்வளவு பணம் கிடைக்கும் என்று எனக்குத் தெரியவே தெரியாது.”

“நீ வருகிற புதன்கிழமை வா. நான் அதற்குள் எல்லாவற்றையும் தயார்செய்து வைக்கிறேன். அப்போது போய் நீ முடியாது என்று சொல்லக்கூடாது.”

“சத்தியமாக நான் அப்படிச் செய்யமாட்டேன்!”

நான் வெளியே வந்தேன். அந்த மாலைப் போதே ஒரு புது மாதிரியாக இருந்தது. என் கையெழுத்துக்கு ஆயிரம் ரூபாய்!

நான் ஒரு பரவச நிலையில் இருந்தேன். புதன் கிழமை வருவதற்காகக் கத்தி மேல் நிற்கிறபடி காத்திருந்தேன். பணம் கிடைத்தவுடன் மதறாஸ் போய்விட வேண்டும். அங்கே தெரிந்தவர் யார் கண்ணிலும் படாமல் படத்தை முடித்துக்கொண்டு வரவேண்டும். எப்படியும் ஒரு மாதத்திற்குள் முடித்துவிடலாம் என்று ராமகிருஷ்ணராஜு கூறுகிறான். ஒரு மாதம் வீட்டை விட்டு வெளியேபோய் இருப்பதற்கு என்ன காரணம் சொல்வது?

கிரிக்கெட் சுற்றுப் பயணம் என்று சொல்ல வேண்டும். பரீட்சைக்கு இரு மாதங்களே இருக்கும்போது யார் இதற்கு ஏற்பாடு செய்தார்கள் என்று கேள்வி வரும். எல்லாவற்றுக்கும் பதில் வைத்திருக்க வேண்டும். முதலில் கையெழுத்துப் போட்டுப் பணம் வாங்கிவிட வேண்டும்.

புதன் கிழமை காலை நான் தத்தளித்துக்கொண்டிருந்தேன். சாப்பிட்டுவிட்டுக் கல்லூரிக்குப் போவது போல சைக்கிளில் நேராக ராமகிருஷ்ணராஜுவின் வீட்டை அடைந்தேன்.

என் கவனத்தில் முதலில் தென்பட்டது அவன் பெயர் அட்டை பிய்த்து எடுக்கப்பட்டிருந்ததுதான். அதற்கடுத்தபடியாக வாசற்படியில் சுமார் ஆறடிக்கு நின்றுகொண்டிருந்த ஒரு புது மனிதர். ஆஜானுபாகுவான உடல். காவிக் கலரில் முரட்டுக் கதர் வேஷ்டியைக் கச்சம் வைத்துக் கட்டியிருந்தார். அதே கலர் அதே மாதிரித் துணியில் தொளதொளவென்று ஒரு ஜிப்பா. வாயில் தடியாகக் கன்னங்கரேலென்று ஒரு சுருட்டு. அவரே ஒரு முழுப் புகையிலையை விரித்துச் சுருட்டித் தயாரித்திருக்க வேண்டும்.

அவர் என்னைப் பார்த்த பார்வை அவ்வளவு தைரியமூட்டுவதாக இல்லை.

நான் மென்று முழுங்கி, "ஜே. ராமகிருஷ்ணராஜு இருக்கிறானா?" என்று கேட்டேன்.

அப்போது பக்கத்தில் ஜன்னலில் ராமகிருஷ்ணராஜுவின் முகம் தெரிந்தது. பெரும் பீதியுடனும் கலவரத்துடனும் அவன், 'போய்விடு!' என்று சைகை செய்தான்.

நான் உடனே அங்கிருந்து பறந்து சென்றேன்.

ஆனால் அதிக தூரம் செல்லவில்லை. அந்தச் சந்து ஆக்ஸ்போர்டு சாலையைச் சந்திக்குமிடத்தில் ஒரு மரத்தடியில் நின்றுகொண்டேன்.

நான் அப்படிச் செய்தது வீண் போகவில்லை. பத்து நிமிடத்தில் ராமகிருஷ்ணராஜு வந்தான். என்னைப் பார்த்து, "போச்சு! எல்லாம் போச்சு!" என்றான்.

"என்ன? என்ன போச்சு?"

அவன் என் முகத்தைப் பார்த்தான். பிறகு அப்படியே என்னைக் கட்டிக்கொண்டு விம்மி விம்மி அழ ஆரம்பித்தான்.

அவன் சினிமாவில் சேர்ந்துவிட்டான் என்று அவனுடைய அம்மா, அப்பாவுக்குக் கடிதம் எழுதிப் போட்டிருக்கிறான். அப்பா உடனே சிகந்திரபாத் வந்து முதல் காரியமாக அவன் சினிமாக் காகிதங்கள் எல்லாவற்றையும் கிழித்துப் போட்டுவிட்டார். "எனக்கு வந்த எல்லாக் கடிதங்களையும் கிழித்து நெருப்பில் போட்டார்" என்று விம்மினான்.

"ஐயய்யோ, அதில் ஒன்றைக்கூட நான் படிக்கவில்லையே" என்று நான் சொன்னேன்.

"நான் சினிமாவில் சேரவில்லை. சினிமா எடுக்கத்தான் போகிறேன். என்றேன். அதற்காக என்னைக் கட்டிவைத்து அடித்தார்" என்று சொல்லி

அவன் தோள்களையும் முதுகையும் காண்பித்தான். பல இடங்களில் முருங்கக்காய் வடிவத்தில் வீக்கமும் தழும்புகளும் இருந்தன.

நான் திகைத்துப் போனேன். "என்னப்பா இப்படி?" என்றேன். அவனுக்குத் துக்கம் பீறிட்டு மீண்டும் என்மீது சாய்ந்துகொண்டு அழ ஆரம்பித்தான்.

தெருவில் போய்க்கொண்டிருந்த இரு சிறுவர்கள் எங்கள் அருகில் வந்து எங்களை வேடிக்கைப் பார்த்தார்கள். நான், "போடா, போங்கடா!" என்று விரட்டினேன். பிறகு ராமகிருஷ்ணராஜு-வை மெதுவாக கிங்க்ஸ்வே பக்கம் நகர்த்திச் சென்றேன். தாஜ்மஹால் ஹோட்டல் கண்ணில் தெரிந்தது.

"ராமகிருஷ்ணராஜு, மசால் தோசை சாப்பிடுவோமா?" என்று கேட்டேன்.

"என்னிடம் பணம் கிடையாது."

"என்னிடம் இருக்கறது. வா."

ஹோட்டலில் போய் உட்கார்ந்த பிறகு நான் ஒரு மசால் தோசை, அதிகப்படியாக ஒரு காலி பிளேட் என்று ஆர்டர் கொடுத்தேன். ராமகிருஷ்ணராஜு சொன்னான்: "எனக்கு நேற்று இரவிலிருந்தே சாப்பாடு போடவில்லை."

அந்த அதிகப்படி பிளேட்டை நான் பயன்படுத்தவில்லை. அவன் தோசை சாப்பிட்டு முடித்தவுடன் என்னிடமிருந்த ஒரு ரூபாயை ஹோட்டல் காஷியரிடம் கொடுத்துப் பதினொரு அணா திரும்பப் பெற்றேன்.

ராமகிஷ்ணராஜு சிறிது சலனமடைந்த மாதிரிக் காணப்பட்டான். "நீயாவது ஏதாவது செய்வாயோ என்னவோ! எனக்கு இந்த ஜன்மத்தில் இனி சினிமா கிடையாது" என்றான்.

"அப்படியெல்லாம் பேசாதே."

"எனக்கு இன்னொரு ஒத்தாசை செய்வாயா?"

"சொல்லு."

"உன்னிடம் பணம் இருக்குமா?"

"உனக்கா?"

"இல்லை உனக்கு சைக்கிள் ரிப்பேர் ரஷீத் கடை தெரியுமா?"

"மோண்டாவுக்குப் பின்னால் இருக்கிறானே, அவன்தானே?"

"ஆமாம். அவனிடம் சின்ன போர்டு எழுதச் சொல்லிக் கொடுத் திருக்கிறேன்."

"அதை வாங்கிக் கொண்டுவந்து உன்னிடம் கொடுக்க வேண்டும் அவ்வளவுதானே?"

"ஐய்யோ, அப்படிச் செய்துவிடாதே! அதைப் பார்த்தால் என் அப்பா என்னைக் கொன்றேவிடுவார். அதை வாங்கிக்கொண்டு போய் நீ பத்திரமாக வைத்துக்கொண்டிரு. பிறகு நான் வாங்கிக்கொள்கிறேன்."

"சரி. ரஷீதுக்கு எவ்வளவு பணம் தரவேண்டும்?"

"ஒரு ரூபாய்."

"நான் நாக்கைக் கடித்துக்கொண்டேன். இதை அரைமணி முன்னால் இவன் சொல்லி இருக்கக் கூடாதா?

"சரி, அப்படியே செய்கிறேன்" என்று சொன்னேன்.

"நான் போகிறேன். என்னை மறந்துவிடாதே."

ராமகிருஷ்ணராஜு அவனுடைய வீட்டுப் பக்கம் சென்றான். நான் நேராக ரஷீத் கடைக்குச் சென்றேன்.

"கியா ஸாப்?" என்று ரஷீத் கேட்டான்.

"ராமகிருஷ்ணராஜு ஏதோ போர்டு எழுதச் சொன்னானாமே, தயாரா?"

"தெலுங்கிலும் இங்கிலீஷிலும்தானே?"

"அப்படித்தான் இருக்க வேண்டும்."

"ரெடி. இதோ பாருங்கள்."

ரஷீது ஒரு தகரத் தகட்டை எடுத்துக் கொடுத்தான். அதில் ஒரு பக்கத்தில் கறுப்புப் பின்னணியில் ஒரு வரி தெலுங்கில் வெள்ளை வர்ணத்தில் எழுதப்பட்டிருந்தது. அதற்குக் கீழே ஆங்கிலத்தில் 'ஜே.ராமகிருஷ்ணராஜு, நடிகர், தயாரிப்பாளர், டைரக்டர்' என்று எழுதியிருந்தது. அவன் பெயரைத் தவிர மற்றச் சொற்கள் எல்லாவற்றிற்கும் 'ஓ' வரவேண்டிய இடங்களிலெல்லாம் 'இ' போட்டிருந்தது.

நான் பேசாமல் அதை வாங்கிக்கொண்டேன். "எவ்வளவு தரவேண்டும்?" என்று கேட்டேன்.

"உங்களுக்குத் தெரியாதா ஸாப்?" என்றான்.

நான் எட்டணா கொடுத்தேன். அவன் ஒன்றுமே சொல்லாமல் வாங்கிக்கொண்டான். உடனே என்னிடமிருந்த மிகுதி மூன்றணாவையும் கொடுத்தேன்.

"டீக் ஹை ஸாப்" என்றான்.

"சைக்கிள் ஓவர்ஹாலிங்குக்கு எவ்வளவு" என்று கேட்டேன்.

"ஒரு ரூபாய்."

"பன்னிரண்டணாதானே?"

"அது எப்போது ஸாப், ஐவார் ரூபாய்க்கு எட்டு சேர் விற்றபோது. இப்போது நான்கு சேர்தானே கிடைக்கிறது?"

எங்களூர் சேர்க் கணக்கு அலாதியானது. நிறுவையில் சேர் என்றால் இரண்டு இராத்தல். அதாவது ஒன்றரை சேர் ஒரு வீசை. அளவில்–ஒன்றரை சேர் ஒரு பட்டணம் படிக்குச் சமானம். அன்று ஒரு ரூபாய்க்குச் சுமார் இரண்டரைப் படி சோளம் கிடைத்தது.

“நான் அடுத்த வாரம் சைக்கிளைக் கொண்டுவந்துவிடுகிறேன்” என்று சொல்லிவிட்டுக் கல்லூரிக்குப் போகாமல் வீட்டுக்குப் போய் ராமகிருஷ்ணராஜுவின் பெயர்த் தகரத்தை வெள்ளைத்தாளில் சுற்றி என் துணிமணிப் பெட்டியில் பத்திரப்படுத்தினேன்.

ஒரு வாரம் கழித்து அவன் வீட்டுப் பக்கம் போனேன். வீடு காலி செய்யப்பட்டிருந்தது. ராமகிருஷ்ணராஜுவை அவனுடைய அப்பா ஊரோடு அழைத்துக்கொண்டு போய்விட்டார்.

நான் அவனைக் கடைசியாகப் பார்த்த அந்தப் புதன் கிழமையன்று அவனுடைய நாக்கில் சுக்கிரன், குரு அல்லது எந்த நவக்கிரக அதிபதியாவது இருந்திருக்க வேண்டும். அவன் சினிமாப் பக்கமே வரவில்லை. ஆனால் நான் சினிமாவில் சேர்ந்து வருஷக் கணக்கில் லோல்ப்பட்டேன். அவதிப்பட்டேன். சிறுமைப்பட்டேன். இழிவுப்பட்டேன். பதினைந்து ஆண்டு சேவைக்குப் பிறகும் என் சம்பளம் இருநூறு ரூபாய்க்கு மேல் உயரவில்லை. நானாக வேலையை விட்டபோது தாராள மனத்தோடு எனக்கு ஒரு மாதச் சம்பளத்தை என் முதலாளி அன்பளிப்பாகக் கொடுத்தார்.

அப்புறம் என் தோள்கள். அவற்றின் மேல்தான் எவ்வளவு பேர் சாய்ந்துகொண்டு கண்ணீர் சிந்தியிருக்கிறார்கள்! இந்து, முஸ்லீம், சீக்கியர், கிறிஸ்துவர், பார்ஸி . . . (இது ஏதோ ‘ஜனகணமண’ பாடுவது போல இருக்கிறது) நான் ஒருமுறை ஓராண்டுக் காலம் அமெரிக்காவில் இருக்க நேர்ந்தது. அங்குகூட வெகு விசித்திரமாக ஒரு கொரியாக்காரன், ஓர் இந்தோனேஷியாக்காரன், ஒரு ஜப்பானிய மாது, ஓர் அமெரிக்கப் பெண், ஒரு ஹங்கேரிய அம்மாள்–இவ்வளவு பேர்கள் அவர்களுடைய துக்கங்களை என் தோள் மீது கசியவிட்டிருக்கிறார்கள். ஆனால் என் உடம்பெல்லாம் நிறைந்திருக்கும் துக்கத்தை நான் தணித்துக்கொள்ள எனக்கு இன்னும் ஒரு தோள் கிடைக்கவில்லை. அப்படிக் கிடைத்தால்கூட என்னால் அழ முடியுமோ, முடியாதோ. எவ்வளவோ பேர்களின் அழுகையைத் தாங்கிய எனக்குக் கண்ணீரெல்லாம் வரண்டுபோய்விட்டிருக்கும்.

இந்த ராமகிருஷ்ணராஜு பெயர்ப் பலகை விஷயத்தை எடுத்துக் கொள்ளுங்கள். இருபத்தெட்டு வருஷமாக என் துணிமணிகளுடன்தான் அதை வைத்திருக்கிறேன். ஒவ்வொரு முறை அதைப் பார்க்கும் பொழுதும் என்னை யாரோ முறுக்கிப் பிழிவது போல இருக்கிறது. பலகை, அதாவது அந்தத் தகரம், இன்னும் புதிதாக இருக்கிறது.

யாருக்காவது ராமகிருஷ்ணராஜு பற்றித் தகவல் தெரிந்தால் தெரியப்படுத்துங்கள். அவனுடைய பெயர்த் தகட்டையாவது அவனிடம் ஒப்படைத்துவிடுகிறேன்

1979

புதுப்பழக்கம்

யாரோ எதையோ பிறாண்டும் சத்தம் கேட்டுப் பரதேசி விழித்துக்கொண்டான். விடிந்ததும் விடியாததுமாக இருந்த அந்த வேளையில் மூன்று சிறு உருவங்கள் ஒரு டிரம்மிலிருந்து தாரைச் சுரண்டிக்கொண்டிருந்தன. "திருட்டுப் பசங்கா!" என்ற ஒரு கல்லை எடுத்து வீசினான். அந்த மூன்று உருவங்களும் ஓட்டம் பிடித்தன. அதில் ஒன்று பாவாடை கட்டியிருந்தது.

அதற்கு முந்தின மாலை, 'டேய் பரதை, கோட்டை விட்டுடாதே. பக்கத்துத் தெருவிலே டிரம்மையே உருட்டிட்டுப் போயிட்டாங்க!" என்று மேஸ்திரி சொல்லிவிட்டுப் போயிருந்தான். இங்கே திருட வந்தது குழந்தைகள். அதுவும் தாரைத்தான்.

பரதேசி டிராயர் பையில் கையைவிட்டான். இரு பத்துப் பைசா நாணயங்கள் இருந்தன. காலை டீயை முடித்துவிடலாம். ஒரு பர்லாங்கு தள்ளி நெடுந்தூர பஸ்கள் நிற்குமிடம் ஒன்று உண்டு. அங்கு இரவெல்லாம் திறந்திருக்கும் டீக்கடை இருந்தது.

டீயில் கறுப்பாக ஒன்று மிதந்துகொண்டிருந்தது. பரதேசி ஒரு விரலைவிட்டு அதை அகற்றினான். உடனே டீக்கு மண்ணெண்ணெய் வாசனை வந்துவிட்டது.

முன்பு படுத்திருந்த இடத்திற்கு அவன் வந்தான். அங்கு கருங்கல் ஜல்லி நான்கு குவியல்கள் இருந்தன. பதினான்கு தார் டிரம்கள். நடைபாதையோரமாகத் தாரைக் காய்ச்சும் பாய்லர் வண்டி. ஸ்டவ் மட்டும் பாதுகாப்பாகக் கோடி வீட்டுத் தோட்டத்தில் வைத்திருந்தது.

மாட்டுக் குளம்படிகள் கேட்கத் துவங்கின. பால்காரர்கள் கிளம்பிவிட்டார்கள். எருமை மாடு ஏதாவதுதான் டிரம்மீது உராய்ந்துகொண்டு கீழே தள்ளிவிடாமல் இருக்க வேண்டும்.

ஒரு முழு தார் டிரம்மைக் கீழே சாய்த்து பாய்லர் வண்டியிடம் அவன் உருட்டி வந்தான். அவ்வாறே இன்னொரு டிரம்மையும் உருட்டி வந்து இரண்டையும் ஒரு மேடை போலச் செய்துகொண்டான். பாதியளவு தார் எடுத்திருந்த டிரம்

ஒன்றை நகர்த்திக்கொண்டு மேடையாய் நின்றவை மீது ஏற்றி அங்கிருந்து அதை பாய்லர் வண்டிமீது கவிழ்த்து வைத்தான். சாதாரணமாக இதைச் செய்ய இருவர் வேண்டும். ஆனால் இந்த சாலை ரிப்பேர் 'காங்'கில் இடம் கிடைத்த ஏழெட்டு மாதங்களில் அவன் பல காரியங்களைத் தனியே செய்யப் பழகிக்கொண்டுவிட்டான். அந்த வேலைக்கு வருபவர்கள் பெரும்பாலும் பிழைப்பைத் தேடிக் குடும்பத்தோடு பட்டணம் வரும் வெளியூர்க்காரர்கள். அவர்களிடம் உற்சாகம், சிரிப்பு அதிகம் இருப்பதில்லை.

கிடைக்கும் தினக் கூலியில் பாதி போல என்றோ வாங்கிய கடனின் வட்டிக்குப் போய்விடும். அவர்களில் பலரைப் போலப் பரதேசியும் பகலில் சாப்பிடுவது அபூர்வம். இரவு ஒருவேளைதான். வேலையில்லாத நாட்களில் அதுவுமில்லை.

நன்றாக விடிந்துவிட்டது. கோடிவீட்டுத் தோட்டத்திலிருந்து ஸ்டவ்வைப் பரதேசி பாய்லர் வண்டிக்கருகே எடுத்து வந்தான். சுமார் இரண்டடி உயரமிருக்கும் ஸ்டவ்வின் பீப்பாயையும் ஜுவாலை வரும் பாகத்தையும் நீண்ட ரப்பர் குழாய் ஒன்று இணைத்தது. ஸ்டவ்வின் வாயை அவன் பற்ற வைத்தான். அது சீறிக்கொண்டு மஞ்சள் நிறத்தில் எரிந்தது. பிறகு ஸ்டவ்வுக்குப் பம்பு அடித்தான். கோபமாக எரியும் ஜுவாலை பாய்லர்மீது ஏற்றிக் கவிழ்த்திருந்த தார் டிரம்மீது விழும்படி பிடித்துக்கொண்டான். டிரம்மிலிருந்த தார் சிறிது சிறிதாக உருகி பாய்லருள் விழ ஆரம்பித்தது. எல்லாத் தாரும் பாய்லருள் விழும் வரை டிரம்முக்குச் சூடேற்றிக் கொண் டிருந்தான். அதன் பிறகு பாய்லர் வண்டியின் அடிப்பாகத்தில் இருந்த சுரையில் ஸ்டவ்வின் முகத்தை நுழைத்து வைத்தான். வண்டியில் இருந்த தார் சிறிதே புகை கிளப்பியது. தண்ணீராக நெகிழ்ந்தது. பிறகு கொதிக்க ஆரம்பித்தது.

இப்போது மற்ற ஆட்களும் வந்துவிட்டார்கள். சாலையில் ஒரு பக்கமாக மட்டும் போக்குவரத்துக்கு வழி செய்துவிட்டு மறுபாகத்தைக் காலி டிரம்கள் கொண்டு அடைத்தார்கள். நீண்ட கடப்பாரைகள் கொண்டு சாலையின் பழைய தார்ப் பரப்பில் குறுக்கும் நெடுக்கமாகச் சிறுசிறு பள்ளங்கள் ஏற்படும்படி குத்தினார்கள். பரதேசி கொதிக்க வைத்திருந்த தாரைத் தோட்டத்தில் பூவாளிகொண்டு தண்ணீர் தெளிப்பது போலச் சாலையில் தார்க் கோலம் வரைந்தார்கள். அவன் கொதிக்க வைத்திருந்த தாரை இன்னும் சிலர் கலவை இயந்திரத்தில் கருங்கல் ஜல்லியோடு கலந்து அக்கலவையைத் தார்க்கோலம் மீது பரப்பினார்கள். அதை நீண்ட முள் கரண்டிகொண்டு சீராகப் பரவி இருக்கும்படி செய்தார்கள். பொறுமையே உருவான ஒருவன் ஒரு ரோடு இஞ்சினை முன்னும் பின்னும் செலுத்தித் தார்க் கலவையை அழுந்த வைத்தான். பெண் பணியாளர்கள் இஞ்சின் பாதையில் தண்ணீர் தெளித்தார்கள்.

பத்து மணியளவில் எல்லாப் பணியாளர்களுக்கும் ஒருவன் டீ விநியோகம் செய்தான். பரதேசி சிறிது ஓய்வாக இருந்தான். பாய்லரில் நான்கு டிரம்கள் தார் கொதித்துக் கொண்டிருந்தது. அன்றைக்கு அது போதுமானது. ஸ்டவ்வுக்கு மட்டும் அவ்வப்போது பம்பு அடித்தால் போதும்.

பரதேசி பாதி தம்ளர் குடித்திருந்தபோது உலர்ந்த இலை ஒன்று டீயில் விழுந்துவிட்டது. அவன் கையெல்லாம் ஒரே தார். இடது கை சுண்டு விரல்தான் சிறிது சுத்தமாக இருந்தது. அந்த விரலைக் கொண்டு இலையை அகற்றினான்.

டீயில் இப்போது அவனுக்குப் பழக்கமான வாசனை அடித்தது.

நடுப்பகலில் எல்லாருக்கும் அவனுடைய தயவு தேவைப்பட்டது. கந்தைத் துணியில் மண்ணெண்ணெயைத் தோய்த்துக் கையில் தார் போகத் தேய்த்துக் கொண்டார்கள். பிறகு பழங் காகிதம்கொண்டு கையைத் துடைத்துக் கொண்டார்கள். அவன் மண்ணெண்ணெய் டப்பாவை மூடி வைத்தான். ஒரு பெண், "நீ கழுவிக்கலையா?" என்று கேட்டாள். அவளுக்கு இருபத்தைந்து வயதிருக்கலாம். நாற்பத்தைந்து வயதுமிருக்கலாம். அவளை முதன் முறையாக அன்றுதான் அவன் பார்க்கிறான். "இல்லை" என்று அவளுக்குப் பதில் சொன்னான்.

அதற்கு விளைவு இருக்கும் என்று அவன் எதிர்பார்க்கவில்லை. ஆனால் அந்தப் பெண் அவள் கட்டிக்கொண்டு வந்திருந்த சோற்றை அவனுடன் பகிர்ந்துகொள்ள வந்தாள்.

"உனக்குக் கறி வேணுமா?" என்று கேட்டான்.

"தின்னவே ஒண்ணுமில்லே, கறி எங்கேந்து வந்தது?"

அவன் தன்னுடைய டிராயர் பையிலிருந்து ஓர் அணிலை எடுத்தான்.

"அடே! எப்பப் பிடிச்சே? இங்கயா?"

"அந்தக் கோடி வீட்டுத் தோட்டத்திலே."

"பச்சையாவா திங்கறது?"

அவன் அந்தப் பெண்ணை பாய்லர் வண்டியின் மறுபுறம் அழைத்துச் சென்றான். அணிலைத் தோலை உரித்து நடைபாதைக் கல் ஒன்றின் மீது வைத்தான். பாய்லர் வண்டிச் சுரையிலிருந்து ஸ்டவ்வை எடுத்து அணில் இறைச்சி மீது ஜுவாலை காட்டினான். அணிலைப் புரட்டிப் போட்டுச் சுட்டான்.

"நல்லாத்தான் பழகியிருக்கே" என்று அவள் சொன்னாள். அவளே சென்று பத்துப் பைசாவுக்கு ஊறுகாய் வாங்கி வந்தாள்.

மேஸ்திரி அப்பக்கம் வந்தான். "என்னடா பரதை? விருந்தா இன்னிக்கு?" என்று கேட்டான்.

"அதெல்லாம் ஒண்ணுமில்லை ஐயா" என்று பரதேசி பதில் சொன்னான்.

மேஸ்திரி போன பிறகு, "பரதேசிதானே உன் பேரு?" என்று அவள் கேட்டாள்.

"அவன் பரதைன்னு கூப்பிடறதுக்குப் பரதேசி மேலில்லை?"

அவர்கள் சாப்பிட்டு முடித்ததும் அவள் சொன்னாள், "எல்லாம் நல்லாத்தான் இருக்கு. ஆனா இந்த கிருஷ்ணாயில் வாசனை மட்டும் இல்லாதிருந்தா நிசம்மா நல்லாயிருந்திருக்கும்."

"ஸ்டவ்வுலே அந்த வாசனைதான் வரும். ரோடு வேலை செய்யறவங்க கையிலே காலிலே தாரு. கிருஷ்ணாயிலு வாசனைதான் வரும்."

"ஸ்டவ்வு சரிதான். ஆனாக் கையை நல்லாக் கழுவிக்கலாமில்லே?"

அன்று மாலையும் மேஸ்திரி பரதேசியிடம் இரண்டரை ரூபாய் கொடுத்தான். பரதேசியும் இரவு படுக்கப் போகும்போது இருபது காசோடுதான் படுக்கச் சென்றான். எதைப் பற்றியும் அதிகம் சிந்திக்காமல் தூங்கிவிடுபவன் அன்று அப்பெண்ணைப் பற்றி நினைத்துக்கொண்டான். அவள் இதற்கு முன் அவன் 'காங்'கில் வேலை செய்தவள் அல்ல. திடீர் திடீரென்று ஆட்கள் வருவதும் மறைவதும் சாலை ரிப்பேர் வேலையில் சகஜந்தான். நாளை அவள் வந்தால் நன்றாயிருக்கும். அவள் பெயரைக்கூடத் தெரிந்து வைத்துக்கொள்ளவில்லை. எதற்கும் நாளை மத்தியானத்தில் கையில் மண்ணெண்ணெய் வாசனை வராமல் பார்த்துக்கொள்ள வேண்டும்.

அதற்காகக் கோடி வீட்டில் ஒரு சிறு புட்டியில் மோர் வாங்கி வைத்துக் கொண்டான். மோர் விட்டுக் கை கழுவிக்கொண்டால் மண்ணெண்ணெய் வாசனை மாயமாக மறையத்தான் செய்தது.

மறுநாள் அந்தப் பெண் வேலைக்கு வரவில்லை. அதன் பிறகு அவன் வேலை செய்த இடம் எதிலும் அவள் வேலை செய்யவில்லை. ஒரு வாரம் பத்து நாட்களுக்காகப் பட்டணம் வந்து போகும் கிராமத்தார்களில் ஒருத்தியாக இருக்க வேண்டும்.

அவளை மீண்டும் பார்ப்போம் என்ற நம்பிக்கை மறைந்தது. அவளை மறக்கவும் முடிந்தது. ஆனால் யாரிடமாவது மோர் வாங்கிக் கை கழுவிக்கொள்ளும் பழக்கம் மட்டும் விட்டுப்போகவில்லை.

1979

தைரியம்

பல்லவன் பஸ்கள் எல்லாம் ஒரே மாதிரி இருப்பதில்லை. பழைய பஸ்கள் இன்னும் சிவப்பு நிறத்துடன்தான் ஓடிக்கொண்டிருக்கின்றன. பஸ்ஸில் நின்றுகொண்டு பயணம் செய்ய வேண்டியவர்கள் பிடித்துத் தொங்குவதற்கு மேலே நீளவாட்டில் இரண்டு கம்பிகள். ஒன்று ஆண்கள், வரிசைப் பக்கம். இன்னொன்று பெண்கள் வரிசைக்கு மேல். நான் இரண்டு கைகளாலும் பெண் வரிசைக்கு மேலிருந்த கம்பியைப் பிடித்துக் கொண்டிருந்தேன். கொஞ்சம் முயன்றால் வலது கையால் ஆண்கள் பக்கக் கம்பியைப் பிடித்துக்கொண்டு பஸ் போகும் திசையைப் பார்த்தபடி நிற்கலாம். ஏனோ செய்யவில்லை. இதனால் பஸ் ஓடிக் கொண்டிருந்த போதெல்லாம் நான் கொஞ்சம் அதிகமாகத்தான் ஆடிக்கொண்டிருந்தேன். அந்த இரவு வேளையில் நிற்பவர்கள் கூட்டம் மிகவும் நெரிசல் என்று கூறிவிட முடியாது. கூட்டமே இல்லை என்றும் சொல்லிவிட முடியாது.

என்னை ஒருவன் சிறிது பிரயாசைப்பட்டுத் தாண்டிச் சென்றான். தாண்டினவன் ஒரு கையால் என் தோளைப் பிடித்துக் "கொஞ்சம் தள்ளி நில்லு. லேடீஸ் மேலே விழாதே" என்றான்.

நான் அவன் பக்கமாகவே சிறிது நகர்ந்தேன். இப்போது எனக்கு அருகாமையிலிருந்த சீட்டில் உட்கார்ந்த இரு பெண்களும் சட்டென்று குறுகிக்கொண்டார்கள்.

"இதோ பார். நான் முன்னே நின்னிண்டிருந்தப்பவும் அந்த சீட் பெண் மேலே தொட்டுண்டுதான் நின்னேன். அவ ஒண்ணும் சொல்லலை, தெரியுமா?" என்றேன்.

அந்த ஆள் என்னைப் பாராதுபோல நின்றான். எனக்கு அருகாமையில் உட்கார்ந்திருந்த பெண்கள் இன்னும் கொஞ்சம் அதிகமாகக் குறுகிக்கொண்டார்கள். வெளியே இருட்டானாலும் பஸ் உள்ளே நல்ல பிரகாசமாக இருந்தது.

"உங்கிட்டத்தா(ன்)யா சொல்றேன். அந்தப் பொண் என்னை ஒண்ணும் சொல்லலை தெரியுமா?" என்றேன் மீண்டும்.

அவன் என்னைப் பார்த்துவிட்டுத் திரும்பிக்கொண்டான்.

"அவ ஏன் என்னை ஒண்ணும் சொல்லலை, தெரியுமா?"

இப்போது அந்த ஐந்தாறு சதுர அடிக்குள் இருந்த பதினைந்து பேரும் என்னைக் கவனிப்பதை உணர்ந்தேன்.

"அவ ஏன் ஒண்ணும் சொல்லலை தெரியுமா?" என்று மீண்டும் கேட்டேன்.

"அவளையே கேளு" என்று அந்த ஆள் பதில் சொன்னான். சிறிது அளவு மீறி முயன்று நெளித்து வளைந்து இன்னும் எட்டிப் போனேன்.

நான் என் பக்கத்தில் நின்றிருந்தவர்களிடம் சொன்னேன். "அவ ஏன் ஒண்ணும் சொல்லலேன்னா அவளுக்குத் தெரியும். நான் தொட்டேன்னா தப்பு இல்லேன்னு."

நான் கொஞ்சம் அதிகமாகவே ஆடிக்கொண்டிருந்தேன். என் அருகில் நின்றவர்கள் எல்லாரும் மௌனமாக இருந்தார்கள். என்னைப் பார்த்தேயாக வேண்டும் என்ற நிலையில் நின்றவர்கள்கூடச் சிரமப்பட்டுக் கழுத்தை வேறு திசைகளில் திருப்பிக்கொண்டிருந்தார்கள்.

"அந்தப் பொண்ணுக்குத் தெரியும் என்கிட்டே தப்பே கிடையாதுன்னு. இல்லே பாப்பா?" என்று நான் எனக்குப் பின்னால் அமர்ந்திருந்த பெண்ணிடம் கேட்டேன். அவள் முகம் விரைத்துப் போன மாதிரி இருந்தது. அவள் பக்கத்தில் உட்கார்ந்திருந்த பெண் தலைவலி வந்தது போல முன்சீட் கைப்பிடியில் முழங்கை வைத்து அதில் முகத்தைப் புதைத்துக்கொண்டாள்.

நான் அதிகமாகவே ஆடிக்கொண்டிருந்தேன். என் ஆட்டத்தால் அப்போது உடனே பாதிக்கக்கூடிய இடத்தில் உட்கார்ந்திருந்த பெண்கள் இருவரும் தங்களை மிகவும் குறுக்கி ஒடுக்கிக் கொண்டிருந்தார்கள். ஒருத்தி சற்றுத் தாராளமாகவே வளர்ந்தவள். நான் அவளிடம் சொன்னேன். "நான் தொட்டேன் பட்டேன்னா ஒண்ணும் தப்பு இல்லை. அந்த ஆளு பெரிசா லேடீஸ் மேலே விழாதேன்னு என்கிட்டே சொன்னான். எனக்குத் தெரியும் யார் யாருக்குப் பொண்டாட்டி, யாருக்கு அக்கா தங்கை, அப்புறம் வேறெ எதலாம்னு நன்னாத் தெரியும். எம் பொண்டாட்டி இங்கே இருந்தான்னா அவளுக்கும் அதுதான். பஸ்ஸிலே எல்லாரும் சேர்ந்து வர்றோம். இறங்கறோம். ஆம்பளைங்களை ஆம்பளைங்க தொடறாங்க ஆம்பிளைங்க பொம்பளைங்க மேலே விழறாங்க. படறாங்க. பொம்பளைங்க ஆம்பளைங்க மேலே விழறாங்க, படறாங்க. இதிலே என்ன தப்பு இருக்கு?"

என்னைச் சுற்றிக் கூட்டம் சிறிது விலகி நின்றது. பெண்கள் சீட்களில் உட்கார்ந்திருந்த எல்லாப் பெண்களும் என்னைப் பார்த்துவிட்டுப் புடவையை இழுத்துப் போர்த்திக்கொண்டார்கள். அந்தப் பருமனான பெண் எனக்குப் பதில் தராமல் இருந்தது எனக்குக் கஷ்டமாக இருந்தது.

நான் அவளிடம் மேலும் சொன்னேன். "அந்தப் பொண்ணு மேலேயுந்தான் பட்டேன். அவ ஒண்ணும் சொல்லலை. ஏன் சொல்லலைன்னு நான் அவளைக் கேக்கக் கூடாது. ஆனா உன் மேலே விழாதேன்னு அதோ அவர் சொல்றாரு. அப்படிச் சொன்னவரு அவளை ஏன் கேக்காமே தள்ளிப் போயிருக்காரு. என்கிட்டே ஒரு தப்பும் கிடையாது. தப்புன்னு நீ சொல்லறியா?"

அந்தப் பெண் அங்கேயும் இங்கேயும் பார்த்தாள். தன் பக்கத்தில் உட்கார்ந்திருந்தவளிடம் 'நான் போகிறேன்' என்பது போலத் தலையை ஆட்டிவிட்டு எழுந்து அந்தக் கூட்டத்தில் இடித்துப் புகுந்துகொண்டு தள்ளி நின்றாள்.

நான் இரண்டு கைகளாலும் மேல் கம்பியைப் பிடித்துக் கொண் டிருந்தாலும் முன்னும் பின்னுமாக ஆடிக்கொண்டிருந்தேன். பஸ்ஸுடைய ஓட்டம் என்னை இன்னும் அதிகமாக ஆட வைத்தது. எனக்கு யாரிடமாவது ஏதாவது ஒரு சொல்லாவது பதிலாகப் பெற்றுவிட வேண்டுமென்ற ஆர்வம் அதிகரித்த வண்ணமே இருந்தது. ஆனால் கண்டக்டர்கூட என்னை ஒரு பொருட்டாகக் கருதாமல் இருந்தது என்னை மிகவும் வாட்டியது.

"நான் யார் மேலேயும் பட்டாலும் சரி, நான் தப்பு பண்ண மாட்டேன். தப்பு என் கிட்டேயே வராது. அப்ப ஏண்டா குடிச்சிட்டு வந்திருக்கேன்னு கேக்கிறயா? கேளு, பதில் சொல்லறேன். அந்தப் பொண்ணு இந்தப் பொண்ணு, ஒண்ணும் பதில் சொல்லலை. நான் சொல்றேன். குடிச்சிட்டுக் கண்டபடி சுத்திக்கிட்டு இருக்கிறவன் இல்லை நான். இன்னும் நானூறு குடிச்சாலும் அப்படியே ஸ்டெடியா இருந்திடுவேன். ஒரு தப்பு வராது. அந்த மனுஷருதான் லேடீஸ் மேலே விழாதேன்னு சொல்லிட்டுப் போறாரு. லேடீஸ் மேலே விழுந்தா லேடீஸ் கேப்பாங்க. லேடீஸ் கேக்கலை. இப்ப நான் கேக்கறேன். குடிச்சுட்டு பஸ்லே வந்தா என்ன தப்புன்னு? ஒரு தப்பு இல்லை. என் கிட்டே மிஸ்டேக் கிடையாது. நான் தொட்டேன் பட்டேன்னாக்கூட மிஸ்டேக் கிடையாது."

ஆண்கள் பக்கம் ஒரு சீட் காலியாயிற்று. என்னை ஒருவர் கையைப் பிடித்து இழுத்து, "அங்கே உக்காரு" என்றார். ஆனால் நான் கம்பியைவிட்டுக் கையை எடுப்பதற்குள் அந்த இடத்தில் ஓர் இளைஞன் உட்கார்ந்துவிட்டான். அவனை எழுப்ப அந்த மனிதருக்குத் தைரியம் இல்லை. எனக்குத் தைரியம் கூடிக்கொண்டே வந்தது. அந்தப் பெண் பக்கத்தில் இருந்த காலி இடத்தில் உட்கார்ந்துகொண்டேன். ஒரு கணம் எல்லாரும் மூச்சைப் பிடித்துக்கொண்டு நின்ற மாதிரி இருந்தது. என் பக்கத்தில் இருந்த பெண் எழுந்துகொண்டாள்.

"நீ உக்காரு. ஒரு தப்பு இல்லே. எனக்குத் தெரியும் யாரு பெண்டாட்டி, யாரு அக்கா, யாரு தங்கைன்னு."

ஆனால் அவள் என்னை மீறி எழுந்துவிட்டதோடு பரபரவென்று எட்டிப் போனாள். அவளுக்குக் கூட்டம் வழிவிட்டது. எனக்கு முன் சீட்டில் உட்கார்ந்திருந்த பெண் அவளால் இயன்றவரை முன் பக்கம் சாய்ந்து கொண்டாள். அவள் நல்ல சிவப்பு. அவள் சிவப்பு பிளவுசும் சிவப்புப் புடவையும் அணிந்திருந்தாள். கழுத்தில் கருகமணி மாலை. அந்த மாலையின் குஞ்சங்கள் அவள் முதுகில் ஊசலாடிக் கொண்டிருந்தன. எனக்கு ஒரு கணம் அந்தக் குஞ்சங்களைப் பிடித்து நிறுத்த வேண்டும் போலிருந்தது. அந்தப் பெண் மீதும் கோபம் வந்தது. நான் அவளிடம் சொன்னேன், "என்னை நீ ரொம்ப அவமானப்படுத்தறே தெரியுமா? நீ அப்பிடி சாஞ்சுண்டா மனுஷாளுங்க என்ன நினைப்பாங்க? எங்கிட்டே ஒரு தப்பு கிடையாது. ஏன்னா, தப்பே என்னாண்ட வராது. நான் குடிக்கத்தான் முடியும். எவ்வளவு குடிச்சாலும் அப்படியே ஸ்டெடியா நிப்பேன். அப்போ குடிச்சா தப்பு கிடையாது. என்னாலே தப்பே பண்ண முடியாது."

நான் பேசப் பேச யாரும் எனக்குப் பதிலே தரவில்லை. பஸ் அதன் வழியில் சென்று, நின்று, பயணிகளை இறக்கி, பயணிகளை ஏற்றிக்கொண்டு ஓடிக்கொண்டிருந்தது. இன்னும் அதிகம் போனால் பத்து நிமிடத்தில் டெர்மினஸை அடைந்துவிடும்.

ஆண்கள் உட்கார்ந்திருந்த இடத்தில் ஒரு சலசலப்பு. ஒரு கிழவர், "நான் எப்பலேந்தோ டிக்கெட் டிக்கெட்னு கத்திகிட்டுதான் இருக்கேன். கண்டக்டர் இந்தப் பக்கமே வரலை. இப்போ என்னைத் தூங்கிண்டிருந்தயான்னு கேட்டா யாரு தூங்கிண்டிருந்தாங்க? நீயா நானா?" என்று சொன்னார்.

கண்டக்டர் கண்களில் கோபம் சுடர்விட ஒரு டிக்கெட் கிழித்தான். அவனால் இருபது பைசா டிக்கெட் ஒன்றைத்தான் அப்போது தர இயலும்.

"என்ன பெரியவரே!" என்று நான் குரல் கொடுத்தேன்.

அந்தப் பெரியவரும் என்னைப் பார்த்தார்.

"இதோ பாரு. நீ பண்ணின மிஷ்டேக்குக்குக் கண்டக்டர் மேலே பழி போடாதே. நீ முன்னாலேயே கேட்டு டிக்கெட் வாங்கியிருக்கணும். அவரு டூடி செய்யறாரு. டூடி மேலே இருக்கிறவங்க மேலே பழி போடக்கூடாது. அது தப்பு."

கிழவர் என்னைப் பார்த்து, "நீ டிக்கெட் வாங்கி ஒழுங்கா வா" என்றார். பிறகு பக்கத்தில் உட்கார்ந்திருந்தவரிடம் ஏதோ சொன்னார்.

"இதோ பாரு, பெரியவரே! நான் உன் தலை மயிருக்கு மரியாதை கொடுத்துப் பேசறேன். உன் தப்பை கண்டக்டர் மேலே சாடாதே. நான் எப்போ எந்த வண்டீலே ஏறினாலும் முதல்லே கண்டக்டரைத் தேடிப்பிடிச்சு டிக்கெட் வாங்கிடுவேன். கண்டக்டர் டூட்டி செய்றவரு. டூட்டி செய்யறவருக்குத் தொந்தரவு செய்யறது கூடாது. நான் தப்பு செய்யறது கிடையாது. நான் தப்பு பண்ண முடியாது. ஏதோ குடிப்பேன். அவ்வளவுதான். அதுகூட ரொம்ப லிமிட்டா. ரொம்ப ரொம்ப லிமிட்டா. ஒரே ஸ்டெடியா இருப்பேன். பாப்பா, நீ இப்படி உக்காரு, பாப்பா. நான் ஒரு தப்பு பண்ணமாட்டேன்."

நான் எவ்வளவோ பேசினேன். அந்தக் கிழவர்கூட என்னைப் பாராதது போல இருந்து நடுவில் இறங்கிவிட்டார். எனக்குத் தைரியமும் ஏமாற்றமும் கூடிக்கொண்டே இருந்தன. என்னைக் குடிகாரன் என்று தீர்மானித்து, குடிகாரன் அவனே பேசி ஓயட்டும் என்று விட்டுவிட்டார்களோ? எல்லாரும் இறங்கிப் போன பிறகுகூட கண்டக்டர் என்னை இறங்கச் சொல்லவில்லை. என்னாலும் எழுந்திருக்க முடியவில்லை. அந்த பஸ்லிலேயே அந்தப் பெண்கள் பகுதியிலேயே சாய்ந்து கிடந்தேன். அவ்வளவு இரவுக்குப் பிறகுப் பெண்கள் அதிகம் பஸ் பயணம் செய்வதில்லை. நானும் யார் மேலும் பட முடியாது. அதுதான் காரணமாயிருந்திருக்க வேண்டும் என்னை எல்லாரும் விட்டு வைத்ததற்கு.

1980

அவள் ஒருத்திதான்

ஆயிற்று. எப்போதோ வெள்ளையடிக்க வந்தவர்கள் கொண்டு வந்திருந்த ஏணியின் உதவியால் ஓர் அறையில் உயரே மாட்டியிருந்த இராமர் பட்டாபிஷேகப் படத்தையும் படாத பாடுபட்டுக் கழற்றியாயிற்று. இன்னும் மூன்று நான்கு மணிநேரம் முனைந்தால் லாரியில் ஏற்றி அனுப்ப வேண்டிய சாமான்களையெல்லாம் கட்டி வைத்துவிடலாம்.

பிரபுசங்கர் அண்ணாந்து பார்த்தான். ஓடு போட்ட வீடு தான். ஆனால் நான்கு ஆள் உயரத்துக்கும் அதிகமாகக் கூரையைத் தூக்கிக் கட்டியிருந்தார்கள். அந்த வீட்டை ஒட்டடை அடிப்பதற்குக்கூட இரண்டு ஏணியும் இரண்டு ஆட்களும் வேண்டும். அதனால் ரயில்வே அதிகாரிகளாக வீட்டை வெள்ளையடிக்க ஆட்களை அனுப்பும்போதுதான் வீடு சுத்தம் பெறும். அப்போதுகூட அந்த ஆட்கள் தடால் புடால் என்று கைக்கு வந்தபடி வேலையைச் செய்து முடித்துப் போவார்கள். கூரையருகே நிறைய ஒட்டடை கலைக்கப்படாமலே இருக்கும்.

அதில் சிறிது ஒட்டடை இருபது முப்பதாண்டுகளாகக்கூட இருக்கலாம். பிரபுசங்கர் கணக்குப் போட்டுப் பார்த்தான். அவனுடைய அப்பா மீசை கூடச் சரியாக முளைக்காத காலத்தில் முப்பதாண்டுகள் முன்பு அந்த ஊருக்கு வந்திருக்கிறார். எங்கெங்கோ எப்படி எப்படியோ இருந்து தவித்துவிட்டுக் கடைசிச் சில ஆண்டுகள் இந்த உயரக் கூரை வீட்டில் வசித்து உயிரையும் விட்டுவிட்டார். இங்கே ஒட்டடையில் சில அந்த முப்பதாண்டுகளாகவே இங்கே தொங்கிக்கொண்டிருக்கலாம்.

இவ்வளவு உயரக் கூரை என்பதாலேயே அந்த வீட்டில் ஒரு ஊஞ்சல் போட முடியவில்லை. துணி உலர்த்தக் கொடிகட்ட முடியவில்லை. குழந்தைக்குத் தூளி தொங்கவிட முடியவில்லை. எவ்வளவு பிரகாசமான விளக்குப் போட்டாலும் இருட்டு உணர்வைப் போக்க முடியாது. அதுவும் அப்பா செத்துப் போன நாளன்று கூரைப் பக்கம் பார்க்கவே பயமாக இருந்தது. ஆனால் அதன் பிறகு இந்த ஒன்றரை மாத காலத்துக்குள் பிரபு சங்கருக்குப் பதினைந்து ஆண்டுகள் கூடி அவன் வயது

இரட்டித்துவிட்ட மாதிரி இருந்தது. துக்கம் பாராட்டவோ பயம் அனுபவிக்கவோ சிறிதும் இடைவெளி இல்லாமல் மலையத்தனை வேலைகள். சிக்கலானவை. முன்பின் சற்றும் தெரியாதவை. ஆனால் அவனே இப்போது பொறுப்பேற்றுச் செய்ய வேண்டியவை. இப்போது கூரையைப் பார்க்கப் பயமாக இல்லை. கூரைக்கு வெளியே, வீட்டுக்கு வெளியே, அந்த ஊருக்கு வெளியேதான் நிறையப் பயம் இருந்தது. இன்னும் இரண்டு நாட்களில் அந்த ஊரைவிட்டே அவன் போய்விடுவான். உண்மையான பயம் அதற்குப் பிறகுதான்.

இந்த இரண்டு நாட்களில் இன்னும் செய்ய வேண்டியது என்ன? இறுதியாக வீட்டுச் சாமான்களில் பாதிக்குமேல் அலாடீன் கான் ஆக்ஷன் கம்பெனியில் சென்று ஞாயிற்றுக்கிழமை ஏலத்துக்குப் போட்டுப் பணத்தையும் வாங்கி வந்தாயிற்று. மூன்று கட்டில்கள், ஒரு பெரிய தொட்டில், இரண்டு பெரிய அலமாரிகள், சிறியது மூன்று, ஒரு கிராமபோன், எண்பது இசைத்தட்டுகள், ஒரு சின்ன சைக்கிள் இவ்வளவும் நூற்றி இருபது ரூபாய்க்குப் போயிற்று. அலாவுடீன் கான் பன்னிரண்டு ரூபாய் எடுத்துக்கொண்டு பாக்கிப் பணத்தைக் கொடுத்தான். எருமை மாட்டை ஐம்பது ரூபாய்க்குக் கொடுத்தாயிற்று. பசு மாடு, அதன் இரண்டு கன்றுகள் நூறு ரூபாய்க்கு. அதே மாட்டைப் பாவம் அப்பா இருநூறு ரூபாய் கொடுத்து வாங்கி வந்தார். அவிழ்த்துவிட்டால் அது நேரே அதன் முந்தைய எஜமானன் வீட்டில் போய் நிற்கும். அது அடிக்கடி இம்மாதிரி ஓடிப் போய்விடுவதால் வீட்டில் எத்தனை நெருக்கடிகள் நிகழ்ந்திருக்கின்றன? ஆனால் அப்பா செத்துப் போனவுடன் அந்த மாடு மிகவும் சாதுவாக மாறிவிட்டது. அது சாதுவாகி இந்த வீட்டு மனிதர்கள் மீது பாசம் கொள்ளத் தொடங்கிய நேரத்தில் அதைப் பிரிய வேண்டியிருக்கிறது. இப்போது அந்த மாடு தவித்துப் போய்விடும்.

நிறையச் சாமன்கள் அகற்றப்பட்டு, மிஞ்சியவை தரையில் சிதறிக் கிடந்தது, அந்த வீட்டுக்கே ஒரு விதவைக் கோலம் கொடுத்தது. விதவை என்றால் என்ன? வெறுக்கத் தக்கதானாலும் பொறுத்துக் கொண்டேயாக வேண்டிய ஒன்று. ‘சரி சரி இருந்து தொலை’ என்ற பாவனையை நிரந்தரமாக ஏற்றுக்கொள்ளும் நிலை. இந்த வீட்டை விட்டுத் தான் போகப் போவதால் வீடு விதவை மாதிரிக் கண்ணுக்குத் தெரிகிறது. நாளைக்கு வேறொருவர் இங்கு குடி புகும்போது இது பளீரென்று கண் கூசும்படி பிரகாசமானதாக மாறிவிடலாம். எப்போதுமே புதிதாகக் குடிவந்த சில நாட்களுக்கு வீடு பளிச்சென்றுதான் இருக்கிறது. எந்த வீடுமே. அதனால்தான் இனிமேல் எந்த வீட்டிலும் அதிக நாள் இருக்கக்கூடாது. அதுவும் இப்படி வருஷக்கணக்கில் ஒரு வீட்டில் ஒரு ஊரில் இருக்கவே கூடாது.

பிரபுசங்கருக்குக் கடைசித் தடவையாக அந்த ஊரைச் சுற்றிப் பார்க்க வேண்டும் போலிருந்தது. ரொம்பப் பெரிய ஊர் இல்லைதான். அவனுடைய சின்னச் சைக்கிள் இப்போது இருந்தால் அதை எடுத்துக்கொண்டு ஊரை வெளிப்புறமாக ஒரு மணிநேரத்தில் சுற்றி வந்துவிடலாம். அவனுக்குத் தெரிந்த அந்த ஊர் எவ்வளவோ ஆண்டுகளாக அப்படியே இருந்து வருகிறது. வீடுகள் இன்னும் கொஞ்சம் பழையதாகிப் போயிருக்கலாம். சில தெருக்கள் புதிதாகத் தார் பூசப்பட்டிருக்கலாம். ஆனால் ஊருக்குள்ளேயே ஜன நடமாட்டம் ஏற்படாமல் ஏகாந்தமாக இருக்கக்கூடிய இடங்கள்

இன்னமும் அப்படியே இருந்தன. பார்க்கப் போனால் மேலும் சில இடங்கள் அப்படி உருவாகிக் கொண்டிருந்தன. ஒருவேளை அவனைப் போலவே நிறையப் பேர் இந்த ஊரை விட்டுப் போய்க் கொண்டிருக்கிறார்களோ என்னவோ?

ஆமாம். பூட்டிய வீடுகள் பார்ப்பது அபூர்வமில்லை. இதே ஆக்ஸ்போர்டு தெருவில் இங்கிருந்து கிளாக் டவர் செல்வதற்கு அரை மைல்தான் இருக்கும். எண்ணிப் பத்து பங்களாக்கள். அதில் நான்கு காலி.

இந்தப் பங்களாக்களை யார், எப்போது கட்டினார்கள்? எவ்வளவு பேர் இருக்கவெனக் கட்டினார்கள்? ஒரு சில வித்தியாசங்கள் தவிர முக்கிய மான அம்சங்களில் அந்த வீடுகள் ஒரே மாதிரிதான் இருந்தன. உயரமான காம்பவுண்டுச் சுவர். பெரிய இரும்பு கேட் போட்டு இருவழிகள். கேட்டுக்கு நன்கு உள் தள்ளி பங்களா. குறைந்தது இரு அவுட் ஹவுஸ்கள். சில பங்களாக் களில் சமையலறையே இந்த மாதிரித் தனிக் கட்டடத்தில்தான் அமைந்திருந்தது. அந்த துரை, துரைசாணிகளுக்குச் சமையல் செய்யும்போது கிளம்பும் புகையும் வாசனையும் பிடிக்காமல் இருக்கலாம். அதைவிட முக்கியமான காரணம் அந்தச் சமையற்காரர்களைப் பிடிக்காமல் இருக்கலாம்.

பிரபுசங்கருக்கு அந்தப் பங்களாக்களின் உட்புறம் எப்படி இருக்கும் என்று தெரியாது. ஆனால் தோட்டம் நன்றாகத் தெரியும். அவர்கள் வீட்டு எருமை மாடு ஏதோ திட்டம் போட்டு வைத்ததுபோல் அத்தனை பங்களாத் தோட்டங்களுக்கும் சென்றிருக்கிறது.

இப்போது மாடு இல்லை. மாட்டைத் தேடிப் போகும்போது கூச்சத்தை யும் பயத்தையும் மீறி அந்தப் பங்களா கேட்டுக்குள் நுழையத் தேவை இருந்தது. இப்போது தேவையில்லை. ஆனால் அந்தப் பயம் போகவில்லை.

பிரபுசங்கருக்கு ஒரு பங்களாவினுள் மட்டுமாவது சென்று பார்க்க வேண்டும் என்று ஆசை வந்தது. இப்போது விட்டால் இனி முடியவே முடியாது. அந்த டாக்டர் ராம்சந்தர் வீட்டுக்குப் போய்ப் பார்க்கலாமா?

கேட்டில்தான் டாக்டர் ராம்சந்தர் என்று பெயர்ப் பலகை இருந்ததே தவிர, அந்த டாக்டர் எவ்வளவோ வருஷங்கள் முன்பு இறந்து விட்டிருந்தார். பிரபுசங்கருடைய அப்பா அந்த டாக்டரைப் பற்றிச் சொல்லியிருக்கிறார். ராம்சந்தர் பெரிய பணக்காரக் குடும்பம். திவான் பகதூர் ஆராவமுது ஐயங்கார் பையனை இங்கிலாந்து அனுப்பிப் படிக்க வைத்தார். பையன் திரும்பி வந்து ஒரு பார்ஸிக்காரியை கல்யாணம் செய்துகொண்டுவிட்டான். பார்ஸிக்காரர்கள் வெளுத்த உடல் கொண்டவர்கள். வெள்ளை வெளேரென்று உடை உடுத்துவார்கள். அவர்கள் ஒருவர்போல எல்லாருமே நடக்கும்போது ஏதோ பக்கவாட்டில் நகர்வது போல இருக்கும். யாராவது செத்துப் போனால் பிணத்தைக் காகம் குருவி பிய்த்துத் திங்கச் சவுகரியமாக ஓரிடத்தில் திறந்த வெளியில் வைத்துவிடுவார்கள். இன்னும் எப்படி எல்லாம் இருப்பார்கள் என்று தெரியாது. ராம்சந்தருக்கும் அந்தப் பார்ஸிக்காரிக்கும் தினமும் சண்டை. அப்பா சொன்னார் எல்லாம் சாப்பாட்டு விஷயத்தில்தான் என்று. அவ்வளவு பெரிய பங்களாவில் ராம்சந்தர், அவன் மனைவி, ஒரு மகள் ஒன்றிரண்டு வேலைக்காரர்கள். ஒருநாள் இரவு பெரிய சண்டை. டாக்டர் ராம்சந்தர் அவனே விஷம் சாப்பிட்டுத் தற்கொலை செய்துகொண்டுவிட்டான்.

ஆனால் அந்தப் பார்ஸிகாரி மட்டும் இன்னும் அந்த வீட்டில்தான் இருக்கிறாள். தூரத்திலிருந்து பிரபுசங்கர் அவளைப் பார்த்திருக்கிறான்.

இப்போது பிரபுசங்கருக்கு இப்படியும் தோன்றிற்று. அந்தப் பார்ஸிக்காரியும் ஒரு விதவை. அதனால் அந்த வீடுகூட அவன் இருக்கும் வீடு போல மாறியிருக்க வேண்டும்.

மாறியிருக்கலாம். ஆனால் அந்த பங்களா அழகாக இருந்தது. வெளி வராந்தாவில் பல இடங்களில் பூந்தொட்டிகள் தொங்கவிடப்பட்டிருந்தன. வீட்டைச் சுற்றியோ மிகவும் அழகாக அமைக்கப்பட்ட தோட்டம். வாசல் கதவு, சன்னல் கதவுகளெல்லாம் பாதிப் பகுதி கண்ணாடி, ஆனால் தெருவி லிருந்து ஒன்றும் தெரியாது. அக்கண்ணாடி வழியாக உள்ளே விளக்கு எரிகிறதா இல்லையா என்று தெரிந்துகொள்ளலாம். இந்த முற்பகல் வேளையில்கூட அங்கே வீட்டுக்குள் விளக்கு எரிந்துகொண்டிருந்தது. இந்த ஊரைவிட்டு போய்விடுவதற்கு முன் அந்தப் பார்ஸிக்காரியை இன்னொரு முறை பார்த்துவிட முடியுமா? அவளுக்காக ஒருவன் அவன் குடும்பத்தை உதறித் தள்ளிவிட்டு வந்திருக்கிறான். அப்புறம் அவளிருக்கும் உலகத்தில் இருக்கச் சகித்துக்கொள்ள முடியாமல் தற்கொலை புரிந்துகொண்டிருக்கிறான். அதுவும் இங்கிலாந்து சென்று படித்து வந்த டாக்டர். பிரபுசங்கருக்கு அந்த டாக்டரைவிட அந்தப் பார்ஸிக்காரிதான் மிகவும் விசேஷமான மனுஷியாக இருக்க வேண்டும் என்று தோன்றிற்று.

அந்த ஊரில் வாழவிருக்கும் கடைசி நாட்களின் இறுதி அபிலாஷைகளைப் பூர்த்தி செய்வதுபோல் அந்தப் பார்ஸிக்காரி பங்களா தோட்டத்தில் நின்றுகொண்டு ஒரு வேலையாள் எதையோ சுத்தியலால் தட்டுவதைப் பார்த்தபடி இருந்தாள். அவளுக்காகத்தான் ஒருவன் தன் உயிரையே போக்கிக்கொண்டானா?

அவள் உயரமானவள். வெள்ளை வெளேரென்று இருந்தாள். அன்று மழைக் கோட்டு மாதிரியான கவுன் அணிந்துகொண்டிருந்தாள். தலையை இரட்டைப் பின்னலாகப் போட்டிருந்தாள். மிகவும் அழகாக இருந்தாள்.

தெருவில் அவள் பங்களா எதிரில் நின்றபடி அவளையே பார்த்துக் கொண்டிருந்தான். அவள் விதவை மாதிரி இல்லை. ஒருவேளை ஒவ்வொரு ஜாதியிலும் விதவைகள் வேறு மாதிரி இருக்கலாம்.

அவள் அவனைப் பார்த்துவிட்டாள். மெதுவாகப் புன்னகை புரிந்து 'என்ன வேண்டும்?' என்பது போலத் தலையை ஆட்டினாள். அப்படியே கேட்டருகிலும் வந்துவிட்டாள்.

பிரபுசங்கர் ஓடிப்போய்விடலாமா என்று நினைத்தான். சாதாரண நாட்களில் இப்படிப்பட்ட சந்தர்ப்பங்களில் பதில் சொல்லிக்கொண்டு இருப்பதைவிட ஓடிப் போய்விடுவதுதான் புத்திசாலித்தனமானது என்று அவன் கண்டு கொண்டிருந்தான். அவனுக்கு அவளுக்குச் சொல்லக் கூடியதாகப் பதில் ஒன்றும் கிடையாது. அவளுக்கும் அதைக் கேட்டுக்கொள்வதால் புண்ணியம் ஒன்றும் இல்லை. ஓடிப் போய்விடலாம். ஆனால் இன்னும் இரண்டு நாட்களில் ஊரைவிட்டே ஓடிப் போகவேண்டும். ஆதலால் இப்போது ஏன் ஓட வேண்டும்?

"ஏன் இங்கே நிற்கிறாய்? ஏதாவது வேண்டுமா?" என்று அவள் ஆங்கிலத்தில் கேட்டாள்.

"நான் அந்தக் கிளாக் டவருக்கு அடுத்தாற்போலிருக்கும் பள்ளிக்கூடத்தில் தான் படிக்கிறேன்."

"ஆமாம். நான் உன்னை நிறையப் பார்த்திருக்கிறேன். என்ன வேண்டும்? உள்ளே வாயேன்."

"எங்கள் வீட்டு எருமை மாடு உங்கள் வீட்டுக்கு வந்திருக்கிறது."

"இப்போது வந்திருக்கிறதா?"

"இல்லை."

"அப்படியா? வேண்டுமானால் மாட்டை அழைத்துக்கொண்டு வருகிறாயா?" என்று கேட்டுவிட்டுச் சிரித்தாள்.

இதற்குள் அங்கே தட்டிக்கொண்டிருந்த ஆள் அவனுடைய எஜமானியிடம் வந்து, "அதைச் சரி செய்துவிட்டேன்" என்றான். பிரபுசங்கரைப் பார்த்து உர்துவில் "நீயா? இன்றைக்கு மாடு கீடு ஒன்றும் இங்கே வரவில்லை" என்றான்.

"இனிமேல் மாடு வராது" என்று பிரபுசங்கர் சொன்னான்.

"ஏன்?" என்று பார்ஸிக்காரி கேட்டாள்.

"நாங்கள் இந்த ஊரைவிட்டே போகிறோம்."

"ஏன்? எதற்கு?" அந்தப் பார்ஸிக்காரி கேட்டைத் திறந்தாள். "வா, உள்ளே வா, டீ சாப்பிட்டுவிட்டுப் போ."

இப்போது அவள் அவ்வளவு உயரமாகத் தெரியவில்லை. மூக்குக் கொஞ்சம் கோணல் மாதிரித் தெரிந்தது. தலையில் நரை மயிர் ஒன்றிரண்டு தென்பட்டது.

"எனக்கும் ஒரு பிள்ளை இருக்கிறான்" என்றாள்.

"பிள்ளையா? உங்கள் பெண்ணைத்தான் பார்த்திருக்கிறேன்."

"பெண்தான் இங்கேயே இருக்கிறாளே? என் பிள்ளை புனாவில் படிக்கிறான். உன்னைவிடக் கொஞ்சம் பெரியவன்."

இதற்குள் வராந்தாவை அடைந்தாயிற்று. அங்கே போட்டிருந்த ஒரு பிரம்பு நாற்காலியைக் காண்பித்து "உட்கார்" என்று அவள் சொன்னாள்.

"வேண்டாம். நான் போகவேண்டும். வீட்டில் தேடுவார்கள்."

"ஆமாம். ஊரைவிட்டே போவதாகச் சொன்னாயே, வேலை இருக்கும். எதற்கும் டீ மட்டும் குடித்துவிட்டுப் போ."

அந்தப் பார்ஸிக்காரி குரல் கொடுத்தாள். ஒரு வேலைக்காரப் பெண் உள்ளேயிருந்து "சரீம்மா" என்று பதில் தந்தாள்.

"ஆமாம், நீ ஏன் ஊரைவிட்டப் போகிறாய்?"

“எங்கள் அப்பா செத்துவிட்டார். அதனால் நாங்கள் எல்லோரும் போகிறோம்.”

“அப்பா செத்துப் போனால் ஊரை விட்டுப் போக வேண்டுமா?”

“தெரியவில்லை. எங்கள் வீட்டில் பெரியவர்கள் ஏற்பாடு.”

“அப்பா செத்துப் போவதினால் நஷ்டம்தான். ஆனால் தாங்க முடியாது என்று ஒன்றும் இல்லை. என் பெண் கொஞ்ச காலம் உம்மென்று மூஞ்சியை வைத்துக்கொண்டிருந்தாள். ஆனால் இப்போது அவள் சரியாகிவிட்டாள். என் பிள்ளை நாஷீர்தான் இன்னும் அப்பாவுக்காக ஏங்கிக் கொண்டிருக்கிறான். இவ்வளவுக்கும் அவன் அப்பா இறந்தபோது அவனுக்கு வயது மூன்றுதான் ஆகியிருந்தது.”

சட்டென்று நினைவுக்கு வந்தது போல அவள் கேட்டாள். “நீ எங்கே இருக்கிறாய்?”

“இந்தத் தெருக் கோடியில் ரயில்வே குவாட்டர்ஸில்” அவன் முகவரி சொன்னான். அவளுக்குப் புரியவில்லை.

“அப்படியெல்லாம் வீடுகள் இங்கே இருக்கிறதா? நான் ஊரில் அந்தப் பக்கமே சென்றதில்லை.”

“ஆமாம். அந்தப் பக்கம் அதிகம் பேர் வருவதில்லை. எங்கள் வீட்டைத் தாண்டி ஒரு சின்ன ஓர்க்ஷாப் இருக்கிறது. அது வேலையில்லா ஏழைக் கிழவர்களுக்கு மட்டும். ஆதலால் எங்கள் வீட்டைத் தாண்டி அந்தத் தாத்தாக்கள்தான் போவார்கள்.”

“நான் வீட்டை விட்டு அதிகம் வெளியே போனதில்லை.”

“எங்கள் வீட்டுப் பக்கம் மனிதர்கள் இல்லையே தவிர அந்த இடம் மிகவும் அழகாக இருக்கும். இரண்டு பெரிய ஆலமரங்கள். நிறைய விழுதுகள் இருக்கும். பிடித்துத் தொங்கலாம். வேறு நிறைய மரங்கள் பெரிய மைதானம் கொஞ்சம் தள்ளிப் போனால் மலை. நிறையத் தேளும் பாம்பும் உண்டு.”

“இந்தப் பங்களாவிலேயே பாம்புகள் உண்டு. வீடு உள்ளேயெல்லாம்கூட வந்துவிடும்.

“கொஞ்ச நாட்கள் முன்பு எங்கள் வீட்டில் அடுத்தடுத்து மூன்று பாம்புகள் வந்தன. அதனால்தான் எங்கள் அப்பா செத்துப் போய்விட்டாராம்.”

“உங்கள் அப்பாவைப் பாம்பு கடித்துவிட்டதா?”

“இல்லை. ஆனால் வீட்டில் பாம்பு வந்தால் சாவும் வருமாம்.”

“அப்படியா? எனக்குத் தோன்றவில்லை. யாரோ தெரியாமல் சொல்லியிருக்கிறார்கள். ஆனால் சரியோ தப்போ உன் அப்பா செத்துப் போய் விட்டார்.”

பிரபுசங்கருக்கு அழுகை வரும்போல் இருந்தது.

“அழாதே, அம்மா இருக்கிறாளல்லவா?”

அழுகையை அடக்கிக்கொண்டே பிரபுசங்கர் “உம், உம்” என்றான்.

"அப்போது என்ன? அப்பா போய்விட்டால் உலகமே குடி முழுகிப் போய்விடாது."

பிரபுசங்கர் பதில் சொல்லாமல் உட்கார்ந்தான். "ஒருவேளை எல்லா அப்பாக்களையும் அப்படிச் சொல்லிவிட முடியாதோ என்னவோ" என்று பார்ஸிக்காரி சொன்னாள். "எனக்கு அம்மா இல்லாததுதான் மிகவும் கஷ்டமாக இருந்தது. இப்போதுகூட அப்பா இருக்கிறார். என்னைப் பார்த்தாலே அவருக்குக் கோபம் வருகிறது. எனக்குப் பேசவே தோன்றுவதில்லை. ஆதலால் நாங்கள் பேசிக்கொள்வதேயில்லை."

"என் அப்பா நிறையப் பேசுவார். அவரோடு நான் வெளியே போகும் போதெல்லாம் நிறையப் பேசுவார்."

"நான் அதிகம் வெளியே போனதில்லை. இந்த ஊரைக் கூடச் சரியாகப் பார்த்ததில்லை. நீ இருக்கும் இடமெல்லாம் எனக்குத் தெரியாது. நீ நிறையச் சுற்றிப் பார்த்திருக்கிறாயா?"

"உம்... ஆனால் சில இடங்கள் தெரியாது. ராணிகஞ்ஜ் பக்கமெல்லாம் அவ்வளவு போனதில்லை."

"அங்கேதான் என் அப்பா கடை இருக்கிறது."

"கடையா? என்ன கடை?"

"மோட்டார் கார் கடை."

பிரபுசங்கர் பேசாமல் இருந்தான். மோட்டார் கார் பற்றி அவனுக்கு அதிகம் தெரியாது.

ஒரு வேலைக்காரப் பெண் கப் சாஸரில் வழிய வழிய டீ கொண்டு வந்தாள். இன்னொரு கையில் ஒரு தட்டில் சிறிது தின்பண்டங்களும் கொண்டுவந்தாள். 'எங்கே வைப்பது?' என்பதுபோல் ஒரு கணம் நின்றாள். பார்ஸிக்காரி "இப்படி வை" என்று வராந்தா கைப்பிடிச் சுவரைக் காட்டினாள். பிரபுசங்கரைப் பார்த்து, "பயப்படாமல் சாப்பிடு. இதில் மாமிசம் ஏதும் கிடையாது" என்றாள்.

பிரபுசங்கர் வேண்டா வெறுப்பாக ஒரு துண்டு எடுத்து வாயில் போட்டுக்கொண்டான். அந்த பார்ஸிக்காரியுடைய வாக்குறுதியையும் மீறி அவனுக்குக் குமட்டிக்கொண்டு வந்தது. அவளுடைய கணவன் ராம்சந்தரும் அப்படித்தான் சிரமப்பட்டிருக்க வேண்டும். எவ்வளவு சிரமப்பட்டிருந்தால் செத்தேவிடலாம் என்று முடிவு செய்திருக்க வேண்டும்? இந்தப் பார்ஸிக்காரியை இப்போது பார்த்தால் விதவை மாதிரிதான் இருக்கிறாள். வீட்டுக்கும் அந்தக் களை இருக்கிறது.

ஆனால் டீ நன்றாக இருந்தது. இதற்கு யார் காரணம்? அந்த வேலைக்காரப் பெண்தான். மோட்டார் கார் விற்கும் கடை வைத்திருப்பவரின் பெண்ணுக்கு டீ போடத் தெரியுமா?

"என் பிள்ளை இருந்தால் மிகவும் நன்றாக இருக்கும். அவன் லீவு நாட்களுக்குத்தான் இங்கு வருவான். ஆனால் நீதான் ஊரைவிட்டே போகப் போகிறேன் என்கிறாயே?"

அவள் ஒருத்திதான்

"ஆமாம்."

"ஏன்? அப்பா செத்துவிட்டால் எல்லாமே போய்விட்டதா? ஊரையே விட்டுப் போய்விட வேண்டுமா? உனக்கு இந்த ஊர் பிடிக்கவில்லையா?"

"எனக்கு ரொம்பப் பிடிக்கிறது. அவ்வளவுக்கும் நான் இந்த ஊரை அதிகம் சுற்றிப் பார்த்ததுகூடக் கிடையாது."

பிரபுசங்கர் அதுவரை அவன் அடக்கி வைத்திருந்த கேள்வியைக் கேட்டுவிட்டான்: "டாக்டர் ராம்சந்தர் ஏன் செத்துப்போனார்?"

அவள் ஒரு கணம் கேள்வி புரியாது நின்றாள். "யாரைக் கேட்கிறாய்? என் கணவனையா?"

அவன் ஆமாம் என்று தலையை அசைத்தான்.

"ஏன் கேட்கிறாய்? நீ அவரைப் பார்த்திருக்கக்கூட முடியாது."

"இருக்கலாம். ஆனால் எவ்வளவு நாட்களாகிவிட்டது?"

இருவரும் சிறிது நேரம் மௌனமாக இருந்தார்கள். பிறகு அவள் பேசினாள். "உன் அப்பா ஏதோ சொல்லியிருக்கிறார் என்று நினைக்கிறேன். ஆனால் ராம்சந்தர் அப்பெண்டிக்ஸ் அல்சர் உடைந்து செத்துப்போனார்."

"அது விஷம் சாப்பிட்டால் வருமா?"

"எது?"

"அதுதான். நீங்கள் சொன்னது."

"அது அல்சரா? இல்லையே. எப்படி வேண்டுமானாலும் வரலாம். ஏன் கேட்டாய்?"

"இல்லை வெறுமனே கேட்டேன்."

"விஷம் பற்றி ஏன் கேட்டாய்?"

பிரபுசங்கருக்கு ஓடிப் போய்விடலாம் என்று தோன்றியது. இவளை முதலில் பார்த்த போதே ஓடிப்போயிருக்க வேண்டும். அவன் எழுந்து கொண்டான்.

"பயப்படாதே. உன்னை ஒன்றும் செய்துவிட மாட்டேன்."

"நான் போக வேண்டும். நான் போக வேண்டும்."

"உன்னை நான் கட்டிப் பிடித்து வைக்க முடியுமா? உன் மாடானால் அப்படிச் செய்யலாம்."

"நான் போய் வருகிறேன்."

"மறுபடியும் இந்த ஊருக்கு வந்தால் கட்டாயமாக இங்கு வா. நான் இந்த இடத்திலேயேதான் இருப்பேன். எங்கும் போய்விட மாட்டேன்."

பிரபுசங்கர் தெருவுக்கு வந்தான். விளங்காத மர்மமாகப் பல ஆண்டுகளாக இருந்த வீட்டுக்கு விஜயம் செய்துவிட்டான். அந்த மர்மக்காரியையும்

பார்த்துப் பேசிவிட்டான். இவ்வளவு எளிதாக, இவ்வளவு எதிர்பாராத விதத்தில் சௌகரியமாக ஒரு சந்திப்பு நேரிட்டபோது ஒரு கேள்வியை நேரிடையாகவே அவளிடம் கேட்டிருக்கலாம். டாக்டர் ராம்சந்தர் விஷம் குடித்துத்தான் செத்துப் போனாரா? அவள் ஏதோ அல்சர் என்றாள். அல்சர் என்றால் என்ன? ஏதாவது பார்ஸிக்காரத் தின்பண்டமாக இருக்கலாம்.

அவளால் ஒருவன் தற்கொலை செய்துகொண்டிருக்கலாம். ஆனால் அவள் ஒருத்திதான் அப்பா செத்துப் போனால் குடி முழுகிப் போய்விடாது என்றாள். எல்லாரும் வேறு ஏதேதோ சொல்லித்தான் அவனுக்கு ஆறுதல் சொன்னார்கள். செத்துப் போவது பெரிய விஷயமில்லை என்று இவள்தான் சொன்னாள். அவள் இந்த ஊரை அதிகம் சுற்றிப் பார்த்ததில்லை. ஆனால் அவளுக்கு இந்த ஊரை மிகவும் பிடிக்கும், எனக்குப் பிடிப்பது போல.

எப்போதாவது முடிந்தால் அந்தப் பார்ஸிக்காரிக்கு இந்த ஊரைச் சுற்றிக் காண்பிக்க வேண்டும் என்று பிரபுசங்கர் நினைத்துக்கொண்டான். அந்த ஊரில் அவன் இருக்கப் போவதே இன்னும் இரு நாட்கள்தான் என்பது அவனுக்கு ஒரு பொருட்டாகவே தோன்றவில்லை.

1980

இந்திராவுக்கு வீணை கற்றுக்கொள்ள முடியவில்லை

“கோபு, இன்னிக்கு அஞ்சு மணிக்கு சார் வறாராம்.”

“உம்.”

“எங்கேயும் போயிடாதே. வாரம் ஒரு கிளாஸ்தான். உன்னோட இன்னும் யார் யாரோ பெரியவாள்ளாம் கிளாஸ்லே சேர்றா. இதே தெருவிலே நாலு வீடு தள்ளி இஞ்சினீயர் வீட்டிலே.”

“பெரியவாள்ளாம் இருக்கறப்போ நான் எதுக்கும்மா?”

“ஏன்னா நீயும் ரெண்டு பாட்டுப் பாடணும்தான். பாட்டாக் கத்துக்கலேன்னாலும் லகுவா ரெண்டு பஜனைப் பாட்டாவது கத்துக்கலாம், இல்லையா?”

“எனக்கு இப்படிக் கூட்டமாகச் சேர்ந்து ஒண்ணாக் கத்தறதெல்லாம் பிடிக்கவேயில்லை. பஜனை கத்துண்டு நான் தினம் தெருவிலே பஜனை பண்ணிண்டா போகப்போறேன்?”

“வீட்டுலே சங்கீதம்னு ஏதாவது கொஞ்சமாவது இருக்கணும்.”

“பாச்சாவைக் கத்துக்கச் சொல்லேன்.”

“அவனுக்குக் குரலே இல்லே. அதோட அவன் நாலு மனுஷா நடுவிலே ரொம்பக் கூச்சப்படறான்.”

“நான் கராத்தே கிளாஸ்லே சேர்றேன்னு கெஞ்சிக் கேட்டேன். அதுக்கு முடியாதுன்னுட்டே.”

“காச்சு மூச்சுன்னு கத்திண்டு கையைக் காலை உதறது நம்பளுக்குச் சரிப்பட்டு வராதுன்னுதான் சொன்னேன். கராத்தே கத்துண்டு மட்டும் என்ன, நீ தினம் சண்டை போட்டுண்டிருக்கப் போறியா?”

"என்னை யொத்த பையன்கள்ளாம் கராத்தேதான் கத்துக்கறா, பஜனை இல்லை. நான் பஜனைக் கிளாஸ்லே சேரமாட்டேன்."

கோபு தீர்மானமாகச் சொல்லிவிட்டு வெளியே போய்விட்டான். இந்திரா கண்களைத் துடைத்துக்கொண்டாள்.

ஒரு காலத்தில் அவள் வீணை கிளாஸில் சேர எவ்வளவோ ஆசைப் பட்டாள். எவ்வளவோ கஷ்டங்களுக்கிடையில் அவளுடைய அம்மா மாதம் பத்து ரூபாய் சமாளித்துத் தந்துவிடுகிறேன் என்று சொன்னாள். ஆனால் அப்பாதான் நிர்தாட்சண்யமாகப் பாட்டும் வேண்டாம், கூத்தும் வேண்டாம் என்று தடுத்துவிட்டார். அந்தத் துக்கம் தீர இந்திரா நாட்கணக்கில் இரவு படுக்கும்போது அம்மாவைக் கட்டிக்கொண்டு அழுதிருக்கிறாள்.

துக்கம் பாட்டுக் கற்றுக்கொள்ள முடியவில்லை என்ற ஒரு காரணத்துக்காக மட்டுமல்ல. வீணை கற்றுக்கொள்ள வேண்டும் என்ற எண்ணம் அவள் மனசெல்லாம் வியாபித்திருந்த காலத்தில்தான் யதேச்சை யாக நடப்பதுபோல ஒரு மிகப்பெரிய விஷயம் நடந்துவிட்டது. அவளுடைய இரு அண்ணன்களுக்குச் சங்கரன் என்ற ஒரு புது சிநேகிதன் கிடைத்தான்.

இந்திராவுக்கு ரங்கன், வரது இரண்டு பேரைப் பற்றியும் வருத்தம் தான். அவர்கள் குடியிருந்த சிறு இடத்தில் சிறிதே விசாலமாக இருந்த ஒரே அறையில் வீட்டுக்காரர்கள் விட்டுப் போயிருந்த ஊஞ்சலில் வேகமாக ஆடிக்கொண்டு இரண்டு அண்ணன்களும் உரக்க விவாதம் நடத்துவார்கள். எதைப் பற்றி? யார் அதிகம் பருமன் – பத்மினியா, சாவித்திரியா? பைத்தியம் போல நடித்து நடனமாடுவதில் சிவாஜி மேலா, எம்.ஜி.ஆர். மேலா? தங்கவேலுவுக்கு சரியான ஜோடி முத்து லட்சுமியா, எம். சரோஜாவா? காலேஜுக்கெல்லாம் சென்று படித்துவிட்டு ஒருவன் ரயில்வேயிலும் இன்னொருவன் கே.கே. கம்பெனியிலும் வேலை செய்பவர்களுக்குப் பேசிக்கொள்ள வேறு விஷயமே கிடைக்காதா? வீட்டில் இன்னும் இரண்டு தங்கைகளும் ஒரு தம்பியும் படித்து ஒழுங்காகப் பரீட்சைகள் தேற வேண்டுமே, காலையிலும் மாலையிலும் இப்படியே உரக்க அக்கப்போர் நடத்தி வந்தால் அவர்கள் கதி என்ன என்று தோன்றாதா? பெண்கள்தான் வீட்டிலேயே அடைந்து கிடக்க வேண்டுமென்றால் இந்த இரண்டு தடியர்களும் வெளியே தொலையவே மாட்டேன் என்கிறார்கள்? வீட்டில் பெண்கள் விஷயத்திலெல்லாம் தலையிட்டு ஒருவருக்கும் ஒரு நல்லதும் நடக்க விடாதபடி செய்துவிடுகிறார்களே. இந்த ரங்கன் மட்டும் அன்று அசட்டுத்தனமாகக் குறுக்கிடாமல் இருந்தால் அப்பா அவளை வீணை கற்றுக்கொள்ள அனுமதித்திருப்பார்.

ஊஞ்சலில் மூன்றாவது ஆளாக சங்கரன் வந்து உட்கார ஆரம்பித்து ஒரு மாதம் ஆயிற்று. இவ்வளவு அச்சுப்பிச்சு அண்ணன்களுக்கு இவ்வளவு விஷயம் தெரிந்த ஒருவன் எப்படிச் சிநேகிதன் ஆனான் என்று இந்திராவுக்கு ஆச்சரியம். சிவாஜி தங்கவேலு விஷயங்களைக்கூட சங்கரன் மிக ஆழமானதாகச் செய்து பேசினான். சென்னையில் இருந்துகொண்டு வருடம் ஒருமுறையாவது மியூசியம் சென்று பார்த்து வராமல் இருப்பது பெரிய இழப்பு என்றான். இராமாயணத்து லங்காபுரி இப்போது இருக்கும்

இலங்கையாக இருக்க முடியாது என்று காரணங்கள் சொன்னான். எந்த மகா மனிதனுக்கும் ஆதார சக்தியாக ஒரு உருவம் இருக்கும் என்றும் அது காந்திக்கு இந்திய மக்களாகவும் நேருவுக்கு இந்திய நாடாகவும் இருக்க வேண்டும் என்றான். வீணை ராமச்சந்திரன் அவ்வளவு பெரிய கலைஞர் இல்லையோ என்று சந்தேகப்பட்டான்.

"என்ன நீங்க அவரைப் பத்தி இப்படிச் சொல்லிவிடலாமா? அவர் தெய்வம் மாதிரி வாசிக்கிறார்" என்று இந்திரா குறுக்கிட்டுச் சொன்னாள். ஒரு வாரம் முன்புதான், கோதண்டராம சுவாமி கோயில் ஸ்ரீராம நவமி உற்சவத்தில் அவள் வீணை ராமச்சந்திரன் வீணை வாசிப்பை மெய்மறந்து கேட்டிருந்தாள். அவள் வீணை கற்றுக்கொள்ள வேண்டும் என்ற ஆசை ஏற்பட்டதே அந்தக் கச்சேரியினால்தான்.

சங்கரன் உற்சாகத்தோடு பேசினான். "எனக்கும் அவர் வீணை பிடிக்கும். ஆனா அவர் வீணையை இம்சிக்கிற மாதிரியும் தோணும்."

சொல்லி வைத்தாற்போல் ஒரு வார காலத்தில் வீணை ராமச்சந்திரனின் இன்னொரு இனாம் கச்சேரி. சாரதா வித்யாலயாவுக்குப் பின்னால் உள்ள மைதானத்தில்.

இம்முறை சங்கரனால் ரங்கன், வரது கூடக் கச்சேரிக்கு வந்தார்கள். வீணை ராமச்சந்திரன் நன்றாகத்தான் வாசித்தார். ஆனால் ஒரு கணம் வீணை ஒரு கன்றுக்குட்டியாக மாறின மாதிரியும் ராமச்சந்திரன் அதை மீட்டிய விதத்தில் அதன் கழுத்தெல்லாம் ஒரே இரத்தக் களறியாகப் பயங்கரமாகக் காட்சியளித்தது போலவும் இந்திராவுக்குத் தோன்றியது. ஒரு கணம்தான். இந்திரா திடீரென்று வயது கூடியவள் போல உணர்ந்தாள்.

இன்னும் வேறொரு கணத்தில் சங்கரன் அவளுடைய வயதை அதிகமாக்கினான். வாசற்படியில் நின்றுகொண்டிருந்த இந்திராவிடம் ஒரு மாலை, "இந்திரா, உங்கிட்டெ நான் ஒண்ணு சொல்லணும்" என்றான்.

"என்ன?"

"நீ இல்லாமே என்னாலே இருக்க முடியாது."

இவ்வளவுதான் இருவரிடையே நடந்தது.

இந்திராவுக்கு ஒரு பெரிய சுமையை அவள் மேல் தூக்கி வைப்பது போலிருந்தது. அத்துடன் அவர்கள் வீட்டுக்குச் சங்கரன் வருவது அவளுடைய அண்ணன்களுக்காக மட்டுமல்ல என்றும் தெரிந்தது.

அதன் பிறகும் ஐந்தாறு நாட்களுக்குச் சங்கரன் அவர்கள் வீட்டுக்கு வந்தான். பிறகு காணவில்லை. அவன் வராததைப் பற்றி வீட்டில் யாருமே பேச்செடுக்காதது இந்திராவுக்கு ஆச்சரியமாக இருந்தது. நாட்கள் செல்லச் செல்ல சுமையின் அழுத்தம் குறைய ஆரம்பித்தது. சங்கரன் நினைவு வந்தால் துக்கமாக இருக்கும். சங்கரன் – வீணை – நீ இல்லாமல் நான் இருக்க முடியாது. சங்கரன் – வீணை, எல்லாம் போய் இருபது வருடமாகிறது. இப்போது அவளுடைய இரண்டு பிள்ளைகளில் மூத்தவனைப் பாட்டுக்

கற்றுக்கொள்ளச் சொல்கிறாள். அவன் கராத்தேதான் வேண்டும் என்கிறான். துக்கம் என்பது தொடர்ந்து இருந்துகொண்டே இருந்தாலும் அதற்கான காரணங்கள் மாறிக்கொண்டே வரும் போலிருக்கிறது.

இந்திராவுக்குச் சங்கரனைப் பார்க்க வேண்டும் போலிருந்தது. அவனைப் பற்றி நினைப்பது அவளுக்குத் தவறாகத் தோன்றவில்லை. பாவம் அவன் என்ன செய்தான்? நீயில்லாமல் நான் இருக்க முடியாது என்றான். அப்புறம் எங்கேயோ போய்விட்டான். ரங்கன் பொன்மலையில் இருக்கிறான். வரது பெங்களூருக்குப் போய்விட்டான். தம்பி கிச்சு திண்டுக்கல்லில் வாத்தியார். தங்கை ஒரு முஸ்லீமைக் கல்யாணம் செய்துகொண்டு போய்விட்டாள். அப்பாவும் அம்மாவும் தள்ளாத வயதில் தனியாகக் கிராமத்தில் இருக்கிறார்கள். இப்போது சங்கரன் சென்னையில் இருந்தால் இந்திரா ஒருத்தியைத்தான் பார்க்க முடியும். நீயில்லாமல் நான் இருக்க முடியாது என்று சொல்லிப் போனவனை அவள் ஒருத்தியால் தேடிக் கண்டுபிடிக்க முடியுமா! மியூசியம் போனால் கிடைப்பானா? வீணைக் கச்சேரிகளுக்குப் போனால் அகப்படுவானோ?

“இந்திரா.”

இந்திராவுக்குத் தூக்கி வாரிப்போட்டது. அவள் எதிரில் சங்கரன்!

“நீயா..? நீங்களா?”

சங்கரன் புன்னகைத்தான்.

“நீங்க... நீ... நீங்கள்... எப்போது? அண்ணா ஒருத்தனும் இங்கே இல்லை...”

“நீ கொஞ்சம் மாறியிருக்கே.”

அன்று காலைதான் இந்திரா கண்ணாடியில் தன்னைச் சற்று நிதானமாகவே பார்த்துக்கொண்டிருந்தாள். தலைமயிர் கொட்டி, நரைத்தும் இருந்தது. முகத்தில் சில மடிப்புகள். உடம்பைத் தெரிந்த உருவம் எதற்கும் ஒப்பிட முடியாது.

“நீ அப்படியேதான் இருக்கே.”

“உன் பாட்டெல்லாம் எப்படி? உன் வீணை ராமச்சந்திரன் சக்கைப் போடு போடுகிறாரே.”

“ஆமாம், என் பாட்டு எப்பவோ நின்னு போச்சு.”

“ஒரு காகிதம் பென்சிலை வைச்சுண்டு. இருக்கிற ஸ்வரத்தை எல்லாம் மாற்றி மாற்றிப் போட்டு, எல்லா ராகமும் முன்னாலேந்து இருக்குன்னு சொல்லிடலாம். ஆனா அதுக்கு உருவம் கொடுக்கிறது பாடறதுனாலேதான். உன்னைக்கூட கண் இப்படி இருக்கும், மூக்கு இப்படி இருக்கும்னு அடையாளம் சொல்லலாம். ஆனா உன்னையே நேராக் கொண்டு நிறுத்தினால்தான் அந்த அடையாளமே புரியும்.”

“உனக்கு ராமச்சந்திரனைப் பிடிக்காது.”

“உனக்கு எவ்வளவு குழந்தைகள்?”

“இரண்டு பிள்ளை. ஒருத்தனும் பாட்டுக்கிட்டேயே போக மாட்டேங்கிறான். உனக்கு?”

“எனக்கா? ஒரே பிள்ளை... நாம சம்பந்தம் பண்ணிக்கக்கூட முடியாது.”

இந்திரா பேசாமலிருந்தாள். பிறகு மெதுவாகச் சொன்னாள். “நான் என்ன செய்ய முடியும். நீதான் அப்புறம் வரவேயில்லையே?”

“ஆமாம்” சங்கரன் பெருமூச்சு விட்டான். “நான் ஏன் வரலை தெரியுமா?”

“தெரியாது. எங்க வீட்டிலே உன்னைப் பத்திப் பேச்சே வரலை.”

“உன்கிட்டே சொன்ன நாலு நாளைக்கப்புறம் ரங்கன்கிட்டே சொன்னேன்.”

இந்திராவுக்கு ஒரு மூச்சு தவறியது.

“உங்க அம்மா சம்மதம் இல்லாமே ஒண்ணுமே செய்ய முடியாதுன்னு சொன்னான். உன்னை நான் இழுத்துண்டு ஓடிப் போயிட்டேன்னா உன் அம்மா அப்புறம் உன் மூஞ்சியிலே முழிக்கவே மாட்டான்னு சொன்னான். எனக்கு ஓடிப்போறதிலே இஷ்டம் கிடையாது. உன் அம்மாவிற்கு உன் மேலே எவ்வளவு ஆசைன்னு எனக்குத் தெரியும்.”

இந்திரா அம்மாவை நினைத்துக்கொண்டாள். அம்மாவை அவள் எத்தனை முறை கண்ணீரால் குளிப்பாட்டி இருக்கிறாள்?

“உன் அம்மாகிட்டே சொல்லி எல்லாத்தையும் சரி பண்றேன்னு சொன்னான். அதுவரைக்கும் என்னை வீட்டுப் பக்கமே வராதேன்னு சொன்னான்.”

எவ்வளவு விஷயங்கள் நடந்திருக்கின்றன! இந்திராவுக்கு நம்ப முடியவில்லை. ரங்கன் இவ்வளவு அழுத்தக்காரனா?

“அவன் அப்புறம் வான்னு சொல்லவேயில்லை. உனக்கு நான் சொன்னது புரிஞ்ச மாதிரியும் தெரியலே. எவ்வளவோ ஆசையாயிருக்கிற அம்மாவையும் பொண்ணையும் ஏன் பிரிக்கணும்னு நான் தூரப் போயிட்டேன்.”

சங்கரன் வெளியே போனான். அவன் கதவு தாண்டிய உடனேயே கோபு உள்ளே வந்தான்.

இந்திரா அவசரமாகச் சொன்னாள். “கோபு, ஓடிப்போய் அந்த மாமாவை அழைச்சிண்டு வா, சீக்கிரம்.”

“யாரை அம்மா?”

"அதான். இப்ப வெளியிலே போனாரே அவரைத்தான் சீக்கிரம், சீக்கிரம்."

"யாரும் போகலையேம்மா!"

"போடா, போய்த் தெருவிலே பாரு. பத்தடிகூடப் போயிருக்கமாட்டார். இருபது வரும் கழிச்சு அவரைப் பார்க்கிறேன். ஒரு தம்ளர் காப்பிகூடத் தரலை. போ, போ!"

கோபு வெளியே ஓடினான். தெருவிலே அவனுக்குப் புதிதாக யாரும் தென்படவில்லை. எல்லாம் வழக்கமானவர்கள்தான். வீடு சென்று அம்மாவிடம், "யாரும் இல்லையேம்மா, நீ யாரைச் சொன்னே? யாரும் கிடைக்கலியே?" என்றான்.

"அவன் போயிட்டான். அவன் போயிட்டான்" என்று இந்திரா சொன்னாள்.

"நீ யாரைச் சொல்றே?"

"சங்கரன்."

கோபு உதட்டைப் பிதுக்கினான். அவள் சங்கரன் என்றாலும் சர்தார் சிங் என்றாலும் அவனுக்கு ஒன்றுதான்.

ஆனால் சங்கரன் போய்ப் பல ஆண்டுகள் ஆகின்றன என்று இந்திராவுக்குத் தெரியாது.

1980

'78'

இதற்கு முன்னாலும் இப்படி நடந்திருக்கிறது. ஆனால் தொகை இவ்வளவு பெரிதில்லை. எல்லாம் ஒன்று, ஐந்து, பத்து தான். ஆனால் இப்போது ஒரேயடியாக எழுபத்தெட்டு ரூபாய் காணோம். பாத்திரச் சீட்டும் கொடுத்து மருந்தும் வாங்கி நூறு ரூபாய் நோட்டை மாற்றிப் பாக்கிப் பணம் எழுபத்தெட்டுச் சில்லறை. சில்லறை இருக்கிறது, ஆனால் நோட்டுக்களைக் காணோம்.

எப்போதுமே பணத்திற்குக் கஷ்டம்தான். ஒரு மாதம்கூடச் செலவுகள், எதிர்பார்த்த செலவுகளோடு நின்றதில்லை.

ஒரு மாதம் மூக்குக் கண்ணாடி உடைந்துவிட்டால் அடுத்த மாதம் செருப்புத் தொலைந்து போய்விடும்.

குழந்தைகளுக்கு வரும் சுரம் ஒருமுறை மிளகு கஷாயம் சாப்பிட்டதோடு போய்விடாமல் டாக்டருக்கும், மல மூத்திரப் பரிசோதனைகளுக்கும் மருந்துக்குமாக அறுபது ரூபாய்க்கு வழி வைத்துவிடும்.

ஒரு வார காலத்திற்குள் மூன்று உறவினர்கள் கல்யாணம் செய்துகொண்டுவிடுவார்கள். ஒவ்வொரு கல்யாணத்திற்கும் குறைந்தது பதினைந்து ரூபாய் செலவாகும். போய் வர பரிசளிக்க.

பெரிய பெண் சென்றுவரும் டைப்ரைட்டிங் இன்ஸ்டிடியூட் டில் பரீட்சைக்கு என்று மட்டும் ஐம்பது ரூபாய். மூன்று நாட்களுக்குள் கட்ட வேண்டும்.

இப்படி ஒவ்வொரு மாதமும் எல்லாம் வேண்டாம் என்று சொல்லமுடியாத செலவுகள். பணம் காணாமல் போனதும் உண்டுதான். ஆனால் அதெல்லாம் அங்கேயே யாரோ எடுத்திருக்கிறார்கள் என்று சந்தேகப்படும்படி கிடையாது. ஆனால் இம்முறை யாரோ வேண்டுமென்றேதான் எடுத்திருக்கிறார்கள்.

யாரைக் கேட்பது?

பெரியவர்கள் குழந்தைகள் என்று வீட்டில் மொத்தம் எட்டுப் பேர். எட்டு நபர்களில் ஒன்று இன்னும் ஒரு வயது முடியாத குழந்தை. அது பிறந்த வேளை, எல்லா ரகப் பால் பவுடர்களும் விலை உயர்ந்தன. சிரிப்பாகச் சிரிக்கும் லாக்டோடக்ஸ்கூட இரண்டு ரூபாய் விலை கூடிற்று. எது விலை கூடவில்லை? உப்பு – புளி – மிளகாயிலிருந்து தையற்கூலி, மின்சாரக் கட்டணம், ரிக்ஷா சத்தம் வரை எல்லாமே உயர்ந்த வண்ணமே இருக்கின்றன. விலை குறைந்தது என்று எதைக் கூற முடியும்? பழைய பேப்பர் கடையில்தான் ஆங்கில செய்தித் தாள்களை முன்பு கிலோ இரண்டு ஐம்பது வரை வாங்கினார்கள். இப்போது ஒன்று தொண்ணூறு. வாங்கும் பொருட்கள் எல்லாம் விலை கூடிக்கொண்டே போக நாம் விற்கக்கூடிய ஒரே பண்டம் சரிந்து விழுகிறது.

பழைய மாம்பலம் மளிகைக் கடையொன்றில் புளி கிலோ ஒன்பது ரூபாய் என்று பலகையில் எழுதிப் போட்டால்கூட அதனடியில் 'விலைகள் பயங்கரச் சரிவு' என்றும் எழுதியிருக்கும். பயங்கரச் சரிவு! பயங்கரம்! விலைகள் இப்படித் தாங்க முடியாதபடி சீறிக்கொண்டு போகும்போதுகூடச் சரிவு என்று நினைத்துக்கொண்டு ஏமாற்றிக்கொள்ள வேண்டியது எவ்வளவு பயங்கரம்!

விவரம் அறியாத வயதில் இருட்டுதான் மிகப் பெரிய பயங்கரம்! நாளாக நாளாகப் பயங்கரங்கள் நிறையத்தான் தெரிகின்றன. அத்தனை பயங்கரங்களும் வெட்ட வெளிச்சத்தில். பணம் என்பதைப் பற்றிய எல்லாமே பயங்கரங்களாகிவிட்டன. பணம் என்றால் என்ன? பணம் என்றால் மதிப்பு. எதன் மதிப்பு? பணத்திற்காகவே சுயமாக மதிப்பு உண்டா? பணம் சாத்தியமாக்கும் வசதிகளுக்காக மதிப்பு. இப்போது எழுபத்தெட்டு ரூபாய் காணாமல் போய்விட்டது. அப்படியென்றால் எழுபத்தெட்டு ரூபாய் ஏற்படுத்தித் தரக்கூடிய வசதி இருக்காது. இந்த வசதி ஏற்கனவே இருந்தது, இல்லாமல் போய்விடவில்லை. ஆதலால் இல்லாதது இல்லாமல் போய்விடவில்லை. ஆதலால் இல்லாதது இல்லாமல் போய்விட்டது. அதாவது எதுவும் வரவில்லை. போகவில்லை. அப்படியென்றால் இந்த எழுபத்தெட்டு ரூபாய் காணாமல் போய்விட்டதில் ஏதும் போய்விடவில்லை. ஆனால் ஏதும் போய்விடவில்லை என்று நிம்மதியாக இருக்க முடியவில்லையே!

எழுபத்தெட்டு ரூபாய். இரண்டு இருபது ரூபாய் நோட்டுகள். இரண்டு பத்து ரூபாய் நோட்டுகள். இரண்டு ஐந்து ரூபாய் நோட்டுகள். இரண்டு இரண்டு ரூபாய் நோட்டுக்கள். பாக்கி நான்கு ரூபாயும் ஒரு ரூபாய் நோட்டுகள்.

கடைசியாக அந்தச் சீட்டுக் கம்பெனியிலிருந்து பணம் பாக்கி வாங்கிப் பத்திரமாக அலமாரியில் எண்ணி வைத்தது. ஒரு ரூபாய் நோட்டு ரொம்ப பழைய நோட்டு. தொடுவதற்கே ரொம்ப அருவருப்பாக இருந்தது. அந்த நோட்டை மேலே தூக்கிப் பார்த்ததில் நடுவில் ஒட்டை தெரியவில்லை. ஆதலால் அது செல்லும். ஆனால் யாரும் சந்தேகப்படுவார்கள். அவர்களால் ஒருமுறை வெளிச்சத்தில் பரிசோதித்த பிறகுதான் சரி என்பார்கள். வேண்டாம், வேறே நோட்டு என்று சொன்னாலும் சொல்லலாம். அந்த நோட்டைத்தான் எல்லாவற்றின் மேலாக வைத்திருந்தது. அடுத்து வரும்

முதல் செலவுக்கு அந்த நோட்டைச் செலவழித்துவிட வேண்டுமென்று. இப்போது மொத்தமாகக் காணோம்.

யார் எடுத்திருப்பார்கள்? யாரோ எடுத்துத்தான் இருக்க வேண்டும். ஆனால் யாரைச் சந்தேகிப்பது? சந்தேகித்தாலும் யாரைக் கேட்பது?

இந்தப் பணம் காணாமல் போனதில் யார் அவதிப்படுவார்கள் என்று எல்லாருக்கும் தெரியும். ஆதலால் எடுத்திருக்க மாட்டார்கள். ஒருவேளை பட்டால் படட்டும் என்று யாராவது நினைக்கத் தொடங்கிவிட்டார்களோ? ஐயோ, இப்படிக் குரூர புத்தி இந்த வீட்டில் உள்ளவர்களுக்கு எப்படி வந்தது? இந்த வீட்டில் ஒரு வார்த்தை அதட்டிப் பேசுவது கிடையாது. ஒரு சொல் கடிந்துகொள்வது கிடையாது. கஷ்டம்தான். எல்லாம் எல்லாருக்கும் தாராளமாகக் கிடைக்காததுதான். ஆனால் யாரும் எனக்கு மட்டும் இருந்தால் போதும் என்ற சுயநலம் கொண்டவர்கள் கிடையாது. இப்போது அப்படியும் ஏற்பட்டுவிட்டது போலிருக்கிறது. யாரோ பணத்தை எடுத்திருக்கிறார்கள். வீட்டுக்காக, பொதுவாக எல்லாருக்குமா செலவு செய்ய வேண்டிய பணம் யாரோ ஒருவராக எடுத்துக்கொண்டு போயாயிற்று.

பணம் காணாமல் போய் யாரோ அவதிப்படுவதைவிட இந்த வீட்டில் இந்த மாதிரி சுயநலம் புகுந்ததுதான் கொடுமை. இனிமேல் இது ஒருவரோடு நிற்காது. அடுத்த முறை எண்பத்தெட்டு ரூபாய் காணாமல் போகும். அதற்கடுத்த முறை தொண்ணூற்றெட்டு ரூபாய் காணாமல் போகும்.

இப்படி ஒவ்வொருவராக மற்றவர்களுக்குப் போய்ச் சேர வேண்டிய பணத்தைத் திருடிக்கொண்டு போகத் தொடங்குவார்கள். திருட்டு, இந்த வீட்டில் திருடன்.

திருடன்! எவ்வளவு பயங்கரமான பெயர். ஒரு மனிதனைத் திருடன் என்று சொல்லிவிடுவதா? திருடன் மற்றவர்கள் கையில் அகப்பட்டால் மட்டும் எல்லாரும் அடித்து நொறுக்கித் தீர்த்துவிடுவார்கள். பிடித்தவர்கள் போக கடைசியில் போலீஸ்காரரும் அடித்து நொறுக்கிவிடுகிறார். திருடன் என்ற பெயருடன் போலீஸ்காரரிடம் அகப்பட்ட எவனுக்கும் அப்புறம் ஆறு மாதங்களுக்கு கைகால் ஒழுங்காக இருக்காது. அது என்னமோ அடியைக் காலில்தான் போடுகிறார்கள். இப்பக்கம், அப்பக்கம், அப்பக்கம், இப்பக்கம். ஒரு காலில் அடி வாங்கித் துடிதுடித்து முடிவதற்குள் இன்னொரு காலில். அடிப்பதற்குக் கால் சௌகரியமாக இருக்கிறது. கை நீண்டால் காலில் அடி, இந்த வீட்டில் யாருக்கோ கை நீண்டுவிட்டது.

இந்த எழுபத்தெட்டு ரூபாயை எடுத்ததில் நிஜமாகவே யாருக்காவது கை நீண்டுவிட்டால் எல்லாருடைய கைகளையும் அளந்து திருடனைக் கண்டுபிடித்துவிடலாம். ஆனால் யாருக்கும் அப்படித் திடீரென்று கண்ணுக்குத் தெரியும்படி கை நீண்டு போன மாதிரித் தெரியவில்லை. ஆதலால் அவர்களுக்குள்ளேயே இன்னொரு கை கால் இருக்க வேண்டும். அதில் கை நீண்டுவிட்டது. உடனே அந்த உள்ளங்காலில் அடி விழுந்திருக்கும். வெளிக்காலைவிட உள்காலில் அடியைப் போடுவதுதான் நல்லது. அடித்தது போலவும் ஆயிற்று. வெளியே காயமும் தெரியாது. ஏன் அடித்தாய் என்று புதிதாகப் போலீஸ்காரர்கள் உன்னை வந்து பிடித்துப் போய் உன் காலில் அடி போடமாட்டார்கள். காயம் தெரியாமல் அடிப்பது ஒரு கலை.

மேற்புறத்தோலுக்கு ஒன்றும் ஆகியிருக்காது. உள்ளே சதையும் எலும்பும் துவண்டு துவம்சமாகி இருக்கும்.

எனக்கு இப்போது யாரையும் அடிக்க வேண்டாம். எழுபத்தெட்டு ரூபாய் திரும்பக் கிடைத்தால் போதும்.

"யாரோ தெரியாமல் அல்லது ஞாபக மறதியாக எடுத்துப் போயிருக்கலாம்; தயவுசெய்து மீண்டும் அலமாரியில் கொண்டு வைத்துவிடுங்கள்" என்று ஓர் அறிவிப்பு எழுதி வைக்கலாமா?

வீட்டில் பாதிப் பேருக்கு இதைப் படிக்கத் தெரியாது. படித்தாலும் புரிந்துகொள்ளத் தெரியாது. வீட்டில் போய் அறிவிப்பு, பிரகடனம், வாக்குறுதி என்று சொல்வதே ஏதோ போலிருக்கிறது. மிகவும் செயற்கையாக இருக்கிறது. ஒரு கூரையடியில் வசிப்பவர் போலியாக இருத்தல் எப்படி சாத்தியம்? சாத்தியமானாலும் அது நல்லதா?

இல்லை. திருடுவதைவிட இந்தப் போலித்தனம் மோசம். ஆதலால் ஒவ்வொருவராகக் கூப்பிட்டுக் கேட்டுவிட வேண்டியதுதான். தனித் தனியாகக் கேட்பதா, ஒரே முறையாக எல்லாரிடமும் கேட்பதா? ஆறு நபர்களிடம் ஒரே கேள்வியைத் திரும்பத் திரும்பக் கேட்பது மிகவும் அலுப்புத் தரும் விஷயமாயிருக்கும். ஆதலால் ஒவ்வொருவரிடமும் ஒவ்வொரு விதமாகக் கேட்க வேண்டும். "எழுபத்தெட்டு ரூபாயை பார்த்தாயா," இன்னொருவரிடம் "கொஞ்சம் பணம் காணாமல் போய்விட்டது. மறந்து போய் உன் பையில் வைத்துவிட்டேனா?" இன்னொருவரிடம், "அலமாரியில் வைத்திருந்த சில நோட்டுகள் பறந்து கீழே விழுந்துவிட்டது போலிருக்கிறது, நீ எடுத்து வைத்தாயா?"

இதுவே போலித்தனம். பணத்தைத் திருடினாயா என்று கேட்பதுதான் சரியான கேள்வி, ஆனால் சரியானதைச் செய்ய முடியவில்லை. செய்ய முடியாது. இது முடியாததற்குக் காரணம், இன்று நேற்று ஏற்பட்டதல்ல. எவ்வளவோ, நூற்றாண்டுகளாகச் சிறிது சிறிதாக வளர்ந்து, மாறி, தோன்றி வரும் பண்பாடு. இந்தப் பண்பாடுதான் திருடினவனையும் அப்பா, கண்ணே முத்தே என்று சொல்ல வைக்கிறது.

ஆனால் நிஜமாகவே இந்த வீட்டில் அப்பா என்றும், கண்ணே என்றும், முத்தே என்றும் அழைக்கக் கூடியவர்கள் இருக்கிறார்கள். அவர்களை எல்லாம் இன்று சந்தேகிக்க வேண்டியிருக்கிறது. பணம் போனது பெரிதில்லை. இப்படி அவர்களைச் சந்தேகிக்க வேண்டிய இருக்கிறதே. இதுதான் கொடுமை. இதுதான் கொடுமை.

1980

சுயநலம்

அப்பாவோட சண்டை.

அன்னிக்கு எழுந்திருக்கறப்பவே பொழுது விடிஞ்சுடுத்து. முந்தின நாள் ஓவர்டைம் முடிச்சு வீட்டுக்கு வந்தப்போ ராத்திரி பதினோரு மணி. நேராப் படுத்துண்டேன். இப்போ டெப்போக்காரன், பால் ஆயிடுத்துன்னு சொல்லிடுவானேன்னு பதறிண்டு, ஓடிப்போய்ப் பாலை வாங்கிண்டு வந்தேன். அப்பா முன் ரூம்லே, அவருடைய நாற்காலிலே, சப்ளாம் கட்டிண்டு உக்காந்திண்டிருந்தார். சமையலுள்ளே சத்தமே காணோம்.

காமாட்சியைத் தோளைக் குலுக்கி எழுப்பினேன், “காமாட்சி! காமாட்சி!” ஒரு தடவை அசைஞ்சு கொடுத்து, போர்வையை நன்னா இழுத்துண்டா! “காமாட்சி எழுந்திரு. அப்பா எழுந்தாச்சு!”

“எனக்கு ஒடம்பு சரியில்லே!”

“என்ன ஒடம்புக்கு?”

நான் அவ கழுத்திலே கை வைச்சுப் பாத்தேன். போர்த்திண்டு படுத்துண்ட சூடுதான்னு பட்டது.

“சரி மெள்ள எழுந்து காபியைப் போட்டுட்டு, சின்னதா ஒரு சமையல் பண்ணிடு. போறும்.”

“எனக்கு ஒடம்பு சரியில்லேன்னா சவுக்காலே அடிச்சு வேலை பண்ண வைப்பேளா?”

“கத்தாதியேன். அப்படி ஒண்ணும் எழுந்திருக்க முடியாத சுரமாத் தெரியலே.”

“என் ஒடம்பு எனக்குத் தெரியுமா, ஒங்களுக்குத் தெரியுமா? அப்படியே அடுப்பு மேலே மயக்கம் போட்டு விழுந்தா என்ன பண்ணுவேள்? அப்பாவும் பிள்ளையுமா வீட்டிலேயே பாக்கிக் கொள்ளியையும் போட்டுடுவேளா?”

“சத்தம் போடாதே! ஒனக்கு ஒடம்பு சரியில்லேன்னா சாதாரணமாகச் சொல்லிட்டுப் போயேன். ஒன் அசட்டுப் பிசட்டுப் பேச்செல்லாம் அப்பா காதில் விழப்போறது.”

“விழட்டுமே! நான் அசடாக் காரியம் பண்றேன்னு நிமிஷத்துக்கு நிமிஷம் சொல்லிண்டு வருகிறவருக்கு நான் அசடாவுந்தான் பேசிட்டுப் போறேன்!”

நான் அவள் வாயைப் பொத்திக்கொண்டே எழுந்தேன். மாமனாருக்கும் மாட்டுப் பொண்ணுக்கும் மறுபடியும் ஏதோ வாக்குவாதம் நடந்திருக்கு.

நான் சமையலறைக்குப் போய் அடுப்பை மூட்டினேன். எனக்குக் காப்பி போடறதும் சமைக்கறதும் பெரிய விஷயமில்லே. நான் ஃபாக்டரிக்கு ஏழரைக்கெல்லாம் வீட்டை விட்டுக் கிளம்பியாயிடணும். அதனாலே நான் இப்போ அவசரம் அவசரமாகச் சமைச்ச சாப்பாட்டை அப்பா பதினோரு பன்னெண்டு மணிக்குச் சாப்பிடறப்போ ஆறி அவலாப் போயிருக்கும். என் அம்மா செத்துப் போனப்புறம் நான் கல்யாணம் பண்ணிக்கச் சம்மதிச்சதுக்கு ஒரு காரணம், அப்பா சாப்பாட்டுக்கு அவதிப்படக் கூடாதுன்னுதான். இன்னிக்கு அப்பாக்கு சாப்பாட்டு யோகம் அவ்வளவு பலமாயிருக்கறதாத் தெரியலே.

பத்து நிமிஷத்திலே காபி போட்டு அப்பாவுக்கு எடுத்துண்டு போனேன். என் நாக்கில் சனி இருந்திருக்கணும். “வெந்நீர் போட்டுடறேன். நீங்க முதலிலே குளிச்சிடுங்கோ.”

அப்பா என்னை நிமிர்ந்து பார்த்தார், “என்னாச்சு அவளுக்கு?”

“ஒண்ணுமில்லே. ஏதோ ஒடம்பு சரியில்லே போலிருக்கு...”

“ஒடம்பு சரியில்லேன்னா டாக்டர் கிட்டே போய் மருந்து வாங்கிச் சாப்பிடணும்.”

“ஆமா... சாயங்காலம் அழைச்சிண்டு போறேன்.”

“அதுவரைக்கும் பாத்திரங்களை ஒடைக்காம இருக்கச் சொல்லு.”

திடீர்னு எங்கப்பாவும் காமாட்சி மாதிரியே பேசற மாதிரி இருந்தது. எனக்கு அந்த நேரத்திலே அதைப் பத்தி ஜாஸ்தி யோசிக்க அவகாசமில்லே. உள்ளே வந்துட்டேன். பாய்லர்லே வெந்நீர் போட்டேன். நான் அது சுடறதுக்குக் காத்துண்டிருக்காமே பச்சைத் தண்ணீரிலே குளிச்சுட்டு அடுப்புலே குக்கரை ஏத்தினேன். அன்னிக்குன்னு காமாட்சி, சமையலுக்கு வாழைப்பூவை வைச்சிருந்தா. நான் அதைத் தொடாம வெறும் ரசம் வைச்சு நாலு அப்பளமும் காச்சினேன். மணி ஏழரையாயிடுத்து. நான் கிளம்பிட்டேன்.

இப்படி நான் போறது முதல் தடவையில்லே. இந்த ஒரு வருஷத்திலே நாலஞ்சு தடவையாயிடுத்து. அப்பா காமாட்சி மாதிரி ஆக ஆக அவளுக்குத் தைரியம் கூடிண்டே போச்சு. நீதான் விட்டுக்கொடேன்னு அவகிட்டே சொல்லியாச்சு. “சமையலறை விஷயத்துக்கெல்லாம் புருஷா ஏன் வரணும்?” இது அவ பதில். எங்கம்மா இருந்தப்போ அப்பா நாள்பூரா வெளியிலேயே

சுத்திண்டிருப்பார். ரிட்டயர் ஆனப்புறம் கூடக் காலையே பத்து மணிக்கெல்லாம் சாப்டுட்டு வெளியிலே கிளம்பி, சாயந்திரம் ஏழு மணிக்குத்தான் வீட்டுக்கு வருவார். ஒருமணி வரைக்கும் ஒரு கிளப்பிலே சீட்டாட்டம். அந்த கிளப் கான்டீன்லேயே டிபன் சாப்டுட்டு, இன்னொரு கிளப்புக்கு மூணு மணிக்குப் போய் ஏழு மணி வரைக்கும் சீட்டாடுவார். இருட்டினப்புறம் சீட்டாடப் பிடிக்காது. சூரியன் மறைஞ்சப்புறம் மூளை வேலையுள்ளது எதையுமே செய்யக் கூடாதுன்னு சொல்லுவார். எங்கம்மாவுக்கு திடீர்னு உடம்புக்கு வந்து, அக்கம் பக்கமெல்லாம் பரபரத்துண்டிருந்த சமையத்திலே அப்பா கிளப்புலே இருந்தார். அன்னிக்கு ஏதோ புது கிளப்புக்குப் போயிருக்கார். அவருக்குத் தகவலே தர முடியலே கடைசீலே சாயங்காலம் அவர் வீட்டுக்கு வந்தப்போ அம்மாவுக்குக் கைக்கட்டு, கால்க் கட்டுப் போட்டுத் தரையிலே இறக்கியிருந்தது.

எங்க ஃபாக்டரியிலே பகல் சாப்பாட்டுக்கு நாப்பத்தஞ்சு நிமிஷம். நான் என் சிநேகிதன் ஸ்கூட்டர் ஒண்ணைக் கடன் வாங்கிண்டு வீட்டுக்கு வந்தேன். இப்போ காமாட்சி எழுந்து, குளிச்சு, தெளிவா இருந்தா. சாப்பிட எனக்கு மட்டும் தட்டைப் போடாம அப்பாவுக்கும் தட்டைப் போட்டா. நான் வந்தது நல்லதாப் போச்சு. இல்லேன்னா அப்பா சாப்பிடாமலே இருந்திருக்கலாம். "ஏன் இவ்வளவு நாழியா அப்பாவுக்குச் சாப்பாடு போடலை!"

"அவர் வரலை."

"நீ கூப்பிட்டியா?"

அவ பதில் சொல்லலை.

"நீ என்னன்னு நினைச்சுண்டிருக்கே?"

நல்லவேளையா அந்த சமயத்திலே அவ வழக்கம் போல ஊரைக் கூட்டற மாதிரிக் கத்தாம, என்னை ஒரு தரம் பாத்ததோடு விட்டுட்டா. நான் போய் அப்பாவைச் சாப்பிடக் கூப்பிட்டேன். அவர் ஒண்ணுமே சொல்லாம தட்டு முன்னாலே ஒக்காந்தப்போ எனக்குப் பரிதாபமாயிருந்தது. இதே, எங்க அம்மா இருக்கிறப்போ ஒரு கெடுபிடியான வேளையாயிருக்கும். அப்பாவுக்குக் கோபம் வருமோ இல்லியோ, அம்மா அப்படி ஒரு சூழ்நிலையை உண்டு பண்ணியிருப்பா. அவருக்குக் கோபம் வரும், அவர் கத்துவார், அவருக்குப் பிடிக்காது, அவரை ஒரு வார்த்தை கேக்காம இதெல்லாம் செய்யக் கூடாதுன்னு சொல்லிச் சொல்லியே எங்களுக்குத் தெரிஞ்சவா, உறவுக்காரா எல்லார்கிட்டேயும் அப்பாவைப் பற்றி ஒரு பயம் உண்டுபண்ணி வைச்சிண்டிருந்தா. அம்மா போனதோட அதெல்லாம் போய். அப்பா, இருபது வயசு ரொம்பாத ஒரு சண்டைக்கார நாட்டுப் பெண்ணோட ஈடு கொடுக்க முடியாம, ஆறிப்போன ரசஞ்சாதத்தை ஒரு வார்த்தை சொல்லாம சாப்டுட்டு இருக்க வேண்டியிருக்கு.

அப்பா சாப்பிட்டுக் கையலம்பப் போனப்போ காமாட்சியைக் கேட்டேன். "இப்போ உடம்பு சரியாயிடுத்தே?"

"நான் படுத்த படுக்கையாத்தான் கிடக்கணுமா? சொல்லுங்கோ, நான் படுக்கையாப் போயிடறேன்."

“ஏன் எடுத்துக்கெல்லாம் உலகமே கேக்கற மாதிரி கத்தறே? இங்கே வாயா வார்த்தையா ஒண்ணையுமே கேக்கக் கூடாதா?”

“எல்லாம் நான் வாய் வார்த்தையாத்தான் இருக்கேன். நீங்கதான் காரியமாயும் இருக்கேள். நான் எது பண்ணினாலும் தப்பு. எது செஞ்சாலும் குறை. ஏன்னா, நான் பட்டிக்காட்டிலேந்து வந்திருக்கேன். எனக்கு வீடு, வாசல், பாத்திரம், பண்டம், சமையல், சச்சரவு ஒண்ணும் தெரியாது. நாலு மனுஷாவோட இருக்கத் தெரியாது . . .”

அவ பக்கம் நியாயம் இல்லேன்னு சொல்ல முடியாது. அவளுக்கும் ரோசம் உண்டுன்னு காமிக்கக்கூடிய இடம் சமையலறைதான்.

வாசலிலே அப்பா நின்னுண்டிருந்தார். அப்பாக்கு என் மனசிலே என்ன ஓடிண்டிருக்கும்னு தெரியும். நான் வாயைத் திறந்து சொல்லாட்டாலும் ‘ஏம்ப்பா, உனக்கு ஏன் இந்தச் சின்னப் பெண்ணோட போட்டி?’ன்னு நான் கேக்க நினைச்சுண்டதை அப்பா தெரிஞ்சுண்டிருப்பார். அப்பா மனசிலே இப்படி ஒரு பதிலை நினைச்சுண்டிருக்கலாம். ‘நீன்னாடா உன் பொண்டாட்டியை அடக்கி வச்சிருக்கணும். என்னைக் குத்தம் சொல்ல வந்துட்டாயே?’ அடக்கறதும் ஒரு வயசை மீறி ஒண்ணும் செய்யமுடியாது. அப்பாக்கு அம்மாவை அடக்க வேண்டிய அவசியம் இருந்ததில்லே. ஆனா பொறந்த குழந்தை கூடத்தான், தன் வழின்னு இருக்கிற காலம் இது. ரொம்ப அடக்கினா ஏதாவது ஏடாகூடமாத்தான் ஆயிடும்.

நான் ஸ்கூட்டரைக் கிளப்பி வேகமா, பெரிய சாலைக்கு வந்துட்டேன். அப்பா, முன்னைப் போல, கிளப், சீட்டாட்டம்னு சுத்திண்டிருந்தா வீட்டிலே இவ்வளவு மோதல் இருக்காது. ஆனா அப்பா இப்போ வீட்டு வாசக்கதவைத் தாண்ட மாட்டேங்கறா. செத்துப்போன என் அம்மா எந்த நிமிஷமும் திரும்பி வந்துடப் போற மாதிரியும், அப்போ அப்பா கட்டாயம் இருந்து, அவளை ‘வா வா’ன்னு உள்ளே அழைச்சிண்டு போகணும்ற மாதிரியும் இருக்கா. அப்படி ஒரு சோகத்தில் இருக்கிறவர் வேறே எதைப் பத்தியும் காதிலே போட்டுக்கக் கூடாது. காமாட்சி பாத்திரங்களை டங்டங்குன்னு வைக்கறதைக் கூடத்தான். காமாட்சியும் அதைத்தான் கேக்கறா. சமையலறையிலேகூட எனக்குன்னு ஒரு வாழ்க்கை இருக்கக் கூடாதா? அங்கேகூட வந்து என்னை அடக்கணுமா?

அப்பாவாலே ஏன் இதைப் பொறுத்துக்க முடியலே? அதுவும் புரியறது. அப்பா, அம்மாக்கு நிறைய சுதந்திரம் கொடுத்திருந்தா. பாக்கப் போனா எங்க வீட்டிலே பெரிய விஷயங்களெல்லாம் அம்மாதான் தீர்மானம் பண்ணுவா. இவ்வளவு சர்வாதிகாரியா இருந்த அம்மா, அப்பாவோட அன்றாடம் சின்ன விஷயங்களிலே துளிக்கூட அலட்சியமா இருக்க மாட்டா. தட்டு ஓசைப்படாம சாதம் போடுவா. குளிக்கறதுக்கு வெந்நீர், சோப்பு, சவுக்கம் எல்லாம் கொண்டுபோய் வைச்சிருப்பா. அப்பா குளிச்சுட்டு வறப்போ சந்தனக்கல் கட்டை ரெடியா இருக்கும். சட்டை துணி மணியெல்லாம் வெளுக்கப் போடறது, பர்ஸ்லே எப்பவும் பத்து பதினஞ்சு ரூபாய் இருக்கிற மாதிரி பாத்துக்கறது, சரியான காலத்திலே கிளப் சந்தா கட்ட ஞாபகப்படுத்தறது – இப்படிப் பல விஷயங்களிலே ஒரு குறையில்லாம பாத்துண்டுடுவா. மரியாதையே, இப்படி அல்பமா

தோணற விஷயங்களிலே தெரிஞ்சு போயிடும்னு அப்பா சொல்லுவார். அதுப்படிப் பாத்தா, காமாட்சி, அப்பாவைப் புழுவாகத்தான் நடத்தறா.

அப்பாவாவது காமாட்சியை ஒரு ராஜகுமாரின்னு நினைச்சுக்கறதாக் காமிச்சுக்கலாம். ராஜாக்களைக் கண்டது யாரு? ராஜகுமாரிகளைக் கண்டது யாரு? நாம ஒருத்தரை ஒஸ்தியா நினைச்சுண்டா அதுக்குத் தகுந்தபடி அவர்கிட்டேந்தும் அந்த மாதிரிப் பிரதிபலிப்பு இருக்கும். ஆனா அப்பாவும் காமாட்சியும் ஒத்தரை ஒத்தர் தூசு, புழுதி போலத்தான் பாத்துக்கறா. இரண்டு பேருமே அவதிப்பட்டு அவஸ்தைப்படறா. காமாட்சி சின்ன வயசு. அப்பா அப்படியில்லே. அம்மா போனதிலேர்ந்து மனசெல்லாம் ரண காயம். அம்மாவே திரும்பி வந்தாக்கூட இனி ஆறாது.

நான் ஃபாக்ட்ரிலேந்து திரும்பறப்போ கான்டீன் மானேஜரைப் பார்க்கப் போனேன். அப்பாக்கு எங்க கான்டீன் காராசேவ்னா பிடிக்கும். துக்கம் தரது போலச் சந்தோஷம் தரதும் ரொம்ப அல்பமான விஷயமாத்தான் இருக்கு. இந்த மாதிரி, வீட்டிலே கசமுசா ஏற்பட்டு அப்புறம் எல்லாம் சரியான நாள் நிறைய உண்டு. இந்தத் தடவையும் அப்படி ஆயிடும்னு நினைச்சுண்டிருந்தேன். அப்பா காராசேவ் பொட்டலத்தை வாங்கிண்டப்போ எல்லாம் சரியாப் போயிடுத்துன்னுகூட நினைச்சேன்.

ஆனா இல்லே. அப்பா இன்னும் ஒதுங்கிப் போக ஆரம்பிச்சார். காமாட்சி, பிள்ளையாண்டிருக்கான்னு தெரிஞ்சு அவ மனுஷாள்ளாம் வீட்டிலே வந்திருந்த சமயத்திலே, அப்பா யாரோடையும் பேசாம, ஒருநாள் முழுக்கச் சாப்பிடாம இருந்திருக்கார். காமாட்சிக்கு வளைகாப்பு அடுக்க, அவளை ஊருக்கு அழைச்சிண்டுப் போன அடுத்த நாளைக்கு, அப்பாக்கு நினைவு தவறிப் போயிடுத்து, அடுத்த நாள் அவரே போயிட்டார். வளைகாப்பு, சீமந்தம் ஒண்ணும் நடக்காதபடிதான், நான் ஒரு பிள்ளைக்கு அப்பாவானேன்.

காமாட்சி அவ குழந்தையையும் பாத்துண்டு, எனக்கும் ஒழுங்காச் சமைச்சுப் போட்டுண்டிருக்கா. நான் அவளைக் கோவிச்சக்கலை. பார்க்கப் போனா எனக்குப் பொறந்த பையனைவிட அவளை ரொம்ப ஜாக்கிரதையாப் பாத்துக்கறேன். அவ தீர்க்காயுசோட இருக்கணும். அப்பத்தான் என் பிள்ளை பெரியவனா ஆனப்புறம், என் கடைசி நாளிலே எனக்கு என் அப்பா கதி நேராம இருக்கும்.

1980

கதர்

அந்தக் கடையில் அவனுடைய அப்பா உடல் தேய்த்துக் குளிக்கும் சோப்பு நான்கு, ஒரு நீளப் பட்டை சலவை சோப்பு, ஒரு டின் 'மில்க் மெய்ட்' கட்டிப்பால், அரை ராத்தல் சாக்லேட் வாங்கி ஐந்து ரூபாய் நோட்டுக் கொடுத்துப் பாக்கி இரண்டு ரூபாய் ஒன்பது அணா மூன்று பைசா வாங்கிக்கொண்டார். வாங்கிய பொருள்களைச் சிரமமில்லாமல் எடுத்துச் செல்ல அந்தக் கடை முதலாளி ஒரு துணிப் பையைக் கொடுத்தான். ஆச்சரியமாக அந்தப் பை மீது தமிழ் எழுத்துக்கள் இருந்தன. 'நஞ்சன்கூடு பல்பொடி' அன்று அவன்தான் அந்தப் பையையும் அப்பா காய்கறிக் கடையில் வாங்கின ஒரு புடலங்காயையும் வீட்டுக்குச் சுமந்து கொண்டு வந்தான்.

வீட்டுக்கு வந்ததும் முதல் காரியமாக தாஜ்மகால் அட்லாஸை எடுத்து நஞ்சன்கூடு எங்கிருக்கிறது என்று தேடிப் பார்த்தான். நஞ்சன்கூடு என்பது ஓர் ஊரின் பெயர் என்று அவன் ஊகம். தாஜ்கால் அட்லாஸில் எல்லாக் கண்டங்களையும் தேடி பார்த்துவிட்டான். நஞ்சன்கூடு கிடைக்கவில்லை.

அப்பாவைக் கேட்கலாம். ஆனால் வீட்டில் அந்த ஜோசியர் எந்நேரமும் அப்பாவோடு பேசிக்கொண்டே இருந்தார். அம்மாவுக்கு நஞ்சன்கூடு, தேன்கூடு மாதிரி ஏதாவது ஒரு கூடாக இருக்கும் என்று சந்தேகம். அவனுக்கு உடனே நஞ்சன்கூடு பல்பொடி கொண்டு பல் தேய்க்க வேண்டும் என்று ஆசை வந்தது. ஆனால், அவன் வீட்டில் பல்பொடி வாங்கவே மாட்டார்கள். நாட்டு மருந்துக் கடையில் எதையோ வாங்கி இடித்து வைப்பார்கள். வாய் ஒரு மணி நேரத்துக்கு ஜிவ்வென்று இருக்கும்.

ஒரு வாரம் விருந்தாளியாக இருந்துவிட்டு ஜோசியர் ஊருக்குக் கிளம்பிப் போனார். அப்பா சுமுகமாக இருந்த முதல் சந்தர்ப்பத்தில் பையைப் பற்றிக் கேட்டான். அவன் ஊகம் சரிதான். தாஜ்மகால் அட்லாஸை அப்பாவிடம் எடுத்துச் சென்றான். இப்போது அப்பாவுடன் பார்த்தபோது அந்த ஊர் கிடைத்தது!

ஆனால் நஞ்சன்கூடு பற்றி அவனுடைய அக்கறை குறைந்து போனதற்குக் காரணம் அந்தப் பையைப் பற்றி அப்பா சொன்ன இன்னொரு தகவல். அது கதர்ப்பை.

அவருக்குக் கதர் தேவலோகத்து மலர் மாதிரி, கேள்விப்படலாம். பார்க்க முடியாது. கதர் அணிந்துகொண்டால் அவன் ஊரில் உடனே ஜெயிலில் போடுவார்கள் என்று சொல்வார்கள். அவன் வீட்டிலிருந்து சில்கல்குடா வழியாகச் செல்லும் பாதையில் நேராக இரண்டு மைல் சென்றால் மஷிராபாத் சிறைக் கட்டடம் தெரியும். அவன் பலமுறை தனியாக அந்தப் பக்கம் சென்றிருக்கிறான். உயரமான சுவர்கள், சுவர் மேல் விளிம்பில் உடைந்த சோடாப் புட்டித் துண்டுகள் நெரிசலாகப் பதித்து வைக்கப்பட்டிருக்கும். அவன் அந்தச் சுவர்கள் பின்னால் இருப்பவர்களைக் கற்பனை செய்துதான் 'பார்க்க' முடியும். கைதிகள் கட்டம் போட்ட துணிதான் போடுவார்கள் என்று பத்திரிகையில் எப்போதாவது வரும் படங்கள், சினிமாகக் கதாநாயகர்கள் மூலம் அவன் தெரிந்துகொண்ட தகவல். ஆனால் இந்தக் கட்டம் போட்ட துணி ஒரே மாதிரி இருந்ததில்லை. ஆதலால் பத்திரிகையில் படம் போடுபவர்கள், சினிமாப் படம் எடுப்பவர்கள் –இவர்கள்கூட மஷிராபாத் சிறைச்சாலை உள்ளே பார்த்ததில்லை என்று தீர்மானித்தான். கதர் அணிந்துகொண்டால்தான் முடியும்.

அவனுக்கு ஜெயிலுக்குப் போக வேண்டுமென்று ஆசை வந்தது. ஜெயிலுக்குப் போகவாவது கதர்ச் சட்டை போட்டுக்கொள்ள வேண்டும். கதர்ச்சட்டை எங்கே சம்பாதிப்பது?

அவர்கள் வீட்டில் ராம்கோபால் மில் துணி ஒரு முழு பீசாக வாங்கி ஆண் பெண் எல்லாருக்கும் அதே துணியில் ஷர்ட், ஜாக்கெட், பாவாடை தைத்துவிடுவார்கள். ராம்கோபால் மில் துணிகளில் அதிகமான மோஸ்தர்கள் கிடையாது. துணி தடியாக இருக்கும். சாம்பல் கலரில் கட்டம் அல்லது கோடுகள். இல்லாது போனால் செங்கல் சிவப்பில் கட்டம் அல்லது கோடுகள். ஒருமுறை அவர்கள் வீட்டில் வாங்கின துணி ஜெயில் துணிதான் என்று அவனுக்குத் தோன்றிற்று. கறுப்பு நிறத்தில் பெரிய பெரிய கட்டங்கள். போலீஸ்காரன் துரத்தாத கைதியாக அவன் பள்ளிக்கூடம் போய் வந்தான்.

தமிழ்ப் பத்திரிகைகள் என்று *ஆனந்த விகடனும்*, *கல்கியும்* மட்டும் அவர்கள் ஊருக்கு வரும். அப்போது இரண்டாம் உலக யுத்தம் நடந்து முடிந்திருந்தது. எல்லாவற்றையும் போலக் கதர்த் துணிக்கும் தட்டுப்பாடு. ஒருவர் நூல் நூற்றுக் கொடுத்தால்தான் அவருக்குக் கதர் துணி கிடைக்கும்.

அவனுக்குத் துணி கிடைக்காது போனாலும் நூல் நூற்றால் போதும் என்று தோன்றியது. மறுபடியும் பத்திரிகைப் படங்கள் அல்லது சினிமாக் கதாநாயகிகள். அவர்கள் அழகாகக் காலை மடித்துப் போட்டுக்கொண்டு இராட்டை சுற்றினார்கள். இராட்டை எங்கே சம்பாதிப்பது? அவன் சைக்கிளை ஸ்டாண்டு போட்டு நிறுத்திவிட்டுப் பக்கத்தில் உட்கார்ந்துகொண்டான். சைக்கிள் பெடலை இராட்டை சுற்றுவதாகக் கற்பனை செய்துகொண்டு வேகமாகச் சுற்றினான், நூல் மலையாகக் குவிந்தது. உலகமெல்லாம் கதரால் நிறைந்துவிடும். கைதிகள், காவல்காரர்கள் எல்லாரும் கதர் அணிந்துதான் ஆக வேண்டும்.

ஒன்றும் இல்லை. அவனுக்குப் பார்க்கக் கிடைத்த கதர்த் துணியெல்லாம் நஞ்சன்கூடு பல்பொடி என்று எழுதி வைத்திருந்த அந்தப் பைதான்.

பள்ளிக்கூடத்துக்குச் சௌகரியமாகக் கான்வாஸ் பையை எடுத்துப் போவதற்குப் பதிலாகக் கதர்ப் பையை எடுத்துப் போக ஆரம்பித்தான். கதர்ப் பைக்கு அகலம் அதிகம். ஆனால் ஆழம் கிடையாது. அவன் புத்தகங்கள் எல்லாம் ஒரு பக்கமாகச் சரிந்து பையே சாய்ந்துத் தொங்கும். கவனமாக இல்லாவிட்டால் புத்தகங்கள் வெளியே விழுந்துவிடும் அபாயமும் இருந்தது. சிறிது தூறல் விழுந்தால்கூட எல்லாப் புத்தகங்களும் நனைந்துவிடும் இதெல்லாவற்றையும்விடப் பெரிய கவலை வஹாபால் நேர்ந்தது.

அப்போதெல்லாம் பையன்களைப் பரீட்சையில் 'பெயில்' செய்ய ஆசிரியர்கள் பயப்பட மாட்டார்கள். ஏழாவது வகுப்பில் அவனுக்கு வஹாப், பக்கத்தில் உட்காரும் நண்பனாகவும் சத்ருவாகவும் வந்து சேர்ந்தான். வஹாபுக்கு வகுப்பில் அது இரண்டாவது வருடம். தைரியமாகத் தூங்குவான். கேள்வி கேட்டால் பதில் சொல்லத் தெரியாமல் போவதற்குத் தயங்கமாட்டான். ஆரம்பத்தில் அவன் இவனை இலட்சியம் செய்யவில்லை. ஆனால் இவன் போதாத காலம் ஒருநாள் வஹாபுக்குச் சொல்லத் தெரியாத பதிலைக் கர்வம் தொனிக்கும் வகையில் இவன் சொல்லிவிட்டான். அன்றிலிருந்து வஹாபுக்குப் பிடிக்காதவனாகப் போய்விட்டான். தான் அவ்வளவு அகம்பாவம் பிடித்தவனாக நடந்துகொண்டிருக்க வேண்டாம் என்று அவனுக்குத் தோன்றிற்று.

அவனுக்கும் வஹாபுக்கும் ஒரு நீண்ட போர் நடந்தது. டெஸ்க் மீது இவன் பென்சிலை வைத்தால் அவன் அதை வேண்டுமென்றே கீழே தள்ளி முனையை உடைத்துவிடுவான். 'ஃபூல்' என்று காகிதத்தில் எழுதி இவன் முதுகில் ஒட்டிவிடுவான். இவன் புத்தகப் பையைக் கீழே தள்ளிவிடுவான். கதர்ப்பையைக் கீழே தள்ளியதோடு உதைக்கவும் செய்தான். இவன் தன்னை உதைத்திருந்தால்கூட இந்த முரடனோடு வம்புக்குப் போகவேண்டாம் என்று வெறுமனே இருந்திருப்பான் ஆனால் அவன் பையை உதைத்துவிட்டான். அதுவும் கதர்ப் பை. மகாத்மா காந்தி நூற்ற நூலிலிருந்து செய்யப்பட்ட பை.

இவன் விளைவை இலட்சியம் செய்யாமல் ஒரு காரியம் செய்துவிட்டான். வகுப்பு முடிந்து எல்லோரும் வெளியே போகும்போது வஹாபைப் பின்னாலிருந்து தள்ளிவிட்டான். வஹாப் பெரிய பையன்தான் என்றாலும் இதைச் சற்றும் எதிர்பார்க்கவில்லையாதலால் கீழே விழுந்துவிட்டான். விழுந்தவன் கண்களில் நெருப்புப் பறக்க இவனைப் பார்த்து, "கியா பே, சாலா!" என்றான்.

"நீ ஏண்டா என் பையை உதைத்தாய்?" என்று இவனும் உருதுவில் பதிலுக்குக் கேட்டான். இவன் கேட்டதில் வஹாபுக்கு ஒரு சந்தேகம் விலகிவிட்டது. அவன் வேண்டுமென்றேதான் கீழே தள்ளப்பட்டிருக்கிறான்.

வஹாப் அப்படியே இவன் மீது பாய்ந்தான். இவன் அவனுடைய இரு கைகளையும் கெட்டியாகப் பிடித்துக்கொண்டான். இருவரும் ஒரே நேரத்தில் ஒருவரையொருவர் காலால் இடறிவிடப் பார்த்தனர். வஹாபுடைய வலது கால் கட்டைவிரல் அவனுடைய பைசாமாவிலேயே

சிக்கிக்கொண்டுவிட்டது. அவன் அதை விடுவித்துக் கொள்வதற்குள் இவன் அவனைக் கீழே தள்ளிவிட்டான். கீழே விழுந்த வஹாபுடைய பின் தலை மண்ணைத் தொட்டுவிட்டது. இதைக் குஸ்தி மொழியில் 'சித்' என்பார்கள். வஹாபயை 'சித்' செய்த சந்தோஷத்தில் இவன் பிடியைத் தளர்த்தி எழுந்து நின்றான். ஆனால் அது குஸ்திக் குழியில் நடக்கும் சண்டை அல்ல. குஸ்திக் குழி தர்மம் அதற்குப் பொருந்தாது. பொருந்தாத காரியம். செய்ததன் பலன் வஹாப் இவனுக்கு முகத்திலும் தோளிலும் நிறையக் குத்து விட்டு ஓடிப் போனான்.

வீட்டில் பெரிய பரபரப்பு. ஒரு மைல் தள்ளியிருக்கும் ஆஸ்பத்திரிக்கு அழைத்துப் போய்க் காயங்களுக்கு மருந்து போட்டாயிற்று. வீங்கியிருந்த இடங்களுக்குப் போரிங் பவுடர் போட்டு ஒத்தடம் கொடுக்கச் சொன்னார்கள். இவன் யாரிடம் அடிபட்டான், எதற்கு என்று சொல்லவே இல்லை. ஆனால் ஒரு சிறு பையினால், அதுவும் நான்கு பேர் நடுவில் நடந்த சண்டையை, எப்படி முற்றிலும் ஒளித்து வைக்க முடியும்? அம்மா அப்பாவை விரட்ட அப்பா வஹாபை தேடிப் போனார். வஹாப் மிகவும் பயந்து போய்விட்டான். ஆனால் அவ்வளவு அடிதடி நேர்ந்ததற்கு அவன் மட்டும் காரணமல்ல என்று அப்பாவுக்குத் தோன்றும்படி கூறியிருக்க வேண்டும். அப்பா வகுப்பு வாத்தியாரிடம் சொன்னார் வஹாப் ஒருநாள் முழுக்கப் பெஞ்சு மீது ஏறி நின்றான். ஆனால் அதற்காக அவன் இவன் மீது விரோதம் பாராட்டவில்லை.

வெகு சீக்கிரம் அந்தப் பை மிகவும் அழுக்காகி அழுக்குப் போகத் தோய்த்தபோது கிழியத் தொடங்கி, கடைசியில் அதைச் சைக்கிள் துடைக்கத்தான் வைத்துக்கொள்ள வேண்டியதாயிற்று. சைக்கிளின் அழுக்கை அந்தத் துணி மிகுந்த பிரியத்தோடு சுவீகரித்துக்கொண்டு உருமாறிப் போயிற்று. அதை ஒரு தியாகம் என்று எண்ணிக்கொள்ள அவனுக்குத் தோன்றவில்லை. அவனுக்கு வருத்தமுண்டானாலும்கூட. கதரின் சாசுவதமின்மை குறித்து அவனுக்கு ஏமாற்றம் ஏற்பட்டிருந்தது. அதன் பின்பு பல ஆண்டுகள் கழித்து அவன் கதர் அணிய வாய்ப்பு நேர்ந்தது. ஆனால் நஞ்சன்கூடு பல்பொடி கிடைக்கவில்லை.

1980

அம்மாவைத் தேடி

பத்தடி நடந்தால் இரண்டு படி இறங்க வேண்டும். இன்னும் எட்டடி நடந்தால் மூன்று படி ஏறவேண்டும். இந்தக் காசி நகரத்துத் தெருக்களில் வண்டிகள் போக முடியாது. வண்டிகளுக்கும் மடக்கி நீட்டக்கூடிய கால்கள் இருக்க வேண்டும். அல்லது வண்டி ஏறாமல் எல்லாரும் நடந்தேயாக வேண்டும்.

கால் நன்றாக இருந்தால்தான் காசி வாசம் சாத்தியம். காசியில் உயிரைவிட வேண்டும் என்று வந்து சேருபவர்கள்கூடக் காலைப் பத்திரமாக வைத்துக்கொள்ள வேண்டும்.

காலைப் பத்திரமாக ஊன்றி வைத்துக்கொண்டு கேதார் கட்டத்துப் படிகளை ஏறிவந்தான் சந்திரசேகரன். அவன் தங்கியிருந்த விசுவநாத சாஸ்திரிகள் வீடு ஹனுமான் கட்டத்தருகில்தான் இருந்தது. ஆனால் அங்கு படித்துறை ஏனோ மனதுக்குப் பிடிக்கவில்லை. ஐந்து நிமிடம் நடந்தால் கேதார் கட்டம். கேதார் கட்டத்தில் விசாலமான படிகள். விசாலமான மண்டபம். விசாலமான கேதாரிசுவரர் கோயில். கங்கையும் அவ்வளவு சேறாக இல்லை. எந்த நேரத்திலும் ஆண்களைவிடப் பெண்களே அதிகம் தென்பட்டார்கள். குளித்தார்கள். புடவை துணிமணி தோய்த்தார்கள்.

படிகளில் பெரிய குடை விரித்து உட்கார்ந்திருக்கும் புரோகிதர்களிடம் சென்று தங்கள் சார்பில் வைதீகக் கிரியை கள் செய்ய வைத்தார்கள். அநேகமாக அதெல்லாமே இறந்தவர் களைக் குறித்து. சந்திரசேகரன்கூடக் காசிக்கு வந்து சேர்ந்த அடுத்த நாளே இரு புரோகிதர்களுடன் ஒரு படகை அமர்த்திக் கொண்டு, அஸி, தசாஸ்வமேதம், வருணை, பஞ்சகங்கை, மணிகர்ணிகா கட்டங்களில் தலை முழுக்கும் இரணிய சிரார்த்த மும் செய்தாகிவிட்டது. அப்பா, பாட்டி, கொள்ளுப்பாட்டி பெயர்களைத் திரும்பத் திரும்பச் சொல்லி எள்ளும், தண்ணீரும் விட்டாயிற்று. அன்று எல்லாம் முடிந்து வீடு திரும்ப இரண்டு மணியாயிற்று. அதுவரை சோறு தண்ணீர் கிடையாது. அந்த இரு புரோகிதர்களில் சிறிது தடிமனாக இருந்தவர் மட்டும் ஒருமுறை எலுமிச்சம் பழத்தைப் பிழிந்து ஒரு செம்பு

தண்ணீருடன் கலந்து குடித்தார். காசிக்கு வந்ததற்கு மூதாதையர்களை நினைவுபடுத்திக் கொண்டாயிற்று. அதன் பிறகு ஒரு வாரமாக இந்தக் கேதார் கட்டத்தில்தான் ஸ்நானம்.

பார்க்காத மூதாதையர்களை எப்படி நினைவுபடுத்திக் கொள்வது? அம்மாவே ஒரு மங்கலான நிழல் போலத்தான் மனத்தில் தோன்றுகிறாள். இவ்வளவு ஸ்நானமும் எள்ளும் தண்ணீரும் அவள் வரையில்தான் சிறிதாவது அர்த்தம் பொருந்தியதாகும். அப்பா, அம்மா உள்ளவர்கள் இந்த ஊருக்கு வந்தால் அவர்களும் எள்ளும் தண்ணீரும் வாரி இறைக்க வேண்டுமா? ஒருவேளை அவர்கள் காசிக்கு வரவே மாட்டார்களோ? பாரதியார்கூட அம்மா அப்பா இருவரும் செத்த பிறகுதான் காசிக்கு வந்திருக்கிறார்.

சந்திரசேகரன் ஈரத்துணியுடன் கேதாரீசுவரரை வலம் வந்தான். பொதுவாக ஈரத் துணியுடன் சுபகாரியங்கள் செய்ய மாட்டார்கள். ஆனால் ஆற்றங்கரைக் கோயில் செல்ல மட்டும் ஒரு விதிவிலக்கு.

சந்திரசேகரனுக்கு முன்னால் வெள்ளை உடையணிந்த மாது ஒருத்தி சிவலிங்கத்தின் மீது கிண்டியில் கொண்டுவந்திருந்த கங்கா நீரை ஊற்றினாள். அவளே கையால் லிங்கத்தை வழித்துத் துடைத்தாள். புடவை முந்தானையில் கொண்டுவந்திருந்த ஒரு தாமரைப் புஷ்பத்தை லிங்கத்தின் மீது வைத்தாள்.

நான்கு நாட்களுக்குள் மூன்று முறை சந்திரசேகரன் அந்த அம்மாளைப் பார்த்துவிட்டான். ஒரு சுருக்கமும் விழாத மிகவும் அழகான முகம். அமைதியாகத் தோற்றமளித்த அந்தக் கண்களைக் கொஞ்சம் கூர்ந்து கவனித்தால் நெடுநாள் சோகம் இழைந்தோடுவது தெரியும். அவள் எந்த வயதில் எந்தச் சந்தர்ப்பச் சூழ்நிலையில் விதவையானாளோ?

அவனுடைய அம்மா விதவையானபோதுகூட இந்த வயதுதான் இருக்கும். ஆனால் அவள் அதிக நாட்கள் அந்தக் கோலத்தைப் பூணவில்லை. போய்விட்டாள். ஆனால் யாருக்கும் நினைத்த மாத்திரத்தில் சாவு வந்துவிடுவதில்லை. அப்படியானால் காசியில் வந்து சாக வேண்டும் என்று குவிந்திருக்கும் விதவைகளின் எண்ணிக்கை இவ்வளவு அதிகமாக இருக்காது. இந்த அம்மாள் ஆரம்ப முதலே காசியைச் சேர்ந்தவளாக இருக்கலாம். எப்போதும் சாவை நினைவுபடுத்தும் இந்த ஊரில் பிறந்தவளாகவும் இருக்கக்கூடும். சிறுவயதில் கல்யாணமாகிச் சிறுவயதில் கணவனை இழந்து, ஆயுள் பூராவும் கணவனின் சாவை ஒருபோதும் நினைவிலிருந்து நழுவ விடாமல் இருத்தி வைத்துக்கொண்டு வாழ வேண்டும். ஆண்களைவிடப் பெண்களுக்கு ஆயுள் அதிகம். அதனால்தான் ஜனத்தொகையில் இப்பொழுதும் பெண்கள் எண்ணிக்கை சிறிது கூடுதல். அதனால்தான் விதவைகளின் எண்ணிக்கையும் சிறிது கூடுதலாகவே இருக்கிறது. அதனால்தான் ஓர் ஆணுக்குப் பல பெண்கள் போட்டியிடுகின்றனர். எல்லாரும் ராமச்சந்திர மூர்த்தியாக இருந்துவிடுகிறார்களா? இராமர் இந்த நகரத்துக்கு வந்ததாகத் தெரியவில்லை. ஆனால் அவருடைய முன்னோரில் ஒருவனான அரிச்சந்திரன் இங்கே வாழ்ந்திருக்கிறான். இதே கங்கைக் கரையில் இந்தக் கேதார் கட்டத்திலிருந்து அரை மைல் தூரத்தில் வாசம் புரிந்திருக்கிறான். எப்படி? பிணங்களை எரித்து. அந்த சாம்பல் இன்னும் அங்கு கிடக்கக்கூடும்.

அரிச்சந்திரன் பிணமெரித்துச் சத்தியம் காத்த நகரில் சந்திரசேகரன் வந்தடைந்த இரண்டு நாட்களுக்குள் ஓர் அனுபவம். மா ஆனந்த மாயியின் ஆசிரமத்தைத் தேடிச் சென்றான். 'இன்னும் போ, இன்னும் போ.' கடைசியில் அந்த இடத்தை அடைந்த போது மா அங்கில்லை. கல்கத்தா சென்றிருந்தாள், அடுத்த மாதம் திரும்புவாள். இந்தியா சுதந்திரமடையாமலிருந்திருந்தால் ஒருவேளை அவள் டாக்கா சென்றிருக்கக்கூடும். அதுவே அவள் ஜன்மபூமி. அரசியல், ஆன்மீக வாழ்க்கையிலும் குறுக்கிடுகிறது.

அங்கிருந்து விசுவநாத சாஸ்திரிகள் வீட்டுக்கு வரும்போது ஒரு சந்து. ஒரு சந்தென்ன, வழியெல்லாம் சந்துகள், நான்கடிக்கு ஒருமுறை படிகள் அமைந்த சந்துகள்.

இருபுறமும் ஆழமான திறந்த சாக்கடை. அதனால் எந்த வீட்டுக்குள் நுழைவதானாலும் ஒரு சிறு பாலத்தைக் கடக்கிற உணர்வு ஏற்படும். வீடுகள் வெவ்வேறு உயரத்தில். சிலவற்றுக்குத் தெருவிலிருந்து ஏழெட்டுப் படிகள் ஏற வேண்டும். அப்படியொரு வீடு டீக்கடை மாதிரி இருந்தது. சந்திரசேகரன் தயக்கத்துடன் அங்கு ஏறிச் சென்றான். பத்தடி சதுர இடத்தில் வீடு, டீக்கடை இரண்டும். சாப்பிட வந்தவர் உட்காருவதற்குக் காசியளவு பழமை தெரியும் ஒரு சிறிய பெஞ்சு, ஏழ்மையில் தோய்ந்த அந்தக் குடும்பமே சந்திரசேகரனுக்கு டீ தயாரிப்பதில் முனைந்தது.

அப்போது இன்னொருவனும் அங்கு வந்து உட்கார்ந்துகொண்டான். அவனுக்கும் டீ. அவன் உள்ளூர்க்காரன்தான்.

"பெனாரஸ் ஹிந்து யுனிவர்ஸிடி எங்கே இருக்கிறது?" என்று சந்திர சேகரன் அவனிடம் கேட்டான்.

"அது இப்போது மூடியிருக்கிறதே? இன்னும் பதினைந்து இருபது நாட்கள் ஆகும் அதைத் திறப்பதற்கு. நீ அங்கு சேரப் போகிறாயா?"

"இல்லை. இன்னும் ஒரு வாரம்தான் இங்கு இருக்கப் போகிறேன்."

"அப்போது வெறும் கட்டடங்களைத்தான் பார்க்க முடியும்."

"அதைப் பார்த்தால் போதும்" சந்திரசேகரனுக்கு அங்கே வேறு யார் இருக்கிறார்கள் பார்ப்பதற்கு?

தடிமனான கண்ணாடித் தம்ளரில் இருவருக்கும் டீ கொணர்ந்து கொடுக்கப்பட்டது. உள்ளூர்க்காரன் அரை ரூபாயை எடுத்துக் கொடுத்தான்.

"நான் கொடுத்தால் தவறில்லையே?"

"தவறு என்றில்லை. ஆனால் நீங்கள் எதற்காக நஷ்டப்பட வேண்டும்?"

"நாலணாவில் என்ன பெரிய நஷ்டம்? ஆனால் காசிக்கு வருபவர்கள் வேறு யாரையும் செலவழிக்க விடமாட்டார்கள். காசிக்கு வந்த புண்ணியம் போய்விடும்!"

"நிஜமாகவா?"

"நீ புண்ணியம் தேடி வந்திருக்கிறாயா?"

"இல்லை."

"அப்போது பாவம் – பாவத்திற்கும் உற்ற இடம் இது."

சந்திரசேகரனுக்கு எப்போதோ வாசித்த பிரேம்சந்த் நாவல் ஞாபகத்துக்கு வந்தது. "டால் மண்டி" என்றான்.

"டால் மண்டி எதற்கு? வேறு சொர்க்கமான இடங்கள் இருக்கின்றன."

"உன் பெயர் என்ன?"

"என்னைப் பார்த்தால் எப்படி இருக்கு?"

"எனக்குச் சொல்லத் தெரியவில்லை."

"ராஜேஷ் கன்னா மாதிரி இல்லை? என் பெயரும் அதுதான்."

"நீ கன்னாவாக இருக்க முடியாது."

"மாத்தூர், சின்ஹா, ராய், குப்தா எதுவாக இருந்தால் என்ன? நான் உன் சகோதரியைக் கட்டிக்கொள்ளப் போவதில்லை. உனக்கு என் பெண்ணைத் தரப் போவதில்லை."

அந்தச் சோகக் கண்களுடைய அம்மாள் கேதார் கட்டத்தினின்று வெளியேறி மேற்கு திசையில் செல்லத் தொடங்கினாள். அவள் தெருவில் போகும்போது அவள் உயரம் குறைந்து உருவம் குன்றிவிட்ட மாதிரி இருந்தது. எவ்வளவோ ஆண்டுகளாக அவள் கங்கையில் குளித்துவிட்டு அந்தத் தெரு வழியாகத்தான் வீடு திரும்பியிருப்பாள். அவளுக்குக் குழந்தைகள் இருக்குமோ? பிள்ளைகள் பெண்கள் இருப்பார்களோ? ஏனோ அவள் எல்லாப் பெண்களையும் போல் தாயாகி இருப்பாள் என்று தோன்றவில்லை. அவன் பார்க்க வந்த மா ஆனந்த மாயிருக்கும் குழந்தைகள் கிடையாது. ஆனால் அவள் உலகுக்கெல்லாம் தாய் என்றுதான் கூறுகிறார்கள். அப்புறம் இதே காசிக்கு சாரதாமணியும் வந்திருக்கிறாள். பகவான் ராமகிருஷ்ணர் மறைந்த பின் எவ்வளவோ இந்தியப் பெண்கள் போல விதவையாக முப்பத்தைந்து ஆண்டுகள் ஜீவித்திருக்கிறாள். அவளுக்கும் குழந்தை கிடையாது. ஆனால் அவளுக்கும் உலகிலுள்ளோர் எல்லோரும் குழந்தைகள்.

சந்திரசேகரன் அந்த அம்மாளைச் சிறிது தூரம் பின் தொடர்ந்தான். ஆனால் அவள் ஒரு சந்தில் திரும்பியதும் இவன் அதே சந்தை அடைவதற்குள் அவள் எங்கோ காணாமல் போயிருந்தாள். ஆனால் அவசியம் மறுநாள் அவள் ஸ்நானத்துக்கு வருவாள். சந்திரசேகரன் அவளைப் பார்க்க இன்னும் ஒரு சந்தர்ப்பம் உண்டு.

சந்திரசேகரன் மீண்டும் கேதார் கட்டத்துக்குச் சென்று கங்கையில் இறங்கினான். அவனுக்கு குளித்துக்கொண்டே இருக்கவேண்டும். போலிருந்தது. எவ்வளவு குளித்தும் திருப்தி ஏற்படவில்லை. அழுக்குப் போகவில்லை. மாறாக அழுக்கு அதிகமாயிருந்தது. உண்மையோ பொய்யோ இறந்து போன மூதாதையர்களுக்குக் காசியில் கருமம் செய்ய எல்லாருக்கும் எளிதில்

வாய்ப்பு கிடைத்துவிடுவதில்லை. ஆனந்தமாயியிடம் கதறி அழுதால் தீராத துக்கமெல்லாம் தீர்ந்துவிடும் என்று சொன்னார்கள். அவளுடைய பெயரே ஆனந்தமான அம்மா. அவனுக்கு நிஜமான அம்மா ஏதோ நிழல்தான். ஆனால் பெற்றால்தான் அம்மா என்றில்லை. இந்தக் கங்கையே ஆயிரம் ஆயிரமாண்டுகளாக உலக மக்கள் எல்லோருக்கும் தாயல்லவா? இந்த அம்மாவைத் தேடி வந்தபோது இப்படியொரு சம்பவம் விளைவது சாபம் என்று கூறுவதா, தலையெழுத்து என்று கூறுவதா? அல்லது பலவீனமா?

அன்று ராஜேஷ் காசியில் சொர்க்கமான இடங்கள் இருக்கிறதென்று மட்டும் சொல்லவில்லை. “வருகிறாயா?” என்றும் கேட்டான். அழைத்தும் சென்றான். அந்தப் பெண் தன் பெயர் ப்ரீதா என்றாள். அந்தக் டீக்கடையில் காணக்கிடைத்த ஏழ்மை அங்கும் மிகவும் பிரியப்பட்டு வாசம் செய்து கொண்டிருந்தது. அவளுக்கும் கண்களில் ஒரு தீராத சோகம். அவளும் விதவையோ? அவளுக்கு ஒரு குழந்தை இருந்தது. அதனிடம் ராஜேஷ், “மிஸ் ரமணி” என்று கொஞ்சினான். இன்னும் சரியாகப் பேச்சு வராத குழந்தையை அவன் ‘மிஸ்’ என்று சொல்லிக் கூப்பிட்டது குரூரமாக இருந்தது.

1980

தந்தைக்காக . . .

அது ஆரம்பப் பள்ளிதான் என்றாலும், அதைச் சார்ந்து இருந்த 'போர்டிங்'கில் முழு ஆட்கள் என்று கூறுமளவுக்கு வளர்ந்த பையன்கள் பலர் இருந்தார்கள். அவர்கள் மட்டும் அங்கிருந்து அரை மைல் தள்ளியிருந்த எஸ்.பி.ஜி. ஹைஸ்கூலுக்குச் சென்று படித்து வந்தார்கள். காலை, பிற்பகல், மாலை ஆகிய மூன்று வேளைகளில் அவர்கள் பள்ளி சென்று திரும்பி வரும் நேரம் பாபுவுக்கு அபாயகரமானதாக இருக்கும்.

இன்னொரு விதத்திலும் அபாயம். யாருடைய யோசனையோ, அந்த போர்டிங்குக்குப் பக்கத்திலேயே ஒரு பெண் கான்வெண்ட். நிறக்கொள்கை அமலிலிருக்கிறதோ என நினைக்கும்படி கறுப்பான கன்யாஸ்திரீகள் பராமரிப்பில் அனாதை அல்லது ஏறக்குறைய அனாதை என்று சொல்லக்கூடிய ஐம்பது அறுபது கறுப்புப் பெண்கள் அந்த செயிண்ட் பிரான்சிஸ் கான்வெண்டிலேயே வசித்து வந்தார்கள். அந்த கான்வெண்ட் பள்ளியில் வெளியிலிருந்து வந்து படித்துப் போகும் மாணவிகளும் உண்டு. அவர்கள் பேசி, பாடி படித்து, வைது, அழுதது எல்லாம் தெலுங்கு அல்லது தமிழ்தான். இதற்கு நேர் மாறாக செய்ண்ட் ஆன்ஸ் கான்வெண்ட். எல்லாம் ஆங்கிலம். மாணவிகள் நல்ல வசதி படைத்த ஆங்கிலோ இந்தியர், பார்ஸி மற்றும் இந்துக் குடும்பங்களைச் சேர்ந்தவர்கள். அந்தக் கான்வெண்டிலும் அனாதைகள் இருந்திருக்கலாம். ஆனால் செய்ண்ட் பிரான்சிஸ் கான்வெண்டுக்கு எதிராகத் தெருவில் பையன்கள் காணப்பட்ட அளவுக்கு செயிண்ட் ஆன்ஸில் கிடையாது. அந்தப் பையன்களில் பாதிப்பேர் போர்டிங்கிலிருந்து. இன்னொரு பாதி, சற்று வயதில் முதிர்ந்து சண்டை சச்சரவு, அடிதடிக்குத் தயங்காத வெளியாட்கள். கான்வெண்ட் வெளிச்சுவர் பக்கச் சுவர் எல்லாம் கோட்டை கொத்தளம் போல எட்டடி பத்தடி உயரம் இருக்கும். இருந்தாலும், வெளியே தெருவில் மூன்று நான்கு பேர்களாவது நின்றுகொண்டிருப்பார்கள். எதை எதிர்பார்த்து அப்படி மணிக்கணக்கில் அங்கேயே சுற்றிச் சுற்றி வருகிறார்கள்? அவர்களுக்கு ஏதாவது பிரதிபலன் கிடைத்ததாகத் தகவல் உண்டா என்று யாருக்கும் தெரியாது.

பெண்கள் பள்ளியின் எதிரில் தெருவில் நிற்கும் ஆண்கள் ஓர் அபாயம் என்றால் இன்னொன்று தெருவில் மறுபுறத்தில் இருந்த குடியிருப்பு. அந்த வீடுகள் குடிசைகளல்ல என்று மட்டும் கூறலாம். ஆனால் அங்கேயிருந்த சுமார் நூறு வீடுகளில் வசித்த ஆயிரம் நபர்களும் சேரி வாழ்க்கையைவிட உயர்ந்ததைப் பெற்றிருக்க முடியாது. அந்த இடத்திற்குப் பெயரே குசினிப் பறச்சேரி. பட்லர்கள் வெள்ளைக்காரர் பங்களாக்களில் வேலை பார்ப்பவர்கள் அங்கு நிறைந்திருந்தார்கள். அந்த வெள்ளைக்காரர்கள் நிறைய அல்லது ஒழுங்காக சம்பளம் கொடுக்காமல் இருக்க வேண்டும்; அல்லது இந்தக் குசினிக்காரர்களுக்குத்தான் பணத்தை முறையாகப் பயன்படுத்தத் தெரியாமலிருக்க வேண்டும். அந்தச் சேரியிலிருந்த பையன்களும் தெருவில்தான் பாதி நேரம் காணப்படுவார்கள். இலவசப் பள்ளி முறை அப்போது கிடையாது. முழு அனாதை என்றால் ஒருவேளை போர்டிங்கில் சேர்த்துக்கொள்வார்களோ என்னவோ.

அந்த பெண்கள் கான்வெண்ட் காரணமாக அங்கு வரும் பையன்களும், அந்தச் சேரியில் வசிக்கும் பையன்களும் நிறைந்திருக்கும் தெரு வழியாகத்தான் பாலு அவனுடைய விசித்திரமான சிறிய சைக்கிளைக் கொண்டு ஒரு நாளைக்கு நான்கு முறை செல்ல வேண்டும். அவனுடைய வீட்டிலிருந்து கடைத் தெருவுக்குப் போக அது ஒரே வழிதான். ஒரு பைசாவுக்கு பச்சை மிளகாய் வாங்க வேண்டுமென்றால்கூட ஒரு மைல் தள்ளியிருந்த கடைத் தெருவுக்குத்தான் செல்ல வேண்டும். கோதுமை அல்லது சோளத்தை மாவாக அரைத்து வர, மாட்டுக்குப் பருத்திக் கொட்டை வாங்கி வர, தையற்கார நரசிம்மாவைப் பார்த்து வர. நரசிம்மா, கடைத்தெரு எனப்பட்ட இடத்தைச் சுற்றியிருந்த எண்ணற்ற சிறு சந்துகள் ஒன்றில் இருந்தான். நரசிம்மாவைப் பார்த்து வரப் போவதில் பாபுவுக்கு மிகுந்த உற்சாகம் உண்டு. ஆனால் ஒவ்வொரு முறை அவன் போகும்போதும் அந்த போர்டிங் பையன்கள் அவனுடைய சைக்கிளை நிறுத்தி, அவனுடைய தலையைக் கலைத்து, அந்த சைக்கிளில் அங்கிருந்த அத்தனை பேரும் ஒரு சுற்றுச் சுற்றி வந்த பிறகுதான் அவனைப் போக விடுவார்கள் அந்த சைக்கிளுக்குப் பொருத்தமில்லாத பெரியவர்கள் ஓட்டியதால் உடனே சைக்கிள் சக்கரங்கள் தளர்ந்து ஆடும். பங்சர் ஆகிவிடும். அதைச் சரி செய்ய வேண்டும் என்றால்கூட மீண்டும் அந்த போர்டிங் இடத்தைத் தாண்டித்தான் செல்ல வேண்டும்.

நரசிம்மா மிகவும் கெட்டிக்காரன். பாபுவின் அப்பா பீஸ் பீஸாக வாங்கி வரும் ராம்கோபால் மில் மட்டரகத் துணியைக்கூட அழகான ஷர்ட்டுகளாக வீட்டுக்கு வந்து தைத்துக் கொடுப்பான். நரசிம்மாவின் கத்திரி, துணியைக் கத்திரிக்கும்போது நறுக் நறுக்கென்று எழுப்பும் சப்தம் பாவுக்கு அபூர்வமான இசையாக ஒலிக்கும். நரசிம்மாவுக்கு அதிகம் போனால் பதினேழு பதினெட்டு வயதிருக்கும். அவன் தலைமுடி நீளமாகக் கறுப்பாக மின்னும். அதுவும் பாபுவுக்கு அற்புதமாகத் தோன்றும். பாபுவுடைய மயிரை வீட்டிலேயே கிஷ்டையா என்பவன் வந்து இரண்டு சென்டிமீட்டர் நீளத்திற்கு அதிகமில்லாமல் கிராப் வெட்டிவிடுவான். கிஷ்டையா வரும் நாட்கள் பாபுவுக்குச் சோகம் மிகுந்தவை. பாபுவுடைய கண்ணீரை, கிஷ்டையாவோ வீட்டில் மற்றவர்களோ இலட்சியம் செய்தது கிடையாது. நரசிம்மாவைத் தவிர.

ஆனால் நரசிம்மாவும் அழுவான். கண்ணீர் விட்டு அழாது போனாலும் அவன் மனதுக்குள் அழுதுகொண்டிருப்பதை அவன் முகம் காட்டிவிடும். ஒவ்வொரு முறை அவன் தைத்தவற்றிற்குக் கணக்குப் போட்டுக் கூலி சொல்லும் போதெல்லாம் அது ஒவ்வொரு உருப்படிக்கும் ஒரு அணா, இரண்டு அணா என்று குறைக்கப்படும். ஒருவாரம் முழுக்கத் தைத்த பிறகு அவன் ஆறு ரூபாய் கணக்குச் சொன்னால் நாலரை ரூபாய் அவனுக்குக் கிடைத்தால் அதிகம். அப்போது நரசிம்மாவைப் பார்க்க பாபுவுக்கு அழுகை வரும்.

"கடையெல்லாம் அரைக்கை ஷர்ட்டுக்கு ஆறு அணாதாம்மா. நரசிம்மா வுக்கு அஞ்சணா தறது ரொம்பக் குறைச்சலம்மா" என்று ஒருமுறை பாபு தலையாட்டியிருக்கிறான்.

"நம்ம வீட்டு மிஷின்லே நம்ம நூல்லே தைக்கறதுக்கு இது போதும்."

ஒவ்வொரு முறையும் குறைந்த கூலியை வாங்கிக்கொண்டு நரசிம்மா அழமாட்டாக் குறையாய்ப் போகும்போதெல்லாம் இனி அவன் மீண்டும் வரமாட்டான் என்றுதான் தோன்றும். ஆனால் அடுத்த மாதம் அப்பா இன்னொரு பீஸ் துணி வாங்கிக்கொண்டு வருவார். பாபுவுக்கு அந்த போர்டிங் பள்ளி வழியாக நரசிம்மா வீட்டுக்குச் செல்வான். வழியில் சைக்கிள் பிடுங்கப்பட்டு எல்லாப் போக்கிரிப் பையன்களுக்கும் ஒரு விளையாட்டுப் பொருளாக மாறும். அடுத்த வாரம் நரசிம்மா அவர்கள் வீட்டுக்கு வந்து ஒரே மாதிரித் துணியில் வீட்டிலுள்ளோர் அனைவருக்கும் ஷர்ட், ரவிக்கை, பாவாடை, தலையணை உறை என்று தைக்கத் தொடங்குவான்.

இன்று ஏனோ போர்டிங் பையன்கள் பாபுவைத் தடுக்கவில்லை. அடுத்து அந்த கான்வெண்ட். அங்கே நின்றிருந்த ஒருவன் இவனைப் பார்த்துப் புன்னகை புரிந்தான். திடீரென்று உலகமே நண்பர் குழாமாகப் போய்விட்டது. இவனும் புன்னகை புரிந்தான். ஒவ்வொரு முறையும் இந்த வழி வரும்போது இந்தப் புன்னகைக்காரன் இருந்தால் எவ்வளவு நன்றாக எவ்வளவு பாதுகாப்பாக இருக்கும்? ஒரு புன்னகை கிடைத்தால் போதும். அது கர்ணனின் கவச குண்டலம் போல.

பாபுவுடைய சந்தோஷம் நீடித்திருக்கவில்லை. நரசிம்மா வீட்டிலில்லை. ஆனால் நரசிம்மாவுடைய அம்மா இருந்தாள்.

"ஏமி?" என்றாள்.

"நரசிம்மாவை வீட்டுக்கு வரச் சொல்ல வேண்டும்."

அவள் அசுவாரஸ்யமாக உள்ளே போனாள். ஆனால் ஏதோ தோன்றி மீண்டும் வெளியே வந்தாள். "இனிமேல் நரசிம்மா கிரசிம்மாவென்று இங்கே வராதே!" என்றாள்.

அவன் பயந்து போனான். அவனுடைய சிறிய சைக்கிளில் ஏறப் போனபோது தடுக்கி விழுந்தான். நரசிம்மாவின் அம்மா அவனைத் தூக்கி விட்டாள். "அடிபட்டுவிட்டதா?" என்று கேட்டாள்.

"இல்லை" என்றான்.

"உள்ளே வந்து தண்ணீர் குடித்துவிட்டுப் போ."

அந்த வீட்டுக்கும் குசினிப் பறச்சேரி வீடுகளுக்கும் அதிக வித்தியாசம் இருக்க முடியாது. நரசிம்மாவின் அம்மா பளபளவென்று தேய்த்து வைக்கப் பட்டிருந்த பித்தளைத் தவலையிலிருந்து ஒரு ஜெர்மன் சில்வர் தம்ளரில் தண்ணீர் மொண்டு எடுத்துக் கொடுத்தாள். அதே இடத்தில் ஒரு மூலையில் ஒரு தையல் மிஷின் துணியால் மூடி வைக்கப்பட்டிருந்தது. துணி மூடாத பகுதிகளிலிருந்து அந்த மிஷின் வெகு சுத்தமாகத் துடைத்து வைக்கப் பட்டிருக்க வேண்டுமென்று ஊகிக்க முடிந்தது.

"நரசிம்மா மூன்று நாட்களாக வீட்டிற்கே வரவில்லை."

"ஏன்? எங்கே போயிருக்கிறான்?"

"யாருக்குத் தெரியும்? சம்பாதிக்கிற நாட்களிலும் சரி, வேலையில்லாத நாட்களிலும் சரி, இங்கே ஒரு பைசா வீட்டுக்குத் தருவது கிடையாது."

பாபுவுக்குத் தன் வீட்டு அமைப்பைத் தவிர அதிகம் தெரியாது. நரசிம்மா வீட்டுக்கு ஏன் பணம் தரவேண்டும் என்று அவனுக்குத் தோன்றியது.

"கூலியெல்லாம் சரியாகக் கொடுத்துவிடுவீர்கள் அல்லவா?"

சோர்வும் அழுகையும் தொனிக்கும் நரசிம்மாவின் முகம் பாபு கண்முன் நின்றது. "இல்லை, எனக்குத் தெரியாது. இல்லை, கூலி குறைவுதான்" என்றான்.

"கூலி சரியாகத் தரமாட்டீர்களா?"

பாபு பதில் சொல்லாமல் நின்றான்.

"அதுதான் பாவம், அந்தப் பையனையே திரும்பத் திரும்பக் கூப்பிட வருகிறீர்கள்! போ, போ, கூலி கிடைக்காமல் உங்கள் வீட்டில் வந்து உழைப்பதற்குப் பதிலாக அவன் இங்கேயே பட்டினி கிடக்கட்டும், போ."

நரசிம்மாவின் அம்மாவின் திடீர்ப் பரிவும், திடீர்க் கோபமும் பாபுவுக்குப் புதிராக இருந்தது. நரசிம்மாவையும் அவள் இப்படித்தான் ஒரு கணம் வா என்ற சொல்லி அடுத்த கணம் போ என்று விரட்டியிருப்பாள்.

நரசிம்மாவை அன்று பார்க்க முடியாது போனதோடு அவனை இனிமேல் என்றுமே பார்க்க முடியாது என்று தோன்றியபோது வருத்தமாக இருந்தது. அன்று காணப்பட்ட நல்ல சகுனங்களுக்குப் பலன் இல்லாமல் போய்விட்டது.

ஆனால் ஒரு வாரம் கழித்து நரசிம்மாவாகவே அவர்கள் வீட்டுக்கு வந்தான். வேறு யாரும் இல்லாத சமயமாகப் பார்த்து பாபுவிடம் "நீ எங்கம்மாவிடம் என்ன சொல்லிவிட்டு வந்தாய்?" என்று கேட்டான்.

"ஒன்றும் சொல்லவில்லை."

"எனக்கு இந்த வீட்டில் கூலி தருவதில்லை என்று சொன்னாயா?"

"இல்லை. உன் அம்மாதான் கூலி பற்றிக் கேட்டாள். எனக்குத் தெரியாது என்றேன்."

"நீ இனிமேல் என்னைத் தேடி எப்போது வந்தாலும் என் அம்மாவோடு பேசாதே."

தந்தைக்காக . . .

"உன் வீட்டிலே எப்போதும் உன் அம்மாதானே இருக்கிறாள்?"

"சந்து மூலையில் சின்னக் கடையில் அன்ஜய்யா என்று ஒருவன் இருப்பான். அவனிடம் சொல்லிட்டுப் போ, போதும்."

நரசிம்மா இவ்வளவு பேசிய பிறகு இவனுக்கும் சில விஷயங்கள் கேட்க வேண்டும் என்று தோன்றியது. அதே தினம் மீண்டும் பக்கத்தில் யாரும் இல்லாதபோது நரசிம்மாவைக் கேட்டான். "உன் அம்மா உன்னிடமிருந்து ஏன் பணம் கேட்கிறாள்?"

"என்னைக் கேட்காமல் அவள் என்ன செய்வாள்?"

"அப்பாவைக் கேட்க மாட்டாளா?"

"அப்பா இல்லையே."

"எங்கே போய்விட்டார்?"

"தெரியாது. நான் உன் மாதிரி இருக்கிறபோதே எங்கேயோ போய் விட்டார்."

"நீங்கள் தேடவில்லையா?"

"எதற்கு?"

"அவரைக் கண்டுபிடிப்பதற்கு."

"எல்லாம் இங்கேதான் இருக்கிறார்."

"இல்லை என்றாயே?"

"எங்களோடு இல்லை. ஆனால் இந்த ஊரில்தான் இருக்கிறார்."

"உனக்குத் தெரியுமா?"

"இன்றைக்குக்கூடப் பார்த்தேன்."

"அப்படியா! எங்கே?"

"அந்தப் பெண்கள் கான்வெண்ட் எதிரில்"

"அங்கே எப்போதும் நிற்கிறவர்களில் உன் அப்பாவும் ஒருவரா?"

"என் அப்பா நிற்பதை விட்டுவிட்டார். அங்கேயே குசினிப் பறச்சேரியில் ஒரு வீட்டில் இருக்கிறார்."

அன்று மாலை நரசிம்மா அவன் தைத்த இரண்டு ஷர்ட்டுகளுக்குரிய கூலியை கேட்டு வாங்கிக்கொண்டு போனான். நரசிம்மா சிறிது தூரம் சென்ற பிறகு பாபு தன் சைக்கிளில் சென்று அவனையடைந்தான்.

"என்ன?" என்றான் நரசிம்மா.

"நீ இன்றைக்கு வாங்கின கூலியை என்ன செய்யப் போகிறாய்?"

"டீ சாப்பிடலாமா? வா, நாம் ஸ்டேஷன் பக்கம் போவோம்."

"வேண்டாம், நீ அதை உன் அம்மாவிடம் கொடுத்துவிடு. நீ அவளிடம் பணம் தருவதில்லை என்று கோபித்துக்கொள்கிறாள்."

நரசிம்மாவுக்குக் கோபம் வந்தது. "உன்னை யார் என் அம்மாவிடம் இதெல்லாம் பேசச் சொன்னது? நான் வேண்டாம் என்றேனே?"

இதெல்லாம் நரசிம்மாவின் அம்மாவிடம் பேசப்பட்டது ஒரு முறைதான். அதுவும் நரசிம்மா வீட்டில் இல்லாது போனதால்தான் என்று பாபு சொல்லவில்லை. தன்மீது குற்றமில்லை என்றாலும் அதைச் சரியாக விளங்கும்படி கூறத் தெரியவில்லை.

இதற்குள் போர்டிங் வந்தது அதையடுத்து செயிண்ட் பிரான்சிஸ் கான்வெண்ட். இருட்டும் சமயத்தில்கூட அங்கே சிலர் நின்றுகொண் டிருந்தார்கள். தெருவிலேயே சில பையன்கள் கால்பந்து விளையாடிக் கொண்டிருந்தார்கள். நரசிம்மா கூட வந்ததால் பாபுவிடம் யாரும் வம்புக்கு வரவில்லை.

திடீரென்று நரசிம்மா கேட்டான், "என் அப்பாவைப் போய்ப் பார்ப்போமா?"

"எங்கே இருக்கிறார்?"

"இந்த இடத்தில்தான் இருக்கிறார்."

"நான் வந்தால் என்னைக் கோபித்துக்கொள்ள மாட்டாரா?"

"உன்னை எதற்குக் கோபித்துக்கொள்கிறார்? அவருக்கு நீ யாரென்றுகூடத் தெரியாது."

குசினிப் பறச்சேரியின் சந்துகளில் நடுவிலேயே திறந்த சாக்கடை ஓடிக்கொண்டிருந்தது. இது சந்தை இரண்டாகப் பிரித்ததுடன், யாரும் எந்த வண்டியும் எளிதில் ஓட்டிச் செல்ல முடியாதபடியும் இருந்தது. பாபுவுடைய குட்டை சைக்கிளைக்கூட அங்கு தள்ளிச் செல்வதே சிரமமாக இருந்தது.

வெளியே இன்னும் சிறிது வெளிச்சம். அங்கே எந்த வீடும் உட்புறம் என்னவென்று தெரியாதபடி இருட்டாக இருந்தது. யாரும் இன்னும் விளக்கேற்றவில்லை.

நரசிம்மா ஒரு வீட்டின் முன்னால் நின்றான். "கொஞ்சம் உன் சைக்கிளைக் கொடு. இதோ வந்துவிடுகிறேன்" என்றான்.

நரசிம்மா அந்த சைக்கிளை ஓட்டினால் அது நிச்சயம் மறுபடியும் தொந்தரவு கொடுக்கும். ஆனால் பாபு தயங்காமல் "சரி" என்றான்.

"ஒன்று வாங்கி வர மறந்துவிட்டேன். ஒரே நிமிஷம்."

நரசிம்மா சைக்கிளை எடுத்துச் சென்றுவிட்டான். பாபு அந்த வீட்டு முன்னால் நின்றான். நடுத் தெருவில் இருந்த திறந்த சாக்கடையில் ஒரு ஈர்க்குச்சியும், ஒரு துணிக் கிழிசலும், கோழி முட்டை ஓட்டுத் துண்டுகளும் தண்ணீரின் சீரான ஓட்டத்தைத் தடை செய்யும் வண்ணம் அடைத்துக்

கிடந்தன. பாபு கால் கட்டை விரலால் அந்த துணியைத் தூக்கினான். தடை நீங்கிய உற்சாகத்தோடு சாக்கடை உடனே பீறிக்கொண்டே ஓடியது.

நரசிம்மா அந்தச் சாக்கடைச் சந்திலும் சைக்கிளை ஓட்டியபடி வந்தான். அவன் கையில் கத்தரி மார்க் சிகரெட் பெட்டி இருந்தது. "அப்பாவுக்கு" என்று பாபுவிடம் சொன்னான்.

அந்த வீட்டினுள் சென்று நரசிம்மா மறைந்தான். சிறிது நேரத்திற் கெல்லாம் காக்கி அரை டிராயர் போட்ட ஒருவருடன் வெளியே வந்தான். அவர் கையில் அந்த கத்தரி மார்க் சிகரெட் பெட்டி இருந்தது. ஒரு சிகரெட்டை எடுத்து பற்றவைத்துக்கொண்டார். நரசிம்மா அதை மலர்ந்த முகத்தோடு பார்த்தபடி நின்றார்.

"எவரு இ பில்லவாடு?" என்று அரை டிராயர் மனிதர் நரசிம்மாவைக் கேட்டார்.

"இன்றைக்கு இவர்கள் வீட்டில்தான் தைத்தேன்" என்று நரசிம்மா தெலுங்கில் பதில் சொன்னான்.

"தமிழ்க்காரங்களா?"

"ஆமாம்."

"எனக்கும் கொஞ்சம் கொஞ்சம் தமிழ் வரும்" என்று அந்த அரை டிராயர் மனிதர் பாபுவிடம் சொன்னார்.

பாபு, நரசிம்மாவைப் பார்த்தபடி நின்றான், அவனுக்கு அந்த மனிதரைப் பார்க்கப் பயமாக இருந்தது.

"நான் போய்விட்டு வருகிறேன்" என்று நரசிம்மா சொன்னான்.

"கொஞ்சம் இரு" என்று அவனுடைய அப்பா சொன்னார்.

அப்போது குள்ளமான ஒரு பெண்மணி எங்கிருந்தோ தண்ணீர் பிடித்து வந்தாள். நரசிம்மாவைப் பார்த்து, "வா" என்றாள்.

"பிலோமி, தின்பதற்கு ஏதாவது இருக்கிறதா?" என்று நரசிம்மாவின் அப்பா கேட்டார்.

"ரிக்கு இருக்கிறது" என்று அந்த அம்மாள் சொன்னாள்.

"நரசிம்மாவுக்குக் கொடு. அந்தப் பையனுக்கு வேண்டாம். பாப்பனவாடு."

அந்த அம்மாள் களி மாதிரி ஒன்றைச் சிறு உருண்டையாக உருட்டி நரசிம்மாவிடம் கொடுத்தாள். நரசிம்மா, "நான் போய் வருகிறேன்" என்றான். அவனும் பாபுவும் கிளம்பினார்கள்.

"என் அப்பா ரொம்பப் பெரிய தையற்காரர். சூட்டு மிகவும் நன்றாகத் தைப்பார்" என்று நரசிம்மா சொன்னான்.

"அவர் இங்கே வீட்டிலேயே தைக்கிறாரா?" என்று பாபு கேட்டான்.

"அவருக்குக் கை சரியில்லை. இப்போது வேலை ஒன்றுமே செய்வ தில்லை. எங்கம்மா சாப்பாடு போட மாட்டாள். ஆனால் இந்த அம்மாள் போடுவாள். அதனால்தான் இங்கேயே இருக்கிறார்."

"இந்த அம்மாள் உங்களுக்கு உறவா?"

"அதெப்படி? இவர்கள் கிறிஸ்தவர்கள். ரொம்ப நாட்கள் முன்பே அப்பா அந்த கான்வெண்ட் முன்னால் நிற்பாராம், இன்னொரு பெண்டாட்டிக்காக. ஆனால் அவர் தேடின பெண்டாட்டி இங்கே இருந்தாள்." அப்போது அவர்கள் மீண்டும் கான்வெண்டைத் தாண்டிச் சென்றுகொண்டிருந்தார்கள்.

"எனக்கு இந்த வழியே பிடிக்கவில்லை" என்று பாபு சொன்னான்.

"எனக்கும்தான்!" என்று நரசிம்மா சொன்னான். "ஆனால் எங்கப்பா இங்கேதானே இருக்கிறார்? அவருக்கு சிகரெட் நான் வாங்கித் தராவிட்டால் வேறு யார் வாங்கித் தரப்போகிறார்கள்? இதைக் கேட்டால் அம்மா 'லபோ லபோ'வென்று கத்துவாள். அம்மாவுக்குத் தையல் வேலையாவது தெரியும். இந்த இன்னொரு அம்மாவுக்கு ஒழுங்காகச் சமைக்கக்கூடத் தெரியாது."

நரசிம்மா தன் கையிலிருந்த உருண்டையை விட்டெறிந்தான்.

இருட்டிவிட்டதால் பாபு சைக்கிளைத் தள்ளிக்கொண்டே வீடு திரும்பினான். அடுத்த நாள் அதை ரிப்பேருக்கு எடுத்துச் செல்ல வேண்டும்.

1980

சினிமாவுக்குப் போன சென்ஸாரு

நீளமான பழுப்பு நிறத் தபாலுறையில் என் பெயர் உள்ளடங்கிய பட்டியல் ஒன்று எனக்கு ஒருநாள் வந்து சேர்ந்தது. விஷயம் இரகசியமானது என்று வீட்டில்கூட ஒருவரிடமும் சொல்லவில்லை. ஆனால் அடுத்த நாளே *தினத்தந்தி* முதல் *ஹிந்து* வரை எல்லாப் பத்திரிகைகளும் புதிய தணிக்கைக்குழு நபர்களின் பெயர்களை வெளியிட்டன. எல்லாருக்கும் ஒரு பெயர். எனக்கு மட்டும் இரண்டு. இரு பெயர்களும் குறிக்கப்பட்டதில் ஏதாவது கொஞ்சநஞ்ச சந்தேகம் யாருக்காவது ஏற்பட்டால்கூட உடனே விலகி விடும் நானும் 'சென்ஸார்' ஆகிவிட்டேன்! சினிமா தணிக்கை யாளனாகிவிட்டேன்.

"உங்களுக்கு என்ன சார், இனிமே பெரிய பெரிய புரொட்யூசர்கள்ளாம் பெரிய பெரிய கார்லே உங்க வீடு தேடி வரப் போறாங்க" என்றார் ஒருவர். நான் இருக்கும் தெருவில் பெரிய கார்கள் வந்தால் நிறைய இடைஞ்சல் ஏற்படும் – கார்களுக்கு.

"அப்படியா நினைக்கறீங்க?" என்று கேள்வியே பதிலாகச் சொன்னேன்.

ஆனால் பக்கத்திலிருந்தவர் சொன்னார்: "பெரிய புரொட்யூசர்கள்ளாம் இவர்கிட்ட ஏன் சார் வரப்போறாங்க, இவர் சுண்டைக்காய்! இன்னும் பெரிய இடத்துக்குப் போவாங்க. இவர்கிட்டே சின்னச் சின்ன ஆளுங்கதான் வருவாங்க."

"சின்னவங்கதான் சார், ஏதாவது உதவி செஞ்சா நன்றியோட இருப்பாங்க." என்று முன்னவர் சொன்னார். கேட்கக் கொஞ்சம் ஆறுதலாயிருந்தது. ஆனால் அது ஒரு கணப் போதுக்குத்தான்.

"சினிமாக்காரங்களுக்கு நன்றியாவது கின்றியாவது?"

முதல் நண்பர் முயற்சியைத் தளரவிடவில்லை. "புரொட்யூசர்கள் வராங்களோ இல்லையோ, இனிமே நீங்க எல்லாப் படத்தையும் காசு செலவில்லாம பாத்துடலாம்" என்றார்.

இரண்டாம் நண்பர் அதற்கும் ஒரு பதில் வைத்திருந்தார். "எல்லாப் படத்தையும் இவர் பார்த்தேயாக வேண்டுமே!"

அந்தக் கவலை எனக்கும் இருந்தது.

விரைவிலேயே அந்தக் கவலை தீர்ந்தது. விகிதாசார முறையில் சென்னையில் பத்துப் படங்கள் தணிக்கைக்கு வந்தால் நான் ஒரு படம் பார்த்தால் போதும். ஆனால் இதில் வேறு சில சங்கடங்கள்.

"ஏன், சார்! 'காளி' படம் கிளைமாக்ஸிலே ஒரே நெருப்பா வரதே, அதிலேதானே ஒரு குதிரை செத்துப் போச்சு?"

"ஆமாம், அப்படித்தான் பேப்பர்லே படிச்சேன்."

"ஆனால் சினிமாவிலே அந்த சீன் அவ்வளவு ஒண்ணும் பிரமாதமா வரலையே?"

"நான் 'காளி' பாக்கலை."

"அதெப்படி? சென்சார் நீங்க?"

"மத்தவங்க இருக்காங்க. அவுங்க பாத்தாங்க."

"சண்டை சீன்னு பார்த்தா 'காளி'யைவிட 'பில்லா' தேவலை."

"நான் 'பில்லா' பாக்கலை."

"ஓகோ ... ஆனா ரஜனிது பெஸ்ட் பெர்ஃபாமன்ஸ் 'முள்ளும் மலரும்' தான்."

"'முள்ளும் மலரும்' பாக்கலை."

"ரஜனிக்கும் சிவாஜிக்கும் நிறைய ஒத்துமை இருக்கில்லே? 'திருசூல'த்திலே."

"நான் 'திரிசூலம்' பாக்கலை."

"அது இல்லேன்னா 'பைலட் பிரேம்நாத்' படத்தை எடுத்துக்குங்க."

"'பைலட் பிரேம்நாத்' நான் பாக்கலை."

"சிவாஜீது எந்தப் படம் வேணும்னாலும் எடுத்துக்குங்க. இப்ப வந்ததே 'ரத்தபாசம்' –"

"நான் பாக்கலை."

"ஜெனரல் சக்ரவர்த்தி?"

"பார்க்கலை."

"நான் வாழ வைப்பேன்?"

"பாக்கலை."

"சரி, சிவாஜி வேண்டாம். வேறே நல்ல படம் ஏதாவது. 'ஒருதலை ராகம்'."

"பாக்கலை."

"மற்றவை நேரில்."

"பாக்கலை."

"ஆறிலிருந்து அறுபது வரை ?"

"இல்லை."

"அழியாத கோலங்கள் ?"

"இல்லை."

"சங்கராபரணம் ?"

"அது தெலுங்குப் படம் ... பாக்கலை."

"ரோசாப்பூ ரவிக்கைக்காரி ?"

"பாக்கலை."

"சுவர் இல்லாத சித்திரங்கள் ?"

"இல்லை."

"பசி ?"

"இல்லை."

"பின்னே என்னதான் பாத்துத் தொலைச்சீங்க ?"

"மின்னல் ராணி, லவ் இன் சிங்கப்பூர், வேட்டைக்காரி, நேபாளத்தில் சி.ஐ.டி. காளி கோயில் கபாலி, பம்பாய் மெயில் 109 ..."

"அப்புறம் ?"

"சிங்கக்குட்டி 1, 2, 3, சிம்மக்குரல், கில்லாடி ஜோடி, வெங்கடேச விரத மகிமை, காவேரியின் சபதம் ..."

நண்பர் எழுந்து போனார். 'உன் விதி' என்று அவர் அங்கலாய்த்தது அந்தப் பேட்டை முழுக்கக் கேட்டிருக்கும்.

அந்தத் தலைப்பில் கூட ஒரு படம் பார்த்ததாக ஞாபகம்.

1980

காபி

இரவில் இப்படித் திடீர் என்று விழித்து எழுந்தது மகன் சந்தானத்திற்கு இல்லாமல் தன் சொந்த உபாதைக்காக என்று உணர்ந்தபோது விசாலத்துக்குச் சிறிது வெட்கமாக இருந்தது. அவள் ஆஸ்பத்திரி பாத்ரூமை நாடிப் போனாள்.

பாத்ரூம் என்று சொல்வதே முதலில் பொய். அதைக் கக்கூஸ் என்றுதான் சொல்ல வேண்டும். ஆனால் இப்போதெல்லாம் கக்கூஸ் என்ற சொல் அதிகம் பயன்படுத்தப்படுவதில்லை. எல்லாரும் பாத்ரூம் எங்கே என்றுதான் கேட்கிறார்கள். பாத்ரூமிலேயே பாத்ரூம் என்றும் குளிக்கும் பாத்ரூம் என்றும் இரு பிரிவுகள் வந்துவிட்டன.

பெண்கள் பாத்ரூமில் குழாயைத் திறந்தால் தண்ணீர் வரவில்லை. விசாலம் தயங்காமல் ஆண்கள் என்று குறிப்பிட்டிருந்த பாத்ரூமிற்குச் சென்று காலைக் கழுவிக் கொண்டாள். இதே ஆஸ்பத்திரியில் இந்த பாத்ரூம்களை நோயாளிகளைவிட அவர்களுக்குத் துணையிருப்பவர்கள்தாம் அதிகம் பயன்படுத்த வேண்டியிருக்கிறது. அதிலும் இந்த இரண்டாவது மாடி வார்டில் இருக்கும் ஒன்பது நோயாளிகளும் 'பெட்பான்' கேஸ்கள்.

விசாலம் விரல்களை நனைத்துக் கண்களைத் தொட்டுக் கொண்டாள். 'பகவானே, என் குழந்தையைச் சீக்கிரம் குணப் படுத்தி வீட்டுக்கு அழைத்துக்கொண்டு போகக் கருணை பண்ணு' என்று வேண்டிக்கொண்டாள். இந்தப் பத்து நாட்களில் பகவானுக்கும் அவளுக்குத் தெரிந்த எல்லாக் கடவுளுக்கும் வேண்டிக்கொண்டுவிட்டாள். சந்தானம் உடம்பு சரியாகி வீடு திரும்பினால் ஓராண்டு காலத்திற்கு அவளுடைய வேண்டுதல் களை மாறிமாறிப் பூர்த்தி செய்துவிடுவதற்கே நேரம் போதாமல் போய்விடும்.

சந்தானம் தூங்கிக்கொண்டிருந்தான். அது அவனிச்சை யாகத் தூங்கும் தூக்கம் அல்ல. அந்தக் குழந்தையை இந்தப் பத்து நாட்களாக அரை நினைவு நிலையிலேயேதான்

வைத்திருக்கிறார்கள். இப்படி மயங்கிக் கிடக்கும் போதுகூட அவனுடைய முகத்தில் அவ்வப்போது தோன்றும் சிணுங்கல் அவன் அனுபவிக்கும் வலியை வெளிக்காட்டிவிடும். மயக்க மருந்து கொடுத்தால் அவன் வலியை அவ்வளவு உணராமல் இருக்கக்கூடும். ஆனால் வலி எங்கும் போய்விடுவதில்லையே?

திடீரென்று சந்தானத்தில் உடல் நெளிந்தது. சகிக்க முடியாத வேதனை மின்னல் போல அவனுள் பாய்ந்து செல்வதை அவனுடைய முகம் காட்டிற்று. விசாலம் சந்தானத்தின் நெற்றியைத் தடவிக் கொடுத்தாள், "என்ன பண்ணறதுடா, கண்ணா?" என்று கேட்டாள்.

மயக்கம் தூக்கலாக, சந்தானம் தலையணையில் தொய்ந்தான். விசாலம் அவனுடைய நெற்றியையும் தலையையும் தடவிக் கொடுத்தாள். சந்தானம் உதட்டை அசைத்தது போலிருந்தது. அவன் வாயருகில் தன் காதைப் பொருத்தி வைத்துக்கொண்டு, "என்னடா கண்ணா?" என்று கேட்டாள். அவளுக்கே தெரியும் அந்த உதடுகள் எதைச் சொல்ல முயற்சி செய்தன என்று. சந்தானம் கேட்பது ஒரு வாய்க் காபி.

சந்தானம் மீண்டும் மயக்கத்தில் ஆழ்ந்து போய்விட, விசாலம் அவன் கட்டிலுக்கருகில் தரையில் கிடத்தியிருந்த பாயில் படுத்துக்கொண்டாள். அந்த அறையில் மங்கலாக ஒரே ஒரு விளக்கு மட்டும் எரிந்துகொண்டு, எல்லாக் கட்டில்களுக்கடியிலும் இருட்டை நிலைக்க வைத்ததால்தான் அவளால் அப்படி அந்த அறையில் தரையில் படுக்க முடிந்தது.

ஒரு காரணம், எல்லாக் கட்டிலுக்கடியிலும் மூத்திரக் குப்பியும் எச்சில் குவளையுமாக இருந்தன. அவளுடைய மூன்று பிரசவங்களும் வீட்டிலேயே வைத்துக்கொண்டுவிட்டார்கள். அவளுக்குத் தெரிந்து ஆஸ்பத்திரிகள் மாலை நான்கிலிருந்து ஆறு மணி வரை சாத்துக்குடிப் பழ சகிதம் சென்று ஆஸ்பத்திரியில் படுத்திருக்கும் உறவினர் அல்லது தெரிந்தவரைப் பார்த்து "இப்போ உடம்பு எப்படி இருக்கு?" என்று கேட்டு 'இப்போ கொஞ்சம் தேவலை' என்ற பதிலைப் பெற்று, மிகுதி ஒன்றரை மணி நேரம் என்ன பேசுவது, என்ன செய்வது என்று தெரியாமல் சங்கடப்படும் இடங்கள். சந்தானத்தை ஆஸ்பத்திரியில் சேர்க்க வேண்டும் என்று டாக்டர் சொன்னபோதுகூட அவளுக்கு அவனை அங்கேயே விட்டுவிட்டு வரவேண்டும் என்பது புத்திக்கு எட்டவில்லை. ஆனால் அவனை வார்டில் கொண்டு சேர்த்துப் படுக்கையிலும் படுக்க வைத்தவுடன் ஒரு தடிமனான நர்ஸ் அவளை அங்கே நிற்கக்கூடாது என்று விரட்டியபோதுதான் ஒரு ஆஸ்பத்திரியில் சேர்ப்பது என்றால் என்ன என்று முதல் விளைவு அவளுக்குப் புரிந்தது. முதல் நாள் இரவு ஆஸ்பத்திரியில் சந்தானம் தவித்தானோ என்னவோ விசாலம் ஒரு கணம்கூடத் தூங்க முடியாமல் துடிதுடித்துப் போனாள். பொழுது விடிந்ததும் விடியாததுமாகச் சமையலை அறை குறையாக முடித்துவிட்டு ஆஸ்பத்திரி முன்னால் போய் நின்றாள். ஆனால் அங்கிருந்த டாக்டர்களும் நர்ஸ்களும் அவளிடம் ஏதும் விசேஷமாகச் சொல்லவில்லை. அவளுடைய கணவனுக்கும் அவளிடம் எதையும் முழுக்கச் சொல்லும் பழக்கம் கிடையாது. அவளிடம் சொன்னதெல்லாம் ஹார்லிக்ஸ், குளுகோஸ் தண்ணீர் தவிர சந்தானத்திற்கு எதையும் கொடுத்துவிடாதே. எதையும் கொடுத்து விடாதே.

ஆனால் சந்தானம் எதையும் கேட்டுவிடவில்லை. அவன் ஆஸ்பத்திரியில் சேர்க்கப்பட்ட மூன்றாம் நாள்தான் அவனுடைய வயிற்று வலிக்கு இரண்டு நாட்கள் முன்பு யாரோ சொல்லி யாரோ கொடுத்த மலமிளக்கி மருந்து விபரீதத்தை விளைவித்துவிட்டது தெரிந்தது. அப்பெண்டிசைடிஸ் புண் உடைந்து வயிற்றுக் குழாயில் பொத்தலும் உண்டுபண்ணிவிட்டதோ என்று பயந்தனர். இதெல்லாம் கூட விசாலத்துக்கு யாரும் உடனுக்குடன் தெரியப்படுத்தவில்லை. ஆனால் அன்றிலிருந்து சந்தானத்துடன் எப்போதும் யாராவது வீட்டு மனிதர் ஒருவர் இருக்க வேண்டும் என்றபோது முதலில் அவளுக்கு ஆறுதல் ஏற்பட்டாலும் அப்புறந்தான் நிலைமை சரியில்லை என்று தெரிந்தது.

யார் இரவில் ஆஸ்பத்திரியில் இருந்துவிடுவது என்று ஒரு சிறு விவாதம். வீட்டில் சந்தானத்தை அடுத்து இன்னும் மூன்று குழந்தைகள். அம்மா இருந்துதான் ஆக வேண்டும் என்ற கட்டத்தைத் தாண்டியவர்கள். மாலை சாப்பாட்டை முடித்துவிட்டு விசாலம் ஆஸ்பத்திரி வந்துவிட்டால் காலை ஏழு மணிக்கு வீடு திரும்பி சமையல் செய்துவிடலாம். சந்தானத்துக்குத் துணையாக ஒருவர் இருந்தது போலவும் இருக்கும். வேறு யாருக்கும் பெரிய இடைஞ்சலும் ஏற்படாது.

ஆபரேஷன் செய்த தினம் விசாலத்தின் கணவனும் ஆஸ்பத்திரியிலேயே பகல் முழுவதும் இருந்தான். சந்தானத்தைக் காலையில் உடலெல்லாம் சவரம் செய்தார்கள். வலியோடு சந்தானம் கூச்சத்தாலும் துடித்துப் போனான். ஆபரேஷனுக்குத் தள்ளுவண்டியில் எடுத்துப் போகும்போதே அவனுக்கு ஜீவன் அதிகம் மிஞ்சியதாகத் தெரியவில்லை. இதோ ஆபரேஷன் முடிந்து நான்கு நாட்களாகப் போகிறது. இன்னும் குழந்தைக்கு ஊசி முனையில்தான் ஊட்டம்.

இந்த ஆஸ்பத்திரியில்தான் எப்படி நோயாளிகளும் அவர்களைப் பார்த்துக் கொள்கிறவர்களும் மாறி மாறித் தின்ற வண்ணமேயிருக்கிறார்கள்? ரயில் பயணிகள் போல ஆஸ்பத்திரிக்குள் நுழைந்துவிட்டாலும் கூச்சமெல்லாம் போய்விடுகிறது. யார் எதிரிலும் எதை வேண்டுமானாலும் செய்யலாம். அந்தரங்கச் செயல்கள் பகிரங்கமாகப் புரியப்பட்டன. எல்லாருடைய நோக்கமே முடிந்தவரை உடலுக்குள் உணவைச் செலுத்திக்கொண்டே இருக்க வேண்டும். சந்தானத்தைத் தவிர.

விசாலம் ஒருமுறை எழுந்து சந்தானத்தைப் பார்த்தாள். அந்தக் குழந்தை ஒழுங்காகச் சாப்பிட்டுப் பதினைந்து நாட்களுக்கு மேலாகிவிட்டன. அதற்கு முன்பும் எப்போதாவது வயிற்று வலி என்பான். ஆனால் அதற்காக முழுப் பட்டினி போட்டு முழுப் படுக்கையாகக் கிடத்தியதில்லை. பத்தே நாட்களில் இந்தக் குழந்தை ஆண்டாண்டு காலமாக இந்த ஆஸ்பத்திரியிலேயே படுத்துக் கிடப்பது போலாகிவிட்டது.

சந்தானம் முகத்தில் நிரந்தரமாக ஒரு சுளிப்பு இருந்துகொண்டே இருந்தது. மயக்கத்தில் கிடக்கும் அவன் முகத்தைப் பார்த்தால் உடல் வேதனை தாங்காமல் கண்களை மூடிக்கொண்டிருக்கும் பையனாகத்தான் இருந்தது. ஆனால் கூப்பிட்டால் உம்மென்றுகூடப் பதில் முனகல் கிடைக்காது. வலியென்று அழுவது முனகுவதுகூடப் பயனில்லை என்று

தீர்மானித்துவிட்டான் போலிருந்தது. பதினான்கு வயது நிரம்பாத ஒரு பையன் இவ்வளவு பொறுத்துக்கொள்ள முடியுமா? இந்த மயக்க மருந்துகள் அவனை என்னதான் செய்துகொண்டிருக்கும்?

விசாலம் மீண்டும் படுத்துக்கொண்டாள். அந்தப் பெரிய அறையில் தரையில் இன்னும் நான்கு பேர் படுத்துக்கொண்டிருந்தார்கள். நான்கு நோயாளிகள்தான். அதிக சீக்கு என்று இல்லை. ஆனால் நால்வருக்குந்தான் எப்போதும்கூட யாராவது இருக்கக்கூடிய சூழ்நிலை. நான்கு பேருமே ஒரு தற்செயல் அமைப்பில் ஒரே வரிசையில் இருந்தார்கள். விசாலம் படுத்தால் அவள் பார்வைக்குக் கீழே படுத்திருக்கும் இன்னும் ஒரு நபர்தான் தெரியும். இன்னும் மூவர் படுத்திருப்பதைச் சற்றுத் தலையை உயர்த்திப் பார்த்தால்தான் தெரியும். சந்தானத்தை ஆஸ்பத்திரியில் சேர்த்த முதல் நாளிரவு அந்த வார்டில் ஒரு நோயாளி இறந்துவிட்டார். விசாலம் அந்த ஒரு இரவு ஆஸ்பத்திரியில் தங்கவிடாதது குறித்துச் சந்தோஷப்பட்டுக் கொண்டாள். ஆனால் அவள் ஆஸ்பத்திரியில் சந்தானத்துக்குத் துணையாகப் படுத்துக்கொள்ளத் தொடங்கிய பின் ஒவ்வொரு நாளும் அந்த இறந்தவர் நினைவுதான் திரும்பத் திரும்ப வந்தது. அவர் இறந்தபோது யாரும் பக்கத்தில் இல்லை. அவர் தன் உடலைப் புரட்டிக் கட்டிலிருந்து இறங்க முயற்சி செய்திருக்கிறார். ஆனால் அதற்குள் உயிர் போய்விட்டது. அவர் கை கால்கள் கோணலும் மாணலுமாக இருப்பதை வெகுநேரம் யாரும் கவனிக்கவில்லை. பக்கத்துப் படுக்கை நோயாளிக்காகத் துணையிருந்த ஒரு பையன் இரவில் எழுந்து பார்த்திருக்கிறான். இறந்தவர் கண்கள் அவனையே உற்று நோக்கியது போல இருந்தன. அவன் பேயைக் கண்டது போலக் கத்தியிருக்கிறான்.

விசாலம் சட்டென்று எழுந்து நின்று சந்தானத்தின் நெற்றியைத் தடவிக் கொடுத்தாள். அவள் கைபட்டு அவனுடைய நெற்றித்தோல் சிறிதே நகர்ந்து கொடுத்தது. அவனுடைய அசைவுகள் எல்லாமே தன்னிச்சையாகத்தான் நிகழ்ந்தன. இந்தப் பத்து நாட்களில் அவனுக்கு ஒழுங்காக நினைவு தெரிந்து பார்த்துப் பேசியதெல்லாம் அரை மணிக்குள் அடக்கிவிடலாம். விசாலம் 'என்ன வேணும் கண்ணா? என்ன வேணும். கண்ணா?' என்று மீண்டும் மீண்டும் கேட்டதன் பேரில் அவன் பதில் சொன்னான்: காபி.

ஆனால் அவனுக்கு எதுவுமே கொடுக்கக் கூடாது என்று திரும்பத் திரும்பச் சொல்லிவிட்டார்கள். எல்லாம் உடம்பு சரியாகி வீட்டுக்கு வந்துவிட்டால் வேண்டியதையெல்லாம் வேண்டிய அளவு சாப்பிடலாம். ஆனால் இப்போது மட்டும் எதுவுமே கொடுத்துவிடக் கூடாது.

விசாலம், சந்தானத்தின் உடம்பைத் தடவிக் கொடுத்தாள். சந்தானம் பொதுவாகவே சோனிப் பையன். இப்போது ஈர்க்குச்சியாகக் கிடந்தான். அந்த ஈர்க்குச்சிக்குப் பத்து நாட்கள் அந்தப் படுக்கையில் கிடந்து இடுப்பில் ஓரிரண்டு இடங்களில் கொப்புளங்கள் கிளம்பியிருந்தன. ஆனால் அவன் வாய் திறந்து வலி என்று சொல்லி நிறைய நாட்களாயிருந்தன. மயக்க நிலையில் அவனுக்குச் சொல்லத் தெரிந்தது கேட்கத் தெரிந்தது எல்லாம் ஒரு வாய் காபிதான்.

இவனுக்கு எப்படி காபி மீது தனிப் பிரியம் வந்தது என்று விசாலத்திற்குத் தோன்றிற்று. அவர்கள் வீட்டில் காபி சாப்பிடுவதே கிடையாது. யாராவது

விருந்தினர் வந்தால்தான். நெடுநாள் உபயோகிக்காத காபி பில்டரில் திடீரென்று டிகாஷன் போட்டால் ஒரு மக்கின வாசனைதான் வரும். ஆதலால் வீட்டில் காபி சாப்பிட்டுவிட்டு அதன் மேல் சந்தானம் ஆசை வைத்திருக்க முடியாது. அவன் எங்கோ நல்ல காபி சாப்பிட்டிருக்க வேண்டும்.

குழந்தை உடல்நிலை சரியானவுடன் வீட்டிலேயே காபி போட்டுத் தரவேண்டும் என்று விசாலம் தீர்மானித்துக்கொண்டாள். இனிமேல் வீட்டில் தினமும் காபி போட வேண்டும். எல்லாருடைய வீட்டிலும் ஒரு வேளையாவது காபி போடுகிறார்கள். கேழ்வரகுக் கஞ்சியைச் சிறிது நாட்களுக்கு நிறுத்தி வைக்க வேண்டும். நாளைக்கே நிறுத்திவிட வேண்டும். ஆனால் அது முடியாது. காலையில் சந்தானத்தின் அப்பா முதல் காரியமாக வெந்நீர் வைத்துக் கஞ்சி போட்டுக் குழந்தைகளுக்குக் கொடுத்து தானும் சாப்பிட்டு ஒரு தூக்கில் ஆஸ்பத்திரிக்குக் கொண்டுவருவார். அதை அவள் சாப்பிட்டுவிட்டுச் சிறிது சந்தானத்துக்கும் தருவாள். இந்தக் கஞ்சி விஷயத்தில் சந்தானத்துக்கு விதிவிலக்கு அளிக்கப்பட்டிருந்தது. ஆனால் அவன் படுத்ததிலிருந்து காபி கேட்கிறான். இதுவரை பத்துப் பதினைந்து முறை கேட்டிருப்பான்.

விசாலத்துக்குத் துக்கமாக இருந்தது. சந்தானம் பிறந்தது முதல் ஒன்றரை ஆண்டுகளுக்குத்தான் குழந்தை. அதற்குப் பிறகு அடுத்தடுத்து மூன்று பிறந்துவிடவே அவன் நடக்க ஆரம்பித்ததிலிருந்தே அவனைக் குழந்தையாகக் கவனிப்பது குறைந்து போய்விட்டது. எதற்கெடுத்தாலும் 'நீ பெரியவன், நீ அழலாமா?' என்று கேட்டே அவனுடைய பொம்மை, பட்சணம் எல்லாம் சின்னவர்களுக்குக் கொடுத்துவிடுவார்கள். அவனும் பெரிய மனுஷத் தோரணையாக இருந்துவிடுவான். அவனாக ஏதும் வேண்டுமென்று பிடிவாதம் பிடித்தது கிடையாது. அவனுடைய தம்பி தங்கைகளுக்கு முன் மாதிரியாக இருக்க வேண்டும் என்றே அவனுடைய ஆசைகளை அடக்கிக்கொண்டு இருந்திருக்க வேண்டும். இந்த வயிற்று வலிகூட எப்போதிலிருந்து கிளம்பியதோ? ஐயோ, இந்தக் குழந்தை காலாகாலத்தில் இந்த வலியையும் பற்றித் தெரியப்படுத்தியிருக்கக் கூடாதா?

விசாலம் மறுபடியும் பாயில் படுத்துக்கொண்டாள். சந்தானம் சிறுநீர் கழிக்க ஒரு குழாயைப் பொருத்திக் கீழே பாட்டிலில் இணைத்திருந்தார்கள். அந்தக் குழாயும் பாட்டிலும் இரவு வேளைவில் கண்ணுக்கு எளிதில் தெரியாது. சந்தானம் ஆஸ்பத்திரியில்கூடப் பெரிய மனுஷத் தோரணையாக இருந்தான். அவனையும் மீறி அவனிடமிருந்து கிளம்பும் முனகலைத் தவிர அவன் அலட்டிக்கொள்ளவோ அனாவசியமாக அம்மாவையோ மற்ற யாரையுமோ படுத்தவில்லை. அவன் ஆஸ்பத்திரியில் படுத்திருப்பதும் இப்போது சில நாட்களாக அவனுடைய அம்மா அவனுக்குத் துணையிருப்பதுகூட அவனுக்குச் சரியாகத் தெரியுமோ தெரியாதோ?

வெளியே ஒரு பெரிய லாரி தடால் புடால் என்று சப்தமெழுப்பியபடி விரைந்த ஒலி அந்த வார்டில் தெளிவாகக் கேட்டது. சந்தானம் முனகியது போல இருந்தது. விசாலம் சட்டென்று எழுந்து அவனுடைய நெற்றியைத் தடவிக் கொடுத்தாள். அதற்காகக் காத்திருந்தது போல அவனுடைய முகம் வலியால் கோணிக்கொள்ள ஆரம்பித்தது. அவனுடைய தலை துடித்தது.

விசாலம் உடனே டியூடி நர்சைத் தேடிக்கொண்டு போனாள். நர்ஸ் நாற்காலியில் உட்கார்ந்து மேஜைமீது கைகளில் முகத்தைப் புதைத்துத் தூங்கிக் கொண்டிருந்தாள். விசாலம், “சிஸ்டர் சிஸ்டர்” என்று அவளைத் தட்டி எழுப்பினாள்.

நர்ஸ் விழித்துக்கொண்டாள். “என்னம்மா?” என்று கேட்டாள்.

“என் குழந்தைக்கு ஏதோ போலிருக்கு! சீக்கிரம் வந்து பாருங்க.

நர்ஸ் வந்து பார்த்தாள். மீண்டும் வலி தெரியாதிருக்க ஊசி போடுகிறாள் என்று விசாலத்துக்குத் தோன்றியது? ஊசி போட்ட பிறகு சந்தானத்தின் நாடியை நர்ஸ் தேடிய போது நர்ஸ் முகம் பரபரப்பைக் காட்டியது. அரை மணிக்குள் ஒரு டாக்டர் வந்துவிட்டார்.

டாக்டர் விசாலத்திடம், “உங்க வீட்டுக்கு டெலிபோன் இருக்கா?” என்று கேட்டார்.

“இல்லை. ஏன்?”

“அப்போ நீங்க இங்கேயே இருங்க. நாங்க இந்தப் பையனுடைய அப்பாவுக்குத் தகவல் அனுப்பறோம். உங்க அட்ரஸ் கொடுத்திருக்கீங்க, இல்லே?”

“ஏன் இப்போ என்ன? என் குழந்தைக்கு என்ன?”

“நாங்க செய்ய முடிஞ்சதெல்லாம் செஞ்சு பாக்கறோம்.”

“நீங்கள் என்ன சொல்றேள்? இன்னிக்குக் காத்தாலேகூட ஒரு டாக்டர் இன்னும் இரண்டு நாளிலே வீட்டுக்குக் கொண்டு போயிடலாம்னு சொன்னாரே—”

டாக்டர் விசாலத்துக்குப் பதில் சொல்லாமல் நர்ஸிடம் மெதுவாக இரு வார்த்தைகள் சொன்னார். அவள் எங்கிருந்தோ ஒரு மடக்கு ஸ்கிரீன் கொண்டு வந்து சந்தானம் படுக்கையைப் பிற நோயாளிகள் பாராதபடி மறைத்தாள்.

விசாலம் உரத்து அவளுக்குத் தெரிந்த கடவுள்களை எல்லாம் வேண்டிக்கொண்டாள். “என் கண்ணே, என் செல்வமே! கண்ணை விழிச்சுப் பாருடா! நான் காபி வைச்சுத் தரேண்டா! சித்தெ கண்ணைத் திறந்து பாருடா! சந்தானம்! என் கண்ணே! உனக்கு நான் காபி கொண்டுவந்து தரேன்! சித்தே பாருடா!” என்று புலம்பினாள். “ஐயோ யாராவது காபி வாங்கிண்டு வாங்கோளேன்!” என்று கத்தினாள்.

ஒரு வார்ட் பாய் அங்கு வந்து, “கத்தாதீங்க, அம்மா. மத்த பேஷண்ட்ஸெல்லாம் பயந்துக்கப் போறாங்க” என்றான்.

விசாலம் விம்மி விம்மி அழுதாள். அவளுடைய கணவன் வர எவ்வளவு நேரம் ஆகப் போகிறதோ? அதுவரை சந்தானத்தின் உயிரைப் பிடித்து வைத்துக்கொள்ள முடியுமா? இங்கே எமனோ எமதூதனோ வந்திருக்கிறானா? சாவித்திரி கெஞ்சி சத்தியவான் உயிரை மீட்டது போல அவள் தன் பிள்ளை உயிரை மீட்க முடியுமா? போகிற உயிரைக் காபி கொடுத்து நிறுத்தி வைக்க முடியுமா?

முகம் கொஞ்சம் சிணுங்கலைக் காண்பித்தது என்பதைத் தவிர சந்தானம் வழக்கம் போலத்தான் மயங்கிக் கிடப்பது போல இருந்தது. "என் கண்ணே, நான் உனக்குக் காபி வைச்சுத் தரேண்டா! தம்ளர் தம்ளாராத் தரேண்டா, கொஞ்சம் கண்ணை முழிச்சுக்கோடா கண்ணே!"

விசாலத்திற்குக் காபி ஒன்றால்தான் அவளுடைய பிள்ளையின் உயிரைப் பிடித்து நிறுத்தி வைக்க முடியும் என்று தோன்றியது. மறைப்புக்கு வெளியே வந்து, "யாராவது காபி வாங்கிண்டு வாங்களேன்! என் குழந்தை தொண்டையை நனைக்க யாராவது காபி வாங்கிண்டு வாருங்களேன்!" என்று கத்தினாள்.

அந்த அறையில் எல்லாரும் விழித்துக் கொண்டபடி இருந்தார்கள். வேறு நோயாளிகளுக்குத் துணையிருப்பவர்களில் இருவர் காபி வாங்கிவர முன் வந்தார்கள். ஆனால் வெளியே கும்மிருட்டாக இருந்தது. மணி இரண்டு இரண்டரைதான் இருக்கும் அந்த வேளையில் எங்கு காபி கிடைக்கும்?

ஒரு நர்ஸ் விசாலத்தைக் கட்டிப் பிடித்தாள், மீண்டும் மறைப்புக்குள் அவளை அழைத்து வந்தாள்.

"ஒண்ணும் ஆயிடலேம்மா, கொஞ்சம் நிதானமாக இருங்க. பெரிய டாக்டருக்குச் சொல்லியனுப்பிச்சுருக்கோம்" என்றாள்.

"அதெல்லாம் ஒண்ணுமில்லே. என் குழந்தைக்குக் கொஞ்சம் காபி கொடுத்தா எல்லாம் சரியாயிடும்."

நர்ஸ் ஒன்றும் புரியாதவளாக விழித்தாள்.

விசாலம் விரல்கள் கெட்டியாகப் பின்னிக் கொள்ளும்படி தன் இரு கைகளையும் பிடித்துக்கொண்டாள். 'ஸ்வாமி பகவானே, அவர் வரும் போதே காபி கொண்டு வரணும். காபி கொண்டு வரணும்' என்று தீவிரமாக வேண்டிக்கொள்ள ஆரம்பித்தாள்.

அவளுடைய கணவனும் பக்கத்து வீட்டுக்காரர் ஒருவரும் ஒரு மணி நேரத்தில் அங்கு வந்து சேர்ந்துவிட்டார்கள். ஆனால் அவர்கள் யாரும் சந்தானத்துக்குக் காபி வாங்கிக் கொண்டுவரத் தேவை ஏற்படவில்லை.

1980

இவனை எப்படி?

காற்றிலே புழுதி உண்டாகித் தெருவிலே படிகிறதா அல்லது தெருவில் புழுதி கிளம்பிக் காற்றில் மிதக்கிறதா? மேலெல்லாம் புழுதி படிந்து போயிற்று. அந்தக் கடை ஜன்னல் கண்ணாடிக்குப் பின்னே பளபளவென்று பொருள்கள். அவை என்ன என்று தெரியாது. அதே கண்ணாடியில் மூஞ்சி நிழல் மாதிரித் தெரிகிறது. மூஞ்சிக்குக் கீழே கழுத்து தெரியவில்லை. ஓர் இடைவெளி விட்டு அழுக்குச் சட்டை தெரிகிறது. சட்டை மேலெல்லாம் புழுதி. கண்ணாடியில் அழுக்குச் சட்டை கிழிந்து இருப்பது தெரியவில்லை. அங்கேயெல்லாம் ஒரே கறுப்பு. கழுத்துக் கறுப்பு போல. கறுப்பு, கடைக் கண்ணாடியில் தெரிவதில்லை. மூஞ்சியும் கறுப்பு. அந்தக் கறுப்பிலும் இரண்டு கண்கள் தெரிவதால் முகம் தெரிகிற மாதிரி இருக்கிறது. தலைமயிரும் கறுப்பு. ஆனால் மயிர் மீது தங்கியிருக்கும் புழுதி மூஞ்சி நிழலைக் காண்பிக்கிறது. இவ்வளவு பளபள சாமான்களுக்கும் நடுவில் மூஞ்சியின் நிழலை அழுக்கு காண்பித்துவிடுகிறது.

இன்றும் அந்த அழுக்கு நிழல் அவனுடைய அப்பாவின் முகத்தைக் காண்பித்தது. அப்பா அவருடைய கடைக்குப் போயிருப்பார். ஆனாலும் எப்போது சின்னி அந்தப் பெரிய கடைக்கு முன்னால் நின்று அந்தக் கடைக் கண்ணாடியைப் பார்த்தாலும், அவனுடைய மூஞ்சியின் நிழல் அப்பாவுடைய மூஞ்சியைக் காண்பித்துவிடுகிறது.

சின்னி அந்தக் கடையைத் தாண்டிச் சென்றான். எல்லாக் கடைகளுக்கும் கண்ணாடியில்லாமல் இருப்பது நல்லதாகப் போயிற்று. இல்லை என்றால் ஒவ்வொரு கண்ணாடியிலும் அவன் அப்பாவுடைய மூஞ்சி தெரியும்.

வழக்கம்போல அன்று அவன் கடையில் இருந்தான். கடையைப் பெருக்கிச் சுத்தம் செய்தாகிவிட்டது. அப்பாவின் கடையில் ஒரு சிறு முகம் பார்க்கும் கண்ணாடியைத் தவிர வேறு கண்ணாடிகள் கிடையாது. பழை பேப்பர், டப்பா, புட்டி, பால்கவர் வாங்கும் கடைகளுக்குக் கண்ணாடி வேண்டாம்.

ஒரு மாதம் சேர்ந்திருந்த குவியல்களை முன் தினம்தான் தள்ளு வண்டி அமர்த்தி வேறு பெரிய கடையில் கொண்டுபோய்ச் சேர்த்தாகி விட்டாயிற்று. அப்பா இன்னும் சிறது நேரத்தில் வந்துவிடுவார். வீட்டில் இரண்டு பெண்டாட்டிகளுக்கும் அவர்கள் குழந்தைகளுக்கும் தேவையான தண்ணீர் அடித்து நிரப்புவது அப்பாவின் வேலை. இந்தப் புது இடத்திற்கும் போன பின் முதல் ஐந்தாறு நாட்களுக்குச் சின்னிதான் தண்ணீர் அடித்துக் கொட்டினான். அந்த இடத்தில் முன்பாகம் உறுதியான கட்டடம். அப்பா பல நாட்கள் அலைந்து அந்த வீட்டின் பின்புறத்தில் இருந்த காலியிடத்தில் கீற்றுக் கொட்டகை போட்டுக்கொள்ளப் பல நூறு ரூபாய்கள் முன்பணம் கொடுத்த பின் இரண்டே நாட்களில் கொட்டகை போட்டுக்கொள்ள முடிந்தது. கட்டடத்தில் வசித்தவர்கள் ஸ்கூட்டரில் பயணம் செய்தார்கள். அப்பா பெரிய லக்கேஜ் காரியர் வைத்த சைக்கிளில் காகிதக் கட்டுகளோடு வீட்டுக்கு வேண்டிய அரிசியும் பருப்பும் கொண்டுவருவார். அப்பா அந்த வீட்டில் வசித்த வேறு யாரையும் நிமிர்ந்து பார்க்கமாட்டார். அவர்களும் அப்பாவைப் பார்க்கமாட்டார்கள். ஆனால் அப்பாவைப் பார்க்கத் தேவையில்லாதது போல அப்பா இரு குடும்பங்களையும் பார்க்காது இருக்க முடியாது. எல்லாரும் ஒரே கிணறிலிருந்து தான் தண்ணீர் எடுக்க வேண்டும். ஒரே குழாயிலிருந்துதான் தண்ணீர் பம்பு அடித்து எடுக்க வேண்டும். ஒன்றுமில்லாது போனாலும் துணி தோய்த்து உலர்த்தினால், அந்த ஈரத்துணித் தோரணத்தைப் பார்க்காமல் போய்விட முடியாது. அம்மாவும் சின்னம்மாவும் உலர்த்தும் இடத்தில்தான் அந்த வீட்டின் பிற குடும்பங்களுக்கு வீட்டு வேலை செய்துவந்த சீதாவுடன் போட்டி போட்டுக்கொண்டு ஈரத் துணிகளுக்கு இடம் சம்பாதிக்க வேண்டும். எரிச்சலூட்டும்படி சதா ஏதாவது சொல்லிக்கொண்டே இருக்கும் சீதாவை யாரும் புறக்கணிக்க முடியாது. சீதாவுக்கு ஆரம்பத்திலிருந்தே சின்னியைப் பிடிக்கவில்லை. சின்னியால்தான் தண்ணீர் பம்பு கழண்டுவிட்டது என்று அவள்தான் பெரிதுபடுத்தினாள். அப்போது முதல், அதிகாலையில் வேறு யாரும் எழுந்திருக்கும் முன்னர், தன் இரு குடும்பங்களுக்கு வேண்டிய தண்ணீரை அடித்து நிரப்புவது அப்பாவின் வேலையாயிற்று. அரை மைல் தள்ளியிருந்த அவர்களுடைய பழைய பேப்பர் புட்டிகள் கடையைத் திறந்து, பெருக்கி மெழுகிச் சுத்தம் செய்வது சின்னியின் வேலையாயிற்று.

அன்று சின்னி அதைத்தான் செய்து முடித்து அப்பாவுக்காகக் காத்திருந்தான். அப்பா வரவில்லை. சீதா வந்தாள்.

“திருட்டுக் கழுதே!” என்று கத்தினாள். கடைக்குள் பாய்ந்து வந்து சின்னியை ஓங்கிக் கன்னத்தில் அறைந்தாள்.

ஒன்றையொன்று வெட்டுவது போலத் தன் இரு கைகளாலும் சின்னி முகத்தை மறைத்துக்கொண்டான்.

“வாடா, திருட்டுக் கழுதே! எங்கிட்டேயா உன் வேலையைக் காட்டறே? வாடா!” சீதா, சின்னியின் காதைப் பிடித்து அவனைத் தரதரவென்று இழுத்துப் போனாள்.

சின்னி, “கழை, கழை” என்றான்.

“கடையும் ஆச்சு, கஞ்சித் தொட்டியும் ஆச்சு! வாடா திருட்டுக் கழுதே!”

தெருவில் போகிறவர்கள் நின்று அவர்களைப் பார்த்தார்கள். அப்படிப் பார்க்கிறவர்கள் எண்ணிக்கை அதிகமாக, சீதாவின் கை இன்னும் அதிக மாகச் சின்னியின் காதைத் திருகியது. "வலிக்குது, வலிக்குது" என்று சின்னி முனகினான்.

"வலிக்குதாடா திருட்டுக் கழுதே! அத்தினிப் பால் கார்டையும் திருடிட்டுப் போய் வித்திட்டயே பேமானி, அப்ப வலிக்கலே!"

ஒரு பெரியவர் அவளைத் தடுத்து நிறுத்தினார். "எதுக்கும்மா இப்படி பிள்ளையைப் போட்டு அடிக்கறே? விடும்மா."

"விடறதா? திருட்டுக் கழுதை. என் பிள்ளையா இருந்தா வெட்டிக் கூறுபோட்டுடுவேன். நீ போய்யா ஒன் வேலையைப் பார்த்துண்டு!"

இப்போது சீதாவையும் சின்னியையும் தொடர்ந்து ஐந்து ஆறு பேர்கள் வேடிக்கை பார்த்தபடி வந்தார்கள். ஒருவன் "இங்கே எங்கே போறே? போலீஸ் ஸ்டேஷன் அந்தப் பக்கமில்லே இருக்கு?" என்றான்.

"போலீஸ் எதுக்கு? நானே இவனைப் பேத்துப் போட்டுக் கக்க வைக்கறேன்!" சீதா தெருவெல்லாம் கத்திக்கொண்டே சின்னியை இழுத்துப் போனாள். சின்னி இருந்த தெருவில் அவர்கள் வீட்டு முன்னால் ஒரு சிறு கூட்டம் கூடியிருந்தது.

அங்கே சின்னியின் அப்பாவும் இருந்தார். ஒருத்தி சீதாவைக் கேட்டாள். "ஏண்டி கிடைச்சுதா?"

சீதா சின்னியை அந்தக் கும்பல் நடுவில் தள்ளினாள். காது வலி சிறிது குறைந்ததில் சின்னி தலையை உயர்த்தி அவனுடைய அப்பாவைப் பார்த்தான். ஆனால் அவர் அவன் தலை மயிரைப் பிடித்துக்கொண்டார். அவனுடைய கன்னத்திலும், தலையிலும் மாறி மாறி அடித்து, "எங்கேடா வித்தே? எவங்கிட்டேடா வித்தே?" என்று கேட்டார்.

சின்னி தன் இரு கைகளால் தலையை மூடிக்கொண்டு குந்தியபடி கீழே உட்கார்ந்தான்.

கூட்டத்தில் ஒருவர் "அடிக்காம கேளு. அடிக்காம கேளு" என்றார்.

சீதாவுக்குத் தனிச்சபை கிடைத்தது.

"எல்லாக் கார்டையும் பையிலே போட்டு மாடிப்படி அடிலேதான் கொக்கிலே மாட்டிட்டுப் போறேன். நேத்தி மத்தியானம்கூட. பாலை வாங்கி எல்லாரிட்டேயும் கொடுத்துட்டு மாட்டிருக்கேன். இந்தத் திருட்டுக் கழுதை வீட்டுக்காரங்க வீட்டுள்ளே புகுந்து திருடிட்டுப் போயிருக்கானே! இன்னும் பத்து நாளுப் பால் வாங்கணும். பத்து வீட்டுப் பாலும்மா. எல்லாரும் பால் லாரிதான் வரலேன்னு நினைச்சிட்டிருப்பாங்க. நான் தேடறேன் தேடறேன் பையைக் காணும். இந்தத் திருட்டுக் கழுதை கார்டைத் திருடி, அப்படியே வித்துட்டுப் பையைப் போட்டுருக்கும்மா. பைத்தியக்காரப் பையன், பைத்தியக்காரப் பையன்னா எல்லாரையும் பைத்தியக்காரனாக்கிருக்கான். இந்தத் திருட்டுக் கழுதை, சோம்பேறித் திருட்டுக் கழுதை, எவ்வளவுக்கு வித்துதோ, எந்தப் படுபாவிக்கு வித்துதோ. எல்லாரும் என்னை நம்பி எங்கிட்டே கொடுத்திருக்காங்க. இவன் வீட்டுக்காரங்க வீட்டு உள்ளே புகுந்து திருடியிருக்கிறான். எவ்வளவு நாளா இது திருடுதோ? பேச்சு

வராது. பைத்தியக்காரப் பையன்னா எவ்வளவு திருட்டுப் புத்தி இருக்கு இதுக்கு? டெப்போக்காரங்கிட்டே கேட்டா எல்லாப் பாலும் எல்லாரும் வாங்கிருக்காங்கன்னு கதவை மூடிட்டுப் போயிட்டான். பத்து வீட்டுக்காரங்க. பாலு பதிமூணு பாக்கெட். படுபாவி திருடி வித்துட்டு ஒண்ணும் அறியாத மாதிரி விடியக்காத்தாலேயே வெளிலே ஓடிப் போயிருக்கு ...”

சின்னியைச் சுற்றியிருந்த ஆண்கள் கூட்டத்தில் சின்னியின் அப்பா மட்டும் சட்டை போட்டிருந்தார். ஆனால் அந்தச் சட்டையே அவரை மற்றவர்களிடமிருந்து பிரித்துக் குடிசைக்காரராகக் காட்டிற்று. சின்னியை ஆளுக்கொருவராகக் கேள்வி கேட்டுத் தலைமயிரைப் பிடித்து இழுத்து அடித்து உதைக்கும் போதுகூட அவர் யாரையும் தடுக்கவில்லை. சற்றுத் தள்ளி சின்னியின் தம்பி தங்கைகள் அவனையே பார்த்தபடி நின்றார்கள். அவர்களுக்கும் பின்னால், சின்னியின் அம்மாவும் சின்னம்மாவும். இவ்வளவு அடி உதையிலும் எப்போதாவது ஒருமுறைதான் சின்னி, “தெதியாது, எடுக்கலை, தெதியாது” என்று குளறினான். அவன் அவ்வளவு பேசுவதே அதுதான் முதல் தடவை. அவனுக்குப் பிறகு பிறந்த அத்தனை தம்பி தங்கைகளும் நன்றாகப் பேசினார்கள். அவனுக்கு அப்பா அம்மா என்று சொல்லுவதுகூட குளறல்தான். அந்த வீட்டிலிருந்த மற்ற குடும்பங்களின் சிறுவர் சிறுமிகளுடன், அவனுடைய தம்பி தங்கைகள்கூட அவனைப் பிச்சி, பைத்தியம் என்று நிறைய ஓட விரட்டிக் களைப்புற்று இப்போது அவனைக் கவனிப்பதுகூடக் கிடையாது. ஆனால் இன்று எல்லாரும் அவனையே கண் கொட்டாமல் பார்த்துக்கொண்டிருந்தார்கள்.

சின்னி அப்படியே தெருவில் படுத்துக்கொண்டு கைகால்களைச் சுருக்கிக்கொண்டான். அவன் வாயிலிருந்து தாரையாக வழிந்த எச்சில் தெருவை நனைத்து அவன் தலையையும் நனைத்தது. வெயில் ஏறியபடியிருக்க அவனைச் சுற்றியிருந்த கூட்டம் குறைந்துகொண்டிருந்தது. சீதா கூட வேறு வீட்டு வேலைகளைச் செய்து முடிக்கச் செல்ல வேண்டியிருந்தது. அந்த வேளையில் ஒரு போலீஸ் கான்ஸ்டபிள் வந்து சேர்ந்தான். அவன் சின்னியின் சட்டையைப் பிடித்து இழுத்து அவனை நிறுத்தினான். “ஏண்டா, எப்போ எடுத்தே?” என்று கேட்டான்.

சின்னியால் ழுழுழ என்பதற்கு மேல் ஒன்றும் சொல்ல முடியவில்லை. கான்ஸ்டபிள் உடனே ஒரு முடிவுக்கு வந்துவிட்ட மாதிரி இருந்தது. அவன் சொன்னான். “வேறே எங்கேயாவது வைச்சிருக்கிறீங்களா. பாருங்க”

“எல்லா எடத்திலேயும் பார்த்தாச்சு.”

“வேறே யாரு யாரு இந்த வீட்டுக்குள்ள வருவாங்க? இந்தப் பையன் இங்கே வழக்கமா வர்றவனா?”

“பின்னாலே குடிசேலே இருக்கிறவங்க வீட்டுப் பையன்.”

“இந்தப் பையன் இந்த வீட்டுள்ளாறேயெல்லாம் வழக்கமா வர்றவனா?”

சட்டென்று யாரும் பதில் சொல்லவில்லை.

“இவனுக்கு அப்பா அம்மா இருக்காங்க, இல்லை?”

“இருக்காங்க. அவன் அப்பாகூட இங்கேதான் நின்னிட்டுத்தாரு.”

சின்னியின் அப்பா முன்னால் வந்தார்.

"உங்க மகன்தானா?"

"ஆமாம்."

"இவனுக்குப் பேச்சு வராதா?"

"வராது. பொறந்ததிலேந்தே மூளை வளரலேன்னு சொல்லிட்டாங்க."

சீதா கத்திக்கொண்டே ஒரு துடைப்பத்துடன் தெருவுக்கு வந்தாள்.

"சும்மா கத்திக்கிட்டு கூச்சல் போடாதேம்மா. இவன்தான் எடுத்தான்னு யாராவது பாத்தாங்களா?"

"இது எடுக்காம யாரு எடுப்பாங்க? திருட்டுத்தனமா கடலக்கா வாங்கித் திங்கத் தெரியலே? அத்தனை கார்டையும் யார்கிட்டே கொடுத்துக் காசு வாங்கித் தின்னதோ?"

"ஏண்டா பையா, நீ எடுத்தியாடா? சொல்லுடா, ஒரு வம்பும் இல்லாம அதை வாங்கினவனை ஒரு தட்டு தட்டித் திரும்பி வாங்கிடலாம்."

சின்னி ஓரக்கண்ணால் பார்த்தான்.

"சரியாத் தேடிப்பாருங்க வீட்டிலேயே. வேறே எங்கயாவது வைச்சிருப்பீங்க."

கான்ஸ்டபிள் விசாரணைக்குப் பிறகு, சின்னிக்குச் சிறிது ஓய்வு கிடைத்தது. ஆனால் சீதாவும், வீட்டுக்காரர்களும், அவனை அந்த வீட்டினுள் நுழையக்கூடாது என்று சொல்லிவிட்டார்கள். பால் கார்டுகள் போன இடம் தெரியவில்லை. சின்னி அன்று இரவு பஸ் ஸ்டாண்டு எதிரே இருந்த நடை பாதையில் படுத்தான். அந்தப் பக்கமெல்லாம் மூத்திரவாடை பலமாக அடித்தது. நடைபாதைப் பக்கத்தில் சில டாக்சி வண்டிகளும், ஆட்டோ ரிக்ஷாக்களும், சினிமா இரவு ஆட்டத்திற்கு வரக்கூடிய சவாரிகளுக்கும், அதிகாலை சவாரிகளுக்குமாகக் காத்திருந்தன. டாக்சிக்காரர்கள் ஒரு கதவைத் திறந்து வெளியே காலை நீட்டி வண்டியிலேயே படுத்திருந்தார்கள். ஆட்டோ ரிக்ஷாக்காரர்கள் மட்டும் அவர்கள் வண்டியிலேயே சுருண்டு படுத்துக்கொண்டார்கள். முயல்குட்டி அளவுக்குப் பெருச்சாளிகள் சாலையோரமாகவும், குறுக்கு நெடுக்காவும் ஓடி அலைந்தன. ஒரு பெருச்சாளி சின்னி முகத்தின் மீது ஏறி அவனுடைய மூக்கைப் பிராண்டிவிட்டுப் போயிற்று. சின்னி கலவரத்துடன் எழுந்தபோது அவன் பக்கத்தில் ஒருவன் நின்றுகொண்டிருந்தான். "டேய், போடா அந்தாண்டை. இது நான் படுக்கிற இடம்" என்றான். அவன் ஒரு டீக்கடை ஆளு என்று சின்னிக்குத் தெரிந்தது.

சின்னி எழுந்து ஒதுங்க அந்த ஆள் ஒரு கிழிசற்பாயை அங்கு விரித்துப் படுத்தான்.

அந்த இருட்டிலும் இருந்த சிறிது வெளிச்சத்தில் சின்னி சுற்று வட்டாரமெல்லாம் அலைந்து பார்த்தான். எல்லாக் கடைகளும் மூடியிருந்தன. எல்லாக் கடைகளின் படிகளிலும், கடையோரமாக நடைபாதையிலும் இடைவெளியே விடாது பல சிறுவர்களும், பெரியவர்களும் படுத்திருந்தார்கள். அவர்கள் படுத்துத் தூங்கும்போதுகூட, அந்த இடங்களில் அவர்கள் வழக்கமாகப் படுப்பவர்கள் என்று தெரிந்தது.

சற்றுத் தள்ளிச் சாலையிலிருந்து பிரிந்த ஒரு சிறு தெருவில் இருந்த தன் அப்பாவின் கடைக்குச் சின்னி சென்றான். அந்தக் கடை முன்னால்கூடக் கால் வைக்கவும் இடமில்லாமல் யார் யாரோ படுத்திருந்தார்கள்.

சின்னி அவன் வீட்டுப் பக்கம் வந்தான். அது நடைபாதை இடப்படாத தெரு. ஓரிரண்டு வீடுகளில் ஒரு விளக்கு மட்டும் ஏற்றப்பட்டுப் பரீட்சைக்குப் படிப்பவர்களின் தழைந்த குரல் கேட்டது. சில நாய்கள் குரலெழுப்பி மீண்டும் தூங்கப் போயின.

சின்னி வசித்த வீட்டு கேட்டு இழுத்து மூடப்பட்டு இருந்தது. முன்னால் அவன் புகுந்து பால் கார்டை எடுத்ததாகக் கூறப்பட்ட வீடு முழு இருட்டாக இருந்தது. அதன் பின்னால் கிணறு. அதற்கும் பின்னால் அப்பா எழுப்பிய கீற்றுக் கொட்டகை. அதைப் பகல் வேளையிலேயே தெருவிலிருந்து பார்க்க முடியாது. நள்ளிரவில் அது சூன்யமாக இருந்தது. சின்னி கேட்டருகேயே தரையில் படுத்தான்.

அந்த வேளையிலும் ஒரு குடிகாரனை ஏற்றிக்கொண்டு ஒரு சைக்கிள் ரிக்ஷா அந்தத் தெருவுக்குள் வந்தது. குடிகாரன் உரக்கப் பேசிக்கொண்டு வந்தான். ரிக்ஷா சின்னியைத் தாண்டிச் சிறிது தூரம் போன பின் அந்தப் பேச்சுக்குரல் நின்றது. குடிகாரன் ஓய்ந்து போயிருக்க வேண்டும். அல்லது அவன் வீடு அங்கெங்காவது இருந்திருக்க வேண்டும். இல்லை என்று சற்று நேரத்தில் தெரிந்தது. தள்ளாடியபடி அந்த உருவம் சின்னி படுத்திருந்த இடத்தருகே வந்தது. தடாலென்று கீழே விழுந்தது. அப்படியே படுத்து அமைதி கண்டது.

அந்த வீட்டிற்குள் நுழையக்கூடாது என்று கட்டடத்துப் பகுதியி லிருப்பவர்களும், ஸ்கூட்டர்களில் செல்பவர்களும் சொல்லிவிட்டுப் போனபோது, அப்பா அவர்களிடம் வாதாடவில்லை. அவர்கள் அந்த நேரத்தின் நெருக்கடியில் அப்படிச் சொல்லியிருக்கலாம். அவர்களே அதைப் பெரியதாக நினைத்திருக்காமலும் போகக்கூடும். ஆனால் அப்பா வீட்டைவிட்டுத் துரத்திவிட்டார். அப்பாவே கடையில் இருக்கும்போது, இதே போலக் கட்டடத்தில் வசிப்பவர்களும், ஸ்கூட்டர்களில் போகிறவர் களும் வியாபாரத்துக்கு வந்தால் அப்பா நிறையப் பேசுகிறார். பேரம் செய்கிறார். வருபவர்களிடமே நெருப்புப் பெட்டி வாங்கி பீடி பற்ற வைத்துக் கொள்கிறார். இங்கே சீதா கத்தினாள் என்று பிள்ளையை வீட்டைவிட்டுத் துரத்திவிடுகிறார். இப்படித் துரத்தினால் எங்கே போய்ப் படுத்துக்கொள்வது? எங்கே சாப்பிடுகிறது? நான் இங்கேதான் கிடப்பேன். இதோ இவன் ஒருத்தன் இங்கு வந்து விழுந்து கிடக்கிறான். இவனை சீதாவும், அப்பாவும் ஸ்கூட்டர்காரர்களும் துரத்தியடிக்க முடியுமா? பயந்து பயந்து சுற்றிச் சுற்றி வருவார்கள்.

சின்னிக்கு உலகத்தையே சமாளித்து அங்கேயே படுக்க வைத்துக் கொள்ளலாம் என்றிருந்தது. ஆனாலும் ஒரு மூலையில் சீதாவைப் பற்றிப் பயமும் இருந்தது. அவள் இன்னும் சிறிது நேரத்தில் வாசல் தெளித்துக் கோலமிட வந்துவிடுவாள்.

சீதா இந்தக் குடிகாரனை எப்படி விரட்டப் போகிறாள் என்ற ஆர்வம் மிகுந்தவனாகச் சின்னி பொழுது விடிவதற்குக் காத்திருந்தான்.

1981

இவனை எப்படி?

பயிற்சி

அந்த இடத்திலேயே இருபத்தைந்து பேரோடு நசுங்கியபடி பஸ் பிரயாணத்தை முடித்துவிடலாமென்று நினைத்திருந்த பாலு திடீரென்று தன் முன்னே பாதையை அடைத்துக்கொண்டு நின்றவர்களிடம் திடமாக, 'வழி விடுங்க, வழி விடுங்கள்' என்ற உரக்கக் கூறி அவர்கள் நடுவே வளைந்து நெளிந்து முன்னேறி அநேகமாக பஸ் டிரைவர் இடத்தை அடைந்துவிட்டான். அங்கும் நின்றுகொண்டு பயணம் செய்பவர்கள் நிறையவே இருந்தார்கள். அவர்களில் ஒருவரைப் பார்த்து பாலு, "எப்போ மெட்ராஸ் வந்தீங்க சார்?" என்று கேட்டான்.

"அடேடே, பாலகிருஷ்ணனா? இவ்வளவு நேரம் இங்கே தானா நின்னிண்டிருந்தே? நான் பாக்கவேல்லியே" என்று அவர் சொன்னார்.

"அங்கே என்ட்ரன்ஸ்கிட்டேதான் சார் இருந்தேன். உங்களைப் பார்த்ததும் ஓடிவந்துட்டேன் சார்."

"இந்த பஸ்லே இவ்வளவு கும்பல்லே ஓடி வந்தாயா?"

"ஓடி வர மாதிரியே இடிச்சுப் புகுந்துண்டு வந்தேன் சார். எப்போ வந்தீங்க சார்?"

"இன்னிக்குக் கார்த்தாலேதான் வந்தேன். வண்டி ஒருமணி நேரம் லேட்."

"எப்படி இருக்கீங்க சார்?"

"நன்னாத்தேன் இருக்கேன். நீ எப்படி இருக்கே?"

"காட்பாடிலேதானே சார்?"

"நான் ஜோலார்பெட் வந்துட்டேனே—உனக்குத் தெரியாது? நான் ஜோலார்ப்பெட் வந்து ஒரு வருஷம் ஆகப்போகிறது."

"இங்கேயும் செடிகள்ளாம் வைச்சிருக்கீங்களா சார்?"

“ஏதோ வைச்சிருக்கேன். நீ இருந்தப்போ மாதிரி எல்லாம் இல்லை. இங்கே எல்லா வீடுகளுக்கும் பொது வழி. தனி காம்பவுண்டு கிடையாது. காட்பாடிலே தனி குவாட்டர்ஸ். எல்லாமே ஜோராப் பாத்துக்க முடிஞ்சுது.”

“உங்க ரோஜாப்பூங்க ரொம்ப நன்னாயிருக்கும் சார்.”

“இந்த ரோஜாவிலேயே என்ன பண்ணினேன் தெரியுமோ? எப்படியோ மல்லிகைக் கொடியோட கிராஃபட் பண்ணினேன். பத்து செடி. நாலு பிடிச்சுண்டது. அது அப்படியே பூத்துத் தள்ளித்து. கொடியிலே ரோஜா! அங்கே காலனிலே இருக்கிறவங்க எல்லாருக்கும் கொடுத்தேன்.”

“நான் இருந்தப்பவே பாத்திருக்கேனே சார். உங்க வீட்டைவிட்டுக் கிளம்பவே மனசு வராது. உங்க தோட்டம் அவ்வளவு நன்னாயிருக்கும்.”

“அங்கே தண்ணி சௌகரியம். இப்ப அவ்வளவு சரியில்லே. இருந்தாலும் கொஞ்சம் செடி வைச்சிருக்கேன். இன்னும் முப்பத்தி மூணு மாசம் சர்வீஸ் இருக்கு ரிடையர் ஆகிறதுக்கு. அதுவரைக்கும் இங்கேயே விட்டாங்கன்னா இங்கேயும் ஏதாவது பண்ணலாம்.”

“நீங்க எங்கே இருந்தாலும் தோட்டம் நன்னா வளரும் சார்.”

“நம்ம பாடுபட வேண்டாமா? இப்ப பாரு. மூணு நாளாயிடும் நான் திரும்பறதுக்கு. பக்கத்து வீட்டுக்காரர்கிட்டே தான் சொல்லிருக்கேன். தண்ணி கிண்ணி விடுங்கன்னு. அவர் குட்ஸ் டிரெயின் கார்டு. அவர் டியூடியிலே போயிட்டார்னா அவ்வளவுதான்.”

“அம்மா சௌக்கியமா சார்?”

“சௌக்கியமாக இருக்காங்க. இங்கே வந்ததிலேந்து அவளுக்குச் சரியான துணை கிடைக்கலே. கொஞ்ச நாள் அவ அம்மா வந்திருந்தா. நாங்க மூணு பேருமா இருந்தது வீடு நிறைஞ்ச மாதிரி இருந்தது. இப்ப நாங்க இரண்டு பேருதானே? ஆமாம், இந்த பஸ்ஸை எங்கே நிறுத்துவான்? ரயில்வே ஆபீஸ் பக்கமா, மெமோரியல் ஹால் பக்கமா?”

“இதை ஆபீஸ் பக்கமாவே நிறுத்துவான் சார். நீங்க ஆபீஸ் போறீங்களா சார்?”

“ரயில்வே ரன்னிங் ஸ்டாஃப் பத்தி நான் ஒரு சஜஷன் ஆறு மாசம் முன்னாலே எழுதிப் போட்டிருந்தேன். இன்னிக்கு மீட்டிங் போட்டிருக்காங்க.”

“யாரு சார்? ஆப்பரேடிங் சூபரிண்டண்டா?”

“ஜி.எம்.மே வரார். பன்னென்டு மணிக்குத்தான். முன்னாலேயே போனா பழைய ஆள்களை எல்லாம் பார்க்கலாம்.”

“பாஸ்கரன் தெரியுமில்லே சார்?”

“யாரு? என் முதல் சிஷ்யன்னு சொல்வேனே?”

“ஆமாம் சார். அவர் டி.வி.எஸ்.லே சேந்துட்டார் சார். ஆரம்பமே ஆயிரத்துக்கு மேலே.”

“ரொம்பக் கெட்டிக்காரப் பையன். இங்கே ரயில்லேயே இருந்தா முக்கி முக்கி எழுநூறு கிடைக்கும்.”

“நான்கூட டிரை பண்ணினேன் சார். வயது கூடன்னுட்டாங்க.”

“பாஸ்கர்க்குக்கூட உன் வயது இருக்குமே?”

“இல்லே சார். அவருக்கு இன்னும் முப்பது ஆகலை. எனக்கு முப்பத்தொண்ணு.”

“ஒரு வயது பெரிய வயசா?”

“அவுங்க என்னமோ முப்பதுக்கு உள்ளேதான் வேணும்னாங்க.”

இருவரும் சிறிது நேரம் மௌனமாக இருந்தார்கள். பஸ் எழும்பூர் ஸ்டேஷனைக் கடந்து மேம்பாலம் ஏறி பூந்தமல்லி நெடுஞ்சாலையில் இறங்கியது.

“உங்க கீழே இரண்டு வருஷம் இருந்தது ரொம்ப சந்தோஷமாயிருந்தது சார்.”

“அதுதாம்ப்பா வேணும். ஒரு இடத்தில் ஆளுங்க நல்லவங்களா இருப்பாங்க. சம்பளம் குறைச்சலா இருக்கும். இன்னொரு இடத்திலே சம்பாத்தியம் இருக்கும். ஆனா ஏதோ காட்டிலே வசிக்கும்படியா இருக்கும். எல்லாம் இருந்தா உன்னை அண்டிப் பத்துப் பேர் வீட்டிலே குவிஞ்சிருப் பாங்க. இல்லைன்னா என் வீடு மாதிரி ஒரு குழந்தை குட்டிகூட இல்லாத வீடா இருக்கும்.”

மீண்டும் சிறிது நேரம் மௌனம். பஸ் இப்போது ரிப்பன் கட்டடத்தைத் தாண்டிக் கொண்டிருந்தது. பெரியவர் மீண்டும் பேசினார்: “எங்கிட்டே டிரெயின் ஆன பசங்க நிறையப்பேர் இருப்பாங்க. இந்த டிரெயினிங் வீணாப் போறதில்லை. எங்கே போனாலும் வேலையையும் நன்னா செய்வாங்க. நாலு பேரோடயும் நன்னா நடந்துப்பாங்க. சம்பளம் மட்டும் நிறையக் கிடைச்சுட்டா ஆயிடுத்தா? எனக்கெல்லாம் நூறு ரூபாயைத் தாண்டறதுக்குள்ளே எவ்வளவோ வருஷமாயிடுத்து. ஏதோ வாங்கறேன். ஐம்பது நூறுன்னு செடிகளுக்குச் செலவு பண்ணறேன். மிச்சத்தை டாக்டரும் மருந்துக்கடைக்காரனும் பிடுங்கிக்கிறாங்க. உனக்குத்தான் தெரியுமே. மாமிக்கு அப்பலேந்தே ஹார்ட் டிரபிள்.”

“இப்ப சௌகரியமாக இருக்காங்களா சார்?”

“அதுதான் சொன்னேனே, ஏதோ இருக்கா. அவளும் இப்படிச் செடி கொடின்னு மனசைச் செலுத்தலாம். அது எவ்வளவோ சந்தோஷம் தரும். எனக்கு அந்த ரோஜா மல்லிக் கொடி பிடிச்சுண்டப்போ எவ்வளவு சந்தோஷமா இருந்தது தெரியுமா? கொடி, மல்லிகைக் கொடி மாதிரி இருக்கும். பூ வந்து ரோஜா மாதிரி இருக்கும். ஒரு பூ வெள்ளையாய் இருந்தால் இன்னொன்னு மஞ்சளா இருக்கும். வாசனை அந்தக் காலனியையே தூக்கிண்டு போச்சு. நீ வாயேன், ஜோலார்ப் பெட்டுக்கு. கல்யாணம் ஆயிடுத்தோல்லியோ?”

"ஆச்சு சார்."

"பாரு. அதுக்குக்கூட எனக்குக் கடுதாசு போடலை. பரவாயில்லே. உன் சம்சாரத்தையும் அழைச்சுண்டு வா. வரதுக்குக் காசா, செலவா? ரயில்வேக்காரன் பாஸு."

"வரேன் சார்."

"நான் இறங்கிக்கட்டுமா? இருக்கறதிலே சந்தோஷத்தைப் பாக்கவும் கத்துக்கணும். அதுக்காக அப்படியே தூங்கிண்டும் இல்லாம ஏதாவது செஞ்சிண்டே இருக்கணும். நான் வரேம்ப்பா" பெரியவர் இறங்கிக் கொண்டார்.

பாலு அப்படியே யோசனையில் ஆழ்ந்திருந்தான். அவன் ஹைகோர்ட் எதிரே பஸ்ஸிலிருந்து இறங்கிக் கூட்டத்தில் கலந்து போனபோதுகூட ஆழ்ந்த சிந்தனையிலேயே இருந்தான். அவனுடைய உயர் அதிகாரியை கைநீட்டி அடித்துவிட்டதற்காக அவனை வேலையிலிருந்து தற்காலிகமாக விலக்கி வைத்திருப்பதைப் பெரியவரிடம் சொல்ல இயலாமல் போனதற்கு வருத்தப்பட்டுக்கொண்டான்.

1981

மரியாதை

என் அலுவலகத்து எதிரில் சாலையின் மறு புறத்திலிருந்து, "வந்துடுங்க. சீக்கிரம் வந்துடுங்க" என்று ஜானகியம்மா அவசரப்பட்டாள்.

நான் சாலையை நிதானமாகவே கடந்தேன். ஜானகியம்மா வும் அவளுடைய மகளும் எனக்காகக் காத்திருந்தார்கள். மூவரும் மெதுவாக நடந்தோம்.

"ஏதோ இன்னிக் காலையிலே நீங்க வீட்டுக்கு வந்தது ரொம்ப நல்லதாப் போச்சு. அந்த பொறுக்கிப் பையன் என் னெல்லாம் பேசிட்டான்?" என்று ஜானகியம்மா சொன்னாள்.

"எனக்கு விவகாரம் இவ்வளவு முத்திப் போச்சுன்னு தெரியாது" என்றேன்.

"நான் இவகிட்டே பத்துநாளா முட்டிகிட்டு இருக்கிறேன். போய்ச் சொன்னாத்தானே?"

ஜானகியம்மாவின் மகளின் முகத்தில் ஒரு சிணுங்கல் தெரிந்தது.

"ஒரு நாத் தவறாம இதே பாடுதான். குழாயண்டே போனா நக்கல் பண்ணறது, கிணத்தாண்டே போனா விசில் அடிக்கறது, குளிக்கப் போனாப் பாட்டுப் பாடறது. வீட்டிலே ஆம்பளைங்க இல்லேன்னா இவுங்க இப்படியா ரவுடித்தனம் பண்ணறது? அதான் கொடுத்தேன் இன்னிக்கு நன்னா."

"சின்னப் பையங்க, வேலை வெட்டி ஒண்ணும் இல்லாது இருக்காங்க."

"ஆனாலும் இப்படிப் பண்ணக்கூடாது. தம்பி, ஏதோ இன்னிக்கு நீங்க வந்தீங்க, நல்லதாப் போச்சு..."

"விட்டுத் தள்ளுங்க. மாசிலாமணித் தெரு வீட்டுக்கு என்னிக்குப் போறீங்க? ஒரு நா முன்னாலே சொன்னீங்கன்னா வண்டிக்கு ஏற்பாடு பண்ணிட்டுப் போறேன். உங்க சாமானுக் கெல்லாம் ஒரு வண்டி போதாது?"

“ஒரு வண்டி போதுமா? ஏண்டி, அந்தப் பெஞ்சுகளை ஏத்தி எல்லா சாமானையும் ஒரு வண்டியில் ஏத்திட முடியுமா?”

ஜானகியம்மாவின் மகள் என்னைப் பாராமல் அவள் அம்மாவிடம் சொன்னாள். “போன தடவை ஒரு வண்டியோட ஒரு ரிக்ஷாவும் வைச்சோம்மா.”

“இப்பத்தான் அந்தக் கள்ளிப் பொட்டிகூடக் கிடையாதே?”

“இருந்தாலும் ஒரு வண்டி போறாதும்மா.”

நான் சொன்னேன், “நீங்க ஞாயித்துக்கிழமை காலி பண்ணறீங்கன்னா நானே வந்து சாமானெல்லாம் வண்டிலே ஏத்திக் கொடுத்துடுவேன். நீங்க எதுக்கும் கவலைப்படாதீங்க. நான் பாத்துக்கறேன்.”

“காலி பண்ணிட்டு அவுங்க மூஞ்சிலே காரித்துப்பிட்டு வரணும். ஒரு நிமிஷம் சும்மா விட்டாங்களா? எப்பப் பார்த்தாலும் வீட்டிலே நாலு சோம்பேறிப் பசங்களைக் கூப்பிட்டு வைச்சுண்டு நாளெல்லாம் பாட்டுப் பாடிண்டு தொம் தொம்னு குதிச்சுண்டு பீடி குடிச்சுண்டு. வயசுக்கு வந்த பெண்ணை வீட்டிலே வைச்சிண்டிருக்கற குடித்தனக்காரங்க மானம் மரியாதையாக் காலம் தள்ள வேண்டாம்? அவுங்க வீட்டிலே வேணா எல்லாத்தையும் உதறித் தள்ளிட்டு அவுத்துப் போட்டு ஆடுவாங்க. எல்லாரையும் அப்படி மாத்திடப் போறாங்களா கழிசடைங்க.”

“விட்டுத் தள்ளுங்க. அப்படிப் போயி ஒரு காபி சாப்பிட்டு பஸ்ஸேறலாம். வாங்க.”

“என்னமாப் பேசினான் அந்தப் பொறுக்கிப் பய? இன்னும் வேட்டி ஒழுங்காகக் கட்ட முடியலே. இவ அப்பாவைப் பத்திப் பேச்செடுக்கறான்! அவனுக்கு அவன் அப்பன் யாருன்னு தெரியுமா? தகப்பன் பேரு தெரியாத பசங்க.”

“வாங்க, இங்கே போயிக் காபி சாப்பிடுவோம்.”

நான் இப்போது அவசரமாக அந்த ஓட்டலில் நுழைந்தேன். தாயும் மகளுமாக என்னைப் பின் தொடர்ந்தார்கள். நான் மேஜையின் ஒரு புறம் உட்கார அவர்கள் இருவரும் எதிர்ப்புறத்தில் உட்கார்ந்தார்கள். ஜானகியம்மாவின் மகள் வெளியே சாலையைப் பார்த்திருப்பது போல உட்கார்ந்திருந்தாள்.

“நான் பாட்டுக்கு இவகிட்டே ஏதோ சொல்லிட்டிருக்கேன். இந்த மூஞ்சிக்குத்தான் சொரணை சொட்டு ஒண்ணுகூடக் கிடையாதே. அவுங்க வீட்லேந்து எதை எதையோ பொஸ்தகமெல்லாம் வாங்கி வந்திருக்கா. பொஸ்தகமா அது? துணி போற இடம் தெரியாத பொம்பளைப்படமா போட்ட பொஸ்தம் ...”

“ஏதாவது டிபன் சாப்பிடறீங்களா? இந்த ஓட்டல்லே போண்டா நல்லாப் போடுவாங்க.”

மகள் வேண்டாமென்று தலையை அசைத்தாள். ஜானகியம்மா, “நல்லா இருக்குமா? நான் அந்த வீட்டுக்குப் போனதிலிருந்து ஒழுங்காச்

சோறு திங்க விட்டாங்களா, அந்தப் படுபாவிங்க? எப்பப் பார்த்தாலும் கூட்டம், ஜனம். அது என்னதான் பாட்டோ கூத்தோ."

ஓட்டல் சர்வரிடம் மூன்று தட்டு போண்டாவுக்குச் சொல்லிவிட்டு நான் மகளைப் பார்த்துக் கேட்டேன், "என்ன அது, பாட்டுன்னு அம்மா திரும்பத் திரும்பச் சொல்றாங்க?"

மகள், "ரிக்கார்டு பிளேயர்" என்றாள். அப்புறம், "ஸ்டீரியோஸெட்" என்றாள்.

"என்ன கம்பெனி?" என்று கேட்டேன்.

"பிலிப்ஸ். ஆயிரத்தறுநூறு ஆச்சாம்."

"ஆமாம், ஆச்சாம். இது அவுங்க முன்னாலே பல்லிளிச்சுக் கேட்டுண்டு நிக்குது. பெரியவங்களுக்கு மரியாதை தர முடியாத தெருப்பொறுக்கிப் பசங்களோட இவளுக்கு என்ன பேச்சு?"

"போண்டா எடுத்துக்குங்க. நல்ல சூடாயிருக்குது."

காபியும் குடித்துவிட்டு நாங்கள் வெளியே வந்தோம். இன்னும் அரை மணியானால் பள்ளிக்கூடங்கள் முடிந்து பஸ்ஸில் ஏகக் கூட்டமாயிடும். நான் அவர்களைப் பஸ் ஸ்டாண்டுக்கு அழைத்து வந்தேன். பஸ் காலியாக நின்றுகொண்டிருந்தது.

"இதிலே ஏறிப் போயிடுங்க."

"நீங்களும் வாங்களேன், தம்பி. வீட்டுக்கு இன்னொரு முறை வந்துட்டுப் போங்களேன். இப்படி ஒங்க மாதிரி நாலு மரியாதைப்பட்டவங்க வீட்டுக்கு வந்தாங்கன்னாவாவது அந்த ரவுடிக் கூட்டத்துக்கு ஒரு பயம் இருக்கும்."

"அவருக்கு மறுபடியும் ஆபீஸுக்குப் போகணுமோ என்னவோ" என்று மகள் சொன்னாள்.

"இல்லே உங்களைப் பாத்தவுடனே ஆபீஸ்ல சொல்லிட்டு வந்துட்டேன்."

"அப்போ வாங்க, தம்பி, நீங்களும் கூட."

"வேண்டாம். நான் வேணும்னா பஸ் கிளம்பற வரைக்கும் இருந்துட்டுப் போறேன்."

நாங்கள் மூவரும் பஸ்ஸில் ஏறினோம் தாயும் மகளும் சேர்ந்து உட்கார நான் முன் வரிசையில் உட்கார்ந்துகொண்டேன்.

"வீட்லே அம்மாக்காரின்னு ஒரு முண்டம் இருக்கிறப்பவே இந்தப் பொறுக்கிங்க இப்படி ஆட்டம் போடுதே அவளுக்கு அப்புறம் என்ன என்ன பண்ணப் போவுதோ? வீட்டிலே ஒரு தேவடியாக் கும்பலையே கொண்டுவந்து வைச்சிண்டாலும் கேக்கறவங்க யாருமில்லை."

நான் நன்றாகத் திரும்பி ஜானகியம்மாவைப் பார்த்தேன். "ஒண்ணு சொல்றேன், கேக்கறீங்களா?"

"என்ன, தம்பி?"

“இந்த வீட்டை விட்டுத்தான் வேறே இடம் போறீங்க. அதுவும் நாலு குடித்தனக்காரங்க இருக்கிற இடம். அங்கேயும் வீட்டுக்காரங்க வீட்டோடயே இருக்காங்க.”

ஜானகியம்மா, அவள் மகள் இருவரும் அசாதாரண கவனத்தோடு என்னையே பார்த்திருந்தார்கள்.

“அங்கே போனாலும் இதே குழாய், இதே கிணறு, இதே எல்லாம். நாலு பேர் நாலு மாதிரிதான் இருப்பாங்க. நீங்க எடுத்ததுக்கெல்லாம் கமெண்ட் அடிக்காதீங்க.”

“என்ன? என்ன?”

“கமெண்ட் அடிக்காதீங்க. அதாவது அவங்களைப்பத்தி அவுங்க காது கேக்க ஒண்ணும் சொல்லிடாதீங்க.”

“நான் வாயே திறக்கறதில்லையே, தம்பி.”

“பொறுக்கி, சோம்பேறி, ரவுடி, அப்படீன்னெல்லாம் வார்த்தையை விட்டுடாதீங்க.”

“நான் ஏதோ நம்ம வீட்டோட ...”

“அதான் சொல்றேன். நீங்க உங்க வீட்டிலேதான் பேசிட்டிருந்தாலும் இப்படி மத்தவங்க காது கேக்கப் பேசாதீங்க. சண்டைங்க எல்லாமே இப்படிப் பேசிடறதுனாலேதான் வரது.”

“அந்தத் தகப்பன் பேரு தெரியாத பசங்க –”

“இதைத்தான் சொல்றேன். இவுங்க அப்பாவுந்தான் செத்துப் போயிட்டாரு. இவகிட்டே அப்படி யாராவது பேசினா இவகேட்டுண்டு இருப்பாளா? உங்க வீட்டுக்கார அம்மாவும், பாவம் கிழவி – ஏதோ அந்த வீட்டை நம்பி பிள்ளைகளை முன்னுக்குக் கொண்டு வரணும்னு பார்க்கறா.”

“என்ன திடீர்னு அவுங்களை சப்போர்ட் பண்றீங்க தம்பி?”

“சப்போர்ட்டுக்குச் சொல்லலைம்மா நம்ம வார்த்தையை விட்டுட்டா நம்ம மரியாதை போயிடறதில்லை? ஒரு தடவை மரியாதைக் குறைவாப் பேசிட்டாங்கன்னா அப்புறம் எப்பவுமே அப்படியே ஆயிடுது.”

ஜானகியம்மாவின் முகம் கடுமையாக இருந்தது. அவள் முகத்தை வேறு பக்கம் திருப்பிக்கொண்டாள்.

டிரைவர் வந்து ஏற, பஸ் கிளம்ப இருந்தது.

“நீங்க சொல்லி அனுப்புங்க. நான் வண்டி கொண்டுவந்து வீட்டைக் காலி பண்ண ஏற்பாடு செய்யறேன்” என்று இறங்கிக்கொண்டேன்.

பஸ் கிளம்பியது. ஜானகியம்மா என் பக்கமே திரும்பிப் பார்க்கவில்லை. அவளுடைய மகள் மட்டும் என்னைப் பார்த்துப் புன்முறுவல் செய்தாள்.

1981

வரிசை

"குப்பு, என் கண்ணோல்லியோ. சிவில் சப்ளைஸுக்குக் கொஞ்சம் போயிட்டு வாம்மா" என்று பாகீரதி தன் இரண்டாவது மகனிடம் கெஞ்சினாள். மூத்தவன் காலையிலேயே என்.சி.சி.க்குப் போய்விட்டான்.

"போம்மா, ஒவ்வொரு தடவையும் பூகோள கிளாஸ் இருக்கிற நாளாப் பாத்து கியூவிலே நிக்க என்னை அனுப்பறே" என்று குப்பு பதில் சொன்னான்.

"இன்னிக்கு ஒரு நாள்டா, கண்ணா. இன்னிக்கு பாம் ஆயில் வாங்கிட்டோம்னா அப்புறம் நாலஞ்சு நாளைக்கு அந்தக் கடைப் பக்கம் போக வேண்டாம்."

"என்ன வேண்டாம்? அப்புறம் கெரசினாயிலுக்கு நிக்கணும். எல்லாம் ஒவ்வொண்ணா இருக்கே?"

"என்ன பண்றதுடா, கண்ணா? இன்னிக்குச் சுத்தமா வீட்டிலே எண்ணெயே இல்லே, கடலை எண்ணெய் வாங்கிடலாம்னா பதினஞ்சு ரூபா. என்ன பண்ணறது? நீ பில் மட்டும் போட்டுடு. நான் குழம்பை வைச்சுட்டு ஓடியே வந்துடறேன்."

குப்பு கடைக்குப் பாதி தூரம் போய்விட்டு மீண்டும் வீட்டுக்கு ஓடி வந்தான். ரேஷன் கார்டை எடுத்துக்கொண்டு போவதற்குப் பதிலாக அவன் இண்டியா காபி போர்டு காப்பிக் கொட்டை கார்டைத் தூக்கிக்கொண்டு போய்விட்டான்.

ஏழரை மணிக்குத் திறக்கும் சிவில் சப்ளைஸ் கடைக்கு முன்னால் ஆறரை மணிக்கே இலகுவில் எண்ணிவிட முடியாத நபர்கள் நின்றுகொண்டிருந்தார்கள்.

அந்தக் கடை ஒரு வீட்டின் ஒரு பகுதியில் இருந்தது பில் போடும் ஜன்னல் அந்த வீட்டுக்குப் பக்கத்தில் உள்ள திறந்த வெளியருகில் இருந்தது. அதைத் திறந்த வெளி என்று கூறுவது அவ்வளவு சரியில்லை. அங்கே இருமரங்கள் இருந்தன. தனியாக இரு கழிவறைகளும் அந்த இடத்தில்தான் இருந்தன. இரண்டின்

கதவுகளும் உடைந்து பல நாட்களாகச் சரி பார்க்காமல் இருந்தன. கதவு எப்படி இருந்தாலும் தினம் வந்து இரு அறைகளையும் பல டஜன் நபர்கள் பயன்படுத்தி வருகிறார்கள் என்பதற்குச் சாட்சியம் எல்லாருடைய கண்ணுக்கும் மூக்குக்கும் தெரிவதாக இருந்தது. குப்புவுக்கும் அந்தக் கடைக்கு போக வேண்டிய நூற்றுக்கணக்கான பேருக்கும் அதெல்லாம் பழக்கமாகிப் போய்விட்டதுதான். ஆண்கள் பெண்கள் என இரு வரிசைகள் நிற்க வேண்டும். பத்துப்பேர்கூட ஒரு நேர்க்கோட்டில் நிற்க முடியாததால் வளைந்து நெளிந்துதான் வரிசைகள் மாதத்தில் பத்துப் பதினைந்து நாட்கள் அந்த ஜன்னலை நோக்கி முன்னேற வேண்டும். மூன்று வயது நான்கு வயதுக் குழந்தைகள்கூட கியூவில் இடம் பிடிக்க வந்துவிடுவார்கள். ஏழரை மணிக்குக் கடை ஒரு வழியாகத் திறக்கும்போது ஒவ்வொரு குழந்தையுடனும் ஒன்று அல்லது இரு பெரியவர்களும் சேர்ந்துவிடுவார்கள். குப்புவுக்கு வரிசையில் இருபதாவது இடத்தில் நிற்பதுகூட வருத்தமாக இருக்காது. ஆனால் பில் போட ஆரம்பிக்கும்போது அவன் இடம் ஐம்பதாவதுக்கு மேல் போய்விடும்.

இன்றும் அவன் இடம் பின் தள்ளித்தான் இருந்தது. அவன் அரை டிராயர் போட்டுக்கொண்டிருந்தாலும் ஆண்கள் வரிசையில்தான் நிற்க வேண்டும். காலை நேரத்தில் பெண்கள் கூட்டமும் பெருகிவிடும்.

இன்று அம்மா வந்திருந்தால் ஒரு மணி நேரத்தில் எண்ணெய் வாங்கிப் போய்விடலாம். ஆனால் வீட்டில் அம்மாதான் சமையல் செய்ய வேண்டும். முழுக்க சமைத்து முடிக்காவிட்டாலும் சாதமும் குழம்புமாவது தயாரித்துவிட்டு வரவேண்டும். அதற்குள் கடையில் எண்ணெய் எல்லாம் தீர்ந்து போயிருக்கும். அப்படிப் பல அனுவங்களுக்குப் பிறகுதான் கியூவில் குப்பு நிற்பது வழக்கமாயிற்று. சிலமுறை ராஜூ அண்ணாவும் சிவில் சப்ளைஸுக்குப் போயிருக்கிறான். ஒருநாள்கூட அவன் சாமான் வாங்கிவர முடிந்ததில்லை. அவன் முன்னால் யார் யாரோ வரிசையில் நுழைந்துகொள்வார்கள். அவன் பழியே என்று நின்றுவிட்டு வெறுங்கையுடன் வருவான்.

கடையின் போர்டில் தமிழில் மிக விரிவாகத்தான் 'தமிழ்நாடு நுகர் பொருள் வாணிப கழகம் சில்லறை அங்காடி' என்று எழுதியிருந்தது. மழையிலும் வெயிலிலும் அந்த போர்டு பல எழுத்துக்களை இழந்து விட்டிருந்தது. இருந்த சில எழுத்துக்களும் மங்கலாகவோ அல்லது பாதி அழிந்த நிலையிலோ காணப்பட்டன. குப்பு ரேஷன் கார்டை ஒருமுறை பார்த்துக்கொண்டான். கார்டும் மிகவும் நைந்துபோய் தனித்தனியாக உதிர்ந்துவிடும் போலிருந்தது.

குப்புவுக்கு முன்னால் நின்றவர் பத்திரிகை படித்துக் கொண்டிருந்தார். இன்று இப்படி கியூவில் நிற்க வேண்டும் என்று முன்னாலேயே தெரிந்திருந்தால் குப்புவும் அவர் போலக் குளித்துவிட்டு மாற்றுடை அணிந்துகொண்டு வந்திருப்பான். முடமுடப்பாக இருந்த அவருடைய கதர் ஜிப்பாவுக்கு அருகில் அவனுடைய சட்டை மிகவும் அழுக்காகவும் கசங்கியதாகவும் காணப்பட்டது. அவனும் புவியியல் புத்தகத்தை எடுத்துக்கொண்டு வந்திருக்கலாம். புவியியல் வாத்தியார் அன்று ஐரோப்பிய நாடுகள் பற்றிக்

கேள்வி கேட்கப் போவதாக எச்சரித்திருந்தார். அவர் பாடம் நடத்திக் கேள்வி கேட்கும்போது அவருடைய வாயுடன் கையும் நிறையவே பேசும்.

குப்புவுக்குத் துக்கம் பொங்கிக்கொண்டு வந்தது. ஆரம்பத்திலிருந்தே அந்த வாத்தியாருக்கு அவனைப் பிடிக்காமல் போய்விட்டது. அவனுடைய ரஃப் நோட்டு புத்தகத்தில் பாதி புவியியல் இம்பொசிஷனால் நிரப்பப்பட்டிருந்தது. எவ்வளவு தான் திரும்பத் திரும்ப எழுதினாலும் ஐரோப்பிய நகரங்கள் பற்றிக் கேள்வி கேட்டால் நதிகள் பெயர்தான் நினைவுக்கு வரும். நதிகள் பற்றிக் கேள்விக் கேட்டால் கனிப்பொருள்கள் ஒன்றிரண்டு நினைவுக்கு வரும். கனிப்பொருள் பற்றிக் கேட்டால் மூளை வெறிச்சென்று இருக்கும். அப்போது வாத்தியார் கை பேசும்.

வழக்கம் போல அவனுடைய துக்கம் கண நேரத்தில் விலகிவிட்டது. அவனுக்கு அந்த ஜிப்பாக்காரர் எப்போது பேப்பரில் ஸ்போர்ட்ஸ் பக்கம் திருப்புவார் என்றிருந்தது. அந்தப் பத்திரிகையில் விளையாட்டுச் செய்திகள் கடைசித் தாளுக்கு முந்தைய தாளில் இருக்கும். அவர் இன்னும் முதல் பக்கத்தையே தாண்டவில்லை. ஒரு பெரிய ரயில் விபத்தின் புகைப்படங்களும் செய்திகளும் அதில் இருந்தன. குப்புவுக்கு அப்படங்களைப் பார்க்கப் பயமாக இருந்தது.

கியூவில் குழந்தைகளும் பெரியவர்களுமாக வந்து சேர்ந்துகொண்ட வண்ணமே இருந்தார்கள். ஜிப்பாக்காரருக்கும் குப்புவுக்கும் நடுவில் இன்னொரு பெரிய பையன் வந்து நின்றான்.

“நான்தான் அவருக்கு அடுத்தது” என்று குப்பு சொன்னான்.

“அரை மணி நேரம் இங்கே நின்னுட்டுப் போயிருக்கேன். நீ போடா தள்ளி” என்று அந்தப் பையன் சொன்னான். ஜிப்பாக்காரர் ஒருறை திரும்பிப் பார்த்துவிட்டு மீண்டும் ரயில் விபத்தில் மூழ்கினார். இனி அவர் ஸ்போர்ட்ஸ் பக்கம் திரும்பினால்கூடக் குப்புவுக்குப் பயனில்லை.

கடைச் சிப்பந்திகள் வந்துவிட்டார்கள். இன்னும் ஜன்னல்களைத் திறக்கவில்லை. ஆனால் வரிசைகளில் ஏகப்பட்ட பரபரப்பும் மாற்றங்களும் ஏற்படத் தொடங்கின. குப்பு அவன் வரிசையில் முன்னால் நிற்பவர்களை எண்ணத் தொடங்கி அந்த முயற்சியைக் கைவிட்டுவிட்டான். அந்த நெருக்கலான இடத்தில் எல்லாம் ஒரே குழப்பமான கூட்டமாகத்தான் மாறியிருந்தது.

இவ்வளவு நெருக்கடியில் ஓர் அம்மாள் அந்த இடத்தைத் துடப்பம் கொண்டு பெருக்க வந்தாள். அந்த துடப்பத்தைத் தவிர்க்கவெனக் கூட்டத்தில் ஒவ்வொரு இடமாக அசைவு ஏற்பட்டது. அவள் பெருக்கிப் போகும்போது குப்புவுக்கும் ஜிப்பாக்காரருக்கும் நடுவில் இன்னும் இரு குழந்தைகளும் மூன்று நான்கு பெரியவர்களும் வந்து நின்றாகிவிட்டது.

இந்த அம்மாவுக்கு எண்ணெய் இல்லாமல் சமைத்தால் என்ன என்று குப்புவுக்கு கோபம் வந்தது. அம்மா வாரத்தில் ஒரு நாளோ இரண்டு நாட்களோதான் வீட்டில் டிபன் செய்தாள். அதுவும் பஜ்ஜி, தோசை, வடை என்று கிடையாது, உப்புமா, இல்லாது போனால் பொங்கல். பொரித்த அப்பளம் சாப்பிடுவதெல்லாம் அவர்கள் எப்போதாவது ஏதாவது

கல்யாணத்திற்குப் போனால்தான். அங்கேயும் பரிமாறுபவர்கள், குப்புவின் இலைக்கு வரும்போது உடைந்த அப்பளத்தைப் போடுவார்கள். இரண்டாம் முறை வருவது கிடையாது. அப்படியே தப்பித் தவறி வந்தால்கூடப் பெரியவர்கள் சிலருக்குப் போட்டுவிட்டுப் போய்விட்டார்கள்.

ஜன்னல்கள் திறக்கப்பட்டுவிட்டன. ஒரு ஜன்னலில் கார்டை நீட்டி என்ன பண்டம் வேண்டும் என்று சொல்ல வேண்டும். எது இருக்கிறதோ அதற்கு அந்த ஆள் அல்லது பெண் பில் எழுதி கார்டையும் பில்லையும் இன்னொரு ஜன்னல் ஆளிடம் விட்டெறிவாள். இந்த ஜன்னலைவிட்டு அந்த ஜன்னலிடம் ஓடிப் போய் இடம் பிடிக்க வேண்டும். ஆனால் இங்கே அதிக நேரம் ஆகாது. பில் பணத்தைக் கொடுத்து பில்லையும் கார்டையும் பெற்றுக்கொள்ள வேண்டும். பிறகு பில்லை எடுத்துக்கொண்டு கடையின் வாசற்பக்கம் செல்ல வேண்டும். அங்கேதான் பண்டங்கள் நிறுத்துத் தரப்படும். அந்தச் சிப்பந்திகளுக்கு மட்டும் எப்போதுமே பேசுவதற்கு நிறைய விஷயம் இருக்கும். பில்லை நீட்டிக்கொண்டே இருந்தால் ஏதாவது ஒரு விஷயம் அவர்களுக்குள் பேசி முடித்த பிறகே காத்திருப்பவர்களைக் கவனிப்பார்கள். பில் எழுதுபவர்களும் பணம் வாங்கிக் கொள்கிறவர்களும் சிடுசிடுவென்றுதான் இருப்பார்கள். ஆனால் அதே நேரத்தில் அவர்களை யாரோ கட்டிப்போட்ட மாதிரி இருக்கும். ஆனால் பண்டங்கள் நிறுத்துப் போடுபவர்கள் மட்டும் சுதந்திர மனிதர்களாகத் தென்பட்டார்கள். அவர்கள் காத்திருக்க வைத்தாலும் ஏனோ குப்புவுக்கு அவர்களை மிகவும் பிடித்திருந்தது.

கூட்டம் குழப்பமான முறையில் நகர்ந்துகொண்டிருந்தது. குப்பு தன் முன்னால் நின்ற ஆளை அடையாளம் வைத்துக்கொண்டு அவனோட நகர்ந்துகொண்டிருந்தான். அந்த நேரத்தில் அவனுக்கு முன்னால் நின்றவனுக்கு ஒரு கை கிடையாது. வலது கை முழங்கைக்கு மேலே துண்டிக்கப்பட்டு மேல் தோல் இழுத்து தைத்துவிடப்பட்டிருந்தது.

முதல் மரத்தைத் தாண்டியாகவிட்டது. அதையடுத்து அந்தக் கழிவறைகள். அந்த நாற்றத்தை யாரும் பொருட்படுத்தியதாகத் தெரியவில்லை. அந்த ஒற்றைக் கை மனிதன் அவன் கையிலிருந்த பையையும் கார்டையும் குப்புவிடம் நீட்டி, “இதைப் பிடி” என்றான். குப்பு அவற்றை வாங்கிக்கொண்டான்.

அந்த ஆண் இடது கையால் அவன் சட்டைப் பையிலிருந்து பீடி ஒன்று எடுத்து வாயில் வைத்துக்கொண்டான். இடுப்பு வேஷ்டி மடிப்பிலிருந்து ஒரு நெருப்புப் பெட்டி எடுத்தான். ஒரு கையாலேயே பெட்டியிலிருந்து ஒரு தீக்குச்சியை எடுத்துக்கொண்டான். என்னவோ செய்தான். தீக்குச்சி நெருப்புப் பற்றிக்கொண்டது. நெருப்புப் பெட்டி கீழே விழுந்தது. குப்பு ஆச்சரியத்துடன் பார்த்துக்கொண்டிருக்கும்போது பீடியை சாவகாசமாகப் பற்ற வைத்துக்கொண்ட பின் கீழே விழுந்த நெருப்புப் பெட்டியை எடுத்து வைத்துக்கொண்டான்.

குப்பு அந்த ஆளையே பார்த்த வண்ணம் இருந்தான். “நீ என்ன வெறுங்கையோடு வீசிட்டு வந்திருக்கே?” என்று அந்த ஆள் குப்புவைக் கேட்டான்.

“எங்கம்மா கொண்டு வருவாங்க” என்றான் குப்பு.

“இந்த கியூவிலே லேடீஸுக்குத் தர மாட்டாங்களே?”

“நான் பில் போட்டுக்குவேன். பணம் கொடுத்து சாமான் வாங்கிக்க அம்மா வந்துடுவாங்க.”

அந்த ஆள் பீடியை முடித்த பின் குப்புவிடமிருந்து பையையும், ரேஷன் கார்டையும் வாங்கிக்கொண்டான். “என்ன பாத்திட்டே இருக்கே?” என்று கேட்டான்.

“ஒண்ணுமில்லே.”

“இந்தக் கையா?” அந்த ஆள் அந்தக் குறைபட்ட கையைத் தூக்கினான். குப்புவுக்கு ஆம் இல்லை என்று எந்தப் பதில் சொல்லவும் பயமாக இருந்தது.

“பட்டாளம் தெரியுமா உனக்கு?” என்று அவன் குப்புவைக் கேட்டான்.

“சண்டைப் பட்டாளமா?”

“இல்லே. பெரம்பூருக்குப் போற வழியிலே பின்னிமில் கிட்டே.”

“தெரியாது.”

“அங்கேதான் படுபாவிங்க இப்படி வெட்டிட்டாங்க.”

“ஏன்?”

“எல்லாம் கியூதான். முன்னே கொஞ்ச வருஷம் முன்னாலே அரிசியே கிடைக்காது. ஜனங்க அலைஞ்சாங்களே தெரியுமா?”

“என்ன அரிசி?”

“பச்சரிசி, புழுங்கரிசி எல்லாந்தான். அப்போ நீ பொறந்தேயிருக்க மாட்டே.”

“அப்போ என்னாச்சு?”

“ஒரு ஆளுக்கு ஒரு கிலோ அரிசிதான். நான் ராவுக்கு மூணு மணிக்குப் போய் இடம் பிடிக்கிறேன். எனக்கு முன்னாலே நிறையப் பேரு கல்லு வைச்சிருக்காங்க.”

“இங்கே கூட கல்லை வைச்சட்டு அதான் நான்னு சொல்றாங்க.”

“அன்னிக்கு எனக்கு ஒரே எரிச்சல். அவன் கொடுக்கறதே மொத்தம் நூறு பேருக்குத்தான். அம்பது ஆம்பளை அம்பது பொம்பளை. நூறு பேருக்கு மேலே ஒர ஆளுக்குக்கூடத் தரமாட்டான். நான் இருந்த கல்லையெல்லாம் எடுத்துக் கடாசிட்டுக் கீழே உக்காந்தேன். பொலபொலன்னு ஏகப்பட்ட ஆளுங்க சண்டைக்கு வந்துட்டாங்க.”

“நீங்களும் சண்டை போட்டீங்களா?”

“என்னப்பா பண்றது? ராவு பதினோரு மணிக்கு ஷிப்ட் முடிச்சுட்டு வீட்டுக்கு வந்து சரியாத் தூங்காமகூட நான் வந்து நிக்கறேன். எவன் எவனோ முதல் நாளே கல்லை வைச்சுட்டுப் போயிடறான். நானும் வண்டை வண்டையாகத் திட்டினேன். நாலு பேரு பிடிச்சு என் கையையே உடைச்சுட்டாங்க.”

"அவுங்க யாருன்னு தெரியலையா உங்களுக்கு."

"ஒரே இருட்டுப்பா. இந்த இடத்தைவிட அங்கே இன்னும் அசிங்கம். உடைஞ்ச கையோட ஒரு கிலோ அரிசி வாங்கிண்டுதான் போனேன். ஆனா பெரிசா சுரம் வந்து கையையே எடுத்துடணும்னுட்டாங்க."

குப்புவும் அந்த ஆளும் இரண்டாவது மரத்தை நெருங்கிவிட்டார்கள். அந்த மரத்தடியில் பூமிக்கடியில் போகும் சாக்கடைக் குழாய்க்கு ஒரு திறப்பிடம் இருந்தது. அதன் மேல் சதுரமாயிருந்த எஃகு மூடி உடைந்து கிடந்தது. என்ன கூட்டமாக இருந்தாலும் அந்த இடத்தைக் கடக்கும்போது கவனமாகத்தான் இருக்க வேண்டும். குப்பு அந்த ஆளிடம் சொன்னான். "அங்கே ஓட்டை இருக்கு. இப்படி நில்லுங்க."

"பாவிப் பசங்க. இதைப் போய் உடைச்சுப் போட்டிருக்காங்க. இருட்டிலே தெரியாதபடி யாராவது காலை விட்டா காலே போய்டும். அப்படி தள்ளி நில்லுப்பா! கீழே கண்ணு தெரியலே?" என்று அந்த ஆள் அவனுக்கு முன்னால் நின்றவர்களிடம் சொன்னான்.

அவன் சொன்னதை யாரும் சட்டை செய்யவில்லை. குப்புவுக்கு அந்த ஆள் மீண்டும் சண்டை போட ஆரம்பித்துவிடுவானோ என்று பயமாக இருந்தது.

ஜிப்பாக்காரர் ஜன்னலருகே நின்றிருந்ததைக் குப்பு கவனித்தான். அவன் அதை நெருங்குவதற்கு இன்னும் அரை மணியாவது ஆகும். அவன் முன்னால் ஆண்கள் வரிசையில் குறைந்தது பத்து நபர்களாவது இருந்தார்கள். பத்து ஆண்கள் பத்து பெண்கள் பில் முடிந்த பிறகுதான் குப்புவின் முறை வரும். ஒருவர் தவறாமல் பாம் ஆயில் வாங்குவார்கள். ஒரு காலத்தில், இந்த எண்ணெய் புதிதாக வந்திருந்தபோது அப்பா வேண்டவே வேண்டாம் என்று சொல்வார். ஆனால் கடலை எண்ணெய் பத்து பதினொன்று என்று இப்போது பதினைந்து ரூபாய் விலையில் நின்றபோது அவரால் பாம் ஆயில் கூடாது என்று சொல்ல முடியவில்லை. இதே போலத்தான் ரேஷன் அரிசியும். இப்போது ஒவ்வொன்றுக்கும் இந்தக் கடை முன்னால் நின்று வாங்க வேண்டியிருக்கிறது.

ஜன்னலை நெருங்க நெருங்கக் குப்புவுக்கு வயிற்றைக் கலக்க ஆரம்பித்தது. அம்மா சீக்கிரம் வந்துவிட்டால் நல்லது. இல்லாது போனால் பில்லுடன் ரேஷன் கார்டை ஏதாவது மூலையில் போட்டுவிடுவார்கள். முன்பொருமுறை ரேஷன் கார்டு இப்படித்தான் காணாமல் போய், கடைசியில் அதை வேறொரு வீட்டிற்குப் போய்க் கொண்டு வரும்படி நேர்ந்தது. ரேஷன் கார்டுகள் அநேகமாக எல்லாமே நைந்து கிழிந்து. எழுத்தெல்லாம் படிக்க முடியாதபடி அழிந்துவிட்டிருந்தன. அடையாளத்திற்காக அப்பா கார்டின் நான்கு மூலைகளிலும் சிவப்பு மசியால் புள்ளி வைத்திருந்தார். புள்ளிகூட அழியத் தொடங்கிவிட்டது.

அம்மா இன்னும் வரவில்லை என்ற கவலையில் குப்புவின் வயிறு இறுகிப் போயிற்று.

ஒற்றைக்கை ஆள் ஜன்னலில் அவனுடைய கார்டை நீட்டினான். அவன் பாம் ஆயிலுடன் வேறு பொருள்களும் கேட்டான். பில் எழுதிய

பெண் இரு ரசீதுகள் தயாரிக்க வேண்டியிருந்தது. அப்போது பெண்கள் வரிசையில் முதலில் இரு குழந்தைகளுடன் ஒருத்தி நின்றுகொண்டிருந்தாள். அவள் எப்போது வந்தாலும் யாருடனாவது சண்டை போடாமல் போக மாட்டாள். ரேஷன் வாங்கச் சண்டை போடத் தெரிய வேண்டும். குப்புவின் அம்மாவும் நன்றாகச் சண்டை போடப் பழகிக்கொண்டிருந்தாள். அவள் இப்போது வந்தால் நிச்சயம் இந்த இரு குழந்தைகளுடன் நிற்பவளோடு சண்டை வரும்.

இப்போது அம்மா வந்துவிடக் கூடாது என்ற பயம் குப்புவுக்கு வந்தது. எவ்வளவுக்குத்தான் பயப்படுவது? ஸ்கூலில் வாத்தியார்களுக்குப் பயப்பட வேண்டும், வீட்டில் அப்பா, அம்மா, அண்ணாவுக்குப் பயப்பட வேண்டும். இங்கே ரேஷன் கடையில் எதற்கெல்லாமோ பயந்து பயந்து சாக வேண்டும். ஒற்றைக்கை மனிதன் அந்தப் பெண்ணுக்கு இடம் கொடுக்காமல் குப்புவிடம் "நீ வாங்குடா பையா" என்றான். குப்புவின் கார்டை அவனே வாங்கி ஜன்னல் ஓட்டையினுள் நுழைத்தான்.

பெரிய சண்டை வரப் போகிறது என்று குப்பு பயந்தான். ஆனால் ரேஷன் வாங்குவதற்காக கையையே இழக்கத் தயாரானவன் என்று அந்த ஆளைப் பார்த்த மாத்திரத்திலேயே எல்லோருக்கும் தெரிந்துவிடும் போலிருந்தது.

மிகவும் நேரம் கழித்துத்தான் அம்மா வந்தாள். பில் பணத்தைக் கட்டினாள். இரு ஹார்லிக்ஸ் பாட்டில்களில் எண்ணெய் வாங்கிக்கொண்டாள். குப்பு உற்சாகமாக இருந்தான். பள்ளிக்குப் போகிறவர்களும் வேலைக்குப் போகிறவர்களுமாகத் தெருவே பல கியூக்களால் நிறைந்திருந்தது போலத் தோன்றிற்று.

குப்புவும் அம்மாவும் தெருவைக் கடந்து மறுபுறம் வந்தார்கள். அங்கே ஒரு பஸ் ஸ்டாப் அருகில் நிறையப் பேர் நின்றுகொண்டிருந்தார்கள். அந்த நெரிசலில் அம்மா பிரிந்து சிறிது முன்னாலேயே போகும்படி நேர்ந்தது. அங்கே ஒரு மூலையில் அந்த ஒற்றைக்கை ஆள் நிற்பதைக் குப்பு பார்த்துவிட்டான். அவனை அம்மாவுக்குக் காட்ட வேண்டும் என்று நினைப்பதற்குள் அந்த ஆளே அம்மாவை நெருங்கினான். "பாம் அயில் இருக்கு. வாங்கிக்கறயா? இரண்டு ரூபாய் எக்ஸ்ட்ரா" என்று அவன் சொல்லி முடிப்பதற்கும் குப்பு அவன் கண்ணில் படுவதற்கும் சரியாக இருந்தது.

குப்பு ஏமாற்றத்துடன் அவனை ஏறிட்டுப் பார்த்தான். அவனும் பார்த்தான். அவனும் குப்புவை அடையாளம் கண்டுகொண்டான். ஒரு விநாடி தயக்கத்திற்குப் பிறகு சேதமடைந்த தன் கையைத் தூக்கிக் காட்டினான்.

1981

தனியொருவனுக்கு

பனியன் கைப்பிடி இழுக்கப்பட்டுச் சுந்தரம் விழித்துக் கொண்டான். சௌதாமினிதான் அவனை எழுப்பியிருந்தாள். "அப்பா வெளியிலே போய் ரொம்ப நேரம் ஆறதுங்க. கொஞ்சம் பாக்கறீங்களா?" என்று கவலையுடன் சொன்னாள்.

இருட்டில் வாசற்கதவு சிறிதே திறக்கப்பட்டுச் செங்குத்தாக ஒரு வெள்ளைக் கீறல் தெரிந்தது. சுந்தரம் இழுத்துப் போத்திக் கொண்டு, "சும்மா படுத்துக்க. அவரே வந்துடுவாரு" என்று சொன்னான்.

"அரை மணி போல ஆச்சுங்க. கொஞ்சம் பார்த்துட்டாத் தேவலை" என்று சௌதாமினி சொன்னாள்.

"ஐயோ, தொந்தரவு செய்யாதேயேன். மனுஷனைக் கொஞ்சம் தூங்கவிடு." சுந்தரம் மீண்டும் தூக்கத்தில் ஆழ்ந்து விட முயற்சி செய்தான். ஆனால் அவனே சிறிது நேரத்தில் விழித்துக்கொண்டு வாசல் கதவுப் பக்கம் பார்த்தான். அந்த வெள்ளைக் கீறல் இன்னும் தெரிந்தது. சௌதாமினியை உலுக்கினான், "ஏய், கதவைத் தாப்பாப் போடு!" என்றான்.

"அப்பா இன்னும் உள்ளே வரலியே?"

இப்போ சுந்தரம் போர்வையை உதறித்தள்ளி எழுந்து கொண்டான். "இன்னுமா வரலை?" என்று கேட்டான்.

"அதான் சொன்னேனே. ரொம்ப நேரமா கதவைப் போடறதுக்குத்தான் முழிச்சுண்டே இருக்கேன். ஆனா அப்பா வெளியிலே போனவரு இன்னும் உள்ளே வரலை."

சுந்தரம் எழுந்து வாசல் கதவைத் தாண்டி வெளியே சென்று பக்கத்தில் இருந்த பாத்ரூம் கதவருகில் நின்றுகொண்டு "அப்பா!" என்று குரல் கொடுத்தான். பதில் வராதிருக்கவே, "அப்பா!" என்று சிறிது உரக்கக் கூப்பிட்டுக் கதவைத் தட்டினான். கதவு திறந்துகொண்டது. அந்த இருட்டிலும் பாத்ரூம் காலியா யிருந்தது. அங்கிருந்த வெள்ளைப் பீங்கான் தெளிவாகத் தெரிந்தது.

சுந்தரம் உள்ளே வந்து, "அப்பா பாத்ரூம்லே இல்லையே?" என்றான்.

சௌதாமினி பரபரத்து, "ஐயோ எங்கே போயிட்டாருங்க?" என்றாள்.

சுந்தரம் அடுத்த அறைக்குச் சென்று விளக்கைப் போட்டான். அங்கே அப்பா படுத்துக்கொண்டிருந்தார். விளக்கொளியில் கண்கள் கூசியவராக. "என்னப்பா சுந்தரம்?" என்று கேட்டார்.

"நீங்க உள்ளே வந்துட்டீங்களா?" என்று சுந்தரம் கேட்டான்.

"அப்பவே வந்துட்டேனே" என்று அவர் சொன்னார்.

சுந்தரம் விளக்கை அணைத்துவிட்டுப் பல்லைக் கடித்துக்கொண்டான். மீண்டும் முன்னறையில் தன் படுக்கையில் போய்ப் படுத்துக்கொண்டு, "ஏண்டி, அவர்தான் அப்பவே வந்துட்டாராமே" என்றான்.

"வந்துட்டாரா? வந்தவரு கதவைத் தாப்பாப் போடக்கூடாது?"

"அவர் எப்படிப் போடுவாரு? முண்டம், முண்டம், சரியாக் கவனிக்காம நடுராத்திரீயிலே ஆளைத் தூங்கவிடாமச் சாகடிக்கறியே?"

"நான்தான் சாகணும். தினம் தினம் இப்படித் தூங்க முடியாமத் திண்டாடினா நான்தான் சாகணும்."

"ஆமாம். வாய்க்கு வாய் சாகணும் சாகணும்னு சொல்றது. அவர் வெளியிலே போனதைக் கவனிச்சவ உள்ளே திரும்பி வந்ததையும் கவனிச்சிருக்கிறதுதானே?"

"எனக்கென்ன தெரியும்? நான் கண்ணசந்துட்டேன் போலேயிருக்கு"

"அதுக்கு என்னை ஏன் கழுத்தறுக்கறே?"

"நான் ஒண்ணும் கழுத்தறுக்கலே. வீட்டைத் திறந்தே போட்டு வையுங்க. இருக்கிற கொஞ்ச நஞ்ச சாமானையும் திருடன் அள்ளிட்டுப் போகட்டும்."

"போறும் போறும். உன் அருமையான வாயாலே வாழ்த்துப் பாடாதே. ஒரு தடவை திருட்டுப் போனதுக்கே இன்னும் வழி ஏற்படலை..."

சௌதாமினி தனக்குள் முணுமுணுத்தவண்ணம் சுருட்டிப் படுத்துக் கொண்டுவிட்டாள். இனிமேலும் சர்ச்சையை வளர்க்க மனமில்லாமல் சுந்தரம் எழுந்து வாசற்கதவைத் தாளிட்டான். அந்தக் கதவின் இரு தாழ்ப்பாள்களையும் சிறிது தந்திரமாகப் போட வேண்டும். அது அப்பாவால் முடியாது.

அவன் மீண்டும் படுக்கையில் சாய்ந்தவுடன் சௌதாமினி தீர்மானமாகச் சொன்னாள், "இதோ பாருங்க. இந்த பாத்ரூமை வீட்டுக்காரங்ககிட்டச் சொல்லி உள்ளே வைக்கச் சொல்லுங்க. இல்லே வேறே வீடு பாருங்க. இப்படி தினம் சிவராத்திரியா என்னாலே கண் விழிக்க முடியாது."

"சிவராத்திரி உனக்கு மட்டும்தானா! என்னையும்தானே கழுத்தறுக்கறே?"

"நான் என்ன கழுத்தறுத்தேன்?" உங்கப்பா ராத்திரியிலே எழுந்து ஒண்ணுக்கிருந்துட்டு வந்தா நானாக் கழுத்தறுக்கறேன்?"

"சரி சரி, வாயை மூடு."

"நான் வாயை மூடிட்டுதானே இருக்கேன். வீடு பார்த்தப்பவே ஒழுங்காப் பாத்திருந்தா இந்த வம்பே இருக்காது."

"என்னடி வம்பு? இந்த மாதிரி இடத்திலே மறுபடியும் வீடு கிடைக்குமா?"

"என்ன வீடோ வீடு. மாடிப் போர்ஷன்லே கக்கூசை வெளியில வைச்ச வீட்டை இங்கேதான் பார்க்கறேன்."

உள்ளே இருந்து அப்பாவின் குரல் கேட்டது. "என்னப்பா சுந்தரம்? இன்னும் தூங்கலியா?"

'ஆமாம், பெரிசாத் தூங்க விடறீங்களே' என்று சுந்தரம் வாய்க்குள் சொல்லிக்கொண்டான். முப்பத்தைந்து வயதுக்கான மூப்பு அவனுடைய தூக்கப் பழக்க வழக்கங்களில் சிறிது சிறிதாக மாற்றங்கள் உண்டுபண்ணிக் கொண்டிருந்து. இப்போது அவனே எழுந்து பாத்ரூமுக்குப் போய் வந்தான்.

சிறிது நேரத்தில் மறுபடியும் வாசல் கதவு தாழ்ப்பாள் விலக்கப்படும் சத்தம் கேட்டது. சுந்தரம் படுத்திருந்தபடியே பார்த்தான். மீண்டும் அப்பா. முந்தின இரவு வந்திருந்த ஒரு விருந்தாளிக்காகச் சௌதாமினி காப்பி கலந்து கொண்டுவந்து கொடுத்தாள். அவர் காப்பியே சாப்பிடுவதில்லை என்று நிர்த்தாட்சண்யமாக மறுத்த பிறகு அந்த ஒரு தம்ளர் காப்பியை அப்பாவிடம் கொடுத்தது எவ்வளவு தவறு என்று இப்போது தெரிந்தது. அப்பா வேண்டா வெறுப்பாகத்தான் குடித்தார்.

சுந்தரம் படுக்கையில் எழுந்து உட்கார்ந்துகொண்டான். பொழுது விடிந்தவுடன் அப்பாவை டாக்டரிடம் அழைத்துப் போக வேண்டும். அப்பாவுக்காக மட்டுமல்லாமல் தன் சுயநலத்துக்காவும்தான்.

இம்முறையும் ஏனோ அப்பா வெகு நேரம் எடுத்துக்கொண்டார். அவர் திரும்பி உள்ளே வந்தாரா இல்லையா என்று நிச்சயமாகத் தெரியவில்லை. சுந்தரம் எழுந்து அடுத்த அறை விளக்கைப் போட்டான். அப்பா இல்லை. வாசல் கதவும் உள் தாளிடப்படாமல் மூடியிருந்தது. பாவம், அப்பா, என்ன சிரமப்பட்டுக் கொண்டிருக்கிறாரோ?

அவன் அப்பாவைப் போய்ப் பார்க்கலாமா வேண்டாமா என்று யோசித்திருந்த நேரத்தில் காலிங் பெல் அடித்தது. அந்த வீட்டில் அது உரக்கச் செயல்படும் சாதனம். ஊரே அமைதியில் ஆழ்ந்திருக்கும் அந்த வேளையில் அதன் சத்தம் பட்டரைச் சம்மட்டி போலக் கேட்டது.

சௌதாமினி, சுந்தரத்தின் அம்மா, வேலைக்காரப் பெண் எல்லாரும் விழித்துக் கொண்டு விட்டார்கள். சுந்தரம் விரைந்து சென்று கதவைத் திறந்தான். வெளியே அப்பா நின்றுகொண்டிருந்தார்.

"என்னப்பா இது?" என்று சுந்தரம் கேட்டான்.

"கதவு மூடிண்டு திறக்கவே மாட்டேன்னுது."

உங்களைத்தான் இழுத்து மூடிண்டு போகாதீங்கன்னு சொல்லி யிருக்கேனேப்பா."

“நான் மூடலேடா. அதுவா மூடிண்டுடிச்சு.”

இந்தக் கதவுவேறு ஒரு கழுத்தறுப்பு. தாளிடாமல் மூடினாலே எப்படி எப்படியோ சிக்கிக்கொள்ளும். அப்பா உள்ளே சென்றவுடன் கதவைச் சரியாக மூட அதை ஒருமுறை முழுதாகச் சுந்தரம் திறந்தவன் ஒரு நிமிஷம் அப்படியே நின்றான். மாடி வீடுகள் நிறைந்த பகுதியாயிருந்தாலும் அங்கு எதிரே ஒரு சேரி உருவாகியிருந்தது. அந்த வீட்டில் குடிபுகுந்து ஒரு மாத காலத்தில் அவன் அந்தச் சேரியைக் கவனிக்க நேரிட்டதில்லை. அப்பா மாலை நேரத்தில் ஒரு கப் காப்பி அதிகமாகக் குடித்ததன் விளைவாக அவன் அன்று அந்தக் குடிசைகளை முதல் மாடியிலிருந்து மங்கலான இரவு வெளிச்சத்தில் நிதானமாகப் பார்க்கச் சந்தர்ப்பம் நேரிட்டது.

எவ்வித அசைவோ சலனமோ இல்லாமல் அந்தக் குடிசைகள் சிறுசிறு திட்டுகள் போல் உறைந்துபோயிருந்தன. ஆனால் நூற்றுக்கணக்கான மனித ஜீவன்கள் அக்குடிசைகளுக்கு உள்ளும் புறமும் சுவாசித்துக் கொண்டிருக்க வேண்டும். மனித உடலுக்கான எல்லா இயக்கங்களும் நிகழ்ந்துகொண்டிருக்க வேண்டும். அங்கும் அப்பா போலத் திண்டாடுபவர்கள் இருக்க வேண்டும்.

அது சரி, இந்தக் குடிசைகளுக்கான பாத்ரூம்கள் எங்கிருக்கின்றன? பல குடிசைகளுக்குப் பக்கத்தில் தட்டி மறைவு இருக்கும். அது குளிப்பதற்கு. வீடுகளுக்கு இருப்பதுபோல இந்தக் குடிசைகளுக்கும் கட்டுத்திட்டம் வைத்திருந்தால் இந்தக் குளியல் தண்ணீருக்குச் சீராக வாய்க்கால் வெட்டி விட்டு எல்லாத் தண்ணீரும் சாக்கடையில் போய்ச் சேர்ந்துவிட ஏற்பாடு செய்யலாம். ஆனால் அப்படி நேர்வதில்லை. ஒவ்வொரு குடிசையிடமும் ஒரு பள்ளம். மனிதர் குளிப்பதை ஒரே நேரத்தில் சுகாதாரமும் சுகாதார மற்றதாகவும் மாற்றக்கூடிய பள்ளம். இது குளிப்பதற்கு. ஆனால் மறைவு தேவைப்படும் மற்றவைக்கு?

சுந்தரம் உள்ளே வந்து படுத்துக்கொண்டான். பொழுது விடிய இன்னும் மூன்று மணி நேரமாவது ஆகும். அதுவரை தூங்கலாம்.

ஆனால் தூக்கம் வரவில்லை. இனிமேல் தூக்கம் வருவது அவ்வளவு எளிதாக இருக்காது. முதுகுத்தண்டில் இலேசாக ஒரு வலி கிளம்பியிருக்கிறது. வயிறு பசிப்பது போலவும் இருக்கிறது. அரை குறையாக ஏப்பமும் கிளம்பு கிறது. எல்லாவற்றுக்கும் மேலாக இந்தத் தலை கட்டுக்கடங்காத யோசனை களால் வெடித்துக்கொண்டிருக்கிறது. எண் சாண் உடம்புக்கும் தலையே பிரதானம். எண் சாண் உடம்புக்கும் தலையே பிரதானத் தொல்லை.

சுந்தரம் தலைமீது ஒரு தலையணையைக் கவிழ்த்து மூடித் தூங்க முயன்றான். இந்த வயதில் தூக்கம் வர இவ்வளவு பாடுபட வேண்டியிருந்ததால் அப்பா பாவம், எவ்வளவுதான் திண்டாடிக் கொண்டிருப்பார்? நாசமாகப் போகிற கக்கூஸ்! இந்திய வீடுகள் சாஸ்திரத்தில் கக்கூஸ் என்ற பேச்சே கிடையாது. அந்த சாஸ்திர காலத்து வீடுகள் இப்போது இல்லாமல் போகலாம். ஆனால் இன்றும் அங்கங்கு பழைய கோட்டைகளும் அரண்மனைகளும் இருக்கத்தான் செய்கின்றன. திருமலை நாயக்கர் மகால், செஞ்சிக் கோட்டை, எல்லாவற்றுக்கும் சிகரமாக ஃபதேபூர் சிக்ரி, என்கிற மத்திய கால நகரமே இப்போது இன்னும் பழுதடையாமல் அப்படியே இருக்கிறது. அந்த ராணிகளும் ராஜாக்களும் அவர்களுடைய எண்ணற்ற பணியாட்கள்,

அடிமைகளும் எப்படிச் சமாளித்தார்கள்? சரித்திரம் இதெல்லாம் பற்றி சொல்வதில்லை. அந்தப்புரத்துப் பெண்மணிகள் எங்கு குளிப்பார்கள். எப்படிக் குளிப்பார்கள் என்று மணக்க மணக்க 'கைடு'கள் விவரிக்கிறார்கள். குளிப்பதோடு உடல் சுத்தம் அடைந்துவிடுகிறதா? இல்லாததினால்தானே இந்த முதிர்ந்த வயதில் அப்பா மனங்குன்றிப் போகும்படி நடந்துவிடுகிறது? மறபடியும் வாசல் கதவு மெதுவாகத் திறக்கப்படும் சத்தம் கேட்டது. சுந்தரம் கையை நீட்டிப் பார்த்தான். சௌதாமினி தூங்கிக்கொண்டிருந்தாள். அப்பாதான் மறுபடியும் பாத்ரூமுக்குச் சென்றுகொண்டிருக்கிறார். சுந்தரம் மெதுவாக, "அப்பா" என்று குரல் கொடுத்தான். பதில் கிடைக்கவில்லை. அப்பா வெளியே சென்றிருக்க வேண்டும்.

இன்று ஓரிரவிலேயே சுந்தரத்துக்குத் தெரிந்து அப்பா மூன்று முறை வெளியே போய்விட்டு வரும்படி நேர்ந்துவிட்டது. சுந்தரத்துக்கு ஊரெல்லாம் கட்டணக் கழிப்பிடம் என்று கட்டி வருவது கவனத்துக்கு வந்தது. அவன் சிறுவனாக இருந்தபோது அப்பாவும் அவனுமாக ஒருமுறை மவுண்ட் ரோடுக்குச் சென்றிருந்தபோது இந்த வசதிக்காக அப்பா தேடியது நினைவுக்கு வந்தது. அப்போது அண்ணா சிலை இருக்கும் இடத்தில் பூமிக்குக் கீழே படி இறங்கிச் சென்றார்கள். அந்தப் புரியாத வயதிலும் சுந்தரத்துககு அங்கே செல்வது பயமெழுப்பியது. அப்போது அந்த இடத்தைப் பயன்படுத்துவதற்குக் காசு பணம் கிடையாது. இப்போது அம்மாதிரி இடங்களையெல்லாம் அகற்றிவிட்டார்கள். புதிதாகக் கட்டணக் கழிப்பறைகள், வாசலில் பட்டியல். இதற்குப் பத்துக் காசு. இதற்குப் பதினைந்து காசு. இதற்கு . . . இத்தோடு இன்னொரு அறிவிப்பையும் எழுதிவிடலாம்: காசு கொடுக்க முடியாதா? போ, ஒதுக்குப்புறமாக உள்ள சந்தையும் சுவரையும் தேடிப் போ! இதை ஆண்கள் செய்துவிடலாம். பெண்கள்?

இந்தச் சேரிக்காரர்களிடம்தான் இதற்கெல்லாம் ஒவ்வொரு முறையும் பணம் காசு இருக்குமா? சேரியில்கூட வசிக்க முடியாமல் நடைபாதைகளிலும் தெருவோரங்களிலும் வாழ்க்கை நடத்துபவர்கள் என்ன செய்வார்கள்? முன்பாவது ஒரு சில இடங்களே நாற்றமெடுக்கும் அசிங்கமாக இருக்கும். இனி ஊரே அப்படியாக வேண்டியதுதான்.

காலையில் எழுந்தவுடன் டீ குடிப்பதற்காகச் சில நாணயங்களைப் பத்திரப்படுத்தியவர்கள் இனிக் காலைக் கடன்களைக் கழிப்பதற்கும் காசு தயார் செய்துகொள்ள வேண்டும். மறைவிடம் தேவைப்படும்போது அவர்களிடம் காசு இருக்க வேண்டும். அல்லது காசு இருக்கும்போது மறைவிடத்தைப் நாடிப் போக வேண்டும். உடல் இயக்கங்கள் கையில் இருக்கும் சில்லறைக்குத் தகுந்தபடி இயங்க வேண்டும். இது சாத்தியமா? இதுதான் சாத்தியமாக வேண்டுமென்றால் எவ்வளவு கொடுமை!

அப்பாவுடைய முனகல் கேட்டது. அவர் மெதுவாக உள்ளே நுழைந்து சுந்தரத்தைத் தாண்டி அவர் படுக்கும் இடத்துக்குச் சென்றார். சுந்தரம் ஓசைப்படாமல் எழுந்து வாசல் கதவைத் தாளிட்டு வந்தான்.

1981

அது

மறுபடியும் மனைவியோடு சண்டை. சண்டை போட்டு விட்டு அவள் சமைத்துப் போடுவதை மட்டும் சாப்பிட முடியுமா? காலைச் சாப்பாடு தவறிப் போய்விட்டது. இப்போது இராச் சாப்பாடுதான். ஆனால் படுத்துத் தூங்க வீட்டிற்குத்தான் திரும்ப வேண்டியிருக்கிறது. இந்த நடுநிசியில் அவளோ குழந்தைகளோ விழிந்திருந்தால் வாசல் கதவு உடனே திறக்கும். இல்லாது போனால் நடுத்தெருவில் நாக்கைப் பிடுங்கிக்கொண்டு சாக வேண்டும்.

நல்லவேளை. கதவைத் தொட்டவுடனேயே திறந்து கொண்டுவிட்டது. உள்ளே இருட்டு. பாவம், அவளும் குழந்தை களும் காத்துக் காத்துக் கண்ணயர்ந்திருக்க வேண்டும். கதவைக் கூடத் தாளிடாமல்.

அவன் உள்ளே நுழைந்து விளக்கைப் போடாமல் கதவைத் தாளிட்டான். அது ஒரு விசித்திரமான போர்ஷன். கீழே சமையலிடமும் கூடியதோர் அறை. ஒரு குறுகிய மரப்படிக்கட்டு வைத்துப் பரண் மாதிரி ஒரு சிறு மாடியறை.

அவன் இருட்டிலே மாடிப்படி ஏறினான். மாடியில் கால் இடறிற்று. அவள்தான் சுருண்டு படுத்திருந்தாள்.

அவன் விளக்கைப் போடாமல் வேஷ்டி அணிந்துகொண்டு அவளருகில் படுத்துக்கொண்டான்.

அவள் தலையைத் தடவினான், தலைமயிர் விரித்துப் போட்டிருந்தது.

"தலையை வாரிப் பின்னிண்டிருக்கக் கூடாதா? எப்பலேந்து இந்த மாதிரி செண்ட் எல்லாம் பூசிக்கறே?"

அவள் பதில் சொல்லவில்லை.

"நீ கோச்சுக்கலேன்னா ஒண்ணு சொல்லறேன். இந்த செண்ட் வேண்டாமே, தெருவிலே பொணம் போற வாசனையாயிருக்கு."

அவள் ஒருமுறை சிலிர்த்துக்கொண்டாள். அவன் அவளைக் கட்டிப் பிடித்துக்கொண்டான். "இனிமே நாம சண்டை போட்டுக்கக் கூடாது. என்னென்னமோ விபரீதமாயெல்லாம் யோசனை வரது. செத்துப் பிசாசாய்ப் போயிடலாமான்னு தோணறது."

அவளுடைய மௌனம் அவனுக்கு ஆறுதல் அளித்தது.

சிறிது நேரத்தில் அவனுக்குப் பசி தாங்க முடியாமல் போயிற்று. "சாதம் ஏதாவது மிச்சம் மீதி இருக்கா?" என்று கேட்டான். "நீ எழுந்திருக்க வேண்டாம். நானே போய்ப் போட்டுக்கறேன்."

அந்த குறுகிய மரப் படிக்கட்டு வழியாகக் கீழறையை வந்தடைந்தான். அன்று வீடு திரும்பிய பிறகு முதல் முறையாக விளக்கு சுவிட்சைப் போட்டான். குழந்தைகள் தூங்கிக்கொண்டிருந்தார்கள்.

அவர்களோடு அவன் மனைவியும் தூங்கிக்கொண்டிருந்தாள். அவள் தலை நன்றாக வாரிப் பின்னியிருந்தது. அப்படியானால் மாடியில் இருந்தது?

ஒரு கணம் மலைத்து நின்றவன் மாடியறைக்குப் பாய்ந்து சென்று அந்த விளக்கைப் போட்டான். அங்கு யாருமில்லை. ஆனால் அந்த மட்டரக செண்ட்டின் மணம் மட்டும் அங்கு வீசிக்கொண்டிருந்தது.

1981

அது

நடனத்துக்குப் பின்

சில்கல்கூடா ரயில்வே டிஸ்பன்சரியைத் தாண்டி வாட்டர் டாங்க் இருக்குமிடத்தை அடைந்தால் அங்கு சாலையிலிருந்து பிரிந்துபோகும் மண் பாதை ஒன்று கண்ணுக்குத் தெரியும். பாதையின் இருபுறங்களிலும் உள்ள வீடுகள் சிறியதாக ஓட்டுக் கூரையுடையதாக இருந்தாலும் ஒவ்வொன்றுக்கும் சுற்றுப் புறவெளி விசாலமாக இருந்து, நிறைய மரங்களும் செடிகளும் கட்டுக்கடங்காது அடர்ந்து முளைத்திருக்கும். ஒரு கோணத்தில் வீடுகள் இருப்பதே தெரியாமல் மரங்களும் செடிகளும் நிறைந்து ஒரு காட்டுப் பிரதேசத்தைக் கீறி அமைத்தது போல் அந்தப் பாதை காட்சியளிக்கும். அந்தப் பாதையில்தான் ரயில்வே இன்ஸ்டிடியூட் இருந்தது. நான் பள்ளிக்குப் போய்வரும்போதெல்லாம் அந்த இன்டிடியூட்டை ஆர்வத்துடன் பார்ப்பேன்.

அதுவும் ஓர் ஓட்டுக் கூரைக் கட்டடம்தான். ஆனால் அப்பாதையில் இருந்த வீடுகளைவிடப் பெரிதாக இருக்கும். ஓரளவு செடிகொடிகளின் ஆதிக்கம் கட்டுப்படுத்தப்பட்டதாக இருக்கும். பகல் வேளையில் கூட உள்ளே விளக்கு எரிந்து கொண்டிருப்பது தெரியும். நாங்கள் அப்போது வசித்துவந்த வீட்டில் மின்சார விளக்குக் கிடையாது. அதனாலேயே இந்த இன்ஸ்டிடியூட் எனக்கு அப்பாற்பட்டதோர் தனியுலக மாகத் தோன்றும். நான் என் அப்பாவுடனும்கூடப் பலமுறை அப்பாதையில் அந்த இன்ஸ்டிடியூட்டைக் கடந்து சென்றிருக் கிறேன். அப்பா எப்போதும் அங்கு சென்றதில்லை. நானும் அவரிடம் அதைப் பற்றிக் கேட்டதில்லை.

எங்கள் ஊரின் இன்னொரு கோடியில் வேறு வீடு மாறி, நாங்களும் மின்சார விளக்குப் பயன்படுத்தத் தொடங்கி, நானே தனியாக ஆங்கில மொழி சினிமாக்களுக்கும் போகக்கூடிய வயது வந்த பிறகுதான் திடீரென்று இந்த இன்ஸ்டிடியூட் சற்றும் எதிர்பாராத விதத்தில் என் அனுபவத்துக்கு உட்பட்டது. அதற்குக் காரணம் கார்டு ரிச்சி மன்னாஸின் மகன் மாரிஸ்.

மாரிஸ் அரைக்கால் டிராயர் போட்டாலும் எனக்கு அவனை என் சம வயது சகாவாக எண்ண முடிந்ததில்லை. டார்ஜான் என்றதோர் அற்புத உருவகத்தை எனக்கு அறிமுகப் படுத்தியவனே மாரிஸ்தான். 'டார்ஜானின் நியூயார்க் நகர சாகசங்க'ளுக்கு மாரிஸ்தான் என்னை முதலில் அழைத்துச் சென்றான். டார்ஜான் போல அவனே ஆஆஆஆஆ என்று கூவுவான். எங்கள் வீட்டுக்கருகில் இருந்த ஆலமரங்களில் ஏறி ஒரு விழுதிலிருந்து இன்னொன்றுக்கு அனாயாசமாகத் தாவுவான். ஆனால் இப்படிச் செய்யச் சாத்தியம் என்று எனக்குத் தெரிந்ததே அவனால்தான்.

இன்னொரு விஷயத்துக்கும் மாரிஸ் என் அயராத வியப்புக்குக் காரணமாயிருந்தான். நாங்கள் எல்லோரும் தினமும் ஒன்பதரை மணிக்குப் பள்ளிக்கு வேண்டா வெறுப்பாகப் போய்க்கொண்டிருக்கும்போது அவன் மட்டும் மரக்கிளை ஒன்றிலிருந்து தலைகீழாகத் தொங்குவான். எல்லாரும் முன் பக்கம் கையை வீசிப் பம்பரத்தை எறிந்தால் அவன் தலைக்குப் பின்னால் எறிவான். அப்படியும் அது ஓரிடத்தில் நிலைத்துச் சுழலும். நான் அவனைக் கெஞ்சிக் கேட்டு எங்கள் கிரிக்கெட் கோஷ்டிக்கு அழைத்துச் சென்றேன். ஆனால் கிரிக்கெட், ஹாக்கி போன்ற திட்டவட்டமான விதிகள் கொண்ட ஆட்டங்கள் அவனுக்குக் கைவரவில்லை. அடுத்த நாள் நாங்கள் மீண்டும் ஆலமரத்தின் மீது ஏறி உட்கார்ந்திருப்போம். "ஏன் இப்படிச் சட்டைக்காரப் பையனோடு எப்போது சுற்றிக்கொண்டிருக்கிறாய்?" என்று என்னை நிறையப் பேர் கேட்டுவிட்டார்கள். எனக்கு என்ன பதில் சொல்வது என்று தெரியாது.

மாரிஸுக்கு என்னைத் தவிர வேறு சில நண்பர்களும் இருந்தார்கள். அவன் அவர்களோடு பேசும் மொழி ஆங்கிலம் போலத் தோன்றினாலும் யாருக்கும் புரியாத சங்கேத மொழியாக இருக்கும். அந்தச் சட்டைக்கார ஆங்கிலத்தில் எனக்குத் தெரிந்த சில இலக்கண விதிகள்கூட மீறப்பட்டதை நான் உணர முடிந்தது. ஆனால் அவர்களுக்குள் தீவிரமான தோழமை தோன்ற அவர்கள் பேசிக்கொள்வார்கள். திட்டிக் கொள்வார்கள். ஓரிருமுறை அடித்துக்கொண்டும் பார்த்தி ருக்கிறேன்.

அவன் இனத்தினரைத் தவிர வேறு யாருக்கும் அளிக்காத சலுகையை மாரிஸ் எனக்கு அளித்தான். அவனுடைய வீட்டிற்கே என்னை அழைத்துப் போவான். அவனுடைய வீட்டிற்கே அப்பா, அம்மா, இரு அக்காக்கள், தம்பி, தங்கை, ஸ்பாட்டி என்ற நாய் இவ்வளவு பேர் மத்தியில் நான் மெழுகுப் பொம்மைபோல உட்கார்ந்திருப்பேன்.

யுத்தம் தீவிரமடைந்து எங்களூரில் நிறைய வெள்ளைக்கார சோல்ஜர்கள் நடமாட்டம் அதிகரித்தது. மாரிஸ் அவர்களை டாமீஸ் என்று குறிப்பிடுவான். சோல்ஜர்கள் எண்ணிக்கை பெருகப் பெருக எங்களூர் ஆங்கிலோ இந்தியக் குடும்பங்களில் வெளிப்படையாகச் சில மாற்றங்கள் தோன்ற ஆரம்பித்தன.

மாரிஸின் அம்மாதான் மிகவும் பரபரப்புடன் செயல் பட்டாள். வீட்டுத் துணிப் படுதாக்கள் புதுப்பிக்கப்பட்டன. முன் அறை நாற்காலிகள் புது வண்ணம் பெற்றன. உடைந்து மூலையில் கிடந்த கிராமபோன் சரி செய்யப்பட்டு எப்போதும் கீச் மீச் தடாம் படாம் என்று ஒலிக்கத் தொடங்கியது. எல்லாவற்றுக்கும் மேலாக மூத்த பெண்கள் இருவரும்

எப்போதும் ஏதோ போட்டோ எடுப்பதற்குத் தயாராக இருப்பதுபோல அலங்கரிக்கப்பட்டு, நடனமாடினார்கள். மாரிஸும் திடீர் திடீரென்று காணாமல்போய்க்கொண் டிருந்தான். அவன் அக்காக்களுடனும், சில சோல்ஜர்களுடனும் உயர்ந்த வகுப்பில் ஆங்கில சினிமா பார்த்துவிட்டு வருவான்.

எனக்கு எல்லா சோல்ஜர்களும் ஒரே மாதிரிதான் தோன்றினார்கள். ஆனால் ஒருவன் மட்டும் திரும்பத் திரும்ப மாரிஸ் வீட்டுக்கு வந்து போய்க்கொண்டிருப்பதை அடையாளம் கண்டுகொள்ள முடிந்தது. மாரிஸின் அம்மா மிகுந்த மகிழ்ச்சியுடன் எனக்கு ஒரு நாள் விசேஷமாக மிலிட்டரி காண்டீனிலிருந்து கொண்டுவரப்பட்ட ஹண்ட்லி பாமர் பிஸ்கோத்துக்கள் இரண்டு கொடுத்தாள். லூசிக்குக் கல்யாணம் ஆகப்போகிறது என்றாள். லூசிதான் மாரிஸின் மூத்த அக்கா.

லூசியிடம் காணப்பட்ட மாற்றம் எனக்கு வியப்பாகவும் பயமாகவும் இருந்தது. அவள் ஆங்கிலப் படங்களில் பார்க்கக் கிடைக்கும் பெண்கள்போல மாறியிருந்தாள்.

ஒருநாள் மாலை மாரிஸ் என் வீட்டு முன்னால் நின்று கொண்டு சீட்டியடித்தான். என்னைக் கூப்பிடுவதற்கு அவன் பயன்படுத்தும் முறை அதுதான். நான் பலமுறை அப்படிச் செய்யாதே, என் அம்மா கோபித்துக்கொள்கிறாள் என்று சொல்லிப் பார்த்துவிட்டேன். ஆனால் மாரிஸை மாற்ற முடியவில்லை.

நான் வெளியே வந்தேன்.

“இன்று இரவு வருகிறாயா? நான் உன்னை ஒரு பாலுக்கு அழைத்துப் போகிறேன்” என்று மாரிஸ் சொன்னான்.

எனக்கு பால் என்றால் என்ன என்று தெரியாது. இருந்தாலும் “எப்போ?” என்று கேட்டேன்.

“ராத்திரி.”

“இந்தப் பனியிலே ராத்திரி ஆட்டம் எல்லாம் வேண்டாம்.”

“அம்மா, அம்மா, இந்த ஒரே ஒரு தரம் அம்மா. எனக்கு லீவுதானே அம்மா ...”

நான் சம்மதம் பெற்று மாலை ஏழு மணிக்குத் தயாராக இருந்தேன். எட்டு மணிக்குத்தான் மாரிஸின் சீட்டிச் சப்தம் கேட்டது.

மாரிஸ் பாண்ட் அணிந்து, டை கட்டி கோட் போட்டுக் கொண் டிருந்தான். அவன் சொன்னதற்காக நானும் என்னுடைய தொளதொள கோட்டைப் போட்டுக்கொண்டேன். ஆனால் என்னிடம் பாண்ட் கிடையாது. அரை டிராயருடன்தான் வருவேன் என்று சொன்னேன். ஒரு சில்க் கைக்குட்டையை என் கழுத்தில் சுற்றிச் சட்டையினுள் செருகினான். அவனுடைய சைக்கிளில் என்னை ஏற்றிக்கொண்டு சாலையின் இருட்டுப் பகுதியாக ஓட்டிச் சென்றான். அப்போதெல்லாம் சைக்கிளில் இரட்டைச் சவாரி எங்கள் ஊரில் அனுமதிக்கப்படவில்லை.

அவன் சென்ற பாதை எனக்குப் பழக்கப்பட்டதாக இருந்தது. "எங்கள் பழைய வீட்டுக்கு இப்படித்தான் போக வேண்டும்" என்றேன். அவன் சில்கல்கூடா டிஸ்பென்சரியை அடைந்தவுடன் மூச்சிரைக்க சைக்கிளிலிருந்து இறங்கிவிட்டான். அங்கு சாலை ஒரேயடியாக ஏற்றமாக இருக்கும்.

அவன் சைக்கிளைத் தள்ளி வர நாங்கள் வாட்டர் டாங்கைத் தாண்டினோம். "இங்கே எங்கே போகிறாய்?" என்று கேட்டேன்.

"அதோ பார்" என்றான்.

இருட்டில் அந்தப் பாதையில் தூரத்தில் வண்ண வண்ண விளக்குகள் ஒளி வீசின.

"என்ன அது?"

"ரயில்வே இன்ஸ்டிடியூட். அங்கேதான் பால்."

எனக்கு இதயத் துடிப்பு சீறி உயர்ந்தது. நாங்கள் வீடு மாறிய பிறகு ரயில்வே இன்ஸ்டிடியூட் பற்றி நினைக்கவே சந்தர்ப்பம் வந்ததில்லை.

"அங்கே என்ன செய்வார்கள்? சினிமா உண்டா?"

"சினிமா இல்லை. இன்று கிறிஸ்துமஸ் ஈவ், தெரியாது? அதனால் அங்கு ரயில்வே ஒரு பால் நடத்துகிறது."

"பால் என்றால் என்ன?"

"நிறையப் பேர் வருவார்கள். நிறைய குடிக்க, தின்னக் கிடைக்கும். எல்லாரும் டான்ஸ் ஆடுவார்கள். அதாவது ஜதை ஜதையாக டான்ஸ் ஆடுவார்கள். உள்ளே நுழையவே இரண்டு ரூபாய் டிக்கட். நான் இரண்டு வைத்திருக்கிறேன்."

"நீயும் ஆடுவியா?"

"ஏன்? ஆமாம்."

"அப்போ நான் வீட்டுக்குப் போகிறேன்!"

"நான் ஆடினால் உனக்கென்ன?"

"நீ கெட்டவன்."

"ஆடுவதற்கும் கெடுவதற்கும் என்ன சம்பந்தம்? சும்மா வா. நிறைய கேக் பேஸ்ட்ரியெல்லாம் இருக்கும். தமாஷாக இருக்கும். வா."

நான் எப்பொழுதோ பகல் பொழுதில் பார்த்ததற்கும் இப்போதைக்கும் இன்ஸ்டிடியூட் அடையாளமே தெரியாத மாதிரி இருந்தது. கண் திரும்பிய இடமெல்லாம் வண்ண விளக்குகள், வண்ணக் காகித தோரணங்கள், பலூன்கள். ஒரு சாதாரண ஓட்டுக் கட்டடத்தை விசித்திர உலகமாக மாற்றியிருந்தார்கள். பளபளவென்ற பொத்தான்கள் கொண்ட சீருடை அணிந்த வாத்தியக் கோஷ்டி மிக உற்சாகமாக இசை இசைத்துக் கொண்டிருந்தது. அந்த வாத்தியங்கள் நன்றாக பாலிஷ் போடப் பட்டுப் பிரகாசமான வெளிச்சத்தில் மின்னிக்கொண்டிருந்தன.

இதெல்லாம் என் முதல் பிரமிப்பில் தோன்றி மறைந்து விட்டன. அங்குக் குழுமியிருந்த மனிதர்கள்தான் என்னைக் கணத்துக்குக் கணம் புதுப் பிரமிப்பில் ஆழ்த்திக்கொண்டிருந்தார்கள். அங்கிருந்த இருபது முப்பது சட்டைக்காரப் பெண்களில் பாதிப்பேர் நான் அறிந்தவர்கள். ஆனால் அப்போது ஒவ்வொருத்தியும் ஒரு ஆங்கில நடிகைபோல இருந்தாள். ஆண்களும் நான் அறிந்தவர்கள்தான். ரயில்வே உடையில் சிரிப்பூட்டும் பொருள்களாக இருப்பார்கள். அன்று டை சூட் அணிந்து கொண்டு சரியான துரைகளாக மாறியிருந்தார்கள். அந்தச் சூழ்நிலையே மொத்தத்தில் ஏதோ ஒரு ஆங்கிலப் படக் காட்சிபோல இருந்தது. அவ்வளவு சிரிப்பையும், உற்சாகத்தையும் நான் அதுவரை கண்டதில்லை.

மாரிஸ் எனக்குத் தின்பதற்கு நிறைய கேக், பேஸ்ட்ரி கொண்டு வந்தான். நான் நினைத்துப் பார்த்திராத ஒரு பெரிய கண்ணாடிப் பாத்திரத்தில் விம்டோ கொண்டுவந்தான். இன்று கோலாபோல அந்நாளில் விம்டோ. "நீ வேடிக்கை பார்த்துக்கொண்டிரு" என்று சொல்லிவிட்டு அவனும் அந்தக் களிப்புக் கூட்டத்தில் ஒருவனாகக் கலந்துகொண்டான்.

அடுத்த நடனம் ஆரம்பமாயிற்று. பாண்ட்காரர்கள் அவர்களுக்குச் சாத்தியமான முறையில் சங்கீதம் இசைக்க, அங்குக் குழுமியிருந்தவர்கள் ஜதை ஜதையாக அவர்களுக்குச் சாத்தியமான நடனத்தை ஆடினார்கள். கசகசவென உல்லாசப் பேச்சு, க்ளுக் க்ளுக்கென உல்லாசச் சிரிப்பு, புது உடைகளின் உரசல், யாரோ அதற்குள் மிகையாகக் குடித்தவன் ஒரு தனிக் குரலில் ஏதாவது பாட்டின் ஓரடியைப் பாடுவது – அப்போதுதான் மாரிஸின் அக்கா லூசியைப் பார்த்தேன். அவள் அன்று தன்னைப் பலமாக அலங்கரித்துக்கொண்டிருந்தாள். அந்த வெள்ளைக்கார சோல்ஜர் அளவுக்கு மீறி அவளைக் கிசுகிசு மூட்டிய வண்ணம் அவளோடு நடனம் ஆடிக்கொண்டிருந்தான். ஒரு கட்டத்தில் எல்லாரும் ஒரு மாதிரி தங்கள் ஆட்டத்தைக் குறைத்துக்கொண்டு இந்த சோல்ஜரின் கூத்தைப் பார்த்துத்தான் ஆக வேண்டும் என்ற நிலை வந்தது.

மாரிஸூம் ஒரு மூலையிலிருந்து அவர்களைப் பார்த்துக் கொண்டிருந்தான். அவன் கையில் ஒரு பெண் இருந்தாள். ஆனால் அந்த நேரத்தில் அவன் அவளை மறந்து அவனுடைய அக்காவைப் பீறி வரும் ஆத்திரத்தோடு பார்த்துக்கொண்டிருந்தான். எல்லாம் ஒரு கணத்துக்குத்தான். பாண்ட் இன்னும் உரக்க ஒலிக்க எல்லாரும் தங்கள் சொந்தக் கேளிக்கையில் ஆழ்ந்து அமிழ்ந்துகொண்டார்கள்.

சிறிது நேரத்தில் எனக்குத் தாங்க முடியாதபடி தூக்கம் வந்தது. அதை முறியடிப்பதற்கு நான் வெளியே வந்தேன். வண்ண விளக்குகளை வெளிப்புறத்தில்தான் தொங்கவிட்டிருந்தாலும் உண்மையில் ஹாலின் வெளிச்சம்தான் கதவு ஜன்னல் இருந்த இடங்களில் வெளியே வழிந்து ஒளியூட்டியது.

நான் சற்று இருட்டாக இருந்த இடத்தை நாடிப் போனேன். அப்போதுதான் கட்டடத்தின் வெளிப்புறத்திலும் சில ஜதைகள் இருப்பதை உணர்ந்தேன். அந்தக் குறை வெளிச்சத்திலும் ஒரு ஜதையை அடையாளம் கண்டுகொண்டேன். லூசியை அந்த சோல்ஜர் கசக்கிக்கொண்டிருந்தான்.

அவள் மிகுந்த சந்தோஷத்துடன் அவ்வப்போது சிரிப்பொலி எழுப்பினாள். அவள் அவ்வளவு சந்தோஷமாக இருந்ததை நான் அதற்கு முன் பார்த்த தில்லை. எனக்கும் சந்தோஷமாக இருந்தது. அதே நேரத்தில் மாரிஸ் அங்கு வந்துவிடக்கூடாதே என்ற அச்சமும் தோன்றிற்று.

நட்ட நடு நிசியில் நானும் மாரிஸும் வீடு திரும்பினோம். அவன் லூசியைத் திட்டிய வண்ணம் சைக்கிளை மிதித்தான். எனக்கு அவளிடம் அனுதாபம்தான் அதிகரித்தது.

லூசிக்குக் கல்யாணம் நடந்தது என்றுதான் நினைக்கிறேன். மாரிஸ் என்னை அழைத்துப் போகவில்லை. அந்த சோல்ஜரின் வருகை நின்று விட்டது. அவன் யுத்தத்துக்கு அழைக்கப்பட்டு விட்டான். ஆனால் மீண்டும் வந்து லூசியை ஸ்காட்லாண்ட் அழைத்துப் போவான் என்றுதான் சொல்லிக் கொண்டிருந்தார்கள். லூசிக்கு ஒரு குழந்தை பிறந்தது. அதற்குள் நான் அந்தக் குடும்பத்திற்கு இன்னும் வேண்டியவனானேன். என்னிடமே பல நாட்கள் லூசி துக்கம் தாளாமல் அழுதிருக்கிறாள். நான் இரவில், ரயில்வே இன்ஸ்டிடியூட்டில், அந்த இரவில் அவள் காணப்பட்ட பரவச நிலையை நினைத்துக்கொள்வேன். அப்படி ஒரு சந்தோஷம் ஒருமுறை அநுபவித்துவிட்டால் பிறகு எதுவுமே துக்கமாகத்தான் தோன்றும் என்று எனக்குத் தோன்றிற்று. லூசி வெகு நாட்கள் அந்த சோல்ஜருக்காகக் காத்திருந்தாள். ஆனால் அவன் திரும்பி வரவே இல்லை.

1982

யுகதர்மம்

வீட்டு வாசலில் பாலு நின்றுகொண்டிருந்தான்.

மண்ணெண்ணெய் வாங்கிக்கொண்டு சத்யமூர்த்தி அந்த வழிச் சென்றான்.

"ஸ்கூல் நோட்டீஸ் போர்டிலே எழுதிப் போட் டாச்சா?" என்று பாலு அவனைக் கேட்டான்.

"இல்லை" என்று சத்யமூர்த்தி பதில் சொன்னான்.

"டி. எஸ். ஹைஸ்கூல்லே நேத்திக் காத்தாலேயே கொடுத்தாச்சு."

சத்யமூர்த்தி போய்க்கொண்டே இருந்தான்.

"இன்னிக்குக் கொடுக்கறதா நோட்டீஸ் போர்டிலே போட்டா எனக்கு வந்து சொல்லறியா?" என்று பாலு கேட்டான்.

சத்யமூர்த்தியின் கவனம் எண்ணெய் டின்மீது மட்டுமே இருந்தது.

பாலுவுக்கும் தான் கேட்டது சத்யமூர்த்தியால் எளிதில் பூர்த்தி செய்யக் கூடியதல்ல என்று தெரியும். சத்யமூர்த்தி வீட்டுக்குப் பக்கத்தில் பள்ளிக்கூடம் இருப்பதால் அதற்காக அவன் நண்பர்களுக்கெல்லாம் ஸ்கூல் நோட்டீஸ் போர்டில் எழுதிப்போடுவதை வீடு தேடித் தெரிவித்துவிட்டு வர முடியுமா?

எஸ்.எஸ்.எல்.சி. முடிவுகள் வெளிவந்து ஒரு வாரமாகி விட்டது. இந்த முடிவுகளை ஆங்கிலப் பத்திரிகைகள் ஒரு பொருட்டாகக் கருதுவதில்லை. முதல் பத்து அல்லது பதினைந்து மாணவர்களின் பெயர்களை அறிவித்துவிடுவதோடு ஆசுவாசப்படுத்திக்கொண்டு விடுகின்றன. தமிழ்ப் பத்திரிகைகள் விசேஷப் பதிப்புகளைக் கொண்டுவருகிறார்கள். பரீட்சை முடிவுகளோடு டஜன் கணக்கில் டியூடோரியல் கல்லூரிகளின் விளம்பரங்களையும் வெளியிடுகிறார்கள். இப்போதெல்லாம்

எஸ்.எஸ்.எல்.சி. பரீட்சையில் வெற்றி பெற்றால்கூடக் கல்லூரிக்குப் போக இன்னும் இரு வருடங்கள் தேவை. தோல்வி அடைந்தவனுக்கும் கல்லூரி அந்தஸ்து தருவது இந்த டியூடோரியில் கல்லூரிகள்தான்.

பாலு டியூடோரியல் கல்லூரிகளை நாட வேண்டியதில்லை. அவனுடைய பரீட்சை எண் வெற்றி பெற்ற மாணவர்களின் பட்டியலில் இடம் பெற்றுவிட்டது. போகப் போக அவன் நிஜமான கல்லூரியில் இடம் பெறக்கூடும். ஆனால் அது அவ்வளவு எளிதில்லை என்பதும் அவனுக்குத் தெரியும். அவனுடைய பள்ளியிலிருந்து இருநூறு மீட்டர் தள்ளியிருந்த டி.எஸ். பள்ளியில் நேற்று மாலையே மதிப்பெண் லிஸ்டுகளை எல்லா மாணவர்களுக்கும் விநியோகம் செய்துவிட்டார்கள். பாலு படிக்கும் பள்ளியில் இன்றாவது தருவார்களா என்பது கூடச் சந்தேகமாக இருக்கிறது.

பாலுவுடைய இரு அண்ணன்களும் அதே பள்ளியில்தான் படித்தார்கள். பெரியவனுக்கு எஸ்.எஸ்.எல்.சி. ரிஸல்ட் வந்த இரண்டாம் நாளே மதிப்பெண் பட்டியல், எஸ்.எஸ்.எல்.சி. புத்தகம், டிரான்ஸ்பர் சர்டிபிகேட் முதலியவற்றைக் கொடுத்து விட்டார்கள். இரண்டாவது அண்ணனுக்கு இதற்கெல்லாம் நான்கு நாளாயிற்று. இப்போது பாலுவுக்கு ஒரு வாரம் ஆகியும் ஒன்றும் தரப்படவில்லை. பெரியவன் உடனே கல்லூரியில் சேரப் பெரிய முயற்சி தேவைப்படவில்லை. இரண்டாவது அண்ணனுக்கு நான்கு கல்லூாரிகளில் அப்ளிகேஷன் போட்டு இரண்டு கல்லூரிகளிலிருந்து பதில் வரவில்லை. ஒன்றில் “வருந்துகிறோம்” கார்டு வந்தது. நான்காவது, ஊருக்கு வெளியில் புதிதாகத் தொடங்கப்பட்ட கல்லூரி. அவர்கள் மட்டும் பையன் கேட்ட பிரிவு அல்லாமல் வேறொரு பிரிவில் இடம் தருவதாகச் சொன்னார்கள். வேறு வழியின்றி அதையே ஒத்துக்கொண்டு அவன் படித்து வருகிறான். பாலுவுக்குக் கல்வி முறை மாறியிருக்கிறது. அவன் இப்போது இன்னொரு பள்ளியைத் தேடிச் செல்ல வேண்டும். இன்னும் இரு ஆண்டுகள் படிப்புக்கு. அதன் பிறகே கல்லூரி.

ஒவ்வொரு கட்டத்திலும் விண்ணப்பம் பதிவு செய்ய வேண்டியிருக்கிறது. ஒவ்வொரு முறை அந்த அப்ளிகேஷன் அனுப்பும்போதும் கூடவே நான்கைந்து சர்டிபிகேட்டுகளையும் இணைக்க வேண்டியிருக்கிறது. மதிப்பெண்கள் நகலின் பிரதி, பள்ளி டிரான்ஸ்பர் சர்டிபிகேட்டின் பிரதி, பள்ளி நன்னடத்தை சர்டிபிகேட்டின் பிரதி... இதில் ஒன்று தமிழில் இருக்கும். இன்னொன்று ஆங்கிலததில் இருக்கும். ஆனால் டைப் அடித்துப் பிரதிகள் எடுக்க ஆங்கிலத்தில் இருந்தால்தான் சௌகரியம். அப்போது தமிழில் உள்ள சர்டிபிகேட்டை ஆங்கிலத்தில் மொழிபெயர்க்க வேண்டும். டைப் அடித்த பிரதிகளை எடுத்துக்கொண்டு ஒரு அரசாங்க அதிகாரியைத் தேடிப்பிடிக்க வேண்டியிருக்கிறது. அவர் ஒவ்வொரு பிரதியிலும் தன் கையெழுத்தும் ஆபீஸ் ரப்பர் ஸ்டாம்பும் இட வேண்டும். அது ‘நிஜமான பிரதி’ என்பதற்கு அதுதான் அத்தாட்சி.

பாலுவுக்கு அவன் அண்ணன்கள் இந்த ‘நிஜமான பிரதி’களுக்கு அலைந்தது ஞாபகம் இருந்தது. உண்மையில் வீடே அந்தக் காரணத்துக்காக வேதனையில் ஆழ்ந்திருந்தது. அப்பா ஊர் ஊராகப் போகும் மருந்துக் கம்பெனிப் பிரதிநிதி. அவருக்குக் கடைக்காரர்களும் டாக்டர்களும்தான் தெரியும். கெஜட்டட் அதிகாரி என்று ஒருவரைத்தான் தெரிந்து வைத்திருந்தார்.

அவரிடம் எவ்வளவு தடவை செல்வது? ஒருமுறை அவர் கிடைக்கவில்லை. அப்பாவும் ஊரில் இல்லை. அண்ணன் தவித்துப்போய்விட்டான். வேறு யாரிடமோ சொல்லி, அவன் பத்து ரூபாய் வாங்கிக்கொண்டு முத்திரை போட்டுக்கொண்டு வந்தான். இம்முறையும் எப்படிச் சமாளிக்கப்போகிறதோ? பிரதிகள் டைப் அடிக்கப் பத்து ரூபாய். டைப் அடித்த பின் அரசாங்க அதிகாரி கையெழுத்துப் போட்டுத் தரப் பத்து ரூபாய். இப்படி எவ்வளவு முறை?

காலை உணவு முடிந்த பிறகு பாலுவே பள்ளிக்கூடம் போய் வந்தான். அங்கே எல்லாப் பையன்களுக்கும் மதிப்பெண் பட்டியல்கள் வந்து சேர்ந்துவிட்டாலும் இன்னும் டிரான்ஸ்பர் சர்டிபிகேட் முதலியவை தயாராகவில்லை. எல்லாம் பிற்பகல் மூன்று மணிக்குத் தயாராகிவிடும். அதன் பிறகு விநியோகம்.

பாலு அவனுடைய அப்பாவின் காரியாலயம் போனான். அங்கே வரவேற்பறை மிகவும் தடபுடலாக இருக்கும். காத்திருப்போர் மனதை இலேசுப்படுத்தவென அங்கு வைக்கப்பட்டிருந்த தொழில்முறைப் பத்திரிகைகள் வழவழப்பான தடித்த தாளில் மிக அழகாக அச்சிடப்பட்டவை. அவை போடப்பட்டிருந்த மேசையே சில ஆயிரம் ரூபாய் மதிப்புடையது. அதேபோல் சோபாக்கள்.

பாலுவுடைய அப்பா மாதத்தில் இருபது நாள் சுற்றுப் பயணம் செய்பவராதலால் அவருக்கென்று தனி அறை கிடையாது. ஆனால் பிற அதிகாரிகளுக்குத் தனி அறை. ஏர் கண்டிஷனர், டெலிபோன் எல்லாம் உண்டு. பாதிப் பேரிடம் கார் உண்டு. பலரிடம் ஸ்கூட்டர் உண்டு. பாலுவின் அப்பாவுக்குத் தான் அதெல்லாம் சாத்தியப்படவில்லை.

இவ்வளவு செல்வக் கொழிப்புக்கு நடுவில் அவர் வேலை செய்தாலும் அவர் மகனின் சர்டிபிகேட்டுகள் நாணயமாகப் பிரதி எடுக்கப்பட்டவை என்று அத்தாட்சி தர அவர்கள் யாருக்கும் அதிகாரம், அந்தஸ்து கிடையாது. அதற்கு அழுக்குப் படிந்த சுவர், மேசை நாற்காலிகளும், பழுப்புக் காகிதத்தில் எல்லா உத்தரவுகளையும் தயாரிக்கும் அரசு அலுவலகத்தில் தான் உண்டு. மூன்று மணிக்கு சர்டிபிகேட்டுகள் கிடைத்து எப்போது டைப் அடித்து எப்போது கையெழுத்து வாங்குவது? இன்றும் எந்த இடத்திலும் விண்ணப்பத்தைச் சேர்ப்பிக்க முடியாது.

இதைச் சொல்லித்தான் அப்பா வருத்தப்பட்டுக்கொண்டார். அவருடைய அடுத்த சுற்றுப் பயணம் அடுத்த நாளே துவங்கி விடும்.

"அப்பா, நீங்களே எங்க ஸ்கூலுக்கு வந்தா சீக்கிரம் வாங்கிடலாம்" என்று பாலு கேட்டான்.

"மூணு மணிக்கு முன்னாலியே கொடுத்துடுவாங்களா?"

"நீங்க வந்தா முடியும்ப்பா. நாங்களாப் பையன்களாப் போனா காக்க வைச்சுத்தான் தராங்க."

பாலுவுடன் அப்பா வந்தார். ஆனால் அவரைப் போல இன்னும் பல அப்பாக்களும் அங்கு வந்து காத்திருந்தார்கள். தலைமையாசிரியர் சிலர்மீது

எரிந்து விழுந்தார். சிலருக்கு இதமாகப் பதில் பேசினார். அங்குகூட அப்பாவின் தொழிலுக்கும் அவர் வேலை செய்யும் ஸ்தாபனத்துக்கும் பெரிய மதிப்பு கிடையாது. அப்பா போலீஸிலோ, கல்வி இலாக்காவிலோ இருந்தால் ஒருவேளை வந்த வேலை எளிதாக முடியலாம்.

பாலு அப்பாவோடு காத்திருந்தான். அவனுக்கு இப்போது இன்னொரு விஷயமும் வயிற்றைக் கலக்க ஆரம்பித்தது. மதிப்பெண் பட்டியல், சர்டிபிகேட் முதலியன கிடைத்துவிடும் – ஆனால் அவனுடைய மதிப்பெண்கள் எப்படி இருக்கப் போகின்றன? ஐந்நூறுக்கு நானூறாவது கிடைக்குமா? இந்தக் காலத்தில் எல்லாருமே நூற்றுக்குத் தொண்ணூறு தொண்ணூற்றைந்து என்று வாங்கிவிடுகிறார்கள். அவனுக்கு ஐம்பது அறுபதுக்கு மேல் கிடைத்ததில்லை. இதில் எப்படி இருக்கப் போகிறதோ?

நேரம் ஆக ஆகப் பாலுவுக்குச் சுரமே வந்துவிடும் போலிருந்தது. பள்ளிக் காரியாலயம் மிகவும் சோர்வடைந்து இயங்கிக்கொண்டிருந்தது. வாசல் கதவை இழுத்து மூடிப் பியூன் சங்கரன் காவல் காத்தான். சில பையன்கள் அப்போதே அவனிடம் சில்லறை கொடுத்துவிட்டார்கள். அவர்கள் அந்தக் கதவுக்கருகில் குழப்பமாக நின்றார்கள். ஆனால் அவர்களுக்குப் பின்னால் மட்டும் இரு வரிசைகள் ஒழுங்காக அமைய ஆரம்பித்தன.

பாலு ஒரு வரிசையில் நின்றுகொண்டான். அவனுடைய அப்பா குழப்பக் கூட்டத்தில் ஒருவராக இருந்தார். அங்கு நரைமயிரும் இளமுடியும் கலந்து கலந்து காணப்பட்டன.

திடீரென்று ஒரு சன்னல் திறக்கப்பட்டது. "எல்லாரும் இங்கே வாங்க" என்று ஒரு கட்டளை உள்ளேயிருந்து வந்தது. குழப்பம் இப்போது ஜன்னலுக்கு மாறியது.

ஒவ்வொரு பையனும் இரு இடங்களில் கையெழுத்துப் போட வேண்டியிருந்தது. இதில் குழப்பம் இன்னும் அதிகமாயிற்று. அநேகப் பையன்கள் பேனா கொண்டுவந்திருக்கவில்லை. ஜன்னல் கம்பிகளுக்கிடையே கையை நுழைத்துக் கையெழுத்துக் போடுவது அவ்வளவு எளிதாக இல்லை.

ஒவ்வொரு பையனாக மதிப்பெண் பட்டியல் வாங்கி வரவும் பிற பையன்கள் அவனைச் சூழ்ந்துகொண்டார்கள். அரை மணிக்குள் அந்த ஸ்கூல் பையன்கள் பரீட்சையில் வாங்கிய மதிப்பெண்களின் ஒரு பொதுமையான நிலை தெரிய வந்தது. அநேகமாக எல்லாருமே சுமாராகத்தான் எண்கள் வாங்கியிருந்தார்கள். கணக்கில் அறுபது எழுபதுக்கு மேல் யாரும் தாண்டவில்லை.

"ஏன்டா, உனக்கும் இப்படித்தான் இருக்குமா?" என்று அப்பா கேட்டார்.

"எங்களுக்கு ஆறு மாசத்துக்குக் கணக்கு டீச்சரே கிடையாதுப்பா," என்று பாலு சொன்னான்.

"ஆறு மாசமா? அப்படின்னா பாடமே நடக்கலையா?"

அங்கே பக்கத்தில் இருந்த இரு பையன்கள் உடனே சொன்னார்கள். "ஆமா, சார். டீச்சரே கிடையாது."

"நீங்க கம்ப்ளெயிண்ட் பண்ணலியா?"

"பண்ணினோம், எல்லாம் வருவார் போன்னு ஹெட் மாஸ்டர் விரட்டிடுவார். அப்புறம் யாருமே வரலை."

"எங்கிட்டே ஏண்டா சொல்லலே, பாலு?"

"சொன்னேன்ம்ப்பா, ஒருநாள் ஸ்கூலுக்கு வந்து கேக்கறேன்னு சொன்னீங்க. அப்புறம் ஊருக்குப் போயிட்டீங்க."

தன் அப்பாவைப் போல் வேறு பல அப்பாக்களும் பள்ளிக்கு வந்து ஹெட்மாஸ்டரிடம் புகார் செய்ய நினைத் திருப்பார்கள். ஆனால் ஒருவரும் செய்யவில்லை. அல்லது யாராவது அப்படிச் செய்திருந்தால் அது அதிகம் செல்வாக்கு இல்லாத ஒருவராக இருக்க வேண்டும். இப்போது இதைப் பற்றி நினைத்து என்ன பயன்? கணக்கு வாத்தியாரே இல்லாமல் எஸ்.எஸ். எல்.சி. பரீட்சை எழுதி அதை பாஸ் செய்துமாயிற்று. ஆனால் வெறுமனே பாஸ் செய்தால் மட்டும் போதுமா? மேற்கொண்டு எந்த மேல்நிலைப் பள்ளியில் இடம் தருவார்கள்?

கதிர்வேலன், சத்யமூர்த்தி, ரவிசங்கர், ஜனார்த்தனன் இவர்களுடைய தெல்லாம் வந்துவிட்டது. ஒவ்வொருவர் மதிப்பெண் பட்டியலையும் அப்பா ஒருமுறை பார்த்துவிட்டுத் தருகிறார். பாலுவின் நண்பர்கள் எல்லாமே அப்பாவைச் சுற்றித்தான் நிற்கிறார்கள். குறைந்த மதிப்பெண் பெற்றவர்கள், நிறைய வாங்கியவர்கள் எல்லாருமே இப்போது இறுக்கம் தணிந்து பேசிக்கொண்டிருக்கிறார்கள். பயம், சந்தேகம் எல்லாம் மதிப்பெண் தெரிவதற்கு முன்புதான். அது தெரிந்த பிறகு நிலைமை எப்படி இருந்தாலும் மனம் சமாதானப்படுத்திக் கொண்டுவிடுகிறது.

"எஸ். பாலகிருஷ்ணன்!"

"எஸ். சார்!"

பாலு சன்னல் கூட்டத்தில் அவனுடைய இயல்புக்கு மீறிய முரட்டுத் தனத்துடன் பிற பையன்களை அகற்றித் தள்ளிக்கொண்டு முன்னேறினான். நடுங்கும் கைகளுடன் கையெழுத்திட்டுவிட்டு அவனுடைய மதிப்பெண் பட்டியல் முதலானவற்றை வாங்கிக்கொண்டு கூட்டத்திலிருந்து வெளியேறி னான். கம்ப்யூட்டர் உதவி கொண்டு மதிப்பெண் தாள்கள் தயாரித் திருந்தார்கள். அவனுக்கு முதல் பார்வையில் எல்லாமே ஒரு தெளிவற்ற குவியலாக இருந்தது. அவன் கூட்டத்திலிருந்து வெளியே வந்ததும் அப்பா ஆவலுடன் அவனுடைய தாள்களை வாங்கிக்கொண்டார். அவருடன் அங்கு இருந்த பத்துப் பதினைந்து பையன்களும் ஆர்வத்துடன் பாலுவின் பட்டியலைப் பார்த்தார்கள்.

குறைவு. மிகவும் குறைவு. தமிழில் அறுபத்து மூன்று. ஆங்கிலத்தில் நாற்பத்து நான்கு. கணக்கில் நாற்பத்தெட்டு. சரித்திரம் பூகோளத்தில் ஐம்பது. விஞ்ஞானத்தில் ஐம்பத்திரண்டு. மொத்தம் இருநூற்றி ஐம்பத்தேழு. ஐந்நூறுக்கு இருநூற்று ஐம்பத்தேழு. இதை வைத்துக்கொண்டு எங்காவது நடுக்காட்டில் ஒப்புக்கு நடத்தப்படும் பள்ளியில்தான் இடம் கிடைக்கும். இப்படிக் குறைந்த மார்க் வாங்கிப் பாஸ் செய்வதற்குப் பதிலாக பெயில்

ஆகியிருந்தால் மறு பரீட்சையிலாவது நிறைய மார்க் வாங்க வாய்ப்பு உண்டு. இப்போது அதெல்லாம் கிடையாது. ஒன்றும் கிடையாது.

பாலுவுக்கு அவனுடைய எதிர்காலம் சிறுத்துக் கருத்துப் போனதைவிட அப்பாவின் முகத்தில் தோன்றிய வேதனைதான் மிகவும் அவதிப்படுத்தியது. அங்கே பக்கத்தில் நின்றிருந்த பையன்களிடம் அவர், "உங்களுக்கு எவ்வளவு வந்தது?" என்று கேட்டுக்கொண்டிருந்தார். "உங்களுக்கு இவ்வளவு குறைச்சலா வந்ததா? ஏண்டா உனக்குக் கணக்கிலே எவ்வளவு? உனக்கு இங்கிலீஷ்லே எவ்வளவு?" என்று கேட்டுக்கொண்டிருந்தார்.

அவ்வளவு பையன்கள் எதிரில் பாலுவைப் பார்த்துச் சொன்னார்: "இந்தப் பையன்களைப் பார். பாவம், ஒரு குப்பத்திலே இருக்கிற பையன். அவன் வீட்டிலே படிச்சவங்கன்னு ஒருத்தர்கூட இருக்க மாட்டா. அவன் உன்னைவிட எழுபது மார்க் கூட வாங்கியிருக்கான். கணக்கிலே எழுபது, எல்லாத்திலேயுமே உன்னை விடக் கூட."

பாலு பதில் பேசாமல் நின்றான். அப்பா பெரும் துக்கத்தில் இருந்தார். பையன் குறைத்து மார்க் வாங்கிவிட்டான் என்பது மட்டும் துக்கத்துக்குக் காரணமல்ல.

அந்த நிலையில் பையனுக்குக் கணிசமாக உதவ முடியாததன் இயலாமையே அவரை இன்னும் துக்கத்துக்கு உள்ளாக்கியது. 'நிஜமான பிரதி' கையெழுத்து வாங்கித் தருவதுகூட அவருக்கு இயலாததாகப் போகலாம்.

பள்ளிக்கூடத்திலிருந்து வீட்டுக்குப் பதினைந்து நிமிஷம் நடக்க வேண்டும். தெருவில் நிறைய எருமைகள் வந்துவிட்டன. பாலுவும் அவனுடைய அப்பாவும் எருமைகள் நடு நடுவே புகுந்து வீடு திரும்பிக்கொண்டிருந்தார்கள். அப்பா மறுபடியும் மறுபடியும், "உனக்கு எப்படி இவ்வளவு குறைஞ்ச மார்க்? அந்தக் குப்பத்துப் பையன், அந்தச் செவத்த பையன், எல்லாருமே உன்னைவிட நிறைய வாங்கியிருக்காங்க, உனக்கு மட்டும் ஏன் இப்படி?" என்று கேட்டுக்கொண்டிருந்தார்.

தகப்பனார் தம்மை வருத்திக்கொள்வதை அதிகப்படுத்த வேண்டாம் என்றே பாலு பார்த்தான். ஆனால் அவனுக்கும் தாங்க முடியவில்லை. அவன் சொன்னான்: "அப்பா, நான் குறைச்சு மார்க் வாங்கினதுக்கும் அவங்க நிறைய வாங்கினதுக்கும் ஒரு காரணம்ப்பா. அவுங்க எல்லாரும் பிட் அடிச்சாங்க, நான் எனக்குத் தெரிஞ்சதை எழுதினேன்."

அதற்கு அப்பா சொன்ன பதில் பாலுவைத் தூக்கி வாரிப் போடச் செய்தது.

அப்பா கேட்டார்: "ஏன், நீயும் அடிக்கிறதுதானே?"

1982

பழு

எல்லாப் படிகளையும் இறங்கித் தெருவில் காலடி எடுத்து வைத்த பிறகுதான் லதாவுக்கு பஸ் சீஸன் டிக்கட்டை வீட்டிலேயே மறந்துவிட்டு வந்தது தெரிந்தது. இது பஸ்ஸில் ஏறின பிறகு தெரியவந்தால் பேசாமல் டிக்கெட் வாங்கிக்கொண்டுவிட வேண்டியதுதான். ஆனால் வீடு இன்னும் தொடும் தூரத்தில் இருக்கும்போதே சீஸன் டிக்கெட்டை எடுத்துச் செல்ல முயற்சிசெய்யாமல் போவது நியாயமாகப் படவில்லை. அதே நேரத்தில் எழுபத்தைந்து காசு கொடுத்து ஒழித்துவிட்டால் என்ன என்றும் தோன்றியது.

தெருவில் நின்றபடி குரலையும் அதிகம் எழுப்பாமல் ஆனால் மூன்றாவது மாடியில் காது கேட்கும்படியாகவும் யாரையாவது கூப்பிட வேண்டும். கூப்பிட்டாலும் கேட்காது.

லதா ஒவ்வொரு மாடிப்படியாக ஏறினாள். மூன்று மாடிப்படிக்கட்டுகள். ஒவ்வொன்றிலும் பதினான்கு படிகள். பதினான்கு மூன்று நாற்பத்திரண்டு. நாற்பத்திரண்டு! இரண்டு நாலு ஆறு. ஆறு . . . ஆறு . . .

லதாவுக்கு மூச்சிரைக்க ஆரம்பித்தது. சாப்பிட்டுக் கால் மணி நேரம் ஆவதற்குள் மூன்று முறை நாற்பத்திரண்டு படிகளை ஏறி இறங்க நேர்ந்திருக்கிறது. ரவிக்கை முதுகுப் பக்கம் முழுக்க நனைந்திருக்க வேண்டும்.

இப்படியாவது தன்னுடைய எடை குறைய வழியுண்டா? ஒவ்வொரு முறை பெண் பார்க்க வரும்போதும் லதாவுக்குச் செத்துப் பிழைத்த மாதிரிதான். வந்தவர்கள், பிற தகவல்களி லெல்லாம் திருப்தி அடைந்தவர்களாகக் காணப்படுபவர்கள், அவளைப் பார்த்தவுடன் திடீரென்று மாற்றம் அடைவார்கள். அவளும் புடவையை எப்படியெல்லாமோ தந்திரமாகக் கட்டிப் பார்த்துவிட்டாள். மெல்லிய கோடுகள், நீளக்கோடுகள், அகலவாட்டில் கோடுகள், பெரிய கரை, சின்னக்கரை, இலேசான கலர், கருத்த வண்ணம். இப்போது இதெல்லாம் ஒரு பொருட்டாகத் தோன்றவில்லை – பெண் கொஞ்சம்

இரட்டை நாடி என்கிற பெயர் நிலைத்துப் போய்விட்டது. அவளுக்கு மிக நெருங்கினவர்களே அவளைப் பற்றி அடையாளம் கூற வேண்டியிருக்கும்போது வெகு இயல்பாகக் கொஞ்சம் குண்டாக இருப்பாங்களே, அந்த அம்மாதான் என்று சொல்கிறார்கள் என்பதை அவளால் ஊகித்துக்கொள்ள முடிந்தது.

தங்கள் போர்ஷனை அடைந்து பொத்தானை அழுத்தினாள். அம்மா கதவைத் திறக்க, லதா உள்ளே ஓடிப்போய் பஸ் சீஸன் டிக்கட்டை எடுத்துக் கொண்டாள். கதவைப் போட்டுக்கொள் என்றுகூடச் சொல்லாமல் கீழே இறங்க ஆரம்பித்தாள். இறங்குவதுதான் அவளுக்கு அதிகக் கவனம் தேவைப்படும் செயலாக இருந்தது. செருப்பு அறுந்து போவதும் இறங்கும்போதுதான் அதிகம் நேர்ந்திருக்கிறது. அவளைப் போன்ற உடல்வாகு பெற்றவர்கள் செருப்பு மட்டும் அடிக்கடி மாற்ற வேண்டும் என்றில்லை. புடவை, உள்பாவாடையும்தான்! அடிக்கடி கால் தடுக்கிக் கரையில் கிழிந்துவிடுகின்றன. புடவை ஒல்லியாக இருப்பவர்களுக்காக ஏற்பட்ட உடை. அல்லது அவளைப் போன்றவர்கள் புடவை கட்டிக்கொண்டு துணிக்கடைப் பொம்மை போல நடமாட்டம் ஏதுமில்லாமல் ஒரே இடத்தில் இருக்க வேண்டும். வெவ்வேறு உருவமுடைய ஆண்களுக்கு ஏற்படி உடை தைப்பது ஒரு விஞ்ஞானமாக வளர்ந்திருக்கிறது. அவர்கள் பாண்ட், ஸ்லாக்ஷர்ட் போட்டுக்கொண்டு தொந்தி தொப்பையை ஒளித்துக்கொண்டுவிடுகிறார்கள். இப்போதெல்லாம் பெரிய நடிகர்கள் தவறாமல் டபிள் பிரஸ்ட் கோட் அணிந்துகொண்டுதான் கைதி கந்தசாமி வேஷம் அணிகிறார்கள்.

நெரிசல் நேரத்தில் பஸ் பயணம் செய்வது மனம் குன்றிப் போகும் இன்னொரு அனுபவம். பஸ்ஸில் உட்கார இடம் கிடைத்தாலும் அவள் இன்னொருவர் இடத்திலும் சிறிது பரவ வேண்டும். இதற்கு எதிர்ப்பு இல்லாமல் போவதில்லை. இந்திய பஸ்களே பஞ்சத்தில் அடிபட்டுச் சாகப் போகிறவர்களின் இறுதிப் பயணத்துக்காகத் தயார் செய்யப்பட்டவை போல உள்ளன.

லதாவுக்கு பஸ்களே குண்டுப் பெண்மணிகள் போலத்தான் தோற்றமளித்தன. ஒவ்வொரு பஸ்ஸும் ஒரு மாமியார். காலம் காலமாக மாமியார்கள் குண்டுக் கட்டையாக கொடுமை மிகுந்தவர்களாக, உஸ் புஸ்ஸென்று பெருமூச்சு விட்டுக்கொண்டு இருப்பவர்களாகத்தான் சித்திரிக்கப்பட்டிருக்கிறார்கள்.

குண்டு மாமியாரான பஸ்ஸினுள் நூற்றியேழு பயணிகளில் ஒருத்தியாக லதா நின்றுகொண்டு பயணம் செய்துகொண்டிருந்தாள். இவ்வளவு கும்பலில் அவளைவிட உருவத்தில் மெலிந்து இருப்பவர்கள்கூட நசுங்கத்தான் வேண்டும். பொருளுக்கு நீள அகல உயரம் உண்டு. பொருள் அழிக்கக் கூடியதல்ல என்று இலக்கணத்தோடு, பொருள் நசுக்கக் கூடியது என்ற இலக்கணத்தின் ஓர் உச்ச கட்டநிலை மாமியார் பஸ்களில் பயணம். உடல் தோற்றம் கல்யாணத்துக்கு முன்னால் ஏன் இவ்வளவு முக்கியமாக இருக்கிறது? முக்கால்வாசிப் பெண்கள் கல்யாணத்துககுப் பிறகு ஒழுங்காகத் தலைவாரிப் பின்னிக்கொள்வதுகூட இல்லை. உருவம் பற்றிச் சொல்ல வேண்டாம். கணவன் வருமானம் கூடுகிறதோ இல்லையோ இவர்கள் உருவம் கூடிவிடுகிறது. அதுவும் எப்படி? இனிமேல் என்னை யார் என்ன கேட்க முடியும் என்கிறது போன்ற அலட்சியம் பிரதிபலிக்கும் வகையில்.

இந்தக் கணவன்கள் இதே பெண்களை இப்போதிருக்கும் உருவத்தைக் கண்டு மணம் முடிக்கச் சம்மதிப்பார்களா? அதற்குப் பழி வாங்கத்தான் இப்படி ஊதிப்போய் விடுகிறார்கள் போலிருக்கிறது.

லதாவுக்கு உற்சாகமாக இருந்தது. தனிப்பட்ட முறையில் அவளாக அவளுக்கு இழைக்கப்படும் அநீதிகளுக்குப் பழிவாங்க முடியாவிட்டாலும் அவள் இனம் ஆண் வர்க்கத்தை இழிவுபடுத்திக் கொண்டுதான் இருக்கிறது. 'நான் அழகாக இருந்தால்தான் கல்யாணம் பண்ணிக்கொள்வாயா, கல்யாணம் ஆனபிறகு உன் முகத்தில் எப்படிக் கரி பூசுகிறேன் பார்' என்று எக்காளம் பண்ணிக்கொண்டிருக்கிறது. ஆண் வர்க்கம் பெண் வர்க்கம் இரண்டும் ஒன்றையொன்று பழி தீர்த்துக்கொண்டும், இழிவுபடுத்திக்கொண்டும் இருக்கின்றன. மனிதன் சிருஷ்டிக்கப்பட்ட நாளிலிருந்தே இப்படித்தானா? அல்லது மனைவி, குடும்பம், சமூகம் என்று ஏற்பட்ட பிறகா? நிச்சயமாகக் கல்யாணம் என்பதற்கு முக்கியத்துவம் புனிதத் தன்மையும் இல்லை என்று செய்துவிட்டால் இந்த ஆண் வர்க்கம் – பெண் வர்க்கம் போட்டா போட்டிக்கு அர்த்தமில்லாமல் போய்விடும்.

லதா பஸ்ஸில் தன்னைச் சுற்றி உட்கார்ந்துகொண்டும் நின்று கொண்டு மிருப்பவர்களைப் பார்த்தாள். இவர்கள் எல்லாரையும் ஒரே மாதிரிக் கவனத்துடன் பார்க்க முடியவில்லை. இருந்தாலும் இவ்வளவு ஆண்கள் பெண்களிடையில் திருமணம் இல்லாமல் தம்பதியாக வாழ எவ்வளவு பேர் தயார் என்று கேள்விக் கேட்டால் எத்தனை தயார்கள் கிடைக்கும்? அநேகமாக எல்லாரும் இது ஒரு ஹாஸ்யத் துணுக்கு என்பது போல் சிரிப்பார்கள். பதில் சொல்லித்தான் ஆக வேண்டும் என்று நிர்ப்பந்தம் செய்தால் சங்கடமும் எரிச்சலும் வாரி இறைப்படும். கல்யாணமாகாத குண்டுப் பெண் யாராவது இருந்தால் அவள் மட்டும் ஒரு கணம் தயங்குவாள்.

லதாவுக்கு ஆச்சரியம் மேலிட்டது. இந்த அழகு என்பதுதான் என்ன? அவளும் பள்ளி – கல்லூரியில் படித்த பதினைந்து பதினாறு ஆண்டுகளில் எவ்வளவோ நூற்றுக்கணக்கான புத்தங்களும் ஆயிரக்கணக்கான பாடங்களும் படித்திருப்பாள். அதில் இப்போது எவ்வளவு ஞாபகம் இருக்கிறது? ஆனால் அவற்றை ஞாபகம் வைத்திருப்பதை அளந்துதான் பரீட்சையில் மார்க் போட்டுப் பட்டம் தருகிறார்கள். பட்டத்துக்குப் பிறகு படித்ததெல்லாம் கரும்பலகையில் எழுதப்பட்ட எழுத்துப் போல அழிந்து போய்விடுகின்றன. அழகும் இந்தப் படிப்புப் போல ஏதோ ஒரு குறிக்கோளுக் காக – கல்யாணத்துக்காக – மட்டும்தானா? அதன் பிறகு அழகைக் கழற்றித் தூரப் போட்டுவிடலாம், அப்படித்தானே?

லதாவுக்கு அவளைச் சுற்றியிருந்தவர்களில் எவ்வளவு பேரை அழகுடையவர்கள் என்று தேர்ந்தெடுக்க முடியும் என்ற சந்தேகம் எழுந்தது. அந்த நெரிசலில் யாருமே அழகைப் பாதுகாத்துக்கொள்ள முடியாதவர் களாகத்தான் தோன்றினார்கள். இதில் எவ்வளவு பேருக்குக் கல்யாணம் ஆகியிருக்கும்? சரி பாதி என்று கணக்கு வைத்துக்கொண்டால் இவர்கள் அழகின் உச்சக்கட்டப் பயனை அடைந்துவிட்டு அதை அனாதரவாகக் கைவிட்டவர்கள். இன்னொரு பாதிப்பேருக்கு எதிர்காலம் ஒழுங்காக அமைய அழகு தேவை.

எது எப்படியோ, குண்டுப் பெண்ணாக இருந்தாலும் இன்னும் பெண் பார்க்க வருகிறார்கள். அவர்கள் என்னைப் பிடிக்கவில்லை என்று சொல்வதற்குப் பதிலாக நான் அந்த ஆண்களைப் பிடிக்கவில்லை என்று சொன்னால் என்ன? வருபவன் எவ்வளவு கருப்பாகவும் குட்டையாகவும் வழுக்கைத் தலையாகவும் ஒண்ணரைக் கண்ணனாகவும் இருந்தால்கூட நான் ஏன் அவனைப் பிடிக்கவில்லை, வேண்டாம் என்று சொன்னது கிடையாது? ஒருவேளை எனக்கு ஒரு பாங்கிலோ, வெள்ளைக்காரக் கம்பெனியிலோ ஆயிரத்தியிருநூறு ரூபாய் சம்பளம் இருந்து 'மாக்ஸ் ஃபாக்டர்' மேக்கப் போட்டுக்கொள்பவளாக இருந்தால் என் தடிமன் அவ்வளவு தடிமனாகத் தென்படாது.

அந்த மார்வாடிப் பெண் ராதா பொத்து பொசுகு என்று இருந்தவள் புனாவுக்குச் சென்று ஒரு அழகு ஆசிரமத்தில் ஒரு மாதமாக இருந்து பாதியாக இளைத்து வந்தாள். அடுத்த மாதம் கல்யாணம். வழக்கம்போல மாப்பிள்ளை குதிரை மீது வருதல், இரண்டு வாத்தியக் கோஷ்டி, ஒரு விருந்து, ஒரு கோகோ கோலா ... அடுத்த மாதம் ராதா பழையபடி ஆகிவிட்டாள். எப்படியும் கணவன் மீது பழிவாங்கலாம். இப்படித்தான் பழி வாங்க வேண்டும்.

பஸ் நின்று அந்த இடத்தில் இறங்க வேண்டியவர்களுடன் லதாவும் இறங்கினாள். பல நூற்றுக்கணக்கானவர்களுடன் அவளும் அந்த மாநில அரசு அலுவலகக் கட்டடத்தினுள் அடைக்கலம் புகுந்தாள். பகல் இடைவேளையில் சென்று டிபன் சாப்பிட்டாள். இனி உடல் இளைக்க எந்த முயற்சியும் எடுப்பதில்லை என்று தீர்மானம் செய்துகொண்டாள். அவளை அடுத்த முறை பெண் பார்க்க வரப் போகிறவனை அவள் நேரடியாக 'உன்னைப் பிடிக்கவில்லை, போய் வா' என்று சொல்லி முடித்தவுடன் அவன் முகத்தில் எந்தப் பகுதி அதிகமாகக் கோணிக்கொள்ளும் என்று கற்பனை செய்து பார்ப்பதில் லயித்துப் போனாள்.

1982

கண்ணும் காதும்

சூடாமணிக்குக் குமட்டிக்கொண்டு வந்தது. அதையும் மீறிக்கொண்டு, "போங்க, அங்கே போய் டெலிபோனை எடுத்துக்குங்க" என்று அவசரமாகச் சொன்னாள். அந்தப் பையன் விழித்தான்.

"இதோ பக்கத்திலே, பக்கத்திலே!" என்று சூடாமணி டெலிபோன் 'பூத்'தின் பலகைச் சுவரைத் தட்டினாள்.

"கதவு மூடியிருக்கே?" என்று அந்தப் பையன் சொன்னான்.

"திறந்துட்டுப் போ! சீக்கிரம்!" அந்தப் பையன் கதவோடு திண்டாடினான்.

சூடாமணி தன் வாய்க்குள்ளேயே திட்டிக்கொண்டாள். "சரி, இங்கேயே பேசு, சீக்கிரம்!" என்று தன் டெலிபோனை அவனிடம் கொடுத்தாள். எழுந்து வெளியே வந்து பக்கத்து அறைக்கதவைத் திறக்க இழுத்தாள். கதவுப்பிடி கையோடு வந்துவிட்டது.

அந்தப் பையன் அவள் கொடுத்த டெலிபோனையும் பயன்படுத்த முடியாமல் திண்டாடினான். "நீங்கதான் பாருங்க. ஏதோ குர்னு சத்தம் வருது" என்றான்.

சூடாமணி அதை வாங்கிக் காதில் வைத்துக்கொண்டாள்.

மறுபுறத்தில் டெலிபோனை வைத்துவிட்டது தெரிந்தது.

"டெலிபோனிலே குரல் கேட்டதும் உடனே பதில் குரல் கொடுக்கக் கூடாது? அவங்க திரும்ப வைச்சுட்டாங்களே?" என்றாள்.

அவன் பதில் தராமல் விழித்தான்.

சூடாமணி உள்ளே போய்த் தன்னிடத்தில் உட்கார்ந்து கொண்டாள். அந்த ஊனமுற்றோர் டெலிபோன் 'பூத்'தில் நன்றாகக் கையை வீசிக் கொட்டாவி விடக்கூட இடமில்லாது போனாலும் எல்லாப் பக்கத்திலும் கதவுகள் பொருத்திய வாசலும்

ஜன்னலும்தான். அவள் உட்கார்ந்து டெலிபோன் நம்பரைச் சுற்ற ஓரிடம். ஒரு தடுப்பு வைத்துப் பக்கத்தில் டெலிபோன் பேசவேண்டியவர்களுக்கு ஒரு கூண்டு. அந்தக் கூண்டுக்கு வெளிப்புறமாகத்தான் கதவு. அது இப்போது திறக்க முடியாமல் சிக்கிக்கொண்டுவிட்டது.

சூடாமணி மறுபடியும் அந்தப் பையன் கொடுத்த எண்ணைச் சுழற்றினாள். "இந்தா பேசு" என்று அவளுடைய டெலிபோனை அவனிடம் நீட்டினாள். அவளுடைய குமட்டல் நின்றுவிட்டது.

இம்முறை அவன் ஜரூராக இருந்தான். பேசி முடித்துவிட்டு அவளிடம் அரை ரூபாயைக் கொடுத்தான்.

"இன்னும் அரை ரூபா கொடு" என்று சூடாமணி சொன்னாள்.

"ஒரு டெலிபோன் காலுக்கு அம்பது காசுதானே?"

"முதல் வாட்டி பண்ணினதுக்கு யார் காசு கொடுப்பாங்க, அது மீட்டர்லே ஓடியிருக்குமே?"

"நான் பேசலியே?"

"நீ பேசாட்டி? அங்கே குரல் கொடுத்துத்தானே உன்னை பேசச் சொன்னேன்?"

"நான் பேசலியே."

"இரண்டு கால் போட்டிருக்கு. இரண்டுக்கும் காசு கொடுத்துத்தான் ஆகணும்."

அந்தப் பையன் மேலும் விவாதிக்காமல் இன்னொரு அரை ரூபாய் கொடுத்துவிட்டுப் போனான். சூடாமணிக்கு வேதனையாயிருந்தது. காலையில் 'பூத்' திறந்துவைத்து ஒரு மணி நேரம் கழித்துத்தான் போணியாயிற்று. அதுவும் ஒரு சிறுவனை வயிற்றெரிச்சல் கொட்டிக்கொள்கிற மாதிரி.

அவ்வளவு பஸ், ஜனங்கள் இரைச்சலிலும் அவளுக்கு ஓர் ஒலி தனியாகக் கேட்டது. ஒரு கையில் வெள்ளைக் கைத்தடியோடு மனோகரன் வந்துகொண்டிருந்தான்.

அவன் தடி தரையில் தட்டிய வண்ணம் 'பூத்தை நெருங்கிக் கொண்டிருப்பதை அவள் அப்படியே உட்கார்ந்த வண்ணம் பார்த்துக் கொண்டிருந்தாள். அவன் 'பூத்' அருகில் வந்து நின்று மெதுவாக "சூடாமணி" என்று கூப்பிட்டான்.

"எல்லாம் இங்கே இருக்கேன்" என்றாள்.

மனோகரன் தன்னை ஆசுவாசப்படுத்திக்கொண்டு தனனுடைய பையை ஜன்னலருகே நீட்டினான். அவள் வாங்கி உள்ளே இருந்த ஓர் ஆணியில் மாட்டினாள். அவள் வெளியே வர, அவன் சிறிது தடுமாறிய வண்ணம் 'பூத்' உள்ளே நுழைந்து ஸ்டூலில் உட்கார்ந்துகொண்டான். கையால் ஒரு பிறையைத் தடவி "டைரக்டரி எங்கே வைச்சிருக்கே?" என்று கேட்டான். அது கீழே தரையில் கிடந்து சூடாமணி அதை அவன் கையில் கொடுத்தாள்.

“ஏன் ஒரேயிடத்திலே வைக்கமாட்டேங்கறே?” என்று சொல்லி அவன் அதைப் பிறையில் வைத்தான். “சரி, நீ போ” என்றான்.

“காலேலேந்து ஒரே ஒரு கிராக்கிதான். அதோ டப்பாலே ஒரு ரூபா போட்டிருக்கேன். இந்தக் கஸ்டமர் கதவு திறக்க மாட்டேங்குது.”

அவன் உட்கார்ந்த இடத்திலிருந்தே துழாவி, பக்கத்துக் கூண்டுப் பக்கம் இருந்த சிறு கண்ணாடி ஜன்னலை விலக்கினான். கைத்தடி கொண்டு அந்தத் துவாரம் வழியாகக் கூண்டுக் கதவைத் தள்ளினான். அது திறந்துகொண்டது. “எந்த நேரத்திலேயும் கஸ்டமர்ஸை இங்கேயே நின்னு பேசிப் போகவிடாதே. எந்த டெலிபோன்காரன் பார்த்துக் கம்பிளெயிண்ட் பண்ணிடுவான்னு தெரியாது.”

“கம்ப்ளெயிண்ட் கம்ப்ளெயிண்ட்டுன்னு சாகறீங்களே, எல்லாம் ஒழுங்கா இருந்தாத்தானே?”

“சரி சரி. இன்னிக்கு நாள் சரியில்லே. நீ போய்ப் பன்னெண்டு மணிக்குச் சாப்பாடு எடுத்துட்டு வா.”

அவள் பன்னிரெண்டு மணிக்குத் திரும்பி வந்தபோது ஐந்தாறு பேர் டெலிபோன் பூத்துக்கு அருகே இருந்தார்கள். ஆனால் மனோகரன் அவள் வந்ததை எப்படியோ தெரிந்துகொண்டுவிட்டான். “கொஞ்ச நேரம் இரு. இவங்க கால் எல்லாம் முடிச்சுட்டு வந்துடறேன்” என்று சொன்னான்.

திடீரென்று “சார், சார்” என்று உரக்கக் கூப்பிட்டான்.

அப்போதுதான் காசு கொடுத்துவிட்டுச் சென்றுகொண்டிருந்த ஒருவன் நின்று திரும்பினான்.

மனோகரன் மீண்டும் “சார், சார்” என்றான்.

“என்ன?” என்று அந்த ஆள் கேட்டான்.

“நீங்க கொடுத்த காசு செல்லாது போலே இருக்கே?” என்று மனோகரன் சொன்னான்.

அங்கிருந்தவர்களில் ஒருவன் அதை வாங்கிப் பார்த்தான். “இது நம்ப ஊர் காசேயில்லை” என்றான். சூடாமணி அதை வாங்கிப் பார்த்து முதல் ஆளிடம் திரும்பக் கொடுத்தாள். அவன் “மன்னிச்சுடுங்க. எனக்கே தெரியாது” என்று சொல்லிவிட்டு வேறு பணம் கொடுத்தான்.

சூடாமணி விலகி நின்று மனோகரனை உற்றுப் பார்த்தாள். அவன் அந்தச் சிறு இடத்தில் வேர்த்து விருவிருத்தபடி உட்கார்ந்திருந்தான். ஓரிரு நிமிடங்கள் டெலிபோன் கூண்டுக்குள் பேசிவிட்டு வருபவர்களே புழுக்கம் தாங்க மாட்டாமல் திண்டாடியபடி வெளியே வருவார்கள். மனோகரன் மணிக்கணக்கில் அங்கு உட்கார்ந்துகொண்டு தன் காதையும் கையையுமே நம்பிப் பணம் வாங்கிக் கொடுத்துச் சமாளிக்கிறான். டெலிபோன் இலாக்காவின் நிபந்தனைகளை மீறுவதில்லை. அவன் டெலிபோன் கருவியைக் காதில் வைத்துக்கொண்டிருப்பான். டெலிபோன் செய்ய

வேண்டியவர்கள் எண்ணை அவர்களே சுழற்ற வேண்டும். இணைப்புக் கிடைத்துவிட்டது என்று தெரிந்தவுடன் மனோகரன் சைகை செய்வான். அவர்கள் பக்கத்துக் கூண்டிற்குள் சென்று அங்குள்ள டெலிபோன் கருவியை எடுத்துப் பேச வேண்டும். வெளிச்சம் இருட்டு ஏதும் தெரியாதவன் ஒரு சிக்கலுமில்லாமல் சமாளித்துக்கொள்கிறான். அவளோ அன்றைக்கு டெலிபோன் செய்யவந்த முதல் நபரிடமே அடாவடியாக நடந்துகொள்ள வேண்டியிருந்தது.

“யாராவது இருக்காங்களா?” என்று மனோகரன் குரல் கொடுத்தான்.

“இதோ பேசறாரே இவர்தான் கடைசி” என்று சூடாமணி சொன்னாள். அப்படிச் சொல்லிக்கொண்டிருக்கும்போதே இரு பெண்கள் டெலிபோன் செய்ய வந்தார்கள். சூடாமணி அவர்களிடம், “இரண்டு நிமிஷம் இருங்க. அவருக்குச் சாப்பாடு எடுத்துக் கொடுத்திட்டு வந்துடறேன்” என்றாள்.

மனோகரன் வெளியே வந்து ஓரமாகக் கீழே உட்கார்ந்தான். சூடாமணி அவனிடம் டிபன் காரியரைக் கொடுத்தாள்.

“தண்ணி பாட்டிலைப் பக்கத்திலே வைச்சுட்டு அவுங்களைக் கவனி” என்றான்.

சூடாமணி டெலிபோன் ‘பூத்’தில் நுழைந்து ஸ்டூலில் உட்கார்ந்து கொண்டாள். ஜன்னலருகே நின்றிருந்த பெண்களிடம் “நீங்களே டயல் பண்ணிக்குங்க” என்றாள்.

மனோகரன் அவனாகச் சாப்பாடு எடுத்துச் சாப்பிட்டுக் கொண் டிருந்தான். ஒரு பருக்கை கீழே போடவில்லை. முடிவாகத் தண்ணீரும் குடித்தான். டிபன் காரியரை ஒழுங்காக மூடி வைத்தான். “என் தடி எடுத்துக் கொடு. வெத்திலை பாக்கு வாங்கி வரேன்” என்றான்.

“நான் வாங்கிட்டு வரேனே?” என்று சூடாமணி சொன்னாள்.

“வேண்டாம். எனக்குக் காலை கொஞ்சம் நீட்டி மடக்கணும்.”

சூடாமணி டிபன் காரியரை எடுத்துப் பையில் போட்டாள். மனோகரன் அவனுடைய தடியைத் தட்டிய வண்ணம் சுவரோரமாகச் சென்றான். அவன் கண்ணிலிருந்து மறைவதற்கும் டெலிபோன் அதிகாரி அங்கு வருவதற்கும் சரியாக இருந்தது.

“என்னம்மா, அவர் எங்கே?”

“அவர் இப்போதான் சாப்பிட்டாருங்க. அதோ வெத்திலை பாக்கு வாங்கி வரப் போயிருக்காரு.”

“ஆமா, அதென்ன லாட்டரிச் சீட்டு?”

“ஒண்ணுமில்லீங்க. நான் டிரெயின்லே வரப்போ போறப்போ விப்பேன்.”

“டிரெய்னிலே வித்தா இங்கே ஏன் மாட்டியிருக்கு? இது டெலிபோன் பூத்தா, லாட்டரி டிக்கெட் விக்கிற கடையா?”

“இல்லீங்க. இதோ எடுத்துடறேன். சும்மா ஆணியிலே மாட்டியிருக்கோம்.

“முதல்லே அதை எடு அங்கேயிருந்து, இந்தத் தவணை பணம் கட்டிட்டீங்களா?”

“இல்லீங்க. நாளைக்குக் கட்டிடறோம். இங்கே இன்னும் ஆளுங்க சரியா வர்றதேயில்லீங்க.”

“பஸ் ஸ்டாண்டுக்குப் பக்கத்திலே இருக்கு. எப்படி வராம இருப்பாங்க? கஸ்டமர் கதவுப் பிடி எங்கே? இதெல்லாம் ஒண்ணும் பெருக்கிச் சுத்தமே செய்யறதில்லையா?”

“பண்ணினேன் சார். இன்னிக்கு காலையிலே வந்து நான்தான் எல்லாம் துடைச்சு வைச்சேன்.”

“அப்படியுமா இவ்வளவு குப்பை? நான் அடுத்த வாட்டி வரப்போ இப்படி எல்லாம் இருக்கக்கூடாது. முதல்லே அந்தக் கதவுப் பிடியை முடக்கச் சொல்லு.”

“அந்தக் கதவு சரியா மூடித் திறக்க மாட்டேங்குது சார். இன்னிக் காலையிலே திறக்கவே முடியலை.”

“எப்படி முடியும், இவ்வளவு தூசி தும்பட்டை இருந்தா? சரி. முதல்லே இங்கே நிக்கிறவங்களைக் கவனி. சும்மா காக்க வைக்காதே.”

மனோகரன் கால் மணி நேரம் பொறுத்துத்தான் திரும்பி வந்தான். சூடாமணி இறங்கி அவன் உட்கார இடம் தந்தாள். ஆனால் அவனுக்கு எப்படியோ தெரிந்துவிட்டது. “என்னாச்சு?” என்று கேட்டான்.

“ஒண்ணுமில்லை.”

“இல்லே, ஏதோ ஆயிருக்கு.”

“அந்த மீசைக்காரன் வந்தான்.”

“என்ன சொன்னாரு?”

“இங்கே லாட்டரி டிக்கெட் விக்கக் கூடாதுன்னான்.”

“அதை எடுத்துட்டேயில்லே?”

“அதோ கீழே டைரக்டரி பக்கம் வைச்சிருக்கேன்.”

“இன்னும் ஏதாவது சொன்னாரா?”

“கதவை ஒழுங்குபடுத்தச் சொன்னான்.”

“காலையிலேயே பிடி கையோடு வந்துடுத்துன்னு சொன்னா சுப்பிரமணியனைக் கூப்பிட்டு முடுக்கச் சொல்லியிருப்பேனில்லே? உள்ளே ஒரே குப்பையும் கூளமுமா இருக்குமே!”

“ஆமாம், அதையும் சொன்னான்.”

“பாத்தியா, பாத்தியா சூடாமணி? நீ கொஞ்சம் கவனிச்சிக்கக் கூடாதா? நீ என்கூட இருக்கிற தைரியத்திலேதான் இதுக்கு விண்ணப்பம் அனுப்பிச்சி எவ்வளவு பேரு காலைக் கையைப் பிடிச்சு வாங்கியிருக்கேன்? இப்படிப் பேச்சு வாங்க வைச்சுட்டியே? சரி, இந்த லாட்டரிச் சீட்டு அட்டையை எடுத்துட்டுப் போ. அது எதுக்கு ஒண்ணு இங்கே!”

சூடாமணி சாப்பாட்டுப் பையையும் லாட்டரிச் சீட்டு அட்டையையும் எடுத்துக்கொண்டு கிளம்பினாள். மனோகரன் மெதுவாகக் கூப்பிட்டான். “சூடாமணி.”

நாலடி சென்றவள் திரும்பி வந்து அவன் காதருகில், “ஏன் இப்படி நாலு பேர் கூடற இடத்தில் என் பேரை உரக்கக் கத்திக் கூப்பிடறீங்க? நீங்க சொல்ல வேண்டியதை எல்லாம் வீட்டிலே வைச்சுக்கலாமே?” என்றாள்.

“வீட்டிலேயா?” என்றான். அதற்கு எவ்வளவோ அர்த்தம் தொனித்தது.

ஜன்னலருகில் ஒருவர் நாணயம் கொண்டு பலகையைத் தட்டினார். மனோகரன் டெலிபோன் கருவியைக் காதில் வைத்துக்கொண்டு, “டயல் பண்ணுங்க சார்” என்றான்

அந்த நபர் வெகுநேரம் டெலிபோனில் பேசிக்கொண்டிருந்தார். அவர் பேசி முடித்துக் காசைக் கொடுத்தபோது மனோகரன் சொன்னான்: “சார், நீங்க நம்பரைச் சீட்டிலே எழுதலியே?”

“எங்கே எழுதணும்?”

“அதோ அங்கே ஓரத்திலே ஒரு அட்டை இருக்கு பாருங்க. பென்சில் இருக்குமே?”

“இருக்கு, இருக்கு.”

அந்த நபர் அங்கிருந்து சென்றவுடன் சூடாமணி மனோகரன் அருகில் சென்று, ‘நான் வரேங்க’ என்றாள்.

மனோகரன் பதில் தரவில்லை.

“கோபமா?” என்று சூடாமணி கேட்டாள்.

“இல்லையே.”

“உங்க முகத்திலே பார்த்தாலே தெரியுதே.”

“அதெல்லாம் கோபம் ஒண்ணும் இல்லை.”

“ஏதோ படபடப்பாய்ப் பேசிட்டேன். இனிமே காலையிலே முதல் வேலை இந்த இடத்தைச் சுத்தமாப் பெருக்கி வைச்சுடறேன்.”

“சரி.”

“வந்து ... இன்னொண்ணு சொல்லட்டுங்களா?”

"என்ன?"

சூடாமணி அவன் கையைப் பிடித்துக்கொண்டாள். "நமக்குக் குழந்தை பொறக்கப் போவுது."

"அப்படியா?" மனோகரன் முகம் மலர்ந்தது. அவனும் அவள் கையைப் பற்றிக்கொண்டான். "அந்த நல்லவேளை தானோ என்னவோ நம்ம பொழைப்புக்குக் கவுரமா ஒரு வழி பொறந்திருக்கு" என்றான்.

சூடாமணி பேசாமலிருந்தாள்.

"கடவுளாப் பார்த்துத்தான் கண் திறந்திருக்காரு."

"நான் போயிட்டு வரேங்க."

"பத்திரமாப் போ. வண்டியும் கார்களும் ஏகமாப் போறது. பாத்துப் போ."

சூடாமணி இரண்டடி எடுத்து வைப்பதற்கு மனோகரன் தன் தடியால் இரண்டு முறை தரையைத் தட்டினான். சூடாமணி அவனருகில் சென்று, "என்னங்க?" என்று கேட்டாள்.

"ஒண்ணுமில்லே. நினைச்சுண்டேன். பொறக்கப் போறதுக்காவது கண் ஒழுங்கா இருக்கணும்."

சூடாமணி தன் கண்ணைத் துடைத்துக்கொண்டாள்.

1982

சேவை

வரவரப் பொருட்காட்சி சாலைகள் எல்லாம் மோசமாக மாறிக் கொண்டிருக்கிறதாகச் சங்கரனுக்குத் தோன்றிற்று. ஏகப்பட்ட சுவரொட்டிகள். ஆகாயத்தில் ராட்சத விளம்பர பலூன். விசேஷ பஸ்கள். உள்ளே நுழையச் சுளையாக ஒரு ரூபாய்க் கட்டணம். ஆனால் சுற்றிப் பார்க்க முழுதாக அரை மணி நேரங்கூடத் தேவைப்படுவதில்லை. திரும்பத் திரும்ப வளைக்கடைகளும் பிளாஸ்டிக் சாமான்கள் கடைகளும். மின்சார வாரியமும் காவல்துறையும் பொருட்காட்சிக்கு ஓரளவு மதிப்பளித்தன. அந்தத் துறைகளும் பொருட்காட்சியில் பங்கு பெறாதிருந்தால் சைனா பஜாருக்கும் பொருட்காட்சிக்கும் பெரிய வித்தியாசம் இருந்துவிடாது.

திறந்த வெளியில் செப்பிடு வித்தை புரிவது போலப் பிரம்மாண்டமான இருப்புச் சட்டியில் ஒருவன் பிரம்மாண்டமான அப்பளத்தை ஒவ்வொன்றாகப் பொரித்து மிளகாய்ப் பொடி தூவித் தர இன்னொரு செப்பிடு வித்தை புரிவதுபோல அவற்றைச் சிலர் வாங்கித் தின்றுகொண்டிருந்தார்கள். பொரித்த அப்பளத்தின் சூடு; விரலெல்லாம் எண்ணெய்; அப்பளத்தை ஒடிக்கும்போது சிறிது அசிரத்தையாக இருந்தால்கூட அப்பளத் துண்டுகள் தெறித்துச் சிதறிக் கீழே விழுந்துவிடும் அபாயம்; தாமரை இலை அளவு அப்பளத்தைக் கையில் வைத்துக்கொள்ள ஆல இலை அளவுக் காகிதத் துண்டு. அங்கு பொருத்தப்பட்டிருந்த பிரகாசமான விளக்கு தகித்தது. அடுப்பின் கணகணப்பும் விளக்கின் தகிப்பும் மாசி மாதப் பனியும் அந்தச் சுற்றுப்புறத்துக்கு விநோதமான சீதோஷ்ண நிலையை அளித்தன. அப்போதுதான் மக்கள் திரள்களிலிருந்து தனித்து ஒரு குழந்தை அழுதுகொண்டு நிற்பதைச் சங்கரன் பார்த்தான்.

அந்தக் குழந்தையிடம் சென்று, "ஏன் பாப்பா, அழுதுண்டிருக்கே?" என்று கேட்டான். அக்கேள்விக்கு பதிலாகக் குழந்தை அழுதது.

"உன் அப்பா, அம்மா எங்கே?"

அந்தக் குழந்தை அழுகையை நிறுத்தவில்லை. சங்கரன் அங்குமிங்கும் பார்த்தான். யாரும் அந்தக் குழந்தைக்குரியவர்களாகத் தெரியவில்லை. குழந்தையின் கையைப் பிடித்துக்கொண்டான். குழந்தை இன்னும் பெரிதாக அழ ஆரம்பித்தது.

அந்தப் பொருட்காட்சிச் சாலையில் எங்கிருந்தோ மகா மட்டமான சினிமாப் பாடல்களை ஒலிபெருக்கி மூலம் ஒலிக்கச் செய்துகொண்டிருந்தார்கள். நடு நடுவே சில அறிவிப்புகளும் செய்துகொண்டிருந்தார்கள். அங்கு இந்தக் குழந்தையைக் கொண்டுபோய் விட்டுவிட்டால் சிறிது நேரமாவது அப்பாடல்களைத் தவிர்க்கலாம்.

சங்கரன் மெதுவாகத்தான் அந்தக் குழந்தையை அழைத்துச் சென்றான். ஆனால் அது பெரிதாக அழுதுகொண்டிருந்தது. ஒரு பெரியவர் சங்கரனைப் பார்த்து, "ஏம்பபா, குழந்தையைப் போட்டு அடிக்கிறே?" என்று கேட்டார்.

"இது என் குழந்தை இல்லை" என்று சங்கரன் சொன்னான்.

"யார்தோ குழந்தைன்னா இப்படியா அழ அழ அடிக்கிறது?"

"யாருய்யா அடிச்சா? இதுவா அழறது."

"அப்ப குழந்தைகிட்டே உனக்கென்ன வேலை?"

"விவரம் தெரியாம பேசாதீங்க. இந்தக் குழந்தை தனியா அழுதுண்டிருந்தது. நான் கொண்டுபோய் விடறேன்."

"இந்தக் குழந்தையை முதல்லியே தெரியுமா உனக்கு?"

"இது யார்ராவன்? இது தவறிப்போன குழந்தை கொண்டுபோய்ப் போலீஸ்லியோ எக்ஸ்பிஷன் ஆபீஸ்லியோ விட்டுடலாம்னு அழைச்சிண்டு போறேன். நீயும் வேணா என்கூட வா."

"கொஞ்சம் மரியாதையோடயே பேசறது..." சங்கரன் அவரைப் பார்த்து முறைத்தான்.

அந்தப் பெரியவர் குழந்தையின் இன்னொரு கையைப் பிடிக்க எத்தனித்தார். குழந்தை பயங்கரமாக வீரிட்டு அலறிச் சங்கரனின் கால்களைக் கட்டிக்கொண்டது. அவர்களைச் சுற்றி ஒரு சிறு கூட்டம் கூடிவிட்டது. சங்கரன் கூட்டத்தை விலக்கிக்கொண்டு பொருட்காட்சிச் சாலை அலுவலகத்தைத் தேடிச் சென்றான். குழந்தை இப்போது அவனைக் கெட்டியாகப் பிடித்துக்கொண்டிருந்தது.

விசாரணக்கூடம் பொருட்காட்சி நுழைவாயிலுக்கருகே இருந்தது. அங்கு ஒரு ரிகார்டு பிளேயர் தன்னிச்சையாகச் சுழன்றுகொண்டு வானொலி முதலிய நிறுவனங்கள் தடை செய்த பாடல்களையும் உரக்கப் பகிரங்கப்படுத்திக் கொண்டிருந்தது. அதை முடுக்கிவிட்ட ஆயாசம் தீர அங்கு இருக்க வேண்டியவர்கள் எங்கோ சென்றிருந்தார்கள் அந்த நபர்களுக்காகச் சங்கரன் தவிர இன்னும் சிலரும் காத்திருக்க வேண்டியிருந்தது. குழந்தை அழுவதை நிறுத்திவிட்டுச் சங்கரன் கால்களை இறுகப் பிடித்துக்கொண்டிருந்தது.

விசாரணைக் கூடத்தில் கூட்டம் கணிசமான நேரம் காத்திருந்தாகி விட்டது என்று தோன்றியபின் வருவதுபோல இருவர் ஒரு தனிவழியாக

அந்தக் கூடத்தினுள் வந்தார்கள். ஓர் ஆண், ஒரு பெண், ஆண் சோர்வோடு ஒரு நாற்காலியில் உட்கார அப்பெண்மணி கேட்டாள், "இன்னொரு குழந்தையா?"

சங்கரன் முந்திக்கொண்டு, "ஆமாம்" என்றான்.

பெண்மணி அலட்சியமாகப் பேனாவைக் கையில் எடுத்துக்கொண்டு, "என்ன பெயர்?" என்று கேட்டாள்.

அரை விநாடித் தயக்கத்திற்குப் பிறகு சங்கரன், "சங்கரன்" என்றான்.

அப்பெண்மணி ஒரு காகிதத்தில் சங்கரன் பெயரை எழுதியவாறே, "வயது?" என்று கேட்டாள்.

ஒரு விநாடி இடைவெளிக்குப் பிறகு, "முப்பத்தொன்று" என்று சங்கரன் பதில் சொன்னான்.

இயந்திர ரீதியாக அதை எழுதியவள் சட்டென்று தலை நிமிர்த்தி, "உங்க வயசு இல்லை. குழந்தை வயசு என்ன?" என்று கேட்டாள்.

"எனக்குத் தெரியாது. ஆனா நீங்க பார்த்துச் சொல்லுங்க. நாலு இருக்குமா அஞ்சு இருக்குமா?"

"இதுவா? இது உங்க குழந்தைன்னா நினைச்சேன்?"

"இதுதான் தொலைஞ்சு போன குழந்தை. அதாவது நான் கண்டெடுத்த குழந்தை."

அப்பெண்மணி தன் சகாவைப் பார்த்தாள். அவன் தோள்களை உயர்த்தினான்.

அப்பெண்மணி 'மூன்று' என்று கூறியவாறு குறித்துக்கொண்டாள். பிறகு "உன் பேர் என்ன பாப்பா?" என்று கேட்டாள்.

குழந்தை சங்கரனிடம் இன்னும் நெருங்கி ஒட்டிக்கொண்டது.

"நீங்கதான் கொஞ்சம் கேட்டுச் சொல்லுங்க, சார்."

சங்கரன், "உன் பேர் என்ன பாப்பா?" என்று கேட்டான்.

குழந்தை அந்தச் சுற்றுப்புறத்தைச் சந்தேகத்துடன் பார்த்தது.

"உம், சொல்லு. எங்கிட்டே மட்டும் சொல்லு. நல்ல பாப்பா வோல்லியோ?"

குழந்தை சங்கரனை இரக்கத்தோடு பார்த்தது.

"உம், சொல்லு. எனக்கு மட்டும் சொல்லு."

"பாப்பா."

"உன் பேர் என்ன பாப்பா?"

"பாப்பா."

"அது சரி. நீ பாப்பாதான். உன் பேரு?"

சேவை

"பாப்பா."

"உன் அப்பா பேரு தெரியுமா?"

"அப்பா."

"அதான் அப்பா பேரு, அப்பா பேரு?"

"அப்பா."

"அம்மா பேரு?"

"அம்மா."

"அம்மா பேருகூடத் தெரியாதா? உங்கப்பா உங்கம்மாவை என்ன சொல்லிக் கூப்பிடுவாரு?"

"அம்மா."

"அம்மா பேரு – அம்மா பேரு."

"அம்மா."

இப்போது விசாரணைக்கூட ஆள் கேட்டான்.

"உங்க அப்பா என்ன பண்ணுவார்!"

குழந்தை பதில் பேசாமல் இருந்தது.

"உங்க அப்பாவுக்கு என்ன வேலை தெரியுமா?"

குழந்தை குழம்பி அழுவதற்குத் தயாராகிக்கொண்டிருந்தது.

விசாரணைப் பெண் சங்கரனிடம், "நீங்கதான் கொஞ்சம் கேட்டுச் சொல்லுங்க சார். சட்டுபுட்டுன்னு அன்னவுன்ஸ் பண்ணி விஷயத்தை முடிச்சுடலாம்" என்றாள்.

"பேரு சொல்லத் தெரியாத குழந்தைக்கு அப்பாவின் தொழிலைச் சொல்ல முடியுமா?"

அவள் சங்கரனை முறைத்துப் பார்த்தாள். பிறகு தன் கையிலிருந்த குறிப்புகளை அவளுடைய சகாவிடம் கொடுத்தாள். அவன் ஒரு சுவிட்சைத் தட்டிவிட்டு மைக்ரோ போனை அருகில் நகர்த்திக்கொண்டான்.

ஏகப்பட்ட ஒலிபெருக்கியின் எதிரொலியில் முதலில் சங்கரனுக்கு அந்த அறிவிப்புச் சரியாகப் புரியவில்லை. ஆனால் அறிவிப்பு இரண்டாம் முறை செய்யப்படும்போது, காதில் கேட்டு அவனுக்குத் தூக்கி வாரிப் போட்டது. "துணையில்லாமல் தனியாக அழுதுகொண்டிருந்த சங்கரன் என்ற மூன்று வயதுக் குழந்தை இங்கு விசாரணை அலுவலகத்தில் ஒப்படை க்கப்பட்டிருக்கிறது. உரியவர்கள் விசாரணை அலுவலகம் வந்து குழந்தையை அழைத்துக் கொள்ளலாம்."

சங்கரன், "பாவி! குழந்தை பெண் குழந்தைய்யா!" என்று கத்தினான்.

அங்கு சுற்றியிருந்தவர்கள் சிரித்தார்கள். அறிவிப்புச் செய்பவன், "என்ன சொன்னே," என்று கேட்டான்.

“குழந்தைக்குப் பேர் தெரியாது ஆனால் பெண் குழந்தை. அதை இங்கே கொண்டு விட்டிருக்கிற என் பேருதான் சங்கரன்.”

“இதை முன்னமேயே சொல்றதுதானே?”

“நீ இப்படித் தப்புத் தப்பாச் சொல்லப் போறேன்னு தெரியுமா?”

“இங்கே பாரு” என்று கூறியவாறு அந்த ஆள் அவனிடமுள்ள குறிப்புத்தாளை நீட்டினான். அதில் சங்கரன் என்ற பெயர்தான் முதலில் எழுதியிருந்தது.

சங்கரன் அந்த அலுவலகப் பெண்ணைப் பார்த்தான். அவளும் அவனைப் பார்த்தாள்.

கடைசியாக திருத்தம் இப்படி அறிவிக்கப்பட்டது: “தனியே நின்று அழுதுகொண்டிருந்த மூன்று வயதுக் குழந்தையைச் சங்கரன் என்பவர் இங்கு விசாரணை அலுவலகத்தில் கொண்டுவந்து விட்டிருக்கிறார். உரியவர்கள் வந்து பெற்றுப் போகும்படி கேட்டுக்கொள்ளப்படுகிறார்கள்.”

“இனிமேல் நான் போகலாமில்லே?” என்று சங்கரன் கேட்டான்.

“கொஞ்சம் இரு. குழந்தைக்கு உரியவங்க வந்தப்புறம் போகலாம்.”

“அதுக்கும் எனக்கும் என்ன சம்பந்தம்?”

“இல்லை, நீ இருக்கறதுதான் நல்லது. இங்கே சில பேரு கலவரம் ஏற்படுத்தணும்னு யார்தாவது குழந்தையை இங்கே கொண்டுவந்து விட்டுடறாங்க. இதுவரைக்கும் மூணு கேஸு ஆச்சு...”

குழந்தையின் பெற்றோர்கள் இன்னும் ஒரு குழந்தையுடனும் கை நிறையப் பொருள்களையும் வெவ்வேறு கடைகளில் கொடுத்த விளம்பரக் காகிதங்களையும் சுமந்தபடி நிதானமாக வந்தார்கள். அப்போது அவர்கள் தீவிரமாக சர்ச்சை செய்துகொண்டிருந்த விஷயம், மலிவு விலைத் தலையணை ஒன்றுக்கு இரண்டாக ஏன் வாங்கவில்லை என்பது. பெற்றோர்களைக் கண்டதும் குழந்தை சங்கரனின் கால்களை இன்னும் கெட்டியாகப் பிடித்துக்கொண்டது. குழந்தையின் தாய் கேட்டாள். “எங்கேடி நீ பாட்டுக்கு ஊர் சுத்தக் கிளம்பிட்டே?” குழந்தை நடுங்கியது.

“குழந்தையை மணிக்கணக்கிலே அழ விட்டுட்டு நீங்கதான் எங்கேயோ போயிட்டீங்க” என்று சங்கரன் சொன்னான்.

அவள் அதை இலட்சியம் செய்யவில்லை. அறிவிப்பாளர்களிடம், “நீங்க குழந்தை பேரு சொல்லியிருந்தீங்கன்னா எவ்வளவு சௌகரியமாயிருந்திருக்கும்? எவ்வளவு கவலையாய் போச்சு தெரியுமா?” என்றாள்.

“குழந்தை பேரே சொல்லலியே? எவ்வளவு தடவை கேட்டுப் பார்த்தோம்? இவர்தான் ரொம்பக் கஷ்டப்பட்டாரு.”

குழந்தையின் தகப்பனாவது சிறிதளவு நன்றியுணர்ச்சி உள்ளவனாக இருந்தான். ஆனால் குழந்தையின் தாயார் குழந்தை தொடர்ந்து திரும்பக் கிடைப்பது சர்வ சாதாரணமான நிகழ்ச்சி என்று எண்ணுவது போல

இருந்தாள். அவள் குழந்தையைத் தன் பக்கம் இழுத்த போதுகூட அது சங்கரனின் கால்களைக் கெட்டியாகப் பிடித்துக்கொண்டிருந்தது.

அப்பளக் கடைக்காரன் கடையைக் கட்டிக்கொண்டிருந்தான். ஓர் இறுதி அப்பளமாகப் பொரிக்கச் சொல்லிச் சங்கரன் வாங்கிக்கொண்டான். எண்ணெய் மிகவும் கசந்தது. அப்பளமும் சரியாகப் பொரியவில்லை. ஏறக்குறைய ஒரு மணி நேரம் ஒரு குழந்தை அவன் கையைப் பிடித்த வண்ணம் இருந்திருக்கிறது. அதற்கு அவன் ஒரு பொறுக்குக் கடலை, ஒரு விள்ளல் இனிப்புக்கூட வாங்கித் தரவில்லை. அழும் குழந்தைக்குத் தின்பண்டம் வாங்கித் தருவது இயல்பாக அவனுக்குத் தோன்றவில்லை.

அது அழுது தீர்த்த வண்ணம் இருந்ததால் இயல்பாகத் தோன்றுபவை எல்லாம் தடைபட்டுப் போயிருக்கலாம். குழந்தைதான் என்றால்கூட அது அழுதால் சகிக்க முடிவதில்லை.

ஆனால் மொழியும் சொற்களும் பயன்படாத போது அழுகைதான் மொழியாக இருக்கிறது. அதுதான் யாருமே சந்தேகமறப் புரிந்துகொள்ளக்கூடிய மொழியாக இருக்கிறது.

அந்தக் குழந்தைக்கும் தன்னைப் போலக் கண்ணீர் வற்றிப் போய் அழ முடியாமல் போக இன்னும் ஐந்தாறு ஆண்டுகளாவது ஆகும். பெண் குழந்தை ஆதலால் பதினைந்து இருபது வயது வரைகூட அழலாம். அதற்கு மேலும்கூட அழலாம். ஆனால் அப்படி அழச் சந்தர்ப்பங்கள், வளர்ந்து வயது முற்றியவர்களுக்கே பொருத்தமான சந்தர்ப்பங்களாக இருக்கும். அந்த அழுகையைப் பிறர் ஆறுதல் கூறித் தணிக்க வேண்டியதில்லை. அது முடியாததும்கூட அவள் குழந்தையாக இருக்கும் வரையில் தான் அழுகைக்கு ஆறுதல் கூறுவது சாத்தியமும் அவசியமும் ஆகும்.

அந்தக் குழந்தை குழந்தையாக இருக்கும் வரையிலாவது அதன் தாய் ஆறுதலாக இருந்தால் நல்லது. ஏனோ அப்படி ஒரு நம்பிக்கை தனக்கு வலுவாகத் தோன்றாதது குறித்துச் சங்கரனுக்கு வருத்தமாக இருந்தது.

1982

சென்ஸாரும் குடும்பப் படமும்

வணக்கம் தெரிவித்து ஒருவர் என் முன் வந்து நின்றார். குப்புற வீழ்த்திவிடும் அளவுக்கு அவருடைய நெற்றியில் விபூதியும் குங்குமமும் இருந்தது.

"உக்காந்திடுங்க, உக்காந்திடுங்க," என்றேன்.

அவர் நின்றபடியே, "நாளைக்கு நம்ம படத்தை ஆர்.சி.லே. பாக்கறீங்க" என்றார்.

திரைப்படங்களின் மறுதணிக்கைக்கு ஆர்.சி. அல்லது 'ரிவைஸிங் கமிட்டி' என்றுபெயர்.

"உங்களுக்கு எப்படித் தெரியும்!" என்று கேட்டேன். ஏனென்றால் எனக்குத் தெரியாது.

"தமிழ்க்காரங்க இருக்கிறது ஏழெட்டுப் பேரு. நாலு பேர் முதல்லே பார்த்தாங்க. இப்போ பாக்கி நீங்கதானே பார்க்கணும்?"

நான் மௌனமாக நின்றேன்.

"படம் நல்ல ஃபாமிலி சப்ஜெக்ட்டுங்க. ஆனா முதல் கமிட்டிலே 'ஏ' கொடுத்துட்டாங்க."

"இதைப் பாருங்க, பழி வாங்குறதுக்குன்னு சொந்த மச்சினியை அவ கல்யாணத்துக்கு முதல் நாள் அவ அக்கா புருஷன் பலவந்தமா நிர்வாணமாக்கி வேடிக்கை பார்க்கிறான். அந்தப் பொண்ணு தற்கொலை பண்ணிக்கிறா. அந்த படத்துக்கு ஏன் 'யூ' கொடுக்கலேன்னு இன்னிக்கும் அந்த டைரக்டர் எங்களைத் திட்டிண்டு அலையறாரு. உங்க படம் எப்படியோ?"

"நம்ம படத்திலே நிர்வாணம் கிடையாதுங்க. முழுக்க ஃபாமிலி சப்ஜெக்ட். ஜனசமூகத்துக்குத் தொண்டு செய்யணும்னு இந்தப் படத்தை எடுத்தேங்க. அதுக்குப் போய் 'ஏ' கொடுத்து வெட்டவும் சொல்றாங்க."

"என்ன தொண்டு?"

"நீங்கதான் பாக்கப் போறீங்களே. முழுக்கப் ஃபாமிலி சப்ஜெக்ட். நீங்க எப்படியாலும் 'யூ' கொடுத்துட்டாப் போதும்."

அந்தச் சிவப்பழம் சி.பி.ஐ. தலைவராக இருக்கத் தகுதி பெற்றவர். அவர் என்னை வழிமறித்த அடுத்த நாள் தணிக்கைக்கு நான் படம் பார்க்க வேண்டியிருந்தது. அதுவும் ஆர்.சி.!

அவர் கூறியதில் உண்மை இல்லாமல் போகவில்லை. படத்தில் நிர்வாணம் கிடையாது. மூன்று பெண்கள். மூன்று முரடர்கள் அவர்களை மூன்று முறை பலாத்காரம் செய்வது விரிவாகக் காட்டப்பட்டிருந்தது. அதிலுள்ள குடும்ப அம்சம் அந்த மூன்று பெண்களும் சகோதரிகள்.

"மறுபடியும் 'ஏ' கொடுத்து இப்படி வெட்டவும் சொல்றீங்களே!" என்று அவர் கோபித்துக்கொண்டார்.

தேவையற்ற கோபம். ஐந்தாம் வகுப்புப் படிக்கும் என் மகன் விடுமுறைக்காகக் கிராமத்தில் உள்ள அவன் பெரியப்பா வீட்டுக்குப் போனான். சிறியவர்கள் பெரியவர்களாக எல்லாம் ஒரு டூரிங் சினிமாவுக்குப் போயிருக்கிறார்கள். படம் சிவப்பழத்தின் ஃபாமிலி சப்ஜெக்ட்.

என் மகன் விவரித்ததிலிருந்து ஒன்று தெரிந்தது. எந்தக் காட்சியும் வெட்டப்படாமல் பரிபூரணமாக இருந்திருக்கிறது.

இது ஒரு கற்பனைக் கதை என்றால் நம்ப மாட்டீர்கள்.

1982

விரல்

இரவு பத்து மணிக்குத் திடீரென்று கதவு அதிர்ந்தது. ரங்கநாதனின் மனைவி, "வேண்டாம். திறக்க வேண்டாம். அந்தக் குடிகாரந்தான் வந்திருக்கான்" என்றாள்.

அப்போது மதுவிலக்கு அமலிலிருந்தது.

"ராமசாமியா?"

"ஆமாம். சாயங்காலமே வந்தான். நீங்க இல்லேன்னு சொல்லியனுப்பிச்சுட்டேன்."

வாசல் கதவு மறுபடியும் விபரீதமாக ஆடியது. கூடவே ராமசாமியின் குரலும். "ரங்கநாதன்! ரங்கநாதன்!"

ரங்கநாதன் தூக்கம் முழுக்கக் கலைந்து மனைவியைக் கோபத்துடன் பார்த்தான்.

"நான் சாயங்காலம் எல்லாம் வீட்டிலேயேதானே அடைஞ்சு கிடந்தேன்? ஏன் சொல்லலை?"

"எதுக்குச் சொல்லறது? குழந்தைகள்ளாம் பயந்துக்கறது."

"அவன் உங்களை என்ன பண்ணினான்?"

"வேண்டாம். குடிகாரங்களை வீட்டிலே அழைச்சுண்டு வந்து உறவு கொண்டாட வேண்டாம்."

இப்போது கதவு உடைந்து விழுந்து விடும்போல இருந்தது. தொடர்ந்து, "ரங்கநாதன்! ரங்கநாதன்!" என்று ராமசாமியின் குரல் வயிற்றைக் கலக்கும்படி கேட்டுக்கொண்டிருந்தது. நிச்சயம் அக்கம் பக்கத்துக்காரர்கள் விழித்துக்கொண்டிருப்பார்கள். அடுத்த நாள் காலை அவர்கள் முகத்தில் விழிக்க நேர்ந்தால் அவர்களுடைய விமரிசனம் அவர்கள் கண்களில் இருக்கும். வெளிச்சத்தில் கண்கள் கொடூரமானவை.

அவள் சொன்னதில் உண்மை இருந்தது. கதவைத் திறந்தவுடன் ராமசாமியைப் பார்த்து அவனே பயந்தான். முகத்தில் காடாக தாடி மீசை. சாராய நெடி. துணிமணியெல்லாம்

இரத்தக்கறை. வியர்வை நாற்றம். குழந்தைகள் இரண்டும் விழித்துக்கொண்டு அவள் சொல்லியபடியே ராமசாமியைப் பார்த்துப் பயந்து அலறின.

ரங்கநாதன், "குழந்தைகளை எடுத்துண்டு நீ சமையக் கட்டுக்குப் போ" என்று மனைவியிடம் சொன்னான். அதைச் சொல்லும்போதே அங்கே தரையெல்லாம் ஈரமாக இருக்கும் என்ற நினைப்பும் வந்தது.

அவள் மறுபேச்சுப் பேசாமல் ஒரு குழந்தையைத் தூக்கிக் கொண்டு இன்னொன்றைத் தரதரவென்று தரையோடு இழுத்துப் போனாள்.

ரங்கநாதன் ராமசாமியை ஒரு நாற்காலியில் கிடத்தினான். ஒரு பாலக்காட்டுத் துண்டைத் தண்ணீரில் நனைத்து வந்து ராமசாமியின் முகத்தைத் துடைத்தான். ராமசாமி கையை உயர்த்தினான். அடி தலையில் இல்லை. வலது கையிலிருந்து தான். இரத்தம் பெருகிக்கொண்டிருந்தது.

ரங்கநாதன் இருட்டில் தெருமுனைக்குப் போய் அங்குமிங்கும் பார்த்தான். அந்த வேளையில் ஒரு வண்டியும் கண்ணில் தென்படவில்லை. மீண்டும் வீட்டுக்கு ஓடி வந்து ராமசாமியை உலுக்கினான். "கொஞ்சம் நடந்து வர முடியுமா? கிட்டக்க ஒரு டாக்டர்கிட்டே போய் ஒரு கட்டுக் கட்டிக்கொண்டு வந்து விடலாம்."

ராமசாமி சிரமப்பட்டு நிமிர்ந்து உட்கார்ந்துகொண்டான். "கார்த்தாலே பார்த்துக்கொள்ளலாமே" அவனுடைய 'ல'வெல்லாம் 'ழ'வாக ஒலித்தன.

"இல்லை. கை ரொம்ப மோசமாயிருக்கு."

ராமசாமியால் சரியாக நிற்க முடியவில்லை. ரங்கநாதன் அவனைத் தாங்கிய வண்ணம் வெளியே அழைத்துப் போனான். அவர்கள் தெருவில் இறங்கியதும் வீட்டுக் கதவு மூடித் தாளிடப்பட்டது. அவளுக்குச் சற்று நிம்மதி அளித்தது.

அது ஒரு இருபத்து நாலு மணி நேர கிளினிக். அங்கு ஒரு நர்ஸும் உதவியாளனும்தான் அப்போதிருந்தார்கள். நர்ஸ் ராமசாமியை ஏற இறங்கப் பார்த்தாள். உதவியாளன் அதைக்கூடச் செய்யவில்லை. "நீங்க ராயப்பேட்டா ஆஸ்பத்திரிக்கே போயிடுங்க" என்றான்.

"ஏன், நீங்க பாக்க மாட்டீங்களா?"

"இல்லை."

"ஏன்?"

"அடி பெரிசாயிருக்கு. போலீஸ் கேஸ்னா வீண் தொந்தரவு."

"போலீஸ் கீலீஸ் ஒண்ணுமில்லே. சும்மா கீழே விழுந்துட்டாரு. அவ்வளவுதான்."

"எக்ஸ்ரேயெல்லாம் எடுக்க வேண்டிவரும். நீங்க அங்கேயே போயிடுங்க."

"டாக்டரைக் கூப்பிட மாட்டாயா?"

"டாக்டர் வரமாட்டாரு, சார். இது போலீஸ் கேஸ். ஆள் குடிச்சிருக்காரு."

ராமசாமி அப்படியே ஒரு நாற்காலியில் சாய்ந்திருந்தான். வெளியூரிலிருந்து சென்னைக்கு வந்து ஒரு மாதமிருக்காது. பேட்டைக்குப் பேட்டை கள்ளச்சாராயம் விற்கும் இடமெல்லாம் அவனுக்குத் தெரிந்திருந்தது.

"சரி, கைக்கு ஏதாவது ஃபர்ஸ்ட் எய்டாவது செய்யுங்க. நான் ஆஸ்பத்திரிக்கே கொண்டு போறேன்."

கிளினிக் உதவியாளன் ராமசாமியின் கையைத் துடைத்த போது ரங்கநாதனுக்குத் தலை சுற்றியது. ராமசாமியின் ஆள்காட்டி விரல் நடு விரல் இரண்டும் பாதிக்கு மேல் நசுங்கித் தொங்கிக்கொண்டிருந்தன. உதவியாளன் இன்னும் பஞ்சு கொண்டு வருவதற்காக நகர்ந்தபோது ரங்கநாதன் ராமசாமியைக் கேட்டான். "இப்படி எப்படிப்பா அடிபட்டுண்டே?"

ராமசாமி தலையை மட்டும் அசைத்தான்.

ராயப்பேட்டைக்கு அந்த நேரத்தில் பஸ் கிடையாது. சைக்கிள் ரிக்ஷாவுக்கு அது சாத்தியமில்லாத தூரம். ஆனால் ஆஸ்பத்திரிக்குப் போக வேண்டும் என்று சொன்னதில் ஒரு ஆட்டோ ரிக்ஷாக்காரர் மறு பேச்சுப் பேசாமல் வந்தார். ரங்கநாதன் வண்டியை கிளினிக் வாசலில் நிறுத்திவிட்டு உள்ளிருந்து ராமசாமியை அழைத்து வரப் போனான். ராமசாமி ஓரளவு தன்னைச் சுதாரித்துக்கொண்டிருந்தான்.

"உனக்கு ரொம்பத் தொந்தரவு தரேன், ரங்கநாதன்."

"சரி, சரி, வா."

ரங்கநாதன் ராமசாமியைக் கைத்தாங்கலாகப் பிடித்து வந்து ஆட்டோவில் உட்கார வைத்தான். அவனும் ஏறியதும் வண்டி கிளம்பியது.

காற்று ஜில்லென்று சுகமாக முகத்தில் வீசியது. ராமசாமி சொன்னான். "கையே போச்சு. இனிமே கையே போச்சு!"

"ஆஸ்பத்திரி போய்ப் பார்க்கலாம்."

"இனிமே எழுதவே முடியாது."

ரங்கநாதனுக்கு அதற்கு உடனே ஆறுதலாகப் பேச முடியவில்லை. "எங்கே போய் இப்படி அடிபட்டுண்டே?"

ராமசாமி வெறுமனே முனகினான்.

ராயப்பேட்டை ஆஸ்பத்திரியை அடைந்ததும் ஆட்டோ ரிக்ஷாக்காரர் மீட்டருக்கு மேல் ஒரு பைசாகூடக் கேட்காதது ரங்கநாதனுக்கு வருத்தமாக இருந்தது. வெறும் ஈரப்பஞ்சால் காயத்தைத் துடைத்து ஒரு சிறு கட்டுப் போட்டதற்கு அந்த கிளினிக் ஆள் பத்து ரூபாய் வாங்கிக்கொண்டிருந்தான்.

ஆஸ்பத்திரி காஷு·வாலிடி பகுதியில் சீட்டு எழுதும் ஆளைத் தேடி ரங்கநாதன் சென்றான். அவன் ராமசாமியைப் பார்த்து, "எப்படி அடிபட்டது?" என்று கேட்டான்.

ராமசாமி பதில் சொல்லாமல் நின்றான். அந்த ஆள் மறுபடியும் கேட்டான். ரங்கநாதன் பதில் சொன்னான். "ஒரு ரிக்ஷா இடிச்சுது."

"ரிக்ஷாவா?"

"ஆமாம். ஆட்டோ ரிக்ஷா."

"ரிக்ஷா இடிச்சா கை நசுங்குமா?"

"இல்லை. வேகமா இடிச்சுடுத்து."

அந்த ஆள் சீட்டு எழுதுவதை நிறுத்திவிட்டான். ரங்கநாதன் தழைந்த குரலில் சொன்னான். "அவருக்கே தெரியாது."

"ஏன் சார், நீங்கள்ளாம் படிச்சவங்க..."

"அவரு நிலையைத்தான் பார்க்கறீங்களே? எங்கேயோ கொஞ்சம் ஜாஸ்தியாப் போட்டுட்டாரு."

"அப்படியே கலாட்டா பண்ணியிருப்பாரு."

"இல்லீங்க, அவரு அப்படிப்பட்ட ஆள் இல்லை."

"சரி, என்ன உத்தியோகம் பாக்கறாரு?"

"ஒண்ணுமில்லே."

"இவருக்கா?"

"ஆமாம், வருஷக் கணக்கா வேலையில்லாமதான் அலையறாரு."

"நீங்க என்ன வேணும்?"

"சிநேகிதர்தான். அவரோடு படிச்சேன்."

அந்த ஆள் ஒரு சீட்டை எழுதிக் கொடுத்துவிட்டு, "வாங்க, உள்ளே வாங்க" என்று உள்ளே அழைத்துப் போனான். ஒரு டாக்டரிடம் ஒரு கையெழுத்து வாங்கி அவனே அவர்களை எக்ஸ்ரே எடுக்குமிடத்திற்கு அழைத்துப் போனான். "அப்படியே வெளியிலே உட்கார்ந்திருங்க" என்றான்.

ரங்கநாதன் கேட்டான், "ரிசல்ட் இப்பவே தெரியுமா?"

"காலைலேதான் நீங்க வரணும். இப்போ சும்மா ஒரு கட்டுப் போட்டு அனுப்புன்னுதான் டாக்டர் சொல்லியிருக்காரு."

"கட்டுப் போட எங்கே போகணும்?"

"கொஞ்சம் அங்கே உக்காந்திருங்க. டிரஸ் பண்ணறவரு வெளியிலே போயிருக்காரு. வந்தவுடனே சொல்லறேன். இது இவராப் பட்டுண்ட அடிதானே?"

"ஆமாம், ஆமாம்."

"இப்படிக் குடிச்சுட்டு இருக்கிறவரை வெளியிலே அனுப்பிடறீங்களே? இங்கேயே போலீஸ் ஆளு யாராவது இருந்தா எவ்வளவு சங்கடம் தெரியுமா?"

வெராண்டாவில் பெஞ்சில் காத்திருந்தபோது மறுபடியும் ராமசாமி அரற்றினான். "இனிமே எழுதவே முடியாது."

ரங்கநாதனுக்கு ஆத்திரமாக வந்தது. "இனிமே நீ எழுதி என்னாகணும்? பொண்டாட்டி குழந்தைகளை ஊரிலே தவிக்கவிட்டு இங்கே வந்து மத்தவங்க பிராணத்தை எடுக்கறே. யார் யார் கால்ல கையில விழுந்து வேலை வாங்கிக் கொடுத்தா இரண்டு நாள் நிக்கறதில்லே."

ராமசாமி நிராதரவாக ரங்கநாதனைப் பார்த்தான்.

அப்போது ஆஸ்பத்திரிக்கு இன்னொரு கேஸ் வந்தது. விபத்து நேர்ந்த இடத்திலேயே மரணம். உடலை வெரண்டாவிலேயே போட்டுவிட்டு முகத்தை மூடினார்கள். ஒரு ஆஸ்பத்திரி சிப்பந்தி ரங்கநாதனிடம் வந்து, "நீங்க உள்ளே போங்க" என்றான். ரங்கநாதன் ராமசாமியை உள்ளே அழைத்துப் போனான்.

ராமசாமியின் கையில் இரத்தம் பெருகுவது நின்றிருந்தது. விரல்கள் நசுங்கியது தெளிவாகத் தெரிந்து காயத்தை இன்னும் கோரமாக்கியது.

இருவரும் ஆஸ்பத்திரியை விட்டு வெளியே வந்தார்கள். ராமசாமி, "பசிக்கிறது" என்றான்.

"இந்த வேளையிலே இங்கே சாப்பிடறதுக்கு என்ன கிடைக்கும்?"

"போலீஸ் ஸ்டேஷன் கிட்டே கபே அமீனோ அமீரோ உண்டு இல்லே?"

"என்கிட்டே இரண்டு ரூபா முழுசா இல்லை. இந்தக் கட்டை மட்டும் அந்த கிளினிக்காரனே போட்டிருந்தா வீட்டிலேயே சாப்பிட்டிருக்கலாம்."

"உன் பெண்டாட்டி போட்டிருப்பாளா?" ரங்கநாதன் பதில் தரவில்லை.

"இந்த அடிகூட இன்னொருத்தன் பெண்டாட்டியாலேதான் பட்டது."

"யாரு?"

"ராமப்பன்."

"அவன் வீட்டுக்கு எப்போ போனே? அங்கேதான் குடிச்சியா?"

"இல்லை, உன் வீட்டுக்கு வந்து நீ இல்லேன்னவுடனேதான் அவன் வீட்டுக்குப் போனேன். அவனும் இல்லைன்னவுடனே தான் பாத்திரக்கடைக்குப் போனேன்."

"பாத்திரக் கடையிலே சாராயம் விக்கறானா?"

"டிங்க்சர். இன்னிக்குத் தலை ரொம்பச் சுத்தித்து. தெருவிலே விழுந்து கிடக்க வேண்டாம்னு மறுபடியும் ராமப்பன் வீட்டுக்குப் போனேன்."

"அவன் இருந்தானா?"

"தெரியாது. அவன் பெண்டாட்டிதான் கதவைத் திறந்தா. என்னைப் பார்த்துவிட்டு உடனே திடீர்னு மூடினா. அப்பதான் கதவிலே கை சிக்குண்டுடுத்து."

ரங்கநாதனுக்கு வாய்வரை குடல் புரண்டு வந்தது.

"நான் கை கைன்னு கத்தினேன். அவளைத்தான் ஏதோ பண்ண வந்துட்டேன்னு அவ கதவை இன்னும் அழுத்தித் தாப்பாளும் போட்டுட்டா."

ரங்கநாதன் ராமசாமியைக் கட்டிக்கொண்டான். "உனக்கு ஏண்டா இப்படித் தலையெழுத்து?"

"அப்புறம் எதிர் வீட்டுக்காரர் ஒருத்தர் வந்து அவளைக் கதவைத் திறக்கச் சொல்லி என் கை சிக்கிண்டதை வெளியே எடுத்தார்."

"ராமப்பன் இல்லையா?"

"இல்லையே."

ரங்கநாதன் ராமசாமியை மெதுவாக, கபே அமீன் திசையில் நடத்திச் சென்றான். ராமசாமி சொன்னான், "இனிமே என்னாலே எழுதவே முடியாதுடா."

"இல்லை. முடியும். முடியும்."

"ஆனா நீ சொல்றபடிதான் நான் இனிமே எழுதி என்னாகணும்?"

"எல்லாம் சரியாயிடும். நாளைக்கு எக்ஸ்ரே வந்தா எல்லாம் தெரிஞ்சு போயிடும்."

"ரங்கநாதன், எனக்கு ரொம்ப நாளா உன்னை ஒண்ணு கேக்கணும்னு இருக்கு."

"என்ன?"

"எப்பவோ பரிட்சையிலே காப்பி அடிக்கறதுக்கு நான் எழுதினதைக் காட்டினேன்னுதானே என்னைப் பொறுத்துக்கறே?"

"இப்போ எதுக்கடா அதெல்லாம்?"

"நான் உன்னைத்தானே வாட்டி வதைக்கிறேன்? இனிமே என்னாலே எழுதவே முடியாது. என்னை யாரும் காப்பி அடிக்க முடியாது."

"இதோ பார், அந்த போலீஸ் ஸ்டேஷன் தாண்டற வரைக்கும் சத்தம் போடாம வா."

"நான் எப்பவாவது கதவைத் தட்டினா கதவைத் தடால்னு மூடிடாதேன்னு உன் பெண்டாட்டிகிட்டே சொல்லி வைடா."

"பேசாம வாயேம்ப்பா. தயவு செய்து, இந்தப் போலீஸையாவது தாண்டற வரைக்கும்."

"இனிமே என்னாலே எழுத முடியாது. எழுதவே முடியாது."

கபே அமீன் வந்துவிட்டது.

1982

சுண்டல்

நேற்று மெரீனா பீச்சில் பெருங்களத்தூர் சம்புவைப் பார்த்தேன். நாங்கள் ஏதோ தினமும் சந்தித்து அளவளாவுவது போல நெருங்கிய பரிச்சயம் தோன்றும் புன்னகை புரிந்தான். அவன் கையில் இருந்த பொட்டலத்தை என் பக்கம் நீட்டி, "கொஞ்சம் எடுத்துக்கறியா ?" என்று கேட்டான்.

"இந்த வயசில உனக்குப் பல் இருக்கலாம். எனக்கு இல்லை" என்றேன்.

அவன் பொட்டலத்தை மீண்டும் நீட்டினான். முறுக்கையோ சீடையையோ தூள் செய்து நிரப்பியிருந்தது. அவன் மனைவி அவனுடன் இருக்கிறாள் என்று தெரிந்தது.

ஸ்டாண்டர்டு மோட்டார்ஸ் கம்பெனிக்கு வெகுநாட்கள் முன்னரே பெருங்களத்தூரைப் பிரபலமாக்கியவன் சம்பு. நான் வேலைக்கிருந்த பள்ளிக்கூடத்தில் தலைமை ஆசிரியராக இருந்துகொண்டு, மாதமொரு முறை அமெச்சூர் நாடகங்களில் மேடையில் தோன்றுவான். அவன் நடித்து வந்த ஒரு நாடகத்தைச் சினிமாவாக எடுக்க ஒருவர் முன்வந்தார். இருபது பேர் இருபது நாட்கள் கல்கத்தாவில் தடுமாறினார்கள். சென்னை திரும்பியபோது நாடகத்தைச் சினிமாவாக உருமாற்றிக் கொண்டுவந்தார்கள். சம்புவுக்குத் தாடிக்கார இராப்பிச்சைக்காரன் வேஷம். அந்தப் படத்திற்குப் பிறகு எந்தத் தமிழ்ப் படத்திலும் தாடியோடு பாடவும் வேண்டுமென்றால் சம்புவைத்தான் அமர்த்தினார்கள். சம்பு ஆசிரியர் வேலையை விட்டுவிட்டு நுங்கம்பாக்கத்தில் மூவாயிரம் ரூபாய்க்கு ஒரு வீட்டை வாங்கிக்கொண்டு (இது 1938இல்) முழு நேர சினிமாக்காரன் ஆனான். ஆசிரியர் வேலையை விட்டாலும் பாடத்தை விடவில்லை என்பது ஷேக்ஸ்பியர் நாடகமாகிய 'கிங்லிய'ரைத் தமிழில் அவன் சினிமாவாக எடுக்க முடிவு செய்ததில் தெரிந்தது.

ஒருநாள் காலை ரிக்ஷாவில் என் வீட்டு முன்னால் வந்து இறங்கினான். நான் அவனைப் பாராததுபோல இருந்தேன்.

“என்னப்பா, வீடு தேடி வந்தா இப்படி அலட்சியம் பண்ணறியே?” என்று கேட்டான்.

“அலட்சியமா..? உன்னையா? நீ சினிமாக்காரன். தாடியை உருவிண்டு வந்தா ஊரே உன் பின்னாலே வரும்.”

“அது சரி, எனக்கு நீ ஒரு ஒத்தாசை பண்ணணும்.”

“என்ன ..?”

“என்கிட்டே ஒரு இருபத்தைஞ்சு இருக்கு. மேலே ஒரு பத்தோ பதினைஞ்சோ இருந்தா வெளியிலேருந்து இன்னும் ஒரு இருபது முப்பது புரட்டி ‘கிங் லிய’ரை முடிச்சுடலாம்...” (இது 1938இல்)

“பத்து கித்தெல்லாம் முடியாது. எங்கிட்டே ஆறு ஏழுக்கு மேலே தேறாது...”

“அது போறும். நீ ஆபீஸைப் பார்த்துக்கோ; கணக்கு வழக்கு எல்லாம் உன் பொறுப்பு. படம் முடிஞ்சா அஞ்சுலே ஒரு பங்கு உனக்கு...”

“அதெப்படி? மூணிலே ஒரு பங்குன்னா நான் சேர்ந்துக்கறேன்.”

“சரி, அப்படியே மூணிலே ஒரு பங்கு. புனாலேதான் ஷூட்டிங்குக்கு ஏற்பாடு பண்ணியிருக்கேன். ஏப்ரல், மே மாசத்திலே போனா மழைக்கு முன்னாலே படத்தை எடுத்து முடிச்சுட்டு வரலாம்.”

நானும் சினிமாக்காரன் ஆனேன். பணத்தைப் போட்டதோடு மட்டுமல்லாமல் நிர்வாகப் பொறுப்புகளையும் ஏற்றுக்கொண்டு, ‘கிங் லியர்’ நாடகத்தைச் சினிமாவுக்கு ஏற்றபடி தமிழில் மாற்றித் தந்தேன். புனா மட்டும் நான் போகவில்லை. ஆனால் சம்புவுக்காக அந்த ஆறு மாதத்தில் இருபது வருஷ உழைப்பு உழைத்தேன்.

புனா போய்த் திரும்பி வந்ததிலிருந்து சம்பு பழையபடி இல்லை. இப்போது அவனிடம் பணம் நிறையப் புரண்டது. அவன் நடத்தையால் அன்றாட வேலைகள் சரிவர நடப்பதே பெரும்பாடாகிவிட்டது. எல்லார் முன்னிலையிலும் இல்லாமல் தனியாக அவனிடம் பேசிவிட வேண்டும் என்று ஒருநாள் இரவு எட்டு மணிக்கு அவனுடைய நுங்கம்பாக்கம் வீட்டிற்குச் சென்றேன்.

ஒரு சிறு பீரோ அளவு இருந்த ரேடியோகிராம் பங்கஜ் மல்லி பாடல் களை ஒலிக்கச் செய்துகொண்டிருந்தது. அதைக் கேட்டபடியே சம்பு ‘தீர்த்தம்’ அருந்திக்கொண்டிருந்தான். என்னைப் பார்த்து, “வா, வா” என்று மிகையாகவே வரவேற்றான்.

“புனாவுக்குப் போனியே, வேலையெல்லாம் சரியாக முடிஞ்சுதா?”

“பிரமாதம். இன்னும் ஒரு வாரத்திலே ஆர்.ஆர். பிரிண்டோட டைரக்டர் வந்துவிடுவார், போட்டுப் பார்க்கலாம்.”

“ஆபிஸிலிருந்த அக்கவுண்ட்டண்டை வீட்டுக்கு அனுப்பிச்சுட்டே. பியூனை சரளாபாய் வீட்டு வேலை செய்ய அனுப்பிச் சுட்டே. ஜாயிண்ட் அக்கவுண்ட்டிலிருந்த பணத்தை எல்லாம் திருப்பி வாங்கிண்டு பத்து ரூபாய்

பாக்கி வைச்சிருக்கே. நான் இந்த மாசம் வாடகை, மத்த சம்பளப் பட்டுவாடா வெல்லாம் எப்படிச் செய்யறது? நீயோ ஆபீஸுக்கே வரதில்லை ...”

“இதோ பார் நீலகண்டன்! நான் எல்லாத்துக்கும் வேற ஏற்பாடு பண்ணிண்டிருக்கேன், இனிமே தனியா ஆபீஸ் வேண்டாம்.”

“இதை ஒழுங்கா என்கிட்டே முதல்லியே சொல்லலாம் இல்லியா? ஏண்டா? நான் பார்ட்னர்னு இருந்துண்டு ...”

“ஒரு நிமிஷம் நீலகண்டன் ... நீ எவ்வளவு பணம் போட்டிருக்கே..?”

“ஏன், உனக்குத் தெரியாதா?”

“ஆறாயிரம் இருக்குமா?”

“நிஜமாவாடா கேக்கறே?”

“நாளைக் கார்த்தாலே ஆறாயிரம் ரூபாய்க்குச் செக் கொடுத்துடறேன். உன் இஷ்டம் போலச் செய்யலாம் ...”

“உன் கையிலே பணம் இருந்தாக் கொடு. ஆனா அப்புறம் என்னமோ சொன்னயே, என்னது ..?”

“உனக்கும் எனக்கும் இனிமே சம்பந்தம் இல்லை. உன் பணத்தை முழுக்கத் திருப்பிக் கொடுத்துடறேன்.”

“பணத்தை முழுக்கத் திருப்பிக் கொடுத்துடறியா? அப்புறம் பாக்கி?”

“என்ன பாக்கி?”

“இந்தப் படத்திலே எனக்கு மூணுலே ஒரு பங்கு இருக்கு, ஞாபகமிருக்கோல்லியோ ..?”

“நீ போட்ட பணத்தைத் திருப்பிக் கொடுத்தப்புறம் பாக்கி என்ன, பங்கு என்ன?”

“ஏண்டா, நிதானத்தோடதான் பேசறியா?”

“இதோ பார், நீலகண்டன். கொஞ்சம் மரியாதையாவே பேசு ..!”

“என்னடா மரியாதை குறைஞ்சுது?”

“கெட் அவுட்? முதல்லே கெட் அவுட்!”

“டேய் ...”

“கெட் அவுட்! உனக்கு நான் ஒண்ணும் எழுதித் தரலை. ஏதோ சமயத்துக்குக் கொஞ்சம் கைமாத்து வாங்கிண்டா ரொம்பத்தான் தலை மேலே ஏறறே ... கெட் அவுட்! கெட் அவுட்!”

நான் வெளியில் வந்துவிட்டேன். சம்பு திட்டம் போட்டுச் செய்ய மாட்டான். ஆனால் வாய்ப்பு வந்தால் குழி தோண்டிப் புதைத்துவிடுவான் என்று தெரிந்தது.

நான் ஒரு வாரம் காத்திருந்தேன். பிறகு நாதனைப் பார்க்கப் போனேன். அந்த இரண்டு மூன்று வருடங்களில் சென்னையில் நாதன்தான்

மிகப்பெரிய திரைப்பட விநியோகஸ்தராக வளர்ந்திருந்தார். சம்புவும் அவனடைய படத்தை அவரிடம்தான் விற்றுவிடப் பேச்சுவார்த்தை நடத்திக்கொண்டிருந்தான். நாதனும் ஒருமுறை என்னிடம் ஐந்நூறு ரூபாய் வாங்கி இரு மாதங்கள் கழித்து ஆயிரமாகத் திருப்பித் தந்திருக்கிறார். "என்னய்யா. நீயும் சினிமாக்காரனாயிட்டியாமே?" என்று விசாரித்தார்.

"அதிலேதான் வந்தது வினை" என்றேன். விஷயத்தைச் சொன்னேன். "நீ ஒண்ணும் கவலைப்படாதே. நான் அவனை உன் வீடு தேடி வரச் செய்யறேன்" என்றார்.

நிஜமாகவே சம்பு என் வீட்டிற்கு வந்துவிட்டான். அவன் வந்த வேளையில் நான் வீட்டிலில்லாததால் அரை மணி நேரம்போல அவன் காத்திருக்க வேண்டியிருந்தது.

"உனக்கு நாதனை ரொம்ப நன்னாத் தெரியுமாமே?" என்று கேட்டான்.

"உனக்கு வெக்கம் மானம் கிடையாதா?" என்று கேட்டேன்.

"ஏம்ப்பா... அவர் நம்ப படத்தைப் பத்தி உன்னைக் கேட்டாராம், நீ ஒண்ணுமே பதில் சொல்லலையாமே?"

நான் வேறு பக்கம் பார்த்துத் திரும்பி உட்கார்ந்துகொண்டேன்.

"அவர் படத்தை ஒரேயடியா வாங்கிண்டா கிளீனா அரை லகரம் கிடைக்கும். அவர் உன்னைக் கேட்டிருக்கார், நீ வாயே திறக்கலையாம்..."

"நான் என்ன வாயைத் திறக்கறது?"

"என்னப்பா இப்படிச் சொல்லறே? நீ ஒரு பார்ட்னராயிருந்துண்டு இப்படி அக்கறையில்லாம நடத்துக்கலாமா?

"என்ன சொன்னே? என்ன சொன்னே?"

"அது சரிதாம்ப்பா. உனக்குக் கால் பங்கு இருக்கு இல்லே?"

"மூணிலே ஒரு பங்கு..."

"சரி, மூணிலே ஒரு பங்கு. முதல்லே நாதனைப் பார்த்துப் படத்தை வாங்கறதுக்கு வழி பண்ணு. நீ ஒரு வார்த்தை சொல்லாம அவர் வாங்கவே மாட்டாராம்.

என் முதலுக்கு மேல் ரொக்கமாகப் பத்தாயிரம் கிடைத்தது. பத்தாயிரத்துக்கு 1938இல் மவுண்ட்ரோடில் மனை வாங்கலாம். நான் மன்னார்குடியில் வாங்கினேன்.

சம்பு செவர்லே கார் வாங்கினான். 'கில் லியர்' திரைப்பட உலகில் மிகக் குறைந்த இடங்களில் – மிகக்குறைந்த காட்சிகள் காட்டப்பட்ட படங்களில் ஒரு சிறப்பி ர் சம்பாதித்துக்கொண்டது. அதன் பிறகு இந்த நாற்பது வருஷங்களில் நான் எப்படி எப்படியோ கெட்டுக் குட்டிச் சுவராகித் திருவல்லிக்கேணி சைடோஜி சந்தில் ஒரு வீட்டில் மாடிப் படிக்கடியில் 'ரூம்' வைத்துக் கொண்டிருக்கிறேன். சம்புவும் கெட்டுக் குட்டிச் சுவராகி, அக்பர் சாஹேப் தெருவில் ஒரு வெற்றிலை பாக்குக் கடையில் குடித்தனம்

இருக்கிறான். எப்படி அவன் மனைவியும் அவனுடன் இருக்கிறாள் என்று எனக்கு ஆச்சரியமாக இருந்தது.

நாங்கள் இருவரும் பேசாமல் நடந்தோம். மணலில் ஒரு படகுக்கு அருகில் தனியாக ஓர் உருவம் உட்கார்ந்திருந்தது. நாங்கள் தாண்டிப் போனபோது, "என்னப்பா பாக்காது மாதிரிப் போறீங்க?" என்று கேட்டது. யாருமில்லை; நாதன்தான்.

"நீங்களா? இங்கே எங்கே?" என்று கேட்டேன்.

"இங்கேதான் இருக்கேன். ரங்கநாதன் தெருவிலே ராஜாமணின்னு ஒருத்தர் இல்லே – அதான் பட்சணம் போடறவர் – அவர் வீட்டிலேதான் நாலு மாசமா இருக்கேன்."

"என்ன பண்ணறீங்க, சார்..?"

"என்ன பண்ணறது? சும்மாத்தான் இருக்கேன். ராஜாமணிக்குக் கூடமாட ஒத்தாசை பண்ணறேன். இந்த மாசம் நிறையக் கல்யாணம்."

எனக்கு வருத்தமாக இருந்தது.

"சுண்டல் கொஞ்சம் கொண்டு வந்திருக்கேன், திங்கறீங்களா? இரண்டு பேரும் கையை நீட்டுங்க, ஆளுக்குக் கொஞ்சம் போடறேன்."

அந்தக் சுண்டல் தின்ற பிறகு அன்றிரவு எனக்குச் சோறு இறங்கவில்லை.

1982

அபவாதம்

புதன்கிழமையிலிருந்தே நாகரத்தினத்தைக் கட்டிப் போட்டு வைத்திருக்கிறார்கள் என்று ஆதிசேஷன் சொன்னான். நாகரத்தினம் வசித்து வந்த வரிசையில் முதல் வீடு ஆதிசேஷ னுடையது. ஆதிசேஷனுடைய அம்மா எப்போதுமே ஏதாவது ஒரு வீட்டிற்குப் போய் வந்தவளாக இருப்பாள். அந்தச் சுற்றுவட்டாரத்தில் அவளுக்குத் தெரியாமல் ஒரு வயதுப் பெண்ணை வீட்டில் கட்டிப் போட்டு அடைத்திருப்பது சாத்தியமில்லை.

அந்த நாளில் எங்களுக்கு அவ்வப்போது மூச்சு தவறிப் போனது உண்டானால் அது நாகரத்தினத்தால்தான். அவள் அழகானவள் என்று கூறுவது முழுச் சூழ்நிலையையும் குறிப்பதாகாது. எங்கள் ஊரில் இன்னும் எவ்வளவோ பெண்கள் இன்னும் எவ்வளவோ அழகாக இருந்தார்கள். ஆனால் நாகரத்தினத்தைப் பார்க்கும்போது யாருக்கும் அவளுடைய அழகை எட்டிப்பிடித்து விடலாமோ என்ற சபலம் எழும். அதற்கு ஊக்கம் தந்தது அவளுடைய கண்களா புடவைத் தலைப்பா என்று உறுதியாகக் கூற முடியாது. அவள் எங்கள் வீட்டிற்கு வரும் போதெல்லாம் நான் ஏழெட்டுப் பையன்களுடன் மரக்குரங்கு விளையாடிக் கொண்டிருப்பேன்; அல்லது சுவரில் கரிக்கோடுகள் கிழித்து கிரிக்கெட் விளையாடிக் கொண்டிருப்பேன்; எங்கள் வீட்டிற்குள் நுழையும்போது நாகரத்தினம் என்னைப் பார்த்து ஒருமுறை புன்முறுவல் புரிவாள். வெளியே வரும்போது புன்முறுவலோடு "ஏன் வீட்டுப் பக்கமே வரலை?" என்று கேட்டுவிட்டுப் போவாள். என்னோடு விளையாடிக் கொண்டிருப்பவர்களுக்கு என்மீது ஒரு விசேஷ மதிப்பு, குரூரமான பொறாமை இரண்டும் கலந்து உருவாகும். ஒருமுறை வேண்டுமென்றே பக்கத்து வீட்டு ஜனார்த்தனன் என் முதுகின்மீது கிரிக்கெட் பந்தை வீசியடித்து நான் இரண்டு மாதம் டாக்டரிடம் போய் வர வழி செய்தான். நான் ஆஸ்பத்திரியில் தங்கிய நான்கு நாட்களில் இருமுறை நாகரத்தினம் என்னைப் பார்க்க வந்தாள் என்று தெரிந்திருந்தால் அடுத்த முறை என் தலை மீதே பந்தை

வீசியடித்திருப்பான். நாகரத்தினத்தை வீட்டில் கட்டிப் போட்டிருக்கிறார்கள் என்ற செய்தியை ஆதிசேஷன் கொண்டுவந்தபோது நல்ல வேளையாக ஜனார்த்தனன் அங்கிருக்கவில்லை. ஆனால் அவன் இருந்திருந்தால்கூட ஆதிசேஷன் தமிழில் என்னோடு பேசியிருந்தால் சங்கடம் ஏதும் கிடையாது. ஜனார்த்தனன் தெலுங்குப் பையன்.

ஆனால் ஜனார்த்தனன்தான் நாகரத்தினத்தைப் பற்றிக் கேவலமாகப் பலமுறை பேசியிருக்கிறான். அந்த ஊரிலேயே மிகப்பெரிய தேவடியாள் என்று கூறியிருக்கிறான். தேவடியாள் என்றால் என்ன என்று அப்போது சரியாகத் தெரியாத காலம். "உனக்கு எப்படித் தெரியும்?" என்று மட்டும் திருப்பிக் கேட்பேன். "ஊரே சொல்லும். உன் ஆசைப் பெண்ணிடம் மாத்யூ என்று சொல்லிப் பார்" என்பான். மாத்யூ எங்கள் ஊரில் பிரபலமான ஃபுட்பால் ஆட்டக்காரன். வாட்டசாட்டமாகப் பெரிய மீசை வைத்துக் கொண்டு எப்போதும் சிகரெட்டும் கையுமாக இருப்பான். அவனுக்கும் நாகரத்தினத்திற்கும் என்ன சம்பந்தம் இருக்க முடியும் என்று என்னால் நினைத்துப் பார்க்க முடிந்ததில்லை. ஆனால் இந்த மாத்யூவை அவளுடன் இணைத்து வேறு சிலரும் பேசியிருக்கிறார்கள்.

இப்போது வீட்டைவிட்டு நகரமுடியாமல் நாகரத்தினத்தைக் கட்டிப்போட்டிருக்கிறார்கள் என்று ஆதிசேஷன் சொன்னது இந்த மாத்யூவுக்காகத்தான் இருக்குமோ? எனக்கு மாத்யூ மீது பெரும் வெறுப்பு எழுந்தது. நாகரத்தினம் போன்ற பெண்களை வாட்டி வதைப்பதற்கென்றே இந்த மாதிரி ஆட்டக்காரர்கள் வந்துவிடுகிறார்கள். நான் ஃபுட்பால் ஆடாதது பற்றி எனக்குச் சிறிது ஆறுதலாய் இருந்தது. ஆனால் நான் ஃபுட்பால் ஆடாது போனால் என்ன, ஆடினால் என்ன, இந்தப் பெண்கள் மாத்யூ போன்ற மோசக்காரர்கள் மீதுதானே ஆசை வைக்கிறார்கள்?

எனக்கு நாகரத்தினத்தைப் பற்றி நினைக்க நினைக்க வேதனை அதிகரித்தது. கட்டிப் போட்டிருக்கிறார்கள் என்றால் எப்படி? காலில் சங்கிலி மாட்டிச் சுவரில் ஒரு வளையத்தில் இணைத்திருக்கிறார்களா? நான் பார்த்திருந்த பல ராஜா ராணி சினிமாக்களில் அப்படித்தான் கைகளைக் கட்டிப் போட்டிருந்தார்கள். சில படங்களில் இரண்டு கைகளையும் சேர்த்துக் கட்டியிருந்தார்கள். அனார்கலியைக் கழுத்து, கை, கால் எல்லா இடங்களிலும் சங்கிலி மாட்டிக் கட்டியிருந்தார்கள். நாகரத்தினத்தையும் அப்படித்தான் சித்திரவதை செய்துகொண்டிருப்பார்களோ? அவளைப் போய்ப் பார்த்துவிட்டு வந்தால் என்ன? எவ்வளவு நாட்கள் நாகரத்தினம் அவள் வீட்டுக்கு உன்னை அழைத்திருக்கிறாள்? நன்றாக இருந்த நாட்களில் போகாமல் இப்போது அவளைக் கட்டிப் போட்டிருக்கும்போதுதான் போகத் தோன்றுகிறது!

கூடுமானவரையில் என்னை ஒளித்துக்கொண்டே நான் அவள் வீட்டுப் பக்கம் சென்றேன். அரை மைலுக்கும் மேல் நடக்க வேண்டும். ஒரு மிகப்பெரிய வெளிச்சுவர் வட்டம். அதற்குள் பதினைந்து இருபது கட்டடங்கள். அதில் இருகட்டடங்கள் மட்டும் குடியிருப்பிடங்கள். இரண்டாவது வரிசையில் முதல் வீடுதான் ஆதிசேஷனுடையது. நான் சுற்று வழியாக நாகரத்தினத்தின் வீட்டை அடைந்தேன். வெளியே அவளுடைய பாட்டி உட்கார்ந்திருந்தாள்.

"என்னடா, சுப்பிணி பிள்ளையா?" என்று கேட்டாள்.

"இல்லை, பாட்டி. நான் சாம்பசிவத்தின் பிள்ளை."

"அது யாரு சாம்பசிவம்?"

"என்ன பாட்டி, எங்க அப்பாவைத் தெரியாதா? நீங்க எங்களுக்கு உறவுன்னுகூட அம்மா சொல்லுவா."

"ஆமா, சாகிற வயசாச்சு. இப்ப உறவு என்ன வேண்டிக்கிடக்கு?"

நான் பேசாமல் நின்றேன்.

"என்னடா வேணும்? ஏன் இங்கே வந்து பழியா நிக்கறே?"

எனக்குப் பதில் ஒன்றும் தோன்றாமல் நின்றுகொண்டிருந்தேன்.

"போடா, போய்த் தள்ளி நில்லு. வீட்டெதிரே கடங்காரன் மாதிரி மறிச்சு நிக்காதே. போடா!"

நான் ஒதுங்கி நின்றேன். அப்போது நாகரத்தினத்தின் அம்மா வெளியே வந்தாள். "என்னடா? என்ன வேணும்?" என்று கேட்டாள்.

"அம்மா உங்ககிட்ட அரிசிச் சல்லடை வாங்கிண்டு வரச் சொன்னா."

"யாரு உங்கம்மாவா?"

நான் சொன்னேன்.

அவள் முதலில் தயங்கினாள். அப்புறம், "சரி, உள்ளே வா" என்றாள்.

நான் பாட்டியைத் தாண்டி வீட்டினுள் சென்றேன். முன் வெராந்தாவும் சமையல் பகுதியும் தவிர மற்ற இடங்களில் விளக்கேற்றப்படவில்லை. நாகரத்தினத்தை இவ்வளவு குறுகிய இடத்தில் எப்படி சங்கிலியால் கட்டிப் போட்டிருக்கக்கூடும்? என் கற்பனைச் சிறைகள் விசாலமானதாக இருந்தன.

நான் அந்த வீட்டின் சமையல் பகுதிவரை சென்றேன். நாகரத்தினத்துடன் கூடப்பிறந்தவர்கள் இரு அண்ணன்கள், ஒரு தங்கை யாரும் அந்நேரத்தில் இங்கு இல்லை. நாகரத்தினமே இல்லையோ என்று சந்தேகம் வந்தது.

"நாளைக்கே கொண்டுவந்து கொடுத்துடு," என்று நாகரத்தினத்தின் அம்மா பெரிய அரிசி சல்லடை ஒன்றை என்னிடம் கொடுத்தாள்.

"வீட்டில் யாரும் இல்லையா? பாமா எங்கே?" என்று கேட்டேன். பாமா நாகரத்தினத்தின் தங்கை.

"ஊருக்குப் போயிருக்கா."

"எந்த ஊருக்கு? இப்ப லீவுகூட இல்லையே?"

"அவ பாட்டி ஊருக்குப் போயிருக்கா. அவளுக்கு உடம்பு சரியில்லே."

"யாரு, வாசல்லே இருக்காளே, அந்தப் பாட்டியா?"

"அவ இல்லே. இன்னொரு பாட்டி"

"நாகரத்தினம் எங்கே?"

"ஏன்?"

"இல்லே, கேட்டேன்..."

"சல்லடையை ஒழுங்கா நாளைக்குத் திருப்பிக் கொண்டுவந்து கொடு, போ."

நான் சல்லடையுடன் வெளியே வந்துவிட்டேன். இருட்டாக இருந்த அந்த இரண்டு அறைகளில் ஏதாவது ஒன்றில்தான் நாகரத்தினம் இருக்க வேண்டும்.

நான் வீட்டிற்குப் போகவில்லை. சல்லடையோடு ஒரு மரத்தடியில் உட்கார்ந்துவிட்டு மீண்டும் நாகரத்தினத்தின் வீட்டுக்குப் போனேன். இப்போது வெளியே விளக்கு எரியவில்லை. ஆனால் உள்ளே ஒரு அறையில் மட்டும் வெளிச்சம் இருந்தது. நான் உள்ளே போனேன். நாகரத்தினத்தின் அம்மாவும், அப்பாவும் பாட்டியும் மிகவும் அடங்கிய குரலில் ஏதோ பேசிக்கொண்டிருந்தார்கள். நாகரத்தினத்தைப் பற்றித்தான் இருக்க வேண்டும்.

பாட்டி முதலில் என்னைப் பார்த்துவிட்டாள். "திருடன்! திருடன்!" என்று கத்தினாள். நாகரத்தினத்தின் அம்மாவும் அப்பாவும் திடுக்கிட்டு, "எங்கே? எங்கே?" என்று பதறினார்கள். நான் இருட்டில் நின்றுகொண்டிருந்ததால் அடையாளம் உடனே தெரிந்திருக்கவில்லை. நான் ஓட எத்தனித்தேன். இப்போது எல்லாரும் "திருடன்! திருடன்!" என்று கத்தி என்னைத் துரத்தினார்கள். நான் வெளியே இருட்டுப் பிரதேசமாக ஓடினேன். அவர்களிடமிருந்து பிடிபடாமல் ஒளிந்துகொண்டு என் வீடு வந்து சேருவது சிரமமாயில்லை. அரிசிச் சல்லடையை யார் கண்ணிலும் படாமல் ஒளித்து வைப்பதுதான் சிரமமாயிருந்தது.

எனக்கும் எப்படியும் அன்றிரவே நாகரத்தினத்தைப் பார்த்துவிட வேண்டும் என்று இருந்தது. என் வீட்டில் ஒன்பது மணிக்கெல்லாம் எல்லோரும் படுத்துவிடுவோம். வீட்டு வாசல் கதவை எங்க அப்பா இழுத்துப் பூட்டி வைப்பார். மறுநாள் காலை ஐந்து மணிக்குப் பால்காரன் வரும்போது அந்தக் கதவு திறக்கப்படும்.

என்னால் தூங்க முடியவில்லை. நாகரத்தினம் மாத்யூவுக்கு விசேஷச் சலுகைகள் அளிப்பது பற்றிக்கூட எனக்கு வருத்தம் ஏற்படவில்லை. ஆனால் இருட்டறையில் அவளைச் சிறை வைத்துச் சாகக் கிடக்கும் ஒரு பாட்டியும் சதிகாரர்கள் போல ரகசியம் பேசும் பெற்றோர்களும் அவளைச் சிறைவைத்துக் காவல் காப்பது தாங்க முடியாத வேதனையாக இருந்தது. ஒரு குதிரையும் கத்தியும் இருந்தால் அவளைச் சிறை மீட்டு என் வீட்டுகுகு அழைத்து வரலாம்.

ஆனால் என் வீட்டில் அவளை எங்கே ஒளித்து வைப்பது? எது எப்படியிருந்தாலும் என் அப்பா அவள் அப்பாவிடம் போய் விஷயத்தைச் சொல்லிவிடுவார். யாரிடம் வம்பு வைத்துக்கொண்டாலும் அந்தப் பாட்டியிடம் தலையைக் கொடுத்துவிடக் கூடாது.

எனக்கு நிலை கொள்ளவில்லை. படுக்கப்போகும் முன் அம்மாவிடம், "அம்மா, நம்ப நாகரத்தினத்தின் வீட்டுக்கு போயிட்டு வரலாமா?" என்று கேட்டேன்.

"என்னது?" என்று அவள் கேட்டாள். அவளுக்கு நான் கேட்டது சற்றும் புரியவில்லை.

"நாகரத்தினத்தின் வீட்டுக்கு."

"இப்பவா? என்ன உளர்றே?"

"ஆமாம்மா. அவ வீட்டிலே என்னமோ ஆயிடுத்துப் போலிருக்கு."

"என்ன ஆயிடுத்து?"

"தெரியலே. ஆனா என்னமோ ஆயிடுத்து. அவா அப்பா அம்மாவெல்லாம் எப்போ பாத்தாலும் என்னென்னமோ இரகசியம் பேசிண்டிருக்கா."

"இரகசியமா? ஏண்டா, அவா வீட்டிலே அவா பேசிக்காம யாரு பேசிப்பா? தத்துப் பித்துன்னு ஏதாவது உளறிண்டு இருக்காதே. பேசாம படுத்துக்கப் போ."

"அவா வீட்டைப் பத்தி உனக்கு ஒண்ணுமே தெரியாதா?"

"என்ன தெரியணும்?"

"நாகரத்தினம் பத்தி." இதைச் சொல்லிவிட்டு நான் நாக்கைக் கடித்துக்கொண்டேன். இப்போது மாத்யூ பற்றியும் அம்மாவிடம் சொல்ல வேண்டியிருக்கும். அம்மாவுக்கு ஃபுட்பால் எல்லாம் ஒண்ணும் புரியாது.

"நகாரத்தினத்துக்கு என்னடா? முந்தாநேத்திக்குக்கூடப் பாத்தேனே?"

"அவளைக் கட்டிப் போட்டிருக்காளாம்."

"என்னது?"

"கட்டிப் போட்டிருக்காளாம்."

"ஏதாவது யாராவது சொல்றான்னு இங்கே வந்து பிராணத்தை வாங்காதே. நாகரத்தினம் ஊருக்குப் போயிருக்கா. அவ பாட்டிக்கு உடம்பு சரியில்லை."

"இல்லேம்மா, அவ பாட்டி இங்கேதான் இருக்கா. நாகரத்தினத்தைக் கழுத்திலே, கையிலே சங்கிலி மாட்டிக் கட்டிப் போட்டிருக்காளாம். நானே பாத்தேன்."

"என்ன பேத்தல்! நீ எங்கடா பாத்தே?"

"நான் இன்னிக்கு அவா வீட்டுக்குப் போனேன். அந்தப் பாட்டி வாசல்லியே காவல் காத்திண்டிருக்கா. அவ ரொம்பக் கெட்டவ. யார் வந்தாலும் கடங்காரா, கடங்காரான்னு துரத்தறா."

"அப்படியா? பாவம், அந்தப் பாட்டி ரொம்ப நல்ல மாதிரியாச்சே?"

“ரொம்பக் கெட்டவ, அம்மா. பாவம், நாகரத்தினத்தைச் சவுக்காலே அடிக்கறதா.”

“உனக்கு என்னாயிடுத்து? நாகரத்தினம் அவ பாட்டி ஊருக்குன்னா போயிருக்கா. நாங்கூட இங்கேந்து சீக்காப் பொடியும் அப்பளமும் அனுப்பிச்சிருக்கேன்.”

“இல்லேம்மா. அவ பாட்டி இங்கேயே இருக்கா.”

“அது வேற பாட்டிடா, மண்டு.”

அம்மாவிடமிருந்து மண்டுப் பட்டம் வாங்கியவுடனே திடீரென்று ஏதோ திரை விலகிய மாதிரி இருந்தது. ஆதிசேஷன் அயோக்கியன். என்னிடம் இல்லாததும் பொல்லாததுமாகப் புளுகியிருக்கிறான். நாளை முதல் காரியம் அவன் நெற்றியில் ஒரு குத்துவிட வேண்டும்.

எனக்குச் சில விஷயங்கள் மட்டும் புரியவே இல்லை. ஏன் நாகரத்தினத்தின் அம்மாவும் அப்பாவும் ரகசியம் பேசிக் கொண்டிருந்தார்கள்? மாத்யூ பற்றி எனக்கே தெரிந்தபோது அவர்களுக்கு ஏன் தெரியவில்லை? தெரிந்தும் தெரியாததுபோல் இருக்கிறார்களே?

நாகரத்தினத்தை யாரும் கட்டிப் போடவில்லை. அவள் வெளியூர்தான் போயிருக்கிறாள் என்ற தகவல் எனக்கு ஆறுதல் தரவில்லை. அன்றே அன்று இரவே நாகரத்தினம் மாத்யூ விஷயம் ஒரு வழியாக அலசித் தீர்த்துவிடப் பட்டிருந்தால் நன்றாக இருந்திருக்கும் என்று தோன்றியது.

அத்துடன் கடன் வாங்கி வந்த அரிசிச் சல்லடையை என்ன சொல்லித் திருப்பித் தருவது என்ற கவலையும் எழுந்தது.

1982

பறவை வேட்டை

அமெரிக்கப் பைன் மரக்காட்டில் சோர்வு தரக் கூடியது, அங்கு வேறு ரக மரங்களைக் காண முடியாதது தான். தரையில் முளைத்திருக்கும் புல்கூடப் பார்க்கக் கிடைக்காமல் ஊசி போன்ற பைன் இலைகள் உதிர்ந்து மைல் கணக்கில் தடித்த மெத்தையாகப் பரந்து கிடக்கும். பச்சைப் பசேலென்ற அந்த இலைகள் உதிர்ந்த பின்னும் இலேசில் சருகாகாது. உலரத் தொடங்கிச் சிறிது நிறம் மாறுவதற்குள் உறைபனி பெய்ய ஆரம்பித்துவிடும். பனிப்போர்வை எல்லாவற்றையும் சில மாதங்களுக்கு ஒத்திப் போட்டுவிடும்.

எர்னஸ்ட் பைன் காட்டில் புகுந்து பள்ளத்தில் இறங்கிச் சென்றான். வரப்போகும் குளிர்காலத்தின் அறிகுறியாகப் பறவைகள் இடம் மாறிச் சென்று விட்டிருந்தன. முயல் குட்டி அளவுக்குப் பருத்துத் திரண்டிருந்த அணில்கள் மட்டும் அங்கொன்றும் இங்கொன்றுமாகப் பாய்ந்து சென்றுகொண்டிருந்தன. ஒரு அணில் மிகுந்த தைரியத்துடன் தன் முன்னங்கால்களை உயர்த்தி அவனை உற்றுப் பார்த்தது.

பள்ளத்தின் கீழே ஆறு ஓடிக்கொண்டிருந்தது. ஆறு என்பதை விட ஓடை என்று கூறுவதே பொருத்தம். பைன் காடும் பள்ளத்தில் இறங்கி ஓடைக்கு மறுபுறத்தில் மேடிட்டுக் கண்ணுக்கு எட்டிய தூரம் விரிந்து கிடந்தது.

எர்னஸ்டுக்கு நினைவு தெரிந்த நாளிலிருந்து மீன் பிடிக்கும் சாக்கில் அந்த ஓடைக்குத்தான் அப்பா அவனை அழைத்துவருவார். மீன் பிடிக்கப் போவதை எல்லாரும் ஓய்வு அல்லது உல்லாசத்துடன்தான் இணைத்து நினைப்பார்கள். ஆனால் அது அப்பாவுக்கு வீட்டிலிருந்து விலகி, அலைபாயும் மனதை ஆறுதல்படுத்தும் சாதனம் என்பதை எர்னஸ்ட் அறிந்திருந்தான். வீட்டில் யாருடனும் ஐந்தாறு சொற்களுக்குமேல் பேசாத அவர் மீன் பிடிக்கப் போகும்போது மட்டும் எர்னஸ்டிடம் இடைவெளி விடாமல் பேசுவார். அவன் கேட்கும் கேள்விகளுக்கு மட்டுமல்லாமல் அவராகவே பல விஷயங்களைப் பற்றிப் பேசியிருக்கிறார். வானம், மேகம், தாவர

வகைகள், உயிரினங்கள், கடவுள், மனிதன், சிவப்பு இந்தியர்களின் பழக்க வழக்கங்கள், வெள்ளையர் சமூகத்தின் குடும்ப அமைப்பு, வெள்ளையர்கள் முதன் முதலில் அந்த நாட்டில் காலெடுத்து வைத்ததும் தொடங்கிய அடக்குமுறை இன்னும் ஓயாது தொடர்ந்து கொண்டிருப்பது ... மீன் பிடிக்கும் தூண்டிலுடன் அவ்வப்போது இரட்டைக் குழல் துப்பாக்கியையும் எடுத்து வந்து அவர் பறவை வேட்டையாடுவது உண்டு. அவர் கண் பார்வையில் கோளாறு இருக்க வேண்டும். நான்கு முறை சுட்டால் ஒருமுறைதான். வைத்த குறியில் குண்டு படும். அடிபட்ட பறவையைக் கொண்டு உயிரினங்களின் உடற்கூறைப் பற்றி அவர் விளக்குவார். உடற்கூறுதான் அவர் ஜீவனம். ஆனால் வைத்தியத் தொழிலில் அவருக்குக் கிடைத்த வெற்றி, பறவை வேட்டையில் அவர் அடைந்த வெற்றிக்கு இணையானது. அம்மாவின் வாயிலிருந்து அவர் சிறிது நேரமாவது தப்பிச் செல்ல முயற்சி செய்ததற்கு அதுவும் காரணமாயிருக்கக்கூடும்.

எர்னஸ்ட், ஓடையை உற்றுப் பார்த்த வண்ணம் நின்றான். டிரௌட் மீன்கள் சாரிசாரியாக ஓடையில் போய்க்கொண்டிருந்தன. இனி அந்த இடத்தில் அவை யாதொரு விபத்துக்கும் உள்ளாகாது. இரு தினங்கள் முன்புதான் அவனுடைய அப்பா துப்பாக்கியின் வாயைத் தன் பொட்டினருகில் வைத்து விசையைத் தட்டிவிட்டிருந்தார். சவப் பெட்டியில் அவரைக் கிடத்தியபோது தலையின் ஒரு பாகத்தை விசேஷ முயற்சி எடுத்துக்கொண்டுதான் பொருத்திவைத்திருந்தார்கள். எர்னஸ்ட் அந்த நிலையில்தான் அவரைப் பார்க்க நேர்ந்தது.

ஒரு சிறு கல்லை எடுத்து ஓடைப் பரப்பின் மீது எர்னஸ்ட் எறிந்தான். தண்ணீர் சிதறி விழ மீன்கள் ஒரு நொடியில் எங்கோ மறைந்து போயின. இனி அந்த இரட்டைக் குழல் துப்பாக்கி எர்னஸ்டுக்குத்தான். ஆனால் அவன் அந்தப் பைன் காட்டிற்கு எடுத்து வந்து அதைப் பயன்படுத்த முடியாது. அவனுடைய வாழ்க்கை அவன் இளம்பிராயக் காலத்திலிருந்தும் பெற்றோர் வீட்டிலிருந்தும் வெகுதூரம் விலகிப் போயிருந்தது. அவனுடைய அப்பாவால் முடியாதது அவனுக்குச் சாத்தியமாயிருந்தது. ஒழுங்காகப் பள்ளிப் படிப்பு முடிவதற்குள் வீட்டை விட்டு வெளியேறி யுத்தத்தில் சேர்ந்து கடல் கடந்து எங்கோ வெளிநாட்டில் குண்டடிபட்டு ஆஸ்பத்திரி யில் கிடந்து, ஒரு பிழைப்பைத் தேடி இன்னொரு நாட்டில் வசிக்கப் புகுந்து, எழுதத் தொடங்கி, மணம் புரிந்துகொண்டு, ஒரு குழந்தை பிறந்ததும் மனைவியிடமிருந்து விவாகரத்துப் பெற்று, இன்னொருத்தியை மணந்துகொண்டு, புகழ் பெற்றவனாகி, மகத்தான எதிர்காலம் உண்டென்று நிபுணர்கள் அவனுக்குச் சான்றிதழ் கொடுக்கத் தொடங்கிய காலத்தில் சற்றும் எதிர் பாராமல் அவனுடைய அப்பாவிடமிருந்து கடிதம் வந்தது. எவ்வளவோ ஆண்டுகளுக்குப் பின் அப்படியொரு விரிவான கடிதம் அவர் அவனுக்கு எழுதியிருந்தார். அவர்கள் வீட்டுச் சுற்றுப்புறம் பற்றி, அவர் ஒருநாள் நிறைய மீன் பிடித்தது பற்றி, அவனுடைய அம்மாவுக்கு அவன் எழுதிய புத்தகம் பிடிக்காமல் போனது பற்றி, அவருக்கே அப்படியொரு அபிப்பிராயம் ஏற்பட்டதைப் பற்றி, அவர்கள் ஊரில் நேர்ந்திருக்கும் சில மாற்றங்கள் பற்றி ... வெகு சுவாரஸ்யமாக இருந்தது கடிதம். அதே நேரத்தில் அப்பாவைப் பற்றி ஒன்றுமே அவனுக்குத் தெரிவிக்கவில்லை. ஒரு சிறு பின்குறிப்பாக அப்பா கேட்டிருந்தார்: “உன்னால் சிறிது பணம் அனுப்ப முடியுமா?”

கடிதமே எர்னஸ்டுக்குப் பல மாதங்கள் கழித்துத்தான் கிடைத்தது. ஒருமுறை அதை அவசரமாகப் படித்து ஒரு மூலையில் போட்டுவிட்டு அதை இன்னொரு முறை படித்தபோது இன்னும் சில மாதங்கள் சென்றிருந்தன. அப்போதுதான் அக்கடிதமே அந்தப் பின் குறிப்புக்காகத்தான் எழுதப்பட்டதோ என்று அவனுக்குத் தோன்றிற்று. எப்படி அதை முதன் முறையே கவனிக்கத் தவறியிருந்தான்?

அவனுக்கும் அவனுடைய அப்பா அம்மாவுக்குமிடையே பண விவகாரங்கள் நின்றுபோய்ப் பல வருடங்கள் ஆகிவிட்டன. யுத்தத்திலிருந்து திரும்பிவந்து சில நாட்கள் அவர்களோடு தங்கியிருந்தான். அந்தச் சில நாட்களுக்குள் அவன் வேலை ஒன்றும் தேடப்போகவில்லையே என்று அவன் அம்மா கவலைப்பட ஆரம்பித்துவிட்டாள். அதற்காக அவன் மீண்டும் வீட்டை விட்டுச் சீக்கிரமாகவே வெளியேறிவிட்டான். அதன் பிறகு எப்போதோ ஓரிரு கடிதங்கள். அவனுடைய முதல் நாவல் வெளிவந்தபோது வீட்டை விட்டு இறுதியாக வெளியேறி ஏழெட்டு ஆண்டுகள் ஆகியிருக்கும். அவனுக்கு அவனுடைய அப்பா, அம்மாவைப் போய்ப் பார்க்க வேண்டுமென்று தோன்றவில்லை. ஆனால் அவர்கள்மீது அவனுக்கு மன வருத்தம் அதிகம் மிஞ்சவில்லை. தபாலில் நாவல் பிரதியை அனுப்பிய போது 'அப்பாவுக்கு' என்றுதான் குறிப்பிட எண்ணி யிருந்தான். ஆனால் எழுதியபோது அது 'அம்மாவுக்கு' என்று வந்துவிட்டது. அவள் நாணயமானவள். அது பிடிக்க வில்லை என்று தயக்கமில்லாமல் சொல்லிவிட்டாள். அப்பாவால் அது முடியவில்லை.

அப்பாவால் எது முடிந்தது? எர்னஸ்ட் திரும்பி நடக்க ஆரம்பித்தான். வீடு போய்ச் சேர ஒரு மணி நேரமாவது ஆகும். அன்று அப்பாவின் சொந்தக் காகிதங்கள், தஸ்தா வேஜுகளைப் பிரித்துப் பார்க்க ஏற்பாடு செய்திருந்தது. அப்பாவின் சாவுக்கு வந்திருந்த இரு பிள்ளைகளையும் நேரில் வைத்துத்தான் இது நடக்க வேண்டும் என்பதில் அம்மா கண்டிப்பாக இருந்தாள்.

பணமுடை யாருக்கு? அம்மா அவனைக் கேட்டிருக்க மாட்டாள். அவளுக்கு மட்டும் எங்கே பணம் ஏராளமாக இருந்துவிடப்போகிறது? இருப்பதை வைத்து நிர்வாகம் செய்ய வேண்டும் என்பதுதான் அவளுடைய குறிக்கோள். அப்பாவை அவள் தூண்டிக்கொண்டே இருந்தாலும் சுய கௌரவத்தைக் கைவிடமாட்டாள். அவளுக்குத் தெரியாதபடி அப்பாவுக்கு ஏதோ நெருக்கடி நேர்ந்துவிட்டது. ஆனால் அவர் தன் தலையைப் பிளந்து கொண்டது அதற்காகவா?

அப்பாவின் கடிதத்தை அவன் இரண்டாவது முறை படித்த போது அவனே பணமுடையில் இருந்தான். பத்திரிகைகளில் அவனுடைய புகைப்படத்தை வெளியிட்டார்கள். அவனுடைய அபிப்ராயங்களை வெளியிட்டார்கள். அவன் வெளியூர் சென்ற போது ரயில் தவறியது பற்றிச் செய்தி வெளியிட்டார்கள். ஆனால் நான்கு மாத வாடகை கொடுக்க முடியாமல் அவன் திண்டாடுவதைப் பற்றி யாரும் கவலைப்பட்டுக்கொள்ளவில்லை. வருடக்கணக்காக அவனால் ஒரு புது உடை வாங்கிக் கொள்ள முடியாதது பற்றி யாரும் கண்டுகொள்ளவில்லை. அப்பாவுக்கும் அதெல்லாம் தெரியாது. எல்லாரையும்போல அவரும் பத்திரிகைகளில் அவனைப் பற்றிச் செய்திகள்

வருவதையும் பெரிதாகப் புகைப்படத்தை வெளியிட்டிருப்பதையும் பார்த்திருப்பார்.

அப்பாவுக்குக் கற்பனை குறைவு. ஆனால் அப்பாவை மட்டும் குறை சொல்லிப் பயனில்லை. உண்மையைக் கற்பனை செய்து தெரிந்துகொள்ள யாராலும் முடிவதில்லை. அல்லது தெரிந்துகொள்ள விரும்புவதில்லை. அவனுக்குக்கூட அவனுடைய அப்பா அம்மா பற்றி எல்லா உண்மைகளையும் தெரிந்துகொள்ள முடியவில்லை. இனிமேல் தெரிந்துதான் என்ன பயன்?

பைன் காட்டை விட்டு வெளியேறியவுடன் அவனுடைய வீடு கண்ணுக்குத் தெரிந்தது. எர்னஸ்ட் ஒருமுறை திரும்பிப் பார்த்தான். அவன் அப்பாவிடமிருந்து எவ்வளவோ விஷயங்களைக் கற்றுக்கொண்ட பைன் காடு யாதொரு சலனமும் இல்லாமல் அமைதியாக இருந்தது.

அவர்கள் சீக்கிரமாகவே இரவு உணவை முடித்துக்கொண்டு விட்டார்கள். அப்பாவுக்கு நண்பரான ஒரு வக்கீலும் உடன் இருந்தார். சொத்து முதலியன எளிமையாகச் சிக்கலற்றதாக இருந்தன. இவ்வளவு நாட்கள் ஒரு மாதிரிக் கட்டிக் காத்தது போல இனியும் அம்மாதான் பார்த்துக்கொள்வாள்.

பழைய கடிதங்கள், புகைப்படங்கள், அழைப்பிதழ்கள், வாழ்த்துக் கடிதங்கள் – அப்பாவின் ஞாபகார்த்தமாக ஆளுக்குக் கொஞ்சமாகப் பிரித்துக்கொண்டார்கள். கடைசியாக வந்த சில கடிதங்கள் அப்பாவின் மேஜையறைக்குள் இருந்தன. அம்மாதான் அதைக் கண்டுபிடித்து வெளியே எடுத்துப் போட்டாள். தன் கையெழுத்து ஓர் உறைமீது இருந்ததைப் பார்த்து எர்னஸ்ட் அதைத் தன்னிடம் வைத்துக்கொண்டான். யாரும் அதைப் பெரிதாக எடுத்துக் கொள்ளவில்லை.

இரவு படுக்கப் போகுமுன் எர்னஸ்ட் அந்த உறையை எடுத்துப் பார்த்தான். அவனுடைய கடிதத்தை அவனுடைய அப்பா பிரிக்கக்கூட இல்லை. அது ஒரு வாரம் முன்பே அவருக்குக் கிடைத்திருக்க வேண்டும். என்ன தயக்கமோ, அதைப் பிரிக்காமல் படிக்காமல் வைத்திருந்தார்.

முதலில் அதை அப்படியே கிழித்துப் போடத்தான் எர்னஸ்ட் நினைத்தான். ஆனால் தன்னை நிதானப்படுத்திக்கொண்டு உறையைப் பிரித்து அவன் எழுதிய கடிதத்தை அவனே படிக்கத் தொடங்கினான். சுருக்கமான கடிதம், பதிலெழுதக் காலதாமதமானதற்கு ஒரு விளக்கம்கூட இல்லை. "நானும் சிறிது நெருக்கடியில்தான் இருக்கிறேன். என்னாலியன்ற பணத்தை அனுப்பியிருக்கிறேன். இதோ செக்..."

அவனாலியன்ற பணத்தை நினைக்க அவனுக்கே கூச்சமாக இருந்தது. அது தெரிந்துதான் அப்பா அதைப் பயன்படுத்திக் கொள்ளவில்லை போலும்.

கடிதத்தைப் பையில் மடித்துப் போட்டுக்கொண்டு செக்கை மட்டும் எர்னஸ்ட் கிழித்துப் போட்டான். இம்முறை அப்பாவின் குறி தவறவில்லை.

1983

பங்கஜ் மல்லிக்

என் கண்ணுக்கு அவன் இரண்டு ஆள் உயரம் இருந்தான். "ஏண்டா, நீ ராமசாமி வீட்டுக்குப் பக்கத்திலே தானே இருக்கே?" என்று கேட்டான்.

"ஆமாம்."

"என் ஹிஸ்டரி புக்கைத் தூக்கிண்டு ஓடிட்டான். போய் வாங்கி வா."

"இப்பவேயா?"

"சாயங்காலம் வீட்டுக்குக் கொண்டாடா."

"உன் பேரு என்ன?"

"க்ஸேவியர் டேவிட்."

"என்ன?"

"க்ஸேவியர்டா, முண்டம்!"

எனக்கு அவன் பெயரைச் சொல்ல முடியாதபோது எப்படி ராமசாமி போன்ற ரவுடிப் பையனிடம் போய் புத்தகம் வாங்கி வருவது என்று கவலையாகிவிட்டது.

அன்று மாலை ராமசாமியிடம் போனேன். "அந்த உசரமா இருக்கிற பெரிய கிளாஸ் பையன் ஹிஸ்டரி புக் வாங்கி வரச் சொன்னான்" என்றேன்.

ராமசாமி என் தலையைத் தட்டினான். "போடா" என்றான்.

"ஹிஸ்டரி புக்."

"போடா."

இந்த ராமசாமியை நன்றாக உதைத்தால் சரியாக இருக்கும் என்று எனக்குத் தோன்றியது. நான் நேராக க்ஸேவியர் வீட்டைத் தேடிப் போனேன்.

எங்கள் வீட்டிலிருந்து நான்கு பர்லாங்குக்குள் மூன்று பள்ளிக்கூடங்கள். (ஒரு மைல் தள்ளி நான்காவதாக இருந்ததில் தான் நான் படித்தேன்) முதலில் ஒரு பெண்கள் ஹைஸ்கூல். இரண்டாவது போர்டிங் கூடிய பையன்கள் ஆரம்பப்பள்ளி. மூன்றாவது ஒரு பெண்கள் கான்வெண்ட். வழி வளைந்து வளைந்து போகும். அதனால் மூன்று பள்ளிகளும் வெவ்வேறு திசையை நோக்கி இருக்கும்.

இரண்டாள் உயரப் பையன் போர்டிங் பள்ளி அருகில் இருந்ததாக அனுமானம். அந்தச் சுற்று வட்டாரத்தில் நிறையப் பையன்கள் இருப்பார்கள். புதிதாக ஒருவன் அவர்களிடம் மாட்டிக்கொண்டால் அழவைத்துவிடுவார்கள். அது தெரிந்தும் நான் க்ஸேவியர் டேவிட் வீட்டைத் தேடிப் போனேன். டேவிட் மறந்துவிட்டது. க்ஸேவியரைக்கூட சாவியர் என்று விசாரித்தேன்.

"ஃபிரான்சிஸ் க்ஸேவியரா!" என்று ஒரு பையன் கேட்டான்.

"ஆமாம்" என்றேன்.

அவன் ஒரு வீட்டைக் காண்பித்து, "அதுதான்" என்றான். நான் கதவைத் தட்டினேன். ஒரு பெண் கதவைத் திறந்தாள். நான் "க்ஸேவியரைப் பார்க்கணும்" என்றேன். அவள் உள்ளே போய் ஒரு பெரியவரை அழைத்து வந்தாள். அவர் "என்ன?" என்று கேட்டார்.

"க்ஸேவியர்."

"நான்தான் க்ஸேவியர்."

"இல்லை, பத்தாவது கிளாஸ் பி..."

பெரியவர், "டேய், ஃபிரான்சிஸ்!" என்று கூப்பிட்டார். கோபத்துடன் உள்ளே போனார். ஒரு பையன் வந்தான். "என்னடா வேணும்?"

"க்ஸேவியர் வேணும்."

"நான்தான் க்ஸேவியர்."

"நீ இல்லே. உசரமா இருப்பான்."

அவனுக்கும் கோபம் வந்தது. "என் பேரு ஃபிரான்சிஸ் க்ஸேவியர்" என்றான்.

"அவன் பேரும் அதுான்."

"போடா" ஃபிரான்சிஸ் க்ஸேவியர் என் தலையைத் தட்டினான். "போடா."

நான் தெருவுக்கு வந்தேன். "டேய்" என்று அவன் கூப்பிட்டான்.

நான் நின்றேன்.

"உன் பேரு முத்துதானேடா?"

"ஆமாம்."

"அந்த கான்வெண்ட்லே போய் மணி அடி."

நான் விழித்தேன்.

“க்ஸேவியர் டேவிட் அங்கே இருக்காண்டா, அங்கே போய் மணி அடி.”

அந்த கான்வெண்டின் உயரமான கேட் அருகில் சென்ற பிறகுதான் புரிந்தது. அங்கு கேட்டருகில் மேலேயிருந்து ஒரு கயிறு தொங்கியது. நான் அதை பிடித்து இழுத்தேன்.

அந்த கேட்டிலேயே ஒரு சிறு துவாரம் அதைத் திறந்து ஒரு முகம், “ஏய்! ஏய்! ஏன் மணியைப் போட்டு ஒடைக்கிறே?” என்று கேட்டது.

“க்ஸேவியர் டேவிடைப் பாக்கணும்.”

“அடே! பக்கத்திலே போய்க் கூப்பிடு! மணியை ஒடைக்காதே!” முகம் மறைந்தது.

நான் கேட்டுக்குப் பக்கத்தில் சுவரோரமாக நின்று க்ஸேவியர் டேவிட் பெயரைச் சொல்லிக் கூப்பிட்டேன். அது நல்ல உயரமான சுவர். அதற்கும் மேல் க்ஸேவியர் டேவிட் முகம் தெரிந்தது.

“யாருடா?”

“நீதான் ராமசாமிகிட்டே ஹஸ்டரி புக் வாங்கி வரச் சொன்னியே?”

“கொடுத்தானா?”

“இல்லை, என்னை அடிச்சான்.”

“சரி, போ.”

“க்ஸேவியர் டேவிட்.”

“என்னடா?”

“இங்கே இன்னொரு க்ஸேவியர் இருக்கான் தெரியுமா?”

“அங்கே ஏண்டா போனே?”

“எனக்கு உன் வீடு தெரியாதே!”

“அவன் கிட்டே போகாதே. அவன் கெட்ட பையன்.”

எனக்கு நல்லது கெட்டது எல்லாம் ஒரு மாதிரிதான் இருந்தது. எல்லாரும்தான் என் தலையைத் தட்டினார்கள்.

நான் திரும்பி வந்துகொண்டிருக்கும்போது ஃபிரான்சிஸ் க்ஸேவியர் வாசலில் நின்று கொண்டிருந்தான். நான் அவனைப் பாராத மாதிரிப் போனேன்.

“இங்கே வாடா” என்று கூப்பிட்டான்.

நான் போனேன்.

“நீ பாடுவே இல்லே?”

“அஞ்சு பாட்டுதான் தெரியும்.”

“நாளைக்கு வந்து பாடு.”

“எங்கே?”

“எங்கேயிருந்தா உனக்கென்னடா? பாடு!”

“சரி.”

“சரியா நாலு மணிக்கு இங்கே வந்துடு.”

“எனக்கு நாலு வரை ஸ்கூல் இருக்கே.”

“அஞ்சு மணிக்கு வா. வரலை, உன் தலையை ஒடைச்சிடுவேன்.”

அடுத்த நாள் ஐந்து மணிக்கு அவன் வீட்டில் இருந்தேன். அவன் ஒரு சிதாரைத் தூக்கி வந்தான். என்னிடம் ஒரு ஹார்மோனியத்தையும் தபலாவையும் கொடுத்தான். என்னால் ஹார்மோனியத்தைத்தான் தோளில் தூக்கிக்கொள்ள முடிந்தது. அப்போது எங்கோ வெளியிலிருந்து அவனுடைய அப்பா சைக்கிளில் வந்தார். “ஏண்டா, நடந்தா போகப் போறீங்க?” என்று கேட்டார்.

“பின்னே?”

“எல்லாத்தியும் ஒரு டாங்காலே எடுத்துப் போங்க.”

நான்தான் ஓடிப்போய் ஒரு டாங்கா கொண்டுவந்தேன். எனக்குப் பயம், வண்டிச்சத்தம் குறித்துச் சண்டை வந்து டாங்காக்காரன் என்னைப் பிடித்துக் கொள்வானோ என்று. ஆனால் அப்படி ஏதும் நடக்கவில்லை. வாத்தியங்களுடன் ஃபிரான்சிசும் நானும் டாங்காவில் ஏறி வெஸ்லி கில்டுக்குப் போனோம்.

அங்கு நிறையப் பேர் குழுமியிருந்தார்கள். உயரமான க்ஸேவியர் இன்னொரு க்ஸேவியரைக் கெட்டவன் என்று சொன்னதற்குக் காரணம் தெரிந்தது. நிறையப் பெண்கள் ஃபிரான்சிஸ் க்ஸேவியருடன் சிரித்துப் பேசினார்கள். அவன் என்னை “இவன்தான் புது சைகல்” என்று அறிமுகப்படுத்தினான்.

பல்சுவை நிகழ்ச்சி தொடங்கியது. குழந்தைகள் ‘நல்ல சமேரியக்காரன்’ நாடகம் நடத்தினார்கள். ஒரு சிறுவன் ‘குன்று உபதேசம்’ புரிந்தான். என்னைப் பாடச் சொன்னபோது ‘ஞானக்கண் ஒன்’றும் ‘காயாத கான கத்தே’யும் பாடினேன். எல்லா நிகழ்ச்சிகளுக்கும் ஒரே மாதிரிதான் கரகோஷம் செய்தார்கள். ஃபிரான்சிஸ் சிதார் வாசித்த நிகழ்ச்சிதான் கடைசி. எனக்கு என்றும் அவன் காலடியில் விழுந்துகிடக்க வேண்டும் போலிருந்தது.

ஏழு மணிக்கு எல்லாம் முடிந்துவிட்டது. ஃபிரான்சிசிடம், “நான் போறேன்” என்றேன்.

“வீட்டுக்கு வந்து ஏதாவது தின்னுட்டுப் போடா” என்றான்.

“நான் மாமிசம் சாப்பிட மாட்டேன்.”

“உனக்கு எவண்டா கறி தரப்போறான்? சும்மா வாடா!”

அன்று என்ன விசேஷம் என்று எனக்குத் தெரியவில்லை ஃபிரான்சிஸ் வீட்டில் கேக்கும் வேறு தின்பண்டங்களும் நிறைய வைத்திருந்தார்கள்.

காராசேவ், பூந்தி, முந்திரிப்பருப்பு, பகோடா, ஜிலேபி எல்லாம் ஷோலாப்பூர்வாலா கடையில் வாங்கியதுதான்.

ஃபிரான்சிஸ் என்னை வீடு வரை கொண்டுவந்துவிட்டான். போகும் வழியில் நான் கேட்டேன். “நீ முதல்லே வாசிச்சது ‘அப் ஆயி பஸந்த் பஹார்’தானே?”

“ஆமாம். உனக்குத் தெரியுமா?”

“பங்கஜ் மல்லிக் பாடினது எங்க பக்கத்து வீட்டிலே ரிகார்டு இருக்கு.”

“ரொம்ப நல்ல பாட்டில்லே?”

“நீ ரொம்ப நன்னா வாசிச்சே.”

ஃபிரான்சிஸ் என் தோள்மீது கை போட்டு என்னை அணைத்துக் கொண்டான். “நீ சிதார் கத்துக்கறயாடா? நான் கத்துத் தரேன்.”

“நிஜம்மாவா?”

“ஆமாண்டா. நாம இரண்டு பேரும் எல்லா பங்கஜ் மல்லிக் பாட்டையும் பாடுவோம். முடிஞ்சா கல்கத்தா போயி பங்கஜ் மல்லிக் முன்னாலியே பாடுவோம்.”

நான் அப்போதிருந்த மனநிலையில் அவன் வடதுருவம் போகலாம் என்றால்கூடச் சரி என்றிருப்பேன். என் வீடு வந்துவிட்டது. ஃபிரான்சிஸ் என்னை அன்புடன் அணைந்து, “டேய், அந்த டேவிட் கூடச் சேராதே” என்றான்.

நான் பதில் பேசவில்லை.

“கான்வெண்ட்லே இருக்கானேன்னு நினைக்காதே. அவன் ரொம்பக் கெட்டவன்.”

க்ஸேவியர் டேவிட்டை மீறி நான் ஃபிரான்சிஸ் க்ஸேவியரிடம் பங்கஜ் மல்லிக் பாட்டு கற்றுக்கொள்ள ஆரம்பித்தேன். ஆனால் பயிற்சி அதிக நாட்கள் நடக்கவில்லை. புஷ்பா என்றொரு பெண் அவனை போலீஸ் ஸ்டேஷன் வரை இழுத்துவிட்டாள். விபரீதம் ஏதும் நிகழக்கூடாது என்று அவனுடைய அப்பா அவனை வெளியூர் அனுப்பிவிட்டார். அதன் பிறகு நான் அவனைச் சந்திக்கவில்லை.

ஆனால் என் அப்பாவிடம் கெஞ்சிக்கேட்டு பங்கஜ் மல்லிக் பாடிய ‘அப் ஆயி பஸந்த் பஹார்’ இசைத்தட்டை விலைக்கு வாங்கி வந்தேன். இரண்டு ரூபாய் ஒன்றரை அணா. இப்போது தேய்ந்து பழையதாகப் போய்விட்டது. தட்டு முழுக்க மண்ணெண்ணெய் தடவி கிராமபோனின் சவுண்ட் பாக்ஸையும் இலேசாக விரலால் தாங்கிப் பிடித்தால்தான் பாட்டு கேட்கும். அது பங்கஜ் மல்லிக் குரலாயிருந்தாலும் என் காதில் ஃபிரான்சிசின் சிதாராகத்தான் ஒலிக்கிறது.

1983

விருந்து

சதுரங்கா சொன்னார்:

நான் கிராமத்திலிருந்து மைசூருக்குத் திரும்பி வந்து விட்டேன். என் கல்லூரிப் படிப்பு முடிந்த நாளில் இருந்தே நான் மைசூரில் தங்குவது மிகவும் குறைந்துவிட்டது. இருந்தாலும் எல்லோரும் என்னை மைசூர்வாசி என்றுதான் அடையாளம் கூறுவார்கள். என்னையே 'நீ எங்கிருந்து வருகிறாய்?' என்று யாராவது கேட்டால் உடனே 'மைசூர்' என்றுதான் பதில் தருவேன்.

என் திருமணம்—உனக்குத்தான் தெரியுமே, அதன் முழு விவரங்களும்—என்னை நகரத்தில் இருந்து முப்பது குடும்பங்களே வாழும் ஒரு குக்கிராமத்துக்கு விரட்டியது. என்னை மைசூரில் எல்லாரும் மறந்துவிட்ட பின், பத்தாண்டுகளுக்குப் பிறகு, நான் மீண்டும் மைசூர் திரும்பினேன்.

நானேதான் வீடு பார்த்துக்கொள்ள வேண்டியிருந்தது. அரண்மனை போல இருந்த குடும்ப வீடுகள் எல்லாம் கைமாறிவிட்டன. என் சகோதரர்கள்கூட மைசூர் நகரைவிட்டு வேறிடங்களுக்குப் போய்விட்டார்கள். பள்ளி நண்பன் ஒருவனைக்கூட அழைத்துக்கொண்டு ஊருக்குச் சற்றுத் தள்ளிப் புதிதாகக் கட்டப்பட்ட வீடுகளில் ஒன்றை வாடகைக்குப் பெற முயற்சி செய்தேன்.

நான் கிராமத்திலிருந்து வந்தேன் என்றதால் ஒருவர் மறுத்துவிட்டார். நான் உள்ளூர்க்காரன் என்று சென்னதற்கு ஓர் அம்மாள் அவநம்பிக்கைத் தோன்ற, 'அடுத்த வாரம் பார்க்லாம்' என்று சொல்லிவிட்டாள்.

இன்னொரு வீட்டுக்காரர் மாதச் சம்பளக்காரர்களுக்குத் தான் வாடகைக்கு விட முடியும் என்று கூறிவிட்டார். ஒருவர் தன் தம்பி அந்த இடம் வேண்டுமென்று முன்பு சொன்னதாகவும், அவன் தேவையில்லை என்று கூறிவிட்டால் எனக்குத் தருவதாகவும் சொன்னார்.

அவர் தம்பி ஆல் இந்தியா ரேடியோவில் இருப்பதாக அவரே சொன்னதன் பேரில் நானும் என் நண்பனும் அந்த நபரையே நேரில் போய்க் கேட்டுவிடலாம் என்று தீர்மானித்தோம்.

உலகத்திலேயே மைசூர் ரேடியோ நிலையம் போல ஒரு கட்டடப் புதிர் வேறொன்று இருக்க முடியாது. ஏதோ ஆரம்பகால உற்சாகத்தில் மூலை முடுக்கு என்று கண்டுகொள்ள முடியாதபடி ஒரே வளைவாக அதைக் கட்டிவிட்டார்கள். வளைவு வராந்தாக்களில் சுற்றிச் சுற்றி வந்து எப்படியோ நாங்கள் தேடி வந்த நபரின் அறையைக் கண்டுபிடித்துவிட்டோம். எவர் யார் என்று தெரியாமல் அங்கே கண்டவர்களை எல்லாம், 'நீங்கள் புது வீட்டுக்குக் குடிபோகப் போகிறீர்களா?' என்று கேட்டோம், யாரும் 'ஆமாம்' என்று பதில் தரவில்லை.

அதன் பிறகு, 'உங்கள் சகோதரர் புது வீடு கட்டிக்கொண்டிருக்கிறார்' என்று விசாரித்தோம். ஒருவருக்குக் கோபம் வந்து, 'வெளியே போ' என்றார். என்ன கதை எழுதத் தெரிந்து என்ன பிரயோசனம்? 'வாடா சதுரங்கா, நாம் வேறெங்காவது வீடு தேடிப் போகலாம்' என்று என் நண்பன் சொன்னான். அப்போது அங்கிருந்தவர்களில் ஒருவன் தலைநிமிர்ந்தது.

"யார் சதுரங்கா?" என்று அவன் கேட்டான்.

"நானேதான்" என்றேன்.

"'பரிமள சௌபாக்யா' ஆசிரியரா?" என்று கேட்டான்.

"ஆமாம்."

அவன் எழுந்து வந்து என் கையைப் பிடித்துக்கொண்டான். "நான் உங்களை வெகு நாட்களாகச் சந்திக்க வேண்டும் என்று இருக்கிறேன்" என்றான்.

"அப்படியா?" என்றேன்.

"உங்கள் நாவலைப் படித்துவிட்டுத்தான் எனக்குப் பிறந்த இரட்டைப் பெண்களுக்குப் பரிமளா சௌபாக்யா என்று பெயர் வைத்தேன். என் பெயர் கிருஷ்ணமூர்த்தி" என்றான்.

"அப்படியா?" என்றேன்.

"நீங்கள் எங்கோ மைசூரை விட்டே போய்விட்டதாகச் சொன்னார்களே?"

"திரும்பி வந்துவிட்டேன்."

"எங்கு இருக்கிறீர்கள்?"

"பரிமளா லாட்ஜில்."

"ஓகோகோ, அதற்குத்தான் அந்தப் பெயரை நாவலுக்கு வைத்தீர்களா?"

"அதெல்லாம் இல்லை. அங்கேதான் அறை வாடகை சற்று மலிவு."

"வாடகை அறையிலா இருக்கிறீர்கள்? ஆமாம். எழுத்தாளர்களுக்குத் தனிமை வேண்டும்."

"அதெல்லாம் இல்லை. என் மனைவியும் குழந்தையும்கூட அதே அறையில்தான் இருக்கிறார்கள், வீடு பார்த்துக் கொண்டிருக்கிறேன்."

"என் அண்ணா வீடு கட்டிக்கொண்டிருக்கிறார். அதைப் பார்க்கலாமா?"

"வீடு எங்கே இருக்கிறது?"

அவன் சொன்னான். அவனேதான் சற்று முன்பு அவனுக்கு அண்ணாவும் கிடையாது, வீடு ஏதும் மாற்றுவதாக உத்தேசமும் இல்லை என்றும் சொல்லியிருந்தான். எப்படியோ எனக்கு வீடு கிடைத்துவிட்டது.

வீட்டுக்காரர்கூட என்னை மாதமொரு முறைதான் வந்து பார்ப்பார். ஆனால் கிருஷ்ணமூர்த்தி அநேகமாகத் தினமும் என்னைச் சந்திக்க வருவான். ஏதாவது ஒரு காரணம் சொல்லி ஒவ்வொரு ஞாயிற்றுக்கிழமையன்றும் அவன் வீட்டுக்கு அழைத்துப்போய், என் கையை நனைக்க விடாமல் திரும்பிப் போகவிட மாட்டான்.

அவனுடைய மனைவி கேரளப் பகுதியைச் சேர்ந்தவள். ஒவ்வொரு முறையும் புதிதாக ஒன்றைச் சமைத்துப் பரிமாறுவாள். விருந்தோம்பில் கணவன் மனைவி இருவரும் சற்று சளைத்தவர்கள் இல்லை. நான் 'போதும் போதும்' என்று எவ்வளவு சொன்னாலும் இலை நிறையப் பரிமாறி எனக்கு மூச்சு முட்ட வைத்துவிடுவார்கள். ஒவ்வொரு முறையும் 'சமையல் எப்படி? கூட்டு சரியாயிருக்கிறதா? உருளைக் கிழக்குக்குக் காரம் அதிகமோ?' என்று விசாரிப்பார்கள்.

நான், 'பிரமாதம்! பிரமாதம்!' என்பேன். உடனே கிருஷ்ணமூர்த்தி, "ஆமாம், எதைப் போட்டாலும் பிரமாதம் என்று சதுரங்கா கூறிவிடுவார். உலகத்திலேயே மிக எளிதாகத் திருப்திப்பட்டுவிடுபவர் நம் சார் ஆகத்தான் இருக்க வேண்டும்" என்பான்.

"இல்லையப்பா, உன் மனைவி சமையலில் பரிமள சௌபாக்யம் ஒரு வேளைகூடத் தவறுவது இல்லை."

"சார் கதை எழுதுகிறவர்தானே, அதான் எப்போதுமே கதைவிடுகிறார்."

கிருஷ்ணமூர்த்தி வீட்டுச் சமையல் பற்றிக் கதைவிடத் தேவையே இல்லை. அந்தக் கேரளப் பகுதிப் பெண் அவ்வளவு அற்புதமாகச் சமைப்பாள்.

இவ்வளவு நன்றாகச் சமைத்து இவ்வளவு அன்புடன் பரிமாறி என் மிகச் சாதாரணப் பாராட்டைக்கூட இப்படி உதறித் தள்ளிவிடுகிறார்களே என்று எனக்கு வருத்தமாகவே இருந்தது.

நான் இன்னொரு நாவலைப் பாதி முடித்திருந்தபோது என் உறவுக்காரர் ஒருவர் திடீரென்று என் வீட்டுக்கு வந்து, 'பரிமள சௌபாக்யா'வை சினிமாவாக எடுக்க முடிவு செய்திருப்பதாகச் சொன்னார். இந்த மாதிரி சொல்லி வருபவர்கள் நம்மிடம் இல்லாத எதிர்பார்ப்புகளை உண்டு பண்ணிவிட்டு அப்புறம் காற்றோடு மறைந்து போய்விடுவார்கள். நாமும்

விருந்து 653

நம் ஏமாற்றங்களுந்தான் மிஞ்சும். ஆதலால் நான் பெரிதாக உற்சாகம் காட்டவில்லை. ஆனால் அந்த மனிதர் அடுத்த நாள் ஆயிரம் ரூபாய் கொண்டுவந்து கொடுத்தார்.

அதற்கு அடுத்த வாரம் என்னை சென்னைக்கு அழைத்துக்கொண்டு போனார். அதற்கடுத்த வாரம் காமிராவுக்கு முன்புறம் எது என்று அவ்வளவு நிச்சயமாகத் தெரியாத நான் 'பரிமாள சௌபாக்யா' திரைப்படத்துக்கு டைரக்டராக மாறியிருந்தேன்.

எந்தக் கிராமத்தில் ஒரு நெருக்கடி காலத்தில் நான் தஞ்சம் அடைந்தேனோ, எந்தக் கிராமத்தை நான் மீண்டும் விழியெடுத்துப் பார்க்கமாட்டேன் என்று விலகி வந்தேனோ அதே கிராமத்துக்குச் சினிமா எடுப்பதற்காக நான் இருபத்தேழு பேரை அழைத்துக்கொண்டு போய்ச் சேர்ந்தேன். நான் சினிமா எடுப்பதை அக்கம் பக்கத்துக் கிராமத்துக்காரர்கள் எல்லாம் வண்டி கட்டிக்கொண்டு வந்து வேடிக்கை பார்த்தார்கள். சினிமா எடுப்பது பற்றிக் கொஞ்சம் தெரிந்தவர்களாக இருந்தால் வேடிக்கை இன்னும் அதிகமாக இருக்கும்.

நான் தட்டுத் தடுமாறுவதை எல்லாம் அவர்கள் ஏதோ அற்புத நிகழ்ச்சியாக வாய் பிளந்து வியந்தார்கள். என்னுடைய வியப்பு, என்னையும் மீறி சினிமா ஒரு மாதிரியாக உருவாகியிருந்தது.

சினிமா விஷயம் அற்புதம். நான் திரும்ப மைசூர் வந்து சில மணி நேரத்துககுள் கிருஷ்ணமூர்த்தி வீட்டுக்கு வந்துவிட்டான். "என்ன கதா சாகரரே, சொல்லாமல் கொள்ளாமல் எங்கோ போய்விட்டீர்? ஒவ்வொரு ஞாயிற்றுக்கிழமையும் உம்மை வந்து தேடிவிட்டுப் போனேன். எப்போது சாப்பிட வரப்போகிறீர்கள்?" என்று கேட்டான்.

எனக்கு ஆச்சரியமாக இருந்தது. இவ்வளவு நாட்கள் எங்கே போனாய், என்ன செய்தாய் என்றுகூடக் கேட்காமல் எப்போது சாப்பிட வரப் போகிறாய் என்று கேட்கிறானே, இவன் என்னை என்னவென்று நினைத்துக் கொண்டிருக்கிறான் என்று ஒரு கணம் கோபம்கூடத் தோன்றிற்று. ஆனால் கிருஷ்ணமூர்த்தியின் முகத்திலிருந்த எளிமையான பாவம் என் கோபத்தை ஒரே அடியாக அழுத்திப் புதைத்துவிட்டது.

"இந்த ஞாயிற்றுக்கிழமை வருகிறேன். நிறையத் தேங்காயும் தயிரும்விட்டு ஏகப்பட்ட காய்கறிகளைப் போட்டு ஏதோ கூட்டு மாதிரி ஒன்று உன் மனைவி சமைப்பாளே, அது என்ன?" என்று கேட்டான்.

"அவியலைச் சொல்கிறீர்களா?"

"ஆமாம், ஆமாம். அவியல். எனக்கு அவியல் வேண்டும்."

"கதா சாகரருக்கு இல்லாததா? கட்டாயம் அவியல் செய்யச் சொல்கிறேன். ஆனால், உங்களுக்கு என்ன பரிமாறினால் என்ன? எல்லாவற்றையும் பிரமாதம், பிரமாதம் என்று கூறிவிடுவீர்கள்!"

"இந்த ஞாயிற்றுக்கிழமையும் பிரமாதமாகச் சமைத்து வைக்கச் சொல்லு. நான் பத்து மணிக்கே வந்துவிடுகிறேன்."

“வீட்டில் எல்லாரையும் அழைத்துக்கொண்டு வாருங்கள்.”

“என் மனைவிக்கு எப்போதுமே பத்தியச் சாப்பாடு. நான் வருகிறேன். என்னைத் திருப்திப்படுத்து.”

“கதா சாகரரைத் திருப்திப்படுத்த விசேஷமாக ஒன்றுமே தேவையில்லை. எதைப் போட்டாலும் பிரமாதம், பிரமாதம் என்று சொல்லிவிடுவார்.”

இந்த ஞாயிற்றுக்கிழமை மட்டும் நான் கிருஷ்ணமூர்த்தி வீட்டு விருந்து பற்றிக் கவனக் குறைவாக இல்லை. பார்க்கப் போனால் சனிக்கிழமை இரவிலிருந்தே விருந்து நினைவாக இருந்தேன். ஞாயிற்றுக்கிழமை காலை எட்டு மணியிலிருந்தே என் உடலும் மனமும் பதற்ற நிலையில் இருந்தன.

ஒன்பது மணியளவில் சினிமாக்காரர்கள் வந்தார்கள். பத்தே நிமிடம் வேலை. அதை முடித்த பிறகு அவர்களில் ஒருவரை மட்டும் காருடன் சிறிது நேரம் காத்திருக்கச் சொன்னேன். சரியாகப் பத்து மணிக்கு, “என்னை ‘ஆல் இண்டியா ரேடியோ’ கிருஷ்ணமூர்த்தி வீட்டில் விட்டுவிடு” என்றேன்.

கிருஷ்ணமூர்த்தியும் அவனுடைய மனைவியும் அன்பாக என்னை வரவேற்றார்கள். நான் அங்கே போய்ச் சேர்ந்து இரு நிமிடங்களுக்கு எல்லாம் இரட்டைப் பெண்களில் ஒருத்தியான பரிமளா எனக்குக் காபி கொண்டுவந்து கொடுத்தாள். ஒருவாய் விட்டுக்கொண்டேன். “கிருஷ்ணமூர்த்தி, உன் வீட்டில் தேவதை யாராவது ஒத்தாசை புரிகிறார்களா?” என்று கேட்டேன்.

“என்ன கதா சாகரரே, ஒரேயடியாகப் பரிகாசம் புரிகிறீர்?”

“பரிகாசமா? காபியை இவ்வளவு அற்புதமாகத் தயாரிக்க முடியுமா?”

“ஒன்றும் ஸ்பெஷல் இல்லை, சார். எப்போதும் போலத்தான் தயாரித்திருப்பாள்.”

“நீ ஒருவாய் விட்டுக்கொண்டு பார்.”

கிருஷ்ணமூர்த்தி என் தம்ளரை வாங்கிச் சிறிது காபியைத் தன் வாயில் விட்டுக்கொண்டான். “இது என்ன காபி, சார்? ரொம்பச் சாதாரணம்” என்றான்.

எனக்கு அவனை அடித்துவிட வேண்டும்போல இருந்தது. காபி வடிவில் (?) அமிருதம் இருக்க முடியுமானால் – நான் அந்த நேரம் கையில் அமிருதம் வைத்துக்கொண்டிருந்தேன் – காபி அவ்வளவு பக்குவமாக இருந்தது.

“கதா சாகரருக்கு ரொம்ப இளகின மனசு. எதைக் கொடுத்தாலும் ரொம்ப நன்றாக இருக்கிறது என்று கூறிவிடுவார்.”

என்னை எப்படி அடக்கிக்கொண்டேன் என்று எனக்கே வியப்பாக இருக்கிறது. வெகுநேரம் பேசிக்கொண்டிருந்ததில்தான் அந்தப் படபடப்புச் சிறிது குறைந்தது.

ஒரு மணிக்குக் கிருஷ்ணமூர்த்தியின் இரு பெண்களும் எங்களிடம் வந்தார்கள். "சாப்பிட வாருங்கள்" என்று அழைத்தார்கள்.

சமையலறையிலேயே எங்கள் இருவருக்கும் இலை போடப்பட்டிருந்தது. கிருஷ்ணமூர்த்தியின் மனைவி பரிமாற ஆரம்பித்தாள்.

பாயசம், தயிர்ப்பச்சடி, இனிப்புப்பச்சடி, ஒரு கறி, இரண்டாவது கறி, வறுவல், துவையல், அவியல் . . .

"சாருக்கு அவியல் இன்னும் கொஞ்சம் போடு."

"நான் அப்புறமாகக் கேட்டு வாங்கிப் போட்டுக்கொள்கிறேன், கிருஷ்ணமூர்த்தி. இலையில் இப்போது இடம் இல்லை."

"வயிற்றில் இடம் வைத்துக்கொள்ளுங்கள், கதா சாகரரே."

சாதமும் பரிமாறி நெய்யும் விடப்பட்டது. கிருஷ்ணமூர்த்தி மலர்ச்சியுடன் நான் சாப்பிடத் தொடங்குவதற்காகக் காத்திருந்தான். நான் சாதத்தில் நெய்யும் பருப்பும் கலந்து பிசைந்தேன். சம்பிரதாயப்படி முதலில் பாயசத்தைத்தான் சாப்பிட வேண்டும். ஆனால் நான் ஆள் காட்டி விரலால் சிறிது அவியல் எடுத்து வாயில் போட்டுக்கொண்டேன். கிருஷ்ணமூர்த்தி என் முகத்தையே பார்த்துக்கொண்டிருந்தான். சாம்பார் எடுத்து வந்த அவன் மனைவியும் கார்த்துக்கொண்டிருந்தாள்.

நான் ஒரு கணம் யோசிப்பது போலத் தாமதித்தேன். இன்னொரு முறை விரலால் அவியலை எடுத்து வாயில் போட்டுக்கொண்டேன். ஒரு முடிவுக்கு வந்தமாதிரி கிருஷ்ணமூர்த்தியைப் பார்த்தேன்.

"என்ன சார்?" என்று அவன் கேட்டான்.

"அவியலுக்குக் கொஞ்சம் உப்பு . . ."

நான் சொல்ல வந்ததைச் சொல்லி முடிக்கவில்லை. கிருஷ்ணமூர்த்தியின் மனைவிக்கு ஒரேயடியாக வேர்த்துவிட்டது. கை கால் உதறத் தொடங்கிவிட்டது. அவளால் நிற்க முடியாது போல இருந்தது. கையில் இருந்த சாம்பார் பாத்திரம் கீழே விழுந்துவிடுமோவென்று பயமாக இருந்தது. அவளே அதைக் கீழே வைத்துவிட்டாள்.

கிருஷ்ணமூர்த்தி முகம் சிவந்து போய்விட்டது. கண்கள் புடைத்து வெளியே பிதுங்கி விழுந்துவிடும்போல் இருந்தன. பற்களைக் கிட்டித்துக் கொண்டான். மனைவியைக் கொடூரமான பார்வை பார்த்தான். "சண்டாளி! கழுதை! என்ன சமையல் பண்ணியிருக்கேடீ! உன் மனசிலே என்ன இருக்கு? சாதாரணமா வர விருந்தாளியா சார்? இப்படிச் சமையலைப் பாழ் பண்ணி விட்டியேடீ! சரி பண்ணிக்கொண்டு வாடீ, படுபாவி!" என்று சொன்னான். ஒருவன் சொற்களை இவ்வளவு திகிலூட்டும் படியாகப் பயன்படுத்தி நான் அறிந்தது இல்லை அவன் மூச்சு விட்டது, அவன் முன்னால் இருந்த இலையைப் பறக்க அடித்துவிடும்போல் இருந்தது.

பரிமளாவும் சௌபாக்யாவும் இரத்தமெல்லாம் சுண்டி ஒரு மூலையில் அரண்டு போய் ஒடுங்கிக் கிடந்தார்கள். கை கால் உடல் நடுக்கத்தில் கிருஷ்ணமூர்த்தியின் மனைவி தொட்ட பாத்திரங்கள் கூடக் கடகடவென்று ஒலி எழுப்பின.

கிருஷ்ணமூர்த்தியின் மூச்சும் அந்த பாத்திர சப்தத்தையும் தவிர அந்த அறையில் என்று மட்டுமில்லை, பிரபஞ்சத்திலேயே வேறு ஒலியே கிடையாது என்பது போல நிசப்தமாக இருந்தது.

சில நிமிடங்கள் யுகமாகச் சென்றன. கிருஷ்ணமூர்த்தி முதல் முறையாக இலையில் கை வைத்துச் சிறிது அவியலைத் தன் வாயில் போட்டுக் கொண்டான். சிறிது தாமதித்து மீண்டும் எடுத்துச் சுவைத்துப் பார்த்தான். அவனுடைய மனைவி, அவனுடைய இரு பெண்கள் எல்லாரும் திகில் கலந்த எதிர்பார்ப்புடன் அவனையே பார்த்த வண்ணம் இருந்தார்கள்.

கிருஷ்ணமூர்த்தி என்னைப் பார்த்தான், சந்தேகத்தோடு. "உப்பு குறைவா, அதிகமா?" என்ற கேட்டான்.

"உனக்கு எப்படி இருக்கிறது?" என்று கேட்டேன்.

"சரியா இருப்பது போல் இருக்கிறதே?" என்றான்.

கிருஷ்ணமூர்த்தியுடைய மனைவி சற்று ஆசுவாசம் அடைந்தவளாக நின்றாள்.

"ஆமாம், சரியாகத்தான் இருக்கிறது. அற்புதமாக இருக்கிறது. அற்புதமாக இருக்கிறது" என்றேன். அறையில் சற்று முன் நிலவிய பீதியும் துன்பமும் விலகிப் போய்விட்டன. ஆனால் கிருஷ்ணமூர்த்தி சகஜநிலை அடையவில்லை. என்னைச் சந்தேகத்துடனேயே பார்த்தான்.

நான் உற்சாகமாகச் சாப்பிட ஆரம்பித்தேன். கிருஷ்ணமூர்த்தியுடைய மனைவி மௌனமாகப் பரிமாறினாள். கிருஷ்ணமூர்த்தி மட்டும் நிலை குலைந்தே இருந்தான். உணவை ஒழுங்காக எடுத்து வாயில் போட்டுக்கொள்ள முடியாமல் அவன் உடை எல்லாமும் அவனைச் சுற்றியும் சோறாகக் கிடந்தது. ஒரு வழியாகச் சாப்பாடு முடிந்தது.

விதி விலக்கில்லாமல் எல்லாப் பண்ட பதார்த்தமும் மிகவும் சிறப்பாக இருந்தன. ஆனால் அன்று அங்கு யாரும் எதையும் ரசித்திருக்க முடியாது.

கையைக் கழுவித் துடைத்துக்கொண்ட பின் மௌனமாக வெற்றிலை பாக்கு போட்டுக்கொண்டோம். கிருஷ்ணமூர்த்தியும் அவன் மனைவியும் ஒரு வார்த்தை பேசல்லை. பேச முடியவில்லை என்று கூறுவதுதான் சரி.

"நான் கிளம்பட்டுமா?" என்று எழுந்தேன். அவனும் எழுந்தான். செயலற்றவனாகச் சரி என்று கூறுவது போலக் கையைக் கூப்பினான். ஒரு நாளும் அவனிடம் அவ்வளவு எளிதாக விடைபெற்றுக் கிளம்ப முடியாது. எட்டு மணிக்குக் கிளம்ப நான் எழுந்தால் ஒன்பதரை மணிக்குத்தான் என்னை விடுவிப்பான். இன்று அவன் ஒன்றுமே இயலாத அசக்தனாக இருந்தான்.

நான் வாசற்படியையும் தாண்டித் தெருவில் அடியெடுத்து வைத்தேன். கிருஷ்ணமூர்த்தியைப் பார்க்கப் பரிதாபமாக இருந்தது.

"கதா சாகரர் சதுரங்கா ரொம்பச் சுலபமாகத் திருப்திப்பட்டுவிடுவார், இல்லையா?" என்றேன்.

கிருஷ்ணமூர்த்தியின் புன்னகை ஒரு பலவீன முயற்சியாக இருந்தது.

"நான் எடுத்ததற்கெல்லாம் பிரமாதம், அற்புதம் சொல்லிவிடுகிறவன் எனறு சதா கேலி செய்துகொண்டே இருந்தாயே? இன்று பார்த்தாயா? மாறுதலாக ஒரு சொல் சொல்லி முடிப்பதற்குள் எவ்வளவு விபரீதங்கள் நிகழ்ந்துவிட்டன?"

கிருஷ்ணமூர்த்தி என்னையே பார்த்த வண்ணம் நின்றான்.

"விபரீதங்களைத் தவிர்க்கத்தானப்பா நான் குறையாக ஏதும் சொல்லுவதில்லை."

நான் செய்தது சரி என்றுதான் எனக்குக் கடைசிவரையில் தோன்றிற்று. ஆனால் கிருஷ்ணமூர்த்தி இன்னொரு முறை எனக்கு விருந்து வைக்கவில்லை.

1983

பொறுப்பு

முதல் வேலையே பங்க்சர் ஒட்டுவதாக வந்தது. பொன்னன், "கொஞ்சம் இரு தம்பி, அந்தக் கடை திறக்கட்டும்" என்றான்.

"அதுதான் உங்க கடையா?" என்று அந்தப் பையன் கேட்டான்.

பொன்னன் அந்தக் கேள்வி காதில் விழாதது போல இருந்தான்.

"ரொம்ப லேட்டாகுமா?" என்று பையன் கேள்வியை மாற்றிக் கேட்டான்.

"கொஞ்ச நேரந்தான் இருந்து பாரேன். பம்பு, ஸ்பானர் எல்லாம் அந்தக் கடைசியிலதான் வச்சிருக்கேன். கடை திறந்த வுடனே பங்க்சர் ஒட்டி முதல்லே உன்னை அனுப்பிடறேன்."

"அப்போ அது உங்க கடை இல்லையா?"

"பத்தாயிரம் ரூபா இருந்தா அந்த மாதிரிக் கடையைப் பிடிக்கலாம். கொடுக்கறியா?"

பையன் என்ன செய்வது என்று தெரியாமல் பேசாமல் நின்றான். ஆனால் அவன் செய்யக்கூடியது ஒன்று இருந்தது. ஒரு நிமிடத் தாமதத்திற்குப் பிறகு அவன் கொண்டுவந்திருந்த சைக்கிளைத் தள்ளிக்கொண்டு வேறு சைக்கிள் ரிப்பேர்க்கார னைத் தேடிச் சென்றுவிட்டான்.

கடை என்றில்லாமல் தெருவோர நிழலில் தொழில் நடத்தும்போதுகூட வாடிக்கையாளர்கள் ஏற்பட்டுவிடுகிறார்கள். அப்படி ஒரு வாடிக்கையாளரின் மகனாகத்தான் இந்தப் பையன் இருக்க வேண்டும். இல்லாவிட்டால் 'பொன்னன்' என்று விசாரித்துக்கொண்டு இங்கு வந்து நிற்க மாட்டான்.

பொன்னன் தெருவோரமாக நிழலாக இருந்த இடத்தில் முழங்காலைக் கட்டிக்கொண்டு உட்கார்ந்து கொண்டான். காலையில் இப்படி உட்கார்ந்து விடுவது அவனுக்குச் சற்றும்

பிடிக்காத ஒன்று. மளிகைக் கடை, வெற்றிலை பாக்குக் கடை, காய்கறிக் கடை வேண்டுமானால் அதிகாலையில் திறப்பார்கள். சிங்கப்பெருமாள் கோயிலில் இருக்கும் நிலத்தைச் சென்னையில் பங்கு போட்டு விற்கும் தரகர்கள் கடை காலையிலேயே திறக்க வேண்டிய நிர்ப்பந்தம் என்ன? அவர்கள் ஒன்பது, பத்து மணிக்குக்கூடத் திறப்பார்கள். அவர்கள் கடையில் தன் தொழில் கருவிகளை வைத்தால் அவனும் அவர்களோடுதான் நாளைத் துவக்க வேண்டும். அதற்குள் அந்தப் பையன் போல இன்னும் பலரும் வேறு சைக்கிள் ரிப்பேர்க்காரனைத் தேடிப் போய்விடுவார்கள்.

ஆனால் போன பையன் மறுபடியும் சைக்கிளைத் தள்ளிக்கொண்டு பொன்னனிடம் வந்தான்.

“என்ன?” என்று பொன்னன் கேட்டான்.

“இன்னும் ஒரு கடையும் திறக்கலை.”

“பக்கத்துத் தெரு நாயக்கர் கடைக்குப் போனியா?”

“எது? பால் பங்க் பக்கத்திலே இருக்கிறதா?”

“பால் பங்க் எதுத்த கடை.”

“அதுவும் மூடியிருக்கு.”

பொன்னன் எழுந்திருந்து சைக்கிளைத் தன் கையில் எடுத்துக்கொண்டான். பழைய சைக்கிள்தான். ஆனால் குழந்தை போலக் கவனிப்புப் பெற்றிருந்த படியால் ஒரு மினுமினுப்புக் கொண்டிருந்தது. சைக்கிளை இவ்வளவு அக்கறையுடன் பார்த்துக்கொள்கிறவர்கள் ரிப்பேர்க்காரர்கள் மீது அதிக நம்பிக்கை வைக்க மாட்டார்கள். ரிப்பேர்க்காரர்கள் எல்லாருமே முரட்டுத்தனமாகச் சுத்தியை உபயோகப்படுத்தியே சைக்கிளின் மொத்த வலுவைக் குலைத்துவிடுவார்கள் என்பது அவர்களுடைய பயம். இப்போது ஒரு சிறு பையனிடம் சைக்கிளைக் கொடுத்தனுப்பியது, வேறு வழியில்லை என்ற நிலைமையில் இருக்க வேண்டும்.

முன் சக்கரந்தான் காற்றிழந்து கிடந்தது. பொன்னன் வால்வ் டியூபைக் கழட்டிப் பார்த்தான். அதில் குறையில்லை. நிச்சயம் பங்க்சர்தான்.

பொன்னன் ஸ்டாண்டு போட்டு சைக்கிளை ஓரமாக நிறுத்தி வைத்தான். டயரைக் கழட்டுவதற்கு உறுதியான கம்பி போல ஏதாவது ஒன்று கிடைத்தால் வேலையைத் துவக்கலாம். அப்போது சுப்பிரமணியன் அப்பக்கம் வருவதைப் பார்த்தான். பொன்னனுக்குச் சிறிது வியப்பாக இருந்தது. “இன்னிக்கு ஸ்கூல் டிரிப்புக்குப் போகலே?” என்று சுப்பிரமணியனைக் கேட்டான்.

சுப்பிரமணியன் பிரேக் பிடித்திழுத்து ரிக்ஷாவை நிறுத்தினான். “இன்னிக்கு ஸ்கூல் லீவு” என்றான். அப்புறம், “பம்பு எங்கே?” என்று கேட்டான்.

“அதுக்குத்தான் கர்திருக்கேன். இந்த புரோக்கர்காரங்க இன்னும் கடையைத் திறக்கலே.”

“பம்பையாவது நீ கையோடு எடுத்திட்டுப் போய்க் கொண்டு வரலாமில்லே?”

“செய்யலாந்தான் ...”

சுப்பிரமணியன் கீழேயிறங்கி, பையன் கொண்டுவந்திருந்த சைக்கிளின் சீட்டில் முழங்கையை வைத்து ஊன்றிச் சாய்ந்துகொண்டான். பையனின் முகத்தில் அநீதி இழைக்கப்பட்டவன் பாவனை தெரிந்தது. அநீதியை அதிகப்படுத்துவது போலச் சுப்பிரமணியன் தன் சட்டைப் பையிலிருந்து ஒரு பீடியை எடுத்து வாயில் வைத்துக்கொண்டான். “வத்திப் பொட்டி இருக்கா?” என்று பொன்னனைக் கேட்டான்.”

“இல்லை” என்று பொன்னன் சொன்னான்.

சுப்பிரமணியன் ஏமாற்றமடைந்தவன் போலக் காணப்படவில்லை. பற்ற வைக்காத பீடியை வாயில் வைத்தபடியே, “அந்த சிவந்த பையன் நேத்து மறுபடியும் நம்ப வண்டிய ஃபோலோ பண்ணிட்டு வந்தான்” என்று பொன்னனிடம் சொன்னான்.

“மடக்கினயா!”

“பின்னே? ராமலிங்கம் கிட்டேயும் சொல்லி வச்சிருந்தேன். ஸ்கூல் டிரிப்பை முடிச்சப்புறம் அந்த மைதானத்துக்கிட்டே அப்படியே ஓரங் கட்டிட்டோம்.”

“இந்தத் தெரு முனையிலேயே என்னமா ஸ்டைல் காட்டிட்டி இருந்தான். அவுங்க அப்பா எல்லாம் ரொம்ப மரியாதைப்பட்டவரு.”

“நான் கூட முதல்ல கவனிக்கவில்லை, பொன்னா. ஆனா அந்தப் பொண்ணுதான் சொல்லிச்சு – அண்ணா, அண்ணா, இந்த ஆளு தினமுமே தொந்தரவு பண்ணறான்னு. அப்புறம் பார்த்தா ஸ்கூல் முடிச்சு அந்தப் பொண்ணு நம்ம வண்டியிலே வரப்பவும் இவன் தவறாகத் தெரியறான். பின்னாலேயே வந்து ச்சுச்சுன்னு ஊதறாரு, பெரிய மைனர்.”

“இங்கே ஒரு வயசான அம்மா கைக்குடையாலியே நாலு போட்டா அவன் மூஞ்சியிலே. கொஞ்ச நாள் கண்ணிலே படமா இருந்தான். இப்போ மறுபடியும் வந்துட்டான்.”

“ராமமூர்த்தி தெருகிட்டே போயிட்டிருந்தான், நான் ராமலிங்கத்துக்கு சிக்னல் கொடுத்துட்டுப் பின்னாலேயே போனேன். மைதானம் கிட்டே போறப்போ ஒரேயடியா லெஃப்ட்லே ஒடிச்சேன். பேபேபேன்னு ரோட்டோரமாப் போய் விழுந்தான். ராமலிங்கம் அவன் வண்டியை இன்னொரு பக்கமா ஒடிச்சு அவன் ஓடிப் போகாமக் குறுக்கே நின்னான். எழுந்தவுடனே சட்டையைப் பிடிச்சு ஒரு முறுக்கு முறுக்கினான். “ஏண்டா முக்கால் டிக்கட்டு! நான் ஸ்கூல் இட்டுட்டுப் போற குழந்தையையாடா டாவடிக்கறே”ன்னு ஒரு உலுக்கு உலுக்கினேன். பையன் அலற ஆரம்பிச்சுட்டான் ...”

சைக்கிளில் பங்க்சர் போட வந்த பையனிடம் பொன்னன் சொன்னான். “ஏதாவது வேலை இருந்தாப் போயிட்டு வா தம்பி. அந்தக்கடை திறந்தவுடனே போட்டு வெச்சிடறேன்.”

“ரொம்ப லேட்டாகுமா?”

“எப்படியும் ஒம்பது மணியாகும்.”

“சரியா ஒம்பதுக்குக் கிடைக்குமா?”

“சரியான்னா, நான் என்ன காரண்டியா தர முடியும்? எப்படியும் ஒரு கால் அவரு முன்னே பின்னே ஆகத்தான் ஆகும். இல்லேன்னா வண்டியை எடுத்துப் போய் வேறெங்கேயாவது பாத்துக்க.”

பையன் தயங்கினான். பிறகு “இங்கேயே இருக்கேன்” என்றான்.

பொன்னன், சுப்பிரமணியன் பக்கம் திரும்பினான். தெருவில் போகும் யாரிடமோ நெருப்புப் பெட்டி வாங்கி அவன் பீடியைக் கொளுத்திக் கொண்டிருந்தான்.

பொன்னன் சுப்பிரமணியன் ரிக்ஷாவில் ஏறி உட்கார்ந்துகொண்டான். சுப்பிரமணியன் கேட்டான், “டீ குடிக்கிறியா?”

“வேண்டாம், மணி. இன்னும் ஒரு போணிகூட ஆகாமப் போக மனசில்லை.”

“எனக்கு இன்னிக்கு எது போணி தெரியுமா? பொணம்.”

பொன்னன் தடாலென்று கீழே இறங்கினான். சுப்பிரமணியன் சொன்னான். “அவுங்களுக்கே தெரியாதுப்பா. ஒரு பொண்ணுக்குக் குளிக்கிற ரூம்லே எப்படியோ ஷாக் அடிச்சிடுச்சு. அவுங்க அப்படியே ஈரத் துணியோட டாக்டர்கிட்டே தூக்கிப் போனாங்க. டாக்டர் சொன்னப்புறம்தான் அவுங்களுக்கு புரிஞ்சுது பொண்ணு போயிடுச்சுன்னு.”

சுப்பிரமணியன் ஒரு நிமிடம் இடைவெளிக்குப் பிறகு மீண்டும் பேசினான். “நான் அவுங்களைத் திரும்பவும் வீட்டிலே கொண்டுபோய் விட்டுட்டேன். அதுவே ஸ்கூலுக்கு போற பொண்ணுதான்.”

“சரியானபடி ஷாக் வாங்கினா யாரு பொழைக்க முடியும்? என் தம்பி ஒரு நிமிஷத்திலே போயிட்டானே?”

“அந்தப் பொண்ணுக்கும் அப்படித்தான் ஆயிருக்கணும். இதிலே வயித்தெரிச்சல் தெரியுமா? அந்தப் பெண்ணோட அப்பா அம்மா அது செத்ததுன்னு தெரியாம அப்படியே மேலே சாச்சுட்டுக் கொண்டுவராங்க. அந்தப் பொண்ணைப் பாத்துட்டு ஒருத்தன் பின்னாலே வராம்ப்பா.”

பொன்னன் காறித்துப்பினான்.

சுப்பிரமணியன் சொன்னான், “இந்த டாவடிக்கிற மொட்டைப் பசங்களைக் கூறு போட்டுக் கடாசிடணும்னு கோபம் வரது, பொன்னா. அக்கா தங்கச்சியோட பொறக்கலை? நாய் மாதிரி ரிக்ஷா பின்னாலே வந்துடறாங்க. அந்தந்த வீட்டிலே என்னை நம்பி அவுங்க பொண்ணை வண்டியிலே அனுப்பறாங்க. அந்தப் பொண்ணுகிட்டே ஒருத்தன் கேவலமா நடந்தா மனசு பொறுக்கறதில்லே.”

“ஏதோ நம்ப சொல்றோம். நீ இங்கே பட்டணத்திலே பாரு. ஒவ்வொரு பொம்பளைப் பசங்க ஸ்கூல் முன்னாலியும் எப்பவும் பத்து அவதாரங்க நின்னுட்டேதான் இருக்கு.”

"ஒதிக்கணும், பொன்னா. இரண்டு பேரைப் பிடிச்சு ஒதைச்சா ஆறு மாசத்துக்கு கிட்டே வரமாட்டாங்க. அவங்களுக்குத் தெரியற பாஷை அதுதான்."

பங்க்சர் சைக்கிள் பையன் மீண்டும் கிளம்பப் பார்த்தான். இம்முறை பொன்னன் அவனைத் தடுக்கவில்லை. ஆனால் சுப்பிரமணியன் கேட்டான். "என்ன அவசரம்? இன்னிக்கு ஸ்கூல் லீவுதானே?"

பையன் தயங்கி நின்னான். பொன்னன் சொன்னான். "ஸ்கூல் லீவாயிருந்தா ஆபீஸ் எல்லாம் இருக்குமே?"

எல்லாருடைய சங்கடத்தையும் தீர்த்துவிடும் விதத்தில் அந்த ரியல் எஸ்டேட் கடையைத் திறக்க இருவர் வந்துவிட்டார்கள். பொன்னன் பம்பை எடுத்து வந்து சுப்பிரமணியன் வண்டிக்குக் காற்று அடிக்க வந்தான். சுப்பிரமணியன் பம்பைத் தான் வாங்கிக்கொண்டு, "நீ அந்தப் பையன் சைக்கிளைக் கவனி" என்றான்.

"நீ பம்பை முதல்லே கொடு."

சுப்பிரமணியன் ரிக்ஷாவுக்குக் காற்று அடித்துக்கொண்டே சொன்னான். "டாவடிக்க வேண்டியதுதான். ஆனால் அதுக்கும் வயசு வேண்டாம்? மீசை கூட முளைக்காதப்போ சிகரெட் ஊதிட்டு, பொட்டைப் பசங்க ஸ்கூல் முன்னாலே திரியறாங்களே, ஒவ்வொருத்தன் முட்டியையும் பேத்துடணும்."

"பேத்துடலாம். நீ பம்பைக் கொடு."

1983

முறைப் பெண்

சதுரங்கா சொன்னார்:

அந்த நாளில் நான் யார், இந்தச் சமூகத்தில் எனக்குள்ள பங்கு எது என்ற பிரக்ஞையே இல்லாமல் நான் பாட்டுக்குச் சுற்றிவந்தேன். இப்போது என் தோல் சிறிது தடித்துவிட்டது. முப்பது வருடங்களுக்கு முன்னால் நான் பாலாக இருந்தேன். நான் சினிமாப் பத்திரிகையுலகில் ஒரு புள்ளி, ஒரு நல்ல நாவலை எழுதியிருக்கிறேன் என்பதெல்லாம் யாராவது பேச்செடுத்தால்தான் எனக்கு நினைவுக்கு வரும்.

மைசூரிலிருந்து பெங்களூருக்கு இரயிலில் போய்க் கொண்டிருந்தேன். வண்டி மண்ட்யாவில் நின்றது. காப்பி குடிக்கலாம் என்று இறங்கினேன். அப்போது முதல் வகுப்புப் பெட்டி ஒன்றிலிருந்து சி.என்.கே. இறங்கினார். அவர் அன்றே இலக்கிய உலகில் பெரிய ஜாம்பவான். "எங்கே போகிறாய்?" என்று கேட்டார்.

"பெங்களூர்."

"அது சரி. இப்போ எங்கே? என்ன கேள்வி? வா, ஒரு கப் காப்பி சாப்பிடுவோம்."

நான் பணிவுடன் அவர் பின்னால் போனேன். அவரே காப்பி வாங்கினார்.

"பெங்களூரில் எவ்வளவு நாள்?"

"இரண்டு நாட்கள்."

"எங்கே தங்கப் போகிறாய்?"

நான் சொன்னேன்.

"சரி, எது எப்படியானாலும் நாளை நீ என்னுடன் சாப்பிடுகிறாய்" அவர் ஒரு முகவரியைச் சொன்னார்.

"சார், சாப்பாடு வேண்டாம், சார்."

"ஏன், என்ன?"

"என் அக்கா வீட்டில் நாளைப் பகல் சாப்பிட்டாக வேண்டும். ஏதோ விசேஷ பூஜை ஒன்று செய்கிறார்கள். அதற்குத்தான் நான் போய்க் கொண்டிருக்கிறேன்."

அவர் அப்போது 'முற்போக்கு' முகாமில் ஒரு முக்கியத் தலைவர். என் பதில் அவருக்குத் திருப்தி அளிக்கவில்லை.

"இந்தக் காலத்தில் என்னப்பா பூஜை கீஜை எல்லாம்?"

நான் பதில் பேசாமல் நின்றேன். ரயில் கிளம்புவதற்கு ஆயத்தமாயிற்று.

"சரி, காலை உணவு என்னுடன். அங்கே வேறு எழுத்தாளர்கள், பதிப்பாளர்கள் எல்லாரும் வருகிறார்கள்."

"சரி, சார்."

பெங்களூரில் அக்கா வீட்டை அடைந்தவுடன் நான் அவளிடம் தெரிவித்துவிட்டேன். எனக்கு மறுநாள் காலையில் டிபன் எதுவும் வேண்டாம், நான் வேறொருவருடன் உணவு அருந்த வேண்டும்.

அது அவளுக்குத் திருப்தி அளிக்கவில்லை. ஆனால் அவள் அப்போது ஒன்றும் சொல்லவில்லை.

மறுநாள் காலை குளித்துவிட்டு வெளியே கிளம்பத் தயாராகிக் கொண்டிருந்தேன். அக்காவின் மூத்த மகள் சுசீலா காப்பியை எடுத்துக் கொண்டு வந்தாள். "எங்கே மாமா, இவ்வளவு சீக்கிரம் வெளியே கிளம்புகிறீர்கள்?"

"இதோ பார், உன் அம்மாவிடம் முன்பே சொல்லியிருக்கிறேன். சரியாக ஒரு மணிக்கெல்லாம் வந்துவிடுகிறேன்."

"அப்படியானால் ஏதாவது ஆகாரம் பண்ணிவிட்டுப் போங்கள்."

"நான் ஒரு நண்பருக்கு வாக்குக் கொடுத்திருக்கிறேன். காலை ஆகாரம் அவருடன்தான்."

"நான் உங்களுக்காக மிகவும் ஆசையுடன் ஒய் கடுபு செய்திருக்கிறேன் மாமா."

"ஒன்றும் முடியாது. இந்தக் காப்பியே அரைத் தம்ளர்தான் குடிக்கப் போகிறேன்."

அவள் கோபித்துக்கொண்டு உள்ளே போனாள். அடுத்த நிமிடம் அவளுடைய அம்மா வந்து விட்டாள். "ஏண்டா குழந்தை ஆசையாகக் கேட்கிறாள், கையை நனைத்துவிட்டுப் போவதுதானே?"

"இல்லை, அக்கா..."

"அதெல்லாம் முடியாது. நீ வருகிறாய் என்று அவள் ஆசையோடு மாவரைத்துவைத்தாள். இரண்டு கடுபுவாவது தின்றுவிட்டுப் போ."

"இல்லை, அக்கா. ஒன்று வேண்டுமானால் எடுத்துக் கொள்கிறேன்."

"நீ எனக்கு ஒன்றும் தயவு பண்ண வேண்டாம்."

முறைப் பெண்

“சரி, சரி. இலையைப் போடு.”

கடுபுவை நீதான் பார்த்திருப்பாயே. இட்டிலி மாதிரி இருக்கும். ஆனால் ஒரு கடுபு நான்கு இட்டிலிக்குச் சமானம்.

எடுத்த எடுப்பிலேயே சுசீலா எனக்கு இரு கடுபுகள் போட்டு நிறையக் கொத்சுவும் பரிமாறினாள். கடுபுவில் கடலைப் பருப்பு, சிறிது மிளகு எல்லாம் வறுத்துப் போட்டிருந்தது. மிகவும் சிரத்தையுடன் செய்யப்பட்டிருந்தது என்பதில் சந்தேகமே இல்லை. சாதாரணமாகவே அக்கா வீட்டில் சமையல் பிரமாதமாக இருக்கும்.

பிரிகேட் ரோட்டில் நடந்து போய்க்கொண்டிருக்கும்போதே சி.என்.கே. யிடம் எப்படி எல்லாம் சால்ஜாப்பு சொல்வது என்று ஒத்திகை செய்து கொண்டிருந்தேன். மூன்று கடுபுகளும் ஐந்து கரண்டி கொத்சுவும் என் சுவாசத்தைச் சிரமமான செயலாக மாற்றியிருந்தன.

“சார்!சார்!” யாரோ கைதட்டி அழைப்பது கேட்டது. அது பெண் குரல். சீதாராம் கிராமபோன் கம்பெனி மாடியிலிருந்துதான் என்னை யாரோ அழைத்துக்கொண்டிருந்தார்கள். கிராமபோன் கம்பெனி என்று பெயரிருந்தாலும் அந்த சீதாராம்தான் என் நாவலை வெளியிட்டிருந்தான். மாடியில் சீதாராமின் மனைவி நின்றுகொண்டிருந்தாள்.

நான் படியேறி மேலே சென்றேன். “என்ன சார்! இந்தப் பக்கம் வந்துவிட்டு எங்களைப் பார்க்காமலே போகிறீர்கே?” என்று அவள் கேட்டாள்.

“இங்கே வேறு ஒரு வேலையாக ஒருவரைப் பார்க்க வந்தேன், அம்மா. சீதாராம் வீட்டிலில்லையா? நான் மறுபடியும் வருகிறேன்.”

“உங்களைச் சரியாகக் கவனிக்கவில்லை என்று அவரிடம் எனக்குத் திட்டு வாங்கித்தரப்போகிறீர்களா? அவர் சுபாவம் தெரியாதா? டேய் பையா! போய் சாருக்கு ஸ்வீட், காரம், காப்பி வாங்கி வா!”

“ஐயையோ! வேண்டாம்மா! வேண்டாம்மா!”

“நான் இன்றைக்கு அடிப்பட்டுச் சாக வேண்டுமா? நீங்கள் இப்படியே போய்விட்டீர்கள் என்று தெரிந்தால் அவர் என்னைக் கொன்றுபோட்டுவிடுவார்.”

எனக்கு அடி, திட்டு, கொலை என்று காதால் கேட்டாலே எல்லா நாடியும் ஒடுங்கிவிடும். ஒரு நாற்காலியில் உட்கார்ந்தேன்.

போன பையன் ஒரு பெரிய தாம்பாளத்தைக் கொண்டு வந்து வைத்தான். இரண்டு குலாப்ஜாமுன், இரண்டு மசால் தோசைகள், காப்பி.

நான் கண்களை மூடிக்கொண்டேன். மூளை வேலை செய்யவில்லை. வெறி வந்தவன்போல் எல்லாவற்றையும் வாயில் திணித்துக்கொண்டு விழுங்கினேன். “போய் வருகிறேன்” என்று சொல்லிப் பதிலுக்குக் காத்திராமல் படியிறங்கிச் சாலையில் ஓடினேன்.

பெங்களூர் எனக்கு நன்கு தெரிந்த ஊர்தான். ஆனால் அன்று ஏனோ சி.என்.கே. சொன்ன வீட்டைக் கண்டுபிடிக்க முடியவில்லை. சுற்றிச் சுற்றி வந்து மீண்டும் பிரிகேட் ரோட் முனையில் நின்றேன்.

"சாரு!ஓ சாரேோய்!"

அப்போதுதான் நினைவு வந்தது. மேலே பார்த்தேன். நான் மீண்டும் சீதாராம் கிராம போன் கம்பெனி வாசலில்தான் நின்று கொண்டிருந்தேன்.

"என்ன சாரு? கதை எழுதுகிறவர் என்றால் வேண்டியவர்களை யெல்லாம் மறந்துவிடுவார்களா? பெங்களூர் வந்துவிட்டு எப்படி என்னைப் பார்க்காமல் தாண்டிப் போகிறீர்கள்!"

"இல்லை, சீதாராம். இங்கே ஒரு வீட்டுக்கு சி.என்.கே. வரச் சொல்லி யிருந்தார். இடம் தெரியாமல் தேடிக்கொண்டிருக்கிறேன்."

"என்ன கதை விடுகிறீர்கள், சார்? முதலில் வாருங்கள் மேலே! டேய் பையா!"

அவன் பையனை அனுப்புவதற்குள் அதைத் தடுத்துவிட வேண்டும் என்று ஒரே தாவலில் மாடியைப் போய் அடைந்தேன். "ஒன்றும் வேண்டாம், சீதாராம். இப்போதுதான் உன் மனைவி எனக்கு வயிறு முட்ட நிறைய வாங்கித் தந்தாள். இதோ பார், என் கைகூட இன்னும் உலரவில்லை."

"சும்மா கதைவிடாதீர்கள் சார். நான் வந்தபோது அவள் வீட்டிலேயே இல்லையே! டேய் பையா, போய் சாருக்கு ஸ்வீட், காரம், காப்பி வாங்கி வா!"

"சற்று முன் இருந்தாள், சீதாராம். வேண்டுமானால் பையனைக் கேட்டுப்பார், எனக்கு நேரமாகிறது."

"அதெல்லாம் பேச்சில்லை. நீங்கள் பெரிய கதாசிரியராக இருக்கலாம். ஆனால் என் வீட்டு வாசற்படி மிதித்துவிட்டுச் சாப்பிடாமல் போக முடியாது. போடா பையா! போ சீக்கிரம்!"

"சீதாராம்..! சீதாராம்!"

நான் கெஞ்சினேன். ஒன்றும் பயனில்லை. அந்தப் பையன் மீண்டும் இரு மசால் தோசைகள், இரு குலாப்ஜாமுன், காப்பி வாங்கி வந்துவிட்டான்.

சீதாராம் சொன்னான்: "இன்னிக்கு என் வீட்டிலே அடுப்பு மூட்ட வில்லை சார். அதனால்தான் புரானா கல்லி டிபன் ரூமிலிருந்து வாங்கிவர வேண்டியிருக்கிறது."

"இன்றைக்கு ஒரு நாளிலேயே உன் வீட்டிலிருந்து அந்த டிபன் ரூமுக்கு நிறைய வியாபாரம்."

"கேலி செய்கிறீர்களே சாரு! ஒரு டிபன் காபிக்கு இப்படிச் சொல்லு கிறீர்களே! சூடாறுவதற்கு முன் சாப்பிடுங்க சாரு. இன்றைக்கு உங்களை விடமாட்டேன்!"

நான் அதை எப்படிச் சாப்பிட்டேன், எப்படி எழுந்து சீதாராமிடமிருந்து விடுவித்துக்கொண்டேன் என்றெல்லாம் எனக்குத் தெரியாது. மயக்க நிலையில் பிரிகேட் ரோடை அடைந்து திரும்ப அக்கா வீட்டுக்கே போய் விடலாம் என்று ஓர் ஆட்டோ ரிக்ஷாவைக் கூப்பிட்டேன். அது நாற்சந்தி மையவளையத்தைச் சுற்றி என்னிடம் வந்து சேருவதற்குள் பின்னாலிருந்து ஏழெட்டுப் பேர் என்னைச் சூழ்ந்துகொண்டார்கள். அவர்கள் மத்தியில் சி.என்.கே.!

“என்னப்பா! இப்போதே மிகப் பெரிய மனிதனாகி விட்டாயா? உனக்காக எவ்வளவு நேரம் காத்திருப்பது?”

“மன்னிக்க வேண்டும் சார். நான் அப்போதே கிளம்பி விட்டேன், இடம் தெரியவில்லை.”

“என்னிடம் காது குத்துகிறாயா?”

ஆட்டோ ரிக்ஷா எங்கள் அருகே வந்து நின்றது. ஆனால் வேறு யாரோ அதை அமர்த்திக்கொண்டுவிட்டார்கள்.

“வா, டிபன் சாப்பிட்டுவிட்டு வருவோம்.”

“நான் சாப்பிட்டுவிட்டேன், சார்.”

சி.என்.கே. என் சட்டையைப் பிடித்துக்கொண்டார். “நேற்றைக்கு நான் என்ன சொன்னேன்? டிபன் சாப்பிட வருகிறேன் என்றாயல்லவா?”

“ஆமாம் சார்! ஆமாம் சார்!”

“வா, அப்போது. உனக்காக இவ்வளவு நேரம் நாங்கள் எல்லோரும் வயிறு காயக் காத்திருந்துவிட்டு இப்போதுதான் டிபனுக்குப் போகிறோம். வா பேசாமல். எனக்குக் கெட்ட கோபம் வரும்.”

அந்த ஏழெட்டுப் பேர்களில் ஒருவர்கூட சி.என்.கே. பேச்சுக்கு மறு பேச்சுப் பேசமாட்டார்கள். எனக்குப் பரிந்து ஒரு சிறு ஒலிகூட அவர்களிடமிருந்து வராது.

நான் பலி ஆடுபோல் அவர்களோடு போனேன். சி.என்.கே. அன்று என்ன பேசினார், கர்நாடகத்து முற்போக்கு முகாம் புது மனிதனை உண்டாக்க என்னென்ன திட்டங்கள் வகுத்தது என்றெல்லாம் எனக்குத் தெரியாது. என் முழு உடல், மூளை, ஆத்மா, சித்தம், புத்தி எல்லாமே என் வயிற்றைப் பற்றியும், சி.என்.கே. எனக்காக உத்தரவிடப்போகும் டிபன் பற்றிய நினைவிலும் இருந்தது. எப்படி அந்தக் கும்பலோடு நடந்துகொண்டு ஒருவர்மீதும் இடிக்காமல் தடுக்காமல் நடக்க முடிந்தது என்று ஆச்சரியமாயிருக்கிறது.

ஒரு சந்தில் திரும்பி நாங்கள் எல்லோரும் ஒரு சிறு உணவுக்கடை முன்னால் நின்றோம். சி.என்.கே. என்னைக் கேட்டார்: “நீ இங்கே இதற்கு முன்னால் வந்திருக்கிறாயா?”

“இல்லை, சார்.”

“இந்தப் பேட்டையிலேயே மிகவும் பெயர் போன இடம். இந்தப் புரானா கல்லி டிபன் ரூம் குலாப்ஜாமுன் மசால் தோசைக்கு முன்னால் உங்கள் தேவர்களின் அமிருதம் பிச்சை வாங்க வேண்டும்.”

எனக்கு ‘புரானா கல்லி டிபன் ரூம்’ என்பதுதான் காதில் விழுந்தது. என் உடம்பெல்லாம் விரைத்தது. துவண்டது. துடித்தது. கல்லாயிற்று. கட்டையாயிற்று. உருகிற்று. கொதித்தது. உறைத்தது. வெடித்தது. சுருங்கியது. சுருண்டு கொண்டது. பிளந்துகொண்டது. பொடிப் பொடியாயிற்று.

புரானா கல்லி டிபன் ரூமில் எதையுமே ஜதை ஜதையாக வியாபாரம் செய்வார்கள்போல் இருக்கிறது. மீண்டும் இரு மசால் தோசைகள். சி.என்.கே. அகோரப் பசியில் இருந்தார். இன்னும் இரு குலோப்ஜாமுன், இரு மசால் தோசைகள். மிகவும் முக்கியமானதும், நுணுக்கமானதும், ரசமானது மாகத்தான் அவர் பேச்சு இருந்திருக்க வேண்டும். அந்த ஏழெட்டு இலக்கிய அன்பர்கள் கண் சிமிட்டாமல் கேட்டுக்கொண்டிருந்தார்கள். அவ்வப்போது அவர்கள் உதிர்த்த ஓரிரு சொற்கள் கூட சி.என்.கே. சொன்னதையே ஆமோதிப்பது போலவும் வலுப்படுத்துவது போலவும்தான் இருந்தன. இரண்டாவது சுற்று காப்பிக்கு சி.என்.கே. உத்திரவிட்டபோது, நான் எழுந் திருந்தேன். “சார், நான் போக வேண்டும்” என்றேன்.

“இந்த நூற்றாண்டின் புரட்சிப் புதுமை நாவலாசிரியன் வரலட்சுமி பூஜையை நேரிலிருந்து நடத்தித் தரக் கிளம்புகிறான். எல்லாரும் ஜய விஜயீ பவ வாழ்த்துங்கள்!”

நான் அந்தச் செல்லப் பரிகாசத்தை நின்று ரசித்திருக்க வேண்டும். சி.என்.கே. உண்மையிலேயே என் மீது மிகுந்த மதிப்புக் கொண்டிருக்க வேண்டும். ஆனால் அந்த நேரத்தில் ஒரே நினைவுதான் என்னை இயக்கிக் கொண்டிருந்தது. எப்படியாவது என் அக்கா ஏமாற்றமடையாமல், கோபப் பட்டுக் கொள்ளாமல் பிற்பகல் பொழுது செல்ல வேண்டும்.

வெகு வேகமாக நடந்தேன். அந்த நீளச் சாலையின் நடைபாதையில் ஒரு மைல் நடந்தபின் மீண்டும் திரும்பி அதே வழியாக நடந்தேன். நான் ஆவேசம் பிடித்தவன்போல் நடப்பதைப் பலர் பார்த்து பிரமித்தனர்.

அரைமணி இப்படி விசைபோல் நடந்த பிறகு எனக்கு ஜென்டில்மென்ஸ் கிளப் ஞாபகம் வந்தது. அது அங்கிருந்து சற்றுத் தள்ளியிருந்தது. அந்த வேளையில் கிளப் அநேகமாகக் காலியாக இருந்தது.

நான் ஒரு மார்க்கர் பையனை அழைத்து அவனிடம் இரண்டு ரூபாய் கொடுத்தேன். “வா, என்னுடன் டென்னிஸ் விளையாடு” என்றேன்.

“இப்பவா சார். நான் சாப்பிடப் போக வேண்டுமே?” என்றான்.

“நானும் சாப்பிடத்தான் போக வேண்டும். அதனால்தான் உன்னை ஆடக் கூப்பிடுகிறேன். வேண்டுமானால் பணம் தருகிறேன்.”

“வேண்டாம் சார், வேண்டாம் சார்.”

நானும் அவனும் இரு செட்கள் ஆடினோம். மிகச் சாதாரணமாக அடிக்க வேண்டிய பந்தையெல்லாம் நான் ஓடி ஓடி அடித்தேன். அந்தப் பையனே

ஒரு சந்தர்பத்தில் "ஏன் சார், ரொம்பக் கஷ்டப்பட்டுக்கொள்கிறீர்கள்?" என்று கேட்டான்.

ஜென்டில்மென்ஸ் கிளப்பிலிருந்து என் அக்கா வீட்டுக்கு ஓடினேன். என் அக்காவும் அவள் கணவரும் பூஜை முடித்து எனக்காகக் காத்திருந்தார்கள். அக்கம் பக்கத்து வீடுகளிலிருந்து ஐந்தாறு பேர் வந்திருந்தார்கள்.

நான் அக்காவையும் அவள் கணவரையும் இன்னொரு அறைக்குக் கூப்பிட்டேன். அப்படியே அவர்கள் காலில் விழுந்தேன். இருவரும் பதறிப் போய்விட்டார்கள்.

"அக்கா! பாவா! எனக்கு உறுதிமொழி தர வேண்டும்!"

"என்னடா! என்ன ஆயிற்று?"

"என்னைச் சாப்பிடச் சொல்லக் கூடாது. உறுதிமொழி கொடுத்தால்தான் காலை விடுவேன்."

வந்தவர்கள் சிலர் அறையில் எட்டிப் பார்த்தார்கள். என் அக்காவுக்குக் கலவரமும் கூச்சமும் அதிகரித்து, "விடு காலை!" என்றாள்.

நான் எழுந்து யார் கண்ணையும் சந்திக்காமல் மாடிப்படிக் கூண்டுக்குச் சென்றேன். அங்கேதான் அந்த வீட்டுப் படுக்கையெல்லாம் அடுக்கி வைத்திருக்கும்.

நான் மெத்தைக் குவியல் மீது ஏறிச் சுருண்டு படுத்துக் கொண்டேன். சுசீலா வந்தாள், "மாமா, மாமா!" என்று கூப்பிட்டாள்.

"சுசீலா, என்னைச் சிறிது நேரம் வெறுமனே விடு. நாம் பிறகு பேசுவோம்."

"இப்படியெல்லாம் பேசுவதற்கு இங்கு வராமலே இருந்திருக்கலாமே."

"கோபித்துக்கொள்ளாதே, சுசீலா. கடவுள் சத்தியமாகச் சொல்கிறேன். கடவுள் என்னைக் கோபித்துக் கொள்ளமாட்டார்."

சுசீலா அழமாட்டாத குறையாகச் சென்றாள். ஒரு தம்ளருடன் திரும்பி வந்தாள்.

"மாமா, இந்தப் பாயசத்தையாவது ஒரு வாய் சாப்பிடுங்கள்."

நான் கண் திறந்து பார்த்தேன். நான் அங்கு சாப்பிடாததில் சுசீலாவுக்கு இவ்வளவு துக்கம் இருக்கும் என்று என்னால் நினைத்துப் பார்க்க முடியவில்லை. அவள் கொண்டுவந்த தம்ளரை வாங்கிக்கொண்டு மடக் மடக்கென்று வாயில் ஊற்றி விழுங்கினேன். தம்ளரைத் திரும்ப அவள் கையில் கொடுத்து விட்டு அப்படியே நினைவற்றுப் படுக்கையில் விழுந்துவிட்டேன்.

அன்று இரவு அவர்கள் யாரும் வழக்கமான படுக்கையில் படுத்துக் கொள்ளவில்லை. காரணம், நான் அவர்கள் மெத்தைக் குவியல் மீது அடித்துப் போட்டவன்போல் தூங்கிக்கொண்டிருக்கிறேன். அன்று பிற்பகல், இரவு, மறுநாள் காலையும் விடாது தூங்கிக்கொண்டிருக்கிறேன்.

மறுநாள் புனர்பூஜைக்காக என் அக்கா ஸ்நானம் முடித்துத் தலைமயிரைத் தளதளவென்று கோதி முடிந்திருந்தாள். உடலுள் இலேசான மஞ்சள் சாயை. நெற்றியில் பெரிய குங்குமப் பொட்டு. பொன் நிறத்தில் பட்டுப் புடவை. மகாலட்சுமிபோலவே இருந்தாள். இப்படி மணிக்கணக்கில் அசாதாரணமாகத் தூங்குகிறேனே என்று என்னை எழுப்பிக் காப்பி கொடுப்பதற்காக என் தோளை அசைத்தாள். நானும் விழித்தேன். அவளை ஒரு கணம் பார்த்துவிட்டு எழுந்திருக்க முற்பட்டேன்.

அவ்வளவுதான். சீறும் எரிமலையிலிருந்து கற்குழம்பு பொங்கிப் பாய்வது போல் இருந்தது. அந்த அறையே என் வயிற்றுக்கு இழைக்கப்பட்ட ஒருநாள் பலாத்காரத்தின் சாட்சியத்தை ஏந்திக்கொண்டு நின்றது. நான் வாந்தியெடுத்தது என் அக்காவின் பட்டுப் புடவையைப் பாழடித்துவிட்டது. என் வயிற்றின் குமுறல் நிற்க வெகு நேரமாயிற்று. அந்த இடத்தை ஒழுங்கு படுத்த நிறைய உழைப்பும் தண்ணீரும் தேவைப்பட்டது.

அடுத்து எனக்குக் கடுமையான சுரம். டைபாய்டு சுரக்காரனை வீட்டில் வைத்திருக்கக் கூடாது என்று டாக்டர் சொன்னதையும் மீறி என் அக்காவும் சுசீலாவும் என்னை மாடிப்படி அறையிலேயே ஒரு கட்டிலில் படுக்க வைத்துப் பார்த்துக்கொண்டார்கள். என் அம்மாவும் பெங்களூருக்கு வந்து அவள் பங்குக்கு அவர்கள் இருவரையும் படுத்தினாள்.

பிற்பாடுதான் தெரிந்தது, அந்த பூஜையே சுசீலாவின் திருமணத்தை முன்னிட்டுத்தான். அவளை எனக்குத்தான் தருவதாக இருந்தது. ஆனால் பூஜை அந்த விளைவை ஏற்படுத்தவில்லை. சுரம் தணிந்து நான் மைசூர் போய்ச் சேர்ந்து ஒரு மாத காலத்துக்குள் அவளுக்கு வேறிடத்தில் கல்யாணம் நிச்சயமாகிவிட்டது.

1983

குறி

அதைத் திருவொற்றியூர் என்றுதான் நான் வெகு நாட்கள் நினைத்துக்கொண்டிருந்தேன். என்னை விசாரிப்பவர்களிடமும் அப்படித்தான் சொல்லிக்கொண்டிருந்தேன். ஆனால் அது காலடிப்பேட்டை என்பது ராமானுஜத்தினால்தான் எனக்குத் தெரியவந்தது. அவர் பாவம் தன் மனைவியை அழைத்துக்கொண்டு திருவொற்றியூர் போய் அங்கு நிறைய நேரம் தேடி அலைந்த பிறகு வேர்த்து விறுவிறுக்க, அவருடைய பதட்டம் பலமடங்காகப் பெருகியிருக்க, பிரச்னம் முடிவதற்கு சிறிது முன்னால்தான் சரியான இடத்திற்கு வந்துசேர்ந்தார். நானும் அவர் போல பஸ்ஸை நம்பியவனானால் இடப்பெயர்களைத் தெரிந்து வைத்துக்கொண்டிருப்பேன். சைக்கிளிலேயே எங்கும் போய்வருகிறவர்களுக்கு அடையாளம்தான் காட்டமுடியும். எனக்கு ஏதோ ஒரு சாலையில் அரை மணி நேரம் சைக்கிள் மிதித்து இடதுபுறமாக ஒரு சந்தில் திரும்பி அந்த வீட்டுக்குப் போய்ப் பழக்கம். இன்னும் அந்தத் தெருப் பெயர் தெரியாது.

அம்மா என்றும் மாதாஜி என்றும் அழைக்கப்பட்ட அந்த அம்மாள் மற்ற நாட்களிலெல்லாம் சாதாரணப் பெண்மணி. மூன்று குழந்தைகள். படுத்த படுக்கையாக மாமனார் வருடக் கணக்கில் கிடக்கிறார். கணவன் அவனுடைய நல்ல வேலையை ஒரு ஸ்டிரைக்கில் கலந்துகொண்டு போக்கடித்துவிட்டான். ஸ்டிரைக் முடிந்து மற்றவர்கள் வேலைக்குப் போனார்களோ என்னவோ, இவன் ஒரு முயற்சியும் எடுத்துக்கொள்ளவில்லை. வருடம் மூன்றாகிறது. அந்த அம்மாவின் பிரச்ன நாள் வரும்படியில்தான் குடும்பம் அந்த இரண்டு அறை ஒண்டுக் குடித்தனத்தில் நடந்துகொண்டிருக்கிறது. என்னை அங்கு அழைத்துப் போனவர் பிரச்னம் சலித்துப் போய்த்தான் வருவதை நிறுத்திக்கொண்டுவிட்டார். நான் மட்டும் தொடர்ந்து ஒவ்வொரு வியாழக்கிழமையும் போய்க்கொண்டிருந்தேன். பார்க்கப் போனால் முதலில் பூஜை நைவேத்திய ஆராதனைக்கு ஆயத்தம் செய்வதெல்லாம் என் பொறுப்பில் வந்தது. அந்த அம்மாள் ஈரத்துணியுடன் தியானத்தில் அமர்ந்து கண்விழிகள் உள்ளேயிழுத்து உடல் விரைத்துப் போனவுடன் ஒரு பெரிய

பலகையில் விபூதியைப் பரப்பி வைப்பேன். மாதாஜி அவர்கள் விபூதியில் எழுதுவார்கள். பிரச்னம் தொடங்கும்.

ராமானுஜன் என் அலுவலகத்தில் ஒரு மேலதிகாரி. அந்த நாளிலேயே அவருக்குச் சம்பளம் ஆயிரம் ரூபாய். ஆனால் பெரிய சம்சாரி. முதல் மூன்றும் பெண்கள், அப்புறம் இரு பிள்ளைகள். இறுதியாக இன்னொரு மகள். அவருடைய தகப்பனாருடன் ஒரு சகோதரனும் அவருடன்தான் இருந்தார்கள். ராமானுஜன் என்னிடமே அவ்வப்போது இருபது, முப்பது கைம்மாற்று வாங்கிக்கொள்வார்.

அந்த நாளில் எனக்கொரு பழக்கம். அலுவலகம் முடிந்தவுடன் என் வீட்டிற்குப் போகாமல் என் கண்ணில் கடைசியாகத் தென்பட்ட யாருடனாவது நடந்து சென்று அவர் வீட்டிற்குச் செல்வேன். அங்கிருந்து என் வீட்டிற்குத் திரும்புவேன். இப்படித்தான் பலமுறை ராமானுஜன் வீட்டிற்குச் சென்றிருக்கிறேன். ராமானுஜன் தெருவிலிருந்தே என்னைத் திருப்பி அனுப்பாதபடி வீட்டிற்குள் அழைத்து காபி டிபன் கொடுத்து ஒரு மணி நேரமாவது பேசிவிட்டுத்தான் என்னை விடுவிப்பார். அவர் வீட்டிலுள்ளவர்கள் எல்லாரும் என்னை ஒருமையில்தான் அழைப்பார்கள்.

ராமானுஜத்தின் குழந்தைகள் எல்லாருமே மிகவும் அடக்கமானவர்கள். முக்கியமாக அவருடைய மூத்தப் பெண் ரங்கநாயகி மிகவும் நல்ல பெண். எப்போதும் சுடு சொல்லாகப் பொரிந்து தள்ளும் தாத்தாவிடம் கூட அவள் மிகவும் பணிவுடன் நடந்துகொள்வாள். எட்டாவது வகுப்புடனேயே அவளுடைய படிப்பை நிறுத்திவிட்டார்கள். அதன் பிறகு வீட்டு வேலை பெரும்பாலும் அவள் பொறுப்புத்தான். அந்த வீட்டில் அவள் ஒருத்திதான் என்னை என் பெயர் சொல்லி அழைக்கமாட்டாள். ராமானுஜத்துக்கு ஒரு வருத்தம். நான் மட்டும் அவர் ஜாதியில் பிறந்திருந்தால் என்றோ ரங்கநாயகியை எனக்குக் கல்யாணம் செய்துவைத்திருப்பேன் என்று அடிக்கடி கூறிப் பெருமூச்சு விடுவார். நான் கல்யாணப் பேச்சு வரும்போது மட்டும் ஆகாயத்தைப் பார்த்தபடி இருப்பேன்.

நான் ஆகாயத்தைப் பார்த்ததற்கு இன்னொரு காரணமும் உண்டு. என்னை ஒருவர் மாதாஜி வீட்டுக்கு அழைத்துச் செல்ல நானாகக் கேட்குமுன் மாதாஜியே என்னை அழைத்து விபூதியில் வெகு வேகமாக எழுதினார். எனக்கு அப்போது அதெல்லாம் படிக்கப் பழக்கம் ஏற்படவில்லை. சம்சார சாகரத்தில் சிக்கிக்கொள்ளாதே என்பதுதான் மாதாஜி எனக்கு அளித்த முதல் உபதேசம். நான் உடனே மாதாஜியின் சிஷ்யனாகிவிட்டேன். இமாலயப் பிரதேசத்திற்குச் சென்று கடும் குளிரிலும் பனியிலும் போர்வைக்குத் தேவையில்லாமல் ஆழ்ந்த தியானத்தில் அமர்ந்துவிடுவதுபோல நான் கற்பனை செய்துகொள்வேன். அதற்குரிய கட்டளை சீக்கிரமே பிறப்பிக்கப்படும் என்று காத்திருந்தேன். அந்தக் கட்டத்திற்கு முன் கூட்டியே தயார் செய்துகொள்ளும் வண்ணம் நான் கதர் வேஷ்டியும் வெறும் கதர் ஜிப்பாவும் அணிந்துகொள்வேன். வேண்டுமென்றே மழையில் நனைவேன். பனி பெய்யும்போது வெட்டவெளியில் உட்கார்ந்து கொள்வேன். கண்ணை மூடிக்கொண்டு தலையில் எங்கோவொரு இடத்திலிருந்து உதிக்கும் எண்ணங்களையும் ஒவ்வொன்றாகப் பிரித்து, கவனிக்கப் பழக்கிக்கொண்டேன். பல தருணங்களில் ரங்நாயகியும் என்

மனதின் முன் நிற்பாள். ஒரு சில சமயங்களில் சாதி என்ன, குலமென்ன, ரங்கநாயகியைக் கல்யாணம் செய்துகொள்கிறேன் என்று ராமானுஜத்திடம் சொல்லிவிடலாம் என்று தோன்றும். ஆனால் உடனே ஓர் இமாலயப் பனிக்குகை மனக்கண்முன் உருவாகும். ரங்கநாயகி மறைவாள்.

ராமானுஜன் வழக்கமாகவே ஒரு பதட்ட நிலையில் இருப்பார். ஆனால் அன்று இன்னும் அதிகமாக உபாதைப்படுபவர் போலத் தோன்றியது. நானும் அவருடன் அவர் வீட்டிற்குக் கிளம்பியபோது தனக்கு வேறு வேலை இருக்கிறது என்று சொல்லித் தனியாகப் போய்விட்டார்.

அடுத்த நாள் வியாழக்கிழமை. காலையில் மேக மூட்டமாக இருந்தது. என்னுடைய திராடகப் பயிற்சி சூரியனைக் காண முடியாததால் அவ்வளவு திருப்திகரமாக நடைபெறவில்லை. என் மனதும் ஏனோ மிகவும் அலைபாய்ந்துகொண்டிருந்து. திடீரென்று வீட்டு வாசலில் ராமானுஜன் என்னைக் கூப்பிடுவது கேட்டது.

நான் ஓடிப்போய்ப் பார்த்தேன். ராமானுஜன் சிறிது நிலை குலைந்த தோற்றத்துடன் நின்றுகொண்டிருந்தார்.

"என்ன சார்?" என்று கேட்டேன். இரு நாட்கள் முன்பு அவருடைய மனைவிக்கு மருந்து வாங்கவென்று முப்பது ரூபாய் என்னிடம் வாங்கியிருந்தார்.

"இன்னிக்கு அந்த அம்மா குறி சொல்வாங்க, இல்லையா?"

எனக்கு உடனே பதில் சொல்லப் பிடிக்கவில்லை.

"சொல்லுப்பா. இன்னிக்கு வியாழக்கிழமைதானே, மாதாஜி சொல்வாங்க, இல்லையா?" என்று மீண்டும் கேட்டார்.

"உம்" என்றேன். "இன்னிககு என்னை அழைச்சிட்டுப் போகணும்."

பொதுவாக எதையும் பரிகசிக்காத ராமானுஜன் நான் மாதாஜி சிஷ்யனாக இருப்பது குறித்து ஓரிரு முறை கிண்டலாகப் பேசியிருக்கிறார்.

"நீங்க வாங்க."

"நீயே அழைச்சிட்டுப் போப்பா."

"இல்லை, நீங்க பாட்டுக்கு வாங்க. நான் கொஞ்சம் முன்னாலியே போயிடுவேன். நீங்க அனாவசியமாக் காத்திட்டிருக்கணும்."

"இல்லை, பரவாயில்லை."

"அங்கே ஏழு மணிக்குத்தான் உள்ளே விடுவாங்க, சார்."

என் குரலில் தொனித்த கடுமை அவரைப் பணிய வைத்தது.

அன்று அவர் அலுவலகத்திற்கு வரவில்லை. நான் காலையில் அவரிடம் பேசிய கடுமைக்குச் சமாதானமாக ஒரு வார்த்தை சொல்லச் சந்தர்ப்பம் கிடைக்கவில்லை.

நான் மாதாஜி வீட்டுக்கு ஆறு மணிக்குப் போய்ச் சேர்ந்துவிட்டேன். அன்று மாதாஜி பரவச நிலை அடைந்து வந்திருந்தோரின் பிரச்னைகளுக்குப்

பதில் சொல்ல ஆரம்பித்து வெகுநேரம் ஆகியும் ராமானுஜன் வராதது குறித்து எனக்குக் கவலையாக இருந்தது.

எட்டரை மணிக்கு ராமானுஜன் வந்து சேர்ந்தார். அவர் மட்டுமில்லை. அவருடைய மனைவியும் வந்திருந்தாள். இருவர் முகமும் பேயறைந்த மாதிரி இருந்தது. நான் சரியாக அடையாளம் கூறாததால் எங்கெல்லாமோ தேடி அலைந்துவிட்டு ஒரு மாதிரி வந்து சேர்ந்துவிட்டார்கள்.

அந்த வேளைக்கு அங்கு கூட்டம் மிகுதியாக இருந்தது. நான் சொன்னபடி ராமானுஜன் ஏழு மணிக்கே வந்திருந்தால் எட்டு மணிக்கெல்லாம் திரும்பிப் போயிருக்கலாம். இப்போது இரவு பத்துப் பதினொன்றுகூட ஆகும் என்று எனக்குத் தோன்றியது.

ஒன்பது மணியிருக்கும். திடீரென்று மாதாஜி பலகையில் எழுதினாள்: 'குடும்ப கௌரவத்திற்குப் பங்கம் வந்த தம்பதியைக் கூப்பிடு!'

நான் அச்செய்தியை உரக்கக் கூறிக் கூப்பிட்டேன். அங்கு குழுமியிருந்த இருபது முப்பது பேரும் அசையாமல் உட்கார்ந்திருந்தார்கள். நான் மீண்டும் கூப்பிட்டேன். எனக்குத் தூக்கிவாரிப் போட்டது. மிகுந்த தயக்கத்துடனும் சங்கடத்துடனும் ராமானுஜனும் அவர் மனைவியும் எழுந்தார்கள். "இங்கே வந்து உக்காருங்க" என்று நான் அவர்களிடம் சொன்னபோதுகூட என அதிர்ச்சி தீரவில்லை.

மாதாஜி எழுதினாள். "கௌரவர்களின் வீழ்ச்சிக்குக் காரணம் என்ன?"

"என்ன? என்ன?" என்று இருமுறை ராமானுஜன் புரியாமல் கேட்டார். எனக்கும் புரியாததாகத்தான் இருந்தது. நான் கேள்வியை மீண்டும் கேட்டேன்.

"அவர்களுக்குக் கெட்ட சகவாசம். நல்லவங்க பேச்சைக் கேக்க மாட்டாங்க."

"துரோணரும் பீஷ்மரும் கெட்ட சகவாசமா?" மாதாஜி எழுதினாள்.

"அவுங்க நல்லவங்கதான்."

"நல்லவர்கள் கூட இருந்தும் அவர்கள் கெட்டதற்குக் காரணம் என்ன?"

"தலையெழுத்துத்தான்."

"விதியை மதியால் வெல்ல முடியாதா?"

"என்ன? என்ன?"

"விதியை மதியால் வெல்ல முடியாதா?"

"தெரியலீங்களே?"

"எல்லாமே விதி என்றால் நாம் எதற்குக் கவலைப்பட வேண்டும்?"

ராமானுஜன் பதில் சொல்லாமல் இருந்தார்.

"மதி மட்டும் போதாது. முயற்சியும் இருக்க வேண்டுமல்லவா?"

"ஆமாம், தாயே."

குறி

"நீ முயற்சி செய்து பார்த்தாயா?"

"ஆமாம், தாயே. எங்கேயெல்லாம் போய்த் தேடினேன். இந்த இரண்டு நாளா ஊரெல்லாம் அலைஞ்சிண்டிருக்கேன், தாயே!"

ராமானுஜத்தை அவர் மனைவி சங்கடத்தோடு பார்த்தாள். சுமார் முப்பது ஜதைக் கண்களும் காதுகளும் அவர்களையே கவனித்த வண்ணம் இருந்தன.

ராமானுஜன் என்னிடம் மெதுவாக, "இவுங்கிட்டே தனியாப் பேச முடியாதா?" என்று கேட்டார்.

"இல்லை, சார். இங்கே இந்த பீடத்திலிருந்துதான் எழுதுவாங்க."

நான் அவருக்குப் பதில் சொல்லிக்கொண்டிருந்தபோது மாதாஜி எதையோ எழுதிவிட்டாள். எழுதும்போது விரலைக் கவனியாததால் எனக்கும் ஒரு கணம் எழுதியது புரியவில்லை. மாதாஜி விபூதியைக் கலைத்து விட்டு மீண்டும் எழுதினார். "உன் சம்சாரத்தை அருகில் வரச் சொல்."

ராமானுஜத்தின் மனைவி மாதாஜி முன்னால் உட்கார்ந்துகொண்டாள். மாதாஜி எழுதினார், "சாவித்திரி யமனிடம் கேட்ட முதல் வரம் என்ன?"

ராமானுஜத்தின் மனைவி விழித்தாள்.

"மாமியார் மாமனார் பார்வையைத் திரும்பக் கேட்டது அவளுடைய முதல் வரம்."

ராமானுஜத்தின் மனைவி வேதனை மிகுந்து மாதாஜியை நமஸ்கரித்தாள்.

"எனக்கு வேண்டாம். கிருஷ்ண பரமாத்மாவை நமஸ்காரம் செய்."

"எனக்குத் தெய்வத்தைத் தவிர வேறே கதியில்லை."

"இன்றைக்கு உன் பூஜை முடித்தாயா?"

"இல்லை, அம்மா. இரண்டு நாளா ஒண்ணுமே ஒழுங்காச் செய்ய முடியலை."

"திரௌபதி அட்சயபாத்திரத்தைக் கவிழ்த்து வைத்தபோது அதில் என்ன இருந்தது?"

"எனக்கு அதெல்லாம் தெரியாது, அம்மா. எனக்கு ஒண்ணுமே தெரியாது. ஒழுங்கா எழுதப் படிக்கக்கூடத் தெரியாது –"

"சபரி படித்தவளா?"

அந்த அம்மாள் விழித்தாள்.

"பதிபக்தி உயர்ந்ததா தெய்வ பக்தி உயர்ந்ததா?"

"நீ என்ன சொல்லறியோ அதைச் செய்யறேம்மா." இன்னும் சிறிது நேரத்தில் அந்த அம்மாள் பொங்கிப் பொங்கி அழுதுவிடுவாள் என்று தோன்றியது – அந்த அம்மாளைப் போல எனக்கும் ஒன்றுமே புரியவில்லை. திடீரென்று இதென்ன புராண இதிகாசங்கள் பரீட்சை? மாதாஜி

ராமானுஜத்தின் மனைவியிடம் கேட்ட கேள்விகளை என்னிடம் கேட்டிருந்தால்கூட நானும் அவளைப் போலவே விழித்திருப்பேன்.

மாதாஜி எழுதினாள். நானும் அதை உரக்கப் படித்தேன். "உன் பெண் குளித்தாளா?"

மூச்சு விடும் சப்தம்கூடக் கேட்டுவிடும் நிசப்தம்.

மாதாஜி மீண்டும் எழுதிக் கேட்டாள். "உன் பெண் குளித்தாளா?"

ராமானுஜத்தின் மனைவி குபீரென்று துக்கம் வெடித்து அலறினாள். "அம்மா! தாயே! அவளைத்தாம்மா இரண்டு நாளாத் தேடிண்டு அலையறோம்! தாயே! என் வயிற்றில் பாலை வார்த்துவிடும்மா! என் குழந்தையைக் காணும்மா! அவளுக்கு ஒண்ணும் ஆகாமக் காப்பாத்தும்மா!"

நானும் அங்கு கூடியிருந்த எல்லாரையும் போலப் பிரமித்திருந்தேன். யார்? எந்தக் குழந்தை?

மாதாஜி மீண்டும் எழுதினாள். "உன் பெண் குளித்தாளா?"

நான் ராமானுஜத்தின் மனைவியிடம் மெதுவாகக் கேட்டேன், "உங்க பெண் குளித்தாளான்னு கேக்கறாங்க."

ராமானுஜத்தின் மனைவிக்கு வேதனையுடன் பெரும் கூச்சமும் ஏற்பட்டது தெரிந்தது. எனக்கும் அந்தக் கேள்வியின் முழு அர்த்தமும் தெரிந்திருந்தால் நானும் மிகவும் கூச்சப்பட்டிருப்பேன்.

புருஷனும் மனைவியும் ஒருவரையொருவர் பார்த்துக் கொண்டார்கள். ராமானுஜத்தின் மனைவி ஏதோ கணக்குப் பார்த்து, "ஆச்சு" என்றாள்.

மாதாஜி எழுதினாள், "எப்போது?"

"போன வெள்ளிக்கிழமைக்கு முந்தின வெள்ளிக்கிழமை பதினைந்து நாளாகிறது."

மாதாஜி எழுதினாள், "இல்லை."

"நீ சொல்றது புரியலையே, தாயே?"

"உன் பெண் குளிக்கவில்லை. அதனால்தான் காணவில்லை."

ராமானுஜத்தின் மனைவி பயங்கரமாகக் கூக்குரலிட்டாள். அப்படியே மூர்ச்சித்துவிட்டாள்.

நான் என் பணியையும் மறந்து அவளைத் தூக்கினேன். நானும் ராமானுஜமுமாக அவளைப் பிடித்து ஒரு சுவரோரமாக உட்கார வைத்தோம். அவளும் சிறிது சுயநினைவு பெற்றவளானாள். அங்கு அவ்வளவு பேர் கூட்டம் கூடியிராவிட்டால் அவள் அழுது புலம்பிருப்பாள். நான் ராமானுஜத்தைக் கேட்டேன், "யாருங்க காணாம போனது?"

ராமானுஜன் தாங்கொணாத துக்கத்துடன், "ரங்கநாயகி தாம்ப்பா" என்றார்.

"எங்கிட்டே சொல்லவேயில்லியே, சார்?"

"இதெல்லாம் எப்படிப்பா எல்லார்கிட்டேயும் சொல்லறது?"

நான் மீண்டும் மாதாஜி பக்கத்தில் உட்கார்ந்துகொண்டேன். நானே தழைத்த குரலில் அவளைக் கேட்டேன், "அம்மா இவுங்க எனக்கு ரொம்ப வேணுங்கப்பட்டவங்க. அந்தப் பொண்ணையும் எனக்கு நன்னாத் தெரியும். நீ ஒண்ணும் தப்பாச் சொல்லிடாதே, அம்மா."

மாதாஜி விபூதியில் எழுதினாள். "அவள் திரும்பி வந்துவிடுவாள். ஆனால் அவளை இமிசை செய்யக்கூடாது என்று சொல்."

நான் தொடர்ந்து கேட்டேன், "எப்போ வருவாம்மா? எப்போ வருமாம்மா? எங்கேயிருந்தா இப்போ?"

மாதாஜி இதற்குப் பதில் சொல்லவில்லை. விபூதியில் எழுதினாள்: "சொத்து விஷயமா கேட்க வந்த பெரியவரைக் கூப்பிடு!"

ஒரு வண்டி வைத்துக்கொண்டு ராமானுஜன் அவருடைய மனைவியை அழைத்துப் போனார். நான்தான் என்னிடமிருந்து பத்து ரூபாயைக் கொடுத்தேன்.

நான்கைந்து நாட்கள் கழித்துத்தான் அவர் அலுவலகம் வந்தார். நான் கேட்கவில்லை. அவராகவே சொன்னார், "ரங்கநாயகி திரும்பி வந்தாச்சு." இரு மாதங்களுக்குள் உறவில் ஒரு பையனைத் தேடிப் பிடித்து அவளுக்குக் கல்யாணமும் திருப்பதியில் செய்துவைத்தார். என்னை மட்டுமில்லை, யாரையுமே அவர் கல்யாணத்திற்கு அழைக்கவில்லை. சில ஆண்டுகள் கழித்து ரங்கநாயகியை ஒரு கோயிலில்தான் பார்த்தேன். அவளுடைய கணவனுடன் ஒரு குழந்தையும் இருந்தது. அவர்கள் எல்லாரும் சந்தோஷமாக இருந்ததாகவே தோன்றியது.

ரங்கநாயகி நல்ல பெண். தவறாக ஏதும் செய்திருக்க மாட்டாள்.

நான் மாதாஜி வீட்டுக்குப் போவதை நிறுத்திக்கொண்டேன்.

1983

விடிவதற்குள்

பங்கஜத்துக்கு முத்துவை எழுப்புவதற்கு வேதனையாகத் தான் இருந்தது. ஒன்றுக்குள் ஒன்றாக நான்கு பிளாஸ்டிக் வாளிகளை எடுத்து வந்து வாசல் படியில் வைத்தாள். இனியும் தாமதிக்க முடியாது என்று தீர்மானித்து, “முத்து, முத்து” என்று அழைத்தாள்.

முத்து படுக்கையில் அசைந்து கொடுத்தான். “முத்து, எழுந்திரு. என் கண்ணோல்லியோ” என்றாள். அவ்வளவு இருட்டிலும் அவன் ஒரு முறை கண் விழித்துப் பார்த்தது அவளுக்குத் தெரிந்தது.

“இதுக்குள்ளே தண்ணி வந்திருக்காதும்மா” என்று முத்து சொன்னான்.

“வந்துடும்டா, கண்ணு. தெருக்காரா எல்லாரும் போயிட்டா. இப்போவே போனாத்தான் இரண்டு மணிக்காவது தண்ணி பிடிச்சுண்டு வந்து கொஞ்சம் கண்ணசரலாம்.”

“நீ போய் பக்கெட்டை வைச்சுட்டு வாம்மா. நான் இதோ வந்துடறேன்.”

பங்கஜம் வாசல் கதவைத் தாளிடாமல் வெறுமனே சாத்திவிட்டுத் தெருவுக்கு வந்தாள். ஒரு தெரு விளக்கும் எரியாது போனாலும் வீட்டைவிட வெட்ட வெளியில் கண் நன்றாகத் தெரிந்தது. விறுவிறுப்பாகப் பல உருவங்கள் வந்து போய்க் கொண்டிருந்தன.

பங்கஜம் சாலையைக் கடந்து எதிர்சாரியில் மூடிக்கிடந்த பல கடைகள் நடுவே மறைந்து கிடந்த ஒரு குறுகலான சந்துக்குச் சென்றாள். சந்து இடைவெளியில் காலி வாளியே இருமுறை பக்கத்துச் சுவரில் இடித்தது. சந்து ஒரு வீட்டின் முற்றத்தில் முடிந்தது. அந்த இருட்டிலும் அங்கு டஜன் கணக்கில் தவலைகளும், வாளிகளும் பரத்தி வைத்தது தெரிந்தது. சுவரோரமாகப் பதித்துவைத்திருந்த தண்ணீர் பம்பு அருகே நான்கைந்து ஆண்கள் இருந்தார்கள். அதில்

ஒருவர் பங்கஜத்தைப் பார்த்து, "இனிமே இங்கே வராதீங்கன்னு போன தடவையே சொன்னேனே?" என்றார்.

"இன்னிக்கு மட்டும் தயவு பண்ணுங்க. நாளைக்கு வேறே இடத்துக்குப் போறேன்" என்று பங்கஜம் சொன்னாள்.

"இங்கே வீட்டிலே இருக்கிறவங்களுக்கே தண்ணி பத்தலே. சும்மா சும்மா வந்து கூட்டம் கூடினா!"

பங்கஜம் பதில் சொல்லாமல் நின்றாள்.

"பக்கெட்டை வைச்சுட்டு வெளியே நில்லுங்க. தண்ணி வந்தா உள்ளே வந்துக்கலாம்."

பங்கஜம் வாளிகளை ஒரு மூலையில் வைத்துவிட்டு மீண்டும் சாலைக்கு வந்தாள். நட்ட நடுநிசியில் அப்படிச் சாலையோரமாக நிற்பது அவளுக்கு அசாதாரணமாகத் தோன்றாமல் போய் மாதக்கணக்கில் ஆயிற்று. கிணறுகளில் தண்ணீர் இல்லாமல் கிடப்பது சாதாரணமாக இருந்தது. குழாய்த் தண்ணீர் ஒருநாள் விட்டு ஒருநாள் வருவதாகப் பேச்சு. ஆனால் வீட்டுக் குழாயில் வராது. எங்கே வருகிறதென்று தேடிப் பிடித்து அது வரும் இரு மணி நேரத்தில் பரபரக்க ஏராளமானவர்களோடு தேவையற்ற துவேஷம் வளர்த்து இரு பாத்திரங்களில் வண்டலும் வடிசலுமாகத் தண்ணீர் பிடித்து எடுத்துவந்தால் இரு நாட்களுக்கு அதைச் சமையலுக்கும் வைத்துக்கொண்டு குடி தண்ணீராகவும் கொட்டிக்கொள்ள வேண்டும். இன்றிரவு இங்கு ஒரு வழியாகச் சமாளித்தால் நாளை மறுநாள் இப்படி நடுத்தெருவில் அலைய மனதைத் திடப்படுத்திக்கொண்டால் போதும்.

நடைபாதை ஓரக்கல்லிலும் இன்னும் பலர் காத்துக் கிடந்தார்கள். அங்கு சாதாரணமாகக் கிடைக்கும் அசுத்தத்தில் பகல் வெளிச்சத்தில் நிற்கக்கூட அருவருப்பாயிருக்கும்.

தொளதொளவென்று ஒரு சட்டையை ஒழுங்காகப் பொத்தான்கூடப் போடாமல் முத்து வந்து சேர்ந்தான். பங்கஜம் முத்துவைத் தன்னோடு சேர்த்து அணைத்துக்கொண்டாள். "குழந்தை தூங்கிண்டு இருக்காளா?" என்று கேட்டாள்.

"நான் பார்க்கலேம்மா. ஆனா அவ அழலே" என்று முத்து சொன்னான்.

"கதவைச் சாத்திண்டுதானே வந்திருக்கே?"

"ஆமாம்."

"நீ இங்கேயே நில்லு. நான் தவலையை எடுத்துண்டு ஐஸ் டெப்போலே ஒரு தடவை தண்ணிபிடிச்சுண்டு வந்துடறேன்."

"இங்கே தண்ணி வந்துடுத்தா?"

"இன்னும் வரலே. வீட்டுக்காரா இப்போதான் பம்பை மாட்டிண்டு இருக்கா."

பங்கஜம் சாலையைக் கடக்கவிருந்தவள் சட்டென்று நின்றாள். அசாத்திய வேகத்தில் ஒரு லாரி அவளைக் கடந்து சென்று மறைந்தது.

அதை அடுத்து இன்னும் ஒரு காரும் மோட்டார் சைக்கிளும் பறந்து சென்றன.

பங்கஜம் முத்துவைக் கவலையோடு திரும்பிப் பார்த்தாள். பிறகு அவள் வீட்டுக்கு ஓட்டமும் நடையுமாகப் போனாள். தெருவில் அப்போதுதான் யாரோ கைவண்டியில் எங்கிருந்தோ தண்ணீர் பிடித்துக்கொண்டு போயிருக்கிறார்கள். சிந்திய தண்ணீர் தெரு நடுவில் பட்டையாகக் கோடிட்டிருந்தது.

போட்ட படுக்கைக்குச் சம்பந்தமே இல்லாமல் சம்பா தரையில் தூங்கிக்கொண்டிருந்தாள். பங்கஜம் அவளைத் தூக்கவில்லை. படுக்கையில் கிடக்கும்போது குழந்தை விழித்துக் கொண்டால் என்ன செய்வது? பெரியவர்களைப் போலக் குழந்தையும் ஒருநாள் விட்டு ஒருநாள் தூங்கக் கற்றுக் கொள்ளவில்லை.

பங்கஜம் தண்ணீர்த் தவலையுடன் ஒரு வெண்கலப் பானையையும் தூக்கிக்கொண்டு மீண்டும் தெருவுக்கு வந்தாள். எதை நம்பி இருட்டில் குழந்தையைத் தனியே விட்டுவிட்டு வீட்டையும் தாளிடாமல் போகிறோம்? கணவன் ஊரிலிருந்தாலும் இல்லாது போனாலும் இதுவரை தண்ணீருக்காக அவன் இன்னொருவர் வீட்டுக் கொல்லையில் நிற்கப் போகவில்லை. ஆனால் வீட்டுக்கும் குழந்தைக்குமாவது காவலாக இருக்கலாம்.

ஐஸ் டெப்போ காவல்காரன், “ஏய், எங்கே போறே?” என்றான். பங்கஜம் இடுப்பிலிருந்து கால் ரூபாய் சில்லறை எடுத்தாள். அவன் அதைக் கவனியாதுபோல, “போம்மா. போ போ போ. இன்னிக்கு ஒருத்தரையும் உள்ளே விட முடியாது. போ போ போ!” என்றான். அங்குக் கூடியிருந்த கூட்டம் அவனிடம் கடுமையை உண்டு பண்ணியிருக்க வேண்டும். அதைப் பொருட்படுத்தாமல் எல்லா வயதுக்காரர்களும் அவனிடம் கெஞ்சிக் கொண்டிருந்தார்கள். பங்கஜமும் அவள் பங்குக்கு, “இன்னைக்கி ஒருநாள் மட்டுங்க” என்றாள். ஒருநாள் மட்டும், ஒரு நாள் மட்டும் என்றே எவ்வளவு நாட்களாகி விட்டன? இன்னும் எவ்வளவு நாட்கள் இப்படி?

முத்து அவளைத் தேடி வந்துவிட்டான். “இன்னும் மூணு பேர் பிடிச்சப்புறம் நம்பதாம்மா” என்றான்.

“நாலு பக்கெட்டும் சரியா இருக்கா?”

“இருக்கு.”

“நீ இங்கே நில்லு. நான் போய் தண்ணி அடிச்சு வைச்சுட்டு உன்னைக் கூப்பிடறேன்.”

“இந்த வெங்கலப் பானையை ஏம்மா எடுத்துண்டு வந்தே? இதிலே தண்ணியும் ரொம்பக் கொள்ளலே, தூக்கறதும் கஷ்டமாயிருக்கே?”

“என்ன பண்றதுடா? பெரிய அடுக்கிலே நேத்திக்குத் துணி அலசின தண்ணியைச் சேத்து வைச்சிருக்கேன்.”

முத்துவிடம் தவலையையும் வெண்கலப் பானையையும் ஒப்படைத்து விட்டு பங்கஜம் வாளிகளை வைத்திருந்த வீட்டுக்கு விரைந்தாள். அங்கு

இப்போது அசாத்தியக் கும்பல் சேர்ந்திருந்தது. "இப்போ வந்துட்டு எங்கே உள்ளே போறே? நாங்கள்ளாம் உனக்கு மனுஷாள்களாத் தெரியலியா?" என்று ஒரு கிழவி பங்கஜத்தைத் தடுத்தாள்.

"பன்னெண்டு மணிக்கே நான் வந்து பாத்திரம் வைச்சிருக்கேன்."

கிழவி சந்தேகத்துடன் பங்கஜத்தைப் பார்த்தாள். பங்கஜம் அந்தக் கும்பலில் அந்தக் குறுகலான சந்துக்குள் முன்னேறிச் சென்றாள்.

அந்தச் சாலையில் தண்ணீர் வந்து ஐந்தாறு வீடுகளில் அந்த ஒரு வீட்டு பம்பில்தான் சிறிது அதிகமாக வரும். ஆதலால் தண்ணீர் பிடிக்க வருபர்களும் அங்குதான் அதிகம். பம்பு அருகே நின்றவர்களுடன் பங்கஜமும் முண்டியடித்துக் கொண்டு தன் முறைக்குக் காத்திருந்தாள். தண்ணீர் இன்னும் சிறிது நேரமே வரும் என்ற உணர்வில் ஒருவர் தவறாமல் பம்புப் பிடியை அரக்கத்தனமாக இயக்கிக்கொண்டிருந்தார்கள். ஒவ்வொரு அடியும் சம்மட்டியடிபோல ஒலியெழுப்பிக்கொண்டிருந்தது. பங்கஜத்துக்கு முந்தைய இடத்தில் பாத்திரம் வைத்திருந்த அம்மாள் தலைப்பை இழுத்துச் சொருகிக்கொண்டு தயாராக இருந்தாள். அவள் முறை வந்ததும் பங்கஜமே அந்த அம்மாளுடைய தவலையைப் பம்படியில் நகர்த்தி வைத்தாள். அதைத் தவலை என்பதைவிட வேறு பெயர் ஏதாவதுதான் சொல்ல வேண்டும். அது நிரம்பினால் எப்படி நகர்த்துவது என்று ஒரு கணம் பங்கஜத்துக்குப் பயம் எழுந்தது. பாவம், அந்த அம்மாள் வீட்டில் எவ்வளவு நபர்களோ? ஆனால் ஒருவர்கூட அவளுக்குத் துணை வரவில்லை.

தவலை பாதி நிரம்பியபோது அந்த அம்மாள் திரும்பித் திரும்பிப் பார்த்த வண்ணம் இருந்தாள். தவலைக்குப் பிறகு இன்னும் நான்கு பெரிய அடுக்குகள். அதன் பிறகு பங்கஜத்தின் முறை.

இரண்டாம் அடுக்கு நிரம்புவதற்குள் அந்த அம்மாளுக்குப் பெரிதாக மேல்மூச்சு கீழ்மூச்சு வாங்கத் தொடங்கியது. பம்பு அடிப்பதிலும் கை தடுமாறியது, "நான் அடிக்கறேன். நீங்க பாத்திரத்தை நகர்த்துங்க" என்று சொல்லிப் பங்கஜம் பம்ப் பிடியை வாங்கிக்கொண்டாள். பம்பைச் சுவரில் பதித்து வைத்திருந்ததால் ஒரே பக்கமாக ஒரே கையில்தான் அடிக்க முடியும். நிதானமாக அடித்தாலே ஒரு பாத்திரத்திற்குள் கை சளைத்துவிடும்.

பங்கஜம் அந்த அம்மாளின் பாத்திரங்கள் அனைத்திற்கும் தண்ணீர் அடித்துத் தந்துவிட்டுத் தன் வாளியை நகர்த்தி வைத்தாள். அங்கு நின்றிருந்த ஒருவர், "ஒருத்தரே அண்டா அண்டாவாத் தண்ணீர் எடுத்துப்போனா மத்தவங்க என்ன பண்ணுவாங்க?" என்று சொன்னார். மூச்சிறைக்கப் பங்கஜம், "இதுதான் என்னது முதல் பாத்திரம்" என்றாள்.

அந்த நபர், "யோவ், சந்தானம்! இங்கே என்ன கேள்வி கேப்பாரு யாருமில்லே? இந்தப் பொம்பளைங்க இப்படி ஒரேயடியா பம்பைப் பிடிச்சு வளைச்சிட்டிருக்காங்களே! விடும்மா. நாங்களும் தண்ணி பிடிக்கத்தான் மணிக்கணக்கா நின்னுட்டிருக்கோம்" என்றார்.

தண்ணீர் நிரம்பிய அடுக்குகளை எடுத்துப் போய்க்கொண்டிருந்த அம்மாளிடம் பங்கஜம், "நீங்கதான் அவர்கிட்டே சொல்லுங்கம்மா" என்றாள்.

அந்த அம்மாள் அந்த நபரிடம், "அவுங்க இன்னும் பிடிக்கவேல்லப்பா" என்றாள்.

"ஆமாம், இதுல கூட்டு."

பங்கஜத்தின் தோளே கழண்டுவிடும்போல இருந்தது. இன்னும் மூன்று வாளிகள் அடித்தாக வேண்டும். கொண்டு வந்தவற்றில் முழுக்கத் தண்ணீர் எடுத்துக்கொண்டு போனால்கூட இரண்டாம் நாள் மாலையில் எல்லாம் காலியாகிக் கிடக்கும். அரிசியைச் சரியாகக் களைய முடியாது. சட்டென்று யாராவது ஊரிலிருந்து வந்துவிட்டால் முகம் கழுவிக்கொள்ள ஒரு செம்புத் தண்ணீர் தரமுடியாது. மறுநாள் சுத்தமான வேஷ்டி புடவை வேண்டும் என்றால் துணி நனைத்து உலர்த்த முடியாது.

பங்கஜம் அவளுக்கு ஞாபகமிருந்த தோத்திரங்களை மனதுக்குள் சொல்லிக்கொண்டு பம்பை அடித்தவண்ணம் இருந்தாள். ஒருமுறைகூட ஒரு தோத்திரத்தைக்கூட முழுக்கச் சொல்ல முடியவில்லை. அங்கு விரலிடுக்கு இடமில்லாமல் நிறைந்திருந்த மக்களும் பாத்திரங்களும் அவளுடைய கண்ணில் மிக இலேசான நிழலாகத் தென்பட்டதுபோலத் தோத்திரங்களும் ஒரே குழப்பமான குவியலாக வந்து போய்க்கொண்டிருந்தன. லலிதா சகஸ்ரநாமத்தில் சௌந்தர்யலகரி. நடுவே கிருஷ்ணாஷ்டகம். பித்துக்குளி முருகதாஸ் பஜன் பாட்டு. அம்மா! அம்மா! அம்மா!

பங்கஜத்துக்கு அம்மாவென்று கத்தியழைக்கக்கூட முடியாதுபோலத் தோன்றிற்று. அவளுடைய கை ஏதோ தனிப்பட்டுப் போனதுபோல ஏறி இறங்கிக்கொண்டிருந்தது. மார்பு எவ்வளவு கனத்ததோ அந்த அளவு மனம் காலியாக இருந்தது. அவள் அவளே இல்லை. அவள் வேறு யாரோ. வேறு யாரோ என்று சொல்வதுகூடத் தவறு. வேறு ஏதோ.

மூன்றாவது வாளி அடிக்கும்போது முத்து வந்துவிட்டான். ஐஸ் டெப்போவில் என்ன ஆயிற்று என்று கேட்கக்கூட முடியாமல் பம்புப் பிடியை பங்கஜம் முத்துவிடம் கொடுத்தாள். அவன் கையால் அடிக்க முடியாமல் இரு கைகளாலும் பிடியைப் பிடித்துக்கொண்டு ஒவ்வொரு முறையும் தன் முழு உடலையும் உயர்த்தி அடித்தான்.

பங்கஜம் ஒவ்வொரு வாளியாகத் தூக்கிச் சாலை நடைபாதையில் கொண்டு போய் வைத்தாள். அங்கே இன்னும் எவ்வளவோ பேர் தண்ணீர் பிடித்ததும் பிடிக்காததுமாகப் பாத்திரங்களையும் வாளிகளையும் வைத்திருந்தார்கள். ஆண்கள் சைக்கிள்களில் எப்படியெல்லாமோ குடங்களையும், தவலைகளையும் கட்டித் தொங்கவிட்டுக்கொண்டு அலைந்து கொண்டிருந்தார்கள். ஊரே வெறி பிடித்தது போலக் குழாய்த் தண்ணீருக்கு அலைபாய்ந்துகொண்டிருந்தது.

பங்கஜத்துக்கு அடிவயிற்றில் சுளீரென்று ஒருமுறை வலித்தது. போன தடவையும் இப்படித்தான் வலி வந்து தெருவிலேயே சுருண்டு விழுந்திருந்தாள். சம்பா பிறந்தவுடனே அவளது கணவன் ஆஸ்பத்திரியில் கையெழுத்துப் போட்டுக் கொடுத்தான். ஆபரேஷன் ஆனபோது பெரிய தொந்தரவு இருக்கவில்லை. ஆனால் இப்போது இரண்டு வருடங்கள்

கழித்து வலி வரத் தொடங்கியிருக்கிறது. பெரிதாகிப்போய்ப் படுத்த படுக்கையாகத் தள்ளிவிடக் கூடாது.

கடைசி வாளி அடித்துவிட்டுத் தூக்கமாட்டாமல் அதைச் சிறிது சிறிதாக நகர்த்திக்கொண்டு முத்துவும் நடைபாதைக்கு வந்து சேர்ந்தான். அவனுக்கும் வயிற்றை வலிக்கும். ஹெர்னியா என்று சொல்லிப் போன வருஷமே ஆபரேஷன் செய்ய வேண்டுமென்று டாக்டர் சொன்னார். சொன்னவர் பயமுறுத்திச் சொல்லியிருந்தால் ஒரு வேளை உடனே ஏதாவது செய்திருக்கலாம். பங்கஜம் முத்துவை அணைத்துக்கொண்டாள். "நீ போடா வீட்டுக்கு. நான் ஒவ்வொண்ணாய்க் கொண்டு வந்துடறேன்" என்றாள்.

"ஐஸ் டெப்போலே சாவித்திரி கிட்டே சொல்லிட்டு வந்திருக்கேன். அதையும் அடிச்சுட்டுப் போறேம்மா" என்று முத்து சொன்னான்.

"வேண்டாம்டா, கண்ணா. இது போறும். எப்படியாவது பார்க்கலாம்."

"அப்போ அங்கே போய்க் காலிப்பாத்திரத்தை எடுத்துண்டு போகட்டுமா?"

"இல்லை, நீ வீட்டுக்குப் போ. நான் எடுத்துண்டு வரேன்."

பங்கஜம் ஒவ்வொரு வாளியாகச் சாலையைக் கடந்து மறுபுறமிருந்த நடைபாதையில் கொண்டு போய் வைத்தாள். அங்கே ஒரு கன்றுக்குட்டி அவளருகே வந்தது. "போ, போ" என்று விரட்டினாள். அது நகராமல் அங்கேயே நின்றது. அடுத்த வாளி எடுத்து வர அவள் நகர்ந்தவுடன் அது நிச்சயம் தண்ணீரில் வாயை வைத்துவிடும்.

பங்கஜம் மறுபடியும் அந்தக் கன்றுக்குட்டியை விரட்ட முயன்றாள். எந்தத் துவேஷமும் பாராட்டாமல் அது சொறிந்து கொடுக்க வாகாகத் தலையை உயர்த்தியது.

"சரி, குடி" என்று பங்கஜம் சொன்னாள். சாலை மறுபுறத்தில் வைத்திருந்த இதர பக்கெட்டுகளை எடுத்து வர விரைந்தாள். நாளை மறுநாள் இந்த அளவு தண்ணீராவது கிடைக்குமா என்று தெரியாது. ஆனால் இன்றையப் போது இதோடு முடிந்துவிட்டது. விடிய இன்னும் வெகு நேரம் இருந்துங்கூட.

1984

நாளைக்கு மட்டும்

சண்முகம் தையற்கடை முதலில் கடைத்தெரு சந்தடிக்கு அப்பாற்பட்ட, இன்னும் நகர வசதிகள் யாதும் முழுதாகப் பெறாத ஒரு சிறு குடியிருப்புப் பகுதியின் கோடியில் இருப்பதாகத்தான் தொடங்கியது. அவன் கடை வைத்த அடுத்த ஆண்டு அவன் கடையை அடுத்து இருந்த வெற்றிடம் ஒரு பெரிய சாலையாக மாறி நிறைய வண்டிகளும் லாரிகளும் போகும் இடமாக மாறியது. சாலை வந்தவுடன் விரைவில் நிறைய வீடுகள் வரத் தொடங்கின. அந்த வீடுகள் இன்னும் நிறைய வீடுகளுக்கும் தெருக்களுக்கும் வழி வகுத்தன. அப்புறம் பஸ்களும் அந்தச் சாலை வழியாகப் போகத் தொடங்கின. ஒரு நாள் அவன் கடைக்குச் சற்றுத் தள்ளி ஒரு கம்பத்தை நட்டு ஒரு சிறு பஸ் நிலையமே அமைக்கப்பட்டுவிட்டது. அங்கிருந்து கிளம்பிய இரு பஸ்கள் ஊருக்கு வெளியே புதிதாக ஆரம்பித்த கல்லூரிக்குப் போவதாக இருந்தன. கல்லூரி மாணவர்கள் பஸ் நிலையக் கம்பம் அருகே காத்து நிற்பதற்குப் பதில் சண்முகம் கடை வாசலில் நிற்பதை சுவாரஸ்யம் மிகுந்ததாகக் கண்டுகொண்டனர். கிரிக்கெட்டும் சினிமாவும் அரசியலும் காரசாரமாக விவாதிக்கப்பட்டன. சண்முகம் கடைக்குப் பக்கத்தில் வெற்றிலை பாக்குக் கடை, டீக்கடை, வேர்க்கடலைக் கடை எனப் பல கடைகள் கிளம்பி எல்லாரும் வளர்முகமாக இருந்தனர். சண்முகம் கடை அதற்குரிய எல்லைக்குள், இருபதாம் நூற்றாண்டின் ஜனநாயக உணர்வின் சின்னமாக ஒரு கல்வி கேளிக்கை கலாச்சாரக் கருத்துப் பரிமாறல் கேந்திரமாக மாறிவிட்டிருந்தது.

நாராயணன் சற்று முன்பே மீசை சரிபார்க்கப்பட்ட மேலுதட்டைத் தடவிய வண்ணம் சண்முகம் கடை முன்னால் நின்றுகொண்டிருந்தான். சண்முகத்தின் தம்பி ரத்தினம் இரு பெரிய பூட்டுகளைத் திறந்து கடையின் உருளைக் கதவை மேலெழுப்பியவுடன் நாராயணன் கடைக்குள் ஒன்றின் மேல் ஒன்றாக அடுக்கி வைக்கப்பட்ட இரு பெஞ்சுகளையும், இரு இரும்பு முக்காலிகளையும் வெளியே எடுத்துப் போட்டான். இரு முக்காலிகளைக் கடையை ஒட்டியபடி நடைபாதையில்

போட்டு அதன் மேல் ஒரு நீண்ட பலகையை வைத்ததில் கடை இரண்டடி பரிமாணம் கூடியது. ரத்தினமும் நாராயணனுமாக ஒரு குட்டையான கண்ணாடி அலமாரியைப் பாதி கடையிலும் பாதி பலகை மீதும் இருப்பதாக நகர்த்தினார்கள். ரத்தினம் ஒரு பானையை எடுத்து தண்ணீர் பிடித்து வர அடுத்த வீட்டிற்குப் போனான். நாராயணன் வெற்றிலை பாக்குக் கடையிலிருந்து ஒரு சிகரெட்டை வாங்கிப் பற்ற வைத்துக்கொண்டான். அந்தத் தனிமை இன்பம் இன்னும் அரை மணிகூட நீடிக்காது. சங்கர், பாலமுருகன், பெரிய ரவி, குள்ள ரவி, தமிழரசன், பாஸ்கர், சிங்காரம், மாரியப்பன், வேணு, குரேஷி, ராகவாச்சாரி இன்னும் பலர் ஒன்பது மணிக்குள் வந்து குவிந்துவிடுவார்கள்.

ரத்தினம் தண்ணீர் கொண்டுவந்து வைத்துவிட்டு மீண்டும் வெளியே போய்விட்டான். நாராயணன் பெஞ்சுகளை நகர்த்தி ஒழுங்குபடுத்தினான். அப்போது துடப்பத்துடன் சரோஜா வந்தாள். அவளுக்கு வயது ஐம்பதிலிருந்து நூறுவரை சொல்லலாம். நாராயணனைத் தாண்டிக் கடையினுள் புகுந்து பெருக்கத் தொடங்கினாள். நாராயணன் "பார்த்துப் பெருக்கு, ஷர்ட்டுக்கு வைச்சிருக்கிற பை, கை எதையாவது தூக்கிக் குப்பையில் போட்டுடப் போறே" என்றான்.

"நீதான் பார்த்துப்போடு" என்று சரோஜா சொன்னாள். அவள் பெருக்கி வந்த ஒரு குவியல் துண்டுத் துணிகளை நாராயணன் ஒருமுறை கலைத்துப் பார்த்தான். பொறுக்கி எடுத்து வைக்க ஐந்தாறு பொத்தான்கள்தான் கிடைத்தன.

"ஏன் ஐயா, நீ ஒண்ணும் வேலைக்குப் போகலியா?" என்று சரோஜா கேட்டாள்.

"போகலாம் போகலாம்" என்று நாராயணன் சொன்னான்.

"வடிவேலு வடக்கே எங்கேயோ போறாராம், தெரியுமில்லே?"

"அப்படியா? தெரியாதே."

"இன்னிக்குப் போறாராம். நேத்திக்கு அவர்தான் காபிக்குப் பணம் கொடுத்தார்."

"என்கிட்டே சொல்லலியே."

"இன்னிக்கு நீதான் ஒரு எட்டணா கொடு, ஐயரே."

நாராயணன் அவனுடைய சட்டைப் பையைத் துழாவிப் பார்த்தான். அன்று முழுக்கச் செலவுக்கு அவனிடம் அவ்வளவுதான் சில்லறை இருக்கும்.

"எங்கிட்டே இல்லை, ஆயா. ரத்தினம் வந்தவுடன் கேட்டுத் தரேன்."

"அவரைக் கேக்க நீ என்ன சிபாரிசு?" சரோஜா போய்விட்டாள்.

பஸ் கம்பத்தருகில் கல்லூரி முதல் பஸ்ஸுக்குச் சிறிது சிறிதாகக் கூட்டம் சேர ஆரம்பித்தது. ஒருவன் நாராயணனைப் பார்த்து, நாராயணன்!" என்று கூப்பிட்டான்.

"என்ன?" என்று நின்றவிடத்திலிருந்தே நாராயணன் குரல் கொடுத்தான்.

"வெக்டர் அனாலிசிஸ் கொண்டு வந்தாயா?"

"மறந்துட்டேம்மா. நாளைக்குத் தரேன்."

"நேத்திக்கும் மறந்துட்டேன்னுதான் சொன்னே."

"வீட்டுக்கு வாயேன். எடுத்து வைச்சிருக்கேன்."

"வீட்டிலே நீ எப்போப்பா இருக்கே! நாலு தடவை வந்துட்டேன், தெரியுமா?"

"சாரி, பிரதர். நாளைக்குக் கட்டாயம் கொண்டு வரேன்."

சடாரென்று நாராயணன் சிகரெட்டைக் கீழே போட்டு மிதித்தான். அவனுடைய அப்பா அந்தப் பக்கம் வந்துகொண்டிருந்தார். நாராயணன் பஸ்ஸுக்குக் காத்திருப்பவர்கள் மத்தியில் ஒளிந்துகொள்ளப் பார்த்தான். தையற்கடையில் வேறு யாருமே இல்லாததால் கால் தயங்கியது. அப்பா அவனைப் பார்த்துவிட்டார்.

"ஏண்டா, இங்கேயா நின்னுண்டிருக்கே?"

"ஒண்ணுமில்லேப்பா..."

"காலங்கார்த்தாலே கிளம்பி இங்கேதான் காவல் காத்திண்டிருக்கியா? ஏதோ பையன் வீட்டுக்குப் படிக்கப் போயிருக்கான்னா உன் அம்மா சொன்னா?"

"போகணும்பா."

சண்முகம் அப்போது வேகமாக சைக்கிளில் வந்து இறங்கினான். நாராயணனின் அப்பாவைப் பார்த்து, "என்ன வேணும்?" என்று கேட்டான்.

"எங்க அப்பா" என்று நாராயணன் சொன்னான்.

சண்முகம் சைக்கிளை பக்கத்து வீட்டு காம்பவுண்டுக்குள் கொண்டு போய் வைத்துவிட்டுக் கடைக்கு வந்தான். "ரத்தினம் வரலியா?" என்று நாராயணனைக் கேட்டான்.

"வந்துட்டு எங்கேயோ வெளியே போனான்."

"நீங்க போங்க," என்று சண்முகம் சொன்னான்.

நாராயணன் அவன் அப்பாவைத் தொடர்ந்து பஸ் கம்பத்தருகே போனான். அப்பா அவனைக் கவனியாதது போல இருந்தார்.

ஏதோ தேடுவது போல சரோஜா வந்தாள். நாராயணனைப் பார்த்து, "என் வெத்திலைப் பையை எடுத்து வைச்சியா?" என்று கேட்டாள்.

"நான் ஒண்ணும் பாக்கலை, போ!" என்று நாராயணன் குரலை அடக்கி அவசரமாகச் சொன்னான். அப்பா திரும்பிப் பார்த்தார்.

நாளைக்கு மட்டும்

“நீதானே துணியெல்லாம் கலைச்சுப் போட்டே? அங்கதான் விழுந்தது.”

“விழுந்தா போய் எடுத்துக்கோயேன். எனக்கென்ன தெரியும்?”

“கோபத்தைப் பாரேன். ஏதோ காப்பித் தண்ணிக்குக் கேட்டா கொடுக்காட்டியும் கோபம் வருது பெரிசா.”

நாராயணன் சற்று விலகி நிற்க முயன்றான். சரோஜா சண்முகம் கடைப் பக்கம் போனாள்.

பஸ் வந்தது. எல்லாரும் இடித்துப் பிடித்து ஏறினார்கள். நாராயண னுடைய அப்பா மட்டும் எந்த முயற்சியும் எடுத்துக்கொள்ளாமல் அப்படியே நின்றார்.

“நீங்க ஏறலியாப்பா?” என்று நாராயணன் கேட்டான்.

“எங்கே போறதுக்கு?”

“நீங்கதானே வந்தேள்?”

அப்பா முகத்தில் தெரிந்த கோபத்தில் அங்கேயே தன்னை அடித்து விடுவாரோ என்றுகூட நாராயணனுக்குப் பயமாக இருந்தது.

“என்கூட வீட்டுக்கு வா.”

நாராயணன் சண்முகம் கடைப்பக்கம் பார்த்தான். அங்கு அவனுடைய சகாக்கள் வந்து சேர ஆரம்பித்தார்கள். பெஞ்சில் நன்றாகச் சுவரில் சாய்ந்து உட்காரக்கூடிய இடத்தில் பாஸ்கர் சுகமாகப் பாக்கு மென்றுகொண்டிருந்தான்.

அப்பாவைப் பின்தொடர்ந்து வீட்டுக்குப் போய்க்கொண்டிருக்கையில் பரீட்சையில் தவறவிட்ட பாகங்களுக்கு மீண்டும் எப்போது பணம் கட்ட வேண்டும், எம்ப்ளாய்மெண்ட் எக்ஸ்சேஞ்சில் ‘வீட்டுக்கு வா’ என்று கூறி அதிகாரியின் வீட்டுக்கு எப்போது போவோம், வீட்டு ரேஷன் அட்டைக்கு அடுத்த தவணை பாமாயில் டின் எப்போது என்று விசாரிப்பது, டேபிள் லைட் ஸ்வீட்சை சரிசெய்து எலக்ட்ரீஷியனிடமிருந்து வாங்கி வருவது போன்ற விவரங்களுக்குப் பதில் தயாரித்துக்கொண்டிருந்தான். அப்பா வேலையிலிருந்து ஓய்வுபெற இன்னும் மூன்றே வாரங்கள் இருந்தன. அதற்குள் அவனுடைய சர்டிபிகேட்டுகளின் ஒரு கத்தைப் பிரதிகளுக்கு கெஜட் பதிவுபெற்ற அரசாங்க அதிகாரியின் அத்தாட்சிக் கையெழுத்து வாங்கி வரவேண்டும் என்ற விஷயத்தையும் அட்டவணையில் சேர்த்துக்கொண்டான். இவ்வளவும் அவன் கவனத்தில் உள்ளன என்பதை அப்பாவிடம் சொல்லி அவரைச் சமாதானப்படுத்தினால் மறுநாள் ஜாலி ரோவர்ஸ் ஆடப்போகும் கிரிக்கெட் ஆட்டத்தைப் பார்க்க வழி செய்துகொள்ளலாம்.

சாலை நாற்சந்தியைக் கடந்து அடுத்த தெருவில் திரும்பித்தான் அவனுடைய வீட்டுப் பகுதிக்குப் போகவேண்டும். ஆனால் அப்பா தொடர்ந்து நேராகப் போய்க்கொண்டிருந்தார். “இப்போ வீட்டுக்குப் போகலியா?” என்று நாராயணன் கேட்டான். அப்பா கடுமையாக, “பேசாம வா கூட” என்றார். அந்தச் சாலைக் கோடியில் ஒரு பாத்திரக் கடை

புதிதாகப் பெரிய அளவில் திறக்கப்பட்டிருந்தது. அப்பா அங்கே உள்ளே நுழைந்தார். வாசலில் இருந்த கொக்கிகளில் வரிசையாக பிளாஸ்டிக் பக்கெட்டுகளை ஒரு பையன் மாட்டிக்கொண்டிருந்தான். நாராயணனின் அப்பாவைப் பார்த்து, “என்ன வேணும்?” என்று கேட்டான்.

“முதலாளி வந்துட்டாரா?”

“என்ன வேணும்? இப்பத்தான் வந்தாரு.”

“அவரைப் பாக்கணும்.”

“அந்தக் கதவைத் திறந்துண்டு போங்க.”

அந்தக் கதவுக்குப் பின்னால் ஒரு சிறு அறை நவநாகரிகமாகக் காட்சியளித்தது. அந்தச் சிறு அறைக்குப் பொருத்தமாகத் தயாரிக்கப்பட்ட மேஜைமீது ஒரே மாதிரி வர்ண அட்டையுள்ள கணக்குப் புத்தகங்கள் அடுக்கி வைக்கப்பட்டிருந்தன. கூடவே ஒரு புட்டபர்த்தி சாயிபாபா படமும் இருந்தது. நாராயணனையும் அவனுடைய அப்பாவையும் பார்த்த கடை முதலாளி ஒரு நிமிடம் ஒன்றும் பேசாமல் இருந்துவிட்டு, அதற்குப் பிறகு சாயிபாபா படத்தின் அடியில் கையால் தொட்டுக் கண்களை ஒத்திக்கொண்டார். “சொல்லுங்க” என்றார்.

“நம்ப பையனை அழைச்சிண்டு வந்திருக்கேன்.”

முதலாளி நாராயணனை ஒரு முறை கவனமாகப் பார்த்தார். “இடம் பிடிச்சிருக்கா தம்பி?” என்று கேட்டார்.

நாராயணன் ஏதும் விளங்காமல் விழித்துப் பார்த்தான்.

“நீ ஒண்ணும் சாமான் எடுத்து விலை என்ன ஏதுன்னு சொல்ல வேண்டாம். இந்தப் பாத்திரச்சீட்டுக்கு வரவங்ககிட்டே சீட்டுப் பணத்தை வாங்கி அவுங்க அட்டையிலே குறிச்சுத் தரணும். அவுங்களுக்கு ரசீது போட்டுத் தந்துட்டு உடனே இரண்டு கணக்குப் புத்தகங்களிலேயும் குறிச்சிடணும். எல்லாம் பொறுமையாகச் செய்யணும். இடத்தை விட்டுப் போயிடக்கூடாது.”

“அதெல்லாம் செய்வான். எங்க வீட்டிலேயே இவனுக்குத்தான் பொறுப்பு எல்லாம் உண்டு.”

“போன வாரம் வரைக்கும்கூட ராஜகோபாலய்யர் பையன் இங்கே இருந்தான். பையன் நல்லவன்தான். ரசீது எழுதினா அட்டையிலே குறிக்க மாட்டான். அட்டையிலே குறிச்சா அதைக் கணக்குப் புத்தகத்திலே எழுத மாட்டான். கணக்கு ஒரேயடியா உதைச்சுது. ஐயர்கிட்டேயே சொன்னேன். அவரே அவனை நிறுத்திட்டாரு.”

அப்பா நாராயணனைப் பார்த்து, “கேட்டுக்கடா” என்றார். கடை முதலாளியிடம் “அதெல்லாம் ஒழுங்காச் செய்வாங்க. இவ்வளவு நாள் படிக்க வைச்சதுக்கு இதுகூடச் செய்யலேன்னா எப்படி?” என்றார்.

"அதாங்க கஷ்டம். இதெல்லாம் இந்த மாதிரிப் பிள்ளையாண்டான்களுக்கு வேலையாத் தெரியறதில்லை."

"இவன் அப்படியெல்லாம் இல்லை."

"தம்பி பேர் என்ன?"

நாராயணன், "நாராயணன்" என்றான்.

"இன்னிக்கே வந்துடு தம்பி. அம்மாவாசை நிறைஞ்ச நாளாயிருக்கு. பன்னெண்டு வரைக்கும் ராகு காலம். அது முடிஞ்சவுடனே வந்து உக்காந்துரு. என்ன சரிதானே?"

இப்போது அப்பாவைப் பின் தொடராமல் அவர் பக்கத்திலேயே நாராயணன் நடந்து போனான். படிப்பு பரீட்சை என்று இனிமேலும் காத்திராமல் அப்பா அவனை ஒரு பாத்திரக்கடையில் உட்கார வைத்து விட்டார். ஏதாவது கேட்டால், 'தையற்கடை முன்னாலே நின்னுண்டு அரட்டை அடிக்கறதுக்கு இது ஒண்ணும் மட்டமில்லை' என்று சொல்லி விடுவார்.

தையற்கடை வாசலில் மாதக்கணக்கில் நின்றதில் எது எப்படியானாலும் உடைகள் பற்றி நிறையவே அவனுக்குத் தெரிந்திருந்தது. பளபளக்க மொடமொடக்க உடை அணிய மெடிக்கல் ரெப்ரசன்டேடிவ் வேலைக்கு மிஞ்சி எதுவும் இல்லை. கழுத்தில் டையும், கையில் பெரிய கறுப்புப் பையும் தூக்கிப் போகும் இவர்களை மருந்துக் கடைக்காரர்கள் அரை கவனம் அரை இளப்பத்துடன் நடத்துவார்கள். டாக்டர்கள் நெடுநேரம் காக்க வைத்த பிறகுதான் இவர்கள் தரும் வழவழப்புத் தாள்களையும், மாதிரி மருந்துகளையும் வாங்கிக்கொள்வார்கள். காலையெல்லாம் வியர்த்து விறுவிறுக்க இவர்கள் அலைந்தாலும் பகல் சாப்பாட்டிற்குப் பிறகு ஒரு ஏர்கண்டிஷண்ட் சினிமாவில் நாலு ரூபாய் டிக்கெட் வாங்கிக்கொண்டு சுகமாகத் தூங்கலாம். பாங்க், கம்பெனிகள், அரசாங்க அலுவலகம் இவற்றில்கூட பரவாயில்லை. ஆனால் கடை. அதுவும் பாத்திரக்கடை. என்ன உடை போட முடியும்? ஒரு நாலு முழ வேஷ்டியைச் சுற்றிக்கொண்டு போனால்கூட யாரும் ஏன் என்று கேட்கப்போவதில்லை.

நாராயணனுக்கு அப்பா மீது கோபம் பொங்கிக்கொண்டு வந்தது. ஒரு எம்.எல்.ஏ. அல்லது பெரிய மனிதரைப் பார்க்கத் தெரியாமல் சாயிபாபா படத்தைத் தொட்டுக் கும்பிடும் கடைக்காரரிடம் அவனை ஒப்படைக்கிறார். நாளெல்லாம் ஐந்து ரூபாய், பத்து ரூபாயாக வாங்கிப் போட்டுக்கொண்டு ரசீது எழுதிக் காலம் தள்ள வேண்டும். பாத்திரச் சீட்டுக் கட்ட வருபவர்களுக்குப் பாரதிராஜாவின் நுணுக்கம் பற்றி என்ன தெரியும்? முழுதாக அரை அங்குலம்கூட நகராமல் அமர்க்களமாக நடனம் ஆடுவது போன்ற தோற்றத்தைத் தரும் அமிதாப்பச்சனின் திறமை பற்றி என்ன தெரியும்? கிரிக்கெட் ஆட்டத்தில் ஒரு கோஷ்டியில் பதினோரு பேர் இருப்பார்கள் என்றாவது இவர்களுக்குத் தெரியுமா? கடைக்காரன் தரும் ஒரு அசட்டு அட்டையை வருடமெல்லாம் பத்திரமாக வைத்துக்

கடைசியில் ஒரு தவலையை வாங்கிப் போகத்தான் தெரியும். ஆனால் இந்த வேலைகூடக் கிடைக்காமல்தான் ஒவ்வொரு தையற்கடையிலும், வெற்றிலை பாக்குக் கடையிலும் அவனைப் போல எவ்வளவோ பேர் நின்று வருகிறார்கள். அந்த ராஜகோபாலய்யரின் பிள்ளை இப்போது எங்கே நிற்கிறானோ?

பாத்திரக் கடை வேலைக்குப் போக இவ்வளவு சீக்கிரம் மனம் சமாதானம் அடையக்கூடுமா என்று நாராயணனுக்கு ஆச்சரியமாக இருந்தது. இந்தச் சண்முகம் கடை பற்றி அவனுள் எங்கோ ஒரு மூலையில் ஒரு கண்டனம் இருந்திருக்கிறது. இல்லாது போனால் அந்தச் சிரிப்பையும் கும்மாளத்தையும் சுதந்திரத்தையும் உதறிவிட இவ்வளவு எளிதில் முடியாது.

நாளை ஒரு நாளாவது ஜாலி ரோவர்ஸ் ஆட்டத்தைப் பார்த்து வர அந்த சாயிபாபா பக்தர் அனுமதிப்பாரா என்று தெரியவில்லை. கேட்டுப் பார்க்க வேண்டும்.

1984

சீருடை

கடைக்குள் நுழைந்தவனின் பயந்த தோற்றத்தை வைத்து அவன் என்ன கேட்பான் என்று தெரியவில்லை. லலிதா, தமிழரசியின் முகத்தைப் பார்த்தாள். தமிழரசி அந்த ஆள் பக்கம் நகர்ந்து, "என்ன வேணும் சார்?" என்று கேட்டாள்.

"ஸ்கூல் யூனிபார்ம் இருக்கா?"

"எந்த ஸ்கூல் யூனிபார்ம், சார்?" தமிழரசி அந்தப் பேட்டையிலுள்ள இரு பள்ளிகளின் பெயரைச் சொன்னாள். அது அவள் கவனிக்க வேண்டிய விற்பனைதான்.

"இது பையங்க யூனிபார்ம். காக்கி பாண்ட், வெள்ளை ஷர்ட். ஷர்ட் மட்டும் வேணும்."

அப்போதுகூட முதலாளி வாசனை பீடா சுவைத்த வண்ணம் கடை நுழைவாயிலுக்குப் பக்கத்தில் போட்டிருந்த சிறிய மேஜைக்குப் பின்னால் உட்கார்ந்துகொண்டான். லலிதா விலகிப்போய் புடவைகள் அடுக்கி வைத்திருந்த அலமாரியிடம் போய் நின்றாள்.

"என்ன சைசுங்க?" என்று தமிழரசி கேட்டாள்.

"பன்னெண்டு வயசுப் பையன். நல்ல உசரமா இருப்பான்."

தமிழரசியால் உயரமான பன்னிரண்டு வயதுப் பையனை உருவகப்படுத்திக்கொள்ள முடியவில்லை. "22 சைஸ் சரியா யிருக்குமா?" என்று கேட்டாள்.

"பையனுக்கு வயசு பன்னெண்டுன்னு சொன்னேனே?"

கடை முதலாளி, "ஏய், 24 சைஸ் ஷர்ட் எடுத்துக் காமி" என்றான்.

தமிழரசி பீரோவிலிருந்து ஒரு அட்டைப் பெட்டியை எடுத்தாள்.

வந்தவன் சட்டையைத் தயக்கத்துடன் எடுத்துப் பிரித்துப் பார்த்தான். "இது ரொம்பப் பெரிசா இருக்குமில்லே?" என்று கேட்டான்.

தமிழரசி அப்படியே நின்றாள்.

"என்ன விலை?"

தமிழரசி சட்டையின் காலரைத் தூக்கிப் பார்த்தாள். "நாப்பத்தெட்டு ரூபாய்" என்றாள்.

வந்தவன் திடுக்கிட்டான்.

"இது டெர்ரிகாட் சார். நீங்களாத் தைச்சீங்கன்னா அறுபது ரூபாய்க்குக் குறையாது."

அவன் திரும்பிப் போக எத்தனித்தான். முதலாளி தமிழரசியிடம், "ஏய் இங்கே குடு அதை" என்றான்.

தமிழரசி சட்டையை முதலாளியிடம் கொடுத்தாள். "இரண்டு ரூபா குறச்சிக்கோ சார். நாப்பத்தாறு கொடு" என்றான்.

"நாட்!பத்தாறுல்லே எனக்கு பாண்ட், ஷர்ட் இரண்டும் முடியணும்."

"அப்போ காட்டன்லே பாக்கிறியா? ஏய், சாருக்கு காட்டன் ஷர்ட் எடுத்துக் காமி" என்று முதலாளி தமிழரசியிடம் சொன்னாள்.

"ஏய், அங்கே மேலே கட்டு கட்டி வைச்சிருக்கேன். எடுத்துக் காமி."

தமிழரசி தயங்கினாள். பிறகு ஒரு ஸ்டூல் மீது ஏறிப் பரண் மீது வைத்திருந்த ஒரு துணிக்கட்டை எடுத்தாள். இரண்டு ஆண்கள் முன்னிலையில் உயரத்தில் நின்று, உயரத்தில் இருக்கும் பொருளை எடுப்பது ஒரு கணம் கூச்சமேற்படுத்தியது.

"இது எவ்வளவு?"

தமிழரசி சட்டையின் காலரைத் தூக்கிப் பார்த்தாள். "பதினேழு ரூபாய்."

"ஒரே அழுக்கா இருக்கே?"

"இது பழைய விலை சார். புது விலைன்னா இருபத்தஞ்சுக்குக் கம்மி ஆகாது" என்று முதலாளி சொன்னான்.

"கொஞ்சம் பெரிசாயில்லே?"

தமிழரசி பேசாமல் நின்றாள்.

வாங்க வந்த ஆள் இன்னும் தயங்கியபடி சட்டையைத் தன்மீது போர்த்திப் பார்த்தான்.

"அதெல்லாம் கரெக்டா இருக்கும் சார். அப்படி இல்லேன்னா நாளைக்கு கொண்டாங்க, மாத்தித்தரேன்" முதலாளி சொன்னான்.

"ரொம்ப அழுக்கா இருக்கு."

"சரி, ஒரு ரூபா குறைச்சுக்கோ."

அந்தச் சட்டையை விலைக் கொடுத்து வாங்கிப்போனாலும் அவன் ஏதோ தப்பி ஓடுகிறவன் போலத்தான் வெளியேறினான்.

நான்கு நாட்களுக்குப் பிறகு மாலையில் வீட்டுக்குப் போக பிளாட்பாரத்தின் மங்கல் வெளிச்சத்தில் மின்சார ரயிலுக்காகக் காத்திருந்த தமிழரசி யாரோ ஒருவன் தன்னையே உற்று நோக்குவதை உணர்ந்தாள். புடவையை இழுத்துப் போர்த்திக்கொண்டு வேறுபுறம் பார்த்தபடி நின்றாள். ரயில் வந்தபோது ஊட்டத்தோடு கலந்து வண்டியில் ஏறிக் காலியாக இருந்த ஓரிடத்தில் உட்கார்ந்தவன், அவளைப் பார்த்துச் சடாரென்று நிமிர்ந்துகொண்டான். தமிழரசிக்கு எங்கோ அவனைப் பார்த்த மாதிரி இருந்தது. அதே நேரத்தில் அன்றாட வாழ்க்கை நிர்ப்பந்தத்தில் அடையாளமறியாத நிழல்களாக எதிரே தோன்றி உடனே மறைந்து போய்விடும் தோற்றமாகவும் இருந்தது. ஆனால் அவனுக்கு அவள் திடமான, அடையாளம் கண்டுகொள்ளக்கூடிய நபர் என்பது அவன் முகபாவனை காட்டியது.

வண்டி கிளம்பி சில விநாடிகளுக்குப் பிறகு அவன் எந்த முன்னெச்சரிக்கையும் தராமல், "ஆமாம், எனக்கு ஏன் அந்தப் பழைய ஷர்ட்டைக் கொடுத்தே நீ?" என்று கேட்டான்.

தமிழரசி நிஜமாகவே ஒன்றும் விளங்காதவளாக அவனைப் பார்த்தாள்.

"அதுக்குள்ளே மறந்துடுத்தா? நீதானே எனக்கு 24 சைசு வெள்ளைச் சட்டை வித்தே?"

"நானா?"

அவன் அந்தக் கடைப் பெயரைச் சொன்னான்.

"அங்கே நீங்க ஏதாவது வாங்கினீங்களா?"

"என்னம்மாது? நீதான் பழஞ்சட்டையை என் தலைமேலே கட்டினே?"

"நான் இருக்காது, சார்."

"நீதான். முதல்லே நாற்பத்தெட்டு ரூபாய்க்கு ஒண்ணு காமிச்சே... அப்புறம் பதினேழு ரூபாய்க்கு இன்னோண்ணு காமிச்சே..."

"ஆமாம். ஆமாம்."

"அந்தச் சட்டையை எம் பையனே தூக்கி எறிஞ்சுட்டான். போட்டுக்க முடியாது, பழசுன்னான்."

“ஆமாம் சார். அது கொஞ்சம் பழைய ஸ்டாக்.”

“அப்பவே சொல்லக்கூடாது?”

“நான் எடுத்துக் காட்டலை சார், ஆனா முதலாளிதான் எடுத்துப் போடச் சொன்னாரு.”

“முதலாளிக்கு நல்லது பண்ண எனக்குத் துரோகம் பண்ணிட்டயே?”

“அதைத் திருப்பிக் கொண்டாங்க, சார்.”

அவன் பேசாமல் இருந்தான்.

“நாளைக்கே கொண்டாங்க, சார், வேறே எடுத்துத் தரேன். சின்னக் கடைதானே, சார், கொஞ்சம் அப்படி இப்படித்தான் இருக்கும்.”

ரயிலில் நான்கு பேர் மத்தியில் இவ்வளவு பேசிவிட்டோமே என்று தமிழரசிக்குத் தோன்றியது. இனிமேல் அவள் பரிச்சயம் கொண்டாடக் கூடியவள் அல்ல என்பது போலச் சுருங்கி உட்கார்ந்துகொண்டாள். ஆனால் பன்னிரண்டு வயதுப் பையனின் தகப்பனுக்கு அது புரியவில்லை. “உனக்கென்ன சம்பளம்?” என்று கேட்டான்.

தமிழரசி காதில் விழாதது போல உட்கார்ந்தாள். ஆனால் அவன் மறுபடியும் கேட்டான். அங்கே அக்கம் பக்கத்திலிருந்தவர்கள் பிறர் பேச்சைக் கேட்கும் அளவுக்கு உற்சாகத்தோடு இல்லை. இருந்தாலும் விஷயத்தை உடனே முடித்துவிடத் தணிந்த குரலில், “நூறு ரூபா” என்றாள்.

“வாரச் சம்பளமா?”

“இல்லே, மாசத்துக்குத்தான்.”

“மாசத்துக்கா? அந்தப் பொம்பளைக்கு?”

“அவளுக்கும்தான்.”

அவன் உதட்டைப் பிதுக்கினான். “ஒரு சித்தாளு ஒரு வாரத்திலே இதைச் சம்பாதிப்பாளே?”

“எங்களுக்கு முடியலியே? இதிலே தினம் சுத்தமா உடுப்பு உடுத்தணும். ஒழுங்கா எண்ணெய் சீவித் தலை வாரணும். அந்தக் காசுக்காவது ஆகுமேன்னுதான் கடையிலேந்து இவ்வளவு தூரம் நடந்து வந்து ரயில் பிடிக்கிறேன். சீஸன் டிக்கெட்டிலே நாலு ரூபாயாவது குறையுமேன்னுதான்.”

தமிழரசி முகத்தைக் கடுமையாக வைத்துக்கொண்டு ஜன்னல் வெளியே பார்த்தாள். இவனிடம் போய் எதற்குத் தன் ஏழ்மையைக் காட்டிக்கொண்டோம்? இன்னொரு முறை கடைக்கு வந்து பழைய சட்டையை மாற்றிக்கொள்ளக்கூட இவனால் முடியாது. இவன் சித்தாள் வேலைக்குப் போ என்கிறான்! அவள் தயார். ஆனால் யார் அவளைத் சித்தாளாக ஏற்றுக்கொள்ளத் தயாராக இருக்கிறார்கள்? பத்தாவது முடித்து ஆறு வருஷங்கள் நாய்ப்பாடுபட்ட பிறகு வேறே கதியில்லாமல்தானே இந்த

நூறு ரூபாய்க்குப் பொம்மைபோல முகத்தை வைத்துக்கொண்டு நாளெல்லாம் கால்கடுக்க நின்றுகொண்டு அந்த வாசனை பீடாக்காரனை 'ஏய், ஏய்' பேச்சைக் கேட்டுக்கொண்டு காலத்தைத் தள்ள வேண்டியிருக்கிறது? சித்தாள் வேலைக்குப் போ! இந்த ஓட்டைப் படிப்பு ஏற்படுத்தின முகமாற்றத்தைக் கண்டு வேலை கொடுப்பவன் உடலரிப்பு தோன்றுகிறபடி பார்க்கிறானே தவிர, அவளை ஒரு உழைப்பாளியாக எங்கே பார்க்கிறான்? அந்த விதத்தில் இந்த சேட் எவ்வளவோ மேல். அவனுக்கு அவளும் லலிதாவும் டீ கொண்டு வந்து கொடுக்கும் பையனும் சரி. எல்லோருக்கும் ஒரே மாதிரியான ஏய் ஏய்தான்.

தமிழரசி சற்றுக் கோபம் தணிந்தவளாகத் தன்னிடம் சட்டை வாங்கின ஆளைப் பார்த்தாள். அவன் கண்களை மூடிக்கொண்டிருந்தான். அவனும் அதிக வசதி படைத்தவனாக இருக்க முடியாது. பெரிய கடைகளில் காலடி எடுத்து வைக்கக்கூட அவனுக்குத் தயக்கமாயிருக்கும். அவள் வேலை செய்வது போன்ற கடைகளே இவர்களை நம்பித்தான் தொழில் நடத்துகின்றன. இவனிடம் போய் இரண்டாம்தரச் சரக்கைத் தள்ளிவிட வேண்டியிருக்கிறதே?

தமிழரசி அடுத்த ஸ்டேஷனை ரயில் நெருங்கும்போது எழுந்துகொண்டாள். ரயில் நின்று அவள் கீழே இறங்கும்போது அந்த ஆளை மீண்டுமொரு முறை பார்த்தாள். அவன் தூங்கிக்கொண்டிருந்தான்.

1984

துரோகம்

அலமாரி போன்றிருந்த அந்தக் கடிகாரத்தின் மணி யோசை பலஹீனமாக ஒலித்தது; "எட்டரை ஆயிடுத்தேப்பா" என்று மங்களம் அப்பாவின் அங்கவஸ்திரத்தைப் பிடித்திழுத்தாள். "சித்தே இரு. சித்தே இரு. இதோ வந்துடுவா" என்று அப்பா சொன்னார். பழங்காலப் பங்களாவின் பழங்கால ஹால். ஆனால் அங்கிருந்த பழங்கால மேஜை சோபா நாற்காலிகளெல்லாம் பளபளவென்று மின்னின. ஒருவர் படுத்துப் புரண்டபடியே ஏறிவிடலாம் என்று தோன்றக்கூடிய அகலமான மாடிப்படி. கறுப்பு – வெளுப்பு சலவைக்கல் தரைமீது வெவ்வேறிடத்தில் விரிக்கப்பட்டிருந்த ரத்தினக் கம்பளங்கள் தேய்மானம் தெரிய நிறம் வெளுத்திருந்தாலும் இன்னும் அழகாகவும் செல்வச் செழிப்பு காட்டுவதாகவும்தான் இருந்தன.

மங்களம் தாவணியை இழுத்துப் பாவாடைக் கிழிசலை மறைத்துக்கொண்டாள். அது பள்ளிக்கூடச் சீருடை. கையில் புத்தகங்களையும் எடுத்து வந்திருந்தால் நேராகப் பள்ளிக்கூடத் திற்கே போய்விடலாம். ஆனால் இப்போது வீட்டுக்குப் போய்த்தான் ஆகவேண்டும். இங்கிருந்து இப்போது கிளம்பினால் கூட ஒரே ஓட்டமாக வீடு சென்று புத்தகப் பையை எடுத்துக் கொண்டு பள்ளிக்கூடம் போகத்தான் நேரம் இருக்கும். அப்படியும் பிரார்த்தனை தொடங்கிவிடும்.

மங்களத்துக்குப் பசிக்கவும் செய்தது. யாரைப் பார்க்க அப்பா ஏன் என்னை இங்கு இழுத்து வந்திருக்கிறார்? இதனால் காலைப் படிப்பு போயிற்று. அம்மாவுக்கு காலை நேர நெருக்கடியில் சிறிதாவது உதவியாயிருக்கலாம், அதுவும் போயிற்று. அவர்கள் வந்து காத்திருந்த வீட்டைப் பற்றிக் குறிப்பாக அவளேதும் நினைக்க முடியவில்லை. பெரிய வீடு, யாரோ பணக்காரர்கள் வசிக்கும் இடம்.

அந்தஹாலில் நிறைய வாயிற்படிகள். ஒரு வாயிற்படியிலிருந்து நுழைந்து இன்னொன்று வழியாக வேலைக்காரர்கள் அவ்வப்போது வந்து போய்க்கொண்டிருந்தார்கள். ஒரு

சாஸ்திரிகள்கூட ஒருமுறை தோன்றினார். அவர் அந்த வீட்டில் தினசரி பூஜை செய்வதற்கு நியமிக்கப்பட்டிருக்க வேண்டும். அவர் அப்பாவைப் பார்த்து ஒரு கணம் கண்கொட்டாமல் பார்த்தார். ஒருவரையொருவர் தெரியாது என்றாலும் வேறு எவ்வளவோ விஷயங்கள் அந்த ஒரு கணத்தில் இருவருக்கும் புலப்பட்டிருக்கும்.

அப்பா ஒரு நிரந்தரமான புன்னகைத் தோற்றத்தை முகத்தில் வரவழைத்துக் கொண்டிருந்தார். எந்த நிமிடத்தில் எந்தத் திசையில் அவர் எதிர்பார்ப்பவர் வந்தாலும் அந்தப் புன்னகை ஒரு சாதகமான சந்திப்பை ஏற்படுத்தித் தரக்கூடும். ஏனோ இந்தப் புன்னகையும் சிரிப்பும் வீட்டில் காணுவதில்லை.

மங்களத்துக்குப் பசி தாங்க முடியாது போலிருந்தது. நேற்று இரவுச் சாப்பாடு பெயருக்குத்தான். தரித்திரனுக்குப் பசிக்கக் கேட்பானேன் என்று அப்பா சொல்லுவார். காலையில் வைத்த குழம்பு ரசம் ஏதாவது இரவு வேளையில் மீதமிருந்தால்தான் வாய்க்கு வித்தியாசமாகக் கிடைக்கும். இல்லாது போனால் மோர் சாதந்தான். சாப்பிடும்போது வயிறு நிரம்பி வழிவது போல மோர்சாதம் தோன்ற வைக்கும். அரை மணிக்கெல்லாம் பசிக்கத் தொடங்கிவிடும். காலங்கார்த்தாலேயே அப்பாவோடு கிளம்பி இந்த வீட்டுக்கு வந்தாயிற்று. எப்போது திரும்பப் போகிறோம் என்று தெரியவில்லை. காலைச் சாப்பாடு இல்லை என்றுமட்டும் தெரிந்துவிட்டது.

அப்பாவின் முகம்கூடச் சிறிது வாட்டம் காணத் தொடங்கிவிட்டது. மங்களம் கடிகாரத்தைப் பார்த்தாள். கிட்டத்தட்ட ஆளுயரம் இருந்தது. முகம் மாதிரி ஒரு வட்டம், அதற்குள் மணி காட்டும் கைகள். மிகுதிப்பாகம் முழுதும் நீண்ட பெண்டுலம். அது ஆடுவது ஒரு கழைக் கூத்தாடி கயிற்றைப் பிடித்துத் தலைகீழாகத் தொங்கி ஆட்டம் காண்பிப்பது போலிருந்தது. பொதுவாக இந்த மாதிரி ஆட்டங்களுக்குக் கழைக் கூத்தாடிகள் அவர்களே ஆடுவதில்லை. ஒரு முழ உயரம்கூட வளராத ஒரு பெண் குழந்தையைத்தான் இப்படி ஆட வைப்பார்கள். பரட்டைத் தலையும் அழுக்கு கவுனும் ஊசலாடக் குழந்தை கயிற்றைப் பிடித்துக்கொண்டு தொங்கும்.

எட்டே முக்காலும் ஆகிவிட்டது. இப்போது இங்கிருந்து நேராகப் பள்ளிக்கூடம் செல்வதற்குத்தான். நேரம் இருந்தது. ஒருநாள் புத்தகங்கள் கொண்டு போகாததனால் பாதகமில்லை. ஒரு மாதிரி சமாளித்துவிடலாம். ஆனால் நோட்டுப் புத்தகம் இல்லாமல் அது சாத்தியமில்லை.

"அப்பா, ரொம்ப நாழியாறதுப்பா."

"சித்தே இரு, மங்களம். இதோ வந்துடுவார்."

"யாருப்பா?"

"இந்த வீட்டுக்காரர்தான். இதோ வந்துடுவார்."

"அவருக்குத் தெரியுமோ தெரியாதோ நீ காத்துண்டிருக்கிறது?"

"எல்லாம் தெரியும். ஒருநாள் ஸ்கூலுக்கு லேட்டானா என்ன?"

அப்பாவிடம் பள்ளிக்கூடத்திற்குத் தாமதமானால் என்னவாகும் என்பதைப் புரியும்படி சொல்ல முடியாது என்ற உணர்வே மங்களத்துக்கு

அழுகை பீறிக்கொண்டு வரச் செய்தது. உதட்டைக் கடித்துக்கொண்டு அடக்கிக்கொண்டாள்.

அவர்கள் அங்கு வந்த நேரத்திலிருந்து ஏதாவது பேச்சுக்குரல் கேட்டபடி இருந்தது. ஆனால் முதல் முறையாகப் பேச்சுத் தொனியில் சிறிது வித்தியாசம் தெரிந்தது. இப்போது கேட்ட ஒரு குரல் உரத்து இல்லாது போதிலும் அதில் இருந்த ஓர் உரத்தன்மை அதுவரை யார் பேச்சிலும் இருந்ததில்லை. மங்களத்தின் அப்பா எழுந்து நின்றார். வெள்ளை வெளேரென்று உடை தரித்த ஒரு பெரிய மனிதர் மாடிப் படியிலிருந்து இறங்கி வந்தார். அவர் நெற்றியில் இருந்த விபூதி வரிகளும் அவர் உடையின் வெண்மைக்குச் சமானமாக இருந்தது. அவர் கீழே ஹாலையடையவும் ஒரு வாசற்கதவுக்கு ஒருவராக வீட்டு வேலைக்காரர்கள் வந்து நிற்கவும் சரியாக இருந்தது. ஆனால் அவர் எல்லாரிடமும் பேசவில்லை. உறவினராகவும் இருக்கக்கூடுமோ என்ற தோற்றம் உடையவரிடம் மட்டும், "பெரியம்மா ஊருக்குப் போகணும்னு சொன்னா. அவ என்னிக்குப் போகணும் என்று தெரிஞ்சுண்டு தாமோதரன்கிட்டே சொல்லிடுங்கோ. அவன் டிக்கெட்டுக்கு ஏற்பாடு பண்ணிடுவான். டெலிபோன்காரங்க வந்தாங்கன்னா மாடி எக்ஸ்டென்ஷன் அடிக்கடி சிக்கிக்கறதுன்னு சொல்லி அந்த இன்ஸ்ட்ருமெண்டையே மாத்திடுவாளான்னு கேளுங்கோ. வேறே விசேஷம் ஒண்ணுமில்லையே?" என்றார்.

மங்களத்தின் அப்பா நின்ற இடத்திலிருந்தே கைகூப்பினார்.

"நீங்கதான் காத்திண்டிருந்தேளா? என்ன விஷயம்?"

"உங்களைத்தான் பார்க்கணும்னு ..."

"என்ன விஷயம் சொல்லுங்கோ. எனக்கு இப்போ சாவகாசமாப் பேசிண்டிருக்க நேரமில்லே."

"பொண்ணுக்குக் கல்யாணம் பண்ணலாம்னு இருக்கேன். உறவிலே ஒரு வரன் வந்திருக்கு ..."

மங்களம் ஆச்சரியத்துடன் அப்பாவின் முகத்தைப் பார்த்தாள்.

"உங்க மாதிரி தர்மப் பிரபு மனசு வைச்சா மிச்சத்தைக் கடனோ உடனோ வாங்கிப் பெண்ணை ஒப்பேத்திடுவேன்" அப்பா முடித்தார்.

"இதுக்குத்தான் ஆச்சார்ய சுவாமிகள் சொல்லி வைதீக சபாவிலே எல்லாத்துக்கும் ஏற்பாடு பண்ணறாளே. நானே என்னாலே முடிஞ்சது அந்தக் கைங்கரியத்துக்குக் கொடுத்திருக்கேன். நீங்க பழைய மாம்பலம் போய் விசாரிங்கோ."

"அதைப் பயன்படுத்திக்கிற நிலை இல்லை. பொண்ணு கல்யாணத்தைச் சாத்தனூர்லே எங்க குலதெய்வம் சந்நிதியிலே செய்யறதா வேண்டுதல். ஏதோ சுருக்கமா முடிச்சுடுவோம்."

அவர் மங்களத்தின் அப்பாவை ஒருகணம் உற்றுப்பார்த்தார். ஒரு கண்ணிமைக்கும் போதுக்கு மங்களத்தையும் பார்த்தார்.

அவர் மங்களத்தின் அப்பா அந்த மாறாத புன்னகையைத் தரித்துக்கொண்டிருந்தார்.

"இந்தக் குழந்தைக்கு கல்யாணத்துக்கு என்ன அவசரம்? பன்னெண்டு வயசுகூட முடிஞ்சிருக்காது போலிருக்கே?"

"பதினாலு ஆறது. பெரியவதான். ஏழைப் பட்டவாள்ளாம் இதைப் பார்க்க முடியுமா? நல்ல இடமாப் பையன் தானே பண்ணிக்கிறேன்னு வரப்போ முடிச்சாத்தானே உண்டு ..."

"வர வாரம் வந்து பாருங்கோ. இந்த மாதிரித் தனித்தனியாப் பணம் தர்றதை நிறுத்தியாச்சு. இல்லேன்னா சபாவிலே சொல்லி செகரட்டரி யாரையாவது என்னை வந்து பாக்க சொல்லுங்கோ."

வெளியே போய்க்கொண்டிருந்தவரை மங்களத்தின் அப்பா தொடர்ந்துகொண்டே போனார். "அவாள்ளாம் என் பேச்சைக் கேட்டு எதுவும் செய்யமாட்டா. சபாவெல்லாம் அவா வேண்டியவாளுக்குத்தான். என் போலேயிருக்கிறவா இன்னும் ஒவ்வொருத்தரையா அண்டிக் கையை நீட்டித்தான் ஜீவிக்க வேண்டியிருக்கு. என் மாச சம்பாத்தியம் அம்பது ரூபா. அதுலே நான் இரண்டு குழந்தைகளையும் என் வயசான தாயாரையும் வைச்சுண்டு எப்படி மானத்தோட காலம் தள்ளறது? சபான்னு போனா வெரட்டி அடிக்கறா. என் வீட்டிலே சாப்பாடு ஒருவேளைதான். இந்தக் குழந்தையெல்லாம் ஒரு வேளைக் கஞ்சி குடிச்சுத்தான் பள்ளிக்கூடம் போய் வரது. ஒருநூறு ரூபாயாவது தந்தேள்னா இந்த மாசம் ஒரு மாதிரி தள்ளிடுவேன் ..."

மங்களமும் அப்பாவுடனேயே நகர்ந்தாள். அந்த வீட்டுக்குரியவர் எதையும் காதில் போட்டுக்கொள்ளாமல் பங்களா முகப்புக்குச் சென்றடைந்தார். அங்கு தயாராக ஒரு கார் அவருக்குக் காத்திருந்தது. டிரைவர் அவர் உள்ளே ஏறியவுடன் மெதுவாக ஆனால் உறுதியாகக் கதவை மூடியபின் தன் இடத்தின் உட்கார்ந்து வண்டியை கிளப்ப, மங்களத்தின் அப்பா கூப்பிய கையுடன் அப்படியே நின்றார். வண்டி நகர்ந்து சென்று வெகு நேரத்திற்கு அப்படியே நின்றிருந்தார்.

மங்களம் இம்முறை அப்பாவின் அங்கவஸ்திரத்தைப் பிடித்து இழுக்கவில்லை. முதலிலிருந்தே யாசகம் பெறுவதற்குத்தான் வந்திருக்கிறோம் என்று அவள் ஊகித்திருந்தாள். ஆனால் அப்பா யாகசத்திற்குச் சொன்ன காரணம் உடலை ஒருமுறை கூச்சத்தில் சிலிர்த்துக்கொள்ள வைத்தது. அப்பா மீது ஒரே சமயத்தில் வெறுப்பும் பரிதாபமும் கொள்ள வைத்தது. இனி எக்காலத்திலும் கல்யாணம் என்பதற்கு ஒத்துக்கொள்ளவே கூடாது என்று மங்களம் தீர்மானம் செய்துகொண்டாள்.

1984

பெரியவருக்காக ஒரு காலைக்காட்சி

சதுரங்கர் சொன்னார்:

என்னைப் பார்த்தால் சினிமா எடுத்தவன் மாதிரியா இருக்கிறது? மூன்று சினிமா எடுத்து எவ்வளவோ ஞானம் வந்த பிறகுகூட எனக்கு சினிமா எடுப்பவனின் பந்தா ஹோதாவெல்லாம் வரவில்லை. அப்படி ஏதாவது அப்போது சிறிது வந்திருந்தால்கூட இந்தப் பத்தாண்டுகளில் எல்லாம் மறைந்துபோய் ஏதோ ஓய்வுபெற்ற ஆரம்ப நிலைப் பள்ளி வாத்தியார் மாதிரி ஆகிவிட்டேன். எங்கெல்லாமோ சுற்றி அலைந்து விட்டு அறுபது வயதுக்குப் பிறகு மீண்டும் மைசூரிலேயே வந்து சேர்ந்துவிட்டேன்.

போன மாதம் சாமண்ணாவைப் பார்த்தேன். சாமண்ணா வைத் தெரியாது, தங்கமான மனிதர். அவர் நிஜமாகவே வாத்தியாராக இருந்து ஓய்வுபெற்றவர். மகாராஜா கல்லூரியில் முதல்வரான பிறகு அடுத்தபடி பல்கலைக்கழகத் துணை வேந்தராக வேண்டியதுதான் என்று எதிர்பார்த்திருந்தார். அதுதான் சம்பிரதாயம். ஆனால் தேசத்தில் அரசியல்வாதிகளின் செல்வாக்கு கல்வித் துறையில் பியூனிலிருந்து பிரின்சிபால் வரை ஊடுருவிவிட்டது. அவர் பிரின்சிபாலாகத் தொடர்வதே கஷ்டமாகிவிட்டது.

நான்கூட அவரை அடையாளம் கண்டுகொள்ளவில்லை. அவர்தான் தெருவில் போகிறவனை நிறுத்தி, "என்ன சதுரங்கா, சௌக்கியமா?" என்று கேட்டார். நாங்கள் தெருவோரமாக ஒதுங்கி வெகு நேரம் பேசிக்கொண்டிருந்தோம். இரண்டு வெங்காய மூட்டை, மூன்று பழத்தட்டு, ஐந்து காய்கறிக் கடை, ஒரு கன்றுக் குட்டி, கணக்கில்லாத சைக்கிள்காரர்கள் எங்களை இடித்துப் போனதைக்கூடப் பொருட்படுத்தாமல் பேசிக்கொண்டிருந்தோம். எங்கெங்கோ போன பேச்சு நடுவில், "நீ கூட சினிமா எல்லாம் எடுத்தாயாம். ஒன்றைக் கூடப் பார்க்க அந்த நாளில் நேரம் கிடைக்கவில்லை. அப்படி உழைத்து உழைத்துக் கடைசியில் வேண்டாத சக்கையாக

என்னைப் போகச் சொல்லிவிட்டார்கள்" என்று அவர் சொன்னார். எனக்கு வெட்கமாக இருந்தது. சினிமா எடுத்த நாட்களில் பணம் திரட்ட வேண்டும் என்ற ஒரே காரணத்திற்காக எவ்வளவு அயோக்கியர்களுக்கும் முழு மூடர்களுக்கும் அந்த மூலையிலும் இந்த மூலையிலும் பட்டப் பகலிலும் நட்ட நடுநிசியிலும் என் சினிமாக்களைக் காட்ட நான் ஏற்பாடு செய்திருக்கிறேன்! பீரும் பிரியாணியும் வந்தவர்களுக்கெல்லாம் நானே என் கைப்படத் தந்திருக்கிறேன்! ஆனால் இந்தக் கல்விமானுக்கு, இந்தத் தங்கமான மனிதருக்கு அவற்றைக் காட்ட வேண்டும் என்று தோன்றவில்லை.

அன்று மாலையே சாமுண்டி பிக்சர்ஸ் யஷ்வந்த்ராஜைப் பார்க்கப் போனேன். நல்லவேளையாக அவன் இருந்தான். ஆனால் நான் ஏதோ பணம் கேட்க வந்திருப்பேனோ என்ற சந்தேகத்தில் அவனுடைய உலகமே முழுகிப் போய்க்கொண்டிருக்கிறது போல அழுதுகொண்டிருந்தான்.

"'பரிமள சௌபாக்யா' பிரிண்ட் ஒன்று வேண்டுமே" என்றேன்.

நான் அவனைப் புதிய பிரதி ஒன்றுதான் போடச் சொன்னேன் என்று நினைத்துக்கொண்டு, "அந்த நெகடிவ் எல்லாம் இப்போது எங்கே கிடைக்கும், சதுரங்கா சார்? அந்த லாபரட்டரி எவ்வளவோ கைமாறி, இடம்கூட மாறிப் போய்விட்டது. பழையது ஒன்றுமே கிடையாது" என்றான்.

"அது இல்லேயப்பா. பழைய பிரிண்ட் நீ எங்காவது வைத்திருப்பாயே, அதைத்தான் கேட்டேன். வெறுமனே ஒரு புரொஜக்ஷன் வைத்துக்கொண்டு உன்னிடமே திருப்பிக் கொடுத்துவிடுகிறேன்."

அவன் முகம் சற்று தெளிவடைந்த மாதிரி இருந்தது. சட்டென்று உற்சாகமே கூடத் தோன்றியது.

"அதில் டாக்டர் ராஜ்குமார் கூட நடித்திருக்கிறார், இல்லையா?" என்று கேட்டான்.

"ஆமாம். ஆனால் அப்போது அவர் டாக்டர் இல்லை."

"அதில் செத்துப் போய்விடுவார், இல்லையா?"

"ஆமாம் இடைவேளைக்கு முன்னாலேயே டி.பி. வந்து செத்துப் போய்விடுவார்" அந்தப் பாட்டுகூட அந்த நாளில் மிகவும் பிரபலமாயிருந்தது.

யஷ்வந்த்ராஜ் அவனுடைய துடையைத் தட்டிக்கொண்டான். "சதுரங்கா சார்! கவலை வேண்டாம். நானே அதை மார்னிங் ஷோவுக்கு ஏற்பாடு செய்கிறேன். அந்தப் படம் பற்றி மறந்தே போய்விட்டேன்."

"ஆமாம். ரொம்பப் பேர் மறந்துவிட்டார்கள்."

அடுத்த வாரமே யஷ்வந்த்ராஜ் 'கண்டிப்பாக ஒரு வாரம் மட்டும்' என்று 'பரிமள சௌபாக்யா' படத்திற்கு நிறைய விளம்பரம் செய்து ஒரு சுமாரான கொட்டகையில் காலைக் காட்சி ஏற்பாடு செய்துவிட்டான். நான் விளம்பரங்களைப் பார்த்தேனே தவிர அவனிடமிருந்து ஒரு தகவலும் வரவில்லை.

நான் சாமண்ணா வீட்டுக்குப் போனேன். அவர் இம்முறை அவர் வீட்டுக்குக் கிணறு வெட்டிய கதையைச் சொல்ல ஆரம்பித்தார். அறுபது அடி தோண்டித் தண்ணீர் வரவில்லை. பாறைதான் வந்தது. அதை வெடி வைத்து இன்னும் முப்பது அடி தோண்டினார். தண்ணீர் வந்தது. ஆனால் குடிக்கக்கூடியதாக இல்லை. பத்தாயிரம் ரூபாய் தண்டம்.

"பரிமள சௌபாக்யா ..." என்று இடைமறித்தேன்.

அவர் கிணறு பெரிய நஷ்டத்தில் முடிந்தபோதுதான் பங்களாதேஷ் யுத்தம் வந்தது. யுத்தத்தை அடுத்துத் தேர்தல். ஊர் பேர் தெரியாதவர்கள், ஒழுக்கம் என்றால் அது 'காயா கிழங்கா' என்று கேட்கக் கூடியவர்கள் எல்லாம் தலையில் வெள்ளைத் தொப்பி போட்டுக்கொண்டு நாட்டாண்மைக்கு வந்துவிட்டார்கள். கல்லூரியில் ஸ்டிரைக். பஸ்மீது கல்வீச்சு. யார் என்ன செய்தார்கள் என்று ஒரு விசாரணை இல்லை. பிரின்ஸிபாலை சஸ்பெண்டு பண்ணு ...

"சார், நீங்கள் 'பரிமள சௌபாக்யா' பார்க்க வேண்டும் என்றீர்களே?"

"அது என்ன அது?"

"நான் முதலில் எடுத்த சினிமாப் படம் சார். நாம் மார்க்கெட் அருகே சந்தித்தபோது சொன்னீர்களே?"

"ஓகோ. சினிமா. சினிமா. நான் சினிமா பார்த்து எவ்வளவு வருடங்கள் ஆகிறது தெரியுமா? கடைசியாக அந்த பங்கஜ்மல்லிக் படம், அதான் 'டாக்டர்.' குஸர்கயா யே ஜமானா, கைஸா, கைஸா ..."

நல்ல வேளையாக அவருக்கு அந்த முதல் அடி மட்டும்தான் ஞாபகம் இருந்தது. அதைப் பாடி முடித்தவுடன் நான் விடாப்பிடியாகச் சொன்னேன். "சார், 'பரிமள சௌபாக்யா' நாளையிலிருந்து இங்கே பக்கத்திலேயே ஒரு கொட்டகையில் ஒரு வாரம் ஓடப்போகிறது. நாம் ஒருநாள் காலையில் போய்ப் பார்த்து வருவோம்."

"காலையிலா? என்று சந்தேகத்துடன் அவர் இழுத்தார்.

"ஒரு நாளைக்கு ஒரு ஆட்டம் மட்டும். காலையில். அதுவே இந்த மாதிரிப் பழைய படங்களுக்குப் பெரிய காரியம்."

"நீ 'டாக்டர்' பார்த்திருக்கிறாயா?"

நான் பார்த்திருந்தேன். ஆனால் உடனே "இல்லை" என்று பதில் சொன்னேன்.

"அது படம்."

"உங்களுக்கு என்றைக்குச் சௌகரியம் என்று சொல்கிறீர்களோ அன்று காலை நானே வந்து அழைத்துப் போகிறேன்."

"எங்கே?"

"அதுதான். 'பரிமள சௌபாக்யா' படம் பார்ப்பதற்கு."

“அது என்ன படம்?”

“என் படம் சார். என்னுடைய முதல் படம்.”

“ஓ, உன்னுடையதா? பார்க்கலாம், பார்க்கலாம். நாளை மாலை பார்க்கலாமா?”

“இல்லை, சார். அது காலைக் காட்சி மட்டும். பத்து மணிக்கு ஆரம்பித்து ஒரு மணிக்கெல்லாம் முடிந்துவிடும்.”

“காலையிலா?” என்று இழுத்தார். “சரி, ஞாயிற்றுக்கிழமை பார்க்கலாமா?”

“தாராளமாக. ஞாயிற்றுக்கிழமை பத்து மணிக்கு.”

“லெட்சுமியையும் அழைத்துக்கொண்டு வரலாமா?” அது அவருடைய மனைவியின் பெயர்.

“தாராளமாக. சார், இன்னும் உங்கள் பிள்ளை, குடும்பத்தில் யாராவது பிரியப்பட்டால் அவர்களையும் அழைத்துவாருங்கள்.”

“அப்படியா?”

“அப்போது எவ்வளவு பேருக்கு ஏற்பாடு செய்யட்டும்?”

சாமண்ணா யோசித்தார். “யார் வேண்டுமானாலும் வரலாமா?” என்று கேட்டார்.

“அழைத்துக்கொண்டு வாருங்கள் சார். உங்களுக்கு இல்லாததா?”

“இரண்டு பிள்ளைகளும் அன்று இருக்கமாட்டார்கள். பரவாயில்லை. ஒரு பத்து பேருக்கு இடம் இருக்குமா?”

“பத்து சீட்டா? சரி...”

“எங்கே இருக்கிறது கொட்டகை?”

“நான் வந்து அழைத்துக்கொண்டு போகிறேன், சார்.”

“உனக்கு எதற்கு கஷ்டம்?”

“கஷ்டமே இல்லை, சார், நான் வந்து அழைத்துப் போகிறேன். ஞாயிற்றுக்கிழமை காலை பத்து மணி ஆட்டம்.”

நான் நேராக அந்தக் கொட்டகைக்குப் போய் ஞாயிற்றுக்கிழமை காலை காட்சிக்கு சோபா கிளாசில் பத்து டிக்கெட் வாங்கினேன். முப்பத்தாறு ரூபாய். டிக்கெட் கொடுப்பவன் ஒரு முறைக்கு இருமுறை ‘காலைக் காட்சிக்கா?’ என்று சந்தேகத்துடன்தான் சீட்டுக் கிழித்துக் கொடுத்தான்.

நான் இப்போதெல்லாம் பயன்படுத்துவதில்லை என்றாலும் என் காரை பாட்டரி எல்லாம் சிறிது தேய்த்துப் போட்டு சரிசெய்து வைத்தேன். அது 1946 மாடல் மாரிஸ் வண்டி. மிக உயர்ந்த விலையாக ஆயிரம் ரூபாய்க்குத்தான் அதை ரூபின்ஸ் ஆட்டோமொபைல்ஸ்காரன் என்னிடம்

வாங்குவதாகப் போன மாதம் சொன்னான். அது அடிக்கடி நின்றுபோய்த் தள்ளுவதற்கு நான் கொடுத்த கூலியே ஐயாயிரம் ரூபாய் இருக்கும். நான் விற்கவில்லை.

ஞாயிற்றுக்கிழமை காலை சாமுண்டீசுவரியை வேண்டிக்கொண்டு வண்டியைக் கிளம்பினேன். நேரே சாமண்ணா சாவகாசமாகத் தினப் பத்திரிகைகளின் ஞாயிறு மலர்களைப் படித்துக்கொண்டிருந்தார்.

"போகலாமா, சார்?" என்று கேட்டேன்.

"வண்டி கொண்டு வந்திருக்கிறாயா? அப்போது நிதானமாகப் போகலாமே?"

"போகலாம். ஆனால் படத்தில் முதல் பத்து நிமிஷம் கொஞ்சம் நன்றாக இருக்கும்."

சாமண்ணாவின் மனைவி காபி கொண்டுவந்து தந்தாள். அவர்கள் வீட்டு காபி மிகவும் நன்றாக இருக்கும். அந்த ஒரு தம்ளர் காபியை மூன்று பேருக்குத் தாராளமாக விநியோகிக்கலாம். தாமதம் ஏதும் நிகழக்கூடாது என்று ஒரு பேச்சு பேசாமல் அவ்வளவு காபியையும் குடித்தேன்.

ஒன்பதரை மணிக்கு சாமண்ணாவும் அவருடைய மனைவியும் தயாராகிவிட்டார்கள். "பாக்கிப் பேர் வரவில்லையா?" என்று கேட்டேன்.

"போகிற வழியில் அழைத்துக்கொண்டு போகலாம். முதலில் பாண்டுரங்க மந்திருக்குப் போவோம்."

அங்கேயுள்ள சாமியார்களை சாமண்ணா அழைத்திருக்கிறாரோ என்று எனக்குக் கவலையாக இருந்தது. என் படத்தில் நகைச்சுவை காட்சிகளே சாமியார்களை வைத்துத்தான்.

ஆடி ஆடிக்கொண்டு என் வண்டி பாண்டுரங்க மந்திர் முன்னால் நின்றது. எனக்கு வயிற்றைக் கலக்கியது. அங்கே நரசிம்மராவ் நின்றுகொண்டிருந்தான். என்னைப் பார்த்து, "ஓகோ, நீதான் சாமண்ணா சாரை சினிமாவுக்கு அழைத்துப் போகிறாயா? அவர் ஏதோ சினிமா என்றார். நானும் சரி என்றேன். என்ன படம்?"

"பரிமள சௌபாக்யா!"

"அதுவா? நான் பார்த்துவிட்டேனே?" அந்த நாளிலேயே அது சரியாக ஓடவில்லை. படம் ரொம்ப சுமார்தான்." நரசிம்மராவ் எனக்குத் தயவுசெய்வது போல வண்டியில் ஏறிக்கொண்டான். மணி ஒன்பதே முக்கால்.

"சார், நேரே கொட்டகைக்குத்தானே?" என்று கேட்டேன்.

நரசிம்மராவ் இடைமறித்து, "நம்ம வீட்டுக்குப் போப்பா. அங்கேதான் எல்லாரும் காத்துக்கொண்டிருக்கிறார்கள். அவர்களுக்கெல்லாம் மிகவும் ஏமாற்றமாயிருக்கும்."

நான் ஆக்ஸிலேட்டரை நன்கு அழுத்தியபடியே, “என்ன ஏமாற்றம்?” என்று கேட்டேன்.

“ஏதோ புதுப்படம் என்று நினைத்துக்கொண்டிருப்பார்கள். அவர்கள் வருவார்களோ இல்லையோ.”

“நீ போ, சதுரங்கா. அவர்களை நாம் அழைத்துக்கொண்டு போவோம்” என்று சாமண்ணா சொன்னார்.

நான் சந்து பொந்துகளிலெல்லாம் கியரை மாற்றாமலேயே அடித்துப் பிடித்துக்கொண்டு வண்டியை நரசிம்மராவ் வீட்டு முன்னால் நிறுத்தினேன். ஏதோ கல்யாணத்திற்குப் போவது போலப் பட்டுப் புடவையும் பட்டுப் பாவாடையுமாக அவனுடைய குடும்பத்தினர் வண்டியில் ஏறினார்கள். முன் வரிசையிலேயே என்னையும் நரசிம்மராவையும் தவிர அவனுடைய இரு பிள்ளைகளும் ஒரு பெண்ணும். வண்டி கப்பல் போல அப்படியே அழுந்திவிட்டது. சாலையில் ஒரு கல் இடித்தால் போதும். வாட்டர் பம்பு, சைலன்சர் எல்லாம் தனித்தனியாக கழண்டுவிடும்.

அப்படியிருந்தும் நான் வண்டியை வேகமாக ஓட்டினேன். சாமண்ணா படத்தின் முதல் பகுதியைத் தவற விடக்கூடாது.

அது ஞாயிற்றுக்கிழமையாக இருந்தாலும் நரசிம்மராவின் வாயில் ஒரே சனியாகவே இருந்தது. “அந்த நாளிலேயே நான் சதுரங்காவிடம் சொன்னேன். அவன்தான் கேட்கவில்லை. உனக்கெதுக்கடா இந்த சினிமா கினிமாவெல்லாம்? எடுத்ததுதான் எடுத்தாய். நன்றாக ஓடும்படி எடுத்தாயா? இப்போதெலலாம் ராஜ்குமார் படங்கள் எவ்வளவு நன்றாக இருக்கின்றன! ராஜ்குமார் படத்திலேயே அந்த ‘பரிமள சௌபாக்யா’தான் ஒரே அழுகைப்படம். சாமண்ணா சார், அவர் எடுத்தபடம் ஒன்றுகூட முழுதாக ஒரு மாதம்கூட ஓடவில்லை. அதற்கு ஏதாவது அவார்டு இருந்தால் சதுரங்காவுக்குக் கொடுக்கலாம்.”

நான் வெறி பிடித்தவன் போல வண்டியை ஓட்டினேன். என் ஆயுட் காலத்தில் அவ்வளவு அஜாக்கிரதையாக நான் வண்டியை ஓட்டினதே யில்லை. நரசிம்மராவே கேட்டுவிட்டான். “என்னப்பா, எங்களை எல்லாமே கூண்டோடு கைலாசம் அனுப்பப் பார்க்கிறாயா?”

நான் வேகத்தைச் சிறிது குறைத்தேன். நரசிம்மராவ் சொன்னான், “நேற்றைக்கு ஒரு ராஜ்குமார் படம் வந்திருக்கிறதே. பார்த்தாயா? ஐம்பதடிக்கு ராஜா மாதிரி ராஜ்குமாருக்கு ஒரு கட்டவுட் வைத்திருக்கிறார்களே, அதற்குத்தான் நான் முதல் காட்சிக்கே போய்விட்டேன். அடடா. என்ன பாட்டு! என்ன டான்ஸு! என்ன சாகஸம்! டெக்னிக் கலரில் எல்லாம் ஒரே பிரமாதமாக இருக்கிறது. நீ அந்த மாதிரி ஏதாவது எடேன், சதுரங்கா. முப்பது, நாற்பது லட்சம் செலவு செய்தாலும் போட்ட பணம் போகாது.”

“எடுக்கலாம்” என்று சொல்லி வண்டி வேகத்தை ஒரேயடியாக அதிகப்படுத்தினேன். நரசிம்மராவ் அதிர்ஷ்டம் முன்னால் வரிசையாகக் கட்டை வண்டிகள். என் வண்டியும் கூடவே ஊர்ந்தது.

பத்தே காலுக்குக் கொட்டகைக்குப் போய்ச் சேர்ந்தோம். படம் ஆரம்பிக்கவில்லை. குறைந்த பட்சமாக இருபத்தைந்து பேராவது சேரவேண்டும் என்று காத்திருந்தார்கள். ஆனால் பிற்பகல் காட்சியை இரண்டரைக்கு துவக்கியே ஆகவேண்டும். ஆதலால் நாங்கள் போய் உட்கார்ந்து ஐந்து நிமிஷத்திற்கெல்லாம் படம் ஆரம்பமாயிற்று. நரசிம்மராவ் விடாமல் பேசிக்கொண்டிருந்தான். அவனே ஒரு காலத்தில் எனக்கு பார்ட்னராக வருகிறேன் என்று சொன்னது மட்டும் அவனுக்கு நினைவுக்கு வரவில்லை. ஆனால் 'பரிமள சௌபாக்யா' வெளிவந்தபோது யார் யார் எப்படியெல்லாம் என் படத்தைக் கேலி செய்து விமரிசனம் எழுதினார்கள் என்று ஒரு வரி விடாமல் ஞாபகம் வைத்திருந்தான். 'சாமண்ணா' படத்தின் முதல் பகுதியைப் பார்த்திருப்பார் என்றுதான் நம்புகிறேன். இடைவேளையில் கொட்டகை விளக்குகள் எரிந்தபோது அவர் தூங்கிக்கொண்டிருந்தார்.

1984

உத்தரவு

கூர்க்கா ஜங் பகதூர் தன் முன்வந்து நின்ற விதம் சரியில்லை என்று முத்துகிருஷ்ணனுக்குத் தோன்றிற்று. "என்ன?" என்று கேட்டான். தோட்டத்து வெளிச் சுவரையொட்டி இருந்த அந்தச் சிறு அறையில் ஒழுங்கான மின்விசிறிகூடக் கிடையாது.

"ஒரு வண்டிகூட உள்ளே விடக்கூடாதுன்னுதானே சார் சொன்னீங்க?"

"ஆமாம். உள்ளே ரிகார்டிங் ஆரம்பமாயிடுத்து."

"அப்படித்தான் சார் சொன்னேன். ஆனா அவுங்க ரொம்பக் கோபமாத் திரும்பிப் போயிட்டாங்க."

"யாரு?"

"எனக்குத் தெரியாது சார். வெள்ளை வண்டி."

"யார் இருந்தாங்க?"

"தெரியலை சார். ரொம்பப் பேர் இருந்தாங்க."

"சரி, போ. கேட்டிலேயே நில்லு."

முத்துகிருஷ்ணன் மீண்டும் பெட்ரோல் கணக்கில் மூழ்கினான். முந்தின தினம் வாங்கிய இருபத்தேழு லிட்டரில் ஐந்துக்குக் கணக்கு தெரியவில்லை.

கந்தசாமி ஓடி வந்தான். "சார், உங்களை ஆபீசர் கூப்பிடறாரு."

"பத்து நிமிஷம் கழிச்ச வரேன்னு சொல்லு, போ."

"ரொம்பக் கோபமாயிருக்காரு. சார். உடனே வரச் சொன்னாரு, சார்."

முத்துகிருஷ்ணன் மானேஜர் அறைக்குப் போனான்.

"என்ன எம்.கே? இங்கே வேலைக்கு வந்து ஒரு வருஷமாவுது, உங்களுக்கு இன்னும் ரம்யா வண்டி தெரியாதா? அவளை கேட்டிலேருந்து திருப்பி அனுப்பிச்சிட்டீராமே?"

"நான் அனுப்பலியே?"

"ரோடிலேருந்தே போ போன்னிட்டீராம். அவ அம்மா வீட்டிலேருந்து போன்லே லபோலபோன்னு கத்தறா."

"வெள்ளைக் காரா?"

"வெள்ளையோ கறுப்போ திருப்பி அனுப்பிச்சிட்டீராம். இப்போ பன்னெண்டு மணிக்கு முதல் ஷாட் இருக்கு. அவ வரமாட்டேங்கறா."

"நீங்கதான் வண்டி ஒண்ணையும் உள்ளே விட வேண்டாம்னு சொன்னீங்க."

"ஹீரோயின் வண்டியை விட வேண்டாம்னு யாருய்யா சொன்னான், போய்க் கால்லே கைலே விழுந்து அழைச்சிண்டு வாரும்."

முத்துகிருஷ்ணன் அறைக்கு வெளியே வந்தான். பகல் சாப்பாடு எடுத்து வர பிரைவேட் டாக்ஸி காத்திருந்தது.

"வாங்க, பழனிச்சாமி. ஒரு டிரிப் அண்ணாமலைபுரம் போயிட்டு வருவோம்."

"புகாரிக்குன்னா போகணும்னாங்க?"

"அது அப்புறம். முதல்லே ரம்யா வீட்டுக்குப் போங்க."

ரம்யா வீடு அண்ணாமலைபுரம் இரண்டாவது தெருவில் இருந்தது. முன் வரவேற்பு ஹாலிலேயே ரம்யாவின் அம்மா வெற்றிலை பாக்கு மென்றபடி உட்கார்ந்திருந்தாள். "யாரு நீ?" என்று முத்துகிருஷ்ணனைக் கேட்டாள்.

"ஸ்டூடியோவிலே ஷாட்டுக்கு எல்லாம் ரெயாயிருக்காம். ரம்யாவை அழைச்சிட்டு வரச் சொன்னாங்க."

"என்ன என்ன?"

"ரம்யாவை அழைச்சிட்டு வரச் சொன்னாங்க."

ரம்யாவின் அம்மா முத்துகிருஷ்ணனை ஏற இறங்கப் பார்த்தான். "நீ தானே கேட்லே விட வேண்டாம்னு சொன்ன ஆளு?"

"அது ..."

"ஏய்யா, முதல் முதல் ஷூட்டிங்னு பாப்பா பூஜை எல்லாம் பண்ணிட்டுக் கிளம்பியிருக்கு. நீ சனியன் பிடிச்சவன் மாதிரி ரோடிலேருந்து வண்டியைத் திருப்பி அனுப்பிச்சிருக்கியே?"

"அந்த கூர்க்கா புதுசும்மா. தெரியாம செஞ்சிட்டான்."

"தெரியாம செஞ்சேன்னா சும்மா வுட்டுடுவாங்களா? போ, போ. உங்க முதலாளியை அழைச்சிட்டு வா, போ!"

"இதுலே முதலாளிக்கு என்னம்மா இருக்கு?"

“என்ன இருக்கா? நேத்தெல்லாம் இங்கு இருந்துப் பேசிட்டுப் போயிருக்காரு, நீ தெருவுலேருந்தபடியே எங்களைத் திருப்பி அனுப்பிச்சிருக்கியே? எங்களுக்கு எல்லாம் மானம் ரோஷம் இல்லையா?”

“ஏதோ தெரியாம நடந்துடுத்தும்மா. அந்த கூர்க்காவை வீட்டுக்குப் போகச் சொல்லியாச்சு.”

“கூர்க்கா இருந்தா என்ன, போனா என்னய்யா? இது மட்டும் பத்திரிக்கைக்காரங்களுக்குத் தெரிஞ்சா என்ன ஆகும்? பாப்பாவை அவமானப்படுதுதி அனுப்பிச்சாங்கன்னுதானே பத்தி பத்தியாகப் போடுவாங்க?”

“இது யாருக்கும் தெரியாதும்மா. தப்பு எங்களுதுதான். மணி பன்னெண்டாவதும்மா. எல்லாரும் காத்திட்டிருக்காங்க.”

“இருக்கட்டும்யா! அந்தக் குழந்தை மனசு எப்படி உடைஞ்சு போயிடுத்து தெரியுமா? அழுது அழுது மூஞ்சி வீங்கிப் போச்சுய்யா! அது எப்படிய்யா காமிரா முன்னாலே நிக்கும்?”

“அம்மா, அம்மா! பெரிய மனசு பண்ணுங்க. நானே கேட்டிலே நிக்காதது என் தப்புத்தான்.”

அந்த அம்மாள் மேற்கொண்டு பேசாமல் எழுந்து உள்ளே போனாள். முத்துகிருஷ்ணன் அந்த ஹாலை ஒருமுறை சுற்றிப் பார்த்தான். மூடிய மூன்று நான்கு கதவுகளில் எது ரம்யாவின் அறையாக இருக்கும்? ஆள்காட்டி விரலால் ஒரு கதவைத் தள்ளினான். அது திறந்துகொண்டது. உள்ளே ரம்யா படுத்திருந்தது தெரிந்தது. முத்துகிருஷ்ணன் கதவை முழுசாகத் திறந்து உள்ளே போனான். எங்கிருந்தோ ரம்யாவின் அம்மாவின் குரல் ‘யோவ்! யோவ்!’ என்று கேட்டது. முத்துகிருஷ்ணன் ரம்யாவின் கட்டிலருகே நின்றான். அவள் நிஜமாகவே அழுதிருந்தாள்.

“பார்வதி.”

ரம்யா திடுக்கிட்டு முத்துகிருஷ்ணனைப் பார்த்தாள். பரபரத்து உட்கார்ந்துகொண்டாள்.

“எழுந்து வா. என்னோட இந்த வேலைக்கும் வேட்டு வைக்காதே.”

ரம்யா கட்டிலை விட்டிறங்கி நின்றாள்.

“நான் இப்போ செட்டியார் கிட்டேதான் வேலை பார்க்கிறேன்.”

“அம்மாகூட நீங்கதான் பேசிண்டிருந்தீங்களா, மாஸ்டர்? ஐயோ, அப்பவே தெரியாம போயிடுத்து.”

“பரவாயில்லே. எல்லா விதமான அபராதமும் கஷ்டமும் வந்தாச்சு. இந்த சினிமாக் கம்பெனிதான் ஆறு மாசமா சோறு போடறது.”

ரம்யா தலையைக் குனிந்துகொண்டு நின்றாள்.

“என் மகன் பாலு இப்போ இந்த ஊர்லியேகூட இல்லே, தெரியுமா உனக்கு?”

ரம்யா தலையை நிமிர்த்தவில்லை.

"உங்க அம்மா ஸ்கூல் கரஸ்பாண்டண்ட்கிட்டே பண்ணின ரகளைக்கப்புறம் அவன் ஓடியே போயிட்டான். போன மாசந்தான் எனக்குத் தகவல் கிடைச்சுது. அவன் தூத்துக்குடியில் ஒரு டீக்கடையில் இருக்கானாம்."

ரம்யா கால் கட்டை விரலைத் தரையில் தேய்த்தவண்ணம் நின்றிருந்தாள்.

"அதெல்லாம்கூட நல்லதுக்குத்தான்னு இப்போ தோணறது. நீ என் வீட்டு மருமகளா வந்திருந்தா சினிமா ஸ்டாரா ஆகியிருக்க முடியுமா?" தனக்குப் பின்னால் வாசற்படியில் ரம்யாவின் அம்மா நின்றுகொண்டிருப்பதை முத்துகிருஷ்ணன் உணர முடிந்தது.

"நானே இப்பதான் உங்க அம்மாவைப் பார்த்தேன். அவளுக்குத் தெரியாது, அவ ஏற்கெனவே ஒரு தடவை என் வேலையைப் போக்கடிச்சான்னு. இப்போ இன்னொரு தடவையும் என் வேலை போகப்போறது."

ரம்யா உள்ளங்கையால் முகத்தை அழுத்தித் துடைத்துக்கொண்டாள். "வாங்க மாஸ்டர், போவோம்" என்றாள்.

முத்துகிருஷ்ணனும் அவளும் அவளுடைய அம்மாவைக் கடந்து வந்தார்கள். "எங்கேடி போறே?" என்று அம்மா கேட்டாள்.

"ஸ்டுடியோவுக்கு."

"இப்பத்தானேடி போகவேண்டாம்னு சொன்னே?"

ரம்யா முத்துகிருஷ்ணனைக் கேட்டாள், "வண்டி கொண்டு வந்திருக்கீங்களா?"

"இருக்கு."

"அதைப் போகச் சொல்லுங்க. நம்ம வண்டியிலேயே போயிடுவோம்."

ஜங் பகதூர் இம்முறையும் காரை நிறுத்தினான். ஆனால் முத்துகிருஷ்ணனும் வண்டியில் இருப்பதைப் பார்த்துவிட்டு கேட்டை நன்கு திறந்தான்.

"இவனை முதல்லே வீட்டுக்குப் போகச் சொல்லுங்க" என்று ரம்யாவின் அம்மா சொன்னாள்.

முத்துகிருஷ்ணன் பதில் சொல்லவில்லை. ரம்யாவின் முகம் மட்டும் ஒருமுறை அழுவதற்குத் தயாரான மாதிரி இருந்தது.

1984

பங்கு

தலை தீபாவளிக்கு ஊருக்கு அண்ணா, மன்னியுடன் லலிதாவும் போவதாக முடிவாயிற்று. மன்னியின் பெயரும் லலிதாதான்.

'லலிதா!' என்று கூப்பிட்ட குரலுக்கு இருவர் பதில் கொடுப்பதில் அம்மாவுக்கு மிகவும் சந்தோஷம்தான். ஆனால் மன்னி வீட்டுக்கு வந்தவுடன் முதல் மாறுதல் இந்தப் பெயர் விஷயத்தில்தான் நிகழ்ந்தது. அண்ணாதான் முடிவெடுத்தான். மன்னியின் பெயரைக் கூப்பிடும் அளவிலாவது மாற்ற வேண்டும். என்ன புதுப் பெயர் வைப்பது? அம்மா காமாட்சி என்றாள். அண்ணா பத்மினி என்றான். லலிதாவுக்கு முதலில் இந்தப் புதுப் பெயரின் காரணம் தெரியவில்லை. அப்புறம்தான் தெரிந்தது. ஒரு காலத்தில் தமிழ்த் திரையுலகத்தில் லலிதா, பத்மினி என்று இரு சகோதரிகள் கொடிகட்டிப் பறந்தார்கள் என்று. மன்னி பெயரைப் பத்மினி என்றுகூடக் கூப்பிடாமல் பப்பி என்று அண்ணா அழைக்க ஆரம்பித்தான்.

அவன் வாங்கி வந்த ரயில் டிக்கெட்டுக்களை லலிதா வாங்கிப் பார்த்தாள். ஒன்று அண்ணாவுடையது. அடுத்தது பத்மினியுடையது. மூன்றாவது அவளுடையது. தனித்தனி டிக்கெட்டுக்களை எப்படி வேண்டுமானாலும் வரிசைப்படுத்திக் கொள்ளலாம், ஆனால் அண்ணா ரிசர்வேஷன் விண்ணப்பத்தில் என்ன வரிசையில் எழுதியிருப்பான் என்று எண்ணிப் பார்த்தபோது லலிதாவுக்கு ஒரு கணம் மனம் சுருங்கியது.

தீபாவளி காலமாதலால் ரயில் பெட்டிகள் நிரம்பியிருந்தன. மூவராக ஊருக்குக் கிளம்புவதாக இருக்கக்கூடாது என்று தம்பியும் ஸ்டேஷன் வரையில் வந்தான். இரயிலில் இடம் கண்டுபிடித்துச் சாமான்களை ஏற்றியவுடன் அண்ணா அவனைத் திருப்பி அனுப்பிவிட்டான்.

இரண்டாம் வகுப்பில் மூன்றடுக்குப் படுக்கை வண்டி. மூன்று பேருக்கும் ஒரே பிரிவில் இடம் ஒதுக்கப்பட்டிருந்தது. கீழ் பெஞ்சில் மூவரும் உட்கார்ந்தார்கள். லலிதா ஜன்னல்

பக்கம் போய் உட்கார்ந்தாள். அவளுக்குப் பக்கத்தில் மன்னி. அவளுக்குப் பக்கத்தில் அண்ணா. இரயிலில் ஏறியதிலிருந்து மன்னி உஸ் புஸ்ஸென்று புடவைத் தலைப்பினால் தன்னை விசிறிக்கொண்டிருந்தாள்.

எதிர் பெஞ்சில் இரு சிறு குழந்தைகள் கொண்ட ஐவர் குடும்பம். மன்னியின் பக்கம் ஒரு மின்சார விசிறியைத் திருப்ப முடியுமாவென்று அண்ணா முயன்று பார்த்தான். ஆனால் விசிறிகள் ஒரே நிலையில் இருக்கும் படியாகப் பொருத்தப்பட்டவை.

“லலிதா, நீ இந்தப் பக்கம் வந்து உட்காரேன். மன்னியை ஜன்னலுக்கு விட்டுடு!” என்று அண்ணா சொன்னான். லலிதா எழுந்திருக்க மன்னி ஜன்னலருகில் நகர்ந்தாள். அவளுடன் அண்ணாவும் நகர்ந்தான். லலிதா பெஞ்சு கோடியில் உட்கார்ந்தாள்.

ரயில் கிளம்பியது. உடனேயே எதிர் வரிசைக் குடும்பம் உணவு மூட்டையைப் பிரிக்கத் தொடங்கியது. லலிதாவுக்குப் பசிப்பது போலிருந்தது. “நம்பளும் சாப்பிட்டுடலாமா?” என்று அண்ணாவைக் கேட்டாள். மன்னி முந்திக்கொண்டு, “எட்டு மணியாவது ஆகட்டுமே” என்றாள். வீட்டில் இரவுச் சாப்பாடு எட்டு எட்டரைக்குத்தான் துவங்கும். ஆனால் இரயிலில் ஏழு மணிக்கு லலிதாவுக்குப் பசித்தது.

ரயில் இருளைக் கிழித்துக்கொண்டு விரைந்து ஓடிக்கொண்டிருந்தது. அந்த இருட்டிலும் அண்ணா ஜன்னல் வழியாக மன்னிக்கு எதை எதையோ விளக்கிக்கொண்டிருந்தான். அவளும் அதை மிகவும் ரசித்தபடி தோற்றம் கொண்டிருந்தாள். உண்மையில் அவளை அவன் நெருக்கியடித்து உட்கார்ந்ததுதான் அந்த மலர்ச்சியை உண்டுபண்ணி இருக்க வேண்டும்.

அவனுக்கும் லலிதாவுக்கும் இடையில் நிறைய இடைவெளி இருந்தது. லலிதா அப்படியே காலை மடக்கிக்கொண்டு படுத்துவிடலாம் என்றுகூட எண்ணினாள். ஆனால் எதிர் விசைக் குடும்பத்தின் குழந்தை ஒன்றை எதிர் வரிசைக்காரர் அங்கு உட்கார வைத்தார். லலிதா உட்கார்ந்தபடியே தலையைப் பின்னால் சாய்த்துக் கண்களை மூடிக்கொண்டாள்.

செவி மட்டும் செயல்படும்போதுதான் ஒரே நேரத்தில் இவ்வளவு ஒலிகள் எழுப்பப்படுகின்றன என்று லலிதாவுக்கு உணர முடிந்தது. அவள் பார்வை எட்ட முடியாத அந்தப் பெட்டியின் பிற இடங்களில்கூட நிறையப் பேர் பேசிக்கொண்டிருப்பதை அவளால் தெரிந்துகொள்ள முடிந்தது. கூரையில் பொருத்தி வைக்கப்பட்ட விசிறிகள் ஒவ்வொன்றும் ஒரு மாதிரியாகச் சப்தம் எழுப்பின. இதெல்லாவற்றுக்கும் பின்னணியாக இரயிலோட்டத்தின் சப்தம். அண்ணாவும் மன்னியும் விடாது பேசிக்கொண்டிருந்தார்கள். நடு நடுவில் மன்னியின் சிரிப்பொலியும் கேட்கும்.

அண்ணா வேடிக்கையாகப் பேசக்கூடியவன்தான். அவர்கள் குடும்பத்தில் ரயில் பயணம் நேரும்போதெல்லாம் அவனும் லலிதாவும்தான் சேர்ந்து உட்காருவார்கள். அவனுக்கு அவளிடம் பேச அவ்வளவு விஷயங்கள் இருந்தன. அவளாலும் அவனைத் தொடர்ந்து பேச வைக்கக்கூடிய வகையில் அவன் பேசம் விஷயங்களிலும் கலந்துகொள்ள முடிந்திருக்கிறது. அவள்

வாய்விட்டுச் சிரிக்க மாட்டாள். அதே நேரத்தில் அவன் பேச்சிலுள்ள நகைச்சுவை என்றும் அவளிடமிருந்து நழுவிப் போனதில்லை. அதுவே அண்ணாவை இன்னும் அதிகமாகவும் புதுமையாகவும் பேசவைக்கும். இப்போது அந்த அண்ணாவுக்கு அவளிடம் பேச எதுவுமே இல்லாது போயிருந்தது. இரயிலில் ஏறியதிலிருந்து 'ஜன்னல் பக்கத்தை மன்னிக்குக் கொடுத்துவிடு' என்று மட்டுந்தான் பேசத் தோன்றியிருக்கிறது.

மன்னிக்கும் பசி வந்துவிட்டது என்று எண்ணும்படி அவளே அண்ணாவிடம், "இப்ப சாப்பிடறேளா, இன்னும் கொஞ்சம் நாழியாகட்டுமா?" என்று கேட்டாள். அவன் என்ன பதில் சொன்னான் என்று கண்ணை மூடிக்கொண்டிருந்த லலிதாவுக்குத் தெரியவில்லை. மன்னி டிபன் கேரியரைத் திறக்கும் சப்தம் கேட்டது. லலிதா கண்ணைத் திறந்தாள்.

மன்னி டிபன் கேரியர் மூடியில் உணவு எடுத்து வைத்து லலிதாவிடம்தான் முதலில் கொடுத்தாள். அவன் முறைக்காக அண்ணாவும் காத்திருந்தான். ஒரு டிபன் காரியர் தட்டை ஒரு மாதிரி காலி செய்து அதில் அண்ணாவுக்குச் சாப்பாடு தந்தாள். லலிதாவும் அண்ணாவும் சாப்பிடத் தொடங்கினார்கள். அண்ணா லலிதா பக்கம் திரும்பி, "ஏன் ஒரு மாதிரி இருக்கே? உடம்பு ஏதாவது சரியில்லையா?" என்று கேட்டான்.

"அதெல்லாம் ஒண்ணுமில்லையே" என்று லலிதா பதில் சொன்னாள்.

அண்ணா மன்னியைப் பார்த்து, "நீ சாப்பிடலயா?" என்று கேட்டாள்.

"நீங்க முதல்லே முடிங்கோ" என்று மன்னி சொன்னாள். அண்ணா மன்னிக்குச் சற்று அதிகமாகவே பணிந்து போவது போல லலிதாவுக்குத் தோன்றியது. அவன் மறுபேச்சு பேசாமல் சாப்பிட்டான்.

பசி அடங்கியதில் லலிதாவுக்கு உற்சாகம் திரும்பியது. அவள் அண்ணா வுடன் பேசக் காத்திருந்தாள். பேசி முடிவெடுக்க வேண்டிய காரியம் ஒன்றும் கிடையாது. என்றாலும் அவளுக்கு ஏதாவது பேச வேண்டும் என்றிருந்தது. ஆனால் மன்னியும் அவள் உணவை முடித்துக்கொண்டவுடன் அண்ணா படுக்கையை தயார்செய்ய ஆரம்பித்துவிட்டான். கீழ் அடுக்கில் மன்னி, நடு அடுக்கில் லலிதா, அவன் மேலே மூன்றாவதிலும் ஏறிப் படுத்தும்விட்டான். இனி காலை ஆறு மணிவரை அவர்கள் யாவரும் படுத்தபடியேதான் இருக்க வேண்டும். மூன்றடுக்குப் படுக்கை வண்டியில் யாவரும் படுத்தபடி இன்னொருவருடன் பேச முடியாது.

எதிர் வரிசைக் குடும்பமும் ஒரு மாதிரி தூக்கத்துக்கு ஆயத்தமாகிவிட்டது. லலிதா தூங்க முயலவில்லை. வீடுவரையில், மன்னி வந்து சேர்ந்தது சில மேலோட்டமான மாறுதல்களைத்தான் செய்திருந்தது. ஆனால் இந்த ரயில் பயணத்தின்போதுதான் அந்த மாறுதல்களின் பரிமாணங்களை அதிகமாக உணர முடிந்தது. உடைமைகளைப் பகிர்ந்துகொள்வதைவிட உடன் பிறந்தவனைப் பகிர்ந்துகொள்வது எவ்வளவு சிரமமான காரியம் என்று தெரிந்தது.

லலிதா படுத்தபடியே தலையை நீட்டித் தன் மன்னியை எட்டிப் பார்த்தாள். நாளெல்லாம் உழைத்துக் களைப்புற்றதை அவள் தூங்குவதில் நன்கு காண முடிந்தது. வீட்டு மருமகளாக ஒருத்தி வந்துவிட்டால் எப்படியோ அந்த வீட்டு வேலைகளை அதிகரித்துவிடுகின்றன. அவற்றில் பெரும் பகுதி அதன் மருமகள் தலையில் விழுந்துவிடுகிறது.

லலிதாவுக்கு அவள் புகப்போகும் வீடு எப்படி இருக்கும் என்று எண்ணத் தோன்றியது. மன்னியும் அவள் திருமணத்திற்கு முன்பு எப்படி யெல்லாம் நினைத்திருப்பாளோ? ஆனால் இப்போது அவளுடைய எதிர்பார்ப்புகள் எல்லாம் பூர்த்தி அடைந்த மாதிரிதான் நடந்துகொள்கிறாள். உண்மையிலேயே அப்படித்தானா?

லலிதா அவள் பார்த்த தமிழ் சினிமா எல்லாவற்றிலும் ஏதாவது ஓரிடத்தில் பெண் மனதைப் பெண்தான் அறிய முடியும் என்று வசனம் பேசப் பட்டதை நினைத்துக்கொண்டாள். அவளுக்கு அவளுடைய மனதையே அறிய முடியவில்லை. இதே மன்னியை ஒரு சமயம் பார்க்கும்போது எரிச்சல் வந்தது. இன்னொருமுறை பச்சாதாபம் மேலிட்டது. ஆனால் ஒன்று மட்டும் ஒருவாறு புலனாயிற்று. யாரோ ஒருவருடைய சுக சௌகரியத்தைப் பறிக்காதபடி கல்யாணமே சாத்தியமில்லை.

அவளுடைய அந்த நேரத்தில் கல்யாணமே வேண்டாம் என்றுதான் எண்ணத் தோன்றியது.

1984

மழைநாளின் போது

ஒரு வார கால மழைக்குப் பிறகு வானம் சற்று வெளுத்திருந்தது. வீட்டில் ஏகப்பட்ட ஈரத்துணி. அந்த இடத்தின் ஒரே அறையில் அவளுக்கு முடிந்த அளவுக்கு ஒரு நைலன் கயிற்றைக் குறுக்கும் நெடுக்குமாகக் கட்டி அவன் மனைவி துணிகளைப் பிரித்து உலர்த்தியிருந்தாள். வீட்டுக்குள்ளேயே ஈரப்பதம் எவ்வளவு என்று யாராவது அளந்து பார்த்தால் 100 சதவீதம் இருக்கும்.

உலர்த்தியிருந்த ஒரு வேஷ்டியின் ஒரு நுனியில் தண்ணீர் திரண்டு சொட்டத் தயாராக இருந்தது. சற்று கவனித்துப் பார்த்ததில் எல்லாத் துணிகளுமே அந்த நிலையில்தான் இருந்தன. அவனுடைய மனைவியின் பாவாடை நாடாவிலிருந்து ஏற்கெனவே தண்ணீர் கீழே சொட்டித் தரையில் ஒரு சிறு குட்டையாக மாறியிருந்தது.

அவன் அந்த அறையின் சமையல் பகுதிக்குச் சென்று ஒரு பாத்திரத்தை எடுத்து வந்தான். அவனுடைய மனைவி சமையல் முடித்து எல்லாவற்றையும் மூடி ஒரு மூலையில் அடுக்கி வைத்திருந்தாள். அன்று அவர்களுடைய ரேஷன் தினம். கையில் பைகள், மண்ணெண்ணெய் டின், ரேஷன் அட்டை, நோட்டு சில்லறை, ஒரு குடையுடன் அவனுடைய மனைவி ரேஷன்கடை முன்னால் வெறுங்காலுடன் நின்று கொண்டிருப்பாள். அவனும் இன்னும் சிறிது நேரத்துக்குப் பின் அவள் வாங்கின பொருள்களில் சிலவற்றையாவது எடுத்துவரக் கடைக்குப் போகவேண்டும்.

அவன் எடுத்து வந்த பாத்திரம் அவர்கள் வீட்டில் பால் காய்ச்சும் குக்கர். அதை எடுத்து வந்து கொடியில் தொங்க விட்டிருந்த ஒவ்வொரு துணியின் அடிப்பாகத்தையும் பிழிந்து, துணியிலிருந்த அதிகப்படி தண்ணீரைக் கீழே சொட்டவிடாமல் சேகரித்தான். ஜிப்பா, வேஷ்டி, பாவாடை, பனியன் இதெல்லாம் அழுத்திப் பிழிவதில் தயக்கமேதும் ஏற்படவில்லை. நடுநடுவே அவளுடைய ஜாக்கெட் பாடிகளும் தட்டுப்பட்டபோது கை சிறிது சுணக்கம் கண்டது. ஒரு பாடியின் நுனியை அழுத்திப்

அசோகமித்திரன் சிறுகதைகள்

பிழிந்தபோது ஒரு கொக்கி கையைக் குத்தியது. அந்த பாடியில் நான்கு கொக்கிகள் இருந்திருக்க வேண்டும். இப்போது இரண்டுதான் இருந்தன. அவளுடைய எல்லாத் துணிகளுமே பழமை தெரியத்தான் இருந்தன. பிற துணிகளைவிடச் சுத்தமாகவும் வெளுப்பாகவும் இருந்தால்கூட நீண்ட கால உபயோகத்தால் பெற்றிருக்கும் மங்கல் நிறத்தை அவை தவிர்க்க முடியவில்லை.

ஒரு காலத்தில் அப்படியில்லை. தோய்த்து உலர்த்திய துணிதான் என்றாலும் அவள் எப்போதுமே புதுத் துணியே அணிந்துகொள்வது போலத்தான் தோற்றம் அளிப்பாள். இரண்டு மூன்று குழந்தைகளுக்குப் பிறகுகூட அவளுடைய துணிகள் பழைய துணி போலக் காட்சியளிக்காது. உள்ளணிகள் விஷயத்தில் ஆண்களைவிடப் பெண்கள் சற்றுக் கூடுதலான அக்கறையோடுதான் இருக்கிறார்கள். இது ஒரு காலத்தில் அவன் கவனத்துக்கு எட்டியிருக்கிறது. எவ்வளவோ ஆயிரக்கணக்கான விஷயங்களைப் போல இதுவும் அவன் கவனத்தை விட்டுக் கழன்றும் போயிருக்கிறது. இப்போது ஏறக்குறைய அவனுடைய துணிகளின் நிறத்தில் அவளுடையதும் கொடியில் உலர்வதற்காகத் தொங்கும்போதுதான் ஒரு காலத்தில் அவன் இவ்விஷயங்களைக் கவனித்தது கவனத்துக்கு வருகிறது.

மூன்று குழந்தைகள். சிறு குழந்தைகளுக்கு அணிவதற்கு விசேஷமாகத் துணிகள் வேண்டாமென்றாலும் குழந்தைகள் காரணமாக நிறையவே துணி தேவைப்படுகிறது. அவனுடைய வேஷ்டிகளே பலமுறை இரண்டாகவும் நான்காகவும் கிழிக்கப்பட்டிருக்கின்றன. அதுபோலவே அவளுடைய புடவைகளும். குழந்தையைக் கீழே படுக்கப் போடுவதற்குத் துணி விரிக்கும் போதுகூட அவனுடைய வேஷ்டி மங்கலாகவும் பழைமை தெரிவதுமாகவே இருந்தது. அவளுடைய புடவை புதியதுபோல விளங்கும். எல்லாத் துணிகளுக்கும் ஒரே சோப்புதான். அவன் தன் துணிகளுக்கு சோப்புப் போட்டு அலசி உலர்த்திய பிறகுதான் அவளுக்கு அவள் துணிகளைக் கவனிக்க நேரம் ஒழியும். அவளுடையதைவிட வலுவான கைகளால் கசக்கிப் பிழிந்திருந்தும்கூட அவனுடைய வேஷ்டி துணிமணிகள் இரண்டே மாதத்தில் பழையதாகிப் போய்விடும். அவளுடையது என்றுமே புதுக்கருக்கு குலையாமல் இருக்கும். அந்த நாட்களில் அவன் சில சமயங்களில் இதைப் பற்றி வியந்ததுகூட உண்டு. இப்போது அவளுடையதும் அவனுடையதைப் போலாகிவிட்டன.

குக்கரில் கிட்டத்தட்ட பாதியளவு நீர் சேர்ந்திருந்தது. இப்போதெல்லாம் அவளால் துணிகளை அழுந்தப் பிழிய முடியவில்லை. வயது முகத்தில்தான் தெரியும் என்றில்லை. முகத்தைவிடக் கை கால்களில்தான் காலம் திட்டவட்டமாகச் சுவடுகள் ஏற்படுத்திச் செல்கிறது. கைகள் சோர்ந்துப் போகப் போகத்தான் வாழ்க்கைப் பொறுப்புகளும் கவலைகளும் வேலைகளும் கூடிக்கொண்டே போகின்றன. முகத்துக்கு நாற்பது வயதாகும்போது கைக்கு அறுபது வயதாகிவிடுகிறது. உண்மையிலேயே ஒருவருக்கு மொத்தமாக ஒரே வயதென்று ஏதோ சொல்வது சரியேயில்லை. ஒவ்வொருவருக்கும் ஒவ்வொரு பாகமும் வெவ்வேறு வயதுகளை அடைகின்றன. அதனால்தான், பாவம், இவ்வளவு ஈரத்துணிகளை இவ்வளவு ஈரத்துடன் அவளால் உலர்த்திப் போட வேண்டியிருக்கிறது.

பால் குக்கரில் சேர்ந்திருந்த தண்ணீரைக் கீழே கொட்டிவிட்டு அதை ஒருமுறைக்கு இருமுறையாகக் கழுவினாள். துணி பிழிந்த தண்ணீரில் என்னென்ன அமிலங்கள், சுண்ணாம்பு, உப்புகள் இருக்கிறதென்று யார் கூற முடியும்? இந்தக் காலத்தில் எப்படி எப்படியெல்லாமோ சோப்புகள் தயாரித்துவிடுகிறார்கள். முன்பெல்லாம் துணிக்குச் சோப்பு போட்டால் கையை வலிக்கலாம். ஆனால் இப்போதெல்லாம் சோப்புகள் கைத்தோலையே உரிந்து போகும்படி செய்துவிடுகின்றன. ஒவ்வொருமுறை விலைவாசி அதிகரிக்கும்போது முந்தையதைவிட மட்டமான சோப்பைத்தான் வாங்கிவர வேண்டியிருக்கிறது. துணிக்கு சோப்பு தேய்க்கும் வேலை மிச்சமாகும் என்று தூளாக விற்கும் டிடர்ஜெண்டுகளை வாங்கிப் பார்த்தாகிவிட்டது. இவை கையை இன்னும் அதிகமாகவே தோலுரியச் செய்தன. அது மட்டும் இல்லை. அலசுவதற்கு இரண்டு மூன்றுமடங்கு தண்ணீர் தேவைப்பட்டது. தண்ணீர் எங்கே பாடுபடாமல் கிடைக்கிறது? ஆதலால் மீண்டும் சோப்புக் கட்டிகள்தான்.

குழந்தைகள் இப்போது பெரியவர்களாகிவிட்டார்கள். அவர்களே குளித்து அவர்களே புத்தகப் பைகளையும் சோற்று டப்பாக்களையும் எடுத்துச் செல்கிறார்கள். ஒரு காலத்தில் அதற்கும் அவன் மனைவிதான் தேவைப்பட்டது. குழந்தைகளைக் கையைப் பிடித்து, சாலையைக் கடந்து, பள்ளியில் கொண்டு சேர்க்க வேண்டும். ஒரே பள்ளியில் மூவருக்கும் இடம் கிடைக்கவில்லை. முதல் பையன் ஒரு பள்ளி, அடுத்த மகன், மகளுக்கு இன்னொரு பள்ளி. உணவு இடைவேளையின் போது முதலில் பெரிய பையனுக்கு உணவு கொடுத்துவிட்டு இன்னொரு பள்ளிக்கு மற்ற குழந்தைகளுக்குமாக ஓட வேண்டும். அந்தக் குழந்தைகள் சாப்பிட்டு முடித்தவுடன் மீண்டும் முதல் பள்ளிக்குச் சென்று பெரியவன் சாப்பிட்டு முடித்த டப்பாவையும் கூடையையும் சேர்த்துப் போட்டுக்கொண்டு வீடு திரும்பிய உடனேயே பால் அட்டையைத் தூக்கிக்கொண்டு பால் வாங்குவதற்குப் போகவேண்டும்.

பால் தினமும் ஒரே வேளையில் வருமென்று சொல்ல முடியாது. சில நாட்கள் காத்திருக்க வேண்டும். பால் வண்டி நடுவில் எங்காவது நின்றுபோய் மிகவும் தாமதித்து வருவதாயிருந்தால் அவள் வீட்டுக்கு வந்து மீண்டும் இன்னொரு முறை பாலை வாங்கிவரப் போக வேண்டும். இப்போது குழந்தைகள் அவர்களே சாப்பாட்டு மூட்டையையும் தூக்கிப் போகிறார்கள். அந்த ஒரு வேலை மிச்சம். ஆனால அந்த நிலை வருவதற்குள் வேறு சிரமங்கள் வந்துவிடுகின்றன. முன்போல அவ்வளவு விரைவாக அவளால் நடக்க முடியவில்லை. முழங்காலில் வலி வந்துவிடுகிறது. போதாதற்கு மழை நாட்களில் கால் விரல்களுக்கிடையில் சேற்றுப்புண். இப்போதும் சேற்றுப் புண்ணோடுதான் ரேஷன் கடை முன்னால் நின்றுகொண்டிருப்பாள்.

மணி இன்னும் ஒன்பதரையாகவில்லை. ஒரு காலத்தில் ரேஷன் கடைகளை ஏழு மணிக்கே திறந்துகொண்டிருந்தார்கள். எவ்வளவு கும்பலிருந்தாலும் எட்டு எட்டரை மணிக்கு வீடு திரும்பிவிடலாம். இப்போது எட்டு மணிக்குத்தான் திறக்கிறார்கள்.

ரேஷன் அட்டையைப் பார்த்து பில் எழுதுவதற்கு ஒருவர், பணம் வாங்கிக்கொள்ள இன்னொருவர். அதன்பிறகு கடைக்குள் சென்று

சாமான்களை வாங்க வேண்டும். அதிலும் அரிசி கோதுமை ஓரிடம், இதர பொருள்கள் இன்னோரிடம். ரேஷன் கடையே மிகவும் சிறிய இடம். அவ்வளவு சிறிய இடத்தில் மிகக்குறைந்த பேர் வாங்க வந்தால்கூட ஒருவரையொருவர் இடித்துத் தள்ளிக்கொண்டு போவதைத் தவிர்க்க முடியாது. அதற்காகவென்றே வீட்டுப் பெண்களை ரேஷன் கடைக்கு விரட்ட வேண்டியிருக்கிறது. அவனுடைய மனைவியும் இந்த இடித்துத் தள்ளுதலுக்கு உட்பட்டு, அவளும் இடித்துத் தள்ளித்தான் பொருள்களை வாங்கி வரவேண்டும்.

பல சமயங்களில் அவனுடைய குழந்தைகளும் ரேஷன் கடைக்குப் போயிருக்கிறார்கள். அவர்கள் முதலில் சென்று நின்ற இடம் எட்டாவதாக இருந்தாலும் அவர்கள் வாங்கி வரும் முறை பதினெட்டாவதாக மாறிவிடும். வாங்கிவரும் பொருள்களும் எடை சரியிராது. ஒரு முறை ரேஷன் குமாஸ்தாவாகவே ஏகப்பட்ட மைதாவுக்குப் பில் போட்டு அன்று வாங்கி வந்த மைதாவை மாதக் கணக்கில் பாதுகாத்துப் பயன்படுத்தினார்கள். மைதாவுக்கு வண்டு வருவது போல வேறு எந்தப் பொருட்களுக்கும் வராது. மூடியை எவ்வளவு கெட்டியாக மூடி வைத்திருந்தாலும் மாவின் பட்டுப் போன்ற மேற்பரப்பில் புள்ளி புள்ளியாகக் காணப்படும். அவை புள்ளிகள் அல்ல. மாவின் பரப்பைத் துளைத்து வண்டு சென்றிருப்பதற்கு அடையாளமான துவாரங்கள். ஒவ்வொரு முறையும் மாவைப் பயன்படுத்தும் முன்பும் பிடிப்பிடியாக அதை வெளியில் எடுத்து மெல்லிய சல்லடையில் சலிக்க வேண்டும். ஒவ்வோர் பிடியிலும் பத்துப் பதினைந்து வண்டுகள். இவ்வளவு சிறிய வண்டுகளுக்கு வயிறு இன்னும் சிறியதாகத்தான் இருக்க வேண்டும். அந்த வயிற்றை நிரப்ப அவை வீட்டில் எங்கே எந்த மூலையில் மைதாமாவு வைத்திருக்கறதென்று தெரிந்துகொண்டு அவை படைக்கப்பட்ட பணியைத் தொடரச் செல்ல வேண்டும். இந்த வண்டு சர்க்கரைக்கு வருவதில்லை. மைதாவுக்கு மட்டுந்தான். வண்டு அதன் படைப்புக்குரிய தர்மத்தை மீறுவதில்லை.

சரியாக ஒன்பதரை மணிக்கு அவன் வீட்டைப் பூட்டிக்கொண்டு வெளியே கிளம்பினான். மழை ஓரிரண்டு தூறல் போட்டுக்கொண்டிருந்தது. வீட்டிலிருந்த மூன்று குடைகளில் இரண்டைக் குழந்தைகள் எடுத்துப் போயிருந்தார்கள். குழந்தைகள் என்ன? எல்லாம் பத்து வயதைக் கடந்தாகிவிட்டது. இப்போதெல்லாம் பத்து வயதிலேயே நிறையக் கவலைகளும் பொறுப்புகளும் வந்துவிடுகின்றன. அந்தக் கவலைகளையும் பொறுப்புகளையும் அவர்கள் பெற்றோர்களிடம் கூடப் பகிர்ந்துகொள்ள முடியாது. பெற்றோர்களுக்கு அதற்கு எங்கு நேரம் இருக்கிறது? நேரம் இருந்தாலும் அவற்றைத் தீர்க்க எங்கே சக்தி இருக்கிறது? இரகசியமாகக் குழந்தைகளிடம் பச்சாத்தாபம் மேலிட்டு யாரும் அறியாமல் மனத்தை வருத்திக்கொள்வதற்கு மேல் வேறென்ன செய்ய முடிகிறது? இப்போதெல்லாம் பள்ளி ஆசிரியர்களுக்கு குழந்தைகளின் பெற்றோர்கள் ஒரு பொருட்டேயில்லை.

அவன் மகள் முந்தைய இரவெல்லாம் தூக்கத்தில் புலம்பிக் கொண்டேயிருந்தாள். 'என்ன ஆயிற்று இங்கு?' என்று பள்ளியில் கேட்கப் போனபோது ஏழெட்டு ஆசிரியர்களாகச் சேர்ந்துகொண்டு, அவனிடம்

சண்டைக்கு வந்துவிட்டார்கள். அந்த உலகிலேயே மிகப்பெரிய போக்கிரிப் பெண் அவன் மகள்தான் என்று ஒருவர்போல எல்லாரும் சாதித்தார்கள். அவன் மகள் அவர்கள் முன்னால் சிறு ஆட்டுக்குட்டி போல இருந்தாள். இந்த ஆட்டுகுட்டியால் அவ்வளவு பெரிய, அவ்வளவு சாமர்த்தியம் வாய்ந்த, அவ்வளவு அநுபவம் பெற்ற பெண்மணிகளுக்கு எவ்வளவு தொந்தரவு வந்துவிடும் என்று அவனால் ஊகிக்க முடியவில்லை. அதன் பிறகு அவன் மகளுக்குக் காலை வேளையில் முகம் எப்போதும் பேய் அறைந்த மாதிரி இருக்கும். பல நாட்களில் காலை வேளையில் சுரமடிப்பது போலவும் இருக்கும். ஒருநாள் சுரத்துடன்தான் பள்ளியிலிருந்து வீடு வந்தாள். ஒரு மாதம் படுக்கையை விட்டு எழுந்திருக்கவில்லை. அடுத்த வகுப்புக்குப் போனதும் காலைச் சுரம் வரவில்லை. ஆனால் இரவில் தூக்கத்தில் அலறுவது மட்டும் நிற்கவில்லை.

ரேஷன் கடையில் அவளுடைய மனைவி அட்டையைக் காண்பித்துப் பில் போட்டுவிட்டாள். அன்று கடையில் ரவா இல்லை, பாமாயில் இல்லை, மண்ணெண்ணெய் இல்லை. அரிசியும் சர்க்கரையும்தான். மைதாமாவு இருக்கிறது. ஆனால் அன்று எப்போதோ குழந்தைகள் வாங்கி வந்த மைதாமாவு இன்னும் இருக்கிறது. ஆயிரக்கணக்கான மர்ம வண்டுகளுக்குச் சுவர்க்கமாக.

அரிசிப் பையையும் குடையையும் எடுத்துக்கொண்டு அவன் முன்னே போக அவனுடைய மனைவி சர்க்கரையையும் காலி மண்ணெண்ணெய் டின்னையும் எடுத்த வண்ணம் பின்னால் வந்துகொண்டிருந்தாள். தூறல் சற்று அதிகமாக, அவன் நின்று அவளையும் குடைக்கடியில் வரும்படி பார்த்துக்கொண்டான்.

"மணி பத்திருக்குமா?" என்று அவள் கேட்டாள்.

"இருக்கும்."

"ஆபீஸுக்குப் போக நேரமாகலே? சாப்பிட்டாச்சா?"

"கால்மணி அரைமணி தாமதமாய்ப் போனால் போச்சு. நேத்திக்குப் பாதி பேருக்கு மேலே ஆபீஸுக்கு வரவேயில்லே."

"ராத்திரிக்குத்தான் மழை விடவேயில்லையே?"

அறைக் கதவைத் திறந்து உள்ளே நுழைந்ததும் ஈரத்தின் நெடி மூச்சையடைத்தது. அவன் குடையை மடித்து வாசல் படியருகில் தலைகீழாக வைத்தான். அவள் சர்க்கரையை இரு சீசாக்களில் நிரப்பி வைத்துவிட்டு, அரிசியைப் பையோடு ஜன்னல் விளிம்பில் வைத்தாள். கால்களைக் கழுவிக்கொண்டு ஒரு கிழிந்த துணிகொண்டு கால் விரல்களைத் துடைத்து விட்டுக்கொண்டாள். அவன் நின்ற இடத்திலிருந்தே அவள் கால் விரல்களுக்கிடையில் சேற்றுப்புண் ரணமாகிப் போயிருப்பதைப் பார்க்க முடிந்தது.

அவள் கொடியில் உலர்த்தியிருந்த துணிகளை ஓரிடத்தில் விலக்கிவிட்டு அங்கு அவன் சாப்பிடத் தட்டை வைத்தாள்.

அவன் சாப்பிட உட்கார்ந்தவன் உயரப் பார்த்தான். அவளுடைய ஜாக்கெட் பாடிகள்தாம் அவன் தலைக்கு மேல் இருந்தன. பழையதாகப் போனவை. கொக்கிகள் இழந்தவை.

அவள் ஒவ்வொரு முறை பரிமாறிய பிறகும் உட்கார்ந்துகொண்டாள். ஒரேயடியாக நின்றுகொண்டு பரிமாறுவதைவிட இப்படி உட்கார்ந்து எழுந்து பரிமாறுவது மிகவும் சிரமமாகவே இருக்கும். ஆனால் நிற்பதே சகிக்க முடியாததால்தான் அவள் அப்படிச் செய்ய வேண்டும்.

அவன் அவளை மீண்டும் எழுந்திருக்கவிடாமல் அவனாகவே மோர் விட்டுக்கொண்டான். இரண்டே கவளத்தில் அனைத்துச் சாதத்தையும் வாயில் அடக்கிவிட்டுத் தட்டுடன் எழுந்திருந்தான். தலையில் ஈரத்துணி தட்டுப்பட்டுத் தலையைக் குலுக்கிக்கொண்டான். அவன் தலையே மாறுபட்டது மாதிரி இருந்தது. அன்று காலையிலிருந்து முதல் தடவையாக அவள் முகத்தில் சிரிப்புத் தோன்றியது. சிரித்துவிட்டாள்.

"ஏன்? என்ன?" என்றான்.

அவள் எழுந்திருக்க முயற்சி செய்தாள். 'வேண்டாம்' என்று அவன் சொல்லிவிட்டுச் சுவரில் தொங்கிய சிறு கண்ணாடியில் பார்த்துக் கொண்டான். அவனுடைய தலைமயிரில் சிக்கிக்கொண்டு அவளுடைய இரு துணிகள் தொங்கின. அவள் துணிகளைப் பிழியும்போது குத்திய கொக்கிகள் – அத்துணிகளில் இன்னும் விழுந்துவிடாமல் மீதம் இருக்கும் கொக்கிகள் – அவனுடைய தலை மயிரில் மாட்டிக்கொண்டிருந்தன.

மெதுவாக அவற்றைத் தலையிலிருந்து விடுவித்து மீண்டும் கொடியில் உலர்த்தினாள். அவன் ஆபீஸுக்குக் கிளம்பிப் போன பிறகு அவள் படுத்துவிடுவாளோ என்ற சந்தேகம் திடீரென்று அவனுக்கு உதித்தது. அவளையும் சாப்பிடச் சொல்லி, அவள் சாப்பிட்டு முடித்த பிறகே ஆபீஸுக்குக் கிளம்பினான். அன்று அவன் காரியாலயத்தில் அநேகமாக எல்லாரும் வந்திருந்தார்கள்.

1985

விருத்தி

"நேத்து சுகுணாவின் கச்சேரி இருந்ததே, உங்களுக்குத் தெரியாதா?" என்று தியாகராஜன் என்னை ஹிந்தியில் கேட்டான்.

"எங்கே?"

"இந்திரா நகரிலே மிஸஸ் குப்தா வீட்டிலே. உங்களைப் பார்க்கலாமென்றுதான் நானே அங்கே போனேன்."

தியாகராஜனுக்கு என்னிடம் இருந்த அக்கறை முழுக்க முழுக்க சங்கீதம் என்று சொல்ல முடியாது. என் அண்ணன் ஹரிகிருஷ்ணன் ஒரு கமிஷன் ஏஜெண்ட். அவன் மூலம் சென்னை கோடவுன் தெருவில் மலிவு விலையில் பாண்ட் துணித் துண்டுகள் தியாகராஜன் வாங்கித் தவணை முறையில் விற்பான். ஒரு பாண்ட் துணித் துண்டுக்கு ஐந்து ஆறு ரூபாய் கிடைக்கும்.

தியாகராஜனிடமிருந்து விடுவித்துக்கொண்டு வெளியே வந்தபோது வெயில் சுளீரென்று முகத்தில் உரைத்தது. நாற்பது வயதாகியும் இன்னும் என் முகத்தில் பருக்கள் மாதிரி ஏதாவது வெடித்து வருகின்றன. அவற்றின் மீது கைக்குட்டை படும்போது மனித வாழ்க்கையே வெறுத்துப் போகும்படியான வேதனை ஏற்படும். அதே போலச் சங்கீதம் பற்றி எவ்வளவோ தெரிந்தும், தெரிந்ததைப் பூரணமாகப் பிறர் கேட்கும்படி பாட முடியாத போதும் வாழ்க்கை வெறுத்துப் போகும். என்னிடம் பாட்டுக் கற்றுக்கொள்கிறவர்கள் நான் அளித்த சங்கீதத்துக்காக மிகுந்த மரியாதை காட்டக்கூடும்; ஆனால் நான் கற்றுக்கொடுத்ததில் நூறில் ஒரு பங்கை அவர்கள் பாடி, அவர்களைச் சற்றும் அறியாத நூறுபேர் அதைக்கேட்டு மகிழ்ச்சியில் தலையாட்ட வைக்கும் அனுபவம் எனக்குக் கிடைக்காது. இதையெல்லாம் பற்றி நினைக்கும் கட்டத்தை நான் கடந்தாகிவிட்டது என்பதைக்கூட மறந்திருக்கும் வேளையில் திடீரென்று சுகுணா மாதிரி யாராவது வந்து நினைத்ததெல்லாம் பொய் என்று நிரூபித்துவிடுகிறார்கள்.

பக்கத்திலிருந்த கடைக்குச் சென்று, “ஒரு டெலிபோன் செய்ய வேண்டும்” என்றேன்.

கல்லாப்பெட்டிக்கடையில் அவன் கையைவிட்டு டெலிபோனை வெளியே எடுத்தான். “ரொம்ப நேரம் காக்க வைக்காதே, சேட்” என்றான்.

நான் டெலிபோனைக் கல்லாப்பெட்டியின் ஓர் ஓரத்தில் பொருத்தி வைத்துக்கொண்டு எண்களைச் சுற்றினேன். அந்தச் சிறு இடத்தில் முதுகையும் கழுத்தையும் வளைத்துக்கொண்டு எண்களைச் சுழற்றுவது மிகவும் கடினமாக இருந்தது. அந்த உபாதையைக் கவனத்திலிருந்து ஒதுக்கும் முயற்சியாகப் பையில் கையைவிட்டு ஒரு ரூபாய் நாணயமொன்றை எடுத்துக் கல்லாப் பெட்டிமீது வைத்தேன். கடைகளில் சென்று டெலிபோன் செய்யப் போனால், ‘ஒரு ரூபாய் இருந்தா டெலிபோனை எடு’ என்று கண்டிப்பான நிபந்தனையைக் கடைக்காரர்களிடமிருந்து திரும்பத் திரும்பக் கேட்டு எது என்ன அவசரமா இருந்தாலும் முதலில் ஒரு ரூபாயாகக் கையில் வைத்துக்கொண்டுதான் எங்கே டெலிபோன் என்று தேடிப் போக வேண்டியிருக்கிறது. டெலிபோனுக்கென்று ஒரு ரூபாயாக முதலிலேயே எடுத்துக் கொடுத்துவிட்டால் அப்புறம் கடைக்காரனைப் பத்துரூபாய்க்குச் சில்லரை கேட்டால்கூடக் கொடுத்துவிடுவான்.

வழக்கம் போல முதல் முறை டெலிபோன் மணியடிக்கவில்லை. சற்றுப் பொறுத்து இன்னொருமுறை எண்களைக் கழுத்து வலியையும் பொருட்படுத்தாமல் நிதானமாகச் சுழற்றினேன். மறுபுறத்தில் மணி அடித்தது. நான் பேசுவதற்கு உஷார் நிலையில் இருந்தேன். வெகு நேரம் இருந்தேன். மறுபுறத்தில் மணி அடித்துக்கொண்டே இருந்தது.

கடைக்காரனிடம் ஒரு ரூபாயைத் திருப்பி வாங்கிக்கொண்டு மீண்டும் தெருவில் காலடி எடுத்து வைத்தேன். வெயிலின் கடுமை இன்னும் அதிகமாக இருந்தது. சுகுணா மீது ஆத்திரம் சற்றுக் குறைந்து இருந்தது.

பஸ் நிலையத்திலேயே நிரம்பி வழிந்த பஸ்ஸில் என்னை நுழைத்துக் கொண்டு எழுபது பைசா சீட்டு வாங்கிக் கடைசி வரை நின்றபடியே பயணத்தை முடித்து ஒரு பங்களாவினுள் நுழைந்தேன். வெராண்டாவுக்கு வந்த வேலைக்காரப் பையனிடம், “அம்மா இருக்கிறாங்களா?” என்று கேட்டேன். அவன் உள்ளே போய் இரு நிமிடங்களுக்கெல்லாம் அன்னபூரணா வந்தாள்.

“எப்ப வந்தீங்க, மாஸ்டர்?” அவள் சமையல் செய்துகொண்டிருக்க வேண்டும். அவளுடைய புறங்கையில் கோதுமை மாவு லேசாகப் பரவியிருந்தது.

“அரை மணியா டெலிபோன் பண்ணி லைன் கிடைக்காம நேரேயே வந்துட்டேன்.”

“அப்படியா?? இங்கே ஒண்ணுமே வரலியே?”

“மணி அடிச்சுண்டேயிருந்ததே?”

அன்னபூரணா விவாதத்தை வளர்க்க இடம் தராமல் பதில் சொல்லாமல் இருந்தாள். அடுப்பில் ரொட்டி தீய்ந்து போயிருக்கக்கூடும், "எப்போ கிளாஸ் வைச்சுக்கலாம்?"

அன்னபூரணா பளிச்சென்று, "இன்னிக்கு வேண்டாமே மாஸ்டர்" என்றாள்.

நான் என்னையறியாமல் தோள்களை உயர்த்தினேன். அன்னபூரணா கவனித்துவிட்டாள்.

"ஒரு அரை மணி நேர வேலை பாக்கியிருக்கு. ஆனால் உங்களை எப்படிக் காக்க வைக்கிறது?"

"அரை மணி நேரம்னா பரவாயில்லை. நான் இங்கேயே இருக்கேன். இன்னிக்கும் தவறினா அப்புறம் இரு வாரங்களுக்கு முடியாது."

"வெளியூர் போகிறீர்களா?"

"ஆமாம்" என்று பொய் சொன்னேன்.

அவள் உள்ளே சமையலை முடிக்கப் போனாள். நான் ஹாலில் மின்விசிறியைக் கிளப்பிவிட்டு சோபாவில் சாய்ந்தேன்.

அன்னபூரணாவின் மகனும் மகளும் உள்ளேயிருந்து வந்தார்கள். இருவரும் ஜீன்ஸ் அணிந்திருந்தார்கள். மகன் என்னைப் பாராது மாதிரிப் போனான். மகள் மட்டும் பலவீனமாக ஒரு புன்னகை தெரிவித்துப் போனாள். வெளியே மகன் அவனுடைய மோட்டார் சைக்கிளைக் கிளப்பியபோது ஒரு விமானமே கிளம்புவது போலிருந்தது.

நான் சோபாவில் நன்றாகச் சாய்ந்துகொண்டு கண்களை மூடினேன். சுகமாகத் தூக்கம் வரவேண்டும். வரவில்லை. என் ஜன்மம் நடுத்தர வயதுப் பெண்மணிகளைத் தேடி வீடு வீடாகப் போய் காத்துக்கிடக்கும் படியாகிவிட்டது. ஒரு சிஷ்யைகூட நாற்பது வயதுக்குக் குறைந்தவள் கிடையாது.

ஒவ்வொருத்தியுடைய புருஷன், குழந்தை குட்டிகள், வீடு, சமையற்காரிகளைத் தேடல், கில்ட் ஆஃப் சர்வீஸில் தேர்தல், மூத்த மைத்துனன் பெண்ணுக்குக் கல்யாணம், அடிவயிற்றில் இடது பகுதியில் வலி, இப்படி எத்தனையோ தடைகளுக்கு நடுவில் சுருதி இம்மியும் தவறக்கூடாத வடஇந்திய சங்கீதம் பயிலுவித்து மேடையேற்ற வேண்டும். இந்த மேடையேறுவது குறித்துக்கூட வெவ்வேறு சிஷ்யைகளுக்கு வெவ்வேறு வகைத் தீவிரம். இந்த அன்னபூரணாவுக்கு "பாட்டாவது பூட்டாவது; நாம் ஏன் இதில் மாட்டிக்கொண்டோம்?" என்றுகூடத் தோன்றலாம். சுமார் இரு ஆண்டுகள் அவள் தட்டுத் தடுமாறிக் கழித்தாகிவிட்டது. குரல் பண்பட்டுவிட்டது. இயற்கையாகவே சங்கீத சூட்சுமம் உண்டு. முன்னேற வேண்டும் என்று மட்டும் ஆசை இருந்தால் இதற்குள் நான்கைந்து முறை மேடையேற்றிப் பாட வைத்திருக்கலாம். ஆனால் அவளுக்கு சோம்பல், சங்கீதம் கற்றுக்கொள்வதற்கு. நான்கு மாதங்களாகச் சமையற்காரி ஒருத்திக்காக எல்லோரிடமும் சொல்லி வருகிறாள். என்னிடம் கூட.

இரண்டு முறை இவள் வெளியிட்ட காலண்டர்கள் அகில இந்தியப் பரிசு பெற்றதாகச் சொல்லியிருக்கிறாள். இன்னும் எதில் எதிலோ பெரிய நிபுணத்வம் வாய்ந்தவள். ஆனால் பகல் சாப்பாடு விஷயத்தில் மட்டும் வெகு ஆசாரம். இன்னும் சிறிது நேரத்தில் அவளுடைய கணவனுக்கு டிபன் காரியரில் சாப்பாடு போகும். இப்போது சமையலாவதே அவனுக்குத்தான்.

வேலைக்காரப் பையன் ஒரு பீங்கான் சாஸர் மீது ஒரு கண்ணாடிக் கிளாஸ் நிறையச் சூடான பால் கொண்டுவந்தான். அன்னபூரணா அதில் இலேசாகப் பால் மசாலா சேர்த்திருந்தாள். அவள் அரைமணி நேரத்தில் அவளுடைய வேலையை முடித்துவர முடியாது என்று தோன்றியது.

இம்முறை தூங்குவதற்கு உறுதியான முயற்சி செய்தேன். கண்களை மூடிக்கொண்டு விழிகளைப் புருவ மத்திய திசையில் நிலைக்க வைத்தால் தூக்கம் வருவது போல இருக்கும். பாட்டு வாத்தியார் பிழைப்பில் திடீர் திடீரென்று காத்துக் கிடப்பதைத் தவிர்க்கமுடியாது. இருந்த இடத்திலேயே வகுப்புகள் நடத்தினால் கற்றுக்கொள்ள வருகிறவர்களைக் காக்க வைக்கலாம். ஆனால் இருபது வருஷங்கள் தொழில் செய்தபிறகும் இன்னும் எனக்கென்று ஓரிடம் ஏற்படவில்லை. இன்னும் அண்ணன், மன்னி, மன்னியின் தாயார், மன்னியின் தம்பி, மன்னியின் மூன்று குழந்தைகள் எல்லாருக்கும் விசேஷ அசௌகரியம் அளிக்காமல் நானும் அவர்களுடன் இருக்க வேண்டுமானால் அந்த இரு–அறைக் குடித்தனத்தில் நான் பாட்டு கிளாஸ் நடத்த முடியாது. நூறு இருநூறு செலவழித்து ஒரு பள்ளிக்கூடத்திலோ அல்லது வேறு பொது இடத்திலோ வகுப்புகள் நடத்த ஏற்பாடு செய்யலாம். எவ்வளவோ பேர் அப்படிச் செய்கிறார்கள். ஆனால் ஒவ்வொரு முறைப் பயிற்சிக்கும் ஒவ்வொரு வகையான மாணவர்கள் வருவார்கள். மிஸஸ் குப்தாவும் அன்னபூர்ணாவும், சுகுணாவும் மிஸஸ் கட்டாரும் என்னிடம் சங்கீதம் கற்றுக்கொண்டு கச்சேரி செய்யலாம் என்று கனவில்கூட நினைத்திருக்க மாட்டார்கள். இதில் சுகுணா எப்படி வந்தாள்.

எனக்குத் தூக்கம் வராது என்று தெரிந்துவிட்டது. மீண்டும் சுகுணா வந்துவிட்டாள். இந்த சுகுணாவை அவள் என்னிடம் பாட்டு கற்க வருவதற்கு முன்பே தெரியும். நானும் அவளும் ஒரே கல்லூரியில் சேர்ந்து படித்திருக்கிறோம். அப்போதே அவள் குண்டுப் பெண் என்றுதான அறியப்பட்டாள். ஆனால் குண்டானாலும் அவள் எவ்வளவோ பேரின் படபடப்புக்கும் காரணமாயிருந்திருக்கிறாள். அப்போது நான் பாட்டு வாத்தியார் ஆவேன் என்று எனக்குத் தெரியாது. அவளுக்குப் பாட்டு என்றால் சினிமாவில் காதலன் அஜீஓஓஓ வென்றால் அந்த 'ஓ' காடு மேடு மலை மடுவெல்லாம் கடந்து காதலியையும் ஓஓஓவென்று எதிரொலி எழுப்ப வைக்கும் ஒரு சாதனம் என்று மட்டும் தெரியும். திடீரென்று மூன்று நான்கு ஆண்டுகள் முன்பு சென்னையில் சந்தித்துக்கொண்டோம். நான் முதலிலே அவளைக் கண்டுகொண்டுவிட்டேன். மிஸஸ் குப்தா வீட்டில் இரண்டாம் முறையாகச் சந்தித்தபோதுதான் அவளுக்கு மிஸஸ் குப்தா ஹிந்துஸ்தானி பாட்டு கற்றுக்கொள்வது பற்றித் தெரிந்தது. மிஸஸ் குப்தா பாட முடியுமென்றால் தன்னால் முடியாதா? யார் பாட்டு மாஸ்டர்? அடே, நீயா ... நீங்களா ... நீங்க பாட்டே கத்துத் தரீங்களா? எவ்வளவு நாளா?

இப்போது இந்தப் பணக்காரங்களுக்கு வழக்கமாகிவிட்டது போல சுகுணாவுக்கும் இரண்டே குழந்தைகள். இந்தியா முழுக்கப் பணக்காரர்களாக இருந்துவிட்டால் குடும்பக் கட்டுப்பாடுக்கு விளம்பரமே செய்யத் தேவையில்லை. அவளுக்கு இரண்டு பிள்ளைகள். இளையவன் பியானோவும் கித்தாரும் கற்றுக்கொள்கிறான். மூத்தவனுக்கு சங்கீதம் சோம்பேறிகள் பொழுது போக்கு என்ற அபிப்பிராயம் இருக்க வேண்டும். ஒருநாள் என் முன்னிலையிலேயே அவனுடைய அம்மாவை அப்படித்தான் ஒரு சொல் சொல்லிவிட்டான். அன்றிலிருந்து சுகுணாவுக்கு ஒரு வெறியே பிடித்துவிட்டது. தினமும் சொல்லித் தர என்னை வரமுடியமா என்று கேட்டாள். என்னால் அது முடியாது. அதிகம் போனால் வாரம் இருமுறை போகலாம். திடீர் திடீரென்று சுகுணா சில வித்தியாசமான சாயைகள் பாடுவது போலிருந்தது. அப்புறம் திருத்திக்கொள்வாள். ஆறு ஆண்டுகள் தேவைப்படும் பயிற்சி நிலை ஓராண்டுக்குள் அடைந்த மாதிரி இருந்தது. அவளும் சாதனை செய்யக்கூடியவள் என்பதை யாருக்கோ நிரூபித்துக்காட்டப் பாடுபட்டு வருவது போல இருந்தது.

"மாஸ்டர், தூங்கிட்டீங்களா?" என்று அன்னபூரணா கேட்டாள். அவள் கன்னடக்காரி. யார் யாரோ ஆண்பாலைப் பெண்பாலாக்கி ஒருமையைப் பன்மையாக்கி என்னிடம் ஹிந்தி பேசுவார்கள். இவள் மட்டும் அவளுக்குத் தெரிந்த தமிழிலேயே என்னிடம் பேசுவாள். அவள் சக்திக்கு மீறியதாயிருந்தால் ஆங்கிலத்துக்கு மாறிவிடுவாள். கடுமையான ஆசாரம், அதி நவ நாகரிகம் இரண்டையும் அவளால் வெகு சுலபமாக ஒரு சகஜ நிலையில் கடைப்பிடிக்க முடிந்தது.

நான் தம்பூரைப் பிடித்தேன். அதை அவள் தொட்டு ஒருவாரம் பத்து நாட்கள் ஆகியிருக்கும். மடிமீது குறுக்காகப் போட்டுச் சுருதி மீட்டினேன். ஒரு கணம் அன்னபூரணாவை இன்று கதறக் கதறச் செய்ய வேண்டும் என்று தோன்றியது. ஒரு பெண்ணைப் பாட்டுவாத்தியாரால் அழச் செய்வது போல யாராலும் முடியாது. அவளுடைய கணவனால்கூட முடியாது. தினம் மூக்கு முட்டத் தின்று கொழுக்கும் சோற்று மூட்டையே இன்று உன்னை என்ன செய்கிறேன் பார்!

எனக்குள் பொங்கிவந்த ஆத்திரத்தையும் துவேஷத்தையும் பார்க்க எனக்கே பயமாக இருந்தது. தங்கள் வயதால் ஏராளமான அனுபவங்களைப் பெற்று அது தரும் ஏராளமான சக்தி கொண்டு எல்லா நடுத்தர வயது மாதுகளும் ஒன்றுகூடிப் பேசி என்னை வாலிபால் விளையாடுகிறார்கள். இந்தக் கோஷ்டி மூன்று குத்து. அப்புறம் எதிரி கோஷ்டி மூன்று குத்து. மீண்டும் முதல் கோஷ்டி மூன்று குத்து, அப்புறம் எதிர் கோஷ்டி மூன்று குத்து. இவர்கள் பந்தாடும் விளையாட்டுக் கருவியாகிவிட்டேன்!

தம்பூரை நிறுத்தி அன்னபூரணாவை உற்றுப் பார்த்தேன். அவளும் ஒன்றும் புரியாதவளாக என்னைப் பார்த்தாள்.

"சுகுணா கச்சேரி எப்படி இருந்தது?" என்று கேட்டேன்.

"எந்தக் கச்சேரி மாஸ்டர்?" என்று அன்னபூரணா கேட்டாள்."

"ஏன், நிறையக் கச்சேரி செய்கிறாளா?"

“என்னைக் கேக்கிறீங்களே, மாஸ்டர், உங்களுக்குத் தெரியாமலா?”

“சரி, நேத்திக் கச்சேரி எப்படி இருந்தது?”

“எங்கே மாஸ்டர்?”

மிஸஸ் குப்தா வீட்டிலேதான்.”

“கச்சேரி ஒண்ணும் நடக்கலியே, மாஸ்டர்?”

“சுகுணா கச்சேரி நடக்கலை? தியாகராஜன் சொன்னானே?”

“யார் தியாகராஜன், மாஸ்டர்? எனக்கு ஒண்ணுமே தெரியாதே? மிஸஸ் குப்தா இந்த வருஷம் பிரசிடெண்டா எலெக்ட் ஆனதும் ஒரு சின்ன டின்னர் கொடுத்தாங்க. மொத்தம் பத்துப் பன்னிரண்டு பேர்தான் இருந்தோம்.”

“சுகுணா கச்சேரிக்குப் பன்னிரண்டு பேர் போதாதா?”

“கச்சேரி இல்லை, மாஸ்டர். அவ பாடினா. நான் பாடினேன். மிஸஸ் குப்தா பாடினாங்க. பார்க்கப் போனா அது உங்க கச்சேரி மாஸ்டர். எல்லாரும் உங்க ஸ்டூடண்ட்ஸ்தான் பாடினோம் மாஸ்டர்.”

“தபலா யார்?”

“குப்தாவே வாசிச்சார், மாஸ்டர். ஒரே காமெடியாத்தான் இருந்தது. அவருக்கு ஒரு தாளமும் தெரியாதே.”

நீ செல்கிறபடி நடந்திருந்தால்கூட அது நீ நினைக்கிறபடி இல்லை என்று நான் அவளுக்குச் சொன்னால புரியாது. சுகுணாவை எனக்குத் தெரிகிற மாதிரி அன்னபூரணாவுக்குத் தெரியாது. இவளுடைய இலட்சியங்கள் வேறு, சுகுணாவுடையது வேறு.

நான் தம்பூராவைத் தள்ளிவைத்தேன். “இன்னிக்கு கிளாஸ் வேண்டாம்,” என்றேன்.

“ஏன் மாஸ்டர்?” அன்னபூரணா பாதிக் கெஞ்சுவது போலக் கேட்டாள்.

“இந்தத் தொழிலுக்கே தலைமுழுகிட்டு நான் ஓடிப் போகப் போறேன்.”

எவ்வளவோ லட்சக்கணக்கான முதல் போட்டு, பலர் தலைவிதியை நிர்ணயிக்கக் கூடிய பதவிகளை வகிப்பவள், நான் மேற்கொண்டு என்னக் கத்தப் போகிறேனோ என்று கேட்கக் காத்திருந்தாள். அவளுடைய வாழ்க்கை கொண்டிருந்த பரப்பு, நுணுக்கம், பிறர் வாழ்க்கையைப் பாதிக்கக் கூடிய சக்தி – இதற்காக இந்த நேரத்தையும் இவ்வளவு கவனத்தையும் எனக்குத் தருவதற்கே நான் எவ்வளவு நன்றி கொண்டவனாக இருக்க வேண்டும்? நான் கற்றுத்தரும் பாட்டு அவளுக்கு அவளறிந்த எந்தத் துறையில் அவளுக்கு விசேஷ முன்னேற்றம் தரப்போகிறது?

நான் தீர்மானமாகவே எழுந்துவிட்டேன். அவளும் என்னை வற்புறுத்த மனமில்லாமல் எழுந்து நின்றாள். எனக்காகப் பாவம் சமையலறையில் எவ்வளவு பரபரப்போடு அவளுடைய வேலைகளை முடித்துக்கொண்டாளோ?

"மறுபடியும் எப்ப கிளாஸ், மாஸ்டர்?" என்று அன்னபூரணா கேட்டாள். "என்னிக்கு ஊருக்குப் போறீங்க?"

"எந்த ஊருக்கும் போகலியே... ஆமாம் போகப் போறேன். ஒரேயடியாப் போகப் போறேன்."

மறுபடியும் அன்னபூரணா மௌனமானாள்.

"என்னை மன்னிச்சுடு, அன்னபூரணா இன்னிக்கு மனசு சரியில்லே எனக்கு."

"இதென்ன, மாஸ்டர்? எனக்கு முதல்லியே தெரியும் மாஸ்டர்; இதுக்கெல்லாம் மனசு கலங்கிடுவாங்களா?"

"எனக்கு எவ்வளவு துரோகம் நடந்திருக்குன்னு தெரியாது, உனக்கு..."

"யாரும் துரோகம் செய்யலை, மாஸ்டர் எல்லாரும் உங்களை நினைச்சுண்டுதான் பாடறோம். நாங்க ஏதாவது பாடறோம்னா அது நீங்க கொடுத்த வித்தை, மாஸ்டர்."

"உனக்குத் தெரியாது, அன்னபூரணா..."

"மாஸ்டர், மாஸ்டர். நீங்களே கண்ணாலே கண்ணீர்விட்டா நான் அழுதுடுவேன், மாஸ்டர்."

நான் சிறிது சமாளித்துக்கொண்டேன். அன்னபூரணா என்னைக் கைப்பிடித்து ஒரு சோபாமீது உட்கார வைத்தாள். என் கால்கள் என்னை அதிக நேரம் சுமந்துகொண்டு நிற்க முடியாது என்று எப்படியோ அவள் தெரிந்துகொண்டிருந்தாள்.

வெளியே ஒரு நிழல் ஆடியது தெரிந்தது. அன்னபூரணா என்னைத் தனியாக விட்டுவிட்டுச் சமையலறைப் பக்கம் சென்றாள். நான் கைக்குட்டையால் முகத்தைத் துடைத்துக்கொண்டு முன் அறைக்கு வந்தேன். சீருடையணிந்த ஆள் ஒருவன் ஒரு மூலையில் நின்றுகொண்டிருந்தான். மின்னலடிக்கும் வெண்மை என்று தலைப்பிட்டு ஒரு கசங்கிய மங்கல் ஜிப்பாவுடன் நான் அவனுடைய சீருடையின் கண்ணைப் பறிக்கும் வெண்மையைப் பார்த்து வியந்து நின்றதைப் புகைப்படம் எடுத்து விளம்பரத்துக்குப் பயன்படுத்தலாம். அவன் என்னைப் பார்த்து ஒரு தற்காப்புப் புன்னகை புரிந்தான். 'நீ பாட்டுக்கு இரு' என்று சொல்வது போலக் கையைக் காண்பித்துவிட்டு நான் வாசல் வெராண்டாவுக்கு வந்தேன். வேலைக்காரப் பையன் ஒரு நீள ஹோஸ் குழாய்கொண்டு புல்வெளிக்கும் செடிகளுக்கும் தண்ணீர் வீசியடித்துக் கொண்டிருந்தான். அதனால் அங்கே வெராண்டாவில் சற்றுக் குளுமையாகவே இருந்தது.

சீருடைய ஆள் ஒரு டிபன் காரியரை எடுத்துக்கொண்டு வெளியே போனான். அவனைத் தொடர்ந்து அன்னபூரணா வந்தாள். "இங்கே வந்துட்டீங்களா, மாஸ்டர், நான் உள்ளே தேடிட்டு வறேன்" என்றாள்.

"அடுத்தவாரம் திங்கட்கிழமை வரேன், சரியா?" என்றேன்.

ஒரு மிகச் சிறு தயக்கத்துக்குப் பிறகு, "சரிதான், மாஸ்டர்" என்றாள்.

நான் ஓரடி எடுத்து வைத்துவிட்டேன். "மாஸ்டர், உங்களுக்கு யாரும் துரோகம் பண்ணமாட்டாங்க" என்று அன்னபூரணா சொன்னாள்.

"உனக்கு நல்ல மனசு. அதான் அப்படித் தோணறது. ஆனா குருங்களுக்கு சிஷ்யங்க துரோகம் காலம் காலமாப் பண்ணிண்டுதான் வராங்க. ஒருவேளை குருவுக்கு துரோகம் பண்ணாமே வித்தை பெரிசா விருத்தி ஆகாதோ என்னவோ. அந்தப் பாவத்தைப் போக்கத்தான் எப்பப் பார்த்தாலும் குரு ஸோத்ரம், குரு ஸ்துதி, குரு வந்தனம் செய்யறாங்க. நான் குருத் துரோகம் பண்ணலே, அதான் இப்படி வெயிலிலேயும் மழையிலேயும் தெருத் தெருவா அலையறேன்."

அன்னபூரணா நான் சொல்வதைக் கேட்டுக் கொண்டிருந்தாலும் அவள் அதைச் சிறிதுகூட மனதில் ஏற்றுக்கொள்ளத் தயாரில்லை என்று எனக்குத் தெளிவாகவே தெரிந்தது. எனக்குத் திடீரென்று அவள் மீது ஏராளமான மதிப்பு தோன்றயது. இவள் மட்டும் பாட்டு கற்றுக்கொள்ள இன்னும் சிறிது அக்கறை காட்டினாலும் இரண்டே ஆண்டுகளில் தேசிய விழாக்களில் பாடக்கூடும். ஆனால் அவளுடைய சிறந்த மனோதர்மம் சங்கீதம் பக்கம் சிறிதுகூடச் சாயவில்லையே?

"சுகுணா சும்மா பாடலை, அன்னபூரணா. நேத்திக்கு அவ பதினைஞ்சு நிமிஷம்தான் பாடியிருப்பா. ஆனா அது வேறு எதுக்கோ ஒத்திகை. அந்தக் கச்சேரியிலே இந்த சகாதேவுக்கு ஒப்பந்தம் இருக்காது."

இப்படி அவதிப்படுகிறீர்களே என்ற அங்கலாய்ப்போடு அன்னபூரணா என்னைப்பார்த்து நின்ற மாதிரி இருந்தது.

"நீ உன் புருஷனுக்குச் சமைச்சுப் போடறதுக்குத்தான் என்னைக் காக்க வைச்சே. அப்படிக்கூடச் சொல்லக் கூடாது. நானாத்தான் காத்திருக்கேன்னு சொன்னேன். சுகுணா என்னை ஒருநாள் வரச்சொல்லிட்டு ரொம்ப நேரம் காக்க வைச்சா. அப்புறம் ஒரே தலைவலி, வயிறே சரியில்லேன்னு சொன்னா. நான் கிளம்பிட்டேன். நான் அந்தத் தெருவைக் கடந்து ரோடுக்கு வந்து ரொம்ப நேரம் பஸ்ஸுக்காகக் காத்திருந்தேன். அப்போ அவ காரிலே போனா. அதுகூட ஏதோ டாக்டர்கிட்டே போகறதுக்காக இருக்கும்னு நான் வித்தியாசமா நினைக்கலே. ஆனா அடுத்த நாளே தெரிஞ்சுது, அவ ஒரு ரிக்கார்டிங் தியேட்டர் போயிருக்கான்னு. அங்கேந்து ஒரு ஷுட்டிங்குக்கும் போய் மறுநாள் காலையிலேதான் வீடு திரும்பியிருக்கா. தலைவலி, வயித்துவலி எல்லாம் சரியாப் போயிடுத்து. ஏன்னா அந்த சஞ்சீவி இருக்கானே – அதான் அந்த வயலினிஸ்ட் – அவன் இவளைப் பூரணசந்திர ராவ் கிட்டே சிபாரிசு பண்ணி சினிமாலே பாடறதுக்கு ஏற்பாடு பண்ணிடறேன்னு சொல்லியிருக்கான். சினிமாலே பாடறதுக்கு இந்த சகாதேவ் மாஸ்டர் பிரயோசனமில்லேன்னு யாரோ இவகிட்டே சொல்லியிருக்கா. இப்போ வயலின் சஞ்சீவிதான் அவளுக்கு மாஸ்டர்."

அன்னபூரணாவின் முகத்தில் இருந்த சலனமற்ற தோற்றம் திடீரென்று 'டேய் முட்டாள், எல்லாம் எனக்குத் தெரியும்டா!' என்று தெரிவிப்பது போலிருந்தது. என்ன அழுத்தம் இந்த மாதுகளுக்கு! பாதாளத்தில் விழுந்தவனைத் தூக்கிக் கரையில் சேர்ப்பதிலும் சரி, தூங்கும்போது கழுத்தை நெரித்துக் கொன்று போடுவதிலும் சரி, என்ன நெஞ்சழுத்தம்!

ஏனோ எனக்கு என் மன்னியின் நினைவும் திடீரென்று வந்தது. வாய் ஓயாமல் தொணதொணக்கும் எண்பது வயதுக் கிழத்திலிருந்து வாய் ஓயாமல் அழுதுகொண்டிருக்கும் மூன்று வயதுக் குழந்தை வரை ஏழெட்டுப் பேர்கள் நடுவில் ஓர் இருட்டு அறையில் நாளெல்லாம் அடுப்பைவிட்டு அகல முடியாமல் உழைக்க வேண்டியிருக்கும் அவளுக்கும்தான் எவ்வளவு நெஞ்சழுத்தம்! ஒருமுறை ஒருத்தர் பற்றி ஒரு அபிப்பிராயம் கூறியிருக்கிறாளா? அவளுக்குத் தான் எவ்வளவு நல்ல குரல்! அவளுக்கு ஐந்து நிமிடம் சுருதி கூடிப் பாடுவதற்கு முடிவதில்லையே? அவளுக்கு மட்டும் ஆசைகள் இருக்காதா? அவளுக்கும்தான் வயதாகிக்கொண்டு போவது தெரியாதா? எப்படி இவ்வளவு அழுத்தமாகவும் கர்ம சிரத்தையுடனும் இவர்கள் அற்ப சொற்ப காரியங்களையே செய்துகொண்டு முழு ஆயுளையும் கடத்திவிட முடிகிறது?

அந்தப் பிரதேசமே அதிர்ந்து விடும்போல ஒலியெழுப்பிக்கொண்டு அரக்கன் போன்ற மோட்டார் சைக்கிள் அன்னபூரணாவின் மகனையும் மகளையும் சுமந்துகொண்டு கேட் வெளியே வந்து நின்றது. அன்னபூரணா ஓடிச் சென்று கேட்டைத் திறந்தாள். அந்த மோட்டார் சைக்கிள் வெகு வேகமாகப் போகக் கூடியதாக இருக்க வேண்டும். இருவருடைய தலைமயிரும் மிகவும் கலைந்திருந்தது.

ஒரு நொடியில் அன்னபூரணாவால் இந்த கேட்டைத் திறந்து தன் மகன் மகளை உள்ளே வரவிடும் செய்கையில் எப்படி இவ்வளவு கலகலப்பை உண்டுபண்ண முடிகிறது என்று எனக்கு ஆச்சரியமாக இருந்தது. எல்லாம் ஐந்தாறு வார்த்தைகள்தான் இருக்கும். அம்மாவும் ஒருமுறை சிரித்தாள். அவளுடைய குழந்தைகளும் சிரித்துக்கொண்டார்கள். அந்த இடமே கவலை, கோபம் முதலியன இருக்க முடியாததோர் பிரகாசம் கொண்டது போல மாறிப் போயிற்று.

இம்முறையும் மகன் என்னைப் பார்க்கவில்லை. ஆனால் மகள் எனக்கென்று ஒரு துளிப்புன்னகை தந்தாள். அன்னபூரணா நான் குமுறிக் கத்துவதைக் கேட்டபடி மௌனமாக நிற்கும் புதிரான அனுபவத்துக்கு இந்த இளம் பெண்ணின் புன்னகை சற்றும் குறைந்ததில்லை என்று தோன்றியது.

1985

நெறி

தெருவில் கணவன் குரல் கேட்டு சீதா அவளை யறியாமல் இன்னும் அதிகமாகச் சுருண்டு படுத்துக் கொண்டாள். அப்படிப் படுத்துக்கொண்டதில் அவளுடைய தொடைகள் இரண்டும் இன்னும் வலித்தன. ஆனால் மல்லாந்தும் படுத்துக்கொள்ள முடியாதபடி, பின்புறத்தில் ரணகாயமாகவே இருந்தது.

இது முதல் தடவை இல்லை. இதற்கு முன்னரும் அவள் கணவன் பலமுறை அவளை அடித்திருக்கிறான். ஒருமுறை தலைமயிரைப் பற்றி அவளை அப்படியே தூக்கி கீழே தள்ளி உதைத்திருக்கிறான். ஆனால் இதெல்லாம் அவர்கள் குடிசைப் பகுதியில் இருந்தபோது. எப்போதும் கைக்கெட்டும் தூரத்தில் டஜன் கணக்கில் மனிதர்கள் இருப்பார்கள். அவர்கள் ஒருவரையொருவர் அடித்துக்கொள்வது, புருஷன் பெண் சாதியை அடிப்பது, தகப்பன் மகனை அடிப்பது, தாய் மகளை அடிப்பது இதெல்லாம் உண்டு. எதுவும் அளவு மீறிப் போவதற்கு முன் வேறு யாராவது தடுத்துவிடுவார்கள். ஒருமுறை அவளுடைய கணவனுக்குத்தான் அவளை அடிக்கப்போய் அவனுடைய கை வாசல் படியில் பட்டு ஐந்தாறு நாட்களுக்குக் கட்டுக் கட்டிக்கொண்டிருந்தான். குடிசைப் பகுதியில் இருந்தபோது பல நாட்களுக்குச் சோற்றுக்கு இல்லாமல் போயிருக்கிறது. பிள்ளை பெறுவதற்கு அவள் ஆஸ்பத்திரியில் கிடந்தபோது அவளுடைய கணவன் ஒருவேளை காப்பிக்குக் கூட அவளிடம் காசு கொடுத்துவிட்டு போகாததால் அவள் ஆஸ்பத்திரிகாரர்கள் தரும் உணவுக்காக காத்திருந்து அவர்கள் அவளைப் பிச்சைக்காரி மாதிரி நடத்துவதைச் சகித்துக்கொள்ள வேண்டியிருந்தது. மூன்றே நாட்களில் வீட்டுக்கு போவென்று ஆஸ்பத்திரியிலிருந்து கழுத்தைப் பிடித்து தள்ளாத குறையாக வெளியேறச் செய்துவிட்டார்கள்.

அப்போதெல்லாம் இப்படி விபரீதமாக மனதில் எண்ணங்கள் தோன்றியதில்லை. ஆனால் இப்போது மின்சார விளக்கு, கணக்கு வழக்கில்லாமல் தண்ணீர், எப்பேர்பட்ட

புயலிலும் பாதுகாப்பு தரும் கூரை இவ்வளவும் இருக்கும்போதுதான் ஒரு செங்கல்லை எடுத்து குழந்தை தலைமீது போட்டுவிட்டு இன்னொரு செங்கல்லைக் கொண்டு தூங்கும் கணவனின் தலையைச் சிதறடிக்க வேண்டும் என்று தோன்றுகிறது.

இடிவிழுவது போல இடுப்பில் உதை விழுந்தது. சீதா தடாலென்று எழுந்தாள். அவள் கணவன் வந்த சப்தம் கேட்காமல் ஒரு கணம் தூங்கிப் போயிருக்க வேண்டும்.

“தேவடியாமுண்டே! பொழுது விடிஞ்சப்புறம் இங்கே நாலு பேர் கண்ணிலே படும்படியா மினுக்காதேன்னு எத்தினிவாட்டி சொல்லிருக்கேண்டி முண்டே ...”

அவன் இன்னொரு முறை உதைக்க வருவதற்குள் அவள் சிமெண்ட் மூட்டை அடுக்கி வைத்திருந்த கொட்டகைக்கு ஓடிப்போய் ஒரு மூலையில் பதுங்கினாள். அங்கும் அவன் அவளைத் துரத்தி வந்தால் ஓடுவதற்கு வேறிடமே கிடையாது.

ஆனால் அவன் மொட்டையாக இருந்த அக்கட்டடத்தின் இரண்டாவது மாடிக்கு சென்றுவிட்டான். முந்தைய நாள் கட்டப்பட்ட பகுதிகளுக்குத் தண்ணீர் விட்டு நனைத்துவிடுவதற்கு எப்படியும் அவனுக்கு அரை மணி நேரமாவது ஆகும்.

சீதா கொட்டகைக்கு வெளியே வந்தாள். அவள் படுத்திருந்த இடத்திற்குச் சென்று அங்கு கிடந்த கந்தல் துணியைச் சுருட்டி எடுத்து வந்தாள். அந்த துணியின் ஒரு முனையில்தான் சிறிது சில்லறை முடிந்து வைத்திருந்தாள். அதை சிமெண்ட் மூட்டைகளுக்கடியில் ஒரு மூலையில் ஒளித்து வைத்தாள்.

முந்தின இரவு நடந்த ரகளையில் குழந்தை பாமா பதறிப் போய் விட்டிருந்தாள். பாமா கண்களில் அவ்வளவு பயம், திகில் எப்போதும் தென்பட்டதில்லை. சீதா அடிபடும்போது ‘அம்மா, அம்மா’ என்று குழந்தை அலறிக்கொண்டிருந்தது அவளுடைய கணவன் காதுக்குக் கேட்கவில்லை. அவன் அவளை அடித்துப் போட்டுப் போய் வெகுநேரம்வரை பாமா கேவிக்கொண்டிருந்தாள். அம்மாவிடமும் சொல்லப் பயந்தவளாக மூலையில் பதுங்கிக் கிடந்தாள். அவளும் அப்படியே பட்டினியாகச் சுருண்டு படுத்துத் தூங்கிவிட்டாள்.

ஆறு மாதமாகத்தான் இந்தக் கட்டடத்தில் வாழ்வு. ஒரு கட்டடக் காண்ட்ராக்டர் அழைத்துதான் அவளுடைய கணவன் குடும்பத்தோடு அந்த இடத்தில் தங்கச் சென்றான். முதலில் ஒரு கொட்டகையில் சிமெண்ட் மற்றும் கட்டடம் கட்டும் சாமான்களுடன் அவர்களும் இருந்தார்கள். அந்தக் கட்டடத்தை தரைப்பகுதி மட்டும் திறந்த கொட்டகை மாதிரி அமைத்து மாடிகளைச் சுவர் வைத்து கட்டிவந்தார்கள். இப்போது கட்டடம் இரண்டாவது மாடி வரை வந்துவிட்டது. எப்படியும் முழுக் கட்டடம் முடிய இன்னும் நான்கு மாதங்களாவது ஆகும் என்றுதான் கொத்து வேலைக்கு வந்துகொண்டிருந்தவர்கள் சொல்லிக் கொண்டிருந்தார்கள். இன்னும் நான்கு மாதங்கள் இங்கு எப்படி காலம் தள்ளுவது?

அவளுடைய கணவன் சிறிதும் தயங்காமல் வெளியே போய் நின்றுவிட்டு வந்துவிடுவான். பகலில் ஏன் சோறாக்கவில்லை என்று அவளைத் திட்டவும் வந்துவிடுவான். பதினைந்து நாட்களுக்கு ஒரு முறைதான் ரேஷன் கடைக்குப் போக முடியும் என்றான பிறகு மாதத்தின் முதல் வாரம் ஆறு கிலோ புழுங்கலரிசி வாங்கி வந்தது பாதிக்கு மேல் மீந்து கிடந்தது. முந்தைய தினம் முழுக்கக் குழந்தை பன்னும், பொரியும், டீயுமே உண்டு, போதாதற்கு இரவில் தகப்பன் அம்மாவை மிகுந்த குரோதத்தோடு அடிப்பதைப் பார்த்து திக்பிரமை பிடித்து மயங்கிக் கிடக்கிறது.

அவள் கணவன் மாடியிலிருந்து கீழிறங்கி வந்து அவளை முறைத்துப் பார்த்தான்.

பல் துலக்கும் போது தண்ணீர் நிரம்பியிருந்த தொட்டியில் சீதா எட்டிப் பார்த்தபோது அவளுடைய முகம் பார்க்கச் சகிக்க முடியாததாக இருந்தது. தலையில் எண்ணெய், சீப்பு கண்டு எவ்வளவோ நாட்களானபடியால் தலை மயிர் அலங்கோலமான நிறமும் காட்சியும் கொண்டிருந்தது. ஒரு காது நிரந்தரமாகக் கோணிப் போய்விட்டது. முகத்தையும், பல்லையும் நாட்கணக்கில் சரியானபடி கவனிக்காதபடியால் இரண்டுமே அருவருப்புத் தோன்றும்படி இருந்தன. இப்படி இருந்தும் அவளை அவன் வாய் திறந்த போதெல்லாம் 'தேவடியாமுண்டே' என்றுதான் திட்டினான். தேவடியாளாவது அவ்வளவு எளிதா?

அவள் சிறுமியாயிருந்த போது அவளுடைய அப்பாவும், அம்மாவும் நிறையவே சண்டை போட்டிருக்கிறார்கள். பார்க்கப் போனால் சென்னையில் அவள் இதுவரை தங்கி வசித்த மூன்று இடங்களிலும் எல்லா கணவன்–மனைவிகளும் சண்டை போட்டார்கள். ஆண்–பெண் உடலுறவு சம்பந்தப்பட்ட வசவுகள் தாராளமாகவே வாரி இறைக்கப்படும். தேவடியாள் என்ற வசவும் வரும். ஆனால் மற்ற வசவுகள் போல அது அந்த ஆணின் கோபத்தை குறிக்கச் சொல்லப்பட்டதே தவிர, கோபத்துக்கே அப்பெண் அப்படி இருப்பதுதான் காரணம் என்றில்லை. ஆனால் இங்கு அவன் அவளை வருபவன் போகிறவனுடன் எல்லாம் சரசமாடி வருவது போலத்தான் நினைக்கிறான். அவர்களுக்கு அமைந்த வாழ்க்கையில் இவனோடு இருப்பதற்கே சேர்ந்தாற் போலப் பத்து நிமிடங்களுக்கு வசதி கிடைக்காது. அவள் கணவன் அவளைப் பற்றி நினைத்துக்கொண்டிருப்பது போல அவளால் எப்படித்தான் சமாளிக்க முடியும்? அந்த மாதிரி இருக்க வேண்டும் என்று அவள் நினைத்தால்கூட அது சாத்தியமா?

சீதாவுக்கு பசி வயிற்றை முறுக்கியது. தூங்கிக்கொண்டிருந்த குழந்தை பாமாவைத் தூக்கிக்கொண்டு வெளியே தெருவுக்கு வந்தாள். ஒரு லாரியிலிருந்து மணலைக் கீழே தள்ளிக்கொண்டிருந்தார்கள். அவள் கணவன் அதை மேற்பார்வை புரிந்து கொண்டிருந்தான்.

கணவன் கண்ணில் படாமல் சீதா பதுங்கியபடி சென்று சாலையில் திரும்பி அங்கிருந்த ஒரு டீக்கடைக்குச் சென்றாள். அவளும் டீ வாங்கிக் குடித்துவிட்டுக் குழந்தைக்கும் சிறிது டீ குடிக்கக் கொடுத்தாள். குழந்தைக்குத்

தெரியாதபடி ஒரு பன் வாங்கி புடவை தலைப்பில் சுருட்டி செருகிக்கொண்டு இன்னொரு பன் வாங்கி குழந்தையின் கையில் கொடுத்தாள்.

மணல் முழுவதையும் நடைபாதையோரமாக இறக்கிவிட்டு லாரி ஏகமாகப் புகைவிட்டுக் கொண்டு கிளம்பத் தொடங்கியது. இப்போது கணவன் கண்ணில் படாமல் உள்ளே நுழைந்து கொட்டகைக்குள் ஒளிய முடியாது. சீதா குழந்தையைத் தூக்கி வைத்துக்கொண்டு நடைபாதையில் ஒதுங்கி நின்றாள்.

ஆனால் லாரி தெருவைவிட்டுச் சென்ற பிறகுதான் அங்கு அவள் கணவன் இல்லை என்று தெரிந்தது. சீதா விரைவாக உள்ளே சென்று கொட்டகைக்குள் அவள் தனியாக வாங்கி வந்த பன் பொட்டலத்தை ஒளித்து வைத்தாள். அன்றைய வேலைக்காகக் கொத்து வேலைக்காரர்கள் வரத் தொடங்கினர். சித்தாள் வேலைக்காக வரும் பெண்கள் ஒழுங்காகத் தலைமுடித்து சுத்தமாக உடை உடுத்துவர, ஆண்கள் பெரும்பாலும் வாராத தலையுடனும் கசங்கிய துணியுடனும்தான் வந்தனர். நாளெல்லாம் இப்பெண்கள் இந்த ஆண்களோடு சேர்ந்துதான் உழைக்க வேண்டும். அவர்கள் பேச்சு எப்படி எப்படியெல்லாமோ சென்று பலமுறை சிரித்து, சிலமுறை கூச்சப்படும்படியாகவும் இருக்கும். இந்தப் பெண்கள் தங்கள் கணவன்மார்களைச் சந்தேகம் தோன்றாதபடி எப்படிச் சமாளிக்க முடிகிறது?

அவள் கணவன் இப்போது வந்துவிட்டான். சித்தாள் வேலைக்காக வந்திருந்த ஒருத்தி, "வெத்தலை போடறியா, சின்ன காண்ட்ராக்டரே?" என்று கேட்டாள். அவன் அவளருகில் போய்நிற்க இதர பெண்களும் அவர்களைச் சூழ்ந்து நின்றார்கள்.

சீதா அந்தக் கூட்டத்தை முறைத்துப் பார்த்த வண்ணம் உட்கார்ந்திருந்தாள். அவ்வளவு பெண்களும் ஒழுக்கமுள்ளவர்களாக அவளுடைய கணவனுக்குத் தோன்றும்போது, அவளை மட்டும் எப்படி நெறியற்றவளாக அவனால் நினைக்க முடிகிறது? ஒரு கணம் சோர்வு அவளை மூச்சடைக்க அழுத்தியது.

தெருவில் காண்ட்ராக்டரின் மோட்டார் சைக்கிள் சப்தம் கேட்டு அவளுடைய கணவன் தெருப்பக்கம் சென்றான். சீதா ஒரு தீர்மானத்துக்கு வந்தவளாகக் குழாயருகில் சென்று முகத்தை அழுத்தித் தேய்த்துக் கழுவிக்கொண்டாள். பிறகு உடைந்த சீப்பொன்றை எடுத்துக்கொண்டு தலைமயிரை நிதானமாக சிக்கெடுத்து வாரிக்கொள்ள ஆரம்பித்தாள்.

1985

இப்போது நேரமில்லை

பீடரிடம் இப்படிச் சொல்லிவிட்டு மேஃபிளவர் கட்டடத்தை விட்டு அவசரமாக வெளியேறினேன். வெளிக் கதவைத் திறந்து வெட்டவெளிக்கு வந்தவுடன்தான் என் கையுறைகளை பீடர் அறையிலேயே மறந்துவிட்டு வந்தது தெரிந்தது. அமெரிக்கக் குளிர்காலத்துக் குளிரைக் கையுறைகள் இல்லாமல் சமாளிக்க முடியாது.

பொதுவாக அயோவாசிடியில் நான் மறதிக்கு இடம் கொடுத்ததில்லை. எங்குமே மறுமுறை போவோம் என்ற எதிர்பார்ப்பே இருக்க முடியாது. எல்லாமே வாழ்விலே ஒருமுறை. எதையாவது மறந்துவிட்டு வந்தால் அதை இழந்துவிட்ட மாதிரிதான். நல்லவேளை, பீடர் அறைக்கு நான் மீண்டும் செல்லலாம். அதில் ஒரு சிரமம், பீடர் பேசுவான். பேசிக்கொண்டேயிருப்பான்.

பீடரை மனதிற்குள் ஒருமுறை வைதுவிட்டு, கைகள் இரண்டையும் என் பெரிய கம்பளி ஓவர் கோட்டின் பைகளுக்குள் விட்டுக்கொண்டு பஸ் ஸ்டாப் நோக்கிச் சென்றேன். உறைபனி சற்றே நனைந்த பஞ்சுக் கொத்துகள் போல விழுந்துகொண் டிருந்தன. என்னுடைய உள் பனியன், சட்டை, ஸ்வெட்டர், கோட், அதன் மீது மஃப்ளர் இவ்வளவுக்கும் மீது பெரிய கம்பளிக் கோட் அவ்வளவும் எம்மாத்திரம் என்று கேலி செய்வது போலக் குளிர் நிலவியது.

தலைக் குல்லாயை முகமெல்லாம் மூடிவிடும்படி இழுத்து விட்டுக்கொண்டு சாலையைக் கடந்தேன். நன்கு பழக்கப்பட்டவர் களைக் கூடச் சமயத்தில் உறைபனி காலை வாரிவிடுவதை அறிந்திருந்தேன். குதிகாலை நன்றாகப் பதிந்து நடந்து பஸ் ஸ்டாப்பை அடைந்தேன். சற்று நேரத்திற்குள் வந்த பஸ்ஸில் ஏறினேன். தூக்குக் கயிறு போலக் கழுத்தை அழுத்திப் பிடித்துக் கொண்டிருந்த மஃப்ளரைச் சற்றுத் தளர்த்திக்கொண்டு அப்படியே கைக்கடிகாரத்தைப் பார்த்தேன். எட்டு மணி என்று காட்டியது. மூன்று மணி நேரத்துக்கு முன்பும் அதைத்தான் காட்டியிருந்தது.

முதல் காரியமாகக் கடிகாரத்தைக் கழற்றி வேகமாகக் குலுக்கினேன். ஆட்டோமாடிக் கடிகாரங்களுக்குச் சாவி கொடுக்கத் தேவையில்லை. ஆனால் அவை ஓடிக்கொண்டேயிருக்க ஒருவன் சர்க்கஸ் தெரிந்தவனாக இருக்க வேண்டியிருக்கிறது.

மணி பதினொன்றரை காட்டத் திருத்தி கடிகாரத்தை அணிந்து கொண்டேன். டிரைவர் பக்கத்தில் உண்டியல் பெட்டி போன்றிருந்ததில் சில்லறையைப் போட்டுவிட்டு ஞாபகமாக 'டிரான்ஸ்பர்' சீட்டு வாங்கிக் கொண்டேன். அயோவாசிடியில் ஓரிடத்திலிருந்து இன்னொரு இடத்திற்குச் செல்ல பஸ் மாற வேண்டுமானால் இந்த டிரான்ஸ்பர் சீட்டு உதவியுடன் மறுபடி கட்டணம் செலுத்தாமல் போகலாம்.

ஐந்தடிகூட உயரமில்லாத அந்தச் சீனப் பெண் 'ஓரியண்டல் ஸ்டோர்ஸ்' என்று ஒரு கடை வைத்திருந்தாள். என்ன என்று எனக்குத் தெரியாத உணவுப் பொருட்கள், என்ன பாஷை என்று தெரியாத வில்லைகள் ஒட்டி அவளுடைய கடையில் நிறைந்திருக்கும். எனக்குத் தேவைப்படும் உளுத்தம் பருப்பு அவள் கடையில்தான் கிடைக்கும்.

"உனக்கு என்னாயிற்று?" என்று என் உதடுகளைச் சுட்டிக் காட்டி அவள் கேட்டாள்.

எனக்கு முதலில் புரியவில்லை. அப்புறம் சொன்னேன். பனியால் உதட்டில் வெடிப்புகள்.

"உடனே கவனித்துக்கொள். இல்லாது போனால் மிகவும் சிரமப்படுவாய்" என்றாள்.

"என்ன என்று கவனித்துக்கொள்வது?"

அவள் மிகுந்த பரிதாபத்தோடு என்னைப் பார்த்தாள். இன்னொரு அறைக்குள் சென்று அங்கிருந்து ஒரு குப்பியை எடுத்து வந்தாள். "இந்தக் கிரீமைத் தடவிக்கொள்" என்றாள்.

நான் குப்பியை வாங்கி மூடியைத் திறந்தேன். அதில் வெண்ணெய் போலிருந்ததை விரல் நுனியால் சிறிது எடுத்து உதடுகளில் தடவிக்கொண்டு குப்பியை மூடி அவளிடம் தந்தேன்.

"நீயே வைத்துக்கொள். உனக்கு நிறையவே தேவைப்படும். விலை ஒன்றும் இல்லை. நீ எடுத்துக்கொள்" என்றாள்.

"நான் வாங்கும் சல்லிக் காசுப் பருப்புக்கு இவ்வளவு பெரிய பரிசுப் பொருளா?"

"அப்படித்தான் நினைத்துக்கொள்ளேன்" என்று சொல்லிப் புன்முறுவல் செய்தாள்.

அவள் அமெரிக்கன் ஒருவனை மணந்துகொண்டிருந்தாள். அவன் ஆறரையடி உயரமுள்ள போலீஸ்காரன். நான் அவளிடம் அதிகம் பேச்சு வளர்க்காமல் குப்பியைப் பையில் போட்டுக்கொண்டேன். கடைக்கு வெளியே வந்து கடிகாரத்தைப் பார்த்தேன். பதினொன்றரை காட்டியது.

அதன் பிறகு ஒரு மணி நேரத்துக்கு நான் தெருவெல்லாம், பஸ்ஸிலெல்லாம் கையை வீசிக் குலுக்கிய வண்ணம் இருந்தேன். குழந்தைகள் விளையாட்டுக் கடிகாரம் போல அது முள்ளை எங்கு திருப்பி வைத்தாலும் அதே நேரத்தைக் காட்டிக்கொண்டிருந்தது. கடிகாரம் நின்றுவிட்டது.

எனக்குத் தெரிந்தவர்களை விசாரித்தேன். ஒருவருக்கும் கடியார ரிப்பேர் பற்றி யோசனை கூற முடியவில்லை. டெலிபோன் டைரக்டரியில் இரு கடைகள் குறித்திருந்தது. அவர்களிடம் டெலிபோனில் விசாரித்தேன். அவர்கள் நேரடியாக ரிப்பேர் செய்வதில்லை. கடிகாரத்தை வாங்கி சிகாகோ நகரத்துக்கு அனுப்புவார்கள். அதன் பிறகு எட்டு வாரத்துக்குப் பிறகு கடிகாரம் பற்றித் தகவல் கிடைக்கும். ஓடாத கடிகாரத்தைத் தூர எறிந்துவிட்டுப் புதிது வாங்கிக்கொள்வதுதான் உண்மையிலேயே சிக்கனமானது.

புதுக் கடிகாரம். இந்த ஊரில் எனக்குத் தகுந்த புதுக்கடிகாரம் எங்கு எப்படி வாங்குவது?

அயோவாசிடியில் ஓரிரு நகைக்கடை அலமாரிகளில் கடிகாரங்களைப் பார்த்திருக்கிறேன். அந்தக் கடைகளில் காலெடுத்து வைக்கக்கூட எனக்கு துணிவு ஏற்பட்டதில்லை. மேலும் நகையும் நான் அதுவரை புதிதாக வாங்கியதில்லை.

திரும்பத் திரும்ப கே – மார்ட் கடைதான் மனதில் தோன்றியது. கடையின் பெயரிலேயே 'டிஸ்கவுண்ட்' என்ற பதம் சேர்ந்திருக்கும். மலிவு விலை. மலிவு சாமான்கள். மிகவும் விஸ்தாரமான கடை என்றாலும் பயமோ கூச்சமோ ஏற்படுத்தாது.

என் பண நிலையை நிதானமாகக் கணக்குப் பார்த்தேன். கொஞ்சம் இழுபறிதான். திடீரென்று புதுக் கடிகாரம் வாங்கி அணிந்துகொள்வதற்கு வாய்ப்புக் கிடையாது. ஆனால் இன்னும் இங்கு நான் இருக்க வேண்டிய காலத்தைக் கடிகாரம் இல்லாமல் சமாளித்துவிட முடியுமா?

அப்படியும் முயற்சிசெய்து பார்த்தேன். ஒரு நாள் பஸ்ஸைத் தவற விட்டேன். ஐந்து மணிக்கு ஒரு வீட்டிற்குப் போக வேண்டியதற்கு நான்கு மணிக்கே அங்கு போய்த் தெருவில் குளிரில் தடுமாறினேன். இதெல்லாம்கூடப் பரவாயில்லை. விடியற்காலை என்று எண்ணி நள்ளிரவில் எழுந்து காப்பி போட்டுக் குடித்துவிட்டேன். அடுத்த நாள் முழுதும் இந்த அகால காப்பியின் விளைவுகளால் அவதிப்பட்டேன். ஒருவன் ஒழுங்காக உயிர் தரித்து இருப்பதற்குப் பிராண வாயுவுக்கு அடுத்தபடி கடிகாரந்தான் என்று தோன்றியது. மீண்டும் கே – மார்ட் கடைக்குத்தான் போக வேண்டும்.

கே – மார்ட் கைகடிகாரப் பகுதியில் நான் திட்டமிட்டிருந்த பதினைந்து டாலர் விலையில் சில கடிகாரங்கள் கேவலமாகக் கிடந்தன. ஒன்றையும் அதிலுள்ள சங்கிலி கொண்டு என் மணிக்கட்டில் கட்டிக்கொள்ள முடியாது. முழங்கை அருகில் வேண்டுமானால் அச்சங்கிலி பிடிப்பாகப் பொருத்திக் கொள்ளும். அந்தக் கடிகாரச் சங்கிலிகள் ஒரு சராசரி அமெரிக்கனின் உடல் வளர்ச்சிக்குப் பெருமைக்குரிய எடுத்துக்காட்டாக இருந்தன.

கடிகாரப் பிரிவுப் பெண்ணுக்கு வருத்தமாயிருந்தது. என் கைக்குப் பெண்கள் கடிகாரம் சரியாயிருக்கும். ஆனால் முப்பது டாலருக்கு குறைந்து நம்பகமான கடிகாரம் ஒன்றும் கிடையாது.

"உங்களுக்குக் கைக்கடிகாரந்தான் வேண்டுமா?" என்று அவள் கேட்டாள்.

"பையில் போட்டுக் கொள்ளும் கடிகாரம் இருந்தாலும் பரவாயில்லை. ஆனால் இந்த நாளில் அப்படிப்பட்ட கடிகாரங்களைத் தயார் செய்வதுகூடக் கிடையாது அல்லவா?"

"பேனா கடிகாரம் காட்டட்டுமா?"

இன்னொரு அலமாரிக்கு என்னை அழைத்துச் சென்று அவள் அந்தப் பேனா கடிகாரத்தை எடுத்துக் காட்டினாள். எனக்குப் புதுமையாக இருந்தது. ஒரு பக்கம் பேனா. மறுபக்கம் எண்களாக மணி காட்டும் கடிகாரம். மணி, நிமிடம் தனித்தனி எண்களாக. இரண்டுக்கும் நடுவில் இரு புள்ளிகள் கண் சிமிட்டியபடி கடிகாரம் உயிரோடு இருப்பதை நிரூபித்துக்கொண்டிருந்தன. கடிகாரப் பேனாவில் சிறிய எழுத்தில் 'ஹாங்காங்கில் செய்யப்பட்டது' என்றிருந்து.

"எவ்வளவு?" என்று கேட்டேன்.

தேன் வந்து காதில் பாய்ந்தது.

"பதினைந்து டாலர்."

அவள் கடிகாரப் பேனாவுடன் ஒரு உத்திரவாதப் பத்திரம், கடிகாரத்தைத் திருத்தி வைக்கப் பயன்படுத்த வேண்டிய ஒரு கொக்கி, கடிகாரம் நின்று போய்விட்டால் நான் அதை அனுப்பக் கூடிய கடைகளின் முகவரிகள் – இதெல்லாம் கொண்ட அட்டைப் பெட்டியும் கொடுத்தாள். முதலில் பெட்டியில்தான் பேனாவை வைத்தேன். ஆனால் இதை வாங்கியதின் காரணமே கடிகாரத்துக்காகத்தானே என்று மூளையில் ஒரு பகுதி என்னைக் கிண்டல் செய்தது. உடனே கடிகாரப் பேனாவை என் கோட்டின் உள்பையில் போட்டேன். அட்டைப் பெட்டியை ஓவர் கோட் பையில் நுழைத்துக்கொண்டு கடையைவிட்டு வெளியேறினேன்.

நான் கடைக்கு வந்தபோது ஓரளவு பகல்; வெளிச்சமிருந்தது. இப்போது இருட்டிவிட்டது. கே – மார்ட் கடையின் பிரகாசமான விளக்குகளும் இருட்டை இன்னும் அதிகமாக்கிக் காட்டின. அந்தப் பகுதியில் கார்கள் போக்குவரத்துக்கூட அதிகம் கிடையாது.

குல்லாயை நன்றாக இழுத்துக் காதெல்லாம் மூடிக்கொண்டு நான் உறைபனி விழுந்து கிடந்த பாதையில் மெதுவாக நடந்து போனேன். அரை மணிக்கு ஒரு பஸ். அரை மணி கழித்து வந்தது. அதுவரையில் குளிரில் விரைத்துப் போகாமலிருப்பதற்காக நின்ற இடத்திலேயே காலை மாறி மாறித் தூக்கி உதைத்துக்கொண்டிருந்தேன். பஸ்ஸில் ஏறி மிகுந்த சிரமத்தோடு பையிலிருந்து சில்லறை எடுத்து டிரைவர் பக்கத்திலிருந்த உண்டியலுக்குள் போட்டேன். டிரான்ஸ்பர் சீட்டு வாங்கிக்கொண்டேன். அந்த நேரத்தில் அவ்வளவு பெரிய பஸ்ஸில் ஒருவர்தான் பயணம்

செய்துகொண்டிருந்தார். நாங்கள் ஒருவரையொருவர் சந்தேகத்துடனும் பாசத்துடனும் பார்த்துக்கொண்டோம்.

பெண்டகிரஸ்ட் என்னுமிடத்தில் நான் பஸ் மாறவேண்டும். இரண்டாம் பஸ்ஸில் நான் ஒருவன்தான் பயணம். நான் இறங்கிய பிறகு காலியாகத்தான் அது போகும்.

என் அறையையடைந்து தொப்பி, பெரிய கோட், ஜோடு எல்லாவற்றையும் கழற்றி எறிந்தேன். ஒரு கப் காப்பி குடிக்கலாமென்று அடுப்பு மூட்டித் தண்ணீர் வைத்தேன். இப்போது நேரம் பார்க்கப் பேனா – கடிகாரத்திற்காகக் கோட்டின் உட்பையினுள் கைவிட்டேன். பை காலியாக இருந்தது.

அடுப்பில் தண்ணீர் கொதித்துக்கொண்டேயிருக்க நான் மீண்டும் என் ஜோடுகளைக் காலில் மாட்டிக்கொள்ளத் தொடங்கினேன். போயிற்று. போயிற்று. பதினைந்து டாலர் போயிற்று. அந்தப் பேனா கடிகாரத்தில் ஒருமுறைகூட நேரம் பார்க்கவில்லை. அதற்குள் தொலைத்தாகி விட்டது.

என் உடுப்பின் எல்லாப் பைகளையும் தேடிப் பார்த்துவிட்டேன். கோட்டின் உட்புறப் பையில் வெறும் பேனா – கடிகாரமாக வைத்தது நன்கு நினைவிருந்தாலும் கடைப்பெண் கொடுத்த அட்டைப் பெட்டியைத் திறந்து பார்த்தேன். என் ஓவர் கோட் பைகளில் தேடினேன். இல்லை. எங்கோ கீழேதான் விழுந்திருக்கிறது. இந்தக் குளிரிலும் இருட்டிலும் எப்படித் தேடுவது?

என்னைக் கொண்டுவந்த பஸ் அதனுடைய அன்றையக் கடைசிப் பயணத்திற்கு திரும்பிப் போய்க்கொண்டிருந்தது. நான் ஏறிக்கொண்டேன். டிக்கெட்டுக்காகச் சில்லறை போடாமல் நேராக நான் முன்பு உட்கார்ந்த இடத்திற்கு அடியில் தேடிப் பார்த்தேன். பஸ் டிரைவர் வண்டியைக் கிளப்பாமல் அப்படியே நிறுத்திவைத்திருந்தான்.

“என் பேனா ஒன்று தொலைந்துவிட்டது” என்று அவனிடமே சொன்னேன். அவன் பதிலேதும் சொல்லாமல் உண்டியல் பெட்டியில் நான் பயணக்காசு போடுவதற்காகக் காத்திருந்தான். பஸ் மிகவும் சுத்தமாக இருந்தது.

பெண்டகிரஸ்ட் போயடைந்தபோது அங்கிருந்து கே – மார்ட் திசை போகும் கடைசி பஸ் காத்திருந்தது. அதில் ஏறித் தரையில் தேடிப்பார்த்தேன். அதுவும் சுத்தமாக இருந்தது. சந்தேகமேயில்லை. கே – மார்ட்டிலிருந்து திரும்பி வரும்போது அரை மணி நேரம் அந்த பஸ் ஸ்டாப்பில் காலை உதைத்துக்கொண்டு காத்திருந்தபோதுதான் பேனா கடிகாரம் கீழே விழுந்திருக்கிறது.

முன் பஸ்ஸில் நான் டிரான்ஸ்பர் சீட்டு வாங்க மறந்திருந்தபடியால் இன்னொரு முறை பஸ் கட்டணம் செலுத்தினேன். கே – மார்ட் பஸ் ஸ்டாப் வந்தவுடன் கீழேயிறங்கி அதற்கு எதிர்த்திசை பஸ் நிற்கும் பஸ் ஸ்டாப்புக்கு ஓடினேன். அந்த இடமெல்லாம் நிறைய உறைபனி விழுந்தது கால் வைத்தபோது அரையடிக்கும் குறையாமல் புதைந்தது. இருட்டு.

சகிக்க முடியாத குளிர். ஒரு பயனுமில்லாமல் அழுத்தமாகப் பதினைந்து டாலர் இழந்த வருத்தம். ஓடாத கடிகாரத்தை ரிப்பேரும் செய்ய முடியாது; கடிகாரமும் இல்லை.

என் கையுறைகள் பாழாவதைக்கூடப் பொருட்படுத்தாமல் உறைபனியில் கையைவிட்டு நாலாபுறமும் துளாவிப் பார்த்தேன். இருட்டிலும் பனி கரைந்து மண்ணோடு சேர்ந்து சேறாவதை உணர முடிந்தது. பேனா கிடைக்கவில்லை.

நான் எழுந்து நின்றேன். அந்தக் குளிரிலும் என் கழுத்துப் பக்கத்தில் வியர்த்திருந்தது. தூரத்தில் கே–மார்ட் கடையின் விளக்குகள் தெரிந்தன. அயோவாசிடியின் விளக்குள் இன்னொரு புறத்தில் வெகு தூரத்தில் மங்கலாகத் தெரிந்தன.

எனக்குப் பேனா கடிகாரம் தொலைந்துபோன வருத்தத்தோடு ஒரு புதுக் கவலையும் பிடித்துக்கொண்டது. இந்த இருட்டிலும் குளிரிலும் எப்படி என் அறையைப் போய்ச் சேர்வது? இப்படி இருட்டில் தன்னந்தனியாக மாட்டிக்கொள்ளலாமா?

அமெரிக்காவில் எந்த ஊரிலுமே தனியாக, பாதசாரியாக, ஆறு மணிக்குப் பிறகு வெளியே செல்வது பைத்தியக்காரத்தனம் என்று ஒருவர் இல்லை ஒன்பது பேர் சொல்லியிருக்கிறார்கள்; அமெரிக்கர்களே சொல்லியிருக்கிறார்கள். பகல் வேளையில் ஜனநடமாட்டம் உள்ள சாலைகளில் அயோவாசிடியைப் போலச் சாதுவான இடம் உலகில் எங்குமே இருக்க முடியாது என்று தோன்றும். ஆனால் வழிப்பறி, கொலைக்கு இந்த கே–மார்ட் சுற்றுப்புறத்திற்கு இணையாக இன்னொரு இடம் அமைவது அவ்வளவு எளிதல்ல.

என் பைகளைத் தடவிப் பார்த்துக்கொண்டேன். பர்ஸ், பாஸ் போர்ட், ஒரு கைக்குட்டை, சில காகிதங்கள் இவைதான் இருந்தன. வழிப்பறிக்குப் பணம் இருந்தாலும் கஷ்டம், இல்லாது போனாலும் கஷ்டம். பர்ஸில் பணம் நிறைய இருந்தால் எல்லாம் போயிற்று. பணம் இல்லாது போனால் வழிப்பறிக்காரன் கோபத்தில் என்ன செய்வான் என்று சொல்ல முடியாது. பாஸ்போர்ட்டைக் கிழித்துப் போடலாம். சுண்டுவிரலை வெட்டித் தள்ளலாம். காதில் துளை போடுவது போலச் சுட்டுவிட்டுப் போகலாம்.

சாகத் துணிந்தவனுக்கு சமுத்திரம் முழங்கால் வரை. எனக்கு உறைபனி கணுக்கால் வரை இருந்தது. கே–மாாட்டிலிருந்து என் அறைக்குள்ள ஐந்து மைல் தூரத்தை ஐஸைவிடக் குளிரும் வெட்ட வெளியில் கால் நடையில் கடக்கத் துவங்கியபோது என்னுடைய ஒரே சிந்தனையெல்லாம் அடுத்த அடி எடுத்து வைப்பதைத் தாண்டிச் செல்லவில்லை. அவ்வப்போது அறுபது மைல் வேகத்தில் கார் என்னைத் தாண்டிச் செல்லும். அல்லது எதிர்ப்புறமிருந்து என்னைக் கடந்து போகும். அதில் ஏதாவது ஒன்று நின்று அதிலிருந்து ஒருவன் என்னைத் தாக்க வரக்கூடும். அதே நேரத்தில் அந்தக் கார்களில் போகிறவர்களும் ஒரு பயங்கரக் கொலைகாரன், கொலை செய்துவிட்டோ அல்லது கொலை செய்யவோ பதுங்கிப் பதுங்கிப் போகிறான் என்று என்னைப் பற்றி நினைக்கக்கூடும்.

சிறிது சிறிதாக நான் என் தெருவை நெருங்கிக்கொண்டு வரும்போது என்னால் வேறு சில விஷயங்களைப் பற்றியும் யோசிக்க முடிந்தது. எவ்வளவோ பணம் தொலைந்து போயிருக்கிறது. எவ்வளவோ பொருட்கள் பறிபோயிருக்கின்றன. பேனாவும் அவற்றோடு சேர்ந்துகொள்ளட்டும். இது பேனாவா? இல்லை. கடிகாரம். பேனா கடிகாரம். அல்லது கடிகாரப் பேனா. மிகவும் அழகாகத்தான் இருந்தது. ஒருமுறை அதை வைத்து எழுதவில்லை. ஒருமுறை நேரம் பார்க்கவில்லை. அதற்குள் தொலைந்து போய்விட்டது. எங்கோ உறைபனியில் விழுந்து கிடக்கும். அல்லது யாராவது தூக்கிப் போயிருக்கக்கூடும். அதை ஏன் நான் கோட்டின் உள்பையில் போட்டேன்? பேனா போலத்தான் கிளிப் இருந்ததே. சட்டைப் பையில் அல்லது கோட்டுப் பையில் குத்தி வைத்துக்கொண்டிருக்கக் கூடாது? ஏனோ கோட்டுப் பையினுள் என் கையை மீண்டும் விட்டுத் துழாவினேன். கோட்டு பழையது. உள் பையில் விரல் போகும்படியாக ஓட்டை விழுந்திருக்கிறது. வழவழவென்றிருந்த பேனா ஓட்டை வழியாகச் சந்தோஷமாக வழுக்கிக்கொண்டு விழுந்துவிட்டது. அறைக்குப் போனவுடன் கோட் உள்பையில் ஓட்டையைச் சரிசெய்ய வேண்டும். ஓட்டை இருப்பது இப்போதுதான் தெரிகிறது. இதற்கு முன்னால் இன்னும் என்னென்ன விழுந்து தொலைந்திருக்கிறதோ?

என் அறையை இன்னும் நெருங்கி வரும் வேளையில் மூளை உற்சாகமாகக்கூட இருந்தது. ஒரு மணி நேரம் அதைக் கடுமையாக நடத்திக் கதறக் கதற அடித்தாயிற்று. நன்றாக அழுது ஓய்ந்த நிம்மதியை அது இப்போது அனுபவித்துக்கொண்டிருந்தது.

இப்போது எனக்கு ஒரு சந்தேகம் வந்தது. கோட்டுகளின் உள்பைகள் வெளியே தெரிவதில்லை. பை இருக்கும் இடமே ஒரு நீளக் கீறல் மூலம்தான் தெரியும். அதாவது கோட்டுக்கு உட்புறம் லைனிங் என இருக்கும் துணிக்குள் இந்தப் பை இருக்கும்.

எனக்குச் சற்றுப் பரபரத்தது. லைனிங் துணிக்குள் கோட்டின் உள்பை இருந்தால் பேனா கடிகாரம் கோட்டுக்கு வெளியே விழுந்திருக்க நியாயமில்லை. பையில் என்ன ஓட்டை இருந்தாலும் விழுந்த பொருள்கள் லைனிங் துணிக்குள்ளேயே சிறைப்பட்டிருக்க வேண்டும்.

குளிரைப் பாராட்டாமல் அவசரம் அவசரமாக ஓவர்கோட் பொத்தான் களை விலக்கி என் கோட்டின் பொத்தான்களையும் நெகிழ்த்தினேன். கோட்டின் அடிபுறம் தடவிப் பார்த்தேன். பேனா கடிகாரம் ஓரிடத்தில் சிக்கிக்கொண்டிருந்தது.

1985

பாதாளம்

கால் வலிக்கிறது.

பதினைந்து நாட்களாக முழங்காலில் வலி. சில சமயங்களில் சுத்தமாக எழுந்திருக்கவே முடியாமல் போய்விட்டிருந்திருக்கிறது. கதைக்குக் கால் வேண்டியிருக்கிறதோ இல்லையோ கதை எழுதுவதற்குக் கால் வேண்டியிருக்கிறது. காலும் ஒரு பழக்கந்தான். காலில்லாதவர்களும், காதில்லாதவர்களும், கண்ணில்லாதவர்களும், பேச முடியாமல் போனவர்களும்கூட எழுதியிருக்கிறார்கள்.

எழுத வேண்டும் என்ற உறுதியான மனதிருந்தால் போதும், எழுதிவிடலாம் என்றுதான் கூறவேண்டும். ஆனால் மனம் தவிக்கிறது. தவிப்பதிலேயே எவ்வளவோ காலத்தைக் கழித்துவிடுகிறது. காலம் என்பதே மனதில் ஒரு சிருஷ்டிதான். மனம் இல்லாவிட்டால் காலம் சாத்தியமில்லை. அதே போல இந்த உலகமும் மனதின் சிருஷ்டிதான். எவ்வளவு ஜீவராசிகள் கண்ணுக்குத் தெரிந்தும் தெரியாமலும் இருக்கின்றன! இந்த மனித மனதிற்கு, ஒவ்வொரு தனி மனித மனதிற்குமுள்ள உலகம் போலல்லவே அதன் உலகம்?

எவ்வளவோ நாட்களுக்கு முன்பு ஓர் ஆலமரம் என் உலகமாயிருந்தது. பெரிய மரம். ஆனால் விசேஷமான மரமல்ல. அடி மரம் நான்கடி உயரம்கூட இருக்காது. ஆனால் நான்கடி ஏறிவிட்டால் அப்புறம் பதினைந்து திசைகளிலும் கோணங்களிலும் ஏறிப்போகக் கிளைகள். கிளைகளிலிருந்து உபகிளைகள். அப்புறம் விழுதுகள் மரமே தனக்குத் திரையிட்டுக் கொள்வது போல எல்லாப் பக்கங்களிலிருந்தும் உயரத்திலிருந்து தொங்கும்.

ஒரு கோடைக்காலத்தில் நானும் இன்னும் நான்கைந்து பேரும் இந்த உபகிளைகளிலிருந்து தொங்கும் சில விழுதுகளை வேறு கிளைகளின் விழுதுத் துண்டுகள்கொண்டு சேர்த்துக் கட்டிக் கூண்டு மாதிரி ஒன்று சிருஷ்டித்தோம். மரத்தில் ஏறி ஒரு சிறு இடைவெளி வழியாகக் கூண்டுக்குள் நுழைய

வேண்டும். கூண்டின் கூரைப்பகுதியை மெல்லிய விழுதுகளால் பின்னி இலைகள் தழைகளால் மூடினோம். அந்தக் கூரையின் கூரைத் தன்மையைப் பரிசோதித்துப் பார்க்க மழைக்காக காத்திருந்தோம். கூரைக்குச் சோதனை தருவதில் சூரியனுக்குச் சாமர்த்தியம் போதாது. ஆனால் மழை அப்படியல்ல. அப்போது நானிருந்த ஊர் மழைக்குப் பேர் போனது கிடையாது. அங்கு வருடமெல்லாம் பெய்யும் மழை இங்கு சென்னையில் நான்கு நாட்களில் கொட்டிவிடுகிறது.

ஒருநாள் மழை பெரிதாகப் பெய்ய ஆரம்பித்தவுடன் நான் அந்தக் கூண்டுக்கு ஓடினேன். தொப்பலாக நனைந்துகொண்டு மரத்தின் மீதேறிக் கூண்டுக்குள் என்னை நுழைத்துக்கொண்டேன். கூண்டுக்குள் மழை புக முடியவில்லை. சிறிது நேர மழைக்குப் பிறகுதான் ஒரு சில இடங்களில் சுறிறிலுமிருந்து கிளைகள் விழுதுகள் வழியாகத் தண்ணீர் கசிய ஆரம்பித்தது. கசிந்த நீர் அப்படியே கிளைகள் வழியாகக் கீழே போய்விடும். எனக்கு ஓரடி ஒன்றரை அடிக்கு எப்போதும் ஈரமற்ற இடம் அந்தக் கூண்டுக்குள் இருந்தது. ஆயுட்காலமெல்லாம் அந்தக் கூண்டுக்குள் கழித்துவிடலாம் என்று தோன்றியது. அந்த ஆலமரத்தில் கட்டை எறும்புகள் உண்டு. கட்டை எறும்பு கடித்து இரத்தம் வந்துகூட நான் பார்த்திருக்கிறேன். அன்றும் அந்தக் கூண்டுக்குள் எறும்புகள் கண்ணில் படத்தான் செய்தன. முதலில் எனக்கும் பயந்தான். ஆனால் அவை கடிக்கவில்லை. அவை கடிக்காமலிருந்து இடைவெளி அதிகமாக அதிகமாக எனக்குப் பயம் போய்விட்டது. எது எதையோ இழந்துவிட்டு வந்தபோது பெரிய ஏக்கம், மாறாத ஏக்கம் தோன்றவில்லை. ஆனால் அந்தக் கூண்டு இப்போதும் ஏக்கத்தைத்தான் உண்டு பண்ணுகிறது.

சமீபத்தில் சில ஆண்டுகள் முன்பு அந்த ஊருக்குப் போக நேர்ந்தபோது துடிக்கும் மனதோடு அந்த ஆலமரத்தைப் பார்க்கச் சென்றேன். மரம் இருந்தது. ஆனால் சுற்றுப்புறத்தில் நிறைய மாற்றங்கள். விசாலமான திறந்த வெளியில் தனியாகக் கம்பீரமாக நின்றிருந்த மரத்தைச் சுற்றி இப்போது பல வரிசை வீடுகள். உண்மையில் அந்த மரத்தைக்கூட அடையாளம் கண்டுகொள்ள முடியவில்லை. கீழே தரை இன்னமும் உயர்ந்திருந்தது. மரம் பல பகுதிகளைத் தானாகவும் பிறராலும் இழந்துவிட்டிருந்தது. மரமே கறுத்துப் போயிருந்த மாதிரி இருந்தது. மரத்தில் நாங்கள் சிருஷ்டித்த கூண்டின் சுவடே தெரியவில்லை. ஆனால் நன்கு கூர்ந்து பார்த்ததில் கூண்டு கட்டுவதற்காக அடித்திருந்த ஒரு ஆணி இன்னமும் காணக் கிடைத்தது. ஆணியின் தலை கிளையில் புதைந்து போயிருந்தது. வேறு யாருக்கும் அந்தப் பள்ளம் அந்தக் கிளையின் இதர மேடுபள்ளங்களிலிருந்து மாறுபட்டது என்று தெரிய நியாயமில்லை. அந்தப் பள்ளத்தை நான் கண்டு கொண்டவுடன் ஆர்வத்துடன் அந்த ஆணியின் தலையை தொட்டுப் பார்க்க முயற்சிசெய்தேன். சுண்டு விரலால்தான் முடிந்தது. அதுகூட விரல் ஆணியைத் தொட்டதா மரக்கிளைப் பள்ளத்தின் வேறு பகுதியைத்தான் தொட்டதா என்று உறுதியாகக் கூற முடியாது. அந்தப் பள்ளம் பாதாளமாகத் தோன்றியது. இறந்தவர்கள் எல்லாரும் பாதாளத்திற்குத்தான் போகிறார்கள் என்று சிலர் நம்புகிறார்கள். மனிதன் தோன்றியதிலிருந்து எவ்வளவு பேர் இறந்திருப்பார்கள்? எவ்வளவோ கோடிக் கோடிப் பேர். அத்தனை பேரும்

அந்தப் பாதாளத்தில் இருக்கும்போது சொல்கிறோம், இவன் ராசா, இவன் வாத்தியார், அவன் குமாஸ்தா, அவன் கடையில் வேலை பார்க்கிறவன், இவன் டாக்டர், இவன் பத்திரிகையில் வேலை பார்க்கிறவன், இவன் இன்ஜினீயர், இவன் ஹோமியோபதி டாக்டர்... இந்தப் பள்ளத்தில் அவர்கள் எல்லாரும் என்ன பண்ணிக்கொண்டிருப்பார்கள்? பாதாள டீச்சர், பாதாள டாக்டர், பாதாள இன்ஜினீயர், பாதாள குமாஸ்தா, பாதாளக் கதாசிரியை... பாதாளத்திற்குப் போய்க்கூட வெளியுலகத்தில் ஈடுபட்டிருந்த பணிகளையே தொடர வேண்டுமா? இருக்காது. பாதாளத்தை நரகமென்று கொள்வாரும் உண்டு. நரகத்தில் வேதனையிருந்தாலும் இந்த உலகத்தின் கட்டுதிட்டங்களும் தேவைகளும் இருக்க முடியாது. நிறைய ஓய்வு இருக்கும். அந்த ஓய்வை நினைத்தால் இப்போதே பாதாளத்திற்குப் போய்விட வேண்டும்போலத் தோன்றுகிறது. அதற்குத்தான் அந்த ஆலமரத்துக் கிளையில் இருந்த பள்ளமொன்றில் எப்போதோ அடித்த ஆணியின் தலையைத் தேடினேனோ?

இப்போது ஓய்வு இல்லை. ஓய்வு இல்லாத நிலையில் கால் வலி வேறு விண்விண்ணென்று தெறிக்கிறது. வலி இன்னும் ஒருநாள் அல்லது ஒருவாரம் அல்லது ஒரு மாதத்தில் போய்விடக்கூடும். ஆனால் மரக் கூண்டு தந்த ஓய்வு இனி சாத்தியமே இல்லை போலிருக்கிறது.

1985

கையெழுத்து

அறை வாசலில் நிழலாடிய மாதிரி இருந்தது. நிமிர்ந்து பார்த்தேன். யாரும் இல்லை. என்னுடன் அதே அறையில் வேலை பார்த்து வந்த தாஸும் ராமன் நாயரும் புள்ளி சேர்த்துக் கட்டம் கட்டும் விளையாட்டில் மூழ்கியிருந்தார்கள். நான் தலையைக் கவிழ்த்து எங்கள் கம்பெனி வண்டிகள் ஒவ்வொன்றையும் மாதம் ஐநூறு ரூபாய்க்குக் குறைவில்லாமல் பழுது பார்த்ததாக பில் அனுப்பும் அழகு ஆட்டோமொபைல்ஸ் கணக்கு வழக்கைப் பரிசோதிப்பதில் முனைந்தேன். ஒவ்வொரு பில்லிலும் ஐம்பது உட்பிரிவுகள் இருந்தாலும் கூட்டல் கழித்தலில் ஒரு தவறு இல்லாமல், அந்த ஒரு காரணத்திற்காகவாவது பில்லை நம்பகமானது என்று எண்ண வைத்துவிடும் அவர்கள் ஆற்றலை நினைத்து வியந்தேன். மறுபடியும் வாசலில் ஒரு கணம் வெளிச்சம் சிறுது குறைவடைந்து சரியாயிற்று. நிமிர்ந்து பார்த்தேன். யாரும் இல்லை. "ராமன் நாயர், யார் அங்கே? என்றேன். அந்த வாயிற்படி வழியாக என்னைவிட ராமன் நாயருக்கே வெளியுலகம் நன்றாகக் காணக்கிடைக்கும்.

"அந்தப் பொம்பளை நிக்குது" என்று ராமன் நாயர் சொன்னான்.

"எந்தப் பொம்பளை?"

"அதான் மல்லையாவோட பொண்ணு."

எங்கள் கம்பெனியின் நீளச் சம்பளப் பட்டியலில் மல்லையா என்று ஒரு பெயர்தான் 'ஸ்வீப்பர்' என்று போடப்பட்டிருக்கும். ஆனால் அவன் துடைப்பத்தையோ ஒட்டடைக் குச்சியையோ கையில் எடுத்து நான் பார்த்ததில்லை. அவனுடைய மனைவி, மக்கள், மைத்துனன், என யார் யாரோ அறைகளைப் பெருக்கிச் சுத்தம் செய்ய வருவார்கள். மல்லையா தோட்டத்தில் ஒரு மூலையில் நாளெல்லாம் உட்கார்ந்திருப்பான். மல்லையாவின் பல பெண்களை அவர்கள் குழந்தையாக இருந்த நாளிலிருந்து பார்த்திருக்கிறேன். பிற ஜாதிகளில் பெண்களுக்குக் கல்யாணம் செய்துவைப்பது கடினமாகிப் போயிருக்கலாம். ஆனால்

மல்லையாவின் பெண்கள் யாரும் பதினான்காம் வயதைக் கன்னியாகத் தாண்டியதில்லை. ஒரு வருடம், அதிகம் போனால் இரு வருடங்கள் அந்தப் பெண்கள் அங்கு கண்ணில் படமாட்டார்கள். ஆனால் அதன் பிறகு கணவன், குழந்தையுடன் எங்கள் கம்பெனி தோட்டத்தின் ஒரு மூலையில் உட்கார்ந்து பகல் உணவு சாப்பிடுவார்கள். ஒரு வார்த்தை பேசாமல் ஒரு மூலையில் நாளெல்லாம் உட்கார்ந்து பீடி குடித்துக்கொண்டு கிடக்கும் மல்லையாவைப் பார்க்கும்போது அவன் சுற்றமும், கிளையும் இவ்வளவு வளர்ச்சிகொண்டது என்று யாருக்கும் எண்ணத் தோன்றாது.

"என்னவாம்?" என்று ராமன் நாயரைக் கேட்டேன்.

ராமன் நாயருக்கு என்னைவிட மல்லையாவின் குடும்பத்தை நன்றாகத் தெரியும். அவன்தான் அந்தப் பெண்களையும் அவர்கள் கணவன்மார்களையும் அதட்டி விரட்டி வேலை வாங்குவான்.

"உங்களைத்தான் பார்க்கணுமாம், சார்!" என்று ராமன் நாயர் சொன்னான்.

"என்னை என்னப்பா பார்க்கக் கிடைக்கறது?" என்றேன். அக்கேள்வியில் தொனித்த தளர்ச்சியை நன்கு உணர்ந்தவளாக அந்தப் பெண் வாயிற்படியில் என் கண்பார்வையில் படும்படி நின்றாள்.

"என்னம்மா?" என்றேன்.

அவள் என் மேஜையருகே வந்து நின்றாள். எந்த எச்சரிக்கையும் இல்லாமல் அழ ஆரம்பித்தாள்.

"ஐயய்யோ! என்னது? இதெல்லாம் ஆபிஸு. இங்கே அழாதே! என்னாச்சு?"

அவள் அழுகையை உடனே நிறுத்தினாள்.

"என்ன வேணும்?"

"ஒரு கடுதாசி தரணும்."

"எதுக்கு?"

"அம்பது ரூபா லோனு வேணும்."

எங்கள் கம்பெனியில் முந்நூறு பேர் வேலை பார்த்தார்கள். அதில் குறைந்தது நூறு பேருக்காவது நான் 'லோன்' விண்ணப்பமும் சம்பள 'அட்வான்ஸ்' விண்ணப்பமும் மாறி மாறி எழுதித் தர வேண்டிய நிர்ப்பந்தம் வருடமெல்லாம் நேரும். 'லோன்' விஷயத்தில் ரொம்ப ராசியானவன் என்று எனக்குப் பெயர் வந்துவிட்டது.

இந்த விண்ணப்பங்களை எல்லாம் சேர்த்து வைத்து ஒரு நாள் முதலாளி பார்த்தால் எனக்கு என்ன நேரும் என்று நான் சில சமயங்களில் கற்பனைசெய்து பார்த்துச் சங்கடப்படுவதுண்டு. இதுவரை அவர் இன்னும் அதைச் செய்யவில்லை.

"எனக்கு இப்போ வேறே வேலையிருக்கு. நீ அவன்கிட்டே எழுதி வாங்கிக்க" என்று தாஸைக் காண்பித்தேன். தாஸ் விஷமமாக என்னைப் பார்த்துப் புன்முறுவல் செய்தான்.

“அவுங்க நீங்கதான் எழுதணும்கறாங்க.”

“போ, போ! என்னாலே முடியாது!”

அவள் மறுபடியும் அழ ஆரம்பித்தாள். தாஸூம், ராமன் நாயரும் அவர்கள் ஆட்டத்தைச் சுருட்டி வைத்துவிட்டு அறையைவிட்டு வெளியேறி னார்கள்.

நான் அவளைக் கவனியாதது மாதிரி அழகு ஆட்டோமொபைல்ஸ் காகிதங்களில் கூட்டல் கழித்தலைச் சரிப்பார்ப்பது போல இருந்தேன். ஆனால் எனக்கு ஒரு வேலையும் ஓடவில்லை என்பதை நாங்கள் இருவரும் உணர்ந்தபடி இருந்தோம்.

“சரி, சொல்லு. என்ன எழுதணும்?”

“ஊருக்குப் போகணும் சாரு.”

“எந்த ஊருக்கு?”

“என் புருஷன் ஊருக்கு!”

“ஏன், அவர் அழைச்சிண்டு போகமாட்டாரா?”

“அவரு என்னை விட்டுட்டுப் போயிட்டாரே?”

“அப்போ மல்லையாகிட்டே சொல்லு.”

“அவர்தான் ஒங்ககிட்ட சொல்லச் சொன்னாரு.”

“நான் என்ன பண்ண முடியும்? உன் புருஷன் யாருன்னு தெரியாதே?”

“தெரியும் சாரு. நீங்கதான் அவருக்கு வேலைக்கெல்லாம் கடுதாசி எழுதிக் கொடுத்தீங்க.”

“நானா?”

“ஆமாம், சாரு. நீங்க எழுதிக் கொடுத்துதான் அவர் வியாசர்பாடியிலே வேலைக்கு சேர்ந்தாரு.”

“இப்போ எங்கே இருக்காரு?”

“அங்கேதான்!”

“வியாசர்பாடி போறதுக்கு அம்பது ரூபா எதுக்கு? நான் வேணும்னா இரண்டு ரூபா தரேன். போய்ப்பாரு.”

அவள் ஒரு கணம் மௌனமாக நின்றாள். “அப்படி இல்லீங்க சாரு, எப்படியும் நாப்பது ஐம்பது ரூபா வேணும்.”

“நாப்பது அம்பது ரூபாயெல்லாம் யாரும்மா தருவாங்க?”

“அதாங்க லோனு எழுதச் சொன்னாங்க.”

“யாரு?”

“நாயினாதான்.”

“உன் அப்பாவையே வரச்சொல்லு.”

அவள் மீண்டும் அழத் தொடங்கினாள். எனக்கு அவள் அழுகையோடு அவள் பெரிதாகச் சுற்றி முடித்திருந்த தலை மயிர் எழுப்பிய எண்ணெய் வாசனையையும் பொறுக்க முடியவில்லை. சின்னக் குழந்தையாக மொட்டைத் தலையோடு சுற்றிய நாளிலேயே அவளைப் பார்த்திருக்கிறேன். இப்போதுகூட அவளுக்கு இருபது வயது நிரம்பியிருக்காது. அதற்குள் இரண்டு, மூன்று குழந்தைகள். போதாதற்கு ஓடிப்போன கணவன்.

"இதோ பார். செஞ்சம்மா. நான் அப்ளிகேஷன் எழுதினாக்கூட உனக்கு எப்படிப் பணம் தருவாங்க? நீயா இங்கே வேலை செய்யறே?"

"நான்தான் ஒரு வருஷமா வேலை செய்யறேன், சாரு."

"அது சரி, ஆனா வேலை உன் அப்பா பேருக்குத்தான் இருக்கு. பணம் கொடுத்தாகூட உங்க அப்பாவுக்குத்தான் தருவாங்க."

"நான்தான் சாரு வேலை பண்ணறேன்!"

"நீ வேலை பண்ணினா? உன்னை இங்கே வேலைக்கு வைக்கலியே – உங்க அப்பாவைத்தானே வைச்சிருக்கு. நீ போய் அவரை வரச்சொல்லு. நான் எழுதித் தரேன்."

"அவரு வரமாட்டாருங்க."

"ஏன்?"

"அவருதான் என் புருஷனை போடான்னுட்டாரு."

"அப்ப நான் என்ன செய்யறதும்மா? உனக்குப் பணம் தர மாட்டாங்களே!"

"நான் அக்கவுண்ட் ஐயாகிட்டே சொல்லிக்கிறேன். சாரு."

"நீ என்ன சொல்ல? அவரு மட்டும் எப்பிடித் தரமுடியும்? உன் அப்பாவைக் கொண்டு வா. அவரு கையெழுத்துப் போட்டாத்தான் பணம் கொடுக்கறதுன்னா தருவாங்க."

அவரு வரமாட்டாருங்க" அவள் மீண்டும் அழ ஆரம்பித்தாள்.

"ஏய் ராமன்! தாஸ்! எங்கே போயிட்டீங்க? இவகிட்டே விஷயத்தைச் சொல்லுங்கப்பா!"

அவர்கள் யாரும் வரவில்லை. நான் ஒரு வெற்றுத்தாளை எடுத்து மல்லையா எழுதுவது போல ஒரு விண்ணப்பம் எழுதினேன். தவிர்க்க முடியாத அவசரக் குடும்பச் செலவு ஏற்பட்டுவிட்டதாகவும், உடனே ஐம்பது ரூபாய் கொடுத்துதவி மாதம் ஐந்து ரூபாய் வீதம் சம்பளத்தில் பிடித்துக்கொள்ளும்படி மிகத் தாழ்மையுடன் கேட்டுக்கொள்வதாக முடித்தேன். "வா, உங்க அப்பாகிட்டே நானே வந்து சொல்றேன்" என்று சொல்லி எழுந்து நின்றேன்.

அவள் ஒரு கணம் தயங்கினாள். பிறகு அறையைவிட்டு வெளியேறினாள். கூடையும் துடைப்பமும் வெளி வராந்தாவில் இருந்தன. அதை அவள் தூக்கிக்கொள்ள நான் எங்கள் கம்பெனித் தோட்டத்தின் பக்கம் சென்றேன். ஏனோ அவள் என்னுடன் வரவில்லை.

மல்லையா மரத்தில் சாய்ந்து உட்கார்ந்த வண்ணம் பொறாமைப் படத்தக்க விச்ராந்தியுடன் பீடி குடித்துக் கொண்டிருந்தான். என்னைப் பார்த்துக் காலை மடக்கிக்கொண்டான்.

"ஒம் பொண்ணை ரூமுக்கு அனுப்பிச்சு அழுது புலம்ப வைக்கிறே! துரையாலே நேரா வரமுடியாதோ?"

"அதெல்லாம் இல்லீங்க."

"ஆமாம், என்னாச்சு?"

"எதுங்க?"

"என்ன எதுங்கறே? உனக்கு ஒண்ணுமே தெரியாதோ?"

"ஒண்ணுமில்லீங்க. கழுதைதான் கடுதாசி எழுதிண்டு வரேன்னுது."

"அதுக்கு அவளைத்தான் அனுப்பணுமா? நீ வரக்கூடாது?"

மல்லையா பேசாதிருந்தான்.

"சரி, இதுலே கைநாட்டு வை."

அவன் அந்தத் தாளை வாங்கிக்கொண்டான். "சரி, நீங்க போங்க" என்றான்

"மை வேண்டாம், இந்தா பேனா."

அவன் எனக்காகச் செய்வது போலப் பேனாவை வாங்கிக்கொண்டான். மூடி திறந்து வெகு நிதானமாக நிப்பின் மறுபுறத்தில் தனது இடதுகைக் கட்டை விரலைத் தேய்த்துக் கறுப்பாக்கிக் கொண்டான். நான் பேனாவைத் திரும்ப வாங்கிக்கொண்டேன்.

"சரி, நீங்க போங்க" என்றான்.

"நீ கைநாட்டு வைச்சுட்டா கீழே உன் கட்டை விரல்தான்னு ஒரு வரி எழுதிடுவேன்."

"அதெல்லாம் நான் பார்த்துக்கறேன், சாரு."

நான் திரும்ப இருந்தவன், "மை காஞ்சிடப்போறது" என்றேன்.

அடுத்த கணம் மல்லையா தடாலென்று எழுந்தான். பல்லைக் கடித்து நெறித்த வண்ணம் நான் எழுதிக்கொடுத்த விண்ணப்பத்தைச் சுக்கு நூறாக கிழித்தெறிந்தான்.

"என்னப்பா இது?" என்றேன் திகைப்புடன்.

"போய்யா! உன் வேலையைப் பார்த்துட்டுப் போய்யா! மேஜை பின்னாலே ஃபான் அடியிலே குந்திக்கிட்டு இருந்தா, எவன் வீட்டு வெவகாரத்திலயும் புகுந்துடலாம்னு பாக்கறியா?"

மல்லையாவின் முழு ஆகிருதியையும் அன்றுதான் முதல் தடவையாக நான் எதிர்கொண்டேன். ஐந்தடிகூட இல்லாத அந்த உருவம் நெருப்பாகத் தகித்துக் கொண்டிருந்தது.

எனக்கு ஒருகணம் கோபம் சீறிக்கொண்டு வந்தது. எனக்காகவா இந்தப் பொறுப்பில்லாத சோனித் தகப்பனைத் தேடிக்கொண்டு வந்தேன்? அதைவிட எனக்குக் கோபம் வந்ததற்குக் காரணம் இந்தக் கடன் விண்ணப்பத்தை இன்னொரு முறை எழுதவேண்டி வருமே என்கிறதும்தான்.

“இந்தக் குப்பையையாவது நீ பெருக்கிப் போடு” என்றேன்.

“போய்யா உன் வேலையைப் பார்த்துட்டு, என் வீட்டுப் பொண்ணு தகராறு பண்ணினாப் பெரிசா ராசி பண்ணவரான். எல்லாம் எனக்குத் தெரியும், போ.”

நான் என் அறைக்குத் திரும்ப வந்தேன். இப்போது அழகு ஆட்டோ மொபைல்ஸ் கணக்கு ஒவ்வொன்றும் தகராறு அடித்தது. பத்துப் பதினைந்து பில்களை நான் சரி பார்த்து அனுப்பி அன்றே பணம் பட்டுவாடா ஆக வேண்டும். இல்லாது போனால் மாலைச் சீட்டாட்டத்தின் போது அழகுக்காரர் என் முதலாளியிடம் ‘என்ன, இப்பல்லாம் உன் கம்பெனியிலேருந்து செக் வர்றதுக்கு ரொம்ப லேட்டாறது?’ என்று பேச்சோடு பேச்சாக சொல்லிவைப்பான். எவ்வளவு கடன் விண்ணப்பங்கள் நடுவில் இந்தக் கணக்கு வழக்குகளை நான் சரி பார்த்து முடிக்க வேண்டியிருக்கிறது என்று அவர்கள் யாருக்கும் தெரிய நியாயமில்லை.

செஞ்சம்மா மீண்டும் என் அறை வாயிற்படி முன்னால் நின்றாள். அவளைக் கண்டதுமே தாஸும், ராமன் நாயரும் வெளியே போய்விட எழுந்தார்கள்.

“இருங்கப்பா. என்னை ஏன் தனியா விட்டுட்டுப் போய்விடறீங்க?” என்று கோபமாகச் சொன்னேன். செஞ்சம்மாவைப் பார்த்து, “நீ என்னை என்னன்னு நினைச்சிட்டிருக்கே? உன் அப்பன் என்னைக் கண்டபடி பேசறான். போ, போ, உன் விஷயத்திலெல்லாம் நான் தலையிட முடியாது” என்றேன்.

“இப்பா நாயினா கையெழுத்துப் போடறேங்கறாரு” என்றாள்.

“பெரிய துரை! அவர் போடறாருன்னா நான் ஓடிப் போய் சலாம் போடணும். திட்டினா வாயை மூடிண்டு திரும்பி வரணும்.”

“இல்லீங்க. இப்ப போடறேங்கறாரு.”

“அவரு போட்டா போடட்டும். போடாம போகட்டும். இனிமே என்கிட்டே வராதே.”

“நீங்கதான் எழுதித் தரணும்.”

“இவ்வளவு பெரிய கம்பெனியிலே நான் ஒருத்தன்தானா எழுதித் தர்றதுக்கு? போ, போ வேறே யார்கிட்டேயாவது எழுதிக்கோ.”

அவள் அழ ஆரம்பித்தாள்.

“இங்கே அழுதுகிழுது வம்பு பண்ணினா உன்னை இந்த காம்பவுண்டுக்குள் ளேயே வர முடியாதபடி பண்ணிடுவேன்.”

இதெல்லாம் சாத்தியமில்லை என்று எனக்குத் தெரியும். அவளுக்கும் தெரியும். தாஸ், ராமன் நாயர் எல்லோருக்கும் தெரியும்.

"நானே எங்கேயாவது போயிடறேன்" என்று சொல்லி மேஜை மீதிருந்த அத்தனை காகிதங்கள் மீதும் ஒரு பெரிய கண்ணாடிக் குண்டை வைத்துவிட்டு எங்கள் கம்பெனி காண்டின் பக்கம் விரைந்தேன். செஞ்சம்மாவும் என் பின்னே ஓடி வந்தாள். தோட்டத்தின் இன்னொரு மூலையில்தான் காண்டீன் இருந்தது. நான் சற்று வேகமாக நடந்தேன். அவளும் வேகமாகப் பின் தொடர்ந்தாள். என் நடை கிட்டத்தட்ட ஓடுவது போல மாறிற்று. அவளும் பின்னால் ஓடி வந்தாள். அவளிடமிருந்து ஏதாவது நகை நட்டை நான் பிடுங்கிக்கொண்டு ஓடுகிறேன் என்றுகூட யாரும் நினைக்கக்கூடும். தோட்டத்தின் நடுவில் சடாலென்று நின்று திரும்பினேன். அவளும் என் முன்னால் அப்படியே நின்றாள்.

"என்னை என்னதான் பண்ணித் தொலைக்கச் சொல்லறே?" என்று கேட்டேன்.

"இந்த வாட்டி நாயினா கையெழுத்துப் போட்டிருவாங்க."

"வா, என் கையோட. உன் அப்பனையே கேக்கறேன்."

மல்லையாவைக் கழுத்தை நெறித்துப் போட்டுவிடலாமென்று தோன்றியது. அவன் ஞானிக்குரிய அமைதியுடன் மரத்தில் சாய்ந்துகொண்டு புகைத்துக் கொண்டிருந்தான்.

"ஏம்ப்பா, அங்கே ஏதோ பங்களாலே இருக்காரே, அவர் எனக்கு முதலாளியா? நீ முதலாளியா?" என்று கேட்டேன்.

அவன் எனக்குப் பதில் தரவில்லை. அவன் மகளைப் பார்த்துக் கண்களை விரித்து, "போடி அப்பாலே!" என்றான். அவள் உடனே மறைந்தாள்.

"மல்லையா, நான் உன்னைக் கையெடுத்துக் கும்பிடறேன். என் வேலை போயிடும். தயவுசெய்து இனிமே நீயும் உன் குடும்பமும் என்னைச் சும்மா விட்டுடுங்க."

மல்லையா என்னைப் பரிவோடு பார்த்தான்.

"உன் குடும்ப விஷயமெல்லாம் எனக்கெதுக்கு? உன் பொண்ணு திரும்பத் திரும்ப அங்கே வந்து அழுதுட்டு நிக்குது. தயவுசெய்து என்னை விட்டுடு."

"நான் வரச் சொல்லலீங்க. லோன் போடணும்னு நான் சொன்னதுக்குத் தான் அதுவா உங்ககிட்டே வந்து நிக்குது."

"லோன் போடணும்னா போட்டுத் தொலையேன்."

"எதுக்குப் போடறது?"

"நீதானே சொன்னே?"

"பொண்ணைக் கட்டிக் குடுத்தா அது புருஷன் வீட்டுல தானே இருக்கணும். ஒவ்வொரு பொண்ணா, புருஷன், குழந்தை, மாமியார், மாமனாருன்னு இங்கேயே வந்து குவிஞ்சா?"

நீதானே எல்லோரையும் கூட்டிச் சேக்கற மாதிரி இருக்கு?"

“இந்தக் கழுதைங்கள யாரைய்யா சேத்தா? அதுகளான்னா வந்து வந்து தொலையுது! போ, போன்னு விரட்டின்னாலும் திரும்ப இங்கேயே வந்து நிக்குதுங்க.”

“நீ ஒரு வேலையும் செய்யாம அதுகளை வேலை வாங்கறே.”

“அப்படியாவது போகுமான்னு பாக்கறேன், நகர மாட்டேங்குதே! இங்கே வந்து கூடையையும், துடைப்பத்தையும் தூக்கிக்குது. இந்தக் கழுதை புருஷனுக்கு என்ன சம்பளம் தெரியுமா?”

“எனக்கெப்படித் தெரியும்?”

“எல்லாம் சேர்த்து நானூறுக் கணக்குக்கு வாங்கறான். எல்லாத்தையும் வட்டிக்குக் கடன் கொடுத்துட்டுப் பொஞ்சாதி பிள்ளைங்களை இங்கேயே தள்ளிடறான். அதான் அவனைப் போடான்னு விரட்டினா இவளும் கூடத் தானே ஓடணும்? இன்னும் அம்பதைக் கொண்டா. நூறைக் கொண்டான்னு உயிரை வாங்குது. இந்த வாட்டி சொல்லிட்டேன். இனிமே அப்பன் செத்த முகத்தை மட்டும் பாக்க வான்னு.”

நான் என் அறைக்குத் திரும்பிவந்து வெகு கவனமாக இன்னொரு கடன் விண்ணப்பம் எழுதினேன். அதை மல்லையாவிடம் கொடுத்தபோது சாதகமாக முடிய வேண்டுமென்று பிரார்த்தனைகூடச் செய்தேன். என் பிரார்த்தனைக்கும் அதன் விளைவுக்கும் எந்தப் பொருத்தமுமில்லை. அன்று இரவு தூக்கத்தில் மல்லையா இறந்து போய்விட்டான். அவனுடைய குடும்பத்திலேயே யாருக்காவது அவனுடைய வேலையைக் கொடுத்து விடலாமென்று முடிவு செய்யப்பட்டது.

இப்போதெல்லாம் கடன் விண்ணப்பங்களில் செஞ்சம்மாவே கையெழுத்திடுகிறாள்.

1985

அடையாளம்

தான் செய்யும் தொழில் போலீசிடமிருந்து கடுமை யான தண்டனையைப் பெற்றுத்தரும் என்ற நினைவே அகன்றிருந்தபோது, பிரச்சினை திரும்ப முளைத்துவிட்டது. இம்முறை அவ்வளவு எளிதாக அது தீர்ந்துவிடாது என்று திவாகருக்குத் தோன்றியது. தினமும் பிற்பகல் ஹைதராபாத் எக்ஸ்பிரஸில் தொடங்கி இரவு பெங்களூர் மெயில் வரை, சென்னை சென்ட்ரல் ஸ்டேஷனில் மூன்று நான்கு வண்டி களிலாவது அவனுடைய அழுக்குத் துண்டுகள் ரிசர்வ் செய்யப் படாத பெட்டிகளின் மேல் தட்டுகளில் கிடக்கும். வண்டி கிளம்புவதற்கு இரண்டு மூன்று மணி நேரத்திற்கு முன்னால் அது எங்கோ ஸ்டேஷனிலிருந்து வெகுதூரத்தில் நிறுத்தி வைக்கப்பட்டிருக்கும். வண்டியை உள்ளேயும், வெளியேயும் கழுவிச் சுத்தம்செய்து, ஒவ்வொரு கதவையும் பூட்டியும் வைத்திருப்பார்கள். போர்ட்டர் சபேசனிடமிருந்து சாவி வாங்கி வந்து, திவாகர் ரயில் வண்டியில் அவன் துண்டு போட்டிருக்கும் பெட்டியில் ஏறிப் படுத்துக்கொள்வான். ரயில்வே பாதுகாப்புப் படைக்காரர்கள் கண்ணில் படாமல் குறைந்தது ஒரு மணி நேரமாவது இருட்டில் ரயில் பெட்டியில் ஒளிந்து கொண்டிருக்க வேண்டும். வண்டியை பிளாட்பாரத் துக்கு எடுத்து வந்தவுடன் சபேசன் ஏதாவது பயணிகளை பிடித்து வருவான். ஆளுக்கு மூன்று, நான்கு, ஐந்து ரூபாய்க் கூடக் கிடைக்கும். இதுதான் கடந்த இரு வருடங்களாக நடந்து வருகிறது. இனி முடியாது போலிருக்கிறது.

திவாகர் சென்ட்ரல் ரயில் நிலையத்தையொட்டிச் செல்லும் ஒத்தைவாடைச் சாலையில் பத்மனாபனைத் தேடிப் போனான். கேரளத்திலிருந்து வருபவர்கள் சாதாரணமாக டீக்கடைதான் வைப்பார்கள். ஆனால் பத்மனாபன் மனைவி தமிழ்க்காரி. அவள் ஓர் இட்லிக் கடையை நடத்த, பத்மனாபன் பக்கத்துத் தெருவில் இருக்கும் ஒரு விடுதியில் மானேஜருக்கு உதவியாள னாக இருந்தான்.

வெளியூரிலிருந்து சென்னைக்கு வருபவர்களைத் திவாகர் முதலில் பத்மனாபனிடம்தான் அழைத்து வருவான். இதனால் அந்த விடுதிக்காரர், பத்மனாபன், திவாகர் மூவருக்கும் பயன் உண்டு.

"என்ன ஒரு மாதிரியா இருக்கே?" என்று பத்மனாபன் திவாகரைக் கேட்டான்.

"புது ஸ்டேஷன் சூப்பிரண்ட் ரொம்பத் தொல்லை பிடிச்சவனாயிருப்பான் போலிருக்கு ..."

"எல்லோரும் புதுசா வரப்போ இப்படித்தான் கெடுபிடி பண்ணுவாங்க. அப்புறம் எல்லாம் சரியாப் போயிடும்!"

"இங்கே மைக்கேல் மேலே கேஸ் போட்டு உள்ளேயே தள்ளிட்டாங்க."

"நீயும் கூடத்தான் இரண்டு தரம் உள்ளே போயிட்டு வந்திருக்கே ..."

"அதெல்லாம் ரெண்டு நாள் – ஒரு வாரம்தான். இந்த வாட்டி மைக்கேலை மூணுமாசம் தீட்டிவிட்டாங்க!"

"மூணுமாசமா?"

"ஆமாம். மூணு மாசம்."

விடுதி அறை ஒன்றைக் காலி பண்ணிவிட்டு ஒருவர் பத்மனாபனிடம் சாவியைக் கொடுக்க வந்தார். பத்மனாபன் ஒரு பெரிய நோட்டுப் புத்தகத்தைப் புரட்டியவடி, "என்னிக்கு வந்தீங்க?" என்றான்.

"நேத்து" என்றார் அவர். திவாகரைப் பார்த்து, "இந்த ஆள்தானே இங்கே கொண்டுவிட்டது" என்றார்.

"மூணு ரூபா இருந்தா தாருங்க. பத்து ரூபாயா தரேன்" என்று பத்மனாபன் சொன்னான்.

"அதெப்படி? இருபத்தஞ்சு ரூபா வாங்கிண்டீங்களே?"

"இரண்டு நாள் கணக்கு, சார்! அப்புறம் சர்வீஸ் சார்ஜ். அதை ஒரு நாளைக்குத்தான் போட்டிருக்கேன்."

"ஏன் அதை இரண்டு நாள் போட்டுட்டு ரூம் வாடகையை ஒரு நாளாக்கறது?"

"அதெப்படி சார்?"

"நீ என்னவாவது பண்ணித் தொலை!"

அந்த மனிதர் முன்பணம் கட்டியிருந்ததில் பாக்கி இருந்ததை வாங்கிக்கொண்டு வெளியே போனார். பத்மனாபன் திவாகரிடம் ஒரு ரூபாய் தந்தான். "ரெண்டு ரூபாதானேப்பா?" என்று திவாகர் கேட்டான்.

“ஓ . . . ரெண்டு நாளா?” என்று சொல்லிவிட்டுப் பத்மனாபன் இன்னொரு ரூபாயைத் தந்தான். அப்படியே அந்த வழியாகப் போய்க் கொண்டிருந்த சபேசனைப் பார்த்து, “ஓ . . . குரு!” கூப்பிட்டான்.

சபேசன் திரும்பிப் பார்த்தான். பத்மனாபனுடன் திவாகரும் இருப்பதைக் கண்டு விடுதியினுள் நுழைந்தான். “மாமனும் மச்சானும் காலையிலேயே எங்கே கொள்ளையடிக்கத் திட்டம் போட்டிருக்கீங்க?” என்றான்.

பத்மனாபன் இந்தக் கேள்வியைப் பொருட்படுத்தவில்லை.

“மைக்கேலுக்கு மூணுமாசமா கொடுத்திருக்காங்க?” என்று கேட்டான்.

“அதான் நேத்தே இந்தத் தெலுங்குப் பயகிட்டேச் சொல்லிட் டேனே . . . இனிமே யார்டிலேயே இடம் பிடிக்கிறது எல்லாம் முடியாது.”

“மாமூலைக் கொஞ்சம் கூட்டிக்கிறது.”

“முடியாது நாயரே! நேத்து செவன் டவுன் வண்டிலே மட்டும் முப்பது துண்டை எடுத்துட்டுப் போயிட்டாங்க . . . நம்ம தெலுங்கு பையன்து கூட இருக்கு. மாட்டிண்டா இரண்டு மாசம், மூணு மாசம் நிச்சயமாக உள்ளே தள்ளிடுவாங்க!”

“அப்போ, இந்தப் பையனுக்கு என்னதான் வழி?”

“நான் போன வருஷமே காங்கிமென்னா சேத்துடறேன்னு சொன்னேன். இவனுக்கு மெட்ராஸ் இட்லியும், மெட்ராஸ் சினிமாவும் பிடிச்சுப் போயிடுத்து... காங்கிமேன்னா எல்லா இடத்துக்கும்தான் போகணும் . . . பத்து நாள், பதினைஞ்சு நாள் எங்கேயோ காட்டிலேயும், மேட்டிலேயும் இருந்துதான் ஆகணும். துண்டு வைச்சே பொழைச்சுக்கறேன்னு சொன்னான். இப்போ துண்டே போயிடுத்து!” – இதைச் சொல்லிவிட்டு சபேசன் கிளம்பிவிட்டான்.

பத்மனாபன் மேஜை டிராயரை இழுத்துப் பூட்டினான். திவாகரிடம், “ஒரு பத்து நிமிடம் இங்கேயே இரு; இதோ வந்துடறேன்” என்று சொல்லிவிட்டுப் போனான்.

திவாகர் ஒரு பெஞ்சில் உட்கார்ந்துகொண்டான். அதை வரவேற்பு அறை என்பதைவிட, வெளியே ஓடிப் போகத் தூண்டும் இடைவழி என்று அழைப்பதுதான் பொருந்தும். அந்த வரவேற்பு அறைக்கு ஏற்றபடிதான் விடுதியில் அறைகளும் இருக்கும். ஆனால் அதைவிட வசதியான இடத்திற்கு திவாகர் போன்றவனின் சிபாரிசு தேவைப்படுமா?

அந்த விடுதிக்குக்கூட அவன் சிபாரிசு தேவையில்லை என்று தெரிவிப்பது போல, முரட்டுத் துணியில் ஜிப்பா – பஞ்ச கச்சம் வேஷ்டி அணிந்தவர் ஒருவர் தடிச்சுருட்டு ஒன்றைப் புகைத்துக்கொண்டு பெட்டி படுக்கையுடன், மனைவி கை குழந்தையுடன் அந்த விடுதி வரவேற்பறையில் நுழைந்தார். அந்தக் குறுகலான இடைவழியில் அவர்களைத் தாண்டி வெளியே செல்ல

முடியாது என்பதை உணர்ந்த திவாகர், தலைகுனிந்து ஏதோ வேலையில் ஈடுபட்டிருப்பது போல மேஜைக்குப் பின்னால் ஒடுங்கினான். வந்தவர் தெலுங்கில், "ரூம் இருக்கிறதா?" என்று கேட்டார்.

திவாகர் தலைகுனிந்தபடியே, "இருக்கிறது. மானேஜர் வெளியே போயிருக்கிறார்" என்று தெலுங்கிலேயே பதில் சொன்னான்.

சுருட்டுக்காரர் ஒரு கணம் திவாகரை உற்றுப் பார்த்தார். "டேய்!" என்றார்.

திவாகர் தலை நிமிர்ந்தான்.

"இங்கே என்ன பண்ணிக் கொண்டிருக்கிறாய்?" என்று சுருட்டுக்காரர் தெலுங்கில் அதட்டினார். அப்போது பத்மனாபன் வந்துவிட்டான். சுருட்டுக்காரன் திவாகரை மிரட்டுவது கண்டு அவனும் கலவரம் அடைந்தவனாக, "என்ன விஷயம்?" என்றான்.

"மானேஜர் எங்கே?" – அவர் தெலுங்கில் கேட்டார்.

"நான்தான் உதவி மானேஜர்" பத்மனாபன் தமிழில் பதில் சொன்னான்.

"இந்தப் பையன் யாரு?" என்று அவர் தெலுங்கில் கேட்டார்.

அது புரியாமல் பத்மனாபன் திவாகரிடம், "என்னடா சொல்றாரு?" என்று கேட்டான்.

அவன் பதில் சொல்வதற்குள் அந்த மனிதர் தெலுங்கில், "இந்தப் பையன் வீட்டைவிட்டு இங்கே ஓடி வந்திருக்கிறான்... எவ்வளவு நாட்களாக இங்கே இருக்கிறான்?" என்று கேட்டார்.

பத்மனாபன் விழித்தான். சுருட்டுக்காரருடைய மனைவி, "உங்கம்மா சாகக்கிடக்கிறாள். நீ இங்கே நிம்மதியாகச் சுற்றிக் கொண்டிருக்கிறாயே..." என்றாள்.

திவாகர், "எனக்கு அம்மா கிம்மா யாரும் கிடையாது!" என்று அவளிடம் சொன்னான்.

"ஐயயோ! அடப்பாவி! அவளானால் மகனே மகனே என்று நாளெல்லாம் கதறிக்கொண்டு இருக்கிறாள். நீ இப்படிப் பேசுகிறாயே? நிம்மதியாகத் தூங்க முடியுதா? உங்கம்மா நெஞ்சு வேகுமா?" என்று தெலுங்கில் ஒரு பாட்டுப் பாடுவது போலக் கேட்டாள்.

பத்மனாபன் திவாகரைக் கடுமையாகப் பார்த்தான். "என்னடா விஷயம்?" என்று கேட்டான்.

பத்மனாபன் ஒரு ரூம் சாவி எடுத்து "நீங்க என்கூட வாங்க!" என்றான். அக்குடும்பம் திவாகரைத் திரும்பித் திரும்பிப் பார்த்த வண்ணம் உள்ளே போயிற்று.

ஐந்து நிமிடத்திற்குப் பிறகு பத்மனாபன் வரவேற்பறை மேஜையருகே வந்தான். திவாகரைப் பார்த்து மீண்டும், "என்னடா ஆச்சு?" என்றான்.

"அவங்க எங்க ஊர்க்காரங்க..."

"அதனால?"

"அம்மாவுக்கு உடம்பு சரியில்லையாம்..." இப்படிச் சொல்லிவிட்டுத் திவாகர் கண்ணீர்விடத் தொடங்கினான்.

"உனக்கு யாரும் இல்லைன்னு சொன்னியே?"

"அம்மா, அக்கா, தம்பி, தங்கையெல்லாம் இருக்காங்க. நான்தான் ஓடி வந்துட்டேன்."

"ஏண்டா?"

"அப்பா, அம்மாவை விட்டுட்டுப் போயிட்டாரு."

திவாகர் அழுதுகொண்டிருந்தான். பத்மனாபன் சொன்னான் "நானும் என் அம்மாவை விட்டுத்தான் மெட்ராஸ் வந்தேன். அப்பா ஓடிட்டார்னு இல்லை! அம்மாவுக்கே சோத்துக்கு வழியில்லாதப்போ, எனக்கும் சேர்த்து அவளைத் திண்டாட வைக்க வேண்டாமேன்னுதான்."

பத்மனாபன் திவாகரின் தோள் மீது கை வைத்து தட்டிக் கொடுத்தான்.

"பாவம்; அப்பா – அம்மா யாருமே இல்லாத பசங்க ரயில்லே துண்டு போட்டுப் பொழைக்க வந்தாங்கன்னா அவுங்களுக்குப் போட்டியா, உன் மாதிரி ஆளுங்களும் வரலாமா?"

திவாகர் கண்களைத் துடைத்துக்கொண்டான்.

"கையிலே ஏதாவது காசு வைச்சிருக்கியா?" என்று பத்மனாபன் கேட்டான்.

திவாகர் சட்டைப் பையிலிருந்து இரண்டு ரூபாயை எடுத்துக் காண்பித்தான்.

"இது இப்ப நான் கொடுத்தது... வேற ஏதாவது வச்சிருக்கியா?"

"போர்ட்டர்கிட்டே பத்து ரூபா இருக்கும்!"

"உன் ஊர் எது?"

"ஹைதராபாத் பக்கத்தில ஒரு சின்ன கிராமம்."

"நீ பேசாம ஊருக்குப் பேயிடு."

'முடியாது' என்று திவாகர் தலையை ஆட்டினான்.

"இன்னி ராத்திரியேகூட உன்னை போலீஸ் பிடிச்சுண்டு போய் இரண்டு மூணு மாசம் உள்ளே தள்ளிடும்... சபேசனே சொல்றான், இனிமே துண்டு போறதெல்லாம் ரொம்பக் கஷ்டம் என்று... நீ இங்கே எங்கேன்னு கூலி வேலைக்குப் போய் எப்படி பொழைக்கப் போறே? நான் சொல்றதைக் கேளு. பேசாம ஊரைத் தேடிண்டு போ!"

"இந்த மூஞ்சியை வைச்சுண்டு யார் மூஞ்சியிலே முழிக்கிறது?"

"உன் அம்மா மூஞ்சியிலே முழிக்கிறதுக்கு உனக்கு வேற மூஞ்சி வேணுமா? ஜெயிலுக்குப் போனாப் புது மூஞ்சி வரும். சரிதானா?"

திவாகர் பேசாமல் நின்றான். அப்போது விடுதி மானேஜர் வந்தார். பத்மனாபன் அவரிடம் மேஜை டிராயரைத் திறந்து சாவி, பணம், சில காகிதங்களை எடுத்துக் கொடுத்தான். திவாகர் சாலைக்குச் சென்று காத்திருந்தான்.

சபேசன் வந்தான். "உன் மச்சான் என்ன சொல்றாரு?"

என்று திவாகரைக் கேட்டான்.

"திரும்பி ஊருக்குப் போகச் சொல்றாரு."

"ஊருக்குப் போயி என்ன பண்ணுவே?"

"அம்மா இருக்காங்க..."

"நீ அவளுக்கு சோறு போடுவியா? அவ உனக்குச் சோறு போடுவாளா?"

திவாகர் பதில் சொல்வதற்குள் பத்மனாபனும் சாலைக்கு வந்துவிட்டான். "நான் செல்லம்கிட்ட சொல்லி, ஒரு இருபது ரூவா வாங்கித் தரேன். நீ ஒரு இருவது ரூவா கொடு. இந்த மனவாடுவை அவன் ஊருக்கு அனுப்பிடலாம்!" என்று பத்மனாபன் சபேசனிடம் சொன்னான். செல்லம் அவனுடைய மனைவியின் பெயர்.

சபேசன் கிளம்பிப் போய்விட்டான். பத்மனாபனும் திவாகரும் செல்லத்தின் கடைக்கு வந்து இட்லி சாப்பிட்டார்கள். பத்மனாபன் சொன்னான்: "இதோ பார், பணத்தை வாங்கிண்டு மறுபடியும் துண்டு போடப் போகாதே. ஒழுங்கா டிக்கெட் வாங்கிட்டு ஊரைப் பார்க்கப் போய்ச் சேரு!"

இருவரும் இட்லியை விழுங்கிவிட்டுக் கை கழுவிக்கொண்டார்கள். பத்மநாபன் கேட்டான்:

"ஆமாம்; அந்தப் பெரியவரு வந்தாரே – உங்க ஊர்க்காரரு... யார் அவரு?"

திவாகர் பதில் சொல்லவில்லை. பத்மனாபன் மீண்டும் கேட்டான்: "யார்ரா... அது?"

"எங்க அம்மா அவர் கூடத்தான் வாழ்ந்தாங்க!"

"அப்படீன்னா...?"

சிறிது மௌனத்திற்குப் பிறகு திவாகர் பதில் சொன்னான்: "அதுதான் எங்க அப்பா!"

1985

நள்ளிரவில் ஒரு புதுப்பாடம்

குரொயட்ஸ் விழித்துக்கொண்டார். விழித்திருந்தால் மட்டும் போதாது என்ற உணர்வு அவரைத் தொந்தரவுபடுத்தத் தொடங்கியது. தழையத் தொடங்கிய அந்த விமானம் இன்னும் சிறிது நேரத்தில் பம்பாய் நகரத்தின் தரை தட்டும்.

தன்னுடைய சுறுசுறுப்பான நாற்பத்து நான்கு ஆண்டுகளில் குரொயட்ஸ் பல நாடுகளின் விமான நிலையங்களில் இரவு பகல் என எல்லா நேரங்களிலும் தரை தட்டியிருக்கிறார். ஜெர்மன் சினிமா வரலாற்றாசிரியர் என்கிற முறையிலும் ஃபாஸ்பைண்டர் என்ற ஜெர்மன் சினிமா மேதையின் படைப்பு களின் நிபுணர் என்ற முறையிலும் அவர் தம் குறிப்புகளையும், பல சந்தர்ப்பங்களில் சினிமாச் சுருள்கள் அடங்கிய டப்பாக் களையும் சுமந்துகொண்டு உலகத்தின் மகா ஏழை என்ற நாட்டி லிருந்து உலகத்தின் கஜானா என்ற நாடுவரை சென்றிருக்கிறார்.

இப்போது தென்னிந்தியாவிலுள்ள ஹைதராபாத் நகரத் தில் ஒரு சர்வதேசத் திரைப்பட விழா. அங்கு ஃபாஸ்பைண்டர் படங்களில் சிறப்பானவை அனைத்தையும் திரையிடத் திட்டமிட்டிருக்கிறார்கள். அந்த நிகழ்ச்சியை நடத்தித் தரத்தான் குரெயாட்ஸ் இந்திய மண்ணில் காலடி வைக்கவிருந்தார். பம்பாயில் இறங்கி வேறு விமான நிலையம் போய் ஹைதராபாத் நகரத்துக்கு வேறு விமானம் பிடிக்க வேண்டும்.

ஒரு புது நாட்டிற்குப் போவது பற்றிய பரபரப்பு அவருக்கு என்றோ அடங்கிப் போயிருந்தது. ஆனால் இந்த நள்ளிரவில் விமானம் பம்பாய் நகரத்தில் இறங்க ஆயத்தமாகும் வேளையில் அவர் மனம் தெம்பாக இல்லை.

இந்திய மக்கள் அவர் தரும் விளக்கங்களுக்கு எப்படிப் பட்ட வரவேற்பு தருவார்கள்? எந்த மாதிரியான ரசிகர் குழுவுக்கும் ஆர்வம் ஏற்படும்படியாக உரை நடத்த அவர் தேர்ச்சிபெற்றிருந்தார். அவருடைய ஐயம், அவருடைய உரைகள் பற்றியல்ல. ஃபாஸ்பைண்டரின் படங்கள் பற்றி. அதிலும் குறிப்பாக 'க்யுரல்' படம் . . . ஃபாஸ்பைண்டரின் கடைசிப் படம். அது தயாரிக்கப்பட்ட நாளில் உலகம்

எய்ட்ஸ் நோயின் தகவல்களை அதிகம் அறிந்ததில்லை. 'க்யுரல்' படத்தின் எல்லாப் பாத்திரங்களும் எய்ட்ஸ் நோயைப் பெற்றே தீரவேண்டும் என்று செயல்பட்டார்கள். குரொயட்ஸ் வரை 'க்யுரல்' இன்னொரு ஃபாஸ்பைண்டர் படம். ஆனால் அது இந்தியாவில் காட்ட உகந்ததா? ஒவ்வொரு கலாச்சாரத் தினரும் அவரவர்களுடைய தளைகளை அவர்களேதான் அறுத்துக்கொள்ள வேண்டும். ஃபாஸ்பைண்டர் படத்தில் வரும் கணவர்கள் ஆப்பிரிக்கர்களுக்கு வெறும் அசடுகளாகத் தோன்றினார்கள். மனைவிக்குக் காதலன் ஒருவன் இருக்கிறான் என்று தெரிந்தால் ஒரு கோடாலி கொண்டு இருவரையும் தீர்த்துக் கட்டாமல் கணவன் இராக் கண்விழித்துத் தலை மயிரைப் பிய்த்துக்கொள்வதா?

பக்கத்து வரிசைப் பயணியிடமிருந்து ஒரு செய்தித்தாள் கீழே விழுந்தது. குரொயட்ஸ் அதை எடுத்துப் பிரித்தார். இப்படித்தான் இன்னொரு விமானப் பயணத்தின்போது கீழே விழுந்த செய்தித்தாள் அவருக்கு மறக்க முடியாத அனுபவமாக முடிந்தது. அது நார்வே நாட்டின் உள்நாட்டு விமானம். அந்தச் செய்தித் தாள் நார்வீஜிய மொழியிலிருந்தது. குரொய்ட்ஸுக்கு அம்மொழி தெரியாது. ஆனால் சில எழுத்துக்கள் புராதன ஜெர்மன் மொழியின் எழுத்துகள் போலிருந்தன. அவரறிந்த எழுத்துகளாகப் படித்துப் போகை யில் திடீரென்று ஒரு வரியில் அவர் பெயர் இருப்பது போலிருந்தது. குரொயட்ஸ் அத்தாளைப் பத்திரப்படுத்தி கொண்டார். ஆஸ்லோ நகரத்தில் இறங்கியபின் முதல் வேலையாக ஒரு நார்வே நண்பரிடம் கொடுத்துப் படித்துச் சொல்லச் சொன்னார். அது குரொயட்ஸ் பற்றித்தான். அவர் எழுதிய ஒரு நூலுக்கு விரிவாகவும் நுணுக்கமாகவும் விமரிசனம் இருந்தது. ஜெர்மனியில் அந்த நூல் ஐநூறு பிரதிகள்கூட விற்கவில்லை. எந்த ஜெர்மன் பத்திரிகையிலும் ஒரு சிறு குறிப்பு வெளிவரவில்லை. ஆனால் கிரீஸ் நாட்டில் அதே நூல் 10,000 பிரதிகள் விற்றது. இதோ நார்வே நாட்டில் சிறப்பானதொரு விமரிசனம்! ஞானிக்குத் தன்னூரில் மதிப்பில்லை. சினிமா ஆய்வாளர்களுக்கும் கூடத்தான்.

சர்வதேச விமான நிலையங்களுக்கு உரித்தான எண்ணற்ற காரிடார் களைக் கடந்து விசாலமான லவுஞ்ஜுக்குத் தன் ஆறு சாமான்களுடன் வந்து சேர்ந்த குரொயட்ஸ் ஒரு நிமிடம் நின்று ஆசுவாசப்படுத்திக் கொண்டார். ஆறில் மூன்று பெரிய 'ஜம்போ' சினிமாச் சுருள்கள் கொண்ட டப்பாக்கள்.

இந்தியாவின் இதர ஊர்களுக்குச் செல்ல அவர் பம்பாயிலேயே இன்னொரு விமான நிலையத்துக்குச் செல்ல வேண்டும் என்று கூறியிருந் தார்கள். தனக்குப் பயணச் சீட்டு தந்த விமான ஏர்லைன்ஸ் நபர் யாராவது கிடைப்பானா என்று குரொயட்ஸ் பார்த்தார். அவருடன் வந்த இதர பயணி கள் எல்லாரும் ஆனந்தமாக எங்கெங்கோ சிதறியிருந்தார்கள். குரொயட்ஸ் தன் பெட்டிபைகளைத் தூக்கிக் கொண்டு ஏர்லைன்ஸ் அலுவலகப் பகுதிக்குச் சென்றார். அது மூடியிருந்தது. குரொயட்ஸ் மீண்டும் லவுஞ் ஜுக்கு வந்து எல்லாம் தெரிந்தவன் போலத் தோன்றியவன் ஒருவனை, "இன்னொரு ஏர்போர்ட் போவதற்கு லுப்தான்ஸா பஸ் இருக்கிறதா?" என்று விசாரித்தார்.

"லுப்தான்ஸா பஸ் எதற்கு? வேறு எவ்வளவோ பஸ்கள் இருக்கின்றனவே?" என்று அவன் சொன்னான்.

“லுப்தான்ஸாவில் நான் பணம் தர வேண்டியிருக்காது.”

“உங்களிடம்தான் விமான டிக்கெட் இருக்கிறதே?”

“உங்களுக்குத் தெரியுமா? நான் பணம் தர வேண்டாமா?”

“நிச்சயமாகப் பணமே வேண்டாம்.”

அந்த மனிதனின் மீசை அச்சமூட்டுவதாக இருந்தாலும் குரொயட்ஸ் சொன்னார்: “அவர்கள் இந்திய நாணயத்தில் கட்டணம் கேட்டால் என்னிடம் கிடையாது. நான் இங்கேயே மாற்றிக்கொள்கிறேன்.”

“இங்கே என் மாற்றுகிறீர்கள்? உங்கள் ஹோட்டலில் செய்யுங்கள். அல்லது வேறு பாங்கில் மாற்றிக்கொள்ளுங்கள். ஏர்போர்ட்டில் மட்டும் உங்கள் டாலர்களை வெளிக்காட்டாதீர்கள்.”

“ஏர்போர்ட்டில்தான் பாங்க் இருக்கிறதே?”

“ஆஹா, மாற்றக் குறைந்தது ஒரு மணி நேரமாவது ஆகும்.”

அந்த மனிதன் கூறியது சரி என்பது போல பாங்க் ஜன்னல் முன்னால் ஒரு நீளமான கியூ இருந்தது. அதைவிடச் சோர்வு தந்தது, ஜன்னலுக்குப் பின்னால் யாருமில்லாதிருந்தது.

அந்த நேரத்தில் ஒரு மனிதர், “பஸ் கிளம்பப் போகிறது,” என்று அவரைத் தள்ளிக்கொண்டு போனார்.

“எங்கே?” என்று குரொயட்ஸ் கேட்டார்.

அந்த மனிதர் திரும்பி, “இன்னொரு விமான நிலையத்துக்கு,” என்று சொல்லிவிட்டு ஓடினார். கட்டுண்டவர்போல குரொயட்ஸ் தன் சாமான்களைத் தூக்கிக்கொண்டு வேகமாக அந்த ஆளைப் பின்பற்றினார்.

விமான நிலையத்தின் திறந்த வெளிப்பகுதியில் ஒரு பஸ் நின்றுகொண்டிருந்தது. குரொயட்ஸ் அரும்பாடு பட்டுத் தன் சாமான்களை பஸ்ஸின் கதவு வழியாக உள்ளே தள்ளினார். சீருடை அணிந்த ஒருவன் எல்லாப் பயணிகளையும் விட்டுவிட்டு அவரிடம் மட்டும் வந்தான். “டிக்கெட் இருக்கிறதா பஸ்ஸுக்கு?”

“நான் வாங்குகிறேன். டாலர் கொடுக்கலாமல்லவா?”

“கீழே இறங்குங்கள். இங்கே இந்திய நாணயம்தான்.”

பஸ்ஸின் பின்புறத்துச் சிவப்பு விளக்கு கண்ணிலிருந்து மறையும் வரை குரொயட்ஸ் அங்கு நின்றார். விமான நிலையத்தினுள்ளேயே சென்றுவிடலாம் என்று முடிவுசெய்தார். அப்போது மிக உயரமான ஒருவன் அவரிடம் வந்து, “லுப்தான்ஸா பஸ்தானே, இங்கே இருக்கிறது,” என்றான். அவர் பதில் சொல்லும் முன் அவருடைய இரு பெரிய பெட்டிகளைத் தூக்கிக்கொண்டான்.

“எங்கே?” என்று குரொயட்ஸ் கேட்டார்.

“அதோ,” என்றான். அவன் காட்டிய திசை ஒரே இருட்டாக இருந்தது.

குரோயட்ஸ் தட்டுத் தடுமாறி அந்த ஆளைப் பின்தொடர்ந்தார். "ஏன் இவ்வளவு தூரத்தில் நிறுத்தி வைத்திருக்கிறீர்கள்?" என்று கேட்டார். அந்த ஆள் அவருடைய பளுவான பெட்டிகளைத் தூக்கிக் கொண்டிருந்தாலும் வெகு விரைவாகப் போய்க்கொண்டிருந்தான். குரோயட்ஸுக்கு மூச்சுவாங்கியது.

அவர்கள் அநேகமாக சாலைக்கே வந்துவிட்டார்கள். ஒரு கார் இருட்டில் நின்றுகொண்டிருந்தது. அந்த ஆள் அவருடைய பெட்டிகளைக் காரின் டிக்கியில் வைத்தான்.

"இதுவா லுப்தான்ஸா வண்டி?" என்று குரோயட்ஸ் கேட்டார்.

"ஆமாம், தாருங்கள் உங்கள் கையிலிருப்பதையும்." அவன் அத்தனை பொருள்களையும் டிக்கியில் அடுக்கி வைத்தான். காரின் கதவைத் திறந்து, "ஏறுங்கள்," என்றான்.

குரோயட்ஸ் தலையைக் குனிந்து வண்டியினுள் ஏறப்போனார். உடனே வண்டியினுள்ளிருந்து இரு முரட்டுக் கைகள் அவரை உள்ளே இழுத்தன. உண்மையில் நான்கு முரட்டுக் கைகள். அவரை உள்ளே இழுத்துக் கதவை மூடிய பின் கத்தி போன்றது ஒன்று அவருடைய கழுத்தைத் தொட்டுக்கொண்டு இருந்தது. அந்த உயரமான ஆள் நிதானமாக, "தயவு செய்து சத்தம் போடாதீர்கள்," என்றான். வண்டி கிளம்பியது.

குரோயட்ஸ் பதறவில்ல. எவ்வளவு சினிமாக்களில் இதே மாதிரிக் காட்சிகள் வந்திருக்கின்றன! ஐரோப்பிய நகரங்களில் பலமுறை அவர் பர்ஸ் போயிருக்கிறது. வழிப்பறி நடந்திருக்கிறது. ஒருமுறை அவருடைய காரின் கண்ணாடியை உடைத்து அவருடைய நீச்சலுடையை ஒருவன் திருடிப் போயிருந்தான். திருடு போனதைவிட அந்தக் கண்ணாடிதான் அவருக்கு நிறையச் செலவு பிடித்தது.

இருட்டாயிருந்தாலும் நெருக்கடி ஏற்படும்போது ஒரு புது ஆற்றல் செயல்படுகிறது. வண்டியில் அவரைத் தவிர நான்கு பேர் இருக்கிறார்கள். தனித் தனியாக அவர்களில் ஒருவனும் அவருடைய ஒரு கைக்குத்தைக்கூடத் தாங்க மாட்டான். ஆனால் ஆயுதங்கள் வைத்திருப்பவர்களிடம் என்ன செய்ய முடியும்?

"எங்கே கொண்டு போகிறீர்கள்?" என்று குரோயட்ஸ் கேட்டார்.

"நீங்கள் இன்னொரு விமான நிலையம் போக வேண்டும் என்றீர்களே, அங்குதான். ஒரு விஷயம். இந்த வண்டியில் கட்டணம் அமெரிக்கப் பணத்தில்தான். இருபது டாலர் எடுக்கிறீர்களா?"

"என்ன?"

"ஒன்றுமில்லை, இன்னொரு விமான நிலையத்திற்கு அழைத்துச் செல்ல இருபது டாலர் கட்டணம். நீங்களாக எடுக்கிறீர்களா அல்லது உங்கள் பக்கத்தில் இருக்கும் நண்பரை உங்களுக்கு உதவச் சொல்லட்டுமா?"

குரோயட்ஸ் டிரௌஸர் பாக்கட்டினுள் கையை விட்டார். உதிரியாக இருநூறு டாலர்களுக்கு மேல் அதில் இருந்தது. 'டிராவலர்ஸ் செக்' கோட்டின் உள் பையில் இருந்தது. இப்போது இவர்களுக்கு அவர் பணம்

வைத்திருக்கும் இடம் தெரிந்துபோய்விடும். அவரிடம் இருப்பதை எல்லாம் பிடுங்கிக்கொள்ள எவ்வளவு நேரமாகப் போகிறது?

குரொயட்ஸ் விரல்களை நோட்டுகளிடையே புரட்டினார். அமெரிக்க நோட்டுகளில் ஒரு சங்கடம் என்னவென்றால் ஒரு டாலர், பத்து டாலர், ஐம்பது டாலர், நூறு டாலர் எல்லாமே ஒரே அளவு. எப்படி என்று இருபது டாலர் நோட்டை மட்டும் எடுப்பது? கார் போகும் பாதை கும்மிருட்டாக இருந்தது. எங்கோ வெகு தூரத்தில் சில விளக்குகள் தெரிந்தன. ஆனால் அவற்றால் ஒரு புண்ணியமும் இல்லை.

ஒரு சூதாடிக்குரிய மன நிலையில் குரொயட்ஸ் மூன்று நோட்டுகளை வெளியே உருவி எடுத்தார். கடவுளே, இவை அனைத்துமே ஐந்து, பத்து டாலர் நோட்டுகளாக இருக்கக் கூடாதா?

கத்தி வைத்திருந்தவன் பக்கத்திலிருந்தவனிடம் ஏதோ சொல்ல அவன் ஒரு சிகரெட் லைட்டரைக் கொளுத்தினான். ஒரு கணத்தில் எல்லாருடைய முகங்களும் தெரிந்தது. அந்த உயரமான ஆள் குரொயட்ஸை உற்றுப் பார்த்தான். குரொயட்ஸுக்கு ஒரு முறை மூச்சு தவறியது. கையிலிருந்த மூன்று நோட்டுகளில் நூறு டாலர் நோட்டுகள் இரண்டு. மூன்றாவது ஒரு இருபது டாலர் நோட்டு.

லைட்டர் ஆள் நொடியில் இருபது டாலர் நோட்டைப் பிடுங்கிக் கொண்டு லைட்டரை அணைத்தான். குரொயட்ஸ் அடுத்த கணத்துக்குக் காத்திருந்தார். இந்த இருநூறை இன்னொருவன் பிடுங்கப் போகிறான். அடுத்தவன் பையில் இருக்கும் மீதப் பணத்தை எடுக்கப் போகிறான். அவர் அணிந்திருந்த கோட் தோலினாலேயே தைக்கப்பட்டது. அதுவே ஆயிரம் டாலர் பெறும். அப்புறம் அவருடைய 'செக்'குகள், கடிகாரம், பேனா, உயிர்... சினிமாவுக்கும் வாழ்க்கைக்கும்தான் எவ்வளவு வித்தியாசம்? சினிமாவில் கதாநாயகன் இந்த நான்கு பேர்கள் என்ன. பதினான்கு பேர்கள் இருந்தாலும் சமாளித்துத் தப்பிவிடுவான். அதிலும் ஐரோப்பியப் படங்களில் கதாநாயகன் வெறும் அனாமதேயங்களிடம் அடிபடுவது என்றே கிடையாது. அவன் சாகத்தான் வேண்டுமென்றால் அவன் நிராகரித்த பெண் 'பாயிண்ட் பிளாங்க்' தூரத்தில் சுடுவாள்...

கார் திடீரென்று ஒரு வரப்பு மீது ஏறுவது போலச் சீறிப் பாய்ந்து இரு பெரிய குலுக்கல்களுக்குப் பிறகு நின்றது. நல்லவேளை கத்தி வைத்திருந்தவன் சற்றுக் கவனமாகவே இருந்தான். குரொயட்ஸ் ஓரக் கண்ணால் வெளியே பார்க்க முயன்றார். நூறு கஜ தூரத்தில் வரிசையாகப் பிரகாசமான விளக்குகள்.

விளக்குகள் வரிசையாக இருக்கும்போதுதான் எவ்வளவு அழகாக இருக்கின்றன! எவ்வளவு விளக்குகள் இருக்கும்? இருபது? முப்பது? ஐம்பது? இந்த விளக்கு வரிசைக்கு முடிவே இல்லை போலிருக்கிறதே! தொடு வானத்திற்கு அப்பாலும் சென்று இந்த பூமிக் கோளத்தையே சுற்றி வருமோ? இவ்வளவு விளக்குகள் கண்ணுக்குத் தெரிந்தும் என்ன பயன்? இங்கே ஒருவர் முகமும் கண்ணுக்குத் தெரியவில்லை. இந்த வழிப்பறிக்காரர்கள் வழிப்பறிக்காரர்களாக மட்டும் இருக்க வேண்டும். பணம், உடை,

உடைமைகள் போய்விடுவது கூடப் பரவாயில்லை. உடலெல்லாம் கத்திக் குத்துக் காயங்களுடன் இங்கேயே மல்லாந்து கிடத்திவிடக் கூடாது.

"இறங்குங்கள்," என்று உயரமான ஆள் சொன்னான்.

"இது என்ன இடம்?"

"இதுதான் இன்னொரு விமான நிலையம். சாண்டா குரூஸ்."

உயரமானவன் முதலில் இறங்கிக் கதவைத் திறக்க, குரொயட்ஸ் ஒரு காலை வெளியே எடுத்து வைத்து இறங்கினார். "பத்திரம், தலை பத்திரம்," என்று அவன் சொன்னான். எல்லாருமே வெளியே இறங்கிவிட்டார்கள். அங்கும் இருட்டுதான்.

குரொயட்ஸ் இருநூறு டாலரை டிரவுசர்பையில் நுழைத்துக் கொண்டார். "நான் போகலாமா?" என்று கேட்டார்.

"கொஞ்சம் இருங்கள். இரண்டு நிமிஷம்," என்று உயரமான ஆள் சொன்னான்.

"ஏன், இன்னும் என்ன?"

"ஏர்போர்ட்டிலிருந்து தள்ளுவண்டி கொண்டுவரப் போயிருக்கிறான். இதோ வந்துவிடுவான்."

குரொயட்ஸ் சுற்றும் முற்றும் பார்த்தார். வானத்தில் தென்பட்ட ஏராளமான நட்சத்திரங்களின் தொடர்ச்சியாக சாண்டகுரூஸ் விமான நிலைய விளக்குள் தெரிந்தன. அத்துவானமான இடம். விமான நிலையம் அத்துவானத்தில் இல்லாமல் வேறெங்கு இருக்கும்?

கடகடவென்று சிறு சக்கரங்கள் உருளும் சப்தம் அவர்களை நெருங்கியது. தள்ளுவண்டிக்காகப் போனவன் திரும்பி வந்துவிட்டான்.

அந்த நான்கு பேரும் குரொயட்ஸின் பெட்டி முதலானவற்றைத் தள்ளுவண்டியில் அடுக்கி வைத்தார்கள். அந்த உயரமானவன் ஒரு முறை விரல்களைச் சொடுக்க அவனுடைய கூட்டாளிகள் காரில் ஏறிக் கொண்டார்கள். அவன் குரொயட்ஸ் பால் கையை நீட்டினான்.

"நாங்கள் போய் வருகிறோம். குட்பை."

அவனும் வண்டியில் ஏறிக்கொள்ள கார் குரொயட்ஸைப் பிரதட்சிண மாக வந்தது. அவரைக் கடக்கப் போகும் தருணத்தில் அந்த உயரமான ஆள் மீண்டும் சொன்னான் "குட் பை, சார், ஜாக்ரதையாகப் பார்த்துப் போங்கள்."

அந்த வண்டியின் பின்புறத்துச் சிவப்பு விளக்குகளும் கண்ணிலிருந்து மறையும் வரை குரொயட்ஸ் நின்றார். பிறகு தள்ளு வண்டியை விமான நிலையம் திசையை நோக்கித் தள்ளிக்கொண்டு போனார்.

1986

அம்மாவின் பொய்கள்

அந்தக் கொட்டகையின் அகலப் பக்கம் ஒன்றில் ஒரு மூலையிலிருந்து இன்னொரு மூலை வரை வெள்ளையடிக்க வசதியாகச் சாரம் கட்டியிருந்தது. முழுக்கச் சாரம் போலில்லாமல் நடுநடுவே சில பலகைகள் தொங்கவிடப்பட்டிருந்தன. சாரத்திற்கு எதிரே அமைக்கப்பட்ட காலரியில் நானும் டிமோதியஸும் உட்கார்ந்தோம். நெருக்கமாக எல்லாப் படிகளிலும் உட்கார்ந்தாலே அந்தக் காலரி நூறு நூற்றிருபது நபர்களுக்கு மேல் இடந்தராது. எங்களோடு இன்னும் ஐம்பது பேர் உட்கார்ந்திருப்பார்கள். உட்கார்ந்த பின் மீண்டும் சாரத்தைப் பார்த்தபோது அது ஒரு வரிசை வீடுகளாகக் காட்சி தந்தது. தெரு வீடுகள், தொங்கிய பலகைகள் ஒன்றோடொன்றாக ஒட்டியிருந்த வீடுகளின் முன் வாயிற்படிகள் அல்லது தெருவை நோக்கிய ஜன்னல்கள்:

திடீரென்று ஒரு பெண் அலங்கோலமாக ஓடிவந்து ஒரு வீட்டின் முன் குப்பைக் குவியலாக விழுந்தாள்; சாரம் போன்ற வீடுகளில் (அல்லது வீடுகள் போலிருந்த சாரத்தில்) அங்குமிங்கும் மனிதர்கள் தோன்றினார்கள். அவர்கள் உடை, தோற்றத்திலிருந்து எல்லாரும் சாதாரணப் பொருளாதார நிலையுடையவர்கள். அந்தத் தெருவே வசதி குறைந்தவர்கள் வசிக்குமிடம். ஒவ்வொரு வீட்டிலும் வெவ்வேறு இடங்களில் ஒருவர் அல்லது இருவர். தொண்டு கிழத்திலிருந்து பதினைந்து வயதுப் பெண் அல்லது ஆண் வரை பாத்திரங்கள். ஒவ்வொரு முகமும் செயலும் வெவ்வேறு மனநிலையையும் மூளை நிலையையும் காட்டின. அந்த நிகழ்ச்சி நடந்த ஒன்றரை மணி நேரமும் ஒரு ஜன்னலருகே உட்கார்ந்த பெண் தனக்குத்தானே பேசிச் சிரித்து அழுதுகொண்டிருந்தாள். தெருவில் ஓடி வந்து விழுந்த பெண் கொச்சை தொனிக்கும் ஆங்கிலத்தில் பேச ஆரம்பித்தாள். விக்டோரியா ஹார்ட்மன் அமைத்து அளித்த அயோவா ரிப்பர்ட்வா தியேட்டரின் புது நாடகம் துவங்கியது.

ஒரே நேரத்தில் சுமார் பதினைந்து வெவ்வேறு நடிக நடிகையர் வெவ்வேறு செயல்களில் ஈடுபட்டிருக்கையில்

அந்த நிலை குலைந்த பெண்ணின் பேச்சைச் சரிவரக் கேட்பது சிரமமா யிருந்தது. திடீரென்று நான், “டிமோதியஸ், இது உன் ‘கத்திகள்’ கவிதை போலிருக்கிறதே?” என்றேன்.

அவன் யமதர்மராஜன் போல, “ஆமாம்” என்றான்.

எனக்கு உடனே சாவதற்கு விருப்பமில்லை. அந்தப் பெண் பேசிய பிறகு ஒரு மூலையிலிருந்து ஒரு மனிதன் விம்மி விம்மி அழுகையில் சில சொற்கள் சொன்னான். அதுவும் பழக்கப்பட்டதாக இருந்தது. “இது கஜுகோ எழுதியது போலிருக்கிறதே?” என்றேன்.

டிமோதியஸின் கவிதை முடிந்து விட்டபடியால் அவன் பூலோகத்திற்கு இறங்கி வந்திருந்தான். “இதுவே கவிதை நாடகந்தானே,” என்றான்.

“இது முழுக்க ஒருவராக எழுதியது இல்லை போலிருக்கிறது.”

“விக்டோரியா ரொம்பக் கெட்டிக்காரி. கவிதை இல்லாமலே கூட ஒரு கவிதை நாடகம் போட்டுவிடுவாள்.”

நான் அதை நம்பத் தயாராக இருந்தேன். உதிரி உதிரியான கவிதை வரிகளை, ஒரு போலந்துக்காரன் எழுதியதையும் ஒரு ஜப்பான்காரி எழுதியதையும் இணைத்து, ஒரு மந்திரக்காட்சி போல, எந்த விதத்திலும் எந்தச் சம்பிரதாய நாடக பாணியும் கையாளாமல், எங்கள் முன் ஒரு மிகத் தீவிரமான நாடக நிகழ்ச்சி நடந்துகொண்டிருந்தது. விக்டோரியா எங்காவது கண்ணில் தென்படுவாளா என்று பார்த்தேன். அவள் நாடகத்தை முடுக்கிவிட்டு எங்கோ யாருக்கும் தெரியாத இடத்தில் ஒளிந்துகொண்டிருக்க வேண்டும்.

நான் விக்டோரியாவை அதிகம் போனால் இரண்டு அல்லது மூன்று முறை பார்த்திருப்பேன். எங்களுடைய இங்கிலீஷ் – பிலாஸபி பகுதியில் வாரத்தில் மூன்று நாட்களுக்குக் காலை பதினொரு மணி முதல் ஒரு மணி வரை அமெரிக்க இலக்கியம் பற்றிய விவாதம் நடக்கும். இந்த உலகத்தில் இலக்கியம் பற்றி நாங்கள் விவாதிக்க இன்னும் ஏதாவது பாக்கியிருக்கிறதா என்கிற தோரணையில் இருந்த பிலிப்பைன்ஸ் நாட்டு வெர்ஜீனியா, அவளுடைய பரம வைரியாகப் போய்விட்ட ஹங்கேரி நாட்டு ஆக்னஸ், சக்ரவர்த்தினியோ என நினைக்கக்கூடும் கஜுகோ, ருமேனிய நாட்டு சர்வாதிகாரியாக இருக்க வேண்டிய பீடர் பெட்ரோஸ், ஒரே நாவல் ஒரே உடை குபேக்னா – இவர்களெல்லாம் இந்த இங்கிலீஸ் – பிலாஸபி பக்கம் திரும்ப மாட்டார்கள். நானும் ஹாங்காங்க் யீயும் போலந்துக்காரர்கள் அனைவரும் தவறாமல் பத்து ஐம்பதுக்கே ஹாலில் போய்க் காத்திருப்போம். எங்களுக்கும் இந்த அமெரிக்க இலக்கியம் புதிதல்ல. ஆனால் ஒரு மேஜையைச் சுற்றி ஆங்கிலத்தில் விவாதம் என்னும்போது இந்த ஐரோப்பியர்கள் அனைவரும் தயங்கினார்கள். யீ வாயே திறக்கமாட்டான். இந்த விவாத – வகுப்புகளுக்குப் பொறுப்பு ஏற்றிருந்த ஜான். பீன் இதைப் பற்றி என்னிடம் யோசனை கேட்ட பிறகுதான் நானே இந்த வகுப்புகளுக்குப் போக ஆரம்பித்தேன். என் முன்னிலையில் பேசாதவர்கள் எல்லாரும் பேசினார்கள். காரசாரமாக விவாதித்தார்கள். டிமோதியஸ் ஒருநாள் என் கையைப் பிடித்துக்கொண்டு, “நீ ஒருவன்தான் நாங்கள் ஆங்கிலம்

பேச முயலும்போது எங்களைச் சங்கடப்படாமல் இருக்கும்படி காது கொடுத்துக் கேட்கிறாய்" என்றான். இதே டிமோதியஸ் ஏழு மாத காலம் முடிவதற்குள் அமெரிக்கக் கல்லூரியில் போலிஷ் இலக்கியத்தைக் கற்றுத் தரும் அளவுக்கு ஆங்கில மொழியில் முன்னேற்றம் அடைந்திருந்தான். எங்கள் விவாத–வகுப்பு நடக்கும்போது ஒருமுறை மிகவும் பயந்த தோற்றம் கொண்ட விக்டோரியா எங்கள் ஹாலுக்கு வந்து காப்பி குடித்துவிட்டுப் போவாள். ஒருமுறை டிமோதியஸ் அவளோடு ஏதோ பேசினான். அந்த ஊரில் கல்லூரிப் படிப்பு படித்துக்கொண்டிருக்கும் ஆயிரம் பெண்களில் அவளும் ஒருத்தி என்றுதான் நான் நினைத்துக் கொண்டிருந்தேன்.

"வா, ஒரு நாடகம் பார்ப்போம்" என்று மட்டும் சொல்லித்தான் டிமோதியஸ் என்னை இங்கு இழுத்து வந்திருந்தான். வெள்ளையடிக்கக் கூடியது போன்ற சாரம் ஒன்றை நாடகக் களமாக வைத்துக் கவிதை வரிகள் உச்சரிக்கப்படும்போதுதான் அது அந்த பயந்த தோற்றம் தெரிய நின்ற பெண்ணான விக்டோரியா ஹார்ட்மன் உருவாக்கிய நாடகம் என்று தெரியவந்தது.

டிமோதியஸுடைய கவிதை நடிக்கப்படுவது பற்றி அவனுக்குத் தெரிந்திருக்க வேண்டும். நான் வெறும் உரைநடைக்காரன், கவிதை என் துறையல்ல என்று நானும் ஒருமுறைக்கிருமுறை எல்லாரிடமும் சொல்லியிருந்தேன். அதன் காரணமாகத்தான் விக்டோரியா என்னைச் சந்திக்க எந்த முயற்சியும் எடுத்துக்கொள்ளாமல் இருக்க வேண்டும்.

நாடகத்தில் கதையும் இருந்தது. கதை என்று தனித்துச் சொல்ல முடியாதபடியும் இருந்தது. உலகத்தில் ஏதேதோ மூலைகளில் இயற்றப்பட்ட கவிதை வரிகள் கொண்டு எங்கள் முன்பு சோகம், கோபம், ஆத்திரம், பொறாமை, ஹாஸ்யம், தந்திரம், குரூரம், புத்திசாலித்தனம், போலித்தன்மை, பயம் எனப் பல மனித நிலைகளை இந்தக் கலைந்த தலையும் கசங்கிய உடையும் கொண்ட இவர்களா இப்படி வெளிப்படுத்துகிறார்கள் என்று வியக்கும்படி நாடகம் ஒரே தொடர்ச்சியாக, ஒரே காட்சியாக, ஒரு மணி நேரத்துக்கும் மேலாக நேரமே போவது தெரியாமல் நடந்துகொண்டிருந்தது.

ஒரு நிமிஷம் மௌனம், எல்லா நடிகர்களும் உறைந்துபோனார்கள். ஒரு வீட்டு வாயிற்படியில் சாய்ந்து உட்கார்ந்திருந்த நடு வயதுப் பெண்மணி மட்டும் இருமுறை கண் சிமிட்டினாள். தலையை அசைத்தாள். முகத்தைச் சிணுங்கினாள். ஐந்தாறு வீடு தள்ளியிருந்த ஜன்னலில் தொற்றிக்கொண்டிருந்த இளைஞனைப் பார்த்தாள். "பெண்களையே சுற்றிக்கொண்டிருந்தால் உன் காது அறுந்து விழுந்துவிடும்" என்றாள்.

நான் நிமிர்ந்து உட்கார்ந்தேன்.

"இப்படித் தப்புத்தண்டா செய்துகொண்டே இருந்தால் கடவுள் கண்ணைக் குத்திடுவான்."

எனக்குத் தூக்கி வாரிப்போட்டது.

"ஓயாமல் தின்னக் கேட்டுக்கொண்டே இருந்தால் வயிற்றுக்கு ஆகாது" பிறகு தனக்குள் கூறிக்கொள்வது போலச் சொன்னாள்: "இங்கே வீட்டில் தின்ன என்ன இருக்கிறது?"

எனக்கு நிலையே கொள்ளவில்லை. 'எப்படி' என்று ரின் சோப் விளம்பரத்தில் மங்கலான சட்டைக்காரர் மின்னலடிக்கும் வெண்மைச் சட்டைக்காரரைப் பார்த்துக் கேட்பதுபோலத் துடித்தேன்.

அந்தப் பெண்மணி, பக்கத்து வீட்டுப் பெண்மணியைப் பார்த்தாள். அவளும் ஜன்னல் பையனை ஒரு பார்வை பார்த்துவிட்டு எப்படி என்று கேட்பது போல் முகத்தை வைத்துக்கொண்டாள். முதற் பெண்மணி சொன்னாள்: "பெற்ற பிள்ளையா இவன்? முறத் தவிட்டுக்கு வாங்கி வரப்பட்டவன் அல்லவா?" இருவரும் வேதனையுடன் சிரித்துக்கொண்டார்கள்.

இப்போது அந்தப் பையன் மெதுவாக ஜன்னலிலிருந்து இறங்கி வந்தான். ஒவ்வொரு அடியாக எடுத்து வந்து முதற்பெண்மணி முன்னால் நின்றுகொண்டான். அவள் அவனையே பார்த்தபடி நிற்க அவனும் அவளையே உற்றுப் பார்த்துக்கொண்டிருந்தான். சற்று நேரத்திற்குப் பிறகு அவள் முகத்தைத் திருப்பிக்கொண்டாள். பையன் வெகுநேரம் அசையாமல் நின்றுகொண்டிருந்தான். முகத்தில் மட்டும் சிறிது சிறிதாக ஏக்கம் வந்தது. முதலில் சிறுவன் போலத் தோற்றம் அளித்தவன் இப்போது வளர்ந்து இளைஞனாக இருந்தான்.

இனியும் மௌனத்தைத் தாங்க முடியாது என்றானபோது பேச ஆரம்பித்தான்.

பெண்ணுடன் சிநேகம் கொண்டால்
காதறுந்து போகும் என்றாய்
தவறுகள் செய்தால் சாமி
கண்களைக் குத்தும் என்றாய்
தின்பதற் கேதும் கேட்டால்
வயிற்றுக்குக் கெடுதல் என்றாய்
ஒரு முறத் தவிட்டுக்காக
வாங்கினேன் என்னை என்றாய்
எத்தனை பொய்கள் முன்பு
சொன்ன நீ எதனாலின்று
பொய்களை நிறுத்திக் கொண்டாய்?
தவறுமேல் தவறு செய்யும்
ஆற்றல் போய் விட்டதென்றா?
எனக்கினி பொய்கள் தேவை
இல்லை யென்றெண்ணினாயா?
அல்லது வயதானோர்க்குத்
தகுந்ததாய்ப் பொய்கள் சொல்லும்
பொறுப்பினி அரசாங்கத்தைச்
சார்ந்ததாய்க் கருதினாயா?
தாய்ப்பாலை நிறுத்தல் போலத்
தாய்ப் பொய்யை நிறுத்தலாமா?
உன் பிள்ளை உன்னைவிட்டு
வேறெங்கு பெறுவான் பொய்கள்?

அவன் இதைச் சொல்லி முடித்தபோது அரங்கத்தினர், பார்வையாளர் எல்லாருமே நெகிழ்ந்து போயிருந்தார்கள்.

ஐம்பது பேர்தான் பார்த்தார்கள். ஆனால் நாடகம் முடிந்தபோது அவர்களின் தீவிரம் பல நூறு பேருடையதற்கு இணையாயிருந்திருக்கும். அன்று அங்கு விக்டோரியாவைக் காணவே இல்லை.

நான் டிமோதியஸைத்தான் முதலில் விசாரித்தேன். அவனும் அவளை இங்கிலீஷ் – பிலாஸபி கட்டடத்தில்தான் பார்த்திருக்கிறான். நானாவது அவளை ஒரு பார்ட்டியின்போது பார்த்திருக்கிறேன். அப்போது அவள் இவ்வளவு திறமை படைத்தவள் என்று தெரியாது. பார்ட்டியில் ஆவேசம் வந்தவள் போலத் தட்டாமாலை சுற்றினாள். ஆனால் இந்தப் பார்ட்டிகளில் ஆடப்படும் ஆட்டத்தைத் தெளிவான முறையில் விவரிப்பது கடினம். ஓர் அடிப்படைத் தாளம் அனுசரிக்கப்படும். அதற்கு மேல் கைகால் உடல் அசைவுகளுக்கு இலக்கணம் கிடையாது.

ஒருநாள் அயோவா ஸ்டேட் பாங்க் அண்ட் டிரஸ்ட் கம்பெனியில் உட்கார்ந்து அப்போது வங்கியில் வாங்கின பணத்தை பர்ஸில் ரகவாரியாக வைத்தேன். அந்த வங்கியின் மானேஜரின் மூக்கு மிகவும் கூர்மையாக இருக்கும். அதனாலேயே அவருடைய ஒவ்வொரு அசைவும் ஒரு பறவையினுடையது போல இருக்கும், நான் அயோவாசிடி போய்ச் சேர்ந்த முதல் நாள் அவருடைய வங்கியில் கணக்குத் தொடங்கிய போது என்னை ஒரு சிறு இயந்திரத்தின் முன் நிறுத்தி ஒரு விசையைத் தட்டினார். பளிச்சென்று என் கண்முன் ஒரு மின்னல் மின்னியது. அடுத்த நிமிடம் அந்த இயந்திரத்தின் அடித்தட்டில் ஒரு சிறு அட்டை விழுந்தது. அந்த மானேஜர் அதை எடுத்துப் பழம் உரிப்பது போல ஒரு தாளைப் பிரித்தெடுத்தார். அட்டையில் என் புகைப்படம், என் கையெழுத்தும் எல்லாம் இருந்தது. அதுதான் வங்கி அடையாள அட்டை! அவர் என்னை போட்டோ எடுக்கப் போவதாகச் சொல்லியிருந்தால் என்னுடைய கோட்டு, மப்ளர் முதலானவற்றைச் சற்றும் சீர்ப்படுத்தியிருப்பேன். நன்றாகத் தூக்கத்தில் இருந்தவன் எழுந்து படம் பிடித்துக்கொண்ட மாதிரி இருந்த அந்த அட்டையைத்தான் அயோவாசிடியில் தங்கிய நாட்களெல்லாம் நான் பல இடங்களில் அடையாள அட்டையாகக் காட்ட வேண்டியிருந்தது. நான் அந்தப் பறவை மனிதனைப் பார்த்தபடி ஒரு நிமிடம் உட்கார்ந்தேன். அப்போது வங்கியில் விக்டோரியா நுழைந்தாள்.

நான் அவள் பணம் வாங்கிக் கொள்ளும்வரை என்னிடத்திலேயே உட்கார்ந்திருந்தேன். அவளுடைய அடையாள அட்டையிலாவது ஒழுங்கான புகைப்படம் இருக்க வேண்டும். அவள் வங்கி ஜன்னலிலிருந்து பணத்தைப் பெற்றுக்கொண்டு திரும்பியவுடன் அவள் முன் போய் நின்றேன்.

அவள் பலகீனமாகப் புன்னகை புரிந்தாள்.

“நான் உன் நாடகத்தைப் பார்த்தேன்” என்றேன்.

“தெரியும். டிமோதியஸை உங்களை அழைத்துப் போகுமாறு கேட்டுக் கொண்டிருந்தேன்.”

“என்னிடமே சொல்லியிருக்கலாமே?”

“நீங்கள் எங்கே என்னோடு பேசுவீர்களோ மாட்டீர்களோ என்று சந்தேகமாக இருந்தது.”

‘இந்தப் பெண்ணுக்கு ஏன் இப்படித் தோன்றுகிறது’ என்று நினைத்துக் கொண்டேன். அப்போது காரணம் தெரியவில்லை.

"உன் நாடகம் மிகவும் நன்றாக இருந்தது."

"ரொம்ப நன்றி."

"நீ அன்று அங்க இருந்திருந்தால் நாங்கள் எல்லாரும் நேரிலேயே பாராட்டுத் தெரிவித்திருப்போம்."

"எனக்கு மிகவும் தயக்கமாயிருந்தது. நிறைய ஒத்திகைகள் நடத்தியாயிற்று. ஆனால் டாம்மையே பார்த்துக்கொள்ளும்படி சொல்லிவிட்டுப் போய் விட்டேன்."

"நீ இருந்திருக்க வேண்டும். உனக்கு ஞானக்கூத்தன் கவிதை எங்கேயிருந்து கிடைத்தது?"

"என்னது?" அவளுக்கு ஞானக்கூத்தன் என்ற பெயரைச் சொல்ல முடியவில்லை.

"அதுதான் 'அம்மாவின் பொய்கள்.'"

"ஓ, அதுவா? அது நன்றாக நடிக்கப்பட்டதா?"

"அதுதான் அந்த முழு நாடகத்திலும் சிறப்பான பகுதியாக அமைந்தது. அது உனக்கு எங்கேயிருந்து கிடைத்தது?"

"உங்களிடமிருந்துதான். அது உங்கள் மொழிபெயர்ப்புத்தானே?"

"நான் தரவேயில்லையே? நாம் ஒழுங்காக நான்கு வாக்கியங்கள் பேசுவதே இப்போதுதானே?"

விக்டோரியா சிறிது குழப்பமடைந்தவாளயிருந்தாள்.

"அவசரப்படாதே. எனக்கு ஆட்சேபணையில்லை. ஆனால் எனக்கு முன்னமேயே தெரிந்திருந்தால் அதிகம் சந்தோஷப்பட்டிருப்பேன்."

அவள் பெரிய குற்றம் புரிந்துவிட்டவள் போலத்தான் நின்றாள்.

"வெளியே போவோம்" என்றேன். இருவரும் வங்கியை விட்டு வெளியே வந்தோம்.

"நான் போய் வரட்டுமா? ஒரு தமிழ்க் கவிதையைப் பயன்படுத்தியது பற்றி மிகவும் சந்தோஷம்."

நான் வெட்ஸ்டோன் முனைக்கு வந்து சாலையைக் கடந்து பஸ் ஸ்டாப் வந்தடைந்தேன். யாரோ அவசரமாக என் பக்கத்தில் வந்து நின்றதை உணர முடிந்தது. திரும்பிப் பார்த்தேன்; விக்டோரியா.

"என்ன?" நானறிந்த அமெரிக்கப் பெண்கள் இவ்வளவு தயங்கித் திண்டாடியதைப் பார்த்ததில்லை.

"அந்தக் கவிதையைப் பாலிடமிருந்து பெற்றுக்கொண்டேன்."

பால்தான் எங்கள் குழுவுக்கு ஊனும் உணவுமான டைரக்டர். ஒரு கவிதைத் தொகுப்பு நூலுக்காகத் திடீரென்று ஒருநாள் மொழிபெயர்ப்புகள் வேண்டுமென்று கேட்டார். நான் டெமாயின் நகரத்தில் முன் எச்சரிக்கை யில்லாமல் மேடையேற்றப்பட்ட போது என் நினைவுக்கு வந்த அளவு கூறிய

'அன்று வேறு கிழமை' என்ற கவிதையையும் 'அம்மாவின் பொய்'களையும் முடிந்தவரை நினைவுபடுத்திக்கொண்டு மொழிபெயர்த்துக் கொடுத்தேன். விக்டோரியாவின் நாடகமாக்கத்துக்கும் அந்தத் தொகுப்புக்கும் சம்பந்தம் உண்டு என்று எனக்குத் தெரியாது.

"அவர்தான் அதைப் பயன்படுத்திக் கொள்ளும்படி கொடுத்தார். அதை நடித்துக் காட்டியது நன்றாக இருந்ததா? என் மீது கோபம் இல்லையே?"

"அது மிகவும் நன்றாக இருந்ததால்தான் நானே பேச்செடுத்தேன்."

"மிக்க நன்றி."

விக்டோரியா போவதற்கிருந்தாள். இப்போது நான் கூப்பிட்டேன். "ஒரு நிமிஷம், விக்டோரியா."

"என்ன?"

"அந்தக் கவிதையை ஒருவனின் மன ஏக்கம் என்றுதான் என்னால் நினைக்க முடிந்திருக்கிறது. நீ அதை இருவர் நிகழ்ச்சியாக மாற்றியது நல்ல யோசனை."

அவள் இன்னும் சங்கடம் தோன்றத்தான் நின்றாள்.

"உனக்கு எப்படி அந்த யோசனை தோன்றியது?"

இவனை நம்பலாமா என்பது போல அவள் என்னைப் பார்த்தாள். பிறகு சொன்னாள்: "அதைப் படித்தபோது எனக்கு என் அம்மா நினைவு வந்தது."

"சரி."

"எனக்குப் பொய்கள் சொல்ல என் அம்மா ஒருத்திதான்."

"அப்படியா?"

"என் அப்பா யாரென்று எனக்குத் தெரியாது."

1986

இந்த வருடமும்

இந்த வருடமும் தீபாவளி கிடையாது என்று எப்படிக் குழந்தைகளிடம் சொல்வது என்று ரங்கநாதனுக்குத் தயக்கமாக இருந்தது. போன வருடம் எதேச்சையாகத் தீபாவளிக்கு இரு வாரங்களுக்கு முன்பு அவனுடைய அக்கா இறந்து போனாள். பெரிய சாவு. எதிர்பாராத சாவு. யார் யாரோ வீட்டுக்கு வந்து ஒருமுறையாவது அழுதுவிட்டுத் துக்கம் விசாரித்துவிட்டுப் போனார்கள். இவ்வளவு அழுகை, கண்ணீர், சாவுச் சடங்கு களுக்கு மத்தியில் ஒரு குழந்தையும் 'ஒரு கேப் டப்பா வாங்கித் தா, ஒரு வண்ண நெருப்புக்குச்சி பெட்டி வாங்கி தா' என்று கேட்கவில்லை. தீபாவளிப் பட்டாசுகளிலேயே அவை இரண்டும் தான் மிகக் குறைவான விலையுடையவை. நல்ல நாட்களிலேயே அவைதான் வாங்கித் தரப்படும். இப்போது இரண்டு மூன்று வருடமாக அவற்றின் விலையும் கூடிவிட்டது. முன்பு ஒரு குழந்தைக்கு இரு டஜன் கேப் பெட்டிகளும், ஒரு டஜன் நெருப்புப் பெட்டியும் என்று வாங்கி வந்தது. எல்லாம் ஐந்து ரூபாய்க்குள் அடங்கிவிடும். கடைசியாகப் பட்டாசு வாங்கியபோது அந்த அளவில் பாதியே வாங்கியது. போன வருடம் அதுவும் கிடையாது. இந்த வருடமும் குழந்தைகளை ஏய்ப்பது நியாயமே இல்லை.

ரங்கநாதனுக்கு வெட்கமாக இருந்தது. தபாலாபீஸ் முன் வாசற் கதவைத் திறந்தவுடன் நுழைந்த ஏழெட்டு பேர்களில், அவன்தான் அங்கு ஒரு சுவரோரமாகப் போட்டிருந்த பெஞ் சில் போய் உட்கார்ந்தான். மற்றவர்கள் மணியார்டர் ஜன்னல் முன்னிலையிலும், ரிஜிஸ்டிரேஜன் ஜன்னல் முன்னிலையிலுமாக நின்றுகொண்டனர். தபாலாபீஸ் துவங்கியது.

ரங்கநாதனுக்கு வெட்கமாக இருந்தது. அவனுடைய மாதச் சம்பள வேலை போய், வேறு வேலை கிடைக்காமல், கடைசியில் இந்தப் புதுத் தபாலாபீஸில் எழுதப் படிக்கத் தெரியாதவர்களுக்காகக் கடிதம், முகவரி எழுதும் வேலையை மேற்கொண்டு தினம் நான்கும் ஐந்துமே சம்பாதிக்க முடிந்தாலும், வீட்டின் பல செலவுகள் அப்படியேதான்

தொடர்ந்துகொண்டிருந்தன. அவன் வேலையிலிருந்தால் வருட ஆரம்பத்தில் அவனுடைய குழந்தைகளுக்குப் புதுச் சீருடை கிடைத்திருக்கலாம். ஆண்டுக்கு இருமுறை அவனுடைய மனைவிக்கு அவன் புதுப் புடவை வாங்கிக் கொடுத் திருப்பான். அவனே நான்கு மாதம் ஐந்து மாதத்திற்கு ஒருமுறை புதுச்சட்டை, வேஷ்டி வாங்கிக் கொண்டிருப்பான். இப்போது அந்தச் செலவுகள் நின்றுவிட்டன. அவனுடைய குழந்தைகள் பழைய சட்டைகளை, அவை சிறிதாகப் போனாலும் பொருட்படுத்தாமல் அணிந்துகொண்டார்கள். ஒழுங்காகத் தினம் இருமுறை தலைவாரிப் பின்னிக்கொள்ளும் அவன் மனைவி புதுப்புடவை வேண்டுமென்று கேட்கவில்லை. அவனுக்கு நைந்து போன துணிகளை உடுத்திக்கொள்வது பழக்கமாகிப் போய்விட்டது. தோய்த்துப் போட்டுக்கொள்வதுகூட முன்மாதிரி தினம் இல்லை.

ஆனால் வேறு செலவுகள் ஒன்றும் குறையவில்லை. ஒருவேளை காப்பி, ஒரு வேளை டீ, வாங்கும் அரிசி, மளிகைப் பொருட்கள், எண்ணெய், சர்க்கரை எதுவும் குறையவில்லை. வீட்டிலிருந்த நகைகளும் வெள்ளிப் பாத்திரங்களும் ஒவ்வொன்றாக மறைந்துகொண்டிருந்தன. ஆனால் வீட்டிலிருப்பவர்களுக்குச் சோறு போடாமல் வெள்ளிக் குத்துவிளக்கைப் பேணிகாப்பதில் என்ன நியாயம் இருக்கிறது? இப்போது குடும்பம் தனக்கு இவ்வளவு வசதிகள்தான் என்ற நிதானத்துக்கு வந்துவிட்டது. இல்லாததெல்லாம் இப்போது இல்லாததாகத் தோன்றவில்லை. பட்டாசு வருடத்திற்கு ஒருமுறைதான் கவனத்துக்கு வருவது. எவ்வளவோ ஆண்டுகளாக ஊறிப் போயிருந்த சிக்கன புத்தியால் குழந்தைகளே மிகக் குறைந்த எதிர்பார்ப்புகள்தான் வைத்திருக்கின்றன. அவர்களை ஏய்க்க வேண்டும் என்று தோன்றுவது எவ்வளவு கேவலம்!

அவனுக்கு குழந்தைகளைத் தனித்தனியாகக்கூட நினைக்கத் தோன்ற வில்லை. தனித்தனியாக அவர்களுடைய குணங்கள், தேவைகள், அபிலாஷை கள் பற்றி நினைக்கத் தோன்றவில்லை. மனைவியையும் தனியாக நினைக்கத் தோன்றவில்லை. ஒட்டுமொத்தமாகக் குடும்பம், வீடு, குழந்தைகள் . . . குழப்பமான தூக்கத்துக்குப் பிறகு காலையில் எழுந்து, முந்தைய தினம் மீதமிருந்த சோற்றை விழுங்கிவிட்டு ஏழே முக்காலுக்கெல்லாம் தபாலாபீஸுக்கு வந்துவிட்டால், மீண்டும் இரவு எட்டரை மணிக்குத்தான் வீடு திரும்புவதற்கு கால் செயல்படும்.

ரங்கநாதன் ஒரு கிழவியைப் பார்த்து, "என்ன வேணும்?"

என்று கேட்டாள். இந்த மூன்று வருடங்களில் அவன் குறி தவறாது கேட்கும் திறமை பெற்றுவிட்டான். நூறு பேர் கூட்டமாக இருந்தாலும், அதில் யாருக்கு அவன் உதவி தேவைப்படும் என்பது அவனுக்குத் தெரிந்துவிடும்.

அவள் தன் மகனுக்குப் பணம் அனுப்ப வேண்டும் . . .

"ஃபார்ம் வைச்சிருக்கயா?"

"இல்லே."

ரங்கநாதன் தன்னிடமிருந்த மணியார்டர் படிவம் ஒன்றை வெளியே எடுத்தான். "சொல்லு."

எழுதப்படிக்கத் தெரியாத எல்லோரையும் போல அவள் முதலில் ஊரின் பெயரைத்தான் சொன்னாள். பிறகு தெரு, கடைசியாக அவளுடைய மகனின் பெயர், அனுப்பும் தொகை இருபது ரூபாய். அவளுடைய முகவரியையும் மகனுடையதைச் சொன்னது போலவே முதலில் அவள் வசிக்கும் பேட்டை, தெரு, வீட்டு எண், கடைசியாக அவளுடைய பெயர்.

"அவ்வளவுதானே ..? உனக்கு கையெழுத்துப் போடத் தெரியுமா? சும்மா நானே உன் பேரை எழுதிடட்டுமா?"

"சும்மா பேரை எழுதிடு. இதிலேயே காயிதமும் எழுதலாம். இல்லே?"

"கொஞ்சம் எழுதலாம். முக்கியமா இரண்டு வரி. என்ன, சொல்லு."

"பாக்கியம் முழுகாம இருக்காளா? காயிதம் போடு. குழந்தைகளுக்கு இந்தப் பணத்திலே பட்டாசு வாங்கிக் கொடு."

ரங்கநாதன் கிழவி சொன்னபடியே எழுதினான். படிவத்தை அவளிடம் கொடுத்து, "ஒரு ரூபா கொடு" என்றான்.

"ஒரு ரூபாயா? நான் அரை ரூபாதானே தறது வழக்கம்?"

"அந்தக் காலமெல்லாம் மலையேறிப் போச்சு. இப்போல்லாம் அட்ரஸ் எழுதிக் கொடுத்தா அரை ரூபா. கடுதாசே எழுதணும்னா ஒண்ணரை ரூபாய்க்குக் குறைஞ்சு முடியாது."

கிழவி ரங்கநாதனிடம் ஒரு ரூபாய் கொடுத்தாள். பிறகு தயக்கத்துடன், "இதை நீயே கட்டிக் கொடுத்துடேன், எல்லாம் உனக்குத் தெரிஞ்சவங்க தானே" என்றாள்.

மணியார்டர் ஜன்னலில்தான் இப்போது கூட்டம் அதிகமாக இருந்தது. "கொஞ்சம் நேரம் ஆகும் போலிருக்கே?" என்று ரங்கநாதன் சொன்னான்.

"நீ தந்தா எடுத்துக்க மாட்டாங்க?" என்று கிழவி கேட்டாள்.

"அவுங்கள்ளாம் இப்போ ஆயிரக்கணக்கிலே சம்பளம் வாங்கறவங்க. எம்மாதிரி ஆளு சொன்னாக் கேப்பாங்களா? கியூவிலே நின்னுக்க. பத்து இருபது நிமிஷத்திலே முடிஞ்சுடும்."

"எனக்கு நிக்க முடியலியேப்பா ..."

"இங்கே இரு நீ. நான் கட்டிட்டு வரேன்."

ரங்கநாதன் அவளிடம் இருபது ரூபாய் அறுபது காசு வாங்கிக்கொண்டான். எழுந்தவன் மீண்டும் பெஞ்சிலேயே உட்கார்ந்துகொண்டான். "கொஞ்சம் கூட்டம் குறையட்டும்" என்றான்.

"நீ கட்டி வைக்கிறியா ... நான் பகல்போதுக்கு அப்புறம் வந்து ரசீது வாங்கிக்கறேன்."

ரங்கநாதனுக்கு ஒரு கணம் ஏதேதோ எண்ணங்கள் ஓடின. இது நம்பிக்கைக்கே இடம் தராத தொழில். எழுதப் படிக்கத் தெரியாத எளியவர்

களின் இயலாமையைப் பயன்படுத்திக் கொள்ளும் தொழில். இந்த இரண்டு மூன்று ஆண்டுகளிலேயே இந்த எண்ணிக்கை குறைந்து வருவது தெரிகிறது. வருகிறவர்கள் இந்தக் கிழவியைப் போன்றவர்கள்தான். இவர்களை யார் யாரோ ஏய்த்துக் கொண்டிருப்பார்கள்தான். அவனும் அவர்களை ஏமாற்ற வேண்டுமா?

கியூவில் போய் நின்றபோது ரங்கநாதனுக்கு இப்படியும் தோன்றியது. கிழவி இருபது ரூபாய் அனுப்பினால்தான் அவளுடைய மகன் குழந்தைகளுக்கு பட்டாசு வாங்கித் தர முடியுமா? இதைப் பத்து ரூபாயாக்கினால் என்ன? அனுப்பாத பத்து ரூபாயும் குழந்தைகளுக்குப் பட்டாசுக்குத்தான். அவனுடைய கை துடித்தது. கிழவிக்காக அவன்தான் கையெழுத்திட்டிருந்தான். இந்தத் திருத்தத்தையும் அதே கையெழுத்திட்டுச் செய்துவிடலாம். விஷயம் தெரியாமலே போய்விடலாம். அப்படித் தெரிவதானாலும் மாதக் கணக்காகும். அதற்குள் என்னவெல்லாம் ஆகிவிடலாம்.

மணியார்டர் ஜன்னலில் அவனுடைய முறை வந்தபோது அந்த ஜன்னலுக்குள்ளிருந்தவன், "நீங்க எதுக்கு இப்படி நின்னுவரீங்க? அப்படியே கொடுத்திருந்தா நான் வாங்கிக்க மாட்டேனா?" என்று கேட்டான்.

"ரூல்னா எல்லாருக்குந்தானே?" என்று ரங்கநாதன் பதில் சொன்னான்.

அன்று மாலை தபாலாபீஸ் மூடுவதற்குச் சில நிமிடங்களே இருந்தபோது, ரங்கநாதனை கையோடு அழைத்துப் போகவெனப் பக்கத்து வீட்டுப் பையன் வந்திருந்தான். இவ்வளவு நாட்கள் தன்னை எதிர்பாராமலே எல்லாக் காரியங்களும் வீட்டில் நடந்துவரும்போது, இன்று என்ன புதுமை என்று புரியாதவனாக ரங்கநாதன் வீட்டுக்கு விரைந்தான். வீட்டில் அவனுடைய கடைசிப் பெண்தான் இருந்தாள். "அம்மாவெல்லாம் கிளம்பிப் போயிட்டாங்க. உங்களையும் பாட்டி வீட்டாண்ட வந்துடச் சொன்னாங்க," என்றாள். ரங்கநாதனுடைய மாமியார் வீடு வண்ணாரப்பேட்டையில் இருந்தது.

"ஏன்?" என்று ரங்கநாதன் கேட்டான்.

"பாட்டி செத்துட்டாங்களாம்."

1986

'18 – அ'

ஒரு மணி நேரத்துக்கு முன்புதான் மிக விரிவாக விடை பெற்றுக்கொண்டு வந்த அந்த வீட்டு முன்னால் உடனே மீண்டும் போய் நிற்பது சங்கடமாக இருந்தது. அந்த வீட்டு அம்மாள், எட்டிப்பார்த்தாள். "வாங்க, வாங்க," என்றாள். ஆனால் அவள் 'என்ன? என்ன?' என்றுதான் கேட்க எண்ணியிருக்க வேண்டும்.

"ஒரு பிரம்பு நாற்காலிலே உக்காந்திட்டிருந்தேனே?"

"ஆமாம்."

"அதுங் கீழே என் பாண்ட் பையிலேந்து ஏதாவது விழுந்திருக்கா பாக்கிறீங்களா?"

அவள் உள்ளே விரைந்தாள். அவனும் போனான். அந்த நாற்காலி இடுக்குகள் அற்றது. அதன் மீதோ அடியிலோ ஏதாவது பொருள் விழுந்தால் உடனே தெரியாமல் போகாது.

"என்ன காணும்?" என்று அந்த அம்மாள் கேட்டாள்."

"பர்ஸ்."

"ஐயையோ! எவ்வளவு பணம் வைச்சிருந்தீங்க?"

"நிறையத்தான்."

"18 – ஏலே போனீங்களா?"

அவன் சட்டென்று நிமிர்ந்து பார்த்தான். "உங்களுக்கு எப்படித் தெரியும்?"

"18 – ஏலே தான் போனீங்களா?"

"ஆமாம்."

"ஐயையோ! எவ்வளவு பணம் போச்சு?"

போன தொகையைச் சொன்னால் அவள் நிச்சயம் மிகவும் வருத்தப்படுவாள். "கொஞ்சம் நிறையத்தான். அந்த

இன்னொரு வீட்டிலே விழுந்திருக்கா, பாக்கறேன். அங்கே போயிட்டுத்தான் உங்க வீட்டுக்கு வந்தேன்."

"நீங்க 18 – ஏலே ஏன் போனீங்க? ரயில்லே போயிருக்கலாமே?"

அவன் அவளுக்குப் பதில் சொல்லாமல் இன்னொரு நண்பன் வீட்டுக்குப் போனான். அங்கே அக்கம் பக்கத்துக்காரர்கள் நிறையப் பேர் டி.வி. பார்த்துக் கொண்டிருந்தார்கள். இவனையும் டி.வி. பார்க்க வந்தவன் என்றுதான் எண்ணியிருக்க வேண்டும். நண்பனைக் காணோம்.

வாயிற்படியில் நின்றபடியே எட்டிப்பார்த்தான். சில மணிநேரம் முன்பு அவன் உட்கார்ந்திருந்த நாற்காலி மடித்து வைக்கப்பட்டு அந்த இடத்தில் ஐந்தாறு குழந்தைகள் உட்கார்ந்திருந்தன. பர்ஸ் விழுந்திருந்தால் யாராவது எடுத்து வைத்திருக்க வேண்டும்.

அரை மணி நேரம் கழித்துத்தான் நண்பன் வந்தான். அவனும் வியப்புடன், "என்ன?" என்றான்.

"என் பர்ஸ் விழுந்திருந்ததா?"

"இங்கேயா?"

"ஆமாம். நாற்காலி அடியிலே."

"நான்தானே எல்லா நாற்காலியையும் எடுத்து மடக்கி வைச்சுட்டு இவங்களுக்கு டி.வி. போட்டுட்டுப் போனேன். பர்ஸ் போயிடுத்தா?"

"ஆமாம்."

"எதுலே?"

"சரியா ஞாபகம் இல்லே."

"18 – ஏலே போனியா?"

"ஆமாம்."

"அதுலே ஏம்ப்பா போனே? ராஜா மாதிரி டிரெய்ன்லே போயிருக்கலாமே?"

டி.வி. பார்த்துக் கொண்டிருந்த சிலர் காதில் இது விழுந்துவிட்டது. ஒருவர் எழுந்து வந்து, "எங்கே சார் விட்டீங்க?" என்று கேட்டார்.

"தெரியலை. இங்கே எங்கேயாவது விழுந்திருக்குமான்னு பாத்தேன்."

"பஸ்லே போனீங்களா?"

"ஆமாம்."

"இந்தப் பாழாப்போன 18 – ஏலே நாலு வருஷமா இப்படித்தான் தினம் ஜேப்பிடியடிக்கறாங்க. ரொம்பப் போயிடுத்தா? போலீஸ்லே சொன்னீங்களா?"

"அங்கேதான் போலாம்னு இருக்கேன்."

"சொல்லிப் பிரயோசனமில்லீங்க. நான் அனுபவத்திலே சொல்றேன். பல்லாவரம்காரன்கிட்டே போனா மீனம்பாக்கம் போன்னுவான். மீனம்பாக்கம்காரன் சைதாப்பேட்டை போன்னுவான். அவன் தாம்பரம் போன்னுவான். அலைச்சலும் அவுங்க கேலியும்தான் மிச்சம். நீங்க ஏன் 18 – ஏலே போனீங்க?"

"எல்லாருமே இப்பச் சொல்றீங்களே? முன்னாலே யாரும் இந்த பஸ் பத்தி ஒரு வார்த்தை எடுக்கலியே?"

"நீ எப்பவும் போல டிரெய்ன்லதான் போவேன்னு நினைச்சேன்" என்று நண்பன் சொன்னான்.

இப்போது அவன் ரயில் நிலையம் பக்கம் போனான். ஆனால் இப்போது எங்கே எப்படிப் போனால் என்ன? ஐநூறு ரூபாய் போனது போனதுதான். இனிமேல் போவதற்கு என்ன இருக்கிறது?

அவனுக்குத் துக்கம் பொங்கிக்கொண்டு வந்தது. அதற்கு முன்தினம்தான் ராஜுவிடம் பணம் கேட்டிருந்தான். அன்றே பணம் கிடைத்துவிட்டது. மூன்று இடங்களில் மொத்தம் நானூற்றுச் சொச்சம் ரூபாய் பட்டுவாடா செய்யவேண்டியிருந்தது. அன்று ஏதோ சோம்பலாக இருந்தது. ஒரே நடையாக நாளை எல்லாவற்றையும் முடித்துவிடலாமே? அவனுடைய பர்ஸில் நூற்றுக்கணக்கில் பணத்தை வைத்ததில்லை. அன்று ஏனோ மேஜை டிராயர் சாவி வைத்த இடத்தில் இல்லை. சரி. இப்போதைக்கு பர்ஸிலேயே இருக்கட்டும் என்று பத்து ஐம்பது ரூபாய் நோட்டுகளை மடித்துச் செருகி வைத்தான். அது நேற்று பிற்பகல்வரை அப்படியே எடுக்கப் படாமலே இருந்தது. திடீரென்று இந்தக் குரோம்பேட்டைப் பயணம். கிளம்பும்போதாவது பணத்தை எடுத்து வீட்டில் பத்திரப்படுத்தி வைத்திருக்கலாம். செய்யவில்லை. இப்போது எல்லாமே போய்விட்டது.

மின்சார ரயிலில் கூட்டம் குறைவாகத்தான் வந்தது. அவனோடு ஏறியவர்களும் அதிகம் இல்லை. 18 – ஏ நம்பர் பஸ்ஸுக்காகத்தான் நிறைய பேர் காத்திருக்கவேண்டும். ஜேப்படிக்கு பெயர்போன 18 – ஏ!

சிறுகச் சிறுக நிறைய ஐநூறு ரூபாய்கள் செலவழிகின்றன. இது மொத்தமாகக் கடன் வாங்கிய பணம். சில மாதங்களாகவே சில தெருக்களைத் தவிர்க்க வைத்து வந்த சிறு கடன்களைத் தீர்த்துச் சற்று ஆசுவாசமாக இருக்கவென வாங்கிய பணம். நேற்றே கொடுத்துத் தீர்த்திருக்கலாம். பணம் போன பிறகுதான் அந்தப் பணத்தைக்கொண்டு என்னவெல்லாம் செய்திருக்கலாம் என்று தெரிகிறது. சிறிது சோம்பல்பட்டதற்குத் தண்டனை. சோம்பல்பட்டது பணத்தைப் பட்டுவாடா செய்வதில் மட்டும் இல்லை; குரோம்பேட்டை ரயில் நிலையத்துக்குச் சில நூறு தப்படிகள் எடுத்து வைப்பதற்கும்தான். அதிகம் பழக்கமில்லாத பஸ் ஸ்டாப்பில் போய் நின்றதற்கும்தான். எதற்கு? பணத்தைப் பறி கொடுத்துப் பதைபதைப்பதற்கு.

இப்போது எல்லாம் ஞாபகத்துக்கு வந்துவிட்டது. போன பர்ஸைத் தேடிப் பிற்பகல் சென்றிருந்த வீடுகளுக்குத் திரும்பப் போயிருக்க வேண்டிய தில்லை. ஏனென்றால் அவர்கள் வீடுகளைவிட்டுக் கிளம்பி பஸ்ஸில் ஏறும்போதுகூட பர்ஸ் இருந்திருக்கிறது!

பஸ் ஸ்டாப்பில் அரைமணிக்கும் மேலாகக் காத்திருந்த பிறகுதான் 18 – ஏ வந்தது. நுழைவாயில் இரண்டிலும் உள்ளே புக முடியாதபடி கூட்டம். முதலிலேயே பஸ், இரயிலுக்கென்று சட்டைப்பையில் போட்டு வைத்திருந்த பணத்திலிருந்து இரண்டு ரூபாய் நோட்டு ஒன்றைக் கையில் பிடித்துக்கொண்டு இன்னொரு கையில் ஒரு பெரிய பையையும் தூக்கிக்கொண்டு அந்தக் கூட்டத்தைப் பிளந்துகொண்டு பஸ்ஸில் ஏறுவது சிரமமாகத்தான் இருந்தது. அதன் பிறகுதான் வயிற்றெரிச்சல். மதம் பிடித்த யானை மாதிரி அப்பக்கமும் இப்பக்கமுமாகச் சரிந்து தலைதெறிக்கும் வேகத்தில் போய்க்கொண்டிருந்த பஸ்ஸில் இரு கைகளாலும் எதையாவது கெட்டியாகப் பிடித்துக் கொண்டிருந்தாலே ஒழுங்காக நிற்பது கடினம். ஆனால் இந்த கண்டக்டரும் நோட்டைக் கையில் வாங்கிக்கொண்டு, "ஒரு பத்து பைசா கொடு" என்றான். இந்தப் பத்து பைசா நாணயம் தருவதால் யாருக்கும் எந்த வேலையும் குறையப் போவதில்லை. கண்டக்டர் மீண்டும் தன்னுடைய பணப்பையிலிருந்து சில்லறை எடுத்துக் கொடுத்துத்தான் ஆகவேண்டும். எடுத்த எடுப்பிலேயே ஒருமையில் பேசும் நபரிடம் எதையும் விசாரித்துப் பயனில்லை.

பத்து பைசா எடுப்பதற்காக பர்ஸை வெளியே எடுக்க வேண்டியிருந்தது. பர்ஸை வைத்திருக்கும் இடம், பர்ஸில் இருந்த பணம் எவனோ ஒருவனுக்குச் சௌகரியமாகத் தெரிந்துவிட்டது!

கிண்டி ரயில் நிலையத்தில் தபதபவென்று கூட்டம் ஏறியது. இனி இரயிலும் 18 – ஏ போல ஆகிவிடும்; ஆகிவிட்டது.

இந்த 18 – ஏ பேர் பெற்றிருப்பது போல இன்னொரு தடம் பஸ்ஸையும் கூறுவார்கள். 47 – ஏ. இந்தப் பஸ்களில்தான் எவ்வளவு பேருடைய பணமும் நகையும் பறிபோயிருக்கின்றன! எவ்வளவு பேர் இந்த இழப்புகளினால் நிலைகுலைந்து துடிதுடித்திருப்பார்கள்! இவ்வளவு கூட்டமான பஸ்களில் அவர்கள் அடித்துப் பிடித்துப் போக வேண்டுமென்பதே அவர்களுடைய வசதிக் குறைவினால்தான். அவர்களுடைய பணத்தை இப்படி ஒரு போக்கிரிக் கும்பல் பறித்துக் கொண்டிருக்கிறது. தினம் செய்துகொண்டிருக்கிறது. இது எல்லாருக்கும் தெரிந்தும் இருக்கிறது. போலீஸுக்கும் தெரிந்திருக்கும். பத்து பைசா எடு என்று சொல்லும் கண்டக்டருக்கும் தெரிந்திருக்கும். இந்த ஊரின் பாவத்தையும் குற்றத்தையும் விரட்டியடிப்பேன் என்று பத்திரிகைகளுக்கு பேட்டியளிக்கும் உயர் அதிகாரிகளுக்கும் தெரிந்திருக்கும்.

இப்போது அவனுக்கே கூட முன்பு எப்போதா கேள்விப்பட்ட விஷயம் நினைவுக்கு வந்தது. ஜேப்படிக்காரர்கள் ஒருவராகச் செயல்படுவதில்லை. குறைந்தது மூன்று பேராவது சேர்ந்துதான் தொழிலில் இறங்குவார்கள். ஒருமுறை ஒரு பஸ் பயணி ஒரு ஆளைப் பிடித்துவிட்டார். ஆனால் அவன் பஸ் நடுவிலேயே கத்தியைக் காட்டிப் பயமுறுத்தி பஸ்ஸிலிருந்து குதித்து

ஓடிவிட்டான். அந்தப் பஸ் பயணி பரங்கிமலை தபாலாபீஸில் பணிபுரிபவர். அடுத்த நாள் மாலை அவர் வேலை முடித்துச் சாலைக்கு வருகிறார். அவரைக் கபாலென்று இருவர் பிடித்துக்கொள்ள மூன்றாமவன் ஒரு பிளேடினால் அவர் முகத்தில் குறுக்கும் நெடுகிலும் நொடிப்பொழுதுக்குள் ஐம்பது முறை கீறிவிடுகிறான். அவர் கண் தப்பித்தது. ஆனால் மூக்கும் உதடுகளும் சிதைந்துவிட்டன. இன்று காயங்கள் ஆறிவிட்டாலும் குழந்தை கிறுக்கினது போல முகமெல்லாம் வடுக்கள்.

அவனுடைய முகத்தை ஒருமுறை தடவிப்பார்த்தான். இந்த முகத்தில் வெட்டுவதற்குச் சதை எங்கேயிருக்கிறது? இன்றைக்கு ஜேப்படிக்காரனை பிடித்து ஜேப்படிக்காரன் பிளேடை எடுத்துக்கொண்டிருந்தால் இவனுடைய முகத்தில் காயங்கள் ஆற மாதக் கணக்கில் ஆகும். பார்ப்போர் அருவருப்பைத் தவிர்க்க ஜெனானாப் பெண்கள் போல அவன் முகத்தை மூடிக்கொண்டுதான் போக வேண்டும்.

அவன் இரயிலிலிருந்து இறங்கி வீடு திரும்பும்போது இருட்டிவிட்டது. ஆனால் நாளைப் பொழுது விடியும். முகத்தில் காயங்கள் இல்லாதபோதே, முகத்தை மறைத்துக் கொண்டுதான் போகவேண்டும் சில நாட்களுக்காவது.

அந்த சில நாட்களில் அவன் எந்த பஸ்ஸிலும் கவலையில்லாமல் ஏறலாம்; 18 – ஏயில் கூட.

1986

மாற்று நாணயம்

கோவிந்தம்மாவுக்கு அந்த வீட்டு அம்மாள் தூக்கி வந்த தோசைக் கல்லைப் பார்த்தவுடன் ஓடிப்போய்விடலாம் போலத் தோன்றியது. இந்த உலகத்திலுள்ள கரியெல்லாம் தோசைக்கல்லின் அடிப்பகுதியில் அப்படி வைத்திருப்பது போலிருந்தது. கரியை அப்புறப்படுத்துவதுகூட ஓரளவு செய்தால் போதும். ஆனால் தோசைக் கல்லின் மேற்பகுதியில் இருந்த எண்ணெய் பிசுக்கும் பல இடங்களில் தோசை தீய்ந்துப் போய்க் கல்லோடு கல்லாக ஒட்டியிருந்ததும் நாளெல்லாம் பாடுபட்டால் கூட அகலாது.

"தோசைக்கல்லை நாளைக்குத் தேய்க்கிறேன்மா" என்று சொன்னாள்.

"நாளைக்கா?" என்று இழுத்தபடி அந்த அம்மாள் நின்றாள். "நாளைக் காலையிலேயே நம்ம வீட்டில் தோசைதான்."

"வேறு கல் இருந்தாப் பாருங்க. நாளைக்குப் பகல்லே இரண்டையும் சேத்துத் தேச்சுடலாம்" என்று கோவிந்தம்மா சொன்னாள்.

"இன்னிக்கே முடியாதா?"

வயதானவள் ஒருத்தி கெஞ்சும்போது முடியாது என்று சொல்ல முடியாத கோவிந்தம்மா குழாயடியிலிருந்து ஒரு வாளி தண்ணீர் பிடித்து வந்தாள். அவள் தேய்க்க வேண்டிய பாத்திரங்களுடன் இப்போது அந்தத் தோசைக்கல்லும் வைக்கப்பட்டிருந்தது.

சாம்பலையும் அரப்புப் பொடியையும் கலந்துகொண்டு ஈரத் தேங்காய்நாரை அதில் புரட்டி எடுத்துப் பாத்திரங்கள் மீது கோவிந்தம்மா பூசினாள். அதே தேங்காய்நார் கொண்டு உள்ளும் புறமுமாக அழுத்தித் தேய்த்தாள். பாத்திரங்கள் முன்னதாகவே தண்ணீரில் ஊறியிருந்ததால் அதிகப் பிரயாசை தேவைப்படவில்லை. பால் பாத்திரங்கள் இருமுறை தேய்க்க வேண்டியிருந்தது. பாத்திரங்களைத் தேய்த்து முடித்து தண்ணீர்

விட்டுக் கழுவினாள். அவற்றை சுத்தமான இடத்தில் எடுத்து வைத்துவிட்டு அரப்புப் பொடி வைத்திருந்த அலமாரியை எட்டிப்பார்த்தாள்.

"அம்மா!" என்று கூப்பிட்டாள். சிறிது நேரம் பொறுத்து மீண்டும் "அம்மா!" என்று கூப்பிட்டாள்.

"என்ன!" என்று கேட்டபடி அந்த அம்மாள் வந்தாள். அவள் வெங்காயம் உரித்துக்கொண்டிருக்க வேண்டும். அவளுடைய கண்கள் சிவந்து கண்ணீர் ததும்ப இருந்தன.

"இங்கேயிருந்த செங்கலைக் காணோமே, நீங்கள் எதுக்காவது எடுத்தீங்களா?" என்று கோவிந்தம்மா கேட்டாள்.

"செங்கல்லா?"

"செங்கல் இல்லாம நான் தோசைக்கல்லை எப்படி தேய்க்கிறது?"

"அரப்புப் பொடி போட்டே தேச்சுடேன்."

"அழுக்கெல்லாம் போகாது. நாளைக்குச் செங்கல் கொண்டாந்து தேச்சுடறேன்."

"இப்பவே எங்கேயாவது கிடைக்காதா? இங்கேயிருந்த செங்கல்லை யார் எடுத்துண்டு போனாங்க?"

"எனக்கென்ன தெரியும் – நாளைக்குத் தேச்சுடலாம்."

கோவிந்தம்மா தீர்மானமாகத் தோசைக்கல்லை ஒரு மூலையில் வைத்துவிட்டு அந்த வீட்டை விட்டு வெளியேறினாள்.

சென்னை நகரத்தில் அந்தத் தெருவை தன்னைப் புதிதாக அமைத்துக் கொள்வது போலத் தெருவெல்லாம் எங்கு பார்த்தாலும் வீடு கட்டும் வேலை நடந்துகொண்டிருந்தது. ஒரு சிறு வண்டி கூடத் தங்கு தடையில்லாமல் போக முடியாதபடி தெருவோரமெல்லாம் மணலும் செங்கலும் குவிந்து கிடந்தன. பழைய வீட்டை இடித்துப் போட்ட கல் வேறு பல இடங்களில் சிறு சிறு குன்றுகளாகக் கிடந்தது. தோசைக் கல்லைத் தேய்ப்பதற்கு வசதியாக செங்கல்லை வாரி இறைப்பதும் தன் கடமையே என்பது போல ஊர் காட்சி அளித்தது.

குடிசை மாற்று வாரியம் கொடுத்த மூன்றாவது மாடிக் குடியிருப்புக்குக் கோவிந்தம்மா போய்ச் சேர்ந்தாள். அவளுடைய அம்மா அக்காவெல்லாம் இன்னும் வீடு திரும்பவில்லை. அப்பா மட்டும் தலையில் படுத்துக் கிடந்தார். அப்பாவைப் பார்த்து, "தோசை இருக்கு, எடுத்துக்கிறியாப்பா?" என்று கேட்டாள்.

அப்பா எழுந்திருந்து கைப்பிடிச் சுவர் ஓரமாக வெற்றிலை உமிழ்ந்து வந்தார். கோவிந்தம்மா அவள் வேலை செய்த வீட்டில் கொடுத்த தோசையை அப்பா முன் வைத்தாள்.

அப்பாவுக்குக் கோபம் வந்து தோசையை விட்டெறிந்தார். "தீஞ்சுக் கரியாப் போனதை தூரப் போடாம நமக்குத்தான் தின்னக் கொடுப்பாங்களா? படுபாவிங்க" என்றார்.

"இல்லேப்பா, இன்னிக்கு அவுங்க வீட்டுத் தோசை எல்லாமே இப்படித் தான் இருக்கும். கல்லு சரியில்லே" என்று கோவிந்தம்மா சொன்னாள். "தூத்தேறி" என்று அவள் அப்பா சொன்னார். நிமிடத்திற்கு ஒருமுறை ஏதோ நினைவுக்கு வந்தது போலத் திட்டிக்கொண்டிருந்தார். கோவிந்தம்மா வீட்டு வேலை செய்வது எங்கே என்றுகூட அவருக்குச் சரியாகத் தெரியாது. ஆதலால் பொதுவாக வேலை வாங்கிக்கொண்டு சரியான சன்மானம் தராது ஏமாற்றுபவர்களை எல்லாம் ஒட்டு மொத்தமாக வைதுகொண்டிருந்தார்.

எல்லா வீட்டுக்காரர்களுமே வேலைக்காரி விஷயத்தில் சுயநலமிகள் தான். ஆனால் இந்த தோசை விஷயத்தில் அப்பா நினைப்பது போல் இல்லை. அப்பாவிடம் இதை விளக்கிச் சொன்னால் அவர் அதை ஏற்றுக் கொள்ளப்போவதில்லை. கோவிந்தம்மாவுக்கு ஏன் தோசையை அப்பாவுக்குக் கொடுத்தோம் என்றிருந்தது. அவளுக்கும் பசிக்கத்தான் செய்தது. அவர்கள் குடும்பத்திலேயே இரவு ஒருவேளைதான் அடுப்பு மூட்டிச் சமைத்துச் சாப்பிடுவது. பகல் முழுவதும் வெளியே வேலை செய்யும் இடங்களில் கிடைப்பதைச் சாப்பிட்டுவிட்டு இருந்துவிடுவார்கள். இந்த ஏற்பாட்டில் அப்பாவுக்கு கொஞ்சம் கஷ்டந்தான். கூலி வேலை செய்பவர்களுக்குக் கூலிதான் கிடைக்கும். தீய்ந்து போனதாயிருந்தாலும் தின்னக் கிடைப்பது வீட்டு வேலை செய்பவர்களுக்குத்தான்.

கோவிந்தம்மாவின் அம்மா அன்று வீடு வந்து சேர ஏழு மணியாகிவிட்டது. அதன் பிறகு சமையல் தொடங்கியது.

மண்ணெண்ணெய் ஸ்டவ்வில் திரி சரியாகயில்லாததால் ஒரு புறம் புகை விட்டுக்கொண்டு எரிந்தது. இதனால் சோறு கொதியேறுவதற்கு நிறைய நேரம் பிடித்ததோடு சட்டியில் மசித்த கீரை ஒரு புறமாகத் தீய்ந்து விட்டது. தீய்ந்து போன பகுதியை எப்பாடுபட்டாலும் பிரித்தெடுக்க முடியாது. முழுப் பாத்திரத்திலும் சிறிதளவாவது தீய்ந்த வாசனையடித்துக் கொண்டிருக்கும்.

கோவிந்தம்மாவுக்குத் தீய்ந்துபோன தோசையே மேல் என்று தோன்றியது. இதை வாய்விட்டுச் சொல்லிவிட்டு அம்மாவிடமிருந்தும் அப்பாவிடமிருந்தும் தப்பிக்க முடியாது. எப்படியும் மறுநாள் தோசைக்கார அம்மாள் தோசைக்கல்லைச் சுத்தமாகத் தேய்த்துவிட வேண்டும்.

வழக்கம்போலக் காலை ஐந்து மணிக்கே அப்பா எழுந்துவிட்டு எல்லோரையும் விழிப்பூட்டினார். வீட்டுப் பெண்மணிகள் மூவரும் மூன்று திசையில் வெளியே சென்றார்கள். கோவிந்தம்மா போகும்போது ஒரு செங்கல் எடுத்துப் போக வேண்டுமென்று நினைவுபடுத்திக் கொண்டாள். வெளியூரிலிருந்து சென்னை வரும் ஆம்னிபஸ்கள் மூன்று உய்உய்யென்றும் அவை கடவுள் வணக்கப் பாட்டு என்று நினைத்துக் கொண்டிருந்ததை காதே செவிடாகிற மாதிரி ஒலிபெருக்கியில் ஒலிக்க வைத்துக்கொண்டு அவளைக்

கடந்து சென்றன. தானியங்கிப் பால் வழங்குமிடத்தில் பிரகாசமான விளக்கொளியில் ஐந்தாறு பேர் பாத்திரங்களுடன் நிற்பது தெரிந்தது.

தான் வேலை செய்யும் வீடு இருந்த தெருவை அடைந்த கோவிந்தம்மா நிழலாக இருந்த ஓரிடத்தில் தன் பாவாடை மேலணியைச் சரிசெய்துகொண்டாள். அந்தத் தெருவில் ஐந்தாறு வீடுகளுக்கு முன்னால் செங்கல் அல்லது மணல் அல்லது செங்கல் ஜல்லி என ஏதாவது தெருவோரமாகக் குவித்து வைக்கப்பட்டிருந்தது. தெருவில் நுழைந்தவுடனேயே வெளிச்சத்தில் ஒரு அடுக்கு செங்கல் இருந்தது. அங்கிருந்து எதையும் எடுக்காமல் சற்று இருட்டாக இருந்த இடத்தில் வைத்திருந்த செங்கல் குவியலிலிருந்து ஒரு செங்கல் எடுக்க கோவிந்தம்மா குனிந்தாள். முழுதாக எடுத்துப் போக அவளுக்கு மனமில்லை. உடைந்த செங்கல் ஒன்றைப் பொறுக்கி எடுக்கப்பார்த்தாள். ஒரு கணம் கையில் ஊசி ஒன்று குத்தின மாதிரி இருந்தது. அதற்கடுத்தகணம் அந்த ஊசி பழுக்கக் காய்ச்சினது மாதிரி சூடேறி அவளுடைய உடலில் குபீரென்று பாயத் தொடங்கியது.

"அம்மா!" என்று அலறிக்கொண்டு கோவிந்தம்மா ஓடினாள். பத்தடி ஓடுவதற்குள் வலி தாங்கமுடியாதபடி கீழே சாய்ந்தாள்.

கோவிந்தம்மாவுக்கு நினைவு வந்தபோது அந்தத் தெருவிலேயே ஒரு வீட்டு வராண்டாவில் கிடந்தாள். அவளுடைய உடையெல்லாம் நனைந்து நெடியடித்துக் கொண்டிருந்தது. அந்தச் சுற்றுப்புறத்தில் வீட்டு வேலை செய்யும் பெண்கள் இருவர் அவளுடைய பக்கத்தில் இருந்தார்கள். பொழுது விடியத் தொடங்கியிருந்தது.

ஒரு பெண் கேட்டாள், "வரியா, ஆஸ்பத்திரிக்குப் போய் ஊசி போட்டுவிட்டு வருவோம்."

அப்போது கோவிந்தம்மாவுக்கு கை தாங்கமுடியாதபடி வலித்துக் கொண்டிருந்ததை உணர முடிந்தது. "அம்மா! அம்மா!" என்ற துடித்துக் கொண்டே எழுந்தாள். "இருட்டு வேளையிலே செங்கல் அடுக்கியிருக்கிற இடத்துக்கு எதுக்குப் போனேடீ?" என்று சற்று வயதானவளாக இருந்தவள் கேட்டாள்.

வலியை பொருட்படுத்தாமல் கோவிந்தம்மா அந்த வீட்டை விட்டு வெளியே வந்தாள். அவளுக்கு என்னாயிற்று என்று தெரியவில்லை. அழுது கொண்டே வீட்டுப் பக்கம் நடந்தாள்.

வீட்டில் யாரும் இல்லை. மாடியில் அவர்களுடைய பக்கத்துக் குடியிருப்பில் ஒரு கிழவர் மட்டும் புகைத்துக் கொண்டிருந்தார்.

வீட்டில் சோற்றுப் பாத்திரம் காலியாகக் கிடக்கச் சட்டியில் சமைத்த கீரை தீய்ந்து போனது அப்படியே இருந்தது.

"என்ன கோவிந்தம்மா, சொல்லாம கொள்ளாம லீவு போட்டுட்டே? நேத்து முழுக்க ஏன் வரலை?" என்று வீட்டுக்கார அம்மாள் கேட்டாள்.

"தேள் கொட்டிடுத்தும்மா."

அந்த அம்மாள் அதை நம்பின மாதிரி தெரியவில்லை. ஆனால் பேச்சை அத்தோடு நிறுத்திவிட்டாள்.

"தோசைக்கல்லுங்க எங்கேம்மா? இன்னிக்கு செங்கல் கொண்டு வந்திருக்கேன்" என்று கோவிந்தம்மா சொன்னாள்.

"நானே தேய்ச்சுட்டேன்."

"எப்படிம்மா? செங்கல்தான் இல்லையே?"

"இந்தப் பொடி வாங்கிண்டு வந்தேன். விலை கொஞ்சம் கூடத்தான். ஆனா எண்ணெய்ப் பிசுக்கு சுத்தமாய் போயிடும்."

அந்த அம்மாள் பளபளவென உயரமான ஒரு தகர டப்பியைக் காட்டினாள். சினிமா விளம்பரங்களில் அதைக் கோவிந்தம்மா பார்த்திருக்கிறாள். ஆனால் வேலை செய்யும் இடத்திலேயே அதைப் பயன்படுத்துவார்கள் என்று அவள் நினைக்கவில்லை.

அன்று வீட்டுக்குப் போகும்போது கோவிந்தம்மா அவள் எடுத்து வந்த செங்கல்லை எடுத்த இடத்திலேயே போட்டுவிட்டுப் போனாள். இனிமேல் பாத்திரம் தேய்க்கச் செங்கல் தேவைப்படாது.

1986

உத்தர ராமாயணம்

எனக்கு எட்டு வயதானபோது எங்கள் வீட்டுக்கு மாடு வந்து சேர்ந்தது. ஒரு பக்கத்துக் கொம்பு எல்லா மாடுகளுக்கும் இருப்பது போல இருக்கும். இடது பக்கத்துக் கொம்பு மட்டும் நெற்றியிலிருந்தே நேராகக் கீழே சரிந்து கிடந்தது. என் கண்ணுக்கு அது அழகாகவே இருந்த மாதிரிதான் தோன்றியது. ஆனால் வீட்டிலுள்ளவர்கள் போதாது என்று எல்லா அக்கம் பக்கத்துக்காரர்களும் அதைக் கோணக்கொம்பு மாடு என்றுதான் அழைத்தார்கள். மாரிஸ், டெரின்ஸ், அப்பாராவ், காமேஷ் எல்லாருமே என்னோடு சண்டை போடும்போது கோணக் கொம்பு என்று கேலி செய்வார்கள். எனக்கு அது மிகவும் வலிக்கும்.

மாடு நாங்களாக விரும்பி, அல்லது கேட்டு, வரவில்லை, எங்கள் வீட்டுக்கு வெகுநாட்களாகத் தெரிந்த ராம்லால், சோட்டு என்ற இரு சகோதரர்களுக்கு ஏதோ சந்தர்ப்பவசத்தால் என் அப்பா ஐம்பது ரூபாய் கடன் கொடுத்திருந்தார். எங்கள் வீட்டுக்குச் செலவழிக்கப் பணம் இருக்குமோ இருக்காதோ, யார் யாரோ என் அப்பாவை வீட்டிலும் வெளியிலும் ஆபீஸிலும் பார்த்து ஐந்து, பத்து என்று வாங்கிப்போக மட்டும் முடியும். அவர்கள் பிற்பாடு அப்பாவிடம் நடந்துகொள்வதிலிருந்து அவர்கள் பணத்தைத் திருப்பித் தரவில்லை என்பது நன்கு தெரியும். என் அம்மாவும் அப்பாவை 'ஊரிலிருக்கிற பால்காரனுக்கும் தையற்காரனுக்கும் பணத்தைக் கொடுத்தால் திரும்பி வருமா' என்று அடிக்கடி கேட்டுச் சண்டை போடுவாள். பணம் வாங்கிப் போகிறவர்களும் எப்படியோ இதை ஊகித்துக் கொண்டு அப்பா தனியாக இருக்கும் நேரம், இடம் தெரிந்து பணம் வாங்கிப் போவார்கள். அதுவும் எப்படியோ அம்மா வுக்குத் தெரிந்துபோய் 'திருடனுக்குத் தேள் கொட்டின மாதிரி' என்று அப்பாவிடம் இன்னும் அதிகமாகச் சண்டை போடுவாள்.

ராம்லால் என்ன சொல்லி வாங்கினான் என்று தெரிய வில்லை. ஐம்பது ரூபாயை முழுதாக வாங்கிக்கொண்டு போய்விட்டான். அது அம்மாவுக்குத் தெரிந்துபோய் அம்மா

அப்பாவைக் கேட்டாள். பிறகு ஒருநாள் ராம்லால் வீட்டுக்கு வந்திருந்தபோது அவனிடமே கேட்டாள். இருவரிடமிருந்தும் அவளுக்குப் பதில் சரியாக வரவில்லை. கடைசியாக அம்மா ஜானகிபாயிடம் இதைப்பற்றிச் சொல்லி விட்டான். ஜானகிபாய், ராம்லாலின் மனைவி.

நான் பிறப்பதற்கும் முன்னால் நாங்கள் அப்போது குடியிருந்த வீட்டிற்குப் பக்கத்து வீட்டில் ராம்லாலும் அவனுடைய அம்மாவும் தம்பி சோட்டுவும் வசித்து வந்திருக்கிறார்கள். ஒருநாள் ராம்லால் அவனுடைய அம்மா, தம்பி எல்லோருமாக அவர்கள் ஊருக்குப் போனார்கள். அந்த நாளில் எந்த ஊருக்குப் போய் வருவதானாலும் நிறைய நாட்கள் பிடிக்கும். இரண்டு மூன்று நாட்களில் வீடு திரும்பினால் அது ஊருக்குப் போனதாகாது. குறைந்தது பத்து நாட்களாவது கண்ணில் காணாமல் போகவேண்டும். அப்போதுதான் அவர்களுக்கு ஊருக்கு போய்விட்டு வந்த அந்தஸ்து கிடைக்கும். ஒரு முக்கிய காரணம், எல்லா ஊர்களுக்கும் நேரடியாக ரயில் கிடையாது. ஓரிரு இடத்தில் ரயில் மாறி, பத்துப் பன்னிரண்டு மைல் கட்டை வண்டியில் சென்று, எங்காவது ஒருமுறை படகில் ஆற்றைக் கடந்தால்தான் ஊர் வரும். எங்கு போனாலுமே படுக்கை, போர்வை, தண்ணீர் கூஜா, சோற்று மூட்டை எல்லாவற்றையும் சுமந்து கொண்டு போகாமல் சாத்தியப்படாது. ராம்லாலும் அப்படித்தான் ஊருக்குப் போயிருக்க வேண்டும். அவனுடைய அம்மா அவளுடைய துணிமணிகளையும் தண்ணீர் பாத்திரத்தையும் தனியாக வைத்துக்கொண்டு அவளே சுமந்து போயிருப்பாள். இப்படிப் போன ராம்லால் குடும்பம் அம்முறை ஊருக்குப் போய்விட்டு திரும்பியபோது ஒரு பெண்ணையும் அழைத்து வந்தது என்று சொன்னார்கள். அது ராம்லாலின் மனைவி. எப்போதோ குழந்தையாயிருக்கும்போது ராம்லாலுக்குக் கல்யாணம் நடந்திருக்கிறது. அந்தப் பெண்தான் ஜானகிபாய்.

ஜானகிபாய் வந்த பிறகுதான் நான் எங்கள் அப்பாவுக்கு மூன்றாவது குழந்தையாகவும் முதல் பிள்ளையுமாகப் பிறந்தேன். என்னைப் பிரசவித்த போது ஜானகிபாய்தான் எங்கள் குடும்பத்திற்கு மிகவும் ஒத்தாசையாக இருந்திருக்கிறாள். எனக்குப் பிறகு ஒரு தங்கை. அதன் பிறகு இன்னொரு தம்பி. பக்கத்து வீட்டில் குடியிருந்துகொண்டு ஜானகிபாய் எங்கள் வீட்டுக்கு மிகவும் உழைத்திருக்கிறாள். மூன்று பிரசவங்களுக்கு உடனிருந்திருக்கிறாள். எனக்கு நான்கு வயதாகி, ஒரு மாதிரி நினைவு தெரிந்தபோது ஜானகிபாயைப் பெண் என்று கொள்ளமுடியாது. அப்போதுதான் எங்கள் அப்பாவுக்கு ரயில்வே குவார்ட்டர்ஸில் வீடு கிடைத்து, நாங்கள் வீடு மாறிப் போய்விட்டோம். புது வீடு பெரிதாக, விசாலமாக இருந்தது. பல சௌகரியங்கள் இருந்தன. முக்கியமாக மின்சார விளக்கு இருந்தது. ஆனால் எனக்கு வெகுநாட்களுக்கு எதையோ இழந்தது போல்தான் இருந்தது. காரணம், ஜானகிபாய் பக்கத்திலில்லை.

மூன்று மைல் தள்ளியிருந்த ரயில்வே குவார்ட்டர்ஸுக்கும் வாரம் ஒருமுறை அல்லது இருமுறை ஜானகிபாய் நடந்தே வந்து எங்களைப் பார்த்துப் போவாள். மணி கோர்ப்பது, எம்ப்ராய்டரி செய்வது, தையல் மிஷினைப் பயன்படுத்துவது இதெல்லாம் ஜானகிபாய்தான் எங்கள் அம்மாவுக்குச் சொல்லிக் கொடுத்திருந்தாள். இத்தகைய கைவேலையில்

என்னுடைய ஒரு அக்காவுக்கும் அக்கறை உண்டு. அவளுடன் நானும் அந்தச் சிறு வயதிலேயே ஜானகிபாயிடம் இதெல்லாவற்றையும் கற்றுக்கொண்டேன். எதையும் நான் ஒருமுறை சரியாகச் செய்யும்போது ஜானகிபாய் என்னைக் கட்டிக்கொண்டு முத்தம் தருவாள்.

ராம்லாலும் சோட்டுவும் எங்கள் வீட்டுக்கு அடிக்கடி வந்தாலும் அவர்களுக்கு ஜானகிபாய் எங்களிடம் காண்பித்த உரிமையும் அந்தரங்கமும் எட்ட முடியாமல்தான் இருந்தது. வாசலோடு வந்து நின்று பேசிவிட்டுப் போய்விடுவார்கள், ஜானகிபாய் உள்ளே வந்து எங்களுக்குப் பல சமயங்களில் சமையல் செய்து போட்டிருக்கிறாள். கோதுமை ரொட்டியும் இனிப்புப் பண்டங்களும் அற்புதமான ருசியிருக்கும்படி தயாரிப்பாள். மூன்று அல்லது நான்கு மாதங்களுக்கு ஒருமுறை எங்கள் வீட்டுக்கு அவள்தான் ஊறுகாய் போட்டுத் தருவாள்.

ஐந்தாறு வயது ஆன நாட்களில்கூட நான் அவள் மடியில் உட்கார்ந்துகொண்டு அவள் கொஞ்சுவதற்காகக் காத்திருப்பேன். நான் பள்ளிக்குப் போன முதல் நாளே என்னை டீச்சர் அடித்தபோது அதற்காக ஜானகிபாயிடம்தான் முதலில் அழுதேன்.

ஜானகிபாய் எலுமிச்சம்பழ நிறமாக மிக அழகாக இருப்பாள். எனக்கு நினைவு தெரிந்து ஞாபகம் வைத்துக்கொள்ளக்கூடிய நாட்களில் அவள் உடல் சற்றுப் பூசினாற்போல் இருந்தது. மிக எளிமையான புடவைதான் உடுத்தி வருவாள். ஆனால் சுத்தம் மணக்க இருக்கும். இதற்கு மாறாக ராம்லால், சோட்டு இருவரும் எப்போதும் அழுக்கானதும் கசங்கியதுமான சட்டை பைஜாமாதான் போட்டிருப்பார்கள். அது அவர்கள் பிழைப்புத் தொழிலினால் ஏற்பட்டதாயிருக்கலாம். இருவரும் பால் வியாபாரம் செய்துவந்தார்கள். அத்தோடு இருவரும் ஒரு வெற்றிலை பாக்குக் கடையும் வைத்திருந்தார்கள். நாங்கள் அப்போதிருந்த ஊரில் பீடாவை முக்கோண வடிவத்தில் மடித்துக் கிராம்பு ஒன்றைக் குத்தி வைத்திருப்பார்கள். நானும் என் அப்பாவும் தினமும் அவர்கள் கடையைக் கடந்துதான் வீட்டு சாமான், காய்கறி முதலியன வாங்கப் போகவேண்டும். சகோதரர்களில் யார் கடையில் இருந்தாலும் எனக்கு ஒரு ஸ்ட்ராங் பெப்பர்மிண்ட் கிடைக்கும். அப்பா வெறும் வெற்றிலையாக வாங்கிக்கொண்டு தானாகத் தயாரித்து வைத்திருக்கும் சீவல் புகையிலையுடன் போட்டுக்கொள்வார். அவர் ஒருமுறைகூட இதற்கு எல்லாம் காசு கொடுத்தது கிடையாது. காசு கொடுக்க ஏன் அவசியம் இல்லை என்பது பின்னர் என் அம்மா அப்பாவோடு சண்டை போடுவதிலிருந்து தெரியவரும்.

என்று தவறினாலும் ஞாயிற்றுக்கிழமை பிற்பகலில் ஜானகிபாய் தவறாமல் எங்கள் வீட்டுக்கு வருவாள். நான் மட்டுமில்லை, என் அம்மா, அக்காவெல்லாம்கூட அவள் வருவதற்காகக் காத்திருப்போம். அவள் எப்போதும் அழகாக, சிரித்த முகமாக இருந்தாலும் ஏதோ சில சமயங்களில் வருத்தமாக இருப்பது போலவும் எனக்குத் தோன்றியது உண்டு. சிறுவனாக இருந்தபோது உலகத்தின் துக்கங்கள் பற்றி அதிகம் தெரியவில்லை. ஆனால் நானாகப் புத்தகங்களை எடுத்துக்கொண்டு பள்ளிக்கூடம் போகத்

தொடங்கியவுடன் சில விஷயங்கள் புலப்படத் தொடங்கின. ஏழ்மை பற்றி தெரியத் தொடங்கியது. சிலருக்கு ஒருவேளை கூடச் சரியாகச் சாப்பிட முடியாது நிலை இருக்கும் என்று தெரியவந்தது. ஒரு சிலர் ஒரு சிலருக்கு அடங்கித்தான் வாழ முடியும் என்று தெரியவந்தது. இழப்புகள், இல்லாமை என்பது வெவ்வேறு மனிதர்களுக்கு வெவ்வேறு விதமாக இருக்கும் என்று தெரியவந்தது. ஜானகிபாய்க்கு குழந்தைகள் இல்லை என்பது அப்போதுதான் உறைக்கத் தொடங்கியது.

ராம்லாலின் அம்மாவுக்கு ஒரு பேரக்குழந்தை இல்லை என்பதைவிடத் தன் மகனுக்குக் குழந்தை பிறக்கவில்லை என்பதுதான் பெரிய வருத்தமாக இருக்க வேண்டும். ஜானகிபாய்க்கு அவளுடைய அபரிமித அன்பைச் சொரிய நாங்கள் மட்டும் போதாது என்று எனக்குக்கூட ஒரு மாதிரி தெரிந்துவிட்டது. தனக்குக் குழந்தை இல்லை என்பதோடு மாமியாரின் வருத்தமும் சேர்ந்து அவளுக்கு மனப்பாரம் சுமக்க முடியாததாக வளர்ந்துகொண்டிருக்க வேண்டும். அவள் என்னதான் எலுமிச்ச நிறமேனியுடன் அழகாக இருந்து, எங்கள் வீட்டுக்கு வந்து சிரித்து, பேசி, தின்பண்டங்கள் செய்து கொடுத்து, தையல் வேலை கற்றுக் கொடுத்து, எங்களோடு கொஞ்சி விளையாடினாலும், அவளுடைய வீட்டில் இதெல்லாம் சாத்தியமில்லை என்பது அவளிடம் தோற்றுவித்த மாற்றங்களை அவளைவிட நாங்கள்தான் அதிகமாக உணரத் தொடங்கியிருந்தோம். அவளிடமிருந்து வெளிவரும் மிகச் சிறிய பெருமூச்சை நான்தான் அதிகமாக உணர்ந்தேன். ஒருநாள் அவள் என்னைக் கட்டிப்பிடித்து முத்தம் கொடுத்தபோது எனக்கு வயிற்றை என்னவோ செய்தது. அவள் முகத்தில் வழிந்திருந்த கண்ணீர் என் கன்னத்தை நனைத்திருந்தது.

ராம்லாலின் சட்டை பைஜாமா இன்னும் அதிகமாகவே அழுக்கடைந்து கசங்கியிருப்பது போல எனக்குத் தோன்றியது. ஒருநாள் என் அப்பாவோடுகூட அவன் சற்றுக் கடுமையாகப் பேசின மாதிரி இருந்தது. அன்று எனக்கு அவன் ஸ்ட்ராங் பெப்பர்மிண்ட் தரவில்லை. எப்போதோ ஒரு சமயம் என் அப்பா ஒரு வீட்டைக் காண்பித்து அங்குதான் நாங்கள் முன்பு குடியிருந்தோம். அங்குதான் நான் பிறந்தேன் என்று காட்டியிருந்தார். ஒருநாள் பள்ளிக்கூடத்திலிருந்து திரும்பி வரும்போது நான் அந்த வழியாக வந்தேன். நாங்கள் முன்பு இருந்த வீடு என்று காட்டிய வீட்டுக்குப் பக்கத்து வீட்டிலிருந்து ஏகமாக இரைச்சல் கேட்டது. அதெல்லாம் நாட்டு ஓடு போடப்பட்ட சிறு சிறு வீடுகள். தெருவிலிருந்தே வீட்டில் நடப்பது எல்லாம் தெரியும். நான் இரைச்சல் கேட்ட வீட்டு முன்னால் நின்று பார்த்தேன். உள்ளே ஒரு மூலையில் உட்கார்ந்தபடி ஜானகிபாய் அழுது கொண்டிருந்தாள். எதிரே சோட்டுவும் அவனுடைய அம்மாவும் ஜானகிபாயைத் திட்டிக்கொண்டு இருந்தார்கள். நான் திடுக்கிட்டபடி ஒரு கணம்தான் அங்கு நின்றேன். உடனே என்னை யாரும் பார்த்துவிடக் கூடாது என்று ஒரே ஓட்டமாக என் வீட்டை வந்தடைந்தேன். அந்த ஒரு கணத்தில் என் வயது பத்தாண்டுகள் கூடின மாதிரி இருந்தது. அதன் பிறகு எனக்கு எப்போது ஜானகிபாய் நினைவு வந்தாலும் அவள் ஒரு மூலையில் உட்கார்ந்து அழுதுகொண்டிருந்ததுதான் என் மனதில் தோன்றியது.

அந்த நாளில்தான் எங்கள் வீட்டுக்கு எருமை மாடு வந்து சேர்ந்தது. ஜானகிபாய் ராம்லாலின் மனைவி என்றால்கூட எங்கள் குடும்பம்வரை

அவள் ஏதோ தனித்து இயங்கியவளாகத்தான் நாங்கள் பழகி வந்தோம். ஆனால் ஒரு தருணத்தில் என் அம்மா, ராம்லால் திருப்பித் தராத ஐம்பது ரூபாய் பற்றி ஜானகிபாயிடம் குறை கூறியிருக்க வேண்டும். அடுத்த வாரம் ராம்லால் கோணக்கொம்பு மாட்டை எங்கள் வீட்டில் கொண்டுவந்து கட்டிவிட்டுப் போனான்.

மாடு வந்து சில நாட்களுக்குத் தினம் காலையிலும் மாலையிலும் ராம்லால் அல்லது அவனுடைய தம்பி சோட்டுதான் பால் கறந்து தருவது வழக்கமாயிருந்தது. ஒருநாள் காலை யாரும் வரவில்லை. மாடு பரிதாபமாகக் கதற ஆரம்பித்தது. நான் ராம்லாலைத் தேடிப்போனேன். அண்ணன், தம்பி, ஜானகிபாய் எல்லாருமாகவே வெளியே போயிருந்தார்கள். காரணம் பின்பு தெரிந்தது; ராம்லால் யாரையோ அடித்துவிட்டான்; போலீஸ்காரன் இரு சகோதரர்களையும் இழுத்துப் போய்விட்டான்; போலீஸ் ஸ்டேஷனில் கெஞ்சிக் கூத்தாடி அவர்களை அழைத்து வர ஜானகிபாய் போயிருந்தாள்.

அன்று என் அம்மா எருமை மாட்டைக் கறந்தாள். அவளுக்கு முன்பின் பழக்கம் இல்லாதபோதிலும் மாடு அதிகம் தொந்தரவு கொடுக்கவில்லை. அதன் பிறகு மாட்டைக் கறப்பது எங்கள் அம்மாவின் பொறுப்பாயிற்று. என் அம்மாவும் ஒருமுறை சுரம் வந்து படுத்த படுக்கையாகக் கிடந்தபோது நான் கறக்கத் தொடங்கினேன். மாடு சினையுற்றுக் கறப்பது நின்றது. பின்பு கன்று போட்டது. நான்கைந்து நாட்கள் வரை கறந்தவுடனே பால் திரிந்து போயிற்று. அப்புறம் பழையபடி நல்ல பாலாகக் கறக்கத் தொடங்கியது. மாடும் கன்றும் என் பிரக்ஞைக்கு ஒரு புதுப் பரிமாணம் கொடுத்தன. எருமை மாடு, எருமைக் கன்றுக் குட்டியாக இருந்தாலும் நான் அவற்றைக் கட்டிக்கொள்வேன். ஒருநாள் கன்றுக்குட்டியை நான் கட்டிக்கொண்டபோது அது என்னை நக்கிவிட்டது. எனக்கு உடனே ஜானகிபாய் நினைவு வந்து அதை இன்னும் இறுகக் கட்டிக்கொண்டேன்.

நான் பெரிய பள்ளிக்கூடத்திற்குப் போக ஆரம்பித்தேன். அத்துடன் மாட்டு அனுபவங்கள் பெருக ஆரம்பித்தன. மாடு மூன்று முறை கன்று போட்டு, ஒரு கன்றை விலைக்குக் கொடுத்தது. ஒரு கன்றைப் பால் அதிகம் குடிக்கக் கொடுத்து அது அடுத்த நாளே ஏகமாகக் கழிந்து உயிரை விட்டுவிட்டது. மாடு அந்தச் சுற்றுப்புறத்துக்குப் பழக்கப்பட்டு அந்தத் தைரியத்தில் எங்கெல்லாமோ போய்விடும். மாடு காரணமாக அங்கு சுற்றுவட்டாரத்தில் இருந்த அத்தனை பங்களாக்களிலும் நான் போய் யார் யாரிடமோ திட்டு வாங்கிக்கொள்ள வேண்டியிருந்தது. ஒருமுறை பங்களா தோட்டக்காரன் மாட்டை நான்கு மைல் தொலைவிலுள்ள தொட்டியில் அடைத்துவிட எடுத்துச் சென்றுவிட்டான். எங்களுக்கு விவரம் தெரியாமல் ஊரெல்லாம் தேடிவிட்டு மூன்று நாட்கள் கழித்து மாட்டை அபராதம் கட்டிவிட்டு ஓட்டி வந்தோம். கறந்த பாலே சாப்பிட்டு பழக்கமானதில் மாடு அடுத்த முறை சினையுற்றபோது இன்னொரு மாடு வாங்கி வந்தோம். என்னையும் என் அம்மாவையும் எங்கள் மாடுகளும் கன்றுகளும் கண்டவுடனேயே விசேஷப் பார்வை தரும். மாடு சிரிப்பது, கோபிப்பது, விளையாட அழைப்பது, அழுவது, ஏங்குவது, வலியில் தவிப்பது, பசியாயிருப்பது, வயிறார உண்டு

உத்தர ராமாயணம்

ஆறுதலாயிருப்பது எல்லாம் எனக்குப் பழக்கமாயிற்று. வாழைப்பழம் வாங்கி வந்தால் அதைத் தின்பதைவிடத் தோலை மாட்டுக்குக் கொடுப்பது இன்னும் சந்தோஷமாக இருந்தது. பள்ளிக்கூடத்திலிருந்து வீடு திரும்பியவுடன் கொல்லைப்புறத்தில் மாட்டைக் காணாது போனால் உடனே வயிற்றைக் கலக்கும். அந்த வட்டாரத்திலிருந்த ஒவ்வொரு பங்களாத் தோட்டமாக மாட்டைத் தேடிப் போவதும் பழக்கமாகப் போயிற்று.

ஜானகிபாய் எங்கள் வீட்டுக்கு வருவது சிறிது சிறிதாகக் குறையத் தொடங்கியது. எப்போதோ ஒருமுறைதான் அவள் வருவாள். அவளுடைய எலுமிச்சை நிற வண்ணம் கூடச் சோபையிழக்கத் தொடங்கிவிட்டது. சோட்டுவுக்கும் கல்யாணம் ஆகி, அவனுடைய மனைவிக்கு அடுத்த வருடமே குழந்தை பிறந்துவிட்டது. ராம்லால் பழையபடி அழுக்குச்சட்டை பைஜாமா தான் அணிந்துகொண்டிருப்பான். அப்பாவிடம் அவ்வப்போது பணம் வாங்கிப் போவது நிற்கவில்லை. அம்மாவும் அவளுக்குக் கோபம் வரும்போது அப்பாவை அதைச் சொல்லி சண்டை போடுவது நிற்கவில்லை. ‘மாடு மாதிரி இரண்டு பெண்கள் வளர்ந்து கல்யாணத்திற்குக் காத்திருக்கும் போது பால்காரனுக்கும் தையற்காரனுக்கும் கடன் கொடுத்துக்கொண்டிருந்தால் குடும்பம் எப்படி உருப்படும்?’ என்று சொல்வாள். ‘கோணக்கொம்பு மாட்டை என் தலையிலே கட்டித் தவிக்க வைக்கிறீர்களே!’ என்பாள். ஏதாவது சமயத்தில் ஆத்திரம் தாங்காமல் மாட்டை ஓர் அடி போடுவாள். பிறகு அவளே அதைத் தடவிக்கொடுப்பாள்.

ஒருநாள் இரவு பதினொரு மணிக்குச் சோட்டு எங்கள் வீட்டுக் கதவைத் தட்டினான். அம்மாதான் கதவைத் திறந்தாள். அவன் அம்மாவிடம் ஒன்றும் சொல்லவில்லை. அப்பாவை மட்டும் தனியாக வெளியே அழைத்துக் கொண்டுபோய் ஏதோ சொன்னான். அப்பா உடனே சட்டையை மாட்டிக் கொண்டு அவனோடு எங்கோ போனார். போகும்போது ஒன்றும் கேட்க வேண்டாம் என்று அம்மாவும் வெறுமனே இருந்துவிட்டாள். நாங்கள் எல்லோரும் கதவைத் தாளிட்டுக்கொண்டு படுத்துத் தூங்கிவிட்டோம். அப்பாவோ மறுநாள் காலையில்தான் வந்தார். என்னதான் அம்மா அவருடன் எப்போதும் சண்டை போடுவது போல இருந்தாலும் அவர்கள் இருவரிடையேயும் ரகசியம் என்று ஏதும் கிடையாது. அதேபோல எல்லா விவரங்களும் எங்கள் இருவரிடமும் சொல்லிவிடுவார்கள். ஆனால் அன்று அப்பாவும் அம்மாவும் அவர்களுக்குள்தான் மிகவும் தணிந்த குரலில் பேசிக்கொண்டிருந்தார்கள். ஆனால் விஷயம் அதிக நாட்கள் அப்படி இருக்கக் கூடியதல்ல. ஜானகிபாயைக் காணோம்.

எங்கள் வீட்டில் ஜானகிபாயைப் பற்றிய பேச்சே யாரும் எடுக்கவில்லை. சில மாதங்களாகவே அவள் எங்கள் வீட்டுக்கு வருவது மிகவும் குறைந் திருந்தது. ஆனால் அவளை நினைவூட்டக்கூடிய பொருள்கள் வீடு முழுதும் நிறைந்திருந்தன. வீட்டுக்கு பொருத்தமில்லாமல் ஜன்னல் திரைகள் – அதிலெல்லாம் அவளுடைய எம்ப்ராய்டரி வேலைப்பாடு. நாங்கள் பள்ளிக்கு எடுத்துச் செல்லும் பைகள் – அவை எல்லாம் அவள் பின்னியது. என் அக்காக்களுடைய ஜாக்கெட்டுகள் எல்லாமே அவள் தைத்ததுதான். சுவரில் தொங்கிய ஒரு பெரிய ராமர் பட்டாபிஷேகப் படம் – அவள்

கண்ணாடி மணிகளால் அலங்கரித்தது. இப்படி இருந்தும் நாங்கள் யாரும் வாயைத் திறக்கவில்லை.

ஆனால் நாளாக நாளாக இந்த இறுக்கம் மறையத் தொடங்கியது. என் அக்காக்களுக்குப் பாட்டு வாத்தியார் வந்து போவது பெரும் வெறுப்பாகிவிட்டது. எனக்கு மாலை நேரங்களில் விளையாடப் போவது மிக முக்கியமாகிப் போய்விட்டது. இதனால் அப்பாவுடன் கடை கண்ணிக்குப் போவது அநேகமாக நின்றேவிட்டது. அப்பாவாகப் பையைத் தூக்கிக்கொண்டு காய்கறி வாங்கி வருவார். இல்லாதுபோனால் நான் சைக்கிளில் சென்று கடைக்காரன் சொன்ன விலையைக் கொடுத்து அவன் அள்ளிப் போடும் சொத்தை வெங்காயம் உருளைக்கிழங்கை வாங்கிக் கொண்டு வருவேன். 'ஏண்டா நாளும் கிழமையாக இப்படி வாங்கி வந்திருக்கிறாயே!' என்று என் அம்மா கேட்பதற்குள் ஓடிப் போயிருப்பேன். ஒருநாள் எப்படியோ இந்தப் புது அட்டவணை தவறி நானும் அப்பாவுமாக வெளியே போனோம். அப்பா ராம்லால் வெற்றிலை பாக்குக் கடையருகே சென்றார். எனக்கு பெப்பர்மிண்ட் கிடைக்குமா என்று ஒரு நப்பாசைதான். ஆனால் கடையில் இருந்த சோட்டு, "என்ன, இப்போதெல்லாம் பாபுவைக் கண்ணிலேயே பார்க்க முடியவில்லையே?" என்று சொல்லிவிட்டு அப்பாவிடம் அவனுடைய கஷ்ட நஷ்டங்களைச் சொல்ல ஆரம்பித்தான். அப்பா அவன் சொல்வதைப் பொறுமையுடன் கேட்டுக்கொண்டே வெற்றிலை போட்டுக்கொண்டிருந்தார்.

சோட்டுவுக்கு இப்போது மூன்று குழந்தைகளாகிவிட்டது. அவனுடைய அம்மாவுக்கு அவனையும் அவனுடைய மனைவியையும் கொஞ்சமும் பிடிக்காமல் போய்விட்டது. எப்போதும் அவர்களையும் குழந்தைகளையும் கரித்துக் கொட்டிக்கொண்டிருக்கிறாள். அவர்கள் வீட்டில் அந்த மானக்கேடான நிகழ்ச்சி நடப்பதற்கு முன்பு இதே அம்மா எவ்வளவோ அன்பாக இருப்பாள். அந்த மானங்கெட்டவள் அம்மாவுக்கு அப்படி சொக்குப்பொடி போட்டு வைத்திருக்கிறாள். அவள் இருந்த போதும் அம்மா வைது சண்டை போடுவாள்; ஆனால் அதில் துக்கம் இருக்குமே தவிர துவேஷம் இருக்காது. இப்போது துவேஷம் வந்துவிட்டது. அவன் நாசமாகப் போகத்தான் வைகிறாள்; சாபம் கொடுக்கிறாள். அவனுக்குத் தனியாகப் போய்விடலாம் போலிருக்கிறது. அப்பாவால் ஐநூறு ரூபாய் ஏற்பாடு செய்து தரமுடியுமானால் அவன் தனியாக மாடுகள் வாங்கி ஏதாவது ஹோட்டல், டீக்கடை வாடிக்கை பிடித்துப் பிழைக்க முடியும். ஒரு சின்ன பால் பண்ணைகூட வைக்க முடியும்...

சடாலென்று சோட்டு பேசுவதை நிறுத்தினான். அப்பா திரும்பிப் பார்த்தார். ராம்லால் அங்கு நின்றுகொண்டிருந்தான்.

ராம்லால் பணப்பெட்டியைத் திறந்து பார்த்தான். சோட்டுவின் முகத்தை அண்ணாந்து பார்த்தான். சோட்டு வேறேதோ பக்கம் திரும்பிப் பார்த்தான். ராம்லால் பிறகு அப்பாவை மெதுவாக ஒரு புறமாக அழைத்துப் போனான்.

அப்பாவும் ராம்லாலும் வெகுநேரம் ஏதோ மெதுவாகப் பேசிக் கொண்டிருந்தார்கள். நான் சின்னப் பையன் இல்லை என்று எனக்கே ஒரு

மாதிரி தோன்ற ஆரம்பித்த காலம். நான் அவர்கள் அருகே போகாமால் ஓரமாக நின்றுகொண்டிருந்தேன். ஓரிரு வார்த்தைகள் காதில் விழாமல் போகவில்லை. அப்பா ஜானகிபாய் பற்றித்தான் ராம்லாலிடம் ஏதோ சொல்லிக்கொண்டிருந்தார். ஜானகிபாய் இருந்தவரையில் அவர்கள் குடும்பம் நன்றாகத்தான் நடந்து வந்தது. அவர்கள் குடும்பம் என்றில்லாமல் எவ்வளவோ குடும்பங்களுக்கு அவள் வலியச் சென்று அவளால் இயன்றவரை ஒத்தாசை செய்து உழைத்திருக்கிறாள். அவள் ஆயிரத்தில் ஒருத்தி. எப்போதோ பக்கத்து வீட்டில் நாங்கள் இருந்தோம் என்று எங்கள் குடும்பத்துக்கே அவள் எவ்வளவு உழைத்திருக்கிறாள்! அவள் போனதிலிருந்து எங்கள் வீடே எவ்வளவோ அழுது வடிகிறது...

ராம்லால் கேட்டுக் கொண்டேயிருந்தான். அவன் அழுதுவிடுவான் போலக்கூட இருந்தது. இன்னமும் அதே கலைந்த தலை; ஒரு வாரம் பத்து நாட்களாகச் சவரம் செய்யாத முகம்; அழுக்குச் சட்டை பைஜாமா.

அப்பா ராம்லாலிடம் ஜானகிபாயின் விசேஷ குணங்களைச் சொல்லிக்கொண்டே போனார். எப்பேர்ப்பட்ட பெண்! அவள் காணாமல் போய்விட்டாள் என்றால் இன்னும் தேடிப் பார்க்க வேண்டாமா? அவளைத் தேடிப்பிடித்து வீட்டுக்கு அழைத்து வரவேண்டும்.

திடீரென்று ராம்லாலின் முகம் கடுமையாயிற்று. அவன் கண்களை உருட்டிக் கொண்டு அப்பாவைப் பார்த்தான். "நான் ராஜ்புத், தெரியுமா உங்களுக்கு? நான் ராஜ்புத்! ஓடிப் போனவளை நான் மறுபடியும் வீட்டில் காலடி வைக்க விடமாட்டேன்! அவளை அப்படியே கண்டந்துண்டமாக வெட்டிப் போட்டுவிடுவேன்!" என்று மார்பைத் தட்டிக்கொண்டான்.

அப்பா பேச்சை நிறுத்தினார். சிறிது நேரத்திற்குப் பிறகு, "நான் போய் வருகிறேன்" என்று சொல்லிவிட்டு என்னை அழைத்துக்கொண்டு மார்க்கெட் பக்கம் வேகமாக நடக்க ஆரம்பித்தார். வழி நெடுகிலும் என்னிடமும் ஒரு வார்த்தைகூடப் பேசவில்லை.

இது நடந்தும் நிறைய நாட்களாகிவிட்டது. நடுவில் கோணக்கொம்பு மாட்டுக்குச் சீக்கு வந்துவிட்டது. கறக்கவும் இல்லை. ஒரு வாரம் ஏதும் தின்னவும் இல்லை. ஒருநாள் உட்கார்ந்திருந்தது. அடுத்த நாள் ஒரு பக்கமாக உடலைச் சாய்த்துப் படுத்துவிட்டது. வயிறு மட்டும் வெடித்துவிடும் போல உப்பிவிட்டது. அந்த நாட்களில் அந்த ஊரில் மனிதர்களுக்கு வைத்தியர்கள் கிடைப்பதே சிரமம். எங்கேயோ தேடிப் பிடித்து ஒரு கால்நடை வைத்தியரை வீட்டுக்கு அழைத்து வந்தோம். அவர் மாட்டைப் பார்த்துவிட்டு அபிப்ராயம் ஒன்றும் சொல்லவில்லை. என் அம்மாதான் அவரைப் பார்த்து அழுதுவிட்டாள். அவர் ஒரு பெட்டியிலிருந்து கோணி ஊசி போன்றது ஒன்றை எடுத்தார். அந்த ஊசியை அதற்காகச் செய்யப்பட்ட உறை மாதிரி இருந்த இன்னொரு குழாய் ஒன்றில் சொருகினார். ஊசி நுனி மட்டும் வெளியே நீட்டிக் கொண்டிருந்தது. அவர் மாட்டின் வயிற்றுப் பக்கத்தைத் தடவிப் பார்த்து ஓரிடத்தில் விரலை அழுத்திப் பார்த்தார். அந்த இடத்தில் சிறிது ஸ்பிரிட் தடவி விட்டுக் கோணி ஊசியைச் சடாரென்று அந்த இடத்தில் ஆழமாகக் குத்தினார். ஊசியும் குழாயுமாக நான்கு

அங்குலம் மாட்டினுள் நுழைந்திருந்தது. குழாயை அப்படியே அழுத்திப் பிடித்துக்கொண்டு ஊசியை மட்டும் வெளியே இழுத்தார். லாரிச் சக்கரத்தில் லாடம் ஏறிக் காற்றுப் போவது போல மாட்டின் வயிற்றிலிருந்து அந்தக் குழாய் வழியாகக் காற்று வெளியேற ஆரம்பித்தது. வைத்தியர் மாட்டின் வயிற்றை அங்குமிங்குமாக அழுத்திக்கொண்டிருந்தார். மாட்டின் வயிறு ஓரளவு சாதாரண அளவுக்குச் சுருங்கியவுடன் அந்தக் குழாயையும் வெளியே இழுத்துவிட்டார். மேல் சதையில் மீண்டும் ஸ்பிரிட் தடவினார். மாடு கண்ணை விழித்துப் பார்த்தது.

அம்மாவுக்கு மிகவும் சந்தோஷம். வைத்தியருக்கு விசேஷமாக காபி போட்டுத் தந்தாள். ஆனால் அவர் ஒன்றும் சொல்லவில்லை. ஒன்றும் சொல்லாமலேயே கிளம்பிப் போய்விட்டார்.

மாடு எழுந்து உட்கார்ந்தது. சிறிது தண்ணீர்கூடக் குடித்தது. அம்மா இன்னும் இரு ரூபாய் நாணயங்களை எடுத்துத் திருப்பதி வெங்கடாஜலபதிக்கும் வைத்தீஸ்வரன் கோயில் வைத்தியநாத சுவாமிக்குமாக முடிந்து வைத்தாள். அன்று இரவு மாடு ஒரு முறை எழுந்து நின்று மூத்திரம் போக முயன்று பார்த்தது. பிறகு படுத்துவிட்டது. காலை மீண்டும் ஒரு பக்கமாக நீட்டிச் சாய்ந்துவிட்டது. வயிறு முன்பு இருந்ததைக் காட்டிலும் உப்பிவிட்டது. வைத்தியர் வந்து பயனில்லை என்று வரவேயில்லை. அடுத்தநாள் மாடு செத்துவிட்டது. செத்த மாட்டை வண்டியில் தூக்கிப் போட்டுக்கொண்டு போகும்போது நாங்கள் எல்லோருமே அழுதுவிட்டோம்.

எருமை மாடுகளுக்கே அவை போகக் கூடாத இடமாகத் தேர்ந்தெடுத்துப் போக நன்றாகத் தெரியும். கோணக்கொம்பு மாட்டுக்கு மாற்று மாடாக வந்ததும் ஒவ்வொரு பங்களாவாக நுழைந்து எங்களுக்கு விதவிதமான திட்டும் எச்சரிக்கையும் வாங்கி தந்தது. ஒரு நாள் எங்கென்றே தெரியாதபடி தொலைந்துவிட்டது. நான் சைக்கிளில் சென்று ஊரெல்லாம் தேடினேன். இந்த மாட்டுக்குக் கொம்பு சீராக இருந்தால் விசேஷ அடையாளம் என்று எதையும் சொல்ல முடியவில்லை. ஏதாவது எருமை மாடு இப்பக்கம் வந்ததா என்று விசாரித்தபடி நாள் கணக்கில் தேடி வந்தேன்.

எங்கள் வீடு இருந்தது ஊர்க்கோடி. அதன் பிறகு மேடு பள்ளமாகக் கட்டாந்தரை. தூரத்தில் ஒரு பத்தொன்பதாம் நூற்றாண்டு மிலிட்டரிக் கல்லறை. அதற்கப்பால் பாறைகள், சிறு சிறு குன்றுகள். அதற்கும் அப்பால் ஒரு கிராமம். அந்தக் கிராமத்துக்கு முஸ்லிம் பெயர்.

ஒரு ஞாயிற்றுக்கிழமை நான் சைக்கிளை எடுத்துகொண்டு மிக ஜாக்கிரதையாக கல்லறைப் பக்கம் சென்றேன். சைக்கிளைத் தள்ளிக் கொண்டே குன்றுகளையும் தாண்டிப் போனேன். சைக்கிள் விட்டுக்கொண்டு போகும்படியான பாதை கிடையாது. அப்படியே விட்டுக்கொண்டு போனால் முள் குத்திக் காற்று இறங்கிவிட்டால் மிகவும் கஷ்டம்.

நான் அந்தக் கிராமத்தை அடைந்து விட்டேன். கிராமம் என்பதைவிட ஒரு சின்ன ஊர் என்று சொல்லலாம். குறுகலான தெருக்களாக ஏழெட்டு இருக்கும். சில வீடுகள் ஒழுங்காக ஓடு வேயப்பட்டு நேர்த்தியாகவே இருந்தன.

நல்ல வெயில். நான் எங்கே, யாரைக் கேட்பது என்று தெரியாமல் ஒவ்வொரு தெருவாகச் சென்றேன். ஏதோ தூரத்தில் ஒரு வீட்டின் வாசற்படி யருகில் ஒரு பெண்மணி நின்றுகொண்டிருந்தாள். நான் அவளைக் கூர்ந்து கவனிக்காது போனாலும் ஏதோ தெரிந்த முகமாகத் தோன்றியது. நான் அந்த வீட்டையும் தாண்டிப் போனேன். “பாபு!” என்று அவள் உரக்க அழைத்தாள். நான் கீழே இறங்கி என்ன என்று பார்ப்பதற்குள் ஜானகிபாய் ஓடிவந்து என்னைக் கட்டிக்கொண்டாள். தெருவென்று பார்க்காமல் என்னை மாறிமாறி முத்தம் கொடுத்தாள். நான் ஒரு சிறு குழந்தை போல அவளுடைய அணைப்பில் துவண்டேன்.

அவள் உள்ளே அழைத்துப் போனாள். அது சிறு கொட்டகை போன்ற வீடு. ஒரே அறைதான். ஒரு மூலையில் ஒரு பெட்டி; சிறு படுக்கை ஒன்று சுருட்டி வைத்திருந்தது. இன்னொரு மூலையில் மண்பானையில் தண்ணீர். அதற்கு பக்கத்தில் மூன்று நான்கு சிறு அலுமினியப் பாத்திரங்கள் ஒழுங்காகக் கழுவிக் கவிழ்த்து வைக்கப்பட்டிருந்தன.

ஜானகிபாய் அம்மா, அக்கா எல்லாரையும் பற்றி விசாரித்தாள். நான் எல்லாவற்றுக்கும் ஒரு சொல் இரு சொற்களில் பதில் சொன்னேன். “உனக்குக் கொடுப்பதற்கு ஒன்றுமே இல்லையே!” என்று மிகவும் வருந்தி அடிக்கொரு தடவை அவள் சொல்லிக்கொண்டிருந்தாள்.

அவளுடைய முகத்தில் ஓரிரண்டு கோடுகள் விழுந்திருந்தன. முன் மயிர் நரைத்திருந்தது. ஆனால் முன்பிருந்ததைவிட இன்னமும் அழகு கூடியிருந்த மாதிரி இருந்தது. பழையபடி அவளுடைய புடவை சுத்தம் மணக்க இருந்தது.

எனக்கு அவளைப் பார்ப்பதற்கு வெட்கமாக இருந்தது. முள் மீது நிற்பது போல ஓடிப்போவதற்குக் காத்திருந்தேன். ஆனால் அவள் என்னை ஒரு சிறு குழந்தை போலவே நினைத்துக் கொஞ்சி முத்தம் கொடுத்துக் கொண்டிருந்தாள்.

நான் உறுதியாக எழுந்து நின்று, “நான் போக வேண்டும்” என்றேன். அவள் என்னைப் பார்த்தாள். “என் மேலே கோபமா, பாபு?” என்று கேட்டாள்.

நானும் அவளை நேருக்கு நேர் பார்த்தேன். என்னால் அவளைக் கோபித்துக்கொள்ளவே முடியாது. எனக்கும் துக்கம் பொங்கிக்கொண்டு வந்தது. ஆனால் பல்லைக் கடித்துக்கொண்டு அடக்கிக்கொண்டேன்.

“என்னைக் கோபித்துக்கொள்ள ஒன்றுமே கிடையாது, பாபு” என்று அவள் சொன்னாள். நான் எதைப் பற்றியும் யோசித்துப் பார்க்க விரும்பாமல் நின்றேன். பிறகு, “நான் போக வேண்டும்” என்று கிளம்பினேன்.

அவள் மெதுவாக, “யார்கிட்டேயும் சொல்லாதே, பாபு” என்றாள்.

நான் நின்றேன். திரும்பி அவளைப் பார்த்தேன். யாரிடமும் சொல்ல மாட்டேன் என்று சொல்வது போலத் தலையை ஒரு முறை அசைத்தேன். பிறகு வெளியே வந்து சைக்கிளை எடுத்துக்கொண்டு வேகமாக மிதித்தேன்.

அங்கிருந்து எங்கள் ஊருக்குச் செல்ல ஒழுங்கான பாதையே இருந்தது. புழுதியாக இருந்தாலும் அதில் சைக்கிளைத் தள்ளிக் கொண்டு போக வேண்டியதில்லை.

என் மனதிலிருந்து எல்லா நினைவுகளும் அகன்று அந்தச் சிறிய அறை ஒன்றுதான் நிரம்பியிருந்தது. ஒரு பெட்டி, ஒரு படுக்கை, ஒரு தண்ணீர் பானை, மூன்று நான்கு அலுமினியப் பாத்திரங்கள். எல்லாம் காலிப் பாத்திரங்கள். அவை சமையல் செய்யும் பாத்திரங்கள் அல்ல; ஓர் எளிய டிபன் காரியர் பாத்திரங்கள்.

ஏக்கமும் துக்கமும் என்னை வாட்டின. இந்த ஜானகிபாயின் அணைப்புக்காக நான் ஒரு காலத்தில் எவ்வளவு ஏங்கியிருக்கிறேன்? நிஜமாகவே கணக்கிலடங்க முடியாத ஆசையுடன்தான் அவள் என்னை எவ்வளவோ ஆண்டுகளாக எவ்வளவோ முறை அணைத்து முத்தமிட்டிருக்கிறாள். அதெல்லாம் மறைந்துபோய், ஏதோ ஒரு காலத்தில் என்மீது இவ்வளவு ஆசையைக் கொட்ட ஒருத்தி இருந்தாள் என்பதே மனதிலிருந்து சுத்தமாக அகன்று போன வேளையில் திடீரென்று அவள் இன்னும் இருக்கிறாள், அந்த நாட்கள் பொய்யில்லை என்பதெல்லாம் மலை மாதிரி முன்வந்து நிற்கின்றன. அத்துடன் ஒரு பயமும் மின்னல் போலச் சுளீரென்றது. இப்போது என்னிடம் ஒரு ரகசியம் வந்து சேர்ந்துவிட்டது! ரகசியம் என்று ஒன்று மனதில் புகுந்துவிட்டால் மனிதன் பழைய மனிதனல்ல. அந்தக் கணத்திலிருந்து நானும் மாறிவிட்டேன். என் மனதிலும் சூது புகுந்துகொள்ளும். ஒரு ரகசியத்தை வெளியே சொல்லாமல் காப்பாற்றிவிடலாம். ஆனால் ரகசியம் காக்கும் சூது எனக்கு ஏற்படுத்தும் மாற்றத்தை நான் மறைக்க முடியுமா? அதிலும் என் அப்பாவிடமும் அம்மாவிடமும்?

உச்சி வெயில் மண்டையைப் பிளந்தது. நான் எங்கிருக்கிறேன், எனன செய்கிறேன் என்ற உணர்வுகூட இல்லாதபடி அந்தப் புழுதிப் பாதையில் சைக்கிளை விட்டுக்கொண்டு போனேன். யாருமே இல்லாத அந்தப் பாதையில் தூரத்தில் எதிரே இன்னொரு சைக்கிள் வருவது தெரிந்தது. எனக்கு அப்போது எந்தக் கவனமும் பிரக்ஞையில் ஏற்றுக்கொள்ள இயலாத மந்தமானநிலை. ஆனால் அந்த ஆள் என்னைக் கடந்து போகும்போது என்னைக் கடந்து போனவனைத் திரும்பிப் பார்த்தேன். என்னைக் கவனிக்காமல் வேகமாக சைக்கிளை விட்டுக்கொண்டு போனான். எனக்குப் பூரண விழிப்பு வந்துவிட்டது. அந்த அழுக்குச் சட்டையும் பைஜாமாவும் எனக்கு நன்றாகத் தெரிந்தவைதான். ராம்லால்தான் அந்த கிராமம் நோக்கி வேகமாக சைக்கிளில் விரைந்துகொண்டிருந்தான்.

எனக்கு ஒரு கணம் அவன் என் அப்பாவிடம் மார்பைத் தட்டிக் கத்தியது மனதில் மின்னியது. 'ஓடிப் போனவளை நான் வீட்டில் காலடி வைக்க விடமாட்டேன்! அவளை அப்படியே கண்டதுண்டமாக வெட்டிப் போட்டு விடுவேன்!' ஐயோ, அவன் ஜானகிபாய் இருக்கும் ஊர்ப் பக்கம் போகிறானே, என்ன விபரீதம் நிகழப் போகிறதோ?

நான் நின்று உற்றுப் பார்த்தேன். அவனுடைய ஒரு கையில் சிறு மூட்டையொன்று இருந்தது. அவன் சைக்கிளை விட்டுச் சென்றதிலிருந்து ஜானகிபாய் அங்கு இருப்பது தெரிந்துதான் போகிறானா அல்லது வேறேதோ

வேலை நிமித்தமாக அங்கு போகிறானா என்று அறிய முடியவில்லை. ஆனால் அந்தப் புழுதிச் சாலையில் அவன் வண்டியைச் சமாளித்த விதத்திலிருந்து அவனுக்கு அப்பாதை நன்கு பழக்கமானதாகவும் இருக்கக்கூடும் என்று தோன்றியது.

நான் வெயிலைப் பொருட்படுத்தாமல் அந்த இடத்திலேயே நின்று விட்டேன். என்னுடைய சைக்கிளை ஸ்டாண்டு போட்டு நிறுத்திவிட்டு அதன் பக்கத்திலேயே உட்கார்ந்துகொண்டேன். எனக்கு அந்த ஊருக்குள் மீண்டும் போக பயமாக இருந்தது. அதே நேரத்தில் அந்த இடத்தைவிட்டு போய்விடவும் மனதில்லை.

சுமார் ஒரு மணி நேரம் பொறுத்து ராம்லால் அந்த ஊரிலிருந்து திரும்பி வருவது தெரிந்தது. இம்முறை அவன் கையில் சிறு மூட்டைக்குப் பதில் வேறேதோ இருந்தது. இப்போது அவன் என்னைக் கவனித்துவிட்டான் என்றுதான் தோன்றியது. அதனால்தானோ என்னவோ அவன் சைக்கிளை வெகுவேகமாக மிதித்து வந்து என்னைப் பாராதது போலக் கடந்து போய்விட்டான்.

அவன் என்னைக் கடந்தபோது அவன் கையில் பிடித்திருந்ததைக் கவனித்தேன். ஜானகிபாய் அறையில் கவிழ்த்து வைத்திருந்த காலி அலுமினிய டிபன் காரியரைத்தான் அவன் தூக்கிப் போய்க்கொண்டிருந்தான்.

1986

சம்மதம்

சூரியன் கண்ணுக்குத் தெரியாதபடி மேகம் மறைத்தாலும் நல்ல வெப்பம் இருந்தது. நடைபாதையில் அந்த மரத்தடியிலும் சற்று நிழலாக இருந்த இடத்தில் மல்லிகா நின்றாள். புடவை முன் கொசுவத்தின் ஓரிரு மடிப்புகளைத் தளர்த்திவிட்டுக்கொண்டு தலைப்பை நீட்டிக்கொண்டாள்.

மேலே மரத்திலிருந்து உதிர்ந்த இலை ஒன்று அவளுடைய மூக்கு நுனியைத் தொட்டுவிட்டுக் கீழே விழுந்தது. சைக்கிளில் போன ஒருவன் மல்லிகாவைத் திரும்பிப் பார்த்தபடிச் சென்றான். தெரு முனையில் இரண்டு மூன்று எருமை மாடுகள் மெதுவாக அவள் நின்றிருந்த திசையில் வந்துகொண்டிருந்தன.

மல்லிகா நின்றுகொண்டிருந்த மரத்துக்குப் பக்கத்து வீட்டில் வெளிச் சுவரையொட்டி ஒரு பெட்டிக்கடை அமைக்கப்பட்டிருந்தது. எருமை மாடுகள் பெட்டிக்கடை அருகே வந்தவுடன் தாமாக நின்றன. ஓர் எருமை மாடு மல்லிகாவின் பக்கம் முகத்தை நீட்டி பலமாக மூச்சு விட்டது. பூட்டிக்கிடந்த பெட்டிக்கடை இன்னும் சிறிது நேரத்தில் பால் டெப்போவாகச் செயல்படத் தொடங்கும்.

பால் டெப்போ நடத்தும் சண்முகம் வந்தான். மல்லிகா வைப் பார்த்து லேசான புன்னகை புரிந்தான். கடையின் மறுபுறம் சென்று பெட்டிக் கடைக்குள் நுழைந்து தெருப்பக்கம் கடையின் ஜன்னல் போன்றிருந்த பகுதியைத் திறந்தான். அந்த ஜன்னல் வழியே எட்டிப் பார்த்து மல்லிகாவிடம், "இப்படி உள்ளே வந்து வேணாக் காத்திருக்கீங்களா?" என்று கேட்டான். மல்லிகாவுக்கு முதலில் அவன் தன்னுடன் பேசுகிறான் என்று தெரியவில்லை. அவன் இன்னொரு முறை கேட்ட பிறகுதான், "இல்லை, இங்கேயே நின்னுக்கறேன்" என்றாள்.

ஆனால் அங்கே நிற்பது அவ்வளவு எளிதானதாக இல்லை. மேலும் மேலும் மாடுகள் வந்து சேர்ந்தவண்ணம் இருந்தன. இரு எருமை மாடுகள் மல்லிகாவின் பக்கத்திலேயே

நின்றுகொண்டு ஈ உபாதைக்காக வாலைச் சுழட்டியடித்த வண்ணம் இருந்தன. ஓரிரு முறை வால் நுனி மல்லிகா மீது சாட்டைபோல விழுந்தது.

பால் வாங்குபவர்களும் அந்த இடத்தில் வந்து கூட ஆரம்பித்தார்கள். கறந்தபடியே பாலை வாங்கிப் போக வேண்டும் என்றுதான் எல்லோருடைய விருப்பமும். ஆனால் கறந்த பால் அனைத்தையும் சண்முகம், பெரிய பாத்திரங்களில் அளந்து விட்டுக்கொண்ட பிறகுதான் விநியோகம் செய்ய ஆரம்பித்தான்.

மல்லிகா எதையும் கவனித்துப் பாராதவள் போலத்தான் நின்று கொண்டிருந்தாள். ஆனால் பால் வியாபாரம் குறித்து அவள் கொண்டிருந்த பரிச்சயமே அவளுடைய கண்களில் நிறைய விஷயங்களை விழச் செய்தன. இப்போது பால் சுரப்பு மருந்துக் குப்பிமீது உள்ள லேபிள் மாறிவிட்டது. சண்முகத்துக்குப் பால் கறக்க வந்த ஆட்களில் ஒருவன் புதியவன். அவனுக்கு இன்னும் பட்டணத்துப் பொறுமையின்மையும் முரட்டுத்தனமும் வரவில்லை. நிதானமாக மாட்டுக்கு ஊசி போட்டுக் கறந்தான். அவன் எழுந்திருப்பது, நடப்பது எல்லாவற்றையுமே சற்றுச் சாவகாசமாகப் புரிந்தான். எவ்வளவு நாட்களுக்கு இப்படித் தாக்குப்பிடிக்க முடியும்? அந்த நிதானமும் சாவகாசமும் மல்லிகாவுக்கு எரிச்சலையூட்டின.

பால் டெப்போ செயல்படத் தொடங்கி அரை மணிக்கும் மேலாயிற்று.

"இன்னிக்கு வரமாட்டார் போலிருக்கே?" என்று சண்முகம் மல்லிகாவிடம் சொன்னான்.

"நேத்து வந்தாரா?"

"இல்லை."

"முந்தா நேத்து?"

"இல்லை."

"அப்போ வரதேயில்லையா?"

"அப்படியெல்லாம் இல்லை. அவருடைய மாட்டைத்தான் ஆள்காரன் வந்து கறந்துட்டுப் போயிடறானே? வருவாரு. ஆனா ஒவ்வொரு நாளு வராமயும் இருக்கறதுதான். மணி நாலாகப் போவுதே, இனிமே எங்க வரப் போறாரு?"

"போன வாரம் நான் வந்து காத்திண்டிருந்துட்டுப் போனதைச் சொன்னீங்களா?"

"மூணு நாலு நாளா நான் அவரைப் பார்க்கவேயில்லீங்களே?"

"அப்ப இன்னிக்கும் நான் திரும்பிப் போக வேண்டியதுதானா?"

சண்முகம் ஒரு கணம் தயங்கினான். "இவ்வளவு நேரம் ஆச்சுன்னா அவர் வரதில்லைதான்" என்று இழுத்தான்.

“இன்னும் பத்துப் பதினைந்து நிமிஷம் இருந்து பார்த்துட்டுப் போகலாமா?”

“சரீங்க.”

மாடு கறக்கவென வந்தவர்கள் பரவாயில்லை. அவர்களில் அநேகமாக எல்லாருக்கும் மல்லிகா யார் என்று தெரியும். அவர்கள் கண்களில் அவள் படாத மாதிரி அவர்கள் ஒதுங்கிப் போய்விட்டார்கள். ஆனால் பால் வாங்க வந்தவர்கள் அப்படியில்லை. அநேகமாக எல்லாரும் பெண்கள். ஏழு எட்டு வயதுச் சிறுமி முதல் கூன் விழுந்த பாட்டி வரை தெரிந்தவர்கள் சிலர் இருக்கத்தான் செய்தார்கள். அவர்கள் ஒரு புன்முறுவரோடு போய் விட்டார்கள். ஆனால் மற்றவர்கள் கூச்சமே இல்லாமல் மல்லிகாவை உற்றுப் பார்த்தார்கள். அவளைப் பார்த்தபோது அவர்கள் மனதில் சலசலத்த சந்தேகங்கள் அவர்களுடைய முகத்தில் தெரிந்தன. மல்லிகாதான் வேறெங்கோ பார்த்தபடி திரும்பி நிற்க வேண்டியதாயிற்று. இப்படித் திரும்பித் திரும்பி எல்லாத் திசைகளையும் நோக்கி நின்றாயிற்று.

வெயில் இப்போது நன்றாகக் குறைந்துவிட்டது. மாடுகள் அநேகமாக எல்லாமே திரும்பிப் போய்விட்டன. ஒருவன் கன்றுக் குட்டியை லாந்தர் கம்பத்தில் கட்டிவிட்டு எருமையை மட்டும் கூட்டிக்கொண்டு போனான். அந்த நேரம் அங்கு நிழல் இருந்தது. இரவில் பரவாயில்லை. ஆனால் காலையிலும் நடுப்பகலிலும் அங்கு சூடு தாங்க முடியாதபடி இருக்கும். அந்தக் கன்றுக்குட்டி ஒரே நாளில் செத்துவிடும். அதன் பிறகு மாட்டுக்காரனுக்கு அதைக் கட்டிப் போட்டுப் போகும் சிரமம் இருக்காது.

மல்லிகாவுக்குக் கால் வலித்தது. சண்முகத்தின் பெட்டிக்கடையின் ஒரு பக்கத்தில் சாய்ந்துகொண்டாள். உள்ளே சண்முகம் மூன்று நான்கு சிறு பாத்திரங்களிலிருந்து பாலைப் பெரியதொரு பாத்திரத்தில் கொட்டிக் கொண்டிருந்தான். இன்னும் சிறிது நேரத்தில் அவன் கடையைக் கட்டிவிடுவான்.

அதற்கு அடுத்த அறிகுறியும் சீக்கிரமே ஏற்பட்டுவிட்டது. சண்முகம் அவனடைய பெட்டிக்கடையின் ஜன்னலை இழுத்து மூடித் தாளிட்டான். கடையின் பின்புறம் இருக்கும் கதவு வழியாக வெளியே வந்து அக்கதவையும் மூடிப் பூட்டினான். பால் பாத்திரத்தின் விளிம்பில் இருந்த வளையத்தில் விரல்களை நுழைத்துப் பாத்திரத்தைத் தொங்க விட்டுக்கொண்டு தெருவுக்கு வந்தான். பாத்திரம் நிறையப் பால் நுரை கொப்பளித்துக் கொண்டிருந்தது.

“இன்னும் காத்திட்டிருக்கீங்களா?” மல்லிகாவைப் பார்த்துக் கேட்டான்.

“இனிமே போக வேண்டியதுதான்.”

சண்முகத்தின் முகம் வருத்தம் தோன்ற இருந்தது. “அப்பவே சொல்லியிருந்தீங்கன்னா பால் கறக்கற மாணிக்கம்கிட்டே சொல்லி யனுப்பிச்சிருப்பேன், எனக்கு அவர் வீடு தெரியாது.”

“சொல்லியனுப்பச் சொல்றதுன்னா நான் முதல்லியே சொல்லியிருப்பேனே? சொல்லியனுப்பிச்சதுக்காகவே வரமாட்டார்.”

"இப்பவுந்தான் வரலியே?"

மல்லிகா பதில் சொல்லாமல் நின்றாள். சண்முகம் பால் பாத்திரத்தின் பளு தாங்காமல் அதைக் கீழே வைத்தான். வளையத்தை இன்னொரு கையின் விரல்களில் மாட்டிக்கொண்டான். ஏனோ பாத்திரத்தைத் தூக்காமல் அப்படியே வைத்துவிட்டு மல்லிகாவைக் கேட்டான்: "மாசா மாசம் பணம் அனுப்பிச்சுடறாரில்லே?"

இல்லையென்று வாய் திறந்து சொல்லாமல் மல்லிகா தலையசைத்தாள்.

சங்கடம் மேலிட்டவனாகச் சண்முகம் பால் பாத்திரத்தைக் கையில் எடுத்துக்கொண்டான். அவனுடைய தயக்கம் மல்லிகாவுக்கு துக்கம் தருவதாக இருந்தது.

"நீங்க ஒரு ஒத்தாசை பண்ணுவீங்களா?" என்று மல்லிகா கேட்டாள்.

"என்ன ஒத்தாசைங்க?"

"ஒரு ஐநூறு ரூபா வேணும்."

சண்முகம் பதில் சொல்லாமல் நின்றான்.

"அவருக்கு தர்ற பணத்திலே கழிச்சிண்டுடுங்க."

"அதெப்படீங்க முடியும்?" என்று சண்முகம் உடனே பதில் சொன்னான். அவனிடமிருந்து சொற்கள் வெடித்துக்கொண்டு வந்ததில் மல்லிகா அதிர்ச்சியடைந்தவள் போல நின்றாள். உடனே அவள் நிலையை உணர்ந்தவனாகச் சண்முகம் சமாதானமாகப் பேசினான்: "அவரு விஷயம்தான் தெரிஞ்சதாச்சேம்மா. 'நீ யாருடா என் விஷயத்திலே தலையிட்டுப் பணம் தர்ரது'ன்னு ஒரு வார்த்தை கேட்டுட்டா என்ன செய்யறது, சொல்லுங்க?"

"நீங்க சொன்னா கேட்பாருன்னு சொன்னேன்."

"இந்த விஷயத்திலே நான் தலையிடறதை விரும்பமாட்டார்."

"பத்து வருஷமா அவர்கிட்டே வியாபாரம் பண்ணுறீங்க, இது கூடாதுன்னு சொல்லுவாரா?"

"வியாபாரம் வேறே, இது வேறே! 'வாயை மூடிட்டுப் போடா மொட்டைப் பயலே'ன்னுடுவாரு."

மல்லிகா சண்முகத்தை நேருக்கு நேர் பார்த்தாள். திரும்பிப் போக ஆரம்பித்தாள்.

"அம்மா" என்று சண்முகம் அழைத்தான். மல்லிகா நின்றாள். அதுவரை நடுத்தெருவில் ஒருவனோடு பேசிக்கொண்டு நிற்பது வித்தியாசமாகத் தெரியாதது, இப்போது அவளுக்குக் கூச்சமெடுத்தது.

“நம்மகிட்டே பால் வாங்கறவர் – புதுசா வந்திருக்காரு – நல்ல வக்கீலாம், அவர்கிட்டே கேக்கலாம்னா நான் அழைச்சிட்டுப் போறேன்.”

“மறுபடியும் வக்கீலா?”

“அப்படிச் சொல்லலை. உங்களுக்குச் சம்மதமிருந்தா அவரைக் கேக்கலாம்னு சொன்னேன்.”

“வக்கீல், வழக்கு எல்லாம் போதும், சண்முகம்; இனிமே ஒரு கோர்ட்டும் வேண்டாம், வக்கீலும் வேண்டாம்.”

ஒரு பாட்டி அங்கு வந்தாள். சண்முகத்தைப் பார்த்து, “ஒரு ஆழாக்குப் பால் கொடு” என்றாள்.

சண்முகம் பால் பாத்திரத்தைக் கீழே வைத்தான். ஒன்றுக்குள் ஒன்றாகப் போட்டிருந்த சிறு பாத்திரங்களிலிருந்து இருநூறு மில்லிக் குவளை ஒன்றை எடுத்துப் பாட்டிக்குப் பால் அளந்து கொடுத்தான். பாட்டி மல்லிகாவை ஒருமுறை ஏற இறங்கப் பார்த்தாள். அவளுடன் பேச்சுக் கொடுக்காமல் சண்முகம், மல்லிகா இருவரும் மௌனமாக இருந்தார்கள். பாட்டி ஒரு ரூபாய் நாணயம் ஒன்றை சண்முகத்திடம் கொடுத்தாள். சண்முகம் அதைப் பையில் போட்டுக்கொண்டு மீண்டும் பால் பாத்திரத்தைக் கையில் எடுத்துக்கொண்டான். சற்றுத் தயக்கத்துடன் மல்லிகாவைக் கேட்டான்:

“இப்போ முடையா எவ்வளவு தேவைப்படுது?”

“நிறைய” என்று மல்லிகா சொன்னாள்.

“அம்பது ரூபா இப்ப என்னாலே தரமுடியும். பிற்பாடு நீங்களே அதைத் திருப்பிக் கொடுத்திடுங்க.”

“அம்பது ரூபாயிலே என் பிரச்சனை தீந்துடாது, சண்முகம்.”

சண்முகம் சொல்வதறியாது நின்றான்.

“இவ்வளவு கோர்ட்டு, தாவான்னு அலைஞ்சதுக்கே ஒழுங்கா மூணு மாசம்கூடப் பணம் அனுப்பலை மனுஷன். இருந்த வேலையை அப்போ இவரை நம்பி விட்டாச்சு. இப்போ திரும்ப வேலையைக் கொடுன்னா எவனாவது தருவானா? தெருத் தெருவாகச் சுற்றி நூறு ரூபாய்க்குப் பவுடரை வித்துக்கொடு, பினாயிலை வித்துக்கொடு, பத்து ரூபா எடுத்துக்கோன்றான். கட்டின புருஷன் விட்டுட்டப் போயிட்டா தெருத்தெருவா அலையத்தானே வேணும்?”

“நாளைக்கு வந்து பாருங்கம்மா. எங்கிட்டே வாரக் கடைசியிலே கணக்குப் பாத்துப் பணம் வாங்கிட்டுப் போக வருவாரு. அனேகமாக நாளைக்கு வந்துடலாம். இல்லேன்னா சனிக்கிழமை நிச்சயம் வந்துடுவாரு.”

“நாளைக்கு வரேன்.”

“இப்போ பணம் எதுவும் வேண்டாமா?”

மல்லிகா தயங்கினாள். பிறகு "சரி, கொடுங்க" என்றாள்.

சண்முகம் பால் பாத்திரத்தைக் கீழே வைத்தான். ஒரு ரூபாய் இரண்டு ரூபாய் நோட்டுக்களாகச் சட்டைப் பையிலிருந்து எடுத்து எண்ண ஆரம்பித்தான்.

"நடுத்தெருவில் வேண்டாமே சண்முகம்."

பணம் எண்ணுவதை சண்முகம் உடனே நிறுத்தினான். "மன்னிச்சுக்கங்கம்மா" என்று சொல்லியபடி அவன் கடைப்பக்கம் நகர்ந்தான்.

1986

மயிலிறகு

"அம்மா, இன்னிக்குச் சுலோச்சனாவைப் பார்த்தேன்" என்று பாபு சொன்னான்.

"அழுக்கு கூடைலேந்து துணியை எடுத்து வெளியிலே போடு. எல்லம்மா தோச்சுண்டு வருவா."

"சுலோச்சனாவை வேறே ஸ்கூல்லே சேர்த்திருக்காளாம்."

"போடா சீக்கிரம்! எல்லாம் காத்துண்டு இருக்கா."

"இன்னிக்கு நம்ம வீட்டுக்கு வரேன்னு சொன்னா."

"நான் துணியை எடுத்துப் போடுன்றேன். நீ நின்னுண்டே யிருக்கியே? போடா, அதை முதல்லே செய்!"

பாபு அழுக்குத் துணிக் கூடையருகே சென்றான். அம்மா வுக்கும் சுலோச்சனாவைப் பிடிக்கவில்லை.

சுலோச்சனாவைப் பிடிக்காதவர்களும் இருக்க முடியும் என்பது அவனுக்கு ஆச்சரியமாக இருந்தது. சுலோச்சனா இருக்குமிடத்தில் எப்போதும் சிரிப்பும் உற்சாகமும் இருக்கும். அவளைப் பார்த்தாலே சந்தோஷம் பொங்கிக்கொண்டு வரும். அந்தச் சுலோச்சனாவை அம்மாவுக்குப் பிடிக்கவில்லை.

பாபுவுக்கு ஒழுங்காகச் சாப்பிட முடியவில்லை. சோற்றைத் திரும்பத் திரும்பப் பிசைந்துகொண்டே இருந்தான். பள்ளிக்கூடத் திற்கு அவனுடன் வழக்கமாகச் சேர்ந்து போகும் செல்வம் அன்று ஐந்து நிமிஷம் காத்திருக்கும்படியாகிவிட்டது.

பிற்பகல் உணவு இடைவேளையின்போது பாபுவுக்குப் பசி சற்று அதிகமாகவே இருந்தது. விரைவாகச் சாப்பிட்டுவிட்டு டிபன் டப்பாவைக் குழாயடிக்குச் சென்று கழுவி ஈரம் குறைய உதறினான். வகுப்பறையில் அதைப் பத்திரப்படுத்திவிட்டுப் பள்ளிக்கூடத்திற்கு வெளியே இருந்த வேப்ப மரத்தருகே சென்றான். வழக்கமாகக் காரக் கடலை விற்கும் கிழவி அன்று

வரவில்லை. ஆதலால் நிறையக் கோஷ்டிகள் தைரியமாக மரத்தைச் சுற்றி ஓடியாட முடிந்தது. பாபுவும் ஒரு கோஷ்டியில் சேர்ந்து கொண்டான். ஆனால் ஆட்டத்தைத் திறமையாக ஆட முடியாமல் அடிக்கடி அவுட்டாகிக் கொண்டிருந்தான்.

அன்று மாலை வீடு திரும்பும்போது செல்வம் வாயே திறவாமல் வந்தான். பாபு ஒருமுறை அவனை, "எம்மேலே கோபம் இல்லியே?" என்று கேட்கும்படி இருந்தது.

செல்வம் அதற்கும் பதில் சொல்லவில்லை.

பாபு கேட்டான்: "வெஸ்லி ஸ்கூல்வழியாகப் போகலாமா?"

அது கொஞ்சம் சுற்று வழி. இப்போது செல்வம் பேசினான், "ஏன்?"

"சும்மாத்தான்."

அவர்கள் வெஸ்லி ஹைஸ்கூல் இருக்கும் தெருவுக்குப் போனார்கள். வெஸ்லி ஹைஸ்கூல் மூன்று மணி வரைதான். ஆனால் அதற்கு ஒரு ஃபர்லாங்கு தள்ளியிருந்த பெண்கள் பள்ளியை அப்போதுதான் விட்டிருந்தார்கள். ஐந்தாறு பெண்களோடு சுலோச்சனா போய்க்கொண்டிருப்பது பாபுவின் கண்களில் உடனே விழுந்துவிட்டது.

செல்வம் தெருவில் விழுந்து கிடந்த ஓட்டுச்சில் ஒன்றை வேண்டுமென்றே உதைத்தான். அது எதிரே போய்க்கொண்டிருந்த பெண்கள் நடுவே புகுந்து எவளாவது ஒருத்தியைத் தாக்கியிருக்கவும்கூடும். "வேண்டாண்டா" என்று பாபு செல்வத்திடம் சொன்னான்.

"சரிதான் போடா. நீ இந்த வழியாக ஏன் வரலாம்னு சொன்னேன்னு எனக்குத் தெரியும்."

"என்ன தெரியும்?"

"எல்லாம் தெரியும்."

இதற்குள் தெருக்கோடிக்கு வந்துவிட்டார்கள். பெண்களும் வெவ்வேறு திசைகளில் சிதறிப் போய்விட்டார்கள். சுலோச்சனா இருந்த கோஷ்டி மட்டும் முன்னே போய்க்கொண்டிருந்தது. பாபுவுக்கு இலேசாகச் சுரம் அடிப்பது போலிருந்தது.

சுலோச்சனா கோஷ்டியும் கலைந்துபோய், சுலோச்சனா மட்டும் முன்னே நடந்து போய்க்கொண்டிருந்தாள். பாபு, செல்வம் வசித்த இடங்களைத் தாண்டித்தான் அவள் வீட்டுக்குப் போக வேண்டும். செல்வம் பாபுவை அலட்சியம் தோன்றும் விதத்தில் ஒருமுறை பார்த்துவிட்டு, "உனக்கு அவளோட பேசணும்னா போடா" என்றான்.

"எனக்கு யாரோடையும் பேச வேண்டாம்" என்று பாபு சொன்னான். அவனுக்கு செல்வம் வீடு திடீரென்று வேறு தேசம் எதற்காவது போய்விடக் கூடாதா என்று தோன்றியது.

இறுதியில் செல்வமும் அவன் வீட்டுக்குப் போய்விட்டான். இப்போது தெருவில் சுலோச்சனாவும் பாபுவும்தான். பாபுவின் வீடும் வந்துவிட்டது. அதையும் தாண்டி ஐந்து நிமிஷம் நடந்தால் சுலோச்சனாவின் வீடு வரும்.

பாபு தன் வீட்டுப் பக்கம் திரும்பியும் விட்டான். அப்போது சுலோச்சனாவின் ஜாமெட்ரி பாக்ஸ் தொப்பென்று கீழே விழுந்து அதிலிருந்த செட்–ஸ்குயர், ஸ்கேல், பென்சில் எல்லாம் சிதறி உருண்டன. பாபு ஓடிப் போய்த் தரையில் விழுந்ததையெல்லாம் பொறுக்கிக் கொடுத்தான். சுலோச்சனாவை நேராகப் பார்க்காமல், "இன்னிக்கு நீ எங்க வீட்டுக்கு வரேன்னு சொன்னேயில்லையா?" என்று கேட்டான்.

"வரேன்னு சொன்னேனா?"

"இன்னிக்குக் காத்தாலேதானே சொன்னே? பால்காரன் வீட்டிலே."

"சொன்னேனா?"

"ஆமாம்."

"அதுக்கென்ன?"

"நீ வர வேண்டாம்."

சுலோச்சனா சற்று அதிர்ச்சியடைந்தவள் போல நின்றாள்.

"ஏண்டா பாபு? உனக்கும் என்னைப் பிடிக்கலையா?"

"எங்கம்மாவுக்குப் பிடிக்கலை."

சுலோச்சனா ஜாமெட்ரி பாக்ஸை மூடிப் புத்தகங்களுடன் வைத்துக் கொண்டாள். பாபுவைத் திரும்பிப் பார்க்காமல் நடக்க ஆரம்பித்தாள். பாபு அவளிடம் ஓடினான்.

"சுலோச்சனா, சுலோச்சனா..."

"என்கூட வராதே. உன் அம்மாவுக்குப் பிடிக்காது."

"நான் உன்னைப் பார்க்காமல் இருக்க முடியாது."

"உங்கம்மாவுக்குப் பிடிக்காதே."

"கோச்சுக்காதே சுலோச்சனா. நான் அழுதுடுவேன்."

சுலோச்சனாவும் சோகத்துடன் பாபுவின் முகத்தைப் பார்த்தாள்.

"நீ என் வீட்டுக்கு வா. அதுக்கு உங்கம்மா கோச்சுக்க மாட்டாளே?"

பாபு கண்களைத் துடைத்துக்கொண்டு அவனுடைய வீட்டுக்கு ஓடினான். அவனுக்கு அழுவது வெட்கமாயிருந்தது. அழாமலும் இருக்க முடியவில்லை.

அம்மா கோபத்துடன்தான் இருந்தாள்.

"மறுபடியும் அவளோட என்னடா பேச்சு?" என்று கேட்டாள். பாபு சுலோச்சனாவுடன் தெருவில் பேசியதை அவள் பார்த்துவிட்டாள்.

"அவள் புஸ்தகமெல்லாம் கீழே விழுந்துடுத்து."

"அவளுக்கு எடுத்துக்கத் தெரியாது? இந்த மாதிரி பொட்டைக் குட்டி களைச் சுத்திண்டு இருந்தால் உனக்குக் காது மூக்கே இருக்காது."

பாபு அம்மாவிடம் மேற்கொண்டு பேசாமல் அவனுடைய பெட்டி யருகில் சென்றான். கள்ளிப் பெட்டியால் செய்யப்பட்டதானாலும் அதனுடைய வெளிப்புறம் நன்றாக இழைக்கப்பட்டு, பட்டுப்போல இருந்தது. பாபுவுடைய பம்பரங்கள், காலி சிகரெட் டப்பிகள், கோலிக்குண்டுகள், சைக்கிள் லைசென்ஸ் வில்லைகள், ஒரு மயிலிறகு ஆகியவை இருந்தன. பெட்டியைத் திறந்தவுடன் வந்த குழப்பமான மணத்தில் சிகரெட் நாற்றமும் கரப்பான் பூச்சிப் புழுக்கை நாற்றமும் தூக்கலாக இருந்தன. பாபு அன்று பள்ளிக்கு எடுத்துச் சென்றிருந்த புத்தகங்களைப் பெட்டியில் வைத்துவிட்டு, மயிலிறகை மட்டும் தனியே எடுத்து, இருப்பதில் பெரியதாக இருந்த நோட்டுப் புத்தகம் ஒன்றின் பக்கங்கள் மத்தியில் வைத்தான்.

லாந்தர் விளக்கை அம்மா ஏற்றிக்கொண்டிருந்தபோது மண்ணெண்ணெய் கீழே கொட்டிவிட்டது. பழந்துணியால் அதைத் துடைத்த அம்மா அதே துணி கொண்டு பாபுவுடைய கால் விரல்களுக்கிடையில் துடைத்தாள். பாபுவிடம் இப்போது மண்ணெண்ணெய் வாசனை வந்தது.

பாபுவின் சித்தப்பா வீட்டுக்குப் போயிருந்த அவனுடைய தம்பி, தங்கை, பாட்டி எல்லாரும் ஒரு டாங்கா வண்டியில் வந்திறங்கினார்கள். பாபுவின் அப்பா டாங்கா வண்டிக்காரனோடு உரத்துப் பேசிக்கொண்டிருந்தார். அவர் இடத்தைத் தவறுதலாகச் சொல்லி இருக்க வேண்டும்; அல்லது வண்டிக்காரன் தப்பாகப் புரிந்துகொண்டிருக்க வேண்டும். விளைவு வீடு வந்து சேர்ந்தவுடன் சண்டை. வீடு அமளிப்பட்டுக் கொண்டிருந்தது. பாபு மயிலிறகைப் பத்திரப்படுத்தியிருந்த நோட்டுப் புத்தகத்தை எடுத்துக் கொண்டு யாரும் கவனியாதிருந்தபோது வீட்டைவிட்டு வெளியே வந்தான்.

ஐந்து நிமிடம் வேகமான நடைக்குப் பிறகு வெட்டவெளியில் ஒரு வரிசை வீடுகள் தென்பட்டன. அந்த வரிசையில் கடைசி வீடு சுலோச்சனா வுடையது. பாபு அந்த வீட்டுக்கு வெளியேயிருந்தபடியே சுலோச்சனாவைப் பார்த்து பேசிப்போய்விடலாமென்று தயங்கினான். சுலோச்சனாவுக்கு அண்ணன் தம்பி எல்லாரும் உண்டு. தம்பியைப் பற்றி விசேஷமாகக் கூற ஒன்றும் இல்லை. ஆனால் சுலோச்சனாவின் அண்ணன் சில நாட்களாகப் பாபுவைப் பார்க்கும் பார்வை பயமூட்டுவதாகவே இருக்கிறது.

"யாரது செடிகிட்டே நிக்கறது?" என்று கேட்டபடி சுலோச்சனாவின் அம்மா அந்தப் பக்கம் வந்துவிட்டாள். பாபுவைப் பார்த்துவிட்டாள். "ஏண்டா இருட்டிலே வெட்ட வெளியிலே நிக்கறே? கோவிந்துவைப் பார்க்க வந்தியா? அந்த வீட்டிலே எல்லாரும் ஏதோ ஊருக்குப் போயிருக்கா போலேயிருக்கே?" என்றாள்.

"நான் கோவிந்துவைப் பார்க்க வரலே, மாமி."

"எது இருந்தா என்ன? உள்ளே வா."

பாபு அவர்கள் வீட்டினுள் நுழைந்தான். அந்த வீட்டில் மின்சார விளக்குகள் இருந்தன. ஆனால் அந்த விளக்குகள் எண்ணெய் விளக்குகளைவிட மங்கலாக இருந்தன.

ஒரு மூலையில் சுலோச்சனா உட்கார்ந்துகொண்டு கொத்தவரங்காய் களைக் கிள்ளிக்கொண்டிருந்தாள். பாபுவைப் பார்த்தவுடன், அவளுடைய கண்கள் வியப்பில் விரிந்தன. 'அட, வந்துவிட்டாயே!' என்று கேலி செய்வது போலக்கூட இருந்தது.

பாபு அவள் முன்னால் போய் உட்கார்ந்துகொண்டான். "உனக்கு ஒண்ணு கொண்டு வந்திருக்கேன்" என்றான். சுலோச்சனா மின்னல் போல அங்குமிங்கும் பார்த்தாள். "இங்கே வேண்டாம். நான் வெளியிலே வரேன். அப்போ குடு" என்றாள்.

அடி நுனி கிள்ளி நார் விலக்கிய கொத்தவரங்காய்களைப் பாவாடையில் சுருட்டி எடுத்துக்கொண்டு சுலோச்சனா சமையலறைப் பக்கம் போனாள். அங்கிருந்த விளக்கு இருட்டைத்தான் அதிகமாக்கிய மாதிரி இருந்தது.

பாபு அந்த வீட்டில் சமையலறை வாயிற்படிக்கருகில் வைத்திருந்த குடிதண்ணீர்த் தவலையருகே சென்றான். ஒரு தம்ளர் தண்ணீர் மொண்டு எடுத்தபடி உள்ளே எட்டிப் பார்த்தான். அங்கு சுலோச்சனா இல்லை. ஆனால் கொல்லைப்புறக் கதவு திறந்திருந்தது தெரிந்தது.

தண்ணீரை அவசரமாகக் குடித்ததில் ஷர்ட்டிலெல்லாம் கொட்டி விட்டது. நோட்டுப் புத்தகத்தின் மீதும் ஈரம் பட்டுவிட்டது. பாபு யாரிடமும் சொல்லிக்கொள்ளாமல் அந்த வீட்டின் வெளியே வந்தான். வெளிப்புறமாக அந்த வீட்டின் பின்னால் சென்றான். அந்த வீட்டுக்கப்புறம் கட்டாந்தரை மேடும் பள்ளமுமாகத் தொடுவானம் வரை விரிந்திருந்தது. நட்சத்திரங்கள் தெரிய ஆரம்பித்தன. ஒரு பாறாங்கல்மீது சுலோச்சனா உட்கார்ந்திருந்தது நிழல் போலத் தெரிந்தது.

பாபு சுலோச்சனாவிடம் சென்றான். "என்னடா கொண்டு வந்திருக்கே எனக்கு?" என்று சுலோச்சனா கேட்டாள்.

பாபு நோட்டுப் புத்தகத்தின் பக்கங்களைப் புரட்டினான். இருட்டில் மயிலிறகு அவ்வளவு எளிதாகக் கண்ணில் தட்டுப்படவில்லை. மயிலிறகை வாங்கிக்கொண்ட சுலோச்சனா, 'இது முழுசா இருக்கோல்லியோ?' என்று கேட்டாள்.

"அப்படியே இருக்கு."

"இதைப் புஸ்தகத்திலே வைச்சிருந்தா இன்னொரு சிறகு வந்திடுமாம், தெரியுமா?"

"தெரியாது."

"எனக்கும் தெரியாது."

சிறிது நேரம் இருவரும் மௌனமாக உட்கார்ந்திருந்தார்கள். சுலோச்சனா தான் முதலில் பேசினாள்: "நீ இங்கே வந்திருக்கேன்று உங்க வீட்டிலே தெரியுமா?"

"தெரியாது."

"நாளைக்கு எங்கம்மா சொல்லிடுவாளே." பாபு பேசாமல் இருந்தான்.

சுலோச்சனா சொன்னாள்: "என்னை ரொம்ப ஏதாவது சொல்லிண்டே யிருக்காடா, பாபு."

"என்ன சொல்லறா?"

"நான் ஈ… ஈ…ன்னு எல்லார்கிட்டேயும் இளிச்சுண்டு பேசறேனாம். யாரோடையாவது சிரிச்சுப் பேசினாக்கூடத் தப்பா?"

"எங்கம்மா நீ கெட்டவன்னு சொல்றா."

"இங்கே பக்கத்து வீட்டிலேகூட அப்படித்தான்…" என்று ஆரம்பித்த சுலோச்சனா திடீரென்று விம்மி விம்மி அழ ஆரம்பித்தாள்.

"அழாதே சுலோச்சனா. யாராவது கேட்டுடப் போறா," பாபு தேறுதல் கூறினான்.

"யார் கேட்டா இனிமே என்னடா? என்னை எல்லோரும் கெட்டவ கெட்டவன்னு சொல்லறா…"

"நீ கெட்டவ இல்லே, சுலோச்சனா. நீதான் இந்த உலகத்திலேயே ரொம்பவும் நல்லவ."

சுலோச்சனா பாபுவின் கையைக் கெட்டியாகப் பிடித்துக்கொண்டாள். "எனக்கு ரொம்பப் பயமா இருக்கு, பாபு. முன்னாலெல்லாம் இப்படி இல்லே. இப்போ பயமா இருக்கு."

இதற்கு என்ன பதில் சொன்னாலும் தவறாகத்தான் இருக்கும் என்று பாபுவுக்கு தோன்றியது. "புது ஸ்கூல்லயும் உனக்கு ஃபிரெண்ட்ஸ் நிறைய இருக்கா, இல்லியா?"

"இல்லை. எல்லாரும் என்னைப் பார்த்தவுடனே என்னவோ ரகசியம் பேசிக்கறா. யாரோ இப்படி ஆரம்பிச்சு இப்போ எல்லாரும் என்னைக் கண்டா ஒரு மாதிரிப் பாக்கறா."

"நீ ரொம்ப நல்லவ" என்று பாபு மீண்டும் சொன்னான். "இந்த ஊர்க்காராதான் கெட்டவா…"

"பாபு, நாம இரண்டும் பேரும் இந்த ஊரை விட்டுட்டு எங்கேயாவது போயிட்டா என்ன? நாம எங்கேயாவது போயி இருப்போம். உனக்குத் துணை நான். எனக்குத் துணை நீ. நீ ஏதாவது வேலை பண்ணு. நான் உனக்கு சமைச்சுச் சாதம் போடறேன்."

"சரி."

"இப்பவே போயிடலாமா?"

"நாளைக்கு போவோம்."

"நாளைக்கு நீ வரயா? நானே வரேனே உன் வீட்டுக்கு."

"வேண்டாம், வேண்டாம், அம்மா கோவிச்சுப்பா."

"இங்கேயே வந்துடறியா? சரியா ஏழு மணிக்கு."

அப்போது தூரத்தில் சுலோச்சனா வீட்டில் 'எங்கேடீ போயிட்டே கொல்லைக் கதவைத் திறந்து போட்டுட்டு?' என்று சுலோச்சனாவின் அம்மா கத்துவது கேட்டது. பாபு திடுக்கிட்டு எழுந்தான். சுலோச்சனா மட்டும் அப்படியே உட்கார்ந்திருந்தாள்.

"நான் போயிட்டு வரேன், சுலோச்சனா. நாளைக்கு வரேன்." பாபு ஓடினான். வெகுதூரம் போய் அவன் திரும்பிப் பார்த்தபோது கையில் மயிலிறகுடன் சுலோச்சனா இன்னும் அந்தப் பாறைமீது உட்கார்ந்து கொண்டிருந்தது மாதிரித் தெரிந்தது.

1986

சிரிப்பு

“இந்தச் சத்திரம் பரவாயில்லை, இல்லை?” என்று ராமு கேட்டான். அம்மா பதில் சொல்லவில்லை. அந்த அறைக்குள் அறையாக இருந்த இடத்திலிருந்து காமாட்சி வழக்கம் போல உரத்துப் பாடிக்கொண்டிருந்தாள். அவர்கள் இதற்கு முன் ஒரே அறையாகத் தங்கியிருந்த இடத்தில் காமாட்சியைச் சமாளிப்பது மிகவும் சிரமமாக இருந்தது.

அம்மா ஒரு சாதமும், ரசமும் வைத்து முடித்தவுடன் விறகை அடுப்பிலிருந்து வெளியே இழுத்து அணைத்தாள். தாளிட்டிருந்த கதவருகே சென்று, “சாப்பிடறயாடீ?” என்று கேட்டாள். காமாட்சி பாடுவதை நிறுத்தி, “உன் ஊசிப்போன சாதம் யாருக்கு வேணும்? சாதம், பாதம், வாதம், மாதம், தாதம் தீதம்” என்றாள். உடனே, “தீன் தரனனன தரனனா தரன தீம்” என்றுபாட ஆரம்பித்தாள்.

“மணி பன்னெண்டாகப் போறதும்மா” என்று ராமு சொன்னான். அம்மா ஒரு துண்டையும், குங்குமச் சிமிழையும் எடுத்துக்கொண்டாள். “உனக்கு எப்போ ரயில்?” என்று கேட்டாள்.

“மூணு மணிக்குத்தாம்மா” என்ற ராமு சொன்னான். பிறகு தாளிட்ட அறையைத் திறந்தான். திறந்த உடனேயே காமாட்சி வெளியே பாய்ந்து வந்தாள். அம்மா குங்குமச் சிமிழைக் கீழே போட்டுவிட்டு அவளைப் பிடித்துக்கொண்டாள். அப்படியே தோளை அழுத்தி உட்கார வைத்தாள். மூலையில் கிடந்த ஒரு சிறு குச்சியை எடுத்துக்கொண்டாள்.

“அடிக்காதேடீ! அடிக்காதேடீ! அடிக்காதேடீ! அடிக்காதேடீ!” என்று காமாட்சி கத்த தொடங்கினாள். அம்மா ஒரு கையில் குங்குமச் சிமிழையும், குச்சியையும் பிடித்துக்கொண்டு இன்னொரு கையால் காமாட்சியின் கையைப் பிடித்துக்கொண்டாள். “வா, ரகளை பண்ணாமே”

என்றாள். ஆனால் காமாட்சி, "அடிக்காதேடீ, அடிக்காதேடீ," என்று ராகம் போட்டு பாடிக்கொண்டேயிருந்தாள்.

அந்தக் குளத்தில் காமாட்சியை ஸ்நானம் செய்விக்க அம்மாவும் சேர்ந்து தண்ணீரில் இறங்க வேண்டியிருந்தது. ஐம்பது பேர்களுக்கு மேல் அங்கு குளித்துக்கொண்டிருந்தார்கள். காமாட்சி போன்ற நிலையில் இருந்தவர்கள் ஐந்தாறு பேர் இருந்தார்கள். ராமு படியில் நின்றபடி எல்லாரையும் ஒரு பார்வை பார்த்தான். புதிதாகவும் ஓரிருவர் வந்து சேர்ந்திருந்தார்கள். தமிழ்க்காரர்கள் என்று யாருமிருப்பதாகத் தெரியவில்லை.

சொட்டச் சொட்ட ஈரத்துடன் காமாட்சியும், அம்மாவும் படியேறி னார்கள். அம்மா காமாட்சியின் நெற்றியில் குங்குமத்தை அப்பினாள். "என்னை ஏண்டி வதைக்கிறே?" என்று காமாட்சி கத்தினாள். அம்மா குச்சியை உயர்த்தினாள். காமாட்சி "சரிடீ சரிடீ சரிடீ," என்றாள். உடனே, "சரி சரி சரிகம சரி சரிகமா," என்று உரத்துப் பாட ஆரம்பித்தாள். ராமு அவளுடைய இன்னொரு கையைப் பிடித்துக்கொண்டான். அம்மா குங்குமச் சிமிழை ராமுவிடம் கொடுத்துவிட்டுக் காமாட்சியை அணைத்துக்கொண்டு படியேறினாள்.

கோயில் வாயில் மிகவும் குறுகலாக இருந்தபடியால் கூட்டத்தோடு கூட்டமாக இடித்துத் தள்ளிக்கொண்டுதான் உள்ளே போக வேண்டியிருந்தது. கர்ப்பக்கிரகம் ஒரு பெரிய பாறையில் அமைந்திருந்தது. பாறையைக் குடைந்து குகையாக இருந்த இடத்தில் நரசிம்மசுவாமி சிலை மிக உக்கிர மாகக் காட்சியளித்துக் கொண்டிருந்தது. கூச்சலும், கோஷமுமாக நகர்ந்து கொண்டிருந்த கூட்டத்தோடு காமாட்சியைப் பிடித்துக்கொண்டு ராமுவும், அம்மாவும் பிரதட்சணத்தைத் துவங்கினார்கள். காமாட்சி பாடிக்கொண்டே இருந்தாள்.

பத்தாவது பிரதட்சணத்தின்போது காமாட்சி திடீரென்று ஒரு மூலை யைப் பார்த்து, "பாம்பு! பாம்பு!" என்றாள். அம்மாவும் கத்திவிட்டாள். நிறையப் பேர் "ஏமி? ஏமி?" என்று பதறினார்கள். அந்த மூலையில் ஒரு ஜாண் நீளத்திற்கு ஏதோ நெளிந்துகொண்டிருந்தது. அனைவரும் பார்த்துக் கொண்டிருக்கும்போது பாறையில் இருந்த விரிசல் ஒன்றில் புகுந்து மறைந்தது. மீதிப் பிரதட்சணங்கள் அனைத்தின்போதும் காமாட்சி பாடாமல் இருந்தாள். ராமுவுக்கு வயிற்றைக் கலக்கிய வண்ணம் இருந்தது.

இருபத்தொரு பிரதட்சணங்களுக்குப் பிறகு அவர்கள் சுவாமி சந்நிதியில் நின்றார்கள். செந்தூரம் அப்பப்பட்டிருந்த உக்கிர நரசிம்ம சுவாமி அப்போது சாந்தமாகக் காட்சியளித்தார்.

சத்திரத்துக்குப் போகும்போது ராமு அம்மாவைக் கேட்டான், "இனிமே என்னம்மா பண்றது?"

"என்ன பண்றதுன்னா?"

"இப்படிப் பாம்பு வரதே?"

அம்மா பதில் பேசாமல் நாடந்தாள். ராமு கேட்டான், "இன்னும் பெரிசா வந்தா?"

அம்மா அதற்கும் பதில் சொல்லவில்லை. ஆனால், "ஞாபகமா இரண்டு புடவை எடுத்துண்டு வா. சர்க்கரை, கிரஸ்னாயில் இரண்டும் ரொம்பக் கொஞ்சமாத்தான் இருக்கு. மறக்காம எடுத்துண்டு வா," என்றாள்.

"அப்பாவை வேணா ஒரு தடவை வரச் சொல்லட்டுமா?"

"அப்பா வந்தா என்ன பண்ணுவா? நீ போறப்பவே அப்பா ஊரிலே இருக்காளோ இலலையோ."

"ஏன்?"

"சம்புவை இந்த வாரம் பெஜவாடாவுக்குத் தூக்கிண்டு போகணுமே. இப்போ விட்டா அந்த டாக்டர் இன்னும் இரண்டு மாசத்துக்குக் கிடைக்கமாட்டார்."

"சம்பு வயறு அப்படியேதான் இருக்கு."

"உனக்குக் கட்டி வந்தப்போ ஒரு வருஷம் தவிச்சது. இப்போதாவது பெஜவாடாவிலேயே டாக்டர் இருக்கார். முன்னெல்லாம் ஒவ்வொரு தடவையும் பட்டணத்துக்குத்தான் போக வேண்டியிருந்தது."

"சம்புவையும் இங்கே கொண்டுவந்துவிடலாமேம்மா?"

"இங்கேயா? இரண்டு பேரை வச்சுண்டு இங்கே எப்படி சமாளிக்க முடியும்?"

"எனக்கு பயமா இருக்கும்மா."

"என்னது?"

"பாம்பு, சம்பு எல்லாமே."

அம்மா பேசாமல் இருந்தாள்.

காமாட்சி வெறும் சாதத்தை இரண்டு கவளம் விழுங்கினாள். பிறகு இலையைத் தூக்கி எறிந்து அறையெல்லாம் சாதம் சிதறி விழும்படி செய்தாள். அம்மாவும் ராமுவும் அவளைச் சிறிய அறைக்குள் கொண்டு சேர்த்துக் கதவை இழுத்து மூடினார்கள். உடனே காமாட்சி பாட ஆரம்பித்தாள்.

ராமு மட்டும்தான் சாப்பிட்டான். அம்மா கீழே கிடந்ததைத் திரட்டி வெளியே போட்டுவிட்டு வந்தாள். அப்புறம் ஒரு மூலையில் சாய்ந்தபடி கூரையை உற்றுப் பார்த்துக்கொண்டிருந்தாள்.

துணி மூட்டையைப் பிரித்து ராமு தோய்த்து வைத்திருந்த அரை நிஜார் ஒன்றையும் ஷர்ட்டையும் எடுத்தான். இரண்டும் காமாட்சியின்

கல்யாணத்தின்போது தைத்தது. இரண்டுமே அவனுக்குச் சிறிதாகிவிட்டிருந்தன. ஆனால் இரண்டும் நல்ல துணி. ஷர்ட் மட்டுமே தையற் கூலியும் சேர்த்து மூன்று ரூபாய். அவன் அதை நனைக்காமல் அநேக நாட்கள் வைத்திருந்தான். இப்போது இந்தச் சத்திரத்தில் மூட்டைத் துணிகளோடு கசங்கியிருந்தாலும் பளிச்சென்று இருந்தது.

ராமு சிறிய அறையின் கதவைத் திறந்து காமாட்சியிடம் சென்றான். இருட்டில் காமாட்சி சுவரில் சாய்ந்தபடி பாடிக்கொண்டிருந்தாள். கல்யாணம் ஆவதற்கு முன்பு பாட்டு சொல்லித்தர வாத்தியார் வரும் நாளெல்லாம் வீட்டில் ரகளை நடக்கும். பாட்டு வாத்தியார் ஹார்மோனியத்தை எடுத்த வுடனேயே திடீர் திடீரென்று சிரிப்பாள். உம்மென்று முகத்தை வைத்துக் கொள்வாள். அவர் ஸா – வென்று ஆரம்பித்தவுடன் மறுபடியும் 'க்ளுக்' என்று சிரிப்பாள். அந்த நாளில் அவளுக்கு எதைப் பார்த்தாலும் பரிகசித்துச் சிரிப்பதற்கு ஏதாவது இருந்தது. பாட்டு சொல்லிக்கொடுக்க வந்த வாத்தியார் சுருதி கலைந்து, சுவரம் தவறி, பாட்டின் அடுத்த வரி மறந்து திண்டாடுவார். காமாட்சி இன்னும் அதிகமாகச் சிரிப்பாள். ஆனால் பாட மாட்டாள். அவள் பாட்டு கற்றுக்கொள்ளவேயில்லை.

ஆனால் இப்போது பாடிக் கொண்டேயிருக்கிறாள். அவளுக்குப் பிறந்த குழந்தை ஒரே வருஷத்தில் வயிற்றில் கட்டி விழுந்து செத்தும் போய்விட்டது. அப்பாவும் அம்மாவும் அந்தக் குழந்தையைக் காப்பாற்ற எங்கெல்லாம் எப்படியெல்லாம் அலைந்தார்கள்! கடைசியில் அதைக் குழிதோண்டிப் புதைக்கத்தான் வேண்டி இருந்தது. அன்றுதான் ராமு முதன்முறையாக ஒரு சுடுகாட்டுக்குப் போக நேர்ந்தது. அப்பா திடீர் திடீரென்று நினைத்துக்கொண்டு அழுதார். எல்லாருமே அழுதார்கள். காமாட்சிகூட அழுதாள். அவளுடைய கணவனுக்குக் கடிதம் போட்டிருந்தது. அவன் வரவில்லை. அவன் அப்புறம் வரவேயில்லை.

ராமு காமாட்சியின் அருகில் சென்று உட்கார்ந்துகொண்டான். காமாட்சி பாட்டை நிறுத்தி அவனைப் பார்த்தாள். "என்னடா?" என்றாள்.

"நான் இன்னிக்கு வீட்டுக்குப் போயிட்டு நாளை மத்தியானம் வந்துடறேன்."

"போடா."

"நீ ஏன் இப்படி இருக்கே, காமு?"

"போடா, ரூம்லே போட்டுப் போட்டுப் பூட்டறயே படவா. போடா," காமாட்சி கையை வீசினாள். ராமு ஒதுங்கிக் கொண்டான்.

"சம்புகூடச் செத்தப் போயிடும் போலிருக்கு."

"போயிடட்டும். எல்லாரும் போயிடட்டும். நீயும் போயிடு. எனக்குத் தம்பி தங்கை யாரும் வேண்டாம். போயிடுங்கோ, எல்லோருமாப் போயிடுங்கோ."

மாதக் கணக்கில் ஒழுங்காக வாரி விடாமல் இருந்தாலும் காமாட்சி தலையிலிருந்து அடர்த்தியாகத் தலைமயிர் தொங்கிக் கொண்டிருந்தது. அந்த கோயிலுக்கு வருவதற்கு முன்புதான் அவள் எங்காவது தலைப் பின்னலைக் கொண்டு கழுத்தைச் சுருக்கிக்கொண்டு விடுவாளோவென்று கத்தரித்து விட்டிருந்தது. அனால் ஒரு மாதத்திற்குள் மயிர் மறுபடியும் நீளமாக வளர்ந்திருந்தது.

காமாட்சி பாட ஆரம்பித்தாள். ராமு அந்த அறை வெளியே வந்து கதவைத் தாளிட்டான். அம்மா உட்கார்ந்திருந்த இடத்திலே கண் அயர்ந்து கிடந்தாள். ராமு அழுக்குத் துணிகளை எடுத்து ஒரு சிறு மூட்டையாகக் கட்டிக்கொண்டான். ஒரு மூலையில் அரிக்கேன் லாந்தர் கரி படிந்து கிடந்தது. சத்தமெழுப்பாமல் சிம்னியைத் துடைத்து வைத்தான்.

சத்திரத்துக் கணக்குப் பிள்ளை, “செகந்தராபாத் போறையா?” என்று தெலுங்கில் கேட்டான்.

“ஆமாம். நாளை மத்தியானம் வந்துவிடுவேன்.”

“நீ ஸ்கூலுக்குப் போகலை?”

“இப்போ லீவு.”

“கொஞ்சம் இரு.” கணக்குப் பிள்ளை அவன் இடுப்பிலிருந்து ஒரு சிறு துணி சுருக்குப் பையை எடுத்தான். அதிலிருந்து இரண்டனா எடுத்து ராமுவிடம் கொடுத்தான்.

“செகந்தராபாத் ஸ்டேஷன் முன்னாலே ஒரு ஓட்டல் இருக்கே, தெரியுமா?”

“தெரியும். மெட்ராஸ் கபே.”

“அங்கே பான் பீடாக் கடையிலே புகையிலைப் பொட்டலம் ஒன்று இருக்கும், தெரியுமா?”

“தெரியும், சிவபுரிப் புகையிலை.”

“அது நாலு பொட்டலம் வாங்கிண்டு வா.”

ராமு அந்த இரண்டணாவை தன்னிடமிருந்த நாலணாவுடன் சேர்த்து வைத்துக்கொண்டான்.

“எல்லாம் சரியாயிடும். இங்கே வந்து நாலு மாசம் ஆறு மாசம் நரசிம்ம சுவாமியைப் பிரதட்சிணம் பண்ணினா எல்லாம் சரியாயிடும். உன் அக்கா என்ன? இங்கே சங்கிலியெல்லாம் போட்டு கட்டிக்கொண்டு வருவாங்க. அவுங்களுக்கெல்லாமே சரியாப் போயிருக்கு.”

ராமு குறுக்குவழியாக மலையிலிருந்து இறங்க ஆரம்பித்தான். மூன்று மைல் தள்ளி ரயில்வே ஸ்டேஷன் இருந்தது. காலைக் கீழே வைக்க முடியாதபடி மத்தியான வெயில் எரிந்துகொண்டிருந்தது.

மெட்ராஸ் கபே வெற்றிலை பாக்குக் கடையில் சிவபுரிப் புகையிலை இல்லை. அடுத்த வாரம்தான் கிடைக்கும்.

போலீஸ் ஸ்டேஷன் தாண்டினவுடன் ராமுவின் கால்கள் ஒரு சந்துக்குள் இழுத்துச் சென்றன. அந்த வீட்டு வாசலில் ஹசீனாதான் நின்றுகொண்டிருந்தாள். வெள்ளை வெளேரென்றிருந்த அவளுடைய முகத்தில் கண்ணுக்கு அப்பியிருந்த மை அவளைப் பெரியவள் போல மாற்றியிருந்தது. சட்டை வழக்கம் போல அழுக்குத்தான்.

“வஹாப் எங்கே?”

“யாருக்குத் தெரியும்?”

ராமு திரும்பிப் போக ஆரம்பித்தான்.

“நில்.”

அவனைத் தாண்டி அவள் இன்னொரு சிறு சந்துக்குள் ஓடினாள். சிறிது நேரத்தில் அங்கிருந்து வஹாப் வந்தான். ஹசீனா திரும்பி வீட்டுக்குள் ஓடிவிட்டாள்.

“கியா பை?” என்று வஹாப் கேட்டான்.

“என் கூட என் வீட்டுக்கு வருகிறாயா?” வஹாப் ராமுவுடன் நடந்தான்.

“எப்படியிருக்கு உன் அக்காவுக்கு?” ராமு வஹாப் கையைப் பிடித்துக் கொண்டான்.

“எனக்கு ரொம்ப பயமாயிருக்கு.”

“எதுக்கு?”

“வீட்டுக்குப் போறதுக்கு.”

“ஏன்?”

“சம்பு தெரியுமில்லே?”

“யாரு? உன் தங்கை?”

“ஆமாம். அவகூடச் செத்துப் போகப் போறா.”

“உனக்கு எப்படித் தெரியும்?”

“என் அக்கா குழந்தை மாதிரி அவ வயிறு கூடப் பெரிசா உப்பியிருக்க.”

“அதுனாலே என்ன? என் அம்மா வயிறுகூட எப்பவும் உப்பித்தான் இருக்கு.”

வஹாப் ராமுவின் தோள்மீது கையைப் போட்டான்.

"அதோ அவனைப் பார்" என்று சுட்டிக் காட்டினான். அங்கு ஒருவன் போய்க்கொண்டிருந்தான். ஒவ்வொரு அடி எடுத்து வைக்கும் போதும் அவன் வயிறு குலுங்கிக்கொண்டிருந்தது.

ராமுவுக்கு சிரிப்பு வரவில்லை. ஆனால் அந்த ஆளைக் காமாட்சி பார்த்தால் எப்படிச் சிரிப்பாள் என்று நினைத்துப் பார்த்தான்.

1987

புதுப் பயன்

கௌரி வாசலில் எட்டிப் பார்த்தாள். அப்பா அவரால் சாத்தியமான அனைத்து கவனத்தையும் ஒரு சேரத் திரட்டி முகச் சவரம் செய்துகொண்டிருந்தார். மாதத்துக்கொருமுறை சவரம் செய்துகொள்கிறவர், கடந்த பத்து நாட்களில் மூன்று முறை மழித்துக்கொண்டிருக்கிறார். ஒவ்வொரு முறையும் அவர் எப்படிச் சித்திரவதைப்படுகிறார் என்று கௌரிக்கு தெரியும்.

அறை மூலையில் இருட்டில் அம்மா படுத்திருந்தாள். அம்மாவால் எழுந்து யார் முன்பும் நிற்க முடியாது. அவளால் ஒரு சொல்லைக்கூடச் சரியாக உச்சரிக்க முடியாது. ஆனால் இந்தக் கணம் அவளிடமிருந்து என்ன – என்ன – என்ன என்று கேள்விகள் மின்னிக்கொண்டிருப்பது கௌரியை இனியும் தாமதிக்கக்கூடாது என்று பிடித்துத் தள்ளியது.

"அப்பா!" என்று கௌரி மெதுவாக அழைத்தாள்.

முகத்தில் இரத்தம் கசிந்த இடம் ஒன்றை அப்பா ஒரு விரலால் அழுத்திப் பிடித்திருந்தார். இன்னொரு கையால் சவரத்தைத் தொடர்ந்துகொண்டிருந்தார். கௌரி அழைத்தது அவர் காதில் விழவில்லை.

கௌரி மீண்டும், "அப்பா" என்று அழைத்தாள். இம்முறை அப்பாவின் காதில் அது விழுந்துவிட்டது. "நீ ரெடியா?" என்று கேட்டார்.

"இல்லை."

"இல்லே? சட்டுனு தயாராயிடு. பத்து மணிக்கெல்லாம் அங்கே போய்ச் சேர்ந்துடலாம்."

"அதைத்தான் சொல்ல வந்தேம்ப்பா ... நான் வரலை."

"நீ வரலையா? நான் மட்டும் போய் என்ன பண்ணறது?"

"நம்ப இரண்டு பேருமே போக வேண்டாம்பா."

"ஏன், என்ன திடீர்னு?"

"திடீர்னு இல்லே. நாம முதல் நாள் போனப்பவே எனக்கு அப்படித்தான் தோணிப்போச்சு."

"என்ன தோணிப்போச்சு?"

"இனிமே அந்த இடத்துக்குப் போகக் கூடாதுன்னு."

அப்பா கிண்ணத்திலிருந்த சோப்புத் தண்ணீரைத் தெருவில் வீசிக் கொட்டினார். ஒரு கணம் தாங்க முடியாத கோபம் அவருள் சீறிப் பாய்ந்துகொண்டிருப்பதை அவருடைய கால் கட்டைவிரல் தரையை அழுத்துவதிலிருந்து தெரிந்தது. ஆனால் அவர் உடனே அதை அடக்கிக் கொள்ளவும் முடிந்தது. மிகவும் நிதானமான குரலில், "ஏன், என்னாச்சு?" என்று கேட்டார்.

கௌரி, "ஒண்ணுமில்லே," என்றாள்.

"ஒண்ணுமில்லேன்னா இப்ப ஏன் போக வேண்டாம்னு சொல்லறே? இரண்டாந்தடவை போனப்போ ஆடிஷன் முடிஞ்சுடும்னுதான் சொன்னான். ஆனால் அவனேதான் தபலாக்காரன் வரலை, இன்னொரு நாள் வாங்கோன்னு சொல்லிட்டானே. அவன் வரச் சொல்லி போகாம இருக்கலாமா?"

"எனக்குப் பிடிக்கலேப்பா."

"எல்லாமே நமக்குப் பிடிக்கறதாவே நடந்துடறதாம்மா? எந்தக் காரியமானாலும் அதுலே கஷ்டம், சிக்கல் இருக்கத்தான் இருக்கும். பாட்டு கத்துண்டயே, அதுலே மட்டும் எல்லமே பிடிக்கறதாயிருந்ததா? அந்த மணி பாகவதர்கிட்டே மாட்டிண்டு எப்படி எல்லாம் திண்டாடினோம்?"

"மணி பாகவதர் மனசு ரொம்ப நல்லதுப்பா."

"என்ன நல்லதாயிருந்தா என்ன? குடிச்சுட்டுக் குடிச்சுட்டுத் தன் வீட்டுக்குப் போகாம இங்கே வந்துன்னா விழுந்து கிடக்க ஆரம்பிச்சான்? அவனைப் போகச் சொல்றது பெரும்பாடாப் போயிடுத்தே. நாலு பாட்டு கத்துக்கறதுக்காக ஒவ்வொரு நாளும் வீட்டை பெனாயில் விட்டுக் கழுவும்படி ஆயிடல்லையா?"

கௌரி பதில் சொல்லாமல் நின்றாள்.

"கிளம்பு. இன்னிக்கு ஒரு நாளைக்குப் போயிட்டு வந்துடுவோம். நல்லபடிக்கு எவனுக்காவது உன் குரல் பிடிச்சுடுத்துன்னா எல்லாக் கஷ்டமும் தீர்ந்துடும்."

கௌரிக்குக் கஷ்டங்கள் தீர்ந்துவிடும் என்று நினைக்கத் தோன்றவில்லை. அவளுக்கு நினைவு தெரிந்து இந்த இருபது இருபத்திரண்டு ஆண்டுகளில் என்று கஷ்டமே இல்லை என்று இருந்திருக்கிறது? முதல் அக்காவுக்கு ஒரு வழியாகக் கல்யாணம் நிச்சயமான சமயத்திலேயே அப்பாவுக்கு வேலை கிடையாது. இரண்டாவது அக்கா கல்யாணம் முழுக்க முழுக்க யார் யாரோ கைகொடுத்து நடந்த கல்யாணம். அதனால் எல்லோருக்குமே இந்தக் குடும்பத்தைப் பற்றியே இளப்பம். மூத்த அக்காவுடைய மைத்துனன் ஒருவன் மதுவிலக்கு இருந்த காலத்தில் நாலைந்து முறை போலீஸ் காவலில் இருந்துவிட்டான். இரண்டாவது அக்காவுடைய சின்ன மாமனார் ஒரு

ஹோட்டலில் வேலை என்றுதான் சொன்னார்கள். ஆனால் அந்த மனிதன் பகலெல்லாம் வீட்டில் தூங்கிவிட்டுப் பொழுது சாயப் போகும் நேரத்தில் மட்டும் வெளியே போவார். அவரை யாரும் கௌரவமாக அழைத்துப் பேசியது கிடையாது. ஆனால் இவர்களுக்கெல்லாம் கௌரியின் குடும்பத்தைப் பற்றி அலட்சியம். ஒவ்வொரு அக்காவும் மூன்று பிரசவங்களுக்கு அம்மா வீடு வந்து வீட்டிலிருந்த சுமாரான வேஷ்டி புடவையெல்லாம் குழந்தைக்குத் துணி வேண்டும் என்று எடுத்துக்கொண்டு போயாயிற்று. இப்போது அம்மா கைகால் இழுத்தப் போய்ப் படுத்த படுக்கையாக இருக்கிறாள். கௌரி கற்றுக்கொண்ட துளி சங்கீதத்தைக் கொண்டு அப்பா இப்போது அவர்கள் கஷ்டங்கள் எல்லாவற்றுக்கும் முடிவு கட்டிவிட முடியும் என்று நினைக்கிறார்.

அப்பா தயாராகிவிட்டார். கௌரியின் பழைய செருப்பை அவரே ஓர் அழுக்குத் துணி கொண்டு நன்கு துடைத்து வைத்திருந்தார். அதனுள் காலை நுழைக்கும்போது கௌரிக்கு உடல் கூசிற்று.

வழக்கம் போல ஸ்டூடியோ வெளிவாசல் கூர்க்கா அவர்களை நிறுத்தி விட்டான். ஹனுமந்தராவ் யார் என்று கேட்டான். அந்தப் பக்கம் வந்த ஸ்டூடியோ பணியாளன் ஒருவன் நல்ல வேளையாக ஹனுமந்தராவ் அந்த ஸ்டூடியோக்காரர்தான் என்று கூறினான். கூர்க்காவுக்கு இன்னும் நம்பிக்கை வரவில்லை. ஆனால் அரை மனதாக உள்ளே அனுமதித்து விட்டான். அந்த ஸ்டூடியோவிலேயே பாதையோரமாக நடந்துசென்று கௌரியும் அவளுடைய அப்பாவும் ஒரு பழைய மஞ்சள் நிற மாடிக் கட்டடத்தைப் போயடைந்தனர். முதல் மாடியில் அந்த ஸ்டூடியோவின் மியூசிக் டிபார்ட்மெண்ட் இருந்தது.

மாடிப் படியில் ஏறிப் போகக் கௌரிக்குக் கால் எழவில்லை. பாதி மாடிப்படி ஏறியிருந்த அப்பா திரும்பி, "வா, சீக்கிரம் எல்லாரும் வந்தாச்சு போலேயிருக்கு" என்றார். மாடியில் யாரும் இல்லை என்று அப்பாவுக்குத் தெரிந்திருக்கும் என்று கௌரிக்குத் தெரியும். அப்பாவுடைய நம்பிக்கைக்கு ஏதேதோ கண்ணில் காதில் படாமல் போயின. இல்லாததெல்லாம் தெரிந்தன, கேட்டன.

மாடியில் யாரும் இல்லை. யாரோ காலையில் மட்டும் அறையைத் திறந்து பெருக்கிவிட்டுச் சென்றிருந்தார்கள். இதற்கு முந்தி இருமுறை வந்தபோதும் அறையில் யாரும் இல்லை. இன்று மறுபடியும் அதே போல ஊருக்கு முன்னால் இவர்கள்தான் போய் நிற்கிறார்கள்.

கௌரி அப்பாவின் கையைக் கெட்டியாகப் பிடித்துக்கொண்டாள். "திரும்பிப் போயிடலாம்ப்பா" என்றாள்.

"இவ்வளவு தூரம் வந்துட்டுத் திரும்பிப் போறதாவது? நீ இங்கேயே இரு. நான் கீழே போய் யாராவது வந்திருக்காளான்னு பாத்துட்டு வரேன்."

"வேண்டாம்ப்பா! வேண்டாம்ப்பா! என்னைத் தனியா விட்டுட்டுப் போயிடாதீங்கப்பா!" என்று கௌரி சொன்னாள். அப்பா பயந்துவிட்டார்.

"என்னம்மா, என்ன கௌரி? என்னாச்சு?"

"என்னைத் தனியா மட்டும் விட்டுட்டுப் போயிடாதீங்கப்பா."

முதல் முறையாக அப்பாவுக்குக் கௌரியுடைய தயக்கத்துக்கு மிக ஆழமான காரணம் இருக்க வேண்டும் என்று தோன்றியிருக்க வேண்டும்.

"இந்த இடத்தை விட்டுப் போயிடலாம்ப்பா."

அப்பா இம்முறை அவளை வற்புறுத்தவில்லை. இருவரும் கீழே இறங்கி வந்தனர். அவர்கள் எதிரே ஒல்லியாக மீசைக்காரன் ஒருவன் புகை பிடித்தவண்ணம் வந்தான். "என்ன ஐயரே, எங்கே போயிடறே?" என்று கேட்டான்.

"ஹனுமந்த்ராவ் இல்லை."

"ஹனுமந்த்ராவ் இல்லாதபோனா நாங்க இல்லையா? வா, பாப்பா. இன்னிக்கும் ஒரு டேப் முழுக்க உன்னை ரிக்கார்டு பண்ணிடலாம்."

அப்பா கௌரியைப் பார்த்தார். கௌரி ஒரு மிகச் சிறிய தலையசைப்பில் முடியாது என்று தெரிவித்தாள்.

"நாங்க போயிட்டு அப்புறம் வர்றோம். ஹனுமந்த்ராவே வந்துடட்டும்."

"உங்க இஷ்டம். இப்படியே இரண்டுலே மூணுலே வந்து எல்லாரையும் பார்த்துட்டுப் போனாத்தான் ஏதாவது சான்ஸ் வர்றப்போ பாப்பா நினைவு இருக்கும், சான்ஸ் தருவாங்க. பாப்பா இவ்வளவு பயப்படக்கூடாது. இங்கே எல்லாரும் மனுஷாளுங்கதானே, பாம்பு புலி இல்லையே."

"அப்போ இருந்து பாத்துட்டுப் போன்னு சொல்றீங்களா?" என்று அப்பா கேட்டார்.

"பின்னே என்ன சொல்லறேன்? உங்களுக்கு டயம் இல்லைன்னா பாப்பா இருந்து பாத்துட்டுப் போகட்டும். எப்பவுமே நீங்க கூடக்கூட வர முடியுமா? பாப்பா, நீ இவ்வளவு பயந்துக்கக் கூடாது. நல்லா போல்டா, குஷியா இருக்கணும்." சற்றும் எதிர்பாராத வண்ணம் அவன் கௌரியின் தோளைத் தடவிக் கொடுத்தான். கௌரி, "சீ!" என்றாள். கண் இமைப்பதற்குள் அவனுடைய கையைப் பிடித்து உதறினாள். விடுவிடென்று வாசல் நோக்கி நடக்க ஆரம்பித்தாள்.

வழி நெடுக அப்பா பேசவில்லை. ஏன் மாடி அறையில் அவள் தனியாகக் காத்திருக்க மறுத்தாள் என்று இப்போது ஊகித்திருக்க முடியும். ஹனுமந்த்ராவுக்கு இன்னும் உதவியாளர்கள் உண்டு. ஒருவனுக்கும் எந்தப் பொண்ணையும் தொட்டுத் தடவிக் கொடுக்காமல் பேசமுடியாது.

வீடு போய்ச் சேர்ந்தவுடன் கௌரி, அம்மாவைக் கஞ்சி குடிக்க வைத்தாள். அப்பா குனிந்த தலை நிமிராமல் 'சாப்பிட்டேன்' என்று பெயர் பண்ணினார். அவர் சாப்பிடும் போத தான் அன்று சவர பிளேட் அவர் கன்னத்தில் வெட்டிய இடங்களில் இரத்தம் உலர்ந்து கோடிட்டிருந்தது பளிச்சென்று தெரிந்தது.

அம்மாவுக்கு மீண்டும் ஒரு முறை புடவை மாற்றிப் படுக்க வைத்த பின் கௌரி சாப்பிட உட்கார்ந்தாள். அன்று வயிறாரச் சாப்பிட முடிந்தது. தரையைச் சுத்தம் செய்துவிட்டு முகத்தைக் கண்ணாடியில் பார்த்துக் கொண்டாள்.

அப்பா இடிந்து போன மாதிரித் திண்ணையில் கிடந்தார். கௌரி அவர் பக்கத்தில் போய் உட்கார்ந்தாள்.

"அப்பா."

"என்ன ?"

"நாளைக்கு ஹனுமந்தராவைக் கட்டாயம் பார்த்துட்டு வருவோம்."

அப்பா தூக்கி வாரிப் போட்ட மாதிரி திரும்பினார்.

"ஆமாம்ப்பா. நாளைக்கு நாம போய்ப் பார்ப்போம். இனிமே எல்லாம் சரியாயிருக்கும்."

"இன்னிக்கு நடந்ததுக்கப்புறமா ?"

"இதுக்கு மேலே என்னவெல்லாம் நடந்ததுன்னு உங்களுக்குத் தெரியுமா ?"

அப்பா பேசாமலிருந்தார்.

'மாடியிலே தனியாத் தனியா விட்டுட்டுப் போனேள். முதல் நாளே ஓர் ஆள் என்னை இடிச்சுட்டுப் போனான். இரண்டாம் நாள் அவன் இந்த மீசைக்காரன் இரண்டு பேரும் வந்தாங்க. இதெல்லாம் எப்படி வெளியிலே சொல்லறது, சொல்லலாமா கூடாதான்னே தெரியலை. ஆனா இன்னிக்கப்புறம் ஒண்ணு தெரிஞ்சுடுத்து. ஜாக்கிரதையாயிருக்கணும். ஆனாப் பயப்படக்கூடாது."

உள்ளே அம்மாவும் எல்லாவற்றையும் கேட்டுக் கொண்டிருந்திருக்கிறாள். அவள் முனகுவது கேட்டது. கௌரி அவளுக்குச் சொன்னாள். "ஒண்ணும் ஆயிடலே அம்மா. நீ எதையோ நினைச்சுண்டு பயப்படாதே. ஒண்ணும் ஆயிடாது. இனிமே ஒண்ணும் ஆயிடாது."

அன்று பிற்பகல் கௌரி பரண்மீது போடப்பட்டிருந்த அவளுடைய பழைய பாட்டு நோட்டுப் புத்தகங்களைக் கீழே எடுத்துப் போட்டு தூசி தட்டி வைத்தாள். அப்புத்தகங்கள் பெரிய ரகசியங்கள், சூத்திரங்கள் கொண்டவையல்ல; சாதாரணமாக யார் தமிழ்நாட்டில் பாட்டு கற்றுக் கொள்ள வேண்டும் என்று போனாலும் எழுதிக்கொள்ள வேண்டிய பாடங்கள். ஒரு பாட்டு வாத்தியாருக்கு இன்னொருவர் வர்ணம் கற்றுக் கொடுப்பதிலும், கீர்த்தனைகள் கற்றுக் கொடுப்பதிலும் தேர்வு சற்று மாறலாம். மற்றபடி எவ்வளவோ ஆண்டுகளாகத் திரும்பத் திரும்பப் பாடப்பட்டு, கற்றுக் கொடுக்கப்பட்டு, கற்றுக் கொள்ளப்படும் பாடங்கள். இருபது பேர் முப்பது பேர் உள்ள வகுப்பில் கௌரியாக எழுதிக்கொண்ட பாடங்கள். நிறைய இடங்களில் அவள் தப்புத் தப்பாக்கூட எழுதிக்கொண்டிருக்கலாம்.

ஆனால் பாடும்போது எல்லாம் சரியாகப் போய்விடுகிறது. ஒரு பாட்டு வாத்தியார் குடித்துவிட்டுக் கற்றுக் கொடுக்க வரும்போதுகூட. ஹனுமந்தராவும் அவனுடைய உதவியாளர்களும்கூடப் பாடும்போது எல்லாரும் முறையாகத்தான் பாடுவார்கள். யாரோ சங்கீதத்துக்கு இலக்கணம் தந்தபோது அது மனிதன் தெய்வத்தோடு உறவுகொள்ளும் மொழி என்றார். இந்த மொழியை இப்போது ஹனுமந்தராவின் மீசைக்கார உதவியாளன் பேசுகிறான், யார் யாரோ பேசுகிறார்கள். இனி கௌரியும் பேசப் போகிறாள். பெரிய சாதனைக்காக இல்லாது போனாலும் ஒரு கோரஸில் இடம் பிடிப்பதற்கு அவளுடைய சங்கீதம் போதும்.

தெய்வத்தோடு பேசும் மொழிக்கும் எப்படியெல்லாம் பயன்கள் இருக்கின்றன என்று நினைத்தபோது கௌரிக்குச் சிரிக்கத் தோன்றியது.

1987

ஒரு கிராமத்து அத்தியாயம்

அவன் எங்கள் கிராமத்து அசடு. "டேய் அசட்டுச் சாரங்கா!" என்று அழைத்தால் முகத்தில் சுணக்கமோ சிடுசிடுப்போ தோன்றாமல் எழுந்து வருவான். அவன் பிறவியிலிருந்தே அசடு என்று சொன்னவர்கள் உண்டு. அவனைப் பிரசவித்தபோது அம்மா செத்துப்போய் அவனுடைய இரண்டாவது வயதில் அப்பாவும் செத்து அவனுக்கு நான்கு வயதாகும்போது ஒரு நாள் அவனை அவனுடைய சித்தியின் அம்மா அடி அடியென்று அடித்து ஒரு பகல் ஒரு இரவு முழுக்கக் கொல்லைப்புற அறையில் அடைத்துவைத்த பிறகுதான் அவன் அசடானான் என்று நினைத்தவர்களும் உண்டு. அவன் அசடான நாளில் அவனுடைய சித்திக்கே வயது இருபது இருக்காது. அவள் இருமுறை கிணற்றில் குதித்தபோது வெளியே எடுத்துப் போட்டு உயிரை மீட்டுவிட்டார்கள். ஆனால் மூன்றாவது முறை முடியவில்லை. அப்போது சாரங்கனுக்கு ஏழு வயது.

பெருமாள் கோவில் ஜகன்னாச்சாரி வீட்டில் சாரங்கன் எப்படிப் போய்ச் சேர்ந்தான் என்று யாருக்கும் உறுதியாகத் தெரியாது. அவன் எச்சில் இலை பொறுக்கப் போய்விடக் கூடாதே என்று எதாவது ஒரு வீட்டில் அவ்வப்போது சோறு போட்டு வந்தார்கள். ஒரு சந்தர்ப்பத்தில் ஒரு சாவு காரணமாக ஒரு குடும்பத்தில் மூன்று பிள்ளைகளுக்குப் பூணூல் போடவேண்டி வந்தது. துக்கம் சம்பந்தமாகப் பூணூல் போட்டாலும் மூன்று மணைகளாகப் போட வேண்டுமே என்று நான்காவதுக்குத் தேடினார்கள். அசட்டுச் சாரங்கன் எதிரே நின்றான். நாலாவது பிரம்மசாரியாக அவனுக்கும் பிரம்மோபதேசம் செய்யப்பட்டது. அடுத்த நாள் ஜகன்னாச்சாரி வீட்டில் ஒரு விசேஷம். சாரங்கனைக் குளித்துவிட்டு வரச் சொன்னார்கள். அதன் பின் அவர்கள் விரட்டிவிட்டாலும் அவன் அவர்கள் வாசல் திண்ணையோரமாகச் சுருண்டு படுத்திருப்பான். அவர்கள் விரட்டியடிப்பதும் அவன் திரும்பத் திரும்பத் திண்ணையில் இரவில் சுருண்டு படுப்பதுமாகச் சில நாட்கள் இருந்தது ஒரு முறை இரவு ஒரு

மணியளவில் ஜகன்னாச்சாரியின் மூத்த மகளுக்குப் பிரசவ வலி எடுத்தது. திண்ணையில் படுத்திருந்த சாரங்கனைத் துணைக்கு அழைத்துக்கொண்டு ஜகன்னாச்சாரியின் இரண்டாவது மகள் மருத்துவச்சியை அழைத்து வந்தாள். சாரங்கனுக்குக் குழப்பமாக இருந்தது. உள்ளே முக்கி முனகிக்கொண்டு இருந்தவள் அவனுடைய சித்தியைப் போலக் கிணற்றில் விழுந்து வெளியே எடுக்கப்பட்டவள் என்று நினைத்தான். ஒரு கட்டை வண்டியைப் புரட்டிப் போட்டுச் சக்கரத்தின் மீது அவனுடைய சித்தியை வைத்துச் சுற்றினார்கள். சித்தி நிறைய நீரை உமிழ்ந்தாள். ஆனால் அப்படியும் அவள் செத்துப் போனாள். ஜகன்னாச்சாரியின் பெண்ணையும் எங்காவது வண்டிச் சக்கரத்தில் படுக்க வைத்துச் சுற்ற ஆரம்பித்து விடுவார்களோ என்று சாரங்கன் பயந்தான். அப்படி ஏதும் நிகழாததில் அவனுக்கு அளவு கடந்த மகிழ்ச்சி. அவன் கவலைப்பட்டதையும், வீட்டில் பிரசவம் நடத்தபின் அவன் கொண்ட மகிழ்ச்சியையும் கண்ட ஜகன்னாச்சாரியின் மனைவி அன்றிலிருந்து அவனுக்குத் தவறாது தினமும் சோறு போட ஆரம்பித்தாள். வீட்டில் தாழ்வாரத்தில் ஒரு சாக்கை விரித்துப் படுக்க வசதி செய்து கொடுத்தாள். சாரங்கனின் உருவமும் வயதும் அதிகரித்து வந்தன. ஆனால் அசட்டுப் பட்டம் அப்படியே இருந்தது.

ஒரு நாள் ஜகன்னாச்சாரியின் மனைவியைப் பூரான் கடித்துவிட்டது. மந்திரிப்பதற்கு அழைத்துச் சென்றபோது அவள் நடந்தே போனாள். ஆனால் சதாசிவப் பண்டாரம் வீட்டில் மயங்கி விழுந்துவிட்டாள். இரவுக்குள் உடம்பு கறுத்துக் கொப்புளம் கொப்புளமாக வயிறிலும் தோள் பட்டையிலும் வாரிக் கொட்டியது. பொழுது விடிவதற்குள் செத்தே போய்விட்டாள். சாரங்கன் கதறிக்கொண்டே இருந்தான். அவனுடைய கதறல் ஓரளவுக்கு மேல், 'சீ, வாயை மூடு!' என்று பிறர் சொல்லும்படியாகிவிட்டது.

சாரங்கன் ஜகன்னாச்சாரி வீட்டுத் திண்ணையிலிருந்து விரட்டப் பட்டால்கூட நடுநிசிக்கு மேல் அங்கு ஒரு மூலையில் சுருண்டு படுத்துக் கொள்வான். இப்போது அவனுக்கு வேளாவேளைக்கு சோறு போடுகிறவர்கள் யாருமில்லை. பகல் வேளையில் கோயிலில் ஜகன்னாச்சாரி அவனுக்குச் சில சமயங்களில் பிரசாதம் ஓர் உருண்டை உருட்டிப் போடுவார். இது ஒரே சீராக எல்லா நாட்களிலும் கிடைக்கும் என்று சொல்லிவிட முடியாது. சாரங்கன் உடல் வற்றி முதுகுக் கூன் விழுந்துவிட்டது. தாடி மீசை மட்டும் கருகருவென்று வளர்ந்தது. யாராவது குளத்தங்கரை ஆற்றங்கரையில் அவனைப் பார்த்துப் பரிதாபம் கொண்டு சபாபதிப் பிள்ளையிடம் கால் ரூபாய் கொடுத்தால் அவன் சாரங்கனை உட்கார வைத்து முகத்தை மழித்துத் தலையில் குடுமியும் வைத்துவிடுவான். இரண்டு மூன்று நாட்களுக்குச் சாரங்கன் பளபளவென்று இருப்பான். அதன் பிறகு மறுபடியும் பழையபடி உலர்ந்த கொத்தவரங்காயாக மாறிவிடுவான்.

அசட்டு குணமுடையவன் என்பதனால் அசட்டுச் சாரங்கன் என்று பெயர் வந்தது என்பதுகூடப் பலர் கவனத்திலிருந்து கழண்டுவிட்டது. யாராவது ஊருக்குப் போவதாயிருந்தாலோ அல்லது வெளி ஊரிலிருந்து வருவதாயிருந்தோலோ சாரங்கனுக்கு ரயிலடிக்குப் போய் வர அழைப்பு இருக்கும். அவன் உடல் தோற்றத்தையும் மீறிப் பெட்டி படுக்கைகளைத் தூக்கிப் போவான். அந்த ஒரு நாள் அவனுக்கு வயிராறச் சோறு கிடைத்து

விடும். ஆனால் இந்த ரயிலடி அவனுடைய அசட்டுப் பட்டத்துக்கு முடிவு கட்டும் இடமாகக்கூடும் என்று யாரும் எதிர்ப்பார்க்கவில்லை.

ஒரு நாள் ஜகன்னாச்சாரியின் மகன் சாரங்கனை அதிகாலையில் அழைத்துக்கொண்டு ரயிலடிக்குப் போனான். ரயிலிலிருந்து இறங்கிய பதினைந்து பேர்களில் தாயாரும் மகனுமாகத் தோற்றமளித்த இருவர் மட்டும் பிளாட்பாரத்திலேயே நின்றுகொண்டிருந்தார்கள். ஜகன்னாச்சாரியின் மகன் அவர்களிடம் வெகு மரியாதையாக ஏதோ விசாரித்தான். பிறகு சாரங்கனைக் கூப்பிட்டு பெட்டி படுக்கையைத் தூக்கி வரச் சொன்னான். ரயிலடியிலிருந்து கிராமம் வயலில் இறங்கி குறுக்கு வழியில் போனால் அரை மைல்கூட இருக்காது. ஆனால் வண்டியில் போகவேண்டுமானால் குறைந்தது ஒரு மணி நேரம் பிடிக்கும்.

ஜகன்னாச்சாரி வீட்டில் ரயிலிலிருந்து வந்தவர்களுக்குத் தடபுடலான உபசாரம். சாரங்கனிடமும் ஒரு மைசூர்பாக்கு கட்டியைக் கொடுத்து மாலையும் ரயிலடிக்குப் போகவேண்டும் என்றார்கள்.

சாரங்கன் பகல் பொழுதில் பெருமாள்கோவில் நந்தவனத்தில் இருப்பான். அல்லது தாமரைக் குளத்தின் தெற்கு கரையில் இருந்த சுமைதாங்கி மீது ஏறிப் படுத்திருப்பான். அன்று அவன் ஜகன்னாச்சாரி வீடு இருந்த தெருவிலேயே குறுக்கும் நெடுக்குமாக நாள் முழுவதும் நடந்தவண்ணம் இருந்தான். சற்றுப் பொழுது சாயத் தொடங்கியவுடன் ஜகன்னாச்சாரி வீட்டுத் திண்ணையின் ஒரு மூலையில் ஒடுங்கி உட்கார்ந்துகொண்டான். ஜகன்னாச்சாரி வீட்டுக்கு அன்று வருபவர்கள் போகிறவர்கள் நிறையவே இருந்தார்கள். நிறையப் பேச்சும் சிரிப்புமாக இருந்ததால் ஏதோ சுப காரியம்தான்.

அதுவும் என்ன என்று ஒரு மாதிரி சாரங்கனக்குப் புலப்படத் தொடங்கியது. முன்பு ஒரு நள்ளிரவில் ஒரு சிறு பெண்ணுக்குத் துணையாக அவன் மருத்துவச்சி வீட்டுக்குச் சென்றிருந்தான். அச்சிறு பெண் இப்போது பெரியவளாகி அவளுக்குக் கல்யாணமும் நடக்கப் போகிறது. இன்று காலை ரயிலில் வந்திருந்தவர்கள் பெண் பார்க்க வந்திருக்கிறார்கள். பெண்ணைப் பிடித்துவிட்டது.

சாரங்கன் அவன் உட்கார்ந்த இடத்திலிருந்தே மூடியிருந்த ஜன்னல் ஒன்றின் இடுக்கு வழியாக அவ்வப்போது உள்ளே பார்த்தான். வீடு அவனுக்கு மிகவும் பழக்கமான இடந்தான். ஆனால் சமீபகாலமாக, அதுவும் ஜகன்னாச்சாரியின் மனைவி இறந்ததிலிருந்து, அவனை வீட்டினுள் நுழையவிட்டதில்லை. அவள் இருந்தவரை அவன் பகற்பொழுதில் பட்டினி யாக அலைந்தது கிடையாது.

சாரங்கன் கண்ணில் யார் யாரோ பட்டார்கள். ஆனால் ஜகன்னாச்சாரி யின் இரண்டாவது மகள் கண்ணில் படவில்லை. அவள் பொதுவாக அதிகம் வெளியே வருவதில்லை. பெண் பார்க்க வெளியூர்க்காரர் வந்திருக்குபோது இன்னுங்கூட கண்காணாத இடத்தில் ஒளிந்துகொண்டிருப்பாள். அவள் அக்காவுக்குப் பதினாறு வயதில் முதல் பிரசவம். இவளுக்கு இருபத்தொன்று வயதாகும்போது தான் கல்யாணமாகப் போகிறது.

நல்ல சகுனம் பார்த்துப் பெண் பார்க்க வந்த அம்மாவும் பிள்ளையும் ஊர் திரும்ப ரயிலடிக்குக் கிளம்பினார்கள். காலையில் தூக்கிய பெட்டி படுக்கையுடன் ஒரு வாழைக் குலையையும் சாரங்கன் தூக்கிப் போகும்படி யாயிற்று. வழியனுப்ப ஜகன்னாச்சாரியே வந்திருந்தார்.

பிளாட்பாரத்தில் எல்லாரும் ரயிலுக்குக் காத்திருந்தார்கள். எல்லாம் சேர்ந்து இருபது பேருக்கு மேல் போகாது. சாரங்கன் அந்த இளைஞனை உற்றுப் பார்த்தான். ஏனோ ஒரு சிறுமிக்குத் துணையாக மருத்துவச்சி வீட்டுக்குப் போனது திரும்பத் திரும்ப அவன் நினைவுக்கு வந்தது. அவனுடைய சித்தி முக்கி முனகியது போலத்தான் ஜகன்னாச்சாரியின் மூத்த மகள் அன்று அலறினாள். இப்போது அவளுடைய தங்கையையும் அதே போல அலற அடிக்கப்போகிறவன் எதிரே நின்றுகொண்டிருக்கிறான்.

ரயில் வருவது கண்ணுக்குத் தெரிந்தது. எல்லாரும் பிளாட்பாரத்தில் வரிசையாக நின்றுகொண்டார்கள். சாரங்கன் பெட்டி படுக்கையைத் தலையில் தூக்கி வைத்துக்கொண்டு பெண் பார்க்க வந்த இளைஞன் பின்னால் நின்றுகொண்டான்.

ரயில் ஜிகுஜிகுவென்று கைகாட்டி மரத்தைத் தாண்டி பிளாட்பாரத்தை நெருங்கியது. இஞ்சின் டிரைவர் பிரம்பிலான ஒரு பெரிய வளையத்தைக் கீழே எறிந்துவிட்டுக் கீழே போர்ட்டர் ஒருவன் நீட்டிய இன்னொரு வளையத்தை எடுத்துக்கொண்டான். இஞ்சின் மெதுவாக ஆனால் திண்ணமாக பிளாட்பாரத்தையொட்டி வந்துகொண்டிருந்தது. ஜகன்னாச்சாரிக்கு இரண்டாவது மாப்பிள்ளையாக வர வேண்டியவன் ஓரடி பின்னுக்கு வைத்தவன் சாரங்கன் மீது இடித்துக்கொண்டான். இதைப் பார்த்தவர்கள் இருந்தார்கள். ஆனால் அடுத்த கணம் என்ன நேர்ந்ததென்று யாருக்குமே சரியாகத் தெரியவில்லை. அந்த இளைஞன் தலைக்குப்புற இஞ்சின் முன்னால் விழுந்தான். அவனோடு அவனுடைய பெட்டி படுக்கையும் விழுந்தது. சாரங்கனை மட்டும் யாரோ இழுத்துப் பிடித்துக்கொண்டுவிட்டார்கள்.

வெகு நாட்களுக்கு யார் யாரோ சாரங்கனை, “என்னடா நடந்தது? என்னடா நடந்தது?” என்று கேட்டவண்ணம் இருந்தார்கள். அவனுக்குப் பதில் சொல்லத் தெரியவில்லை.

1987

பந்தயம்

அந்தக் கட்டடத்தைக் குமாரசுவாமி ஒரு முறை அண்ணாந்து பார்த்தான். ஓர் அங்குல இடம்கூடப் பணமீட்ட இயலாததாகப் போய்விடக் கூடாது என்ற பிரக்ஞையோடு எழுப்பப்பட்ட பல புதுக் கட்டடங்கள் மத்தியில் இது மட்டும் எங்கெங்கோ தூண்களும் வெராண்டாக்களுமாகச் சுவரெல்லாம் காரை உதிர்ந்தும் பிளவுகளில் முளைத்துத் தொங்கும் செடி கொடிகளுமாக நின்றது. மரப் பலகைகளாலான மாடிப்படி ஒன்று ஒரு வெளிப்புறச் சுவரில் தொத்திக் கொண்டிருந்தது. அது கொண்டுசென்ற வெராண்டாவில் தகரத் தடுப்புகள் கொண்டு உருவாக்கிய மறைவிடத்தில் ஒரு பல் வைத்தியர் கிளினிக் வைத்திருந்தார். சென்ற ஆண்டு வரை ஒரு பல் பிடுங்குவதற்கு ரூபாய் பத்து வாங்கினார். இப்போது அது இருபது ரூபாயாகியிருக்கும்.

இருபது ரூபாய்க்கு அதிகமாகிவிடக் கூடாதேயென்று நினைத்த வண்ணம் குமாரசுவாமி அந்த மாடிப்படியில் ஏறினான். அநேகமாக ஒவ்வொரு படியும் பழுதுபட்டிருந்தது. பல் ஆடி விழுந்துவிடுவது போல இப்பலகைகளும் ஒவ்வொன்றாக விழுந்துவிடும். அப்புறம் பல் வைத்தியம் செய்துகொள்ள வருபவர்கள் நூலேணி கொண்டுதான் ஏறிப் போகவேண்டும். படி தவறிக் கீழே விழுவதுகூட வைத்தியத்தின் ஒரு பகுதியாகக் கூடும்.

அந்த வெராண்டாவின் முன்பாதியில் கிடந்த நாற்காலி ஒன்றில் ஒரு பெண்மணி மட்டும் காத்திருந்தாள். மறுபாதியில், திரைக்குப் பின்னால், டாக்டரிடம் யாரோ தன் உபாதை பற்றிக் கூறிக்கொண்டிருப்பது கேட்டது.

குமாரசுவாமியும் ஒரு நாற்காலியில் உட்கார்ந்து கொண்டான். பல் அப்போது பெரிதாக வலிக்கவில்லை. ஆனால் வலிக்கும். புத்தியையே மாற்றிவிடக் கூடிய மாதிரியான வலி. சித்திரவதைகளில் இப்படிப்பட்ட வலியைத்தான் உண்டுபண்ணுவார்களாக இருக்கும். இந்த வலியில் ரகசியங்கள்

சொல்லிவிடுபவர்கள் வருத்தப்படுவதில்லை. காரணம் அந்த வலி அவர்கள் தன்மையையே மாற்றிவிடுகிறது. குமாரசுவாமிக்குக் கூடப் போனவருடம் வரை பந்தயம் ஓடி வாயில் நுரை கொப்பளித்துத் துருத்தியாக மூச்சுவிடும் குதிரைகள் கண்டு வயிறு பிசைந்துகொள்ளும். பல்வலி கண்டு, முதற் பல் பிடுங்கிப் போட்ட பிறகு குதிரைகள் தவிப்பு அவனை அவ்வளவு பாதிப்பதில்லை.

இப்போது ஒரு நாற்காலி தள்ளி உட்கார்ந்திருக்கும் அம்மாளும் வலியால் துடித்துக் கொண்டுதான் இருக்க வேண்டும். இருந்தாலும் அவளை முந்திக்கொண்டு உள்ளே போகவேண்டும் என்றுதான் அவனுக்குத் தோன்றியது.

உள்ளேயிருந்த நபர் திரைக்கு வெளியே வந்தார். குமாரசுவாமி எழுந்து நின்றான். அவனுக்கு முன்னமேயே வந்து காத்திருந்த அம்மாளும் எழுந்து நின்றாள். குமாரசுவாமி அந்த அம்மாளைப் பார்த்தான். அந்த அம்மாளின் கண்கள் அவனுக்குப் பழக்கப்பட்டவை போல இருந்தன. டாக்டர் இருவரையுமே உள்ளே வரச் சொன்னார். முதலில் குமாரசுவாமியைத்தான் பரிசோதித்தார்.

"உங்களுக்கு எல்லாப் பல்லுமே போயிடுத்து," என்று சொன்னார்.

"தயவுசெய்து அதெல்லாம் ஒண்ணும் செய்துவிட வேண்டாம். வலிக்கிற பல்லை மட்டும் பாருங்கோ," என்று குமாரசுவாமி சொன்னான்.

ஒரு பல்லைத் தட்டிவிட்டு, "இதுவா?" என்று டாக்டர் கேட்டார்.

"இல்லை, அதுக்குப் பக்கத்துப் பல்."

"இதுவா?"

குமாரசுவாமிக்கு ஒருவர் பார்த்திருக்கையில் கையை வாயில் விட்டுப் பல்லைத் தொட்டுக் காட்டக் கூச்சமாயிருந்தது. "இல்லை, இந்தப் பக்கத்திலே."

வைத்தியர் இப்போது ஒரு பல்லைச் சற்று பலமாகவே ஆட்டினார்.

குமாரசுவாமி, "ஐயோ!" என்றான். வலி நொடியில் அவன் கண்களில் கண்ணீர் வரவழைத்துவிட்டது.

"அடுத்த வாரம் எடுத்துடலாமே. இப்பவே பிடுங்கிடணுமா?"

குமாரசுவாமி ஈரக் கண்ணோடு அவரைப் பார்த்தான்.

"ஒரு பத்து நிமிஷம் காத்திருங்கோ. இவங்களை அனுப்பிச்சுட்டு உங்க பல்லை எடுத்துடறேன்."

குமாரசுவாமி வெளியே வந்து உட்கார்ந்தான். உள்ளே அந்த அம்மாள் வாய் கொப்பளிக்கும் சப்தம் கேட்டது. சில நிமிடங்களில் வாயைக் கெட்டியாக மூடிய வண்ணம் வெளியே வந்தாள்.

குமாரசுவாமியை நாற்காலியில் சாயவைத்து அந்த நாற்காலியையே வைத்தியர் சாய வைத்தார். அவனுடைய ஈறுக்கு இன்ஜெக்ஷன் கொடுத்தார். அவர் பல் பிடுங்கும் குறடைக் கையில் எடுத்தவுடனேயே குமாரசுவாமி கண்களை இறுக மூடிக்கொண்டான். "அவ்வளவு கஷ்டப்பட்டுக்கொள்ள

வேண்டியதில்லை. வலியே தெரியாது. எந்தப் பல்லைத் தொடறேன்னே தெரியாது," என்று டாக்டர் சொன்னார். குமாரசுவாமிக்கு வெட்கமாக இருந்தது. கண்களைத் திறந்துகொண்டான்.

"இப்போ வெளியே போனாங்களே, அவங்க யாருன்னு தெரியுமா?" என்று டாக்டர் கேட்டார்.

"அவங்களுக்கும் பல் வலின்னு மட்டும் தெரியும்."

"ஒரு காலத்திலே அவங்க வீட்டிலே பணத்தை மரக்காலிலேதான் அளப்பாங்க. மலையாக் குவிஞ்சிருந்த பணம் வெட்டியா ஏதேதுக்கோ போச்சு. இன்னிக்கு அந்த அம்மா என்னை அஞ்சு ரூபா குறைச்சுக்கச் சொல்றாங்க."

குமாரசுவாமி வாயைத் திறந்தபடி வைத்திருந்தான். வைத்தியர் குறடை அவனுடைய வாயினுள் நுழைத்து அதை வெளியே எடுக்கும்போது ஒரு பல்லையும் சேர்த்து எடுத்தார். குமாரசுவாமிக்கு அவர் நல்ல பல் எதையாவது எடுத்திருக்கப் போகிறாரோ என்று கவலையாயிருந்தது.

குமாரசுவாமியும் பஞ்சைப் பற்கள் நடுவில் இடுக்கிக்கொண்டு வெளியே வந்தான். படியிறங்கி மின்சார ரயில் நிலையப் பிளாட்பாரம் அடைந்தான். கையை வீசி நடக்க முடியாதபடி மாலைக் கூட்டம் இரு திசை ரயில்களுக்கும் காத்திருந்தது. குமாரசுவாமி ஸ்டேஷன் மாஸ்டர் அறைப் பக்கம் போனான். பிளாட்பாரத்தில் அங்கு மட்டும் நெரிசல் சற்றுக் குறைவாகவே இருக்கும்.

ஸ்டேஷன் மாஸ்டர் ஒரு பழைய கணக்கு நோட்டுப் புத்தகத்தை மிகக் கவனமாகப் புரட்டிப் பார்த்துக் கொண்டிருந்தார். அவர் முகமும் குமாரசுவாமிக்குப் பழக்கப்பட்டதுதான். அவர் இருபது வருடத்திற்கும் மேலாகக் குதிரைப் பந்தயத்துக்கு வந்து போய்க் கொண்டிருக்கிறார்.

ஐந்தாறு பெண்களாக உட்கார்ந்திருந்தவர்களில் ஓர் அம்மாள் குமாரசுவாமியையே உற்றுப் பார்த்துக் கொண்டிருந்த மாதிரி இருந்தது. குமாரசுவாமி அவளை நேருக்கு நேர் பார்த்தான். சற்று முன்பு பல் வைத்தியரிடத்தில் பார்த்த பெண்மணிதான்.

ஆனால் அவனைவிட அவளுக்கு ஞாபக சக்தி அதிகமாயிருந்தது என்பது அவளுடைய பார்வையில் தெரிந்தது. குமாரசுவாமிக்கு அப்போதுதான் அவளை இதற்கும் முன்னால் எங்கேயோ பார்த்திருக்க வேண்டும் என்று உறுதிப்பட்டது. எங்கே? எப்போது!

குமாரசுவாமி வாயிலிருந்த பஞ்சைச் சக்கையாகக் கடித்துத் தண்டவாளத்தருகில் துப்பினான். அவன் திரும்பியபோது அந்த அம்மாள் எழுந்து நின்று அவளுடைய கன்னத்தை அழுத்திப் பிடித்தபடி இருந்தாள். இருவருடைய உபாதையும் ஒரே விதமான காரணத்தினால். குமாரசுவாமி அவள் அருகில் சென்றான். "இந்த டாக்டர் பல் பிடுங்கினா வலிக்காது என்கிறார். ஆனால் வலிக்கத்தான் செய்யறது" என்றான்.

அந்த அம்மாள் இலேசாகப் புன்னகை புரிந்தாள்.

"உங்களை எங்கேயோ பார்த்த மாதிரி இருக்கு," என்று குமாரசுவாமி சொன்னான்.

"அப்படியா?"

"இந்த டாக்டர்கிட்டேயே இதுக்கு முன்னாலேயே வைத்தியம் செஞ்சிண்டிருக்கேள் போலிருக்கு."

"அவர் எங்க பெரியம்மா பிள்ளை."

"ஓகோ. அவர் பேசினதிலேர்ந்து நீங்க உறவுன்னு தெரியலே."

"என்ன பேசினார்?"

"ஒண்ணுமில்லே."

"என்ன சொன்னார்?"

"ஏதோ உங்களுக்குப் பெரிய நஷ்டம் வந்துடுத்துன்னார்."

"ஓ, அதுவா?"

"ஆமாம்."

"எங்களுக்குக் கஷ்டகாலம், நாங்க தொட்டதெல்லாம் துடைச்சுண்டு போச்சு."

"அடப்பாவமே."

"ஒரு சமயத்துலே உங்களாலே கூட எங்களுக்கு நஷ்டம் வந்தது."

"என்னாலியா?"

"ஆமாம். எங்களுக்கு வர வேண்டிய லாபம் நீங்க தலையிட்டதாலே வராம போயிடுத்து."

"என்னாலியா?"

"ஆமாம்."

"எப்படி? எனக்கு ஞாபகம் இல்லையே?"

அந்த அம்மாள் ஒரு நிமிடம் வானத்தை வெறித்துப் பார்த்தாள். எதிர்த்தரப்பு ரயில் வந்து ஸ்டேஷனில் சலசலப்பு அதிகரித்து ஓய்ந்தது.

"நீங்க கணேஷ் பானர்ஜிகிட்டேதானே இருக்கீங்க?"

குமாரசுவாமிக்குத் தூக்கிவாரிப் போட்டது. அவன் அந்தப் பெயருடைய குதிரைப் பந்தய 'புக்கி'யிடம்தான் உதவியாளனாக இருந்தான். அந்த அம்மாளைக் குதிரைப் பந்தயத்தோடு இணைத்து நினைக்க முடியவில்லை.

அந்த அம்மாள் ஒரு பெருமூச்சு விட்டாள். அப்போது அவர்களுடைய ரயில் வந்தது. அந்த அம்மாள் பெண்கள் பெட்டிப் பக்கம் ஓடினாள்.

போகும்போது குமாரசுவாமி பக்கம் திரும்பி 'நியூ ஹேவன்' என்று சொல்லிவிட்டுப் போனாள்.

நியூஹேவன். நியூஹேவன்! ஒரு மின்னல் போல அந்தக் காட்சி குமாரசுவாமிக்கு நினைவு வந்தது.

கணேஷ் பானர்ஜி மேஜையைக் குமாரசுவாமிதான் கவனித்து வந்தான். அந்த அம்மாள் அங்கு வந்தபோது களைப்புத் தெரிந்தது, குமாரசுவாமியைப் பார்த்து, அவள் கேட்டாள். "எனக்கு ஒரு ஒத்தாசை பண்ணுவேளா?"

அவள் அங்குமிங்கும் பார்த்தாள். கழுத்திலிருந்த சங்கிலி, கையில் அணிந்திருந்த இருஜதை வளையல்கள் அனைத்தையும் ஒரு நொடியில் கழற்றினாள். மேஜை மீது வைத்தாள். குமாரசுவாமி குழப்பத்துடன் அவற்றைப் பார்த்தான். பல ஆண்டு காலம் அணியப்பட்டு அவை ஓர் அலாதி வழவழப்புப் பெற்றிருந்தன.

"எங்கிட்டே பணமாயிருந்ததெல்லாம் தீர்ந்துடுத்து. ஆனா, இதோ இந்த நகைகள் இருக்கு. எல்லாம் சேர்ந்து எட்டு, பத்து பவுன் வரும். இப்போதைக்கு அத்தனையும் 'நியூ ஹேவன்' மேலே கட்டிச் சீட்டுத் தாங்கோ."

குமாரசுவாமி நகைக் குவியலைப் பார்த்தான். எவ்வளவு சுகதுக்கங்கள், பண்டிகைகள், சமையலறைப் புகை, பாத்திரம் தேய்த்த சாம்பல், சோப்பு நீரில் கை தோய்த்த அரிப்பு, குழந்தைகள் தலை வாரி எண்ணெய் பிசுக்கு பட்டது, சாணி தட்டியது, அடுப்பு மெழுகியது, கோலமிட்டது, சுக்குப் பற்று அரைத்தது, சுரம் வந்த கணவனின் தலையைக் கோதிவிட்டது, குழந்தைகளை அறைந்தது ...

நியூ ஹேவன்! பந்தயத்திலேயே உதவாக்கரைக் குதிரை. முதலில் இதை 'கப்' பந்தயத்தில் சேர்த்துக் கொண்டது பெரிய விஷயம். இந்தக் குதிரை மீது இந்த அம்மாள் தன் வாழ்க்கை, தன் உயிர் எல்லாவற்றையும் பணயம் வைக்கிறாள்!

"அம்மா, நான் சொல்லறேன்னு தப்பா நினைச்சுக்காதேங்க. நான் இப்போ என் எஜமானனுக்குத் துரோகம் செய்யறதா இருக்கலாம். ஆனா எனக்கு மனசு தாங்கலை. இதெல்லாம் வருஷக் கணக்கிலே கஷ்டப்பட்டு சேத்துப் பண்ணின நகை. இங்கே ஓடறது நாலு கால் ஜீவனுங்க. இதுகளுக்கு எதுக்காக ஓடறோம், ஏன் ஓடறோம்னு தெரியாது. இதை இப்படித் தீனி போட்டு வளர்க்கிறாங்களே, ஒருநாள் கால் சுளுக்கிண்டுதுன்னா உடனே சுட்டுத் தள்ளிடுவாங்களேன்னு எல்லாம் தெரியாது. உங்களுது கஷ்டப்பட்டுச் சம்பாதிச்ச பணம். இந்த நகையெல்லாம் வெறும் பணம் மட்டும் இல்லே. இதுலே உங்க அப்பா, அம்மா, புருஷன், பிள்ளை, பாட்டி, சித்தப்பா, பெரியம்மான்னு எவ்வளவோ பேருடைய உறவும் ரத்தமும் சதையும் இருக்கு. இதையெல்லாம் போய் ஒரு குதிரை மேலே பணயம் வைக்காதீங்க. இந்தக் குதிரையின் பேர்கூட இந்தப் பக்கத்தில் கிடையாது. நியூ ஹேவன்னா என்னன்னு உங்களுக்குத் தெரியுமா? எனக்குத் தெரியாது. மகா உதவாக்கரைக் குதிரை. பொன்னான பணத்தை இந்தக் கழுதை மேலே போடாதீங்க."

அந்த அம்மாள் போய்விட்டாள். இன்று அவள் கழுத்தில் சங்கிலி, கையில் வளை ஏதும் இல்லை. அன்று குதிரைப் பந்தயத்தில் போய்விடாமல் பாதுகாக்கப்பட்டிருக்கலாம். ஆனால் வேறு ஏதோ காரணங்களால் அவை பறிபோய்விட்டன. பல் வைத்தியரிடம் ஐந்து ரூபாய் குறைத்துக்கொள்ளச் சொல்ல வேண்டிய நிர்ப்பந்தம்...

அன்று அந்த அம்மாளுக்குப் புத்திமதி கூறி அவளுடைய நகைகளைக் காப்பாற்றியது குமாரசாமிக்கு மறந்து போனதற்குக் காரணம் அந்த நினைவு அவன் மனத்தை ஏகமாக உறுத்தக்கூடும் என்பதால்கூட இருக்கலாம். அன்று எல்லா நிபுணர்கள் மூஞ்சியிலும் கரி பூசிவிட்டு 'நியூ ஹேவன்' குதிரை முதலாவதாக வந்து ஒன்றுக்கு இருபதாகப் பணத்தை வாரிக் கொடுத்தது.

1987

அசோகமித்திரன் சிறுகதைகள்
(1988 – 2017)

2

அசோகமித்திரனின்
பிற காலச்சுவடு வெளியீடுகள்

நாவல்

- 18வது அட்சக்கோடு (கிளாசிக் வரிசை)
- ஒற்றன்!
- யுத்தங்களுக்கிடையில் . . .
- மானசரோவர் (கிளாசிக் வரிசை)
- கரைந்த நிழல்கள் (கிளாசிக் வரிசை)
- இந்தியா 1944–48
- இன்று
- தண்ணீர் (கிளாசிக் வரிசை)
- ஆகாயத் தாமரை

சிறுகதை

- ஐந்நூறு கோப்பைத் தட்டுகள் (கிளாசிக் வரிசை)
- வாழ்விலே ஒரு முறை (முதல் சிறுகதைத் தொகுப்பு வரிசை)
- அழிவற்றது
- 1945இல் இப்படியெல்லாம் இருந்தது . . .
- இரண்டு விரல் தட்டச்சு
- அமானுஷ்ய நினைவுகள்

குறுநாவல்

- இன்ஸ்பெக்டர் செண்பகராமன்
- அசோகமித்திரன் குறுநாவல்கள்: முழுத் தொகுப்பு
- மணல் (கிளாசிக் வரிசை)

கட்டுரை

- எரியாத நினைவுகள் (கிளாசிக் வரிசை)
- படைப்புக்கலை
- சில ஆசிரியர்கள் சில நூல்கள்
- ஒரு பார்வையில் சென்னை நகரம்
- ஆடிய ஆட்டமென்ன
- திரைக்குப் பின்

அசோகமித்திரன் சிறுகதைகள்

(1988 – 2017)

அசோகமித்திரன் (1931–2017)

இயற்பெயர் ஜ. தியாகராஜன். செகந்தராபாத்தில் பிறந்தார். மெஹ்பூப் கல்லூரியிலும் நிஜாம் கல்லூரியிலும் ஆங்கிலம், இயற்பியல், வேதியியல் படித்தார். தந்தையின் மறைவுக்குப்பின் இருபத்தொன்றாம் வயதில் குடும்பத்துடன் சென்னைக்குக் குடியேறினார். *கணையாழி* மாத இதழின் ஆசிரியராக பல ஆண்டுகள் பணியாற்றினார்.

1951 முதல் தமிழிலும் ஆங்கிலத்திலும் எழுதினார். சிறுகதை, குறுநாவல், நாவல், கட்டுரை, விமர்சனம், சுய அனுபவப் பதிவு போன்ற பிரிவுகளில் 60 நூல்களுக்கு மேல் எழுதியிருக்கிறார். பல இந்திய மொழிகளிலும் சில ஐரோப்பிய மொழிகளிலும் இவரது நூல்கள் மொழிபெயர்க்கப்பட்டுள்ளன. 1973இல் அமெரிக்காவின் அயோவா பல்கலைக்கழகத்தின் எழுத்தாளர்களுக்கான சிறப்புப் பயிலரங்கில் கலந்து கொண்டவர்.

1996ஆம் ஆண்டு சாகித்திய அக்காதெமி விருது பெற்றார்.

அசோகமித்திரன் தனது 85வது வயதில், 23.03.2017 அன்று சென்னை வேளச்சேரியில் காலமானார்.

மனைவி: ராஜேஸ்வரி. மகன்கள்: தி. ரவிசங்கர்,
தி. முத்துக்குமார், தி. ராமகிருஷ்ணன்.

க. மோகனரங்கன் (பி. 1967)
தொகுப்பாசிரியர்

கவிதைகளும் விமர்சனக் கட்டுரைகளும் எழுதிவரும் இவருக்குச் சிறுகதையிலும் மொழிபெயர்ப்பிலும் ஆர்வம் உண்டு. இதுவரை வெளியாகியுள்ள நூல்கள்: 'நெடுவழித்தனிமை' (2000), 'சொல் பொருள் மௌனம்' (2004), 'இடம்பெயர்ந்த கடல்' (2007), 'மைபொதி விளக்கு' (2012).

மின்னஞ்சல் : *mohankrangan@gmail.com*

கைபேசி : 9976727170

அசோகமித்திரன் சிறுகதைகள்

(1988 – 2017)

2

தொகுப்பாசிரியர்

க. மோகனரங்கன்

காலச்சுவடு பதிப்பகம்

அன்பார்ந்த வாசகருக்கு,

வணக்கம்.

காலச்சுவடு நூலை வாங்கியமைக்கு நன்றி.

நூலின் உள்ளடக்கம், உருவாக்கம், அட்டைப்படம் இன்ன பிற அம்சங்கள் பற்றிய உங்கள் கருத்துகளையும் ஆலோசனைகளையும் காலச்சுவடு வரவேற்கிறது. தகவல், எழுத்து, வாக்கியப் பிழைகள் தென்பட்டால் அவசியம் தெரிவித்து உதவுங்கள். நூல் தயாரிப்பில் கடும் குறைபாடு இருப்பின் மாற்றுப் பிரதி உங்களுக்குக் கிடைக்கக் காலச்சுவடு ஏற்பாடு செய்யும்.

மின்னஞ்சல்: publisher@kalachuvadu.com

காலச்சுவடு நாகர்கோவில் அலுவலகத்திற்குக் கடிதம் அனுப்பலாம்.

தங்கள்
எஸ்.ஆர். சுந்தரம் (கண்ணன்)
பதிப்பாளர் – நிர்வாக இயக்குநர்

அசோகமித்திரன் சிறுகதைகள் (1988–2017) ❖ தொகுப்பாசிரியர்: க. மோகனரங்கன் ❖ ©ராஜேஸ்வரி, தி. ரவிசங்கர், தி. முத்துக்குமார், தி. ராமகிருஷ்ணன் ❖ முதல் பதிப்பு: ஏப்ரல் 2016, மேம்படுத்தப்பட்ட மூன்றாம் பதிப்பு: நவம்பர் 2018, ஏழாம் பதிப்பு: ஏப்ரல் 2025 ❖ வெளியீடு: காலச்சுவடு பப்ளிகேஷன்ஸ் (பி) லிட்., 669, கே.பி. சாலை, நாகர்கோவில் 629001

acookamittiran ciRukataikaL (1988-2017) ❖ Short Stories ❖ Author: Ashokamitran ❖ Compiled by: K. Mohanarankan ❖ © Rajeswari, T. Ravi shankar, T. Muthukumar and T. Ramakrishnan ❖ Language: Tamil ❖ First Edition: April 2016, Improved Third Edition: November 2018, Seventh Edition: April 2025 ❖ Size: Royal ❖ Paper: 18.6 kg maplitho ❖ Pages: xvi + 824

Published by Kalachuvadu Publications Pvt. Ltd., 669 K.P. Road, Nagercoil 629001, India ❖ Phone: 91-4652-278525 ❖ e-mail: publications@kalachuvadu.com ❖ Printed at Clicto Print, Jaleel Towers, 42 KB Dasan Road, Teynampet Chennai 600018

ISBN: 978-93-5244-014-6

04/2025/S.No. 690, kcp 5714, 18.6 (7) u9s

பொருளடக்கம்

பதிப்புரை	xiii
மூன்றாம் பதிப்பிற்கான குறிப்பு	xiv
123. அழகு	835
124. ஒரு தலைமுறை முடிந்தது	839
125. ஒரு புதிய நூற்றாண்டை நோக்கி	846
126. கந்தசாமியை யாருக்கும் தெரியவில்லை	851
127. அலைகள் ஓய்ந்து...	856
128. விடுவிப்பு	861
129. கணவன், மகள், மகன்	867
130. பைசா	873
131. அடுத்த மாதம்	878
132. சந்தேகம்	884
133. குற்றம் பார்க்கில்	888
134. விடுமுறை	893
135. கொடியேற்றம்	898
136. பாக்கி	902
137. பழக்கம்	907
138. ஒரு காதல் கதை	911
139. சேர்ந்து படித்தவர்கள்	917
140. நானும் கிருஷ்ணப்பிள்ளையும் கோவிந்தன் நாயரும்	921
141. ஹரிகோபாலின் கார்பன் பிரதி	930
142. பாண்டி விளையாட்டு	936
143. புதிர்	941
144. ரோசம்	948
145. இன்று நிம்மதியாகத் தூங்க வேண்டும்	951
146. அப்பாவின் சிநேகிதர்	959
147. சாயம்	965

148. பிப்லப் சௌதுரிக்கு கடன் மனு	970
149. முனீரின் ஸ்பானர்கள்	978
150. சில்வியா	987
151. இப்போது வெடித்தது	993
152. கடிகாரம்	994
153. ஆச்சரியங்களுக்குக் குறைவில்லை	998
154. பூனை	1004
155. இருவருக்குப் போதும்	1007
156. அப்பாவிடம் என்ன சொல்வது?	1012
157. மூவர்	1017
158. ஆறாம் வகுப்பு	1022
159. குழந்தைகள்	1029
160. டாக்டருக்கு மருந்து	1036
161. வசவு	1040
162. மறதி	1045
163. எல்லாமே சரி	1052
164. சங்கமம்	1057
165. பவள மாலை	1062
166. கல்யாணிக்குட்டியம்மா	1070
167. சாமியாருக்கு ஒரு மணப்பெண்	1076
168. இரு நிமிடங்கள்	1083
169. பரீட்சை	1091
170. ராஜாவுக்கு ஆபத்து	1097
171. பாலாமணி குழந்தை மண்ணைத் தின்கிறது	1104
172. மூன்று லிட்டர் மண்ணெண்ணெய்	1109
173. வீரத்துக்கு வைர விழா	1114
174. நரசிம்ம புராணம்	1120
175. ஒரு டிக்கெட் ரத்து	1125
176. யாருக்கு நன்றி தெரிவிப்பது?	1129
177. மீரா – தான்சேன் சந்திப்பு	1132
178. சிறைக் குறிப்புகள்	1137
179. புதிய பயிற்சி	1142
180. இரகசிய வேதனை	1146
181. கண்ணாடி	1147
182. சிவகாமியின் மரணம்	1148
183. குகை ஓவியங்கள்	1152

184. கோபம்	1158
185. பார்த்த ஞாபகம் இல்லாது போதல்	1163
186. இரகசியங்கள்	1167
187. திருநீலகண்டர்	1172
188. அப்பாவின் கோபம்	1177
189. நகல்	1182
190. கிணறு	1187
191. சிக்கனம்	1195
192. சகோதரர்கள்	1201
193. மணவாழ்க்கை	1208
194. அடி	1213
195. கனவு வீடு	1220
196. ஒரு ஹீரோயின் ஒரு ஹீரோ	1225
197. முழுநேர வேலை	1229
198. பிச்சிகட்டி	1235
199. வீட்டுமனை	1242
200. அழிவற்றது	1248
201. இரு முடிவுகள் உடையது!	1255
202. அவரவர் தலையெழுத்து	1260
203. பழங்கணக்கு	1264
204. முக்தி	1266
205. கண்கள்	1270
206. மிளகாய்ப்பொடி	1274
207. மூன்று நபர்கள்	1277
208. தூர எறிந்த அலாரம் கடியாரம்	1283
209. பழிக்குப் பழி	1287
210. இப்போதே தயாரித்த காப்பி!	1293
211. வாழைப்பழம்	1298
212. மணியோசை	1302
213. நல்ல கருத்துகள்	1307
214. மூன்று 'ஏ' பாட்டரி	1311
215. வீட்டில் சொல்லவில்லை	1316
216. என்றும் ஆம்பர்	1321
217. யாருக்கு மருந்து?	1327
218. அம்மாவின் தினம்	1330
219. காணாமல் போன ஆறு	1335

220. மயான வைராக்கியம்	1341
221. நாய்	1347
222. உண்மைக்கும் புரிதலுக்கும் உள்ள இடைவெளி	1351
223. நாடக தினம்	1353
224. கடைதிறக்கும் நேரம்	1357
225. கோணல் கொம்பு எருமை மாடு	1359
226. கோல்கொண்டா	1364
227. தேள்	1369
228. யார் முதலில்?	1372
229. வெள்ளை மரணங்கள்	1379
230. ஒரு சொல்	1386
231. சுப்பாராவ்	1389
232. புத்தகக் கடை	1394
233. 1945இல் இப்படியெல்லாம் இருந்தது ...	1399
234. நிஜம்	1404
235. குடும்பப் புத்தி	1408
236. தோஸ்த்	1416
237. நாய்க்கடி	1423
238. உங்கள் வயது என்ன?	1429
239. கொடுத்த கடன்	1430
240. கோயில்	1435
241. குழந்தைகள் இறக்கும்போது ...	1440
242. ஜோதிடம் பற்றி இன்னொரு கர்ண பரம்பரைக் கதை	1445
243. ஹார்மோனியம்	1448
244. நண்பனின் தந்தை	1452
245. கட்டைவண்டி	1458
246. ஒரு நண்பனைத் தேடி ...	1462
247. அகோரத் தபசி	1467
248. வாடிக்கை!	1473
249. இன்றும் நண்பர்கள்	1477
250. சகுனம்	1480
251. அடுத்த முறை	1483
252. வண்டு	1490
253. கண்டம்	1494
254. ஒரு நண்பன்	1497
255. தந்தி	1503

256. வைரம்	1506
257. கோட்டை	1511
258. இரண்டு விரல் தட்டச்சு	1515
259. தோல் பை	1521
260. இன்று வேண்டாத கிணறு	1526
261. முதல் குண்டுவீச்சு	1530
262. உறுப்பு அறுவடை	1535
263. ஆவிகள்	1540
264. வெளிச்சம் ஜாக்கிரதை	1547
265. பாண்டிபஜார் பீடா	1556
266. அப்பாவின் சைக்கிள்	1561
267. ரகுவின் அம்மா	1568
268. லாலாகுடாவை நோக்கி	1573
269. அந்த விநாயக சதுர்த்தி	1579
270. புகைப்படம்	1582
271. டெரன்ஸ் சிரித்தான்	1586
272. பிரிவுபசாரம்	1591
273. அத்தை	1596
274. ஒரு மாஜி இளவரசனின் கவிதை வேட்கை	1603
275. அமானுஷ்ய நினைவுகள்	1607
276. துரோகங்கள்	1612
277. நிழலும் அசலும்	1627
278. ஆட்டுக்கு வால்	1633
279. நான் கிரிக்கெட் கோஷ்டிக்கு காப்டன் ஆன வரலாறு	1638
280. பாட்டு வாத்தியார் ஆழ்வார்	1643
பின்னிணைப்புகள்	1649
ஆசிரியரின் முன்னுரைகள்	1651
அசோகமித்திரன் வாழ்க்கைக் குறிப்பு	1657

பதிப்புரை

அசோகமித்திரனின் அனைத்துக் கதைகளும் இரு தொகுதிகளாகத் தொகுக்கப்பட்டுள்ளன. அவர் மொத்தம் 280 கதைகள் எழுதியுள்ளார். பொருளடக்கத்தில் கண்டுள்ளபடி வரிசை எண் ஒன்று முதல் 186வரையுள்ள சிறுகதைகள், கவிதா பதிப்பகம் வெளியிட்ட 'அசோகமித்திரன் சிறுகதைகள்' தொகுப்பில் உள்ளவாறு வரிசைப்படுத்தப் பட்டுள்ளன. 29ஆவது கதை 'அறு சுவை' (வாசகர் வட்டம்) நூலிலிருந்து எடுக்கப்பட்டது. 187 முதல் 194வரையிலும், 196 முதல் 204 வரையிலான 17 கதைகள் காலச்சுவடு பதிப்பகம் வெளியிட்ட 'அழிவற்றது' தொகுப்பிலிருந்து எடுக்கப்பட்டவை. 195ஆவது கதை, 205 முதல் 221வரையிலான 18 கதைகள் கவிதா பதிப்பகம் வெளியிட்ட 'மணியோசை' தொகுப்பிலிருந்து எடுக்கப்பட்டவை. 222 முதல் 242வரையிலான 21 கதைகள் காலச்சுவடு பதிப்பகம் வெளியிட்ட '1945இல் இப்படியெல்லாம் இருந்தது...' தொகுப்பிலிருந்து எடுக்கப்பட்டவை. 243, 244, 245 ஆகியவை நற்றிணை பதிப்பகம் வெளியிட்ட 'நண்பனின் தந்தை' தொகுப்பிலிருந்து எடுக்கப்பட்டவை. 246 முதல் 262 வரையிலான 17 கதைகள் காலச்சுவடு பதிப்பகம் வெளியிட்ட 'இரண்டு விரல் தட்டச்சு' தொகுப்பிலிருந்து எடுக்கப்பட்டவை. 263, 264, 265 ஆகியவை *ஆனந்த விகடன்* (2015), 266, 267 ஆகிய கதைகள் *கல்கி* (2015), 268ஆவது கதை *ஓம்சக்தி தீபாவளி மலர்* (2015), 269ஆவது கதை *அமுதசுரபி* (2015), 270ஆவது கதை *கலைமகள்* (2015), 271ஆவது கதை *தினமணி கதிர்* (2015) ஆகியவற்றிலும் வெளிவந்தவை. 272ஆவது கதை 'அகில இந்திய வானொலி'இல் (2015) வாசிக்கப்பட்டது. 273ஆவது கதை *ஆனந்த விகடன்* (2016)இல் வெளிவந்தது. 274 முதல் 280 வரையிலான ஏழு கதைகள் காலச்சுவடு பதிப்பகம் வெளியிட்ட 'அமானுஷ்ய நினைவுகள்' தொகுப்பிலிருந்து எடுக்கப்பட்டவை.

முந்தைய தொகுப்புகளில் கண்டுள்ளவாறே கதைகள் வெளிவந்த வருடத்தை இந்நூலில் குறிப்பிட்டுள்ளோம்.

அசோகமித்திரன், ஞாநிக்கு வழங்கிய பேட்டியில் (*சுபமங்களா, 1991*) தனது முதல் கதையான 'நாடகத்தின் முடிவு' *1957*இல் வெளிவந்ததாகக் குறிப்பிடுகிறார். ஆனால் நர்மதா பதிப்பகம் *1971*இல் வெளியிட்டிருக்கும் 'வாழ்விலே ஒரு முறை' தொகுப்பிலும், *1996*இல் வெளியிட்டிருக்கும் காலவரிசையிலான 'அசோகமித்திரன் சிறுகதைகள்' முதல் தொகுதி யிலும், பிறகு கவிதா பதிப்பகம் கொணர்ந்த தொகுப்பிலும் அசோகமித்திரனின் முதல் மூன்று கதைகளும் *1956*இல் வெளியானதாகவே குறிப்பிடப்பட்டுள்ளன. இத்தொகுப்பிலும் அவ்வாறே குறிப்பிடப்பட்டுள்ளது. கதைகள் வெளிவந்த இதழ்கள் அனைத்தையும் கண்டெடுத்து முழுப் பிரசுர விபரங்களுடன் ஒரு பதிப்பைப் பின்னர் வெளியிடக் காலச்சுவடு பதிப்பகம் திட்டமிட்டுள்ளது.

ஈரோடு **க. மோகனரங்கன்**
21 டிசம்பர் 2015

●

மூன்றாம் பதிபிற்கான குறிப்பு

குறுகியகால இடைவெளியிலேயே 'அசோகமித்திரன் கதைகள்' மூன்றாவது பதிப்பு வெளியாவது மகிழ்ச்சிக்குரியது. முந்தைய இரு பதிப்புகளிலும் இடம்பெற்ற *272* கதைகளோடு, காலச்சுவடு வெளிட்ட 'அமானுஷ்ய நினைவுகள்' தொகுப்பிலுள்ள ஏழு கதைகளும், வாசகர்வட்ட வெளியீடான 'அறுசுவை' நூலில் உள்ள 'மகாமகம்' கதையும் சேர்க்கப்பட்டு மொத்தம் *280* கதைகள் கொண்ட, கிடைக்கப்பெற்ற கதைகளின் முழுத் தொகுப்பாக இம் மூன்றாம் பதிப்பு வெளிவருகிறது.

நன்றி.

ஈரோடு **க. மோகனரங்கன்**
21 அக்டோபர் 2018

அசோகமித்திரன் சிறுகதைகள்

(1988 – 2017)

2

அழகு

வஹாபுடைய வீட்டு நிலவரத்தைப் பார்த்தால் அவனுடைய அப்பாவுக்குச் சம்பளம் நூறு ரூபாய்க்கு மேலிருக்காது. எங்கள் அப்பாவுக்கு நூற்றியெட்டு. ஆனால் நாங்கள் அன்று சண்டை போட்டுக் கொண்டது மட்டும் ராணிகளுக்காக.

அது வரலாறு வகுப்பு. நான் புத்தகத்தைப் பிரித்தேன். எடுத்த எடுப்பில் நூர்ஜகான் படமொன்று இருந்த பக்கம். புருஷனைக் கொன்றவனையே மணக்கச் சம்மதித்தவள். நான் அவளுக்கு மீசை இழுத்தேன்.

என் பக்கத்தில் உட்கார்ந்திருந்த வஹாப் என்னைக் குத்தினான். "க்யூம்பே?" என்றேன்.

"நீ உங்க ராணிகளுக்கு மீசை போட்டுக்கொள்," என்றான்.

இந்த மாதிரி எண்ணங்களைக் கொடுத்ததற்கு அந்தப் புத்தகமே காரணமாயிருந்திருக்கக்கூடும். இருந்த நூறு பக்கங் களை மூன்றாகப் பிரித்து ஹிந்துக் காலம், முஸ்லீம் காலம், ஆங்கிலேயர் காலம் என்று தலைப்பிட்டிருந்தது. எங்கள் வரலாறு வகுப்பு ஆசிரியரும் இந்த ஒரு அம்சத்தைப் பற்றிச் சற்று அதிகமாகவே பேசிவிட்டார்.

நான் ஐந்தாறு பக்கங்களைப் புரட்டி அங்கிருந்த இன்னொரு படத்துக்கும் மீசை இழுத்தேன். அது ராணி பத்மினியுடையது. அப்படத்தில் அவள் ஒரு பெரிய நிலைக் கண்ணாடி முன்னால் நின்றுகொண்டிருந்தாள். பின்னால் ஒரு கதவு ஓரத்திலிருந்து ஒருவன், அதுதான் அலாவுத்தீன் கில்ஜி, அவளைப் பார்த்துக் கொண்டிருந்தான். வரலாற்றின்படி அவன் அவளுடைய பிம்பத்தைத்தான் பார்த்தான். ஆனால் அந்தப் படத்தின்படி அவனால் அவளை நேரடியாகவே பார்க்க முடியும். முதலில் கண்ணாடியில் அவளைப் பார் என்று சொன்ன பத்மினியின் கணவனையும் பிடிக்கவில்லை. புத்தகத்தில் அவனுக்குப் படம் கிடையாது. இருந்திருந்தாலும் என்ன செய்திருக்க முடியும்? அவனுக்கு மீசை தாடி போடுவது

அவனுக்கு எந்த விதத்திலும் தாழ்வு ஏற்படுத்தாது, வேண்டுமானால் அவனுக்குக் கழுதைக் காதுகள் போலப் போடலாம்.

"சரியா?" என்றேன்.

"நூர்ஜகான்தான் உலகத்திலேயே மிக அழகான ராணி. அவள் முன்னால் பத்மினி எல்லாம் நிற்க முடியாது."

"நீ பார்த்தாயா?"

"நீ பார்த்தாயா?"

நாங்கள் ஆளுக்கொரு அடி அடித்துக் கொண்டுவிட்டோம். அவன் மேற்கொண்டு சண்டை போட்டால் நான்தான் அதிகம் அடி வாங்குவேன். என் புத்தகப்பையை அப்படியே டெஸ்க்கிலிருந்து கீழே தள்ளினேன். அந்தச் சத்தத்தால் எங்கள் பக்கம் பார்த்த ஆசிரியர், "என்னடா?" என்றார்.

"ஒன்றுமில்லை, சார். புத்தகப் பை கீழே விழுந்துவிட்டது," என்றேன். இந்தத் தடையால் எங்கள் சண்டை வகுப்பு வரையில் நின்றுவிட்டது.

ஆனால் வகுப்பு முடிந்து வெளியே வந்தபோது வஹாப் மீண்டும் என்னை அடித்தான். நான் அவனுடைய இரு கைகளையும் கெட்டியாகப் பிடித்துக்கொண்டேன். ஆயிரம் பையன்கள் படிக்கும் பள்ளியில் படித்தால் சண்டை அடிக்கடி வரத்தான் செய்யும். எனக்குச் சண்டை போடுவதில் அதிகத் தேர்ச்சி வரவில்லை. ஆதலால் சண்டை என்று வந்தால் சண்டை போட்ட மாதிரியாகவும் தோன்றி நானும் அதிகம் அடிபடாமல் இருப்பதற்கு ஒரு வழி கண்டுபிடித்தேன். எடுத்த எடுப்பிலேயே எதிராளியின் இரு கைகளையும் மணிக்கட்டு அருகில் கெட்டியாகப் பிடித்துக் கொண்டுவிடுவது. அவன் திணறி விடுவித்துக்கொள்ள எப்படியும் சிறிது நேரம் ஆகும். அதற்குள் இதரப் பையன்கள் எங்களை விடுவித்து விடுவார்கள், அப்புறம் யாருக்கும் அடிபடாது. இதில் முக்கியம், நான் எதிராளியிடம் தனியான இடத்தில் சிக்கிக்கொள்ளக் கூடாது.

அன்றும் வஹாபுடன் என் சண்டை மற்றவர் வந்து கலைத்ததோடு முடிந்துவிட்டது. அன்று மாலையே பள்ளியிலிருந்து வீடு திரும்பும்போது நானும் அவனுமாகத்தான் சேர்ந்து போனோம். நான் அவனைக் கேட்டேன். "நிஜமாகவே நூர்ஜகான்தான் உலகத்திலேயே மிக அழகானவளா?"

"சந்தேகமென்ன? உலகத்திலேயே முஸ்லிம் பெண்கள்தான் மிக அழகு. அவர்களில் நூர்ஜகான்தான் ரொம்ப அழகு."

"அழகானவர்கள் எல்லா இடத்திலேயும் இருக்கிறார்கள்."

"இருக்கிறார்கள், சரி. ஆனால் நூர்ஜகான் மாதிரிக் கிடையாது. இன்றைக்குக் கூட உலகத்திலேயே மிக அழகான பெண் யார் தெரியுமா?"

"தெரியாது."

"நம் நைஜாமுடைய மகனின் மனைவி."

"அப்படியா?"

"ஆமாம். அவள் வெற்றிலை பாக்கு போட்டுக்கொண்டு சாறை விழுங்கினால் அது சிவப்பாகத் தொண்டையில் இறங்குவதை நீ அப்படியே பார்க்கலாம். அவள் அவ்வளவு அழகு."

“அவள் பெயர் தெரியுமா?”

“ஓ. நிலோஃபர்.”

நிலோஃபர்! நிலோஃபர்! நான் அந்தப் பெயரைத் திரும்பத் திரும்பச் சொல்லிக் கொண்டேன். அது ஒரு மந்திரம் மாதிரியும் இருந்தது. வசவு மாதிரியும் இருந்தது. ஏன் பெண்கள் எல்லாம்கூட லோஃபர் என்று பெயர் வைத்துக் கொள்கிறார்கள்? எங்கள் அப்பா யாரையாவது திட்ட வேண்டும் என்றால் லோஃபர் என்றுதான் திட்டுவார்.

அந்த ஆண்டு இறுதிப் பரிட்சைக்குள் வஹாபுடைய அப்பா இறந்து போய்விட்டார். அவர்கள் அந்த வீட்டை விட்டு வேறெங்கோ போய்விட்டார்கள். நானும் வஹாபும் என்றென்றுமாகப் பிரிந்துவிட்டோம். அவன் வீடு மாறிப் போய்விட்ட பிறகுகூடத் தினமும் அவன் வீட்டு வழியாகத்தான் ஒரு முறையாவது போவேன். வீட்டு வாசலில் அவனுடைய தங்கை தொளதொளவென்று ஓர் அழுக்கு கவுனைப் போட்டுக் கொண்டு நிற்பது போலத் தோன்றும். என்னைக் கண்டவுடன் அவள்தான் ஓடிப் போய் வஹாபை அழைத்து வருவாள்.

நான் சைக்கிள் விடக் கற்றுக் கொண்டுவிட்டேன். ஆறு மாதங்களுக்குப் பிறகு பச்சை மிளகாய் வாங்கி வருவது போன்ற முக்கியப் பணிகளை சைக்கிளில் சென்று முடிக்க ஆரம்பித்தேன். எங்கள் ஊரில் காய்கறி வாங்க ஒரு மைல் நடக்க வேண்டும். இரு நாட்களுக்கு ஒரு முறை அப்பாதான் வாங்கி வருவார். முழுப் பூசணிக்காய், புடலங்காய் போன்றவைகூட அவர் வாங்கிச் சுமந்து வருவார். ஒரு பைசாவுக்குப் பச்சை மிளகாய் வாங்கி வர மட்டும் மறந்துவிடுவார்.

அன்றும் பச்சை மிளகாய் வாங்கத்தான் நான் சென்றிருந்தேன். ரயில் நிலையத்திலிருந்து மார்க்கெட்டுக்குச் செல்லும் சாலையின் பெயர் ஸ்டேஷன் ரோடு. முதலில் சில கஜ தூரம் நெருக்கடி இருக்காது. ஏனெனில் அங்கு சாலையின் ஒரு புறத்தில் ஒரு பெரிய மைதானத்தின் நடுவில் ஒரு சர்ச். சாலையின் இப்பக்கம் ஊரின் பெரிய ஆஸ்பத்திரி. இவற்றைத் தாண்டிய பிறகு நிறையக் கடைகள் வந்துவிடும். ஜன நடமாட்டமும் அதிகம் இருக்கும்.

நான் கடைகளைப் பார்த்தபடியே சைக்கிளை ஓட்டி வந்தேன். திடீரென்று ஒரு போலீஸ்காரன் பாய்ந்து வந்து என்னை நிறுத்தி என்னையும் சைக்கிளையும் ஒரு கடைப் பக்கமாகத் தள்ளினான். அவன் ஒருவனாகவே அங்கு சாலையில் போகிறவர்களைக் கதி கலங்கச் செய்து தெருவோரமாகப் பதுங்கும்படி செய்தான். எனக்கு ஒன்றும் புரியவில்லை. ஒரு பெரிய கார் சாலை நடுவில் வந்து நின்றது. அதற்கு நம்பர் பிளேட் இருக்கவில்லை.

காரோட்டி கீழே இறங்கி ஒரு கடையினுள் சென்றான். சில விநாடிகளுக்குப் பிறகு காரிடம் ஓடி வந்தான். கார் கண்ணாடிக் கதவு கீழே இறங்கியது. அதன் வழியாக ஒரு பெண்மணி தலையை நீட்டினாள். காரோட்டி அவளிடம் ஏதோ சொன்னான். அவள் ஒரு விநாடி யோசித்த பிறகு தலையை அசைத்தாள். காரோட்டி மீண்டும் கடைக்கு ஓடினான். அப் பெண்மணி தெருவில் ஒதுங்கிக் கொண்டிருந்தவர்கள் பக்கம் பார்வையை ஓட்டினாள். சரியாக வாரப்படாத அவளுடைய தலைமயிர் ஒரு விநோதச்

சிவப்பு நிறமுடையதாகவும் இருந்தது. முகத்தில் சருமம் பலவிடங்களில் சொரசொரத்துத் தடித்துக் காணப்பட்டது. அவளுடைய கண்கள் பரபரத்த வண்ணம் இருந்தன.

காரோட்டி ஒரு சிறு பொட்டலம் கொண்டுவந்து அவளிடம் கொடுத்தான். அவன் வண்டியில் ஏறியவுடன் மீண்டும் போலீஸ்காரன் சாலைப் போக்குவரத்தைச் சிதற அடித்தபடி முன்னால் ஓடினான்.

என் சைக்கிளின் மட்கார்டு நசுங்கியிருப்பதை என் அப்பாதான் முதலில் கவனித்தார். "ஏண்டா, கீழே எங்கேயாவது விழுந்தாயா?" என்று கேட்டார்.

"என்னை ஒரு போலீஸ்காரன் பிடிச்சுத் தள்ளிட்டாம்ப்பா."

"ஏன்?"

"யாரோ பெரிய கார்லே வந்தா. அவளுக்காக எல்லாரையும் விரட்டி அடிச்சான்."

"காருக்கு நம்பர் பிளேட் இருந்ததா?"

"இல்லேப்பா."

"அப்போ அது அரண்மனை கார். அதுலே யார் இருந்தா?"

"யாரோ ஒருத்தித் தலையை விரிச்சுப் போட்டுண்டு பிசாசு மாதிரி இருந்தா."

"அவ பிசாசு இல்லை. அவ ஒரு ராணி. நிஜாமுடைய ராணிகள்லே அவளும் ஒருத்தி."

"ராணியெல்லாம் இப்படியா இருப்பா?"

"அவளுக்குப் பைத்தியம் பிடிச்சுடுத்து. எப்பவும் காரை எடுத்துண்டு சுத்திண்டே இருப்பா."

"எப்படிப் பைத்தியம் பிடிச்சுது?"

"யாருக்குத் தெரியும்? ஒரு காலத்திலே அவ ரொம்ப அழகா இருப்பாளாம்."

"ஏம்ப்பா, முஸ்லீம்தான் ரொம்ப அழகா?"

"இருக்கும். அந்த நாளிலே உலகத்திலேயே இந்த ராணிதான் ரொம்ப அழகுன்னு சொல்லுவாங்க. அவ துருக்கி தேசத்து ராஜகுமாரி."

"இப்ப யாருப்பா உலகத்திலேயே ரொம்ப அழகு?"

"இப்போ நிஜாமுடைய மாட்டுப் பெண் ஒருத்தி ரொம்ப அழகுன்னு சொல்லிக்கறாங்க. அவ இரான் நாட்டு ராஜகுமாரி, அவ பெயர்கூட எதோ இருக்கு."

"நிலோஃபர்."

அப்பா சட்டென்று தலைநிமிர்த்தி என்னைப் பார்த்தார்.

1988

ஒரு தலைமுறை முடிந்தது

“எப்போ ஊருக்குப் போகப் போறே?” என்று சங்கரன் ராமுடுவைக் கேட்டான்.

வெற்றிலைப் பாக்குத் தட்டிலிருந்து சுண்ணாம்பு எடுத்துக் கொண்டிருந்த ராமுடு கால் வினாடி அசையாதிருந்தான். “இன்னிக்குச் சாயந்திரம்,” என்றான். ஒரு புன்னகையோடு, “என்னை எப்பப் பார்த்தாலும் இதே கேள்வியையே கேக்கறியே?” என்றான்.

சங்கரன் நாக்கைக் கடித்துக் கொண்டான், ஒரு மாதம் முன்பு ராமுடுவைப் பார்த்த போதும் அவனுடன் பேசிய ஒரே வாக்கியம், “நீ எப்போ ஊருக்குப் போகப் போறே?”

சங்கரனும் வெற்றிலை பாக்குத் தட்டுப் பக்கம் கையை நீட்டினான். ஆனால் அந்தக் கணத்தில்தான் யாரோ தட்டிலிருந்த கடைசி வெற்றிலையை எடுத்துக் கொண்டுவிட்டார்கள்.

“உனக்கு வெற்றிலை வேணுமா?” என்று ராமுடு கேட்டான்.

“வேண்டாம்...”

“இதை எடுத்துக்கோ. எனக்கு இரண்டு வெற்றிலை போறும்.”

சங்கரன் ராமுடு நீட்டிய வெற்றிலையை வாங்கிக் கொண்டான். அதைக் கையிலேயே வைத்துக் கொண்டிருந்தான்.

கடைசிப் பந்தி சாப்பாடு முடித்தவர்கள் ராமுடுவின் அண்ணன் பாலுவிடம் விடைபெற்றுக் கொண்டிருந்தார்கள். “ஊர் உலகத்துக்கெல்லாம் பெரிய மகான் மாதிரி உங்கப்பா இருந்தார். சாஸ்திரத்திலேயோ உபநிஷதத்திலேயோ யாருக்கு என்ன சந்தேகம் வந்தாலும் பூரணமாகத் தீர்த்து வைக்கிறவர் உங்கப்பாத்தான். அவர் மாதிரி ஆயிரத்திலே ஒண்ணு, லட்சத்திலே ஒண்ணுதான் கிடைப்பா.”

இன்னொருவர் சொன்னார், “இவா அம்மா போன ஒரு மாசத்துக்கெல்லாம் இவரும் போய்ச் சேர்ந்துட்டாரே,

இனிமே பாலுதான் எல்லாருக்கும் அப்பாவும் அம்மாவுமா இருந்து பார்த்துக்கணும்."

"ஒரு தம்பி தங்கை இரண்டு பேரு தானே?"

"இரண்டு பேர்னாலும் அவாளுக்குப் பாலுதான் இனிமேல் எல்லாம்."

சங்கரன் ராமுடுவைப் பார்த்தான். ராமுடு வேறெங்கோ பார்த்தபடி நின்றான். பாலுவோடு பேசிக்கொண்டிருந்தவர் ஒருவர் ராமுடுவைக் கேட்டார், "இப்போ நீ என்ன பண்ணிண்டிருக்கே?"

"அதே சைக்கிள் கடைதான்." ராமுடுவின் கைகள் இரண்டும் சொர சொரப்புத் தெரிய இருந்தன.

பாலு சங்கரனிடம் வந்தான். "என்ன இரண்டு வெற்றிலையைக் கையிலேயே வைச்சிண்டிருக்கே? இன்றும் கொஞ்சம் கொண்டு வரச் சொல்லட்டுமா?"

"வேண்டாம், வேண்டாம். இதுவே போறும். நான் ரொம்ப வெற்றிலை போடறதில்லை."

"நல்ல வெற்றிலை எங்கே கிடைக்கிறது? விலை நாலு மடங்கு அஞ்சு மடங்காயிருக்கு. ஆனா ருசியே இல்லை."

"உங்கம்மாதான் அல்பாயுசிலே போயிட்டான்னா அப்பாவது இருந்திருக்கலாம்."

"இனிமே என்ன சொல்ல இருக்கிறது?"

"அவங்க அண்ணன், தம்பி ஒருத்தர்கூட அறுபது வயசைத் தாண்டலை. எங்கப்பா போறப்போ ஐம்பத்தி மூணு. உங்கப்பாவுக்கென்ன ஐம்பத்தஞ்சு இருக்குமா?"

"ஐம்பத்தாறு."

"உங்கப்பாவோட அந்தத் தலைமுறை முடிஞ்சாச்சு இனிமேல் நம்பளதுதான்."

"உனக்கென்ன வயசாறது? ஐம்பது இருக்குமா?"

"ஐம்பத்தொண்ணு."

"அப்போ என்னைவிட ஆறு வயசுப் பெரியவனா?"

"இருக்கும். ராமுடுவுக்கு என்ன வயசாறது?"

"ஏன்? நாப்பத்தொண்ணு நாப்பத்திரண்டாறது."

"எனக்கும் என் தம்பிக்கும் எட்டு வயசு வித்தியாசம். அவனும் ராமுடுவும் ஒரே மாசத்திலே பிறந்ததா அம்மா சொல்லுவா."

"உன் தம்பி சந்துருவுக்கும் கடிதாசு போட்டிருந்தேன். ஒண்ணும் பதிலே வரலை."

“எங்கேயோ அஸ்ஸாம்லே இருக்கான். எனக்கே நாலு மாசத்துக்கொரு தரம் ஆறு மாசத்துக்கொரு தரம்தான் கடிதாசு போடறான்.”

பாலுவின் மகள் ரமா இரு தம்ளர்களில் காப்பி கொண்டுவந்தாள். ஒரு தம்ளரைத் தன் அப்பாவிடமும் இன்னொன்றைச் சங்கரனிடமும் கொடுத்தாள், சங்கரன் ராமுடுவுக்காகத் திரும்பிப் பார்த்தான். ராமுடு அறை மூலையில் உட்கார்ந்துகொண்டு ஒரு பழைய பத்திரிகைத் தாளைப் படித்துக் கொண்டிருந்தான்.

“சித்தப்பாவுக்குக் கொண்டு வரலையா?” என்று சங்கரன் ரமாவைக் கேட்டான்.”

“கொண்டு வருவா, கொண்டு வருவா, அவளுக்கு இரண்டு கைதானே?” என்று பாலு சொன்னான். சொல்லியபடி இன்னோர் அறைக்குச் சென்றான்.

வந்திருந்த பெரிய மனிதர்களில் ஓரிருவர் தவிர எல்லாரும் கிளம்பிப் போயாயிற்று. சங்கரன் ராமுடுவுக்கும் காப்பி வரட்டும் என்று காத்திருந்தான். அப்பக்கம் வந்த ரமாவிடம் மீண்டும், “சித்தப்பாவுக்குக் காப்பி கொண்டு வரலை?” என்று கேட்டான். இறுதியில் ராமுடுவுக்குக் காப்பி வந்தபோது சங்கரனுடைய காப்பி ஆறிப்போயிருந்தது.

பாலு அடுத்த அறையில் படுத்துத் தூங்கிக் கொண்டிருந்தான். ராமுடு ஒரு துணிப்பையிலிருந்து ஒரு சட்டையை எடுத்துப் போட்டுக்கொண்டான். “இப்பவே ஊருக்குக் கிளம்பறியா?” என்று சங்கரன் கேட்டான். மீண்டும் நாக்கைக் கடித்துக்கொண்டான்.

“எனக்கு பஸ் ராத்திரி ஏழு மணிக்கு மேலேதான்.”

“மணி இரண்டு கூட ஆகலியே?”

“அதுதான் கொஞ்சம் வெளியிலே போயிட்டு வரலாம்னு கிளம்பினேன்.”

“இரு, நானும் சொல்லிண்டு கிளம்பறேன்.”

“நான் பிராட்வேக்குப் போகணும். அங்கேதான் சைக்கிள் கடைகள்லாம் இருக்கு.”

“இதோ நானும் வந்துடறேன்.”

“அண்ணா தூங்கறான் போலேயிருக்கு.”

“பரவாயில்லே. நானும் அப்பவே கிளம்பி இருக்கணும்.”

“மன்னிகிட்டேயாவது சொல்லிண்டுவா. ரமா, சங்கரன் பெரியப்பா கிளம்பறார்னு அம்மாகிட்டே போய்ச் சொல்லு.”

ரமா உள்ளே போனாள். அதிகாலையிலிருந்து ஓயாமல் அடுப்படியில் இருந்த களைப்புத் தெரியப் பாலுவின் மனைவி வந்தாள். சங்கரனைப் பார்த்து, “இப்பவே கிளம்பறேளா?” என்று கேட்டாள்.

“ஆமாம். இன்னிக்கி ஆபீஸுக்கி வேறே மத்தியானம் போகணும்.”

“ஒரு நிமிஷம் இருங்கோ, பட்சணம் கட்டித் தற்றேன்.”

போன கையோடு உடனே ஒரு சிறு காகிதப் பொட்டலத்துடன் அவள் வந்தாள். “மன்னி குழந்தைகள் எல்லாரையும் அழைச்சிண்டு வந்திருக்கலாம்,” என்றாள்.

“மன்னிக்கு உடம்பு சரியில்லே. ஒரு வாரமா வெறும் கஞ்சிதான். குழந்தைகள் எல்லாருக்கும் இன்னிக்கு ஸ்கூல். இப்படி ஏதாவது ஆச்சுன்னா லீவு போட்டுட்டுத்தான் வர முடியும்.”

“இந்த மாதிரி ஏன் மறுபடியும் ஆகணும்? இந்த ஒரு வருஷத்திலே இரண்டு சாவு போறாதா?”

“நான் போயிட்டு வர்றேன். பாலுகிட்டே சொல்லிடு. பாவம், தூங்கறான்.”

“அவருக்கு உடம்பே சரியில்லை. இப்படி அடுத்தடுத்துச் சாவு. செலவு. தினம் இரண்டு தரம் மூனு தரம்ணு பச்சைத் தண்ணியிலே குளிக்கறது ஒண்ணும் உடம்புக்கு ஒத்துக்கலே.”

ராமுடு படியிறங்கித் தெருவையடையச் சங்கரனும் அவனைப் பின் தொடர்ந்து படியிறங்கினான். வெயில் சுளீரென்று உரைத்தது.

“உனக்கு எங்கேயெல்லாம் போணும்?” என்று சங்கரன் கேட்டான்.

“எனக்கு ஒரே இடம் பிராட்வேதான்.”

“கடையை நீயே நடத்தறியா?”

“ஒரு கூட்டாளி இருக்கான். பத்து வருஷம் முன்னாலே எனக்குச் சைக்கிள் ரிப்பேர் ஒண்ணும் தெரியாது. அவனை நம்பித்தான் கடை வைச்சேன். இப்போ அவன் எப்பப் பார்த்தாலும் ஒரே குடியிலே இருக்கான்.”

“தனிக்கடை வைக்க முடியாதா?”

“இப்போ இருக்கிற மாதிரி இடம் கிடைக்காது. அதோடு புதுக்கடை வைச்சுப் பெரிசாச் சம்பாதிச்சு என்ன பண்ணப் போறேன்? எனக்கு குடும்பமா, குழந்தை குட்டிகளா?”

“நீ கல்யாணம் பண்ணிக்கலியா?”

“எனக்கு யார் பண்ணி வைச்சா?”

“அம்மாகூட ஒண்ணும் அக்கறை எடுத்துக்கலியா?”

“அம்மா பத்து வருஷமா என்ன பண்ணினா? வாய் கோணிப் போய்ப் படுத்த படுக்கையாக் கிடந்தாள். அவளே ரொம்ப மனசு நொந்து போய்த்தான் செத்துப் போயிருக்கணும்.”

“எப்பவும் படுத்த படுக்கையாகவே கிடக்கணும்னா மனசு நொந்துதான் போயிடும்.”

“அது மட்டும் இல்லே. அப்பாவோட பணம் காசு எல்லாம் போயிடுத்து.”

“போயிடுத்துன்னா?”

"போயிடுத்து, அவ்வளவுதான் சொல்ல முடியும்."

"எங்களுக்கெல்லாம் ஒண்ணுமே தெரியாதே?" எல்லாம் சரியா யிருக்குன்னுதான் நினைச்சுண்டிருக்கோம்."

"நம்பளுக்கெல்லாம் நாம எல்லாரையும் பத்தி என்ன தெரியும்? எப்பவோ யாராவது செத்தாப் பார்த்துக்கறோம். அன்னியோட சரி. அப்புறம் அடுத்த சாவுதான்."

"இதுதான் எனக்கு பஸ் வர்ற இடம்."

"எல்லா இடத்துக்குப் போறதுக்கும் இதுதான் இடம்."

"ஆமாம். நீ என்னோட வாயேன் வீட்டுக்கு."

"மன்னிக்கு உடம்பு சரியில்லேன்னு சொன்னியே?"

"அதனால் என்ன? எனக்கு உன்னைக் கூப்பிடறதுக்குச் சரியான சந்தர்ப்பமே ஏற்படலை. ஆனா நான் கூப்பிட்டாத்தான் நீ வரணுமா? நீயாகவே வரக் கூடாதா?"

"எனக்கு உங்க விலாசம் எல்லாம் தெரியாது."

"பாலுவைக் கேக்கறது?"

"பாலுவையா?"

"ஏன்?"

"சரி..."

"இப்போ என்கூட வா. அங்கேயிருந்து பிராட்வே போகலாம்." சங்கரன் முதன் முறையாக உறுதியாகப் பேசினான்.

பஸ் வந்தது. சங்கரன், "இரண்டு வெண்ணெய்க் கடை," என்று சொல்லி டிக்கெட் வாங்கினான். பஸ்ஸில் நிறைய கூட்டம் இருந்தது. அவனும் ராமுடுவும் வெவ்வேறு இடத்தில்தான் நிற்கும்படி இருந்தது. வெண்ணெய்க் கடையில் சங்கரன் இடித்துப் பிடித்துத் தள்ளிக் கீழே இறங்கினான். "ராமுடு! ராமுடு!" என்று கூப்பிட்டான். பஸ்ஸிலிருந்து எந்தப் பதிலும் வரவில்லை. சங்கரன் பஸ்ஸின் இன்னொரு கதவருகிலும் போய்க் கூப்பிட்டான். கூட்ட நெரிசலில் ராமுடு எங்கிருக்கிறான் என்று தெரியவில்லை. கண்டக்டர் விசில் ஊதி பஸ்ஸைக் கிளப்பிவிட்டான்.

முந்தைய ஸ்டாப்பில் ராமுடு இறங்கி இருப்பானோவென்று சங்கரன் விரைந்து சென்று பார்த்தான். இல்லை. ராமுடு பல ஸ்டாப்புகள் முன்னமேயே இறங்கியிருக்க வேண்டும். அல்லது பஸ்ஸில் இருந்தபடியே குரல் கொடுக்காமல் மறைந்துகொண்டிருக்க வேண்டும்.

மனைவிதான் கதவைத் திறந்தாள். "எல்லாம் ஆச்சா?" என்று கேட்டாள்.

"உம்," என்று சங்கரன் முனகினான்.

"ஏன் நான் வரலேன்னு கேட்டாளா?"

ஒரு தலைமுறை முடிந்தது

“யாரும் கேக்கலை.”

அவளுக்குச் சற்று ஏமாற்றமாக இருந்தது. “நிறையப் பேர் வந்திருந்தாளா?” என்று கேட்டாள்.

“முப்பது நாற்பது பேர் இருக்கும்.”

“நம்பளை நேரே வந்துகூடக் கூப்பிடலை.”

“எதுக்கு நேரே கூப்பிடணும்? என் சொந்த சித்தப்பாதானே செத்திருக்கிறார்?”

“சித்தப்பான்னா? இப்போ அந்த வீட்டிலே பாலுதானே எல்லாம் செய்யறார். அவரும் சரி, அவளும் சரி பெரிய ராங்கிக்காரா. பணக்காரா வந்தால் விழுந்து விழுந்து உபசாரம் பண்ணுவா. கொஞ்சம் சாதாரண மானவான்னா திரும்பிப் பார்க்க மாட்டாள்!”

“பாலுவை எதுக்குச் சொல்லறே? எல்லாருமே அப்படித்தான். இன்னிக்கு ராமுடு வந்திருந்தான். அவனை யாரும் சட்டை பண்ணலே.”

“எதுக்குப் பண்ணுவா? அவன் சைக்கிளுக்குக் காத்து அடிச்சிண் டிருக்கிறவன்தானே?”

“நானே அவனைச் சட்டை பண்ணாதபடிதான் இருந்திருக்கேன். இவ்வளவு நாளா நான் அவனோட பேசினதெல்லாம் எப்போ கிளம்பப் போறே, எப்போ கிளம்பப் போறேன்னுதான். அவன் ஒரு வேளை இந்த வீட்டிலே சோத்துக்கு வந்து நிக்கலே. ஆனால் நான் அவனை விரட்டியடிக்கிற மாதிரிதான் ஒவ்வொரு தடவையும் பேசியிருக்கேன்.”

“ஏன், இன்னிக்கு ஏதாவது சண்டை நடந்துதா?”

“சண்டையெல்லாம் ஒண்ணும் கிடையாது. ஒருத்தரோட ஒருத்தர் பேசினாத்தானே சண்டையோ சல்லாபமோ வரப் போறது? எல்லாருமே சாவுக்குச் சாவுதான் வருகிறவா. நானே அப்படித்தான் போயிண்டிருக்கேன்.

“எல்லாம் அது போறும்.”

“போறும். இப்பவே குடும்பத்தோடு போக வேண்டியதுக்கெல்லாம் வீட்டிலே யாராவது ஒருத்தர் போனாப் போறும்னு ஆயிடுத்து. இனிமே அதுகூட வேண்டாம், ஒரு கடிதாசு போட்டாப் போறும்னு ஆயிடும்.”

“இன்னிக்கு அவா கூப்பிட்டிருந்தாலுங்கூட என்னாலே போயிருக்க முடியாது. ஸ்கூல் அட்மிஷன் பானல்லே நானும் பிரின்சிபாலும்தான்.”

“அட்மிஷன்லாம் முடிஞ்சாச்சா?”

“நாளைக்கு ஒரு ஐம்பது குழந்தைகள் இருக்கு. நாளைக்கு வைஸ் பிரின்சிபால் இருந்துடுவா. இன்னிக்கு அவள் லீவு.”

“நான் ராமுடுவை வீட்டுக்குக் கூப்பிட்டேன். நீ இல்லேன்னாக்கூட நானே காப்பி கொடுத்துடலாம்னு இருந்தேன். ஆனா அவன் வரலை!”

“நான் எப்பவோ பார்த்தது.”

“கூடத்தான் பஸ்லே அழைச்சுண்டு வந்தேன். ஆனா எங்கேயோ போயிட்டான்.”

“அவன் பணத்தையெல்லாம் பாலுவே எடுத்துண்டுட்டாராம்.”

“எனக்குத் தெரியாது.”

“அப்பா சாகிறதுக்கு ரொம்ப நாட்கள் முன்னாலேயே எல்லாத்தையும் பிரிச்சுக் கொடுத்திருக்கிறார். ஆனால் ராமுடுவுக்கு ஒண்ணுமே போய்ச் சேரலை.”

“அவன் வாயைத் திறந்து கேட்கலாமே?”

“அது தெரியாது. அதனாலேதான் விழுப்புரத்திலே சைக்கிள் கடை வைச்சிருக்காராம்.”

“சைக்கிள் கடை வைக்கிறது ஒண்ணும் மட்டமில்லையே!”

“நான் மட்டம்னு சொல்லலியே. ஆனா அவரே அப்படி நினைச்சுண் டுட்டா யார் என்ன செய்ய முடியும்?”

அவன் அழைத்தும் ராமுடு வீட்டுக்கு வராமல் போனது சங்கரனக்குத் தொடர்ந்து வேதனையாகத்தான் இருந்தது. அது இப்போது சற்றுக் குறைந்தது மாதிரி இருந்தது. அவனுடைய தகப்பனார் தலைமுறையில் கடைசித் தம்பியும் காலமாகி இரு வாரங்களாகிவிட்டன. இனி அடுத்த தலைமுறையில் மூத்தவன் அவன்தான்.

எப்படியும் ராமுடுவை விழுப்புரத்துக்கே சென்று ஒருமுறை பார்த்து விட்டு வரவேண்டும்.

1988

ஒரு புதிய நூற்றாண்டை நோக்கி

சாப்பாட்டுக் கூடையை ரகு கார் டிக்கியில் வைத்துக் கொண்டிருந்தபோது, "உங்களுக்கு போன்," என்று அவனுடைய மனைவி உஷா சொன்னாள். ரகு டிக்கிக் கதவை மூடிவிட்டுப் பூட்டிய பிறகு உள்ளே சென்று போனை எடுத்துக்கொண்டான். "ரகு ஹியர்," என்றான்.

"டைரக்டர் சாரா? சார், இந்த ஏடி 89 பாட்ச் ரிவெட்டும் 'சிப்' ஆகிறது."

"என்ன?"

"ரிவெட் 'சிப்' ஆகிறது, சார்."

"யார் பேசறது?"

"ஷிஃப்ட் ஃபோர்மேன் தனுஷ்கோடி, சார்."

"ஸ்டோர்ஸுக்குச் சொல்லுங்க. இல்லை, வொர்க்ஸ் மானேஜரிடம் சொல்லுங்க."

"சார், சார், போனை வைச்சுடாதீங்க. போன தடவை இப்படி ஆனப்போ வொர்க்ஸ் மானேஜர்கிட்டேதான் சொன்னேன். அவர் கூட உங்க கூடப் பேசினாராம்."

"அப்படியா?"

"ஆமாம், சார். அவர்தான் சொன்னார். இனிமேல் ரிவெட்ஸ்லே கம்ப்பெளயிண்ட் வந்தால் டைரக்டர்கிட்டே சொல்லுன்னு."

"இப்போ கோயிலுக்குப் போறேன். மத்தியானம் ஃபாக்டரிக்கு வந்து கவனிக்கிறேன். இப்போதைக்கு இருக்கிற ஸ்டாக்குக்குப் பதில் வேறே ஏதாவது கிடைக்குமா பாருங்க. இல்லைன்னா ஹீட் டிரீட்மெண்ட் கொடுத்துட்டு ஹாமர் ஸ்ட்ரோக்கைக் கொஞ்சம் குறைச்சுக்குங்க."

"இதெல்லாம் பண்ணியும் சிதறிப் போறது, சார்."

"யார்து ரிவெட் சப்ளைஸ்?"

"ஈஸ்வரி இண்டஸ்ட்ரீஸ், சார்."

ரகுவுக்கு உடனே திரை விலகிய மாதிரி இருந்தது. தன்னிடம் நேரில் சொல்லாமல் யார் யாரோ ஒரு போர்மேன் மூலம் உன் நிர்வாகம் மோசம் என்று சொல்ல வைத்திருக்கிறார்கள்! ஈஸ்வரி இண்டஸ்ட்ரீஸ் ரகுவுடைய அண்ணனுடையது.

குழந்தைகள் ஏற்கெனவே காரின் முன் சீட்டில் ஏறிக் காத்துக் கொண்டிருந்தார்கள். உஷா வாயிற்கதவைப் பூட்டக் காத்திருந்தாள். கிரவுண்ட் ஃப்ளோர் ஃபிளாட் என்பதனால் கதவிலேயே பொருத்தியிருந்த பூட்டோடு தனியாக ஒரு நாதாங்கிப் பூட்டும் தேவைப்பட்டது.

குழந்தைகள் சில நிமிடங்களுக்கு மவுண்ட் ரோடை அப்போதுதான் புதிதாகப் பார்ப்பது போல மிக ஆர்வமாக வேடிக்கை பார்த்து வந்தார்கள். ஆனால் கிண்டி மேம்பாலம் வருவதற்குள் அலுத்துவிட்டது. உஷா தூங்கவே ஆரம்பித்துவிட்டாள் என்று தோன்றியது.

மீனம்பாக்கத்தைக் கடக்கும்போது ரகு பாஸ்கர் பற்றி நினைத்துக் கொண்டான். அந்த இடத்தில் சாலை விபத்தில் இறந்த எண்ணற்றவர் போல பாஸ்கரும் ஒரு பஸ் மோதி இறந்தவன். ரகுவோடு சேர்ந்து பி.யூ.சி. படித்தவன். அந்த ஓராண்டுக்குப் பிறகு ரகு இஞ்சினியரிங் படிக்க பிலானிக்குப் போய்விட்டான். பத்து வருடங்கள் கழித்து அவர்கள் இருவரும் மீண்டும் சந்தித்தபோது ரகு ஒரு நிறுவனத்தின் மானேஜிங் டைரக்டரின் பெண்ணைக் கல்யாணம் செய்துகொண்டு அந்த நிறுவனத்தின் டைரக்டராக இருந்தான். பாஸ்கர் ரகுவினுடையதற்குப் போட்டி நிறுவனமாயிருந்த ஒன்றில் சூபர்வைஸராக இருந்தான். அவன் அந்தப் பணியே செய்துகொண்டிருந்தானேயானால் ரகுவைச் சந்தித்திருக்க வாய்ப்பில்லை. ஆனால் அவன் நிறுவனத்தில் எந்தச் சிக்கல் நேர்ந்தாலும் அதற்கு பரிகாரம் கண்டுபிடிப்பவனாகிவிட்டான். பதினைந்து நாட்களுக்கு ஒரு முறை ஏதாவது அரசு இலாகாவிலிருந்து எச்சரிக்கை, தாக்கீது அபராதம் எனக் கடிதங்கள் வந்துகொண்டிருந்தது. பாஸ்கர் அந்த நிறுவனத்தைச் சேர்ந்தவுடன் குறையத் தொடங்கின. இது தவிர மூலப்பொருள்கள் இறக்குமதி, அதற்காக வெவ்வேறு வித அரசு அனுமதிகள், அவற்றைத் துறைமுகத்திலிருந்து எடுத்து வர ஏற்பாடுகள், அரசு இலாக்காக்களிலிருந்து உடனடிப் பண வசூல், பாங்க்கில் சுமுகமாக நிதி நிர்வாகம் நடக்க ஏற்பாடு, அவனுடைய நிறுவனத்தார் யாராவது வெளிநாடு செல்ல வேண்டுமானால் அதற்கான எல்லா ஏற்பாடுகளையும் ஒரே நாளில் முடிப்பது, வெளிநாடுகளிலிருந்து அவர்கள் நிறுவனத்தின் விருந்தாளியாக வந்தால் அவர்களுக்கான சௌகரியங்களையும் கவனிப்பது... பாஸ்கரின் திறமையும் கணக்கில்லாத பொறுப்புகளை ஏற்றுக்கொள்ளும் தன்மையும் அவன் நிறுவனத்தில் மட்டுமல்லாது தென்னிந்தியத் தொழில் நிறுவன உலகத்திலும் ஒரு மாதிரித் தெரிய வந்திருந்தது. இவ்வளவுக்கும் பாஸ்கர் மிகவும் அடக்கமாகத்தான் இருந்தான். தாஜ்கோரமண்டல் ஹோட்டலில் நடந்த ஒரு பெரிய தொழிலதிபர் விருந்தில் அவனை அடையாளம் கண்டு கொண்டு ரகுவாக அவனிடம் போய்ப் பேசினான். அவன் கேட்ட முதல் கேள்வியே இது தான்: "எங்க கம்பெனிக்கு வந்துடறியா?" ஆனால் அப்படிக்

கேட்கும்போதே எதிரில் நிற்பவன் விலை கொடுத்து வாங்கிவிட முடியாதவன் என்பதும் தெரிந்தது. அந்த பாஸ்கரின் உயிரை மீனம்பாக்கத்தில் வெகு எளிதாக ஒரு பஸ் வாங்கிவிட்டது.

கார் தாம்பரம் தாண்டி மேம்பாலத்தில் ஏற ஆரம்பித்தது. ஒரே ஒரு ஜதை ரயில் பாதையைக் கடப்பதற்கு இவ்வளவு நீண்ட மேம்பாலம் உலகத்திலேயே எங்கும் இருக்காது என்று ரகு நினைத்தான். இந்த மேம்பாலம் கட்டுவதும் வருடக்கணக்கில் நடந்தது. இந்த மேம்பால மேட்டிலேயே ரயில் போவதற்கு ஒரு கணவாய். மேம்பாலம் கட்டி முடிவதற்குள் இதர வண்டிகள் போவதற்கு இன்னொரு கணவாய் இருந்தது. ஒவ்வொரு முறை அந்தக் கணவாயைக் கடக்கும் போதும் ரகுவுக்கு நாடித் துடிப்பு ஒருமுறை தாவித் தணியும். ஆனால் அந்த இடத்தில் விபத்து ஏதும் நிகழவில்லை. மேம்பால வேலை முடிந்து இன்னும் ஓரிரு மாதங்களில் அதைப் போக்குவரத்துக்குத் திறந்துவிடுவார்கள் என்றிருந்தபோது ஒரே நாளில் அந்தக் கணவாயில் மூன்று விபத்துகள் நடந்தன. எட்டு உயிர்கள் அந்த இடத்திலேயே பிரிந்து போயின.

பாஸ்கர் உயிரும் விபத்தான இடத்திலேயே போய்விட்டதாகத்தான் சொன்னார்கள். அந்த பஸ்ஸின் முன் சக்கரம் பின் சக்கரம் இரண்டும் அவனுடைய மார்பு மீது ஏறியிருந்தன, முப்பத்தைந்து வயதுக்குள் எவ்வளவு அறிவு, எவ்வளவு தேர்ச்சி, எத்தனை பேருடைய நன்மதிப்பு, எத்தனை பேருடைய நன்றி, எத்தனை பேருடைய எதிர்பார்ப்புகள் எல்லாம் கட்டவிழ்க்க முடியாத மூட்டையாக ஆஸ்பத்திரியிலிருந்து எடுத்து வரப்பட்டு, அப்படியே நேராகச் சுடுகாட்டுக்கு எடுத்துச் செல்லப்பட வேண்டியிருந்தது. ரகு எல்லா வேலையையும் ஒதுக்கி வைத்துவிட்டு பாஸ்கர் வீட்டிற்குப் போய்க் காத்திருந்தான். எப்படியும் ஒருநாள் பாஸ்கரைத் தன் கம்பெனிக்கு இழுத்து வந்து ஐந்தாறு ஆண்டுகளில் அவனை ஒரு டைரக்டராகச் செய்துவிட வேண்டும் என்ற எண்ணம் அவனைத் தாஜ்கோரமண்டல் விருந்தின்போது சந்தித்ததிலிருந்தே ஏற்பட்டிருந்தது. பாஸ்கர் மாதிரி ஓர் அதிகாரி இருப்பது எந்தக் கம்பெனிக்கும் அதன் மூலதனம் பல லட்சங்கள் பெருகின மாதிரி. “எங்க கம்பெனிக்கு வந்துடறியா?” என்று அன்று அவனிடம் கேட்டபோது பாஸ்கர் கொடுத்த புன்னகை, “என்னை இவ்வளவு மட்டமாக நினைக்கிறாயா?” என்று பதிலுக்குக் கேட்ட மாதிரி இருந்தது. அவனுடைய உடலை ஒரு மூட்டையாக எடுத்து வந்தபோது பாதி மட்டும் தெரிந்த அவனுடைய முகம் வாழ்க்கையின் எல்லாக் கேள்விகளுக்கும் பதில் அறிந்ததாக இருந்தது.

காட்டாங்களத்தூர் சிவானந்தப் பள்ளியையும் அனாதாசிரமத்தையும் கடந்தபோது ரகுவுக்கு ஃபோர்மன் நினைவு வந்தது. உண்மையில் தனுஷ்கோடிக்கும் அந்த இடத்துக்கும் ஒரு பொருத்தமும் கிடையாது. ஒவ்வொரு ஆண்டுத் துவக்கத்திலும் அந்த ஆசிரமத்திலிருந்து ரகுவுக்கு ‘நினைவுப்படுத்துதல்’ கடிதம் ஒன்று வரும். ரகுவும் நூறு ரூபாய் அனுப்பி வைப்பான். தனுஷ்கோடி வரையில் இந்த அனாதாசிரமம் நடப்பது பற்றித் தெரியாமல்கூட இருப்பதற்கு வாய்ப்புண்டு. தனுஷ்கோடியைப் பற்றி

நினைவு வந்ததற்குக் காரணம் அரை மணி முன்னால் அவன் தொழிற் கூடத்திலிருந்து டெலிபோன் செய்திருந்தது. புகார், ஈஸ்வரி இண்டஸ்ட்ரீஸ் அவர்களுக்கு 'சப்ளை' செய்திருந்த உபகரணங்கள் பற்றி.

ரகுவுக்கு அவனுடைய அண்ணன்மீது அசாத்தியக் கோபம் வந்தது. பெரிய கம்பெனிகளில் எஜமானரின் பிள்ளைகளை இயல்பாகவே தொழிலாளிகளும் பணியாளர்களும் ஏற்றுக்கொண்டார்கள். ஆனால் மாப்பிள்ளைகளை அவர்களால் அங்கீகரித்துக்கொள்ள முடிவதில்லை. பார்க்கப்போனால் ஒரு விரோத பாவம்கூட ஏற்பட்டுவிடுகிறது. ஆள் எப்போது சறுக்கி விழுவான், எப்படி அவனை மண்ணோடு மண்ணாய்த் தேய்த்துவிடலாம் என்று காத்துக் கொண்டிருந்தார்கள். இந்த ரிவெட் சமாசாரம் மிகவும் சாதாரணமானது. இதை ஒரு ஃபோர்மனை விட்டு அவனிடம் புகார் செய்ய வைத்திருக்கிறார்கள். எல்லாம் வெகு நாட்களாகத் திட்டமிட்டுச் செய்யப்பட்டிருக்கிறது. மாப்பிள்ளை அவனுடைய அண்ண னுக்குக் காசு சம்பாதித்துத் தர வேண்டுமென்று அண்ணன் தயாரிக்கும் மட்டப் பொருள்களைக் கம்பெனி வாங்கும்படி செய்துவிட்டான் என்று எல்லோரிடமும் பறைசாற்ற வேண்டும்! அந்த அண்ணன் ஒரு வாயில்லாப் பூச்சி என்று யாரும் நினைக்க மாட்டார்கள்.

ரகு ஒரு முறை உஷாவை ரியர்வியூ மிர்ரரில் பார்த்தான். அவள் ஒரு பாவமும் அறியாதவளாகத் தூங்கிக் கொண்டிருந்தாள். உண்மையில் இந்தக் கோயிலுக்குப் போவதே அவளுக்காகத்தான். ஆறு மாதம் முன்பு வரை சமாதானமாக இருந்தவள், இப்போது சோர்ந்து சோர்ந்து உட்கார்ந்துவிடுகிறாள், தூங்கிப் போய்விடுகிறாள். சிங்கப்பெருமாள் கோயில் போய்வருவது போன வருடம் வரை ஓர் உல்லாசப் பயணமாக இருந்தது. இப்போது அது ஒரு கவலையோடும் எதிர்பார்ப்போடும் போகுமிடமாகிவிட்டது. இன்று சகஸ்ரநாம அர்ச்சனை முடித்து வீடு திரும்பப் பகல் இரண்டு மணியாகிவிடும்.

உஷாவுக்கு ஃபாக்டரி நிலவரம் ஒரு மாதிரித் தெரியும். அப்பா நிர்வாகம் அனைத்தும் குடும்பத்திற்குள்ளேயே இருக்க வேண்டும் என்றுதான் இரண்டு மாப்பிள்ளைகளையும் இஞ்சினியர்களாகத் தேர்ந்தெடுத்துத் தம்மோடு வைத்துக் கொண்டிருந்தார். ஆனால் அவருடைய இரண்டு பிள்ளைகளையும் அவரால் ஒரு திட்டமிட்ட திசையில் கொண்டுசெல்ல முடியவில்லை. இவ்வளவுக்கும் இரண்டு பேரும் அமெரிக்கா சென்று நிர்வாக இயல் பயிற்சி பெற்று வந்தவர்கள். ஒருவன் ஒரு வாரத்திற்கு இந்த அளவு வேலை முடித்தாக வேண்டும், அதற்கு ஆட்களை ஓவர்டைம் வேலை செய்ய வைப்பது தவறில்லை என்பான். இன்னொருவன் ஒரு பணியாளை எட்டு மணி நேரத்துக்கு மேல் தொழிற்கூடத்தில் வைத்திருப்பது அவனுக்கும் தொழிற்கூடத்துக்கும் சர்வ நாசம் என்பான். ஆனால் இரண்டு பேருக்கும் இரண்டு மாப்பிள்ளைகளையும் பிடிக்காது. உஷாவுக்கு இவ்வளவு சிறு வயதில் களைப்பு ஒரு வியாதியாக வந்ததுகூட இதனால்தான் இருக்குமோ!

ரகு டிரங்க் சாலையிலிருந்து மண் பாதைக்கு வண்டியைத் திருப்பினான். கோயில் வந்தாயிற்று. இப்போதுதான் தொழில் உற்பத்தித் துறையிலும் நிர்வாகத் துறையிலும் தொழிற் சாதனங்களிலும் எவ்வளவு மாறுதல்களும்

முன்னேற்றமும் ஏற்பட்டுவிட்டன! ஒரு சிறிய அறையில் உட்கார்ந்துகொண்டு சுவரில் மினுமினுக்கும் ஏராளமான வண்ண வண்ண விளக்குகள் எரிவதையும் அணைவதையும் பார்த்தபடியே ஒரு பிரும்மாண்டமான உற்பத்தி அல்லது தொழில் நிறுவனத்தை நடத்திச் செல்லலாம். ஒரு பொத்தானை அழுத்தி ஒரு கண்ணாடித் தகட்டில் அந்த நிறுவனத்தின் பத்தாண்டு கால வரலாற்றையே வரப் பெறலாம். ஆனால் எவ்வளவுதான் இம்மி பிசகாமல் தகவல்களையும் புள்ளி விவரங்களையும் மிகச் சிக்கலான சதவீதங்களையும் அந்தக் கண்ணாடித் தகடு தெரிவித்தாலும் ஒருவன் விசேஷமாக உழைத்திருப்பதைக் காட்டாது. அவனுடைய அபாரத் திறமையையும் ஊக்கத்தையும் காட்டாது. அவன் ரகசியமாக அனுபவிக்கும் இழிவுகளையும் அவமானத்தையும் காட்டாது. இதையெல்லாம் வெளியே கொட்டிச் சுமையைத் தீர்த்துக் கொள்வதற்குச் சமயவரத்தையும் சிங்கப்பெருமாள் கோயிலையும் தேடிப் போக வேண்டியிருக்கிறது.

சன்னதி முன் நிற்கும்போது ரகு தன் அண்ணனோடு பாஸ்கரையும் நினைத்துக்கொண்டான். பாஸ்கர் இந்த 1987ஆம் ஆண்டுக்குப் பொருத்தமாகத் தன்னைத் தயார்படுத்திக் கொண்டவன். அவனுடைய சுய முயற்சியும், கற்பனையும் கொண்டுதான். அவனுக்கு லட்ச ரூபாய் செலவழித்து இஞ்ஜினீயரிங் படிக்க வைக்க யாரும் கிடையாது. எடுத்த எடுப்பிலேயே ஒரு பெரிய நிர்வாகியாக வேலையில் அமர்த்த மாமனார் கிடையாது. ஆனால் அவன் 2000ஆம் ஆண்டிலும் மிகவும் விரும்பப்படுபவனாக இருப்பான். அவன் தலைவிதியோ யார் தலைவிதியோ அதற்கெல்லாம் வழி வைக்காமல் அவனைப் பறித்துச் சென்றுவிட்டது. ரகு தடுமாறித் தடுமாறித்தான் இன்றும் இனி வரப் போகும் நாட்களையும் சமாளிக்க வேண்டும். அவனுடைய அண்ணன் ஒழுங்காக ஓர் ஆணியைக் கூடச் செய்ய முடியாமல் அவனும் தலைகுனிந்து அவனுக்கு உதவ வருபவர்களும் தலைகுனிய வைத்துக் கொண்டிருப்பான். அவன் முதலில் இந்தக் கோயிலுக்கு வந்து சேவிக்க வேண்டும்.

ரகு, உஷா இருவரும் கவலை கவிந்த முகத்தோடு அங்கு நின்ற அதே நேரத்தில் அவர்களுடைய குழந்தைகள் நன்றாக கால் வீசி ஓடிப் பிடித்து விளையாடிக் கொண்டிருந்தார்கள்.

1988

கந்தசாமியை யாருக்கும் தெரியவில்லை

கந்தசாமியின் உடலை அவன் வீட்டுக்குக் கொண்டு வருவதற்கு இரவு ஒன்பது மணிக்கு மேலாகிவிட்டது. வீட்டில் அவனுடைய வயதான ஒன்றுவிட்ட பாட்டி மட்டும் இருந்தாள். அவளுக்குக் கண்ணும் அவ்வளவு தெரியாது. ஆதலால் வண்டிக்கார கோபாலுவை அங்கேயே இரவு தங்கி, கிழவிக்கும் பிணத்துக்கும் காவல் இருந்து விட்டுக் காலையில் ரயிலடிக்குச் செல்லும்படி சொல்லிவிட்டு, கணக்குப்பிள்ளையும் போலீஸ்காரரும் அவர்கள் வீடு போய்ச் சேர்ந்தார்கள். கோபாலுவுக்குப் பிணத்துடன் வீட்டினுள் படுத்துக்கொள்ளப் பயமாயிருந்தது. ஆதலால் விளக்கு இரவு முழுவதும் எரிய அதில் எண்ணெய் இருக்கிறதாவென்று பார்த்துவிட்டுத் திண்ணையில் படுத்துக்கொண்டான். கிழவி சிறிது நேரம் விளக்கருகில் உட்கார்ந்துகொண்டு பிணத்தையும் வாசல்கதவையும் மாறிமாறிப் பார்த்தபடி இருந்தாள். ஒருசில நிமிடங்களுக்கப் பிறகு அவளும் படுத்துத் தூங்க ஆரம்பித்தாள்.

பகலெல்லாம் அலைந்த களைப்பிலும் அனுபவித்த பரபரப்பிலும் கோபாலு திண்ணையில் படுத்த உடனே தூங்கத் தொடங்கினாலும், ஒருமணி நேரத்திற்குள் விழிப்புக் கொடுத்துவிட்டது. முதலில் எல்லாம் சாதாரணமாகத்தான் இருந்தது. ஆனால் சீக்கிரமே அன்று நிகழ்ந்த நிகழ்ச்சிகள் தாறுமாறாக நினைவுக்கு வந்தன. கந்தசாமியின் சவப் பரிசோதனை ஒரு திறந்த கொட்டகையில் நடந்தது. கோபாலு வெளியேதான் நின்றுகொண்டிருந்தான். புத்தி வேண்டாம் என்று சொன்னாலும் கண் திரும்பத் திரும்ப அப்பக்கமே போயிற்று. பிணத்தின் வயிற்றை அறுத்தபோது கோபாலுவுக்கு ஏதும் தோன்றவில்லை. ஆனால் மண்டை ஓட்டை அரை வட்டமாகப் பிளந்து மேற்புறமாக மடித்து மூளையை வெளியே எடுத்தபோது, கோபாலுவுக்கு வயிறு பிரண்டு வாய்க்கே வந்து விட்டது. கந்தசாமி இறந்துவிட்டான் என்பதே அதன் பிறகுதான் அவனுக்கு உரைக்க ஆரம்பித்தது. மண்டை பிளந்த

கந்தசாமியின் பிணம் அவன் கண் முன்னாலேயே மிதந்தது. இப்போது திடீரென்று நள்ளிரவில் கண் விழித்து எழுந்து உட்கார்ந்த போதும் கண் முன்னால் தோன்றியது அதுதான்.

கோபாலு வாசல்கதவைச் சற்றுத் திறந்து உள்ளே பார்த்தான். அணையும் தறுவாயில் இருந்த விளக்கொளியில் கந்தசாமி, அவன் பாட்டி இருவருமே பிணம் போலத்தான் கிடந்தார்கள்.

கந்தசாமியின் உடலை போர்த்தி மூடவேண்டும் என்று யாருக்கும் தோன்றவில்லை. யாருக்கும் என்றால் என்ன அர்த்தம்? அவனுக்குத் தோன்றியிருக்க வேண்டும். அல்லது கணக்குப் பிள்ளைக்குத் தோன்றியிருக்க வேண்டும். இருவருக்கும் இந்தக் கந்தசாமி விஷயம் சற்றும் பிடிபடவில்லை. அவன் எதற்காகத்தான் தன் தாயும் மனைவியும் வெளியூர் சென்றிருந்த வேளையாகப் பார்த்துத் தற்கொலை செய்துகொள்ள வேண்டும்? போலீஸ் வந்து உடலை சவப் பரிசோதனைக்கு என்று பஞ்சாயத்தார் கூடியபோது, நான்கைந்து பேரே இருந்தார்கள். ஆஸ்பத்திரி ஆள் கோணி மூட்டை தைப்பதுபோல் உடலுக்கு மூன்று நான்கு இடங்களில் தையல் போட்டு, இனி எடுத்துக் கொண்டு போகலாம் என்றான். அந்த வேளையில் இறந்தவனின் மனிதர்கள் என்று யாரும் இல்லை. பிணத்தைப் பாதுகாப்பாக வைக்க அச்சிற்றூரில் வசதி கிடையாது. கந்தசாமி வீட்டுக்கே தூக்கிப் போய்விடலாம் என்று கணக்குப்பிள்ளைதான் முடிவு செய்தார்.

விளக்கைத் தூண்டிவிட்டு வீட்டுக் கதவை மூடிவிட்டு மீண்டும் கோபாலு திண்ணையில் உட்கார்ந்துகொண்டான். நான்கு மைல் தள்ளி யிருந்த ரயில் நிலையத்தில் காலை ஆறு மணியிலிருந்து மணிக்கு ஒரு ரயிலாக எட்டு மணி வரை உண்டு. அப்புறம் மாலை ஐந்திலிருந்து ஏழு வரை மூன்று ரயில்கள். கந்தசாமியின் ஊர் உண்மையில் ஐந்தாறு ஊர் தள்ளியிருந்தது. அவர்கள் குடும்பச் சொத்துப் பிரிவினைக்குப் பிறகு அவன் இந்த ஊருக்கு வந்து இன்னும் ஒரு வருடம் ஆகவில்லை. எங்கெங்கோ பஸ் உண்டு; ஆனால் இந்த ஊருக்கு இன்னும் பஸ் கிடையாது. சைக்கிள் உள்ளவர்கள் எளிதாக அடுத்த ஊர்களுக்குப் போய் வருவார்கள். மற்றபடி எல்லாரும் ரயிலைத்தான் நம்பியாக வேண்டும். காலை வண்டிகளில் கந்தசாமியின் மனிதர்கள் கட்டாயம் வந்துவிடுவார்கள். அந்த ரயிலடிக்கு இந்த ஊரிலிருந்து போகும் ஒரு மாட்டுவண்டி கோபாலுவுடையது.

கோபாலு வண்டிக்குச் சென்று சிறிது வைக்கோலை எடுத்து மாட்டுக்குப் பிரித்துப் போட்டான். வண்டியிருந்த இடத்திலிருந்து பார்த்தபோது கந்தசாமி வீட்டின் வாசல் படியில் இரு கதவுகளுக்கிடையே இருந்த சந்தில் மங்கிய ஒளி ஒரு மங்கிய மஞ்சள் கோடாகத் தெரிந்தது. அந்தச் செங்குத்தான மஞ்சள் கோடு விளக்குத் திரியின் அசைவுக்கேற்பத் தானும் அசைந்தது.

கோபாலு கையைத் தலைக்கு வைத்துக்கொண்டு திண்ணையில் படுத்துக்கொண்டான். இம்முறை தூக்கம் எளிதில் வராது என்று அவனுக்கு நன்றாகத் தெரியும். ஏதோ அரையும் குறையுமாகத் தெரிந்து ஒருவனின் பிணத்தைக் காத்து இருக்கும்படி அவனுக்கேன் நேர்ந்தது? மற்றவர்களைப் போல் அவனும் வீட்டுக்குப் போயிருந்தால், இந்தக் கணக்குப்பிள்ளையும் அவனை இப்பொறுப்பில் மாட்டிவிட்டிருக்க முடியாது. தர்மசங்கடங்களில் மாட்டிக்கொள்வதில் மாட்டிக்கொள்பவனின் தவறும் இருக்கிறது.

கந்தசாமிக்கு ஏன் இவ்வளவு சீக்கரம் வாழ்க்கையில் விரக்தி வந்தது? அவன் பங்குக்கிருந்த வயலுக்கு ஏற்றம் வைத்துத்தான் தண்ணீர் இறைத்துப் பாய்ச்ச வேண்டியிருந்தது. அவன் மின்சார இணைப்புக்கு மனு செய்தால் எப்படியும் கிடைத்துவிடக் கூடியதுதான் என்று கணக்குப்பிள்ளை கான்ஸ்டபிளிடம் சொல்லிக்கொண்டிருந்தார். கந்தசாமியின் அம்மாவும் அதிகமாக எல்லாரிடமும் பேசிப் பழகக்கூடியவர் அல்ல. சின்ன ஊர் தான் என்றாலும், அதிலேயே பலருக்குக் கந்தசாமி என்று ஒருவன் அங்கு குடிபெயர்ந்திருக்கிறான் என்று தெரிந்திருக்கக் கூட நியாயமில்லை. ஆனால் அவன் முடிவு எல்லாருடைய காதிலும் விழுந்துவிடும்!

கோபாலு சொர்ரென்று சப்தம் கேட்டு உன்னிப்பாகக் கவனித்தான். வேறொன்றும் இல்லை – அவனுடைய மாடுதான் சிறுநீர் கழித்துக் கொண்டிருந்தது. வழக்கமாக மாலை வேளையில் மாட்டைக் குளத்துக்கு இழுத்துச் சென்று குளிப்பாட்டுவது. இன்று அது முடியவில்லை. சவப் பரிசோதனைக் கொட்டகை அருகில் அவன் வண்டியை அவிழ்த்துவிட்டுக் காத்திருக்க வேண்டியதாயிற்று. வண்டியில் இதற்கு முன்னர் பலமுறை வியாதிக்காரர்களையும், இறந்தவர்களையும் ஏற்றிச் சென்றது உண்டு. ஆனால் தற்கொலை செய்துகொண்டவன் பிணத்தை எடுத்துச் செல்வது இதுவே முதல் தடவை. இதை மாடும் அறிந்திருந்தது போல முதலிலிருந்தே அலைபாய்ந்தது. இரவு இவ்வளவு நேரம் ஆகியும் இன்னும் படுக்காமல் நின்றபடியே இருக்கிறது.

கோபாலு இறந்துபோன கந்தசாமியின் முகத்தை மனதிலிருந்து அகற்றி, அவன் உயிரோடு இருந்த காலத்தை நினைத்துப் பார்த்தான். கோபாலுவாக ரயிலடிக்கு போய்க் காத்திருப்பதில்லை. அன்று ஆறு மணி ரயிலுக்கு அந்த ஊரிலிருந்து ஒருவர் போகவேண்டியிருந்தது. அவரைக் கொண்டுபோய் ரயிலடியில் சேர்த்தபோது தெரிந்ததுதான் அவருடைய ரயில் பலமணிநேரம் காலதாமதமாக வரப் போகிறது என்று தெரிந்தது. அப்போது எதிர் திசையில் இருந்து வந்த ரயிலிலிருந்து கந்தசாமி தன் தாயுடனும் மனைவியுடனும் இறங்கினான். அவன் இரு பெண்மணிகளுடனும், நிறையச் சாமான்களுடனும் தடுமாறுவதைக் கண்டு கோபாலுவாக அவனிடம் சென்று, அவனுடைய பெட்டி படுக்கைகளைத் தூக்கித் தன் வண்டியில் வைத்து அவர்கள் மூவரையும் ஊருக்கு அழைத்து வந்தான். அன்றே கோபாலுவுக்குச் சந்தேகம் கந்தசாமியின் மனைவி ஊமையோவென்று. ஊமையாக இருந்த மனைவியுடனும் ஊமை போல இருந்த அம்மாவுடனும் அவனும் அதிகம் பேசாதவனாக இருந்த கந்தசாமி இப்படித் திடீரென்று ஒரு மரக்கிளையில் தூக்கு போட்டுக் கொண்டு செத்துப்போய்விட்டான்... அனாதைப் பிணமாக அவன் வீட்டில் சொட்டுக் கண்ணீர் விட யாரும் இல்லாதவனாகக் கிடக்கிறான்.

இன்னும் சிறிது நேரத்தில் பொழுது விடிந்துவிடும் என்ற அறிகுறிகள் தோன்றத் தொடங்கியவுடன் கோபாலு மாட்டை எழுப்பி வண்டியைப் பூட்டினான். கந்தசாமியின் கால்களைச் சேர்த்துக் கட்டாததினால் இரண்டும் அகண்டு கிடந்தன. வண்டியிலிருந்து ஒரு துண்டுக் கயிறு பிரித்துக் கொண்டுவந்து கோபாலு கால்களை சேர்த்துக் கட்டப் பார்த்தான். ஓரளவுதான் முடிந்தது. பாட்டி சுகமாகத் தூங்கிக் கொண்டிருந்தான். காலில்

சுரீரென்று உணர்வு எழக் கோபாலு காலை உதறினான். சிவப்பு எறும்புகள் சாரிசாரியாகப் பிணத்தை நோக்கிச் சென்றுவந்த வண்ணம் இருந்தன. கோபாலு ஒரு துணி எடுத்து பிணத்தைச் சுற்றி உதறி எறும்புகளைச் சிதற அடித்தான். அந்த வீட்டிலிருந்த ஒரு பாத்திரத் தண்ணீரைப் பிணத்தைச் சுற்றிக் கோலம் போல ஊற்றினான். தண்ணீர் உலராத வரையில் எறும்புகள் வராது.

கணக்குப்பிள்ளை வீட்டுக்குச் சென்று அவருக்குக் குரல் கொடுத்துவிட்டு, அப்படியே அவன் வீட்டுக்கும் சென்று கதவைத் தட்டினான். அவனுடைய அப்பாதான் கதவைத் திறந்தார். அவரிடம் அவன் ரயிலடிக்குப் போகும் தகவலைத் தெரிந்துவிட்டு, கந்தசாமியின் இறுதிச் சடங்குகளுக்கு யார் யாரிடம் சொல்வது என்று கேட்டான். அந்த விஷயத்தை அவர் பார்த்துக் கொள்வதாகச் சொன்னார். பல் தேய்த்தாயிற்றா, ஒரு வாய் காப்பி குடிக்கிறாயா என்றும் கேட்டார். கோபாலு ரயிலடிக்குப் போய்வந்த பின் எல்லாம் பார்த்துக்கொள்ளலாம் என்று சொல்லிவிட்டான்.

காலையில் வடக்கிலிருந்து இரு ரயில்களும் தெற்கிலிருந்து ஒரு ரயிலும் வரவேண்டும். ஆறு மணி ரயிலில் கந்தசாமியுடைய அம்மாவுடன் அவளுடைய சகோதரனும் அவன் மனைவியும் வந்திருந்தார்கள். அடுத்த ரயில் இன்னும் முக்கால் மணி நேரத்தில் வந்துவிடும். ஆனால் அதற்குள் மாட்டு வண்டி ஊர் போய்த் திரும்ப முடியாது. ஆதலால் இருந்து அந்த ரயிலையும் பார்த்துவிட்டுப் போவது என்று தீர்மானமாயிற்று. எடுத்ததற் கெல்லாம் தூக்குப் போட்டுக்கொண்டு தொங்குவேன் என்றுதான் கந்தசாமி சொல்லுவானாம். ஆனால் நிஜமாகவே அப்படிச் செய்துவிடுவான் என்று யாரும் எதிர்பார்க்கவில்லை. கந்தசாமியுடைய அம்மா இதைக்கூட அழுது புலம்பாமல் கோபாலுவிடம் சொன்னாள்.

ஓர் இளைஞனின் தற்கொலை இதுவரை எந்தவித அலறலும் ஒப்பாரியும் இல்லாமல் கடந்துகொண்டிருக்கிறது. அந்த இளைஞனின் மனைவியும், அவள் மனிதர்களும் அடுத்த ரயிலில் வரவேண்டும். அவர்கள் மட்டும் பெரிதாக அழுது புலம்பப் போகிறார்களா? ஊமைபெண்ணுக்கு ஒழுங்காக அழக்கூட முடியப் போவதில்லை. 'ஊமை கண்ட கனவு' என்பார்கள். அவளுக்கு இது கனவு போலத்தான் இருக்கும். கோபாலு கந்தசாமியின் அம்மாவிடம், "இன்னும் அரை மணிநேரம் காத்திருக்கிற நேரத்திலே உங்களுக்குக் குடிக்க ஏதாவது வாங்கி வரவா?" என்று கேட்டான். அவள் வேண்டாம் என்று தலையசைத்துவிட்டு, அவளுடைய சகோதரனைச் சுட்டிக்காட்டினாள். கோபாலுக்கு அந்த மனிதனிடம் பேசுவதற்குத் தயக்கமாக இருந்தது. ஆனால் கந்தசாமியின் அம்மாவை அவன் கேட்கும்போது அந்த மனிதன் அவனைப் பார்த்துக் கொண்டிருந்தான். கோபாலு, "இந்த வேளையிலே இங்கே காப்பிதான் கிடைக்கும். அடுத்த ரயில் வரத்துக்குள்ளார போய் குடிச்சிட்டு வரலாம்," என்று சொன்னான். உடனே கணவன் – மனைவி இருவருமாக எழுந்து தயாரானார்கள். கோபாலு அவர்களை அழைத்துக்கொண்டு ரயிலடிக்கு வெளியே இருந்த கீற்றுக்கொட்டகைக்கு அழைத்துச் சென்றான்.

கொட்டகை ஐயர் காப்பி போட்டுக்கொண்டே, "பல்லு தேய்க்கணும் னாப் பல்பொடி இருக்கு," என்றார். கோபாலுவும் பல் தேய்த்துவிட்டு வந்து உட்கார்ந்தான். காப்பி தம்ளர் ஆவிபறக்க அவர்கள் முன்னிலையில்

வைக்கப்பட்ட போது, கந்தசாமியின் மாமாவின் முகத்தில் லேசாகப் புன்னகைகூடத் தோன்றியது. காப்பியை உறிஞ்சியபடியே, “பாவிப்பய இப்பவே இப்படிப் பண்ணித் தொலைச்சுட்டனே ...” என்றார்.

கோபாலு அவர் சொன்னது புரியாமல் விழித்தான்.

“கந்தசாமியைத்தான் சொல்லறேன். அவனுக்கு அடிக்கடி ஏதாவது வரும்னு தெரிஞ்சதுதான். ஆனா கழுத்திலே சுருக்கை மாட்டிட்டுத் தொங்குவான்னு யாரும் நினைக்கல ...”

“அவருக்கு என்ன? சாதாரணமாகத்தானே இருந்தாரு?”

“எங்கே சாதாரணமாயிருந்தான்? சும்மா மோட்டுவளையையே பார்த்துண்டு நாள்கணக்கிலே உட்கார்ந்திருப்பான். இதிலே அப்பாரு செத்ததும் பாகப்பிரிவினை வேறே ... அவன் அம்மாதான் அவனை வெச்சுண்டு இவ்வளவு நாள் காலம் தள்ளினா.”

“பெத்த பிள்ளையைப்பத்தி அப்படிச் சொல்றீங்களே?”

“பெத்ததுதான், யாரு இல்லேன்னா? ஒரு வருஷமா, இரண்டு வருஷமா? ஒண்ணும் சரியாப் போகாதுன்னு தெரிஞ்சப்புறம் எல்லாம் விட்டுப் போயிடும்.”

“அப்போ, ஏன் கல்யாணம் பண்ணி வைச்சீங்க?”

“பொண்ணு வீட்டுக்காரங்க வந்து விழுந்தாங்க. நாங்களும் ஒருவேளைக் கல்யாணம் ஆனாச் சரியாயிடுமோன்னு நினைச்சுத்தான் சரின்னோம். கல்யாணம் ஆனப்புறம் தெரிஞ்சுது பொண்ணு ஊமைன்னு. அதை நாங்க பெரிசு பண்ணிக்கலை. ஆனா எங்கப் பிள்ளையாண்டான் பாவி, இப்படிப் பண்ணிட்டான்.”

“அவருக்குப் புத்தி சரியில்லேன்னாத் தனியா விட்டுப் போகலாமா?”

“ஏம்பா, நானும்தான் கேக்கறேன். இப்படிப் பண்ணித் தொலைச்சுக்கற துக்கு நாலுபேர் இருந்தா மட்டும் தடுக்க முடியுமா? அப்புறம் மத்தவங்களுக்குத்தான் வேலை கிடையாது.”

அடுத்த வண்டி வரப்போவதற்கு அறிகுறியாக ரயில் நிலையத்தில் மணிச்சத்தம் கேட்டது. கந்தசாமியின் மாமாவை அப்படியே விட்டுவிட்டுக் கோபாலு மட்டும் பிளாட்பாரத்துக்கு விரைந்தான். இந்த ரயிலில் கந்தசாமியின் மனைவி வருவாள்; அந்தப் பெண்ணுக்கு ஒழுங்காக வாய்விட்டு அழக்கூட வராது. அவள் கணவன் மீது விசேஷ அன்பு கொண்டிராவிட்டாலும், அவளுக்கு நேர்ந்திருக்கும் நிலைக்காவது அழலாம். ஒருவர் அழுவதே சொந்த இழப்புக்குத்தானே தவிர இறந்தவன் மறைவுக்கு அல்ல ...

கந்தசாமியின் மனைவி அந்த ரயிலிலிருந்து இறங்கிய போது கோபாலுவுக்குத்தான் துக்கம் பொங்கி எழுந்து அழுகை வந்தது.

1988

அலைகள் ஓய்ந்து...

காலையில் வானொலி ஒலித்த விதம் சரியில்லை. ஒரு தந்தி வாத்தியம் பலவந்தப்படுத்தப்பட்டுச் சோகமாக நாதமெழுப்பியது. ஓரிரு நிமிடங்களுக்குள் காரணம் தெரிந்து விட்டது. தந்திவாத்தியத்தின் சோகத்தைப் பல மடங்கு பிரதிபலித்து ஓர் ஆண் குரல் "இன்று அதிகாலை தமிழக முதல்வர் புரட்சித் தலைவர் பொன்மனச் செம்மல் டாக்டர் எம்.ஜி.ஆர். அவர்கள் காலமானார் என்பதை வருத்தத்துடனும் வேதனையுடனும் தெரிவித்துக் கொள்கிறோம்..."

அவனுக்கு நம்ப முடியவில்லை. முதலில் வானொலியை, வானொலிப் பெட்டியை. அது சரியாகத்தான் வேலை செய்கிறதா? உண்மையாக ஒலிபரப்பப்படுவதைத்தான் ஒலிக்கிறதா அல்லது தானாக ஏதாவது தயாரித்துத் தருகிறதா? அது சரி, எம்.ஜி.ஆராவது காலமாவதாவது.

ஆனால் அச்செய்தி திரும்பத் திரும்ப வந்தது வெவ்வேறு குரல்களில் வந்தது. பிறகு செய்தி அறிக்கையில் பெரும்பகுதி அச்செய்தி பற்றியே இருந்தது.

அவனுக்கு எம்.ஜி.ஆர். முதன்முதலில் தெரியவந்தது விஜயகுமாரால்தான். அவனால்தான் அந்த நாளில் மூன்று மாதத்துக்கு ஒரு முறை தென்னிந்தியாவுக்குப் போய்விட்டு வரமுடிந்தது. இவனும் ஆண்டுக்கு ஒருமுறை அவனுடைய அப்பா, அம்மா, அக்கா, தங்கை, தம்பிகளோடு ஒரு தென்னிந்தியச் சுற்றுப்பயணம் போவான். அதில் திருப்பதியும், வைதீசுவரன் கோயிலும் தவறாமல் இருக்கும். அவர்கள் எந்த ஊரிலும் ஓர் இரவுக்கு மேல் தங்க மட்டார்கள். பகலில் உறவினர் வீடுகளுக்கும் கோயில்களுக்கும். இதனால் ஊருக்கு ஊர் வித்தியாசப்படுவது போலக் கூடத் தெரியாது. ஆனால் விஜயகுமார் தென்னிந்தியா போய்விட்டு வந்தால் நாள் கணக்கில் விஷயங்கள் சொல்வான். பத்து நாட்கள் ஊருக்குப் போய்விட்டு வந்தால் இவ்வளவு இடங்களையும் இவ்வளவு விஷயங்களையும் பார்த்துவிட்டு வர முடியுமா? எப்போதும் அப்பாவுடனும் அம்மாவுடனும் இருந்தால்

திரும்பத் திரும்ப உறவினர்களைத்தான் பார்க்க முடியும். அதுவும் எப்படி? பெரியவர்கள் பேசிக் கொண்டேயிருக்கத் தான் மட்டும் ஒரு மூலையில் உட்கார்ந்துகொண்டு அவர்கள் பேச்சைக்கேட்டு ரசிக்க வேண்டும். அல்லது ரசிப்பது போலப் பாவனை செய்ய வேண்டும். இதற்கு ஊருக்கு எதற்குப் போக வேண்டும்? வீட்டிலேயே இருந்துவிடலாம்.

விஜயகுமார் எவ்வளவோ விஷயங்களோடு இதையும் மிக ஆர்வமாகச் சொன்னான். கத்திச்சண்டை சினிமாவுக்கு இப்போது ஒரு புதுமுகம் வந்திருக்கிறது. போ, சென்னைக்குப் போய் 'மந்திரிகுமாரி' பார்.

சென்னை ஐந்நூறு மைல்களுக்கப்பால் இருந்தது. ஆனால் கத்திச் சண்டை வீரர்களை டஜன் கணக்கில் அங்கேயே நினைவில் வரவழைத்துக் கொள்ளலாம். ஒரு சினிமாவில் எர்ரால் பிளின் பிரமாதமாக வாளை வீசினால் இன்னொரு படத்தில் டைரோன் பவர் அதைவிடப் பிரமாதமாக வாளை வீசுவான். டைரோன் பவரின் 'மார்க் ஆஃப் ஜோரோ' படத்தைக் காட்டிலும் சிறப்பாக ஒரு கத்திச் சண்டை சினிமா சாத்தியமா?

அவன் அதைத்தான் விஜயகுமாரிடம் உடனே கேட்டான். விஜயகுமார் ஒரு விநாடி தயங்கினான். பிறகு, "இதோ பாரு, டைரோன் பவர், கர்னல் வைல்ட் எல்லாம் எங்கேயோ கண்காணாத இடத்திலே இருப்பவங்க. இந்த எம்.ஜி.ஆரும், நம்பியாரும் இங்கே மெட்ராஸிலே இருக்கிறவங்க. இவுங்க தமிழிலே பேசிண்டு தமிழிலே பாட்டுப் பாடிண்டு தமிழ்க் குட்டிகளைக் கட்டிப் பிடிச்சுண்டு வந்தா அந்தக் குஷியே வேறேதான். நீ எப்படியும் 'மந்திரிகுமாரி' போய்ப் பார்த்துடு."

"கத்திச் சண்டையிலே ரஞ்சன்தானே முதல்?"

"ரஞ்சன் மாதிரியேன்னு வைச்சுக்கோயேன். இந்தப் புது ஆளும் இன்னொரு ஆளும் சண்டை போடறப்போ அப்படியே 'காலண்ட் பிளேட்' சண்டை மாதிரியே இருக்கு. உனக்குத் தெரியுமா? 'காலண்ட் பிளேடை'யும் அப்படியே தமிழிலே எடுக்கறாங்களாம்."

"அப்படியா?"

"ஆமாம். பேர்கூட வைச்சுட்டாங்க."

"என்ன பேரு? வீரவாளா?"

"இல்லை, 'சர்வாதிகாரி!"

"அதென்ன பேரு?"

"இதிலேயும் எம்.ஜி.ராமச்சந்திரன் ஹீரோ. 'மந்திரி குமாரி'யிலே 'காலண்ட் பிளேட்' சண்டையை வைச்சுட்டாங்க. இப்ப அதையே தமிழிலே எடுக்கிறப்போ என்ன சண்டை வைப்பாங்களோ?"

"ஏன், வேறே சினிமாலேருந்து வைச்சுடுவாங்க. உனக்குத்தான் தமிழ் பேசிண்டு யார் எப்படிக் கத்தி வீசினாலும் பிடிக்குமே."

"நீ எம்.ஜி.ராமச்சந்தரைப் போய்ப் பார்த்துட்டு வா. அப்புறம் சொல்லு."

விஜயகுமார் வெகு நாட்களுக்கு மந்திரி குமாரி பற்றிப் பேசிக் கொண்டிருந்தான். அவர்கள் இருந்த ஊரில் தமிழ் பேசுகிறவர்கள் அதிகம்

கிடையாது. யாரும் இரண்டு தமிழ் வாக்கியங்கள் பேசினால் அதில் மூன்று தெலுங்குச் சொற்கள் இருக்கும் அல்லது உருதுச் சொற்கள் இருக்கும். விஜயகுமாருக்கே தமிழைத் தட்டுத் தடுமாறித்தான் படிக்க முடியும். இதனாலெல்லாம்கூட அவனுக்குத் தமிழ்ப் படம் என்றால் ஒரு பரவச நிலை ஏற்படுவதற்குக் காரணமாயிருக்கலாம்.

அந்த ஆண்டு பள்ளிக்கூட லீவில் அவன் வீட்டில் யாரும் தமிழ்நாட்டுக்குப் போகவில்லை. மாறாக ஒரு வாரம் நூறு மைல் தள்ளி ஒரு சிறு கிராமத்தில் இருந்த குஷ்டரோகிகள் விடுதியில் பணிபுரிந்து வந்த உறவினர் வீட்டிற்குப் போய்த் தங்கிவிட்டு வந்தார்கள். அந்த விடுதி ஏதோ அயல் நாட்டினர் ஏற்படுத்தியது. எல்லா வைத்திய விடுதிகளையும் போலத்தான் அது இருந்தது. ஆனால் சுற்றி மைல் கணக்கில் மனித வாசனை கிடையாது. புலி வரும் என்பார்கள். உறவினர் வீடும் ஏகப்பட்ட மரங்கள் நடுவேதான் இருந்தது. அவன் அங்கிருந்த நாட்களில் புலி ஏதும் வரவில்லை. பாம்புதான் நான்கைந்து முறை கண்ணில் தென்பட்டது. அங்கிருந்தவர்கள் பாம்புகளைச் சட்டையே செய்யாமல் அவரவர்கள் வேலையைப் பார்ப்பார்கள். பாம்புகளுக்கு ரோஷம் இருந்தால் ஒன்று அங்கிருந்து எல்லாம் ஓடிப் போய்விட வேண்டும் அல்லது எல்லாரையும் தம்மைக் கவனிக்கும்படி ஏதாவது செய்ய வேண்டும்.

லீவு முடிந்து பள்ளிக்குப் போன முதல் நாளே விஜயகுமார் கேட்டான், “மந்திரிகுமாரி பார்த்தியாம்?”

“நாங்க மெட்ராஸுக்கே போகலியே?”

“போயிடும். நீ அங்கே போறதுக்குள்ளே படம் போயிடும்.”

விஜயகுமார் அவ்வளவு வருத்தப்பட்டிருக்க வேண்டியதில்லை. யாருக்கோ கல்யாணம் என்று வீடு கலகலத்தது. பள்ளிக்கூடம் திறந்து ஒரு வாரத்துக்குள் அவனுடைய வீட்டில் அவனும் அவனுடைய அப்பாவுமாக அந்தக் கல்யாணத்துக்குப் போவதற்காக கிளம்பினார்கள்.

அப்பாவுடன் மட்டும் ஊருக்குப் போவது ஒரு புது அனுபவமாக இருந்தது. முதலில் ஏகப்பட்ட சாமான்கள் இல்லை. நாளெல்லாம் புளித் திருக்கும் தயிர் சாதத்தை வேண்டாவெறுப்பாக ரயிலில் விழுங்கித் தவிக்க வேண்டியதில்லை. அப்பா அவ்வப்போது ரயில் நிலையங்களிலிருந்து சூடாக ஏதாவது வாங்கி கொடுத்துவிடுவார். மெட்ராஸ் போனதும் முதல் காரியமாக அப்பாவே “வா, சினிமாவுக்குப் போகலாம்,” என்று கூப்பிட்டார்.

“அப்பா, ‘மந்திரிகுமாரி’ பார்க்கலாம்பா.”

“அது என்னது? புது சினிமாவா?”

“அமாம்பா. அதிலே நிறையக் கத்திச் சண்டையெல்லாம் இருக்காம்.”

“சினிமாவிலே என்ன சண்டை எல்லாம் அட்டைக் கத்திச் சண்டை.”

“இல்லேப்பா. எம். ஜி. இராமச்சந்திரன்னு ஒரு புது ஆக்டர் சண்டை போடறது ரொம்ப நல்லாயிருக்காம். விஜயகுமார், ராஜ்குமார் இரண்டு பேரும் சொன்னாங்க.”

“அதெல்லாம் வேண்டாம். ‘ஆர்யமாலா’ மறுபடியும் வந்திருக்கு. நீயே பாரு உனக்கு ரொம்ப புடிச்சதுன்னு நீயே சொல்லுவே.”

ஆனால் அப்பா அழைத்துப் போனகொட்டகையில் ‘ஆர்யமாலா’ ஓடவில்லை. உண்மையில் அந்த நேரத்தில் சென்னையில் ஓரிடத்திலும் அந்தப் படம் ஓடவில்லை. அப்பா எதைப் பார்த்து ஏமாந்தோம் என்று புரியாதபடி மிகுந்த வருத்தத்தில் தான் ஏமாந்தோம் என்று புரியாதபடி மிகுந்த வருத்தத்தில்தான் இருந்தார். பக்கத்துக் கொட்டகையில் ‘மந்திரிகுமாரி.’

அப்படித்தான் அவன் ‘மந்திரிகுமாரி’ பார்த்தான். அவனுடைய அப்பா படம் ஆரம்பித்த ஐந்து நிமிடங்களுக்கெல்லாம் தூங்க ஆரம்பித்துவிட்டார். அவன் தான் படத்தை முழுக்கப் பார்த்தான்.

இரவு பத்து மணிக்கு மேல் ஜட்கா பிடித்து அவர்கள் தங்கியிருந்த உறவினர் வீடு வந்து சேர்ந்தார்கள். அவர்கள் அந்த நேரத்தில் விளக்கைப் போட்டுக்கொண்டு காத்துக் கொண்டிருந்தார்கள். “ஏன் இவ்வளவு லேட்?” என்று மூன்று பேர் கேட்டுவிட்டார்கள்.

நல்ல வேளையாக அப்பா ஏதோ சொல்லி மழுப்பிவிட்டார். ‘மந்திரி குமாரி’ சினிமாவிற்குப் போயிருந்தோம் என்று சொல்லியிருந்தால் அந்த உறவினர்களுக்கு மிகுந்த ஏமாற்றமாயிருந்திருக்கும்.

அவனுக்கும் ஏமாற்றமாகத்தான் இருந்தது. இந்தச் சினிமாவைப் பார்த்தா விஜயகுமாரும், ராஜ்குமாரும் அவ்வளவு புளகாங்கிதம் அடைந்தார்கள். அவனுக்கு அப்படத்தின் கதையைப் பத்தி நினைக்க நினைக்க ஆச்சரியமாக இருந்தது. நிமிஷத்துக்கு நிமிஷம் அது பைத்தியக்காரத்தனமாக அவனுக்குத் தோன்றியது, இரண்டு பேர் எதிரும் புதிருமாக இருந்தால் உடனே நீண்ட நீண்ட பிரசங்கங்கள். அதிலும் அப்பாவும் பிள்ளையும் பேசிக்கொள்வது உச்சக்கட்டப் பைத்தியக்காரத்தனமாக இருந்தது. அவனும் அவனுடைய அப்பாவும் ஒரு நிமிடம் அந்த மாதிரிப் பேசிக்கொள்ள முடியுமா? எந்த அப்பாவும் பிள்ளையும்தான். அம்மாதிரிப் பேசிக்கொள்ள முடியும்! ஆனால் கத்திச் சண்டை இருந்தது. எம்.ஜி.ராமச்சந்திரன் போடும் கத்திச் சண்டை இருந்தது. அன்று ஏனோ அந்தக் கத்திச் சண்டை கூட அவனுக்குப் பிடிக்கவில்லை.

இந்த விதத்தில் நாற்பது ஆண்டுகள் முன்பு தெரியவந்த எம்.ஜி. ஆர்.தான் இப்போது எவ்வளவு வித்தியாசமான தோற்றம் பெற்றாகிவிட்டது.

அவனுக்கு விஜயகுமாரைப் போய்ப் பார்க்க வேண்டும் என்றிருந்தது. இந்நேரத்தில் விஜயகுமாரும் வானொலிப் பெட்டி அருகிலேயே உட்கார்ந்துகொண்டு எம்.ஜி.ஆர். மறைந்ததுபற்றிய செய்திகளைக் கேட்டுக் கொண்டிருப்பான். அழுதுகொண்டு இருக்கவும்கூடும். ஆனால் விஜயகுமாரை எப்படிக் கண்டுபிடிப்பது?

எம்.ஜி.ஆர். மறைவு பற்றியும் அவர் மறைவுக்குப் பல பிரமுகர்கள் கூறிய இரங்கல் செய்திகளும் வானொலியிலும் தொலைக்காட்சிப் பெட்டியிலும் தொடர்ந்து வந்துகொண்டேயிருந்தது. அவனுக்குத் திரும்பத் திரும்ப விஜயகுமாரும் ‘மந்திரிகுமாரி’ படமும் தான் கண்முன் வந்து நின்றன. விஜயகுமாரைப் பள்ளிநாட்களுக்குப் பிறகு ஒரே ஒரு முறை சந்திக்க முடிந்தது.

விஜயகுமார் தமிழ்நாட்டிலேயே கல்யாணம் செய்து கொண்டு சேலத்திலோ, ஈரோடிலோ வசித்துவந்தான். அந்த ஒரேயொரு சந்திப்பின்போது ஒழுங்காக முகவரிகளைக்கூடப் பறிமாறிக் கொள்ள முடியவில்லை. ஆனால் விஜயகுமாரை அங்கு பார்த்தோம் என்று யாராவது ஆறுமாதம் ஒரு வருடத்திற்கு ஒரு முறை சொல்லுவார்கள். ஆனால் அவன் கண்களுக்கு விஜயகுமார் கிடைக்கவில்லை. அவனுக்கு அப்போதிருந்த வேகத்தில் சேலத்துக்கும் ஈரோடுக்கும் சென்று விஜயகுமாரைத் தேடிப்பார்த்தால் என்ன என்றுகூடத் தோன்றியது.

எம்.ஜி.ஆர். இறுதி ஊர்வலத்திற்கும், அடக்கத்திற்கும் நாலா பக்கங் களிலிருந்தும் மக்கள் சென்னையில் வந்து குழுமிக் கொண்டிருந்தார்கள். இதற்கு முன்னர் இந்த மாதிரித் தலைவர்கள் மறைவின்போது விபத்துகளும் டஜன் கணக்கில் சாவும் நடந்திருக்கின்றன. இழும்றையாவது லாரிகளிலும் ரயில் கூரைகளிலும் பயணம் செய்து சென்னை வருபவர்கள் கவனமாக வரவேண்டும்.

விஜயகுமார் ‘மந்திரிகுமாரி’ பற்றி மது உண்டவன் போல இருந்தான். அது அந்தத் திரைப்படத்தினாலா அதில் கத்திச் சண்டை போட்ட எம்.ஜி.ஆராலா? அவனுக்கு இப்போது ஒரு சந்தேகம் எழுந்தது, ‘மந்திரிகுமாரி’ படத்தில் கத்திச் சண்டையே இருந்ததோ இல்லையோ. அப்படியானால் விஜயகுமாருக்கு மிகப் பிடித்த படம் ‘சர்வாதிகாரி’யாக இருக்க வேண்டும். அந்தப் படத்தில் போதும் போதும் என்று கூக்குரலிடும் அளவுக்குக் கத்திச் சண்டை இருந்தது, அந்த நாளில் விஜயகுமார் மட்டும் தமிழ்நாட்டிலேயே வசித்து வந்தானானால் அப்படத்தைத் தினமும் போய்ப் பார்த்தவண்ணம் இருப்பான். ஏன் லேட் என்று வீட்டில் கேட்டால் ஒவ்வொரு நாளும் ஒவ்வொரு காரணம் சொல்லிக் கொண்டிருப்பான்.

நாடெல்லாம் ஊரெல்லாம் எம்.ஜி.ஆர்., எம்.ஜி.ஆர் என்று கதறிக் கொண்டிருந்தபோது அவன் மட்டும் என்றோ அவனோடு சேர்ந்து படித்த நண்பனுக்காக ஏங்குவது விசித்திரமாகப்பட்டது. துக்கம், நினைவு, நட்பு, மகிழ்ச்சி எல்லாமே ஒன்றோடொன்று பின்னிப் பிணைந்து தோன்றுவதாகத் தான் அப்போது எண்ண முடிந்தது. எந்தச் சாவும் தனித்த நிகழ்ச்சியாக இருப்பதில்லை.

விஜயகுமாருக்கு இப்போதெல்லாம் திரைப்படங்களில் ஆர்வம் குறைந்து இருக்கலாம். திரைப்படங்களைக் கண்டாலே எரிச்சலாகக் கூட இருக்கலாம். ஆனால் அடுத்த முறை எப்படியாவது எங்கேயாவது என்றாவது பார்க்க நேர்ந்தால் ‘என்னப்பா, எம்.ஜி.ஆர். கூட போயிட்டாரே?’ என்றுதான் பேச்சை துவக்க முடியும். அவனைப் போலவே விஜயகுமாருக்கும் எம்.ஜி.ஆர். கூட மரணமடையக்கூடும் என்பது நம்ப முடியாததாகத்தான் இருக்கும்.

1988

விடுவிப்பு

கதவை மெதுவாகத்தான் ஆட்டினேன் என்றாலும் அந்த இரும்புக் கதவு எழுப்பிய உலோக ஒலி என் பற்களைக் கிட்டித்துப் போகும்படி செய்தது.

பத்தொன்பதாம் நூற்றாண்டில் காலனியாதிக்கக்காரர்கள் ஊருக்கு வெளியில் கவர்னர் மாளிகைகள் கட்டும் அதே அக்கறையோடு ஊருக்கு வெளியில் சிறைச்சாலைகளும் கட்டினார்கள். வெள்ளைக்காரர்கள் காலத்தில் ஹேஸ்டிங்ஸிலிருந்து நான்கு நாட்களுக்கு ஒருமுறை ஒரு கைதி தப்பியோடிவிடுவான். உலக யுத்தம்முடிந்த கையோடு வெள்ளைக்காரர்கள் ஆட்சி போய்விட்டது. இப்போது ஹேஸ்டிங்ஸ் சிறையில் இருப்பவர்கள் அநேகமாக எல்லாருமே அரசியல் கைதிகள். தமிழர்கள். எது பாதுகாப்பு – சிறையிலிருப்பதா வெளியிலிருப்பதா என்பது எங்களுக்குள்ளதோர் சந்தேகம்.

ஒரு காவலாளி வந்தான். என் இடதுகை இன்னமும் கதவின் கம்பியைப் பிடித்த வண்ணம் இருந்தது. நொடிப் போதில் கையிலிருந்த தடியால் ஓங்கி அடித்தான். பொறுக்க முடியாத வலியால் என் கண்விழிகள் மேலிழுத்துப்போயின.

"என்னடா?" என்று அவன் மொழியில் கேட்டான்.

என் கையை அவன் மீது உதறினேன். விரல்களிலிருந்து பெருகிய ரத்தம் அவன் முகம், உடுப்பு மீதெல்லாம் சிதறியது. அவன் கழியை மீண்டும் ஓங்க நான் பின்னால் நகர்ந்து கொண்டேன். கழி கதவுக்கம்பிகள் மீது விழுந்தது.

"என்னடா வேண்டும்?" என்று அவன் மீண்டும் கேட்டான்.

ரத்தம் சொட்டும் விரல்களை இன்னொரு கையால் கெட்டி யாகப் பிடித்துக்கொண்டு "சேம்பர் பாட் நிரம்பிவிட்டது," என்று அவன் மொழியிலேயே சொன்னேன்.

"காலையிலேயே கொட்டுவதற்கென்ன?"

"கொட்டினேன். எனக்கு வயிற்றுக் கடுப்பு."

"தமிழ் நாய்களுக்குத் தீனி அதிகமாகிவிட்டது."

நான் பேசாமல் நின்றேன். என் விரல்களின் வலி மயக்கமே விளைவித்துவிடும் போலிருந்தது. ஆனால் நான் எப்படியும் வெளியே போயாக வேண்டும்.

குரோதம் தெரியும் முகத்துடன் அவன் சாவி எடுத்துவந்து அறைக் கதவைத் திறந்தான். குறுக்கும் நெடுக்குமான காரிடார்கள். சிறையை இருபது பகுதிகளாகப் பிரித்தன. ஒவ்வொரு பகுதிக்கும் ஒரு கொத்துச்சாவி. என் அறைச் சாவியோடு இன்னும் இருபது இருபத்தைந்து சாவிகள் இருக்கும்.

நான் மலஜலப் பானையை என் இரு கைகளாலும் தூக்கிக் கொண்டு போக அவன் பின் தொடர்ந்தான். விரல்களிலிருந்து ரத்தம் பானை மீது வழிந்து பிறகு தரையில் சொட்டியது. என் வரிசையில் கடைசி அறையில் குணசேகரன் இருந்தான். அவனைக் கடக்கும்போது நான் தலையை ஒருபுறமாக அசைத்தேன். அவனுக்குப் புரிந்திருக்கும்.

மலக்குழி ஒரு கிணறுபோல வெளி வேலிக்குப் பக்கத்தில் இருந்தது. தினமும் காலையில் கைதிகளைத் திறந்து விடும்போது பானைகளை அக் கிணற்றில்தான் காலி செய்துவிட்டு வரவேண்டும். கிணற்றின் பக்கத்திலேயே ஒரு காவல் கூண்டு இருந்தது. அருவருப்புக் காரணமாக அங்கே காவலாளி எவனும் இருக்க மாட்டான். நான் கிணற்றை நெருங்கும்போது கூண்டருகில் புதிதாக ஒரு கல் இருப்பதைப் பார்த்தேன். பானையைக் கிணற்றில் கவிழ்த்தேன். திடீரென்று வயிற்றுவலி கண்டது போலக் கீழே உட்கார்ந்தேன். என் ஒரு கை கல்மீது இருந்தது.

கழியை ஓங்கியபடியே, "என்னடா?" என்று அவன் நெருங்கி வந்தான்.

"ஒன்றுமில்லை. வயிற்றுவலிதான்," என்று சொல்லியபடி பானையைத் தூக்கிக் கொண்டு என் அறை நோக்கி விரைந்தேன். அவன் அறையைப் பூட்டிவிட்டுச் சென்ற பிறகு நான் கையில் கசக்கி வைத்திருந்த காகித உருண்டையைப் பிரித்துப் பார்த்தேன். தமிழ் எழுத்துக்களை குழந்தைகள் எழுதுவது போலத் திருப்பி எழுதியிருந்தது. நடுநடுவில் சில ஆங்கில எழுத்துக்களும் இருந்தன.

அடுத்த நாள் காலை எங்கள் பானைகளைத் தூக்கிக் கொண்டு போகும்போது குணசேகரனிடம், "இன்று" என்றேன்.

"எப்போது?"

"எட்டு மணிக்கு மேல் இரவில்."

"என்ன செய்ய வேண்டும்?"

"ஒன்றும் செய்ய வேண்டாம். முடிந்தால் காவல்காரர்கள் அனைவரையும் சிறையுள்ளேயே இருக்கும்படி பார்த்துக்கொள்ள வேண்டும்."

நாங்கள் கிணற்றை அடைவதற்குள் சிறையில் இருந்த அறுபத்திரண்டு தமிழ்க் கைதிகளுக்கும் செய்தி போய்விட்டது.

பிற்பகலிலிருந்தே எனக்கு இருப்புக் கொள்ளவில்லை. அன்றிரவு நிகழப் போவது இருமுறை முயற்சி செய்யப்பட்டுத் தோல்வி அடைந்திருக்கிறது. முதன் முறை முப்பது உயிர்கள் பலி கொடுக்கப்பட்டன. அதில் பன்னிரண்டு பேர் சித்திரவதையின்போது இறந்து போனார்கள். இரண்டாம் முறை

ஏதோ ஒருவன் மட்டும் தப்பிக்க முயற்சி செய்தது போலத் தோற்றம் தர முடிந்தது. அவன் காலால் உதைக்கப்பட்டே இறந்தான். இம்முறை சிறை முழுவதும் காலியாவதற்கு முயற்சி. எவ்வகையிலாவது.

என் விரல்கள் வீங்கியிருந்தன. இடது கை ஒருவனுக்கு எவ்வளவு தேவை என்பது அக்கையைப் பயன்படுத்த முடியாமல் போகும் போதுதான் பூரணமாகத் தெரிகிறது. ஓரிரவு எப்படியோ கழித்துவிட்டேன். இன்றிரவு வலியைத் தாங்க முடியுமா? எட்டு மணிக்கு எங்களை விடுவிக்க எங்கள் போராளிகள் வந்துவிட்டால் வலியைப் பொருட்படுத்த முடியாது. அதே நேரத்தில் கையையும் பயன்படுத்த முடியாது.

நான் துவண்டு விழுந்து கிடந்தேன். என் மனம் என்ன நினைக்கிறது, என்ன உணருகிறது என்பதுகூட என் சோர்வில் எனக்குப் புலப்படவில்லை. இந்த நிலையிலும் எங்கிருந்தோ ஓர் அசாதாரண ஒலி மிக இலேசாகக் கேட்கத் தொடங்கியிருந்தது. என் மனச்சோர்வு ஏற்படுத்தும் கோளாறு என்றுதான் முதலில் நினைத்தேன். ஆனால் அது நெருங்கி வருவதும் அதிகரித்து வருவதும் என்னை எழுந்து உட்கார்ந்து கவனமாகக் கேட்க வைத்தது. நூறு இருநூறு பேர்கூட இருக்கும் என்று தோன்றியது. பயங்கரமாகக் கோஷமிட்டுக் கொண்டு வருகிறார்கள். போராளிகள்தான். எட்டு மணிக்கு மேல் வருவதாகச் சொன்னவர்கள், இதோ இப்போது இருட்டக்கூட இல்லை... வருபவர்கள் இப்படிப் பகிரங்கமாகவா வருவார்கள்?

நான் எழுந்து கதவருகே நின்றேன். இதர கைதிகளும் கதவருகே நிற்கிறார்கள் என்பது பல்லைக் கிட்டிக்க வைக்கும் உலோக ஒலியிலிருந்து தெரிகிறது. எல்லாரும் கதவுகளைப் பலமாக ஆட்டுகிறார்கள். காவலாளிகளைக் குழப்புவதற்காக.

காவலாளி ஒருவன்கூடக் கண்ணில் தென்படவில்லை. ஆனால் எந்த நேரமும் ஒட்டு மொத்தமாகச் சேர்ந்துகொண்டு எங்களை அடித்துப் புடைக்க வரக்கூடும். எட்டு மாதங்களில் எவ்வளவுதான் உடல் நோகத் துடித்திருக்கிறேன்? இன்று இறுதியாகத் துடிக்க வேண்டியிருக்கும். நான் தப்பித்துப் போவேனா இங்கேயே விழுந்து மடிவேனோ?

வந்துவிட்டது. தாக்குதல் வந்துவிட்டது. இரவு எட்டு மணி வரை காத்திருக்க வேண்டியதில்லை. இன்னும் ஒரு காவலாளியையும் காணவில்லை. எல்லாரும் ஓடிவிட்டார்கள் போலிருக்கிறது. நல்லதுதான். நல்லதுதானா? இந்த இரைச்சல், கோஷம் எல்லாம் தமிழ் இல்லை போலிருக்கிறதே?

இன்னும் சில விநாடிகளில் ஐயமறத் தெரிந்துவிட்டது. அப்போது வந்திருப்பது தமிழ்க் கூட்டமே அல்ல. மாறாகத் தமிழர்களை வதைக்கும் கூட்டம். காவலாளிகள் கண்ணில் தென்படாது போனதற்கு இப்போது காரணம் தெரிகிறது. இந்தக் கொலைகாரக் கும்பலுக்கு முழுச் சுதந்திரமும் தருவதற்குத்தான் அவர்கள் விலகிவிட்டார்கள்.

அந்தக் கொலை வெறியர்கள் ஓவென்று கூச்சலிட்டுக் கொண்டு சிறைச்சாலைக்குள் புகுந்துவிட்டார்கள். சிறையின் காரிடார்களில் ஓடி வருகிறார்கள். கழிகளாலும் அரிவாள் போன்ற ஆயுதங்களாலும் சிறைக்கதவுகளைத் தாக்குகிறார்கள். இதுவரை சாவிகள் சிக்கவில்லை என்பது இவர்கள் கதவுகளை அடித்துக் கொண்டிருப்பதிலிருந்து தெரிகிறது. நான் கதவுக்கு

நேர் எதிர்முனையில் பதுங்கிக் கொள்கிறேன். என்னைப் போன்றுதான் இதர தமிழ்க் கைதிகள் பதுங்கிக் கொண்டிருப்பார்கள். போலீசுடனோ ராணுவத்துடனோ நேரிடையாக மோதி இறப்பது இந்தக் கிலியை ஏற்படுத்துவதில்லை. வெறி பிடித்து அலைபவர்கள் கையில் சிக்கிக்கொள்வது வயிற்றைக் கலக்குகிறது. நிச்சயம் அனைவருடைய முகங்களும் பேயடித்தது போலிருக்கும்.

கொலை வெறியர்கள் கூச்சலிலேயே ஒரு புதுக் கூச்சல்.

சிறையின் ஏதோ ஒரு பிரிவின் சாவிகள் கூட்டத்தினரிடம் கிடைத்து விட்டன!

என்னால் அந்த அலறல்களை வர்ணிக்க முடியாது. சித்திரவதையின்போது அலறல்கள் உண்டு. அங்கு வலி தாங்காமல் அலறலே தவிர வாழ்வின் இறுதிக்கு விரட்டப்பட்ட அலறல் அல்ல. ஆனால் இங்கு சாவு அலறல்கள். ஒவ்வொரு அடியிலும், வெட்டிலும் இந்த அலறல் அமானுஷ்யமாகப் பீறிடுகிறது. கசாப்புத் தொழிற்சாலையில் வெட்டப்படும் பன்றிகளும், ஆடுகளும், மாடுகளும் இப்படித்தான் அலறும். மனிதனை மிகக் கேவலமாக இழிவுபடுத்துவது அவனுடைய சாவை ஒரு விலங்கினுடையது போல அவனே உணர வைப்பது.

என் அறைக்கதவை யார் யாரோ இடிக்கிறார்கள். ஆனால் சாவி கிடைக்கவில்லை. வந்தவர்களுக்குச் சிறையைச் சேதப்படுத்துவது நோக்கமில்லை. கடப்பாரை கொண்டு ஓங்கி அடித்தால் எப்படிப்பட்ட பூட்டும் திறந்துகொள்ளும்.

சிறையில் அலறல்கள் அதிகரித்த வண்ணமே இருக்கின்றன. மேலும் மேலும் அறைகள் திறக்கப்பட்டுக் கைதிகளின் தலைகள் சிதற அடிக்கப்படுகிறது. சந்தேகமேயற ஒழித்துவிட வேண்டும் என்று திருப்பித் திருப்பி அடிக்கிறார்கள். ஆயுதங்கள் சதையைக் குத்திப் பிய்த்து எடுப்பது சொத்–சொத்தென்று கேட்கிறது.

என் சுவாசம் இயங்கிக் கொண்டிருக்கிறதே தவிர என் மனம் என்னை விட்டுக் கழன்று போய்விட்டது. கிலி என்பது நெஞ்சுக்குள் என்று மட்டுமல்ல, என் உடல் முழுதுமே மரண பயத்தில் கொப்புளம் கொப்புளமாகக் கிளம்பியிருக்கிறது. என் கண்கள் ஒரு கணத்தில் தலைக்குள்ளே இழுக்கப் படுகின்றன. மறுகணம் வெடித்துவிடுவது போல வெளியே பிதுங்குகின்றன. என் தொண்டை ஏதேதோ சப்தங்களை எழுப்புகிறது.

நான் குந்தியிருக்கும் கால்கள் பற்றி எரிவது போலிருக்கிறது. அதே நேரத்தில் அவை நனைகின்றன. சித்திரவதையின்போது மலஜலம் கழிவது அசாதாரணமல்ல. இப்போது அப்படி ஏதாவது நிகழ்ந்துவிட்டதா?

ஆனால் கால்கள் தரையில் ஒட்டிக் கொள்கின்றன. சேற்றில் கால் வைத்தது போலிருக்கிறது.

திடீரென்று எனக்குப் புலப்பட்டுவிட்டது. அது மனித இரத்தம். காரிடாரில் இரத்தம் பெருக்கெடுத்து ஓடுவது அறைகளிலும் பரவிக் கொண்டிருக்கிறது. மாலை இருட்டில் என்னுடைய பீதி கண்ட நிலையில் இது தெரியவில்லை.

நான் காலைத் தூக்கி வேறு இடத்தில் வைத்து உட்காருகிறேன். எரிமலைக் குழம்புபோல இரத்தம் சிறையெல்லாம் பரவுகிறது. சேறாகக் கலங்கி இறுகிக் கொண்டிருக்கும் இரத்தம் கொலையாளிகள் அங்குமிங்குமாக ஓடிக்கொண்டிருக்கும்போது வாரியிறைக்கிறது. என் முகம், உடலெல்லாம் சாந்தாக மாறும் இரத்தத்தின் கறைகள். இதில் எவ்வளவு பேருடைய இரத்தம் கலந்திருக்கும்? பத்து, இருபது, முப்பது..? இதில் என் இரத்தமும் கலந்துவிடும் நேரம் அதிக இடைவெளியில் இல்லை. இன்னும் என் அறையின் சரியான சாவி கிடைக்கவில்லை. கிடைத்துவிடும். கிடைத்துவிடும். எனக்கும் இந்த நரகக் குட்டையிலிருந்து விடுதலை கிடைத்துவிடும்.

இப்போது திடீரென்று துப்பாக்கிச் சத்தம். இயந்திரத் துப்பாக்கி. நாலைந்து திசைகளிலிருந்து கேட்கிறது. காரிடாரில் உள்ள கொலைக்காரர்கள் குழம்பி நிற்கிறார்கள். இது காவலாளிகளாக இருக்குமா? இந்தத் திருப்பம் அவர்கள் சிறிதும் எதிர்பார்த்திருக்கவில்லை என்று தெரிகிறது.

துப்பாக்கி வெடி தாறுமாறாக வருகிறது. கொலையாளிகள் ஓடுகிறார்கள். இப்போது கொலையாளிகளிடையே மரண பயம். ஓடுபவர்கள் ஒருவர் மேல் ஒருவர் விழுந்து ஓடுகிறார்கள். சிறையைச் சுற்றிலுமிருந்து இயத்திரத் துப்பாக்கி ஒலி. ஆதலால் சிறையில் நாற்புறத்திலிருந்தும் தாக்குதல். கொலைகாரர்கள் முதலில் ஒரு திசையில் ஓடியவர்கள் இப்போது தடதடவென்று அங்கிருந்து அதற்கு எதிர்த்திசையில் ஓடுகிறார்கள். இப்போது நான் கதவருகே நிற்கிறேன். போகிற போக்கில் என்னைத் தீர்த்துவிட்டுப் போகலாம். ஆனால் அந்தக் கணத்தில் அவர்கள் கவனமெல்லாம் அவர்கள் உயிரைக் காப்பாற்றிக் கொள்வதில் இருக்கிறது.

இயந்திரத் துப்பாக்கியின் தோட்டாக்கள் காரிடாரில் சரமாரியாகப் பாய்கின்றன. சுவர்களில் மோதி எதிர்த் திசையில் தெறிக்கின்றன. நான் சிறைக்குள் மீண்டும் பதுங்குகிறேன்.

இப்போது மரண ஓலங்கள் வேற்றுமொழியில் கேட்கின்றன. மரண ஓலங்கள் எம்மொழியில் இருந்தாலும் ஒரே மாதிரிதான் குடல் பிரண்டு மனதைச் செயலற்றுப்போகச் செய்கின்றன. உயிர் உடலோடு இவ்வளவு இறுகப் பிணைக்கப்பட்டதா? உயிர் உடலை விட்டுப் பிரியாமல் இருக்க எவ்வளவுதார் மன்றாடுகிறது!

சிறையில் திடீரென்று வெளிச்சம். இப்போதுதான் விளக்குகள் ஏற்றப்பட்டிருக்கின்றன. இந்த விளக்கு வந்த பிறகுதான் நான் எவ்வளவு நேரம் இருட்டில் இருந்து கொண்டிருந்திருக்கிறேன் என்று தெரிகிறது. இருட்டாக இருந்த நேரத்திலும் கண் எல்லாவற்றையும் பார்க்க முடிந்திருக்கிறது. செவி தெரிவித்த செய்திகள் ஏதும் பொய்யாகப் போகவில்லை.

டஜன் கணக்காக வந்து கைதிகளை வெட்டிச் சாய்த்தவர்களை ஆறே ஆறு போராளிகள்தான் சுட்டுச் சாய்த்திருக்கிறார்கள். சிறைக் காவலாளிகளிடம் துப்பாக்கிகள் உண்டு. அவர்கள் இருந்திருந்து சிறை யைப் பாதுகாக்கத் திருப்பிப் போராடியிருந்தால் இவ்வளவு எளிதில் சிறையுள் பிரவேசித்திருக்க முடியாது. ஒரு போராளி என்னைத் தேடிக் கண்டுபிடித்து என் சிறைக் கதவின் பூட்டைத் துப்பாக்கியால் சுட்டான்.

கதவு திறந்துகொண்டது. அவன் என்னை அணைத்துக்கொள்ள நான் அறைக்கு வெளியே வந்தான்.

காரிடாரில் ரத்தச் சேற்றில் ஏராளமான மனிதப் பாதங்களின் அடையாளங்கள். தரையெல்லாம் கை கால்கள் துண்டாடப்பட்டுச் சிதறிக் கிடந்தன. தனியாக ஒரே ஒரு விழி உருண்டு கிடந்தது. சதைத் துண்டுகள் தரையிலும் சுவரிலும் ஒட்டிக்கொண்டிருந்தன. கைதிகளின் உடைகள் இரத்தப் பெருக்கில் உடல்களோடு பிரிக்க முடியாதபடி, பல உடல்களில் துண்டான கைகால்களை தாங்கியபடி இருந்தன. வயிறு மற்றும் தலை பிளக்கப்பட்டு மூளைகளும் குடல்களும் ஏராளமான பாம்புகளைத் தோலுரித்துக் குவித்தது போலிருந்தது. பச்சை மனித மாமிச வாசனை. அப்போதே பெருகிய இரத்தத்தின் வாசனை, இவற்றோடு மலமூத்திர வாசனை. கீழே கால் வைக்க முடியாதபடி மனித உறுப்புகளும் இரத்தமும். என் கால்கள் இரத்தத்தை வாரியிறைக்க நான் ஒவ்வொரு அறையாக ஓடினேன். ஒரு அறையிலும் ஒருடலும் முழுமையாக இல்லை. ஓரிடத்தில் கொலையாளி ஓங்கிக் குத்திய கடப்பாரை அக்கைதியைத் துளைத்துச் சென்று பூமியில் பாய்ந்து சென்றிருந்தது. அதை அந்த வெறியன் மீண்டும் வெளியே எடுக்க இயலவில்லை. குணசேகரன் அறையில் திரும்பத் திரும்பக் குத்தப்பட்ட முண்டம்தான் இருந்தது. அவன் குத்தப்பட்ட பல முறைகளில் அவன் அணிந்திருந்த துணியும் அந்த மொண்ணையான இரும்புக் கம்பியுடன் உடலுக்குள் நுழைந்திருந்தது. மூளை அறையில் ஒரு மூலையில் பரவிக் கிடந்தது.

நான் காரிடார் காரிடாராக ஓடினேன். ஒவ்வொரு அறையிலும் என் தோழர்கள் உருத்தெரியாதபடி சிதைக்கப்பட்டிருந்தார்கள். மரணம் புராணகார யுத்த களங்களில்கூட இவ்வளவு பயங்கரமாகத் தலைவிரித்தாடியிருக்க முடியாது.

என் வயிறெல்லாம் வாய்க்குச் சுழற்றிக்கொண்டு வர நான் தலையைப் பிடித்துக்கொண்டு உட்கார்ந்தேன்.

இயந்திரத் துப்பாக்கியோடு வந்தவர்கள் என்னை அழைத்துச் செல்லத் தூக்கினார்கள். "யாராவது மீதமுண்டா?" என்று கேட்டேன்.

இல்லையென்று ஒருவன் வருத்தத்தோடு தலையை ஆட்டினான். "நான் மட்டும் எதற்கு? நான் மட்டும் எதற்கு?" என்று முணு முணுத்தேன். என்னை அணைத்துப் பிடித்தவன், என் எண்ணத்தை அறிந்தவன்போல அவனுடைய கைத்துப்பாக்கியை என் கைக்கு எட்டாதபடி வைத்துக்கொண்டான்.

1989

கணவன், மகள், மகன்

தெரு முனையில் சண்முகத்தைப் பார்த்தபோதே அவன் ஏதோ தகவலோடு வந்திருக்கிறான் என்று மங்களத்துக்குத் தெரிந்துவிட்டது. "ராமு சாருக்கு இன்னிக்கு வீட்டுக்கு வர நேரமாகுமாம். சொல்லிட்டு வரச் சொன்னாரு," என்று சண்முகம் சொன்னான்.

"ஏன், ஆபீஸிலேயே நேரமாகுமா?"

"ஆபீஸிலியா? அஞ்சு மணிக்கு இழுத்துப் பூட்டிடுவாங்களே? வேறெங்கேயோ வெளியே போறாரு போலிருக்குது."

மங்களம் சுவர்க் கடியாரத்தைப் பார்த்தாள். மணி நான்கரை.

"நீ மறுபடியும் ஆபீஸ்தானே போறே?"

"ஆமாம்."

"அப்போ ராமுவை இன்னிக்கு நேரே வீட்டுக்கு வந்துடச் சொல்லிடு. எங்கேயாவது போறதுன்னா சனி ஞாயிறு போயிக்கலாம்."

"நான் போறதுக்குள்ளே அவர் கிளம்பிடுவார்."

"இருந்தாச் சொல்லேன்."

"இருந்தாச் சொல்லறேன். கையோட வீட்டுக்கு வரச் சொன்னாங்கன்னு சொல்லிடறேன்."

சண்முகம் போய்விட்டான். சென்ற வாரம் ஒருமுறை இரவு பதினொன்றாகியும் ராமு வீடு திரும்பாதது கண்டு மங்களம் அவன் போயிருக்கக்கூடும் என்று அவளுக்குத் தெரிந்த இடங்களுக்குத் தனியாகப் போனாள். இரு இடங்களில் விளக்கு அணைக்கப்பட்டு எல்லாரும் தூங்கப் போய்விட்டார்கள். மூன்றாவது இடம் சீட்டுக் கச்சேரி நடக்கும் மனமகிழ் மன்றம். அங்குகூட மேஜை நாற்காலிகளை ஒழுங்காக இழுத்துப் போட்டுக் கதவைத் தாளிட இருந்தார்கள். ராமு அன்று எட்டு

எட்டரை மணிக்கே கிளம்பிப் போய்விட்டதாக மன்றத்தின் பணியாளர்களில் ஒருவன் சொன்னான். அந்த நள்ளிரவில் திறந்து வைத்திருந்த வெற்றிலைப் பாக்குக் கடைகள், நடைபாதை முட்டை இட்லி வண்டிகள் அருகில் எங்காவது ராமு நின்று கொண்டிருக்கிறானா என்று பார்த்தபடி மங்களம் நடந்து வந்தாள். இல்லை. வீடு வந்த பிறகுதான் அந்த மாதிரிச் சென்றது சரியில்லையோ என்று சந்தேகம் தோன்றியது. பயம் கூடத் தோன்றியது. அவளுடைய உடலில் பொட்டுத் தங்கம்கூட இருக்காது. ஆனால் இருட்டில் தாக்க வருபவனுக்கு அது தாக்கிய பிறகுதானே தெரியவரும்; அது தெரிந்த பிறகு ஆத்திரம் அதிகமாகும்.

அன்று இரவு முழுதும் ராமு வரவில்லை. மங்களம் அவளையுமறியாமல் விடியற் காலையில் கண்ணயர்ந்துவிட்டாள். பாக்கெட் பால் கொண்டுவந்து தரும் ஆயா கதவைத் தட்டிக் களைத்துப் போய்ப் பாலை வாசலிலேயே வைத்துவிட்டுப் போய்விட்டாள். அது ஒரு முனையில் ஒழுகித் தரையில் பால் சிறு குட்டையாகத் தேங்கியிருந்தது.

எல்லா வீடுகளிலும் குழந்தைகள் பள்ளி செல்லத் தயாராகி, பெரியவர்கள் அலுவலகங்களுக்குக் கிளம்பும் நேரத்தில் ராமு வீட்டுக்கு வந்தான். "ஏண்டா ராத்திரியெல்லாம் வரவில்லையே?" என்றுகூட மங்களம் கேட்கவில்லை. அவன் படுக்கையை விரித்துப் போட்டுப் படுத்துக்கொண்டான்.

ஒரு காலத்தில் அந்த வீட்டில் எல்லாமே உரிய நேரங்களில் உரிய முறையில் நடந்தன. ராமுவின் அப்பாவை இன்றும் வெளியார் பலர் தங்கமான மனிதன் என்றுதான் நினைவுபடுத்திக் கொள்வார்கள். முதற்பெண் லலிதாவின் கல்யாணத்தைத்தான் எவ்வளவு அமரிக்கையாக நடத்தினார்! ஐந்தாம் பந்தியில் உட்கார்ந்த சத்திரத்துக் காவற்காரனுக்குக்கூட எல்லாரையும் போல ஒரே மாதிரியான கவனிப்பு. கல்யாணத்திற்கு வந்திருந்த இரண்டு உறவினர் குடைகள் தொலைந்து போனதுகூட அவர்கள் திரும்பி ஊருக்குக் கிளம்பும்போது புதுக்குடைகள் வாங்கிக் கொடுக்கப்பட்டன. ராமுக்கு மைத்துனர் மோதிரம் என்று சம்பந்திக்காரர்கள் போட்டார்கள். அதை அப்பா கழட்டி வாங்கிக்கொண்டார். ராமுக்குப் பதினைந்து வயது. தங்க நகைகளின் சாத்தியங்களை அவனுக்குத் தெரிவித்திருக்க நியாயமில்லை.

இன்னும் பல விஷயங்கள் பலர் தெரிந்துவைத்திருக்கவில்லை. மங்களமும் ஒவ்வொரு நகையாகக் கழட்டிக் கொடுத்துக் கொண்டிருக்க வேண்டியதாயிற்று. இரண்டாவது பெண் உமாவுக்கு வரன் பார்த்து நிச்சயதார்த்தம் செய்வதற்கு முதல் நாள் ராமுவின் அப்பா யார் யாரையோ ஐயாயிர ரூபா கேட்டு அலைந்திருக்கிறார், யாரோ கொடுத்ததாகக்கூடக் கேள்வி. ஆனால் மறுநாள் காலையிலிருந்து அவர் காணவில்லை. மாலை பிள்ளை வீட்டார் வந்துவிட்டார்கள், இவரைக் காணோம். முதலில் உறவினர், நண்பர் வீடு, ஆபீஸ் என்பது போய்ப் போலீஸ் ஸ்டேஷன், ஆஸ்பத்திரி என்று தேடிப் போனார்கள். அவர் காணாமலே போய்விட்டார்.

ஆனால் வேறு ஏதேதோ தகவல்கள் கிடைத்தன. அதே ஊரில் அவர் இன்னொரு பெண்மணியுடன் குடித்தனம் நடத்தி அவருக்குக் கல்யாணத்திற்குப் பெண் இருந்தது. நிறையப் பேரிடமிருந்து கடன் வாங்கியிருந்தார். சிறு தொகைகள் அல்ல, ஆயிரம், இரண்டாயிரம், ஐயாயிரம்...

இவ்வளவு பணத்தையும் என்ன செய்தார்? இரண்டாம் மனைவிக்கும் பெரிதாகச் செய்துவிடவில்லை. பார்க்கப் போனால் அவளிடமிருந்துகூட நகைகளை வாங்கிப் போய் விற்றிருக்கிறார்.

மங்களத்திற்கு ஒவ்வொரு கட்டத்திலும் புதிராக இருந்தது. அவள் இவ்வளவு நாட்கள் எந்த மனிதனோடு வாழ்க்கை நடத்தினாள்? இருபத்தைந்து ஆண்டுகள் கூடவே இருந்தும்கூட அவளறியாத ரகசியங்கள் இவ்வளவு அவனிடமிருந்ததா? அவன் மறைத்தானா அல்லது அவள்தான் ஒரேயடியாகக் கண்ணை மூடிக்கொண்டு இருந்துவிட்டாளா? இவ்வளவு குருடாக இருந்தவளால் கணவன் மீது பிடிப்பு வைத்திருக்க முடியுமா? அதனால்தான் அவன் ஓடிவிட்டானா?

மங்களத்துக்கு அவளுடைய மண வாழ்க்கையின் ஒவ்வொரு கணமும் எப்போதோ புதைந்து போன அதல பாதாளத்திலிருந்து மேலெழும்பி வந்தது. அவன் அவளிடமும் கொஞ்சியிருக்கிறான், கோபித்திருக்கிறான், யோசனை கேட்டிருக்கிறான், அவள் விருப்பப்படி ஏராளமான சந்தர்ப்பங்களில் நடந்திருக்கிறான், குழந்தைகளைத் தூக்கி விளையாடியிருக்கிறான், இரவு கண்விழித்திருந்தது மருந்து கொடுத்திருக்கிறான், உமாவை ஆஸ்பத்திரியில் சேர்க்க வேண்டியிருந்தபோது ஆஸ்பத்திரி வெராண்டாவில் இரவெல்லாம் காத்துக் கிடந்திருக்கிறான். பீர்க்கங்காய் துவையல் இரு நாட்களுக்கு ஒருமுறை செய்யச் சொல்லியிருக்கிறான், சட்டைக்குப் பொத்தான் தைக்கச் சொல்லியிருக்கிறான், வீட்டு வாசலில் புள்ளியிட்ட கோலம் வேண்டாம் என்று கூறியிருக்கிறான், தூக்கத்தில் ஏதேதோ உளறியிருக்கிறான், உடல் நோய்ப்பட்டுப் படுத்திருக்கிறான், அவனுடைய அம்மா இறந்தபோது அழுதிருக்கிறான், வீட்டில் ஒட்டடை அடித்திருக்கிறான், ஆனால் அவளறியாமல் அவன் தனியாக இன்னொரு பெண்ணோடு வாழ்க்கை நடத்தி இப்போது வளர்ந்த மகள் ஒருத்தி வேறு இருக்கிறாள். அங்கும் அந்தப் பெண்மணியுடனும் கொஞ்சியிருப்பான். கோபித்திருப்பான், ஆலோசனை கேட்டிருப்பான், குழந்தையைத் தூக்கி வைத்துக்கொண்டு விளையாடியிருப்பான். அந்த வீட்டிலும் ஒட்டடை அடித்திருப்பான் ... அவனுக்கு எப்படி இவ்வளவுக்கும் நேரம் இருந்தது? உடலில் சக்தி இருந்தது? எல்லாவற்றுக்கும் மேலாக இவ்வளவு செயல்களில் ஈடுபட ஓர் உந்துதல் இருந்தது? அவ்வளவு ஆழமான மனிதனா? அவ்வளவு அசாத்தியமான மனிதனா? இப்போது எங்கிருப்பான்? எப்படி இருப்பான்? அவனை இன்னொரு முறை பார்க்கக் கிடைக்குமா?

உமாவின் கல்யாணம் நின்றுவிட்டது. ராமுவின் படிப்பு நின்றுவிட்டது. அந்த நாளில் அஞ்சல் வழிக் கல்வி, மாலைக் கல்லூரி என்றெல்லாம் கிடையாது. ஒவ்வொரு பாடமாகவும் தேர்வு பெற முடியாது. பகுதி ஒன்று, இரண்டு, மூன்று என்று இருக்கும். ஒவ்வொரு பகுதியையும் மொத்தமாகத் தேர்வு பெறவேண்டும். ஆதலால் கல்லூரி போக முடியாமல் படிப்பு நின்றால் அதோடு படிப்பே போச்சு. ராமு வேலைக்குப் போக ஆரம்பித்தான்.

ராமு வேலைக்குப் போய் அந்தச் சம்பளத்தை எதிர்பார்த்துத்தான் குடும்பம் நடக்க வேண்டியிருந்தது. ராமுவின் அப்பா இன்னும் உயிரோடிருக்கிறார் என்றுதான் அவருடைய அலுவலகத்தில் கருத வேண்டியிருந்தது. ஆதலால் அவர் ஒப்புதல் கையெழுத்து இல்லாமல் எந்தப் பணமும்

மங்களத்துக்குத் தர முடியாது போயிற்று. வருடங்கள் பல முடிந்து அவர் ஓய்வு பெறவேண்டிய நாள் வந்தபோதுகூட அதிகாரப் பூர்வமாக அவர் உயிரோடு இல்லை என்ற அத்தாட்சியில்லாமல் அலுவலகத்தில் சேர்ந்திருந்த பணத்தை யாருக்கும் தர முடியவில்லை. உமாவும் ஒரு சீட்டுக் கம்பெனியில் ரசீது எழுதும் வேலைக்குப் போனாள். அவள் வேலைக்குச் சேர்ந்து இரு மாதங்களுக்குள் அவளுக்குக் கல்யாணம் ஆகிவிட்டது என்று வேறு யாரோதான் மங்களத்துக்குச் சொன்னார்கள். மங்களத்துக்கு நம்ப முடியவில்லை. அவள் பெண் அன்று காலைகூட ஏதும் புதிதாக நடந்திராத மாதிரிச் சாப்பிட்டுக் கைக்குச் சிறிது மோர்சாதமும் எடுத்துப் போயிருக்கிறாள்! உமா மாலையில் வீடு வந்தவுடன் அவளைக் கேட்க வேண்டும் என்றுதான் நினைத்திருந்தாள். ஆனால் கேட்க வாய் வரவில்லை. அடுத்த நாளும் வாய் வரவில்லை. அதற்கடுத்த நாளும்.

பதினைந்து நாட்கள் கழித்து உமாவாகவே தனிக்குடித்தனம் போகப் போவதாகச் சொன்னபோதும் கேட்க முடியவில்லை. அவளுடைய மாப்பிள்ளை இளவயதுக்காரனா, வயதானவனா, சைவமா, அசைவமா என்றுகூடக் கேட்கவில்லை. உமாவாகவும் அம்மாவுக்குத் தெரிவிக்க வேண்டும் என்று நினைத்ததாகத் தோன்றவில்லை. வீட்டிலிருந்த பாத்திரங்களிலேயே சிலவற்றை அவள் எடுத்துப் போனாள். அவள் கல்யாணத்தை நினைத்து வாங்கி வைத்திருந்த வெள்ளிப் பாத்திரங்களில் குங்குமச் சிமிழ் ஒன்றுதான் மிஞ்சியிருந்தது. எவர்சில்வர் பாத்திரங்களில் நான்கைந்து இருந்தன. அவள் அம்மாவை மேற்கொண்டு சீர், வரிசை என்று கேட்கவில்லை. அவளுடைய கணவன், அவள் கல்யாணம் செய்துகொண்டது எதைப் பற்றியும் தனியாகச் சொல்லவும் இல்லை.

லலிதாவிடம்தான் ஒருமுறை மங்களம் இதைச் சொல்லி வருத்தப்பட்டுக் கொண்டாள். இந்தப் பெண்ணுக்கு என்ன நெஞ்சழுத்தம்! நான் வேற்று மனுஷியா? சத்ருவா? என்னிடம் ஒரு வார்த்தை சொல்லலியே? போயிட்டு வரேன்னு சொன்னா, ஆனா எங்கே போறேன்னு சொல்லலியே?

லலிதா வெகு நாட்களுக்குப் பிறகு அங்கு வந்திருந்தாள். முதல் பிரசவம் தாய் வீடு என்றாலும் அதன் பிறகு வரவே இல்லை. இப்போது இரண்டாவது குழந்தைக்கு மூன்றாவது பிறந்த நாள்.

“என்னிடம்தான் ஒரு மூச்சு விடலைன்னாலும் உங்கிட்டேயாவது சொல்லியிருக்கலாமே?” என்று மங்களம் சொன்னாள், விம்மி விம்மி அழுதாள்.

லலிதா பேசாமல் சிறிது நேரம் இருந்தாள். பிறகு எழுந்து நின்றாள். “உமா எங்கிட்டே சொல்லிட்டுத்தான் கல்யாணம் பண்ணிண்டா” என்றாள்.

“என்னது?”

“அவ கல்யாணம் பண்ணிக்கொள்ளப் போறது, வேறே வீடு போகப் போறது எல்லாத்தையும்தான் முன்னாலேயே சொல்லியிருக்கா.”

“என்ன?”

“எனக்கும் சொன்னா, ராமுகிட்டேயும் சொன்னா.”

"எங்க இரண்டு பேருக்கும் எல்லாம் தெரிஞ்சுமா ஒருத்தர்கூட எங்கிட்டே ஒண்ணுமே சொல்லலே?"

லலிதா உதட்டைப் பிதுக்கினாள். போய்விட்டாள்.

மங்களம் அவள் போன திசையைப் பார்த்தபடி வெகுநேரம் உட்கார்ந்திருந்தாள்.

○

இப்போது ராமுவுக்கு உடம்பு கெட்டுவிட்டது. அவனுடைய ஈரல் முதலிலிருந்தே வலுவானது கிடையாது. உண்ட உணவு ஜீரணமாகாமல் அவன் தவிப்பது குழந்தையாயிருக்கும் நாட்களிலிருந்தே உண்டு. இப்போது அது இன்னும் பழுதடைந்துவிட்டது. அவன் வயிறு வீங்கி ஒரு மாதம் ஆஸ்பத்திரியில் கிடந்தபோது மங்களம் பல நாட்கள் சாப்பிடவேயில்லை. ஆனால் அவளால் விழித்திருக்க முடிந்தது. வேளா வேளைக்கு ராமுவுக்காகப் பத்தியமாக ஆகாரம் சமைத்துக் கொண்டு போக முடிந்தது. அவனுடைய உடல் நிலை பற்றி விசாரிக்க வெவ்வேறு வைத்தியர்களுக்காகக் காத்திருக்க முடிந்தது. பெரிய வைத்தியர்கள் எவரும் நேரடியாக மங்களத்திடம் பேசவில்லை. அவர்கள் வேறு சிறிய வைத்தியர்களிடம் சொல்லுவார்கள். அதைச் சுருக்கி அல்லது மாற்றி அந்தச் சிறிய வைத்தியர்கள் மங்களத்திடம் சொல்லுவார்கள். ஆனால் ஒரு பெரிய வைத்தியர் அன்று மங்களத்திடமே நேரிடையாகத் தமிழிலேயே பேசினார். "உங்க பிள்ளை கண்டதைக் குடிச்சுட்டு மறுபடியும் சீக்கிலே விழுந்தா எழுந்திருக்கமாட்டாரு."

ராமு அந்த முறை எழுந்துவிட்டான். ஆனால் இதோ மறுபடியும் சீக்காளியாவதற்கான பாதையில் இருக்கிறான். அவனை இன்னமும், "குடிக்காதேடா!" என்று ஒரு வார்த்தை அவளால் சொல்ல முடியவில்லை. அவன் குடிப்பது அவளுக்குத் தெரியும் என்ற நிலையை உண்டாக்க மனம் வேண்டவில்லை. அவளுக்குத் தன் மகனறிய அவனைக் குடிகாரன் என்று அவள் நினைப்பதுகூடச் சாத்தியமாயில்லை. அவனும் அவள் அறியாதவள் என்றுதான் நினைக்க விரும்புவான். இவ்வளவு முற்றிப் போயும் தெரியாமல் இருக்குமா என்று தோன்றாது. அவளுக்குத் தெரியாதது போல அவள் நடந்துகொள்ள வேண்டும்; அவளுக்குத் தெரியாது, அவளுக்குத் தெரிவதை அவன் விரும்பவில்லை என்பது போல அவன் நடந்துகொள்ள வேண்டும்.

வெயில் நன்கு புறப்பட்ட அந்த வேளையில் நினைவிழந்து படுத்துக் கிடக்கும் மகனை மங்களம் பார்த்தபடி நின்றாள். அவனுடைய அப்பா வேறு எப்படி எல்லாம் இருந்தாலும் அவர் குடித்துவிட்டு வீட்டுக்கு வந்ததில்லை. அவருடைய அம்மாவிடம் அவர் எப்படி நடந்து கொண்டார் என்று அவளுக்குத் தெரியாது, ஆனால் ராமு பல விஷயங்களில் அவனுடைய அப்பா போலவே நடந்துகொள்கிறான். அவளிடம் எரிந்து விழவில்லை. சத்தம் போட்டதில்லை. ஆனால் பல விஷயங்களில் அழுத்தமாக வாயே திறவாமல் இருந்துவிடுகிறான். உமாவைப் பற்றி ஒரு வார்த்தை சொல்ல வில்லை. உமாவுக்கு அவள் எதிரியல்லவே? அவள் மகளின் நலனில் அவளுக்கு அக்கறை இருக்கத்தானே செய்யும்? அது அவனுக்கும் அவளுக்கும் தோன்றவில்லையே?

ராமு குடித்தால் இனிமேல் உயிருக்கு ஜவாப்தாரியல்ல என்று வைத்தியர் திட்டவட்டமாகக் கூறிய பிறகுகூட அவன் குடிக்கப் போய்விடுகிறான். அதற்கென்று எங்கோ ஏற்பாடு செய்து வைத்திருக்க வேண்டும். கையில் காசு கிடையாது. வீட்டில் தரித்திரம் பிடுங்கித் தின்கிறது. ஆனால் இரவெல்லாம் வீடு திரும்பாமல் குடிப்பதற்குப் பணம் கிடைத்துவிடுகிறது. அதற்கென்று ஓரிடம் கிடைத்துவிடுகிறது. அவள் மட்டும் அவனுக்கென்று எடுத்து வைத்திருந்த சோற்றைக் கண்களில் ரத்தம் சிந்தக் குப்பையில் கொட்ட வேண்டும்.

"ராமு! ராமு! ஏண்டா நீயும் என்னை வதைக்கிறே? குடிக்காதேடா! நம்ம வம்சத்திலே யாருமே குடிச்சுச் செத்துப் போனது கிடையாதுடா! குடிக்காதேடா! குடிக்காதேயேண்டா!" என்று கத்தவேண்டும் என்று மங்களத்துக்கு இருந்தது. ஆனால் ஆயுட்காலப் பழக்கதோஷம் ஒரு சொல் உச்சரிக்க முடியவில்லை. மகனை ஏறிட்டுப் பார்க்க முடியாது இருந்து அவன் தூங்கும்போதுதான் நேராக, முழுதாகப் பார்க்க முடிகிறது.

புருஷனிடம்தான் இப்படி இருந்தாயிற்று, மகனிடமுமா என்று அவளுக்குத் துக்கம் பொங்கிக்கொண்டு வந்தது. அழத்தான் முடியவில்லை.

1989

பைசா

ஹரிகோபால் எல்லாரிடமும் தெலுங்கிலும், உருது விலும் பேசுவான். என்னிடம் மட்டும் தமிழ் பேசுவான். அவன் பேசுவதில் நீ, நான் என்பதைத் தவிர இதரச் சொற்கள் தெலுங்கோ, உருதுவாகவோதான் இருக்கும். ஒன்பதாவது வகுப்பிலிருந்து எங்கள் கல்வி ஒரே பள்ளியில், ஒரே வகுப்பறை யில் இருந்து வந்ததால் எனக்கு எல்லாம் பழகிப் போயிற்று. அப்படியிருந்தும் அன்று அவனை, "என்ன ? என்ன ?" என்று கேட்டேன்.

"அந்த தொப்பாஸ்குட்டி வெங்கடகிருஷ்ணராவ் இல்லை, அதை அவுங்க ஜமீன்லே துக்டா பண்ணிப் போட்டுட்டாங்க."

"அடிச்சுட்டாங்களா ?"

"அடிக்கறது இல்லைய்யா, அவனைக் கதம் பண்ணிட் டாங்க. சாவடிச்சுட்டாங்க."

"நிஜம்மாவா ?"

நான் அவனை விட்டுப் பிரிந்த பிறகுகூடப் பலமுறை நிஜமாகவா, நிஜமாகவா என்று எனக்குள் கேட்டுக் கொண் டிருந்தேன். தொப்பாஸ்குட்டி, தொப்பை, ஃபுட்பால், ஹிப்போ என்றெல்லாம் நாங்கள் கூப்பிட்டாலும் எப்போதும் சிரித்த படியே அன்பாக இருக்கும் வெங்கடகிருஷ்ணராவ் செத்துப் போய்விட்டான். இனிமேல் நான் அவனைப் பார்க்க முடியாது. யாருமே பார்க்க முடியாது.

அடுத்தடுத்த ஊர்களானாலும் சிகந்தராபாத் பையன் களுக்கும் ஹைதரபாத் பையன்களுக்கும் நிறைய வித்தியாசங்கள் உண்டு. சிகந்தராபாத் பையன்கள் பாண்ட் போட்டிருந்தால் ஒழுங்காக ஷர்ட்டை உள்ளே மடக்கி விட்டிருப்பார்கள். ஹைதராபாத் பையன்கள் பாண்ட்டைப் பைஜாமா மாதிரிதான் உடுத்தியிருப்பார்கள். சிகந்தராபாத் பையன்கள் தெலுங்கு பேசுவார்கள். முஸ்லிம் பையன்கள் கூடத் தெலுங்கு பேசினால் நன்றாகப் புரிந்துகொள்வார்கள். ஹைதராபாத் பையன்களிடம்

எதற்கும் எல்லாவற்றுக்கும் உருதுதான். உண்ணும் உணவுகூட மாறுபடும். சிகந்தராபாத்தில் தலைப்பாகை கட்டியவர்களை நிறையப் பார்க்கலாம். ஹைதராபாத்தில் குல்லா. விதவிதமான குல்லாக்கள், எம்.ஜி.ஆர்., வி.பி.சிங் போன்றவர்கள் அந்த நாளிலேயே ஹைதராபாத் சென்றிருக்க வேண்டும்.

இதனால் இரு நகரங்களுக்கும் பொதுவாக இருந்த ஒரே ஆங்கில மீடியம் கல்லூரியிலும் சிகந்தராபாத் மாணவர்கள், ஹைதராபாத் மாணவர் கள் என்ற பிரிவினை தொடர்ந்தது. பாண்ட்டைப் பைஜாமா மாதிரி பயன்படுத்துபவனாக இருந்தாலும் எப்போதும் சிரித்த முகமாகவும் சிரிப்பதற்குத் தயாராக இருப்பவனாகவும் தோன்றும் வெங்கடகிருஷ்ணராவ் பகல் இடைவேளை நேரத்தில் என்னுடைய சைக்கிளைக் கடன் வாங்கிப் போய் சாப்பிட்டுவிட்டு வருவது வழக்கமாயிற்று. அந்த நாளிலேயே ஹைதராபாத்தில் பல சாலைகளும் தெருக்களும் சிமெண்ட் போடப்பட்டு வெகு நேர்த்தியாக இருக்கும். அப்படி இருந்தும் வெங்கடகிருஷ்ணராவ் இரு நாட்களுக்கு ஒருமுறை என் சைகிளைப் பங்க்சர் ஆகும்படி செய்து, பிற்பகல் வகுப்புகளில் 'மாஃப் கரோ பிரதர், மாஃப் கரோ பிரதர்' என்று சொல்லியவண்ணம் இருப்பான். வகுப்பு முடிந்த பிறகு நாங்கள் இருவரும் சைகிளை பங்க்சர் ஒட்டத் தள்ளிக்கொண்டு போவோம். அவன் மிக வேகமாகப் பேசுவான். எதைப் பற்றி என்ன சொல்கிறான் என்று நான் ஊகித்துக்கொள்ள வேண்டும். அப்படி இருந்தும் நாங்கள் இருவரும் நிறைய விழுந்து விழுந்து சிரித்திருக்கிறோம். ஹரிகோபால் பல சமயங்களில், "நீ என்னாது எங்களை எல்லாம் உட்டுட்டு அந்த தொப்பாஸ் குட்டியைப் பிடிச்சிருக்கே? பைசாக்காரன்னா? தெலுங்கானா ரெட்டிங்ககிட்டே படா உஷாராயிருக்கணும். அவங்ககூடப் போவாதே," என்று சொல்லியிருக்கிறான்.

எனக்கு எப்படி ராவ் என்ற பெயர் கொண்டவன் ரெட்டியாகவும் இருக்க முடியும் என்று சந்தேகம். வெங்கடகிருஷ்ணராவ்ரெட்டி என்பது அனந்தாச்சாரி முதலியார் என்று சொல்வது போல இருந்தது. வெங்கட கிருஷ்ணாராவுக்கும் அதைப் பற்றி எல்லாம் அதிகம் தெரியாது என்பது அவனுடைய பதிலில் சொற்களின் ஓட்டம் தட்டுத் தடுமாறி வந்ததிலிருந்து தெரிந்தது.

ஹைதராபாத் பையன்களிடம்கூட வெங்கடகிருஷ்ணராவின் மரணம் பெரிய பரபரப்பை ஏற்படுத்தியதாகத் தெரியவில்லை. அப்போது அந்தப் பிரதேசமே வேறு ஒரு பெரிய அரசியல் பரபரப்பில் மூழ்கியிருந்தது. ஒரு வாரம் முன்புதான் ரஜாக்கார் தலைவன் காசிம் ரஸ்வியின் 'டில்லி செங்கோட்டையில் அஸஃப்ஜாவின் கொடி பறக்கும்' உரை நிகழ்த்தப்பட்டிருந்தது.

அன்று பிற்பகல் என் சைகிள் கடன் கொடுக்கப்படாமலேயே பங்க்சர் ஆகியிருந்தது. வெங்கடகிருஷ்ணராவ் உயிரோடு இருந்திருந்தால் நடந்து போய்த்தான் சாப்பிட்டுவிட்டு வரவேண்டும். ஒரு சிறு வீட்டில் அவனும் அவனுடைய சமையல்காரனுமாக இருந்து வந்தார்கள். அந்தச் சமையலாளர் காலை ஒன்பது மணிக்கு முன்னால் படுக்கையை விட்டு எழுந்திருக்க மாட்டான் என்று வெங்கடகிருஷ்ணாராவ் என்னிடம் கூறியிருந்தான்.

அவனுக்குப் பகல் ஒரு மணி உணவுதான் பொழுது விடிந்து முதல் உணவாயிருக்கும். அக்காரணத்திற்காக இரண்டு மைல் சைகிளில் சென்று சாப்பிட்டுவிட்டு வருவான். தனி வீடு, சமையல்காரன் வைத்துக்கொள்பவன் நல்லதாக ஒரு சைகிள் ஏன் வாங்கிக்கொள்ளக் கூடாது என்று நானே கேட்டிருக்கிறேன். அது முடியாவிட்டால் என் சமையல்காரனையே சாப்பாட்டைக் கல்லூரிக்குக் கொண்டுவரச் சொல்லக் கூடாது? விஷயம் சற்றுச் சிக்கலானது. வெங்கடகிருஷ்ராவின் தாத்தாவுக்குப் பிள்ளைகள் கிடையாது. ஆனால் சகோதரர்கள் உண்டு; அவர்களுக்குப் பிள்ளைகள் உண்டு. ஆதலால் பெண் வயிற்றுப் பேரனாகிய வெங்கடகிருஷ்ணராவை அவர் தத்து எடுத்துக் கொண்டிருந்தார். அவருக்கு சைக்கிள் பிடிக்காது. அதற்கும் காரணம் உண்டு; தந்திக்காரர்கள் எப்போதும் சைக்கிளில்தான் வருவார்கள். தந்திகள் எப்போதும் துக்கச் செய்திகளைத்தான் தாங்கி வந்தன. ஆதலால் சைகிள் துக்கத்தின் வாகனம். விளைவு, என் சைகிள் வெங்கடகிருஷ்ணராவைச் சுமக்க வேண்டியதாயிற்று.

அன்று கல்லூரி முடிந்த பிறகு நான் சைகிளைத் தள்ளிக்கொண்டு ஹைதராபாத்தில் வெங்கடகிருஷ்ணராவ் தங்கியிருந்த வீட்டுக்குப் போனேன். வாசல் கதவு பூட்டியிருந்தது. ஜன்னல் வழியாக எட்டிப் பார்த்தேன். மூன்று நான்கு பாண்ட்ஷர்ட்டுகள் போட் ஸ்டாண்டில் தொங்கிக் கொண்டிருந்தன. அவனுடைய பாண்ட் சாக்குத் துணியில் தைத்த மாதிரி இருக்கும். இதற்கு நீ ஒரு கோணிப் பையையே கிழித்து பாண்ட் தைத்துக் கொள்ளலாமே என்று நான் அவனைக் கேலி செய்திருக்கிறேன். ஆனால் அதற்கு மட்டும் சிரிக்காமல் அவன் பதில் சொன்னான். அந்தத் துணி கதர்த்துணி. அவனுடைய தாத்தா எப்போதும் கதர்தான் பயன்படுத்துவார். அவனுக்கும் அந்தத் துணிதான் பிடிக்கும். அவனுக்குக் குரு, தெய்வம் எல்லாம் காந்திதான்.

“கதர் வெள்ளையாத்தானே இருக்கும்?”

“வெள்ளையிலேயும் இருக்கும் சாயத்திலேயும் இருக்கும். ஒரு வேளைக்கு ஒண்ணு போட்டுக்கறதுன்னா வெள்ளை பாண்ட் போட்டுக்கலாம்.”

எனக்குக் காந்தி பற்றி அதிகம் தெரியாது. ஆனால் வெங்கடகிருஷ்ணராவ் அவர்மீது கொண்டிருந்த விசுவாசம் எனக்கு அவரை மிக விசேஷமான பிறவியாகக் காட்டிக் கொடுத்தது. அவன் அவர் படம் ஒன்றைத்தான் வணங்குவான்.

அருகில் இருந்த மரத்தடி சைகிள் ரிப்போக்காரனிடம் பங்க்சர் ஓட்டிக் கொண்டு, “இந்த வீட்டுக்காரர்கள் எப்போது வருவார்கள்?” என்று கேட்டேன்.

“அந்தப் பையன் ஊர்லே செத்துட்டான், தெரியுமா?”

“எப்படி? யார் சொன்னாங்க?”

“எனக்கு என்ன தெரியும்? இங்கே ஊர்லே வந்த ஆளு யாரோ கம்யூனிஸ்டுங்க கொன்னுட்டாங்கன்னு சொன்னான். துண்டு துண்டா வெட்டிப் போட்டாங்கள்ளாம்.”

எனக்கு மிகவும் துக்கமாக இருந்தது. யார் இந்த கம்யூனிஸ்டுகள்? ஏன் பதினாறு வயதுகூட நிரம்பாத ஒரு பையனைக் கொல்ல வேண்டும்? கம்யூனிஸ்டுகளுக்கும் போலீசுகளுக்கும்தானே சண்டை? வெங்கடகிருஷ்ணராவ் அவர்களுக்கு என்ன செய்தான்?

ஹைதராபாத்தில் தெரு விளக்குகள் எரியத் தொடங்கியவுடனேயே சைகிள் விளக்குகளும் ஏற்றப்பட வேண்டும். போலீசுக்கு விளக்கு இல்லாத சைகிள்கள் கம்யூனிஸ்டுகள் மாதிரி. அந்த நாளில் கம்யூனிஸ்டுகளுக்குத் தடை இருந்தது நிஜாம் அரசு வரை காந்திக் குல்லா கம்யூனிஸ்டுக் கொடி இரண்டுமே விரட்டியடிக்கப்பட வேண்டியவை. நான் என் வீடுவரை ஐந்து மைலும் சைகிளைத் தள்ளிக்கொண்டு நடக்க முடிவு செய்துவிட்டேன். கவலையே இல்லாமல் வெங்கடகிருஷ்ணராவ் வீட்டு முன்னால் காத்திருந்தேன்.

ஏழு மணிக்கு வெங்கடகிருஷ்ணராவின் சமையல்காரன் ஒரு சுருட்டைப் புகைத்த வண்ணம் வந்தான். “யார் நீ?” என்று தெலுங்கில் என்னைக் கேட்டான். அவனுக்குத் தெலுங்கு ஒன்றுதான் தெரியும்.

“உன் சின்ன எஜமானுடைய நண்பன். என் சைகிளில்தான் பகலில் சாப்பிட்டுவிட்டு வருவான்.”

அவன் சைகிளை அடையாளம் கண்டுகொண்டான். “எஜமான் செத்துப் போயிட்டாரு,” என்று துக்கத்தோடு சொன்னான்.

“நிஜமாகவே துண்டு துண்டாக வெட்டிப் போட்டுவிட்டார்களா?”

“ஆமாம், பாபு. அப்படித்தான் ஆள் வந்து சொன்னான். என்னையும் உடனே வீட்டைக் காலி பண்ணிவிட்டு வரச் சொல்லியிருக்காங்க.”

“எனக்கு அவன் நெருங்கிய நண்பன். எனக்கு மிகவும் வருத்தமாயிருக்கிறது.”

“எங்களுக்கெல்லாம் கூடத்தான். எங்களைக் கோபித்துக்கொள்ள மாட்டார். கடுமையாக ஒரு சொல் சொல்ல மாட்டார். நான் காலையில் ஒரு டீ கூட அவருக்குத் தயாரித்துத் தர மாட்டேன். அப்போதும் ஒன்றுமே சொல்ல மாட்டார்.”

“யார் கொன்றார்கள்?”

“யாரோ கம்யூனிஸ்டுகள் என்று சொல்கிறார்கள்.”

“அவர்களுக்கு இவர் மேல் என்ன கோபம்?”

“யாருக்கு என்ன தெரியும்? பைசா இருக்கிறவர்களை எல்லாம் அவர்கள் கொல்லுகிறார்களாம்.”

எனக்கு வெங்கடகிரஷ்ணராவை ஒரு படாடோபப் பணக்காரனாக நினைத்துப்பார்க்க முடியவில்லை. எல்லாரிடமும் ஒரே மாதிரிச் சிரித்துப் பேசுபவன் பைசாக்காரன் என்று சொல்லப்படுவோர் போல நடந்துகொள்ள முடியாது. எப்போதும் முரட்டுத் துணியில் உடை உடுத்திக்கொண்டு

சமையல்காரனுக்குத் தொந்தரவு கொடுக்கக் கூடாது என்று தானே வீட்டுக்குப் போய்ச் சாப்பிட்டு வரும் வெங்கடகிருஷ்ணராவால் அடாவடியாகவும் அகம்பாவத்துடனும் யாரிடமாவது நடந்துகொள்ள முடியுமா?

சமையல்காரன் கோட் ஸ்டாண்டில் தொங்கிக்கொண்டிருந்த துணிமணிகளை எடுத்து மடித்து வைக்கத் தொடங்கினான். "உன் பொருள் இங்கே ஏதாவது இருக்கிறதா, பாபு?" என்று கேட்டான்.

இல்லை என்று தலையசைத்துவிட்டு விம்மி விம்மி அழத் தொடங்கினேன்.

"அழாதே, பாபு. அழாதே," என்று அவன் சொன்னான். "உனக்கே இவ்வளவு கஷ்டமாயிருந்தா இவனுடைய தாத்தாவுக்கு எவ்வளவு கஷ்டமாயிருக்கும்?"

நான் அழுதுகொண்டே இருந்தேன்.

"பைசா ரொம்பக் கெட்டது, பாபு. எல்லாப் பணமும் இவன் தாத்தா இவனுக்குத்தான் என்று ஊர் முழுக்கச் சொல்லிக் கொண்டிருந்தார். அவருடைய பங்காளிகளெல்லாம் சும்மா விடுவார்களா? பார், இந்தப் பையனுக்குப் பெண்சுகம் என்றால் என்ன என்று தெரியாது. அதற்குள் தீர்த்துக்கட்டி விட்டார்கள்."

"அப்போது வெங்கடகிருஷ்ணராவைக் கம்யூனிஸ்டுகள் கொல்லவில்லையா?"

"யாருக்குத் தெரியும், பாபு? இவர்கள் சொல்கிறார்கள் கம்யூனிஸ்டுக்காரர்கள் கொன்றுவிட்டார்கள் என்று. ஆனால் இந்தச் சாவினால் பலன் வேறே யாருக்கோ."

நான் கண்ணைத் துடைத்துக்கொண்டு கிளம்பினேன். சமையல்காரன் சொன்னான், "பார்த்துப் போ, பாபு. யாராவது சொத்துக் கொடுக்க வந்தால் வேண்டாம் என்று சொல்லு,"

ஹரிகோபாலிடம் இதைச் சொன்னேன்.

"உனக்கு நிஜம் தெரியாது. இவன்தான் இவன் சின்னத் தாத்தா மகன்களைக் கொல்லறதுக்கு ஏற்பாடு பண்ணிண்டிருந்தானாம். பைசாக்காரங்க எல்லாருமே பத்மாஷுங்க," என்று ஹரிகோபால் சொன்னான்.

1989

அடுத்த மாதம்

"ஏண்டா, நாளைக்குத்தானே?" என்று அம்மா கேட்டாள்.

சாப்பிட்டுக் கொண்டிருந்த ரகுவுக்கு எது என்று நன்றாகத் தெரிந்திருந்தது. அதை நினைத்தபோதே துக்கமும் எரிச்சலும் பொங்கிக்கொண்டு வந்தன. அதனாலேயே, "எது?" என்று எரிந்து விழுந்தான்.

"எது என்ன? ஈரங்கிதான்."

"ஆமாம் ஈரங்கி ஈரங்கின்னு மாசாமாசம் கரக்ட்டா போய் நிக்கறதிலே குறைச்சலில்லை, ஆனா ஈரங்கிதான் நடக்கிறதில்லே."

அவன் அப்படியே சாப்பாட்டை அரை குறையாக முடித்துக்கொண்டு எழுந்துவிட்டான். அவன் போன பிறகு மங்களம் அம்மாவைக் கடிந்துகொண்டாள். "சாப்பிடறப்போ இதை ஏம்மா பேச்செடுக்கிறே? எல்லாருக்கும்தான் எப்பவும்தான் இதே நினைவாத்தானே இருக்கு. அவன் எந்த ஈரங்கியைத் தவறவிட்டிருக்கான்?"

அம்மா பதில் பேசாமல் நகர்ந்துவிட்டாள். அம்மாவுக்கு மட்டும் வேதனையும் வருத்தமும் கிடையாதா? இவ்வளவு வருடங்கள் வக்கீல், கேஸ் என்றில்லாமலே வேதனைப்பட்டாகி விட்டது. இப்போது அதே வேதனையில் இந்தத் தகவல்களும் சேர்ந்துகொள்கின்றன.

மங்களம் காரணமாக அந்தக் குடும்பத்துக்கு அப்படியொரு மீளாக் கஷ்டம் வரும் என்று யாரும் எதிர்பார்த்திருக்க முடியாது. இவ்வளவு நகைகள். சீர் வரிசை, ரொக்கப் பணத்தோடு புக்ககம் போகும் பெண்ணுக்கு இரண்டு வருஷத்துக்குள் என்றென்றும் பிறந்த வீட்டிலேயே இருந்துவிடும்படி நேர்ந்துவிடுமா? மிலிடிரியிலிருந்து விடுதலை பெற்ற அவள் கணவன் பற்றிச் சிறிது சிறிதாத்தான் தெரியவந்தது. அடப்பாவி என்று ஒரு முறை மங்களத்தின் அம்மாவும் அப்பாவும் அவனைக் கேட்டுவிட

அடுத்த மாதத்திலிருந்தே மங்களத்தின் கடிதங்கள் வயிற்றை கலக்குவதாக இருக்க ஆரம்பித்தன. ஒரு நாள் அவள் கட்டியிருந்த நைந்த புடவையோடு மூன்று நாட்கள் பாசஞ்சர் வண்டியில் பயணம் செய்து வீட்டுக்கு வந்து விட்டாள். காரணங்களைக் காரணங்களாகவே கூற முடியாது. அப்பாவும் அம்மாவும் மங்களத்தை அழைத்துக்கொண்டு ஆயிரம் மைல் ரயில் பயணம் செய்து மங்களத்தின் கணவன் காலில் விழுந்து அவளை விட்டுவிட்டு வந்தார்கள். இம்முறை மங்களத்திடமிருந்து தபால் கிடையாது. ஆனால் அக்கம்பக்கத்துக்காரர் ஒருவர் மிகவும் கவலைப்பட்டுக் கடிதம் எழுதியிருந்தார். அவருக்கு மங்களத்தின் அப்பா எழுதிய பதில் மங்களத்தின் கணவன் கையில் கிடைத்துவிட்டது. ஒருவர் தன் தந்தைக்கு ஒப்பானவரை இப்படி வசை பாட முடியுமா என்று செயலற்று விழச்செய்யும் வகையில் அவன் ஒரு நீண்ட கடிதம் எழுதினான். மங்களத்துக்கு என்னவெல்லாம் நேர்ந்திருக்கும் என்று கற்பனை செய்து பார்க்கக்கூட பயமாக இருந்தது. அடுத்த வாரம் உடலெல்லாம் காயத்துடன் மீண்டும் மூன்று நாட்கள் பாசஞ்சர் ரயில் வண்டியில் பயணம்செய்து அவள் பிறந்த வீடு அடைந்தாள். அவளுடைய கணவன் பாசஞ்சர் வண்டி டிக்கெட் மட்டும்தான் வாங்கியிருந்தான். இதன் பிறகு அப்பா அதிக நாட்கள் உயிரோடு இருக்கவில்லை. அப்போது ரகுவுக்குப் பதினைந்து வயது. தபால்காரனைக் கண்டாலே உடலெல்லாம் நடுங்க ஆரம்பித்துவிடும். அவன் எப்படித் தன் அக்கா மங்களத்தின் வாழ்க்கைக்கு விமோசனம் கொண்டுவர முடியும்?

முதல் முயற்சி மங்களம் பிறந்த வீட்டுக்கு வந்துப் பத்தாண்டுகள் கழித்து நடந்தது. அதற்கு முன்னால் வேறு யாரோ உறவினர்கள் மத்தியஸ்தத்திற்குப் போயிருக்கிறார்கள். மங்களத்தின் கணவன் மறு கல்யாணம் செய்துகொண்டுவிட்டான். அந்த நாளில் அதைத் தடுக்க எந்தச் சட்டமும் கிடையாது. மங்களத்தின் சார்பில் அவனிடம் போன உறவினர்கள் எல்லோரையும் கண்டபடி ஏசி விரட்டிவிட்டான். அவனுடைய வாய்க்குப் பயந்தே அதன் பிறகு அவனிடம் யாரும் போகவில்லை. இப்போது மங்களத்தையே அழைத்துக்கொண்டு ரகு போனான்.

மங்களத்தின் கணவன் குடியிருந்த வீட்டைக் கண்டுபிடித்துச் செல்ல இரவு எட்டு மணியாகிவிட்டது. அவன் ஒரு வீட்டில் மாடிப் பகுதியில் குடியிருந்தான். கதவு தாளிடப்பட்டிருந்தது. தட்டினால் யாரோ தெரியாத பெண் ஒருத்திதான் கதவைத் திறந்தாள். உள்ளே இரண்டு மூன்று குழந்தைகள் இருந்தது தெரிந்தது. மங்களத்தையும் தம்பியையும் பார்த்தவுடன் அவள் உடனே கதவைச் சாத்தித் தாளிட்டுவிட்டாள். உள்ளே வேறு சத்தமே வராததால் மங்களத்தின் கணவன் இன்னும் வீடு திரும்பவில்லை என்று ஊகிக்க முடிந்தது.

அவன் ஒன்பது மணிக்கு மேல் வந்தான். ஒரு கணம் தூக்கிவாரிப் போட்டது போலத் தோன்றினான். அடுத்த கணம் வெறி பிடித்தவன் போல அவனுக்காக ஒரு மணி நேரமாகக் காத்திருந்தவர்களை அடித்து உதைக்க ஆரம்பித்தான். அவர்கள் இருவருடைய அப்பாவையும் அம்மாவையும் மூளையே பேதலித்து விடுகிறமாதிரி வைதான். மங்களம் கொண்டு சென்றிருந்த பெட்டியை அப்படியே மாடியிலிருந்து வீசியெறிந்தான். நல்ல வேளையாகத் தெருவில் அந்த வேளையில் யாரும் போய்க்

கொண்டிருக்கவில்லை. அந்த இரண்டாம் மனைவி சிறிதே கதவைத் திறந்தாள். மங்களத்தின் கணவன் வீட்டினுள் பாய்ந்து சென்று கதவை மூடிக்கொண்டான். அங்கே உள்ளேயிருந்து வைய ஆரம்பித்தான்.

அக்காவும் தம்பியுமாக அன்று இரவு முழுதும் ஒரு புறநகர் ரயில்வே நிலையத்தில் உட்கார்ந்திருந்தார்கள். அதன் பிறகு இன்னும் ஐந்து ஆண்டுகளுக்குப் பிறகுதான் இனி மங்களத்துக்கு அவளுடைய கணவனுடன் வழ்க்கை கிடையாது என்று முடிவாக நினைத்து அவள் கணவன் அவளிடமிருந்து பறித்த நகைகளுக்கும் ஜீவனாம்சத்துக்கும் ஒரு வக்கீலைப் பார்த்து கேஸ் போட்டார்கள். இப்போது அந்த கேஸூம் இரண்டாடுகளாக வளர்ந்துவிட்டது.

பொழுது விடிந்தவுடன் ரகு சைக்கிளை எடுத்துக்கொண்டு வக்கீல் வீட்டுக்குச் சென்றான். "என்னப்பா?" என்றார்,

"இன்னிக்குக் கேஸ், சார்."

"இன்னிக்கா, நாளைக்கில்லே?"

"இன்னிக்குத்தான், சார். இருபத்திரண்டாம் தேதி."

"அப்படியா, சரி... இன்னிக்கும் ஈரங்கிக்கு வராது. ஆனா நீ அக்காவை அழைச்சுண்டு நேரே கோர்ட்டுக்குப் போயிடு. இப்போ தேர்ட் அடிஷனல் கோர்ட்டுக்குப் போகணும். எங்கேயிருக்கு, தெரியுமில்லே?"

"தெரியும், சார்."

"நீங்க போயிருங்க, நான் பன்னிரெண்டு பன்னெண்டரைக்கு வந்துடறேன்."

"நீங்க அங்கேயேதானே எங்காவது இருப்பீங்க?"

"இன்னிக்கு ரெண்ட் கண்ட்ரோல் கோர்ட்டிலே ஆர்க்யுமெண்ட்ஸ் இருக்கு. உங்களது எப்படியும் லஞ்ச்சுக்குச் சித்தே முன்னாலேதான் வரும். அதுக்குள்ளே வந்துடறேன்."

ரகுவுக்கு ரத்தமெல்லாம் கண்டிவிட்டது. இதற்கு முன்னால் ஒரு முறை கோர்ட் பியூன் கேஸ் எண்ணைக் கூறிப் பெயர் சொல்லி அழைத்தபோது ரகுவுக்கோ மங்களத்துக்கோ அவன் என்ன சொன்னான் என்று தெரிய வில்லை. அந்த ஜட்ஜ் உடனே கேஸைத் தள்ளுபடி செய்துவிட்டார். அவர் வாதியைக்கூட ஒரு கேள்விக் கேட்டதில்லை. ஏற்கனவே அதுவரை பத்து முறை ஒத்திப் போட்டிருக்கிறார். பத்து மாதம் தவறாது வந்தவர்கள் வர மாட்டார்கள். தாவா தேவையற்றது என்று முடிவு செய்துவிட்டார். அவர் தள்ளுபடி செய்ததை மீண்டும் ஏற்கச் செய்ய இன்னொரு விண்ணப்பம், கட்டணம், இன்னொரு மாதம் நீட்டிப்பு.

"சார், கட்டாயம் வந்திருங்கோ, சார். மறுபடியும் டிஸ்மிஸ் பண்ணிடப் போறார், சார்."

"டிஸ்மிஸ் பண்ணினா என்ன? ரெஸ்டோர் பண்ண மறுபடியும் ஃபைல் பண்ணிடலாம்."

“இந்தத் தடவை ஈரங்கிக்குக் எடுத்துக்கச் சொல்லுங்க, சார்.”

“இந்த மாதம் வேண்டாம். நாம வேணும்னாக்கூட இது அடுத்த வருஷத்துக்கு முன்னாலே ஆர்க்யுமெண்ட்ஸுக்கு வராது.”

“அடுத்த வருஷமா?”

“அதுக்கு முன்னாலே வரவே வராதுப்பா. சான்ஸே இல்லை.”

“ஆனா நீங்க வந்துடுங்க, சார்.”

“எல்லாம் வந்துடறேன். நீ போ.”

கோர்ட்டுக்கே நேராகப் போ என்று வக்கீல் சொன்னாலும் ரகு மங்களத்தை அழைத்துக்கொண்டு லிங்கிச் செட்டித் தெருவில் வக்கீலின் அலுவலகத்துக்குச் சென்றான். ‘ப’ வடிவத்தில் அமைந்த அந்த மூன்று மாடிக் கட்டடம் அவனுக்குத் திருமலை நாயக்கன் மகாலை நினைவுபடுத்தியது. திருமலை நாயக்கனுக்கு எத்தனை மனைவிகள், ஆசை நாயகிகள்? எவ்வளவோ பேரில் ஒருத்தியே பட்டமகிஷியாக இருக்க முடியும். ஆனால் அது என்ன பேறு? எந்த நேரம் எந்தச் சக்களத்தி விஷம் வைத்துக் கொல்லப் போகிறாள், ராஜாவிடம் வத்தி வைக்கப் போகிறாள் என்று திகில் பட்டுக்கொண்டே இருக்க வேண்டும். மகன் வெளியே விளையாடப் போனால் உயிரோடு திரும்ப வேண்டுமே என்று கவலைப் பட்டுக்கொண்டே இருக்க வேண்டும். பொருத்தமான இடத்தில்தான் வக்கீல்களின் அலுவலக அறைகள் இருக்கின்றன.

அந்த நாளிலேயே நெரிசல் வந்துவிட்டது. ஒவ்வொரு அறையிலும் இரண்டு, மூன்று, நான்கு வக்கீல்கள் கூட இருந்தார்கள். இவ்வளவு நபர்கள் இருந்து, நிறையக் கட்சிக்காரர்கள், சாட்சிகள் வந்து போகும் இடமாயினும் எவருக்கும் அந்த இடத்தைத் தன் தொழிலுக்குத் துணையா யிருக்கும் சாதனம் என்ற எண்ணமே தோன்றவில்லை என்று கூறும்படியாக இருந்தது. மாடிப்படி முனைகளில் வெற்றிலைக்காவி வருடக்கணக்கில் படித்திருந்த தடயமாக இருந்தது. சுவர்களிலும் ஏதேதோ கறைகள், அறைகளில் தாறுமாறாக வெவ்வேறு தருணங்களில் வெவ்வேறு நபர்களால் அடிக்கப்பட்ட ஆணிகள், அவற்றில் தொங்கும் படங்கள். கருப்பு அங்கிகளில் மனிதர்கள். வக்கீல் இருந்தார். அவர்களைப் பார்த்து, “நேரே கோர்ட்டுக்குப் போகச் சொன்னேனே?” என்றார்.

“சார் இன்னிக்கு நீங்க கட்டாயம் வந்துடுங்க.”

“நீங்க போங்க, நான் வரேன்.”

அந்த அறையிலிருந்த இன்னொரு வக்கீல் தன் கட்சிக்காரர்களுக்கு மிகவும் அமைதியாகவும் பொறுமையாகவும் ஏதோ சொல்லிக் கொடுத்துக் கொண்டிருந்தார்.

மங்களத்தின் வக்கீல் ஒரு நாள்கூட அவனைக் கூப்பிட்டு ஒன்றும் விவரிக்கவில்லை.

மூன்றாவது ‘கூடுதல்’ நீதிமன்றம் பதினொரு மணிக்குத் துவங்கியது. மிக விசாலமான அறையானாலும் கூட்டம் நிரம்பி வழிந்தது. அது அங்குள்ள

வேறு பல நீதிமன்றங்களுக்குப் போகும் பாதையில் இருந்தபடியால் எந்த நேரத்திலும் வருவோர் போவோர் கூட்டமும் வேறு இருந்தது. எல்லாருமே யாருடனாவது பேசிக் கொண்டிருந்தார்கள். மங்களம் ஒருத்தி தான் யாருடனும் பேசத் தேவையில்லாதபடி ஒரு பெஞ்சு நுனியில் உட்கார்ந்திருந்தாள்.

இங்கு வருவது இது எத்தனையாவது முறை? ரகு மனக்கணக்காக எண்ணினான். இருபது முறை வந்தாயிற்று. இந்த அறையில் மட்டும் மூன்றாவது முறை. இங்கிருந்து பெஞ்சுகள் ஜன்னல்கள் எல்லாம் பழக்கமாகிவிட்டன. இதற்கு முன் அவர்கள் போன அறையில் விசாரணைக் கூண்டு தரை மட்டத்தில் இருந்தது. இங்கு அதற்கு மேடை போடப்பட்டிருந்தார்கள். ஒருவர், இருவர், மூவர், ஆண், பெண், முதியவர், குழந்தைகள் என யாராவது சாட்சிக்கு இருப்பார்கள். அவர்களுக்குப் பேச எப்போதாவது ஒரு முறைதான் தேவையிருக்கும். வாதி – பிரதிவாதி என இனம் கண்டுபிடிக்க முடியாதபடி அனைவரும் பரிதாபமான தோற்றத்தில் நிற்பார்கள். சிறிதாவது பளிச்சென இருப்பது மங்களம்தான்.

மணி கூடிக்கொண்டு போக ரகுவின் பதட்டமும் அதிகமாகிக் கொண்டிருந்தது. வக்கீல் சொன்ன ரெண்ட் கண்ட்ரோல் நீதிமன்றம் நகரின் இன்னொரு பகுதியில் இருந்தது. டாக்சி பிடித்து வருவதானால்கூடப் பத்து நிமிடங்கள் பிடிக்கும். அதன் பிறகு இவ்வளவு பெரிய நீதிமன்றக் கட்டடத்தில் படியேறிப் பல அறைகளைக் கடந்து இந்த மூன்றாவது கூடுதல் நீதிமன்றத்துக்கு வர இன்னும் ஐந்து நிமிடங்கள் பிடிக்கும். ஆனால் இங்கிருந்த நீதிபதியோ ஒரு வழக்கைக் கூப்பிட்டு முடித்து, அடுத்த வழக்கை எடுத்துக்கொள்ளச் சில விநாடிகளே எடுத்துக் கொள்கிறார்.

மங்களத்தின் கணவனின் வக்கீல் வந்துவிட்டான். அவனை வேறெங்காவது பார்த்தால் மறுமுறை திரும்பிப் பார்க்கப் போவதில்லை. ஆனால் இங்கு பெரிய சண்டைக்காரனாகவும் போக்கிரியாகவும் தோற்றமளித்தான். காரணமேயில்லாமல் மனைவியின் நகைகள் புடவை துணிமணி எல்லாவற்றையும் பிடுங்கிக்கொண்டு விரட்டியவனுக்குச் சட்ட பூர்வமாக வெற்றி வாங்கித் தரப் பரிந்துகொண்டு வருபவன் எப்படி இருப்பான்? அவனே இரண்டு பெண்டாட்டிக்காரனாக இருக்கக்கூடும். அவனால் ஒரு பெட்டியைத் தூக்கி மாடியிலிருந்து வெளியே தெருவில் எறிய முடியுமா? மனைவி மீது ஆத்திரம் வந்தால் எங்கிருந்தோ அபார உடல்வலு வந்துவிடும்.

மணி ஒன்றரையாகிக் கொண்டிருந்தது. இன்னும் வக்கீல் வரவில்லை. ரகுவுக்குத் தாங்க முடியாதபடி வயிற்றைக் கலக்கிக் கொண்டிருந்தது. அந்த நாளில் தபால்காரனைத் தூரத்தில் கண்டாலே இப்படித்தான் வயிறு தவிக்கும். இப்போது வக்கீல் கண்ணில் படாததால் இந்த அவதி. முன்பு விவரம் புரியாத துன்பம். இப்போது நிலைமையில் எல்லாத் தகவல்களும் நன்கு தெரிந்தது. துன்பம் பல மடங்குத் துன்பம். இந்தக் கேஸே எதற்கு? மங்களம் சொல்லவில்லை. அம்மாவுக்கு இதெல்லாம் தெரியாது. அவனுக்கு அனுபவம் கிடையாது. ஆனால் வீட்டுக்கு வருவோர் போவோர் எல்லாரும் ‘இப்படியே எவ்வளவு நாள்டா?’ என்று சொல்லிச் சொல்லியே அவனை வக்கீல் வீட்டுக்குப் போக வைத்து, அவர் அவனை கோர்ட்டுக்குக் கொண்டு வந்துவிட்டார். வழக்கு அவன் அக்கா தொடுத்த

மாதிரி என்றாலும் இதன் விளைவுகள் அவனுடைய பொறுப்பு. அவன் எவ்வளவு பொறுப்புடன் இருந்தாலும் நீதிபதி கூப்பிடும்போது வக்கீல் இல்லாது போனால் என்ன செய்வது? ஏன் இந்த நீதிபதிகளை யாரும் நேரிடையாகப் பார்த்துப் பேச முடியாது? சொல்ல வேண்டியதெல்லாம் வக்கீல் தான் சொல்ல வேண்டும் என்று ஏன் இவ்வளவு கண்டிப்பு?

கோர்ட்டின் அவ்வளவு இரைச்சலிலும் ஏதோ சூசகம் தெரிந்து மங்களத்தின் எதிர் வக்கீல், நீதிபதி மேடைக்கருகே சென்றான். அதே நேரத்தில் ஒரு சேவகன் ‘மங்களாம்பா, மங்களாம்பா’ என்று கூவினான்.

ரகு மங்களத்தின் கையைப் பிடித்துத் தரதரவென்று இழுத்துக் கொண்டு நீதிபதி மேடை நோக்கி ஓடினான். திடீரென்று அந்த அறை முடிவே இல்லாத மைதானமாக மாறிப் போய்விட்டது. எதிரி வக்கீல் நீதிபதி அருகே போவதற்குள் அவன் மங்களத்தை இழுத்துக் கொண்டு அங்கு போய் நிற்க வேண்டும். இந்த ஓட்டப் பந்தயத்தில் யார் முதலிடம் வருகிறார்களோ அந்த நபருக்கு நீதிபதி பரிசு அளிப்பார். இரண்டாம் இடம் வரும் நபரை வைது, கோபித்து, துரத்தி அடிப்பார். இதைத்தான் மங்களத்தின் கணவனும் செய்தான். இப்போது அதே வெகுமதியை இந்த மனிதனிடமும் மங்களம் பெற வேண்டுமா?

அவர்கள் நீதிபதி மேஜையை அடைவதற்குள் சேவகன் இன்னொரு பெயரைக் கூவ ஆரம்பித்தான். ரகு அவரிடம் “மங்களாம்பான்னு கூப்பிட்டீங்களே?” என்றான்.

“அதான் ஜட்ஜ் சொன்னாரே, உங்க வக்கீல் கேட்டுக்கிட்டதாலே அடுத்த மாசம் போட்டிருக்காரு.”

ரகு மங்களத்திடம், “வா, அடுத்த மாசம் தள்ளிப் போட்டிருக்கு,” என்றான்.

அவள் ஏதும் சொல்லாமல் அவனுடன் வந்தாள்.

“அடுத்த மாசமாவது இது முடிஞ்சாத் தேவலை,” என்றான்.

“இப்படிக் கூப்பிட்டுக் கூப்பிட்டு உடனே திரும்பிப் போன்னு சொல்லற இடத்திலே இதுக்கு என்ன முடிவு இருக்கும்?” என்று அவள் சொன்னாள்.

அவள் அவ்வளவு பேசியது அவனுக்கு ஆச்சரியமாக இருந்தது.

1989

சந்தேகம்

இம்முறையும் சுந்தரத்தின் அறையில் ஜானகியைப் பார்த்தபோது அவனால் உடனே "எப்போ வந்தீங்க?" என்று கேட்க முடியவில்லை. சுந்தரம் மட்டும் எழுந்து, "வாங்க, வாங்க" என்று சொல்லி ஒரு நாற்காலியைக் காட்டினான். பிறகு இடைவெளியே தராது, "என்னங்க இது? நீங்க சொன்ன ஆளு தலையைத் தலையை ஆட்டிட்டுக் கடைசியிலே இப்படிப் பண்ணிக் கொண்டிருக்கிறாரே? எங்கே மார்ஜின் பெரிசாவிடணும்னு சொன்னேனோ அங்கே ஒண்ணுமே எழுத முடியாதபடி குறுக்கிட்டாரு. பெயரும் தேதியும் எழுதறதுக்கு மட்டும் பாதிபக்கம் விட்டிருக்கிறாரு. அந்த ஆளுக்குக் காது கீது ஏதாவது சரியாகக் கேக்காதா?" என்று கேட்டான்.

அவன் உடனே பதில் தராது ஜானகியைப் பார்த்தான். ஜானகி இலேசான புன்னகை தந்தாள். அவன் அதை அங்கீகரிக்காமல் இருக்க முடியவில்லை. சுந்தரத்தைப் பார்த்தான். சுந்தரம், "என்ன, ஒண்ணும் சொல்லாம இருக்கீங்க? முதல்லே உக்காருங்க. இந்தத் தடவை நம்பளுக்கு வேண்டிய ஸ்டேஷனரியெல்லாம் சாருக்கு தெரிஞ்சவர்னு வந்தவர்கிட்டே பொறுப்பு ஒப்படைச்சோம். நான் ஏதோ சொன்னேன், அவரு தன்னிஷ்டத்துக்குப் பண்ணிக்கொண்டு வந்திருக்கிறாரு."

அவன் தடாலென்று எழுந்தான். "நான் அப்புறம் வரேன்," என்று சொல்லிவிட்டுத் திரும்பினான்.

சுந்தரம், "என்ன இதுக்கெல்லாம் கோச்சுக்கிறீங்க. ஒரு பேச்சுக்குச் சொன்னேன். போன வாட்டியே கஸ்டமர்ஸெல்லாம் டிடெய்ல்ஸ் எழுத வேண்டிய காலம் பத்தலேன்னு சொன்னாங்க. இப்ப இன்னும் இரண்டு மாசம் சொல்லிண்டிருக்கப் போறாங்க. முதல்லே உக்காருங்க. காபி வாங்கிட்டு வரச் சொல்லட்டுமா? இல்லாட்டி கூலா எதாவது கூல்டிரிங்க் சாப்பிடுங்க," என்று பொழிந்துவிட்டு மணியை அடித்தான்.

எவ்வளவோ நாட்கள் அவன் சுந்தரத்தின் அறையில் ஜானகியுடன் வெகு விரிவாகவும் சகஜமாகவும் நிறைய விஷயங்கள் பற்றிப் பேசியிருக்கிறான். சுந்தரமும் அவனுடைய வேலையைக் கவனித்துக் கொண்டே பேச்சில் கலந்துகொள்வான். அம்மாதிரி அவர்கள் மிகவும் உற்சாகமாகப் பேசிய நாட்களில் கடைசியாக அமைந்தது தேர்தல்கள் முடிந்த அடுத்த வாரம். அவர்கள் மூவர் பேசியதிலும் பெரும் பங்கு தேர்தல் முடிவுகள் பற்றித்தான். அவனுடைய ஊரான சிங்காரத் தோட்டத்தில் அவனுக்கு யாரென்று தெரியாத ஒருவர் வெற்றிபெற்றிருந்தார். அதுவும் எப்படி? மூன்று தேர்தல் களாக வெற்றியடைந்த, பெரும் அனுபவஸ்தரும் செல்வாக்கு உள்ளவருமான தனகோடியைத் தோற்கடித்து மேலும் பதினொரு பேரை டொபாஸிட் இழக்கச் செய்து.

“சுந்தரம் இது புரிய மாட்டேங்குது. நான் ஊரைவிட்டு வந்து இரண்டு வருஷத்திலே இவ்வளவு மாத்தம் முடியுமா? தனகோடி உடையாரை அவர் ஆயுசு வரைக்கும் யாரும் அசைக்க முடியாதுன்னுதான் சொல்வாங்க. ஆயிரம் வோட் வித்தியாசத்திலே அடிபட்டுட்டாரே.”

சுந்தரம் அந்தத் தாளை வாங்கிப் பார்த்தான். அதைப் பார்த்தபடியே ஒரு நிமிடம் யோசித்துவிட்டு, “இது டம்மி காண்டிடேட்” என்றான்.

“இவரு உங்க தனக்கோடி கட்சிக்காரரேதான். டம்மியா நிறுத்தி அப்புறம் வாபஸ் வாங்கச் சொல்லியிருப்பாங்க. பொதுவா டம்மி காண்டிடேட்ஸ் எல்லாம் இதைச் செஞ்சுடறதுதான். லட்சகணக்கிலே இல்லாது போனாலும் ஆயிரக்கணக்கிலேயாவது பணம் கை மாறும். இந்த மனுஷனை யார் தூண்டி விட்டார்களோ என்ன சொன்னாங்களோ வாபஸ் வாங்கலே. இப்ப ஜெயிக்கவும் ஜெயிச்சுட்டான்.”

“உங்களுக்கு எப்படிங்க தெரியும்?”

“நீங்க விசாரிச்சுப் பாருங்க. பெரிய கட்சி சப்போர்ட் இல்லாம அதிகம் யாருக்கும் தெரியாத ஒரு சுயேச்சை காண்டிடேட் இந்த நாளிலே ஜெயிச்சுட முடியாது.”

ஜானகி இதைப் புன்முறுவலுடன் கேட்டுக் கொண்டிருந்தாள். “உங்க ஊருக்குப் புது இரத்தம் வந்துட்டுது இந்தத் தேர்தல்லே” என்றாள்.

“இரத்தக் களரியாகவும் ஆகலாம் இல்லையா?”

“அப்படீன்னா ஜெயிச்சவங்க ஒவ்வொருத்தரும் நிறையப் பஞ்சும் முதலுதவி மருந்துகளும் கையோட வச்சிருக்கணும்.”

“தனகோடி மாதிரி வயசானவங்கள்ளாம் தோல்வியை அவ்வளவு சுலபமா எடுத்துக்க மாட்டாங்க, முன்னே ஒரு தடவை அடிதடி நடந்தப்போ நேரே எங்க வீட்டு முன்னாலேதான் நடந்தது. எங்கம்மா தனியா இருந்திருக் காங்க. அவங்களைப் போலீசுக்காரன் சாட்சிக்கு வரச் சொல்லிட்டான். சண்டை போட்டவங்க எங்க அம்மாவை மாறி மாறி பயமுறுத்தியிருக்காங்க. தனகோடியே சொல்லியனுப்பிச்சாராம் அந்த அம்மாவை வாயை மூடிகிட்டு இருக்கச் சொல்லுன்னு. வீட்டிலே நாங்க எல்லாரும் வெளியூரிலே வேலைக்குன்னு போயிட்டப்போ கிராமத்திலே தங்கிப்போன அப்பா அம்மாதான் மாட்டிக்கிட்டாங்க.”

இதெல்லாம் சுந்தரம்—ஜானகி எதிரில் சொல்லி அவன் மனப்பளுவைக் குறைத்துக் கொண்டிருக்கிறான். எவ்வளவோ மகிழ்ச்சிகரமான நேரங்களுக்கு சுந்தரத்தின் அறை களமாக இருந்திருக்கிறது. யோசித்துப் பார்க்கையில் அந்த ஒவ்வொரு சந்தர்ப்பத்திலும் ஜானகியும் இருந்திருக்கிறாள். அவன் மனதில் விகாரமாக ஏதும் தோன்றியதில்லை. ஆனால் இப்போது அவன் மனைவி ஒரு வார்த்தை சொன்னது ஐந்தாறு வருட அனுபவங்களுக்கும் நினைவுகளுக்கும் முற்றிலும் வேறு மாதிரியான அர்த்தம் கொடுக்கிறது. அவன்தான் எவ்வளவு குருடனமாயிருந்திருக்கிறான். கண்ணிருந்தும்?

ஜானகிக்கு சுந்தரத்தின் அறையில் என்ன வேலை? சுந்தரம் சர்க்கார் உத்யோகஸ்தன். அவள் எங்கோ ஊருக்கு வெளியில் உள்ள ஒரு பள்ளியின் கரஸ்பாண்டண்ட். பள்ளிகளுக்கும் சுந்தரத்தின் இலாகாவுக்கும் ஒரு சம்பந்தமுமில்லை. அவளாக சுந்தரத்தைப் பார்க்க வருகிறாள். அவனும் அவளைப் பற்றிச் சுந்தரத்திடம் குறிப்பாக விசாரித்தது கிடையாது. கழுத்தைப் பார்த்து ஒன்றும் சொல்ல முடியவில்லை. ஆனால் காலில் மெட்டியிருந்ததால் அவள் மணமானவள் என்று அறிந்துகொண்டிருந்தான். அவள் கணவன் யார், என்ன தொழில், அவர்களுக்கு எவ்வளவு குழந்தை கள் என்றெல்லாம் அவன் விசாரித்தது கிடையாது. அவளும் அவன் சுந்தரத்தின் அறையில் இருந்தவரை அவ்விஷயங்கள் பேச்சில் வராதபடி பார்த்துக் கொண்டாள். வீடு, கணவன், மனைவி, குழந்தைகள், அக்கம் பக்கத்துக்காரர்கள், உறவினர்கள், நண்பர்கள் இவர்களைப் பற்றிப் பேசாமல் யாரும் இருக்க முடியாது. ஒரு முறை இல்லாது போனாலும் வேறொரு முறை இவற்றில் ஏதாவது குறிப்பிடப்பட வேண்டும். ஆனால் அவள் பேசிய சந்தர்ப்பங்களில் பொதுவான விஷயங்களே பேசியிருக்கிறாள். நிறைய நேரம் புன்முறுவலோடு வெகு கவனமாகக் காது கொடுத்துக் கேட்டுக் கொண்டிருப்பாள். அவள் தன்னைப் பற்றி ஏதுமே வெளிப்படுத்தவில்லை என்று இப்போது நினைவுப்படுத்திக் கொள்ளும் போதல்லவா தெரிகிறது? எவ்வளவு தீர்க்கமாக, ஆழமாக அவள் நடந்துகொண்டிருக்கிறாள்! அதற்குச் சுந்தரமும் துணை. எப்படி இவ்வளவு நாட்கள் இவர்களைப் பற்றி வித்தியாசமாக நினைக்கத் தோன்றவில்லை? வெளுத்தது எல்லாம் பால் இல்லை என்று இவ்வளவு வயதாகியும் புதிதாகப் பாடம் கற்றுக்கொள்ள வேண்டியிருக்கிறது.

அவன் சுந்தரத்தின் மனைவி மக்களைப் பற்றி நினைத்துப் பார்த்தான். சுந்தரம் அத்தை மகளையே மணம் செய்துகொண்டிருந்தான். அவள் பிறந்தபோதே மாப்பிள்ளை கைக்கெட்டும் தூரத்தில் இருந்தது காரணம் போலும். அவளைப் படிக்க வைக்கவில்லை. இன்னும் ஒழுங்காக சமைக்கத் தெரியாது. வீடு முழுக்கக் கோலமிட்டிருப்பாள். அது ஒன்று நன்றாகத் தெரியும். இயற்கை இரு குழந்தைகளுக்கு வழி செய்திருந்தது. சுந்தரம் மனைவியோடு அன்பாகப் பழகுவதைத்தான் அவன் கண்டிருக்கிறான். அதெல்லாம் சுந்தரத்தின் வீட்டில், அந்த நான்கு சுவர்களுக்கிடையில். இங்கே அலுவலகத்தின், மின்சார விசிறிக்கடியில், பாண்ட் ஷர்ட் உடையில் அவனால் அவனுடைய அரசியல் ஊகங்களை அவன் மனைவியோடு பகிர்ந்துகொண்டு மகிழ முடியுமா? ஒரு சிறு நிகழ்ச்சியைக்கூடப் பொதுமைப்படுத்தி, அதை வரலாற்றில் பொருத்தி, சமூகவியல் தத்துவ அடிப்படையைத் தரும் ஆற்றலைக் காட்டிக்கொள்ள முடியுமா? அறையில் மூன்றாம் நபர் ஒருவன்

இருந்தால்கூடச் சங்கடப்படாமல் புன்முறுவல் தந்துகொண்டிருக்கும் ஒரு பெண்முகம் அவன் மனைவியால் சாத்தியமாகுமா?

இதெல்லாமுமாக இருந்துவிட்டுப் போகட்டும். ஜானகி இவை மட்டுமாகவே இருக்கக் கூடாதா? ஏன் யார் யார் வாயிலோ இழி நிலையோடு புகுந்து வர வேண்டும்? எவ்வளவு பெண்கள் வேலை நிமித்தமாகவும் இதர பொறுப்புகள் நிமித்தமாகவும் வெளியே சென்று அந்நியர்களைச் சந்தித்துப் பேச வேண்டியிருக்கிறது? எல்லாரும் இப்படிப் பேசப்படுவதற்கு இடம் வைத்துக்கொள்கிறார்களா?

அவன் தன் மேஜைக்கு வந்து தலையைக் கவிழ்த்த வண்ணம் உட்கார்ந்திருந்தான். பக்கத்திலிருந்தவர், "என்ன சார், தலைவலியா? அமிர்தாஞ்சனம் தரட்டுமா?" என்று கேட்டார். அவனுக்கு முதலில் அவரைக் கோபமாக மறுக்க வேண்டும் என்றுதான் தோன்றியது. ஆனால் உடனே அவனுடைய தலை உண்மையாகவே வலிப்பது தெரிந்தது. அவரிடமிருந்து தலைவலி மருந்தை வாங்கிக் கொண்டான். அவனுடைய மனைவி அன்று காலை, "உங்க நண்பர் அந்த டீச்சரைச் சுத்திண்டு அலையறாராமே?" என்று கேட்டபோதுதான் அது தொடங்கியிருக்க வேண்டும். அவனுடைய மனநிலைக்கு அந்த வலி தேவையாயிருந்தது.

அரைமணி நேரத்துக்குப் பிறகு ஜானகி அவளுடைய கைப்பையுடன் சுந்தரத்தின் அறையை விட்டு வெளியே வந்தாள். இனி அவள் வீடு திரும்புவதாக இருக்கும்.

அவள் வெளிவாசலைக் கடந்து செல்லும் வரை அவன் காத்திருந்தான். அதன் பிறகு சுந்தரத்திடம் பேசுவதற்காக சுந்தரத்தின் அறைப் பக்கம் சென்றான்.

1989

குற்றம் பார்க்கில்

"ரேவதி, உனக்கு உடம்பு ஏதாவது சரியில்லையா?"

"இல்லையே, நான் நன்னாத்தானே இருக்கேன்?"

"ஊருக்குப் போகணும்னு சொன்னதிலேந்தே நீ ஏதோ மாதிரி இருக்கே."

"அதெல்லாம் ஒண்ணுமில்லை. நான் எப்பவும் போலத்தான் இருக்கிறேன்."

"எப்பவும் போல் இருந்தால் சரி."

இருமுறை இப்பேச்சு வந்துவிட்டது.

சந்திரன் ஆபீஸுக்குக் கிளம்பி போன பிறகு ரேவதி பரண் மீது இருந்த பெரிய தோல் பையை எடுத்தாள். அதன் மேற்புறம் இருந்த தூசு போதாதென்று உட்புறத்திலிருந்து எழும்பிய ஈர நெடி அவளை மூச்சடைக்கச் செய்தது. பையை நன்கு துடைத்து நேரடியாக வெயில் படுமிடத்தில் அதை வைத்தாள். பிறகு பீரோவிலிருந்து துணிமணி எடுத்து அடுக்கலானாள். சந்திரனுக்கும் குழந்தை சுவர்ணாவுக்கும் தயக்கமில்லாமல் எடுத்து வைக்க முடிந்தது. பயணம், மற்றும் தொடர்ந்து பல நாட்கள் வேறூரில் தங்க வேண்டுமானால் இன்னும் எவ்வளவோ பொருள்கள் எடுத்துச் செல்ல வேண்டி இருக்கிறது. அவற்றை ஒரு மாதிரி நினைவுபடுத்திக்கொண்டு ஒன்று சேர்த்து வைத்தாள்.

ரேவதிக்கு தலைவலி அதிகரித்த வண்ணமே இருந்தது. இன்னும் அரை மணி நேரத்தில் வங்கி மூடிவிடும். கதவைப் பூட்டிக்கொண்டு வங்கிக்குச் சென்று ஐநூறு ரூபாய் எடுத்து வந்தாள். வீட்டுக் கதவைத் திறந்து உள்ளே போனவுடன் தலைவலி பொறுக்க முடியாதபடி அப்படியே நாற்காலியில் உட்கார்ந்தாள்.

மூன்றரை மணிக்கு சுவர்ணா வந்துவிட்டாள். "அம்மா நாம இன்னிக்கு ராத்திரிதானே ஊருக்குப் போறோம்?" என்று குதித்துக்கொண்டே ஊர்ஜிதம் செய்துகொண்டாள்.

ரேவதி அன்று சாப்பிடுவதற்கு மட்டும் போதுமான அளவு அரிசியைக் களைந்து குக்கரில் வைத்தாள்.

சந்திரனும் சீக்கிரம் வந்துவிட்டான். "என்ன, ரேவதி, எல்லாம் போட்டது போட்டபடி இருக்கே?" என்று கேட்டான். பதிலுக்குக் காத்திராமல், "பக்கத்து ஃபிளாட்காரரைப் பாத்துட்டு வந்துடறேன். பால் கார்டை எடு, அவரிடம் கொடுத்துவிட்டு வருகிறேன்," என்றான்.

ஒரு விநாடி தயங்கிவிட்ட ரேவதி பால் அட்டையை எடுத்துவந்தாள். அதைக் கொடுக்கும்போது, "நான் கட்டாயம் வரணுமா? சுவர்ணாவை மட்டும் அழைச்சுண்டு போயிட்டு வந்துடுங்களேன்," என்றாள்.

சந்திரனுக்கு அவள் சொன்னது உடனே புரியவில்லை. "என்ன சொல்லறே?" என்று கேட்டான்.

"நீங்களும் குழந்தையும் மட்டும் ஊருக்குப் போயிட்டு வந்துடுங்களேன். நான் இரண்டு நாள் வீட்டைப் பாத்துண்டு இருக்கேன்."

"என்ன பேசறே நீ? அங்கே ஒத்தாசைக்குன்னு உன்னைத்தானே கூப்பிட்டிருக்கா? நான் வரதே உன்னைக் கொண்டு விடறதுக்குத்தானே."

"அங்கே வீட்டிலேதான் மன்னி இருக்காளே, அவ பாத்துக்க மாட்டாளா? இத்தனை நாளும் அவதானே பாத்துண்டிருந்தா?"

சந்திரன் ரேவதியை ஒரு நிமிஷம் உற்றுப் பார்த்தான். "மன்னியும் அவ தம்பி கல்யாணத்துக்காக ஊருக்குப் போகணும், அம்மாவாலே தனியா சமாளிக்க முடியாதுன்னு தானே உன்னை அனுப்பச் சொன்னா? இப்ப திடீர்னு நீ வர மாட்டேன்னா என்ன நினைச்சுப்பா? மாமியாரை லட்சியம் பண்ணாதவள்னுதானே சொல்லுவா?"

"நான் என்னிக்கு லட்சியம் பண்ணாம இருந்தேன்?"

"அதனாலேதான் சொல்றேன். ஏன் புதுசாக் கெட்ட பேர் வாங்கிக்கணும்?"

ரேவதி பதில் பேசாமல் இருந்தாள். பிறகு, "எனக்கு உடம்பு சரியில்லேன்னு சொல்லிடுங்களேன்," என்றாள்.

"இதைச் சொல்லறதுக்கு நான் நூத்தம்பது ரூபா செலவழிச்சிண்டு அங்கே போய்ச் சொல்லணுமா? உனக்கு என்னாச்சு? வரேன்னு சொல்லிட்டு இப்போ சாக்கு போக்கு சொன்னா நன்னாயிருக்குமா? உனக்கே சரின்னு படறதா?"

"நீங்க என்னை ஒரு வார்த்தை கேக்காம நீங்களாத் தானே முடிவு செஞ்சிண்டேள்."

"ரேவதி, இது தப்பு. நானா எதையும் செய்யலை. நீ வேண்டாம்னு அப்பவே சொல்லியிருக்கலாம். பார்க்கப் போனால் அந்தக் கடிதாசிலே நீயும்தான் அம்மாவுக்கு எழுதினே."

ரேவதி பதில் பேசாது நின்றாள். சந்திரன் மேலும் காத்திராமல் வெளியே போய்விட்டான். பால் கணக்கு, வீட்டைப் பார்த்துக்கொள்வது

இதெல்லாம் அவளால் அவனைவிட இன்னும் நுணுக்கமாக ஏற்பாடு செய்ய முடியும். ஆனால் அவன் அந்த பக்கத்து ஃபிளாட்காரருக்கு ரகசியமாகக் கடன் கொடுத்திருந்தான். அதைக் கேட்க இது ஒரு சந்தர்ப்பம்.

எட்டு மணிக்கெல்லாம் சாப்பாட்டுக் கடை முடிந்தது. ரேவதி பாத்திரங் களைக் கழுவித் துடைத்துக் கவிழ்த்து வைத்தாள். சுவர்ணாவுக்கு ஸ்வெட்டர் போட்டுவிட்டாள்.

"கிளம்பலாமா?" என்று சந்திரன் கேட்டான். பெரிய பை சிறிது கனத் திருக்க வேண்டும். "தூக்கறதுக்கு ஆள் இல்லாட்டா, ரிக்ஷா ஏதாவது கிடைக்கறதா பாக்கறேன்," என்று சொல்லிவிட்டு வெளியே போனான்.

ரேவதி எல்லா சாமான்களையும் வாசற்படியருகே கொண்டுபோய் வைத்தாள். வீட்டு ஜன்னல்களெல்லாம் தாளிட்டிருக்கிறதா என்று இன்னொரு முறை பார்த்துவிட்டு எல்லா விளக்குகளையும் அணைத்தாள். முன் அறையில் சுவர்ணா டிவியில் செய்திகள் பார்த்துக் கொண்டிருந்தாள். செய்திகள் எல்லாம் புரியாவிட்டாலும் வெப்பநிலை அறிவிப்பு அவளுக்கு உற்சாகம் தரும். அவளுக்கு விளங்கக்கூடிய எண்கள் அந்த நிகழ்ச்சியில் வரும்.

சந்திரன் ரிக்ஷா கொண்டு வந்துவிட்டான். வீட்டைப் பூட்டிச் சாவி யைப் பக்கத்து ஃபிளாட் குடும்பத்தாரிடம் கொடுத்துவிட்டு அவர்கள் கிளம்பினார்கள். அவர்கள் செல்லவேண்டிய பஸ்ஸில் ஏழெட்டு இடங்கள் காலியாயிருந்தன. சுவர்ணாவைக் காலை மடக்கிப் படுக்க வைத்துவிட்டுச் சந்திரனும் ரேவதியும் பின் சீட்டில் உட்கார்ந்து கொண்டார்கள்.

ரேவதி விழித்துக் கொண்டபோது பஸ் இருட்டைக் கிழித்துக் கொண்டு தலை தெறிக்கும் வேகத்தில் போய்க் கொண்டிருந்தது. சந்திரன் கவலையோடு ரேவதியை, "என்னாச்சு ரேவதி? ஏன் திடீர்னு கத்தினே?" என்று கேட்டான்.

"நான் கத்தினேனா?"

"ஆமாம். உன்னைக் குலுக்கி நான்தான் நிமித்தி உட்கார வைச்சேன்."

ரேவதி சாய்ந்து கொண்டு கண்களை மூடிக்கொண்டாள்.

"உனக்கு என்ன பண்ணறது, சொல்லு ரேவதி. நிச்சயம் ஏதோ ஆயிருக்கு."

ரேவதி மிகவும் தளர்ந்து போயிருந்தாள். "உங்க அப்பாவைப் பாக்கறதுக்குப் பயமாயிருக்கு," என்றாள்.

"அப்பாவா?"

"ஆமாம்."

"அப்பாவோட உனக்கென்ன?"

"ரெண்டு மாசம் முன்னாலே நாம உங்க வீட்டுக்குப் போனோம் இல்லியா?"

"உனக்கு டைபாய்ட் வந்து சரியானப்புறம் போனோமே அதுவா?"

“ஆமாம். உங்க குலதெய்வத்துக்கு மாவு விளக்குப் போட உங்கம்மா வேண்டிண்டதுக்குப் போனோம்.”

“அப்போ அங்கே வீட்டிலே ஒரு நாள்கூடத் தங்கலையே, நேரே கோயிலுக்குப் போயிட்டு வந்துட்டோமே?”

“முதல்லே உங்க வீட்டுக்குப் போயிட்டுத்தான் கோயிலுக்குப் போனோம்.”

“சரி. அதுக்கென்ன?”

“அப்பவே அப்பா கோவிச்சுண்டார்.”

“எதுக்கு?”

“தலைமயிரைக் கத்தரிச்சுண்டதுக்கு.”

“அப்படியா?”

“அப்ப அவர் சொன்னது ரொம்பக் கலக்கிடுத்து.”

“என்ன சொன்னார்?”

“வேண்டாம்.”

“எனக்குத் தெரிய வேண்டாமா ரேவதி?”

“எம்பிள்ளை போகறதுக்கு முன்னாலியே முடியை எடுத்துடறியான்னு கேட்டார்.”

இதைச் சொல்லிவிட்டு ரேவதி அழ ஆரம்பித்தாள்.

“ஸ்... ஸ்... பஸ்ஸிலே அழாதே. எல்லாரும் தூங்கிண்டிருக்கா.”

“புருஷா எப்படி எப்படியோ சட்டை போட்டுக்கறா, போட்டுக்காம இருக்கா, முடி வெட்டிக்கறா, வளத்துக்கறா – இதுக்கெல்லாம் யாராவது குத்தம் சொல்லறாளா?”

“அப்பாதானே சொன்னார். அவர் எப்படித் தனக்காக ஒண்ணுமே செஞ்சுக்காமே எங்களை எல்லாரையும் வளர்த்தார், தெரியுமா?”

“நான் இல்லேன்னு சொல்லலே. ஆனா வீட்டுக்கு வர பெண்களை இப்படிச் சொல்லலாமா?”

“நீ என்ன எங்க அப்பா அம்மாகூடவே எப்பவும் இருந்துண்டிருக்கியா? எப்பவாவது வருஷத்துக்கு ஒரு வாரம் பத்து நாள்தானே நாம அங்கே போய் இருக்க முடியறது? அப்பப் பொறுத்துக்கக் கூடாதா?”

“அந்த ஒரு வாரம் பத்து நாள்தான் சொல்லறேன். யார் என்ன சொல்லுவாளோ என்ன குத்தம் கண்டுபிடிப்பாளோன்னு பயந்துண்டு இருக்கறதுக்கு ஏன் இருக்கிற வீட்டை விட்டு இன்னொரு வீட்டுக்குப் போகணும்? இந்த தடவை ஒரு நாள் இரண்டு நாள் இல்லை. பதினஞ்சு நாள் ஒரு மாசம் நான் எப்படி இருப்பேன்?”

சந்திரன் ஜன்னல் வழியாக அவ்வப்போது விழும் ஒளிக்கற்றையில் தன் கடியாரத்தில் என்ன மணியிருக்கும் என்று பார்க்க முயற்சி செய்தான்.

ரேவதிக்கும் இனித் தூக்கம் வரப் போவதில்லை. அவளுடைய மாமனார் அவளை என்ன காரணத்துக்காகக் கோபிப்பாரோ அதே காரணத் திற்கு அவளுடைய அப்பா அவளைப் பாராட்டக்கூடும். ஜுரமடித்ததில் தலைமயிர் கொட்டிவிட்டது. தலையை ஒழுங்காகச் சீவி வார முடியவில்லை. அவளுடைய தலைமயிரைச் சந்திரன்தான் தோள்பட்டை வரை இருக்கும்படி கத்தரித்தான்.

"நீங்க கொஞ்சம் தூங்கறேளா?" என்று ரேவதி கேட்டாள்.

சந்திரன் பதில் சொல்லாது இருட்டைப் பார்த்துக் கொண்டிருந்தான். அவனுடைய அப்பா ரேவதியிடம் கடுமையாகப் பேசியிருக்கிறார் என்று தெரிந்தது அவனுக்கு வருத்தமூட்டியிருக்கக்கூடும். மிகச் சிறிய விஷயத்தை மனைவி பெரிதுபடுத்துகிறாளே என்றும் சோர்வடைந்திருக்கக்கூடும். சில மாமனார் மாமியார்கள் மருமகளை எப்படி எல்லாமோ சித்திரவதை செய்கிறார்கள். ரேவதிக்குக் கல்யாணம் முடிந்ததிலிருந்து தனிக் குடித்தனம் தான். அப்படியிருந்தும் ஒரு சிறு சந்தர்ப்பம் கிடைத்தபோது மாமனார் அவர் மாமனார் என்று காண்பித்துக் கொண்டுவிடுகிறார்...

அவளுக்குத் தலைமயிர் மிகவும் மெதுவாகத்தான் வளருகிறது. இந்தப் பயணம் இன்னும் இரு மாதங்கள் கழித்து நேர்ந்திருந்தால்கூடச் சமாளித்துக் கொண்டிருக்கலாம். இப்போது குட்டை மயிரோடுதான் மாமனார் முன்னால் போய் நிற்க வேண்டும். அவள் தலைமயிரைக் கோதிகொண்டாள்.

அப்போது பஸ் சாலையிலிருந்து நகர்ந்து சில கஜ தூரம் ஒரு வயலை உழுதபடி சென்று வாய்க்காலில் இறங்கிப் பின்புறத்துச் சக்கரங்கள் நான்கும் மேலே தூக்கியபடிச் செங்குத்தாக நின்றது.

1989

விடுமுறை

"நீ என்னிக்கிடா ஊருக்குப் போகப் போறே?" என்று பாலு என்னைக் கேட்டான். இருவரும் ஆண்டுப் பரீட்சையின் இறுதி நாளன்னு பள்ளியிலிருந்து வீடு திரும்பிக் கொண்டிருந்தோம். நேர்க்கோடாக இருந்த அந்தச் சாலையில் அப்போது ஒரு மனிதன், ஒரு வண்டிகூடக் கண்ணில் படவில்லை.

"என்னாலே ஊருக்குப் போன முடியாதுடா," என்று பதில் சொன்னேன். ஐந்து மைலானாலும் ரயில் வண்டியில் போனால்தான் அது ஊருக்குப் போன மாதிரி. எவ்வளவு நூறு மைல் வேறு எவ்விதமாகப் பயணம் செய்தாலும் அது ஊருக்குப் போனதாகாது.

இரு நாட்களாகவே பரீட்சையின் இறுதி நாள் எழுப்பப் போகும் கேள்விகளில் இதுதான் கடினமானதாக இருக்கும் என்று எனக்குத் தோன்றியது. என் நினைவு தெரிந்து வருடா வருடம் ஏப்ரல் பிறந்தவுடனேயே ஊருக்குப் போகும் நினைவாகவே இருப்பேன். எங்கள் ஊர்ப் பள்ளிகளில் பரீட்சைகள் சிறிது முன்னதாகவே ஆரம்பித்து முடித்துவிடுவார்கள். நான் படித்த பள்ளி மட்டும் அதற்கு இணைப் பள்ளியாக இன்னோர் ஊரில் இருந்த பள்ளியை மனத்தில் கொண்டு அவர்கள் சௌகரியத்துக் காக ஏப்ரல் 20 தேதி வரை மாணவர்களை வதைப்பார்கள். இருபத்தோராம் தேதி நான் ரயிலேறி இருப்பேன்.

இந்த ஆண்டு அது முடியாது. நான் வருடா வருடம் சென்றுவந்த ரைட்டர் மாமா வீட்டுக்குப் போக முடியாது. ரைட்டர் மாமா என்னுடைய அரைப் பரீட்சை நடந்து கொண்டிருக்கும்போது செத்துவிட்டார்.

எனக்கும் ரைட்டர் மாமா பற்றி நேரிடையான நினைவுகள் அதிகம் இல்லை. அவர் முதலில் எங்கள் ஊரிலேயேதான் இருந்தார். அவர் அதிகம் பேச மாட்டார். அவருடைய குழந்தை களையே அவர் கொஞ்சி நான் பார்த்ததில்லை. ஆனால்

அவர் வீட்டில் இரு நாட்கள் தங்கிவிட்டு வந்தால்கூட எங்கோ விசேஷ உலகத்துக்குப் போய்விட்டு வந்த மாதிரி இருக்கும். அவருக்கு அப்பாவை விடச் சம்பளம் குறைவு. அவர் இருந்த வீடுகளெல்லாம் ஒரு அறை வீடுகள் தான். ரைட்டர் மாமா மாமி காலையில் சாதம் வடித்துச் சாப்பாடு போட்டுவிட்டால் பிற்பகல் மூன்று மணிவரை தூங்குவாள். அநேக நாட்களில் பிற்பகல் டிபன் இருக்காது. ஆனால் மாமா வீட்டில் கேரம் போர்ட் உண்டு. ஓடும் பொம்மை ரயில் உண்டு. மாமா டிச்பள்ளி என்னும் ஊருக்குக் குடிபெயர்ந்த பிறகு இவற்றுடன் எருமை மற்றும் பசுங்கன்றுக் குட்டிகள் உண்டு.

மாமா முதலில் ஒரு சிறிய பள்ளிக்கூடத்தில் ரைட்டராக இருந்தார். என்னை அவருடைய பள்ளியில்தான் சேர்க்க வேண்டும் என்று நான் அடம்பிடித்து அதில் ஒண்ணாங் கிளாஸில் சேர்ந்தேன். ரைட்டர் மாமா அந்தப் பள்ளிக்கூடத்துக்கே பெரியவர் என்றுதான் நான் நினைத்துக் கொண்டிருந்தேன். ஆனால் அந்தப் பள்ளியில் நான் சேர்ந்த பிறகு எனக்கு ஏற்பட்ட சந்தேகம் என்னை மிகுந்த சங்கடத்துக்கு உள்ளாக்கியது. ஏன் மாமா யார் யாருக்கோ நின்றுகொண்டே பதில் சொல்கிறார்? உண்மையில் பார்க்கப் போனால் அவர் தனியாக வேலை செய்துகொண்டிருந்த நேரம் தவிர இதர தருணங்களில் நின்றுகொண்டே இருந்தார். அதிலும் தெலுங்குப் பாடம் கற்பிக்கும் பாதிரி அவரைப் பார்த்து எப்போதும் ஏதாவது கடுமையாகச் சொல்லிக் கொண்டிருப்பார். ரைட்டர் மாமா பதிலே பேசாமல் கேட்டுக்கொண்டு நிற்பார்.

நான் இரண்டாவது வகுப்பு வந்தபோது ரைட்டர் மாமா அந்த வேலையை விட்டுவிட்டார் என்று எங்கள் வீட்டில் பேசிக்கொண்டார்கள். எங்கள் ஊரிலிருந்து சுமார் நூறு மைல் வடக்கேயுள்ளதோர் தொழுநோய் மருத்துவ நிலையத்தில் வேலைக்குப் போய்விட்டார். என்ன வேலை? ரைட்டர் வேலைதான்.

அப்போதிலிருந்து ஊருக்குப் போவதென்றால் ரைட்டர் மாமா ஊருக்குப் போவதுதான் என்றாயிற்று. அவர் இருந்த ஊருக்குப் போக எங்கள் ஊரிலிருந்து இரு ரயில்கள். ஒன்று இரவு எட்டு மணிக்குக் கிளம்பி அவர் ஊருக்குப் பன்னிரண்டு மணிக்குப் போய்ச் சேரும். இன்னொன்று காலை ஏழு மணிக்குக் கிளம்பி பகல் பன்னிரண்டு மணிக்கு அங்கு போய்ச் சேரும். நாங்கள் இரவு ரயிலில்தான் போவோம். நடுநிசியில் ரைட்டர் மாமா தொழு நோய் நிலையத்தின் மாட்டு வண்டியுடன் ரயில் நிலையத்தில் காத்துக் கொண்டிருப்பார். ரயில் நிலையத்திலிருந்து தொழுநோய் நிலையமும் ரைட்டர் மாமாவின் வீடும் மூன்று மைல் தள்ளியிருக்கும். அந்த மூன்று மைல் தூரத்தை அந்த மாட்டு வண்டியில் போவது மிகவும் சுகமாக இருக்கும். மோட்டார் கார் சக்கரங்கள் பூட்டப்பட்ட மாட்டு வண்டி. பஸ்களில் உட்காருவது போலக் காலைத் தொங்கப் போட்டுக்கொண்டு உட்கார வசதி பெற்ற சீட்கள். வண்டியின் உள்ளே ஒரு அரிக்கேன் விளக்கு. நுகத்தடி மையத்தில் ஒரு விளக்கு, அந்த மாட்டு வண்டிப் பயணத்தை எண்ணியே நான் பலமுறை ஊருக்குப் போக வேண்டும் என்று வீட்டில் பிடிவாதம்

செய்திருக்கிறேன். ஒரு வாரம் சேர்ந்தாற்போல் விடுமுறை வந்தால்கூட நான் ரைட்டர் மாமா வீட்டுக்குப் போக வேண்டும்.

இந்த ரைட்டர் மாமா திடீரென்று ஒரு நாள் மாலை செத்துவிட்டார். ரயில்வே அலுவலகங்களில் கண்ட்ரோல் ஆபீஸ் என்று ஒன்று உண்டு. அவர்கள் ஒரு பிரத்யேகத் தொலைபேசி இணைப்பினால் அந்தப் பகுதி ரயில் நிலையங்கள் அனைத்துடனும் பேசலாம். எங்கள் விளையாட்டுக் குழுவில் இந்த கண்ட்ரோல் அலுவலகஸ்தர் குடும்பங்கள் மூன்றிலிருந்து பையன்கள் உண்டு. நாங்கள் மாலை ஆட்டம் முடித்து வீடு திரும்பவிருக்கையில் இந்தக் கண்ட்ரோல் குடும்பம் ஒன்றைச் சேர்ந்த மணி என்பவன், "டேய், எங்கப்பா உன்னை உங்கப்பாவுக்கு ஒரு விஷயம் சொல்லச் சொன்னார்டா. சுப்பராயன் செத்துப் போயிட்டார்னு போய்ச் சொல்லு," என்றான். எனக்கு அந்த வயதில் அது யார், தகவல் கூறியவர்களிடம் இன்னும் என்ன விசாரிக்க வேண்டும் என்றெல்லாம் தெரியவில்லை. வீட்டில் அம்மாதான் இருந்தாள். அவளிடம் சுப்பராயன் செத்துவிட்டாராம் என்று சொன்னேன். அவளுக்கும் அது புரியவில்லை. யாரிடமோ சொல்ல வேண்டியது இங்கு சொல்லியிருக்கிறார்கள் என்று நினைத்திருப்பாள். வெளியே எங்கோ போயிருந்த அப்பா ஏழரை மணிக்கு வீட்டுக்கு வந்தார். அவரிடம் நான் சுப்பராயன் செத்துவிட்டாராம் என்றேன். உடனே பயந்துவிட்டேன். அப்பா, "யாரு சொன்னா? யாரு சொன்னா?" என்று அலறினார். கண்ட்ரோல் ஆபீஸுக்கு ஓடினார். நானும் கூட ஓடினேன். அப்புறம் அங்கிருந்து ரயில் நிலையத்துக்கு ஓடினோம். ஆனால் அதற்குள் வடக்கே போகும் எட்டு மணி வண்டி கிளம்பிவிட்டது. ஒரு வார்த்தை பேசாமல் நாங்கள் வீடு திரும்பினோம். அன்றிரவு பூராவும் அப்பாவும், அம்மாவும் தூங்கவேயில்லை. அடுத்த வீட்டுக்காரர்களிடம், "இவர்களை இரண்டு நாட்கள் பார்த்துக்கொள்ளுங்கள்" என்று எங்களை ஒப்படைத்துவிட்டுக் காலை ரயிலில் இருவரும் போனார்கள். அப்போதும் எனக்கு அடையாளம் தெரியவில்லை. நான் பள்ளிக்கூடத்தில் மணியைப் பார்த்து விசாரித்தேன். "டிச்பள்ளிலே உங்கப்பாவுக்கு யாரோ ஃபிரண்டு இருக்காராமே, அவர்தான் செத்துப் போயிட்டாராம்" என்றான்.

"பின்னே சுப்பராயன்னியே?"

"அதான் அவர் பெயராம்."

ரைட்டர் மாமாவுக்கு எனக்குத் தெரியாது ஒரு பெயர் இருந்தது என்னை யாரோ வஞ்சிப்பது போலிருந்தது. அதோடு எனக்கு உடனே தோன்றிய இன்னொரு எண்ணம்: 'இனிமே லீவுக்கு டிச்பள்ளி போனா ராத்திரிலே ஸ்டேஷனுக்கு யார் வண்டி கொண்டுவருவா?'

இரு நாட்களில் அப்பா, அம்மா இருவரும் ஊர் திரும்பினார்கள். நான்கைந்து நாட்களுக்குப் பிறகு குழந்தைகளும் சேர்ந்து நாங்கள் எல்லோரும் டிச்பள்ளிக்குக் கிளம்பினோம். அன்றுதான் நான் முதன் முறையாகக் காலை வண்டியில் டிச்பள்ளி சென்றது.

அது குளிர்காலம் என்றாலும் பகல் பன்னிரண்டு மணிக்கு டிச்பள்ளியில் வெயில் கடுமையாகவே இருந்தது. ரயில் நிலையம் இருந்த இடம் மரம் மட்டை ஏதும் இல்லாத கட்டாந்தரை. ரயில் நிலையம் அருகில் ஊர் என்று சொல்ல ஏதும் கிடையாது. ஒரே ஒரு கட்டை வண்டி. மக்கள் வசிக்கும் இடம் என்று எங்கு போக வேண்டும் என்றாலும் குறைந்தது மூன்று மைல்களாவது அக் கட்டை வண்டியில் போக வேண்டும். வண்டிச் சத்தம் நபருக்குக் கால் ரூபாய்.

பகல் பொழுதில் அப்பிரதேசமே மிகவும் கோரமாக இருந்ததாக எனக்குத் தோன்றியது கட்டை வண்டிக்குச் சரியான கூரைகூடக் கிடையாது. வண்டி தொடர்ந்து தடதடவென்று மேலுக்கும் கீழுக்கும் உதறிக்கொண்டே இருக்கும். வண்டி மெதுவாகப் போனால் ஆயுளெல்லாம் போகுமிடத்தை அடைய முடியாது எனத் தோன்றும். வேகமாகப் போனால் வண்டியின் கூண்டில் உடலின் எல்லாப் பாகங்களும் இடித்துக்கொள்ளும்.

காலையில் ஆறு மணிக்கே ரயிலுக்குக் கிளம்பிவிட்டபடியால் நாங்கள் வீட்டில் ஏதும் சாப்பிட முடியவில்லை. அம்மாவுக்கு இரு நாட்களாகவே ஜுரமானதால் எழுந்து எங்களுடன் வருவதே பெரும்பாடாக இருந்தது. அந்த நாளில் உணவு எல்லா ரயில் நிலையங்களிலும் கிடைக்காது. எங்கள் ஊரிலிருந்து டிச்பள்ளிவரை, அதாவது நூறு மைல் ரயில் பயணத்தில் சாப்பிட ஒன்றுமே கிடைக்காது. நாங்கள் இரவு வண்டியைத் தேர்ந்தெடுப்பதற்கு இதுவும் ஒரு காரணமாயிருந்திருக்க வேண்டும்.

எனக்கு வயிற்றைக் கலக்கிக் கொண்டிருந்ததற்குப் பசி மட்டும் காரணமில்லை. என் அக்கா, தங்கை, தம்பிக்கு டிச்பள்ளி போவது விசேஷமான அனுபவமாக இருந்ததா என்று எனக்குத் தெரியாது. ஆனால் எனக்கு ரயிலடிக்குக் கிளம்புவதிலிருந்து திரும்ப ஊர் வருவது வரையில் ஏதோ மாய உலகத்துக்கே போய்விட்டு வருவது போலிருக்கும். டிச்பள்ளிப் பயணத்தின் ஒவ்வொரு அம்சமும் என்னோடு பின்னிப் பிணைந்துவிட்டிருந்தன. தொழு நோயாளிகள்கூட எனக்கு அருவருப்புத் தோன்ற வைத்ததில்லை. ரைட்டர் மாமாவின் வீட்டைச் சுற்றி நூறு இருநூறு கஜ தூரத்திற்குள் இருந்த ஒவ்வொரு கல்லும் செடியும் பள்ளமும் மேடும் எனக்குத் தெரியும். ஒரு மரத்தில் திரும்பத் திரும்பப் பச்சைப் பாம்பு வரும். எல்லாரும் அது கண்குத்திப் பாம்பு என்று தடியால் கல்லால் அடிப்பார்கள். ஆனால் நான் தனியாக இருந்தால் அதையே பார்த்துக்கொண்டு நிற்பேன். அது மரத்தின் இலைகளோடு ஒன்றாகிச் சில கணங்களில் மறைந்துவிடும். பல தருணங்களில் நானே பாம்பாகி மரத்தில் இருப்பது போலக் கூடத் தோன்றியிருக்கிறது.

இன்று இந்தக் கட்டை வண்டிப் பயணம் சகிக்க முடியாத துன்பமாக இருக்கிறது. தொழுநோய் மருத்துவ இல்லத்துக்குச் சொந்தமான மாந்தோப்பில் புகுந்து ரைட்டர் மாமா வீட்டை நெருங்கும்போதுகூடத் தாங்க முடியாத வேதனையாக இருக்கிறது.

ரைட்டர் மாமா வீட்டில் அவ்வளவு மனிதர்களை நான் எப்போதும் பார்த்ததில்லை. யார் யாரோ உறவுக்காரர்கள் வந்து குவிந்திருக்கிறார்கள். அந்தச் சின்னஞ் சிறிய வீட்டில் இவ்வளவு நபர்களும் சதா பேச்சும் சிரிப்பும்

அழுகையுமாக நிரப்பிக் கொண்டிருக்கிறார்கள். மாமி எங்கோ இருட்டான மூலையில் ஒடுங்கிக் கிடக்கிறாள். ரைட்டர் மாமாவின் குழந்தைகள் பரட்டைத் தலையுடன் ஒழுங்காகச் சட்டைகூட அணிவிக்காதபடி அலைந்து கொண்டிருக்கிறார்கள். வீட்டில் இப்போது வந்திருப்பவர்கள் எனக்கு எப்படியோ அதேபோல அவர்களுக்கும் புதியவர்களாகத்தான் இருக்க வேண்டும். யாரைச் சாதம் போடு என்று கேட்பது என்று தெரியாமல் நான் பசியோடு தவிப்பதுபோல அந்தக் குழந்தைகளும் நிற்கும்.

அப்பாவுக்கு ரைட்டர் மாமாவின் உறவினர்களோடு பேசி, விவாதித்து முடிவெடுப்பதற்கு நிறைய விஷயங்கள் இருந்தது. உண்மையில் அந்த உறவினர்கள் யாருமே பொறுப்பேற்கத் தயாராக வந்ததாகத் தெரியவில்லை. அம்மா சமையலறைக்குள் சென்று பத்து தொடங்கி பதிமூன்று நாள்வரை அந்திமக் கிரியை காரியங்களுக்குத் தயார்செய்ய ஆரம்பித்தாள். நான் அந்நியனாக வீட்டைச் சுற்றி வந்தேன். ஒரே ஒருமுறை ஓர் இருட்டு மூலையிலிருந்து ரைட்டர் மாமாவின் மனைவி, "ரைட்டர் மாமா எங்கே போயிட்டார்டா?" என்று அழுதுகொண்டே கேட்டாள். நான் பதில் சொல்லத் தெரியாது நின்றேன்.

அன்று மாலை நான் மாமா வீட்டுக்கு வெளியே எனக்குப் பழக்கமான இடங்களுக்கெல்லாம் போனேன். இனிமேல் டிச்பள்ளிக்கு எப்போது வரப் போகிறேன்? எல்லாமே இதுதான் கடைசி முறை. இந்தக் காரியங்கள் எல்லாம் முடிந்த பிறகு மாமி, குழந்தைகள் எல்லாருமே எங்காவது போய்விடப் போகிறார்கள். அவர்கள் இங்கு இருந்தால்கூட நான் மீண்டும் வர முடியுமா என்பது சந்தேகமே. ரைட்டர் மாமா இல்லாதபோது அவர் வீட்டில் எந்தப் பொருளைத் தொட முடியும்? விளையாட முடியும்? டிச்பள்ளி ரயில் நிலையத்திலிருந்து அந்த ஆஸ்பத்திரி வண்டியில்லாமல் எப்படி வீட்டுக்கு வருவது?

அந்தப் பெரிய செடியருகில் சென்றபோது எனக்கு நினைவு வந்தது, அதன் இலைகளிடையே தேடினேன். முதலில் தெரியவில்லை, ஆனால் ஒரு குச்சி கொண்டு இலைகளை விலக்கியபோது பச்சைப் பாம்பு என்னைக் கொத்த முயன்றது, பாம்புகூட என்னிடம் வேற்றுமை பாராட்டுகிறது!

ஒரு கல்லெடுத்துச் செடி மீது விட்டெறிந்து விட்டு விம்மி அழ ஆரம்பித்தேன்.

1989

கொடியேற்றம்

நான் பள்ளியில் எட்டாவது வகுப்பு வரும்வரை சுல்தான் பஜார் என்று ஒன்று இருப்பதே தெரியாது. எங்கள் வீட்டிலிருந்து ஏழெட்டு மைல் தூரத்தில் இருந்த அந்த இடத்தை நான் ஒரு பாடபுத்தகத்தைக் காலாகாலத்தில் வாங்காததால் பழகிக்கொள்ளும்படி ஆயிற்று. சிகந்தராபாத்தில் இருந்த மூன்று புத்தகக் கடைகளிலும் 'சுல்தான் பஜாருக்குப் போ' என்று சொல்லிவிட்டார்கள். அந்த நாளிலேயே மிகுந்த ஜன நெரிசல் இருந்த அந்தப் பகுதியில் ஒரு போலீஸ் ஸ்டேஷன் பக்கத்தில் ஒரு மிகப்பெரிய அரசமரம் பரம சுதந்திரத்தோடு செழுங்கிளைத் தாங்கி நின்றுகொண்டிருந்தது. ஒருமுறை சுல்தான் பஜார் சென்று வந்த பிறகு ஒரு பென்சில் வாங்க வேண்டுமென்றால்கூட எனக்கு அங்குதான் போகத் தோன்றியது. சைக்கிளில் அவ்வளவு தூரம் சென்று வருவது பெருமையாகவும் உற்சாகமாகவும் இருந்தது. ஒவ்வொரு முறையும் அந்த அரச மரத்தை அண்ணாந்து பார்த்துவிட்டு வருவேன்.

பத்தாவது வகுப்பில் இருக்கும்போது நாட்டு அரசியல் தீவிரமடைந்தது. கல்கத்தாவில் 'நேரடி நடவடிக்கை'யில் தெருவெல்லாம் நூற்றுக்கணக்கில் பிணங்கள். சரியோ தப்போ பாகிஸ்தான் என்று ஒரு தனிநாடு உண்டாகாமல் இந்தியப் பிரச்சினை தீராது என்றாயிற்று. பாகிஸ்தான் உறுதி என்றான பிறகு நிஜாமுடைய ஹைதராபாத் சமஸ்தானம் என்னாகும்? நிஜாமுடைய ஹைதராபாத் சமஸ்தானமாகவே இருக்கும் என்று நிஜாம் தீர்மானித்தார்.

ஆனால் நிறையப் பேர் வேறு அபிப்பிராயம் கொண்டிருந் தார்கள். ஹைதராபாத் ஒழுங்காக இந்தியாவுடன் சேர்ந்துவிட வேண்டும் என்று நினைத்தார்கள். இந்த நிஜாம் இவ்வளவு நாட்கள் வெள்ளைக்காரனிடம் 'விசுவாசமான சகபாடி' என்று பட்டம் பெற்று வாழ்ந்தாயிற்று. இனி இந்தியாவின் நண்பன் என்று இருந்துவிட்டுப் போகட்டுமே.

எனக்கும் மதன்மோகனுக்கும் இவ்வளவெல்லாம் தெரியாது. சுதந்திரம் வரப் போகிறது. அந்த ஆகஸ்ட் 15ஆம் தேதியன்று மூவண்ணக் கொடியை எங்காவது பொது இடத்தில் பறக்கவிட வேண்டும். எப்படியோ எங்கள் வீட்டில் ஒரு மூவண்ணக் கொடி வந்து சேர்ந்திருந்தது. அதை இப்போது பயன்படுத்திவிட வேண்டும்.

ஆனால் ஜூலை மாதத்திலிருந்தே காங்கிரஸ், வந்தே மாதம் போன்ற குரல் கேட்ட மாத்திரத்தில் நிஜாமின் போலீஸ்காரர்கள் தடியை உயர்த்தினார்கள். போலீஸ் மட்டுமல்லாது காசிம் ரஜ்வி என்றதொரு மனிதன் கூட்டிய ரஜக்கார் படை கதர் சட்டைக்காரர்களையும் கதர் குல்லாக் காரர்களையும் சாத்தியமான போதெல்லாம் தாக்கியது. பொதுவாகவே எல்லாருமே பயங்கண்டு இருந்தார்கள். இந்தச் சூழ்நிலையில் நாங்கள் மூவண்ணக் கொடியை எங்கு பறக்கவிடுவது? மதன்மோகனும் நானும் சிகந்தராபாத்திலேயே பல இடங்களைச் சுற்றிப் பார்த்தோம். பழகிய இடங்கள் என்பதாலேயே வேண்டாம் என்று முடிவு செய்தோம்.

"சுல்தான் பஜாரில் முயற்சி செய்யலாமா?" என்று கேட்டேன். அன்று மாலை பள்ளிக்கூடம் முடிந்த பிறகு நாங்கள் இருவரும் சைக்கிளில் கிளம்பினோம்.

ஜூலை, ஆகஸ்ட் மாதங்களில் அந்தப் பிரதேசத்தில் கொஞ்சம் மழை பெய்யும். நிறையக் காற்று அடிக்கும். எத்திசையில் போனாலும் எதிர்க்காற்று வீசுவதுபோல இருக்கும். நாங்கள் இருட்டும் வேளையில் வியர்த்து விறுவிறுக்க சுல்தான் பஜார் போய்ச் சேர்ந்தோம்.

அங்கு ஏற்கெனவே அமளி. கதர் உடை கதர்க் குல்லா அணிந்துகொண்டு இரண்டு இளைஞர்கள் 'வந்தே மாதரம்! இந்தியன் யூனியன் ஜிந்தாபாத்!' என்று கோஷம் போட்டிருக்கிறார்கள். அந்த இளைஞர்களை ஒரு டாங்கா வண்டியில் கைதுசெய்து கொண்டு போயிருக்கிறார்கள். அதை வேடிக்கைப் பார்த்துக் கொண்டிருந்த பத்துப் பதினைந்து பேருக்குத் தடியடி. நானும் மதன்மோகனும் சுல்தான் பஜார் சாலையில் நுழைந்தபோது ஈ காக்காத்தான் அங்கிருந்தன.

சுல்தான் பஜார் என்று சொல்லிவிட்டேனே தவிர கொடியை எங்கு, எப்படிக் கட்டுவது என்று நினைத்துப் பார்க்கவில்லை. அங்கு போன பிறகுதான் அதிலுள்ள சிரமங்கள் தெரிந்தன. லாந்தல் கம்பத்தில் கட்டலாம். ஆனால் பிறர் கவனிக்காதபடி அதைச் செய்ய முடியாது. பட்டம் ஏதாவது அப்பக்கம் அறுந்து வந்து மின்சாரக் கம்பியில் சிக்கிக்கொண்டால் அதை எடுக்க முயற்சி செய்வது போல கம்பத்தில் ஏறலாம். அறுந்த பட்டத்தைப் பிடிக்க யாருக்கும் சலுகைகள் உண்டு. ஆனால் எங்களுக்கென்று ஆகஸ்ட் 14ஆம் தேதி அங்கு பட்டம் அறுந்து விழுமா?

மதன்மோகனுக்கு உற்சாகம் குறைந்து போய்விட்டது. சிகந்தராபாத்தி லேயே 'கிளாக் டவர்' அருகில் எங்கள் ஸ்கவுட் கம்பையே கொடிமராமாக்கிப் பறக்கவிடலாம் என்றான். ஸ்கவுட் இயக்கத்தில் கொடிமரம் கட்டுவது ஒரு பாடம். எங்களுக்குக் கொடுக்கப்படும் தடிகளில் இரண்டை ஒன்றோ

டொன்றாகக் கட்டி இப்பாடத்தில் தேர்வு அடைவோம். எல்லா தெலுங்கு சினிமாக்களிலும் கிராமத்து ஆண்கள் கையில் ஆளுக்கொரு தடி வைத்திருப்பார்கள். எங்கள் ஸ்கவுட் தடி அது போன்றது. அதிகம் போனால் ஐந்தடி நீளமிருக்கும். இந்தத் தடி (அல்லது) கழியில் கொடியைக் கட்டுவதற்குப் பதில் நாங்களே அதைப் பிடித்துக்கொண்டு ஓடலாம்.

எங்களுடைய சுதந்திர தாகம் தணிந்து வீடு திரும்ப இருந்தபோது எனக்கு அரச மரம் ஞாபகம் வந்தது. "வா மதன் நான் நல்ல இடம் காட்டு கிறேன்," என்றேன்.

"நீ போலீஸ் ஸ்டேஷன் பக்கம் போறியே?" என்றான் மதன்மோகன்.

"அதுக்குப் பக்கத்திலேதான் நான் சொல்லற இடம் இருக்கு."

"போலீஸ் ஸ்டேஷன் பக்கத்திலேயா?"

"வாயேன், பாக்கலாம். முடிஞ்சா செய்யறது. இல்லாட்டா விட்டுடறது."

அந்த அரசமரம் போலீஸ் ஸ்டேஷனை ஒட்டி இருந்தது. அந்த மரத்தைச் சுற்றி புண்ணியம் அல்லது பலன் அடைய விரும்புபவர்கள் போலீஸ் ஸ்டேஷனையும் சுற்ற வேண்டும். இன்னொரு புறத்தில் அரச மரத்துக்கும் அடுத்த கட்டடத்துக்கும் இடையில் மிகச் சிறிய இடைவெளி. அங்கு ஆடுகள் நுழைந்து போலீஸ் ஸ்டேஷன் சுவர் மீதேறி வாய்க்கெட்டிய அரச இலைகளை தின்றுகொண்டிருந்தன.

"அப்படியே மரத்து மேலே ஏறி ஏதாவது கிளையிலேந்து கொடியைத் தொங்கவிடலாம்." என்று நான் சொன்னேன்.

எங்களுக்கே அது நம்ப முடியாததாக இருந்தது. அந்த போலீஸ் ஸ்டேஷன் தளம் போட்ட கட்டடம் என்றாலும் மாடிப்படி கிடையாது. ஒருவன் எப்படியோ கூரைமீது ஏறிவிட்டால் அவன் எளிதாக யார் கண்ணிலும் படாமல் அரசமரத்தின் உயரக்கிளைகளை அடைந்துவிடலாம்!

அன்றே கொடியைக் கொண்டு வராமல் போனோமே என்று வருத்தப்பட்டுக் கொண்டோம். ஆகஸ்ட் 13 அல்லது 14ஆம் தேதி மாலை கொடியுடன் சிறிது சணல் கயிறுடனும் வந்து இந்திய சுதந்திரத்தை வரவேற்க எங்களாலான ஏற்பாடுகளைச் செய்யலாம் என்று முடிவு செய்தோம்.

ஆகஸ்ட் 13ஆம் தேதி காலையிலிருந்தே மழை. பகலில் சிறிது நேரம் வெயில் அடித்தது. ஆனால் மறுபடியும் மழை பெரிதாகக் கொட்ட ஆரம்பித்தது.

நான் மழையில் நனைந்துகொண்டுதான் மதன்மோகன் வீட்டை அடைந்தேன். அவன் படுக்கையில் சுரமாகப் படுத்துக் கொண்டிருந்தான் என்று அவனுடைய அம்மா என்னைத் தெருவில் வைத்தே திருப்பி அனுப்பிவிட்டாள்.

ஒரு கடையருகில் ஒண்டிக்கொண்டு தலையில் இருந்த மழை நீரை வழித்து உதறினேன். எனக்குத் தும்மல் வந்தது. அடுத்தடுத்து தும்மல் வந்தபடியே இருந்தது. காகிதத்தில் சுற்றி வைத்திருந்த மூவண்ணக் கொடியால் என் தலையைத் துடைத்துக்கொண்டு ஈரம் போகப் பிழிந்தேன்.

வண்ணம் வண்ணமாய்த் தண்ணீர் கொட்டியது. இப்படிச் சாயம் போகும் கொடியைக் கட்டினால் எதற்குக் கோபித்துக் கொள்வது என்று நிஜாம் போலீஸ் திணறும்.

இந்திய சுதந்திரத்தின் உதயத்தை நானும் மதன் மோகனும் சுரத்துடன் தான் வரவேற்றோம். அன்று ஊரெல்லாம் ஒரே பரபரப்பு. யாரோ மூவண்ணக்கொடியை ஹைதராபாத்தில் ராவோடு ராவாகப் பறக்க விட்டிருக்கிறார்கள்! போலீஸ் படையில் ஐந்தாறு பேர் சஸ்பெண்டு!

கொடி எங்கு கட்டப்பட்டது என்று அறிய நான் தவித்தேன். போலீஸ்காரர்கள் பாதிக்கப்பட்டிருந்ததால் சற்றுக் கடுமையாகத்தான் இருந்தார்கள். என் அப்பாவின் நண்பர் போலீஸ் காரியாலயத்தில் ரைட்டராக இருந்தார். அப்பாவுக்குத் தெரியாமல் அவரிடம் விசாரித்தேன். அவர் சுல்தான் பஜார் என்றதும் என் பரபரப்பை அடக்க முடியவில்லை.

"என்னடா ஆச்சு?" என்று கேட்டார்.

"போலீஸ் ஸ்டேஷன் பக்கத்திலே இருக்கிற மரத்திலேயா மாமா?" என்று கேட்டேன்.

"உனக்கெப்படிடா தெரியும்?" என்று அவர் கேட்டார்.

என்னதான் இருந்தாலும் அவர் போலீஸ்காரர். நான் சொல்லவில்லை.

1989

பாக்கி

போலீஸ் ஸ்டேஷன் எதிர் சந்தில் நுழைய வேண்டாம் என்றுதான் இருந்தேன். ஆனால் மறந்துவிட்டது. சந்தில் திரும்பி நான்கு அடி வைப்பதற்குள் சுந்தரி!

நான் சுந்தரியைப் பார்க்காதது போலத் தாண்டிச் சென்றேன். ஆனால் அவள் உரத்த குரலில், "என்னாங்க... என்னாங்க!" என்று கூப்பிட்டாள். சந்தில் போய்க் கொண்டிருந்தவர்கள் எல்லோரும் என்னைப் பார்த்தார்கள். நான் நின்றேன்.

சுந்தரி அருகில் வந்து, "ரெண்டு நிமிஷம் வீட்டுப் பக்கம் வந்துட்டுப் போங்க", என்றாள். நான் அவளைப் பின் தொடர்ந்தேன்.

சந்தினுள் சந்தாக மூன்று முறை திரும்பி அவள் வீட்டை அடைந்தோம். அங்கிருந்த வீடுகள் சுவர்கள் கொண்டிருந்தன என்பதைத் தவிர சேரிப் பகுதியிலிருந்து அதிகம் மாறுபட்டவை அல்ல. சுந்தரி இருந்த வாசல் கதவைத் திறந்தவுடனேயே இருந்த ஆளோடியின் நடுவில் பெரிய சாக்கடை. இரு புறங்களிலும் இருந்த அறைகளில் ஏராளமான குடும்பங்கள். அந்த வீட்டிலும் மாடி இருந்தது. அங்கு ஒரே ஒரு தனி அறை. அது சுந்தரியுடையது.

பகல் நேரத்தில் அங்கு வெளிச்சத்துக்குக் குறைவில்லை. "எங்கே சுவர்க் கடிகாரம்?" என்று கேட்டேன். அது நான் வாங்கியது.

"மார்வாடிக் கடைக்குப் போயிருக்கு," என்றாள்.

"இருபது ரூபாகூடக் கிடைக்காதே?"

"அதுகூடக் கையிலே இல்லாதபோது என்ன செய்யறது?"

"ஏன், பிரபாகர் இலலையா?"

"அவரைப் பத்தி விசாரிக்கத்தான் உங்களைக் கூப்பிட்டேன்."

"ஏன், என்னாச்சு?"

“தெரியலைங்க. அவரு இங்கே வந்து மூணு மாசம் ஆறது.”

என் மனத்தில் எங்கோ ஓர் மூலையில் ‘நல்லா வேணும் உனக்கு,’ என்று சொல்லத் தோன்றியது.

“ஓகோ,” என்றேன்.

திடீரென்று சுந்தரி விக்கி விக்கி அழ ஆரம்பித்தாள்.

நான் சுந்தரி அழுது பார்த்தது கிடையாது. உண்மையில் பிறரைக் கதறக் கதற அடிப்பதில்தான் அவள் பெயர்பெற்றவள். ஏழெட்டு ஆண்டுகளுக்கு முன்பு என் வீட்டு முன்னால் ஊரைக் கூட்டி எப்படியெல்லாம் மானத்தை வாங்கினாள்! யாரோ ஒருவர் ஒரு போலீஸ்காரனையும் அழைத்து வந்துவிட அதன் பிறகு போலீஸ் ஸ்டேஷனில் விசாரணை. தற்கால நாகரிகத்தில் ஆண் ஒருவனுக்குக் கௌரவம் என்று ஒன்று இருப்பதைத் துளிப் பாக்கி இல்லாமல் சுந்தரி அங்கு குதறிப் போட்டு எடுத்தாள். இவ்வளவு ஆன பிறகு ஒருவன் உடனே நாக்கைப் பிடுங்கிக்கொண்டு சாவான். அல்லது தூக்குப் போட்டுக்கொண்டு உயிரை விடுவான். நானும் அதெல்லாம் யோசித்தேன். ஆனால் அதெல்லாவற்றையும்விட இன்னும் தீவிரமான முடிவு எடுத்தேன். சுந்தரி கழுத்தில் தாலி கட்டுகிறேன் என்று சொன்னேன். அப்படிச் செய்வதற்கு வசதிப்படவில்லை. மூன்று வருடங்கள் அவளுடன் இருந்தேன். எனக்கு வந்த சம்பாத்தியம் அனைத்தையும் அவளிடம் கொடுத்து அவள் பொங்கிப் போடும் சாதத்தை விழுங்கினேன். காதலுக்காகவும் ஒரு பெண்ணுக்காகவும் எல்லாவற்றையும் தியாகம் புரிபவன் அல்லது நல்லது கெட்டது சுரணையற்ற அறிவு மதித்தவன் என்றெல்லாம் நான் என்னைப் பற்றி நினைத்துச் சொல்லவில்லை. நடுநடுவில் சந்தோஷமாகக்கூட இருந்தேன். அப்போது பிரபாகர் நுழைந்தான். பெரிய கூச்சல் குழப்பம் இல்லாமல் ஆறு மாத காலத்தில் அவன் சுந்தரியின் அறையில் குடியேற மீண்டும் என் உறவுக்காரர்கள் மத்தியில் என்னைப் பொருத்திக் கொண்டேன். எனக்கு இப்போது இரண்டாவது பெண் பிறந்து நான்கு வாரங்கள் ஆகின்றன.

சுந்தரியின் அழுகை தானாக ஓய்ந்தது. நான் எழுந்தேன். அவள் கண்ணையும் மூக்கையும் துடைத்துக்கொண்டு சற்றுத் திகிலுடன், “எங்கே போறீங்க?” என்று கேட்டாள்.

“ஏன், என்ன?”

“ஒண்ணுமே சொல்லாமலேயே போறீங்களே?”

நான் அறையைச் சுற்றிப் பார்த்தேன். முன்பிருந்த பாத்திரங்களில் பாதிதான் பாக்கியிருந்தது. பக்கெட் மாறியிருந்தது. சுருணைத் துணியாகத் தொங்கியது என்னுடைய ஒரு ஜிப்பா. மிகவும் உறுதியான துணியாக இருக்க வேண்டும்.

“டீ கொண்டு வரச் சொல்லட்டுமா?” என்று கேட்டாள்.

“ஏன், இங்கே கொதிக்க வைக்க முடியாதா?”

“டீத் தூள், பாலு, சர்க்கரை எல்லாமே கடன் வாங்கணும். அதுக்கு ஒரேயடியா டீயையே கடனா வாங்கிடலாம்.”

“இவ்வளவு சாமர்த்தியக்காரியாக இருந்து கோட்டை விட்டுட்டியே? எனக்குப் பிரபாகர் பத்தி ரொம்பத் தெரியாது. கிரவுன் டாக்கீஸ் பக்கத்துச் சந்துன்னு எப்பவோ சொன்னான். நீ போய்ப் பாத்தியா?”

“போனேன். அங்கே அவன் அம்மாதான் இருக்கா. அவ பெரிய பஜாரி. அவ பையன் பணமெல்லாம் பிடுங்கிட்டேன்னு கத்தி அமர்க்களம் செய்து போலீசெல்லாம் வரவழைச்சிட்டா. ஆனா அந்தப் படுபாவி எங்கே போனான்னே தெரியலே.”

“நான் மட்டும் என்ன பண்ண முடியும்? எனக்கு அந்த ஆளை அதிகம் தெரியாது.”

“உங்க சீஃப் மேக்கப்மேனுக்கு உறவுன்னு முன்னே சொன்னீங்களே?”

“என்ன, என்ன?”

“நரசிம்மராவ் சாருக்கு உறவுன்னு நீங்கதான் சொன்னீங்க.”

“நானா சொன்னேன்?”

“ஆமாங்க.”

எனக்கும் அது நிழல் போல நினைவில் தோன்றியது. நரசிம்மராவ் ஒரு முறை அவன் ஊருக்குப் போய் ஒரு பெண்ணை அழைத்து வந்தான். சில நாட்களுக்குப் பிறகுதான் தெரிந்தது, அவள் ஏற்கெனவே இன்னொருவனுடைய மனைவி என்று. இருவர் போக்கிலும் உள்ள ஒற்றுமைக்காகத்தான் நரசிம்மராவுடைய தம்பி பிரபாகர் என்று நான் கூறியிருக்க வேண்டும்.

“நாலு வருஷம் அவன்கூட வாழ்ந்திருக்கே, அவன் மனுஷாளுங்க யாரு என்னன்னு தெரிஞ்சு வச்சுக்கக் கூடாதா?”

நான் முற்றிலும் தளர்ந்திருக்கும் நேரமாகப் பார்த்து அவள்தான் என்னைப் பற்றி எவ்வளவு தகவல்கள் தெரிந்துவைத்திருந்தாள்! இதெல்லாம் அவள் என் வீட்டு முன்னால் அமர்க்களம் செய்த போதும் பின்னர் போலீஸ் ஸ்டேஷனிலும் விசேஷமாகப் பயன்பட்டன. நான் எப்படி நாக்கைப் பிடுங்கிச் சாகவில்லை என்று எனக்கே ஆச்சரியமாகத்தான் இருந்தது.

பிரபாகர் அவளை வைத்துக் காப்பாற்றவில்லை என்பதோடு விஷயம் முடியவில்லை. அவளிடமிருந்த ஓரிரண்டு தங்க நகைகள், வெள்ளிப் பாத்திரம், பட்டுப்புடவை எல்லாவற்றையும் காசாக்கிக் கொண்டு செலவழித்திருக்கிறான். அவன் குடிக்க மாட்டான். சுந்தரி என்னை அவளுடைய வாழ்க்கையிலிருந்து விலக்கிவிட்டு அவனைத் தேர்ந்தெடுத்ததற்கு அதுவும் ஒரு காரணமாக இருந்திருக்க வேண்டும். முழுக்க முழுக்கச் சுயநினைவுடனேயே அவளைச் சுரண்டியிருக்கிறான்.

நான் மறுபடியும் எழுந்து நின்றேன். சாட்டை போன்ற நாக்கு ஒன்றை நம்பியே இவ்வளவு நாட்கள் இவ்வளவு பெரிய நகரில் காலம் தள்ளியவள் இப்போது வலுவிழந்து துவண்டுபோய் நிற்கிறாள். நான் அவளோடு

வாழ்க்கை நடத்தியபோதும் அவளுடைய குடும்பத்தினர், நெருங்கிய உறவினர்கள் என்று யாரும் வந்தது கிடையாது. அவளுடைய ஊர்க்காரர்கள் யாராவது அவளை எப்படி எப்படியோ விசாரித்துக்கொண்டு வந்து சேருவார்கள். ஒருவேளை அல்லது இருவேளைச் சாப்பாட்டோடு சரி, சுந்தரி அவர்களைக் கிளப்பிவிடுவாள். பிரபாகரோடு இருந்தபோது ஏதாவது மாற்றம் ஏற்பட்டிருக்கும் என்று நம்புவதற்கில்லை. நான் என்னிடம் இருந்ததெல்லாம் கப்பம் போல் அவள் காலடியில் சேர்த்திருக்க, அவன் மட்டும் அவளிடமே சூறையாடியிருக்கிறான். கில்லாடிதான். அவனை அதிகம் பழக்கம் செய்துகொள்ள வாய்ப்பு ஏற்படவில்லை.

"சுந்தரி, இப்போ முன்னைப் போல எதுவுமே இல்லை. நானே முன்னைப் போல இல்லை. அப்படி இருக்கவும் முடியாது. நான் கட்டியிருக்கிறவள் கிட்டே உன் ஆர்ப்பாட்டம், அட்டகாசம் ஒண்ணும் பலிக்காது."

"அப்படியெல்லாம் நினைக்கலேங்க. உங்க வீட்டுப் பக்கமே நான் வரவே இல்லியே. அதுலேயிருந்து தெரியலீங்களா என் மனசு?"

"அவனுக்கு வந்த கடுதாசு ஏதாவது இருக்கா? அவன் வேலை பார்த்த இடத்திலேர்ந்து கொடுத்த சம்பளக் கவர், பட்டியல் ஏதாவது இருக்குமே?"

"ஒரு தகரப் பெட்டியிலே மூணு நாலு கிழிஞ்ச துணி தாங்க இருக்கு. ஒரு போட்டோவும், சாமிபடமும் இருக்கு."

"அது இரண்டையும் கொண்டா."

அந்தப் புகைப்படத்தைக் கொண்டு ஏதும் ஊகிக்க முடியவில்லை. படத்திலிருப்பது ஆணா பெண்ணா என்றுகூடத் தெரியாதபடி வெளுத்துப் போயிருந்தது. சாமி படம் நரசிம்மருடையது. அவளவுக்கு மீறி வாயைத் திறந்தபடி பிரகலாத ரட்சகன் காட்சியளித்தார். பானக நரசிம்மன் என்று பெயர். குண்டூர் அருகே மங்களகிரி என்ற ஆந்திரப் பிரதேச மலை மீதிருக்கும் அந்த நரசிம்ம விக்கிரகத்தின் வாயில் எந்த அளவுப் பாத்திரத்திலிருந்தும் பானகம் தயாரித்து வாயில் ஊற்றினாலும் பாதிப் பாத்திரம் முடியும் போது வாய் நிரம்பிவிடும். பிரபாகர் விஜயவாடா – குண்டூர் பக்கத்து ஆளாகத்தான் இருக்கவேண்டும்.

"சரி, விசாரிச்சுப் பார்க்கிறேன்," என்று சொல்லிவிட்டுத் திரும்பினேன்.

"ஒரு நிமிஷங்க," என்றாள்.

"நீ ரொம்ப 'ங்க' போடறது எனக்கு என்னமோ போல் இருக்கு."

"அது இல்லீங்க..."

"சரி, சீக்கிரம் சொல்லு."

"நிலைமை ரொம்ப மோசம். சீக்கிரமா அந்த மனுஷனைப் பார்த்து என்ன ஏதுன்னு கேட்க முடியலேன்னா, நான் மறுபடியும் ஸ்டூடியோ பக்கம்தான் போக வேண்டியிருக்கும்."

நான் கொடூரமாக ஏதாவது பேசி விடுவேனோ என்று அவள் கண்களில் தெரிந்த பயம் எனக்கு அளவிட முடியாத வேதனை அளித்தது. திரும்பத் திரும்ப அந்தப் போலீஸ் ஸ்டேஷன் தோற்றம் கண் முன் வந்தது.

என் சட்டைப் பையிலிருந்து ஒரு பழைய கவரை எடுத்தேன். நான் பணத்தைக் காகிதக் கவர்களில் வைத்துக் கொள்வதுதான் வழக்கம். சுந்தரி அசையாமல் நின்றுகொண்டிருந்தாள்.

முப்பது ரூபாய் இருந்தது. அவளிடம் நீட்டினேன். வாங்கிக் கொண்டாள்.

“இதை இப்போ வச்சுக்க. நான் அப்பப்போ வந்து போறேன்.”

நான் இதை எந்தப் பொருளில் சொன்னேன் என்று எனக்கே தெரியவில்லை. அவளுக்கும் தெரியவில்லை என்று அவள் முகம் காட்டியது.

அன்று மாலை நான் மீண்டும் அவள் அறைக்குப் போன போது அங்கு பேச்சுக் குரல் கேட்டது. பிரபாகர் திரும்பி வந்துவிட்டான்! நான் பாதி மாடிப் படியிலிருந்து இறங்கி வந்துவிட்டேன். எனக்கும் சுந்தரிக்கும் உறவு பாக்கி இருந்ததோ இல்லையோ, பிரபாகருக்கு நான் எந்த ஜென்மத்திலோ கடன்பட்டிருக்க வேண்டும். சுந்தரி அறையிலிருந்து சமையல் வாசனை தடபுடலாக வந்துகொண்டிருந்தது.

1989

பழக்கம்

“உன்னைத் தேடிண்டு பாலு வந்தாண்டா,” என்று அம்மா சொன்னாள்.

“எந்த பாலு?” என்று கணேசன் கேட்டான்.

“என்னடா இப்படிக் கேக்கறே? உன் ஆபிஸிலேயே வேலை பண்ணிண்டிருந்தானே, அவன்தான். வேற யாரு பாலு இருக்கா?”

“அவனா? இரண்டு மூணு தரம் வந்துட்டான் போலே யிருக்கே? ஏதாவது விஷயம் உண்டா?”

“தெரியலை. வந்து பத்து நிமிஷம் பேசிண்டிருந்தான். ரொம்ப நல்ல பையன். அவன் அம்மா, மாமியார் இரண்டு பேரும் ஊரிலேந்து வந்திருக்காளாம். நாளைக்கு மறுபடியும் உன்னைப் பார்க்க வரேன்னு சொன்னான்.”

கணேசனுக்கும் பாலுவைப் பார்க்க வேண்டும் போலிருந்தது. இந்த ஆறு மாதத்தில் ஒரே ஒரு முறை அவன் பாலு புதிதாக வேலை செய்யும் ஆபீசில் அவனைப் போய்ப் பார்த்ததோடு சரி. ஆனால் பாலுவோ ஐந்தாறு முறை கணேசன் வீட்டுக்கு வந்துவிட்டான். சொல்லி வைத்தாற்போல் ஒரு முறைகூட கணேசன் வீட்டில் இல்லை.

ஒரு காலத்தில் அவர்கள் இருவரையும் தனித்தனியாக நினைத்துப் பார்க்க முடியாதபடி எப்போதும் சேர்ந்தே இருந்தார்கள். ஆபீசில் அடுத்தடுத்த மேசைகள். இருவருக்கும் அநேகமாக ஒரே வயது. இருவரும் எஸ்.எஸ்.எல்.சி. முடித்து ஷார்ட் ஹாண்ட் டைப்ரைட்டிங் லோயர் பரிட்சை தேறி வேலைக்கு வந்தவர்கள். இருவருக்கும் சங்கீதம் சினிமா – முதலிய விஷயங்களில் ஒரே மாதிரியான ரசனை. இருவரும் சிறு வயதிலேயே தந்தையிழந்தவர்கள். ஒரு வித்தியாசம், பாலுவின் அம்மா பாலுவுக்கு இரு வருடங்கள் முன்னால் கல்யாணம் செய்து வைத்துவிட்டாள். தங்கை கல்யாணம் முதலில் முடிய வேண்டும் என்று கணேசனால் மட்டும் ஒத்திப்போட முடிந்தது.

கணேசன் சாப்பிட்டுவிட்டுக் கையை அலம்பும்போது அம்மா சொன்னாள், "நீதான் ஒரு நடைபோய்ப் பார்த்துவிட்டு வாயேண்டா."

"அவனேதான் வரேன்னு சொல்லியிருக்கானே?"

இப்படி ஆறு மாதத்திற்கு முன்பு சொல்லியிருக்க மாட்டான். பாலு வீட்டுக்கு வந்து போனானென்றால் நிச்சயம் கணேசன் உடனே பாலுவைப் பார்க்கப் போயிருப்பான். இப்போது ஓர் அசிரத்தை வந்துவிட்டது. பாலுவை பார்க்க வேண்டாமென்றில்லை. ஆனால் அதற்காக அவன் முயற்சி எடுத்துக் கொள்ளவில்லை.

அன்று படுத்து அரைமணியாகியும் தூக்கம் வரவில்லை. ஆபிஸிலேயே சிறுசிறு சிக்கல்கள். இப்போது பெரிய தலைவலியாயிருப்பது ஆபீஸ் பையன் மோகன் தீர்க்கமான விரோதியாக நடந்துகொள்வது. இந்த மோகனுக்காகத் தான் எவ்வளவு முறை அரை ரூபாயும் ஒரு ரூபாயுமாக விட்டுக் கொடுத்தாயிற்று? எப்போது டிபன் காப்பி வாங்கி வரச் சொன்னாலும் உடனே கணக்கு ஒப்புவித்துப் பாக்கிச் சில்லறை தரமாட்டான்: கேட்டுக் கேட்டு வாங்க வேண்டும். அது தரும் கசப்புணர்ச்சிக்காகவே சரியாகச் சில்லறையாகத் தருவது. ஆனால் அப்போதும் மோகன்தான் வெற்றியடைவான். "தோசையெல்லாம் ஆயிடுத்து," என்று சொல்லிவிட்டு காபி மட்டும் மேசை மீது வைப்பான். "தோசை இல்லைன்னா வேறே ஏதாவது வாங்கி வருவதுதானே?" என்று கேட்டால், "நீ சொல்லலியே," என்பான். மீதிச் சில்லறையைக் கேட்டாலொழிய தரமாட்டான்.

இயல்பாகவே வேண்டாதவனாக இருப்பவன் இப்போது தெரிந்த விரோதியாகிவிட்டான். இருபது ரூபாய் கேட்டான். கணேசன், "நீ சொல்லாம எடுத்துண்டது ஐம்பது, நூறு ரூபாய்கூட இருக்கும்," என்றான். இது என்ன பதில்? கையில் பணம் இல்லை என்று கூறியிருக்கலாம். விளைவு, மோகன் எப்படி எப்படியெல்லாமோ கணேசனை வதைக்கிறான்.

பாலு மோகனிடமே கூடக் கடன் வாங்கியிருக்கிறான். கடனும் கொடுத்திருப்பான். எல்லாம் பத்து பதினைந்து; மிகவும் அதிகமாகப் போனால் இருபது ரூபாய். பாலு கணேசனிடம் கடன் வாங்காத மாதமில்லை. வாங்கிய கடனில் பாதி அவர்கள் இருவரும் சேர்ந்து போகும் சினிமாவுக்குச் செலவழிந்துவிடும். பாலுவுடன் சினிமா பார்ப்பதே ஒரு தனி அனுபவம். குப்பை என்றும் பிரமாதம் என்றும் பரவாயில்லை என்றும் எவ்வளவு பேர் சொல்லியிருக்கிறார்கள்? ஆனால் பாலு ஒரு சினிமாப்படம் பற்றி அப்படிச் சொல்வது பல புரியாத விஷயங்களைத் தெளிவாக்குவது போல இருக்கும். அவனுக்குக் கல்யாணம் ஆன பிறகுகூட நண்பர்களுடன் சினிமா போக அவன் நேரம் ஒதுக்கிக்கொள்வான். இப்போது வேலைக்குப் போன புதிய இடத்தில் அவனுக்கு யார் சினிமா தோழர்கள்?

பத்து ரூபாய் வாங்கிக் கொள்வதைக் கடன் என்று சொல்லலாமா? கைமாற்று எனலாம். தீர்க்க திருஷ்டியுடன் தான் இப்படிச் சொல்கிறார்கள்.

இந்தப் பத்து அல்லது இருபது ரூபாய்கள் கைமாறினால் மாறியதுதான். கணேசனிடம் பாலு வாங்கியது கைமாற்றுதான். தவறாமல் மாதத்தில் மூன்றாவது வாரத்தில், "ஏம்பா, இருபது ரூபா வேணுமே. இருக்கா சம்பளம் வாங்கினவுடனே கொடுத்துடறேன்," என்பான்.

கணேசனிடம் இருபது ரூபாய் இருக்கக் காரணம் அவன் சீட்டாட மாட்டான். அவனிடம் இருக்கும் என்று பாலுவுக்கு நன்றாகத் தெரியும். கணேசன் உடனே இருபது ரூபாய் எடுத்துக் கொடுத்துவிடுவான். அன்று மாலைக்குள் அதிலிருந்து நான்கைந்து ரூபாயைக் கணேசனுக்காகவே பாலு செலவழித்திருப்பான். சம்பளம் வாங்கியவுடன் அவனுக்குப் பத்து, இவனுக்கு இருபது இன்னொருவனக்கு இருபத்தைந்து என்று பிரித்துக் கொடுத்துவிடுவான். சனி, ஞாயிறு தவறாமல் சீட்டாட்டம் இருக்கும். வியாழன் அல்லது வெள்ளி அன்று ஒரு சினிமா இருக்கும்.

கணேசன் எழுந்து விளக்கைப் போட்டு படுக்கையை மீண்டும் ஒரு முறை உதறிப் போட்டுக்கொண்டான். தூக்கம் வராமல் சிரமப்படுவதற்குக் காரணம் எறும்பு, வண்டு ஏதாவது இருக்கக்கூடும். தங்கை தம்பி ஆகிய இருவரும் ஆழ்ந்துத் தூங்கிக் கொண்டிருந்தார்கள். அம்மாதான் அவன் விளக்கைப் போட்ட சமயத்தில் போர்வையை இழுத்துப் போர்த்திக் கொண்டாள். அம்மாவுக்கு இந்த கைமாற்று விஷயங்கள் அதிகம் தெரியாது. அவளுடைய உலகிலும் ஒரு கரண்டி சர்க்கரை, ஒரு தம்ளர் எண்ணெய் என்ற கைமாற்றுகள் உண்டு. ஆனால் யாராவது மாதம் தவறாமல் பணம் கைமாற்று கேட்டால் அவளுக்கு அந்த நபர்மீது ஏதேதோ சந்தேகங்கள் வந்துவிடும். பாலுவின் கைமாற்றம் பழக்கம் பற்றி அவளுக்கு தெரியாது. தெரிந்துவிட்டால் அவனால் கணேசனின் வீடு தேடி வர முடியாது. அவளுடைய சந்தேகங்கள் முதலில் பாமரத்தனமாகத்தான் இருக்கும். ஆனால் நாலைந்து கேள்விகள் கேட்டுச் சீக்கு இருக்கிற இடத்தைக் கண்டுவிடுவாள். நல்ல வேளை, பாலு அதிக நேரம் இன்று அம்மாவோடு பேசிக் கொண்டிருக்கவில்லை.

டைப்பிஸ்ட் குமாஸ்தாக்களுக்கு மிகச் சில பெரிய கம்பெனிகளில்தான் தாராளமாகச் சம்பளம் தருகிறார்கள். பாலு, இப்போது வேலை போயிருக்கும் கம்பெனி பெரியது இல்லை என்றாலும் கொஞ்சம் தாராளம் என்று பெயர். மாதம் எழுபத்தைந்து ரூபாய் கூடும் என்றுதான் பாலு கணேசனை விட்டுப் பிரிந்து போனான். போய்ச் சேர்ந்த ஒரு வாரத்துக்குள் அங்கு இன்னொரு டைபிஸ்ட் தேவைப்படுகிறது என்றும் கணேசனை அந்த இடத்திற்கு வந்துவிடலாம் என்றும் சொன்னான். கணேசன்தான் முயற்சி எடுத்துக் கொள்ளவில்லை. பாலு விட்டுப் போனவுடன் பாலு பயன்படுத்திக் கொண்டிருந்த புதிய டைப்ரைட்டர் இவனுக்குக் கிடைத்தது. அதுதான் காரணம் என்றில்லை. ஏனோ புதிய வேலைக்குப் போகப் போதிய உற்சாகம் ஏற்படவில்லை, மாதம் எழுபத்தைந்து ரூபாய் அதிகப்படியாகக் கிடைக்கும் என்று தெரிந்தும்கூட. ஆனால் அப்போது அந்த முயற்சி எடுத்துக் கொள்ளாதது தவறோ என்று மனம் ஏங்குகிறது. இந்த மோகன் போன்ற மனிதர்களோடு காலம் தள்ள வேண்டாமல்லவா?

காலையில் குளித்துவிட்டு வெளியே கிளம்ப ஜிப்பாவை மாட்டிக் கொண்டிருக்கையில் தெருவில் குரல் கேட்டது. பாலுவே வந்துவிட்டான்!

“உன்னைத்தான் பாக்கக் கிளம்பிண்டிருந்தேம்பா, நீயே வந்துட்டே,” என்று கணேசன் கூறினான்.”

“வரவன் இவ்வளவு நாள் வரக்கூடாது? ஒரேயடியா மறந்துட்டியேப்பா.”

“அப்படியெல்லாம் இல்லை, பாலு. ஆபீஸ் விட்டா வீடு, வீடு விட்டா ஆபீஸ். அவ்வளவுதான். இப்பல்லாம் எங்கேயும் போறதில்லை.”

"அதுதான் நான் ராத்திரி ஏழு மணி எட்டு மணிக்கு வந்தாக்கூட நீ வீட்டிலே இருக்கிறதில்லையாக்கும்."

"அது சரி, என்ன விசேஷம்? பாத்து எவ்வளவு நாளாறது..."

"நீ சொல்லறே இதை, உம்... மறுபடியும் ஒரு வேகன்சி இருக்கு. கையோட அப்ளிகேஷன் எழுதிக் கொடு. நான் நேரே டைரக்டர்கிட்டே கொடுக்கிறேன். இங்கே உடனே ரிலீஸ் பண்ண முடியாது, அப்படி இப்படீன்னாங்கன்னா லீவு போட்டுட்டு வந்துடு."

"இதை நீ அம்மாகிட்டே சொல்லிட்டுப் போயிருக்கக் கூடாதா? நான் ராத்திரி உக்காந்து எழுதியிருப்பேனே?"

"இப்ப முடியாதா?"

"முடியாதுனில்லே. எழுதினா சரியா வரதில்லை. நான் எழுதி நாளைக் கார்த்தாலே உன் வீட்டிலே கொண்டுவந்து கொடுக்கிறேனே."

"நாளைக்கா?"

"ஏன் ரொம்ப லேட்டா?"

"பரவாயில்லை. நான் சொல்லி வைக்கிறேன். கட்டாயம் கொண்டு வந்துடு. இப்ப சான்ஸ் விட்டா அப்புறம் அஞ்சாறு வருஷத்துக்குக் கிடையாது."

"சரி, கொண்டு வந்துடறேன்."

"நீ எப்படியும் அங்கே வந்துடணும், கணேசன். நீயில்லாத ஒரு ஆபிஸிலே வேலை பண்ணறது எவ்வளவு கஷ்டமாயிருக்கு, தெரியுமா?" பாலுவின் குரல் கரகரத்தது.

"எனக்கும் அப்படித்தான், பாலு."

சற்று நேரம் இருவருக்கும் பேசத் தோன்றவில்லை. கணேசன்தான் முதலில் துவங்கினான்.

"வாயேன், காபி சாப்பிட்டுப் போகலாம்," என்றான்.

"வேண்டாம், இன்னொருத்தனைப் பார்க்கணும்."

"நிறையத்தான் வேலை வைச்சிண்டிருக்கே. உன் ஆபீஸ் எத்தனை மணிக்கு? ஒம்போதரைத்தானே?"

"ஆமாம், ஆனாத் தேதி இருபதாச்சே?"

"ஏன், என்னாச்சு?"

"இதுக்காவாவது நீ என் கம்பெனிக்கே வந்துடணும்."

"எதுக்கு?"

"எனக்கு இப்போ இருபது ரூபா வேணும். முதல் தேதி பொறந்து சம்பளம் வந்தவுடனே கொடுத்துடறேன்."

1989

ஒரு காதல் கதை

"ஏண்டா இன்னிக்கு ஆபீஸுக்குப் போகலே?"

அம்மாவின் கேள்விக்குப் பதில் தரக்கூடாது என்றுதான் சங்கரன் நினைத்தான்.

ஆனால் அம்மா மறுபடியும் கேட்டாள்.

"இல்லை."

"ஏன்? உடம்பு சரியில்லையா?"

"இல்லை. வேலை முடிஞ்சுடுத்து."

"வேலை முடிஞ்சுடுத்துன்னா?"

"ஆறு மாசத்துக்குத்தான்னு சொல்லி வேலைக்கு எடுத்துண்டாங்க. நேத்தியோட ஆறு மாசம் முடிஞ்சுடுத்து."

"நீட்டிப்பாங்கன்னு கந்தசாமி முதலியார் சொன்னாரே?"

"இல்லை."

அம்மாவின் முகத்தில் துக்கமும் கோபமும் ஒரு சேரத் தெரிந்தது. அவன் பொறுப்பேயில்லாமல் வேலையைப் போக்கடித்துக் கொண்டுவிட்டான் என்றுதான் அவள் நினைத்துக் கொண்டிருக்க வேண்டும்.

சங்கரன் எழுந்து படுக்கையை நன்கு உதறிவிட்டு மடித்தான். அறை ஓரத்தில் வைக்கப்பட்டிருந்த படுக்கைக் குன்று மீது தன்னுடையதையும் வைத்தான். ஒரு கணம் அசைவில்லாமல் இருந்தவை உடனே படுக்கைகளும் அவன் பக்கம் சாய்ந்தன. சங்கரன் அவற்றைச் சீராக அடுக்கி வைத்தான்.

அவனுடைய தம்பி தங்கைகள் அதற்குள் குளித்துவிட்டுச் சாப்பிட்டுக் கொண்டும் இருந்தார்கள். தம்பிக்குப் பத்தே காலுக்குத்தான் கல்லூரி. ஆனால் அவன் எட்டரை மணிக்கே பஸ் ஸ்டாப்பில் போய் நின்றுகொண்டிருப்பான். காலையில், அந்த வேளையில், பஸ் ஸ்டாப்பில் வெறுமனே நிற்பது ஒரு மகிழ்ச்சிகரமான அனுபவம். சங்கரனுக்கும் அப்படித்தான்

இருந்தது. ஆனால் அவன் வேலைக்கு என்று போகத் தொடங்கிய போது பஸ் ஸ்டாப் மகிழ்ச்சி தரவில்லை. மாணவன் என்ற அந்தஸ்து போனவுடனேயே சுதந்திரம் போய் மூப்பு வந்துவிட்டது. இப்போது எந்தத் தெரு முனையிலும் நிற்பத பொருத்தமில்லாததாகப் பட்டது. இன்னும் சொல்லப் போனால் ஒரு வயது முதிர்ந்த சோதாவாகத்தான் தோற்றம் கொள்வது போலிருந்தது.

"அம்மா, எனக்குக் காப்பி வேண்டாம். நானும் சாப்பிட்டுடறேன்."

"குளிக்கவாவது செய்வியா?"

"அப்பச் சித்த இரு. இவா எல்லாரும் கை அலம்பிண்டப்புறம் குளிக்கப் போகலாம்."

"அப்பக் காப்பி கொடு."

அம்மா பார்த்த பார்வை அவள் காப்பி கொடுப்பாள் என்ற நம்பிக்கை தோற்றுவிப்பதாக இல்லை. ஆனால் கொண்டுவந்து கொடுத்தாள். சூடாகக் கூட இருந்தது. அவனுக்குத் தெரியும் அவளுக்குத் தெரியும் அவனுக்கு ஏதாவது வேலை தாமதமில்லாமல் கிடைத்துவிடும் என்று. ஆனால் நல்ல வேலை, நல்ல கம்பெனி என்று அமைவது பற்றிக் கூற முடியாது. இவ்வளவு நாட்கள் வேலை பார்த்த இடம் சிறந்த இடம். அங்கு மீண்டும் தற்காலிக வேலை கிடைக்கும். அங்கு யாராவது நீண்ட கால லீவில் போகும்வரை காத்திருக்க வேண்டும்.

சாப்பிட்டு முடித்தவுடன் வெளியே கிளம்ப ஆயத்தமானான். "எங்கேடா நீ வெளியே போறே? உன்னை வீட்டிலே வைச்சுட்டு நான் போய் என் பெரியம்மாவைப் பாத்துட்டு வரலாம்னு இருந்தேன்" என்று அம்மா சொன்னாள்.

"நானே அங்கேதான் போகக் கிளம்பினேன்."

"சரி, நீயே போயிட்டு வா. அவ படுத்த படுக்கையானதிலேருந்து நீயெங்கே நீயெங்கேன்னுதான் கேட்டுண்டிருக்காளாம்."

சங்கரன் வெளி வாசற்படியைக் கூடத் தாண்டிவிட்டான். அம்மா கூப்பிட்டாள். "சங்கரா!"

"என்னம்மா?"

"ஒண்ணுமில்லே. அவ சாந்தியைக் கல்யாணம் பண்ணிக்கோன்னு உன்னைக் கேட்டாலும் கேட்பா. நீயும் அவ சாகக் கிடக்கிறாளேன்னு வாக்கு ஏதும் கொடுத்துடாதே."

சங்கரன் புருவத்தை நெரித்தான்.

"நான் சொல்லறது புரிஞ்சுதா?"

சங்கரன் பதில் சொல்லாமல் விரைந்தான். அவனுடைய அம்மாதான் எவ்வளவெல்லாம் யோசித்து வைத்திருக்கிறாள்!

அவனுடைய பெரியம்மாவுக்குப் பதினேழு வயதாகும்போது பெரியப்பா செத்துப்போய்விட்டார். பெரியம்மாவின் இரண்டாவது குழந்தை

அவர் போய் மூன்று மாதங்களுக்கு பிறகு பிறந்தது. பெரியம்மாவுடைய அண்ணாதான் அவளையும் இரண்டு குழந்தைகளையும் பொறுப்பேற்றுக் கொண்டார். இப்போது பெரியம்மா அறுபது வயதாகி இன்றோ நாளையோ என்று கிடக்கிறாள். அவளுடைய அண்ணா மன்னி எல்லாரும் போயாயிற்று. அண்ணாவுடைய கடைசிப் பெண் சாந்திக்கு இப்போது பெரியம்மாதான் ஏதாவது வழி செய்ய வேண்டும்.

பெரியம்மாவுடைய அண்ணாவும் ஆயுள் காலம் முழுக்கத் தற்காலிக உத்தியோகங்களாகத்தான் பார்த்தார் என்று அம்மாவும் சொல்லியிருக்கிறாள், பெரியம்மாவும் சொல்லியிருக்கிறாள். அவருக்கு ஓர் ஊரும் நிலைத்ததில்லை, வேலையும் நிலைத்ததில்லை. இதில் ஆறு பெண்கள். அவர் வீட்டில் பிள்ளையாக இருந்தது பெரியம்மாவின் இரு பிள்ளைகள்தான். அவர் காலத்தை ஓட்டிவிட்டு எப்படியோ ஐந்து பெண்களுக்குக் கல்யாணம் பண்ணிப் புக்ககங்களுக்கு அனுப்பித்தாயிற்று. கடைசிப் பெண் வரை அவர் ஆயுள் காத்திருக்கவில்லை. இப்போது அந்தப் பெண்ணைக் கரையேற்றும் வரை பெரியம்மாவின் ஆயுளாவது காத்திருக்க வேண்டும்.

சங்கரனுக்குச் சாந்தி மீது கடுப்பு. அவனுடைய பெரியம்மாவிடம் அவள் ஒரு வேலைக்காரி போல நடந்துகொள்கிறாள் என்று கோபம். உண்மையில் அவள் அதிகம் பேசி, குழைந்து ஏதும் செய்ததில்லை. எதற்கெடுத்தாலும் அத்தை, அத்தை என்று உறவு கொண்டாடுவதும் கிடையாது. ஆனால் அவன் பெரியம்மா எந்த வேலை செய்யவேண்டும் என்று சொன்னாலும் அதை அவள் ஏற்கெனவே செய்து முடித்திருப்பாள். “சரியான அடிமை கிடைச்சா பெரியம்மாவுக்கு,” என்று சங்கரன் சொல்வான். “தாய் தகப்பன் இல்லாத பொண் அடங்கி ஒடுங்கித்தானே இருப்பா?” என்று அம்மா கேட்பாள்.

சாந்தி அவனுடைய பெரியம்மாவின் வீடு என்றில்லை, எங்கு இருந்தாலும் ஓயாது உழைப்பாள் என்று சங்கரனுக்குத் தெரிந்துவிட்டது. அவனுடைய அம்மாவுக்கே ஒருமுறை டைபாய்டு ஜுரம் கண்டிருந்தபோது இரு மாதங்கள் வீட்டைக் கவனித்துக்கொள்ள பெரியம்மா சாந்தியை அனுப்பியிருந்தாள். சங்கரன் வீட்டுக்கருகிலிருந்து சாந்தி கல்லூரி செல்ல நேரடி பஸ் கிடையாது. முக்கால் கிலோ மீட்டருக்கு மேல் நடந்து சென்று காலை நேரங்களில் பிதுங்கி வரும் பஸ்ஸில் தன்னை நுழைத்துக் கொண்டு கல்லூரி சென்றுவர வேண்டும். அது தவிர ரேஷனை வாங்கிவர அவனுடைய தம்பியோடு சென்றுவர வேண்டும். காஸ் தீர்ந்துபோய் ஒரு வாரத்திற்கும் மேலாக மண்ணெண்ணெய் ஸ்டவ்வும் கரியடுப்பும்தான். இதெல்லாவற்றையும் சமாளித்துக்கொண்டு நடுவில் ஒரு ஹிந்திப் பரீட்சையும் அவள் எழுதிவிட்டு வந்தாள். இதெல்லாம் சிறுகச் சிறுகத்தான் சங்கரனுக்குத் தெரிய வந்தது. அப்புறந்தான் சாந்தி ஒரு மனுஷியாக அவன் கண்ணில் தெரிய ஆரம்பித்தாள். அவளுடைய முகத்தில் அவள் தாய் தந்தையிழந்து உறவினர் ஆதரவில் இருப்பவள், விழித்திருக்கும் நேரத்திலெல்லாம் ஓயாது பிறருக்காக உழைப்பவள் என்றெல்லாம் தெரியாது. அவள் தனக்காக அனுமதித்துக் கொள்ளும் ஒரே சலுகை முகப்பவுடர் ஒன்றுதான்.

பெரியம்மாவுக்கே ஆச்சரியம். "வா சங்கரா வா" என்று ஆர்வத்தோடு வரவேற்றாள். "அம்மாவுக்கு உடம்பு தேவலையா" நான்தான் அப்புறம் வந்து பார்க்கமுடியலை. சாந்திதான் அடிக்கடி சொல்லிண்டிருப்பா."

"என்ன சொல்லிண்டிருப்பா?"

"உங்க அம்மாவுக்கு இன்னும் பூரணமா குணமாகலேன்னு. சாந்திக்கு இன்னும் கொஞ்ச நாள் அங்கேயிருண்டுட்டு அம்மாவுக்கு எல்லாம் சரியானப்புறம் வரணும்னுதான் ஆசை. உங்கம்மாதான் இனிமே நான் பார்த்துக்கறேன், நீ போன்னுட்டாளாம்."

"அப்படியா?"

"உனக்குத் தெரியாது?"

"உம்... தெரியும். தெரியும், சாந்தி எங்கே?"

"மூணே முக்கால் வரைக்கும் அவளுக்கு கிளாஸ் இருக்கே, இனிமேத்தான் வருவா."

சாந்தி வந்தாள். அவனுக்குத் திடீரென்று குளிர்வது போலிருந்தது. அவள் புன்னகை புரிந்தாள். அவளுடைய அத்தைக்குக் காப்பி தயாரித்து அவனுக்கும் கொண்டு வந்தாள்.

பெரியம்மா காதுக்கெட்டாத தூரத்தில் இருந்தபோது, "எங்கம்மாதான் உன்னை போன்னு சொன்னாளா?"

"இல்லியே?"

"உங்க அத்தைகிட்டே அப்படித்தான் சொன்னியாமே?"

சாந்தி பதில் பேசவில்லை.

சங்கரன் கேட்டான், "எங்கம்மா உன்னை கோச்சுண்டாளா?"

"இல்லியே."

"நீ ரொம்பப் பெரிய விஷயங்களுக்கெல்லாம் இல்லியே இல்லியேன்னு பதில் சொல்லி முடிச்சுடறே."

"இல்லியே."

இருவரும் சிரித்துவிட்டார்கள்.

இப்போது பெரியம்மா அவனை வரவேற்கும் நிலையில் இருக்க மாட்டாள். பெரியம்மாவின் மகன்களில் ஒருவன் குடும்பத்துடன் வந்திருக் கிறாள் என்று ஒரு வாரம் முன்பே தகவல் வந்தது. சாந்தி கல்லூரிக்குப் போயிருக்க முடியாது. வீடு நிறைய விருந்தாளிகளும் நினைவு விட்டுவிட்டு வரும் பெரியம்மாவையும் விட்டுவிட்டு அவளால் எங்கே போக முடியும்?

அவன் வீட்டை விட்டு வெளியே கிளம்பும்போது அம்மா செய்த எச்சரிக்கைக்கும், முன்பு சாந்தி திடுதிப்பென்று அவளுடைய அத்தை வீட்டுக்கு திரும்பி போனதற்கும் சம்பந்தம் இருப்பது ஒரு மாதிரித் தெரிந்தது.

அம்மா பார்க்க அவனும் சாந்தியும் சிரித்துப் பேசிக்கொண்டார்களோ? அம்மாக்கள் மனசுதான் எவ்வளவு ஆழம்?

இவ்வளவு ஆழம் இருந்தும் ஏன் சில விஷயங்களில் இவ்வளவு சிறுமையுடனும் சுய நலத்துடனும் நடந்துகொள்ள முடிகிறது? இவர்கள் இப்படி நினைப்பதாலேயே எதிர்வினை போல 'ஆமாம் அப்படித்தான் போ' என்று சொல்லத் தோன்றுகிறது. பெரியம்மா எப்போதாவது அம்மாவுடன் இது பற்றிப் பேச்சு எடுத்திருப்பாளோ? சாந்தி போன்று ஒரு பெண் வீட்டுக்கு வர எவ்வளவு கொடுத்து வைத்திருக்க வேண்டும்?

பெரியம்மா விழித்திருந்தாள். அவனைப் பார்த்து, யார் "சங்கரனா?" என்றுகூடக் கேட்டாள். சாந்தியின் நிழல் அறையில் எங்கோ விழுந்தது. முதல் முறையாக அது கவலையோடு இருப்பது போலத் தோன்றியது.

சங்கரனுக்கும் கவலைத் தோன்றியது. பெரியம்மாவின் இரு மகன்களில் யார் சாந்தியைப் பார்த்துக் கொள்வார்கள்? சாந்தியுடைய ஐந்து அக்காக் களில் ஒருத்தி உள்ளூரில்தான் இருந்தாள். அங்கு போய்த்தான் சாந்தி இருக்க வேண்டும். அவளே மூன்று குழந்தைகளோடு கணவனின் அற்ப சம்பாத்தியத்தில் சிரமப்பட்டுக் கொண்டிருந்தாள். பெரியம்மா சாந்திக்கு ஏதாவது பணம் வைத்துவிட்டுப் போனால் நல்லது. ஆனால் இரு மகன்கள் இருக்கும்போது அவள் பணத்தை அண்ணன் மகளுக்குத் தருவாளா? ஏதாவது நகை பாத்திரம் பண்டம் வேண்டுமானால் தரலாம். ஆனால் இருபது வயதுக்கு முன்பு விதவையானவளிடம் என்ன நகை இருக்க முடியும்?

அவன் பெரியம்மாவின் கையைப் பிடித்துக்கொண்டான். அவனுடைய அப்பா இருந்தவரையில் அற்பாயுசில் இறந்த அவருடைய அண்ணன் மனைவியை அவன் அதிகம் பார்க்கச் சந்தர்ப்பம் நேரிட்டதில்லை. பெரியம்மாவுக்கு அவ்வளவு நாளும் அவளுடைய அண்ணனுடன் எங்கோ ஊர் ஊராக மாறிக்கொண்டு இருந்துவிட்டாள். ஐந்தாறு ஆண்டுகளாகத்தான் ஐம்பது காசு பஸ் கட்டணமுள்ள தூரத்தில் சாந்தியோடு குடிவந்த பிறகு தாயாதி உறவு மீண்டும் தொடங்கியிருக்கிறது. இப்போதுகூடப் பெரியம்மாவின் மகன்கள் யாரும் வர இயலாது போய்விட்டால் அவன்தான் அவளுக்குக் கொள்ளி வைக்க வேண்டும்.

பெரியம்மா சாந்தியைப் பார்த்தாள். பிறகு ஈன சுவரத்தில் சங்கரனைக் கேட்டாள், "இப்போ வேலைக்குப் போயிண்டிருக்கயோல்லியோ?"

"இல்லை."

"இன்னும் வேலை கிடைக்கலே?"

"டெம்பரரி வேலைதான் கிடைச்சுண்டிருக்கு."

"டெம்பரரியா?" பெரியம்மா ஒரு முறை கண்களை மூடிக்கொண்டாள்.

சாந்தி பெரியம்மாவின் முகத்தை துடைத்துவிட்டாள். பெரியம்மா மீண்டும் கண்களை விரித்துப் பார்த்தாள்.

"இவ அப்பாவுக்குக் கூடத்தான் எப்பப் பார்த்தாலும் டெம்பரரி வேலைதான் கிடைச்சுது. கடைசியிலே என்னாச்சு? எல்லாரும் நடுத்தெருவிலே

நிற்கவேண்டியதாச்சு" பெரியம்மாவுக்கு பெருமூச்சு வாங்கியது. பேச வேண்டாமே என்பதுபோல் சாந்தி அவளுக்குத் தடவிக் கொடுத்தாள்.

"எனக்கு உடனே வேலை கிடைச்சிடும் பெரியம்மா. நாளைக்கே கூடக் கிடைச்சிடும்."

பெரியம்மா கண் திறந்து சங்கரனைப் பார்த்தாள். அவன் வார்த்தையில் அவளுக்கு நம்பிக்கை ஏற்பட்டதாகத் தெரியவில்லை.

"என்னமோப்பா, எல்லாரும் இரண்டு வேலை கூழோ கஞ்சியோ சாப்பிட்டுண்டு இருக்க முடிஞ்சா போறும்."

சாந்தி தலைகுனிந்து இருந்தாலும் அவளுடைய கண்களில் கண்ணீர் ததும்புதை அவன் உணர முடிந்தது. அவள் மனத்தில் என்ன இருக்கிறதோ? அவளாக ஏதும் நினைத்துவிட மாட்டாள். பெரியம்மா! பெரியம்மா! இதோ நாங்கள் இருவரும் உன்னருகில்தான் இருக்கிறோம். எங்கள் இருவர் பற்றி நீ நினை. ஏதாவது சொல்லு பெரியம்மா. பெரியம்மா...

அவனுடைய அம்மாவுடைய வார்த்தையை மீறுவதற்குத் தயாராக இருந்தும் அது பெரியம்மாவுக்குத் தெரியவில்லை. பெரியம்மா நினைவு தவறித் தூங்க ஆரம்பித்தாள்.

1989

சேர்ந்து படித்தவர்கள்

அவன் பெயரைச் சொல்லிக் கூப்பிட்டது அவனுடைய காதில் விழுந்தாலும் அந்தக் குரல் பலவீனமானதாகத்தான் இருந்தது. மோகன் சைக்கிளை நிறுத்தித் திரும்பிப் பார்த்தான். அந்த நேரத்தில் தெருவில் போய்க்கொண்டிருந்த எண்ணற்ற மனிதர்கள் வடிவங்கள் அவனுக்குக் குறிப்பாக எதையும் உணர்த்தவில்லை. சற்றுப் பொறுத்துத்தான் அந்த மனிதக் கலவையிலிருந்து ஓர் உருவம் பிரிந்து அவளிடம் வந்தது. "நான்தாண்டா, மோகன். நினைவில்லே?" என்று வந்தவன் கேட்டான்.

"சந்துரு!"

வந்தவன் முகம் மலர்ந்தது. "அப்பா! உனக்கு நினைவிருக்கா தோன்னு ஒரு நிமிஷம் பயந்துட்டேன்."

மோகன் சைக்கிளுக்கு ஸ்டாண்ட் போட்டு நிறுத்திவிட்டு சந்துருவைக் கட்டிக்கொண்டான். 'இந்த ஊர்லயா இருக்கே? நானும் ஒரு வருஷமா இங்கே இருக்கேன். தெரியவே தெரியாதே? இங்கே என்ன பண்ணறே?'

சந்துருவுக்குப் பழைய நண்பன் கிடைத்த மகிழ்ச்சியில் பேச்சே எழாது போய்விட்டது போலிருந்தது. அவன் மோகனின் முகத்தைப் பார்த்துப் புன்னகை புரிந்தபடியே நின்றான். அவன் முகத்தில் அமைந்திருந்த கோடுகள் அவனுடைய பெரிய மீசையோடு சேர்ந்து அவனுடைய தோற்றத்திற்கு ஒரு கொடூரத் தன்மையைக் கொடுத்தன. அவனுடைய மகிழ்ச்சிப் புன்னகை இதையெல்லாம் மீறித்தான் வெளிப்பட்டது.

"வீட்டுக்கு வா, சந்துரு. இங்கே நாலு தெரு தள்ளித்தான் நான் இருக்கேன். இப்போ வரலாமில்லே? வா, சந்துரு, வா."

சந்துரு மாறாத புன்னகையோடு மோகனுடன் நடந்தான்.

பள்ளி மற்றும் அலுவலகங்களுக்குப் போகும் நேரமாதலால் தெருவில் மக்கள் திரள் நிரம்பி வழிந்தது. ஒரு சைக்கிளையும் தள்ளிக்கொண்டு நண்பனையும் பக்கத்திலேயே நடக்க

வைத்துக்கொண்டு செல்வது அசாத்தியமாக இருந்தது. மோகனுக்கு அதெல்லாம் ஒரு பொருட்டாகவே இல்லை. சந்துருவுடன் இரண்டாவது வகுப்பலிருந்து பத்தாவது வரை ஒன்றாகவே படித்து, விளையாடி, பிற்பகல் காட்சி சினிமாவுக்குச் சென்று, பள்ளிப் பருவத்தில் ஏற்படும் அத்தனை ஏக்கங்கள், துன்பங்கள், ஆசைகள், வெற்றிகள், மகிழ்ச்சி எல்லாவற்றையும் பகிர்ந்துகொண்ட சந்துரு எவ்வளவோ ஆண்டுகளுக்குப் பிறகு இன்று கிடைத்திருக்கிறான்!

வெளிச் சுவரோரமாக சைக்கிளை நிறுத்திப் பூட்டிவிட்டு மோகன் பூட்டியிருந்த வெளிவாசற் கதவைத் திறந்தான். "என் வீட்டுக்காரியும் வேலைக்குப் போறா. நீ என் கல்யாணத்துக்குக்கூட வரலியே?" என்றான்.

சந்துரு பதில் பேசாமல் உள்ளே வந்தான். மோகன் அவனை உட்கார வைத்து மின்விசிறியைச் சுற்றவிட்டான். எங்கிருந்தோ ஒரு தகர டப்பாவைத் தேடி எடுத்துத் தரைமீது வைத்தான். அலமாரியில் பழைய செய்தித்தாள்கள் குவியல் பின்னால் கையைவிட்டு ஒரு சிகரெட் பாக்கெட்டையும் நெருப்புப் பெட்டியும் எடுத்தான். சந்துருவிடம் ஒரு சிகரெட்டை நீட்டினான்.

சந்துருவின் புன்னகை இன்னோர் இழை கூடிற்று. "இன்னும் பெர்க்லிதானா?" என்றான்.

"ஆமாம்ப்பா," என்று மோகன் சொன்னான். அதில் சிறிது வருத்தம் இருந்தது. "என்ன பண்ணறே, சந்துரு?" என்று கேட்டான்.

"பெரிய பஜார்லே நானும் இன்னோத்தருமா சேர்ந்து சின்னதா இன்ஜினீயரிங் வொர்க்ஸ் வைச்சிருக்கோம். ஒரு மாதிரிப் போறது."

"ஏன்?"

"இங்கே மூணு வருஷத்துக்கு முன்னாலே நாங்கதான் முதல்லே கிரில்ஸ், வெண்டிலேட்டர் பிரேம், ஜன்னல், ரெயிலிங்க்ஸுன்னு பண்ண ஆரம்பிச்சோம். நாங்க இதைத் தொடங்கினப்புறம்தான் இந்த ஊர் ஹார்டுவேர் சாயபு வீடு வீடா வாங்க முடிஞ்சது. இப்பப் பத்து கடைங்க எங்களுது போல வந்துடுத்து. நாங்க பத்து ரூபா சதுர அடீன்னா இன்னோத்தன் ஒம்பதரை ரூபாய்க்குப் பண்ணித் தரேன்றான்..."

"எவ்வளவு வருஷம் ஆச்சு, நாம கடைசியாப் பாத்து? நீ ஓ.டி.எஸ்.ஸுலே சேர்ந்தப்புறம்கூட ஒரு வருஷம்வரை நாம சேர்ந்தாப்பலே போவோம் வருவோம். அப்புறம் எங்க காலேஜ் டைமிங்ஸை மாத்தினதும் நாம பாத்துக்கறதும் நின்னுடுத்து."

சந்துரு பேசாது புகையை உள்ளுக்கிழுத்து மெதுவாக மூக்கு வழியாக விட்டான்.

"இரண்டாம் வருஷம் அஞ்சு கிளாஸுக்கப் பதிலா ஆறு கிளாஸ் பண்ணினாங்க. பாதி நாளைக்குக் கடைசி கிளாஸ் நடக்காதது. நான் மூணு மணிக்கு வீட்டுக்குக் கிளம்பினா நீ நாலுக்கு முன்னாலே வர முடியாது." மோகன் குரலில் வருத்தம் தொனித்தது. டாங்க் பண்ட்

வரையிலும் அவனும் சந்துருவும் சைக்கிளில் சேர்ந்துதான் வருவார்கள். அங்கு சந்துரு வலப் பக்கம் திரும்பி உஸ்மானியா டெக்னீகல் ஸ்கூலுக்குப் போய்விடுவான். மோகன் இடது கைப் பக்கம் திரும்பி நிஜாம் கல்லூரி அடைவான். கல்லூரிச் சம்பளம் மூன்று மாதத்துக்கு முப்பத்தாறு ரூபாய். தொழிற்பயிற்சிப் பள்ளியில் பதினைந்து ரூபாய். அந்த இருபது ரூபாய் வித்தியாசம் சந்துருவின் குடும்பத்துக்குப் பெரியதாக இருந்தது.

“நீ எப்ப இங்கே வந்தே, மோகன்? என்ன பண்ணறே?”

“காலேஜ் விட்டவுடனே கிடைச்சதெல்லாம் இந்த குமாஸ்தா வேலை தான். ஒம்பது வருஷம் எப்படியோ நம்ப ஊரிலேயே தள்ளிட்டேன். ஆனா இந்த டிரான்ஸ்ஃபரை ஒண்ணும் பண்ண முடியலை. மேலும் இது என் பொண் சாதி ஊரு. அவ இங்கே வந்துடலாம்னு சொன்னா. இங்கே வந்ததுலேதான் அவளுக்கும் வேலை கிடைச்சது. நூத்தம்பது ரூபா டீச்சர்தான். ஆனா அது கூட யாரு தராங்க?”

“குழந்தைங்க?”

“இல்லேப்பா.”

சந்துருவின் முகம் இறுகியது.

“உனக்கு?”

“எனக்கா?” சந்துரு யோசித்தான். “ஒரு பையன் இருக்கான் எல்லாரும் ஊர்லே இருக்காங்க.”

“ஏன், இங்கே இல்லையா? இங்கேதானே கடை வைச்சு மூணு வருஷம் ஆச்சுன்னு சொன்னே?”

“மூணு என்ன? டிப்ளமா வாங்கின கையோட இங்கேதானே இருக்கேன். ஏதோ அதுக்குப் பிடிக்காம போச்சு. நானும் கொஞ்சம் சரியில்லேதான். அது பொறந்த வீட்டுக்கே போயிடுச்சு.”

மோகன் இன்னொரு சிகரெட்டைப் பற்ற வைத்தான். சந்துரு முதல் சிகரெட்டை அப்போதுதான் முடித்தான். மோகன் தகர டப்பாவை எடுத்து நீட்டச் சந்துரு அதில் சிகரெட் துண்டைப் போட்டு அணைத்தான். தரையில் விழுந்திருந்த சிறிதளவு சாம்பலையும் மோகன் மிகக் கவனமாக டப்பாவில் எடுத்துப் போட்டான்.

“நீயும் காலேஜ் வந்திருந்தா எவ்வளவோ நல்லாந்திருக்கும் சந்துரு. நாம ரெண்டு பேரும் சேர்ந்து படிச்சிருந்தா ஒருவேளை நானும் வேற வேலை எதுக்காவது போயிருப்பேன். இல்லே, நாம ரெண்டு பேரும் சேர்ந்து ஏதாவது பண்ணியிருக்கலாம். பத்தாவது வரைக்கும் நான் இரண்டாவது ராங்க் வந்தா நீ மூணாவது இருப்பே. நீ இரண்டாவதா வந்தா நான் மூணாவது. முதல் ராங்க் எப்பவுமே அந்த சுந்தரம். நினைவிருக்கில்லே, சுந்தரம்? இண்டியன் ஆயில்லே இப்ப அவன் பெரிய ஆளாயிட்டான். போன வருஷம் பார்த்தேன். அவனா என்னை அடையாளம் கண்டுண்டு

பேசினான், நீ என்னை அடையாளம் கண்டுண்டு இன்னிக்குக் கூப்பிட்ட மாதிரி. எல்லாரும் என்னை அடையாளம் கண்டுண்டறாங்க, என்னாலே முடியலை. அவுங்க சொன்னப்புறம்தான் நினைவுக்கு வருது."

சந்துரு எழுந்தான். அவனுடைய முகம் இப்போது பயமூட்டுவதாகத் தோன்றவில்லை. "உக்காரு சந்துரு, டீ போட்டுக்கொண்டு வரேன்," என்று மோகன் சொன்னான்.

"வேண்டாம். இப்ப நான் போகணும். நீ இருக்கிற இடம்தான் தெரிஞ்சுடுத்தே. இனிமே நானே வரேன். ஞாயித்துக்கிழமை உம் மனைவியும் இருப்பா, இல்லை? அப்ப வரேன்."

"உன் சம்சாரம் குழந்தையும் அழைச்சிட்டு வா. ஒரு குழந்தைதானே?"

"நான்தான் சொன்னேனே, ஊர்ல இருக்காங்கன்னு. இங்க வரப்போ அழைச்சிண்டு வரேன். விஷயம் என்னன்னா என் மனைவி இரண்டு வருஷமாத் தனியாத்தான் இருக்கா. அன்னிக்குக் கொஞ்சம் ஜாஸ்தியாத்தான் குடிச்சுட்டேன். குடையெடுத்து வீசினேன். அவ கண்ணு ஒண்ணு போயே போயிடுத்து. அப்போ போனதுதான் அவ."

மோகனும் எழுந்து வீட்டைப் பூட்டினான். இருவரும் தெருவுக்கு வந்தனர். "இன்னிக்கு லீவே கூடப் போடலாமோன்னு நினைச்சேன். ஆனா நீ போகணும்றே."

"இன்னோர் நாள் வரேன், மோகன். அதுதான் உன் வீடு தெரிஞ்சுடுத்தே. என் கடை பெரிய பஜார்லே இருக்கு. பேரு தெரியுமா? மோகன் இன்ஜினீயரிங் வொர்க்ஸ்."

"என் பேரா?"

"பின்னே?"

மோகன் சந்துருவைக் கட்டிக்கொண்டான். ஒரு நிமிடத்திற்குப் பிறகு, "நீயும் என்னோட காலேஜுக்கு வந்திருக்கலாமில்லே?" என்றான்.

சந்துரு புன்னகை புரிந்தான். அவனுடைய மீசையையும் முகக் கோடுகளையும் மீறி வருத்தந்தான் தெரிந்தது.

1990

நானும் கிருஷ்ணப்பிள்ளையும் கோவிந்தன் நாயரும்

என்னைப் பார்த்ததும் கோவிந்தன் நாயர் சுதந்திர உணர்வும் அதுதரும் உற்சாகமும் மறைந்தவனாக, "குட் மார்னிங், சார்," என்றான்.

இந்த குட் மார்னிங்குகளுக்கு குட் மார்னிங் சொல்வது எனக்குப் பிடிக்காத காரியங்களில் ஒன்று. என்னப்பா, எப்படியிருக்கிறாய், சௌக்கியமா, உனக்குக் கல்யாணமாமே என்றெல்லாம் கேட்பதை விட்டு 'நல்ல காலை' என்று சொல்வது எதில் சேர்த்தி? இந்த 'நல்ல' என்பதற்கு என்ன அர்த்தம்! எது எப்படியோ, எனக்கு அன்று அந்தக் காலை நல்ல காலையாகத் தோன்றவில்லை.

உர்ரென்ற முகத்துடன், "புரோகிராம் ஆபீஸர் மணி மூணு வண்டியை சர்விஸுக்கு அனுப்பச் சொன்னாரு," என்றான்.

"அனுப்பச் சொன்னாரா? அப்ப அனுப்பிடறதுதானே?"

"டி.வி.எஸ்ஸிலே புக் பண்ணலேன்னாரு, சார்."

"நீ என்ன சொல்லறே?"

ஏதோ சித்திரவதைக்கு உட்படுபவன் போலக் கோவிந்தன் நாயர் பதில் பேசாமல் என்னையே பார்த்தபடி நின்றான்.

"நீ என்ன சொன்னேன்னு உனக்காவது புரிஞ்சுதா? புக் பண்ணலேன்றே. மூணு வண்டியை சர்விஸுக்கு அனுப்புன்றே. புக் பண்ணாம சர்விஸுக்கு அனுப்பிச்சா எவனாவது திரும்பிப் பாப்பானோ? ஏற்கெனவே அவுங்க திமிர் பிடிச்சவங்க."

"எல்லாம் புரோகிராம் ஆபீஸர் சீனிவாசன்தான் சொன்னார், சார்."

"மணி சொன்னாரா சீனிவாசன் சொன்னாரா?"

"சீனிவாசன் சொன்னாரு மணி சொன்னாருன்னு."

“அப்படீன்னா மணி சொன்னாருன்னு சீனிவாசன் சொன்னாருன்னு நீ சொல்லறே.”

கோவிந்தன் நாயர் ஒரு தியாகிக்குரிய மனத்தாங்கலோடு நின்றான். எனக்கு அவனுடைய வருத்தம் புரிந்தது. ஆனால் இவ்வளவு குளறுபடி செய்பவனை வைத்துக்கொண்டு எப்படி வேலையை நடத்துவது? நான் வேலை பற்றி ஒன்றும் சொல்லவில்லை. “எல்லாம் நான் பாத்துக்கறேன், கோவிந்தன் நாயர். ஒரு விஷயம். சீனிவாசனைப் புரோகிராம் ஆபீஸர்னு நீ சொல்லறத்தை மணி கேட்டா உன்னைக் கைமாறு கால்மாறு வாங்கிவிடுவார்.”

“என்ன, சார்?”

அவனுக்குக் கோவலன் கண்ணகி கதை தெரியாது. தெரிந்தாலும் அது தமிழ் மூலமாகத் தெரிந்திருக்காது.

“சீனிவாசன் ஆபீஸர் இல்லே.”

“ஆபீஸ்லேதானே இருக்கார்?”

“ஆபீஸ்லே இருக்கிறவங்கள்ளாம் ஆபீஸர் இல்லே.”

“நான் எல்லாரையும் ஆபீஸர்னுதான் கூப்பிடறேன். என்னை யாரும் கூப்பிடாட்டிக்கூட நான் அவுங்களை ஆபீஸர்னுதான் கூப்பிடறேன்.”

இது ஒரு சங்கடம். அவனுக்கு என்னோடு போட்டி. நான் தாராளமாக அவனை ஆபீஸர் என்றென்ன, முதலாளி என்றுகூடக் கூப்பிடத் தயார். ஆனால் அவனென்னவோ என்னால்தான் அவனுடைய பதவி போய்விட்டதென்று குமைந்து கொண்டிருக்கிறான். எற்றத் தாழ்வுகள் எனக்கு மட்டும் பிடித்தமா? ஆனால், சில பணிகளைச் சிலர்தானே செய்யவேண்டியிருக்கிறது? பொறுப்பேற்க வேண்டியிருக்கிறது? திடீரென்று இரண்டு வண்டி பிரேக்டவுன் ஆகிவிட்டால் பதில் நான்தான் தரவேண்டும். கோவிந்தன் நாயரை யாரும் உபத்திரவப்படுத்த மாட்டார்கள்.

இரண்டு நாட்களாகத் தொலைபேசி வேலை செய்யவில்லை. கேபிள் ஃபால்ட். தொலைபேசிக்காரர்கள் கேபிள் ஃபால்ட் என்று சொல்லும் தோரணையே ‘இனிமே சும்மாச் சும்மா எப்போ வரும் எப்போ வரும்னு கேக்காம கம்முனு கிட’ என்று அறிவிப்பது போல இருக்கும். இண்டர்காம் தொலைபேசி தவறான வோல்டேஜ் மின்சாரம் பாய்ந்து முழுதுமே மாற்றப்பட வேண்டும் என்ற நிலைமை ஏற்பட்டுவிட்டது. நல்ல வேளையாக இன்னும் மூன்று நான்கு நாட்களுக்குப் பெரிய வேலை கிடையாது. அதற்குள் எல்லா வண்டிகளையும் சரி பார்த்து சர்வீஸ் செய்துவிடலாம் என்றுதான் நினைத்தேன். புரோகிராம் மணிக்கு ஒன்றுவிட்ட அண்ணா ஒருவன் டி.வி.எஸ்ஸில் அஸிஸ்டெண்ட் ஒர்க்ஸ் மானேஜராக இருந்தான். இந்த ஒரு காரணத்துக்காக வண்டிகளை ரிப்பேருக்காக அனுப்ப வேண்டுமானால் அது மணி வழியாகச் செய்யப்பட வேண்டும் என்று ஒரு பழக்கம் ஏற்பட்டிருந்தது. இதில் நிறையத் தொந்தரவும் இருந்தது. ஒரு ரிப்பேர் சரி பார்க்கப்பட்டிருக்கும். ஆனால் மூன்று புது ரிப்பேர்களோடு வரும்.

மணிக்கு அவன் அண்ணாவிடம் பயம். ஒரு நாள் நானிருக்கும்போதே அவன் மணியிடம், "காயலாங் கடைக்குப் போக வேண்டியதை ஏதோ ஓடப் பண்ணியிருக்கேன். உங்க தகர டப்பாக்களுக்கு இது போறும்," என்று வாயடித்திருக்கிறான்.

நான் நாற்காலியைக் கோவிந்தன் நாயருக்கு ஒழித்துக் கொடுத்துவிட்டு மணியைப் பார்க்கப் போனேன், என் அறையில் ஒரு மேஜை ஒரு நாற்காலிக்குத்தான் இடமிருந்தது.

மணியின் அறைக்குள்ள ஸ்பிரிங் 'அறைக்கதவு' முக்கால் கதவுக்குச் சமானம். திறந்துவிட்டு உள்ளே போனால் உடனே டமாலென்று பின்னால் இடிக்கும். எங்கள் கம்பெனியில் சாலை விபத்துக்களில் கைகால் உடைத்துக் கொண்டவர்களைவிட இந்த மணியின் அறையின் அரைக்கதவில் முன்மண்டை பின்மண்டை அடிபட்டவர்கள் அதிகம். அதைக் கழட்டி வீசித் தொலை என்று கம்பெனி தச்சனுக்கு நிறையச் சொல்லியாகிவிட்டது. என்னமோ ஏதோ சொல்லி மணிதான் அந்தக் கதவை எடுத்துப் போட விடாமல் தடுத்துக் கொண்டிருக்கிறான். இம்முறை என்னையும் அந்தக் கதவு ஒருமுறை இடித்தது.

"இதோ பார், மணி. இனிமே இந்த டிரான்ஸ்போர்ட் சமாச்சாரத்தை முழுக்க எங்கிட்டே விட்டுத் தொலை," என்றேன். அறை அரை இருட்டில் இருந்தது.

"கோவிந்தன் நாயர் என்ன சொன்னான்? இன்னும் வண்டியை அனுப்பலயா?"

"ஏன் ஆளுக்கு ஆள் வேறே வேறே உத்தரவுங்க சொல்லி அவனைக் குழப்பறீங்க? எனக்கு அவனையும் கட்டிண்டு மாரடிச்சு உன்னையும் கட்டிண்டு மாரடிக்கறதுக்கு இரண்டு மார் இல்லை. டிரான்ஸ்போர்ட் விஷயத்துலே இனிமேலும் நீ மூக்கை நீட்டறதா இருந்தா நான் இப்பவே ராஜினாமா பண்ணிட்டுப் போயிடறேன்."

"வேண்டாங்க," என்று ஒரு மூலையிலிருந்து குரல் கேட்டது. அறையிலிருந்த இன்னொரு ஆளை நான் அதுவரை கவனிக்கவில்லை.

"யாரது?"

"நான்தான், கிருஷ்ணப்பிள்ளைங்க."

"யாரு கிருஷ்ணப்பிள்ளை?"

"வாச்மென் கிருஷ்ணப்பிள்ளை. நான் கடைசியா ஊருக்குப் போறப்போகூட நீங்கதாங்க லோன் அப்ளிகேஷன் எழுதிக் கொடுத்தீங்க."

"ஓ கிருஷ்ணப்பிள்ளை! அது நடந்து நாலஞ்ச வருஷம் ஆயிருக்குமே? நீ திரும்பியே வரலியே?"

"அதான் இப்ப வந்தேங்க."

“என்ன மணி, என்ன இந்த ஆளு அஞ்சு வருஷம் லீவு எடுத்துண்டுட்டு வரான்?”

மணி சொன்னான், “முதலாளியைக் கேட்டிருக்கேன். பாக்கலாம்.”

நான் என் அறைக்கு வந்ததும் கோவிந்தன் நாயர் எழுந்தான். “உக்காரு. உக்காரு. அந்த நாற்காலியிலேயே உக்காரு,” என்றேன்.

“ஏன், சார்?” என்று கோவிந்தன் நாயர் கோபமாகக் கேட்டான்.

“ஒண்ணும் பதட்டப்பட வேண்டாம். வண்டிக்கெல்லாம் ஏற்பாடு பண்ணிட்டேன். இனிமே உன்னை யாரும் தொந்தரவு பண்ணமாட்டாங்க. ஆமாம், இந்தக் கிருஷ்ணப் பிள்ளை எப்போ வந்தான்? மஸ்டர் ரோல்லே அவன் பெயரைக்கூட அடிச்சாச்சில்லே?”

“எனக்கு ஒண்ணும் தெரியாது.”

“நீயும் அவனும் ஒரே ஊர்காரங்கதானே?”

“நம்பளுக்குத் தெரியாது, சார்.”

எனக்கு அவனை மேலும் கேட்கத் தோன்றவில்லை.

கிருஷ்ணப்பிள்ளை எனக்கு அதிகம் ஞாபகமிருக்க நியாயமில்லை. நான் வேலைக்கு வந்த ஒரு மாதம் முடிவதற்கு முன்பே அவன் கண்ணில் படவில்லை. அந்த ஒரு மாதத்துக்குள் அவனுக்குக் கடன் விண்ணப்பம் எழுதிக் கொடுத்திருக்கிறேன் என்பதுகூட அவன் சொல்லித்தான் தெரிந்தது. பீமசேனன் போல வாட்ட சாட்டமாக இருப்பான். அவன் மீசை போல பமசேனனும் வைத்திருக்க வேண்டும். மணியின் அறையில் அவன் முகம் அவ்வளவாகத் தெரியவில்லை. மீசை என்னாயிற்றோ?

திடீரென்று வயிற்றைக் கலங்கவைக்கும் ஒரு கூக்குரல் கேட்டது. நான் என் அறையை விட்டு வெளியே குதித்தேன். எல்லாரும் வெளி கேட்டை நோக்கி ஓடினார்கள். நானும் தாவிப் போனேன். அங்கே கிருஷ்ணப்பிள்ளைத் தரையில் பயங்கரமாகக் கைகால்களை உதறிய வண்ணம் இருந்தான். நான் ஓடிப்போய் அவன் தலைகீழே இடித்துக் கொள்ளாமல் பிடித்துக்கொண்டேன். ஆனால் அதற்குள் வேண்டிய அளவு அடிபட்டு ரத்தம் பெருகி அவனுடைய நரைத்த தலையைச் சிவப்பாக்கி இருந்தது. யாரோ அங்கு எறிந்திருந்த காலி நெருப்புப் பெட்டியை அவனுடைய வாயில் திணித்தேன். அவனுடைய வலிப்பு அடங்க வெகு நேரமாயிற்று. “யாராவது பிடிங்கப்பா, அவனை உள்ளே கொண்டு போகலாம்,” என்றேன். காக்காய் வலிப்புக்காரனைத் தொட்டு தூக்க அப்படியொன்றும் யாரும் சட்டென்று முன்வரவில்லை. கோவிந்தன் நாயர் கண்ணில்பட்டான். “கோவிந்தன் நாயர், காலைப் பிடி!” என்று கத்தினேன். கிருஷ்ணப்பிள்ளையின் வேஷ்டியெல்லாம் நனைந்திருந்தது. அது காரணமாயிருக்கும் அவன் அருவருப்புக்கு என்று, “சரி, நீ வேணும்னா தலையைப் பிடி,” என்று அடுத்துக் கத்தினேன். அதற்குள் இருவர் கிருஷ்ணப் பிள்ளையின் காலைப் பிடித்துத் தூக்கினர். நாங்கள் மூன்று பேருமாக அவனை ஒரு மரத்தடிக்கு எடுத்துச் சென்றோம். என் கையிலும் துணிமணியிலும் கிருஷ்ணப்பிள்ளையின் ரத்தமும் வியர்வையும் எச்சிலும் பிசுபிசுத்தன.

நான் கோவிந்தன் நாயரோடு பேசவில்லை. குழாய்க்குச் சென்று முடிந்தவரை என் உடுப்பைச் சுத்தம் செய்துகொண்டேன். காக்காய் வலிப்பு ஒட்டுவாரொட்டி அல்ல என்றுதான் மருத்துவர்கள் கூறுகிறார்கள். ஆனால் வலிப்பு வந்து துடிப்பவனை அவனுடைய ஊர்க்காரன்கூடத் தூக்கத் தயங்குகிறான். இவ்வளவு பெரிய உடம்பைப் பெற்றவன் இந்த நோயும் உடையவனானால் எவ்வளவு கஷ்டம்! ஒரு நிமிட வலிப்பு விளைவிக்கும் காயங்கள் ஆற மாதக் கணக்கில் ஆகும். கிருஷ்ணப்பிள்ளையின் முகமெல்லாம் ஏகப்பட்ட வடுக்கள் இருந்தன.

ஒரு மணி நேரம் கழித்துக் கிருஷ்ணப்பிள்ளை என்னிடம் போய் வருகிறேன் என்று சொல்லிவிட்டுப் போனான். அவனைக் கண்டவுடனேயே கோவிந்தன் நாயரின் உடல் விரைத்தது. இப்போது ஞாபகம் வந்தது. அவனை வேலைக்குக் கொண்டுவந்ததே கோவிந்தன் நாயர் என்று சொல்வார்கள். கிருஷ்ணப்பிள்ளை இன்னும் அதே பழைய பீமசேனன்தான். ஆனால் முதுமை கொண்ட பீமசேனன். இப்போது மறுபடியும் வாச்மென் வேலைக்கு வந்திருக்கிறான்.

மாலையில் கோவிந்தன் நாயர், "நான் வீட்டுக்குப் போறேன்," என்றான். என் கோபம் தணிந்திருந்தது. "ஒரு நிமிஷம்," என்றேன். அவன் காத்திருந்தான்.

நான் மேஜை டிராயரை மூடிப் பூட்டினேன். "வா, போகலாம்," என்றேன்.

"எங்கே?" என்று கோவிந்தன் நாயர் கேட்டான்.

"கிருஷ்ணப்பிள்ளை வீட்டுக்கு."

"எனக்கு அவன் வீடு தெரியாது."

"நிஜமாகவே தெரியாதா?"

அவன் பதில் பேசாமல் நடந்தான். நான் அவனுடன் சென்றேன். நாங்கள் சாலையைக் கடந்து ஒரு சிறு தெருவினுள் நுழைந்தோம். "ரொம்ப தூரமா? பஸ்லே போக முடியாது?" என்று கேட்டேன். கோவிந்தன் நாயர் அதற்கும் பதில் தராமல் நடந்தான். எனக்கு ஒரு கணம் கோபம் சீறிக்கொண்டு வந்தது. இந்த உம்மணாமூஞ்சியோடு காலம் தள்ள வேண்டியிருக்கிறதே? "எங்கேதான் போறே?" என்று கத்தினேன்.

"அந்த அயோக்கியன் வீட்டுக்குத்தானே போகணும்னு சொன்னீங்க?"

"யாரு அயோக்கியன்?"

"அவன்தான் ... இன்னிக்கு வலிச்சுண்டு கிடந்தானே."

எவ்வளவோ வசவுகள் இருந்தாலும் அயோக்கியனுக்கு உள்ள வலு எதற்கும் இல்லை. இவனுக்கு என்னாயிற்று? இப்போது எனக்கு நன்றாக ஞாபகம் வந்துவிட்டது. கிருஷ்ணப்பிள்ளை காணாமல் போனச் சிறிது நாட்களுக்குக் கோவிந்தன் நாயர் எல்லாரிடமும் எரிந்து விழுந்து கொண்டிருந்தான். கோவிந்தன் நாயர் ஆபீஸர் ஆகவில்லையென்றாலும் ஆபீஸர்களுக்குரிய சில குணங்களைப் பெற்றிருந்தான்.

இருட்டில் கூவம் கரைப் பகுதிக் குடிசைகளை, அவை இருக்கும் இடத்தைப் பின்னணியில் சலசலத்துக் கொண்டிருந்த தண்ணீர்ப் பரப்பால் அறிய முடிந்தது. "அங்கே போய்க் கேளுங்க," என்று சொல்லிவிட்டுக் கோவிந்தன் நாயர் போய்விட்டான். இனியும் கோவிந்தன் நாயரை என் நாற்காலியில் உட்கார அனுமதிப்பதில்லை என்று தீர்மானித்துக் கொண்டேன்.

எங்கு சேறு, எங்கு உலர்ந்த தரை என்று தெரியாது தடுமாறி முதல் குடிசையை அடைந்தேன். குடிசைக்கு வெளியேதான் மூன்று நான்கு பெண்மணிகள் உட்கார்ந்து பேசிக் கொண்டிருந்தார்கள். என்னைச் சந்தேகத்தோடு பார்த்தார்கள். நான் ஏதும் கேட்காமலே, "இந்தப் பக்கம் யாருமில்லே," என்று ஒருத்தி சொன்னாள்.

"கிருஷ்ணப்பிள்ளைன்னு ஒத்தரைத் தேடிண்டு வந்திருக்கேன்," என்றேன்.

"இங்கே பிள்ளை கிள்ளை யாரும் கிடையாது."

"பிள்ளைன்னா இவரு மலையாளத்துக்காரரு. உசரமா தடிமனா இருப்பாரு."

அவர்கள் ஒருவரையொருவர் பார்த்துக் கொண்டார்கள். "யாருன்னு சொன்னே?" என்று ஒருத்தி கேட்டாள்.

"மலையாளத்துக்காரரு. ரொம்ப நாளு ஊரிலே இல்லாம இப்பத்தான் திரும்பி வந்திருக்காரு."

"ஜெயிலுக்குப் போன ஆளுதானே?"

"அது தெரியாது."

"மலையாளத்துக்காரரு?"

"ஆமாம்."

"மூஞ்சியெல்லாம் காயமா இருக்கும்?"

"ஆமாம், ஆமாம்."

"இங்கே குடிசை கிடிசையிலே அந்த மனுஷன் இல்லே. அதோ தண்ணிக் கரையிலே ஷெட் மாதிரித் தெரியுது, இல்லே? அங்கே கேளு, கிடைப்பாரு."

நான் அந்த இடத்துக்குப் போனேன். ஒரு காலத்தில் கூவம் நதியில் படகெல்லாம் விடுவதாக இருந்தது. இப்போது படகுகள் கிடையாது, ஆனால் படகுத்துறைகள் இருக்கின்றன. படிக்கட்டில் மூன்று நான்கு பெண்மணிகள் சோறு உண்டாக்கிக் கொண்டிருந்தார்கள். கிருஷ்ணப்பிள்ளை ஒரு தூணில் சாய்ந்தபடி உட்கார்ந்திருந்தான். அவன் பெயர் சொல்லிக் கூப்பிட்டேன். அவன் திடுக்கிட்டுப் பார்த்தான். இருட்டில் அவனுக்கு என்னை அடையாளம் தெரிய நேரமாயிற்று.

“என்னங்க, நீங்களா – சார்.”

“இப்போ எப்படி இருக்கு? நீ கீழே கிடந்தப்போ ரொம்ப பயங்கரமா இருந்தது.”

“அது வராதப்ப ஒண்ணும் இல்லே, சார். அங்கே இங்கே பட்ட காயம்தான். இங்க எப்படி சார் வந்தீங்க?”

“கோவிந்தன் நாயர் வழி காமிச்சான்.”

அவன் பேசாது நின்றான்.

“இங்கே வந்து என்ன பண்ணறதா இருக்கே? இவ்வளவு பேர் நடுவிலே கீழே விழுந்துடறே? உனக்கு எப்படிப்பா மறுபடியும் வேலை தருவாங்க?”

“இது எப்பவோ தாங்க வரும்.”

“அது சரி, கேட்டிலே வண்டி வரப்போ போறப்போ நீ கீழே விழுந்தா என்ன செய்யறது? உன் ஊருக்கே போயிடேன்.”

“ஊர்லேந்துதான் வந்திருக்கேன், சார்.”

“அங்கேயே ஒண்ணும் பண்ண முடியாதா? நீ இவ்வளவு நாள் என்ன பண்ணிண்டிருந்தே? ஆமா, உன்னை ஜெயில்லே போட்டாங்களா, என்ன?”

“ஆமா, சார்.”

“இது ஆபீஸிலே தெரியுமா?”

“எனக்குத் தெரியாது, சார்.”

“இங்கே எல்லாருக்கும் தெரியுதே?”

அவன் பேசாமல் இருந்தான். “இனிமேலும் காத்திருக்காதே, கிருஷ்ணப்பிள்ளை. இதுக்கு வைத்தியம் இருந்தா உடனே பண்ணிக்கப் பாரு.”

“இதுக்கு மருந்து சாப்பிட்டேன், சார். இங்கேயே கோவிந்தன் நாயர் கூட இருந்தப்பவே மருந்து சாப்பிட்டுத்தான் இருந்தேன், சார். ஜெயில்லே அது கூடாதுன்னு வேறே மருந்து கொடுத்தாங்க இப்போ அஞ்சாறு நாளைக்கொரு தடவை வந்துடறது.”

“ரொம்பக் கஷ்டம், ரொம்பக் கஷ்டம். உனக்கு எப்படி வேலை தருவாங்கன்னு எனக்குத் தெரியலே. உனக்கும் கோவிந்தன் நாயருக்கும் என்னாச்சு?”

“ஒண்ணுமில்லிங்க.”

“அவன் எல்லாார்கிட்டேயும் விரைப்பாத்தான் இருக்கான். ஆனா இன்னிக்குக் கொஞ்சம் அதிகமாத்தான் இருக்கு.”

“ரொம்ப நல்லவன் சார்.”

“ரொம்ப நல்லவன்றதுனாலேதான் அவனைச் சகிச்சிண்டு இருக்கோம். இல்லேன்னா இந்த மாதிரி மூஞ்சியைத் தூக்கிக்கிற ஆளை இரண்டாம் நாளே வீட்டுக்கு அனுப்பிச்சுடுவாங்க.”

“நான் அப்போ ஊருக்குப் போனேனே, என்னாச்சு தெரியுமா?”

“எனக்கு என்ன தெரியும்?”

“எனக்கும் தெரியாம அவனுக்கும் தெரியாம அவனோட பொம்பளை என் ரயிலிலேயே ஏறியிருக்கு.”

“பொம்பளைன்னா? சம்சாரமா?”

“அவன் சம்சாரம் ஊரிலே இருந்தது, சார். இந்தப் பொம்பளையும் அங்கே பக்கத்து ஊருதான். நான் வேண்டாம் வேண்டாம்னு சொல்லியும் ஓடி வந்துடுத்து, சார். ஊரிலே கோவிந்தன் பொம்பளையை நான் இழுத்துட்டு வந்துட்டேன்னு ஒரே பேச்சு. இப்ப எல்லாருக்கும் தெரியும். ஆன அன்னிக்கு என் பொண்சாதி அவன் பொண்சாதி இன்னும் மூணு நாலு மனுஷாளுங்க சேர்ந்து ரொம்பக் கேவலப்படுத்திட்டாங்க. நான் என் பொண்சாதி மேலேதான் கத்தியை வீசினேன், அது அவன் பொண்சாதி மேலே விழுந்துடுத்து. உயிருக்கு ஒண்ணுமில்லே ஆனா என்னை ஜெயில்லே தள்ளிட்டாங்க.”

“எவ்வளவு வருஷம்?”

“நாலு. ஆனா மூணாம் வருஷத்திலேயே விட்டுட்டாங்க. அதுக்குள்ளே வலிப்பு முத்திடுத்து.”

இவனுக்கு வேலையில்லை என்று சொல்வதற்கு நான் இவ்வளவு தூரம் வந்திருக்க வேண்டுமா என்று தோன்றிற்று. சிறிது நேரம் அவனுடைய ரத்தமும் வியர்வையும் எச்சிலும் என் கைமேல் படர்ந்து இருந்ததற்காக வந்தேனோ? என் சொந்த அண்ணாவும் இப்படித்தான் இருமுறை விழுந்தான். அந்த நாளில் அதற்கு வைத்தியம் பற்றித் தெளிவான கருத்துக் கிடையாது. அவன் யாருக்கும் தெரியாமல் தூக்குப் போட்டுக் கொண்டுவிட்டான்.

“நான் வரேன், கிருஷ்ணப்பிள்ளை. இப்பச் செலவுக்குப் பணம் இருக்கா?”

“இருக்கு, சார்.”

சோறு உண்டாக்கிக் கொண்டிருந்தவர்களில் ஒருத்தி எங்களருகே வந்தாள். கிருஷ்ணப்பிள்ளை காதில் ஏதோ சொல்லிவிட்டுச் சாலைப் பக்கம் போனாள். கிருஷ்ணப்பிள்ளை அடுப்பருகே சென்றான்.

அடுத்தநாள் கோவிந்தன் நாயர் சற்றே சுமுகமாக இருந்தான். ஆனால் அவனாக வாய் திறந்து கிருஷ்ணப்பிள்ளை பற்றி விசாரிக்கவில்லை. சிறிது ஓய்வாக இருந்த நேரத்தில் நான்தான் சொன்னேன். “கிருஷ்ணப்பிள்ளையைப் பாத்துட்டேன்,” என்றேன்.

“அதுதான் தெரியுமே, சார். நான்தானே கொண்டு போய் விட்டேன்.”

"அவன் ஜெயிலுக்கெல்லாம் போயிட்டு வந்திருக்காம்ப்பா."

கோவிந்தன் நாயர் பதில் தர அக்கறையில்லாது இருந்தான்.

"அவன் பொண்ஜாதி கூட வந்திருக்காம்ப்பா," என்றேன். இப்போது கோவிந்தன் நாயர் நிமிர்ந்து நின்றான்.

"உனக்குத் தெரியுமில்லையா?"

கோவிந்தன் நாயர் என்னையே ஒரு நிமிடம் உற்றுப் பார்த்தான். பிறகு, "உங்களுக்குத் தெரியாதா, சார்?" என்றான்.

"என்னது?"

"அது அவன் பொண்ஜாதி இல்லே."

"பின்னே?"

"என் பொண்ஜாதி."

"என்னது?"

"இங்கேந்து போறப்போ என்னோட இருந்த பொம்பளையை இழுத்துண்டு போனான். அங்கேந்து இப்போ இங்கே வரப்போ என் பொண்ஜாதியை இழுத்துண்டு வந்திட்டான்."

எனக்குப் புரியவில்லை. கிருஷ்ணப்பிள்ளையின் மீசைதான் காரணமா யிருக்க வேண்டும்.

1990

ஹரிகோபாலின் கார்பன் பிரதி

நான் வெகு நாட்களாக கார்பன் தாள்களை வைத்திருந்த ஃபைலை நேற்றுத்தான் தூர எறிந்தேன். வெகு நாட்களாக என்றால் எவ்வளவு ஆண்டுகள் என்பதைக்கூட அவ்வளவு எளிதில் கணக்கிட முடியாது, நான் பிறந்தபோதே அதுவும் பிறந்துவிட்டது, போலிருக்கிறது! எனக்குத் தெரிந்து பல ஆண்டுகளாகவே அதை எடுத்தால் உடனே அடிப்பாகம் கீழே விழுந்துவிடும். அதன் முதுகு மடிப்பு நைந்து போய் ஃபைலே இரு தனி அட்டைகளாகிவிட்டது. இதனால் கார்பன் தாள்களின் ஓரங்கள் மடங்கி இருக்கும் அல்லது சுருண்டிருக்கும். அப்பகுதியைத் தொட்டு சரிப்படுத்துவதால் விரல்கள் கரியாகி விடும். இதனால் நான் எழுத அல்லது டைப் அடிக்க எடுக்கும் தாள்கள் கறைபடும். கார்பன் தாள் மடங்கி அல்லது சுருண்ட பகுதியில் பிரதி சரியாக வராது. ஃபைலை மீண்டும் அலமாரியில் வைக்கும்போது அதன் அடிப்பக்கத்தையும் சரி பார்த்து வைக்க வேண்டும். ஒரு முறை அப்படி வைக்காததால் முக்கியமான பத்திரமொன்றில் ஃபைலின் அடி அட்டையில் இருந்த கரியெல்லாம் மாற்றப்பட்டிருந்தது. அப்பத்திரத்தைச் சுத்தப்படுத்த முயற்சி செய்ததில் கறை இன்னும் அதிக இடங்களுக்கு பரவியது. இப்படி வெவ்வேறு சிறு அனுபவங்களில் கார்பன் தாள் உபயோகப்படுத்துவது என்றாலே சோர்வும் தயக்கமும் வந்துவிட்டது. எவ்வளவு எளிதாக இதையெல்லாம் தவிர்த்திருக்கலாம்! ஏன் அந்த ஃபைல் கிழிந்த நாளே அதைத் தூக்கி எறியவில்லை? இங்கே ஒரு மகத்தான ஆத்மஞான உண்மை இருக்கலாம். மனிதன் உண்மையான விடுதலையை விரும்புவதில்லை. நிறையத் தொல்லைகளை நீடிக்க வைத்து என்றென்றும் பிணைப்பிலேயே இருக்கத்தான் விரும்புகிறான்.

கார்பன் தாள் ஏன் ஹரிகோபாலை நினைவூட்டுகிறது? ஹரிகோபால்! ஹரிகோபால்! நான் நாலடியாக இருந்ததிலிருந்து ஐந்தரை அடி உயர்ந்த வரை என்னுடனேயே சேர்ந்து படித்த பள்ளித் தோழன். இந்த உலகமே சூதும் வாதும் நிறைந்தது என்று திரும்பத் திரும்ப எனக்குப் போதித்த ஆசான். நான் அன்பு செலுத்தும் எந்த மனிதப் பிறவியும் என்னுடன் பேசிக்

கொண்டிருக்கும்போதே என்னை ஏய்த்து நம்பிக்கைத் துரோகம் செய்து கொண்டிருக்கும் என்று சதா நினைவுறுத்திய அபாயச் சங்கு. சிரித்துப் பேசுபவரும் நியாய அநியாயங்களைப் பற்றியே எப்போதும் வாதித்துக் கொண்டிருப்பவர்களும்தான் ஈவிரக்கமின்றி கழுத்தை அறுத்து விடுவார்கள் என்று எச்சரிக்கை செய்த வண்ணமே இருப்பவன். நான்தான் அவனுடைய பிரதி பிம்பமாக மாற எவ்வளவு பாடுபட்டிருப்பேன்?

“ஏண்டா ஏதோ மாதிரிப் பேசறே” என்று என் அம்மா கேட்டாள்.

“என்ன மாதிரி?” எனக்குத் தெரியவில்லை.

“என்னமோ மாதிரி இழுத்துப் பேசறே? நம்ம வீட்டிலே எல்லாம் பேசற மாதிரி இல்லையே?”

அவள் ஒருத்திக்குத்தான் முதலில் தெரிந்திருக்கிறது நான் யாரோ இன்னொரு பையனின் கார்பன் பிரதியாக மாறி வருகிறேன் என்று.

பிரைமரி பள்ளியில் என்னோடு இருந்தவன் கிருஷ்ணன். அவர்கள் ஊர் பாலக்காடு. கிருஷ்ணன் அதிகம் பேச மாட்டான். ஆனால் விசுவாச மானவன். எங்களிடையே படிப்பபைத் தவிர்த்து வேறு விஷயங்கள் அதிகம் இடம்பெற்றது கிடையாது. அவன் அப்பாவுக்கும் என் அப்பா போலத்தான் உத்தியோகம். அவர்கள் வீட்டுக்கு வாடகை பத்தே ரூபாய். அப்படியிருந்தும் அவர்கள் ஏழைகள் என்பதை ஏதேதோ விதத்தில் அவனிடமிருந்து தெரியவரும். அவன் புதுச் சட்டை போட்டுக்கொண்டு நான் பார்த்ததே இல்லை. அவனுடைய அண்ணாக்களின் பழைய சட்டைதான் அவனுக்குக் கிடைக்கும். ஒரு தடவையும் அவன் புதுப் புத்தகங்கள் வாங்கியது கிடையாது. பழைய புத்தகம் கிடைக்க வேண்டுமென்று பல நாள் புத்தகம் இல்லாமல் வகுப்புக்கு வந்து பெஞ்சு மீது ஏறி நின்றிருக்கிறான். செருப்பென்பது எங்கள் இருவருக்கும் கிடையாது. என்றோ ஒருநாள் ஒரு பைசா கிடைத்ததென்று அதற்கு இலந்தைப்பழம் வாங்கித் தின்றோம். எங்களூர் பைசாவுக்கு இரண்டு தம்படியின் மதிப்பு. அதாவது ரூபாயில் தொண்ணூற்றியாறில் ஒரு பங்கு. ஒரு பைசாவினால் நிறையப் பொருள்கள் வாங்கலாம். வேர்கடலை, பட்டாணி, வேர்க்கடலையுருண்டை, டாஃபி. இந்த டாஃபி என்பது வெல்லப்பாகைக் குச்சி குச்சிகளாக இறுக வைத்துக் காகிதத்தில் சுற்றி வைத்திருப்பார்கள். ஆறங்குல டாஃபி ஒரு பைசாவுக்கு!

இந்த கிருஷ்ணன் நாங்கள் பள்ளி மாறி இன்னொரு பள்ளிக்குப் போனவுடன் அவனும் மாறிவிட்டான். அவனுக்கு நான் தேவையற்றுப் போய்விட்டேன்.

முதலில் இது புரிய எனக்குச் சிறிது காலமாயிற்று. இருவரும் ஒரே வகுப்பு. புதுப் பள்ளியாதலால் நிறையப் புதுப் பையன்கள். வகுப்பு வாத்தியார் உயரத்தைக் கணக்கெடுத்துச் சிறியவர்கள் முன் பெஞ்சுகளிலும் உயரமானவர்கள் பின் பெஞ்சுகளிலுமாக உட்கார வைத்தார். கிருஷ்ணன் என்னைவிடச் சிறிதே உயரமானவன் என்றாலும் அவன் மூன்றாம் வரிசைக்குத் தள்ளப்பட்டுவிட்டான். என் பக்கத்தில் வாசுதேவ போடாஸ் என்ற மராட்டிப் பையன். வாயே திறக்கமாட்டான். அவனுடைய தொப்பி யைத் தட்டிவிட்டு அவனை யார் அழவிட்டாலும் நான் அவனுடைய சகாயத்துக்குப் போயிருக்கிறேன். அப்படியிருந்தும் அவன் என்னைப்

பார்த்து ஒரு புன்னகை கூடக் காட்டியது கிடையாது. அவன் வரையில் மராட்டியல்லாத பையன்கள் யாராக இருந்தாலும் போக்கிரிகள். நான் அவன் ஒத்தாசைக்குப் போனால் கூட நானும் போக்கிரி ஜாதிதான்.

நான் கிருஷ்ணனுக்காக ஏங்கினேன். ஆனால் அவன் வேறொருவ னுடனோ பேசிக்கொண்டிருந்தான். பேசிக்கொண்டிருந்தான் என்பதைவிடக் கேட்டுக்கொண்டிருந்தான் என்றுதான் சொல்லவேண்டும். இன்னும் மேற்கொண்டு கவனித்ததில் கிருஷ்ணன் என்னைத் தவிர்க்கவே செய்தான். அவனுக்கு அந்த இன்னொருவன் பேசிக் கொண்டேயிருப்பதைக் கேட்பது தான் முக்கியமாக இருந்தது. அந்த இன்னொருவன் புதுப் பையன். நாங்களெல்லாம் அரை டிராயர் போட்டுக் கொண்டிருக்கும்போது அவன் மட்டும் பைஜாமா ஷர்ட் உடுத்தியிருந்தான். பைஜாமாவிலேயே இரு முக்கிய வகைகள் உண்டு. ஒன்று இடுப்பில் நாடா கொண்டது. இன்னொன்று பாண்ட் போலவே தைக்கப்பட்டிருக்கும். பொத்தான்கள், பை எல்லாம் உண்டு. சாதாரணமாக முஸ்லிமல்லாதாவர்கள் இந்த இரண்டாவது வகை பைஜாமாதான் அணிந்திருப்பார்கள். கிருஷ்ணனை என்னிடருந்து அபகரித்தவன் இந்த பாண்ட்–பைஜாமா அணிந்திருந்தான்.

எனக்கு அவனுடைய முகத்தைக் கண்டாலே பற்றிக்கொண்டு வந்தது. அவ்வளவு சிறு வயசிலேயே அவனுடைய புருவம் மூக்கு உதடு முதலியன பெரியவர்களுடையது போல முற்றியிருந்தது. பேசிக் கொண்டேயிருந்தான்.

எப்படியோ ஒரு நாளைக்குக் கிருஷ்ணனைத் தனியாகப் பிடித்து விட்டேன். "யாரது புது ஃபிரண்டு?" என்று கேட்டேன்.

"ஹரிகோபால்," என்று சர்வசாதாரணமாகச் சொன்னான்.

"எனக்கு யாரையும் தெரியாது."

"அவன்தாம்பா, ரெஜிமண்டல் பஜார் சந்திலே திரும்பினவுடனே இருக்கிற முதல் வீட்டிலே இருக்கானே? உனக்குத் தெரியும்னு நினைச்சேன்."

எப்படி கிருஷ்ணன் அப்படி நினைத்தான் என்று எனக்குத் தெரிவில்லை. அந்த நாளில் அடுத்தடுத்த வீட்டில் இருந்தால்கூட வேறு வேறு பள்ளி என்றால் ஒரு வார்த்தை பேச மாட்டார்கள். பள்ளிக்கூட பக்தி அவ்வளவு தீவிரமாக இருந்த காலம் அது.

அன்று ஹரிகோபால் பள்ளிக்கு வரவில்லை. அடுத்த நாள் கிருஷ்ணன் அவனை என்னிடம் அழைத்து வந்தான். ஹரிகோபால், "நான் உன்னைப் பார்த்திருக்கேனே, பை" என்றான்.

நானும், "உன்னைப் பாத்திருக்கேனே," என்றேன்.

அதன் பிறகு அரை மணி நேரம் அவன் பாட்டுக்கு ஏதேதோ பேசினான். இந்த 'பை' சுமார் நூறு முறை போட்டிருப்பான். பாய் என்ற சொல்லின் சுருக்கம் அது. இவ்வளவு அண்ணன் தம்பி உறவு கொண்டாடி ஒருவன் என்னுடன் பேசியது கிடையாது. சதவீதம் என்று எடுத்துக்கொண்டால் அவன் சொற்களில் 60 சதவீதம் உருது; 30 தெலுங்கு, பாக்கி அனைத்தும் தமிழ். நாங்கள் தமிழில்தான் பேசிக் கொள்வதாக அறியப்படுவோம்.

ஹரிகோபால் எல்லோரிடமும் இந்த ‘பை–பை’ போட்டுத்தான் பேசினான். அவனுடைய தாத்தாவே அந்த ஊரில்தான் பிறந்திருக்கிறார். மூன்று தலைமுறை வாசம் ஹரிகோபாலின் பேச்சில் இவ்வளவு தமிழையாவது விட்டு வைத்ததே என்று இப்போது நினைத்தால் ஆச்சரியமாயிருக்கிறது. அன்று எனக்கு அதெல்லாம் அவ்வளவு விளங்கவில்லை. ஹரிகோபாலோடு பேசியதன் முதல் விளைவு நானும் இந்த ‘பை – பை’ போட்டுப் பேச ஆரம்பித்தேன். எப்போதோ நால்வர் ஐவர் ஆன மாதிரி இங்கே நாங்கள் இருவர் மூவர் ஆனோம்.

ஆனால் இந்த மூவரெல்லாம் மும்மூர்த்திகளுக்கும் மூவேந்தருக்கும்தான் சரி போல இருக்கிறது. என்னை ஒரு வாரம் மனப் போராட்டத்துக்கு உட்படுத்தி தற்கொலை – கொலையின் விளிம்புக்குத் தள்ளிய கிருஷ்ணன் ஹரிகோபாலையும் என்னையும் ஒரு சேரக் கைவிட்டு விட்டுத் தனியாக இருக்க ஆரம்பித்தான். ரெஜிமண்டல் பஜாரில் ஹரிகோபால் வீடும் அவன் வீடும் இருபதடி தூரத்தில்கூட இருக்காது. இருவரும் தினம் பலமுறை ஒருவரையொருவர் பார்த்துக் கொண்டேயாக வேண்டும். அதனால் தான் கிருஷ்ணன் ஹரிகோபாலுக்கு முற்றுப்புள்ளி போட்டான் போலும்.

நான் ஹரிகோபால் மாதிரிப் பேசத் தொடங்கியதோடு நிற்கவில்லை. நானும் பைஜாமாதான் போடுவேன் என்று வீட்டில் பிடிவாதம் பிடித்தேன். எங்கள் வீட்டில் எதுவானாலும் அதற்கு ரயில்வே சம்பந்தம் இருக்கும். ரயில்வே பணியாளர்களுக்குச் சீருடை தைக்கும் ‘தர்ஜி’ ஒருவன்தான் எனக்குச் சட்டை அரை டிராயர் எல்லாம் தைப்பவன். நான் வேண்டாம் வேண்டாம் என்று சொல்லியும் கூட அவனிடத்தில்தான் எனக்குப் பைஜாமா தைக்கக் கொடுத்தார்கள். சீருடையே தைத்துப் பழக்கமானவர்கள் எதையும் அவர்களுக்குச் சுளுவான முறையில்தான் செய்வார்கள். கவுஸ் என்ற அந்தத் தையற்காரன் எனக்குப் பைஜாமாவை நாடா பைஜாமாவாகத் தைத்துக் கொணர்ந்தான்.

எதற்கென்று எவ்வளவுதான் அழுவது? இந்த நாடா பைஜாமா போட்டுக் கொள்வதற்கு அபாரத் திறமை வேண்டும். எனக்கு அந்தத் திறமை எளிதில் வரவில்லை. பைஜாமாவின் ஒரு கால் வழித்துவிட்டாற் போல இருக்க, மறுகால் மாண்ட்கால்பியர் பலூன் போல புஸ்ஸென்று இருக்கும். அதைச் சரிபண்ணப் பார்த்தால் பின்னால் ஏகப்பட்ட கொசுவம் வரும் வரும். இதெல்லாவற்றையும் விட அழ வைப்பது நாடா. முதலில் இடுப்பை இழுத்து வைத்து நாடாவை முடி போட்டோமென்றால் பைஜாமா இடுப்பை விட்டுக் கழண்டு கீழே விழுந்தது. பைஜாமாவும் கீழே விழாமல் முடியையும் ஒரு மாதிரி போட்டுவிட்டால் முடியை மறுபடியும் அவிழ்க்க முடியாதபடி கெட்டி முடிப்பாகிவிடும். ஒரு முறை பிளேடு கொண்டுதான் நாடாவை அறுக்க வேண்டியிருந்தது. பைஜாமாவைச் கழட்டியபோது இரண்டு மூன்று இடங்களில் சிறு சிறு சிவப்புக் கோடுகள் இருந்தன. அப்புறம் தெரிந்தது நான் வயிற்றையும் கீறிக் கொண்டிருக்கிறேன் என்று.

எப்படியோ நானும் ஹரிகோபால் போலப் பைஜாமா அணிந்து கொண்டு அவனைப் போலவே கியாபை, ஹாம்பை, தேகோபை என்று பேச ஆரம்பித்தேன். சனிக்கிழமைகளில் ஹரிகோபால் நெற்றியில் சிவப்புக் கீற்று நாமமாகத் தரித்து வருவான். என் வீட்டில் நானும் நாமம் போட்டுக்

கொள்ள வேண்டும் என்றேன். வீடே இரண்டாகிவிட்டது போல அம்மா அப்பா இருவரும் கோபித்தார்கள். நாமம் விஷயத்தில் எனக்கு மிகவும் வருத்தம்தான்; நாமம் போட்டு வருபவர்கள் எல்லாம் புண்ணியம் பண்ணி பிறந்தவர்கள், நான்தான் மகாப்பாவி என்று நொந்துகொண்டேன். ஆனால் ஒரு நாள் ஹரிகோபால் வீட்டுக்குச் சென்று அங்கு அவர்கள் இறைச்சி சமைப்பதை அறிந்த பிறகு இந்த நாமத்தின் மீதான அபிமானம் போய்விட்டது, மாறாக, யார் போட்டு வந்தாலும் அவர்கள் புலால் உண்பவர்கள் என்று நினைத்திருந்தேன். நாமமும் போட்டுக் கொண்டு ஒரு கோழியையும் சாப்பிடாதவர்களைப் பார்த்தால் ஏமாற்றமாக இருந்தது.

வருட நடுவில் ராஜ்குமார் என்றொரு பையன் எங்கள் வகுப்பில் வந்து சேர்ந்தான். அவன் புனாவிலிருந்து வந்ததாகச் சொன்னான். ஆனால் பேச்செல்லாம் மாயவரம் மகாதானத் தெருப் பேச்சாக இருந்தது. அவன் வயதில் என்னைவிடக் குறைந்தது இரு ஆண்டுகளாவது பெரியவனாக இருக்கவேண்டும். ஆனால் சரியான குள்ளம். வகுப்பில் என் பக்கத்தில்தான் அவனுக்கு இடம். அவனை ஹரிகோபாலுக்கு அறிமுகம் செய்து வைத்தேன். எடுத்த எடுப்பிலேயே ராஜ்குமார் ஹரிகோபாலைப் பார்த்து, "நீ என்ன தமிழும் இல்லாம உருதுவும் இல்லாம கண்டபடி கலந்து பேசறே? இந்த மாதிரிப் புனாவிலே எவனாவது பேசினா அவனுக்குப் பைத்தியக்காரன்னுதான் பேர் வைப்பாங்க," என்றான்.

அன்று மாலை ஹரிகோபால் என்னை இழுத்து வைத்து எச்சரிக்கை செய்தான். "இதோ பாரு, இந்தப் புனாவாலாக்கிட்டே ரொம்ப பேச்சு வைச்சுக்காதே. அந்த ஸாலாவுக்கு ஒரு மரியாதை தெரியலை. எங்கிட்டே ரொம்பத்தான் வந்தா சக்மா சக்மா பண்ணிடுவேன்," என்றான்.

ஆனால் ராஜ்குமாரோடு பேச்சு வைத்துக்கொள்ளாமல் எப்படிச் சமாளிக்க முடியும்? அதுவும் அவன் வாசுதேவ போடாஸைத் தள்ளிவிட்டு என் பக்கத்தில் உட்கார்ந்திருக்கும்போது? ராஜ்குமாருக்கு ஏகப்பட்ட விஷயங்கள் தெரிந்திருந்தது. மொழிகள் தெரிந்திருந்தது. பாட்டு தெரிந் திருந்தது. புனா போல சர்வ வித்தை சர்வஞான இடம் உலகிலேயே இருக்காது போலத் தோன்றியது. மூன்றாவது பெஞ்சில் உட்கார்ந்திருந்தாலும் நான் ராஜ்குமாரின் சிஷ்யனாகிவிட்டேன் என்பதை ஹரிகோபாலால் அறிந்துகொள்ளாமல் இருக்க முடியாது.

நான் முன்பு கிருஷ்ணனுக்காக ஏங்கியது போல இப்போது ஹரிகோபால் எனக்காக ஏங்க ஆரம்பித்தான். இது அவன் முகத்திலும் ராஜ்குமார் பற்றிப் பரப்பிய செய்திகளிலும் தெரிந்தது. ராஜ்குமார் ஒரு திருடன். அவன் ஊர்ப் பையன்களின் புத்தகங்களைத் திருடிப் பழைய புத்தகக் கடையில் விற்று விட்டுப் பணத்தை எடுத்துக்கொண்டு சினிமா பார்ப்பவன். தினமும் சினிமா பார்ப்பவன். சிகரெட் குடிப்பவன். அவன் ஊர்ப் பையன்கள் எல்லாரும் அவனைப் புனாவிலிருந்து விரட்டி விட்டார்கள். அதனால்தான் இங்கு இந்த ஊருக்கு வந்திருக்கிறான்!

நான் ஒரு முறை ஹரிகோபாலைக் கேட்டேன். "உனக்கு இதெல்லாம் எப்படித் தெரியும்?"

"எனக்கு எல்லாம் தெரியும், பை. எல்லாம் தெரியும். உன்னைப் பத்திக்கூடத் தெரியும்?"

"என்ன தெரியும்!"

"நீயும் புக்ஸைத் திருடி புரான கிதாப் துகான்லே போடறது."

"எப்ப?"

"எல்லாம் தெரியும், பை. கிருஷ்ணன் சொல்லியிருக்கான்."

"நான் கிருஷ்ணனுக்காகத்தான் பழைய புத்தகக் கடைக்குப் போயிருக்கேன். ஹரிகோபால்."

"ஹா! ஸொப் மாலும், பை. ஸொப்குச் மாலும்."

எனக்கு அவனிடம் பயமே வந்துவிட்டது. இப்படிக் கண்ணால் கண்டவன் போலத் திடமாகச் சொல்பவன் என்ன பொய் பேசினாலும் அது நிஜமென்றுதான் நினைப்பார்கள். ஒருவன் மீது குற்றம் சாட்டப்பட்டாலே அவன் குற்றவாளிதான்.

நான் ராஜ்குமார் பக்கத்தில் உட்காராமல் இருக்க ஏதேதோ தந்திரங்கள் செய்தேன். "போடா, போடா." என்றேன். "தூத்தேறி!" "ஸாலா" என்றுகூடச் சொன்னேன். அவன் என்னைப் பதிலுக்குக் கோபித்துக் கொள்ளவில்லை. அவனுக்கு அக்கா தங்கை கிடையாது போலிருக்கிறது.

தூஷணையால் செய்ய முடியாததை ஹரிகோபால் இன்னொரு முறையில் முடிக்கப் பார்த்தான். பகல் இடைவேளைக்கு வகுப்பிலிருந்து வெளியே வரும்போது ஒரு கார்பன் தாளை எடுத்து ராஜ்குமார் சட்டைமீது தேய்த்தான். ராஜ்குமார் ஹரிகோபாலின் சட்டையைப் பிடித்தான்.

அடுத்த சில நிமிடங்களுக்கு வகுப்பு வெளியே இருவருக்கும் சண்டை நடந்தது. ராஜ்குமாரின் வசைச் சொற்களஞ்சியம் ஹரிகோபாலுடையதுக்குச் சிறிதும் குறைந்ததல்ல என்று அறிய ஆச்சரியமாக இருந்தது. இன்னொன்று, ராஜ்குமார் குள்ளமாக இருந்தாலும் ஹரிகோபால் கையை வீசியபோது குனிந்து அவனது வலது கையால் ஹரிகோபாலின் வலது துடையருகே பிடித்து இழுத்தான். ஹரிகோபால் அப்படியே மல்லாக்க விழுந்தான். மறுகணம் ராஜ்குமார் ஹரிகோபாலின் மார்பு மீது ஏறி உட்கார்ந்துவிட்டான்.

புனாவின் குஸ்திச் சண்டை வீரன் சிகந்தராபாத்தின் உல்லூகா பச்சாவைப் புரட்டி எடுத்திருப்பான். "வேண்டாம், ராஜ்குமார்! வேண்டாம், ராஜ்குமார்!" என்று கத்தினேன். என்னையும் அறியாது நான் ராஜ்குமார் மீது பாய்ந்தேன்.

அன்று எனக்குக் கீழுதட்டில் கோலிக்குண்டு அளவுக்குப் புடைத்திருந்தது, ராஜ்குமார் பாரபட்சமில்லாமல் என்னையும் துவட்டி எடுத்தான்.

இதற்குப் பிறகுகூட ராஜ்குமார் என்னோடு பேசினான். ஆனால் ஹரிகோபால் அடுத்த விடுமுறை நாளன்று என் வீட்டுக்கு வந்தான். "இனிமே பைஜாமா தைக்கறதான்னா எங்கிட்டே சொல்லு, பை. நான் எங்க தர்ஜிகிட்டே உன்னைக் கொண்டு போறேன்," என்றான்.

நாளடைவில் என் முகம் கூட ஹரிகோபாலுடையது போல மாறிவிட்டது.

1990

பாண்டி விளையாட்டு

அவன் ஏறிய பாசஞ்சர் வண்டி திருவாரூர் ஜங்ஷனை அடையப் பன்னிரண்டு மணியாயிற்று. ரயிலில் போகக்கூடிய பல ஊர்களுக்கிடையில் அந்த நாளில் பஸ் வசதி கிடையாது. போலகத்திலிருந்து தஞ்சாவூர் போகவேண்டுமென்றால் மாயவரம் போய் இன்னொரு ரயில் ஏறவேண்டும். அல்லது திருவாரூர் சென்று வேறொரு ரயில் பிடித்துத் தஞ்சாவூர் அடைய வேண்டும். காலை ரயிலை விட்டால் மீண்டும் மாலையிலும் நள்ளிரவிலும் தான் மாயவரத்திலிருந்து வண்டிகள். ஆதலால் அவன் திருவாரூரைத்தான் தேர்ந்தெடுக்க வேண்டியிருந்தது. அவனுக்கு அதிகம் பரிச்சயம் இல்லாத பிரதேசத்தில் அவனுடைய பதினைந்தாவது வயதில் இப்படித் தன்னந்தனியனாகத் திட்டமிட வேண்டியிருந்தது அவனுக்குப் பயமாகவும் பெருமை யாகவும் இருந்தது.

பன்னிரண்டு மணிக்கு மே மாத வெயில் வறுத்தெடுப்பது போலக் காய்ந்துகொண்டிருந்தது. தஞ்சாவூருக்கு ரயில் மாலை நான்கு மணிக்குத்தான். அதுவரை அவன் அந்த ரயில் நிலையத்திலேயே காத்திருக்க வேண்டும். அந்த நாளில் எல்லா ரயில் நிலையங்களுமே சிறியதாகத்தான் இருந்தன. ரயில் சிப்பந்திகள் மூன்று நான்கு பேர்களுக்கு மேல் கிடையாது. நீலச் சட்டையணிந்த இரண்டு அல்லது மூன்று போர்ட்டர்கள். நிலையத்தில் கூரையுள்ள பகுதியில் ஐம்பது அறுவது நபர்கள்கூட மழைக்கோ வெயிலுக்கோ ஒதுங்க முடியாது. ஆனால், ரயில் பாதைகளைக் கடந்து வேறொரு பிளாட்ஃபாரத்துக்குப் போக மட்டும் விமரிசையாகப் படிக்கட்டு.

வெயிலில் தண்டவாளங்களின் மேல் பகுதி கண்கூச வைக்கும் ஒளிக் கோடாகத் தெரிந்தன. முதலிலிருந்தே அவை இணைகோடுகளைத் தென்படவில்லை. ஒன்றுக்கொன்று நெருங்கி வந்தபடி எங்கோ கண்ணுக்கெட்டாத தூரத்தில் சேர்ந்தேவிடும் என்ற எண்ணத்தைத் தரும்படிதான் இருந்தான். பூமியைத் தழுவியிருக்கும் காற்றுப் பகுதி வெயிலில் நிலை கொள்ளாது தத்தளித்துக் கொண்டிருந்தது. ரயில் பாதையோடு நடந்தே தஞ்சாவூர் போய்விடலாமா என்றுகூட ஒருகணம் ஓர்

யோசனை மின்னி மறைந்தது போலகத்தில் அவனோர் வீட்டில் விருந்தாளி போலத்தஞ்சாவூரில் ஒரு வீட்டில் அவனுடைய அப்பா விருந்தாளி. அவர்கள் வசித்துவந்த அயல் பிரதேசத்தில் ஒரு வருட காலமாக அரசியல் அமளி. யார் யாரோ குடும்பம் குடும்பமாக அந்த இடத்தை விட்டு வெளியேறி எங்கெங்கோ சிதறியிருந்தார்கள். ஆனால் அவனும் அவனுடைய அப்பாவும் ஊர்விட்டு வந்ததற்குக் காரணம் அவனுடைய சகோதரிக்கு வரன் தேடுவதற்கு. அவனுடைய அப்பா உத்தியோகம் புரிந்த அரசுக்கு திடீரென்று ஏதோ சந்தேகம் வந்து மூன்று நாட்களுக்குள் மீண்டும் நீ வேலைக்கு வந்து சேராவிட்டால் நீ கடமையை விட்டு ஓடிப்போனவனவாகக் கருதப்படுவாய் என்ற எச்சரிக்கையை அப்பாவுக்கு அனுப்பியிருந்தது. அவன் தங்கியிருந்த முகவரிக்கு வந்த அக்கடிதத்தை அன்று மாலையே தஞ்சையில் வரன் தேடிக்கொண்டிருந்த அவனுடைய அப்பாவிடம் கொடுத்து அவர் உடனே கிளம்பினால்கூட அவர்கள் ஊர் அடைய நான்கு நாட்களாகிவிடும்.

அவனுடைய அப்பா எந்த நெருக்கடியையும் சமாளித்துவிடுவார் என்பதில் அவனுக்குச் சந்தேகம் இல்லை. இந்த உலகத்தில் ஒருவனுக்கு என்னென்ன நெருக்கடிகள் வரக்கூடும், அவற்றை அவன் சமாளிக்கக்கூடியவை எது, எவ்வளவு என்றெல்லாம் அவனுக்கு அந்த வயதில் தெளிவாகப் புரியவில்லை. அப்பா மட்டும் எல்லா நெருக்கடிகளையும் சமாளித்துவிடுவார். அவரிடம் அவன் அக்கடிதத்தைக் கொண்டு போய்ச் சேர்த்துவிட்டால் போதும். அதற்கு இன்னும் பல மணி நேரம் தேவைப்பட்டது.

திருவாரூர்! திருவாரூர்! பரமசிவன் நடமாடிய இடம். உலகத்திலேயே மிகப் பெரிய குளமும் தேரும் உடைய இடம். மனுநீதிச் சோழனும் முத்துசுவாமி தீட்சிதரும் வாழ்ந்த இடம். இதைப் பார்ப்பதற்கு என்று அவனாக வரப்போவதில்லை. வருவதற்குச் சாத்தியமும் இருக்காது. ஆனால் இப்போது வர நேர்ந்துவிட்டது. இருக்கும் மூன்று நான்கு மணி நேரத்தை இந்த ரயில் நிலையத்திலேயே கழிக்க வேண்டுமா?

தென்னிந்தியாவில் பல இடங்களைப் போலவே இங்கும் ஊருக்கும் ரயில் நிலையத்துக்கும் சம்பந்தம் கிடையாது. ஏன் இப்படி ரயிலடியை எங்கோ அமைக்கிறார்கள்? ஒரு மணி நேர ரயில் பயணத்துக்கு ரயிலடிக்குப் போகவும் ஒரு மணி நேரம் தேவைப்படும் போலிருக்கிறது.

புழுதி படிந்த பாதையில் சிறிது நேரம் நடந்துவிட்டு அவன் மீண்டும் ரயிலடிக்கே திரும்பி வந்துவிட்டான். கோயிலும் குளமும் தேரும் இன்னொரு சந்தர்ப்பத்துக்காகக் காத்திருக்க வேண்டும்.

பிளாட்ஃபாரத்தில் அடுக்கி வைக்கப்பட்டிருந்த சரக்கு மூட்டைகளில் ஒன்று தனியாக விடப்பட்டிருந்தது. அதன் மீது ஏறி உட்கார்ந்து கொண்டான்.

முந்தைய வருடம் இதே மாதத்தில் அவன் என்ன செய்து கொண்டிருந்தான்? அவன் ஊரில் பத்தாவது வகுப்பைத்தான் பள்ளி இறுதியாக வைத்திருந்தார்கள். இறுதிப் பரீட்சை எழுதிவிட்டு முடிவுகளுக்காகக் காத்திருந்தான். அவனுடைய ஊரில் மே மாதக் காலைகள் குரூர மனமுடைய வனுக்குக்கூட மென்மையான எண்ணங்களை உண்டு பண்ணும். வயதான மரங்கள்கூட உற்சாகமாகச் சலசலக்கும். வழக்கமான காக்கை குருவிகளோடு கிளிகளும் வந்து சேரும். காக்கைகளாலும் கழுகுகளாலும் அவற்றுக்கு ஆபத்துத் தான். ஆனால் அதைப் பொருட்படுத்தாதபடி அவன் படுக்கைக்கருகில்

இருத்த ஜன்னலின் கதவின் மீது வந்து உட்கார்ந்துகொள்ளும். கிளி! கிளி! அவனுக்குப் பிடித்தமானவர்கள் எல்லோரும் கிளிகள். அவனுடைய முதல் கிளி மங்களம். மங்களம் திருவாரூரில்தானே இருப்பதாகச் சொன்னார்கள்?

மங்களம் என்றவுடன் யாருக்கும் முப்பது நாற்பது வயது மாதுதான் மனதில் தோன்றும். இந்த மங்களத்துக்குப் பன்னிரண்டு, பதிமூன்று வயது தான் முடிந்திருக்கும். அவனுடைய அப்பாவும் அவளுடைய அப்பாவும் அநேகமாக ஒரு சமயத்தில் ஊரைவிட்டு வடக்கே பிழைப்பைத் தேடிப் போயிருக்கிறார்கள். சேவகப் பிழைப்புதான். மாதம் பதினைந்து ரூபாயாவது உறுதியாகக் கிடைக்கும் என்று தெரிந்த பிறகு மீண்டும் சொந்த ஊருக்குச் சென்று அவரவர்கள் மனைவி தாய்தந்தையரை அழைத்துப் போயிருக் கிறார்கள். மங்களத்தின் அப்பாவுக்கு வரிசையாக மூன்று பெண்கள். திடீரென்று ஒருநாள் அல்பாயுசில் செத்துப் போய்விட்டார். மங்களத்தின் அம்மாவையும் மூன்று பெண்களையும் உறவினர்கள் அழைத்துப் போய்த் திருவாரூரில் எங்கோ வைத்திருப்பதாகச் சொன்னார்கள். அவனுக்கு இதெல்லாம்கூட அவ்வளவு தெளிவாகத் தெரியாது.

அவளுடைய அப்பா செத்துக் கிடக்க, பாவடை சட்டை போட்ட ஒரு பெண் தன்னுடைய தங்கையைச் சமாதானப்படுத்திச் சாதம் ஊட்டிய காட்சிதான் அவனுக்கு நினைவிலிருந்தது. மங்களத்தின் தங்கைகளின் பெயர்கள் கூட அவனுக்குச் சரியாக நினைவில்லை.

அவனுக்குத் திடீரென்று மங்களத்தைப் பார்க்கவேண்டும் என்று தோன்றியது. அவனும் மங்களமும் சேர்ந்து விளையாடியவர்கள்தான்: அவள் மிக நன்றாகப் பாண்டி ஆடுவாள். அதிலும் ஏரோப்ளேன் பாண்டியாட்டத்தில் அவளை மிஞ்சவே முடியாது. ஒரு முறை சில்லைப் போட ஆரம்பித்தால் அத்தனை கட்டத்தையும் முடித்து, கண்ணை மூடியபடி 'ஆம்பியாட்?' (ஆங்கிலத்தில் 'ஆம் ஐ அவுட்') என்று கேட்டபடி எந்தக் கோட்டையும் மிதியாதபடி பாண்டியின் எல்லாக் கட்டங்களையும் தன்னுடையதாக்கிக் கொள்வாள். அவளைவிட அவன் பெரியவன் என்றாலும் திரும்பத் திரும்பத் தோற்றுவிட்டு 'இனிமே உன்னோட விளையாட மாட்டேன் போ' என்று கோபித்துக் கொண்டும் போய்விட்டான். அன்றிலிருந்து அவள் அவனிடம் மட்டும் தோற்றுப் போவாள். முதலில் அது அவனிடம் மட்டும் தோற்றுப் போவாள். முதலில் அது அவனுக்கு மகிழ்ச்சி அளித்தது. ஆனால் போகப் போக அதுவும் சோர்வு தந்தது. மங்களத்தின் கையைப் பிடித்துக்கொண்டு, "இனிமே கோச்சுக்க மாட்டேன் மங்களம். நீதான் நன்னா ஆடறே. நீயே ஜெயிச்சுக்கோ," என்றான்.

அவனைவிட முகத்தை நீளமாக வைத்துக்கொண்டு, "நான் என்ன பண்றதுடா, உன்னோட ஆடினா தோக்கத்தான் முடியறது," என்று அவள் சென்னாள். அது பொய். ஆனால் அவளுக்கு அதுதான் நிஜமாயிருக்க வேண்டும் என்று அவன் கண்டுகொண்டான். அவ்வளவு சிறிய வயதில்கூட நிஜம் பொய் பற்றி அவளுக்குத் தெரிந்திருந்தது. கோயில் மூடியிருந்தது. நான்கு மணிக்குத்தான் திறப்பார்கள். அவனால் அதுவரை காத்திருக்க முடியாது. வடக்கேயிருந்து தமிழ்நாட்டுக்கு வருபவர்கள் எல்லோருக்கும் கோயில்கள் மூடியிருக்கும் நேரம் பற்றி அதிகமாகத் தெரியாது. அவனே பலமுறை அவனுடைய பெற்றோருடன் மூடிய கோயில் திறப்பதற்காகக் காத்து நின்றிருக்கிறான். இன்று அவன் வசமிருக்கும் சிறிதுநேரத்தில் மங்களம் எங்காவது கண்ணில் படுவாளா என்றுதான் பார்க்க இயலும்.

எப்படி முகவரி ஏதும் இல்லாமல் திருவாரூரில் ஒரு விதவையையும் அவளுடைய மூன்று பெண்களையும் தேடுவது? அவனுக்கு அவர்கள் முகம்கூடச் சரியாக நினைவில்லை. ஏதோ நடந்தது ஞாபகத்திலிருக்கிறது. முகங்கள் கலைந்துவிடுகின்றன.

அவன் கமலாலயத்தை ஒட்டியிருந்த வீடுகளில் பார்த்தபடி சென்றான். யாரும் பெரிய வசதி படைத்தவர்கள் இல்லை. ஆனால் ஆதரவற்ற தன்மை யைக் காட்டும் முகமாக ஏதும் தென்படவில்லை. மங்களம் இப்படிக்கூட இருக்க முடியாது. இன்னும் பரம தரித்திரத்தில், துன்பத்தில்தான் இருக்க வேண்டும். மங்களத்தின் அப்பா செத்துப் போனபோது வீட்டில் இருந்த சிறு பாத்திரம் பண்டங்கள் தவிர வேறு விலைமதிப்புடையவை என்று ஏதும் கிடையாது. மங்களத்தின் அம்மாவின் கழுத்தில் ஒழுங்காக ஒரு சங்கிலிகூடக் கிடையாது. அப்படிப்பட்டவர்கள் திருவாரூர் போன்ற ஊரில் குடியேறினால் எப்படிப்பட்ட வாழ்க்கையை நடத்த முடியும்? கிழிந்த உடை, பரட்டைத் தலை, கண்களில் எப்போதும் பயமும் அற்ப எதிர்பார்ப்பும். கன்னங்கள் குழி விழுந்திருக்கும். மங்களம் படிப்பை நிறுத்திவிட்டு யார் வீட்டிலேயோ வேலை செய்து கொண்டிருக்கக்கூடும். செய்த குற்றம், செய்யாத குற்றம் எல்லாவற்றுக்கும் அடி உதை வசவு பெற்றுக் கொண்டிருக்க வேண்டும்.

அவன் அங்கிருந்த சந்து பொந்துகளை அவசரத்தோடு சுற்றி சுற்றி வந்தான். என்ன நம்பிக்கையில் எந்தத் தகவலின் பேரில் இப்படித் தேடுகிறான்? கண்ணில் பட்ட எல்லாப் பெண்களும் மங்களம் மாதிரி இருந்தார்கள். அவனுடைய கற்பனை மங்களம் போல அந்தச் சிற்றூரில் நிறையப் பெண்கள் இருந்தார்கள்.

அவனுடைய முழங்கால் வரை புழுதி படிந்திருந்தது. இப்போது அவனே ஒரு பிச்சைக்காரப் பையன் போலத்தான் தோற்றமளித்தான். காலையில் சாப்பிட்ட பழைய சோறு எப்போதோ கரைந்து போய்விட்டிருந்தது. தஞ்சாவூருக்கு ரயில் டிக்கெட் வாங்க மட்டும் சிறிது சில்லறை இருந்தது. அவனுக்கும் தஞ்சாவூருக்கு ஒரே டிக்கெட்டாக வாங்கியிருக்கலாம் என்று கூடத் தெரியாமல் போய்விட்டிருந்தது.

அந்தத் தெருவில் நான்கைந்து சிறுமியர் பாண்டி விளையாடிக் கொண்டிருந்தார்கள். இது அவன் அறிந்த 'ஏரோப்ளேன் சிட்டி' விளையாட்டில்லை. எல்லாரையும்விட வயதில் பெரியவளாயிருந்தவள் அவளைத் தட்டிக்கேட்க யாருமில்லை என்ற உணர்வில் எல்லோரையும் மிரட்டி விரட்டிக் கொண்டிருந்தாள். இவளுக்கும் மங்களத்துக்கும் தான் எவ்வளவு வித்தயாசம்?

"இங்கே மங்களம்னு ஒரு பொண்ணு இருக்காளா?"

அந்தப் பெரிய பெண் ஒரு கட்டத்திலிருந்து இன்னொன்றுக்கு ஒற்றைக் காலில் தத்திச் சென்றபடியே, "என்ன கேக்கறே?" என்றாள்.

"மங்களம்னு ஒரு பொண்ணு."

அவன் ஏதோ அபத்தமான செயலொன்றைச் செய்துவிட்டது போல அவள்களுக்கென்று சிரித்தாள்.

அவள் சிரிப்பதைக் கண்டு இதர பெண்களும் சிரிக்க ஆரம்பித்தனர். சிரிப்பை அடக்க முடியாதபடி மாறி மாறி வெடித்துக் கொண்டு சிரித்தார்கள்.

அவனுக்கு அழுகை வந்துவிடும் போலிருந்தது. அவனிருந்த ஊரில் பெண்கள் இவ்வளவு பொல்லாதவர்களாக இருக்க மாட்டார்கள். இப்படி நடுத்தெருவில் பாண்டி விளையாட மாட்டார்கள். யாராவது கேள்வி கேட்டால் உடனே அவனைக் கேலிசெய்யத் தொடங்கிவிட மாட்டார்கள்.

அவன் அங்கிருந்து நகர்ந்து செல்ல அந்தப் பெண் கூப்பிட்டாள். "டேய் பையா! பையா! என்ன கேட்டே! பதில் சொல்றதுக்கு முன்னாலியே போயிடறியே?"

அவன் நின்றான்.

"மங்களம்னு இந்தத் தெருவிலேயே ஒரு பொண்ணு இருக்கா."

"எங்கே இருக்கா?"

"பூசணிக்காய் அடுக்கியிருக்கே ஒரு திண்ணை, அந்த வீட்டிலே இருக்கா."

"அவளை அழைச்சிண்டு வரியா? நான் ரொம்பத் தூரத்திலிருந்து வந்திருக்கிறேன்."

"அவளை அழைச்சிண்டு வர முடியாது."

"ஏன்?"

"ஏன்னா அவளுக்குக் காலு இல்லே."

"காலு இல்லியா?"

"அவளுக்கு ஜுரம் வந்து இரண்ட காலும் நிக்க முடியாதபடி போயிடுத்தாம். நீ வேணா அவ வீட்டுக்குப் போய் பாரு. அவ உக்காந்த படியேதான் நகருவா."

அவன் அந்த வீட்டுக்குப் போக அடியெடுத்து வைத்தான். "வாசப் பக்கமாய் போகாதே. வீட்டுக்காரா கத்துவா. கொல்லை வழியாய் போ. மங்களம் இருக்கிறதே கொல்லைப் பக்கம்தான்."

அவன் மங்களத்தைப் பற்றிக் கற்பனை செய்து கொண்டிருந்தது எல்லாமே சரியாகப் போயிற்று. அப்பா செத்துப்போய்விட்டால் எப்படிப் பட்ட கஷ்டங்கள் எல்லாம் வந்துவிடுகின்றன! பாண்டியாடி யாரையும் தோற்கடிக்கும் கால்களுக்குக்கூட வியாதி வந்து செயலிழந்து போய்விடு கின்றன. இனியும் மங்களத்தைப் போய்ப் பார்க்க வேண்டுமா? இருவரின் துக்கம்தான் பெருகி வழியும். அவனால் அவளுக்கு எந்த உதவியும் புரிய முடியாது. அவளால் எழுந்து வந்து அவனுக்கு ஒரு டம்ளர் தண்ணீர்கூடத் தரமுடியாது.

அவனுடைய அப்பாவை அவன் பத்திரமாகப் பாதுகாக்க வேண்டும். அப்பாவின் வேலைக்கு ஆபத்து வந்திருக்கிறது. அவரை எப்படியும் காப்பாற்றிவிட வேண்டும். அவன் ரயில் நிலையம் நோக்கி வேகமாக நடந்தான்.

1990

புதிர்

மீண்டும் கிருஷ்ணா கஃபே வாசலில் அந்த இளைஞன் நின்றுகொண்டிருந்தான். சாப்பிட்டதற்குப் பணம் கொடுத்து விட்டு வெளியே வருபவர்களிடம் அவன் இரு கைகளையும் நீட்டிப் பிச்சை எடுத்துக்கொண்டிருந்தான்.

நான் பார்த்துக் கொண்டிருக்கையில் எங்கிருந்தோ ஒருவன் வந்து அவன் முதுகில் ஓங்கி ஒருமுறை குத்தினான். இளைஞன், "அம்மா!" என்று கத்தினான். வாங்கின அடிக்குத் திருப்பி அடிக்கும் சுபாவம் அவனை விட்டுப் போயிருந்தது.

"வா வீட்டுக்கு" என்று குத்தினவன் சொன்னான்.

"மாட்டேன். வரமாட்டேன்."

"சும்மா ஊரைக் கூட்டாதே. மரியாதையா வந்துடு."

"வரமாட்டேன். நீ அடிப்பே."

"அடிக்க மாட்டேன். வா."

"இப்படித்தான் ஒவ்வொரு வாட்டியும் சொல்றே."

"நீ மறுபடியும் மறுபடியும் ஓடிப்போயிடறியே?"

"போனா என்ன? நான் காசு கேட்டா யாரும் தரதில்லே."

"உனக்குக் காசு எதுக்கடா? வீட்டிலே முதல்லே உனக்குத்தானே அவ சோறு போடறா?"

"எனக்குச் சோறு வேண்டாம். நான் வரமாட்டேன்."

அவர்களைச் சுற்றிச் சிறு கூட்டம் கூடிவிட்டது. எல்லாரையும் தள்ளிக்கொண்டு ஒரு கீரைக்காரி அவளுடைய வியாபாரத்தையும் விட்டு முன்னேறி நின்றாள். இரண்டு மூன்று சிறுவர்களும் வந்துவிட்டார்கள். அவர்கள் நாளெல்லாம் தெருவிலேயே பொழுதைப் போக்கி இரவிலும் அங்கேயே படுத்துத் தூங்குவார்கள். அவர்களிடம் அந்த இளைஞன் மாட்டிக்கொண்டால் அவனை அழவைத்து விடுவார்கள்.

அடித்தவன் மிகவும் சகஜமான பாவனையில் இளைஞன் கையைப் பிடித்து. "சரி வா, வீட்டுக்குப் போகலாம்" என்றான்.

அவன் கையை உதறிக்கொண்டான். "என்னைத் தொடாதே" என்றான்.

இப்போது மாறி மாறி அடி விழுந்தது. "வாடா வீட்டுக்கு!"

கீரைக்காரி குறுக்கே புகுந்தாள். "ஏன் பாவம் அந்தப் புள்ளையைப் போட்டு அடிக்கறே? அதுவே சாவறாப்பல இருக்கு" என்றாள்.

"இவனா சாவான்? எங்க எல்லாரையும் சாவடிக்கத்தான் வந்திருக்கான்." இன்னும் நாலு அடி விழுந்தது. இதற்குள் கூட்டம் இன்னும் அதிகரித்தது. "தள்ளி நில்லுங்க, தள்ளி நில்லுங்க! டேய் ஒதுங்கடா!" என்று சொல்லியபடி ஒரு போக்குவரத்துப் போலீஸ்காரர் அங்கு வந்து சேர்ந்தார். அடித்தவனை இருவர் பிடித்துக் கொண்டிருந்தார்கள். இளைஞன் அழுதுகொண்டு இருந்தான்.

போலீஸ்காரர் அடித்தவனைப் பார்த்தார். "ஏங்க நீங்கல்லாம்கூடக் கலாட்டா பண்ணணுமா?" என்று கேட்டார்.

கீரைக்காரி, "எங்கேந்தோ வந்தாரு, இந்தப் பிள்ளையைப் போட்டுத் தபாதபான்னு அடிக்கிறாரு," என்றாள்.

"யாரு உங்க மகனா?" என்று போலீஸ்காரர் கேட்டார்.

"இல்லே."

"பின்னே யாரு? தம்பியா?"

"உறவெல்லாம் கிடையாது. எங்க வீட்டிலே வளர்றவன். வாடா வீட்டுக்கு."

"இப்படி அடி உதை வாங்கியா வீட்டிலே இருக்கான்" என்று ஒருவன் கேட்டான்.

அடித்தவன் எரிச்சலுடன் பேசினான். "என்ன அடிங்க இது! வீட்டிலே இருக்க வேண்டியவன் திடீர் திடீர்னு காணாமப் போயிட்டா நாங்க திக்திக்குனு மனசிலே பட்டுக்கிற அடிக்கெல்லாம் இது அடியா?

"நல்ல வார்த்தை சொல்லி அழைச்சிட்டுப் போங்க." கூட்டம் சுவாரஸ்யம் இழந்து கலைந்தது. அந்த இளைஞன் தரையிலே உட்கார்ந்து விட்டான். அவனை அழைத்துப் போக வந்தவன், "எப்படியாகிலும் ஒழிஞ்சு போ!" என்று சொல்லி நான்கு கடைகள் தள்ளி ஒரு வாசற்படியில் உட்கார்ந்துகொண்டு முகத்தை மூடிக்கொண்டான். அந்த இளைஞன் கண்களைத் துடைத்துக்கொண்டு எழுந்து நின்றான். மீண்டும் கிருஷ்ணா கஃபே வாசலிலேயே நின்றுகொண்டான்.

எதிர்சாரியில் என் கடை. ஒரு காலத்தில் ஷெட்டாக இருந்திருக்க வேண்டும். இப்போது அந்தத் தெருவிலே கார் ஷெட்டெல்லாம் வைத்துக் கொள்ள இடம் கிடையாது. ஒவ்வோர் அங்குலமும் தங்கம். அந்த ஒரு ஷெட்டில் இப்போது மூன்று கடைகள். ஐந்து வருடம் முன்னாலேயே அந்தக் கடை வைக்க வீட்டுக்காரரிடம் நன்னடத்தைப் பணமாகப் பத்தாயிரம்

கொடுக்க வேண்டியிருந்தது. வாடகை மாதம் இருநூறு ரூபாய். இப்போது அத நானூறாகி இருந்தது. ராயப்பேட்டையில் தயாராகும் பப்படத்தைக் கொடுவாயூர் பப்படம் என்றும் அம்பத்தூரில் இடப்படும் அப்பளத்தைத் திருநெல்வேலி அப்பளம் என்றும் விற்கவேண்டும். அசல் சரக்கும் வரும் ஆனால் ரயில்வே பார்சலையும் லாரி சர்வீஸையும் எல்லாக் காலங்களிலும் நம்ப முடிவதில்லை.

"எங்கம்மா அஞ்சு ரூபாய்க்குச் சில்லறை வாங்கி வரச் சொன்னாள்" என்று ஒரு சிறுமி வந்தாள். நான் உடனே இல்லை என்றுதான் சொல்லி யிருப்பேன். அன்று சொல்லவில்லை. அவளிடமிருந்து ஐந்து ரூபாய் நோட்டை வாங்கிக்கொண்டு, "அதோ பார், அங்கே ஒர் ஆளு உக்காந்திருக்கிறார். அவரை இங்கே வரச்சொல்லு" என்றேன்.

"யாரு?" என்று அவள் கேட்டாள். தெருவில் நிறையப் பேர் இருந்தார்கள். அதுவும் திறவாத கடைகளின் படிகளில் உட்கார்ந்திருப்பவர்கள் நிறையவே இருந்தார்கள். எல்லாக் கடைகளும் திறக்கப்பட்டுவிட்டால் அவர்கள் எங்குபோய் உட்காருவார்கள்? நாலைந்து பேர் என் திறந்த கடைவாசலிலேயேகூடத் தங்கிப் போவது உண்டு. "வெள்ளைச் சட்டை போட்டுண்டு இருக்காரே அவரை."

"சில்லரை தறீங்களா?"

"நீ முதல்லே அந்த மனுஷனைக் கூப்பிடு."

அப்பெண் அந்த மனிதனிடம் சென்று ஏதோ பேசினாள். அவன் என் கடைப்பக்கம் பார்த்தான். நான் கையசைத்தேன். சிறுமியுடன் அவனும் என் கடைக்கு வந்தான். நான் என் பெட்டியெல்லாம் தேடி சிறுமிக்குப் பத்து 50 காசு நாணயங்களாக எண்ணிக் கொடுத்தேன். அவன், 'என்ன?' என்று கேட்டான்.

"இந்தப் பையன் தினமும் இந்த ஹோட்டல் வாசலிலேதானே நிக்கறான்?" என்றேன்.

"தெரியாது, சார். நான் இன்னிக்குத்தான் பார்த்தேன். வீட்டிலே மூணு வேளை சோறு போடறோம், சார். இவன் சொல்லாம கொள்ளாம ஓடி வந்துடறான்."

"அவன் இங்கே பிச்சை கேக்கறது திங்கறதுக்காக இல்லே."

"வேற என்ன சார், வேணும் இவனுக்கு? நான் அப்பனுக்கு வாக்குக் கொடுத்துட்டேன். இப்போ படாத பாடுபடறேன்."

"எங்க இருக்கீங்க?"

"சூளைமேட்டிலே."

"இந்தப் பையனும் சூளைமேட்டிலேயா இருக்கான்?"

"ஆமாங்க."

"அங்கேந்தா இங்கே வந்து பிச்சை வாங்கறான்?"

“ஆமாங்க. எவ்வளவு அவதிப்பட்டுடறோம் தெரியுமா? நடுவிலே இவன் இரண்டு நாள் வீட்டக்கு வரலே. கேட்டாப் பதில் கிடையாது. நாங்க என்னதான் செய்யறது?”

“அதோ பாருங்க, அவன் உங்களைப் பார்த்துட்டான், அங்கேந்து நகர்ந்து போயிடறான் பாருங்க.”

“பாத்து என்ன செய்யறது சார்? எனக்கு ஒண்ணும் புரியலே.”

“யார் இந்தப் பையன்? நீங்க ஏன் இப்படிப் பாடுபடணும்?”

“நானும் இவன் அப்பாவும் கூட்டாளிங்க, சார். இப்பக் கூடக் கடையைச் சின்னப் பையன்கிட்டே விட்டுட்டு வந்திருக்கேன். நாங்க பக்கத்துப் பக்கத்து வீட்டிலே இருந்தோம். திடீர்னு ஒரு நாளைக்கு இந்தப் பையனோட அண்ணன் ஒருத்தன் ஒருநாள் காய்ச்சல்லே செத்துப் போனான். எஸ்.எஸ்.எல்.சி. படிச்சிட்டிருந்தான். அவன் செத்துட்டானேன்னு எல்லாரும் அழுதுட்டு இருக்கிறப்போ இவனுக்குத் தங்கை ஒருத்தி இருந்தா. அவளும் சுரம் வந்து செத்தா. எங்களுக்கு ஒண்ணுமே புரியலே. கார்ப்பரேஷன்காரங்கள்ளாம் வந்து வீட்டைச் சோதனை பண்ணினாங்க, வீட்டுச் சமையல் பண்டமெல்லாம் எடுத்துட்டுப் போனாங்க. சொல்லி வைச்ச மாதிரி இவனோட அம்மா பதினைஞ்சுநாள் கழிச்சு சுரம் வந்து செத்துப் போனா. அப்படித்தான் இவன் எங்ககிட்டே வந்து சேர்ந்தான்.”

“இவன் அப்பா என்ன ஆனாரு?”

“அவருதான் தேசாந்திரம் போயிட்டாரே சார்.”

“தேசாந்திரமா?”

“நம்பவே முடியாது, சார்! கடை என் கூட்டாளிதுன்னு எழுதிக் கொடுத்திட்டு ஒருநாள் போயிட்டாரு சார். அவரா ஒண்ணும் கேக்கலை. நான்தான் சொன்னேன், உன் பிள்ளையை என் பிள்ளையாய்ப் பார்த்துப்பேன்னு. அவன் என்னடான்னா மாம்பலம் ஹோட்டல் வாசல்லே அஞ்சு பைசா பத்து பைசா வாங்க வர்றான்.”

அவன் அழுதுவிடுவான் போலிருந்தது. நூறு கிராம் அப்பளப் பூவும் நூறு கிராம் சுருள் சிப்ஸும் ஒருவர் வாங்கிப் போனார். அவருக்குச் சில்லறை கொடுக்கத் தவித்தேன். அந்த ஆளிடம், “அரை ரூபாய் இருந்தா தாங்க. இதோ சில்லரை மாத்தித் தரேன்” என்று சொல்லிவிட்டு வாடிக்கையாளரை முதலில் அனுப்பிவைத்தேன். “ஒரு நிமிஷம் பாத்துட்டு இருங்க. வெத்தலைப் பாக்குக் கடையிலிருந்து கொஞ்சம் சில்லறை வாங்கியாந்துடறேன்” என்று விரைந்தேன். ஹோட்டல் வெற்றிலைப் பாக்குக் கடையருகே அந்த இளைஞன் நின்றுகொண்டிருந்தான். என்னிடம் கையை நீட்டினான்.

“இங்கே வா எங்கூட” என்றேன்.

அவன் சந்தேகத்தோடு என்னைப் பார்த்தான்.

“வா, வந்து அப்பா கூட்டாளியோட வீட்டுக்குப் போ.”

அவன் சற்று மலங்க மலங்க விழித்தான். பிறகு "அது எங்க அப்பா கூட்டாளி இல்லே" என்றான்.

"பின்னே யாரு?"

"சும்மா பக்கத்து வீட்டிலே இருந்தாரு. எங்க வீட்டுல இருந்தவங்க எல்லாரையும் சாகடிச்சவரு."

"அப்போ போலீஸ்லே சொல்லு."

அவன் துக்கத்தோடு தலையை ஆட்டினான்.

"ஏன்?"

"ஒண்ணும் நடக்காது. அவுங்க உறவுக்காரங்க பாதிப் பேரு போலீஸ்காரங்க."

"போலீஸ்காரன்னா உன்னை அடிச்சு இழுத்துட்டுப் போயிருப்பாரே?"

அந்த இளைஞன் அவனுடைய சட்டையைத் தளர்த்தி முதுகையும் கழுத்தையும் காண்பித்தான். நிறையத் தழும்புகள் இருந்தன."

"நீ அந்த வீட்டுக்குப் போகவே மாட்டாயா?"

அவன் சற்று குழப்பத்தோடு என்னைப் பார்த்தான்.

நான் அவனை அங்கேயே விட்டுவிட்டு என் கடைக்குத் திரும்பினேன்.

"என்ன சொல்றான் அந்தப் பய? சட்டையை அவுத்துக் காமிச்சானே?"

"உங்க வீட்டிலே ஆளுக்குஆளு அவனை மொத்துவீங்களா?"

"அடிக்கறதுதான் சார். வீட்டிலே கஷ்டம் தாங்காம அப்பப்ப அடிக்கறது தான். அடிக்கறது மட்டும் சந்தோஷமான காரியமா, சார்? அவனைக் கொண்டுபோய்ப் பைத்தியக்கார ஆஸ்பத்திரியிலே சேர்த்துடலாம். இப்போ அவனைக் கவனிச்சுக்கிட்டுச் சோறு போடற நாங்க அடிக்கிறோம். அங்கே எவனெவனோவெல்லாம் அடிப்பான். மனசுக்கு ரொம்பக் கஷ்டமாயிருக்கு, சார்."

"அவன் அப்பாவைத் தேடிக் கண்டுபிடிக்க முடியாதா?"

"முடியலையே, சார். அந்த மனுஷன் வந்தா நீயாச்சு உன் பிள்ளை யாச்சுன்னு ஒப்படைச்சுடுவேன். முடியலையே, சார். இப்ப நான் போயிடுவேன், வீட்டிலே எம் பொட்டாட்டி தொந்தரவு பொறுக்காது. அவதான் அவனுக்குச் சோறு வைச்சுட்டுக் காத்திட்டிருப்பா."

"அவன் அம்மா எப்படிச் செத்தாங்க?"

அவன் ஒரு சிறு அதிர்ச்சியோடு நிமிர்ந்தான். பிறகு இழுத்தாற்போல், "அதான் சுரம் வந்து செத்துட்டாங்கன்னு சொன்னேனே?" என்றான்.

"உங்களுக்குள்ள பகை ஏதாவது உண்டா?"

“பகையெல்லாம் ஏது சார்? கடையில வர எல்லாப் பணத்தையும் அந்தம்மாகிட்டே கொடுத்துடறேன்னு எம் பொண்டாட்டிதான் தொண தொணத்துட்டே இருப்பா.”

“அவங்க அம்மாகிட்டயா? ஏன் கூட்டாளி இதெல்லாம் பார்த்துக்க மாட்டாரு?”

“அதாங்க... ஆனா அவரு எங்கேயாவது வெளியே போயிடுவாரு. அந்த அம்மாதான் எல்லாத்தையும் பாத்துப்பாங்க.”

ஏனோ எனக்கு மேற்கொண்டு பேச்சை வளர்த்த விருப்பமில்லை. ஒரு கடைக்காரன் தொடர்ந்து யாருடனோ பேசிக்கொண்டேயிருப்பதைப் பார்த்தால் வாங்க வருபவர்கள் தயங்கி, பிறகு பார்த்துக்கொள்ளலாம் என்று போய்விடுவார்கள்.

“உங்க அட்ரஸ் கொடுத்துட்டுப் போங்க. பிள்ளையாண்டானை யார் கூடவாது அனுப்பப் பார்க்கறேன்.”

அந்த மனிதனுக்கு அந்த ஏற்பாடு பிடித்ததா இல்லையா என்று தெரியவில்லை. நான் கிருஷ்ணா கஃபே பக்கம் பார்த்தேன். அந்த இளைஞனைக் காணோம்.

“ஐயையோ, அவனைக் காணுங்களே!” என்று சொல்லிக்கொண்டு அந்த மனிதன் ஓடினான். வெயிலுடன் அந்தத் தெருவில் போக்குவரத்தும் அதிகரித்தது. நான் பருப்புப் பொடியையும் சுண்டைக்காய் வற்றலையும் தராசில் நிறுத்தி எடையிட்டு விற்றேன்.

இரவு ஒன்பது மணிக்குக் கிருஷ்ணா கஃபே மூடப்பட்டுவிடும். வெற்றிலைப் பாக்குக் கடை மேலும் சிறிது நேரம் திறந்திருக்கும். இரண்டு வாழைப்பழம் வாங்கப் போன நான் கடையில் நீட்டிக்கொண்டிருக்கும் ஒரு பலகை அடியில் ஒருவன் சுருண்டு படுத்துக் கிடப்பதைப் பார்த்தேன். அந்த இருட்டிலும் அந்தச் சட்டை அவனை யார் என்று தெரியப்படுத்திவிட்டது.

“எழுந்திரு, எழுந்திரு” என்று அவனைத் தட்டி எழுப்பினேன். அவன் கண்களைக் கசக்கிக்கொண்டு எழுந்து தரையில் உட்கார்ந்தான்.

“வா. உன்னை வீட்டிலே கொண்டு போய் விட்டுடறேன்.”

இம்முறை அவன் தடுக்கவில்லை. உடல் மிகவும் சோர்ந்துபோய் இருந்தது.

எனக்கு சீஸன் டிக்கெட் உண்டு. அவனுக்கு மட்டும் நுங்கம்பாக்கம் ஸ்டேஷனுக்கு ஒரு டிக்கெட் வாங்கி அவனோடு மின்சார ரயிலில் ஏறினேன். ஒரு சில நிமிடங்களில் சூளைமேடு ஹைரோடு அடைந்துவிட்டோம்.

அங்கிருந்து அவன் எனக்கு வழிகாட்டி அழைத்துப் போனான். காலையில் அவனைத் தேடி வந்தவன் வீட்டில் இல்லை. அவனுடைய கடை இன்னும் மூடியிருக்காது. அவனுடைய மனைவி மட்டும் வீட்டின் முன்னால் ஒரு முக்காலி போட்டு உட்கார்ந்திருந்தாள்.

"ஏண்டா, இப்படிச் சொல்லாம கொள்ளாமப் போயிட்டே" என்று அடக்கிய குரலிலேயே அவனைக் கேட்டாள். அவன் தலை குனிந்து வீட்டினுள் சென்றான்.

"நான் வரேங்க," என்றேன்.

"நீங்கதான் அப்பளக்காரரா?"

"எப்படித் தெரியும்?"

"காலையிலே அவரு வந்திருந்தாராமே, சொன்னாரு."

"அப்படியா? ஒரு சமயத்தில் அவர் அழக்கூட செய்தாரு."

"ஆமாங்க. அவர் அழறாருங்க. ஆனா அக்கம் பக்கத்திலே மனுஷாளுங்க என்ன சொல்றாங்க தெரியுமா? இந்தப் பையன் அம்மாவை ஒரு வழிக்குக் கொண்டு வர்றதுக்கு மருந்து வைச்சு அது குடும்பத்தையே அழிச்சுட்டோங்க றாங்க. இந்தப் பையனுக்கு ஏற்கனவே புத்தி சரியில்லே. இதெல்லாம் கேட்டு என்னவோ போல ஆயிடறாங்க."

"இவன் அப்பாவைக் கண்டுபிடிக்க முடியாதா?"

"அது என்னங்க கஷ்டம்? அவரு அயனாவரத்திலேதான் இருக்காரு. இரண்டு பேரு கூட்டுப் பணத்தையும் அவரா எடுத்து சீட்டுக்கும் குதிரைக்கும் தேவடியாக்குட்டிக்குமா அழறாரு. பணத்தைக் கேட்டா காவிச் சட்டை போட்டுட்டேன்றாரு."

அவர்கள் கதை எனக்குப் பிடிபடவில்லை. அதற்குப் பிறகு ஒரு வாரத்துக்கும் மேலாக அவன் பிச்சை கேட்க வரவில்லை. ஆனால் ஒரு பத்திரிகைச் செய்தி வந்தது. அவனை வீட்டில் கொண்டுபோய்ச் சேர்த்ததற் காக நான் மிகவும் வருந்தினேன். தூங்கிக் கொண்டிருந்த அவனுடைய வளர்ப்புத் தாயின் தலை மீது அவன் ஓர் அம்மிக் குழவியைப் போட்டிருந்தான்.

1990

ரோசம்

அன்றும் அதே மாதிரி நடந்த பிறகுதான் பொன்னம்மாள் அவளுடைய புதுமருமகள் இயல்பிலேயே சற்று மந்தமானவள் என்ற முடிவுக்கு வந்தாள். "பாலை அடுப்பில் வைத்துவிட்டு வெளியே வேடிக்கைப் பார்க்கப் போகாதே" என்று பலமுறை சொல்லியாயிற்று. லோகுவும், 'சரி அத்தை, சரி அத்தை' என்று தான் ஒவ்வொரு முறையும் சொன்னாள். ஆனால் இப்போது மீண்டும் பாலைப் பொங்கி வழியச் செய்துவிட்டாள். "மக்கு! மக்கு!" என்று பொன்னம்மாள் உரத்துக் கூறினாள்.

உறவில் பெண் எடுக்க வேண்டாம் என்று ராமசாமி உறுதியாகச் சொன்னதில்தான் இந்தப் பெண் மருமகளாக வாய்த்தாள். உறவில் கல்யாணம் செய்துகொண்டு பிறந்த குழந்தைகள் சோனியாகப் பிறந்தார்கள். ஊனமாகப் பிறந்தார்கள். விகாரமான முகத்தோடு பிறந்தார்கள். இப்போது இந்த மக்குப் பெண்ணுக்குப் பிறக்கும் குழந்தை எப்படி இருக்கப் போகிறது? லட்சணமாக இருக்கும்; ஆனால் மக்காக இருக்கும்.

ராமசாமி வரையில் சந்தோஷமாக இருந்தான். அவன் வேலைக்குச் சேர்ந்த நாளிலிருந்து பிற்பகல் சாப்பாடு தொழிற் சாலை கான்டீனில்தான். ஆதலால் அவனுக்குக் காலையில் சோறு ஆக்க வேண்டியதில்லை. கட்டித்தர வேண்டியதில்லை. காலைக் கஞ்சியைப் பொன்னம்மாள் தயாரித்துவிடுவாள். இப்போதும் சமையல் புரிவது அவள்தான். மிகச் சின்னச் சின்ன வேலைகள்தான் மருமகளுக்குத் தருவது. ஆனால் பாலை மட்டும் அவள் திரும்பத் திரும்பப் பொங்க விட்டுவிடுகிறாள்.

பொன்னம்மாளுக்கு லோகுவை நேருக்கு நேர் திட்டிவிட மனமில்லை. ராமசாமிக்கு அவனுடைய அப்பா அவன் இரண்டு வயதாக இருக்கும்போது செத்துப்போயிருந்தார். லோகுவின் அம்மா லோகு கைக்குழந்தையாக இருக்கும்போதே போய்விட்டாள். தாயில்லாத பெண் வேண்டாம் என்றுதான் பொன்னம்மாளுடைய உறவினர்கள் எல்லாரும் சொன்னார்கள். ஒரு நல்லது கெட்டது நடந்தால் அம்மாக்காரியால்தான் ஒத்தாசை. அண்ணி, பெரியம்மா யாரும் வரமாட்டார்கள். வேண்டாம் இந்தப் பெண் ...

ஆனால் ராமசாமி ஒற்றைக் காலில் நின்றான். “நம் வீட்டுக்குப் பெண் வந்துவிட்டால் எல்லாம் நம் பொறுப்பு, இதற்கு வேறு யார் வேண்டும்?” என்றான்.

“எனக்கு வயதாகிறதே?” என்று பொன்னம்மாள் சொன்னாள். “அந்தப் பெண்ணின் அம்மா இருந்தால் அவளுக்கு மட்டும் வயதாகாமல் இருக்குமா?” என்றான்.

லோகுதான் அன்றும் பொன்னம்மாளுக்கு உணவு பரிமாறினாள். லோகுவின் கையில் எப்போதும் ஒரு நடுக்கம் இருந்தது. நடுக்கம் பயத்தைக் காட்டக்கூடும். லோகுவுக்கும் பொன்னம்மாளிடம் பயம் இல்லை என்று கூற முடியாது. அவள், ‘சரி அத்தை, சரி அத்தை’ என்ற சொல்லும்போதெல்லாம் அவளுடைய குரல் பொன்னம்மாளுடையதை விட ஒரு சுருதியாவது குறைந்திருக்கும். ஆனால் பயம் மட்டும் போதுமா? ஏன் சொன்னதைக் கேட்கும் குணம் சிறிதும் இல்லை? ‘சரி அத்தை, சரி அத்தை’ என்று அடிக்கொரு தரம் சொல்வதற்கு என்னவென்று பொருள் கொள்வது?

பொன்னம்மாள் சாப்பிட்டு முடித்த பிறகு லோகு சாப்பிட உட்கார்ந்தாள். தினமும் மருமகளுக்குப் பொன்னம்மாள் உணவு பரிமாறுவாள். இன்று பாயை விரித்துக்கொண்டு படுத்துவிட்டாள். லோகுவாகவே பரிமாறிக்கொள்வது காதில் விழுந்தது. அப்புறம் வெகுநேரம் நிசப்தம்.

பொன்னம்மாள் சப்தம் செய்யாமல் எழுந்து லோகுவை எட்டிப் பார்த்தாள். லோகு அழுதுகொண்டிருந்தாள். ஏதோ தோன்றி திரும்பிப் பார்த்தவள் பொன்னம்மாள் தன்னைக் கவனித்தபடி இருப்பதைக் கண்டாள். உடனே மூக்கை உறிஞ்சிக்கொண்டு தட்டில் இருந்த சாதத்தைப் பிசைய ஆரம்பித்தாள்.

“லோகு” பொன்னம்மாள் அழைத்தாள்.

“என்ன அத்தை?”

“என்னாச்சு? ஏன் அழறே.”

“நான் அழலியே, அத்தை.”

பொன்னம்மாள் லோகுவுக்கு நேர் எதிரே போய் நின்றாள். லோகுவின் முகவாயைத் தூக்கி முகத்தை உற்று நோக்கினாள்.

லோகு விம்மினாள்.

பொன்னம்மாள், “என்னாச்சு, சொல்லு. நான் காலையிலே திட்டினதுக்கா?” என்று கேட்டாள்.

லோகு இப்போது பெரிதாக அழ ஆரம்பித்தாள் பொன்னம்மாள், அவள் தலையைத் தடவிக்கொடுத்தாள்.

“சரி, சரி. முதல்லே சாப்பிட்டு முடி” என்றாள்.

விம்மல்களுக்கும் மூக்குறிஞ்சல்களுக்கும் நடுவில் லோகு சாப்பிட்டு முடித்தாள். பொன்னம்மாள் பாயில் படுத்துக்கொண்டாள். லோகு பாத்திரங்கள் துலக்க வீட்டின் பின்புறம் சென்றாள்.

பொன்னம்மாளுக்குத் தூக்கம் வரவில்லை. மீண்டும் எழுந்து கொல்லைப்புறம் சென்றாள். இம்முறையும் லோகு அழுதுகொண்டிருந்தாள்.

பொன்னம்மாளுக்குக் கோபம் வந்தது. "ஏண்டி, உன்னை யாரு என்ன பண்ணிட்டான்னு இப்படி அழுது பாசாங்கு பண்ணறே?" என்றாள்.

லோகு கண்களைத் துடைத்துக்கொண்டு பாத்திரம் துலக்கத் துவங்கினாள்.

"இதோ பாரு, இப்படி அழுது மாய்மாலம் பண்ணறதெல்லாம் எனக்குப் பிடிக்காது. ஆமாம், சொல்லிட்டேன்." பொன்னம்மாள் மீண்டும் பாயில் படுத்துக்கொண்டாள்.

இந்தக் காலத்துப் பெண்களைக் கோபித்துக்கொண்டால் ரோசம் பொத்துக்கொண்டு வருகிறது. ஆனால் அவர்கள் தவறுகளைத் திருத்திக் கொள்ள வேண்டுமே என்று தோன்றுவதில்லை.

லோகு பாத்திரங்களைக் கவிழ்த்து வைக்கும் சப்தம் கேட்டது. "ஏ பொண்ணே!" என்று பொன்னம்மாள் கூப்பிட்டாள்.

"என்ன அத்தை?" என்ற கேட்டபடி லோகு வந்தாள்.

"ஏண்டி, திரும்பத் திரும்பப் பாலைப் பொங்க விட்டுடறே? சொன்னா இல்லாத சாகசம் செய்யறியே? உன்ன யாரு என்ன பண்ணிடலான்னு இப்படி அழுதேடி?"

லோகு பேசாமல் நின்றாள்.

"ஊமைக் கோட்டான் மாதிரி நிக்காதே, என்னதான் இருக்கு உன் மனசிலே?"

"ஒண்ணும் இல்லே, அத்தை. சத்தியமா ஒண்ணுமில்லே, அத்தை."

"இதுக்கென்னடி சத்தியம்?"

திடீரென்று லோகு குமுறிக் குமுறி அழ ஆரம்பித்தாள். பொன்னம்மாள் பதறிப்போய் அவளை இழுத்துக் கட்டிக்கொண்டாள்.

"அழாதேடி, பொண்ணே, பெரியவங்க கோச்சுக்காம யாரு உன்னைக் கோச்சுப்பாங்க?"

"இல்லே, அத்தை. என்ன எல்லாரும், 'மக்கு லோகு'ன்னுதான் எங்க வீட்டிலே கூப்பிடுவாங்க. இங்கே அத்தினி நாளா யாரும் என்னை அப்படிக் கூப்பிடலை. இனிமே இங்கேயும் அதான் என் பேரா இருக்கும்."

லோகு விம்மி விம்மி அழுதாள். பொன்னம்மாள் விசேஷமாக அவளுக்கு ஆறுதல் கூற முற்படவில்லை. லோகு கூறியது உண்மைதான் என்று அவளுக்குத் தோன்றியது.

1990

இன்று நிம்மதியாகத் தூங்க வேண்டும்

ஐந்தாவது மாடியிலிருந்து சகுந்தலா வந்த லிஃப்ட் முதல் மாடியில் நின்றபோது, கோட்டு டையெல்லாம் அணிந்த ஒருவர் ஓடி வந்து, "அப்படியே நில்லு! அப்படியே நில்லு! செகரட்டரி கிளம்பிட்டாரு! அப்படியே நில்லு!" என்றார். லிஃப்ட் கதவை மூட முடியாதபடி காலைக் குறுக்கே வைத்துக்கொண்டார். "யார், சார், செகரெட்டரி? யாரு?" என்று ஒருவர் கேட்க, "அக்ரிகல்சர் செகரெட்டரி சார். இன்னிக்குக் கவுன்சில் மீட்டிங்குக்கு வந்திருக்கார். ஆயிடுச்சு, எல்லாரும் எழுந்துட்டாங்க" என்ற டைக்காரர் சொன்னார்.

"கொஞ்சம் வழி விடுங்க" என்று சொல்லி சகுந்தலா லிஃப்டைவிட்டு வெளியேறினாள். இந்த செகரட்டரி எப்போது வந்து அவள் எப்போது தரையை அடைவது? பத்து விநாடியில் இறங்கிவிடக் கூடிய படிக்கட்டு பக்கத்திலேயே இருந்தது. அவள் கீழே வந்தபோதும் கீழே லிஃப்டுக்காக நிறைய பேர் காத்திருந்தார்கள். லிஃப்ட் முதலாம் மாடியில் நின்றபடியே இருந்தது.

சகுந்தலாவுக்காகக் காத்திருந்தது போல இரு பெண்கள் ரிசப்ஷனில் நின்றிருந்தார்கள். சகுந்தலாவைப் பார்த்ததும் அவர்கள் புன்னகையுடன் அவளை நெருங்கினார்கள். மூவரு மாகக் கட்டடத்தின் முன்னிருந்த திறந்த வெளியைக் கடந்து சாலையின் நடைபாதையை அடைந்தார்கள். வீடு திரும்பும் நூற்றுக்கணக்கான அலுவலக ஊழியர்களால் சாலையும் நடைபாதையும் நிறைந்திருந்தது.

மூவராகச் சேர்ந்து வந்தாலும் தன்னோடு வந்த பெண் களிடம் ஒன்றும் சொல்லிக்கொள்ளாமல் சகுந்தலா நடை பாதைப் பாதசாரிகளோடு கலந்துகொண்டாள். ஆட்டோமாடிக் சிக்னல் அருகில் சாலையின் எதிரும் புதிருமாக ஏராளமான வண்டிகள் பெரும் போருக்கு அணிவகுத்து நிற்பது போலக் காத்திருந்தன. ஒவ்வொரு சிக்னல் வரும்போதும் ஏதாவது

ஒரு வரிசை வெறி பிடித்தது போலச் சீறி விரையும். பிரம்மாண்டமான பஸ்களிலிருந்து சாத்வீகமாகத் தோற்றமளிக்கும் சைக்கிள்கள்வரை அவற்றுக்குச் சாத்தியமான ஆவேசத்தைக் காட்டி ஓடின. அவற்றிலிருந்து வெகுவாக விலகி நடைபாதையின் ஓரத்தில் நடக்கும்போதுகூட அந்த மாலை ஐந்து மணி போக்குவரத்தின் இயக்கம் அவளை உள்ளூர நடுங்க வைத்தது. கன்னிமாரா ஹோட்டலின் நுழை வாயிலருகே வந்ததும் அவள் சிறிது தயங்கினாள். இன்று இங்கு வந்திருக்க வேண்டியதுதானா?

பதினாறாம் நம்பர் பஸ்ஸுக்கும் இன்னும் சுமார் டஜன் வழித்தட பஸ்களுக்குமான பஸ் ஸ்டாண்டு சாலையின் எதிர்ப்புறத்தில் இருந்தது. சில பஸ்களும் நின்றிருந்தன. அவ்வளவு குழப்பத்திலும் அவளுடைய கண்கள் ஒரு வீச்சில் அங்கு நின்றிருந்த ஜனத்திரளைப் பார்த்துவிட்டு அவளுக்குச் சிறிது ஆசுவாசத்தைத் தந்தது. ராஜரத்தினம் அங்கில்லை.

தினமும் இங்கு வந்து ராஜரத்தினத்தைப் பார்த்து இரு வார்த்தைகள் பேசிவிட்டுப் போவது மீள முடியாத பழக்கமாகப் போய்விட்டது. அவன் 5:18 பஸ்ஸைத் தவறவிட்டால் அரைமணி நேரம் காக்க வேண்டும். வீடு போய்ச் சேர ஏழு மணியாகிவிடுகிறது என்று அலுத்துக் கொண்டிருக்கிறான். ஆதலால் அநேக தருணங்களில் அவர்கள் முதல் நிமிடம் 'என்ன?' 'என்ன' பரிமாறிக்கொள்வதற்குள் பஸ் வந்துவிடும். இடம் பிடிக்க ராஜரத்தினம் ஓடிவிடுவான். நூற்றுச் சொச்சம் பேரும் பஸ்ஸில் ஏறி, ராஜரத்தினம் ஒரு மாதிரி ஏதாவது ஜன்னல் வழியாகப் பார்ப்பதற்கு வளைந்து நெளிந்துகொண்டு பஸ் கிளம்பும்போது அவன் அவளைப் பார்த்துக் கையசைத்துப் பிறகு அவள் அங்கிருந்து கிளம்பி இருமுறை ஆட்டோமாடிக் சிக்னல்களுக்காகக் காத்திருந்து சாலையைக் கடந்து அவளுடைய பஸ்ஸுக்குப் போக வேண்டும். அவள் வீட்டுக்குச் சென்றடையும்போது ஏழடித்துவிடும். அவள் அலுத்துக் கொள்ளவில்லை.

இன்று முதலிலேயே அலுப்போடு பயமாகவும் இருந்தது. பயம் ஒரு காரணத்தினால் மட்டுமல்ல. நீண்ட நாள் அது தொடர்ந்து இருந்ததில் அக்காரணம் பல கிளைகள் கொண்டுவிட்டது. இப்போது எது கிளை எது மரம் என்று கலங்க வேண்டியிருக்கிறது. இந்த ஒரு நிமிடம் இரு நிமிடம் சந்திப்பு போல.

முதலில் இச்சந்திப்புகள்தான் எவ்வளவு உற்சாகமும் ஊக்கமும் கொடுத்தன? அவளுடைய அக்காவே ஒரு நாளைக்கு, "நீ திடீர்னு ரொம்ப அழகாயிட்டேடி, சக்கு" என்றாள். அக்காவும் ஒரு காலத்தில் மிகவும் அழகாக இருந்தாள். இப்போதும் அவள் குளித்துவிட்டு வந்தவுடனே அழகாக இருப்பது போலத்தான் தெரியும். ஆனால் ஐந்து பத்து நிமிடங்களுக்குள் முகத்தைக் களையிழக்கச் செய்யும் சோர்வும் சலிப்பும் மெல்லிய கோடுகளாகவும் சுருக்கங்களாகவும் வந்துவிடும். வரிசையாகச் சீராக இருந்த பற்கள் இப்போது ஓரிரு இடங்களில் இடைவெளி கொண்டுவிட்டன. முன் பல் சற்று வெளியே வந்துவிட்டது போலத் தெரிந்தது.

சகுந்தலாவுக்கு ஒரு பொறி மகிழ்ச்சியும் தோன்றியது. ராஜரத்தினம் வந்து சேர்ந்துவிட்டான். அவளைப் பார்த்தும் விட்டான்.

அப்போதுதான் ஆட்டோமாடிக் சிக்னலில் அவர்கள் நின்ற சாலைக்கு வாகனங்கள் செல்லப் பச்சை விளக்கு தரப்பட்டிருக்க வேண்டும். தலை தெறிக்கும் வேகத்தில் ஸ்கூட்டர்களும் மோட்டார் சைக்கிள்களும் பாய்ந்து வந்தன. அவற்றைத் தொடர்ந்து கார்களும், பஸ்களும். இதெல்லாம் ஓயக் காத்திருந்த சகுந்தலாவுக்கு ஒரு கணம் இந்த வண்டிகள் முன்னால் விழுந்தால் என்ன என்றுகூடத் தோன்றியது. அளவற்ற மகிழ்ச்சியைத் தொடர்ந்து ஏன் இப்படியோர் எண்ணம் வரவேண்டும் என்று அவள் நினைக்கவில்லை. இப்படிப்பட்ட எண்ணங்கள் அடிக்கடி வரத் தொடங்கி விட்டன. இவற்றுக்கு இடம் தரக்கூடாது என்று எண்ணிய நாட்களும் கடந்துவிட்டன. நிறைய விஷயங்கள் கடந்துவிட்டன. ஆனால் அவள் இன்னும் இருக்கும் இடத்தில்தான் இருக்கிறாள்.

ஒரு மாதிரியாக அவள் சாலையைக் கடந்து எதிர்ப்பக்கம் அடைந்தபோது அவளுடைய சக்தியெல்லாம் ஆவியாகப் போய்விட்டது போலிருந்தது.

ஆனால் எடுத்த எடுப்பிலேயே அவன் ஒரு கேள்வியையும் கேட்கவில்லை. "இன்னிக்கு அடுத்த பஸ்லேதான் போகப் போறேன், சக்கு. இன்னிக்கு உன்னோடு கொஞ்சம் பேசியாகணும்" என்றான்.

"எங்கிட்டே பஸ்ஸுக்குத்தான் சில்லறை இருக்கு" என்று அவள் சொன்னாள்.

"நான் உங்கிட்டே பணம் இருக்கான்னா கேட்டேன்?" என்று சற்றுக் கோபமாகவே அவன் சொன்னான். அவன் முன்னே நடக்க, அவள் அவனைப் பின்தொடர்ந்தாள். நடைபாதையில் இருந்த நெரிசலில் அவனோ அவளோ விரும்பினால்கூடச் சேர்ந்து நடந்திருக்க முடியாது.

அந்தச் சிற்றுண்டி சாலை சமீபத்தில்தான் தொடங்கப்பட்டிருக்க வேண்டும். மேஜை, நாற்காலி, அலமாரி பணியாளர்களின் சீருடை எல்லாமே புதுக் கருக்குடன் இருந்தன. அவ்வளவு சிக்கன இடத்தில் ஓர் ஏர்கண்டிஷன் பிரிவும் இருந்தது. அதற்குள் நுழைந்தபோது முதலில் சகுந்தலாவுக்கு ஒரே இருட்டாக இருந்தது. ஒரு வினாடிதான், அவள் கண்கள் சிறிது பார்க்கத் தொடங்கியபோது ராஜரத்தினம் ஒரு மேஜைக்குரிய நாற்காலியில் உட்கார்ந்திருந்தான். "இப்படி வா!" என்று சொல்லியபடி அவள் கையைப் பிடித்து வழிகாட்டினான். அவள் கை ஒரு சிறு எதிர்ப்பு தெரிவிப்பது போல அவளுக்குத் தோன்றியது.

அது அதிக வெளிச்சம் இல்லாத போதிலும் ஒருவர் முகத்தை இன்னொருவர் பார்க்கக்கூடிய அளவுக்கு விளக்குகள் இருந்தன. மிக மெல்லிய வாத்திய இசை முதலும் முடிவே இல்லாதது போல ஒலித்துக் கொண்டிருந்தது.

சப்தமே எழுப்பாது வந்த சீருடைக்காரனிடம் "இரண்டு ஐஸ்கிரீம்" என்று ராஜரத்தினம் சொன்னான்.

"என்ன ஐஸ்கிரீம்" என்று அவன் கேட்டான்.

சகுந்தலா, "எனக்கு ஐஸ்கிரீம் வேண்டாமே?" என்றாள்.

“ஒரு நாள்தான் சாப்பிடேன். ஒண்ணும் குறைஞ்சு போயிடமாட்டே,” என்று ராஜரத்தினம் சொன்னான். பணியாளனிடம், “முந்தா நேத்து கொடுத்தியே டூபீஸ் டபிள் டெக்கர், அது கொண்டா” என்றான்.

“இரண்டா?”

“பின்னே? இரண்டு பேரில்லே?”

சகுந்தலா பயத்தோடு காத்திருந்த கேள்வி வந்துவிட்டது. ராஜரத்தினம் கேட்டான். “என்ன, சொல்லிட்டாயா?”

சகுந்தலா நிராதரவாக அவனைப் பார்த்தாள்.

அவன் அவளைப் பார்த்த பார்வையில் கோபம் இல்லை என்று மட்டும் தெரிந்தது. ஆனால் ஒருவரிடம் பயப்படக் கூடியது கோபம் மட்டுமில்லையே.

ராஜரத்தினம், “ச்சு” என்றான்.

“என்ன?” என்று சகுந்தலா கேட்டாள்.

“சக்கு, ஒண்ணு புரிச்சுக்கணும். இப்படியே நாம இரண்டு பேருமே பஸ் ஸ்டாண்டிலே பார்த்துட்டு, பை – பை சொல்லிண்டே வருஷக்கணக்கா காலம் தள்ளறதிலே மரியாதை இல்லே.”

சகுந்தலா தலையைக் குனிந்துகொண்டாள்.

“நான் எவளொருத்தி என் கையிலே சிக்கிண்டான்னு அவளோடக் கொஞ்ச நாள் சுத்திட்டு வேறெங்கேயோ போயிடறவன் இல்லே.”

“அது தெரியும், ரத்தினம். அது தெரியும், ரத்தினம்.”

“தெரிஞ்சுண்டு சும்மா இப்படியே நாளை ஓட்டினால் எப்படி? எனக்கும் அப்பா அம்மா உண்டு, எங்க வீட்டிலேயும் மனுஷாளுங்க உண்டு, தெரியுமில்லே? எப்படா கட்டிக்கப் போறே, எப்படா கட்டிக்கப் போறேன்னு அவுங்க கேக்கறப்போ நான் ஏதாவது பதில் சொல்லணுமில்லே?”

“தெரியும் ரத்தினம். தெரியும் ரத்தினம்.”

“பின்னே? இந்த ஜனவரி வரட்டும். சொல்றேன்னு சொன்னே. ஏப்ரல் வரட்டும் சொல்றேன்னு சொன்னே. இப்போ செப்டம்பர் வந்துடுத்து. இப்ப என்ன சொல்றே?”

“அதான் சொன்னேனே, ரத்தினம்? நேத்துக்கூட எங்க அக்காவைப் பொண் பார்த்துட்டுப் போயிருக்காங்க. நான் மட்டும் என்ன பண்ண முடியும், ரத்தினம்?”

“நீ இதைத்தான் ஒரு வருஷமாச் சொல்லிண்டிருக்கே. இது பத்தாவது தரம் நீ சொல்றது.”

“நான் என்ன செய்ய முடியும். ரத்தினம்? எனக்கு மட்டும் மனசில்லையா?” இதைச் சொல்லும்போது அவளுக்கு அழுகை வந்துவிட்டது.

ராஜரத்தினம் “உஸ்” என்றான். பணியாளன் இரு பிரும்மாண்டமான கூம்பு வடிவக் கண்ணாடிக் குவளைகளில் மலை போல ஐஸ்கிரீமைக் கொண்டு

வந்து வைத்தான். அவன் அகன்றதும் ராஜரத்தினம் சொன்னான், “எங்க வீட்டிலே மட்டும் இதுக்கு உடனே ஒத்துண்டுடுவாங்கன்னு நினைச்சியா? என்னடா ஜாதி விட்டு ஜாதின்னு பாஞ்சிண்டுதான் வருவாங்க.”

சகுந்தலாவின் கண்களில் திரண்ட கண்ணீர் அவளுடைய மூக்கு வழியாகச் சரிந்து மேஜை மீது கொட்டியது. அவளுடைய கைக்குட்டையை எடுத்து வாயைப் பொத்திக்கொண்டாள்.

“சரி, சரி. உடனே அழத் தொடங்கிவிடாதே. ஐஸ்கிரீமை முடி. ஆறு மணி பஸ்ஸையாவது பிடிச்சுக்கறேன்” என்று ராஜரத்தினம் சொன்னான். ஐஸ்கிரீம் அவள் வாயில் சுண்ணாம்பாக வெந்தது.

“இதோ பாரு, சக்கு. உன்னை இப்படியே கையைப் பிடிச்சு இழுத்து எங்கேயாவது போக என்னாலே முடியாதுன்னில்லே. அதுக்கு எவ்வளவோ பேரு இருக்காங்க, இன்னிக்கு வியாழக்கிழமை. நாளைக்கு லீவு. அதுனாலே மறுபடியும் திங்கட்கிழமைதான் பார்க்க முடியும். அப்போ முடிவா ஒரு வார்த்தை சொல்லு. சொல்லாட்டி என்னாகும்னு கேட்காதே.”

“நான்தான் சொன்னேனே, ரத்தினம். என் அக்காவுக்குக் கல்யாணம் ஆன அடுத்த நாளே உங்கிட்டே வந்துடறேன். அப்போ நான் யார்கிட்டேயும் எதையும் சொல்லவும் வேண்டியதில்லை, கேட்கவும் வேண்டியதில்லை.”

“உன் அக்காவுக்கு எப்போடீ கல்யாணம் நடக்கும்? அவளுக்கு ஆனாத்தான் உனக்குன்னா உங்க இரண்டு பேரையும் கட்டிக்கறேன்டீ.”

சகுந்தலா கண்களை அகல விரித்து அவனைப் பார்த்தாள். அவள் முகத்தில் வெட்கம் தெரிந்தது.

“என்னை ஆசை காட்டி மோசம் பண்ணாதே சக்கு. என்னாலே இனிமேல் தாங்கிக்க முடியாது.”

அவன் ஐஸ்கிரீமுக்குரிய பில்லுக்கான பணத்தை மேஜைமீது வைத்துவிட்டு வெளியேறினான். சகுந்தலாவும் உடனே அவனைப் பின்தொடர்ந்தாள். ஆனால் அவன் அவளைத் திரும்பியும் பாராமல் கூட்டத்தில் இடித்து நெருக்கிக்கொண்டு போய்விட்டான். இனியும் அவனைப் பின்தொடர்வதில் பயனில்லை என்று சகுந்தலா நின்றுவிட்டாள். அவன் இதற்குள் அவனுடைய பஸ் ஸ்டாண்டை அடைந்திருப்பான். பஸ் வந்தால் உடனே முட்டி மோதி ஏறி உட்கார இடம் பார்ப்பதில்தான் அவன் மனம் இருக்கும்.

சகுந்தலா அவளுடைய பஸ் ஸ்டாப்பை நோக்கிச் சென்றாள். இன்று வீடு போய்ச் சேர ஏழரை எட்டுகூட ஆகிவிடும். ராஜரத்தினம் எங்கே கேள்வி கேட்டுவிடுவானோ என்று பயந்தது போல வீட்டில் அம்மாவோ வேறு யாரோ ஏதாவது சொல்லி விடுவார்களோ என்று பயப்பட வேண்டும். அப்பா வாயைத் திறப்பதில்லை. அம்மாதான். இந்த வரனும் தட்டிப் போய்விட்டது . . .

மாலை பெருங்கூட்டம் சிறிது குறைந்திருந்தது. என்றாலும் பஸ் ஸ்டாப்பில் பஸ் வந்தால் கண்ணியமாக ஏற முடியாத அளவுக்கு ஆண்களும் பெண்களும் காத்திருந்தார்கள். தூரத்தில் பார்வையைச் செலுத்தி நிற்பது

சகுந்தலாவுக்கு அவளுடைய வேதனையைக் குறைப்பதாக இல்லை. பஸ் வந்தால் அதில் பயணம் செய்யும் நாற்பது நிமிடங்களுக்கு அப்பயண அனுபவங் களைத் தவிர வேறெதன் மீதும் மனம் செல்ல முடியாது. அதிலும் பஸ்ஸில் நிற்க இடமென்றால் முழுக்க முழுக்க அவளுடலைப் பற்றித்தான் கவனம் இருக்க முடியும். இப்போது பஸ் வந்தால் நிற்கத்தான் அவளுக்கு இடம் கிடைக்கும். பஸ் வந்தால் தற்காலிக நிம்மதி. ஆனால் ஏழு மணியானோலே அரை மணியாவது காத்திராமல் பஸ் வராது.

ராஜரத்தினம் இதற்கு முன்னமும் அவளை டீப் போட்டுப் பேசியிருக் கிறான். ஒருமுறை விடுமுறை நாளில் அவர்கள் சந்தித்தபோது அவன் குடித்துவிட்டு வந்திருக்கிறான். ஆனால் இந்த இரண்டு வருஷமாகத் தமிழ் நாட்டில் குடிக்காதவர்கள் யார் இருக்கிறார்கள்? அவளுடைய சித்தப்பாவை ஆஸ்பத்திரியில் சேர்க்கும் அளவுக்குக் குடி முற்றிப் போய் விட்டிருந்தது. அவளுடைய அண்ணாவைப் பற்றியே சொல்ல முடியாது. ராஜரத்தினம் அடுத்த நிமிஷமே வருத்தப்படுவான். ஒரு வருட காலமாக அவர்கள் பலமுறை தனியாக இருக்க நேர்ந்திருக்கிறது. அவன் ஒருமுறைகூட அத்துமீறவில்லை. அவன் வீட்டில் அவன் செல்லப்பிள்ளை. அதனாலேயே சகுந்தலாவுடன் கல்யாணம் செய்துகொள்வதற்கு நிறைய எதிர்ப்பு இருக்கும். அதே காரணத்துக்காகவே அவன் அவளைக் கல்யாணம் செய்துகொள்ளவும் முடியும். அவளும் அவள் வீட்டில் செல்லப் பெண்தான். செல்லப் பெண்களுக்குத் திருமண விஷயத்தில் எவ்வளவு சாய்கால் உண்டு என்று இனிமேல்தான் பார்க்க வேண்டும். அந்தச் சோதனையை நினைத்தாலே வயிறு கலங்குகிறது. அதை நடத்திப் பார்க்க முடியாமலேயே போய்விடுமோ? அதுதான் நல்லதோ?

இப்படித் தப்பித்தல் எண்ணம் தோன்றலே கலக்கத்தை அதிகரித்தது, அவள் அசையாதபடி முகமாற்றமே இல்லாதபடி நிற்பதாகத்தான் நினைத்தாள். ஆனால் கழுத்தில் காதில் ஏதுமில்லாமல் வெள்ளைப் புடவையுடுத்திய ஒருத்தி சகுந்தலாவிடம் மெதுவாக ஆனால் தெளிவாக, “நீங்கள் மிகுந்த கட்டுகளிலும் உபத்திரவங்களிலும் இருக்கிறீர்கள். உங்கள் கட்டுகளையும் உபத்திரங்களையும், சுமக்கவே ஒருவர் இருக்கிறார்.” என்று சொல்லி அவர்களிடம் மூன்று நான்கு அச்சிட்ட காகிதங்களை நீட்டினாள். மறுபேச்சே பேசாமல் அவற்றை வாங்கி அவளுடைய கைப்பையில் திணித்துக்கொண்டு சகுந்தலா கூட்டமாக நின்றவர்கள் அருகில் போய் நின்றாள். அவளுக்கு அந்த நேரத்தில் சந்தேகமறத் தெரிந்தது இதுதான். அவள் பாரத்தை அவள்தான் சுமக்க முடியும்.

அசாத்திய நெரிசலோடுதான் பஸ் வந்தது. சகுந்தலா ஏறி எப்படியோ கண்டக்டர் உட்கார்ந்திருந்த இடத்துக்கு வந்துவிட்டாள். வண்டியும் கிளம்பிவிட்டது. அப்போது கண்டக்டருக்குப் பின்னே உட்கார்ந்திருந்த பெண்மணி எழுந்து, “நிறுத்துங்க! நிறுத்துங்க! இறங்கணும்! இங்கே இறங்கணும்!” என்று கூச்சல் போட்டாள். கணப்போதில் அந்தக் கூச்சலுக்கு அடிபணிந்து கண்டக்டர் விசில் ஊதி பஸ்ஸும் நின்றுவிட்டது. அதன் பிறகு கண்டக்டருக்கு வந்த கோபத்துக்கு அளவில்லை. ஆனால் முதலில் பணிந்துவிட்டதில் பொது சட்ட திட்டங்களைப் பேச முடியவில்லை. இதன் விளைவு சகுந்தலாவுக்கு ஏறின உடனேயே உட்கார இடம் கிடைத்தது. இது வரப்போகும் நல்ல காலத்துக்கு அறிகுறியா?

நல்ல காலம் என்று ஒன்று வந்துவிட்டால் நினைக்க முடியாததெல்லாம் நடந்துவிடுகிறது. பெரிய பெரிய அரசாங்கங்கள் வீழ்ந்து என்றோ முடிந்து போனவர்கள் என்று மறக்கப்பட்டவர்கள் உச்சியில் உட்கார்த்தப் படுகிறார்கள். நல்ல காலம் என்று ஒன்றில்லாமல் வேறு காரணங்களால் இது சாத்தியமாகுமா? அவளுக்கு அவ்வளவு பெரிய நல்ல காலம் வேண்டிய தில்லை. ஒரு துளி நல்ல காலம். அக்காவுக்குக் கல்யாணம் ஆகிவிட வேண்டும், அவ்வளவுதான்.

இதற்கு முன்னரும் ஒரு தடவை ராஜரத்தினம் "என்ன சும்மாச் சும்மா அக்கா அக்கான்றே? அவ உன்னோடேயே பொறந்தாளா? இல்லே நீதான் அவளுக்குப் பொறுப்பா? அவளுக்குக் கல்யாணம் ஆறப்போ ஆகட்டும்" என்றிருக்கிறான். அப்படி இருந்துவிடலாம், ஆனால் சகுந்தலாவுக்கு நடந்துவிட்டால் அவளுக்கு நடக்கவே நடக்காது. அதிலும் வேறுஜாதிப் பையனைக் கல்யாணம் செய்துகொண்டு போனவளுடைய சகோதரிக்கு நிச்சயம் ஆகாது! அப்படிக் கல்யாணம் நடக்கத்தான் வேண்டுமென்றால் அவர்களும் வேறு வேறு ஜாதிக்காரர்களை இழுத்துக்கொண்டு ஓட வேண்டும். அக்காவால் அது முடியாதே.

சகுந்தலாவுக்கு அவளுடைய அக்காவை நினைத்தால் பரிதாபமாக இருந்தது. எஸ்.எஸ்.எல்.சி.யே நான்கு முறை எழுதித்தான் அவள் பாஸ் செய்தாள். அதனால் மேற்கொண்டு முறையான படிப்புக்கு வழியில்லாமல் போய்விட்டது. வீட்டு வேலையைச் சளைக்காமல் செய்வாள். நிஜமாகவே இன்று அவளுக்குக் கல்யாணம் ஆகி அவள் புக்ககம் போய்விட்டால் வீடு தடுமாறிப் போய்விடும். பதினைந்து ஆண்டுகளில் அவள் ஏற்று நடத்தாத வீட்டுப் பொறுப்பே கிடையாது. பத்து பன்னிரண்டு வருடங்களுக்கு முன்பு அவளைப் பெண் பார்க்க வந்த இளைஞர்களே, "எங்கேயும் வேலைக்கு அனுப்பலியா?" என்று கேட்டார்கள்.

பாவம், அக்கா. ஓர் இளைஞனின் அம்மா, "இப்பத்தான் எல்லாரும் கரஸ்பாண்டன்ஸ் கோர்ஸ்ஸே சேர்ந்து எல்லாம் பாஸ் பண்ணிவிடறாளே? அது ஏதாவது செய்யக்கூடாதோ?" என்று கேட்டாள். முப்பது வயதில் அக்கா கரியர் கைடன்ஸையும் காம்படிஷன் சக்ஸஸையும் வைத்துக்கொண்டு காலையும் மாலையும் டைப்ரைட்டிங் இன்ஸ்டிடியூட்டுக்கும் போக வேண்டுமா? அப்படிப் போய் ஒரு சர்டிபிகேட் வாங்கிக்கொண்டால்கூட என்ன வேலை கிடைக்கப் போகிறது? சீட்டுக் கம்பெனியில் ஒன்பது மணி நேரம் ரசீது எழுதி முந்நூறு ரூபாய் சம்பாதிக்கலாம். நூறு ரூபாய் போக வர பஸ்ஸுக்குப் போய்விடும். நாளெல்லாம் அந்த இரும்பு நாற்காலியில் உட்காருகிறவள் ஒருவேளை இரண்டு வேளை காப்பியாவது குடிக்க வேண்டாமா? ஆக மிஞ்சி எவ்வளவு இருக்கப் போகிறது? வேண்டாம். அக்கா எங்கேயும் வேலைக்குப் போக வேண்டாம். போகவே வேண்டாம்.

சகுந்தலா அவள் இறங்க வேண்டியதற்கு முந்தைய ஸ்டாப்பிலேயே இறங்கினாள். நாற்பது காசு முழம் என்று சொன்ன பூக்காரியிடம் பூ வாங்கிக்கொண்டாள். சொன்னபடி திங்கட்கிழமை ராஜரத்தினம் காத்துக் கொண்டிருப்பான். மறுபடியும் அவள் அக்காவுக்குக் கல்யாணம் ஆக வேண்டும் என்பாள், இம்முறை அவன் பதிலே பேசாமல் போய்விடுவான். ஒரு வருடம் அவன் காத்திருந்தாகி விட்டாயிற்று, இனிமேலும் அவனைத் தடுத்து நிறுத்துவது தருமமாகாது.

எல்லாமே தர்மம்தான். இந்த சகுந்தலா என்ற பெயரே மகாப் பெரிய தர்மம்தான், அம்மாவின் அம்மா வேறே ஏதாவது பெயரை அவளுக்குச் சூட்டியிருக்கக் கூடாதா? என்ன சகுந்தலா வேண்டியிருக்கிறது? கல்யாணம் என்று நடந்தால் அப்பா அம்மாவுக்குத் தெரியாமல்தான் நடக்கும்.

வீட்டில் யாரும் வாயே திறக்கவில்லை. அக்காவுக்குத் தலைவலி என்று படுத்திருந்தாள். கண் டாக்டரிடம் போயிருந்திருக்கிறார்கள். டாக்டர் கண்ணாடி போட வேண்டும் என்று சொல்லியிருக்கிறார். இப்போதிருக்கும் அழகில் கண்ணாடியும் போட்டுக்கொண்டுவிட்டால் வேறு வினையே வேண்டாம்.

சகுந்தலாவுக்குத் திரும்பத் திரும்பக் கேள்வி அடிநாக்கு வரை எழுந்து அமுங்கிப் போயிற்று. பெண் பார்த்துப் போனவர்கள் ஏதாவது சொல்லியனுப்பித்தார்களா? அப்பா போய்க் கேட்டு வந்தாரா? ஒன்றும் தெரியவில்லை. அந்த வீட்டில் மலையாக இரு பெண்கள் கல்யாணத்திற்கு இருக்கிற நினைப்பே யாருக்கும் இல்லாது போயிருந்தது.

சாப்பாடு முடிந்த பிறகு கைப்பையைக் காலி செய்யும்போது ‘உங்கள் கட்டுகளையும் உபத்திரவங்களையும் சுமப்பவர் ஒருவர் இருக்கிறார்’ என்று சொன்னவள் கொடுத்த காகிதங்கள்தான் முதலில் வந்தன. ஒரு சின்ன அட்டையில் ஒரு படம்கூட இருந்தது. சிலுவையில் உயிர் நீத்த இயேசுவை ஒரு பெண்மணி மடியில் கிடத்திக்கொண்டிருக்கிறாள். மைக்கேல் ஆஞ்ஜலோவின் மகத்தான சிற்பத்தின் மோசமான புகைப்படம் இன்னும் மோசமாக அச்சிடப்பட்டிருந்தது. சகுந்தலாவுக்கு அது பற்றிய கட்டுரை துணைப்பாடமாக இருந்தது. இயேசுவை மடியில் தாங்கியிருக்கும் பெண் அவருடைய தாயேதான். அச்சிற்பம் முடிக்கப்பட்ட போதே யார் யாரோ கேலிகூடச் செய்திருக்கிறார்கள். முப்பது வயசுக்காரனின் அம்மாவா இது? அவளென்ன நித்திய யௌவனம் படைத்தவளா?

மைக்கேல் ஆஞ்ஜலோ சொன்னாராம்: தூய்மையானவர்களுக்கு மூப்புக் கிடையாது.

இதோ இங்கே இந்த வீட்டில் யாருக்கு என்ன தூய்மை கெட்டிருக்கிறது? அக்கா பாதிக் கிழவியாகி விட்டாள். நான் கிழவியாகும் நாள் வெகு தூரத்திலில்லை. ராஜரத்தினம் என்றில்லாமல் நான் வாய்விட்டுக் கேட்டு விட்டால் அக்காவுக்கு வைத்திருக்கும் நகை பாத்திரங்களைக் கொண்டு எனக்குக் கல்யாணம் முடித்துவிடுவார்கள். நான் வேலைக்குப் போகும் பெண். வளர்ந்து வரும் கம்பெனியில் நிரந்தரமாக்கப்பட்ட உத்தியோகம் உடையவள். பஸ்ஸில் போவது வருவது எப்படியிருந்தாலும் ஏர்கண்டிஷண்ட் கட்டடத்தில் நலுங்காமல் குலுங்காமல் லிஃப்டில் ஏறி வேலைக்குப் போகிறவள்.

அப்பா போய்க் கேட்டுக்கொண்டு வந்திருக்கிறார். அவர்கள் இல்லை என்று சொல்லவில்லை. நாளை உறுதியான பதில் தருகிறேன் என்று கூறியிருக்கிறார்கள்.

சகுந்தலா படுத்தபோது நினைத்துக்கொண்டாள். இன்று ஒரு நாளாவது நிம்மதியாகத் தூங்க வேண்டும்.

1990

அப்பாவின் சிநேகிதர்

"சங்கரனோட பிள்ளையா? இங்கே மெட்ராஸுக்கு எப்போடா வந்தே?"

சையது மாமா!

நாரயணன் திடுக்கிட்டு நின்றான். அவன் சையது மாமா விடம் கடைசியாக நான்கு மாதங்கள் முன்பு பேசிய பேச்சு: "நீங்க எங்களை மோசம் பண்ணிட்டீங்க, மாமா! நாங்க வீட்டைக் காலி செய்ய உங்க பேச்சைக் கேட்டு உங்களையே நம்பி வேறே எங்கேயும் தேடலை. இப்போ தெரிஞ்சிடுத்து நீங்க பொய்யா அளந்திருக்கீங்கன்னு. நீங்க நன்னா இருக்க மாட்டீங்க, மாமா நீங்க எங்களை ரொம்ப மோசம் பண்ணிட்டீங்க." அவனுடைய கோபத்தைத் தெரிவிக்க அதிகபட்சமாக அவனால் செய்ய முடிந்தது இதைச் சொல்லிக் கண்ணீர் விட்டதுதான். சையதிடம் பதில் எதிர்பார்க்காமல் அந்த இடத்தைவிட்டு விரைந்து சென்றுவிட்டான். வீட்டில் பிரமை பிடித்தவள் போல உட்கார்ந்திருந்த அம்மாவிடம், 'இந்த ஊரை விட்டே போயிடலாம்மா. எல்லாருமே மோசக்காரங்க. நாம இந்த இடத்திலேயே இருக்க வேண்டாம்' என்றான். அவனுக்குத் தெரிந்தவரை வீட்டுச் சாமான்களைத் திரட்டி வேண்டாததென்று தோன்றியவற்றை வண்டி வண்டியாக ஏலக்கடையில் பத்து ரூபாய்க்கும் இருபது ரூபாய்க்கும் விற்றுவிட்டு அம்மா தம்பி தங்கையோடு சென்னை வந்து சேர்ந்து கிணற்றங்கரையில் ஓர் அறையும் வாசல் கதவருகே ஓர் அறையுமாக பிரித்து வைத் திருந்த ஒரு பழைய மாம்பலத்துப் பழைய வீட்டிற்கு ஒண்டிக் குடித்தனம் வந்துவிட்டான். அப்பா செத்த ஊரே வேண்டாம் என்று ஐந்நூறு மைல் தள்ளியிருந்த இந்த இடத்தில் மீண்டும் அப்பாவின் ஒரு சிநேகிதர் சையது மாமா. அவனை ஏமாற்றி ஊரை விட்டே போய்விடச் செய்த சையது மாமா.

நாராயணனை சையது அப்படியே வாரிக் கட்டிக் கொண்டார். "டேய் நாராயணா, நீ அன்னைக்கு என்னை மோசக்காரன்னு சொல்லிட்டுப் போனப்புறம் எவ்வளவு தடவை உன்னை நினைச்சுண்டு அழுதேன் தெரியுமா? நான்

ஏண்டா இந்த வயசிலே உன்னை மோசம் பண்ணப் போறேன்? நானும் உங்கப்பனும் பள்ளிக்கூடத்திலே சிநேகிதங்களாவாடா இருந்தோம்? அவன் போற கல்யாணம் விசேஷத்துக்கெல்லாம் எனக்குத் திருட்டுப் பூணூல் போட்டு அழைச்சிண்டு போயிடுவாண்டா. எங்களுக்கு உடம்புதான் இரண்டு இருந்ததே தவிர உயிரு ஒண்ணுதாண்டா. அவன் பெண்டாட்டி பிள்ளைகளுக்கு ஏதும் செய்ய முடியலேன்னு எவ்வளவு தவிச்சிருப்பேன் தெரியுமா? இப்போ எங்கேடா இருக்கே? அம்மா, தம்பி, தங்கையெல்லாம் சௌக்கியமா? எங்கேடா இருக்கீங்க இப்போ? வாடா, என்னை உடனே வீட்டுக்கு அழைச்சிண்டு போடா."

நாராயணன் அவர் பிடியிலிருந்து விடுவித்துக்கொண்டான். "நீங்க இங்கே எங்கே வந்தீங்க மாமா?" என்று கேட்டான்.

"என் மச்சினன் குரேஷி இங்கேதான் இருக்காண்டா. என் புத்தியை ஜோட்டாலே அடிக்கணும். நாலு வருஷமா இங்கே வந்துடு, இங்கே வந்துடுன்னுதான் அவன் சொல்லிண்டிருந்தான். நான்தான் அந்தப் பாழாப் போன சிகந்தராபாத்திலேயே இருந்து திண்டாடினேன். உனக்குத்தான் தெரியுமேடா. மிலிட்டரி வந்து நிஜாம் கவிந்தப்புறம் என் வீட்டிலேதான் எவ்வளவு தடவை கல்லடிச்சிருக்காங்க. சாணியைக் கரைச்சுக் கொட்டி யிருக்காங்க? டேய் நாராயணா, இந்த அறுபது வயசிலே பாக்காத துன்பத்தை யெல்லாம் இந்தக் கடைசி நாலு வருஷத்திலே பார்த்துட்டேண்டா."

சையது அழுதுகொண்டிருந்தார். ஆறடிக்கு மேல் ஆஜானுபாகுவாக இருந்த இப்போது அவன் அளவுக்குக் குறுகிப் போய்விட்ட மாதிரி இருந்தது.

அவர் குறுகிப் போய்ப் பல வருடங்கள் ஆகிவிட்டன. இரண்டாம் யுத்தம் நடந்துகொண்டிருந்தபோதுதான் அவர் சிகந்தராபாத் வந்திருந்தார். தற்செயலாக மிலிட்டரி காண்ட்ராக்டர் என்று பதிவுசெய்துகொண்டார். ஊரிலிருக்கும் வெங்காயம், உருளைக்கிழங்கு, காய்கறி, கோழிமுட்டை எல்லாம் திரட்டிப் போட்டுக்கொண்டு இரண்டே ஆண்டில் கொள்ளையாகச் சம்பாதித்தார். பணத்தை எண்ணாதபடி அப்படியே கோட்டுப் பையிலிருந் தும் டிரவுசர் பையிலிருந்தும் எடுத்துப் போடுவார் என்றும் அவர் பக்கத்தி லிருப்பவர்கள்தான் எண்ணுவார்கள் என்றும் நாராயணனின் அப்பா சொல்லுவார். அப்படிப் பணம் குவித்து வந்தவர் அவருக்குத் தொடர்போ பிணைப்போ இல்லாத இயக்கங்களில் கலந்துகொண்டார். அவராக மிலிட்டரி உடை தைத்துப் போட்டுக்கொண்டு நிஜாமுக்குப் படை திரட்டினார்.

அவர் இருந்த பேட்டையில் அந்த ஆட்களைக் கையில் மூங்கிலை துப்பாக்கி போல் தூக்கிவரச் செய்து லெஃப்ட் – ரைட் ரைட் – அபவுட் – டர்ன் என்று ஊர்வலம் வந்தார். அந்த நாட்களில் நாராயணனின் அப்பாவே சையதைச் சந்திக்க தயங்குவார் என்று அம்மா சொல்லியிருக்கிறாள். சையது அவர்கள் வீட்டுக்கு வந்தால் நிஜாமைத் தவிர இதர மனிதர்கள் எல்லாரும் அயோக்கியர்கள் என்று கத்திப் பேசுவார். "நிஜாம் ராஜ்யத்துக்குள்ளே ஒரு பயல் வரட்டும். கண்டதுண்டமா வெட்டிடறேன்" என்பார். பயல் என்ன, சைன்யமே வந்தது. சையதுக்குச் சட்டைப் பையிலிருந்து எடுத்துப் போடக் காலணா அரையணாகூட இல்லாமல் போய்விட்டது.

“உங்க அம்மாவெல்லாம் பாக்க வேண்டாமாடா? வாடா, நேரே உன் வீட்டுக்குப் போவோம்.”

“இல்லே, மாமா ...”

“என்னடா?”

“நான் உங்களப்பத்தி ரொம்ப மோசமா அம்மாகிட்டே சொல்லி யிருக்கேன், மாமா.”

“நீ சொன்னா எனக்கென்னடா? நீ நேத்திப் பையன். உனக்கு நல்லது எது மோசம் எதுன்னு என்ன தெரியும்?”

“நான் நாளைக்கு அழைச்சிண்டு போறேன், மாமா. இப்பவே ஆபீஸுக்கு லேட்டாயிடுத்து. நான் வரேன், மாமா.”

“நாளைக்கு என்னை நீ எங்கேடா பாப்பே? ஓடறியே?”

“குரேஷி வீடுன்னு சொன்னீங்களே, மாமா.”

“அந்த வீடு உனக்குத் தெரியுமா?”

நாராயணன் வாயைத் திறந்து பேசாது நின்றான்.

“சரி, போடா. உனக்கு இந்த சையது இனிமே எதுக்கு? எல்லாம் உங்க அப்பாவோட போச்சு.”

“இல்லே, மாமா. நான் இங்கேயே வந்துடலாம்னு இருந்தேன்.”

திடீரென்று நடுரோடில் சையது தன் மார்பில் அடித்துக்கொண்டார். “நான் அவ்வளவு இளப்பமாயிட்டேண்டா! நான் அவ்வளவு கிள்ளுக் கீரையாயிட்டேண்டா!”

நாராயணன் நிதானமாக இருந்தான். முன்பொரு சமயம் சையது இப்படித்தான் தன்னைத்தானே அடித்துக்கொண்டார். அன்று நாராயணன் செய்வதறியாது பதறி நின்றுகொண்டிருக்க அவர் மாறி மாறி அடித்துக் கொண்டேயிருந்தார். இன்று அவன் உடனே சைக்கிளை ஸ்டாண்ட் போட்டு நிறுத்திவிட்டு அவருடைய இரு கைகளையும் பிடித்துக்கொண்டான். அவர் நன்றாயிருந்த காலத்தில் அவர் கையைப் பிடித்தால் விரல்கள் இணையாது. இன்று அவர் எலும்புக் கூட்டின் மணிக் கட்டைப் பிடிப்பது போலிருந்தது.

சையது ஒரு நிமிடம் சிலை போல நின்றார். அவர் கண்களிலிருந்து நீர் பெருகியது. அது அப்படி ஒன்றும் நாராயணனின் மனத்தை நெகிழ வைத்துவிடவில்லை. தெருவில் போய்க் கொண்டிருந்தவர்கள் நின்று வேடிக்கை பார்த்தார்கள்.

“வாங்க, மாமா. வாங்க, வீட்டுக்குப் போவோம்.”

நான்கு நாட்கள் வயிறு காய்ந்த வீட்டுப்பிராணி போல சையது அவனைப் பின்தொடர்ந்தார். நாராயணனுக்குப் பரிதாபமாகவும் கோபமாகவும் இருந்தது. தன்னை நிஜாமின் படைத்தலைவராக நினைத்துக் கொண்டிருந்த நாட்களில் சையதுக்கு நாராயணனின் அப்பா ஒரு பொருட்டாக இருந்த தில்லை. அன்று எவ்வளவுதான் உரத்துப் பேசுவார்! இப்போதும் நான்கு

ஊர் கேட்கிறபடிதான் கத்துகிறார். கிட்டத்தட்டக் கெஞ்சல். சையதால் கெஞ்சுவதைக்கூட உரத்துத்தான் செய்ய முடிகிறது.

“நீங்க எப்போ மாமா மெட்ராஸுக்கு வந்தீங்க. அதைச் சொல்லலியே?”

“வந்து ஒரு வாரம் ஆறதுடா.”

“மாமி, அன்வர் எல்லாரும் வந்திருக்காங்களா?”

“மாமி வந்திருக்கா, அவ்வளவுதான்.”

“மாமிக்கு ரேஷன் கார்டு கிடைச்சுடுத்தா, மாமா?”

அவர்கள் இருந்த சிகந்தராபாத்தில் ஒவ்வொருவருக்கும் தனித்தனி ரேஷன் அட்டை. யுத்தம் நடந்துகொண்டிருந்த நாட்களில் ஊரெல்லாம் சர்க்கரைக்கும் அரிசிக்கும் பறந்துகொண்டிருந்த வேளையில் சையது வீட்டில் மூட்டை மூட்டையாகச் சர்க்கரை இருக்கும். நாராயணனின் அப்பாவே பலமுறை சையதிடமிருந்து சர்க்கரை வாங்கிக்கொண்டு வந்திருக்கிறார். ஆனால் அதன்பின் தொடர்ந்த நாட்களில், அதுவும் இந்தியா சுதந்திர நாடான பிறகு, எல்லோரையும் போல சையதும் ரேஷன் கார்டைப் பொக்கிஷமாகக் கருத வேண்டி வந்தது. சையதின் மனைவிக்கும் மூன்று பெண்களுக்கும் ரேஷன் கார்டே வாங்கவில்லை என்று அப்போது தெரிந்தது. ரேஷன் ஆபீஸில், ‘இவ்வளவு நாட்கள் எப்படிச் சமாளித்தீர்களோ அப்படியே இப்போதும் பார்த்துக்கொள்ளுங்கள்’ என்று சொல்லிவிட்டார்கள். விஷயம் இதுதான். அந்த ரேஷன் ஆபீஸில் சூப்ரண்டெண்டாக இருந்த அஞ்சையாவை சையதின் விசேஷப் படை ஒருமுறை நடுத்தெருவில் கவனித்துக்கொண்டிருந்தது. அப்போது நிஜாமின் ராஜ்யம். சையதுக்கு ஒரு காலமானால் அஞ்சையாவுக்கு ஒரு காலம்.

“கடைசி வரைக்கும் கிடைக்கவேயில்லேடா. இங்கே ரேஷன் கார்டுக்கு அப்ளை பண்ணப் போனா அந்த ஊர் கார்டைக் கொண்டான்றான். எங்க வீட்டிலே சாயாவுக்குச் சர்க்கரை போட்டுக் குடிக்கிறதையே விட்டாச்சு, தெரியுமா?”

“தெரியும் மாமா.”

ரயில்வே லெவல் கிராஸிங்கைத் தாண்டிப் பழைய மாம்பலத்தின் தெருக்களில் நாராயணன் சையதை அழைத்துக்கொண்டு சென்றான். அவன் வேலைக்குச் சேர்ந்து ஒரு மாதம்தான் ஆகிறது. அதற்குள் மூன்று நாட்கள் காலதாமதமாக போயிருக்கிறான். எப்படியும் இந்த வேலையில் அதிக நாட்கள் இருக்கப்போவதில்லை. ஆனால் வேலையில் இருக்கும் நாட்களில் ஒழுங்காகப் போகலாம் – அது முடியாது போலிருக்கிறது. எப்போதோ அப்பாவுடன் சேர்ந்து படித்த மனிதராம். எப்பேர்ப்பட்ட மனிதர்? எல்லாப் பொறுப்பையும் தான் ஏற்றுக்கொள்வதாகச் சொல்லிவிட்டு எதையும் செய்யாதிருக்கும் மனிதர். சிறிது எதிர்த்துப் பேசினால் உடனே தன்னைத்தானே மொத்திக்கொள்கிறவர்.

நாராயணனுக்கே இந்த இடம் அதிகப் பழக்கமில்லை. அவன் வீடு செல்ல அவனுக்குத் தெரிந்த ஒரே வழியில் கால் வைத்த இடமெல்லாம்

சேறு. சையதும் ஆடி ஆடிச் சேற்றில் நடந்து வந்துகொண்டிருந்தார். இந்த மனிதனைப் பார்த்தவுடன் அம்மா என்ன சொல்லுவாள்? முதலில் யாரைத் திட்டுவாள்? சையதையா, நாராயணனையா?

நாராயணனுக்கும் சையதுமீது மிகவும் கோபமாக இருந்தது. எங்கோ இருந்த ஒரு வீட்டைக் காண்பித்து, "இது காலியாகப் போறதுடா. இந்த வீட்டையெல்லாம் பார்த்துக்கற முன்ஷிகிட்டே சொல்லியிருக்கேன். நீங்க கவலையே படவேண்டாம். அடுத்த மாசம் இங்கேயே வந்திடலாம்" என்றார். நாராயணன் அவன் அப்பா வேலை பார்த்த காரியாலயத்திற்குச் சென்று வீட்டைக் காலி செய்ய இன்னும் ஒரு மாதம் தவணை கேட்டு வந்தான். ஒரு மாதத்திற்குப் பிறகு சையதைக் கண்ணிலேயே காண முடியவில்லை. முன்ஷியைத் தேடிப்பிடித்து விசாரித்ததில் முதலில் அவருக்கு சையதைத் தெரியாது என்றும் அதைவிட முக்கியமாகத் தன்னுடைய நிர்வாகத்திலுள்ள எந்த வீடும் காலியாகப் போவதில்லை என்றும் தெரிவித்தார். அதற்குப் பின் நடந்த சந்திப்பில்தான் "நீங்க எங்களை மோசம் பண்ணிட்டீங்க, மாமா ..."

நாராயணனின் அம்மாதான் சையதை எவ்வளவு வைதிருப்பாள்! சையது விஷயமே அவளிடம் சொல்லாமல் நாராயணனாக ஊரை விட்டுப் போவதற்கு ஏற்பாடு செய்திருக்கலாம். ஆனால் அவனால் சையதைப் பற்றிச் சொல்ல முடியாமல் இருக்க முடியவில்லை. ஏனோ அன்று அம்மாவுக்கு அழுகை வரவில்லை. அப்பா செத்துப் போன பிறகு எடுத்ததற்கெல்லாம் அழுபவள் அன்று வாயார வைதாள்.

ஏன் இந்த மனிதன் கண்ணில் விழுந்தோம்? நாம் போகும் ஊரிலெல்லாம் இந்த மனிதனுக்கு என்ன வேலை? எல்லாவற்றையும் விட்டொழிந்துவிட்டு நிம்மதியாக இருக்கும்போது திடீரென்று இவன் எங்கே முளைத்தான்?

சையது மாமாவின் செருப்பு அறுந்துவிட்டது. அதை அவர் கையில் எடுத்துக்கொண்டு நாராயணனைப் பின்தொடர்ந்தார். இன்று அவருக்குப் போதாத காலம். அவருடைய சிநேகிதன் மனைவி அவரைக் கண்டபடி திட்டப்போகிறாள், ஏசப்போகிறாள், மானத்தை வாங்கப்போகிறாள் ...

"இதுதான் வீடு" என்று நாராயணன் சொன்னான்.

வாசற் கதவு சாத்தியிருந்தது.

"முழு வீட்டிலியுமா?"

"இல்லே இரண்டு அறைதான்."

நாராயணன் கதவை ஜாக்கிரதையாகத் தட்டினான். வீட்டுக்காரர் கதவைத் திறந்தார்.

"சைக்கிள், செருப்பு எல்லாத்தையும் வெளியிலே வைச்சுட்டு வா, வீடெல்லாம் சேறாகிறது" என்றார்.

நாராயணன் சைக்கிளைப் பூட்டி, செருப்பைக் கழட்ட, சையது அவருடைய செருப்பையும் ஓரமாகப் போட்டார். இருவரும் வீட்டினுள்ளே நுழைந்தார்கள். நாராயணன் பகுதிக்கு இருந்த முன் அறை பூட்டியிருந்தது.

“அம்மா சமையலறையிலே இருக்கா போலேயிருக்கு” என்று நாராயணன் சையதிடம் தழைந்த குரலில் சொன்னான்.

“நான் உள்ளே வரலாமாடா?” என்று சையது அதைவிடத் தழைந்த குரலில் கேட்டார்.

வீட்டுக்காரர் கண்ணுக்குத் தெரியவில்லை. “நீங்க வாங்க மாமா” என்று நாராயணன் சொன்னான். உடனே அப்படி சொல்லியிருக்கக் கூடாதோ என்றும் தோன்றியது. அவனுடைய அம்மா புத்திசாலியாகப் பேசாவிட்டால் வீட்டுக்காரருக்கு சையது முஸ்லிம் என்பது தெரிந்துவிடும்...

அப்போது அம்மாவே முற்றத்தைத் தாண்டி வந்தாள். “இன்னிலேந்தே வேலையிலேந்து நின்னுட்டயா?” என்று நாராயணனைக் கேட்டாள். சையது நின்ற இடம் பகலிலும் இருட்டாக இருந்தது.

நாராயணன் சையது இருந்த திசையில் திரும்ப அம்மாவும் அவரைப் பார்த்துவிட்டாள். நாராயணனுக்குத் திகில் தாங்க முடியாததாக இருந்தது. அம்மா கேட்டாள், “யாரு?”

“நான்தாம்மா, சையதும்மா.” சையதே பேசினார்.

அம்மா ஒரு கணம் திகைத்து நின்றாள். அவள் வையப் போகிறாள் என்று நாராயணன் காத்திருந்தான். ஆனால் அவள், “உங்களை எல்லாம் விட்டுட்டு இவ்வளவு சீக்கிரம் போக உங்க சிநேகிதருக்கு எப்படி மனசு வந்தது?” என்று கேட்டபடி புலம்ப ஆரம்பித்தாள்.

1991

சாயம்

எவ்வளவோ ஆண்டுகளுக்குப் பிறகு சென்னைத் தொலைக்காட்சியில் பிரதமரல்லாத, முதலமைச்சரல்லாத ஓர் அமைச்சரின் தமிழக விஜயத்தை விரிவாகக் காட்டினார்கள். (அவர் உள்துறையோடு செய்தி ஒலிபரப்புக்கும் அமைச்சர் என்பது வேறு விஷயம்.) நிறையப் பகுதி ஒரே இருட்டாக இருந்தது. ஆனால் சற்றுப் பளிச்சென்று இருந்த பகுதி அமைச்சர் காவல் துறைக்காரர்களைச் சந்தித்த நிகழ்ச்சி. அதில் விதவிதமான மீசைகள். அந்தக் காட்சியில் காவல் துறையல்லாத வரும் சிலர் இருந்தார்கள். அப்படி இருந்ததால்தான் ஒரு விஷயம் புலப்பட்டது. என்ன வயதானாலும் தலையில் நான்கே மயிர் இருந்தாலும் இந்தப் போலீஸ்காரர்களின் முகத்திலும் தலையிலும் மயிர் எப்படி கன்னங்கரேலென்று இருக்கிறது? அடுத்த மாதம் ஓய்வுப்பெறப் போகும் காவல் அதிகாரியின் மீசையும் கிருதாவும் காக்கையை நாண வைக்கும் நிறம் அல்லவா பெற்றிருக்கிறது! எவ்வளவு வண்டி வண்டியாக இவர்களுக்கு நரை மயிர் கருக்க வைக்கும் சாயம் தேவைப்பட்டிருக்கும். ஒரு வேளை சீருடை, சோடு பூட்டோடு, 'ஹேர்டை'யும் தரப்படுகிறதோ?

போலீஸுடன் என் முதல் அனுபவம் வழுக்கைத் தலையோடு. இன்ஸ்பெக்டர் காந்திமதிக்குத் தன் கழுத்தில் ஒரு சிறிய பிறை இருக்கும். காதருகில் சிறிது வளர்த்தி. தலையில் மீதிப் பரப்பு கவிழ்த்து வைத்த வெண்கலப் பானையை ஒத்திருக்கும்.

இப்போதெல்லாம் ஒரே இடத்தில் ஒரே நேரத்தில் டஜன் கணக்கில் போலீஸ்காரர்களைப் பார்க்க முடிகிறது. ஒரு காலத்தில் தனித் தனியாகத்தான் எங்கோ ஒரு மூலை முடுக்கில் காணக் கிடைப்பார்கள். இதற்கு மேல் தடிமனாக இருந்தால் கூடாரம்தான் போட இயலும் என்றிருக்கும் துணியில் சீருடை, தொப்பி. நான் வசித்த ஊரில் நீலத் தொப்பி. தமிழ்நாட்டில் சிவப்புத் தொப்பி. தொப்பி பாதி தலைப்பாகையாக இருக்கும். தலையில் தலைப்பாகையை அணிந்துகொண்டு திருடனை ஓடித் துரத்திப் பிடித்து வர முடியுமா? அந்த நாள் திருடன் ஓடமாட்டான் என்று வைத்துக்கொள்ள வேண்டும்.

முழங்காலுக்கு அரை ஜாண் உயரத்திற்கும் அரை டிராயரும் வண்ணத் தொப்பியும் அணிந்துகொண்டு யாராவது தெருவில் வந்தால் சிரிக்கத் தோன்றும். ஆனால் தவழும் பருவத்திலிருந்தே போலீஸ்காரனைப் பூச்சாண்டியாகச் சொல்லிச் சொல்லி சிரிப்பு போய் பயம் வந்துவிடுகிறது.

நாங்கள் காந்திமதியை இன்ஸ்பெக்டர் என்று குறிப்பிடுவோமே தவிர அவர் அதைவிடப் பெரிய பதவி வகித்துக்கொண்டிருக்க வேண்டும். வெறும் இன்ஸ்பெக்டர் என்றில்லாமல் சப் – இன்ஸ்பெக்டர் என்றால் சிறுவர்கள் மத்தியில் இன்னும் பெரிய வேலை! சப் – இன்ஸ்பெக்டர் என்றாலே ஏதோ சாகசக் கற்பனைகள் எழும். மலைப்பாதையில் கொள்ளைக்காரர் களோடு சண்டை. கடலில் கடற்கொள்ளைக்காரர்களோடு சண்டை. குதிரையில் போய்ச் சண்டை. மோட்டார் சைக்கிளில் போய்ச் சண்டை. அரண்மனையில் லஸ்தர் விளக்குகளைப் பிடித்துக்கொண்டு ஒரு மாடியி லிருந்து இன்னொன்றுக்குத் தாவுதல். ராணியை ஆபத்திலிருந்து காப்பாற்றுதல் இதெல்லாம் சப் – இன்ஸ்பெக்டரின் அன்றாட நிகழ்ச்சி . . .

கான்ஸ்டபிள் தவிர இதர அனைத்து போலீஸ் அதிகாரிகளிடமிருந்தும் திட்டு வாங்குவதற்கென்றே அமைக்கப்பட்ட உத்தியோகம் அது என்று எனக்குத் தெரியாது. இதெல்லாம் தெரிந்தபோது போலீஸ் சீருடை மீதிருந்த மயக்கம் தீர்ந்து, பயம், அருவருப்புத்தான் மிஞ்சியிருந்தது. கைக்கெட்டும் தூரத்தில் காந்திமதியிருந்தும் கூட.

காந்திமதியை நான் சீருடையில் பார்த்திருக்கிறேனேயொழிய அவர் உத்தியோகம் செய்து பார்த்ததில்லை. அவருடைய பேபி ஆஸ்டின் காரில் சாலையில் எங்கள் வீட்டைக் கடந்து போவார். அதுவும் தினமும் இல்லை. எங்கள் வீடு ஊரின் ஒரு கோடி. அங்கே காவல் நிலையங்கள், அலுவலங்கள் ஏதும் கிடையாது. ஆதலால் எப்போதோ ஒருமுறைதான் அவர் அச்சாலையை பயன்படுத்த வேண்டியிருக்கும். நான் அவரை முதன் முதலாகப் பார்த்த போது சாதாரண உடையில் தொப்பியில்லாமல் பார்த்ததால் அவர் போலீஸ் உடையில் தொப்பியே கழட்டாமல் இருப்பது அவருடைய வழுக்கையை மறைக்கத்தான் என்று தோன்றியது. அவருக்கு வயது அதிகம் இருக்க முடியாது. எல்லாம் நாற்பதுக்குள் இருக்கும். அவருடைய மனைவி சுருட்டை மயிருடன் சற்றுக் கட்டை குட்டையாக இருப்பாள். முகம் மிகவும் லட்சணமாக இருக்கும். எதிர்மறையான ஜோடிப் பொருத்தம். தலை மயிர், உயரம், உடல் வாகு எல்லாவற்றிலும்.

நானும் அவரும் நண்பர்களாக இருந்ததுகூட ஓர் எதிர்மறை நிகழ்ச்சிதான். எனக்குப் பன்னிரெண்டு வயதுதான் இருக்கும். நான் பார்த்திருந்த இரண்டு மூன்று ஆங்கிலப்படங்கள், டார்ஜான் படங்கள். எனக்கு ஆப்பிரிக்கக் காடுகளுக்குப் போய் டார்ஜானுக்கு உதவியாளனாக இருப்பதுதான் அன்றைய லட்சியமாக இருந்தது. காடுகளில் போலீஸ்காரர்களுக்கு இடமில்லை.

ஆனால் ஓய்வு இருக்கும் நாட்களில் காந்திமதி அவருடைய குட்டிக் காரில் என் வீட்டுக்கு வந்து என்னை வெளியே அழைத்துப் போவார். அவர் பேசுவது பாதி எனக்குப் புரியாது. விடாது சார்மினார் சிகரெட் குடித்துக் கொண்டிருப்பார். எந்த ஹோட்டலுக்குப் போனாலும், எந்த சினிமாவுக்குப் போனாலும் காசு தரமாட்டார்; அவர்களும் கேட்க மாட்டார்கள். நான் அன்று எஃப்.யு.சி.சி.யில் கிரிக்கெட் ஆட ஒத்துக்

கொண்டிருப்பேன். கார்டு மன்னாஸின் மூத்தமகன் டெரின்ஸோடு ஜேம்ஸ் ஸ்டிரீட் சென்று முனீர் மாஞ்சா வாங்க வருவதாகச் சொல்லியிருப்பேன். இன்ஸ்பெக்டர் காந்திமதியுடன் ஆராம் ரெஸ்டாரண்டில் டீ குடித்தக் கொண்டிருக்கையில் எஃப்.யு.சி.சி. ஹகிமுக்கும் டெரின்ஸுக்கும் என்ன பதில் சொல்லப்போகிறேன் என்று திண்டாடிக் கொண்டிருப்பேன். காந்திமதி இன்னொரு டீக்கு உத்தரவு தந்துவிட்டு "நான் சொல்றது புரியறதா?" என்று கேட்பார். சுத்தமாகப் புரிந்திருக்காது. கண்கள் கண்ணாடிக் குண்டுகளாக அவரைப் பார்த்தபடி இருப்பேன். அவர் மேற்கொண்டு பேசியபடி இரப்பார். நான் யாரென்று தெரியாதவர்கள் என்னை அவருடைய மகனாக நினைக்கக்கூடும். ஒரு மகனுடன் அப்பாவுக்கு இவ்வளவு பேச்சா என்று அவர்கள் ஆச்சரியப்படக்கூடும். என்னுடைய ஆச்சரியம் எப்படி அவருடைய தலையில் ஒரு மயிர்கூட இல்லாமல் போனது என்று. என் அப்பா பதினைந்து நாட்களுக்கு ஒருமுறை கிட்டத்தட்ட மொட்டை என்று சொல்லும் அளவுக்கு 'மெஷின் ஹேர் கட்டிங்' செய்துகொள்வார். இரண்டு நாள்களில் கறுப்பும் வெளுப்புமாக மயிர் வளர்ந்து விடும். காந்திமதி தலை மட்டும் என்று ஒரே மாதிரியாகப் பளபளவென்று இருக்கும்.

"உன்னைத் தேடிண்டு ஏண்டா அந்த மனுஷர் வரார்?" என்று அம்மா ஒரு நாள் கேட்டாள். எனக்கும் தெரியாது. இன்று யோசித்துப் பார்க்கும்போது ஏதோ பூடகமான காரணம் இருந்திருக்கலாம் என்று தோன்றுகிறது. ஆனால் அவர் என்னை தன் சகாவாகக் கருதி நடக்க ஆரம்பித்ததிலிருந்து ஆறு மாதத்திற்குள் திடீரென்று செத்துப் போய்விட்டார். வேறு விபரீதமான காரணங்களில்லாமல் அவன் என்னைத்தான் மகனாகக்கூட நினைத்திருக்கக் கூடும். அவருக்கு குழந்தைகள் கிடையாது.

எங்கள் வீட்டில் ஒரு வெள்ளித் தட்டு காணாமல் போய்விட்டது. காணாமல் போய்விட்டதென்ன, திருட்டுப் போய்விட்டது. யார் திருடி யிருக்கலாம் என்றும் தெரியும். அந்த ஒரு சந்தர்ப்பத்தில் என் அம்மா காந்திமதியோடு பேசினாள்.

"இது ரயில்வே இடம். அதோ இந்தத் தெரு மூலை வரைக்கும்தான் கண்டோன்மெண்ட் போலீஸ்" என்று காந்திமதி சொன்னார். அவர் தட்டிக் கழிப்பதாகத்தான் அம்மாவுக்குத் தோன்றியது. அந்த நாளில் கால்பந்து ஆட்டங்கள் நடக்கும். அதில் கண்டோன்மெண்ட் போலீஸ் அணியுடன் ஹைதராபாத் புளூஸ் என்னும் ஹைதராபாத் போலீஸ் அணி ஆடும்போது ஏதோ ஜன்ம விரோதிகள் யுத்த களத்தில் சந்திப்பது போல இருக்கும். அந்த நாளில் சைக்கிளுக்கு லைசென்ஸ் வாங்க வேண்டும் பக்கத்து பக்கத்து இடங்களென்றாலும் வேறுவேறு லைசென்ஸுகள், ஹைதராபாத் லைசென்ஸில் ஒரு எழுத்துக்கூட உருது தவிர வேறிருக்காது. எண்கள்கூட உருது எண்கள். கண்டோன்மெண்டில் ஒன்றே கால் ரூபாய். ஹைதராபாத் லைசென்ஸ் ஒரு ரூபாய். கண்டோன்மென்ட் லைசென்ஸ் பளபளவென்ற பித்தளை வில்லை. ஹைதராபத்துடையது தகரத் தகடு. ஹைதராபாத் போலீசுக்கு கண்டோன்மெண்ட்காரர்கள் மீது விரோதம் பாராட்டுவதற்கு நிறையவே காரணங்கள் இருந்தன.

எங்கள் வெள்ளித் தட்டைத் திருடியவன் பிடிபட்டுவிட்டான். ஹைதராபாத் போலீசால். எங்களுக்கு ஐம்பது மைல் தள்ளியிருந்த ஒரு கிராமத்தில். எங்களெல்லாருக்குமே வேதனையாக இருந்தது. திருடியவன்

எங்கள் வீட்டு மாட்டை பார்த்துக் கொள்கிற சாயனா. அவனுக்கு வீட்டிலேயே சாப்பாடு போட்டு, சட்டை தைத்துக் கொடுத்து தங்குவதற்கும் இடம் கொடுத்திருந்தோம். அவன் தெலுங்கு பேசுவானே தவிர எங்கள் வீட்டில் ஒருவனாகவே இருந்தான். அந்த நாளில் அந்த வெள்ளித் தட்டை வைத்து அதிகம் போனால் நூறு ரூபாய் பெறலாம். நூறு ரூபாய்க்காகத் திருடி போலீஸில் மாட்டிக்கொண்டானே? அவன் தலையில் எந்தப் பிசாசு புகுந்து கொண்ட அவனை அப்படிச் செய்யத் தூண்டியது?

முதல் முறையாக அப்பா காந்திமதியோடு பேசினார்: "திருடனைப் பிடிச்சுட்டாங்களாம்." அப்பா இதைச் சொன்ன தோரணை காந்திமதியைப் பேசாமல் மேலும் காத்திருக்க வைத்தது.

"அவனை விட்டுட்டாத் தேவலை."

"எப்படி விடுவாங்க?"

"அவன் பையன், சின்னவன்..."

"சின்னவன்னா... என்ன வயசு இருக்கும்?"

"பத்தொம்பது இருபது இருக்கும்."

காந்திமதி சிரித்தார். "அந்த வயசிலே அந்தப் பையனுக்கு கூத்தியா எவளாவது இருப்பா. அதான் தட்டைத் திருடிண்டு போயிட்டான்."

"அவனை அடிச்சு கிடிச்சுப் பண்ணாமே விட்டுட்டாத் தேவலை."

காந்திமதி பதில் பேசவில்லை. ஆனால் அது ஹைதராபாத் போலீஸ் என்றும் சொல்லவில்லை.

ஒருநாள் ஒரு நீலத் தொப்பி போலீஸ்காரன் எங்கள் அப்பாவை அழைத்துக்கொண்டு போனான். அப்பா திரும்பி வந்தபோது அவர் முகத்தைப் பார்க்கச் சகிக்கவில்லை. அவர் வழியெல்லாம் அழுதிருக்க வேண்டும். அந்த மாட்டுக்கார பையனை உண்டு இல்லை என்று அடித்திருக்கிறார்கள். போதாதற்கு மாஜிஸ்திரேட் வேறு ஆறு கசையடி உத்தரவிட்டிருக்கிறார்.

அன்று மாலை காந்திமதி என்னை வெளியே அழைத்துப் போனார். நான் அவரிடம் வெகு நேரம் பேசவில்லை. அப்புறம் என் அப்பாவின் துக்கத்தை நினைத்துத் தாங்காமல் விஷயத்தைச் சொன்னேன். எங்கோ போயிருந்த வண்டியைத் திருப்பி ஜேம்ஸ் ஸ்டிரீட் போலீஸ் நிலையத்துக்குக் காந்திமதி ஓட்டிச் சென்றார். பழங்காலக் கட்டடம். மிக உயரமான கதவுகள், ஜன்னல்கள். ஆனால் எல்லாவற்றையும் மூடியே வைத்ததில் உள்ளே ஒரே இருட்டு. ஓர் அறையின் இரும்புக் கதவைத் திறந்து காந்திமதி என்னை உள்ளே அழைத்துச் சென்றார். அங்கே அறையின் ஒரு மூலையில் ஒருவன் சுருண்டு படுத்துக்கொண்டிருந்தான். "ஏய்!" என்று காந்திமதி ஒரு குரல் கொடுத்தார். தூங்கிக் கொண்டிருந்தவனுக்கு அரைக்கணம் ஒன்றும் புரியவில்லை. அப்புறம் தடாலென்று எழுந்தான். காந்திமதியைப் பார்த்ததும் அவன் முகம் தாங்க முடியாத கிலியில் விகாரமாக மாறியது. ஒரு முறை வயிற்றைக் கலக்குமாறு கேவினான். அவனிச்சையில்லாமல் அவன் அணிந்துகொண்டிருந்த அழுக்கு அரை நிஜார் ஈரமாயிற்று.

நான் வெளியே ஓடினேன். காந்திமதி ஒரு போலீஸ்காரனை விட்டு என்னை பிடித்து வரச் சொல்லியிருக்க வேண்டும். அவன் என்னை அலாக்காகத் தூக்கியே அவரிடம் கொண்டுபோனான். “வா போகலாம்” என்றார். நான் அவருடன் காரில் ஏறிக்கொண்டேன்.

“என்னைப் பிடிக்கவேயில்லையில்லே?”

நான் பதில் சொல்லவில்லை.

“என் தலையிலே ஒரு மயிர் இல்லாமப் போனதே இந்த மாதிரிப் பசங்களைத் தலைமயிரைப் பிடிச்சு விளாசறதுனாலேதான்.”

நான் பேசவில்லை.

“அப்படிப் பண்ணலேன்னா திருடினவங்க ஒத்துக்கறதில்லையேப்பா.”

“இன்னிக்கு நான் கோர்ட்டுக்குப் போயிருந்தேன். உங்கப்பா அங்கேயே அழுதிட்டாரு. ஆனா அவன் அழாம ‘அந்த வீட்டிலே சம்பளம், சோறு, தண்ணி ஒண்ணும் தரமாட்டாங்க. அதான் திருடினே’ன்னான்.”

நான் சற்று வியப்புடன் அவரைப் பார்த்தேன்.

“அதனாலேதான் மாஜிஸ்திரேட்டுக்குக் கோபம் வந்தடுத்து. அவனுக்கு ஆறு லாஷஸ்னுட்டார்.”

எனக்கு லாஷஸ் என்றால் என்ன என்று தெரியாது. அப்பா சொன்ன கசையடிகூடத் தெரியாது. ஆனால் ஏதோ கடுமையான தண்டனை என்று புரிந்தது.

“அப்பாகிட்டே சொல்லுப்பா. அவனை விட்டுடணும்தான் அவுங்க கிட்டே நான் சொன்னேன். ஆனா ஹைதராபாத் போலீஸ் நம்மளை மதிக்கறதே இல்லை.”

இது நடந்த பிறகு அவர் இருமுறை வீட்டிற்கு வந்தும் நான் சமையலறையில் ஒளிந்துகொள்ள, என் அம்மா நான் வெளியே விளையாடப் போய் விட்டேன் என்று சொன்னாள்.

“நான் என்ன பண்ணுவேம்மா? அந்த ஹைதராபாத் போலீஸ்காரங்க நாங்க என்ன சொன்னாலும் கேட்கறதில்லையே?”

நான் காந்திமதியுடன் அப்புறம் வெளியே போகவில்லை. என்னதான் அந்த ஹைதராபாத் போலீஸ்காரர்கள் அவரை மதிக்காது போனாலும் இன்னும் பத்தாண்டுகள் சென்று அவருக்கிருந்த ஓரிரு தலைமயிர், மற்றும் மீசை நரைக்க ஆரம்பித்திருந்தால் கருவண்ணம் பூசிக்கொண்டிருப்பார். ஆனால் அதற்குத் தேவையில்லாமல் அவர் கடைசியாக எங்கள் வீட்டிற்கு வந்த ஒரு மாதத்துக்குள் செத்துப் போய்விட்டார். எனக்கு மிகவும் வருத்தமாயிருந்தது. அவர் செத்த பிறகாவது ஹைதராபாத் போலீஸ்காரர்கள் அவருக்கு மரியாதை செலுத்தியிருக்க வேண்டும்.

1991

பிப்லப் செளதுரிக்கு கடன் மனு

பல வருடங்கள் கழித்துப் பரங்கிமலை என்று அறியப்படும் செயிண்ட் தாமஸ் மவுண்ட்க்குப் போக நேர்ந்தது. எங்கள் குடும்பத்தில் ஒரு திருமணத்துக்காக வந்திருந்த சிறுவர், சிறுமியரை நான்தான், “வாங்க, வெளியே எங்கேயாவது போயிட்டு வருவோம்” என்று சொல்லி அழைத்துப் போனேன்.

நான் கடைசியாகப் பரங்கிமலைக்குப் போன நாட்களில் மாம்பலத்திலிருந்து சைதாப்பேட்டைக்குப் பஸ் கிடையாது. நான் தனியாகப் போவது என்றால் சைக்கிளில் சென்றுவிடுவேன். ஆனால், உடன் யாரையாவது அழைத்துப் போக சைக்கிள் பயனில்லை. ரயில்தான். மின்சார ரயிலில் பரங்கிமலை நிலையத்திற்குச் சென்று அங்கிருந்து நடக்க வேண்டும். இப்போதோ தடுக்கி விழுந்தால் சைதாப்பேட்டைக்கு பஸ். பரங்கிமலைக்குக்கூட பஸ் இருக்கிறது. ஆனால், எப்போது என்று அவ்வளவு உறுதியாகத் தெரியாது. ஆதலால் முதலில் சைதாப்பேட்டை. அப்புறம் அங்கிருந்து பரங்கிமலை.

பஸ் கிண்டி மேம்பாலம் ஏறி இறங்கினவுடனேயே எனக்கு நிலைகொள்ளவில்லை. கிண்டி தொழிற்பேட்டையை அடைந்தபோது பஸ்ஸில் நிறையப் பெண்கள் நின்றுகொண்டு இருக்கிறார்கள் என்பதைக்கூடப் பொருட்படுத்தாமல் இடப் பக்கம் ஜன்னலருகே சாய்ந்தேன்.

ஆனால், ஒன்றும் பயனில்லை. என் கண்கள் தேடியதைப் பார்க்க முடியவில்லை. பஸ் கத்திப்பாரா ஜங்ஷனைக் கடந்து சென்று நின்றது. நாங்கள் இறங்கினோம். கத்திப்பாரா இப்போது மிகவும் மாறியிருக்கிறது. மலைக்குப் போகும் சாலை எது என்று சற்று யோசித்துத்தான் செல்ல வேண்டியிருக்கிறது. எனக்கு அப்போதே எதிர்த் திசையில் போக வேண்டும் என்றிருந்தது. ஆனால், அழைத்து வந்த குழந்தைகளைக் கைவிட்டுவிட்டு என்னிஷ்டம் போல எங்கும் போய்விட முடியாது.

பரங்கிமலை செயிண்ட் தாமஸ் மவுண்ட் என்று சொல்வதுதான் சரியாகவும், தர்மமும் ஆகும். இரண்டாயிரம் ஆண்டுகளுக்கு முன்பு இயேசுவின் நேரடிச் சீடர்களில் ஒருவரான தாமஸ் அங்கு வந்திருக்கிறார். வசித்திருக்கிறார். இயேசுவை நினைத்து

உருகி இருக்கிறார். கடைசியில் உயிரையும் விட்டிருக்கிறார். அவர் பெயரைச் சொல்லாமல் பரங்கி என்று அழைப்பது ஒழுங்கீனம் என்றுகூட எனக்குத் தோன்றுகிறது.

அந்தச் சொல் என்னைப் பிடித்து கொண்டுவிட்டது. நம் ஆயுள் முழுக்க ஏதாவது ஒரு நபர் அல்லது ஒரு வார்த்தை ஆட்டிப்படைக்கிறது.

செயிண்ட் தாமஸ் மவுண்ட் முன்பு போன்று அமைதியாக இல்லை. ஒரே வியாபாரக் கூச்சல் மிகுந்துவிட்டது என்று யாரோ ஒருவர் பத்திரிகையில் வருந்தியிருந்தார். தேவத்தலம் வியாபாரத்தலமாகவும் இருப்பதில் அப்படி என்ன தவறு? வியாபாரம் தெய்வத்துக்குள் அடங்காதோ? எதைத்தான் தெய்வமல்ல என்று ஒதுக்கிவிட முடியும்?

ஆனால், செயிண்ட் தாமஸ் மவுண்ட் அமைதியாகத்தான் இருந்தது. நாங்கள் ஏழு பேர் மலையில் ஏறினோம். வழியில் ஒரே ஒரு நபரைத்தான் பார்த்தோம். அந்த இடத்தில் அவர் தெய்வத்தை நம்பித்தான் பிச்சைக்குக் கையை நீட்டுகிறார். அவருக்கு அந்த இடத்தில் எவ்வளவு பத்து காசு நாணயங்கள் கிடைக்கப் போகின்றன? அதில் அவர் என்ன சாப்பிடுவார், அவரை நம்பி இருக்கும் ஜீவன்களுக்கு என்ன தருவார்? பிப்லப் சௌதுரி அவனை நம்பி இருந்த ஜீவன்களுக்கு என்ன தந்தான்?

நாங்கள் செயிண்ட் தாமஸ் மலைமீது ஏறிக்கொண்டு இருக்கையில் என் மனம் மட்டும் வந்த வழியே திரும்பிச் சென்று கத்திப்பாரா பிரதேசத்திலேயே மிதந்துகொண்டிருந்தது. பஸ்ஸிலிருந்து பிப்லப் சௌதுரியின் வீடு சரியாகத் தெரியவில்லை. பெண்கள் வரிசையில் உட்கார்ந்திருந்த ஒரு மாதுதான் எவ்வளவு குரோதத்தோடு என்னை முறைத்தாள்? அந்த மாதுவின் தலையில் உலகத்தில் இருக்கும் அத்தனை ஆண்களும் அவளைத் தாக்க வருவதாகத்தான் சூசகங்கள் குறுக்கு வெட்டிக்கொண்டிருக்கும். அவளுக்கு பிப்லப் சௌதுரி பற்றியும், அவனுடைய மனைவி பற்றியும் தெரிந்திருக்க அவசியம் இல்லை.

எனக்கு மட்டும் என்ன இருந்தது? ஆனால், அவசியமே இல்லாதது நிறையவே நடக்கிறது. அவசியம், நான் பார்க்க வேண்டும் என்று தவிக்கும் நண்பர் மறுபடியும் கோவித்துக்கொண்டு போய்த் திரும்பிப் பாராமல் இருக்கிறார். இதற்கு முன்பு மூன்று முறை நானே போய் எல்லாமே என் தவறுதான் என்பது போலச் சொல்லிச் சமாதானப்படுத்தி வீட்டுக்கு அழைத்து வந்தேன். கார்ல் மார்க்சின்படி ஒரு நிகழ்ச்சி இரண்டாம் முறை நிகழ்ந்தாலே கேலிக்கூத்து. அதுவே நான்கு முறை நடக்க வேண்டுமானால் மகாகூத்து, ஊழிக்கூத்து என்று ஏதாவதுதான் கூறவேண்டும். இன்னும் மனம் தவிக்கிறது. அந்த நண்பரைப் பார்க்க.

பிப்லப் சௌதுரியைப் பார்க்க வேண்டுமென்று அப்படி மனம் தவிக்க வில்லை. மனம் தவிக்கத் தொடங்கு முன்பு அவனே வந்துவிடுவான். நான் அவனுக்காக ஒரு புது மனு எழுதத் தொடங்குவேன்.

இப்போதே இன்னொன்றும் கூறிவிட வேண்டும். என்னைவிடப் பத்துப் பன்னிரண்டு வயதாவது மூத்தவனாக இருந்து உடல் எடையும் 160 அல்லது 170 ராத்தல் இருப்பவனை நான் அவன் இவன் என்று குறிப்பிடுவது முறைதானா?

நான் ஆர் விகுதி போட்டு எழுதுவதுதான் சமூக நியதிக்குப் பொருத்தமாயிருக்கும். ஆனால், ஏனோ முதலிலிருந்தே பிப்லப் சௌதுரியை ஒருமையிலேயே நினைக்க மனம் பழகிப்போய்விட்டது. தமிழ் சினிமா வசனம் எனக்குக் கட்டோடு பிடிக்காது என்றாலும், நானும்கூட என் நெஞ்சில் உதிரம் சொட்டிற்று என்று ஒரே ஒருமுறை ஆத்ம எதார்த்தமாகச் சொன்னேன். அத்தகைய சூழ்நிலையில் பிப்லப் பற்றிக் கூற வேண்டுமானால்கூட நான் வா, போ என்றுதான் கூறியிருப்பேன்.

காரணம், அவன் முதன் முதலில் பரிச்சயமானது ஒரு அடிமையாக. என் முதலாளி அப்போது எடுத்துவந்த திரைப்படத்தில் வில்லனுக்குத் திரும்பிய இடமெல்லாம் அடிமைகள். ஒருமுறை ஒருவனின் திறமையின்மைக்காக வில்லன் கடுமையாக அவனை வைதுவிட்டு "இன்னொரு முறை இப்படி நடந்தால் இதுதான்" என்று திரும்புவான். அங்கு அரக்கனைப் போன்ற பிரம்மாண்டமானதொரு உருவம் கையில் சவுக்குடன் வில்லனை வணங்கும். அதுதான் பிப்லப் சௌதுரி. அந்தத் திரைப்படத்தின் 170 நிமிடங்களில் அவன் அந்தப் பத்து கணங்கள்தான் தோன்றினான். ஆனால் கொட்டகையே கலகலத்துவிடும். எனக்கு அவனை எப்போது பார்த்தாலும் கையில் சவுக்குடன் வில்லனை வணங்கும் காட்சிதான் நினைவுக்கு வரும். அதன் பிறகு அவன் திரும்பத் திரும்ப எங்கள் முதலாளியின் மூடிய கதவுக்கு வெளியே காத்து நிற்பான். எனக்கு அவன்மீது விசேஷ அபிப்பிராயம் ஏற்பட வழியேயில்லை.

ஆனால் ஒரு நாள் தேடிப் பிடித்து என்னிடம் வந்தான். வந்தவன் தோலுறை கொண்ட ஒரு சிறு டயரி கொடுத்தான். எனக்கு அந்த நாளில் இனாமாக டயரி வாங்குவதில் பரபரப்பு குறைந்திருந்தது. நாள் முழுக்க ஓயாமல் யார் யாரையோ சந்தித்து, எது எதையோ செய்ய வேண்டியவர்களுக்கு வேண்டுமானால் இந்த டயரிகள் பயன் உண்டு. உலகத்தில் லட்சத்தில் ஒருவருக்குத்தான் அப்படி வாழ்க்கை அமைகிறது. மற்றவர்களுக்கு எது நேற்று, எது நாளை என்று வித்தியாசமே தெரிவதில்லை. தெரிய அவசியமும் இருப்பதில்லை.

"நீ சவுக்குதான் தருவேன்னு நினைச்சேன்" என்றேன்.

நான் பேசிய வேகத்தில் தமிழ் அவனுக்குப் புரியவில்லை. ஆனால், எல்லா சந்தர்ப்பங்களுக்கும் பதிலாக இருக்கக்கூடிய ஒரு அசட்டுப் புன்னகை தந்தான்.

"என்ன ?" என்றேன்.

"ஒரு லோன் அப்ளிக்கேஷன் வேணும்" என்றான்.

"உனக்கா ?"

"ஆமாம்ப்பா. ரொம்ப கஷ்டமா இருக்கு." பிப்ரப் சௌதுரியும் என்னை ஒருமையில்தான் நினைத்திருக்கிறான். அவன் தமிழ் பேசியதும் எனக்குப் பெரிய வியப்பளிக்கவில்லை. சினிமாக் கம்பெனிகளில் எதுதான் சாத்தியம் இல்லை? ஆனால். இவனும் மனு எழுதித் தரச் சொல்கிறானே ?

தபாலாபீசிலும் கோர்ட்டிலும் வேண்டுமானால் பிறருக்கு மனு எழுதுபவர்கள் உற்சாகமாக அக்காரியத்தில் ஈடுபடலாம். எனக்கு மனுக்கள் எழுதி

எழுதி வாழ்க்கையே வெறுத்துவிட்டிருந்தது. எங்கள் கம்பெனியில் வேலை பார்த்து வந்த முன்னூறுபேரில் இருநூற்றைம்பது பேருக்கு மனுக்கள் எழுதித் தந்திருப்பேன். கடனுக்காக. சம்பளத்தில் எடுத்துக்கொள்வதான அடவான்சுக்காக. நீண்ட நாள் லீவுக்காக. நீண்ட காலம் முறையாக லீவு எடுக்காமல் வேலைக்கு வராமலிருந்து அதை விளக்கிக் கூறுவதற்காக. வேலை உயர்வுக்காக. வகிக்கும் பதவியின் பெயரை மாற்றுவதற்காக. மாடி வீட்டிலிருப்பவர்கள் வீட்டு முன்னால் குப்பை கொட்டுவதைப் போலீசுக்குப் புகார் செய்வதற்காக. ரயிலைத் தவறவிட்டு டிக்கெட் பணத்தைத் திருப்பிக் கேட்டு (அந்நாளில் ஏனோ இந்த மனுவைத் திருச்சிக்குத்தான் அனுப்ப வேண்டும்!) பிப்லப் சௌதுரி எங்கள் கம்பெனியில் வேலையிலிருப்பவனல்ல. ஆனால், அவனும் என்னை மனு எழுதித் தர சொல்கிறான்!

ஆனால், ஒரு கடன் மனு எழுதுவதற்குள் ஒருவனின் வாழ்க்கையின் முக்கிய அந்தரங்கங்கள் எல்லாம் தெரிந்துவிடுகின்றன. பிப்லப்புடைய அப்பா எங்கள் முதலாளிக்கு நண்பர். பிப்லப்புக்கு வேலை என்று ஒன்றும் கிடையாது. தோல் பதனிடுவதற்குப் பயன்படும் ஒரு திரவத்தைத் தயாரிக்கும் கல்கத்தா கம்பெனி ஒன்றுக்கு அவன் தென்னாட்டுப் பிரதிநிதி. வருடத்திற்கு இரண்டாயிரம் ரூபாய்க்கு விற்பனை இருந்தால் அதிகம். அதில் 10 சதவீதம் கமிஷன். அதாவது அவனுடைய வருட வருமானம் ரூ. 200.

"நீதான் பெரிய நடிகனாச்சே?" என்று கேட்டேன்.

"ஒரு ரோல் தரமாட்டேங்கறாங்கப்பா, ரொம்ப வருஷம் கழிச்சு ஒரு பூதம் வேஷம். உடம்பு மேலே கறுப்பு எண்ணெ பூசிக்கிட்டு நாளெல்லாம் நின்னேன். அந்த எண்ணெயைக் கழுவ நாலு நாளாச்சு. இதோ பாரு கையிலே, இன்னும் கூடச் சரியாப் போகலே." அவனுடைய கை நகக்கண்கள் நிரந்தரமாகக் கறுப்பாகிக் கிடந்தன.

நான் கடன் மனு எழுதிக் கொடுத்தேன். அதை அவன் வெகு நேரம் உற்றுப் பார்த்துக் கொண்டிருந்தான். "இங்கே என்ன எழுதியிருக்கே?" என்று கடைசி வரியைக் காண்பித்துக் கேட்டான்.

"மாசா மாசம் சம்பளத்தில் நூறு ரூபாய் பிடிச்சுங்குங்கன்னு எழுதி யிருக்கேன்."

அவன் சிரித்தான், "திருப்பித் தரது பத்தி ஒண்ணும் எழுத வேணாம்."

என் அனுபவமின்மை என்னைக் கேள்வி கேட்க வைத்தது: "அப்ப இது என்ன லோன் அப்ளிகேஷன்?"

பிப்லப் சிரித்தான். அது சந்தோஷத்தைக் குறிக்கவில்லை. சிறிதும் திருப்தி இல்லாமல் நான் எழுதிய மனு அதுவாகத்தான் இருக்கும். அதை எடுத்துக் கொண்டு போனான். இரு தினங்கள் கழித்து "நீ கட்டாயம் என் வீட்டுக்கு வரணும்" என்றான்.

"என்னாச்சு உன் லோன்?"

"அதுவா? அன்னிக்கே கிடைச்சுதே. பணமாகவே வாங்கிண்டு போயிட்டேன்."

"நான் எழுதிக் கொடுத்த அப்ளிகேசன் பேரிலா?"

“ஆமாம். அதுக்குத்தானே உங்கிட்டே வந்தேன். நீ எழுதினா உடனே கையிலே பணம் வந்துட்ட மாதிரி.” எனக்கு சற்று ஏமாற்றமாக இருந்தது. இவ்வளவு மோசமாக எழுதப்பட்ட மனுக்களுக்கெல்லாம் ஒருவர் சரி என்றால் என்ன முதலாளி?

“இன்னிக்கே வாயேன். 51 நம்பர்லே ஏறி வீட்டு வாசலிலே இறங்கி விடலாம்.”

“எங்கே?”

“என் வீட்டுக்கு.”

“உனக்கு லோன் கிடைச்சா உன் வீட்டுக்கு ஏன் வரணும்?”

“நீ வரணும். என் வீட்டுக்கு நீ கட்டாயம் வரணும்.”

“இன்னிக்கு முடியாது. ஞாயிற்றுக்கிழமை வரேன்.”

“பட் ரோடு ஸ்டாப்பிலே இறங்கி நடந்து வந்துடு.”

“நான் சைக்கிளிலே வருவேன்.”

“அப்போ ஒரு கஷ்டமுமில்லே. வீடு மெயின் ரோடிலேயே இருக்கு.”

செயிண்ட் தாமஸ் மவுண்ட்டில் இருந்து மெயின் ரோடு தெரியும். ஆனால், பிப்லப் சௌதுரி வீட்டுப் பகுதி தெரியாது. மலை மீதிலிருந்து கீழே பார்ப்பதே ஒரு மாயத்தோற்றம். ஏராளமாக மரங்கள் இருப்பதுபோலத் தெரியும். ஏதோ வீடுகள் தெரியும். ஆனால் அடையாளம் தெரியாது. குறிப்பாகப் பார்ப்பதற்கு ஒன்றுமில்லை என்ற காரணத்தாலேயே குழந்தைகள் ஒவ்வொரு காட்சியிலும் மகிழ்ச்சி நிரம்பியவர்களானார்கள். மலை மீதிலிருந்து பார்ப்பதற்கு நிறையவே உண்டு. யோசிக்க வைப்பதற்கும் நிறையவே உண்டு. இயேசுவின் நேரடிச் சீடர்களின் படங்கள், அவர்கள் உயிர் நீத்ததையும் சித்தரித்தன. ஒருவர் தவறாமல் கொலையுண்டிருக்கிறார்கள். ஜூடாசுக்குப் படம் கிடையாது. அவன்தான் காட்டிக் கொடுத்தவன். அவனுடைய முடிவும் இயற்கையானது அல்ல. அவன் தூக்குப் போட்டுக்கொண்டு இறந்தான். செயிண்ட் தாமஸ் மவுண்டில் சிந்தனையில் ஆழ்ந்துவிட நிறைய விஷயங்கள் – ஆதாரமான விஷயங்கள் – இருக்கின்றன. இரண்டாயிரம் வருடம் முன்னால் அந்த இடம் ஒரே காடாக இருந்திருக்க வேண்டும். நிறையக் காட்டு மிருகங்கள், பூச்சி, பாம்பு நிறைந்திருக்க வேண்டும். அப்படிப்பட்ட இடத்தில் தன்னந்தனியாக ஒருவர் எதை எண்ணி, எதை எதிர்பார்த்து ஆழ்ந்திருக்க வேண்டும்?

பாஷை தெரியாத ஒரு கண்காணாத பிரேதசத்தில் தன் சொந்த பந்தங்களில் இருந்து பல ஆயிரம் மைல்களுக்கு அப்பால் கடல் கடந்துவந்து, தன் அந்தரங்க வழிபாட்டைத் தொடர எது அந்த தாமஸை உந்திற்று? ஓர் ஐயமும் தயக்கமும் இல்லாது வானமும் காற்றுமே சாட்சியாக இருக்ககூடிய இடத்தில் உயிரை விட வந்தாலேயே, அவருக்குச் சந்தேகத்தாமஸ் என்ற பெயரோ? பிப்லப் சௌதுரியின் வீட்டுக்கு அந்த ஞாயிற்றுக்கிழமை நான் சென்று அவன் வீட்டில் இல்லாத காரணத்தால் சைக்கிளை அப்படியே மிதித்துச் சென்று, செயிண்ட் தாமஸ் மலை என்ற ஒன்று இருப்பதைக் கண்டிராவிட்டால் எனக்கு மனவேதனை மிகுந்த நேரங்களில் விச்ராந்தி

பெறும் ஓரிடமாக அது கிடைத்திருக்காது. அதன் பின்பும் ஒரு நாள் பிப்லப் என்னை வரச்சொல்லிவிட்டு வீட்டிலில்லாமல் போய்விட்டான். ஒரு காலத்தில் அமோகமாக இருந்திருக்கக் கூடிய அந்த வீட்டை நான்கு சகோதரர்கள் ஒரு வகையிலும் சேர்த்தியில்லாமல் பிரித்துக் கொண்டிருந் தார்கள். பிப்லப் மூத்தவன் அவன் ஒருவன்தான் ஒழுங்காக வேலை இல்லாதவன். தம்பிகள் கெட்டிக்காரர்கள். வீட்டைப் பிரித்ததில்கூட அந்தக் கெட்டிக்காரத்தனம் தெரிந்தது. மூவருக்கும் தனியிடம் என்று ஒன்று அல்லது இரு அறைகளாவது அக்கட்டடத்தில் இருந்தது. பிப்லப் சௌதுரியின் பங்கு, வீட்டின் நடுநாயகமாக இருந்த ஒரு பெரிய அறையும் ஒரு தாழ்வாரமும். மாடிப்படி ஏறிச்செல்ல அந்த அறைக்குள் வந்தாக வேண்டும். வீட்டின் ஒரே குளியலறைக்கும் அந்தப் பெரிய அறையைத் தாண்டித்தான் போக வேண்டும். பிப்லப் சௌதுரியின் மனைவிக்கும் அவனுடைய இரு பெண்களுக்கும் ஓய்வாகப் படுத்துக்கொள்ள ஓரிடம் கிடையாது.

“எங்கப்பா புக்கியா, ரேஸ் ரேசா ஊர் ஊரார்ப் போவார். கூட என்னைத்தான் கூட்டிட்டுப் போவார். ரேஸ் சீசன்லே புனாலியும், பெங்களூர்லியும் அப்பாவும் அவர் கூட்டாளிங்களும் ஓட்டல் ரூம்லே மணிக்கணக்கா சிகரெட் குடிச்சு, பீர் குடிச்சுப் பேசிண்டே இருக்கறப்போ நான் ஆறு மணி ஆட்டத்துக்கு ஒரு சினிமாவும் போவேன். அப்பாக்கு மருந்து எடத்துக் கொடுத்து, டை கட்டிவிட்டு, ஷூ பாலிஷ் போட்டுக் கொடுத்து . . . எல்லாம் ரொம்ப நல்லா இருந்தது. நான் ஸ்கூலுக்கே போகலை தெரியுமா? அப்பா ரேஸ் கோர்ஸ்லே அங்கே இங்கே போயிருக்கிற நேரத்திலே நானே கவுண்ட்டரைப் பார்த்துப்பேன். அப்பா தங்கற ஓட்டல்லியே எனக்குப் பெர்சி ஓட்டல்தான் ரொம்பப் பிடிக்கும். எதுத்தாப்லயே ரேஸ் கோர்ஸ். ஓட்டலுக்குப் பக்கத்திலே பிளாசா சினிமா. பிளாசா சினிமா உள்ளே நுழைஞ்சா அந்த வாசனையே என்னை அப்படியே மயங்க வைக்கும். பாதி சிகரெட் வாசனை. பாதி ரெக்ஸைன், பெர்ஃப்யூம் வாசனை அங்கே அதே பெர்சி ஓட்டலுக்குத்தான் உங்க முதலாளிகூட வருவார்ப்பா. அவரு பெரிய ரேஸ்காரரு, தெரியுமில்லே? அப்படித்தான் எங்கப்பாவுக்குத் தெரிஞ்சவர் ஆனார். பேசுவாரு ‘என்ன பிப்லப், என்ன பண்ணிண்டிருக்கே? வீட்டிலே குழந்தை, சம்சாரம் எல்லாம் சௌக்கியமா’ன்னு கேப்பாரு. என் சம்சாரம் ரொம்ப நல்லவப்பா. ரொம்ப ரொம்ப நல்லவ. நீ பாத்ததே இல்லே? நாலு குழந்தைகள்லே இரண்டு செத்துப் போயிடுத்து. மருந்து வாங்கித் தரல்லே, பாலு வாங்கித் தரல்லே, செத்துப் போயிடுச்சு”

“தம்பிங்க ஒத்தாசை பண்ணலியா?”

“பண்ணலேன்னு சொல்ல முடியாது, ஆனா அண்ணா தம்பீங்களுள்ளே எல்லாமே வெளியிலே சொல்லி செஞ்சுக்க முடியாதில்லையா? ரொம்ப சீரியஸ்னப்போ வந்தாங்க. ஒண்ணும் பண்ண முடியலே. எங்கிட்டே கையிலே பணம் கிடையாது. வீட்டை வித்து பணம் எடுத்துக்கலான்னு தம்பீங்க சொல்றாங்க. ஆனா இந்த வீடும் போயிட்டா நான் எங்கே நிப்பேன், மறுபடி பெர்சி ஓட்டலுக்குப் போக முடியுமா? இன்னொரு பூதம் வேஷம் வரைக்கும் காத்திட்டிருக்க வேண்டியதுதான்.”

நான் பிப்லப் சௌதுரிக்குத் திரும்பத் திரும்ப மனுக்கள் எழுதித் தந்தேன். பிறருடைய துக்கங்களையும் துயரங்களையும் என்னுடையதாக்கி எழுத்தில் வடிக்கும் கனம் தாங்காமல்தான் போலும், நான் ஒரு நாள் அந்தக் கம்பெனியை விட்டு ஓடியேவிட்டேன்.

வீட்டை விட்டுக் கிளம்பும்போதே குழந்தைகளைக் கிட்டத்தட்ட ஒரு மைல் நடக்க வைத்தாயிற்று. அதன் பிறகு மலைமீது ஏற வைத்தாயிற்று. ஏழு பேரில் மூவர் பத்து வயதுக்குட்பட்டவர்கள். இவர்களை இன்னமும் நடத்தி அழைத்துப் போவது நியாயமா?

நியாயம் பற்றி அவ்வளவு தெளிவாகத் தெரியவில்லை. ஆனால், இன்னொரு முறை இப்பக்கம் நான் எப்போது வரப்போகிறேன்? வராமலே போகக்கூடும். பிப்லப் சௌதுரியே இப்போது உயிரோடு இருக்கிறாளா இல்லையோ? அவனுடைய வீட்டையாவது பார்த்துவிட வேண்டும்.

"இன்னும் எவ்வளவு தூரம் நடக்கணும் பஸ்சுக்கு?" என்று ஒரு குழந்தை கேட்டது.

"அதோ, அதோ . . ."

"ஏன் இங்கேயே பஸ் நிக்கறதே?"

"இது நம்ம ஊருக்குப் போகாது."

அதில் நிஜம் இருந்தது. ஆனால், முழுக்க நிஜமல்ல; பிப்லப் சௌதுரிக்கு நான் எழுதிக் கொடுத்த கடன் மனுக்கள் போல, நிஜம் எதுவாக இருந்தாலும் எழுத்து வடிவில் அதை முற்றிலும் முழுதுமாகத் தெரிவிக்க முடிவதில்லை. ஏதோ ஒன்றை சொல்லித்தான் வேறு ஒன்றையும் பெற வேண்டியிருக்கிறது.

எப்போதுமே அந்த ஒரு வரிசை வீடுகள் மட்டும் சாலையின் உயரத்துக்குத் தழைந்துதான் இருக்கும். மழை பெய்தால் வீடு ஒரு தீவு மாதிரியாகிவிடும் என்று பிப்லப் கூறியிருக்கிறான். அதிலும் அவன் அறை எப்போதும் நனைந்தே இருக்கும். அதை அறை என்பதைவிடக் கூரையிட்ட முற்றம் என்று கூறுவது பொருத்தம். நல்ல வெளிச்சமாக இருக்கும். அதே நேரத்தில் கைக்கெட்டாத உயரத்தில் பெரிய பெரிய ஜன்னல்கள். எந்தக் காலத்து மழையானாலும் உள்ளே சாரலடிக்கச் சௌகரியமான ஜன்னல்கள். பிப்லப் சௌதுரியின் மனைவி ஒருமுறை ஈரத்தரையில் குளிர் நடுக்கத்துடன் டீ தயாரிக்க நான் பார்த்திருக்கிறேன். பிப்லப் சௌதுரியின் அப்பா, தரையில் ஓடும் குதிரைகள் உதவியால் பணம் சம்பாதித்து வீடு கட்டினாலும், நீர் வாழ்வன பற்றியும் மனதில் நினைத்திருக்க வேண்டும். வீடு கட்டினாலும் அவர் வரையில் பெரும் பகுதி நாட்கள் ஏதேதோ ஓட்டல்களில் காலம் தள்ளியிருக்கிறார். அவர் உயிரோடு இருந்தபோது பிப்லப்புக்கு வீட்டின் அவசியம் அதிகம் இருந்திருக்காது.

அந்த இடமே மிகவும் மாறியிருந்தது. புதுப் புதுக் கட்டடங்கள், மிகப் பெரிய கட்டடங்கள். அவற்றின் நடுவில் காடாக வளர்ந்திருந்த புதர்கள்.

நடுவில் பிப்லப் சௌதுரியின் வீடு பரிதாபம் தோன்றும் தோற்றத்துடன் நின்றுகொண்டிருந்தது. வாசல் வெளிச்சுவர் கேட் உடைக்கப்பட்டு ஓரிரண்டு சட்டங்கள் மட்டுமே தொங்கிக்கொண்டிருந்தன. முன் கதவைப் பூட்டி, பூட்டைச் சுற்றி துணி சுற்றி அரக்கு சீல் வைக்கப்பட்டிருந்தது. கோர்ட்டில் வழக்கு நடந்துகொண்டிருக்க வேண்டும். பிப்லப் சௌதுரியின் திண்டாட்டங்கள் தீர்ந்திருக்காது. இப்போது அவன் அப்பா கட்டிய கூரையும் அவனுக்குக் கிடையாது. பயனில்லை என்று தெரிந்தும் பக்கத்துப் பெரும் புதுக் கட்டடத்தில் விசாரித்தேன். அது அலுவலகங்களாலேயே நிறைந்தது. காவல்காரன் புதியவன். அதிகபட்சமாகக் கிடைத்த பதில், "ரொம்ப நாளா பூட்டித்தான் கிடக்கு. உள்ளே போயிட முடியாது. பெரிய பாம்பு புத்துங்க ரெண்டு மூணு வீட்டு உள்ளேயே இருக்கு." ஜன நெரிசலும், ஓயாது வாகனப் போக்குவரத்தும் உள்ள அந்த இடத்தில் பாம்புப் புற்றுகள்.

குதிரைப் பந்தயத்தால் குடிமுழுகிப் போனவர்கள் என்று யார் யாரையோ சொல்வார்கள். பிப்லப் சௌதுரியைச் சொல்வார்களா? அந்த அனுதாபம்கூட அவனுக்குக் கிடைக்காது. என்றோ அவனுடைய அப்பாவுடன் பெரிய பெரிய ஓட்டல்களில் தங்கியிருந்ததை நினைத்துத்தான் அவன் இப்போது ஆறுதல் பெற வேண்டும். அவன் திரும்பத் திரும்பக் கூறிய பெர்சி ஓட்டல் எனக்கும் தெரியும். ஆனால், அதன் பக்கத்திலேயே அமைந்திருந்த பிளாசா சினிமாக் கொட்டகையில் நானே நிறையப் படங்கள் பார்த்திருக்கிறேன். நானும் அந்தக் கொட்டகையின் மணத்தில் மயங்கியிருக்கிறேன். அத்துடன் விளக்குகளை அணைத்துத் திரைப்படம் ஆரம்பிப்பதற்கு முன்பு சிலவாத்திய இசைத்தட்டுகள் வைப்பார்கள். அதற்காகவேகூட நான் அந்த பிளாசா கொட்டகைக்குப் போயிருக்கிறேன். ஒரு வேளை அவனுக்கும் பிளாசா கொட்டகை பிடித்திருந்த காரணத்தால்தான் அவனுக்குத் திரும்ப திரும்ப மனுக்கள் எழுதிக் கொடுத்தேனோ! அவன் வீட்டுக்கும் மீண்டும் மீண்டும் போனேனோ? அந்த வீட்டின் தரித்திரத்தைக் கண்கொண்டு சகிக்க முடியாது. அது ஏழ்மையில்லை. தரித்திரம். அவன் மனைவி நல்லவள், நல்லவள் என்று அவன் மீண்டும் மீண்டும் கூறுவான். சினிமாவில் வேஷத்துக்குச் சுற்றும் அவனுக்கு அவள், அவன் சொன்னதெல்லாம் கேட்கும் நல்லவளாக இருந்துவிடக் கூடாது. மங்கிய புடவையைச் சுற்றிக்கொண்டு அவள் இன்று எந்த ஓட்டைக் கூரையடியில் தவித்துக் கொண்டிருக்கிறாளோ?

நான் அழைத்துப் போயிருந்த குழந்தைகள் மிகவும் களைத்துப் போய்விட்டன. ஆனால், வாய் பேசாது பஸ் ஸ்டாப்பில் நின்றன. நான் மிகவும் வருத்தமாயிருந்தேன் என்று அக்குழந்தைகள் தெரிந்துவைத்திருந்தன. ஆனால், அவர்களுக்கு ஒன்றும் தெரியாது. நான் இனி மேல் யாரையும் செயிண்ட் தாமஸ் மவுண்ட்க்கு அழைத்துப் போக மாட்டேன்

1991

முனீரின் ஸ்பானர்கள்

நான் பிறந்து வளர்ந்த சிகந்திராபாத் ஊரில் மழை அதிகம் கிடையாதென்றாலும் அரை மைலுக்கொரு குட்டை, குளம் என நீர்த்துறைகள் இருக்கும். ஊர் நடுவிலேயே இரு பெரிய கிணறுகள். அதில் ஒன்று வெளியிலிருந்து பார்ப்பதற்குப் பழங்காலக் கோயில் போல இருக்கும். கோபுரம் வைத்த வாயிற்படியைத் தாண்டி உள்ளே சென்றால் நாற்புறமும் விசாலமான நடை; நான்கு பக்கங்களிலும் கீழிறங்கித் தண்ணீர் மொண்டெடுக்க வசதியாக அகலமான படிகள். கிணற்றின் தண்ணீர்ப் பரப்பு சச்சதுரமாக பெரிய குளம்போல விரிந்திருக்கும். ஆனால் சாதாரணமாக யாரும் அந்த கிணற்றுக்குப் போக மாட்டார்கள். நான் கேள்விப்பட்ட பல பேய்க்கதைகளையும் மீறி என்னை நானே சோதித்துக்கொள்வது போல அக்கட்டடத்தினுள் நுழைவேன். ஒரே ஓட்டமாகக் கிணற்றை ஒருமுறை சுற்றிவிட்டு வெளியே ஓடி வருவேன்.

இந்தத் திகில் அனுபவம் மாரட்பள்ளிக் குட்டைக்குப் போகும்போது இருக்காது. மேடு பள்ளமாக இருந்த மிகப் பெரிய வெட்ட வெளியில், அந்தக் குட்டை இருந்தது. எப்போதோ வெள்ளைக்காரத் துருப்புகள் இருந்தபோது அவர் களுக்குக் கட்டியிருந்த நீளமான ஓட்டுக் கட்டடம், ஐந்தாறு பாகங்களாகப் பிரிக்கப்பட்டு அவற்றில் சட்டைக்காரக் குடும்பங்கள் வசித்து வந்தன. அந்த நீளக் குடியிருப்பின் ஒரு முனையில் ஒரு மாதா கோயில் இருந்தது. நேர் எதிர்திசையில் சற்றுத்தள்ளி விசாலமான கிறிஸ்துவக் கல்லறை இருந்தது. அங்கும் நான் போய்ச் சுற்றியிருக்கிறேன். அங்கு சிறிதும் பெரிதுமாகப் பல கல்லறைச் சின்னங்கள் இருந்தன. மிகப் பெரிதாக இருந்த சின்னத்தில் பதிக்கப்பட்ட கல்லில் முப்பது பெயர்களுக்கும் மேலாகப் பொறிக்கப்பபட்டிருந்தது. எல்லாரும் பதினெட்டிலிருந்து இருபத்தி மூன்று அல்லது இருபத்தினான்கு வயதுக்காரர்கள். அவ்வளவு பேரும் பெரியம்மை வந்து ஒரு வார காலத்தில் இறந்திருக்கிறார்கள். மாரட்பள்ளிக்

குட்டைக்குப் போக இதெல்லாம் தாண்டிப் போக வேண்டும். குட்டையில் எப்போதும் ஓரிரு எருமைகள் இருக்கும். அவ்வப்போது லாரிகளையும் அங்கு ஓட்டிவந்து கழுவுவார்கள். லாரியைத் தண்ணீருக்குள் இறக்கி லாரி டிரைவரும் அவருடைய உதவியாளனும் அவர்கள் வீட்டுப் பிராணியைக் குளிப்பாட்டுவது போலத் தண்ணீரை வாரி வீசுவார்கள். சக்கரங்களின் டயர்களில் உள்ள குறுக்கு நெடுக்குப் பிளவுகளில் அடைந்திருக்கும் மண், கல் முதலியவற்றைக் குச்சி கொண்டு அகற்றிச் சுத்தம் செய்வார்கள். தண்ணீருக்குள் இறங்கி லாரியின் அடிப்புறத்துக்குத் தண்ணீரை வீசியடிப் பார்கள். லாரியைக் கழுவிக் கரைமீது ஏற்றி வைத்த பிறகு, அவர்களுடைய உடைகளை வெயிலில் உலர்த்துவார்கள். அந்த நாளில் கூட லாரியென்றால் விபத்து, அபாயம் என்றுதான் அனைவருக்கும் தோன்றும். சாலையில் அரக்கன் போலப் பேரிரைச்சலோடு முன்னேறும் லாரிகள் மாரட்பள்ளிக் குட்டையில் சாதுவாக முங்கிக் கிடக்கும். குட்டையில் லாரி கழுவப்படுவதை எப்போது பார்த்தாலும் நான் அப்படியே நின்றுவிடுவேன். அந்தக் காட்சி என்னுடைய ஏதேதோ அபிலாஷைகளைப் பூர்த்திசெய்வது போலிருக்கும்.

அந்த நாளில் எல்லாமே போல லாரிகளும் குறைவு. திரும்பத் திரும்ப ஐந்தாறு லாரிகள்தான் அந்த குட்டைக்கு வரும். அதில் ஒரு லாரிக்கு நம்பர் தகடுகள் இரண்டும் உருது எழுத்துக்களில் இருக்கும். (அசல் அரபிக் எண்கள் அவைதான். அவற்றிலிருந்து வந்ததுதான் நாம் இப்போது பயன்படுத்தும் எண் வடிவங்கள்.) அவற்றை வலமிருந்து இடம் வாசிப்பதா? இடமிருந்து வலமா? என்று எனக்குச் சந்தேகம் இருந்தது. உருதுவானாலும் எண்கள் மட்டும் இதர மொழிகள் போலத்தான் என்று எனக்குச் சொல்லிக் கொடுத்தவன் அந்த லாரியோடு வரும் பையன் முனீர்.

லாரி கழுவப்படுவதைப் பார்த்து நான் லயித்து நிற்பதை யாரோ கவனித்து வரக்கூடும் என்று எனக்குத் தோன்றவில்லை. ஆனால், ஒரு முறை அப்பையன் என்னைப் பார்த்துப் புன்னகை புரிந்தபோது அது காரணமல்லாது எழுந்தது அல்ல என்று மட்டும் எனக்குத் தெரிந்தது. அவன் லாரியைக் கழுவியவண்ணம் அடிக்கடி என்னையும் பார்த்துப் புன்னகை புரிந்தான். நானும் தணணீருக்கு வரட்டுமா என்று சைகையில் கேட்டேன். வேண்டாம், அவன் கோபித்துக்கொள்வான் என்று சைகையிலேயே அவன் கல்லறைப் பக்கம் சுட்டிக் காட்டினான். ஆளுயரத்துக்குக் கட்டப்பட்டிருந்த கல்லறையின் வெளிச் சுவரருகில் டிரைவர் சீட் மெத்தையைத் தலைக்கு வைத்துக்கொண்டு ஒருவன் தூங்கிக்கொண்டிருந்தான்.

அதற்கடுத்த முறை அந்தப் பையனுடன் டிரைவரும் சேர்ந்து லாரியைக் கழுவிக்கொண்டிருந்தான். நான் பையனைப் பார்த்துப் புரிந்த புன்னகையை டிரைவர் கவனித்துவிட்டான். "யார்?" என்று கேட்டிருக்க வேண்டும். பையன் என்ன சொன்னான் என்று, நான் நின்ற தூரத்தில் தெரிய வழியில்லை. டிரைவர் லாரியைவிட்டு என் திசையில் வந்தான். எனக்கு என்ன செய்வதென்றே தெரியவில்லை. ஓட ஆரம்பித்ததேன். "பையா! ஓ, பையா!" என்று டிரைவர் கூப்பிட்டான். நான் நின்று சந்தேகத்தோடு திரும்பிப் பார்த்தேன்.

"இங்கே, வா, பையா. நீயும் கிளீனர் ஆகணுமா? இங்கே வா."

நான் மெதுவாக அவனை நெருங்கினேன். அவனுக்கு மிகச்சிறிய உருவம். ஆனால் அந்த நேரத்தில் எனக்கு மிகப் பெரியவனாகத் தோற்றமளித்தான்.

"போ, நீயும் போய்க் கழுவு. ஆனா உனக்கேண்டா இந்த வேலை? நல்லாப் படிச்சிட்டு ஆபிஸிலே வேலை பண்ணக் கூடாது,"

நான் பதிலே பேசாமல் நின்றுகொண்டிருந்தேன். அவன், "முனீர்! பின் வீலைக் கழுவிட்டேன்னா வா இங்கே?" என்று குரல் கொடுத்தான். பிறகு பீடியைப் பற்ற வைத்துக்கொண்டான். "எங்கே இருக்கே?" என்று என்னைக் கேட்டான்.

நான் வீடு இருக்கும் திசையைக் காட்டினேன்.

"ரெஜிமெண்டல் பஜாரா?" என்று கேட்டான்.

"இல்லை... ஆமாம். அதுக்குக் கிட்டத்தான். அதுக்கு என்ன பேர்னு தெரியாது. இதோ இருக்கே, அதே மாதிரி அங்கே இருக்கும்."

"பாரக்ஸா?"

"ஆமாம். ஆமாம். லான்சர் பாரக்ஸ், ஓல்டு லான்சர்ஸ் லைன்ஸ்."

"அப்படீன்னா என்ன தெரியுமா?"

"தெரியாது."

"எனக்கும் தெரியாது. ஆனா இது மட்டும் தெரியும். ஓல்ட்னா பழசு. அப்போ புதுசு எங்கே இருக்கு?"

"தெரியாது."

"எனக்கும் தெரியாது." அவன் சிரித்தான். அவனுடைய சிறிய உடலுக்கு அச்சிரிப்பு பொருத்தமில்லை. மிகவும் உரத்து இருந்தது.

டிரைவர் என்னுடன் சிரித்தே பேசிக்கொண்டிருந்தது. முனீருக்கு தைரியம் அளித்திருக்க வேண்டும். அவன் எங்களை நெருங்கினான்.

"உன் துணியை இவன்கிட்டே கொடுத்துட்டு நீ வீட்டுக்குப் போடா. இனிமே இவன்தான் எனக்குக் கிளீனர்" என்று டிரைவர் சொன்னான். சொல்லிவிட்டு மீண்டும் உரக்கச் சிரித்தான். "உன் வயசு என்ன?" என்று கேட்டான்.

"பதிமூணு."

"முனீர் வயசு தெரியுமா?"

"தெரியாது."

"பதினைஞ்சு. உனக்குக் கூடபொறந்தவங்க இருக்காங்களா?"

"இருக்காங்க. நாலு பேர். எல்லாம் எனக்குச் சின்னவங்க."

முனீர் என்ன செய்வதென்று புரியாது நின்றான். டிரைவர் என் முதுகைத் தட்டிக் கொடுத்தான். "போ, உன் புரானா பாராக்ஸுக்கு. நீ இந்த மாதிரி வேலைக்கெல்லாம் லாயக்கில்லே. நீ இந்த வேலைக்கு வந்தா

என் வண்டி எப்பவுமே இந்தக் குட்டையிலேதான் நின்னுக்கிட்டுருக்கணும்" என்றான்.

நான் தலையை அசைத்துவிட்டுத் திரும்பினேன். "கொஞ்சம் இருடா, பையா" என்று டிரைவர் சொன்னான். அவன் பீடியைக் கீழே போட்டுவிட்டு, "கொஞ்சம் இரு. நான் உன்னை வீட்லே கொண்டுபோய் விடறேன்" என்றான். முனீர் என்னிடம் நின்றுகொண்டிருக்க அவன் மட்டும் வண்டியிடம் சென்றான். தண்ணீர் அவன் கணுக்காலுக்குச் சற்று மேலாக இருந்தது. அவன் தண்ணீரில் உளைந்தபடி லாரியைச் சுற்றி வந்தான். குனிந்து தண்ணீரை வண்டியின் அடிப்பாகத்தில் ஓரிரு இடத்தில் வாரி வீசினான். ஸ்டீயரிங் சக்கரத்துக்குப் பின்னால் உட்கார்ந்துகொண்டு வண்டியைக் கிளப்பிப் பின்பக்கமாக மெதுவாகத் தண்ணீருக்கு வெளியே கொண்டுவந்தான். முனீர் இப்போது வண்டியிடம் ஓடினான். அவனும் டிரைவருமாகத் தண்ணீரிலிருந்து இரு நீளத் தகடுகளை வெளியே இழுத்தார்கள். முனிரால் அவற்றைத் தூக்க முடியவில்லை. டிரைவர்தான் அவ்விரு தகடுகளையும் லாரியினுள் எடுத்துப் போட்டான். "வா, வண்டியிலே ஏறு" என்றான்.

நான் டிரைவர் பக்கத்திலே உட்கார, முனீர் என் பக்கத்தில் உட்கார்ந்துகொண்டான். லாரி அந்த சட்டைக்காரர்கள் வீடுகள் எதிரே இருந்த பாதை வழியாகப் பெரிய சாலையை அடைந்தது. எனக்குத் தாங்க முடியாத பெருமை. இரண்டு மூன்று சட்டைக்கார முதியவர்களும் ஐந்தாறு குழந்தைகளும் எங்கள் லாரியைப் பார்த்தனர். அவர்கள் எல்லோரும் என்னைப் பார்த்து வியந்து நின்றதுபோல எனக்குத் தோன்றிற்று.

அதற்குப் பின் முறை நான் அந்த லாரியில் ஏறிச் சவாரி செய்திருக்கிறேன். அந்த டிரைவரின் பெயரைக் கேட்கத் தைரியம் வந்ததில்லை. முனீர் ஒவ்வொரு முறை சகஜமாக இருப்பான். ஆனால் பொதுவாக உற்சாகம் அதிகம் வெளிக்காட்டாத வகையில்தான் இருப்பான். அந்த டிரைவர் முனீரை அடித்து நான் பார்க்கவில்லை. அதே நேரத்தில் முரட்டுக் குரல் தவிர்த்தபடியும் அவனிடம் பேசி நான் கண்டதில்லை.

லாரியைக் குட்டையில் இறக்கிவிட்டு ஒவ்வொரு முறை டிரைவர் எங்கேயாவது போய்விடுவான். அவனுக்கு லச்மன் ஜூலா என்ற குன்றருகே ஒரு மனைவி இருந்ததாக முனீர் சொன்னான். லச்மன்ஜூலா அந்தக் குட்டையிலிருந்து குறைந்தது இரண்டு மைல் தூரமாவது இருக்கும். அங்கு போகச் சாலை ஒன்றும் கிடையாது, பாறைகளும் மேடு பள்ளமுமாக இருந்த அந்தப் பிரதேசத்தில் ஒற்றையடிப் பாதைதான் இருக்கும். சைக்கிளில் போலாம். ஆனால் அது எந்த நேரமும் முள்குத்தி சைக்கிளில் காற்றிறங்கிப் போகும் ஆபத்துக்குத் தயாராக இருந்தால்தான். டிரைவர் நடந்துதான் போவான்.

அப்போது மட்டும் முனீர் சற்று இறுக்கம் தளர்ந்தவனாக இருப்பான். அந்த டிரைவரின் பெயர் அன்வர் ஹுசேன். அவனுக்கு மூன்று மனைவிகள் இருந்தார்கள். இருவர் ஒரே வீட்டில். மூன்றாவதுதான் லச்மன்ஜூலா அருகில். முனீரின் அப்பா அம்மா பல மைல்கள் தள்ளியிருந்த போங்கீரில் இருந்தார்கள். அன்வர் ஹுசேனின் இரண்டாவது மனைவிக்குக் கொஞ்சம் தாராள மனசு. அவள் சமைக்கும் தினத்தில் முனீருக்கு வயிறு நிறையத்

தின்னக் கிடைக்கும். முனீர், ஹுசேன் வீட்டிலேயே படுத்துத் தூங்குவான். அலீஃபே பேக்கு மேலும், எண்களுக்கும் மேலும் அவனுக்கு ஒன்றும் தெரியாது. அவன் என்றென்றும் கிளீனராக இருந்தாலே போதும். ஆனால் லாரியின் சொந்தக்காரன் சிறிது நாட்களாக வண்டியை விற்றுவிடப் போவதாகச் சொல்லிக்கொண்டிருக்கிறான். அந்த லாரிக்கான டயர் டியூபுகள் இலேசில் கிடைப்பதில்லை.

"ஏன்?" என்று கேட்டேன்.

"இதுவே சின்ன லாரிதானே. இதன் சக்கரமும் சின்னது. புதிது கிடைக்கவே கிடைக்கதாம். இப்போ எங்கேயோ சண்டை நடக்கிறதாமே, அதனாலே லாரிக்கு ரிப்பேர் பண்ண சாமான் கிடைக்கிறதில்லை. தினம் நாலு டிரிப் காய்கறி மட்டும் வெள்ளைக்காரக் கைதிகளுக்கு எடுத்துக்கொண்டு போறோம். உனக்குத் தெரியுமா? இவங்களும் வெள்ளைக்காரங்கள். ஆனா இவங்களோடதான் எங்கேயோ சண்டை நடக்கிறது..."

"இந்தச் சண்டையே ஹிட்லர்னு ஒருத்தன் ஆரம்பிச்சது. அவன் மூக்குக்குக் கீழே மட்டும் பெரிசா மீசை வைச்சுருப்பான்."

"என் டிரைவர் மாதிரி." இதைச் சொல்லிவிட்டு முனீர் உடனேயே மௌனமாகிவிட்டான். டிரைவர் அன்வர் ஹுசேனின் மீசை கொஞ்சம் ஹிட்லர் மீசை மாதிரிதான் இருந்தது. ஹிட்லரும் லாரி ஓட்டுபவனாக இருப்பானோ? அவனிடமும் முனீர் மாதிரி கிளீனர் பையன் இருப்பானோ?

நான் அடிக்கடி ஒரு லாரியில் காணப்படுவது எங்கள் ஸ்கூலுக்கும் எட்டிவிட்டது. வீட்டுக்கும் தெரிந்துவிட்டது. என்னை அழ வைக்க வேண்டிச் சில பையன்கள் என்னை லாரிவாலா என்று சீண்டிக் கொண்டிருப்பார்கள். என் வீட்டில் என்னோடு எப்படி ஒரு லாரி டிரைவர் சிநேகிதமானான் என்று புரியவில்லை. அப்பா ஒன்றும் சொல்லவில்லை. அம்மா மட்டும், "ஒன்னை எங்கேயாவது கொண்டு போயிடப் போறாண்டா – வேண்டாண்டா உனக்கு இந்த சகவாசம்" என்றாள்.

என் அப்பாவுக்கு ஒரு நாள் இருமல் வந்தது. நானும் அப்பாவுமாகத்தான் நடந்து ஆஸ்பத்திரிக்குச் சென்றோம். அப்பாவை ஆஸ்பத்திரியிலேயே இரு என்று சொல்லிவிட்டார்கள். அடுத்த இரு நாட்களுக்கு நானும் அம்மாவுமாக அப்பாவுக்குக் காலையிலும் மாலையிலும் உணவு எடுத்துச்சென்றோம். இரண்டாம் நாள் மாலை அப்பா ஏனோ சாப்பிடவில்லை. மூன்றாம்நாள் காலை விழித்துக்கொள்ளாமல் உரத்து மூச்சு விட்டுக்கொண்டிருந்தார். அன்று மாலை மூச்சு நின்றுவிட்டது.

அப்பா இறந்ததன் விளைவுகள் சிறிது சிறிதாகத்தான் தெரியவந்தன. தலைமுடி வெட்டிக்கொள்ளாமல் இருப்பது, இரவில் தலையையும் போர்த்திக்கொண்டு தூங்குவது, மோர் சாதமே சாப்பிடாமல் சாப்பாட்டை முடித்துக்கொள்வது என்று எவ்வளவு செயல்களில் பூரண விடுதலை! அப்பாதான் வாயே திறக்காதபடி எவ்வளவு விஷயங்களில் இது கூடாது அது கூடாது என்று ஆதிக்கம் செலுத்தியிருக்கிறார்! ஆனால் திடீரென்று பெற்ற சுதந்திரத்தில் திளைத்திருக்க முடியாதபடி வேறு பிரச்சினைகள். முதலில் வீட்டைக் காலிசெய்ய வேண்டும். ஒரு மாதத்திற்குள் வெளியேறாவிட்டால்

சட்டி பானைகளை வெளியே எடுத்துப் போட்டுவிடுவார்கள். நாங்கள் ஊரைவிட்டே போவதாக முடிவு செய்தோம்.

வீட்டின் பெரிய ஆளான நான்தான் இதற்கு ஏற்பாடு செய்ய வேண்டியிருந்தது. முதல் ஒரு வாரம் பத்து நாட்களுக்கு ஒரே மலைப்பாக இருந்தது. பத்து வருடங்கள் எதிர்காலத்தின் எந்த விபத்து பற்றியும் சிந்தனையே இல்லாமல் வாழ்ந்து ஏகப்பட்ட சாமான்களை வீட்டில் வாங்கி நிரப்பிக்கொண்ட பிறகு காலி செய் என்றால் எங்கு தொடங்குவது, எதை அகற்றுவது? ஏதோ புகைமூட்டமான உணர்வோடு சுவரில் மாட்டியிருந்த படங்களை எல்லாம் எடுத்து அடுக்கி வைத்தேன். புத்தகங்களை சாக்குகளில் போட்டுக் கட்டினேன். கருங்காலிக் கட்டில்கள் இரண்டையும் மூன்று பெரிய அலமாரிகளையும் ஒரு பெரிய மேஜையையும் ஐந்நூறு நாற்காலிகளையும் நூறு ரூபாய்க்கு ஏலக்கடையில் விற்றோம். வீட்டில் குழந்தையாக வளர்த்த எருமைக் கன்றுக் குட்டியையும் அதனிடம்கூட சாதுவாக நடந்துகொள்ளும் பசுமாட்டையும் பழைய பால்காரன் ராம்லாலை ஓட்டிப் போகச் சொன்னோம். மீதமிருந்தவற்றை எடுத்துக்கொண்டு சென்னைக்கு வந்துவிடுவது என்று ஏற்பாடு. மீதமிருந்தது வண்டி வண்டியாக இருந்தது. எங்களுக்கு ரயில் சரக்குப் பெட்டி ஒன்று தருவதாக ஏற்பாடாகி இருந்தது. அந்த வாகனை குட்ஷெட்டில் நான் போய்ப் பார்த்துவிட்டு வந்தேன். அடுத்த நாள் முடிவதற்குள் அதில் எல்லா சாமான்களையும் ஏற்றிவிட்டுப் பூட்ட வேண்டும்.

அதுவரை எங்களுக்குச் சாமான்களை ஏற்றிச் செல்ல மாடு இழுத்துப் போகும் கட்டை வண்டிதான் நினைவில் வரும். ஊரைவிட்டுப் போகிறோம் என்ற எண்ணம் என் மனக்கண் முன்னால் ஏதேதோ சம்பந்தா சம்பந்தம் இல்லாத காட்சிகளைத் தந்தது. அதில் ஒன்று மாரட்பள்ளிக் குட்டை. குட்டையில் முனீர் லாரியைக் கழுவிக்கொண்டிருப்பான்.

“அம்மா, நம்ம சாமான்களை ஒரேயடியா ஒரு லாரியிலே போட்டு எடுத்துண்டு போயிடலாம்!” என்று கூவினேன். அம்மா பதில் அல்லது அபிப்ராயம் தரும் நிலையில் இல்லை. நான் மாரட்பள்ளி குட்டைக்குப் போனேன். அங்கு வேறு ஏதோ லாரியைத்தான் கழுவிக் கொண்டிருந்தார்கள். எங்களூர் காய்கறி தினச் சந்தைக்குப் போனேன். “வெள்ளைக்காரக் கைதிகளுக்குத் தினம் காய்கறி எடுத்துப் போகும் அன்வர் ஹுசேன் லாரி எங்கே?” என்று விசாரித்தேன். அங்கிருந்து கலாசிகுடா என்ற பேட்டைக்கு போனேன். சாக்குத் துணியால் திரையிடப்பட்ட ஒரு வாயிற்படி முன்னால் நின்று “முனீர்” என்று கூப்பிட்டேன். உள்ளே அலுமினியப் பாத்திரங்கள் துலக்கப்படும் சப்தம் கேட்டது. பாத்திரம் கழுவிய தண்ணீர் வாயிற்படிக்கு அடியிலிருந்த திறந்த சாக்கடை வழியாகச் சந்தை வந்தடைந்து, சந்தில் ஓடிய தண்ணீரோடு கலந்து கொண்டது. மீண்டும் “முனீர்!” என்று உரக்கக் கூப்பிட்டேன். ஒரு சிறு பெண் சாக்குத் திரையை விலக்கி என்னைப் பார்த்தாள். உள்ளே சென்றாள். முனீர் வரவில்லை. டிரைவர் அன்வர் ஹுசேன்தான் வந்தான். “எங்கே வந்தே?” என்று ஆச்சரியத்தோடு கேட்டான்.

“என் அப்பா செத்துட்டாரு.”

“எப்போ?” அவன் என்னைக் கட்டிக் கொண்டான்.

“வீட்டுச் சாமானெல்லாம் ஊருக்கு அனுப்பணும். உடனே லாரி வேணும்.”

“என்ன?”

“நாங்க ஊரைவிட்டுப் போறோம். சாமானையெல்லாம் ரயில்வே குட்ஷெட்டிலே கொண்டுபோய் ஏத்தணும்.”

அவனுக்கு அதை நம்ப இயலவில்லை. “எவ்வளவு சாமான் இருக்கு?”

“பதினைஞ்சு பெட்டி, ஏழு சாக்கு மூட்டை, இரண்டு அலமாரி, மூணு பெஞ்சு, ஒரு பாய்லர், இரண்டு கங்காளம்…

“பஸ், பஸ், பஸ்… எப்போ லாரி வேணும்.”

“இப்பவே இருந்தாக்கூடப் பரவாயில்லே. அந்த வாகன்லே நாளை நாலு மணிக்குள்ள ஏத்திடணும்.”

“வாகனை குட்ஷெட் பிளாட்பாரத்துக்குக் கொண்டு வந்திருக்காங்களா?”

“ஆமாம். கேட் உள்ளே போயி திரும்பின உடனே இருக்கிற பிளாட்பாரத்தில் இருக்கு.”

“அப்போ லாரியையே அங்கே கொண்டு போயிடலாம்.”

“அப்படியா?”

“ஆனா எப்படியும் இரண்டு ஆளாவது வேணும்.”

“எங்கே கிடைப்பாங்க?”

“உங்க வீட்டுக்கிட்டையே கிடைக்க மாட்டாங்களா?”

“எனக்குத் தெரியாது.”

“சரி, நானே கொண்டு வரேன். ஒரு வாரமா லாரியே ஓட்டலே. லாரி சொந்தக்காரன் வண்டியைக் கொடுத்திடறேன்னு சொல்லறான். எவ்வளவு நாளைக்குத்தான் பங்க்ச்சர் ஒட்டிப் பங்க்ச்சர் ஒட்டி ஓட்டறது? இப்பக்கூட பங்க்ச்சர் போட்டுத்தான் கொண்டு வரணும். நீ வீட்டிலேயே இரு. நான் மூணு மணி நாலு மணிக்கு வரேன்.”

“முனீர் இல்லே?”

“லாரி ஓடாதப்போ அவன் இங்கே என்ன செய்வான்? சைக்கிள் கடையில வேலை பாக்கறான்.”

“இன்னிக்கு வரமாட்டானா?”

“பாக்கறேன். எனக்கும் ஒரு கிளீனர் வேணும். ஆனா இந்த டிரிப்தான் கடைசி டிரிப்பா இருக்கும். உன் அப்பா செத்ததுக்குத்தான் நான் வரணும்?”

நான்கு மணிக்கு அன்வர் ஹுசேனின் லாரி ஆடி அசைந்துகொண்டு வந்தது. முனீர் வந்திருந்தான். முதலில் “முனீர்!” என்று சந்தோஷத்துடன்தான் அவனிடம் சென்றேன், ஆனால் அவனருகே சென்றவுடன் இருவரும் கட்டிக்கொண்டு விம்மி விம்மி அழுதோம்.

எல்லா சாமான்களையும் ஒரே தடவையில் ஏற்ற முடியவில்லை. லாரி சிறியது. "இன்னொரு டிரிப்லே முடிச்சுடலாம்" என்று அன்வர் ஹுசேன் சொன்னான். நான் ஒரு பூட்டுசாவி எடுத்துக்கொண்டு போனேன்.

குட்ஷெட்டில் எங்களுக்காக ஒதுக்கப்பட்டிருந்த வாகன் உள்ளே ஏறினேன். அப்போதுதான் ஒரு சரக்கு ரயில் பெட்டி எவ்வளவு பெரியது என்று தெரிந்தது. நாங்கள் லாரியில் கொண்டுவந்திருந்த சாமான்களைப் போலப் பத்து மடங்கு அதில் ஏற்றிவிடலாம். இப்படி என்று முன்பே தெரிந்திருந்தால் கருங்காலி கட்டில் மேஜையெல்லாம் பத்து ரூபாய்க்கும் இருபது ரூபாய்க்கும் ஏலக்கடையில் விற்றிருக்க வேண்டாம். ஆனால் எல்லா சாமான்களையும் சென்னையில் மட்டும் எங்கு வைப்பது? இந்த நிஜாம் ஊரில் கிடைத்த வசதிகள் வேறெங்கு கிடைக்கும்?

குட்ஷெட்டிலிருந்து எங்கள் வீட்டுக்குப் போகும்போது எனக்கு லாரியிடமிருந்து ஒரு புதிய சப்தம் வந்ததுபோலத் தோன்றியது. ஆனால் அன்வர் ஹுசேனோ, முனீரோ அதைக் கவனித்ததாகத் தெரியவில்லை. ஆனால் வீடு வந்தவுடன் மீதமுள்ள சாமான்களை அவசர அவசரமாக ஏற்றும்படி ஆட்களை அன்வர் ஹுசேன் விரட்டினான். எல்லாவற்றையும் ஏற்றி நாங்கள் குட்ஷெட் வெளிகேட்டைக்கூட அடைந்துவிட்டோம். வண்டி ஏகமாக ஆட ஆரம்பித்தது. "தூத்தெறி!" என்று அன்வர் ஹுசேன் வைதான். "நீ போய் வாகன்கிட்ட இரு. நான் ஆளுங்களை இங்கிருந்தே சாமான்களைத் தூக்கிட்டு வரச் சொல்லுகிறேன்" என்றான்.

"ஏன் முன்னே மாதிரி லாரியே வாகன்கிட்டே போக முடியாதா?"

"முன் வீலைப் பாரு. ஸ்டீயரிங்கே பிடிக்க முடியலே. பரவாயில்லே. பத்து நிமிஷம் அதிகம் ஆகும். நீ போ வாகனுக்கு."

நான் குட்ஷெட் உள்ளே போனேன். பிளாட்ஃபாரத்தில் நின்று கொண்டிருந்த வாகன் கதவைத் திறந்துவிட்டுக் காத்திருந்தேன். இரு முறை ஆட்கள் சாமான்களைத் தூக்கி வந்தார்கள். அப்புறம் வெகுநேரம் வரவில்லை. நான் ரயில் பெட்டியின் கதவை பூட்டிக்கொண்டு லாரியருகே சென்றேன். கையில ஒரு ஸ்பானரை வைத்துக்கொண்டு அன்வர் ஹுசேன் முன் சக்கரத்தைக் கழற்றி விட்டிருந்தான். "கவலைப்படாதே, தம்பி. முனீரோட நான்தான் ஒரு ஆளை அனுப்பிச்சிருக்கேன். இதோ வந்திடுவான். லாரியும் சரியாயிடும், உன் வேலையும் முடிஞ்சிடும்" என்றான்.

ஆனால் வேலை முடிய இரவாயிற்று. குட்ஷெட்டில் போதிய விளக்கு வெளிச்சம் கிடையாது. நல்ல இருட்டில் லாரியிலிருந்து சாமான்களை எடுத்து வந்து தாறுமாறாகத்தான் ரயில் பெட்டிக்குள் வீசிப் போட்டார்கள். அந்தப் பெட்டிக்குள் எங்கள் சாமான்கள் குறைவு என்றபடியால் பெரிய சிக்கல் ஏதும் ஏற்படவில்லை. மீண்டும் ரயில் பெட்டியைப் பூட்டிவிட்டு நான் லாரியில் ஏறிக் கொண்டேன். என்னை வீட்டில் கொண்டு விடும்போது அன்வர் ஹுசேன்கூடக் கண்ணீர் விட்ட மாதிரி இருந்தது.

இருநாட்கள் கழித்து நாங்கள் இறுதியாகப் பெட்டி படுக்கைகளை எடுத்துக்கொண்டு ஊரை விட்டே கிளம்பினோம். எங்கள் டாங்கா கிளம்ப இருந்தது. அப்போது முனீர் வந்தான். "முனீர்," என்று ஓடிச் சென்று அவனைக் கட்டிக்கொண்டேன்.

“டிரைவர் என்னை வீட்டை விட்டு விரட்டிட்டார்” என்று அழுது கொண்டே சொன்னான்.

“ஏன், முனீர். என்னாச்சு?”

“அன்னிக்கு லாரி கொண்டுவந்தது இல்லையா? அதுலே தனியா ஒரு சக்கரமும் ஸ்பானர்களும் இருக்கும். சக்கரம் இருக்கு. ஸ்பானர்களை காணோம். டிரைவர் நான்தான் அதைக்கொண்டு போய் சோர்பஜார்லே வித்துட்டேன்னாரு. இங்கே எங்கேயாவது இருக்கா?”

“இல்லையே, முனீர். நீங்க ரிப்பேர் பண்ணினதுகூட குட்ஷெட் கிட்டேத்தானே? அங்கே போய்ப் பாத்தியா?”

“அங்கே இல்லை, நான் எல்லாத்தையும் எடுத்து லாரியிலே வைச்சேன்.”

“லாரியிலே பார்த்தியா?”

“அத லாரி சொந்தக்காரன்கிட்டே இருக்கு. ஸ்பானர் டிரைவருது. அது அவர் அப்பா கொடுத்ததாம்.”

முனீர் போய்விட்டான். நாங்கள் ரயிலேறினோம். என் அம்மா, “உன்னை வழியனுப்ப ஒரு துலுக்கப் பையனாவது வந்தானே” என்றாள். எனக்கும் அவனைப் பார்த்ததில் மகிழ்ச்சிதான். ஆனால் அன்வர் ஹுசேன் வீட்டைவிட்டு விரட்டிவிட்டானே?

நாங்கள் சென்னை சென்றடைந்து ஒரு மாதம் கழித்து எங்கள் சாமான்களை ஏற்றியிருந்த சரக்கு வண்டிப் பெட்டி வந்தது. சென்னையில் எனக்கு லாரி கிடைக்கவில்லை. நான்கு கட்டைவண்டிக்காரர்கள் என்னை நாற்புறமும் சூழ்ந்துகொண்டு அழ வைத்து நூறு ரூபாய்க்கு அவர்களைத்தான் அமர்த்த வேண்டும் என்று பயமுறுத்தினார்கள். அன்று மிகக் கொடுமையான வெயில். சென்னை ஸால்ட் கோட்டர்ஸில் சூடு தகித்தது. அந்தக் கட்டை வண்டிக்காரர்களிடம் நான் சரி என்றுதான் சொல்ல வேண்டியிருந்தது. சரக்குப் பெட்டிக்கு நான் பூட்டி வைத்திருந்த இரு பூட்டுக்களையும் திறந்தேன். அதனுள்ளே எங்கள் சாமான்கள் சிதறிக் கிடந்தன. அதனாலேயே வெளியே எடுத்து வண்டியில் ஒழுங்காக ஏற்றச் சற்று அதிக நேரம் பிடித்தது. பெரிய பெட்டிகள், பீரோ, பெஞ்செல்லாம் எடுத்த பிறகு நிறைய உதிரி சாமான்கள் கிடந்தன. அவற்றை ஒரு சாக்குப் பையில் எடுத்துப்போட நான் ரயில் பெட்டியில் ஏறினேன். தாங்க முடியாத உஷ்ணம். ஒவ்வொரு பொருளும் கையால் எடுத்துப் போட முடியாதபடி ஏகமாகச் சுட்டது. அப்படியிருந்தும் அவற்றை வாரியெடுத்துப் போட்டுக்கொண்டிந்தவன் திடீரென்று மூச்சடைக்க அப்படியே உட்கார்ந்துவிட்டேன். முனீர் தேடிய ஸ்பானர்கள் எங்கள் சாமான்களோடு கிடந்தன.

1991

சில்வியா

சில்வியாவால் எனக்குச் சங்கடம் நேரும் என்று நான் எதிர்பார்க்கவில்லை. ஆனால் நேர்ந்துவிட்டது. இரு நாட்களாவது, நான் வெளியே தலையைக் காட்ட முடியாதபடி.

சில்வியா மாரிஸ், டெரன்ஸ் சகோதரர்களின் அக்கா. நான் மாரிஸ், டெரன்ஸ் என்று வரிசையில் சொல்லாமல் டெரன்ஸ், மாரிஸ் என்றுதான் கூற வேண்டும். டெரன்ஸ் தான் பெரியவன். அவனுக்கும் மாரிஸுக்கும் இடையில் ஒரு சகோதரி. அவள் பெயர் லாரா. இவர்கள் எல்லாருக்கும் ஒரு தங்கை. அவள் பெயர் நான்ஸி.

மாரிஸ்தான் எனக்கு முதலில் சிநேகிதன் ஆனான். முதலில் அவனுக்கு ஓர் அண்ணன் உண்டு என்று எனக்குத் தெரியாது. திடீரென்று எங்கள் விளையாட்டுக் கோஷ்டியில் ஒரு முரட்டுப் பையன் வந்து அதிகாரம் செய்துகொண்டிருந்தான். அவனாகப் பந்தை வீசி எறிந்துவிட்டு, என்னை "எடுத்து வா" என்றான். "ஜா, ஜா சாலே," என்றேன். தமிழில் சொல்வதானால், "போடா போடா மச்சானே," இந்த 'மச்சானே' எப்போதும் அன்பைத் தெரிவிப்பதில்லை. எங்கள் ஊரில் அதை வசவாகத்தான் பயன்படுத்துவோம். முரட்டுப் பையன் என்னை அடிக்க வந்தான். நான் அவனுடைய இரு மணிக்கட்டுகளையும் கெட்டியாகப் பிடித்துக்கொண்டேன்.

துவந்த யுத்தத்தில் எதிராளியின் இரு மணிக்கட்டு களையும் கெட்டியாகப் பிடித்துக்கொள்வதற்கு விசேஷமான இடம் இருக்க வேண்டும். நான் ஒருவனுக்கு ஒருவன் என்று சண்டை போட்டபோதெல்லாம் இந்த மணிக்கட்டுப் பிடி மிகவும் உதவியிருக்கிறது. எதிராளி அடிக்க முடியாதபடி திமிறுவான். அதற்குள் எப்படியும் ஐந்தாறு பேர் குழுமிச் சண்டையைக் கலைத்துவிடுவார்கள். எதிராளி பெரியவனாக இருந்தால்கூட அவன் எதிர்க்க மாட்டான் என்ற காரணத்தி னாலேயே அவனுடைய தன்னம்பிக்கை சிறிது தளர்ந்துவிடும். தன்னம்பிக்கை தளர்ந்தவனால் மீண்டும் பெரிதாகச் சண்டைக்கு வர முடியாது.

இந்த முரட்டுப் பையன் விஷயத்திலும் மணிக்கட்டுப்பிடி என்னைக் கைவிடவில்லை. அந்த சண்டைக்குப் பிறகுதான் அவன் மாரிஸுடைய அண்ணன் என்று தெரிந்துகொண்டேன். பெயர் டெரன்ஸ். அன்றைக்குப் பிறகு எப்போது நானும் மாரிஸும் பேச முற்பட்டாலும் டெரன்ஸும் உடனே வந்துவிடுவான். நாங்கள் இருவரும் ஆல மரத்திலேறி விழுதுகளில் டார்ஜான் விளையாட்டு விளையாடினால் அவனும் ஆட வருவேன் என்பான். எனக்கு அவன் மரத்தின் மீது ஏற ஆரம்பிக்கும்போதே பயமாக இருக்கும். நிச்சயம் கீழே விழப்போகிறான் என்று பயந்துகொண்டிருப்பேன். அதன்படியே முதல் முறையாக விழுதைப் பிடித்து ஆடுகையிலேயே விழுந்து தொலைத்தான். கரகரப்பான தொண்டையோடு எப்போதும் குறைபட்டுக்கொண்டேயிருப்பான். எதைச் செய்தாலும் முரட்டுத்தனம் தெரிய இருக்கும். எனக்கு இதெல்லாம்கூடப் பொறுத்துக்கொள்ள முடிந்தது. ஒன்றை மட்டும் முடியவில்லை. அது அவன் முகம். அவன் கன்னங்களில் பிசுபிசு என்று மயிர் முளைத்திருந்தது. ஓரிரண்டு முளைத்து, அதில் ஒன்று ஸ்பிரிங் போலச் சுருண்டிருந்தது. எனக்கு டெரன்ஸைப் பிடிக்கவே இல்லை.

எனக்கு லாராவையும் பிடிக்கக் கூடாது. டெரன்ஸ் ஜாடை அவளிடம் நிறையவே இருந்தது. எப்போதும் அழுக்கு கவுனை மாட்டிக்கொண்டிருப்பாள். எங்களோடு அவளும் மரமேற வந்துவிடுவாள். கிரிக்கெட், பம்பரம், கில்லி தாண்டுதல் எல்லா ஆட்டத்திலும் சேர்த்துக்கொள் என்று கழுத்தறுப்பாள்.

டெரன்ஸ்போல அவளுக்கும் கன்னத்தில் காதோரமாக மயிர் முளைத்திருந்தது. ஆண், பெண் யாராயிருந்தாலும் பேசும்போது நிமிடத்திற்கு ஒருமுறை ‘நோ மேன், வாட்மேன், கோ மேன், கெட் அவுட் மேன்’ என்று ‘மேன்’ போட்டுப் பேசுவாள். அவள் கண்களில் எல்லாமே ‘மேன்’தான். இன்று நினைத்துப் பார்க்கும்போது மனித இனத்தின் ஆதாரப் பிணியின் நிவர்த்திக்கு அவள் ஒரு சூத்திரம் வைத்திருந்தாளோ என்று தோன்றுகிறது. எங்கள் கோஷ்டியில் அவளும் விளையாட வருவாள் என்றாலும் நான் அவள் ஒருத்தி இருக்கிறாள் என்பதையே அங்கீகரிக்காதபடிதான் இருந்தேன். ஆனால் ஒரு நாள் பாலு சகோதரர்கள் என்னை ‘குல்சித்’ செய்து விட்டார்கள். தனியாக நிற்பவனிடம் பேச வருவதுபோல இருவர் வருவார்கள். ஒருவன் ஏதோ கேட்க, இன்னொருவன் தனியாக நிற்பவனின் பின்புறம் சென்று அவனறியாதபடி பச்சைக் குதிரைக்கு உட்காருவதுபோலக் குனிந்துகொள்வான். இப்போது பேச வந்தவன் நின்றவனைப் பிடித்துத் தள்ள, அவன் பச்சைக் குதிரை மீது தடுக்கி அலங்கோலமாகக் கீழே விழுவான். இதை நான் நூற்றுக்கணக்கில் பார்த்திருக்கிறேன். இன்று நினைக்கும்போது இந்த குல்சித் ஆட்டத்தால் எத்தனை பேருடைய மண்டை, கை, கால் உடைந்திருக்க வேண்டும் என்று நடுங்கவைக்கிறது. ஆனால் எனக்குத் தெரிந்து பையன்கள் யாரும் பெரிதாக அடிபட்டுக்கொள்ளவில்லை. இன்னொன்று, இந்த குல்சித்தினால் பெரிய சண்டை ஏதும் ஏற்படவில்லை. ஆனால் அந்த அனுபவத்திற்குப் பிறகு எல்லோரும் சுவரோரமாகவே இருப்பார்கள். அல்லது மரத்தில் முதுகைச் சாய்த்துக் கொண்டு நிற்பார்கள். அதாவது புறமுதுகு காட்டாதபடி இருக்க வேண்டும்.

நான் அலங்கோலமாகக் கீழே விழுந்தபோது லாரா அருகில் இருந்தாள். நான் இன்னும் எழுந்திருக்காதபோதே அவள் பாலுவின் அண்ணனைப்

பளார் என்று ஓர் அறை விட்டாள். அவன் அவள் தலை மயிரைப் பிடித்து இழுத்தான். அவள் ஓங்கி அவன் தலையில் ஒரு குட்டு வைத்தாள். அதே நேரத்தில் காலால் அவன் வயிற்றில் உதைத்தாள். இதற்குப் பிறகு எனக்கு லாராவைப் பிடிக்காது என்று நினைப்பதுகூட விசுவாசத் துரோகம். ஆனால் நானும் பாலு சகோதரர்களும் ஜன்ம விரோதிகளாகிவிட்டோம்.

நாங்கள் இருந்த லான்சர் பாரக்ஸ் பிரதேசத்தைச் சுற்றி இருந்த மதில் சுவர் வெளியுலகின் ஆக்ரமிப்பைத் தடுத்ததா என்று உறுதியுடன் கூற முடியாது. ஆனால் நாங்கள் அதன்மீது ஏறி உட்கார்ந்துகொண்டு சாலையை வேடிக்கை பார்க்கச் சௌகரியமாக இருந்தது. நானும் மாரிஸும் எங்கள் வாழ்க்கையில் நாங்கள் சந்தித்த அதிபலசாலிகளைப் பற்றிப் பேசிக்கொண்டிருந்தோம். எங்கள் பள்ளி டிரில் மாஸ்டர் பற்றிச் சொன்னேன். மாரிஸ் ஒரு இஞ்ஜின் டிரைவர் பற்றிச் சொன்னான். நானும் அந்த மனிதரைப் பார்த்திருக்கிறேன். அவரும் சட்டைக்காரர்தான். அவரால் ஒரு ரயில் இஞ்ஜினைத் தள்ளி நகர்த்த முடியும் என்றான். எங்கள் டிரில் மாஸ்டரால் அந்த இஞ்ஜினை நிறுத்திவிட முடியும் என்று நான் சொன்னேன். அந்த நேரத்தில் அவனுடைய வீட்டிலிருந்து நிறையக் கரகோஷம், சிரிப்பொலி எல்லாம் கேட்டது. நானும் அவனுடன் சென்றேன்.

அவன் வீட்டின் முன் அறையில் மாரிஸுடைய அப்பா அம்மாவுடன் மூத்த பெண் சில்வியாவும், சற்றுத் தள்ளி ஓர் ஓரத்தில் லாராவும் இருந்தார்கள்.

சுவரோரமாகப் போடப்பட்ட சோபாவில் மூன்று வெள்ளைக்கார சோல்ஜர்கள் தங்களைத் திணித்துக்கொண்டு அசடு வழிந்துகொண்டிருந் தார்கள். இடது கோடியில் இருந்த சோல்ஜர் முகத்தில் சற்று விசேஷமாகச் சொட்டிக்கொண்டிருந்தது. விஷயம் இதுதான்: அவன் சில்வியாவை மணந்து கொள்ள அவளின் பெற்றோரான மன்னாஸ் தம்பதிகளை அனுமதி கேட்டிருந்தான். அனுமதி கொடுக்கப்பட்டுவிட்டது. அதற்குத்தான் கரகோஷமும் சிரிப்பும்.

நானும் மாரிஸும் வெளியே வந்தபோது லாராவும் எங்களுடன் வந்தாள். "உனக்குப் பிடிக்கிறதா? என்று மாரிஸ் என்னைக் கேட்டான்.

"யாரை?"

"அந்த டாமியை." பிரிட்டிஷ் படை வீரர்களை டாமிகள் என்றும் அழைப்பதுண்டு.

"எனக்குத் தெரியவில்லை. மூன்று பேர் இருந்தார்களே?"

"அந்தக் கோடியில் இருந்தவன்."

"எனக்கு எல்லாரும் ஒரே மாதிரி இருந்தார்கள்."

மாரிஸ் என் தலையைத் தட்டினான். லாரா அவனை ஒரு குத்து விட்டாள்.

நாங்கள் மூவரும் வெளி மதில் சுவர் மீது ஏறி உட்கார்ந்து கொண்டோம். வெகு நேரம் பேசாமல் சாலையைப் பார்த்தபடி உட்கார்ந்திருந்தோம்.

மாரிஸ்தான் முதலில் பேசினான். "உனக்கு லாரென்ஸைத் தெரியுமில்லையா?" என்று கேட்டான். லாரென்ஸ்தான் அவன் கூறிய பலசாலி இஞ்ஜின் டிரைவர்.

"தெரியும்."

"அவன் சில்வியாவைக் கல்யாணம் பண்ணிக்கொள்கிறேன் என்றான். எங்கள் அம்மாதான் கூடாது என்று சொல்லி விட்டாள்."

"எனக்கும் லாரென்ஸ் அங்கிளைப் பிடிக்காது," என்று லாரா சொன்னாள்.

"நீ வாயை மூடு."

"நீ வாயை மூடு!"

நான் நடுவில் உட்கார்ந்திருந்தேன். அவர்கள் அடித்துக் கொள்வதா யிருந்தால் முதலில் நான்தான் கீழே விழுந்துவிட வேண்டியிருக்கும். "நீங்கள் ஜாதகம் பார்த்தீர்களா?" என்று கேட்டேன்.

இருவரும் விழித்தார்கள். மாரிஸ் கேட்டான், "என்ன?"

"ஜாதகம்."

"அப்படி என்றால்?"

"சூரியன், சந்திரன் எல்லாம் உங்களுக்கு எங்கே எப்படி இருக்கிறது என்று காட்டும் ஓர் அட்டவணை."

"எல்லாருக்கும் ஒரே சூரியன் ஒரே சந்திரன்தானே?"

"ஆமாம்."

"அப்புறம்?"

எனக்குப் பதில் தோன்றவில்லை. சற்றுப் பொறுத்து, "எங்கள் வீட்டி லெல்லாம் கல்யாணம் என்றால் ஜாதகம்தான் முதலில் பார்ப்பார்கள்."

"எங்களுக்கு எல்லாம் பர்த் சர்டிபிகேட்கூடக் கிடையாது. எனக்குப் பதினைந்து வயதா, பதினாறு வயதா என்று தெரியாது. யாருக்குமே தெரியாது."

"இன்றைக்கு சில்வியா ரொம்பச் சந்தோஷமாக இருந்த மாதிரி எனக்குத் தோன்றிற்று."

"அந்த முட்டாள் பெண் அந்த டாமி கொண்டு தருகிற சோப்பு, சாக்லெட்டைப் பார்த்து மயங்கியிருக்கிறாள்."

"ஜார்ஜ் இரண்டு டின் குடிகூரா பவுடர் கொண்டுவந்தான். எனக்கும் ஒன்று கொடுத்தான்," என்றாள் லாரா.

"அப்போது நீயும் அவனைக் கல்யாணம் செய்துகொள்,"

"ஏன் முடியாது?"

“வாயை மூடு.”

“நீ வாயை மூடு!”

நான் மரியாதையாகக் கீழே குதித்து விட்டேன். இனியும் இரண்டு பேருக்கும் சண்டையைத் தடுக்க முடியாது.

எனக்கும் ஏனோ ஜார்ஜ் விஷயம் அவ்வளவு பிடிக்க வில்லை. அந்த ஜார்ஜ் பக்கத்தில் சில்வியா ஒரு சின்னக் குழந்தைபோல இருந்தாள். ஜார்ஜ் குழந்தைகளைத் தூக்கிப் போகிறவன்போலத் தோற்றமளித்தான். நாங்கள் பகல் ஆட்டம் பார்த்த சினிமாப் படத்திற்கு சில்வியாவை மாலை ஆட்டத்துக்கு அழைத்துப் போனான். அவனால் சனி, ஞாயிறு இரு தினங்கள்தான் எங்கள் லான்சர் பாரெக்ஸுக்கு வர முடியும். ஒரு நாள் லாரா, மாரிஸ் எல்லாரையும் அவன் சினிமாவுக்கு அழைத்துப் போனபோது, நானும் கூடப் போயிருக்கிறேன். சினிமாக் கொட்டகையில் படை வீரர்களுக்கு அரைக்கட்டணம் தான். சினிமாக் கொட்டகைக்கு நடந்துதான் போக வேண்டும், நடந்துதான் திரும்பி வர வேண்டும். அந்த ஜார்ஜ் எதைச் சொன்னாலும் அவனே சிரித்துக்கொள்வான். அவன் என்ன சொல்கிறான் என்று எனக்குச் சுத்தமாகப் புரியாது. என்னுடன் இருப்பவர்களுக்கும், அப்படித்தான் என்று எனக்குச் சந்தேகம்.

டிசம்பர் மாதத்தில் சில்வியாவின் அம்மா என்னிடம் ஒரு நல்ல தையல்காரன் வேண்டும் என்று சொல்ல, நான் நரசிம்மாவை அவர்கள் வீட்டுக்கு அழைத்துப்போனேன். டிசம்பர் – 31ஆம் தேதி இரவு ஜார்ஜ் சில்வியாவை ஒரு பெரிய நடன விருந்துக்கு அழைத்துப் போகப்போகிறான். அதற்காகத்தான் விசேஷ உடை.

கிறிஸ்துமஸ் நாளன்று என்னை டெரன்ஸ், லாரா, மாரிஸ் அனைவரும் அழைத்தபோதும் நான் அவர்கள் வீட்டில் ஒரு நிமிஷத்துக்கு மேல் இருக்கவில்லை. ஜார்ஜ் இருந்தான். கண்பட்டுவிடும்படி சில்வியா சந்தோஷம் பொங்க ஜ்வலித்துக் கொண்டிருந்தாள்.

அதற்கடுத்த நாள் என்னால் எளிதாக நழுவிவிட முடியவில்லை. சில்வியா ஒரு கிராமபோன் தட்டை ஒலிக்க வைத்து ‘பால்’ நடனம் பழகிக்கொண்டிருந்தாள். ஒத்திகைக்கு அவள் அம்மாதான் அவளுக்குக் கிடைத்தாள். அம்மாவால் இரண்டு அடி ஒழுங்காக எடுத்து வைக்க முடியாது. என்னைப் பார்த்தவுடன் இருவரும் ஒத்திகையை நிறுத்தினார்கள். மாரிஸுனுடைய அம்மா என்னைத் தரதரவென்று இழுத்து சில்வியா முன்பு நிறுத்தினாள். என்னுடைய இடது கையை சில்வியாவின் வலது கையோடு இணைத்தாள். சில்வியாவின் இடது கையை என் தோளின் மீது வைத்து என் வலது கையால் சில்வியாவை அணைக்கச்செய்தாள். கிராமபோன் பாட்டைத் தொடங்கினாள். நானும் சில்வியாவும் எங்களுக்குச் சாத்தியமான ‘பால்’ நடனம் ஆடினோம். ஜார்ஜ் கொண்டு வந்திருந்த பவுடர் நிஜமாகவே மிகவும் நன்றாகவே இருந்தது. நாங்கள் ஆடுவதை அந்த பாலு பார்த்திருக்கிறான். அடுத்த நாளே எங்கள் மதில் சுவரில் ஆங்கிலம், தமிழ், உருதுவில் சில்வியா – சந்துரு என்று கரியால் பெரிதாக எழுதப்பட்டிருந்தது. ஒவ்வொரு மொழியிலும் ஏதாவது ஒரு எழுத்தாவது தவறாக எழுதப்பட்டிருந்தது.

நான்தான் வெட்கப்பட்டேனே தவிர யாருமே இதைச் சட்டை செய்யவில்லை. யாருக்கும் தெரியாதபடி இரவில் அழித்துவிடப் பார்த்தேன். அடுத்த நாள் சுவரில் அந்த இடம் பளிச்சென்று இருந்தது. பாலு எழுதியதும் ஒரு சேதமுமில்லாமல் இருந்தது.

அந்த நடன விருந்துக்குப் போய் வந்த பிறகு அவள் மிக நன்றாக ஆடியதாகவும் அதற்கு என்னுடன் அவள் பழகிக் கொண்ட ஒத்திகைதான் காரணம் என்றும் சில்வியா சொன்னாள். சுவரில் பாலுதான் எழுதியிருந்தான் என்று தெரிந்தும் ஏன் லாரா அவனை உதைக்கப்போகவில்லை என்று எனக்கு உறுத்திக்கொண்டிருந்தது. சில்வியா என்னுடன் பேசும்போது கவனித்தேன். லாராவின் முகம் ஆத்திரம் பொங்க இருந்தது.

எல்லாம் ஆறே மாதத்தில் மாறிவிட்டது. யுத்தம் முடிந்து ஜார்ஜ் இங்கிலாந்து சென்றுவிட்டான். அவன் திரும்பி வரப் போகிறான் என்று தான் எல்லாரும் காத்திருந்தார்கள். டெரன்ஸுும் மாரிஸுும் அவர்கள் வயதைச் கூட்டிச் சொல்லி ரயில்வே இன்ஜின் கிளீனர் வேலைக்குச் சேர்ந்துவிட்டார்கள். லாரா ஒய்.எம்.சி.ஏ. யில் டைப்பிஸ்டு பயிற்சிக்குப் போனாள். சில்வியா வீட்டிலேயே காத்திருந்தாள். நாம் ஏதோ கண்ணகி, மாதவி, கோப்பெருந்தேவி என்கிறோம். திரும்பி வராத அந்த பிரிட்டிஷ் சோல்ஜரை நினைத்து ஏங்கி ஏங்கி சில்வியா இரண்டாண்டுக்குள் டி.பி. வந்து செத்துப்போனாள்.

1991

இப்போது வெடித்தது

அந்த இரண்டு நபர்கள் பேசுவதைக் கிட்டு கவனமாகக் கேட்டான்.

"திரும்பித் திரும்பி ரேடியோ மாதிரி ஏதாவது கீழே கிடந்தா எடுக்காதேன்னுதான் சொல்லிக்கிட்டேயிருக்காங்களே, இவன் ஏன் எடுத்தான்?"

"என்னத்தைச் சொல்றது போ! எல்லாம் ஆயிட்டது. அவன் மூஞ்சியைப் பார்த்து அடையாளம் சொல்ல முடியலே. மூஞ்சியே இருந்தான்னா? மார்லே பச்சை குத்தியிருந்தான். அதுதான் அடையாளம்."

"நீங்கள் எதைப் பத்திப் பேசறீங்க!" என்றான் கிட்டு.

"எல்லாம் வெடிகுண்டு பத்திதான்."

"எங்கே இன்டர்ஸ்டேட் பஸ் ஸ்டாண்டு கிட்டேயா?"

"இல்லையே, திலக் பிரிட்ஜ் கிட்டே"

"அப்போ பஸ் ஸ்டாண்டுலே ஒண்ணும் வெடிக்கலயா?"

"எங்களுக்குத் தெரியாது."

மூன்றாம் முறையும் கிட்டு வைத்த வெடி வெடிக்காமல் போய்விட்டது. திலக் பிரிட்ஜ் பற்றி அவனுக்கு ஒன்றும் தெரியாது. நிச்சயம் அவனுடைய 'பாஸ்' அவனுக்குக் கடும்தண்டனை தருவார்.

கிட்டு கஷ்மீரி கேட்டைக் கடந்து பஸ் ஸ்டாண்டின் முப்பத்தெட்டாவது பிளாட்பாரத்தில் இருந்து டீக்கடைக்குச் சென்றான். முந்தைய தினம் வாஷ் பேசினருகே இருந்த ஜன்னலில் அவன் விட்டுச் சென்றிருந்த ரேடியோவைக் காணவில்லை. அது வெடித்ததற்கும் எந்த அடையாளமும் இல்லை. அவன் முகத்தைக் கழுவிக்கொண்டு, "ஒரு டீ." என்றான்.

பக்கத்தில் குப்பையை ஓர் உயரமான டிரம்மில் கொட்டி வைத்திருந்தது. நிறைய முட்டை ஓடுகளுக்கு நடுவில் ஒன்று தெரிந்தது. அவன் நேற்று வைத்த ரேடியோவின் கைப்பிடிதான். அதைச் சரிசெய்து இன்று வேறிடத்தில் வைக்க வேண்டும்.

கிட்டு அந்த ரேடியோப் பிடியைக் குப்பையிலிருந்து மெதுவாக வெளியே இழுத்தான்.

இப்போது குண்டு வெடித்தது.

1991

கடிகாரம்

கடிகாரம் அவன் சிறுவனாயிருந்தபோது வாங்கப் பட்டது. அப்போதே அது பழைய கடிகாரம்தான். இப்போது அதன் வயது எழுபது, எண்பது ஆண்டுகள் இருக்கும். கோடி வீட்டு நாயுடு குடும்பம் ஊரைவிட்டே போனபோது அவர்கள் சாமான்களில் மிகவும் பழையது என்பதையெல்லாம் விற்று விட்டுப் போனார்கள். இவர்கள் வீட்டில் அப்போது சுவர்க் கடிகாரம் கிடையாது. டைம்பீஸ்தான். அதைப் படுக்க வைத்தால் தான் ஓடும். ஆதலால் அதில் நேரம் பார்க்க வேண்டுமானால் அதை நிமிர்த்திப் பார்த்துவிட்டு மீண்டும் படுக்க வைக்க வேண்டும். அந்த நாளிலேயே நாயுடு வீட்டுக்குப் போய்த்தான் நேரம் பார்ப்பார்கள். இப்போது நாயுடு கடிகாரத்தையே வாங்கி யாயிற்று. இப்போதென்ன? ஐம்பது வருடங்களுக்கு முன்னால்.

கடிகாரம் பிரம்மாண்டமான சாவித்துவாரம் போன்ற வடிவம் கொண்டது. பெரிய வட்ட வடிவமான முகம். அதன் கீழே பாதம் போல ஒரு சிறு செவ்வகம். அச்செவ்வகத்தில் பெண்டுலம் ஆடும். பித்தளையால் ஆன பெண்டுலம். எப்படியோ ஒரு பெரிய புள்ளி பெண்டுலத்தின் மேற்பரப்பில் ஏற்பட்டுவிட்டது. ஆதலால் ஆடும்போது யாரோ பூதம் கண்ணை அங்கும் இங்கும் ஆட்டுவது போலிருக்கும்.

கடிகாரத்தை யார் சமையலறை வாசற்படிமீது மாட்டி னார்கள் என்று தெரியவில்லை. அதைச் சுவரோடு சுவராக இவ்வளவு ஆண்டுகளும் ஒரேயிடத்தில் தொங்கவிட்டு விட்டார்கள். எவ்வளவு அசௌகரியமான இடம்! அன்று உயிரோடிருந்த அவனுடைய அண்ணன்களில் ஒருவன்தான் அங்கு ஆணி அடித்து மாட்டியிருக்க வேண்டும். அந்த வீட்டு முன் வாசற்படி குட்டை. யாரும் தலையைக் குனிந்துகொண்டுதான் வீட்டினுள் நுழைய வேண்டும். ஆனால் இந்த சமையலறை வாசற்படி மட்டும் ஆறு அடி உயரம். பெண்கள் தலையில் குடத்தைத் தூக்கியபடியே உள்ளே வரலாம். அவ்வளவு உயரமாக வாசற்படிக்கு மேல் சுமார் இரண்டடி உயரமுள்ள கடிகாரத்தை மாட்ட வேண்டுமானால் ஆணி கிட்டத்தட்ட எட்டரை ஒன்பதடி உயரத்தில் இருக்கவேண்டும். அதாவது,

கூரைக்கு அருகே. எப்படித்தான் அண்ணா அவ்வளவு உயரம் ஏறினானோ? ஏணி ஏதாவது அப்போது வீட்டில் இருந்திருக்கும். இப்போது வாரம் ஒருமுறை கடிகாரத்துக்குச் சாவி கொடுக்க வேண்டுமானால் முதலில் ஒரு நாற்காலி அல்லது ஸ்டூல் போட்டு அதன் மீது இன்னொரு ஸ்டூல் போட்டு அதன் மீது ஏறி நின்று கடிகாரத்தை அசையாது இடது கையால் பிடித்துக் கொண்டு வலது கையால் சாவி தரவேண்டும். அந்தக் கடிகாரம் மணியடிக்கும். அதற்குச் சாவி இடப்புறம். அந்தச் சாவி கொடுக்க வலக்கையால் கடிகாரத்தைப் பிடித்துக்கொண்டு இடது கையால் சாவி தரவேண்டும். இரு கைகளும் ஒழுங்காக இருப்பவர்களால்தான் அந்தக் கடிகாரத்துக்குச் சாவி கொடுக்க முடியும்.

சாவி கொடுத்துவிட்டால் மட்டும் கடிகாரம் ஓடிவிடுகிறதா? அதன் நிலை சிறிது பிசகினால்கூட நின்றுவிடுகிறது. நிற்கத் தொடங்கிவிட்டால் பைத்தியமே பிடிக்க வைத்துவிடும். இரண்டு நிமிடம் ஓடும். சரி, ஓடத் தொடங்கிவிட்டது என்று நினைத்துக் கீழே இறங்கிவிட்டால் இன்னும் இரண்டு நிமிடம் கழித்து நின்றுவிடும். மணிக்கணக்கில் கடிகாரத்தருகேயே உயரத்தில் நின்றுகொண்டு திரும்பத் திரும்ப அதன் பெண்டுலத்தை ஆட்டிக்கொண்டே இருக்கவேண்டும். கடிகாரத்துக்குச் சரியான நிலை என்று பென்சிலால் குறியிடப்பட்டிருந்தது. ஆனால் இப்போதெல்லாம் அந்த நிலையில் கடிகாரம் ஓடும் என்று நிச்சயமாகச் சொல்ல முடிவதில்லை. 'மனிதர்களே வயதானால் தவறுகிறார்கள். கடிகாரம் சாசுவதமா' என்று ஒரு வெளியூர் விருந்தாளி சொன்னார். அவர் அதைச் சொல்லலாம் இன்னும் சொல்லலாம். எதை வேண்டுமானாலும் சொல்லலாம், ஆனால் வீட்டிலேயே இருந்து இவர் இவர்களுக்கு இக்காரியங்கள் பொறுப்பு என்று அமைந்து, பிறகு 'மனிதர்களே மாய்த்து விடுகிறார்கள்' என்றெல்லாம் சொல்லிக்கொண்டிருக்க முடியாது. 'மனிதர்கள்தான் அப்படி, மிஷினுக்கு என்ன கேடு' என்பார்கள். கடிகாரம் ஓடியாக வேண்டும்.

கடிகாரத்துக்குச் சாவி கொடுத்தாயிற்று. இனியும் முடியாது என்ற அளவுக்குக் கொடுத்தாயிற்று. அப்படியும் ஓடவில்லை. பெண்டுலத்தை ஆட்டுவதற்கு மீண்டும் மீண்டும் ஸ்டூல் மீது ஸ்டூல் போட்டு ஏறுவது பயத்தைத் தந்தது. பயம் உயரத்தால் அல்ல. மிண்டும் மீண்டும் ஒரு காரியத்தைச் செய்தால் ஓர் அலட்சியம் வந்துவிடுகிறது. அந்த அலட்சியத்தில் இரண்டாவது ஸ்டூலைச் சரியாகப் பொருத்தி வைத்து ஏறாவிட்டால் விபத்து நேர்ந்துவிடும். சிறு வயதில் இருபது அடி முப்பது அடி மரத்தின் மீதிருந்து விழுந்ததுகூட விளையாட்டின் ஒரு பகுதி மாதிரிப் போய்விட்டது. பெரியதாக அடிபடவில்லை. ஆனால் இப்போது இந்த நான்கடி உயரம் எமனின் பாசக்கயிறுபோல் நீண்டிருப்பதாகத் தோன்றுகிறது.

எமனின் பாசக்கயிறுதான் உயிரை இழுத்துப் போகப் பயன்படுகிறதா – அப்படியே இருந்தாலும் அதை ஏன் பாசக்கயிறு என்று பெயரிட்டார்கள்? பாசம் உயிரை இழுத்துப் போய்விடும். பசுபதி பாசம்.

இந்தக் கடிகாரத்தை வைத்துக்கொண்டு அவதிப்படுவதே இந்தப் பாசத்தினால்தான். கடிகாரம் ஒரு ஜடப்பொருள். எவ்வளவு கடிகாரக் கடைகள் இருக்கின்றன? எவ்வளவு கடிகாரத் தொழிற்சாலைகள் இருக்கின்றன? உலகத்தில் கோடி கோடி கடிகாரங்கள் இருக்க வேண்டும். அதெல்லாம் வெறும் கடிகாரங்கள். இந்தக் கடிகாரம் அவன் வரை ஐம்பத்தைந்து

ஆண்டுகள் தெரியும் நாட்குறிப்பு. நாட்குறிப்புகளே காகித வடிவத்தில் உள்ள கடிகாரங்கள். நாட்குறிப்புகள் ஒவ்வொரு நாளின் இறப்பைக் குறிப்பவை. காலமே இறப்பைக் குறிப்பதுதான்.

ஆட்டிவிட்ட பெண்டுலம் மீண்டும் நின்றுவிட்டது. இந்த நாளில் பெண்டுலம் உள்ள கடிகாரங்களை அதிகம் காண முடியாது. பாசம் மிகுந்த வீடுகளில்தான் பார்க்க முடியும். பல வீடுகளில் அவை ஓடாமல் அப்படியே சுவரில் ஒட்டடையும் தூசும் படிந்து கிடப்பதைக் காணலாம். ஒரு வீட்டில் ஒரு கடிகாரத்தின் மீது குருவி கூடு கட்டியிருந்தது. சாவைக் குறிக்கும் கடிகாரத்தின் மீது, செத்துபோன கடிகாரத்தின்மீது, ஒரு குருவி, கூடு கட்டி முட்டையிட்டுக் குஞ்சு பொரிக்கத் திட்டமிட்டிருந்தது. பாசத்தைக் கிண்டல் செய்வது போலிருந்தது. வாழ்க்கையே கிண்டல் மிகுந்ததுதான். ஒவ்வொரு கணமும் மனிதனின் இயலாமையையும் அறியாமையையும் கண்டு கிண்டல் செய்வதுதான் அதன் முக்கியப் பணி. இந்த வீட்டில் அதை இந்தக் கடிகாரத்தின் மூலம் செய்துகொண்டிருக்கிறது.

இன்னொரு முறை ஸ்டூல் மீது ஸ்டூல் போட்டுக்கொண்டு ஏறிக் கடிகாரத்தின் பெண்டுலத்தை ஆட்டிவிட்டபோது அவன் கடிகாரத்தை மனதிற்குள் வைதான். பிரார்த்திக்கவும் செய்தான். தயவுசெய்து நாசமாப் போகிற கடிகாரமே என் பிராணத்தை வாங்கும் மூதேவியே, ஐயோ எப்படியாவது உன் மூஞ்சியை அப்படியே நொறுக்கிடுவேன். தயவுசெய்து இந்த முறை தொந்தரவு, நாசமாப் போற உயிரை எடுக்கிற சனியனே, நீ சரியாக ஓடிவிடு. சதி பண்ணாதே என் கண்ணோல்லியோ.

பெண்டுலத்தை ஆட்டும்போது அவனுக்கே ஒரு கணம் இதயம் நின்றது போலிருந்தது. கடிகாரத்துக்கும் இதயத்துடிப்புக்கும் சம்பந்தம் இருக்க வேண்டும். இருக்கிறது. நீல பத்மநாபன் எழுதிய கதையொன்றில் வியாதிக்காரன் ஒருவன் கடிகாரத்தைப் பார்த்தபடியே படுத்திருக்கிறான். கடிகாரம் நின்றால் அவன் மூச்சும் நின்றுவிடும் என்று அவனுக்குத் தோன்றிவிடுகிறது. கடிகாரம் நின்றுவிடுகிறது.

ஓ.ஹென்றி எழுதிய ஒரு பழைய கதை. 'கடைசி இலை'. அது இலையுதிர் காலம், ஜன்னலிலிருந்து வெளியே தெரியும் கொடியில் காணும் கடைசி இலை. அந்தக் கொடி பக்கத்து வீட்டுச் சுவரையொட்டி எழும்பியிருக்கிறது. நோயில் கிடக்கும் ஒரு பெண் – அதிர்ஷ்டக்கட்டை – ஆதரவுக்கு யாரும் இல்லை – தரித்திரம் – அதே கட்டடத்தில் இன்னொரு அதிர்ஷ்டக்கட்டையாக ஒரு கிழவர்தான் அவ்வப்போது ஓரிரு வார்த்தைகள் ஆதரவாகச் சொல்லிப்போவார். அவருக்கும் ஒழுங்காக வேலை இல்லை. வருமானம் இல்லை. ஓவியக்காரர்களுக்குப் பிழைப்பு அவ்வளவு எளிதில்லை. ஆனால் அந்த மனிதனிடம் எப்போதும் நம்பிக்கை ஊற்றெடுத்துக் கொண்டேயிருக்கும். நோயில் கிடக்கும் பெண்ணுக்கு அந்தக் கடைசி இலையும் கொடியிலிருந்து விழுந்துவிடும்போது அவள் உயிர் போய்விடும் என்று தோன்றிவிட்டது. அன்றிரவு கடும் புயல். அந்த இலை நிச்சயம் உதிர்ந்துவிடும். அந்தப் பெண்ணின் உயிரும் நீங்கிவிடும் என்றுதான் எல்லாரும் நினைத்தார்கள். ஆனால் இலை உதிரவில்லை. அந்தப் பெண்ணுக்குக் குணமாகிவிடுகிறது. அந்த இலை விழவே இல்லை. காரணம் அது சுவரில் வரையப்பட்ட இலை. அந்த ஓவியர் அப்பெண்ணுக்காக வரைந்த இலை! ஆனால் புயலிலும் குளிரிலும் திறந்த வெளியில் நின்று இலையை வரைந்த ஓவியர் இறந்துவிடுகிறார்.

பைத்தியக்காரத்தனமாக இல்லை? கடிகாரம் நின்றால் சாவு. இலை உதிர்ந்தால் சாவு. எப்படியாவது இம்முறையாவது கடிகாரம் சற்று ஓடிவிட்டால் நன்றாக இருக்கும். ஒரு நிமிடம் ஸ்டூல் மேல் ஸ்டூல் போட்டு அதன் மேல் நின்றாகிவிட்டது. கீழே இறங்கியவுடன் கடிகாரம் நின்றுவிடுகிறது. அதற்கு இந்த வயதில் ஒரு விளையாட்டுப் பொம்மை. நானொரு விளையாட்டுப் பொம்மையா என்ற பாட்டு. பாட்டெழுதுகிறவர்கள் எது கிடைத்தாலும் எழுதிவிடுகிறார்கள். விதியின் விளையாட்டு என்று ஒரு பாட்டு. அதை தாடி வைத்துக்கொண்டு பழம் பெரும் நடிகர் அல்லது பாடகர் பாடுவார். கிழப் பருவத்தில்தான் விளையாட்டு ஞாபகம் திரும்பத் திரும்ப வரும் போலிருக்கிறது.

கடிகாரம் ஓடுகிறது. இறங்கிவிடலாமா? இறங்கப் பயமாக இருக்கிறது. நின்றுவிடுமோ? நின்றால் என்ன, மீண்டும் ஏறிப் பெண்டுலத்தை ஆட்டி விட்டால் போகிறது. இவ்வளவு எளிதான செயலுக்கு ஏன் பயப்பட வேண்டும்? காலம் சம்பந்தப்பட்டதனால் இருக்க வேண்டும். காலமும் காலனும். காலனும் பாசக் கயிறும். காலம் முடிந்தால் பாசக்கயிறு. கடிகாரத்தில் பாசக் கயிறு ஒருவனுக்கு இருந்தது. ஜெஸ்ஸி ஜேம்ஸ். கொள்ளைக்காரன். ரயில் கொள்ளைக்காரன். அவன் கொள்ளைக்காரன் ஆனது பற்றி விதவிதமான கதைகள். அவன் குடும்ப நிலத்தை யாரோ பிடுங்கிக்கொண்டுவிட்டார்கள். அதனால் கொள்ளைக்காரனாகிவிட்டான். அவன் அம்மாவைக் கொன்றுவிட்டார்கள். அதனால் கொள்ளைக்காரனாகிவிட்டான். கையில் துப்பாக்கி இருந்தது – கொள்ளைக்காரனாகி விட்டான். அதுதான் நிஜமான காரணமாயிருக்க வேண்டும். துப்பாக்கி எடுத்துச் சுட ஆரம்பித்தவுடனேயே பல கட்டுகள் அவிழ்ந்து விடுகின்றன. அவனுக்குத் திடீரென்று ஏதேதோ பொறுப்புகளிலிருந்தும் கட்டுப்பாடுகளிலிருந்தும் சுதந்திரம் கிடைத்துவிடுகிறது. அவன் அப்படிச் சுதந்திரம் பெற்றவுடன் பிறருக்கு அவனிடம் பயம் ஏற்பட்டுவிடுகிறது. அவர்களுடைய பயம் அவனுடைய சுதந்திரத்தை இன்னும் அதிகப்படுத்திவிடுகிறது. அவனுடைய கொலைகள், கொள்ளைகள் இன்னும் அதிகரிக்கின்றன. இனி அவன் சுதந்திரத்தை வளரவிடக்கூடாது என்று எல்லோருக்கும் தெளிவாகிறபோது அவன் அவர்களால் எதிர்க்க முடியாத அளவுக்கு வளர்ந்துவிடுகிறான். அவனை நேருக்கு நேர் சந்தித்து அடக்க முடியாது. அந்த நிலையில் அவன் ஒருநாள் அவன் வீட்டுக் கடிகாரத்திற்குச் சாவி தருகிறான். இந்த வீட்டுக் கடிகாரத்தைப் போல அதுவும், சுவரில் மிக உயரத்தில் மாட்டப்பட்டிருக்கிறது. அப்போது அவனைப் பின்னாலிருந்து சுட்டுவிடுகிறான் ஒரு போலீஸ்காரன். அவனுக்குப் பெயர்கூடப் பிரபலமான பெயர். என்னது? ஃபோர்டு. ஃபோர்டு. ஆபிரகாம்லிங்கனைச் சுட்டவன் பெயர் பூத். இவன் பெயர் ஃபோர்டு கடிகாரம், காலம், காலன், பாசம், பூத், ஃபோர்டு.

கடிகாரம் ஓட ஆரம்பித்துவிட்டது. இப்போது இதன் நிலை சரியாக இருக்கிறது என்று எடுத்துக்கொள்ள வேண்டும். அதை யாரும் ஆட்டி அசைக்காமல் இருந்தால் ஒரு வாரம் ஓடிவிடும். ஒரு வாரத்தை ஓட்டிவிடலாம்.

ஆனால் ஓட்ட முடியாது போலிருக்கிறது. அவனுக்கு நெஞ்சு வலித்தது.

1992

ஆச்சரியங்களுக்குக் குறைவில்லை

மீண்டும் மீண்டும் இந்தக் குழப்பம் முன்பொரு முறையும் 402 என்று கேட்பதற்குப் பதிலாக 420 என்று கேட்டுவிட்டு யாரோ ஊர் பேர் தெரியாத தடியன் அவனுடைய கேலிச் சிரிப்பை அடக்கிக்கொண்டு சொன்ன பதிலைக் கேட்க வேண்டியதாயிற்று. “420 என்று ஒரு ஃபிளைட்டும் கிடையாது. மேடம்.”

“டெல்லி ஃபிளைட்.”

“402. இன்றைக்குள்ள நிலவரத்தின்படி சுமார் இரண்டரை மணி தாமதமாகக் கிளம்புகிறது.”

“மை காட்! அப்போது எத்தனை மணிக்கு டெல்லி போய் சேரும்?”

“இரண்டே கால் மணி நேர ஃபிளைட், மேடம். சுமார் பத்தரை மணிக்குப் போய்ச் சேரும்.”

பத்தரை மணி! அந்த நடுநிசியில் தண்ணீரை உறைய வைக்கும் குளிரில் அனுபமா டெல்லி விமான நிலையம் வந்து காத்திருப்பாள். அம்மாவும் பெண்ணுமாக இருக்கும் பெட்டி படுக்கையோடு அனுபமாவின் சின்னஞ்சிறு அறையில் சுருங்கிக்கொள்ள வேண்டும்.

திபங்கர் பருவா அவள் அறைக்கு வந்தான். “யூஜிசிக்கு நாம் அனுப்பித்த மனுக்களின் ஃபைல் அனுப்பித்தேனே, வந்ததா?” என்று கேட்டான்.

“அதுவே நாலு கிலோ இருக்கும் போலிருக்கிறதே. ஃபைலையே தூக்கிக்கொண்டு போக வேண்டுமா? கடைசியாக அனுப்பித்த கடிதம் மட்டும் போதாது?”

“டெல்லி விஷயம் தெரியாத மாதிரி பேசுகிறாயே? ஒரு புள்ளி, செமிகோலன் சரியாக இல்லையென்று தட்டிக் கழித்து விடுவார்களே?”

“சரி, சரி.”

“கட்டாயம் யஷ்பாலைப் பார்த்துச் சொல்லிவிட்டு வா, மம்தா.”

“முயற்சி செய்கிறேன்.”

ஒரு கணம் திபங்கரின் முகவாயில் தொங்கிய தாடி துடித்து அடங்கியது போல மம்தாவுக்குத் தோன்றிற்று. ஐந்தடிகூட இல்லாத இந்த திவங்கருக்கு பிரெஞ்சு தாடி என்ன வேண்டிக் கிடக்கிறது? அவன் சர்க்கஸ் பபூன் மாதிரியே இருந்தான். ஆனால் இவன்தான் சிறிது நாட்களாக அவளுக்கு வேட்டு வைத்துக்கொண்டிருக்கிறான். ‘என் டிபார்ட்மெண்ட் புரொபஸருக்கு யூனிவர்சிடி வேலையைவிட ஊர் ஊராகச் சுற்றிக் கொண்டிருப்பதுதான் முக்கியம். பூஜாவுக்கு முன்பும் பின்பும் ஆறு வாரம் டிபார்ட்மெண்ட் பக்கமே தலைகாட்டவில்லை.’

அந்த ஆறு வாரத்தில் அவள் இரண்டு முறை பம்பாயும் ஒரு தடவை திருவனந்தபுரமும் போய்விட்டு வந்தது நிஜந்தான். ஆனால் அவ்வளவு இடங்களிலும் கல்கத்தாவைவிட அதிகமாகவே அவளுக்கு ஆஸ்துமா வந்துவிட்டது. நர்சிங் ஹோமில் கிடந்து ஆக்ஸிஜன் வைத்துக்கொள்ளக்கூட வேண்டியதாயிற்று. ஐம்பது வயதுப் பெண்மணிக்குச் சொல்லக்கூடியதும் சொல்ல முடியாததுமான உடல் தொந்தரவுகள் எவ்வளவு வரும், எப்படி வரும் என்று இந்தச் சித்திரக் குள்ளனுக்குத் தெரியுமா? ஆப்பிரிக்க இலக்கியத்தின் ஆணிவேர் அறிந்தவன், லத்தீன் அமெரிக்கப் புனைக் கதையின் ஆன்மா உணர்ந்தவன் என்று ஊரில் இருக்கும் குடிகாரக் கிழங்கள் அவ்வளவு பேரிடமும் பீத்திக்கொண்டுவரும் இந்தக் கோமாளிக்கு அவன் பெண்டாட்டியின் தலைவலியும் முழங்கால் வலியும் எதனால் என்று தெரிந்திருந்தால் அவள் இவனைவிட்டு எங்கோ கண் காணாத இடத்துக்குப் போயிருப்பாளா? உன் பெண்டாட்டியிடமிருந்து கடைசியாக எப்போது கடிதம் வந்தது? இரண்டு வருஷம் இருக்குமா?

அப்படிக் கேட்டுவிட அவள் வாய் துடிதுடித்தது, சென்ற முறை அவன் திருப்பிக் கேட்டான்; டாக்டர் தாஸ்குப்தா போன மாதம் முழுதும் கல்கத்தாவில் இருந்தாராமே, நீங்கள் பார்த்தீர்களா?

தாஸ்குப்தா அவளுடைய கணவன்; அவளுடைய ஒரே பெண்ணின் தகப்பன். ‘நீயும் உன் திமிரும், எக்கேடு கெட்டுப் போடி கழுதையே’ என்று சொல்லிவிட்டுப் போய் அவளை உண்மையாகவே ஒரு கழுதையாக உணர வைப்பவன். இருபது வருஷமாக அவன் அவளுக்காகவோ அனுபமாவுக்காகவோ ஒரு பைசா தரவில்லை. ஆனால் அவள் இன்னும் அவன் பெயரைச் சுமந்துகொண்டிருக்கிறாள். இன்றைக்கும் மிஸஸ் தாஸ்குப்தா, டாக்டர் மிஸஸ் மம்தா தாஸ்குப்தா, புரொபசர், ஒப்பியல் இலக்கியத்துறை, செராம்பூர் யூனிவர்சிடி. இந்தியாவிலேயே மிகவும் வலுவான ஒப்பியல் இலக்கியப் பிரிவு என்று பல்கலைக் கழகங்களிடையே பெயர் பெற்றது. வெளியுலகத்துக்கு அதிகம் பரிச்சயம் இல்லாது போனாலும் கல்வித் துறையின் நடுவில் இந்தியா மட்டுமின்றி, வேறு பல நாடுகளிலும் அவளையும் திபங்கரையும் நன்கு தெரியும். அவர்களுடைய கட்டுரைகள் பல தொகுப்புகளில் சேர்க்கப்பட்டு எங்கோ ஓர் ஆராய்ச்சி மாணவன்

என்னதான் இதில் இருக்கிறது என்று அந்த நூலைப் புரட்டுவதற்கு முன், கல்லூரி நூலகங்களில் கட்டாயப்படுத்தி வாங்கப்பட்டுத் தூங்கும். இப்போது அவள் டெல்லி போவதும் அப்படியொரு கட்டுரை படிப்பதற்குத்தான்.

ஒரு கையில் கட்டுக் காகிதங்களும் இன்னொன்றில் ஒரு பையுமாக மம்தா அறையைவிட்டு வெளியே வந்தாள். டெல்லி விமானம் உரிய நேரத்தில் கிளம்புவதாயிருந்தால் அவ்வளவு நிதானமாக இருக்க முடியாது. இப்போது ரயிலில் வீட்டுக்குப் போகாமல் ஆட்டோ ரிக்ஷாவிலேயே போகலாம். எல்லாரும் அவசரத்துக்கு ஆட்டோ, டாக்சி என்றுதான் நினைத்துக் கொண்டிருப்பார்கள். இந்தக் கல்கத்தாவில் எல்லாம் தலைகீழ். அவசரத்துக்கு மின்சார ரயில். நின்று நிதானமாக ஒவ்வொரு டிராஃபிக் ஜாம்மிலும் ஒரு முழு செய்தித்தாளைப் படிக்கலாம் என்றால் சொந்தக் கார் அல்லது டாக்சி. ஆனால் நேரம் இருக்கிறது என்பதற்காக வீணடிக்க வேண்டுமா? மம்தா ஒரு சைக்கிள் ரிக்ஷாவில் ஏறிக்கொண்டு, "ரயில்வே ஸ்டேஷன்" என்றாள்.

வாசல் மணியடித்தது. டிரைவர் ஹுசேன்.

"நீ சாப்பிட்டுவிட்டாயா?"

"உங்களை ஏர்போர்ட்டில் விட்டுவிட்டுச் சாப்பிடலாம் என்றிருந்தேன், மேம் சாப்."

"நாலு மணிக்குக் கிளம்பினால் போதும். இன்றைக்கு பிளேன் இரண்டு மணி லேட். நீ பக்கத்திலேயே எங்காவது சாப்பிட்டுவிட்டு வா. முதலில் எனக்கு ஏதாவது வாங்கிக் கொடுத்துவிட்டுப் போ."

"என்ன வேண்டும், மேம் சாப்?"

"சாப்பிடுவதற்குத்தான். ஷிங்காராவும் ரசகுல்லாவும் போதும்."

"கொண்டு போவதற்கு வேண்டுமா, மேம் சாப்?"

"வேண்டாம். நான் எடுத்துப் போனால் யாருக்கும் பிடிக்கிறதில்லை."

மூன்றரைக்கே ஹுசேன் அவள் அறைக் கதவைத் தட்டினான். அவள் கேட்டாள், "நாலு மணிக்குப் போகலாம் என்று சொன்னேனே?"

"அந்த வேளைக்கு டிராஃபிக் ஜாஸ்தியாக இருக்கும், மேம் சாப். இப்போதே கிளம்பினால்கூடப் போய்ச் சேருவதற்கு ஐந்தரை, ஆறு மணிகூட ஆகிவிடும்."

"அவ்வளவு நேரம் ஆகுமா?"

"கனால் ரோடு முழுவதும் பைப் போடத் தோண்டிப் போட்டிருகிறார்கள். ஒரே வரிசையில்தான் வண்டிகள் போக முடியும். சியால்டா பக்கம் போனாலும் அதே நேரம்தான் ஆகும். இன்னும் அதிகம்கூட ஆகும்."

"சரி, காரை ரெடி பண்ணு, இதோ வந்துவிட்டேன். அப்புறம் நாளைக்குச் சங்கர்தா வீட்டுக்குப் போன் பண்ணுகிறேன். நீ அவரிடம் வந்து விசாரித்துக்கொண்டு போ, எப்போது வண்டியை ஏர்போர்ட் கொண்டுவர வேண்டும் என்று."

ஹுசேன் சரியாகத்தான் சொல்லியிருந்தான். அந்த வண்டி அவளுக்குக் கல்யாணம் ஆன வருடம் வாங்கியது. ஹுசேனும் அப்போது வந்தவன்தான். அவள் கணவனிடமிருந்து அவளிடம் தங்கிப் போன மிகச் சிலவற்றில் இந்தக் காரும் ஹுசேனும் அடங்கும். இரண்டுக்கும் கிழடு தட்டிவிட்டது. இரண்டுமே பகுதி நேர உடைமைகள்.

இண்டியன் ஏர்லைன்ஸில் விமானம் புறப்படுவது இரண்டு மணி நேரத்துக்கு மேல் தாமதம் என்றால் விமானத்தில் தரவேண்டிய உணவைத் தரையிலேயே தந்துவிடுவார்கள். அவன் இனாமாகத் தருகிறானேயென்று வேளை கெட்ட வேளையில் சாப்பிட்டுவிட்டால் மீண்டும் உடம்பு சரியாக நான்கு நாளாகும். அனுபமா அம்மாவோடு சாப்பிடலாம் என்று ஆசையோடு காத்திருப்பாள். எவ்வளவோ ஆர்வத்தோடும் நிறைய யோசனைக்குப் பிறகும் இதுதான் அம்மாவுக்கு இன்றைக்கு மிகச் சிறந்த உணவு என்று அவள் அழைத்துப் போய் ரெஸ்டாரண்ட் பணியாளனிடம் ஒரு பட்டியல் அடுக்கத் தொடங்குவாள். அவளிடம் "எனக்கு ஒன்றும் வேண்டாம் போலிருக்கிறதே" என்று சொன்னவுடன் முகம் அறுந்து தொங்கும். தனியாக ஓர் இடம் கிடைத்தால் அழுதுவிடுவாள். சென்ற முறை டெல்லி வந்து தங்கிய நான்கு நாட்களும் அம்மாவும் பெண்ணும் நேருக்கு நேர் பேசிக்கொள்ள முடியவில்லை. ஆனால் மம்தா ஊர் திரும்புவதற்கு முன்பு அனுபமாவின் கடிதம் காத்திருந்தது. வாரத்துக்கு இரு முறை டெலிபோனில் பேசிவிடுவாள். அனுபமா வசித்த கட்டடத்தில் டெலிபோன் வசதி கிடையாது. ஆதலால் ஒவ்வொரு முறையும் அனுபமாவாகத்தான் அவளுடன் பேச வேண்டும். அவள் ஏழு மணியிலிருந்து டெல்லி விமான நிலையத்தில் காத்திருப்பாள். அம்மா வந்தபின் சாப்பிடலாம் என்று பட்டினியுடன் இருப்பாள்.

அன்று விமானத்தில் தர வேண்டிய உணவைத் தரவில்லை. ஒன்பது மணி சுமாருக்குப் பூமியிலிருந்து நான்கைந்து மைல் உயரத்தில் ஆகாயத்தில் மிதக்கும்போதுதான் கொடுத்தார்கள். இன்னும் ஒரு மணிநேரத்தில் அனுபமாவுடன் ஒரு முறை சாப்பிட வேண்டி வரும்.

மம்தா டீ மட்டும் குடித்துவிட்டுக் கண்களை மூடிக்கொண்டாள். வழக்கம் என்பது அம்சங்களில் தெரியவந்துவிடுகிறது? கருத்தரங்குக்காகப் போகிறாள், கட்டுரை இன்னும் எழுதவில்லை. கட்டுரை பற்றி நினைக்கக்கூட ஆரம்பிக்கவில்லை. எல்லாக் கருத்தரங்குக்காரர்களும் எல்லாக் கட்டுரைகளும் ஒரு மாதம் முன்பே அனுப்பப்பட வேண்டும் என்றுதான் சொல்லியிருப்பார்கள். சிலர் அவ்வாறே அனுப்பியும் இருப்பார்கள். ஆனால் பலர் கருத்தரங்கு தினத்தன்று கட்டுரையைத் தயாரித்திருப்பார்கள். கருத்தரங்கு நடத்துபவர்களுக்கும் இது நன்கு தெரியும். ஆனால் சில பெருச்சாளிகளாவது இல்லாமல் எந்த ஒரு கருத்தரங்கும் மரியாதைக்குரிய

அந்தஸ்தை அடைய முடியாது. மம்தாவும் ஒரு பெருச்சாளியாகிப் பல ஆண்டுகள் ஆகிறது.

டெல்லியில் குளிருடன் பனியும் லேசாகப் பெய்ய ஆரம்பித்திருந்தது. விமானத்தினுள்ளேயே கோட்டை அணிந்துகொண்டது நல்லதாகப் போயிற்று. விமானத்திலிருந்து நிலையத்துக்கு அழைத்துச் செல்ல வந்த பஸ்கள் மட்டும் குளிரவில்லை. ஜன நெரிசல் எதற்கு நல்லதோ இல்லையோ குளிருக்கு இதமாக இருக்கிறது.

மம்தா சுற்றிச் சுற்றிப் பார்த்தாள். இரவு பத்து மணிக்கு அங்கே இருந்த சூழ்நிலை விமான நிலையத்துக்குத்தான் பொருத்தம். எல்லாரும் அவ்வளவு அசாதாரண சுறுசுறுப்போடும் விழிப்போடும் இயங்கினார்கள். அனுபமாவைக் காணவில்லை. டெல்லியில் தனியாக வசிக்கும் இளம் பெண் விமான நிலையத்தில் இரவு பத்து மணிக்கு வந்து காத்திருக்கவில்லை என்று குறை கூற முடியாது. ஆனால் மம்தாவால் மட்டும் இந்த வேளையில் தனியாக எந்த இடத்துக்குப் போக முடியும்? அனுபமாவுடன் தங்கிவிடலாம் என்ற எண்ணத்தில் அவளுக்குத் தங்க ஏற்பாடும் செய்ய வேண்டாம் என்று கருத்தரங்கக்காரர்களுக்கு எழுதியிருந்தாள். இப்போது முடியுமோ முடியாதோ அனுபமாவின் அறைக்குத்தான் போக வேண்டும். அது டெல்லியின் மறுகோடி என்று அனுபமா சொல்லியிருக்கிறாள். டாக்ஸி கட்டணம் இருநூறு ரூபாயாகிவிடும். அந்த இருநூறு ரூபாயை ஹோட்டல்காரனுக்குக் கொடுத்தால் இரவு போர்த்திக்கொள்ளக் கம்பளியும் குளிக்கப் புது சோப்பும் துண்டும் தருவான்.

தள்ளுவண்டியில் பெட்டியையும் பையையும் வைத்துக்கொண்டு விமான நிலைய வெளிவாசலை நெருங்குகையில் திபங்கர் ஞாபகம் வந்தது. அவன் சகோதரி ஓய்வு பெற்ற கல்லூரிப் பேராசிரியை. தென் மோதி பாக்கின் தென்கோடியில் இருந்தாள். பலமுறை மம்தாவை வீட்டுக்கு அழைததிருக்கிறாள். ‘விமான நிலையத்திலிருந்து நகருக்கு வரும்போதோ விமான நிலையத்துக்குப் போகும்போதோ வந்து டீ குடித்துவிட்டுப் போ’ என்று குறைந்தது மூன்று முறையாவது கூறியிருப்பாள். டீ என்ன, இந்த இரவே உன் கூரையடியில்தான் என்று சொன்னால் என்ன?

கைப் பையிலிருந்து குறிப்புப் புத்தகத்தை எடுத்து மம்தா அதில் ‘திபங்கர்’ என்ற தலைப்பில் இருந்த முகவரிகளைப் பார்த்தாள். அருணா கோஸ் டெல்லி முகவரியும் தொலைபேசி எண்ணும் இருந்தது. பகல் நேரமாயிருந்தால் நேரே வீட்டுக்குப் போய்விடலாம். இந்த நள்ளிரவில் வீட்டைத் தேடிப்போக, அவள் வேறெங்காவது வெளியூர் சென்றிருந்தால் அந்த அடுக்குக் கட்டடங்களில் அக்கம் பக்கத்தில் விசாரிப்பதுகூட அசாத்தியம். மம்தா தள்ளுவண்டியை ஒரு தொலைபேசிக்கருகில் நிறுத்திக்கொண்டு திபங்கரின் சகோதரி எண்ணைச் சுற்றினாள். முதல் முறை மணியடித்துபோதே மறுமுனையில் டெலிபோன் எடுக்கப்பட்டுவிட்டது. ‘ஹலோ’ என்று பதிலுக்குக் கேட்க ஆண் குரலிடம், “அருணா கோஸ் இருக்கிறாளா?” என்று மம்தா கேட்டாள்.

“யார் பேசுவது?”

“மம்தா பானர்ஜி.”

"கல்கத்தாவிலிருந்தா?"

"ஆமாம். ஆனால் நான் இப்போது பாலம் ஏர் போர்ட்டிலிருந்து பேசுகிறேன்."

"எப்படி இருக்கிறாய், மம்தா? சௌக்கியமா?"

"யாரது?"

"இவ்வளவு மறந்துவிடலாமா?"

மம்தாவுக்குத் தூக்கிவாரிப் போட்டது. அது அவளுடைய கணவன்.

"கவலைப்படாதே. அனுபமாவும் இன்று இங்குதான் இருக்கிறாள்."

"அனுபமாவா? எதற்காக?"

"அப்பாவைப் பார்க்க வரக் கூடாதா?"

"அவளுக்கு நான் இன்று வருவது தெரியாதா?"

"தெரியுமே? ஏர்போர்ட்டிலிருந்து உன்னை அழைத்து வர என் காரை எடுத்துப் போயிருக்கிறாளே? நீ அவளைப் பார்க்கவில்லை?"

மம்தாவுக்கு ஒரு கணம் மூளை ஓடவில்லை. இந்தப் பெண் எவ்வளவு நாட்களாக அவளுடைய அப்பாவைப் பார்த்து வருகிறாள்? அந்த மனுஷனுக்கு திபங்கரின் சகோதரி வீட்டில் என்ன வேலை?

மம்தா டெலிபோனைக் கொக்கியில் மாட்டிவிட்டு திரும்பினாள். அனுபமா, "ஹலோ மம்மி" என்று சொல்லி அவளைக் கட்டிக்கொண்டாள். மம்தாவுக்கு அவளை யாரோ தாடியால் உரசுவது போலிருந்தது.

கருத்தரங்குப் பெருச்சாளிகளுக்குக் கருத்தரங்கு தினத்தன்று காலை இரண்டு மணிநேரம் கிடைத்தால் போதும், கட்டுரை தயாராகிவிடும். மம்தாவுக்கு அது இம்முறை சாத்தியமாகாது என்று தெரிந்துவிட்டது.

1992

பூனை

இனியும் பூனையை விட்டுவைக்க முடியாது. அவனுடைய கிராமத்தில் பூனையைத் தொடக்கூட மாட்டார்கள். பூனையின் உடலிலிருந்து எப்போதும் மயிர் கொட்டிக் கொண்டேதான் இருக்கும். ஆனால் ஒரு மனிதன் தொட்டு ஒரு மயிர் விழுந்தால், அவனுக்கு நரகம். நரகம் நிச்சயமானாலும் இங்கே பம்பாயில் இந்தப் பூனை சாகத்தான் வேண்டும்.

சர்ச்கேட்டை விட்டு இந்த பாண்ட்ராவுக்கு வந்த போது தான் அவன் எவ்வளவு மகிழ்ச்சியாக இருந்தான்? சர்ச்கேட்டில் வேலை மட்டும் அல்ல, படுக்கையும் அந்த டீக்கடையில்தான். கோதுமை மாவு, கடலை மாவு, பழைய எண்ணெய், வெங்காய மூட்டையுடன், இன்னும் இருவருடன் கண்ணயர வேண்டும். நான்கே மணி நேரம்தான். அதற்குள் செய்திப் பத்திரிகைப் பையன்கள் பத்திரிகைக் கட்டுகளுடன் வந்துவிடுவார்கள். பாண்ட்ராவிலும் நான்கு மணி நேரத் தூக்கம்தான் என்றாலும், அவனுக்கேவென்று ஒரு இடம். ஒரு அடுக்குமாடிக் கட்டடத்தின் மொட்டை மாடியில் தண்ணீத் தொட்டிகளுக்கிடையில் தகரத் தகடுகளால் அமைக்கப்பட்ட கொட்டகை. அழுக்குப் படுக்கையென்றாலும், அவன் மட்டுமே படுத்துக்கொள்வது. அவனுடைய லோட்டா; அவனுடைய துண்டு; அவனுடைய பாத்திரங்கள்; அவனுடைய ஸ்டவ்; கட்டடம் தீப்பிடித்தால் தப்பிப்பதற்கென்று அமைக்கப்பபட்ட இரும்பு ஏணிப்படி, அவன் நள்ளிரவில் யார் கதவையும் தட்டாமல் மாடிப் போய்ச் சேருவதற்கென்றே கட்டப்பட்டது போலிருந்தது.

கதவைத் தட்டாமல் உள்ளே நுழைய ஒரு பூனையும் கற்றுக்கொண்டுவிட்டது. அவன் இரவில் படுக்கப்போகும் முன், தயிர் குடிப்பதற்காகப் பால் உறை குத்தி வைத்திருப்பான் என்றும் தெரிந்துகொண்டுவிட்டது. அதை ஒரு பெரிய பாத்திரம் கொண்டு கவிழ்த்து வைத்திருப்பான் என்பதையும் தெரிந்துகொண்டு, மொத்தமாக எல்லாவற்றையும் பரணிலிருந்து கீழே தள்ளிக் குடித்துப் போகவும் தெரிந்துகொண்டிருந்தது. முன்தினம்கூட அவன் இரவில் கதவைத் திறந்தவுடன் செருப்பு,

தரையில் ஒட்டிக்கொண்டது. எவ்வளவுதான் அழுத்தித் துடைத்தாலும் தரை நாறத்தான் செய்தது.

டீக்கடை வேலையின் சகிக்க முடியாத அம்சம், மேஜையையும் தரையையும் துடைக்கும்போது எழும் நாற்றம் இப்போது அது அவன் அறையிலேயே. அவன் ஜன்னல் கதவை மூடினான். முதலில் பூனையும் இந்த ஜன்னல் வழியாகத்தான் வந்திருக்க வேண்டும். ஜன்னலை மூடிவைக்கத் தொடங்கியபின் இரு நாட்கள் எல்லாம் சரியாயிருந்தது. அப்புறம் மீண்டும் இரவில் தரையைத் துடைத்துப் படுக்க வேண்டியிருந்தது. அந்த இடத்தின் கூரையும் தகரத்தகடுதான். கதவுப் பக்கம் சாய்ந்திருக்கும் கூரையில் கதவு இடிக்காதிருக்க, கதவுக்கும் கூரைக்கும் இடையில் ஒரு சந்து. பூனை அதைத் தெரிந்துகொண்டுவிட்டது.

அவன் அந்த இடைவெளியை மூடும்படியாக ஒரு அட்டையைத் தொங்கவிட்டான். கதவைப் பூட்டும்போது அட்டையைத் தூக்கி இடைவெளி தெரிய ஒரு குச்சியை முட்டுக் கொடுத்து வைத்தான். இப்போது பூனை உள்ளே போக முடியும். ஆனால் உடனே அட்டை அடைத்துவிடும். பூனையால் வெளியே போக முடியாது.

அன்று கடையில் இரு முறை பகோடாவைத் தீய வைத்துவிட்டான். சர்க்கரை கொட்டிவிட்டது. பாக்கிச் சில்லறை தருவதிலும் தடுமாற்றம். அவனுடைய சுபாவமான சாத்வீகத்தையும், நிதானத்தையும் ஒரு பூனை தகர்த்துக்கொண்டிருந்தது. இன்று இரவு அது ஒழிந்துவிடும்.

போலீஸ்காரன் தெரிந்தவன்தான் என்றாலும் தடுத்து நிறுத்தினான். "கையிலே என்ன ?"

"கரண்டி."

"இவ்வளவு நீளமா ?"

"பால் பாத்திரம், எண்ணெய்ச் சட்டியெல்லாம் அகலமாகத்தானே இருக்கும் ?"

"ஆமா. நீ கடைக்குப் போறியா; வீட்டுக்குப் போறியா ?"

"வீட்டுக்குத்தான். கரண்டிக்கு ஒரு சின்ன வேலை இருக்கு."

ஏணி போன்ற அந்த இரும்புப் படிக்கட்டு இருட்டில் கண்ணுக்குத் தெரியவில்லை. தட்டுத் தடவித்தான் அவன் மூன்று மாடி ஏற வேண்டியிருந்தது. மொட்டை மாடியில் பால் போன்ற நிலவு. அந்த விசாலமான இடத்தில் தண்ணீர் தொட்டிகள் யுத்தகளத்துக் கூடாரங்கள் போலிருந்தன.

அவன் கொட்டகைக் கதவிடம் காது வைத்துக் கேட்டான். அமைதியாக இருந்தது. வாசல் நிலை மீது தடவிப் பார்த்தான். குச்சியைக் காணோம். பூனை வந்திருக்கிறது.

கதவை சிறிதே திறந்து உள்ளே புகுந்தவுடன் கதவை மூடித் தாளிட்டான். அவன் செருப்பு மீண்டும் தரையோடு ஒட்டிக்கொண்டது. அவன் ஒரு

செருப்புக் குச்சி கொளுத்தினான். பாதி உறைந்த தயிர் பாதி உலர்ந்த நிலையில் கீழே சிதறிக் கிடந்தது.

இன்னொரு நெருப்புக் குச்சி கொண்டு விளக்கேற்றினான். கரண்டியால் தரையைத் தட்டினான். எங்கோ ஒளிந்திருந்த பூனை பரண் மீது ஏறிப் பதுங்கியது. பீதியுடன் அங்குமிங்கும் பார்த்தது.

அவன் வெறியோடு குரலெழுப்பினான். கரண்டியை உயர்த்தினான். பூனை அவனையே பார்த்தபடி இருந்தது.

ஒரு தண்ணீர்த் தொட்டியின் குழாயை மூடுவதற்காக அடுத்த நாள் மொட்டை மாடிக்கு வந்த காவல்காரன், தகரத் தடுப்பு கொட்டகையின் கதவடியில் ரத்தமாக இருந்ததைப் பார்த்து, கதவை ஒரு குத்து விட்டுத் திறந்தான். ஒரு பூனை வெளியே பாய்ந்து ஓடிற்று. உள்ளே கிடந்த பிணத்தின் கையில் நீளக் கரண்டி. கழுத்திலிருந்தும் முகத்திலிருந்தும் சதை பிய்ந்து தொங்கியது. ஒரு கண் தனியாக, எறும்பு மொய்க்கத் தரையில் கிடந்தது.

1993

இருவருக்குப் போதும்

"யக்கா" வீரம்மா இரண்டாம் முறை கூப்பிட்டாள்.

"ஏன் இப்படித் தெருவைக் கூட்டறே? நான்தான் வந்திண்டே யிருக்கேனே?"

"இன்னிக்கு என் தம்பி, அண்ணன் யாராவது வருவாங்க. ஆஸ்பத்திரிக்கு அனுப்பறீங்களா?"

"அவங்களுக்குத் தெரியாது? உம் புருஷன்தான் பத்து நாளா ஆஸ்பத்திரிலே கிடக்கறாரே?"

"சீக்குலே படுத்துட்டாருன்னு தெரியும். ஆனா ஆஸ்பத்திரி தெரியுமோ தெரியாதோ. கவர்ன்மெண்ட் ஆஸ்பத்திரின்னு சொல்லணும்."

"இத்தினி நாள் வராதவங்க இன்னிக்கு வந்துடுவாங்களா?"

"எனக்கே தெரியலேயக்கா. ஜோகி கிட்டே சொல்லி யனுப்பிச்சு அஞ்சாறு நாளாறது. அவன் சொன்னானா இல்லை யான்னு தெரியலை. அவங்க வந்து விவரம் தெரியலேன்னா எங்க சின்னம்மா வீட்டுக்குப் பெரம்பூர் போயிடுவாங்க. இன்னிக்கு ராத்திரி ஒருத்தரு ஆஸ்பத்திரிலே நிச்சயம் இருக்கணும்னு சொல்லியிருக்காங்க. அவுங்க யாராவது வந்துதான் ஆகணும்."

ஓரகத்திகளுக்குள் நன்றி, விடைபெறுதல் போன்றவை விலகி நிறைய நாளாயிற்று. கணவனின் தோய்த்த சட்டை வேட்டி, கஞ்சி, மோர் சாதம் அடங்கிய பையுடன் வீரம்மா பஸ் ஸ்டாப்புக்குப் போய் நின்றாள். பெரிய பெரிய வீடுகளே யுடைய அந்தச் சாலையில் எப்படியோ ஓர் ஐநூறு சதரஅடி விடுபட்டுப் போய்விட்டது. அவளுடைய கணவனின் தாத்தா கார்ப்பரேஷனில் வேலை பார்த்ததின் ஒரு விளைவு. இப்போது தலைமுறை தலைமுறையாகப் பங்காளிகளுக்குள் விரோதத்துக்குக் காரணம். அவள் கணவன் படுத்த படுக்கையாகப் போய் ஒரு மாதமாகிறது. அவனுடைய அண்ணன் தம்பிகள், அக்கா தங்கைகள் ஒருத்தியும் வரவில்லை. எல்லாருக்கும் குழந்தை குட்டிகள் உண்டு. அவனுக்குக் கிடையாது. அவன்

ஒரு கையெழுத்துப் போடச் சம்மதித்திருந்தால் பணத்துடன் அவன் வேறெங்காவது போய் அமைதியாக வாழ்க்கை நடத்தியிருக்கலாம். இப்போது அவன் தயார். ஆனால் அவர்கள் யாரும் வாங்க வரவில்லை. அவனுக்கு ஏதாவது ஆகிவிட்டால் வீரம்மாவை விரட்டிவிடுவது பெரிய காரியமாகியிருக்காது. தனக்குப் பிடித்த மனைவிக்கென ஜாதிவிட்டு ஜாதிக்குப் போய் விடுவதில் சொந்த அண்ணன் தம்பிகள்கூட சமயத்துக்குக் கை கொடுக்க வருவதில்லை.

பஸ்ஸிலிருந்து இறங்கிச் சாலையைக் கடக்க இருபுறமும் சீறிப் போகும் வண்டிகளைப் பார்த்திருக்கையில் வயிறிலும் ஏதோ சீற ஆரம்பித்தது. கணவனின் உடல்நிலை பற்றிய கவலைகூட அடுத்தபடிதான். லிஃப்டுக்காரன் மாடிப் படியைப் பூட்டாமல் வைத்திருக்க வேண்டும். வீரம்மாவுக்கு வேண்டிக்கொள்ளக்கூடத் தெரியவில்லை.

முதல் நாள் இப்படி லிஃப்ட் ஒன்று இருப்பது தெரியவில்லை. அவளுடைய கணவனைச் சக்கர நாற்காலியில் ஏற்றிச் சென்ற ஆள் திடீரென்று மறைந்துவிட்டான். அவள் கணவன் மூன்றாவது மாடிக்கு எடுத்துச் செல்லப்பட்டான் என்று தெரிய அரை மணியாயிற்று. அப்போது மாடிப்படி எல்லா மாடிப்படிகள் போலத்தான் இருந்தது. மாடிப்படி இருப்பதாகவே கூட நினைக்கத் தேவையில்லாமல் இருந்தது. ஆனால் இரண்டாம் நாள் கணவனுக்குக் கஞ்சி கொண்டு செல்லப் போனபோது அதே இடம் ஸ்தம்பிக்க வைத்தது. முதல் மாடிப்படி முடியும் இடத்தில் கம்பிக்கதவு முன்னமேயே இருந்திருக்க வேண்டும். அவள் கவனித்திருக்கவில்லை. இப்போது அது பூட்டியிருந்தது. அதாவது வீரம்மா முதல் மாடியையே அடைய முடியாது.

அவள் கீழே இறங்கி வேறெங்காவது மாடிப்படி உண்டா என்று தேடி அலைந்தாள். இருந்தது. ஆனால் அவள் கணவன் இருந்த வார்டுக்குச் செல்ல முடியாது.

மீண்டும் பழைய இடத்துக்கு வந்து பூட்டியிருந்த கதவை ஆட்டினாள். ஓர் ஆயா, "ஏன் அதைப் போட்டு உடைக்கறே?" என்று கேட்டாள்.

"மூணாவது மாடிக்குப் போகணும்."

அந்த ஆயா சிரித்தாள். "பூட்டியிருக்குதே, பார்த்தாத் தெரியலே? போ, லிஃப்ட்லே ஏறிப் போ."

"அது எங்கே, இருக்கு?"

"மாடிப்படிக்குப் பக்கத்திலேயே இருக்கே. நீ புதுசா?"

"நேத்து அட்மிட் ஆயிருக்கு."

"யாரு?"

"எங்க வீட்டுக்காரரு."

"சரி போ. லிஃப்ட் ஏறிப் போ. காசு வைச்சிருக்கே, இல்லே?"

அவள் கடைசியாகச் சொன்னது வீரம்மா காதில் விழவில்லை. கீழே லிஃப்ட் திறந்திருந்தது. வீரம்மா உள்ளே நுழைந்தவுடன் அதை இயக்கும் ஆள் கையை நீட்டினான். வீரம்மா கால் ரூபாய் கொடுத்தாள். "இதை நீயே வைச்சுண்டு வெளியே போ," என்று அந்த ஆள் சொன்னான். வீரம்மா இன்னொரு கால் ரூபாய் தந்தாள். திரும்பி வரும் போதாவது படியிறங்கி வந்துவிடலாம்... இல்லை, முதல் மாடியிலிருந்து கீழே வர முடியவில்லை. மீண்டும் லிஃப்ட். மீண்டும் இன்னொரு அரை ரூபாய். "சும்மாவா இது? கரண்ட்லே போறதில்லே?" ஒரு நாளைக்கு இரு முறை ஆஸ்பத்திக்கு வந்து போக இருந்தால் தினமும் லிஃப்டுக்காக மட்டும் இரண்டு ரூபாய் வேண்டும்.

பத்து நாட்களில் ஒரு வேளை காசு கொடுக்காமல் போக முடிந்தது. இன்று கையிருப்பு மொத்தமே இரண்டு ரூபாய். திடீரென்று இட்லி வாங்கிக் கொண்டு வா, இடியாப்பம் வாங்கி வா என்றால் அதற்கும் கொடுத்து லிஃப்டுக்காரனையும் எப்படிச் சமாளிப்பது?

வீட்டுத் தெருமுனை முனீசுவரனை வேண்டிக்கொண்டு வீரம்மா மாடிப்படிப் பக்கம் போனாள். கதவு பூட்டியிருந்தது. கீழே இறங்கி லிஃப்டுக்காக காத்திருந்தாள். இன்று புது ஆள் அவளைக் காசு கேட்கவில்லை. லிஃப்டு மேலே போக வெகுநேரம் எடுத்துக்கொண்டது போல வீரம்மாவுக்குத் தோன்றியது.

வீரம்மா மூன்றாவது மாடிக்கு வந்தாள். அங்கு அவளுக்கு நிறையப் பழக்கமான முகங்கள். அவள் கணவன் படுத்திருந்த படுக்கை காலியாக இருந்தது.

வீரம்மா தேடுவதற்கு முன்பாகவே ஒரு நர்ஸ் வந்துவிட்டாள். "உங்கள்ளே ஒருத்தரே இங்கே இருக்கச் சொல்லிச்சே, எங்கே போயிட்டே? உன் ஹஸ்பெண்டை ஐஎம்யூவுக்கு எடுத்துட்டுப் போயிருக்கு" என்றாள்.

வீரம்மா புரியாது நின்றாள். "அவருக்குப் பல்ஸ் ரொம்ப இறங்கிப் போயிடுத்து. ஒண்ணாவது மாடிக்குக் கொண்டு போயிருக்காங்க" என்று நர்ஸ் சொன்னாள்.

தீவிர சிகிச்சைப் பிரிவு மிகவும் கீக்கிடமாகயிருந்தது. நோயாளிகள் தவிர மருத்துவர்கள், உதவியாளர்கள்கூட இளைத்துத் துரும்பாக இருந்ததால்தான் அங்கு சமாளிக்க முடியும் போலிருந்தது. துணிப்படுதாக்களால் பிரிக்கப்பட்ட இடங்களில் ஒரு படுக்கையில் வீரம்மாவின் கணவன் பிராணவாயுக் குழாய்க் காரணமாக உயிரை வைத்துக்கொண்டிருந்தான். "நீதான் அவர் சம்சாரமா?" என்று ஒரு வார்டுபாய் கேட்டான். வீரம்மா 'மும்' எனத் தெரியத் தலையை ஆட்டினாள். உடனே புடவையை வாயில் அடைத்துக்கொண்டு அழத் தொடங்கினாள்.

"ஏய், இங்கே அழுதுகிழுது ரகளை பண்ணாதே. வேறே பேஷண்ட்ங்க இருக்காங்க, இல்லே? போ, டாக்டர் கூப்பிட்டாரு" என்று அவன் அதட்டினான்.

நோயாளிகளுக்கு இருந்த இடுக்குகள் போல அந்த டாக்டருக்கும் ஓரிடம் இருந்தது. "புது பேஷண்ட் சம்சாரமா நீ" என்று அவன் கேட்டான்.

“ஆமாம்.”

“அப்படியே விட்டுட்டுப் போயிடுவீங்களா? யாராவது கூட இருக்க வேண்டாம்?”

“நான்தான் இருக்கிறது. ஆனா வீட்டிலேயும் யாருமில்லே.”

“உறவுக்காரங்க இருக்காங்களா?”

“உம்.”

“அப்போ வீட்டுக்குக் கொண்டு போயிடுங்க.”

“அப்படீன்னா ...”

“இப்படிக் கொஞ்ச நேரம் இருக்கும். அவருக்கு இங்கேயே டெத் ஆயிட்டா கிடங்குக்குக் கொண்டு போயிடுவாங்க. இப்பவே அழைச்சுட்டுப் போயிட்டீங்கன்னா அந்தத் தொந்தரவு இல்லே.”

“கையில பணமில்லே. இரண்டு ரூபாதான் இருக்கு.”

“உறவுக்காரங்க இருக்காங்கன்னு சொன்னியே?”

“சொல்லியனுப்பிச்சிருக்கு. தம்பி வரணும்.”

“சரி, பேஷண்ட்கிட்டே போயிரு. சத்தம் கித்தம் போடாதே இது பழைய வார்டு இல்லே.”

அந்த டாக்டரால் வீரம்மாவின் வாயை அடக்க முடிந்தது. ஆனால் அவள் கணவனின் அடுத்த படுக்கையிலிருந்து அடிவயிற்றைக் கலக்கும் ஓலம் எழுந்தது. இரண்டு மூன்று பேர் சேர்ந்து அழுதிருக்க வேண்டும். அந்த நோயாளியின் நோய் தீர்ந்துவிட்டிருக்கிறது.

வீரம்மா கணவன் பக்கத்தில் போய் நின்றுகொண்டாள். அங்கு உட்காரக்கூட இடம் இல்லை. மின் விசிறி கிடையாது. வெளிக்காற்று வரவும் வழி கிடையாது. முன்பிருந்த மூன்றாவது மாடி வார்டில் எது கிடைத்தாலும் கிடைக்காது போனாலும் நல்ல காற்று தாராளமாக வீசியது.

வீரம்மாவுக்குக் கணவனின் முகத்தைப் பார்க்க பயமாக இருந்தது. இந்த ஒருவாரம் பத்து நாட்களில் அவள் அவனுடனிருந்த சில மணி நேரம் தவிர இதரப் போதில் யார் யாரோ அன்னியர் உதவியைத்தான் எதிர்பார்த்திருந்தான். ஒவ்வொரு முறையும் ஒரு ரூபாய், இரண்டு ரூபாய் எனக் கட்டணம். அதை உடனுக்குடனே தராவிடில் அடுத்த முறை அவன் சிறுநீர் கழிக்க வேண்டியிருக்கும்போது யாரும் அவனைத் திரும்பிப் பார்க்க மாட்டார்கள். பிராணவாயு என்று அவனுடைய மூக்கில் ஒரு குழாயை நுழைத்திருக்கிறார்கள். அதன் வழியாக உண்மையாகவே பிராணவாயு வருகிறதா என்று யாருக்குத் தெரியும்?

வீரம்மா கஞ்சி, மோர் சாதத்தைக் கீழே வைத்துவிட்டு அவள் கொண்டுவந்திருந்த பையால் கணவனுக்கு விசிறினாள். அவளுடைய அண்ணன் தம்பி யாராவது வந்தால் டாக்டரை மீண்டும் கேட்டு வரலாம். அவளுடைய கொழுந்தன் ராத்திரி வந்தால்கூட உதவியாயிருக்கும்.

ஆஸ்பத்திரிக்கு என்று போய்விட்டால் ஏன் யாருமே வருவதேயில்லை? ஆஸ்பத்திரியில் படுக்கையைத் தவிர வேறு என்ன இருக்கிறது? இதோ பக்கத்துப் படுக்கை ஆள் அந்தப் படுக்கையிலிருந்து இறக்கப்பட்டுவிடுவான். அடுத்தது யார் முறையோ? அவள் கணவன்தானோ?

தாங்க முடியாத வேதனையிலும் ஏனோ கைவசம் எவ்வளவு சில்லறை யிருக்கிறது என்று பார்க்கத் தோன்றியது; முழுக்க இரண்டு ரூபாய். இன்று லிஃப்ட்டுக்குக் காசு கொடுக்கவில்லை. காசு பிடுங்க வேண்டும் என்பதற்காகவே மாடிப்படியைப் பூட்டி வைத்துவிடுகிறார்கள். விடுகிறார்கள் என்ன, விடுகிறான். அந்த லிஃப்ட்காரன்தான். எல்லாரும் உடந்தை. எல்லாருக்கும் பங்கிருக்கும்.

நர்ஸ், டாக்டர் இருவரும் வந்தார்கள். டாக்டர் நாடி பிடித்துப் பார்த்தார். பிறகு ஸ்டெதாஸ்கோப்பை மார்பில் வைத்துப் பார்த்தார். நர்ஸ் பிராணவாயுக் குழாயை மூடினாள். வீரம்மாளிடம், “அப்ப யாரையாவது அழைச்சிட்டு வா” என்றாள். ஒரு கணம் கழித்து, “உங்க சாமான் இங்கே இருக்கிறது. எல்லாத்தையும் எடுத்துடு. இதைக் காலி பண்ணணும்” என்றாள். டவரா தம்ளருடன் தின்னப்படாத ஆஸ்பத்திரி ரொட்டி ஒரு துண்டு இருந்தது.

அவன் அண்ணன் தம்பி எவனாவது வருவானா என்று வீரம்மா வெராந்தாவில் காத்திருந்தாள். இருவர் வந்து போக அவளிடம் லிஃப்டுக்குக் காசு இருந்தது.

1993

அப்பாவிடம் என்ன சொல்வது?

இரவு எட்டேகால் மணிக்குப் பெங்களூர் கண்டோன்மெண்ட் ரயில் நிலையத்தில் வெளிச்சம் இல்லை. கூட்டமும் இல்லை. ஒரு கிழவியும் பன்னிரண்டு, பதின்மூன்று வயது இருக்ககூடிய பெண்ணும் பெட்டி படுக்கை மூட்டையைத் தூக்கிக்கொண்டு பிளாட்பாரததில் அடியெடுத்து வைத்தபோது அவர்கள் தகவல் விசாரிப்பதற்கு யாரும் கண்ணில் படவில்லை.

கிழவி அங்குமிங்கும் பார்க்க, அப்பெண் கேட்டாள், "பொட்டியிலே என்னதான் வச்சிருக்கே பாட்டி?"

"கை வலிக்கறதா? என்கிட்டே கொடு, நான் தூக்கிக்கிறேன்" என்றாள் கிழவி.

"நீதான் ரெண்டு மூட்டையைத் தூக்கிண்டிருக்கியே?"

"உனக்கு வீட்டுக்குப் போகப் பஸ் இருக்கா?"

"இருக்கு, பாட்டி. இல்லேன்னாக்கூட நடந்து போயிடுவேன்."

"இந்த இருட்டிலே தனியா நடந்து போகக்கூடாது."

"இப்போ தனியாத்தானே வந்திருக்கோம்."

"உன் அப்பன் இன்னும் வீட்டுக்கு வரலியே? என்னைப் போ போன்னு சொல்லிட்டு ரயிலேத்தக்கூட வரலே."

பெண் பேசாதிருந்தாள்.

பிளாட்பாரத்து டீக்கடை உள்ளடங்கி இருந்தது. அருகில் இருந்த பத்திரிகைக் கடையில் ஆள் இல்லை.

"அந்த டீக்கடையிலே போய்க் கேட்டுண்டு வா, கன்யாகுமரி ரயில் இங்கேதானே வரதுன்னு." பெண் பெட்டியைக் கீழே வைத்து விட்டு டீக்கடைக்குள் சென்றாள். கிழவி, பெட்டிமீது அவளுடைய இரு கைகளையும் வைத்தாள்.

கிழவியின் மூச்சு சர்புர்ரென்று இரண்டடி தூரத்திலும் கேட்கும்படி இருந்தது.

“இங்கேதானாம்,” பெண் வந்து சொன்னாள்.

“அப்படியே போய் பெண்கள் பெட்டி எங்கே நிக்கும்னும் கேட்டுண்டு வந்துடு.”

பெண் முகத்தில் ஒரு கீறல் சிணுங்கல் தெரிந்தது. அந்த டீக்கடைக்குத் தனியாக அந்த வேளையில் ஒரு பெண்ணை அனுப்பக் கூடாது.

“நீ நில்லு. நான் போய்க் கேட்டுண்டு வரேன்.” அந்தக் கிழவி அசைந்து அசைந்து நடந்து போனாள். அவள் கால்களின் வலி அந்த நடையிலிருந்து தெரிந்தது.

“வா, அந்தக் கோடிக்குத்தான் போகணுமாம்” என்றாள். அவளே பெட்டியைத் தூக்கிக்கொண்டாள்.

“வேண்டாம், பாட்டி” என்று பெண் சொன்னாள். ஆனால் கிழவி பெட்டியைத் தூக்கிக்கொண்டு நடக்கத் தொடங்கினாள். திடீரென்று சற்றுக் குளிர ஆரம்பித்தது. நிலையக் கட்டடத்தையும் தாண்டி பிளாட்பாரத்தை மட்டும் நீளப்படுத்தியிருந்தார்கள். அங்கு தலைக்கு மேலே ஆஸ்பெஸ்டாஸ் போட்டிருந்தது. இருபுறமும் திறந்தவெளி குளிர்.

பிளாட்பாரத்தின் கோடியை அடைந்த பிறகுதான் கிழவி நின்றாள். இப்போது நிலையத்தில் சிறிது மக்கள் நடமாட்டம் காணப்பட்டது. எல்லாம் பத்து இருபது பேர்களுக்குள் அடங்கிவிடும்.

“நீ போடி பெண்ணே, நான் பாத்துக்கறேன்.”

“போறேன், பாட்டி. ரயில் வரட்டும்.”

“ரயில் வந்து நீ போறதுக்கு இன்னும் ராத்திரியாகிவிடும். இவ்வளவு நேரமானதே சரியில்லை. உன்னை நான் கூட வரவே சொல்லலையே?”

“நீ எப்படி பாட்டி எல்லாத்தையும் ஒண்டியா தூக்கிண்டு வந்திருக்கே!”

“நான் இங்கே வரப்போ எப்படித் தூக்கிண்டு வந்தேனோ அப்படி. இப்படி தூக்கி தூக்கிப் பழக்கம் ஆயிடுத்து.”

“ஆனால் உன் பொட்டி ரொம்ப கனம், பாட்டி.”

“அதுதான் நான் தூக்கிக்கறேன்னேன். நீ பிடிவாதமா அதையே தூக்கிண்டே.”

“மதராஸ்ஸே பெங்களூர் ஆனேவாலே பெங்களூர், எக்ஸ்பிரஸ் . . .” என்று தெளிவற்ற கரகரத்த குரலில், ஒலி பெருக்கியில் அறிவிப்பு வந்தது. பெண், “பாட்டி ரயில் வரதாம்” என்றாள்.

“இது இங்கே வர ரயில், போறது இல்லை.”

“உனக்கு எப்படிப் பாட்டி உடனே தெரிஞ்சுடறது.”

“இதெல்லாம் தெரியறதுடி பெண்ணே. நான் எங்கே இருக்கறதுன்னுதான் தெரியலே.”

“எங்களோடேயே இருந்திடலாமே, பாட்டி.”

"நீ சொல்லிட்டா ஆயிடுத்தா? பாட்டி பெட்டிமீது உட்கார்ந்தாள். திடீரென்று அந்தப் பெண் அழ ஆரம்பித்தாள்.

"இதோ பாரு, இதோ பாரு... ஏன் அழறே? என்ன ஆச்சு? அழாதே. அழாதே" பெண் தொடர்ந்து அழுதுகொண்டு இருந்தாள்.

"அழுகையை நிறுத்து. கண்ணோல்லியோ?"

பெண் மிகவும் சிரமப்பட்டு அழுகையைச் சற்றுக் குறைத்துக் கொண் டான். "எனக்கு ரொம்ப துக்கமா இருக்கு பாட்டி" என்றான்.

கிழவி பேசாதிருந்தாள். அவர்கள் அருகே ஒரு குடும்பம் வந்து சேர்ந்தது, கணவன் மனைவி. இரு குழந்தைகள். பத்து வயதுக்குட்பட்ட இரு சிறுவர்கள். ஒரு சிறுமி. ஒரு கைக்குழந்தை கிழவியையே பார்த்தபடி இருந்தது. மனைவி தன் கைக்குழந்தையைக் கணவனிடம் கொடுத்தாள். கிழவியைப் பார்த்து, "லேடீஸ் கம்பார்ட்மெண்ட்தானே?" என்றாள்.

"ஆமாம்."

"கன்யாகுமரி வண்டிதானே?"

"ஆமாம்."

"கூட்டமா இருக்குமா?"

"இந்த வண்டியிலே, ரொம்ப ஜனம் ஏறறதில்லை. இரட்டையா?"

"ஆமாம்" என்று சோர்வோடு அப்பெண்மணி சொன்னாள். கிழவியை, "பேத்தியா? என்று கேட்டாள்.

"ஆமாம் பிள்ளை முனிரெட்டிப்பாளையத்திலே இருக்கான். அவன் பொண்ணு."

"எங்கே அழைச்சுட்டுப் போறீங்க?"

"நான் அழைச்சுட்டுப் போகலே. என்னை ரயிலேத்திவிட வந்திருக்கா?"

அப்பெண்மணியின் கணவன், "ரொம்ப லேட்டாயிடுமே?" என்றான்.

"நான் வேண்டாம் வேண்டாம்னுதான் சொன்னேன். பிடிவாதமா வந்தா."

"முனிரெட்டிப்பாளையத்துலே எங்கே?"

"மார்க்கெட்டுக்கு முன்னாலே. சுடுகாடு இருக்கில்லே, அதுக்குக் கொஞ்சம் பக்கத்துலே."

"நான் கொண்டுபோய் விட்டுட்டுப் போறேன்."

பெண், "வேண்டாம், வேண்டாம். நானே போய்க்கிறேன்," என்றாள்.

கிழவி அந்த மனிதனை ஒரு கணம் உற்றுப் பார்த்தாள். அவன் மனைவி சொன்னாள். "நீங்க இங்கிருந்தே நேரே உங்க டூட்டிக்குப் போறதுக்குத்தான் டைம் இருக்கும்... அவருக்கு இன்னிக்கு நைட் டூட்டி" இதைக் கிழவியைப் பார்த்துச் சொன்னாள்.

பிளாட்பாரத்தில் இப்போது நிறைய மனிதர்கள் வந்துவிட்டார்கள். மனைவி கிழவியைக் கேட்டாள், "ரொம்ப ஜனம் இருக்காதுன்னீங்களே?"

இவுங்க மெட்ராஸ் வண்டிக்குப் போறவங்க. இப்போத்தான் இங்கே இரண்டு மூணு வண்டி வருமே."

"உங்களுக்கு எல்லாம் தெரியுது."

கிழவி தன் பேத்தி முகத்தைப் பார்த்தாள். பேத்திக்கு மீண்டும் குப்பென்று அழுகை வீரிட்டது. கிழவி அவளை அணைத்தபடி ஒதுக்குப்புறமாக அழைத்துச் சென்றாள்.

"நீயும் நானும் அழுது என்ன புண்ணியண்டா கண்ணா?" என்றாள்.

"அப்பா அம்மா ஏன் அப்படி இருக்காங்க பாட்டி?" என்று பேத்தி அழுதுகொண்டே கேட்டாள்.

"என்னாச்சு? அவங்க நல்லாத்தான் இருக்காங்க. குடும்பக் கஷ்டம் அப்படி."

"இல்லே பாட்டி, நீங்க எங்க கூடவே இருந்திடலாம் இல்லையா? போ போன்னுட்டாங்களே?"

"சே சே! நான் போறேன்னு கிளம்பிட்டேன். நீ மனசிலே ஒண்ணும் வைச்சுக்காதே. கிளம்பு. இவங்ககூட நான் ரயிலேறிப்பேன். தனியாப் போய்டுவேல்லே?" சிறுமி கண்ணைத் துடைத்துக்கொண்டாள். "நான் போயிட்டு வரேன், பாட்டி" என்றாள். கிழவி அவளை அணைத்து ஒரு முத்தம் கொடுத்தாள்.

அந்த ஆள், "நான் பாப்பாவைக் கொண்டுபோய் விட்டுடறேங்க." என்றாள்.

கிழவி, "வேண்டாம். அவ போயிப்பா. முனிரெட்டிப்பாளையம் மெயின் ரோட்டிலே போனா ஒண்ணும் பயமேயில்லை" என்றாள். "நீ போயிட்டு வா. அப்பா, அம்மாகிட்டே வரேன்னுதான் சொன்னான். வரலே. என்ன வேலையோ?"

கண்களையும், கன்னங்களையும் துடைத்துக்கொண்டு அப்பெண் பாட்டியைப் பார்த்தவண்ணம் நகர்ந்தாள். பிளாட்பாரத்தில் மணியடித்தது, அதைத் தொடர்ந்து மீண்டும் ஒலிபெருக்கியில் ஒரு ரயில் வரப்போகும் செய்தி வந்தது. கிழவி அருகில் நின்ற குடும்பத்தின் தலைவன் குழந்தையை மனைவியிடம் கொடுத்துவிட்டு பெட்டியையும் பையையும் கையில் எடுத்துக்கொண்டான். தன் பெட்டி மூட்டைகளை ஒருசேர வைத்த கிழவி திடுக்கிட்டாள். அவள் பேத்தி மீண்டும் வந்துவிட்டாள். "என்னடாது?" என்று கிழவி கேட்டாள்.

"உன்னை ரயிலேத்திட்டே போறேன் பாட்டி."

கிழவி கண்ணில் முதல் தடவையாக ஈரம் தெரிந்தது.

மிகவும் மெதுவாக ஒரு ரயில் வந்து சேர்ந்தது. கிழவியுடன் நின்ற குடும்பம் ரயிலில் ஏறத் தயாராக இருந்தது. கிழவி மட்டும் சந்தேகத்துடன்,

“இது கன்யாகுமரி வண்டியா, திருப்பதி வண்டியான்னு கேட்டுக்குங்க” என்றாள். அவள் சந்தேகம் சரிதான். அது திருப்பதி போகும் வண்டிதான். வழக்கத்தைவிட அரை மணி நேரம் தாமதமாக வந்திருந்தது.

அந்தக் குடும்பத்தின் தலைவன், “அப்போ நம்ம வண்டியும் லேட்டுத் தான்” என்றான். பிறகு அவன் மனைவியிடம், “நீ வண்டி வந்தா ஏறிக்கிறியா? இதோ இங்கே பெரிய அம்மாவும் இருக்காங்க. நான் டூட்டிக்குக் கிளம்பறேன்” என்றான்.

அவன் மனைவி அரை மனதாக “சரி” என்றாள்.

அவன் கிழவி பக்கம் திரும்பி, “பாப்பா வீட்டுக்குப் போகுதா? நான் கொண்டுபோய் விட்டுட்டுப் போறேன். வரியா பாப்பா?” என்றான்.

கிழவி தன் பேத்திக்கு மட்டும் தெரியும்வண்ணம் தலையை அசைத்தாள். “அவ அப்பன் வரேன்னுருக்கான். அதோ அங்கே தூரத்தில் வராப்லே இருக்கு” என்று கூறினாள். சிறுமி கிழவி பார்த்த திசையில் பார்த்தாள். அவள் முகத்தில் யாரையும் அடையாளம் கண்டுகொண்டதாக தெரியவில்லை.

கடைசியாகக் கன்னியாகுமரி எக்ஸ்பிரஸ் வந்தபோது ஒன்பதே காலுக்கும் மேலாகிவிட்டது. பிளாட்பாரத்தில் இப்போது சென்னை வண்டிக்காகக் காத்திருப்பவர்கள் நிறைய இருந்தார்கள். ஒரு சில இடங்களில் குவிந்திருந்தார்கள். அவர்கள் ஏற வேண்டிய பெட்டிகள் அந்த இடங்களில்தான் நிற்கும் என்று அவர்களுக்குத் தெரிந்திருக்க வேண்டும். கன்யாகுமரி ரயிலில் பெண்கள் பெட்டியில் கூட்டம் அதிகம் இல்லை. கிழவி தன் பெட்டி மூட்டைகளுடன் ஏறும்போதே இரட்டைக் குழந்தைக்காரியும் இடித்துத் தள்ளிக்கொண்டு ஏறினாள். கிழவிக்கு ஜன்னலருகே இடம் கிடைக்காத போதிலும் ஒரு ஜன்னலருகே முகத்தை வைத்துக் கொண்டாள். பேத்தியை உற்றுப் பார்த்துக் கொண்டிருந்தாள். பாட்டி முகத்தைப் பார்க்க அச்சப்படுவது போல் பேத்தி வேறெங்கோ பார்த்துக்கொண்டிருந்தாள். ரயில் நகரத் தொடங்கியபோது கிழவி, “இந்தா இதை வைச்சுக்கோ,” என்றாள். பேத்தி அவளையுமறியாமல் கையை நீட்டினாள். கிழவி பேத்தி கையில் பத்து ரூபாய் நோட்டை வைத்து மூடினாள்.

“உங்கட்டேயே ஒண்ணும் கிடையாதே பாட்டி?” என்று பேத்தி சொன் னாள். “எனக்கு எல்லாம் இருக்கு. பத்திரமா வீட்டுக்குப் போ” என்று கிழவி பதிலுக்குக் கத்தினாள். பெண் ரயிலுடன் ஓடிவர முயன்றாள். ஆனால் மூன்று நான்கு அடிகள்தான் நடக்க முடிந்தது. ரயில் போய்விட்டது.

பெண் விடுவிடென்று நடந்து பிளாட்பாரத்தை விட்டு வெளியே வந்தாள். “பாட்டி போயாச்சா?” என்று ஒரு குரல் கேட்டுத் திரும்பினாள். அவள் அப்பா. ஏம்ப்பா உள்ளே வரலே?” என்று கேட்டாள்.

“பிளாட்பாரம டிக்கெட் வாங்கலே. ரொம்ப கூட்டமா இருந்தது.” அவளும் பிளாட்பாரம் டிக்கெட் வாங்கவில்லை. அதை அவள் அப்பாவிடம் சொல்லவில்லை.

1993

மூவர்

"சாப்பாட்டுக்குத்தானே?"

"ஆமாம்... ஒண்ணரை அடித்துவிட்டது."

"டயத்துக்கு வந்துவிடு. நீ வந்த பிறகு இருவர் போக வேண்டும்." சொர்ணம் அவனுக்கு தெரியாதபடி கீழுதட்டைக் கடித்துக்கொண்டாள்.

வெயில் பளிச்சென்று அடித்தாலும் டில்லிக் குளிர் குறையவில்லை. அரை கிலோ மீட்டர் தூரத்தில் வீடு. இரு இடங்களில் சாலையைக் கடக்க வேண்டும். கோல் மார்க்கெட் பகுதியில் அந்த வேளையிலும் சளைக்காத போக்குவரத்து. காலனி சென்றடைந்தால் இரு மாடிப்படிகள் ஏற வேண்டும். வாசல் கதவைத் திறந்து வீட்டினுள் காலெடுத்து வைக்க எப்படியும் கால் மணி நேரம் ஆகிவிடும்.

எவ்வளவுதான் பசியிருந்தாலும் அந்த நேரத்தில் சிறிதாவது படுக்கையில் சாய வேண்டும் என்றுதான் தோன்றுகிறது. கடந்த வாரம் ஒரு முறை அப்படிச் சாய்ந்தவள் மீண்டும் கண்விழித்தபோது மணி நாலாகியிருந்தது. பெரிய சர்தார்ஜி அவளை மிகவும் கோபித்துக்கொண்டுவிட்டான். அன்று சின்னவன் ஊரில் இல்லை. பகல் உணவுக்கென வீடு சென்றவள் தூங்கிப்போய்விட்டாள் என்று அவனுக்கு யார் சொன்னார்கள்? 'டயத்துக்கு வா' என்று சொல்கிறான். முதலாளி மகனுக்கு இந்த அற்பத் தகவல்கூடத் தெரியப்படுத்தப்படுகிறது. யாரையும் குற்றம் சொல்ல முடியாது. அந்த ஃபார்மஸியில் சொர்ணம் ஒருத்திக்குத்தான் பகலில் வீடு போய் சாப்பிட்டு வர அனுமதி. எல்லோருக்கும் அரைமணி இடைவெளி என்றால் அவளுக்கு ஒரு மணி. ஆனால் மாலையில் கடிகாரத்தைப் பாராமல் அடுத்த நாள் பாங்குக்கு அனுப்ப வேண்டிய செக், டிராஃப்ட் அனைத்துக்கும் சலான் எழுதி வைத்துவிட்டுப் போகவேண்டும். கீழ் வீடுகள் நான்கும் பூட்டப்படவில்லை. பூட்டுகள் திருடர்களுக்கு வழிகாட்டிகள். முதல் மாடியில் நான்கும் பூட்டியிருந்தன. இரண்டாவது மாடியில் சொர்ணம் இருக்கும் வீட்டில் மட்டும் பூட்டு. சொர்ணம் ஹாட்கேஸ் வாங்குவதற்கு முன்பு அவளும் காலை எட்டரை மணிக்கே கணவனுடன் சேர்ந்து சாதத்தை

விழுங்கிக் கொண்டிருந்தாள். மகாதேவனுக்கு அது ஒத்துக்கொண்டுவிட்டது. ஆனால் அவளுக்கு நாளெல்லாம் வயிற்றைக் குடைந்தது. வேண்டாம், பிற்பகலில் வந்து சாப்பிடலாம் என்றால் டில்லியில் வருடத்தில் மூன்று மாதங்கள் தவிர, இதர நாட்களில் அடுப்பை விட்டு இறக்கிய சாதம் அரை மணி நேரத்தில் விரைத்துப் போகும். இன்றைக்கு எல்லாமே மணக்க மணக்க இருக்கிறது.

அந்த ஆர்வம் கணப்போதில் ஆவியாகப் போயிற்று. விசு ஞாபகம் வந்துவிட்டது. அன்று காலை அவன் மிகவும் படுத்திவிட்டான்.

டில்லியில் எல்.டி.சி. சம்பளத்தில் சுமாரான வீட்டில் குடியிருந்து இருவேளை சமைத்துச் சாப்பிட முடியுமா? முடியும் என்றுதான் அவன் நினைத்தான். அவன் கல்யாணத்தின்போது எல்லாருமே அப்படிதான் நினைத்தார்கள். மகாதேவன் அரையும் குறையுமாகத்தான் உம் என்று முனகினான். அக்கல்யாணம் நடந்ததில் அவன் பங்கு மிகவும் குறைவு. பத்து நாள் லீவில் அம்மா கைப்படச் சமைத்ததைச் சாப்பிட வேண்டும் என்று தஞ்சாவூர் வந்தவனை 'வாடா, இந்தப் பெண்ணைப் பார்' என்று அம்மா சொர்ணத்தின் வீட்டிற்கு அழைத்து வந்தாள். அந்த மாதம் அவன் டில்லிக்குத் திரும்பிப் போக டிக்கெட் வாங்கப் போனபோது சொர்ணத்துக்கும் சேர்த்து வாங்க வேண்டியிருந்தது. பெட்டி படுக்கை தூக்க கூலி அமர்த்த வேண்டியிருந்தது. சொர்ணம் ஒரு வருடம் மகாதேவன் சம்பளத்தில் குடித்தனம் நடத்திவிட்டாள். விசு பிறந்த பிறகு வேறு வீடு மாற வேண்டியிருந்தது. விசுவுக்கு இரண்டு வயதாகும்போது எந்த நேரத்திலும் எங்காவது ஐநூறு அறுநூறு ரூபாய்க் கடன் இருந்தது. மகாதேவன் கேட்க வேண்டும் என்று அவள் காத்திருந்தாள். அவளாகச் சொல்ல வேண்டும் என்று அவன் காத்திருந்தான். இதையும் அவன் அம்மாதான் நிறைவேற்றி வைத்தாள். தஞ்சாவூரில் இருந்தபடியே 'டில்லியில் எந்தப் பெண் கல்யாணம் ஆன பிறகு வீட்டிலேயே உட்கார்ந்து சாப்பிட்டுக் கொண்டிருக்கிறாள்?' என்று கேட்டு எழுதியிருந்தாள்.

சொர்ணம் வேலைக்குப் போவது என்றான பிறகு என்ன வேலைக்குப் போவது என்று யோசிக்கவேண்டி இருந்தது. பரீட்சை எழுதித் தேர்வு செய்யப்படும் பல வேலைகளுக்கான வயதை அவள் தாண்டி விட்டிருந்தாள். குறைந்தபட்சமாக இவ்வளவு சம்பளம் வேண்டும் என்று நிர்பந்திக்காத வரையில் எங்காவது சிறு நிறுவனங்களில் அல்லது கடைகளில் வேலை கிடைத்துவிடும்.

எஸ்.எஸ்.எல்.சி.யில் உயிரியல் படித்தவள் என்று சொல்லி ஒவ்வொரு மருந்துக் கடையாக மகாதேவன் ஏறி இறங்கினான். ஒரு கடையில் வேலைக்கு வரச் சொன்னார்கள். உயிரியல் அந்த வேலைக்குச் சம்பந்தம் இல்லை. எந்த மருந்து எங்கே வைத்திருக்கிறது என்கிற ஞாபகசக்தியும், இந்தி சரளமாகப் பேசும் தேர்ச்சியும் இருந்தால் போதும் என்று தெரிந்துகொள்ளச் சொர்ணத்துக்கு அதிக நேரமாகவில்லை. ஆனால் வேலைக்குப் போன முதல் சில நாட்களில் வீட்டில் மகாதேவனின் அம்மாவிடம் விட்டுவிட்டு வந்த விசு ஞாபகமாகவே இருந்தது. மகாதேவனின் அம்மாவுக்குப் பாட்டியாக இல்லாமல் ஒரு தாதியாக இருப்பதில் சம்மதம் இல்லை. டில்லியில் ஒரு வாரத்துக்கு மேல் அவளுக்குப் பொழுது போகவில்லை. விசு பகல் பொழுது முழுதும் இருபது முப்பது குழந்தைகளுடன் அவனிடம் அப்பா அம்மா கொஞ்சும் சொற்களுக்கு சற்றும் ஒற்றுமையில்லாத வேறேதேதோ மொழி

பேசும் மனிதர்கள் மத்தியில் வாரத்தில் ஆறு நாட்கள் ஒரு கிரஷ்ஷில் இருக்க நேர்ந்தது.

ஆறு மாதத்தில் நான்கு கடைகள் மாறிய பிறகு இந்த சர்தார்ஜி கடையில் வேலை கிடைத்தது. முன்னெங்கும் கிடைத்ததைப் போல ஒன்றரை மடங்கு சம்பளம். வீட்டிலிருந்து நடந்தே வேலைக்குப் போய்விட்டு வரலாம். அதனாலேயே பகலிலும் ஒருமுறை குழந்தையைப் பார்த்துவிட்டு வரலாம்.

அது முடியாது, மிகப் பெரிய தவறு என்றாகிவிட்டது. பகலில் அம்மாவைப் பார்த்த விசு அவள் போனபிறகு கிரஷ்ஷில் படாதபாடு படுத்திவிட்டான். அன்றிரவு அவனுக்கு ஜுரம் வந்து அது சரியாக ஒரு வாரமாயிற்று. பெரிய சர்தார்ஜி, நீ வேறு வேலை பார்த்துக்கொள்ளலாமே, என்றுகூடச் சொல்லிவிட்டான்.

வாசல் கதவு தட்டும் சத்தம் கேட்டது. சொர்ணம் பாத்திரங்களை சிங்க்கில் போட்டுவிட்டுக் கை கழுவிக்கொண்டு கதவைத் திறந்தாள். பக்கத்து ஃபிளாட் பெண்மணி, “உங்களுக்கு ஒரு ரிஜிஸ்டர் லெட்டர் வந்திருக்கிறது. தபாலாபீசில் வந்து வாங்கிப் போகச் சொன்னான்.”

“எனக்கா, அவருக்கா?”

“சொர்ணா நீங்கதானே?”

“ஆமாம்.”

“உங்களுக்குத்தான். மூன்று மணிக்குள் வந்து வாங்கிப் போகச் சொன்னான்.”

“ரொம்ப தாங்க்ஸ்.”

ரிஜிஸ்டர்டு கடிதம் யாரிடமிருந்து இருக்கும்? யாரிடமிருந்து வந்திருந்தாலும் இன்று வாங்கச் சாத்தியப்படாது. முன்பொரு முறை ஒரு பார்சலை வாங்க மூன்று முறை இரு வேறு தபாலாபீசுளுக்கு அலைய வேண்டியிருந்தது. தபால்கூட வேலைக்குப் போகாமல் வீட்டில் எப்போதும் இருப்பவர்களுக்குத்தான் சரி.

சொர்ணம் அவளுடைய அம்மாவை நினைத்துக்கொண்டாள். அம்மா என்று ஒருத்தி இருந்தால் அவள் இப்படி அல்லல்பட வேண்டியிருக்குமா? பிரசவத்தின்போது ஆஸ்பத்திரியில் யாருமே இருக்கவில்லை. விசு பிறந்த மறுநாள் தேசமெல்லாம் ஒரு மகாபந்த். மகாதேவனை அவனுடைய ஆபீசிலேயே இரவெல்லாம் தங்கவைத்து மகாபந்த் நடந்த தினத்தன்று அவன் ஆபீசில் வேலை செய்ததாகக் காட்டிவிட்டார்கள். சொர்ணத்தை டிஸ்சார்ஜ் செய்த நேரத்துக்குத்தான் அவன் ஆஸ்பத்திரிக்கு வந்து குழந்தையை முதன்முதலாகப் பார்க்க முடிந்தது. பத்து, பத்தியம் ஏதுமில்லாமல்தான் பச்சைக் குழந்தை அழுதது. பால் குடித்தது, தூங்கியது, துணிகளை நனைத்துக்கொண்டது. தலைப் பொறுப்பாக மகாதேவனுக்குக் கல்யாணம் பண்ணிவைத்த அம்மா அதற்குப்பின் தொடரக் கூடியவைக்கும் பொறுப்பு ஏற்கத் தயாராகயில்லை. பெற்ற குழந்தைகளை முன்னுக்குக் கொண்டுவர ஓடாக உழைத்த பெண்மணி, மகன் மனம் நோகக் கூடாதென்று மணிக்கணக்கில் கண் விழித்துக் காத்திருக்கும் தாயார், உயிரையே விடத் தயாராகயிருக்கும் அம்மா – இதெல்லாம் கதைப் புத்தகங்கள் அல்லது

சினிமாவில் வருபவர்களாகி விட்டார்கள். மகாதேவனின் அம்மா மீண்டும் தஞ்சாவூரை விட்டு வரமுடியாதென்று சொல்லிவிட்டாள். குழந்தையைப் பார்த்துக்கொள்ள அம்மாவின் ஒத்தாசை வேண்டுமென்பதால் மகாதேவன் தஞ்சாவூருக்கு டிரான்ஸ்ஃபர் கேட்டு வரவேண்டும். தஞ்சாவூருக்கு அவன் டிரான்ஸ்ஃபர் ஆக முடியாது. அதிகம் போனால் சென்னை. அதுவும் இன்னும் மூன்று நான்கு வருடங்களுக்கு பேச்சே எடுக்க முடியாது.

சொர்ணம் வீட்டைப் பூட்டிக்கொண்டு மீண்டும் ஃபார்மசிக்குக் கிளம்பினாள். போகிற வழியில்தான் விசுவை சேர்த்திருக்கும் பால்வாடி. பார்த்துவிட்டுப் போகலாம், உடனே அவளுடன் வந்துவிடுகிறேன் என்று பிடிவாதம் பிடிப்பான். அவனைப் பார்த்து மற்ற குழந்தைகளும் அழத் தொடங்கும். 'தயவுசெய்து நடுப்பகலில் வந்து குழந்தைகளைத் தொந்தரவு செய்து குழப்பம் விளைவிக்காதீர்கள். ஒரேயடியாக மாலை வந்து அழைத்துப்போங்கள்' என்றுதான் அந்த கிரஷ்ஷை நடத்தும் ஜோதி பெஹன் எச்சரித்திருந்தாள். விசு விஷயத்தில் அவர்கள் ஒரு முறை மிகவும் சங்கடப்பட்டிருக்கிறார்கள். இனிமேல் அந்த கிரஷ்ஷில் குழந்தையை விடமுடியாதபடி போய்விடும்.

சொர்ணம் ஃபார்மசி சென்றடைந்தவுடன் ஃபார்மசிஸ்ட் வெளியே போனான். அரை மணிக்கு அவள்தான் ஃபார்மசிஸ்ட் அவனுக்கு அவளைப் போன்று, இரண்டரை மடங்குச் சம்பளம். மருந்துக் கடை சட்டத்திட்டங்கள் அவன் போன்ற ஃபார்மசிஸ்டுகளுக்கெனவே வகுக்கப்பட்டிருக்க வேண்டும். அப்படிச் சொல்லிவிடுவதற்கும் இல்லை. அவள் அங்கு வேலைக்குச் சேர்ந்து இந்த ஒரு வருடத்தில் சிக்கல் ஏதும் நேரவில்லை. ஆனால் இதே சர்தார்ஜியின் அண்ணா கடையில் ஒருமுறை ரெஃப்ரிஜிரேட்டர் கோளாறினால் வெளிநாட்டு மருந்துகள் வலுவிழந்து பாழாகிப் போயிருந்தது தெரியாமல் அவற்றை விற்றிருக்க, கன்ஸ்யூமர் கோர்ட்டில் புகார் போய்ப் பெரிய தகராறு ஆகிவிட்டிருந்தது. அந்த ஃபார்மசிஸ்ட்தான் மாட்டிக்கொண்டான்.

ஆறு மணிக்கு வேலை முடித்துக்கொண்டு சொர்ணம் கிரஷ்ஷுக்குச் சென்றாள். விசு தூங்கிக் கொண்டிருந்தான். நல்ல வேளை,ஜுரம் ஏதுமில்லை. பகலில் அழுதிருக்க வேண்டும். அந்த அழுகையை ஈடு செய்யத்தான் இப்போது தூக்கம்.

மூன்று வயதுக் குழந்தையைத் தோளில் போட்டுக்கொண்டு நடப்பது சிரமமாகத்தான் இருந்து. ஆனால் அதைவிட குழந்தைக்கு அவன் அம்மா வந்துவிட்டாள் என்று தெரியாது என்பது இன்னும் வேதனையாக இருந்தது.

"விசுவை பக்கத்து பிளாக்காரங்க தூக்கிண்டு போயிருக்காங்களா?" என்று மகாதேவன் கேட்டான்.

"இல்லை, உள்ளே தூங்கிண்டிருக்கான்," மகாதேவன் நிதானமாகக் காபி குடிப்பதைப் பார்க்கச் சொர்ணத்துக்குச் சிறிது கோபம்கூட வந்தது. மாலை வேளையில் விசு அசாத்திய சுறுசுறுப்புடன் ஓடியாடி வருவான். அப்பா அம்மா இருவரையும் எதையும் தனக்குக் கொடுக்காமல் சாப்பிட விடமாட்டான். பல்டி அடித்து வித்தை காட்டுவான். எப்போதும் இருவரும் அவனையே கவனித்துக் கொண்டிருக்கவேண்டும் என்று அடம் பிடிப்பான். அது மகாதேவனுக்கு அலுத்துவிட்டிருக்க வேண்டும்.

வழக்கமாக விழித்திருக்கும் குழந்தை தூங்கிக்கொண்டிருந்தால் யாரும் பரபரப்படைவார்கள். மகாதேவனுக்கு ஓய்வாக இருக்கும் வாய்ப்பாகிவிட்டது.

"ரிஜிஸ்டர் லெட்டர் வந்திருக்காம்."

"எங்கே?"

"பக்கத்துஃபிளாட் பொண்ணு சொன்னா."

"வாங்கிண்டு வரலியா?"

"என்னாலே எப்படி முடியும்?"

"நாளைக்கு என்னாலேயும் முடியாது. யார் எழுதியிருக்கா தெரியுமா?"

"தெரியாது."

"உனக்கு ஏதாவது அப்பாயிண்ட்மெண்ட் ஆர்டரோ என்னவோ?"

சொர்ணம் பதில் பேசாது இருந்தாள்.

"என்ன, ஏதோ மாதிரி இருக்கே?"

"கல்யாணம் பண்ணிண்டு குழந்தை பெத்துண்டா வீட்டோட இருக்கணும். வேலைக்குப் போகணும்னா கல்யாணம் பண்ணிக்கொள்ளக் கூடாது."

"அப்படியா?" – மகாதேவன் கேட்டான். பிறகு, "நாமதான் இதுக்கு ரொம்ப அலுத்துக்கறோம். இங்கே டில்லியிலே வேலை செய்யற பெண்கள்லே முக்கால்வாசிக்கு மேலே கல்யாணம் ஆனவங்கதான். அதிலே நிச்சயம் பாதிப் பேருக்கு குழந்தைகள் இருக்கும். இங்கே குவார்ட்டர்ஸ் கிடைச்சதிலே நாம ரெண்டு பேரு சம்பாதிக்கறதிலே நாமும் இருந்து, அம்மாவுக்கும் கொஞ்சம் அனுப்ப முடியறது. இல்லேன்னா எல்லாரையும் போல நாமும் இந்தக் குவார்ட்டர்சிலேயே இன்னொரு ஆளைக் குடிவைச்சுக்கணும்" என்றான்.

சட்டென்று, "யார் பேருக்கு லெட்டர் வந்திருக்கு?" என்று கேட்டான்.

"தெரியலை. அந்தப் பொண்ணு சொன்னதைப் பாத்தா எனக்குத்தான் வந்திருக்கு போலிருக்கு."

"சரி, நானும் ஒரு ஆதரைசேஷன் லெட்டர் எழுதி வைச்சுட்டுப் போறேன். நீயும் ஒண்ணு எழுது. அவங்களையே அதை வாங்கி வைக்கச் சொல்லு."

"அப்போ லெட்டர் நாளைக்குக் கிடைக்காது. அடுத்த நாள்தான் கிடைக்கும்."

"பரவாயில்லை. இந்த ரெண்டு நாள்லே நம்பளாலே போஸ்டாபீஸ் போக முடியப் போறதா?"

சொர்ணம் எழுந்து உள்ளே போனாள். விசு இன்னமும் தூங்கிக் கொண்டிந்தான். ஜுரம் ஏதாவது வந்திருக்கக் கூடாது. தொட்டுப் பார்க்கப் பயமாக இருந்தது.

அவன் தூங்கிக் கொண்டிருந்தது அவளுக்கும் அரை மணி நேரம் ஓய்வு கிடைக்க வழி செய்தது பற்றி அவளுக்கு வருத்தமாக இருந்தது.

1993

ஆறாம் வகுப்பு

எதையுமே நாடகத்தன்மையோடு சொல்வதும் செய்வதும் கோபாலுக்குப் பழக்கம். என்னை அந்தப் பள்ளிக்கூடத்தில் சேர்த்து வகுப்புக்கும் கொண்டு விட்ட என் அப்பாவிடம், அவன்தான் ஒரு வகுப்பில் ஆசிரியரும் இருக்கும்போதே நான்கைந்து வரிசை பெஞ்சுகளைக் கடந்து எங்களிடம் வந்து, "சமஸ்கிருத வாத்தியாருக்கு ஒரு ரூபாய் தரவேண்டும்" என்றான்.

என் அப்பா, "நான் ஸ்கூல் பீஸ் கட்டி விட்டேன். இன்னும் என்ன ரூபாய்?" என்றார்.

கோபால் பதில் சொல்வதற்குள் இன்னொரு பையனும் "ஆமாம், ஒரு ரூபாய் தரவேண்டும்" என்றான்.

"சரி, நாளைக்கு இவன் கொண்டுவருவான்" என்று சொல்லிவிட்டு என் அப்பா போனார்.

என் அப்பாவிடம் ஒரு ரூபாய் இல்லை. அந்த நாளில் நிறைய பேரிடம் ஒரு ரூபாய் இருக்காது. அடுத்த நாள் அவர் மறந்துவிட்டதால், எனக்கு அது புது ஸ்கூலானதால் எல்லாமே புரியாததாகவும் திகிலூட்டுவதாகவும் இருந்தது.

சம்ஸ்கிருத வாத்தியார் பேச்சு சுத்தமாகப் புரியவில்லை. அவர் ஓயாது ஏதாவது தெலுங்கு மொழியில் சொல்லிக் கொண்டிருந்தார். நிமிடத்திற்கு ஒரு முறை 'யெதவா' என்று திட்டிக் கொண்டிருந்தார். வசவுகளில் தமிழ் பேசும் வாத்தியார் களும் யாருக்கும் குறைந்தவர்களில்லை. இருவர் வசவும் எனக்குப் புரிந்ததில்லை. சம்ஸ்கிருத வாத்தியார் எனக்கு வசவைத் தாராளமாக வழங்கியதோடு உள்ளங்கையை மேஜை மீது வைக்கச் செய்து ரூல் தடியால் ஒரு தட்டுத் தட்டினார். "அவருக்கு ஒரு ரூபாய் கொண்டுவந்து கொடுத்துவிடு," என்று கோபால் சொன்னான். நாங்களிருவரும் எங்கள் பெயர்களைக்கூடக் கேட்டுக்கொள்ளவில்லை.

அன்றிரவு அப்பாவிடம் சொன்னபோது, "எதுக்கு இன்னொரு ரூபாய்? சம்பளந்தான் கட்டியாயிற்றே?" என்றார்.

நான் பயந்துகொண்டே பள்ளிக்கூடத்துக்குப் போனேன். சமஸ்கிருத வாத்தியார் என்னைக் குறிப்பாக நிறைய வைதார். கோபாலிடம், "நீ சொல்லு" என்று சொன்னார். அந்த அளவுக்குத் தெலுங்கு எனக்குப் புரிந்தது.

அன்று எனக்கு இன்னொன்றும் புரிந்தது. ஒரு ரூபாய் வாத்தியாருக்கல்ல. சம்ஸ்கிருதப் புத்தகங்களுக்கு. அந்த ஊரில் தெலுங்கு, உருது தவிர வேறு மொழிப் பாடப் புத்தகங்கள் கிடைப்பது சிரமமானதால் வாத்தியார் சம்ஸ்கிருதம் படிக்கும் பையன்களுக்கு ஒரே முறையாகப் புத்தகங்களைத் தருவித்துவிட ஏற்பாடு செய்திருந்தார். மூன்று புத்தகங்களுக்கு ஒரே ரூபாய். சப்த மஞ்சரி, ததுரூபாவளி, மூன்றாவது பெயர் மறந்துவிட்டது.

கோபாலும் நானும் நெருக்கமானவர்களாவதற்கு சம்ஸ்கிருதம் காரண மானாலும் சம்ஸ்கிருதம் எங்களுக்குத் தீர்க்க முடியாத புதிராக இருந்தது. எங்கள் வகுப்பில் நாற்பத்தைந்து மாணவர்களில் சம்ஸ்கிருதம் படிப்பவர்கள் பதினைந்து. மிகுதி முப்பதும் தெலுங்கு அல்லது உருது. அந்த வாத்தியார்கள் மார்க்குகளை அள்ளி வீசினார்கள். எங்கள் பண்டிட் அடிக்கும்போது மட்டும் வீசினார். மொழிகள் கற்பிக்க இருந்த வாத்தியார்களுக்கு இதர பாடங்களுக்குரிய வாத்தியார்களைவிடச் சம்பளம் குறைவு. மொழிகள் வாத்தியார்களிலேயே சம்ஸ்கிருத வாத்தியாருக்கு இன்னும் குறைவு. அவருக்கு மாணவர்களை உற்சாகப்படுத்தக் காரணங்கள் அதிகம் கிடையாது. அப்படி இருந்தும் புத்தகம் வாங்கித் தரும் பொறுப்பை அவர் ஏற்றுக்கொண்டிருந்தார்.

நானும் கோபாலும் சம்ஸ்கிருத வகுப்பில் கடைசி இரண்டு இடங்களைத் தான் வகிக்க முடிந்தாலும் எங்களுக்கு அது மிகவும் பிடித்தமான வகுப்பாகவே இருந்தது. சதா கோபித்து, வைது, அடித்துக் கொண்டிருந்த சம்ஸ்கிருத வாத்தியாரை நாங்கள் ஒரு போதும் திட்டியது கிடையாது, மாறாக அவருக்கு முதலில் 'குட் மார்னிங்' வைப்பது நாங்கள்தான். அவரும் எங்களுக்கு அவர் மீது கோபம் கேலி கிடையாது என்பதைத் தெரிந்துகொண்டுவிட்டார். அடிக்கும்போது வேண்டுமானால் அவர் கை சற்று மெதுவாகச் செயல்பட்டது. மற்றபடி மார்க் போடும்போது மட்டும் அதே பதினெட்டு, இருபதுதான்.

அந்த ஊரில் எங்கள் வீடு ஒரு கோடி என்றால் கோபாலின் வீடு இன்னொரு கோடி. பள்ளிக்கூடத்தில் பார்த்து பேசியது போதாது என்று ஒரு நாள் அவனுடன் தெருவரை சென்று என் வீடு திரும்பியபோது அங்கு நிலவிய சூழ்நிலையைச் சாதாரண உஷ்ணமானியால் அளவிட முடியாது. "ஏன் சொல்லிவிட்டுப் போகவில்லை?" என்று ஆளுக்கு ஆள் அடித்தார்கள், அல்லது திட்டினார்கள். சொல்லியிருந்தால் போயிருக்கவே முடியாது என்று எனக்குத் தெரியும். ஒரு நாள் கோபால் எங்கள் வீட்டுக்கு வந்து திரும்பியபோது அவனுக்கும் எனக்குக் கிடைத்ததெல்லாம் கிடைத்திருக்கும் என்று எதிர்பார்த்தேன். ஆனால் அடுத்த நாள் பள்ளிக்கூடத்தில் அவன் எப்போதும் போல இருந்தான். அவன் வீட்டில் என்ன நடந்தது என்று

திரும்பத் திரும்ப வெவ்வேறு விதமாக விசாரித்தேன். "ஒண்ணுமில்லையே?" என்றுதான் அவன் சொன்னான்.

ஒரு விடுமுறை நாளில் பகற்போதில் அவன் வீட்டுக்குப் போனேன். அவன் மகிழ்ச்சி இருந்திருந்தாலும் அதை அவன் வெளிக்காட்டவில்லை. மாறாக அவன் ஏதோ சொல்ல முடியாமல் தவிப்பதாகவே தோன்றியது. முந்தைய முறை என் கவனத்தில் விழாத சில விஷயங்கள் இருந்தார்கள். அவன் வீட்டில் நிறைய குழந்தைகள் இருந்தார்கள். கோபால் இரு பெண்மணிகளை அம்மா என்று அழைத்தான். ஆனால் நானாக அவனை ஏதும் கேட்கவில்லை.

பள்ளி நாட்களில் புத்தகங்கள் மட்டும்தான் தேவை என்று சொல்லிவிட முடியாது. 'சிறுவர் அச்சு இயந்திரம்' என ஒரு விளம்பரத்தைப் பார்த்ததி லிருந்து அது உடனே கைவசம் இல்லாவிட்டால் என் உயிர் என் உடலில் தரிக்காது என்று எனக்குத் தோன்றிவிட்டது. அது ஒரு பம்பாய்ப் பத்திரிகை. அச்சு இயந்திரத்தின் விலை எட்டு அணா என்று விளம்பரத்தில் கண்டிருந்தது. வீட்டில் பிடிவாதம் பிடித்து, எட்டு அணா பணம் வாங்கிவிட்டேன். 'அச்சு இயந்திரம்' எந்தக் கடையில் கிடைக்கும் என்று தேட ஆரம்பித்தேன். நான் விசாரித்த பல கடைகளில் தெரியாது என்று சொன்னார்கள். இரண்டு மூன்று கடைகளில் சிரித்தார்கள். இதை கோபாலிடம் சொன்னேன். "நான் கண்டுபிடித்து உனக்கு வாங்கித் தருகிறேன், பார்" என்றான். இது நடந்து ஒரு வாரம் கழித்து, உங்கிட்டே இப்போ காசு இருக்கா?" என்று கேட்டான்.

"இல்லை, காசு வீட்டிலேதான் இருக்கும்."

"இன்னிக்குச் சாயங்காலமே வாங்கலைன்னா கிடைக்காது."

"எது?"

"அதான், பிரிண்டிங் செட்."

அன்று மாலை என் வீட்டுக்கு இரண்டாம் முறையாக அவன் வந்தான். என் புத்தகங்களைத் தூக்கிப் போட்டுவிட்டு டீ கூடக் குடிக்காமல் நான் அவனுடன் கிளம்பினேன். அவன் என்னை பார்க்லேன் என்ற இடத்துக்கு அழைத்துப் போனேன். நானாக அத்தெருப்பக்கம் போனது கிடையாது. அங்கிருக்கும் கடைகளின் பளபளப்பு பயமுறுத்துவதாக இருக்கும். அக்கடை களுக்குப் போக வேண்டியிருக்கக் கூடாதே என்று பிரார்த்தனை செய்தேன். அப்படிப்பட்ட கடைகள் அருகிலும் நான்கைந்து தள்ளு வண்டிகள். அந்த வண்டிகளில் சிறு பொம்மைகள், அலங்காரப் பொருள்கள், தலைமுடி கட்டும் ரிப்பன்கள், கிளிப்புகள் . . . அந்த வண்டிகளிலும் பெரியது சிறியது இருந்தன. கோபால் பெரிய கடை அருகில் சென்றான். அந்த வண்டிக்காரனிடம், நான் நேற்று நேற்று எடுத்து வைத்ததைக் கொடு. பணம் கொண்டுவந்திருக்கிறேன்" என்று உருதுவில் சொன்னார்.

வண்டிக்கு அடியிலிருந்து ஒரு பெட்டியை அந்தக் கடைக்காரன் எடுத்தான். ஜாமெட்ரி பாக்ஸ் அளவில் அட்டைப் பெட்டி. ரப்பரில் சிறு சிறு

ஆங்கில எழுத்துக்கள். முள்பிடுங்கப் பயன்படுவது போன்ற ஒரு தகரக் கிடுக்கி. நெருப்புப் பெட்டி அளவுக்கு இரு கட்டைத் துண்டுகள். அவற்றில் அகலவாட்டில் 'ப' வடிவத்தில் பள்ளம். அப்பள்ளத்தில் அடைபடக்கூடிய அளவுக்கு உருளை போன்ற ஒரு குச்சி. ஒரு தகரப் பெட்டியில் ஒரு கம்பளத்துண்டு. அதில் மை ஊற்றி அச்சுக்கோத்ததை அதில் அமுக்கி, வேறு காகிதத்தில் அழுத்தினால் எழுத்து அச்சு போலப் பதியும். கிட்டத்தட்ட ஒரு ரப்பர் ஸ்டாம்பு மாதிரி.

விளம்பரத்தில் காணப்பட்ட நேர்த்தி நேரில் இல்லை. ஆனால் விலை அதே எட்டணாதான். அந்தக் கடைக்காரன் காலணா திருப்பிக் கொடுத்தான். அவனிடம் சீந்தப்படாமல் கிடந்த ஒரு பொருளை வாங்கியதற் காக அவன் தந்த சலுகை!

"நாளைக்கு ஸ்கூலுக்குக் கொண்டா" என்று கோபால் சொன்னான். நாங்கள் பிரிந்தோம்.

நான் வீடு வரை ஓடினேன் என்று சொல்வதுதான் சரி. பெட்டியைப் பிரித்துப் பார்க்கும் தவிப்பில் சாப்பிடக்கூட இல்லை. ஆனால் பத்து வயதுப் பையன் பிடிவாதம் பெரியவர்களால் பொறுத்துக்கொள்ளப்படாததொன்று. இரவெல்லாம் எப்படி அச்சைப் பொறுக்குவது, அச்சுக் கட்டையில் பொருத்துவது என்று தெரியாது தடுமாறிக் கொண்டிருந்தேன். முதலில் எழுத்துக்களே புரியவில்லை. ஆங்கிலம் மாதிரியும் இருந்தது. இல்லாதது போலவும் இருந்தது. அவை வலது இடது பக்கம் மாறியிருக்க வேண்டும் என்பது அப்போது புரியவில்லை. அச்சுக் கட்டையில் இருந்த பள்ளத்தின் அகலத்தைவிட எழுத்துக்களின் உயரம் அதிகமாக இருந்தது. ஆதலால் பள்ளத்தில் எப்படிப் பொருத்துவது என்று தெரியாது விழித்தேன். ஒவ்வொரு கட்டத்திலும் ஏமாற்றம் அதிகரித்ததுக்கொண்டே போயிற்று. இந்த உதவாத பொருளுக்காகவா இவ்வளவு நாள் எதிர்பார்த்துக் கொண்டிருந்தேன்? இதற்காகவா எட்டணா? இன்னும் ஒரு எட்டணாவுக்கு இன்னொரு செட் சம்ஸ்கிருத புத்தகங்கள் வாங்கிவிடலாம்.

முற்றும் முழுவதுமாக அச்சு இயந்திர ஆவலைத் துறந்த நிலையில் அப்பெட்டியைத் தூக்கிக்கொண்டு ஸ்கூலுக்குப் போனேன். "நான் கொண்டு வந்திருக்கிறேன்" என்று கோபாலிடம் சொன்னேன். உணவு இடைவேளை யின்போது இருவரும் சம்ஸ்கிருத வகுப்புப் பக்கம் போனோம். பிற்பகல் முழுவதும் அது காலியாக இருக்கும்.

கோபால் பெட்டியைத் திறந்து கிடுக்கியால் ஒரு எழுத்தைத் தேடி எடுத்தான். நான் இரவு முழுவதும் கிடுக்கி என்று ஒன்றிருப்பதை அங்கீகரிக்க வில்லை. கோபால் அந்த எழுத்தை அச்சுக் கட்டையின் பள்ளத்தில் வைத்தான். எழுத்தின் மேற்புறம் பள்ளத்தில் இறங்கி அடிப்புறம் பள்ளத்துக்கு வெளியே நீட்டிக்கொண்டிருந்தது. கோபால் கிடுக்கியால் எழுத்தின் அடிப்பகுதியை அழுத்திப் பள்ளத்தினுள் நுழைத்தான். ரப்பரால் ஆன எழுத்தானதால் அது பள்ளத்தில் உறுதியாகச் சிக்கிக்கொண்டது. அடுத்தடுத்து ஐந்தாறு எழுத்துக்களைக் கிடுக்கியால் எடுத்துப் பள்ளத்தில் பொருந்தியபின் அப்பெட்டியில் இருந்த குச்சியைப் பள்ளத்தில் ஒரு புறமாக வைத்து அச்சுக்களைத் தள்ளி ஒன்றோடொன்று சேர்ந்திருக்கச் செய்தான்.

"இதெல்லாம் உனக்கெப்படித் தெரியும்?" என்று கேட்டேன்.

"முந்தாநேத்திக்குக் கடைக்காரன்கிட்டே திறந்துபார்த்தேன்."

"அப்போவே அச்சுக் கோத்தயா?"

"அங்கே முடியுமா? மனசிலேயே கோர்த்துப் பார்த்துண்டேன்."

அவன் அச்சுக் கோர்த்தது அவனுடைய பெயரை. ஸ்கூல் ரைட்டரின் ரப்பர் ஸ்டாம்பு பாடில் ஒத்தி எடுத்து மூன்று நான்கு இடங்களில் எஸ். கோபால், எஸ்.கோபால் என்று பதிவு செய்தோம்.

"என் பேர் பண்ணித் தாயேன்" என்று கேட்டேன்.

"நீயே பண்ணிக்கப் பாரு. முடியலேன்னா நான் செஞ்சுதரேன்" என்று சொன்னான்.

அந்த அச்சு செட்டில் சில சங்கடங்கள் இருந்தன. மை ஒத்தி எடுக்க வைத்திருந்த தகரப் பெட்டியிலிருந்து மை எல்லாப் பக்கங்களிலும் வழிந்தது. அச்சுக்கட்டையில் ஒரு வரிசையாக ஒன்பது எழுத்துக்களைத்தான் பொருத்த முடிந்தது. என் பெயரில் பத்து எழுத்துக்கள் இருந்தன. ஆங்கில அகர வரிசையின் இருபத்தாறு எழுத்துகளும் மூன்று மூன்று அச்சு எழுத்துக்கள் இருந்தன. கோபாலின் பெயர் இதற்கெல்லாம் சௌகரியமாக இருந்தது. என் பெயரில் நான்கு 'ஏ' எழுத்துக்கள் இருந்தன.

கோபால் அதற்கு ஓர் உபாயம் கண்டுபிடித்தான். மூன்று 'ஏ' எழுத்துக்களைப் பயன்படுத்திய பிறகு 'வி' எழுத்தைத் தலைகீழாக வைத்தால் அது கிட்டத்தட்ட 'ஏ' மாதிரி இருக்கும். என் பெயரில் கடைசியில் இருந்த எழுத்தைத் தவிர்த்துவிட்டு அச்சுக் கோர்த்துக்கொண்டேன். (கொண்டோம் என்று சொல்ல வேண்டும்.) விளம்பரத்தில் ஓர் பெண்மணி பக்கம் பக்கமாக அச்சடிப்பது போல இருந்தது. ஒன்பது எழுத்துக்கள் கொண்டே சொற்களை அச்சுக் கோர்த்து ஒரு நாளெல்லாம் உட்கார்ந்தால் கூட எவ்வளவு அச்சடிக்க முடியும்? நான்கு வரிகள் சாத்தியமாக இருக்கலாம். ஆங்கில மொழியும் எழுத்துக்களும் அதற்குள் பல உருமாற்றங்கள் அடைந்துவிட்டிருக்கும். விளம்பரங்களே சுத்தப் பொய்.

சமஸ்கிருத வாத்தியாரின் பெயர் சரியாக ஒன்பது எழுத்துக்கள் கொண்டது. என் பெயர் போல் மிகுதியான 'ஏ' கொண்டது அல்ல. ஆதலால் இரு அச்சுக் கட்டைகளில் ஒன்றில் என் பெயரைக் கலைத்துவிட்டு அவர் பெயரை அச்சுக் கோர்த்தோம். ஒரு நாள் சம்ஸ்கிருத வகுப்பு முடிந்த பிறகு, "சார், உங்களிடம் ஒரு பரிசு கொடுக்க விரும்புகிறோம். வாங்கிக் கொள்வீர்களா?" என்று தெலுங்கில் கேட்டோம்.

"என்னது?" என்று அவர் கேட்டார்.

கோபால் அவர் பெயர் அடங்கிய அச்சுக் கட்டையை அவரிடம் தந்தான். அவருக்கு அது என்னவென்று புரியவில்லை. மீண்டும், "என்னது?" என்று கேட்டார்.

"இது ரப்பர் ஸ்டாம்பு மாதிரி. உங்கள் பெயர் இதில் இருக்கிறது. நீங்கள் எல்லாவற்றின் மீதும் உங்கள் பெயரை ஒத்தி எடுக்கலாம்."

"ஏது இது? எந்தக் கடையில் ஆர்டர் கொடுத்து வாங்கினீர்கள்?"

"நாங்களே செய்தோம்; சார். இது இவனுடையது." கோபால் என்னைச் சுட்டிக் காட்டினான்.

சம்ஸ்கிருத வாத்தியாருக்கு அழுகை வந்துவிடும் போலிருந்தது. "எனக்கு எப்போதும் யாரும் எதையும் கொடுத்தது கிடையாது, தெரியுமா?" என்று கேட்டார்.

எங்களுக்குப் பதில் சொல்லத் தெரியாமல் விழித்தோம். அவர் கோட் பையில் அச்சுக்கட்டையை வைத்துக்கொண்டு போய்விட்டார்.

சம்ஸ்கிருத வகுப்பு எனக்கு மேலும் சந்தோஷகரமானதாக மாறிவிட்டது. நிறையப் பாடங்கள் நினைவில் தங்கின. நான் பாஸ் மார்க் வாங்க ஆரம்பித்தேன். ஆனால் கோபால் நாளுக்கு நாள் சோர்ந்து போவது போலிருந்தது. நானாக ஒரு நாள் அவன் வீட்டுக்குப் போனபோது, "இனிமே இங்கே வரவே வராதே" என்று கடுமையாகச் சொன்னான்.

"ஏன்?"

"ஏன்னா ஏன்தான். வராதேன்னா வராதே."

"என் அச்சுக் கட்டையைக் கொடுத்துவிடு." அவன் பெயர் அடங்கிய அச்சுக் கட்டையை அவன் திருப்பித் தந்தான்.

அரைப் பரீட்சைக்கு நான்கு நாட்கள் இருக்கையில் என்னைத் தேடிக்கொண்டு சுமார் நாற்பது வயது இருக்கக் கூடியவர் வந்தார். "கோபால் எங்கே?" என்று என்னைக் கேட்டார்.

"கோபால் எங்கே" என்று நானும் கேட்டேன்.

"நீ தானே அவன் ஃபிரெண்ட்? எங்கே அவன்? நான் அவன் அப்பா."

"வீட்லே இல்லே? நேத்திக்குக்கூட ஸ்கூலுக்கு வரலையே?"

"நேத்திலேந்துதான் அவனைக் காணோம்."

நான்கு நாட்கள் கழித்து அவனை ஒரு ரயில் நிலைய பிளாட்பாரத்தில் கண்டெடுத்துக் கொண்டு வந்தார்கள். நான்கு நாட்களும் அவன் சாப்பிட்டிருக்கவில்லை. அவனுடைய இரண்டாவது அம்மா அவனுக்கு இருவிதத்திலும் சித்தி. அவன் அம்மாவுக்கு நான்கு குழந்தைகள் பிறந்த பிறகு அவளுடைய தங்கையையும் அவன் அப்பா கல்யாணம் செய்துகொண்டுவிட்டார். இப்போது அவளுக்கு நான்கு குழந்தைகள். இவ்வளவிற்கும் அவன் அப்பாவுக்கு மாதத்தில் இருபது நாட்கள் ஊரிலிருக்க முடியாதபடி உத்தியோகம்.

முழுப் பரீட்சைக்கு முன்பு மீண்டும் கோபால் காணாமல் போய்விட்டான். இம்முறை அவன் வீட்டு மொட்டை மாடியிலேயே கிடைத்தான். இரு நாட்கள் வெயில், பனி, மழை எல்லாவற்றையும் பொருட்படுத்தாது வானத்தைப் பார்த்தபடி கிடந்திருக்கிறான்.

போதிய மாணவர்கள் இல்லை என்ற காரணத்துக்காக அந்த ஆண்டோடு சம்ஸ்கிருதத்தை எங்கள் பள்ளியில் எடுத்துவிட்டார்கள். சம்ஸ்கிருத வாத்தியாரை டிரில் வாத்தியாராக மாற்றினார்கள். 'ராம: ராமௌ ராமா:' என்று சொல்லிக் கொண்டிருந்தவர், ஒன் டூ ஒன் டூ என்று இரண்டாம் கிளாஸ் மூன்றாம் கிளாஸ் குழந்தைகளைக் கையைத் தூக்கி இறக்க வைத்தார். ஒரு நாள் என்னைப் பார்த்து, "கோபால் எங்கே?" என்று கேட்டார்.

"அவன் அப்பாவுக்கு எங்கேயோ மாற்றல் ஆகிவிட்டதாம்," என்றேன்.

"நீ இப்போது என்ன படிக்கிறாய்?" என்று கேட்டார்.

"தமிழிலே சேர்ந்திருக்கிறேன், சார்."

"அந்தத் தமிழ் வாத்தியார் ரொம்ப அடிப்பாரே?"

நான் அதற்குப் பதில் சொல்லவில்லை.

"நீங்க கொடுத்த ரப்பர் ஸ்டாம்பு இன்னும் இருக்கிறது, தெரியுமா?"

"அது பிரிண்டிங் செட், சார்."

"அது இன்னும் இருக்கிறது."

இரண்டு அச்சுக் கட்டைகளில் என்னிடம் தங்கிப்போனதில் கோபாலின் பெயர் கலைக்கப்படாமல் இருந்தது. அவனுக்கே தந்துவிட வேண்டும் என்றுதான் இருந்தேன். ஆனால் அவன் என்னிடம்கூடச் சொல்லிக்கொள்ளாமல் ஊரைவிட்டுப் போய்விட்டானே.

1993

குழந்தைகள்

பெரியவரே ரயில் நிலையத்திற்கு வந்திருந்தார். புடவைத் தலைப்பைத் தலைக்கு மேல் போட்டுக்கொள்வதில் சிறிது சங்கடமிருந்தாலும் வந்தனாவுக்கு சந்தோஷமாகவும் இருந்தது. அவளுடைய பெட்டியை எடுத்துக்கொண்டு ரயிலில் அவளுடைய கணவன் முதலில் ஏறி அவளுடைய இருப்பிடத்தைக் கண்டுபிடித்து பெட்டியைப் பத்திரமாக இருப்பிடத்தின் அடியில் வைத்தான். தன்ராஜ் அப்பாவுடன் ஏறி ஜன்னலருகே உட்கார்ந்துகொண்டான். வந்தனா பையையும் சாப்பாட்டுக் கூடையையும் எடுத்துக்கொண்டாள். ஆனால் அவள் கணவனே அவற்றையும் வாங்கிக்கொண்டு உள்ளே வசதியாக வைத்தான். இதற்குள் வந்தனாவின் இரு மைத்துனர்களும் பிளாட்பாரத்திற்கு வந்து சேர்ந்தார்கள். ஒருவன் பூப்பூவாகப் போட்டிருந்த ஷர்ட் அணிந்திருந்தான். சின்னவனுடைய ஷர்ட் கண்ணைப் பறிக்கும் சிவப்பு நிறத்தில் இருந்தது. இருவரும் கையில் ஹெல்மெட் வைத்திருந்தார்கள். தகப்பனாரைப் பார்த்து சற்று அடக்கமாகவே நின்றார்கள்.

"உம் ஏறு" என்று வந்தனாவின் கணவன் சொன்னான். வந்தனா ரயில் பெட்டியின் கைப்பிடியைப் பிடித்துக்கொண்டு படியில் இடது காலைக் கவனமாக வைத்தாள். ஒரு கணம் அதில் ஊன்றிக்கொண்டு பெட்டியினுள் ஏறினாள். வீட்டிற்குள் இந்தக் கால் விஷயம் சகஜமாகப் போய்விட்டிருந்தது. ஆனால் வண்டி ஏறும்போது இடது காலை மறக்க முடியாது. மறைக்கவும் முடியாது.

அவள் கணவன் கீழேயிறங்கி தன் தம்பிகளுடன் நின்று கொண்டான். "தன்ராஜ், அம்மாவுக்கு ஜன்னல் கொடு" என்றான்.

"அப்பா" என்று தன்ராஜ் கெஞ்சினான். வந்தனா மகன் பக்கத்தில் நின்றுகொண்டு புடவைத் தலைப்பை முகத்தின்மீது இழுத்துவிட்டுக்கொண்டாள். "உக்காரு உக்காரு" என்று அவள் கணவன் சொன்னான். வந்தனா நின்றுகொண்டே இருந்தாள். இப்போது மாமனார், "உம், உக்காந்துக்கோ" என்றார். வந்தனா இருக்கை நுனியில் உட்கார்ந்துகொண்டாள்.

இதற்குள் சிவப்புச் சட்டை மைத்துனன் நான்கு தம்ஸ் அப் புட்டிகள் வாங்கி வந்து ஒன்றை வந்தனாவிடமும் நீட்டினான். "வாங்கிக்கோம்மா" என்று தன்ராஜ் சொன்னான்.

அண்ணன் தம்பிகள் அவர்களுக்குள் ஏதோ பேசிக்கொண்டிருந்தார்கள். மூவரில் வந்தனாவின் கணவனின் உடைதான் சாதாரணமாக இருந்தது. முகம் வேறு இரு நாட்களாகச் சவரம் செய்யப்படவில்லை. ஆனால் மூவரில் அவன்தான் நிதானமாகப் பேசினான். தம்பிகள் இருவருக்கும் கையை ஆட்டாமல் எதையும் சொல்ல முடியவில்லை.

"உம், சீக்கிரம் குடி. பாட்டிலைத் திருப்பித் தர வேண்டும்" என்று வந்தனாவின் கணவன் சொன்னான். மாமனார் முன்னிலையில் பாட்டிலை உறிஞ்சிக் குடிக்க வந்தனாவுக்குச் சங்கடமாக இருந்தது. ஒரு மாதிரியாகக் குடித்து முடித்து பாட்டிலை நீட்டினாள். சிவப்புச் சட்டை மைத்துனன் பாட்டில்களைத் திருப்பிக் கொடுக்கச் சென்றான்.

பெரியவர், "உடம்பை ஜாக்கிரதையாகப் பாத்துக்கோ. இங்கே மாதிரி அலட்சியமாக இருந்துவிடாதே" என்றார். வந்தனா தலையைக் குனிந்து கொண்டாள்.

பெரிய மைத்துனன், "ஏதாவது வேணுமா, பாபி?" என்று கேட்டான்.

"வேண்டாம். நிறையக் கொண்டுவந்திருக்கிறேன்" என்று வந்தனா சொன்னாள்.

"சித்தப்பா, சித்தப்பா! வேஃபர் பிஸ்கட், சித்தப்பா!" என்று தன்ராஜ் சொன்னான். அவனுக்குச் சித்தப்பாக்கள் பற்றி ஏகப் பெருமை. வந்தனா தன்ராஜ் தோள் மீது கையை வைத்தாள். ஆனால் ஒரு பெரிய பொட்டலம் வேஃபர் பிஸ்கட் வந்து சேர்ந்தது. வந்தனா அதை வாங்கிச் சாப்பாட்டுக் கூடையில் வைத்தாள்.

ரயில் கிளம்பப்போகும் அறிகுறிகள் தெரிந்தன. பிளாட்பாரத்தில் கூட்டம் அதிகமானதுடன் வேகமாக விரைவோரும் நிறையத் தென்பட்டார்கள். அதே நேரத்தில் வழியனுப்ப வந்தவர்களில் பலர் களைப்புத் தோன்ற நின்றார்கள். எவ்வளவு முறைதான் "போனவுடனே கடிதம் போடு, உடம்பைப் பார்த்துக்கொள், எல்லோரையும் கேட்டதாகச் சொல், தூங்கிப்போய்விடாதே, சாமானெல்லாம் ஜாக்கிரதை, எல்லாம் சரியாயிருக்கிறதா எண்ணிப் பார்" என்று சொல்வது? வந்தனாவுக்கும் பெரியவர் நின்றுகொண்டிருப்பது பார்க்கச் சிரமமாக இருந்தது. அந்த வீட்டில் அவரும் அவள் கணவனும்தான் ஒருமுறைகூட அவளை நொண்டி என்று குறிப்பிடவில்லை. அந்தக் குடும்பம் அப்படியொன்றும் பணக்கார வீடு இல்லை. அவர்கள் எப்போதோ குடிபோயிருந்ததால் வீட்டு வாடகை அவள் கல்யாணத்திற்குப் பிறகுதான் நூறு ரூபாயாயிற்று. எஸ்.எஸ்.எல்.சி. முடித்தவுடனேயே அவளுடைய கணவன் ஒரு சின்ன வங்கியில் சேர்ந்திருந்தான். மூத்த மகன் வியாபாரத்தைக் கவனிக்காமல் வேலைக்குப் போனதில் அவனுடைய அப்பா, அம்மா இருவருக்கும் வருத்தம். அவன் உத்தியோகத்தைச் சொல்லி அவர்களால் அதிகப் பணம், சீர் கேட்க முடியவில்லை. நொண்டிப் பெண்ணை யார் தலையில் கட்டிக்கொள்வார்கள் என்று சொல்லித்தான் இவ்வளவு வைரம் இவ்வளவு தங்கம் இவ்வளவு வெள்ளி என்று வாங்கிக்கொண்டார்கள்.

எல்லாம் வியாபாரத்துக்குத்தான் போயிற்று. மூத்த மகன் கல்யாணத்துக்காகக் காத்திருந்தது போல் வீட்டிற்கு ஒரு டெலிபோன் வந்தது. ஒரு பெட்ரோல் பம்ப் கைவசம் வந்தது. வந்தனாவின் கணவன்தான் காலையிலும் மாலை யிலும் போய்ப் பார்த்துக்கொண்டான். வேலைக்கிருந்தவன் ஒருவன் பணத்தைக் கையாண்டபோது அவனைப் போலீசில் பிடித்துத் தராதபடி சம்பள உயர்வு கொடுத்து மாதா மாதம் பணத்தைப் பிடித்துக்கொண்டான். ஒரு பண்டிகை தினத்தன்று அந்த ஆள் வந்தனாவின் காலில் விழுந்து நமஸ்கரித்தான். அவனுக்கு அவள் பாதம் ஒன்று சிறுத்திருப்பது கண்ணில் பட்டிருக்காது.

ரயில் நகர ஆரம்பித்தது. ஒரு வார்த்தை பேசாமல் வந்தனாவின் கணவன் கையை மெதுவாக வீசினான். வந்தனா ஜன்னல் வழியாக எட்டிப் பார்த்தாள். அவளுடைய மைத்துனர்கள் கையை வீசியவண்ணம் இருந்தார்கள். பெரியவர் வராமலிருந்தால் வந்தனாவும் கையை வீசியிருப்பாள். இப்போது அவளுக்கும் சேர்த்து தன்ராஜ் வீச வேண்டியிருந்தது.

ரயில் வேகம் கூட ஆரம்பித்தவுடன் அப்பாவும் பிள்ளைகளும் திரும்பிப் போவது ஒரு கணப்போது அவ்வளவு கூட்டத்தின் நடுவிலும் தெரிந்தது. நிலையம் வெளியே வரை சேர்ந்து போவார்கள். அதன் பிறகு அவள் கணவன் ஒரு திசையில் நடந்து போவான். மைத்துனர்களில் ஒருவன் அப்பாவை மோட்டார் சைக்கிளில் அழைத்துப் போவான்.

வந்தனா இப்போது சௌகரியமாகச் சாய்ந்து உட்கார்ந்துகொண்டு முக்காடைத் தளர்த்தி விட்டுக்கொண்டாள். பெரியவர் ரயில் நிலையத்திற்கு வந்தது அவளுக்குப் பெருமையாக இருந்தது. அவளுடைய அம்மாவும் அப்பாவும் "நிஜமாகவா? நிஜமாகவா?" என்று கேட்பார்கள். அவளும் அவள் கணவனும் தனிக் குடித்தனம் போன பிறகு அவர்கள் வீட்டுக்கு ஒருமுறைகூட அவர் வந்ததில்லை. போன வருடம் அவனுடைய இரு மைத்துனர்களுக்கும் அடுத்தடுத்த மாதம் திருமணம் முடிந்து இப்போது வீட்டில் இரு மருமகள்கள். ஒருத்திகூட மாலையில் வீட்டில் இருப்பதில்லை என்று பேச்சு வந்துவிட்டது. ஒருத்தி கணவனோடு சேர்ந்துகொண்டு ஏதாவது ஐந்து நட்சத்திர ஹோட்டலில் அவ்வப்போது குடித்துவருகிறாள் என்றுகூடச் சொன்னார்கள்.

"பசிக்கிறதும்மா" என்று தன்ராஜ் சொன்னான்.

"டிக்கெட் கலெக்டர் அங்கே வறார் பாரு, அவர் போனப்புறம் சாப்பிடலாம்."

"இல்லேம்மா இப்பவேம்மா."

வந்தனா பிஸ்கட் பொட்டலத்தைப் பிரித்து இரு பிஸ்கட்களை எடுத்துக் கொடுத்தாள். அவள் அதை மூடுவதற்குள் தன்ராஜ் அவனாக இன்னும் இரண்டு எடுத்துக்கொண்டான். வந்தனா கை கழுவிவரப் பெட்டியின் கோடிக்குச் சென்றாள்.

அப்பெட்டியில் நிறைய பேர் நின்றுகொண்டுகூடப் பயணம் செய்து கொண்டிருந்தார்கள். வந்தனாவின் கண்ணுக்கு நிறைய பெண்களே தென்பட்டார்கள். சிவப்பு, கறுப்பு, மாநிறம், உயரம், குட்டை, தலை வாரிப்

பின்னிக்கொண்டவர்கள், முடிவெட்டிக்கொண்டு நடிகைகள்போலத் தலைமயிர் வைத்துக்கொண்டவர்கள், புடவை கட்டியவர்கள், ஜீன்ஸ் அணிந்தவர்கள், நெற்றிக்குப் பொட்டு இட்டுக்கொண்டவர்கள், இட்டுக் கொள்ளாதவர்கள்... எவ்வளவுதான் தைரியசாலிகள் போல இருந்தாலும் கல்யாணம் செய்து வைக்க அப்பா அம்மா உதவி வேண்டியிருந்தது.

ஒருத்தரின் தயவு வேண்டுமென்றால் அவருடைய முடிவையும் ஏற்றுக் கொள்ள வேண்டி வருகிறது. அவளுடைய இரண்டாவது மைத்துனனின் மனைவி அமெரிக்காவில் வளர்ந்து படித்தவள். அவள் எங்கேயாவது ஒரு வெள்ளைக்காரன் பின்னால் போய்விடக் கூடாதே என்று கவலைப் பட்டுக்கொண்டு அவள் அப்பா அம்மா இந்தியாவுக்கு வந்து மாப்பிள்ளை பார்த்தார்கள் என்று சொன்னார்கள். அவள் வந்தனா வீட்டிற்கு ஒரு முறை வந்தபோது அவர்கள் தனியாக இருந்த நேரத்தில், “பாபி, உன் காலைக் கொஞ்சம் பார்க்கலாமா?” என்று கேட்டாள். அவள் வந்தனாவின் காலைப் பார்த்து வருத்தப்பட்ட மாதிரிகூட இருந்தது. இன்று அவள் ரயில் நிலையத்திற்கு வருவாள் என்று வந்தனா எதிர்பார்த்திருந்தாள். வண்டி ஏழு மணிக்கே கிளம்பாததாயிருந்தால் அவள் வந்திருக்கக்கூடும்.

மூன்று நான்கு முறை காபியும் காலையுணவுக்காரர்களும் வந்து போய்விட்டார்கள். “பசிக்கறதும்மா” என்று இன்னொரு முறையும் தன்ராஜ் கேட்டுவிட்டான். வந்தனா தன் எதிரில் உட்கார்ந்திருப்பவர்களையும் பக்கத்திலிருப்பவர்களையும் ஒரு கண் வீச்சில் பார்த்தாள். ஒருவரைத் தவிர எல்லாரும் எதையாவது தின்றுகொண்டிருந்தார்கள். ஒருவர் தூங்கிக் கொண்டிருந்தார்.

வந்தனா சாப்பாட்டுக் கூடையைத் தன் முன் இழுத்து விட்டுக் கொண்டாள். காலை நான்கு மணிக்கே எழுந்து செய்த பூரியும் காய்கறியும் அப்போதும் சூடாக இருந்தன. கூடை அடியில் பழங்களும் ஊறுகாய்ப் புட்டியும் இருந்தன. ஒரு தண்ணீர் பாட்டில். இவை தவிர முன்தினம் கடையில் வாங்கிய சில தின்பண்டங்கள். ‘முதல் முறையாக இன்று உண்ணப்போகும் உணவு நல்லதையே செய்வதற்கு உதவட்டும்’ என்று வேண்டிக்கொண்டாள். இந்த நல்லது கெட்டது பற்றி அவளுக்கும் சில ஐயங்கள் வரத் தொடங்கிவிட்டன. அவளைப் பற்றிய கவலை இல்லை. அவள் வாழ்க்கையில் அடைய வேண்டியது எல்லாம் அவளுக்கு ஒரு மாதிரி ஏற்படாகிவிட்ட மாதிரி இருந்தது. அதிகம் சம்பாதிக்காவிட்டாலும் தன்னையும் பிறரையும் மதிக்கும் கணவன். ஒரு மகன். இன்னும் சில வாரங்களில் இன்னொரு குழந்தை. அவள் பிரசவத்துக்குத் தாய் வீடு கிளம்பும்போது வழியனுப்ப வரும் மாமனார். ஓரகத்திகள் இன்னும் உலகமறியாதவர்கள். அவர்கள் இன்னும் மாமியார் வீட்டில் இருக்கும்போது அவள் கணவன் பாங்கில் கடன் வாங்கி ஃபிளாட் வாங்கிவிட்டான், எல்லாம் சரி, எல்லாம் இன்று சரி, ஆனால் எல்லாவற்றிலும் ஏதோ ஒரு பெரிய குண்டு வெடிக்கக் காத்திருந்தது போலிருந்தது.

மாதிரிக்கு அவர்கள் இன்று காலையில் ரயில் நிலையம் வந்த ஆட்டோ ரிக்ஷா ஓட்டிய முறை வயிற்றைக் கலக்கியது. அந்தக் காலை வேளையிலும் சாலையில் பத்துப் பதினைந்து பேர் தப்பிப் பிழைத்தார்கள். வண்டியில் இருந்தவர்களுக்கே அதைக் கூறலாம். ஆனால் ரிக்ஷா ஓட்டியவருக்கு

அது சகஜமாக இருந்தது. அதிகம் போனால் அவளுடைய மைத்துனர்கள் வயதுதான் இருக்கும். அவர்களும் அப்படித்தான் மோட்டார் சைக்கிள்களை ஓட்டிச் செல்வார்கள். அவர்கள் மனைவிகள் தலை மயிர் காற்றில் பறக்கக் கணவன்மார்களை இறுகக் கட்டிக்கொண்டு ஏதோ பேசியவண்ணமே இருப்பார்கள். இந்த ரயிலிலேயே ரயில் பெட்டியின் திறந்த கதவருகே நிறைய பேர் நின்றுகொண்டிருந்தார்கள். அவர்களில் சிலருக்காவது இருக்கைகள் இருக்கும். ஆனால் பார்ப்போர் வயிற்றைக் கலக்கும்படியாக அவர்கள் படியருகில் தொத்திக்கொண்டு நின்றார்கள். யாருக்கு வயிற்றைக் கலக்குகிறது? வந்தனா சுற்று முற்றும் பார்த்தாள். யாரும் கலங்கும் வயிறோடு இருப்பதாகத் தெரியவில்லை.

"என்னம்மா, சும்மாச் சும்மா அப்படியே உக்காந்துடறே?" என்று தன்ராஜ் சொன்னான்.

"அங்கே கோடியில் ஒரு பையன் நிக்கறானே, அவனிடம் இதைக் கொடுத்துவிட்டு வா."

"போம்மா, அவன் யாருன்னு எனக்குத் தெரியாது. பிச்சைக்காரப் பையன்."

"அதுக்குத்தான் சொன்னேன். ஒரு பூரி கொடுத்துவிட்டு வா."

"என்னாலே முடியாது."

வந்தனா ஒரு கணம் காத்திருந்தாள். அந்தப் பையன் பார்வை அவர்கள் மீது விழுந்தபோது அவனை அழைத்தாள். அந்தப் பையன் நொண்டியபடி நடந்தது அவளுக்கு ஆச்சரியமாக இருந்தது.

அவள் ஒரு பூரியும் சிறிது காய்கறியும் அதில் வைத்துக் கொடுத்தபோது அந்தப் பையன் இன்னொன்று என்று சுட்டுவிரல் காட்டிக் கெஞ்சினான். அதையும் வாங்கிக்கொண்டு அவள் பார்வையில் விழக்கூடிய இடமாகப் பார்த்து நின்றுகொண்டான்.

வந்தனா ஒரு ஸ்டெயின்லஸ் ஸ்டீல் தட்டு எடுத்துப் புடவைத் தலைப்பால் துடைத்துவிட்டு அதில் சில பூரிகள் எடுத்து வைத்தாள். காய்கறி, இனிப்புகள். "ஊறுகாய் வேணுமா?" என்று கேட்டாள். வேண்டாம் என்று தலையசைத்து தன்ராஜ் இனிப்புகளைத் தின்னத் தொடங்கினான். 'தண்ணீர்' என்று கையைக் காட்டினான். ஓர் உயரத் தம்ளரில் அவள் தண்ணீர் எடுத்துக் கொடுத்தாள்.

"பிஸ்கட்."

"அப்புறமாத் திங்கலாமே?"

"இப்பவே வேணும்."

அவன் சாப்பிட்டு முடித்துக் கையைக் கழுவி வந்தவுடன் அவன் கைகளை நன்கு ஈரம் போகத் துடைத்தாள். சிறிது ஊறுகாய் எடுத்துப் போட்டுக்கொண்டு அவளும் உண்ணத் தொடங்கினாள். அங்கே அவள் கணவனும் தின்று முடித்து வெளியே கிளம்பிக்கொண்டிருப்பான். அவன் முதலில் சேர்ந்த வங்கியை இன்னொரு பெரிய வங்கியோடு

இணைத்திருந்தார்கள். சம்பள விகிதத்தில் அதிக வித்தியாசம் இல்லாது போனாலும் வேறு சலுகைகள் கிடைத்தன. அவனுடைய அப்பாவே அங்கு தன்ராஜ் பெயரில் ஒரு கணக்கு ஆரம்பித்தார். பெட்ரோல் பம்பு கணக்கு முதலிலிருந்தே அங்குதான் இருந்தது. இப்போதும் அவள் கணவன் அப்பா வீட்டுக்குப் போய் பெட்ரோல் பம்புக்கும் போய் காசோலைகளைக் கணக்கில் சேர்க்க எடுத்து வருவான். இப்போதுகூட அவன் அப்பாவோடு பேசிக்கொண்டிருக்க வேண்டும்.

பெட்டியில் இருந்தவர்கள் ஒரு நிலை கொண்டு இருக்கவில்லை. அவர்கள் நடமாட்டத்தோடு ஐந்து நிமிடத்துக்கு ஒரு முறை காபி, ஆம்லெட், வடை, பிஸ்கட், சிகரெட் என்று விற்பவர்கள் வந்தவண்ணமிருந்தார்கள். வந்தனா உட்கார்ந்திருந்த இடத்திற்கு எதிரில் இருந்த ஒரு குடும்பத்தோடு பேச இருவர் வந்தார்கள். அவர்கள் நெருக்கியடித்து உட்கார்ந்திருப்பதைப் பார்த்து வந்தனா ஜன்னலோரம் உட்கார்ந்து அவர்களுக்குச் சிறிது இடம் செய்து கொடுத்தாள். அந்தக் குடும்பத்தில் ஒரு வயதான அம்மாள் பேசிக்கொண்டேயிருந்தாள். சிறிது நேரம் கழித்து அவர்கள் எல்லாரும் கிளம்பி வேறெங்கோ போனார்கள். தன்ராஜ் முதலில் எதிர்புறம் போய் உட்கார்ந்தான். ஆனால் உடனே அம்மா பக்கத்தில் வந்து, "செஸ் ஆடலாம்மா" என்றான்.

இந்த செஸ் ஆட்டம் ஐந்தாறு மாதத்திற்கு முன்புதான் அவர்கள் வீட்டுக்கு வந்தது. வந்தனாவின் கணவன் ஒரு நாள் செஸ் காய்கள் வாங்கி வந்து அவனுக்கவனே ஞாயிற்றுக்கிழமை பத்திரிகை பார்த்து விளையாடிக்கொள்ள ஆரம்பித்தான். ஒரு நாள் ஒரு புதிரில் அவன் மூழ்கி யிருந்தபோது வந்தனா, "இது," என்று ஒரு காயைக் காட்டினாள்.

அவனுக்கு ஆச்சரியம். "உனக்குத் தெரியுமா?"

"கொஞ்சம் கொஞ்சம்."

"நீ சொல்லவேயில்லையே!"

அதன் பிறகு வாரம் ஒரு ஆட்டமாவது அவர்கள் ஆடினார்கள். அவள் கணவன் தோற்றுப்போகும் நிலையில் இருக்கும்போது "இப்படி" என்று அவள் சொல்லிக் கொடுப்பாள். அவன் அவளிடம் தோற்றுப்போவதற்குத் தயங்கவில்லை. ஒரு முறை மிகுந்த சந்தோஷத்துடன், "நீ ரொம்பப் பொல்லாதவள்" என்றான். பிறகு தன்ராஜுக்குக் கற்றுக் கொடுத்தான். "பெரிய ஆட்டம் ஆடணும்னா அம்மாகிட்டேதான் ஆடணும்" என்பான்.

வந்தனாவுக்குச் சற்றுக் கண்ணயர வேண்டும் போலிருந்தது. "கொஞ்சம் பொறுத்து ஆடலாம்" என்றாள்.

"நான் எது கேட்டாலும் அப்புறம் அப்புறம்னுதான் நீ சொல்லறே" என்று தன்ராஜ் சொன்னான். வந்தனாவுக்குத் தூக்கி வாரிப்போட்டது. தன்ராஜ்தான் எவ்வளவு கெட்டிக்காரன்!

அந்த செஸ் பெட்டியைத் திறந்து கவிழ்த்து வைத்தால் அதுவே ஆட்டப் பலகையாகிவிடும். வந்தனா காய்களை எடுத்துக் கட்டங்களில் வைத்தாள். "எனக்குத்தான் வெள்ளை" என்று தன்ராஜ் சொன்னான்.

பதினைந்து முறை காய்களை நகர்த்துவதற்குள் தன்ராஜ் நிலை மோசமாகிவிட்டது. "இப்படிப் பண்ணு" என்று வந்தனா சொன்னாள். அவள் நகர்த்திவிட்டு அவனுக்கு ஒரு காயைக் காட்டி, "இதை இங்கே வை" என்றாள். அவளை அறியாதபடி அவள் குதிரை ஒரு சமயத்தில் ராஜா மந்திரி இரண்டையும் வெட்டக்கூடிய நிலையில் இருந்தது. "தன்ராஜ், வேறே ஆட்டம் ஆடலாம்" என்றான்.

"இல்லே இதைத்தான் ஆடணும்."

"இதைப் பாத்தியா?" முதலில் அவனுக்குப் புரியவில்லை. அவள் தன் குதிரையைக் கொண்டு அவன் ராஜா கட்டத்தின் மீது வைத்துக் காட்டினாள். அவன் தீவிரமான முகத்துடன் ராஜாவை நகர்த்தினான். வந்தனா அவனுடைய மந்திரியை வெட்டினாள்.

"நீ முன்னாலியே சொல்லலே" என்று தன்ராஜ் சொன்னான். பிறகு எந்தப் பாதுகாப்பும் இல்லாமல் யானையை ராஜாவின் வரிசைக்குச் சரியாக வைத்தான்.

"ஊஹூம், யானை போயிடும்" என்று வந்தனா சொன்னாள்.

"நீ எனக்குத் தப்புத் தப்பாச் சொல்லிக் கொடுத்தே."

"இந்த ஆட்டத்திலேயே அப்படியெல்லாம் வந்துடும்."

தன்ராஜ் அவனுடைய காய்களையே உற்று நோக்கிய வண்ணம் இருந்தான். திடீரென்று எல்லாவற்றையும் கீழே தள்ளிவிட்டு அவள் தொடையில் ஓங்கிக் குத்தினான்.

"அம்மா" என்று வந்தனா கத்தினாள். தன்ராஜ் மீண்டும் அவளைக் குத்தத் தயாராக இருந்தான். அவர்கள் அருகில் இருந்தவர்கள் அவர்களையே பார்த்துக்கொண்டு இருந்தார்கள்.

"என்னடா ஆச்சு?" என்று வந்தனா அவள் வலியையும் பொருட்படுத்தாது கேட்டாள். தன்ராஜ் வெறுப்புத் தோன்ற அவளையே பார்த்துக் கொண்டிருந்தான்.

வந்தனா செஸ் காய்களைப் பொறுக்கி மூடிவைத்தாள். மகன் அடித்த அடியைவிட அவன் கண்ணில் தோன்றிய வெறி அவளைப் பயமுறுத்தியது. அவளுக்குப் பிறக்கப்போகும் குழந்தை பற்றி ஒரு கணம் நினைத்தாள். எல்லாப் பெண்களுக்கும் இனி பிறக்கப் போகும் குழந்தைகள் பற்றியும் நினைத்தாள்.

1994

டாக்டருக்கு மருந்து

"ஜக்தீஷ்ஷய்யர்!" என்று கூப்பிடுவது முதல் முறை கேட்டபோது நானும் அப்பாவும் திரும்பிப் பார்க்கவில்லை. தெருவில் ஜனநடமாட்டம் சுத்தமாக ஓய்ந்திருந்தது. மூடிய கடைகளில் தெருக்கோடியில் இருந்த அகர்வால் போஜன்சாலா என்ற டீக்கடையில் மட்டும் வாசலிலேயே வைத்திருந்த பெரிய கரியடுப்பும், அதன் மீது புகைந்து கொண்டிருந்த பெரிய எண்ணெய் வாணலியும் மங்கலான வெளிச்சத்தில் அலாவுதீனின் அற்புத விளக்கைப் போன்ற தோற்றம் கொடுத்தன.

இரண்டாம் முறையும் புருஷோத்தம் டாக்டர் கூப்பிட்ட போதும், எங்களால் அதைக் கேளாதது போல் போய்விட முடியவில்லை. புருஷோத்தம் டாக்டர் அவர் டிஸ்பென்சரி வாசலில் நின்றுகொண்டிருந்தார்.

"இன்னும் வீட்டுக்குக் கிளம்பலியா?" என்று அப்பா கேட்டார்.

"கிளம்ப வேண்டியதுதான், ஜகதீஷ்ஷய்யர். இன்னிக்கு நீங்க வரலைன்னா நானே சொல்லியனுப்பறதா இருந்தேன்."

அப்பாவும் நானும் அவர் டிஸ்பென்சரியினுள் நுழைந் தோம். புருஷோத்தம் ஒரு வைத்தியர் என்று அறியாதவர்கள் அந்த இடத்தையும் ஒரு கடை என்றுதான் நினைப்பவர்கள். அந்த அறை எவ்வளவு அகலமோ அவ்வளவு பெரிய வாசல். அதாவது ஒரு கடையைப் போல. ஏழெட்டுப் பலகைகளை நிறுத்தி வைத்துக் கடையை மூடவேண்டும். ஒவ்வொரு பலகையும் ஆளுயரம் இருக்கும். நிச்சயம் என்னால் தூக்க முடியாது. புருஷோத்தம் டாக்டருக்கும் சிரமமாகத்தான் இருக்க வேண்டும்.

"மிஸஸ்ஸெல்லாம் எப்படி இருக்காங்க? வயத்து வலிக்கு அப்புறம் வரவேல்லியே?"

“போன மாசம் ரயில்வே ஹாஸ்பிடல் கொண்டு போனேன். உடனே அட்மிட் பண்ணச் சொல்லிட்டாங்க. இப்ப வீட்டுக்கு வந்து நாலு நாள்தான் ஆகுது. அதான் ஏதோ கவனமாகத் தாண்டிப் போயிட்டேன்.”

புருஷோத்தம் டாக்டர் அவருடைய கோட்டைப் போட்டுக்கொண்டார். அல்பாகா துணி. அந்த அரை குறை வெளிச்சத்திலும் அதன் இரு வண்ணங்கள் மாறி மாறி ஜ்வலித்தன.

அப்பா ஒவ்வொரு பலகையாக எடுத்துத் தர, புருஷோத்தம் டாக்டர் அவற்றுக்கென இருந்த பிளவில் பொருத்தி வைத்தார். கடைசிப் பலகை வைப்பதற்கு முன்பு கடையில் எரிந்துகொண்டிருந்த மங்கல் விளக்கை அணைத்துவிட்டு மேஜை டிராயரைப் பூட்டியிருக்கிறதா என்று ஒருமுறை இழுத்துப் பார்த்தார். வாசலின் கடைசிப் பலகையையும் பொருத்தித் தாளிட்டுப் பூட்டை மாட்டினார். சாவியைப் பூட்டினுள் பொருத்த முடிய வில்லை. அந்த இருட்டில் நான்தான் அதைச் சரியாக நுழைத்தேன். பூட்டை ஒரு முறை இழுத்துப் பார்த்தபின் டாக்டரும் எங்களோடு சேர்ந்துகொண்டார்.

என் அப்பா அவ்வளவு மௌனமாக இருந்து நான் பார்த்ததில்லை. என்னுடைய அண்ணா, அக்கா பிறந்த போதெல்லாம்கூட புருஷோத்தம் டாக்டர்தான் வைத்தியம் மற்றும் பிரசவம் பார்த்தார் என்று அப்பா, அம்மா இருவரும் சொல்லியிருக்கிறார்கள். அது தவிரப் பல சந்தர்ப்பங்களில் அப்பா டாக்டரோடு மணிக்கணக்கில் எவ்வளவோ விஷயங்கள் பற்றிப் பேசிச் சிரித்து, இருவரும் பாடியதைக்கூட நான் கண்டிருக்கிறேன். அவருடைய மருந்தைத்தான் நான் எவ்வளவு முறை விழுங்கியிருக்கிறேன்! இப்போது எங்களுக்குப் பேச ஒன்றுமே இல்லாமல் போய்விட்டது.

அகர்வால் கடையையும் தாண்டியவுடன் இருட்டுத்தான். எந்த நேரமும் இந்தியப் படைகள் நிஜாம் ராஜ்யத்தைத் தாக்கக்கூடும் என்று ஊரில் தெரு விளக்குகளை எரிய விடவில்லை. அந்தக் கடைத் தெரு அவ்வளவு இருட்டாக அப்போதுதான் பார்க்கக் கிடைத்தது.

“நான் ரொம்ப நாள் இருக்க மாட்டேன், ஜகதீஷ்ஷய்யர். இருக்கவே மாட்டேன்” என்று டாக்டர் சொன்னர்.

என் அப்பா அவர் கையைப் பற்றுவது அந்த இருட்டிலும் தெரிந்தது,

“எங்கோயாவது கட்டின பொண்டாட்டி மருமகளோடு சேந்துண்டு புருஷனைத் திட்டுவாளா? ஏசுவாளா? இன்னிக்கு ரொம்பத்தான் ஆயிடுத்து ஜகதீஷ்ஷய்யர்.”

“கொஞ்சம் பொறுத்துக்குங்க, டாக்டர். அவுங்களுக்கு நல்ல புத்தி எப்படியும் வந்துடும்.”

“நீங்கதான் பாத்தீங்களே, ஐயர்? ஒரு ஆள் தெருவிலே போகலே. ஊரே காலியாயிருக்கு. நானுந்தான் நாலு மணிக்கே கடையைத் திறந்துண்டு உட்காந்துக்கறேன். ஒரு பேஷண்ட் கிடையாது. நீங்ககூட ரயில்வே ஹாஸ்பிடல் போயிடறீங்க.”

“எனக்கு இந்தப் பக்கம் வர வண்டி கிடைக்கலே புருஷோத்தம். லாலாகுடா பக்கம் போற ஒரு புல்லு வண்டியை நிறுத்தித்தான் நான் அவளை ஹாஸ்பிடல் கொண்டு போனேன். அன்னிக்கு அவுங்க சும்மா மருந்து கொடுத்துட்டு வீட்டுக்குக் கொண்டு போன்னா என்ன பண்ணியிருப்பேனோ?”

எஸ்.பி.ஜி. பள்ளி விளையாட்டு மைதானத்துக்குப் பக்கத்திலிருந்து திரும்பினோம். எங்களுக்கு அது சுற்று வழி. ஆனால் டாக்டர் வீட்டுக்கு அது ஒரே வழிதான்.

“பணம் இல்லேன்னா பொணம்கூட மதிக்காது, ஐயர்” என்று டாக்டர் சொன்னார். எனக்கு அப்போதே பிணம் ஏன் மதிக்க வேண்டும் என்று தோன்றியது. பிணத்துக்கு மதிக்கத் தெரியுமா?

“ஆல்பர்ட் பொண்டாட்டிக்குப் புத்தி சொல்ல மாட்டானா?”

“சொல்றதென்ன? அப்பப்ப அடிச்சுடறான். ஆனா எல்லாம் பாவ்லா, ஐயர். எல்லாருமே சேர்ந்து நான் எப்போ குழியிலே விழப் போறென்னு காத்திட்டிருக்காங்க.”

“அப்படி எல்லாம் பேசாதீங்க, புருஷோத்தம். நீங்க எவ்வளவு பேரைச் சாவிலேந்து காப்பாத்திருக்கீங்க? இதோ இந்தப் பையனையே எவ்வளவு தடவை யமன்கிட்டேயிருந்து மீட்டுக்கொண்டு வந்திருக்கீங்க. உங்களுக்கு இப்படிக் கஷ்டம் வந்துடுத்தே? என் வீட்லே வந்து இருந்திடறீங்களா? இருக்கிற இருப்பிலே எங்களால ரசஞ்சாதம்தான் போட முடியும்.”

டாக்டர் என் அப்பாவின் இரு கைகளையும் பற்றிக்கொண்டார். புருஷோத்தம் டாக்டர் ஐந்தாறு முறை எங்கள் வீட்டில் சாப்பிட்டிருக்கிறார்.

“வேணாம் ஐயர். இன்னிக்கோ நாளைக்கோன்னுதான் சொல்றாங்க. இண்டியன் ஆர்மி ஒரு வாட்டி வந்து போச்சுன்னா ஊரு சரியாயிடும். ஜனங்க திரும்பி வந்துட்டாங்கன்னா எனக்கு என்ன கஷ்டம்?”

ஜனங்கள் நிறைய இருந்தபோதே புருஷோத்தம் டாக்டருக்குச் சம்பாதிக்கத் தெரியவில்லை என்று அவர் மனைவி சண்டை போட்டிருக்கிறாள் என்று அவரே சொல்லியிருக்கிறார். அவருக்கு உதவியாளாக இருந்த பையனைக்கூட நிறுத்தியாகிவிட்டது. தினம் காலையிலும், மாலையிலும் டாக்டரே கடையைப் பெருக்கி, தண்ணீர் பிடித்து வருகிறார் என்று என் வகுப்பு ராமநாதன் முந்தின மாதமே சொன்னான். இப்போது ராமநாதனும் ஊரைவிட்டுப் போய்விட்டான். எப்போதோ நான் பிறப்பதற்கும் முன்னால் பிளேக் நோய் வந்தபோதுதான் இம்மாதிரி ஊரே காலியாகக் கிடந்தது என்று அப்பா சொல்லியிருக்கிறார்.

புருஷோத்தம் டாக்டர் வீடு இருட்டில் மூழ்கியிருந்தது “ரெஜினா! ரெஜினா” என்று டாக்கடர் அழைத்தார். என் அப்பாவைக் கூப்பிட்டபோது உரத்து இருந்த அவர் குரல் இப்போது தணிந்திருந்தது.

டாக்டர் கதவை மெதுவாகத் தட்டினார். “ரெஜினா! ரெஜினா!”

ஏதும் நிகழவில்லை. நாங்கள் மூவரும் அப்படியே இருட்டில் நின்று கொண்டிருந்தோம். திடீரென்று ஆவேசம் வந்தது போலப் புருஷோத்தம் டாக்டர் ஓடத் தொடங்கினார். ஒரு கணம் என் அப்பாவுக்கு ஒன்றும் புரியவில்லை. அப்புறம் "புருஷோத்தம்! புருஷோத்தம்!" என்று கத்தியபடி ஓடிச் சென்று டாக்டரைப் பிடித்து நிறுத்தினார்.

"என்னை விடு, ஐயர். நான் எங்கோயாவது போய்ச் சாவறேன். விடு என்னை!"

"நான் விடமாட்டேன், புருஷோத்தம். இன்னும் கொஞ்சம் பலமாத் தட்டினா கதவைத் திறக்கப் போறாங்க. ரெஜினா காதிலே நீ கூப்பிட்டது விழுந்ததோ இல்லையோ?"

"எல்லாம் விழுந்திருக்கும் ஐயர். அவளுக்கு எங்கே தூக்கம்? என்னைப் புதைச்ச அன்னிக்குத்தான் அவள் நன்னாப் போத்திண்டு தூங்குவா."

"அப்ப நீ வா, என் வீட்டுக்கு. என் வீட்லே இரண்டு நாள் இரு."

"அப்பா, புருஷோத்தம் டாக்டரின் கையைப் பிடித்து மீண்டும் அவர் வீட்டருகே அழைத்துச் சென்றார். கதவைப் பலமாகத் தட்டி, "டாக்டர்! டாக்டர்!" என்று உரக்கக் கூப்பிட்டார். இரண்டாம் முறை தட்டிக் கத்தியபோது "டாக்டர் இன்னும் வீட்டுக்கு வரலை" என்று பதில் வந்தது.

"கொஞ்சம் கதவைத் திறங்க."

கதவு திறந்தது. டாக்டரின் மனைவி முதலில் என் அப்பாவைத்தான் பார்த்தாள். "நீங்களா? வாங்க. அவர் இன்னும் டிஸ்பென்சரிலேர்ந்து வரலீங்களே? அம்மாவுக்கு ஏதாவது உடம்பு சரியில்லீங்களா?" என்று கேட்டாள்.

அப்பா பதில் சொல்லாமல் நிற்க, அந்த அம்மாள் டாக்டரையும் பார்த்துவிட்டாள். உடனே திரும்பி உள்ளே போனாள். ஒரு கணம் தயங்கிபிறகு டாக்டரும் உள்ளே போனார். நாங்கள் வீடு திரும்பினோம்.

அடுத்த நாள் நான் பள்ளிக்கூடத்துக்குக் கிளம்பும்போது அப்பா, "வீடு திரும்பறப்போ கடைத்தெருப்பக்கம் போய் டாக்டர் வந்திருக்காரான்னு மட்டும் பார்த்துண்டு வா" என்றார். அதற்கடுத்த நாளும் சொன்னார். அன்றும் டாக்டர் வந்திருந்தார் என்று நான் சொன்னபோதுதான் அப்பாவுக்குச் சற்றுக் கவலை நீங்கிய மாதிரி இருந்தது.

அதற்கடுத்த நாள் அப்பாவுக்குச் சரியாக மூச்சுவிட முடியவில்லை. புருஷோத்தம் டாக்டரிடம்தான் போக வேண்டியிருக்கும் என்று நினைத்தேன். அப்பாவாகவே "லாலாகுடா போகலாம்" என்றார். அவருக்குப் புருஷோத்தம் டாக்டரின் துக்கத்தைச் சந்திக்கத் திடமில்லாதிருக்க வேண்டும். ரயில்வே ஆஸ்பத்திரியில் சேர்த்த மறுநாள் அப்பா செத்துப்போய்விட்டார்.

1994

வசவு

உடன் பிறந்து சிறிது காலத்திலேயே பிரிய நேர்ந்த நாளில் அவனுக்கும் அவன் தம்பிக்கும் அவர்கள் சிறுவர்கள் என்பதைத் தவிர, தனி அடையாளம் ஏதும் ஏற்படவில்லை. ஐந்தாறு ஆண்டுகள் கழித்துச் சில காலம் அவர்கள் மீண்டும் சேர்ந்திருக்க வேண்டியபோது இருவரும் வளர்ந்துவிட்டார்கள் என்பதைத் தவிர, குறிப்பாக நினைவில் வைத்துக்கொள்ள ஏதும் தோன்றவில்லை. இன்னும் சில ஆண்டுகள் கழித்து இருவரும் ஒரே வீட்டின் இரு பகுதிகளிலும் தங்கள் குடும்பங்களோடு வசிக்க நேர்ந்தபோதுதான் இருவரும் எவ்வளவு வேறுபட்டவர்கள் என்பதை அவன் உணர முடிந்தது. சில வித்தியாசங்கள், சில விஷயங்கள் அவனைத் தீராத வியப்பில் ஆழ்த்தின. அதில் ஒன்று வசவு.

அப்பா, அம்மா இருவரும் இருந்த நாட்களில் அவர்கள் வீட்டில் யாரும் யாரையும் வைய வேண்டிய அவசியம் ஏற்பட்டதாக நினைக்கவில்லை. அப்பாவின் சிறிய சம்பளத்தைக் கொண்டு அவர்கள் ஏழு பேர் சாப்பிட்டுத் துணியுடுத்தித் தூங்கி எழுந்து தலைவாரிப் பள்ளிக்கூடம் போய் மண்ணெண்ணெய் விளக்கில் மூன்றுவரி நோட்டில் கையெழுத்துப் பழகி அப்படியே தூங்கிப் போக, அம்மா பகல்-இரவு பாராது ஓயாது உழைத்து விழித்துக் கொண்டிருப்பாள். அவனுக்கு ஏழெட்டு வயதான போது, அப்பா எப்போதாவது அவனை வெளியே அழைத்துப் போவார். வீட்டுக்கு வெளியே அவர் உருமாறிப் போய்விடுவார். அவருடைய கண்களிலும் பேச்சிலும்தான் எவ்வளவு உற்சாகமும் ஆற்றலும் வந்துவிடும்! வழியில் தென்படுபவர்களிடமெல்லாம் அவருக்குப் பேச ஏதாவது இருக்கும். அவர்களும் அப்பாவிடம் அந்தரங்கமாகவும் குதூகலத்துடனும் பேசுவார்கள். அப்போது அப்பா யாரைப் பற்றியாவது அடித்துப் பேசவோ, ஏதாவது ஒரு விஷயத்தை அழுத்தமாகச் சொல்லவோ வசவுகளைப் பயன்படுத்துவார்.

அவை யாரையும் குறிப்பிட்டுச் சொல்லப்பட்டதல்ல. அவனுக்கு அந்த நாளில் அந்த வசவுகளுக்கு அர்த்தம் தெரியாது. ஆனால், திரும்பத் திரும்ப அக்கா உறவுதான் அந்த வசவுகளில் அடிபடுகிறது என்ற அளவுக்குத் தெரிந்தது.

அவனுக்கு அவை வசவு என்று தெரிந்து, அப்பா எப்படி அந்த வசவுகளை ஏதோ சில சந்தர்ப்பங்களிலும் சில நபர்களிடமும் மட்டும் பயன்படுத்துகிறார் என்றறிந்து யோசிக்கத் தொடங்கிய நாட்களில் அப்பா செத்துப் போய்விட்டார். அவனாவது அவன் அப்பா அந்த வசவுகளை உச்சரித்துப் கேட்டிருக்கிறான். அவன் வீட்டில் வேறு யார் காதிலும் அவை விழுந்திருக்க வாய்ப்பில்லை. ஆனால், அவன் அப்பா இறந்து பல ஆண்டுகள் பல மாறுதல்கள் நிகழ்ந்து, அவனும் அவன் தம்பியும் ஒரு கூரையினடியில் வசிக்க நேர்ந்தபோது அவன் தம்பி அதே வசவுகளைப் பயன்படுத்தக் கண்டான். அவனுடைய அப்பா அந்த வசவுகளைக் கோப மின்றி ஆத்திரமின்றிக் கூறுவார். ஆனால், அவன் தம்பி கோபத்துடன் அவற்றை வீசினான்.

தம்பி எங்கு இந்த வசவுகளைத் தெரிந்துகொண்டான் என்று அவனுக்கு ஆச்சரியமாக இருந்தது. அப்பா இறந்தபோது தம்பிக்கு முழுதாக ஐந்து வயதாகவில்லை. அப்பா வீட்டில் ஒரு நாளும் கோபத்தைக் காட்டவோ, ஒரு விவாதத்தை அவர் வழியில் முடித்து வைக்கவோ வசவைப் பயன்படுத்தயதில்லை. ஆனால், அவர் எங்கோ வைத வசவுகள் வாரிசுக்குச் சென்றடைந்திருக்கின்றன?

அவன் தம்பி அந்த வசவுகளைத் தன் குழந்தைகள் மீது தயக்கமில்லாமல் வாரிக் கொட்டினான். அந்தக் குழந்தைகளுக்கு அந்த வசவுகளின் அர்த்தம் தெரியுமா? அர்த்தம் தெரிந்தால் அர்த்தமாகாமல் குழம்பிப் போகும். சிறு வயதில் அர்த்தமாகாத குழப்ப அனுபவங்கள் பின்னர் ஏதேதோ ஏற்படும் துக்க அனுபவங்களை இன்னும் அதிக துக்கமுடையதாக மாற்றிவிடுகின்றன.

அப்பா செத்துப் போய்ப் பல ஆண்டுகள் கழித்துத்தான் அவனுக்குக் கல்யாணமாயிற்று. இப்போது அவனுடைய பிள்ளை, பெண்கள் கல்யாணத்திற்கு நிற்கிறார்கள்? எவ்வளவோ ஊர்களில் தகுந்த நபர்கள் கிடைப்பதில்லை என்ற காரணத்தால் நம்பிக்கை இருப்பவர்கள்கூடத் திதி திவசம் முதலியவற்றைக் கைவிட வேண்டியிருக்கிறது. ஆனால், அவன் வரையில் அப்பாவின் திதி ஓராண்டுகூடத் தவறவில்லை. அவனாக முயற்சி செய்யாவிட்டாலும் எப்படியாவது அது நடந்தேறிவிடும். அவன் வீட்டுக்குப் புரோகிதர்களாக வந்தவர்கள்தான் எவ்வளவு பேர் இறந்தும் விட்டார்கள்? வீடு மாறிப் போனார்கள். ஊரை விட்டு வேறு ஊர் போனார்கள்? ஆனால், அவனுடைய அப்பாவின் திதியை எப்படியாவது மாற்றாரை அனுப்பித்தாவது நிறைவேற்றி விடுவார்கள். அவன் அப்பா அவன் இடுவதை ஏற்றுக்கொள்கிறாரா? ராமர் சிராத்தம் புரிந்து பிண்டம் இட்டபோது

அக்னி ஜுவாலை மத்தியிலிருந்து தசரதரின் கை வெளிப்பட்டு அதை வாங்கிக்கொண்டதாகச் சொல்லுவார்கள். உத்தம மகனுக்கு ராமன்தான் நிரந்தர உதாரணம். தசரதர் வைதிருப்பாரா? ராமர் குசலவர்கள் மீது வசவுகள் எய்திருப்பாரா?

அப்பா மறு பிறவி எடுத்திருப்பாரா? நம்புகிறவன் என்பதற்குப் பொருள் முதலில் மறு பிறவி உண்டு என்பதை நம்புவதுதான். மறு பிறவியை வைத்துத்தான் உலகத்துச் சாஸ்திர சம்பிரதாயங்கள், மதங்கள், ஐதீகங்கள், இதிகாசங்கள், பெயர்கள், கலை... மறுபிறவி எப்போது நேரும்? உண்மையிலேயே, அப்பா மறுபிறவி எடுத்திருப்பாரா? இல்லை, ஆண்டுக்கு ஒரு முறை யார் யாரோ அவர்களுக்குத் தெரிந்தும் தெரியாததையும் சொல்லி நடத்தி வைக்கும் சிராத்தத்தின் போது இடப்படும் சோற்றுருண்டையை வாங்கிப் போக இன்னும் உலவி வருகிறாரா? செத்த பிறகும் என்ன வேண்டியிருக்கிறது இந்தப் பெண்டாட்டி பிள்ளை உறவு? இப்போது முன்பைவிடக் கோபம் வர வேண்டும். மகன் இடும் பிண்டத்தை மகன் அவன் மகனுக்குத் தரக் கூசுவான் – அதில் அவ்வளவு தூசியும் மண்ணும் வயிற்றைக் குமட்டவைக்கும் நாற்றமுடைய நெய்யும் – அப்பாவுக்குத் தாங்கொணாது கோபம் வந்தே தீரும். இப்போது தாராளமாக வசவுகளை வீசலாம். அள்ளிக் கொட்டலாம்.

அவனுக்கு அவன் அப்பா வையும்படியாக நேரும் என்று நினைக்க வருத்தமாயிருந்தது. வருடம் முழுக்கக் கோபதாபம் இல்லாமல் சுதந்திரமாக உலவி விட்டுச் சில சோற்றுப் பருக்கைகளுக்காக அவனிடம் வந்து நிதானத்தை இழக்க நேரிடுவது எவ்வளவு கொடுமை? எவ்வளவு பெரிய தண்டனை? இதைத்தான் நரகம் என்கிறார்களோ?

அருகாமையில்தான் பெரிய இரைச்சல். தம்பிதான் கடும் கோபத்திலிருக்கிறான். இதர நேரங்களில் தாராள மனத்தின் எல்லையாயிருப்பவன் இப்போது காது கொடுத்துக் கேட்க முடியாதபடி வைகிறான். வெளியார் யாருமில்லை... அவன் குழந்தைகளைத்தான். குரல் உரத்து இருப்பதுடன் சொற்கள் கடும் வேகத்தில் எறியப்படுகின்றன. ஆதலால் ஏதும் தெளிவாகக் கேட்கவில்லை. வசவு மட்டும் மீண்டும் அக்கா பற்றித்தான் பாவம், அக்காக்கள் – மனிதன் தோன்றியதிலிருந்து தோன்றிய அனைத்து அக்காக்கள் – அக்காக்களே வசவுக்குப் பயன்படுவதற்காகவே படைக்கப்பட்டார்கள் போலிருக்கிறது. அவனும் அவன் மகன்களில் ஒருவனும் அந்த இரைச்சல் நடுநடுவே வசவைக் கேட்கிறார்கள். பிறகு ஏதும் செய்ய இயலாது அவரவர் வழி போகிறார்கள்.

தம்பிக்கு உடல் நலமில்லை. வசவுகள் கோபத்தில் மட்டும் விளையும் என்பதில்லை. இயலாமை, நோய், ஏமாற்றம், சுயசிந்தனை – எல்லாமே வசவுகளைக் கிளப்புபவை. அவன் அப்பா நண்பர்களோடு பேசும்போது வைதது உற்சாக மிகுதியில். அவருக்கும் நோய், ஏமாற்றம் ஏற்பட்டிருக்கும். சுயசிந்தனை கிடையாது. எப்போதும் நிமிர்ந்த தலையோடு இருந்தார். ஆனால், அடுத்த தலைமுறை எடுத்தற்கெல்லாம் தலைகுனிய வேண்டியிருக்கிறது. தலைக் குனிவுதான் வசவுகளைப் பெருக்கெடுத்து ஓடச் செய்கிறது.

வசவுகள் காதில் விழுந்ததும் கோளாது போலிருக்க அவன் பழகிக் கொண்டுவிட்டான். சிறுகச் சிறுக அவை காதில் விழுவதுகூடக் குறைத்து கொண்டிருந்தது. மறைந்தும் விட்டது.

அவன் மகனுக்குக் கல்யாணம். இந்த மகன் அவன் அப்பா போலில்லாது அவன் அப்பா வைது கேட்டிருக்க மாட்டான். கல்யாணம் முடித்து அடுத்த ஆண்டு குழந்தை. மகன், மனைவி, குழந்தை வேறு மாநிலத்தில் வசிக்கிறார்கள். அவனுடைய குழந்தை வசவுகள் கற்றுக் கொண்டால்கூட வேறு மொழியில்தான் இருக்க வேண்டும்.

அவனுக்கு அவன் மகனைப் பார்க்க வேண்டுமென ஆவல் எழுந்தது. பேரன் இப்போது நடக்க ஆரம்பித்திருப்பான். சிறிதாவது பேச்சு வந்திருக்க வேண்டும். அந்த நேரத்தில் அவனுடைய சகோதரனுக்கு உடல் இயலாமை இன்னும் அதிகமாகிவிட்டது. இப்போது கோபம் வந்தால்கூட வசவு முடியாது போய்விட்டது. தம்பியோடு அவர்கள் அப்பாவின் வசவுகள் மறைத்துவிட்டன.

இப்போது அவன் அப்பாவுடன் சேர்த்து அவனுடைய தம்பிக்கும் அவன் எள்ளும் தண்ணீரும் விட வேண்டியிருந்தது. ஐயோ, அவனும் ஆண்டுக்கு ஒரு முறை சோற்றுப் பருக்கைக்காக இங்கு வரவேண்டுமா என வேதனையாக இருந்தது. இறந்தவர்களுக்கு விடுதலையே கிடையாதா?

சாவுக்காக வந்திருந்த கும்பல் நடுவில் அவன் பேரன் வாயே திறக்காது, கொடுத்ததை வாங்கிக்கொண்டு கிடத்திய இடத்தில் படுத்துத் தூங்கினான். அவ்வளவு சந்தடியில் அவனைக் கவனிக்க முடிந்தவர்கள், "குழந்தை எவ்வளவு சாதுவாக, பொறுமையாக இருக்கிறது!" என்று கூறினார்கள். வயதான அம்மாள் ஒருத்தி குழந்தை அப்படியே கொள்ளுத் தாத்தாவின் அச்சு என்றாள். பேரனைப் பற்றி இப்பேச்சு காதில் விழுந்தபோது அவனுக்கு அவன் அப்பா முகம் மறந்து போய்விட்டிருந்தது. ஆனால் அந்த அம்மாவோ, அவன் அப்பா கண்ணெதிரே இருப்பது போல இப்படி அடித்துச் சொல்கிறாள். தம்பி காரியங்கள் முடிந்து எல்லாரும் போய்விட்டார்கள். அவன் மகனும் கிளம்பிவிட்டான். மறைந்த தம்பியின் முகம்கூட மறக்கத் தொடங்கியது.

அவனுக்கு இப்படி முகங்கள் மறந்து போவது ஆச்சரியமாக இருந்தது. கோபமும் வந்தது. வசவுகளற்ற கோபம். ஆனால், இவனுக்கு முகங்கள் மறந்தது போல பலருக்கும் மறந்திருக்க வேண்டும். அதனால்தானோ மகா கவிஞன் 'ஆசை முகம் மறந்து பேச்சே – இதை ஆரிடம் சொல்வேனடி தோழி' என்ற வரிகளை இயற்றினான்?

அவனுக்கு அப்பா, அம்மா, தம்பி முகங்களுடன் அவனுடைய மகன், மகனுடைய மகனின் முகங்களும் தெளிவுற நினைவுக்கு வராமல் தயங்கத் தொடங்கின. இப்போது பயம் வந்தது. போனார் முகம் மறப்பது ஒரு விதத்தில் நல்லதுகூட. சுதந்திரமாக உலவிக் கொண்டிருப்பவர்களை நினைவு என்ற கயிறு கொண்டு மீண்டும் பூமிக்கு இழுக்க வேண்டாம். ஆனால், இருப்பவர் முகமும் மறக்கலாமா? அவன் திகில்கொண்டு

மகனைப் பார்க்கச் சென்றான். ஒரு நாள் ரயில் பயணத்துக்குப் பிறகு மகனின் வீட்டை அடைந்த பிறகுதான் திகில் அகன்றது. அவன் வருவது மகனுக்குத் தெரியாது. அவன் வீட்டில் இல்லை, வீட்டின் முன்னறையில் பேரன் விளையாடிக் கொண்டு இருந்தான். அன்று அந்த அம்மாள் கூறியதில் நிஜமிருக்கலாம் என்று தோன்றியது.

அவன் வாங்கி வந்த பிஸ்கட் பொட்டலத்தைப் பேரனிடம் கொடுத்தான். அவன் மருமகள் முகத்தில் ஒரு சிறு கோடு மின்னி மறைத்தது.

அவன் முகம் கழுவி வரக் குழாயருகில் சென்றபோது முன் அறையில் ஒரு சிறு சலசலப்பு. அவன் பல் தேய்த்துச் சப்தமெழுப்பிக் கொப்பளித்தபோது அந்தச் சலசலப்புச் சற்றுக் குறைந்தது. அவன் முகத்தைத் துடைத்துக்கொண்டு குழந்தையிடம் வந்தான். பேரன் பிஸ்கட் பொட்டலத்தைப் பிரிப்பதில் வெற்றியடையும் தருணத்தில் இருந்தான்.

மருமகள் காபி கொண்டுவந்தாள். காபியை மேஜை மீது வைத்துவிட்டுக் குழந்தையிடம் பாய்ந்தாள். பிஸ்கட் பொட்டலத்தைப் பிரித்து ஒரு பிஸ்கட் மட்டும் எடுத்துக் குழந்தையிடம் கொடுத்துவிட்டுப் பொட்டலத்தை உள்ளே எடுத்துச் சென்றாள்.

அந்த மூன்று வயதுக் குழந்தை பிஸ்கட்டை வீசி எறிந்தது. கதவருகே சென்று கதவைத் தடால் என்று அடித்தது. அப்புறம் ஒரு சொல் உதிர்த்தது.

அந்தக் கணத்தில் அவனுக்கு இறந்து போன அப்பா, தம்பி இருவர் முகங்களும் உடனே நினைவுக்கு வந்துவிட்டது.

1994

மறதி

அந்த பிலிமிஸ்தான் படத்தின் பெயர் என்ன? பால்ராஜ் சஹானி, சஜ்ஜன்... ஒல்லியாக ஒரு பெண்... புது மியூசிக் டைரக்டர்... படத்தின் பெயர்... பெயர்...

வஹாபும் நானும் ஒரு வார்த்தை பேசாது நடந்துவந்தோம். எங்களூரில் சைக்கிளில் ஓர் ஆளுக்கு அதிகமாகச் சவாரி செய்வது போலீசுக்குப் பொறுக்காது. எங்களூர் போலீசே சைக்கிள்காரர்களுக்காகத்தான் உண்டானது என்று சொல்ல வேண்டும். ஆதலால் என் சைக்கிளை வஹாப் வீட்டில் விட்டுவிட்டு நாங்கள் இருவரும் யாரிடமும் சொல்லிக் கொள்ளாமல் செகந்தராபாத் ரயில் நிலையம் சென்றோம். அங்கிருந்து மார்க்கெட். கிங்க்ஸ்வே. பைபிள் ஹவுஸ், பாரமவுண்ட் சினிமா. நானும் அவனும் சேர்ந்து முதல் முறையாக சினிமாவுக்குப் போகிறோம் இந்தப் படத்தைத் தேர்ந்தெடுத்தற்கு விசேஷ காரணம் கிடையாது. செகந்தராபாத்தில் அன்று அது ஒன்றுதான் இந்தி சினிமா. ஆனால் படம் பார்த்ததில் உற்சாகத்துக்குப் பதில் சோர்வுதான் ஏற்பட்டிருந்தது.

இஸ்லாமியா ஹைஸ்கூலைத் தாண்டும்போது வஹாப் தலையைத் தூக்குவான் என்று நினைத்தேன். அது அவன் படிக்கும் பள்ளிக்கூடம். வகுப்பு என்று பார்த்தால் நானும் அவனும் ஒரே வகுப்பில்தான் படிக்கிறோம். ஆனால் வேறு வேறு நாடுகளில் படிப்பது போல இருக்கும். அந்தப் பள்ளியில் எல்லாமே உருது. பள்ளிக்கூடத்துச் சுவர்களுக்கு மங்கலான நீல நிறம் அடித்திருப்பார்கள். வெஸ்லி ஹைஸ்கூல் பையன் செயிண்ட் பாட்ரிக்ஸ் ஹைஸ்கூல் பையனுடன் சிநேகிதமாக இருப்பான். பாட்ரிக்ஸ் பையன் மஹபூப் காலேஜ் பையனுடன் விளையாடுவான். ஆனால் இஸ்லாமியா பையன்கள் வேறு எந்தப் பள்ளிப் பையன்களுடனும் சேர்ந்துகொண்டது கிடையாது. அவர்கள் ஸ்கவுட், காம்ப்ஃபைர், ஜம்போரீ எதற்கும் வரமாட்டார்கள். ஒரே ஒரு விதிவிலக்கு வஹாப். அவனும் யாருடனும் விளையாட வருவதில்லை. என்னோடு பேசிப் போவதோடு சரி. பேசுவதுகூட ஏதாவது ஒழுங்கான சம்பாஷணையாக இருக்காது. அவனுக்கு உருது தவிர வேறு எந்த மொழியும் தெரியாது. ஆங்கிலச் சொற்களை அவன்

உச்சரிப்பது ஏதோ புது மொழி மாதிரி இருக்கும். இஸ்கூல், இஸ்டூடண்ட், இஸ்பெஷல். எனக்கு தமிழ் தவிர வேறு எந்த மொழியிலும் தட்டுத் தடுமாறாமல் பேச முடியாது. ஆனால் வஹாப் என்னோடு பேச வருவான். நானும் பேசுவேன்.

அந்தப் படத்தின் பெயர் என்ன? அவள்... அவள்... அந்த ஒல்லிப் பெண்ணுக்கு டி.பி. வந்து வைத்தியம் செய்ய வசதி இல்லாமல்... மியூசிக் டைரக்டருக்கு அதுதான் முதல் படம். இல்லை. இரண்டாவது படம். படம் பிலிமிஸ்தானுடையது இல்லை. ரஞ்சித் ஸ்டுடியோ படம்.

முப்பது வருஷங்களில் ஊர்தான் எவ்வளவு மாறிப் போய்விடுகிறது? முழுச் சாலைகளே புதிதாக வந்துவிட்டன. எங்கெங்கோ குட்டை குளங்கள் இருந்த இடத்தில் பல பலமாடிக் கட்டடங்கள். ஊரின் மூலை முடுக்கெல்லாம் பஸ் போவது பஸ் நிறுத்தக் கம்பங்களிலிருந்து தெரிகிறது. நினைத்துப் பார்த்திருக்க முடியாத இடங்களில் ஆட்டோமாட்டிச் சிக்னல் விளக்குகள். ஒன்றிரண்டு பேரைப் பார்ப்பது அபூர்வமாக இருந்த சாலைகளைக் கடப்பதற்கு இப்போது நிறைய கவனமும் துடிப்பும் நேரமும் தேவைப்படுகிறது. சார்லஸ் ஸ்ட்ரீட் அடையாளமே தெரியவில்லை. நாட்டு ஓட்டு வீடுகள் வரிசையாக இருந்தன. இப்போது எங்கே?

"யாருடா அவன்?" டெரன்ஸ் இங்கிலீஷில் அதட்டினான். "யாரு யாரு?" நான் அவன் கைக்கெட்டாத தூரத்தில் நின்றுகொண்டு பதிலுக்கு அதட்டினேன்.

"உன்னை உதைப்பேன்!"

நான் கழுதை மாதிரி கத்தினேன். டெரன்ஸ் எழுந்து வந்தான். நான் ஓடிப்போய் மரத்தில் ஏறிக்கொண்டேன். அந்த ஆலமரத்தில் நாங்கள் எல்லோருமாகச் சேர்ந்து பெரிய கூடு போன்ற ஒன்றை ஆலமர விழுதுகளைக்கொண்டே கட்டியிருந்தோம். மரத்தின் மீது ஏறி பெரிய கிளையாகப் பிரியும் இடத்தில் அதற்கு ஒரு நுழைவுவாயில். ஓரடி விட்டம்கூட இருக்காது. அதன் வழியாக கூட்டினுள் இறங்கிவிட்டால் யாரும் சண்டை போடக்கூடாது. என்னோடு டெரன்ஸும் அந்த மர வீட்டுக்குள் நுழைந்து உட்கார்ந்துகொண்டான். எனக்கு அவனை நம்ப முடியவில்லை. கொஞ்சம் பாதுகாப்பாகத்தான் இருந்தேன்.

"உனக்கு எப்படி இந்த மாதிரி ஆட்களாகக் கிடைக்கிறார்கள்?"

"எந்த மாதிரி?"

டெரன்ஸ் முறைத்துப் பார்த்தான். "என்னை ஆத்திர மூட்டாதே," என்றான்.

"நீ என்ன கேட்கிறாய் என்றே தெரியவில்லை."

"இப்போது உன் வீட்டுக்கு வந்துவிட்டுப் போனானே?" நான் பேசாமல் இருந்தேன்.

"அழுக்குப் பைஜாமா ஷர்ட். காரிக் காரித் துப்பிக்கொண்டே இருந்தான்."

நான் டெரன்ஸையே பார்த்தபடி உட்கார்ந்தேன்.

"யாருடா?" டெரன்ஸ் கால் நீட்டி என்னை உதைத்தான்.

“அது உன் வேலை இல்லை” நான் திருப்பி உதைத்தேன். உதையைத் தவிர்க்க அவன் சட்டென்று திரும்பிக்கொண்டதில் அவனுடைய அரை டிராயர் நீட்டிக்கொண்டிருந்த ஒரு விழுதில் மாட்டிக்கொண்டு சிறிது கிழிந்துவிட்டது. நான் டெரன்ஸிடம் சரமாரியாக அடி உதை எதிர்பார்த்து உட்கார்ந்திருந்தேன். அந்தப் பொந்திலிருந்து அந்த ஓரடி வட்ட துவாரத்தின் வழியாகத்தான் வெளியேற முடியும்.

“பாருடா, இரட்டை வேலை பண்ணி விட்டாயேடா” என்று டெரன்ஸ் சொன்னான். அவனுக்கும் அழுகை வரும். அப்போதெல்லாம், “கியாரே, டபிள் காம் கர்தியாரே” என்பான். இந்த வரியை அவன் எங்கு யாரிடம் கற்றுக்கொண்டான் என்று தெரியாது. அவன் வீட்டில் எல்லோரும் நிறையவே பேசுவார்கள். ஆனால் யாரும் இந்த ‘டபிள்காம்’ – இரட்டை வேலை – சொன்னது கிடையாது.

டெரன்ஸுக்கு வஹாபை பிடிக்கவில்லை. அவனைப் பார்த்தாலே பற்றிக்கொண்டு வந்தது. எல்லோருக்கும் பள்ளிக்கூடம் உண்டு. எல்லோருக்கும் மாலை நான்கு, நான்கரைக்குப் பிறகுதான் விளையாட முடியும். எனக்கும் டெரன்ஸுக்கும் இதர ரயில்வே வீடுகளின் பையன்களுக்கும் நிறைய திறந்த வெளியிடம். மேடு பள்ளங்கள் இருந்தாலும் விசாலமான வெற்றிடம், இரண்டு ஆலமரம் எல்லாம் இருந்தது. வஹாபுக்கு வீட்டைவிட்டு வெளியே வந்தால் தெருதான். தெருவில் விளையாட முடியாது. அந்த வரிசை வீடுகளுக்கு வாயிலே சிறியதுதான். அதையும் பழங் கோணித்துணி கொண்டு திரையிட்டிருப்பார்கள். வஹாப் தினம் மாலை என்னைப் பார்க்க வந்தான். அவன் வரும் வேளையில் எங்கள் விளையாட்டு நன்கு மும்முரமடைந்திருக்கும். இப்போது வந்து தொலைக்கிறானே என்றும் தோன்றும். அவனையும் ஆட்டத்தில் சேர்த்துக்கொள்ள வேண்டும் என்று டெரன்ஸ், மாரிஸிடம் சொன்னேன். மாரிஸுக்கு ஆட்சேபணையில்லை. டெரன்ஸ் முடியாது என்றான். வஹாபும் தனக்கு விளையாட முடியும், ஆசை உண்டு என்ற துடிப்பே காட்டாதபடி இருந்தான். ஒருவேளை அவன் என்றுமே விளையாடியதில்லையோ என்னவோ. நான் ஆட்டத்திலிருந்து பிரிந்து அவனோடு பேசப் போவேன். ஒரு நாள் டெரன்ஸ் சத்தம் போட்டான். ‘ஆட்டத்தின் நடுவில் போவதாயிருந்தால் நீயும் ஆட வரவேண்டாம்.’ வஹாபுக்கு முகம் மிகவும் சிறியதாகப் போயிற்று. டெரன்ஸ் சத்தம் போடும்போதெல்லாம் அவனுக்குத் தெரிந்த உருதுவில்தான் கத்துவான். அதன் பிறகு இரு நாட்களுக்கு வஹாப் வரவில்லை. மூன்றாம் நாள் நான் அவன் வீட்டுக்குப் போனேன். சார்லஸ் ஸ்ட்ரீட் வீடுகளில் அவன் இருந்த வரிசை வீடுகளில் பல இடங்களில் மேற் பூச்சு விழுந்து செங்கலும் மண்ணுமாகத் தெரியும். அந்த வரிசை முன்னால் சாக்கடை நீர் குட்டையாகத் தேங்கி நிற்கும். மூன்றாவது கதவு வஹாபின் வீடு. நான் ‘வஹாப், வஹாப்’ என்று கூப்பிட்டேன். தொளதொளவென்று தொங்கும் கமீஸுடன் ஒரு பெண் வெளியே வந்தாள். அவளுடைய அழகான கண்களுக்கடியில் மை தீட்டியது போலக் கறுப்பாக இருந்தது. முகம் பன்னிரண்டு பதின்மூன்று வயதைக் காட்டியது. ஆனால் உடலில் வளர்த்தியே இல்லை. தோள்பட்டை எலும்பு துருத்திக்கொண்டு முறைத்துப் பார்த்தது. அவள் எப்படி நிற்கிறாள் என்று ஆச்சரியமாக இருந்தது.

“அண்ணா வெளியே போயிருக்கிறான்.”

அந்தத் தெருவில் யாரையும் எதையும் விசாரிப்பது அறிவுக்குப் பொருத்தமாகத் தோன்றவில்லை. ஊர் மாறிவிட்டது. தெரு மாறிவிட்டது. வீடுகள் அடையாளமே தெரியாதபடி உருமாறிவிட்டன. அன்றிருந்தவர்கள் அனைவரும் இதற்குள் செத்துப் போயிருக்கவேண்டும். ஒன்றிரண்டு பேர் இருந்தால்கூட கண் காது போய்த் தொண்டு கிழமாக இருக்கக்கூடும். எதுவும் ஞாபகம் இருக்காது. முதலில் இப்போது அங்கே முஸ்லிம்கள் யாருமே இருப்பதாகத் தெரியவில்லை. வஹாபைப் பார்க்க முடியாது. முப்பது வருடங்களுக்கு முன்பு முதல் தடவையாக அவனைத் தேடிப் போனபோதும் அவன் வீட்டில் இல்லை. அதன் பிறகு அவன் வீட்டுக்குப் பலமுறை போயாயிற்று. ஆனால் முதல் நாள் போனதுதான் ஞாபகம் இருக்கிறது.

வஹாபுடன் சேர்ந்து போன படத்தின் பெயர் என்ன? பால்ராஜ் சஹானி ... மியூசிக் டைரக்டர் ... ரோஷன். ரோஷன். ரோஷனின் இரண்டாவது படம். முதல் படம் 'பாவ்ரே நைன்' ...அந்த ஒல்லிப் பெண்...

இப்போதெல்லாம் வஹாப் இருட்ட ஆரம்பித்த பிறகுதான் வருகிறான். இப்போதும் டெரன்ஸ் கண்ணில் விழுந்தாக வேண்டும். ஆனால் எங்கள் ஆட்டம் முடித்து அவரவர் வீட்டுக்குப் போகும் நினைப்பில் இருப்போம். வஹாப் வந்தவுடன் நான் அவனோடு தனியாக பேசப் போவேன். அன்று அவன் வீட்டில் பெரிய அமளி. அண்ணனுக்கும் அம்மாவுக்கும் பெரிய சண்டை. அம்மா ஒரு கரண்டியை அண்ணன்மீது வீசியிருக்கிறாள். அவள் குறி தப்பிவிட்டது. ஆனால் அண்ணன் அதே கரண்டியை அம்மா மீது எறிந்திருக்கிறான். அம்மாவுக்கு நெற்றியில் பெரிய காயம். நிறைய ரத்தம் கொட்டியிருக்கிறது. சிவில் ஆஸ்பத்திரிக்கு அம்மாவை வஹாப்தான் அழைத்துப் போயிருக்கிறான். அதற்குள் கோஷா பிரிவில் அவுட் பேஷண்ட் ஜன்னலை மூடிவிட்டார்கள். டாக்டர் கிடையாது. ஒரு நர்ஸ்தான் அம்மா தலையைத் துடைத்து மருந்து போட்டு கட்டுக் கட்டியிருக்கிறாள். மறுபடியும் காலையில் அழைத்துப் போக வேண்டும். இரவு அப்பா வீட்டுக்கு வந்தால் மறுபடியும் பெரிய ரகளை தொடங்கும்.

"உன் அப்பா எங்கே வேலையாயிருக்கிறார்?"

"அப்பா வேலை செய்யவில்லை. பூ விற்கிறார். மார்க்கெட் கடிகாரத்துக்கு எதிரில்தான் அப்பாவின் பூ வியாபாரம்."

நான் அடுத்த முறை என் அப்பாவுடன் கடைக்குப் போனபோது அங்கிருந்த பூக்கடைகளில் வஹாபின் அப்பா இருப்பது எது என்று தேடினேன். தெரியவில்லை. நாங்கள் பூக்கடையில் பூ வாங்கினது கிடையாது. வீட்டிலேயே கனகாம்பரம் மற்றும் மல்லி உண்டு. எனக்குத் தெரிந்து தாழம்பூதான் வெளியிலிருந்து வாங்கியிருக்கிறோம். தாழம்பூ தனியாக கூடையில் விற்பவர்களிடம்தான் கிடைக்கும்.

வஹாப் அன்று வெகு நேரம் கழித்துத்தான் போனான். நான் வீட்டுக்குப் போனதும் என் அம்மா "ரொம்ப அழகாயிருக்கு," என்றாள்.

நான் வஹாபுக்கு அவளிடமிருந்த பரிதாபம் பெற்றுதர முயற்சி செய்யவில்லை. எங்கள் வீட்டிலும் சண்டை சச்சரவும் இருக்குமென்றாலும்

கரண்டிகளைச் சண்டைக்குப் பயன்படுத்தலாம் என்று எங்களுக்குத் தோன்றியதில்லை. அப்படியிருந்தும் எங்கள் வீட்டில் ஆஸ்பத்திரிக்குப் போவதில் குறைவில்லை. எங்களுக்குத் தனி ஆஸ்பத்திரி – ரயில்வே ஆஸ்பத்திரி. அதற்குப் போவது எனக்கு வெகுநாள் வரை ஒரு பொழுது போக்கு மாதிரிதான் இருந்தது – என் அப்பா ஒரு முறை அந்த ஆஸ்பத்திரிக்குச் சென்று திரும்பி வீட்டுக்கு வராதது வரை.

வஹாபின் அம்மாவுக்கு அடிப்பட்ட அடுத்த வாரம்தான் திடீரென்று அவன், "சினிமாவுக்குப் போகலாமா?" என்று கேட்டான்.

நான் டெரன்ஸுக்கு அவ்வளவு ஒன்றும் ஆப்த நண்பன் கிடையாது. ஆனால் நான் வஹாபுடன் சினிமாவுக்குப் போனேன் என்று தெரிந்தால் இன்னமும் வயிற்றெரிச்சல் படுவான். எனக்கு டெரன்ஸ் மீது பெரும் கோபம் வந்தது. கிரிக்கெட் ஆட வந்தால் ஒழுங்காக ஒரு ஓவர் ஆட முடியாது. பம்பரம் விளையாடினால் பாதி முறை சொட்டை. கில்லி தாண்டுதலில் முதலில் ஆடி கில்லியைத் தூக்கியடித்து அதை எதிர்க்கட்சிக்காரர் எளிதாகப் பிடித்து எங்கள் எல்லோருடைய ஆட்டமும் போய்விடும். போதாதற்கு எதற்கெடுத்தாலும் 'டபிள் காம் கராரே' என்று அழுகை.

"போகலாம். ஆனா பகல் ஆட்டம்தான்."

எங்களூரில் பள்ளிகளுக்கு வெள்ளியும் ஞாயிறும் வார விடுமுறைகள். அடுத்த நாள் வெள்ளிக் கிழமை. நாங்கள் இருவரும் பாரமவுண்ட் சினிமாக் கொட்டகைக்குப் போனோம்.

"இங்கே ரொம்ப வருஷமா இருக்கிறவங்க யாராவது இருக்காங்களா?"

"நாங்களே பத்து வருஷமாக இருக்கோம்."

"அது போதாது."

"ஸாரி. இந்த வீடு கட்டியே அவ்வளவுதான் இருக்கும்."

"அதுக்கு முன்னாலேயும் வீடுங்க இருந்தது."

"ஸாரி."

அவர் வருத்தப்பட்டுக்கொள்ள வேண்டியதில்லை. அந்த இடத்தில் ஒரு முஸ்ஸிம் குடும்பம்கூட இல்லை. ஒரு காலத்தில் – நானறிந்த காலத்தில் – அங்கு பாதி நபர்கள் முஸ்ஸிம்கள்தான். எல்லாரும் எங்கே போயிருப்பார்கள்? வஹாபுடைய அப்பா, அம்மா இப்போது இருக்க முடியாது. அண்ணன் இருக்கலாம். தங்கை இருக்கலாம். அவனுக்கு இரண்டு மூன்று அக்காக்கள் கூட இருந்தார்கள். அவர்கள் உயிரோடு இருக்கலாம். கல்யாணமாகி குழந்தைகள் பெற்றுக்கொண்டு இருப்பார்கள். வஹாப் படிப்பை முடித்து வேலைக்குப் போயிருப்பான். என்ன வேலை? என்ன வேலைக்குப் போயிருக்க முடியும்? குமாஸ்தா – உருது மட்டுமே தெரிந்த குமாஸ்தா. அவனைப் பற்றி வேறு எந்த விஷயமும் நினைவுக்கு வரவில்லை. அவனோடு போன ஒரே சினிமாப் படத்தின் பெயர்கூட மறந்துவிட்டது. அது அது பிலிமிஸ்தான் படம். இல்லை. நிச்சயம். ரஞ்சித் ஸ்டுடியோ படம். அதை எழுதியவர் ஒரு கம்யூனிஸ்ட் என்றார்கள். ஒல்லியாக ஒரு பெண் டி.பி. வந்து அவளுக்கு ஒழுங்காக வைத்தியம்,

சாப்பாடுகூட கிடைக்க முடியாத நிலையில் செத்துப் போகிறாள். பால்ராஜ் சஹானிதான் அண்ணா. ஒல்லி வியாதிக்காரத் தங்கை... நூதன். ஆமாம், நூதனின் இரண்டாவது படம். படத்தின் பெயர்... படத்தின் பெயர்... அந்த கம்யூனிஸ்ட் அப்புறம் டைரக்டர் ஆகிவிட்டார். அவர் பெயர்...

உலகமே விழுதுகள் நிறைந்ததொரு ஆலமரமும் டெரன்ஸ், மாரிஸ், வெங்கட்ராவ், ஜனார்த்தன், நாஷிர், வஹாப் என்ற பெயர்களுமாக இருந்தது. திடீரென்று ஒரு நாள் மாறிவிட்டது. திடீரென்று என்று சொல்வது மிகை. நான் அது மாறத் தொடங்கியதைக் கவனியாது அது அடியோடு மாறியவுடன் ஸ்தம்பித்து நின்றேன். சில வாரங்கள் முடிவதற்குள் ஊர்விட்டு ஊர் மாறிவிட்டேன். யாரிடம் சொல்லிக்கொண்டு வந்தேன், யாரிடம் சொல்லவில்லை என்றுகூடத் தெரியவில்லை. ஒருவரிடம் கடிதம் போடு என்று சொல்லவில்லை. ஒருவருக்கும் கடிதம் எழுதவில்லை. வீட்டு எண், தெருவின் பெயர் எல்லாம் மறந்துவிட்டது. அன்று பழகிய மனிதர்களின் பெயர்கள்கூட எந்த வரிசையும் எந்தப் பொருத்தமும் இல்லாமல் எப்போதோ நினைவுக்கு வந்து மறுபடியும் மறதிப் பொந்துக்குள் போய் ஒளிந்துகொண்டன. அந்த மரம் இருக்கிறது. ஆனால் நிறைய கிளைகளையும் விழுதுகளையும் கழித்துக் கட்டியிருக்கிறார்கள். முன்பு பிரம்மாண்டமான மரமாக இருந்தது. இப்போது ஏதோ கைவிடப்பட்ட பழைய லாந்தர் கம்பம் போல இருக்கிறது. நாகப்பட்டினம், கடலூர் போல இங்கும் ஒரு புயல் வீசினால் இந்த மரம் நிச்சயம் விழுந்துவிடும். மிஞ்சியிருக்கும் கிளைகளையும் விழுதுகளையும் வெட்டிக் கழித்து மரத்தை அகற்றிவிடுவார்கள். எவ்வளவோ குடியிருப்புகள், வீடுகள் அகற்றப்பட்ட மாதிரி வஹாபின் வீடும் இடித்துத் தள்ளப்பட்டிருக்க வேண்டும். அந்தச் சுற்று வட்டாரமே புதிதாக எங்கிருந்தோ ஆகாயத்திலிருந்து இறக்கி வைத்தது போலிருக்கிறது.

நான் ஏற வேண்டிய ரயில் நான்கு மணிக்கு இருந்தது. இதுகூட பெரிய மாற்றம். நான் முப்பது ஆண்டுகளுக்கு முன்பு அந்த ஊரில் வசித்து வந்தபோது காலையில் இரண்டு மணி நேரம், இரவில் இரண்டு மணி நேரம்தான் ரயில் நிலையம் சலசலப்பாக இருக்கும். வந்து சேர வேண்டிய வண்டிகள், கிளம்ப வேண்டியவை அந்த இரு வேளைகளில்தான் வரும். பகல் நான்கு மணிக்கு அந்த ரயில் நிலையத்தில் பரபரப்பைப் பார்ப்பது இயல்பாக இல்லை. சோர்வுதான் ஏற்படுகிறது. இந்த மனச்சோர்வு எதனால் வரும் என்று சொல்ல முடியவில்லை. சினிமாவுக்குப் போவது உற்சாகத்துக்குத்தான். ஆனால் நானும் வஹாபும் சேர்த்து போன சினிமா அசாத்திய சோர்வை தந்தது, முக்கியமாக அவனுக்கு. அவனுக்கு சரளமாகப் பேச தெரியாது போனாலும முகத்தில் மகிழ்ச்சி தெரிய இருப்பான். அன்று அவன் முகம் கறுத்திருந்தது.

ரயில்வே பிளாட்ஃபாரத்தில் ஒரு கிழவன் பூ விற்றுக்கொண்டு போனான். வஹாபின் அப்பாவாக இருக்குமோ? 'பூக்காரரே! இங்கே வாருங்கள்... பூக்காரரே!'

அந்த ஆள் என்னருகே வந்தான். வஹாவின் அப்பா இல்லை. வஹாபேதான்!

“வஹாப் ...”

கிழவனின் கண்கள் விரிந்தன.

“வஹாப், என்னைத் தெரியவில்லை? லான்சர் பாரெக்ஸ் – ரயில்வே குவார்ட்டர்ஸ் – டெரன்ஸ் என்ற சட்டைக்காரப் பையன் உன்னை அடிக்க வந்தானே?”

“குச் நை மாலும், சாப்.”

“சாப் இல்லை. வஹாப்? நான் எஜமானன் இல்லை. உன் நண்பன். உன் நண்பன்.”

“அச்சா சாப், எவ்வளவு பூ வேண்டும்?”

அவனுக்குச் சுத்தமாக நினைவில்லை.

“உங்கள் பெயர் வஹாப்தானே?”

“ஆமாம் – ஆனால் ...”

நான் பேசத் தெரியாமல் நின்றேன்.

“எவ்வளவுக்குப் பூ வேண்டும்?” வஹாப் பூ விற்பதில்தான் அக்கறை கொண்டவனாக இருந்தான். அவன் இப்போது எங்கு வசித்து வந்தாலும் முன்பு இருந்த நிலைக்கு அதிகம் மாறுபட்டிருக்காது. அவனுடைய தோள்பட்டை எலும்பு துருத்திக்கொண்டு இருந்தது.

“உன் அப்பா அம்மா ...”

“என்ன கேட்டீர்கள்?”

“அப்பா, அம்மா ...”

“நான் கிழவன் சாப்.”

“நானும் கிழவன்தான் வஹாப்.”

“என்ன சொன்னீர்கள் சாப்?”

நான் பூ வாங்க மாட்டேன் என்று முடிவு செய்தது போல அவன் நகரத் தொடங்கினான்.

“வஹாப், உனக்கு ஒரு தங்கை இருந்தாளே?”

அவனுக்கு ஆச்சரியமாக இருந்தது. அதே நேரத்தில், அவன் பிழைப்பு சரியாக நடக்க முடியாதபடி நான் கேள்வி கேட்டுக் கொண்டிருந்தேன்.

“செத்துப் போய்விட்டாள்.”

“எப்போது?”

“ரொம்ப வருஷத்துக்கு முன்னால். டி.பி. வந்து செத்துப் போய்விட்டாள்.” அவன் பூ விற்காமலேயே நகர்ந்து போய்விட்டான். நானும் வஹாபும் பார்த்த சினிமாப் படத்தை எழுதியவரின் பெயர் ஞாபகம் வந்துவிட்டது. ஜியா ஸர்ஹாதி. படத்தின் பெயரும் கூட. ‘ஹம் லோக்.’

1994

எல்லாமே சரி

குணசேகரன் மாடிப்படியில் இறங்கிய வேகம் ஜலஜாவுக்கு வயிற்றைக் கலக்கியது. "என்னாங்க?" என்று மெதுவாக அழைத்த படியே அவனோடு சென்றாள். அவன் ஒரு தடவைக்கு இரு படிகளாகக் குதித்து விரைந்தான். மாடிப்படி அக்கட்டடத்தின் பின் கோடியில் இருந்தது. கட்டடத்தின் கீழ்த்தளத்தில் மூன்று வீடுகள். மாடியில் ஐந்து வீடுகள். எல்லாருக்கும் பொதுவாகச் சுமார் நூறடி நீளமுள்ள ஒரே நடைபாதை. அந்த நூறடியும் "என்னாங்க? என்னாங்க?" என்று கேட்டபடியே குணசேகரனை ஜலஜா பின்தொடர்ந்து போனாலும் கீழே இரு வீடுகளிலிருந்துதான் இருவர் எட்டிப் பார்த்தார்கள்.

ஜலஜா கூப்பிடக் கூப்பிட அது காதில் விழாதது போலக் குணசேகரன் வீட்டு வாசல் கேட்டை வெறியோடு திறந்து தெருவில் இறங்கி விரைந்தான். தெருவில் கேட்டருகேயே நின்று கொண்டிருந்த காய்கறி வண்டியருகில் அக்கம் பக்கத்துப் பெண்மணிகள் மூவர் காய்கறி பொறுக்கியபடியே சுவாரசிய மாகப் பேசிக் கொண்டிருந்தார்கள். குணசேகரன் போன வேகத்தில் அவர்கள் பேச்சு தடைப்பட்டது. அது ஜலஜா அவர்கள் கண் தெரிய நிற்கும் நேரம் அல்ல.

ஜலஜா திரும்பி மாடிப்படிப் பக்கம் வந்தாள். அவள் குணசேகரனைத் தொடர்ந்து ஓடுவதை எட்டிப் பார்த்த ஒரு வீட்டுக்காரர் உள்ளே போய் விட்டார். ஆனால் அடுத்த ஃபிளாட் அம்மாள் வாசற்கதவருகே நின்றவண்ணம் இருந்தாள். அவளைப் பார்த்து ஜலஜா பலகீனமாகப் புன்னகை புரிந்தாள்.

"நீதானே இப்போ வேகமாப் போனே?" என்று அந்த அம்மாள் கேட்டாள்.

"ஆமாம்."

"என்ன?"

"ஒண்ணுமில்லே... அவர் ஒண்ணை மறந்துட்டார்."

“அவர்னா?”

“என் ஹஸ்பண்டு.”

“ஹஸ்பண்டா? உனக்கு எப்போ கல்யாணம் ஆச்சு? சொல்லவேல்லியே?”

“போன வெள்ளிக்கிழமை ஆச்சு.”

அதற்கு மேல் ஜலஜா நிற்காமல் மாடிப்படியேற ஆரம்பித்தாள். கேள்விக்குப் பதில் சொல்லாமல் பதில் கேள்வி கேட்டால்தான் ஒருவர் வாயை அடக்க முடியும் என்று அவளும் யோசித்து வைத்திருந்தாள். ஆனால் செயல்படுத்த முடியவில்லை.

அந்த அம்மாளிடம் போய் அவள் கல்யாணம் பற்றிச் சொல்லிவிட்டாள். அவள் கல்யாணம் நடந்தது. அவளுடைய நெருங்கிய உறவினர் பலருக்குத் தெரியாது. அம்மா, அப்பாவுக்கே தெரியாது.

‘மணம் புரிந்துகொள்வதுதான் ஒரு பெண்ணின் வாழ்க்கை இலட்சியமா? என்ற கேள்வி அவளுக்குத் தெரியாததல்ல. இந்த கேள்வியைத் தெரிந்துகொள்ளக்கூட முயற்சி செய்யாத அவளுடைய பெரிய அக்கா, அவளுடைய கணவன் குழந்தைகளுடன், அவளுடைய மாமியார், அவளுடைய பெற்றோர், இரு சகோதரிகள் இவ்வளவு நபர்களையும் தன்னோடு வைத்துக்கொண்டு வேலைக்கும் போய்க்கொண்டு ஒரு முறை முகத்தைச் சுளித்தது கிடையாது. ஜலஜாவுடன் குணசேகரனையும் முதன் முதலில் பார்த்தவளும் அந்தப் பெரிய அக்காதான். ஆனால் பஸ் ஸ்டாப் அருகே இருவர் பேசிக்கொள்வதற்கு விசேஷ அர்த்தங்கள் கற்பித்துக்கொள்ள வேண்டியதில்லை. மோசமடைந்து வரும் போக்குவரத்துப் பற்றிக்கூட அவர்கள் பேசிக்கொண்டிருக்கலாம்.

ஆனால் இரண்டாம் முறையாக மவுண்ட் ரோடு தபாலாபீசில் இருவரையும் சேர்த்துப் பார்த்தபோது அன்றிரவு சமையலறையைச் சுத்தம் செய்து பாத்திரங்களைக் கவிழ்த்து வைக்கும்போது. “இன்னிக்கு உன்னோட ஒருத்தர் பேசிண்டிருந்தாரே, உனக்குத் தெரிஞ்சவரா?” என்று கேட்டாள். கேள்வி கேட்ட விதத்தில் பதில் சொல்லித்தான் ஆக வேண்டும் என்ற நிர்பந்தம் தொனிக்கவில்லை . . . ஜலஜாவும் சொல்லவில்லை. ஆனால் மூன்றாம் முறையாக ராஜாஜி ஹாலில் நடந்த ஒரு கண்காட்சியில் ஜலஜாவையும் குணசேகரனையும் அவள் பார்த்த பிறகு அன்றிரவு ஜலஜாவே அக்காவிடம் சொன்னாள் –

“அவரைத்தான் கல்யாணம் செய்துக்கறதா இருக்கேன்.”

அக்கா முகத்தில் துளிக்கூட வியப்புத் தெரியவில்லை. “யாரு?” என்று மட்டும் கேட்டாள்.

ஜலஜா, “அவங்க க்ஷத்திரியங்க” என்றாள்.

அக்கா இப்போது தலையைத் தூக்கிப் பார்த்தாள். “வன்னிய . . .”

“ஆமாம் . . . ஆமாம் . . . வன்னிய குல க்ஷத்திரியர்.”

“அப்பாவுக்குத் தெரியாது . . . அம்மாவுக்குத் தெரியுமா?”

"தெரியாது."

அன்று பேச்சு அதோடு முடிந்தது.

அதற்கடுத்த வாரத்திலிருந்து அம்மாவிடம் ஒரு மாற்றம் தெரிந்தது. எதற்கெடுத்தாலும் ஜலஜா மீது எரிந்து விழுந்தாள். எது பேசினாலும் வேறெதையோ சொல்வது போலிருந்தது. இரு நாட்கள் கழித்து அப்பா கேட்டார் . . .

"உனக்கு நான் இனிமே வரன் பார்க்க வேண்டாமே!"

"இவ்வளவு நாள் பார்த்திண்டிருந்தேளா?"

அப்பா பதில் சொல்லத் தெரியாமல் திகைத்தார்.

அதற்கடுத்த ஞாயிற்றுக்கிழமை குணசேகரன் அவள் வீட்டிற்கு வந்தான். மாடிப்படியில் ஜலஜாவின் அப்பா அவருடைய ஒரு பழைய சட்டைக்குப் பொத்தான் தைத்துக் கொண்டிருந்தார். அவரை, 'ஜலஜா இங்க மாடியிலேதானே இருக்காங்க?' என்று கேட்டான்.

"ஆமாம். நீங்க யாரு?"

"அவங்க ஃபிரண்டு." குணசேகரன் மாடியேறி வாசற்படியருகேயிருந்த அழைப்பு மணியை அழுத்தினான்.

அவன் முன் அறையில் உட்கார்ந்திருந்தபோது அந்த வீட்டிலிருந்த அவ்வளவு பேரும் எங்கோ கண்ணாமூச்சி விளையாட்டு விளையாடுவது போல மூலை முடுக்குகளில் சுருங்கிக் கொண்டிருந்தார்கள். "ஒரு நிமிஷம், சேகர்" என்று ஜலஜா சொல்லிவிட்டு முகம் கழுவிக்கொள்ளப் போய் விட்டாள். அவள் உடை உடுத்திக்கொண்டபோது அவளுடைய அம்மா அவளையே பார்த்தவண்ணம் நின்றுகொண்டிருந்தாள். நெற்றிப் பொட்டு ஒட்டிக்கொண்டு ஜலஜா தலைமயிரை சிறிதே காதுப் பக்கம் இழுத்து விட்டுக்கொண்டாள். அம்மாவிடம், "நான் போயிட்டு எட்டு எட்டரைக்கெல்லாம் வந்துடறேன்," என்றாள்.

"இவன்தானா?" என்று அம்மா கேட்டாள்.

ஜலஜா பதில் சொல்லாமல் முன் அறைக்கு வந்தாள். குணசேகரன் எழுந்து நின்றான். "ரெடியா?" என்றான்.

"ரெடி."

"வீட்லே யாரும் என்னைப் பாக்க வேண்டாமா?"

"இன்னொரு நாள் பாத்துக்கலாம். அம்மா, போயிட்டு வரேன். ராத்திரி சாப்பாடு எனக்கு வேண்டாம்."

அப்பா இன்னமும் மாடிப்படியில் சட்டைப் பொத்தான் தைத்தபடி யிருந்தார். அந்தச் சட்டையில்தான் எவ்வளவு பொத்தான்கள் விழுந்து விட்டிருந்தன!

அதன்பிறகு அலுவலக நேரங்களில் ஜலஜா குணசேகரனைச் சந்திக்கத் தேவையற்றுப் போயிற்று. அவள் ஆறு மணிக்கு வீடு திரும்பினால் அவன்

ஆறரை மணிக்கு அவள் வீட்டுக்கு வந்துவிடுவான். இருவரும் ஏழு மணிக்கு வெளியே கிளம்பினால், அவளை ஒன்பது மணிக்கு வீட்டில் கொண்டுவந்து விட்டுவிடுவான். வீட்டில் யாராவது கேள்வி கேட்டு ஒரு நெருக்கடி ஏற்படுத்துவார்கள் என்று ஜலஜா எதிர்பார்த்தாள். ஆனால் யாருமே ஏதும் நடந்ததாகக் காட்டிக்கொள்ளவில்லை. இரவில் அவளுக்காகச் சாதம் வைப்பது நின்றுவிட்டது. அவ்வளவுதான்.

அன்று காலை வேளையிலேயே அவள் குணசேகரனை எதிர்பார்த்தாள். முன்தினம் அவள் சற்று உறுதியாகவே சொல்லியிருந்தாள். இனியும் அவன் அவளை அவன் வீட்டினருக்கு அறிமுகப்படுத்துவதைத் தள்ளிப்போட முடியாது, அவன் அவளை அழைத்துப்போக வேண்டும். இல்லாது போனால் அவளாக அவன் வீட்டுக்குப் போய் நிற்பாள்.

"ஏன் அவசரப்படறே? எல்லாம் நான் ஏற்பாடு பண்ணறேன்" என்று அவன் சிரித்தவண்ணம் அவள் பேச்சை மூன்று நான்கு முறை தட்டிக் கழித்திருக்கிறான். கல்யாணம் என்று திருநீர்மலையில் மாலை மாற்றிக் கொண்டாயிற்று. அன்று ஜலஜா வீட்டில் வற்றல் குழம்பு. அவன் வழக்கம் போல இரவு ஒன்பது மணிக்கு அவன் வீட்டுக்குச் சென்றான். ஜலஜா அவள் வீட்டுக்கு வந்தாள்.

இவ்வளவு நாட்கள் கோபித்துக்கொள்ளாதவன் இப்போது. "வா உன் வீட்டுக்குப் போகப் போறோம்" என்று கண்டிப்பாகச் சொன்னவுடன் ஒரே தாவலில் நாலு படியாக மாடிப்படி இறங்குகிறான்.

இது என்ன கல்யாணம்? அவன் வீட்டிலும் அவள் போய் இருக்க முடியாது. அவன் வீட்டுக்காரர்களைப் பிரிந்து வந்து அவனும் தனிக் குடித்தனம் வைக்க மாட்டான். அவள், அவள் அம்மா அக்கா வீட்டிலிருந்து கொண்டு அவன் அழைத்தபோது அவனோடு வெளியே சுற்றிவிட்டு வந்து ராத்தங்கலுக்கு அவள் வீட்டுக்கே வந்துவிட வேண்டும். இதற்குப் பெயர் கல்யாணமா?

ஜலஜா மாடியேறி வந்தபோது வீட்டில் இருந்தவர்கள் யாரும் எதுவுமே நடக்காதது போல் அவரவர் வேலையைப் பார்த்துக் கொண் டிருந்தார்கள். அப்பா இன்னொரு பழைய சட்டைக்குப் பொத்தான் தைத்துக்கொண்டிருந்தார். ஜலஜா அச்சட்டையைப் பிடுங்கி எறிந்தாள். "நான் இன்னிக்குப் புதுச்சட்டை வாங்கித் தந்துடறேன்!" என்றாள்.

"ரொம்ப சரி... ரொம்ப சரி... அதுக்கு ஏன் இப்படிக் கத்தறே?" என்று அப்பா கேட்டார்.

"ஏன்னா, எனக்குக் கல்யாணம் ஆயிடுத்து."

"ரொம்பச் சரி."

"உங்களுக்கு எல்லாமே சரியா? ஒண்ணுகூடச் சரியில்லாமல் இருக்கிறது தெரியலையா?"

"நான் சரி பண்ணறதுக்கு எதையாவது விட்டு வைச்சிருக்கயா?"

அம்மா, அக்கா இருவரும் அங்கு வந்து நின்றார்கள். ஜலஜா சொன்னாள், "எனக்கும், இங்கே தினம் வந்துபோறாரே, அவருக்கும்

போன வெள்ளிக்கிழமை கல்யாணம் ஆயிடுத்து. இப்போ அவர் வீட்டுக்கும் அழைச்சுண்டுபோக மாட்டேங்கிறார். குடித்தனமும் தனியாக வைக்கமாட்டேங்கிறார். இதுக்கெல்லாம் காரணம் நீங்கதான். இவ்வளவு நாள் வந்திருக்கார், ஒரு நாளாவது நீங்க யாராவது அவரோட பேசியிருக்கீங்களா? என்ன பேரு, எங்கே இருக்கேன்னாவது ஒரு வார்த்தை கேட்டிருக்கீங்களா? இப்போ அந்த ஆளு கோச்சுண்டு போறான். அப்போகூட உங்களுக்கு உங்க வேலைதான் பெரிசாயிருக்கு."

அப்பா சொன்னார், "இதைச் சொல்லிட்டே இல்லையா? இன்னிக்கு அவனை அழைச்சிண்டு வா, கேக்கறேன்."

அப்பா இதைச் சொல்ல அம்மாவும் ஒன்று சொன்னாள்: "உனக்காக வாங்கி வைச்சிருக்கிற பாத்திரம் நகைநட்டு எல்லாம் மூட்டைக்கட்டி வைச்சிருக்கு போறப்போ எல்லாத்தையும் எடுத்துண்டுப் போயிடு." இதைச் சொல்லிவிட்டு அவள் உள்ளேயே போய்விட்டாள்.

ஜலஜாவுக்கு ஏமாற்றமாக இருந்தது. ஒருத்தருக்குக்கூட அவளை ஏசவோ, கையை வீசவோ திடமில்லாமல் போயிருந்தது.

குணசேகரன் அவளை இலட்சியம் செய்யாமல் போனதே மேல் போலத் தோன்றிற்று. இன்று சாப்பாட்டு இடைவேளையில் அவன் அலுவலகம் அவள் தேடிப் போக வேண்டும்.

அவளுக்குத் தன்னைப்பற்றியும் ஏமாற்றமாக இருந்தது. எதுவுமே பெரிய நெருக்கடியாக மாற மறுக்கிறது.

1995

சங்கமம்

முதலிலேயே அழுத்தியிருக்கலாம். அழைப்பு மணியை அவன் இன்னொரு முறை அழுத்தினான். கிழவர் அவன் முன் நின்றார்.

"என்னப்பா?"

"உங்க சாக்கடை சார்."

"என்ன?"

"உங்க சாக்கடைத் தண்ணி எங்க வீட்டுலே ஒரேயடியாக் கொட்டறது."

"போனவாரம் ரிப்பேர் பண்ணினாயே?"

"ஆமாம்..."

"நாங்க அந்த இரண்டு நாளைக்கு அங்க தண்ணீயே விடலே. எல்லாப் பாத்திரத்தைச் சேத்து வைச்சு மூணாம் நாள் தேய்ச்சோம்."

"அது சரியா ரிப்பேர் ஆகலை சார். இப்போ மோசமாயிடுத்து. முன்னே சும்மா சொட்டிண்டு இருந்தது. இப்போக்கொட்டறது."

கிழவர் ஏதும் சொல்லாமல் நின்றுகொண்டிருந்தார்.

"அது எங்க இடத்திலே சரியாத்தான் இருக்கு, சார். கால் மூட்டை சிமெண்ட்டை அப்பிட்டுப் போயிருக்கான்."

"அப்படியும் சரியாகலையா?"

"இல்லே சார். அது உங்க இடத்திலேந்துதான் லீக் ஆகறது."

"எங்களுக்கு ஒண்ணும் தெரியலையே. இங்கே தண்ணி சரியாப் போயிடறதே."

"உங்களுக்கு எப்படியும் போயிடும். நீங்க மாடியிலேதானே இருக்கீங்க. ஆனா அது வெறும் பைப் வழியா மட்டும் இறங்காம அப்படியே உங்க தரையிலேயே பரவி எங்க இடத்திலே சொட்டறது. உங்களுக்குத்தான் தெரியுமே – இந்த பில்டிங்லே கீழே, எங்க முதல் மாடி, உங்க மாடி மூணுலேயும் இந்த பாத்திரம் தேக்கற இடம் ஒண்ணு கீழே ஒண்ணா இருக்கு. நீங்க பத்துப் பாத்திரம் தேய்க்கற தண்ணி அப்படியே எங்க இடத்திலேதான் கொட்டறது."

கிழவர் அவருக்குச் சம்பந்தம் இல்லாத ஒரு விஷயத்தைக் கேட்பது போல நின்றுகொண்டிருந்தார்.

"அதுனாலே சார், நீங்கதான் உங்க இடத்திலே சாக்கடையைச் சுத்தி சரி பண்ணணும்."

"போன தடவை பண்ணித்தேப்பா."

"அதைச் சரியாப் பண்ணலே. நன்னாக் கொத்திட்டுப் பழசெல்லாம் சுரண்டி எடுத்துட்டு மறுபடியும் பூசணும். அந்தச் சாக்கடைக் குழாயையே மாத்த வேண்டியிருக்கும்னு நினைக்கிறேன்.

கிழவர் பதிலே பேசாமல் உள்ளே திரும்பிப் போக ஆரம்பித்தார். அவன் கூப்பிட்டான் –

"சார்!"

"என்னப்பா?"

"நீங்கதான் சொல்லணும்."

"நான் இங்கே வாடகைக்கு இருக்கறவன். நீங்கள்ளாம் சொந்தக்காரங்க. நான் மாசா மாசம் வாடகையைக் கொடுக்கறதுக்கே சிரமப்பட்டிண்டிருக்கேன். அதுலே வீட்டை ரிப்பேர் பண்ணு, சாக்கடையை மாத்துன்னா முடியற காரியமா?"

"சார், என் தலையிலே உங்க சாக்கடைத் தண்ணி கொட்டறது!"

"நான் கொட்டலை."

"நீங்கதான் கொட்டறீங்க."

"வீட்லே சாக்கடைன்னா அதுலே தண்ணீ வரமா இருக்குமா?"

"உங்களுக்குச் சரி சார். அது என் மேலே விழறது."

"நீ வேணும்னா உன் கீழ் வீட்டுக்காரன் தலை மேலே கொட்டு."

"இது என்ன பேச்சு சார்? எங்க கஷ்டம் தெரியாம பேசறீங்களே?"

கிழவர் புன்னகை புரிந்தார். "உன் கஷ்டம் தெரியாம இல்லேப்பா... நான் என்ன பண்ண முடியும்? உனக்கு இருக்கற மாதிரி எனக்கும் இந்த வீட்டிலே இது ஒரு சாக்கடைதான். இங்கேதான் பாத்திரம் கழுவணும், துணி தோய்க்கணும். எங்களுக்கும் ஒரே பாத்ரூம். அது வெறும் பாத்ரூம்தான். நாங்க இரண்டே பேர். எவ்வளவு பாத்திரம், துணி இருக்கப் போறது? அதையெல்லாம் எங்கேப்பா சுத்தம் செய்யறது? எல்லாம் இந்த பால்கனிச் சாக்கடையிலேதான்.

"நீயும் உன் வீட்டிலே அதே பால்கனிச் சாக்கடையிலேதான் பத்துப் பாத்திரம் கழுவறே? என்னாலே சாத்தியமானதைச் சொல்லு, நான் செய்யறேன். நீ சொன்னயேன்னு போன வாரம் இரண்டு நாள் முழுக்க நாங்க சாக்கடைப் பக்கமே போகலை. அப்புறமா மூணு நாள் பாத்திரத்தைச் சேத்துத் தேய்ச்சோம். நான் மறுபடியும் இந்த ஃபிளாட் சொந்தக்காரருக்கு எழுதுறேன். அவர் இப்போ அமெரிக்கா போயிட்டாராம். அவர் சரின்னு எழுதினா பணத்தை உங்கிட்டேயே தரேன். நீயே ரிப்பேர் பண்ணு."

இந்த மனிதரால் எப்படி இந்த விஷயத்தைப் பற்றி இவ்வளவு நிதானமாக, கோர்வையாகப் பேச முடிகிறது! அவன் படும் அவதி அவருக்கில்லை. ஆதலால் அவன் அளவுக்கு இதைப் பற்றி அவர் சிந்தித்திருக்க வாய்ப்பில்லை. ஆனால் அவர் வயதும் அனுபவமும் இந்தத் தெளிவைத் தருகிறது. அவனும் அவர் வயதை அடையும்போது இம்மாதிரி சிக்கல்களை அலட்டிக்கொள்ளாமல் எதிர்கொள்வான். அல்லது ஒதுக்கி வைப்பான்.

“என்ன, சொன்னீங்களா?” மனைவி கேட்டாள்.

“உம், சொன்னேன், சொன்னேன்.”

“உங்களுக்கு வாயைத் திறக்க முடியலேன்னா நான் போய்ச் சொல்லிட்டு வரேன்.”

“ஐயையோ, வேண்டாம், வேண்டாம். நான் தாத்தாவோடப் பேசிட்டு வந்துட்டேன்.”

“இன்னும் இங்கே அழுக்குத் தண்ணி சொட்டறது.”

“சரி பண்ணிடலாம்.”

“யாரு?”

“நாமதான்.”

“நாம எதுக்குச் செய்யணும்? அது நம்ம சாக்கடையா?”

“நம்ம வீட்டிலேதானே கொட்டறது. ஒரு நல்ல பிளம்பரைக் கூப்பிட்டுக் காட்டி சரி செய்யலாம்.”

“மறுபடியும் நீங்கதான் தண்டம் அழப் போறீங்களா?”

“தண்டம்னா சொல்றே? அதைச் சரி பண்ணனுமா வேண்டாமா?”

“போன தடவை நூத்தம்பது ரூபா அழுதது. என்ன பிரயோசனம்?”

“இந்தத் தடவை மேலே அவங்க வீட்டிலேந்து நம்ம வீடு வரைக்கும் சரி பார்க்கச் சொல்லாம்.”

“அதுக்கு அந்த வீட்டுக்காரங்க பாதி பணமாவது தரணும்.”

“வேலையை முடிச்சுட்டுக் கேக்கலாம்.”

“வேலையை முடிச்சாச்சுன்னா யாராவது தருவாங்களா? ஏன் இப்படி ஒண்ணும் தெரியாம இருக்கீங்க?”

அவன் பேசாமல் இருந்தான்.

“சும்மா சும்மா நாம்பளே ஏன் கட்டட ரிப்பேரெல்லாம் செஞ்சுக்கணும்? போய் பில்டர்கிட்டே சொல்லுங்க.”

“என்ன நீ துரத்திண்டே இருக்கே? நீ சொன்னா மாடிக்காரங்கிட்டே சொல்லணும். இப்ப நீ இன்னொண்ணு சொன்னா பில்டர்கிட்டே சொல்லணும்.”

“சாக்கடைத் தண்ணி என் தலை மேலதானே விழறது. இந்த வீட்டுக்கு ஒரு மாடிதான் சாங்க்ஷன். இந்த பில்டர் இரண்டு மாடி கட்டினதாலேதான் இப்படி ஆயிருக்கு.”

“உனக்குத் தெரியுமா எதுக்கு சாங்க்ஷன் இருக்கு, எதுக்கு இல்லேன்னு?”

“எனக்கென்ன, எல்லாருக்குமே தெரியும். நம்ம மாடி கட்டி ஒரு வருஷத்துக்குப்புறம்தானே இரண்டாம் மாடி கட்டினான்? நம்பளைக் கேட்டுண்டு கட்டினானா! அடிச்சுப் பிடிச்சுக் கட்டி எல்லா ஃபிளாட்டையும் விக்கவும் வித்திட்டான். இப்ப நம்ம தலையிலே சாக்கடைத் தண்ணி அருவியாக கொட்டறது.”

அவனுக்கும் அதைப்பற்றிச் சந்தேகம் உண்டு. இப்படிக் கட்டப்பட்ட சில அடுக்குமாடிக் கட்டடங்கள் போலீஸ் உதவியோடு இடிக்கப்பட்டதையும் அவன் பார்த்திருக்கிறான். அவன் வீட்டு மேல் இருக்கும் மாடியும் உரிய

அனுமதியின்றி கட்டடப்பட்டிருக்குமானால் திடீரென்று ஒரு நாள் போலீஸ் அந்தக் கிழவரையும், அவர் மனைவியையும் வெளியே வரச் சொல்லிவிட்டு வீட்டுக் கூரையை இடித்து தள்ளுவார்கள்.

அந்தக் கிழத் தம்பதியால் அவனுக்குக் கடந்த சில தினங்களாக வீட்டில் நிம்மதியில்லாமல் போனாலும் அவனுக்கு அவர் மீது நிஜக் கோபம் ஏற்படவில்லை. இந்தக் கிழவர்கள் இருக்கும் இடமே தெரியாமல் கிடப்பார்கள். இந்த ஃபிளாட்டிற்கு வருவதற்கு முன்பு அவன் குடியிருந்த வீட்டில் ஏதோ ஒரு சந்தர்ப்பத்தில் மாடியில் இருப்பவர்களிடம் சிறு மனஸ்தாபம் ஏற்பட்டுவிட்டது. அதன் பிறகு அந்த மாடிக்காரர்கள் தினமும் மிளகாய்ப்பொடியும் மஞ்சள் பொடியும் அரிசியும் உரலில் போட்டு இடித்தார்கள்.

நினைத்தபோதெல்லாம் மேஜை, நாற்காலி, கட்டிலைத் தரதரவென்று இழுத்தார்கள். தடால் தடாலென்று இறக்கி வைத்தார்கள். இரவு பத்து மணிக்கும், பன்னிரண்டு மணிக்கும் ஸ்கிப்பிங் செய்தார்கள். அவர்கள் எகிறி எகிறிக் குதிப்பதை அவன் வீட்டு விளக்கு துல்லியமாகக் காட்டும். அவர்கள் திடீரென்று எதையோ கீழே போட, அவனுடைய குழந்தை தூக்கத்திலிருந்து தூக்கிவாரிப்போட்டு எழுந்து அலறியது. அதன் பிறகு அது எதிர்பாராத நேரத்திலெல்லாம் தூக்கத்தில் வீறிட்டு அழும். அந்த ரக வேதனையைச் சகிக்க முடியவில்லை. யாரோ போலீசில் சொல்லச் சொன்னார்கள்.

அதன் பிறகு எல்லாமே இரட்டிப்பு மடங்காயிற்று. பக்கத்து வீட்டுக்கார ரிடம் சண்டை போட்டுக்கொண்டாலும் மாடியில் இருப்போருடன் சண்டை போட்டுக் கொள்ளக்கூடாது என்று தெரிந்துகொண்டான். அதன் ஒரு விளைவுதான் கடன் உடன் வாங்கி இந்த ஐநூறு அடி வீட்டை வாங்கியது. முதலில் இதற்கு மாடியில்லை. அப்புறம் மாடி ஏற்பட்ட பிறகு மாடிக்காரர்களோடு சண்டையில்லை. ஆனால் சாக்கடைத் தண்ணீர் விழுகிறது. சண்டை மேலா; சாக்கடைத் தண்ணீர் மேலா?

ஐந்து நிமிஷத்திற்குள் சாக்கடைக் கவலையை ஒதுக்கி வைத்துவிட்டு அவன் ஆபிஸுக்குக் கிளம்ப வேண்டியிருந்தது. அவன் கிளம்பி ஐந்து நிமிடத்திற்கெல்லாம் அவன் மனைவியும் கிளம்பிவிடுவாள்.

அவர்கள் மகன் மேலிருந்து சாக்கடைத் தண்ணீர் சொட்டுவதற்கு முன்பே காலை ஏழேகால் மணிக்குப் பள்ளிக்குக் கிளம்பி, பகல் இரண்டரை மணிக்கு வீடு திரும்பி, அம்மா வருவதற்காக மாடிப்படியில் மணிக்கணக்கில் காத்து கொண்டிருப்பான். இப்படிக் காத்துக் காத்து உட்கார்ந்தே அவன் குழந்தை முகம் வயதுக்கு மீறிய அமைதியைக் காட்ட ஆரம்பித்துவிட்டது. அவன் பெரியவனாகி இதே வீட்டில் சாக்கடைப் பிரச்சனை மீண்டும் எழுமானால் அவன் அதிகம் வருத்திக்கொள்ளாமல் அதற்கு ஒரு தீர்வு காண்பான்.

அவன் ஆபிஸுக்குப் போக மாடிப்படி இறங்கியபோது மேல் மாடிக் கிழவர் ஒரு சிறு பாத்திரத்தில் பாலுடன் படியேறிக் கொண்டிருந்தார். அவனைப் பார்த்துச் சிறு புன்னகை தந்து மாடிப்படியில் ஓரமாக ஒதுங்கி அவனுக்கு வழிவிட்டார். இவ்வளவு கொஞ்சம் பாலை வைத்துக்கொண்டு அவர் என்ன செய்வார்? அதிகம்போனால் ஒரு கப் காப்பி கலந்துகொள்ள முடியும். அடுத்த கப் காபிக்கு அவர் மீண்டும் மாடி இறங்கிப் பால் வாங்கி வரவேண்டும்.

வீட்டுத் தரையை வழுவழுப்பாக்கி விடுகிறார்கள். சுவர்களை வழுவழுப்பாக்கி விடுகிறார்கள். வீட்டை வாங்கி புது வீட்டு நெடியை ஒரு நாள்கூட அனுபவிக்காமல் வாடகைக்கு விட்டு அமெரிக்கா போய் விடுகிறார்கள். கிழவர் தர்மத்துக்குப் பயந்து வாடகையை மாத முதல் தேதியே பாங்க்கில் கட்டிவிடுகிறார். வீட்டு வரி, தண்ணீர் வரியெல்லாம் உடனுக்குடன் கட்டிவிடுகிறார். வீட்டுச் சாக்கடையைச் சரி செய் என்றால் வீட்டுக்காரருக்கு கடிதம் எழுதுகிறேன் என்கிறார். இந்த நாளில் அமெரிக்கா வுக்குக் கடிதம் போய்ச் சேர ஒரு மாத காலமாகிறது. அந்த வீட்டுக்கார மனிதன் உடனே பதில் எழுதினால் அது இன்னொரு மாதம் கழித்து இங்கே வரும்.

அதற்கு நல்ல தண்ணீர், சாக்கடைத் தண்ணீர் என்ற வேறுபாடெல்லாம் மறந்துபோய்விடும். எவ்வளவு அடுக்குமாடிக் கட்டடங்களில் எல்லாம் சரியாயிருந்து சாக்கடைக் குழாய் மட்டும் எங்கெங்கோ கசிந்து கொண்டே யிருக்கிறது! வெளிச்சுவரில் தண்ணீர் கசிந்து மேலே கூரையிலிருந்து தரை வரை பாசி படந்த பட்டைதெரிய விளங்கும். ஆனால் அதெல்லாம் வீட்டுக்கு வெளியே. இங்கே மாடி சாக்கடை இவன் வீட்டிலேயே சொட்டுகிறது. அந்த மேல் மாடி நிச்சயம் அனுமதியில்லாமல் கட்டப்பட்டதுதான். அமெரிக்கா சென்றவர் திடீரென்று ஒரு நாள் அவர் வீட்டை இழக்கப்போகிறார். அது இடித்து சின்னா பின்னப்பட்டது தெரிய ஒரு மாதமாவது ஆகும்.

பொழுது விடிந்து முதல் அரை மணி நேரம் எல்லாம் சரியாக இருந்தது. அதன் பிறகுதான் முதல் சொட்டு விழுந்தது. அவன் மனைவி அவனைப் பார்த்தாள். "இரண்டு நாள் பொறுத்துக்கொள். சனி, ஞாயிறில் நிச்சயமாக ஆளை அழைத்து வந்து சரி செய்கிறேன்" என்றான்.

அப்போ அவன் வீட்டு அழைப்பு மணி அடித்தது. கதவைத் திறந்தால் ஒரு சிறுவன்.

"என்னப்பா ... யார். நீ?"

"எங்க அப்பா உங்களை அழைச்சிட்டு வரச் சொன்னார்."

"யாரு உங்க அப்பா?"

இதற்குள் அவன் மனைவி, "இது கீழ் வீட்டுப் பையன்" என்றாள்.

"வாங்க ... வாங்க" என்று அப்பையனின் அப்பா வரவேற்றார்.

"ஒரு சின்ன விஷயம், உள்ளே வாங்க" என்றார்.

அவன் அவரைப் பின்தொடர்ந்தான். அந்த வீட்டுக்காரர்கள் பாத்திரம் கழுவும் இடத்திற்கு அழைத்துச் சென்றார். "இதைப் பார்த்தீங்களா!" என்று மேலே காட்டினார். கூரையிலிருந்து தண்ணீர் கொட்டிக்கொண்டிருந்தது. அவன் வீட்டிலிருந்துதான். அவன் சிரித்துவிட்டான். அவர் அதைத் தவறுதலாக எடுத்துக்கொள்ளாமல், "என்ன?" என்று கேட்டார்.

"என் வீட்டிலேயும் மேலேயிருந்து கொட்டறது. இப்போ இங்கே விழற தண்ணி எங்க வீட்டுத் தண்ணியா, எங்க மாடி வீட்டுக்காரங்க தண்ணியான்னு யோசிச்சேன்.

அவன் மீண்டும் சிரித்தான். ஆனால் அவர்கள் சிரிக்கவில்லை.

1995

பவள மாலை

கொரமண்டல் எக்ஸ்பிரஸ் ஒரு வழியாக இரவு ஒன்பது மணிக்குச் சென்னை வந்து சேர்ந்தது. தோளில் ஒரு பையை மாட்டிக்கொண்டு ஒரு கையில் பெட்டியும் இன்னொரு கையில் இன்னொரு பையுமாக அவன் இரயிலிருந்து இறங்கினான். பிளாட்பார வெளிச்சம் கண்ணைக் கூசியது. அவன் வந்த பெட்டியில் மின்விசிறி மிகவும் மெதுவாகச் சுற்றியது. விளக்கு எந்த நிமிடமும் அணைந்துவிடும் போலிருந்தது. அவன் பொருள்களை அதிகம் வெளியே எடுக்காததால் வண்டி நின்றவுடன் இறங்க முடிந்தது. அன்று குழந்தைகளும் ஒரு நோயாளிப் பெரியவரும் இருந்த குடும்பம் அந்த இருட்டில் எல்லா சாமான்களையும் ஒன்று சேர்த்து மூட்டைக் கட்ட மிகவும் சிரமப்பட்டிருக்கும்.

கைப்பெட்டி சற்றுச் சிறியதாயிருந்தால் பஸ்ஸில் வீட்டுக்குப் போய்விடலாம். இரண்டு ரூபாயோடு முடிந்துவிடும். ஒரு காலத்தில் இதைவிடப் பெரிய பெட்டியை பஸ்ஸில் எடுத்துப் போயிருக்கிறான். ஆனால் இப்போதெல்லாம் பஸ்ஸில் ஆள் ஏறுவதே கடினமாக இருக்கிறது. பெட்டியில் நிறைய அலுவலகக் காகிதங்கள்.

சென்னை ஆட்டோக்காரர்கள் வண்டியைக் கிளப்புவதையே அபாயகரமான செயலாகச் செய்கிறார்கள். அவன் வேலை நிமித்தமாக இந்தியாவின் பல நகரங்களுக்குச் சென்றிருக்கிறான். ஆட்டோ ரிக்ஷாக்கள் எல்லா இடங்களிலும் ஒரே மாதிரித் தோற்றமும் வண்ணமும் கொண்டதாகத்தான் இருக்கின்றன. ஆனால் சென்னை ஆட்டோக்கள் போல திடீரொன்று பாய்ந்து நெளிந்து வளைவது எங்குமில்லை. அதற்கு ஒருவர் காரணம் சொன்னார் – இந்தியாவில் வேறெந்த ஊரும் சென்னையைப் போலச் சம தளமாக இல்லை. கடற்கரை நகரங்களாகிய பம்பாய், விசாகப்பட்டினம், திருவனந்தபுரம் கூட நிறைய மேடு பள்ளங்கள் உடையதாக அமைந்திருக்கின்றன. சென்னை நகரத்து ஆட்டோ ஓட்டுநர்கள் போல அங்கு ஓட்டினால் இரண்டு நாட்களில் இஞ்சின் போய்விடும்.

பணத்தையும் கொடுத்துவிட்டு உயிரையும் கையில் பிடித்துக் கொண்டு போக வேண்டியிருக்கிறதே என்று அவனுக்கு வேதனையாக இருந்தது. இரவு பத்து மணிக்கு விபத்து நேர்ந்ததாக வீடு தேடித் தகவல் சொல்லக்கூட ஆள் கிடைப்பது சிரமம். இந்த ஆட்டோ ஓட்டுநருக்கே கூட.

வழியில் விபத்து நேராமல் வீடு வந்து சேர்ந்துவிட்டாலும் வேறொரு சங்கடம் காத்திருந்தது. அவனுக்குச் சாப்பாடு இல்லை.

அவன் மனைவி எழுந்திருந்து புதிதாகத் தயாரிக்கத் தயாராகயில்லை. "இவ்வளவு லேட்டா வரப்போ வழியிலேயே ஏதாவது சாப்பிட்டுட்டு வரக்கூடாதா?" என்று கேட்டாள். பல தருணங்களில் அவள் பாத்திரம் பாத்திரமாக உணவு வைத்திருக்க அவன் சாப்பிடாமல் படுத்திருக்கிறான். இப்போது அவளுக்கும் தள்ளாமை.

பசி வயிறைக் கிண்டியது. ரயிலில் மாலை நான்கு மணிக்கே கடைசிச் சுற்று காபி முடிந்துவிட்டது. பயணம் ஏழு மணியளவில் முடிந்துவிடும் என்றுதான் ரயில்காரர்களும் எதிர்பார்த்தார்கள்.

அவன் அந்த வேளைக்கு அவன் வீட்டருகில் கிடைக்கக் கூடிய ரொட்டியையும் பாலையும் விழுங்கிவிட்டுப் படுக்கையில் படுத்தான். 'ஒருவாரம் வெளியூர் சென்றுவிட்டு வருகிறேன், சரியாகச் சாப்பிட்டீர்களா, வண்டியில் சௌகரியமாக இடம் கிடைத்ததா' என்று ஒரு வார்த்தை இல்லை, ஒரு கேள்வி இல்லை. இருபது வருட மண வாழ்க்கையில் கணவனின் வெளியூர்ப் பயணம் கை சொடக்குவது போலாகிவிட்டது.

திடீரென்று தூக்கிவாரிப் போட்டு எழுந்துகொண்டான். அவன் வீட்டு அலாரம் கடியாரம் வெகு சீராக டிக் – டிக் – டிக் என்று ஓடிக் கொண்டிருந்தது. அதை அன்று மணியடிக்க யாரும் சாவி கொடுத்து வைத்தருக்க மாட்டார்கள். மணி மூன்றுகூடத் தாண்டவில்லை. ஒரு பிரம்மாண்டமான உருவம் அவனை நெருங்கி வந்தது போலிருந்தது. கண் விழித்து எழுந்து உட்கார்ந்து, பூமிக்கும் வானுக்கும் அவன் கனவில் நின்ற அந்த உருவம் இன்னமும் அவனெதிரே நிற்பது போலிருந்தது. ஒரு காலத்தில் பேசின் பிரிட்ஜ் மின்நிலையத்தின் மூன்று கோபுரங்கள் சிவன் எரிக்கத் தவறிய திரிபுரம் போல அவன் மனதில் அச்சம் ஏற்படுத்தியிருக்கின்றன.

இம்முறை இது சிவன் சம்பந்தப்பட்டதல்ல; அவன் புவனேஸ்வர் சென்றடைந்தபோது அது உள்ளூர் விடுமுறை தினமாக இருந்தது. அடுத்த நாள் ஞாயிற்றுக்கிழமை. அவன் இன்ஸ்பெக்ஷன் வேலை திங்களன்றுதான். அதற்கு முன் மூன்று முறை புவனேஸ்வர் சென்றிருந்தான். ஆனால் அருகிலிருந்த கோயில்களைத் தவிர வேறெதையும் பார்க்கச் செல்லவில்லை. இப்போது ஒரு முழு நாள் வேலை ஏதும் செய்யவிடாதபடி இடைப்பட்டிருக்கிறது. எங்காவது போய் வரலாமே.

சுற்றுலா அலுவலகத்தில் அவன் கோனரக் மற்றும் பூரி சென்று திரும்பி வந்துவிடலாம் என்றார்கள். அவன் ஞாயிற்றுக்கிழமைக்கான சுற்றுலா பஸ்ஸுக்குச் சீட்டு வாங்கிவிட்டான்.

இரவெல்லாம் கொசு பிடுங்கித் தின்றுவிட்டது. கொசுக்களுக்கு ஜாதி பேதம், மத பேதம், மொழி பேதம் இல்லை. எல்லா மனிதர்களையும் சமமாக

அவற்றுக்கு உரியதாகவே நினைத்து நடத்துகின்றன. இரவு முழுவதும் அவற்றுக்கு விருந்தாக இருந்த அவன் மறுநாள் காலை எழுந்திருக்க முடியாமல் சிரமப்பட்டான். எட்டரை மணிக்குச் சுற்றுலா ஆரம்பித்துவிடும். அதற்குள் அவன் எழுந்து குளித்து, காலை உணவும் முடிக்க முடியுமா! போகாவிட்டால் எண்பத்தைந்து ரூபாய் போனது போனதுதான்.

எண்பத்தைந்து ரூபாய் அவன் சோர்வைப் போக்கியது. எட்டரை மணிக்கு ஒரிஸா சுற்றுலா நிலையத்திற்கு அவன் சென்றபோது அங்கிருந்த இரண்டு பஸ்களும் நிரம்பியிருந்தன. அவனுடைய இருக்கை தவிர.

பஸ் கிளம்பி அரை மணி நேரம் கழித்துக் குட்டையான, வயதான ஒருவர் ஒலிபெருக்கியில் பேச ஆரம்பித்தார். முதலில் ஒரு சிறு கிராமம். அதன் பிறகு கோனரக். அதன் பிறகு கடற்கரையில் ஓர் உணவு விடுதியில் பகல் உணவு. அதன் பிறகு பூரி சென்று ஜகந்நாதர் தரிசனம்.

அந்த கிராமம் பளிச்சென்ற வண்ணத் துணிகளில் கோயில் அலங்காரத் தொம்பைகளும், தொம்பைப் பாணியில் உடுப்பு வகைகளும் தயாரிக்கும் இடம். விற்பனைக்கும் வைத்திருந்தார்கள். கடையில் அவை அழகாகவே இருந்தன. ஆனால் அந்த குர்தாவையும் சட்டையையும் இதர இடங்களில் அணிய விசேஷத் தைரியம் வேண்டும்.

பஸ் கிளம்பியது. முதல் சில நிமிடங்களில் அவனிடமிருந்த உற்சாகம் மறைந்துவிட்டது. இரவில் தூங்க முடியாமல் அவதியுற்றது அவனுடைய பித்தத்தைக் கிளப்பிவிட்டிருந்தது. வாய் கசந்தது. கண்கள் களைப்பில் மூடின. ஆனால் தூங்க முடியவில்லை. பஸ் சென்ற சாலையின் இருபுறமும் கண்ணுக்கெட்டிய வரை சமதளம்; ஆதலால் பச்சை பசேலென்று நெற்பயிர். இந்த சமவெளியில்தான் இரண்டாயிரத்து நானூறு ஆண்டுகளுக்கு முன்பு ஒரு மாபெரும் போர் நடந்து ஒரே நாள் யுத்தத்தில் லட்சம் பேர் இறந்தார்கள். ஐம்பதாயிரம் பேருக்கு மேல் படுகாயங்களோடு அலறிக் கொண்டிருந்தார்கள். அருகிலிருந்த ஊர்கள், கிராமங்களில் உடைமைகள், தானியம், கால்நடை அனைத்தும் சூறையாடப்பட்டன. வீடுகள் தீக்கிரையாக்கப்பட்டன. ஆதலால் அப்போரால் மறைமுகமாகப் பாதிக்கப்பட்ட மனிதர்கள் ஒன்றரை லட்சம் பேர். இதன்பிறகு ஓர் அரசனுக்குக் கருணை பெருகிப் போரை விடுத்தான்.

சுற்றுலா வழிகாட்டி மறுபடியும் பேச ஆரம்பித்தான். "இன்னும் சிறிது நேரத்தில் நீங்கள் உலகப் புகழ் பெற்ற சூரியன் கோவிலைப் பார்க்கப் போகிறீர்கள். ஒரு புண்ணிய பூமி அது. ஒரு முறை ஸ்ரீகிருஷ்ணரின் மகனாகிய சாம்பவனுக்குப் பெருநோய் கண்டுவிட்டது. அவன் இங்கு வந்து கடற்கரையில் நின்று பன்னிரண்டு ஆண்டுகள் சூரியனை நினைத்துத் தவம் புரிந்தான். அவன் நோய் நீங்கியது. அந்த இடத்தில் முன்னர் கோவில் இருந்திருக்க வேண்டும். இப்போதிருக்கும் கோவில் பதிமூன்றாம் நூற்றாண்டில் கட்டப்பட்டதாக ஆய்வாளர்கள் கூறுகிறார்கள். ஆதியில் அக்கோவில் இப்போது நீங்கள் காணப்போவதை போலப் பல மடங்கு பெரிதாக இருந்திருக்க வேண்டும். ஆனால் கோவிலின் முக்கியப் பாகம் இடிந்து விழுந்துவிட்டது. இப்போது முன் பாகம் மட்டும் இதர இடிபாடுகளுடன் இருக்கிறது. இதன் தேர் போன்ற அமைப்பும் தேர்ச்சக்கரங்களும் குதிரைகளும், சிற்பங்களும் உலகப் புகழ் பெற்றவை..."

வழிகாட்டியின் குரல் ஒலித்துக் கொண்டேயிருந்தாலும் அவனுடைய மூளை அச்சொற்களின் பொருளை கிரகித்துக் கொள்வதை நிறுத்திவிட்டது. கிருஷ்ணனின் மகனுக்குப் பெரு வியாதி! பெரு வியாதி உபசாரத்துக்காகக் கூறும் பதம். அமங்கல வழக்குச் சொல் குஷ்டம். கிருஷ்ணனின் மகனுக்கு குஷ்ட ரோகம். அது தீர சூரியனை நோக்கி ஒரு மகாமகம் தவம். கிருஷ்ணனே பிரபஞ்சத்தை உள்ளடக்கியவன், சூரிய சந்திரர் அவனுடைய கண்களைப் போன்றவர். கிருஷ்ணனுடைய எந்த அம்சமுமே அளவிட முடியாதது. ஆதியந்தமற்றவன். ஆனால் அவனும் ஒரு மானுடன் போன்ற பிறவியாதி. அவனுக்கு மகன் இருந்தால் அவனை வியாதி விட்டுவிடாது. கை கால் நுனிப்பாகங்களின் உணர்ச்சி விட்டுப் போகும் வியாதி. அவற்றை தூக்கத்தில் எலியும் பெருச்சாளியும் கடித்துண்ணும்போது தெரியாது.

சென்னையில் ஒவ்வொரு சனிக்கிழமையும் குஷ்ட ரோகிகள் ஜதை ஜதையாகப் பிச்சை எடுக்க வந்துவிடுவார்கள். குஷ்ட ரோகம் வந்தாலே ஜோடிப் பொருத்தம் நேர்ந்துவிடுகிறது. இவர்கள் எப்படிச் சிரிக்கிறார்கள்? எப்படி ஒருவருக்கொருவர் பேசிக்கொள்கிறார்கள்? நன்றாகவே பேசுகிறார்கள். பொருத்தமில்லாத சொல் வளம் இருக்கிறது. வேதாந்தமாகப் பதில் பேசுகிறார்கள். பிச்சை போட முடியாது என்றால் சிறிதும் கோபிக்காமல் அடுத்த இடத்துக்கு நகர்ந்து விடுகிறார்கள். இவர்கள் எங்கிருந்து குஷ்ட ரோகத்தை வரவழைத்துக் கொண்டார்கள்? தென்னாட்டிலேயே சில பிரபலங்கள் குஷ்ட ரோகியாக இருந்திருக்கிறார்கள். சுப்பிரமணிய சிவாவுக்குச் சிறையிலிருந்து தொத்திக் கொண்டது. அவர் இறக்கும்போது முப்பந்தைந்து வயதிருக்காது. ஆனால் அவருடைய புகைப்படங்களின் தோற்றம் அறுபது வயதுக்காரருடையது போன்றிருக்கும். சுப்பிரமணிய சிவா பற்றித் தெரியாதவர்களுக்கு 'பென்ஹர்' கதை கொஞ்சம் நம்ப முடியாததாகத்தான் இருக்கும். கதாநாயகனுக்கு அவனுடைய பால்ய நண்பனே பரம வைரியாகிவிடுகிறான். வேண்டுமென்றே கதாநாயகனின் தாயாரையும் சகோதரியையும் குஷ்டரோகியிருந்த அறையில் சிறை வைக்கிறான். அவர்கள் குஷ்டரோகிகளாகி விடுகிறார்கள்.

பஸ் எங்கோ ஒரு சிறு பாதையில் திரும்பி மறுபடியும் இன்னொரு முறை திரும்பி நின்றது. அவன் இறங்கினான். சுமார் இருநூறு அடி தூரத்தில் கோனரக் கோவில்.

அவன் திகைப்புத் தெளிய வெகு நேரமாகிறது. இவ்வளவு பெரிய கோவிலா! இது முழுக் கோவிலல்ல; ஒரு பகுதி தான். அப்படியானால் முழுக்கோவில் எவ்வளவு பெரிதாக இருந்திருக்கும்? மனிதனின் மூளையும் மனிதனின் கைகளும் இவ்வளவு கற்பனைத் திறன் படைத்ததா? இது மனிதனின் சிருஷ்டியா, இல்லை ஏதாவது வேற்றுக் கிரகவாசிகள் பூமி வந்து இதைக் காட்டினார்களா?

எண்ணூறு ஆண்டுகள் மழை மற்றும் காற்றினாலும் சிதைப்பாளர்களாலும் கோவில் சேதமடைந்திருந்தாலும் இன்னும் எஞ்சியிருப்பது கம்பீரமும் அழகும் கொண்டதாக நின்றது. கோனரக் கோவிலின் புகைப்படங்கள், அக்கோவில் பற்றிய வரலாறு, திரும்பத் திரும்ப அச்சிற்பங்களில் சொட்டு காமம் பற்றிய வர்ணனைகள் — இவை யாவுமே அந்த கோவிலின் மகத்தான தன்மைக்கு நியாயம் செய்ய முடியாது என்றே தோன்றியது. கடவுளைச்

சொற்களுக்கு அப்பாற்பட்டதாகக் கூறுகிறார்கள். ஆனால் கோனரக் கோவிலும் சொற்களும் சொற்களுக்கு அப்பாற்பட்டதுதான்.

ஆனால் சொற்கள் நிறையவே எல்லா திசைகளிலும் இருந்தன. அந்த இடத்தில் அப்போது நூறு பேருக்கு மேல் இருப்பார்கள். ஒருவருக்கும் மௌனம் சாத்தியமாக இல்லை.

"ஹாய்ஜி, ஹாய்ஜி" என்று ஒருவன் அவன் சட்டையைப் பிடித்திழுக்க அவன் திரும்பினான். ஒரு சிறுவன். பதினைந்து வயதிருக்கும். கை நிறைய மணிமாலைகள்.

தனக்கு ஒன்றும் வேண்டாம் என்பது போலத் தலையை அசைத்தான். ஆனால் அப்பையன் விடவில்லை. நாலு சரம் மாலை ஒன்றை எடுத்து நீட்டி, "ரூபாய் நூற்றைம்பது" என்றான். "பவளமாலை, சாப்."

"வேண்டாம்... எனக்கு வேண்டாம்."

"சாப், இதை நீங்கள் கடையில் வாங்கினால் முன்னூறு ரூபாய்க்குக் குறையாது. வெறும் நூற்றைம்பது ரூபாய்தான்."

"வேண்டாம் வேண்டாம்."

"சரி, எவ்வளவு தருவீர்கள்?"

"எனக்கு வேண்டாம்ப்பா."

"சொல்லு, சாப். உனக்கு இது வேணும், சாப்."

"எனக்கு வேண்டுமென்று உனக்கு எப்படித் தெரியும்,"

"சொல்லு சாப். 125"

"வேண்டாம்." அவன் வேகமாகக் கோவிலின் மறுபுறம் சென்றான். கோவில் இடமாக வரையறுக்கப்பட்ட இடத்தில் இப்படி விற்பனை கிடையாது. ஆனால் கோவில் இருக்கும் பள்ளத்திலிருந்து ஏறி வந்தவுடன் மீண்டும் அந்தப் பையன் பிடித்துக்கொண்டான்.

"இதோ பார், எனக்கு மாலை வேண்டாம். மாலை வாங்குகிறவர்களிடம் விற்கப் பார். என்னிடம் உன் நேரம்தான் வீணாகிறது. எனக்கும் தலை வேதனையாக இருக்கிறது."

"நீங்கள் எவ்வளவு ரூபாய்க்குத்தான் கேட்கிறீர்கள்?"

"வேண்டாம்."

"சரி, நூறு ரூபாய்க்கு எடுத்துக் கொள்ளுங்கள். உலகத்தில் எங்கேயும் இந்த மாலை நூறு ரூபாய்க்குக் கிடைக்காது."

அவனுக்குக் கோபம் வந்தது. "ஐம்பது ரூபாய்க்குத் தருவாயா?"

பையன் அதிர்ச்சியடைந்தவன் போலத் தோன்றினான். "என்ன சாப், ஐம்பது ரூபாய்க்கு மாலையா?" வருத்தத்துடன் சிரித்தான்.

"நீதான் துரத்திக்கொண்டு வந்தாய். ஐம்பது ரூபாய்க்குக் கொடுத்தால் கொடு."

"எண்பது ரூபாய்."

"கிடையாது."

"எழுபத்தைந்து."

"ஐம்பதுக்குமேல் ஒரு பைசா கிடையாது."

"சரி, எடுத்துக் கொள்ளுங்கள்."

ஐம்பது ரூபாயை எண்ணித் தரும்போது அவன் அதை நிம்மதிக்குத் தரும் கட்டணமாகத்தான் நினைத்துக்கொண்டான். அதிசயங்களில் அதிசயமாக விளங்கும் கோவிலை இன்னும் ஒழுங்காகப் பார்க்கவில்லை, அதற்குள் வர்த்தகம் நடந்தேறிவிட்டது.

பவளமாலையை அணிந்துகொண்டு, கோவிலின் பிரம்மாண்டமான முன் மண்டபத்தின் மீதேறிப் பார்த்தான். அதற்குக் கிழக்குப் பகுதியில்தான் சூரியனின் விக்கிரகம் பிரதிஷ்டை புரிந்திருக்கப்பட வேண்டும். அந்த இடிபாடின் அளவிலிருந்து அந்தப் பகுதியைக் கற்பனை செய்து பார்க்க முடியவில்லை. பல நூறு அடிகள் உயர்ந்திருக்கும் என்பதில் ஐயமில்லை. எவ்வளவு நுணுக்கமாக சுவர்கள், கோபுரங்கள், கைப்பிடிச் சுவர்கள், வாசல் நிலைகள்! அனைத்தையும் அலங்கரித்திருந்தார்கள்! கல் அக்கலைஞர்கள் கையில் களிமண்ணாக வளைந்து நெளிந்து கொடுத்திருந்தது. ஒரு வெள்ளைக்காரன் அக்கோவில் ஆபாசக் கொத்து என்று சொல்லி அதை உடைத்தெறிய இருந்திருக்கிறான். பார்த்த மாத்திரத்தில் மானுடச் சூழ்நிலையிலிருந்து பலகாத தூரம் எடுத்துச் சென்று மனதைக் கடலாக விசாலமடையவிடும் இதுவா ஆபாசக் கொத்து! இது குஷ்ட ரோகத்திலிருந்து மீட்சி கொடுத்திருக்குமா, தெரியாது. ஆனால் அற்ப சிந்தனையிலிருந்து சிறிது நேரமாவது ஒருவனை விடுவித்துவிடும்.

"பாய்ஜி! பாய்ஜி!" மீண்டும் யாரோ சட்டையைப் பிடித்திழுப்பதை உணர்ந்தான். இம்முறையும் ஒரு பையன். இவனுக்கும் வயது பதினைந்து, பதினாறு இருக்கும்.

"அவனிடம் மாலை வாங்கினீர்களே, என்னிடம் வாங்கிக் கொள்ளுங்கள்."

"நான் உன்னை அடித்தே விடுவேன்."

"ஒரு மாலை ஐம்பதே ரூபாய்."

"போ... போ..."

அவன் பஸ்ஸிடம் விரைந்தான். அவனுடைய சக பயணிகள் பலர் ஏற்கனவே அவர்கள் இருப்பிடத்தில் உட்கார்ந்திருந்தார்கள். அவனும் பஸ் படியேறி அவனுடைய இடத்திற்குச் சென்றான். பையன் பஸ்ஸைச் சுற்றி அவன் உட்கார்ந்திருந்ததற்கு அருகே இருந்த ஜன்னலிடம் நின்றான். கீழிருந்தபடியே கையை உயர்த்தி, "சாப், ஐம்பதே ரூபாய்" என்றான்.

பஸ் டிரைவர் ஏறினான். வண்டியில் எஞ்சினைக் கிளப்பினான்.

"சாப், நாற்பது ரூபாய். அவனிடம் ஐம்பது ரூபாய் கொடுத்தீர்கள், எனக்கு நாற்பது தாருங்கள்."

வண்டி உதறியது.

"சாப், நாற்பது ரூபாய். இதைக் கட்டும் கூலிகூடக் கிடைக்காது. முப்பது ரூபாய். அவனுக்கு ஐம்பது கொடுத்தீர்கள். இதோ அதே மாலையை முப்பது ரூபாய்க்கு நான் தருகிறேன்."

வண்டி மெதுவாக நகர ஆரம்பித்தது.

"சாப். இருபத்தைந்து ரூபாய், சாப். இருபத்தைந்து ரூபாய்!"

வண்டி வேகம் கூடியது. அவனுக்கு சந்தேகத்துடன் பயமும் வந்து விட்டது. இருபத்தைந்து ரூபாய் மதிப்புடையதை ஐம்பது ரூபாய் கொடுத்து வாங்கியிருக்கிறான். சூரியன் கோவிலுக்குச் சென்று பவளமாலை என்று ஒரு குறத்தி மணிமாலையை வாங்கி வந்திருக்கிறீர்களே என்று மனைவி கேலி செய்வாள். அவள் கேலி செய்வது ஒருபுறமிருக்கட்டும், எவ்வளவு எளிதாக ஒரு சிறுவன் ஏமாற்றிவிட்டான்! அவன் உடலையும் முகத்தையும் பார்த்தால் பிறந்ததிலிருந்து தினம் ஒரு வேளை உணவு மட்டுமே அவனுக்குச் சாத்தியமாயிருக்க வேண்டும். வயது முகத்தில் தெரிகிறது. ஆனால் உடல் குன்றிக் குறுகி இருக்கிறது. அவன் பிச்சை என்று கேட்கவில்லை. இருபத்தைந்து ரூபாய் பெறக்கூடிய மாலையை ஐம்பது ரூபாய்க்கு அவன் தலையில் கட்டிவிட்டான்.

அந்த இரண்டாம் சிறுவன் வராமல் இருந்தால் அவனுடைய நிம்மதி குலைக்கப்பட்டிருக்காது. ஆனால் அதே நேரத்தில் எவ்வளவு அற்புதமான காரணங்களுக்காக ஐம்பது ரூபாய் இழப்பு ஏற்படுகிறது?

இருமல் என்று போனால்கூட எந்த வைத்தியர் ஐம்பது ரூபாய்க்குக் குறைந்து மருந்து எழுதித் தருகிறார்? வீட்டில் அப்படி எவ்வளவு புட்டிகளும் மாத்திரைப் பட்டைகளும் அரைகுறையாகப் பயன்படுத்தப்பட்டு விழுந்து கிடக்கின்றன? அந்தப் பையன் கூறியபடி நாலு சரங்கள் மணியைக் கோக்க எவ்வளவு நேரமாகும்?

கண்களை எவ்வளவு சிரமப்படுத்திக்கொள்ள வேண்டும்? எந்தப் பிஞ்சுக் கைகள் அந்த நாலு சரங்களையும் நூல் கொண்டு கோர்த்ததோ? அந்த ஐம்பது ரூபாயில் அந்தக் குழந்தைக்கு எவ்வளவு கிடைக்கும்? ஐம்பது காசு! ஐம்பது காசில் அந்தக் குழந்தை என்ன செய்ய முடியும்? ஒரு வாழைப்பழம்கூட வாங்கிச் சாப்பிட முடியாது.

ஊர் திரும்பும் நேரம் அகாலமாகப் போனதில் யாருடனும் அதிகம் பேசத் தேவையில்லாமல் போய்விட்டது. அரைத் தூக்கத்தில் எழுந்த மனைவி.

"இவ்வளவு லேட்டாவரப்போ வழியிலேயே ஏதாவது சாப்பிட்டு வரக் கூடாதா?" என்று கேட்டுவிட்டு மீண்டும் படுத்துக்கொள்ள போய்விட்டாள். நான்கு ஆண்டுகளாக மூட்டுவலிக்காகத் தொடர்ந்து மருந்து சாப்பிட்டுவருகிறாள். அந்த மருந்தின் ஒரு விளைவு, தூக்கம் பறிபோவது, இன்று அவளுடைய கலையாத தூக்கம் கலைந்ததுதான்.

அடுத்த நாள் அவன் அலுவலகமும் சென்று வீடு திரும்பிய பின்தான் பவளமாலை பற்றி அவன் மனைவியிடம் சொன்னான். அவள் களைப்போடு,

"பவளம் பத்தியெல்லாம் உங்களுக்கு என்ன தெரியும்? இந்த மாதிரிச் சங்கிலி இங்கே பிளாட்பாரத்திலேயே கிடைக்குமே?" என்றாள்.

மாலையைக் கையிலெடுத்துக் கூடப் பார்க்கவில்லை. ஓரிரு நாட்களில் அவன் நினைவிலிருந்துகூட அந்த மாலை மறைத்துவிட்டது.

ஆனால் அடுத்த பத்து நாட்களில் வந்த சரஸ்வதி பூஜையின்போது புத்தகங்களை அடுக்கி வைத்து அலங்கரிக்கும்போது கோனரக் மாலையை அணிவிக்கலாமே என்று மனைவிதான் சொன்னாள். அவன் அதை தேடியெடுத்து நூல்கள் மீது தொங்கவிட்டான்.

அப்போதுதான் முதன் முறையாக அவன் மனைவி அந்த மாலையைக் கையிலெடுத்துப் பார்த்தாள். அவள் ஏதோ யோசித்தது போலிருந்தது.

பூஜை முடிந்த அடுத்த நாள் அவன் மாலையை எடுத்தான். நாலுசரம். சிறு சிறு மணிகள்தான். அவை என்னவென்றுதான் தெரிந்துகொண்டு விடுவோமே?

அவன் பேட்டையிலேயே நிறைய நகைக் கடைகள். சில நகைக்கடைகள் அக்கடைகளே நகைகள்போல ஜொலித்தன. இழைத்த கருங்கல் அக்கடைகளைக் கோட்டைகளாகவும் மாற்றின.

அவனுக்குப் பதில் தருவார்கள் என்று தோன்றிய கடையினுள் நுழைந்து அங்கிருந்தவர்களுள் வயதானவராகத் தோற்றம் கொண்டவரிடம் மாலையை நீட்டினான். "இதைக் கொடுக்க போறீங்களா?" என்று கடைக்காரர் கேட்டார்.

"இது விலைக்கு வந்திருக்கிறது. எவ்வளவுக்கு வாங்கலாம்,"

பெரியவர் மாலையை ஒரு நிமிடம் உற்றுப் பார்த்தார். அவனிடம் திருப்பிக் கொடுத்தார். அவர் கோபிப்பார் என்றுகூட அவன் எதிர்பார்த்தான்.

"இரண்டாயிரம் வரைக்கும் போகலாம்" என்று அவர் சொன்னார்.

அவனுக்குப் புரியவில்லை, "என்ன?" என்று கேட்டான்.

"இரண்டாயிரம் ரூபாய் தரலாம். அதுக்கு மேலே வேண்டாம்" என்றார்.

அவனுக்கு அந்த இரண்டாம் சிறுவனின் முகந்தான் முதலில் நினைவுக்கு வந்தது.

1995

கல்யாணிக்குட்டியம்மா

பெண் என்ற பதம் குறிக்கும் தத்துவத்தின் பௌதிக– மனவியல் – சமுதாயவியல் – வரலாற்றுவியல் ஆகிய பல அம்சங்களின் சாத்தியக் கூறுகளை உறுதியாகவும், நிதான மாகவும், கம்பீரமாகவும் புனை கதை மூலம் வெளிப்படுத்துவதில் கமலாதாஸுக்கு இணையாக யாரையும் என்னால் கூற முடியவில்லை.

அவருடைய ‘சந்தன மரங்கள்’ கதையைப் படித்தபோது உலகப் புகழ்பெற்ற பிரெஞ்சு மற்றும் அமெரிக்கப் பெண் இயக்கக் கலைஞர்களுக்குப் பிடிபடாத இழைகளையெல்லாம் அவர் வெகு எளிதாகவும், திடமாகவும் பின்னிவிட்டிருப்பது தெரிந்தது. இது அவருடைய பெருமையை விவரிக்கும் கட்டுரையல்ல; அவருடைய பாத்திரம் கல்யாணிக்குட்டியைப் போல நானறிந்த இன்னொரு கல்யாணிக்குட்டி பற்றிய கதை.

கல்யாணிக்குட்டியம்மா எங்கள் ஊர் பெண்கள் உயர் நிலைப்பள்ளியின் தலைமை ஆசிரியர். அந்த அடையாளம் தெரியுமுன் அவள் ரஞ்சனிக்குத் துணையாகத் தினம் மாலைப் பொழுதில் ஆக்ஸ்போர்டு தெருவிலும், அலெக்ஸாண்டிரியா தெருவிலும் உலவப் போகும் பெண்மணி என்றுதான் நானும் சுந்தர்குமாரும் அறிந்திருந்தோம்.

நாங்கள் எந்த அளவுக்கு ரஞ்சனியால் கவரப்பட்டிருந் தோமோ அந்த அளவுக்கு அவளுடைய பாண்ட்யாக் காரைக் கண்டாலும் எங்கள் மூச்சு தவறும். பெரிய, கறுப்பு நிறக் கார். எது முன்பக்கம் பின்பக்கம் என்று தெரியாதபடி இருபுறமும் நீண்டு புடைத்திருக்கும். ரஞ்சனிக்கும் அந்தக் காருக்கும் ஒற்றுமையிருப்பதாக எங்களுக்குத் தோன்றியது. அவள் தினம் உலவப்போகும் காரணம் அதற்காகத்தான் இருக்கும்.

தன் நீண்ட கண்களை மை கொண்டு இன்னும் நீண்டிருப்பதுபோலச் செய்திருப்பாள் ரஞ்சனி. ‘இந்த அவதாரத் துக்கு அலங்காரம் என்ன வேண்டியிருக்கிறது?’ என்று பலர் சொன்னாலும் எங்களுக்கு ரஞ்சனி விசேஷமாகத்தான் தோற்றமளிப்பாள்.

அவளுடைய இளமை ஒரு காரணமாயிருக்கலாம். ஒரு பாண்ட்யாக் காரின் சொந்தக்காரி என்ற தகுதியும் அவளுக்கு எங்கள் மனக்கண்ணில் உயர்வு தந்திருக்கக்கூடும்.

இப்படிக் கப்பல் போன்ற கார் வைத்திருந்தாலும் உடல் எடை குறைய நடக்க வேண்டியிருந்தது. அதற்கு அவள் அம்மாவை ஏன் சிரமப்படுத்துகிறாள்? ரஞ்சனி எங்கள் கண்ணில் பட்டுப் பல மாதங்கள் கழித்துத்தான் கல்யாணிக்குட்டியம்மா அவள் அம்மா இல்லை என்று தெரிந்துகொண்டோம்.

மேலும் இருவர் மொழியும் வேறு என்றும் ஒருவாறு புரிந்து கொண்டோம். மலையாளம் என்றொரு மொழி இருப்பதாக நாங்கள் அறிய ரஞ்சனி இல்லாது போனால் தாமதப்பட்டிருக்கும்.

எஸ்.எஸ்.எல்.சி. முடித்து ஹைதராபாத்தில் இருக்கும் நிஜாம் கல்லூரியில் நானும் சுந்தர்குமாரும் சேர்ந்தோம். சேர்ந்த முதல் இரண்டு மூன்று நாட்களுக்கு எங்களுக்குத் தமிழ் வகுப்பு எங்கு நடக்கிறது என்று தெரியவில்லை.

இரண்டாவது மொட்டை மாடியில் ஒரு சிறு தடுப்புகொண்டு அமைக்கப்பட்ட கொட்டகை என்று தெரிந்துகொண்டு வகுப்புக்குப் போகிறோம், அங்கு ரஞ்சனி உட்கார்ந்திருக்கிறாள்! உண்மையில் அப்போது தான் அவள் தமிழ்ப் பெண் என்று எங்களுக்குத் தெரிந்தது.

ஏழு ஆண்களும், ஒரு பெண்ணுமாக இருந்த எங்கள் தமிழ் வகுப்புக்கு மீனாட்சிசுந்தரம் பிள்ளை விரிவுரையாளர். வித்துவான் மீனாட்சிசுந்தரம் பிள்ளை என்று கூறிக்கொள்வார். ஆனால் தெலுங்கு மாணவர்கள் அவருக்கு ஷோக்வாடு என்று பெயர் வைத்தருந்தார்கள்.

தமிழ் வகுப்பில் என்ன ஷோக்குக்கு இடம் இருந்திருக்கும் என்று எனக்குத் தெரியவில்லை. பல ஆண்டுகள் அந்தக் கல்லூரியில் தமிழ் படிக்க மாணவர்களே முன் வரவில்லை என்று சொன்னார்கள். எங்களுக்கு முந்தைய ஆண்டில் ஒரே ஒரு தமிழ் மாணவன். கல்லூரி நிர்வாகம் தமிழ்ப் பிரிவையே மூடிவிடலாமா என்று யோசித்துக்கொண்டிருந்தது. ஆதலால் எங்கள் ஆண்டு ஷோக் சுந்தரத்துக்குப் போனஸ் ஆண்டு. எட்டு மாணவர்கள். அதில் ஒரு பெண் வேறு!

இங்கே இன்னொன்றும் கூறிவிட வேண்டும். அந்த நாளில் எங்கள் கல்லூரியில் ஒன்று, விஞ்ஞானம் படிப்பதாக இருக்க வேண்டும் அல்லது 'ஆர்ட்ஸ்' (அதாவது பொருளாதாரம்; தர்க்கம்) படிக்க வேண்டும். இந்த இரண்டு பெரிய பிரிவுகளுக்குப் பிறகு உட்பிரிவுகளாக 'இரண்டாவது தமிழ்.'

விஞ்ஞானப் பிரிவு மாணவர்களையும் 'ஆர்ட்ஸ்' பிரிவு மாணவர்களையும் பார்த்தவுடனேயே கூறிவிடலாம். இராத்தூக்கம் கெடப் படித்து, வாடி, வதங்கி, தோய்த்த சட்டை, புடவை உடுத்திக்கொண்டு எப்போதும் கவலையும், திகிலும், பீதியும், ஏமாற்றமும் தோன்ற இருப்பவர்கள் விஞ்ஞான மாணவர்கள்.

வஞ்சனையில்லாது வளர்ந்து, உண்டு, உடுத்தி, எப்போதும் வாயில் வெற்றிலையும் கையில் சிகரெட்டுமாக இருப்பவர்கள் 'ஆர்ட்ஸ்' மாணவர்கள். அவர்களை மாணவர்கள் என்று கூறுவது சரியாகாது. கனவான்கள்

என்பதே பொருத்தம். பாதிப்பேருக்கு மேல் காரில் வந்திறங்குவார்கள். மீதிப் பாதி பேர் 'மேட்ச்லெஸ்,' 'டிரயம்ப்,' 'ராயல் என்ஃபீல்டு' மோட்டார் சைக்கிள்கள் வைத்திருப்பார்கள். எங்கள் விஞ்ஞானப் பிரிவில் அதிகம் போனால் 'ராலே' சைக்கிள். ரஞ்சனி 'ஆர்ட்ஸ்' பிரிவு என்று தனியாகக் கூறவேண்டியதில்லை.

எங்கோ எட்ட நின்று கார் – காரிகையைப் பார்த்து கொண்டிருந்த வர்களுக்கு அவள் எங்களுடன் வாரத்தில் ஐந்து நாட்கள் உணவு இடைவேளைக்கு முந்தைய வகுப்பில் பக்கத்திலேயே பார்த்துப் பேசக் கிடைப்பாள் என்றான போதுதான் கண்கள் எவ்வளவு பொய்கள் சொல்லும் என்று தெரிந்தது.

அவதாரம் என்று சொல்லக்கூடிய அளவுக்கு ரஞ்சனி அழகற்றவளல்ல. பாண்ட்யாக் காருடன் ஒப்பிடும் அளவுக்குப் பருமனுமல்ல. கல்யாணிக் குட்டியம்மா ரஞ்சனி வீட்டில் 'அவுட் ஹவு'ஸில் வசித்து வந்தாள். கல்யாணிக்குட்டியம்மாவைத்தான் டாக்டர் தினம் ஒரு மணி நேரம் நடக்கச் சொல்லியிருந்தார். அவளுக்குத் துணையாக ரஞ்சனி.

கல்யாணிக்குட்டிக்கு ரஞ்சனி மனமுவந்த உலாத் துணையாக இருந்தாலும் மற்றெல்லா இடத்திலும் நொடிப்போதில் காணாமல் போய்விடும் ஆற்றல் கொண்டவளாக இருந்தாள். தமிழ் வகுப்புக்கு வாரம் இரு நாட்கள் அவள் வந்தால் பெரிய காரியம். அந்த இரு நாட்களில்கூட வகுப்பு தொடங்குமுன் ஷோக் சுந்தரத்திடம் ஏதோ சொல்லிவிட்டுக் கிரிக்கெட் மைதானத்தின் ஒரு கோடியில் குழுமியிருக்கும் 'ஸ்மார்ட் ஸெட்'டுடன் போய்க் கலந்துவிடுவாள்.

அந்த கோஷ்டியில் இருந்த ஐந்து பேரில் நால்வருக்குக் கார் உண்டு. நர்கீஸ் தாராபூர்வாலாவிடம் புத்தம் புதிய ஃபோர்டு. மோகன்குமாரிடம் ஸ்டூடிபேக்கர். கிருஷ்ணாவிடம் செவர்லே (கிருஷ்ணா ஒரு பெண்.) ரஞ்சனியிடம் பாண்ட்யாக்.

ஐந்தாவது நபர் வைதீஸ்வரன். அவனுக்கு அந்தக் கோஷ்டியில் இடமே இருக்க முடியாது. அவனாக அவர்களிடம் சென்றாலும் மரத்தடியில் அவனை விட்டுவிட்டு இதர நால்வரும் யாராவது ஒருவர் காரில் ஏறி, எங்காவது கிளம்பிப் போய்விடுவார்கள். எங்காவது என்ன, அப்துல்காதர் ஐஸ்கிரீம் பார்லருக்குத்தான்.

சுந்தர்குமாருக்கு வைதீஸ்வரன் பேரில் விஷேச அபிப்பிராயம் கிடையாது. எனக்கு அவனைப் பார்க்கும்போது எரிச்சலாகவும் இருக்கும். பரிதாபமாகவும் இருக்கும். வைதீஸ்வரன் எஸ்.எஸ்.எல்.சி. பரீட்சையில் மாநிலத்திலேயே இரண்டாவதாக வந்த ஹட்ஸன் ஸ்காலர். தங்க மெடல் வாங்கியவன்.

ஒரு வாரத்துக்கு ஒருமுறை, இருமுறை மட்டுமே ரஞ்சனியைப் பார்த்தோம் என்றாலும் நாளாவட்டத்தில் சிறிது சிறிதாக நிறையத் தகவல்கள் தெரிந்துவிட்டன. முதலில் அவள் பெயர். அப்புறம் கல்யாணிக்குட்டியம்மா யார் என்பது.

கல்யாணமாகி மூன்றே ஆண்டுகளில் கணவனை இழந்துவிட்டவள். அதன் பிறகு படித்துப் பட்டம் பெற்று இப்போது தலைமை ஆசிரியராகி

யிருக்கிறாள். மகன் வடக்கே ராணுவப் பள்ளியில் படிக்கிறான். கல்யாணிக் குட்டியம்மாவுடன் மகள்தான் இருக்கிறாள். அவளோ வீட்டைவிட்டே வெளியே வர முடியாத நோயாளி. கல்யாணக்குட்டியம்மாவின் கவலை அப்பெண் பற்றித்தான். அவள் தினம் உலவப் போவதுகூட மறைமுகமாக அந்தப் பெண்ணின் பாதுகாப்புக்குத்தான்.

கான்வென்ட் பள்ளிகளிலும் அரை குறையுண்டு. எங்களூரில் அப்படி இரு பள்ளிகள். அவற்றிலிருந்து விடுபட்டுக் கல்யாணிக்குட்டியம்மா தலைமை ஆசிரியையாக இருந்த பள்ளியில் என் தங்கை சேர்ந்தாள். கல்யாணிக்குட்டியம்மா அவ்வளவு ஒன்றும் கருணையுடைய ஆசிரியை இல்லை என்று தெரிந்தது.

அவளுக்கு எடுத்த எடுப்பிலேயே தோன்றும் தண்டனை மாணவியை வெயிலில் நிறுத்தி வைப்பது. என் தங்கைக்கு இருமுறை சுரம் வந்துவிட்டது. எங்கள் எல்லாருடைய கண்ணிலும் கல்யாணிக்குட்டியம்மா அரக்கியாகக் காணப்பட ஆரம்பித்தாள்.

ரஞ்சனியை எனக்குப் பிடிக்காமல் போனதைச் சுந்தர் குமாரால் புரிந்துகொள்ள முடியவில்லை. “பாவம்பா!” என்றான். நான் கல்யாணிக் குட்டியம்மா பற்றிச் சொன்னேன். அவனுக்குச் சகோதரிகள் கிடையாது. பையன்களை வெயிலில் நிறுத்தித் தண்டிக்கும்போது பெண்களை அதே போலத் தண்டிப்பதில் என்ன தவறு என்று அவனுக்குத் தோன்றியிருக்கலாம்.

கல்யாணிக்குட்டியம்மா அரக்கியாக இருந்தால் ரஞ்சனிக்கென்ன என்றும் தோன்றியிருக்கும். இதெல்லாம் மிகவும் நியாயமானதாக என் மனத்துக்கும் பட்டாலும் ரஞ்சனியைக் கல்யாணிக்குட்டியம்மாவின் ஓர் அம்சமாகத்தான் எனக்கு நினைக்கத் தோன்றியது. பாண்டியாக் காரும் பிடிக்கவில்லை. அது உலகத்தில் தயாரிக்கப்படும் மோட்டார் கார்களிலேயே மிகவும் மோசமானது. அதிலும் ரஞ்சனியின் கார் மோசத்திலும் மோசம் என்று எனக்கு நானே சொல்லிக்கொண்டேன்.

சுந்தர்குமார் வீட்டில் ஒரு கார் வாங்கினார்கள். பத்தாயிரத்து நூறு ரூபாய். நான்கு வருடம் பழையது. இன்னும் ஒரு சக்கரத்தின் டயரைக்கூட மாற்றவில்லை. சுந்தர்குமார் காரோட்டக் கற்றுக்கொண்டான். ஏதோ பொம்மைக் காரை ஓட்டுவது போல இருந்தது. நிமிர்ந்து மூச்சு விட்டால் தலை கூரையை இடிக்கும். அப்படியிருந்தும் “அந்த அவதாரத்தின் பாண்டியாக் வண்டிக்கு உன்னது எவ்வனவோ மேல்” என்றேன்.

அவனுக்கு என்மீது அவநம்பிக்கை அதிகரித்தது. ஆனால் பரேட் மைதானம் பக்கம் போகும்போதெல்லாம் வண்டியை எனக்கு ஓட்டத் தருவான். என்னுடைய நற்சாட்சிப் பத்திரம் அவனுடைய காருக்கு வழங்கப்பட்டாலும் அவன் கல்லூரிக்கு ஒரு நாளும் அதை எடுத்து வரத் துணியவில்லை. ரஞ்சனியின் பாண்ட்யாக் வண்டி உண்மையிலேயே மிகப்பெரியது. அது ஓடுவது போலத் தெரியாது; மிதக்கும். சுந்தர்குமார் வண்டியில் போவது ஒட்டகச் சவாரிக்கு ஒப்பானது.

எப்போதும் ஆழ்ந்து தூங்குபவனுக்கு ஒத்ததாக இருந்த எங்கள் ஊர் விபரீதமாக விழித்துக்கொண்டது. ரெஜிமண்டல் பஜாரில் துப்பாக்கிச் சூடு. சுல்தான் பஜாரில் தடியடி. கவுலி குடாவில் கத்திக்குத்து. பீபீ நகரில் கலவரம், கொள்ளை.

ஊரில் பெருவாரி நோய் கண்டது போல மக்கள் மூட்டை முடிச்சுகளுடன் வெளியேறத் தொடங்கினார்கள். எங்கள் வெளியூர் உறவினர் இரண்டு மூன்று பேருக்கு எழுதிக் கேட்டோம். இங்கும் மிகவும் கஷ்டம்; அரிசி கிடையாது, சர்க்கரை கிடையாது, அடுப்பெரிக்க ஒழுங்காக விறகுகூடக் கிடையாது என்று பதில் எழுதினார்கள். நாங்கள் எங்களூரிலேயே இருந்துவிட்டோம்.

யார் யாரோ அவர்களுடைய வெள்ளி, பித்தளைப் பாத்திரங்களைப் பெரிய டிரங்குப் பெட்டிகளில் அடைத்துப் பெட்டியை எங்கள் வீட்டில் வைத்துச் சென்றார்கள். இருவர் அவர்கள் மாடுகளை எங்கள் வீட்டுக் கொல்லைப்புறத்தில் கட்டிப் போனார்கள். பள்ளிகளிலும், கல்லூரிகளிலும் மாணவர் எண்ணிக்கை வெகுவாகக் குறைந்துவிட்டது. தமிழ் மாணவர்கள் எட்டுப் பேர்களில் மூன்றே பேர் மீதமிருந்தோம். ரஞ்சனி, நான், சுந்தர்குமார். என்னிடமும் சொல்லாமல் சுந்தர்குமார் ஒரு நாள் காணாமல் போய்விட்டான்.

ஒருநாள் காலை என் அப்பாவைப் பார்க்க ஒருவர் வந்தார். நான் கொல்லைப்புறத்தில் மூன்றாவது மாட்டைக் கறந்துகொண்டிருந்தேன். அப்பா கூப்பிட்டார். பால் சொம்போடு போனேன்.

“இவர் பொண்ணு உன் கிளாஸாமே?” என்று அப்பா கேட்டார்.

எனக்குக் கேள்வி விளங்கவில்லை. வந்தவர் உயரமாக, ஒல்லியாக, சிவப்பாக சில்க் பாண்ட், சில்க் ஷர்ட் போட்டவராக இருந்தார். அவர் சொன்னார் – “ரஞ்சனி.”

“ஆமாம். ஆமாம்” என்றேன்.

“உனக்குக் கார் ஓட்டத் தெரியுமாமே?” என்று அப்பா கேட்டார்.

“ஊஹூம்... வெறும் மைதானத்திலே ஓட்டுவேன், அவ்வளவுதான்.”

“சார் வீட்டிலே டிரைவர் வரலையாம்...”

“ஊர்லே வேறே யாருமே இல்லை. தம்பி வந்தா ஒரு மணி நேரத்திலே திரும்பிடலாம்” என்று ரஞ்சனியின் அப்பா சொன்னார்.

“எங்கிட்டே லைசென்சு கிடையாது. சுந்தர்குமாரோட ஆஸ்டின் கார்தான் கொஞ்சம் ஓட்டுவேன்” என்றேன்.

“ரொம்ப அவசரம்னு சார் சொல்றார்.”

“ஆமாம் தம்பி, உடனே பிரின்ஸ்பாலம்மாவோட பெண்ணை ஆஸ்பத்திரிக்குக் கொண்டு போகணும்.”

என் கையில் பால் மணக்கப் பாண்ட்யாக் காரை ஓட்டச் சென்றேன். வீட்டில் ரஞ்சனியின் தோற்றம் வேறு மாதிரி இருந்தது. ஏதோ சின்னப் பெண் போல இருந்தாள். என்னோடு பேசவில்லை.

ரஞ்சனியின் அப்பாவும் கல்யாணிக்குட்டியுமாக ஒரு பெண்ணைத் தூக்கி வந்தார்கள். வயது பதினைந்து, பதினாறு இருக்கும். கால்கள் மட்டும் புடலங்காய்கள் போலத் தொடங்கின. தெருக்கள் மைதானம் போலக் காலியாகத்தான் இருந்தன. ஆஸ்பத்திரியில் ஒரே ஒரு டாக்டர் மட்டும் இருந்தார். நான் பாண்ட்யாக் காரை வெற்றிகரமாக ஓட்டிவிட்டேன்.

ரஞ்சனியின் டிரைவர் போனவன் போனவன்தான். இரு நாட்கள் கழித்து ரஞ்சனியின் அப்பா மீண்டும் எங்கள் வீட்டுக்கு வந்தார். இம்முறையும் கல்யாணிக்குட்டியம்மாவுக்காகத்தான். அவள் பெண்ணின் சடலத்தை ஆஸ்பத்திரியிலிருந்து எடுத்து வர வேண்டும். இந்த முறை ரஞ்சனி கண்ணில் படவில்லை. நானாக விசாரித்தேன். காஞ்சிபுரத்தில் அவளுடைய பாட்டி வீட்டுக்கு அனுப்பித்திருப்பதாக அவள் அப்பா சொன்னார்.

கண்ணுக்கெட்டின தூரம்வரை தெருவில் யாருமே தென்படாத போது, திடீரென்று ஒரு நபர் வந்தால் இருவரும் பாராதது போல் ஒருவரையொருவர் கடந்து போக முடியாது. கல்யாணிக்குட்டியம்மா சோகத்துடன் புன்னகை புரிந்தாள். நான் நின்றேன்.

"உனக்கு ரொம்பக் கஷ்டம் கொடுத்துட்டேன்" என்றாள்.

"உங்க பெண் செத்துப்போனது எனக்கும் ரொம்பக் கஷ்டமாகத்தான் இருந்தது –"

"அவளுக்குச் சின்ன வயசிலேயே போலியோ. அப்பவே தைலம் தடவி வெயில்லே நிக்கச்சொல்லியிருக்கணும். சரியான சமயத்திலே செய்யலை. இப்ப அது போயே போயிடுத்து."

எனக்கு என் தங்கை நினைவு வந்தது. அவள் இருமுறை வெயிலில் நின்றிருக்கிறாள்.

"வீட்டிலே மாட்டுக்குப் புல்லே இல்லை. வாங்கப் போணும்" நான் நகர்ந்தேன்.

இரண்டடி போவதற்குள் கல்யாணிக்குட்டியம்மாவின் குரல் கேட்டது. "தம்பி! தம்பி!"

"என்ன?"

"என்னைப் பங்களாவைப் பாத்துக்கச் சொல்லிவிட்டு ரஞ்சனி வீட்டிலே எல்லாரும் ஊருக்குப் போயிட்டாங்க. கொஞ்சம் பயமாத்தான் இருக்கு."

"எங்க வீட்டிலேகூடப் பயந்துண்டு இருக்கோம்."

"ஒரு சின்ன உதவி. நீ அன்னிக்கு நிறுத்திவிட்டுப் போன வண்டி அப்படியே என் வீட்டு வாசலிலேயே நிக்கறது. எனக்கு அதைப் பாக்கறப்போ எல்லாம் துக்கம் துக்கமா வறது. காரைக் கொஞ்சம் ஷெட்டிலே விட்டுடறியா?"

நான் கல்யாணிக்குட்டியம்மாவின் முகத்தை முதல் முறையாகச் சரியாகப் பார்த்தேன்.

"சரி, வாங்க போவோம்."

இதைச் சொல்லக்கூட என் குரல் கம்மியிருந்தது.

1995

சாமியாருக்கு ஒரு மணப்பெண்

"ஜூலியன் சாமி கல்யாணம் பண்ணிண்டுடுத்தாமே?" ரகுநாத்ராவ் சொன்னான்.

எனக்குத் தெரியும். "அப்படியா?" என்றேன்.

"கான்பூர்லேயோ லக்னோலியோ ஒரு முஸ்லிமைப் பண்ணிண்டுடுத்தாம்." இதையும் ரகுநாத்ராவ் வெறும் தகவலாகத்தான் சொன்னான். விமரிசனமாக அல்ல.

"இரண்டு ஊரும் இல்லை. ஆக்ராவிலே, அப்புறம் அந்தப் பொண் முஸ்லிம் இல்லை. அவ ஒரு சிந்திப் பொண்."

"அப்போ உனக்குத் தெரியுமா?"

"நானும் கேள்விப்பட்டதுதான். கிஷன்சந்த்பாய்தான் சொன்னார்."

"இனிமே அது இந்தப் பக்கமெல்லாம் வருமா, அங்கேயே இருந்திடுமா?"

"அது தெரியாது. ஆனா வந்தது எனக்குத் தெரிஞ்சா உனக்குச் சொல்றேன். உனக்குத் தெரிஞ்சா நீ எனக்குச் சொல்லு."

ரகுநாத்ராவ் போன பிறகு எனக்குச் சிரிப்பு வந்தது. ஜூலியனை அது இது என்று அஃறிணைப் பொருளாகத்தான் பேசுகிறோம். ஆனால் யார் என்று தெரியாத அந்த சிந்திப் பெண் உயர்திணையாகி விடுகிறாள்!

நிஜமான சந்நியாசிகளுக்கு நான், எனது எனக் கிடையா தல்லவா? மாமிசப் பிண்டம், வெறும் தேகம், கட்டை, காற்றடைத்த தோல் பை, சோற்று மூட்டை, குயவனது மண் பாண்டம்—இவற்றை அது இது என்றில்லாமல் வேறெப்படிக் கூறுவது?

ஜூலியனை அவ்வாறு குறிப்பிட எனக்கு அதிக நாள் பிடித்தது. அவரை முதலில் ஒரு ஜே.கிருஷ்ணமூர்த்தி கூட்டத்தில் பார்த்தேன். ஒல்லியான ஆறடி உயரம். பொன்னிற உடலில் காவி வேஷ்டி. தோளில் ஒரு காவித் துண்டு. நீண்ட முடி, தாடி.

அவர் மெதுவாக நடந்து வந்தபோது இரண்டாயிரம் ஆண்டுகள் முன்னால் உலாவிய ஒருவரின் நினைவுதான் வந்தது. ஜே.கிருஷ்ணமூர்த்தி கூட்டங்களில் நண்பர்களே ஒருவருக்கொருவர் பேசிக்கொள்ள மாட்டார்கள். அறிமுகமே இல்லாத வெள்ளைக்காரரோடு எப்படிப் பேச்சைத் துவக்கவது? ஆனால் மௌனமே பிரதானமாக இல்லாத இன்னொரு ஜூலியனைப் பார்த்தபோது பேசித் தெரிந்துகொண்டேன். சென்னையிலேயே ஆசிரமம் போலிருந்த ஒரு வீட்டில் தங்கியிருப்பதாகச் சொன்னார். பின்னர் அந்த வீட்டுக்குச் சென்று அவரைச் சந்தித்தேன். அவர் தென்னாப்பிரிக்காவிலிருந்து ஹடயோகம் பயிலுவதற்காகவே இந்தியா வந்திருக்கிறார். வயது இருபத்தைந்து இன்னும் முடியவில்லை. அப்பாவின் அப்பா ஜெர்மானியர். அம்மா பெல்ஜியத்திலிருந்து வந்தவர்.

ஆப்பிரிக்காவில் பாதி ஐரோப்பாவைப் பார்க்கலாம் என்று ஜூலியன் சொன்னார். ஆங்கிலேயர், பிரெஞ்சு, ஜெர்மானியர், பெல்ஜியம் நாட்டவர், ஸ்பெயின்காரர்கள், இத்தாலியர்கள் ... இந்தச் சூழ்நிலையில் ஜூலியன் கடவுளைத் தேடிப்போனார்.

அதிகம் பிரபலமில்லாத ஒரு இந்துச் சாமியார் ஜூலியனுக்குப் பஞ்சாம்சரம் உபதேசித்திருக்கிறார். இன்னும் யாரோ யோகம் பயின்றால் மந்திரம் சித்திக்கும் என்று கூறியிருக்கிறார்கள். அந்த நேரத்தில் தியோஸ் பெர்னார்டு என்பவர் எழுதியிருந்த ஹடயோக நூலை ஜூலியன் பார்த்திருக்கிறார். இருபத்திரண்டாவது வயதில் இந்தியாவுக்கு வந்துவிட்டார்.

ஆப்பிரிக்காவில் மதங்கள், குருமார்கள் கிடையாதா என்று எனக்குக் கேட்கத் தோன்றியது. என் கேள்வியை எதிர்பார்த்தது போல, "யோகத்தில் மௌனம் மிகவும் முக்கியம். எனக்கு அது இந்தியாவில்தான் கிடைக்கும் என்று தோன்றியது" என்றார்.

எங்களுடைய முதல் சந்திப்புகள் இந்த உலகத்தைப் பற்றியதாயில்லை. வெள்ளைக்காரப் பையன் ஒருவன் கடவுளைத் தேடுகிறேன் என்று இந்தியாவுக்கு ஓடி வருவது ஒரு விதத்தில் சிறுபிள்ளைத்தனமாகக்கூட இருந்தது. எல்லாத் தத்துவக் கேள்விகளுக்கும் அந்த வயதிலேயே முறையான பதில்களை அவர் படித்திருந்தார். இவ்வளவு படிப்பே யோகத்துக்குத் தடையாக இருக்குமே என்றுகூட நினைத்தேன்.

நான் இரண்டாம் முறை ஜூலியனைப் பார்க்கச் சென்றபோது அவர் ஆசனங்கள் செய்து கொண்டிருந்தார். அரை மணி நேரத்துக்குள் ஐம்பது அறுபது ஆசனங்கள் முடித்தார்.

வியர்வையையே தைலம் போலத் தேய்த்துக்கொண்டார். "நாங்கள் எவ்வளவு தலைமுறைகள் எவ்வளவு விதவிதமான மிருகங்களைத் தின்றிருக்கிறோம்! இந்த ஜன்மத்துக்கு இந்த நாற்றம் போகாது" என்றார்.

அப்புறம் "அது என்ன?" என்று கேட்டார்.

என் கையில் பளபளவென ஒரு பெரிய காகித உறை இருந்தது. அந்த நாளில் இந்திப் படத் துறையின் பெரிய தயாரிப்பாளர்கள் எல்லாரும் ஆளுக்கொரு கொள்ளைக்காரன் படம் எடுத்தார்கள். பூபத் என்ற சம்பல் பள்ளதாக்குக் கொள்ளைக்காரன் பாகிஸ்தானுக்குத் தப்பிச் சென்றுவிட்டான். ஆனால் மான்சிங் என்பவன் காவல் துறையினரோடு நேர்ந்த சண்டையில்

சுடப்பட்டு இறந்தான். அவனுடைய பிரேதத்தைக் காவல் துறையினர் பல மைல்கள் தள்ளியிருந்த ஊருக்குத் தூக்கிச் சென்றபோது வழி நெடுக இருந்த கிராமங்களில் பலர் கண்ணீர் விட்டு அழுதிருக்கிறார்கள். என் கையிலிருந்த உறை திலீப்குமார் தயாரித்த 'கங்கா – ஜமுனா' என்ற படத்தின் துவக்கக் காட்சிக்கு அழைப்பிதழ். திலீப்குமார்தான் கொள்ளைக்காரன்.

நான் அந்த உறையை எதாவது ஒரு மூலையில் போட வேண்டும் என்று நினைத்திருந்தேன். ஆனால் ஜுலியன் சாமியாரின் கண்ணில் பட்டுவிட்டது.

"இதெல்லாம் உங்கள் பாதைக்கு நேர் எதிரானது சாமி, சினிமா. அதுவும் நன்றாயிருக்காது" என்றேன்.

"நீ பார்த்துவிட்டாயா?" என்று கேட்டார்.

"நாளைக்குத்தான் ஆரம்பமே."

"அப்போது எப்படி நன்றாயிருக்காது என்றாய்?"

"முன் அனுபவத்தினால்."

"இது புதிதாக இருக்கக் கூடாதா?"

இறுதியில் அந்த அழைப்பிதழை எடுத்துக்கொண்டு ஜுலியன் சாமியார் 'கங்கா ஜமுனா' திரைப்படம் பார்த்துவிட்டு வந்தார். ஒரு சாதாரண இந்தியன் அதை இன்னொரு திலீப்குமார் சினிமாவாகத்தான் பார்த்திருப்பான்.

ஆனால் ஜுலியன் சாமியாரை அது உலுக்கி எடுத்துவிட்டது. அப்படம் போய் வந்தபின் மூன்று நாட்கள் அவர் சாப்பிடவில்லை, தூங்கவில்லை என்று அந்த வீட்டுக்காரர்கள் சொன்னார்கள்.

ஜுலியனுக்குச் சம்பல் பிரதேசம் பற்றியும் மத்திய பிரதேசத்து மக்கள் பற்றியும் நிறையவே தெரிந்திருந்தது, 'கங்கா – ஜமுனா' படம் சாமியாருக்கு கற்பனைக் கதையாகத் தோன்றவில்லை. காலம் காலமாக மனித இனத்துள்ளேயே தர்மத்துக்கும் அதர்மத்துக்கும் தொடர்ந்து நடந்து வரும் ஒரு குரூரமான யுத்தத்தின் ஒரு சிறு பகுதியாகத் தோன்றியிருக்கிறது. ஒரு இந்தியத் திரைப்படம் இவ்வளவு தீர்க்கமான அனுபவத்தை அளிக்கக் கூடியதா என்று எனக்கு ஆச்சரியமாக இருந்தது.

ஜுலியன் சாமியாரின் உலகம் வெகு வேகமாக விரிவடைய ஆரம்பித்தது. அவர் கண்ணில் தென்பட்ட எதைப் பற்றியும் அவரால் சுயமான ஒரு நிர்ணயம் தர முடிந்தது. அவர் கையெழுத்தே ஓவியம் போல இருக்கும். நிறையக் கவிதைகள் ஆங்கிலத்தில் எழுதினார். ஒரு கவிதை ஒரு பெண்மணி துணி உலர்த்துவது பற்றி இருந்தது. "இது உங்களூர் காட்சியா?" என்று கேட்டேன்.

"நாளை பதினொரு மணிக்கு இங்கு வர முடியுமா?" என்று கேட்டார்.

"ஆபீஸ் இருக்கிறது."

"பத்து நிமிஷம் வந்துவிட்டுப் போக முடியாதா?"

"சரி வருகிறேன்."

அடுத்த நாள் பதினொரு மணிக்கு அந்த வீட்டுக்குச் சென்றேன். வழக்கமான இடத்தில் சாமியார் இல்லை. "மொட்டை மாடியில் இருக்கு" என்று வீட்டு அம்மாள் சொன்னாள்.

நானும் மொட்டை மாடிக்குப் போனேன். நல்ல வெயிலில் ஜூலியன் கண்ணை மூடி மல்லாக்கப் படுத்துக்கொண்டிருந்தார். நான் அருகில் சென்றதும் கண்ணைத் திறந்தார்.

"என் கவிதையைக் காட்டுகிறேன்" என்று சொல்லிக் கைப்பிடிச் சுவரருகே சென்றார். அங்கிருந்துப் பார்த்தோம். வரிசையாக வீடுகளின் கொல்லைப்புறம் தெரிந்தது. "அந்த மூன்றாவது வீட்டைப் பார்" என்றார்.

அந்த வீட்டுக் கிணற்றடியில் ஒரு மாது துணி தோய்த்துக் கொண் டிருந்தாள். தோய்த்து அலசிய பின் துணிகளைக் கொடியில் உலர்த்தினாள். "பார், பார்" என்று ஜூலியன் சொன்னார். எனக்கு முதலில் குறிப்பிடத்தக்கதாக ஏதும் தெரியவில்லை. சுமார் பதினைந்து துணிகளைக் கொடியில் விரித்து உலர்த்திய பின் அந்த அம்மாள் உள்ளே போய்விட்டாள். அதன் பிறகுதான் அந்தத் துணிகள் ஓர் அழகிய கோலம் போலத் தெரிந்தன.

புடவை, வேஷ்டிகளை அளவெடுத்து மடித்தது போல ஒரு கோணல், ஒரு பிசிறு இல்லாமல் கொடியில் போட்டிருந்தாள். நடு நடுவே சிறுதுணிகள். இதெல்லாம் அந்த அம்மாள் திட்டமிட்டுச் செய்யவில்லை. வாளியில் கையை விட்டு எடுத்த துணியை அப்படியே உலர்த்தினாள். அந்த எளிய அன்றாடப் பணியிலும் ஒரு நேர்த்தியும் அழகும் அவளால் உண்டு பண்ண முடிந்தது.

இதற்குப் பிறகு எனக்கும் ஜூலியனுக்கும் பேச நிறைய விஷயங்கள் இருந்தன. தத்துவ விஷயங்கள்தான் நழுவத்தொடங்கின. அவர் முகத்தில் நிறையச் சிரிப்பைப் பார்க்க முடிந்தது. இன்னும் நிறையப் படங்கள் வரைந்தார். யாரோ அழைத்தார்கள் என்று மதுரைக்குப் போனார். இரு நாட்களுக்குப் பிறகு அவர் மதுரையில் கைது செய்யப்பட்டுக் காவலில் இருப்பதாகத் தகவல் வந்தது. சென்னையில் ஒரு நீதிபதிக்கு ஜூலியனைத் தெரியும். அவரிடம் சொல்லி ஒரு வழியாக ஜூலியனை விடுவித்துச் சென்னைக்கு அழைத்து வந்தோம்.

ஜூலியன் அயல்நாட்டவர், இந்தியாவில் தங்குவதற்கு உரிய இலாகாவின் அனுமதி பெற்றிருக்க வேண்டும். பாஸ்போர்ட் வைத்திருக்க வேண்டும். தென்னாப்பிரிக்காவுக்கும் இந்தியாவுக்கும் ராஜிய உறவு இல்லாததால் பல தகவல்களுக்கு டில்லிக்குப் போக வேண்டும்.

அந்த நாளில் சென்னையில் சாஸ்திரி பவன் அமைக்கப்படவில்லை. அரசு அலுவலகங்கள் ஒவ்வொன்றும் ஒவ்வொரு மூலையில் இருந்தன. நானும் ஜூலியனும் அடையாறில் இருந்த குடியேற்றப் பிரிவு அலுவலகத்திற்குப் போனோம். முதலில் அயல்நாட்டினர் பதிவு இலாகாவுக்குப் போக வேண்டும் என்றார்கள்.

அது நுங்கம்பாக்கத்தில் இருந்தது. அவர்கள் ஜூலியன் முதலில் பாஸ்போர்ட்டைப் புதுப்பிக்க வேண்டும் என்றார்கள். அங்கிருந்த ஒருவர் ரகசியமாகச் சொன்னார். "சாமியைத் தாடி, காவியெல்லாம் எடுத்துட்டு சாதாரணமா இருக்கச் சொல்லுங்க. இப்ப இருக்கிற மாதிரி இருந்தா

பளிச்சுனு அடையாளம் தெரியும். எல்லாரையும் போல் இருந்தா இவ்வளவு பெரிய தேசத்திலேயும் கூட்டத்தோடு கூட்டமா மறைஞ்சு இருந்துடலாம், எவ்வளவு வருஷம் வேணும்னாலும்."

ஜூலியன் சாமியாரின் பிரச்சனைகளைத் தீர்க்கக் கூடிய அனுபவமோ செல்வாக்கோ எனக்குக் கிடையாது. அவர் ஏன் மூன்று நான்கு தனித்தனி இலாகாக்களிடமிருந்து ஒப்புதல் வாங்க வேண்டும், அயல் நாட்டவர் பதிவு என்றால் என்ன என்றெல்லாம் எனக்குப் புரியவில்லை. ஆனால் அவர் நன்றாகப் புரிந்துகொண்டிருந்தார் என்பது அவர் அந்த அதிகாரிகளோடு பேசும்போது வெளிப்பட்டது. அப்படியானால் ஏன் நிலைமை இவ்வளவு தீவிரமடையும் வரை ஒன்றுமே செய்யவில்லை?

இதையே நான் அவரையும் கேட்டேன். அவர் புன்னகையுடன், "நான் சாமியாரில்லையா?" என்றார்.

"நீங்க உங்க நாட்டிலேயே சாமியாராக இருக்கக் கூடாதா?"

"இங்கே இப்படி ஒரு துண்டோடும் வெறும் காலுடனும் இருக்கிறேன். அங்கே ஒரு நிமிடம் சூட், ஜோடு இல்லாமல் இருக்க முடியுமா? இந்த இடத்தை விட அங்கேதான் என்னை முதலில் ஜெயிலில் அடைத்துவிடுவார்கள். அங்கே வெள்ளைக்காரர்கள் வானத்திலிருந்து இறங்கி வந்தவர்கள் போல இருந்தாக வேண்டும். அந்தச் சித்திரவதையைத் தாங்க முடியாது."

"இங்கே மட்டும் மதுரையில் போலீஸ் உங்களை அடிக்கவில்லையா?"

"அடித்தார்கள். அப்புறம் அவர்களே காலில் விழுந்து அருள் புரியக் கேட்டார்கள்."

"நாளைக்கு நான் வர முடியாது. நீங்க அந்த ஜட்ஜைக் கட்டாயம் பாருங்க."

"பார்க்கலாம்."

நான் கிளம்பியும் விட்டேன். அப்போது அவர் சொன்னார் – "ஒரு வெள்ளைக்காரன் இந்தியனாகிவிடலாம். ஆனால் ஒரு வெள்ளைக்காரச் சந்நியாசி இந்தியனாக முடியாது. சந்நியாசிகள் மட்டும் அவரவர்கள் ஊர் போய்த்தான் சாக வேண்டியிருக்கிறது."

நான் இரு நாட்கள் கழித்து அவரைப் பார்க்கச் சென்றபோது அவர் கிளம்பிப் போய்விட்டார் என்றார்கள்.

பத்து நாட்கள் கழித்து ஜூலியன் என் வீட்டுக்கு வந்தார். இரவு ஒன்பது மணியிருக்கும். வெளியே மழை பெய்துகொண்டிருந்தது.

"இதைப் பார்த்தாயா?" என்று துணியால் சுற்றிய ஒரு சிறு கட்டைக் காண்பித்தார்.

"என்ன?"

"எனக்குத் தெரிந்த தஸ்தாவேஜுகள் எல்லாம் தயார் செய்து விட்டேன்." இதைச் சொல்லும்போது அவர் முகம் வேதனையைக் காட்டியது.

"சாப்பிடுகிறீர்களா?"

"வேண்டாம். இங்கே பக்கத்துக் கொட்டகையில் ஒரு படம் ஓடுகிறது. அதை நான் பார்க்க வேண்டும். என்னை அழைத்துப் போகிறாயா?"

நான் கிளம்பினேன். அது ஆங்கிலப் படம். 'எட்கர் ஆலன் போ' என்ற எழுத்தாளனின் மூன்று கதைகளைப் படமாக எடுத்திருந்தார்கள். எட்கர் ஆலன் போ எழுதிய கதைகளைப் படிப்பதற்கே சற்று உறுதியும் தைரியமும் வேண்டும்.

கொட்டகையில் கூட்டம் இல்லை. காட்சி ஆரம்பமாகியது. முதல் படம் 'மோரெல்லா.' ஊருக்கு வெளியே ஒரு மாளிகையில் வாழும் ஒருவனுக்கு அவன் மனைவிமீது வெறுப்பு வந்து அவள் நோய் கண்டு படுத்திருக்கும்போது விஷத்தை மருந்தாகக் கொடுத்து அவளைக் கொன்று விடுகிறான். நகரத்தில் படித்துக் கொண்டிருக்கும் மகள் வருவதற்குள் சவ அடக்கம் நிகழ்ந்துவிடுகிறது. தகப்பன் மகளுக்கு ஒரு பெரிய மரப்பெட்டியைப் படுக்கையாக அமைத்திருக்கிறான். அன்றிரவு பெரிய புயல் அடிக்கிறது. காற்று 'மோரெல்லா, மோரெல்லா' என்று அலறுகிறது. அதுதான் அவன் மனைவியின் பெயர். மகளுக்கு அவன் அம்மா ஆவியுருகில் தோன்றி அவள் படுத்திருந்த பெட்டியைத் திறக்கச் சொல்கிறாள். மகள் திறக்கிறாள். அதில் அவள் அம்மாவின் பிரேதம் கிடக்கிறது. இப்போது அவள் அப்பா மகளையும் கொல்ல வருகிறான். மகள் மாளிகையை விட்டு வெளியே புயலில் ஓடுகிறாள். போகும்போது வாசல் கதவை வெளியே தாளிட்டு விடுகிறாள். அவள் அப்பா கதவை உடைத்து வெளியே வருவதற்குள் மாளிகை இடி தாக்கிப் பற்றி எரிகிறது. அப்பா, அம்மா இருவர் உடல்களும் எரிந்து சாம்பலாகின்றன.

நாங்கள் காட்சி முடித்து வெளியே வந்தபோது நல்ல மழை பெய்து கொண்டிருந்தது. நனைந்தபடியே வீடு வந்து சேர்ந்தோம். ஜூலியனுக்கு என் வேஷ்டியொன்றை எடுத்துக் கொடுத்தேன்.

"வாழ்க்கையில் ஒரே ஒரு தவறு செய்துவிட்டேன் என்று யாரும் சொல்லிக்கொள்ள முடியாது. ஒன்று செய்துவிட்டால் அப்புறம் அடுத்தது... அடுத்தது... அடுத்தது என்று சாகும்வரை அது தொடர்ந்து கொண்டிருக்கும்."

"இல்லை, சாமி. எட்கர் ஆலன்போவுக்குக் கொஞ்சம் விபரீதமான கற்பனை."

"கற்பனை இல்லை, இதெல்லாம் கற்பனையேயில்லை."

அப்போது நான் கேட்டேன் –

"உங்கள் தஸ்தாவேஜுக் கட்டு எங்கே?"

"கொட்டகைக்கு வெளியேயே தூக்கி எறிந்துவிட்டேன்."

"ஐயோ! எங்கே? எங்கே?"

"இருட்டில் என்ன தெரியும்?"

"ஏன்?"

"சாக்கடையில் போட்டுவிட்டேன்."

நான் குடை எடுத்துக்கொண்டு அந்த இருட்டிலும் மழையிலும் அவருடைய தஸ்தாவேஜுக் கட்டைத் தேடிப் போனேன். தெருவோரச் சாக்கடையில் தண்ணீர் வெள்ளமாக ஓடிக்கொண்டிருந்தது. சினிமா

கொட்டகையருகில் சாக்கடையில் இறங்கி காலால் துழாவிப் பார்த்தேன். 'இது என்ன பைத்தியக்காரத்தனம்' என்று தோன்றியும் தேடினேன். காலில் ஒரு தகரத் துண்டு காயப்படுத்தியதுதான் மிச்சம்.

ஜூலியன் தூங்காமல் விழித்திருந்தார். நான் கோபத்துடன் ஈரத்துணியை அவிழ்த்துப் போட்டுத் தலையைத் துடைத்துக்கொள்ளத் துவங்கினேன்.

"அது என் கவலை, உனக்கென்ன வந்தது?" என்று ஜூலியன் கேட்டார்.

"தெரியாது."

"உன் மாதிரி ஒரு ஆள் அதையெல்லாம் தயாரித்துக் கொடுத்தான். அது போனதே நல்லது. தவறு... தவறு... தவறு என்று நான் தொடர்ந்து தவறுகளே செய்துகொண்டிருக்கும்படி இருக்கும். இப்போது நான் நிஜமான சந்நியாசி. எனக்குப் பேர், ஊர், அட்ரஸ் ஏதும் கிடையாது."

விடிவதற்கு முன்னால் ஜூலியன் கிளம்பிப் போய்விட்டார். அவருடைய காவித் துணி உலர இரண்டு நாட்களாயிற்று.

பாய்க்கடைப் பக்கம் போனபோது கிஷன்சந்த்பாய் கேட்டார் – "ஜூலியன் சாமி இப்போ எங்கே இருக்கு தெரியுமா?"

"தெரியாது. பாத்து மூணு மாசம் ஆறது."

"ஆக்ராவிலே இருக்கு. என் உறவுக்காரப் பெண்ணைக் கல்யாணம் பண்ணிண்டுடுத்து."

"நீங்க கல்யாணத்துக்குப் போகலையா?"

"எனக்குத் தெரியாது. தெரிஞ்சாலும் ஆக்ரா போறது அவ்வளவு சுலபமா?"

அந்த நாளில் டில்லிப் பக்கம் போக கிராண்ட் டிரங்க் எக்ஸ்பிரஸ் ஒன்றுதான் இருந்தது. எனக்குத் தெரிந்திருந்தால் போயிருப்பேன். ஜூலியனோடு அரசு அலுவலகங்கள் சென்றிருந்ததில் எனக்கு ஒரு தகவல் கிடைத்தது. அயல் நாட்டியராக இருந்தாலும் இந்தியப் பிரஜையைக் கல்யாணம் செய்துகொண்டால் இந்தியப் பிரஜையாகிவிடலாம். ஜூலியன் கல்யாணம் செய்துகொண்டது அதற்காகத்தான் இருக்க வேண்டும்.

ரகுநாத்ராவும் கிஷன்சந்த்பாய் கடைக்குச் சென்று ஜூலியனின் முகவரி வாங்கி வந்தான். நாங்கள் இருவரும் ஹோலி முடிந்த பிறகு ஆக்ரா போவதாகத் திட்டமிட்டோம். ஆனால் அதற்குள் ஜூலியன் இறந்துவிட்டதாகத் தந்தி வந்தது, யோகாசனங்கள் செய்யும்போது சாமி அப்படியே உட்கார்ந்துவிட்டதாம். அநேகமாகக் கேசரி முத்திரை செய்யும் போது நிகழ்ந்திருக்க வேண்டும். அந்த முத்திரை பழகுவதற்காக ஜூலியன் நாக்கைக் கீழ்த்தாடையோடு இணைக்கும் சதையைத் தினமும் சிறிது சிறிதாக வெட்டிக்கொண்டது எனக்குத் தெரியும். ஜூலியனின் சம்சார வாழ்க்கை சில வாரங்கள் கூட நீடிக்கவில்லை. அது இந்தியப் பிரஜையாக மாற முடியாவிட்டாலும் ஓர் இந்தியப் பெண்ணை விதவையாக மாற்றிவிட்டது.

1996

இரு நிமிடங்கள்

"ஓர் இஸ்பானியச் சிறுகதாசிரியனின் கதையொன்று நினைவுக்கு வருகிறது. ஆசிரியர் பெயரும் நினைவில்லை. கதையின் பெயரும் நினைவில்லை. கதை மட்டும் மனதை விட்டு அகல மறுக்கிறது... ஸ்பெயின் தேசத்தில் ஒரு நாடகாசிரியர். பல நாடகங்கள் எழுதி வெற்றி பெற்றவர். ஓர் அற்புதமான நாடகம் எழுதிக்கொண்டிருக்கிறார். சிறப்பாக உருவாகிக்கொண்டிருக்கிறது. கடைசி அங்கம் மட்டும் எழுத வேண்டியது பாக்கி. அந்தத் தருணத்தில் அவரை ஃபிராங்கோ சர்வாதிகாரத்துக்கு எதிரி, சதி செய்தவர் என்று கைது செய்து விடுகிறார்கள். மறுநாள் விடியற்காலை சுட்டுவிடுவார்கள்... இரவு முழுதும் அந்த நாடகாசிரியருக்குச் சிந்தனையே ஓட வில்லை. அதிகாலை 6.58க்கு ஃபிராங்கோ வீரர்கள் அவரைச் சுவரோரமாக நிறுத்தி விட்டார்கள். 'சுடு' என்று அவர்கள் தலைவன் உத்தரவு தந்து அவர்கள் அந்த நாடகாசிரியரைச் சுட்டு வீழ்த்த இன்னும் இரண்டே நிமிடங்கள் இருக்கின்றன. அந்த இரு நிமிடங்களில் அந்த நாடகாசிரியன் மனதில் நாடகம் வரி வரியாகச் சரி பார்க்கப்பட்டு அரங்கேற்றமும் செய்யப்படுகிறது. அவருக்கே வியப்பாக இருக்கிறது. மரண தண்டனை ரத்து செய்யப்பட்டுவிட்டதா? அவரால் எப்படி இவ்வளவும் சாத்தியமாயிற்று...? சரியாக ஏழு மணிக்குக் குண்டுகளால் துளைக்கப்பட்ட அந்த நாடகாசிரியர் உடல் கீழே சாய்ந்தது."

அந்தத் தாளில் இருந்த அப்பகுதியைப் படித்த அவனுக்கு நிலை கொள்ளவில்லை. கடைக்காரர்கள் இந்த நாளில் எல்லாவற்றையும் பிளாஸ்டிக் பையில் கொடுத்துவிடுகிறார்கள். ஆனால் வேர்க்கடலை வாங்கினால் மட்டும் இன்னும் பழைய தாள்களில்தான் சுற்றித் தருகிறார்கள். இன்று வேர்க்கடலை வாங்கியது எவ்வளவு நல்லதாகப் போயிற்று?

அவன் அந்தக் கடைக்கு மறுமுறை சென்றான். "இந்தத் தாளைச் சேர்ந்த பத்திரிகை இருக்கிறதா?" என்று கேட்டான்.

"இங்கே பாருங்க. எல்லாம் உதிரியா வந்த வேஸ்ட் காகிதம். முழுசாப் பத்திரிகையா ஒண்ணும் கிடையாது."

குழந்தைகள் நோட் புத்தகக் காகிதங்கள், பங்குப் பத்திர விண்ணப்பத் தாள்கள், கத்தையாக ஒரு நாடகத்துக்கான துண்டுப் பிரசுரங்கள், நடுவில் யாரோ ஒரு மனிதர் இந்தத் தாளையும் சேர்த்து அந்த வேர்க்கடலைக் கடையில் எடைக்கு விற்றிருக்கிறார். அந்த ஒரு தாள் அவரிடம் வேறெப்படியோ வந்து சேர்ந்திருக்கக்கூடும். அவர் இன்னொரு வேர்க்கடலைக் கடையில் ஒரு ரூபாய்க்கு வறுத்த வேர்க்கடலை வாங்கியிருப்பார். வேர்க்கடலை வாங்கித் தின்பவர்கள் கடையில் சுற்றித் தரப்படும் காகிதத்தைச் சேர்த்து வைப்பார்களா? கடலை முடிந்ததும் உடனே காகிதத்தைக் கசக்கி எறிந்து விடுவார்கள். அதற்கெனக் காத்திருந்ததுபோல ஒரு பசு மாடு அக்காகிதத்தைத் தின்றுவிடும். ஊரில் இன்னும் நிறைய மாடுகள் உலவிக் கொண்டிருக்கின்றன.

அவன் வீட்டுக்குத் திரும்பி வந்து அந்தத் தாளை மீண்டுமொரு முறை பரிசீலித்துப் படித்தான். அது குறைந்தது பத்துப் பன்னிரண்டு ஆண்டுகள் பழையதாக இருக்க வேண்டும். இன்னும்கூடப் பழையதாக இருக்கக்கூடும். இந்தப் பகுதியை எழுதியவர் எவ்வளவு நேர்த்தியாகவும், சுருக்கமாகவும் ஒரு பெரிய கதையைக் கூறியிருக்கிறார்! இந்தச் சுருக்கத்திலிருந்து மூலக் கதையின் பரிமாணங்களை எளிதில் உணர்ந்து கொள்ள முடியும். இவ்வளவு நுணுக்கமான கதையை யார் எழுதியது, என்ன பெயர் என்று மறந்துபோக முடியுமா?

அவனுக்கும் ஏதேதோ நிறையவே மறந்து போயிருக்கிறது. முக்கியமாகப் புத்தகங்களின் பெயர்கள், அவன் படித்த கவிதைகளின் பெயர்கள், நண்பர்களின் பெயர்கள், அண்டை வீட்டுக்காரர்களின் பெயர்கள். பெயர்கள் மறந்தால்கூடப் பரவாயில்லை; அவர்கள் முகங்களும் மறந்துபோய்விட்டது. அவனுடைய வாழ்க்கையில் ஏதாவது ஒரு காலக்கட்டத்தில் மிகவும் முக்கியமாக இருந்தவர்களின் முகங்கள் அநேகமாக எல்லாம் மறந்து போய்விட்டது. இந்த முகங்கள் மறந்து போவதே வேதனை உண்டுபண்ணும் போது ஆசைக்குரியவர்கள் முகங்கள் மறந்துபோய்விட்டால் எவ்வளவு வேதனையாயிருக்கும்? வேதனையுடன் வெட்க உணர்ச்சியும் வாட்டி வதைக்கும். இக்கதைச் சுருக்கத்தை எழுதியவருக்கும் வேதனை பிடுங்கித் தின்றிருக்கும்.

சாவிக்கொத்தும் சில்லறையும் குடையும் பேனாவும் வைத்த இடம் மறந்துபோவது பெரிதாகத் தோன்றவில்லை. இந்த உலகத்து மக்கள் அனைவரும் இப்படித் தினமும் எதையாவது மறந்து பிறகு தேடி எடுப்பார்கள். ஆனால் முகங்களும் கதைகளும் மறக்க முடியுமா? மறந்தால் அவற்றைத் திரும்ப நினைவுபடுத்திக்கொள்ள முடியுமா? அவனுடைய அப்பா, அம்மாவின் முகங்களை நினைவுபடுத்திக்கொள்ள முயன்றான். அம்மாவை எந்த உடையில் எந்த வயதுக்காரியாக நினைவுபடுத்திக்கொள்வது? அம்மா வின் முகமே மறந்து போய்விடும்போது எப்போதோ படித்த கதையின் பெயரும், எழுதியவரின் பெயரும் மறந்துபோவது ஆச்சரியமான விஷயமா?

அவன் அந்தத் தாளைத் திரும்பத் திரும்பப் படித்தான். அக்கதைச் சுருக்கத்தோடு ஆசிரியருக்கு யாரோ எழுதிய கடிதம், இன்னும் ஏதோ பத்திரிகாசிரியர், இந்த ஆசிரியரை எப்போதோ திட்டி எழுதியதற்கு இவரின்

பதில், இப்படிச் சில பகுதிகள். ஆனால் துரதிர்ஷ்டவசமாக அநேகமாக எல்லாமே ஏதாவது வேறொரு பக்கத்தின் தொடர்ச்சி அல்லது வேறொரு பக்கத்தில் தொடரப்பட்டிருந்தது. இதன் விளைவாக அக்கதைச் சுருக்கம், அந்தக் கடிதம் இவை தவிர வேறெதுவுமே முழுமையாக இல்லை.

அவன் படித்து மறந்த வேறு கதைகளை நினைவுபடுத்திக் கொள்ள முயற்சி செய்தான். தாயற்ற பணக்கார அமெரிக்கப் பெண்ணுக்குக் காதல் ஏற்பட்டுவிடுகிறது. அவளுடைய அப்பாவுக்கு விருப்பமில்லை. ஆனால் திருமணத்துக்குச் சம்மதித்துத் திருமணமும் நடந்துவிடுகிறது. அன்று இரவு அந்த அயோக்கியன் அப்பெண்ணுடைய நகை, பணம் எல்லாவற்றையும் சுருட்டிக்கொண்டு ஓடிவிடுகிறான். அதன் பிறகு அப்பெண்ணோ, அவளுடைய அப்பாவோ வீட்டை விட்டு வெளியே வருவதேயில்லை. அப்பா சீக்கிரமே செத்து விடுகிறார். அவருடைய இறுதிச் சடங்குகள்கூட ஏனோ வீட்டுக்கு வெளியே அப்பெண்ணின் உத்தரவுக்கிணங்க நடத்தப்படுகின்றன. எவ்வளவோ வருடங்கள் சென்றுவிடுகின்றன. அப்பெண்ணும் வெளியே வருவதில்லை. வெளி மனிதர்கள் யாரும் வீட்டிற்குள் செல்ல அனுமதியும் பெறுவதில்லை. அந்த வீட்டுக்குத் தேவையான பொருள்கள் வாங்கி வருவது, பால், மளிகைக் கணக்குப் பார்த்துப் பணம் தருவது எல்லாமே ஒரு வேலைக் காரன் மூலம் நடக்கிறது. ஒரு நாள் அப்பெண்ணும் கிழவியாகி இறக்கிறாள். அவளை அடக்கம் செய்த பிறகு ஊரின் முக்கியஸ்தர்கள் அந்த வீட்டினுள் செல்கிறார்கள். அந்த வீட்டின் படுக்கையறையில் ஒரு பெரிய கட்டில். அதில் ஒரு பாதியில் எப்போதோ அணிந்த மணக்கோலத்துடன் ஒரு ஆணின் வற்றிச் சிதைந்த உடல். அந்தப் பெண்ணின் கணவன் தான். அவன் உடலுக்குப் பக்கத்தில் யாரோ தினமும் படுத்திருந்ததற்கு அடையாளங்கள். அதில் ஒன்று, தலையணையில் அப்பெண்ணின் ஒரு தலைமுடி.

இக்கதையை அவன் படித்து முடித்தவுடன் பல மணி நேரம் பிரமை பிடித்தவன் போல இருந்தான். ஒரு பெண் சுமார் நாற்பது ஐம்பது ஆண்டுகள் ஒரு எலும்புக்கூட்டின் பக்கத்தில் படுத்துத் தூங்கியிருக்கிறாள்! அக்கூடு அவளை மணந்தவனுடையது. அவன் எப்படி மணக்கோலத்துடன் இறந்தான்? ஒரு வேளை அவன் இறந்தவுடன்தான் அந்த உடையை அவன் உடலுக்கு அவள் அணிவித்தாளோ? ஒரு பிணத்தின் பக்கத்தில் தினம் படுத்துக்கொள்ள அவளுக்கு எப்படிப்பட்ட மனம் இருந்திருக்க வேண்டும்? அப்படி ஒரு மனமுடைய பெண்ணைப் பற்றியொரு கதை எழுத அந்தக் கதாசிரியருக்கு எப்படிப்பட்ட மனம் இருந்திருக்க வேண்டும்? அவர் பெயர் அவனுக்கு மறந்துவிட்டது. அந்தக் கதையின் பெயர் மறந்து விட்டது. அந்தப் பெண்ணின் பெயர் மட்டும் நினைவிருக்கிறது. எமிலி.

அவனுக்குப் பெயர் மறந்துபோன கதையைத்தான் நினைவுபடுத்திக் கொள்ள முடிந்தது. நினைவுபடுத்திக்கொள்ள வேண்டிய அக்கதையை எழுதியவரின் பெயர். அத்துடன் வேர்க்கடலை சுற்றிக் கொடுக்கப்பட்ட காகிதத்தில் இருந்த கதையின் பெயரும், அதை எழுதியவர் யார் என்பதையும் நினைவுப்படுத்திக்கொள்ள வேண்டும். குறைந்த பட்சம் ஊகிக்க வேண்டும்.

அவனுக்கு அன்று சோறு, தண்ணீர் பிடிக்கவில்லை. வேர்க்கடலை நான்கைந்து நாட்களுக்கு அவன் வயிற்றை நிரப்பிவைத்திருக்கும்

போலிருந்தது. அவன் சிறு வயதிலிருந்து படித்தவை எல்லாவற்றையுமே வரிசைக் கிரமமாக நினைவுபடுத்திக்கொள்ள முயன்றான். பள்ளியில் முதலாவதாக அவன் படித்தவை அவனுடைய பாடப் புத்தகங்கள். அதில் கண்டிருந்த மனிதர்களின் முகங்களில் ஒன்று தவறாது அவன் மீசை தாடி வரைந்தது நினைவுக்கு வந்தது. படங்களுக்கு மீசை போடும் பழக்கம் அவன் நான்கைந்து முறை அடி வாங்கிய பிறகுதான் போயிற்று. வெகு காலம்வரை அவன் மீசையே சிலருக்குத்தான் வளரும் என்று நினைத்துக்கொண்டிருந்தான்.

கண், காது, மூக்குபோல ஒருவரின் மீசையும் பிறக்கும் போதே நிர்ணயமாகிவிடுவது போலத்தான் அவனுக்குத் தோன்றியது. இல்லாது போனால் ஏன் ஹிட்லரின் மீசை மூக்குக்கடியில் ஒரு சிறிய சதுரமாக இருக்க, நடிகர் எரால் பிளினுக்கு மேலுதடுக்கு மேல் அழகான கோடாக இருக்கிறது? எரால் பிளின் கத்திச்சண்டை போட வேண்டியதில்லை. அவன் மீசை விரிய ஒரு முறை சிரித்தாலே போதும். ராஜகுமாரிகள் மயங்கிவிடுவார்கள். எதிரிகள் பயந்தோடிவிடுவார்கள்.

கடைசியாக அவன் எரால் பிளின் படம் பார்த்து எவ்வளவு ஆண்டுகள் ஆகியிருக்கும்? எரால் பிளின் செத்துப் போயே முப்பது ஆண்டுகளுக்கு மேலிருக்கும். எரால் பிளின் படம் ஒன்று பார்த்தால் அந்த வாரம் முழுக்க உற்சாகமாயிருக்கும். ஈர்க்குச்சிகூட சுவிஷ், சுவிஷ் என்று ஒலிக்கும் வாளாகத் தோன்றும். நாலு காலில் நடக்கும் மிருகங்கள் எல்லாமே பாய்ந்தோடும் குதிரைகளாகக் காட்சியளிக்கும். அதேபோல ஓட்டு வீடுகளெல்லாம் மாடமாளிகைகளாகத் தோற்றம் தரும். பால்கனியில் ராஜகுமாரியும், அவளுடைய தோழிகளும் தரிசனம் தருவார்கள்.

ஐயோ என்னவாயிற்று? ஏன் இந்த வீடு நாற்றமடிப்பதாக இருக்கிறது? தம்பி வெளி வராந்தாவில் சிரித்தபடி நிற்கிறான். இப்போது என்ன சிரிப்பு வேண்டியிருக்கிறது?

அவன் "என்னடா?" என்று கேட்ட வண்ணம் தம்பியிடம் சென்றான்.

"இதைப் பார்." தம்பி அந்த வீட்டில் சைக்கிளை நிறுத்தி வைக்கும் இடத்தைச் சுட்டிக் காட்டினான். அங்கு சைக்கிளின் சீட் மீது ஒரு பிணம் தராசுக்கோல் போல அசைந்து கொண்டிருந்தது.

வீட்டில் பிணம். பிணத்தை யாரோ சைக்கிள்மீது வைத்துவிட்டுப் போயிருக்கிறார்கள். ஒரு வேளை மேலிருந்து விழுந்ததோ? விழுந்த பிணம் சரியாக சீட் மீது விழுந்து கொண்டிருக்கிறது. நீதி தேவனின் தராசுபோல. நீதி தேவனா, தேவியா? யாராயிருந்தாலும் கண்ணை மட்டும் கட்டிவிடுவார்கள். ஆனால் இப்போது இந்தப் பிணத்தை என்ன செய்வது?

அவனுக்கு உடலெல்லாம் பதறியது. தம்பியோ சிரித்து ரசித்துக் கொண்டிருக்கிறான். வீட்டில் இப்படி ஒரு பிணம் வந்து சேர்ந்தால் என்ன விளைவுகள் இருக்கும் என்று இந்தப் பையனுக்குப் புரிந்துகொள்ள முடியவில்லை. வீட்டிற்குப் பெரியவன் என்று இவனைத்தான் இழுத்துப் போவார்கள்.

"டேய், கொஞ்சம் பிடிடா! இதை எங்கேயாவது ஒளிச்சு வைக்கலாம்."

“ஏன், அந்தக் குளத்திலே போட்டுட்டா என்ன?”

திடீரென்று வீட்டெதிரில் ஒரு குளம். மிகப் பெரிய குளம். தண்ணீர் நிரம்பித் ததும்புகிறது. இந்தக் குளம் எங்கேயிருந்து வந்தது? அவர்கள் அதுவரை குடியிருந்த எந்த வீட்டிலும் கிணறு கூடக் கிடையாது. இந்த வீட்டிலேயே முந்திய மாலைவரை தண்ணீர் எங்கோ வெளிக் குழாயிலிருந்துதான் பிடித்துத் தூக்க முடியாதபடி தூக்கி வர வேண்டும்.

இப்போது வீட்டெதிரே பிரம்மாண்டமான குளம். திடீரென்று இந்தத் தெரு ஒரு மாடவீதியாகி விட்டது! இனிமேல் இங்கே தேர் வரும்.

அவனும் அவன் தம்பியுமாகப் பிணத்தைச் சுமந்து சென்று குளத்தில் தள்ளினார்கள். வெளியே அரையிருட்டுதான். ஆனால் ஐந்தாறு பேராவது விழித்துக்கொண்டிருப்பார்கள். அவர்கள் பார்த்து விட்டிருந்தால்?

பொழுது விடிய விடிய அவனுக்குக் கவலை அதிகரித்த வண்ணமிருந்தது. வயிறு நேர்த்தியான களிமண்ணாகப் பிசையப்பட்ட வண்ணமிருந்தது. அவனுக்கு நிலை கொள்ளவில்லை. சூரியன் வானத்தில் உயர்ந்துகொண்டிருக்கையில் அவன் மண்டை அதிர்வு தாங்கிக்கொள்ள முடியாத அளவு அதிகரித்தது. அவனே ஓடிப்போய்க் காவல் நிலையத்தில் சரணடைந்து விடவேண்டும் என்று தீர்மானித்தான். ஆனால் என்ன சொல்லிச் சரணடைவது? ஒரு பிணத்தைக் கண்டு பிடித்தவன் எதற்குச் சரணடைய வேண்டும்? ஆனால் அவர்கள், பிணமெங்கே என்று கேட்கக்கூடும். கண்டுபிடித்த பிணத்தைக் குளத்தில் கொண்டுபோய்ப் போடுவது குற்றமாகக் கருதப்படும். அதற்கு என்ன பெரிய தண்டனை இருக்கப்போகிறது? அதற்காகவா இப்படிச் சித்திரவதைக்குள்ளாவது?

இந்தத் தர்க்கம் அவனுடைய தவிப்பைக் குறைக்கவில்லை. அவன் வீட்டில் இருந்தபடியே மண்டை வெடித்து இறந்து விடுவான் என்று தோன்றியபோது ஒரு போலீஸ் இன்ஸ்பெக்டரும், ஒரு கான்ஸ்டபிளும் வந்துவிட்டார்கள். இன்னும் இருவர் அவன் குளத்தில் போட்ட பிணத்தைத் தெருவில் கிடத்தினார்கள்.

“நீதானே இதைக் குளத்திலே தள்ளினே?”

“ஆமாம். நான்தான் தள்ளினேன். நான்தான் தள்ளினேன். ஆனால் நான் கொலை செய்யவில்லை. அந்தப் பொணம் எப்படி வந்ததுன்னு தெரியாது.”

இன்ஸ்பெக்டர் கேட்டார். “இந்தப் பொணத்தை உனக்குத் தெரியாது...”

“தெரியாது. சுத்தமாகத் தெரியாது.”

“பொணத்தைச் சரியாப் பாத்துச் சொல்லு.”

“நான் பார்க்கவே வேண்டாம். எனக்குத் தெரியாது.”

“ஒரு தடவை பாத்துட்டுச் சொல்லு.”

அந்த இன்ஸ்பெக்டரின் குரல் திகில் தந்தது. அவன் பிணத்தின் முகத்தைப் பார்த்தான். அவனுடைய அப்பா.

"அப்பா! அப்பா!"

"ஏண்டா, அப்பனைக் கொன்னுபோட்டுட்டு இப்போ அப்பா அப்பான்னு ஒப்பாரி வைக்கறயா?"

"என் அப்பா செத்துப்போய்ப் பதினெட்டு வருஷம் ஆகிறது. சரியாய் பாத்தாப் பத்தொன்பது."

"இது உன் அப்பன் பொணம். இல்லேன்றியா?"

"என் அப்பாதான். என் அப்பாதான். ஆனா எப்பவோ செத்துப்போன அப்பா. நான்தான் கொள்ளி போட்டேன்."

"வாடா ஸ்டேஷனுக்கு! கதை விடறியா கதை?"

எல்லாமே சினிமா மாதிரி இருந்தது. அவனை நீதிபதி முன் நிறுத்தினார்கள். அப்பனைக் கொன்ற மகாபாவியைப் பார்க்கக்கூடச் சகிக்காத அந்த நீதிபதி, "நாளைக்கே தூக்கு," என்றார்.

அவன் அதற்குள் இறப்பதற்கு மனதைத் திடப்படுத்திக் கொண்டு விட்டான். "எப்போது? காலையிலா?" என்று மட்டும் கேட்டான்.

"காலை சரியாக ஐந்து மணிக்கு."

"ஒரே ஒரு சிறு வேண்டுகோள்."

"என்ன? விடுதலை, ஆயுள் தண்டனைக்கெல்லாம் பேச்சே இல்லை."

"மிகவும் அல்பமான வேண்டுகோள். ஐந்து மணிக்குப் பதிலாக ஐந்து இரண்டுக்கு என்னைத் தூக்கில் போடுங்கள்."

"இரண்டு நிமிடத்தில் என்ன வித்தியாசம்?"

"இரண்டு நிமிடத்தில்தான் எல்லாமே இருக்கிறது. இரண்டே நிமிடங்கள்தான்."

"சரி, சரியாக ஐந்து இரண்டுக்குத் தூக்கு."

அவனைச் சுற்றி அவனுடைய மனைவி, மக்கள் அழுதபோது, அவனுக்கு இதென்ன அபத்தக் கூத்து என்று சொல்லத் தோன்றியது. இவ்வளவு அழுதவர்கள் அவனை உபாதைப்படுத்திய அந்த இரு கதைகள் பற்றி ஏதாவது தகவல் கொடுத்திருந்தால் எவ்வளவு நலமாயிருந்திருக்கும்!

அவனைச் சிறையில் தள்ளினாலும் அவனுடைய மனம் ஸ்பானிய நாடகாசிரியர், அந்த அமெரிக்கப் பெண் எமிலி – இவர்களையே சுற்றிச் சுற்றி வந்தது. அவனுடைய அப்பாவின் பிணம்கூட அந்த இருவர் நிமித்தம்தான் அவனிடம் வந்து சேர்ந்ததாகத் தோன்றியது. அவனுடைய அப்பாவுக்குத்தான் அவன் மீது எவ்வளவு அக்கறை! அதே நேரத்தில் அவருக்கு நகைச்சுவையும் இருந்திருக்கிறது.

அவன் இரவெல்லாம் தூங்கவில்லை. அதே நேரத்தில் அவனுடைய கேள்விகளுக்கு விடை கிடைப்பதாகவும் இல்லை. காலை நான்கு மணிக்குச் சிறைச்சாலைக்காரர்கள் அவனைத் தூக்கிலிடுவது குறித்து ஏற்பாடுகள்

செய்ய வந்தார்கள். அவர்கள் இழுத்த இழுப்புக்குச் சென்றானொழிய, அவன் மனம் ஸ்பெயினிலும், அமெரிக்காவிலும் இருந்தது.

சரியாக நான்கே முக்காலுக்கு அவனை மேடையேற்றிக் கழுத்தில் சுருக்கையும் மாட்டிவிட்டார்கள். அவன் காலடியில் இருந்த பலகையைத் தட்டிவிட்டால் அவன் கயிற்றில் தொங்கி உயிர் விடுவான். சுருக்கு, அவன் விழும் வேகத்தில் அவனுடைய கழுத்துத் தண்டை முறித்துவிடும். அது முறிந்தால் உடனே சாவு என்பார்கள். ஆனால் பலர் பத்துப் பதினைந்து நிமிடங்கள் தூக்கில் துடித்துக்கொண்டு தொங்குவார்கள்.

ஐந்து மணி. அவன் உயிர் வாழ இன்னும் இரண்டே நிமிடங்கள். ஸ்பெயின். ஸ்பெயினில் மட்டும் ஸ்பானிஷ் மொழி புத்தகம் இருக்கிறது என்று கூறிவிட முடியாது. உலகில் இன்னும் பல பாகங்களில் அந்த மொழி பேசப்படுகிறது. அங்கு கதை எழுதுபவர்கள் இருக்கிறார்கள். தென் அமெரிக்காவில் முக்கால் பகுதி இந்த ஸ்பானிஷ் மொழிதான். ஆதலால் அந்த ஸ்பானிஷ் மொழி நாடகாசிரியர் கதை அங்கு எங்காவது எழுதப்பட்டிருக்கக்கூடும். யார் எழுதியிருக்கக்கூடும்? ஃபிராங்கோ புரட்சிக் காலத்துக் கதை. ஆதலால் 1940க்கு முன்பு இருக்க வேண்டும். அப்போது தென் அமெரிக்காவில் இப்படிப்பட்டதொரு கதை எழுதுபவர் யார் இருந்திருப்பார்?

பளீரென்று தெரிந்தது. அந்தக் கதையின் பாத்திரம் ஸ்பானிஷ் நாடகாசிரியர் அல்ல. அவர் ஜெக் நாடகாசிரியர். அவரைக்கூட இழுத்துச் சென்றவர்கள் ஃபிராங்கோவின் ஆட்கள் அல்ல; ஜெர்மன் நாஜிகள். அந்தக் கதையை எழுதக்கூடியவர் இல்லை—எழுதியவர்—போர்ஹெஸ். அதாவது ஜார்ஜ் லூயி போர்ஹெஸ். இந்தக் கதையை அவர்தான் எழுதியிருக்க வேண்டும். நாஜிகள் அந்த நாடகாசிரியரை என்னதான் துன்புறுத்தினாலும், சித்திரவதை செய்தாலும், தூக்கிலிட்டாலும் அவருக்கு அவர்களிடமிருந்து மறைக்க ஒரு ரகசியம் இருந்தது. அது அவர் எழுதிக்கொண்டிருந்த நாடகம். அந்த நாடகத்தை இரண்டே நிமிடத்தில் பூர்த்திசெய்து ஒரு முறைக்கு இரு முறை சரி பார்த்து அதில் சேர்க்க வேண்டிய நகாசு நுணுக்கங்கள் எல்லாவற்றையும் சேர்த்து இறுதியில் நாடகத்தை அவர் கற்பனையில் அரங்கேற்றியும் விட்டார். இதைக் கேட்டால் அற்புதம் என்பார்கள். ஆம்! ரகசிய அற்புதம். அந்தக் கதையே ரகசிய அற்புதம்.

கிட்டத்தட்ட அதே காலத்தில்தான் எமிலி கதையும் எழுதப்பட்டிருக்க வேண்டும். ரொம்பப் பழைய கதை என்றால் எட்கர் ஆலன் போ எழுதியிருப்பார் எனலாம். ஆனால் இது இருபதாம் நூற்றாண்டில் எழுதிய கதை. அமெரிக்காவில் இருபதாம் நூற்றாண்டின் முதற்பாதியில் இப்படியொரு கதை எழுத வேண்டுமென்றால் அது ஒருவருக்குத்தான் சாத்தியமாயிருக்க வேண்டும். வில்லியம் ஃபாக்னர். இந்தக் கதையை அவர்தான் எழுதியிருக்க வேண்டும். ஏன் இவ்வளவு நாட்கள் தெரியவில்லை? சாவதற்குச் சில நொடிகளே இருக்கும்போதுதான் மூளை அதி கூர்மையாக வேலை செய்கிறது. சரியான ஊகங்கள் தருகிறது. மாதக் கணக்கில், வருடக்கணக்கில் புரியாது குழம்பிக்கொண்டிருந்தவையெல்லாம் பளீர் பளீரென்று தெளிவாகின்றன. இப்போது இறந்துவிடலாம். ஆனால் இன்னும் ஒரே ஒரு சிறு தகவல் பாக்கி. அந்த வேர்க்கடலைக் காகிதம். அதை யார்

எழுதியிருக்கக்கூடும்? யார், பாவம் இருபது முப்பது ஆண்டுகளுக்கு முன்பு போர்ஹெஸ் பற்றியும் தமிழில் எழுதுவார்கள்? அதைப் படிக்க நூறு பேர் கிடைத்தால் அதிகம். நூறு பேருக்காக எழுதிய தமிழ் எழுத்தாளர் யார்?

ஆ! என்ன முட்டாள்தனம்? எப்படி இவ்வளவு காலம் இச்சிறிய விஷயம் புலப்படாமல் போயிருக்கிறது? நூறு பேருக்காக எழுதியவர் க.நா.சு. அந்தக் காகிதம் க.நா.சு.வின் பத்திரிகையிலிருந்து கிழித்து எடுக்கப்பட்டது. க.நா.சு.வைப் படித்த நூறு பேரில் யாராவது ஒருவர் இறந்திருக்க வேண்டும். அந்த மனிதரின் மனைவி, மக்கள் அவருடைய உடைமைகளைப் பரிசீலித்திருக்க வேண்டும். அவர் சேர்த்து வைத்திருந்த பழங்காகிதங்களைத் தூர எறிந்திருக்க வேண்டும். அல்லது பட்டாணிக் கடலைக் கடையில் விற்றிருக்க வேண்டும். க.நா.சு.வும் செத்துப் போய்விட்டார். அவர் செத்துப் போகும்போதும் எப்போதோ செத்த அவருடைய தகப்பனார் அவரை அழைத்துப்போக வந்ததுபோலத் தோன்றியிருக்கிறார். மனிதர்களை மறு உலகத்துக்கு யமதூதர் அழைத்துப்போவதாகக் கூறுவது தவறு. அப்பாதான் வருவார். அவன் விஷயத்தில் அப்பா பிணமாகவே வந்துவிட்டார். வந்து அவனை அரித்துத் தின்றுகொண்டிருந்த கேள்விகளுக்கு விடைபெற்றுக் கொடுத்து விட்டார். அவனை இனி அழைத்துப்போக வேண்டியதுதான் பாக்கி. எல்லாம் தயாராக இருக்கிறது.

ஏதோ கடிகாரம் பத்து, பன்னிரண்டு, இருபது என்று மணி அடித்துக் கொண்டேயிருந்தது. ஐம்பது வருடப் பழைய சுவர்க் கடிகாரம். அது தாறுமாறாக மணியடிக்கும் என்று அந்தக் கடிகாரத்துக்கு அப்பகுதி மக்கள் யாரும் சாவி தர மாட்டார்கள். விஷயம் தெரியாதவர் யாரோ சாவி கொடுத்துவிட அது இப்போது மணி அடித்துக்கொண்டே இருக்கிறது.

அந்தச் சத்தம் தாங்காது அவன் எழுந்து விளக்கைப் போட்டான். அது மணி அடித்துக்கொண்டேயிருந்தது. ஆனால் நேரம் சரியாக ஐந்து – இரண்டு காட்டியது.

1996

பரீட்சை

"பையன்கள் சொல்றது நிஜந்தானா?"

"எதைச் சொல்றீங்க?"

"நீ முதல் தேதிலேருந்து வரமாட்டேன்றது."

"ஆமாம்."

"ஏன், என்ன கஷ்டம்?"

"கஷ்டமெல்லாம் ஒண்ணுமில்லை. ஊரை விட்டுப் போறேன், அதுதான்."

"நிஜமாவா?"

"ஆமாம், வர்ற மாசம் பத்துப் பன்னிரெண்டு தேதியிலே போயிடலாம்னு இருக்கேன்."

"ஏன்?"

"வேறே வேலைக்குப் போறேன்."

அகர்வால் அவனைப் பார்த்த பார்வையில் அவநம்பிக்கை சிறிதும் குறையவில்லை.

"பெரிய பரீட்சைக்கு இன்னும் இரண்டு மாசந்தான் இருக்கு. இப்போ போறேன்றியே?"

அவன் பதில் சொல்லவில்லை.

"ஏன், உனக்கு இங்கே என்ன கஷ்டம்? பையன்கள் தொந்தரவு கொடுக்கறாங்களா?"

"அதெல்லாம் இல்லை. ஊரைவிட்டுப் போறேன். அவ்வளவுதான்."

"பிரின்ஸிபாலுக்குத் தெரியுமா?"

"ரொம்ப நாள் முன்னாடியே சொல்லிவிட்டேன்."

"எங்கிட்டே அவர் சொல்லலையே?"

அகர்வால் இன்னமும் அவநம்பிக்கை தோன்றத்தான் அவனைப் பார்த்தார். அவருடைய இரு மகன்களும விவாதத்தை உற்றுக் கவனித்தபடி இருந்தார்கள். அவன் அவர்களிடம், "49ஆம் தேற்றத்தின் கராலரி முடிச்சுட்டீங்களா?" என்று கேட்டான்.

"ஆச்சு சார்." இருவரும் அவர்களுடைய நோட்டுப் புத்தகத்தைக் காட்டினார்கள்.

"வெரிகுட் நாளைக்கு அந்தப் பாடத்தோட பிராப்ளம்ஸ் எல்லாத்தையும் முடிச்சுடலாம்."

பையன்கள் இருவரும் எழுந்து நின்றார்கள்.

"சார், அம்மா டீ போட்டிருக்காங்க." மூத்தவன் சொன்னான்.

"அவங்க ஏன் கஷ்டப்படறாங்க? நான் காலையிலேயே காபி குடிச்சுட்டுத்தான் வரேன்."

"குளிர்லே இவ்வளவு தூரம் சைக்கிள்லே வந்ததுக்கு நாங்க என்ன தறோம்? இந்த டீ தானே?" அகர்வால் சொன்னார்.

உண்மையில் தினமும் அவன் பாடம் கற்றுக்கொடுக்கத் தொடங்கிய பத்து நிமிடங்களுக்கு அகர்வாலின் மனைவி பீங்கான் கப் சாஸரில் டீ கொண்டுவந்து வைத்துவிடுவாள். அன்று அது தவறியிருக்கிறது. அதாவது தாமதம் ஆகியிருக்கிறது.

அவன் தகப்பனை இழந்து வேலையும் இல்லாமல் சிரமப்படுவதைப் பார்த்து அவன் பள்ளிப் படிப்பு படித்த பிரின்ஸிபால்தான் இந்த டியுசனை ஏற்பாடு செய்திருந்தார். அதிகாலை ஐந்தரை மணிக்குக் கிளம்பி ஐந்தாறு கி.மீ. சைக்கிளில் போவது முதலில் மிகவும் கஷ்டமாகயிருந்தது. அது அக்டோபர் மாதம். பத்தடி தூரம் கண்ணுக்கு தெரியாதபடி பனிபெய்து கொண்டிருக்கையில் மாதம் அறுபது ரூபாய்க்காக அரை மணி நேரம் உயர் கணக்கை மாறுபட்ட கிரகிப்பு உடைய இரு பையன்களுக்கு சொல்லிக் கொடுக்க நேர்ந்ததை நினைத்து அவன் சைக்கிளிலேயே ஒரு முறை அழுதிருக்கிறான்.

ஆனால் அதே பனியும், குளிரும் அதிகாலைப் பயணமும் அவனுக்கு மனோகரமான அனுபவமாக மாறிப் போயின. ஐந்தாறு கி.மீ. தூரத்தில் குறைந்தது நான்கு கி.மீ. கரடு முரடில்லாத சிமெண்ட் சாலை. வழியில் ஒரு பாலம். ஒரு பெரிய ஏரியிலிருந்து பிரிந்து போகும் ஒரு கால்வாய் மீது வெறும் பத்தடி அகலமே உள்ள நீளமான பாலம். எப்போதோ ஒரு நாவாபு கட்டியது. கார்கள் அப்பாலத்தின் மீது போக முடியாது. பாலத்துக்குக் கைப்பிடிச் சுவருக்குப் பதில் வார்ப்பு இரும்பால் அலங்காரமான தடுப்பு. அதில் பத்தடி இடைவெளிக்கு இரும்புத் தூண்கள் அமைத்து அதன் மீது விளக்குகள். பாலத்தில் சைக்கிளில் போகும்போது இருபுறமும் அந்த விளக்குகள் வரவேற்பு அணிவகுப்புபோலத் தோன்றும். கீழே கால்வாய் மீதும் இடப்புறம் வெகு தூரத்துக்குப் பரவியிருக்கும் ஏரி மீதும் பனி மிதக்கும்.

காலை ஆறு மணிக்குப் பாலத்து விளக்குகளை அணைத்து விடுவார்கள். அந்தப் பாலம் என்றோ அந்த நவாப் பிரத்யேகமாகத் தன் உபயோகத்துக்காகக் கட்டியது. பாலத்து விளக்கு அணைப்பதற்குள் அங்கு போய்விட வேண்டும் என்று வீட்டை விட்டு ஐந்தரை மணிக்கே அவன் கிளம்பிவிடுவான். அவன் சைக்கிளின் பின் சக்கரத்துக்குத் தினமும் காற்றடிக்க வேண்டும். சுவாசத்தையும் இதயத் துடிப்பையும் துரிதப் படுத்த சைக்கிளுக்குக் கைப்பம்பால் காற்றடிப்பதைவிடச் சிறந்த முறை இருக்கமுடியாது. காற்றடித்த பிறகு அவ்வளவு குளிரிலும் வியர்க்கும். ஆனால் பாலத்துக்கு ஆறு மணிக்கு முன்பு போயாக வேண்டும்.

அந்த அதிகாலைப் பயணத்தில் இன்னொரு காட்சியும் அவனைக் கவர்ந்திழுத்தது. பாலத்தைத் தாண்டிய சிறிது தூரத்திலேயே அந்த சிமெண்ட் சாலை. ஒரு குன்றின்மீது நவாபின் மாளிகை. சாலைக்கு மறுபுறம் பெரிய பள்ளம். பள்ளத்தில் ரயில் பாதை. ஆறேகால் மணியளவில் அங்கு ஒரு ரயில் போகும். இஞ்சின் மற்றும் பெட்டிகளின் மேற்புறம்தான் சாலையிலிருந்து தெரியும். ஆனால் பெட்டிகளின் உள்ளேயுள்ள விளக்குகளின் ஒளி பெட்டி களின் ஜன்னல் வழியாக இருப்புப் பாதையின் இருபுறமும் சிறு சிறு சதுரங்களாக விழுந்து விழுந்து மறையும். இந்தக் காட்சியும் குளிர்காலம் முடிந்துவிட்டால் காணக் கிடைக்காது. இப்போது அவனுக்கு அழுகை வருவதில்லை.

அகர்வாலின் பையன்களுக்கு அவன் கணக்குச் சொல்லிக் கொடுக்க ஒப்புக்கொள்ளாவிட்டால் விளக்குகளால் அலங்கரிக்கப்பட்ட பாலம், ஒருபுறம் உயரே மாளிகை, மறுபுறம் பள்ளத்தில் ரயில் பாதை என இருந்த சிமெண்ட் சாலை இரண்டும் அவனுக்குத் தெரிந்திருக்க வாய்ப்பில்லை.

அகர்வால் வீட்டிலிருந்து திரும்பி வரும்போது இந்த மாயக் காட்சிகள் மாயமிழந்து காணப்படும். நவாப் பங்களா பராமரிப்பு போதாது வெளிச் சுவர் பல இடங்களில் காறை உதிர்ந்திருக்கும். ரயில் பாதை இருந்த பள்ளத்தில் நிறையக் குப்பையும், சாக்கடை நீரும் இருக்கும். ஒரு முறை ரயில் பாதையில் பன்றி ஒன்று இறந்து கிடந்தது.

முதல் தேதிக்கு இன்னும் பதிமூன்று நாட்கள் இருந்தன. பதின்மூன்று நாட்களில் பத்தாம் வகுப்புக் கணக்கு பாடங்கள் அனைத்தையும் முடித்து ஓரிரு நாட்களுக்குப் பழைய பாடங்களைக் கூட மறு பரிசீலனை செய்ய நேரமிருக்கும். அகர்வாலின் பையன்கள் பெரிய பரீட்சையில் எளிதில் தொண்ணூறு மார்க் வாங்கிவிடுவார்கள். சின்னவன் நூற்றுக்கு நூறுகூட எடுக்கக்கூடும். பெரியவனுக்குத் திரும்பத் திரும்ப டைபாய்டு சுரம் வந்து இரண்டு வருடம் படிப்பு போய்விட்டது என்றார்கள்.

பையன்கள் பரீட்சை முடியும்வரை இருந்து பரீட்சை முடிவுகளையும் பார்த்துச் செல்வதுதான் முறை. ஆனால் வேறு வேலைக்கு ஒப்புக் கொண்டாகிவிட்டது. அதுவும் வெளியூரில்.

அகர்வாலின் ஒரு கேள்வி அவனை மிகவும் துன்புறுத்தியது. அவன் பிரின்ஸிபாலிடம் இன்னும் சொல்லவில்லை.

பிரின்ஸிபால்தான் அவனை அகர்வால் வீட்டுக்கு அனுப்பினார்? "அந்த இரண்டு பையன்களும் ரொம்பத் திண்டாடறாங்கப்பா. அவங்களுக்கு ஜம்பு வாத்தியார் பேசறே புரியலையாம்." அந்த வாத்தியாரை பிரின்ஸ்பால் ஒருவர்தான் ஜம்பு என்று அழைத்தார். ஊர் முழுதிலும் அவருக்குப் பெயர் ஜாடி. அவருக்கு ஜாடி போன்ற உருவம் கிடையாது. ஆனால் யாரோ எக்காரணத்துக்கோ வைத்த பெயர் நிலைத்துவிட்டது. ஜாடி வாத்தியார் எண்களைச் சொல்லும் போதுகூட ஏதோ தெலுங்கில் திட்டுவது போலிருக்கும். அந்தப் பள்ளியிலேயே தொடர்ந்து படித்து வந்தவர்களுக்கு ஜாடி வாத்தியார் பெரிய புதிரில்லை. ஆனால் வடக்கே ஆக்ராவிலிருந்த வந்து பத்தாவது வகுப்பில் சேர்ந்த அகர்வாலின் பையன்களுக்குக் கண்ணைக் கட்டிக் காட்டில் விட்ட மாதிரி இருந்தது. அகர்வால் பிரின்ஸிபாலிடமே விஷயத்தைக் கூறியிருக்கிறார். அதுவரை எந்த மாணவனுடைய பெற்றோரும் இது மாதிரிச் சங்கடங்களுக்கு பிரின்ஸிபாலை அணுகியதில்லை. அடுத்த நாள் பிரின்ஸிபாலே ஜாடி வாத்தியார் வகுப்பில் அமர்ந்து பாடத்தைக் கவனித்தார். அடுத்த நாள் அகர்வாலிடம், "உங்களால் மாதம் ஐம்பது அறுபது ரூபாய் பையன்களுக்காகச் செலவிட முடியுமா?" என்று கேட்டிருக்கிறார்.

அந்த நாளில் வீட்டுக்குப்போய்ப் பாடம் கற்றுக் கொடுத்தால், ஒரு நாளைக்கு ஒரு ரூபாய் விகிதம் சம்பளம். இரண்டு பையன்களுக்கு அறுபது ரூபாய்.

அவன்வரையில் முதல் மாதம் அறுபது ரூபாய் வாங்கிக் கொள்ளும் போது சங்கடமாயிருந்தது. பத்து, இருபது ரூபாய் குறைத்துக் கொள்ளுங்கள் என்று சொன்னான். உடனே அகர்வால் பிரின்ஸிபாலிடம் போய்விட்டார். அன்று மாலை அவனை பிரின்ஸிபால் அழைத்துவரச் சொல்லிக் கோபித்துக்கொண்டார்.

"உனக்கு என்ன பணம் தரணும்னு உனக்குத் தெரியுமா, எனக்குத் தெரியுமா? நீ யாரு அந்த மனுஷனோட பணம் பத்திப் பேசறதுக்கு? நீ இன்னும் அதிகப்படியாப் பணம் கேக்றேன்னு நினைச்சுண்டு அவர் எங்கிட்ட இன்னும் இருபது ரூபாய் கொடுத்தார்."

அப்போதுதான் அவன் சொன்னான். "வேலைக்கும் பாத்துண்டிருக்கேன் சார்."

"உன்னை யாருடா வேலைக்குப் போக வேண்டாம்னு சொன்னது? வேலை கிடைக்கற வரைக்கும் இப்படிப் பையன்களுக்குச் சொல்லித் தரலாமே. அந்தப் பையன்கள் ஆயுசு முழுக்க உன்னை நன்றியோட நினைச்சுட்டிருப்பாங்க."

அவர் மிகைப்படுத்திக் கூறுகிறார் என்று அவருடைய வயதில் பாதி கூட எட்டாத அவனுக்குத் தெரிந்தது. படிப்பு, அகர்வாலின் மகன்களின் பெயர்கள், நாற்பத்தொன்பதாவது தேற்றத்தின் தீர்வு எல்லாம் மறந்துவிடும். மறக்காமல் நினைக்கக் கூடியது டிசம்பர் மாதத்தில் பனி மூட்டத்தின் நடுவில் நவாப் பாலமும் பள்ளத்தில் ஓடும் ரயிலும்தான்.

அவன் பிரின்ஸிபாலைப் பார்க்கப் போனான். அன்று பள்ளியில் அரசுக் கல்வி அதிகாரி வந்திருந்தார். அவனுக்குத் தெரிந்த ஒரு வாத்தியார்,

"மெல்ல நாலு மணிக்கு மேலே வாப்பா, அப்பத்தான் பிரின்ஸிபால் சற்று சாவகாசமாக இருப்பார்" என்று சொன்னார்.

அவனை அங்கே எல்லாருமே மாணாக்கன் போலத்தான் நடத்தினார்கள். அவனுக்கு ஆச்சரியமாக இருந்தது. நான்கு வருடம் முன்னால் அவன் அங்கு மாணாக்கனாகத்தான் இருந்தான்.

இப்போது கோட்டு தொப்பி போட்ட வாத்தியாராகாவிட்டாலும் பத்தாம் வகுப்பு மாணவர்களுக்குப் பாடம் சொல்லித் தருகிறான். அதுவும் ஜாடி வாத்தியார் சொல்லிக் கொடுக்கும் பாடங்களை! இப்போது ஜாடி வாத்தியார் இங்கு வந்துவிடாதிருக்க வேண்டும். "எனக்கே வாத்தியார் ஆயிட்டியாடா நீ" என்று அவர் கோபிக்கக்கூடும்.

ஜாடி வாத்தியார் வரவில்லை. அகர்வாலின் மூத்த மகன்தான் அப்பக்கம் வந்தான். "குட் ஈவினிங், சார்" என்றான்.

"குட் ஈவினிங்."

இருவரும் பேசாமல் சிறிது நேரம் நின்றார்கள். "சார்! நாளைக்கு நீங்க வருவீங்க. இல்லையா?" என்று பையன் கேட்டான்.

"வருவேன். ஏன்?"

"சார், நீங்க இங்கேயே இருந்துடுங்க, சார்."

"என்ன சொல்றே?"

"நீங்க வெளியூர் எங்கும் போய்விட வேண்டாம் சார்."

"இரண்டு மாசம் கழிச்சு நீ என்னை விட்டுடப் போறே. அப்போ நீ குட் ஈவினிங்கூடச் சொல்லமாட்டே."

பையன் பதில் சொல்லத் தெரியாமல் நின்றான். ஆனால் வலுவான பதில் அவன் கண்களில் தெரிந்தது.

"ஏன் அழறே? நீ இப்போ நிச்சயம் பாஸ் பண்ணிடுவே. உன் தம்பியும்தான். நான் இருந்தா இன்னும் இரண்டு மாசங்களுக்குச் சம்பளம் தரணும். அதுக்குத் தேவையேயில்லை."

அந்த நேரத்தில் பிரின்ஸிபால் அவர் அறைக்கு வெளியே வந்தார். இருவரையும் பார்த்து அவர் பதற்றம் அடைந்தார். "என்னடா, பையனை அடிச்சுட்டியா?" என்று கேட்டார்.

"இல்லை சார். நான் இந்த டியூசனை, இந்த மாசம் விட்டுடறேன் சார்."

"என்ன?"

"அதைச் சொல்லத்தான் வந்தேன்."

"அப்போ இந்தப் பையன்கள் கதி?"

"எனக்குத் தெரிஞ்சதெல்லாம் சொல்லிக் கொடுத்துட்டேன். இனிமே அவங்களுக்கு நான் தேவையில்லை சார்?"

"அப்படீன்னு அவங்க சொன்னாங்களா? அவங்க அப்பா சொன்னாரா?"

"இல்லை சார். நான்தான் சொல்றேன்."

"அவங்களுக்கு நீ தேவை, தேவையில்லைன்னு உனக்கு எப்படிடா தெரியும்? ஒழுங்காப் பரீட்சை முடியற வரைக்கும் சொல்லிக் கொடு."

"நான் அடுத்த மாசம் ஊரைவிட்டே போறேன் சார்."

"என்ன?"

"ஆமாம் சார். நான் இந்த ஊரிலேயே இருக்கப் போறதில்லை."

பளார் என்று பிரின்ஸிபால் அவனை அடித்துவிட்டார். "என்னைக் கேக்காமே நீ எப்படியடா முடிவு செய்வே? உங்கம்மாகிட்டே வந்து சொல்றேன் பாரு. ஊரைவிட்டுப் போறானாம் ஊரைவிட்டு! போடா வீட்டுக்கு! ஸ்கூல் முடிஞ்சு உங்க அம்மாவை வந்து கேக்கறேன். போ வீட்டுக்கு!"

அகர்வாலின் மகன் திகைத்துப் போயிருந்தான். அவனிடம், "நாளைக்கு நான் கிளாஸ் எடுக்க வரேன்" என்று சொல்லிவிட்டுக் கிளம்பினான். திடீரென்று அவன் மனம் இலேசாகியிருந்தது. பிரின்ஸிபால் அவனை அடித்தது அவனுக்கு மிகுந்த சந்தோஷத்தைக் கொடுத்தது. அவன் ஊரைவிட்டுப் போவதைச் சிறிது ஒத்திப்போட வேண்டியிருக்கும். அல்லது அந்த எண்ணத்தைக் கைவிட வேண்டியிருக்கும். ஆனால் அவன் அப்படி வெளியூர் போனால் அவனை வழியனுப்ப அகர்வால், அவருடைய இரு மகன்களோடும் பிரின்ஸிபாலும் வருவார் என்பது நிச்சயம்.

1996

ராஜாவுக்கு ஆபத்து

ஒன்றுக்கொன்று சம்பந்தமில்லாத இரு செய்திகள் விஜயராவையும் ரகுராமையும் நினைவுப்படுத்திக்கொள்ளச் செய்தன. நடிகை ஸ்ரீதேவியின் தாயாருக்கு அமெரிக்க நிபுணர்கள் தலையில் தவறான பகுதியை அறுவை சிகிச்சை செய்தது. இன்னொன்று, காஸ்பரோவ் – கம்ப்யூட்டர் சதுரங்கப் போட்டி. இரண்டுமே நாற்பதாண்டுகளை நொடிப்பொழுதில் இல்லை போலத் தோன்ற வைத்தன.

மனிதர்களைப் பற்றிக் கூறுவதற்கு முன்பு கோஹினூர் என்ற கட்டடம் பற்றிக் கூற வேண்டும். நான் வேலை செய்து வந்த சினிமா நிறுவனம் சுமார் பதினொரு ஏக்கர் பரப்பில் பல தனித்தனிக் கட்டடங்களில் இயங்கியது. அந்தப் பதினோரு ஏக்கர் நிலப் பரப்புக்கு வரைபடம் போட்டால் அது உட்கார்ந்திருக்கும் ஒட்டகம் போல இருக்கும். ஒட்டகத்தின் தலையில் கோஹினூர் இருந்தது.

எங்கள் நிறுவனத்தின் எல்லாக் கட்டடங்களுக்கும் பெயர் கிடையாது. உண்மையில் கோஹினூர் ஒரு அலுவலகத்தை மனத்தில் வைத்துக் கட்டப்பட்டது அல்ல. ஒரு நவீன இந்திய நகரத்தில் ஜெனானாவும் கைப்பிடிக்கக் கூடியதாக, உறுதியான வெளிச்சுவர்களும் சற்றே சிறிதான சாளரங்களும் கொண்ட மாடி வீடு அது. எங்கள் முதலாளி கோஹினூரரை வாங்கியதும் எங்கள் நிறுவனத்தில் வெவ்வேறு இலாக்காக்களில் குவிந்திருந்த காகிதக் கட்டுகளும் புத்தகங்களும் கோஹினூரின் அறைகளில் அடைக்கப்பட்டன. அக்காகிதக் கட்டுகள் பின்னர் என்றுமே பிரிக்கப்படவில்லை என்பதுதான் என் ஊகம்.

எனக்குக் கோஹினூரில் மாடி ஹால் தரப்பட்டது. காரணம், என்னுடைய மேஜையை கோஹினூரின் இதர அறைகள் எதிலும் நுழைத்துப் பின்னர் அந்த அறையில் மனிதர்களும் நுழைய முடியாது. கோஹினூர் கட்டியவர் காலை நீட்டிப் படுப்பவர்களை ஒரு பொருட்டாகக் கருதியிருக்க முடியாது.

அதிக ஜனநடமாட்டம் இல்லாததோர் – மூலையில் கோஹினூர் அமைந்துவிட்டதால் எங்கள் நிறுவனத்தில் அது பலருக்கு ஓர் ஓய்விடமாகப் போய்விட்டது. காகிதக் குவியல்கள் நடுவில் பகல் தூக்கம் போட வந்தவர்களில் விஜயராவும் ஒருவர். வக்கீல் படிப்பு படித்துவிட்டு எங்கள் கம்பெனியில் மாதச்சம்பள நடிகராயிருந்தார். அவருக்கு வசனம் பேசும் வேடம் நானறிந்து ஒரே ஒரு முறைதான் தரப்பட்டது. அப்படத்தில் கதாநாயகன் பணம் காசு எல்லாம் இழந்து பரிதாபமாக ஒரு வெற்றிலை பாக்குக் கடை முன்பு நின்று கடைக்காரரிடம், "ஐயா, ஒரு வாய் தண்ணீர் தரீங்களா?" என்று கேட்பான். வெற்றிலை பாக்குக் கடைக்காரரான விஜயராவ், "போ, போ" என்று சொல்ல வேண்டும். அன்று விஜயராவ்தான் பரிதாபமாக இருந்தார்.

எனக்குப் பிடித்தமானவராக மாற விஜயராவ் நிறைய முயற்சி செய்தார். என்னை கடந்துதான் அவர் வழக்கமாகத் தூங்கும் அறைக்குப்போக வேண்டும். அவர் எவ்வளவுதான் நட்புத் தோன்றப் புன்னகை புரிந்தாலும் எனக்கு அவர் போட்ட பிச்சைக்கார வேடங்கள்தான் நினைவுக்கு வரும். ஒரு நாள் அவர் படுக்கப் போனபின் அந்த அறையில் எட்டிப் பார்த்தேன். விஜயராவ் அன்று தூங்கவில்லை. தனக்குத் தானே சதுரங்கம் ஆடிக்கொண் டிருந்தார். "ஏன் தனியா ஆடணும்? ஹால்லே ஃபேன் அடியிலே ஆடலாமே" என்றேன். அன்றிலிருந்து அவருடைய பகல் தூக்கம் போயிற்று.

என்னுடைய ஆற்றலைப் பார்த்து எனக்கே ஆச்சரியமாக இருந்தது. நான் எந்த விதத் திட்டமும் முன்யோசனையும் இல்லாமல் ஏதோ காயை நகர்த்த விஜயராவ் மனமுடைந்தவராக, "இனிமே எனக்கு எங்கே ஆட்டம் இருக்கு!" என்று பெருமூச்சு விடுவார். மூன்று நான்கு நாட்களுக்கு அவருடைய வேதனையைக் கண்டு, "நீங்க பாட்டுக்குத் தூங்கிட்டுப் போங்க விஜயராவ். எனக்கு ஆட்டம் சலிச்சுப் போயிடுத்து" என்றேன்.

"இல்லே சார். எப்படியும் உங்களைத் தோக்கடிக்கிற வரைக்கும் எனக்குத் தூக்கம் வராது" என்றார்.

அடுத்த முறை அவரோடு ஆடும்போது நானாக ராணியை இழந்து தாறுமாறாக ஆடினேன். சுமார் பதினைந்து முறை காய்களை அசைத்த பிறகு விஜயராவ் பெருமூச்சு விட்டார். நான் கவலையுடன், "நீங்கதானே ஜெயிச்சுண்டு வரீங்க?" என்று கேட்டேன்.

"இதைப் பாருங்க" என்று காண்பித்தார். அவருடைய ராஜாவை வெட்டக்கூடிய நிலையில் என்னுடைய பிஷப் இருந்தது. இந்த நிலை வந்ததை நாங்கள் இருவருமே உரிய காலத்தில் கவனிக்கவில்லை.

"விஜயராவ், எனக்கு இந்த ஆட்டம் சுத்தமா வராது. அதனாலேதான் ஒவ்வொரு தடவையும் இப்படி நேர்ந்து போயிடறது. நாம இனிமே இந்த செஸ் ஆட்டம் ஆடவே வேண்டாம்" என்றேன்.

"இல்லே சார், ஒரு ஆட்டமாவது உங்ககிட்டே ஜெயிக்கணும். நாளைக்கு ரகுராம் சாரை அழைச்சிண்டு வரேன்."

"யார் . . . எடிட்டிங் ரகுராமா?"

"ஸ்டோர்ஸ் ரகுராம். அவருக்குச் செஸ் ஆட்டம் தெரியும். நாம மூணு பேரும் ஆடலாம்."

"உங்களுக்கு மேக்கப் போட்டாத்தான் வேலை. நான் இப்படி ஆபீஸ் நேரத்திலே செஸ் ஆடிண்டு இருந்தா முதலாளி ரொம்ப சந்தோஷப்பட்டு 'வீட்டுக்குப் போய் விளையாடு'ன்னு அனுப்பிச்சுடுவாரு."

"ஊஹூம், இங்கே கோஹினூர்லே நாம ஆடறது யாருக்குத் தெரியப் போறது?"

"இப்படிப் பேசித்தான் கோஹினூரே காணாமப் போயிடுத்து."

விஜயராவ் சிரித்தார். "கோஹினூரும் போகாது. நீங்களும் எங்கேயும் போக மாட்டீங்க."

"ஸ்டோர்ஸ் ரகுராம் யாரு? முதலாளி செக்ரெட்டரியோட தம்பியா?"

"ஆமாம், ஆமாம். செக்ரெட்டரி சொல்லித்தான் அவரை ஸ்டோர்லே போட்டாங்க. அங்கே யாருமே வேலையே செய்யக் கூடாது."

"பிந்து மாதவன்."

"அவர் ஒருத்தர்தான் வேலை பாக்கலாம், மத்தவங்க ஏதாவது செஞ்சா பெரிய குழப்பம்தான். ஒரு தரம் ரகுராம் சார் தப்பா ஆர்டர் பண்ணினதுலே நாலு டின் குண்டூசிக்கு பதிலா நாலு டன் குண்டூசி வந்துடுத்தாம்."

"எனக்குத் தெரிஞ்ச ஒரு மாஜிக்காரர் குண்டூசிங்களைத் திம்பாரு."

"நாலு டன் குண்டூசியைத் தின்னு முடிக்க அவருக்கு நானூறு வயசாகும்."

அன்று ஒரு மணி நேரம் விஜயராவ் தூங்கினார். ரகுராம் துணையோடு என்னை அடுத்த நாள் தோற்கடிக்கப் போவதில் அவருக்கு அவ்வளவு நம்பிக்கை.

அடுத்த நாள் எனக்குக் கண்ணில் கட்டி. கிரிக்கெட்டி என்றார்கள். அகராதியைப் பார்த்தேன். அப்படியொரு சொல்லே காணப்படவில்லை. ஆனால் என் கண்ணில் கட்டி மட்டும் சந்தேகமறக் காணக் கிடைத்தது.

கட்டி பழுத்து, உடைந்து, கண் சீரடைய நான்கு நாட்களாயின. நான் அலுவலகத்துக்குப் போகிறேன். என் மேஜையில் விஜயராவும் இன்னொருவரும் சதுரங்கம் ஆடிக்கொண்டிருக்கிறார்கள்! நான் கோபத்துடன், "என்ன விஜயராவ்! செஸ் ஆடறதுக்கும் நேரம் காலம் வேண்டாமா?" என்றேன்.

அவர் சிரித்துக்கொண்டே, "நீங்க ரகுராமை தோற்கடிங்க பாக்கலாம்," என்றார்.

"எனக்கு முதல்லே என் வேலையைச் செய்யணும். அப்புறம் விளையாடலாம். மத்தியானம் வாருங்க."

இரண்டு மணிக்கே விஜயராவும் அந்த இன்னொரு நபரும் வந்து விட்டார்கள். என் முதலாளியின் செக்ரெட்டரி ஒரு கொத்தவரங்காய்

போல் இருந்தார். செக்ரெட்டரி சில்க் ஜிப்பாவும் ஜரிகை வேஷ்டியும் தன் சீருடையாக வைத்துக் கொண்டிருந்தார். ரகுராமுக்கு தோய்த்த நான்கு முழவேஷ்டி, தோய்த்த சட்டை. அதற்கு மேல் தோய்த்த கோட்டு. இந்தக் கோட்டு எதற்கு என்று யாருக்கும் கேட்கத் தோன்றும். ரகுராமே மிகவும் ஒல்லி. அந்தக் கோட்டு இறுக்கமாக இருந்து அவரை இன்னும் ஒல்லியாகக் காண வைத்தது. யாருக்காவது மரணப் படுக்கையில் சத்தியம் செய்து கொடுத்திருந்தால்தான் சென்னையில் கடுங்கோடையிலும் அப்படியொரு கோட்டு அணிய நிர்பந்தம் இருக்கும்.

ரகுராமும் வக்கீல் படிப்பு முடித்திருந்தார் என்று அறிய ஆச்சரியமாக இருந்தது. இவ்வளவு படித்துத் தேர்ச்சி பெற்றவர்கள் ஏன் சினிமாக் கம்பெனியில் நேரத்தை எப்படிப் போக்குவது என்று அறியாது திண்டாடி அலைகிறார்கள்? நான் விஜயராவுடன் ஆடுவதுபோலவே ரகுராமிடம் ஆடினேன். பதினெட்டாவதுமுறை காய் நகர்த்த என் முறை வந்தபோது எனக்கு 'டபிள் செக்.' என் ராஜாவுக்கு இரு திசைகளில் அபாயம்.

"பாத்தீங்களா?" என்று விஜயராவ் அவரே என்னைத் தோற்கடித்தது போல பெருமிதத்துடன் கேட்டார்.

அடுத்த நாள் ஒரு மணிக்கே நாங்கள் ஆட ஆரம்பித்தோம். இம்முறை விஜயராவ் எனக்கு உதவுவது போல யோசனைகூற ஆரம்பித்தார். எனக்கு அது எரிச்சல் தந்தாலும் என்னால் தடுக்க முடியவில்லை. ஆட்டத்துக்கு ஆட்டம் ரகுராம் என்னைக் கேலிக்குரியவனாக மாற்றிக் கொண்டிருந்தார்.

என் தலையில் எப்போதும் செஸ் ஆட்டமாகவே இருந்தது. இந்த ரகுராமை எப்படியும் ஓர் ஆட்டத்திலாவது தோற்கடிக்க வேண்டும் என்ற முரட்டுத்தனம் என்னிடம் தோன்றியதை உணர எனக்கே ஆச்சரியமாக இருந்தது. எங்கள் நிறுவனத்தில் மிகச் சாதாரணப் பணியாள் கூட ரகுராமை மதித்து நான் பார்த்ததில்லை. ஆனால் அந்த மனிதரிடம் எப்பேர்பட்ட மேதைமை குடிகொண்டிருந்தது!

என் கண்ணை மூடினால் என் தலையில் செஸ் கட்டங்களும் காய்களும் தான் தோன்றின. ஒரு அமைப்பில் இரு காய்கள் எதிர்தரப்பு ராணியைத் தாக்கக் கூடியதாகவும் ராஜாவை ஒரு குதிரைகொண்டு மறைப்பதாகவும் இருந்தால் இன்னொன்றில் என் பிஷப்பும் ராணியும் ஒரே நேரத்தில் வகையாக மாட்டிக்கொண்டு தவித்தன. செஸ் பலகையே வெவ்வேறு தளத்தில் வெவ்வேறு கோணத்தில் நீண்டு சுருங்கி வளைத்து மடிந்து கிடந்தது. காய்கள் தன்னிச்சையாக நகர்ந்தன. திடீரென்று நின்றன. ஒரு காய் மட்டும் ஆகாயத்தை நோக்கி உயர, இதர காய்கள் எறும்பு போலக் கால்கள் முளைத்து ஊர்ந்து சென்றன. வானமே ஒரு பிரம்மாண்டமான செஸ் பலகையாகவும் ஏதேதோ கோள்களும் தாரகைகளும் செஸ் காய்களாகவும் மாறின. நடுநடுவில் விமானங்கள் சீறிப் பாய்ந்து காதைத் துளைத்தன.

கறுப்பு ராஜாவும் வெள்ளை ராஜாவும் சிரித்தார்கள். உறுமினார்கள். அடிப்பட்டுக் கதறினார்கள். செஸ் ஆட்டத்தின் எண்ணற்ற சாத்தியக்கூறுகள் அரைத் தூக்கத்திலும் கால் தூக்கத்திலும் வந்து வந்து போயின. என்னால் என்னை மறந்து தூங்க இயலாமல் போயிற்று. மரக்கட்டைக் காய்கள், பிளாஸ்டிக் காய்கள், பீங்கானால் செய்யப்பட்ட காய்கள், தந்தத்தால்

செய்யப்பட்ட காய்கள் என்னை விடாது தொடர்ந்தன. தோல்வியே காண முடியாத பல அமைப்புகள் என் அரைத் தூக்கத்திலும் கனவுகளிலும் வந்துபோயின. ஆனால் ஆடும்போது அந்த அமைப்புகளைச் சரியாக நினைவுபடுத்திக்கொள்ள முடியாது தவித்தேன்.

நான் களைப்பாறுதலை மறந்து தூக்கம் இழந்து சிரமப்பட்டு நினைத்து வைத்த ஆட்ட அமைப்புகளை எல்லாம் ரகுராம் வெகு எளிதாக எதிர்கொண்டு என்னைத் தோற்கடித்தார். இப்போது விஜயராவ் என் கவனத்திலேயே இல்லை. ஒரு விதத்தில் ரகுராமும் குச்சி போன்ற அவருடைய கை கால்களும் ஒட்டி உலர்ந்த அவருடைய தேகத்தை இழுத்துப் பிடித்துக் கொண்டிருந்த கோட்டும்கூட என் கவனத்திலிருந்து நழுவிப் போயிருந்தன. எனக்கு உலகமும் வாழ்க்கையும் செஸ் ஆட்டமும் செஸ் காய்களுமாக மாறிப் போயிருந்தது.

இதில் விசித்திரம், என் கண்ணில் மீண்டும் கட்டிகள் தோன்றவில்லை. என் உடல்நிலை வழக்கமானதைவிட நன்றாக இருந்தது. வாரக்கணக்கில் தூக்கமில்லாதிருந்தும் நான் எந்த நேரத்திலும் களைப்போ, சோர்வோ தெரியாது அலுவலகம் தவறாது சென்றேன். என் தினசரி உத்யோகக் கடமை களை அரை மணியில் முடித்து ரகுராம் வருவதற்காகக் காத்திருப்பேன். அவர் வந்தவுடன் உடல்நலம் கூட விசாரிக்காது செஸ் காய்களை ஆட்ட அட்டையில் நிறுத்தி வைப்பேன். நெப்போலியன் எல்பா தீவில் பாதுகாப்பில் வைக்கப்பட்ட நாளில் அங்கு அவன் ஓர் அதிகாரியோடு ஆடிய ஆட்டமும், பின்னர் அவன் ஹெலனா தீவில் இருந்தபோது அந்தத் தீவின் கவர்னரோடு ஆடிய பல ஆட்டங்களின் தகவல்களையும் கொண்ட ஒரு புத்தகம் ஒரு பழைய புத்தகக் கடையில் கிடைத்தது. அதிலிருந்து அனைத்து ஆட்டங்களையும் மனப்பாடம் செய்தேன். ஒவ்வொரு ஆட்டத்தின் அசைவுகளையும் ரகுராமிடம் ஆடிச் சோதித்தேன். ஆனால் அவர் நெப்போலியனை எடுத்த எடுப்பிலேயே புறங்காணச் செய்து வெலிங்டனின் மறுபிறவியாகச் செயல்பட்டார். இவ்வளவிற்கும் ரகுராம் பாக்கு மென்றுகொண்டு பழங்கதை பேசிக்கொண்டு அவ்வப்போது மாடியி லிருந்து காரித்துப்ப எழுந்து போய்க்கொண்டு அவருடைய ஆட்டத்தை ஆடுவார்.

நான் என் தலையை இரு கைகளால் தாங்கிப் பிடித்துக்கொண்டு செஸ் அட்டை தவிர வேறெந்த கவனமும் இல்லாமல் உட்கார்ந்திருப்பேன். அவமானகரமாகத் தோற்றுப் போவேன். இனி என் வாழ்வின் காலம் முழுதும் ரகுராமுடன் செஸ் ஆடித் தோற்றுப் போவதில்தான் இருக்கும் என்ற முடிவில் நாளையைப் பற்றி எந்தச் சிந்தனையும் இல்லாமல் இயங்கினேன். என் உற்றம், சுற்றம், குடும்பப் பணிகள், அலுவலகக் கடமைகள் எல்லாமே நான் செஸ் ஆடுவதற்குத் துணைபோகும் அளவுக்குத்தான் என்னால் மதித்து ஏற்க முடிந்தது. நான் பிறந்ததே ரகுராமுடன் செஸ் ஆடிக்கொண்டிப்பதற்குத்தான் என்று யாராவது அன்று கூறியிருந்தால் நான் மறுத்திருக்க மாட்டேன்.

ஆனால் அப்படி இல்லை என்று நிறுவனத்தின் அடுத்த ஆட்குறைப்பின் போது தெரிந்தது. எங்கள் முதலாளி தன் செக்ரெட்டரியையே வீட்டுக்கு அனுப்பித்துவிட்டார். அதனால் அதிகம் போனால் மாதம் அறுநூறு

அல்லது எழுநூறு ரூபாய் மிச்சமாகும். செக்ரெட்டரியே போய்விட்டால் அவர் தம்பி எம்மாத்திரம்? அவருக்கும் வீட்டுக்குச் சீட்டு தரப்பட்டது. அப்புறம் மாதச் சம்பளம் வாங்கும் அனைத்துத் துணை நடிகர்களும். விஜயராவும் வீட்டுக்குப் போக வேண்டும்.

எனக்கு ரகுராமும் விஜயராவும் இல்லாத அலுவலக வாழ்க்கையை நினைத்துப் பார்க்கவும் முடியவில்லை. காலை பதினொரு மணியிலிருந்து மாலை ஆறு மணிவரை நான் என்ன செய்வேன்? என்ன செய்ய முடியும்? ரகுராம் என்னிடம் விடை பெற்றுக்கொள்ளக்கூட வரவில்லை. செஸ் ஆட்டத்தில் படு மோசமாகத் தோற்றுப் போகிறவனுடன் விடை பெறுவதென்ன, வரவேற்பு தருவதென்ன என்று அவர் நினைத்திருக்கக்கூடும். விஜயராவ் மட்டும் 'போய் வருகிறேன்' என்று சொல்ல வந்தார்.

கோஹினூர் பகலில் நான் மட்டும் பிசாசாக உறையும் இடமாயிற்று. என்னைச் சுற்றியிருந்த பழைய காகிதக் கட்டுகளும் எனக்குச் சக பிசாசுகளாவே தோன்றின. என்னுடன் செஸ் ஆட மனிதர்கள் இல்லை. ஓரிரு நாட்கள் காய்களைப் பரப்பி நானே இருதரப்பு ஆட்டத்தையும் ஆடப்பார்த்தேன். விஜயராவே மேல் என்று தோன்றியது. ஆட்குறைப்பினால் எனக்குக் கூடுதல் பொறுப்புகள் வந்து சேர்ந்தன. காலம் நிகழ்த்தும் ரசாயனத்தில் நான் சிறிது சிறிதாக செஸ் ஆட்ட ஆக்கிரமிப்பை விலக்கிக்கொண்டேன்.

இரு மாதங்களில் இன்னும் சில மாறுதல்கள். எனக்குச் சினிமாவே பிடிக்காது போய் என் உத்தியோகத்தை உதறித் தள்ளினேன். ஒரு வருடம் வெளியூர் சென்றேன். அந்த வெளியூர்த் தமிழர்கள் பொங்கலன்று ஒரு கல்யாண மண்டபத்தில் தமிழர் நாள் என்று கொண்டாடினார்கள். அந்தக் கொண்டாட்டத்தின் முக்கிய பகுதி ஒரு தமிழ்ச் சினிமா! சமீபத்தில் எடுக்கப் பட்ட படம். அதில் விஜயராவ் இருந்தார். பெரிய முன்னேற்றம் இல்லை. ஆஸ்பத்திரியில் வைத்தியருக்காகக் காத்திருக்கும் ஐந்தாறு பேரில் அவரும் ஒருவர்.

சென்னை திரும்பி ஒரு மாதம் முடிவதற்குள் ஒரு கடையில் நின்றிருந்தவர் தெரிந்த முகமாயிருந்தது. தெரிந்த கோட்டு என்று சொல்ல வேண்டும். ரகுராம்.

"ரகுராம், ரகுராம்! எப்படி இருக்கீங்க? போறப்போ சொல்லிக்காமக்கூட போயிட்டீங்களே? இப்ப எங்கே இருக்கீங்க?"

ரகுராம் என் பரபரப்புக்குத் துளியளவும் கூட மதிப்புத் தரவில்லை. அவர் என்னை அடையாளம் கண்டுகொண்ட மாதிரியே இல்லை.

நான் அதைப் பொருட்படுத்தவில்லை. "இப்பல்லாம் செஸ் ஆடறீங்களா? யார்கூட?" என்று கேட்டேன்.

"செஸ்ஸா?"

"ஆமாம், செஸ். நீங்க கண்ணை மூடிண்டு ஆடி சூரன் சாம்பியன் எல்லாரையும் தோற்கடிச்சுடுவீங்க."

"ஏதோ ஆடுவேன். இப்பல்லாம் எனக்கு உடம்பு சரியில்லே. காது கூட கொஞ்சம் டல்லுதான்."

அப்போதுதான் அவர் மருந்துக் கடையில் நின்றிருப்பது எனக்கு உறைத்தது. அவர் உடலில் பெரிய மாற்றம் ஏற்பட்டதாகத் தெரியவில்லை. அதே கொத்தவரங்காய். ஆனால் முகத்தில் ஆரோக்கியமற்ற தீவிரத்தன்மை.

“என்ன ஆச்சு?” என்று கேட்டேன்.

“ஆறு மாசமா டி.பி.க்கு ட்ரீட்மெண்ட்.”

“உங்களுக்காக?”

“ஆமாம். ராத்திரி ராத்திரி இருமல் வந்தது. எக்ஸ்ரே எடுத்துண்டு வான்னு டாக்டர் சொன்னாரு. எடுத்துண்டு போனேன். டாக்டர் நான் உயிரோட இருக்கறதே ஆச்சரியம்னார். ஒரு மார்பு அநேகமாக முழுக்கப் போயிடுத்தாம்.”

“ரொம்ப வருத்தமாயிருக்கு ரகுராம்.”

“ஆறு மாசமாக தினம் ஏகப்பட்ட மாத்திரை. எனக்குச் சாப்பாடு சாப்பிட வயிற்றிலே இடம் கிடையாது.”

நான் சிரிக்கவில்லை. அவர் முகவரி கேட்டுக்கொண்டேன். அடுத்த வாரம் சந்திப்பதாகச் சொன்னேன்.

அடுத்த வாரம் அவர் வீட்டுக்குப் போனபோது அவர் இரண்டாவது எக்ஸ்ரே படத்துடன் டாக்டரையும் பார்த்துவிட்டு வந்தார். அவர் முகத்தில் சந்தேகம் இருந்தது.

“இப்போ குணமாயிண்டிருக்கா?” என்று நான் கேட்டேன்.

“குணமா? எனக்கு உடம்புக்கு ஒண்ணுமே இல்லேன்னு டாக்டர் சொல்றாரு, மறுபடியும் எக்ஸ்ரே எடுக்கச் சொல்லியிருக்கார்.”

மூன்றாவது எக்ஸ்ரே எடுத்த போதுதான் புதிர் விளங்கியது. முதல் எக்ஸ்ரே படம். ரகுராமுடையது அல்ல. அந்தப் பரிசோதனை நிலையத்தில் அதே நாளில் எக்ஸ்ரே எடுக்க வந்த இன்னொருவருடையது.

ரகுராம் கவலை தீர்ந்து உற்சாகமாயிருந்தார். கை நிறைய பாக்கை வாயில் அள்ளிப் போட்டுக் கொண்டார். “வரீரா, ஒரு ஆட்டம் செஸ் ஆடலாம்.”

அந்த இன்னொருவர் யார் என்று அந்த எக்ஸ்ரே நிலையத்தில் விசாரிக்கப் போனேன். ஆறு மாதப் பழைய காகிதங்கள் கிடைக்கவில்லை. அந்த மனிதர் எந்த டாக்டரிடம் போனாரோ? யாரிடம் போனாலும் அந்த எக்ஸ்ரே படத்தைப் பார்த்து அந்த மனிதருக்கு வியாதி ஏதுமில்லை என்று டாக்டர் சொல்லியிருப்பார். ஒரு நுரையீரல் முழுக்க பாதிக்கப்பட்ட அந்த மனிதர் வைத்தியம் செய்துகொள்ளாமல் ஒரே வாரத்தில் இறந்தும் போயிருக்கக்கூடும்.

1996

பாலாமணி குழந்தை மண்ணைத் தின்கிறது

அந்தக் குழந்தையின் வாயில் பிடிமண் இருப்பதைப் பார்த்துப் பதறிப் போய்விட்டேன். பாலாமணியின் மாமியார் ஒரு வாரமாகப் படுத்த படுக்கையாகக் கிடக்கிறாள் என்று தகவல் வந்து அங்குப் போயிருந்தேன். அந்த அம்மாளுக்கு வயது எழுபத்தொன்று. என்னைவிட இரண்டுவருடம் பெரியவள். அவள் வயதிலும் என் வயதிலும் ஒருவரைப் போய்ப் பார்ப்பதை ஒத்திப் போட முடியாது.

பாலாமணி என் சித்தியுடைய பேத்தி. எனக்குப் பெண் முறை. அவள் மாமியாரும் ஏதோ தூரத்து உறவுதான். அவளுடைய நான்கு பிள்ளைகளில் நாலாவதாக, அவளுடைய நாற்பத்தொன்றாவது வயதில் பிறந்த பிள்ளைக்குத்தான் பாலாமணியைக் கொடுத்திருந்தது. அந்த அம்மாளின் முதல் இரு மகன்களும் வெளிநாட்டிலிருந்தார்கள். உள்ளூரில் இருந்த மூன்றாவது மகனின் மனைவியின் மதம் வேறு. அத்துடன் பாங்க் வேலைக்குப் போகிறவள். பாலாமணியும் பிரசவத்துக்கு ஒரு மாதம் முன்புவரை அலுவலகத்துக்குப் போய் வந்து கொண்டிருந்தவள்தான். பிரசவம் சிசேரியன். ஆறு மாதம், எட்டு மாதமெல்லாம் லீவு கிடைக்கவில்லை. அவள் வீட்டிலேயே இருக்க நேர்ந்தது மாமியாருக்கு ஆறுதலாக இருந்திருக்க வேண்டும். ஏனோ முதலில் கைவலி, கால்வலி என்று தொடங்கியது அவளை இப்போது படுக்கையில் தள்ளிவிட்டது. நான் பார்க்கப் போயிருந்த போது அவளுடைய நாடித்துடிப்பு சரியாயில்லை. முகத்தில் சாவுக்களை வந்துவிட்டது. “எல்லாம் சரியாயிடும். எதுக்கும் கவலைப்படாதே” என்று சொன்னேன். அந்த அறையைவிட்டு வெளியே வந்தவுடன் பாலாமணியிடம், “எல்லாருக்கும் தகவல் சொல்லியனுப்பியாச்சா?” என்று கேட்டேன்.

“ஆச்சு. பெரியவர் டிக்கெட் கிடைச்சவுடனே வரேன்னு சொல்லியிருக்கார். இரண்டாமவர் அமெரிக்காவிலேயே வேறே ஊருக்குப் போயிட்டாராம். எங்களுக்குத் தகவல் கிடையாது. பழைய அட்ரஸுக்குக் கேபிள் அனுப்பியிருக்கோம் கடைசி அண்ணா தினம் ஒரு தடவை வர்றார்.”

“குழந்தை எங்கே?”

“கீழ் வீட்டிலே இருக்கு.”

“அங்கே யாராவது பாத்துக்கறாளா?”

“அங்கே வீட்டு வேலை பண்ணிண்டு ஒரு பொண்ணு அங்கேயே இருக்கா. அவதான் பாத்துப்பா. இங்கே அம்மாவுக்குக் குளிப்பாட்டறப்போ, பெட்பான் வைக்கறப்போவெல்லாம் குழந்தை ரெம்ப சங்கடப்படறது.”

“ஒண்ணரை வயசுக் குழந்தைக்கு என்னடி தெரியும்?”

“அது பயப்படறது.”

“இப்போ அழைச்சுண்டு வறியா?”

பாலாமணி மாமியார் படுத்திருந்த அறையை எட்டிப் பார்த்தாள். பிறகு கீழே இறங்கிப் போய்க் குழந்தையை எடுத்து வந்தாள். இருபது மாசத்துக் குழந்தைக்கு நல்ல வளர்த்தி.

என்னைப் பார்த்ததும் அது திமிறிக்கொண்டு போக முயற்சி செய்தது. நான் கையில் வாங்கிக்கொண்டேன். குழந்தையின் முகத்தில் இருந்த ஒரு சிறு சிரிப்பு எதையோ மறைப்பதற்கான கவசம் என்று தோன்றியது. வாயில் விரலை விட்டுப் பார்த்தேன், மண்.

“ஏண்டி பாலாமணி! குழந்தை மண் திங்கறதே?”

“என்னமோ தெரியலே, அப்பப்போ மண்ணை வாயிலே அள்ளிப் போட்டுண்டறது.”

“இதை இப்படியே விட்டு வைக்காதேம்மா. விபரீதமா கொண்டு விட்டுடும்.”

“அது துப்புன்னா துப்பிடறது.”

“துப்புன்னு சொல்லறதுக்கு யாராவது இருக்கணுமில்லையா? அது பாட்டுக்குக் கீழ் வீட்லே இருக்குன்றே, மேல் வீட்லே இருக்குன்றே. அப்போ தின்னுட்டா?”

“அந்தக் கீழ் வீட்டுப் பொண்ணு இது மண்ணை அள்ளிப் போட்டுண்டா அப்படியே வாயிலே ஒரு அடி போடறா. அவகிட்டே இதுக்கு நல்ல பயம் இருக்கு.”

“நான் சொல்லறேன், உன் மாமியாரைவிட முதல்லே கவனிக்க வேண்டியது உன் குழந்தையைத்தான்.”

“கவலைப்படாதேங்கோ பெரியம்மா. கிருஷ்ணரே வாயிலே மண் போட்டுண்டார். இல்லையா? இது துப்பிடும்.”

எனக்கு அவளோடு மேற்கொண்டு விவாதிக்கத் தெம்பில்லை. எனக்கும் அவள் வயது இருந்தபோது குழந்தை மண்தின்பது பெரிய விஷயமாகப் படவில்லை. ஆனால் எல்லாம் முடிந்து ஐம்பது வருஷங்களாகிறது. இப்போது பதறுகிறது.

பன்னிரெண்டு வயதில் கல்யாணம். பதினைந்து வயதில் புக்ககம். அப்புறம் ஒவ்வொரு நாத்தனார் வீட்டிலும் மாதக்கணக்கில் என் சேவகம். ஒழுங்காகக் குடித்தனம் ஆரம்பித்தபோது எனக்கு இருபது வயதாகிவிட்டது. குடித்தனம் எங்கோ பாஷை தெரியாத ஊரில், மூன்று ரயில் மாறி இரண்டு நாட்கள் பயணம் செய்ய வேண்டிய தூரத்தில்.

என் முதல் குழந்தையைப் பிரசவம் வரை எனக்கு எந்த டாக்டரும் கிடையாது. எங்கள் கிராமத்தில் எனக்குப் பிரசவம் பார்த்தவள் தாயம்மாள் என்ற வயதான பெண்மணி. இடுப்பு வலியுடன் இரண்டு நாட்கள் அலறினேன். குழந்தை பிறந்த பிறகு இந்த ஜன்மத்துக்கு இனி குழந்தைகளே வேண்டாம் என்றுதான் தோன்றியது. ஆனால் அடுத்த ஆண்டே நான் மீண்டும் மூன்று ரயில் மாறி என் பிறந்த வீடு சென்றேன். இரண்டு குழந்தைகளான பிறகு திடீரென்று ஒரு நாள் போலீஸ்காரர்கள் எங்கள் பேட்டைக்கு வந்து உடனே வேறெங்கோ போக வேண்டும் என்றார்கள். ஊரில் பிளேக். எலியைக் கண்டாலே எல்லோரும் நடுங்கினார்கள். ஒரு பொட்டல் காட்டில் மூங்கில் தட்டிகளால் கொட்டகை போட்டு ஒரு மாதம் தவிக்கும்படி நேர்ந்தது.

தண்ணீர் கிடையாது. தரையை மெழுகச் சாணம் கிடையாது. விளக்கேற்ற மண்ணெண்ணெய் கிடையாது. அடுப்புக்கு விறகு கிடையாது. குழந்தைகளைத் தரையில் விட்டால் உடலெல்லாம் சிவந்து புண்ணாகிவிடும். இரவில் நரிகள் ஊளையிடும். இப்படி நரிகளுக்குப் பயந்து இருப்பதற்கு பிளேக் மேல் என்று எனக்குத் தோன்றியதுண்டு. ஆனால் எனக்கு யோசிப்பதற்கு நேரமோ, சூழ்நிலையோ கிடையாது. மனிதன் வீடு கட்டிக்கொண்டு குடும்பம் நடத்தக் கற்றுக்கொள்வதற்கு முன்னால் காட்டிலும், குகையிலும் என்னைப் போலத்தான் இருந்திருக்க வேண்டும்.

முதல் இரண்டு பெண்களுக்குக் பிறகு பிள்ளை. ராஜா மாதிரி இருக்கிறது என்று எல்லாரும் சொன்னார்கள், எல்லாரும் ராஜாக்களைத் தினம் தினம் பார்ப்பது போல. அந்த ராஜாவை மட்டும் தரையிலேயே விடாதபடிதான் வளர்த்தது. அது பிறந்த பிறகு என் பெண்கள் திடீரென்று பெரிய மனுஷிகளாக மாறிவிட்டது போலத்தான் நாங்களே நடத்தினோம். எங்கள் கொஞ்சல், விளையாட்டு, பொம்மை அல்லது மிட்டாய் வாங்கினால் முதலில் தருவது எல்லாம் அந்த ராஜாவுக்குத்தான். அந்த ராஜா இரு கால்களில் நின்று தாத்தா – அத்தை சொல்லத் தொடங்கிய சிறிது நாட்களுக் கெல்லாம் ஏதோ ஆகிவிட்டது. குழந்தையின் வயிறு சிறிது புடைத்துத் தொங்க ஆரம்பித்தது. நன்றாக ஓடியாடிக் கொண்டிருந்த குழந்தை ஒரேயிடத்தில் உட்கார்ந்திருக்கத் தொடங்கியது. யாராவது கொஞ்சப் போனால் உடனே முகம் சிணுங்கி அழத் தொடங்கியது.

அந்த ஊரில் எங்களுக்குக் கிடைத்த வைத்தியர்கள் ஒன்று மட்டும் சொன்னார்கள் – குழந்தையின் ஈரல் கெட்டிருக்கிறது. அந்த நோய் குழந்தைகளுக்கு நேரிட்டு அவர்கள் வைத்தியம் செய்து அனுபவம் இல்லை. சென்னைக்குத்தான் போக வேண்டும்.

இம்முறை பிரசவத்துக்காக அல்லாமல் என் மூன்று குழந்தைகளையும் சுமந்துகொண்டு நானும் என் கணவருமாக சென்னைக்குப் போனோம். அப்போது ஒரு தெலுங்கர்தான் வயிற்றுக்கட்டிக்குப் பிரபலமான வைத்தியர். அவருடைய வைத்தியசாலையில் வெவ்வேறு அளவு வயிறு முன் தள்ளப்பட்ட குழந்தைகள். பின்னிய மார்க்கூண்டும், முகத்தில் பீதியும், வேதனையும் தெரியும் குழந்தைகள். இவ்வளவு குழந்தைகளுக்கு மாந்தம், இழுப்பு, மப்பு, அம்மை இப்படித்தான் நோய் கண்டு பார்த்திருக்கிறேன். ஆனால் இங்கே இந்த வைத்தியர் வீட்டு வெராந்தாவில் கை கால் சூம்பிப் போய் வயிறு மட்டும் முன் தொய்ந்து ஈனஸ்வரமான குழந்தைகள் டஜன் கணக்கில்.

இருவகை மருந்து, ஐந்து ரூபாய் மருந்து, ஆரம்ப நிலை நோய்க்கு. பத்து ரூபாய் மருந்து, முற்றிய நோய்க்கு. மருந்துடன் கடும் பத்தியம். என்னை வைத்தியர் கேட்ட முதல் கேள்வி: "உன் குழந்தை மண்ணைத் திங்கறதா?"

எங்களிருவருக்கும் சொல்லத் தெரியவில்லை. அவர் சொன்னார்: "ஆறு மாசத்துக்கு மேலே குழந்தை மண் தின்னுண்டு வரது, நீங்க கவனிக்கலே. இப்ப நான் என்ன செய்ய முடியும்?"

"இரண்டு நாள் மூணு ரயில் மாறி வந்திருக்கோம் டாக்டர். எப்படியாவது குழந்தையைத் திருப்பித் தாருங்க."

"நான் பகவான் இல்லையே அம்மா. அப்படியிருந்தா இங்கே வர்ர ஒரு குழந்தையும் சாகறதுக்கு விடமாட்டேன். ஆனா ஒரு நாளைக்கு இருபது கேஸ் வந்தா இரண்டுதாம்மா கடைசியிலே மிஞ்சறது. உனக்கு வேறே குழந்தை இருக்கு இல்லையா? ரொம்ப வயசாகலை உனக்கு."

பத்து ரூபாய்க்கு மருந்து கொடுத்தார். "இது ஒரு மாசத்து மருந்து. இன்னும் வேண்டியிருந்தா கடுதாசு போடு, அனுப்பறேன். பகவான் மேலே பாரத்தைப் போடு, என் மருந்து குணப்படுத்தறது இல்லேம்மா. பகவான்தான் குணப்படுத்தறாரு. நான் அவன் பெயரைச் சொல்லி இந்த உப்பைத் தரேன்."

ஐந்து ரூபாய் மருந்துக்கும், பத்து ரூபாய் மருந்துக்கும் வித்தியாசம் அட்டைப் பெட்டிகளின் அளவில். இரு பெட்டிகளின் மீதும் ஆங்கிலத்தில் 'லிவர் ரைட்' என்று பெரிதாக எழுதப்பட்டிருக்கும். இரு பெட்டிகளிலும் வயிறு முன் தள்ளிய ஒரு சோனிக் குழந்தையின் படம். பெரிய பெட்டியைக் கையில் வாங்கியவுடன் எனக்குத் துக்கம் தாளவில்லை.

அந்த வைத்தியரின் காலில் விழுந்து விம்மி அழ ஆரம்பித்தேன். அவர் அதற்கும் தயாராக இருந்த மாதிரிதான் தோன்றிற்று.

"இன்னும் அழறதுக்கு நிறைய இருக்கும்மா. இன்னும் கொஞ்ச நாளிலே உன் குழந்தைக்குக் காமாலை வந்துடும். மேலே போடற துணியெல்லாம் மஞ்சளாப் போயிடும். வயத்திலே ஏகமா நீர் கோத்துக்கும். இதெல்லாம் இப்பவே உங்கிட்டே சொல்லறது உன்னைப் பயமுறுத்த இல்லேம்மா. பக்கத்திலே பெரியவங்களோ விஷயம் தெரிஞ்சவங்களோ இல்லாத நேரத்திலேயும், இடத்திலேயும் உனக்கு என்ன செய்யறதுன்னு தெரியாதபடி நிர்கதியாப் போயிடும். நீ தவிப்பே. அப்பவும் தைரியத்தைக் கைவிடாதபடி நீ குழந்தைக்கு மருந்து தரணும். பத்தியம் பாக்கணும். பகவான் கண்ணைத் திறந்தா இந்த மருந்து உடம்புலே பிடிச்சு உன் குழந்தை உனக்குத் திரும்பக் கிடைக்கும். நான் அவனைப் பிரார்த்தனைப் பண்ணித்தான் மருந்து தரேன். போயிட்டு வாம்மா."

என் கணவர் பணத்தைக் கொடுத்தார். அதை வாங்கிக்கொண்டு வைத்தியர் கேட்டார், "தஞ்சாவூர்?"

"இல்லை... இல்லை" என் கணவர் நாங்கள் வசிக்கும் ஊரின் பெயர் சொன்னார்.

"அதுதான் முதல்லியே சொன்னீங்களே, மூணு ரயில் மாறி, இரண்டு நாள் பிராயணம் செஞ்சீங்கன்னு. உங்க பூர்விகம் கேட்டேன். தஞ்சாவூர் தானே?"

"ஆமாம்" என்று கணவர் சொன்னார்.

“தஞ்சாவூரிலே எங்கே?”

என் கணவர் சொன்னார் –

“வெளியிலே வெரண்டாவிலே உட்கார்ந்திருக்காங்களே, அவங்கள்லே பாதிப்போரு தஞ்சாவூர்லேந்துதான் வராங்க. அந்த ஜில்லாக்காரங்க குழந்தைகளுக்குன்னே ஏற்பட்ட மாதிரி இந்தக் கட்டி வியாதி.”

நாங்கள் அன்று மாலை ரயிலேறினோம். என் ராஜா போன்ற பையன் இரண்டு மாதங்களில் மக்கிப்போன நார் மாதிரி மாறிப்போனான். பானையாகப் புடைத்திருந்த வயிறைக் குத்திப் பெரிய பாத்திரம் நிறைய மஞ்சள் நிறத்தில் நீர் எடுத்த அன்று அவன் முகத்தில் ஒரு புன்னகை கூடத் தோன்றியது.

ஆனால் அடுத்த நாளே வயிறு மீண்டும் உப்ப ஆரம்பித்தது. குழந்தைக்கு மூச்சு விடுவதே சிரமமா இருந்தது. உபாதை தாங்க முடியாது மயங்கிய நிலையில் சுருண்டு படுத்தான். மயக்கம் தெளியாமலே செத்துப் போய்விட்டான். வீட்டை விட்டுத் தூக்கிப் போகும்போது தூளி கட்டித்தான் எடுத்துப் போனார்கள். இரண்டு வயது வளர்ந்த குழந்தையை வாரிக் கொடுப்பது எவ்வளவு வயிற்றெரிச்சலாக இருந்தது! ஆனால் குழந்தை பட்ட சித்திரவதையை நினைத்தபோது இன்னும் வயிற்றெரிச்சலாக இருந்தது.

அதன் பிறகு என் குழந்தைகள் மூன்று நடக்கத் தொடங்கிய உடனேயே வயிற்றில் கட்டி விழுந்து ‘லிவர்ரைட்’ மருந்தை விழுங்கின.

இந்த குழந்தைகளை எவ்வளவுதான் கண்ணில் விளக்கெண்ணெய் விட்டுக்கொண்டு காவல் காத்தோம்! ஆனால் நொடிப்பொழுதில் எங்கோ மண்ணோ காரையோ கண்டு வாயில் போட்டுக்கொண்டுவிடும். உடனே அந்த வைத்தியரிடம் ஓடுவோம். எங்கள் குடும்பத்தில் நான்கு குழந்தைகளுக்கு அவரிடம் போய் ஒன்றுதான் உயிர் பிழைத்தது. அந்த நாளில் அது தாங்கிக்கொள்ளக்கூடிய இழப்பாக இருந்தது. வீட்டில் திரும்பத் திரும்பக் கட்டி விழுந்தும் எனக்குக் கடைசியில் நான்கு குழந்தைகள் மிஞ்சின. பாலாமணிக்கு இன்னொரு குழந்தைக்குச் சாத்தியமே கூட இல்லாமல் போகலாம்.

அடுத்த அமாவாசை வரை காத்திராது பாலாமணியின் மாமியார் செத்துப் போனாள். அவளுடைய இறுதிச் சடங்கு நடக்கும்போது குழந்தை பற்றி விசாரிக்க முடியவில்லை. சாவு நேர்ந்த பதிமூன்றாம் நாள் வீட்டில் மீண்டும் கலகலப்பும், சிரிப்பும் வந்துவிட்டது. அன்று விருந்து, புது துணிமணி. பாலாமணி என்னை முந்திக்கொண்டாள்.

“இந்த நாளிலே எல்லாம் குழந்தை மண் திங்கறதுக்கு மருந்து இருக்காம் பெரியம்மா. இப்ப மருந்து இரண்டு நாள்தான் கொடுத்திருக்கு. அதுக்குள்ளே உடம்புக்கு எவ்வளவோ தேவலை.”

மூன்று குழந்தைகளைச் சாகக் கொடுத்த என்னால் அதை உடனே ஒத்துக்கொள்ள முடியவில்லை. “குழந்தை முகத்திலே ஒரு கபடம் வந்துடுத்து” என்றேன்.

1996

மூன்று லிட்டர் மண்ணெண்ணெய்

அந்த மண்ணெண்ணெய் அடுப்பிலிருந்து வந்த புகை சிவகாமியை உடனே அந்த அடுப்பிலிருந்த ஒரு துவாரத்தின் மூடியைத் திறந்து பார்க்கச் செய்தது. உண்மையில் அந்த அடுப்பு புதிதாக இருந்த நாட்களில் இப்படிப் பரிசோதிக்கத் தேவையில்லை. அடுப்பின் விளிம்பில் ஓரிடத்தில் குச்சி போன்றது ஒன்று வெளியே எவ்வளவு நீட்டிக் கொண்டிருக்கிறது என்பதைக் கொண்டு அடுப்பில் உள்ள எண்ணெயின் அளவை அறிந்துகொள்ளலாம். இப்போது அந்தக் குச்சிவேலை செய்வதில்லை. எல்லாப் பழங்கால அடுப்புகளைப் போல இதையும் மூடி திறந்து, ஈர்க்குச்சி விட்டு எண்ணெய் இன்னும் எவ்வளவு இருக்கிறது என்று பார்க்க வேண்டும். இப்போது வரும் புகையின் வாசனை அதையும் தேவையில்லாது செய்துவிடும். உடனே எண்ணெய் விட வேண்டும்; அல்லது அடுப்பை அணைக்க வேண்டும். அடுப்பை உடனே அணைக்காவிட்டால் திரிகள் எரிந்து கருகிப் போய்விடும். மீண்டும் திரிகளை அடுப்பில் பொருத்துவது கடினமான காரியம். ஆனால் சாதம் இப்போதுதான் கொதிக்கத் தொடங்கியிருந்தது.

சிவகாமி மூன்று மாடிப்படி இறங்கி மாடிப்படியோரத்தில் வைத்திருந்த கணவனின் சைக்கிள் விளக்கை அசைத்துப் பார்த்தாள். அதில் சிறிது எண்ணெய் இருந்தது. ஆனால் விளக்கை ஒரு சங்கிலி கொண்டு சைக்கிளோடு சேர்த்துப் பூட்டியிருந்தது. அந்தப் பூட்டுக்குச் சாவி வேண்டுமானால் தூங்கும் கணவனை எழுப்பியாக வேண்டும். தினமும் பயன்படுத்தப்படும் சாவியானால் அது அவனுடைய சட்டை அல்லது பாண்ட் பையில் இருக்கும். மூன்று வாரங்களுக்கு ஒரு முறை அவன் இரவு ஒன்பது மணியிலிருந்து ஐந்து மணிவரை வேலைக்குப் போகும்போது மட்டும் அந்த விளக்கைச் சைக்கிளில் மாட்டிப் பூட்டி வைப்பான்.

அந்த விளக்கு அவனுக்குப் பாதையைக் காட்டும் என்பதற்காக அல்ல; நெரிசலில்லாத நெடுஞ்சாலையில் இருட்டில் கனவேகமாகச் செல்லும் வண்டி ஏதும் அவன்மீது இடித்து விடக்கூடாதேயென்றுதான்.

அவன் மாடியேறி வந்தபோதும் அவன் தூங்கிக் கொண்டிருந்தான். அவனை எழுப்ப மனமில்லாமல் சிவகாமி திரியை இறக்கி அடுப்பை அணைத்தாள். ரேஷனில் தரும் ஐந்து லிட்டர் எண்ணெய் ஆறு நாட்களுக்குத் தான் போதுமானதாக இருந்தது. அந்தக் குடியிருப்பில் அடுப்புக்கு விறகு பயன்படுத்த முடியாது.

குடிசை மாற்று வாரிய வீடென்றாலும் குடிசைக்குரிய சாதனங்கள் செல்லாது. அதிகம் போனால் கரியடுப்பு வைத்துக்கொள்ளலாம். இப்போது காகிதத்தைத் தேடி, தேங்காய் நாரைத் தேடிக் கரியடுப்பைப் பற்ற வைக்க வேண்டும்.

போன வருடத்திலேயே ஒரு தடவைக்கு மூன்று தடவையாக ரேஷன் கடைக்குப் போக வேண்டியிருந்தாலும் மண்ணெண்ணெய் கிடைத்தது. அவள் வீட்டு வேலை செய்த வீடுகளிலிருந்தும் ரேஷன் மண்ணெண்ணெய் கிடைக்கும். உண்மையில் ரேஷன் கடைக்குப்போகும் அனுபவம் அவளுக்கும் அவள் வேலைக்கிருக்கும் வீட்டாருக்கும் இடையே உறவை மென்மைப்படுத்தியது.

ரேஷன் கடைக்குப் போகும்போதும், கியூவில் காத்திருக்கும்போதும் சினிமா, அரசியல், அக்கம்பக்கத்துச் செய்திகள் எல்லாவற்றையும் பற்றிப் பேசலாம், சிரிக்கலாம். காஸ் அடுப்பு இருப்பவர்களுக்கு மூன்று லிட்டர்தான் எண்ணெய் என்றபோதுகூட அது கிடைத்துக் கொண்டிருந்தது. ஆனால் கடந்த ஏழெட்டு மாதமாக அடுப்பெரிவது ஒரு பெரிய பிரச்சனையாகப் போய்விட்டது.

சிவகாமி சாதப் பாத்திரத்தை ஒரு பெரிய தட்டில் வைத்துக்கொண்டு கீழ்தளத்திலுள்ள அவளுடைய நாத்தனார் இடத்திற்குச் சென்றாள். “அக்கா, கொஞ்சம் சோறாக்கிக்கிறேன்” என்றாள்.

“இங்கே அடுப்புப் பத்த வைக்கலே. வெளியிலே வெந்நீருக்கு வைச்சிருக்கேன் ... அதிலே சாதம் வடிச்சுடு.”

கீழேயிருப்பவர்களுக்கு அது ஒரு சலுகை. பழைய கட்டை மற்றும் சுள்ளி முதலானவை கொண்டு வெட்ட வெளியில் ஓர் அடுப்பு ஏற்றிக்கொள்ளலாம். பக்கத்தில் சாக்கடை நிரம்பி வழிந்துகொண்டிருக்கும். எல்லா நேரத்திலும் ஏதாவது ஒரு ஆள் வெகு நிதானமாகக் குளித்துக் கொண்டிருப்பது தவறாது. சிறிது காற்றடித்தாலும் ஏதேதோ குப்பையும் எச்சிலிலையும் பறந்து வரும். அங்குதான் அன்று சிவகாமி சாதம் வடித்தாள்.

“ஒரு நாப்போலே தினம் எட்டு மணிக்கு வரயே” என்று நளினி கேட்டு விட்டாள். நளினியும் சிவகாமியும் சேர்ந்து ஐந்தாவது வரை படித்தவர்கள். இன்னொரு ஒற்றுமையும் உண்டு. இருவருக்கும் குழந்தை கிடையாது.

"நான் என்ன பண்ணுவேன் நளினி? இன்னிக்கு பகல்ல என் புருஷன் இருக்கும்னு காலையிலேயே சமைக்கப் போனா கிரஸ்னாயில் இல்லே. நான் கீழேயிறங்கி சுள்ளி எரிச்சுதான் சோத்தை வடிச்சேன். நிச்சயம் அரிசி ஊறியிருக்கும். நாலு தடவை மாடி ஏறி இறங்கியதுலே காலெல்லாம் வலிக்கிறது."

"முந்தா நேத்து என் ரேஷன் கார்டை எடுத்துண்டு போனியே?"

"உன் ரேஷன் கடைக்கு மூணு தரம் போயிட்டு வந்துட்டேன். மண்ணெண்ணெயே வரலைன்னு சொல்றான்."

நளினி மேற்கொண்டு பேசவில்லை. சிவகாமி பாத்திரங்களைத் துலக்கி வைத்தாள். "இன்னிக்கு உன் புடைவை ஒண்ணும் இல்லையா?" என்று நளினியைக் கேட்டாள்.

"நாளைக்குத் தோய்ச்சுக்கலாம். நீ பாவாடை, பனியன் மட்டும் அலசிப் போட்டுடு."

அப்போது நளினியின் கணவன் தலைமுடி வெட்டிக்கொண்டு வந்தான். அவன் குளியலறைக்குப் போய்க் கதவைச் சாத்திக்கொள்ள, சிவகாமி சமையலறை அருகே உட்கார்ந்துகொண்டாள்.

"கொஞ்சம் காப்பி சாப்பிடறியா?" என்று நளினி கேட்டாள்.

"வேண்டாம்."

"நான் அவருக்குக் கலக்கப் போறேன்."

"சரி, கொடு."

நளினி காஸ் அடுப்பைப் பற்ற வைத்தபோது சிவகாமிக்குத் துக்கம் பொங்கிக்கொண்டு வந்தது. நளினி பதறிப்போய், "சிவகாமி, சிவகாமி! என்னாச்சு?" என்றாள்.

சிவகாமி கண்களைத் துடைத்துக்கொண்டு, "ஒண்ணுமில்லே" என்றாள். நளினியின் கணவன் குளித்துவிட்டு வெளியே வந்தான். அவனிடம் நளினி காப்பி கொடுத்தாள். இன்னொரு தம்ளரை சிவகாமியிடம் கொடுத்து அவள் பக்கத்திலேயே உட்கார்ந்தாள். "நம்பளுக்குக் குழந்தை பொறக்காம இருக்கறதே மேல். உனக்கும் சரி, எனக்கும் சரி. அம்மாவும் கிடையாது, மாமியாரும் கிடையாது. குழந்தை பொறந்தா அதைக் குளிப்பாட்டக் கூட அக்கம் பக்கத்துக்காரங்களைத் தேடிப் போகணும்."

சிவகாமி மௌனமாகக் காப்பியைக் குடித்தாள். "எனக்குக் குழந்தை வேண்டாம், நளினி. ஒழுங்கா கிரஸினாயில் கெடைச்சாப் போறும்" என்றாள்.

"நீ காஸுக்கு இன்னும் கொஞ்சம் முன்னாலேயே ரிஜிஸ்டர் பண்ணியிருக்கக் கூடாதா?"

“இப்ப மட்டும் என்ன? ஆறு வருஷத்துக்கு மேலாகிறது. அந்த காகிதம் கூட மடிச்ச இடங்களிலேயே கிழிய ஆரம்பிச்சுடுத்து. இன்னும் 89 செப்டம்பர் வரைக்கும்தான் வந்திருக்குன்னு காஸ்காரன் சொல்றான்.”

“இது நிஜமாயிருக்குமா?”

“யாருக்குத் தெரியும்? ரேஷன் கடைக்காரன், போறப்பவெல்லாம் எண்ணெய் இல்லைன்றான். அது மட்டும் நிஜமா?”

“நளினியின் கணவன், “நான் சாப்பிட உட்காரலாமா?” என்று கேட்டான்.

“நான் துணியைத் தோச்சுப் போட்டுடறேன்” என்று சிவகாமி பாத்ரூம் பக்கம் சென்றாள். நளினியின் கணவன், “உன் ஃபிரண்ட் ஏன் அழுதா?” என்று விசாரித்தது அவளுக்குக் கேட்டது.

“நீங்க யார்கிட்டேயாவது சொல்லி அவளுக்கு காஸ் கனெக்ஷன் வாங்கித் தந்துடக் கூடாதா?” என்று நளினி கேட்டாள்.

அதற்கு நளினியின் கணவன் பதில் சொன்ன மாதிரி சிவகாமிக்குத் தோன்றவில்லை.

துணிகளை அலசிக் கொடியில் உலர்த்திய பின் மீண்டும் அறை உள்ளே சிவகாமி வந்தபோது நளினியின் கணவன் அலுவலகம் கிளம்பத் தயாராக இருந்தான். சிவகாமியைப் பார்த்து, “உன் ரிஜிஸ்டிரேஷன் நம்பர் எல்லாம் ஒரு எம்.பி.கிட்டே கொடுத்து ஏதாவது முடியுமான்னு முயற்சி பண்ணச் சொல்லியிருக்கேன். தத்கால் வாங்கிக்கோன்னு சொல்லறான். ஆறு வருஷம் காத்திருந்து மறுபடியும் ஐயாயிரம், ஆறாயிரம் எதுக்குக் கொட்டித் தரணும்? அவ்வளவு பணத்துக்குத் தர வட்டிக்கு நீ கிரஸினாயிலே வாங்கிக்கலாம்” என்றான்.

“வீட்டிலே சொட்டு இல்லை. இனிமேல் போய்த்தான் வாங்கணும். மூணு மாடி மேலே இருக்கிறதுலே கீழே வண்டிக்காரன் வரது தெரியாமே போயிடறது. அவர் நைட் டூட்டி பண்ணிட்டு வந்து தூங்கறாரு. இல்லேன்னா இன்னிக்குக் காலையிலே ரொம்பத் திண்டாட்டமாயிருக்கும்.”

“நான் இன்னிக்கும் மறுபடியும் கேட்டுப் பாக்கறேன்.”

நளினியின் கணவன் கிளம்பிப் போய்விட்டான். சிவகாமி அதே கட்டடத்தில் இருந்த இன்னொரு வீட்டுக்குப் போனாள். அங்கு வேலை முடித்து அவள் வீட்டுக்குப் போனபோது அவள் கணவன் கதவைப் பூட்டிக்கொண்டு வெளியே போயிருந்தான். சிவகாமி ஜன்னல் வழியாக உள்ளே எட்டிப் பார்த்தாள். கீழே மாடிப்படிக் கூண்டில் அவனுடைய சைக்கிளைப் பார்த்தது கவனத்துக்கு வந்தது. எங்கோ அருகாமையில் உள்ள இடத்துக்குத்தான் போயிருக்க வேண்டும்.”

அவள் அதிகநேரம் காத்திருக்கத் தேவையில்லாமல் அவன் வந்துவிட்டான்.

"ஏது, நீங்க கிரஸினாயில் கேனைத் தூக்கிட்டு போயிருக்கீங்க?"

"கேன் உள்ளே பாரு. நீ வாங்கி வைச்சிருந்த கார்டிலே மூணு லிட்டர் வாங்கிண்டு வந்துட்டேன்."

சிவகாமி மகிழ்ச்சி தாங்காமல் அவன் கையிலிருந்த மண்ணெண்ணெய் டப்பாவை வாங்கி மூடியைத் திறந்து பார்த்தாள். அதற்குள் அவன் வீட்டுக் கதவைத் திறந்து விட்டான்.

"இது மூணு லிட்டரா, அஞ்சா?"

"ஏன்? மூணுதான்."

"எங்களையெல்லாம் எவ்வளவு ஏமாத்தறான்! இனிமே கிரஸினாயிலை யாவது நீங்க வாங்கிண்டு வந்துடுங்களேன்."

"பாக்கலாம், பாக்கலாம். பசிக்கு ஏதாவது உண்டா?"

"இதோ அரை மணியிலே தயார் பண்ணிடறேன்."

அடுத்த வாரம் வரை அவள் மண்ணெண்ணெய் டப்பாவைத் தூக்கிக் கொண்டு ரேஷன் கடைக்குப்போக வேண்டியதில்லை. அதற்குள் காஸ் இணைப்பு கிடைத்துவிட்டால்? அடுத்த வாரம், அடுத்த வாரம் என்று ஆறு வருடங்கள் கழித்தாயிற்று. அப்படியிருந்தும் அந்த நேரத்தில் அவளுக்கு உற்சாகமாகத்தானிருந்தது.

1997

வீரத்துக்கு வைர விழா

"ரேடியோக்காரர் வந்தார், தாத்தா," பக்கத்து வீட்டுச் சிறுமி ஒரு சிறு அட்டையையும் கொடுத்தாள்.

"சரி, உள்ளே பாட்டிகிட்டே போய் எனக்கொரு தம்ளர் மோர் இருக்குமான்னு கேளு" என்றேன்.

நான் திண்ணைச் சுவரில் சாய்ந்தேன். எழுபது வயதுக்கார னுக்கு அவன் பெண்டாட்டியிடம் பேச்சு வார்த்தை இல்லாமல் போய்விட்டால் வீட்டில் யாராவது சிறுவர் சிறுமியர் நடமாடும்படி பார்த்துக்கொள்ள வேண்டும். என் மன்னி சாகும்போது, "உங்கண்ணா பாடு ஒரு துப்பாக்கியோடு போச்சு. உனக்கெப்படியோ?" என்றாள். சாகப் போகிறோம் என்று நன்கு தெரிந்த பிறகு என் மனைவி பக்கத்திலிருக்கும் போதே இதைச் சொன்னாள்.

மன்னியும் என் மனைவியிடம் படாதபாடுபட்டாள். மன்னிக்குப் பிறந்த குழந்தை உயிரோடு இருந்திருக்கலாம். ஆனால் அண்ணா இருக்கும்போதே அது போய்விட்டது. அப்போது மன்னிக்கு அதிகம் போனால் பதினைந்து வயதிருக்கும். அதற்குப் பிறகு எங்கள் வம்சத்தில் குழந்தையே இல்லாமல் போய்விட்டது.

என் அண்ணா சாகும்போது மன்னிக்குப் பதினேழு முடியவில்லை. என் அம்மாவை மிகவும் நல்லவள் என்று நான் சொல்ல மாட்டேன்.

அதிலும் அண்ணா போன்ற மகனை இழந்தவளுக்கு இதர மனிதர்களிடம் தயை தாட்சண்யம் பொங்கி வழிய நியாயமில்லை. ஆனால் அவளைப் பூமாதேவிக்கு ஒப்பிடும்படியாக என் மனைவி செய்துவிட்டாள். ஏன் மன்னிக்கு இவ்வளவு நீண்ட ஆயுள் என்று எனக்கு தோன்றியிருக்கிறது. இப்போது மன்னி இருந்திருந்தால் ரேடியோக்காரர்கள் அவளைத்தான் தேடி வந்திருப்பார்கள். ரேடியோக்காரர்களுக்கும் பத்திரிகைக்காரர்களுக்கும் இந்த வெள்ளிவிழாக்களும், பொன்விழாக்களும் ஞாபகம் இருக்கிறது.

அந்த ரேடியோக்காரர் கொடுத்துவிட்டுப் போன அட்டையைப் பார்த்தேன். ஒருபுறம் தமிழிலும், மறுபுறம் இந்தியிலும் அச்சிட்டிருந்தது. ஒரு வாரம் முன்பே என்னை வந்து பார்த்திருக்கிறார். எங்கள் கிராமத்துக்கும் சுதந்திரப் போராட்டத்திற்கும் என் அண்ணாதான் ஓர் இணைப்பு. ஒரே இணைப்பு என்றுகூடக் கூறலாம். அவன் இறந்து போனபோது நான்கே தெருக்கள். இப்போது இது ஊராகிவிட்டது. நாளுக்கு நாள் சிதிலமடைந்து கொண்டிருக்கும் எம் மூதாதையர் வீட்டில் இன்னும் காறை உதிராத சுவர்ப்பக்கமாகத் தேடித் திண்ணையில் சாய்ந்து கொண்டிருக்கும்போது, ஊரில் இப்போது பெரிய பெரிய மச்சு வீடுகள்; பளபளவென்று கண்ணாடி அலமாரிகள் கொண்ட கடைகள்; தெருக்களுக்கும் வீடுகளுக்கும் மின்சார விளக்குகள்; குழாய்த் தண்ணீர்; பள்ளிக்கூடங்கள்; சாப்பாட்டுக் கடைகள் எல்லாம் வந்துவிட்டன. எங்களுக்கு மூன்று வீடுகள் தள்ளியிருந்த குடும்பத்தில் என் வயதுடைய சங்கரநாராயணன் நாடகக் கம்பெனியில் சேர்ந்து பெரிய பாடகனாகி, அற்பாயுளில் செத்து போய்விட்டான். அவன் பாடின பாட்டுகள் கிராமபோன் தட்டுகளில் எங்களூர் காப்பிக் கடைகளில் கேட்டுக்கொண்டு இருந்தன. மன்னி சாவதற்கு ஆறு மாதம் முன்பு அவளுக்கு பென்ஷன் உத்தரவாயிற்று. ஆனால் நிறையப் படிவங்களில் கையெழுத்திட்டதோடு சரி, பணம் வர ஆரம்பிப்பதற்கு முன்பே உயிரை விட்டுவிட்டாள். அண்ணா பெயரில் பொன்விழா நடத்தியபோது எனக்கு பென்ஷன் தருவதாகச் சொன்னார்கள். அது இல்லையென்றால் இன்று எனக்கு நீர் மோருக்குக்கூட வழியிருக்காது. என் மனைவியை மட்டும் குறைகூற முடியாது.

பெரிய மோட்டார் சைக்கிளில் பெரிய மீசை வைத்த ஒருவர் இறங்கினார். "வணக்கங்க" என்றார்.

"நாகலிங்கம்."

நான் தலையை அசைத்தேன்.

"காலையிலேயே வந்துட்டுப் போனே. பாப்பா சொல்லலியா?"

"ரேடியோ ..."

"ஆமாங்க. இப்போ சரீன்னா என் வண்டீலேயே நீங்க ஸ்டூயோவுக்கு வந்துடலாம். அலுங்காம குலுங்காம நான் இன்னி ராவே கொண்டுவந்து விட்டுடறேன்."

வானொலி நிலையம் முப்பது கிலோமீட்டர் தள்ளியிருந்த நகரத்தில் செயல்பட்டுக் கொண்டிருந்தது.

"என்னாலே அப்படி வர முடியாதுப்பா. ரயிலிலே வரேன்."

"நாலு மணிக்கு ஒரு ரயில் இருக்கு. அதுக்கு டிக்கெட் எடுத்துடட்டுமா"

"எப்போ நான் வீடு திரும்பறது?"

"நைட் அங்கே உறவுக்காரங்க யாராவது வீட்லே தங்கிட்டு காலை முதல் வண்டியிலே வந்துட முடியாதா?"

"அங்கே உறவுக்காரங்க யாரும் கிடையாது."

"அப்போ ரூம் எடுத்துத் தரோம்."

"நான் வந்துதான் ஆகணுமா? எதுக்கு? அண்ணா விஷயமாத்தானே."

"ஆமாங்க."

"உங்க கிட்டே ஏற்கனவே ரிக்கார்ட் செய்ததெல்லாம் இருக்குமே?"

"அது எல்லாம் பழசுங்க. இப்போ புதுசா வேணும்னுதான் பாக்கறோம்."

"எங்க அண்ணா செய்தது பழசுதானே?"

"இது வைரவிழா நிகழ்ச்சிங்க. மேலும் பழசு. அவங்க துணைவியாரின் பேட்டி, அப்போ இருந்தவரு எவ்வளவோ முயன்று பாத்திருக்காரு. அது சரியாகவே ரிக்கார்டு ஆகலீங்க. நீங்க அப்போகூட இருந்தீங்களோ என்னவோ. அவங்களையும் அப்போ இங்கேயே ரிக்கார்ட் பண்ணியிருக்கலாம். செய்யலை. அன்னிக்கு அவங்களுக்கு உடல் நிலையே சரியில்லையின்னு. நினைக்கிறேன். குரலே எழும்பலே. அத்தோட சுத்தி நிறைய பேர் இருந் திருக்காங்க. அப்ப பேசவே முடியாது. அப்பவே உங்களையும் ரிக்கார்டு செய்திருக்கலாம். ஆனா அது பத்து நிமிஷம். அதுக்கு ஏன் இரண்டு பேட்டின்னு இருந்திருக்கலாம். இப்போ நம்ம டைரக்டர் இதை முழு புரோகிராமா பண்ணணும்னு சொல்லி இருக்காரு."

"எங்க அண்ணியை ரிக்கார்டு பண்ணின மாதிரி என்னையும் இங்கேயே பண்ணிட முடியாதா?"

"முடியாதுன்னு இல்லீங்க. உங்களாலே வரவே முடியலேன்னா அப்படித்தான் செய்யணும்."

ஒரு நிமிட இடைவெளிக்கப்புறம் அவர் மீண்டும் சொன்னார் – "உங்களுக்கு ஒரு காண்டிராக்ட் போட்டு இதுக்குப் பணம் கொடுத்துடுவோம்."

"எங்க அண்ணா தியாகின்னா நான் பணம் வாங்கிக்கறதா?"

"எங்களுக்குப் புரோகிராம் தர்றவங்களுக்கு ஒரு கட்டணம் கொடுக்கறது முறைதாங்க. என் கூட வண்டியிலே வர்றதுன்னா சொல்லுங்க. மொள்ள ஓட்டிட்டுப் போறேன். அரை மணி நேரத்திலே போயிடலாம். இல்லை, வயசாயிடுத்து, முடியலேன்னீங்கன்னா ரயில்லே போயிடலாம். நான் வண்டியை இங்கேயே விட்டுட்டு உங்க கூட வரேன். திருப்பிக் கொண்டுவந்து விடறேன்."

நாங்கள் இருவரும் வானொலி நிலையத்தை அடைந்தபோது மாலை வெயிலில் எதைப் பார்த்தாலும் அது பொன்னால் கோடிட்டு வரைந்த மாதிரி இருந்தது. நான் இந்த நகரத்துக்கு வருடத்துக்கு ஒரு முறை இருமுறை வர நேர்ந்த போதெல்லாம் பஸ்ஸில் நின்றுகொண்டுதான் வந்திருக்கிறேன். வேகமாகப் போகும் பஸ்கள் எங்கள் ஊரில் நிற்காது. எங்கள் ஊரில் நிற்கும் பஸ்கள் வழிநெடுக நின்று நின்றுதான் போகும். நான் ஸ்டேட் பாங்க் மூடிவிடக் கூடாதே என்று தவித்துக்கொண்டு நிமிடங்களை எண்ணிக் கொண்டிருப்பேன். இந்த மனிதன் எட்டாந்தேதி வரக்கூடாதா? இன்று எனக்கு பஜ்ஜி, காப்பி சாப்பிடக்கூட உபரியாகப் பணம் இல்லை. இந்த ஆள் வாங்கித் தந்தால் உண்டு.

வாங்கித் தந்தார். ஒலிப்பதிவு செய்ய ஒரு மணி நேரம் காத்திருக்க வேண்டும் என்று தெரிந்தது. நான் காலை ஒன்பது மணிக்குச் சிறிது சாதம் சாப்பிட்டதுதான் என்று சொன்னேன்.

ஒலிப்பதிவு அறை சற்றுக் குளிரக்கூடச் செய்தது. ஒரு வட்ட மேஜையைச் சுற்றி மூன்று நாற்காலிகள். வட்ட மேஜை மத்தியப் பகுதியில் தொங்கும்படியர்க மேலிருந்து இறக்கிய மைக்ரோ போன். ஒரு வாசல் கதவு மட்டும் உள்ள அறை அது. ஒரு கடிகாரம். ஒரு சுவரில் சதுரமாகக் கண்ணாடியால் அடைக்கப்பட்ட ஜன்னல். ஜன்னலுக்கு மறுபுறத்திலிருந்த அறையில் ஒலிப்பதிவு சாதனங்கள் இருக்க வேண்டும்.

என்னை அழைத்து வந்தவர் பக்கத்து அறையில் இன்னொரு இளைஞருடன் பேசிக்கொண்டிருந்ததைக் கண்ணாடி ஜன்னல் வழியாகப் பார்க்க முடிந்தது. என்னைப் பற்றித்தான் பேச்சு இருக்க வேண்டும். எனக்குக் கொட்டாவி வந்தது. அன்று பிற்பகலில் நான் தூங்காததன் விளைவு.

எனக்கு விநாடிக்கு விநாடி தூக்கம் அதிகரித்து வந்தது. அந்த நாற்காலியி லிருந்து விழுந்துவிடுவேன் என்று தோன்றியபோது அவர் என்னிடம் வந்தார். “இப்போ எல்லாம் ரெடியாச்சுங்க. நீங்க கொஞ்சம் பேசினா லெவல் பாத்துப்போம்.”

“என்ன பேசணும்?”

“உங்க அண்ணா பத்தித்தான். உங்க நினைவுகள், அவர் உங்க கிட்டே சொன்னதை, ஏதாவது விசேஷமாச் செஞ்சது – நீங்க தம்பீன்னா கூடவே இருந்திருப்பீங்களே?”

“எங்க மன்னி சொல்லிட்டாங்களே!”

“நீங்க வேறே இல்லையா? நீங்க கடைசியா அவரை எப்போ பார்த்தீங்க?”

“அவன் சாவறதுக்கு முதல் நாள்.”

“அன்னிக்கு என்ன ஆச்சு? நிச்சயம் ஆர்வம் வரும்படியாப் பேசியிருப்பாரே!”

நான் மைக்ரோபோனில் பேசினேன். “என் அண்ணா எப்பவும் தேசத்தைப் பத்தியே நினைச்சுண்டிருந்தான். தேசம் யாருக்கோ அடிமைப் பட்டிருந்தது அவனுக்குத் தாங்க முடியாத வேதனையாகயிருந்தது, அதிலேயும் வெள்ளைக்காரங்க நம்ப மனுஷங்களைக் கொடுமைப்படுத்தறது, அவமானப்படுத்தறத்துன்னா அவனுடைய ரத்தம் கொதிச்சது. அப்போ இங்கே இருந்த கலெக்டர் போலீஸ் அதிகாரி ரெண்டு பேருமே ரொம்ப அகம்பாவம் பிடிச்ச வெள்ளைக்காரங்க. பஞ்சாபிலே ஒரு தெருவிலே ஜனங்களை ஊர்ந்து போகச் சொன்னங்களாம் – எலி, புழு மாதிரி. இங்கே கலெக்டரோட ஜோடை நடுத்தெருவிலே ஒரு மேடை மேலே வைச்சு அதுக்கு நமஸ்காரம் பண்ணிட்டுப் போகணும்னு உத்தரவு போட்டான். அப்படிச் செய்யாதவங்களை தலைப்பா, வேஷ்டியெல்லாம் கழட்ட வைச்சு அடிச்சான். காரித்துப்பினான், எங்க ஊர்ப் பெரியவங்க இரண்டு பேரை ஜெயிலிலே அடைச்சு அவங்களுக்கு வண்டி மாடுகளைப்போல நுகத்தடி பூட்டி நாளெல்லாம் சுத்திச் சுத்தி வர வைச்சான்.

“எங்க அண்ணா எங்கேயோ போய் ஒரு கைத்துப்பாக்கி வாங்கி வந்திருந்தான். அது யாருது, எங்கேந்து வந்ததன்னு இன்னும்கூடத் தெரியலை. ஒருமாசம் முன்னாலேயே வீட்டை விட்டுட்டுப் போயிட்டான். மன்னிக்குக் குழந்தை பொறந்து ஆறு மாசம் இருந்து மாந்தம் வந்து செத்துப் போயிடுத்து. எங்க வீட்டிலேதான் செத்தது. அதுக்கும் அவன் வரலை. கலெக்டர் ஏதோ ஊருக்குப் போகப் போறான்னு அண்ணாக்குத் தெரிய வந்திருக்கு.

“இந்த ஊரிலேதான் துரை ரயில்லே ஏறியிருக்கணும். அண்ணாவும் அதே ரயிலில் ஏறியிருக்கான். ரயில் கிளம்பி பத்து மணியளவிலே ஒரு பெரிய ஜங்ஷனிலே நின்னிருக்கு. அப்போ அண்ணா அந்த துரையை நேருக்கு நேர் நின்னு சுட்டிருக்கான் . . . அப்படியே பிளாட்பாரத்திலே ஒரு நல்ல இடமாப் பாத்து வடக்கு நோக்கி உட்கார்ந்து துப்பாக்கியாலே தலையிலே சுட்டுண்டு அப்படியே உயிரை விட்டுட்டான். மூஞ்சியை சிதற அடிச்சு அடையாளமே தெரியாதபடி உயிரை விட்டுட்டான்.

“அதுக்கப்புறம் எங்க வீட்டுக்குப் போலீஸ்காரங்க எப்போ வருவாங்க, பூட்ஸ் காலெட்டு விட்டுப் பாத்திரங்களை எல்லாம் உதைச்சு மிரட்டுவாங்கன்னு சொல்ல முடியாது. பொழுது விடியாதப்போ, இல்லேன்னா நள்ளிரவிலே, இல்லேன்னா பட்டப் பகலிலே, சாயங்காலம், ராத்திரி—ஐயோ எங்க மன்னிதான் இவங்ககிட்டே என்ன பாடுபட்டாள்? பச்சை உடம்பு, பிறந்த குழந்தையும் செத்துப் போயிடுத்து. புருஷன் உடலைத் தரலை. அவ புருஷன் உயிரோட இருந்தப்பவே அவ அவனைப் பாத்து ஆறு மாசம் இருக்கும். அவ பொறந்த வீட்டுக்குப் போகலை. ஒரு வருஷம்கூட தன்னோடு வாழ்க்கை நடத்தாத புருஷன் வீடுதான் தன் வீடுன்னு ஐம்பது வருஷம் அந்த வீட்டு மிதியடி மாதிரி அடிமையாகக் கிடந்து இரவுபகலா உழைச்சு ஒழுங்கா சோறு தண்ணி இல்லாம செத்துப் போனா. அவளுக்கு ஒரு வார்த்தை ஆறுதலா யாரும் சொல்லி நான் பார்க்கலே. வீட்டு விலக்கு ஆகற நாளிலே அவளோட சித்திரவதையே நினைச்சா தாங்க முடியாது.

“எங்கேயோ கொல்லைப்புறத்திலே தேளும், பாம்பும் ஓடற இடத்திலே ஒரு விளக்குகூட இல்லாதபடிக் கிடப்பா. என் அண்ணா ஒரு விநாடி துப்பாக்கியைத் தட்டிட்டுப் பொட்டுனு போயிட்டான். ஆனா அவன் பொண்டாட்டி அணு அணுவா ஐம்பது வரும் துடிச்சுத் தவித்துச் செத்தா. சரியாப் பாத்தா அவதான் தியாகி . . .”

என் கண்ணிலிருந்து கண்ணீர் அருவியாகக் கொட்டிக் கொண்டிருந்தது. ரேடியோக்காரர்களுக்கு என்ன செய்வதென்று தெரியாது குழப்பமாகப் போயிருக்கக்கூடும். என்னை உடனே திருப்பிக் கொண்டுவிட அவசரப் பட்டார்கள். என் நிலையில் என்னை எப்படி மோட்டார் சைக்கிளில் அழைத்துச் செல்ல முடியும் என்ற சந்தேகம் யாருக்கும் தோன்றவில்லை. எழுபது வயது மனிதர் விம்மி விம்மி அழுதபடியிருக்க, அந்த மோட்டார் சைக்கிள் மனிதர் வண்டியைச் சீறிப் பாய ஓட்டினார்.

நான் அழுதது என் மன்னிக்காக மட்டுமல்ல; அண்ணாவை மாதக் கணக்கில் காணவில்லை. அவன் குழந்தை பிணமாகக் கிடக்கிறது. யார் யாரிடமோ விசாரித்துப் பார்த்துக் கடைசியில் அண்ணா இருக்கும் இடத் துக்கு நானும் அப்பாவும் போய்விட்டோம். அண்ணா பாரத அன்னைக்கு

பிரார்த்தனை கீதம் எழுதிக் கொண்டிருந்தான். அவனைச் சுற்றி அவன் வயதையொத்த இன்னும் ஐந்தாறு பேர்.

அப்பா அழுதுகொண்டே சொன்னார் – "உன் குழந்தை போயிடுத்துடா."

"நான் என்ன பண்ணறது?"

"நீ பெத்த அப்பன்டா, நீதாண்டா வந்து கர்மம் பண்ணணும்."

"நீயே பண்ணிடு."

"நீதாண்டா பெத்த அப்பன்."

"நீ என்னைப் பெத்த அப்பன்."

"என்னடா சொல்லறே?"

"எனக்கும் சேர்த்து இப்பவே நீ கர்மம் பண்ணிடு."

ஆனால் இப்படிப் பேசினவன், கலெக்டரைச் சுடுவதற்கு முதல் நாள் எங்களை எல்லாரையும் பார்ப்பதற்கு எங்கள் தெருவுக்கு வந்திருக்கிறான். வீட்டினுள் அடியெடுத்து வைக்க மனமில்லாமல் தெருவிலிருந்தபடியே நிறைய நேரம் காத்திருந்திருக்கிறான். அப்பக்கம் போன ஒரு சிறுமியை 'அப்பா – அம்மா யாரையாவது கூப்பிடு' என்று சொல்லியிருக்கிறான்.

அன்று அப்பா பக்கத்து கிராமத்துக்குச் சென்றிருக்கிறார். அம்மா கல்யாண அப்பளம் இட எங்கோ போயிருந்தாள். அப்பா அம்மா உத்தரவில்லாமல் மன்னி வாசல் பக்கம் வந்தது கிடையாது. என்னையாவது கூப்பிட்டு வர அச்சிறுமியை அண்ணா அனுப்பியிருக்கிறான். தோப்பில் வடிவேலு, முத்துலிங்கத்துடன் நான் மும்முரமாக விளையாடிக் கொண்டிருந்தேன்.

எம் பம்பரம் வட்டத்தில் இருந்தது. போ, போ, ஆட்டம் முடிந்த பிறகு வருகிறேன் என்று விரட்டிவிட்டேன். எனக்கு அவன் மீது நிறையக் கோபம் இருந்தது. அவனாவது தோப்புக்கு வந்திருக்கலாம். வரவில்லை. யாரையும் பார்க்க முடியாமல் போய்விட்டான். அடுத்த நாள் காலை வெள்ளைக்காரனைச் சுட்டுவிட்டுத் தன்னையும் சுட்டுக்கொண்டுவிட்டான். அப்பா எவ்வளவோ கெஞ்சிப் பார்த்தார். போலீஸ்காரர்கள் உடலைத் தரவில்லை. அவன் குழந்தையைப் புதைத்துக் கர்மம் பண்ண முடிந்தது. அவனுக்கு வெறும் தர்ப்பையைக் கிடத்தித்தான் சம்ஸ்காரம் செய்தது. அவன் வாக்கு பலித்துவிட்டது.

விழா, விழா, விழா. ஒவ்வொரு விழாவின் போதும் யாருக்கோ நாங்கள் மனதைக் குத்திக் குதறிக்கொள்ள வேண்டும். இந்தத் தடவை மன்னி தப்பித்துக்கொண்டு விட்டாள். அடுத்ததற்குள் நான் தப்பித்துக்கொள்ள வேண்டும்.

1997

நரசிம்ம புராணம்

மூன்று நரசிம்மர்கள். முதல் நரசிம்மர் விஜயவாடா வுக்கும் குண்டூருக்குமிடையே இருக்கும் மங்களகிரி என்ற குன்றுக் குகை கோயிலில் எப்போதும் வாயைத் திறந்து இருப்பவர். அவருடைய வாயில் யார் எந்தப் பாத்திரத்தில் பானகம் கொண்டு போய் ஊற்றினாலும் பாதி பாத்திரம்தான் நரசிம்மர் வாயில் கொள்ளும். இதனாலேயே அரைகுறையாகக் காரியங்களை விட்டுப் போகிறவர்களை மங்களகிரி என்றும் சொல்வதுண்டு.

இரண்டாவது நரசிம்மர் கல்லூரியில் என்னுடன் இரண்டு ஆண்டுகள் படித்தவன். அவனுடைய சைக்கிளைப் பார்த்துப் பொறாமை. அப்படிப் பளபளவென்று வைத்திருப்பான். என்னுடையதோ எவ்வளவு துடைத்தாலும் தேய்த்தாலும் கறுப்பாகவே இருக்கும். ‘வார் குவாலிடி’ சைக்கிள். யுத்த காலத்தில் சில சைக்கிள்களையே இப்படித் தயாரித்தார்கள். அதில் ஒன்று என்னிடம் வந்துவிட்டது. நாற்பது ஆண்டுகள் கழித்து இந்த நரசிம்மனை சென்னையில் சந்தித்தேன். எங்கள் பேட்டையிலேயே பிரபலமாக உள்ள டாக்டரின் சம்பந்தியாகி இருந்தான். ஆனால் அந்த ஒரு சந்திப்பு முழுவதும் அவன் சம்பந்தி புகழ் பற்றியே பேசித் தீர்த்துவிட்டான். எங்கள் கட்டடத்தில் புதிதாகக் குடித்தனம் வந்த தெலுங்கு குடும்பத்தின் வயதான அம்மாளுக்கு கழுத்தில் சிறு அரிப்பு ஏற்பட்டு இருந்தது. ஒரு டாக்டர் சிபாரிசு செய்யக் கேட்டார்கள். நரசிம்மன் விடைபெற்றுச்சென்று அரை மணிதான் இருக்கும். நான் எந்த டாக்டரை சிபாரிசு செய்திருப்பேன் என்று சொல்லித் தெரிய வேண்டாம். அந்த அம்மாளிடம் டாக்டர் நூறு ரூபாய் பீஸ் வாங்கிக்கொண்டு ஆயிரம் ரூபாய்க்குச் சில பரிசோதனை களை எழுதிக் கொடுத்திருக்கிறார். நாங்கள் இந்த ஊரில் அதிக நாட்கள் இருப்பதற்கில்லை, இந்தச் சோதனைகளை நாங்கள் எங்கள் ஊரில் செய்துகொள்கிறோம் என்றதும் அந்த டாக்டர் அயோடெக்ஸ் என்று ஒரு காகிதத்தில் எழுதிக் கொடுத்துவிட்டார். அதன் பிறகு அம்மாள் அரிப்பு என்று யாரிடமும் வாயைத் திறக்கவில்லை.

மூன்றாவது நரசிம்மர் என் பால்ய சிநேகிதன் நரசிம்மா. அவன் எனக்கு சிநேகிதனாக அமைவதற்கு வாய்ப்புகளே இல்லை. அவன் என் பள்ளியிலும் படிக்கவில்லை. அக்கம்பக்கத்திலும் இல்லை. பெயருக்குச் சற்றும் பொருத்தமே இல்லாத ரெஜிமெண்டல் பஜாரில் ஒரு சிறிய வீட்டில் இருந்தான். நிஜமாகவே ஒரு படை அந்த பஜாரில் போக வேண்டுமானால் வீரர்கள் ஒருவர் பின் ஒருவராகத்தான் போக முடியும்.

அது இரண்டாம் யுத்த காலம். எங்கள் அப்பா மொத்தமாக எங்கள் உடைகளைத் தைத்துத் தர டி.பி. ராம்கோபால் மில்ஸ் என்ற கம்பெனியிலிருந்து ஒரு பீஸ் துணி வாங்கி வந்தார். இந்த டி.பி. என்பது ராம்கோபாலின் அப்பாவோ அல்லது அவர் ஊரோ அல்ல. பிரிட்டிஷ் அரசாங்கம் அவருக்குக் கொடுத்த 'திவான் பஹதூர்' பட்டம். அவர் பட்டம் பெற்றவர். ஆனாலும் அவருடைய ஆலையில் ஒரே மாதிரி மட்டமான துணிதான் தயாரிப்பார். அதைத்தான் எங்கள் அப்பா வாங்கி வந்தார். இந்த நாளில் அதைக் காடாதுணி என்று சொல்லுவார்கள். கச்சடாத் துணி என்றும் சொல்லுவார்கள். ஆனால் அன்று அது எங்கள் வரையில் சர்ட்டிங். ஒரு பீஸ் என்றால் இருபது கஜம். இதைக் கடையில் கொடுத்தால் நிச்சயம் திருடிக்கொண்டு விடுவான், வீட்டிலேயே யாராவது தையற்காரனைக் கூப்பிட்டு தைக்கச் சொல்லிவிடலாம் என்று அம்மா சொன்னாள். எங்கள் வீட்டில் ஒரு பழைய தையல் மிஷின் இருந்தது. அப்போதுதான் நரசிம்மா வந்து சேர்ந்தான்.

நரசிம்மா அந்தத் துணியைப் பார்த்த பார்வை அவ்வளவு உற்சாகமாக இல்லை. “இதை எப்படி வெட்டினாலும் கோஸாகப் போகுமே?” என்றான். நல்ல துணியானால் கத்திரிக் கோல் கொண்டு வெட்டினால் நேர் கோடாக வெட்டும். மட்டத்துணி கோணல் மாணலாகப் போகும். எங்கள் ஊரில் அதைத்தாக் கோஸ் என்பார்கள்.

இப்படியெல்லாம் சொல்லியும் நரசிம்மா என் அப்பாவுக்கும் எனக்கும் என் தம்பிக்கும் இரண்டிரண்டு ஷர்ட் தைத்தான். என் அக்காக்கள் இரண்டு பேருக்கும் மற்றும் தங்கைக்கும் இரண்டிரண்டு ஜாக்கெட் தைத்தான். இன்னும் துணி மிஞ்சியது. அதை மூன்று தலையணை உறையாகத் தைத்தான். அவன் எங்கள் வீட்டில் தைத்த மூன்று நாட்களும் நான் அவன் கூடவே இருந்தான். அவனுக்குக் குடிக்க டீ மற்றும் கொல்லைப்புறம் அழைத்து இடம் காண்பிப்பது எல்லாம் அவன் சொல்லாமல் கேட்காமலேயே உதவி செய்தேன். அவனுக்குத் தெலுங்கு மட்டும் வரும். நான் எனக்குத் தெரிந்த தெலுங்கு மொழியில் முதலில் ஊசி ஏன் இப்படிப் பொருத்தியிருக்கிறது, பாபினில் நூல் எதற்கு என்பது போன்ற விஷயங்களிலிருந்து எங்கள் ஊர் சந்து பொந்துகள், சினிமா முதலியவை பற்றிப் பேச ஆரம்பித்தேன். நான் எட்டாவது வகுப்பில் படித்துக் கொண்டிருந்தேன். அவன் மூன்றாவது வரை கூடப் படிக்கவில்லை. ஆனால் கணக்கில் புலியாக இருந்தான். நான் பேப்பர் பென்சில் வைத்து அரைமணியில் செய்த கணக்கெல்லாம் வாய்க்கணக்காக நொடியில் முடித்துவிடுவான். அவனுக்கு ஒரு ஆசை.

பள்ளிப் படிப்பில் தேர்ச்சி பெறாதவர் போல் தெருவோர மதகுகளில் உட்கார்ந்து வம்படித்துச் சீண்ட வேண்டும். நாங்கள் அந்தப் பையன்களை 'லோஃபர்கள்' என்று சொல்லிச் சற்று விலகியே இருப்போம். ஆனால்

நரசிம்மாவுக்கு ஒருநாளாவது 'லோஃபராக' இருக்க வேண்டும் என்று ஆசை. அவனுக்கு என ஒரு 'லோஃபர்' குழு கிடையாது. ஆதலால் நான்தான் அவனுடன் போக வேண்டியிருந்தது. நாங்கள் இருவரும் ஒரே உயரம். அதிகம் போனால் நான்கரை அடி இருப்போம்.

நான் அரை டிராயர். அவன் டிரவுசர் போட்டு ஷர்ட்டை வெளியே விட்டுக்கொண்டிருந்தான். அதுதான் எங்களூர் 'லோஃபர்' சீருடை. எங்களை யாராவது பெண்கள் பார்த்தார்களா என்று தெரியாது. ஆனால் இரண்டு மூன்று பேர் அவர்களுக்குள் சிரித்துக்கொண்டு போனார்கள். நரசிம்மாவுக்கு ஒரே பெருமை. அவனும் படித்த இளைஞன் போல தெரு முனையில் ஒரு 'லோஃபராக' நின்றுவிட்டான்!

நான் நரசிம்மா வீட்டைத் தெரிந்துகொண்டு அவனைப் பார்க்கப் போனேன். அவன் வீட்டில் இருந்தால் உடனே என்னை வெளியே அழைத்துப் போய்விடுவான். அவன் இல்லை என்றால் அவனுடைய அம்மா என்னைத் தையல்மிஷின் முன் உட்கார வைத்து நரசிம்மா மீது ஏகப்பட்ட குறைகளைச் சொல்வாள்.

அவளுக்கு நரசிம்மா ஒரே பையன், அவன் அப்பா வேறு ஏதோ கிறிஸ்தவப் பெண்மணியுடன் குடும்பம் நடத்திக் கொண்டிருந்தார். அவர்கள் தையற்காரர்கள் பிரிவு அல்ல; அவர்கள் பொற்கொல்லர்கள். அந்தப் பிரிவில் நரசிம்மா ஒருவன்தான் தையல் வேலை கற்றுக்கொண்டு ஒரு மிஷினும் வாங்கிவிட்டான். தினம் மூன்று நான்குக்குக் குறையாமல் சம்பாத்தியம். ஆனால் வீட்டில் முக்கால் ரூபாய்தான் தருவான். பாக்கிப் பணத்தை உடைக்கும், தலைக்குத் தடவிக்கொள்ளும் தைலத்துக்கும், முகப் பசைக்கும் செலவழித்துவிடுவான்.

இந்த வயதில் அவனுக்கு ஏன் இந்த விளையாட்டு என்று அவன் அம்மா அழுவாள். எல்லாம் அப்பாவின் பாவம் என்பாள். எனக்கு அவள் சொல்வது பாதிக்கு மேல் புரியாது. ஆனால் நரசிம்மா மீது அவளுக்குள்ள நம்பிக்கையும். ஆதங்கமும் நன்கு தெரியும். கடுமையான ஆசாரம். சொட்டுத் தண்ணீர் தரமாட்டாள். நரசிம்மாவும் வெளியே தண்ணீர் குடிக்க மாட்டான். டீ பரவாயில்லை என்பான்.

சிறிது நாட்களுக்கு நானும் அவனும் தினமும் சந்தித்துக் கொள்வோம். இரு பையன்கள் சேர்ந்தால் போகக் கூடியது என்ன? சினிமா. அவன் நூர்ஜகான் நடித்த 'லால் ஹவேலி' என்ற படத்துக்கு அழைத்துப் போனான். படம் முழுக்கக் கண்களைக் கட்டி காட்டில் விட்ட மாதிரி இருந்தது. இதில் பேய், பிசாசு வேறு. நான் நரசிம்மாவிடம் படம் பற்றி அதிகம் விமர்சிக்கவில்லை. அவனுக்கு இங்கிலீஷ் படம் பார்க்க வேண்டும் என்று ஆசை. அந்த வாரம் மூன்று நான்கு இடங்களில் ஓர் ஆங்கிலப் படத்தின் போஸ்டர் ஒட்டியிருந்தது. நன்றாக இருக்கும் என்ற நம்பிக்கையில்தான் அவனை அழைத்துச் சென்றேன்.

அந்த நாளில் இந்தி, தமிழ் படங்களுக்கு நிஜாம் பணம் கொடுத்தால் போதும். ஆனால் ஆங்கிலப் படங்களுக்கு பிரிட்டிஷ் பணம் தர வேண்டும். அதனால் அந்த ஊரில் தேனா பாங்க் என்ற பாங்கில் நிஜாம் பணம் கொடுத்து பிரிட்டிஷ் பணம் வாங்கிக்கொண்டு நரசிம்மாவை ஆங்கிலச்

சினிமாவுக்கு அழைத்துப் போனேன். இன்னும் அந்த சினிமாவின் பெயர் ஞாபகம் இருக்கிறது. 'ஃபேண்டம் ஆப் தி ஆபரா.' இந்தப் பெயர் ஒன்றுதான் சொல்லத் தெரிந்தது. அவன் அழைத்துப் போன இந்திப் படத்தைக் காட்டிலும் இது இன்னும் கண்களை இரண்டு முறை கட்டி நட்டநடுக் காட்டில் விட்ட மாதிரி இருந்தது. இதன் பிறகு நாங்கள் சினிமா பற்றி அதிகம் ஆர்வம் காட்டவில்லை.

ஆனால் ஒன்று மட்டும் நான் அவனை நச்சரித்த வண்ணம் இருந்தேன். எப்படியாவது நானும் ஒரு ஷர்ட் தைக்க வேண்டும். அவன் இதெல்லாம் உனக்குச் சரிப்படாது என்றுதான் சொன்னான். ஆனால் என் நச்சரிப்புத் தாங்காமல், "சரி... ஜிப்பா தை" என்றான். ஒரு காடா துணியைத் தரையில் விரித்து வெட்ட ஆரம்பித்தான்.

நான், வெட்டுவதுகூட நான்தான் செய்வேன் என்று பிடிவாதம் பிடித்தேன். அவன் காகிதத்தில் சில அளவுகள் எழுதிக்கொடுத்து அதன்படி வெட்டு என்றான். அது மிகவும் எளிமையான ஜிப்பாதான். நான் என் வீட்டில் கதவைச் சாத்திக்கொண்டு ஜிப்பா தைக்க ஆரம்பித்துவிட்டேன். ஜிப்பா உருவத்தில் ஒன்றைத் தயாரிக்கவும் செய்துவிட்டேன். ஏதோ போலத் தான் இருந்தது. ஆனால் நானே தைத்த ஜிப்பாவல்லவா? ஒரு மாதிரி போட்டுக்கொண்டுவிட்டேன்.

அம்மா முன் நின்றேன். "என்னடா பொம்மனாட்டி ஜாக்கெட் மாதிரி உடம்போடு ஒட்டியிருக்கிறது?" என்று கேட்டாள்.

"புருஷாளும் உடலை ஒட்டிப் போட்டுக்கொள்ளக் கூடாதா?" என்றேன்.

அப்புறம் ஜிப்பாவைக் கழட்ட ஆரம்பித்தேன். ஒரு அங்குலம் நகரவில்லை. நான் என்னென்னமோ செய்கிறேன், ஜிப்பாவைக் கழட்ட முடியவில்லை. இதற்குள் ஒரு கிலி வந்து விட்டது.

என்றென்றைக்குமே இந்த ஜிப்பாவைக் கழட்ட முடியாதோ? என் பள்ளிப் பையன்கள், மாரீஸ், டெரின்ஸ், சையது, வஹாப், முனிர் எல்லாரும் என் கண் முன்னால் ஊர்வலமாக வந்து விழுந்து விழுந்து சிரிப்பதுபோல இருந்தது. என் அம்மாவும் கழட்டப் பார்த்தாள், முடியவில்லை. மாலை அப்பா அலுவலகத்திலிருந்து வந்தார். அவரும் முயன்று பார்த்தார். ஜிப்பா என் உடலோடு ஒட்டிக்கொண்டுவிட்டது. ஒரு பெரிய போர்வையை போர்த்திக்கொண்டு அப்பாவோடு நரசிம்மா வீட்டுக்குப் போனோம். என் அப்பா அவன் வீட்டுக்குப் போவது அதுவே முதல் தடவை. "நரசிம்மா, இதைக் கழட்டுடா" என்றேன். அவன் ஒரு கத்திக்கொண்டு கழுத்திலிருந்து கீழ் வரை வெட்டினான். இந்த ஜிப்பாவுக்கே இவ்வளவு கஷ்டம் என்றால் கர்ணனுடைய கவசம் எவ்வளவு இம்சை தந்திருக்கும் என்று நினைத்துக்கொண்டேன். அதனால்தான் இந்திரன் கேட்டவுடன் கர்ணன் அதை அறுத்துத் தந்துவிட்டான்.

"ஆமாம், இது எப்படிடா ஆச்சு?" என்று நரசிம்மா கேட்டான். "எல்லாம் உன் அளவுப் பிரகாரம்தான்" என்றேன் அவன் எழுதிக் கொடுத்த காகிதத்தைக் காண்பித்தேன். "அகலம் எவ்வளவு வைத்தாய்" என்று கேட்டான். "பத்து இன்ச்" என்றேன், "ஏண்டா துன்னப் பொத்து! அது

பத்தாடா?” என்று கேட்டான். அவன் என்னை எருமை அளவுக்குத் தள்ளிவிட்டது. என் அப்பாவுக்கு வியப்பாக இருந்தது. “ஆமாம், பாரு” என்றேன். “அடே துன்னப் பொத்து, அது பதினாறுடா” என்றான். என் அப்பாவுக்கு எங்கள் உறவின் புதிர் அறுந்துவிட்டது.

என்னுடைய பால்ய நண்பர்களின் உறவு ஒரு நிகழ்ச்சியால் அப்படியே அழிந்துவிட்டது. திடீரென்று ஒரு நாள் அப்பா செத்துப் போய்விட்டார். இதை எப்படியோ தெரிந்துகொண்டு நரசிம்மா வந்துவிட்டான். அன்று அவன் ஒருவன்தான் என்னைக் கட்டிக்கொண்டு கதறி அழுதான். எல்லாரும் அவன் என் அப்பாவுக்காகத்தான் அழுகிறான் என்று நினைத்திருப்பார்கள். ஆனால் எனக்குத்தான் உண்மை தெரியும். அன்று அவன் வந்து என்னைக் கட்டி அழுதிராவிட்டால் எனக்கு என்னாகியிருக்கும் என்று இன்னும் ஊகித்துப் பார்க்க முடியவில்லை.

நாங்கள் இருந்தது ரயில்வே வீடு. பதினைந்தே நாட்களில் காலி செய்ய வேண்டும். இரு மாதம் அவகாசம் கொடுத்தார்கள். எனக்கு என்ன செய்வது, யாரிடம் உதவி கேட்பது என்றுகூடத் தெரியவில்லை. சென்னைக்குப் போக ஒரு பாஸும், சாமான்களுக்கு ஒரு சரக்கு வண்டியும் கொடுத்தார்கள். நாங்கள் சென்னைக்கு வந்து சேர்ந்தோம்.

மறுபடியும் முப்பது வருடம் கழித்துத்தான் அந்த ஊருக்குப் போனேன். நரசிம்மா கிடைக்கவில்லை. ஏதாவது பெரிய கடையாக வைத்திருப்பானோ என்று அன்று இருந்த பெரிய தையல் கடைகளில் விசாரித்தேன். ஒரு தகவலும் இல்லை. கடைசியாக அவன் அப்பா வசித்த ‘குசினிப் பறச்சேரி’ என்று சர்வ சகஜமாக அழைக்கப்படும் இடத்துக்குப் போய் அவன் அப்பாவைத் தேடினேன். அவரும் செத்துப் போய்விட்டார். அவருடைய மனைவி, நரசிம்மா ஏதோ பெண்ணை இழுத்துக் கொண்டு ஓடிப் போய்விட்டான் என்றாள். சின்னம்மாக்கள் எப்போதும் உண்மைதான் பேச வேண்டும் என்ற கட்டாயம் இல்லை.

இன்று எனக்கு எந்தத் தையற்காரரைப் பார்த்தாலும் நரசிம்மாதான் கண்முன் நிற்கிறான். வெகு எளிதாக அவன் நான் தைத்த ஜிப்பாவைக் கழட்டியதை மறக்கவே முடியவில்லை. பிலிப் என்ற மாசிடோனிய அரசன் மரணப்படுக்கையில் கிடக்கையில் அவனுக்குப் பின் அரியணையில் ஏற அவன் கையிலிருந்து மோதிரத்தைக் கழட்ட வேண்டும் என்ற நிபந்தனை விதித்திருந்தான். அவனுடைய மகன்கள் எல்லாரும் என்னென்னவோ செய்துவிட்டார்கள். கடைசியாக அலெக்சாண்டர் வந்தான். கத்தியை எடுத்து விரலை வெட்டிவிட்டு மோதிரத்தை எடுத்துக்கொண்டான். அவன்தான் பின்னால் மாவீரனாகத் திகழ்ந்தான். எனக்கு ஒரு சந்தேகம். மறுபிறவி என்று ஒன்று இருந்தால் அலெக்சாண்டர்தான் நரசிம்மாவாகப் பிறந்திருப்பான் என்று ஒரு சம்சயம்.

1997

ஒரு டிக்கெட் ரத்து

ரயில் பயணச்சீட்டு முன்பதிவுக்கூடம் எதற்குப் போவதாக இருந்தாலும் பெரிய மாடிப்படி ஏறி இறங்க வேண்டியிருக்கிறது. மாம்பலம் அலுவலகம் மாடியில் இல்லை. ஆனால் அதற்குப் போக ரயில் பாதையைக் கடக்க வேண்டியிருக்கிறது. மேம்பாலம் ஏறி இறங்க வேண்டும். அல்லது மாட்லி சாலை சப்வே படிகள்.

பாலகிருஷ்ணனுக்குச் சில மாதங்களாகவே மாடிப்படிகள் தண்டிக்காமல் விட்டு விடுவதில்லை. ஐம்பது, ஐம்பத்தைந்து வயதுவரை கூட இரண்டு படியாகவும் மூன்று படியாகவும் தாவியவனுக்கு இப்போது கைப்பிடிச் சுவரைப் பிடித்துக்கொண்டு ஒவ்வொரு படியாக எண்ண வேண்டியிருக்கிறது.

"அப்பா, பங்கஜம் டிக்கெட்டைக் கொஞ்சம் நீங்க கான்சல் பண்ணிண்டு வந்துடறேளா? நான் போறதுன்னா சனிக்கிழமைதான் முடியும். அப்போ ஏகப்பட்ட பணம் போயிடும்" என்று அவர் மகன்தான் அன்று காலை அந்தப் பயணச்சீட்டை அவரிடம் கொடுத்தான். அவனுடைய மாமனார் மாமியார் அவர்கள் உறவினர் திருமணத்துக்காகச் சென்னை வருகிறார்கள்.

அவர்கள் ஊர் திரும்பிப் போக அவர்கள் ஊரிலேயே டிக்கெட் வாங்கியிருக்கலாம். ஆனால் மாப்பிள்ளையை வாங்கச் சொல்லிக் கடிதம் போட்டார்கள். "அப்பா அம்மாவுடன் நானும் நாலு நாள் ஊருக்குப் போய் வருகிறேனே" என்று மருமகள் சொல்லியிருக்கிறாள். ஆதலால் அவளுக்கும் சேர்த்து டிக்கெட் வாங்கியிருக்கிறான். ஆனால் அவளுடைய அலுவலகத்தில் அவளுக்குத் திடீரென்று ஒரு சம்பள உயர்வுகொடுத்து வீட்டுக்கு அருகிலேயே உள்ள கிளைக்கு மாற்றியிருக்கிறார்கள். இந்த நேரத்தில் அவள் லீவு போட முடியுமா? "அப்பா, நீங்க தான் கொஞ்சம் அவள் டிக்கெட்டை கான்செல் பண்ணிண்டு வந்துடறேளா?" அவனால் சனிக்கிழமைதான் போக முடியும். ஞாயிறு பயண நாள்.

பாலகிருஷ்ணனுக்கு மகன் மீது கோபம் வரவில்லை. மாமியார், மாமனார், தாய்-தந்தையாருக்குச் சமானம். கல்யாணமாகி இரு வருடங்களில் அவனை அவர்கள் ஒரு சிறு சங்கடத்துக்குக்கூட உட்படுத்தவில்லை. அவர் மகனும் பெண்டாட்டி பின்னாலேயே சுற்றிக்கொண்டிருக்கும் ரகம் அல்ல. உண்மையில் யாரையும் குற்றம் குறை சொல்ல முடியாது. தன் இயலாமையைத்தான் தயங்கச் செய்கிறதே தவிர இந்த வேலையைப் பெரிய சுமையாக நினைப்பது சரியல்ல.

பாலகிருஷ்ணன் முன்பதிவு அலுவலகத்தில் நுழைந்தார். முதலில் பிரமிப்பாக இருந்தது. சில விநாடிகள் அங்கு நின்ற நான்கு வரிசைகளில் மூன்றாவதில் நான்கே நபர்கள் நின்றுகொண்டிருந்தது தெரிந்தது. பாலகிருஷ்ணன் அந்த வரிசையில் நின்றார். தனக்கு முன்னால் நின்றிருந்தவரிடம், "இதோ ஒரு ஃபார்ம் எடுத்துண்டு வந்துடறேன்" என்றார்.

முன்பதிவு செய்வதற்குள்ள படிவம்தான் ரத்து செய்வதற்கும். பயணச்சீட்டில் நபர்கள் வயது மட்டும்தான் குறிக்கப்பட்டிருந்தது. ஆனால் படிவத்தில் பெயர் எழுத வேண்டும். பாலகிருஷ்ணன் படிவத்தில் பங்கஜம் என்று எழுதினார். வயது 26 என்றும் எழுதினார்.

அவர் அதிக நேரம் காத்திருக்கத் தேவை இல்லாமல் அவருக்கு முன்னால் இருந்த இருவர் அடுத்தடுத்து விலகிவிட்டார்கள். பாலகிருஷ்ணன் அவர் கொண்டுவந்திருந்த பயணச்சீட்டையும் அவர் எழுதி வைத்த படிவத்தையும் ஜன்னல் பின்னால் உட்கார்ந்திருந்தவரிடம் நீட்டினார்.

"டிரெய்ன் நம்பர் எழுதுங்க" என்று அவர் இரண்டையும் பாலகிருஷ்ணனிடம் திருப்பிக் கொடுத்தார்.

நாலு இலக்க எண் எழுதுவதற்குப் படிவத்தில் குறிக்கப்பட்ட இடம் மிகவும் சிறியதாக இருந்தது.

பயணச்சீட்டை வாங்கிக்கொண்டு அந்த மனிதர் கம்ப்யூட்டர் கீ போர்டில் பத்துப் பதினைந்து எழுத்துக்களைத் தட்டினார். சிறிது நேரம் கம்ப்யூட்டர் திரையையே உற்றுப் பார்த்தார். "பங்கஜம்னு பேர் ஒண்ணும் இல்லையே?" என்றார்.

"அவ பேர் பங்கஜம்தான். உங்களதிலே என்ன இருக்கு?"

"பங்கஜம்னு இல்லை. இந்த டிக்கெட் நீங்க வாங்கினது தானே?"

"என் பையன் வாங்கினான். முதல் இரண்டு பேர் அவனுடைய மாமனார் மாமியார். மூன்றாவது அவனுடைய மனைவி. என் மருமகள்."

"உங்க பிள்ளை பேரென்ன?"

"விவேகானந்தன்."

"அவர்தான் டிக்கெட் வாங்கினாரா?"

"ஆமாம். போன சனிக்கிழமை 3ஆம் தேதி."

"அவர் மிஸஸ் விவேகானந்துன்னு எழுதியிருக்கிறார்."

"கொஞ்சம் அப்படியே திருத்திடுங்க."

“நீங்கதான் செய்யணும். இந்தாங்க.”

பாலகிருஷ்ணன் இன்னொரு முறை பேனாவைத் திறந்து வைத்துக் கொண்டார்.

“அப்படியே வயசையும் 24ன்னு திருத்திடுங்க. டிக்கெட்டிலே அப்படித்தான் போட்டிருக்கு.”

“எனக்கு கண் சரியாத் தெரியலை. அதையும் மாத்திடறேன்.”

அவர் மகன் ஏன் மனைவியின் வயதைக் குறைத்து எழுதினான் என்று அவருக்குச் சந்தேகமாக இருந்தது. அவள் வயது இருபத்தாறுதான். அவளுக்கும் அவர் மகனுக்கும் மூன்று வயது வித்தியாசம்.

பெண்களுக்குத்தான் வயதை குறைத்துச் சொல்லும் பழக்கம் என்பார்கள். ஆனால் இங்கே அவர் மகனே அவனுடைய மனைவியின் வயதை இரு ஆண்டுகள் குறைத்துவிடுகிறான்! எதனால் இருக்கும்? இன்னும் இரு ஆண்டுகள் அதிகமாக வேலைக்குப் போகலாம். அவள் வேலை செய்யும் கம்பெனியில் ஐம்பத்தெட்டு வயதானால் வெளியே தள்ளி விட்டுவிடுவார்கள். இப்படி வயதைக் குறைத்துச் சொல்லிக்கொண்டால் அறுபது வயது வரை வேலைக்குப் போகலாம். ஆனால் அறுபது வயது வரை அவளுக்கு உடல்நிலை ஆரோக்கியமாக இருக்க வேண்டும். நான்கு படி ஏறினால் அவர் போல மூச்சிறைக்க நேர்ந்தால் எந்தக் கம்பெனிக்காரனும் ஆறுதல் கூறிக்கொண்டிருக்க மாட்டான். ஒழுங்காக வேலை செய்யக் கூடியவர்களுக்கு வழிவிடு என்று வீட்டுக்கு அனுப்பிவிடுவான்.

“இதுலே ஒரு கையெழுத்துப் போடுங்க” என்று ஜன்னல் பின்னால் உட்கார்ந்திருந்தவர் ஒரு சீட்டை நீட்டினார். எல்லாருடைய பயணத்தையும் ரத்து செய்தால் அந்த மனிதர் புதிதாக ஒரு சீட்டு தாயாரித்து அதில் ஒரு கையெழுத்து வாங்கிக்கொண்டு பணத்தை கொடுத்துவிடுவார்கள். ஆனால் மூன்று பேரில் ஒருவர் பயணத்தை மட்டும் ரத்து செய்தால் அவ்வளவு எளிதில்லை. இப்போது புதுப் பயணச் சீட்டு இருவருக்கு மட்டும் தயாரிக்க வேண்டும். இந்தச் சீட்டில் பாவம், அவருடைய சம்பந்தி ஒருவருக்கு மேல் பெர்த், இன்னொருவருக்கு நடு பெர்த்.

பாலகிருஷ்ணன் புதுப் பயணச் சீட்டையும் ரத்துசெய்த டிக்கெட்டுக்கு உண்டான பணத்துடனும் மீண்டும் ரயில் மேம்பாலத்துக்கு வந்தார். காலையில் நேராக வீட்டிலிருந்து வந்திருந்ததால் மாடிப்படிகளை ஒரு மாதிரி சமாளிக்க முடிந்தது. இப்போது கால் மணி நேரம் காத்திருந்து நின்று சில தகவல்களுக்கு மனம் குழம்பிய பிறகு மீண்டும் அந்த மேம்பாலத்தைக் கடக்கவே முடியாது போலிருந்தது. முதல் படியிலேயே சிறிது நேரம் உட்கார்ந்துவிட்டார்.

அன்று மாலை வீட்டில் நிறையக் கலகலப்பு. பங்கஜத்தின் அலுவலகத்தி லிருந்து அவளுடன் பணிபுரியும் இரு பெண்கள் இரவு விருந்துக்காக வந்திருந்தார்கள். இரண்டு பேரும் திருமணமானவர்கள். ஒருத்திக்கு மூன்று வயதில் ஒரு குழந்தை. விவேகானந்தன் ஏழு மணிக்கு வந்துவிட்டான். பாலகிருஷ்ணனும் அவர்களுடனேயே இருந்தாலும அவர்கள் பேச்சு பாதிக்கு மேல் அவருக்குப் புரியவில்லை. எல்லாரும் தமிழில் தான் பேசினார்கள்.

ஒரு தலைமுறைக் காலத்தில் சாதாரணப் பொழுதுபோக்குப் பேச்சுக்கூட எவ்வளவு மாறிவிடுகிறது? பாலகிருஷ்ணனுக்குப் பல தருணங்களில் தூக்கம் வந்தது.

சாப்பாடு முடிந்து விருந்தினர் எல்லாரும் அவரவர் வீடு திரும்பியாகி விட்டது. பாலகிருஷ்ணனுக்கு டிக்கெட் விஷயம் மறந்துவிட்டது. விவேகானந்தன் கேட்டான் – "இன்னிக்கு ரிசர்வேஷன் ஆபீசுக்குப் போக முடியலை இல்லையா?"

"போனேம்பா. பங்கஜம் டிக்கெட்டை கான்சல் செஞ்சாச்சு."

அவர் மகன் உற்சாகப்பட்டதாகத் தெரியவில்லை.

பாலகிருஷ்ணன் புதுப் பயணச் சீட்டையும் ரத்து செய்த டிக்கெட்டுக்கான பணத்தையும் மகனிடம் கொடுத்தார்.

"அப்பா நான்தான் மறுபடியும் போகணும்."

"ஏன்?"

"பங்கஜத்துக்கு லீவு கிடைச்சுடுத்து. இன்னிக்கு விருந்து, அவ பிரமோஷனுக்குன்னு ஏற்பாடு பண்ணியிருந்தாலும் அவகூட வேலை பண்ணறவங்களை நாலு நாளைக்கு அவ இல்லாம சமாளிக்க முடியுமான்னு கேக்கறதுக்குத்தான். முடியும்னாங்க. அதனாலே நானும் கூடப் போகலாமான்னு நினைச்சேன். ரயிலே கிடைக்கலேன்னா பஸ்லேதான் போகணும்."

பாலகிருஷ்ணனுக்கு ரயில்வே மேம்பாலத்தை இன்னொரு முறை ஏறி இறங்க நேராது என்பது ஆறுதலாக இருந்தது. அதே நேரத்தில் அவருடைய மருமகள் அறுபது வயதுவரை உத்தியோகத்துக்குப் போக வேண்டும் என்று வருத்தமாகவும் இருந்தது.

1997

யாருக்கு நன்றி தெரிவிப்பது?

அன்றும் அந்தக் கோடி வீட்டுச் சாக்கடை நிரம்பித் தெருவுக்கருகில் இருந்த சாக்கடை மூடியின் நான்கு பக்கங்களிலிருந்தும் வெளியேறித் தெருவில் ஓடிக்கொண்டிருந்தது. அவன் வெகு கவனமாக நடந்து சென்று சாலையை அடைந்தான்.

கோடி வீடானதால் அதற்குத் தெருவிலும் சாலையிலும் கதவுகள் அமைய வசதியாயிருந்தது. சாலைப்பக்கம் இரு பெரிய கடைகள். தெருப்பக்கம் இரு சிறு கடைகள். மாடியில் வீட்டுக்கார் குடும்பத்துடன் ஓர் அடக்கமான உணவு விடுதியும் இருந்தது. அந்த விடுதிக்குப் பெயர்ப் பலகை ஏதும் கிடையாது. ஆனால், ஒருவர் இருவராக அங்கு வந்து சாப்பிட்டுப் போவதை அவன் கவனித்திருக்கிறான். கடைக்காரர்களுக்குக் குளித்து, சமையல் செய்து, துணி தோய்க்கும் வாய்ப்பு அங்கு இருக்க முடியாது. ஆதலால் சாக்கடையில் ஓடும் தண்ணீர் வீட்டுக்காரர் மற்றும் உணவு விடுதியினர் – பயன்படுத்தியதாகத்தான் இருக்க வேண்டும்.

இவ்வளவு பெரிய நகரில் ஆயிரக்கணக்கில் சாக்கடைகள் இருக்கும்போது ஒரு நாளைக்கு நூறு சாக்கடைகளாவது அடைத்துக்கொண்டு நிரம்பி வழிவது அசாதாரணம் என்று கூற முடியாது. ஆனால், ஒரே சாக்கடை ஒரு வாரம் அல்லது பத்து நாட்களுக்கு ஒரு முறை அடைத்துக்கொண்டு நிரம்பி வழிந்தால்? வீட்டுக்காரரும் உணவு விடுதிக்காரர்களும் மாடியில் இருந்ததால் சாக்கடை நிரம்பி வழிவது அவர்களுக்கு உடனடிச் சங்கடம் கிடையாது. ஆனால், கீழே இருக்கும் நான்கு கடைக்காரர்களும் அவதிப்பட்டேயாக வேண்டும். அந்தக் கடைகளுக்கு வருபவர்களும்தான்.

அவன் சாலையைக் கடந்து பஸ் நிலையத்தை நெருங்கினான். அவனறிந்து அந்த பஸ் நிலையம் ஒரு காலத்தில் ஒரு பெரிய குட்டையாக இருந்தது. அந்தக் குட்டையில் எருமை மாடுகள் குளிப்பாட்டப்படுவதை அவன் பார்த்திருக்கிறான். குட்டையைச் சிறிது சிறிதாக ஊர்க் குப்பையைக்கொண்டு

தூர்க்க ஆரம்பித்தார்கள். உடனே டஜன்கணக்கில் பன்றிகள் அந்த இடத்திலேயே வசிக்க ஆரம்பித்தன. அப்புறம் பருந்துகள். அந்த இடமே பிரம்மாண்டமான எருக்குழியாக மாறியது. மழை நாட்களில் அந்த இடம் வர்ணணைக்கு மீறிய அவலமாக மாறிவிடும். இந்த நரக வேதனைக்குத் தீர்வே கிடையாதா என்று நொந்துபோன தருணத்தில், பழைய கட்டடங்களை இடித்துக் குவிந்த காரையையும், செங்கல் துண்டுகளையும் அந்த இடத்தில் கொட்ட ஆரம்பித்தார்கள். ஐந்தாறு மாதங்களுக்குப் பிறகு புல்டோசர் கொண்டுவந்து இடத்தைச் சமன் செய்தார்கள். சில பஸ்களை அங்கு கொண்டுவந்து நிறுத்தினார்கள். பஸ் நிலையம் தோன்றிவிட்டது.

பஸ் நிலையம் இப்போதும் குளமாகத்தான் இருந்தது. சிமெண்ட் தரையிட்ட குளம். அப்படித் தரையை கெட்டிப்படுத்திவிட்டால் அதைக் குளம் என்பதைவிட ஒரு பெரிய தொட்டி என்று கூறுவதுதான் சரியாயிருக்கும். பஸ் நிலையத் தண்ணீர் தொட்டி அல்லது தண்ணீர்த் தொட்டியான பஸ்நிலையம். கால்செருப்பு தண்ணீரில் ஊறிப் புடைத்துவிட்டது. கனத்துவிட்டது. அறுந்து போக அதிக நேரமாகாது. காதறுந்த ஊசி காத தூரத்துக்குக் காணாது கடை வழிக்கே காலறுந்த செருப்பு காத தூரமென்ன, நான்கடி தூரத்துக்குக் கூட வாராது. செருப்புத் தோலுடன் காலின் தோலும் தண்ணீரில் ஊறுகிறது. கால் தோல் சுருங்குகிறது. இறந்த மனிதனின் கால் தோல் தண்ணீரில் ஊறினால் அதுவும் செருப்புத்தோல் போல உப்பிவிடலாம். ‘காஃப் லெதருங்க இது’ என்று செருப்புக் கடைச் சிப்பந்திகள் சிபாரிசு செய்வார்கள். ஏதோ கன்றின் தோல். அது உயிருடன் இல்லாது போனாலும் மனிதனுக்குப் பயன்படுகிறது. மனிதனின் தோல் எதற்குப் பயன்படும்? சுத்தமாக உபயோகமற்றது. மனிதனின் தோலையும் பயன்படுத்தியே தீருவேன் என்று ஐம்பது ஐம்பத்தைந்து ஆண்டுகளுக்கு முன்பு ஒரு அம்மாளுக்குப் பிடிவாதம் ஏற்பட்டது. அந்த அம்மாள் நாஜி ஜெர்மனியில் யூதர்களுக்காக ஏற்பட்ட காவல் முகாம் ஒன்றின் அதிகாரியின் மனைவி. அந்தக் காவல் முகாமின் பெயர் என்ன? ஏதோ பு என்று தொடங்கும். புலால், புண், புழுதி, புக்கன்வால்டு. ஆம், புக்கன்வால்டு. பெயர்தான் காவல் முகாம். ஆனால், அது ஒரு சாவுத் தொழிற்சாலை. யூதர்களை ஆயிரக்கணக்கில் கொன்று எரித்துப் புதைத்த முகாம். அந்த முகாமின் தலைவனின் மனைவிக்கு ஒரு விசித்திரமான பொழுதுபோக்கு. யூதர்களை உயிரோடு தோலுரிப்பது. அதிலும் எந்த யூதனாவது கையிலோ தொடையிலோ பச்சைக் குத்திக் கொண்டிருந்தால் அவன் தோலையிழப்பது நிச்சயம். அந்த அம்மாள் அந்தத் தோலைக்கொண்டு மின்சார மேஜை விளக்குகளுக்கு அலங்காரக் கூடுகள் தயாரித்து இதர ஜெர்மானிய அதிகாரிகளுக்கு அனுப்புவாள். அவர்களும் அவளுடைய கலையுணர்வை பாராட்டுவார்கள்.

தண்ணீர்த்தொட்டியாக மாறியிருந்த பஸ் நிலையத்திலிருந்து பஸ் புறப்பட்டது. மிகவும் மெதுவாக முன்னேறுகையிலும் தண்ணீரைக் கிழித்துக்கொண்டு போவது போலத்தான் இருந்தது. ஓடமும் வண்டியில் ஏறும். வண்டியும் ஓடத்தில் ஏறும். இங்கு வண்டியே ஓடமாக மாறியிருந்தது. கூரையிட்ட ஓடம். கூரையிலிருந்து தண்ணீர் சொட்டிக் கொண்டிருந்தது. இரண்டு ரூபாய் பயணச்சீட்டுத் தூரம். முழுவதும் நனைந்து கொண்டுதான் பயணம் புரிய வேண்டும்.

ஒவ்வொரு முறையும் இப்படி ஈரத்துணியுடன் வெளியே சென்று வீடு திரும்பும்போது தலைவலி, ஜலதோஷத்துடன் இப்போதெல்லாம் ஜுரமும் வந்துவிடுகிறது. முதலில் மருந்துக் கடைக்காரரிடம் சொல்லி அவர் தரும் மாத்திரைகளை விழுங்குவது. அதில் பயனில்லாவிட்டால் வைத்தியரிடம் போவது. தெருவெல்லாம் வைத்தியர்கள் இருப்பதால் யாரிடம் போவது என்ற குழப்பம். முன்பு ஊருக்கொல்லாம் ஒருவர் அல்லது இருவர்தான் வைத்தியர்கள். இப்போது ஒரு ஊர் மனிதர்கள் எண்ணிக்கை ஒரு தெருவில் அடைந்து கிடக்கிறது. இவ்வளவு பேருக்கு வைத்தியர்கள் இரண்டென்ன, இருநூறு பேர்கூட வேண்டும். நோயில்லாது போனால் சரி. இப்போதுள்ள சூழ்நிலையில் நோய் வராது இருக்குமா? கீழே ஈரம்; உடல் ஈரம். தலைக்கு மேல் ஈரம். உலர்வதற்கு வழி கிடையாது. நோயைத் தடுப்பது எப்படி? தெருவில் சாக்கடை நிரம்பி வழிகிறது. சாக்கடையை நிரப்புபவர்களால் அதைச் சரிசெய்ய முடியாது. அதைச் சரிசெய்ய வைப்பவர்கள் வேறு யாரோ! வைத்தியர் அவர் சௌகரியத்துக்கு நோயாளியைப் பார்ப்பதுபோல் இந்தச் சாக்கடை நிபுணர்களும் அவர்கள் சௌகரியத்துக்குத்தான் ஊர்ச் சாக்கடையைச் சரி செய்வார்கள். என்ன கொடுமை! யாரோ உற்பத்தி செய்யும் அசுத்தத்தை இவர்கள் சுத்தம் செய்ய வேண்டும்.

இவ்வளவு அசுத்தங்களின் நடுவிலும் மனிதர்கள் படுத்த படுக்கையாக விழுந்துவிடாமல் செயல்படுகிறார்கள். யாருக்கு நன்றி தெரிவிப்பது என்று அவனுக்குத் தெரியவில்லை.

1998

மீரா – தான்சேன் சந்திப்பு

நான்கு மாதங்கள் முன்பு என் அக்கா இறந்து போனாள். கடைசிவரை அவளறிந்த பாட்டுக்களைப் பாடிக்கொண்டு, ஒன்றிரண்டு புதுப்பாடல்களைக் கற்றுக்கொண்டு, உடல்நிலையும் குடும்பநிலையும் அனுமதித்த நாட்களில் அருகில் ஏதாவது சங்கீதக் கச்சேரி நடந்தால் அதைக் கேட்டுவிட்டு, கடைசியாக மார்பில் நீர் கோத்துக்கொண்டு நிமோனியா சுரம் கண்டு இறந்து போனாள். என் இசைப் பயணம் அவ்வளவு தொடர்ச்சியாக நடைபெறவில்லை. சிறுவர்களாக இருந்தபோது நாங்கள் வெளியே எங்கு போனாலும சேர்ந்தே போவோம். எந்த வீட்டுக்குப் போனாலும் எங்களைப் பாடச் சொல்லுவார்கள். இன்னொரு முறை சொல்லத் தேவையில்லாமல் உடனே ஏதாவது பாட்டுப் பாடுவோம். அப்போதெல்லாம் சினிமாப் பாட்டுக்கள் அதிகம் இல்லை. அநேக பாடகர்கள் தனிப் பாடல்களாக இசைத் தட்டுகளில் பாடியிருப்பார்கள். அப்படி எம்.எஸ். சுப்புலட்சுமி இசைத்தட்டு ஒன்று வெளிவந்தால் அடுத்த வாரம் என்.சி. வசந்தகோகிலத்தின் இசைத்தட்டு வரும். அதையடுத்து டி.கே.பட்டம்மாள், குமாரி ரூடாமணி... சில நேரங்களில் ஒரே பாட்டையே இருவர் தனித்தனியாகப் பாடியிருப்பார்கள். யார் பாடியது மிகச் சிறப்பானது என்று விவாதம் நடக்கும். இது தவிர, முழு நாடகங்களே ஐந்தாறு இசைத் தட்டுக்களில் பதிவு செய்யப்பட்டு விற்கப்படும். எங்கள் வீட்டு கிராமபோனுக்கு ஓய்ச்சல் ஒழிவே கிடையாது.

“ராஜபுத்திர ராணியான நீ எப்படி ஒரு முகலாயனிடமிருந்து ரத்தின மாலை வாங்கிக்கொண்டாய்?”

“அவர்கள் சாதுக்கள். என் கிரிதர கோபாலனுக்கென கொடுத்தார்கள்.”

“சாதுக்களா? அது டில்லி பாதுஷா அக்பரும் அவருடைய அரசவைப் பாடகன் தான்சேன் என்றும் உனக்குத் தெரியதா?”

“அவர்கள் எல்லா பக்தர்கள் போலத்தான் இருந்தார்கள்...”

“குலத்துரோகி! உன்னைக் கண்டதுண்டமாக வெட்டிப் போட வேண்டும். இனியும் நீ இங்கிருக்கக் கூடாது. போ இந்த நாட்டை விட்டே!”

எங்கள் வீட்டுக்குக் கடைசியாக வந்திருந்த இசைத்தட்டு நாடகமான ‘மீரா’வின் இப்பகுதி எனக்கும் என் அக்காவுக்கும் தாங்க முடியாத துக்கத்தைக் கொடுத்தது. வசுந்தரா தேவிதான் மீராவாக நடித்திருந்தாள். எங்களுக்கு அது நிஜ மீராவின் குரலைக் கேட்பது போலவே இருந்தது. அந்த ராஜபுத்திர ராணியைக் கஷ்டத்தில் சிக்கவைத்த அக்பர் மீதும் தான்சேன் மீதும் மிகுந்த கோபம் கொண்டோம்.

இன்னும் சிறிது காலம் கழித்து ‘மீரா’ என்றொரு தமிழ் சினிமாப் படம் பார்த்தோம். அதில் மீராவாக நடித்த நடிகையின் பெயர் வசுந்தரா என்று போட்டிருந்தாலும் கிராமபோன் நாடக வசுந்தரா அளவுக்கு உருக்கமாக நடிக்க முடியவில்லை. இந்தப் படத்திலும் அக்பர், தான்சேன் வந்தார்கள். இதைத் தவிர என் அக்காவின் வரலாற்றுப் பாடப் புத்தகத்தில் அக்பரின் படம் இருந்தது. அக்பரின் மீசை எங்களிருவருக்கும் பிடிக்கவில்லை. ‘மீரா’ திரைப்படத்தில் இருந்த தான்சேன் நல்லவன் போலத் தோன்றியது, ஹைதாராபாத்தில் ‘தான்சேன்’ என்ற பெயரிலேயே ஒரு இந்தி சினிமா வந்தபோது அவ்வளவு தூரம் போயப் பார்க்க எங்களுக்கு ஆசைதான். ஆனால் பஸ் கட்டணமே இருவருக்கும் முக்கால் ரூபாய்க்கு மேலாகிவிடும். ஹைதாராபாத்துக்கு வரும் இந்திப் படங்கள் ஆறு மாத காலம் அங்கு ஓடிவிட்டு எங்களூருக்கு வரும். அங்கு ஓகோவென்று ஓடிய படங்கள் இங்கு அனாதையாகக் காட்சியளிக்கும். படம் முழுக்க மழை பெய்வது போலிருக்கும். ஐந்தாறு இடங்களிலாவது காட்சிகள் தத்தித் தத்தி ஓடும். பாடல் காட்சிகள் வரும்போது எல்லாப் பாட்டுக்களுமே சமையல் அறையில் கடுகு தாளிக்கும்போது பதிவு செய்யப்பட்டது போலிருக்கும். எங்களுக்கு இதெல்லாம் ஒரு பொருட்டாகத் தோன்றியிருக்காது. எல்லாக் குறைகளையும் கற்பனையால் இட்டு நிரப்பிக் கொள்ளும் வயது.

வெள்ளி, ஞாயிறு எங்கள் பள்ளி வாராந்தர விடுமுறை நாட்கள். கடைசியாக எங்களூருக்கு வந்து சேர்ந்த ‘தான்சேன்’ படத்தைப் பார்க்க ஒரு வெள்ளிக்கிழமை அம்மாவிடம் கெஞ்சிக் கூத்தாடி ஒன்பதணா வாங்கிக்கொண்டு பார்க்கச் சென்றோம்.

‘தான்சேன்’ ஓடிய மனோகர் டாக்கீஸ் எங்கள் வீட்டிலிருந்து மூன்று கிலோமீட்டர். நாங்கள் அதைப் போய்ச் சேர்ந்தடைந்த போது மணி இரண்டு. இரண்டரை மணி ஆட்டத்துக்கு முப்பது நிமிடமாவது முன்னால் போக வேண்டாமா? ஆனால் கொட்டகை நிசப்தமாக இருந்தது. பகல் ஆட்டத்திற்கான அறிகுறி ஏதும் இல்லை.

அந்தக் கொட்டகைக்கு ஒரு காவல்காரன்கூடக் கிடையாது. அருகிலிருந்த வெற்றிலைப் பாக்குக் கடையில் விசாரித்தோம். அந்த படத்துக்கு அது நான்காவது நாள். கூட்டமே இல்லை. அநேகமாக அன்றோ அடுத்த நாளே தூக்கிவிடுவார்கள். “படம் நன்றாகவே இல்லை” என்றும் சொன்னான்.

"சைகல் நடித்திருக்கிறாரே?"

"இருந்தால் என்ன? அதனாலேயே படம் மோசம்."

ஆனால் படத்தைப் பார்த்துவிட்டுப் போவதில் உறுதியாயிருந்தோம். எங்கள் ஊரில் தினசரி இரு காட்சிகள்தான். வெள்ளி, சனி, ஞாயிறு மட்டும் மூன்று காட்சிகள். நாங்கள் வந்ததாலோ என்னவோ வெள்ளியும் இரண்டு காட்சியாகிவிட்டது.

என்ன செய்யலாம் என்று யோசித்தோம். வீட்டுக்குப் போய் மீண்டும் ஆறு மணி ஆட்டத்துக்கு வர நேரம் இருந்தது. ஆனால் வீட்டுக்குப் போய்விட்டால் மறுபடியும் அனுமதி கிடைப்பது உறுதியில்லை. ஆதலால் அங்கேயே காத்திருந்து மாலை ஆட்டத்தைப் பார்த்துவிட்டுப் போவதென்று தீர்மானித்துக் கொண்டோம். தான்சேன் பற்றி அன்று நானும் என் அக்காவும் தெரிந்துகொள்ள அப்படம் தவிர வேறு வழியில்லை.

மனோகர் டாக்கீஸ் பக்கத்தில் ஒரு சிறு சந்து இருந்தது. அங்கு சினிமாக் கொட்டகையின் விளம்பரத் தள்ளுவண்டிகள் நிறுத்தப்பட்டிருந்தன. ஒரு தள்ளுவண்டிக்கருகில் நான் உட்கார்ந்தேன். இன்னொன்றுக்கு அருகில் என் அக்கா உட்கார்ந்தாள். நான்கு மணி நேரம் அப்படியே உட்கார்ந்திருந்தோம். மாலை ஆட்டத்திற்குக்கூடப் பெரிய கூட்டம் இல்லை. வந்திருந்த சிலரும் வழி தவறி வந்தவர்கள் போலிருந்தார்கள். அந்த சினிமாவுக்கு அந்த நாளில் நான்கு மணி நேரம் காத்திருந்து பார்த்தவர்கள் நாங்கள் இருவர் மட்டுமாகத்தான் இருக்கும்.

சினிமா தொடங்கியபோது எங்கள் வயிறும் அசாத்தியமாகக் கிள்ளத் தொடங்கியது. பகல் ஒரு மணிக்குச் சிறிது மோர் சாதம் அவசரமாகச் சாப்பிட்டது, அந்தப் படத்தை அவ்வளவு பசியுடன் பார்த்தவர்களும் நாங்கள் இருவராகத்தான் இருக்க வேண்டும்.

சினிமா எங்களுக்கு நன்றாகவே இருந்தது. சைகல்தான் தான்சேன். ஆகவே தான்சேன் சின்ன வயதிலிருந்து கடைசி வரை ஒரு ஐம்பது வயது மனிதரைப் போலவே இருந்தான். எல்லா இந்தி சினிமாக்களில் உள்ளது போலவே இதிலும் நிறையப் பேச்சும் பாட்டும். தான்சேன் பாடும்போது மட்டும் மான்கள் ஓடி வரும். மயில்கள் தோகை விரித்துச் சிலிர்த்துக் கொள்ளும். விளக்குத்திரிகள் தானாகப் பற்றிக்கொள்ளும். ஒரு பாத்திரத்தில் வைத்திருக்கும் சதுரக் கல் கரைய ஆரம்பித்து விடும். தான்சேன் அக்பரின் வற்புறுத்தலுக்கு இணங்க ஒரு பாட்டுப் பாட, அந்தப் பாட்டின் ராகத்தின் தீவிரத் தன்மையால் அவனுக்குக் கடுமையான வெப்பநோய் கண்டுவிடுகிறது. எந்த மருந்தும் பயன் தருவதில்லை. குற்றுயிரும் குலையுயிருமாக அவன் பிறந்த கிராமத்துக்குக் கொண்டு செல்லப்படுகிறான். அங்கு அவனுடைய இளம்பிராயத்துத் தோழி ஒரு பாட்டுப் பாடுகிறாள். அது மேக மல்ஹார் ராகம். வானம் பொத்துக்கொண்டு மழை பொழிகிறது. தான்சேன் நோய் தீர்ந்து விடுகிறது. இப்போது அவனும் அவளும் சேர்ந்து பாடுகிறார்கள். படம் முடிகிறது. ஆனால் மீரா எங்கே?

எனக்கும் என் அக்காவுக்கும் மிகவும் ஏமாற்றமாக இருந்தது. பசி. வீட்டுக்குப் போனவுடன் அப்பா – அம்மா இருவரிடம் இருந்தும் நிறைய வசவு கிடைக்கும். அடி கூட விழலாம். ஆனால் இவ்வளவு அபாயங்களுக்கிடையில் இந்தத் 'தான்சேன்' படம் பார்க்க வந்த காரணம் நிறைவேறவில்லை. படத்தில் மீரா பற்றிப் பேச்சுமூச்சு இல்லை. ஒருவேளை இதே படம் தமிழ் மொழியில் இருந்தால் அதில் மீரா வருவாளோ? ஏன் 'மீரா' இசைத்தட்டு நாடகத்திலும் 'மீரா' தமிழ்ப் படத்திலும் மீராவின் பூஜைக்கு வரும் அக்பரும் தான்சேனும் 'தான்சேன்' படத்தில் அப்படிச் செய்யவில்லை?

எங்களுக்கு மீராவும் தான்சேனும் சந்திப்பது தவறாகத் தோன்றவில்லை. மீராவும் எடுத்ததெற்கெல்லாம் பாடுவாள். தான்சேனும் அப்படித்தான் போலிருந்தது. மீரா பாடுவது எங்களுக்குப் புரிகிறமாதிரி இருந்தது. தான்சேன் நீட்டி முழுக்கிப் பாடியதில் ஒரு சொல்லையும் தெளிவாக அறிந்துகொள்ள முடியவில்லை. ஏன் இந்த இந்தி சினிமாவில் தான்சேன் மீராவைப் பார்க்கப் போகவில்லை?

மீரா பாடுவது நாடெல்லாம் பிரசித்தமாகி அக்பரும் தான்சேனும் மாறுவேடத்தில் அவள் பாட்டைக் கேட்க வந்ததாக இன்னொரு தமிழ்க் கதைப்புத்தகத்திலும் கண்டிருந்தது. நானும் என் அக்காவும் அதுதான் உண்மை என்று நிச்சயமாக இருந்தோம். ராஜபுத்திரர்களும் முகலாயர்களும் விரோதிகள். அக்பரும் தான்சேனும் இஸ்லாமிய மதத்தைச் சேர்ந்தவர்கள். ஆனால் இசை என்னும்போது, அது கிருஷ்ண பக்தி இசையாயிருந்தால்கூட, அவர்களுக்கு பேதமெல்லாம் அகன்றுவிடுகிறது. நானும் என் அக்காவும் ஐந்தாறு மீரா பஜன்களைக் கற்றுக்கொண்டோம். அந்தப் பாட்டுகள் எல்லாமே கூட்டமாகச் சேர்ந்து பாடுவதற்காக இயற்றப்பட்டவை என்றால் அந்த நாளில் எல்லாருமே எம்.எஸ். சுப்புலட்சுமி போலப் பாடினார்களா? மீரா எந்தப் பாட்டு பாடிக் கொண்டிருந்தபோது அக்பரும் தான்சேனும் மாறுவேடத்தில் அதைக் கேட்டு ரசித்துக் கொண்டிருந்தார்கள்? நாங்கள் பெரியவர்களாகி வெவ்வேறு ஊர்களில் வசிக்க நேர்ந்த நாட்களில்கூட நாங்கள் மீராவைப் பார்ப்பதற்காகத் 'தான்சேன்' சினிமாவைப் பல மணி நேரம் பசியோடு காத்திருந்து பார்த்தது நினைவுக்கு வரும். வானொலியிலோ, தொலைக்காட்சியிலோ மீராவின் பாட்டு யாரால் பாடப்பட்டாலும் நான் அப்படியே நின்றுவிடுவேன். என்னைவிட என் அக்காவுக்கு லயிப்பு அதிகம். ஒருமுறை ஒரு கச்சேரியில் ஒருவர் சூர்தாஸின் 'ஹே கோவிந்த ஹே கோபால' பாட்டுப் பாடிய போது அவளுடைய கண்களில் கண்ணீர் தாரை தாரையாக வடிந்துகொண்டிருந்தது. மீரா பாட்டின் போதும் அப்படித்தான் இருக்கும்.

கிட்டத்தட்ட ஐம்பது வருடங்களுக்கு எங்களுக்கு மீரா – தான்சேன் – அக்பர் பற்றி ஒரே மாதிரிக் கற்பனைத் தோற்றம் இருந்தது. அத்துடனேயேதான் என் அக்கா இறந்திருப்பாள்.

தற்செயலாகச் சில நாட்கள் முன்பு அமெரிக்கப் பல்கலைக்கழகம் ஒன்றின் இலக்கிய வெளியீடு ஒன்றைப் பார்க்க நேர்ந்தது. இந்தியாவின் பக்திப் பாடல்கள் பலவற்றை ஆங்கிலத்தில் மொழிபெயர்த்து வெளியிட்டிருந்தார்கள்.

மீராவின் பாடல்களும்தான். எல்லாக் கவிஞர்கள் பற்றியும் இருந்தது. ஏனோ எனக்கு அது சரியானதாகப்படவில்லை. மீராவைப்பற்றிய ஆதாரப் பூர்வமான வரலாற்றுக்காகத் தேடி அலைந்தேன். வரலாறும் வாய்வழிக் கதைகளும் இவ்வளவு மாறுபட முடியுமா என்று வியக்க வேண்டியிருந்தது. மீரா – தான்சேன் பற்றிக் கர்ண பரம்பரைக் கதை ஆழ்ந்த அர்த்தங்களும் உயர்ந்த நோக்கங்களும் உணர்த்துவதாக இருந்தாலும் அது நிஜமல்ல. பதிமூன்று வயதில் பட்டத்துக்கு அக்பர் வந்த ஆண்டு கி.பி.1556. அதன்பின் குறைந்தது பதினைந்து இருபது ஆண்டுகள் கழித்துத் தான் தான்சேன் அவருடைய சபையில் சேர்ந்திருக்க முடியும். அதன் பிறகு இருவரும் மாறு வேடம் பூண்டு யார் பாடுவதைக் கேட்கப் போவதாய் இருந்தாலும் அது 1580க்குப் பிறகுதான் இருக்கவேண்டும்.

மீரா இறந்த ஆண்டு கி.பி. 1547.

1998

சிறைக் குறிப்புகள்

"பத்திரிகைச் செய்தியாளர்கள் தட்டச்சு இயந்திரத்தின் முன்பு உட்கார்ந்துகொண்டு சில நிமிடங்களில் அவர்கள் எழுத வேண்டியதைத் தயாரித்துவிடுவார்கள். அவர்களுக்கு அந்தக் குறிப்பிட்ட பணியைச் செய்வது தெரியும். பிறரால் அவர்கள் மேல் திணிக்கப்பட்டவை தவிர வேறெதையும் செய்ய மாட்டார்கள். அப்படி ஏதாவது முயற்சி எடுக்க வேண்டும் என்ற உணர்வு அவர்களிடமிருந்து விலகிவிடுகிறது.

புத்திசாலிகள். ஆனால் தனித்துவம் என்றதொரு நுட்பமான தன்மை பற்றி நினைக்க இயலாது போய் விட்டவர்கள் . . . அவர்களை வேலைக்கு வைத்திருக்கும் நிறுவனத்தின் தன்மையில் அவர்கள் பணிகளைச் செய்து முடிக்க ஒப்புக் கொண்டவர்கள். ஒரு பத்திரிகையாளனின் பெயரைச் சொல்லி 'இது அவனின் நடை' என்று கூறுவது இல்லாத ஒன்றைக் குறிப்பது. எல்லாமே அந்தந்தப் பத்திரிகையின் நடையே!"

இதைப் படித்தபோது அவன் மிகவும் சங்கடப்பட்டான். இதுதான் உண்மை என்பதைவிட இப்படியும் அபிப்பிராயங்கள் சொல்ல இடமிருக்கிறது என்பது அவனைச் சங்கடப்படுத்தியது.

அந்த நாவல் பிரேசில் நாட்டிலிருந்து வெளியானது. *(Em Liberdade by Silvino Santiago)* புரட்சி, படுகொலை, பூகம்பம், வெள்ளம், எரிமலை வெடித்தல், ஆட்டப் பந்தயங்கள் என்று நிகழும்போது பல நாடுகள் உலகின் மூலை முடுக்குகளில் இருப்பது கவனத்திற்கு வருகிறது.

பிரேசில் எங்கேயிருக்கிறது? அமெரிக்காவிலா? வடக்கா தெற்கா? பிரேசில்காரர்கள் கால்பந்து ஆடுவதைத் தவிர, வேறெதைச் செய்வார்கள்? அங்கு பத்திரிகைகள் உண்டு, பத்திரிகையாளர்களும் உண்டு என்று இந்த நாவலிலிருந்து தெரிகிறது.

அவனுடைய சங்கடம் இவ்வளவு தீவிரமாக இருப்பதை அவனால் புரிந்துகொள்ள முடியவில்லை. அவனுக்கு எந்தப் பத்திரிகையுடனும் விசேஷமான சம்பந்தம் ஏதும் கிடையாது.

ஆனால் தற்செயலாக அன்று காலைதான் பத்திரிகையாளர்கள் பற்றியதொரு விவாதத்தில் கலந்து கொள்ளும்படி நேர்ந்துவிட்டது. அது ஓர் உறவினர் வீட்டுக் கல்யாணம். தூரத்து உறவு. அதனாலேயே நாடகம் அல்லது சர்க்கஸ் போன்ற நிகழ்ச்சிகளில் ஒரு பார்வையாளனுக்கு இருக்கக்கூடிய சுதந்திரத்தை அனுபவித்துக் கொண்டிருந்தான். அவனருகே உட்கார்ந்தவர்களும் ஏறக்குறைய அதே மனநிலையில் இருந்தார்கள். மேடையில் திருமணச் சடங்குகள் அவை பாட்டுக்கு நடந்து கொண்டிருக்க, இவர்கள் காரசாரமாகப் பேசிக்கொண்டிருந்தார்கள்.

“இந்த நூற்றாண்டின் சிறந்த படைப்பாளிகளிடம் கூட நியாயப்படுத்த முடியாத கறைகள் உள்ளன. எஸ்ரா பவுண்டு தெரிந்தே இத்தாலிய மற்றும் ஜெர்மானிய பாஸிஸத்தை ஆதரித்துப் பிரகடனங்கள் விடுத்தார். பெரிய பண்டிதர்தான். என்ன பிரயோசனம்? அரக்கர்கள் பக்கம் சாய்ந்துவிட்டார்! நட் ஹாம்சன் அப்படியே! பிராண்டலோ அப்படியே! உலக யுத்தம் முடிந்தபின் உலகத்தைப் புனரமைக்கும் பிரகடனத்தில் உலகத்தைப் பிளவுப்படுத்திக் கொந்தளிப்பில் ஆழ்ந்த நேரிடையாகவும் மறைமுகமாகவும் சோவியத் ரஷ்யாவின் அதிகாரவர்க்கம் அயராது இயங்கிக் கொண்டிருக்க, அதன் ரகசியப் பிரதிநிதிகளாக வெவ்வேறு நாடுகளில் பல எழுத்தாளர்களும் பத்திரிகையாளர்களும் செயல்பட்டுக் கொண்டிருந்தார்கள்.

இவர்களில் பெரும்பான்மையோர் இலட்சியவாதிகள் என்பதில் சந்தேகமில்லை. சமதர்ம சமுதாயத்தை நிர்மாணிக்கப் பாடுபடுவதாகத்தான் நம்பினார்கள். அதனாலேயே அவர்களுடைய வழியில் செல்லாத நாணயமானவர்களைக்கூட மக்கள் எதிரிகள், துரோகிகள், பூண்டோடு அழிந்துவிட வேண்டியவர்கள் என்று உள்ளார்ந்து நம்பி அவர்களுடைய அமைப்புகளை இயக்கி வைத்த சக்திகளுக்கு எல்லா விதத்திலும் இசைந்து செயல்பட்டார்கள். சுரண்டல், சந்தர்ப்பவாதம் என்று பார்த்தால் இது எக்காலத்திலும் எவர் புரிந்ததற்கும் குறைந்ததில்லை...”

அந்தத் திருமண வீட்டில் இப்படியொரு விவாதம் நடந்து கொண்டிருக்கையில் உள்ளூர் பத்திரிகையாளர் பற்றியும் பேச்சு வந்தது.

அந்த மனிதர் பொதுஉடமைக் குடையை நாடிப் போகவில்லை. ஒருநாள் விட்டு ஒருநாள் அரைநூற்றாண்டாக செய்தித்தாளில் அரைப் பக்கம் நிரப்பும்படியாக உலகப் பொருளாதாரப் போக்குகள் பற்றி விரிவாகப் பல புள்ளிவிவரங்களுடன் கட்டுரைகள் எழுதி, சில குழுக்களிடையாவது ஒரு பொருளாதார நிபுணர் என்று அறியப்பட்டிருந்தார். “தமிழ்ப் பத்திரிகைகளின் தரம் தமிழ் சினிமாக்களின் தரத்தில்தான் இருக்கிறது” என்று யாரோ சொன்னபோது அவன் அதை மறுத்தான். “இப்படியொரு புத்திஜீவியான பத்திரிகையாளர் இருக்கும்போது எப்படித் தமிழ்ப் பத்திரிகையுலகில் தரம் கிடையாது என்று கூறலாம்? பொருளாதாரம், நாகரீக சமுதாயத்தின் மிக முக்கியமான அங்கமல்லவா?”

அவன் கேள்விக்கு அவர்கள் மழுப்பலாக முனகியது போலிருந்தது. ஆனால் அவன் பேச்சை ஏற்றுக்கொள்கிறபடியும் தோன்றவில்லை. ஒருவன் மட்டும் சற்றுத் தாமதித்துக் கேட்டான்.

“தாங்கள் படித்திருக்கிறீர்களா?”

"எதை?"

"அவர் கட்டுரைகளை ..."

"நிறைய ..."

"முதலிலிருந்து கடைசி வரை?"

"எல்லாவற்றையும் சொல்ல முடியாது. ஆனால் பெரும்பான்மைக் கட்டுரைகளை."

"நான் எண்ணிக்கையைச் சொல்லவில்லை. ஒரு கட்டுரையாவது முழுக்கப் படித்திருக்கிறீர்களா?"

"ஓ. நிறைய!"

"சரி, அதில் எவ்வளவு புரிந்தது?"

"என்ன கேள்வி! அதெல்லாம் தமிழ்க் கட்டுரைகள்!"

"அது சரி; தமிழில் இருப்பதெல்லாம் புரிந்துவிடுகிறதா? அவர் எழுதுவதில் தங்களுக்கு எவ்வளவு புரிந்திருக்கிறது?"

"அளவு எல்லாம் கூற முடியாது. பாதிவரை கட்டாயம் புரியும் என்று வைத்துக்கொள்ளலாம்."

"கட்டுரைகளில் பாதி என்பது சம பங்காவதில்லை! முக்கியமானதென இரு வரிகள் இருக்கும். அந்த இரு வரிகள் புரியவில்லை என்றால் கட்டுரையே புரியவில்லை என்றுதான் அர்த்தம்."

"இது என்ன விதாண்டாவாதம்! எனக்கு எவ்வளவு புரியும் புரியாது என்று தெரியாதா?"

"புரிந்தால் கட்டுரைகளின் செய்திகளைச் சொல்லலலாமே... இதுவரை தாங்கள் அப்படிச் செய்யவில்லையே!"

அவனுக்கு இப்போது கோபம் வந்தது.

"கோபித்துக் கொள்ளாதீர்கள். இந்தியப் பொருளாதாரத்தைப் பற்றியோ உலகப் பொருளாதாரத்தைப் பற்றியோ அவர் விசேஷக் கண்டுபிடிப்புகள் அல்லது கருத்துக்கள் கூறியிருந்தால் அதைச் சொல்லலாமே! எனக்குச் சொல்லத் தெரியவில்லை. நாங்கள்தான் அவருடைய கட்டுரைகளில் பெரும்பான்மையை முதலிலிருந்து கடைசி வரை படித்தவர். அதனால் தான் கேட்கிறேன். சொல்லுங்கள்."

"ஒரு கருத்து என்ன, நிறையக் கூறியிருக்கிறார். ஒவ்வொரு கட்டுரையும் உலக நிலவரத்தை அலசி ஆராய்ந்து எழுதப்பட்டவை."

"அதான் கேட்கிறேன். சரி; போன பட்ஜெட் பற்றி என்ன சொன்னார்?"

"அவன் யோசித்தான். அவர் என்ன சொன்னார்? என்ன சொல்லியிருந்தார்?"

"யோசித்துப் பாருங்கள். உண்மையில் அந்தக் கட்டுரைகளே பதில் சொல்ல முடியாமல் போவதற்குத்தான்! ஏனென்றால் அவை அவர் சுயமாக

யோசித்து வைத்த எந்தக் கருத்தும் கேள்வியும் பதிலும் கொண்டதில்லை. அவர்கள் சொன்னார்கள். இவர்கள் சொன்னார்கள் என்று அவருக்குத் தெரிந்த வார்த்தைகளை எல்லாம் அள்ளிக் கொட்டி மலைக்கச் செய்வார். அதுதான் அவர் பாணி! பார்க்கப் போனால் 'இருப்பது இருக்கிறபடியே' போக்குக்கு இந்தப் பாணி உதவும். இவர்களுக்கு எல்லாமே வார்த்தைகள். யாரோ சொன்ன அல்லது எழுதிய வாக்கியங்கள். அந்த வாக்கியங்கள் எங்கு, எப்போது, எந்தச் சூழ்நிலைக்காக எழுதப்பட்டது என்றெல்லாம் பார்க்க மாட்டார்கள். இவர்கள் நேரடியாக உலகைச் சந்தித்து வருடக்கணக்கில் ஆகியிருக்கும். ஒருமுறை நகர பஸ்ஸில் போகட்டும்; ஒரு முறை ரேஷன் வாங்கி வரட்டும்; ஒரு தாசீல்தார் ஆபீஸுக்குப்போய் ஜாதிச் சான்றிதழ் வாங்கி வரட்டும்; ஒரு முறை ஒரே ஒரு முறை ஏதாவது அரசு ஆஸ்பத்திரிக்குச் சென்று வயிற்றுவலிக்கு மருந்து வாங்கி வரட்டும்... அப்போது இந்தக் கட்டுரைகள் எவ்வளவு அர்த்தமற்றவை என்று அந்த மனிதனுக்குத் தெரியவரும். அவர் மாதிரி எழுதுகிறவர்களுக்கும் அவற்றைப் படித்து வியக்குகிறவர்களுக்கும் தெரியும்!"

இவ்வளவு வாதங்களும் அவனுக்கு நம்பிக்கை தரவில்லை. அவை தூஷணைகள் போலவே தோன்றின. தூஷணைகள் நியாயங்கள் போல ஒலிக்கக்கூடும். இந்த தூஷணை கூறுபவர்களுக்கு அவை விமரிசனம் அல்ல, தூஷணை என்ற உணர்வுகூட இல்லாமலும் போகக்கூடும்.

அவர்கள் முற்றிலும் உண்மையே கூறுகிறார்கள் என்று நம்பவும் கூடும். ஒரு கல்யாண வீட்டில் எதேச்சையாகக் கூடிய நான்கு பேர் மத்தியில் எழும் பேச்சு எல்லாமே பொறுப்புடன் பேசப்பட்டதாக இருக்க வேண்டிய அவசியமில்லையல்லவா? அவன் அப்படித்தான் சமாதானப்படுத்திக் கொண்டான்.

அந்த நால்வரும் அயல் மனிதர்கள் என்றாலும் அவர்களுடன் விவாதிக்க முடிந்தது. அவர்கள் கூறுவதை மறுத்துப் பேச முடிந்தது.

ஆனால் பத்தாயிரம் மைல்களுக்கப்பால் எழுதப்பட்ட இந்த நாவலை மறுக்க முடியுமா? விவாதம் சாத்தியமில்லை. இந்த நாவலை அந்த ஆசிரியர் எப்போது எழுதினாரோ? அதை அவர் நாட்டு மொழியில் எழுதியிருக்க வேண்டும். பிரேசில் மொழி என்று ஒன்றிருக்கிறதா?

அது பிரசுரமாகி, அங்குள்ளோரால் படிக்கப்பட்டு, வேறு நாட்டினரும் படிக்கவேண்டும் என்று கருதப்பட்டு, ஆங்கிலத்தில் மொழி பெயர்க்கப்பட்டு, மொழிபெயர்ப்பு வெளியாகி இப்போது இந்தியா வந்து சேர்ந்திருக்கிறது.

நாவல் முதலில் எழுதப்பட்ட நாளைக்கும் இங்கு இந்தியாவில் அது படிக்கப்படும். நாளைக்கும் இடையில் பல ஆண்டுகள் கழிந்திருக்க வேண்டும். இருபது ஆண்டுகள்கூட இருக்கும் இருபது ஆண்டுகளாக ஒரு கருத்து உண்மையாக இருந்திருக்கிறது.

அந்த நாவலாசிரியர் அந்த நாவலையே ஓர் எழுத்தாளனின் சிறை அனுபவத்தை நினைவுக் குறிப்புகள் வடிவத்தில் கூறுவதாகப் படைத்திருந்தார். அந்த எழுத்தாளன் தீவிர இலட்சியவாதியாக, தீவிரப் பொதுவுடைமைவாதியாகத் தன்னை அர்ப்பணித்திருந்தான்.

ஒரு தருணத்தில் அந்தக் கட்சியின் ஒரு பிரிவு அதிகாரத்தைக் கைப்பற்றி அவனைச் சிறையில் அடைத்துவிடுகிறது. அவன் பல ஆண்டுகள் பல அவமதிப்புகளையும் சித்திரவதைகளையும் அனுபவித்து, இனி அவன் வரை விடிவு கிடையாது என்று மனத்தளவில் உறங்கித் தொடங்கிய காலத்தில் விடுதலை செய்யப்படுகிறான்.

என்ன நிபந்தனைகள் அவனுக்கு இடப்பட்டன, அவனாக எந்த நிபந்தனைகளை ஒப்புக்கொண்டிருக்கிறான் என்று தெரியாது. ஆனால் அவன் வெளியே வந்து எழுதியவை எல்லாம் நவீனத்துவத்தின் வெளிப்பாடாகவும் வெளிப்பாடுகள் குறித்தும் இருந்தன. அவன் எங்கு உண்மை கூறுகிறான், எது நிஜம், எது அவனாகப் படைத்த தோற்றம் என்று விளக்க முடியவில்லை. அவனுடைய குறிப்புகளிலே ஓரிடத்தில் கூறியிருந்தான். "விதிவிலக்கே இல்லாமல் என்னை அறிந்தவர்கள் எல்லாரும் என் சிறை நினைவுகளை நான் எழுத வேண்டும் என்று எண்ணுகிறார்கள். எந்தக் குறிப்புகளிலிருந்து நான் எழுதுவது, எங்கே அந்தக் குறிப்புகள் என்று யாருக்கும் தோன்றுவதில்லை. புத்திசாலியான முட்டாள்களே, நான் உங்கள் வலையில் விழமாட்டேன். நீங்கள் என்னிடமிருந்து விரும்புவதை நான் தரப்போவதில்லை. நீங்கள் என்னிடமிருந்து விரும்புவதை நான் தரப்போவதில்லை. நீங்கள் சிறிதும் விரும்பாததைத் தரப் போகிறேன். உங்கள் ஏமாற்றமே என் கருவி. அதுவே அந்தக் குறிப்பேடுகளுக்கான பொருளும்கூட!"

இந்த நாட்டிலும காரணம் கூறியும் காரணம் கூறாமலும் ஒருவனைக் கைதுசெய்து ஆண்டுக்கணக்கில் சிறையில் அடைக்க அதிகாரப் பூர்வமான வழிமுறைகள் உள்ளன. இன்று அவன் ஒரு சம்பிரதாயப் பத்திரிகையாளனுக்காக வாதாடியதுகூட ஒரு சிலருக்கு அவனைச் சிறையில் தள்ளிவிட காரணமாயிருக்கக்கூடும். அவன் சிறையில் குறிப்புகள் எழுதலாம். எழுதுவானா?

இல்லை என்று பதில் வந்தது.

1998

புதிய பயிற்சி

சதாசிவம் பஸ் நிலையம் போய்ச் சேர்ந்த நேரத்தில் இரு பஸ்கள் ஒரே சமயத்தில் அங்கு வந்து அவற்றிலிருந்து நூற்றுக்கணக்கில் பயணிகள் இறங்கிக் கொண்டிருந்தார்கள். அநேகமாக எல்லாருமே சென்னை நகரத்தின் வெவ்வேறு பகுதிகளில் உள்ள அலுவலகங்களிலிருந்து வீடு திரும்புபவர்கள். ஒரு பஸ் கிரிஜா அலுவலகம உள்ள பகுதியிலிருந்து வருவது. அந்த பஸ்ஸின் கடைசிப் பயணி இறங்கும் வரை சதாசிவம் காத்திருந்தார். கிரிஜா வரவில்லை. அந்த நேரத்துக்குப் பின் மீண்டும் சென்னை நிரையில் போகக்கூடிய பஸ்கள் மிகவும் குறைவானபடியால் பயணிகள் இறங்கும்போதே நிலையத்தில் காத்திருந்த பலர் இடித்துத் தள்ளிக்கொண்டு பஸ்ஸில் ஏறி இடம் பிடித்துக் கொண்டிருந்தார்கள். அவர்கள் அவ்வளவு பரப்பரப்புடன் ஏறினாலும் எந்த பஸ்ஸும் இன்னும் அரை மணி நேரத்துக்கு அங்கிருந்து கிளம்பாது.

சதாசிவம் பஸ் ஸ்டாண்டு எல்லையைத் தாண்டிச் சாலையோரமாகச் சென்றார். மிகக் குறைந்த மிகவும் மங்கலான தெரு விளக்குகள் அந்தக் குடியிருப்புப் பகுதியில் தெருக்களை அடையாளம் காட்டின. வீடுகள் தனித்தனியாகக் கட்டப்பட்டிருந்தாலும் அநேகமாக எல்லாமே மிகச் சிறிய வீடுகள். அந்த வீடுகளைக் கட்டியவர்கள் ஒவ்வொருவரும் பல சௌகரியங்களையும் கைப்பணம், கடன் வாங்கிய பணம், குடும்ப நகைகள் அனைத்தையும் தியாகம் செய்து எப்பாடு பட்டாவது சொந்த வீடு எனக் கூறக்கூடியதில் வசிக்கவேண்டும் என்று உறுதி கொண்டவர்கள். இரண்டாண்டுகள் முன்புகூட பஸ் அல்லது புறநகர் ரயில் ஏதாவது ஏற வேண்டுமென்றால் ஒன்றரை கிலோ மீட்டர் நடக்க வேண்டியிருந்தது. இப்போது இருவழித் தட பஸ்களுக்கு அது சிறு பஸ் நிலையமாகிவிட்டது. தெரு விளக்குகள் போடப்பட்டுவிட்டன. பத்து வருடத்திற்கு முன்பு இருந்ததற்கு இதெல்லாம் பெரிய முன்னேற்றமாகத் தோன்றினாலும் இப்போதுதான் இன்னும் ஏற்பட வேண்டிய மாற்றங்கள் நிறையவே இருக்கின்றன என்று தெரிய ஆரம்பித்தது. சாலை, தெருக்கள் எதற்கும் இன்னும் தார் போடவில்லை.

ஆதலால், குண்டு, குழி, புழுதி, மழை நாட்களில் எல்லாருமே முழுங்காலுக்கு மேல் உடையை உயர்த்திக்கொண்டுதான் தெருவில் இறங்கவேண்டும். வீட்டிலிருந்து கிளம்பும்போது ஓர் உடை, அலுவலகம் போனவுடன் போட்டுக் கொள்வதற்கு ஓர் உடை என்பதுடன், கால் செருப்பையும் ஒரு பையில்போட்டுக் கொண்டுபோக வேண்டும். அங்கிருந்த ஒரு வெற்றிலை பாக்குக்கடையில் தலை வலிக்கு மாத்திரை கிடைக்கும். இரண்டு நாட்கள் தொடர்ந்து சுரம் அடித்தால் ஒரு வைத்தியரைப் பார்க்க மூன்று கிலோமீட்டர் தூரம் போகவேண்டும். வாடகை வண்டி ஏதும் கிடையாது. நூற்றி நான்கு டிகிரி சுரமானாலும் சைக்கிள் லக்கேஜ் காரியரில் உட்கார வைத்துக் தள்ளிக் கொண்டு போகவேண்டும். இப்போது ஒரு டாக்டர், ஒரு சிறிய மருந்துக்கடை, இதர சைக்கிள் ரிக்ஷாக்கள் வந்தாயிற்று. முன்பு ஏதுமே இல்லாதபோது வெகு இயல்பாக எல்லா வசதியின்மையையும் தாங்கிக்கொள்ள முடிந்தது. இப்போது வாரத்தில் மூன்று நான்கு நாட்களிலாவது அந்த இடத்தில் நிறைவேற்றப்படாத பணிகள் பற்றிப் பத்திரிகைகளில் புகார் கடிதங்கள். எல்லாத் துன்பங்களும் புகார் செய்துவிட்டால் தீர்ந்துவிடுமா? இப்போது அவர் காத்திருந்து துன்பப்பட்டுக் கொண்டிருக்கிறாரே, அது பற்றி எந்தப் பத்திரிகைக்கு எழுதுவது?

சதாசிவம் மீண்டும் பஸ் நிலையத்துக்கு வந்தார். இரு பஸ்களிலும் நிறையப் பயணிகள். கடைசி நேரத்தில் ஏறிக்கொள்ளலாம் என்று வெளியே சிறு கூட்டம். எட்டு, எட்டு ஐந்து என இந்த பஸ்கள் கிளம்பிப் போகும். மீண்டும் அன்று திரும்பி வராது. மறுபடியும் அடுத்த நாள் காலை ஏழு மணிக்கு மேல்தான். இவை கிளம்பிப் போனபின் இரவு எட்டரை எட்டே முக்கால் மணியளவில் ஒரு பஸ் வரும். அதில் கிரிஜா கட்டாயம் வந்தாக வேண்டும். அதை அவள் தவற விட நேர்ந்தால் வீடு திரும்ப வேறெங்கோ போகும் பஸ் அல்லது ரயிலைப் பிடித்து அந்த இரவில் நீண்ட தூரம் நடக்கவும் வேண்டும்.

பத்திரிகைகளில் தினமும் வயிற்றைக் கலக்கும்படியான செய்திகள் வந்த வண்ணமிருந்தன. பெண்களுக்கு இவ்வளவு ஆபத்துகளா? முன்பெல்லாம் எப்போதோ பல ஆண்டுகளுக்கிடையில் கேள்விப்பட்டது, இப்போது அநேகமாகத் தினமும் நடப்பது போன்ற எண்ணத்தைத்தான் பத்திரிகைகள் ஏற்படுத்துகின்றன. முன்பும் இப்படித்தான் இருந்ததோ? நிகழ்ந்ததை வெளியிடப் பத்திரிகைகள் இல்லாததால் அவை தெரியவில்லையோ? கூட்டத்தில் ஒரு பெண் பத்திரமாக இருக்கக்கூடிய வாய்ப்பு, ஆள்நடமாட்டம் ஓய்ந்துவிட்ட நேரத்தில் இருக்கும் என்று கூற முடியாது. இதை எப்படி கிரிஜாவிடம் சொல்வது? மூன்று மாதங்களாக அவர் தினமும் பஸ் ஸ்டாண்டில் வந்து காத்திருப்பது அவளுக்குத் தெரியும். பதினைந்து கிலோமீட்டர் பயணத்தை அவள் முடித்து விட்டு இங்கு அரை கிலோமீட்டர் போவதற்கு அவர் துணை வருவது என்ன பொருத்தம்? அவர் பஸ் ஸ்டாண்டில் காத்திருப்பது அவளுக்குத் துணைக்காக என்பதைவிட அவருடைய தவிப்புக்கு ஒரு சிறு ஆறுதல் என்றுதான் கூறவேண்டும். கம்ப்யூட்டர் கல்விக்கூடங்கள் நடந்துகின்றவர்களுக்கு அங்கு வேலை செய்யும் பெண்களின் பாதுகாப்பு பற்றியும் பெற்றோர் கவலை பற்றியும் ஒரு கவலையும் கிடையாதோ? காலை ஐந்து மணி தொடங்கி இரவு பதினொரு மணி வரையில் அடுத்தடுத்து வகுப்புகள் நடத்தி ஒவ்வொரு மாணவனிடமும் கொத்து கொத்தாகப்

பணம் வாங்க வேண்டும். பாடம் சொல்லித் தருபவர்கள் யார்? போன மாதம் வரை அங்கே கற்றுக் கொண்டிருந்த இளைஞன் அல்லது இளம் பெண். சம்பளம் இவ்வளவுதான் தர முடியும். ஆனால் உனக்கு உடனே வேறெங்கே வேலை கிடைக்கப் போகிறது? இந்தச் சம்பளம் அடுத்த தெரு கம்ப்யூட்டர் சென்டரில் கிடையாது. அங்கு தினம் எட்டு மணி நேரம் வேலை செய்தால் கிடைப்பதைவிட வெளியே சொன்னால் வெட்கக்கேடு. இங்கே அதைவிட இருநூறு ரூபாய் அதிகம்...

அந்த இருநூறு ரூபாய் அதிகம் என்றுதான் கிரிஜா தினம் காலை ஒன்பது மணிக்கு வீட்டைவிட்டுக் கிளம்பி இரவு ஒன்பது மணிக்கு வீடு திரும்புகிறாள். சதாசிவம் அங்கு வீடு கட்டிக்கொண்டு வருவதற்கு முன்பு அது தட்டச்சு, சுருக்கெழுத்துப் பள்ளியாக இருந்தது. அங்கு கம்ப்யூட்டர் வகுப்புகள் தொடங்கியபோது அந்த இன்ஸ்டிடியூட் நடத்துபவர் சதாசிவத்தை நேரில் வந்து பார்த்தார். பஸ்ஸில் நாற்பது நாற்பத்தைந்து நிமிடம் பயணம் செய்துதான் அங்குப் போக முடியும் என்றாலும் பழக்கமான இடம் என்று கிரிஜா சேர்ந்தாள். இப்போது அவளே அங்கு ஒரு பயிற்சியாளர். அவள் மாணவியாக இருந்தபோது இரண்டு மணி நேரம்தான் அவளுக்கு வகுப்பு. இப்போது நாள் முழுக்க அடுத்தடுத்த வகுப்புகள் அவள் எடுத்த வண்ணம் இருக்க வேண்டும்.

எல்லாரும் கம்ப்யூட்டர்தான் இனி கடவுள் என்பதுபோல அதையே துரத்திப் போய்க்கொண்டிருக்கிறார்கள். நேற்று அதைக் கற்றுக்கொண்டு இன்று சொல்லித் தர முடியுமானால் அது என்னவாக இருக்கும்? அவ்வளவு எளிதானதென்றால் ஏன் இவ்வளவு கட்டணம் வாங்குகிறார்கள்? தெருவுக்கு ஒரு கம்ப்யூட்டர் பள்ளி. இன்னும் இங்கே யாரும் தொடங்கவில்லை. அப்போது கிரிஜா எங்கோ போய் நாளெல்லாம் வாடி வதங்க வேண்டாம். ஆனால் இங்கு வரும் கம்ப்யூட்டர் பள்ளி நியாயமானதாக இருக்கும் என்று என்ன நிச்சயம்? கிரிஜா எங்கோ போய் நாளெல்லாம் வாடி வதுங்குவதற்குப் பதிலாக இங்கே வாடி வதங்குவாள்! ஒரு சின்ன வித்தியாசம். சதாசிவம் பஸ் ஸ்டாண்டுக்குப் போய் அவள் வருகைக்காகக் காத்திருக்க வேண்டியிராது.

ஒவ்வொரு காலத்திலும் ஒவ்வொரு முறையில் மனிதர்கள் வெறும் ஜடப்பொருள்கள் போலப் பயன்படுத்தப்படுகிறார்கள். சதாசிவத்தின் வாழ்க்கையிலும் ஒரு கணிசமான பகுதி அவருடைய நிறுவன சரக்குக் கிடங்கில் அதிகப்படி நேரம் வேலை செய்வதில்தான் கழிந்தது. தொழிலாளர் சட்டங்களைச் சற்றுக் கண்டிப்பாகக் கடைபிடிக்க வேண்டிய காலம் வந்த போது அவருக்கு அதிகப்படி நேரம் பணிபுரிவது பழக்கமாகிப் போயிருந்தது. அவர் பொழுதோடு வீடு திரும்பினால் மனைவி, மகன், மகள் எல்லாரும் மூச்சு முட்டத் தவிப்பதுபோல இருந்தது. அவர் இல்லாதுபோன நேரத்தில் வீட்டில் இருந்தச் சிரிப்பும் கும்மாளமும் கேலிப்பேச்சும் அவரைக் கண்டவுடன் ஆவியாகி மறைந்து போயின. அவரால் அவர்கள் போலச் சிரித்துப் பேச முடியவில்லை. எப்படியோ ஒரு சிறு வீட்டைக் கட்டி விட்டார். ஒரு மகன், மகளைப் படிக்க வைத்துவிட்டார். அவருக்கு அதிகம் விருப்பமில்லை என்றாலும் பெண்ணை வேலைக்கு அனுப்பிவிட்டு மாலையில் அவள் எப்போதும் வீடு திரும்புவாள் என்று பஸ் ஸ்டாண்டில் காத்துக் கொண்டிருக்கிறார்.

சதாசிவம் மீண்டும் சாலைக்கு வந்தார். நிலையத்திலிருந்த பஸ்கள் ஒவ்வொன்றாகக் கிளம்பின. எட்டரை, எட்டே முக்கால் மணியளவில் ஒரே ஒரு பஸ் வந்து அதுவும் உடனே கிளம்பிப் போய்விடும். பஸ் நிலையம் மறுநாள் காலை வரை ஐந்தாறு நாய்களுக்கும் சில மாடுகளுக்கும் படுத்து இளைப்பாற உகந்த இடமாக இருக்கும்.

சதாசிவத்துக்குக் கால் வலித்தது. உண்மையில் அவர் இப்படி ஒரு மணி நேரம் காத்து நிற்பதால் யாருக்கு என்ன பயன்? அவர் வீட்டிலிருந்தாவது மனைவிக்குத் துணையாகவும் உதவியாகவும் இருந்திருக்கலாம். கிரிஜாவுக்கு பஸ் நிலையத்திலிருந்து வீடு வரும்வரை துணை தேவைப்படுவதாயிருந்தால் அங்கே வீட்டில் தனியாக இருக்கும் மனைவிக்குப் பாதுகாப்பு வேண்டாமா? இவர் பஸ் நிலையம் வந்து காத்திருப்பதால் தாமதமாக வரும் பஸ் சீக்கிரம் வந்துவிடப் போகிறதா?

ஆனால் அன்று சீக்கிரமாக வந்துவிட்டது. கிரிஜாவும் அதில் வந்து விட்டாள். அவளுடைய பையை சதாசிவம் வாங்கிக்கொண்டார். இருவரும் சிறிது தூரம் மௌனமாக நடந்தார்கள். சதாசிவம் கேட்டார். "ஏழரை மணிக்கு வர பஸ்ஸிலே வர முடியாதா?"

"முடியும்ப்பா. அதுக்கு முந்தின பஸ்ஸிலேகூட வரமுடியும். ஆனால் தினம் ஒரு இன்ஸ்டிரக்டர் லீவு போடறதினாலே யாராவது இருக்க வேண்டியதாயிடறது."

"இன்னும் இரண்டு மூணு பேரை வேலைக்குச் சேத்துக்கறதுதானே?"

"எனக்குத் தெரியாதுப்பா. நான் ஸ்டூடண்ட்டா இருந்தாப்போ ஒரு மாதிரி இருந்தது. இப்போ வேறே மாதிரி."

"எல்லா ஆபீஸ் மாதிரி அஞ்சு மணி, ஆறு மணிக்கு மூடிடக் கூடாதா?"

"அஞ்சு மணி ஆறு மணிக்குத்தான் நிஜமாகவே வேலை ஆரம்பிக்கறதுப்பா. பத்து மணிக்குக்கூட கத்துக்க வர்றதுக்குத் தயார். எங்களுக்குப் பெரிய கிளாஸ்களே ஆறு மணிக்கப்புறம் தான்."

"அதுவரைக்கும் நீ இருக்கணுமா? வேண்டாம். வேறே ஏதாவது கம்பெனியில் பார்ப்போம்."

"கிடைச்சா நான் வேண்டாம்னு சொல்லப் போறதில்லே. ஆனா இப்போ நான் படிச்ச கம்ப்யூட்டர் படிப்புக்குக் கிடைக்குமான்னு பாக்கணும். இதெல்லாம் இப்போ எல்லாருமே படிச்சிடறாங்கப்பா."

சதாசிவம் தலையைக் குனிந்துகொண்டார். கிரிஜாவே தனக்கு நிறையப் போட்டியாளர்களை உற்பத்தி செய்துகொள்கிறாளே என்று நினைத்துக்கொண்டபோது மனம் கனத்தது.

1998

இரகசிய வேதனை

இருமுறை பஸ் கட்டண விகிதத்தை மாற்றியபோதும் அவன் சங்கடம் தீரவில்லை. முதன்முறை அவன் போகும் இடத்திற்கு 1.75 என்று நிர்ணயித்திருந்தது. கால் ரூபாய் நாணயம் அவனிடம் இருக்காது. இரண்டு ரூபாயாகக் கொடுத்தால் பல நேரங்களில் பாக்கிச் சில்லறை வராது. சில நேரங்களில் வருவது பொதுப் புழக்கத்திலிருந்து மறைத்துவிட்ட இருபது காசு நாணயமாக இருக்கும். நாட்டில் உள்ள இருபது காசு நாணயங்களெல்லாம் பஸ் கண்டக்டர்களிடம் போய்ச் சேர்ந்திருக்க வேண்டும்.

இரண்டாம் முறை மாற்றப்பட்ட கட்டணம் கால் ரூபாய்ச் சில்லறை இல்லையென்றால் பஸ்ஸில் ஏறவே பயப்பட வேண்டும். எவ்வளவு கால் ரூபாய் நாணயங்களைச் சேர்த்து வைக்க முடியும்? இன்று ஒரு கால் ரூபாய் நாணயமும் இல்லை. ஆனால் நூற்றுக்கணக்கான தடவைகளில் கால் ரூபாய்க்காக கண்டக்டர்கள் கொடுத்த இருபது காசு நாணயங்கள் இருந்தன. ஒரு முறை, ஒரே ஒரு முறை, அவன் கொடுக்கும் இருபது காசை அவர்கள் கால் ரூபாயாக ஏற்றுக்கொள்ளக் கூடாதா?

பஸ்ஸில் பயணம் செய்வதே ஏதோ பிச்சைக்குப் போய் நிற்பது போலச் செய்துவிட்டார்கள் கண்டக்டர்களும், டிரைவர் களும். பெரிய பஸ் நிலையங்களில் அந்தக் கேவலத்தைச் சொல்லி முடியாது. எல்லாரும் ஒரு பஸ்ஸில் ஏறி வியர்த்து விறுவிறுக்கக் காத்திருந்தால் வேறொரு பஸ் காலியாகக் கிளம்பிப் போகும். அப்படியே நிறுத்தி ஏற்றிக்கொண்டால் கால் வைக்க முடியாத குப்பை அல்லது சேறருகே பஸ் நிற்கும். குண்டுப் பெண்மணிகள் பையுடனும் குழந்தைகளுடனும் ஓடிவரும் காட்சி நரகத்தை நம்பாதவர்களையும் நம்ப வைக்கும். கையிலிருக்கும் ஒரு பெட்டியை அனுமதிக்க முடியாது என்று நிர்தாட்சண்யமாக இறக்கிவிடுவார்கள். அல்லது ஏற்றவே மாட்டாகள்.

இதெல்லாம் அவனை வாட்டி வதக்க அவன் இம்முறை ஒரு ரூபாயையும் ஒரு இருபது காசு நாணயத்தையும் கண்டக்டரிடம் நீட்டினான். கண்டக்டர் அதை வாங்கிப் பையில் போட்டுக் கொண்டு சீட்டு கிழித்துக் கொடுத்தான்.

1998

கண்ணாடி

ஈர்க்கில் பஞ்சைச் சுற்றிக் கிராம்புத் தைலத்தில் தோய்த்துப் பல் மீது தடவப் போனபோதுதான் தெரிந்தது. அது வெறும் தைலத்தில் போகக்கூடிய பல் வலியல்ல என்று. பல்லின் அடிப்பாகத்தில் கறுப்பாக ஒரு வட்டம். அதே போலப் பல்லின் பக்கவாட்டிலும் பெரிய கறுப்பு வட்டம். பல் சொத்தையாகத் தொடங்கி அடியிலிருந்து புரையோடி இப்போது பக்கங்களுக்கும் பரவியிருக்கிறது. பல் வைத்தியரிடம் போனால் பல் ஒரு சிறு இழுப்புக்குத் தாங்காது.

இந்த அளவு சொத்தை விழுவதற்குப் பல நாட்கள் தேவைப்பட்டிருக்கும். மாதக்கணக்கில்கூட. ஆனால் இப்போதுதான் கண்ணில் தென்பட்டிருக்கிறது. தினம் ஒரு முறை தலைவாரிக் கொள்ளக் கண்ணாடி முன் நிற்கிறேனே, அப்போது முகத்தைப் பார்ப்பது கிடையாதோ? இல்லை என்று இப்போது தெரிகிறது. கண்ணாடியில் முகத்தைப் பார்த்துக்கொள்ளும் பழக்கமே போய்விட்டது. எவ்வளவு பேர் சமயம் கிடைத்தபோதெல்லாம் கண்ணாடி முன் நிற்கிறார்கள்? அவர்களுக்குக் கூச்சம் அதிகம் இருக்கும். அதனால்தான் திரும்பத் திரும்பத் தலையை வாரிக்கொள்கிறார்கள். முகத்தைத் துடைத்துக் கொள்கிறார்கள். பவுடர் போட்டுக் கொள்கிறார்கள். அவனுக்கு அவன் முகம் ஒரு பொருட்டாக இல்லாமல் போய்விட்டது. கூச்சம் எந்த விதத்திலும் பயன்படப்போவதில்லை. அப்படியும் கூறுவதற்கில்லை. பல்லைக் காப்பாற்றியிருக்கும்.

1998

சிவகாமியின் மரணம்

புத்தகத்தை வாங்கி இருபத்தைந்து ஆண்டுகள் முடிந்துவிட்டன. இப்போதுதான் நான்காம் பக்கத்தில் எழுதப்பட்டிருந்த அந்த வாக்கியம் கண்ணில் பட்டது. சிவகாமியின் மரணம். 29.5.1958.

புத்தகம் பைகிராப்ட்ஸ் சாலை நடைபாதை புத்தகக் கடை ஒன்றில் வாங்கியது. அந்தச் சாலையை இப்போது பாரதியார் சாலையாகப் பெயர் மாற்றியிருக்கிறது. முன்பும் பல கடைகள் இருந்தன. இப்போது பெரிய, பகட்டான கடைகள். நடைபாதை பாதியாகக் குறுகிவிட்டது. தரையில் புத்தகங்களைப் பரப்பி வைக்க அதிக இடம் இல்லை. பொதுவாகப் பழைய புத்தகக் கடைகளில் நின்றபடி நாம் வேண்டும் புத்தகத்தைத் தேடிப்பிடித்து வாங்க முடியாது. இப்போது அந்தப் பழைய புத்தகக்கடை முன்னால் நிற்கக் கூட முடியாது. அச்சமெழுப்பும் போக்குவரத்தில் சில விநாடி களுக்குள் சைக்கிளோ, ஸ்கூட்டரோ, மோட்டாரோகூட இடித்துத் தள்ளிவிடும். பழைய புத்தகங்கள் வாங்குவதை அநேகமாக நிறுத்திவிட்டதற்குக் கண் பார்வை மங்கி வருவது மட்டும் காரணமில்லை.

புத்தகம் 'செயிண்ட் ஜோன்.' பெர்னார்ட் ஷா எழுதிய நாடகம். அதை அவர் 1924இல் எழுதி அடுத்த வருடம் நோபல் பரிசு பெற்றுவிட்டார். ஆனால் நான் வாங்கிய புத்தகம் இரண்டாம் உலக யுத்தத்தின்போது அச்சிடப்பட்டது. பிரிட்டிஷ் அமெரிக்கப் படைகளுக்காக மலிவான தாளில் மலிவுப் பதிப்பாகப் பெங்குவின் நிறுவனம் வெளியிட்டது. யாரோ ஜான் ஸ்மித் என்பவர் 1944இல் வாங்கியிருக்கிறார். இங்கிலாந்திலேயே வாங்கியிருக்கக்கூடும். அவருக்கு அந்த நாடகம் பிடிக்காமல் போயிருக்கலாம். ஜோன், பிரெஞ்சுக் காரர்கள் சார்பில் இங்கிலாந்துக்காரர்களோடு போரிட்டு வென்றவன். அப்படி இருந்தும் பிரான்சு நாட்டுப் பெரிய தலைகள் சேர்ந்துகொண்டு அந்தப் பட்டிக்காட்டுப் பெண்ணை இங்கிலாந்துக்காரர்களுக்கே விற்றுவிட்டன. பதினேழு,

பதினெட்டு வயதில் வெறும் கத்தியும் ஈட்டியும் வைத்துக்கொண்டு ஒரு படைக்குத் தலைமை தாங்கி வெற்றிகளை வாங்கித் தந்த அந்தப் பெண்ணை அவள் நாட்டுக்காரர்களே எதிரிகளிடம் விற்று விடுகிறார்கள்! இங்கிலாந்துகாரர்கள் ரோஷமுடையவர்கள். பயபக்தி கொண்டவர்கள். நல்ல கிறிஸ்தவர்கள். அவர்கள் மானம் போகும்படியாக அவர்களைத் தோற்கடிக்கும் ஆற்றல் படைத்த இளம் பெண் சூனியக்காரியாகத்தான் இருக்க வேண்டும். சாத்தானின் கைக்கூலியாக இருக்க வேண்டும். கொளுத்து அவளை உயிரோடு! வேத முழக்கங்களுடன் அந்தப் பதினெட்டு வயதுப் பட்டிக்காட்டுப் பெண் உடல் கருகி ரத்த நாளங்கள் வெடித்துத் துடிதுடிக்கச் செத்தாள்.

ஜான் ஸ்மித்துக்கு 'செயிண்ட் ஜோன்' நாடகம் பிடிக்காமல் போனதற்கு இன்னும் கூடக் காரணங்கள் இருக்கலாம். இரண்டாம் உலக யுத்ததில் இங்கிலாந்துக்காரர்களுக்கும் பிரெஞ்சுக்காரர்களுக்கும் நேச நாடுகள் என்று பெயர். அவர்கள் சேர்ந்து ஜெர்மனியோடு சண்டைப் போட்டார்கள். இருந்தாலும் அவர்களுக்குள் இருந்த ஆயிரமாண்டுப் பகையும் போட்டியும் எங்கே போய்விடும்?

ஜான் ஸ்மித் எறிந்துவிட்டுப் போன 'செயிண்ட் ஜோன்' புத்தகம் எஸ்.ராதாகிருஷ்ணன் என்பவரிடம் போய்ச் சேர்ந்திருக்கிறது. அவர் அதை ஒரு பழைய புத்தகக் கடையில் வாங்கியிருக்கலாம். ஜான் ஸ்மித் பெயரை அடித்துவிட்டுத் தன் பெயரை எழுதி இருக்கிறார். ஜான் ஸ்மித்தே அந்தப் புத்தகத்தை ராதாகிருஷ்ணனிடம் கொடுத்திருக்கலாம். ராதாகிருஷ்ணன் பெர்னார்ட் ஷா நாடகத்தைப் படித்து ரசிக்கக் கூடியவராக இருக்க வேண்டும். ஜான்ஸ்மித், ராதாகிருஷ்ணன் இரண்டு பேருமே யுத்தக் கைதிகளாகச் சிங்கப்பூரில் இருந்திருக்கலாம்.

ராதாகிருஷ்ணனுக்கு நேதாஜி சுபாஷ் சந்திரபோஷ் ராணுவத்தில் சேர்ந்திருக்க வாய்ப்புக் கிடைத்திருக்கும். ஜான் ஸ்மித் யுத்தம் முடியும் வரை யுத்தக் கைதியாகவேதான் காலம் தள்ளியிருக்க வேண்டும். எஸ். ராதாகிருஷ்ணன் – இவர் இந்தியாவின் உப ஜனாதிபதியாகவும். ஜனாதிபதியாகவும் இருந்தவரல்லவா? அந்த மனிதர் 'செயிண்ட் ஜோன்' நாடகத்தைப் படிக்கும் ரகமா? அவர் ஏதாவது பழைய புத்தகக் கடையில் வாங்கியிருக்கலாம். ஆனால் அவர் புத்தகங்களைப் பழைய புத்தகக் கடையில் போட வேண்டிய அவசியம் இருந்திருக்காது. அவர் பெயர் உள்ள சாலையில் அவருடைய வீடு அவ்வளவு பெரியது. இந்த ராதாகிருஷ்ணன் பெயர் எழுதப்பட்ட பக்கத்தின் பின்புறத்தில்தான் 'சிவகாமியின் மரணம் 29.5.1958' என்று இருந்தது. உண்மையில் இந்த மூன்று கையெழுத்துக்களில் மரணம் குறித்து எழுதியதுதான் பளிச்சென்று யார் கவனத்தையும் கவரக்கூடியதாக இருந்தது. ஆனால் அதைத்தான் இருபத்தைந்து வருடங்கள் பார்க்கத் தவறியிருக்கிறேன்.

நாடகத்தையாவது இன்னொரு முறை படித்துவிடலாமா? ஜோனுடைய வாழ்க்கை பற்றி சரியாகத் தெரிந்துகொள்ள இந்த நாடகம் போதாது. பெர்னார்ட் ஷா ஏனோ எல்லா நேரமும் தான் ஒரு அதிபுத்திசாலி என்று நிரூபித்துக்கொண்டே இருக்க வேண்டும் என்று நினைத்துக் கொண்டிருக்கிறார். அவருக்கு மனிதர்களைவிட மனிதக் குழுக்கள், சமூகம்,

சமூக அமைப்புகள் மீது அவர் கணிப்புகளும் கண்டுபிடிப்புகளும்தான் முக்கியம். அவரைப் போலவே அவருடைய பாத்திரங்களும் கெட்டிக்காரர்கள். கெட்டிக்காரர்களிடம் ஒரு சங்கடம், அவர்கள் வார்த்தைகளைப் பிறர் மீது அள்ளிக் கொட்டுவது போல அவர்கள் மீதே அவற்றை வாரி இறைத்துக் கொள்வார்கள். அவர்களுடைய மனதில் அவை ஓயாது ஒலித்துக் கொண்டிருக்கும்.

அந்த இரைச்சலில் சில உண்மைகள் அடையக் கிடைக்காமல் தவறிவிடும். பெர்னார்ட் ஷா தன் நாடகங்களில் அவ்வப்போது வரலாற்று நாயகர்களைப் பாத்திரங்களாகப் பயன்படுத்திக் கொண்டாலும் அவர் களைக் கூட சமூகப் பிரதிநிதிகளாக மாற்றிவிடுவார். ஒருவேளை அதுதான் சரியான பார்வையோ? கடவுளின் காவலர்கள் எனத் தங்களை அறிவித்துக் கொண்டவர்களால் உயிரோடு கொளுத்திக் கொல்லப்பட்ட அந்தப் பதினெட்டு வயதுப்பெண்ணை 1920ஆம் ஆண்டில் தெய்வக்கிருபை பெற்றவள் என்று கடவுளின் காவலர்கள் அறிவித்துக்கொள்ளும் இன்னொரு கிறிஸ்தவ சபை அறிவித்தது.

ஐநூறு ஆண்டுகள் முன்பு தெய்வ விரோதி, சூன்யக்காரி, மதச் சத்ரு என்று சொல்லி உயிரோடு எரிக்கப்பட்ட அந்தப் பதினெட்டு வயதுப் பட்டிக்காட்டுப் பெண் திடீரென்று பத்திரிகைச் செய்திகளில் முதலிடம் பெற ஆரம்பித்தாள். புனித ஜோன் ஆனாள். உடனே அவள் பற்றி நூல்கள், நாடகங்கள். இங்கிலாந்தின் பங்குக்கு பெர்னார்ட் ஷா நாடகம் என்றால் அமெரிக்காவின் பங்குக்கு மாக்ஸ்வெல் ஆண்டர்சன் நாடகம். பேசாத் திரைப்படம். பேசத் தொடங்கியவுடன் உரத்த பின்னணி இசையுடன் மேலும் திரைப்படங்கள்.

எஸ்.ராதாகிருஷ்ணன் 'செயிண்ட் ஜோன்' புத்தகத்தை வாங்கியிருக்கக் கூடிய நாட்களில் ஜோன் பழைய செய்தியாகி விட்டாள். அந்த நாளில் கின்ஸி என்ற பெயர் கொண்டதொரு அமெரிக்க மனத்தத்துவ மருத்துவர் ஆண்கள் – பெண்கள் எல்லாமே நம்பக்கூடியவர்கள் அல்ல என்று புள்ளிவிவரக் கணக்கு தந்தார். அவர் தன்னுடைய கூற்றை எல்லாக் காலத்துக்கும் விஸ்தரித்தார். மனிதரில் புனிதத் தன்மையே சாத்தியமில்லை. பதினெட்டு வயதுப் பட்டிக்காட்டுப் பெண்ணுக்குக்கூட.

ஆனால் எல்லாக் காலத்திலும் நிறைய பெண்கள் பதினெட்டு, பத்தொன்பது வயதில் இறந்திருக்கிறார்கள். அந்த நாட்களில் எழுதப்பட்ட கதை, நாவல் என்று எதை எடுத்தாலும் இளையாள், சித்தி, சிற்றன்னை பிள்ளைகள் என்று நிகழ்ச்சிகள் போகும். சரத் சந்திரர் கதைகளில் முதல் மனைவி பூரண ஆயுள் பெற்றிருந்தாள் என்ற பேச்சே கிடையாது. பெண்களுக்குப் பத்து வயதிலும் பனிரெண்டு வயதிலும் கல்யாணம். பதினைந்து வயதுக்குள் கையில் ஒரு குழந்தை. பத்துப் பதினைந்து நபர்கள் உடைய குடும்பத்தின் வீட்டு வேலை. மாமியார், நாத்தனார் மரபுக் கொடுமை. இந்த நிலையில் எப்படி ஒரு பெண் தீர்க்காயுள் கொண்டிருக்க முடியும்? இந்தப் பத்து வயதுக் கல்யாணம் இந்தியா சுதந்திரம் அடைந்து பல ஆண்டுகளான பிறகு நல்ல வசதியுள்ளவர்கள் குடும்பங்களில்கூட நடந்திருக்கிறது. வாய் கிழிய ஊருக்கு உபதேசம் பண்ணுகிற அமைச்சர் ஒருவர் தன் பதினைந்து வயதுப் பெண்ணுக்குப் பல கோடி ரூபாய்

செலவழித்துக் கல்யாணம் செய்வித்தார். ராஜ குடும்பத்தைச் சேர்ந்த அவர், ரயில்வே மந்திரி. தன் ஊர் ரயில் நிலையத்தைச் சலவைக் கல்லால் இழைத்துவிட்டார். சென்னை ஆட்டோ ரிக்ஷாக்களில் மட்டும்தான் பெண்ணின் திருமண வயது 21. அந்த அமைச்சரைச் சட்டம் ஒன்றும் செய்யவில்லை.

சிவகாமி அற்பாயுளில்தான் போயிருக்க வேண்டும். இல்லாது போனால் அவளுடைய சாவை ஒரு புத்தகத்தில் குறித்து வைத்திருப்பார்களா? சுத்த சைவப் பெயர். தகப்பனார் பட்டை பட்டையாக விபூதி தரித்துக் கொண்டிருப்பார். அது ராதாகிருஷ்ணனாக இருக்க முடியாது. புத்தகம் ஒரு கையாவது மாறியிருக்கிறது. 'செயிண்ட் ஜோன்' போன்ற புத்தகங்களை யாராவது அடிக்கடி பார்க்கக் கூடிய இடத்தில் வைப்பார்களா? தினமும் பார்த்துப் படித்து ரசிக்கக்கூடிய புத்தகம் இல்லை. அது. ஒரு முறை படித்துவிட்டு எங்கோ மூலையில் பாதுகாப்பாக வைத்திருப்பார்கள். ஆதலால் இந்தப் புத்தகம் அந்த மூன்றாவது நபர் கையில் கிடைத்த ஓரிரு தினங்களுக்குள் சிவகாமியின் மரணம் நிகழ்ந்துவிட்டது.

சிவகாமி, சிவகாமிநாதன், சிவகாம சுந்தரம், சிவகாமி நடராஜ சுந்தரம்... சிவகாமி என்று தொடங்குகிற பெயரை ஆண்களுக்குத்தான் நிறைய வைத்திருக்கிறார்கள். பெண்களுக்குப் பெயராக இரண்டாம் யுத்த காலத்தில்தான் இது அதிக அளவில் புழக்கத்துக்கு வந்தது. கல்கி எழுதி வந்த தொடர் கதையான 'சிவகாமியின் சபதம்' தான் இதற்குக் காரணம். பார்த்திபன், விக்கிரமன், குந்தவி, அருண்மொழி, நரசிம்மன், பரஞ்சேதி என இன்னும் சில பெயர்களும் குழந்தைகளுக்கு வைக்கக் கருதப்பட்டன. 'செயிண்ட் ஜோன்' புத்தகத்தில் குறிப்பிட்டப்படி சிவகாமி அது அச்சிடப்பட்ட ஆண்டில் கூடப் பிறந்திருக்கலாம். சிவகாமி இறந்தபோது பதினான்கு அல்லது பதினைந்து வயது. பதினைந்து வயது வளர்ந்த குழந்தையை இழக்க நேருவது எவ்வளவு கொடுமை? செயிண்ட் ஜோன் மரணம் போலவே. ஒரு வித்தியாசம். இந்த நாளில் யாரையும் உயிரோடு கொளுத்துவது இல்லை. அப்படியும் கூறுவதற்கில்லை. வெறும் பத்திரிகைச் செய்திகளின்படியே, தமிழ்நாட்டிலேயே ஓராண்டுக்கு எழுநூறு, எண்ணூறு பெண்கள் இந்தக் கதிக்கு ஆளாகிறார்கள். பட்டிக்காட்டுப் பெண் ஜோன் கொளுத்தப்பட்ட காலத்திற்கும் இப்போதைக்கும் உள்ள ஒரு வித்தியாசம், பெண்களைச் சூன்யக்காரி என்று பெயர் சூட்டிக் கொளுத்துவதில்லை.

'செயிண்ட் ஜோன்' புத்தகத்திலிருந்து மூன்று, நான்கு எண் பக்கங்களுடைய தாள்களைக் கிழித்தேன். சிவகாமியுடன் ராதாகிருஷ்ணன், ஜான் ஸ்மித் ஆகிய பெயர்களும் அகன்றுவிட்டன. இப்போது 'செயிண்ட் ஜோன்' நாடகத்தை என்னால் முறையாகப் படிக்க முடிந்தது.

1999

குகை ஓவியங்கள்

“இங்கிருந்து பார்த்தால் ஏதோ சின்னப் பாறை போலத்தான் தெரியும். ஆனால் கிட்டத்தட்ட இரண்டாயிரம் படிகள் ஏற வேண்டும். வண்டியிலிருந்து இறங்குகிறீர்களா? இனிமேல் நடந்துதான் போக வேண்டும்.” சுற்றுலா வழிகாட்டி சொன்னார். அவருடைய ஆங்கிலத்தில் இடையினங்கள் தனி மாதிரி ஒலித்தன.

எல்லாரும் இறங்கினார்கள். அந்தச் சுற்றுலா கோஷ்டியில் அவன் ஒருவன்தான் இந்தியன். தமிழன். கீழே இறங்கிய பின் அவனுடைய கால்கள் அந்த வெயிலில் ஒரு மணி நேரம் நடக்க ஆயத்தமாவதற்குச் சற்று நேரம் பிடித்தது. கால் அவனுடையதாக இல்லாமல் அதுவே ஒரு தனிப் படைப்புபோல அவனுக்குத் தோன்றிற்று.

சுற்றுலா வழிகாட்டி பேசிக்கொண்டே நடக்க எல்லாரும் அவரைச் சூழ்ந்தவண்ணம் நடந்தார்கள். அவனுக்கு அவர் ஏதோ சொல்கிறார், கூட இருப்பவர்களில் சிலர் எதோ கேட்கிறார்கள் அல்லது சொல்கிறார்கள் என்று தெரிந்ததே தவிர, என்ன சொல்லப்படுகிறது என்று தெளிவாகக் கேட்கவில்லை. எதிரே தூரத்தில் அந்த மலை வெயிலில் ஜொலித்தது.

இது பழைய மலையல்ல என்று கூறிக்கொண்டான். பல கோடிக்கணக்கான வருடங்கள் ஆகியிருந்தால் பாறை நல்ல கறுப்பாக, மிகவும் உறுதியாக இருக்கும். சில கோடி ஆண்டுகளே ஆகியிருந்தால் வண்ணம் மாறுபடும். சில பாறைகள் மண் போன்ற நிறத்தில்கூட இருக்கும்; எளிதில் நொறுங்கிப்போய்விடும்.

சில கோடி வருடங்கள்! சில கோடி வருடங்கள் புதியதா? காலமே எப்படிப் பொய்யான விஷயமாக இருக்கிறது?

சுற்றுலா வழிகாட்டி நின்றுவிட்டார். “என்ன இவ்வளவு பின்தங்கிவிட்டீர்கள்? மலை மீது வேறு ஏற வேண்டும். முடியுமல்லவா?”

அவன் முடியும் என்று பதிலளிப்பதுபோலப் புன்னகை புரிந்தான். வழிகாட்டி இப்போது அவனுக்காக விளக்கம் தந்தான். “இங்கிருந்து பார்த்தால் ஏதோ சின்னப் பாறை போலத்தான் தெரியும். ஆனால் கிட்டத்தட்ட இரண்டாயிரம் படிகள் ஏற வேண்டும். பாதிக்கு மேல் இந்த முப்பது ஆண்டுகளில் போட்டவை. பாதுகாப்பாகக் கைப்பிடி உண்டு. பழைய படிகள் ஆயிரத்தைநூறு ஆண்டுகளுக்கு முன்னால் செதுக்கப்பட்டவை. காலடி பட்டுப் பட்டுத் தேய்ந்து போய் வழவழவென்றிருக்கும்.”

“பாதிப் படிகள் சமீபத்தில் போட்டதென்றால் முன்பு எப்படி மேலே ஏறிப் போனார்கள்?”

“எங்களுடைய ஊகம் படியில்லாத இடங்களில் மேலிருந்து கயிறு தொங்கவிட்டிருப்பார்கள், நூலேணி போல.”

“நூலேணி மூலம் யார் எவ்வளவு பேர் மேலேறிப் போக முடியும்? இளைஞர்களிலேயே துணிச்சலுடையவர்கள்தான் இந்த மலை மீது ஏறியிருப்பார்கள்.”

“நீங்கள்தான் மேலே ஏறிப் பார்க்கப் போகிறீர்களே? மலை மீது சற்று விசாலமான இடம். அங்கு ஒரு காலத்தில் ஒரு ராஜா அரண்மனை கட்டிக்கொண்டு வாழ்ந்திருக்கிறார்! ஆதலால் பெண்கள், குழந்தைகள், வயதானவர்கள் எல்லாரும் மலை மீது ஏறியிருக்க வேண்டும். இறங்கி இருக்க வேண்டும்.”

அந்த இடத்தை நெருங்கிப் போனபோதுதான் அது எவ்வளவு உயரமானது என்று ஒருவாறு புலப்பட்டது. அந்த மலையை மட்டும் சுற்றி வரப் பல மணி நேரம் தேவைப்படும்.

கட்டாந்தரையாகக் கண்ணுக்கெட்டியவரை இருந்த அப்பிரதேசத்தில், யாரோ வானளாவிய அரக்கர்கள் சதுரங்கம் ஆடி ஒரு காயாக இந்த மலையை மட்டும் அங்கு வைத்துவிட்டுப் போனமாதிரி இருந்தது. தூரத்தில், வெகு தூரத்தில் ஒரு மலைத் தொடர் காணப்பட்டது. ஆனால், அந்தத் தொடருக்கும் இதற்கும் சம்பந்தம் கிடையாது.

எல்லாருமே மலையடிவாரத்தை அடைந்துவிட்டார்கள். சுற்றுலாப் பயணிகள் அனுமதிச் சீட்டு வாங்குவதற்கென்று அங்கு சிறு கொட்டகை. அலுப்பும் களைப்பும் தோன்றும் முகத்துடன் ஒருவர், அந்தப் பதின்மூன்று நபர்களுக்கு சீட்டு முத்திரையிட்டுக் கொடுத்தார். அந்தக் கொட்டகையில் ஒழுங்காகக் கால் நீட்டிப் படுக்க முடியாது. அங்கிருந்த ஒரே நாற்காலியும் அவ்வளவு சௌகரியமானதில்லை. அந்த மனிதருக்குச் சுற்றுலாப் பயணிகள் வந்தாலும் சிரமமாக இருக்கும். வரவில்லை என்றாலும் பெரிய வித்தியாசம் இல்லை. வழிகாட்டி அவரிடம் நட்புத் தோன்றப் பேசினாலும் அவர் ஜீவனற்றுத்தான் ஓரிரு சொற்களில் பதில் தந்தார்.

“இப்படி வாருங்கள்” என்று வழிகாட்டி ஓர் ஒற்றைப் பாதை வழியாக அழைத்துச் சென்றார். “அங்கே பாருங்கள்” என்றார்.

முதலில் ஒன்றும் தெரியவில்லை. அது விசாலமானதொரு குகை. இருபது நபர்கள் வரிசையாக அங்கு நின்று மழைக்கு ஒதுங்கலாம். மத்தியான வெயில் நேர் எதிர் திசையில் இருந்ததால், குகை நல்ல வெளிச்சமாக இருந்தது.

வழிகாட்டி குகையினுள் சென்று கூரையில் ஒரு மூலையைக் காட்டினார். "இங்கே பாருங்கள். ஏதாவது தெரிகிறதா?"

தெரியவில்லை. ஆனால், சில நேரம் பார்த்துக்கொண்டே இருந்தபோது, மங்கிய காவி வண்ணத்தில் ஏதோ ஓவியம் இருப்பது தெரிந்தது.

"இந்த ஆயிரத்தைநூறு வருடங்களில் இது இந்த அளவு இருப்பது பெரிய அதிசயம். குகை வெளியே இந்தக் குகை வாயிலைச் சுற்றிப் பாறையில் வளையம் போட்டதுபோல ஒரு பள்ளம் செதுக்கியிருக்கிறார்கள். அது மலைமீது விழும் மழை நீர் சரிந்து உள்ளே வர முடியாதபடி பாதுகாத்து விடும். நீர் பள்ளக் கோட்டிலிருந்து கீழே கொட்டிவிடும். இந்த ஓவியங்களுக்கு வெயில், ஈரம் இரண்டும் எதிரிகள். இந்தக் குகையில் இவை இரண்டிற்கும் எதிராக ஓரளவு பாதுகாப்பு இருக்கிறது. ஆனால், மலை மீதுள்ள குகைகளில் ஓவியங்கள் இன்னும் நன்றாகப் பார்க்கக்கூடிய நிலையில் உள்ளன. போகலாமா?" அவர் அப்படிப் பேசிக் கொண்டிருக்கும்போதே பெரிய உடும்பு போன்றது குகையிலிருந்து வெளியேறியது. ஒருவர் பயந்து போய்க் கத்திவிட்டார்.

குகைக் கூரையை அவன் ஒருவன்தான் அருகில் சென்று பார்த்தான். அது பத்துப் பன்னிரண்டு அடி உயரத்தில் இருந்தது. அந்த உயரத்தில் ஓவியம் வரைய, ஒன்று, அந்த ஓவியம் அல்லது ஓவியர்கள் குறைந்தது எட்டடி உயரம் இருக்க வேண்டும்; அல்லது பெரிய மேடை அல்லது சாரம் கட்டிக் கொண்டு ஓவியம் வரைந்திருக்க வேண்டும். இரண்டாவதுதான் சாத்தியம். அன்றும் இந்த மலையின் சுற்றுப்புறம் மனித வாசனையற்றுத்தான் இருந்திருக்க வேண்டும். இந்த ஓவியர்கள் எப்படி உணவருந்தினார்கள், எங்கு ஓய்வு எடுத்துக்கொண்டார்கள், மழை, குளிர், காட்டு மிருகங்களிலிருந்து எப்படிப் பாதுகாத்துக்கொண்டார்கள்? முதலில் என்ன பிரதிபலனுக்காக இவ்வளவு வசதிக் குறைவையும் அபாயங்களையும் பொருட்படுத்தாது இந்த ஓவியங்களை வரைந்தார்கள்? இவை நிஜமாகவே ஓவியங்களா அல்லது ஏதோ கிறுக்கலைச் சுற்றுலாப் பயணிகளை வரவழைக்கும் தூண்டில் புழுவாகப் பயன்படுத்தும் ஏமாற்று வேலையா?

இம்முறை வழிகாட்டி சிறிது கண்டிப்புத் தோன்றச் சொன்னார். "நீங்கள் எல்லாருடனும் சேர்ந்து வருவதுதான் நல்லது. இந்த மலையில் தொலைந்துபோய்விட்டீர்கள் என்றால், எல்லாருக்கும் பெரிய சிக்கலாகிவிடும்."

"இங்கு தொலைந்துபோனவர்கள் உண்டா?"

"இங்கே பல இடங்களில் எலும்புக் கூடுகள் கண்டெடுக்கப் பட்டிருக்கின்றன."

வழிகாட்டியின் கடுமை அவனை அந்த நேரத்தில் உடனே வாதம் புரியவிடவில்லை. ஆனால், அந்த மலைப்படிகளில் எல்லாரும் சேர்ந்து

ஏறவும் முடியாது. பல இடங்களில் ஒருவர் பின் ஒருவராகத்தான் ஏற வேண்டியிருந்தது. மூன்று நான்கு பேருக்கு அதற்குள் மூச்சிறைக்க ஆரம்பித்து விட்டது. ஒரு அம்மாள், "படி இவ்வளவு செங்குத்தாக இருக்குமென்று முன்பே சொல்லவில்லையே?" என்றாள்.

வழிகாட்டி சொன்னார்: "நான் கிளம்புவதற்கு முன்னரே இது சற்றுக் கடுமையான பயணம் என்று சொல்லியிருந்தேன். நீங்கள் எல்லாரும் குகை ஓவியங்களைப் பார்க்க வேண்டும் என்று சொன்னீர்கள். இந்த நாட்டில் இதுதான் மிக முக்கியமான சுற்றுலா இடம்."

"இன்னும் எவ்வளவு தூரம் போக வேண்டும்?" என்று கோபக்கார அம்மாள் கேட்டாள்.

"இப்போதுதான் ஆரம்பித்திருக்கிறோம், மேடம்."

"இன்னும் நூறு படி இருக்குமா?"

"நான் முன்பே சொன்னேன், கிட்டத்தட்ட இரண்டாயிரம் படிகள் என்று."

"சரி, நான் இங்கேயே இருந்துவிடுகிறேன். நீங்கள் போய்விட்டு வாருங்கள்."

"உங்களை எப்படித் தனியாக விட்டுப் போவது? சிறிது நிழல் வேண்டுமானால் கூட நீங்கள் அந்த முதல் குகைக்குப் போக வேண்டும்."

"அங்கே போக மாட்டேன். இங்கேயே உட்கார்ந்து கொண்டிருக்கிறேன்."

"வெயில்..."

"பரவாயில்லை." அந்த அம்மாள் தலையில் பெரிய கைக்குட்டை ஒன்றைப் போட்டுக்கொண்டாள். இன்னொரு வயதானவர், "நானும் வரவில்லை. இங்கேயே இருந்து விடுகிறேன்." என்றார்.

வழிகாட்டிக்கு ஆரம்பத்தில் இருந்த உற்சாகம், கண்டிப்பு, குரல் எல்லாமே தழைந்துபோயிற்று.

"நான் கிளம்பும்போதே சொன்னேன், இரண்டாயிரம் படிகள் ஏற வேண்டும் என்று. இந்த நாட்டிலே இதுதான் மிக முக்கியச் சுற்றுலா இடம். ஆயிரத்தைநூறு ஆண்டுகளுக்கு முன்பு வரைந்த ஓவியங்கள்."

"ஆயிரத்தைநூறு படிகள் இருக்கின்றனவே."

எல்லாரும் சிரித்துவிட்டார்கள். பதின்மூன்று நபர்களில் ஐவர்தான் மேலே போய்ப் பார்த்துவிட்டு வர முடிவு செய்தார்கள்.

இப்போது வழிகாட்டி ஒன்றும் பேசாமல் படியேறிக்கொண் டிருந்தார். அடிக்கடி நின்று ஐவரும் அவருடன் சேர்ந்துகொண்ட பிறகு மீண்டும் ஏற ஆரம்பித்தார். வழிகாட்டிக்கு ஐம்பது வயதிருக்கலாம். தலை நரைத்து, வழுக்கையும் விழுந்திருந்தது. ஆனால், சுற்றுலாப் பயணிகளுக்கு வழிகாட்டியாக இருந்து நிறைய அலைந்து திரிந்துவருவதாலேயே ஐம்பது வயதுக்குரிய தளர்ச்சி இன்னும் அவருடலில் தெரியவில்லை.

"எவ்வளவு ஆண்டுகளாக நீங்கள் வழிகாட்டியாக இருந்து வருகிறீர்கள்?" என்று அவன் அவரைக் கேட்டான்.

"இந்த இடத்திலா?"

"நீங்கள் இந்த ஒரு இடத்திற்கு மட்டுமா வழிகாட்டி?"

"அப்படியில்லை. ஆனால், இந்தக் குகை ஓவியங்களைப் பார்க்க வரும் அயல்நாட்டுச் சுற்றுலாப் பயணிகளுக்கு என்னைத் தான் அனுப்புவார்கள்."

"ஏன் இவ்வளவு உயரமான மலையில் இதை வரைந்தார்கள்?"

"நீங்கள் அந்த ஓவியங்களைப் பார்க்க வேண்டும். அதன் பிறகு ஒரு கேள்வியும் கேட்க மாட்டீர்கள்?"

"நீங்கள் எதையும் மிகவும் தீர்மானமாகப் பேசுகிறீர்கள்."

"உண்மைதான். இவ்வளவு பேர் இதைப்பார்க்க வருகிறீர்களே என்று மிகவும் சந்தோஷப்பட்டுக்கொண்டிருந்தேன். எல்லாரும் அங்கே கட்டாந்தரையில் வெயிலில் உட்கார்ந்து கொண்டு சிகரெட் பிடித்துக் கொண்டிருக்கிறார்கள்."

மலைமீது போகப் போகப் படிகள் சற்று எளிதாக அமைக்கப்பட்டிருந்தன. சுற்றுலா இலாகா இரும்பு கொண்டு அமைத்திருந்த படிகள், சாரம் முதலியன மிகவும் சௌகரியமாக இருந்தன. இரு இடங்களில் களைப்பாற நிழற்குடைகள் கூட அமைக்கப்பட்டிருந்தன. இதெல்லாம் மலையடிவாரத்தில் பார்வைக்கு எட்டவில்லை.

வழிகாட்டி ஒரு வார்த்தைகூடப் பேசாது போய்க்கொண்டிருந்ததில் அவனுக்கு வருத்தம், கோபம் இரண்டும் ஏற்பட்டது. "இந்த மலைமீது உள்ள குகை ஓவியங்கள் தவிர, இந்த இடத்திற்கு வேறு சிறப்புகள் கிடையாதா? என்று கேட்டான்.

"அந்தச் சிறப்பை எல்லாம் அரசு தரும் இலவசப் புத்தகத்தில் படித்துவிட முடியும். புத்தகம் தெரிவிக்க முடியாதது அந்த ஓவியங்கள்தான்."

"அவைகூடச் சில அந்தப் புத்தகத்தில் இருக்கின்றன."

"எல்லாவற்றையும் வெளிப்படையாகச் சொல்ல முடியாது."

அவனுக்கு இப்போது ஒரு சந்தேகம் வந்தது. வழிகாட்டி சாதாரண மனிதராகத்தான் காணப்பட்டார். அவனுடன் மலை மீது ஏற வந்த மீதி நால்வரில் இருவர் அறுபது வயதை எட்டியவர்கள் என்று தோன்றியது. அவர்களுக்கு அந்த ஓவியம் பற்றிய விசேஷ ரகசியம் ஏதாவது தெரியுமோ? அவர்கள் ஆவலுடன் இருப்பது தெரிந்தது.

அவனுக்குப் புதிய சந்தேகங்கள் தோன்றின. சுற்றுலாப் புத்தகத்தில் காணப்பட்ட படங்கள் பழங்கால முறைப்படி தீட்டப்பட்டவை என்பது தவிர, வேறேதும் வித்தியாசம் அல்லது மேன்மை காண முடியாது. பழைமை என்ற ஒரே காரணம், இவ்வளவு கடினமான பயணத்திற்கு ஈடு செய்ய முடியுமா?

வழிகாட்டி இறுதியாக ஓரிடத்தில் நின்று "இங்குதான் குகை" என்றார். அது கிழக்கு நோக்கி இருந்ததால், அந்த நேரத்தில் இருட்டாக இருந்தது. ஒரு சிப்பந்தி அங்கிருந்தார். அவரிடமிருந்து வழிகாட்டி ஒரு பெரிய டார்ச் விளக்கு வாங்கிக்கொண்டார்.

"இதற்குப் பணம் தர வேண்டுமா?" என்று அவன் கேட்டான்.

"இதற்கெல்லாம் முதலிலேயே நிறையப் பணம் சேர்த்து வாங்கிவிட்டார்கள்."

எல்லாரும் குகை உள்ளே நுழைந்தார்கள். வழிகாட்டி விளக்கை ஒரு பக்கம் திருப்பினார். அவர் திருப்பிய பக்கம் குகைச்சுவர் பத்தடி உயரத்திற்கு காரை போன்று ஏதோ பூசப்பட்டு சம பரப்பாக்கப்பட்டிருந்தது. அதில்தான் ஓவியம் வரையப்பட்டிருந்தது. சுற்றுலா புத்தகத்தில் கண்ட படங்கள் இருந்தன. அத்துடன் வேறு சில ஓவியங்களும் பிரம்மாண்டமான அளவில் வரையப்பட்டிருந்தன. அத்தகைய புராதனப் படங்கள் மற்றும் சிற்பங்கள் வேறு சில இடங்களிலும் இருந்தன. அவற்றில் ஆண்கள், பெண்கள் எவ்வளவு அந்தரங்கமான உறவில் இருந்தாலும் சாந்தமாக இருப்பார்கள். ஆனால் இந்தக் குகை ஓவியங்கள், வயிற்றைக் கலக்கும் அரக்க வெறி தோன்றும் முக பாவனையுடன் இருந்தன – ஆண், பெண் இருவருமே. அதனால்தான் மக்கள் எளிதில் போக முடியாத இடத்தில் வரைந்திருக்கிறார்களோ?

அவனுடன் வந்திருந்தவர்கள் முகத்தைப் பார்த்தான். அவைகூட அந்த ஓவியங்களுடையதுபோல மாறியிருந்தன. அவனுக்குத் தெரிந்த பெண்களின் முகங்கள் நினைவுகளில் வந்து போயின. அவனுக்கு வெட்கமானது.

குகையிலிருந்து திரும்பி வரும்போது யாரும் பேசவில்லை.

1999

கோபம்

கேதாரிக்கு நம்ப முடியவில்லை. அந்தத் தெருவில் எதையோ தொலைத்துவிட்ட மாதிரித் தெரிந்தார் சித்தப்பா. அவன் அவரிடம் சென்றான். “சித்தப்பா!”

சித்தப்பா அவனை உற்றுப் பார்த்தார். “கேது!” என்று கத்தினார். அப்படியே அவனை வாரி எடுத்துக்கொண்டார்.

“சித்தப்பா. சித்தப்பா. நாங்க இங்க இருக்கோம்னு எப்படிக் கண்டுபிடிச்சேள்?”

“ரொம்பக் கஷ்டப்பட்டேண்டா, கேது. நீங்க இந்த ஊருக்கு வந்தது மகாதேவனுக்கு மட்டும்தான் தெரியும். ஆனால் அவன் எங்கே இருக்கான்னு தெரியாது. நேத்திக் கார்த்தாலே ஆறு மணிக்கு ரயிலை விட்டு இறங்கி அலைஞ்சு அலைஞ்சு அவன் வீடு கண்டுபிடிச்சப்போ பத்து மணிக்கு மேலேயாயிடுத்து. அவன் ஆபீஸுக்குப் போயிட்டான். அவன் பொண்டாட்டிக்கு என்னைத் தெரியாது. ரொம்பத் திண்டாடிட்டேண்டா. ஆனால் பரவாயில்லே. உங்களைக் கண்டுபிடிச்சுட்டேனே.”

“வாங்க, சித்தப்பா, வீட்டுக்குப் போகலாம்.”

“எட்டாம் நம்பர்தானே?”

“இல்லே, சித்தப்பா. பத்தொம்பது. எட்டுன்னு யார் சொன்னா?”

“மகாதேவன்தான். நான் எட்டு, பதினெட்டு, இருபத்தெட்டுன்னு அரை மணியாத் தேடிண்டிருக்கேண்டா.”

சித்தப்பா மறுபடியும் கேதாரியைக் கட்டிக்கொண்டார். கேதாரி அவருடைய கையைப் பிடித்து அழைத்துக்கொண்டு போனான். வீடு திறந்திருந்தது.

“அம்மா எங்கேடா?”

கேதாரி "அம்மா! அம்மா!" என்று அழைத்தபடி சமையலறைக்குச் சென்றான். அங்கிருந்து முதல் அறைக்குத் திரும்பி வந்து, "அம்மா தண்ணி கொண்டுவரப் போயிருக்கா, சித்தப்பா என்றான்.

"இங்கே தண்ணி வெளியிலேர்ந்து கொண்டு வரணுமாடா?"

"ஆமாம், சித்தப்பா. நம்ம ஊரிலேயெல்லாம் குழாய்லதானே தண்ணி வரும்? இங்கே கிணத்திலேருந்து கயிறு போட்டு எடுக்கணும், சித்தப்பா. இந்த வீட்டுத் தண்ணி ஒரே கலரா மண்ணு மாதிரி இருக்கும். அதனாலே குடிக்கிறதுக்கும் சமைக்கறதுக்கும் அம்மா இன்னொரு வீட்டிலேர்ந்து கொண்டு வருவா."

"நீ அம்மாவுக்கு ஒத்தாசைக்குப் போகலாமேடா."

"ஓ, நானே எவ்வளவோ நாள் கொண்டு வந்திருக்கேன்! சித்தப்பா, சித்தப்பா! அப்பாவோட வேஷ்டி சட்டை துணிமணியெல்லாம் போட்டாச்சு, தெரியுமோ? இந்த ஊரிலே துணி போட்டா பாத்திரம் தரான், சித்தப்பா."

சித்தப்பா கேதாரியைக் கட்டிக்கொண்டு அழ ஆரம்பித்தார். கேதாரி சித்தப்பாவின் முகத்தை உற்றுப் பார்த்தான்.

"உனக்கு ஏன் சித்தப்பா, கண்ணுக்குக் கீழே கறுப்பா இருக்கு?"

"அப்படியா?" சித்தப்பா அழுவதை நிறுத்தினார். "எனக்கு உடம்பு சரியில்லேடா, கேதாரி. அதனாலேதான் நான் உங்களை எல்லாம் பாத்துடணும்னு ஓடி வந்தேன்."

கேதாரிக்கு இன்னும் சில விஷயங்களும் புலப்பட்டன. சித்தப்பா எப்போதும் சிரித்த முகமாக இருப்பார். அவர் வீட்டிலும் சரி, வேறு எந்த இடத்திலும் சரி, அவர் குழந்தைகளுக்கு விளையாட்டுக் காண்பித்து எல்லாரையும் கலகலக்கச் செய்துவிடுவார். விடுமுறைக் காலத்தில் ஒரு முறை கேதாரியும் அவனுடைய சகோதரிகளும் சித்தப்பா ஊருக்குச் சென்று மாதக்கணக்கில் அவர் வீட்டில் இருந்தபோது அவர் மின்சார ஜாடி பாட்டரி ஒன்று தயார் செய்து நிறைய விளையாட்டுகள் செய்து காட்டினார். ஏதோ செய்வார், சிவப்பு விளக்கு எரியும். ஒன்றையொன்று துரத்துவது போல அணைந்து எரியும். அந்த பாட்டரி கொண்டு சித்தப்பா ஒரு அறையிலிருந்து இன்னொரு அறைக்கு டெலிபோன் போல ஒரு கருவி அமைத்தார். இங்கே ஒரு பொத்தானை அழுத்தினால் இன்னொரு இடத்தில் மணியடிக்கச் செய்தார். சர்க்கரை ஆலைக்கு அழைத்துச் சென்றார். ரயில்வே இஞ்சினில் ஏற்றி அழைத்துப் போனார். கார்டு வண்டியில் அழைத்துப் போனார். ஸ்டேஷன் மாஸ்டர் அறைக்கு அழைத்துச் சென்று அங்கு தந்தி இயந்திரங்கள் இயங்குவதைக் காட்டினார். கை விரல்களை மடித்து, நிழல் வெவ்வேறு மிருகங்கள் மாதிரி இருக்கச் செய்து காட்டினார். இதுதான் செய்வார், இதுதான் முடியும் என்றெல்லாம் அவருக்குத் தடைகள் ஏதும் இருப்பதாகவே தோன்றாது. பம்பரமாகச் சுற்றுகிறவர் இப்போது மரம் மாதிரி நிற்கிறார்.

இடுப்பில் ஒரு குடமும் கையில் ஒரு வாளியுமாக அம்மா வந்தாள். வாளியிலிருந்து தண்ணீர் ததும்பியதாலும் அவள் நன்றாக நனைந்திருந்தாள். சித்தப்பாவைப் பார்த்தவுடன் அடையாளம் தெரியாத புது மனிதர் என்கிற மாதிரி உள்ளே சென்றபடி இருந்தாள். சித்தப்பா, "மன்னீ!" என்று கதறியபடி அவள் காலில் விழுந்தார். கேதாரி, அவன் அம்மாவின் காலில் சித்தப்பா விழுந்து பார்த்ததில்லை. இப்படி அம்மா காலில் யார் விழுந்தும் பார்த்ததில்லை.

சித்தப்பா குப்புற விழுந்தபடியே இருக்க, அம்மா சற்றுப் பின் நகர்ந்து கையிலிருந்து வாளியைக் கீழே வைத்தாள். வாசற்கதவைப் பார்த்தபடி நின்றாள்.

சித்தப்பா எழுந்திருந்து கண்களைத் துடைத்துக்கொண்டார். "உங்களை எல்லாம் இந்தக் கோலத்திலே பாக்கணும்னு ஆயிடுத்தே!" என்றார். மறுபடியும் விம்மி விம்மி அழுதார். கேதாரி அவர் அருகே சென்று அவரைக் கட்டிக்கொண்டான். அம்மா வாசற்கதவையே பார்த்தபடி நின்றாள்.

"மீனா, ராஜி எங்கே?" என்று சித்தப்பா கேட்டார்.

"பள்ளிக்கூடத்துக்குப் போயிட்டா சித்தப்பா" என்று கேதாரி சொன்னான்.

"நீ பள்ளிக்கூடத்திலே சேரலியா?"

"எனக்குப் பத்து மணிக்கு சித்தப்பா. இங்கேயே பக்கத்திலேதான்."

"இதெல்லாம் இவா அப்பா செத்தப்பவே விசாரிச்சிருக்கணும்." அம்மா திடீரென்று பேசினாள்.

"என் தப்புதான். என் தப்புதான்."

"வேணுங்கறவான்னு ஒருத்தர் இல்லாம நானும் என் குழந்தைகளும் எப்படியெல்லாம் தவிச்சோம்! அப்போ ஒரு தம்பி வரலியே?"

"தப்புதான், மன்னி. தப்புதான். நீங்க சொல்லியனுப்பிச்சது எனக்கு எட்டவே இரண்டு நாளாச்சு. என் குழந்தைங்க கடலூர்லே அவங்க பாட்டிக்கிட்டே வளர்றது. அவ செத்துப் போனப்பறம் வாரத்திலே நாலு நாள் ரயில்லே போறதுனாலே அதுகளை எப்படிப் பாத்துக்க முடியும்? எனக்கு விஷயம் தெரியறதுக்குள்ளே எல்லாம் தீர்ந்து போச்சு."

"அடுத்த நாள் வர்றது. பத்துக்கு வர்றது. கிரேக்கியத்துக்கு வர்றது. நாங்க குவார்ட்டர்ஸைக் காலி பண்ணறப்பவாது வர்றது."

"தப்புதான், மன்னி. தப்புதான். என்னை மன்னிச்சிடுங்கோ. எனக்கு வர முடியலை. வர முடியாம போனது என் பாபம்."

கேதாரியின் அம்மா சமையலறைக்குச் சென்றுவிட்டாள். சித்தப்பா சிறிது நேரம் அப்படியே நின்றார். அம்மா வெளியே வரவேயில்லை. "நான் போயிட்டு வரேண்டா, கேதாரி" என்று சித்தப்பா சென்னார். மறுபடியும்

கேதாரியைக் கட்டிக்கொண்டார். பிறகு தளர்ந்த நடையோடு வீட்டை விட்டு வெளியேறினார்.

அம்மா உலர்ந்த புடைவை கட்டிக்கொண்டு சமையலறையிலிருந்து வெளியே வந்தாள். "என்ன சொன்னார்?" என்று கேதாரியைக் கேட்டாள்."

"ஒண்ணும் சொல்லலேம்மா. போயிட்டு வரேன்னுதான் சொன்னார்."

"இப்பத்தான் வர்றதுக்கு வழி தெரிஞ்சுதாக்கும்."

"சித்தப்பாவுக்கு உடம்பு சரியில்லேம்மா."

"ஒண்ணும் இல்லை. கிழங்கு மாதிரி இருக்கான்."

"இல்லேம்மா, நல்ல சுரம். உடம்பெல்லாம் ரொம்பச் சுட்டது."

"சுடச்சுட எவ்வளவு வெங்கலப்பானை இவனுக்குச் சோத்தை வடிச்சுக் கொட்டிருப்பேன்? அந்த ஊருக்கு அப்பா வேலைக்குப் போய் ஒரு வருஷம்கூட ஆகலை, இவனும் வந்து சேர்றான், எனக்கும் வேலை வாங்கித்தான்னு. அந்த நாள்லே பாஷை தெரியாது, பணம் கிடையாது, பாத்திரம் கிடையாது, விளக்கு கிடையாது, விறகு கிடையாது, அந்தக் குடிசையிலே ஒழுங்காப் புடவை கட்டிக்க ஒரு மறைவு கிடையாது. உங்கப்பா கார்த்தாலே போனா ராத்திரிதான் வருவார். இந்தத் தடியனுக்கு மட்டும் நான் வேளாவேளைக்கு வடிச்சு வடிச்சுக் கொட்டணும்! என்னமாப் படுத்தியிருக்காங்க உங்க அப்பாவோட அருமைத் தம்பிகள்ளாம்! ஒவ்வொருத்தனுக்கா கல்யாணம் ஆச்சு, எல்லாரும் ஓடிட்டாங்க. திரும்பிக்கூடப் பாக்கலை. திவசத்தப்போகூட இவங்க வந்தா உண்டு, இல்லாட்டா அதுவும் கிடையாது. வந்தா இவங்க மட்டும் வந்து நிப்பாங்க. நான் தனியாக் குலைப்பட்டினியா ஈரத்தைக் கட்டிண்டு ஈர விறகை வைச்சுண்டு திண்டாடணும்! என்ன பாடுபடுத்தியிருக்காங்க, இவங்கள்ளாம்! சரி, என்னமோ ஆச்சு, எதுவோ ஆச்சு. அப்பா சாகக் கிடக்கா, ஒத்தன் வரலை. இவன் பொண்டாட்டி இருந்தா என்ன, செத்தா என்ன? ஒரு நாளைக்கு, ஒரு திவசத்துக்கு ஒத்தாசைக்கு அழைச்சுண்டு வந்திருக்கானா? நான் ஒரு வார்த்தை சொல்லாம வெங்கலப்பானை வெங்கலப்பானையா வடிச்சு வடிச்சு இவங்களுக்குக் கொட்டணும்.

அப்பாவுடையது நல்ல சட்டையா ஒண்ணு கொடியிலே உணர்த்தியிருந்தா எனக்குச் சட்டை இல்லே, வேஷ்டி இல்லேன்னு தூக்கிப் போட்டுண்டுடுவான். திருப்பித் தந்த பேச்சே கிடையாது. ஒரு நாளைக்கு ஒரு பழம் வாங்கிண்டு வந்தோம், பண்டம் வாங்கிண்டு வந்தோம்னு கிடையாது. உங்கப்பாக்கு என்ன கவர்னர் உத்தியோகமா? இவங்கள்ளாம் ரயில்வே லைன்லே போய் பருப்பு, புளி, மிளகாய் எல்லாம் ஒரு செலவில்லாம கொண்டு வந்துடுவாங்க. ஒண்ணை நம்ம வீட்டிலே காமிச்சிருக்காங்களா? செத்ததுக்கு வரலை, இப்போ மன்னிக்கணுமாம். தடியன் மாதிரி வந்திருக்கான், கையிலே இரண்டு பழமாவது வாங்கிண்டு வந்தானா? கால்லே விழறானாம் கால்லே. இவங்க கால்லே விழ வேண்டாம், இருக்கிறதைப் பிடுங்கிண்டு போகாம இருந்தாப் போதும்."

கேதாரிக்கு அம்மாவுடைய கோபம் புரியவில்லை. சித்தப்பாக்கள் அவன் வீட்டுக்கு அதிகம் வந்தது கிடையாது. அவன்தான் அவர்கள் வீடுகளுக்குப் போயிருக்கிறான். அவர்கள் வராததால்தான் அம்மாவுக்குக் கோபமா அல்லது அம்மா இப்படிக் கோபப்படுவதால்தான் அவர்கள் வந்ததில்லையா? எரிந்து விழுபவர்கள் வீட்டுக்கு யாராவது வருவார்களா?

ஆனால் அம்மாவைப் பார்த்தாலும் அழுகை வருகிறது. அம்மா என்னென்ன கஷ்டங்கள் பட்டாளோ? எப்படி எல்லாம் தவித்தாளோ? அவள் முகத்தில் சிரிப்பே தோன்றியதில்லை. எப்போதும் கவலைதான்.

ஒரே நாளில் கேதாரிக்குச் சித்தப்பா வந்து போனது மறந்து போயிற்று. அவனுடைய புதுப்பள்ளிக்கூடம், புது நண்பர்கள், புது ஊர், புது விளையாட்டு, புது மொழி இதெல்லாம் ஏதோ காலம் காலமாக இருந்து வந்தது போலப் பழகிப் போயிற்று.

அப்போது ஒருநாள் மாலை தந்தி ஒன்று அம்மா பேருக்கு வந்தது. அவன் வீட்டுக்குச் சித்தப்பா வந்தபோது அவருக்கு நிஜமாகவே உடல் நிலைசரியில்லை. இப்போது அவர் செத்துப் போய்விட்டார்.

அப்போது கூட அம்மா அழவில்லை. அம்மாவுக்குச் சித்தப்பாமீது மிகவும் அதிகமாகத்தான் கோபம் இருக்க வேண்டும்.

1999

பார்த்த ஞாபகம் இல்லாது போதல்

ஜெயராம் மெடிகல் பவுண்டேஷன் மருத்துவமனையின் ஒரு மகத்தான அம்சம் அங்கு எந்த ஒரு தளத்திலும் ஒரு வைத்தியரைப் பார்க்கக் காத்திருந்து உட்கார்ந்திருப்பவர்கள் அதே தளத்தில் உள்ள இதர வைத்தியர்களைப் பார்க்க வருபவர்கள் அவ்வளவு நபர்களையும் பார்க்காமல் இருக்க முடியாது. நான் டாக்டர் நட்கர்னியைப் பார்க்கக் காத்திருந்தேன். அங்கு யாரைப் பார்த்தாலும் என்னைவிட மோசமான நிலையில் இருப்பதாகத் தோன்றியது. எனக்கு என் மீதே வெறுப்பு அதிகரித்துக் கொண்டிருந்தது. உனக்கு என்ன கேடு என்று என்னைக் கேட்டுக்கொண்டிருந்தேன். ஒரு கட்டத்தில் எழுந்து வீட்டுக்குத் திரும்பிவிடலாம் என்று தோன்றியபோது சக்கர நாற்காலி வண்டியில் ஒரு நோயாளியை, இரு வயதான இன்னும் நோயாளிகளாக அறிவித்துக் கொள்ளாதவர்கள் தள்ளிக்கொண்டு வந்தார்கள். எனக்கு அந்த நோயாளியின் முகத்தைவிடக் காலைத்தான் பார்க்கத் தோன்றியது. இந்த வயதில் இந்த நிலையில் அடிடாஸ் ஸ்போர்ட்ஸ் ஷூஸ் அணிந்துகொள்ள வேண்டும் என்று எண்ணக்கூடியவன் யாராயிருக்கக்கூடும். ஊரில் பைத்தியக்காரர்களுக்கு என்ன குறைவு?

அந்த அடிடாஸ் ஆள் பார்க்க வந்த மருத்துவர் அவனைக் கூப்பிட்டுவிட்டார். அவன் அவர் அறையுள் போய்விட்டான். நான் மீண்டும் உட்கார்ந்துகொண்டேன். எப்படியும் என் மருத்துவரையும் பார்த்துவிட்டுப் போவது என்று முடிவெடுத் திருந்தேன். ஏனோ என் மருத்துவர் இன்னும் அவருடைய அறைக்கே வந்து சேரவில்லை.

அடிடாஸ் ஆள் வெளியே வந்தான். அவனுடைய நாற்காலி வண்டி என்னைத் தாண்டி நான்கைந்து அடி சென்றிருக்கும். "வெங்கட்" என்றேன். அந்த வண்டி நிற்கவில்லை. மீண்டும் வெங்கட் என்று கத்தினேன். எல்லாரும் என்னைத் திரும்பிப் பார்த்தார்கள். அந்த வண்டியும் நின்றது.

நான் அவனிடம் விரைந்து சென்று 'வெங்கட்' என்றேன்.

அவன் என்னைப் பார்த்து என்ன வேண்டும் என்பது போலத் தலையை அசைத்தான்.

"நீ வெங்கட்தானே?"

"ஆமாம். அதற்கென்ன?"

"என்னை அடையாளம் தெரியவில்லையா?"

"தெரியவில்லை." இப்படிக் கூறிவிட்டு அவனுடைய வண்டியைத் தள்ளி வந்தவர்களைப் பார்த்து தலையை அசைத்தான். அவர்கள் அவனைத் தள்ளிக்கொண்டு போனார்கள்.

நான் நாற்காலியில் வந்து உட்கார்ந்தேன். இந்த ராஸ்கல் வெங்கட் என்னை அடையாளம் தெரியாது என்று சொல்லிவிட்டான். நிஜமாகவே தெரியாதிருந்தால் தெரிந்துகொள்ள எந்த முயற்சியும் எடுத்துக்கொள்ளவில்லை. ஒரு வேளை அடிடாஸ் ஜோடு அணிகிறவர்கள் இப்படித்தான் இருப்பார்கள் போலிருக்கிறது.

ஆனால் உண்மையில் வெங்கட்டுக்கு என் தொடர்பு விட்டுப்போய் நாற்பது நாற்பத்தைந்து ஆண்டுகள் ஆகின்றன. நான் பத்துப் பன்னிரண்டு வயதுச் சிறுவன். அவன் மீசை வைத்துக் கொள்ளக்கூடிய வயதடைந்த இளைஞன். வரிசையாக இருந்த பன்னிரண்டு வீடுகளில் எங்களுடையது ஒரு கோடி. அவனுடையது மூன்றாவது வீடு. ஏழாவது வீட்டில் சுந்தர் எனும் ஹனுமந்தராவ் இருந்தான். அவன் வெங்கட்டைவிட ஓரிரு வயது பெரியவனாக இருப்பான். ஆனால் உடல் மிகவும் பெரியது. அவன் குடும்பத்தில் அவனுடைய அப்பாவைத் தவிர அவனுடைய அம்மா, தம்பி, தங்கைகள் எல்லாருக்கும் பெரிய உடம்பு. அவர்களும் எல்லாரையும் போல ரேஷன் அரிசி, சோளம்தான் சாப்பிட்டார்கள். வாரத்தில் இரு தினங்களாவது நெற்றியில் நாமம் தரித்துக்கொள்வார்கள். அன்று இறைச்சி கிடையாது என்பதோடு 'ஒக்கப் பொத்து' அல்லது ஒரு வேளைச் சாப்பாடு என்பார்கள்.

வெங்கட் வீட்டிலேயே அவனுடைய சித்தி மகன் அப்பாராவ் என்பவனும் இருந்தான். வெங்கட், அப்பாராவ் இருவருமே கல்லூரிக்குப் போவதாகத்தான் காலையில் கிளம்புவார்கள். அப்பாராவ் நான்கு மணி வாக்கில் களைத்து வீட்டுக்கு வருவான். வெங்கட் பகல் சினிமாவுக்குப் போய்விட்டு மாலை ஆறுமணிக்கு இன்னும் களைத்தவனாக வருவான். வெங்கட்டைப் பெரிய வீரன் என்று வியக்கத்தக்க ஒரு நடவடிக்கை, அவனுடைய வீட்டிலேயே அவனுடைய அப்பா, அம்மா இல்லாதபோது சிகரெட் குடிப்பான். அவனுக்கு அவர்கள் மீது மிகுந்த கோபம் இருக்க வேண்டும்.

வெங்கட்டுக்கு என் மீதும் அசாத்தியக் கோபம் கொள்வதற்குக் காரணம் உண்டு.

என் வீட்டுக்கு மறுபுறத்தில் கண்ணுக்குத் தெரியும் வரை மேடும் பள்ளமுமாகக் கட்டாந்தரை இருந்தது. மழைக்காலத்தில் இலேசான பச்சையாக இருக்கும் தரை, வருடத்தில் பதினொரு மாதங்கள் செம்மண்

வண்ணத்தில் காயும். சற்று சமதரையாக இருந்ததைச் செப்பனிட்டு இரு மூங்கில்கள் நட்டு பூப்பந்து மைதானம் ஒன்று தயார்செய்தோம். எங்கள் வீட்டில் எப்படியோ ஒரு பூப்பந்து விளையாட்டு வலை வந்து சேர்ந்திருந்தது. இதை நான் சுந்தரின் தம்பியிடம் சொல்ல, அவன் சுந்தரிடம் சொல்ல, அவன் வெங்கட், அப்பாராவிடம் சொல்ல நாங்கள் எல்லாரும் சிறு கடப்பாரை, தோசை திருப்பி, இரும்பு வாணலி கொண்டு ஒரு பாட்மிண்டன் கோர்ட் ஏற்படுத்தினோம். சுந்தரும் அப்பாராவும்தான் உயிரைக் கொடுத்து வேலை செய்தார்கள். வெங்கட் யாரையாவது திட்டிக்கொண்டு, தோசைத் திருப்பியால் மண்ணைப் புரட்டிப் போடுவான். நான் குறுக்கும் நெடுக்குமாகப் போய்க்கொண்டிருப்பேன்.

ஏதோ ஒரு வழியாக பாட்மிண்டன் கோர்ட் தயாராகி என் வலையையும் கட்டியாகிவிட்டது. சுந்தர், அவன் தம்பி இருவருக்குமாக இரு ராக்கெட்டுகள் இருந்தன. வெங்கட், அப்பாராவுக்கும் ஆளுக்கு ஒரு ராக்கெட். நான்கு பேர்கள் பக்கத்துக்கு இருவராகத்தான் விளையாடலாம்.

நானும் ஆடுவேன் என்றேன். சுந்தர் அவனுடைய தம்பியின் ராக்கெட்டை வாங்கி என்னிடம் கொடுத்தான். நானும் சுந்தரும் ஒரு பக்கம். வெங்கட்டும் அப்பாராவும் இன்னொரு பக்கம். சுந்தர் நன்றாக ஆடுவான். ஆனால் நான் அவன் அணியில் இருந்ததால் மோசமாகத் தோற்றுப் போனான்.

அடுத்த ஆட்டத்தில் என்னைத் தவிர்த்து அந்த நால்வர் ஆடத் தயாரானார்கள். ஆனால் நான் இந்த ஆட்டமும் ஆடுவேன் என்றேன். சுந்தரின் தம்பி அழுதுவிடுவான் போலிருந்தது. ஆனால் நான் உறுதியாக நின்றேன். இம்முறை நானும் அப்பாராவும். எதிர் அணியில் வெங்கட்டும் சுந்தரும், வெங்கட் எப்படியாவது பந்தால் என் தலையில் 'ஸ்மாஷ்' செய்ய அடுத்தடுத்து முயற்சி செய்தான். எனக்கு ஆட்டம் சரியாக வராது போனாலும் பந்தால் அடிபடாது நன்கு காத்துக்கொண்டேன்.

மூன்றாவது ஆட்டமும் நான் ஆடுவேன் என்றேன். வெங்கட் என்னை அடித்து விடுவது போல ராக்கெட்டை வீசினான். சுந்தரின் தம்பி பெரிதாக அழ ஆரம்பித்துவிட்டான். அப்பாராவ் "நீ நல்ல பையன்தானே, இந்த ஒரு ஆட்டம் மட்டு நாங்கள் நான்கு பேரும் ஆடுகிறோம். பிளீஸ்" என்றான்.

"அப்போது நெட்டைக் கழட்டிக் கொடுத்துவிடு," என்றேன். எங்கள் மூன்றாவது ஆட்டம் கேலிக்கூத்தாக இருந்தது. சுந்தர்கூடத் தாறுமாறாகப் பந்தை அடித்தான். வெங்கட் ஒருமுறை பந்தால் என்னை அடிப்பதில் வெற்றிபெற்றுவிட்டான். நான் உடனே, "என் நெட்டை அவிழ்த்துக் கொடுத்துவிடு. நான் வீட்டுக்குப் போகிறேன்" என்றேன். அதன்பிறகு பந்து என் பக்கம் வரவேயில்லை. உண்மையில் அது பாட்மிண்டன் ஆட்டமாக இல்லை. கையில் பந்து கிடைத்தபோதெல்லாம் ஆளுக்கு ஆள் ஏதாவது திசையில் ஓங்கி அடிப்பார்கள். அப்புறம் பந்தைத் தேடிக்கொண்டு வருவார்கள். ஃபர்ஸ்ட் ஹாண்டு, செகண்டு ஹாண்டு, சைட் ஓவர் ஏதும் கிடையாது. உண்மையில் அன்று அந்த ஆட்டத்துக்கு வலையே தேவையில்லை.

வெங்கட்டின் வாயில் வசவுகள் ஏராளமாக வந்தன. அவன் எதைப் பார்த்தாலும் யாரைப் பார்த்தாலும் வைதான். எப்போதும் அமைதியாக இருக்கும் அப்பாராவ்கூடக் கொஞ்சம் கலங்கித்தான் இருந்தான். சுந்தரின் தம்பியை அன்று ஆட்டத்தில் சேர்த்துக் கொள்ளாததற்காக அவன் வீட்டில் நிறையத் திட்டுக் கிடைத்திருக்கிறது.

பொதுவாக, நான் பள்ளிக்குக் கிளம்பும்போதுதான் சுந்தரும் வெங்கட்டும் அப்பாராவும் கல்லூரிக்குக் கிளம்புவார்கள். அன்று அவர்கள் எல்லாரும் ஏனோ கல்லுரிக்குப் போகவில்லை. நான் பிற்பகல் உணவுக்கு வந்தபோது காரணம் தெரிந்தது. நான் பள்ளிக்குப் போனதும் என் வீட்டில் பாட்மிண்டன் வலையை வாங்கிக்கொண்டு பெரியவர்கள் மூவரும் சுந்தரின் தம்பியுமாக விளையாடியிருக்கிறார்கள்! எங்களூரில் நல்ல பனிக்காலத்திலேயே பகலில் வெயில் சுளீரென்று அடிக்கும். அது கோடைக் காலம். மண்டை வெடித்துப் போகிற அந்த வெயிலில் அவர்கள் விளையாடியிருக்கிறார்கள்!

பள்ளியில் என் வகுப்பில் இருந்த ஐந்தாறு பையன்கள் ஒரு கிரிக்கெட் குழு சேர்த்தார்கள். நான் அவர்களுடன் கிரிக்கெட் விளையாடப் போய்விட்டேன். பாட்மிண்டன் வலையைச் சுந்தர் வீட்டிலேயே கொடுத்து வைத்திருந்தேன். நான் கிரிக்கெட்டுக்குப் போனதில் அவர்கள் நால்வரும் நிம்மதியாக பாட்மிண்டன் விளையாடியிருக்க வேண்டும்.

ஆனால் அப்படி நேரவில்லை. திடீரென்று அப்பாராவ் அவனுடைய கிராமத்துக்குச் சென்றுவிட்டான். அவனுடைய அப்பாவுக்கு உடம்பு சரியில்லை என்று அப்பாராவின் கல்யாணத்தை நிச்சயம் செய்துவிட்டார்கள். ஒரு நாள் வெங்கட்டே என்னிடம் "வா பாட்மிண்டன் ஆடலாம்," என்று அழைத்தான். "நீ என் மேலேயே பந்தை அடிக்கிறாய்" என்று சொன்னேன்.

இவ்வளவு வருடங்கள் கழித்து வெங்கட்டைப் பார்த்ததில் எனக்கு மகிழ்ச்சிதான். அடிடாஸ் ஜோடு மாட்டிக்கொண்டு ஏதாவது விளையாடும்போது கீழே விழுந்திருப்பானோ? இந்த வயதில் அவன் என்ன விளையாட்டு விளையாடுவான்? பாட்மிண்டன் விளையாட்டு கூட இருக்கலாம். நிச்சயம் என் வீட்டு பாட்மிண்டன் வலையைத்தான் பயன்படுத்துபவனாக இருக்க வேண்டும்.

அதுதான் சிக்கல். அது அவனுக்கு அந்த முதல் நாள் ஆட்டத்தை நினைவுபடுத்துவதாக இருக்கும். அவன் நாற்காலி வண்டியிலிருந்து என்னை அடிக்காததற்கு நான் நன்றி செலுத்த வேண்டும்.

1999

இரகசியங்கள்

இரு கைகளாலும் நெற்றியை அழுத்திப் பிடித்துக் கொண்டிருந்தேன். படுக்கையில் உட்கார்ந்தபடி தலையை முழங்கால்களுக்கிடையில் வைத்துக்கொள்ளலாம். வலி அதிகமாக இருந்தால் நெற்றிப்பொட்டைக் கட்டை விரல்களால் அழுத்திப் பிடிக்க வேண்டியிருந்தது. வெளியே நகரம் ஒரு புதிய காலைக்குத் தயாராகிக் கொண்டிருக்கும் ஒலிகள் ஒவ்வொன்றாகக் கேட்டுக் கொண்டிருந்தன. அதோடு இப்போது யாரோ கதவைத் தட்டும் சப்தமும் கேட்டது. காலையிலேயே மின்சாரத் தடை, மீண்டும் கதவைத் தட்டும் சப்தம். தட்டுவது திடமாக இருந்தாலும் அதில் மரியாதையும் கவலையும் ஒலித்தது. தள்ளாடியபடி இருட்டில் கதவை அடைத்து தாழ்ப்பாளை விலக்கினேன். வேலாயுதத்தின் மகன் முருகன்.

"எப்போ?" என்று கேட்டேன்.

"பத்து மணிக்கு."

"உன் அண்ணன்?"

"வந்துட்டாரு."

"எப்போ?"

"இரவு எட்டரை மணிக்கே வந்துட்டாரு."

"உறவு மனுஷாளுக்குச் சொல்லிவர யாராவது போயிருக்காங்களா?"

"இரண்டு மாமாவும் வந்துட்டாங்க. அவங்க ஆளனுப்பிச்சிருக்காங்க."

"அப்போ இந்த வேளையில நீ ஏம்பா வந்தே? வீட்டிலேயே இருக்கணும்னுவாங்க."

அவன் நின்றான்.

"சரி நீ போ."

"உங்க மனுஷாளுங்கதான் வந்துட்டாங்களே. நான் எடுக்கிற நேரத்திலே வந்துடறேன்."

"அம்மா உங்களை அழைச்சுண்டு வரச் சொன்னாங்க." இதைச் சற்று தழைந்த குரலில் சொன்னான்.

"இந்த வேளைக்கா?"

"ஆமாம். கையோடு அழைச்சிண்டு வரச் சொன்னாங்க."

இது வெறும் பண நெருக்கடியினால் அல்ல என்று தெரிந்தது.

உள்ளே பார்த்தேன். மின் தடையில்லாதிருந்தால் சமையல் மேடையில் ஒரு சிறுவிளக்கு எரிந்துகொண்டிருக்கும். இப்போது ஒரே இருட்டு. வேலாயுத்தின் மகனோடு பேச முடிந்ததே தெரு விளக்கினால்தான். சிறிதளவாவது வெளிச்சத்திற்காக வாசல் கதவை நன்கு திறந்து வைத்தேன். முந்தைய தினம் ஒரு வீட்டுக்காரரிடம் வாங்கி வைத்திருந்த பணம் படுக்கை அடியில் இருந்தது. அதை எடுத்துச் சுருட்டி என் உள் டிராயர் பையில் நுழைந்துக்கொண்டேன்.

உள்ளே மனைவியும் என் இரு பெண்களும் திசைக்கொருவராகப் படுத்துக்கொண்டிருந்தார்கள். மனைவியை எழுப்பினேன்.

"வேலாயுதம் போயிட்டானாம்."

"ஒரு மாசமா இழுத்ததுதானே?"

"முருகன் வந்திருக்கான், கையோடு அழைச்சுண்டு போக."

"இந்த இருட்டில நீங்க எதுக்கு?"

"தெரியல."

"எப்படி வேணாப் போங்க. ஆனால் ஒண்ணும் நல்லா இல்ல. அவ்வளவுதான் செல்வேன். எதுக்காம்? காசு பணத்துக்கா?"

"இருக்காது."

"ஒண்ணும் கொண்டு போகாதீங்க. அவ வீட்டுக்கு நிறைய அழுதாச்சு."

"சரி, நான் கிளம்பறேன். நீயும் பொழுதோடு வந்து சேரு."

"பெரிய பங்காளி உறவு குறைஞ்சு போச்சு. நீங்க போங்க. நானும் வீட்டுக்கார அம்மாவும் சாவு எடுக்கறப்போ வரோம். எனக்கு ஒழுங்கா அழுகைக்கூட வராது."

"கரண்ட் போயிட்டுது. நான் போன உடனே கதவை சாத்திப் பூட்டிக்கோ."

"லைட் போயிட்டுதா? மணி என்னாச்சு?"

"நாலு மணியாறது."

"நாலு மணிக்கு அங்கே போய் என்ன பண்ணப் போறீங்க? பொணம் காக்கப் போறீங்களா? சும்மா படுங்க. பொழுது விடிஞ்சப்புறம் போலாம்."

"என்ன பிரச்சனை தெரியலை. பையன் கையோடு அழைச்சுண்டுவரச் சொன்னாங்கன்றான்."

"ராவெல்லாம் தலைவலின்னீங்க?"

"தலைவலிக்கத்தான் செய்யறது. ஆனால் ஒரு ஆள் ஒருதடவைதானே சாக முடியும்?"

நான் வெளியே வந்ததும் என் மனைவி கதவைத் தாளிட்டாள். உடனே விளக்கும் வந்துவிட்டது.

வேலாயுதம் வீட்டு வாசல் கதவு திறந்து வைத்திருந்தது. அவன் வீடு ஒன்றடுத்து ஒன்றாக மூன்று அறைகள். வேலாயுதத்தை இரண்டாவது அறையில் கிடத்தியிருந்தார்கள். அங்கே மூலைக்கொருவராகப் படுத்திருந்தார்கள். வேலாயுதத்தின் மனைவிகூட சுவரில் சாய்ந்தபடி தூங்கிக்கொண்டிருந்தாள். வேலாயுதத்தின் ஒரு மைத்துனன் என்னைப் பார்த்து எழுந்து உட்கார்ந்தான். என்னை அடையாளம் கண்டதும் எழுந்து வெளியே போனான்.

வேலாயுதத்தின் மூத்த மகன் மல்லாந்து படுத்துத் தூங்கிக் கொண் டிருந்தான். உண்மையில் அந்த நேரத்தில் வேலாயுதத்திற்கு உயிர் திரும்பி அவன் தண்ணீர் கேட்டால் அது யார் காதிலும் விழுந்திருக்காது.

என்னை அழைத்து வந்த முருகன் அவனுடைய அம்மாவைத் தொட்டான். அவள் கண் திறந்து பார்த்தாள். அவளுக்குத் துக்கம் பொங்கிக்கொண்டு வந்தது. ஆனால் சொல்லி அழுவதற்கு அது இடமில்லை.

"பணம் வச்சிருக்கா காரியங்களுக்கு? ஷண்முகம் ஏதாவது கொண்டு வந்தானா?"

இல்லை என்று அவள் தலையாட்டினாள்.

"அதுக்குத்தான் என்னை இப்பவே வரச் சொன்னியா?"

அவள் தலையை சிறிது உயர்த்தினாள். நான் அவளிடம் சென்றேன். அவள் மிகவும் தழைத்து குரலில் எனக்கு மட்டும் கேட்கும்படியாக, "நேர்ந்து அவர் சொல்லிட்டாரு."

எனக்குப் புரியாது அவளைப் பார்த்தேன். "பணத்தை அவர் கொடுத்து வந்திருந்த இடம்" என்றாள்.

என் தலைவலி, தூக்கமின்மையின் சோர்வு எல்லாம் நொடியில் பறந்து போயிற்று.

"ஷண்முகத்திற்குத் தெரியுமா?"

"தெரியாது. நானும் சின்னவனும்தான் இருந்தோம்." முருகனைப் பார்த்தேன். அவன் படுப்பதற்குத் தயாராக இருந்தான்.

"சரி, இதை வச்சுக்க, மத்ததை காரியம் ஆனப்பறம் கவனிக்கலாம்."

அவள் சிறிது கலவரத்தோடு, "வேண்டாம். எங்க அண்ணமார்கக்கிட்டே ஏற்பாடு பண்ணியிருக்கு. நீங்க இப்ப பணம் ஏதாவது கொடுத்தீங்கன்னா ஏடாகூடமாயிடும்."

அந்த நேரம் பார்த்து வெளியூர் உறவினர்கள் இருவர் வந்தார்கள். வேலாயுதத்தின் மனைவியைப் பார்த்து "உனக்கு இப்படியாயிடுத்தே?" என்று உரத்து அழத் தொடங்கினார்கள். அங்கே சாவு வீடு களைகட்டத் தொடங்கியது.

நான் அங்கே நில்லாது அடுத்த தெருவிலிருந்த டீக்கடைக்குப் போனேன். டீக்கடைப் பையனிடம், "பல் விளக்க ஏதாவது இருக்கா?" என்று கேட்டேன்.

சதி போல புது உறவினர்கள் வந்துவிட்டார்கள். வேலாயுதத்தின் மனைவியும் விஷயத்தை உடனே சொல்லவில்லை. அவளுக்கு இன்னும் சில நாட்களுக்குத் தனியாக யாரையும் பார்ப்பது, பேசுவது சாத்தியமில்லை.

வேலாயுதம் அந்தப் பணத்தை என்றோ என்னுடன் பங்கு போட்டுக் கொண்டிருக்க வேண்டும். அந்த இலங்கை ஆள் எங்களிடம் அதைக் கொடுத்து ஒரு மணி நேரத்திற்கெல்லாம் லாரியடியில் மாட்டிக்கொண்டு அடையாளம் தெரியாத பிணமாகப் போய்விட்டான். எனக்கு விஷயம் இதோடு முடியப் போவதில்லை என்று அப்போதே தோன்றியது. வேலாயுதம் வீட்டில் இருக்கும்போதே செத்தவனுடைய கூட்டாளி வேலாயுதத்தை அடித்துப் போட்டுப் பணத்தை பிடுங்கிக்கொண்டு போய்விட்டான் என்று சொல்லப்பட்டது. இதெல்லாம் நாங்கள் வெளியே யாரிடமும் மூச்சுவிட முடியக்கூடிய விஷயங்களில்லை. இப்போது முழுக்க இரண்டு ஆண்டுகள் முடிந்துவிட்டன. “உங்களை அவரு மோசம் பண்ணியிருக்காரு. அவருக்கு அது உள்ளே பத்தி எரியுது. ராவெல்லாம் என்னென்னமோ புலம்பறாரு” என்று ஒருமுறை வேலாயுதத்தின் மனைவி என்னிடம் சொல்லி அழுதாள். நான் அவள் தலையைத் தடவிக் கொடுத்தேன். அதன் பிறகு பலமுறை இப்படி என்னிடம் தனியாக ஏதேதோ சொல்லி அழுதிருக்கிறாள். வேலாயுதத்தின் மூத்த மகன் ஷண்முகம் என்னைக் கண்டாலே விழுந்து குதறிப் போட்டுவிடுபவன் போல பார்க்க ஆரம்பித்தான். அவனுடைய அப்பா அம்மாவிடம் ஆகாது போய் அவன் வீட்டை விட்டே போய்விட்டான்.

வேலாயுதம் அந்தப் பணத்தை வைத்துக்கொண்டு ஒரு கடலை மிட்டாய் கூட வாங்கியிருக்கமாட்டான். அவன் சீக்கில் விழுந்து ஒரு மாதம் முன்புகூட மருந்துக்கு நான் இருநூறு ரூபாய் தர வேண்டியிருந்தது. அவனைப்போல நான் படுத்துவிடவில்லையே தவிர, இந்த மொத்த விஷயமே என்னைப் பாதி பைத்தியக்காரனாக்கியது. விழித்திருக்கும் நேரத்தில் பாதி நேரம் தலைவலி. தலைவலியால் மீதிப் பாதி நேரம் தூங்க முடியாது.

வேலாயுதத்தின் இறுதி ஊர்வலம் மேளதாள ஆட்டத்துடன் நல்ல உச்சி வேளையில் தொடங்கியது. ஏனோ என்னையும் என் மனைவியையும் யாரும் கண்டுகொள்ளவில்லை. என் மனைவி அரை மணியில் வீடு திரும்பிவிட்டாள். நான் சுடுகாடுவரை சென்றேன். வேலாயுதத்தின் முகத்தில் கடைசி வரை ஒரு சிடுசிடுப்பு இருந்தது. ஒரு ரகசியமும் இருந்தது என்பது எனக்கும் அவன் மனைவிக்கும்தான் தெரியும். இப்போது அந்த ரகசியத்தின் தகவல் அவள் ஒருத்திக்குத்தான் தெரியும். சுடுகாட்டுக்குப் போய்த் திரும்பும் போது ஷண்முகத்திடம் சென்று ஆறுதலாக ஒரு வார்த்தைச் சொல்ல வாயெடுத்தேன். அவன், “இனிமே வீட்டுப் பக்கம் அம்மாவைப் பார்க்க வந்தே, கொலை விழும்” என்றான்.

என் தலைவலிக்கு மருந்து தேடுவதை நிறுத்தி ஒரு மாதமாகி விட்டது. என் மனைவியையும் ஷண்முகம் மிரட்டியிருக்கிறான். ஆனால் அவள் நடுத்தெருவிலேயே அவனைச் செருப்பால் அடிப்பதாகப் பதிலுக்குக் கூறி யிருக்கிறாள். செருப்பு, கொலை என்ற அளவுக்கு எங்கள் உறவு போனபிறகு வேலாயுதத்தின் மரண வாக்குமூலத்தை நான் தெரிந்துகொள்ளும் வாய்ப்பு குறைந்துவிட்டது. என்னைவிட ஒரு வயது சிறியவனான அவனே ரகசியங் களைச் சுமந்து கடைசி மூச்சில்தான் இறக்கி வைத்திருக்கிறான். எனக்கு

எவ்வளவு இருக்கும்? ஒரு வேளை ஊருக்கெல்லாம் தெரிந்ததைத்தான் நான் மரண ரகசியம் என்று நினைத்திருக்கிறேனோ?

இந்த ரகசியங்களுக்கு நான் தேடிப் போகவில்லை. தரகு வேலையில் சில்லறைப் பொய்கள் அங்கொன்றும் இங்கொன்றுமாகச் சொல்லாமல் போகாது. ஆனால் எப்படிப் பெரிய ரகசியங்களைக் கட்டிக்காக்கும் நிலை வந்துவிடுகிறது? பத்தாயிரம் இருபதாயிரத்துக்காக கொலை விழும் ரகசியங்களல்லவா வந்து விழுகின்றன!

ஷண்முகம் இங்கே ஊரோடு வந்துவிட்டதால் வேலாயுதத்தின் மனைவி வீட்டிலேயே முடங்கிக் கிடந்தாள். ஒரு மாதிரி அடங்கியிருந்த பேட்டை வம்பை நான் மீண்டும் கிளறிவிட விரும்பவில்லை. வேலாயுதத்தை ஒருவன் அடித்துப் போட்டுப் பணம் பிடுங்கிக்கொண்டு போனான் என்பதை முதலிலேயே என்னால் நம்ப முடியவில்லை. ஆனால் அதற்குப் பிறகு யாராவது தமிழை ஒரு மாதிரி இழுத்து இழுத்துப் பேசினால் அந்த ஆளுக்குக் காலி வீடு எதுவும் காட்டுவதில்லை என்று தீர்மானித்துக் கொண்டேன்.

ஒரு நாள் ஷண்முகத்தை ஒரு பெரிய பெட்டியோடு வெளியூர்ப் பேருந்துகள் வரும் நிலையத்தில் பார்த்தேன். அவன் ஒரு பஸ்ஸில் ஏறும் வரை காத்திருந்து பார்த்துவிட்டு வேலாயுதத்தின் வீட்டிற்குப் போனேன். அந்த இரு மாதங்களில் வீட்டைப் பழுதுபார்த்து சுண்ணாம்பும் அடித்திருந்தது. வேலாயுதத்தின் மனைவி தனியாக இருந்தாள்.

திகிலுடன் வாயில் கையை வைத்துக்கொண்டு, “இப்படிப் பட்டப் பகல்லே வந்திட்டீங்களே, யாராவது பார்த்துட்டா?” என்றாள்.

“யாரும் பார்க்கலே. வேலாயுதம் சொன்ன விஷயம் என்ன?”

“அவர் சாவறப்போ பெரிசாத் தோணித்து. ஆனா இப்போ வேண்டாம். விஷயம் இதோட போகட்டும்.”

“அப்ப என்கிட்ட சொல்லியிருக்கவே தேவையில்லையே.”

“ஏதோ அந்த நேரத்துக்கு அப்படித் தோணித்து. என் இரண்டு அண்ணங்களும் ரொம்பத்தான் குரோதமா இருந்தாங்க. வீட்டிலேயே பொணம் கிடக்கலேன்னா நான் எங்கேயாவது கிணத்துலே குட்டையிலே விழுந்து செத்திருப்பேன்.”

“சரி, சொல்லு.” அவள் தலையைத் தொடப்போனேன். அவள் உதறித் தள்ளினாள்.

“சரி, சரி சொல்லு.”

அவள் சொன்னது முதலில் ஆச்சரியமளித்தாலும் யோசித்துப் பார்த்ததில் பெரிதாக ஆச்சரியப்படுவதாக இல்லை என்றும் தோன்றியது. சில்லறைப் பொய்கள் பெரிதாக விரிந்து பூதமாகக் கவ்வும் ரகசியங்களாகவும் மாறிவிடுகின்றன.

வேலாயுதம் அவ்வளவு பணத்தையும் என் மனைவியிடம் கொடுத்திருக்கிறான்.

2000

திருநீலகண்டர்

எனக்கு எட்டு வயது இருக்கும்போது நான் பார்த்த திருநீலகண்டர் திரைப்படம் என்னைப் பல நாட்களுக்குத் தூங்கவிடாமல் செய்தது. அந்த வேடத்தில் நடித்த தியாகராஜ பாகவதர் எனக்கு நடிகராகவே தெரியவில்லை. கசங்கிய வேஷ்டி, கசங்கிய துண்டு, முகத்தில் பஞ்சு ஒட்டினாற்போல் தாடி. வயோதிகத்தில் தளர்ந்த நடை. இதெல்லாம் அவரை நிஜமாகவே மண்பாண்டம் செய்து வாழ்க்கை நடத்தி, அதே நேரத்தில் ஆழ்ந்த சிவபக்தரான ஒரு தென்னிந்தியத் தொழிலாளியாகத்தான் தெரியவைத்தது. அன்றே எனக்கு வியப்பு. இறைவனை அடையப் பணம், ஜாதி, தொழில், வாழ்க்கைமுறை எதுவும் தடையில்லை. உண்மையில் இவை எவ்வளவுக்கெவ்வளவு அடிமட்டத்தில் இருக்கிறதோ அவ்வளவு நல்லது. இதை நான் எழுதும்போது உடனே திராவிட இயக்க வழக்கறிஞர் ஒருவரும் ஒரு பல்கலைக்கழகத் தமிழ்த்துறைத் தலைவரும் மனதில் தோன்றுகிறார்கள். நான் சொன்னது அப்பட்டமான ஆரிய மூளைச்சலவை என்றும் இறைவன், பக்தி என்ற பெயரில் தமிழ் மக்களில் பெரும்பான்மையரான கைவினைஞர்களை என்றென்றுமாகக் கீழ்மட்டத்திலேயே வைத்து, அவர்களுடைய எதிர்ப்பு உணர்வை அடியோடு மழுங்கடித்து அவர்களைச் சுரண்டிக் கொழுக்கச் சிலர் தந்திரமாக ஜோடித்த கதை என்பார்கள். கைவினைஞர்கள், தலித்துகள் இறைவனைப் பக்தி மூலம் அடைந்ததாக வரலாறு கள் இந்தியாவின் பலப்பல பகுதிகளில் உள்ளன. மராத்தி மொழியில் நெஞ்சை உருக்கும் ஆயிரக்கணக்கான 'அபங்க்' பாடல்கள் துகாராம் என்ற கைவினைஞர் இயற்றியதுதான். ஆனால் இப்போதைய கதை நம் தமிழ் நீலகண்டர் பற்றி.

சுருக்கமாகக் கதையைச் சொல்லிவிடுகிறேன். 'தீன கருணாகரனே', 'சராசரங்கள் வரும் சுழன்றே' என்று சுருதி சுத்தமாகப் பாடிக்கொண்டு மனைவியுடன் வாழ்க்கை நடத்தும் நீலகண்டர் ஒரு நாள் மழைக்காக ஒரு வீட்டின் திண்ணையில் ஒதுங்குகிறார். அந்த வீட்டிலிருந்து யாரோ ஜன்னல் வழியாக வெற்றிலைச் சக்கையைத் துப்ப அது நீலகண்டர் மீது

விழுகிறது… அது ஒரு தாசி வீடு. தாசி அவரிடம் மன்னிப்புக் கேட்டுக் கொண்டு அவர் உடையைச் சுத்தம் செய்து விட்டு அவருக்கு ஒரு பட்டுப் பீதாம்பரம் போர்த்தி அனுப்புகிறாள். நீலகண்டத்தின் மனைவி 'அந்நியப் பெண்ணைத் தீண்டிவிட்டு என்னைத் தொடாதே! தொட்டால் திருநீலகண்டம்' என்று கூறிவிடுகிறாள். அன்றிலிருந்து வயோதிகம் வரையில் நீலகண்டமும் அவர் மனைவியும் ஒருவரையொருவர் அணுகாது வாழ்க்கை நடத்துகிறார்கள். அப்போது ஒரு சிவனடியார் நீலகண்டத்திடம் ஒரு ஓட்டை ஒப்படைத்துவிட்டுப் பின்னர் வாங்கிக் கொள்வதாகச் சொல்லிப் போகிறார். அவர் சிறிது காலத்திற்குப் பிறகு திரும்பி நீலகண்டத்திடம் ஓட்டைக் கேட்கிறார். நீலகண்டம் ஓட்டைத் தேடுகிறார். ஆனால் அது காணவில்லை. 'அந்த ஓட்டின் மகிமை அறிந்து அதை அபகரிக்க எண்ணியிருக்கிறாய்' என்று சிவனடியார் குற்றம் சாட்டுகிறார். நிஜமாகவே காணாமல் போய் இருந்தால் மனைவி கையைப்பிடித்துக் கொண்டு தண்ணீரில் மூழ்கிச் சத்தியம் செய்யச் சொல்கிறார். ஏற்கனவே ருத்ர தாண்டவம் ஆடும் சிவனடியாரிடம் கணவன் – மனைவி ஒருவரையொருவர் தீண்டிக் கொள்வதில்லை என்று எப்படிச் சொல்வது? அப்படியே சொன்னாலும் அதை அவர் நம்புவாரா?

சிவனே துணை என்று நீலகண்டமும் அவர் மனைவியும் தண்ணீரில் இறங்குகிறார்கள். அப்போது ஒரு குச்சி மிதந்து வருகிறது. அதைத் தங்களுக்கு இணைப்பாக நினைத்துக்கொண்டு இருவரும் தண்ணீரில் மூழ்குகிறார்கள். திரும்ப வெளியே வரும் போது இருவருக்கும் இளமை திரும்பி இருப்பதோடு இருவரும் ஒருவர் கையை ஒருவர் பிடித்துக் கொண்டிருக்கிறார்கள். நீலகண்டத்தின் நீண்ட கடும் விரதத்தை ஒரு முடிவுக்குக் கொண்டுவரச் சிவனே சிவனடியாராக வந்திருக்கிறார்!

'திருநீலகண்டர்' பாட்டுகள் என்னைச் சுற்றிச் சுற்றி வந்ததுபோல அந்த ஓடும் என் மனதை விட்டுப் போகவில்லை. என் அப்பாவிடம் கேட்கப் பயம். அம்மாவிடம் கேட்டேன். அதெல்லாம் சன்னியாசிகளிடம்தான் இருக்கும் என்று அம்மா சொன்னாள். அதைக் கடையிலும் வாங்க முடியாது. முதலில் எதனால் அது செய்யப்பட்டது என்றே எங்களுக்குத் தெரியவில்லை. சினிமாவில் அது சுமார் ஒரு லிட்டர் பிடிக்கும் கறுப்புக் கிண்ணமாக இருந்தது. பளபளவென்று இருந்தது. மரக்கட்டையால் செய்யப்பட்டிருக்குமோ? அல்லது அது ஒரு கற்சட்டியா? கற்சட்டியைத் தூக்கிக்கொண்டு பிச்சைக்குப் போவது மிகவும் கடினமாக இருக்காது?

"அதை வைச்சுண்டு நீ என்னடா பண்ணுவே?" என்று அம்மா கேட்டாள். நான் அதை எடுத்துக் கொண்டு பிச்சை எடுக்கப் போவதாக இருந்தேன் என்று சொல்லவில்லை.

என் வகுப்பில் ஏ.ஸ்ரீனிவாசன் என்று ஒரு குள்ளப்பையன் இரண்டாவது ஆண்டாகப் படித்து வந்தான். உலகத்தின் தீய விஷயங்கள் எல்லாம் அவனுக்குத் தெரியும். பத்தாவது பரீட்சைக்கு இன்னும் இரு ஆண்டுகள் முழுதாக இருந்தன. ஆனால் அவன் பெரிய பெரிய விஷயங்கள் எல்லாம் தெரிந்தவனாக இருந்தான். நான் தைரியத்தை வரவழைத்துக் கொண்டு அவனிடம் ஓடு பற்றிக் கேட்டேன். அவனுக்கு அதைப் பற்றி ஆபாசமாகத்தான் முதலில் சொல்லத் தோன்றியது.

"நான் அதைக் கேக்கலை ஸ்ரீனிவாசன். சிவனடியார்கிட்டே எல்லாம் இருக்குமே ஓடு, அதை கேக்கிறேன்" என்றேன்.

"நீ எவ்வளவு சிவனடியார்களடா பார்த்திருக்கே?"

"ரொம்ப இல்லே..."

"ஒண்ணுமே இல்லே."

"இது கதையிலே வரது. சினிமாலே வரது."

"பிச்சை கேக்கறப் பாத்திரம். அது கறுப்பா இருக்குமா?"

"ஆமா, ஆமா."

"அது தேங்கா ஓடு."

"தேங்கா ஓடா? ஆனாப் பெரிசா இருக்கே?"

"ஆமாம், பெரிய தேங்கா ஓடு."

"ஆனா எப்படிக் கறுப்பா இருக்கு?"

"அதைத் தேச்சுத் தேச்சுக் கறுப்பாய் பண்ணிடுவாங்க. இந்த ஊரிலேயே நிறைய இருக்கே. செயின்ட் பிரான்சிஸ் கான்வென்ட் வாசல்லியே ஒரு கிறிஸ்டியன் பிச்சைக்காரன் இப்படி ஓடை வைச்சுண்டிருக்கான்."

"அது உடைஞ்சிடாது?"

"பிச்சைக்காரங்க சண்டை போட்டுக்கறப்போ மண்டைலே போட்டுப்பாங்க. அப்ப உடைஞ்சுடும்."

"வலிக்காதா?"

"கொஞ்சம் வலிக்கும். ஆனா ரத்தம் வராது. போலீஸ்காரன் வரமாட்டான்."

"ஓடு உடைஞ்சிடுமே? அப்போ புதுசா வாங்கிப்பாங்களா?"

"பிச்சைக்காரன் எங்கே வாங்குவான்? ஏதாவது பண்டாரம் தூங்கிண்டிருக்கப்போ திருடிண்டு வந்துவிடுவான். ஆமா, உனக்கென்ன இப்போ ஓடு பத்திக் கவலை? லைலா மஜ்னு மாதிரி லைலாகிட்டே போய்ப் பிச்சை கேக்கப் போறியா?"

பைத்தியம் பிடித்த மஜ்னு பிச்சைக்காரர்களுடன் ஒருவனாக லைலா விடம் தர்மத்திற்குப் போய் நிற்கும் காட்சி பிரபலமானது.

"தூ."

அவன் என் தலையைத் தட்டினான், "இது கூட ஓடுதாண்டா" என்றான்.

அதற்குப் பிறகு நான் எங்கள் வீட்டில் தேங்காய் உடைக்கும் போது அதை வைத்து ஓடு செய்யப் பார்த்தேன். நான் செய்ய முடிந்தது ஒரு புறாவுக்குத் தண்ணீர் வைக்கக் கூடப் போதாது. ஸ்ரீனிவாசன் சொன்னது

போல ஏதாவது பிச்சைக்காரன் தூங்கும்போது எடுத்து வரலாம். ஆனால் நான் தூங்காமல் இருப்பது எப்படி?

இன்னொரு சிக்கல். நான் பார்த்த பிச்சைக்காரன்கள் எல்லாரும் ஒரு ஓட்டிலேயே சோறும் போட்டுக் கொண்டார்கள், குழம்பு ஊற்றிக் கொண்டார்கள், தண்ணீர் பிடித்துக் கொண்டார்கள். காசையும் அதிலேயே போட்டுக் கொண்டார்கள். எனக்கு அவர்கள் ஓட்டைப் பார்த்தாலே குமட்டிக் கொண்டு வந்தது.

இந்தச் சமயத்தில்தான் எங்கள் வீட்டுப் பெரிய மாப்பிள்ளை விபரீதமாக நடந்து கொள்ள ஆரம்பித்தான். என் அக்காவுக்குத் துலுக்கப் பிசாசு பிடித்திருக்கிறது என்று வீட்டுக்குத் திருப்பி அனுப்பி விட்டான். நாங்கள் வைத்தியம்தான் செய்யப் பார்த்தோம். சரோஜினி நாயுடுவின் மகன் ஜெய சூர்யா இந்த மாதிரி வியாதிகளுக்கு நல்ல டாக்டர் என்று அவரிடம் காட்ட சரோஜினி நாயுடுவின் வீடு ‘பொன் வாயில்’ *(Golden Threshold)* போனோம். ஓயாது பைப் குடித்துக் கொண்டிருந்த அவர் நான்கு வேளைகளுக்கு நான்கு மாத்திரைகள் கொடுத்தார். கடுகைவிடச் சிறிதாக இருந்த அந்த மாத்திரைகளில் ஒன்று கீழே எங்கோ விழுந்துவிட்டது. எங்கள் கையில் மீதி இருந்ததை என் அக்கா பிடுங்கி வாயில் போட்டுக்கொண்டு விட்டாள். இப்படி மூன்று வேளை மருந்தை ஒரேயடியாக விழுங்கிவிட்டாளே என்று பயந்து கொண்டு இருந்தோம். ஒன்றுமே நிகழவில்லை. ஜெயசூர்யா கவிதை மாத்திரைகள்தான் ஏதாவது தந்திருக்க வேண்டும்.

அந்த மனிதன் துலுக்கப் பிசாசு என்று கடிதத்திற்குக் கடிதம் சொல்கிறானே என்று ஒரு நிஜ துலுக்க மந்திரவாதியிடம் சென்றோம். அதாவது ஒரு முஸ்லிம் மந்திரவாதியிடம். அந்த மனிதர் ஒன்றல்ல, இரண்டு பிசாசு பிடித்திருக்கிறது என்று அவர் வீட்டிலேயே பிசாசு ஓட்ட ஆரம்பித்தார். நீளப் பச்சை கவுனும் மயில் தோகைக் கத்தையும் ஒரு துடப்பக் கட்டையுமாக அந்த ஆள் ஒரு மணி நேரம் ரகளை செய்தது அவரே ஒரு துலுக்கப் பிசாசோ என்று தோன்ற வைத்தது.

மருந்து மாயம் ஏதும் இல்லாமல் என் அக்காவுக்குச் சரியாகிவிட்டது. ஆனால் அது எங்கள் அப்பா திடீரென்று செத்துப்போன அடுத்த நாள் நடந்தது. அன்று என் அக்காதான் அப்பாவின் உடலைக் குளிப்பாட்டினாள். மூன்று மைல்கள் தள்ளியிருந்த சுடுகாட்டில் எரித்து விட்டு வந்தோம்.

அடுத்த நாள் பால் தெளிக்கும் சடங்கு. இடது கையில் ஒரு கம்பளக் கயிற்றில் ஒரு கண்டங் கத்திரிக்காயைக் கட்டிக்கொண்டு இடது கையால் என் அப்பாவின் எலும்புகளை ஒவ்வொன்றாகப் பொறுக்கிச் சட்டியில் போட்டேன். சற்றுப் பெரிதாக இருந்த மண்டை ஓட்டை ஒரு கல்கொண்டு உடைத்த பின் அதையும் சட்டியில் போட்டுக்கொண்டேன். அப்போது சுற்றுமுற்றும் பார்த்தேன். சற்றுத் தொலைவில் ஒரு மண்டை ஓடு இருந்தது.

அந்த நாளில் அந்தச் சுடுகாட்டுக்குக் காவல் என்று ஏதும் கிடையாது. எங்கெங்கோ புதைத்துவிட்டுப் போவார்கள். அல்லது எரித்துவிட்டுப் போவார்கள். சில தெலுங்கு குடும்பங்கள் சின்னதாக ஒரு மண்டபம் கட்டி அகல் விளக்கேற்ற ஒரு பிறை அமைத்திருப்பார்கள்.

அடுத்த நாளே யாருக்கும் தெரியாமல் அந்த மண்டை ஓட்டை ஒரு பெரிய காகிதத்தில் சுற்றிக்கொண்டு என் துணிப் பையில் ஒளித்து வைத்தேன்.

இப்போது நாங்கள் சிறிதும் எதிர்பாராத ஒன்று நடந்தது. நாங்கள் எங்கள் மாப்பிள்ளை மீது ஒரு துலுக்கப் பிசாசை ஏவிவிட்டதாக அவன் அலறிக்கொண்டு கடிதம் எழுதினான். நாங்கள் துலுக்க ஊரில் வசித்தது நிஜந்தான். அதற்காக எங்களிடம் வரும் பிசாசெல்லாம் துலுக்கப் பிசாசாகத் தான் இருக்க வேண்டுமா என்று எங்களுக்குச் சந்தேகமாக இருந்தது. அப்பாதான் இப்போது துலுக்கப் பிசாசு வேஷத்தில் அவனைத் துரத்துகிறார் என்று நினைத்தேன். அது பெட்டியில் நான் ஒளித்துவைத்திருக்கும் மண்டை ஓட்டினால் இருக்க வேண்டும் என்றும் தோன்றிற்று. ஆனால் எங்கள் அப்பாவுக்கு துலுக்கு, அதாவது உருது, அதிகம் தெரியாது. அதிலும் ஒரு துலுக்கப் பிசாசாகச் செயல்படக்கூடிய அளவுக்குத் தெரியாது.

நான் இப்போது மண்டை ஓட்டைத் தூக்கிப் போடுவதற்கு மிகவும் பாடுபட்டேன். அது துலுக்க மண்டை ஓடாக இருக்கக்கூடும். அவர்கள் உடல்களை அடக்கம்தான் செய்கிறார்கள். ஆதலால், அந்த மண்டை ஓடு பல ஆண்டுகள் முன்பு அடக்கம் செய்யப்பட்டவருடையதாக இருக்க வேண்டும். அது ஒரு பெண்ணின் ஓடாகக்கூட இருக்கக்கூடும். பாவம், அனார்கலியின் மண்டைஓடு இப்போது எங்கே இருக்கிறதோ? இதுவே அவளுடையதோ?

இந்த நாற்பது ஆண்டுகளில் எல்லாப் பிரச்சனைகளும் தீர்ந்துவிட்டன. சம்பந்தப்பட்டவர்கள் எல்லாருமே பிசாசுகளாக உலவத் தகுதி பெற்று விட்டார்கள். சாவுபோலப் பிரச்சனைகளைத் தீர்த்துவைக்கும் நடுவர் கிடையாது.

என் பெரியப்பாவின் சம்பந்தி அவருடைய ஆறு பெண்களில் ஐவருக்குக் கல்யாணம் செய்துவைத்த பிறகு திடீரென்று சன்னியாசம் மேற்கொண்டார். கிட்டத்தட்ட நூறாண்டுகள் வாழ்ந்து ஒரு மாதம் முன்னால் சமாதியடைந்தார். அதற்கு முன்பு அவருடைய சிறு உடைமைகளை அவருடைய அன்பிற்குப் பாத்திரமானவர்களுக்கு விநியோகம் செய்ய ஏற்பாடு செய்திருந்தார். எனக்கு ஒரு அட்டைப் பெட்டி கூரியர் மூலம் வந்தது. திறந்து பார்த்தேன். பளபளவென்று, கன்னங்கரேலென்று ஒரு ஓடு.

இந்தியா டுடே, அக்டோபர் 25, 2000

அப்பாவின் கோபம்

உணவு இடைவேளையில் டிபன் காரியரை எடுத்துக் கொண்டு காண்டீன் சென்ற புருஷோத்தம் கைகழுவி காரியர் கொக்கியை விலக்கும் நேரத்தில் அங்கு வந்த தாமஸ் அவனிடம் "உனக்கு ஒரு டெலிபோன் வந்ததுன்னு டைம்கீப்பர் ஆபீஸ்லே சொன்னாங்கப்பா" என்றான்.

"என்னன்னு தெரியுமா?"

"கொஞ்சம் அர்ஜெண்ட்னுதான் டைம்கீப்பர் சொன்னார். உனக்கு ஆள் அனுப்பிச்சுருப்பாரு."

"அப்போ நான் காண்டீனுக்குக் கிளம்பிட்டேனோ என்னவோ, சரி, பாத்துட்டு வரேன்."

டிபன் காரியரை அப்படியே வைத்துவிட்டுப் புருஷோத்தம் டைம்கீப்பர் அறைக்குச் சென்றான். அப்போது அங்கு யாரும் இல்லை.

புருஷோத்தம் அங்கே மேஜை மீது ஏதாவது துண்டுக் காகிதம் இருக்குமா என்று பார்த்தான். இருந்தது. ஆனால் அதில் வெறும் ஒரு எண்தான் இருந்தது.

பசித்தது. சாப்பிட்டாவது வந்திருக்கலாம் என்று எண்ணம் தோன்றியபோது டைம்கீப்பர் வந்துவிட்டார். "உனக்கு அர்ஜெண்டா ஒரு போன் வந்துதுப்பா. கூர்கா வந்து சொன்னானா?"

"இல்லியே"

"இந்த நம்பருக்கு உடனே போன் பண்ணு."

டைம்கீப்பர் அறையிலிருந்து டெலிபோன் ஆபரேட்டரிடம் எண்ணைத் தெரிவித்து இணைப்பு கிடைக்கப் பத்து நிமிடங்கள் ஆயின. அவன் வீட்டு எதிரில் இருந்த வெற்றிலை பாக்கு கடைக்காரர் தகவல் சொன்னார். புருஷோத்தமுடைய அப்பா கீழே விழுந்து இடுப்பு அருகில் அடிபட்டுத் துடியாகத் துடிக்கிறார். மருத்துவமனைக்கு அழைத்துப் போக யாரும் இல்லை.

புருஷோத்தம் ஷிப்ட் போர்மனைத் தேடிப் போனான். அவர் சாப்பிட்டு விட்டு ஒரு மரத்தடியில் கண்ணை மூடி உட்கார்ந்திருந்தார்.

"அப்பா கீழே விழுந்து எலும்பு முறிஞ்சுது போல இருக்காம். போன் வந்திருக்கு."

"பெர்மிஷனா, லீவா?"

புருஷோத்தம் தயங்கினான். அவரே முந்திக் கொண்டு "லீவே எழுதிக் கொடுத்துடு," என்றார்.

நூறு மீட்டர் நீளத்துக்கு நெருக்கமாக அடைத்து வைத்திருந்த சைக்கிள் வரிசையிலிருந்து அவனுடைய வண்டியை எடுக்க இருவர் உதவி தேவைப்பட்டது. சாப்பிடாதது மீண்டும் மீண்டும் உறைத்தது.

புருஷோத்தம் வீட்டை அடைந்தபோது அவனுடைய அப்பா தரையில் படுத்திருந்தார். புருஷோத்தமைப் பார்த்த எதிர்க்கடைப் பையன் அங்கு வந்தான்.

"ஏம்பா, அப்பாவைக் கட்டிலிலே படுக்க வைக்கக்கூடாது?" என்று புருஷோத்தம் கேட்டான்.

"தொடவிடமாட்டேன்றாருங்க. நானும் நாயரும் எடுத்துவிடப் பாத்தோம்."

புருஷோத்தம் அப்பாவருகில் உட்கார்ந்தான். "என்னப்பா, மறுபடியும் விழுந்திட்டீங்களா? வீட்டிலே யாரும் இல்லாதப்ப ஒரே இடத்திலேயே இருக்கக் கூடாது?"

அப்பா கண்களிலிருந்து கண்ணீர் வழிந்து கொண்டிருந்தது.

"எங்கே அடிபட்டிருக்கப்பா?"

அப்பா முகத்தைத் திருப்பிக் கொண்டார்.

"சொல்லுங்கப்பா."

அப்பா பதில் சொல்லவில்லை. புருஷோத்தத்துக்குப் பகல் சாப்பாடு தாமதப்படுவது தாங்க முடியாத நிலையை அடைவதாகத் தோன்றியது.

அவன் சைக்கிளிலிருந்து டிபன் காரியரை எடுத்து வந்தான். அப்பாவின் அருகிலேயே உட்கார்ந்து கொண்டு சாப்பிடத் தொடங்கினான். சட்டென்று ஒரு சந்தேகம் வந்து சமையல் மேடையருகே சென்று பார்த்தான். நல்ல வேளையாக அப்பா சாப்பிட்டிருந்தார்.

புருஷோத்தம் சாப்பிட்டு முடித்து டிபன் காரியரைக் கழுவி வைத்தான். மீண்டும் அப்பாவிடம் வந்து அவனாகவே அவரைப் பரிசோதனை செய்யப் பார்த்தான். "தொடாதே," என்று அப்பா கத்தினார்.

"நான் என்ன பண்ணணும்ப்பா? நான் ஒண்டியாளு எவ்வளவு செய்ய முடியும்ப்பா? அவ பிள்ளை பெத்து வர இரண்டு மாசமாவது ஆகுமேப்பா?"

அப்பாவின், முகம் கடுமை குறையாதிருந்தது. புருஷோத்தம் எதிர்சாரியில் இருந்த வெற்றிலை பாக்குக் கடைக்குச் சென்றான். நாயரிடம் "நீங்கதானே எனக்குப் போன் பண்ணினீங்க?" என்று கேட்டான்.

"ஆமாங்க. பெரியவரு பெரிய கூச்சல் போட்டாரு. விழுந்துட்டார் போலேயிருக்கு. பக்கத்து வீடு ரெண்டும் பூட்டியிருந்ததா, நான்தான் போனேன். எனக்கு உங்க நம்பர் கூடத் தெரியாது. இன்னொருத்தர்கிட்டே போயி டைரக்டரி பாத்து வந்து பண்ணினேன். முதல்லே இந்தக் கடை நம்பர் சொல்ல மறந்துட்டேன். மறுபடியும் பண்ணினேன்."

"அப்பாக்கு எங்கே அடிபட்டது தெரியுமா?"

"தொடையிலே இருக்கும்னு நினைக்கிறேன். அவருதான் தொடவிட மாட்டேன்றாரே? பெரிசாப் பட்டிருக்கலாம். இல்லே சுளுக்காகவும் இருக்கலாம். வேஷ்டியைப் புரட்டிப் பாத்தாத் தெரியும்."

"கொஞ்சம் எங்கூட வரீங்களா? நாம இரண்டு பேரும் பார்க்கலாம்."

நாயர் ஒரு கணம் தயங்கினார்.

"சரி வாங்க," என்றார். தெருவைக் கடக்கும் போது, "திட்டறாருங்க," என்றார்.

"என்கிட்டே பேசவே மாட்டேன்றாரு."

அப்பா இப்போது புரண்டு படுத்துக் கொண்டிருந்தார். வேஷ்டி நனைந்திருந்தது. ஆனால் ரத்தக்கறை ஏதும் இல்லை.

புருஷோத்தம் தடாலென்று வேஷ்டியைப் பிடித்து இழுத்தான். "பாவி, பாவி" என்று அப்பா கத்தினார்.

அப்பாவின் இடது தொடையில் சிறு வீக்கம் இருந்தது. வீங்கின இடம் பளபளவென்றும் இருந்தது. இனியும் காலதாமதம் செய்ய முடியாது.

"அப்பா, உன்னை மறுபடியும் ஆஸ்பத்திரிக்குத்தான் கொண்டு போகணும். எலும்பு முறிஞ்சிருக்கு."

அப்பா அவனைத் திரும்பிக்கூடப் பார்க்கவில்லை. எலும்பு முறிந்திருப்பதில் அசாத்தியமாக வலி இருக்கும். எப்படிப் பொறுத்துக் கொண்டிருக்கிறாரோ?

"அப்பா, உன்னைஆஸ்பத்திரியிலேதான் விடணும். உன்னைப் பாத்துக்கறதுக்கு நான் மட்டும் போறாது. வேறே யாரும் வறதுக்கும் இல்லே. சுந்தரியை வரச் சொன்னா அவ பிரசவத்தையும் இங்கே நாம பாக்கும்படியாயிடும். நான் ஒண்டியாள்."

போன தடவை ஆட்டோவில் எடுத்துப் போக முடிந்தது. அப்போது முழங்காலுக்குக் கீழே முறிந்திருந்தது. அத்துடன் அப்போது அப்பா இப்படிக் கோபத்தில் இல்லை. வயதானவர்கள் கோபத்தில் பேசாமல் இருந்தே நிறையத் தண்டித்துவிடுவார்கள். ஆனால் அவனைத் தண்டித்து அவருக்கு என்ன கிடைக்கப் போகிறது? ஒரே பிள்ளையைச் சித்திரவதை புரிந்து என்ன சாதிக்கப் போகிறார்?

வீட்டில் இருந்த பணம் நூற்றைம்பது இருக்கும். வங்கியிலிருந்து எடுக்கலாம். அது அடுத்த நாள் காலை ஒன்பது மணிக்கு மேல்தான் முடியும்.

முதன் முறையாக அப்பா முனகுவது கேட்டது. கால் வலிக்கும். அசாத்தியமாக வலிக்கும். இன்னும் வலியை மறக்கக்கூடிய மருந்துகூடத் தரவில்லை.

"அப்பா, இந்த மாத்திரையைச் சாப்பிடு. நான் வண்டி கொண்டுவரேன்," என்று புருஷோத்தம் சொன்னான். மாத்திரையை விழுங்க வைத்துவிட்டு வேறு வேஷ்டி கொண்டு அவர் காலைச்சுற்றி வைத்தான். அப்பா வெறும் தண்ணீரில்தான் விழுந்திருக்கிறார். அதாவது மீண்டும் குளியலறையில். வயதானவரைக் குளியலறைக்குப் போகாதே என்று கூற முடியுமா? இப்போதெல்லாம் இந்த மாதிரிச் சிறு வீடுகளில்கூடக் குளியலறை என்பது வேறு பயன்களும் உடையது என்றாகிவிட்டதே.

குளியலறைத் தரை பெரிதாக வழுக்கவில்லை. அப்பாவுடைய தள்ளாமைதான் அவரைக் கீழே விழவைத்திருக்கிறது.

அம்மா இந்த மாதிரிக் கீழே விழுந்து கைகால் முறித்துக் கொள்ளவில்லை. எப்போதுமே ஜுரம், தலைவலி என்று சொல்லிக் கொண்டே வீட்டு வேலையைச் செய்துவிட்டுப் புருஷோத்தமின் குழந்தையையும் குளிப்பாட்டிவிட்டு அப்பாவுக்கும் உணவு பரிமாறிவிட்டுக் கடைசியில் ஒரு சிறிய தட்டில் அவளுடைய சாப்பாட்டை முடித்துக் கொள்வாள். சாப்பிட்ட இடத்தைச் சுத்தம் செய்துவிட்டு, அரை மணி நேரம் படுத்துக்கொள்வாள். அவளுக்கு அது ஒன்றுதான் ஒரு சிறு சலுகை. நல்ல பகல் வேளையில் வீட்டில் எல்லாரும் இருக்கும் போது அனாயாசமாக உயிரை விட்டாள். அவளுக்கும் கோபம் வரும். ஆனால் அது குழப்பத்தை ஏற்படுத்தாது. பழங்காலப் பெண். கோபமெல்லாம் அவளுக்குள்ளேயே. அப்பா பழங்கால மனிதன். கோபமெல்லாம் பிறர் மேல் விழ வேண்டும், அப்போதுதான் அவர் கோபித்துக் கொண்டிருப்பது அவருக்கே அர்த்தமாகும். இந்த அர்த்தம் பெறுவதில் தேவையே இல்லாமல் தன் உடல் உபாதையை நீட்டித்துக் கொள்வார்.

புருஷோத்தம் மீண்டும் எதிர்க்கடை நாயரிடம் சென்றான். "அப்பாவை ஆட்டோவிலே டாக்டரிடம் கொண்டுபோக முடியாது. மூணு சக்கர வண்டி கிடைக்குமா?" என்று கேட்டான்.

"டாக்டர் எங்கே இருக்காரு?"

"முனுசாமி சாலைக் கோடியிலே. இப்போ கிளம்பினா நாலு மணிக்குப் போயிடலாம். அப்பதான் டாக்டரும் வருவாரு."

"உங்களுக்கு வேறே மனுஷாளுங்க இருக்காங்களா?"

"இரண்டு மூணு உறவுக்காரங்க இருக்காங்க. ஆனா இப்போ பகல் வேளையிலே யாரும் கிடைக்க மாட்டாங்க."

நாயர் யோசித்தார். "மூணு சக்கர வண்டி சரிப்படாது. திறந்தே ஊர்வலமாவா எடுத்துண்டு போகப் போறீங்க? டெம்போ வண்டியிலே

கொண்டு போயிடலாம். இல்லேன்னா ஆம்புலன்ஸ்தான் சொல்லணும். அது உடனே வராது. வந்தாலும் உடனே இருநூறு ரூபாய். டெம்போலே ஐம்பது அறுபது ரூபாயிலே முடிச்சுடலாம்.”

“இப்போதைக்கு எனக்கு நூறு இருநூறு நீங்கதான் உதவி பண்ணணும். நாளைக்கி ஒன்பது மணிக்கு வாங்கிக் கொடுத்திடறேன்.”

“சரி, டெம்போவை நான் பாத்துக்கறேன். போகவரச் சொல்லிடட்டுமா?”

“ஆஸ்பத்திரிலே அட்மிட் பண்ணிட்டா என்ன?”

“நீங்கதான் ரொம்பக் கஷ்டப்படுவீங்க. நாம கட்டுப்போட்டு வீட்டுக்கு அழைச்சிண்டு வந்துடுவோம். நம்ப பையன் அவரைச் சமாளிப்பான்.”

“எனக்குப் பணங்காசு எல்லாம் கூடப் பெரிய கவலை இல்லை. நாயர். அவர், என் சம்சாரம் ஊருக்குப் போனதிலேந்து உர்புர்னு இருக்கார்.”

“எல்லா வீட்டிலேயும் இருக்கறதுதான். என் அப்பா என்னை வீட்டை விட்டே விரட்டினாரு.”

புருஷோத்தம் வீட்டுக்கு வந்தான். ஒரு குடையை அப்பாவின் இடது காலையொட்டி வைத்தான். ஒரு பழைய வேஷ்டியை மூன்று நான்கு துண்டுகளாகக் கிழித்து வைத்துக்கொண்டு அப்பா அருகே உட்கார்ந்தான். “அப்பா, கொஞ்சம் வலிக்கும். ஆனா உன்னை வண்டியிலே கொண்டு போறப்போ கால் பாதுகாப்பா இருக்கும். இப்போ டாக்டர்கிட்டே போய்க் கட்டு கட்டிண்டு வந்துடுவோம். உங்க மருமகளை நாளைக்கே வந்துடச் சொல்லறேன்.”

நாயர் டெம்போ கொண்டு வந்து விட்டார். நாயரும் புருஷோத்தமும் அப்பாவைத் தூக்கி எடுத்துக்கொண்டு போய் டெம்போவில் கிடத்தினார்கள். ‘ஒரு மெத்தையாவது விரித்திருக்கலாம்’ என்று புருஷோத்தம் தனக்குள் சொல்லிக் கொண்டான். வீட்டைப் பூட்டிக் கொண்டு டெம்போவில் அப்பாவுடன் எலும்பு முறிவு நிபுணர் மருத்துவமனைக்குப் போனான். அடுத்த நாளைப் பற்றி நினைக்கவே பயமாக இருந்தது.

***ஓம் சக்தி* தீபாவளி மலர், 2000**

நகல்

அவள் நுழைந்தது தவறான வாசல். "யாரு, யாரு, யாரு?" என்று குரல் கொடுத்து ஒரு வயதான அம்மாள் வந்தாள்.

"இதை ஜெராக்ஸ் செய்யணும்."

"பக்கத்துக் கதவு, பக்கத்துக் கதவு" என்று அந்த அம்மாள் சற்றுக் கடுமையான குரலில் சொன்னாள். பார்வதி வெளி யேறியதும் கதவைச் சாத்தித் தாளைப் படாலென்று போட்டாள்.

பார்வதி பக்கத்துக் கதவிலும் தயக்கத்துடன் அடியெடுத்து வைத்தாள். நான்கடிக்குப் பிறகு வலது புறத்தில் மாடிப்படி தெரிந்தது. சுவரில் 'ஜெராக்ஸ்' என்று பெரிதாக எழுதி அம்புக் குறி போட்டிருந்தது.

ஆனால் மாடி விசாலமாக இருந்தது. காற்றோட்டமான வெராந்தா. பெரிய அறை. எதிர்ச் சுவரோரமாக ஒருவர் மட்டுமே நகரக்கூடியதாக இடைவெளிவிட்டு நீளமாக ஒரு மேஜை. அந்த எதிர்ச் சுவரில் திரையிட்ட ஒரு வாசல்.

மேஜையருகே ஏற்கனவே ஏழெட்டு மாணவ இளைஞர்கள் நின்று கொண்டிருந்தார்கள். ஹாலில் இதர சுவர்களையொட்டி சோபா மாதிரி இருக்கைகள் இருந்தன. 'தினத்தந்தி' பத்திரிகை தாள் தாளாக அவற்றின் மீது இறைந்து கிடந்தது.

மேஜையின் மறுபுறத்தில் ஒரு பெண் ஒவ்வொரு மாணவ னாக விசாரித்து அவன் கொடுத்த தாள் அல்லது நோட்டுப் புத்தகத்தில் ஓர் ஓரமாகப் பென்சிலால் குறியிட்டாள். பார்வதி யின் முறை வரும்போது பத்து நிமிடங்கள் போய் விட்டது. "உங்களுக்கென்னங்க?" என்று கேட்டாள்.

பார்வதி பையிலிருந்து ஒரு புத்தகத்தை எடுத்துக் கொடுத்தாள்.

"முழு புக்கா?"

"ஆமாம்."

“இரண்டு நாள் முன்னாலே போலீஸ் ஒரு ஜெராக்ஸ் கடையை சீல் வைச்சது, தெரியுமில்லே?”

“இது லோக்கல் புக். அதுவும் ஏற்கெனவே ஜெராக்ஸ் எடுத்ததுதான்.”

அப்பெண் புத்தகத்தைப் புரட்டிப் பார்த்தாள். “முழு புக்கும் செய்யணுமா?” என்று கேட்டாள்.

“ஆமாம். எல்லாம்தான் படிக்கணும்.”

“சரி. இதை ஸிங்கிள் ஸைடாத்தான் செய்ய முடியும்.” அப்பெண் ஒரு கால்குலேட்டர் எடுத்து ஐந்தாறு எண்களை அழுத்தினாள். “தொண்ணூத்தாறு ரூபாய்,” என்றாள்.

“அறுபத்துநாலுதான் ஆகுன்னாங்களே?”

“இந்த மாதிரி புக்கை அப்படிச் செய்ய முடியாது. ஒவ்வொரு பக்கமாத் தான் புரட்டிச் செய்யணும்.”

அங்கிருப்பவர்கள் எல்லாருமே தன்னையே பார்த்துக் கொண்டிருப்ப தாகப் பார்வதிக்குத் தோன்றியது. “சரி,” என்றாள்.

நகலகக் கடைப் பெண் ஒரு ரசீது எழுதிக் கொடுத்தாள். “நாளைக் காலை பத்து மணிக்கு வந்து வாங்கிக்குங்க.”

“நாளைக்கா?”

“உங்களுக்கு முன்னாலே வாங்கின ஆர்டரை முடிச்சப்புறந்தானே உங்களுதைச் செய்ய முடியும்?”

“இரண்டு மூணு மணி நேரம்னாக்கூட நான் காத்திருக்கேன். நான் ரொம்ப தூரத்திலேந்து வரேன்.”

அப்பெண் பார்வதியை ஏறிட்டுப் பார்த்தாள்.

“சானடோரியத்திலேந்து வரேன்.”

“அங்கே ஜெராக்ஸ் இல்லையா?”

“இருக்கு. ஆனாப் பக்கத்துக்கு ஒரு ரூபாய்க்குக் குறைய மாட்டேன்றாங்க.”

“சரி, வெயிட் பண்ணுங்க. சீக்கிரம் போட்டுத் தரச் சொல்லறேன்.”

பார்வதி ஹாலில், ஒரு மூலையில் உட்கார்ந்து கொண்டாள். அவளருகில் கிடந்த ‘தினத்தந்தி’ தாளை எடுத்துப் பார்த்தாள். அன்றையப் பத்திரிகைதான். ஆனால் அதற்குள் தாள் நைந்து கிடந்தது.

பார்வதிக்கு அதைப் படிக்கத் தோன்றாமல் மடித்து வைத்தாள். அதை உடனே ஓர் இளைஞன் பாய்ந்து எடுத்துக் கொண்டான்.

இப்போது அந்த மேஜைக்குப் பின்னால் இன்னொரு பெண்ணும் வந்து ஜெராக்ஸுக்கு வந்தவர்களிடம் விசாரித்து அவரவருடைய தேவையைக் குறித்துக் கொண்டாள். முதல் பெண் திரைக்குப் பின்னாலிருந்த இடத்திற்குச் சென்றாள். ஐந்து நிமிடங்கள் கழித்துக் கை நிறையக் காகிதங்கள், புத்தகங்கள் எடுத்து வந்தாள்.

ஹாலில் இப்போது பெரிய கூட்டமே இருந்தது. ஊரிலுள்ள ஜெராக்ஸ் கடைகளில் உள்ள கட்டணங்களைவிட இந்த இடத்தில் மிகவும் குறைவு.

கட்டணம் குறைவு என்பது மட்டுமல்ல. அந்தக் கடையில் பிரதிகள் எடுத்ததைத் தைத்துக் கொடுக்கவும் வசதி உண்டு. அதுவும் குறைந்த கட்டணம். பார்வதிக்கு அந்தக் கடை மீது மிகுந்த மரியாதை ஏற்பட்டது.

அவளுக்கு மட்டும் பத்தாவது வகுப்பில் இன்னும் இருபது மதிப்பெண்கள் அதிகம் கிடைத்திருந்தால்கூடக் குரோம்பேட்டைக் கல்லூரி யில் சேர வாய்ப்புக் கிடைத்திருக்கும். அவளுடைய அப்பா அலைந்ததில் குறைவில்லை. அந்தக் கல்லூரி ஒரு புதுக்கட்டடம் கட்டியபோது அதற்குக் குழாய்கள் பொருத்தி மாடியில் தண்ணீர்த் தொட்டிக் குழாய்களையும் அவர்தான் அமைத்தார். அந்தக் கல்லூரியிலேயே அந்த ஒரு கட்டடத்தில்தான் குழாய்கள் ஒழுங்காக வேலை செய்கின்றன என்று பிரின்சிபாலே புகழ்ந்திருக்கிறார். "முன்னூறு மார்க் இருந்தால்கூட நான் உங்க பொண்ணுக்கு இடம் கொடுத்துவிட்டு ஏதாவது விளக்கம் கொடுத்துவிடுவேன். நிர்வாகத்தின் பங்கு என்று உள்ள இடங்களில் சமாளித்துவிடுவேன். ஆனால் முடியவில்லையே, கோவிந்தசாமி," என்று மிகுந்த வருத்தத்தோடு சொன்னார். அதன் பிறகுதான் இந்தக் கம்ப்யூட்டர் பள்ளி. இங்கும் செலவுக்குக் குறைவில்லை. நேற்று இந்தப் பள்ளியில் பயிற்சி முடித்துப் போனவர்கள் இன்று அதே பள்ளியில் அதே பயிற்சிக்கு ஆசிரியர்கள்.

இந்த ஜெராக்ஸ் கடைப் பெண்கள் என்ன படித்திருப்பார்கள்? ஒரு பெண்ணுக்கு இருபது வயதுதானிருக்கும். இன்னொருத்திக்குக் கூட ஐந்தாறு ஆண்டுகள் கூறலாம். முகத்திலிருந்து படிப்பைக் கூற முடியாது. ஆனால் அவர்கள் என்ன சாப்பிடுவார்கள், எவ்வளவு சாப்பிடுவார்கள் என்று கூறி விடலாம். அதிகம் இருக்காது. நாளெல்லாம் நின்று கொண்டே வேலை செய்யவேண்டும். உங்களுக்கென்னங்க? இரண்டு காப்பியா? இங்கே பத்து காப்பி வரை ஒரு ரூபாய். அதற்கு மேலேதான் முப்பது காசு. கொஞ்சம் வெயிட் பண்ணுங்க. உங்களுக்கென்னங்க? இந்த மாதிரி புக் எல்லாம் இப்போ செய்யறதில்லீங்க. வேறெங்கேயாவது முயற்சி செய்து பாருங்க. உங்களுக்கென்னங்க? இது ஏ திரீ சைஸு. மூணு ரூபாய் ஆகும். காபி சுமாராத்தான் இருக்கும். இதுவே பாருங்க. நிறைய இடத்திலே கோடு, எழுத்து ஒண்ணுமே தெரியல.

அந்தப் பெண்களுக்குப் பின்னால் இருந்த தடுப்புக்குப் பின்னால் இரண்டு மூன்று ஜெராக்ஸ் இயந்திரங்கள் ஓயாது வேலை செய்து கொண்டிருப்பது தெரிந்தது. ஒரு விநாடிக்கு ஒரு முறை ஒரு பச்சை நிற ஒளி பளிச்சிடும். அந்த இயந்திரங்களை யார் இயக்கிக் கொண்டிருப்பார்கள்? அவர்கள் ஆண்களாக இருக்கும் என்று எதிர்பார்க்கலாம். அங்கு அவர்கள் நின்று கொண்டுதான் ஒவ்வொரு முறை பச்சை விளக்கு வீசிய பிறகு புத்தகத்தின் பக்கத்தைப் புரட்டி அடுத்த நகலுக்குத் தயார் செய்வார்கள்.

அந்த நகலகத்தில் நகல் எடுக்க வந்தவர்கள் ஓரிருவர் தவிர எல்லாருமே மாணவர்கள்தான். இப்படி நூற்றுக்கணக்கான பக்கங்களுக்கு நகல் எடுத்துச் செல்கிறார்களே, அதை எல்லாம் படிப்பார்களா?

பார்வதிக்கு அவளைப் பற்றியே சந்தேகம் வந்தது. அவளும் இப்போது நகலெடுக்கும் புத்தகத்தை முழுதும் படிப்பாளா? நகலகத்துப் பெண்ணிடம் கூறியது போல அந்தப் புத்தகமே இன்னொரு மாணவியிடம் வாங்கியது; அதுவே ஒரு நகல்தான். நகலிலிருந்து நகலிலிருந்து நகலிலிருந்து நகலிலிருந்து எடுத்ததாக இருக்கும். இங்கே கூடியிருக்கும் மாணவர்கள்கூட இப்படித்தான் ஒரு நகல் புத்தகத்தைக் கொணர்ந்து கொடுத்து இன்னொரு நகல் எடுத்துச் செல்வார்கள்.

பார்வதிக்குத் தாகம் எடுத்தது. காலையில் எட்டு மணிக்குச் சிறிது தண்ணீர் குடித்ததுதான். கையோடு ஒரு புட்டியில் தண்ணீரையும் எடுத்து வந்திருக்கலாம். சானடோரியம் பகுதியில் குடியிருப்பதில் ஒரே ஒரு சௌகரியம் இந்தத் தண்ணீர்தான். சென்னை நகரம் மட்டும் என்றில்லாமல் பல புறநகர்ப் பகுதிகளிலும் பெண்கள் எப்போது பார்த்தாலும் குடத்தைத் தூக்கிக் கொண்டு அலைந்தார்கள். இந்தப் புத்தகம் போலத் தண்ணீரையும் நகலெடுக்க முடிந்தால் எவ்வளவு வசதியாயிருக்கும்?

பார்வதி ரகசியமாக அவளுடைய கைப்பையைத் திறந்து பார்த்தாள். நூறு ரூபாய் நோட்டும் சிறிது சில்லறையும் இருந்தது. இந்த நகலகத்தில் மட்டும்தான் நூறு ரூபாய்க்குள் ஒரு முழு புத்தகத்தை நகல் எடுக்க முடியும். வேறெங்கு போனாலும் ஐம்பது ரூபாயாவது அதிகம் செலவழிக்க வேண்டி வரும். கல்லூரிகளுக்குப் போகிறவர்கள் கட்டுக் கட்டாகப் புத்தகங்களைத் தூக்கிக்கொண்டு போகிறவர்கள். அவ்வளவு புத்தகங்களைப் படித்துத் தேர்ச்சி பெறுகிறவர்களோடு இந்த ஒரே ஒரு புத்தகத்தை மட்டும் வைத்துக் கொண்டு அவளுக்கு எவ்வளவு வாய்ப்புகள் கிடைக்கும்?

பார்வதிக்குத் தாகத்தோடு இப்போது பசியும் எடுத்தது. நகலகப் பெண் முதலில் சொன்னதை மறுத்துப் பேசாதிருந்தால் இந்த நேரத்திற்கு வீடு போய்ச் சேர்ந்திருக்கலாம். வீட்டில் அம்மா அல்லது அக்கா ஏதாவது தயாரித்திருப்பார்கள். கம்ப்யூட்டர் பள்ளி போக ஆரம்பித்ததிலிருந்து கையில் சாப்பாட்டு டப்பா தூக்கிக் கொண்டு போவது தேவையில்லாமல் போய்விட்டது. கம்ப்யூட்டர் பள்ளி என்று பெயர் இருந்தாலும் அது கம்ப்யூட்டர்கள் உள்ள ஆரம்ப நிலைப்பள்ளிதான்.

நகலகப் பெண்களில் சற்று வயதானவள் ஒரு புத்தகத்தைத் தூக்கிக் காட்டி, “இது யாருது?” என்று உரத்துக் கேட்டாள். தனக்குச் சம்பந்தம் இல்லை என்பது போலத்தான் பார்வதி இருந்தாள். திடீரென்று எழுந்து, “என்னுது”, என்றாள். நகலகத்தில் காத்திருந்த எல்லோருமே அவளைப் பார்த்தார்கள்.

நகலகப் பெண் பார்வதியிடம் ஒரு ரசீதைக் கொடுத்தாள். “இதைக் கட்டிட்டு வாங்க,” என்றாள். ரசீதும் கம்ப்யூட்டரில் தயாரிக்கப்பட்டதுதான்.

பார்வதி கடைசி வரிசையைப் பார்த்தாள். அறுபத்திநான்கு ரூபாய் என்றிருந்தது.

“இது என்னுடையதுதானே?”

நகலகப் பெண் பார்வதி கொடுத்த புத்தகத்தைத் தூக்கிக் காண்பித்தாள்.

“எங்கே கட்டணும்?”

“அதோ அந்த மாடம் கிட்டே. கோடியிலே இருக்காங்க, பாருங்க.”

அந்தப் பெண்தான் தொண்ணூறு ரூபாய்ச் சொச்சம் ஆகும் என்றவள். சிறு கலக்கத்துடன் பார்வதி அவளிடம் சென்று ரசீதையும் நூறு ரூபாய் நோட்டையும் கொடுத்தாள்.

“நாலு ரூபா இருக்கா?” என்று அந்தப் பெண் கேட்டாள்.

“இல்லீங்க. சில்லறை எல்லாத்தையும் கூட்டிப் பார்த்தாக்கூட மூணு ரூபா தேறாது.”

“சரி, கொடுங்க.”

பார்வதி அவளுடைய பையிலிருந்து சில்லறையை எடுத்துக் கொடுத்தாள். பேருந்தில் பத்து ரூபாயை நீட்டி ஏதாவது திட்டுவாங்கிக் கட்டிக்கொள்ள வேண்டும்.

நாற்பது ரூபாயையும் ரசீதையும் எடுத்துக் கொண்டு பார்வதி மேஜையின் மறுகோடிக்கு வந்தாள். இரு நிமிடங்கள் காத்திருக்க வேண்டியிருந்தது. திரையை விலக்கிக் கொண்டு இரண்டாவது பெண் வந்தாள். “பணம் கட்டிட்டேங்க,” என்று பார்வதி சொன்னாள். அப்பெண் பார்வதி கொடுத்த புத்தகத்தையும் நகல் தாள்களையும் மேஜைக்குப் பின்புறமிருந்த அலமாரி யிலிருந்து எடுத்துக் கொடுத்தாள். பார்வதி எல்லாவற்றையும் அள்ளிக்கொள்ள வேண்டியிருந்தது.

“இதை பைண்டிங்குக்குக் கொடுத்திருக்கலாமே?” என்று நகலகப் பெண் சொன்னாள்.

“முதலிலே பணமிருக்காதோன்னு பயம் இருந்தது. எவ்வளவு ஆகும்?”

“ஸாஃப்ட் பைண்டிங் செஞ்சுக்குங்க. பதினைஞ்சு ரூபாய்தான் ஆகும்.”

“ரொம்ப நேரம் ஆகுமா?”

“இவ்வளவு நேரம் காத்திட்டிருந்தீங்க, இன்னும் பத்து நிமிஷம். உடனே பண்ணித் தரச் சொல்லறேன். அப்பவே சொல்லியிருந்தீங்கன்னா ஒரே பில்லாப் போயிடும். இப்போ இன்னொண்ணு போடணும்.”

பார்வதி மீண்டும் ஓரிடத்தில் உட்கார்ந்தாள். இப்போது அவளிடமும் புத்தக வடிவில் அவள் படிக்க வேண்டியவை இருக்கும்.

அங்கே குழுமியிருந்த மாணவர்கள் நகலுக்குக் கொடுப்பதும் நகலெடுத்த துக்குக் கட்டணம் செலுத்துவதுமாக இருந்தார்கள். இப்போதைக்கு மாணவர்கள். இந்தப் படிப்பு முடிந்த பிறகு?

பார்வதிக்கு அவள் ஒடிசலாக இருப்பது மிகவும் நல்லது என்று தோன்றியது. அந்த நகலகத்திலேயே வேலைக்குச் சேரலாம்.

***ஓம் சக்தி* தீபாவளிமலர், 2001**

கிணறு

அந்த இடத்திற்கு அவனாகத் தேடி வரவில்லை. தேசிய அளவில் ஒரு வினாடி – வினா நிகழ்ச்சி. அதில் அவனும் அவன் நண்பனும் சேர்ந்து முதல் பரிசு பெற்றார்கள். அந்தக் கோட்டை – அரண்மனையில் இரு நாட்கள் விசேஷ விருந்தினராகத் தங்கிப் போக ஏற்பாடு. பயணமெல்லாம் விமானம் மூலம்தான்.

“ஏம்ப்பா, இதுக்கு முன்னாலே அந்த இடத்துக்குப் போயிருக்கியா?” அம்மா கேட்டாள்.

“இல்லேம்மா,” சதாசிவம் சொன்னான்.

“அங்கே ஆறு, அருவின்னு உண்டா?”

“இல்லேம்மா. அது பாலைவனப் பிரதேசம்.”

“இந்த நாலஞ்சு மாசம் நீ ஜாக்கிரதையாக் கழிச்சுடணும்ப்பா.”

“ஏம்மா?”

“இந்த வயசிலே உனக்குத் தண்ணியிலே கண்டம்னு உங்கப்பா சொல்லிருக்காருப்பா. நாடியிலேயும் வந்தது.”

அது ராஜஸ்தானின் எண்ணற்ற கோட்டைகளில் ஒன்று. சிதிலமாகிக் கொண்டிருந்த அதை மீட்டு ஒரு நவீன ஓட்டலாக மாற்றியிருந்தார்கள். கோட்டைக்குள்ளிருந்த பழைய அரண்மனையின் அறைகளைப் பெரிதாக மாற்றவில்லை. எல்லாமே சின்னச் சின்ன அறைகள். குட்டையான வாயிற்படி. கதவு, நிலைப்படி பழையதாகவே இருந்தாலும் இப்போது ஒவ்வோர் அறைக்கும் ஏர்கண்டிஷனர். சிறிய, நவீனக் குளியலறை. ஒரு சிறு பால்கனி. ஒரு ஜன்னல். அவனுடைய நண்பனுக்குத் தரப்பட்ட அறையிலிருந்து ஆரவல்லி மலைத்தொடர் தெரிந்தது. மலையின் ஏற்றத்தை ஒட்டியே கட்டப்பட்ட அரண்மனையாதலால் அறைகள் பல தளங்களில் இருந்தன. பால்கனிகளும் ஜன்னல்களும் வெவ்வேறு திசைகளை நோக்கி இருந்தன. சதாசிவத்தினுடைய அறை பல தளங்கள் மேலே இருந்தது. அவனுடைய அறைக்குச் சற்றுப் பெரிதான பால்கனி. அங்கிருந்து

அந்த மலையடிவாரத்திலிருந்த கிராமம் தெரிந்தது. தென்னாட்டுக் கிராம வீடுகளருகில் மாடு கட்டியிருப்பது போல இந்தக் கிராமத்தில் நிறைய ஒட்டகங்கள். அவனுடைய அறையின் ஜன்னல் மூடியிருந்தது. ஜன்னலின் மறுபுறத்தில் என்ன இருக்கிறது என்று தெரிந்து கொள்ள முடியவில்லை.

ஜன்னலைத் திறக்கவே முடியவில்லை. ஜன்னலின் மரப்பகுதிகளுக்கு வெள்ளை வண்ணம் அடித்திருந்தாலும் அது வேதியியல் பெயிண்ட்டுகள் கண்டுபிடிக்கப்படுவதற்கு முன்பே செய்யப்பட்ட ஜன்னல். தட்ப வெப்பத்திற் கேற்ப சுருங்கி விரியக்கூடியது. கதவைக் கையால் ஓங்கிக் குத்த முடியாதபடி மிக நெருக்கமாகப் பொருத்தப்பட்ட ஜன்னல் கம்பிகள்.

மத்தியகால அரசவைச் சேவகன் போல உடை, தலைப்பாகையணிந்ததொரு ஓட்டல் பணியாளன் அங்கு வந்தான். "உங்களைச் சாப்பிட அழைத்து வரச் சொன்னார்கள்" என்றான்.

"இந்த ஜன்னலைத் திற."

அவன் தயங்கினான். "திறக்க வேண்டுமா? அறைக்குள் ஏர்கண்டிஷனர் பொருத்தியிருக்கிறது. குளிரினால் பயன்படுத்த ரூம் ஹீட்டரும் இருக்கிறது. சாப்பிட வாருங்கள்."

"அப்போது ஜன்னலைத் திறக்க மாட்டாயா?"

எந்த உணர்ச்சியும் முகத்தில் தெரியாதபடி அந்தப் பணியாளன் கம்பிகள் நடுவில் நான்கைந்து இடங்களில் கட்டை விரலால் அழுத்தினான். பலமுறை வெவ்வேறு இடங்களில் அழுத்திய பிறகு கதவு சிறிது தளர்ந்த மாதிரி இருந்தது.

"சாப்பிட வாருங்கள். உங்களைக் கையோடு அழைத்து வரச் சொன்னார்கள்."

சதாசிவம் கைக்கடிகாரத்தைப் பார்த்தான். "இன்னும் அரை மணி பொறுத்து வருகிறேன்" என்றான்.

"டைனிங் ஹாலை மூடி விடுவார்கள். அப்புறம் மாலை ஏழு மணிக்குத்தான் திறப்பார்கள்."

சதாசிவத்துக்குப் புரியவில்லை.

"அப்படியென்றால் ஏழு மணி வரையில் பட்டினியா?"

"அப்படியில்லை. பிற்பகல் டீ உங்கள் அறைக்கு வந்து விடும். ஆனால் டைனிங் ஹால் திறந்திருக்காது. இங்கு சமையற்காரர்கள், பணியாட்கள், உணவு, தண்ணீர் எல்லாமே ஒரு குறிப்பிட்ட நேரம் வரையில்தான். நீங்கள் வரும்போது பார்த்திருப்பீர்களே? இந்தக் கோட்டைக்கு வரும் வழியே ஒரு சந்து போலத்தான்."

அவனுக்கு இப்போது புரிந்தது. அது அதிகம் வளர்ச்சியடையாத பிரதேசம். ஒருவேளை இந்த ஓட்டலினால் முன்னேற்றம் அடையலாம்.

சதாசிவம் திறந்திருந்த அவனுடைய சூட்கேசை மூடிப் பூட்டினான்.

பிறகு அறைக் கதவைப் பூட்டினான். பெரிய பூட்டு. சாவி ஒரு ரூல் தடி போல இருந்தது. இந்தக் கனத்தை அவனுடைய பாண்ட் பை இரு நாட்களுக்கு மேல் தாங்காது.

சதாசிவம் அந்தப் பணியாளைத் தொடர்ந்தான். அவனுடைய தலைப்பாகை கண்ணைப் பறிக்கும்படி இருந்தது. அந்தக் கோட்டையைக் கட்டிய மகாராஜாவேகூட அதை அணிந்திருக்கக்கூடும்.

அந்த மகாராஜா – பணியாளன் சொன்னான். "நாம் போகும் வழியைச் சற்று கவனமாகவே பார்த்துக் கொள்ளுங்கள். இந்தக் கோட்டையில் வழி தெரியாது போய்விடுவது சகஜம். வேறு வேளைகளில் உதவிக்கு யாராவது இருப்பார்கள். ஆனால் பகல் உணவிற்குப் பிறகு இரண்டு மணி நேரம் அதிகம் பேர் இருக்க மாட்டார்கள்."

அவன் அனுபவம் மிகுந்த பணியாளனாக இருக்க வேண்டும். சாப்பாட்டு அறைக்குச் செல்வதற்குள் இரண்டு மூன்று இடங்களில் படியேறி னார்கள். மூன்று நான்கு இடங்களில் படியிறங்கினார்கள். மிகவும் குறுகலான படிக்கட்டுகள். திட்டமிட்டுக் குழப்ப வேண்டும் என்றே அந்தக் கட்டடத்தை அமைத்திருப்பதாகத் தோன்றியது. படிகள் வெவ்வேறு திசைகளில் இருந்தன. திடகாத்திரமாக உள்ளவர்களுக்கே அப்படிக்கட்டுகளில் ஏறி இறங்குவது சிரமமாக இருக்கும். சில படிக்கட்டுகள் மலைப் பாறையையே செதுக்கி அமைக்கப்பட்டவை. கோட்டைகளில் பாதைகள் எப்போதும் சிரமம்தான். ஆனால் அரண்மனையையே ஏன் ஒரு முப்பரிமாணப் புதிராகக் கட்டியிருந்தார்கள்? எதிரிகள் படையெடுப்பு கருதியோ? ஆனால் மகாராஜாவுக்கே இந்த அமைப்பு பெரிய சவாலாக இருந்திருக்க வேண்டும். ஆசை ராணியின் அறைக்குச் செல்ல வேண்டும் என்று கிளம்பி ஆசையில்லாத ராணியறைக் கதவைத் தட்டும்படியாகி விட்டிருக்கும். சின்னச் சின்ன வாயிற்படிகள்; அடங்கி ஒடுங்கித்தான் போக வேண்டும். நேராகப் பத்தடி பார்க்க முடியாதபடி அரண்மனைப் படிக்கட்டுகள் தளங்கள். பிருதிவிராஜனுடைய பேரன் எழுநூறு ஆண்டுகளுக்கு முன்பு கட்டியதாகச் சொன்னார்கள். ஒரு குடம் தண்ணீருக்கு மைல் கணக்கில் பெண்கள் நடக்க வேண்டிய இந்த ராஜஸ்தானில்தான் எவ்வளவு கோட்டைகள்? இந்த ராஜாக்கள் வாழ்க்கை அவ்வளவு அபாயங்கள் நிறைந்தனவாக இருந்ததா?

டைனிங் ஹால் புதுமையும் பழைமையும் கலந்ததாக இருந்தது. தாழ்வான கூரையில் பிரகாசமான வண்ணங்களில் பெரிய கோலம். நாற்புறம் சுவரை வெள்ளையாக விட்டுவிட்டிருந்தாலும் இரு பெரிய ஓவியங்களைக் கண்ணாடியிட்டு மாட்டியிருந்தார்கள். இரு ஓவியங்களும் யாரோ ஆங்கிலேயன் தீட்டியது.

நண்பன் சொன்னான்: "இப்படியெல்லாம் இடங்கள் உண்டு என்று யாருக்குத் தெரியும்? இந்த ஓட்டலிலேயே நிறைய அசௌகரியங்களும் உண்டு. அதிசயங்களும் உண்டு. ஒரு ரூமில்கூட டெலிபோன் கிடையாது. பார்த்தாயா?"

"என் ரூமில் இருந்தது போலிருக்கிறதே?"

“கிடையாது. இந்த ஓட்டலுக்கு ஒரே ஒரு டெலிபோன்தான். அது ரிசப்ஷனில் இருக்கிறது.”

“இந்த நாளிலும் டெலிபோன் இல்லாத ஓட்டல்!”

“ஒரு வேளை அது ஒரு தனிச் சிறப்பாகக்கூட இருக்கலாம். யாரும் யாரையும் தொந்தரவு செய்ய முடியாது. நேரில் பார்த்தால்தான் உண்டு. அதற்கு வழி தெரிய வேண்டும். அது லேசில் முடியாது.”

நண்பன் சொன்னதில் உண்மை இருக்க வேண்டும். டைனிங் ஹால் முப்பது முப்பத்தைந்து நபர்கள் உட்கார்ந்து சாப்பிடுவதாக இருந்தது. அந்த வேளையில் ஓரிடம் கூடக் காலியில்லை. பாதிக்குமேல் அயல்நாட்டினர்.

விருந்தினர்கள் வயிறாரச் சாப்பிட வேண்டும் என்ற அக்கறையோடு பரிமாறினார்கள். அப்படிப்பட்ட ஓட்டலில் ஒரே ஒரு தொலைபேசி.

அன்று மர்லை அவர்கள் எல்லாருமே ஒரு பாரம்பரிய நடன நிகழ்ச்சியைப் பார்க்க ஏற்பாடு செய்யப்பட்டிருக்கிறது என்று ஓட்டல் மானேஜர் அறிவித்தான். அவன் மட்டும் மகாராஜா உடை அணியவில்லை.

மாலை சந்திப்போம் என்று சொல்லிவிட்டு சதாசிவம் அவனுடைய அறைக்குக் கிளம்பினான். வழி தவறி விட்டது. அரைமணி அலைந்து திரியும்படியாகி விட்டது.

மூன்று மணி நேரம் அறையில் ஓய்வாக இருக்கலாம். தூங்கலாம். ஆனால் நினைத்தபோது தூக்கம் வருவதில்லை.

சதாசிவம் அவனுடைய அறையைச் சுற்றிப் பார்த்தான். சுவரிலேயே பதிக்கப்பட்ட பழங்கால இரும்பு அலமாரி. அதில் இரு மெழுகுவர்த்திகளும் இரு நெருப்புப் பெட்டிகளும் இருந்தன. குளியலறை புதிதாகக் கட்டப்பட்டதானாலும் அதன் ஒரு புறச் சுவருக்குப் பதிலாக மலைப் பாறையே இருந்தது. அந்தப் பாறையில் பிளவு ஏதாவது இருந்தால் நிச்சயம் பூச்சி இருக்கும். விஷப்பூச்சியாக இருந்து விட்டால் வேறு விபரீதம் வேண்டாம். நவீன சாதனங்கள் இருந்தாலும் அது ஒரு மிகப் பெரிய மலையில் நூற்றுக்கணக்கான ஆண்டுகளுக்கு முன்பு கட்டப்பட்ட அரண்மனை. அரண்மனை வாழ்க்கை இயல்பானதில்லை. யாரையாவது பிடிக்கவில்லை என்றால் அவன் அல்லது அவள் தலையையே சீவி விடக்கூடிய அதிகாரம் கொண்டவர்கள் வாழ்ந்த இடம். ராஜாவிலிருந்து கடைசிச் சேவகன் வரை இங்கு சூழ்ச்சியும் சந்தேகமும் கொலையும் சதியும் இருந்திருக்க வேண்டிய இடம். இப்போதுகூட எவ்வளவு பேருடைய ஆவிகள் துயரத்திலும் ஆத்திரத்திலும் இங்கு சுற்றிச்சுற்றி வருகின்றனவோ?

சதாசிவம் தூங்க முயற்சி செய்தான். ஏர்கண்டிஷனர் ஏகமாகச் சத்தம் எழுப்பியது. மின் விசிறிக்கும் அவன் படுக்கைக்கும் சம்பந்தமேயில்லை. படுக்கை தாராளமாக வளர்ந்த இருவர் படுத்துக் கொள்ளக்கூடிய கட்டில். கட்டடச் சுவரோரமாகப் போட்டிருந்தாலும் நடப்பதற்கென்று ஒழுங்காக இரண்டடி இடைவெளிகூடக் கிடையாது. ஒரு மேஜை கிடையாது. ஒரு நாற்காலி கிடையாது. ஆனால் அறையின் ஒரு மூலையில் ஒரு ஸ்டூல் போட்டு அதன்மீது ஓர் அலங்காரப் பூச்சட்டி இருந்தது. அந்த அறையிலிருந்த

ராணியின் வாழ்க்கை எப்படியிருந்திருக்கும்? அந்தக் கட்டிலே அவள் பயன்படுத்தியதாக இருக்கக்கூடும். அவள் காலத்தில் இப்போது எங்கோ ஒரு மூலையில் சுழன்று கொண்டிருக்கும் மின்விசிறிகூட இருந்திருக்காது. குளிர்காலத்தில் நடுக்கித் தள்ளும். அந்த இரண்டு மூன்று மாதங்கள் தவிர்த்து ஆண்டு முழுதும் வெயில் தகிக்கும். தாதிகள் என்ற பெயரில் பெண் அடிமைகள் சூழ்ந்திருக்க ஒரு விநாடிகூடத் தனித்து இருக்க முடியாது. கைவிசிறியால் விசிறிக்கொண்டு இரவுக்காகக் காத்திருக்க வேண்டும். இரவானால் பகலுக்காகக் காத்திருக்க வேண்டும். ஜன்னல் வழியாகவும் வெளியுலகத்தைப் பார்க்க முடிந்திருக்க வேண்டும். அந்த ஜன்னலைத்தான் திறக்கவே முடியவில்லையே.

சதாசிவம் அந்த ஜன்னலைத் திறக்க முயற்சி செய்தான். கதவுகள் தளர்ந்தது போலிருந்தனவே தவிர முழுக்கத் திறக்க முடியவில்லை. அறைக்கு வெளியே போய் இழுத்தால் திறந்துவிடும். ஆனால் அதற்கு வழியில்லை. ஒருபுறம் மலைப்பாறை. இன்னொரு புறம் அந்த அறைக்கு மேலிருந்த அறையைத் தாங்கும் கனத்த சுவர்.

அந்தக் கோட்டையில் அவன் பார்த்தவரை எந்த ஜன்னலுக்கும் கம்பிகள் போடவில்லை. இந்த ஒரு ஜன்னலுக்குத்தான் கைகூடச் சரியாக நுழைக்க முடியாதபடி குறுக்குக் கம்பிகள் போட்டிருந்தன. அவை ஜன்னலோடு இணைந்து போகவில்லை. அங்கு ஜன்னல் வைத்து அந்த அரண்மனை கட்டப்பட்டபோது அங்கு கிராதி போடவேண்டும் என்று திட்டமிட்டிருக்கவில்லை. ஆதலால்தான் பிற்காலத்தில் யாரோ அதைப் பொருத்தி அந்த ஜன்னல் கதவுகளையும் மூடி விட்டார்கள். மழையும் வெயிலுமாகப் பல ஆண்டுகள் அக்கதவுகள் மீது வீழ்ந்து, கதவுகளே ஒரு சுவர் மாதிரியாக்கி விட்டன.

சதாசிவம் பொறுமையிழந்து அந்த ஜன்னலின் கம்பிகளை உலுக்கினான். அதற்கெனக் காத்திருந்தது போல அந்தக் கம்பிகளில் பாதிக்கு மேல் கீழே விழுந்தன. கொத்துக் கொத்தாகத் துரு உதிர்ந்தது.

சதாசிவம் ஜன்னல் கதவுகளைத் தள்ளினான். இப்போது அவை திறந்து கொண்டன. ஜன்னல் வழியாகப் பார்த்தான். முதலில் ஒன்றும் தெரியவில்லை. எட்டிப் பார்த்தான். ஜன்னலைத் தாங்கிய சுவர் கீழே செங்குத்தாக நின்றது. அதையொட்டியபடி ஆழத்தில் ஒரு கிணறு இருந்தது தெரிந்தது.

சதாசிவம் பிரமிப்பு தாங்காதபடி நின்றான். மலையில் அவ்வளவு உயரத்தில் தண்ணீர். ஒரு நீர்நிலை. நாட்டின் மிகப் பெரிய நதிகளான கங்கை, யமுனைகூட இப்படித்தான் எங்கோ மலைகள் மீதிருக்கும் ஊற்றுகளிலிருந்து தோன்றுகின்றன. இந்தக் கிணற்றின் ஊற்றும் எங்கிருக்கிறதோ?

சதாசிவம் தலையை உள்ளுக்கிழுத்துக் கொண்டான். அவனுடைய அறையையொட்டியே கிணறு இருந்ததால்தான் அந்த ஜன்னலுக்கும் கம்பியிட்டுக் கதவையும் திறக்க முடியாதபடி செய்திருக்க வேண்டும். அதைக் கிணறு என்று சொல்ல முடியுமா? சிறிய குளம் என்று கூறுவதுதான் பொருத்தமாக இருக்கும். இவ்வளவு பெரிய கிணறை அவன் எப்போதோ

சிறுவனாக இருந்தபோது அவனுடைய உறவினர் ஒருவர் வசித்த ஊரில் பார்த்திருக்கிறான்.

அவனுக்கு அப்போது வயது பத்து இருக்கும். அந்த நேரத்தில் அவன் கூடவே நிறைய பேர் இருந்தும்கூட அந்தக் கிணற்றில் தண்ணீரைப் பார்த்தவுடன் அவனுக்குத் தலை சுற்றுவது போலிருந்தது. இன்று அது போன்று படிக்கிணறு என்று ஒன்று இருந்தால் அந்தத் தாழ்வாரம், படிகள் எல்லாவற்றிலும் பிச்சைக்காரர்கள் இருப்பார்கள். அல்லது சூதாடுபவர்கள் இருப்பார்கள். கள்ளச்சாராயம் விற்பவர்கள் இருப்பார்கள். அது ஒரு ரவுடிகள் புகலிடமாயிருக்கும். ஆனால் அன்று அங்கு யாருமே இல்லை. அங்கும் கிணற்றுத் தண்ணீர் பாசிபடிந்திருந்தது. அதுவும் எவ்வளவு ஆழமோ?

சதாசிவம் ஜன்னல் கதவுகளை மூடிவிட்டுக் கீழே விழுந்த கம்பிகளை மீண்டும் பொருத்தி வைக்க முயற்சி செய்தான். அவனுக்கு நேர் கீழே தண்ணீர். அது தெரியாதிருந்தால் ஒருவேளை தூக்கம் வந்திருக்கும். ஆனால் இப்போது வராது. மலை மீது ஒரு கோட்டைக்குள் இருக்கும் கிணறு சாதாரணக் கிணறுகளுக் குள்ள வரலாறு கொண்டதாக இருக்காது.

அறையை மாற்றிக் கொள்ளலாமா? நண்பன் அறைக்கே போய்விட்டால் என்ன? இப்போது முடியாது. பிற்பகல் உணவிற்குப் பின் அறையைத் தேடி வருவதே பெரும்பாடாக இருந்தது. பிற்பகலில் பணியாட்கள் யாரும் இருக்க மாட்டார்கள். வழி கேட்க யாருமே இல்லாத நேரத்தில் வெளியே போவது சரியல்ல. பழங்கால ராணிகள் போல அறையிலேயே சிறையிருக்க வேண்டியதுதான். பிற்பகல் டீ கொண்டு வருபவனைக் கேட்கலாம். ஆனால் அவன் இதர அறைகளுக்கு டீ தர வேண்டும் என்று போய்விடுவான்.

தண்ணீர் அவனை எப்போதும் கலக்கத்துக்கு உட்படுத்தியது. தண்ணீர் என்பது குழாயில் வருவது மட்டுமில்லை. அது கிணறாக இருக்கும், ஏரியாக இருக்கும், ஆறாக இருக்கும், அருவியாக இருக்கும். அவன் முதன் முறையாகக் கடலைப் பார்த்தபோது பயத்தில் வயிறு உள்ளுக்கிழுத்துக் கொண்டது. முகம் இல்லை, கை – கால் இல்லை, கண் மூக்கு இல்லை, ஆனால் கடல் ஓர் அரக்கனாகக் காட்சி அளித்தது. அந்த அரக்கன் சில நேரங்களில் படகுகளையும் கட்டுமரங்களையும் கப்பல்களையும் கவிழ்த்து விடாதிருந்தால் அவனுக்கும் அவ்வப்போது பெருந்தன்மை, இரக்கம் உண்டு என்று பொருள். ஆனால் அரக்கர்களின் பெருந்தன்மையையும் இரக்கத்தையும் நம்ப முடியுமா? எந்த விநாடியும் அவை மறையக் கூடியவை. விளைவு, அழிவுதான். அதனால்தான் எல்லாக் கலாச்சாரங்களும் பிரளயம் வந்து உலகம் அழியும் என்று நம்புகின்றன...

அன்று மாலை அவர்கள் ஒரு கோஷ்டியாக நடன நிகழ்ச்சிக்குச் சென்றார்கள். அயல் நாட்டினருக்கென்றே ஏற்பாடு செய்யப்பட்டிருந்தது நன்கு தெரிந்தது. அந்தக் கிராமிய நடனம் ஆடிய பெண்கள் பட்டதாரிகளாக இருக்கக்கூடும். பெரிய பதவிகளில் இருப்பவர்களாவும் இருக்கக்கூடும்.

இரவு விருந்து, பகல் விருந்தைவிட இன்னும் சிறப்பாக இருந்தது. அந்தரத்தில் தொங்குவது போன்ற அந்தக் கோட்டைக்குள் எவ்வளவு விதவிதமான மதுபானங்களைக் கொண்டு சேர்த்திருந்தார்கள்! ஆனால்

யாரும் கட்டுகடங்காமல் போய்விடாமல் ஓட்டல் சிப்பந்திகள் பார்த்துக் கொண்டார்கள். பத்து மணியளவில் சாராய புட்டிகள் எல்லாம் மறைந்து விட்டன. பணியாளர்களும் குறைந்துவிட்டார்கள்.

சதாசிவம் இரண்டு மூன்று முறை கேட்க முயன்று நிறுத்திவிட்டான். அந்தக் கோட்டை அரண்மனையில் தனியாகப் படுத்துக்கொள்ளப் பயமாக இருக்கிறது என்று எப்படி ஒத்துக்கொள்வது? இப்போது மின்விளக்கு இருக்கிறது. ஏர்கண்டிஷனர் இருக்கிறது. இதெல்லாம் இல்லாத நாட்களில் அந்தக் கோட்டையில் எண்ணற்ற அறைகளில் எவ்வளவு பேர் துணையோடு இருந்திருப்பார்கள்? எவ்வளவு பேர் தனியாக இருந்திருப்பார்கள்? இரவு வேளையென்றால் அநேகமாக எல்லா ராணிகளுமே தனியாகத்தான் இருக்க வேண்டும். ராஜாவே இரண்டு ராணிகளைச் சேர்ந்து இருக்க விடமாட்டான். அவர்கள் இணைந்து மூன்றாவது ராணிக்கெதிராகச் சதி செய்யத் தொடங்கி விடுவார்கள். ராஜாவுக்கு எதிராகக்கூட அவர்கள் சதி இருக்கக்கூடும். அரண்மனைச் சதிகள் இரண்டுங்கெட்டானாக இருக்காது; ஈவிரக்கமே காட்டப்படாது; ஒரே முடிவுதான் – கொலை.

சதாசிவத்தை ஒரு பணியாளன் அறை வரை வழிகாட்டிவிட்டுப் போனான். காலையில் காபி ஆறரை மணிக்கு வந்துவிடும் என்றான். அவன் போனபின் சதாசிவம் அவனுடைய அறையின் எல்லா விளக்குகளையும் போட்டான். முகம் கழுவிக் கொண்டு வந்தான். மிகவும் அலட்சிய தோரணையில் ஒரு பாட்டை உரத்துப் பாடினான். எந்த விளக்கையும் அணைக்காது படுத்துக்கொண்டு போர்த்திக் கொண்டான். நண்பன் மணமானவன். சதாசிவத்தை அழைத்து வராமல் அவனுடைய மனைவியை அழைத்து வந்திருந்தால் அவர்கள் இருவருக்குமாக ஒரே அறையைக் கொடுத்திருப்பார்கள். இந்த அறையிலேயேகூட அவர்கள் இருக்கலாம். இருவராக இருந்தால் அந்தக் கோட்டை – அரண்மனை மகிழ்ச்சிகரமாக இருந்திருக்கும். அவனுடைய நண்பனுக்காவது அப்படித் தோன்றியிருக்கக் கூடாதா?

இவ்வளவு வெளிச்சத்தில் தூங்க முடியாது என்று தோன்றியது. ஆதலால் குளியலறை விளக்கை மட்டும் எரிய விட்டு இதர விளக்குகளை அணைத்துப் படுத்துக் கொண்டான்.

அவனுக்கடியில் இருந்த கிணறு திரும்பத் திரும்ப மனதில் தோன்றிக் கொண்டிருந்தது. அவன் சிறுவனாக இருந்தபோது பார்த்த பெரிய கிணறு மனிதர்களால் கட்டப்பட்டது. தேவையிருந்துதான் அதை ஒருவர் ஏராளமான பொருட்செலவு செய்து ஏற்படுத்தியிருக்க வேண்டும். ஏனோ அதை யாரும் பயன்படுத்தியதாகத் தெரியவில்லை. இந்தக் கிணறு இயற்கையாகவே உண்டானது. இதைப் பயன்படுத்தப் பிருதிவிராஜனின் சந்ததியர் முயற்சி செய்திருக்க வேண்டும். அவர்கள் ஒருவேளை இந்தக் கோட்டையையும் அரண்மனையையும் இந்தக் கிணற்றுத் தண்ணீர் கொண்டே கட்டியிருக்கக்கூடும். அநேகமாக அவன் அறை இருக்கும் இடத்திலிருந்துதான் ராட்டினம் அல்லது ஏற்றம் அமைத்துத் தண்ணீர் இழுத்திருப்பார்கள். அதன்பிறகு ஏன் கிணறை அடைய எளிதாக ஒரு பாதை அமைக்கத் தெரியவில்லை? ஏன் இந்தக் கிணறு மேற்கொண்டு பயன்படுத்தாது கைவிடப்பட்டது? கிணற்றைப் பார்க்கவும் கூடாது

என்று ஏன் ஜன்னலுக்கு இரும்புக் கிராதி போட்டு விட்டார்கள்? அதைப் பொருத்தியும் பல ஆண்டுகளாகியிருக்க வேண்டும். இல்லாது போனால் குலுக்கினவுடன் துருவாகத் தெறித்து விழ முடியுமா?

அவனுக்கு அந்தக் கிணற்றை மீண்டும் பார்க்க வேண்டும் என்று தோன்றியது. நடு இரவில் அது தெரியுமா?

அவன் கம்பிகளை அகற்றி ஜன்னல் கதவைத் திறந்து பார்த்தான்.

அந்த நேரத்தில் கிணற்றின் நடுவில் சந்திரனின் பிம்பம் தெரிந்தது. அவன் பார்த்துக் கொண்டிருக்கும்போதே அது நகருவது தெரிந்தது. சில நிமிடங்கள்தான்... அது மெதுவாக நகர்ந்து பிம்பம் மறைந்துவிடும். ஆனால் அவன் பார்வை சாதிக்க முடியாததைச் சந்திரன் செய்திருந்தது. அது அந்தக் கிணற்றின் ஆழத்தைக் கண்டிருந்தது.

ராமருக்குக்கூட நிலாவைக் காண்பித்து உணவு ஊட்டினார்கள் என்று சொல்வார்கள். ஒரு தாம்பாளத்தில் நிலாவின் பிம்பத்தைக் காட்டி 'இதோ நிலா, இதோ சாதம்' என்று ஊட்டினார்களாம். அதேபோல அந்த அறையில் இருந்த ராணியும் அவளுடைய குழந்தைக்குக் கிணற்றில் விழும் நிலாவின் பிம்பத்தைக் காட்டி உணவு ஊட்டியிருக்கக்கூடும்.

ஆனால், நிலா இந்தக் கிணற்றில் நள்ளிரவில்தான் தெரியும். குழந்தைக்கு எங்காவது நள்ளிரவில் உணவு ஊட்டுவார்களா? குழந்தை தவறிக் கிணற்றில் விழுந்து விட்டால்?

இல்லை. குழந்தை தவறி விழவில்லை. ராணி விழுந்திருக்கிறாள். அவளைப் பிடித்துத் தள்ளியிருக்கிறார்கள். அதன்பிறகு இரும்புக் கிராதி போட்டிருக்கிறார்கள்!

அவன் நன்றாகக் குனிந்து கிணற்றை உற்றுப் பார்த்தான். பகலில் பாசி படர்ந்தது போலிருந்த தண்ணீர்ப் பரப்பு இப்போது தெளிவாக இருந்தது. கிணற்றில் தண்ணீருக்கடியில் ஒரு ராஜபுத்திரப் பெண் தெரிந்தாள். ஒரு ராணி போல இருந்தாள். அவள் கிணற்றடியில் படுத்தபடியே அவனைப் பார்த்துப் புன்னகை புரிந்தாள்.

சதாசிவம் தலைகுப்புறக் கிணற்றில் விழுந்தான்.

***குமுதம் ஜங்சன்*, ஜனவரி 2002**

சிக்கனம்

"உங்க பெயருக்கு ஒரு கார்டு லெட்டர் பாக்ஸிலே கிடந்தது. இரண்டு மூணு வாரம் முன்னாலே பார்த்தேன்."

"என் பேருக்கா? நான் அந்த இடத்தைக் காலி பண்ணி ஒரு வருஷம் ஆகிறதே?"

"ஏதோ நிதின்னு போட்டிருந்தது."

"சி. பி. எஃப். நிதியா?"

"இருக்கும். அவ்வளவு கவனமாப் பாக்கலே."

வைத்தியநாதனின் பஸ் வந்தது. அவர் ஏறவில்லை. இதை விட்டால் அடுத்த நேர் பஸ் இன்னும் முக்கால் மணி நேரம் கழித்துத்தான். ஆனால் இப்போது முதலில் ராகவன் காலனி போக வேண்டும். அந்தக் கார்டு என்னவென்று தெரிந்து கொள்ள வேண்டும்.

"அதைக் கொஞ்சம் ரீடைரக்ட் பண்ணியிருக்கக் கூடாதா? என் அட்ரஸ் எழுதி தபால் பெட்டிலே போட்டா இவ்வளவு நாளைக்கு எனக்குக் கிடைச்சிருக்குமே?"

"உங்க அட்ரஸ் எனக்குத் தெரியாதே."

"நான் வீட்டைக் காலி பண்றப்போ உங்ககிட்ட தானே முதல்லே கொடுத்தேன்."

"ஒரு வருஷம் முன்னாலே கொடுத்தது. அந்தக் காகிதமே இருக்கோ இல்லியோ."

வைத்தியநாதன் பதில் பேசவில்லை. அடுத்து வந்த பஸ்ஸில் இருவரும் ஏறினார்கள். இருவரும் ஒரே இடத்திற்குத் தனித் தனியாகப் பயணச் சீட்டு வாங்கிக் கொண்டார்கள்.

மாம்பலம் ஸ்டேஷன் ரோடு ஆள் புக முடியாத கூட்டமாக இருந்தது. புத்தம் புதிய காய்கறிகளின் மணம் அவ்வளவு ஜனத்திரளையும் மீறி வீசிக் கொண்டிருந்தது. வைத்தியநாதனுக்கு ஏக்கம் அடிவயிற்றைக் கவ்வியது. இப்படித்

தளதளவென்று தினமும் காய்கறி கிடைக்கும் இடத்தை விட்டு மாடி, கூடுதல் அறை, வாடகைக் குறைவு என்றெல்லாம் மனத்திற்குள் திரும்பத் திரும்பக் கூறிக்கொண்டு எங்கோ ஊருக்கு வெளியே போயாயிற்று. இந்த ஓராண்டில் எல்லா அவதியும் பட்டாயிற்று. அதில் ஒன்று இந்த நிதி.

வைத்தியநாதன் அவர் முன்பு வழக்கமாகக் காய்கறி வாங்கும் கடை முன் நின்றார். அந்தக் கடையின் உரிமையாளரின் மகன்தான் உட்கார்ந்திருந்தான். கடையில் நல்ல கூட்டம். வைத்தியநாதனை யாருக்கும் அடையாளம் தெரிய வில்லை. அந்தக் கடையில் வாரத்தில் நான்கு நாட்களென வருடக்கணக்காக வாங்கிய வாடிக்கைக்காரர் இன்று அனாமதேயம்.

மாட்லி சாலை சப்வே படியில் இறங்கி வைத்தியநாதன் மேற்கு மாம்பலம் எல்லையில் காலெடுத்து வைத்தார். அதுவும் அவருக்கு எவ்வளவு பழக்கமான இடம்! அங்குதான் ஹெல்த் செண்டர் இருந்தது. முதலில் ஒரு குடிசையில் ஆரம்பித்து இன்று பெரிய மருத்துவமனையாக வளர்ந்து விட்டது. வாரத்தில் நான்கு நாட்கள் காய்கறிக் கடைக்குச் சென்றால் வாரத்தில் இரு நாட்கள் ஹெல்த் சென்டருக்குப் போக வேண்டியிருந்தது. மருத்துவமனை சிறிய அளவில் நடந்தபோது வைத்தியநாதனைப் பார்த்து எல்லாருமே பரிச்சயப் புன்னகை புரிவார்கள். இப்போது அது ஓர் அரசு ஆஸ்பத்திரி மாதிரியாகிவிட்டது. அரசு ஆஸ்பத்திரியில் யாரையும் தெரிந்தவர்களாகக் காட்டிக்கொள்ள மாட்டார்கள். அப்படிச் செய்தால் மருத்துவமனையின் பல்வேறு கட்டணங்களை முழுதுமாக வாங்கிவிட முடியாது.

வைத்தியநாதன் தன் முந்தைய வீட்டை அடைந்தபோது இருட்டிவிட்டது. அவர் அங்கு இருந்தவரை மாலையானவுடனேயே வாசல் விளக்கு எரியும். ஒரு நாள் கூட வாசல் பக்கம் இருண்டுகிடக்க விட்டதில்லை. இப்போதும் சுவிட்சைப் போட்டிருப்பார்கள். ஆனால் பல்ப் போய் விட்டது. மாற்ற வேண்டும். யாரும் மாற்றவில்லை.

அந்த வீடு நீளமாக, மூன்று பாகங்களாக இருந்தது. ஒவ்வொன்றிலும் நான்கு குடும்பங்கள். முதல் பாகம் முடிந்தவுடனே இருந்த மாடிப் படியருகில் தபால் பெட்டி பொருத்தப்பட்டிருந்தது.

அந்த வீட்டிலிருப்போர் அனைவருக்கும் வரும் தபால்களை அந்தப் பெட்டியில்தான் தபால்காரர் போட்டுப் போவார்.

தபால் பெட்டியில் நிறையக் கடிதங்கள் இருந்தன. சென்னைவாசி களுக்கு தபால் மீது அசிரத்தை வந்து விட்டது. முக்கியமான செய்தி என்றால் எஸ். டி. டி செய்து விடுவார்கள். தபால் எழுதுவது பட்டிக்காட்டுப் பழக்கம் என்றுகூட நினைக்கக்கூடும். வைத்தியநாதன் தபால் பெட்டியில் பார்த்த ஆறு கடிதங்களில் மூன்று சாவோலைகள். எப்போது வந்ததோ! சாவோலை வேண்டப்பட்டவர்களுக்குத்தான் எழுதுவார்கள். ஆனால் அந்தச் சாவுகூட ஒரு பொருட்டில்லை என்று அந்தக் கறுப்பு மையட்டைகள் கவனிப்பாரற்றுக் கிடந்தன. ஆனால் வைத்தியநாதன் பெயர் கொண்ட ஒரு தபாலட்டை கூட இல்லை.

பஸ் நிறுத்தத்தில் தன்னிடம் தகவல் சொன்னவரின் வீட்டுக் கதவை வைத்தியநாதன் தட்டினார். அந்த மனிதரின் மனைவி கதவைத் திறந்தாள். "வாங்கோ, வாங்கோ. எல்லாரும் சௌக்யமா? லலிதாவுக்கு வரன் ஏதாவது அமைஞ்சுதா? மாமி இந்தப் பக்கம் அப்புறம் வரவேயில்லையே?"

வைத்தியநாதனுக்கு ஆறுதலாயிருந்தது. இந்த அம்மாள் இன்னும் அவரையும் அவர் குடும்பத்தையும் நினைவில் வைத்துக் கொண்டிருக்கிறாள்!

"பாத்துண்டிருக்கு. இன்னும் ஒண்ணும் சரியா அமையலே. அதுக்கு முன்னாலே ஒரு பெரிய இடி வீழ்ந்துடுத்து. அதான் மாமி இந்தப் பக்கம் வரவேயில்லை."

"எப்ப இடி? மழை பெஞ்சப்பவா?"

"அந்த இடி விழுந்திருந்தா தேவலை. மாமாதான் பஸ் ஸ்டாண்டுலே எனக்கு ஏதோ லெட்டர் வந்திருக்குன்னு சொன்னார். இங்கே லெட்டர் பாக்ஸிலோ ஒண்ணும் இல்லே."

"உங்க லெட்டரா? நான் எடுத்து வைச்சிருக்கேன். இதோ கொண்டு வரேன்."

கையால் எழுதப்பட்ட தபாலட்டை அது நிதியிடமிருந்து வரவில்லை. நிதியில் பணம் போட்டவர்கள் என்று ஐந்தாறு சங்கங்கள் அமைத்ததில் ஒன்று இக்கடிதம் எழுதியிருக்கிறது. மறுபடியும் ஒரு கூட்டம். மறுபடியும் வயதானவர்கள் சேர்ந்து ஒப்பாரி. போலீஸ் கமிஷ்னர் ஒருமுறை எரிந்து விழுந்தார். முப்பது சதம் தரான், நாப்பது சதம் தரான்னு நீங்கதானேய்யா அவங்கிட்டே கொண்டு போய்க் கொட்டினீங்க. இப்போ திருப்பிப் பணத்தைத் தான்னு எங்ககிட்ட ஏன் வரீங்க என்று ஒருமுறை கூறிவிட்டார். காரணம் போலீஸால் செய்யக்கூடியது ஒன்றுமில்லை. இனிமேல் கோர்ட், ரிசீவர் என்று விஷயம் பாதை மாறிவிடும். மாறி விட்டது.

வைத்தியநாதனுக்கு முதலில் வதந்தியாக ஒரு செய்தி வந்தபோது நம்பவில்லை. சி. பி. எஃப். நிதியாவது, தடுமாறுகிறதாவது. கடந்த மாதம்கூட ஒரு புதுக்கிளை. ஒவ்வொரு அலுவலகமும் செல்வச்செழிப்போடு கருங் கல்லும் சலவைக் கல்லுமாக இழைக்கப்பட்டிருந்தது. வைத்தியநாதன் எதிரிலேயே ஒரு வாடிக்கைதாரர் அவருடைய நீண்டகால வைப்பு நிதி முடிவு பெற்று அவருடைய பணத்தைப் புத்தம் புதிய நோட்டுகளாக வாங்கிச் சென்றார். அலுவலகத்தார் முகங்கள் எல்லாமே புன்னகை தவழ்ந்த வண்ணமிருக்கும். பளிச்சென்று சந்தனம் இட்டுக் கொண்டிருப்பார்கள், அல்லது ஸ்ரீசூர்ணம். சென்னையிலுள்ள நான்கு அலுவலகங்களில் இரண்டில் லாக்கர் வசதி உண்டு. குறைந்த கட்டணம். பெரிய அலமாரி. ஒரு சூட்கேஸையே உள்ளே தள்ளிப் பூட்டி விடலாம். ஏர்கண்டிஷன் செய்யப்பட்டிருந்தாலும் சங்கடமான வாசனை ஏதும் இருக்காது. இந்த நிதிக்கு மேலும் மேலும் மக்கள் ஆதரவுதான் கூடும். பெரிய பெரிய வங்கிகள் கூட இவ்வளவு விமரிசையாக அலுவலகங்களை நடத்தவில்லை. ஒரு காலத்தில் வைத்தியநாதன் அவருடைய மனைவியைக் கோபித்துக் கொண்டிருந்தார். அவரைக் கேட்காமல் அவள் அந்த நிதியில் ரிக்கரிங் டெபாசிட் கணக்கில் சேர்ந்திருந்தாள். அதுவும் மாதம் எண்ணூறு ரூபாய்.

'அவ்வளவு முடியாதே? இருநூறு ரூபாய் மிஞ்சறதே கஷ்டம்,' என்று வைத்தியநாதன் சொன்னார். எடுபடவில்லை. இப்போது அவருடைய நாற்பதாயிரத்தோடு மனைவியின் பத்தாயிரமும் போய் விட்டது.

போய் விட்டது என்று ஒப்புக்கொள்ள மனம் மறுத்தது. இருமுறை ஐந்நூறு ஐந்நூறாக மொத்தம் ஆயிரம் ரூபாய் வந்தது. அப்புறம் அதுவும் நின்று விட்டது. இப்போது சந்தாதாரர்கள் கூட்டமாகக்கூடி துக்கம் கொண்டாடப் போகிறார்கள்.

வைத்தியநாதன் மாம்பலம் ரயில் நிலையம் சென்று தாம்பரம் சானடோரியத்துக்குப் பயணச் சீட்டு வாங்கிக் கொண்டார். ரயில் நிலையத்தில் எவ்வளவோ விளம்பரங்களோடு நிதி விளம்பரமும் இருந்தது! சுவரில் எழுதப்பட்டது அவ்வளவு எளிதாக அழிவதில்லை. நிதி சரியில்லை சரியில்லை என்று பல எச்சரிக்கைகள் வெவ்வேறு நபர்களிடமிருந்து வந்தன. மகளுக்குக் கல்யாணம் என்று நிச்சயம் செய்தால் இருக்கட்டும் என நகை, பாத்திரம் எல்லாம் முன்பே வாங்கித் தயாராக வைத்திருந்தது. கல்யாணச் சத்திரம் மற்றும் சாப்பாடு முதலியவற்றுக்குத்தான் பணம் தேவைப்படும். இந்த நாளில் அதற்கெல்லாம் ஐம்பதினாயிரம் போதாது. ஆனால் அதற்கு மேல் துண்டு விழுவது அதிகமாக இருக்காது.

அடுத்து வந்த ரயிலில் வைத்தியநாதன் ஏற முடியவில்லை. கூட்டத்தில் இடித்துப்பிடித்துக் கொண்டு ஏறக்கூடிய மனோதிடம் அந்த நேரத்தில் அவரிடம் செயல்படவில்லை. உண்மையில் அது ஏமாற்றத்தினால் ஏற்பட்டிருக்கக்கூடியது அல்ல. அவருக்குத் தெரிந்த மூன்று நபர்களுக்கு அந்த நிதியால் லட்சக்கணக்கில் பணம் போய்விட்ட விவரம் அவருக்குத் தெரியும். ஐம்பதினாயிரம் பெரிய இழப்புத்தான். ஆனால் அதோடு விட்டதே. ஆதலால் ரயிலில் ஏற முடியாமல் போனதற்கு, அவருக்குப் பழக்கம் விட்டுப் போனது காரணமாயிருந்திருக்கலாம். ரயிலில் ஏறுவதற்குக்கூடப் பழக்கம் வேண்டியிருக்கிறது.

அடுத்த ரயிலிலும் கூட்டம்தான். ஆனால் ஏறி விட முடிந்தது. நிற்பவர்கள் நடுவில் வளைந்து நெளிந்து வைத்தியநாதன் உட்புறத்தில் நின்று கொண்டார். இரண்டிரண்டாக உட்கார வேண்டிய இருக்கைகளில் மூன்று மூன்றாக உட்கார்ந்திருந்தனர். எல்லாருமே அப்படியே அங்கேயே படைக்கப்பட்டவர்கள் போல அசையாது இருந்தனர். இருவர் கண் களை மூடிக் கொண்டிருந்தார்கள். அவர்கள் ஜபம் ஏதாவது செய்துகொண்டிருக்கலாம். அல்லது தூங்கிக் கொண்டிருக்கலாம். இரண்டும் வெளியிலிருந்து பார்ப்போருக்கு வித்தியாசம் தெரியப் போவதில்லை.

ரயில் ஒரு நிலையத்தில் நிற்பதற்காக வேகம் குறைந்தபோது ஜபம் செய்து கொண்டிருந்தவர்களில் ஒருவர் கண் விழித்துப் பார்த்தார். ரயில் நின்றவுடன் எந்தத் தடுமாற்றமும் இல்லாமல் பெட்டியில் நிற்பவர்கள் மத்தியில் ஊடுருவிக் கீழே இறங்கினார். வைத்தியநாதன் அந்த மனிதர் காலி செய்த இடத்தில் உட்கார்ந்து கொண்டார். ரயிலில் ஜபம் செய்வது மிகவும் நல்ல பழக்கம். இந்த மாதிரியான நல்ல பழக்கங்கள் சிறு வயதில் ஏற்பட்டிருந்தால் நன்றாக இருந்திருக்கும். பாதி கிழவன் ஆனபிறகு எதையுமே ஒழுங்காகக் கற்றுக்கொள்ள முடியவில்லை.

“ரொம்ப நாழியாயிடுத்தே? பஸ்ஸை தவற விட்டுட்டேளா?” மனைவி கேட்டாள்.

“இல்லை. மாம்பலம் போயிருந்தேன்.”

“மாம்பலத்துலே என்ன?”

“ஒரு லெட்டர் வந்திருக்குன்னு மாடிப்படி பிளாட்காரர் சொன்னார்.”

“அவரா சொன்னாரா?”

“இல்லே. பஸ் ஸ்டாப்பிலே பாத்தேன். சொன்னார்.”

“எல்லாருக்கும்தான் அட்ரஸ் மாறினதை எழுதிப் போட்டேளே?”

“ஒரு ஆளுக்குப் போடலை. அவன் அங்கே கடிதாசு போட்டுட்டான்.”

“யாரு?”

“எனக்குக் காப்பி வேண்டாம்.”

“கடுதாசு யாருகிட்டேந்து?”

“நிதி.”

“நிதிலேந்தா? பணம் ஏதானும் தரானா?”

“நிதியிலே பணம் போட்டவங்கள்லாம் சங்கம் அமைச்சிருக்காங்க. அதுதான். ஒண்ணும் பிரயோசனமில்லே.”

“அவன் நன்னாயிருப்பானா? இரண்டு ரூபாய் மூணு ரூபாயா சிக்கனம் பிடிச்சு மாசா மாசம் கட்டினேனே. அவ்வளவுலேயும் மண்ணை வாரிப் போட்டுட்டானே!”

“சரி, சரி. இதெல்லாத்துக்குந்தான் நிறையச் சாபம் கொடுத்தாச்சே.”

மனைவிக்கும் அது சரியெனத் தோன்றியிருக்க வேண்டும். வைத்தியநாதன் கையிலிருந்த பையை வாங்கிக் கொண்டு அதிலிருந்த எவர்சில்வர் டிபன் பாக்ஸை ஒரு மூலையில் வைத்தாள்.

“மாம்பலம் போயிருந்தா கீரையாவது வாங்கி வந்திருக்கலாமே? அங்கே இரண்டு ரூபாய் மூணு ரூபாய்க்குத் தரது இங்கே அஞ்சு ரூபாய்க்குக் குறைஞ்சு இல்லை.”

வேறொரு சந்தர்ப்பத்தில் இதற்குத் தனி அர்த்தம் தோன்றியிருக்காது. ஆனால் இப்போதும் அவர் மனைவிக்கு இரண்டு ரூபாய் மூன்று ரூபாய் மிச்சம் பிடிக்கும் எண்ணம் போகவில்லை. இப்படி மிச்சம் பிடித்துச் சேர்த்ததைப் பிடுங்கிப்போக இன்னொரு நிதி கிளம்பும்.

வைத்தியநாதனுக்கு ஏன் அந்தப் பக்கத்து வீட்டுக்காரரைப் பார்த்தோம் என்றாகி விட்டது. நிதி விஷயத்தை அவர்கள் எல்லாருமே மறந்தாகி

விட்டது. சங்கம் அமைத்தவர்கள் பொழுது போகாமல் இன்னமும் கூட்டம் போடுகிறார்கள். 'ஆசிரியருக்குக் கடிதம்' எழுதுகிறார்கள். ஊர்வலம் கூடப் போகிறார்கள். ஆனால் இப்படிக் கூட்டம் கூட்ட முடியாமல், ஆசிரியருக்குக் கடிதம் எழுதத் தெரியாமல், ஊர்வலம் போகும் நிலைமையில் இல்லாத ஏராளமானோர் இருப்பார்கள். நிதியின் கட்டடங்களை ஏலம் விட விளம்பரம் வந்து மாதக்கணக்கில் ஆகிறது. அந்தக் கருங்கல் சலவைக் கல் இழைத்த அலுவலகங்களை வாங்க இன்னொரு நிதியால்தான் முடியும். அதற்கு நிறையப் பணம் வேண்டும்.

நிதியின் ஒரு அலுவலகமாவது விற்கப்பட்டால் இன்னொரு ஐந்நூறு ரூபாய் கிடைக்கலாம். கீரை வாங்குவதில் மிச்சம் பிடித்தால் மேலும் ஓர் ஐந்நூறு ரூபாய் கிட்டும். அந்த மனிதனைப் பார்க்காமல் இருந்திருக்கக் கூடாதா என்று வைத்தியநாதன் மீண்டும் நினைத்தார்.

கல்கி வைரவிழா மலர், 2002

சகோதரர்கள்

லான்சர் பாரக்ஸ் ரயில்வே குடியிருப்பில் நாங்கள் வீடு கிடைத்துப் போனபோது அங்கிருந்த பத்தொன்பது வீடுகளில் நாங்கள் மட்டும்தான் தமிழ்க்காரர்கள். இரண்டாண்டுகள் கழித்து சந்தானம். இன்னும் இரண்டாண்டுகள் கழித்து ராமசாமி சகோதரர்கள். இன்னும் மூன்று நான்கு ஆண்டுகளுக்குப் பிறகு எங்கள் வரிசையிலேயே ஒரு வீடு காலியாகிப் புதிதாக ஒரு குடும்பம் வருவதற்கு அறிகுறிகள் தோன்றியபோது முதலில் மூன்று வண்டிகள் நிறைய அகல இலை குரோட்டன்ஸ் செடித்தொட்டிகள் இறங்கின. வெளியில் அந்தத் தொட்டிகளை நெருக்கி நெருக்கித்தான் வைத்தார்கள். அடுத்த நாள் பெட்டி படுக்கை நாற்காலி முதலியன. அதற்கடுத்த நாள்தான் அந்தக் குடும்பம் வந்தது. செக்கச்செவேலென்ற கணவன். முழுக்க முக்காடிட்ட மனைவி. இரு பாட்டிகள்.

அன்று மாலை நான் அப்பாவுடன் காய்கறி வாங்கப் போகும்போது, "என்ன ராஜா, நீ என்ன இந்த குவார்ட்டர்ஸிலேயா இருக்கே?" என்று தமிழில் ஒரு குரல் கேட்டது. அந்தச் செக்கச்செவேலென்றிருந்த மனிதர் டஜன்கணக்கில் இருந்த குரோட்டன்ஸ் செடிகள் மத்தியிலிருந்து எங்கள் அப்பாவைப் பார்த்துக் கேட்டார். எங்கள் ஊரில் யார் யாரை ராஜாவென்று கூப்பிடுவதென்ற விவஸ்தையே கிடையாது.

அப்பா திரும்பிப் பார்த்தார். "அட, ஜாஃபர் அலி! நீதான் இங்கே புதுசா வந்திருக்கயா? எல்லாரும் வந்தாச்சா?" என்று அப்பா கேட்டார்.

"நான், சம்சாரம், அம்மா, மாமியார், நாலுபேருதானே. நேத்து வந்தோம்."

"அப்புறம் உன் குழந்தைங்க" என்று அப்பா செடிகளைக் காட்டினார்.

ஜாஃபர் அலி புன்னகை புரிந்தார்.

"மழை வரும் போல இருக்கு. கடைக்குப் போயிட்டு வரேன்" என்று அப்பா சொல்லிக் கிளம்பினார். உடனே நின்று, "மழை வரப்போறதேப்பா. இப்ப ஏன் செடிக்குத் தண்ணி ஊத்தறே?" என்று கேட்டார்.

"மழை வராமயும் போகலாமில்லியா?"

"உன் தோட்டத்திலே மழைதான்" என்று சொல்லிவிட்டு அப்பா கிளம்பினார்.

சிறிது தூரம் போன பிறகு நான் அப்பாவைக் கேட்டேன், "ரொம்ப நல்லவரில்லேப்பா?"

அப்பா பதில் சொல்லவில்லை.

"அவங்க வீட்டிலே தமிழ் பேசுவாங்களா?"

இதற்கு அப்பா பதில் சொன்னார். "ஜாஃபர் அலிக்குத்தான் தமிழ் தெரியும்."

"மாமி, பாட்டியெல்லாம்?"

"எவ்வளவு பாட்டி?"

"டாங்காலேந்து இரண்டு பாட்டி இறங்கினாங்க."

"அதான் அவன் சொன்னானே. ஒண்ணு, அவன் அம்மா. இன்னொண்ணு, அவன் மாமியார்."

"உங்களுக்கு ரொம்ப நாளாத் தெரியுமா?"

"எல்லாரும் ரயில்வேதானே. நாம செகண்டு பஜார்லே இருந்தப்போ இவங்க பின்வீட்டிலே இருந்தாங்க. தினம் இவன் அம்மாவும் மாமியாரும் சண்டை போட்டுப்பாங்க."

ஜாஃபர் அலிக்குக் குழந்தைகள் இல்லை என்ற காரணத்தினாலோ என்னவோ அவர் வீட்டுக்கு ஏராளமான விருந்தாளிகள் வந்தவண்ணமே இருந்தார்கள். ஜாஃபர் அலி குடும்பம் என்றில்லை, எங்கள் வரிசையிலேயே இருந்த இன்னும் இரு முஸ்லிம் குடும்பங்களும் அக்கம்பக்கத்துக்காரர்களுடன் அதிகம் பேச்சுவார்த்தை வைத்துக்கொண்டதில்லை. அந்தக் குடும்பங்களே அதிகம் உறவு வைத்துக் கொள்ளவில்லை. ஆனால், அவர்கள் வீடுகளுக்கு விருந்தினர் வந்துபோவார்கள்.

அப்படியொரு முறை ஜாஃபர் அலி வீட்டுக்கு வந்த குடும்பத்தில் மூன்று பையன்கள் இருந்தார்கள். இருவர் பத்து வயதுக்குட்பட்டவர்கள். மூத்தவனுக்குப் பதின்மூன்று பதினான்கு வயதிருக்கும். அவன்தான் நாங்கள் கில்லிதாண்டு விளையாடும்போது எங்களை நெருங்கி வந்தான். ஆங்கிலத்தில், "நண்பர்களே, நான் கல்கத்தாவிலிருந்து வந்திருக்கிறேன். என் பெயர் சையது" என்று சொல்லிவிட்டுக் கையை நீட்டினான்.

இப்படியெல்லாம் எங்களிடம் முறையாக அறிமுகம் செய்து கொண்டு எந்தப் பையனும் வந்ததில்லை. உண்மையில் அந்த லான்சர்

பாரக்ஸில் இருந்த பத்துப் பன்னிரண்டு பையன்கள் எந்தெந்தப் பள்ளியில் படிக்கிறார்கள், என்ன வகுப்பு என்று ஒருவருக்கும் தெரியாது. எல்லாரும் மாலை நான்கு நான்கரை மணிக்கு எங்கள் வீட்டு வரிசைக்கு முன்னிருந்த வெற்றிடத்தில் கூடுவோம். அந்த தினத்தன்று என்ன தோன்றுகிறதோ அந்த விளையாட்டை விளையாடுவோம். இதுகூடத் தவறு. மன்னாஸின் மகன் டெரன்ஸ் என்ன ஆட்டம் ஆடலாம் என்று சொல்கிறானோ அதை ஆடுவோம். இப்போது இந்தப் புதுப்பையன் எங்களிடம் வந்தபோது டெரன்ஸ் அவனை என்னபாடு படுத்தப்போகிறானோவென்று நான் பயந்தேன். நான் பயந்தது போலவே ஆயிற்று.

"நீ என்ன சொல்லறே, மேன்?" என்று டெரன்ஸ் கேட்டான். டெரன்ஸ் வீட்டில் 'மேன்' என்ற சொல் ஆண் – பெண் இருவருக்கும் பயன்படுத்துவார்கள்.

"நான் சையது, நான் கல்கத்தாவிலிருந்து வந்திருக்கிறேன்."

"நான் எங்கேயிருந்து வந்திருக்கிறேன், தெரியுமா? மெட்டு கட்டா! இவன் எங்கேயிருந்து வந்திருக்கிறான் தெரியுமா? போயி குடா! இவன் எங்கேயிருந்து வந்திருக்கிறான் தெரியுமா? கலாஸி குடா!" டெரன்ஸ் பெரிதாகச் சிரித்தான். சிலர் அவன் கூடச் சிரித்தார்கள். டெரன்ஸின் தம்பி மாரிஸுக்கு அடாவடி பிடிக்காது. அவன் அண்ணனிடம், "அவனை விட்டுவிடு" என்றான்.

டெரன்ஸுக்குக் குஷி அதிகமாயிற்று. "உன் பெயர் சையது இல்லை, மேன். உன் பெயர் காக்கயிடு."

எனக்கு மட்டுமல்ல, எங்கள் எல்லோருக்குமே டெரன்ஸ் என்ன சொல்லிக் கேலி செய்தான் என்று புரியவில்லை.

மாரிஸ் மீண்டும், "அவனை விட்டுவிடு, டெரன்ஸ்," என்றான்.

"நீ போடா, உனக்கு இஷ்டமில்லையென்றால். இந்த ஆளு காக்கயிடு."

நான் டெரன்ஸைக் கேட்டேன், "காக்கயிடு என்றால் என்ன?"

"காக்கயிடு என்றால் என்ன என்று தெரியாதா? இதுதான் காக்கயிடு..." டெரன்ஸ் அவனுடைய இரு விழிகளையும் மூக்கருகே வரும்படி செய்து காட்டினான். அவன் சொன்னதில் தவறில்லை. சையது விழிகள் மாறு கண்ணாக இருந்தன. அவனுடைய ஊரிலேயே அவனுக்கு 'ஒன்றரைக் கண்ணன்' என்று பெயர் இருந்திருக்கும்.

சையது கோபம் வந்த மாதிரியே காட்டிக் கொள்ளவில்லை. டெரன்ஸ் அவனை ஒருபோதும் சையது என்று பெயர் சொல்லிக் கூப்பிட்டதேயில்லை. அவனை எப்போதும் காக்கயிடு என்றுதான் அழைப்பான். நாங்கள் என்ன ஆட்டம் ஆடினாலும் சையதை இறுதி ஆளாக்கிக் கடைசியில் அவனைச் சுற்றிவந்து 'காக்கயிடு, காக்கயிடு' என்று பாடுவான். அவனுடன் சேர்ந்து இன்னும் சில சிறுவர்களும் சையதைச் சுற்றிவந்து பாடுவார்கள். சையது சிரித்தபடியே பொறுத்துக் கொள்வான்.

எங்களிடம் ஒரு முறை ஒரு பழைய கிரிக்கெட் மட்டையும் மூன்று விக்கெட்டுகளும் வந்து சேர்ந்தன. அன்றிலிருந்து நாங்கள் மாலையில் கிரிக்கெட் விளையாடினோம். ஒரு கோஷ்டிக்கு டெரன்ஸ் தலைவன். இன்னொரு அணிக்கு மாரிஸ். டெரன்ஸ் எப்போதும் சையதைத் தன் அணியில்தான் வைத்துக் கொள்வான். அவனை ஓடஓட விரட்டுவான். அவன் ஆடுவதற்கு வாய்ப்பே தர மாட்டான். நான் ஒரு நாள் சையதைத் தனியாகப் பார்க்க நேர்ந்தபோது, “இந்த டெரன்ஸ் பெரிய ஆளில்லை. நானே அவனை ‘சித்’ செய்திருக்கிறேன்” என்றேன். நான் டெரன்ஸிடம் நிறைய அடி வாங்கியிருக்கிறேன். ஆனால், ஒரு முறை அவனுடைய இரு கைகளையும் கெட்டியாகப் பிடித்துக்கொண்டு என் வலது காலை அவனுடைய கால்களுக்குப் பின்னால் வளைத்து அவனைக் கீழே தள்ளினேன். அப்புறம் அவன் மார்பு மீது ஏறி உட்கார்ந்து கொண்டு அவனுடைய தலையைத் தரையோடு அழுந்தப் பிடித்துக் கொண்டேன். அதற்குப் பிறகு அவன் என்னோடு சண்டைக்கு வந்தது கிடையாது.

சையதுக்கு நான் சொன்னதில் நம்பிக்கை ஏற்படவில்லை என்று தெரிந்தது. அதற்காக நான் இன்னொரு முறை டெரன்ஸோடு குஸ்திச் சண்டை போடத் தயாரில்லை. அவன் என்னைவிட அரை அடி உயரமாக வளர்ந்து விட்டான்.

“எனக்கு யாரோடும் சண்டை இல்லை,” என்று சையது சொன்னான்.

அப்போது அவனுடைய தம்பிகளில் ஒருவன் அவன் என்ன சொல்கிறான் என்றே புரியாதபடி ‘காக்கயிடு, காக்கயிடு’ என்று கூவிக்கொண்டு வந்தான். சையது பாய்ந்து சென்று அவனைப் பளாரென்று அடித்தான். இதைப் பார்த்த ஜாஃபர் அலி வெளியே வந்து சையதைப் படபடவென்று அடித்தார். நான் அங்கேயே நின்றுகொண்டிருந்தேன். ஜாஃபர் அலி என்னையும் கன்னத்தில் அறைந்தார். என் கன்னம் ஏன் வீங்கியிருந்தது என்று நான் யாரிடமும் சொல்லவில்லை. இரண்டு மூன்று நாட்கள் கழித்து அப்பாவிடம் மட்டும் சொன்னேன். அப்பா பதிலேதும் சொல்லவில்லை. அதற்கு அடுத்த நாள் ரெஜிமெண்டல் பஜாரில் கலவரம் நடந்தது. துப்பாக்கிச்சூடு கூட நடந்தது. நாங்கள் ஒரு வாரம் காய்கறி வாங்கப் போகாமல் வீட்டிலேயே இருந்தோம்.

கிரிக்கெட் ஆட்டத்தில் ஒரு முறை மாரிஸ், சையதைத் தன் அணியில் சேர்த்துக் கொண்டான். முதலில் அவன் அணிதான் ஆடியது. சையது பிரமாதமாக ஆடவில்லை. ஆனால், டெரன்ஸ் அணி ஆட வந்தபோது மாரிஸ் அவனுக்குப் பந்து வீச வாய்ப்புக் கொடுத்தான். அப்போது டெரன்ஸ் மட்டையாடிக் கொண்டிருந்தான். சையது வீசிய முதல் பந்தை அவன் அடிக்கப் பார்த்தான். முடியவில்லை. இரண்டாவது முறை சையது ஓடிவந்து வீசியபோது ஆத்திரத்தோடு அடிக்கப்பார்த்தான். அப்போதும் முடியவில்லை. டெரன்ஸ் முகத்தைப் பார்ப்பதற்கே பயமாக இருந்தது. நான் டெரன்ஸ் அணியில்தான் இருந்தேன். அடுத்த பந்தும் டெரன்ஸ் அடிக்கத் தவற வேண்டும் என்று ஒரு முறை நினைத்தேன். அப்புறம் வேண்டாம், அடித்துவிடட்டும் என்று நினைத்தேன். ஆத்திரம் தாங்காது டெரன்ஸ், சையதை அடிக்கப் போனால்? எனக்குக் கவலையாக இருந்தது.

சையது ஓடிவந்து பந்தை வீசினான். இந்த முறையும் டெரன்ஸால் அடிக்க முடியாமல் போனதோடு அவன் அவுட்டும் ஆகிவிட்டான். மைதானமே மௌனத்தில் ஆழ்ந்தது. அப்புறம் எல்லாரும் கைதட்டினார்கள். டெரன்ஸ் கோபத்தோடு மட்டையைக் கீழே எறிந்துவிட்டு வீட்டுக்குப் போய்விட்டான்.

அதற்குப் பிறகு சையது எங்களுக்கு ஒரு ‘ஹீரோ’வாகி விட்டான். சையது கல்கத்தாவில் அவன் பள்ளி கிரிக்கெட் அணிக்குத் தலைவனாக இருந்திருக்கிறான்! அந்த ஊரிலிருந்து எங்கள் ஊருக்கு வந்ததில் அவனுக்குத் தான் எவ்வளவு இழப்பு! அது போதாது என்று யார் யாரோ அவனை ‘ஒன்றரைக் கண்ணன்’ என்று பரிகாசம் செய்திருக்கிறார்கள்!

இப்போது டெரன்ஸ் அவனாகவே விலகிப் போகத் தொடங்கினான். நாங்கள் எல்லோரும் மும்முரமாக விளையாடிக்கொண்டிருக்கும்போது அவன் எங்கோ வெளியே போய்விடுவான். அவனுக்கு எங்களைத் தவிர வேறு நண்பர்கள் கிடையாது என்று எனக்குத் தெரியும். அவன் ஒழுங்காகப் பள்ளிக்கூடம் போவதும் இல்லை. பெரியவர்கள் யாராவது நெருக்கிக் கேட்டால் சீனியர் கேம்பிரிட்ஜ் படிப்பதாகக் கூறுவான். ஐம்பது அறுபது ஆண்டுகளுக்கு முன்பு அஞ்சல்வழிக் கல்வி என்பதே கிடையாது. சீனியர் கேம்பிரிட்ஜ் பரீட்சை ஒன்றுதான். அதை லேசில் படித்துத் தேர்வு அடைய முடியாது.

சையதுக்கு கிரிக்கெட் நன்றாக ஆட வந்ததோடு அவனுக்கு இன்னும் பல விஷயங்கள் தெரிந்திருந்தன. அவன் மிக நன்றாக இந்தி சினிமாப் பாட்டுகள் பாடினான். பட்டத்துக்கு ‘கான்’ கட்ட அவனுக்குத் தெரியும். நாங்கள் எல்லோருமே எங்கள் பட்டங்களுக்கு அவனிடம் ‘கான்’ கட்டிக்கொண்டு பறக்க விடுவோம். கல்கத்தாவில் மிக உயர்ந்த பள்ளியில்தான் எட்டாவது படித்துக்கொண்டிருந்தான். அப்போது கல்கத்தா நகரத்தில் பெரிய ரகளை நடந்திருக்கிறது. ஆயிரக்கணக்கில் மக்கள் மடிந்தார்கள். அதில் சையதின் அப்பாவும் ஒருவர்.

அந்த நாளில் எந்த ஜாதி மதமானாலும் வீட்டுத் தலைவன் போய்விட்டால் குடும்பம் எந்தப் பாதுகாப்புமின்றித் தத்தளிக்கும். ஜாஃபர் அலி சையதுடைய மாமா. ஆனால், அவனுடைய மாமா அவனையோ அவனுடைய தம்பிகளையோ எந்தப் பள்ளியிலும் சேர்க்க முயற்சி செய்யவில்லை. சையதையும் அவனுடைய தம்பிகளையும் அவ்வப்போது அடிப்பார் என்றும் தெரிந்தது. சையதுடைய அம்மாவையும் அடிப்பார். எங்கள் வரிசையில் இருந்த மூன்று முஸ்லிம் வீடுகளிலும் முன் வாசலிலே பெரிய சாக்குப் படுதா தொங்கவிடப்பட்டிருக்கும். அவர்கள் வீடுகளில் என்ன நடக்கிறது என்று வெளியே யாருக்கும் தெரியாது.

ஆகஸ்ட் 15, 1947. எங்கள் ஊரில் தேச சுதந்திரத்தின் வரவு வேறுவிதமாகக் கொண்டாடப்பட்டது. எங்கள் பிரதேச மன்னராக இருந்தவரைச் சிலர் பாட்ஷா என்று கொண்டாடினார்கள். மூவர்ணக் கொடியையோ கதரையோ பார்த்தால் ‘அடிடா அவனை’ என்று வந்தார்கள். எங்கள் லான்சர் பாரக்ஸில் இந்திய சுதந்திரம், பாட்ஷா பட்டாபிஷேகம் எல்லாம் ஒன்றாகத்தான் இருந்தது. ஊரில் கலவரம் என்று வெளியே போக வேண்டாம் என்று எல்லா வீடுகளிலும் சொல்லிவிட்டார்கள்.

நாங்கள் லான்சர் பாரக்ஸ் மைதானத்தில் விளையாடிக் கொண்டிருந் தோம். அப்போது ஜாஃபர் அலி ஏதோ ரயிலுக்கு கார்டு டூட்டி இருந்துவிட்டு வீடு திரும்பினார். அந்த நாளில் ரயில்வே கார்டுகளுக்கு ஒரு பெரிய கறுப்பு மரப்பெட்டி இருக்கும். அதை போர்ட்டர்தான் தலையில் தூக்கி வரமுடியும். ஜாஃபர் அலி தன் வீட்டினுள் நுழைந்து ஐந்து நிமிடத்துக்குள் சீருடையைக்கூடக் கழற்றாமல் ஒரு துப்பாக்கியைத் தூக்கி வந்தார். "எங்கே அந்த பொம்மனின் மிருகம்?" என்று கத்திக்கொண்டு என் வீட்டினுள் புகுந்தார். நான் அவரைத் தொடர்ந்து என் வீட்டுக்கு ஓடினேன்.

உள்ளே என் அம்மா, அக்கா எல்லாரும் கிலி பிடித்து ஒடுங்கி நின்று கொண்டிருந்தார்கள். ஜாஃபர் அலி வீடு, கொல்லைப்புறம் எல்லாம் தேடிவிட்டு, என் அம்மாவிடம், "வரட்டும் உன் மாடு. சுட்டுத் தள்ளி விடுகிறேன்!" என்று மிரட்டிவிட்டுப் போனார்.

விஷயம் இதுதான். ஜாஃபர் அலி கார்டு வேலையில் வெளியூர் போயிருந்தபோது எங்கள் எருமைமாடு அவர் தோட்டத்துக்குள் புகுந்து நிறையப் பூச்சட்டிகளை உருட்டிவிட்டிருக்கிறது. நியாயமாகப் பார்த்தால் ஜாஃபர் அலி துப்பாக்கியைத் தூக்கி வந்த நேரத்தில் மாடு கொல்லைப் புறத்தில்தான் இருக்க வேண்டும். ஆனால், இல்லை. அது எங்கோ போய்விட்டது. மீண்டும் அதைத் தேட வேண்டும்.

ஜாஃபர் அலி வீட்டிலும் ஏக ரகளை. வீட்டிலிருந்த அவ்வளவு பெண்மணிகளுக்கும் மாடு வந்து போனதற்கு எதிர்விளைவு. ஒரு பெண்குரல் கேட்டு சையது வீட்டுக்கு ஓடினான். அந்தக் குரல் அவனுடைய அம்மாவுடையதாக இருக்க வேண்டும்.

அமளி சற்று ஓய்ந்த பிறகு நான் மாட்டைத் தேடிப் போனேன். இம்முறை அது கால் மைல் தூரத்திலிருந்த சர்ச் காம்பௌண்டுக்குப் போயிருந்தது. அங்கே பாதிரி இருந்தால் சமாளித்துவிடலாம். ஆனால், காவல்காரன் மட்டும் இருந்தால் அவன் லேசில் மாட்டை விட மாட்டான்.

நான் மாட்டை வீட்டுக்கு ஓட்டி வரும்போது ஜாஃபர் அலி வீட்டைத் தாண்டிப் போக வேண்டியிருந்தது. நான் துப்பாக்கிக் குண்டுக்காகக் காத்திருந்தேன். அப்படி ஏதும் நேரவில்லை.

ஜாஃபர் அலி வீட்டில் இப்போதெல்லாம் அடிக்கடி கூச்சலும் அழுகையும் கேட்டன. ஜாஃபர் அலி வளர்த்த செடிகளை எந்த மாடும் விரும்பித் தின்ன முடியாது. ஆனால், ஏனோ எங்கள் மாடு தவிர வேறு மாடுகளும் அவர் தோட்டத்தில் புகுந்துவிடும். ஒரு முறை இரு ஆடுகள் சுவர் ஏறிக் குதித்து அவ்வளவு செடிகளின் நுனிப் பாகத்தைத் தின்றுவிட்டன. ஆட்டைத் துரத்திக்கொண்டு துப்பாக்கியுடன் ஜாஃபர் அலி ஓடியபோது யாரைப் பார்த்துச் சிரிப்பது, யாரைப் பார்த்துப் பரிதாபப்படுவது என்றே தெரியவில்லை.

சையதுக்கு எங்கள் கோஷ்டியில் பெருமை கூடக்கூட அவன் வீட்டில் அவன் நிலைமை மோசமாகிக்கொண்டிருந்தது. ஒரு நாள் ஜாஃபர் அலி, சையது குடும்பத்தின் சாமான்களை வெளியே எறிந்து அவர்களை வீட்டை விட்டுப் போகச் சொன்னார். ஒரு நாள் போனால் சமாதானமடையக்கூடும்

என்று சையது குடும்பம் எங்கள் வீட்டு வெராந்தாவில் தங்கியிருந்தது. பலனில்லை. இரு நாட்கள் முடியும்போது ஜாஃபர் அலியைப் பார்க்கப் போனார் எங்கள் அப்பா. "அவர்களை உன் வீட்டில் வைத்துக்கொண்டால் உன் மாட்டோடு அவர்களையும் சுட்டுவிடுவேன்," என்று ஜாஃபர் அலி சொன்னார். அன்று மாலை சையது, அவன் அம்மா, தம்பிகளோடு விஜயவாடா செல்லும் ரயிலில் எங்கள் அப்பா ஏற்றிவிட்டார். அவர்கள் விஜயவாடாவில் ரயில் மாறி கல்கத்தா வண்டியில் ஏற வேண்டும்.

எங்கள் வீடுகள் இருந்த வரிசைக்குப் பின்னால் இருந்த வரிசையில் ஒரு வீடு காலியாகி ஒரு புதுக்குடும்பம் வந்தது. தெலுங்குக் குடும்பம். அந்த வீட்டுப் பையன் தயங்கித் தயங்கி எங்களுடன் விளையாட வந்தான். எனக்கு மறுபடியும் வயிற்றைக் கலக்கியது. அவனுக்கு சையதைவிட இன்னும் மோசமான கண்கள். ஏனோ இம்முறை டெரன்ஸ் அவனைக் கேலி செய்யவில்லை.

விகடன் பவழ விழா மலர், 2002

மணவாழ்க்கை

இந்த முறை அப்பாவும் அம்மாவும் ஒருவாரம் வெளியூர் சென்று ஊர் திரும்பியபோது அவர்கள் முகத்தைப் பார்க்கச் சகிக்கவில்லை. அப்பா எப்போதும் கறுப்புத்தான். ஆனால் சிரித்த முகமாக இருப்பார். இப்போது சிரிப்பைக் காணோம். அம்மா சிவப்பு. ஆனால் அது இப்போது அவள் முகச் சோர்வை இன்னமும் அதிகரித்துக் காட்டியது.

அக்காவுக்குக் கல்யாணம் ஆன சில நாட்களிலேயே எங்கள் வீட்டில் திடீர் திடீரென்று பரபரப்பும் வேதனையும் வரத் தொடங்கின. கல்யாணம் நான்கு நாட்கள் நடந்தாலும், நாங்கள் அந்தப் பெரிய வீட்டில் பத்து நாட்கள் இருந்தோம். தினம் பாயசம், தினம் பொரித்த அப்பளம். அப்போது இரண்டாம் உலக யுத்தம் ஐரோப்பாவின் ஒரு பகுதியோடு அடங்கியிருந்தது. ஹிட்லர் இன்னமும் ரஷ்யப் படையெடுப்பைத் தொடங்கவில்லை. ஜப்பானில் செய்யப்பட்ட பொருள்கள், முக்கியமாக பொம்மைகள், இந்தியக் கடைகளில் கிடைத்தன. பவுன் இருபத்தெட்டு ரூபாய்.

கல்யாணமான அக்காவைத் தவிர, நாங்கள் நான்கு குழந்தைகள். குழந்தைகள் என்று சொல்வது பெரிய தவறாகாது. எங்கள் அக்காவுக்கே பதினைந்து வயதுதான். மூன்று வருடங்கள் ஏகமாகக் கவலைப்பட்டு, டஜன் கணக்கில் ஜாதகங்கள் பார்த்து, அதே டஜன் கணக்கில் எங்கள் குடும்பம் பற்றி விவரமாகக் கடிதங்கள் எழுதி, ஒருமுறை விஜயவாடாவில் பெண் பார்க்க எங்கள் அக்காவை அழைத்துச் சென்று, இன்னொரு முறை சென்னைக்கே அழைத்துச் சென்று, நிச்சயம் செய்த திருமணம். எங்கள் ஊரிலிருந்து ஐந்நூறு மைல் தூரத்தில் இருந்த சென்னையில் கல்யாணம் நடந்தபோது, எங்கள் உறவினரில் ஏழெட்டுப் பேர் மாப்பிள்ளையின் குடும்பத்தை மிகவும் நன்றாகத் தெரியும் என்று சொன்னதோடு, ஏதோ உறவு முறையும் சொன்னார்கள். அந்த யுத்தகாலத்தில் மாப்பிள்ளை வீட்டார் இரு ஊர்வலங்கள் வேண்டும் என்றார்கள். முதலாவது மாப்பிள்ளை அழைப்பு. அப்போது

அந்தத் திறந்த மோட்டார் வண்டியில் மாப்பிள்ளை மட்டும் அந்தக் கோடைகாலத்துக்குச் சற்றும் பொருத்தமில்லாத பூட் சூட் கோட்டோடு ஏராளமான மாலைகளையும் அணிந்து கொண்டு திருமண வீட்டுக்கு வருவார். இரண்டாவது ஊர்வலம், திருமணம் முடிந்த பிறகு மணப்பெண் – மணமகன் இருவரையும் உட்காரவைத்து ஊர்மக்களுக்கு அவர்களைக் காட்ட வேண்டும். இந்த ஊர்வலம் எங்கள் ஊரில் நடந்தால் எங்களுக்குத் தெரிந்தவர்கள் மாப்பிள்ளை முகத்தைப் பார்க்க வாய்ப்பிருந்திருக்கும். அன்று சென்னையில் எங்களைத் தெரிந்தவர்கள் மிகவும் குறைவு. இதைச் சொல்லிப் பார்த்தோம். ஆனால் ஊர்வலம் வேண்டும் என்று மாப்பிள்ளையும், மாப்பிள்ளையின் அக்காவும் கண்டிப்பாகச் சொல்லிவிட்டார்கள். ஆதலால் மீண்டுமொரு முறை வண்டி, நாதஸ்வரம், விளக்குகள், போலீஸ் அனுமதி எல்லாவற்றுக்கும் ஏற்பாடு செய்ய வேண்டியிருந்தது.

இப்படியெல்லாம் விமரிசையாக நடந்த கல்யாணம், ஆறே மாதங்களில் எங்கள் அப்பா – அம்மாவின் வயிற்றில் புளி கரைப்பதாக மாறிப் போயிருந்தது.

என் அக்காவைக் கல்யாணம் செய்து கொண்டிருந்தவன் மிலிட்டரியில் சேர்ந்திருந்தான். ஒருமாதம் விடுப்பு வாங்கியவன், கல்யாணம் முடிந்தபின் என் அக்காவையும் அவனுடைய அக்கா, அம்மாவையும் அழைத்துக் கொண்டு அவனுடைய கிராமத்தில் போய் இருந்தான். விடுப்பு முடிந்தவுடன் அக்காவை கிராமத்திலேயே விட்டுவிட்டு அவன் வேலைக்குப் போய்விட்டான்.

இதெல்லாம் அவனாக எங்களுக்குத் தெரிவிக்கவில்லை. எங்களுடைய உறவினர் தற்செயலாக அந்தக் கிராமத்திற்குப் போயிருந்த போது எங்கள் அக்கா, ஆற்றங்கரையிலிருந்து தூக்க முடியாமல் ஒரு பெரிய தவலை நிறையத் தண்ணீரைத் தூக்கிக் கொண்டு போய்க் கொண்டிருந்தாள். அவளுடன் இவர் போய் அந்த மாமியார் – நாத்தனாரைச் சந்தித்திருக்கிறார். இவ்வளவு வருடங்கள் கடந்து போன பிறகு எது சரி, எது சரியல்ல என்று சொல்ல முடியவில்லை. எங்கள் அக்கா இருக்கும் நிலை கண்கூடாக எங்கள் உறவினர் பார்த்து எங்களுக்குத் தெரிவிக்கக்கூடும் என்று தெரிந்த பிறகு நிலைமை தீவிரமாகி விட்டது.

எங்களுக்கோ, எங்கள் அக்காவின் மாமியார் – நாத்தனாருக்கோ மிலிட்டரியில் சேர்ந்தவன் எங்கிருக்கிறான் என்று தெரியாது. "எங்களுக்குச் சொல்லாமல் கொள்ளாமல் பணமும் அனுப்பாமல் பிள்ளைத்தாச்சிப் பெண்ணை எங்கள் தலையில் கட்டிவிட்டுப் போய்விட்டான்!" என்று அவர்கள் கத்தியிருக்கிறார்கள். இப்போது அவர்கள் முகவரி எங்களுக்குத் தெரிந்து விட்டது. நாங்கள் போட்ட கடிதங்களுக்குப் பதில் இல்லை. ரிஜிஸ்தர் தபாலில் ஒரு கடிதம் எழுதினோம்.

அதை அவர்கள், "நோட்டீஸ் அனுப்பித்திருக்கிறாண்டி உங்க அப்பன்," என்று சொல்லி எங்கள் அக்காவை, அம்மாவும் பெண்ணுமாக நினைத்தபோதெல்லாம் அடித்திருக்கிறார்கள். அந்த வரனை எங்களுக்குச் சிபாரிசு செய்தவரைக் கேட்டோம். அவர், "பையனுக்கு அம்மா, விதவை அக்கா இருக்கிறார்கள் என்று தெரியுமேயொழிய அவன் குடித்தனமே வைக்காது போய் விடுவான் என்று தெரியாது," என்றார்.

எங்கள் அப்பா – அம்மாவை யார் யாரோ கோபித்துக் கொண்டார்கள், கேலி செய்தார்கள். அவ்வளவு பேரும் கல்யாணத்துக்கு வந்திருக்கிறார்கள், மறுபடியும் மறுபடியும் வந்திருக்கிறார்கள், பிள்ளை வீட்டாரோடு உறவு கொண்டாடியிருக்கிறார்கள். ஆனால், உண்மையில் ஒருவருக்கும் உண்மை நிலவரம் தெரியவில்லை.

இதற்குள், "மகளுக்கு வளைகாப்பு செய்துவிட்டுக் கொண்டு விடுங்கள்" என்று மாமியாரிடமிருந்து கடிதம் வந்தது. "நீங்கள் சீமந்தம் நடத்தும்போது வளைகாப்பைச் சேர்த்து நடத்திவிடலாம். ஒருமுறை வருவதற்கே மூன்று நாட்கள் ஆகிறது. உங்கள் கணக்குக்கே இது எட்டாம் மாதம்போல் தெரிகிறது," என்று அப்பா பதில் போட்டார். அத்துடன் எங்கள் உறவினருக்கும் கடிதம் போட்டார். மாமியார் பதில் போடவில்லை. ஆனால் உறவினரிடமிருந்து அடுத்த வாரமே பதில் வந்துவிட்டது – 'பெண்ணை உடனே அழைத்துப் போகாவிட்டால் அவளை உயிரோடு பார்க்க முடியாது.'

வளைகாப்பு, சீமந்தம் ஏதுமில்லாமல்தான் எங்கள் அக்காவுக்குக் குழந்தை பிறந்தது. குழந்தைக்கு நான்கு மாதங்கள் ஆகியிருக்கும் போது திடீரென்று அவள் கணவன் எங்கள் வீட்டுக்கு வந்தான்.

எங்கள் அப்பாவுக்கு அவனுடன் என்ன பேசுவது, எப்படிப் பேசுவது என்று தெரியவில்லை. ஆனால், அம்மா சற்றுக் கடுமையாகத்தான் பேசினாள். அப்புறம் வடை, பாயசத்துடன் சமையல் செய்தாள். எங்கள் அக்கா கணவனுடன் நாங்கள் ஒரு நாள் சர்க்கஸ் போனோம். இன்னொரு நாள் எங்கள் ஊர் மிருகக்காட்சிச் சாலைக்குப் போனோம். ஆங்கிலத்தில் ஏழாவது சொர்க்கம் என்பார்கள். நாங்கள் அந்த ஏழாவது சொர்க்கத்தில் இருந்தோம்.

எல்லாம் ஏழு நாட்களுக்கு. அவன் விடுப்பு முடிந்து அம்பாலா போகவேண்டுமென்றான். யுத்தம் விரைவிலேயே முடிந்துவிடும், சென்னையில் குடித்தனம் போடுவதாக இருக்கிறேன் என்றான். அம்மாவுக்கு முறையாகச் சண்டை போடத் தெரியாது. அப்பாவுக்கு அதுவும் தெரியாது. 'எவ்வளவு நாட்கள் கல்யாணமான பெண், பெற்றோர் வீட்டில் இருக்க முடியும்?' என்பதுபோல அந்த நேரத்தில் எங்கள் வீட்டிற்கு வந்த நண்பர் ஒருவர் கேட்டார்.

"என் அம்மா, அக்காவிடம் கொண்டு போய் விட்டு விடுங்கள்," என்றான்.

"அப்பா, வேண்டாம். அப்பா, வேண்டாம்," என்று என் அக்காதான் முதலில் சொன்னாள். அவன் மிலிட்டரி உடுப்பு அணிந்து கொண்டு, தலைக்குத் தொப்பியும் போட்டுக் கொண்டு கிளம்பி விட்டான்.

அவன் ஒரு விஷயத்தில் உண்மை கூறியிருந்தான். யுத்தம் அவன் கிளம்பிப் போன நான்கே மாதங்களில் முடிந்துவிட்டது. அந்த ஆண்டு முடிவதற்குள் அவன் வந்து விட்டான்.

எங்கள் அக்காவின் குழந்தை இப்போது நடக்கத் தொடங்கி விட்டான். அவன் வரையில் அவனுடைய அப்பா புதிய மனிதர். எல்லாருடனும் நன்றாக விளையாடுபவன், அப்பாவைக் கண்டு ஓடி ஒளிந்து கொள்வான்.

அவனைப் பலவந்தமாகக் கட்டிப் பிடித்துத் தூக்கியபோது சிறுவன் திமிறிக் கத்த ஆரம்பித்தான். அவனைக் கீழே விட்டு விட்டு, எங்கள் அக்கா கணவன் குழந்தையை ஓங்கி ஓர் அறை அறைந்தான்.

"என்ன, என்ன?" என்று அம்மா சமையலறையிலிருந்து ஓடி வந்தாள். நாங்கள் எல்லோருமே பிரமை பிடித்தவர்களாக நின்றோம். குழந்தை பேச்சு மூச்சு இல்லாமல் தரையில் கிடந்தது. அக்காள் கணவன் சட்டையைப் போட்டுக் கொண்டு வெளியே போய்விட்டான்.

குழந்தைக்கு நினைவு வரவில்லை. ஆனால், ஒரு நாள் முழுதும் விட்டு விட்டுக் கேவிக் கொண்டிருந்தது. எங்களூரில் இருந்த இரு வைத்தியர்களிடம் கொண்டுபோய்க் காட்டினோம். அறுபது ஆண்டுகளுக்கு முன்பு 'ஸ்கேன்' போன்ற பரிசோதனைகள் கிடையாது. எக்ஸ்ரே எடுப்பதே மிகவும் அபூர்வம். குழந்தைக்கு என்ன ஆயிற்று என்று சரியாகத் தெரியாமலே அது செத்துப் போய்விட்டது.

குழந்தையைப் புதைப்பதற்கு அவன் வந்திருந்தான். அன்றே அவன் கிராமத்திற்குப் போவதாகச் சொல்லிவிட்டுக் கிளம்பிவிட்டான்.

அவன் ஊருக்குப் போய் ஒரு வாரம் கழித்து அவனிடமிருந்து ஒரு கடிதம் வந்தது. எங்கள் அக்காவை உடனே அவனுடைய கிராமத்தில் கொண்டு போய் விட வேண்டும். இல்லாவிட்டால் நிரந்தரமாக எங்கள் வீட்டிலேயே அவள் இருந்து கொள்ளலாம்.

எங்கள் அம்மாவுக்கு ஆரம்பத்திலிருந்தே அவனிடம் சந்தேகம். தன்னால் பெரிதாக ஒன்றும் செய்ய இயலாது என்ற உணர்வினாலேயே அப்பா அவனைப் பற்றிப் பாதகமாக ஒரு சொல்கூடப் பேசவில்லை. ஆனால், இம்முறை அப்பாகூட அக்கா எங்கள் வீட்டிலேயே இருந்து விடட்டும் என்றார். குழந்தையை ஒரே அடியில் கொன்றவன் எங்கள் அக்காவையும் கொல்ல எவ்வளவு நேரமாகும்? வேண்டாம். பிழைப்புக்காகக் கண்காணாத ஊரில் வந்து வசிப்பதற்கு இவ்வளவு தண்டனை போதும். ஜாதகம், பெண்ணுக்குப் பதினைந்து வயதாகியும் கல்யாணம் செய்யவில்லை என்று யாரோ சொல்வார்கள், கிடைத்த வரனை உடனே நிச்சயம் செய்து கொள் என்று சொன்னவர் பேச்சைக் கேட்டு நிறைய அனுபவித்தாயிற்று. இனிமேலும் வேண்டாம். பெண்ணுக்குக் கல்யாணம் ஆகவில்லை என்று நினைத்துக் கொண்டு விடலாம்.

ஒருவார காலம் வீட்டில் மரண அமைதி. எங்கே எதைப் பார்த்தாலும் குழந்தை நினைவு வந்தது. ஒரு சிறிய நாற்காலியைப் படுக்கப்போட்டு அதைத் தள்ளு வண்டியாக வீடெங்கும் தள்ளிப்போகும். அந்த நாற்காலியை நாங்கள் புரட்டி நிறுத்தவில்லை. குழந்தை அடிவாங்கிக் கீழே கிடந்த இடத்தைப் பெருக்கவில்லை. அறையைக் கூட்டினால் அந்த இடத்தை அப்படியே விட்டுவிடுவோம். அப்பாவே பலமுறை அங்கு நின்று குலுங்கிக் குலுங்கி அழுதார். அம்மாவும் நிறைய புலம்பி அழுதாள். ஒரு முறை அவள், "குழந்தையை அடித்துக் கொன்றானே, அவன் கையைப் பாம்பு பிடுங்க" என்றாள்.

"வாயை மூடு!"

மணவாழ்க்கை

எங்களுக்குத் தூக்கி வாரிப் போட்டது. அப்படிக் கத்தியவள் எங்கள் அக்கா.

இதற்கு பிறகு எங்கள் வீட்டில் அவள் குரல்தான் கேட்டுக் கொண்டிருந்தது. இவ்வளவு வசவுகளை எங்கு கற்றுக் கொண்டுவந்தாள் என்று எங்களுக்கு ஆச்சரியமாக இருந்தது. அப்பா – அம்மாவால்தான் அவள் கணவன் போய்விட்டான் என்றாள். நாங்கள் எல்லோருமே அவளை அவள் கணவனிடமிருந்து பிரித்து விடுவதில் முனைப்பாக இருந்தோம் என்றாள். நாளாக நாளாக அவளுடைய வசவும் கத்தலும் அதிகரித்த வண்ணமே இருந்தது. "கொண்டு போய் விடு, என்னை என் புருஷனிடம்! இந்த வீட்டில் எனக்கென்ன வேலை? கொண்டு போய் விடு, உடனே என்னை என் புருஷனிடம்!"

"அவனிடம் கொண்டுவிடச் சொல்லவில்லையே? அவன் அம்மா, அக்காவிடம்தானே கொண்டுவிடச் சொல்லியிருக்கிறான்!"

"அங்கே கொண்டு போய் விடு. அங்கேயிருந்து அவர் என்னை அழைத்துக் கொண்டு போவார். இல்லாது போனால் நான் அங்கேயே செத்து மடிகிறேன். கொண்டு போய் விடு!"

பதினாறு – பதினேழு வயதுப் பெண் இப்படிக் கத்துகிறாள்! எந்தப் பெண்ணுக்குத்தான் கணவனிடம் போக வேண்டும் என்று விருப்பம் இருக்காது? ஒருவேளை அவன் அவளை அங்கிருந்து அழைத்துப் போகக்கூடும். அவனுக்கு வேலை கிடைத்தவுடனே முறையாகக் குடித்தனம் நடத்தக்கூடும். ஒரு குழந்தை போனால் என்ன? இனிமேல் பிறக்காமலா போய்விடப் போகிறது?

அக்காவுக்கு இரண்டு புதுப் புடவை வாங்கியது. புது ஜாக்கெட்டுகள் தைத்தது. சந்தன சோப், குடிகூரா பவுடர், ஹிமாலயா ஸ்னோ எல்லாம் வாங்கியது. ஒரு புது டிரங்க் பெட்டி வாங்கியது. ஒரு நல்ல நாள் பார்த்து எங்களை வீட்டில் தனியே விட்டுவிட்டு எங்கள் அம்மாவும் அப்பாவும் அக்காவை அவளுடைய கணவன் கிராமத்திற்குக் கொண்டு சென்றார்கள். அவளை அங்கு விட்டுவிட்டு ஊர் திரும்பியபோது அவர்கள் முகங்களைப் பார்க்கச் சகிக்கவில்லை.

குமுதம், செப்டம்பர் 16, 2002

அடி

காலை ஆறு மணியிலிருந்து மூன்று வீடுகளில் வீடு கூட்டிப் பாத்திரம் தேய்த்துத் துணி தோய்த்த பிறகு, அவள் வீட்டுப் பாத்திரங்களைத் துலக்க உட்கார்ந்தபோது மனோன்மணிக்குத் திடீரென்று சோர்வு மேலிட்டு அப்படியே கீழே உட்கார்ந்துவிட்டாள். அவள் அந்த வீட்டுக்குக் குடி வந்து ஒன்றரை ஆண்டுக் காலத்தில் அப்படியொரு சோர்வை அவள் அனுபவித்ததில்லை. மூன்று வீட்டிலும் காபி. இரண்டு வீடுகளில் காலை ஏழரை மணிக்கே தண்ணீர் வருவது நின்றுவிடும் என்று சற்று அவசரமாகவே வேலையைச் செய்து முடிக்க வேண்டும். மூன்றாவது வீட்டில் அதிக வேலையே இருக்காது. கிழத்தம்பதியர் இருவர் மட்டும். பாதி நாட்கள் வாங்கி வந்த சாப்பாடு. அவர்கள் சாப்பிட்டு வைத்த பாத்திரங்களே தேய்த்தது போலிருக்கும்.

மனோன்மணிக்கு அழுகையும் வந்தது. என்ன துக்கம் என்று தெளிவாகத் தெரியாதபடியே அழுதாள். அழுகை தானாகவே ஓரிரு நிமிடங்களில் நின்றுவிட்டது. ஆனால் கலக்கம் நீடித்தபடியே இருந்தது.

தெருவில் சைக்கிள் மணி கேட்டது. அவள் கணவன்தான். ஒரு காலத்தில் அவனுக்காக அதிகாலையிலிருந்தே பல வீடுகளில் காத்திருப்பார்கள். “இன்னிக்கு ஒரு எக்ஸ்ட்ரா பால் இருக்குமா?” என்று பாதிப்பேர் தவறாமல் கேட்பார்கள். அவன் யோசிக்கத் தேவையில்லாமல், “கிடையாது,” என்று கூறிவிட்டு அடுத்த வீட்டுக்குப் போய் விடுவான். இப்போது நிலைமை மிகவும் மாறிவிட்டது. தெருவுக்கு ஒரு கடையில் பால் விற்கத் தொடங்கிவிட்டார்கள். அதனால் மனோன்மணியின் கணவனுக்கு வாடிக்கை வீடுகள் குறையத் தொடங்கின. ஆனால் இன்றும் அவன் மழையிலும் குளிரிலும் அதிகாலை மூன்று மணியிலிருந்தே பால் பூத் அருகே காத்திருக்க வேண்டும். பால் லாரி வந்தால் பால் பாக்கெட்டுகள் நிறைந்த ‘தொட்டி’களை இறக்க வேண்டும்... பூத்காரர் வந்திருக்காவிட்டால் இறக்கிய பாலுக்குக் கையெழுத்துப் போட்டுக் கொடுத்து விட்டுக் காவல் காக்க வேண்டும்.

மனோன்மணி பாத்திரங்களை அப்படியே வைத்துவிட்டுத் தெருப் பக்கம் போனாள். அவள் கணவன் ஏழெட்டு வெண்டைக் காய்களையும் இரண்டு தக்காளிப் பழங்களையும் மனோன்மணியிடம் கொடுத்தான். அப்படியே கிளம்பிப் போய்விட்டான்.

புத்தம் புது அலங்கார அடுக்கு மாளிகைகள் உள்ள அந்தத் தெருவில் பழங்கால வீடுகளாகவும் மூன்று நான்கு இருந்தன. மனோன்மணியுடன் குடியிருந்த அந்த வீட்டில் மூன்று பகுதிகளில் வீட்டு வேலை செய்யும் பெண்மணிகள். வீட்டுக்கார அம்மாள் சிறிது ஆகாயத்தைப் பார்த்த மாதிரி நடப்பாள். அவளுடைய மூன்று பிள்ளைகள், மூன்று பிள்ளைகளுடைய மனைவிகள், குழந்தைகள் எல்லாரும் அந்த வீட்டின் பெரிய பகுதியில் இருந்தார்கள். அந்த ஒரு வீட்டில் மட்டும் வண்ண டீவியும் ரிஃப்ரிஜரேட்டரும் உண்டு. ஆனால் அந்த வீட்டில் அநேகமாக எல்லாருமே எந்த வித்தியாசமும் பாராட்டமாட்டார்கள். எல்லாம் கூடிப் பேசிக் கொண்டிருக்கும் போது யார் வீட்டுச் சொந்தக்காரர், யார் குடித்தனம் இருப்பவர் என்று எளிதில் கூற முடியாது. தினமும் போல அன்றும் வீட்டுக்காரர்கள் குழந்தைகளோடுதான் மனோன்மணியின் குழந்தைகளும் பள்ளிக்குச் சென்றிருந்தன.

மனோன்மணி பாத்திரங்களைத் தேய்த்துக் கழுவிவிட்டு அவள் கணவனின் சட்டை, பாண்ட், பனியனையும் தோய்த்து உலர்த்தினாள். பிறகு அறைக்கு வந்து படுத்துவிட்டாள். உடனே தூங்கிப் போய் விட்டாள்.

அவள் விழித்துக் கொண்டபோது அவள் கணவன் திரும்பி வந்திருந்தான். அவன் வாங்கி வந்த வெண்டைக்காயைச் சிறு துண்டங்களாக நறுக்கி வைத்திருந்தான்.

மனோன்மணி பேசாது ஸ்டவ்வைப் பற்ற வைத்தாள்.

"ஏன் என்னமோ மாதிரி இருக்கே?" என்று அவள் கணவன் கேட்டான்.

"தெரியலீங்க. ஏதோ வயத்தைக் கலக்குது."

"வேலை செய்யற வீட்டிலெல்லாம் காபி குடிச்சா?"

"இத்தினி நாள் ஒண்ணும் செய்யலையே?"

"அதுக்குச் சந்தோஷப்பட்டுக்கணும்."

மனோன்மணி மேற்கொண்டு வேலையைக் கவனிக்கத் தொடங்கினாள்.

அவன் உணவு அருந்தியவுடன் கிளம்பிவிட்டான். பால் வண்டி பிற்பகலில் சில நாட்களில் பன்னிரண்டரை மணிக்கேகூட வந்திருக்கிறது.

மனோன்மணி சாப்பிட்டுக் கை கழுவும்போது அவளுடைய மகன் முத்து வந்தான்.

"ஸ்கூல் இல்லே?"

அவன் பேசவில்லை. மனோன்மணிக்குக் காலையில் எழுந்த பயம் திரும்பி வந்தது.

"என்னடா?"

முத்து சட்டையைக் கழற்றினான். முழங்கைக்கு மேல் அவனுடைய இரு கைகளில் கோடு கோடாக வீங்கியிருந்தது.

மனோன்மணிக்குக் கைகால் உதறத் தொடங்கியது.

"என்னடா ஆச்சு? ஸ்கூல் பை, கூடை எங்கே?

முத்துவுக்குப் பேச்சே எழவில்லை. மனோன்மணி அவனை வாரி எடுத்து இடுப்பில் வைத்துக் கொண்டு பள்ளிக்கு விரைந்தாள்.

பள்ளி ஒரு குத்துச்சந்தில் இருந்தது. மனோன்மணி முத்துவைத் தூக்கிக் கொண்டு பள்ளி கேட்டைத் திறந்து உள்ளே போனாள். திடீரென்று யாரோ ஒருவன் "இத பாரும்மா, எங்கே போறே? போ போ போ, மூணு மணிக்கு வா," என்றான்.

"இந்தப் பிள்ளை டீச்சரைப் பாக்கணும்" என்றாள்.

"எல்லாம் மூணு மணிக்குத்தான்."

"இதுக்கு என்ன சொல்லறே? இதுக்கும் மூணு மணியா?" மனோன்மணி முத்துவின் கைகளில் வீங்கியிருப்பதைக் காட்டினான்.

"என்னது?" என்றான்.

"தெரியலே? உருளைக் கட்டை மாதிரி வீங்கியிருக்கே?"

அவன் பதில் பேசவில்லை.

"அந்த டீச்சர் எங்கே?" என்றாள்.

அந்த ஆள் மனோன்மணியைக் கேட்டான், "ஒண்ணாங் கிளாஸா, ரெண்டாங் கிளாஸா?"

"ஒண்ணாங் கிளாஸ்."

"மூணு செக்ஷனு. அதோ அந்த வெரண்டாவைத் தாண்டி ரெண்டாம் ரூம்லே கேளுங்க."

மனோன்மணி அங்குச் சென்று நின்றாள். ஒரு பெண் வாத்தியார்தான் பாடம் நடத்திக் கொண்டிருந்தாள். முதலில் மனோன்மணியை யாரும் கவனிக்கவில்லை. மனோன்மணி முத்துவை கீழே இறக்கினாள். நொடிப் போதில் வகுப்பு மௌனமாயிற்று. இரண்டாவது வரிசையிலிருந்து ஒரு பெண் எழுந்து முத்துவின் பள்ளிப்பையை மனோன்மணியிடம் கொண்டு வந்து கொடுத்தாள். அந்த வாத்தியாரம்மா உண்மையிலே விவரம் புரியாதவளாக விழித்தாள். "என்ன வேணுங்க?" என்று கேட்டாள்.

"குழந்தையை இப்படியா அடிக்கறது?" மனோன்மணியின் குரல் அழுவது போலிருந்தது.

"நான் அடிக்கலேயம்மா, நான் குழந்தைகள அடிக்கறதே கிடையாது."

"பின்னே யார் அடிச்சது?"

மனோன்மணி வகுப்புக் குழந்தைகளைப் பார்த்துக் கேட்டாள், "யார் முத்துவை அடிச்சது?"

அந்தக் குழந்தைகள் அப்படியே உறைந்து போயின.

அதற்குள் தலைமை ஆசிரியை அங்கு வந்துவிட்டாள். மனோன்மணியைப் பார்த்து, “என்னங்க? என்ன ஆச்சு?”

“நீங்க இப்படியா பாடம் கத்துக் கொடுக்கிறீங்க?”

“என்னம்மா, என்னென்னமோ பேசறீங்க?”

“இதைப் பாருங்க.”

மனோன்மணி முத்துவின் கைகளைக் காட்டினாள். தலைமை ஆசிரியை எந்த உணர்ச்சியும் காட்டாது வீங்கின இடங்களைப் பார்த்தாள். பாடம் சொல்லிக் கொடுத்த ஆசிரியையும் எட்டிப் பார்த்தாள். இருவரும் பேசாது இருந்தார்கள்.

“இது என்னங்கிது? இந்தச் சின்ன உடம்பு தாங்குமா?”

ஆசிரியை, தலைமை ஆசிரியை இருவரும் பேசாது இருந்தார்கள்.

“யார் அடிச்சது?” மனோன்மணி கேட்டாள்.

தலைமை ஆசிரியை சொன்னாள், “தெரியலியே. ஏதோ அப்போ இப்போ யாராவது ஒரு அடி போடறதுதான் ...”

“இது ஒரு அடியா? கொலை செய்ய அடிச்ச மாதிரினா அடிச்சிருக்காங்க! கால்லே வேறே பாருங்க. மாறி மாறிக் கையிலயும் கால்லயும்னா அடிச்சிருக்காங்க.”

“பெரிய பெரிய வார்த்தையெல்லாம் சொல்லாதீங்கம்மா. யாரோ அடிச்சிட்டாங்க. அதோட விட்டுடுங்க.”

“என்னங்க சொல்லறீங்க? எங்கே விட்டுடறது? பையனுக்குப் பேசவே முடியலே? யாரடிச்சது?”

“பையன் என்ன பண்ணினானோ?”

“என்ன பேசறீங்க? இந்த ஆறு வயசுப் பிள்ளை என்ன செய்ய முடியும்? என்னதான் செஞ்சாலும் ஒரு சின்னக் குழந்தையை இப்படியா அடிப்பாங்க?”

வகுப்பு ஆசிரியை இப்போது மாணவர்களைப் பார்த்து, “போங்க, எல்லாரும் சாப்பிட்டு வாங்க. போங்க, போங்க,” என்றாள்.

அந்தச் சின்னஞ்சிறு குழந்தைகள் ஒரு ஒலியும் எழுப்பாமல் நிசப்தமாக வெளியேறின.

தலைமை ஆசிரியை மனோன்மணியிடம் சொன்னாள், “நீங்களும் போங்கம்மா. நான் விசாரிக்கறேன். இவங்கதான் கிளாஸ் டீச்சர். இவுங்க அடிக்கவே மாட்டாங்க.”

உடனே அந்த ஆசிரியையும், “நான் யாரையும் அடிக்கறதேயில்லை,” என்றாள்.

“பின்னே யார் அடிச்சாங்க? அடிக்காம இப்படி வீங்கிப் போகுமா? இவங்க அப்பாவுக்குத் தெரிஞ்சா என்னாகுமோ தெரியாது.”

“இதெல்லாம் அவங்க கிட்டே சொல்லி ஏன் தொந்தரவுபடுத்தணும்? ஏதோ பையங்களும் தொல்லை கொடுக்கறதுதான், டீச்சருங்க அடிக்கறது தான் ...”

“இந்த மாதிரியா அடிக்கிறது?”

“சரி போங்க, வீட்டுக்குப் போங்க. நான் விசாரிச்சு வைக்கறேன்.”

“யார் அடிச்சது?”

“அதுதான் நான் விசாரிச்சு வைக்கறேன்னு சொன்னேனே, நீங்க போங்க. பையன் தூங்கறான், பாருங்க.”

பொங்கி வரும் அழுகையை அடக்கிக் கொண்டு மனோன்மணி முத்துவைத் தூக்கிக் கொண்டாள். இப்போது முத்துவின் புத்தகப் பையையும் தூக்க வேண்டியிருந்தது, அந்தப் பையிலேயே முன்னேற்பாடாக யாரோ சாப்பாட்டுக் கூடையையும் திணித்திருந்தார்கள்.

பாதி வழியில் வீட்டுக்கார அம்மாள் வந்தாள். “என்னடி மனோ, குழந்தையை எவனோ அடிச்சுப் பேச்சு மூச்சில்லாம போயிடுத்தாமே?”

மனோன்மணி ஓவென்று அழுதுவிட்டாள். வீட்டுக்கார அம்மாள் முத்துவைத் தூக்கிக் கொண்டாள். “எந்தப் பாவி அடிச்சதுன்னு சொன்னாங்க?”

“சொல்ல மாட்டேன்றாங்கக்கா. போ, போ, வீட்டுக்குப் போன்னு விரட்டிட்டாங்க.”

“குழந்தையைக் கொடு எங்கிட்டே. நான் கேக்கறேன்.”

“நான் கேட்டுட்டு வந்துட்டேனேக்கா.”

“நான் கேக்கறேன். யாரு பதில் சொல்லாம இருக்கா பாப்போம்.”

அந்த அம்மாள் குழந்தையைத் தூக்கிக் கொண்டு வேகமாக நடந்தாள். பள்ளி கேட்டைப் படாலென்று தள்ளித் திறந்தாள். அந்தப் பள்ளி மைதானத்தின் நடுவில் நின்றுகொண்டு கத்த ஆரம்பித்தாள்.

“எந்தப் பேமானி குழந்தையை இப்படி அடிச்சது? கேக்கறதுக்கு ஆள் இல்லேன்னா அடிக்கிறீங்க? யார் அந்தப் பேமானி? அது ஆம்பளையா பொம்பளையா? அடிச்ச கையை உடைச்சு அடுப்பிலே வைக்கறேன். பச்சக் குழந்தையை உயிர் போற மாதிரி அடிச்சுப் போட்டிருக்கு, கேக்கறதுக்கு ஆள் இல்லேன்னா இப்படி? இங்கே போலீஸ் வரணுமா, இப்போ கொண்டாறேன். கைகால் எலும்பெல்லாம் முறிஞ்சிருக்கு, யாருடீது பிரின்சுபாலு ...”

சுமார் ஐந்து பேர் பள்ளி மைதானத்துக்கு வந்து விட்டார்கள். தலைமை ஆசிரியை ஓடி வந்தாள். வீட்டுக்கார அம்மாளின் கையைப் பிடித்துக் கொண்டாள். “நான் விசாரிச்சு சொல்றேம்மா. அவுங்க அம்மா கிட்டேயே நான் சொல்லிட்டேனே. ஸ்கூல் டைம்லே சத்தம் ஒண்ணும் வேண்டாம்மா. ஏதோ பையன் தப்பு செஞ்சிருக்கும். வாத்தியாரு அடிச்சுட்டாரு. நான் விசாரிக்கறேன்.”

“இங்கே போலீஸ் வரணுமா? இதோ இந்தக்குழந்தை பட்ட அடியைப் பாத்து இன்ஸ்பெக்டரே வந்துடுவான்.”

“எதுக்கும்மா இதெல்லாத்தையும் பெரிசு பண்ணறீங்க? ஏதோ அப்பப்போ இப்படி நடந்துடறதுதான். அந்த டீச்சருக்கு என்ன வேதனையோ?”

“ஆம்பளை டீச்சரா பொம்பளை டீச்சரா?”

“நான் விசாரிக்றேம்மா.”

“அந்த ஆளை இங்கே கொண்டு வந்து நிறுத்து. இந்தக் குழந்தையை அடிச்ச மாதிரி நான் அடிக்கறேன்.”

“என்னப் பேச்சும்மாது? இப்போ உங்க மேலேதான் ஆக்ஷன் எடுக்கணும்னு சொல்லுவாங்க. கொஞ்சம் பலமா அடிபட்டுடுத்து, நிஜம் தான். எண்ணை தடவுங்க... இல்லேன்னா ஒரு ரூபாய் ஐஸ் வாங்கி ஒத்தடம் கொடுங்க, நான் வாங்கி வரச் சொல்லறேன். உங்க வீடு அந்த அசோசியேஷன் கட்டடத்துக்குப் பக்கத்திலேதானே இருக்கு, நான் ஐஸ், மருந்து இரண்டும் வாங்கி அனுப்பறேன்.”

“எங்களுக்கு அதெல்லாம் வாங்கத் தெரியாதா? குழந்தையை அடிச்ச பேமானி யாரு? யார் அந்த பேமானி?”

“யாராயிருந்தா என்னம்மா? ஏதோ அடிப்பட்டுடுத்து. இரண்டு நாளிலே சரியாயிடும். தவறு எல்லாம் நேரறுதுதான்.”

“இது தவறா இது? ஏதோ பலி கொடுக்கற மாதிரி எந்தப் பாவியோ அடிச்சிருக்கா! அந்த கிளாஸ் குழந்தைங்களைக் கூப்பிடுங்க. அதுங்க சொல்லும், யார் அந்தப் பேமானின்னு.”

“சரிதான் விடுங்க. நான், எல்லா டீச்சரும் உங்ககிட்டே மன்னிப்புக் கேட்டுக்கறமே?”

“குழந்தையோடே அப்பா வரப் போறாரு, போலீஸோட.”

“என்ன சும்மா போலீஸ் போலீஸ்னு சொல்லறீங்க? உங்களுக்குப் போலீஸ்னா எங்களுக்குப் போலீஸ் இல்லையா? இத்தினி பேர் நடுவிலே நீங்க மரியாதைக் குறைவாப் பேசிக்கிட்டே இருக்கீங்க.”

“உன் குழந்தையை இப்படி அடிச்சிருந்தா நீ சும்மா இருந்திருப்பயா?”

“இதெல்லாம் பையனோட அம்மாவும் கேட்டுட்டாங்க. நீங்க வீட்டுக்குப் போங்க. யாரு அடிச்சாங்களோ அவுங்களை வார்ன் பண்ணி வைக்கிறோம்.”

“யாருன்னு தெரியாது?”

“தெரியாதுன்னுதான் சொல்லறோமே. கேட்டு வைக்கிறோம், நீங்க போங்க.”

இதற்குள் பள்ளி இடைவேளைக்கு மணியடித்து எல்லா மாணவ மாணவிகளும் ஓவென்று கத்திக் கொண்டு வெளியே பாய்ந்து வந்தார்கள்.

மனோன்மணியும் வீட்டுக்கார அம்மாளும் வீடு திரும்பினார்கள். வீடு வந்தபோது முத்து கண்ணை விழித்துக் கொண்டான். இப்போது முகம் சிறிது தெளிவடைந்திருந்தது.

அவனிடம் வீட்டுக்கார அம்மாள் கேட்டாள், "ஏண்டா பையா, உன்னை யாரு அடிச்சது?"

பையன், சொல்வதா வேண்டாமா என்பது போல விழித்தான்.

"சொல்லுடா, யார் அடிச்சது?"

"வந்து... வந்து..."

மனோன்மணி அவனை வாரிக் கட்டிக் கொண்டாள். "நீயேன் அழறே?" என்று வீட்டுக்கார அம்மாள் கேட்டாள்.

"பேச்சே போயிடுத்தோன்னு பயமா இருந்ததக்கா."

"யாருடா அடிச்சது, பையா?"

முத்து மறுபடியும் தயங்கினான்.

"சொல்லு."

"பெரிய டீச்சர்."

"யாரு பிரின்சுபாலா?"

"ஆமாம்."

ஓம் சக்தி தீபாவளி மலர், 2002

கனவு வீடு

இரண்டாம் முறையும் அப்படி ஒரு வீடு கனவில் வந்தபோது அதை வெறும் கனவு என்று ஒதுக்கிவிட முடியவில்லை. அவனறிந்து அவனுடைய வாழ்க்கையில் ஒன்பது வீடுகள் இடம்பெற்றிருந்தன. அந்த ஒன்பது வீடுகளின் முகவரி மறந்துவிட்டிருந்தாலும் சில அடையாளங்களையும் சில நிகழ்ச்சிகளையும் நினைவுபடுத்திக்கொள்ள முடிந்தது. அவன் கண்ட ஆயிரக்கணக்கான கனவுகளில் அவனுடைய வீடு என்று வந்தபோது இந்த ஒன்பது வீடுகள்தான் மாறிமாறி வந்தன. ஆனால் இப்போது இருமுறை அவன் அறிந்திருக்க முடியாத வீடு.

முதல் கனவு மிக நீண்ட கனவு. அது ஒரு கிராமம் அல்லது சிற்றூர். ஓட்டு வீடு. வீட்டின் முழு நீளத்துக்கும் குறுகலான ரேழி. தெருவிலிருந்து பார்த்தால் மறுகோடியில் கிணறு தெரியும். வீட்டில் நிறையக் குடும்பங்கள். அவனுடைய இருப்பிடம் முதல் முற்றத்திற்கு அடுத்த இரு சிறு அறைகள். அதில் ஓர் அறை சமையலுக்கு. அது சிறிது வெளிச்சமாக இருந்தது. இன்னோர் அறை இருட்டு. அந்தச் சிறிய அறையில் நிறையப் பழைய மரச்சாமான்களினால் இருட்டாக இருக்கலாம். அவன் குடும்பத்தில் எவ்வளவு நபர்கள், அவர்கள் எங்கு படித்தார்கள், படுத்தார்கள் என்று தெளிவாகத் தெரியவில்லை. ஆனால் அவனுக்கு வயது நாற்பது நாற்பத்தைந்து இருக்கலாம். அவன் முற்றத்துக்கு அருகில் ஒரு பழைய மர நாற்காலியில் உட்கார்ந்திருக்கிறான்.

அப்போது நான்கு பேர் வருகிறார்கள். ஒருவர் கறுப்பு குல்லாய் அணிந்திருக்கிறார். அதைக் கழட்டினால் மடித்து அட்டை மாதிரி வைத்துக்கொள்ளலாம். ஒருவர் சுமார் ஏழடி உயரம் இருப்பார். அனைவர் முகத்திலும் பிறந்ததிலிருந்து – அதாவது நாற்பது ஐம்பது ஆண்டுகளாக இருந்து வந்த போதாமை தெரிந்தது. அவன் வந்தவர்களை உட்காரச் சொன்னான். அந்த ஏழடி மனிதன் உட்கார்ந்தான். நின்றிருந்தவர்களில் ஒருவர் சொன்னார். நாங்கள் தபலா வாத்தியக்காரர்களுக்காக நிதி திரட்டுகிறோம்.

அவனுக்குப் புரியவில்லை. அந்த நால்வரும் செல்வந்தர்கள் இல்லை யெனினும் மிகவும் கண்ணியமானவர்கள். அவர்கள் நிற்பது, பேசுவது, பார்ப்பது எல்லாமே நீண்ட நாள் பக்குவத்தைக் காட்டுவதாக இருந்தது.

“எந்த வாத்தியக்காரர்களுக்காக?”

“தபலா. நீங்கள் நிச்சயம் பார்த்திருப்பீர்கள். மிருதங்கம் ஒரு வாத்தியம். தபலாவும் ஒரு வாத்தியமானாலும் இரு பிரிவுகளாக இருக்கும். ஒன்று அடுக்குபோல இருக்கும். இன்னொன்று பெரிய நூல்கண்டு போல இருக்கும்.”

“தபலா தெரியும். அல்லாரக்கா வாசிப்பார்.”

“அதேதான். ஆனால் தபலா வாசித்து அல்லாரக்கா போன்று நான்கைந்து பேர்தான் சௌகரியமாக வாழ முடிகிறது.”

“துணை வாத்தியங்களே இப்படித்தான்.”

“தபலாவைத் தனி வாத்தியமாகக்கூட வாசிக்க முடியும். ஆனால் மிகத் தேர்ந்த சங்கீத ரசிகர்களால்தான் அந்தத் தனிக் கச்சேரியை ரசிக்க முடியும். சாதகம் எல்லா வாத்தியங்களுக்கும் ஒன்றுதான். ஆனால் தபலா வாசிப்பவர்களின் பெயரைக் கடைசியில்தான் போடுவார்கள். பல சமயங்களில் பஸ் சார்ஜ் கூடத் தரமாட்டார்கள். தபலாவை எடுத்துக்கொண்டு பஸ்ஸில் போவது மிகவும் கஷ்டம்.”

அவன் பலரை நாதஸ்வர கோஷ்டி பஸ்ஸில் ஏறத் திண்டாடுவதையும் பார்த்திருக்கிறான். யாருக்கு என்ன இடைஞ்சல் ஏற்பட்டாலும் தாளம் போடும் பையனைத் திட்டுவார்கள். திட்டு வாங்கித் திட்டு வாங்கி அந்தப் பையன் எப்போதும் ஏதோ பிரமையில் இருப்பதுபோலத் தெரிவான்.

“நீங்கள் எவ்வளவு பணம் சேர்க்கப் போகிறீர்கள்?”

இப்போது உட்கார்ந்திருந்த ஏழடி மனிதர் சொன்னார்: “இன்னும் ஒரு ரூபாய் கூடச் சேரவில்லை. நாங்கள் ஒரு மணி நேரமாக அலைகிறோம். இன்னும் அரைமணி நேரத்தில் நாங்கள் வேலைக்குப் போகவேண்டும்.”

அவர்கள் குமாஸ்தா வேலையை விட உயர்வான பதவியில் இருக்க முடியாது. குமாஸ்தாவாகவும் இருந்து கோட்டு சட்டை குல்லாவும் போட்டுக் கொள்ள வேண்டும். அவன் உள்ளே சென்று அவனுடைய பர்ஸைத் திறந்து பார்த்தான். ஐந்தரை ரூபாய் இருந்தது. சங்கத்திற்கென்று நிதி திரட்டுபவர்களுக்கு நூறு ரூபாயாவது தரவேண்டாமா? நூறு வேண்டாம், ஐம்பது? பட்டியல் ஆரம்பமே ஐந்து ரூபாயாக இருந்தால் எல்லாரும் ஐந்து ரூபாயுடன் நிறுத்திக் கொள்வார்கள்.

அவன் இருட்டு அறையைவிட்டு வெளியே வந்தான். இப்போது நான்கு பேரும் நின்று கொண்டிருந்தார்கள். அவர்கள் வெளிக்காண்பிக்கவில்லை என்றால்கூட நேர நெருக்கடியில் இருந்தார்கள்.

“என் கையில் அதிகப் பணம் இல்லை. ஐந்தே ரூபாய் தான் இருக்கிறது. செக் தரலாமா?”

“செக்கா?” அவர்கள் ஒருவரையொருவர் பார்த்துக்கொண்டார்கள்.

"தரலாம்தான். ஆனால் இந்த நாளில் எதற்கெடுத்தாலும் அடையாள அட்டை, ரேஷன் அட்டை என்று கேட்கிறார்கள்."

உயரமானவர் சொன்னார், "எனக்கு ரேஷன் கார்டே கிடையாது."

அவருடைய கோஷ்டியில் ஒருவர் உடனே அவர் பக்கம் திரும்பினார். "கதாசிங், நீ உடனே ரேஷன் கார்டுக்கு ஏற்பாடு பண்ண வேண்டும். இங்கே ரேஷன் கார்டுதான் பகவான் மாதிரி."

அந்த ஏழடி மனிதனின் முகம் சிறிது கறுத்தது.

பேச்சு மாறியதில் எல்லாரும் ஒரு கணம் மௌனமாக இருந்தார்கள்.

செக் என்று சொல்லிவிட்டானே தவிர அவனுக்கு வேறு விதமான கவலை வந்துவிட்டது. இது அவன் வீடு இல்லை போலவும் தோன்றியது. ஆனால் அவன் வசிப்பது போன்ற உணர்வும் இருக்கிறது. அவன் செக் புத்தகம் எங்கு வைத்திருக்கிறான்?

கறுப்புக் குல்லாய்க்காரர் சொன்னார், "செக் கொடுத்தால் எங்கள் பெயர் போட்டுத் தரவேண்டும்." அந்த நால்வர் இப்படியொரு திருப்பத்தை எதிர்பார்க்கவில்லை என்று தெரிந்தது. அதே சமயத்தில் அவர்கள் பணம் திரட்டி ஏய்ப்பவர்கள் அல்லர். உண்மையில் தபலாக்காரர்களுக்கும் உதவி தேவைப்படும். அவர்களும் உணவு உண்ண வேண்டும். உடை உடுக்க வேண்டும். குழந்தைகளைப் பள்ளிக்கு அனுப்ப வேண்டும் என்று தோன்றியதே பெரிய விஷயம். இவர்களில் யார் தபலா வாசிப்பவராக இருக்கக்கூடும்? இவர்கள் எல்லாருமே தபலா வாசிப்பவர்களா? இந்த ஏழடி மனிதன் கையில் தபலா ஏதோ பொம்மை போலத் தெரியும்.

"பெயர் போட்டால் அந்த மனிதர்தான் போய்ப் பணத்தை வாங்கிக் கொள்ள முடியும். நீங்கள் சொன்னபடி ரேஷன்கார்டு மாதிரி ஏதாவது எடுத்துப்போக வேண்டும்."

"நீங்களே பணம் வாங்கிக் கொடுத்து விடுங்களேன். முடியாதா?"

"இருங்கள். நான் செக் புத்தகத்தை எடுத்து வருகிறேன்."

அவன் இருட்டறைக்குப் போனான். அந்த அறையில் சேர்ந்தாற்போல் மூன்று பேர் உட்கார முடியாது. இங்கே மேஜை எப்படிப் போட்டிருக்க முடியும்? மேஜை டிராயரில் செக் புத்தகம் வைத்ததாக ஞாபகம். அந்த இருட்டறைக்கு ஒரு சிறு பையன் வந்தான்.

"என்ன தேடறேப்பா?"

அப்பா! அவனுக்கு ஆச்சரியமாக இருந்தது. அவனுக்கு இவ்வளவு சிறிய மகன் இருக்கிறானா? அவன் பெயர் என்ன? அப்படியானால் அது அவன் வீடுதான்.

"ஏண்டா? மேஜை எங்கேயிருக்கு?"

"நீ தூரப் போட்டுடலைப்பா?"

"நானா?"

"உனக்குப் பிடிக்கலைன்னு தூரப் போட்டுட்டே. பக்கத்து வீட்டு மாமா தூக்கிண்டு போனா."

"அப்போ மேஜையிலே இருந்த சாமானெல்லாம்?"

பையன் பதில் பேசாமல் இருந்தான்.

மேஜையைப் பக்கத்து வீட்டுக்காரருக்குக் கொடுத்து விட்டான். அது நினைவில்லை. மேஜையைக் கொடுத்துவிட்டு எங்கு, எப்படி எழுத முடியும்? மேஜையிலிருந்த காகிதங்கள், பேனா எல்லாம் எங்கே?

"அவுங்களை இருக்கச் சொல்லு. அவுங்களை இருக்கச் சொல்லு."

"யாரைப்பா?"

"நடையிலே நாலு பேர் நிக்கறாங்களே, அவுங்களை இருக்கச் சொல்லு. இதோ கிடைச்சுடும்."

பையன் வெளியே போனான். அவர்கள் என்ன நினைப்பார்கள்? பணமும் கொடுக்காமல் அவர்கள் நேரத்தையும் வீணாக்குகிறான் என்று நினைப்பார்கள். இல்லை. அப்படி இல்லை. யாரும் தபலா வாசிப்பவர்களைக் கவனிப்பதில்லை. யாரும் கவனிக்காதவர்களை யாராவது கவனிக்க வேண்டாமா? அவன் அவர்களுக்கு ஐம்பது ரூபாயாவது தரவேண்டும் என்றிருக்கிறான். இதெல்லாம் அவர்களுக்கு எப்படித் தெரிவிப்பது?

அந்த இருட்டறையில் அவன் தேடிக்கொண்டே இருந்தான். அந்தச் சின்ன அறையில்தான் எவ்வளவு சாமான்கள்? நிச்சயம் கரப்பான் பூச்சி மற்றும் பல்லி இருக்கும். கரையான் இருக்கலாம். இதெல்லாம் இருந்தால் தேள் இல்லாமலா போய்விடும்?

எவ்வளவு நாட்களாக அவன் அந்த வீட்டில் வசிக்கிறான்? அவன் மனைவி எங்கே?

கிடைத்துவிட்டது மடித்து வைத்த துணி நடுவில் செக் புத்தகம் கிடைத்துவிட்டது. "சார், நானே பாங்க் போய் வாங்கித் தந்து விடுகிறேன். சார் செக் புத்தகம் கிடைத்துவிட்டது."

அவன் உற்சாகத்துடன் அந்த இருட்டு அறையிலிருந்து வெளியே வந்தான். நடையில் யாரும் இல்லை. அந்த வீட்டில்தான் எவ்வளவு குடும்பங்கள்! அனைவருக்கும் பொதுவான அந்த நடையில் அந்த நேரத்தில் ஒருவரும் இல்லை. அவனுடைய குட்டிப் பையன் கூடக் கண்ணில் படவில்லை. யாரோ அவன். அவன் இவனை அப்பா அப்பா என்று அழைக்கிறான்.

அவன் செக் புத்தகத்துடன் தெருவுக்கு வருகிறான். வெயில் வந்து விட்டது. வருகிறவர்கள் போகிறவர்கள் ஓடுவது போல வேகமாக நடக்கிறார்கள். அந்த நால்வரைக் காணவில்லை.

அவர்கள் பக்கத்து வீட்டுக்குப் போயிருப்பார்கள். ஐந்தாறு வீட்டிலாவது நிதி திரட்ட வேண்டும் என்று கிளம்பியிருப்பார்கள், ஆனால் முதல் வீடு அவர்கள் வரை ஏமாற்றம்தான்.

கனவு வீடு

"நான் உங்களுக்குப் பணம் கொண்டு வந்திருக்கிறேன். நான் உங்களுக்குப் பணம் தரவேண்டும். தபலாக்காரர்களை யார் கவனிக்கிறார்கள்? அவர்கள் அனாதைகள். அனாதைகளுக்கு உதவி புரியாமல் பாட்டு கேட்கப் போனால் காது சரியாகக் கேட்காது."

அவர்கள் பக்கத்து வீட்டில் இல்லை. அதற்கடுத்த வீட்டிலும் இல்லை. அங்கே பெட்டிக்கடை வைத்திருந்தவரிடம் "இங்கே நாலு பேர், அதுலே ஒருத்தன் ரொம்ப உசரம், போனாங்களா?" என்று கேட்டான்.

"இல்லீங்களே?"

"உசரமாயிருப்பவர் ஏழடி எட்டடிகூட இருப்பார்."

"பாக்கலீங்களே?"

அவன் வீட்டுக்குத் திரும்பினான். அது அவன் வீடா? யாருடைய வீட்டிலோ அவன் இருக்கிறான். செக் புத்தகம் மட்டும் அவனுடையது. ஐயோ, அந்தத் தபலாக்காரர்கள் அவன் சால்ஜாப்பு கூறுகிறவன் என்று நினைத்துவிடுவார்களே? அவன் கண் முன்னால் அந்த ஏழடி மனிதரின் முகம் தோன்றிக்கொண்டே இருந்தது.

அந்த வீடு அவனுடைய கனவில் இரண்டாம் முறையாக வந்தபோது அவன் அந்த வீட்டு நடையில் விழுந்து கிடந்தான். அவன் கையில் செக் புத்தகம் இருந்தது.

2003

ஒரு ஹீரோயின் ஒரு ஹீரோ

பசுபதி என் அறைக்கு வந்தபோது, அங்கு நந்தகோபால் என் டெலிபோனில் பேசிக்கொண்டிருந்தான். பசுபதி என் அறைக்கு வந்ததும் டெலிபோன் பேசத்தான்.

பசுபதியைப் பார்த்தவுடன் நந்தகோபாலுக்கு இன்னும் ஏதேதோ விஷயங்கள் நினைவுக்கு வந்திருக்கவேண்டும். அவன் மறுமுனையில் இருப்பவனை வலிய இழுத்துப் பேசுவதுபோல இருந்தது.

பசுபதிக்கும் நந்தகோபாலுக்கும் ஆகாது. ராமச் சந்திரனுக்கும் முருகபூபதிக்கும் ஆகாது. சந்தோஷகுமாருக்கும் டானியலுக்கும் ஆகாது. ஆனால், அவர்கள் ஒருவரை ஒருவர் பொறுத்துக்கொள்வது என் அறையில்தான். காரணம், டெலிபோன்.

அந்த நாளில் டெலிபோன்கள் அதிகம் கிடையாது. இன்னொருவர் தயவு இல்லாமல் டெலிபோன் செய்ய வேண்டுமானால், காசு போட்டுப் பேசும் இயந்திரங்களைத் தேடிப் போகவேண்டும். அவை மிகக் குறைவு. இயந்திரங்களில் பாதிக்கு மேல் வேலை செய்யாது.

“கொஞ்சம் சீக்கிரம் முடி, நந்தகோபால். பிரதர் வந்திருக்காரு. பாரு,” என்றேன்.

என்னை ஆசீர்வதிப்பது போலக் கையைத் தூக்கிக் காண்பித்துவிட்டு நந்தகோபால் தொடர்ந்து பேசிக் கொண் டிருந்தான்.

“நான் அப்புறம் வரேன்” என்று சொல்லிவிட்டுப் பசுபதி வெளியே போனான். நந்தகோபால் உடனே பேச்சை முடித்துக் கொண்டு என்னைப் பார்த்துச் சிரித்தான்.

“இது நன்னால்லே, நந்தகோபால், நீ தினம் வந்து இரண்டு மணி நேரம் பிடிச்சுடறே.”

“அது சரிதாம்ப்பா. நானாவது இங்கே வேலை பாக்கறவன். அவன் யாரு? இரண்டு வருஷமா நின்னு போன படத்து ஹீரோ.”

"நீ எது சொன்னாலும் நீ பண்ணினது நன்னாயில்லே."

"அட, சரிதாம்ப்பா. அவன் எதுக்கு வந்தான்னு தெரியும். காசு வரலேன்னா புரொட்யூசர் வீட்டுக்குப் போறதுதானே ... அவருக்கென்ன டெலிபோன்?"

"அப்போ உனக்கெதுக்கு டெலிபோன்?"

நந்தகோபால் திகைத்து நின்றான். சமாளித்துக்கொண்டு, "அவரு உனக்கு ரொம்பப் பெரியவராயிட்டாரோ?"

"பெரியவரோ சின்னவரோ ... அவர் என் ப்ரெண்ட்."

"நான் ப்ரெண்ட் இல்லையா?"

"நீ எனக்கா வரே? டெலிபோனுக்கு வரே."

"அவன் மட்டும் எதுக்கு வரான்?"

"அது உனக்குத் தெரியவேண்டியதில்லே. இனிமே வந்தா உன் பேச்சை ஒரு வார்த்தை, இரண்டு வார்த்தையில முடிச்சுட்டுப் போ!"

அவன் என்னை முறைத்துப் பார்த்தான்.

"சரி, சரி. அப்புறம் முறைக்கலாம். முதல்லே ரூமைப் பூட்டணும்."

நான் அவனைத் தள்ளாத குறையாக அறையிலிருந்து வெளியேற்றி என் அறையைப் பூட்டினேன். எனக்கு இரு இடங்களில் வேலை. டெலிபோன் இருக்கும் அறையைப் பூட்டியே வைத்தால் நிர்வாகம் அறையை என்னிடமிருந்து பிடுங்கிக் கொண்டுவிடும். அதற்காக அவ்வப்போது திறந்து வைப்பேன். உடனே நந்தகோபால் வந்து விடுவான்.

நான் பணிபுரிய வேண்டிய இன்னோரிடத்திற்குச் சென்றேன். பசுபதி அங்கு காத்திருந்தான். "அஞ்சு நிமிஷம் பொறு. நான் வந்து திறந்து விடறேன்," என்றேன்.

"வேண்டாம்ப்பா," என்றான்.

"ஏன், நீ டெலிபோனுக்குத்தானே வந்தே?"

"வந்தேன். சரி. அதே நேரத்திலே பண்ணலாமா வேண்டாமான்னும் தோணித்து."

"ஏன், கிஷோரிலால் பணம் அனுப்பிச்சிட்டாருல்லே?"

"இல்லே."

"அப்போ பண்ணறதுதான் சரி."

"இல்லே இல்லே. அவர் படம் எடுக்கறதையே விட்டுடப் போறார்னு தோணுது."

"நீ அவரைப் பாத்தியா?"

"இல்லே. சித்தாரா யூரோப் போறாளாம்."

"போனா என்ன, எப்ப திரும்பி வரா",

"ஆறு மாசம் ஆகுமாம்."

அவன் கவலை புரிந்தது. சித்தாரா அவன் நடிக்கும் படத்தின் கதாநாயகி. அவள் ஒழுங்காக ஒரு படத்தில்தான் நடித்தாள். அது நல்ல பேர் வாங்கவே, கிஷோரிலால் யார் யாரையோ சிபாரிசுக்குப் பிடித்து அவளை அவனுடைய படத்திற்கு அமர்த்தினான். படத்தின் பெயர் 'இந்திர லோகம்.' அன்று முன்னணியில் இருந்த நடிகர்களுடன் சித்தாரா நடிக்க முடியாது என்று மறுத்துவிட்டாள். காரணம், ஒருவர் குள்ளம். இன்னொருவர் கறுப்பு. மூன்றாமவர் ஆங்கிலம் படிக்கவில்லை. தமிழ்ப் படத்தில் நடிக்கத் தமிழ் தெரிந்தால் போதாதா என்று கேட்டாகிவிட்டது. ஏற்கெனவே அவளுக்கு நிறைய முன்பணம் கொடுத்து நிறைய விளம்பரமும் செய்தாகிவிட்டது. கடைசியில் அவள் சரி என்ற நபர் பசுபதி. பாதிப்படம் முடிந்துவிட்டது. ஒரு வருஷமாக சித்தாரா இழுத்தடிக்கிறாள். மாதா மாதம் சம்பளம் மட்டும் வீட்டுக்குப் போகிறது.

யாரையோ பழிவாங்கும் காரணத்திற்காகப் பசுபதியை சித்தாரா தேர்ந்தெடுத்திருப்பாள் என்று முதலிலிருந்தே எனக்குச் சந்தேகம். உறவுக்காரர்களுக்குள் உள்ள பகை அவர்கள் செத்தாலும் மடிவதில்லை.

"நான் போகணும், பசுபதி. நீ டெலிபோன் பண்ணணும்னா கதவைத் திறந்து விடறேன்."

"இல்லே. ஒண்ணும் சரியில்லே."

அவன் போய்விட்டான். எனக்கு மிகவும் வருத்தமாக இருந்தது. அவன் ஓர் அரசுக் கல்லூரியில் விரிவுரையாளனாக இருந்தான். ஏதோ ஒரு படத்தில் அவனை மகாவிஷ்ணுவாகத் தலையில் கிரீடம் இரண்டு அட்டைக் கைகளோடு நிறுத்தி வைத்தார்கள். 'இந்திரலோக'த்தை நம்பி வேலையை விட்டுவிட்டான். இனிமேல் அவன் எந்த வேலையும் செய்ய முடியாதபடி ஓராண்டு காத்திருத்தல். மிகவும் இலட்சணமாக இருந்த அவன் முகத்தில் இப்போது லேசான சுருக்கங்கள் விழுந்துவிட்டன.

ஒரு விதத்தில் இந்தச் சிக்கலுக்கு நான் ஒரு காரணம். எப்போதாவது ஒருமுறை தலையைக் காட்டுகிற வேடங்கள் போதும் என்றுதான் பசுபதி இருந்தான். அவன் மகாவிஷ்ணுவாக நின்ற புகைப்படத்தை நான் கிஷோரிலாலிடம் கொடுக்க, அவன் அதை சித்தாராவிடம் காண்பித்திருக் கிறான். விஷமமாகத்தான் அவள் அவனைக் கதாநாயகனாகப் போட்டு விடலாம் என்று ஒப்புதல் தந்திருக்கிறாள். படப்பிடிப்பு நடக்கும்போது வேண்டுமென்றே அவனைப் பலமுறை இழிவு செய்திருக்கிறாள் என்று பசுபதியே கூறியிருக்கிறான். அவனைப் போலவே சித்தாராவுக்கும் அந்த ஒரே படம்தான். ஆனால், அவளுக்கிருந்த தன்னம்பிக்கை பசுபதிக்குக் கிடையாது.

நந்தகோபால் என்னிடம் வந்தான். "இதோ பார், நந்தகோபால். எனக்கு வேலை தலைக்கு மேலேயிருக்கு. இன்னிக்கு என்னை இதோட விடு," என்றேன்.

"அவனுக்குப் பெரிசா பரிஞ்சுண்டு பேசினியே. அவன் என்கிட்டேயே எல்லாத்தையும் சொல்லி அழுதுட்டான்."

"என்ன அழுதுட்டான்?"

“கிஷோரிலால் கம்பெனியை மூடியாச்சு.”

நந்தகோபாலை ஓங்கி ஒரு அறை கொடுத்தால் என்ன என்று தோன்றியது. இந்த நாளில் எடுத்ததெற்கெல்லாம் கன்னத்தில் அறைகிறார்கள். அன்று அது அதிகம் புழக்கத்தில் வரவில்லை.

இரு நாட்களுக்குப் பிறகு, கிஷோரிலால் என்னைத் தேடி வந்தான். அவன் முகத்தைப் பார்க்கப் பிடிக்கவில்லை.

“பிரதர், நான் ரொம்ப குழப்பத்திலே இருக்கேன்,” என்றான்.

“போய்யா ... ஒழுங்கா இருந்த பையனை ஹீரோ பண்ணறேன்னு ஆசை காட்டிட்டு, இப்போ தவிக்க விட்டுட்டியே!”

“நீ என்ன சொல்லறே, பிரதர்? இப்ப என்னாயிருக்கு தெரியுமா?”

“அதான். ஊரெல்லாம் பேசறாங்களே.”

“நானும் டைரக்டருமா சேர்ந்து சித்தாரா பொண்ணைச் சாகடிச்சுட்டோம்.”

“அடப்பாவி!”

“கதைதாம்ப்பா. நாங்க ருக்குமணியை வைச்சு முடிச்சுடப் போறோம்!”

“அட! இது தெரியாதே? அப்ப உனக்கு என்ன குழப்பம்?”

“எல்லாம் உன் பசுபதிப்பா. இரண்டு நாளா காணோம்.”

“அவனுக்கு இந்த மாசம் சம்பளம் அனுப்பலியாம்.”

“அது என்னப்பா, ஒரு நாள் இரண்டு நாள் தவறினா தப்பா? என் குழப்பம் அது இல்லேப்பா.”

“நீ என்னதான் சொல்லறே? நீ அவனைப் பாக்கறது கூடக் கிடையாதாம்.”

கிஷோரிலால் பரிதாபம் தோன்றப் பார்த்தான். “விஷயம் தெரிஞ்ச பிரதர், நீ இப்படிப் பேசறியே? நான் அந்த மனுஷரை என்ன பாக்கறது, என்ன பேசறது? சும்மா சும்மா கொஞ்சம் பொறு, கொஞ்சம் பொறுன்னா கோபம் வராதா?”

“நீ கம்பெனியையே இழுத்து மூடிண்டு போயிட்டேன்னு அவன் இடிஞ்சு போயிட்டான். வேறே வேலை ஏதாவது தேடப் போயிருப்பான்.”

“அது எப்படிப்பா? நான் அவரு வேற எங்கேயும் போயிடக் கூடாதுன்னு தினம் தினம் சாமியை வேண்டிண்டே இருக்கேன். ஹீரோயினைத்தான் பாதிப் படத்திலே சாகடிச்சாச்சு. ஹீரோவையும் அப்படிப் பண்ண முடியுமா? நான் அவருக்கு இன்னும் கூடவே சம்பளம் போட்டுத் தரேன். இந்தப் படத்தை முடிச்சுக் கொடுத்துட்டு அவர் வேறே வேலைக்குப் போகட்டும்.”

குமுதம், **அக்டோபர் 20, 2003**

முழுநேர வேலை

"உன் சித்தப்பா கிட்டேந்து கடுதாசு வந்திருக்கு, பாத்தியா?"

"பாத்தேன்."

"இதெல்லாம் முடியற காரியமா?"

"தெரியலியேம்மா."

சிவகாமிக்கு வருத்தமாகத்தான் இருந்தது.

உள்ளூரில் வேலை இல்லை. சென்னைக்குப் போனால் முயற்சி செய்யலாம். சென்னையில் இப்போது நிறையப் பெரிய கடைகள் தொடங்குகிறார்கள். வேலைத் தகுதிகள் என்று அதிக நிபந்தனைகள் இல்லை. பேசத்தெரிய வேண்டும். ஆரம்ப கம்ப்யூட்டர் பயிற்சி போதும். சம்பளம் அதிகம் இல்லை. ஆனால் நாள் முழுதும் வேலை செய்தோம் என்ற திருப்தி. தன்னம்பிக்கை வரும். சிவகாமியால் சென்னை வர முடியுமா?

அம்மாவைத் தனியாக விட்டுப் போக முடியுமா? இருக்கும் வீடு சின்னதென்றாலும் அவர்களுடையது. எப்போதும் நிறையத் தண்ணீர் இருக்கும் கிணறு. அவரை, வெண்டை, புடலை என வருடம் முழுதும் ஏதாவது கொல்லையில் காய்த்து விடும். ஆனால் சிவகாமிக்கு வேலை கிடைக்காது. ஒரு மாதம் சென்னை ஆம்னிபஸ் நடத்துபவரிடம் வேலை. சென்னையிலிருந்து இரவு வரும் பஸ்களில் ஆட்களை ஏற்றிவிட வேண்டும். எல்லா நாளும் பஸ்கள் குறித்த நேரத்திற்கு வராது. அது மழைக்காலம். சிவகாமி திண்டாடிப் போய்விட்டாள்.

ஒரு முறை பஸ் கம்பெனியில் வேலை செய்துவிட்டதால் மீண்டும் மீண்டும் அது மாதிரியான வேலைதான் கிடைத்தது. எதையும் தொடர்ந்து இரண்டு மாதங்கள் நம்பி இருக்க முடியாது. அப்போதுதான் சித்தப்பாவின் இந்தக் கடிதம் வந்தது. சித்தி அவர்கள் சென்னைக்கே வந்து விடலாம் என்று எழுதியிருந்தாள். முதலில் அபத்தமாகத் தோன்றிய யோசனை ஒரே மாதத்தில் செயல்படுத்தப்பட்டுவிட்டது.

குடித்தனம் என்றால் ஒரு பெஞ்சு, ஒரு நாற்காலி வேண்டும். ஓர் அலமாரி வேண்டும். அடுப்பு, பாத்திரங்கள் வேண்டும். படுக்கை வேண்டும்.

ஒரு சாமி படமாவது வேண்டும். சிவகாமி வேலைக்குப் போக வேண்டுமென்றால் அவர்கள் வேலை கிடைக்கும் இடத்திற்குப் போக வேண்டும்.

"ஆறு மாசம் பார்க்கலாம். ஒழுங்கா நல்ல வேலையாகக் கிடச்சா சரி, இல்லேன்னா ஊருக்கே திரும்பி இங்கேயே கிடக்கலாம்." சிவகாமிக்குச் சென்னை போன்ற பெரிய நகரத்தில் அவளால் சமாளிக்க முடியுமா என்ற சந்தேகம் இருந்தது. உள்ளூரில் எல்லோரும் தெரிந்தவர்கள்.

சித்தி இப்படியும் ஒருயோசனை எழுதினாள். சித்தி இருக்கும் வீடு நெரிசலானது. ஆனால் அருகிலேயே குறைந்த வாடகையில் ஒரு வீடு பார்த்து அதில் சிவகாமியும் அம்மாவும் இருந்தால் சிவகாமி கம்ப்யூட்டர் கிளாசில் சேர்ந்து மேற்கொண்டும் படிக்கலாம்.

மர சாமான்களையும் பீரோவையும் சிவகாமி முன்பு வேலை பார்த்த ஆம்னிபஸ் கம்பெனிக்காரரிடம் ஒப்படைத்தார்கள். அவர் அந்த சாமான்களை சென்னையில் அவர்கள் பார்த்திருக்கும் வீட்டுக்கே அனுப்பித்து விடுவதாகச் சொன்னார். கையோடு எடுத்துப் போகும் சாமான்கள் துணிமணி, சமையல் பாத்திரம், படுக்கை, குடை மற்றும் லாந்தர் விளக்கு. பக்கத்து வீட்டுப் பையனை உதவச் சொல்லி சிவகாமியும் அவள் அம்மாவும் ரயிலேறினார்கள்.

ரயிலில் அம்மாவுக்குக் கீழ் பெர்த்தும் சிவகாமிக்கு நடு பெர்த்தும் கொடுக்கப்பட்டிருந்தது. படுத்தாலும் தூக்கம் வராது என்றுதான் தோன்றியது. ஆனால் அம்மா வாயைத் திறந்துகொண்டு தூங்கினாள்; அவள் வாய் மூடித் தூங்கினாள்.

சென்னை எழும்பூர் ரயில் நிலையத்துக்கு ராஜீவ் வந்திருந்தான். சித்தியின் மூத்த மகன். அவர்கள் கொண்டு வந்த வீட்டுச் சாமான்களைப் பார்த்து மலைத்து நின்றான்.

"ஒரு ஆளைக் கூப்பிடு, ராஜீவ். ஆளு கிடைப்பானில்லே?"

"தெரியாதே."

ஒரு போர்ட்டர் அவராகவே அவர்களிடம் வந்தார். அவர், பொருள்களைப் பார்த்துவிட்டு நகர்ந்தார். சிவகாமியின் அம்மா, "இதைப் பாருங்க," என்றாள்.

"என்னங்க?"

"எங்களை வெளியிலே ஒரு வண்டியிலே ஏத்தி விட்டுடறீங்களா?"

"வெளியிலே என்ன வண்டி? பஸ்ஸுலெல்லாம் இதை ஏத்தமாட்டான்."

"ஆட்டோ மாதிரி கிடைக்குமில்லையா?"

"எங்கே போகணும்?"

இப்போது ராஜீவ் பதில் சொன்னான்.

"டான்சி நகர்."

"எங்கே இருக்கு? கிண்டியிலையா?"

"இல்லே, இல்லை. விஜயநகரம் கிட்டே."

"சரி வாங்க."

அவர்கள் ரயிலுக்குத் தந்ததை விட எழும்பூர் ரயில் நிலையத்திலிருந்து டான்சி நகர் போகச் செலவழிக்க வேண்டியிருந்தது. வெறும் முகவரியை மட்டும் வைத்துக் கொண்டு சித்தி வீட்டைக் கண்டுபிடித்துவிட முடியாது. நிறையத் திருப்பங்கள், குத்துச்சந்துகள். அம்மா வாய்விட்டுக் கேட்டுவிட்டாள்; "இது ஒரு வழிதானா?"

"ஆமாம், பெரியம்மா," என்று ராஜீவ் சொன்னான். ஆட்டோ ஓட்டுநரிடம், "வலது பக்கம் திரும்பி இரண்டாவது சந்திலே போங்க" என்றான்.

"ஆமாம், நாம இப்போ போறது எங்கே?" அம்மா கேட்டாள்.

"எங்க வீட்டுக்குத்தான்."

"எங்களுக்குப் பாத்து வச்ச வீடு எங்கேயிருக்கு? பக்கத்திலேயே இருக்கா?"

"நம்ப ஒரு மெயின் ரோடுலே வந்தோமே, அதுக்கு அந்த பக்கம்."

"அப்போ ரொம்ப தூரம் இருக்குமே? இந்தச் சாமானெல்லாம் மறுபடியும் எப்படி அங்கே எடுத்துட்டுப் போறது?"

ராஜீவ் பதில் சொல்லவில்லை. பெரியம்மா சொன்னாள், "இதை அந்த வீட்டிலே இறக்கி வைச்சுடுவோம். அப்புறம் உங்க வீட்டுக்குப் போகலாம்."

ஆட்டோ நின்றுவிட்டது. சிவகாமிக்கு ராஜீவ் வண்டியிலிருந்து இறங்கி ஓடிப்போய் விடுவானோ என்ற பயம் வந்தது. ரயிலிருந்து இறங்கியதிலிருந்தே சித்தியின் மகன் எடுத்ததற்கெல்லாம் சங்கடப்பட்டுக் கொண்டிருந்தான். அவன் இன்றுதான் முதன் முதலாகத் தனியாக ரயில் நிலையத்திற்கு வந்திருப்பான்.

சிவகாமி தன் பர்ஸிலிருந்து ஒரு காகிதத்தை எடுத்து ஆட்டோ ஓட்டுநரிடம் காட்டினாள். அவர் கோபித்துக் கொள்ளாமல் வண்டியைத் திருப்பினார்.

ஆனால் அங்கு போனதும்தான் இன்னொரு சிக்கல் புலப்பட்டது. அந்த வீட்டில் அவர்கள் குடியிருப்பதற்காக ஏற்பாடு செய்யப்பட்ட பகுதியின் கதவுச் சாவி சித்தியிடம்தான் இருந்தது. இதையாவது அந்தப் பையன் சொல்லியிருக்கலாம். வீட்டில் பொறுப்பு எதுவும் தரப்படாதபடி வளர்க்கப்பட்டிருக்க வேண்டும்.

முழுநேர வேலை

படுக்கை, பாத்திரங்களை அம்மா இங்கே இறக்கச் சொன்னாள். வீட்டின் இதரக் குடித்தனக்காரர்களின் இரு குழந்தைகள் ராஜீவும் சிவகாமியும் தூக்கமுடியாமல் படுக்கை பெட்டிகளை இறங்குவதை வெகு கவனமாகப் பார்த்தார்கள்.

அம்மா அந்தக் குழந்தைகளிடம் கேட்டாள், "வீட்டிலே அப்பா அம்மா இருக்காங்களா?"

"ஓ... அம்மா இருக்காங்க."

"கூட்டிட்டு வரியா?"

பாவாடை சட்டை அணிந்திருந்த பெண், சுமார் முப்பது வயதிருக்கும் ஒருத்தியை அழைத்து வந்தாள்.

"இந்தச் சாமானெல்லாம் இங்கே இறக்கி வைச்சிட்டுப் போறோம். அரை மணி ஒரு மணியிலே வந்திடுவோம். கொஞ்சம் பாத்துக்குங்க."

"நீங்க யாரு?"

"எங்களுக்கு இங்கேதான் இடம் பாத்து வெச்சிருக்காங்க. சாவி என் தங்கை வீட்டிலே இருக்கு. கொண்டு வந்திடறோம்."

"சரி, போய்ட்டு வாங்க."

அவள் சொல்லி முடிக்க, வெளியே ஆட்டோ ஹாரன் சத்தம் கேட்டது.

"நாம வீட்டுக்கே போயிடுவோம், பெரியம்மா."

சாமானை ஒழுங்காகச் சுவரோரமாக அடுக்கி வைத்துவிட்டு அவர்கள் ஆட்டோவிடம் சென்றார்கள். "காலையிலே டிரிப் வர்ர சமயத்திலே இப்படி லேட் பண்றீங்களே?" என்று ஆட்டோக்காரர் சொன்னார்.

அவர்கள் சித்தி வீட்டில் குளித்துத் துணி துவைத்துச் சாப்பிட்டுச் சாவி வாங்கிக் கொண்டு அவர்களுக்கென்று அமர்த்தப்பட்ட வீட்டையடையப் பகல் ஒரு மணியாகிவிட்டது. ராஜீவ் வெளியே போய்விட்டான். அவர்களாக வந்ததில் வீட்டை மீண்டும் தேட வேண்டியிருந்தது. எல்லாத் தெருக்களும் ஒரே மாதிரியாயிருந்தன.

அம்மா சமையலறைப் பிறையில் முதலில் முருகன் படத்தை வைக்க, சிவகாமி பாத்திரங்களைச் சுவர் அலமாரியில் அடுக்கி வைத்தாள்.

"ஒரு கிணறுகூட இல்லாம இந்த வீட்டிலே எப்படி எல்லாரும் சமாளிக்கறாங்க?"

"தெரு முனை பம்புலே போய் அடிச்சுண்டு வரணுமாம். மெட்ரோ தண்ணி மூணு நாளுக்கு ஒருமுறை வீட்டுப் பம்புலே அடிச்சுக்கணும்," சிவகாமி சொன்னாள்.

"அது என்ன மெட்ரோ தண்ணி."

"குழாத் தண்ணி."

"உனக்கு எப்படித் தெரியும்?" அம்மா கேட்டாள்.

"காலையிலேயே சொன்னாங்களேயம்மா? ஒரு குடம் தண்ணிப் பம்புலே பிடிச்சுண்டு வந்தேனே, அப்பவே அந்த அம்மா சொன்னாங்க."

"இப்ப இருக்கறது என்ன தண்ணி?"

"பம்புத் தண்ணி, போர் பம்புத் தண்ணி. இங்கே கொஞ்சம் கடுப்பாத்தான் இருக்கும், ஆனா அடுத்த தெரு போர் தண்ணி நன்னாயிருக்குமாம்."

அன்றிரவும் அவர்கள் சித்தி வீட்டில்தான் சாப்பிட்டார்கள். அடுத்த நாள் காலை ஒரு பால் பாக்கெட்டை மட்டும் எடுத்துக் கொண்டு சிவகாமி யும் அவளுடைய அம்மாவும் அவர்கள் வீட்டுக்குக் கிளம்பினார்கள்.

காலையில் பல் விளக்குவதற்குக்கூடத் தண்ணீர் இல்லை. அவர்கள் கையோடு எடுத்து வந்திருந்த பாத்திரங்களில் தண்ணீர் பிடித்து வைக்கக் கூடியது ஒரு குடம்தான். தெருமுனை பம்ப்பிலிருந்து தண்ணீர் பிடித்து வருவதற்கு அப்போதைக்கு அது ஒரு பாத்திரம்தான் இருந்தது. அதை எடுத்துக் கொண்டு சிவகாமி வீட்டு வெளியே வந்தாள். அங்கு யாரும் இல்லை. ஆனால் எங்கெங்கோ கண்கள் ஒளிந்திருந்து அவளைப் பார்த்துக் கொண்டிருப்பது போலிருந்தது.

ஏதோ ஒரு பழைய புகைப்படத்தில் இந்திரா காந்தி அம்மாதிரிப் பம்பின் அருகில் நின்று கொண்டிருந்தார். அந்த பம்ப் ஒரு வேளை சற்று எளிதாக இருந்திருக்கலாம். ஆனால், இந்தப் பம்ப் மிகவும் கடினமாக இருந்தது. அவள் அடிக்கத் தொடங்கிய பிறகு இன்னும் மூன்று பெண்கள் குடங்களை எடுத்துக் கொண்டு வந்துவிட்டார்கள்.

உண்மையில் பம்ப் கைப்பிடியை அதிகம் உயர்த்தித் தழைக்க முடியாது. அந்தச் சிறிது அளவு பம்ப்பை இயக்கக் கைகளில் வலு தேவைப்பட்டது. ஆனால், பழக்கப்பட்ட சிறுவர்கள் அடித்ததில் வலுவைவிட ஒரு தனி சாமர்த்தியம் தேவை என்று தெரிந்தது.

தெருமுனைப் பம்ப்படிக்கு ஒருநாள்தான் அம்மா போனாள். ஆனால், அரைக் குடத்துக்குள் அவளுக்கு விலாவில் இழுத்துக் கொண்டு விட்டது. அதன் பிறகு சிவகாமி அவளைத் தண்ணீர் எடுத்துவர அனுமதிக்கவில்லை. காலையில் ஆறு மணியிலிருந்து எட்டு மணிக்குள் தெரு முனையிலிருந்து ஆறு குடம் எடுத்து வந்து குளித்துத் துணி தோய்க்கலாம். இரண்டு நாட்களுக்கு ஒரு முறை அடுத்த தெருவிலிருந்த மெட்ரோ சின்டெக்ஸ் டாங்கிலிருந்து மூன்று குடங்கள் தண்ணீர் கொண்டு வந்து அதை இரு நாட்களுக்குக் குடிக்க, சமையல் செய்யப் பாதுகாக்க வேண்டும். பகலில் மீண்டும் தெருமுனை இந்திரா காந்தி பம்ப்படிக்குச் சென்று நான்கு குடம் தண்ணீர் அடித்து வந்தால் அதை அடுத்த நாள் காலை வரை முகம் கழுவக் கால் கழுவ வைத்துக் கொள்ளலாம்.

சித்தப்பா அவர் மனத்தில் நினைத்திருந்த சூப்பர் மார்க்கெட்டுக்குச் சிவகாமியை அழைத்துச் சென்றார். உடனே வேலைக் கிடைத்தது. வேலைக்குச் சேர்ந்த இரண்டாம் நாள் பத்து நிமிடம் லேட். இந்திரா காந்திப் பம்ப்படியில் பெரிய கூட்டம். அம்மாவால் மெட்ரோ சின்டெக்ஸ் டாங்கிலிருந்து ஒரு குடம்தான் எடுத்து வரமுடிந்தது.

அடுத்த முறை சிவகாமி கடையில் ஒருமணி நேரம் அவகாசம் கேட்டு வந்து தண்ணீர் பிடித்தாள். உண்மையில் அதற்கு இரண்டு மணி நேரம் ஆயிற்று. முந்தைய தினம் ஓடியோடி வந்தது, பகல் சாப்பாட்டை மாலை நான்கு மணிக்குச் சாப்பிட்டது எல்லாமாகச் சேர்ந்து அடுத்தநாள் தலையைத் தூக்க முடியாதபடித் தலைவலி. அன்று கடைக்குப் போகவில்லை. அடுத்த நாள் கடைக்காரர் ஆறு நாள் சம்பளத்தைக் கணக்குப் பார்த்துக் கையில் கொடுத்தார்.

லாரியில் ஏற்றி அனுப்பிய சாமான்கள் வந்து சேர்ந்துவிட்டன. ஆனால், அவற்றைப் பிரிக்கவில்லை. வேளாவேளைக்குச் சிவகாமி வீட்டுப்பம்பு, தெருமுனைப்பம்பு, மெட்ரோ சின்டெக்ஸ் டாங்கி என்று மாறி மாறித் தண்ணீர் பிடித்து வருகிறாள். ஒவ்வொரு இடத்திலும் அவளுக்கு நண்பர்கள் கிடைத்திருக்கிறார்கள். வெகுசீக்கிரம் அவர்களைப் பிரிய வேண்டிவரும்.

ஓம் சக்தி தீபாவளி மலர், 2003

பிச்சிகட்டி

அவர்களுடையது காதல் கல்யாணம். அவளுடைய முகவரியைக் கேட்டுக் கொண்டு அவள் வீட்டுக்குச் சென்றான். ஏதோ திரைப்படத்தில் கண்டதுபோலத் தலையைச் சீவ அரிவாளைச் சுழட்டிக் கொண்டு யாரும் வராதது ஆறுதலாக இருந்தது. “குடித்தனம் நடத்த வீடு ஏற்பாடு பண்ணுப்பா,” என்று பெண்ணின் அம்மா சொன்னாள். அப்பா இல்லை. திருமணமாகாத, திருமணம் செய்துகொள்ளப் போவதில்லை என்ற அக்கா மட்டும் இருந்தாள். அவன் வீட்டில் இருக்கலாம். ஆனால், காலை அடுப்பு மூட்டவே அங்கு எட்டு மணியாகி விடும். அவன் மனைவியாகப் போகிறவளுக்கு எட்டு மணிக்குள் தொழிற்சாலை அலுவலகத்தில் இருக்க வேண்டும். ஒரு புறநகரப் பகுதியில் ஒரு வீடு பார்த்தான். ஒற்றைப் படுக்கையறைப் பகுதி. மொத்தம் எட்டுப் பகுதிகள். அவனுடையது கீழ்த்தளத்தில் தெருவைப் பார்த்து இருந்தது.

திருமணம் முடிந்து ஒரு மாதத்துக்கு மாறி மாறி விருந்துச் சாப்பாடு. புது மணமக்கள் அந்தஸ்து. அது போனதே தெரியாது மறைந்தது. மணவாழ்க்கை தனிமைக்கு முதற்படி என்று தெரிந்தது. அவன் மனைவி எல்லாவற்றையும் சகஜமாக எடுத்துக் கொண்டாள், செயல்பட்டாள். அவனுக்குத்தான் ஒவ்வொரு தினமும் ஒரு புது இக்கட்டைக் கொண்டு வருவது போல் இருந்தது.

அவன் இரவு டியூட்டி முடித்துவிட்டு வீடு திரும்பிக் கொண்டிருந்தான். வீடு பத்தடிக்குள் இருந்தது. திடீரென்று தெருவில் சீறல் சத்தம். தெருவோரமாகப் புகை வந்தது. விநாடிக்குள் அங்கே ஜ்வாலை எழுந்தது.

நெருப்பு தெருவைக் கீறிக்கொண்டு எரிந்தது. அந்தச் சீறலும் தகதகப்பும் பயமூட்டுவதாக இருந்தது. ஒரு கணம் என்ன ஏது என்று புரியாது நின்றான். பிறகு கீழே குனிந்து மண்ணை அள்ளி நெருப்பு மீது போட்டான்.

“போடாதீங்க, போடாதீங்க,” என்று எங்கிருந்தோ குரல் கேட்டது. அது எதற்காக என்று புரியாமல் அவன் மீண்டும் ஒருமுறை மண்ணை அள்ளிப் போட்டான்.

“யோவ்! போடாதய்யா! நான் பாட்டுக்கு கத்திட்டிருக்கேன், நீ பாட்டுக்கு முட்டாத்தனம் பண்ணறியே!” எதிர்வீட்டிலிருந்து ஒருவன் வெளியே ஓடிவந்தான் சற்று நிதானமடைந்து. “நீ மண்ணைப் போட்டா... அதே உள்ளே எரிஞ்சு தெருவெல்லாம் போயிடும். இங்க மட்டும் எரிஞ்சா கேபிள் கொஞ்சம் பிட்டுக்கும்... சரி பண்ணிடலாம்.”

கேபிள்! எரிவது மின்சார கேபிள்! அந்த இடத்தில் எரிமலை போல நெருப்பு சீறிச் சீறி எரிந்தது. அந்தச் சத்தமும் ஜ்வாலையும் வயிற்றைக் கலக்கியது. ஐந்து நிமிடங்கள் ஆயிற்று. நெருப்பு சிறிது சிறிதாகக் குறைந்தது. பிறகு தணிந்து வெறும் புகைச்சல் மட்டும் இருந்தது. அதுவும் சிறிதுநேரத்தில் ஓய்ந்தது. தெருவில் ஒரு பிணத்தை எரித்தது போல ஐந்தாறு அடிக்கு நீளமாகக் கறுப்புக் கோடு தெரிந்தது.

“இன்னிக்கு நாள் முழுக்க கரண்ட் வராது” என்று சொல்லிவிட்டு அந்த மனிதன் அவனுடைய வீட்டுக்குப் போய்விட்டான்.

இவனுக்கு நகரவே தயக்கமாக இருந்தது. முன்பு தூண்கள் நிறுத்தி மின்சாரக் கம்பிகள் பொருத்தினார்கள். இப்போதும் கம்பங்கள் இருக்கின்றன. ஆனால் பூமியடியிலும் தடித்த கறுப்பு உடை அணிவித்த தடித்த கம்பிகள். அவை எரியக்கூடியதில்லை. அந்தத் தடித்தக் கம்பிகளும் தடித்த உறைகளும் எரிய வேண்டுமானால் சூடு மிகவும் அதிகமாக இருக்க வேண்டும். உலோகத்தை உருக்கும் சூடாக இருக்க வேண்டும். எரிமலை, மின்சார கேபிள் எரிவதைப் பார்த்தால் போதும்.

எதிர்சாரி ஆள் சொன்னது போல வீட்டில் மின்சாரம் இல்லை. அந்தத் தெருவுக்கே இல்லை. ஒரு வீட்டில்கூட தொலைக்காட்சிப் பெட்டி ஒலிக்க முடியாததால் தெரு அமைதியாக இருந்தது.

அவன் மனைவி அவனுக்காகச் சாப்பாட்டை டிபன் காரியரில் எடுத்து வைத்துவிட்டு வீட்டைப் பூட்டிக்கொண்டு அலுவலகத்துக்குப் போயிருந்தாள். அவள் வீடு திரும்பும்போது அவன் வேலைக்குப் போயிருப்பான். அந்த வாரத்தில் ஓரிரு நாட்களில்தான் அவர்கள் சேர்ந்து சாப்பிட முடியும்.

அந்தத் தெருவின் மௌனம் நான்கைந்து மோட்டார் சைக்கிள்கள் வரவால் கலைந்தது. வந்தவர்கள் மின்வாரியக்காரர்கள். அவன் வெளியே வந்து அவர்களிடம் சென்றான். அவர்களில் இருவர் சட்டையைக் கழட்டிக் கொண்டிருந்தார்கள். மற்றவர்கள் அந்தத் தெருவிலிருந்த மின்சாரக் கம்பங்களைப் பரிசீலித்தார்கள்.

இன்னும் இருவர் ஒரு கடப்பாரையும் மண்வெட்டியும் எடுத்து வந்தார்கள். அவனை யாரும் பொருட்படுத்தவில்லை.

சட்டையைக் கழட்டியவர் ஒருவர் கடப்பாரையை வாங்கிக் கொண்டார். “மாசிலாமணி வந்துட்டாரா?” என்று கேட்டார்.

அதற்குப் பதில் யாரும் சொல்லவில்லை. தீப்பற்றி எரிந்த இடத்தையும், மின் கம்பங்களிலிருந்து இறங்கும் சிறிய கேபிள்களையும் பார்த்துக் கொண் டிருந்தார்கள். ஒன்பதாவது ஆளாக வந்தவரைப் பார்த்து கடப்பாரைக்காரர், "என்னப்பா, எல்லா ஃபியூசையும் எடுத்தாச்சா? என்று கேட்டார்.

அந்த நபர் ஒரு பையைக் குலுக்கினார். கடப்பாரைக் கொண்டு மெதுவாகத் தரையைத் தளர்த்தியபின் மண்வெட்டி கொண்டு பத்தடி தூரத்துக்குப் பள்ளம் வெட்டத் தொடங்கினார்கள். எரிந்த கேபிளை மண்ணிலிருந்து வெளியே சிறிது சிறிதாக எடுத்தார்கள்.

இதெல்லாவற்றுக்கும் பத்து நிமிடந்தான் ஆகியிருக்கும். அவன் வீட்டுக்குள் சென்று பல் தேய்த்தான். மனைவி நான்கு வாளிகளில் தண்ணீர் நிரப்பி வைத்திருந்தாள். சாலை மார்க் *II* பம்ப்பிலிருந்து இரண்டு குடமாவது எடுத்து வந்திருப்பாள். அந்த பம்ப்பை அடிக்கும்போது தண்ணீர் கொட்டுவது போல இருக்கும். ஆனால், தோள் துவண்டுபோகும்வரை அடித்தால்தான் ஒரு குடம் நிரம்பும். இன்று துணி துவைக்க வேண்டும் என்று சொல்லியிருந்தான். அவளது துணியையும் சேர்த்துத் தோய்த்தால் தண்ணீர் சிறிது மிச்சமாகும்.

எதையெல்லாம்தான் மிச்சம் பிடிப்பது? எல்லாப் பொருளுக்கும் விலை அதிகரித்துவிட்டது. போனமாதம் தண்ணீருக்கு நூறு ரூபாய் கொடுத்தது. இந்த மாதம் இருநூற்றைம்பதாகிவிட்டது. அது தவிர ஒரு நாளைக்கு ஒரு குடமாவது மார்க் *II* பம்ப்பிலிருந்து பிடித்து வரவேண்டும். மின்சாரக் கட்டணமும் கிட்டத்தட்ட இருமடங்கு உயர்ந்துவிட்டது. இன்று மின்சாரம் இல்லை. ஆதலால் ஒரு ரூபாயாவது குறையும்.

அவன் தெருப்பக்கம் வந்தான். மின்வாரியக்காரர்கள் இப்போது தெரு ஓரமாகப் புதைக்கப்பட்ட கேபிளை வெளியே எடுத்துவிட்டார்கள். நன்கு வளர்ந்த புடலங்காயை விடப் பருமனான, கறுப்பு நிறங்கொண்ட, பார்த்தாலே உறுதி தோன்ற இருக்கும் கேபிள். இதில் எது தீப்பிடித்துக் கொண்டது? உறைக்குள் உறைக்குள் உறைக்குள்ளாக இருக்கும் கம்பிதான் மின்சாரத்தை முறையாகத் தாங்கிச் செல்ல முடியாமல் சிறிது சிறிதாகச் சூடாகி, பழுக்கக் காய்ந்து, இறுதியில் எரியத் தொடங்கிவிட்டிருக்கிறது. ஓர் உலோகம் பற்றி எரிய வேண்டுமானால் சூடு மிக அதிகமாக இருக்க வேண்டும். கொதிக்கும் வெந்நீரை விட இருபது மடங்காவது சூடு அதிகமாக இருந்திருக்கவேண்டும்.

மின்சாரவாரியப் பணியாளர் ஒருவர் வீட்டோரமாக நின்று கொண் டிருந்த அவனைப் பார்த்துக் கேட்டார் "டெலிபோன் ஆளுங்க வந்தப்பவே நீங்க சொல்லியிருக்கக்கூடாதா?"

"என்னங்க? டெலிபோனா?"

"இந்த ஆறு தெருவிலே இது நாலாவது கேஸ். டெலிபோன்காரங்க அவங்க கேபிளைப் போடறப்போ இதை டேமெஜ் பண்ணிட்டாங்க."

"அவங்க கேபிள் இங்கேயா இருக்கு?"

"இந்தப் பக்கந்தான் போட்டுத் தொலைச்சிருக்காங்க. ஆளாளுக்கு டெலிபோன் போடறேன்னு எங்க கேபிளைப் பாழடிச்சுடறாங்க. ஒரு

தடவை கடப்பாரை விழுந்திருக்கும். அதைச் சரி பண்ணறதுக்குப் பத்து பேர் நாளெல்லாம் பாடுபட்டாத்தான் முடியும்."

அவனுக்கு அவர்களைப் பார்க்கப் பரிதாபமாக இருந்தது. ஒவ்வொரு பணிக்கும் அதற்குரிய கட்டணம் உண்டு. இதே மின்சார வாரியக்காரர்கள் அவனை அழ அழ வைத்திருக்கிறார்கள். அவன் பெற்றோருடன் இருந்த வீட்டுக்கு சிங்கிள் பேஸ் இணைப்பு – அதாவது ஒருமுனை இணைப்பு. அவன் வீட்டில் மட்டும் விளக்கு எரியாது. அப்போதெல்லாம் தொலைபேசியில் புகார் வாங்கிக் கொள்ள மாட்டார்கள். அந்த அலுவலகத்துக்குப் போகவேண்டும். "எழுதிக் கொடு," என்பார்கள். முன்னமேயே எழுதிக்கொண்டு போனால் அதை வாங்குவதற்கு ஆள் இருக்காது. ஆள் இருந்தால் அதைப் பதிவு செய்யமாட்டார்கள். ஒரு நாள் முழுதும் மின்சாரம் இல்லாமல் அடுத்த தினம் போய்க் கேட்டால் "எங்கே புகார் மனு?" என்பார்கள். "நேற்றே கொடுத்தேனே?" என்றால் "அது தெரியாது, வேணும்னா ஏ. இ. கிட்டச் சொல்லு," என்பார்கள். "ஏ. இ. எங்கே இருக்காரு?" என்று கேட்டால், "பத்து மணிக்கு வா," என்பார்கள். அப்படிச் சொன்னவர்கள் – அல்லது அப்படியெல்லாம் பேசியவர்களின் சக ஊழியர்கள் – இந்த நல்ல வெயிலில் மண்ணைத் தோண்டி எடுத்துப் பள்ளம் போட்டு ஏகமாகக் கனக்கும் கேபிளைத் தூக்கிப் போட்டுக் கையைக் கரியாக்கிக் கொண்டிருக்கிறார்கள்.

இப்போது அநேகமாக அத்தனை மின்சார ஊழியர்களும் சட்டையைக் கழட்டிவிட்டார்கள். கழட்டிய சட்டையை மரத்தினிடுக்கு, வீடுகளின் வெளிச்சுவர், மோட்டார் சைக்கிளின் கண்ணாடி என வெவ்வேறு இடங்களில் வைத்தார்கள். அவர்கள் சட்டைகள் கிடக்கும் இடங்கள் உலக வாழ்க்கையின் அபத்தச் சேர்க்கைக்கு ஓர் எடுத்துக்காட்டாக இருந்தது.

அவனுக்குத் தூக்கம் வந்தது. சாதாரணமாக இரவு டியூட்டிக்குப் போய்விட்டு வந்தால் வீட்டுக்கு வந்தவுடன் படுத்துத் தூங்குவது தான் வழக்கம். அவன் தூங்கி எழுந்து குளித்துவிட்டுச் சாப்பிடும்போது சாப்பாடு முந்தைய தினத்தையது போல் இருக்கும். கணவன் மனைவி இருவருக்கும் அம்மா உண்டு. ஆனால், தொடர்ந்து ஒரு வாரம்கூட இருக்க முடியாது. அவர்கள் குடும்பப் பொறுப்புகளை யார் பார்ப்பது? வேலைக்குப் போகும் பெண்தான் வேண்டும் என்று அவனே நினைத்தது உண்டு. ஆனால், அவளுக்கு எட்டு மணிக்கு அலுவலகத்தில் இருக்க வேண்டுமே? இவனுடைய இரவு டியூட்டி மூன்று மணிக்கு முடியும். மீதமுள்ள இரவை அங்கேயே தூங்கிவிட்டு வருவதுதான் பாதுகாப்பானது.

இரவு டியூட்டி என்று வந்தாலே நாள் முழுதும் தூங்கி வழிதல்தான். இன்றும் அப்படித்தான் இருந்திருக்கும். இந்தத் தெருவோர எரிமலை வெடித்திராவிட்டால்.

புதிதாக ஒரு துண்டு கேபிள் கொண்டுவந்து எரிந்த பகுதியை நிரம்பி விட்டார்கள். மின்சாரம் விளைவிக்கும் விபரீதங்களை நினைத்தபோது அந்த இணைப்புகள் சரிதானா, அவை மீண்டும் பெரிய எரிமலை உண்டுபண்ணி விடுமோ என்றெல்லாம் அவனுக்குத் தோன்றியது. அவனுடைய வேலையில் நேரடியாக மின்சாரச் சாதனங்களுடன் தொடர்பு கிடையாது. அதற்கு ஒரு தனிப் பிரிவு இருந்தது. அந்த ஆட்களின் பிரதான ஆயுதம் குறடு. அந்தக்

குறடு கொண்டு கம்பிகளை வெட்டுவார்கள். சேர்த்து முறுக்குவார்கள். நட்டுகளை ஸ்குரூக்களில் பொருத்தி முடுக்குவார்கள். குறடுகளின் நுனிப் பாகம் இரும்புதான். இரு பிடிகளும் இரும்புதான். பிடிகளுக்கு மட்டும் ஒட்டினாற்போல் சிவப்பு உறை இருக்கும். அதுதான் அவர்களை மின்சாரம் தாக்காமல் பாதுகாப்பது. உலோகமே பற்றி எரிய வைக்கும் மின்சாரத்துக்கு எதிராக இந்தச் சிறிய உறை போதுமா? அவனுக்குப் பயமாக இருந்தது. மின்சாரம் வந்து வீட்டு விளக்கு, விசிறி இயங்காமல் போனால்கூடப் பரவாயில்லை. அந்த மின்வாரிய ஊழியர்கள் எந்த விபத்தும் நேராமல் வீட்டுக்குப் போகவேண்டும்.

சட்டையைக் கழட்டிய அந்த ஐந்தாறு பேரும் எங்கெங்கோ தேடி முழு செங்கல், அரைச் செங்கலாகத் தூக்கி வந்தார்கள். கேபிள் எரிந்த இடத்தில் பள்ளத்தில் செங்கல்களை வரிசையாக வைத்து அதன் மீது கேபிளை வைத்தார்கள். அந்த ஏழெட்டு அடி தூரத்துக்கு செங்கல்களை வரிசையாக நிறுத்திய மாதிரி வைத்தார்கள். இப்போது இணைப்புக் கொடுத்த கேபிள், பள்ளத்தில் செங்கலால் ஆன பாத்தியினுள் இருந்தது.

இன்னொருவர் தெருவில் கிடந்த காகிதத்துண்டுகள், சுள்ளிகளைப் பொறுக்கிக்கொண்டு வந்தார். மூன்று அரைச்செங்கல்களை முக்கோணத்தில் வைத்துவிட்டு உட்கார்ந்து கொண்டார். மற்றவர்கள் கலைந்து போகத் தொடங்கினார்கள்.

ஒரு பழைய சைக்கிள் டயரையும் பிடி வைத்த ஒரு தகர டப்பாவையும் ஓர் ஊழியர் எடுத்து வந்தார். ஒரு பையிலிருந்து நிலக்கரி போன்ற கறுப்புக் கட்டிகளைக் கீழே போட்டார். சுள்ளி பொறுக்கிக்கொண்டு வந்தவர் சுள்ளிகள், காகிதம், சத்தை எல்லாம் மூன்று அரைச் செங்கல்களிடையில் போட்டுவிட்டுப் பற்ற வைத்தார். ஓரளவு எரியத் தொடங்கியவுடன் சைக்கிள் டயரின் ஒரு பகுதியை நெருப்பில் வைத்துவிட்டுத் தகர டப்பாவை நெருப்புமீது வைத்தார். நிலக்கரி போல இருந்த கறுப்புக் கட்டிகளைச் சிறிது சிறிதாகத் தகர டப்பாவில் போட்டார். எரியும் டயர், தகர டப்பா இரண்டுமே ஏகமாகப் புகைய ஆரம்பித்தது... புகைச்சல் உண்மையிலேயே மூச்சடைக்கக் கூடியதாக இருந்தது. அதுவரை அந்தத் தெருவில் பாதி மூடியிருந்த கதவுகள் ஒவ்வொன்றாக மூடப்படத் தொடங்கியது. ஜன்னல் களும் மூடப்பட்டன.

புகை இன்னும் தீவிரமடைந்தது. மின்வாரியகாரர்களே விலகிப் போனார்கள். ஒருவர் மட்டும் ஒரு குச்சியால் தகர டப்பாவில் உருகிக் கொண்டிருக்கும் அந்தக் கரிய பொருளைக் கிளறிக் கொண்டிருந்தார். சைக்கிள் டயர் புகைக்கு எந்த வகையிலும் குறையாமல் அந்தத் தகர டப்பாவும் புகைந்தது.

வயதான ஒருவர் அந்தப் பலத்த புகையையும் பொருட்படுத்தாது அந்தச் செங்கல் அடுப்புக்காரரிடம் வந்தார். "ஏங்க, இப்படி புகை எழுப்பாதபடி இந்த வேலையச் செய்ய முடியாதா?" என்று கேட்டார்.

அந்த மின்வாரியக்காரர் உடனே எழுந்து நின்றார். "சப்ளை வேண்டாம்னு சொல்லு. அப்படியே போட்டுட்டுப் போறோம்," என்றார்.

"சும்மா கேட்டா கோச்சுக்கிறீங்களே?"

"பின்னே என்னங்க, பிச்சிகட்டி புகையத்தான் புகையும். மணக்கவா செய்யும்?"

"என்ன, என்ன?"

"இது." அந்த ஆள் குச்சியால் தகர டப்பாவினுள் குத்தினார்.

"தாரா?"

"எதுவாயிருந்தா உங்களுக்கென்ன? போய் கொஞ்சம் குடிக்கத் தண்ணி கொண்டாங்க."

கிழவர் நகர்ந்துவிட்டார். அந்த மின்வாரியக்காரர் எல்லாப் பிச்சிகட்டி யையும் தகர டப்பாவில் கொட்டி விட்டுக் கிளறினார். சைக்கிள் டயர் எரிந்துகொண்டிருந்தது. அதன் ஜுவாலை மஞ்சள் நிறம் தெரிய இருந்தது.

அந்த மனிதர் எதையோ தேடுவது போல அங்கும் இங்கும் பார்த்தார். இவன் முதன்முறையாக அவரிடம் சென்று கேட்டான். "ஏதாவது வேணுங்களா?"

"ஆமாங்க. செங்கல் பத்தாது."

"நீங்க கொண்டு வர மாட்டீங்களா?"

"செங்கல் சாங்ஷன் இல்லீங்க. இந்த டயரெல்லாம்கூட நாங்கதான் வாங்கியாறோம். இந்தப் பிச்சிகட்டி டயரு இல்லேன்னா லேசிலே உருகாது. கொஞ்சம் உங்க வீட்டிலே செங்கல் ஏதாவது இருக்கா, பாருங்க"

"பழசாத்தான் இருக்கும்னு நினைக்கிறேன்."

"இங்க பூமிக்குள்ளே பொதைக்கறதுக்கு பழசா இருந்தா என்ன? பிச்சிகட்டி உருக்கி ஊத்தறது வீணாகாதபடி கேபிளை அப்படியே மூடிக்கணும். செங்கல் வெச்சு அணை கட்டினா சரியா மூடிக்கும்."

அவன் வீட்டில் தண்ணீர் பம்ப் அருகே ஐந்தாறு செங்கல்கள் கொண்டு ஒரு சிறிய மேடை செய்திருந்தார்கள். குழாயில் தண்ணீர் வந்த காலத்தில் அந்த மேடையை ஏற்பாடு செய்திருப்பார்கள். இப்போது அந்த பம்ப் இருப்பதே ஓர் இடைஞ்சலாக இருந்தது, அவன் வீட்டில் இன்னும் ஏழு குடும்பங்கள் இருந்தன. மின்வாரியக்காரர்கள் வந்தால் எல்லாரும் வீட்டுக்குள்ளேயே இருந்துவிடுவார்கள். பணம் கேட்டுக் கேட்டு அவர்கள் அப்படிப் பயமுறுத்தி வைத்திருந்தார்கள்.

அவன் இரு செங்கல்கள் எடுத்துக் கொடுத்தான். எரிந்து போன கேபிளை இணைத்த இடத்துக்குச் செங்கல் பாத்தி கட்டியது. இப்போது பூரணமாகியிருந்தது. அந்த மின்வாரிய மனிதர் புகையையும் சூட்டையும் பொருட்படுத்தாது உருகிய பிச்சிகட்டியைப் பாத்தியில் ஊற்றினார். அது சிறிது சிறிதாகப் பரவி கேபிளை மூடியது. அந்த மனிதர் தகர டப்பாவைப் பாத்திமீது கவிழ்த்தார். இன்னும் எரிந்து கொண்டிருந்த டயர் மீது சிறிது மண்ணை அள்ளிப் போட்டார்.

"எரியறப்போ மண்ணைப் போடக் கூடாதுன்றாங்களே?" என்று அவன் கேட்டான்.

மின்வாரியக்காரர் எரிச்சலுடன் அவனைப் பார்த்தார். 'எல்லாரையும் போல நீயும் வீட்டில் ஒளிந்துகொள்ளேன்' என்று சொல்வது போல இருந்தது. "நீங்கதான் கொஞ்சம் குடிக்கத் தண்ணீர் கொண்டு வாங்களேன்."

"போர்வெல்ல பிடிச்ச தண்ணிதான் இருக்கு."

"நீங்க எதைக் குடிக்கறீங்க?"

"அதைத்தான்."

"அப்போ கொண்டாங்க."

அவன் வீட்டுக்குள் சென்று ஒரு பாத்திரத்தில் தண்ணீர் எடுத்து மீண்டும் தெருவுக்கு வந்தான். மின்வாரியக்காரர்கள் ஒருவரையும் காணமுடியவில்லை. கேபிள் புதைத்த இடத்தின் மீது கவிழ்ந்து வைத்த தகர டப்பாவும் இன்னமும் புகைந்து கொண்டிருந்த சைக்கிள் டயரும் அவர்கள் திரும்பிவரக்கூடும் என்று தெரிவித்தன.

அவன் சிறிதுநேரம் காத்திருந்தான். பிறகு வீட்டுக்குள் சென்று படுத்துக்கொண்டான். தூங்கியும் விட்டான்.

அவன் விழித்துக்கொண்டபோது அன்று முழுதும் தண்ணீர் குடிக்காதது நினைவுக்கு வந்தது. உடலெல்லாம் வியர்த்திருந்தது.

அவன் முகத்தைக் கழுவிக்கொண்டு டிபன் காரியரில் அவனுக்கு வைத்திருந்த உணவைச் சாப்பிட்டான். கை கழுவும்போதுதான் அன்று அவன் மின்விசிறியே பயன்படுத்தாதது தெரிந்தது. மின்சாரம் தான் கிடையாதே? அவன் ஸ்விட்சைப் போட்டான். விசிறி சுழல ஆரம்பித்தது!

உடனே வெளியே போய்ப் பார்த்தான். தெருவில் டயர் எரிந்த இடம் கறுப்பாக இருந்தது. ஆனால் அடுப்பாகச் செயல்பட்ட செங்கல்களைத் தெருவோரமாகத் தூக்கிப்போட்டிருந்தார்கள்.

அவன் கதவைப் பூட்டிக்கொண்டு டியூட்டிக்குக் கிளம்பினான். அவன் மனைவி வீடு திரும்பும்போது வெளிச்சம் இருக்குமாதலால் அவளுக்குத் தெருவோரக் கறுப்புக்கோடு கண்ணில் படும். அவள் எப்போதாவது மின்சார கேபிள் எரிந்து பார்த்திருப்பாளா? பார்த்திருந்தால் அவள் ஊகித்து ஓடி வீட்டுக்குச் சென்று விளக்கு எரிகிறதா என்று பார்க்க ஸ்விட்ச் போடுவாள். இல்லாது போனால் உலகின் கணக்கில்லாத மர்மங்களில் ஒன்றாக அந்தக் கறுப்புக்கோடு இருக்கும். ஏதோ ஒரு நாள் அவன் அவளுக்கு அதை விவரிக்கலாம். அது என்ன பிச்சிகட்டி என்று சிரிப்பாள். பிச்சிகட்டி. பிச்சிகட்டி.

விகடன் தீபாவளி மலர், 2004

வீட்டுமனை

பட் ரோடு என்று ஒன்றிருக்கிறது என்று எனக்கு ஸ்ரீராமுலுவால்தான் தெரியவந்தது. ஸ்ரீராமுலு எப்படி யாவது என்னைச் சென்னை ஆதம்பாக்கம் பகுதியில் வீட்டுமனையொன்று வாங்க வைப்பது என்று பிடிவாதமாக இருந்தான். அவன் நினைத்திருந்தபடி நான் வீட்டுமனை வாங்கக்கூடிய நிலையில் இல்லை என்று பலமுறை சொல்லியும் அதைப் பொருட்படுத்தவில்லை. எனக்கு வீட்டுமனையில் நாட்டமில்லையே தவிர நான் கேட்டேயறியாத இடங்களுக்கு ஒரு நண்பன் அழைத்துப் போகிறான் என்பதில் ஆர்வமும் எதிர்பார்ப்பும் இருந்தது. ஸ்ரீராமுலுவால்தான் நான் ஒருமுறை பரங்கிமலைக்குப் போனேன். இப்போது பட் ரோடு.

இன்று நினைத்துப் பார்க்கும்போது ஆச்சர்யமாக இருக்கிறது. அந்த நாளில் காலை ஆறு மணியிலிருந்து ஒன்பது மணி வரை எங்கெங்கெல்லாமோ அலைந்து திரிந்துவிட்டு என் அலுவலகத்துக்குப் பத்து மணிக்குப் போய் வருவேன். அதே போல மாலை ஆறிலிருந்து பத்து பத்தரை மணி வரை எங்கெல்லாமோ சுற்றிவிட்டு வீட்டுக்கு வந்து சாப்பிட்டுப் படுப்பேன்.

எங்கள் வீட்டுக்கதவை என்னால் வெளியிலிருந்து திறக்க முடியும். அது வீட்டின் பாதுகாப்புக்கு நல்லதல்ல. ஆனால், தூக்கத்தைக் கலைத்துக் கொண்டு அம்மா கதவைத் திறப்பதற்கு அது மேல். இதை ஒரு நண்பன் தெரிந்து கொண்டு விட்டான். ஒரு நாள் குடித்துவிட்டு என் வீட்டுக் கதவைத் திறந்து அவனாகவே என் படுக்கையை எடுத்துப் போட்டுக் கொண்டு படுத்துவிட்டான். என் அம்மா, அக்கா, தங்கையெல்லாம் மிகவும் பயந்துவிட்டார்கள். நான் பத்தரை மணிக்கு வீடு திரும்பியபோது அவர்கள் எல்லோரும் தூங்காமல் என்னைக் கண்டவுடன் அழ ஆரம்பித்துவிட்டார்கள்.

ஸ்ரீராமுலு அப்படிப்பட்டவன் அல்ல. அவனுக்கு வீட்டு மனை வாங்க வேண்டும், அவனிடம் அன்பாக இருப்பவர்களை அண்டை வீட்டுக்காரர்களாக்கிக் கொள்ள வேண்டும்

என்பதுதான் ஒரே குறிக்கோள். அலுவலகத்தில் அவனுடன் வேலை செய்பவர்கள் யாரும் அவன் பேச்சைக் கேட்டுப் பட் ரோடு செல்லவில்லை. ஆனால் நான் மட்டும் போனேன். நான் அவனுடைய பிரிவில் வேலை செய்யாததால்தான் அவனிடம் அன்பாக இருக்கிறேன் என்று மற்றவர்கள் சொல்வார்கள். எனக்கு அவனை மிகவும் பிடித்திருந்ததற்கு முக்கிய காரணம், அவனிடம் எந்தக் கெட்ட பழக்கமும் இருக்காது, யாரிடமும் கடன், கைமாற்று என்று கேட்க மாட்டான்.

இவ்வளவு கட்டுப்பாடுடன் இருப்பவன், ஒரே ஒரு விஷயத்தில் மட்டும் என்னை வருத்தப்படச் செய்வான். அவனுடைய அப்பாவைப் பிறர் எதிரில் கண்டுகொள்ளவே மாட்டான். எங்கள் முதலாளியின் இன்னொரு அலுவலகத்தில் அவர் டிரைவராக இருந்தார். டிரைவராக இருந்து இரண்டு பெண்களுக்குத் திருமணம் செய்வித்து, இரண்டு மகன்களை எஸ். எஸ். எல். சி. வரை படிக்கவைத்து, ஒருவனுக்கு நல்ல வேலையும் வாங்கிக் கொடுத்து விட்டார். ஆனால், அந்த மகன் அவரிடம் உதாசீனமாக நடந்து கொள்கிறான். அதுவும் பொது இடங்களில்!

ஸ்ரீராமுலுவின் இந்த அம்சம் பற்றி யாரும் அதிகம் கவனம் செலுத்திய தாகத் தெரியவில்லை. அவர்கள் எல்லோரும்கூட அவரவர்களுடைய அப்பாவிடம் அப்படித்தான் நடந்து கொள்வார்களோ என்னவோ. எனக்குச் சரியாக நினைவு தெரியும் பருவத்துக்குள் என் அப்பா போய்விட்டார். ஆதலால் ஸ்ரீராமுலுவின் அப்பா எனக்கு மிகவும் முக்கியமானவராகத் தோன்றினார்.

ஸ்ரீராமுலு படித்து வெள்ளைச் சட்டை அணியும் வேலையில் அமர்ந்து விட்டாலும் அவனுக்கு அவன் கீழே வேலை பார்க்கிறவர்களிடம் நல்ல பெயர் கிடையாது. அவர்களை எப்போதும் விரட்டிக்கொண்டே இருப்பான். அவர்களுடைய பிரிவில் பழைய பொருள்களைத் தேடி எடுப்பது முக்கியப் பணி. ஆங்கிலத்தில் இதை ஸர்ச் என்பார்கள். ஸ்ரீராமுலுவுக்கு 'ஸ' வராது. அவன் எப்போதும் 'சர்ச், சர்ச்' என்று சொல்லிக் கொண்டிருப்பான். அவன் வீட்டுக்கு ஒருமுறை நான் போனபோது அவன் வீடு இருக்கும் இடமும் அதற்குக் காரணமாக இருக்குமோ என்று தோன்றிற்று. அவன் வீடு சின்னமலை பக்கத்தில் இருந்தது. சென்னையிலேயே நிறைய மக்கள் வருவது சின்னமலை சர்ச்சுக்குத்தான்.

பட் ரோடு முனையில் ஸ்ரீராமுலு காத்துக் கொண்டிருந்தான். நான் சைக்கிளில் போயிருந்தேன். "நீயும் வாடகை சைக்கிள் ஒண்ணு வாங்கிக்க. நாம சீக்கிரம் பார்த்து விட்டு வரலாம்" என்றேன்.

"நடந்தே போயிடலாம்."

"சைக்கிள்னா சீக்கிரம் திரும்பிடலாம்."

"எனக்கு சைக்கிள் விடத் தெரியாது."

இதற்கு அவன் டிரைவர் மகன்!

நாங்கள் நடந்துதான் போக வேண்டியிருந்தது. எனக்குத் திரும்பிய இடமெல்லாம் ஒரே கட்டாந்தரையாகத் தெரிந்தது. வெகு தூரத்தில் ஏரி.

அது ஏரிதானா கானல் நீரா என்று தெரியவில்லை. ஸ்ரீராமுலு ஓரிடத்தில் நின்றான். கீழே எதையோ தேடினான்.

“என்ன ஸ்ரீராமுலு?”

“இங்கேந்துதான் கல்லு பொதைச்சிருக்கு. எல்லாம் இரண்டிரண்டு கிரவுண்ட்.”

“இது எல்லாமே கிரவுண்ட்தானே?”

நான் கேட்டது புரியாது ஸ்ரீராமுலு விழித்தான். பிறகு, “உனக்கு எவ்வளவு கிரவுண்ட் வேணும்? இரண்டு போதாது?” என்றான்.

“நீ என்ன சொல்லறேன்னு புரியலியே. இது எல்லாமே கிரவுண்ட்தானே?”

“ஆமாம். அதை இரண்டிரண்டு கிரவுண்டாகப் பிரிச்சிருக்காங்க. இரண்டே போதும். பெரிய பங்களா கட்டறதுன்னாத்தான் நாலு ஆறு வேணும்.”

எனக்கு நூற்றைம்பது ரூபாய் சம்பளம் என்றால் அவனுக்குக் கூட ஒரு பத்து அல்லது இருபது ரூபாய் இருக்கும்.

“இங்கே யாருமே இல்லியே? ஒரே பொட்டக்காடா இல்லே? வீட்டுமனை வாங்கி என்ன பண்ணறது?”

“முதல்லே வாங்கிடலாம்.”

“எப்படிப்பா?”

“ஆபீஸ்லே லோன் கேட்டாத் தருவாங்கல்லே? ஆயிரம் ரூபா வாங்கினாப் போதும். கடன் இருபது மாசத்திலே முடிஞ்சிடும்.”

நாங்கள் நின்ற இடத்திலிருந்து வெகு தூரத்தில் மின்சார ரயில் போவது தெரிந்தது.

“சரி, வா போவோம்.”

“என்ன சொல்லறே? நாயக்கரை அழைச்சிண்டு வரட்டுமா?”

“அதெல்லாம் பண்ணிடாதே, ஸ்ரீராமுலு. முதல்லே நான் எங்கம்மாகிட்டேச் சொல்லணும்.”

“அவுங்க நடப்பாங்கல்லே?”

“நடப்பாங்க. ஆனா இவ்வளவு தூரம் நடக்க முடியுமான்னு தெரியாது. வா, போவோம்.”

“நீ சரின்னா இந்த ஞாயித்துக்கிழமையே பேசி முடிச்சுடலாம்.”

“முதல்லே இப்போ வீட்டுக்குப் போவோம். இப்பவே மணி ஒம்பதரை இருக்கும் போலேயிருக்கு.”

எங்களிருவரிடமும் கைக்கடிகாரம் கூடக் கிடையாது. ஸ்ரீராமுலு பங்களா கட்டத் திட்டமிடுகிறான்!

அன்று எங்கள் அலுவலகத்தில் ஏதோ கெடுபிடி. ஸ்ரீராமுலு 'சர்ச்' பண்ணப் போய்விட்டான்.

அப்புறம் மழை பிடித்துக் கொண்டது. அதையடுத்துப் புயல். பத்து நாட்கள் தொடர்ந்து மழை பெய்தது. சென்னை நகரமே ஸ்தம்பித்தது. முதலிலிருந்தே நான் வீட்டுமனை பற்றி எந்த முடிவும் செய்து கொள்ளாததால் அது மறந்து போய்விட்டது. மழை ஒரு மாதிரி ஓய்ந்து மீண்டும் எங்கள் அலுவலகம் ஒழுங்காக இயங்க முடிந்தபோது வழக்கமாகப் பகல் ஒரு மணிக்கு என் மேஜைக்கு வரும் ஸ்ரீராமுலு அன்று வரவில்லை. அந்த வாரம் முழுக்க வரவில்லை.

ஒரு நாள் அவனுடைய அப்பா என்னிடம் வந்தார். "நீங்கதானே ரங்கநாதன்?" என்று கேட்டார்.

"ஆமாம். ஸ்ரீராமுலு ஒரு வாரமா வரலியே?"

"நீங்க ஒரு தடவை வீட்டுப் பக்கம் வரீங்களா?"

"ஏன், என்னாச்சு? அவனுக்கு ஜுரமா?"

"ஆமாம். இன்னிக்கு உங்களை வரச் சொன்னான்."

அன்று அலுவலகம் முடிந்த பிறகு அவன் வீட்டிற்குப் போனேன். சின்னமலை தாழ்வான பகுதி. அந்த நாளில் அங்கு தண்ணீர் தேங்கினால் மாதக்கணக்கில் சேறாகக் கிடக்கும். ஸ்ரீராமுலு வீடு மோசமாகத்தான் இருந்தது. விளக்கு கிடையாது. சுவரெல்லாம் ஜில்லென்றிருந்தது.

ஸ்ரீராமுலு படுத்த படுக்கையாக இருந்தான். அது மலேரியா அல்லது யானைக்கால் நோயாக இருக்கக் கூடாதே என்று வேண்டிக் கொண்டேன். "ரங்கநாத், நீ நாயக்கரைப் பாத்தயா?" என்று ஸ்ரீராமுலு கேட்டான்.

"யாரு?"

"மறந்துட்டியா? நாம போய்ப் பாத்துட்டு வந்தோமே, அந்த நிலத்துக்குச் சொந்தக்காரர்."

"அதெல்லாம் அப்புறம் பாத்துக்கலாம்."

"என்னாலே இனிமே நிலமெல்லாம் வாங்க முடியாது."

"டாக்டர்கிட்டே போனியா? டாக்டர்லாம் இங்கே வருவாரில்லே?"

அப்போதுதான் அவனுடைய அப்பா வீடு திரும்பினார். என்னைப் பார்த்து யாரும் அறியாதபடி கையை அசைத்தார். நான் வீட்டு வெளியே வந்தேன். அவரும் வந்தார்.

"இவன் என்ன வெறுமனே நிலம், மனைன்றானே? உங்களுக்கு ஏதாவது தெரியுமா?"

"நானும் ஸ்ரீராமுலுவும் பத்து நாளு முன்னாலே அந்தப் பக்கமா வீட்டுமனை பாக்கப் போனோம்."

"வீட்டுமனையா? அதுக்கெல்லாம் எங்கே பணம்?"

"தெரியாது. ஆபீஸ்லே லோன் போடலாம்னு எண்ணியிருப்பான்."

"ஏன், இந்த வீட்டுக்கு என்னவாம்?"

நான் பேசாது இருந்தேன். தந்தை மகனுக்கிடையே இருந்த இடை வெளியை விரிவுபடுத்த விரும்பவில்லை.

"டாக்டர்கிட்டே காமிச்சீங்களா?" என்று கேட்டேன்.

"ஏதோ ரத்தப் பரிசோதனை பண்ணணும்னாரு. நாளைக்கு இங்கே இன்ஸ்டிடியூட்டுக்கு கொண்டு போலாம்னு இருக்கோம். ஆனால், ராத்திரியெல்லாம் நிலம், மனைன்னு தூக்கத்திலே பேசிண்டேயிருக்கான். நீங்க போன இடம் ஏதாவது சுடுகாடுகிட்டே இருக்கா?"

எனக்குத் தூக்கிவாரிப் போட்டது. நாங்கள் ஓரிடத்தைக் கடந்து சென்றோம். அங்கே தரையில் உடைந்த செங்கல், பெயர் செதுக்கிய கற்கள் எல்லாம் இருந்தன. அங்கே ஒரு காலத்தில் சுடுகாடு இருந்திருக்க வேண்டும்.

"இல்லீங்க, அது ஏதோ பெரிய ஏரியாயிருந்திருக்கணும். இப்போ மழையிலே அங்கே தண்ணி தேங்கியிருக்கும். முதல்லே அவன் ஜுரமெல்லாம் சரியாகி எழுந்து நடக்கட்டும். நான் வேண்டாம் வேண்டாம்னுதான் சொன்னேன்."

"இவன் தபசு இருந்து பொறந்த பிள்ளைங்க."

"அழாதீங்க. ரத்தப் பரிசோதனையிலே தெரிஞ்சுடும். டைபாய்ட்னாத்தான் ஜாக்கிரதையா இருக்கணும். எனக்கும் டைபாய்டு வந்தது. ஒரு மாசம் படுக்கையிலே தள்ளிடுத்து."

நாங்கள் உள்ளே போனோம். லாந்தர் விளக்கு வெளிச்சத்தில் அறையில் மூலையில் உட்கார்ந்திருந்த அம்மாள் எழுந்து நின்றாள். ஸ்ரீராமுலுவின் தாயாராக இருக்க வேண்டும்.

ஸ்ரீராமுலு தூங்கிக்கொண்டிருந்தான். அவனைத் தொந்தரவு செய்ய வேண்டாமென்று வெளியே வந்தேன். அவனுடைய அப்பாவும் வந்தார்.

"ஆபீஸ்லே அவன் லீவுக்குச் சொல்லணும்."

"நான் சொல்லிடறேங்க. எதுக்கும் நீங்களும் ஒரு டாக்டர் சர்டிபிகேட் வாங்கி அனுப்பிடுங்க."

"அவனுக்கு லோன் ஏதாவது வாங்கித் தர முடியுமா?" என்று கேட்டார்.

"வீடு நிலமெல்லாம் வேண்டாங்க. நானே மறுபடியும் வந்து சொல்லறேன்."

"அதுக்கில்லீங்க. இவனுக்காகத்தான். நான் பொண்ணு கல்யாணத்துக்கு வாங்கின லோன் முடிய இன்னும் ஆறு மாசம் ஆகும். ரத்தப் பரிசோதனை,

பெரிய டாக்டர், ஆஸ்பத்திரீன்னா செலவுக்குப் பணம் வேணும். வீட்டு மேலேகூடக் கடன் இருக்கு."

"அதுக்கும் சொல்லி வைக்கறேங்க. ஆயிரம் ரூபாய் வரைக்கும் ஆபீஸ்லே கடன் கிடைக்கும். நான் எழுதிண்டு வந்து இவன்கிட்டே கையெழுத்து வாங்கிக்கறேன்."

நான் அவன் வீட்டுக்குத் திரும்பத் திரும்பப் போக வேண்டியிருந்தது. டைபாய்டு ஜுரம் என்றுதான் வைத்தியம் செய்தார்கள். அந்த நாளில் டைபாய்டு ஜுரத்துக்கு மருந்து கண்டுபிடிக்கப்பட்டிருந்தாலும் அது பரவலான புழக்கத்துக்கு வரவில்லை. ஆதலால் அவனுக்கு மருந்து என்று விசேஷமாக ஏதும் தரப்படவில்லை.

இரண்டாம் வாரம் அவன் உடல்நிலை மிகவும் கவலைக்கிடமாக இருந்தது. கை ரிக்ஷாவில் அவனை மெதுவாக ராயப்பேட்டை ஆஸ்பத்திரிக்கு எடுத்துச் சென்று அங்கு சேர்த்தார்கள். திரும்ப வீட்டுக்கு அழைத்துவரப் பதினைந்து நாட்கள் ஆயின. அலுவலகத்தில் கடன் வாங்கித்தான் எல்லாச் செலவையும் எதிர்கொள்ள வேண்டியிருந்தது. ஸ்ரீராமுலு, அவனுடைய அப்பா இருவருக்கும் சம்பளமில்லாத விடுப்பு கொடுத்தார்கள். அவன் உயிரை அவனுடைய அப்பா மீட்டு வந்தார் என்று சொன்னால் தவறாகாது.

ஸ்ரீராமுலு ஓரளவு தேறி, வேலைக்கும் சேர்ந்து விட்டான். இப்போது வீட்டுமனைப்பற்றிப் பேச்சு இல்லை.

ஒரு நாள் எங்கள் முதலாளி வண்டியை ஓட்டிக் கொண்டு ஸ்ரீராமுலுவின் அப்பா எங்கள் அலுவலகத்துக்கு வந்தார். வண்டியை நிழலில் நிறுத்திவிட்டு என்னோடு பேச வந்தார். அவரும் மிகவும் இளைத்திருந்தார்.

நாங்கள் பேசிக் கொண்டிருக்கும்போது ஸ்ரீராமுலு அங்கு வந்தான். அப்பாவைப் பார்த்தவுடன் திரும்பிப் போய் விட்டான்.

"ஸ்ரீராமுலு! ஸ்ரீராமுலு!" என்று நான் கூப்பிட்டேன். அவன் திரும்பியே பாராதபடி போய்விட்டான். அவனுடைய அப்பா முகத்தைப் பார்த்தேன். சலனமே இல்லாதபடி இருந்தது.

ஓம் சக்தி தீபாவளி மலர், 2004

அழிவற்றது

முப்பது வருடங்களுக்கு முன்பு நான் போயிருந்த போது அயோவா சிடி மிகச் சின்ன ஊர். அது அந்த மாநிலத்தின் தலைநகராக இருந்திருக்கிறது. ஆனால் நான் போயிருந்தபோது அது தலைநகர் அந்தஸ்தை இழந்ததோடு அதன் விமான தளமும் பயனற்றுப் போய் விட்டது என்று அறிந்தேன்.

ஊர் சின்னதாக இருந்தாலும் நகரங்களின் வசதிகள் பல இருந்தன. இரண்டு வங்கிகள். சாதாரணத் தேவைகளுக்கேற்ப டவுண்ட்டவுன் என்ற கடைத்தெரு. ஐந்தாறு சிற்றுண்டிச் சாலைகள். இரண்டு டிஸ்கவுண்ட் கடைகள். அதாவது தள்ளுபடிக் கடைகள்.

ஒருநாள் நானாக வழி தெரியாமல் ஒரு சிறிய தெருவில் நுழைய அங்கும் ஒரு கடை இருந்தது. அங்கு விலைகள் மிகவும் குறைவாக இருந்தன.

எனக்குக் கிடைத்த அமெரிக்க நண்பர்களிடம் இதைச் சொன்னேன். "அப்படி எல்லாம் இருக்காதே. இங்கே கடைக்காரர்கள் எல்லாரும் நாணயமானவர்கள்."

"அந்தக் கடையில் பாத்திரங்கள், துணிமணி, சூட்கேஸ், குடை, காலணி முதலியன கூட இருந்தன."

ஒருவனுக்குப் புரிந்து விட்டது. "நண்பரே, அவை எல்லாம் ஏற்கெனவே பயன்படுத்தப்பட்டவை. நீங்கள் மாதக் கணக்கில் இங்கு வசிக்கப் போகிறீர்கள். இருக்கும் வரை நல்ல, புதிய பொருள்களையே பயன்படுத்துங்கள். நான் அங்கு பொருள் கொடுத்துவிடத்தான் போவேன். வாங்க அல்ல."

"இந்தக் கம்பளிக் கோட்டை ஐம்பது டாலருக்கு நீ வாங்கிக் கொடுத்தாய். அங்கே இதே போலக் கோட்டு பத்து டாலருக்கு இருக்கிறது."

இந்தக் கம்பளிக் கோட்டுகள் முழங்கால் வரை நீண்டிருக்கும்.

"சரி, சரி," அவன் பேச்சை மேற்கொண்டு வளர்த்தாமல் போய்விட்டான். "நீ எதைக் கற்பனை செய்து கொண்டாலும் குளிரைக் கற்பனை செய்துகொள்ள முடியாது" என்று அவனே ஒருமுறை சொல்லியிருந்தான். நான் கற்பனை செய்து பார்க்க முடியாத குளிரை அனுபவிக்க வேண்டியிருந்ததால் எனக்குத் திரும்பத் திரும்பக் கம்பளிக் கோட்டுகள்தான் கவனத்தில் வந்தன. ஒருவர் முகத்தைப் பார்ப்பதற்கு முன்னால் அவர் அணிந்திருக்கும் கோட்டுதான் என் கண்ணில் தெரிந்தது.

அயோவா ஸ்டேட் பாங்க் அண்ட் டிரஸ்ட் கம்பெனி பல பணிகளில் ஈடுபட்டிருக்க வேண்டும். எனக்கு அங்குதான் வங்கிக் கணக்கு ஏற்பாடு செய்யப்பட்டிருந்தது. என்னை அழைத்துப்போன இளைஞனின் பேச்சு, அந்த மானேஜர் பேச்சு எதுவும் எனக்குப் புரியவில்லை. திடீரென்று அந்த மேனேஜர் பக்கத்திலிருந்த இயந்திரத்திலிருந்து ஒரு அட்டை மேஜை மீது விழுந்தது. அதில் என் புகைப்படம்! என் மற்ற புகைப்படங்கள் விசேஷமானவை என்று சொல்லமாட்டேன். ஆனால் அந்த வங்கி அடையாள அட்டையில் இருந்த புகைப்படம் என்னைத் தூக்கிவாரிப்போடச் செய்தது. நான் எங்கு காசோலை கொடுத்தாலும் கூடவே அந்த அடையாள அட்டையையும் காட்ட வேண்டும். ஒரு முறைக்கு இருமுறை என் முகத்தை யும் அந்த அட்டைப் புகைப்படத்தையும் உற்றுப் பார்க்காமல் யாரும் என் காசோலையை ஏற்றுக் கொண்டதில்லை. என்னைப் புகைப்படம் எடுக்கப் போவதாக அந்த மானேஜர் சொல்லியிருந்தால் நான் என் குல்லாவையும் கம்பளிக் கோட்டையும் கழட்டியிருப்பேன். வாயைப் பிளந்தபடி வைத்திருக்கமாட்டேன்.

வங்கி வாஷிங்டன் தெருவில் இருந்தது. விசாலமான தெரு. தெருவின் முழு நீளத்திற்கும் நடுவில் தீவு போல ஏற்பாடு செய்து அதில் சில பெஞ்சு களும் போடப்பட்டிருந்தன. நன்றாகச் சாய்ந்து கொள்ளக்கூடியவை. ஒரு குறை, அவை வங்கியின் எதிர்சாரியைப் பார்த்துப் போடப்பட்டிருந்தன. எதிர்சாரி முழு நீளமும் ஒரு மிகப் பெரிய கட்டடத்தின் பின் பக்கம். ஜன்னல்கள்தான் உண்டு. ஒரு வாசற்படி கிடையாது. அந்தப் பக்கத்து நடைபாதையில் நடமாட்டமே இருக்காது. நான் வங்கிக்கு அழைத்துச் செல்லப்பட்ட முதல் நாளே வங்கிக்கு நேர் எதிரே இருந்த பெஞ்சில் ஒரு மனிதனின் முதுகு தெரிந்தது. கருநீல நிறக் கம்பளிக் கோட்டு அணிந்திருந்தான். காலர் மடிப்புக்கடியில் சிறிது முயற்சி எடுத்தால் படிக்கும்படியாகக் கென்வுட் என்ற முத்திரை தெரிந்தது.

அடுத்தமுறை நான் வங்கிக்குப் போனபோதும் அந்த மனிதனின் முதுகு தெரிந்தது. அதே கோட்டு. அடுத்த முறையும் அவன் உட்கார்ந்திருந்தான். அப்படி என்றால் அவன் தினமும் அங்கு உட்கார்ந்து வெறும் சுவரைப் பார்த்தபடி இருக்கிறான்.

நான் வங்கி ஜன்னலுக்குப் போனபோது என் பின்னால் யாரும் இல்லை. அந்தப் பெண் பணத்தை எண்ணிக் கையில் கொடுத்தாள். "அங்கே பெஞ்சில் ஒருவர் உட்கார்ந்திருக்கிறாரே, அவர் யார் என்று தெரியுமா?" என்று அவளைக் கேட்டேன்.

அவள் கலவரமடைந்தாள். "என்ன கேட்கிறீர்கள்?" என்று கேட்டாள். நான் கையைக்காட்டி, "அந்த மனிதன்?" என்றேன்.

அவளுடைய கலவரம் நீங்கிவிட்டது. "தெரியாது" என்றாள். அவளுக்கு நிஜமாகவே தெரியாமல் இருக்கலாம். வெளியூர்க்காரனுக்குக் கண்ணில் படுவதெல்லாம் உள்ளூர்வாசிகளுக்குத் தெரிவதில்லை. தனக்குச் சம்பந்தமற்றது என்றும் இருக்கலாம். எனக்கு மட்டும் அந்த மனிதனைப் பற்றித் தெரிந்துகொண்டு என்ன ஆகப்போகிறது?

ஆனால் திரும்பத் திரும்ப ஒருவனை ஒரே இடத்தில் பார்க்க நேர்ந்தால் சம்பந்தமில்லை என்று விட்டுவிட முடியவில்லை. உறைபனி விழுந்து கொண்டிருந்த நாட்களில் கூட அவன் உட்கார்ந்திருந்தான். அவனைப் பற்றிப் பலரிடம் விசாரித்தேன். அவன் தனியாகப் பல நாட்களாக அந்த ஊரில் வசிப்பதாகச் சொன்னார்கள்.

அந்த ஊரில் எவ்வளவோ பேர் தனியாக வசித்து வந்தார்கள். ஆனால் அவர்கள் எல்லா நேரமும் ஏதோ ஒரு சுவரைப் பார்த்தபடி உட்கார்ந்திருந்ததில்லை. அவரவர்களுடைய வசிப்பிடங்களில்தான் தனி. வெளியே வந்துவிட்டால் அவர்கள்தான் அதிகம் கும்மாளம் போடுவார்கள்.

கிறிஸ்துமஸுக்கு இன்னும் நான்கு நாட்கள். அசாத்தியக் குளிர். ஆனால் அதையும் மீறிக் கடைகளில் கூட்டம். அந்தச் சிறிய ஊரிலிருந்து வேறெங்கோ இருக்கும் தாய், தந்தை, சகோதரன், சகோதரி என யாருக்காவது கிறிஸ்துமஸுக்கு ஒரு பரிசாவது அனுப்பவேண்டும், குறைந்தது இருபது வாழ்த்துக் கடிதங்கள் அனுப்ப வேண்டும் என்ற இலக்கோடு மக்கள் கடைகளில் குவிய, அயோவா சிடி தபாலாபீஸில் இரு தனி ஜன்னல்கள் பரிசுப் பார்சல்கள் வாங்கிக் கொள்வதற்கு ஏற்பாடு செய்யப்பட்டன. என் வங்கியில் இருக்கும் துளியிடத்தை அடைத்துக்கொண்டு ஒரு கிறிஸ்துமஸ் மரம். வங்கியிலும் கூட்டம். என் வேலையை முடித்துக் கொண்டு வெளியே வந்தேன். குல்லாவைக் காது மூட இழுத்து விட்டுக் கொண்டேன். கையுறை கள் அணிந்திருந்தும் கைகளைக் கம்பளிக் கோட்டின் பைகளில் நுழைத்துக் கொள்ள வேண்டியிருந்தது, ஒரு பொட்டு மேகம்கூட இல்லாது வானம் தெளிவாக இருந்தது. ஆனால் குளிர் சாலையில் விழுந்திருந்த உறைபனியை ஐஸ்பாளங்களாக மாற்றியிருந்தது.

அந்தக் குளிரிலும் அந்த மனிதன் பெஞ்சில் உட்கார்ந்திருந்தான். ஒரே ஒரு மாற்றம். அவன் தொப்பி அணிந்து கொண்டிருந்தான்.

என் உடல் குளிரில் நடுங்குவதையும் பொருட்படுத்தாது நான் அவன் உட்கார்ந்திருந்த பெஞ்சின் மறு கோடியில் உட்கார்ந்தேன். அவனை வெகு நாட்கள் தெரிந்தது போல, "கிறிஸ்துமஸ் பரிசுப் பொருட்கள் வாங்கியாயிற்றா?" என்று கேட்டேன்.

அவன் திடுக்கிட்டான். "என்னிடமா பேசுகிறீர்கள்?" என்று கேட்டான்.

நான் புன்னகை புரிந்தேன். "ரொம்பக் குளிராக இல்லை? நான் உறைந்து போய்க் கொண்டிருக்கிறேன்" என்றேன்.

“அப்போது வீட்டுக்குப் போக வேண்டும்” என்று அவன் சொன்னான்.

என் உற்சாகம் முற்றிலும் வற்றி விட்டது. “நீ சொல்வது ரொம்பச் சரி” என்றேன். எழுந்து நின்றேன். அவனைக் கடந்து செல்லும்போது, “ஊருக்குப் புதிதா?” என்று கேட்டான்.

“அதனாலென்ன?”

“இந்த ஊரில் நான் யாருடனும் பேசுவதில்லை.”

நான் பதில் சொல்லாமல் நின்றேன்.

“விசேஷமான காரணங்கள் இல்லை, எனக்கு யாருடனும் பேச விஷயம் இல்லை.”

நான் அப்படியே நின்றேன்.

“கோபித்துக் கொள்ளாதே, இளைஞனே. நான் கடைக்குப் போனால் கூடப் பேசுவதில்லை. ஒருமுறை பால் திரிந்து போய்விட்டது. நான் கீழே கொட்டி விட்டேன்.”

“பேசாமலே இருப்பது சாதனைதான்.”

“நான் சொல்ல வேண்டியதெல்லாம் எழுதிவிட்டேன்.”

“நீங்கள் எழுத்தாளரா?”

அந்த மனிதன் நிராசை தெரியப் புன்னகை செய்தான்.

“தங்கள் புத்தகங்களை வாசிக்க முடியுமா?”

“அங்கே இருக்கிறது” அவன் எதிரில் இருக்கும் கட்டடத்தைக் காட்டினான்.

“அங்கே கடை இருக்கிறதா?”

“அது நூலகம். இந்த ஊர் நூலகம்.”

நான் அந்த நூலகத்திற்குப் போயிருக்கிறேன். ஆனால் அது வாஷிங்டன் தெரு வரை இருந்தது தெரியாது. நூலகம் என்பதால் தான் ஒரு பக்கம் முழுதும் வெறும் ஜன்னல்கள் மட்டும் அமைத்திருக்கிறார்கள் என்று நினைத்துக் கொண்டேன்.

“உங்களைச் சந்தித்ததில் மிக்க மகிழ்ச்சி. எனக்கு ரொம்பக் குளிருகிறது. வெட்ஸ்டனில் போய் காபி குடிக்கலாமா?”

அவன் முடியாது என்று சொல்வான் என்று நினைத்தேன். அவன் முகம் அப்படித்தான் நினைக்க வைத்தது. ஆனால் மெதுவாக எழுந்தான். என்னைவிட ஓரடியாவது உயரமாயிருப்பான்.

“வெட்ஸ்டன் வேண்டாம். ரிவர்வ்யூ போவோம்,” என்றான்.

ரிவர்வ்யூ சிற்றுண்டிக் கடைக்குச் செல்லச் சாலையைக் கடந்து பத்து நிமிடங்கள் நடக்க வேண்டியிருந்தது. குளிர் தாங்க முடியாது போலிருந்தது.

“எனக்குக் குளிர் தாங்க முடியவில்லை.”

அவன் என்னைத் திரும்பிப் பாராமலே, “நீ போட்டிருக்கும் கோட்டு இந்தக் குளிருக்குப் போதாது. ஒரு கடை இருக்கிறது. அங்கே போ. மிகக் குறைந்த விலையில் நீ ஒரு கோட்டு வாங்கிக் கொள்ளலாம்.”

“எங்கே இருக்கிறது?”

“வாஷிங்டன் தெரு முனைக்குச் சென்று இடது புறம் திரும்ப வேண்டும்.”

“அந்தத் தெரு குறுகலாக இருக்குமோ?”

“அப்படி என்றால் நீ அங்கே போயிருக்கிறாய்.”

“அங்கே எல்லாம் பழையது என்கிறார்களே?”

“இருக்கலாம்.”

ரிவர்வ்யூயில் காசு கொடுத்துவிட்டுக் காபி எடுத்துவர வேண்டும். அந்த மனிதன் அவனுக்கு மட்டும் பணம் கொடுத்து விட்டுக் காபி எடுத்துக் கொண்டான். அப்புறம் நானும் ஒரு தட்டு கோப்பை எடுத்துக்கொண்டு ஜாடியிலிருந்து காபி டிகாஷன் விட்டுக்கொண்டு மேஜைக்குப் போனேன். அங்கு பாலுக்குப் பதில் பால் பவுடர். காபி காபியாகவே இருக்காது. வெட்ஸ்டனில் பால் இருக்கும்.

அந்த மனிதன் காபியை மிகவும் மெதுவாகக் குடித்தான். அவன் குடித்து முடிக்கப் போகும் நேரத்தில் நான் எழுந்திருந்து, “நான் போக வேண்டும்” என்றேன்.

“சரி.”

“பெயர் சொன்னால் நூலகத்தில் தங்கள் நூல்களைப் படிப்பேன்.”

“வேண்டாம்.”

“என்ன!”

“வேண்டாம், போய் வா.”

எனக்கு மிகவும் சங்கடமாயிருந்தது. மற்றவர்களும் அவனால் சங்கடத்துக்கு உட்படுத்தப்பட்டிருப்பார்கள். அவனைப் பற்றி யாரும் அக்கறை கொள்ளாததற்கு அவனே காரணமாயிருக்கலாம்.

அந்த நூலகத்தில் பட்டியலைப் பார்த்துத்தான் நூல்களைத் தேர்ந்தெடுக்க வேண்டும். நூலகப் பெண்களை விசாரித்தேன். அவளுக்குத் தெரியவில்லை. “அவன் இந்த ஊர்க்காரனாகத்தான் இருக்க வேண்டும்,” என்றேன்.

“நான் கூட இந்த ஊர்க்காரிதான். என் பக்கத்து வீட்டில் காலியாயிருக்கும் அறைக்கு என்ன வாடகை என்று கேட்டால் எனக்குத் தெரியாது.”

அவனை மீண்டும் ஒரே முறை அந்த நாற்காலியில் பார்த்தேன். நான் அவன் கண்ணில் பட வாய்ப்பில்லை. அப்படி என்னைப் பார்த்தால்கூட அவன் யாரோ அயலானைப் பார்த்தது போலத்தான் இருப்பான்.

அவன் என்ன புத்தகங்கள் எழுதியிருப்பான்? விஞ்ஞானம், வரலாறு, பொருளாதாரம், சுற்றுச் சூழல் பாதுகாப்பு எதுவும் இருக்காது. இந்தத் துறைகளுக்கு மற்றவர்களுடன் விவாதமும் பரிமாற்றமும் தேவை. அவன் படைப்பிலக்கியக்காரனாகத்தான் இருக்க வேண்டும். மனிதர்களைப் பற்றி எழுதுகிறேன் என்ற பெயரில் அவர்கள்தான் எங்கோ உச்சாணிக் கொம்பில் தனியாக இருப்பார்கள்.

உச்சாணிக் கொம்புக்காரன் ஏன் பிறர் பார்க்க வெட்ட வெளியில் நாளெல்லாம் உட்கார்ந்திருக்க வேண்டும்? அவனைப்பற்றி எல்லாரிடமும் விசாரிக்கவும் முடியாது. அப்படி விசாரிப்பது ஒட்டுக் கேட்பதற்கு இணை என்று நினைக்கும் சமூகம் இது. அதன் பிறகு மதிக்கவே மாட்டார்கள். பெரிய மதிப்பு என்று வேண்டாம். சிறு சிறு உதவி கூடச் செய்ய மாட்டார்கள்.

அவன் உயரமாக இருந்தாலும் மிகவும் ஒல்லியாகவும் இருந்தான். ஆனால் பட்டினி கிடப்பவன் அல்ல. குடிகாரனும் அல்ல. அவன் சிகரெட் குடித்துக்கூடப் பார்த்ததில்லை. (முப்பது ஆண்டுகளுக்கு முன்பு புகையிலைக்குத் தடையேதும் கிடையாது.) அதுவே கூட அவன் தனியனாகப் போனதற்கு ஒரு காரணமாயிருக்கலாம். சில பழக்கங்கள் தவிர்க்க முடியாதவை என்று கருதுவோர் அல்லது கருதுவதாகத் தோற்றம் தருவோர் எப்போதும் நண்பர் குழாம் கொண்டவர்களாக இருக்கிறார்கள். ரசிகர் சங்கங்களின் ஆதாரமே ஏதோ ஒரு மனிதர் தவிர்க்க முடியாதவர் என்ற நம்பிக்கை. இந்த பெஞ்சு மனிதன் தவிர்க்க முடியாதவன் அல்ல என்று அந்த ஊர் தீர்மானித்துவிட்டது. தீர்மானித்துவிட்டது என்று சொல்வதுகூடச் சரியல்ல. இது யாரோ நான்கு பேர் கூடி விவாதித்து எடுத்த முடிவல்ல. யாருமே நேரடியாகக் காரணமில்லாமல் எல்லாருமே அந்த முடிவுக்கு நகர்ந்து சென்றார்கள் என்றே கூற வேண்டும். அவனுக்கு யாருடனும் எழுத்து மூலமாகக்கூடத் தொடர்பு வேண்டாமென்று தோன்றிவிட்டது.

கிறிஸ்துமஸ் போய்ப் புது வருடம் வந்தது. நான் பதினைந்து நாட்கள் கழித்துத்தான் வங்கிப் பக்கம் போக நேர்ந்தது. அன்று அவன் இல்லை. அவனுக்காக அடுத்த நாள் சென்றேன். அன்றும் இல்லை. அவனை அப்புறம் காணவில்லை. எனக்குத் தெரிந்தவர்களிடம் விசாரித்தேன். அந்த ஊர் தபாலாபீசில் விசாரித்தேன். அந்த ஊருக்கான காவல் நிலையம் கிடையாது.

இன்னும் நான்கு மாதங்கள் கழித்து நானே அந்த ஊரைவிட்டுச் செல்ல வேண்டியிருந்தது. அங்கு எனக்கு அறிமுகமானவர்களிடம் என் அறையில் இருந்த சிலவற்றைத்தான் தர முடிந்தது. "ஸால்வேஷன் ஆர்மி கடையில் கொடு, தேவைப்படுகிறவர்கள் வாங்கிக் கொள்வார்கள்" என்று சொன்னார்கள். எல்லாவற்றையும் இரண்டு பெரிய காகிதப்பைகளில் போட்டு அந்தச் சந்துக் கடைக்குச் சென்றேன். "மிக்க நன்றி" என்றார்கள். அப்போது எனக்கு அந்த பெஞ்சு மனிதன் சொன்னது நினைவுக்கு வந்தது, எனக்கு இனி கம்பளிக் கோட்டு தேவைப்படாது. "கடையைச் சுற்றிப் பார்க்கலாமா?" என்று கேட்டேன்.

"இதற்கென்ன அனுமதி? தாராளமாகப் பாருங்கள்."

நான் துணிமணிகள் வைத்திருக்கும் இடத்திற்குப் போனேன். அவை பழைய உடைகள்தான். சலவை செய்யப்பட்டு வைக்கப்பட்டிருந்தன. ஒரு கம்பியில் கம்பளிக் கோட்டுகள் தொங்கவிடப்பட்டிருந்தன. என் புறங்கையை நகர்த்த அவை செங்குத்தான அலைகள் போல அசைந்தன. ஒரு கோட்டருகில் என் கை நின்றது. கருநீல நிறக் கோட்டு. கழுத்துப் பட்டையடியில் கென்வுட் என்று எழுதியிருந்தது.

கடையைக் கவனித்துக் கொண்டிருந்த அம்மாளிடம் அந்தக் கோட்டைக் காண்பித்தேன். "இது யாருடையது என்று தெரியுமா?"

"தெரியும்."

"யார்?"

"யார் என்று தெரியாது. கிறிஸ்துமஸுக்கு முந்தின தினம் இறந்துவிட்டான். அவன் குடியிருந்த வீட்டுக்காரர் அவனுடைய பொருள்களில் மீண்டும் பயன்படுத்தக் கூடியவையை இங்கு கொண்டு வந்து கொடுத்தார்."

"இங்கிருக்கும் பொருள்கள் எல்லாம் இறந்தவர்களுடையதா?"

"இப்போது நீங்கள் கொண்டுவந்திருக்கிறீர்களே, அப்படியும் இருக்கலாம் அல்லவா? ஆனால் எந்தப் பொருளானாலும் நாங்கள் தீவிர சுத்திகரிப்புக்குப் பிறகுதான் விற்பனைக்கு வைக்கிறோம். நீங்கள் பௌதிக மாணவரா என்று தெரியாது. ஒரு அடிப்படை உண்மை, பொருள் அழிவற்றது."

"என்ன?"

"பொருள் அழிவற்றது, பொருளை அழித்துவிட முடியாது."

"இந்த மனிதர் பொருளில்லையோ?"

அவள் உதட்டைப் பிதுக்கினாள்.

குமுதம் தீராநதி, நவம்பர் 2004

இரு முடிவுகள் உடையது!

இந்த முறையும் மறந்துவிட்டது. அவன் சங்கிலியையும் பூட்டையும் சாப்பாட்டுப் பையோடு எடுத்து வரலாம் என்றிருந்தான். சாப்பாட்டுப் பொட்டலத்தை மட்டும் பையில் போட்டபின், ரயிலுக்குக் கிளம்பிவிட்டான்.

ஒரு காலத்தில் ரயிலில் படுத்துத் தூங்குவது என்பது நினைத்துப் பார்க்க முடியாததொன்று. தூங்குவார்கள், ஒருவர் மீது ஒருவர் சாய்ந்து, கையை இன்னொருவர் தலை மீது வைத்து, காலை இன்னொருவர் கால் மீது போட்டு. உட்கார்ந்து கொண்டு பயணம் செய்வதே கடினம். கட்டைப் பெஞ்சு, ரயில் பெட்டியின் நீளவாட்டில் போட்டிருக்கும். கழட்டிப் போட்ட செருப்புகள் ரயில் ஓட்டத்தில் எல்லாம் ஒரு மூலையில் குவிந்து கொள்ளும். பெஞ்சுகளில் நூறு பேர் என்றால் தரையில் நூற்றைம்பது பேர். இப்படிப் பயணம் செய்யும்போதே பெட்டி, படுக்கை திருட்டுப் போயிருக்கிறது. இப்போது தனித் தனியாக மெத்தை வைத்த அடுக்குகள். நிறையத் திருட்டுப் போகும். போயிருக்கிறது. பார்க்கப் போனால் கூடூரிலிருந்து விஜயவாடா வழியாகப் போகும் எல்லா ரயில்களுக்குமே 'திருடர்கள் வண்டிகள்' என்று பெயர். அந்த இருநூறு மைலில் பயணிகள் உடைமைகளைத் திருடும் அசகாயப்படை இருப்பதாகச் சொல்வார்கள். சங்கிலி, பூட்டு அந்தத் திருட்டைத் தவிர்ப்பதற்குத்தான். இப்போது உயர் வகுப்புப் பெட்டிகளில்கூட பயணிகளின் உடைமைகளைப் பத்திரப்படுத்துவதற்கு வளையங்கள் இருக்கின்றன.

அவனுக்குத்தான் எத்தனை முறை பர்ஸ் போயிருக்கிறது! பேனா, மூக்குக் கண்ணாடி ... ஆனால் ரயில் பயணத்தில் இன்னும் சூட்கேஸ் திருட்டுப் போகவில்லை. போக வேண்டும் என்றுதான் மனதார விரும்புகிறானோ? பின் ஏன் இப்படி எடுத்து வைத்த சங்கிலியும் பூட்டும் மறந்தது?

அவனுடைய பெட்டி 'கோட்டா' வண்டி. அதாவது அதில் சில பெர்த்துகள் பயண நடுவில் வரும் சில ஊர்களுக்கு. ஆதலால் சென்னையில் அந்தப் பெட்டி காலி போல இருக்கும். கூடூர், நெல்லூர் அடையும் போது நிரம்பி விடும்.

ஒரு சூட்கேஸ் மட்டும் இருந்தால் அதை அணைத்தபடி படுத்துக் கொள்ளலாம். ஆனால் இரு பெட்டிகள், சாப்பாட்டுப் பை, தண்ணீர் பாட்டில். பெட்டிகளில் ஒன்று சற்றுப் பெரிதானது. அதை பெர்த் அடியில் வைத்தேயாக வேண்டும்.

அவனுடைய பெர்த் அடியில் அந்தப் பெட்டியை எவ்வளவு முடியுமோ அவ்வளவு உள்ளடக்கி வைத்தான். என்னதான் உள்ளே தள்ளினாலும் அது நிராதரவாக இருப்பது போலத்தான் தோன்றியது. சில வண்டிகளில் பூட்டு, சங்கிலி கூட விற்பவர்கள் வருவார்கள். யாராவது வருவார்களா பார்க்க வேண்டும். இதுவரை வரவில்லையே?

கூடூரில் ஒரே ஒரு நபர் ஏறி அவன் பக்கத்தில் உட்கார்ந்து கொண்டார். கூடூரில் பத்து நிமிடங்கள் வண்டி நின்றது. வண்டி கிளம்புவதற்கு முன்பே சாப்பாட்டுப் பொட்டலத்தை எடுத்துவிட்டார். அவர் கூடூரில் வசிப்பவராக இருக்க முடியாது. சற்றுத் தொலைவுள்ள சிறிய ஊர் அல்லது கிராமத்திலிருந்து கிளம்பியிருக்கலாம். எப்போது கிளம்பினாரோ? பகல் மூன்று நான்கு மணிகூட இருக்கும். அதுதான் வண்டியில் ஏறினவுடனேயே சாப்பிட ஆரம்பித்து விட்டார்.

அடுத்த நிறுத்தம் நெல்லூர். அங்குதான் நிறைய நபர்கள் ஏறினார்கள். அவனுடைய பெஞ்சு, எதிர் பெஞ்சு எல்லாம் நிறைந்துவிட்டது. இளைஞனாக ஒருவன் ஏகப்பட்ட சாமான்களை எடுத்து வந்திருந்தான். அதிலும் ஒரு பெரிய அட்டைப்பெட்டி. இருப்பவர்களில் இவன்தான் தடுக்க மாட்டான் என்று அந்த இளைஞன் எண்ணியிருக்கக்கூடும். ஆனால், "இங்கே வைக்காதே, இங்கே வைக்காதே, நான் காலை எங்கே வைப்பேன்? நான் ஹைதராபாத் வரை போக வேண்டும்" என்று சற்றுக் கடுமையாகச் சொன்னான். அந்த இளைஞன் இன்னொருவர் முன் பெட்டியைத் தள்ளினான். அவரும் கூடாது என்று சொல்லவே, "என்ன, ஆளுக்குஆள் தடுத்தால் நான் எப்படிப் போவேன்?" என்று இளைஞன் கத்தினான். அதற்குள் நீளவாட்டில் உள்ள பெர்த்காரர் "இங்கே வை" என்றார். அந்த அட்டைப் பெட்டி அதற்கடியில் போய்விட்டது.

அந்த இளைஞன் அவசரம் அவசரமாகத் துப்பட்டி, தலையணை எடுத்தான். அவனுக்கு இவன் உட்கார்ந்திருந்ததற்கு எதிரில் கீழ் பெர்த்தும் நடு பெர்த்தும் ஒதுக்கப்பட்டிருக்க வேண்டும். மணி எட்டரை தாண்டவில்லை, அந்த இளைஞன் கீழ் பெர்த்தில் படுக்கை விரித்தான். தலையணை சரியாக இருக்கிறதாவென்று அழுத்திப் பார்த்தான். பிறகு பெட்டியின் கதவருகே சென்று பழங்காலத்தில் மன்னரை வரவேற்கும் சாதாரணப் பிரஜை போலக் கையை அசைத்தான். ஒரு பெண் வந்தாள், எதிர் பெர்த்தில் அமர்ந்தாள். அந்தப் பெட்டியின் அந்தப் பகுதியே நிசப்தமாயிற்று. ஓர் அபூர்வச் சலவைக் கல்லில் செதுக்கப்பட்ட பதுமை போல இருந்தாள்.

அந்த இளைஞன் அவளுடைய செருப்பைக் கழட்டி ஓர் ஓரமாக வைத்தான். ரயில் நகரத் தொடங்கியவுடன் கையைக் கழுவிக் கொண்டு, அவன் எடுத்து வந்திருந்த ஏராளமான சாமான்களில் ஒரு பையைத் திறந்து அவளிடம் ஒரு ஸ்டெயின்லஸ் ஸ்டீல் தட்டு கொடுத்தான். அந்தப் பையிலிருந்து ஒரு பாத்திரத்தை எடுத்து அவளுக்கு உணவு பரிமாறினான். உணவு சாதாரணக் கலந்த சாதம். அவள் ஒரு ஸ்பூன் மூலம் சிறிது சிறிதாக

உணவை வாயில் போட்டுக்கொண்டு நன்கு மென்று விழுங்கினாள். ஒரு தண்ணீர் புட்டியிலிருந்து ஒரு தம்ளரில் தண்ணீர் ஊற்றி அந்த இளைஞன் கொடுத்தான். அவள் காலித் தட்டையும் தம்ளரையும் அவனிடம் கொடுத்தாள். அவன் அவற்றை எடுத்துச் சென்று கழுவி வந்தான். பிறர் யாருக்கும் காதில் விழாதபடி அவள் ஏதோ அவனிடம் சொன்னாள். அவன் அங்கிருந்து சென்று மீண்டும் வந்து, 'வாருங்கள்' என்பது போலக் கையைக் காட்டினான். ஓடிச்சென்று அவளுடைய செருப்பை எடுத்து அவளருகே வைத்தான். அவள் அதை அணிந்து கொண்டாள். அவன் அவளுக்கு வழியமைத்துத் தர அவள் அவனைப் பின் தொடர்ந்தாள். சில நிமிடங்களுக்குப் பிறகு அவள் திரும்பி வந்தாள். அவன் மீண்டும் அவளுடைய செருப்பை ஓரமாக வைத்தான். அவள் படுத்துக் கொண்டாள். அவன் அவளுக்குப் போர்த்து விட்டான்.

இவனுக்கு எல்லாமே விசித்திரமாக இருந்தது. முதலில் அந்த இளைஞன் வண்டியில் சிலரிடம் கோபமாகப் பேசினானே தவிர அதன் பிறகு யாரையும் அவன் கண்ணெடுத்துப் பார்க்கவில்லை. அந்தப் பெண் அந்த இளைஞனைக்கூடப் பார்க்கவில்லை. அவள் முகம் ஒரு சிலையினுடையது போல இருந்தது இவனுக்குக் கவலை தந்தது. ஒருவித மனநோய் கண்டவர்கள் அப்படித்தான் தீவிரமாகக் கண் கொட்டாமல், அதே நேரத்தில் யாரையும் பாராதிருப்பார்கள்.

ரயில் ஓரிடத்தில் நின்றது. இவன் உடனே கீழேயிறங்கி அவனுடைய பெட்டிக் கதவருகே ஒட்டியிருக்கும் ரிசர்வேஷன் அட்டவணையைப் பார்த்தான். ஹசீன் மற்றும் முகம்மது என்று அவர்கள் பெயர்களைப் போட்டிருந்தது. அவன் மீண்டும் வண்டியில் ஏறி அவன் உட்கார்ந்த வரிசைக்காரருக்கு ஒரு பெர்த்தைப் பொருத்திவிட்டு அவனுடைய பெர்த்தில் ஒரு தவளை போல உட்கார்ந்து கொண்டான். முகம்மது ஒரு பையிலிருந்து கைநிறையச் சங்கிலிகளும் பூட்டுகளும் எடுத்தான். ஒரு பூட்டு சங்கிலி கொண்டு அட்டைப் பெட்டியை இறுகக் கட்டியிருந்த கயிற்றினுள் சங்கிலியை இணைத்துச் சங்கிலியை பெர்த் அடியிலிருந்த வளையத்துடன் இணைத்துப் பூட்டினான். ஹசீன் படுத்திருந்த பெர்த் அடியில் வைத்திருந்த பெட்டிகளையும் பைகளையும் இன்னொரு சங்கிலி கொண்டு அந்த பெர்த்தின் அடியில் இருந்த வளையத்துடன் இணைத்துப் பூட்டினான். மூன்றாவது சங்கிலியை இவன் இடுப்பை வளைத்து உட்கார்ந்திருந்த பெர்த் அடியிலிருந்த இரு பெட்டிகளைச் சேர்த்துப் பூட்டக் குனிந்தான். அப்போது இவன், "என் பெட்டி அங்கே மூலையில் இருக்கிறது. அதையும் சேர்த்துப் பூட்டுங்கள்" என்றான். முகம்மது திடுக்கிட்டான். பிறகு, "நாங்கள் வரங்கலில் இறங்கப் போகிறோம்" என்றான்.

"காலை மூன்று மணிக்கா?"

"மூன்றே கால்."

"அதுவரை இந்த சூட்கேஸும் பத்திரமாக இருக்கட்டுமே. நாமெல்லோருமே நிம்மதியாகத் தூங்கலாம்."

முகம்மது தயங்கினான். பிறகு எல்லாப் பெட்டிகளையும் சங்கிலியால் இணைத்து பெர்த் அடியில் இருந்த வளையத்தில் பூட்டி வைத்தான்.

"நீங்கள் தயங்க வேண்டாம். இறங்கும் போது சங்கிலியைக் கழட்டிக் கொண்டுபோய்விடுங்கள். திருட்டுப் பயமெல்லாம் பெஜவாடா வரைதான்" என்று இவன் சொன்னான்.

முகம்மது ஒரு பையிலிருந்து ஒரு துப்பட்டியை எடுத்துக் கொண்டான். இப்போது எப்படியும் ஹசீனைத் தொந்தரவு செய்ய வேண்டும்.

முகம்மது அவள் காதருகே ஏதோ சொன்னான். அவள் விழித்துக்கொண்டாள். விழியை அசைக்காமல் எழுந்து நின்றாள். முகம்மது அவனுடைய நடு பெர்த்தைப் பொருத்திக் கொண்டான். ஹசீன் உடனே படுத்துவிட்டாள். அவளை முகம்மது போர்த்தினான்.

இவனும் எழுந்து நின்றான். இவனும் முகம்மதுவும் நேருக்குநேர் நிற்க நேர்ந்தது. இவன் முகம்மதுவைப் பார்த்துப் புன்னகை புரிந்தான். முகம்மது அப்படியே நின்றான்.

"பிரசவத்திற்கா அழைத்துப் போகிறீர்கள்?"

முகம்மது முகத்தில் லேசாக நிழல் விழுந்தது.

"ஆமாம்" என்றான்.

"வரங்கலில் வைத்திய வசதிகள் நன்றாக இருக்குமா?"

"உண்டு."

இவன் தன்னுடைய கீழ் பெர்த்தில் படுத்துக் கொள்ள, முகம்மது அவனுடைய நடு பெர்த்தில் படுத்துக்கொண்டான். இவர்களை எரிச்சலுடன் பார்த்துக் கொண்டிருந்த ஒரு பயணி விளக்குகளை அணைத்தார். ஒரு மங்கலான நீல நிற விளக்கு அந்த இடத்தை தெரிந்தும் தெரியாமலுமாகச் செய்தது.

ஹசீன் எதிர் பெர்த்தில் தூங்கிக் கொண்டிருந்தாள். லக்னோ நவாபு வம்சப் பெண்கள் வெற்றிலை பாக்கு மென்று விழுங்கினால் அது கழுத்தில் இறங்குவதைப் பார்க்க முடியும் என்பார்கள். அவ்வளவு மெல்லிய தோல். அது ராஜ வம்சத்தில்தான் சாத்தியம். ஆனால் ராஜவம்சக்காரர்கள் இப்படி இரண்டாம் வகுப்புப் பெட்டியில் பயணம் செய்வார்களா? இவர்களும் எங்கோ சிறிய ஊர் அல்லது கிராமத்திலிருந்து வந்துதான் நெல்லூரில் ரயில் ஏறியிருக்க வேண்டும். இவர்கள் யார்? இருவருக்கும் வயது இருபத்தாறு என்று போட்டிருந்தது. ஆதலால் கூடப் பிறந்தவர்களாக இருக்க முடியாது. ஒரே வயதுக் கணவன் மனைவி. அவன் அவளை அரசியாகப் பாவித்து நடத்துகிறான். அவள் செருப்பை எடுத்து வைக்கிறான். உணவுண்ட தட்டைக் கழுவிக் கொண்டு வருகிறான். அவள் கழிப்பறைக்குப் போக முதலில் இவன் ஏற்பாடு செய்கிறான். இதுதான் முதல் பிரசவமாக இருக்க வேண்டும். வரங்கலில் அவளுடைய பெற்றோர்கள் இருக்க வேண்டும். அவர்கள் மருமகனை எப்படி நடத்துவார்கள்? எங்கள் பொன்னான குழந்தையை இரண்டாம் வகுப்பு நெரிசலில் அழைத்து வந்திருக்கிறாயே என்று கோபிப்பார்களோ? முதலில் இவர்களுக்கு எப்படித் திருமணம் நடந்தது? இவள் ஏன் மற்றப் பெண்களைப் போல இல்லை? ஏன் அவள் கண்கள் வேறு யார் கண்களையும் சந்திப்பதில்லை? எல்லோரிடமும்

எப்போதும் இப்படித்தானா அல்லது இந்த ரயில் பயணத்துக்காகப் பயன்படுத்தும் கவசமா? முகம்மது அதிகம் போனால் சின்னக் கடை வைத்திருப்பான். அவன் பேசியது குறைவாக இருந்தாலும் அது அவன் நிலையை ஒரு மாதிரிச் சுட்டிக் காட்டிவிட்டது. கணவன் மனைவியில் யார் கொடுத்து வைத்தவர் என்று கூறுவது? அல்லது இருவருமே துர்பாக்கியசாலிகளோ?

அவன் விழித்தபோது ரயில் வெகு வேகமாகப் பாய்ந்து சென்று கொண்டிருந்தது. வெளியே லேசாக வெண்மை தெரிந்தது. ரயில் நேராக மேற்கு நோக்கிச் சென்று கொண்டிருந்ததால் சூரிய உதயத்தைப் பார்க்க முடியாது.

திடீரென்று முழு நினைவு வந்து விளக்கு சுவிட்சைப் போட்டான். எதிர் பெர்த், அதற்கு மேலிருந்த நடு பெர்த் இரண்டும் காலியாக இருந்தன. அவன் பெர்த் அடியில் முதலில் கையைத் துழாவினான். அப்புறம் படுக்கையிலிருந்து எழுந்து கீழே குனிந்து பார்த்தான். அந்த இடம் காலியாக இருந்தது.

அவன் நாக்கில் சனி இருந்திருக்க வேண்டும். இல்லாது போனால் அவனாக வலியச் சென்று இன்னொருவனின் பெட்டிகளோடு தன்னுடையதையும் சேர்த்துக் கட்டச் சொல்வானா? அந்த லக்னோ நவாபு இளவரசி அவனுடைய பெட்டியைத் தூக்கிகொண்டு போய்விட்டாள்!

❍

அது ஒரு முடிவு. இன்னொன்றும் சாத்தியம்.

போங்கீர் ரயில் நிலையத்தில் ரயில் பணியாளர் ஒருவர் அவன் பெட்டியில் ஏறி அவனிடம் வந்தார்.

"நீங்கள்தானே பெர்த் நான்கு?"

"ஆமாம்."

"சென்னையில் ஏறினீர்களா?"

"ஆமாம். என் பெட்டியைக் காணவில்லை..."

"அதற்குத்தான் வந்திருக்கிறேன். வரங்கலில் இறங்கிய ஒரு குடும்பத்தின் ஏராளமான சாமான்களுடன் உங்களுடையதும் இறக்கப்பட்டுவிட்டது. அவர்கள் அதை கண்டு கொள்வதற்குள் ரயில் கிளம்பிவிட்டது."

"அப்போது என் சூட்கேஸ் எங்கே?"

"வரங்கலில் இருக்கிறது. காலை பாசஞ்சரில் அதைக் கார்டு எடுத்து வருவார். நீங்கள் ஹைதராபாத்தில் அடையாளம் சொல்லிப் பெற்றுக் கொள்ளலாம். சாவி உங்களிடம்தானே இருக்கிறது?"

***தினமணி* தீபாவளி மலர், 2004**

கர்ணபரம்பரைக் கதை – 1

அவரவர் தலையெழுத்து

அந்த குரு ஒரு மகத்தான மனிதரும்கூட. அவருடைய குடும்ப வாழ்க்கை ஊருக்கு வெளியே ஒரு சிறு குடிசையில். அவருக்கு ஒரு சிஷ்யன். மிகுந்த கூர்மையும் ஆற்றலும் உடையவன். உணவருந்தும் நேரம் தவிர அவன் குடிசைக்கு வெளியே பயிற்சியில் ஈடுபட்டிருப்பான்.

குருவின் குடிசையில் ஒரு குழந்தையின் குரல். அவருடைய மனைவி ஒரு பெண் குழந்தையைப் பெற்றெடுத்தாள்.

நள்ளிரவு. ஒரு கிழவர் குடிசைக் கதவைத் திறக்க முயலுவதைச் சிஷ்யன் பார்த்துவிட்டான்.

கிழவர் பதறிப்போய்விட்டார். "நான் மனிதர் கண்ணிலேயே பட மாட்டேனே? உன் கண்ணுக்குத் தெரிந்து விட்டேனே?" என்று அதிர்ந்துபோய்விட்டார்.

சிஷ்யன் அவர் கையைப் பிடித்தான். "நீங்கள் யார்?"

"நான்தான் பிரம்மா."

"அதுதான் குழந்தை பிறந்தாகிவிட்டதே?"

"இன்னும் ஒரு பணி பாக்கியிருக்கிறது."

"என்ன?"

"இதெல்லாம் நான் சொல்லக் கூடாது."

சிஷ்யன் கை இறுகியது.

"பிறந்த குழந்தையின் தலையெழுத்தை எழுத வேண்டும்."

"என்ன எழுதப்போகிறீர்கள்?"

"எனக்கே தெரியாது. என் எழுதுகோலைத் தலையில் வைப்பேன். அது எழுதிவிடும். என் கையை விடு. நேரமாகிறது."

"எனக்கொரு வாக்குறுதி வேண்டும். அப்போதுதான் கையைவிடுவேன்."

"என்ன?"

"தலையெழுத்து என்ன எழுதப்படுகிறதோ அதை என்னிடம் சொல்ல வேண்டும்."

"அதெல்லாம் மனிதருக்குத் தெரியக் கூடாத ரகசியம்."

சிஷ்யன் கை இன்னும் சிறிது இறுகியது.

"சரி, சொல்கிறேன். ஆனால் நீ ஒரு வாக்குறுதி தர வேண்டும்."

"என்ன?"

"எக்காரணம் கொண்டும் அந்த ரகசியத்தை யாரிடமும் சொல்லக் கூடாது."

"சரி." சிஷ்யன் அந்தக் கிழவரின் கையை விட்டான். கிழவர் உள்ளே சென்றார். ஒரு நிமிடத்திற்குள் திரும்பி வந்துவிட்டார். அவர் முகம் வாடியிருந்தது.

"என்ன?" என்று சிஷ்யன் கேட்டான்.

"என்ன சொல்வது? இவ்வளவு உத்தமமான மனிதருக்கு இப்படியொரு பெண்ணா?"

"ஏன்?"

"ஒழுக்கம் கெட்ட வாழ்க்கையைத்தான் அவள் வாழ வேண்டி வரும்."

சிறிது காலத்தில் அந்தக் குடிசையில் இன்னொரு குழந்தையோசையும் கேட்டது. இம்முறையும் சிஷ்யன் கிழவர் கையைப் பிடித்துவிட்டான். அவருடைய எழுதுகோலைப் பிடுங்கிக் கொண்டுவிட்டான்.

"இதெல்லாம் மனிதருக்குச் சொல்லக் கூடியதில்லையப்பா. என்னை விட்டுவிடு."

"என் கண்ணில் நீங்கள் தென்பட்டுவிட்டீர்கள். ஆதலால் இந்தக் குழந்தையின் தலையெழுத்தையும் சொல்லியாக வேண்டும்."

கிழவர் தன் தலையில் அடித்துக்கொண்டு குடிசைக்குள் சென்றார். திரும்பி வரும்போது அவர் முகத்தில் வேதனை தெரிந்தது.

"இந்த மகாத்மாவுக்கு இப்படியொரு மகனா?"

"ஏன்?"

"இவன் பிணம் காப்பவனாக வாழ்வான்."

சிஷ்யன் குருவைப் பிரியும் காலம் வந்துவிட்டது. அவனுக்குச் சென்றவிடமெல்லாம் சிறப்பு. பெரிய அறிவாளியாகப் பெரியவர்கள் கொண்டாடினார்கள். அவனுக்கு மணமாயிற்று. குழந்தை பிறந்தது. ஆனால் அவன் கண்ணில் பிரம்மா மீண்டும் சிக்கவில்லை. பிரம்மா அவன் சிந்தனையிலிருந்து மறைந்துவிட்டார்.

ஒரு நாள் அவன் குளித்துவிட்டுத் தலையைக் கோதிவிட்டுக் கொண்டபோது ஒரு முடி உதிர்ந்தது. அது நரை மயிர். அவனுக்குப்

பிரம்மா நினைவு வந்தது. அவன் குருவைத் தேடிப் போனான். அவர் குடிசையிருந்த அடையாளமே கிடைக்கவில்லை. அருகிலிருந்த கிராமத்தில் விசாரித்துப் பார்த்தான். ஒரு நாள் யாரோ குருவின் இரு குழந்தைகளையும் தூக்கிச் சென்றுவிட்டார்கள். அடுத்த தினம் குரு, அவருடைய மனைவி இருவரும் உயிரைவிட்டார்கள்.

சிஷ்யனின் தந்தையார் காசியில் கடைசி நாட்களைக் கழிக்க வேண்டும் என்றார். சிஷ்யன் அவரைக் காசியில் கொண்டுபோய்விட்டான். கங்கைக் கரையில் அரிச்சந்திர கட்டத்தில் குளிக்கச் சென்றான். ஒரு படி சறுக்கிக் கங்கையில் விழுந்தபோது ஓர் இளைஞன் சிஷ்யனைக் காப்பாற்றினான். இளைஞனை சிஷ்யன் அடையாளம் கண்டுகொண்டுவிட்டான். "என்ன செய்கிறாய்?" என்று கேட்டான்.

"இந்த மயானத்தின் குத்தகைதாரருக்கு நான் அடிமை. பிணங்கள் வெந்துகொண்டிருக்கும்போது ஒரு காலையோ கையையோ பிய்த்துக் கங்கையில் போடுவது என் வேலை."

"உனக்கு ஒரு அக்கா உண்டல்லவா?"

"அவளைப் பற்றிப் பேச வேண்டாம்."

"ஏன்?"

"இந்தக் காசியிலேயே ஒழுக்கங்கெட்டவள் அவள்தான்."

சிஷ்யன் குருவின் மகளைத் தேடிப் போனான். ஊருக்கு வெளியில் ஒரு குடிசையில் இருந்தாள். அவள் குழந்தையாக இருந்தபோது மிகவும் அழகாக இருந்த அவள் முகம் இப்போது வயதை மீறிய கிழடு தட்டியிருந்தது. அவள் சிஷ்யனை அடையாளம் கண்டுகொண்டுவிட்டாள்.

"அழாதே. உன் தலையெழுத்தை மாற்றிவிடுகிறேன்."

"எனக்குத் தலையெழுத்து என்று ஏதாவது பாக்கியிருக்கிறதா?"

"நூறு முத்துகளைக் கொடுத்தால்தான் உன்னைத் தீண்டலாம் என்று அறிவித்துவிடு."

"எனக்கு நான்கு செப்புக் காசுகள் தர மாட்டார்கள். . ."

"நான் சொன்னதைச் செய்யம்மா. வந்த நூறு முத்துகளை அடுத்த பகலுக்குள் தானதர்மத்துக்குப் பயன்படுத்திவிடு. ஒரு காசுகூடச் சேர்த்து வைக்காதே."

"இதெல்லாம் நடக்கும் காரியமா?"

"முயற்சி செய்வோம். ஒரு காசைக்கூட மீதம் வைத்துக்கொள்ளாதே. உன் தர்மம் உன்னைக் கடைத்தேற்றிவிடும்."

யார் வந்தாலும் "நூறு முத்து" என்றாள். இரவு முடியப் போகும்போது ஒருவர் தலையை மூடிக்கொண்டு வந்தார். அவளுக்கு அன்று வருமானமே கிடையாது. ஆனால் பல்லைக் கடித்துக் கொண்டு, "நூறு முத்து" என்றாள். அந்த மனிதர் நூறு முத்துகள் கொடுத்துவிட்டுப் போனார்!

மறுநாள் பகலுக்குள் அவள் நூறு முத்துகளையும் பணமாக்கிக் காசியிலுள்ள ஏழை விதவைகளைத் தேடிப் போய் அவ்வளவு பணத்தையும் விநியோகம் செய்துவிட்டாள்.

அன்று மாலையும் யாரும் அவளை நாடவில்லை. நூறு முத்துகளுக்கு எங்கு போவது? அவள் தொழிலுக்கு அன்று விடுமுறை என்று நினைத்தாள். ஆனால் பொழுது விடியப்போகும் நேரத்தில் அந்த முக்காடு மனிதர் நூறு முத்துகள் கொண்டுவந்து கொடுத்தார். அன்று அவள் அனாதையாக விடப்பட்ட கிழவர்களுக்கு அவள் பணத்தையெல்லாம் விநியோகம் செய்தாள். இப்படித் தினமும் அவள் ஆதரவற்றவர்களைத் தேடித் தேடிப்போய் தர்மம் செய்தாள். அவளுடைய தலையெழுத்து மாறிப்போய் விடாமல் தினம் அந்த முக்காடு மனிதர் அவளிடம் நூறு முத்துகள் கொண்டுவந்து கொடுத்துவிட்டுப் போனார்.

○

சிஷ்யன் தென்னிந்தியாவுக்குப் போக வேண்டியிருந்தது. பாண்டிய நாட்டில் அமோக வரவேற்பு. அப்போது முத்துக்குளிப்பு நடந்து கொண்டிருந்தது. அவன் அன்று இரவு கடற்கரையில் தங்க வேண்டியிருந்தது. நள்ளிரவில் விழித்துக்கொண்டான். கடலோசை ஓர் அபூர்வ இசையை எழுப்பிக்கொண்டிருந்தது. ஒரு மனித உருவம் கடலிலிருந்து தரைக்கு ஓடி வருவதைச் சிஷ்யன் பார்த்தான். அவன் நெருங்குவதற்குள் ஒரு குழியில் எதையோ போட்டுவிட்டு அந்த உருவம் மீண்டும் கடலுக்கு ஓடியது. சிஷ்யன் அந்தக் குழியருகே சென்றான். மீண்டும் அந்த உருவம் கடலிலிருந்து ஓடி வந்தது. சிஷ்யனைப் பார்த்தவுடன், "ஐயோ, இங்கேயும் நீ வந்துவிட்டாயா?" என்றது. பிரம்மா!

"இங்கே யார் தலையெழுத்தை எழுதிக்கொண்டிருக்கிறீர்கள்?"

"உன் குரு குமாரியிடம் எதையோ சொல்லிவைத்துப் போய்விட்டாய், அவள் தினமும் நூறு முத்து கொடுத்தால்தான் அவளைத் தொட முடியும் என்று சொல்லிவிட்டாள். அவளுடைய தானதர்மங்களால் இன்று காசியில் அவள்தான் பெரிய புண்ணியசாலி."

சிஷ்யனுக்குக் கண்களில் கண்ணீர் துளித்தது.

"சரி, சரி. வழியை விடு. நான் முத்துக் குளிக்கப் போக வேண்டும்."

"நீங்கள் எதற்கு . . ."

"யார் அவளுக்குத் தினமும் நூறு முத்துத் தருவான்? அன்றிலிருந்து அவள் தலையெழுத்துப்படி நடக்க வேண்டும் என்று நான்தான் தினம் நூறு முத்து கொண்டுபோகிறேன்." கிழவர் அவசரம் அவசரமாகக் கடலுக்குள் ஓடினார்.

"இதுதான் இவர் தலையெழுத்து போலிருக்கிறது" என்று சிஷ்யன் சொல்லிக்கொண்டான்.

உலகத்தமிழ் பொங்கல் மலர், ஜனவரி 2005

கர்ணபரம்பரைக் கதை – 2

பழங்கணக்கு

அந்த ஜோசியரும் அவருடைய மனைவியும் குழந்தைக் காகத் தவம் கிடந்தார்கள் என்று சொன்னால் அது தவறாகாது. திருமணமாகிப் பல ஆண்டுகள் கழித்து ஒரு குழந்தை பிறந்தது.

ஜோசியர் குழந்தையின் பிறந்த நேரத்தை ஆராய்ந்தார். முந்தைய ஒரு ஜன்மத்தில் அந்தக் குழந்தை அவருடைய பக்கத்து வீட்டுக்காரர். அவருக்கு நூறு ரூபாய் பணம் கொடுத்திருந்தார். அந்தப் பணத்தை வசூலிக்க இப்போது அவருக்குக் குழந்தையாகப் பிறந்திருக்கிறார்!

இது தெரிந்தவுடன் ஜோசியர் குழந்தை பிறந்ததைக் கொண்டாடுவது போல நூறு ரூபாய் விநியோகித்தார். குழந்தை உடனே இறந்து விட்டது.

தவங்கிடந்து பிறந்த குழந்தை ஒரே நாளில் போய்விட்டதே என்று ஜோசியர் மனைவி பொங்கிப் பொங்கி அழுதாள். அப்போது கணவன் பேரில் எந்தச் சந்தேகமும் கொள்ளவில்லை.

மீண்டும் கருத்தரித்தாள். பிறக்கும் குழந்தை ஒரு குறையு மில்லாமல் பிறக்க அசாத்தியப் பத்தியம் அனுசரித்தாள்.

குழந்தை பிறந்தது. கொழுகொழுவென இருந்தது.

ஜோசியர் குழந்தை பிறந்த காரணத்தை அறிய ஜாதகம் கணித்தார். இம்முறையும் கடன்காரன். அவரிடமிருந்து ஆயிரம் ரூபாய் வசூலிக்க வேண்டும்!

ஜோசியர் மனைவியிடம் "உன் வளையலைக் கழட்டித் தாயேன்," என்றார். ஒத்தை வளையல்தான். ஆனால், ஆயிரம் ரூபாய்க்கு மேல் பெறும்.

அதை எடுத்துக் கோயில் உண்டியலில் போட்டார்.

குழந்தை உடனே செத்துவிட்டது. மனைவி வாய்விட்டு, "நீங்கள்தான் இரண்டு குழந்தையையும் கொன்றுவிட்டீர்கள்," என்று அலறினாள்.

"இரண்டுக்குமே அற்பாயுள். அவை வளர்ந்து இறந்தால் நமக்கு இன்னும் கஷ்டமாக இருக்கும்."

"இல்லை. இல்லை. நீங்கள்தான் ஏதோ மந்திரம் மாயம் செய்து கொன்றுவிட்டீர்கள்!"

ஜோசியர் பதில் சொல்லவில்லை. அவர் எவ்வளவு கண்ணீர் உகுத்தார் என்று மனைவிக்குத் தெரிய வாய்ப்பில்லை.

அடுத்த குழந்தை வரப்போவதின் அறிகுறி தெரிந்தது. இம்முறை பிரசவத்தின்போது மனைவி ஜோசியரை நெருங்கவிடவில்லை. குழந்தை யையும் பார்க்கவிடவில்லை. ஆனால் இரு குழந்தைகளுக்குக் கணித்ததுபோல இந்தக் குழந்தைக்கும் ஜோசியர் ஜாதகம் கணித்தார். முந்தைய ஜன்மத்தில் ஜோசியரிடமிருந்து ஒருவர் ஐயாயிரம் ரூபாய் வாங்கி இருந்தார். திருப்பித் தருவதற்குள் இறந்துவிட்டார். அப்பணத்தைத் தரத்தான் அவர் அவருக்குக் குழந்தையாகப் பிறந்திருக்கிறார்!

ஜோசியர் மனைவியிடம் சொன்னார்: இந்தக் குழந்தைக்கு ஒன்றும் ஆகாது. ஆயுள் உண்டு. அவன் பெரியவனாகி அவனிடம் பணம் வந்து கொட்டும். ஆனால் அவனிடமிருந்து எதையும் பெற்றுக்கொள்ளக் கூடாது.

ஜோசியர் மனைவிக்கு அப்போது அவர் கூறியதன் பரிமாணங்கள் புரியவில்லை. ஆனால் உயிரோடு இருப்பான், பெரியவனாவான் என்றதே பெருமகிழ்ச்சியாயிருந்தது.

ஜோசியர் மகனும் ஒரு மகா பண்டிதனானான். அரசர்கள் அவனுடைய உரைகளுக்கும் விவாதங்களுக்கும் ஏற்பாடு செய்தார்கள்.

பொன்னும் மணியுமாக நாற்புறத்திலிருந்து வந்தது. அவ்வளவையும் உடனுக்குடன் தானதர்மம் செய்து விடுவான். அம்மாவுக்குப் புடவை வாங்கித்தர வேண்டும், நகை செய்து போட வேண்டும் என்று ஆசைதான். அம்மாவுக்கும் ஏக்கம். ஊருக்கெல்லாம் வாரி வழங்கும் மகனிடம் ஒரு சிறு மூக்குத்தி கூடப் பெற்றுக்கொள்ளக்கூடாதா? இல்லை. கூடாது. ஜோசியரின் கண்டிப்பு மனைவி, மகன் இருவருக்கும் பெரும் துக்கத்தைத் தந்தது.

ஒரு நாள் ஜோசியரும் அவருடைய மகனுமாக அடுத்த ஊருக்குச் செல்ல வேண்டியிருந்தது. கால்நடையாகத்தான். வழியில் ஒரு குடிசையில் திடீரென்று கூக்குரல். கிணற்றில் குழந்தை விழுந்துவிட்டது. எடுத்துவிட ஒரு ஆண்மகனும் பக்கத்தில் இல்லை.

மகனைப் பார்த்து, "நீ காப்பாத்துப்பா," என்று ஜோசியர் சொன்னார். மகன் அவனுடைய உடையையும் கையிலிருந்த ஒரு பையையும் ஜோசியரிடம் கொடுத்துவிட்டுக் கிணற்றில் இறங்கினான். நொடிப்போதில் குழந்தையைக் காப்பாற்றிவிட்டான். கரை ஏறிவந்தவன் திடீரென்று கீழே சாய்ந்தான். மூச்சு நின்றுவிட்டது.

ஜோசியர் பையை உதறினார். அதிலிருந்து ஐயாயிரம் ரூபாய் விழுந்தது.

உலகத்தமிழ் பொங்கல் மலர், ஜனவரி 2005

கர்ணபரம்பரைக் கதை – 3

முக்தி

ஒரு ராஜா. நல்ல ராஜா. அவனுக்கு ஒரு குரு. நல்ல குரு. முனிவரும்கூட.

பல கதைகள் போல இந்த ராஜாவுக்கும் குழந்தை இல்லை. திரும்பத் திரும்பக் குறைப் பிரசவம்.

"நான் மனமறிந்து தீமை செய்ததில்லையே – ஏன் எனக்கு இப்படி?" என்று ராஜா குருவிடம் கேட்டான்.

"பெரிய பாவ மூட்டை இருக்கிறதே, மகனே?" என்றார் குரு.

"எவ்வளவு என்று நான் அறிந்துகொள்ள முடியுமா?"

"இந்த ரகசியங்களைத் தெரிந்து கொண்டால் நாம் இடிந்து போய்விடுவோம். அதனால்தான் பழைய பாவபுண்ணியம் ஊகத்துக்கே விடப்பட்டிருக்கிறது."

"எனக்குக் காட்ட முடியுமா?"

"காட்டுகிறேன். ஆனால், அது தெரிந்ததாக நீ நடந்து கொள்ளக்கூடாது."

ராஜா சத்தியம் செய்தான். "சரி, பார்" என்றார் குரு.

ராஜா மலைத்துப் போய்விட்டான். அது பாவ மூட்டை யல்ல. பாவ மலை.

தற்கொலைக்குக் கத்தியை எடுத்த ராஜாவை குரு தடுத்தார். "இதற்குத்தான் நம் முந்தைய ஜன்மம் நமக்கு மறக்கடிக்கப்படுகிறது," என்றார்.

"எனக்குத் தாங்க முடியவில்லையே!"

அப்போது ராணியின் அந்தரங்கச் சேடி அங்கு ஓடி வந்தாள். "மகாராணிக்குப் பிரசவ வலி எடுத்திருக்கிறது.

யாருமே அரண்மனையில் இல்லை. ராணியைத் தனியே விட்டுவிட்டு ஓடி வந்திருக்கிறேன்," என்றாள்.

"உனக்கு பிரசவம் பார்க்கத் தெரியும், அல்லவா?" என்று

குரு கேட்டார்.

"தெரியும். தனியாக..."

"கவலைப்படாதே. நீ ராணி அறைக்குப் போ. நாங்களும் வந்து விடுகிறோம்."

ராணிக்குப் பெண் குழந்தை பிறந்தது. சேடிக்குத் தேவைப்பட்ட உதவியை ராஜாவும் குருவும் செய்தார்கள்.

"பெரிய கொண்டாட்டம் ஏற்பாடு செய்ய வேண்டும்," என்று ராஜா சொன்னார்.

"வேண்டாம். ஊருக்கு வெளியே இருக்கிற மேட்டின்மேல் ஒரு சிறிய அரண்மனை உடனே கட்டு. பத்துநாளில் குழந்தையையும் சேடியையும் அங்கே அனுப்பி விடு. அரண்மனையில் ஒரே ஒரு அறைதான் இருக்க வேண்டும்."

"ராணி?"

"வேண்டாம். நீ மட்டும் ஒரு நாள் தவறாமல் இரவுப் பொழுதை அங்கு கழித்து விட்டு வா."

"இதெல்லாம் சாத்தியமா?"

"ரொம்ப சரி. உன் பாவ மூட்டை அப்படியே மலையாக இருக்கும்."

ராஜா ஆயிரம் ஆட்களைத் திரட்டி ஒரே வாரத்தில் ஊருக்கு வெளியே அரண்மனை கட்டி விட்டான். எட்டாவது நாள் குழந்தையையும் சேடியையும் அந்த அரண்மனைக்கு அனுப்பிவிட்டான். ராணி மிகவும் அழுதாள். ஆனால், ராஜா மட்டும் புது அரண்மனை சென்று தூங்கிவிட்டுக் காலையில் திரும்பினான்.

முதலிலேயே நல்ல ராஜா. இப்போது இன்னும் நல்ல ராஜா. ஆனால் எல்லோருக்கும் ராஜா ஏன் தன் பரம்பரை அரண்மனையில் இரவைக் கழிப்பதில்லை என்பது புதிராக இருந்தது. ஆனால், நாட்கள் செல்லச் செல்ல இது பழக்கமாகிப் போய்விட்டது.

ஒரு நாள் ஒரு யாத்ரிகன் அந்த நகரத்துக்கு வந்தான். வரும் வழியில் அந்த ஒற்றைஅறை அரண்மனையைப் பார்த்தான். ஓர் அழகிய பெண் உப்பரிகையில் தலைவாரிக் கொண்டிருந்தாள். யாத்ரிகன் அந்த நகரத்தில் இரு நாட்கள்தான் இருந்தான். அதற்குள் ஐந்தாறுபேரை அந்தப் புது அரண்மனைப் பெண் யார் என்று விசாரித்து விட்டான்.

மக்கள் முணுமுணுக்கத் தொடங்கினார்கள். அவர்களுக்கென்று குறையில்லை. ஆனால், ராஜா பற்றிச் சந்தேகம். எல்லோரும் போட்டி போட்டுக்கொண்டு முக்காடணிந்து நகரத்துக்கு வெளியே போய்விட்டு வந்தார்கள். சிலர் கண்ணில்தான் அந்த அழகி தென்பட்டாள். இப்போது ராஜாவின் துர்நடத்தைப் பற்றிச் சற்றுத் தாராளமாகவே பேசிக் கொள்ளத் தொடங்கினார்கள்.

அவர்கள் பேசப்பேச ராஜா தன்னிடமே ஒரு மாறுதலைக் காண ஆரம்பித்தான். அதுவரை புலப்படாத விஷயங்கள் அவனுக்குத் தெரிய ஆரம்பித்தன. அவனுடைய பாவமலை குறைய ஆரம்பித்தது.

இப்போது மக்கள் வெளிப்படையாகவே பேச ஆரம்பித்தார்கள். நல்ல ராஜாவாக இருந்தால் மட்டும் போதுமா? இப்படி ஒழுக்கம் கெட்டவனாக இருக்கிறானே? அவர்களுக்குப் பேசவே நாக் கூசியது. ஆனால் அப்படியும் பேசிக் கொண்டே இருந்தார்கள்! ராஜாவின் பாவ மலை வேகமாகக் கரைய ஆரம்பித்தது. அவனையொத்தவர்கள் தலைவலி, சுரம் என்று படுக்க அவன் மட்டும் ஒவ்வொரு மாலையும் மழை, பனி என்று பாராது குதிரைமீது அமர்ந்து அவனுடைய இரண்டாவது அரண்மனைக்குச் சென்றான். அதிகாலையில் பிரகாசமான முகத்துடன் ஊர் திரும்பினான்.

குருவுக்கு நாலாபுறத்திலும் புகார்கள். இந்தப் படுபாவி ராஜாவுக்கு நல்ல புத்தி புகட்டி ராஜகுமாரிக்கு முறையான திருமணம் செய்ய ஏற்பாடு செய்யக் கூடாதா? ராஜா செய்வது தெய்வத்துக்கே அடுக்குமா?

குரு அவர்கள் பேசுவதைக் கேட்டுக் கொண்டார். "பார்க்கலாம், பார்க்கலாம்" என்றார். ராஜாவுக்கு அபவாதம் ஏற்படக் காரணமே அவர்தானே?

இப்போது ராஜா கண்ணில் பட்டாலே மக்கள் காறித் துப்பினார்கள். அவன் காது கேட்கவே வக்கிரக் காமக்காரன் என்று ஏசினார்கள். ராஜாவின் பாவ மலை கரைந்து கடைசியாகக் கையளவே மிஞ்சியது.

ஒரு நாள் குருவுக்கு வெளியூர் செல்லவேண்டியிருந்தது. அந்தப் பணி முடித்து ஊர் திரும்பும்போது புது அரண்மனை உப்பரிகையில் ராஜகுமாரி நிற்பதைப் பார்த்தார்.

குரு பிரமித்து நின்றார். மனிதர்கள் இவ்வளவு அழகாகவும் இருக்க முடியுமா? எட்டு நாள் முடியாத குரங்குக்குட்டியாக அவர் பார்த்த குழந்தையா இப்போது இந்திரலோகப் பெண்ணாக நிற்கிறாள்?

குரு தன் வீடு அடைந்தார். அந்தப் பெண் அவர் கண் முன்னிலேயே இருந்தாள். ஒவ்வொரு இரவும் இவள் பக்கத்தில்தான் ராஜா போய் தூங்கிவிட்டு வருகிறான்!

தூங்கிவிட்டு வருகிறான்... தூங்கிவிட்டு வருகிறான்... குருவுக்குத் திடீரென்று ஒரு கீறல் விழுந்தது. மலை போலப் பாவத்தைச் சேர்த்தவன் இந்த ராஜா. இந்தப் பாவியை எப்படி நம்புவது?

நிமிடத்துக்கு நிமிடம் குருவுக்கு ஆத்திரம் பொங்கியது. ராஜகுமாரியின் தோற்றம் அவர் மனதை வறுத்தெடுத்தது. அவர் உடலெல்லாம் தகித்தது. எவ்வளவு அழகான பெண்!

தாபம் தாங்காமல் குரு எழுந்தார். அரண்மனைக்கு விரைந்தார். அவரைப் பார்த்தவுடன் ராஜா அவர் காலில் விழுந்தான். அவன் முகம் ஜுவலித்தது.

ஆனால், குருவின் கண்ணில் அது படவில்லை. மாறாக, "என்னைத் தீண்டாதே, மகா பாவி!" என்றார். ராஜா திகைத்து நின்றான்.

"பெற்ற மகளையே..." என்று குரு ஏச ஆரம்பித்தார். அந்தக் கணத்தில் துளியளவே இருந்த அவன் பாவம் முற்றிலும் விலகியது.

ராஜா கை கூப்பினான். "குருவே, தங்களால் என் பாவம் எல்லாம் போயிற்று. என் மீது பிறரை அபவாதம் கூற வைத்தே என்னைத் தூய்மை யாக்கி விட்டீர்கள். ஆனால், தாங்கள் பாவியாகிவிட்டீர்களே!" என்றான்.

ஓம் சக்தி, பிப்ரவரி 2005

கண்கள்

கண்களை மறைத்துக்கொள்வது நல்லதா? கண்களை மறைத்துக் கொள்பவர்களைத் தயக்கத்தோடுதான் அணுக முடிந்தது. கொளுத்தும் வெயிலிலும் அவன் கறுப்புக் கண்ணாடி போட்டது கிடையாது. பல வருடங்கள் முன்பு ‘புதையல்’ என்ற படம் வந்தது. அப்போதெல்லாம் படம் பார்க்க வேண்டு மென்றால் சினிமாக் கொட்டகையில் தான் பார்க்க வேண்டும். அவன் போனான். ஊரெல்லாம் பரவியிருந்த ஜுரம் அவனுக்கும் வந்தது. கண் சிவந்து வீங்கிப் போயிற்று. அப்போதும் அவன் கறுப்புக் கண்ணாடி போட்டுக் கொள்ளவில்லை.

ஆனால் சிலரைப் பார்க்காதது போலத்தான் ஒதுங்கிவிட வேண்டியிருக்கிறது. ஒரு சிலரை நேருக்கு நேர் பார்த்துவிட்டால் உடனே, தான் அவர்களுக்குக் கடமைப்பட்டவன் போன்ற உணர்வு வந்துவிடுகிறது. அது அந்த மனிதனுக்கும் தெரிந்து விடுகிறது. பிச்சைக்காரர்கள் உயிர் பிழைத்திருப்பதற்கு இது ஒரு காரணமோ?

ஆனால் பல பிச்சைக்காரர்கள் வேறு வழியில்லாதபடிதான் பிச்சை எடுக்கிறார்கள். அவனறிந்து வருடக்கணக்கில் ஓர் அம்மாள் ஒரு சினிமாக் கொட்டகை முன்னால் உட்கார்ந் திருந்தாள். கண்ணில் சதை படர்ந்து அநேகமாக அவளைக் குருடியாக்கியிருக்கும். வயது ஐம்பதிலிருந்து எழுபதுவரை கூறலாம். ஒருநாள் இரவு பதினொரு மணிக்கு அவன் அந்த வழியாகப் போக வேண்டியிருந்தது. அந்த அம்மாள் நடைபாதை யிலேயே படுத்துத் தூங்கிக்கொண்டிருந்தாள். அங்குதான் எவ்வளவு பூரான், பெருச்சாளி, கரப்பான் பூச்சி, கொசு, சுண்டெலி! பத்து நிமிடம் தொடர்ந்து தூங்க முடியாது. இரவுக்கே யுரிய நகர நாற்றம். கோடைக் காலத்தில் தார்ச் சாலையிலிருந்து கிளம்பும் வெப்பம். சிறு தூறல் போட்டால்கூட ஒதுங்க இடம் தேட வேண்டும். கடைகளுக்கு முன்னால் வழக்கமாகத் தூங்குகிறவர்கள் இருப்பார்கள். புது ஆளுக்கு இடம் கிடைக்காது.

அவனுக்கு அந்த அம்மாவுக்குப் பிச்சை போடுவது கூச்சத்தைத் தந்தது. அவள் கை ஏந்தியதில்லை. ஆனால் ஏகப் பட்ட நசுங்கல்கள் கொண்ட ஒரு சிறிய அலுமினியத் தட்டு

அவளருகில் இருக்கும். அவனுக்குத் தட்டில் போடுவது மரியாதைக் குறைவாகத் தோன்றியது. அவள் கையில் கொடுப்பதானால் அவள் கண்களைப் பார்க்க வேண்டும்.

பிச்சைக்காரர்களிலேயே பலர் என்ன மொழிக்காரர்கள் என்று சொல்லிவிட முடியாது. குடுகுடுப்பைக்காரர்கள் தங்களுக்குள் பேசிக் கொள்ளும்போது ஏதோ சங்கேத மொழி போல் இருக்கிறது. அவர்கள் காசு வாங்கிக் கொண்டாலும் எதாவது பழந்துணி கொடுத்தால் தான் அந்த இடத்தைவிட்டு விலகுவார்கள். அவனுக்குப் பழக்கமாகிப் போய்விட்ட ஒரு குடுகுடுப்பைக்காரன் பழைய பிளேடுகளைக் கேட்பான். அது இறக்குமதியே இல்லாத காலம். அந்த பிளேடுகள் புதிதாக இருக்கும்போதே சரியாகச் சவரம் செய்யாது. பழைய பிளேடை முகச்சவரத்திற்கு என்று வாங்கப் போனால் அந்த மனிதர் எவ்வளவு அவதிப்படுவார்?

அந்தக் குடுகுடுப்பைக்காரர் தினமும் வருவதில்லை. மாதக் கணக்கில் வராத அந்த மனிதர் நினைவுகூட மறைந்திருக்கும். திடீரென்று குரல் கேட்கும். அவனுக்குப் பொதுவான வாழ்த்துகள் தவிர வேறு எதையும் அந்தக் குடுகுடுப்பைக்காரர் கூறியதில்லை. குரல் கேட்டவுடன் அவன் பழைய பிளேடுகளைத் தேடி எடுப்பான். அவர்கள் சந்திப்பு ஒரு விநாடிகூட நீடிக்காது.

பெரிய தலைப்பாகையும் கறுப்புக் கோட்டும் வண்ண வேட்டியும் கைமணிக்கட்டிலிருந்து நீண்டு தொங்கும் கைக்குட்டையும் முகத்தில் பெரிய மீசையும் அந்தக் குடுகுடுப்பைக்காரரை மிக முக்கிய மனிதனாகத்தான் கருதும்படிச் செய்ய வேண்டும். ஆனால் யாரும் சட்டை செய்யமாட்டார்கள். எவ்வளவு விசேஷமாக வருங்காலம் பற்றிக் கூறி வாழ்த்தினாலும் லட்சியம் செய்யமாட்டார்கள். அந்தத் தெருவில் அந்தக் குடுகுடுப்பைக்காரருக்குக் கிடைக்கக்கூடியது பழைய பிளேடுதான்.

வயிற்றுக்கு ஏதும் கிடைக்காதபோது முகத்தை மழித்துக்கொள்ள என்ன தேவை இருக்கிறது? ஒரு முறை அந்தக் குடுகுடுப்பைக்காரர் பத்து நாள் மீசை தாடியோடு வந்தார். அந்த மனிதர் கிழவராகிக் கொண்டிருப்பதை முகத்தின் மீது வளர்த்துக் கொண்டிருக்கும் தாடி மீசை காட்டியது. இப்போது குடுகுடுப்பாண்டிகளைக் காண்பது அரிதாகிவிட்டது.

கண்கள் . . . கண்கள் . . . கண்கள் வயதை மட்டும் காட்டவில்லை. ஒரு மனிதர் வாழ்ந்த வாழ்க்கை, வாழ்ந்து கொண்டிருக்கும் வாழ்க்கை எல்லாவற்றையும் காட்டி விடுகின்றன. அந்த மனிதனின் மனத்தையே காட்டி விடுகின்றன. கண்களைப் பார்த்தால்தான் இதெல்லாம் தெரியும். கண்களையே பார்க்காமல் இருந்தால் இழப்புத்தான். இழப்பென்று தெரிந்தும் சிலரைப் பார்க்க வேண்டாமே என்றுதான் தோன்றுகிறது. அந்தப் பெண்ணின் கண்களைத் தவிர்க்க முடியவில்லை.

அவன் சாலையைக் கடந்தாக வேண்டும். அது மும்முரமான மரண பயமூட்டும் நாற்சந்தி. நாற்திசைப் போக்குவரத்தை முறைப்படுத்தப் பச்சை, சிவப்பு விளக்குகளும் அந்த விளக்குகள் ஒழுங்கான கவனம் பெறுகிறதா என்று கண்காணிக்க நான்கு காவல் துறைக்காரர்களும் இருந்தார்கள். விளக்கு, காவல் எல்லாம் வண்டிகளுக்குத்தான். காலால் நடக்க வேண்டியவர்கள் எதிர்சாரிப் பச்சை விளக்கைக் கண்டு சாலையைக்

கடக்க வேண்டும். ஆனால் அப்போது இடப்புறம் திரும்பும் வண்டிகள் வரும். அவற்றுக்கு இடம்விட்டுக் காத்திருந்தால் மீண்டும் எதிரில் சிவப்பு விளக்கு.

ஆனால் இவ்வளவு அசாத்தியமான சூழ்நிலையிலும் சில பாதசாரிகள் சாலையின் ஒரு பக்கத்திலிருந்து எதிர்சாரிக்குப் போய்க்கொண்டுதான் இருந்தார்கள். அவர்களுக்குத்தான் எவ்வளவு அற்புதான கணக்கறிவு? மயிரிழையில்தான் வண்டிகள் இவர்களைக் கடந்தன. ஆனால் இவர்களால் இவர்களுக்கோ வண்டிக்காரர்களுக்கோ எந்தப் பதற்றமும் இல்லை. இன்றைய போக்குவரத்து நெருக்கடிகளுக்கு இவர்களிடம் தீர்வு இருந்தது. எந்தச் சாலையும் எந்த நேரத்திலும் இவர்களைச் செயலிழக்கச் செய்யாது.

அவனாகச் சாலையைக் கடக்க முயற்சி செய்வதை விடுத்துப் பாதசாரிகளில் சாமர்த்தியசாலியாகத் தோன்றிய ஒருவரைத் தேர்ந்தெடுத்து அவர் பக்கத்தில் போய் நின்றான். அவர் ஓரடி வைத்தாலும் அவனும் ஓரடி வைத்தான். ஆனால் அவருடைய லாவகமும் முறை தப்பாத் தன்மையும் அவனிடத்தில் இல்லை. சாலையில் கால்வாசி தாண்டுவதற்குள் நான்கு இரு சக்கர வண்டிக்காரர்கள் அவனை முறைத்துப் போனார்கள். ஒருவர் “பொறம்போக்கு!” என்று கத்திவிட்டுப் போனார்.

நடுச்சாலையில் ஒரு சிறுமேடை. சாலைக் கடப்பு நிபுணர்கள் அதன்மீது நின்று அடுத்த தாவலுக்குக் காத்திருந்தார்கள். அப்போது எங்கிருந்தோ திடீரென்று அவன்முன் ஒரு பெண் தோன்றினாள். “சார், சார், பத்து ரூபா தான் சார். ஒண்ணு வாங்கிக்கங்க சார்,” என்றாள். அவள் கையில் ஒரு சிறு கட்டு.

ஒரு காலத்தில் தொண்டையில் மருந்து பூச அல்லது உடலில் கிளம்பும் சொறி சிரங்குக்கு மருந்து பூச ஒரு ஈரக்குச்சி நுனியில் பஞ்சைச் சுற்றி அதை பிரஷ் மாதிரிப் பயன்படுத்துவார்கள். ஒரு மருந்துக் கம்பெனி அந்த பிரஷ்ஷைச் சிறிதாக, நேர்த்தியாகச் செய்து விற்க ஆரம்பித்தது. பெயர் ‘பட்’. அதாவது மொட்டு, அத்தகைய மொட்டுகளின் கட்டைத்தான் அந்தப் பெண் கையில் வைத்திருந்தாள். ‘பட்’களைக் கொண்டுதான் காதைக் குடைபவர்கள் சுகானுபவத்தில் ஆழ்ந்துவிடுவார்கள்.

சாலையில் ஒரு பாதியில் வண்டிகள் அணிவகுத்துப் பச்சை விளக்குக்குக் காத்திருந்தன. மறுபாதியில் வண்டிகள் சீறிப் பாய்ந்துகொண்டிருந்தன. இந்தப் பாதியிலும் பச்சை விளக்கு வந்தவுடன் அதே சீறலோடு வண்டிகள் எதிர்திசையில் பாயும். அப்போது அந்த மறுபாதியைப் பாதசாரிகள் திருடி விட்டு ஓடுவதுபோலக் கடக்க வேண்டும். அந்த விநாடிப்போதில் ஒரு பெண் ‘பட்ஸ்’ விற்கிறாள்!

“எனக்குத் தேவையில்லேம்மா,” என்றான்.

அவன் பதில் தந்ததே அவளுக்கு நம்பிக்கையூட்டியது. “சார், சார், பத்து ரூபாதான் சார். இன்னிக்கு இன்னும் ஒரு கட்டுக்கூட விக்கலை சார்.”

அவன் அங்குமிங்கும் பார்த்தான். எந்த நேரமும் அவனுக்கு வழிகாட்டி யாக நின்றவர் முன்னே பாய்வார். அந்தப் பாய்ச்சலுக்கு அவன் தயார் படுத்திக் கொள்ள வேண்டும்.

“சார், சார். ஒண்ணேயொண்ணு வாங்கிக்க சார்.”

அவன் அவள் கண்களைப் பார்த்தான். முகம், கழுத்து, உடல் எல்லாமே இயல்பாக வளராமல் போஷாக்கின்மையால் சிறுத்து இருந்தன. அந்தப் பெண்ணுக்குப் பதினைந்து பதினாறு வயதுகூட இருக்கலாம். பத்து வயதுக்குள்ள வளர்ச்சிகூட இல்லை. ஆனால் அவளை எவ்வளவு பேர் எப்படியெப்படியெல்லாம் இம்சைப் படுத்தியிருக்கிறார்களோ?

அவள் பிச்சை எடுக்கவில்லை. முதல் போட்டுப் பொருள் வாங்கி விற்கிறாள்! எந்த நேரமும் விரைவாகப் பாயும் வண்டிகளின் அபாயம் நிறைந்த இடத்தில் அபாயம் நிறைந்த நேரத்தில் அவளுடைய இயக்கம் ஒரு ‘பட்ஸ்’ கட்டில் என்ன லாபம் பெறமுடியும்! அதிகம் போனால் இரண்டு ரூபாய். அதற்காக அவள் உயிரையே விடத் தயாராக இருக்கிறாள். உயிர் போய் விட்டால்கூடத் தேவலை. ஆனால் கை, கால் ஏதாவது போய் விட்டால் வாழ்நாள் முழுதும் சித்திரவதை. இந்த ‘பட்ஸ்’கூட விற்கமுடியாது.

“அம்மா, எனக்கு பட்ஸ் வேண்டாம்” அப்படிச் சொல்லிக் கொண் டிருக்கும்போதே அவன் முன்னே பாயவேண்டிய தருணம் வந்தது. அவள் கண்களைப் பார்த்தான். அவளும் கெஞ்சுகிறபடி அவனைப் பார்த்துக் கொண்டிருந்தாள்.

“இந்தா, பத்து ரூபா. வச்சுக்க. எனக்கு பட்ஸ் வேண்டாம். நான் போறேன்.” அவன் பாய்ந்து சென்று சாலை மறுபுறம் சென்றுவிட்டான். அவன் சாலையில் அந்தப் பாதியை முழுதும் கடப்பதற்குள் அங்கும் வண்டிகள் பாயத் தொடங்கின. அவனுடைய சட்டையை யாரோ பிடித்திழுத்தார்கள். அவன் திடுக்கிட்டுத் திரும்பினான். அந்த ‘பட்ஸ்’ பெண்.

“அம்மா, எனக்கு ‘பட்ஸ்’ வேண்டாம். நீ பத்து ரூபாய் எனக்குத் திருப்பித் தரவேண்டாம்.” இதைச் சொல்லும்போது அவன் உடல் நடுங்கிற்று. சீறிப் பாய்ந்துகொண்டிருக்கும் வண்டிகளின் நடுவே இந்தப் பெண் அவனுக்கு ‘பட்ஸ்’ கட்டு தர வந்திருக்கிறாள்! ஐயோ, இதென்ன விபரீதம்!

அந்தப் பெண் அவள் கையில் வைத்திருந்த பையினுள் கையை விட்டாள். ஒரு மஞ்சள் துணி வந்தது. “இதை வச்சுக்க, சார். கார் எல்லாம் ரொம்ப நன்னாத் துடைக்கும்.”

“அம்மா, என்னிடம் கார் கிடையாது. இப்போ சைக்கிள்கூடக் கிடையாது.”

“உன் மூக்குக் கண்ணாடியைத் துடைச்சுக்க சார்.”

அந்தப் பெண் ஒரு பொருட்டே இல்லாது மீண்டும் சாலை நடுவில் இருந்த மேடைக்குப் போனாள். அங்கு பச்சை விளக்குக்காகக் காத்திருந்த ஒரு மோட்டார் வண்டிக்காரரிடம் ‘பட்ஸ்’ விற்க முயற்சி செய்து கொண்டிருந்தாள்.

அவன் அந்த மஞ்சள் துணியை எப்படிப் பயன்படுத்துவது என்று யோசித்தான். மோட்டார் சைக்கிள்களும் இரு சக்கர வண்டிகளும் நான்கு திசைகளிலும் அந்த நாற்சந்தியைக் கடந்து சென்றன. அவை விரையும்போது மட்டுமல்ல; நிற்கும்போதும் சீறிக்கொண்டிருந்தன.

2005

மிளகாய்ப்பொடி

நான் சிறுவனாக இருந்தபோது வசித்த ஊரில் மிளகாய் வற்றல் மற்றும் மஞ்சளைப் பொடியாக அரைக்க வேண்டுமானால் சுமார் இரண்டு மைல் தூரத்திலிருந்த மாவரைக்கும் கடைக்குப் போகவேண்டும். மிளகாய் வற்றலை எவ்வளவுதான் வெயிலில் உலர்த்தி எடுத்துப் போனாலும் அந்தக் கடைக்காரர் மிளகாய் வற்றல் ஈரமாக இருக்கிறது என்று திருப்பி அனுப்பித்து விடுவார். உண்மையில் அந்தக் கடைக்குக் கிளம்புமுன் 'இந்த முறையாவது அந்த மனிதர் அரைத்துத் தரவேண்டும்' என்று பிரார்த்தித்தபடிப் போவேன். அந்தக் கடையை விட்டால் வேறெங்கும் சமையல் பொடி அரைக்க முடியாது. அந்த நாளில் வீட்டிலேயே மாவரைக்க வேண்டுமானால் கல் இயந்திரம் என்று ஒன்றிருக்கும். வட்டமாக ஒரு கருங்கல். நடுவில் அச்சு. அந்த அச்சில் பொருந்துகிற மாதிரி இன்னொரு கருங்கல் வட்டம். இதில் ஓர் ஓரத்தில் ஒரு சிறு துவாரம் இருக்கும். அதில் ஒரு மரக் கைப்பிடியை அழுத்திப் பொருத்த வேண்டும். கீழ்க்கல் வட்டத்தின்மீது மேல் கல்வட்டம் சுற்ற மாவு பக்கத்தில் விழும். அது முழுக்க மாவாக இருக்காது. சலிக்க வேண்டும். மிளகாய் வற்றலை உரலில் இடித்துத்தான் பொடி செய்யவேண்டும். அந்த மாவரைக்கும் கடை திருப்பியனுப்பினால் நானும் அம்மாவும் நாளெல்லாம் இடித்து அரை டப்பா மிளகாய்ப்பொடி தயார் செய்வோம். மிளகாயின் நெடியால் தும்மிக்கொண்டே இருப்போம். கண்ணி லிருந்து தாரை தாரையாகக் கண்ணீர் பெருகும். தப்பித் தவறிக் கையைக் கண்ணிடம் எடுத்துச் சென்றால் வேறு வினைவேண்டியதில்லை. கைகள் துவண்டு போய்விடும்.

அன்று நான் சாக்குப் பையில் மிளகாய் வற்றல் நிரப்பிக் கொண்டு கிளம்பினேன். சைக்கிள் இல்லை. நடைதான். மாவரைக்கும் கடைக்கு முன்னால் ஒரு சிறு கோயில். நான் அதை அதிகம் கவனித்ததில்லை. அன்று கவனிக்காது போக முடியாது. கோயில் எதிரே ஒரு கருங்கல் மேடையில் ஓர் எருமை மாட்டின் தலை இருந்தது.

எனக்கு மயக்கம் வரும் போலிருந்தது. அது காளி கோயில். யாரோ அன்று ஓர் எருமையைப் பலி கொடுத்திருக்கிறார்கள். மாட்டின் கண்கள் திறந்திருந்தன. அது அனுபவித்த சித்திரவதையை அக்கண்கள் காட்டின.

நான் மாவரைக்கும் கடைக்குப் போய் உட்கார்ந்து விட்டேன். அந்தக் கடைக்காரர் வந்து என் சாக்குப் பையை அழுத்திப் பார்த்தார். அது எப்போதும் போல மெத்தென இருந்தது. ஆனால் கடைக்காரர் அதை மாவு மிஷினிடம் கொண்டு போய் வைத்தார்.

'தடதட தடதட' என்று தோல்வாத்தியச் சத்தம் கேட்டது. ஓர் ஊர்வலம். தன்னிலை மறந்து ஒரு சிவப்பு வேட்டிக்காரர் கரகம் எடுத்து வந்தார். பின்னால் ஒருவர் ஆடு ஒன்றை இழுத்து வந்தார்.

நான் கண்களை மூடிக் கொண்டேன். அன்று ஆடிப் பௌர்ணமி. அந்த நாளில் மிருக பலியில்லாத மகாகாளி உற்சவம் கிடையாது. காளி ஓர் எருமை உயிரை வாங்கிக் கொண்டுவிட்டாள். இப்போது ஆடு.

'எங்களுக்கும் கஷ்டமாத்தாம்ப்பா இருக்கு,' என்று கடைக்காரர் சொன்னார். அவர் வடஇந்தியர். ஜைன மதத்தைச் சேர்ந்தவராகக்கூட இருக்கக்கூடும்.

நான் பிரமை பிடித்தவன்போல உட்கார்ந்திருந்தேன். மேளம் அடிப்பது உயர்ந்துகொண்டே போய் உச்சகதியடைந்தது. நான் கண்களை அழுந்த மூடிக்கொண்டேன்.

கடைக்காரர் அரைத்துக் கொடுத்த பொடியும் இரத்த வண்ணத்தில்தான் இருந்தது.

நான் அந்தக் கடைக்கு எவ்வளவோ முறை போயிருக்கிறேன். அந்த ஆடிப் பௌர்ணமி ஒரே ஒரு முறைதான். அதன் பிறகு வெகு காலம் குங்குமத்தைப் பார்த்தால் கூட எனக்கு நான் பார்த்த எருமைத் தலைதான் கண்முன் தோன்றும்.

அறுபது ஆண்டுகள் கழித்து நான் அத்தெருப் பக்கம் மீண்டும் போக நேர்ந்தது. பெரிய மாற்றம் இல்லை. ஆனால் கோயில் பெரிதாகிவிட்டது. அதே மகாகாளிதான். ஆனால் இப்போது உயிர் பலி கொடுப்பது தடை செய்யப்பட்டு விட்டது. கோயில் சுத்தமாக இருந்தது.

மாவரைக்கும் கடையைத் தேடிப் போனேன். இல்லை, அந்தத் தெருவுக்கு சுபிட்சம் வந்துவிட்டது. கடைகள் இருந்தன. ஆனால் பெரிய பெரிய கடைகள். இப்போது மாவரைக்க எங்கோ போகவேண்டியதில்லை. விதவிதமான கிரைண்டர்களும், மிக்ஸிகளும் வந்து விட்டன. எல்லாம் வீட்டிலே உடல் அலுங்காது முடித்து விடலாம்.

நான் கோயிலுக்குப் போனேன். காளி சாந்தமாக இருந்தாள். முன்பும் அப்படித்தான் இருந்திருக்க வேண்டும். மனிதர்கள்தான் அவர்களாகக் காளி கேட்டாள் என்று எருமையையும் ஆட்டையும் வெட்டி வீசினார்கள். எவ்வளவு பலி வாங்கிய தெய்வம்! ஆனால் நான் வணங்கினேன். பூசை செய்பவர் கொடுத்த குங்குமத்தை நெற்றியில் தரித்துக் கொண்டேன்.

அந்தக் கோயிலில் காணப்பட்ட சுத்தமான சூழ்நிலை எடுத்துக்காட்டாக இருந்தது. முன்பு ஆடிப் பௌர்ணமிக்குப் பிறகு தரையெல்லாம் இரத்தமும் சதையும் சேறாக இருந்திருக்க வேண்டும்.

கோயிலின் மறுபுறத்தில் சாலைக்கு அப்பால் ஒரு மிகப் பெரிய நீலநிறக் கட்டடம். அந்தப் பகுதியில் காவல் நிலையங்கள் நீல நிறத்தில் இருக்கும். மிக உயரமாகக் கட்டியிருந்தார்கள். ஏழெட்டு படிகள் ஏறித்தான் காவல் நிலையத்தில் நுழைய முடியும். அநேகமாக கட்டடத்தின் அடிப்பாகத்தில் வண்டிகள் நிறுத்தச் சௌகரியமாகக் காவல் நிலையத்தை அப்படி அமைத்திருப்பார்கள். தெருவிலிருந்து பார்த்தால் காவல் நிலையத்தின் தரை தெரியும். ஒரு மேஜையடியில் மூட்டை வைக்கப்பட்டிருந்தது. கண்களை இடுக்கிக்கொண்டு பார்த்தேன். ஒருவன் சட்டையேதுமில்லாமல் சுருண்டு படுத்திருந்தான். அந்தப் பகல் நேரத்தில் ஒரு மேஜையடியில் ஒருவன் படுத்திருக்க முடியுமா?

மகாகாளி இப்போதும் ஏதோ ஒரு விதத்தில் பலி வாங்கி வருகிறாள் என்று தோன்றியது.

2005

மூன்று நபர்கள்

இன்று பல தென்னிந்திய ரயில் நிலையங்களில் நுழைந்த உடனேயே மூன்றாவது அல்லது நான்காவது பிளாட்ஃபாரமாக இருந்து விடுகிறது. முதல் இரண்டு அல்லது மூன்று பிளாட்ஃபாரங்கள் எங்கிருக்கும்? எங்கோ மிகத் தொலைவில் இருக்கும். அவை புதிதாக நிலம் ஆர்ஜிதம் செய்து ஏற்பாடு செய்யப்பட்டதாக இருக்கும். முக்கியமான ரயில் வண்டிகளை முன்பிலிருந்த பிளாட்ஃபாரங்களிலிருந்து கிளப்பி விட்டு சாதா பாசஞ்சர் வண்டிகளைப் புதுப் பிளாட்ஃபாரங் களுக்குத் தள்ளிவிட்டு விடுவார்கள்.

அவனுடையது முக்கியமான வண்டி. விரைவு வண்டி. மாலை மூன்றே முக்கால் மணிக்குக் கிளம்பிக் காலை ஆறு மணிக்கு அது செல்ல வேண்டிய நகரத்தை அடைந்து விடும். நடுவில் நிற்கும் இடங்கள் மிகவும் குறைவு. அதிகபட்சம் ஐந்து நிமிடம். ஒரே ஒரு நிலையத்தில் எஞ்சினை மாற்ற இருபது நிமிடம். அங்கு இரவு சாப்பாடும் கிடைக்கும். ரயிலிலிருந்து வேடிக்கை பார்க்க அதிக நேரமும் இல்லை, அந்தப் பிரதேசமும் வறண்ட நிலம்.

அவன் நான்காவது பிளாட்ஃபாரத்தை அடைந்தபோது கும்பல் மிகவும் குறைவாக இருந்தது. அவன் ஸ்லீப்பர் வண்டிக்குப் பயணச் சீட்டு முன்பதிவு செய்தபோது அவனுக்குக் கீழ்த்தட்டு கிடைக்கவில்லை. அதாவது எல்லாரும் முன்பதிவு செய்தபின் அவனுக்கு மிஞ்சியது அதுதான்.

வண்டியில் ஏறினான். இவ்வளவு சிரமப்பட்டுப் பயணச் சீட்டு வாங்கியதற்கு வண்டியில் இருந்த மக்களின் எண்ணிக்கை பொருத்தமாக இல்லை. அவனுடைய பெட்டியில் அவன் ஒருவன்தான். அந்தப் பெட்டியில் பயணம் செய்ய வேண்டிய எழுபத்து இரண்டு பேர்களில் அவன் ஒருவன்தான் வண்டி கிளம்புவதற்கு இருபது நிமிடங்கள் முன்பு ஏறியிருந்தான். ஐந்து மைல் தள்ளி அந்த நகரத்தின் இன்னொரு ரயில் நிலையம் இருந்தது. அங்குதான் அவன் மொழிக்காரர்கள் ஒரு காலத்தில் குவிந்திருந்தார்கள். அதே போல இந்தியாவின் வேறு

பெரிய நகரங்களிலும் இப்படித்தான் குடியேறுபவர்கள் மொழிவாரியாகக் குவிந்தார்கள். ஆனால், இன்று காலம் மிகவும் மாறிவிட்டது. அடுக்குமாடிக் கட்டடங்களும் வீட்டு வசதிவாரிய வீடுகளும் பேட்டைக்கு ஒரு மொழி என்ற மரபை ஏற்கவில்லை. எது எப்படியோ அன்று அந்த ஸ்லீப்பர் ரயில் பெட்டியில் அவன் தனியாக இருந்தான்.

ரயிலில் தனியாகப் பயணம் செய்வதில் சில சௌகரியங்கள் உண்டு. கூட வருபவர்களுக்காகச் சமரசங்கள் செய்து கொள்ளவேண்டாம். காலை நீட்டிப் படுத்துக்கொள்ள அவர்களுக்கு இடம் கொடுத்துவிட்டுத் தான் ஒரு மூலையில் ஒண்டிக்கொள்ள வேண்டாம். சாப்பிடலாமா என்று கேட்டால்? யாராவது அப்போது வேண்டாமே என்றால் காபி நினைவைக் கைவிட வேண்டும். யார் எது வாங்கினாலும் பர்ஸை எடுத்துப் பணம் தரவேண்டும்.

இப்போது நாணயங்கள்தான் நிறையப் பழக்கத்தில் இருக்கின்றன. அவனுடைய பர்ஸ் அதை பாண்ட் பையிலிருந்து எளிதில் எடுக்க முடியாதபடி புடைக்கச் செய்திருந்தன.

அவன் உட்கார்ந்திருந்த இடத்திலிருந்து பெட்டியின் கழிப்பறை ஒன்றைப் பார்க்க முடிந்தது. ஒரு காலத்தில் ஒவ்வொரு பெட்டியும் ஒரு மாதிரி இருக்கும். பெட்டிக்கு ஒரே ஒரு கழிப்பறை. அது பெட்டியின் கதவருகில் இருக்கும். கதவு திறந்திருந்தால் கழிப்பறைக்குப் போக முடியாது. உள்ளே போய்விட்டால் எளிதில் வெளியே வர முடியாது. அந்த நாளில் கதவைத் திறந்து வைத்து அங்கேயே காலைத் தொங்கப் போட்டுக் கொண்டு சிலர் பயணம் செய்வார்கள். அவர்களை எழுந்திருக்கச் செய்து கழிப்பறைக்குப் போவது மிகவும் சங்கடமானது. இப்போது எல்லா ரயில் பெட்டிகளும் கழிப்பறை விஷயத்தில் ஒரே அமைப்பைக் கொண்டிருக்கின்றன. பெட்டியின் இரு கோடிகளிலும் ஒரு குறுகலான கணவாய்ப் பாதை. பாதையின் இரு பக்கங்களிலும் கழிப்பறைகள். அந்தக் குறுகலான பாதை ஒரு பெட்டியையும் இன்னொன்றையும் இணைக்கும் இடத்தில் இருப்பதால் ஒரு பெட்டியில் வசதிப்படா விட்டாலும் இணைப்பு வழியாக அடுத்த பெட்டியின் கழிப்பறைக்குப் போய்விடலாம். இன்றெல்லாம் முக்கிய ரயில்கள் எல்லாமே ஒரு மூலையிலிருந்து இன்னொரு மூலைக்குப் போகக் கூடியவை. ஏறும்போது தவறான பெட்டியில் ஏறிவிட்டால்கூடப் பெட்டி பைகளை எடுத்துக்கொண்டு இணைப்புகள் வழியாகச் சரியான பெட்டிக்குப் போய்விடலாம். ரயில் பயணமே எவ்வளவு சௌகரியமாகவும் மகிழ்ச்சிகரமானதாகவும் மாறி விட்டது!

அவன் கண்ணை அந்தக் கழிப்பறையின் திறந்த கதவு சங்கடப்படுத்தியது. அதைச் சுத்தப்படுத்தி மருந்து போட்டவர்கள் மூடாமல் போய்விட்டார்கள். எப்படியும் வேறு யாராவது மூடிவிடுவார்கள் என்ற நம்பிக்கை.

அவன் அந்தக் கழிப்பறைக்குச் சென்றான். மருந்து வாசனை மணமாகவும் இருந்தது, மூச்சையும் அடைத்தது. கண்ணாடியில் அவன் முகத்தைப் பார்த்துக் கொண்டான். குழாயில் தண்ணீர் வருகிறதா என்று சோதித்தான். பிறகு வெளியே வந்து கழிப்பறைக் கதவைத் தாளிட்டான்.

யாரோ கழிப்பறைக்குப் போகக் காத்திருந்தது போலிருக்கிறது. கையை வழி மறித்தபடி அந்த நபர் வைத்துக் கொண்டிருந்தார்.

அவன் அந்தக் கையை மெதுவாகத் தள்ளினான். உடனே அந்தக் கை அவனுடைய கையை இரும்பு போலப் பற்றிக் கொண்டது.

அவன் ஒன்றும் புரியாமல் அந்த நபரின் முகத்தைப் பார்த்தான். பெண் போலத்தான் இருந்தது. நீண்ட முகம். எங்கோ ஏதோ தவறிப் போய்விட்டது. தலைமயிர் கவனிப்பு இல்லாமல் சிக்குப் பிடித்திருந்தது. இரு கண்களும் மேல் நோக்கி, பிரேதத்தை பார்ப்பதுபோல இருந்தது. 'ஐயோ!' என்றான்.

இருகப் பிடித்திருந்த கையை உதறிவிட்டு இணைப்பு வழியாக அடுத்த பெட்டிக்கு ஓடினான். அவள் துரத்தி வந்ததை உணர முடிந்தது. அந்தப் பெட்டியிலும் யாருமில்லை. அந்தப் பெண் இப்போது எப்படி வேண்டுமானாலும் ஒரு பெரிய ஆர்ப்பாட்டம் செய்துவிடலாம். கையைப் பிடித்திழுத்தான், பலாத்காரம் செய்தான் என்று சொல்லலாம். பெட்டிகளில் யாருமில்லை. அவன் தனியாகத்தான் இருக்கிறான் என்று தெரிந்துதான் அந்தப் பெண் வந்திருக்கிறாள். வெகு நேரமாகவே அவனைக் கவனித்துக் கொண்டிருக்க வேண்டும். பெட்டியில் உட்கார்ந்திருந்தபோது அதிகம் போனால் பிச்சை தான் கேட்கலாம். ஆனால் இப்போது எப்படி வேண்டுமானாலும் கூப்பாடு போடலாம்.

அடுத்த பெட்டியில் அவன் பாதி தூரம் போவதற்குள் அந்தப் பெண் அவனைப் பிடித்துவிட்டாள். அவன் நின்று அவளை நேருக்கு நேர் பார்த்தான்.

"பத்து ரூபா கொடு" என்றாள். பிறகு மென்மையாக அவளுடைய வயிற்றைத் தட்டி, "பசி" என்றாள்.

இவ்வளவு ஒல்லியாக, வாழத் தேவையான எதைப் பற்றியும் எந்த உறுதியும் இல்லாத பெண்ணுக்கா இவ்வளவு வலுவான கைகள்!

"தரேன்" என்றான். இவ்வளவு பெரிய நகரத்தில், இவ்வளவு பெரிய ரயில் நிலையத்தில், இவ்வளவு முக்கியமான ரயிலில் பட்டப் பகலில் ஒரு பெண் அவனை வழி மறிக்கிறாள்!

மிகவும் மலிவான, நைந்த நைலான் புடவை. அவளைப் போலவே அதுவும் நாட்கணக்கில் நீரே கண்டிருக்காது. அவள் கையில் ஒரு பை இருந்தது. அதில் மாற்றுப் புடவை இருக்குமா அல்லது பாத்திரம் ஏதாவது இருக்குமா?

பத்து ரூபாய். பசி, இப்போது பர்ஸை பாண்ட்டிலிருந்து எடுத்தாக வேண்டும். அது நாணயங்களால் புடைத்திருக்கிறது. பர்ஸைப் பார்த்தால் அவள் பத்து ரூபாயோடு போய் விடுவாளா? வண்டியில் இன்னமும் வேறு யாரும் இல்லை. அவள் பர்ஸையே பிடுங்கிக் கொண்டு போகக் கூடும்.

ஐம்பது ரூபாய் நோட்டைக் கொடுத்து இருபது ரூபாய்க்குப் பழம் வாங்கிப் பாக்கி முப்பது ரூபாய் சட்டைப் பையில் வைத்திருந்தது இப்போது

ஞாபகம் வந்தது. நெருக்கடியில் மூளை எப்படி எல்லாம் வேலை செய்கிறது? அந்தப் பெண்ணுக்குப் பசிதான் நெருக்கடி.

அவன் பத்து ரூபாய் எடுத்துக் கொடுத்தான். அவள் அதை வாங்கிக் கொண்டு நொடிப் பொழுதில் மறைந்து போனாள். அவனுக்கு அவனுடைய பெட்டி, பை ஞாபகம் வந்தது. அந்தப் பெண் அவனைத் துரத்திய நேரத்தில் வேறு யாராவது அவனுடைய பெட்டியைத் தூக்கிக்கொண்டு போயிருந்தால்? அந்தப் பெண்ணுக்கே கூட்டாளி இருந்திருக்கக் கூடும்.

அந்த மாதிரியான மனநிலை அவனுக்கு எப்போதும் ஏற்பட்டதில்லை. பீதி, கவலை, பச்சாதாபம், ஏமாற்றம். அவனுடைய பெட்டிக்கு ஓடினான். அப்போதும் அந்தப் பெட்டியில் யாரும் இல்லை. அவனுடைய உடைமைகள் வைத்த இடத்தில் இருந்தன.

இப்போது உட்கார்ந்திருந்தபோது அவனுடைய உடல் நடுங்கிக் கொண்டிருந்ததை உணர்ந்தான். பிளாட்ஃபாரத்தில் இருவர் அவன் கண்ணில் விழுந்தார்கள். அவர்களும் நைந்து போன நைலான் புடவைகள் கட்டிக் கொண்டிருந்தார்கள். அவர்களுடைய நடை வித்தியாசமாக இருந்தது. ஒருத்தி முகச்சவரம் கூடச் செய்து கொண்டிருந்தாள். அப்போது அவனைக் கைப்பிடித்த பெண்ணும் இவர்கள் போலத்தான்.

வண்டி கிளம்பியது. இப்போதும் மிகச் சிலர்தான் இருந்தார்கள். அந்த இரு பெண்களும் வேறு ஒரு பெட்டியில் ஏறினதை அவன் பார்க்க முடிந்தது. அப்போது அந்த வண்டியில் அவனை கதிகலங்க வைத்தவளோடு மொத்தம் மூன்று அபாயகரமானவர்கள் இருக்கிறார்கள்!

ஐந்தே மைலில் மீண்டும் நிற்க வேண்டுமாதலால் வண்டி மெதுவாகப் போய்க் கொண்டிருந்தது. சமீப காலங்களில் அந்த நகரத்தை மிகவும் அழகுபடுத்தி விட்டார்கள். அங்கிருந்த ஓர் ஏரியில் நட்ட நடுவில் ஒரு பெரிய சிலை. அந்தச் சிலை இரண்டாயிரமாண்டுக்கு முன்பு வளர்ந்த ஆன்மிகத் தலைவர் என்று பகிரங்கமாகச் சொன்னாலும் அது எழுப்பப்பட்ட காலத்தில் அந்த மாநிலத்தை ஆண்ட முதலமைச்சரின் ஜாடையில் வடிக்கப்பட்டது என்று சொன்னார்கள். சென்னைக் கண்ணகி சிலைக்குக்கூட அப்படியொரு தழைத்த குரல் தகவல் உண்டு. ஆண்டுக் கணக்காகக் கணவனால் புறக்கணிக்கப்பட்டு நூற்றைம்பது மைல் ஒழுங்காகச் சோறு தண்ணீர் இல்லாமல் நடந்து வந்த பெண் இவ்வளவு புஷ்டியாக இருப்பாளா? எழுத்தில்தான் ஆயிரம் ஆயிரமாண்டுக் காலம் பொய்கள் இருந்தால் சிலைகளும் நிறையப் பொய்கள் சொல்கின்றன. ஆனால், அந்தப் பெண் பொய் சொல்லவில்லை. அவளுடைய முகத்தைப் பார்த்தாலே பசி தெரிந்தது. அவள் தட்டிக் காண்பித்த வயிறும் ஒட்டிக் கிடந்தது.

ஆனால் அவனுக்கு இன்னொரு பயம் வந்தது. இந்த மூவர்களில் யாராவது ஒருவர் இவனுடைய பெட்டிக் கணவாயில் நின்றிருப்பாள். கழிப்பறைப் பக்கமே போக முடியாது.

ரயில் ஓரிடத்தில் நின்றது. ஆரம்பத்திலேயே அதற்கு ஏதோ தடை. அப்போது அந்தப் பழுப்புப் புடவைக்காரி இறங்கிவிட்டாள். அது ரயில்வே நிலம். அதற்கு வேலி, சுவர் எல்லாம் இருந்தது. யாரோ ஒருவன் பார்த்து அவன் பக்கம் ஓடி வந்தான்.

அந்தப் பிரேத முகப் பெண் அவனைப் பார்த்து சலாம் வைத்தாள். சலாம் திரும்பத் திரும்ப வைத்துக் கொண்டே அவள் சுவர் ஏறிக் குதித்துப் போய்விட்டாள். அவள் நேராக ஓர் உணவு விடுதிக்குத்தான் போவாள். ஒரு பெண்ணால் அவ்வளவு லாவகமாகச் சுவர் ஏறிக் குதிக்க முடியாது.

ரயில் பெரிய நிலையத்தில் நின்றது. தபதபவென்று நிறையப் பயணிகள் ஏறினார்கள். பத்து நிமிடம் முன்பு கூடக் காலியாக இருந்த பெட்டி, ரயில் எல்லாம் இப்போது நிரம்பி வழிந்தது.

நிறையப் பயணிகள் ஏறியது அவனுக்குச் சிறிது தைரியமளித்தாலும் இப்போதும் பெட்டியின் கணவாய்ப் பகுதிகளில் அவன் தனியாக அந்தப் பெண்கள் – ஆண்களிடம் மாட்டிக் கொள்ளச் சாத்தியம் உண்டு. இது என்ன சங்கடம்? யாரோ முன்பின் தெரியாதவர்களிடம் இப்படிச் சிக்கிக் கொண்டாகிவிட்டது. அவனிடம் பணம் வாங்கியவளும் இவர்களைப் போலத்தான் இருக்க வேண்டும். அவர்களுக்கு இன்று நாளை என்ற கவலையே இல்லை. அப்படியும் சொல்ல முடியாது. அந்த ஒல்லிக்காரி எவ்வளவு தந்திரமாக அவனைப் பிடித்தாள்? ஆதலால் மூளை வளர்ச்சியில் எந்தக் குறையும் இல்லை.

வண்டி வேகம் கூடி இருட்டத் தொடங்கிவிட்டது. பெட்டிகளில் விளக்குகள் எரிந்தன. அவன் இன்னும் அதிர்ச்சியிலிருந்து மீள முடியவில்லை. சொல்லலாம், அப்படி என்னப் பெரிதாக நடந்துவிட்டது? ஆணுமில்லாதப் பெண்ணும் இல்லாத ஓர் ஒல்லி உருவம் அவன் கையைப் பிடித்துப் பணம் கேட்டது. பணம் கொடுத்தவுடன் மிகவும் கண்ணியமாக அகன்றுவிட்டது. இன்றைய அரசு, ஒருவரின் ஆயிரக்கணக்கான கோடிகள் வரிப் பணப் பாக்கியை ரத்து செய்துவிடுகிறது. ஓர் அயல்நாட்டு மோட்டார் கம்பெனி இந்தியாவில் உற்பத்தி தொடங்குவதற்காக ஏராளமான கப்பம் வாங்கியதாக வும் கூறப்படுகிறது.

திடீரென்று அவனுடைய பெட்டியில் அந்த இரண்டு நபர்களும் வந்துவிட்டார்கள். அவர்கள் முகத்தில்தான் எவ்வளவு உற்சாகமும் எளக்காரமும். அவர்கள் ஒரு நோட்டம் விட்டார்கள். ஓர் இளைஞனைக் கைப்பிடித்து இழுத்து 'வாடா' என்று சொல்லி இரண்டு கைகளாலும் படபடவென்று சப்தம் வரும்படி ஒரு சைகை செய்தார்கள். அந்த இளைஞன், அங்கு உட்கார்ந்தவர்கள் எல்லாரும் செயலற்று இருந்தார்கள். அந்த நபர்கள் அந்த இளைஞனை ரயில் பெட்டியின் கணவாய்ப் பகுதிக்கு இழுத்துப் போய்விடுவார்கள் போல இருந்தது. அப்போது அங்கு ஒருவன் காக்கி உடையும் கையில் கழியுமாக வந்தான். அந்த நபர்கள் இருவரும் ஓடினார்கள். அவன் துரத்திச் சென்றான். ரயிலுக்கான காவல்துறையைச் சேர்ந்தவனாக இருக்கக்கூடும்.

ரயில் யாருமே இல்லாததொரு சிறு நிலையத்தில் நின்றது. வண்டி நின்றது பயணிகளை ஏற்றிச் செல்ல அல்ல. எதிர்த்திசையில் வரும் வண்டிக்கு வழிவிட. அது ஒற்றைப் பாதையாக இருக்கவேண்டும். ரயில் நிலையங்களில்தான் 'லூப்' என்று அழைக்கப்படும் இன்னொரு பாதை இருக்கும்.

எதிர்த்திசை வண்டி நிலையத்தில் நிற்காமல் போய் விட்டது. இந்த வண்டியும் மெதுவாகக் கிளம்பியது. எதற்கோ வருத்தப்படுவது போலவும் இருந்தது. அப்போது அந்தக் காலியாக இருந்த பிளாட்ஃபாரத்தைப் பார்த்தான். அந்த இரு ஆண்கள் (அல்லது பெண்கள்) மெதுவாக நடந்து கொண்டிருந்தார்கள். அவர்களைக் காக்கிச் சட்டைக்காரன் இறக்கி விட்டிருக்க வேண்டும். அந்த அரை இருட்டில் அவர்கள் மெதுவாக நடந்து ஒரு மரத்தடியில் உட்கார்ந்தார்கள். வண்டி ரயில் நிலையத்தைக் கடந்தவுடன் வேகமாகப் போக ஆரம்பித்தது.

அந்த இருவருக்கும் பணம் கிடைத்திருக்குமா? சந்தேகந்தான். அவர்கள் எப்படித்தான் இவ்வளவு நாட்கள் இருந்தார்கள், வளர்ந்தார்கள்? அவர்கள் சற்று வித்தியாசமாக இருந்தாலும் முப்பது வயதுக்குட்பட்டவர்களாகத்தான் இருக்க வேண்டும். இப்போது எவ்வளவு நேரம் அந்த ரயில் நிலையத்து மரத்தடியில் காத்திருக்க வேண்டுமோ?

பழுப்புப் புடவைக்காரி இதற்குள் பத்து ரூபாய்க்குச் சாப்பிட்டிருப்பாள். அவளுடைய சகாவான இவர்களுக்கு உபவாசம்தான்.

2005

தூர எறிந்த அலாரம் கடியாரம்

“என்ன போட்டே?”

“என்னப் போட்டேன்னா?”

“குப்பைத் தொட்டிலே என்ன போட்டே?”

“குப்பை.”

“என்ன குப்பை?”

“இதுக்கு என்னதுக்குக் கழியை ஓங்கறீங்க?”

“சொல்லுடா, என்ன போட்டே? என்னடா முறைக்கறே?”

“கடியாரம்”

“என்ன கடியாரம்?”

“ஓடாத கடியாரம்”

“ஓடாத கடியாரம்னா குப்பைத் தொட்டியிலா போடுவாங்க?”

“பின்னே எங்கே போடுவாங்க?”

“என்னடா பதில் பேசறே? எடு அதை!”

“குப்பைத் தொட்டியிலேந்தா?”

“நீ எங்கே போட்டே?”

“குப்பைத் தொட்டி.”

“எடு”

“குப்பேலேந்தா?”

“எடுடா”

“ஐயோ ஐயோ, இந்தாங்க”

“தொடச்சுக் குடுடா”

"எத வைச்சுத் துடைக்கறது"

"உன் தலையை வைச்சு"

"ஐயோ!"

"துடைடா!"

"இந்தாங்க."

"என்ன இது?"

"கடியாரம்"

"குப்பையிலே போடறதா இது? புதுசா இருக்கு."

"ஓடலை"

"நீ பாம் வைச்சிருக்கே."

"என்ன என்ன?"

"என்ன என்ன?"

"ஐயோ ஐயோ!"

"வா ஸ்டேஷனுக்கு."

"இந்த ஓட்டை கடியாரத்தைக் குப்பையிலே போட்டதுக்கா? ஐயோ ஐயோ!"

"வாடா."

"கடியாரத்தைக் குப்பையிலே போட்டுட்டமா? ஐயோ ஐயோ, நான் தூக்கிண்டு வரேன்."

"சார், இவன் பாமைக் குப்பைத் தொட்டியிலே போட்டான்."

"பாம்னு சொல்றே. அதைத் தூக்கிண்டு வந்திருக்கயே? என்னடாது?"

"இது ஓட்டைக் கடியாரம். குப்பையிலே போட்டேன், இந்த மனுஷன் இதை பாம் பாம்னு சொல்றாரு."

"இது பாமா?"

"எங்களுக்கு பாம் கீம்லாம் தெரியாது. நாங்க பாமற வார்த்தையே வேறெதுக்கோ சொல்வோம்."

"அது என்ன வேற ஏதோ?"

"சொல்லணுமா?"

"சொல்லுடா"

"ஐயோ, ஐயோ. யாருக்காவது அஜீர்ணம் பிடிச்சா அப்போ சொல்வோம்."

"சரி, இதை ஏன் குப்பைத் தொட்டியிலே போட்டே?"

"ஓடாத கடியாரத்தை என்ன செய்வாங்க?"

"என்னையே கேக்கறியா?"

"ஐயோ ஐயோ!"

"கொண்டா அதை"

"இவர் தூக்கி வைச்சிண்டிருக்காரு."

"ஏன், நல்லாத்தானே இருக்கு?"

"எல்லாம் பாக்கறதுக்குத்தான். ஓடறதில்லே."

"ஓடலேன்னா ரிப்பேர் பண்ணறது."

"வீட்டிலே இருபது கடியாரம் இருக்கிறப்போ இதை எதுக்கு ரிப்பேர் செய்யறது."

"இருபது கடியாரமா?"

"ஆமாம். நாலு மாசம் முன்னாலே எனக்குக் கல்யாணம் ஆச்சு. என் நண்பர்களிலே பத்து பேர் கடியாரம் கொடுத்தாங்க. அவ நண்பர்களிலே பத்து பேர் கடியாரம் கொடுத்தாங்க."

"வீட்டிலே இருபது கடியாரமா வைச்சிருக்கே?"

"அன்பளிப்பாக் கொடுத்ததை என்ன செய்யறது?"

"இருபது கடியாரமா?"

"ஆமாம். ஒவ்வொரு கடியாரமும் ஒவ்வொரு நேரம் காட்டும். எது சரியான நேரம்னு தெரியாது. என் நேரம் சரியில்லை."

"இதுலே என்ன பாட்டரியெல்லாம் போட்டிருக்கயே?"

"போட்டாலும் போடாது போனாலும் ஒண்ணுதான்."

"இது என்ன பாட்டரி? நான் பாத்ததில்லையே?"

"சைனா பாட்டரி. இருபது கடியாரத்துக்கு பாட்டரி ஒழுங்கானதா வாங்கிக் கட்டுப்பிடியாகாது."

"எதுக்கும் கழட்டி வைச்சுக்கலாமில்லே?"

"ஒரு ரூபாய் பொறாது."

"நான் எடுத்துக்கறேன்."

"வேண்டாங்க. அது ஏற்கெனவே லீக் ஆறது. கையிலே ஆசிட் பட்டா ஒரு மாசம் ஆகும் சரியாகறதுக்கு."

"இப்படிக் குப்பையிலே போடறதுக்கு மனசில்லே."

"ஓடாத கடியாரம், சார்."

"இருபது கடியாரமா இருக்குன்னு சொல்றே?"

“வேணும்னா உங்க ஸ்டேஷன்லே இருக்கிறவங்க ஒவ்வொருத்தருக்கும் ஒரு கடியாரம் கொடுத்துடறேன். ஆனா எதுவுமே சரியா ஓடாது. அலாரம் அடிக்கும் அவ்வளவுதான்.”

“அப்போ நீயே வைச்சுக்கோ. இது நன்னாத்தான் இருக்கு.”

“ஓடலியே, சார். நானே தூக்கிண்டு ஓடினாத்தான்.”

“சரி, ஓடு. இனிமே குப்பைத் தொட்டிப் பக்கம் போகாதே.”

“இவ்வளவு ஆனப்புறம் அந்தப் பக்கம் திரும்புவேனா? ஆனா எங்கே பாத்தாலும் குப்பைத் தொட்டி இருக்கு.”

“கடியாரத்தை எல்லாம் குப்பைத் தொட்டீலே போடாதே. போ, எடுத்துண்டு.”

அவன் ஓடித்தான் சாலைக்கு வந்தான். சாலை தேசிய நெடுஞ்சாலை. திரும்பித் திரும்பிப் பார்த்தபடி ஓடிய வண்ணம் இருந்தான். நகரம் முடிந்து வெட்ட வெளியாக இருந்தது. சாலையிலிருந்து ஓர் ஒற்றையடிப் பாதை பிரிந்து சென்றது. அவன் அந்த ஒற்றையடிப் பாதையில் சுமார் அரைமணி நேரம் நடந்திருப்பான். புதர்களும் காட்டுச் செடிகளுமாக எதிரே பரந்திருந்தது. அவன் காட்டுச் செடிகள் நடுவில் புகுந்து வெகுநேரம் நடந்தான். ஓரிடத்தில் நின்று அவன் கையிலிருந்த கடியாரத்தை வீசி எறிந்தான். வீசி எறிந்த வேகத்தில் அவனுடைய வலது தோள்பட்டை சுளுக்கிக் கொண்டது. அவன் திரும்பி நடந்தான். வரும்போது சரியாக வழியைக் கவனித்துக் கொள்ளவில்லையே என்ற கவலை வந்தது. அரை மணிக்குப் பிறகு அவன் ஒற்றையடிப் பாதையை அடைந்தான்.

அப்போது தூரத்தில் அவன் வீசி எறிந்த இடத்தில் பெருத்த ஒலியுடன் ஏதோ வெடித்தது.

2006

பழிக்குப் பழி

சமீபத்தில் சபரிமலைக் கோயில் சம்பிரதாயம் மீறப்பட்டது குறித்துச் சர்ச்சை எழுந்தபோது பரம்பரை என்று வாதமெழுப்புவது செல்லாது என்று ஒரு சாரார் கூறினர். சபரிமலைக் கோயில் அமைக்கப்பட்டு எவ்வளவு ஆண்டுகள் ஆகியிருக்கும் என்று உறுதியாகக் கூற முடியாது. ஆனால் ஐரோப்பிய வல்லரசுகள் அமெரிக்காவைப் படையெடுத்து அங்கு வசித்து வந்த ஆதிவாசிகளைக் 'காப்பாற்றியது' எப்போதிலிருந்து என்று திட்டவட்டமாகக் கூற முடியும். லத்தீன் அமெரிக்க நாடுகள் என அறியப்படும் பிரதேசத்தில் ஐரோப்பிய பரம்பரைப் பழக்கமாகிய 'வெண்டெட்டா' வேரூன்றிவிட்டது. 'இது நடக்குமென்று முன்பே அறியப்பட்ட சாவு' என்ற சிறுநாவல், இந்தப் பழிக்குப் பழி பரம்பரைப் பழக்கத்தைப் பற்றியது. உண்மையில் 'நூற்றாண்டுத் தனிமை' நாவலைவிட இதில்தான் காபிரியல் கார்சியா மார்க்வெஸ் மனித இயல்பு மற்றும் இலக்கியப் பக்குவத்தை வியக்கத்தக்க வகையில் வெளிக்காட்டியிருக்கிறார்.

'பழிக்குப் பழி' ஏதோவொரு விதத்தில் எல்லாம் கலாசாரங்களிலும் எல்லாக் காலங்களிலும் இருந்திருக்கிறது. அதாவது மனிதனுக்கு உடைமை என்ற கருத்து மூலம் ஏற்பட்டவுடன் இந்தப் பழிக்குப் பழி பழக்கமும் வந்து விட்டது. மேரி காரிலி என்பவர் எழுதிய 'வெண்டெட்டா' என்றொரு நாவல் என் கல்லூரி முதல் வருடத்தில், வகுப்பிலுள்ள எல்லாராலும் அவசரம் அவசரமாகப் படிக்கப்பட்டது. ஓராண்டு கழித்து 'வெண்டெட்டா' என்றொரு ஆங்கிலப் படம் வந்தது. அதைப் பார்த்தாவது நாவல் புரியுமா என்று எல்லாரும் அடித்துப் பிடித்துக் கொண்டு அந்தத் திரைப் படத்தைப் பார்க்கப் போனோம். அதற்கும் நாவலுக்கும் சம்பந்தமே இல்லை. 'வெண்டெட்டா' என்று பெயரிட்டு நிறைய நாவல்களும் சிறுகதைகளும் உள்ளன என்று பல ஆண்டுகள் கழித்து எனக்குத் தெரிய வந்தது. நம் இந்திய சிறுகதை மன்னர்களின் ஆதர்சமான மாப்பஸான், இந்தத் தலைப்பில் ஒரு சிறுகதை எழுதியிருக்கிறார். திகிலெழுப்பும் அவர் கதைகளில், இதற்கு முதலிடம் தரவேண்டும்.

இந்தப் பழிக்குப் பழி விஷயத்தில் அவசியம் ஒரு பெண் இருந்தாக வேண்டும். அவள் அழகிய இளம்பெண்ணாக இருக்க வேண்டும் என்ற நிர்ப்பந்தம் இல்லை. மாப்பஸான் ஒரு வயதான தாயைத்தான் பழி வாங்கும் தேவதையாகப் படைத்திருக்கிறார்.

பழிக்குப் பழி என் வாழ்க்கையில் ஒரு சிறு பங்கு வகித்தது. எனக்கு நேரிடையாக யாரிடமும் பழி, ஆத்திரம் கிடையாது. ஆனால், டாக்டர் ராம்சந்தரால் அந்த அனுபவம் கிட்டும் என்று நான் நினைத்தே பார்க்கவில்லை. ராம்சந்தர் எப்படியிருப்பார் என்று எனக்குத் தெரியாது. நான் அவர் பெயரைக் கேள்விப்படும் போதே அவர் இறந்து விட்டார்.

நான் எட்டாவது வகுப்புக்குப் புதுப் பள்ளி போக வேண்டியிருந்தது. நான் பள்ளிக்குப் போகும் வழயில் தினமும் பல பங்களாக்களைக் கடந்து செல்ல வேண்டும். ஆக்ஸ்போர்டு தெருவே பங்களாவாசிகள் தெரு. அதில் ஒன்று டாக்டர் ராம்சந்தர் பங்களா.

எனக்கு எந்தப் பங்களா பற்றியும் தகவல் தெரியாது. வெறும் பெயர்களை வைத்து அதிகம் தெரிந்து கொள்ள முடியாது. இந்து, முஸ்லிம், கிறிஸ்துவர், பார்ஸி என்ற மதம் தெரிந்து கொள்ளலாம். ஒரு மைல் நீளமுள்ள ஆக்ஸ்போர்டு தெருவில் நான்கு மதங்களும் இருந்தன. டாக்டர் ராம்சந்தர் உடையது தான் ஒரே இந்து பங்களா, அப்படித்தான் நினைத்துக் கொண்டிருந்தேன்.

ஒருநாள் என் அப்பாவுடன் இந்த ஆக்ஸ்போர்டு தெருவில் போனபோது அவருக்கும் அதிகம் தெரியாது என்று தெரிந்தது. ஒரு பங்களாவில் பி.சி. பால், ஓபிஇ என்றிருந்தது. ஓபிஇ வெள்ளைக்காரர்கள் கொடுத்த பட்டம் என்று அப்பா சொன்னார். அப்பா பிரிட்டிஷ் அரசை வெள்ளைக்காரர்கள் என்றுதான் குறிப்பிடுவார்.

நான்தான் தினம் ஆக்ஸ்போர்டு தெருவில் போவேனே தவிர அப்பா வுக்கு அது ஒரு புது அனுபவம். அப்பாவுடைய உலகம் சார்லஸ் தெரு, ரெஜிமெண்டல் பஜார், மார்க்கெட், செகண்ட் பஜார், ஜெனரல் பஜார் என்பதோடு அடங்கிவிடும். அதனால் அன்று என்னோடு ஆக்ஸ்போர்டு தெருவில் போகும்போது அப்பாவுக்கு எல்லாமே புதிதாக இருந்தது. டாக்டர் ராம்சந்தர் பங்களாவை அடைந்தபோது, 'ஓகோ அந்த மனுஷன் இங்கேதான் உயிரை விட்டானா?' என்று தனக்குத் தானே உரக்கச் சொல்லிக் கொண்டார்.

அந்த வயதில் எனக்குச் செத்துப் போவது, உயிரை விடுவது என்பதெல் லாம் ஏதோ புரிந்தும் புரியாததுமாக இருக்கும் விஷயங்கள். செத்துப் போன மனிதனின் பெயரை ஏன் அந்தப் பங்களாவின் பெயர்ப் பலகையாக வைத்திருக்கிறார்கள்.

தினம் பார்க்கக் கிடைப்பது, அலட்சியப்படுத்தப்படுவது போல அது நிறையக் கற்பனைகளுக்கும் இடம் கொடுக்கும் என்பது டாக்டர் ராம்சந்தர் வீடால் எனக்குத் தெரிந்தது. ராம்சந்தர் வீடு தினமும் ஒரு புதிரை எடுத்து வீசுவது போல இருக்கும்.

அன்று ஆக்ஸ்போர்டு தெரு பங்களாக்கள் எல்லாவற்றுக்குமே காம்பவுண்டு சுவர் உண்டு. கேட் உண்டு. ஒன்றிரண்டு வீடுகள்தான் கேட்டருகேயே இருந்தன. பெர்சி அண்ட் கம்பெனி என்றொரு பெரிய பெயர்ப் பலகை கொண்ட வீட்டை ஒரு மாதிரி தெருவிலிருந்தே பார்த்து விடலாம். இந்த மாதிரி 'கம்பெனி' என்றிருந்தால் அது ஒரு கடையாக இருந்துதான் நான் பார்த்திருக்கிறேன். ஆனால் பெர்சி அண்ட் கம்பெனி வெறும் வீடாகத்தான் இருந்தது. அதற்கு நேர் எதிரில்தான் டாக்டர் ராம்சந்தர் வீடு.

ராம்சந்தர் வீட்டில் நிறைய மரங்கள் இருக்கும். அதில் ஒன்று இலந்தை மரம். இந்த இலந்தைப் பழம் ஒரு கண்டைக்காய் அளவுதான் இருக்கும். பழுத்தால் நசுங்கிப் பரிதாபமாகக் காணப்படும் பெரிய கொட்டை பழத்தைத் தைரியமாக வாயில் போட்டுக்கொள்ள முடியாது. எப்படி நுழைந்தது என்று ஆச்சரியப்படும்படி புழு இருக்கும். பத்துப் பழங்களில் மூன்று நான்காவது புழு கொண்டிருக்கும். காரணம் பழம் அவ்வளவு ருசியாக இருக்கும்.

டாக்டர் ராம்சந்தர் வீட்டு இலந்தை மரத்திலிருந்து பழம் பறித்து ஒரு வயதானவர் பள்ளிச் சிறுவர்களுக்கு விற்பார். அந்த நாளில் எங்கள் ஊரில் பையன்களிடம் ஒரு பைசா, இரண்டு பைசாதான் இருக்கும். ஒரு ரூபாய்க்கு தொண்ணூற்றாறு பைசா. அந்தக் கிழவர் ஒரு பைசாவுக்கு ஆறு இலந்தைப் பழங்கள் தருவார். எனக்கு இலந்தைப் பழத்தில் அதிக நாட்டமில்லாத போதிலும் அந்த மனிதர் டாக்டர் ராம்சந்தர் வீட்டுக்குப் பக்கமானவர் என்பதில் ஒரு பரபரப்பு இருந்தது. அவர் தலை எப்போதும் ஆடிக்கொண்டிருக்கும். ஒருநாள் நானும் அவரும் மட்டும் இருந்தபோது, 'டாக்டர் உங்களுக்கு மருந்து தரமாட்டாரா?' என்று கேட்டேன்.

அவருக்குப் புரியவில்லை. அந்த மனிதருக்கு உருது மட்டும்தான் தெரியுமோ? உருதுவில் எனக்கு வினைச் சொற்கள் கொஞ்சம் தெரியும். ஆனால் பெயர்ச் சொற்கள் அதிகம் தெரியாது. உதாரணமாக மருந்துக்கு என்ன உருதுச் சொல் என்று தெரியாது.

எனக்குத் தைரியம் மிகுந்தது. 'மெடிசன், மெடிசன்' என்றேன். அதுவும் புரியாதபோது இறந்தவன் போலக் கண்களை மூடிக்கொண்டு மருந்து தருவதுபோல பாவனை செய்தேன்.

'அதெல்லாம் அங்கே கிடையாது,' என்றார்.

'என்ன உண்டு?'

'அது வீடு, மேம் சாஹிபா வீடு.'

'யார் மேம் சாஹிபா?'

'போ, போ, இதெல்லாம் உனக்கெதுக்கு?' அந்த மனிதர் என்னை விரட்டி விட்டார்.

ஒருநாள் இருட்டிய பிறகு நான் ஆக்ஸ்போர்டு தெருவில் நடக்க வேண்டியிருந்தது. எல்லா வீட்டிலும் விளக்கு வெளுப்பாக இருந்தால் ராம்சந்தர் வீட்டில் அது ஆரஞ்சு வண்ணத்தில் இருந்தது. அங்கே எல்லாமே மர்மமாக எனக்குத் தோன்றியது.

பழிக்குப் பழி

‘என்ன பாபு?’ என்று ஒரு குரல் கேட்டது.

திடுக்கிட்டுப் பார்த்தேன். கேட் இருக்குமிடத்தில் இருபுறமும் திண்ணை போலிருந்தது. ஒரு திண்ணையில் அந்த இலந்தைப்பழ ஆள். இப்போது தலையில் ஒரு தொப்பி அணிந்திருந்தார். நைந்து பழையதாகப் போனாலும் சிவப்பு நிறம் இருட்டிலும் தெரிந்தது. முஸ்லிம்கள் போடும் தொப்பி.

என் கலவர நிலையைப் பார்த்து அந்த ஆள், ‘இலந்தைப் பழம் வேணுமா? இனிமே கிடையாது’ என்று சொல்லிச் சிரித்தார். அது சிரிப்பாக இல்லை. பயமுறுத்துவது போலிருந்தது.

நான் ஓட ஆரம்பித்தேன். வீடுவரை ஓடினேன். வீட்டில் எல்லாரும் பயந்து விட்டார்கள். என் அம்மா நெற்றியில் விபூதி பூசினாள். ‘நான் இனிமே ஸ்கூல் போகமாட்டேன்,’ என்றேன்.

அம்மா மிகவும் கலவரமடைந்து விட்டாள். அப்பா, ‘என்னடா?’ என்று கேட்டார்.

‘டாக்டர் ராம்சந்தர் வீடு,’ என்றேன்.

‘எங்கேயிருக்கு?’

‘நான் ஸ்கூலுக்குப் போற வழியிலே.’

‘என்னாச்சு?’

‘நான் அந்த வழி போகமாட்டேன்.’

‘சரி, வேறே வழியிலே போ. ஆனா அதுதான் நேர் வழி.’

‘அங்கே எனக்குப் பயமா இருக்கு.’

‘என்ன பயம்?’

‘அங்கே பயமுறுத்தற மனுஷன் ஒத்தன் இருக்கான்.’

‘நீயேன் அந்த வீட்டுக்குப் போறே?’

எனக்குத் திடீரென்று திரை விலகியது. அந்த வீட்டுப் பக்கம்போய் கேட்டருகே நின்றால்தானே வம்பு? அந்தப் பக்கமே பார்க்காது போனால் என்ன?

எனக்குத் தைரியம் வந்து விட்டது. பெர்சி அண்ட் கம்பெனியை நெருங்கும்போதே முகத்தை நேராக வைத்துக் கொள்வேன். வேகமாக அந்த இடத்தைக் கடந்து போவேன்.

ஆனால் அதெல்லாம் முடியவில்லை. என் தலை என்னைக் கேட்காமல் ராம்சந்தர் பங்களா பக்கம் திரும்பும். இலந்தை மரத்தை வெட்டி விட்டார்கள். அதைத்தான் அந்தக் கிழம் கூறியிருக்கிறது.

ஒருநாள் காலை பள்ளிக்குப் போகும்போது ராம்சந்தர் பங்களாவில் கூச்சல். பங்களா, தெருவிலிருந்து நூறு, நூற்றைம்பது அடி கூட இருக்கும். வெள்ளைவெளேரென்று ஓர் அம்மாள் வெளியே வீட்டைச் சுற்றினாள். அவளைத் துரத்திக்கொண்டு அந்தக் கிழம். கையில் ஒரு பெரிய கழி.

என் பயத்தையெல்லாம் தூக்கி எறிந்து விட்டு நான் ராம்சந்தர் பங்களா வுக்குள் ஓடினேன். அந்தக் கிழம் அந்த அம்மாளை அடித்திருக்கும். நான் அதன் கையைப் பிடித்துக்கொண்டு தள்ளினேன்.

அந்தக் கிழம், அம்மாள், வேறு வேலைக்காரர்கள் எல்லாருக்கும் பெரும் திகைப்பு. அந்த அம்மாள் கேட்டாள், 'யார் நீ?'

'நான் ஸ்கூலுக்குப் போறேன். இந்தத் தாத்தா என்னைப் பயமுறுத்தும்.'

அந்த அம்மாள் முகத்தில் புன்னகை தெரிந்தது. புன்னகையோடு ஒரு கண்டிப்புடன், 'நீ இந்த தாத்தாகிட்டே மரியாதையா இருக்கணும்.'

'உங்களை அடிக்க வந்தாரே?'

'நான் பாத்துப்பேன். ஆமாம், உன் பேர் என்ன?'

எனக்கு வெட்கம் வந்து விட்டது. அந்த அம்மாள் எந்த மொழியைப் பேசினாலும் கொஞ்சிக் கொஞ்சிப் பேசுகிற மாதிரி இருந்தது.

'அவர் யார் தெரியுமா?' என்று அந்த அம்மாள் கேட்டாள். 'இந்த வீட்டு எஜமான் அவர்தான்.'

'ஆமாம், எஜமான்!' என்று அந்தக் கிழம் காயைக் கீழே போட்டுவிட்டு காம்பவுண்டு கேட்டருகே சென்றது.

'வீட்டு எஜமான்றீங்க. அவர் இலந்தைப் பழம் எங்களுக்கு விற்பார். பைசாவுக்கு ஆறு.'

அந்த அம்மாள் வருத்தத்துடன் வீட்டுக்குள்ளே போய்விட்டாள். எனக்கு அந்தக் கிழத்தைத் தாண்டி வெளியே போகப் பயமாக இருந்தது. நான் நின்றுகொண்டே இருந்தேன். பள்ளிக்கு நேரமாகிக் கொண்டிருந்தது.

அந்த அம்மாள் மீண்டும் வெளியே வந்தாள். 'ஏன் நின்னுண்டேயிருக்கே?' என்று கேட்டாள்.

'எனக்குப் பயமா இருக்கு.'

அவள் சிரித்தாள். 'சரி, வா, உன்னை கேட்டருகே விடுகிறேன்.'

'டாக்டர் ராம்சந்தர் யாரு?'

அந்த அம்மாளுக்குத் தூக்கிவாரிப் போட்டது. பிறகு 'ஓகோ, கேட் பலகை பார்த்தாயா?' என்று கேட்டாள்.

'ஆமாம்.'

'ராம்சந்தர் அவரோட பிள்ளை. நான் இங்கிலாந்திலே இருந்தேன். ராம்சந்தர் அங்கே வந்தார். அப்படித்தான் எங்களுக்குக் கல்யாணம் ஆச்சு.

அடுத்த கேள்வி என்னிடமிருந்து வெடித்துக் கொண்டு வந்தது. 'ராம்சந்தர் எங்கே?'

என்னை அந்த அம்மாள் கோபிப்பாள் என்று நினைத்தேன். ஆனால், அவள் சர்வ சாதாரணமாகப் பதில் சொன்னாள். 'அவர் செத்துப் போய்ட்டார்.'

'அவரே டாக்டர் தானே?'

அந்த அம்மாள் புன்னகை புரிந்தாள். 'அதுதானே ஸ்பெஷல். என்னன்னு தெரியலே. திடீர்னு ராத்திரி செத்துப் போயிட்டார். நான் வீட்டிலே இல்லை. ராம்சந்தர், அவர் அப்பா மட்டும்தான் இருந்தாங்க.'

அந்தக் கிழம் எங்களையே உற்றுப் பார்த்துக்கொண்டிருந்தது. 'இலந்தைப் பழம் கிடையாது. நான் மரத்தை வெட்டிட்டேன்,' என்றது.

என்னை வெளி கேட்டருகில் அந்த அம்மாள் விட்டாள். 'நீ வா, அப்பப்போ. ஆனா அப்பாகிட்டே சண்டை போடக்கூடாது.'

நான் இனிமேல் அந்தத் தெரு வழியாகப் போகவே கூடாது என்று தீர்மானித்தேன். இந்த மாதிரி எவ்வளவு முறை தீர்மானித்திருக்கிறேன்!

மீண்டும் ஒருநாள் அந்த வீட்டில் பரபரப்பு. அந்தக் கிழம் பங்களாவைச் சுற்றிச் சுற்றி வந்துகொண்டிருந்தது. பெரிய கும்பல். நான் உள்ளே போனேன். வெராண்டாவில் அந்த அம்மாள் படுத்திருந்தாள். உண்மையில் அவள் செத்துப் போயிருந்தாள்.

நான் கிழத்திடம் போனேன். அது முணுமுணுத்துக் கொண்டிருந்தது. 'பழிக்குப் பழி.'

அதைக் கேட்டேன் 'மேம்சாப்.'

'பழிக்குப் பழி.'

'என்ன சொல்லறீங்க, தாத்தா?'

'முதல்லே என் பையன், இப்ப இவ.'

இந்த ஒருமுறை என் அப்பாவிடம் டாக்டர் ராம்சந்தர் பற்றிக் கேட்டேன். ராம்சந்தர் திடீரென்று இறந்து போயிருக்கிறார். சின்ன வயதிலேயே சாவானாலும் சாதாரணச் சாவுதான். ஆனால் மிஸஸ் ராம்சந்தர் சாவு பற்றி யாருக்கும் தெரியவில்லை.

2006

இப்போதே தயாரித்த காப்பி!

பெட்டியிலிருந்து எல்லாரும் இறங்கி விட்டார்கள். "நாம இறங்கலாமாப்பா?" என்று சந்துரு அப்பாவைக் கேட்டான். அவர் மிகவும் பிரயாசைப்பட்டு எழுந்து நின்றார். அவர்கள் பெட்டி பிளாட்ஃபாரத்திற்குள் அடங்கவில்லை. சந்துரு பையைக் கீழே போட்டான். "அப்பா, அப்படியே படியில் உட்கார்ந்துக்கோ. நான் கீழே இறங்கி உன்னை இறக்கறேன்" என்றான். அப்பா, முப்பது கிலோ கூட இருக்கமாட்டார். ஆனால் அவரைக் கீழே இறக்குவது மிகவும் சிரமமாக இருந்தது. அவர் அப்படியே தரையில் உட்கார்ந்துவிட்டார். பொழுது விடியவில்லை.

"ஒரு நிமிஷம் இங்கே இரு, அப்பா டிராலி கிடைக்கிறதா பார்க்கிறேன்."

அவனுக்கு அப்பாவை அப்படியே தரையில் விட்டுப் போவது வேதனை வந்தது. ரயில் நிலையத்துக்குப் பார்வதியை யாவது வரச் சொல்லியிருக்கலாம். ஆனால் காலை ஆறு மணிக்கு ரயில் நிலையம் வர அவள் வீட்டை விட்டு ஐந்து மணிக்காவது கிளம்ப வேண்டும். குழந்தைகளை யார் பொறுப்பில் விடுவது? பள்ளிக்குப் போக அவர்களை யார் தயார் செய்வது?

அவனுக்கு நிலையத்தில் நாற்காலி வண்டி கிடைக்கும் என்பது தெரியாது. ஆனால் ஒரு பயணியை நாற்காலி வண்டியில் அமர்த்தி ஒருவர் வெகு எளிதாகத் தள்ளிக் கொண்டு போனார். சந்துரு ரயில்வே உடை அணிந்திருந்தவரைப் பார்த்துக் கேட்டான். அவர், "ஸ்டேஷன் மாஸ்டர்கிட்டே கேட்டுப் பார்" என்றார். அவ்வளவு பெரிய ரயில் நிலையத்தில் அந்த ஸ்டேஷன் மாஸ்டர் ரூம் எங்கிருக்கிறதோ?

எவ்வளவு கடைகள்! ஒன்றிரண்டு தவிர எல்லாமே சிற்றுண்டிச் சாலைகள். அங்கேதான் ஒரு மூலையில் ஓர் ரயில்வே அதிகாரி அறை இருந்தது. அறையில் யாரும் இல்லை. ஆனால் ஒரு நாற்காலி வண்டி இருந்தது. சந்துரு அதைத் தள்ளிப்பார்த்தான். அது நகரவில்லை. "அதை எடுக்காதே!"

பார்த்தான். ஒரு போர்ட்டர்.

"இந்த வண்டி வேணும்."

"முன்னாலேயே சொல்லி வைச்சிருக்கியா?"

"வைச்சிருக்கேன்" என்று சந்துரு சொன்னான்.

"இது ஓடாது. ஓடற வண்டி வெளியிலே போயிருக்கு."

"ஒரு வண்டிதானா?"

"ஆம்பளையா பொம்பளையா?"

"என் அப்பா."

"ஸ்ரெச்சர் இருக்கு. இரண்டு போர்ட்டரைக் கொண்டா."

சந்துருவுக்கு அப்பாவை ஸ்ட்ரெச்சரில் எடுத்துப் போவதை நினைக்கவே கஷ்டமாக இருந்தது.

அப்பா உட்கார்ந்திருந்த இடம் மிகவும் அசுத்தமாயிருந்ததை அறிய வெளிச்சம் வேண்டியிருந்தது. அப்பா உட்கார்ந்தபடியே தூங்கிக் கொண்டிருந்தார்.

"அப்பா"

"உம்."

"கொஞ்சம் நடக்க முடியுமா? பிளாட்ஃபாரத்திலே சுத்தமாயிருக்கிற இடத்திலே உக்கார்ந்துக்கலாம்."

"டிராலி கிடைக்கலியா?"

"சக்கர நாற்காலி கேட்டிருக்கிறேன். அரைமணியிலே கிடைக்கும்."

"என்னைக் சீக்கிரம் வீட்டுக்குக் கொண்டு போப்பா."

அந்த வழியாக வந்த போர்ட்டரிடம் "உங்களாலே இவரைத் தூக்கிண்டு வரமுடியுமா?" என்று கேட்டான்.

போர்ட்டர் ஒரு நிமிடம் யோசித்தார். "வளர்த்த குழந்தையை ரெண்டு கையாலே தூக்கிண்டு போற மாதிரி" சந்துருவுக்குத் தான் கெஞ்சுவதுபோல இருந்தது.

போர்ட்டர் எளிதாக அப்பாவைத் தூக்கி விட்டார்.

"ஒரு ஆட்டோலே ஏத்திடுங்க. நான் பையை எடுத்துண்டு வரேன்."

'இப்போதே தயாரித்த காபி' கடைகளைத் தாண்டும்போது சந்துருவுக்கு நெஞ்சு கனத்தது. மூன்று மாதம் முன்பு கூட அப்பாவையும், அம்மாவையும் ரயில் நிலையத்திலிருந்து அழைத்துப் போகும்போது மூவரும் காபி சாப்பிட்டு விட்டுத்தான் நிலையத்தை விட்டு வெளியேறினார்கள். அந்தக் காபி அப்பாவுக்கு மிகவும் பிடிக்கும்.

போர்ட்டர் தனியாக நின்ற ஆட்டோவில் அப்பாவை மெதுவாக உட்கார வைத்தார். சந்துரு இருபது ரூபாய் கொடுத்தான். அவர் பதில் பேசாமல் வாங்கிக் கொண்டு போய்விட்டார்.

அவர்கள் ரயில் நிலையத்திலிருந்து இம்மாதிரி ஆட்டோவில் போவது அதுவே முதல் முறை. எப்போதும் மூட்டை முடிச்சைத் தூக்கிக்கொண்டு படியேறியிறங்கி மின்சார ரயிலில்தான் போவார்கள். மீண்டும் மூட்டை முடிச்சைத் தூக்கிக் கொண்டு அரைமைல் நடப்பார்கள். இது சர்வ சாதாரணமாக நிகழும். இன்று வீடு வரை வண்டி. வண்டிச் சத்தம் இன்னும் பேசவில்லை. எவ்வளவோ? முன்பின் போயிருந்தால் தெரியும்.

சந்துருவுக்குக் காபி சாப்பிடாதது துக்கத்தைத் தந்தது. போர்ட்டரை நிறுத்தி அப்பாவைக் கேட்டிருக்கலாம். ஆனால் அப்பாவால் எதையும் விழுங்க முடியாமல் போய்ப் பத்து நாட்கள் ஆகிறது என்று அம்மா சொன்னாள். அவனே அதைக் கண்கூடாகப் பார்த்தான். இப்போது காபி வேண்டுமா என்று கேட்பதே கொடுமையாக இருக்கும்.

பார்வதி விஷயம் தெரியாமல் கூட்டு, கறி செய்து அப்பளமும் பொரித்திருந்தாள். அவளைக் குற்றம் சொல்லக் கூடாது. அப்பா ஒன்றுமே சாப்பிடமாட்டேன் என்கிறார். 'உடனே வரவும்' என்ற அம்மாவின் தபாலைக் கண்டு கூட அவன் அதிகம் கலவரப்படவில்லை. அப்பாவுக்கு ஏதோ கோபம் என்று நினைத்தான். ஆனால் கிராமத்துக்குப் போன பிறகுதான் அப்பாவால் துளித்துளி விழுங்குவது கூட முடியவில்லை என்று தெரிந்தது. பத்து நாளில் வயிற்றுக்கு ஒன்றும் இல்லாமல் அப்பா குச்சிபோல இளைத்திருந்தார்.

மோர் சிறிது விழுங்க முடிகிறது என்று அம்மா சொல்லியிருந்தாள். அம்மாவையும் கையுடன் அழைத்து வந்திருக்க வேண்டும். அப்பாவுக்கு வைத்தியம் தொடங்கியபின் அம்மாவும் வருவதாக ஏற்பாடு.

ஆஸ்பத்திரியில் அப்பாவை உடனே சேர்த்துக்கொண்டு தீவிர சிகிச்சைப் பிரிவுக்கு அனுப்பிவிட்டார்கள். அந்த ஆஸ்பத்திரியில் எந்த நோயாளியும் முதலில் தீவிரச் சிகிச்சைப் பிரிவு போன பின்தான் வைத்தியராகப் பார்த்து சாதாரண வார்டுக்கு அனுப்பப்பட வேண்டும். அப்பாவைத் தீவிர சிசிக்சைப் பிரிவிலேயே வைத்துக்கொண்டு விட்டார்கள். "இங்கே வார்டிலே நீங்க இருக்க முடியாது. வெளியே கொட்டகை இருக்கிறது" என்றார்கள்.

"அப்பாவுக்கு ஏதாவது தேவை என்றால்?" என்று சந்துரு கேட்டான்.

"கவலைப்படாதீங்க. உடனே சொல்லி அனுப்புவோம்."

கொட்டகையில் நிறைய பெஞ்சுகள் இருந்தன. படுத்துத் தூங்கலாம். மூன்று பேர் தூங்கிக் கொண்டிருந்தார்கள். அவர்கள் ஆஸ்பத்திரிக்கு வந்து எவ்வளவு நாளாகிறதோ? எல்லாரும் ஐம்பது அறுபது வயதுக்காரர்கள். இந்த வயதில் நோயாளிக்குத் துணையாக ஆஸ்பத்திரியில் காத்திருக்க வேண்டியிருக்கிறது.

ஆனால் அவனுடைய அப்பா அவனுக்காக நிறைய வைத்தியர்களிடம் போயிருக்கிறார். ஆஸ்பத்திரிகளில் காத்திருந்திருக்கிறார். அவர் அவனுட னேயே இருந்திருக்கலாம். கிராமத்தில் தண்ணீர்க் கஷ்டம் இல்லை, இடநெருக்கடி இல்லை என்று சொல்லிப் போனார். உண்மையில் அது காரணமில்லை. பிள்ளை, மருமகள் மீது நம்பிக்கையில்லை. ஏதோ

நடந்திருக்க வேண்டும். இதையெல்லாம் அதிகம் தோண்டித் துருவிப் பார்த்தால் மனத்தாங்கல்தான் அதிகமாகும்.

சந்துரு அந்தக் கொட்டகை மேடையில் தூங்கி விட்டான். பையில் நாலாயிரம் ரூபாய் இருக்கிறது. மற்றும் கைக்கடியாரம், பர்ஸ்...

"யாருங்க நடராஜனுக்கு வந்திருக்கிறது?" என்று கேள்வி ஏதோ கிணற்றிலிருந்து திரும்பத் திரும்ப ஒலித்தது. சந்துரு திடீரென்று விழித்துக் கொண்டான். நடராஜன் அவனுடைய அப்பா பெயர்.

அந்த ஆள் சந்துருவைப் பல குகைகள் வழியாக ஒரு பெரிய அறைக்கு அழைத்துச் சென்றார். அங்கே வரிசையாகப் பல நோயாளிகள். ஒவ்வொருவர் உடலிலிருந்தும் குழாய்கள், இணைப்புகள்; ஒவ்வொருவர் அருகிலும் இரு இயந்திரங்கள் தொடர்ந்து கோடுகள் வரைந்து கொண்டிருந்தன. அறையிலிருந்த எல்லாருமே அவனுடைய அப்பா போலிருந்தது.

ஆனால் அந்த ஆள் சந்துருவை ஒரு வைத்தியர் அறைக்கு அழைத்துச் சென்றார். பளபளவென்று ஒரு வைத்தியர் மேஜைக்குப் பின்னால் உட்கார்ந் திருந்தார். அந்த அறையின் குளிர்சாதனம் சந்துருவைக் குளிரில் நடுக்கியது.

"நீங்கதான் மிஸ்டர் நடராஜனைச் சேர்த்திருக்கீங்க, இல்லையா?"

"ஆமாம்."

"நீங்க என்ன வேணும் அவருக்கு?"

"அவர் என் அப்பா."

"உங்களுக்கு வேறே சகோதரர்கள் இருக்காங்களா?"

"இல்லை. ஒரு தங்கை மட்டும் இருக்காங்க... எதுக்கு?"

"அப்பாவுக்கு எவ்வளவு நாளா சாப்பிட முடியல்லே?"

"பத்துப் பதினைஞ்சு நாள்தான் இருக்கணும். அப்பா அம்மா கிராமத் திலே இருக்காங்க."

"இன்னும் கொஞ்ச நாளாகவே இந்த கம்ப்ளெயிண்ட் இருந்திருக்கணும்."

"ஏன், சரியாயிடுமில்லே?"

டாக்டர் பதில் சொல்லாமல் அப்பாவின் காகிதங்களைப் பார்த்துக் கொண்டிருந்தார். அதில் அவருக்குப் புதிதாக என்ன தெரிய இருக்கிறது?

"நீங்க என்ன பண்ணறீங்க?"

அவனுக்குச் சிறிது கூச்சமாக இருந்தது.

"உங்க மனைவி வேலைக்குப் போறாங்களா?

"ஆமாம், டீச்சர்."

"கவர்ன்மெண்ட் ஸ்கூலா?"

"இல்லே. பிரைவேட்தான்."

"மிஸ்டர் சந்துரு. நான் சொல்றதை முழுக்கக் கேட்டுண்டு யோசிச்சு சொல்லுங்க. உங்க அப்பாவுக்கு ரொம்ப முத்திப் போச்சு."

"சரியாகாதா?"

"நாம வைத்தியம்தான் செய்யலாம். சரியாகுமா சரியாகாதான்னு சொல்லறது ரொம்பக் கஷ்டம். உங்கப்பாவுக்கு 72 வயசு."

"ஆமாம்."

"வைத்தியம் பண்ணலாம். பண்ணிண்டே இருக்கலாம். ஆனா எல்லாமே அவரை ரொம்ப இம்சைப்படுத்தற மாதிரி. ஒருநாள் ஆபரேஷன்ற மாதிரி இல்லே. நீங்க ஆஸ்பத்திரிக்கும் வீட்டுக்குமா போய் வந்திண்டே இருக்கணும்."

"என்ன பண்ணணும்ங்கறீங்க?"

"இப்பவே ரொம்பக் கஷ்டப்பட்டுண்டிருக்காரு. வயத்துக்கு டியூப் போட்டிருக்கோம். அது வழியா பாலு, காபி, கஞ்சி எல்லாம் தரலாம்."

"அப்பா வாயாட்டு முழுங்கவே முடியாதா?"

"எங்களை மீறி அற்புதம் நடந்திருக்கு. ஆனா உங்க அப்பா கேஸ்லே அதுக்குச் சான்ஸ் ரொம்பக் குறைச்சல்."

"எனக்குப் புரியலையே?"

"வீட்டுக்கு அழைச்சிண்டு போயிட்டு மூணு நாளைக்கு ஒரு தடவை வரணும். மாசம் ஒரு தரம் ஆஸ்பத்திரிலே சேர்க்கணும். இதெல்லாம் பண்ணினாலும் அவருக்கு எந்த உற்சாகமும் இருக்காது."

"என்ன பண்ணணும்னு சொல்றீங்க?"

"நீங்க முடிவு செய்யணும். நான் டிஸ்சார்ஜ் பண்ணிடறேன். டியூப் மட்டும் எடுக்கலை. நீங்க அது வழியா பால், கஞ்சி கொடுக்கலாம். கொடுத்துட்டு நல்ல தண்ணியா கடைசியிலே கொடுத்துங்கன்னா டியூப் சுத்தமா இருக்கும். அதை அப்பப்ப நான் மாத்தறேன். வயத்திலே உணவு போனாக் கொஞ்சம் தெம்பா இருப்பார்."

"டிரீட்மெண்ட் கிடையாதா?"

"அவர் வயசுக்கு உடம்புக்கு அது தாங்கணும். என்ன பண்ணியும் ஆறு மாசம். ஆறு மாசமும் வீடும் ஆஸ்பத்திரியுமாத்தான் இருக்கும். நீங்க உங்க அப்பாவை வீட்டுக்கு அழைச்சிண்டு போகலாம்."

சந்துருவுக்குப் புரிந்த மாதிரியும் இருந்தது, குழப்பமாகவும் இருந்தது. இவ்வளவு பணபலமும் ஆள் பலமும் தேவைப்படும் வியாதியா? அப்பா, பாவம், வெற்றிலை, பாக்குக் கூட போட மாட்டாரே?

அப்பாவை இப்போது பொது வார்டுக்கு மாற்றியிருந்தார்கள். டியூபுடனேயே அவர் பேசினார்: "ரொம்பத் தொந்தரவு படுத்திட்டாங்கப்பா."

சந்துரு அப்பாவுக்கு இணைத்திருந்த டியூபை எப்படிச் சுத்தமாக வைத்திருக்க முடியும் என்று யோசிக்க ஆரம்பித்தான். அப்பாவுக்கு ரயில் நிலையத்து 'இப்போதே தயாரித்த காபி' இனி எப்போதும் வாங்கித்தர முடியாது.

2006

வாழைப்பழம்

என் சித்தப்பா சிரித்தால் அவர் உடம்பெல்லாம் குலுங்கும். அவருக்குச் சிரிப்பு அவருடைய உடல் முழுவதுமாக விரவி இருந்தது.

சிரிப்பு போல அவருக்கு நான்கு பேரோடு உட்கார்ந்து நிறையச் சாப்பிடப் பிடிக்கும். அவருடைய அப்பா – அதாவது என்னுடைய அப்பாவின் அப்பா இறந்தபோது அவருடைய எட்டுக் குழந்தைகளில் ஐந்து, பத்து வயதைத் தாண்டவில்லை. தாத்தா அற்பாயுளில் இறந்ததாக யாரும் குறிப்பிடவில்லை. அவரைப் போலவே என் அப்பா, என் இரு சித்தப்பாக்களும் ஐம்பத்தைந்து வயது தாண்டுவதற்கு முன்பு இறந்துவிட்டார்கள். அவர்களும் அற்பாயுளில் இறந்ததாக யாரும் அந்த நாளில் குறிப்பிடவில்லை.

என் அப்பா, இரு சித்தப்பாக்கள் ஆகிய மூவரில் என் பெரிய சித்தப்பாதான் ஏகப்பட்ட நாட்கள் ஆஸ்பத்திரியில் இருந்தார். அவர்தான் உடல் குலுங்கச் சிரிப்பவர்.

நான் சிறுவனாக இருந்தபோது பிரமிப்பு ஏற்படுத்திய இடங்களில் ஆஸ்பத்திரியும் ஒன்று. நான் வசித்த ஊரில் இரண்டு ஆஸ்பத்திரிகள் இருந்தன. ஒன்று ரயில்வே நடத்திய ஆஸ்பத்திரி; இரண்டாவது அந்த ஊராட்சி நடத்திய ஆஸ்பத்திரி. இரண்டாவது ஆஸ்பத்திரி ரயில்வே நிலையத்துக்குப் பக்கத்தில் இருக்கும். அதன் வெளிச்சுவர்கள் இலேசான நீல வர்ணம் பூசப்பட்டிருக்கும். ரயில்வே ஆஸ்பத்திரி ஊருக்கு வெளியே இருந்தது.

முதல் உலக யுத்தம் முடிந்த கையோடு என் அப்பா ஓர் இருபது வயது இளைஞனாக அந்த ஊருக்கு வேலை தேடி வந்தார். யுத்தத்துக்காக ஆரம்பித்த சில அமைப்புகளைக் கலைத்துவிடும் அமைப்பில் அவருக்கு வேலை கிடைத்தது.

என் இரு சித்தப்பாக்களும் அப்பாவிடம் வந்து விட்டார்கள். என் சித்தப்பாக்களுடைய உணவுக் கொள்முதல், உணவுப் பழக்கவழக்கங்கள் என் அப்பாவைவிட என்

அம்மாவுக்குத்தான் நன்றாகத் தெரியும். இருபது ரூபாய் சம்பளத்தில் வீட்டு வாடகையும் கொடுத்துவிட்டு நான்கு பேர் சாப்பிட வேண்டுமென்றால் கணக்கு பெரிய பிரச்சனையாகிவிடும்.

ஒரு வருட காலத்துக்குள் இரண்டு சித்தப்பாக்களுக்கும் அப்பா வேலை வாங்கிக் கொடுத்துவிட்டார். அப்பா மாதிரி அலுவலக வேலையில்லை. ஆனால், வேறு சௌகரியங்கள் உண்டு. சின்னஞ்சிறு ஊர்களில் வேலை என்பதால் வீடு உண்டு. கிராமம் என்பதால் உதவியாளர்கள் கிடைப்பதில் சிரமமிருக்காது. மின்சார விளக்கு இருக்காது, குழாய்த் தண்ணீர் இருக்காது, ஆனால் 'ராஜா மாதிரி வாழ்க்கை' சாத்தியம்.

எனக்கு நினைவு தெரியும் வயது வந்தபோது இரண்டு சித்தப்பாக்களுக்கும் நிறைய குழந்தைகள். நாங்கள் ஒரே ஊரில் இருக்க, அவர்கள் சிறுசிறு ஊர்களாக ஏழெட்டில் இருந்துவிட்டார்கள். மாற்றங்களினால் சித்தப்பாக்களுக்குச் சிரமமில்லை. ஆனால், குழந்தைகள் படிப்பு சீராக அமையவில்லை. பெண்கள் ஐந்தாவது வகுப்போடு வீட்டில் இருந்துவிட வேண்டியிருந்தது. பிள்ளைகள் யார் வீட்டிலோ இருந்துகொண்டு படிப்பைத் தொடர வேண்டியிருந்தது.

பெரிய சித்தப்பாவுக்கு எங்கள் ஊருக்கே மாற்றலானது. எங்கள் ஊரிலும் அவருக்கு குவார்ட்டர்ஸ்! ஆனால் மிகவும் சிறியது. அவ்வளவு சின்ன வீட்டுக்கு ஒரு தோட்டம் வேறு!

அது இரண்டாம் உலக யுத்தம் நடந்து கொண்டிருந்த காலம். தெருவில் நிறைய மிலிட்டரி டிரக்குகள். காக்கி வண்ணத்தில் பெரிய வண்டிகள். நம்பர் பிளேட்டில் ஒரு செங்குத்தான அம்புக்குறி இருக்கும். புதன்கிழமைகளிலும் சனிக்கிழமைகளிலும் சினிமாக் கொட்டகைகள் இராணுவத்தாரால் நிரம்பி வழியும். அவர்கள் சீருடையோடு வந்தால் பாதிக்கட்டணம். வாடகை சைக்கிள் அந்த இரு நாட்களில் வாடிக்கையாளர்களுக்குக் கிடையாது. அவையும் இராணுவக்காரர்களுக்குத்தான்! ஊர்க்காரர்களை இல்லாத கேள்வி கேட்கும் சைக்கிள் கடைக்காரர்கள் இராணுவக்காரர்களின் அடையாளச் சீட்டை வாங்கி வைத்துக்கொண்டு சைக்கிளைக் கொடுத்து விடுவார்கள். இரவில் அந்த இராணுவக்காரர்கள் எந்தக் கடையிலிருந்து சைக்கிளை எடுத்து வந்தோம் என்று நினைவில்லாமல் திண்டாடுவார்கள்.

சைக்கிளில் போகும் இராணுவக்காரர்களால் சில சங்கடங்கள் நேர்ந்தால், இராணுவ டிரக்குகளால் சாலைகளில் நடமாடுவதே அபாயகரமானதாகிவிட்டது. தினம் இருவர், மூவராவது இராணுவ டிரக்குகளால் அடிபட்டுப் படுகாயமடைந்தார்கள், அல்லது இறந்து போனார்கள். ஒரு டிரக் என் பெரிய சித்தப்பாவைப் பின்னாலிருந்து மோதியிருக்கிறது. சித்தப்பாவுக்குப் பெரிய உடம்பு. என் சித்தி செய்த புண்ணியம் சித்தப்பாவுக்குக் கால் எலும்பு முறிவோடு விட்டது.

மகிழ்ச்சியைவிட எல்லாருக்கும் ஆச்சரியம். சைக்கிளில் போகிறவனைப் பின்னாலிருந்து இராணுவ டிரக் மோதி அவன் உயிர் பிழைப்பதாவது?

சித்தப்பாவை ரயில்வே ஆஸ்பத்திரியில் சேர்த்திருந்தார்கள். இன்று கேட்கத் தோன்றுகிறது. எப்படி எடுத்துப் போனார்கள்? அன்று ஆம்புலன்ஸ்

வண்டி என்று கிடையாது. செவர்லே டூரர் என்பதுதான் டாக்சி. அதில் எடுத்துப் போவது சித்திரவதையாக இருக்கும். ஆதலால் ஒற்றை மாட்டு வண்டியில் சித்தப்பாவை ஏற்றி ஆஸ்பத்திரிக்கு எடுத்துப் போயிருப்பார்கள்.

நான் ஆஸ்பத்திரியில் சித்தப்பாவைப் பார்த்தபோது அவர் ஏதோ தர்பார் நடத்துவதுபோல இருந்தது. அவருடைய இடக்காலுக்கு முழங்காலிலிருந்து பாதம் வரை மாவுக்கட்டு போட்டிருந்தது. அவரைச் சுற்றி இருந்தவர்களைச் சிரிக்க வைப்பது போலச் சித்தப்பா ஒரு பென்சில் கொண்டு அந்த மாவுக்கட்டைத் தட்டுவார். வெவ்வேறு தாளகதிகளில் தட்டுவார். மாலை நேரம் சிரிப்பும் கும்மாளமுமாக இருக்கும். அது பெரிய அறை. இன்னும் ஏழெட்டுப் பேர் படுக்கையில் கிடந்தார்கள். அவர்களிடமிருந்து அவ்வப்போது முனகல் வரும்.

என் அப்பா போய்ப் பார்த்தாரோ இல்லையோ, நான் தினமும் சித்தப்பாவை ஆஸ்பத்திரியில் போய்ப் பார்த்தேன். ஓரிரு தடவை யாருமே இருக்கமாட்டார்கள். அப்போது சித்தப்பா கண்களை மூடியபடி படுத்திருப்பார். முதல் முறை எனக்கு விசேஷமாக ஏதும் தோன்றவில்லை. ஆனால் இரண்டாம் முறை அவரைத் தனியாகப் பார்த்தபோது பரிதாபமாக இருந்தது. அவருடைய சைக்கிள் எப்போதும் ஓடிக்கொண்டே இருக்கும். அவருடைய கால்கள் பெடலை மிதித்தபடியே இருக்கும். இப்போது மாதக்கணக்கில் அவர் படுக்கையில்.

சித்தப்பா சட்டென்று கண்களை விழித்துப் பார்த்தார். சிரிக்கத்தான் முயற்சி செய்தார். முடியவில்லை "எப்படி வந்தே?" என்று கேட்டார்.

"சைக்கிள்லதான்."

"ஒரு வாழைப்பழம் வாங்கிண்டு வரயா?"

எனக்கு அப்போது தனியாகக் கடைக்குப் போய் சாமான் வாங்கிய அனுபவம் கிடையாது.

"வாழைப்பழம் எங்கே கிடைக்கும்?" என்று கேட்டேன்.

"பான் பீடா கடையிலே கூடக் கிடைக்கும்" அங்கு வெற்றிலை பாக்குக் கடைக்கு அதுதான் பெயர்.

"என்கிட்டே காசு இல்லியே?" என்றேன்.

சித்தப்பா தலையணையடியில் மல்லாக்கப் படுத்தபடியே தடவிப் பார்த்தார். பிறகு என்னைப் பார்த்து, "என் தலையடியிலே ஒரு பைசா வைச்சிருந்தேன். பாரு, எங்கே போச்சுன்னு."

சித்தப்பா தலையணைக்கடியில் அவருடைய பொடி டப்பா இருந்தது. அழுக்காக ஒரு கைக்குட்டை. பைசா கைக்குட்டையில் சிக்கிக் கொண்டிருந்தது. பைசா ஒரு ரூபாயில் மிகச் சிறிய பகுதி. தொண்ணூற்றாறு பைசாக்கள் ஒரு ரூபாய்.

நான் பைசாவை எடுத்துக்கொண்டு வெற்றிலை பாக்குக் கடையைத் தேடிக் கொண்டு போனேன். அந்த இடம் எனக்குப் பழக்கம் கிடையாது. மேலும் நான் கடைகளுக்குப் பெரியவர்களுடன்தான் அதுவரை போயிருந்தேன்.

நான் வாழைப்பழத்துடன் திரும்பியபோதும் சித்தப்பா தனியாகத்தான் இருந்தார். நான் வாங்கிக்கொண்டு போன வாழைப் பழத்தைச் சித்தப்பா அவசரம் அவசரமாகச் சாப்பிட்டார். அவர் எப்போதும் ஆற அமரச் சாப்பிட்டுத்தான் நான் பார்த்திருக்கிறேன்.

"எனக்கு மூணு நாளாச் சித்திரவதை" என்றார். கண்களை மூடிக் கொண்டார். அவர் சொன்னது சரியாகப் புரியவில்லை. ஆனால், மிகவும் சிரமப்படுகிறார் என்று தெரிந்தது.

"எனக்கு எங்கேருந்தாவது விஷம் கொஞ்சம் வாங்கிண்டு வாயேன்" என்றார்.

"பான் பீடா கடையிலே கிடைக்குமா?"

சித்தப்பா தலையில் அடித்துக் கொண்டார். பிறகு, "இதை யார்கிட்டேயும் சொல்லாதே" என்றார்.

அப்போது சித்தப்பாவின் குடும்பத்தாருடன் இன்னும் மூன்று நான்கு அக்கம்பக்கத்துக்காரர்களும் வந்தார்கள். சித்தப்பாவின் தர்பார் தொடங்கியது.

எனக்கு ஆஸ்பத்திரிகள் மீதிருந்த மயக்கம் குறையவில்லை. ஆனால், நான் மீண்டும் சித்தப்பாவைப் பார்க்கப் போகவில்லை.

2006

மணியோசை

'மணிக்கொடி' புகழ் பி.எஸ். ராமையா அவர்கள் எழுதிய கதை ஒன்றில், பெண் ஒருத்தி உரிய நேரத்தில் கல்லூரி சென்றடைய, இளைஞன் ஒருவன் தன்னுடைய மிதி சைக்கிளில் அவளை ஏற்றிக்கொண்டு போகிறான். (மணிக்கொடி எழுபது ஆண்டுகள் முன்பு இயங்கியதொரு தமிழ்ப் பத்திரிகை. புதுமைப்பித்தன், மௌனி, கு.ப. ராஜகோபாலன் உள்பட பல சிறந்த எழுத்தாளர்கள் அதில் எழுதியிருக்கிறார்கள்) இளைஞன் சில அடிகள் கூடப் போயிருக்க மாட்டான், ஒரு போலீஸ்காரர் பிடித்துவிடுகிறார். அதாவது கதை எழுதப்பட்ட நாட்களில் சைக்கிளில் ஒருவருக்கு மேல் போவது தண்டனைக்குரியது.

எம்.ஜி.ஆர். ஆட்சிக் காலத்தில்தான் இந்தத் தடை நீக்கப் பட்டது என்று நினைக்கிறேன். முறையான அறிவிப்பு கிடையாது. ஆனால், நடைமுறையில் இரட்டைச் சவாரி அனுமதியுண்டு என்றாகிவிட்டது. அது மட்டுமல்ல, சைக்கிளுக்கு விளக்கு வேண்டாம். பிரேக் வேண்டாம். மணி வேண்டாம்.

ஆனால், இந்த நான்குக்கும் ஒவ்வொரு முறை நான் சைதாப்பேட்டை கோர்ட்டுக்கு வரவழைக்கப்பட்டு அபராதம் விதிக்கப்பட்டிருக்கிறேன். எனக்குச் சாலை விதிகளை மீறுவதில் வீராப்பு ஏதும் கிடையாது. மணி அடிக்கவில்லை என்று அபராதம் செலுத்தியிருக்கக்கூடிய மிகச் சிலரில் என் பெயரும் இருக்கும். என் பெயருடன் என் அப்பாவின் பெயரும் இருக்கும். காவல் துறையினரிடம் எந்தச் சம்பந்தம் ஏற்பட்டாலும் தந்தை பெயரைத் தெரிவித்துவிட வேண்டும். இன்றும் சைதாப்பேட்டை நீதிமன்றத்தின் ஐம்பதாண்டு தஸ்தாவேஜுகளைப் பார்த்தால், என் அப்பாவின் பெயர் பல முறை பதிவு செய்யப்பட்டிருக்கும். ஆனால், ஒரு தடவையாவது சரியாக எழுதப்படவில்லை. அந்த நேரத்தில் அந்தக் காவலருக்கு எது சரியென்று தோன்றியதோ அதை எழுதுவார். என் பெயர்கூட ஒவ்வொரு முறையும் ஒரு மாதிரி.

என் சைக்கிளைப் பிடுங்கி வைத்துக் கொண்டவர், காலை ஆறு மணிக்கு சைதாப்பேட்டை கோர்ட்டுக்கு வரச் சொன்னார். எனக்கு ஆச்சரியமாயிருந்தது. நான் தான் சைக்கிளில் போகிறவன் அதிகாலையிலேயே எழுந்திருக்க வேண்டும். ஆனால், நீதி வழங்குவர்கள் கூட ஒழுங்காகத் தூங்கக் கூடாதா?

சைதாப்பேட்டை சிவப்புக் கட்டடத்தில் காலை ஆறு மணிக்கு மாடியிலும் கீழும் நல்ல கூட்டமிருந்தது. ஆறு மணிக்கே அந்த இடத்தில் கூடச் செய்ததே எல்லாக் குற்றத்துக்கும் போதுமான தண்டனை என்று தோன்றியது.

நிறையப் பெண்மணிகள் இருந்தார்கள். அவர்களுக்கு வறுமையும் இல்லாமையுமே பெரிய தண்டனை. அதற்கு மேல் சைதாப்பேட்டை கோர்ட்டு என்ன தண்டனை தரவேண்டும்?

என்னைப் பிடித்த போலீஸ்காரரைக் கண்டுபிடித்து அவர் அருகில் சென்றேன். "நீ என்ன நியூசென்ஸா?" என்று கேட்டார். எனக்கு அன்று அது புரியவில்லை.

"என்ன?" என்று கேட்டேன்.

"நடுத்தெருவிலே ஒண்ணுக்கு அடிச்சியாடா?"

"இல்லை. சைக்கிளுக்கு மணி இல்லை."

"மணியே இல்லையா?"

"மணி இருந்தது. நீங்க அடிச்சப்போ அடிக்கலே. அது அப்பப்போ அப்படிச் சிக்கிக்கும்."

"அது என்ன அப்பப்போ?"

"இப்போ அடிச்சுப் பாருங்க, அடிக்கும்."

"நான் உன்னைப் பிடிச்சப்போ அடிச்சுதா?"

"இல்லே"

"ஜட்ஜு எது கேட்டாலும் சரி, சரின்னு சொல்லிடு. பேசினே! டபுள் டபுள் ஃபைன் விழும்."

"இப்போ எவ்வளவு?"

"ஜட்ஜு சொல்லுவாரு"

அந்தப் பெரிய அறையைப் பார்த்தேன். ஒரு மின்சார விசிறி கிடையாது. விசிறி என்ன, விளக்கே கிடையாது.

யாரோ பெண்மணி மேடையில் உட்கார்ந்து கொண்டார். அன்று பெண் ஜட்ஜு.

யார் யாரைக் கூப்பிடுகிறார்கள் என்றே புரியாது. தடதடவென்று கூண்டுக்குப் போவார்கள். ஜட்ஜு என்ன சொல்கிறார் என்று தெரியாது. கூண்டில் நின்ற ஆளை ஒரு போலீஸ்காரர் கீழே இழுத்துப் போவார்.

இரண்டு பெண்மணிகள் ஒரே சமயத்தில் கூண்டில். அவர்கள் நடுத் தெருவில் சண்டை போட்டுக் கொண்டார்கள் என்ற குற்றச்சாட்டு. கைகலப்பு இருந்திருக்காது. பேச்சுதான்! பேச்சே சைதாப்பேட்டை வரையில் அவர்களை இழுத்துப் போய் விட்டது. சண்டை போட்டவர்கள் அந்தச் சிறு கட்டத்தில் இடித்துப் பிடித்துக் கொண்டு நிற்க வேண்டும். அவர்களையும் 'சரி, சரி என்று சொல்லு' என்று போலீஸ்காரர் சொல்லியிருப்பார். முதலில் சரி என்றுதான் ஓர் அம்மாள் சொன்னாள். அடுத்த அம்மாளுக்குத் தன் கட்சி ஜெயித்து விட்டது என்று தோன்றிவிட்டது. உடனே ஜட்ஜைப் பார்த்துப் பேச ஆரம்பித்தாள்.

ஜட்ஜு இரண்டு பேருக்கும் மூன்று நாட்கள் சிறைவாசம் கொடுத்து விட்டார்.

எனக்கு, நான் அங்கு சென்ற காரணமே மறந்து விட்டது. மௌன நாடகத்தைப் பார்ப்பதுபோல வேடிக்கை பார்த்துக் கொண்டிருந்தேன். நான் சற்றும் எதிர்பார்க்காத நேரத்தில் போலீஸ்காரர் என்னைக் கூண்டுப் பக்கம் தள்ளினார். தட்டுத் தடுமாறி நான் நின்றேன். அவர் தன் உடுப்பை நன்றாக இழுத்துவிட்டுக் கொண்டு விரைப்பாகக் கூண்டுக்கு வெளியே நின்றார்.

ஜட்ஜம்மா என்னைப் பார்த்தார். காவல் துறைக்காரர் ஏதோ சொன்னார். நான் ஒரு கொலை செய்துவிட்டேன் என்றுகூடச் சொல்லியிருக்கலாம். எனக்கு எதுவுமே சரியாகக் காதில் விழவில்லை. போலீஸ்காரர் என்னைப் பார்த்து, "சரின்னு சொல்லு" என்றார்.

"சரி" என்றேன்.

இன்னும் ஏதோ கேள்வி.

"சொல்லுடா!" என்று போலீஸ்காரர் என்னைப் பார்த்துச் சீறினார்.

"சரி" என்றேன்.

ஜட்ஜம்மா புன்னகை செய்து கொண்டே ஏதோ எழுதினார். போலீஸ்காரர் என்னை இறங்கச் சொல்லி இழுத்துப் போனார்.

"என்னாச்சு? சைக்கிள் எங்கே இருக்கு?" என்று நான் அவரைக் கேட்டேன்.

அவர் என்னைச் சட்டை செய்யாமல் அந்தக் கோர்ட் சிப்பந்தி ஒருவரிடம் போய்ப் பேசினார். பிறகு ஒரு நீண்ட அச்சுப் படிவத்தை எடுத்து வந்தார்.

"எழுதத் தெரியுமா?" என்று கேட்டார்.

எனக்குப் பயம். எனக்குத் தெரியாதது எதையாவது எழுதச் சொன்னால்?

"இதுலே உன் பேரும் உன் அப்பா பேரும் எழுது. மூணு இடத்திலேயும்."

அப்போதுதான் அந்தப் படிவம் மூன்று பாகங்களாக இருந்தது தெரிந்தது. நானே எழுதியதால் சரியாக எழுதினேன். இங்கே 'ரூ', 'ரூ'ன்னு இருக்கே?" என்று கேட்டேன்.

"அதுதான் அபராதம்."

"எவ்வளவு?"

"அஞ்சு ரூபா."

நான் வெறும் எண்ணில் எழுதினேன். அந்த போலீஸ்காரர் என் தலையில் ஒரு தட்டுத் தட்டி அதை எழுத்தில் எழுதச் சொன்னார்.

ஏற்கெனவே நான் அப்பாவின் பெயரை மூன்று முறை எழுதியிருந்தேன். என் கையில் 'ஐ' வரவில்லை. ஐந்து என்று எழுதுவதற்குப் பதிலாக ஜந்து ஜந்து என்று எழுதினேன். நல்ல வேளை, அது போலீஸ்காரர் கண்ணில் படவில்லை.

"இதை எடுத்துண்டு போய்க் கட்டிட்டு வா" என்று போலீஸ்காரர் சொன்னார்.

"உடனே சைக்கிள் கொடுத்திருவீங்களா?"

"போய்க் கட்டிட்டு வா!"

"எங்கே?"

மீண்டும் என் தலையில் ஒரு தட்டு, "அங்கே வெராண்டால ஒருத்தர் வாங்கிண்டிருக்கார், பாரு."

நான் வெராண்டாவுக்குப் போனேன். நல்ல கூட்டம். எல்லாம் நான்கு, ஐந்து ரூபாய்கூட பணம் கட்ட முடியாதவர்கள் சிறை. அவர்கள் வெராண்டா சுவரோரமாக முழங்காலைக் கட்டியபடி உட்கார்ந்திருந்தார்கள். தெருவில் சண்டை போட்ட பெண்மணிகளும் அங்கு அமைதியாக உட்கார்ந் திருந்தார்கள். ஒரு அம்மாள் இடுப்பிலிருந்த ஒரு சிறு துணிப்பையை எடுத்து அதிலிருந்து ஒரு பாக்குத் துண்டை எடுத்து இன்னொருவளிடம் கொடுத்தார்.

சிறையில் இவர்களை ஒரே அறையில் அடைத்து வைப்பார்களா?

நான் அபராதம் கட்டிவிட்டு மீண்டும் போலீஸ்காரரிடம் போனேன். அந்தப் படிவத்தில் இரண்டு பாகங்களை மட்டும் என்னிடம் கொடுத் திருந்தார்கள்.

"உனக்கு பாண்டிபஜார் ஸ்டேஷன் தெரியுமா?"

“என்னைப் பழைய மாம்பலம் ரயில் கேட்டாண்டே தானே பிடிச்சீங்க?”

“உன் சைக்கிள் வேணும்னா பாண்டிபஜார் போ.”

எனக்கு அந்த ஸ்டேஷன் தெரியாது. ஆனாலும், “சரி” என்றேன்.

“இனிமே எப்போ போலீஸ் பிடிச்சாலும் சரி, சரின்னு சொல்லு.”

“சரி.”

“போ.”

“ஒரு விஷயம்.”

“என்னடாது?”

“ஏன் இவ்வளவு காலையிலே இங்கே?”

“வெயில் வந்தா உக்கார முடியாது. அதுதான்.”

அந்த ஜட்ஜம்மாவுக்கு விளக்கும் கிடையாது. விசிறியும் கிடையாது. சம்பளம் கூடக் கிடையாது என்று தான் சொன்னார்கள். அவர்களுக்குப் பெயரே கௌரவ மாஜிஸ்டிரேட்கள்.

பாண்டிபஜாரில் ஜன் கணக்கில் குவிக்கப்பட்டிருந்த சைக்கிள்களிலிருந்து என்னுடையதை மிகவும் சிரமப்பட்டுத்தான் எடுத்துக் கொண்டேன்.

இப்போது அதில் மணி சரியாக அடித்தது!

2007

நல்ல கருத்துகள்

அது தபாலில் வரவில்லை. பரிதாபகரமான ஒல்லிப் பையன் ஒருவன் கொண்டு வந்திருந்தான். விமானங்களே வைத்திருக்கும் ஒன்றிரண்டு கூரியர் கம்பெனிகள் உண்டு. பல கூரியர் நிறுவனங்கள், அவர்கள் நியமிக்கும் கூரியர் பையன்களை ஒத்த நிலையில்தான் உள்ளன. கடிதங்களையும் பொட்டலங்களையும் வாங்கிக் கொள்ளும் இடம் ஒருநாள் திறந்திருந்தால் மூன்று நாட்கள் மூடியிருக்கின்றன. நான்காவது நாள் ஒரு இளைஞன் மேசைக்குப் பின்னால் உட்காருகிறான். இந்தியா மின்னுகிறது, மாதச் சம்பளம் லட்ச ரூபாயைத் தூக்கி எறிந்து விட்டுச் சொந்த கம்பெனி ஆரம்பிக்கும் இளைஞர்கள் பற்றிக் கூறுவதெல்லாம், இந்த கூரியர் துறைக்குப் பொருந்தாதது. இன்று ஒவ்வொரு கூரியர் கம்பெனி வாசலிலும் 'கூரியர் பையன் தேவை. ரூ. 3000 சம்பளம், சொந்தமாக சைக்கிள் வைத்திருக்க வேண்டும்' என்று அறிவிப்பு இருக்கிறது. "வருவாங்க, சார். அவுங்களுக்கு வேலை எல்லாம் கத்துத்தரப் பத்துப் பதினைந்து நாளாகும். முதல் மாசம் சம்பளம் வாங்கிப்பாங்க. அப்புறம் வரமாட்டாங்க" என்று ஒரு கூரியர் கம்பெனியில் சொன்னார்கள். "நாங்க பழைய ஆளுங்க. என்னவெல்லாமோ கஷ்டங்களிலே வேலை பண்ணியிருக்கோம். இப்போது புதுசா வரவங்க நிறைய கண்டிஷன் போடுவாங்க. எங்களுக்கும் அதே சம்பளம், அவுங்களுக்கும் அதே சம்பளம்." இப்படிப்பட்ட கூரியர் கம்பெனி பையன்தான் அந்தக் கட்டுக்காகிதத்தைக் கொண்டு வந்து கொடுத்திருந்தான்.

அந்தக் கத்தைத் தாள்கள் அவனுடைய நண்பர் ஒருவர் இரு மாதங்கள் முன்பு ஆற்றிய சொற்பொழிவு. அவனும் நிறைய சொற்பொழிவுகள் ஆற்றியிருக்கிறான். முதல் இருபது ஆண்டுகளுக்கு அவனும் சொற்பொழிவு முழுவதையும் எழுதி வைத்துப் படித்துவிட்டிருக்கிறான். அதன் பிறகு நிலவும் மௌனம், அவன் சொற்பொழிவில் சொன்ன செய்திகளை விட நிறையச் செய்திகளை அவனைவிடப் பல மடங்கு வலுவாகத் தெரிவித்துவிடும். அதன் பிறகு அவன் கட்டுரைகள் எழுதிப் படிக்காமல் கூடியிருப்போரிடம் நேருக்கு நேர்

பேசுவான். அவன் சொல்ல நினைத்த பல விஷயங்கள் மறந்துவிடும். பேச்சே அவன் நினைத்திராத திசை நோக்கிச் செல்லும். இப்போது அறையில் கூடியிருந்தவர்கள் அவன் பேச்சைக் கேட்டார்கள். ஆனால் இந்த நண்பரும் இன்னும் ஒருவரும் அவர்கள் பேச வேண்டியதைக் கட்டுரை எழுதிப் படிப்பதைக் கைவிடவில்லை.

அவன் கட்டுரையைப் படிக்க ஆரம்பித்தான். உலகத்தில் உள்ள அறிவு எல்லாம் அதில் இருந்தது. ஒன்றடுத்து ஒன்றாக உண்மைகள். இதைக் கேட்க வேண்டியிருந்தவர்களை அவன் கற்பனை செய்து பார்த்தான். பரிதாபமாக இருந்தது.

உண்மைகள், உண்மைகள், உண்மைகள். உலகத்தில தான் எவ்வளவு உண்மைகள்! எல்லாருக்குமே தெரிந்த உண்மைகள், உரை நிகழ்த்துபவர்கள் எளிதாக எடுத்து வாரி வீசக்கூடியவை.

இந்த உரைகளால் யாருக்காவது பயன் ஏற்பட்டிருக்கிறதா? ஒரு காலத்தில் சொல்வார்கள்: அந்த நடிகர் திரைப்படமென்றால் நல்ல கருத்து இருக்கும். அந்த நடிகர் மறைந்துவிட்டார். அவருடைய படங்கள் தொலைக்காட்சியில் காட்டப்பட்டு வருகின்றன. அவருடைய சீடர்கள் என்றிருந்தவர்கள் வயது காரணமாக இன்று எப்போதோ ஒரு முறைதான் பொது நிகழ்ச்சிகளில் கலந்து கொள்ளமுடிகிறது. இப்போதும் அவர்கள் இந்தக் கருத்து பற்றித்தான் சொல்வார்கள். அவர்கள் பதவி வகித்தார்கள், அவர்கள் காலத்துக்குரிய உத்தரவுகள் பிறப்பித்தார்கள் என்பதைத் தவிர அவர்கள் மனதிலோ மக்கள் மனதிலோ என்ன மாற்றம் ஏற்பட்டிருக்கிறது? இன்று எல்லா அக்கிரமங்களும் நடக்கின்றன. படுகொலை, கொள்ளை போன்ற குற்றங்கள் சர்வசகஜமாக நடக்கின்றன. அந்த நடிகர் திரையில் தோன்றினாலே சீட்டியடித்துக் கை தட்டுபவர்கள் இன்னும் இருக்கிறார்கள். அவர்களுக்கு என்றாவது ஐயம் தோன்றவேண்டாமா? அவருடைய நல்ல கருத்துகள் விளைவுகளை அதிகம் ஏற்படுத்தவில்லை என்று?

அவனுக்கு அவர்களின் விசுவாசத்தைக் கண்டு மனம் உருகியது. கள்ளம் கபடமில்லாமல் அந்தக் கருத்து நடிகரின் நிழற்படத்தைக் கண்டு கிளர்ச்சி அடைகிறார்கள். கரகோஷம் செய்கிறார்கள். விசுவாசம் மிக உயரிய பண்பு. அந்த மனிதர்மீது அவர்கள் கொண்டிருக்கும் விசுவாசம், ஏன் மனிதர் கூறும் கருத்துகளுக்குத் தர இயலாமல் போய்விடுகிறது?

காரணம் இதுதான், அந்த நடிகர் திரையில் கூறிய கருத்துகள் மட்டுமே அவர்கள் லயிப்புக்கு அல்ல. அவர் கதாநாயகனாகக் காட்டிய சாகசம், அவருக்கு கதாநாயகியாக நடித்த நடிகையின் தோற்றம், ஏராளமான இளைஞர்களும் இளம்பெண்களும் ஆடும் நடனங்கள், சர்க்கஸ்காரர்களுக்கு சாத்தியமான குட்டிக்கரணங்கள் கொண்ட சண்டைக் காட்சிகள் . . . இவற்றுக்கு நடுவில் கருத்து.

நடிகர்கள் மட்டும் இந்த 'நல் கருத்துகள்' பரிமாற்றத்தில் இருக்கிறார்கள் என்று கூறமுடியாது. ஒரு மகத்தான துறவியின் பெயரால் ஒரு சேவை நிறுவனம் ஆண்டாண்டு காலமாக நடந்து வருகிறது. அந்த நிறுவனத்தின் தனிச்சிறப்பே அதில் தனிமனிதர் யாரும் துதிக்கப்படமாட்டார். தமிழ் நாட்டில் எந்த இடத்தில் மழையோ வெள்ளமோ தீவிபத்தோ நடந்தால்

அடுத்த ஒரு மணி நேரத்தில் அந்த நிறுவனத்தார் சேவைபுரியப் போய் விடுவார்கள். அரசு அதிகாரிகள் வண்டியில்லை, படகு இல்லை என்று தாமதப்படுத்த இந்த நிறுவனத்தின் தொண்டர்கள் அவர்களால் இயன்ற உதவிகளைப் புரியத் தொடங்கிவிடுவார்கள். வேறு யாரோ ஒரு பிரிவினர் மிகவும் பகட்டாகச் சில விழாக்கள் நடத்தினார்கள். கூட்டம் சேர்ந்தது. நாமும் கூட்டம் சேர்த்து விழா நடத்தி விட வேண்டும் என்று நிறுவனத் தலைமைக்குத் தோன்றிவிட்டது. அந்த நிறுவனம் நடத்தும் பள்ளி மாணவர்கள் எல்லாம் விழாவுக்கு வந்தாக வேண்டும் என்று உத்தரவு போட்டாயிற்று. விளைவு சின்னஞ்சிறு குழந்தைகளை அழைத்து வந்த ஆசிரியர்களும் ஆசிரியைகளும் கூட்டம் நடந்த மூன்று மூன்றரை மணி நேரமும் குழந்தைகள் எங்கும் தவறிப்போய் விடக்கூடாதே என்று குழந்தைகளைக் கண்காணிப்பதில் கவனமாக இருந்தார்கள். குழந்தைகள் சிறிது நகர்ந்தால்கூட அதட்டினார்கள். குழந்தைகளுக்குச் சித்திரவதையாக இருந்தது. மேடையில் பேசியவர்கள் ஒலிபெருக்கி மூலம் அவர்கள் குரல் கொடுத்த மயக்கத்தில் ஏதேதோ பேசிக்கொண்டே போனார்கள். இடையில் மழைத்தூறல். பேசுகிறவர்களுக்கு எந்தக் கவலையும் இல்லை. மேலும் மேலும் உபதேசங்கள், அறிவுரைகள்.

அவன் எப்போதோ படித்தது நினைவுக்கு வந்தது. அரசியல் அயோக்கியர்களின் புகலிடம் என்பது போல, தானதர்ம இயக்கங்கள் சகமனிதர்களைச் சித்திரவதை செய்வதில் நாட்டம் கொண்டவர்களின் புகலிடம் என்று ஒருவர் கூறியிருந்தார். நாட்டின் தலைநகரில், நல்ல மையப்பகுதியில், படாடோபமான அலுவலகங்கள் வைத்து இயங்கும் பன்னாட்டு சேவை நிறுவனங்கள் பத்திரிகைகளில் கண்ணில் பட்டவர்களின் முகவரியை அறிந்து படாடோபமான தாளில் படாடோபமான உரையில் இந்தச் சின்னஞ்சிறு குழந்தை அடுத்த வேளை உணவுக்கு உங்களையே நம்பியிருக்கிறது என்று ஒரு படிவம் அனுப்பியிருப்பார்கள். அந்தக் குழந்தையின் புகைப்படத்தை எடுத்தவர் உலகப் பிரசித்தமானவர். அப்படத்தை எடுப்பதற்கு மிகப்பெரிய கட்டணம் வசூலித்திருப்பார். அந்த நிறுவனம் அதன் அலுவலகம், ஊழியர், அந்த ஊழியர்களின் பயணப்படி இதெல்லாம் வைத்து பல டஜன் ஏழைச் சிறுவர்களைப் பல மாதங்கள் பராமரிக்கலாம். வலது கையால் தருவது இடது கைக்குத் தெரியாதபடி தர்மம் செய்யவேண்டும் என்பார்கள். இப்போது ஒரு நோட்டுப் புத்தகம் பென்சில் தருவதைப் பெரிய விழாவாக நடத்தி விடுகிறார்கள்.

அவனுடைய நண்பர் கட்டுரையை மிகவும் நேர்த்தியாக எழுதியிருந்தார். அவரும் நிறையப் பணம் ரகசியமாக விநியோகம் செய்கிறார் என்று அவன் கேள்விப்பட்டிருக்கிறான். அதுவே அவரை நிறைய கருத்துகளும் சொல்லச் செய்திருக்கலாம். ரகசியமாக நிதியுதவுபவர்கள் அதிகம் பேசமாட்டார்கள். ஆனால் எல்லா விதிகளுக்கும் விலக்கு உண்டல்லவா?

அவனுக்கு இதெல்லாம் ஏற்படுத்திய துக்கத்தால் அழுகைகூட வந்துவிட்டது. இந்த நாட்டில் என்று மட்டுமல்ல, உலகத்தில் அனைத்து நாடுகளிலும் உதவியை எதிர்பார்த்துக் கோடிக்கணக்கில் மக்கள் இருப்பார்கள். பசி, வியாதி, குடிக்கத் தண்ணீர் இல்லாமை, மழை குளிரிலிருந்து பாதுகாத்துக் கொள்ளத் துணியில்லாமல் இருப்பது, அயோக்கியர்கள்

உபத்திரப்படுத்தும்படி ஒழுங்கான சுவர், கூரை இல்லாமல் தவிப்பது... மனித வரலாற்றில் மகாஞானவான் என்று பெயர் பெற்ற அரசன் ஆட்சி புரிந்த நாட்டில் இப்போது பட்டினியில் ஆயிரக்கணக்கில் மாண்டு வருகிறார்கள். தர்ம சிந்தையுடைய பன்னாட்டு நிறுவனம் அங்கல்லவோ சேவை புரியவேண்டும்? அங்கேயும் வழவழ தாளில் நிதியுதவிக்குப் படிவங்கள் அனுப்புவார்களோ? யாருக்கு அனுப்புவார்கள்?

தெருவில் ஊர்வலம், யாரோ இறந்துவிட்டார், இசையோடு மலர்கள் தூவிய ஊர்வலம். மலர்கள் மட்டும் இருந்தால் பரவாயில்லை. ஒரு சிறு பையிலிருந்து அரை ரூபாய் நாணயங்களாக ஒரு கொத்து எடுத்து, ஒருவர் வீசினார். இந்தச் செய்கையால் இறந்தவரின் ஆத்மாசாந்தி அடைந்திருக்கலாம். ஆனால் அது ஊர்வலத்தில் குழப்பமே விளைவித்தது. ஊர்வலம் போய்க் கொண்டிருந்தோரின் குறுக்கே புகுந்து சிலர் நாணயங்களைப் பொறுக்கு கிறார்கள். நிலையை கட்டுக்கடங்காமல் போவதற்குள் வயதான ஒருவர் நாணயப் பையை வாங்கிக் கொண்டார். நாணயம் பொறுக்கியவர்கள் அவர் முகத்தைப் பார்த்தபடியே நகர்ந்து கொண்டிருந்தார்கள். சற்றுத் தளர்ந்தால் பையையே பிடுங்கிக்கொண்டு விடுவார்கள் போலிருந்தது. கிழவர் பையை இன்னொருவரிடம் கொடுத்தார்.

அந்தக் கிழவர் மனதில் என்ன எண்ணங்கள் ஓடிக்கொண்டிருக்கும்? சாவுக்குப் பின் காசு பணம் தருவதே இறந்தவருக்கு நல்ல நிலை கிடைக்க வேண்டும் என்று. இறந்த பிறகு என்ன நிலை என்று யாருக்குத் தெரியும்? என்ன நிலையானாலும் காசு பணத்தை வாரி வீசுவதால் என்ன பயன் இருக்க முடியும்?

அவனுக்கு இந்தக் காசும் நல்ல கருத்துகள் போலத்தான் என்றே தோன்றியது. தங்களை இழிவுபடுத்திக்கொண்டு காசு பொறுக்கியவர்கள் ஒரு விதத்தில் விடுதலையடைந்தவர்கள். அவர்களுக்கு அந்த நேரத்தில் ஒரு சிறு பையன் என்றாலும் அச்செயலைச் செய்து விடுவார்கள். தான தர்மமே இம்மாதிரி மனிதர்களை நம்பித்தான் இருக்கிறது. தானதர்மம் என்ற பெயரில் வேறொரு மனிதனை இழிவுபடுத்திவிட வேண்டும்.

ஊர்வலத்தில் போய்க் கொண்டிருந்தவர்கள் இருவர் அவனிடம் ஓடி வந்தார்கள். "என்ன ஆச்சுங்க? ஏன் கத்தினீங்க?" என்று கேட்டார்கள்.

"யாரு? நானா கத்தினேன்?"

"ஆமாங்க என்னாச்சோன்னு பயந்துட்டோம்" அவன் என்ன கத்தி யிருப்பான்? 'ஐயோ, போதுமே நல்ல கருத்துகள்!' என்றிருக்குமோ?

2007

மூன்று 'ஏ' பாட்டரி

லோகநாதன் அந்த சூப்பர் மார்க்கெட் முன்பு ஒரு கணம் தயங்கினார். அவர் வழக்கமாக ரொட்டி வாங்கும் கடை மூடியிருந்தது. இரு சகோதரர்கள் அச்சிறிய கடையை நடத்தினார்கள். நகரத்தில் பலருக்குக் காலை உணவு ரொட்டி என்று ஆகிவிட்டபடியால் அவர்களில் ஒரு சகோதரனாவது ஏழு மணிக்கே கடையைத் திறந்துவிடுவான். இன்று அவர்கள் வீட்டில் ஏதாவது பிரச்சினையிருக்க வேண்டும். நல்ல வியாபாரம் நடக்கும் மாலை நேரத்தில் கடை மூடியிருந்தது.

லோகநாதனுடைய குடும்பத்தில் கடந்த ஏழெட்டு மாதங்களாகவே வீட்டுச் செலவை இழுத்துப் பிடித்துச் சமாளிக்க வேண்டியிருந்தது. அவருடைய ஓய்வூதியத்தில் தன் செலவுக்கு என்று நூறு ரூபாய் வைத்துக்கொண்டு பாக்கியை மகனிடம் கொடுத்து விடுவார். மகன் அனுபவிக்கும் ஒரே சலுகை அவனுடைய மோட்டார் சைக்கிள். மற்றபடி மற்றவர்கள் அனைவரும் பேருந்து அல்லது நடந்துதான் போக வேண்டும்.

சென்ற ஆண்டு வரை லோகநாதன் அவனுடைய இரு பேரக் குழந்தைகளையும் கைபிடித்துப் பள்ளிக்கு அழைத்துச் சென்று கொண்டிருந்தார். இந்த ஆண்டு ஆரம்பத்தில் அவர் ஒரு வாரம் படுத்துவிட குழந்தைகள் அவர்களாகவே பள்ளிக்குப் போனார்கள். அப்புறம் அவருக்காகக் குழந்தைகள் காத்திருக்கவில்லை.

லோகநாதன் சூப்பர் மார்க்கெட்டினுள் நுழைந்தார். வெளியிலிருந்து உள்ளே தூசி வருவதைக் குறைக்க வாயிற்படி மீது ஒரு காற்றடிக்கும் விசை இருந்தது. லோகநாதனின் தலையிலிருந்த சிறிது மயிர் இந்தக் காற்று வீச்சில் கலைந்து விட்டதை அவர் உணர முடிந்தது. இந்த வயதிலும் இவ்வளவு தலைமயிர் இருக்கிறதா என்று அவருக்கே ஆச்சரியமாயிருந்தது.

சூப்பர் மார்க்கெட் ஜகஜ்ஜோதியாக இருந்தது. யாரும் கடைக்காரர்களைக் குற்றம் சொல்ல முடியாது. இருட்டில்

பொருள்களைத் தள்ளிவிட்டார்கள் என்று. அவர்கள் பொருள்களை அடுக்கி வைத்திருந்த முறை முதலில் புரியவில்லை. வெவ்வேறு வரிசைகள் மீது கூரையிலிருந்து விளக்க அட்டைகளைத் தொங்க விட்டிருந்தார்கள்.

கடையில் நல்ல கூட்டம். முப்பது வயதுக்குட்பட்டவர்கள்தான் அதிகம். குழந்தையைப் புருஷன் தூக்கி வர மனைவி அலமாரிகளிலிருந்து பொருள்களைத் தள்ளுவண்டியில் அள்ளிப் போட்டுக் கொண்டிருந்தாள். லோகநாதன் கண்ணில் பட்ட மூன்று தள்ளுவண்டிகளிலும் திருமணம் செய்வதற்குப் பொருள்கள் வாங்குவது போலச் சேர்ந்திருந்தது.

கடைக்கு நான்கு கல்லாப் பெட்டிகள். சோனியாக நான்கு பெண்கள். கம்ப்யூட்டர் முன் உட்கார்ந்து பொருள்கள் அட்டவணையைப் போட்டு ஒரு பெண் விலையைக் குறிக்க, இன்னொரு சோனிப் பெண் அட்டவணையில் சேர்க்கப்பட்ட பொருள்களைப் பெரிய பைகளில் நிரப்பிக் கொண்டிருந்தாள். நான்கு கல்லாப்பெட்டிகளிடமும் நீள நீள வரிசைகள். சற்றுக் குறைந்த வரிசை என்று தோன்றியதில் லோகநாதன் நின்றுகொண்டார். வரிசையில் நிற்கும் மனிதர்களின் எண்ணிக்கைக்கும் வாங்கிய பொருளுக்கும் பணம் கொடுத்து வெளியே வருவதற்கும் சம்பந்தம் இல்லை என்று சற்று நேரம் கழித்துத்தான் தெரிந்தது. அவருக்கு முன்னால் நின்ற இரு பெண்மணிகளும் தள்ளுவண்டிகள் நிரப்பி வைத்துக்கொண்டிருந்தார்கள்.

லோகநாதனுக்கு ஆச்சரியமாக இருந்தது. விலையுயர்ந்த பற்பசையில் மூன்று. சலவைத் தூள் பெரிய பையாக இரண்டு. இத்துடன் உலர்ந்த திராட்சை, வாதாம் பருப்புப் பொட்டலங்கள்; சில சமையலறைச் சாமான்கள்... இந்த அம்மாள் வீட்டில் எவ்வளவு பேர் இருப்பார்கள் என்று லோகநாதன் யோசித்தார். நிச்சயம் மாமியார் அவளுடன் இல்லை. மாமியார் இருந்தால் கணவன் குழந்தையைத் தூக்கிக் கொண்டு வரமாட்டான். எவ்வளவு பொருள்கள், அதுவும் இந்த அளவுக்கு எதற்கு?

கல்லாப்பெட்டி முன் லோகநாதன் இப்போது இரண்டாவது நபர். அவருக்குப் பின் ஐந்து நபர்கள். மூன்றுபேர் தள்ளுவண்டிகளுடன்.

லோகநாதன் முன்பு நின்ற பெண்மணிக்கு ஐந்து நிமிடத்திற்கு மேலாயிற்று. என்னதான் கம்ப்யூட்டர் கூட்டல் போட்டாலும் அதற்கென்று நேரம் வேண்டியிருக்கிறது.

சோனிப் பெண் அந்த அம்மாளிடம் மொத்தத் தொகை சொன்னாள். மூன்றாயிரத்து நாற்பது ரூபாய்! பணம் எண்ணுவதற்கு எவ்வளவு நேரம் ஆகப் போகிறதோ என்று லோகநாதன் கவலைப்பட்டார். ஆனால், பணத்திற்குப் பதில் அந்த அம்மாள் சில காகிதத் துண்டுகளை எண்ணிக் கொடுத்தாள். கல்லாப்பெட்டி சோனிப் பெண்ணுக்கு இருமல் வந்தது. இருமுறை இருமிவிட்டு அந்தக் காகிதத் துண்டுகளை எடுத்து வைத்துக் கொண்டு பாக்கியைப் பணமாகக் கொடுத்தாள். அந்தப் பெண்மணியின் பொருள்கள் எல்லாம் பைகளிலிடப்பட்டுத் தயாராக இருந்தன. லோகநாதன் தன் கையில் வைத்திருந்த ரொட்டியையும் ஒரு சிறு பிஸ்கோத்துப் பொட்டலத்தையும் கல்லாவில் வைத்தார். கல்லாப் பெண் கம்ப்யூட்டரைத் தட்டினாள்.

அப்போது மூன்றாயிரத்துச் சொச்சம் தொகைக்குப் பொருள்கள் வாங்கிய பெண்மணியுடன் குழந்தையைத் தூக்கி வந்தவன் திடீரென்று ஒரு முகப்பசைப் பெட்டியைக் கல்லாவில் வைத்து, "இதையும் பில்லில் சேர்த்துக் கொள்" என்றான். கல்லாப் பெண் லோகநாதன் முகத்தைப் பார்த்தாள்.

"முடியாது. என்னுடையதை முதலில் முடி" என்று லோகநாதன் சொன்னார்.

அந்த மனிதன், "எனக்கு நேரமாகிறது. எவ்வளவு நேரம் காத்திருப்பது?" என்று உரத்துச் சொன்னான்.

லோகநாதன் அந்த மனிதனை நேருக்கு நேர் பார்த்தார். ஆங்கிலத்தில், "இதோ பார், இளைஞனே! நான் அரை மணிக்கும் மேலாக வரிசையில் நின்றிருக்கிறேன். உன் மனைவி ஆயிரக்கணக்கில் பொருள்கள் வாங்கி அதற்குப் பட்டியல் போடப்பட்டபோது, நான் ஒரு வார்த்தை சொல்லாமல் காத்திருந்தேன். என்னுடையது இரண்டே இரண்டு பொருள்கள். இரண்டும் சேர்த்து இருபது ரூபாய்கூட ஆகாது. அதற்குள் நேரமாகிவிட்டது என்று நீ புகார் செய்கிறாய். அப்போது நான் என்ன செய்ய வேண்டும்?" என்று கேட்டார்.

அந்த இளைஞன் பதில் பேசாமல் அந்தப் பசையை அப்படியே போட்டுவிட்டுக் கடையைவிட்டு வெளியேறினான். வெளியே அவனுடைய மனைவியிடம் அவன் ஏதோ கத்த அவள் பதிலுக்குக் கத்துவது கண்ணாடிக் கதவு வழியாகத் தெரிந்தது.

லோகநாதன் வாங்கிய ரொட்டியும் பிஸ்கோத்தும் ஒரு சிறு பையில் அடங்கி விட்டன. அவர் பையை எடுத்துக்கொண்டு கடைக்கு வெளியே வந்தபோது, அந்தத் தம்பதியர் வண்டியில் ஏறிவிட்டிருந்தனர். சொல்லி வைத்ததுபோலக் கணவன் மனைவி இருவரும் லோகநாதனைப் பார்த்தார்கள். அந்த சூப்பர் மார்க்கெட்டில் அவர்கள் ஆயிரக்கணக்கில் பொருள்கள் வாங்கியபோது அவர்களோடு போட்டி போட வந்தவன் யார், என்ன வாங்கினான் என்று பார்ப்பது போலிருந்தது.

லோகநாதன் தன்னிச்சையாகத் தெருவோரமாக நடந்தார். அவருக்கு உலகம் புரியாத புதிராக மாறியிருந்த மாதிரி இருந்தது. ஒரு கணவன், மனைவி, குழந்தைக்கு இவ்வளவு சாமான்களா? இப்படி வாங்கிக் குவிக்க அவர்களுக்கு எங்கிருந்து பணம் வருகிறது? யார் இப்படிக் கொடுக்கிறார்கள்?

அவருடைய மகனுக்கு ஐம்பது வயதாகிறது. செட்டும் கட்டுமாகக் குடும்பம் நடக்கிறது. சமீபகாலமாக எல்லாருக்கும் சம்பாத்தியம் போத வில்லை. லோகநாதன் முன்பு இரண்டிரண்டு பொட்டலங்களாக வாங்கின பிஸ்கோத்து இப்போது ஒரு பொட்டலமாகிவிட்டது. மூன்று நாட்களுக்கு ஒரு முறை வாங்கின ரொட்டி இப்போது நான்கு நாட்களுக்கு ஒரு முறை. முன்பு குழந்தைகளுக்கு அநேகமாகத் தினமும் ஒரு சாக்லெட் கொடுத்தவர், இப்போது அடிக்கடி மறந்து விடுகிறார். மூவாயிரத்துச் சொச்சத்துக்கு வாங்கின பொருள்களில் பெரும்பான்மை அழகு சாதனங்கள்.

அந்த அம்மாளின் குடும்பத்தில் சாப்பிடவே மாட்டார்களோ? ஆனால் அவர்களைப் பார்த்தால் அப்படித் தோன்றவில்லையே?

லோகநாதன் நாக்கைக் கடித்துக் கொண்டார். மருமகள் இரண்டு 'ஏஏஏ' பாட்டரிகள் வாங்கி வரச் சொல்லிப் பணமும் கொடுத்திருந்தாள். திரும்பத் திரும்ப, "எல்லா பாட்டரி போல இல்லை. இது மூணு 'ஏ'. சின்னதாக இருக்கும்" என்று சொல்லியிருந்தாள். அது டிவியின் ரிமோட் சாதனத்துக்கு. டிவிகூட இப்போது சிக்கனத்துக்குட்பட்டுவிட்டது. ஆனால், ரிமோட் இல்லாமல் என்ன செய்வது?

லோகநாதன் அந்த சூப்பர் மார்க்கெட்டுக்கே போகலாம் என்று நினைத்தார். உண்மையில் சாதாரணப் புழக்கத்தில் இல்லாத பொருள்களைப் பெரிய கடைகளில் வாங்குவதுதான் சரி.

ஆனால் கால் எழவில்லை. இந்தப் பாட்டரியும் இருபது, முப்பது ரூபாய்க்குள் முடிந்துவிடும். இதைச் சோனிப் பெண் பையில் கூடப் போட்டுத் தரமாட்டாள். வரிசையாக நான்கு இலக்க எண்களாக உள்ள ரசீதுகளின் பட்டியலில் லோகநாதன் வாங்கியது பளிச்சென்று தெரியும்.

லோகநாதன் வீட்டுப் பக்கம் திரும்பினார். சிறிய கடைகள் சில இருந்தன. அவற்றிலும் ஒன்றிரண்டு மனிதர்கள் இருந்தார்கள். பெரிய சூப்பர் மார்க்கெட்டுகள் உள்ளே நுழையவே தைரியம் வேண்டும்.

பத்திரிகைகள், சிறிய அளவில் சோப், தலையெண்ணெய் முதலியன விற்கும் ஒரு கடைக்குப் போய்க் கடைக்காரரிடம் "மூணு 'ஏ' பாட்டரி இருக்கா?" என்று லோகநாதன் கேட்டார்.

"ரிமோட்டுக்குத் தானே? இருக்கு."

"இரண்டு தாங்க."

அந்தக் கடைக்காரர் மேசைக்கடியிலிருந்து பெரிய அட்டையொன்று எடுத்தார். அதில் பிளாஸ்டிக் கொண்டு பத்திரப்படுத்தப்பட்ட பாட்டரிகள் இருந்தன. மிகவும் சாதாரணமாகக் கிடைக்கும் ரகம். ஒரு கத்தரி கொண்டு இரண்டு பாட்டரிகளை வெட்டி எடுத்தார். "இருபது ரூபா" என்றார்.

லோகநாதனின் மருமகள் முப்பது ரூபாய் கொடுத்திருந்தாள். ஒருமுறை மலிவு விலை பாட்டரி பயன்படுத்தித்தான் பார்க்கட்டுமே?

லோகநாதன் கடைக்காரரிடம் பணம் கொடுத்தார். கடைக்காரரின் முகம் இறுக்கமாக இருந்தது. "உங்ககிட்டே மலிவா இருக்குங்க" என்று ஆறுதலாக லோகநாதன் சொன்னார்.

"எது மலிவுங்க? எல்லாம் விலை உசந்து போயிடுத்து. நானும் இந்தக் கடையை வருஷக்கணக்கா நடத்திண்டிருக்கேன். சாமானுங்க விலை குறைஞ்ச நாளெல்லாம் உண்டு. இப்போ எல்லாமே அதிகம் தான்."

"இந்தப் பாட்டரிக்குப் பத்து ரூபா அதிகம்னா சொல்றீங்க?"

“இது சாதா பாட்டரிதானே. ஆல்கலைன்னா விலை கூடும். ஆனா இந்தக் கடையிலே அதை அலமாரியிலேயே வைச்சு உபயோகமில்லாமப் போயிடுத்து.”

“கஷ்டந்தான்.”

“உங்க மாதிரி மாசச் சம்பளம் வாங்கறவங்க மட்டும் இல்லீங்க. எங்க மாதிரி சின்னக் கடைக்கார ஆளுங்களுக்குத்தான். மாசம் எனக்குக் கிடைக்கிற பத்தாயிர ரூபாயிலே வாடகையே ஆறாயிரம் கொடுத்துட்டா அப்புறம் நாங்க எப்படிச் சாப்பிடறது, குழந்தைகளை ஸ்கூலுக்கு அனுப்பறது, தலைவலி, காய்ச்சல்னா வைத்தியர் செலவுக்கு என்ன பண்ணறது?”

“நீங்க இப்படிச் சொல்றீங்க. நான் இப்போ ஒரு கடையிலேர்ந்துதான் வரேன். எல்லாம் ஆயிரக்கணக்கிலேதான் பில்.”

“சூப்பர் மார்க்கெட்டைச் சொல்றீங்களா? ஆமாம். அவுங்க பில்லுக்குப் பணம் கொடுத்தாங்களா?”

“ஏதோ கூப்பன் மாதிரி கொடுத்தாங்க. அது என்ன கடைக்காரங்களே தரதா?”

“இல்லீங்க. இப்போ புதுசா நிறையக் கம்பெனிகளிலே அள்ளி அள்ளித் தராங்களாமே, அவுங்க கூப்பன். பாதிச் சம்பளத்துக்குப் பணம் கிடையாது, கூப்பன். அந்தக் கூப்பன்களையும் அந்த மாசமே செலவழிச்சுடணும். நீங்க ராத்திரி பத்து மணிக்கு இந்த ரோடுக் கோடிக்குப் போய்ப் பாக்கணும். அங்கே ஒரு மணி நேரம் இரண்டு மணி நேரம் காத்திருந்து சாப்பிட்டு வருவாங்க. அங்கே கூப்பன் வாங்கிப்பாங்க. தோசை மாதிரி ஒண்ணு இருக்கும். ஒண்ணு விலை நூத்தைம்பது ரூபா.”

“நான் வரேங்க.”

“சும்மாக் காசை வீசி எறிவாங்க. அவங்களை மனசிலே வைச்சுண்டு வாடகையை உசத்திடறாங்க. நான் மாசம் ஆறாயிரம் ரூபாய்க்கு எங்கே போவேன்?”

அதற்கு மேல் அங்கு நிற்காமல் லோகநாதன் விரைந்தார். உலகம்தான் எப்படியெல்லாம் மாறிக்கொண்டிருக்கிறது? அந்தக் கடைக்காரர் பெரிய பாடமே நடத்திவிட்டார்! ஒரு பொருத்தம் லோகநாதனுக்குத் தோன்றியது – அவர் வாங்க வந்ததே ஏஏஏ – க்காகத்தானே?

2007

வீட்டில் சொல்லவில்லை

'உனக்கென்னடா சீக்கு?' பாண்டியன் குரல் கேட்டு சண்முகம் திடுக்கிட்டான். இவன் இங்கே எங்கே வந்தான்?

அது அவர்கள் பணிபுரியும் நிறுவனமே நடத்தும் சுகாதார மையம். அங்கு வைத்தியர்கள், வரும் நோயாளிகளைப் பார்த்து மருந்தும் கொடுத்து விடுவார்கள். சற்றுத் தீவிரமான நோய் என்றால் அரசு மருத்துவமனைக்கு அனுப்பிவிடுவார்கள். மாதமொரு முறை ஏதாவது நிபுணர் வருவார். நீரிழிவு மருத்து நிபுணர் நான்காவது புதன் கிழமை பிற்பகல் இரண்டு மணியிலிருந்து மூன்றுவரை. சண்முகம் ஒரு வருடமாக வந்து கொண்டிருக்கிறான். அவனுக்கு நீரிழிவு வியாதி என்று அவன் குடும்பத்துக்குக்கூடத் தெரியாது. இப்போது பாண்டியனுக்குத் தெரிந்துவிட்டால் ஊருக்கெல்லாம் தெரிந்த மாதிரிதான்.

'ஏன், உனக்கென்ன சீக்கு, இங்கே வந்திருக்கே?' என்று சண்முகம் பதிலுக்குக் கேட்டான்.

'எனக்கென்னடா சீக்கு? பொம்பளைப் பொறுக்கிங் களுக்குத்தான் சீக்கு நாக்கெல்லாம் வரும்.'

அந்த வரவேற்பறையில் தங்கள் முறைக்குக் காத்திருந்த அவ்வளவு பேரும் அந்த இருவரைத் திரும்பிப் பார்த்தார்கள்.

சண்முகம் செய்வதறியாமல் எழுந்து நின்றான். வெளியே போய்விடலாம். ஆனால் அந்த நிபுணரை இன்னும் ஒரு மாதத்துக்குப் பார்க்க முடியாது.

சண்முகம் தண்ணீர் குடிக்கப் போவது போல நகர்ந்தான். 'எங்கேடா பதில் பேசாம போறே?' என்று பாண்டியன் கேட்டான்.

சண்முகம் தன் கையை வாயருகில் எடுத்துச் சென்று, 'இது நோயாளிகள் இருக்கிற இடம்டா. சத்தம் போடாத' என்றான். பாண்டியன் எழுந்து வெளியே போய்விட்டான்.

சண்முகத்தின் முறை வந்தபோது வைத்தியர் அறையுள் நுழைந்தான். நீரிழிவு நிபுணரிடம் அன்றெடுத்த சோதனை முடிவுகளைக் காட்டினான். 'என்ன, கூடியிருக்கே' என்று கேட்டார்.

'மருந்தெல்லாம் சரியாத்தான் சாப்பிடுறேன்' என்று சண்முகம் சொன்னான்.

'மருந்து சாப்பிடறது சரி. அதைவிட நீங்க என்ன சாப்பிடறீங்கங்கறது முக்கியம். நம்ம டயட்ஷியனைப் பார்க்கச் சொன்னேனே, பாத்தீங்களா?'

'பாத்தேன் சார். ஆனா அவுங்க சொல்லறபடி எங்க வீட்டுலே முடியாது. குழந்தைங்களெல்லாம் இருக்கு.'

'குழந்தைங்க சாப்பிடட்டும். ஆனா நீங்க கட்டுப்பாட்டோட இருங்க. சாப்பாட்டுக் கட்டுப்பாடு இல்லேன்னா நாங்க என்ன வைத்தியம் செய்தாலும் பலனில்லாமப் போயிடும்.'

சண்முகம் யாரையும் பாராதது போல வெளி வாசலருகே போனான். அன்று அவனுக்கு நல்ல நாளில்லை. அங்கே பாண்டியன் காத்திருந்தான். 'டாக்டர் என்ன சொன்னார்?' என்று கேட்டான்.

அதற்குப் பதில் தராமல் சண்முகம், 'நீ டாக்டர் யாரையும் பார்க்கலே? இப்பவே போ. நாலு மணியானா மூடிடுவாங்க' என்றார்.

'இங்கே என்ன நடக்கிறதுன்னு பாக்க மட்டும் வந்தேன். என் வீட்டுக்குப் பக்கத்திலேயே டாக்டர்ங்க இருக்காங்க.'

சண்முகம் ஏதும் சொல்லாமல் நகர்ந்தான். 'டயாபிடீஸ்னா அதுக்குத் தகுந்தபடி இருக்கணும். பாடப்பாட ராகம், மூட மூட ரோகம்' என்று பாண்டியன் சொன்னான்.

'உனக்குப் பொது இடத்திலே ஒழுங்கா இருக்கவே தெரியாதா?'

'என்னடா ஒழுங்கு கெட்டது?'

'இப்படிக் கத்தறயே?'

'என் குரல் எப்பவும் இப்படித்தான். உன்னை வீட்டிலே கொண்டு போய் விடட்டுமா. வண்டியிலே வந்திருக்கேன்.'

'எனக்கு என் வீட்டுக்குப் போகத் தெரியும்.'

'நான் அப்படி என்னடா பண்ணிட்டேன்? நீ மூஞ்சியைத் தூக்கிண்டு நிக்கிறே?'

சண்முகத்துக்கு என்ன பதில் சொல்வது என்று தெரியவில்லை. பாண்டியனுக்குச் சத்தம் போட்டுப் பேசத் தெரிகிற அளவுக்குக் கோபம் வரவில்லை.

'சரி, என்னை ஃபேக்டரியிலே விட்டுடு.'

'ட்யூடி நேரத்திலியா வந்திருக்கே?'

'ஏன், நீயும்தான்.'

'எனக்கு இன்னிக்கு ஆஃப்டா!'

பாண்டியன் காலை உதைத்து மோட்டார் சைக்கிள் இஞ்சினைக் கிளப்பினான். சண்முகம் பின் இருக்கையில் உட்கார்ந்தான்.

போகும் வழியெல்லாம் பாண்டியன் அவன் கண்ணில் பட்டவர்கள், பட்டதை எல்லாம் விமர்சித்துக் கொண்டே வந்தான். சிக்னல் சிவப்பு காண்பித்து நிற்கும்போது எவனாவது சண்டைக்கு வந்து விடுவானோவென்று சண்முகம் பயந்தபடியே இருந்தான். எல்லா வண்டிகளும் விரைந்து கொண்டிருக்கும்போது உனக்கெவண்டா லைசன்ஸ் கொடுத்தான், டேய் பொறம்போக்கு என்றெல்லாம் சொல்லிவிடலாம். வந்தது வரட்டுமென்று எவனாவது வண்டியை நிறுத்திவிட்டுப் பாண்டியன் முகத்தில் ஒரு குத்துக் கொடுத்தால் ஒன்றுமே செய்ய முடியாது.

சண்முகம் தொழிற்சாலையில் இறங்கியபோது பாண்டியன் ஏதும் சொல்லவில்லை. சண்முகத்தின் முகம் புன்னகை புரியக்கூடிய தன்மையை இழந்திருந்தது. அவனுடைய நெருங்கிய உறவினர்களில் இருவர் நீரிழிவு முற்றிப் படாது பாடுபட்டுக் கடைசியில் இறந்தும் விட்டார்கள். அவனுக்குத் தெரிந்து அவனுடைய பெற்றோர் வேறு காரணங்களுக்குத்தான் கண்ணை மூடினார்கள். அப்படியானால் சண்முகம்தான் அவனுடைய குடும்பத்தில் இந்த வியாதியைத் துவக்குகிறவன்.

இப்போதெல்லாம் எந்தப் பத்திரிகையைத் திறந்தாலும் மருத்துவம் பகுதியில் நீரிழிவு வியாதி அல்லது எச்.ஐ.வி. இந்த வியாதிகள் அவனுடைய அப்பா அம்மா காலத்தில் இல்லையே? அவனுடைய அப்பா வழிப் பாட்டி நூறு வயதாகும் போதுதான் இறந்தாள். சாப்பிடுகிறாளோ இல்லையோ வாய் அசைந்து கொண்டே இருக்கும். அந்த நூறு வயதில் அவள் சர்க்கரை அதிகம் சாப்பிடாது போனாலும் நிறையவே வெல்லம் உண்டிருப்பாள். அவளுக்கு நீரிழிவு வியாதி வரவில்லையே? ஆனால் நூறு வயதில் என்ன வியாதி வந்தால் என்ன?

ஒரு காலத்தில் அவர்கள் தொழிற்சாலையில் சங்கு ஊதுவார்கள். இப்போது ஐந்தரை மணிக்கு மணிதான் அடிக்கிறார்கள். சங்கு ஊதுவதைவிட மணியடிப்பது ஜனநாயகப் போக்காகக் கருதப்பட்டது. சண்முகம் பேருந்து நிறுத்தத்திற்குச் சென்றான். அன்றும் உருளைக்கிழங்குதான். அவன் வீட்டில் மாறிமாறி வெங்காயமும் உருளைக் கிழங்கையும்தான் கைக்குத் தருவார்கள். வீட்டில் ஒரு குழந்தைக்கும் பச்சைக் காய்கறி பிடிக்காது. கீரை பிடிக்கவே பிடிக்காது.

டயாபிடிஸ். நீரிழிவு வியாதி. வைத்தியர்களிலே ஒரு சாரார் டயாபிடிஸ் வியாதியல்ல. ஒன்றரைக் கண், தலை வழுக்கை போல இதுவும், இயல்பானது தான் என்கிறார்கள். அப்போது ஏன் இவ்வளவு மருந்து மாத்திரை? மாதம் ஒரு முறை இரத்தப் பரிசோதனை?

சண்முகத்துக்கு உலகமெல்லாம் ஆரோக்கியமும் நல்வாழ்வு அனுபவிக்க, தான் மட்டும் சீக்காளியாகப் போய்விட்டதாகத் தோன்றிற்று. ஆறு மாத காலமாக வைத்தியர் சொல்லி வருகிறார், உணவில் ஒரு சில மாற்றங்கள் செய்து கொண்டால் அவன் நிம்மதியாக இருக்கலாமென்று. அவன்

கணக்குப் போட்டுப் பார்த்தான். எட்டு மணி நேர வேலையில் ஆறு மணி நேரம் அவன் நின்று கொண்டும் நடந்து கொண்டும்தான் இருக்கிறன். ஏதோ ஒரு விதத்தில் உடற்பயிற்சி இருந்துகொண்டிருக்கிறது. சாப்பாடு மட்டும் கொஞ்சம் மாற்றிக் கொண்டால் கடைசி வரை சமாளித்துவிடலாம்.

இருபத்தைந்து வயதிலிருந்தே அவன் மாறிமாறி வீட்டில் உள்ளோரை மருத்துவர்களிடமும் மருத்துவமனைகளுக்கும் அழைத்துப் போயிருக்கிறான். பெரம்பூரில் வசித்த அவன் மாமனார் மாமியாரைத்தான் எவ்வளவு நாட்கள் அவன் லீவு போட்டு அழைத்துப் போயிருக்கிறான்? அவனுடைய பெற்றோர் அவனுடைய அண்ணாவுடன் ஊருக்கு வெளியில் இருந்தார்கள். அவர்கள் உடல்நிலை சரியில்லை என்றாலும் முதலில் சண்முகத்துக்குத்தான் சொல்லியனுப்புவார்கள். அவனுடைய மனைவியின் ஒவ்வொரு பிரசவ காலத்திலும் அவன் எவ்வளவு நாட்கள் ஆஸ்பத்திரி வெளிப்புறத்தில் அமைந்த கொட்டகையில் இரவெல்லாம் கண்விழித்துக் காத்திருக்கிறான்? அவனுக்கு உடல் நிலை சரியில்லை என்றால் யாரும் வரமாட்டார்களா?

வருவார்கள். அவன் சொன்னால் நிச்சயம் வருவார்கள். ஆனால் அதற்கு இப்போது தேவையில்லையே? அவன் வேலைக்கும் போய்க்கொண்டு வைத்தியமும் பார்த்துக் கொள்ளலாமே? மருந்து இலவசமாகக் கிடைக்கிறது. சாப்பாட்டுக் கட்டுப்பாடு இருந்தால் போதும். அதற்கு வீட்டிலுள்ளோர் ஒத்துழைக்க வேண்டும்.

அன்று வீடு திரும்பியதும் அவனுடைய மனைவியிடமும் அம்மாவிடமும் அன்று வைத்தியரிடம் போய் வந்தது பற்றிச் சொல்ல வேண்டும் என்று சண்முகம் முடிவு செய்து கொண்டான். ஆனால் அன்று சுமார் ஆறரை மணிக்கு வழக்கமாக வரும் பேருந்து வரவில்லை. அடுத்தது அரை மணிக்குப் பிறகு வந்தது. அவன் வீட்டை அடையும்போது நேரமாகி விட்டதோடு அசாத்தியமாகப் பசித்தது.

அவனுக்கு அன்று விருந்தினர். அவர்கள் வருவது தெரிந்து அவனுடைய அம்மாவும் வந்திருந்தாள். அவர்கள் வருவது பற்றி அவன் வீட்டில் அவனைத் தவிர மற்றெல்லாருக்கும் தெரிந்திருந்தது. பொதுவாக இரவில் பதார்த்தங்கள் புதிதாக இருக்காது. காலைச் சாப்பாடு முடிந்தபின் மீதமுள்ளதைப் புதிதாக இரண்டு ஆழாக்கு சாதம் வடித்துச் சமாளித்துவிடுவார்கள். இன்று மாலை விருந்து விசேஷமாக இருந்தது. சீக்கிரம் இலையைப் போட மாட்டார்களா என்று சண்முகத்துக்குத் தோன்றியது. ஆனால் வந்தவர்களுடன் உட்கார்ந்து பேச வேண்டியிருந்தது.

சண்முகம் முகம் கழுவிக் கொண்டு வந்தான். வந்திருந்தவர் அவனுடைய தாய் வழிப் பெரியப்பா. ஆதலால் அவனுடைய அம்மா வடை பாயசத்துடன் சமைத்து இருந்தாள். வந்திருந்தவர் அனுபவசாலி. முதலில் உடல் நலம், ஊர் நிலவரம் போன்ற சம்பிரதாயப் பேச்சுக்குப் பிறகு தமிழ் சினிமா பற்றிப் பேச்சு வந்தது. வீடு கலகலவென ஆயிற்று. வந்தவர் அந்த நாளைய பாட்டுக்கும் இன்றைய பாட்டுக்கும் உள்ள வேறுபாடுகளை நன்கு யோசித்திருந்தார். ‘இப்பவும் நன்னாத்தான் இருக்கு, இல்லேன்னு சொல்லலை. ஆனா அந்த நாள்லே பாட்டே கதையை எடுத்துட்டுப் போகும். இப்போ பாட்டு, டான்ஸ் எல்லாம் தனித்தனியா நிக்குது. அந்தக் காலத்திலே தொடங்கிய ரஜினிகூட இப்போ சினிமாவிலே ஒரே கனவாக் காணறார்.’

‘நன்னா முழிச்சிண்டிருக்கிறபோது தானே ஆடறார்?’ சண்முகம் கேட்டான்.

‘ஏம்பா, தூங்கினாத்தான் கனவா? ஒரு பாட்டுக்குள்ளே ராஜா வேஷம் போட்டிருக்கிறாரு, சமூராய் வேஷம் போட்டிருக்கிறாரு, லண்டன் நியூயார்க் தெருக்குள்ளே ஆடறாரு, இதெல்லாம் கனவு இல்லாம வேறென்ன?’

இப்போது வீட்டுப் பெண்களும் பேச்சில் கலந்து கொண்டார்கள். பெரிய பையன், ‘விஜய் படத்திலே தான் அதிகம்’ என்றான். நீ பெரியவங்க பேச்சிலே குறுக்கிடாதே என்று சொல்ல நினைத்த சண்முகம் தன்னைக் கட்டுப்படுத்திக்கொண்டான். அவனுடைய மனைவியும் அம்மாவும் விஜயின் பார்வையே தூங்கி எழுந்தவன் போல இருக்கிறது என்றார்கள். இவர்கள் எல்லாம் இவ்வளவு திரைப்படங்கள் பார்த்திருக்கிறார்களா என்று சண்முகம் வியந்தான்.

இரவு ஒன்பது மணிக்கு எல்லாரும் சாப்பிட உட்கார்ந்தபோது வீட்டுக்கே ஒரு கல்யாணக் களை வந்து விட்டது. எல்லாரும் எல்லாரையும் விழுந்து விழுந்து உபசரித்தார்கள். செய்ய வேண்டிய பணிகளைக் கடியாரம் போல நிறைவேற்றினார்கள். பெரியம்மா மகன், வீட்டிலேயே சிகரெட் பற்ற வைத்துக்கொண்டார். யாருக்கும் அது தவறாகப் படவில்லை.

மறுநாள் காலை தொழிற்சாலைக்குப் போனபோது வெளியே ஒரே கூட்டமாக அவனுடைய சக ஊழியர்கள் நின்றுகொண்டிருந்தார்கள். சண்முகம், ‘என்ன இப்படி நிக்கிறீங்க?’ என்று கேட்டான்.

‘காலையிலே ஒன் அவர் பெர்மிஷன்’.

‘என்ன, எதுக்கு?’

‘உனக்குத் தெரியாது? பாண்டியன் போயிட்டாம்பா.’

‘ஐயயோ? சாயந்தரம்கூட அவன் பைக்கிலே என்னை டிராப் பண்ணினானே?’

‘அவன் வயிற்றுலே புண்ணு வந்து வெடிச்சிருக்கு. வீட்டிலேயே இரண்டு முறை பாத்ரூம் போயிருக்கான். ரத்தமாய்ப் போயிருக்கு. அதோடயே ஊரெல்லாம் சுத்தியிருக்கான்.’

‘நான் அவனை நம்ப ஹெல்த் செண்டர்லே பார்த்தேன்.’

‘டாக்டரைப் பாக்கறத்துக்கு இருக்கும்.’

‘இல்லே, சும்மா வந்தேன்னான்.’

‘உடம்பிலே சீக்கு இருக்குன்னா வீட்டிலே சொல்ல வேண்டாம். யாருக்கும் தெரியாது. ராத்திரி ஆஸ்பத்திரிக்கு எடுத்துப் போறதுக்குள்ளே உயிரே போயிடுத்து.’

2007

என்றும் ஆம்பர்

தமிழ்மகன் காமாட்சியைப் பளாரென்று கன்னத்தில் அறைந்தான். "பின்னே ஏண்டி வரச் சொன்னே?" என்று கூறிவிட்டு வண்டியை ஓர் உதைவிட்டுக் கிளப்பிச் சென்றான். அந்த உதை கூட ஓர் அறை போல இருந்தது.

காமாட்சி வாசலிலேயே சிறிது நேரம் நின்றிருந்தாள். அது தெரு வீடு. இன்னும் வீடுகள் அதிக அளவில் இடித்து அடுக்கு மாடிக் கட்டடங்களாக மாறாத காலம். அவள் அறை வாங்கியதை மூன்று நான்கு பேராவது பார்த்திருக்கக் கூடும்.

காமாட்சி வீட்டினுள் வந்தாள். அவளுக்கு மாதவிடாய் நின்று ஐந்தாறு மாதங்கள் ஆகின்றன. திடீர் திடீரென்று வயிற்றை முறுக்கிக்கொண்டு மணிக்கணக்கில் வலிக்கும். அவள் வீட்டில் போன் கிடையாது. அவள் அலுவலகம் சென்றிருந்தால் தமிழ்மகனுக்குத் தெரிவித்திருக்கலாம். தமிழ்மகன் வீட்டில் போன் இருந்தது. ஆனால் அவள் போன் செய்யும் நேரத்தில் போனை அவன் மனைவி எடுத்துவிட்டால் இந்த அறை வாங்கியதைவிட இன்னும் கேவலமாகிப் போய்விடும்.

எந்த ஆணுக்கும் அவனுக்கு ஆறுதல் கிடைக்க மறுக்கப் பட்டாலும் ஆத்திரம் பீறிக்கொண்டு வரும் என்று அவள் உணரச் சற்றுத் தாமதமாயிற்று. ஆனால் அதற்குள் பெரிய விபத்து நேர்ந்துவிட்டது. அவளுக்குத் திருமணமானவுடன் அவளுடைய அம்மா கற்றுக் கொடுத்த பாடங்கள் எல்லாமே தவறானவை என்பதை உணர நிறையவே தாமதம் ஆயிற்று. ஆனால் அவள் அம்மாவுடன் முப்பத்தெட்டு ஆண்டுகள் குடித்தனம் நடத்தி முறையாக வீட்டில் மூச்சை விட்ட அவளுடைய அப்பாவுக்கு இன்றும் ஒரு கோயில் கட்டிக் கும்பிட்டால் தவறாகாது. எதற்கெடுத்தாலும் முகத்தைச் சுளித்துக் கொண்டு வள்வள் என்று பேசும் அம்மாவை எதிர்த்து அவர் ஒரு வாய் பேசியதில்லை.

வீட்டு வேலைகள் நிறையவே செய்வார். முனியம்மா வராத நாளில் அவரே வீட்டைப் பெருக்கித் தரையைத் துடைத்துப் பாத்திரங்களையும் தேய்த்து எடுத்து விடுவார்.

வீட்டுக்கு வெளியேதான் அவருக்கு எவ்வளவு வரவேற்பு! நான்கு பேர் சேர்ந்தால் அவர்தான் ராஜா. ஒரு சொல் விகாரமாக வராது. ஒருவரைத் தூஷணை செய்தது கிடையாது. அவர் வேலையிலிருந்து ஓய்வு பெற்ற தினம் சக ஊழியர்கள் அழுதேவிட்டார்கள். மிகப்பெரிய அதிகாரிகளிலிருந்து கடிதங்கள் கொண்டு போய்க் கொடுக்கும் டிஸ்பாச்காரர் வரை அவருடைய கையைக் குலுக்கி அவர் காலைத் தொட்டு வணங்கினார்கள். அவர்கள் பிரிவுபசாரத்துக்காகக் கொடுத்த அரைக் கிலோ வெள்ளித்தட்டைப் பழங்கள் இனிப்புடன் அம்மாதான் வாங்கிக்கொண்டாள். அந்தத் தட்டைத் தவிர அவள் கவனத்தில் எதுமே படவில்லை. ஓய்வுபெற்ற ஆறாவது மாதம் அப்பா இனிப் போதும் என்று கண்களை மூடினார். காமாட்சிக்கு அவள் அப்பா போலத் தன் கணவன் இல்லை என்று உடனே தெரிய ஆரம்பித்தது.

காமாட்சி மீண்டும் அவளுடைய அம்மாவிடம்தான் யோசனை கேட்டாள். இரண்டு வயதுக் குழந்தையோடு இருப்பவளை இரு நாட்கள் மூன்று நாட்கள் தனியாக விட்டுவிட்டுக் கணவன் எங்கோ போய்விடுவான். முதல் இருமுறை அவன் அலுவலக வேலையாகத்தான் வெளியூர் சென்றிருந்தான். ஆனால் காமாட்சியிடம் ஒரு வார்த்தை சொல்லவில்லை. அவனுடைய அலுவலகத்தில் அவள் போய் விசாரித்தபோது அங்கே எல்லாரும் சிரித்தார்கள். அவன் ஊர் திரும்பியவுடன் அவன் பெட்டி படுக்கைகளோடு ஆட்டோ நிற்கையிலேயே அவள், "ஆமாம், நீ என்ன நினைத்துக் கொண்டிருக்கே?" என்று கேட்டாள்.

அவனும் ஆட்டோ டிரைவருமாகச் சாமான்களை இறக்கினார்கள். ஒரு கூடை நிறைய மாம்பழம் வாங்கி வந்திருந்தான்.

அவன் வீட்டில் நுழைவதற்குள் அவள் மறுபடியும், "நீ என்னன்று நினைச்சுண்டிருக்கே?"

"நான் உள்ளே வந்து சொல்லறேன்."

அவளை இடித்தபடியே சாமான்களை உள்ளே கொண்டு வந்து வைத்துவிட்டு ஆட்டோவை அனுப்பித்து வந்தான். சட்டையைக் கழட்டியபடியே, "இப்போ சொல்லு" என்றான்.

"நீ என்னன்னு நினைச்சிண்டிருக்கே?"

"இந்தக் கேள்விக்கு என்ன பதில்னு நீயே சொல்லிட்டா நன்னாயிருக்கும்."

"இப்படி நாள் கணக்கில் சொல்லாது கொள்ளாது போனா என்ன அர்த்தம்?"

"நான் இங்கே வீட்டிலேந்துதான் சாமானெல்லாம் எடுத்துண்டு போனேன். நீ வீட்டைப் பூட்டிண்டு உங்கம்மா வீட்டுக்குப் போயிருந்தா நான் என்ன செய்யறது?"

"அம்மா வீட்டுக்கு வந்து சொல்லிட்டுப் போறது."

"உங்கப்பா செத்துப் போனதோடு அந்த வீட்டு உறவு எனக்கில்லே."

"எங்கம்மாவை வந்து துக்கம் விசாரிச்சயா?"

"இதோ பார், நான் சுடுகாடு வரைக்கும் போயிட்டு வந்தேன். உங்கப்பாவுக்கு வாய்க்கரிசி போடறபோது என் மூக்குக் கண்ணாடி கூட அவர் மேலே விழுந்துடுத்து. அதை எடுக்கறதுக்குள்ளே துக்கம் பொங்கி வந்து அழுதுட்டேன். அவர் போனப்புறம் அந்த வீட்டிலே எனக்கு என்ன வேலை?"

காமாட்சி பதில் பேசாமல் அன்று அவனுக்குப் பிடிக்கும் வத்தல் குழம்பு வைக்கத் தொடங்கினாள். அவள் மிளகாய்ப் பொடியை வறுத்தபோது எழுந்த நெடியில் குழந்தை எழுந்து வீரிட்டது.

அவளுடைய கணவன் அலுவலகம் சென்றபின்தான் காமாட்சிக்கு அவனுடைய சக ஊழியர்கள் அவள் விசாரிப்புக்குச் சற்று கேலியாகச் சிரித்தது நினைவுக்கு வந்தது. ஆனால் அதை எப்படிக் கேட்பது என்பது ஒரு புதிராக இருந்தது. இதற்கிடையில் அவளுக்கு மேலும் விடுப்பு தர முடியாது என்று அவளுடைய அலுவலகத்திலிருந்து கடிதம் வந்திருந்தது. அவளுடைய கணவனுக்கு அவளுடைய அம்மாவின் உதவி தேவையில்லாமல் போகலாம். ஆனால் அவள் குழந்தையை அம்மா வீட்டில்தான் விட்டுப் போக வேண்டும்.

பாதிக் கூடை மாம்பழத்தை அவன் எடுத்துச் சென்றிருந்தான். காமாட்சி ஐந்தாறு பழங்களை ஒரு பிளாஸ்டிக் பையில் போட்டுக் கொண்டு அம்மா வீட்டுக்குக் கிளம்பினாள். அம்மா வீட்டில் அரை மணி நேரம் இருந்தால் மாலை அவளுடைய கணவன் வீடு திரும்புவதற்குள் அவள் வந்துவிடலாம்.

அம்மா அவளுடைய மருமகளோடு பெரிய சண்டை போட்டிருந்தாள். சம்பந்திகள் வீட்டுக்கு வந்து அவளை மிரட்டியிருக்கிறார்கள். நாலு பேச்சுக்கிடையில் திரும்பத் திரும்ப "உன்னை ஜெயில்லே உக்கார வைச்சுடுவேன்" என்றிருக்கிறார்கள். அம்மா காமாட்சியைப் பார்த்தவுடன், "போடி, நீயே உன் புருஷனைப் பார்த்துக்கோ!" என்று கத்தினாள்.

விஷயங்கள் கிடுகிடுவென்று முற்றின. காமாட்சியின் கணவன் வேறு வீடு பார்த்துக்கொண்டு போய் விட்டான். அவனுக்குக் குழந்தையைக் கூடப் பார்க்கத் தோன்றவில்லை. ஆறு மாதங்கள் கழித்து வந்தான். "நானாக மனுப்போட்டால் விவாகரத்து கிடைக்காது. நீ போட்டால் கிடைத்துவிடும்" என்றான்.

"என்ன காரணம் சொல்வது?" என்று காமாட்சி கேட்டாள்.

"உனக்குக் காரணமா குறைச்சல்? பெரிய பட்டியல் போடுவியே?" என்றான். பிறகு, "ஆகிற காரியமாப் பேசலாம். குடிச்சான் அடிச்சான் என்றெல்லாம் சொன்னால் செல்லாது. படுக்கை அறையிலே சரியில்லைன்னு சொல்லு" என்றான்.

கூச்சமாகத்தான் இருந்தது. ஆனால் அது மந்திரம் போல வேலை செய்தது. விவாகரத்து கிடைத்த இரண்டாம் மாதமே இரு குழந்தைகளோடு விதவையாக இருந்த ஒருத்தியை அவன் பதிவுத் திருமணம் செய்து கொண்டுவிட்டான்.

காமாட்சிக்கு விடுதலை சுகமாகவும் இருந்தது. பயமாகவும் இருந்தது. அம்மா பேச்சு கேட்டு அவனை ஒதுக்கியது எவ்வளவு பெரிய இழப்பு என்று படுக்கையறையில்தான் உணர்ந்தாள். முப்பத்தைந்து வயது மிகவும் சங்கடப்படுத்தியது.

விவாகரத்து அவளை ஒரு சந்தைப் பொருளாகவும் மாற்றியது வேதனையளித்தது. அவளுடைய அலுவலகத்தில் அசட்டுப் பிசட்டு என்று இருந்தவர்கள் எல்லாரும் அவளிடம் பல்லை இளித்தார்கள். அவளுக்கும் ஆச்சரியமாக இருந்தது. கணவனிடம் ஒண்டிக்கு ஒண்டி போராடியவளால் இந்த மூன்றாம் மனிதர்களை ஒன்றுமே செய்ய முடியவில்லை.

எட்டு வயதுக் குழந்தைக்குத்தான் எவ்வளவு படிவங்கள்! அப்பா பெயரை எழுதினால் எங்கே அவர் கையெழுத்து என்றார்கள். அப்பா பெயரை எழுதாது இருந்தால் விளக்கம் தேவைப்பட்டது. ஒற்றைப் பெற்றோரைக் கொண்ட குழந்தை என்று எழுதினாலும் படிவம் உயிர் கொண்டு அப்பா இல்லாது எப்படியம்மா குழந்தை என்று கேட்டது. இந்த மாதிரி சிக்கல்கள் அவளுடைய கணவனுக்கும் இருக்குமோ? அவன்தான் ரெடிமேட் குடும்பம் கொண்டவனாயிற்றே?

அப்போதுதான் தாஸ் வந்து சேர்ந்தான். தாஸினுடைய பூர்வீகம் என்ன வென்று கேட்கவில்லை. அவன் அன்றன்று பிறந்து இறப்பவன் போலிருந்தான். உறவு உடலைத் தவிர வேறெங்கும் பரவவில்லை. அவனுக்குத் திடீரென்று ஆக்ராவுக்கு மாற்றலாயிற்று. விவரம் தெரிந்த பெண் குழந்தையுடன் அவள் தாஸின் உறவைச் சமாளிக்கப் பட்ட சங்கடங்கள் இதோடு முடிந்தது என்று நினைத்தாள். ஆனால் அவன் வா ஆக்ராவுக்கு என்றான்.

"என்ன பேசறே? எப்படி?"

"டிரான்ஸ்பர் வேணும்னு கேளு."

"டிரான்ஸ்பர்னா அதுக்குக் காரணம் வேண்டாமா?"

"என்னைவிட வேறே என்ன காரணம்?"

"இதைச் சொன்னா கொடுத்துடுவாங்களா? முதல்லே எங்க ஆபீஸுக்கு ஆக்ராவுல ஆபீஸ் கிடையாது."

அவன் அவளை முறைத்துப் பார்த்தான். பிறகு பளாரென்று கன்னத்தில் அறைந்தான். குழந்தை பிரியா பயந்து போய் அம்மாவைக் கட்டிக் கொண்டாள். அவன் நடு அறையில் பட்டப்பகலில் அவளுடைய உடையைக் கிழித்து வீசினான். பிரியா அலறினாள். வாசற்கதவு திறந்திருந்தது. அவன் அவள் புடவையையும் பாவாடையையும் கிழித்தெறிந்து அவளைக் கீழே தள்ளினான். உலகம் பத்து நிமிடம் ஸ்தம்பித்து நின்றது.

அவள் உடலெல்லாம் ரத்தக்காயம். குழந்தை விக்கிக் கொண்டே இருந்தது. அவளைத் தொட்டுத் தாலி கட்டியவன் அவள் ஒதுக்கினால் ஒரு முறைகூட அவனுடைய உரிமையை வலியுறுத்தியது கிடையாது. இப்போது எவனெவனோ வந்து கன்னத்தில் அறைகிறான். அவளை ஆட்டுக் குட்டி

போலப் பலி வாங்குகிறான். அதுவும் பட்டப்பகலில் விவரம் தெரியும் பெண் எதிரில்.

காமாட்சிக்கு வயிறு இறங்கி உப்பியிருந்தது. இது சாதாரண விஷய மாகப் போய்விடலாம். இல்லை என்றால் பெண்களுக்கே உரிய ஆயிரம் உபாதைகளில் ஒன்றாக இருக்கலாம்.

இந்த ஆண்களை ஒரேயடியாகத் தடுத்து நிறுத்தினாலே பெரிய வைத்தியமாக இருக்கும். இப்போது அம்மா இல்லை. அண்ணன் தம்பி குடும்பத்தினர் எப்போதாவது வந்து போனால் உண்டு. அந்தச் சில நிமிடங்களில் ஒவ்வொரு சொல்லும் நிறைய ரகசிய அர்த்தங்கள் கொண் டிருக்கும். விமரிசனங்கள் புதைந்திருக்கும்.

இந்த உத்தியோகத்தினால்தான் இவ்வளவு விபரீதங்களா? அவளை விட அவளுடைய கணவனுக்குச் சம்பளம் குறைவு. அப்படியிருந்தும் கோர்ட்டு சொன்ன பணத்தை தேதி தவறாமல் அனுப்பித்து விடுகிறான்.

காமாட்சி பிரியாவைக் கட்டிக் கொண்டாள். "என் கண்ணே, வா உன் அப்பாவைப் பார்க்கப் போகலாம்" என்றாள்.

பிரியா அமைதியே அடையவில்லை. திடீர் திடீரென்று கேவினாள். அவள் இனி ஆறுதலே அடைய மாட்டாள் என்று காமாட்சிக்குத் தோன்றியது.

அவளுடைய கணவனின் புது மனைவிதான் வீட்டில் இருந்தாள். பிரியாவைத் தடவிக் கொடுத்தபடியே, "குழந்தை ஏன் பேயறைந்த மாதிரி இருக்குது?" என்று கேட்டாள். அவளுடைய குழந்தைகளும் பெரியவர்களாகி இருந்தார்கள். "ஆன்ட்டிக்கு நமஸ்தே சொல்லுங்க" என்று அவள் அம்மா சொன்னாள். பையன் பெரியவன். ஒன்பதாவது படிக்கிறான். பெண் ஏழாவது. அதாவது பிரியா படிக்கும் வகுப்பு.

"பிரியாவைக் கொஞ்ச நேரம் இங்கே விட்டு வைச்சுட்டு நான் வெளியே போயிட்டு வரலாமா?" என்று காமாட்சி கேட்டாள்.

"தாராளமா. அவ இங்கே இருக்க வேண்டியவதானே!"

காமாட்சி திகைத்து நிமிர்ந்து பார்த்தாள். அப்படியே வெளியே போனாள்.

இவ்வளவு ஆனபிறகும் இன்னொருவன் வந்து சேர்ந்தான். அதெப்படி கன்னத்தில் அறைகிறவர்களாக அவளிடம் வந்து சேருகிறார்கள்? ஒரு வேளை அது அவளைத் தண்டித்துக் கொள்ளவா? அல்லது அடிதடியில் தான் அவளுக்கு சுகம் இருக்கிறதா?

காமாட்சிக்கு அவள் எப்போதோ படித்த ஒரு நாவல் நினைவுக்கு வந்தது. இங்கிலாந்தில் பிச்சைக்காரச் சிறுமியாக இருந்தவள் லண்டன் நகரம் போய்ச் சேர்ந்து விடுகிறாள். அவளை ஒரு கிழப் பிரபு பார்த்து அவனுடைய சபலங்களுக்குச் சரியானவள் என்று அவனுடைய மாளிகைக்கு அழைத்துச் செல்கிறான். ஒரு கட்டத்தில் அவளைக் கல்யாணமே செய்து கொண்டு விடுகிறான். அவளைச் சீமாட்டியாக இரண்டாம் சார்லஸ் அரச சபைக்கு அழைத்துச் செல்கிறான். அவளுடைய கணவனுக்கு நிறைய அரசுச்

சலுகை. சீமாட்டி ஆம்பர், சார்லஸுக்கு விருப்ப நாயகியாகி ஒரு புது மாளிகையில் குடியேறுகிறாள். இப்போது அவளைச் சுற்றி ஏகப்பட்ட பிரபுக்கள். அரசன் கண்காணிப்பில் இருக்கிறாள் என்பதை மறந்து விடுகிறாள்.

ஒருநாள் சார்லஸுக்கு ஜோடு அணிவிப்பவன் அவளிடம் இரவு உணவுக்கு வரலாமா என்று அரசவைப் பாணியிலேயே கேட்கிறான். ஆம்பர் சீறி விழுந்து சிரச்சேதம் செய்து விடுவேன் என்று மிரட்டுகிறாள். ஆனால் அவளுடைய தலைமயிரைக் கோதிவிட சார்லஸ் வருவதில்லை. ஒரு வாரம் பொறுத்து அவளே சொல்லியனுப்புகிறாள். உடனே பதில், அவளிடம் சேரி நாற்றம் அடிப்பதாக. ஆம்பருக்குப் புரிந்துவிடுகிறது. கண்ணாடி முன் உட்கார்ந்து அழுகிறாள். முகத்தில் ரூஜ் தடவியபடியே அரசனுக்கு ஜோடு அணிவிப்பவனுக்குச் சம்மதம் தெரிவித்துச் சேதி அனுப்புகிறாள்.

ஐநூறு பக்க நாவல் காமாட்சிக்கு ஒரு நொடியில் கண்முன் ஓடியது. தானும் இனி என்றும் ஆம்பர் என்று சொல்லிக் கொண்டாள்.

2007

யாருக்கு மருந்து?

அவனுடைய குழந்தையின் பெயரே அந்த மருந்து கடைக்கு இருந்தது அவனுக்கு நம்பிக்கை அளித்தது. அந்தக் கடைக்காரனின் குழந்தைக்கு அந்தப் பெயர் இருக்கலாம். அல்லது கடைச் சொந்தக்காரர் பெயராகக்கூட இருக்கலாம்.

மூன்று நான்கு நபர்கள் மருந்து வாங்கக் காத்துக் கொண்டு இருந்தார்கள். இருவர் அவனைப் போல மருந்துச்சீட்டு வைத்திருந்தார்கள். அவர்கள் அவனுக்கு முன்பே மாடி வைத்தியரைப் பார்த்துவிட்டு வந்திருக்கலாம். எப்படி? அவனுக்கே அவரிடம் குழந்தையைக் காட்ட முக்கால் மணி நேரம் ஆகிற்று. ஆதலால் இவர்கள் வேறு ஏதாவது வைத்தியரின் சீட்டை வைத்திருக்க வேண்டும்.

மருந்துக் கடையில் அவனுடைய முறை வந்தபோது அந்தக் கடைப் பணியாளர்களில் குறைந்த வயதுடைய இளைஞன் அவனுடைய சீட்டை வாங்கிக்கொண்டான். நான்கு மருந்துகள், ஒன்று புட்டி. அதை இளைஞன் உடனே எடுத்துவிட்டான். மீதமுள்ள மூன்றைத் தேட வேண்டியிருந்தது.

அப்போது கடையில் இருந்த ஒரு தடுப்புக்குப் பின்னா லிருந்து ஒரு பெரியவர் வந்தார். இளைஞன் மருந்துச் சீட்டை அவரிடம் காட்டினான். அவர் அந்தச் சீட்டைக் கொண்டு வந்தது யார் என்று அறிய விரும்புவது போல மருந்து வாங்க வந்தவர்களைப் பார்த்தார். கையில் புட்டியுடன் இருந்தவனைப் பார்த்தவுடன் அவர் தேடல் முடிந்து மருந்து கடை இளைஞ னிடம் உயரத்தில் இருந்த ஓர் அலமாரியைக் காட்டினார். அந்த இளைஞன் ஒரு ஸ்டூலைப் போட்டுக்கொண்டு அதன் மீது ஏறி இரு அட்டைப் பெட்டிகளை எடுத்தான்.

பெரியவர் அப்பெட்டிகளில் இருந்த மருந்துப் பட்டை களைக் கவனமாகப் பார்த்தார். இரண்டு மூன்று பட்டைகளை அப்படியே அக்கடையின் குப்பை கூடையில் போட்டார். ஒரே ஒரு பட்டையை மட்டும் கையில் எடுத்து வைத்து, "இந்தச் சீட்டைக் கொண்டு வந்தது நீங்க தானா" என்று கேட்டார்.

"நான்தான்."

"எல்லா மருந்தும் இல்லை. இரண்டுதான் இருக்கிறது. உங்க குழந்தைக்கா? என்ன வயசாகிறது?"

"மூணு ஆகப் போறது."

"இந்த மருந்தையெல்லாம் பெரியவங்கத் தாங்கிக் கொள்ளறதே கஷ்டம். நீங்க எங்க இருக்கீங்க?"

"மெயின் ரோட்டைத் தாண்டிப் பாலாஜி நகர்லே."

"இந்த இடத்திலே இருக்கற எந்த மருந்துக் கடையிலும் இந்த மருந்துங்க இருக்காது. நீங்க வேணும்னா டாக்டரைப் பார்த்து வேறே மருந்து எழுதிண்டு வரீங்களா?"

அவன் அந்தச் சீட்டை வாங்கிக் கொண்டு போனான். அவன் மனைவியை அழைத்துக் கொண்டு வந்தது நல்லதாகப் போயிற்று. அவள் குழந்தையைத் தூக்கிக் கொண்டு வீடு போய்ச் சேர்ந்திருப்பாள்.

அவன் டாக்டர் அறையில் நுழையப் பார்த்தபோது காத்திருந்தவர்கள் தடுத்தார்கள். அவன் விஷயத்தைச் சொன்ன போதிலும் அரைமனதாகத்தான் அவனை அனுமதித்தார்கள். அவன் டாக்டரிடம் சீட்டைக் காண்பித்தபோது, அவர் இரண்டு மருந்துகளை அடித்து விட்டார். அதில் புட்டியும் ஒன்று. "அந்த மருந்து இருக்கு, டாக்டர்" என்றான்.

"வேண்டாம். இந்த இரண்டுமட்டும் கொடுங்க. இரண்டுநாள் பொறுத்துக் குழந்தையைக் கொண்டாங்க."

அவன் மருந்துக் கடைக்காரரிடம் சொன்னபோது அவர் முகத்தில் கவலை தெரிந்தது. "இந்த இரண்டிலே ஒண்ணுதான் இருக்கு. இன்னோண்ணை மார்க்கெட்லேந்து திருப்பி வாங்கிட்டாங்க, சார். நீங்க வேறே டாக்டரைப் பாருங்களேன்."

"குழந்தையை வீட்டுக்குக் கொண்டு போயிட்டாளே? இங்கே வேறே டாக்டர் இல்லைங்க. உங்க கடைக்கு எதிரிலே இருக்கிறவர் கிட்டேதான் நாங்க எப்பவும் காமிப்போம். இப்போ அவர் பாக்கறது இல்லை. எம்டிக்குப் படிக்கிறாராம்."

"நான் ஒண்ணு சொல்றேன், கேக்கிறீங்களா?"

"எனக்கு இந்த இரண்டு மருந்து வேணும்."

"அதைப் பத்தித்தான் சொல்றேன். நான் மருந்துக் கடை நடத்தறேன். எனக்கு மருந்து வித்தாப்போதும். ஆனா உங்க குழந்தை விஷயம் எனக்கு அப்படியில்லை."

கடையில் மருந்துக்காகக் காத்திருப்பவர்கள் எண்ணிக்கை அதிகரித்தது. கடை இளைஞனுடன் கடைக்காரரும் சேர்ந்து மருந்துகளைக் கொடுத்தனர். ஒருவர் ரசீது வேண்டும் என்றார். அதையும் முடித்துவிட்டுக் கடைக்காரர் மீண்டும் அவனிடம் வந்தார். "நீங்கதானே மாடி டாக்டரைப் பார்த்து விட்டு வந்தது?" என்று கேட்டார்.

“உங்க சீட்டு எங்கே?”

அவன் கொடுத்தான். “இதைப் பாருங்க, முக்கியமான மருந்தை அடிச்சுட்டார். சந்தையிலே தடை செய்யப்பட்ட மருந்தை எழுதித் தரார். சார், நான் ஒண்ணு சொல்றேன். நீங்க வேறே டாக்டரைப் பாருங்க.”

“அது முடியாதுன்னு சொன்னேனே?”

“இந்த மருந்து தரதற்குத் தராமலே இருக்கலாம். குழந்தை பொழைச்சிடும். அந்த மனுஷன் சுய நினைவிலேதான் நோயாளிகளைப் பார்க்கறாரான்னு தெரியலை.”

“நான் வேறே கடைக்குப் போய்ப் பாக்கறேன்.”

“எங்கே போனாலும் ஒரு மருந்துதான் கிடைக்கும். அதை நானே கொடுத்துட்டேன். இன்னிக்கு இல்லேன்னா நாளைக்கு காலையிலே வேறே டாக்டரைப் பாருங்க. இந்த மாடி மனுஷன் வேண்டாம்.”

அவனுக்கு நேரமாகிக் கொண்டிருந்தது. அவர் கொடுத்த ஒரு மருந்தை மட்டும் வாங்கிக் கொண்டான்.

“உங்களுக்கு இந்த டாக்டர் கிட்டே என்ன விரோதம்?”

“விரோதமா? அவராலே எனக்கு வியாபாரம் அதிகமாகுமே தவிரக் குறையாது. ஆனா குழந்தைகள் விஷயம் அவருக்குத் தெரியலை. நான் அபசகுனமாச் சொல்லறேன்னு நினைச்சுக்காதீங்க.”

“நீங்க அப்படி ஒண்ணும் சொல்லலியே?”

“என் பேரக் குழந்தையை வேறே டாக்டர் கிடைக்காமே இவர் கிட்டேதான் காமிச்சது.”

“சரியாப் பாக்கலையா?”

“குழந்தையே போய்விட்டது.”

2007

அம்மாவின் தினம்

"சார் . . . சார் . . ! என் மனைவியைக் கடத்திண்டு போயிட்டாங்க, சார் . . !"

"அதோ . . . அந்த இன்ஸ்பெக்டர் கிட்டே சொல்லு."

"சார் . . . சார் . . ! என் மனைவியைக் கடத்திண்டு போயிட்டாங்க, சார் !"

"இப்படித் தடதடன்னு பேசினா . . ? உன் பைக்கைக் கடத்திண்டு போயிட்டாங்களா . . ? ஆர்.சி.புக் ஒரிஜினல் இருக்கா . . ?"

"பைக் இல்லே சார் . . . என் மனைவியைக் கடத்திண்டு போயிட்டாங்க."

"உன் மனைவியையா ? கடத்திண்டு போனதைப் பாத்தியா ?"

"இல்லே, சார் . . . ஆனா யார் கடத்திண்டு போயிருக்காங்கன்னு தெரியும்."

"யாரு ?"

"அவ அப்பா . . ."

"கொஞ்சம் இரு. உன் பேரு ஜக்மோகன் இல்லே ?"

"ராம்மோகன்."

"நீ இஞ்ஜினீயரிங்க் படிக்கறே ?"

"ஆமாம். இதுதான் கடைசி வருஷம்."

"ஏம்ப்பா, உன் மனைவியை அவளோட அப்பா அழைச்சுண்டு போகக்கூடாதா ?"

"அவ அவங்களோட இல்லே. அவ அப்பா, அம்மா வீட்டுக்கே போகமாட்டா."

"ஏன்னா நீ கடத்திண்டு வந்திருக்கே."

“இல்லே. நாங்க இரண்டு பேரும் கல்யாணம் பண்ணிண்டிருக்கோம்.”

“ஆமாம். நாலு வருஷம் காதலிச்சக் கல்யாணம்! ஆமாம், எதுக்கும் பொண்ணோட அப்பா, அம்மா சம்மதம் வேண்டாமா?”

“நாங்க முறையாகக் கல்யாணம் பண்ணிண்டு ரிஜிஸ்டரும் பண்ணியிருக்கோம்.”

“சரி, அவ எப்பலேந்து காணோம்?”

“நாலு மணி நேரம் ஆச்சு, சார்...”

“அவளே வெளியே போனாளா?”

“அவ கிளாஸுக்குப் போயிருந்தா, சார்...”

“கிளாஸா? அவ இன்னும் மைனரா?”

“இல்லே, சார்... நாங்க இரண்டு பேரும் மேஜர்.”

“கிளாஸ் நாலு மணி நேரம் இருக்காதா?”

“அது ஒரு மணி நேர கிளாஸ்தான், சார்... அதுக்குப் போனவ இன்னும் திரும்பி வரலே.”

“அவ அப்பா, அம்மா வீட்டுக்குத் தான் போயிருக்கா. அவங்களே சொன்னாங்க.”

“அவளா போயிருக்க மாட்டா சார்... அவளைப் பலவந்தமா இழுத்துப் போயிருக்காங்க.”

“நீ பாத்தியா?”

“இல்லே, ஆனாத் தெரியும்.”

“இது என்னடா கம்ப்ளெயிண்ட்? உனக்கே அபத்தமாகத் தெரியலே.”

“அவ அப்பா அம்மா வீட்டுக்கு அவ போகவே மாட்டா.”

“ஏன், உன் வீடு அவ்வளவு ஸ்பெஷலோ?”

“சார், நீங்க ரொம்பத் தாமதம் பண்றீங்க...”

“உன்னை நன்னாத் தெரியும்ப்பா எனக்கு. அவளும் நீயும் சேந்து பெரிசா டி.வி. நியூஸ் பேப்பர்காரங்களைக் கூப்பிட்டீங்களே, இப்பவும் கூப்பிடுங்க.”

“சார்... எங்க கல்யாணத்தை எல்லோருக்கும் தெரியப்படுத்தறதுக்கு அதைச் செய்தோம். நாங்க கூட இல்லே, எங்க ஃபிரண்ட்ஸ்தான் அதெல்லாம் செஞ்சாங்க.”

“இப்பவும் அவுங்களேயே கூப்பிடு.”

“சார்... இது போலீஸ்கிட்டே சொல்லறது.”

“உனக்கு போலீஸ் என்னெல்லாம் பண்ணணும்னு தெரியுமா?”

“கடத்திண்டு போனவங்களைப் போலீஸ்தான் கண்டு பிடிக்கணும்.”

“ஆமாம், நீ என்ன ஜாதி?”

“சார்... இது தேவையில்லாதது...”

“எது தேவையில்லாதது? நீ பிச்சைக்காரப் பய, அவ கோடீசுவரன் பொண்ணு.”

“நீங்க கம்ப்ளெயிண்ட் எழுதுக்கிறீங்களா, மாட்டீங்களா ..?”

“என்னடா மிரட்டறே?”

“எங்களுக்கு மிரட்டிப் பழக்கம் கிடையாது. இங்கே உதவி கிடைக்கலேன்னா நான் வேறெங்கேயாவதுதான் போகணும்.”

“நீ போயிடுவியா? உள்ளே தள்ளிடுவேன்.”

“நீங்க கம்ப்ளெயிண்ட் எடுத்துக்குங்க.”

“நீ இன்ஸ்பெக்டரை மிரட்டிண்டிருக்கே! பணக்காரப் பொண்ணை ஏமாத்தி மயக்கிக் கல்யாணம் பண்ணிண்டா நீ பெரிய ஆளாயிடுவியா?”

“நான் இங்கே இரண்டு மணிக்கு வந்தேன். இப்போ மணி மூணாவது.”

“நாலாகும்... அஞ்சாகும்...”

“அந்த வீட்டுக்குப் போன் பண்ணுங்க.”

“ஏன், நீ ஏண்டா பண்ணலே ..?”

“இன்னும் இன்னும் டைமாறது. நான் பண்ணினா அந்த வீட்டிலே எடுக்கறதில்லே.”

“அவுங்க யாரு? நீ யாரு?”

“நீங்க மறுபடியும் தேவையில்லாததைப்பத்தி பேசறீங்க, ஆனா, கம்ப்ளெயிண்ட் எடுக்கலை.”

“முடியாது. இது சிவில் விஷயம். டி.வி.யிலே போய்ச் சொல்லு.”

“ராம்மோகன், நீ இங்கேயாடா இருக்கே?”

“அம்மா! நீ எதுக்கும்மா இங்கெல்லாம் வரே.”

“ரொம்பக் கவலையாப் போச்சுடா?”

“சவிதா வந்துட்டாளா?”

“இல்லேடா. ஆன அவ கட்டாயம் வந்துடுவா. நீ எதுக்குடா போலீஸுக்கெல்லாம் வந்தே?”

“ஏது, குடும்பமே போலீஸ் ஸ்டேஷனுக்கு வந்துடுத்து.”

“சார், அவுங்க உங்களோட பேசலை.”

“வாடா, ராம்மோகன். நான் வயத்திலே நெருப்பைக் கட்டிண் டிருக்கேன்...”

“அம்மா! நீ எதுக்கும்மா இங்கெல்லாம் வரே?”

“பாஸ்கர்தான் சொன்னாண்டா. வேண்டாண்டா, நம்மளுக்கு இதெல்லாம் வேண்டாண்டா.”

“அம்மா... சவிதாவை ரொம்ப நேரமாக் காணோம். அவுங்க அவளைத் தூக்கிண்டு போயிட்டாங்களோன்னு பயமாயிருக்கு.”

“உனக்கு மேலே எனக்கு பயமா இருக்குடா, வண்டியைப் பாத்து ஓட்டு.”

“சீட்டைக் கெட்டியாப் பிடிச்சுக்கோ. வர அவசரத்திலே ஹெல்மட் கூடப் போட்டுக்கலை.”

“உங்கப்பா உயிரோடிருந்தா இப்படியெல்லாம் நடந்திருக்காது...”

“நானே நொந்து போயிருக்கேம்மா. அவ எல்லாத்தையும் விட்டு விட்டு நம்ம வீட்டுக்கு வந்திருக்கா. அவ அன்னிலேந்து ராத்திரி உன் பக்கத்திலேதானம்மா படுத்துண்டு தூங்கினா?”

“ஒரு வேளை நல்ல வார்த்தை சொல்லி அவ வீட்டிலே கொண்டு போய் விட்டிருக்கலாமோ என்னமோ...”

“விபரீதம் நடந்திருக்கும்மா. இப்போ முதல்லே வீட்டுக்குப் போவோம். நீ ஏம்மா போலீஸ் ஸ்டேஷனுக்கு வந்தே?”

“பாஸ்கர் சொன்னாண்டா. முதல்லேந்து போலீஸ் எல்லாம் அவுங்க பக்கந்தான்னு தெரிஞ்சதுதானே. அங்கே போய்ப் புகார் சொன்னா ஏதாவது ஆகுமா?”

“ஆகும்மா...”

“என்ன ஆகும்? இப்படிப் போய் ஊரெல்லாம் தெரிஞ்சு போயிருக்கு. உன் படிப்பும் முடியலே, அவளை அவ வீட்டிலேயே படிக்க வேண்டாம்னு சொல்லிட்டாங்கன்னா..?”

“ஒண்ணும் ஆயிடலேம்மா. எனக்கு ஆறு மாசத்திலே டிகிரி வந்துடப் போறது. அவ இப்பவே இண்டர் பாஸ் பண்ணியாச்சு. இன்னும் ஒரு வருஷத்திலே சி.ஏ. முடிச்சுடுவா...”

“ராம்மோகன், வண்டியைத் திருப்பு...”

“ஏம்மா..?”

“அவ அப்பா – அம்மா வீட்டுக்குப் போ.”

“வேண்டாம்மா... அவுங்க கண்டபடி பேசுவாங்க. வேலைக்காரங்கள்ளாம் அடிக்க வந்துடுவாங்க...”

“பரவாயில்லே... அங்கேயே போ...”

“வேண்டாம்மா...”

"நான் கேக்கறேன், சவிதாவை என்கூட அனுப்பறதுக்கு. உங்க பணம், காசு ஏதும் வேண்டாம், என் மருமகளை மட்டும் அனுப்புங்கன்னு கேக்கறேன்."

"அந்த மனுஷங்க அப்படியெல்லாம் கேக்கறவங்க இல்லே. கத்தி, துப்பாக்கின்னு பாய்வாங்க..."

"எனக்கு சவிதாவைத் தெரியும்டா. என்னை அழைச்சுண்டு போ..."

"அம்மா..."

"நீ போலீஸுக்குப் போகாம முதல்லே அங்கே போயிருக்கணும்..."

"நான் தனியாப் போய் என்ன பண்றதும்மா..?"

"ஏண்டா... அந்தப் பொண்ணு இவ்வளவு சின்ன வயசிலே ஒரே தீர்மானமா நாலு வருஷம் உன்னையே நினைச்சுண்டு உன்னையே கல்யாணம் பண்ணிக்கணும்னு எல்லாத்தையும் விட்டுட்டு நம்ம வீட்டுக்கு வந்திருக்கு. அதை முதல்லே காப்பாத்த வேண்டாமா..?"

"அவுங்க ஆள் படையுள்ளவங்க அம்மா..."

"இருக்கட்டும்டா... நான் அவுங்களைக் கேக்கறேன். அந்தப் பொண்ணு அப்படி என்ன செய்யக்கூடாதது செஞ்சுடுத்து? என்ன தப்பு பண்ணித்துன்னு நான் கேக்கறண்டா..."

"கேட்டா..?"

"நான் அவளைக் கையோட அழைச்சுண்டு வந்துடறேன். நீ வெறுமனே கூட வா..?"

2007

காணாமல் போன ஆறு

சிவசுப்பிரமணியனுக்குக் காலையிலேயே தொலைபேசி அழைப்பு வந்தது. "சார், மதிப்புரை வந்துவிட்டது" என்று ஒரு குரல் ஒலித்தது.

சிவசுப்பிரமணியன் மூன்று மாதத்தில் நான்கு மதிப்புரைகள் எழுத வேண்டியிருந்தது. அதில் ஒன்றுதான் அவர் விரும்பிச் செய்தது. பாக்கி மூன்றும் நிர்ப்பந்தம் காரணமாக எழுதியவை.

"யார், ராமராஜனா?"

"ஆமாம், சார், இன்னிக்கு 'வற்றாத ஆறில்' வந்து விட்டது."

"இந்த மாசத்து 'வற்றாத ஆறு' வெளியாயிடுத்தா?"

"ஆமாம், சார்."

"எப்படியிருந்தது? சரியா இருந்ததா?"

"ரெண்டு மூணு இடத்திலே புரியலே, ஆனா நன்னாயிருந்தது சார்."

சிவசுப்பிரமணியன் கண்களை மூடிக் கொண்டார். அவர் கண் முன் 'வற்றாத ஆறு' உதவியாசிரியர் முகம் தோன்றியது.

அவருடைய நேர்காணல் என்ற பெயரில் உதவியாசிரியர் படைத்தது அப்பத்திரிகையில் வந்திருந்தது. அவர் பேசாத கொச்சை, எழுத்துப் பிழை, இஷ்டப்பட்ட இடங்களில் முழுப் புள்ளி எல்லாமாகச் சேர்ந்து அந்த ஐந்தாறு பக்கங்களைக் கேலிக்கூத்தாக 'ஆறு' வெளியிட்டிருந்தது. அவர் முதலிலிருந்தே பதில்களை எழுதிக் கொடுத்து விடுகிறேன் என்றுதான் சொன்னார். ஆனால் அந்த உதவி ஆசிரியருடைய தன்னம்பிக்கை அவரைத் தயங்க வைத்தது. அதன் பிறகு 'ஆறு' பக்கமே போகக்கூடாது என்று முடிவு செய்திருந்தார். ஆனால் ராமராஜன் 'வற்றாத ஆறு' உதவியாசிரியரிடம் தன் நூலுக்கு, சிவசுப்பிரமணியனின் மதிப்புரை பெற்றுத் தருவதாக உறுதி கூறியிருந்தான். யாரைக் கேட்டுக் கொண்டு இந்த மாதிரி வாக்குக் கொடுத்தாய் என்று கேட்டால் தனக்கு எப்போதோ வரும் ஒரு நூலுக்கு

சிவசுப்பிரமணியன் இந்தச் சின்ன உதவிகூடப் புரியக்கூடாதா என்று கேட்டான். சிவசுப்பிரமணியத்துக்குச் சிரிப்பார் முன் தடுக்கி விழுந்தது போலிருந்தது. ராமராஜனுக்காக என்று அவர் எழுதிய மதிப்புரையை அப்பத்திரிகை பல மாதங்கள் போடவில்லை. கிட்டத்தட்ட மஞ்சள் பத்திரிகை போன்ற 'ஆறு' பத்திரிகையிடம் சிவசுப்பிரமணியன் கையேந்தி நிற்கும்படியாகிவிட்டது. ஒரு கட்டத்தில் 'ஆறு' அந்த மதிப்புரையை நிராகரித்துவிடக் கூடாதா என்று கூட நினைத்தார். ஆனால் இனிமேல் அந்த பிரார்த்தனை தேவையில்லை. பிரார்த்தனை நிராகரிக்கப்பட்டு விட்டது.

சிவசுப்பிரமணியனுக்கு ராமராஜன் பதில்கள் அவ்வளவு திருப்திகரமாக இல்லை. ராமராஜனே நல்ல எழுத்தாளன். படைப்புகளை நன்கு மதிப்பிடத் தெரிந்தவன். மதிப்புரை அச்சில் வந்துவிட்டது என்பதைத் தவிர அதிலுள்ளவை அவனைச் சிறிது தயங்க வைத்தது என்று மட்டும் சிவசுப்பிரமணியனால் ஊகிக்க முடிந்தது.

அந்த 'ஆறு' விலை அதிகம். அநேகக் கடைகளில் அது கிடைக்காது. காரணம் அந்தக் கடைக்காரர்கள் அதை விற்பனைக்கு ஏற்றுக் கொள்வ தில்லை. சிவசுப்பிரமணியன் வீட்டருகேயுள்ள கடைகளில் அப்பத்திரிகை பற்றிக் கேள்விப்பட்டதேயில்லை என்று அவருடைய பேட்டி வந்தபோது சொன்னார்கள். சுமார் ஒருமைல் தள்ளி ஒரு வரிசைக் கடைகள் இருந்தன. அங்கு இருக்கலாம்.

சிவசுப்பிரமணியன் மாலை நேரத்தில் அந்தக் கடை நோக்கி நடந்தார். வேறு எந்த வகையிலும் போக முடியாது. மாலை நேரத்தில் போக்குவரத்து அதிகமாகவே இருந்தது. நடை பாதையென்று ஒன்று கிடையாது. தெரு என்பது மோட்டார் சைக்கிள்காரர்கள் விரைவதற்கான இடம். வலப்புறம் இடப்புறமென்று எல்லாரையும் முந்திக்கொண்டு போக முயற்சி செய்வார்கள். அவர்களையும் குற்றம் கூற முடியாது. பல மைல்கள் தள்ளித்தான் அவர்கள் வீடு இருக்கும். வீடு போய்ச்சேரும் வரை அவர்களும் சரி, அவர்கள் வீட்டில் இருப்பவர்களும் சரி, உயிரைக் கையில் பிடித்துக் கொண்டுதான் இருப்பார்கள். அந்த ஒரு மைல் செல்வதற்குள் நான்கு முறை சிவசுப்பிரமணியத்துக்கும் வயிறு பீதியில் வாய் வரை வந்துவிட்டது.

அந்தக் கடை கண்ணுக்குத் தெரிந்தது. ஆனால் அதை அடைய ஒரு சாலையைக் கடக்க வேண்டும்.

சிவசுப்பிரமணியன் ஒரு கணம் யோசித்தார். இப்படியெல்லாம் அவதிப்பட்டு, ஆபத்துக்குட்பட்டு இந்த ஆறைப் பார்க்க வேண்டுமா? பத்திரிகைக்காரர்கள் அனுப்பட்டும். அனுப்பவே இல்லை என்றால் தலை மூழ்கி விடுமா?

தலை மூழ்கிவிடாது. ஆனால் அந்த உதவி ஆசிரியன் என்னென்ன விதமாக அவருடைய மதிப்புரையைக் குதறியிருக்கிறான் என்று அறிந்து கொள்ள வேண்டாமா?

ஒரு வயதான பெண்மணி சாலையைக் கடக்கும்போது அவளுடன் சிவசுப்பிரமணியன் சென்றார். அவள் சாலையைப் பிரிக்கும் இடத்தில் நின்று கொண்டாள். சிவசுப்பிரமணியனுக்கு அவளுக்கு அருகில் நிற்கத்

தயக்கமாக இருந்தது. அவருக்குத் தெரிந்த நண்பர் ஒரு கதை எழுதியிருந்தார். அதில் ஒரு வயதானவரை ஒரு வயதான பெண்மணி திடீரென்று ஏண்டா கையைப் பிடித்திழுத்தாய் என்று கூச்சல் போட்டு கலாட்டா செய்ய ஒரு முரட்டு ஆள் அவருடைய பிடரியைப் பிடித்துப் பையில் எவ்வளவு பணம் வைத்திருக்கிறாய் அயோக்யனே என்று சேர்ந்து கொள்ள, அந்த மனிதர் தலை தப்பினால் போதும் என்று பையிலுள்ள இருநூறு ரூபாயைக் கொடுத்துவிட்டு வீட்டுக்கு ஓடினார். சிவசுப்பிரமணியனுக்கு அது கதையாக இருக்க முடியாது என்று படித்தவுடனேயே தோன்றியது. அந்த நண்பருக்கு எவ்வளவு விபரீதமான ஆபத்து ஏற்பட்டது? இந்த அம்மாள் நண்பர் எழுதிய கதையிலிருந்த பெண்மணி இல்லை என்று எப்படி கூற முடியும்?

எதிர்ப்பக்கத்துப் போக்குவரத்துச் சற்று ஓய்ந்தபோது அந்த அம்மாள் சாலையின் இன்னொரு பாதியைக் கடந்துவிட்டாள். சிவசுப்பிரமணியன் அடுத்த முறையில் கடந்துகொள்ளலாம் என்று நின்றுவிட்டார். ஐந்து நிமிடங்களுக்குப் பிறகு அது நேர்ந்தது. சிவசுப்பிரமணியன் சாலையைக் கடந்து அந்தக் கடையை அடைந்து விட்டார். “வற்றாத ஆறுப் பத்திரிகை வந்து விட்டதா?” என்று கேட்டார்.

முதலில் அந்தக் கடைக்காரர் கேள்வி புரியாதது போல பிரமித்து நின்றார். அப்புறம், “இதுவா, பாருங்க” என்று ஒரு கொடியில் தொங்கிக் கொண்டிருந்ததைக் காட்டினார். அது ‘வற்றாத ஆறு’ தான். ஆனால் இந்த மாதத்து இதழாக இருக்க வேண்டுமே.

“அதை எடுங்க” என்று சிவசுப்பிரமணியன் சொன்னார். கடைக்காரர் அதை எடுக்கும்போது இரு பிரதிகளாக மாட்டியிருந்தது தெரிந்தது. மிகவும் மெல்லிய பத்திரிகை.

“நாங்க இங்கே இதை இரண்டு காப்பிதான் எடுக்கறோம். அதுவே விக்காம நின்னுடறது. இவங்க ரிடர்ன் எடுக்கறதில்லை” என்று கடைக்காரர் சொன்னார்.

சிவசுப்பிரமணியன் மீண்டும் சாலையைக் கடக்க வேண்டும். ஆனால் இப்போது ஒரு காவல் துறைக்காரர் வந்து விட்டார். சாலையைக் கடப்பது எளிதாகப் போய்விட்டது.

தெருவிலேயே ஒரு பிளாஸ்டிக் குப்பை வண்டி இருந்தது. மிகுந்த முயற்சி எடுத்து அதில் போட்டிருந்த குப்பைப் பைகளை ஒரு மாடு ஒவ்வொன்றாகத் தெருவில் போட்டு ஆராய ஆரம்பித்தது. அந்தக் குப்பையின் சத்து மாடு தரும் பாலில் இருக்கும். கைக் குழந்தைக்காகப் பசும்பால் வாங்குகிறவர்கள் என்ன செய்வதென்று தெரியாது அவதிப்படுவார்கள். அவர்கள் குழந்தைக்கு அதுவும் முடியாது. பாலைக் குடிக்க முடியாமல் கதறும். ‘வற்றாத ஆறு’ பத்திரிகை வாங்கப் போனால் கறந்த பசும்பால் நாற்றம் அடிப்பதன் காரணம் தெரியும்.

அந்த வண்டியருகே நின்று கொண்டு சிவசுப்பிரமணியன் பத்திரிகையைப் பிரித்தார். ஏதேதோ பக்கம் பக்கமாக விளாசல். ஓர் ஒற்றைப் பக்கத்தில் அவருடைய மதிப்புரை போடப்பட்டிருந்தது. சிவசுப்பிரமணியன் விரை வாகப் படித்தார். பல இடங்களில் உதைத்தது. தனக்கு எழுதும் ஆற்றலே போய்விட்டது என்று எண்ணிக் கொண்டார். இதைப் படிப்பவர்கள் அதை

எழுதியவனை எப்படியெல்லாம் கேலி செய்வார்கள் என்று நினைத்துப் பார்த்தார். பரவலாக மக்கள் படிக்காவிட்டாலும் அந்தப் பத்திரிகையில் வழக்கமாக எழுதுகிறவர்கள் படிப்பார்கள். அவர்கள் எல்லாரும் அவர்களைத் தவிர மற்றவர்கள் எல்லாம் படுமுட்டாள்கள் என்று உறுதியான நம்பிக்கை கொண்டவர்கள்.

சிவசுப்பிரமணியன் கனத்த மனத்தோடு வீடுநோக்கி நடந்து போனார். அவருடைய பேட்டையில் இருந்த இரு பெரிய கடைத் தெருக்களைக் கடந்துதான் வீடு. ஒவ்வொரு கடையையும் தாண்டும்போது அவர் வீட்டில் சொல்லி அவர் வாங்க மறந்த பொருள்கள் நினைவுக்கு வரும். அப்படி நினைவுக்கு வந்தது ஒரு பக்கெட். அதாவது வாளி.

அவர் வீட்டிலிருந்த இரு பக்கெட்டுகளும் பெரியவை. அதில் தவறில்லை. ஆனால் அவர் வீட்டில் உதவ வரும் அம்மாள் வழிய வழியத் தண்ணீர் இருக்கும் பக்கெட்டில் இரு கைகளையும் முக்கிக் கழுவிக் கொள்வாள். ஒருநாள் அவர் பார்த்துவிட்டார். உடனே அந்த அம்மாள் அந்த பக்கெட் தண்ணீரை அப்படியே கவிழ்த்துக் கொட்டி விட்டாள். அன்றே சிவசுப்பிரமணியன் ஒரு சிறிய பக்கெட் வாங்க வேண்டுமென்று தீர்மானம் செய்து கொண்டார். ஆனால் அவர் வெளியே போகும்போது மறந்து விடும். ஆதலால் அவருடைய வீட்டில் இன்னமும் தண்ணீர் பக்கெட் பக்கெட்டாகக் கொட்டப்படுகிறது. இல்லாது போனால் ஒருவர் கையைக் கழுவிக் கொண்ட தண்ணீரைத்தான் அவர் வீட்டில் பயன்படுத்தி வருகிறார்கள்.

'வற்றாத ஆறு' கையில் வைத்திருக்கும்போது பக்கெட் நினைவுக்கு வந்தது அவருக்குப் புன்னகை வருவித்தது.

அந்தப் பாத்திரக் கடையில் அவர் வீட்டில் ஒத்தாசை செய்யும் அம்மாவையும் தண்ணீரில் சிக்கனம் கடைபிடிக்கச் செய்யும் அளவில் பக்கெட் இருந்தது. அவர் பேரமே பேசாமல் வாங்கிவிட்டார். அந்த பக்கெட் டில் 'வற்றாத ஆறு' இதழைப் போட்டு மெத்த மகிழ்ச்சியோடு நடந்தார்.

அவர் இரண்டாவது கடைத் தெருவில் திரும்பியபோது அங்கும் ஒரு பசுமாடு, ஏது இன்று நம் வழியில் பசுமாடுகளாகத் தென்படுகிறதே என்று நினைத்துக் கொண்டார். அவரிடம் 'வற்றாத ஆறு' இருக்கும்போது பசுமாடுகள் அவரிடம் வரத்தானே செய்யும்!

திடீரென்று அந்தப் பசுமாடு நீர்கழிக்கத் தொடங்கியது. ஒரு காலத்தில் அதையெல்லாம் ஒரு சொட்டு தரையில் விழுந்து விடாமல் தெருக்காரர்கள் பிடித்துக்கொண்டு போவார்கள். ஏதோ ஒரு குழந்தை நோய்க்கு அதை மருந்தாகக் கூடப் புகட்டுவார்கள். இப்போது அந்த நிகழ்ச்சி யாரும் ஒரு பொருட்டாகக் கருதாமல் நிகழ்ந்து கொண்டிருக்கிறது. பக்கெட்டில் பிடித்தால் என்ன?

அப்போது அவர் பக்கெட் உள்ளே பார்த்தார். அது காலியாக இருந்தது.

அவருக்குப் பகீரென்றிருந்தது. இவ்வளவு சிரமப்பட்டு வாங்கிய பத்திரிகையை அதில் வெளியான அவருடைய கட்டுரையை மூலத்துடன் பரிசோதிக்கும் முன் அதைத் தொலைத்துவிட்டார்!

அவர் பக்கெட் கடைக்கு விரைந்தார், “இங்கே ஒரு பத்திரிகை விட்டு விட்டுப் போய் விட்டேன்” என்றார்.

“இங்கே பத்திரிகை ஒண்ணும் இல்ல” என்று கல்லாவில் இருந்தவர் சொன்னார்.

“எனக்கு ஒரு பொண்தான் பக்கெட் எடுத்துக் கொடுத்தாள். அவளுக்குத் தெரியும்.”

“நீங்க பாருங்க.”

சிவசுப்பிரமணியன் கடையில் நுழைந்து ஒவ்வொரு விற்பனைப் பெண்ணாகப் பார்த்துப் போனார். எல்லாரும் கிட்டத்தட்ட ஒரேமாதிரி இருந்தார்கள், பல தலைமுறைகளாக அரை வயிறு சாப்பிட்டுக் கிடக்கும் குடும்பங்களைச் சேர்ந்தவர்கள். அந்தக் கடையிலாவது ஒழுங்காகச் சம்பளம் தருவார்களா? அவர்களைப் பாதுகாப்பாக வைத்திருப்பார்களா? அவரைப் பார்த்த அப்பெண்கள் ஒரே மாதிரிப் புன்னகை புரிந்தார்கள். அந்த முகங்களில்தான் என்ன தன்னம்பிக்கை! அந்தப் புன்னகையில்தான் எவ்வளவு மலர்ச்சி! ‘வற்றாத ஆறு’ தொலையாது இருந்தால் அவருக்கு இந்த அனுபவம் கிட்டியிருக்குமா?

அவருக்கு பக்கெட் எடுத்துத் தந்த பெண் அந்த ஐந்தாறு பெண்களில் இல்லை. ஒரு பெண் சொன்னாள், “அவள் பாத்ரூமுக்குப் போயிருப்பா, வரச்சொல்றேன்” என்றாள்.

“வேண்டாம்மா. அவளை அவசரப்படுத்த வேண்டாம். நான் காத்திருக்கிறேன்.”

ஓர் இருட்டறையிலிருந்து ஒரு பெண் வந்தாள். அவள்தான் அவருக்குப் பக்கெட்டை எடுத்துக் கொடுத்தது.

“அம்மா, நான் கையிலே பத்திரிகை ஒண்ணு வைச்சிருந்தேனே, இங்கே இருக்கா?”

“என்ன பத்திரிகைங்க?”

அவருக்கு அப்பத்திரிகையின் பெயரைச் சொல்வதா வேண்டாமா என்று சந்தேகம் வந்தது. அந்தப் பத்திரிகை இம்மாதிரி நாளொன்றுக்குப் பத்து மணி நேரம் நின்றபடியே வேலைசெய்யும் அரைவயிற்றுப் பெண்களுக்காக வெளியிடப்படுவது அல்ல. அது அதிமேதாவிகள், ஓய்வு நாற்காலிச் சமூக ‘விஞ்ஞானி’களுக்காக வெளியிடப்படுவது.

“அது குமுதம் ரிப்போர்ட்டர் மாதிரி இருக்கும்.”

“உங்க கையிலே பாக்கலியே?”

“இருந்தது, நான் அதை பக்கெட்டிலேகூட போட்டேன்.”

“பக்கெட்டிலே பாருங்க.”

“இல்லையேம்மா.”

“அப்ப வேறெங்கேயாவது வைச்சிருப்பீங்க. இங்கேந்து எங்கே போனீங்க?”

அவருக்கு மாடு ஞாபகம்தான் வந்தது. அவளிடம் வாங்கிய பக்கெட்டை அவர் எப்படிப் பயன்படுத்த இருந்தார் என்று தெரிந்தால் அவள் சிரித்துவிடுவாள். இல்லாது போனால் கோபம் கொள்வாள்.

அவர் வெளியே வந்தார். நிச்சயமாக அவர் அந்தக் கடையில் அதை விட்டுப் போகவில்லை. கடைக்கு வெளியே வந்த பிறகு தான் அதைப் பக்கெட்டில் போட்டார். ஓர் இடத்தில் அந்த பக்கெட்டைத் திருப்பி அடியில் ஓட்டை ஏதாவது இருக்குமா என்று பார்த்தார். அது எங்கே என்று நினைவில்லை. பத்திரிகை போனது போனதுதான்.

அவர் பத்திரிகைக் கடைப்பக்கம் நடந்தார். அங்கு இன்னும் ஒரே ஒரு பிரதி இருந்தது. அவர் போவதற்குள் யாரும் அதை வாங்கிப் போகாமல் இருக்க வேண்டும். 'வற்றாத ஆறு' வாங்குபவர்களும் இருப்பார்களா? யார் கண்டது, அவரைப் போல ஒருவன் இருப்பான்...

அவர் அவசரம் அவசரமாக நடக்க ஆரம்பித்தார். நான்கடி வைத்திருக்க மாட்டார். சுளீரென்று தொடையில் வலித்தது. தசை இழுத்துக் கொண்டு விட்டது.

தெருவோரத்தில் கூட்டம். அது ஒரு பஸ் நிறுத்தம் வேறு. அவருக்கு நிற்பது கூடச் சிரமமாக இருந்தது. யாரோ அவரை இடித்துக் கொண்டு போனார்கள்.

'வற்றாத ஆறு' வேண்டாம். வீடு போய்ச் சேர்ந்தால் போதும். இரண்டு தெரு தாண்டினால் வீடு வந்துவிடும். வண்டி வைத்துக்கொண்டால் குறைந்தது இருபது ரூபாய் செலவாகும். வீட்டில் இருப்போர் வேறு வீணாகக் கலவரப்படுவார்கள்.

அவர் அடிமேல் அடி வைத்து நடந்தார். கால் இருந்த நிலையில் ஒரு சிறு பள்ளம் மேடு கூட மிகவும் ஜாக்கிரதையாகக் கடக்க வேண்டும். ஒரு வெற்றிலைப் பாக்குக் கடை எதிரில் ஏதோ விளம்பரக் காகிதம் பரிதாபமாகக் கிடந்தது. வருவோர் போவோர் எல்லாரும் அதை மிதித்துக்கொண்டு போனார்கள். அவராவது அதை மிதிக்காமல் போக வேண்டும்.

அதைத் தாண்டிப் போய்விட்டார். ஆனால் ஏனோ அந்தத் தாள் அவர் முன்னரே பார்த்த மாதிரி இருந்தது. திரும்ப வந்தார். குனிய முடியாததால், காலினால் புரட்டிப் பார்த்தார்.

வற்றாத ஆறு.

2008

மயான வைராக்கியம்

சுமந்திரனிடமிருந்து கடிதம் வரவில்லை. அவன் பல மாதங்களாகவே எனக்கு எழுதுவதை நிறுத்தி விட்டான். சுமந்திரன், ஒரு புனைபெயர். முதலில் சொந்தப் பெயரில்தான் எழுதியிருக்கிறான். அவன் கதைகள், பாராட்டுகளைவிடக் கண்டனங்களைத்தான் பெற்றன. தெளிவில்லை, புரியவில்லை, 'இதெல்லாம் தமிழா?' என்றெல்லாம் கேட்டிருக்கிறார்கள், அவன் பெயரை சுமந்திரன் என்று மாற்றிக்கொண்டு எழுத ஆரம்பித்தவுடன் அவனுடைய கதைகள் சிலருக்காவது பிடிக்க ஆரம்பித்தன. அந்தச் சிலரில் நானும் ஒருவன்.

அவனுக்கு நிறைய வயதாகியிருக்கும் என்று நினைத்து நான் வெளியிட்ட தொகுதி நூலுக்கு அவனை ஒரு கதை கேட்டிருந்தேன். அவன் எழுதியனுப்பினான். ஆசிரியர் குறிப்பு என்று இணைக்க, அவனைப் பற்றிய தகவல்களைக் கேட்டு எழுதினேன். அதையும் உடனே செய்தான். அப்போதுதான் அவன் என்னைவிட இருபது வயதுச் சிறியவன் என்று தெரிந்தது.

நான் யார் என்று எப்படிக் கூறிக் கொள்வது? நான் அப்பா பிள்ளையைவிட அம்மா பிள்ளை என்று கூறிக்கொள்ளலாம். சன்மானமே தராத சில பத்திரிகைகள் நான் எழுதிய வற்றைப் பிரசுரித்தன. அவை தொடர்ந்து நடக்குமா என்று எவருக்கும் தோன்றினாலும், நான் அவற்றுக்கு ஆயுள் சந்தா அனுப்பிவிடுவேன். நான் பணம் அனுப்பியவுடன் அப்பத்திரிகைகள் அறிவிப்பு கூடச் செய்யாமல் நின்றுவிடும். இப்படிக் கூறுவது நியாயமில்லை. உயிரை விடப் போகிறேன் என்று அறிவித்துவிட்டு யார் உயிரை விடுகிறார்கள்?

நான் ஒரு தனியார் கல்லூரியில் வேலைக்கு சேர்ந்தேன். பதினைந்து ஆண்டுகளுக்குப் பிறகும் என் பணி தற்காலிகமானது என்றார்கள். நிர்வாகத்தினர் மதிப்பீட்டில் நான் திறமைசாலியான ஆசிரியரில்லை. ஆனால் என் மாணவர்கள் பலருக்கு என் மீது வியப்பு. என் படைப்புகளையும் பெயரையும் அச்சில் பார்த்து அவர்களுக்கு என் மீது மதிப்பு ஏற்பட்டது. அந்த நாளிலும் கல்லூரியில் படிப்பவர்கள் பாதிப் பேர் கவிதை

என்று எழுதுவார்கள். அதைக் கண்டு தன்னுடைய நண்பன் பிரமிக்க வேண்டும் என்று அவனிடம் காண்பித்தால் அவன் பதிலுக்கு நான்கு கவிதைகள் காட்டுவான். உடனே அவர்கள் பைரனும் ஷெல்லியுமாகத் தங்களைப் பாவித்துக் கொள்வார்கள். ஒரு மேரி ஷெல்லிதான் பாக்கி.

என் கவிதைகள் அச்சில் வர முக்கிய காரணமாயிருந்த ஆயுள் சந்தாவை என் நண்பர்களுக்கோ மாணவர்களுக்கோ நான் தெரிவிப்பதில்லை. என்னைக் கண்டு உலகம் வியக்காமல் இருந்தாலும் மாணவர்களாவது அப்படியிருக்கலாம் இல்லையா?

இப்படி லௌகீகத்துக்கும் கற்பனை உலகத்துக்கும் நான் பலவீனமான ஏணிகள் வைத்திருந்த நாளில்தான் சுமந்திரன் அறிமுகமானான். அவன் ஆயுள் சந்தா செலுத்தாமல் அவனுடைய படைப்புகளைப் பத்திரிகைகள் ஏற்கச் செய்திருந்தான். அவன் நல்ல எழுத்தாளன் என்று பிறர் சொல்லும்போது நான் குறிப்பிட்டுச் சொல்லாமல் அவன் என் சீடன் என்ற தோற்றத்தை உண்டு செய்வேன். இலக்கியம் வளர்க்க எப்படியெல்லாம் தந்திரமாக இருக்க வேண்டியிருக்கிறது?

உண்ணி வந்தான். ஆமாம், அவனும் கவிதான். அவனுடைய கவிதைகள் இரண்டை ஆங்கிலத்தில் மொழிபெயர்த்து ஒன்றை ஒரு பம்பாய்ப் பத்திரிகைக்கும், இன்னொன்றை ஒரு தில்லிப் பத்திரிகைக்கும் அனுப்பினேன். இரண்டுமே பிரசுரமாகிவிட்டன! வெளியானதிலிருந்து அவனுடைய தோரணை மாறிவிட்டது. நான் ஆங்கிலத்தில் எழுதிக் கொள்ளையாகச் சம்பாதிக்கிறேன் என்று நினைத்து விட்டான். அவனுடைய கவிதைக்கு எப்போது பணம் கிடைக்கும் என்று தினமும் கேட்கத் தொடங்கினான். அதோடு நின்றால் தேவலை. நேரம் கிடைத்த போதெல்லாம் ஒரு புட்டி சாராயத்துடனும் வறுத்த வேர்க்கடலை பொட்டலத்துடனும் என் வீட்டுக்கு வரத் தொடங்கினான். வீட்டில் நான் என் அப்பா, அம்மா. உண்ணியைக் கண்டவுடன் என் அப்பா திகில் பிடித்தவராகத் தன் அறையில் கதவைத் தாளிட்டு உட்கார்ந்திருப்பார். அம்மா பக்கமே நான் திரும்பிப் பார்க்க மாட்டேன்.

இந்த முறை உண்ணி வெறுங்கையோடு வந்தான். "உண்ணி, என் சைக்கிளுக்கு கொஞ்சம் காற்று அடித்துக் கொடு" என்றேன். காலை நேரம்.

"பம்பு எங்கே?"

"பக்கத்து அறையிலே" அங்கே போய்ப் பம்புடன் வந்த அவன் முகம் கறுத்திருந்தது. அந்த அறையில்தான் அம்மா படுத்திருக்கிறாள்.

ஒரு காலத்தில் அம்மாவுக்கென தனி அறை, பூஜை அறை என்றெல்லாம் என் வீட்டில் இருந்தது. அந்தப் பகுதி ஒரு நாள் அப்படியே விழுந்துவிட்டது. நல்ல வேளையாக அம்மா அங்கில்லை. அவளுடைய பெட்டி, படுக்கை இதர சாமான்களை நானும் அவளுமாக முன் ஹால் பக்கத்து அறையில் கொண்டுவந்து குவித்தோம். வீடு, அப்பா உத்தியோகத்தில் இருந்தபோது கட்டியது. அழகான கட்டடம். அன்று மரம் ஏராளமாகவும், மலிவாகவும் கிடைத்தது. சீமை ஓடு என்று சொல்லப்படும் ஓடு கொண்டு கூரை அமைந்திருந்தது. நான், என் சகோதர சகோதரிகள் எல்லாரும் சிறு

வயதாக இருந்தபோது வீடு கலகலவென்று இருந்திருக்கும். இப்போது என்னைத் தவிர எல்லாரும் எங்கெங்கோ போய்விட்டார்கள். அப்பா சரியாக இருந்தபோது வாரம் ஒரு முறை கடிதம் வரும். இப்போது அதுவும் நின்றுவிட்டது. சுமந்திரன் போன்றவர்கள் கடிதம் எழுதினால்தான் உண்டு. நான் ஐம்பதாண்டுகளாக வீட்டைப் பற்றி எந்த முறையிலும் அக்கறை காட்டியதில்லை. குழாய்த் தண்ணீர் கிடைக்காத போது கிணற்றுத் தண்ணீரில் குளித்தேன். கிணற்றைத் தூரெடுத்து வருடங்களாகிறது. வீடு ஒவ்வொரு பகுதியாக விழ ஆரம்பித்தது. இப்போது ஹாலுடன் இரு அறைகள் மிஞ்சி யிருக்கின்றன. அறைகளில் ஒன்றில் அப்பா, இன்னொன்றில் அம்மா.

ஐம்பது வயதுக்காரன், அப்பா அம்மாவோடு வாழ்வதா? என் சகோதர சகோதரிகளுக்குத் திருமணம் நடந்து அவர்களுக்கென குடும்பம் அமைந்திருப்பது போல எனக்கும் ஏற்பட்டிருக்கும். எனக்கும் உரிய காலத்தில் அந்த முயற்சி நடந்தது. நான் ஒரு முறை, பெண் பார்க்கக்கூடப் போனேன். அந்தப் பெண் என்னிடம் தனியாகப் பேசவேண்டும் என்று எல்லார் முன்னிலையிலும் சொன்னாள். அந்த வீட்டில் ஓர் அறைக்கு என்னையும் அழைத்துக் கொண்டு அப்பெண் சென்றாள். எனக்கு உடலெல்லாம் வியர்த்துக் கொட்டிக் கைகாலெல்லாம் நடுங்கத் தொடங்கின. அவள் அறைக் கதவைத் தாளிட்டு விட்டு என் உடலை பரிசோதனை செய்யத் தொடங்கினாள். நானும் கதை, கவிதைகள் எழுதியிருக்கிறேன். ஆனால், அந்த அனுபவத்தை நான் கற்பனையில் படைத்திருக்க முடியாது. அப்பெண் என்னைப் பிடிக்கவில்லை என்று கூறிவிட்டாள். அதன் பிறகும் ஒன்றிரண்டு இடங்கள் வந்தன. ஆனால் நான் முதலிலேயே முடியாது என்று கூறிவிட்டேன். அப்பா உத்தியோகத்திலிருந்து ஓய்வு பெற்றார். அது ஓய்வே அல்ல. அது அவருடைய மன அமைதியைப் போக்கி, மனைவி மக்களிடம் குற்றம் கண்டுபிடிக்கும் ஒரு உத்தியோகமாகிவிட்டது. இதன் முதல் விளைவு, யாரும் அப்பா கட்டிய வீட்டைத் திரும்பிப் பார்ப்பதில்லை. எல்லோரும் அப்பா மண்டையைப் போடக் காத்துக் கொண்டிருந்தார்கள். அப்போது என் நிலையும் மாறும். ஓடையில் மிதந்து போகும் இலையாக இதுவரை இருந்தவன் ஏதாவது செய்தாக வேண்டும். இதை நினைத்தாலே எனக்குக் குடிக்கத் தோன்றுகிறது. காலையிலேயே வந்து உண்ணி ஒரு புட்டியை எடுத்து வந்திருக்கக் கூடாதா?

உண்ணி என் சைக்கிளுக்குக்குக் காற்று அடிக்கத் தொடங்கினான். அவனிடம் திடீரென்று ஒரு மாறுதல் ஏற்பட்டுவிட்டதாக எனக்குத் தோன்றியது.

“என்ன, ஒரு மாதிரி இருக்கயே?”

“ஒண்ணுமில்லை.”

இன்னும் சிறிது நேரத்தில் கல்லூரிக்குக் கிளம்ப வேண்டும். அவன் வந்தபோது இருந்த மலர்ச்சி இல்லை. காற்று அடிக்கச் சொன்னதால் இருக்குமோ? அவன் பலமுறை எனக்காக அதை செய்திருக்கிறான். இன்று அம்மா அறைக்குப் போய் வந்த பிறகு இந்த மாறுதல்.

உண்ணி எனக்காகச் சிறுசிறு பணிகள் செய்தானே தவிர, நான் அவனை எதற்கும் மதித்து ஆலோசனை கேட்டதில்லை. நான் கவிதைகள்

எழுதுபவன் என்று ஒரு சிறிய அளவில் பெயர் பெற்றிருந்தாலும் எனக்குக் கவிதை எழுதுபவர்களை மதிக்க முடிந்ததில்லை. அயோக்கியனாக இருப்பான், கவிதையில் ஏகப்பட்ட உபதேசங்கள் இருக்கும். யாருக்கும் ஒரு துரும்பு எடுத்து உதவியிருக்க மாட்டான், மக்களுக்காக உயிரை விடுவேன் என்று எழுதுவான். எந்தப் பெண்ணையும் வக்கிரக் கண்களோடு பார்ப்பான். ஆனால், கவிதையில் பெண் விடுதலை பற்றி எழுதுவான். நான் அதைத்தான் செய்து கொண்டிருந்தேன், உண்ணியும் அதைத்தான் செய்கிறான். அவனுக்காவது ஒழுங்காக சைக்கிளுக்குக் காற்று அடிக்கத் தெரியும். எனக்கு அதுகூடத் தெரியாது. அன்று உண்ணி வராவிட்டால் நான் சைக்கிளை அரை மைல் தள்ளிக் கொண்டு போய்க் கடையில் காற்று அடித்துக் கொண்டிருப்பேன்.

அம்மா தன் கண்டனத்தை எப்படி காட்டியிருப்பாள் என்று எனக்குப் புரியவில்லை. உண்ணி என் சைக்கிளுக்குக் காற்று அடித்துக் கொண்டிருந்தபோது உணவு விடுதியிலிருந்து சாப்பாடு வந்தது. நான் உணவை எங்கள் வீட்டுப் பாத்திரங்களில் கொட்டிக் கொண்டு உணவு விடுதி காரியரைத் திருப்பித் தரவேண்டும். நான் ஹாலில் ஒரு மூலையில் அடுக்கி வைத்திருந்த பாத்திரங்களில் உணவு விடுதிச் சாப்பாட்டைக் கொட்டிவிட்டு காரியரைக் காலி செய்தேன். அன்று உணவு விடுதியில் மோர்க்குழம்பு. நன்றாக இருக்கும். ஆனால் ஓர் ஆபத்து உண்டு. அதில் துளி, ரசத்தில் விழுந்தால் ரசம் ஊசிப் போய்விடும். இதெல்லாம் என் அனுபவத்தில் நான் கற்றுக் கொண்ட பாடங்கள்.

நான் அம்மாவின் படுக்கையருகே சென்றேன். “அம்மா, சாப்பாடு வந்துவிட்டது” என்றேன்.

அம்மா அழுதுகொண்டிருந்தாள். அவளுடைய பார்வையைத் தவிர்த்து நான் ஒரு கணம் அப்படியே நின்றேன். உண்ணியிடம் கண்ட மாற்றத்துக்குக் காரணம் தெரிந்துவிட்டது.

“கவிதையெல்லாம் வெளியிடறீங்க, சைக்கிளை இப்படி வைச்சிருக்கீங்களே?” உண்ணி அவ்வளவு பவ்யமாகப் பேசி நான் பார்த்ததில்லை.

“உண்ணி, நான் இன்னிக்குக் காலேஜுக்குப் போகலே. நீ ரத்தினவேல் கிட்டே போய் எனக்கு ஜுரம்னு சொல்லிடறியே?”

“லீவு லெட்டர் வேணாமா?”

“வேணும்தான். எனக்கு இன்னிக்கு நிஜமாவே உடம்பு சரியில்லை.”

உண்ணி பதில் பேசவில்லை. பம்பை என் மேஜையருகே வைத்தான். வெளியே போனவன் திரும்பி வந்து, “இனி நான் குடிக்க வரமாட்டேன்” என்றான்.

நான் பதில் பேசாமல் சைக்கிள் சக்கரங்களை அழுத்திப் பார்த்தேன். “நீ குடிக்க வரமாட்டேங்கறே. சுமந்திரன் கடுதாசே போடறதில்லை.”

உண்ணியின் பார்வையில் இருந்த தீவிரம் எனக்குப் புதிய அனுபவமாக இருந்தது. திடீரென்று அவனுடைய உலகம் ஆழம் கொண்டதாக மாறி விட்டதை நான் உணர்ந்தேன். எனக்கு அது சாத்தியமானதாக இருந்ததில்லை.

நான் இனி குடிக்க வரமாட்டான் என்பதோடு என்னைப் பணமும் கேட்கமாட்டான். உண்ணியா இப்படி மாறிவிட்டான்? “சுமந்திரன் யாரு. உனக்குக் கடுதாசி போடறவன்தானே?” என்று கேட்டான்.

“ஆமாம்.”

“ஏம்ப்பா, உன்னைத் தொந்தரவு செய்ய வேண்டாம்னு கடிதம் எழுதாம இருக்கலாம், இல்லையா?”

உண்ணிக்கு எப்படி இன்னொருவர் சூழ்நிலையையும் நினைத்துப் பார்த்துப் பரிவோடு பேசமுடிகிறது?

“போறப்போ ரத்தினவேலுகிட்டே சொல்லிட்டுப் போ.”

உண்ணியும் உத்தியோகத்துக்குப் போக வேண்டும். அவனுக்கும் மனைவி குழந்தைகள் பெற்றோர்கள் இருக்க வேண்டும். அவனை மூன்று நான்கு ஆண்டுகளாக எனக்குத் தெரியும். ஆனால் அதெல்லாம் பற்றி விசாரிக்க எனக்குத் தோன்றியதில்லை. குடி, கடலை, அபத்தக் களஞ்சியமான கவிதை இதெல்லாம்தான் எனக்கு ஒரு பொருட்டாக இருந்தது.

நான் அம்மாவிடம் சென்றேன். “அம்மா, எழுந்திருக்க முடியுமா?” என்று கேட்டேன். கண்களை விரித்துக் கூரையைப் பார்த்தபடி அம்மா படுத்துக் கிடந்தாள். அம்மா படுக்கையில் தாறுமாறாக கிடந்த போர்வையை எடுத்து உதறிவிட்டு மடித்துப் போட்டேன். “அம்மா, நாம சாப்பிட்டுடலாம்” என்றேன்.

“அப்பா சாப்டாச்சா?”

“அப்பா ரூம்லே இருக்கார்”

“அவரையும் கூப்பிடு”

நான் அப்பாவின் அறைக் கதவைத் தட்டினேன். அப்பா கதவைத் திறந்தார். உண்ணி இன்னும் இருக்கிறானா என்று பீதியுடன் எட்டிப் பார்த்தார். எனக்குப் பச்சாத்தாபம் பொங்கிக் கொண்டு வந்தது. அப்பாவும் ஏதேதோ அல்லல், அவமதிப்புகள் பட்டுத்தான் உத்தியோகம் பார்த்து, பிள்ளை பெண்களைப் பெற்று, ஒரு வீட்டையும் கட்டியிருக்கிறார். இப்போது எல்லாரும் அவரைக் கைவிட்டுப் போக, நான் போகும் இடம் ஏதுமில்லாமல் அவருடன் இருக்கிறேன். அவருடைய முகத்தில் ஒரு புன்னகை வர வைக்க முடியாமல் அவர் வீட்டிலேயே அவரைத் திருடன் போல இருக்க வைத்துவிட்டேன்.

“அந்த ராட்சசன் போயிட்டானா?”

“போயிட்டான். அவன் இனிமே வரமாட்டான்.”

அப்பா வேட்டி நனைந்திருந்தது. வீட்டிலிருந்த ஒரு கழிப்பறை அம்மா படுக்கையின் தலைப்பக்கம் இருந்தது. உண்ணி வந்ததால் அப்பா அறையிலே பதுங்கிக் கிடந்திருக்கிறார். இது அவர் உழைப்பில் அவர் சம்பாதித்துக் கட்டிய வீடு. அவர் நினைத்தால் உண்ணியை என்ன, என்னையே ‘வீட்டை

விட்டு வெளியே போடா நாயே' என்று விரட்டிவிடலாம். அவர் எவனோ ஒருவனுக்காகப் பதுங்கி நடுங்கிக் கொண்டிருக்கிறார்.

"அப்பா, சாப்பிட வாங்கப்பா" என்று அழைத்தேன். அவர் வியப்புடன் என்னைப் பார்த்தார். நான் அப்படி அவரைக் கூப்பிட்டதே கிடையாது.

அவரைக் கழிப்பறைக்கு அழைத்துச் சென்று அவருக்கு ஒரு துண்டையும் மாற்று வேட்டியையும் எடுத்துக்கொடுத்தேன். எங்கள் வீட்டில் மாலை ஒரு முறைதான் ஓர் அம்மாள் பாத்திரங்களைத் துலக்கி, வீட்டைப் பெருக்கி, துணியும் தோய்த்து உலர்த்தி விட்டுப் போவாள். ஒரு காரணம், அப்போது கிணற்றில் தண்ணீர் இருக்கும். இரண்டு, மாலை வேளையில்தான் அம்மா அப்பா இருவரும் சற்றுத் தெளிவாக இருப்பார்கள்.

நாங்கள் மூவரும் சாப்பிட்டு முடித்தோம். நான் ஒழுங்காக மீதமுள்ள உணவை மூடி வைத்தேன். வீட்டில் 'உட்கார்ந்துவிட்ட' பகுதியிலிருந்து ஒட்டடைக் கம்பி எடுத்து வந்து மிதந்திருந்த வீட்டைச் சுத்தம் செய்யத் தொடங்கினேன். அப்போது தபால் வந்தது. சுமந்திரன் அவனுடைய திருமணத்துக்கு அழைப்பிதழ் அனுப்பியிருந்தான்.

2008

நாய்

ஒவ்வொரு முறை அந்தக் கார் அருகே நான் நடந்து போக நேர்ந்தாலும் திடீரென்று அந்தக் கார் அடியிலிருந்து ஒரு பெண் நாய் என்னைப் பார்த்துச் சீறி வரும். ஒருமுறை என் காலைக் கவ்விவிட்டது. நான் ஒன்றும் நேராதது போல விலகிப் போனாலும் என் மனத்தில் ஏதோவொன்று விரிசல் கண்டது. இவ்வளவு நீண்ட ஆயுளில் நான் ஒருமுறை கூட எந்த நாயையும் தாக்கும் விதத்தில் கல் எறிந்ததில்லை. தெருவில் பள்ளிச் சிறுவர்கள் யாராவது நாயைப் பார்த்துக் கல் வீசினாலும் நான், 'வேண்டாம்ப்பா. அது உன்னை என்ன பண்ணியது?' என்று கூறியிருக்கிறேன். ஆனால், இந்த நாய்க்கு அதெல்லாம் தெரிய வாய்ப்பில்லை. அதற்கு நான் எந்தத் தீங்கும் நினைக்காத போதிலும் அது என்னைக் கடிக்க வருகிறது. இவ்வளவுக்கும் அது உருவத்தில் பெரிய நாய் இல்லை. குட்டி போட்டிருக்கலாம். ஆனால் அந்தக் காரைத் தாண்டி எவ்வளவோ பேர் போகிறார்கள். அவர்களை அந்த நாய் விரட்டியதாகத் தெரியவில்லை. என்னை மட்டும் எதிரியாகக் கருதுகிறது. தெரு நாயானதால் அது கடித்துவிட்டால், நிச்சயம் வைத்தியரைத் தேடிப் போகவேண்டும்.

நாய்களுக்குச் சில விசேஷ ஆற்றல்கள் உண்டு என்பார்கள். ஒன்று, அதன் கேட்கும் ஆற்றல், மனிதக் காதுக்குக் கேட்காத ஒலிகளை அது கேட்கமுடியும். அதேபோல நாய்களுக்கு ஒரு வீட்டிலோ அல்லது அந்தத் தெருவிலோ சாவு விழப் போவதென்றால் தெரியும். உரத்து வாயைப் பிளந்து குரைக்கும் நாய் திடீரென்று அதற்குப் பரிச்சயமில்லாத, பழக்கமில்லாத முறையில் ஒலியெழுப்பும். 'சீ, அழாதே' என்று யாராவது அதட்டினால்கூட அது தொடர்ந்து ஊளையிடும். சாவே வந்தால்கூட ஏற்படாத ஒரு பயம் நாய் ஊளையிடுவதால் ஏற்பட்டுவிடும். இதென்ன மூடநம்பிக்கை, எங்கோ யாரோ சாவதற்கும் இந்த நாய்க்கும் என்ன சம்பந்தம் என்று கூறிக் கொண்டிருக்கும்போதே எதிர்வீட்டிலிருந்து அழுகுரல் கேட்கும். இப்படி எல்லாம் ஆற்றல் படைத்த நாய் என்னை ஏன் தாக்க வரவேண்டும்?

எனக்கு நாய்கள் மீதிருந்த நம்பிக்கையைக் காட்டிலும், என் மீதுள்ள நம்பிக்கையே சந்தேகத்துக்குரியதாகத் தோன்றத் தொடங்கியது. என்னிடம் ஏதோ தீங்கானது இருப்பதால்தான் இந்தப் பெண் நாய் என்னைக் கண்டால் மட்டும் சீறி வருகிறது. அதே நாய் எங்கள் தெருவில் யாரைக் கண்டாலும் ஒதுங்கிப்போகும். ஓரிரு நபர்களைப் பார்த்து வாலைக்கூடச் சிறிது ஆட்டிப் பார்த்திருக்கிறேன்.

எவ்வளவோ முக்கியக் கடமைகளும் பணிகளும் இருக்கும்போது, போயும் போயும் ஒரு நாய் பாராட்டும் விரோதத்தை இவ்வளவு தலை போகிற காரியமாக நான் எடுத்துக்கொள்ள முடியுமா? மனத்தில் எங்கோ ஒரு முக்கிய மூலையில் இந்த நாய் தாக்கிவிட்டது.

இருபது ஆண்டுகளுக்கு முன்பு என்னுடைய ஒரு சித்தப்பாவின் மகன் திடீரென்று செத்துப் போய் விட்டான். என்னைவிடப் பெரியவன். என்னைவிட மிகவும் திறமைசாலி. ஒரு மகனை நன்கு படிக்க வைத்ததோடு, அவனுடைய இரு மகள்களையும் சிறப்பாகக் கல்யாணமும் செய்து கொடுத்திருந்தான். அந்தப் பெண்களில் ஒருத்தி அயல்நாட்டில் இருந்தாள். இன்னொருத்தி கல்லூரிப் பேராசிரியையாக இருந்தாள். என்னால் எனக்குப் பிறந்தவர்களுக்கு அந்த மாதிரி எல்லாம் செய்ய முடியவில்லை. நான் இறந்து போய், அவன் தொடர்ந்து வாழ்ந்து வந்தால் பலருக்கும் உதவியாக இருக்கும். ஆனால் அவன் இறந்துவிட்டான். அவன் பள்ளிச் சிறுவனாயிருந்தபோது, ஒருமுறை எங்கள் வீட்டில் பதினைந்து இருபது நாட்கள் தங்கியிருக்க வேண்டியிருந்தது. காரணம், அவனுக்கு நாங்கள் இருந்த ஊரில்தான் வைத்தியம் செய்யமுடியும். அது நாய்க் கடிக்காக.

அவனை எப்போது அது கடித்தது என்றுகூடத் தெரியவில்லை. நாய்க்கடி நேர்ந்துவிட்டால் அந்த மனிதனைவிட அந்த நாயை வெகு கவனமாகக் காப்பாற்ற வேண்டும் என்பார்கள். அது பத்து நாட்கள் எந்த மாற்றமும் அடையாமல் இருந்துவிட்டால் அடிபட்ட மனிதனுக்கு ஒன்றும் ஆகாது. ஆனால், நாய் இறந்துவிட்டால் அந்த மனிதனை அப்போதே இறந்தவனாகக் கருதுவார்கள். என் சித்தப்பா மகனைக் கடித்த நாய் எது என்று தெரியவில்லை. ஆனால், அவன் நாய் கடித்துவிட்டதாக அப்போது அவன் இருந்து படித்து வந்த ஊரில் அவனுடைய பக்கத்து வீட்டுக்காரரிடம் சொன்னபோது, அவர் அவன் தொடையைப் பார்த்திருக்கிறார். இரு பல் குறிகள் இருந்தன. அவர் வீட்டில் என்ன காரணத்துக்கோ நைட்ரிக் அமிலம் இருந்தது. அவர் அதை நாய் கடித்த இடத்தில் ஐந்தாறு சொட்டுகள் விட்டார். என் சித்தப்பா மகன் அலறியிருக்கிறான். அவர் தண்ணீர் கொட்டியிருக்கிறார். இப்போது நாய்க்கடியோடு தொடையில் ஓர் பப்படம் அளவுக்குச் சதை போய் பெரிய புண்ணாகிவிட்டது.

என் அப்பா ஒரு டாங்கா ஏற்பாடு பண்ணினார். திங்கள், புதன், வெள்ளி ஆகிய நாட்களில் அவனை நான் அல்லது என் அம்மா ஆறு மைல் தள்ளியிருந்த ஒரு மருத்துவமனைக்குக் காலை பத்து மணிக்கு அழைத்துச் செல்லவேண்டும். அந்த மருத்துவமனையில் நாய்க்கடி ஊசியை வயிற்றில் போடுவார்கள். வயிற்றில் போடுவதற்குக் காரணம் வேறு இடங்களில் வலி பொறுக்க முடியாது. இப்படித்தான் பதினைந்து ஊசிகள் என் சித்தப்பா

மகனுக்குப் போடப்பட்டது. இப்போது நாய்க்கடிக்கு வயிற்றில் ஊசி போடுவதில்லை என்று கேள்விப்பட்டேன். ஆனால் இன்னும் ஊசிகள்தான்.

என்னை இருமுறை சீறித் துரத்திய நாய் இருந்த தெருவையே தவிர்த்தேன். இதனால் எங்கு போவதாக இருந்தாலும், குறைந்தது கால் மைலாவது அதிகம் ஆயிற்று. என் உடல்நிலையில் இந்த கால் மைல் ஒரு கடலைக் கடப்பது போல. என் குடும்பத்தினர்கூட நான் சுற்றுவழியில் போவதைக் கவனித்துவிட்டார்கள். அந்தச் சுற்றுவழியில் வண்டிகள் அதிகம் போகும். நெடுஞ்சாலையிலிருந்து எங்கள் பேட்டைக்கு நுழையும் வழியே அந்த ஒரே ஒரு சாலைதான். அந்தச் சாலையில் யாராவது எதற்காவது பள்ளம் தோண்டாத நாள் இல்லை. ஒரு மாதம் அதற்கு விடுமுறை. நோயைவிட மருந்து இன்னும் கொடுமை. சாலையில் இருபக்கமும் இரண்டடி அகலத்துக்கு வரிசையாக வெவ்வேறு விதமான மீசை வைத்த முகங்கள் புன்முறுவல் செய்யும். அவர்கள் எல்லாரும் மாநில ஆட்சி புரியும் கட்சித் தலைவர்கள். அந்தச் சாலைக்கருகில் இருந்த மைதானத்தில் ஆளும் கட்சியின் ஆட்டக்காரர்கள் ஒரு மாத காலம் நீளும் மின்னொளி ஆட்டப் பந்தயம் நடத்தினார்கள். டஜன்கணக்கில் கோஷ்டிகள். ஆதலால் நூற்றுக்கணக்கில் ஆட்டக்காரர்கள். எப்படியோ, ஒருவர் தவறாமல் சக்தி வாய்ந்த மோட்டார் சைக்கிள்கள் வைத்திருந்தார்கள். மாலை நான்கு மணியிலிருந்தே கேட்போர் நெற்றி துடிக்கும் வேகத்துடனும் ஒலியுடனும் ஊரில் வெவ்வேறு திசையிலிருந்தும் வண்டிகள் அந்தச் சாலை வழியாகப் பந்தய மைதானத்துக்கு வரத்தொடங்கும். பெயருக்குத்தான் சாலை. இப்போது அதிலும் நான்கடி ஐந்தடி போய்விட்டது. அதில் பந்தய மனநிலையில் சக்திவாய்ந்த வாகனங்களை ஓட்டும் இளைஞர்கள். எது தேவலை – நாய்க்கடியா, மோட்டார் சைக்கிளில் அடிபட்டுக் கையை, காலை உடைத்துக் கொள்வதா?

நான் அந்தச் சாலையையும் தவிர்க்க வேண்டுமென்றால் அது அநேகமாக வெளியூர் போவது போல. நான் மீண்டும் நாய் அரசாட்சி புரிந்த தெருவழியாக நடக்கத் தொடங்கினேன். ஒழுங்காகத் தார்போட்ட இடத்தில் காலைக் கூட வைக்காதபடி, எதிர் வரிசை வீடுகளின் வெளிச் சுவர்களையொட்டி நடந்தேன். ஒருமுறை ஒரு நண்பரை பஸ் நிறுத்தத்தில் கொண்டுவிட வேண்டியிருந்தது. "ஏன் இப்படிக் கல்லிலும் முள்ளிலும் நடக்கிறாய்? ராஜபாட்டை போலத் தெரு இருக்கிறதே?" என்று அவர் கேட்டார். அவரிடம் நாய்க்குப் பயந்து இப்படி ஓரமாக நடக்கிறேன் என்று சொல்லத் தயக்கமாக இருந்தது. அவர் என்னுடன் வந்தபோது எங்கும் எந்த நாயும் கண்ணில் படவில்லை.

நான் ஆளும் கட்சிக்காரர்களின் மலர்ந்த முகங்களைப் பார்த்த வண்ணம், அந்தச் சாலையின் ஓரமாக நடக்க ஆரம்பித்தேன். பள்ளம் தோண்டுவதற்குத்தான் எவ்வளவு காரணங்கள்! சில பள்ளங்களில் மின்சார கேபிள்கள் தெரிந்தன. பள்ளம் தோண்டியவர் அலட்சியமாகக் கடப்பாரையை வீசியிருந்தால் கேபிளின் பாதுகாப்புக் கவசம் சேதப்பட்டிருக்கும். ஒரு மழை பெய்தால் போதும். உடனே அந்தப் பகுதிக்கே இணைப்பு போய் விடும். அந்த மின்னொளி ஆட்டப் பந்தயமும் இருட்டில் தடுமாறும்.

வருடமெல்லாம் ஊரில் பகுதி பகுதியாக மின்வெட்டு; அறிவித்த மின்வெட்டு, அறிவிக்கப்படாத மின்வெட்டு. பூமி கோளம் சூடு ஆகி விட்டது. சூட்டைக் குறைக்க வேண்டும். ஆதலால் சிக்கன விளக்குகள் பயன்படுத்துங்கள். சிக்கன விளக்குகள் நல்ல தரத்தில் வாங்குவதாயிருந்தால் நூற்றுக்கணக்கில் விலை. உத்தரவாதம் இல்லாமல் சீன விளக்கு வாங்கினால் முப்பது ரூபாய்! அதெப்படி எங்கோ சீனாவில் தயாரிக்கப்பட்ட மின் விளக்கு இங்கு தென் இந்தியாவில் இவ்வளவு விலை குறைவாகக் கிடைக்கிறது? இதை உள்ளூர் கடைக்காரர் என்ன விலைக்கு வாங்கியிருப்பார்? இந்தப் பணம் பத்து கைகள் மாறி, சீனாவுக்கு செல்லும்போது ஐந்துரூபாய் கூடத் தேறாது. சீனாவில் எப்படி இந்தச் சிக்கன விளக்கை ஐந்து ரூபாய்க்கு விற்கமுடிகிறது? இதற்கான மூலப்பொருள்கள் விலையுயர்ந்த தரத்தைப் போலத்தான் உள்ளன. சீனாவில் இதெல்லாம் தெரு ஓரமாக முளைக்கிறதா? அங்குள்ள பள்ளங்களிலெல்லாம் இந்த மாதிரி மின் விளக்குகளின் மூலப் பொருள்கள் நிறைந்திருக்குமோ? செய்கூலி கிடையாதா? சீனாவில் அடிமைகளை வைத்து வேலை வாங்குகிறார்கள் என்றால் கூட, அவர்களுக்கு ஒரு வேளையாவது உணவு தராவிட்டால் அடுத்த நாள் வேலை செய்ய ஆவிகள்தான் தேறும். ஒரு சிறுவன் வேலை செய்தான் என்று ஊர் இந்திய ஆலையின் துணி இறக்குமதியைத் தடை செய்தால், இந்தச் சீனப் பொருள்களை இறக்குமதி செய்ய ஏன் யாரும் கண்டனம் தெரிவிக்கவில்லை?

மின்னொளி ஆட்டம் அட்டகாசமாக நடந்துகொண்டிருந்தது. பெரிய ஆட்ட மைதானங்களில் இரும்புத் தூண்களில் ஏகப்பட்ட விளக்குகள் எரிந்தால் இங்கே இந்த மைதானத்தில் சவுக்கு மரங்களால் ஆன தற்காலிகத் தூண்கள்! இந்த விளக்குகளும் பிரகாசமாகத் தான் இருந்தன.

மனம் மிகவும் குழம்பியிருந்தேன். என்னை ஏதாவது வண்டி இடித்தால் கூட நான் பொருட்படுத்தமாட்டேன் என்று தோன்றியது.

சரியாக நினைவில்லாமல் நாயிருந்த தெருவில் நாய் பதுங்கியிருந்த கார் அருகாமையில் போய்விட்டேன். ஒரு சீறல் கேட்டது. அந்த மைதான விளக்குகள் காரணமாகச் சுற்றுப்புற இடங்களில் எல்லாமே இருட்டு போலத் தோன்றியது. அந்த இருட்டில் எனக்குக் கண் தெரியவில்லை. ஆனால் நாய்க்கு என் அடையாளம் தெரிந்துவிட்டது.

2008

உண்மைக்கும் புரிதலுக்கும் உள்ள இடைவெளி

இனிமேல் குழந்தை கிடையாது என்றாகிவிட்டது. வயது ஐம்பதாகப் போகிறது. இப்போது தத்து எடுத்துக் கொண்டால் குழந்தையைச் சரியாக வளர்த்து ஆளாக்க முடியுமா? ராஜாராமனுக்குச் சந்தேகம்தான்.

ஆனால் மைதிலியைப் பார்க்கப் பரிதாபமாக இருந்தது. ஒவ்வொரு சம்பளத் தினமும் ஒரு குழந்தைப் பொம்மை வாங்கி வந்துவிடுவாள். முதலில் ராஜாராமன் எதிர்த்தான். ஆனால் நாட்கள் ஆக ஆக அவனுக்கும் வீட்டில் பொம்மைக் குழந்தையாவது இருக்கட்டும் என்று தோன்றியது.

அப்போதுதான் அத்தை வந்து சேர்ந்தாள். வந்தவுடனே சமையலை அவள் பார்த்துக் கொண்டாள். இது மைதிலிக்கு மிகவும் உதவியாக இருந்தது. அவள் அலுவலகத்து சர்க்குலேட்டிங் நூலகத்திலிருந்து எடுத்து வரும் பத்திரிகைகளைப் படித்து அடுத்த நாளே திருப்பித் தர முடிந்தது. காலையில் முழுக்க இரு மைல்கள் நடந்துவிட்டு வர முடிந்தது. காஸ் தீர்ந்துவிட்டால் பக்கத்து வீட்டுக்காரர்களிடம் பணம் கொடுத்துப் புது சிலிண்டர் வாங்கிவைக்கத் தேவையில்லை. ரிஜிஸ்தர் தபால்களை உடனுக் குடன் பெற்றுக்கொள்ள முடிந்தது. ராஜாராமனுக்கும் காய்கறி நறுக்கித்தர வேண்டிய நிர்ப்பந்தம் விலகிவிட்டது. அவன் இஸ்திரி போடக் கொடுத்த துணிமணிகளைக் கணக்குப் பார்த்து வாங்கிக்கொள்ள ஆள் கிடைத்துவிட்டது.

ஆனால் ஒரு மாதக் காலத்திற்குள் அத்தை ஒவ்வொரு விஷயமாகத் தலையிட ஆரம்பித்தாள். முதலில் மைதிலி வாயிற்படியில் உட்கார்ந்துகொண்டு தலைவாரிக்கொள்வது பற்றி. அப்புறம் ராஜாராமன் பாழ்நெற்றியாக வெளியே போவது பற்றி. மைதிலி அவ்வப்போது நகத்தைக் கிள்ளிப்போடுவது பற்றி. ராஜாராமன் அமாவாசையன்று முகச்சவரம் செய்துகொண்டது பற்றி. இதிலிருந்தெல்லாம் தொடங்கிச் சமையற்கட்டு ஜன்னலை மாற்றியமைக்க வேண்டும், படுக்கையறையில் மோட்டார்

சைக்கிள் உபரிப்பாகங்களை வைக்கக் கூடாது. இந்தப் புடவையை முதலில் தூக்கிப் போடு, தெற்கு நோக்கித் தலையை வைக்காதே... அத்தையின் உத்தரவுகள் வற்றாத ஊற்றாக இருந்தன.

ஐந்தாறு ஆண்டுகளில் ராஜாராமன், மைதிலி இருவரும் மிகச் சிறு விஷயங்களில்கூட ஒரு முடிவு எடுக்க முடியாத அளவுக்கு அத்தையால் கட்டுப்பட்டு விட்டார்கள். எதற்கெடுத்தாலும் அத்தைதான். ராஜாராமனும் மைதிலியும் தனியாகப் பேசவேண்டுமானால் வீட்டுக்கு வெளியில்தான் பேசிவிட்டு வரவேண்டியிருந்தது. வீட்டுக்கு விருந்தாளிகள் வந்தால் அத்தையைக் கேட்டுத்தான் அவர்களுக்குக் காபி மட்டும் போதுமா, இல்லை இருந்து சாப்பிட்டுவிட்டுப் போகச் சொல்ல வேண்டுமா என்று சொல்ல வேண்டியிருந்தது.

இப்படிச் சர்வாதிகாரியாக இருந்த அத்தை திடீரென்று ஒரு நாள் சுரம் என்று படுத்தாள். அடுத்த நாள் நினைவு தவறியது. ஆஸ்பத்திரிக்கு எடுத்துச் சென்றால் வீட்டுக்கே எடுத்துப் போங்கள் என்று சொல்லிவிட்டார்கள். அடுத்த நாள் பிற்பகல் அத்தை நினைவு திரும்பாமலே கடைசி மூச்சைவிட்டாள்.

ராஜாராமன் இறுதிக் கிரியைகளைத் தயங்கித் தயங்கித்தான் செய்தான். அத்தையுடைய உறவினர்களைப் பற்றி முன்னமேயே தெரிந்து வைத்துக் கொள்ளவில்லையே என்று வருந்தினான்.

ஆனால் அன்றிரவு கணவன், மனைவி இருவரும் ஆழ்ந்து தூங்கினார்கள். மறுநாள் பொழுது விடிந்தபோது மைதிலி அவளாகவே காபி போட்டுச் சமையல் செய்யத் தொடங்கினாள். ராஜாராமன் அவனுக்குச் சௌகரியமான இடத்தில் காலை நீட்டிப் பத்திரிகை படித்தான்.

அன்று மாலை கணவன் மனைவி இருவருக்கும் ஏதோ பெரிய மழை பெய்து ஓய்ந்த மாதிரி இருந்தது. இருவரும் திடீரென்று விடுதலை பெற்ற மாதிரி இருந்தது.

ராஜாராமன் சொன்னான்: "நீ கோபித்துக்கொள்ளக் கூடாது, என்னதான் உன் அத்தை என்றாலும் அவளை இவ்வளவு உரிமை எடுத்துக் கொள்ள விட்டிருக்கக் கூடாது."

"என்ன சொன்னீர்கள்? என்ன சொன்னீர்கள்?"

"கோபித்துக் கொள்ளாதே. உன் அத்தை..."

"என் அத்தையா? உங்கள் அத்தை என்றல்லவா இவ்வளவு வருஷங்கள் பொறுத்துக் கொண்டிருந்தேன்!"

***அமுதசுரபி*, டிசம்பர் 2008**

நாடக தினம்

சண்முக சுந்தரம் அதிகாலையிலேயே எழுந்து முகச் சவரம் செய்துகொண்டார். குளித்து உலர்ந்த வேட்டியை உடுத்திக்கொண்டு சுவரில் மாட்டியிருந்த முருகன் படம் முன்பு நின்று பிரார்த்தனை செய்தார். அன்று அவருடைய புது நாடகம் எட்டாம்முறை சென்னையில் நடக்கவிருந்தது. ஏழுமுறை நல்லபடியாக நடந்து முடிந்ததுபோல இதுவும் நடந்து முடியக் கடவுளை வேண்டிக்கொண்டார். தலையில் எங்கோ ஒரு மூலையில் சுளீரென்று ஒரு வலி தோன்றி மறைந்தது.

“அண்ணே, அந்தப் பொண்ணு நம்மை ஒழிச்சுடப் போறாண்ணே” என்று சிங்காரம் கவலையோடு ஓடி வந்து சொன்னார். சிங்காரம் அந்த நாடகக் குழுவின் தையற்காரர்.

“யாரு? என்னப்பா சொல்லறே?”

“நீங்க தலைமேலே தூக்கி வைச்சுண்டீங்களே, அந்த ஹீரோயினிதான்.”

“ஏன், என்னாச்சு?”

“அந்த வழியா வந்த என்னைச் செண்பகத்தோட அம்மா கூப்பிட்டு இன்னிக்குப் பொண்ணு நாடகத்துக்கு வராதுன்னு சொல்லச் சொன்னா.”

“என்ன? என்ன?”

“ஆமாங்க. இன்னிக்கு அது வராதாம்.”

சண்முக சுந்தரத்துக்கு இன்னும் விஷயம் விளங்கவில்லை. அந்த நாடகத்தின் கதாநாயகி செண்பகந்தான். ஆட்டத்துக்கு ஆட்டம் அவள் நன்றாகவே செய்தாள் என்று ஊரெல்லாம் நல்ல பெயர். பழைய நடிகைகளுக்கே நாடகத்துக்கு இருபது ரூபாய் கொடுத்தபோது இந்தப் பெண்ணுக்கு முப்பது ரூபாய் என்ன ஆயிற்று?

“ஏன், அம்மை கிம்மை ஏதாவது போட்டிருக்கா?” அப்போது ஊரெல்லாம் அம்மையாக இருந்தது.

“இல்லீங்க. நன்னாக் கொழுக்கட்டையாகத்தான் இருக்கு. தாய்க்காரி ஒண்ணுமே சொல்லமாட்டேங்கறா.”

சண்முக சுந்தரம் ஒரு கணம் திகைத்து நின்றார். சிங்காரத்திடம், “உடனே வேலுவை வரச்சொல்லு” என்றார். வேலு அவருக்கு வழக்கமாக வரும் ரிக்‌ஷாக்காரன்.

ரிக்‌ஷா வந்துவிட்டது. சண்முக சுந்தரம் சிங்காரத்தைக் கேட்டார், “நீயும் வரயா?”

“வேண்டாங்க. பிடிவாதமா வரமாட்டேன்னு சொல்லிடும். நீங்க தனியாப் போய்ச் சத்தம் போட்டுட்டு வாங்க.”

நாலு சந்து தாண்டிச் செண்பகத்தின் வீடு. நடந்தே போய்விடலாம். ஆனால் வீட்டு வாசலில் வண்டி நின்றால்தான் அந்தப் பெண்பிள்ளைகள் மதிப்பார்கள்.

இவ்வளவு சீக்கிரமாக அவரைச் செண்பகத்தின் அம்மா எதிர்பார்க்க வில்லை. அவசரமாகத் தலையை முடிந்துகொண்டு “வாங்க” என்றாள்.

“பாப்பா ஏதோ வராதுன்னு சொல்லியனுப்பிச்சயாமே?”

“ஆமாங்க. இன்னிக்கு ஒரு நாளைக்கு வேறே ஏற்பாடு பண்ணிக்குங்க.”

“என்ன உளர்றே? ஆறு மணிக்கு நாடகம். இப்போ போய் வர மாட்டேன்னா?”

“என்னங்க செய்யறது? சினிமாச் சான்ஸு திடீர்னு வந்தது.”

சண்முக சுந்தரம் தான் அப்போதே தோற்கடிக்கப்பட்டதை உணர்ந்தார்.

“நாடகத்தை முடிச்சிட்டுப் போறது.”

“சேலம் போகணும். இன்னிக்கு மத்தியானமே கிளம்பனும்.”

“மத்தியானமா? சேலத்துக்கு மத்தியானம் ரயில் கிடையாதே?”

“ரயிலு இல்லீங்க. பிளஷர்லே அழச்சிட்டுப் போறாங்க. நானும் போறேன்.”

சண்முக சுந்தரம் நாக்கு நுனிக்கு வந்த வசவை அடக்கிக்கொண்டார்.

“செம்பகம் எங்கே?”

“கடைக்குப் போயிருக்குங்க. புதுசா சோப்பு சீப்பெல்லாம் வாங்கணுமில்லியா?”

அவளைத் திரும்பிப் பார்க்காதபடி சண்முக சுந்தரம் விடுக்கென்று தெருவுக்கு வந்தார். “ஐயா”, என்று வேலு குரல் கொடுத்த பிறகு தான் அவர் ரிக்‌ஷாவில் வந்தது ஞாபகத்துக்கு வந்தது. சண்முக சுந்தரம் ரிக்‌ஷாவில் ஏறிக்கொண்டார்.

“ஐயா, வீட்டுக்குத்தானே?”

“ஆமாம்.”

அந்தத் தெருவைத் தாண்டுவதற்குள் சண்முக சுந்தரம், “பாக்கியம் வீட்டுக்குப் போ” என்றார்

வேலுவின் நடை தடைபட்டது. “அது எங்கேங்க இருக்கு?”

“உனக்குப் பாக்கியம் வீடு தெரியாது?”

“தெரியாதுங்களே.”

இரண்டு வருஷமாகத்தான் வேலு அவருக்கு வாகனம். பாக்கியத்தின் தொடர்புவிட்டு ஐந்து வருஷங்கள் ஆகின்றன.

“இந்தத் தெருவிலேயே நேரே போய் வலது பக்கம் திரும்பினா அங்கே குட்டிக் குட்டி வீடா இருக்கும். அங்கே போ.”

ஒரு காலத்தில் பாக்கியம் அவருடைய நாடகக் குழுவின் கதாநாயகியாக இருந்தாள். மாதம் இரண்டு முறை நான்குமுறை இருபது இருபது ரூபாய் வாங்கி எப்படி அவளும் அவள் அம்மாவும் காலம் தள்ளுவது? அவள் நகைக் கடைக்காரர் ஒருவர் வீட்டில் சமையல் செய்துவிட்டு வர ஆரம்பித்தாள். சீரான, கௌரவமான தொழில் அவளைச் சதைபோட வைத்திருந்தது. சண்முக சுந்தரத்தைப் பார்த்ததும், மகிழ்ச்சி பொங்க, “வாங்க, வாங்க” என்றாள்.

சண்முக சுந்தரம் விஷயத்தை எப்படிச் சொல்வது என்று யோசித்தார். “பாக்கியம், இன்னிக்கு நீ நாடகத்திலே நடிக்கிறே.”

பாக்கியம் புன்னகை புரிந்தாள். “இந்த உடம்பை வைச்சுண்டா? காமெடிக்குத்தான் சரி.”

“நீதான் கதாநாயகி.”

“ஹீரோயினியா?”

“ஆமாம்.” அவருக்கு வாழ்க்கையில் பிடிக்காதது இந்த ஹீரோயினி, ஹீரோயினி என்று சொல்வது. ஆனால் நாடகத் துறையில் இருந்தவர்கள் எல்லாருமே அப்படித்தான் சொன்னார்கள்.

“நீங்க சொல்லலாம். ஆனாப் பாக்கறவங்க ஒத்துக்கணுமில்லையா?”

“பாக்கியம், முதல்லே ஒரு நிமிஷம்தான் உடம்பு. அதுக்கப்புறம் நடிப்பு தான் பாக்கறவன் மனசிலே உறைக்கும்.”

“எதுக்கும் வயது இல்லீங்களா?”

“எனக்கு அம்பது வயது. நான்தான் கதாநாயகன்.”

“ஆம்பளைங்க சரீங்க. பொம்பளைங்களை ஏத்துக்க மாட்டாங்க.”

சண்முக சுந்தரம் சடாரென்று அவள் காலில் விழுந்தார். “என் மானத்தைக் காப்பாத்து, பாக்கியம்.”

“ஐயோ, இதென்னங்க? என்ன பாவம் பண்ணினேன்? சும்மாச் சொன்னாப் போதாதா?”

சண்முக சுந்தரம் பேச்சே எழாமல் நின்றார். "சரி, நான் வரேங்க. உங்க நாடகத்தை நான் பாத்தது கூட இல்லை."

"என்னை மன்னிச்சுக்கோ, பாக்கியம். எவன் எவன் காலிலையோ விழுந்து நாடகத்துக்குக் கூப்பிட்டேன். உன்னைக் கூப்பிடலே."

"இப்படிப் பெரிய வார்த்தை எல்லாம் சொல்லாதீங்க. சரி, பாடம் எங்கேங்க?"

சண்முக சுந்தரம் நாக்கைக் கடித்துக்கொண்டார். வாசலில் எட்டிப்பார்த்து, "வேலு!" என்று அழைத்தார்.

"என்னங்க?"

"இப்போ நாம போனோமே, அந்த வீட்டுக்குப் போய்ப் பாடத்தை வாங்கிட்டு வாங்க."

"என்னங்க அது?"

"தாள் தாளாக இருக்கும். ஜாக்கிரதையாக் கொண்டா."

ஐந்து நிமிஷத்துக்கு அந்த வீட்டில் மௌனம் நிலவியது. பாக்கியத்தின் அம்மா உள்ளிலிருந்து இருமினாள். இன்னும் அதிக நாட்கள் தாங்காது என்று சண்முக சுந்தரம் நினைத்துக்கொண்டார்.

வேலு கசங்கிய காகிதக் கொத்தை எடுத்துவந்தார். சண்முக சுந்தரம் பக்கங்கள் சரிபார்த்து அடுக்கி வைத்துப் பாக்கியத்திடம் கொடுத்தார். "இந்த நாடகம் எப்படியிருக்கும்னுகூட எனக்குத் தெரியாது" என்று பாக்கியம் சொன்னாள்.

"நீ சரியாப் பண்ணிடுவே, பாக்கியம். உன் டயலாக்கை எடுத்துக்கொடுக்க, இந்தப் பக்கம் அந்தப் பக்கம் இரண்டு பையன்களை வைச்சுடறேன். உனக்கு என்னிக்குமே யாரும் சொல்லித் தரத் தேவை இருந்ததில்லை."

"அதெல்லாம் அஞ்சு பத்து வருஷம் முன்னாலே, எந்த மண்டபங்க? நாலு மணிக்கு வந்தாச் சரியாயிருக்குமா?"

"ராமராயல் ஹால். நாலு நாலரைக்கு வந்தாக்கூடப் போதும். உனக்குச் சரியா இப்பவே டிரஸ் எடுத்து வைக்கச் சொல்லிடறேன்."

"நீங்க கிளம்புங்க. எவ்வளவோ ஜோலியிருக்கும். நான் அரைமணியிலே அந்த வீட்டுச் சமையலை முடிச்சிட்டுப் பாடத்தைப் படிச்சுக்கறேன்."

வீட்டில் இறங்கும்போது சண்முக சுந்தரம், "மூணு மணிக்கு அந்த அம்மா வீட்டுக்குப் போய் அவுங்களை அழைச்சிண்டு வந்துரு" என்று வேலுவிடம் சொன்னார். சுவரிலிருந்த முருகன் அவரைப் பார்த்துப் புருவத்தை உயர்த்தியது போலிருந்தது.

காலச்சுவடு, பிப்ரவரி 2009

கடைதிறக்கும் நேரம்

தந்தி, கடிதம், தொலைபேசி மட்டுமே நம்பி வந்த காலம். ஒவ்வொரு சிப்பந்தியாக அந்த சூப்பர் மார்க்கெட்டின் பகுதிகளைப் பூட்டிவிட்டு வெளியே வர ரமேஷ் கோயல் கடைசிப் பகுதி மூடுவதற்காகக் காத்திருந்தார். அது பணம் வாங்கும் கல்லாப்பெட்டிக் கூண்டு. அந்தச் சாவியும் வந்தபின் சிப்பந்திகள் இருவர் கம்பிகள் கொண்டு சுருள் இரும்புக் கதவை மேலிருந்து இழுக்க ஒரு சிப்பந்தி அக்கதவைக் கீழ்வரை இழுத்து அங்கிருந்த தாழ்ப்பாள்களை அக்கதவுகளில் இருந்த தாழ்ப்பாள் கரங்களில் பொருத்தினார். இரு பெரிய பித்தளைப் பூட்டுகள் கொண்டு இரு தாழ்ப்பாள்களையும் பூட்டிச் சாவிகளைக் கோயலிடம் கொடுத்தார். சிப்பந்திகள் அவரவர்கள் ஸ்கூட்டர் அல்லது மோட்டார் சைக்கிளில் கிளம்ப, கோயல் படகு போலிருந்த தனது காரில் கிளம்பினார். அன்று அவர் ஒரு விருந்துக்குச் செல்ல வேண்டியிருந்தது. அவர் களைத்து அரைப் போதையில் வீடு போய்ச்சேர இரவு 12 மணியாகிவிட்டது. சூட்டை மட்டும் கழற்றி விட்டுப் படுக்கையில் சாய்ந்தார். இரண்டே நிமிடத்தில் தூங்கிவிட்டார்.

ஏதோ தீயணைப்பு வண்டி மணி போலப் பயமெழுப்பும் படி அவருடைய படுக்கையறைத் தொலைபேசி ஒலித்தது. கோயல் பதற்றத்துடன் தொலைபேசியை எடுத்தார். "கோன்?" என்று கேட்டார்.

"ஐயா, கடை முதலாளியா?"

"ஏன்? ஏன்? என்னாச்சு?"

"கடை முதலாளிதானே?"

"ஆமாம், ஆமாம் என்னாச்சு?"

"நீங்க கடையை எப்போ திறப்பீங்க? உங்ககிட்டதான் சாவியிருக்கா?"

"ம்."

"என்ன?"

"நீங்க கடையை எப்போ திறப்பீங்க?"

கோயலுக்குத் தூக்கம் கலைந்து எரிச்சல் வந்தது. "எல்லாம் கடை வெளியிலேயே எழுதியிருக்கு. படிச்சுக்கோ" என்று சொல்லிவிட்டுத் தொலைபேசியைக் கோயல் கீழே வைத்தார். பல ஆண்டுகள் முன்பு தமிழக அரசு விதித்திருந்தபடி அவருடைய சூப்பர் மார்க்கெட்டின் பெயர்ப் பலகையில் தமிழில்தான் எல்லாம் பெரிதாக இருக்கும். எப்போது தொடங்கப்பட்டது, செயல்படும் நேரங்கள் எல்லாம் தமிழில்தான் பெரிதாக எழுதப்பட்டிருக்கும்.

அவர் மீண்டும் கண் அயரத் தொடங்கியபோது தொலைபேசி மணி அடித்தது. "என்ன, இன்று இரவில் தொலைபேசி மீண்டும் மீண்டும் மணியடிக்கிறதே" என்று நினைத்தபடியே கோயல் தொலைபேசியை எடுத்தார். அவர் வீட்டில் துணை இணைப்பு உண்டு. ஆனால் இரவில் அவர் அறையில்தான் ஒலிக்கும். "கோயல் ஸ்பீக்கிங்" என்று கோயல் சொன்னார்.

"நீங்க கடையை எப்போ திறப்பீங்க?"

பொங்கி வந்த கோபத்தை அடக்கிக்கொண்டு கோயல் பேசினார்: "ஐயா, உங்கள் ஆர்வத்திற்கும் எங்கள் கடைமீது வைத்திருக்கும் நம்பிக்கைக்கும் மிக்க நன்றி. நீங்க பகல் ஒரு மணி அளவில் வந்தால் அதிகக் கும்பல் இருக்காது. உங்களுக்கு வேண்டியதைத் தேர்ந்தெடுத்தால் நாங்களே உங்க வீட்டில் சேர்ப்பித்து விடுகிறோம்."

இதற்கு மேல் என்ன பேசுவது. கோயல் தொலைபேசியைக் கீழே வைத்தார். ஆனால் இரண்டே நிமிடத்தில் மீண்டும் மணியடித்தது. சிறிது நேரம் அடித்துக் கொண்டே இருந்தது. கோயல் தொலைபேசியை எடுத்துக் காதில் வைத்துக்கொண்டார்.

"ஐயா, உங்கள் கடையை..."

கோயல் தொலைபேசியை மீண்டும் கருவிமீது வைக்காது கீழே போட்டார். மறுபக்கம் இருந்த கிறுக்குக்கு அது தலையில் அடித்தது மாதிரி இருக்கலாம் என்று நினைத்துக்கொண்டார். அவர் அரைமணி ஓரளவு நிம்மதியாகப் படுத்துத் தூங்கிக் கொண்டிருப்பார். ஆனால் தலையிலிருந்து ஏதோ கொரகொரவென்று சப்தம் கேட்டு அவருடைய மனைவி அவர் அறைக்கு வந்தார். "ஐயோ, பாவம். களைத்துப் போய் டெலிபோனைக்கூடச் சரியாக வைக்கவில்லை" என்று நினைத்துக்கொண்டு அதைச் சரியாக வைத்தாள். கொரகொர சப்தம் நின்றது. அவள் அறைக்குச் சென்றாள்.

பத்து நிமிடம் கழித்துத் தொலைபேசி மணியடித்தது. கோயல் அதை எடுத்து ஆத்திரம் தீர, "ஏய், பைத்தியக்காரா, ஒம்பது மணிக்கு முன்னாலே நீ நுழைய முடியாது!" என்று கத்தினார்.

"யாரு நுழையணும்? நான் வெளியே தானே வரணும். எல்லாரும் சேர்ந்து என்னை உள்ளே வைச்சுப் பூட்டிட்டுப் போயிட்டீங்களே?"

அமுதசுரபி, பிப்ரவரி 2009

கோணல் கொம்பு எருமை மாடு

இது முப்பது ஆண்டுகளாகும் ஒரு பழைய இந்தித் திரைப்படப் பாட்டு. இந்த ஒரு வாரத்தில் மட்டும் மூன்றுமுறை இப்பாட்டை வானொலியில் கேட்டுவிட்டேன்.

"டேய் சுந்தரனே, உலகமே என் பின்னால் சுற்றுகிறது – நானோ உன் பின்னால் சுற்றுகிறேன் – என்னை உனதாக்கிக் கொள் – நான் உனக்குத்தான் பலி (குர்பான்)." இதுதான் பாட்டின் பல்லவி. பெண் பாடுவாள். இது பஞ்சாபி வாழ்க்கையைச் சார்ந்தது என்கிறார்கள். இதை இசையமைத்தவர் ஓ.பி. நய்யார் என்பவரானாலும் பாடலை எழுதியவர் மஜ்ரூஹ் சுல்தான்புரி என்னும் உத்தரப் பிரதேசக்காரர்.

தமிழ்நாடும் கேரளமும் போல உத்தரப்பிரதேசமும் பஞ்சாபும். உத்தரப்பிரதேசம் வளமை, விவசாயம், இந்தியாவின் மகத்தான ஆறுகள். பஞ்சாப் வறட்சி, பாலை, எந்த நேரமும் அந்நியத் தாக்குதல், படுகொலை, பெண்டு பிள்ளைகள் இழப்பு, கட்டாய மதமாற்றம். வறுமை ஒன்றுதான் இரண்டுக்கும் ஓர் ஒற்றுமை.

பஞ்சாபிப் பாடலைக் கேட்டால் வயது வந்த ஆண்களும் பெண்களும் கலந்து ஆடிப் பாடி மகிழ்வது ஏதோ தினசரி நிகழ்ச்சி போலத் தோன்றும். ஆனால், அங்குதான் இன்றும் பால்ய மணம் சர்வசாதாரணமானது.

புள்ளிவிவரப்படிச் சில கிராமங்களில் நூறு குழந்தைகள் பிறந்தால் ஒன்றுகூடப் பெண் கிடையாது. காவல் துறைக்குத் தெரியவந்த குடும்பக் கௌரவக் கொலை ஒன்று என்றால் உண்மையில் பத்தாவது நிகழ்ந்திருக்கும். அவர்கள் கூற்றுப்படி எல்லோருமே ஏதோவொரு வகையில் பின்தங்கியவர்கள். இறந்த எருமை மாட்டின் தோலை உரிப்பவர் ஒரு சாதியென்றால், அந்தத் தோலைக் கொண்டு செருப்புத் தைப்பவர் சற்று உயர்ந்த ஜாதி.

இந்த இரு பிரிவுகளுக்குள் ஓர் இளைஞனும் இளம் பெண்ணும் ஒருவரை ஒருவர் விரும்பிக் கிராமத்துக்குத்

தெரியாமல் மணம்புரிந்து கொண்டால் பெண்ணை அவள் அண்ணனோ தந்தையோ 'குடும்பக் கௌரவக் கொலை' புரிய வாய்ப்பு உண்டு. எருமை மாடுதான் அவர்கள் அனைவருக்கும் வாழ்வாதாரம்.

எங்கள் கோணல் கொம்பு மாடு சாதாரணத் தெலுங்கு நாட்டுப் பிராணி. ஐம்பது ரூபாய் திருப்பித்தர முடியாமல் அல்லது மனதில்லாமல் பால்கார ராம்லால் மாட்டை ஒரு நாள் அதிகாலை யாருக்கும் தெரியாதபடி எங்கள் வீட்டு வாசல் கதவில் கட்டிப் போட்டுப் போய்விட்டான். இனிமேல் மாடு எங்களுடையதுதான் என்ற உணர்வு வந்து மாட்டை நாங்கள் தான் வளர்க்க வேண்டும் என்ற பொறுப்பும் வந்தது.

மாட்டுக்கு வீட்டில் ஓரிடம் தேடி அதற்குத் தகுந்த உணவு வாங்கித் தரச் சிறிது நாட்கள் ஆயிற்று. அப்புறம் மாட்டைத் தவறாமல் கறக்க வேண்டும் என்றும் பால் ஏழெட்டு மாதத்தில் குறையத் தொடங்கி, மாடு அதன் மடியைத் தொடவேவிடாது என்றும் தெரியச் சிறிது காலம் ஆயிற்று. உரிய காலத்தில் அது சினையாவதற்கு இடம் தேட வேண்டும் என்றும், அது சூல் கொண்டிருந்தபோது எப்படிப் பார்த்துக்கொள்ள வேண்டும் என்றும், அது கன்று ஈன்றால் மாடு அதன் கன்றின் தண்ணீர்க் குடத்தைத் தின்றுவிடாமல் கவனமாக இருக்க வேண்டும் என்றும் தெரிய ஓராண்டு ஆயிற்று.

மாட்டை வைத்துக்கொண்டு முழுக்க முழுக்கப் பாடுபட்டவர்கள் என் அம்மாவும் நானும் என் பெரிய சகோதரிகள் இருவரும்தான். சினை விஷயத்தில் மட்டும் என் தந்தை அதே ராம்லாலிடம் ஏற்பாடு செய்வார். மாட்டைக் கறக்க முதல் ஐந்தாறு நாட்கள் ராம்லால் வந்தான். அப்புறம் வரவில்லை. மாடு கத்தத் தொடங்கியது. முதலில் அம்மாதான் மாடு கறக்கப் பழகிக்கொண்டாள். மாடும் அம்மாவிடம்தான் குழந்தை போலக் கொஞ்சும். பால் கறக்கும்போது வேண்டுமென்றே நகர்ந்துவிடும். அம்மா ஒரு போடு போடுவாள். மாடு அப்போது ஓரக் கண்ணோடு பார்க்கும். அம்மாவும் அதற்கு ஒரு நாள் வைக்கோல், தவிடு இல்லாமல் போய்விட்டால் தவித்துப் போய் விடுவாள். காரணம், எல்லா நாளும் எங்கள் ஊர் மார்க்கெட்டில் வைக்கோல் கிடைக்காது.

மனிதர்களில் பெண் சிசு போல் மாடுகளில் கிடாக் கன்றுகள். பால் வியாபாரம் செய்பவர்கள் ஆண் கன்றுகளைப் பட்டினி போட்டே உயிரை விடச் செய்வார்கள். (பால் அதிகம் குடிக்க விடுவதும் அபாயம். கன்றுக்கு ஒரு காம்புப் பால்தான் சரியானது. நான் கறந்த ஒரு நாள் வேண்டுமென்றே மூன்றாவது காம்பில் பால் ஒட்டக் கறக்கவில்லை. கன்று அடுத்த நாள் கழிந்துகொண்டேயிருந்தது. அப்புறம் செத்தேவிட்டது.)

எங்கள் வீட்டில் ஆண் கன்றுகள் பாதி மாடாகும் வரை இருக்கும். விற்றுவிட எங்கள் அப்பாவுக்குப் பயம், வாங்கி அதைக் கொன்றுவிடுவார் களோ என்று. கிராமாந்திரங்களில் கடாவுக்குத் தேவையிருக்கலாம். அதுகூட டிராக்டர்களால் இப்போது குறைந்துவிட்டது.

ஐம்பது ரூபாய்க்கு ஈடாக ராம்லால் எங்களுக்குக் கொடுத்த எருமை மாட்டுக்கு ஒரு கொம்பு கோணல் என்று தெரிய எங்களுக்குச் சில மாதங்கள்

பிடித்தது. மாடு என்றால் மாடு என்றுதான் நாங்கள் நினைத்தது. அதற்கும் சில விசேஷக் குணங்களும் உருவ அடையாளங்களும் உண்டு என்று நாங்கள் உணர நாட்களாயிற்று. எங்கள் மாட்டுக்கு அதன் இடப்புறக் கொம்பு நன்றாக முறுக்கிவிட்ட தேவர் மகன் போல இருக்கும். வலப்புறக் கொம்பு நெற்றியிலிருந்து முகத்தோடு சாய்ந்து அமைந்திருக்கும்.

மாட்டுக்குக் கொம்பின் பயன் என்ன? படுத்துக்கொண்டிருக்கும்போது கொம்பின் நுனியால் உடலில் சில இடங்களைச் சொறிந்துகொள்ளலாம். அது காட்டில் வசிக்கும்போது கொம்பு தற்காப்புக்காகப் பயன்பட்டிருக்கலாம். ஆனால், மாடு முட்டுவது அதன் நெற்றியால்தான். ஆதலால் கொம்பு ஏன் என்று தெரியவில்லை.

எங்கள் மாடு கோணல் கொம்புடையது என்று கவனித்தவர்களுக்கு அதை உடனே அடையாளம் தெரியும். மாடு அடிக்கடித் தொலைந்து போய்விடும். உண்மையில் அப்படிக் கூறுவது சரியல்ல. அதன் சுதந்திரத்தைப் பயன்படுத்திக் கொண்டு புதிய இடங்களைப் பார்க்க அது சுற்றுலாப் போயிருக்கிறது என்று கூறுவதே சரியானது. அது சுற்றுலாவுக்குத் தேர்ந்தெடுக்கும் இடங்கள் தோட்டக்காரர்களை அமர்த்தி நன்கு அமைக்கப் பட்ட தோட்டங்கள். இந்தத் தோட்டங்கள் எல்லாரும் தாராளமாகப் போய் வரக்கூடிய இடங்கள் இல்லை. பெரிய போலீஸ் அதிகாரிகள், கான்வென்ட் பள்ளிகள், அப்புறம் மாதாக் கோயில்கள்.

அன்று நாங்கள் வாழ்ந்த ஊரில் பெரிய போலீஸ்காரர்கள் அநேகமாக எல்லோரும் முஸ்லிம்கள். கான்வென்ட் மாடங்கள், பள்ளிகள், மாதாக் கோயில்கள் கிறித்துவ மதத்தைச் சார்ந்தவை. அறுபது எழுபது ஆண்டுகளுக்கு முன்பே எங்கள் கோணல் கொம்பு மாடு சர்வமதமும் சம்மதமே என்று வாழ்ந்தது. எங்களுக்கும் பெரிய வேறுபாடுகள் கிடையாது என்றாலும் போலீஸ் அதிகாரிகள் வீட்டிலிருப்போரிடம் மாட்டை விட்டுவிடுங்கள் என்று கெஞ்சுவது, பாவனையில்தான் இருக்கும். அவர்கள் பேசும் உருது மொழிக்குப் பதில் தருவது மிகவும் கடினம். அவர்கள் கத்தா, குத்தா என்று திட்டுவது என்னையா மாட்டையா என்று கண்டுபிடிப்பதும் கடினம். எருமை மாடு என்பதைவிட வேறு கடுஞ்சொல் இருக்க முடியுமா?

எங்கள் வீட்டருகில் மூன்று போலீஸ் அதிகாரிகள், இரண்டு மாதாக் கோயில்கள். மாடு திரும்பத் திரும்ப இந்த ஐந்து இடங்களுக்கும் போவதில் எனக்குப் போலீஸ் அதிகாரிகளின் குடும்பங்கள் அனைத்தும் பரிச்சயமாயின. சிறுவர்கள் திட்டமாட்டார்கள். ஆனால் அம்மாவை அழைத்து வருவார்கள். அந்த அம்மாள் எருமை மாடு வாய் வைத்த செடிகளைக் காட்டித் திட்டுவாள். எருமை மாட்டைக் கழுதை, நாய் என்று திட்டுவதில் பலனுண்டா? அவள் திட்டும்போது அந்த வீட்டுச் சிறுவர்கள் என்னைப் பார்த்தபடியே இருப்பார்கள். திட்டி ஓய்ந்த பிறகு அந்த மாட்டை அவிழ்த்துவிடுவார்கள். அந்தப் பங்களாவின் வெளிப்புற கேட் வரை என்னோடு வருவார்கள். கேட்டை மூடித் தாழிடுவார்கள். நான் மாட்டை வீட்டுக்கு இழுத்துப் போகத் திண்டாடுவதைப் பார்த்தபடியே இருப்பார்கள். அவமானமாகவும் இருக்கும். ஆறுதலாகவும் இருக்கும்.

மாதா கோயில் அனுபவம் வேறு மாதிரி இருக்கும். மாட்டைக் கட்டி வைத்திருக்கிற ஆளைக் கேட்டால் பெரிய பாதிரியைப் பார் என்று பதில் வரும். அப்படித்தான் என் முதல் மாதாக்கோயில பிரவேசம் நடந்தது. அது புராட்டஸ்டண்ட் கோயிலாதலால் ஒரு பெரிய சிலுவை மட்டும் இருந்தது.

பெரிய பாதிரிக்கு நான் என்ன சொன்னேன் என்று புரியவில்லை. நான் நான்காம் வகுப்புப் படித்துக்கொண்டிருந்தேன். எனக்குப் பசு மாட்டின் பெயர்தான் தெரியும். அவர் அங்கே ஏன் பசு மாடு வர வேண்டும் என்று கேட்ட மாதிரியிருந்தார்.

நான் வெளியே கையைக் காட்டி மாட்டைக் கட்டியிருக்கும் மரத்தைக் காட்டினேன். பாதிரி "அது பசு இல்லை" என்று சொன்ன மாதிரி இருந்தது.

நான் அது என் மாடு என்பது போலச் சைகை காட்டினேன். எடுத்துக்கொண்டு போ என்பது போலச் சொன்னார். நான் மாட்டை அவிழ்த்த போது தோட்டக்காரர் "இன்னொரு முறை வந்தால் போலீஸ்தான்" என்றார். நான் பெரிய பாதிரியிடம் சொல்லு என்று சொல்லியிருக்கலாம். ஆனால், எனக்குக் கோணல் கொம்புமீது நம்பிக்கை இல்லை. வீட்டில் எப்படிக் கட்டிப் போட்டுக் கொல்லைப்புறக் கதவைத் தாழிட்டு வைத்தாலும் கோணல் கொம்பு பாதிரியார் வீட்டுக்குப் போய் விடும்! இந்து மதம் பிடிக்காமல் போய்விட்டதோ?

இப்படிப்பட்ட மாட்டுக்கும் உடல் நிலை சரியில்லாமல் போய்விட்டது. தொடர்ந்து இரண்டு மூன்று நாட்கள் உணவும் உண்ணவில்லை, பாலும் கறக்கவில்லை. கன்றை நெருங்கவிடவில்லை. வயிறு வீங்கத் தொடங்கிவிட்டது.

மாட்டு வைத்தியரைக் கூப்பிட்டபோது, மாடு படுத்துவிட்டது. சிறுவர்களைப் போகச் சொன்னார். நான் ஜன்னல் வழியாகப் பார்த்துக் கொண்டிருந்தேன். வைத்தியர் அவருடைய பையிலிருந்து கோணி ஊசி போன்றதை எடுத்தார். மாட்டின் வயிற்றைத் தடவிப் பார்த்து ஏதோ ஓர் இடத்தைத் தீர்மானித்து அந்த இடத்தில் ஊசியின் முழு நீளத்தையும் மாட்டினுள் குத்தினார். பிறகு ஊசியிலே கொக்கி போன்று இருந்ததை வெளியே இழுத்தார். அதாவது ஊசியே உறை போன்றதில் செருகியிருந்திருக்கிறது. அவர் ஊசியை வெளியே இழுத்தவுடன் அவர் நுழைத்த குழாயிலிருந்து புஸ்ஸென்று காற்று வெளியேறி மாட்டின் வயிறு சுருங்கத் தொடங்கியது. ஆனால், வைத்தியர் மாட்டின் வயிற்றில் அடைத்துக்கொண்டிருந்த எல்லாக் காற்றையும் வெளியே போக விடவில்லை. அப்படிச் செய்தால் மாடு அப்போதே இறந்துவிடும் என்றார்.

வைத்தியர் சென்றவுடன் மாடு எழுந்து நின்றது. அதற்குச் சிறிது வெல்லம் கொடுத்தோம் அது முகர்ந்து பார்த்தது. தின்னவில்லை. அப்படியே நின்று கொண்டிருந்தது. எங்களுக்கு மேலும் மனவேதனை அளிக்க வேண்டாமென்று இரவில் இறந்துவிட்டது.

நாங்கள் எல்லாருமே மாட்டைக் கட்டிக் கொண்டு அழுதோம். எங்கள் மாடு இறந்துவிட்டதை எப்படியோ ஒருவர் அறிந்துகொண்டு

என் தந்தையுடன் பேசினார். அரை மணி நேரத்தில் ஒரு கட்டை வண்டி கொணர்ந்தார்.

இரண்டு மூன்று பேராக மாட்டைக் காலையும் வாலையும் பிடித்துத் தூக்கி வண்டியில் போட்டபோது துடித்துப் போனோம். "அதுக்கு வலிக்காது" என்று சிரித்துக்கொண்டே அந்த ஆள் சொன்னார். ஆனால், எங்களுக்கு வலித்தது.

அடுத்த நாள் கன்றையும் அந்த மனிதர் ஓட்டிச் சென்றுவிட்டார். போலீஸ் அதிகாரிகள் வீட்டுத் தோட்டம் தளதளவென்று இருக்கவேண்டும். இல்லை...

கோணல் கொம்பு இறந்த பிறகு ஒரு நாள் பள்ளிக்குப் போகும்போது ஒரு போலீஸ் அதிகாரி வீட்டில் அதிகாரியின் மனைவி கோபமாகக் கத்திக் கொண்டிருந்தார். என்னவாக இருக்கும் என்று பார்த்தேன். வேறொரு மாடு தோட்டத்தைச் சுவைத்திருக்கிறது. அதன் கொம்புகள் சீராக இருந்தன.

ஓம் சக்தி, மே 2009

கோல்கொண்டா

நான்கு ஆண்டுகள் எனக்கு ஆங்கிலப் பாடம் ஸாலர் ஜங் ஹாலில்தான் நடந்தது. அந்தக் கல்லூரியை இணைத்து ஒரு உயர்தரப் பள்ளிக்கூடமும் இருந்தது. நிஜாமுடைய பேரன்கள் இருவர் அங்கு படித்துக் கொண்டிருந்தார்கள் என்பதற்குமேல் நான் அதிகம் தெரிந்துகொள்ள முயலவில்லை. நாற்பது ஆண்டுகள் கழித்து ஸாலர் ஜங் மியூசியம் சென்றபோதுதான் எனக்கு ஆங்கிலப் பாடங்கள் ஒரு கலா ரசிகர் பெயர் கொண்ட அறையில் நடந்தது என்று தெரிந்தது. சமீபத்தில் அந்த நிஜாம் பேரன்கள் இருவரில் ஒருவர்தான் எட்டாவது (கடைசி) நிஜாம் என்றும் தெரிந்தது. அந்த மனிதருடைய புகைப்படங்களைப் பார்த்தேன். "என்னால் என்ன செய்ய முடியும்?" என்று கூறுவது போலிருந்தது. வரிசையாக மணந்த மனைவிகளில் ஒருத்திதான் இப்போது ஒரு நிஜாம் மாளிகையைப் புதுப்பித்து அதை ஒரு சுற்றுலா இடமாக மாற்றியிருக்கிறாள். அங்கிருக்கும் ஆளுயர ஓவியங்களையும் அலங்கார நாற்காலி சோபாக்களையும் லஸ்தர் விளக்குகளையும் பார்க்க ஐம்பது ரூபாய் நுழைவுக் கட்டணம்.

பாமினிப் பேரரசு உடைந்து ஐந்து சிறு அரசுகளாகப் போனதில் கோல்கொண்டாவும் ஒன்று. அப்போது அதிகாரப் பீடம் கோல்கொண்டாவில்தான் இருந்தது. அந்தக் கோட்டையை அரசு பீடமாக வைத்துக் கொண்டவர்கள் நிஜாமுக்கு மூதாதையர்கள் அல்ல. பாமினி அரசர்களின் கிளை பாரசீகத்தை மூல நாடாகக் கருதியவர்கள்.

பாரசீகத்துக்கும் கோல்கொண்டாவுக்கும் அதிக ஒற்றுமை இல்லை. ஆனால், ஹைதராபாத் நகரத்தை நிர்மாணித்து ஏராளமான ஏரிகளையும் கோல்கொண்டா கோட்டையையும் வலுப்படுத்தியவர்கள் இந்தக் குடுப் ஷாஹி வம்சத்தினர். நிஜாம் அரசு இருந்தவரை இவர்கள் கல்லறைகள் பரிதாபகரமாக இருந்தன. இப்போது இவையும் புதுப்பிக்கப்பட்டு அங்கு ஒரு தோட்டமும் அமைக்கப்பட்டிருக்கிறது. கோட்டை பெரும்பாலும் பாமினி அரசர்கள் வசமும் குடுப் ஷாஹி அரசர்கள் வசமும் இருந்தாலும் அவ்வப்போது விஜயநகர அரசின் கைவசமும் சென்றிருக்கிறது.

டாணாஷா கோல்கொண்டாவை ஆண்டபோது அவனிடம் இந்து அதிகாரிகள் பலர் இருந்தார்கள். அதில் ஒருவர்தான் ராமதாஸர் என்று அறியப்படும் கோபண்ணா. கோல்கொண்டாவில் ஒரு குகையில் அவர் சிறை வைக்கப்பட்டிருந்தார். காரணம், தாசில் பணத்தை அரசு கஜானாவில் சேர்க்காமல் மலைக் கோயிலைப் புதுப்பிக்கப் போய்விட்டார். அவரால் பாதுஷாவுக்கு ராமதரிசனம் கிட்டியது என்பார்கள்.

எல்லாமாகச் சேர்ந்து, ஔரங்கசீப்புக்கு டாணாஷாவை நிம்மதியாக இருக்கவிட மனமில்லை. அத்தோடு டில்லி அரசன் யாராயிருந்தாலும் ஒரு முறை தக்காணத்தின் மீது படை எடுக்காவிட்டால் அவன் டில்லி பாதுஷாவே இல்லை. ஔரங்கசீப் அரசனாவதற்கு முன்பே ஒருமுறை கோல்கொண்டாவைத் தாக்கிக் கப்பம் கட்ட வைத்தவன்.

இன்று கோல்கொண்டா கோட்டை அதன் பழைமையைப் பாதிக்காத வகையில் சீர் செய்யப்பட்டுவிட்டது. முன்பு நிஜாம் காலத்தில் நுழைவுக் கட்டணம் கிடையாது. இப்போது உண்டு. பாதிக் கோட்டை ஏறினால் பாராதரி என்று ஒரு கட்டடம். அதையும் தாண்டி மேலே ஏறினால் ராமதாஸின் சிறை. உச்சியில் இப்போதும் பழைய அரண்மனையின் சிதிலங்கள் உள்ளன.

இருட்டின பிறகும் கோல்கொண்டா கோட்டைக்குப் போகலாம். அப்போதுதான் ஆங்கிலம், ஹிந்தி என்று இரு மொழிகளில் மாறி மாறி ஒலி – ஒளிக்காட்சி. பிரமிப்பாக இருக்கும்; அந்தக் குரல் கூடக் காரணம், அமிதாப் பச்சன்.

ஒலி – ஒளிக் காட்சியில் டாணாஷாவுக்கு மற்றவர்களைவிட அதிக நேரம். குலி குதுப்ஷா என்ற இளவரசன் பாக்மதி என்ற பெண்ணைச் சந்திக்கத் தினமும் மூஸி நதியைக் கடக்க வேண்டியிருக்கிறதே என்று இப்ராகிம் குதுப்ஷா ஒரு பாலம் கட்டினான். அந்த மனிதனுக்குத் தசரதன் கதை தெரிந்திருக்கும். மகனுக்காகத் தசரதன் உயிரையே விட்டவன் அல்லவா?

அமிதாப் பச்சனும் டாணாஷாவின் முக்கிய அமைச்சர் மாதண்ணா பற்றிச் சிறிது கூறினார். ஒரு நல்ல அமைச்சர் கிடைத்துவிட்டால் அரசன் பெரும் புகழும் செல்வாக்கும் பெற்றுவிடுகிறான். மாதண்ணா கோபண்ணா வின் தாய்மாமன் உறவு.

ஔரங்கசீப்பின் முற்றுகை தொடங்கி ஒரு வாரம் முடிந்துவிட்டது. கோட்டை மதில் மீது டாணாஷாவின் சிறு பீரங்கிகள் ஔரங்கசீப்பின் படைகளுக்குள் சேதத்தை விளைவித்தன. முகலாயப் படையிலிருந்து குதிரைவீரன் ஒருவன் வெள்ளைக் கொடி தாங்கிக் கோட்டைக் கதவருகே வந்து விட்டான். கோட்டைக் கதவின் சிறிய துவாரம் வழியாக அவனை உள்ளே விட்டார்கள். உடனே இருவர் அவன் கண்ணைக் கட்டினார்கள். அவன், "நான் ஆலம்பனாவின் தூதன். அவருடைய செய்தியை உங்கள் ஷாவிடம்தான் தெரிவிக்க வேண்டும்" என்றான்.

அவன் ஏதாவது ரகசிய ஆயுதம் வைத்திருக்கிறானா என்று பரிசோதித் தார்கள். பின்னர் அவனை மாதண்ணா முன் நிறுத்தினார்கள்.

"எதற்காக வந்திருக்கிறாய்?"

"யாரது? ஹுஸூரைத்தான் பார்க்க வேண்டும்."

"எதற்கு?"

"நான் முகலே ஆஜமிடமிருந்து கொண்டுவந்த செய்தியைத் தெரிவிப்பதற்கு."

"உன்னிடம் ஓலை ஒன்றும் இல்லையே?"

"எங்கள் பாதுஷா ஓலைகள் எழுதுவதில்லை."

"நீ அவரிடமிருந்துதான் வந்தாய் என்று என்ன சாட்சியம்?"

"நான் அவருடைய அடிமை. என் மார்பில் அவருடைய முத்திரை பதித்திருக்கிறது."

எப்போது சூடுபோட்டதோ, அவனுடைய மார்பில் பிறையும் நட்சத்திரமும் மங்கலாகத் தெரிந்தன.

"அடிமையே, நீ என்னிடம் சொல்லலாம். என்னிடம் சொன்னால் எங்கள் எஜமானிடம் சொன்ன மாதிரிதான்."

"இல்லை, உங்கள் எஜமானனிடம்தான் சொல்ல முடியும்."

"உன்னிடமிருந்து செய்தியை வரவழைத்து விடலாம்."

அந்த அடிமை அலட்சியமாகச் சொன்னான். "என் உடலெல்லாம் சூடுபோட்ட அடையாளங்களும் சவுக்கடி அடையாளங்களும் உள்ளன. என் கண்ணைக் கட்டியிருக்கிறது. நீங்கள் பார்க்கலாம். நான் பார்க்க முடியாது. ஆனால் யாருமே பார்க்க முடியாதது என் தலைக்குள் இருக்கிறது."

மாதண்ணா தன் உதவியாளர்களிடம் தெலுங்கில் சொன்னான்: "இவன் உண்மையான தீரன். ராஜாவிடம் அழைத்துப் போங்கள்."

அங்கும் அந்த அடிமை பிடிவாதம் பிடித்தான். "உங்கள் எஜமானன் காதில்தான் சொல்வேன்."

அவன் கைகால்களைக் கெட்டியாகக் கட்டி அவனை ஒரு மேடைமீது கிடத்தினார்கள். டாணாஷாவுக்குப் பொறுமை இல்லை. "இன்னும் எதற்கு இவனை உயிரோடு வைத்திருக்கிறீர்கள்?" என்று கோபித்தான்.

"இப்போது யாருமில்லை. சொல்லு."

"என் முகத்தருகே வாரும், ஹுஸூர்."

"போதுமா?"

அவன் சொன்னது டாணாஷாவை வெகுண்டெழச் செய்தது. கை தட்டினான்.

"இவனைக் கோட்டைக்கு வெளியே தூக்கி எறிந்துவிடுங்கள்!"

அந்த அடிமை வெளியே எடுத்துச் செல்லப்பட்டவுடன் மாதண்ணா டாணாஷாவைப் பார்த்தான். "சமாதானம் ஏற்படுமா?" என்று கேட்டான்.

டாணாஷா மாதண்ணாவை உற்று நோக்கினான். "எனக்குத் தெரியவில்லை."

"அவர்கள் இன்னும் முறையான தாக்குதல் ஆரம்பிக்கவில்லை. அவர்களுடைய ஆள்பலம் மிகப்பெரிது."

"என்னை இப்போது தனியாக விடு, மாதண்ணா. சிறிது நேரத்துக்குப் பிறகு கூறுகிறேன்."

டாணாஷா எப்போதும் அந்த மாதிரிப் பேசியது கிடையாது. மாதண்ணாவும் கலக்கத்துடன் வெளியே போனான்.

முற்றுகை தீவிரமாயிற்று, இப்போது ஔரங்கசீப்பின் படையினர் பல திசைகளிலிருந்து பீரங்கி வெடித்தார்கள். கோட்டைக் கதவைப் பிளக்க ஒரு வேப்பமரத்தை வெட்டிக் கிளைகளைக் கழித்துவிட்டு ஒரு நீண்ட உலக்கையாகச் செய்துகொண்டிருந்தார்கள். இந்த உலக்கையை உயரமான ஊஞ்சல் போன்று செய்து தொங்க விடுவார்கள். உலக்கையை நீளவாட்டில் ஆட்டினால் அது கதவைத் தாக்கும். இந்த முயற்சியில் நிறைய ஆட்சேதம் இருக்கும். கோட்டை மதிலிலிருந்து கீழே உள்ளவர்களை எளிதாகக் கொன்று விடலாம். ஒரு குழு வீழ்ந்தால் உடனே இன்னொன்று ஊஞ்சலிடம் செல்ல வேண்டும்.

இரு நாட்கள் கழித்து மீண்டும் ஓர் அடிமை வெள்ளைக் கொடியைத் தூக்கி வந்தான். அவனும் முதல் அடிமை போலவே நேரில்தான் சொல்வேன் என்பதில் உறுதியாக இருந்தான்.

இம்முறை டாணாஷா அந்த அடிமையை அடித்துவிட்டான். அவனை வெளியேற்றிய பிறகு குழப்பத்தில் யார் யார்மீதோ எரிந்து விழுந்தான். மாதண்ணா விசாரித்தான்.

"உனக்கு ஒன்றுமில்லை, போ."

"நான் எப்படிப் போவது? கோட்டை காப்பாற்றப்பட வேண்டும். நம் மக்கள் காப்பாற்றப்பட வேண்டும்."

"அப்படியானால் உன் தலையை வெட்டிக் கொண்டு வா!"

"என்ன சொல்கிறீர்கள், ஹுஜூர்?"

"இதைத்தான் அந்த முகல் சொல்கிறான். நான் ஏகப்பட்ட காபிர்களை அமைச்சர்களாக வைத்திருக்கிறேனாம்."

"இதையா குற்றம் என்கிறார்? ஏன்? அவரிடமே நிறையத் தளபதிகள் ராஜபுத்திரர்கள்தானே?"

"அவனுக்கு உன்னைப் பிடிக்கவில்லை."

"என்னைத் தெரியவே தெரியாதே?"

"தெரிந்துதான் உன் தலையைக் கேட்கிறான்."

"மறுபடியும் மறுபடியும் தலை பற்றிக் கூறுகிறீர்களே?"

“உனக்கு ஒன்றுமில்லை, போ. நான்தான் சுல்தான். இது இரண்டு சுல்தான்கள் விஷயம்.”

“நான் அப்படி விட்டுவிட முடியுமா?”

“மாதண்ணா, என் கோபத்தைக் கிளறாதே. போ உன் வீட்டுக்கு. வெடி மருந்துக் கிடங்கைக் கவனி.”

மாதண்ணா சில விநாடிகள் அசைவற்று நின்றான். டாணாஷாவின் வேதனை அவனுக்குத் தாங்க முடியவில்லை.

இரவு கோட்டையில் அங்கொன்றும் இங்கொன்றுமாகத்தான் விளக்கெரிந்தது. மதில் மீதிருந்தவர்கள் மட்டும் ஒருவர் மாற்றி ஒருவர் தூங்கப் போனார்கள்.

டாணாஷா வெகு நேரம் தூங்கவில்லை. அவனுடைய இரண்டாவது பேகம் அவன் அறைக்கே உணவு கொண்டு வந்தாள். அவளையும் டாணாஷா போகச் சொல்லிவிட்டான். இன்னும் ஓரிரு நாட்களில் ஔரங்கசீப்பின் படைகள் முழு வேகத்துடன் தாக்கத் தொடங்கும். அப்போது தாக்குப் பிடிக்க முடியுமா? டாணாஷா மண்டியிட்டுப் பிரார்த்தனை செய்தான். அப்படியே தரையில் படுத்தான். தூங்கியும் விட்டான்.

அவன் கண் விழித்தபோது இன்னும் பொழுது விடியவில்லை. கோட்டையின் தெற்கு வாசலிலும் தாக்குதல் தொடங்கிவிட்டார்கள். அங்கும் ஒரு பீரங்கி ஒருமுறை வெடித்து ஓய்ந்தது.

கூரையிலிருந்து தொங்கிய திரைச்சீலை ஒன்றை டாணாஷா ஒதுக்கினான். பக்கத்து அறையின் விளக்கு அவனறையையும் சிறிது ஒளியூட்டியது. அவன் பிரார்த்தனை செய்த இடத்துக்கு அருகாமையில் புதிதாக ஓர் அலங்காரப் பெட்டி வைக்கப்பட்டிருந்தது. அது நிச்சயம் டாணாஷாவின் அரண்மனையுடையது அல்ல. பெட்டிமீது இந்து மத அலங்கார ஜோடனைதான் இருந்தது.

டாணாஷா பெட்டியருகே சென்றான். பெட்டி கனமாகத்தான் இருக்க வேண்டும். இருபுறமும் ஆட்கள் தூக்கிச் செல்ல வசதியாகப் பிடிகள் இருந்தன.

டாணாஷா பெட்டியைத் திறந்தான். ஏதோ ஒரு பொருளைப் பட்டுத் துணி போட்டுப் போர்த்தியிருந்தது. நிறைய வாசனைத் திரவியத்தைப் பெட்டியில் பயன்படுத்தியிருந்தார்கள்.

டாணாஷா துணியை விலக்கினான். பெட்டியில் மாதண்ணாவின் தலை இருந்தது.

***கல்கி*, அக்டோபர் 2009**

தேள்

இரட்டைக் குழந்தைகளாகப் பிறந்தவர்களுக்குத் தேள் பயம் கிடையாது என்பார்கள். அதாவது தேள் அவர்களைக் கொட்டினால் கடுக்காது. அதேபோல இரட்டைக் குழந்தைகளாகப் பிறந்த குழந்தைகள் நீவிவிட்டால் சுளுக்கு அகலும் என்பார்கள். இதற்கெல்லாம் விஞ்ஞானப்பூர்வமாக விளக்கங்கள் கிடையாது.

என் அப்பா இரட்டையாகப் பிறந்தவர் என்று நான் உயர்நிலைப் பள்ளியில் படிக்கும்போதுதான் தெரிந்தது. என் அப்பாவின் பழைய புத்தகம் ஒன்றில் லட்சுமணன் என்றுதான் பெயர் எழுதியிருந்தது. கையெழுத்து நிச்சயமாக என் அப்பாவுடையது தான். என் அப்பாவுக்கு மட்டுமல்ல, அவருடைய சகோதரர்கள் அனைவருக்கும் அழகான கையெழுத்து. அந்த நாளில் பள்ளிப் படிப்பின்போது இந்தக் கையெழுத்துக்கு மிகுந்த முக்கியத்துவம் இருந்திருக்க வேண்டும். ஆங்கிலத்தில் அச்சு எழுத்தில் பெரியது, சிறியது என்று இருப்பது போலக் கையெழுத்துக்கும் பெரியது, சிறியது என்று உண்டு. இன்று பெரியவர்கள் பலருக்கே இதுபற்றி அதிகம் தெரியாது. என் அப்பா அவருடைய புத்தகங்கள் அனைத்திலும் கையெழுத்தில்தான் அவருடைய பெயரை எழுதியிருப்பார். நிறையச் சுழிகள் இருக்கும்.

லட்சுமணன் என்ற பெயர் மாறிப்போனதற்குக் காரணம் அவருடைய இரட்டையாக அண்ணன் ராமச்சந்திரன் அற்பாயுசில் இறந்து போனதுதான். பதினைந்து வயதுக்குப் பிறகு என் அப்பாவுக்குப் புதுப் பெயர். இந்தப் பெயர் மாற்றம், பிறந்த தேதி மாற்றம் முன்பு மிகவும் எளிதாக இருந்திருக்க வேண்டும். உண்மையில் யாருக்கும் யாருடைய உண்மை வயது என்னவென்று தெரியாது. யாரோ பெரியவர்கள் சொன்னதைவைத்து அரசு அதிகாரி ஒருவர் சஷ்டியப்த பூர்த்தி செய்து கொள்ள, அரசு அவரை வேலையை விட்டு நிறுத்தியது. என் நிஜ வயது என்ன என்று எனக்கு உண்மையாகவே தெரியாது என்றால் எப்படி சஷ்டியப்த பூர்த்தி செய்து கொண்டாய் என்று கேள்வி எழும் அல்லவா?

இதேபோல என் அப்பாவுக்கும் உண்மை வயது தெரியாது. இந்த நாளில் வேறு பெயர்வைத்துக் கொள்ளும்போது ராஜராஜ சோழன், நெடுஞ்செழியப் பாண்டியன் என்றெல்லாம் வேலூர்க்காரர்கள் பெயர்வைத்துக் கொள்கிறார்கள். என் அப்பாவுக்குச் சோழ நாடு என்றாலும் சர்ச்சையே எழாத ஒரு சைவப் பெயரை வைத்துக்கொண்டார். அவர் எங்கே வைத்துக்கொண்டிருப்பார்? பாட்டி அல்லது அத்தை வைத்திருப்பாள்.

என் அப்பாவைத் திரும்பத் திரும்பத் தேள் கொட்டியதை நான் அறிவேன். என் அப்பா அலுவலகத்துக்கு ஜோடு போட்டுக் கொண்டுதான் போக வேண்டும். ஒருநாள் அதைக் கவிழ்த்துத் தட்டாமல் போட்டுக்கொண்டு போய்விட்டார். நாள் எல்லாம் காலைக் கடித்துக்கொண்டே இருந்திருக்கிறது. அவருக்கு ஜோடைக் கழற்றிப் பார்க்க வேண்டும் என்று தோன்றவில்லை. ஒருவேளை அந்த அலுவலகத்தில் அது சாத்தியமாக இல்லாமல் போயிருக்கலாம். மாலை வீடு திரும்பிய பிறகு ஜோடைக் கழற்றினால் அதிலிருந்து ஒரு செத்த தேள் கீழே விழுந்தது.

வீட்டில் அப்பாதான் காலையிலேயே எழுந்து விடுவார். வீடு மண்ணால் கட்டப்பட்ட வீடு. என்னதான் பராமரித்தாலும் எலிவளை, கதவருகில் சந்து, உதிர்ந்த காரை இவற்றைத் தவிர்க்க முடியாது. நாங்கள் இருந்த ஊரில் பத்து மாதம் வெயிற்காலம். ஒன்றே முக்கால் மாதம் குளிர்காலம். கால் மாதம் சிறிது மழை பெய்யும். இந்த மாதிரி இடங்கள் தேள், பூரான் பரம்பரை பரம்பரையாக வாழ்வதற்கு மிகவும் ஏற்ற இடம்.

அப்பா காலையில் கும்மட்டியைப் பற்றவைக்கப் போயிருக்கிறார். இது ஒரு வாணலிக்குக் கால் வைத்த மாதிரி இருக்கும். சிறிய கரித்துண்டுகளாக மேல் பகுதியில் போட்டுவிட்டுக் கீழே பாதம் போல் இருக்கும் பகுதியில் உள்ள துவாரத்தில் ஒரு காகிதத்தைக் கசக்கிப் பற்றவைக்க வேண்டும். அப்பா காகிதத்தைப் பற்றவைத்தவுடன் கரி நடுவிலிருந்து ஒரு குட்டித் தேள் வந்திருக்கிறது. அது நெருப்பில் சாக வேண்டாம் என்று ஒரு சிறு குச்சி கொண்டு அதைத் தூக்கி எறிய அப்பா முயன்றிருக்கிறார். ஆனால் நொடிப் பொழுதில் அந்தக் குச்சி மூலம் தேள் குட்டி ஏறி அப்பாவைக் கொட்டிவிட்டது. பின்னர் என்ன? தேள் எப்படியும் சாக நேர்ந்தது. அப்பாவுக்கு அன்று நாள் முழுதும் கை கடுத்தது என்றார். குட்டித் தேளானாலும் நல்ல விஷத் தேள்.

நானும் என்றாவது ஒரு நாள் நானாகவே தேளைப் பார்த்து அடிக்க வேண்டும் என்றிருந்தேன். சற்றுக் கொடூரமான எண்ணம்தான். ஆனால் திரும்பத் திரும்ப என் அப்பாவைக் கொட்டும் தேள் வம்சத்துடன் நான் எப்படி நட்புறவு கொள்ள முடியும்? ஆனால் என் கண்ணில் தேள் தெரியவில்லை. சென்னை அருங்காட்சியகத்தில்தான் எவ்வளவு வகைத் தேள்களைப் பதப்படுத்திக் காட்சிக்கு வைத்திருக்கிறார்கள். .! பார்த்தாலே பயப்படும்படிதான் இருக்கிறது.

நான் காசிக்குச் சென்ற இரு தருணங்களிலும் என் அப்பா இல்லை. அங்கே கங்கையில் குளிக்கும்போது அவரை நினைத்துக்கொள்வேன். என் அப்பாவும் ஒருமுறை என் அம்மாவை மட்டும் அழைத்துக்கொண்டு காசிக்குப் போயிருக்கிறார். செலவை இழுத்துப் பிடித்துக்கொண்டுதான்

போயிருக்கிறார். ஆனால் நட்சத்ரேயனைத்தான் பட்சிப்பேன் என்பதுபோல் அப்பாவிடம் இருந்த சிறிய தொகையை ரயிலில் ஒருவன் திருடிவிட்டான். மிகவும் சிரமப்பட்டுப் போய் வந்து யாருக்கோ ஐம்பது ரூபாய் மணியார்டர் செய்தார்.

இரண்டாம் முறை நான் காசிக்குப் போனபோது எலும்பு முறிவால் நிற்பதே கஷ்டம் எனக்கு. என்னை மிகவும் சாதுவான மராட்டியர் ஒருவர் அழைத்துப் போனார். தசாஸ்வமேத கட்டம் ஒன்றுக்குத்தான் ஒரு ரிக்ஷா வைத்துக்கொண்டு போக முடியும். அதன் பிறகு அவர் அப்படியே மணலில் உட்காரச் சொன்னார். உட்கார்ந்தபடியே முன்னேறித் தண்ணீரை அடைந்து அப்படியே தலைமுழுகச் சொன்னார். இந்தமுறைதான் எனக்குக் கங்கையில் தலைமுழுக வாய்ப்பளித்தது. அந்தச் சாதுவான மனிதருக்குப் பயங்கரமான பெயர். வாக்மாரி! வாக்மாரி என்றால் புலியை வீழ்த்தியவன் என்று பொருள். இதை அறிந்தபோதும் நான் என் அப்பாவைத் திரும்பத் திரும்பக் கொட்டிய தேள்களை நினைத்துக்கொண்டேன்.

திடீரென்று என் கண்ணுக்கு ஒரு பாம்பு தெரிந்தது. மூன்றடி, நான்கடி கூட இருக்கும். எங்கே இருந்தது என்று தெரியாது. சுமார் நூறு கஜ தூரத்தை நிமிஷமாகக் கடந்து பால்தாஸ் என்பவரின் தோட்டத்திற்குப் போய்விட்டது. நான் பால்தாஸ் வீட்டிற்குச் சென்று இதைத் தெரிவித்தேன். அந்த வீட்டில் சிரித்தார்கள். பாம்பு அவருக்கும் வீட்டிலுள்ளோருக்கும் ஒரு தினசரி நிகழ்ச்சி.

நான்கு மாதங்கள் கழித்து எங்கள் சமையலறையில் பாம்பு. அதிகாலை. நான் மற்றவர்களை எழுப்பிச் சொல்வதற்குள் எங்கேயோ போய்விட்டது. சிலர் நம்பக்கூட இல்லை.

மூன்றாம் முறை வீட்டு வாசலிலேயே பாம்பு சுருண்டு படுத்திருந்தது. அன்றும் நான்தான் பார்த்தேன். கதவைத் தடாரென்று சாத்தினேன். இம்முறை பாம்பு அங்கிருந்து வெளியே போவதை வீட்டிலிருந்தவர்கள் பார்த்தார்கள்.

எனக்குச் சற்று வேதனையாக இருந்தது. ஏன் என் கண்ணில் இவ்வளவு சிறு இடைவெளியில் பாம்பு தென்படுகிறது?

அதற்குப் பதில் போல நான் கடைசியாகப் பாம்பைப் பார்த்த பதினைந்து நாட்களுக்குள் என் அப்பா திடீரென்று இறந்து போனார்.

இன்று அவர் இறந்து நான் ஐம்பது ஆண்டுகளுக்கும் அதிகமாகக் கடந்துவிட்டேன். தேளும் பாம்பும் எப்படி என் அப்பாவின் வாழ்க்கையோடு பின்னிப் பிணைந்திருக்கிறது என்று நினைக்க நினைக்க வியப்பாக இருக்கிறது.

விஜயபாரதம், அக்டோபர் 2009

யார் முதலில்?

வாச்மன், "எந்த வீட்டுக்குப் போகணும்?" என்று கேட்டார்.

"நீங்க புதுசா?"

"நீங்களும்தான் புத்சாயிருக்கீங்க."

மோகன் பொங்கி வந்த கோபத்தை அடக்கிக்கொண்டான். ஊரில் பலவிதமான திருட்டுக் குற்றங்கள் நடக்கின்றன. புதிதாக வந்த வாச்மன் ஒரு வாரம் பத்து நாட்களுக்காவது பதினெட்டுக் குடும்பங்கள் வசிக்கும் அந்த அடுக்கு மாளிகைக்கு வருகிறவர்கள், போகிறவர்கள் யார் என்று தெரிந்துகொள்ள வேண்டாமா?

"நான் பி மூணுக்குப் போறேன்."

"நாய் வீடா?"

"அதேதான். நான் டாக் டிரெயினர்."

"நீங்க தினம் வரீங்களா?"

"தினம் இரண்டு வேளை வரேன்."

"அப்படியா, நான் பாக்கலியே?"

"இதை நாலு பேர் கேக்கச் சொல்லாதீங்க."

வாச்மனுக்குச் சங்கடம் என்று தெரிந்தது. "பரவாயில்லை. நேத்துக்கூட உங்களைத் தாண்டிண்டுதான் போனேன்."

இப்படிச் சொல்லிவிட்டு மோகன் உள்ளே போனான். பதினெட்டு வீடுகளுக்கும் கார் இருக்க வேண்டும். ஆனால், அவ்வளவையும் உள்ளே நிறுத்தச் சரியாக இடமில்லை. கார்கள் நடுவிலுள்ள சந்துகள் வழியாக வளைந்து நெளிந்து மோகன் கட்டடத்தை அடைந்தான். முன் வெராந்தா விளக்கு மங்கலாக எரிந்துகொண்டிருந்தது.

முதல் மாடியிலிருந்த பி–3 கதவின் அழைப்பு மணியை மோகன் அழுத்தினான். அதே நேரத்தில் உள்ளிருந்து நாய் குரைக்கும் சத்தம் கேட்டது.

ஒரு பெண் கதவைத் திறந்தாள். நாய் ஓடி வந்து மோகன்மீது காலை உயர்த்திச் சாய்ந்து அதன் அன்பைக் காட்டியது. மோகன் கதவருகேயே இருந்த சிறு அலமாரியிலிருந்து நாய்ச் சங்கிலியையும் ஒரு சிறிய மெல்லிய கைத்தடியும் எடுத்துக்கொண்டான். நாய் அந்த அறையிலேயே சிறிது அங்கும் இங்கும் ஓடி மோகனுக்கு வேடிக்கை காட்டிற்று. பிறகு அவனிடம் வந்து நின்று நாக்கைத் தொங்கவிட்டது.

மோகன் அவனிடமிருந்த சங்கிலியை நாயின் கழுத்துப் பட்டையில் இணைத்தான். அவன் படியிறங்க நாய் உற்சாகத்தோடு அவனையும் இழுத்தது.

“சீஸர்!” என்று மோகன் மெதுவாகத்தான் கண்டித்தான். நாய் அவனுடைய காலுடன் அதனுடலைத் தேய்த்தது.

‘கமான், கமான்’ என்று மோகன் வழக்கமாக முதலில் திரும்பும் தெருவில் திரும்பினான். அங்கேதான் இரு வரிசைகளிலும் மொத்தம் ஐந்தே வீடுகள். வீட்டு வெளிச்சுவர் ஓரமாகப் புல் முளைத்திருக்கும். நாய் புல்லை முகர்ந்தபடியே நடந்தது. திடீரென்று ஓரிடத்தில் பின்னங்காலைக் குவித்தது. மோகன் நின்றான். நாய் அதன் கடனை முடித்துவிட்டு மோகனிடம் நெருங்கியது.

இந்த சீஸருக்குத் தினம் இந்த வீட்டருகில் வந்தவுடன் காலைக் கடனைத் தீர்க்கத் தோன்றுகிறது. நல்ல வேளையாக அந்த வீட்டில் யாரும் இன்னும் எழுந்திருக்கவில்லை. அவர்கள் பார்த்தால் எதிர்ப்பு எழுப்பக் கூடும். தினம் காலையில் யாரோ அங்குக் காலைக்கடன் தீர்த்தால் எந்த வீட்டுக்காரர் பொறுத்துக்கொள்வார்?

மோகன் அவன் கவனித்துக்கொள்ளும் இன்னொரு நாயை மைதானத் தில் அவிழ்த்து விட்டுவிடுவான். அது சுதந்திரமாக அங்குமிங்கும் ஓடியாடிய பிறகு அவனிடமே வந்துவிடும். இல்லையென்றாலும் குரல் கொடுத்தால் உடனே ஓடி வந்துவிடும். ஜாதி நாய்கள், ஒழுங்காக வளர்க்கப்படும் நாய்கள் என்றுமே தொல்லை தராது. ஒரு நாய் வீட்டில் இருப்பது நான்கு காவல்காரர்களுக்குச் சமம். குரைத்தே திருடனை விரட்டிவிடும்.

ஆனால், சீஸரை அவிழ்த்துவிட முடியாது. இங்கே தெருவுக்கு இரண்டு அனாதை நாய்கள். சொறி வந்து, முடி உதிர்ந்து, கால் நொண்டிக் கொண்டு, ஏதாவது உறுப்புத் தளர்ந்து தொங்கிக்கொண்டு . . . இப்படியெல்லாம் இருந்தும் பெண் நாயானால் வருடத்திற்கு இருமுறை குட்டி போட்டுவிடும்.

மோகன் சீஸரை அழைத்துக்கொண்டு அடுத்த தெருவில் நுழைந்தான். அங்கே புதிராக இருந்த இடத்திற்கு நாய் அவனை இழுத்துச் சென்றது. அங்குப் புல்லை முகர்ந்து ஓரிடத்தில் மூக்கை இன்னமும் ஆழமாக நுழைத்தது. நிச்சயம் அங்கே எலும்பு ஏதாவது இருக்கும்.

மனதே வராமல் மோகன் நாயை இழுத்துக்கொண்டு நடந்தான். சீஸரும் அடுத்த கணமே எலும்பை மனதிலிருந்து நீக்கிவிட்டு அவனுடன் உற்சாகமாக முன்னேறியது. ஒரு தெரு நாய் பலகீனமாகக் குரைத்தபடி வாலைக் குழைத்துக்கொண்டு ஒதுங்கியது. சீஸர் அதை லட்சியமே செய்யாமல் நடந்தது.

பொழுது விடியத் தொடங்கியது. காலை உலாவுக்காக மத்திய வயதினர் விசேஷ ஜோடுகள் அணிந்து அங்கொருவர் இங்கொருவராகத் தெரிந்தனர். பெண்கள் வந்தால் துணையுடன் வந்தனர். மோகன் சீஸரின் சங்கிலியைக் கெட்டியாகப் பிடித்தபடி நடந்தான். நடப்பவர்களில் ஓரிருவர் தங்கள் பயம் முகத்தில் தெரியும்படி ஒதுங்குவார்கள். சீஸரும் அவர்களை ஒருமுறை உற்றுப் பார்க்கும். தெரு நாய்களை யார் விரட்டினாலும் அவை ஓடிப் போய்விடும். சீஸர் அப்படிச் செய்யாது.

சீஸருக்கு வியர்க்கத் தொடங்கியது. மோகனுக்கும் தெருக்களைச் சுற்றியது போதும் என்று தோன்றியது. நாய் இரவில் சரியாகத் தூங்கியிருக்காது. நாய்க்கு அதிகத் தூக்கம் தேவையில்லை என்றாலும் குறைந்த பட்சத் தூக்கம் அவசியம். அது கிடைக்காததால் சீக்கிரம் களைத்துவிட்டது.

வீடு போகப் போகிறோம் என்று தெரிந்தவுடன் சீஸர் மோகனுடன் விளையாடத் தொடங்கியது. மோகன் சீஸரை அவிழ்த்துவிட்டான். அது வேகமாக நூறடி ஓடும். பிறகு வேகமாக வந்து மோகனைத் தாக்குவது போல அவன்மீது பாயும். மீண்டும் ஓடும். மறுபடியும் திரும்பி வந்து பாயும். இதற்குள் நன்றாக வெளிச்சமாகிவிட்டது. பால் பாக்கெட் வீடுகளுக்குப் போடுகிறவர்களும் பேப்பர் பையன்களும் கண்ணுக்குத் தெரிய ஆரம்பித்தார்கள். ஒரு பையன் சீஸரை அழைப்பது போலச் சத்தம் எழுப்பினான். சீஸர் அவனைத் திரும்பி முறைத்துப் பார்த்தது. அவன் விரைந்து சென்றுவிட்டான்.

சீஸர் மோகனை வேறு திசையில் இழுத்தது. வீடு திரும்புகிறோம் என்ற உற்சாகம். ஆனால், வீட்டை நெருங்கியவுடன் இன்னொரு சுற்று வேண்டும் என்பது போலப் பிடிவாதம்.

நாய்களுக்கும் மலச்சிக்கல் நேரும். வீட்டிலேயே வளரும் நாய்களுக்கு அவ்வப்போது அது நேர்ந்துவிடும். அப்போது அதற்கு இன்னும் சிறிது நடக்க வேண்டும் என்று தோன்றும். களைப்பில்கூட மலச்சிக்கலைத் தீர்க்கும் வகையில்தான் அதைப் பராமரிக்க வேண்டும்.

மோகனின் சங்கடம், இப்போது நன்றாக விடிந்துவிட்டது. நாய்க்குப் பழக்கமான இடத்தில் இப்போது வீடு திறந்து அவர்கள் யாராவது வாசற்புறம்கூட இருக்கக் கூடும். நாயை வேறு தெருவுக்குத்தான் கூட்டிப்போக வேண்டும்.

மோகனுக்கு அவனுடைய குழந்தை நினைவுக்கு வந்தது. குழந்தையை அன்று வைத்தியரிடம் அவசியம் அழைத்துச் செல்ல வேண்டும். வைத்தியருக்கு டாக் டிரெயினர் என்றால் தெரியவில்லை. “அது என்ன, சர்க்கஸ் நாயா?”

“நாம் வளர்க்கும் நாய் எதுவாக இருந்தாலும் அதை டிரெயின் செய்ய வேண்டும்.”

வைத்தியருக்கு அது பெரிய விஷயமாகத் தெரியவில்லை. அவர் தவளையைக் கீறிப் பார்த்திருப்பார். மேல் வகுப்பில் ஓர் அனாதைப் பிணத்தை இன்னும் நான்கைந்து மாணவர்களோடு கீறிப் பார்த்திருப்பார். ஆனால், நாய் மனம் மனித மனத்தைவிட நுட்பமானது; அது அதற்கேயுரிய உணர்வுகளோடு எஜமானனின் உணர்வுகளையும் பெற்றுவிடும்; ஒரு மனிதன் நாயை எவ்வளவு வேண்டுமானாலும் நம்பலாம். அது துரோகம் செய்யாது; இதெல்லாம் அவர் அறிந்திருக்க மாட்டார்.

மனைவி மறந்துவிடுகிறாள். நண்பர்கள் மறந்துவிடுகிறார்கள். உறவினர்கள் மறந்துவிடுகிறார்கள். அவன் நல்ல உடை உடுத்தியிருந்தாலும் இல்லாது போனாலும் அவன் பழக்கும் நாய்கள் அவனுடைய ஒவ்வொரு ஆணையையும் மறக்காமல் கடைப்பிடிக்கும். அவனுடைய மனநிலையறிந்து அவனிடம் கொஞ்சும், விளையாடும், ஒதுங்கி இருக்கும். அவனும் நாயின் மூக்கைக்கொண்டே அதன் அன்றைய உடல்நிலையை உணர்ந்துவிடுவான். அவனுடைய மனைவிக்கும் மாமியாருக்கும் அவனுடைய தொழிலில் நினைத்த போதெல்லாம் பணம் கிடைக்காது என்று தெரியாது. காவல் துறையில் எடுத்துக்கொள்ளலாம். அதற்கெல்லாம் பொறுத்திருக்க வேண்டும். ஆனால், அவனுக்கு அந்த மாதிரிச் சீருடை வேலை சம்மதமில்லை. செல்லப் பிராணிகள் கடை மாதிரி ஒன்று தொடங்க வேண்டும். பிராணிகள் மருத்துவர்கள் இருக்கிறார்கள். ஆனால், நாயை வேறு யாரோ வாயைக் கட்டி மேஜைமீது கிடத்தினால் அதன் பிறகு அவர்கள் வைத்தியம் செய்வார்கள்.

சீஸர் இப்போது வீடு திரும்பத் தயாராகிவிட்டது. மோகனுக்கும் காபி சாப்பிட வேண்டும். சீஸரை அதன் வீட்டில் கொண்டு போய்விட்டு வெளியே வந்து அவனுடைய மோட்டார் சைக்கிளைக் கிளப்பினான். அதன் வீட்டிலிருந்து சீஸர் குரைத்தது.

நாய்கள் மறப்பதில்லை என்று மோகன் கூறிக் கொண்டான்.

காலை உணவுக்குப் பிறகு மோகன் மீண்டும் மோட்டார் சைக்கிளைக் கிளப்பினான். இந்த வீடு நகர எல்லைகளுக்குள் இருந்தும் ஒரு பண்ணை வீடாக மாற்றப்பட்டிருந்தது. அந்த மனையை ஒருவர் எப்போதோ மிகவும் மலிவாக வாங்கி இருந்தார். அவரே வடிவமைத்த வீடு. வெளிச்சத்துக்காகக் கூரையில் மூன்று இடங்களில் திறந்த முற்றம் போல அமைத்திருந்தார். குடும்பத்தார் மிகவும் வற்புறுத்தி அந்த மூன்று முற்றங்களுக்கும் கம்பி போடச் செய்திருந்தார்கள். அவர் ஒரு நாய் போதும் என்றார். அந்த நாய்க்கும் இப்போது வயதாகிவிட்டது. குரைக்கிறது. ஆனால் முன்பிருந்த துடிப்பு இல்லை. அதன் எஜமானனைத் தவிர மோகன் ஒருவனால்தான் அதன் வாலில் சிக்கிக்கொள்ளும் பூச்சிகளை அகற்ற அனுமதிக்கும்.

குட்டியாக இருந்தபோது அது மோகனைக் கடித்துவிட்டது. உடனே பெரிய தவறு செய்துவிட்டோம் என்று கண்களால் மன்னிப்புக் கேட்ட வண்ணமே இருந்தது. அந்தப் பண்ணை வீட்டுக்காரரின் வீட்டு மோட்டார்

காரில் மோகன்தான் நாயைப் பிராணிகள் மருத்துவரிடம் அழைத்துப் போனான்.

மோகன், நாய் இருவருக்கும் ஊசி. பாதிப்பு ஏதும் ஏற்படவில்லை. ஆனால் நாய்தான் குற்ற உணர்வோடு மோகனைக் கண்டாலே வாலைக் கால்களுக்கிடையில் குழைத்துக்கொள்ளும். அதை எவ்வளவு கொஞ்சினாலும் நாய் சற்று விலகியே இருந்தது. யாராவது சுவர் ஏறிக் குதித்தால் குரைத்துக் காலைக் கவ்வ வேண்டும், கடிக்கக் கூடாது என்று மோகன் பழக்கினான். அந்த வீடு இருந்த இடமும் மும்முரமான இடமாக மாறியதில் வீட்டு முன்னால் பலர் வந்து போக வேண்டியிருந்தது. நாயைக் கட்டித்தான் போட வேண்டியிருந்தது.

மோகன் மோட்டார் சைக்கிள் சத்தம் கேட்டவுடனேயே நாய் எழுந்து உடலைச் சிலிர்த்துக் கொள்ளும். வெளி கேட் பூட்டி இருந்தது. கேட் அருகிலேயே இருந்த மணியை மோகன் அழுத்தினான். ஐந்து நிமிடங்களாகியும் யாரும் வரவில்லை. மோகன் 'டைகர்!' என்று இருமுறை குரல் கொடுத்தான. ஒரு பணியாள் சாவி எடுத்து வந்து கேட் பூட்டைத் திறந்தான். மோகன் மோட்டார் சைக்கிளுடன் உள்ளே வந்ததும் பணியாள் வாசல் கேட்டை மீண்டும் பூட்டினான்.

வீடு நிசப்தத்தில் ஆழ்ந்திருந்தது. எல்லோரும் இருந்தார்கள். எஜமானியம்மாவுக்கு உடல்நிலை சரியில்லை. அவளை மருத்துவமனைக்கு எடுத்துச் செல்ல வீட்டிலுள்ளோர் தயாராக இருந்தாலும் அவள் போகிற உயிர் வீட்டில்தான் போக வேண்டும் என்பதில் உறுதியாக இருந்தாள். எஜமானரும் அப்படித்தான் சொன்னாலும் அவரை மருத்துவமனைக்கு எடுத்துச் சென்றார்கள். அங்கு ஏதேதோ செய்யப்பட்டது. அவர் உடலில் ஏகப்பட்ட குழாய்கள் பொருத்தப்பட்ட நிலையில் உயிர் போய்விட்டது.

மோகன் நாயிடம் சென்றான். நாய் எழுந்து நின்று வாலை ஆட்டியது. உடனே படுத்துவிட்டது. நாய்க்கு லேசாகச் சுரம். மூக்கு உலர்ந்திருந்தது.

மோகன் நாயைத் தடவிக் கொடுத்துவிட்டு எஜமானியம்மா படுத்திருந்த அறைக்குச் சென்றான். நர்ஸ் "கால் ஷூவைக் கழற்றிவிட்டு வாங்க" என்றாள். அவன் வெள்ளை ஜோடு அணிந்திருந்தான்.

"என்ன மோகன்?" என்று எஜமானியம்மா மெதுவாகப் பேசினாள். கையை அசைத்தாள். "என்னை எங்கேயும் எடுத்துண்டு போகாதேன்னு சொல்லு" என்று காதில் சொன்னாள். முகம் பளபளவென்று இருந்தது. கண்கள்தாம் நீர் கசிந்த வண்ணம் இருந்தன.

அந்த அம்மாளின் கையைக் கைகளில் எடுத்து மோகன் அவளுடைய புறங்கையை மெதுவாகத் தட்டினான். அவளுக்கு நாய்மீது விசேஷ அன்பு இல்லாது போனாலும் மோகன் வந்தால் அவனை வரவேற்று ஏதாவது சாப்பிடச் சொல்வாள். ஒருமுறை அவன் வீட்டிற்குச் சென்று அவனுடைய மனைவி குழந்தைக்குத் துணிமணி பழங்கள் கொடுத்து அரை மணி நேரம் பேசிக்கொண்டிருந்தாள். இப்போது சற்றுக் கவலைக்கிடமாகத்தான் இருந்தாள்.

"நாயைப் பார்த்துட்டயா?" என்று கையால் கேட்டாள்.

"அதுவும் படுத்திண்டிருக்கம்மா. ரத்த ஓட்டம் சரியில்லை."

அவள் பேசாதிருந்தாள்.

"எல்லாம் மனுஷங்க மாதிரிதானே?"

"இருக்கும்பா. நான் அதைக் கவனிச்சதே இல்லே. இங்கே அழைச்சிண்டு வரயா?"

மோகன் நர்ஸிடம் சென்று கேட்டான்.

"இரண்டு செகண்ட். ஆனா அம்மாவை நக்க விடாதீங்க" என்றாள். தொடர்ந்து "நாயைக் கதவுக் கிட்டேயே வைச்சுக்கங்க" என்றாள்.

மோகன் நாயின் கழுத்துப் பட்டையைப் பிடித்து எழுப்பினான். நாய் நின்றது. "வா, அம்மாவைப் பாக்கலாம்" என்று சொல்லி அழைத்துச் சென்றான்.

எஜமானியம்மா கண்களை மூடியபடி இருந்தாள். "அம்மா" என்று மோகன் குரல் கொடுத்தான். மறுபடியும் சற்று உரத்து "அம்மா" என்றான்.

நர்ஸ் எஜமானியம்மாவின் தலையைத் தலையணையுடன் சற்றுத் தூக்கினாள். எஜமானியம்மா நாயைப் பார்த்தாள். நாய் வாலை ஆட்டியது.

எஜமானியம்மா மீண்டும் கண்களை மூடிக் கொண்டுவிட்டாள். நாய் தயக்கத்துடன் அதனிடத்திற்குச் சென்றது. போய் உடனே படுத்துவிட்டது.

வீட்டு மூத்த மகன் மோகனுக்காகக் காத்திருந்தார். "நீங்க சொல்லுங்களேன். அம்மா கேப்பாங்க" என்றார்.

"என்ன சொல்லணும்?"

"நர்ஸிங் ஹோம் போயிடலாம்னு. இங்கே நாளெல்லாம் யாராவது தொந்தரவு பண்ணிண்டிருக்காங்க. இந்த நர்ஸுக்கு ஒண்ணுமே தெரியலே."

"அறை சுத்தமா இருக்கணும்கிறாங்க. அம்மாவுக்கு டியூப் ஏதாவது வைச்சிருக்கா?"

"ஆமாம். படுக்கையடியிலே செப்டிக் பையிருக்கே?"

"வீடு விஷயத்திலே மனுஷங்க மனசைப் புரிஞ்சுக்கிறது கஷ்டம். திடீர்னு இன்னிக்கு நாயைக் காட்டுன்னாங்க."

"அதுவும் கூடவே இருந்து வயசாயிடுத்து, எனக்கு லீவே இல்லை. நர்ஸிங் ஹோம்லே விட்டா நான் ஆபீஸ்லே தலையைக் காட்டலாம்."

மோகன் பதில் பேசாதிருந்தான். "நான் கிளம்பறேன். ஏதாவது யார்கிட்டேயாவது சொல்லணும்னா சொல்லிட்டுப் போறேன்."

"இல்லே, ஒண்ணும் வேண்டாம். நாய் ஏன் நேத்துலேர்ந்து சாப்பிடலே?"

"அதுக்கும் சுரம். மத்தியானமா இருக்கிற இடத்திலேயே சுத்திச் சுத்தி வரும். அதை அவுத்துக்கூட விட்டுடலாம். அதுக்கு நிக்கறதுக்கே சக்தி இல்லை."

வீட்டில் மாமியார்தான் இருந்தாள்.

"அமுதா எங்கே?" என்று மோகன் கேட்டான்.

"டாக்டர்கிட்டே போனா."

"போய்ப் போன் பண்ணினாளா?"

"டாக்டரைப் பாத்துட்டா. மார்ச்சளி. இருபத்திநாலு மணி நேரமும் குழந்தையை ஃபேனடியிலே வைச்சிருக்காதேன்னிருக்காரு."

இதையே மோகன் சொன்னால் கேட்க மாட்டார்கள். இப்போது மார்பில் சளி.

"நீங்க போற ஒரு வீட்டிலே அந்தப் பெரியம்மாவுக்கு உடம்பு சரியில்லேன்னு சொன்னீங்களே? தேவலாமா?"

"அந்த வீட்டைச் சுத்தி ஏகப்பட்ட செடி கொடி. பெரியவரு ஏதோ எண்ணத்திலே வளத்தாரு. செடி வேணுந்தான். ஆனா வீட்டுச் சுவரு மேலே படறவிட்டா ஏதேதோ பூச்சி வந்துடறது. அங்கே நாய்க்கும் உடம்பு சரியில்லே."

மோகன் மனைவி மருந்து வாங்கிக்கொண்டு வீடு திரும்பிக் குழந்தையைக் கீழே துணி விரித்துப் படுக்கவைத்தாள். அவ்வளவு சளியுடனும் குழந்தை தூங்கிக்கொண்டிருந்தது.

"விக்ஸ் தடவிக் கழுத்துவரை வெறும் துணி போட்டுப் போர்த்தி வை. கம்பளி எல்லாம் வேண்டாம்."

அமுதா மோகனைப் பார்த்தாள். "நீங்களும் வந்திருக்கலாமில்லே?"

"வந்திருக்கலாம். ஆனா நீயே போனதும் நல்லதுதான். நான் போனா இரண்டே வார்த்தை சொல்லிப் போகச் சொல்லிடறாரு."

அமுதா முதலில் பதில் பேசவில்லை. அப்புறம் சட்டென்று, "இனிமே குழந்தைக்கு டீ ஷர்ட்டே போட்டுடாதீங்க" என்றாள்.

குழந்தைக்கு அவன் உடுப்புப் போட்டது கிடையாது. பளிச்சென்று இருந்ததே என்று இரண்டு டீ ஷர்ட் பத்து நாட்கள் முன்பு வாங்கியிருந்தான். அமுதாதான் குழந்தைக்கு டீ ஷர்ட்டை மாற்றி மாற்றிப் போட்டாள்.

"சரி, நான் குழந்தைகிட்டே இருக்கேன். உனக்கு வேறே வேலை இருந்தா அதைக் கவனி."

அமுதா எழுந்து உள்ளே போனாள். மோகனின் கைபேசி நடுங்கியது. மோகன் அவன் காதருகே வைத்துக்கொண்டான். டைகர் இறந்துவிட்டது.

***சக்தி*, 2009**

வெள்ளை மரணங்கள்

முதல் உலக யுத்தத்தின்போது அங்கு தங்கிய வெள்ளைக்காரச் சிப்பாய்களுக்காக 300 அடி நீளமும் 40 அடி அகலமும் கொண்ட அந்த உயரமான சீமை ஓட்டுக் கொட்டகை கட்டப்பட்டு இருக்க வேண்டும். பின்னர், ராணுவம் கலைக்கப்பட்டதும் அந்த நீளக்கொட்டகை நிஜாம் ரயில்வேக்குக் கொடுக்கப்பட்டு இருக்க வேண்டும். அது 12 ஆகப் பிரிக்கப்பட்டு, அதில் கடைசி வீடு எங்கள் அப்பாவுக்குக் கொடுக்கப்பட்டது. அந்த வீடுகள் 'ரன்னிங் ஸ்டாஃப்' என்று கார்டு, டிக்கெட் பரிசோதகர்கள் போன்றவர்களுக்கு. எங்கள் அப்பா அலுவலகத்துக்கு 10 மணிக்குப் போய் அவருடைய மேலதிகாரிகள் வீட்டுக்குக் கிளம்பிய பிறகு கிளம்புவார். சில தருணங்களில் ஆபீஸ் காகிதக் கட்டுகளை வீட்டில் கொண்டுவந்து குறிப்பு எழுதுவார்.

எங்கள் வீட்டுக்கு முன்வாசல், கொல்லை, பக்க வாட்டில் வாயிற்படி என்று மூன்று வாயிற்படிகள் உண்டு. ஆதலால், ஒவ்வோர் இரவிலும் கவலை இல்லாமல் தூங்க மூன்று கதவு களையும் பூட்ட வேண்டும். அலிகார் பூட்டுகள் என்று நாங்கள் பல பெரிய பூட்டுகளை வைத்திருந்தோம்.

கொட்டகை கிழக்கு மேற்காகக் கட்டப்பட்டது. நாங்கள் பக்கவாட்டுக் கதவைத் திறந்தால், வெயில் சுளீரென்று 12 மணி வரை அடிக்கும். அந்த நாளில் அரிசி, பருப்பு, கடுகு, மிளகாய் வற்றல் எல்லாமே பயன்படுத்துவதற்கு முன்பு அவற்றில் கலந்துள்ள குப்பை, சத்தை, கல், களிமண் உருண்டை முதலியவற்றை விலக்க வேண்டும். அரிசி, பருப்பைப் புடைக்க வேண்டியிருக்கும். அதற்கு மூங்கில் பிளாச்சுகளால் செய்யப்பட்ட முறம் வேண்டும். முறத்தையும் வாங்கினபடியே பயன்படுத்த முடியாது. காகிதத்தை ஆட்டுக்கல்லில் தண்ணீரும் வெந்தயமும்விட்டு அரைத்து, மெழுகு போலச் செய்து, அதை முறத்தின் இரு புறங்களிலும் பூசி உலரவைக்க வேண்டும். வீட்டுப் பெண்மணிகளுக்கு நாளெல்லாம் ஓயாத வேலை இருக்கும். எல்லாம் கிழக்கு வாசல் படியில்தான்.

இம்மாதிரி வீட்டு வேலையில் சிறிதும் உதவாது நானும் என் பெரிய அக்காவும் மைல்கணக்கில் பரந்திருந்த வெட்ட வெளியில் சுற்றப் போய்விடுவோம். பூமி சம தரையாக இருக்காது. மேடும் பள்ளமுமாக இருக்கும். பயிர் செய்து பயன்படுத்த முடியாத மண். இந்த வெட்டவெளியில் ஓர் இடத்தில் ஆளுயரச் சுற்றுச்சுவர் கட்டி, அதற்கு இருந்த ஒரே கதவு பூட்டப்பட்டு இருந்தது. அதற்கு முன் சற்றுப் புதுக் கொட்டகை. வேலை இல்லாத முதிய ஏழைக் கிறித்துவர்களுக்கு, அவர்களுக்குத் தெரிந்த வேலை செய்து, சிறிது பணம் ஈட்ட ஒரு வொர்க் ஷாப். எளிய தச்சு வேலை. காலை சுமார் 9 மணிக்கு வந்து மாலை அவ்வளவு பேருமாக 5 மணிக்குக் கிளம்பிவிடுவார்கள். பகலில் கஞ்சி இலவசம்.

இந்தக் கொட்டகையைத் தாண்டி இருந்த இடம் எனக்கும் என் அக்காவுக்கும் ஒரு புதிராக இருந்தது. விஸ்தாரமாக இருந்த இடத்தைத்தான் சுற்றிலும் சுவர் எழுப்பிப் பாதுகாத்துக்கொண்டு இருக்கிறார்கள். யார் அது?

அந்த வெளிக் கதவுப் பூட்டுப் பெரிதாக... ஆனால், மிகவும் பழையதாக இருந்தது. அதற்குச் சாவி உண்டா? இப்படி வருடக்கணக்கில் பயன்படுத்தாமல் இருந்ததால் பூட்டின் சாவி தொலைந்து போய் இருக்கக்கூடும்.

எல்லா நாட்களிலும் அக்காவால் என்னோடு வெட்ட வெளிச் சுற்றலுக்கு வர முடியவில்லை. நான்தான் தனியாக அந்தக் குன்றுகளிடம் சென்று சுற்றுப் பார்ப்பேன். ஒன்றிலும் ஏற முடியாதபடி மேற்பரப்பு வழவழவென்று இருக்கும். அடுத்த குன்று, அதற்கடுத்த குன்று என்று போனவனுக்கு வழி தெரியவில்லை. கலவரம் அடைந்து தாறுமாறாக ஓடினேன். குன்றுகள் முடிந்து சற்றுத் தூரத்தில் இருப்புப் பாதை தெரிந்தது. அப்படியானால் அந்த இருப்புப் பாதையோடு சென்று ரயில் நிலையத்தை அடைந்துவிடலாம். ரயில் நிலையத்தில் இருந்து எனக்கு வீடு திரும்ப வழி தெரியும்.

ரயில் பாதையை நெருங்கியபோதுதான் அங்கேயும் ஒரு பெரிய பாறை இருந்து அதற்குப் படிக்கட்டும் இருந்தது தெரிந்தது. வீட்டை அடைந்துவிடலாம் என்ற நம்பிக்கை வந்தவுடன் எனக்குத் தைரியம் வந்தது. அந்தப் படிக்கட்டுமீது ஏறினேன். மேலே ஒரு கோயில். அனுமன் கோயில்.

அனுமார் கற்சுவரிலேயே குடையப்பட்டுக் காவி வண்ணம் சூட்டப் பட்டு இருந்தார். அந்தப் பக்கத்தில் அனுமன் என்றிருந்தால், அதற்கு ரெட்ஆக்ஸைட் என்ற வண்ணம் பூசிவிடுவார்கள். அங்கே மாத்வப் பூசாரி ஒருவர் இருந்தார். ஆனால், அவருடன் பேசத் தயக்கம். அவர் துளசியும் உத்தரணி நீரும் கொடுத்தார். நான் கோயிலில் இருந்து கீழே இறங்கி, ரயில் பாதை ஓரமாக நடந்தேன். அரை மணி நேரத்தில் வீடு போய்ச் சேர்ந்துவிட்டேன்.

இப்போது எனக்கு இரு இடங்கள் புதிராக இருந்தன. முதல் புதிர், ஆளுயரச் சுற்றுச் சுவர் கட்டப்பட்ட இடம். இரண்டாவது, இந்த அனுமார் கோயில். ஏன், அப்பா இந்தக் கோயிலுக்கு எங்களை அழைத்துப் போனது இல்லை? அப்பாவுக்கே தெரியாதா?

நான் என் அக்காவிடம் மட்டும் சொன்னேன். "இன்னிக்கு என்னையும் அழைச்சுண்டு போடா" என்று கேட்டாள்.

"நாளைக்குப் போவோம்" என்றேன்.

"எனக்கு அனுமார்னா ரொம்பப் பிடிக்கும்."

"அந்தக் கோயிலே உனக்கு ரொம்பப் பிடிக்கும். எனக்கு நேர் வழி தெரியாது. சுத்திண்டுதான் போகத் தெரியும்."

"நானும் வரேன்."

"சரி, நாளைக்கு."

அடுத்த நாள் நான் பள்ளியில் இருந்து 4 மணிக்கே வந்துவிட்டேன். ஆனால், அக்காவுக்கு நாலரை மணியாகிவிட்டது.

அவசரம் அவசரமாக மோர் சாதமும் டீயும் சாப்பிட்ட பிறகு, நாங்கள் இருவரும் கிளம்பினோம். அம்மாவுக்குக் கோபம். "வண்டி பத்துப் பாத்திரம் இருக்கு. எங்கே கிளம்பிட்டே?" என் அக்கா ஏதோ முனகிவிட்டு வெளியே வந்துவிட்டாள். நாங்கள் ஓட்டமும் நடையுமாக ரயில் பாதையை அடைந்தோம். அதோடு நடந்து அனுமன் கோயிலை அடைந்தோம்.

அன்று அங்கே இன்னும் ஐந்தாறு நபர்கள் இருந்தார்கள். அன்று விசேஷ நாளாக இருக்க வேண்டும். நாங்கள் இருவராக இருந்ததால், தைரியமாகக் கோயிலை வலம் வந்தோம். அந்தச் சிறிய இடத்தில் ஒரு கிணறு. பொதுவாக, அந்த ஊரில் கிணறுகள் கிடையாது. இருக்கும் வீடுகளுக்குக் குழாய் இருக்கும். அது இல்லாதவர்கள், தெருக் குழாய்களில் தண்ணீர் பிடித்துக்கொள்ளலாம். அந்த அனுமார் கோயிலில் எப்படி, எப்போது கிணறு தோண்டினார்களோ?

அக்காதான் அங்கு இருந்தவர்களில் ஒரு பெண்மணியைக் கேட்க, அவள் அந்தக் கோயிலின் பெயரைச் சொன்னாள். லட்சுமண் ஜூலா.

இதன் பிறகு அக்கா அடிக்கடி அவளாகவே லட்சுமண் ஜூலாவுக்குப் போய்விடுவாள். அம்மாவிடம் திட்டு வாங்கிக்கொள்வாள். ஆனால், எங்களுக்குப் பயமே எழவில்லை. என்னால்தான் அந்தக் கோயிலுக்கு அதிகம் போக முடியவில்லை. விளையாட்டுக்குக் கோஷ்டி சேர்ந்துவிட்டது.

ஒருநாள் அக்கா சொன்னாள், "அந்தக் கோயிலுக்கு ஒரு குறுக்கு வழி இருக்கிறது." "எப்படி?" என்று கேட்டேன்.

"இந்த வொர்க் ஷாப் தாண்டி அந்த உயரமான காம்பவுண்டு சுவரையும் தாண்டிப் போனால், ஒரு குட்டை வரும். குட்டைக்கு அந்தப் பக்கம்தான் கோயில் மலை இருக்கு."

நானும் அந்தக் குட்டைப் பக்கம் போயிருக்கிறேன். ஓட்டுச் சில்லை ஒரு மாதிரி சாய்த்து வீசினால், அது தண்ணீருக்குள் போகாமல் மீண்டும் மேலே கிளம்பி அடுத்த முறைதான் கீழே தண்ணீரில் மூழ்கும். இது

எல்லா முயற்சிகளிலும் நேராது. குட்டைக்குப் பிறகு நான் மலைகளுக்குப் போய்விடுவேன். குட்டையைத் தாண்டி நேரே போக வேண்டும் என்று தோன்றியது இல்லை. என் அக்கா போயிருக்கிறாள்!

நான் அடுத்த நாளே அந்தக் குறுக்கு வழியைக் கண்டு பிடித்துவிட வேண்டும் என்பதில் உறுதியாக இருந்தேன். அக்காவுக்கு மாவு அரைக்கும் வேலை. என்ன காரணமோ எனக்கும் அவள் தனியாக அந்த வெட்டவெளியில் போவது சரி இல்லையோ என்று சந்தேகம் வந்துவிட்டது. அது அத்துவான வெளி. ஏதோ சில நாட்களில்தான் அங்கு ஆட்டிடையர்கள், மாடு மேய்ப்பவர்கள் கண்ணுக்குத் தெரிவார்கள். ஆடு மாடு மேய்க்கப் புல் இருக்க வேண்டும் அல்லவா? மழை பெய்த பத்துப் பதினைந்து நாட்களுக்குத்தான் சிறிது பச்சை நிறம் தெரியும். மற்ற நாட்களில் வெறும் கட்டாந்தரைதான்.

நான் வொர்க் ஷாப்பைத் தாண்டி அந்த ஆள் உயரச் சுவர்கொண்ட இடத்துக்கு வந்தேன். என் கண்களை நம்ப முடியவில்லை. அங்கே கதவு திறந்து இருந்தது. உள்ளே எட்டிப் பார்த்தேன். அது மிகப்பெரிய இடம். பல ஏக்கர்கள் இருக்க வேண்டும். சிறிதும் பெரிதுமாக அந்த இடமெல்லாம் தனித்தனிக் கட்டடங்கள். நாள் கணக்கில் பூட்டிக்கிடந்ததில் அங்கே நிறையப் புதர்களும் ஓரிரு இடங்களில் சப்பாத்திக் கள்ளிச் செடிகளும் இருந்தன. எனக்குக் காலில் செருப்பு இல்லை. ஜாக்கிரதையாக நடந்தேன். சில நிமிடங்களுக்குப் பிறகுதான் அது ஒரு கல்லறை என்று தெரிந்தது. எங்கள் ஊரிலேயே சில மாதா கோயில்கள் அருகில் சிறிய அளவில் கல்லறைகள் உண்டு. அவை தெருவில் இருந்து நன்றாகத் தெரியும். அங்கும் செடி புதர்கள் இருந்தாலும் பாதைகள் தெளிவாகத் தெரியும். இங்கே பாதைகள் இருந்த இடமே தெரியவில்லை.

கல்லறை வாசகங்கள் எல்லாமே ஆங்கிலத்தில் எழுதி இருந்தன. எல்லாம் பல ஆண்டுகள் பழையது. பெரிதாகக் கட்டப்பட்ட ஒரு கல்லறையில் சுமார் 20 பெயர்கள். அவ்வளவு உடல்களையும் ஒரே நாளில் அங்குக் குழி தோண்டிப் புதைத்து இருக்கிறார்கள்.

திடீர் என்று எனக்குப் பயம் வந்தது. அந்தப் பழைய கல்லறையில் நான் தன்னந்தனியாளாக மாலைப் பொழுதில் சிக்கிக்கொண்டு இருக்கிறேன். உடனே வெளியே போய்விட வேண்டும்.

என் கால்களில் முள் தைப்பதையும் பொருட்படுத்தாது கல்லறையின் வாசலை அடைந்தேன். அது மூடி இருந்தது. என் பயம் தாங்க முடியாது போயிற்று. கதவைத் தடதடவென்று தட்டினேன். "கதவைத் திற! கதவைத் திற!" என்று கத்தினேன்.

அந்தக் கதவை அப்போதுதான் மூடிப் பூட்டி இருக்க வேண்டும். நல்ல வேளையாக அந்த ஆள் வெகு தூரம் சென்று இருக்கவில்லை. கதவு திறந்தது. அங்கே குள்ளமாக ஓர் ஆள் கரடுமுரடான முகத்துடன் நின்றுகொண்டு இருந்தான்.

"நீ எப்படா உள்ளே வந்தே?"

"கதவு திறந்து இருந்தது..."

“கதவு திறந்து இருந்தா, உள்ளே வந்துடறதா? இது நீ வர இடமா?”

நான் பேசாமல் நின்றேன். அந்தக் குள்ள மனிதனின் முகம் பயம் எழுப்புவதாக இருந்தது.

“போ ... போ ...” என்றான்.

நான் தயங்கியபடியே, “அது என்ன இடம்” என்று கேட்டேன்.

“இது கிறித்துவங்க கல்லறை. உள்ளே நிறையப் பேரைப் பொதைச்சிருக் காங்க. போ ... போ.”

இப்படிச் சொன்னபடி அந்த ஆள் அந்தக் கதவைச் சற்று முயற்சி எடுத்துத் தாளிட்டார். பூட்டை எடுத்து மாட்டி இரு கைகளாலும் மேலும் கீழுமாக அழுத்தினான்.

“சாவி இல்லையா?” என்று கேட்டேன்.

“ஏன்டா, நீ இன்னுமா இங்கே நிக்கிறே? அத்தனை பிசாசும் உன்கிட்டேதான் வரும். போ ... போ.”

அந்த ஆள் காலைச் சாய்த்துச் சாய்த்து நடந்து சென்றான். நான் லட்சுமண் ஜூலா சென்றேன். நிஜமாகவே அது குறுக்கு வழிதான். இந்தமுறை அங்கே பூஜை புரிபவர் ஆஞ்சநேயர்மீது பூசியிருந்த காவியை ஒரு விரலில் எடுத்து என் நெற்றியில் புள்ளியிட்டார். “இது இருக்கிற வரைக்கும் உன்கிட்டே ஒரு பூதம் பிசாசு வராது” என்றார்.

எனக்கு ஆச்சர்யமாக இருந்தது. சற்று முன்புதான் அந்தக் கல்லறை ஆள் ‘அந்தக் கல்லறையில் உள்ள பிசாசுகள் எல்லாம் என்னிடம் வந்து சேரும்’ என்றார். அது தெரிந்தது போலப் பூசாரி ஒரு பேய், பிசாசு என்னிடம் வராது என்று அறிவிக்கிறார்!

அன்றிரவு என் அக்காவிடம் சொன்னேன், “பூட்டியே இருக்குமே, அது என்ன தெரியுமா?”

“என்ன?”

“அது கல்லறை. நிறைய வெள்ளக்காரங்களைப் பொதைச்சிருக்காங்க.”

“நீ பாத்தியா?”

“ஆமாம். கதவு திறந்து இருந்தது. உள்ளே போனேன். நிறையச் சின்னச் சின்ன துளசி மாடம் மாதிரி இருந்தது. ரெண்டு மூணு பெரிசாவும் இருந்தது. அதிலே எல்லாத்திலேயும் பேர் இருக்கு.”

“நாளைக்கும் போவியா?”

“எனக்குத் தெரியாது. அங்கே நிறையப் பிசாசுங்க இருக்கலாம்.”

“யார் சொன்னா?”

“குள்ளமா ஓர் ஆளு.”

“அப்போ அந்த ஆளே பிசாசோ என்னவோ?”

எனக்கு வயிற்றைக் கலக்கியது. இனி நானே அங்குப் போகக் கூடாது என்று நினைத்துக்கொண்டேன். அன்றிரவு சரியாகத் தூங்க முடியவில்லை. விதவிதமான கனவுகள்.

அடுத்த நாள் பள்ளிக்கூடத்தில் பாடங்களைச் சரியாகக் கவனிக்க முடியவில்லை. பெங்கால் டைகர் வாத்தியார் கேட்ட கேள்விக்குச் சரியான பதில் தரவில்லை என்று அடி. அந்த வாத்தியாருக்குப் பிடித்தமான மாணவன் என்று எனக்கும் பெயர். ஆனால், பாடத்தைச் சரியாகக் கவனிக்காவிட்டால் அவர் தன் பெயருக்கேற்பப் பாய்ந்து விடுவார்.

வீட்டுக்கு வந்தவுடன் நான் வாய் பேசாமல் மோர் சாதம் சாப்பிட்டதைக் கவனித்த அம்மா, "ஏன்டா, என்னாச்சு இன்னிக்கு?" என்று கேட்டாள்.

"ஒன்றுமில்லையே."

"ஏன், உன் மூஞ்சி ஏதோ மாதிரி இருக்கு?"

எனக்கும் தெரியவில்லை என்று அவளுக்குத் தெரியாதா? ஆனால், ஏதோ ரகசியம் இருக்கிறது என்பது மட்டும் அவள் தெரிந்துகொண்டாள்.

நான் வேகமாக வொர்க் ஷாப் பக்கம் போனேன். என்னை யாராவது தொடர்கிறார்களா என்று பார்த்தேன். யாரும் இல்லை. நான் வேகமாகப் பூட்டிய கதவருகே சென்றேன். பூட்டை இழுத்தேன். அது திறந்துகொண்டது. நான் மிகவும் சிரமப்பட்டுக் கதவைச் சிறிது திறந்துகொண்டேன். உள்ளே போய்க் கதவைச் சாத்தினேன்.

தரை எல்லாம் சருகு. பாம்பு இருந்தால் தெரியாது. என் வெறும் காலே நிறையச் சத்தம் எழுப்பியது. நான் அந்தக் கல்லறையில் மிகப் பெரிய மண்டபம் இருந்த இடத்துக்குப் போனேன். அங்கேதான் 20 பேர் புதைக்கப்பட்டு இருந்தார்கள். எல்லோருக்கும் 19 அல்லது 20 வயது. அவர்கள் பெயர்களுக்கு அடியில் இருந்த வாசகம். 'போர் முனையில் உயிரைவிட முன்வந்தவர்களைக் காலரா நோய் வென்றுவிட்டது!'

அந்த வாசகத்தின் கவித்துவம் எனக்கு அன்று புரியவில்லை. அந்தப் பெரிய காம்பவுண்டில் 200 கல்லறைகள்கூட இருக்கலாம். இவ்வளவு வெள்ளைக்காரர்கள் அந்த ஊரில் கடைசி மூச்சை விட்டிருக்கிறார்கள். அந்த இடத்துக்கு வருவதற்குச் சரியான பாதைகூடக் கிடையாது. ஆதலால், எல்லா உடல்களையும் தூக்கிக்கொண்டுதான் வந்திருக்க வேண்டும்.

திடீர் திடீரென்று என் அம்மா அழுவாள். எனக்கு அண்ணனாக இருந்தவன் எனக்கு இரண்டு வயது ஆவதற்குள் வயிற்று வலி என்று சொல்லிக் கடைசியில் செத்தே போய்விட்டான். 10 வருடம் ஆன பிறகுகூட என் அம்மாவின் துக்கம் தீரவில்லை. இங்கே இவ்வளவு பேர் புதைக்கப்பட்டு இருக்கிறார்களே, இவர்களுடைய தாய் – தந்தையர் எவ்வளவு அழுது இருப்பார்கள்! அவர்கள் வரை இது அந்நிய நாடு. அவர்கள் இறந்தபோது அவர்கள் தாய் – தந்தையர் அருகில் இருந்திருக்க முடியாது. எல்லோரும் வெள்ளைக்காரச் சிப்பாய்கள். ஒருவேளை நாங்கள் இப்போது இருக்கும் அறைகளில்கூட அவர்கள் இருந்து இருக்கலாம். இப்போதே ஊரில் ஏழெட்டு மருத்துவர்கள்தாம். இந்தச் சிப்பாய்கள் இருந்த நாட்களில் எவ்வளவு பேர்

இருந்து இருப்பார்கள்? மருத்துவம் பார்க்கப்படாத காரணத்தால்கூட இவர்கள் மொத்தமாக இறந்து இருக்கலாம்.

அந்த வயதில் எனக்கு அழுகை வந்தது. அங்கேயே அழுதுகொண்டு நின்றேன்.

என்னை யாரோ முதுகில் தட்டி, "அழாதேடா. எனக்கும் அழுகை வந்திடும்" என்று சொன்னதும் திரும்பிப் பார்த்தேன். என் அக்கா.

"நீ எப்படி வந்தே?"

"எனக்குத் தெரியாதா நீ எங்கே போவேன்னு."

"இந்தக் கதவுக்குப் பூட்டே கிடையாது."

"இருக்கே."

"அது பூட்டாது."

"சரி, வா. நாம கோயிலுக்குப் போவோம்."

நாங்கள் இருவரும் வெளியே வந்து கதவைத் தாளிட்டு, அந்தப் பூட்டை அழுத்தி வைத்தோம். ஆனால், அது திறந்த மாதிரிதான் இருந்தது. இரண்டு நாளில் அடிக்கடி திறக்கப்பட்டது. பூட்டின் உள்ளே இருந்த துரு, அழுக்கை விலக்கி இருக்கும்.

நாங்கள் லட்சுமண் ஜூலா போய்விட்டுச் சுற்று வழியில் தான் வந்தோம்.

"இனிமே இங்கே வர வேண்டாம்" என்று நான் சொன்னேன்.

"நானும் வரப்போறது இல்லை" என்று அக்கா சொன்னாள்.

"ஒண்ணு தெரியுமா?" என்று கேட்டாள்.

"என்ன?"

"உனக்கு முன்னாலயே நான் கல்லறையைப் பாத்துட்டேன்!"

ஆனந்த விகடன், செப்டம்பர் 2009

ஒரு சொல்

அவள் முதலில் சொன்னபோது அவள் எப்போதும் வெளிப்படுத்தும் கண்டனத்தின் ஒரு வெளிப்பாடு என்றுதான் நினைத்தான். அவள் என்று நல்ல வார்த்தை, பாராட்டுக் கூறியிருக்கிறாள்? எப்போதும் குறை, எப்போதும் கண்டனம். உங்களுக்கு எதுவுமே தெரியாது. இப்படிச் சொல்வதில் பன்மை எதற்கு? நீ நீ என்றே சொல்லிவிடலாமே?

இவ்வளவுக்கும் அவன் மணவாழ்க்கை அவளுக்கு அனுசரணையாகவே இருந்து வந்ததை யாரும் அறிவார்கள். அவனுடைய அம்மா, மருமகள் வேலைக்குப் போகக் கூடாது என்றாள். அவன்தான் அம்மாவின் விருப்பத்திற்கு எதிராக அவளைத் தொடர்ந்து வேலைக்குப் போக வசதி செய்தான். அம்மா வருத்தப்பட்டுக் கொண்டு அவனுடைய பெரிய சகோதரன் வீட்டுக்குப் போய்விட்டாள்.

அவனுக்கும் மனைவிக்கும் ஒரே நேரத்தில் அலுவலகங்கள் தொடங்கும். இரண்டும் வெவ்வேறு திசைகள். ஆதலால் அவள் பஸ்ஸில் போவாள். அதற்காக வீட்டை விட்டு எட்டேகாலுக்கே கிளம்ப வேண்டும். அவள் சாதம் சமைத்துவிடுவாள். காய்கறி மற்றும் சாம்பார் அல்லது குழம்பு அவளுக்குத் தேவையான அளவுக்குத் தயாரித்துச் சாப்பிட்டுவிட்டுக் கைக்கும் எடுத்துக்கொண்டு போய்விடுவாள். அவன் மிகுதி வாழைக்காயையோ, கத்தரிக்காயையோ வதக்கி இறக்க வேண்டும். முழுப்பாத்திரமும் சாம்பார் அல்லது குழம்பு தயாரிக்க வேண்டும்.

அவனுக்கிருந்த ஒரு வசதி அவனுடைய மோட்டார் சைக்கிள். அவன் சாப்பாடு எல்லாவற்றையும் பாதுகாப்பாக வைத்து வீட்டை விட்டுக் கிளம்பும்போது மணி எட்டு நாற்பதைத் தாண்டிவிடும். ஒன்பதுக்குள் சைதாப்பேட்டையைக் கடந்துவிட்டால் சற்று ஆசுவாசமாக அலுவலகம் போய்ச் சேரலாம். இல்லாவிட்டால் சைதாப்பேட்டையிலிருந்து பெரியார் சிலை வரை ஊர்ந்து கொண்டு போகவேண்டும்.

அவன் இப்படி அடித்துப் பிடித்துப் போக வேண்டியதற்கு அலுத்துக்கொண்டது கிடையாது. இப்படித்தான் 25 ஆண்டுகள் குடும்பம் நடத்தி இரு பெண்களையும் படிக்கவைத்து ஒருத்தியை அமெரிக்காவுக்கும் அனுப்பியாயிற்று. அவனுக்கே முதுகு வலி, கழுத்து வலி, ரத்தக் கொதிப்பு வந்தாயிற்று. இதற்கெல்லாம் அவன் யாரையும் காரணம் சொன்னதில்லை.

மனைவி எப்போது பார்த்தாலும் சாப்பிட்டுக் கொண்டிருந்தாள். அவனே டாக்டரிடம் போக வேண்டும் என்று சொல்லி, அவளை அழைத்துச் சென்றான். இரத்தப் பரிசோதனை. மனைவிக்குச் சர்க்கரை நோய். அவள் அது எப்படி வந்திருக்கலாம் என்று எந்தக் காரணமும் தெரிந்துகொள்ள முடியாதபடி "நீங்கள் கொடுமைப்படுத்திக் கொடுமைப் படுத்தி எனக்குச் சர்க்கரை நோய் வந்துவிட்டது" என்றாள். முதலில் அதைச் சாதாரணமாகத்தான் எடுத்துக்கொண்டான். சர்க்கரை நோய் மனைவியுடைய தாயாரிடமிருந்து வந்திருக்கலாம். அவனுடைய குடும்பத்தில் இந்த நோய்க்கெல்லாம் அவசியமில்லாமல் நாற்பது நாற்பத்திரண்டு வயதிலேயே தாய் தகப்பனார் இறந்துவிட்டார்கள். இப்போது மனைவிக்கு வந்தது அவன் கொடுமைப்படுத்தி.

கொடுமை என்ற சொல்லுக்கு அவளுக்குப் பொருள் தெரியுமா? கேட்ட கேள்விக்குப் பதில் சொல்லாமல் இருந்தாலும் கொடுமைதான். புளிய மரத்தில் தலைகீழாகத் தொங்கவிட்டு இரண்டு கண்களைப் பிடுங்குவதும் கொடுமைதான். அவன் அவளை என்ன கொடுமைப்படுத்தினான்?

அவன் நினைக்க நினைக்க அவளுடைய காரணம் விபரீதமான பரிமாணங்கள் கொண்டிருப்பது புலப்பட்டது. கேட்பவர்கள் என்ன நினைப்பார்கள்? அவன் அவளைத் தினமும் அடிக்கிறான். குடித்துவிட்டு வீடு திரும்புகிறான், வீட்டுச் செலவுக்குப் பணம் தராமல் சங்கடப்படுத்துகிறான் என்றெல்லாம் நினைப்பார்கள். இதில் கணவன் பேச்சு எடுபடாது.

அவனுக்கு வீடு திரும்பவே பயமாக இருந்தது. அதிக நேரமாகிவிட்டாலும், "ஏன் இப்படிக் கொடுமைப்படுத்துகிறீர்கள்?" என்று கேட்கக் கூடும். இப்போது எல்லாமே கொடுமையாக அர்த்தப்படுத்திக் கொள்ள முடியும். இவ்வளவு நாட்கள் அவள் மனதில் இப்படி ஒரு கணிப்பு இருந்திருக்கிறது. கணவன் கொடுமைப்படுத்துகிறான்.

இவள் அக்கம்பக்கத்திலோ உறவினர்கள் மத்தியிலோ கொடுமைப் படுத்தும் கணவர்களைப் பார்த்ததில்லையா? இவளுடைய அப்பாவே வேறு ஒரு குடித்தனம் ரகசியமாக நடத்தியிருக்கிறார். இவளுடைய பெரியம்மா மகன்கள் இருவரும் குடிகாரர்கள். வீட்டிலேயே பெரியவர்கள் இருக்கும்போதே அவர்களுடைய கோஷ்டியோடு குடிக்க உட்கார்ந்து விடுவார்கள். பெரியவனுடைய மனைவி வடகம், கருவடகம், பொரித்துத் தந்துகொண்டேயிருக்க வேண்டும். இவன் மனைவியோ என்றாவது ஒரு நாள் மாமியார், வீட்டுக்கு வந்தால் உடனே தலைவலி என்று படுத்துவிடுவாள். அவனுடைய அம்மா அவனுடைய மனைவிக்கும் சேர்த்துச் சமைத்துக் கஞ்சி வைத்துத் தரவேண்டும். அவனுடைய அம்மா அவனுடைய அண்ணா வீட்டுக்குக் கிளம்பியவுடன் தலைவலி ஜுரம் போய்விடும். இவன் மீண்டும்

சமையலை முடித்துப் பாத்திரங்களை ஒழுங்காக மூடிவைத்து வீட்டைப் பூட்டிக் கொண்டு போகவேண்டும்.

25 ஆண்டுகள்! இவ்வளவு நாட்கள் இவள் மனதில் அவனைப் பற்றி இப்படியா ஒரு தோற்றம் இருந்திருக்கிறது? அவனால் நிஜமாகக் கொடுமைப்படுத்துபவனாக இருக்க முடியுமா? அவனால் அதட்டக் கூட முடியாது. இரண்டு குழந்தைகள் பிரசவத்தின்போதும் அவள் பிறந்த வீட்டிலிருந்து யாரும் பெரிதாக உதவ வரவில்லை. அவளுடைய அம்மாவுக்குக் கால்வலி. அவள் வந்தால் இன்னமும் இம்சையாகத்தான் இருக்கும். அவனுடைய அம்மாதான் இரண்டு பிரசவங்களுக்கும் வீட்டைப் பார்த்துக்கொண்டாள். அதிலும் இரண்டாம் பிரசவத்தின் போது வீட்டுடன் ஒரு குழந்தையையும் பார்த்துக்கொள்ள வேண்டும். அப்படிப்பட்டவளை வெறும் நாட்களில் இவள் கிட்ட நெருங்க விடுவதில்லை. உண்மையில் இவள்தான் கணவன், மாமியார் எல்லாரையும் கொடுமைப்படுத்திக் கொண்டிருக்கிறாள். ஆனால் யார் ஒப்புக்கொள்வார்கள்? கடவுள்தான் ஒப்புக்கொள்வார்.

அவன் வீடு திரும்பியபோது அவன் மனைவி குழந்தைகளுடன் அவனுடைய மாமியாரும் இருந்தாள். "வாங்க" என்று அவனை வரவேற்றாள்.

"கால்வலி பரவாயில்லையா?"

"எங்கே பரவாயில்லை! இங்கே அடுத்த தெருவில் சங்குண்ணி மேனன் என்று ஒரு ஆயுர்வேத வைத்தியர் இருக்காராம். அவரையும் ஒரு தடவை பார்த்துவிடுகிறது."

"யார் சொன்னா இந்த டாக்டர் பற்றி?"

"ஜலஜாதான் சொன்னாள்."

"அவளுக்குத் தெரியுமா? என் அம்மாவைக் காட்டியிருக்கலாமே?"

"உங்கம்மா கடைசிவரை நன்னா நடமாடினாளே. என்பாடுதான் மோசம்."

அவனுடைய அம்மா திடீரென்று இறந்தபோது அண்ணாதான் காரியங்கள் செய்தார். இவனோ இவன் மனைவியோ துரும்பெடுத்துப் போடத் தேவையில்லை.

அவன், "இப்போது ஆபீசில் லீவுகூட எடுக்க முடியாது" என்றான்.

"ஜலஜா ஒரு வாரம் லீவு போட்டு அழைச்சிண்டு போறேன்னு சொன்னா."

அவனுக்கு ஒரு விஷயம் சற்று மகிழ்ச்சியளித்தது. அவன் அவசரம் அவசரமாகச் சமையல் முடித்துச் சைதாப்பேட்டை நெரிசலில் ஒரு வாரம் சிக்கிக்கொள்ள வேண்டியதில்லை.

அமுதசுரபி, ஜனவரி 2010

சுப்பாராவ்

எங்கள் ஊரில் சற்று வசதி படைத்தவர்கள் என்று அறியப்படுபவர்களின் பகுதியில் சுப்பாராவ் வசித்தாலும் அவன் பண விஷயங்களில் தாராளமாக இருக்க முடியாது என்று எல்லாருக்கும் தெரியும். ஒல்லியாக, உயரமாக இருப்பான். அவனுடைய அப்பா அவன் ஏழு வயது இருக்கும் போது இறந்துவிட்டார். அவன் எப்போதும் தோய்த்த சட்டை, பாண்ட்தான் அணிந்திருப்பான். ஆனால் அவன் தான் அவன் பகுதி கிரிக்கெட் கோஷ்டிக்குத் தலைவன், காப்டன். அவனுடைய கோஷ்டி எம்.சி.சி. என்று பெயர் வைத்துக்கொண்டது. எங்களுக்கும் அப் பெயர்மீது மையல் உண்டு. இல்லை என்றானவுடன் ஒய்.எம்.சி.சி என்று பெயர் வைத்துக்கொண்டோம்.

எம்.சி.சி. செல்வாக்கு வாய்ந்ததோடு செல்வ வளமும் கொண்டது. அந்தக் கோஷ்டிக்கென மைதானம் உண்டு. அங்கு ஆடுபவர்கள் அட்டகாசம் செய்தபடிதான் ஆடுவார்கள். சுப்பாராவ் அந்த அட்டகாசத்தில் சேரவும் மாட்டான்; கண்டிக்கவும் மாட்டான். ஆனால் எல்லாருமே அவன்மீது மரியாதை வைத்திருந்தது தெரியும்.

எங்கள் கோஷ்டியில் ஆட்டத்தைவிட முணுமுணுப் பது, கோள் சொல்வது, எதற்கெடுத்தாலும் முகத்தைத் தூக்கிக் கொள்வது – இவைதான் நிறைய இருக்கும். எங்களுக்கு என்று ஒழுங்கான விக்கெட் கீப்பர் கிடையாது. யாருமே அந்தப் பணிக்கு முன்வரவில்லை. ஹனுமந்தராவ் நான் கேட்டுக்கொண்டதன் பேரில் அந்தப் பணியை ஏற்றுக்கொண்டான். அவனும்தான் எவ்வளவு நாட்கள் கிரிக்கெட் ஆடிவிட்டான்! ஆனால் இப்போதும் பந்து வருவதற்கும் அவன் மட்டையை வீசுவதற்கும் சம்பந்தமே இருக்காது. எறும்பு நடக்கும் வேகத்தில் ஒரு போலர் பந்து போட்டால்கூட அவன் விக்கெட்டிலிருந்து பத்து அடி தள்ளி இருப்பான். அப்படி இருந்தும் பந்தை விட்டுவிடுவான். வேறு யாராவது தான் ஓடிப்போய் எடுத்தெறிய வேண்டும். அவனைப் பொறுத்துக்கொண்டதன் காரணம், அந்த கிளவ்ஸ்! அதன் நாற்றம், சகிக்க முடியாது.

நாங்கள் பல குட்டிக் கோஷ்டிகளுடன் ஆடி ஜெயித்துவிட்டோம். சில்கல்குடா கோஷ்டி ஒருமுறை ஆட வந்தது. அது எங்களுடையதைப் போன்றதுதான். ஆனால் அதில் ஹகீம் என்று பந்து வீச்சாளன் ஒருவன் இருந்தான். இடதுகைப் பையன். அவனுடைய ஒவ்வொரு பந்தும் விக்கெட்டை நோக்கித்தான் வரும். அவனாலேயே அவன் கோஷ்டி எல்லாப் பந்தயங்களிலும் ஜெயித்தது. ஹகீம் ஒரு பெரிய பள்ளியில் படித்திருந்தால் அப்படியே ரோஹிண்டன் பாரியா, ரஞ்சி டிராஃபி என்று ஆடி டெஸ்ட் மாட்ச் வரை வந்திருப்பான். ஆனால் ஏழை. அவன் என்னைச் சொல்லிச் சொல்லி அவுட் செய்தபோதுகூட எனக்குக் கோபம் வரவில்லை. ஆனால், அந்தக் கோஷ்டியோடு கடைசியாக ஆடியபோது, நான் ஹகீமிடம் அவுட் ஆகாமல் எங்கள் கோஷ்டியை ஜெயிக்க வைத்தேன். எங்கள் கோஷ்டிப் பையன் ஒருவன் கை குலுக்கவில்லை. ஆனால் ஹகீம் கை குலுக்கினான். நான் பெரிய ஆற்றல் உடையவன் இல்லை. ஆனால் ஹகீம் அபூர்வமானவன். அவனுக்கிருந்த ஒன்றிரண்டு வாய்ப்பும் ரஜாக்கார் சண்டையில் போயே போய்விட்டன. இப்போது இருக்கானோ இல்லையோ? என்ன செய்து கொண்டிருப்பான்? அந்த நாள் ஏழை முஸ்லிம்களுக்கு வேலை, பூ விற்பது!

நாங்கள் சில்கல்குடாவைத் தோற்கடித்த விஷயம் எம்.சி.சிக்குத் தெரிந்துவிட்டது. அவர்களுடைய அட்டகாசம் ஹகீமிடம் பலிக்கவில்லை. அந்த ஒரு வெற்றியால் நாங்கள் ஏதோ தேசியக் கோஷ்டி போலக் கருதப்பட்டோம்.

சுப்பாராவ் என்னுடன் பேசினான்: "நீ சில்கல்குடாவைத் தோற்கடித்தாயாமே?"

முதலில் எனக்கு அது மறந்துவிட்டது. நாங்கள் படுதோல்வி அடைந்த பந்தயம்தான் ஞாபகம் இருந்தது.

"அப்படியா?"

"இதானே வேண்டாங்கிறது?"

"ஹகீம் மாதிரி இந்த ஊரிலே இன்னொரு பௌலர் கிடையாது. நாங்கள் ஜெயித்தோம் என்றே தோணவில்லை."

"ஜெயித்தாயா இல்லையா?"

"சரி."

"எங்களோடு ஆட வேண்டும்."

"எம்.சி.சியோடயா?"

"ஆமாம். ஏன்?"

"நாங்கள்லாம் ரொம்பச் சின்ன கோஷ்டிப்பா."

"அதெல்லாம் பேசாதே. இந்தத் தடவை சனிக்கிழமையும் லீவு. அதனாலே நாம இரண்டு நாள் மாட்ச் ஆடலாம்."

"இரண்டு நாளா?"

"ஏன்? இரண்டு இன்னிங்ஸ் ஆடுவோம்."

"எல்லாம் ஒரே நாள்லே முடிஞ்சிடும்."

“சரி – இந்தச் சனிக்கிழமை – பத்து மணிக்கு ஆரம்பிச்சுடுவோம்.”

“நான் ஒன்பது மணிக்கே வந்துடறேன். பேசாமே ஒருநாள் மாட்ச் வைச்சுக்கலாம்.”

“நான் நீங்க ஆடறதைப் பார்த்திருக்கேன். எங்களிடம் ஹகீம் கிடையாது.”

“ஏன், ராம்சந்தர் இருக்கானே?”

சுப்பாராவ் சிரித்தான்.

“சரி, அவன் பெரிய பௌலர்.”

“எங்களுக்கு அவன் பெரிய பௌலர்.”

“சரி சனிக்கிழமை காலை வந்துவிடு.”

“என் கோஷ்டிக்காரங்க நம்பவே மாட்டாங்க.”

“எதை?”

“எம்.சி.சி. எங்களோடு ஆடறது...”

“என்னப்பா, சில்கல்குடாவெல்லாம் தோக்கடிச்சிருக்கே.”

எனக்கு மிகவும் வெட்கமாக இருந்தது. பெருமையாகவும் இருந்தது. நான் இல்லை என்றால் ஒய்.எம்.சி.சியோடு எம்.சி.சி. மாட்ச் ஆடுமா?

வழக்கம் போல முணுமுணுப்பு. இந்த முணுமுணுப்புக்காரர்களுக்கு இந்தமுறை நான் பாடம் கற்பித்துவிட வேண்டும் என்று முடிவு செய்து கொண்டேன்.

நாங்கள் சனிக்கிழமை, எங்களுக்குச் சாத்தியமான வெள்ளைச் சட்டை, பாண்ட் அணிந்துகொண்டு எம்.சி.சி. மைதானத்துக்குப் போனோம். சுப்பாராவ் பத்து மணிக்கு வந்துவிட்டான். ஆனால் மற்ற ஆட்டக்காரர்கள் ஒவ்வொருவராக வந்தார்கள். பாதிப் பேர் காரில் வந்து இறங்கினார்கள்.

முதலில் எம்.சி.சி. பாட்டிங். ஹனுமந்த்ராவ் அவனிடத்தில் போய் நின்றான். அவர்கள் எங்கள் கட்சியில் லார்வுட், ட்ரூமன் போல போலர்கள் இருப்பார்கள் என்று நினைக்கக்கூடும். அதே நேரத்தில் கோமாளித்தனமாகவும் இருக்கும். என் கவலை, ஹனுமந்த்ராவ் கோபித்துக்கொண்டு போகக் கூடாதென்று. அதே நேரத்தில் எல்லாருக்கும் அந்த மாட்ச் உண்மையறியும் அனுபவமாக இருக்க வேண்டும் என்று நான் திட்டமிட்டிருந்தேன். ‘எனக்கு பௌலிங்கே தரதில்லை’ என்று எப்போதும் முணுமுணுக்கும் ராஜுவுக்குப் புதுப் பந்தைத் தந்தேன். அவன் பந்து போடப் போகவில்லை. “உனக்கேது புதுப் பந்து?” என்று கேட்டான்.

“எம்.சி.சி.”

“இது எம்.சி.சி.யோட பந்தா? அதான் எனக்கு பௌலிங் தரே.”

“இதைப் பார். இது எம்.சி.சி.தோ, ஒய்.எம்.சி.சி.தோ... பந்து பந்து தான்... இன்னிக்கு நீதான் ஓபனிங் பௌலர்.”

அவன் அதற்கும் முணுமுணுத்துக் கொண்டே போனான். முதல் ஓவரில் பதின்மூன்று ஓட்டங்கள். அவன் போட்ட இரண்டாவதில் பன்னிரண்டு

ஒட்டங்கள். அவனுக்கு பௌலிங்கே தரக்கூடாது என்று சொல்ல இப்போது பத்துப் பேர் இருப்பார்கள்.

எனக்கு நம்பிக்கையான நாராயணன், அவன் பங்குக்கு இரண்டு பேரை ஆட்டமிழக்கச் செய்தான். நான் மூன்று பேரை அவுட் செய்தேன். ஆனால் யாருமே புரிந்துகொள்ள முடியாத வகையில் பௌலிங் போடும் ராமநாதன் நான்கு! நியூட்டன் விதி என்று ஒன்றிருக்கிறது. பந்துவீச்சில் அது மிக நுட்பமாகச் செயல்படும். அந்த விதியைத் தெரிந்து பந்து வீசுபவன் யாரையும் திணற அடிக்க முடியும். ஆனால் ராமநாதன் பந்து? அவன் போட்டால் அதற்கு மட்டும் நியூட்டன் விதியிலிருந்து விதி விலக்குப் போல உருண்டு வரும். உருண்டு வரும்போது திசை மாறும். பிராட்மன் பாடிலைன் பௌலிங்கைச் சமாளித்தார். ஆனால் அவரால் ராமநாதனிடம் என்னசெய்ய முடியும்? அவுட் ஆகிவிட்டு ஒன்றும் புரியாமல் திரும்ப வேண்டும்.

எனக்கே ஆச்சரியமாக இருந்தது. சிக்ஸர், சிக்ஸராகக் கிளப்பும் ராம்சந்தர் அன்று ஒரு ரன். சுப்பாராவ் பதின்மூன்று, பிரம்மசிம்மா (இவன் ஜெய்சிம்மாவின் அண்ணன்) இரண்டு. எம்.சி.சி.யைச் சரியாக எண்பதுக்குத் தீர்த்துவிட்டோம்.

முணுமுணுப்பதில் ராஜுவோடு மதன் மோகன் என்ற பையனும் சேர்த்தி. நான் அவர்கள் இரண்டு பேரையும் முதலில் அனுப்பினேன். எம்.சி.சி.யிடம் நல்ல வேகப் பந்துக்காரர்கள் உண்டு. அவர்கள் ஹக்கீம் தரத்திலில்லை என்றாலும், எங்களைவிட மேலானவர்கள்.

ராஜு முதல் பந்திலேயே காலில் அடி வாங்கிக் கொண்டான். ஒருமாதிரி முதல் ஓவரைச் சமாளித்தான். ஆனால், இரண்டாவது ஓவரில் சுப்பாராவ் பந்தில் அவனுடைய விக்கெட் பறந்தது. அதே ஓவரில் மதன்மோகனும் மிகக் கேவலமாக அவுட்! நான் எப்போதும் நம்பிய அலெக் ராஸ்கூட அவுட்டானபோது, எனக்கு மிகவும் கவலையாகிவிட்டது. ஆனால் நானும் ராமநாதனும் வெகுநேரம் ஆடினோம். ஐம்பது, அறுபது . . . எண்பது, தொண்ணூறு, நூறு . . . நூற்றிருபத்தெட்டு!

எம்.சி.சி.க்காரர்கள் இரண்டாம் முறை ஆட ஆரம்பித்தார்கள். நான் சுப்பாராவிடம், “இன்னைக்குப் போதும்ப்பா” என்றேன். அவனுடைய ஆட்டக்காரர்கள் உடனே ஒப்புக் கொண்டார்கள். மௌனமாக எல்லாரும் வீடு திரும்பினோம்.

அடுத்தநாள் என் கட்சியில் ராஜு வரவில்லை. சுப்பாராவ் கோஷ்டியில் இருவர் வரவில்லை. இருப்பவர்களை வைத்து ஆடினோம். இந்தமுறையும் அவர்கள் சொல்லி வைத்தாற்போல் முதல் இன்னிங்ஸ் எண்பதுக்கே அவுட். நாங்கள் முப்பத்திரண்டு எடுத்தால் போதுமானது.

இந்தமுறை நான் முதலிலேயே ஆடப்போனபோது யாரும் வாய் பேசவில்லை. அந்த இரு நாள் எம்.சி.சி. மாட்ச், நான் ஓராண்டுக் காலம் செய்ய முடியாததைப் பூர்த்தி செய்துவிட்டது. இனிமேல் முணுமுணுப்புகள் இருக்காது.

இந்த முறையும் அலெக் ராஸ் முதலிலேயே அவுட் ஆகிவிட்டான். எங்கள் கோஷ்டியிலேயே மிகவும் சிறுவனான ஸ்ரீராம் தைரியமாக ஆடினான். நாங்கள் இருவருமாக முப்பதுக்கு வந்துவிட்டோம்.

அப்போது எம்.சி.சி.யின் அரட்டை வாய் ராம்சந்தர் போட்ட பந்து என் மட்டையில் பட்டுப் பின்புறம் போயிற்று. எங்கள் கோஷ்டியில் அது சர்வ சகஜம். ஆனால் எனக்கு சுப்பாராவ் பின்னால் நின்றிருந்தது தெரியாது. அவன் பிடித்துவிட்டான். அதையும் நான் பார்க்கவில்லை. நான் அடுத்த பந்துக்காக நின்றுகொண்டிருந்தேன். ராம்சந்தார் அவனிடத்திலிருந்து சிரித்துக்கொண்டிருந்தான்.

"என்ன?"

"நீ அவுட்..."

"எப்படி?"

"பின்னால் பார்."

பின்னால் சுப்பாராவும் சிரித்துக் கொண்டிருந்தான். "நீ அவுட்டப்பா" என்றான்.

"எப்படி?"

"நான் காட்ச் பிடிச்சேம்பா."

"நான் எங்கே காட்ச் கொடுத்தேன்?"

"ஸ்லிப்புலே."

எங்கள் அளவில் ஸ்லிப்பில் பிடிபட்டு அவுட்டாவது அதுவே முதல்முறை.

"சும்மா போ, இன்னும் இரண்டு ஓட்டந்தானே" என்று சுப்பாராவ் சொன்னான்.

அந்த இரண்டு ஓட்டங்களுக்குள், இன்னொருவன் அவுட்! நாங்கள் ஜெயித்தோம் என்றாலும், அந்தத் திணறல் எல்லா உற்சாகத்தையும் அடித்துவிட்டது.

எம்.சி.சி.க்காரர்கள் முகத்தில் ஈயாடவில்லை. சுப்பாராவ் ஒருவன்தான் என்னைத் தட்டிக்கொடுத்து, "நான் சொல்லலே? உன்னது நல்ல டீம்ப்பா" என்றான்.

நான் 'சரி', 'ஆம்' என்று சொல்லவில்லை.

அந்த மாட்ச்சுக்குப் பிறகு நாங்கள் யாருமே கிரிக்கெட் விளையாட வில்லை. ரஜாக்கார்கள் எங்கள் மைதானங்கள் அனைத்தையும் கைப்பற்றிக் கொண்டார்கள். சில மாதங்கள்தாம்! ஆனால் அதற்குள் எல்லாக் கோஷ்டி களும் கலைந்துவிட்டன.

நான் சுப்பாராவைத் தோற்கடித்திருக்கலாம். ஆனால் என்னை ஸ்லிப்பில் காட்ச் பிடித்து அவுட்டாக்கிவிட்டான். இது நடந்து அறுபது ஆண்டுகள் ஆகின்றன. ஆனால் இன்றும் என்வரை ஜெயித்தவன் சுப்பாராவ் தான்!

***கல்கி*, பிப்ரவரி 2010**

புத்தகக் கடை

நாங்கள் சிறுவர்களாக இருந்தபோது சிகந்தராபாத் ரயில் நிலையம் ஒரு கருங்கல் கட்டடமாக இருந்தது. விரைவு வண்டிகள் என்று சொல்லப்படுபவை மாலை ஏழு மணிக்குப் பிறகு. பகலில் பாசஞ்சர் வண்டிகள் பொலாரம் லோக்கல் வண்டிகள் தான்.

ரயில் நிலையத்துக்கு ஒரு போர்டிகோ உண்டு. உயர் வகுப்புப் பெட்டிகள் அந்தப் போர்டிகோவுக்கு எதிரே நிற்கும். அந்த நாளில் ரயில் வண்டிகளில் மொத்தம் எட்டு அல்லது பத்துப் பெட்டிகள்தான்.

எனக்கும் சுந்தர்குமாருக்கும் சிகந்தராபாத் ரயில் நிலையம் ஒரு குட்டி சுவர்க்கம் போல. ரயில் நிலையத்தில்தான் ஆங்கிலப் புத்தகங்கள், பத்திரிகைகள் விற்கும் கடை இருந்தது.

சிகந்தராபாத்தில் ராமா புக் டிப்போ, வெங்கட ரமணா புக் டிப்போ என்று இரு கடைகள் உண்டு. இங்குத் தெலுங்குப் புத்தகங்களும் பள்ளிப்பாடப் புத்தகங்களும் கிடைக்கும். கிடைக்கும் என்பது நாங்கள் மற்றவர்களை முந்திக் கொண்டால்தான். பல மாணவர்களுக்குப் புத்தகம் கிடைக்காது. அதற்காக அவ்வப்போது திட்டு, அடி கிடைக்கும். ஆனால் அந்த நாள் ஆசிரியர்கள் ஒவ்வொரு பாடத்துக்கும் 'நோட்ஸ்' என்று தருவார்கள். அவர்கள் சொல்லச் சொல்ல நாம் எழுதிக்கொள்ள வேண்டும். அந்த நோட்ஸை மட்டும் படித்து நூற்றுக்கு நூறு வாங்கலாம்.

ஆக்ஸ்போர்டு புக் ஷாப் என்று ஒன்றிருந்தது. அதை நெருங்கவே பயமாக இருக்கும்.

ரயில் நிலையப் புத்தகக் கடையின் பெயர் வீலர் அண்ட் கம்பெனி. அன்று தமிழ் நாட்டில் பெரிய ரயில் நிலையங்களில் இருந்த ஹிக்கின்பாதம்ஸ் கடைகள் போல வடநாட்டில் வீலர். அங்குத் தொங்கவிட்டிருக்கும் பத்திரிகைகளின் அட்டைகளே மிகவும் அழகாக இருக்கும். அமெரிக்கப் பத்திரிகை களான 'லைஃப்', 'சாடர்டே ஈவினிங் போஸ்ட்', இங்கிலாந்துப்

பத்திரிகைகளான 'ஸ்டிராண்டு', 'ஆர்கஸி' முதலியன கண்ணில் ஒத்திக் கொள்ளலாம் போல இருக்கும். இப்பத்திரிகைகளுக்கு ஒரே இந்தியப் போட்டி 'இல்லஸ்டிரேடட் வீக்லி ஆஃப் இந்தியா'. அன்று அதுவும் வெள்ளைக்காரர்கள் நடத்தியதுதான்.

வீலர் கடையில் எல்லாப் பொருட்களுக்கும் பிரிட்டிஷ் நாணய விகிதம். அதை பி.ஜி. என்பார்கள். நிஜாம் ராஜ்ஜியத்தின் இதர இடங்கள் அநேகமாக அனைத்திலும் எச்.சி. அதாவது ஹைதராபாத் கரன்சி. இன்று பவுன் விலை நாளுக்கு நாள் மாறுவது போல இந்த இரு விகிதங்களின் நாணய மாற்று விகிதம் மாறும். ஆனால் ஒரு பொது முறை உண்டு. அன்று ரூபாய்க்குப் பதினாறு அணாக்கள். ஒரு அணாவுக்கு ஆறு பைசா. ஒரு பிரிட்டிஷ் அணாவுக்கு ஹைதாராபாத் பணம் ஒரு பைசா அதிகம் தர வேண்டும். கணக்கில் எங்களுக்கு இது தனிப் பாடம். வீலர் கடையில் ஹைதராபாத் பணத்தை வாங்கிக்கொள்வார்கள். ஒரு ரூபாய் என்று அச்சிட்டிருந்தால் அந்த ஒரு ரூபாயுடன் பதினாறு பைசாவும் தர வேண்டும். அங்கு விற்கப்படும் பத்திரிகைகள், புத்தகங்கள் அகில இந்திய விகிதத்தில் விலை நிர்ணயிக்கப்பட்டவை.

எங்களுக்கு அந்தக் கடையில் தேவையானது ஓர் ஆங்கில வாரப் பத்திரிகையான 'பிக்சர்கோயர்'. பதினாறு பெரிய பக்கங்கள். மிக இலேசான பழுப்பு வண்ணத்தாளில் நல்ல பழுப்பு மையில் அச்சிடப்பட்டிருக்கும். 'செபியா' அல்லது 'செபியாடோன்' என்று கூறுவார்கள். அதிலுள்ள புகைப்படங்கள், கட்டுரைகள், விமர்சனங்கள், செய்திகள் அனைத்திலும் ஆசிரியரின் தர நிர்ணயம் தெரியும். இப்படி ஒரு பத்திரிகை இருக்கிறது என்றும் அது ரயில் நிலைய வீலர் கடையில் கிடைக்கும் என்றும் சுந்தர்குமார்தான் கண்டுபிடித்தான். எனது வீட்டைவிட அவனது வீடு ரயில் நிலையத்துக்குச் சற்று அருகாமையில் இருந்தது. நாங்கள் சைக்கிள் விடுபவர்களாக இருந்தாலும் வீலர் கடைக்கு நடந்தே போவோம். ரயில் நிலையத்தில் கட்டணம் இல்லாமல் சைக்கிளை நிறுத்திவைக்க முடியாது.

நான் இன்னொரு விபத்தையும் சந்தித்தேன். வீலர் கடை ரயில் நிலையத்தின் பிரதான பிளாட்ஃபாரத்தில் இருந்தது. ரயில் பிளாட்ஃபாரத்தில் நுழையாமல் வீலர் கடைக்குப் போக முடியாது. ரயில் உண்டோ இல்லையோ பிளாட்ஃபாரம் கம்பிக் கதவருகே கறுப்புக் கோட்டுக்காரர் ஒருவர் இருப்பார்.

நான் முதல் இரண்டு மூன்றுமுறை எந்தச் சிக்கலுமில்லாமல் புத்தகக் கடைக்குப் போய்விட்டு வந்தேன். 'பிக்சர்கோயர்' ஒரு குறிப்பிட்ட தினம்தான் வரும் என்றில்லை. அந்த நாளில் அயல் பத்திரிகைகள் பெரும்பாலும் கப்பலில்தான் வரும். சில சந்தர்ப்பங்களில் இரு இதழ்கள் ஒரே சமயத்தில் வந்துவிடும். என்னிடம் நிஜாம் நாணயம் சரியாக நான்கணா நான்கு பைசா இருக்கும். கல்லூரியிலிருந்து திரும்பி வரும்போது ராணிகஞ்ச் என்ற இடத்தில் இறங்கி வீட்டுக்கு நடந்து வந்தால் ஒன்றரை அணா மிச்சம் பிடிக்கலாம். ஆனால் மீண்டும் நான்கணா நான்கு பைசா சேருவதற்குள் அந்த இதழ் விற்றுப் போய்விடும்.

கறுப்புக் கோட்டுக்காரர் என்னைத் தடுத்து நிறுத்தினார். "எங்கே பிளாட்ஃபாரம் டிக்கெட்?"

"என்ன?"

“என்ன என்ன? எங்கடா பிளாட்ஃபாரம் டிக்கெட்?”

“எங்கிட்டே இல்லையே?”

“பின்னே ஏன் அங்கே போனே? ஏதாவது சுருட்டிக்கொண்டு போவதற்கா?”

“நான் வீலர் கடைக்குப் போனேன்.”

“அங்கே சுருட்டறதுக்கா? அங்கேதான் நிறையத் திருட்டு.”

“இதோ பாருங்க என் கையிலே பைசா. நான் ஒரு பத்திரிகை வாங்க வந்தேன். அது இங்கேதான் கிடைக்கும்.”

“காசு காமி.”

“இதோ பாருங்க.”

அந்த ஆள் அதிலிருந்து ஓரணா எடுத்துக் கொண்டார்.

“போ” என்றார்.

நான் அழுதுவிட்டேன். “பின்னே எப்படிடா சொல்லாம கொள்ளாம உள்ளே போனே? பிளாட்ஃபாரம் டிக்கெட் ஒரு அணா, தெரியுமில்லே?”

“நான் மறுபடியும் பத்திரிகை வாங்க முடியாது சார். அது பி.ஜி. நாலணா.”

அந்த ஆள் என்னை உற்றுப் பார்த்தார். “சரி போ. இனிமே எங்கிட்டே சொல்லிட்டுப் போ. நேரே புக்ஸ்டால் போய்த் திரும்பிடணும்.”

எனக்கு வீடு திரும்பும்வரை உடல் நடுங்கிக் கொண்டிருந்தது. முதலில் ஒரு அணா இழப்பு எனக்கு மிகப் பெரியது. இரண்டாவது, இது அப்பாவுக்குத் தெரிந்தால் மிகவும் சங்கடம்.

நான் ஒரு மாதம் வரை ‘பிக்சர்கோய’ரும் வேண்டாம் ‘டிராமா கோய’ரும் வேண்டாம் என்று இருந்தேன். காலம் சில விஷயங்களைத் தெளிவுபடுத்தியது. அந்த ஆள் பிளாட்ஃபாரமுக்கே போகக் கூடாது, புத்தகக் கடைக்குப் போகக் கூடாது என்று சொல்லவில்லை. சொல்லி விட்டுப்போ, நேரே புத்தகக் கடைக்குப் போய்த் திரும்பி வா என்றுதான் சொன்னார். அது நியாயம்தானே!

மீண்டும் ஒரு நாள் நிஜாம் நாணயம் நான்கணா நான்கு பைசா எடுத்துக்கொண்டு ரயில் நிலையம் சென்றேன். இம்முறையும் ஒரு கறுப்புக் கோட்டுக்காரர் இருந்தார். நான் அவரிடம், “வீலர் கடைக்குப் போக வேண்டும்” என்றேன். முதலில் நான் சொன்னது புரியவில்லை. மீண்டும் சொன்னேன்.

“போ... எங்கிட்டே ஏன் சொல்லறே?”

“சொல்லிட்டுப் போகணும் இல்லியா?”

அவர் ச்ச்சா என்று சப்புக் கொட்டினார். அன்று ஓர் இதழ் ‘பிக்சர்கோயர்’ வந்திருந்தது. அதை வாங்கி வரும்போது கறுப்புக் கோட்டுக்காரர் “என்ன அது!” என்று கேட்டார்.

நான் அவர் கையில் கொடுத்தேன். அவர் பிரித்துப் பார்த்தார். "நீ நாளைக்கு வாயேன். நான் படித்துவிட்டுத் தருகிறேன்" என்றார்.

கைக்கெட்டியது வாய்க்கெட்டாமல் போயிற்று. அதன் பிறகு நான் தினம் ரயில் நிலையம் போனேன். கம்பிக் கதவருகே ஆட்கள் மாறிக்கொண்டே இருந்தார்கள். ஒரு நாள் அந்த ஆள் இருந்தார். வெறுங்கையோடு.

"சார், 'பிக்சர்கோயர்'."

"என்ன?"

"நீங்க எங்கிட்டேந்து வாங்கிக்கொண்ட பத்திரிகை."

"நானா?"

"ஆமாம்... நீங்களேதான்."

"என்ன அது?"

"அதான் 'பிக்சர்கோயர்'!"

"அது என்னது?"

"அது ஒரு பத்திரிகை சார். நான் கஷ்டப்பட்டு வீலர் கடையிலேர்ந்து வாங்கிண்டு வந்தேன். நீங்கப் படிச்சுட்டுத் தர்றேன்னு வாங்கிண்டீங்க."

"நான் அந்த மாதிரி செய்ததே இல்லையே? அது வேறே ஏதாவது டிக்கெட் கலெக்டரா இருக்கும்."

"இல்லை சார் ... நீங்கதான்."

"நான் இல்லேன்றேன். நீ பேசிண்டே போறீயே? எங்கேடா பிளாட்ஃபாரம் டிக்கெட்?"

"நான் ... நான் ..." நான் அழத் தொடங்கி விட்டேன். அப்போது ஒரு லோக்கல் வண்டி வந்து டஜன் கணக்கில் பயணிகள் வெளியே போனார்கள். அவர்களில் ஒருவரைக்கூட அந்த டிக்கெட் கலெக்டர் டிக்கெட் கேட்கவில்லை. அவர்களாகக் கொடுத்தவர்களிடம் வாங்கிக்கொண்டார்.

என் உலகமே தொலைந்து போய்க் கொண்டிருக்கிற மாதிரி உணர்ந்தேன். காசு கொடுத்து ஒரு பத்திரிகை வாங்குவதற்கு இவ்வளவு தடைகளா? ஏன் இந்தக் கறுப்புக் கோட்டுக்காரர்கள் இவ்வளவு எளிதாக ஒரு சிறுவனை ஏமாற்றத் தயங்காமல் இருக்கிறார்கள்? அடுத்த முறை ஒரு அணா பிளாட்ஃபாரம் டிக்கெட் வாங்கிக்கொண்டு போய் 'பிக்சர் கோயர்' வாங்கி வந்தால் இந்தக் கறுப்புக் கோட்டுக்காரர்கள் அதைப் பிடுங்கிக் கொள்ளமாட்டார்கள் என்று என்ன உத்தரவாதம்? வீலர் மாதிரி ஒரு கடை வேறெங்காவது இருக்கக் கூடாதா?

நான் ரயில் நிலையம் எதிரில் இருந்த சாலையில் ஒரு ஓரமாக நின்றுகொண்டு செய்வதறியாது விழித்துக் கொண்டிருந்தேன். என் துக்கம் தலையைப் பிளந்துவிடும் போலிருந்தது. அப்போது ஒரு சிவப்பு டிரக் ரயில் நிலையக் கட்டடத்தில் ஒரு மூலையில் நின்றது. அதிலிருந்து தபால் மூட்டைகளைச் சுமந்து சிலர் அப்படியே ரயில் நிலையத்துள் போனார்கள்.

நான் அங்கே போனேன். டிக்கெட் கலெக்டர் நின்ற இடத்தைவிட இங்கு தான் நிறையப் பேர் போய் வந்து கொண்டிருந்தார்கள். நானும் பிளாட்ஃபாரம் உள்ளே போய் வீலர் கடைக்குப் போனேன். அன்று 'பிக்சர்கோயர்' வந்திருந்தது. இரு நிமிடங்கள் முன்புதான் உலகமே பறிபோனது போல வெயிலில் நின்றுகொண்டிருந்தேன். இப்போது என்னைக் காட்டிலும் ஆறாம் ஜார்ஜ் அல்லது நிஜாம்கூட மகிழ்ச்சியுடன் இருக்க மாட்டார்கள்.

அன்று மாலை சுந்தர்குமார் வீட்டுக்குப் போனேன். அவன் வீட்டில் ரேடியோ உண்டு. அவன் 'கேளு, கேளு' என்று ஒரு ஸ்டேஷன் வைத்தான். பொதுவாகவே அன்று இந்திப் பாட்டுகள் நன்றாக இருக்கும். அந்த ஸ்டேஷனில் அந்தப் பாடல்களிலும் மிகச் சிறந்தவற்றை அளித்துக்கொண்டிருந்தார்கள்.

"என்ன ஸ்டேஷன்?" என்று கேட்டேன்.

"ரேடியோ போர்டு!" என்று அவன் பதில் தந்தான்.

"அது எங்கே இருக்கு?"

"தெரியாது. ஆனால் இந்திப் பாட்டுக்கு இதை மிஞ்சி ரேடியோ ஸ்டேஷன் கிடையாது."

உண்மை. பல ஆண்டுகள் கழித்து அது ரேடியோ போர்டு இல்லை, ரேடியோ கோவா என்று தெரிந்துகொண்டேன்.

"இந்த வாரம் 'பிக்சர்கோயர்' வாங்கிட்டயா?"

"இல்லேப்பா. போகணும். எங்கிட்டே இரண்டு பைசா குறையுது. அப்பா அம்மா இரண்டு பேர் கிட்டேயும் நான் வாங்கிட்டேன். இந்த மாசம் தரமாட்டாங்க. நீ வாங்கினியா?"

"ஆமாம். நான் உனக்குத் தர்றேன். ஆமாம், நீ பிளாட்ஃபாரம் டிக்கெட் வாங்கிண்டா போறே?"

"ஏம்ப்பா, இதை வாங்கறதுக்கு யாராவது பிளாட்ஃபாரம் டிக்கெட் வாங்குவாங்களா?"

"என்னை டிக்கட் கலெக்டர் ரொம்ப சதாய்க்கிறான்."

"நீ அவங்கிட்டே எதுக்குப் போறே?"

"பின்னே எப்படி உள்ளே போறது?"

"சும்மா தபாலோட, இல்லே பார்சல்காரன் வழியிலே போப்பா... தொந்தரவே இல்லை."

இதையும் எனக்கு முன்னால் சுந்தர்குமார் கண்டுபிடித்துவிட்டான்!

என் அப்பா இறந்த பிறகு நாங்கள் குடும்பத்தோடு சிகந்தராபாத்தை விட்டுச் சென்னை வந்துவிட்டோம். ரயிலேறப் போனபோது வீலர் கடையைப் பார்த்தேன். அது பூட்டி இருந்தது.

கல்கி, ஆகஸ்ட் 2010

1945இல் இப்படியெல்லாம் இருந்தது . . .

கங்காராம் பற்றி சீனுவாசன் சொன்னது எனக்குச் சரியாகப் புரியாது போனாலும் கங்காராம் ஏதோ சிக்கலில் மாட்டிக்கொள்வான் என்று மட்டும் தெரிந்தது. சீனுவாசன் என்னுடன் ஒன்பதாவது வகுப்பில் படிப்பவன். அவன் முந்தைய வருடமும் ஒன்பதாவது வகுப்பில்தான் இருந்திருக்கிறான். ஆனால் இறுதிப் பரிட்சை பாஸ் செய்யவில்லை. கங்காராம் எங்கள் பள்ளிக்கூடத்தின் வாட்ச்மென், காவல்காரன். ஐந்து பிரம்மாண்டமான கட்டடங்கள், நிறைய வெற்றிடம் உள்ள எங்கள் பள்ளியை மாலை ஐந்து மணியிலிருந்து அடுத்த நாள் காலை ஒன்பதரை மணிவரை காவல் காப்பவன். அதையே அவ்வளவு பெரிய பள்ளிக்கு மாலையிலிருந்து காலைவரை ஒரே மன்னனாக இருப்பவன் என்றும் சொல்லலாம். ஊரிலேயே எங்கள் பள்ளிதான் மிகப் பெரியது; ஏறத்தாழ ஆயிரம் மாணவர்களும் எழுபது ஆசிரியர்களும் உடையது. ஐம்பது வகுப்பறைகள், வேதியியல் பௌதிகத்து சர்க்கஸ் காட்சிக்கு உள்ளதுபோல காலரிகொண்ட அறைகள், தச்சு வேலை பயில ஒரு நீண்ட பயிற்சிக்கூடம், இரண்டு குஸ்திச் சண்டைக் குழிகள், ஓர் உடற்பயிற்சிக்கூடம், கிரிக்கெட், கால்பந்து ஆட ஒரு பெரிய மைதானம், ஒரு பெரிய பிரார்த்தனைக்கூடம் என இருந்த எங்கள் பள்ளியைக் கங்காராம் இரவு வேளைகளில் வாடகைக்கு விடுகிறான்! சீனுவாசன் சொன்னதன் முழு அர்த்தமும் புரியாதபோதிலும் எனக்கு ஏனோ வயிற்றைக் கலக்கியது.

எங்கள் பள்ளியிலேயே கங்காராம்தான் மிகக் கம்பீரமான தோற்றம் உடையவன். சிறு வயதில் நம் கண்ணுக்குப் பெரிய தோற்றம் கொண்டவர்கள் பிற்காலத்தில் நமக்கும் சிறியவர்களாகிவிடுவார்கள். கங்காராம் பற்றி எனக்கு அந்தச் சந்தேகம் உண்டு. அவனுடைய சீருடையில் பெல்ட்டும் தலைப்பாகையும் அணிந்த அவன் ஏதோ ஒரு நிஜாம்போல் எனக்குத் தெரிந்தான். காலையில் பத்தே காலுக்குப் பெரிய

கேட்டுகளை மூடிப் பூட்டிவிடுவான். ஆனால் எங்கள் பள்ளிக்கு வேறு வழிகளும் உண்டு. நான் தினம் சுவர் ஏறிக் குதித்துத்தான் பள்ளிக்குப் போவேன். ஒரு நாள் கங்காராம் பிடித்துவிட்டான்.

"வா, பிரின்ஸ்பால் ரூம்."

"வேண்டாம், வேண்டாம்."

"கேட் திறந்திருக்கப்பவே இப்படிச் சுவர் மேலே ஏறிக் குதிக்கறே!"

"இந்தப் பக்கமா வரவங்க எல்லாருமே ஏறிக் குதிச்சுத்தான் வராங்க."

சுவர் ஏறிக் குதித்து ஓடினான்.

"டேய், டேய்!" என்று கங்காராம் அவனைத் துரத்தப் போனான். நான் நொடியில் என் வகுப்பறைக்குப் போய் உட்கார்ந்தேன்.

காவல் காப்பதோடு கங்காராமுக்கு இன்னொரு பணியும் உண்டு. பிரின்ஸ்பால் கைவலி என்று கங்காராமைப் பிரம்படி அடிக்கச் சொல்வார். ஒரு மாதத்தில் ஏழெட்டு மாணவர்கள் சிக்குவார்கள். கங்காராம் அடிப்பது பிரின்ஸிபால் அடிப்பதைவிட மிருதுவாக இருக்கும். பிரம்படி படுவது அவமானம் என்பதைத் தவிர யாரும் பெரிதுபடுத்தமாட்டார்கள். மிகச் சில மாணவர்கள் பெற்றோரிடம் புகார் செய்வார்கள். என்றோ ஒரு நாளைக்கு ஒரு தகப்பனார் பிரின்ஸ்பாலிடம் வருவார். அதற்குள் அவருக்கு எந்தப் பையனுக்குத் தண்டனை தரப்பட்டது என்பது மறந்துவிடும். சீனுவாசன் போன்று ஐந்தாறு மாணவர்கள் அடிக்கடி சிக்குவார்கள். அவர்களைப் பிரின்ஸ்பால் நினைவில் வைத்திருப்பார்.

சீனுவாசன் என்னிடம் பரம ரகசியமாகச் சொன்னது நிஜமோ என்று நினைக்கும்படித் திடீரென ஒருநாள் கங்காராமைக் காணோம். அவனை வேலையைவிட்டு நிறுத்திவிட்டார்கள். பதிலுக்கு வந்தவன் ஒல்லியாக உயரமாக இருந்தான். ஆனால் கங்காராமின் கம்பீரம் இல்லை. சிடுசிடுவென்றிருப்பான். மாணவர்கள் வழக்கம் போலச் சுவரேறிக் குதித்துக்கொண்டிருந்தார்கள்.

எங்கள் வீட்டிலிருந்து சுமார் முக்கால் மைல் தூரத்தில் ரெஜிமெண்டல் பஜார் போலீஸ் ஸ்டேஷன் இருந்தது. அதற்கு நேர் எதிரே ஒரு சந்து. அதில் சின்னச் சின்ன வீடுகளாக நிறைய இருக்கும். நடு நடுவில் சில சிறு கடைகள் இருக்கும். நாங்கள் அரிசி கோதுமை அல்லது சோளம் அரைக்க இரு நாட்களுக்கு ஒருதரம் இந்தச் சந்துக்குத்தான் வர வேண்டியிருக்கும். அந்தச் சந்தில் மூன்று மாவரைக்கும் 'மில்கள்'. முதல் கடை, மாவு திருடுகிறது என்று இரண்டாவதுக்குப் போவேன். அங்கும் மாவு குறைகிறது என்று மூன்றாவதற்குப் போவேன். மூன்று கடைகளும் இரவு கடை மூடும்போது நான்கு–காலன் மண்ணெண்ணெய் தகர டப்பாக்கள் இரண்டில் இயந்திரத் தில் ஒட்டிக்கொண்டிருக்கும் மாவை எடுப்பார்கள். இதை வாங்கிப் பலர் கூழ், தோசை அல்லது சப்பாத்தி செய்து சாப்பிடுவார்கள். ஒரு நாள் நான் கோதுமை மாவு அரைத்துப் போக இரண்டாவது கடைக்குப் போனபோது அங்குக் கங்காராம் கடைக்காரனிடம் கலவை மாவு வாங்கிக் கொண்டிருந்தான்.

“கங்காராம்!” என்று நான் மகிழ்ச்சியோடு கூப்பிட்டேன்.

கங்காராம் என்னைப் பார்த்தான். அவன்வரையில் எண்ணற்ற சிறுவர்களில் நானும் ஒருவன்.

“கங்காராம், நீ ஏன் ஸ்கூலுக்கு வரதில்லே? ஏன் நிறுத்திட்டாங்க?”

எனக்குப் பதில் சொல்வதா வேண்டாமா என்பதுபோல் கங்காராம் என்னை உற்றுப்பார்த்தான்.

“நீ யாரு?”

நான் என் பெயரைச் சொன்னேன். ஒன்பதாம் வகுப்பு என்றும் சொன்னேன்.

“உன் மாதிரி ஒரு பையனாலே தான் என் வேலை போச்சு?”

“யாரு? சீனுவாசனா?”

“சீனுவாசனோ கிருத்திவாசனோ, எனக்குத் தெரியாது. என்னைக் கூப்பிட்டுக் கேக்காமகூட பிரின்ஸ்பால் டிஸ்மிஸ் பண்ணிட்டார்.”

“நீ போய்க் கேக்கலையா?”

“கேட்டேன், பையா. ஆனால் அவர் ஸ்கூல் செகரட்டரியே என்னை டிஸ்மிஸ் பண்ணச் சொன்னாருன்னு சொன்னாரு.”

“எதுக்கு?”

“தெரியலை, பையா. ஸ்கூலுக்குக் கெட்ட பேர்னு மட்டும் சொன்னாரு.”

“கங்காராம், உனக்குக் கொஞ்சம் சோளமாவு வேணுமா?”

“வேண்டாம். இந்த ஜகீர் தர மாவுலேயே எல்லாம் இருக்கு.”

கங்காராம் போன பிறகு நான் அரை மணிநேரம் காத்துக்கொண்டிருக்க வேண்டியிருந்தது. கங்காராமால் இந்தக் கலவை மாவை உண்டு எவ்வளவு நாட்கள் வாட்டசாட்டமாக இருக்க முடியும்?

என்னிடம் மீண்டுமொருமுறை சீனுவாசன் எதையோ சொல்ல வந்தபோது, “எனக்கு இதெல்லாம் தேவையில்லை, போ!” என்றேன்.

அவன் கேலியாக உதட்டைப் பிதுக்கிக்கொண்டு போனான். அவன் ‘இரண்டாம் ஆண்டு’ என்றால்கூடக் கடைசி பெஞ்சில்தான் உட்கார்ந்து கொள்வான். என்னுடையது அதற்கு முந்தைய பெஞ்சு.

வகுப்பு நடந்துகொண்டிருந்தபோதே சீனுவாசன் என்னை உதைத்துக்கொண்டே இருந்தான். ஒருமுறை பொறுக்காது எழுந்து நின்றேன். “சார், இவன் உதைச்சுண்டே இருக்கான்” என்றேன்.

“கழுதைதானே, அப்படித்தான்” என்று சார் சொன்னார்.

வகுப்பு முடிந்து நிச்சயம் சண்டை இருக்குமென எல்லா மாணவர்களும் எதிர்பார்த்தார்கள். ஆனால் நானும் சீனுவாசனும் வேறு வேறு திசைகளில் போனோம்.

அடுத்த நாள் பிரின்ஸ்பால் கூப்பிடுகிறார் என்று புது வாட்ச்மென் என்னைக் காட்டி ஆசிரியரிடம் சொன்னான். காரணம் புரியாமல் நான் அவனைப் பின்தொடர்ந்தேன்.

"நீ சும்மாச் சும்மா ஒரு பையன் மேலே கம்ப்ளெயிண்ட் பண்ணிண்டே யிருக்கயாமே?" என்று பிரின்ஸ்பால் கேட்டார்.

விஷயமே புரியாமல் விழித்தேன். அங்கே அறையின் ஓர் ஓரத்தில் சீனுவாசன் நின்றுகொண்டிருந்தான்.

"சார், இவன் கெட்டக் கெட்ட வார்த்தையெல்லாம் பேசறான், சார். என்னோட பேசாதேன்னேன். என் பெஞ்சுக்குப் பின்னாலே உட்கார்ந்துண்டு உதைச்சுண்டேயிருந்தான்."

"ஏண்டா, அப்படியா?"

"அவன்தான் கெட்டகெட்ட வார்த்தை எல்லாம் பேசுவான்."

"நான் நீ சொல்லக் கேட்டிருக்கேன். அவன் சொல்லிக் கேக்கலை."

சீனுவாசன் திகைத்து நின்றான்.

"ஏண்டா, சீனுவாசா, மாசம் ஒருதரம் இரண்டுதரம் இங்கே அடிவாங்கறே நீ இந்த வருஷமாவது பாஸ் ஆக வேண்டாமா?"

பேச்சு வேறு திசையில் போவது கண்டு சீனுவாசன் கலவரம் அடைந்தான்.

பிரின்ஸ்பால் அவனை, "நீ போ, கிளாசுக்கு" என்றார்.

அவன் போன பிறகு, "நீ அவனோட சேராதே. இரண்டு பேருக்கும் நல்லதில்லே. அவன் அம்மா எங்கிட்டே வந்து அழுதா" என்றார்.

"சார், கங்காராம் பற்றி சீனுவாசன் தான் சொன்னானா?"

"ஆமாம். உனக்கெப்படித் தெரியும்?"

"சார், கங்காராம் நல்லவன்."

"உனக்கெப்படித் தெரியும்?"

"நீங்க அவனைக் கூப்பிட்டுக் கேளுங்க, சார். அவனாலே ஒரு கெட்ட பேரும் ஸ்கூலுக்கு வராது."

"செகரட்டரிதான் உடனே டிஸ்மின்னு சொன்னார். அவர் சீனுவாசன் பக்கத்து வீடு."

"இப்போகூட நீங்க விசாரிச்சுப் பாக்கலாம், சார் அவன் ரெஜிமெண்டல் பஜார்லேதான் எங்கேயோ இருக்கான்."

"நீ அழைச்சுண்டு வா."

அதன் பிறகு ஒரு வாரம் எனக்கு நேரம் கிடைத்த போதெல்லாம் கங்காராமைத் தேடிப் போனேன். ஸ்கூல்லே இருந்த முகவரி மிகப் பழையது. கடைசியாக நான் அவனைக் கண்டுபிடித்தபோது அவன் மிகவும் மோசமான நிலையில் இருந்தான். அவன் முதலில் என்னுடன் வரத் தயாராக இல்லை.

“வா, கங்காராம். பிரின்ஸ்பாலே சொன்னாரு.”

பிரின்ஸ்பாலுக்கும் அவனைப் பார்க்கவே கஷ்டமாக இருந்தது. “நீ வந்து சொல்லியிருக்கலாமே?” என்றார்.

“கையிலே கடுதாசு கொடுத்திட்டீங்க, நான் என்ன பண்ணுவேன்?”

“நீ ஏதாவது ஆம்பளை பொம்பளைக்கு ஸ்கூலைத் திறந்துவிட்டயா?”

“என்னங்க?”

“கெட்ட காரியத்துக்காக. ஸ்கூல் வெராண்டாவை யாராவது பயன்படுத்தினாங்களா?”

“என்ன கெட்ட காரியம்?”

பிரின்ஸ்பால் என்னைப் பார்த்தார் “போ வெளியே” என்றார்.

நான் அவர் அறைக்கு வெளியே காத்திருந்தேன். திடீரென்று கங்காராம் சிரிக்க ஆரம்பித்தான். பிரின்ஸ்பாலும் சிரித்த மாதிரி இருந்தது. நான் உள்ளே போனேன். பிரின்ஸ்பால் இறுக்கம் தணிந்தவராக, “சரி, நீ போ. நான் செகரட்டரிகிட்டே சொல்லி உன்னை மறுபடியும் வாட்ச்மென் ஆக்குறேன்” என்றார்.

“புது ஆளு?”

“அது ஒரு மாசத்துக்குத்தான். நீ நாளைக்கே வந்துரு.

நானும் கங்காராமும் வெளியே வந்தோம்.

“என்னாச்சு, கங்காராம்?”

“போன மாசம் பெரிசா மழை அடிச்சதில்லே, அப்போ இங்கே லீவு வேறே. இரண்டு நாள் ஏழெட்டுப் பிச்சைக்காரங்க வெராண்டாலே ஒண்டியிருக்காங்க. நான்தான் விட்டேன். அவங்க ஏதோ கலீஜ் பண்ணிட்டாங்கன்னு செகரட்டரிகிட்டே யாரோ சொல்லியிருக்காங்க.”

“யாரு?”

“அதுகூட ஒரு பையன்தான்.”

“சீனுவாசனா?”

“தெரியாது, ஆனா என் வேலை போச்சு.”

“இப்போ வந்துடுத்தே?”

“பழைய மாதிரி ஆகுமாப்பா? இப்போ எல்லாரும் என்னைக் காவல் காப்பாங்க.”

அதன் பிறகு நான் எப்போதும் தானியம் அரைக்க இரண்டாவது கடைக்கே போனேன்.

காலச்சுவடு 128, ஆகஸ்டு 2010

நிஜம்

இரண்டாம் உலக யுத்தம் முடிந்து இரண்டு மூன்று ஆண்டுகள் ஆகியிருக்கக் கூடும். இன்னும் வெளிப் படையாகப் பனிப்போர் துவங்கவில்லை. ஐரோப்பிய நாடுகளில் இடிபாடுகள் மத்தியில் மக்கள் பட்டினியாலும் குளிருக்குப் போதிய உடை, கணப்பு இல்லாமலும் தவித்துக்கொண்டிருந்தார்கள்.

இவ்வளவுக்கும் மத்தியில் விஞ்ஞான ஆய்வாளர்கள் தங்கள் பணியைச் செய்து கொண்டிருந்தார்கள். பெனிசிலின் என்ற விந்தை மருந்து பல நோயாளிகளுக்கு ஆறுதல் அளித்தது. மருத்துவ நிபுணர் செபாஸ்டியன் தாமஸ், ஐம்பது வயது தாண்டியவர்களுக்கு வரும் இதய நோய்க்கு அறுவைச் சிகிச்சை மூலம், இன்னும் இருபது முப்பது ஆண்டுகள் அவர்கள் ஆயுள் நீடிக்க வழி கண்டுபிடித்துவிட்டார். ஒரே ஒருமுறை அமெரிக்கா சென்று, அங்கு ஓர் கருத்தரங்கில் கட்டுரை படித்து, உலகெங்கும் இதய நோய்ச் சிகிச்சையில் புதிய பாதை ஏற்பட வைத்தார். அந்தக் கருத்தரங்குக்குத் தென் ஆப்பிரிக்காவிலிருந்து கிரிஸ்டியன் பர்னார்டு என்ற மருத்துவ நிபுணரும் வந்திருந்தார். அவர்தான் பிற் காலத்தில் இதய மாற்றுச் சிகிச்சையை முதன் முதலாக வெற்றிகரமாகச் செய்து முடித்தார்.

செபஸ்டியனுக்குத் தருஸ்யா என்ற நாட்டிலிருந்து அழைப்பு வந்தது. அந்த நாட்டுத் தூதரே நேரில் வந்து அழைத்து இருவழி விமானச் சீட்டையும் தந்தார். செபாஸ்டியனுக்குத் தன் உதவியாளரையும் அழைத்துச் செல்ல வேணடும் என்று விருப்பம். ஆனால் செபாஸ்டியனுக்கு மட்டும்தான் விசா தர முடியும் என்று தருஸ்யா நாடு கூறிவிட்டது.

தருஸ்யா ஓர் இருண்ட நாடு என்று பெயர் பெற்றது. முப்பது ஆண்டுகளுக்கு மேலாக ஒரு சர்வாதிகாரி ஆட்சி நடத்திவந்தான். 'எல்லாவற்றையும் ஜான் பார்த்துக்கொள்வார்' என்பது அந்த நாட்டின் ஆதார கோஷம். தலைநகரில் மட்டுமல்லாது கிராமப்புறத்திலும் ஜானின் முகம் இதைக் கூறிக்கொண்டிருக்கும். ஆனால் கோஷத்திற்கு வேறு பொருள்

உண்டு என்றும் எல்லாருக்கும் தெரியும். 'ஜாக்கிரதை. உன் உயிர் என் கையில்' என்று ஜான் சொல்லாமல் சொல்லிக்கொண்டிருந்தான்.

தருஸ்யாவின் தலைநகரில் செபாஸ்டியனின் உரைக்கு இருபது பேர் வந்திருந்தனர். எல்லாருக்கும் ஒரே மாதிரி உடை. ஒரே மாதிரி முகத் தோற்றம். கைகுலுக்கும்போது புன்னகைகூட மிகவும் அடக்கமாக இருந்தது. செபாஸ்டியனுக்கு ஒரு சந்தேகம் தோன்றியது. அவருடைய உரைகளுக்குப் பத்துப் பன்னிரண்டு நபர்கள்கூட வரமாட்டார்கள். இங்கு இருபது பேர்! உரை முடிந்தபின் ஒருவர்கூட வினா எழுப்பவில்லை. அதுகூடச் சாத்தியம்தான். ஆனால், அவர்கள் மருத்துவர்கள்தானா என்ற ஐயம், அவர்களில் ஆங்கிலம் சிறிது அறிந்தவருடன் செபாஸ்டியன் பேச முற்பட்டபோது ஏற்பட்டது. ஆனால், அதிகாரிகள் அவரை உடனே வெளியே அழைத்துவந்து ஒரு காரில் ஏற்றிவிட்டார்கள்.

கார் அவர் தங்கியிருந்த விடுதிக்குப் போகவில்லை. மாறாக, ஒரு பெரிய மாளிகை உள்ளே சென்றது. செபாஸ்டியனை இருபுறமும், காவல் அதிகாரிகள் போன்றவர்கள் அழைத்துச் சென்றார்கள்.

அங்குத் திரும்பி, இங்குத் திரும்பிப் பத்து நிமிடங்கள் கழித்து அவர்கள் ஓர் அறையை அடைந்தார்கள். இப்போது வேறு இருவர் செபாஸ்டியனை ஒரு கைதி போல ஓர் அறுவைச் சிகிச்சை அறைக்கு அழைத்துச் சென்றார்கள். அங்கே படுக்கையில் ஒரு நோயாளி பேச்சு மூச்சற்றுக் கிடந்தான்.

செபாஸ்டியன் தான் ஏதோ சூழ்ச்சியில் சிக்கிக்கொண்டிருப்பதை உணர்ந்தார். அங்கிருந்த மருத்துவர்களில் ஒருவர், டாக்டர் தாமஸ், "தங்கள் சிகிச்சைக்காக இங்கு ஒருவர் காத்திருக்கிறார். உடனே சுத்திகரிக்கப்பட்ட மேலுடை, கையுறை அணிந்து கொள்ளுங்கள்" என்றார்.

"நான் இந்த நாட்டில் எனது சிகிச்சை பற்றிப் பேசத்தான் வந்தேன். அதைச் செய்து காட்ட அல்ல."

"மன்னிக்க வேண்டும். முன்கூட்டியே தெரிவிக்க முடியவில்லை. இன்னும் அரை மணிக்குள் ஆபரேஷன் தொடங்கிவிட வேண்டும்."

செபாஸ்டியன், இரு மானிட்டர்களைப் பார்த்தார். அப்போது எல்.சி.டி. திரைகள் வந்திருக்கவில்லை. காகித உருளைகளில் பேனா வரைந்து கொண்டே போகும். நோயாளி இன்னும் உயிருடன் இருந்ததற்கு அந்தக் காகிதச் சுருள்கள் சாட்சி.

செபாஸ்டியன் உடனே பக்கத்து அறைக்குச் சென்று உடை மாற்றிக் கொண்டார். ஆபரேஷன் மேஜைக்கு வந்தார். நோயாளியின் முகம் தெரியாதபடி மூடியிருந்தது.

"இவருக்கு மயக்க மருந்து தராது சிகிச்சை செய்ய முடியாது. முகத்தை மூடியிருப்பதை எடுத்து விடுங்கள்" என்றார்.

"தேவையில்லை, நோயாளியின் முகத்தைத் திறக்காமலே சிகிச்சை செய்து விடலாம். மயக்க மருந்து தர ஒருவர் காத்திருக்கிறார்."

"எனக்கு விவாதத்தில் ஈடுபட விருப்பமில்லை. ஆனால் அடையாளம் தெரியாத நோயாளிக்கு நான் சிகிச்சையளிக்க முடியாது."

செபாஸ்டியன், தன் முதுகில் ஒரு கைத்துப்பாக்கி முட்டுவதை உணர்ந்தார்.

"என்னைக் கொன்றால் இந்த நோயாளியைக் காப்பாற்ற முடியாது. அடையாளம் தெரியாத நபருக்கு என்னால் சிகிச்சை அளிக்க முடியாது."

அந்த மருத்துவர்கள் புரியாத மொழியில் விவாதம் செய்தார்கள். "நோயாளியின் அடையாளம் தெரிந்துவிட்டால் நீங்கள் உயிருடன் ஊர் திரும்ப முடியாது."

"மன்னிக்க வேண்டும். நான் முகத்தைப் பார்த்தேயாக வேண்டும்."

மயக்க மருந்து தரவிருந்த நிபுணர் நோயாளியின் முகத் திரையை விலக்கினார். அது தருஸ்யாவின் சர்வாதிகாரியான ஜானின் முகம். ஜான் உடல்நலமில்லாமல் உயிருக்குப் போராடிக் கொண்டிருந்தது அந்த அறையிலுள்ள ஐந்து நபர்களைத் தவிர யாருக்கும் தெரியாது. எவ்வளவு நாட்களாக அந்த மனிதன் இப்படிக் கிடக்கிறான்?

இப்படியுள்ள கதை கொண்ட திரைப்படத்தைப் பார்த்தவுடன், பூபதிக்கு இந்திராகாந்தி மரணம் நினைவுக்கு வந்தது. பிபிசிக்காரர்கள் பன்னிரண்டு மணிக்கே உயிர் போய்விட்டது என்றார்கள். ஆனால், இந்திய அரசு மாலை ஆறே காலுக்குத்தான் மரணச் செய்தியை ஒலிபரப்பியது.

பூபதிக்கு மனம் குழம்பியது. உலகப் பிரசித்தி பெற்றவர்கள் சாவு விஷயத்திலேயே உண்மையறிய முடியாதபடி இருந்தால், சாதாரண ஏழை எளிய மக்கள் கதி என்ன? எவ்வளவு பேர் எங்கெங்குப் படுகொலை செய்யப்பட்டு நடுக்காட்டில் வீசப்படுகிறார்களோ?

பூபதிக்குத் தெருவில் நடப்பதற்கே அச்சமாக இருந்தது. தினம் ஐம்பது அறுபது சாலை விபத்து நிகழ்கின்றன. இதில் எவ்வளவு உண்மையான விபத்துகள், எவ்வளவு திட்டமிட்டு நடத்தப்படுவது?

திரைப்படத்தில் அந்த செபாஸ்டியன் என்ற இதய சிகிச்சை நிபுணர், கழிப்பறை ஜன்னல் வழியாக வெளியே குதித்துத் தோட்டத்து மரங்களின் நிழலில் பதுங்கிப் பதுங்கி மாளிகையிலிருந்து வெளியேறி வேகமாகச் சாலையில் நடக்கிறார். ஓடினால் யாருக்கும் சந்தேகம் வரும். அந்த நாட்டின் மொழி ஒரு சொல் தெரியாது. அவர் எப்படித் தப்ப முடியும்?

ஆனால், அது திரைப்படம். ஒரு நாடக நடிகை செபாஸ்டியனை நாடக ஒப்பனை அறைக்கு அழைத்துச் சென்று, அவருடைய முகத் தோற்றத்தைச் சிறிது மாற்றிவிடுகிறாள். அதன் பிறகு அவரை நாட்டு எல்லைக்கு அழைத்துச் சென்று பெரும் ஆபத்துக்களுக்கு இடையில் அவரைத் தப்ப வைத்துவிடுகிறாள்.

நிஜ வாழ்க்கையில் இந்த மாதிரியான ஆபத்துக்களிலிருந்து தப்ப முடியுமா? இந்த நாட்டிலேயே எவ்வளவு பேர் ஆண்டுக் கணக்கில் சிறைகளில் இருக்கிறார்கள்? இவர்களுடைய சிறை வாசத்தின்போது இறந்துவிட்டால் என்ன செய்வார்கள்? சிறையிலேயே புதைத்துவிடுவார்களா? மனைவி மக்களிடம் உடலைத் தருவார்களா? உயிரோடிருந்தபோது உறவினர் துளிப் பால்கூடத் தந்திருக்க முடியாது. சிறிது வசதியுள்ள குடும்பமாயிருந்தால், சாகும் தருணத்தில் கங்கை நீர் என்றுவிடக்கூடும். ஆனால் சிறையிலேயே செத்து விட்டால்?

பூபதி ஒரு திரைப்படம் தன்னை இந்த அளவுக்குக் கலக்கிவிடக்கூடும் என்று நினைத்ததில்லை. பேய் பிசாசுக் கதைகள் வெகு எளிதில் மனதை விட்டு அகன்றுவிடுகின்றன. ஏதோ வெளிநாட்டில் நடந்தது அல்லது நடக்கக்கூடும் என்ற எண்ணத்தில் இப்படம் தயாரிக்கப்பட்டிருக்கும். ஒருவிதத்தில் இது வருவதை முன் கூட்டியே கூறுவது போல இருந்தது. இப்படம் வெளிவந்த பிறகுதான் ரஷ்ய சர்வாதிகாரி ஸ்டாலின் இறந்தான்.

ஆனால், அவன் எப்போது இறந்தான், என்ன நோய் கண்டு இறந்தான் என்று அந்த நேரத்தில் உலகுக்குத் தெரியாது. இப்போதும் தெரியாது. ஸ்டாலின் இருந்தபோது நடுநடுங்கிக் கொண்டிருந்தவர்கள் அவன் இறந்து மூன்றாண்டுகள் வரை அதே நடுநடுக்கத்தில் இருந்தார்கள். அதன் பிறகு ஒரு விமர்சனம், அப்புறம் இன்னொன்று, அப்புறம் ஸ்டாலின் மகளே தந்தைக்கு எதிராகப் பேசிக் கடைசியில், அந்த நாடே கோஷ்டி கானம் போல ஸ்டாலினை வைது தீர்த்தது. ஆனால், அவன் எவ்வளவு சாமர்த்தியசாலியாக இருந்தால் ரஷ்யா போன்ற மிகப் பெரிய நாட்டை அமைதிக் காலத்திலும் போர்க் காலத்திலும் அவனுடைய கட்டை விரலுக்கடியில் முப்பது ஆண்டுகள் வைத்திருக்க முடியும்? எது நிஜம்?

பூபதி வீட்டில் நுழைந்தவுடன் அவனுடைய மனைவி, "இன்னிக்கு மளிகைச் சாமான், ரேஷன் வாங்கி வரணும்னு திரும்பத் திரும்பச் சொன்னேன். சினிமாவுக்குப் போயிட்டு ஏழு மணிக்கு வீட்டுக்கு வர்றீங்களே?" என்று கத்தினாள்.

பூபதிக்கு வீட்டு உண்மையைக் கூட எளிதாகத் தெரிந்து கொண்டுவிட முடியாது என்று தோன்றியது.

கல்கி, ஏப்ரல் 2010

குடும்பப் புத்தி

'குடும்பப் புத்தியைக் காட்டிட்டான்' என்று ஜென்னி சற்று உரக்கவே முணுமுணுத்தது பிரபாகர் காதில் தெளிவாக விழுந்தது. இது அப்போது ஏற்பட்ட விவாதத்தில் அவள் யோசிக்காமல் சொன்னது அல்ல. எவ்வளவோ ஆண்டுகளாக இதை மனதில் புதைத்து வைத்துக்கொண்டு இன்று தோண்டி எடுத்திருக்கிறாள்! அவனுக்குத்தான் தெரியவில்லை.

"ஏன், என்ன ஆச்சு?" என்று பிரபாகரன் கேட்டான்.

"ஃபிரிட்ஜிலே வைக்கறதுக்குக் கூட உன்னோட பெர்மிஷன் வேணுமா?"

"நான் என்ன சொன்னேன்? மூடியைக் கெட்டியா மூடி வைன்னுதானே சொன்னேன்."

"அப்படீன்னா என்ன அர்த்தம்?"

"ஒண்ணும் புரியாததா சொல்லலையே?"

"அதுல வைக்காதேன்னு அர்த்தம்."

"நான் அப்படிச் சொல்லலியே."

"நீ எதை நினைச்சுண்டு சொன்னேன்னு தெரியும்."

"ராமா, ராமா! இதென்ன பைத்தியக்காரத்தனம்?"

"ஆமாம். நீ என்னைப் பைத்தியக்காரி மாதிரிதான் நடத்தறே. டிரைவிங் ஸ்கூல் போனயா?"

"இல்லை. இப்படி நீயா நினைச்சுண்டு சண்டை போட்டா நான் ஒண்ணும் செய்ய முடியாது."

"நானும் ஒண்ணும் செய்ய முடியாது. நான் இப்பவே அப்பா வீட்டுக்குப் போறேன்."

"நீ அப்பா வீட்டுக்குப் போ. நான் வேண்டாம்னு சொல்லலை. ஆனா என்னோட சண்டை போட்டுண்டு போகாதே."

"நான் எது செய்தாலும் அதைச் செய்யாதே, இதைச் செய்யாதேன்னு நீ சொல்லறே. அப்படீன்னா ஒத்துப்போகலே."

"ராமா, ராமா, என்ன ஒத்துப்போகலே? சரி இனிமே நீ எதை வேணும்னாலும் ஃபிரிட்ஜிலே வை."

"எனக்கும் ஜீஸஸ் ஜீஸஸ்னு சொல்ல முடியும். நான் இதுக்கெல்லாம் கடவுளைக் கூப்பிட மாட்டேன். ஒத்துப் போகலைன்னா ஒத்துப் போகலை. அவ்வளவுதான்."

பிரபாகரன் இரு கைகளால் தலையைப் பிடித்துக்கொண்டு மேஜை முன் உட்கார்ந்தான். இவளுக்கு என்ன ஆயிற்று? அசைவம் இவளுக்குப் பிடிக்கும் என்றால் வேறெங்காவது தனியாக வைக்கட்டுமே? பாலுடனும் தயிருடனும்தான் வைக்க வேண்டுமா? இது சொன்னால் தவறா?

ஆனால், இதே விஷயம் பற்றி அவள் மூன்று வருடங்களுக்கு முன்பு சொன்னது அவனுக்கு நினைவில் இருந்தது. அவளுக்கு இல்லை. "எனக்கும் பெரிய பெரிய மீன்கள், புடலங்காய் எல்லாம் பிடிக்காதுன்னு மட்டுமில்லை, வயித்தைக் குமட்டிக்கொண்டு வரும். சூப்பர் மார்க்கெட்டிலேயே சில அலமாரிப் பக்கம் திரும்பக்கூட மாட்டேன். நீ சாப்பிடாதது எதையும் நான் தனியா ஒரு மூலையிலே கெட்டியா மூடி வைச்சுடறேன். ஃபிரிட்ஜில் அது உன் கண்ணில்கூடப் படாது." அந்த முதல் நாட்கள்தான் எவ்வளவு இனிமையாக இருந்தன! அவர்கள் அதற்கும் முன் மூன்று வருடங்கள் காத்திருந்தார்கள். ஆறு வருடங்களாக அவளுக்குத் தோன்றாத அவனுடைய குடும்பம் இப்போது தோன்றிவிட்டது.

உண்மையில் அவர்கள் இருவருக்கும் அயல்நாட்டில் கல்லூரி விடுதியில் தங்கிப் படிக்கும் போது அடுத்தடுத்து வரும் சிறிய பெரிய பரீட்சைகள் பற்றித்தான் முழுக் கவனமும் இருந்தது. அவளுக்கு நகரப் பின்னணி. அவன் ஒரு சிற்றூர்க்காரன். ஆனால், அவர்கள் இருவருக்கும் அமெரிக்கப் பேராசிரியர்கள் உரையாற்றும்போது பாதிக்கு மேல் புரியவில்லை. அமெரிக்கர்களே இவ்வளவு வேறு வேறு மாதிரியாகப் பேசுவார்களா? ஆனால், போகப் போகப் பழக்கமாகி விட்டது.

பேச்சு மட்டுமில்லை. ஆண்கள் சந்தித்தால் கையைக் குலுக்கிக் கொண்டால் போதும். பெண் அவள் இரு கன்னங்களை எதிர் மனிதர் முத்தமிடக் காட்ட வேண்டும். பாவனைதான். ஆனாலும் அவள் சங்கடப் பட்டாள் என்பது தெரிந்தது. ஜென்னி பிறவிக் கிறித்துவள். சுதந்திரமாக உலவுவார்கள் என்ற பெயரைப் பெற்ற கேரளப் பெண்தான். ஒரு கோடீசுவரக் குடும்பத்தில் பிறந்தவள்தான். ஆனால் யார் யாரோ வலுக்கட்டாயமாக அவளுடைய காதுகளை முகர்ந்துவிட்டுப் போவது அவளுக்குப் பிடிக்கவில்லை என்று பிரபாகரன் ஊகித்துக் கொண்டான்.

பிரபாகருடைய ஹாஸ்டல் தனியாக இருந்தாலும் காலையில் வலம் வரும் பல்கலைக்கழக இலவச பஸ்ஸில் அவன் ஜென்னியைப் பார்ப்பான். முதல் முறை கடும் குளிரில் அவள் புடவை கட்டிக் கொண்டு ஏன் திண்டாடு கிறாள் என்று நினைத்துக்கொண்டான். அவன் நினைத்தது அவளுக்குத்

தெரிந்துவிட்டது போல அடுத்த நாளே அவள் ஒரு புது ஜீன்ஸ் பாண்ட்டில் வந்தாள். ஜீன்ஸ் பாண்ட் அப்போது வந்த புது ஃபாஷன். இன்று போலப் பொது உடையாகவில்லை. அவளுக்குச் சரியாக வாங்கிக்கொள்ளத் தெரியவில்லை. மேலும் பாண்ட்டை இடுப்பில் எங்குப் போட்டுக் கொள்வது என்றும் தெரியவில்லை. அவளிடம் போய் ‘நீ கட்டாயம் பெல்ட் போட்டுக் கொள்ள வேண்டும்’ என்று சொல்லிவிடலாமா என்றுகூட யோசித்தான். அவள் வெள்ளைக்காரியாக இருந்தால் இதைச் சொல்லலாம், அந்தப் பெண்ணும் நன்றி தெரிவிப்பாள். இந்தியப் பெண்கள் அமெரிக்காவில் இந்தியர்களுடன் ஓர் இந்தியப் பெண் மாதிரிதான் நடந்துகொள்வார்கள். காதிலே விழாதது போல மூக்கைத் தூக்கிக்கொண்டு வேறு திசையில் பார்ப்பார்கள்.

அவர்கள் ஒருவரை ஒருவர் பார்த்துத் தங்கள் மனதுக்குள் அடையாளம் கண்டுகொண்டாலும் அந்த அமெரிக்க மண்ணில் அவர்கள் இரு சொல் பரிமாறிக்கொள்ள மாதக்கணக்கில் ஆயிற்று. ஒரு தீவில் இங்கிலாந்துக்காரர்கள் இருவர் மாட்டிக்கொண்டால் முறையாக அறிமுகம் செய்து வைக்கவில்லை என்று ஆயுட்காலம் முழுதும் பேசிக்கொள்ளாமல் இருந்து மடிந்தார்கள் என்று சொல்லுவார்கள். ஆனால், ஜென்னிக்கும் பிரபாகரனுக்கும் அப்படி நேராது தடுக்க ஒரு தற்செயல் நிகழ்ச்சி நடந்தது.

அவர்கள் தங்கிப் படித்த சிற்றூருக்கு வந்து அமெரிக்காவின் முன்னணி எழுத்தாளர் இரு உரைகள் நிகழ்த்தினார். ஒன்று அந்தப் பல்கலைக் கழகத்திலேயே. இன்னொன்று பல்கலையைச் சாராதவர்களும் வரக்கூடிய பொதுக் கூட்டம். பல்கலையில் பிரபாகரன் ஜென்னியைப் பார்த்த போது பெரிய வியப்படையவில்லை. ஆனால், இரண்டாவது கூட்டத்திற்கும் வந்திருந்தது வியப்பளித்தது. அவனைப் போல அவளுக்கும் ஒன்றிரண்டு வகுப்புகளை இழக்க நேர்ந்திருக்கும்.

கூட்டம் முடிந்து அவர்கள் வெளியே வந்தபோது, ஜென்னி பிரபாகரனைப் பார்த்து, “எனக்கு ஒரு சிறு உதவி புரிவீர்களா? என்னுடன் வர வேண்டும்” என்றாள். பிரபாகரன் அவளைப் பின் தொடர்ந்தான். அவள் எழுத்தாளரைச் சுற்றியிருந்த சிறு கூட்டத்தைப் பிரிந்து எழுத்தாளரிடம் ஒரு ஆட்டோகிராப் புத்தகத்தை நீட்டினாள். அவர் கையெழுத்துப் போட்டுக் கொடுத்தார். ஜென்னி பிரபாகரனை அவருக்குக் காட்டி, “இவர் இங்கு இலக்கியம் படிக்கிறார். என் தேசத்துக்காரர்” என்றாள்.

“உங்கள் தேசத்தில் ஆங்கிலத்தில்தான் அதிகப் புத்தகங்கள், பத்திரிகைகள்.”

“ஆமாம். அதே நேரத்தில் நாங்கள் உங்களைப் போன்றவர்களையும் படிக்கிறோம்.”

“அமெரிக்காவிலேயே என்னைப் படிப்பவர்கள் மிகவும் குறைவு.”

“இந்தியாவில் எங்கள் ஊரிலேயே நூறு பேரைப் பிடித்துவிடலாம்.”

“உங்கள் ஊரில் எனக்கு அவ்வளவு வாசகர்களா? என்ன, இளைஞனே, உன் சிநேகிதி சொல்வது சரி என்கிறாயா?”

"அவள் படித்த கல்லூரியில் ஆங்கிலப் பிரிவு சற்று வலுவானது. நான் படித்த கல்லூரியில் ஒழுங்கான நூலகம்கூடக் கிடையாது."

"நூலகங்களில் எனது புத்தகம் இருக்குமோ?"

"அமெரிக்கன் லைப்ரரியில் நிச்சயம் இருக்கும். அதில் நான் அங்கத்தினன் இல்லை."

எழுத்தாளர் நகர்ந்துவிட்டார். "ஏதாவது சாப்பிடலாமா?" என்று பிரபாகரனை ஜென்னி கேட்டாள்.

"அவரவர் சாப்பிட்டதற்கு அவரவர் தர வேண்டும்."

"நானே அப்படித்தான் செய்வேன். பல்கலைக்கழக பஸ் டிரைவர் பணி இன்னும் இரு வாரங்கள் கழித்துத்தான் என் முறை வரும். அந்த இரு வாரங்கள் சற்றுத் தாராளமாக இருக்கலாம்."

"உனக்கு லைசன்ஸ் இருக்கிறது. எனக்குக் கிடைக்க நிறைய நாட்கள் ஆகும். கிளம்பும் முன் ஏதேதோ யோசனைகள் சொன்னார்கள், டிரைவிங் லைசன்ஸ் ஒன்று வாங்கிக்கொண்டுவிடு என்று யாரும் சொல்லவில்லை."

பிரபாகரன் ஒரு பள்ளிக்கூட ஆசிரியர் மகனாகவே நடந்துகொண்டான். ஜென்னிக்கு அவன்மீது அதற்காகவே விசேஷ மரியாதை இருந்த மாதிரிதான் நடந்துகொண்டாள். அவனைச் சங்கடப்படுத்தவில்லை. இருவரும் முதுகலைப் பட்டம் பெறும் நேரத்தில் ஜென்னியாகவே பிரபாகரனைக் கேட்டாள் : "உங்கள் குடும்பத்தில் உங்களுக்காகப் பெண் பார்த்திருக்கிறார்களா?"

"நீ நினைக்கிறபடி நிலைமை இல்லை. இப்போது பெண்களுக்கும் நிறைய எதிர்பார்ப்புகள் உண்டு. அதெல்லாம் பூர்த்தி செய்கிறபடி நான் முனைவர் பட்டம் பெறுவதற்குள் எனக்குத் தலைவழுக்கை விழுந்துவிடும். அவளுக்குத் தலை மயிர் நரைத்துவிடும்."

"நாம் கல்யாணம் செய்து கொண்டாலென்ன?"

"சமரசங்கள் நிறையச் செய்ய வேண்டும்."

"ஒருவர் மேல் ஒருவர் அன்பும் மரியாதையும் கொண்டிருந்தால் அது சிரமமில்லை."

"சரி, என் வீட்டில் ஒத்துக்கொண்டு விடுவார்கள். உன் குடும்பத்தில் அது அவ்வளவு எளிதல்ல."

"நான் வீட்டின் செல்லப் பெண்."

"சரி, சொல்லிப் பார்."

ஜென்னிக்கு ஆச்சரியமாக இருந்தது. அவள் குடும்பத்தில் பிரபாகரன் வேறு மதம், சுத்த சைவம் என்பதுகூடப் பொருட்டில்லை. அவன் ஒரு பள்ளிக்கூட வாத்தியார் மகன். சரியான மிடில் கிளாஸ்.

ஜென்னி குடும்ப உறவை முறித்துக்கொண்டு வெளியே வந்து விடுவதாகச் சொன்னாள். பிரபாகரன்தான், “மூன்று வருடங்கள் காத்திருந்தோம். இருவரும் தீஸிஸ் முடித்துவிட்டு முடிவுசெய்யலாமே” என்றான்.

அந்த வருடங்கள் ஒருவரைப் பார்க்காமல் இன்னொருவர் இருக்க முடியவில்லை. இப்போது இருவரும் மாணவர் விடுதியை விட்டுத் தனித் தனியாக அப்பார்ட்மெண்ட்டில் இருந்தார்கள். காலை உணவு மட்டும் அவரவர்கள் அப்பார்ட்மெண்ட்டில் முடித்துக்கொண்டு பகல் உணவு பிரபாகரன் அப்பார்ட்மெண்டில் வைத்துக் கொண்டார்கள். பிரபாகரன் சுடச்சுடத் தோசை அல்லது சப்பாத்தி செய்துவிடுவான். ஒரு வாரத்திற்காக இரண்டு விதமான காய்களைச் சமைத்துக்கொண்டு அவ்வப்போது சுடவைத்துத் தருவான்.

இந்தியா வந்தார்கள். அவள் நகரம். வேலைக்கென்று போக வேண்டிய தில்லை. அவளுடைய குடும்பத்தின் கையில் இருந்த பல பத்திரிகைகள், தொழிற்சாலைகள் எதற்கு வேண்டுமானாலும் சென்று உயர் பதவியில் அமரலாம். பிரபாகரன் அவனுடைய ஊருக்குச் சென்று பல கல்லூரிகளுக்கு விண்ணப்பம் அனுப்பினான். மொழி, இலக்கியம் என்று படித்தால் திரும்பத் திரும்ப வாத்தியார் வேலைதான். அதை மீறிக்கொண்டு போக மிகுந்த தைரியம் வேண்டும், நிஜமான முன்னேற்றம் காணச் சரியான நேரத்தில் சிறிது அதிர்ஷ்டமும் வேண்டும். சிறிது இருந்தது. ஜென்னி வசித்த நகரத்திலேயே உதவிப் பேராசிரியர் வேலை.

பிரபாகரனுக்குச் சிறிது வழுக்கை விழத் தொடங்கிய நாட்களில் ஜென்னியின் குடும்பத்தார் வேறு வழி தோன்றாது, சரி என்றார்கள். திருமணம் அவர்கள் மாளிகையில் ரிஜிஸ்ட்ரார் முன்பு.

திருமணநாள் காலை பிரபாகரனின் அப்பா அவனுக்குப் பூணூல் போட்டார். சிறுவயதிலேயே போட்டதுதான். அவன் அமெரிக்கா போன போது எங்கோ தொலைந்துவிட்டது. கையெழுத்துக் கல்யாணம் காலை பத்து மணிக்கு. பகல் விருந்தைப் பிரபாகரனின் அப்பா ஓர் ஐந்து நட்சத்திர ஹோட்டலில் ஏற்பாடு செய்து சுமார் முன்னூறு அழைப்பிதழ்கள் அனுப்பி னார். ஜென்னியின் உறவினர்களையும் அழைத்தார். எல்லோரும் வந்தார்கள். அவர்கள் ஒரு குழுவாக ஓர் ஓரத்தில் இருந்தார்கள். யாரிடமும் பேசவில்லை. அவர்களிடம் பேசச் சென்ற சிலரிடமும் ஒரு சொல் இரு சொற்களோடு முடித்துக் கொண்டார்கள். விருந்து முடிந்த அடுத்த கணமே அவர்கள் அனைவரும் ஒரே கோஷ்டியாகக் கிளம்பினார்கள்.

இதெல்லாம் ஜென்னிக்கு வருத்தம் தருமே என்று பிரபாகரன் கவலைப் பட்டான். அன்பையும் மரியாதையையும் காட்டுவதைவிட வெறுப்பை எவ்வளவு அழுத்தமாகத் தெரிவிக்க முடிகிறது! செயல்களை மட்டும் அடுக்கினால், வழக்கமான விருந்து என்றுதான் எவரும் நினைப்பார்கள். ஆனால், செயல்களைச் செய்வதில் அவற்றுடன் இருக்கும் ஓர் எரிமலையைக் காட்ட முடியுமா?

பிரபாகரனுக்கு அவனுடைய பெற்றோரை நினைத்தும் துக்கமாக இருந்தது. எதற்காக இவ்வளவு பெரிய செலவில் விருந்து? அவனுக்கு

வேண்டியவர்கள் அனைவருக்கும் சந்தேகமறப் பிரபாகரனையும் அவனுடைய பெற்றோர்களையும் ஜென்னி குடும்பத்தார் அவமதிப்பது தெரிந்திருக்கும். அவனுடைய அப்பாவுக்குப் பெரிய சம்பாத்தியம் இல்லை என்றாலும் அவரிடம் கல்வி கற்ற நூற்றுக்கணக்கான மாணவர்கள் இன்றும் அவரை 'சார், சார்' என்றுதான் குறிப்பிடுவார்கள். அவர்கள் ஊரிலேயே அவரைப் பார்த்துக் கும்பிடாதவர்கள் மிகச் சிலரே இருப்பார்கள். இதெல்லாம் ஜென்னிக்குத் தெரியும். ஆனால், அவளுடைய கோடீசுவர அப்பாவுக்குத் தெரியாது.

அன்று முழுக்கப் பிரபாகரன் ஒரு வார்த்தை பேசவில்லை. அம்மா கண்ணுக்கு மருந்துவிட ஜென்னியைக் கூப்பிட்டாள். ஜென்னிக்கு முதலில் அந்த மருந்தைக் கண்ணில் விடுவதா, காதில் விடுவதா என்று தெரியவில்லை. அம்மா ஒரு கண்ணை அகல விரித்துக் காத்துக் கொண்டிருந்தாள். மாமியாரும் மருமகளும் ஒருவரை ஒருவர் இவ்வளவு நெருக்கத்தில் பார்த்துக்கொள்ள ஒரே வாய்ப்பு.

பெற்றோர்கள் ஊருக்குப் போனவுடன் பிரபாகரனுக்கு மிகவும் பயமாக இருந்தது. அவனுக்கு ஜென்னியை மிகவும் பிடித்திருந்தாலும் இந்தத் திருமணத்தில் அவளுடைய உறுதியும் மனவலிமையும்தான் அதிகம் பங்கு வகித்தன. எங்கோ அயல் நாட்டில் இருவரும் அனாதைகளாய் சிக்கலில்லாமல் காலம் தள்ள முடிந்தது. இந்தியாவில் அவர்களுக்குரிய சூழலில் இப்படியொரு இரும்பு மனம் கொண்டவளோடு அவனது பெற்றோர் இருவரும் மகிழ்ச்சியோடு வாழ முடியுமா?

பிரபாகரன் பயந்தபடி எந்தப் பிரச்சினையும் உடனே வரவில்லை. ஜென்னி நன்கு வாழ்ந்து பழக்கப்பட்டவளானதால் வீட்டுக்குத் தேவையும் பொருத்தமும் உள்ளதை வாங்கி வந்தாள். கார் வாங்கவும் அவள் திட்டமிட்ட போது, பிரபாகரன் அதைச் சற்று ஒத்திப் போடச் சொன்னான். அவன் இன்னமும் டிரைவிங் லைசன்ஸ் வாங்கவில்லை. "அதனாலென்ன, நான் ஓட்டுவேனே?" என்று ஜென்னி சொன்னாள். "கொஞ்சம் பொறு" என்று பிரபாகரன் சொன்னான்.

ஒரு வருடமாயிற்று. கணவன் மனைவியாக ஒரே ஒரு முறைதான் ஜென்னியுடைய பெற்றோர் வீட்டுக்குப் போனார்கள். ஆனால், அவனுடைய பெற்றோர் வீட்டுக்குப் போகும்போதெல்லாம் அவளையும் அழைத்துக் கொண்டுப் போனான். தெரிந்தவர்கள், உறவினர்கள் அனைவருக்கும் அறிமுகம் செய்துவைத்தான். அதெல்லாம் தவறோ என்று பிற்காலத்தில் சந்தேகம் வரக்கூடும் என்று நினைக்கவில்லை. அவனுடைய பெற்றோர், குடும்பத்தினர், ஊர்க்காரர் எல்லாருமே அவளுக்கு எடை போடக் கிடைத்தனர். அவன் வரையில் ஒரே ஒருமுறை அவள் வீட்டுக்குப் போக முடிந்தது. வரவேற்பறை தாண்டி எங்கும் செல்ல முடியவில்லை. மிகவும் புகழ்பெற்ற குடும்பம். இரண்டு தலைமுறையாக அவர்கள் மலையாள மொழி மற்றும் ஆங்கிலத்தில் பரவலான செல்வாக்குப் பெற்றவர்கள். நாட்டின் மிகச் சிறந்த எழுத்தாளர்கள் அவர்களுடைய பத்திரிகைகளுக்குச் சிறப்புக் கட்டுரை எழுதித் தருவார்கள். நடுத்தர வர்க்க மக்களே அவர்கள்

வியாபாரக் கவனிப்பில் இருந்தார்கள். ஆனால், அவர்களின் ஒரு பிரதிநிதி அவர்கள் வீட்டு மருமகனாக வர முடியாது.

ஜென்னிக்குப் பிடித்திருந்தது என்று பிரபாகரன்தான் தினமும் சமையல் செய்தான். அவர்கள் வீட்டு வேலைக்கு அமர்த்தியிருந்த அம்மாள் ஞாயிறு வர மாட்டாள். அது தவிர மாதத்தில் குறைந்தது இரு நாட்களாவது வரமாட்டாள். அன்று பிரபாகரன்தான் பாத்திரம் துலக்க வேண்டும். ஜென்னிக்குப் பால் காய்ச்சக் கூடத் தெரியாது என்பதில் அவளுக்குப் பெருமை. அசைவமானதில் அமெரிக்காவில் அவளுக்கு உணவு பெரிய சங்கடம் தரவில்லை. அவளுக்குப் பிடித்த மீன் வகைகள், தேங்காய் எண்ணெய் கிடைக்காது. பிரபாகரனுக்குச் சமைத்துச் சாப்பிடுவதைத் தவிர வேறு வழியில்லை. மனைவிக்குச் சமைத்துப் போடுவதை அவனுடைய ஊர் நண்பர்கள் கேலிசெய்திருக்கிறார்கள். அம்மாவுக்கு நிச்சயம் வருத்தம் இருக்கும். ஆனால், அவள் வாய்திறந்து ஒரு சொல் சொல்லவில்லை.

டிரைவிங் லைசன்ஸ் வாங்குவது தள்ளிப் போய்க்கொண்டேயிருந்தது. ஜென்னி அவள் வீட்டுக்குத் தனியாக அடிக்கடி போக ஆரம்பித்தாள். "நீ போவதை நான் தடுக்கவில்லை. ஆனால் முன்கூட்டியே தெரிவித்துவிட்டால் நான் திட்டமாகச் சமைக்கச் சரியாக இருக்கும்" என்று மட்டும் பிரபாகரன் சொன்னான்.

"இனிமேல் சனி, ஞாயிறு இரண்டு நாட்களுக்கு எனக்குச் சமைக்க வேண்டாம்."

"அந்த இரண்டு நாட்கள் தானே நாம் சேர்ந்து வீட்டில் இருக்கிறோம். அம்மா வேறு இந்த வாரம் வருவதாக எழுதியிருக்கிறாள்."

"நான் அப்பா கம்பெனியிலேயே சேர்ந்து விட்டேன். எனக்குச் சனி, ஞாயிறு என்று கிடையாது."

அம்மாவுக்கு ஜென்னியைப் பார்க்க வேண்டும் என்று ஆசை. அவளுக்காகப் பிரபாகரன் அவளை அழைத்துக்கொண்டு ஜென்னியின் அப்பா வீட்டுக்குப் போனான்.

"ஒரு டெலிபோன் பண்ணிவிட்டு வந்திருக்கக் கூடாதா?" என்று ஜென்னியின் பாட்டி சொன்னாள். வீட்டில் மற்றவர்கள் எல்லோரும் கேரளாவில் இருந்த அவர்களுடைய எஸ்டேட்டுக்குப் போயிருந்தார்கள்.

ஊரிலிருந்து திரும்பி வந்த ஜென்னி, "என்னை ஏன் இப்படி அவமானப் படுத்துகிறாய்?" என்று கேட்டாள்.

"நான் என்ன செய்தேன்? அம்மா உன்னைப் பார்க்க வேண்டும் என்று சொன்னாள். நீ எஸ்டேட் போவது தெரியாது. என்னிடமும் சொல்லவில்லை."

"ஒவ்வொன்றையும் சொல்லிக்கொண்டிருக்க முடியாது."

"நீ உன் அப்பா – கம்பெனியில் சேர்ந்ததே எனக்குத் தெரியாது."

"இப்போது தெரிந்தாகிவிட்டது, போதுமா?"

பிரபாகரன் பேச்சை வளரவிடவில்லை. அவனுக்கு வியப்புத்தான் அதிகரித்தது. அமெரிக்காவில்தான் எவ்வளவு உயிருக்குயிராக இருந்தாள்! இவளைக் கல்யாணம் செய்துகொண்டால் இந்தியாவுக்கு வரக்கூடாது போலிருக்கிறது.

மீண்டும் ஜென்னி எதை எதையோ ரிஃப்ரிஜிரேட்டரில் வைத்துவிட்டு அவள் அறையில் அவளுடைய துணிமணிகளைத் தாறுமாறாக இறைத்துவிட்டு மீண்டும் அவளுடைய அப்பா வீட்டுக்குப் போய்விட்டாள். திரும்பி வரப் பத்து நாட்கள் ஆகும்.

இரு நாட்கள் விடுப்பு எடுத்துக்கொண்டு பிரபாகரன் அவனுடைய தாய் தந்தையர் ஊருக்குச் சென்றான். அம்மாவைத் தனியாகப் பார்க்க முடிந்தபோது, "அம்மா, இந்தப் பொண்ணு சரிப்பட்டு வராதுன்னு ஏன் நீ சொல்லலே?" என்று கேட்டான்.

"எனக்குத் தோணித்து, ஆனா நீ கேட்டிருப்பாயா?"

பிரபாகரன் அவன் படித்த பள்ளிக்கூடம் இருந்த தெருவுக்குப் போனான். அன்று விடுமுறை. பள்ளிக்கூடம் நிசப்தமாக இருந்தது.

ஓம் சக்தி, ஜூலை 2010

தோஸ்த்

அவன் காரிலிருந்து இறங்கி நின்றபோது கார் மிகவும் சிறியதாகப் போன மாதிரி இருந்தது. அது அப்படி ஒன்றும் சிறிய கார் இல்லை. ரெய்னால்ட்ஸ் கார். ஆனால் அவன் தோற்றம் அவனுக்கருகில் இருப்பது அனைத்தையும் சிறியதாக்கிவிட்டது. அவன் நிச்சயம் ஆர்ட்ஸ் பிரிவு – அதாவது வரலாற்றுப் பிரிவு – மாணவன்தான்.

எங்கள் கல்லூரியில் இரண்டே பிரிவுகள். ஆர்ட்ஸ் என்று அழைக்கப்பட்ட வரலாற்றுப் பிரிவு, இன்னொன்று விஞ்ஞானப் பிரிவு. முதல் பிரிவில் அறுபது எழுபது பேர் கூட இருக்கக்கூடும். விஞ்ஞானத்தில் நாற்பத்தி ரண்டைத் தாண்ட முடியாது. விஞ்ஞானப் பிரிவுக்குப் பத்து மணி தொடங்கி மாலை நான்கு மணி வரை மணி தவறாமல் வகுப்புகள் இருந்தால் ஆர்ட்ஸ்காரர்களுக்கு வாரத்தில் நான்கு மணி நேரமாவது வகுப்பு இருக்காது. பொதுவாகவே ஆர்ட்ஸ் மாணவர்கள் கலகலவென்று சிரித்துப் பேசிக்கொண்டிருப்பார்கள். கல்லூரி விளையாட்டுக் கோஷ்டிகளில் அவர்கள் நிரம்பி வழிவார்கள். கல்லூரியின் பல்பிரிவு அசோஷியேஷன்களில் அவர்கள்தாம் வைஸ் பிரசிடெண்ட், செகரட்டரி என்றிருப்பார்கள் (எல்லா அசோசியேஷன்களுக்கும் பிரின்ஸ்பால்தான் பிரசிடெண்ட்). இதற்கு மாறாக விஞ்ஞானப் பிரிவு மாணவர்கள் அசோஷியேஷன்கள் பக்கமே போகமுடியாதபடி வகுப்புகள் இருக்கும். எப்போதும் புத்தகமும் கையுமாக இருக்க வேண்டும்.

இன்னொன்றும் கூற வேண்டும். ஆர்ட்ஸ் பிரிவில் உள்ளவர் களில் பெரும்பாலானோர் தளதளவென்று வளர்ந்தவர்களாகவே இருப்பார்கள். அவர்கள் கல்லூரிக்கு வருவதே ஏதோ பொழுதுபோக்குக்கு வருவது போல இருக்கும். ஸயின்ஸ் பையன்கள் கறுத்து, வற்றலாக இருப்பார்கள். அவர்களைப் பார்த்தவுடனேயே அவர்கள் படித்துத் தலையெடுத்தால்தான் அவர்கள் வீட்டில் இருவேளை சாப்பாடு இருக்கும் என்று நினைக்கத் தோன்றும்.

ஆர்ட்ஸ், ஸயின்ஸ் இருவருக்கும் ஆங்கிலப் பாடம் பொதுவானது. தினம் முதல் வகுப்பு ஆங்கிலம்தான். அந்த ஒரு மணி நேரம் ஸாலர் ஜங்க் ஹாலில் இருந்த அவ்வளவு மேஜை நாற்காலியும் போதாது. லைப்ரரியிலிருந்து நான்கைந்து நாற்காலிகள் கொண்டுவர வேண்டியிருக்கும்.

முதல் இரண்டு மூன்று நாட்கள் யாருக்கும் நிலைப்படவில்லை. ஆனால் சீக்கிரமே யார் யார் எங்கு உட்காருவது என்று ஏற்பாடாயிற்று. எனக்குக் கடைசி வரிசை. அந்த ரெய்னால்ட்ஸ் கார் பையன் எனக்குப் பக்கத்தில் அவன் தினமும் "மாஃப் அர்னா, தோஸ்த்" என்று சொல்லி என்னைச் சிறிது நகரச் சொல்லித்தான் உட்காருவான். அவன் என்னைத் தள்ளிய இடத்திலிருந்து நான் ஆசிரியர் கண்ணிலிருந்து தப்ப முடியாது. அவன் சுகமாகத் தூக்கம் கூடப் போடலாம். ஆனால் அவன் மாதிரி விழித்து இருப்பவர்களைப் பார்க்க முடியாது. அவனுடைய பெரிய கண்களுக்குச் சோடாபுட்டிக் கண்ணாடி.

ஆங்கில உரைநடை வகுப்புக்கு ஒரு புது ஆசிரியர். மாணிக்கம். கொஞ்சம் கட்டை குட்டையாக இருந்தார். ஆங்கிலப் பாடம் நடக்கும்போதுதான் ஜன்னல் வழியாகச் சாலையைப் பார்க்கலாம். இன்னொரு ஜன்னல் வழியாக யார் யார் ராஜையா கேன்டீனுக்குப் போகிறார்கள் என்று பார்க்கலாம். கேன்டீனைச் சுமாராகப் பத்து மணிக்கு மூடி மறுபடியும் பன்னிரண்டு மணிக்குத்தான் திறக்கலாம் என்று உத்தரவு. ஆனால் ஆசிரியர்கள் சிலர் அந்த வேளையில்தான் கேன்டீனுக்குப் போக முடியும்.

மாணிக்கம் 'டேவிட் காப்பர்ஃபீல்ட்' நடத்திக்கொண்டிருந்தார். திடீரென்று 'ஹிப்போ!' என்று ஒரு குரல் ஒலித்தது. மாணிக்கம் உரையை நிறுத்தினார். வகுப்பை நன்கு பார்த்தார். நூறு தலைகளுக்கும் மேலாக உள்ள கூட்டம். யார் குரல் கொடுத்தான் என்று கூறுவது?

ஒன்றுமே நடக்காதது போல மீண்டும் வகுப்பைத் தொடங்கினார். டேவிட் காப்பர்ஃபீல்ட் அவனுடைய மாற்றாந்தந்தையின் கொடுமை தாங்காமல் ஓடிப்போவதென்று தீர்மானித்துவிட்டான்.

'ஹிப்போ!'

இம்முறை மாணிக்கம் மேடையிலிருந்து இறங்கி வந்தார். நடுவில் பாதைவிட்டு இரு பக்கங்களிலும் வரிசையாக மாணவர்கள். ஒவ்வொரு வரிசையாகப் பார்த்து வந்தவர் எங்கள் வரிசை வந்தவுடன் நின்றார். அங்கே எங்கேயோயிருந்துதான் அந்தக் கத்தல்.

மாணிக்கம் ஒவ்வொருவர் முகமாகப் பார்த்தார். என்னை ஒருமுறைக்கு இருமுறை பார்த்தார். "கெட் அவுட் ஆஃப் தி கிளாஸ்" என்றார்.

அந்த நாளில் ஆசிரியருடன் வாதிடுவது, எதிர்ப்பேச்சு பேசுவது என்பதெல்லாம் கிடையாது. நான் ஹால் கதவருகில் நின்றுகொண்டேன்.

மாணிக்கத்துக்கு டேவிட் காப்பர்ஃபீல்டை அவர் கடைசியாக எங்கு விட்டார் என்று மறந்துவிட்டது. அவன் மறுபடியும் சாராயக் கடைக்குப் போய்விட்டான்.

இரண்டு மூன்று நிமிடங்கள்தான் ஆகியிருக்கும். மறுபடியும் 'ஹிப்போ' என்று கேட்டது. இம்முறை வகுப்பே குப்பென்று சிரித்துவிட்டது.

மாணிக்கம் மேஜைமீது குத்தினார். "ஆல் ஆஃப் யூ, கெட் அவுட் ஆஃப் தி கிளாஸ்!" என்று கத்தினார்.

எனக்கு ஹிப்போ என்றால் என்னவென்று தெரியவில்லை, வாயை அதிகம் திறக்காமல் கத்தக்கூடிய சொல் என்பதைத் தவிர வேறெதுவும் தோன்றவில்லை. மாணிக்கம் பிரின்ஸ்பாலிடம் புகார் செய்து பிரின்ஸ்பாலே வகுப்புக்கு வந்து கடுமையாக எச்சரித்தார். "எனக்கு யார் இந்த விஷமத்தனம் செய்வான் என்று தெரியும்" என்றார். அப்படிச் சொல்லும்போதே அவருக்கு ஒன்றும் தெரியாது என்று தெரிந்தது. நூறு மாணவர்களுக்கு மேல், அவ்வளவு பேர் முகமும் அப்போது பால் வடிந்தது. என்னிடம் வந்து "இப்போது கத்து" என்றார்.

நான் என்ன கத்துவது என்று தெரியாமல் நின்றேன்.

"உன் பெயர் என்ன?"

நான் சொன்னேன். இந்தக் குரலை வைத்துக்கொண்டு யாரையும் கேலி செய்ய முடியாது என்று அவருக்குத் தோன்றிவிட்டது. இருந்தாலும், "மறுபடியும் புகார் வந்தால் உன்னை டிஸ்மிஸ் செய்து விடுவேன்" என்று சொன்னார்.

அந்த நாளில் அந்தப் பிரதேசத்தில் ஒரு நாட்டு டானிக் பிரபலமாக இருந்தது. அதன் விளம்பரத்தை மேலோட்டமாகப் பார்த்திருக்கிறேன். பெயர், ஜிந்தாதலி இஸ்மாத். விளம்பரங்களிலும் மருந்து லேபிளிலும் ஒரு வட்டம் போட்டு அதில் ஆப்ரிக்கக் கறுப்பர் ஒருவர் படம் இருக்கும். அந்த மனிதருக்கு அடியில் 'ஹிப்போ' என்றிருந்தது. நீர்யானையின் சுருக்கம் என்றும் வைத்துக்கொள்ளலாம். நாங்கள் முதலில் அப்படித்தான் நினைத்துக் கொண்டிருந்தோம். இதெல்லாம் பின்புதான் எனக்குத் தெரிந்தது.

பிரின்ஸ்பால் என்னை மிரட்டிவிட்டுப் போனபிறகு நான் தனியாக இருந்தபோது அந்த ரெய்னால்ட்ஸ் கார் மாணவன் வந்தான். "ஸாரி, தோஸ்த்!" என்றான்.

"எதற்கு?" என்று நான் கேட்டேன்.

அவன் அங்குமிங்கும் பார்த்தான். "பிராமிஸ் பண்ணு" என்றான்.

"எதற்கு?"

"பிராமிஸ் பண்ணு."

"சரி, பிராமிஸ்."

மறுபடியும் அவன் அங்குமிங்கும் பார்த்தான். பிறகு, "நான்தான் ஹிப்போ என்று கத்தினேன்" என்றான்.

அவன் உயரம், உடல் ஆகிருதி, செக்கச் செவேலென்ற சருமம், சோடாபுட்டிக் கண்ணாடி, மிக உயர்ந்த துணியில் அற்புதமாகத் தைத்த

ஷேர்வாணி – அவன் முன்னால் நான்தான் ஏதோ கெஞ்சுவது போல இருக்க வேண்டும்.

நான் அவனைப் பார்த்துப் புன்முறுவல் செய்தேன். உண்மையில் எனக்கு அவனைப் பார்க்க வியப்பாக இருந்தது. ஒன்றுமே தெரியாதவன் போன்ற தோற்றம் கொண்ட இவனிடம் இவ்வளவு விஷமம்.

மாணிக்கம் எங்களுக்குச் சொல்லித்தரமாட்டேன் என்று பிரின்ஸ்பாலிடம் சொன்னாலும் மீண்டும் அவர்தான் வகுப்பு எடுக்க வேண்டியிருந்தது. எங்கள் கல்லூரிக்கு இரண்டே இரண்டு ஆங்கில ஆசிரியர்கள். வேலையை விட்டால் உடனே வேறு வேலை கிடைக்கும் என்று சொல்ல முடியாது.

இப்போது ஆளாளுக்கு ஹிப்போ என்றார்கள். மாணிக்கத்தின் பெயரே கல்லூரி வரை ஹிப்போ ஆகிவிட்டது. ஆனால் வகுப்பில் முதலில் ஹிப்போ என்று யார் கத்தியது என்று இரண்டே பேருக்குத்தான் தெரியும்.

கல்லூரி வகுப்புகள் நிலைப்பட்டு ஒழுங்காகப் பாடங்கள் நடத்திவந்த நாட்களில் இந்தியச் சுதந்திரம் வந்தது. ஆனால் எங்கள் பிரதேசத்தில் இல்லை. ஊர் நிலவரத்தை அந்த முஸ்லிம் ராஜா முறையாக அறிந்துகொள்ள முடியாதபடி சுற்றியிருந்தவர்கள் குழப்பினார்கள். அதன் விளைவு, இந்து முஸ்லிம் கலவரங்கள். குடும்பம் குடும்பமாக வெளியேறின. பதிலுக்குக் குடும்பம் குடும்பமாக உள்ளே வந்தன. வந்தவர்கள் நடைபாதைகளிலும் மைதானங்களிலும் குடிசை போட்டுக் கொண்டார்கள்.

எங்கள் கல்லூரி மாணவர்களில் சிலர் ராஜா இந்தியாவுடன் சேர வேண்டும் என்று வற்புறுத்த ஒரு பேரணிக்கு நேரம் குறித்தார்கள். ஐம்பது பேர் சேர்ந்திருப்பார்கள். நானும் ஒரு கொடியைப் பிடித்துக் கொண்டேன். எதிரில் அந்த ரெய்னால்ட்ஸ் கார் பையன் வந்தான். என்ன அற்புதமான ஷேர்வாணி. உயர்ந்த துணியில் நல்ல முறையில் தைத்து அதை ஆஜானுபாகுவாக உள்ளவன் அணிந்தால் அந்த இடமே அழகாகிவிடுகிறது. "கியா தோஸ்த், தும் பீ ஜாரய்?" என்று கேட்டான்.

"ஆமாம்" என்றேன்.

அவன் அதற்கு மேல் ஒன்றும் சொல்லாமல் கல்லூரிக்குள் போய்விட்டான்.

எங்கள் ஊர்வலம் அரை மைலுக்குப் பிறகு நின்றுவிட்டது. நாலாபுறமும் போலீஸ்காரர்கள் சூழ்ந்துகொண்டார்கள். அப்போது குதிரைமீது ஒரு போலீஸ் அதிகாரி வந்தார். எனக்குப் பார்த்த முகமாக இருந்தது. அங்கிருந்த இன்ஸ்பெக்டர்களிடம் ஏதோ சொல்லிவிட்டு அருகிலிருந்த ஒரு நவாபு மாளிகைக்குப் போய்விட்டார். எங்களைக் கீழே உட்காரச் சொன்னார்கள்.

அன்று நல்ல வெயில். தார்ச் சாலையில் இரண்டு மணி நேரம் உட்காரவைத்துவிட்டு, "போங்கள் வீட்டுக்கு" என்று போலீஸ்காரர்கள் சொன்னார்கள். இடையில் ஒருவரையும் அவர்கள் நிற்கக்கூட விடவில்லை.

ஷேர்வாணிப் பையன், "என்ன தோஸ்த், எப்படி சத்யாகிரகா?" என்று கேட்டான்.

"ரொம்ப ஹிப்போ!" என்றேன்.

அவன் சிரித்தான். அன்றும் அவன் ஷேர்வாணி மிகவும் நேர்த்தியாக இருந்தது. அந்தத் துணி மிக உயர்ந்த ட்வீட் துணியாக இருக்க வேண்டும்.

ஒருவாரம் பொறுத்து அனைத்துப் பள்ளி, கல்லூரிகள் மாணவர்களுமாக ஊர்வலம் என்று அறிவிப்பு. அது எங்கேயோ கிளம்பி எங்கள் கல்லூரி வழியாக வந்து எங்கள் ராஜா இருந்த அரண்மனை முன் கோஷம் போட்டுக் கலைய வேண்டும்.

நான் சைக்கிளை சைக்கிள் ஸ்டாண்டில் வைத்துப் பூட்டிவிட்டுக் கல்லூரி கேட்டருகே வந்தேன். அப்போது ரெய்னால்ட்ஸ் கார் வந்தது. தினம் உள்ளே போய் இறங்குபவன் அங்கேயே இறங்கினான். "தோஸ்த், இன்றைக்குக்கூடப் போகிறாயா?"

"ஆமாம்"

"வேண்டாம், தோஸ்த்."

அவன் சொன்னது, "ஆஜ் மத் ஜா தோஸ்த். மார் காயேகா."

இன்று வேண்டாம், அடி வாங்குவாய் என்று சொல்லிவிட்டு உள்ளே போய்விட்டான். அரை மணி நேரத்தில் பல குரலில் பல சுருதியில் கோஷம் எழுப்பிய வண்ணம் ஊர்வலம் வந்தது. நாங்கள் இருபது பேர் சேர்ந்துகொண்டு எங்களுக்குத் தெரிந்த கோஷங்களை எழுப்பினோம்.

மூன்று நான்கு சாலைகள் சந்தித்து விசாலமாக இருந்த இடம் வந்தவுடன் ஊர்வலம், கோஷம் எல்லாம் நின்றது. எங்களை நான்கு புறங்களிலும் குதிரைகள் சூழ்ந்துகொண்டன. அவற்றின் மீது இருந்த போலீஸ்காரர்கள் கையில் கெட்டியான, நீளமான மூங்கில் தடி.

ஊர்வலக்காரர்கள் உட்காரத் தொடங்கினார்கள். "நோ, நோ, நோ" என்று கத்தியபடி போலீஸ் அதிகாரி வந்தார். குதிரை மீதிருந்தபடியே, "ஐந்து நிமிஷம், அதற்குள் வீட்டுக்குப் போங்கள். ஐந்தே நிமிஷம்."

ஓரிருவர் போகத் தொடங்கினார்கள். ஆனால் ஊர்வலத் தலைவர்கள், "உட்காருங்கடா, பொட்டைப் பயல்களா!" என்றார்கள்.

குதிரைகள் கனைப்புத் தவிர வேறு சப்தம் இல்லை. அந்த அதிகாரியின் முகம் எனக்கு மிகவும் பரிச்சயமானதாகத் தெரிந்தது. என்ன உயரம், என்ன அகலமான தோள்கள்!

"சார்ஜ்!"

இருபது போலீஸ்காரர்கள் குதிரையில் இருந்தபடி ஊர்வலத்தை அடித்து நொறுக்கத் தொடங்கினார்கள். எடுத்த எடுப்பிலேயே ஐந்தாறு பேர் தலையில் ரத்தம் வழியக் கீழே சாய்ந்தார்கள்.

ஊர்வலத்தில் இருந்தவர்கள் கிடைத்த சந்து பொந்துகளிலெல்லாம் ஓடிப்போக முயன்றார்கள். அவர்களையும் குதிரைப் போலீஸ் துரத்திப் போய் அடித்தது.

எனக்கும் எடுத்த எடுப்பிலேயே தோளில் அடி. நான் அதுவரை சிறிதும் அறியாத சந்துகளிலும் பாதைகளிலும் ஓடினேன். ஒரு திருப்பத்தில் திடீரென்று ஒரு கை என்னைப் பிடித்து இழுத்தது. என்னை உள்ளே இழுத்தவுடன் அந்த ஆள் கதவைச் சாத்தினான்.

எங்கள் ஊரில் அந்த மாதிரி வீடுகள்தான் அதிகம். பத்தடிக்குப் பதினைந்தடி இருக்கும். கதவைத் திறந்தால் சிறிது திறந்தவெளி. அப்புறம் ஓர் அறை. அந்த அலுமினியப் பாத்திரங்கள், சாக்குத்துணி எல்லாம் பார்த்தால் உடனே தெரிந்துவிடும் அது முஸ்லிம் வீடு என்று. பகலில் ஆண் வீட்டில் இருந்தால் அந்த மனிதன் பூ வியாபாரம் செய்பவராக இருக்கும்.

வெளியே குதிரை ஓடுவது கேட்டது. சிறிது நேரத்திற்கு அது திரும்பிப் போவதும் கேட்டது. எல்லாம் நிசப்தமானவுடன் அந்த ஆள் கதவைத் திறந்து, “ஜாவ்” என்றான்.

என்னால் நடக்க முடியவில்லை. எங்கேயோ ரத்தக் காயம். ரத்தம் தோளிலிருந்து மெதுவாக வழிந்து முழங்காலருகே இருந்தது.

என் சைக்கிளை எடுக்க முடியவில்லை. முதலில் கல்லூரி கேட் பூட்டியிருந்தது. நான் சுவரேறிக் குதித்துப் போனால் சைக்கிள்களைக் காவல் காப்பவன், “நாலு மணிக்கு வா” என்றான்.

“எனக்கு உடல்நிலை சரியில்லை. சுரம்” என்றேன். நிஜமாகவே சுரம் வந்திருந்தது.

“எப்படிப் போவே?”

“சைக்கிளை காம்பவுண்ட் வெளியே போட்டு விடேன்.”

அவன் கை நீட்டினான். என்னிடம் பணம் இல்லை. என் பேனாவை நீட்டினேன். அதை வாங்கிக் கொண்டான். என் சைக்கிளை இரு கைகளாலும் தூக்கி வெளி நடைபாதையில் போட்டான்.

இதெல்லாமே நொடிப்பொழுதில். உள்ளே வகுப்புகள் நடந்து கொண்டிருக்கும். நான் சைக்கிளைத் தள்ளிக்கொண்டு சிறிது நடந்தேன். பிறகு ஏறி மெதுவாக மிதித்தபடி வீட்டுக்குப் போனேன்.

அன்று அந்த நாலு சாலைச் சந்திப்பில் ரத்தக்களரி. இருபதுக்கும் மேல் மண்டையுடைந்திருந்தது. ஐந்தாறு கைகால் எலும்புமுறிவு. காயங்கள். ஆஸ்பத்திரி.

நான் நான்கு நாட்கள் கழித்துக் கல்லூரிக்குப் போனேன். மாணிக்கம் கிளாஸ். “மாஃப் பர்னா, தோஸ்த்” என்று சொல்லி அந்த ரெய்னால்ட்ஸ் கார் பையன் உட்கார்ந்தான். பளபளவெனும் ஷேர்வாணி.

“நான்தான் சொன்னேனே அடி வாங்குவேன்னு. நீ ஏன் போனே தோஸ்த்? ஊர்வலம் போனா எல்லாம் ஆயிடுமா?”

எனக்குப் பதில் சொல்லத் தோன்றவில்லை. அவனை உற்று நோக்கிய படியே இருந்தேன்.

"என்ன பார்க்கிறே தோஸ்த்?"

"நீ அந்தக் குதிரைப் போலீஸ் அதிகாரி மாதிரியே இருக்கே"

"சூப்ரெண்டன்ட் ஆஃப் போலீஸ்."

"எனக்குத் தெரியாது, அந்த ஆள் தான் எல்லாரையும் அடிக்கச் சொன்னான்."

"நான்தான் சொன்னேனே! தோஸ்த்? நீ அந்த இரண்டாவது ஊர்வலத்துக்குப் போனா அடி வாங்குவேன்னு."

"உனக்கெப்படித் தெரியும்?"

"முதல் நாள் வார்ன் பண்ணினாங்க, இல்லையா?"

"எனக்குத் தெரியாது."

"இரண்டாவது ஊர்வலத்திலே லத்தி சார்ஜ் பண்ணறதுன்னு அன்னிக்கே முடிவு பண்ணிட்டாங்க."

"உனக்கெப்படித் தெரியும்?"

"தோஸ்த், அந்த எஸ்.பி.தான் என் அப்பா."

அப்போது மாணிக்கம் எங்கள் இருவரையும் பார்த்து "போத் ஆஃப் யூ, கெட் அவுட் ஆஃப் தி கிளாஸ்" என்று கத்தினார்.

உயிர்மை, ஆகஸ்ட் 2010

நாய்க்கடி

சுப்பிரமணியனை நாய் கடித்துவிட்டது. சுப்பிரமணிய னுடைய அப்பாவுக்கு இரண்டாண்டுகள் அல்லது மூன்றாண்டு களுக்கு ஒருமுறை ஊர் மாற்றிவிடுவார்கள். அன்று சிறிய ரயில் என்று அறியப்பட்ட மீட்டர் கேஜ் ஸ்டேஷன்களில் அவருக்கு வேலை. குழந்தைகளைப் பள்ளியில் சேர்த்த பிறகு இப்படி மாற்றம் ஏற்படுவதில் மாமா இரு இடங்களில் குடித்தனம் வைக்க வேண்டியிருந்தது, ஓரிடத்தில் மனைவி, குழந்தைகள் இருப்பார்கள். அவர் வாரம் ஒருமுறை அவர்களை வந்து பார்த்துப் போவார்.

சுப்பிரமணியனால் மூன்றிடங்கள். அவனை யாரோ சொல்லிப் பொலாரம் பள்ளியில் சேர்த்துவிட்டார்கள். அது ரயில் நிர்வாகமே நடத்துவதால், பள்ளிச் சம்பளம் கிடையாது. ஆனால், தங்க விட்டிருந்த வீட்டிற்கு மாதம் பதினைந்து ரூபாய் அனுப்பிவிட வேண்டும். அன்று சாப்பாடு ஓட்டல்களில் மாதச் சீட்டு வாங்கினான். இரு வேளைச் சாப்பாட்டுக்கு இருபத்தைந்து ரூபாய். நண்பர் வீட்டில் சுப்பிரமணியன் பாதுகாப்பாக இருந்து படிக்கலாம்.

எல்லாச் சிற்றூர்களையும் போல் பொலாரத்திலும் நிறையத் தெரு நாய்கள். வீட்டினுள் நுழைந்த நாயைச் சுப்பிரமணியன் தலையைத் தடவப் பார்த்திருக்கிறான். அது முழங்கைக்குக் கீழே கடித்துவிட்டது.

இரண்டு பற்கள் இறங்கிவிட்டன. ரத்தம்கூட வந்துவிட்டது. வீட்டில் யாரும் இல்லை. சுப்பிரமணியன் பக்கத்து வீட்டில் போய்ச் சொல்லியிருக்கிறான். அந்த வீட்டில் நைட்ரிக் அமிலம் இருந்திருக்கிறது. அந்த வீட்டுப் பெரியவர் அதைக் கடித்த இடத்தில் பூசி இருக்கிறார். சுப்பிரமணியன் வலி தாங்காமல் மூர்ச்சையாகி இருக்கிறான். அவனுடைய அப்பா அவனை எங்கள் வீட்டுக்கு அழைத்து வந்தார். நாங்கள் இருந்த ஊரில்தான் நாய்க்கடிக்கு ஊசி போடும் மருத்துவமனை இருந்தது.

சுப்பிரமணியன் கைக்கட்டைப் பார்த்தாலே பயமாக இருக்கும். அதை அவன் வீட்டில் திறந்து காட்டியதில்லை.

ஒரு நாள் விடுப்பு எடுத்துக்கொண்டு என் அப்பா அந்த மருத்துவமனை எங்கிருக்கிறது? யார் ஊசி போடுவார்? என்ன செலவாகும்? என்றெல்லாம் விசாரித்து வந்தார். எல்லாரும் கடித்த நாயைப் பற்றி விசாரித்தார்கள். அது தெரு நாய். யாருக்கும் உறுதியாகக் கூற முடியவில்லை.

அந்த மருத்துவமனை எங்கள் வீட்டிலிருந்து குறைந்தது நான்கைந்து மைல்கள் தள்ளியிருந்தது. அந்த வைத்தியர் பகல் ஒரு மணிக்குத்தான் ஊசி போட முடியும் என்றார். அது வெயில் காலம். நடந்துபோவது என்பது முடியாத காரியம். மேலும் சுப்பிரமணியனுடன் என் அம்மாவோ, நானோ அல்லது வேறு யாராவது உறவினரோ துணைக்குப் போக வேண்டும். அப்பா பதினான்கு நாட்களுக்கு டாங்கா ஏற்பாடு செய்யப் போனார். ‘டாங்கா’ என்பது வடஇந்தியக் ‘குதிரை வண்டி’. அதில் இருவர் காலை மடித்துக்கொண்டு உட்கார்ந்தாலும் இருவர் காலைத் தொங்கப் போட்டுக் கொள்ளலாம்.

எங்கள் ஊரில் மொத்தம் இருபது, முப்பது டாங்காக்கள் இருக்கும். ஆனால் ஒரு டாங்காக்காரரும் வீட்டில் வந்து காத்திருக்க மாட்டேன் என்று கூறிவிட்டார்கள். அப்பா முகம்மது உஸ்மானிடம் போனார். அதாவது முகம்மது உஸ்மான் கடை.

அந்தக் கடை முகம்மது உஸ்மான் கடை என்றாலும் அதை நடத்தியவர் உஸ்மானின் மகன் கௌஸ் முகம்மது. செக்கச் செவேலென்றிருப்பார். அதே நேரத்தில் நோயாளி போலவும் இருப்பார்.

என் அப்பா நிஜாம் ரயில்வேயில் ஜெனரல் மானேஜர் அலுவலகத்தில் வேலை பார்த்தார். ரயில்வேயாக எங்கள் ஊரில் படுக்கைகளுடன் கூடிய மருத்துவமனையும் இன்னோர் இடத்தில் உடல்நிலை பார்த்து மருந்து தரும் டிஸ்பென்ஸரியும் நடத்தியது. மருத்துவமனைக்குப் பால் கொண்டு வந்து தருபவர்களில் கௌஸ் முகம்மதும் ஒருவர்.

கௌஸ் முகம்மது வீடும் எங்கோ தூரத்தில் ஏகப்பட்ட மரம் செடி, கொடிகள் நடுவில் இருக்கும். நானும் அப்பாவும் இரண்டு மூன்று முறை அவர் வீட்டுக்குப் போயிருக்கிறோம். கௌஸ் முகம்மது அவருடைய கடைக்கு வந்து போவதற்குச் சொந்தமாக ஒரு டாங்கா வைத்திருந்தார். கடை ஸ்டேஷன் ரோடில். டாங்கா வண்டியிலும் அவருக்குக் குறைந்தது முக்கால் மணி நேரம் ஆகும்.

அப்பா விஷயத்தைச் சொல்லிக் கௌஸ் முகம்மதுவிடமிருந்து டாங்கா கேட்டார். கௌஸ் முகம்மது சிறிது யோசித்தார். “காலையில் சரி, எனக்கு மத்தியானம் மூன்று மணிக்கு வண்டி வேண்டுமே?” அப்பா சொன்னார், “டாங்காக்காரருக்கு ஓய்ச்சல் ஒழிவு இருக்காது.”

அந்த மனிதன் பெயர் சலீம் என்று நினைக்கிறேன். சலீமுக்கு நாங்கள் பகல் உணவு தந்து விடுவதாக ஏற்பாடு.

இதைக் கேட்டவுடனேயே சலீம் மறுத்துவிட்டான். காரணம் சொல்லவில்லை.

சலீம் சரியாகப் பதினோரு மணிக்கு வந்து விடுவான். முதல் நாள் அப்பாவும் வந்தார். நாங்கள் எங்கு போக வேண்டும், எங்கு கையெழுத்து வாங்க வேண்டும், எங்கு ஊசி போட்டுக்கொள்ள வேண்டும், எங்கு கைக்குக் கட்டுக் கட்டிக்கொள்ள வேண்டும் என்றெல்லாம் காண்பித்தார். சுப்பிரமணியனுடன் நானும் வீட்டில் பெரியவர்கள் யாரிருந்தாலும் ஒருவரும் போவதாக ஏற்பாடு ஆயிற்று.

நான்தான் தினமும் போனேன். சில நாட்களில் பெரியவர்கள் யாரும் வர இயலாத சூழ்நிலை இருக்கும். சுப்பிரமணியனுக்கு ஊசியை வயிற்றில் போடுவார்கள். வலி தாங்க முடியாத அவன் அழுவான். கை அல்லது தொடையில் போட்டால் இன்னமும் வலிக்கும் என்று அந்த டாக்டர் சொன்னார். அதன்பிறகு அவன் கைக்குக் கட்டுப் போட வேண்டும். அப்போதும் அவனுக்கு அசாத்தியமாக வலிக்கும். அவன் முன்கை முழுதுமே அமிலம் பட்டுக் கொதகொதவென்று இருந்தது. அப்போது பிளாஸ்டிக் சிகிச்சை அவ்வளவு முன்னேறவில்லை. சுப்பிரமணியனுக்குக் கையில் சதை மூடி வரும்வரை கட்டுப் போட்டுக் கொண்டிருக்க வேண்டும்.

அந்தக் கையுடனும் சுப்பிரமணியன் நிறைய விஷமம் செய்வான். உத்திரத்திலிருந்து தடிக்கயிறைப் போட்டு 'டார்ஜான்' என்று ஊஞ்சலாடுவான். சைக்கிளை இரு கைகளையும் விட்டுவிட்டு ஓட்டுவான். ஆனால், காலை உணவு சாப்பிட்டவுடனேயே அவன் முகம் கருமை படிந்துவிடும். அவன் அனுபவிக்கப் போகும் வலி அப்போதிலிருந்தே தொடங்கிவிடும்.

பதினோரு மணிக்குக் கிளம்பிப் பன்னிரண்டு மணியளவுக்கு நாங்கள் ஆஸ்பத்திரியை அடைந்து விடுவோம். அதுவும் நிறைய மரங்களுடைய இடம். சலீம் வண்டியை நிழலில் நிறுத்திவிட்டுக் குழாயில் கை, கால் கழுவிக்கொண்டு மண்டியிட்டு உட்கார்ந்து விடுவான். மௌனமாக அவன் தொழுகையை முடித்துவிட்டு அவன் கொண்டுவந்திருக்கும் பகல் உணவுப் பையை எடுப்பான். என்றைக்கோ ஒரு நாள்தான் அவன் ஒரு சிறு எலும்புத் துண்டைத் தூர எறிந்தான்.

எனக்கு அந்த ஆஸ்பத்திரிக்குள் போவதற்கே தயக்கமாகத்தான் இருக்கும். அன்று பல அரசு அல்லது பொதுக் கட்டடங்களுக்கு மின்சார வசதி கிடையாது. அதனால் அந்த ஆஸ்பத்திரியில் மின்விளக்கும் கிடையாது, விசிறியும் கிடையாது. ஈ விரட்டத் தடிமனான அட்டை வைத்திருப்பார்கள். எங்கள் புறநோயாளிச் சீட்டில் தேதி போட்டுக் கையெழுத்திடும் இடம் இருட்டாகத்தான் இருக்கும்.

சுப்பிரமணியன் கையைப் பார்க்க எனக்குப் பயமாக இருக்கும். ஒரு நாள் நான் கத்திவிட, அன்றிலிருந்து நான் கட்டுக் கட்டும் இடத்திற்குப் போகக் கூடாது என்று கூறிவிட்டார்கள். நாங்கள் திரும்பி வரும்போது ஐந்து மைல் ஐம்பது மைல் போலிருக்கும். சுப்பிரமணியன் டாங்காவிலேயே தூங்கிவிடுவான். என் அம்மா அல்லது வேறு யார் பெரியவர் வந்தாலும் அவர்களும் தூங்கிவிடுவார்கள். நான் ஒருவன்தான் விழித்திருப்பேன்.

அன்று எங்கள் ஊரில் நிறையப் போக்குவரத்து இருக்காது. ரயில்வே ஸ்டேஷன்கள் அருகிலும் ஆஸ்பத்திரி அருகிலும் தெருவில் சில சைக்கிள்களும் நடந்து போகிறவர்களும் இருப்பார்கள். எனக்கு சலீம் கூடத் தூங்குவது போலிருக்கும். குதிரையும் ஒருவேளை தூங்கிக்கொண்டே எங்களை இழுத்துப் போகிறதோ என்றும் தோன்றும். குதிரைக்குக் கண் பட்டை போட்டிருந்தாலும் அது அசாத்திய நினைவாற்றலும் வண்டி ஓட்டுபவனின் மனப்போக்கை அறியும் கூர்மையும் கொண்டது. அதை அடிக்காமல் இருந்தால் அதன் பணியை மிக நேர்த்தியாகச் செய்துவிடும்.

சுப்பிரமணியன் கை மீது ஏதும் படாமல் அவன் படுத்துக்கொள்ள வேண்டும் என்று நான் முன்னே சலீம் பக்கத்தில் உட்கார்ந்துகொள்வேன். குதிரை உடல் ஒட்டிப் போய்த்தான் இருக்கும். கௌஸ் முகம்மது தோட்ட வீட்டில் அதற்குத் தீனிக்கு என்ன குறைவு இருக்கக் கூடும்? ஆஸ்பத்திரியில் சலீம் குதிரையின் கடிவாளத்தை எடுத்துவிட்டுக் கொள்ளுப் பையை அதன் முகத்தில் கட்டிவிடுவான். பத்து நிமிடங்களில் எடுத்துவிடுவான். குதிரை ஒரு எதிர்ப்பும் காட்டாது.

ஏதோ நிரந்தரம் போல நாங்கள் ஆஸ்பத்திரிக்குப் போவதும், வருவதுமாக இருந்தது. ஒரு நாள் மழை. வண்டி பதினோரு மணிக்கு வரவில்லை. பன்னிரண்டு மணிக்கும் வரவில்லை. நான் குடைபிடித்துக்கொண்டு மனோகர் டாக்கீஸ் அருகிலிருந்து ஒரு வண்டி பிடித்து வந்தேன். அவன் இரண்டு ரூபாய் கேட்டான். அதை ஒன்றரையாகச் செய்து நாங்கள் அவசரம் அவசரமாக ஆஸ்பத்திரிக்குப் போனோம். ஆனால், எல்லாம் உடனுக்குடன் நடந்துவிட்டது. இரண்டு மணிக்கு நாங்கள் வீட்டைத் திரும்ப அடைந்த போது மூவரும் விழித்திருந்தோம்.

அன்று மாலை அப்பா அலுவலகத்திலிருந்து திரும்பியவுடன் விஷயத்தைச் சொன்னோம். "ஏன் உடனே ஆபீஸுக்கு வந்து எனக்குச் சொல்லவில்லை?" என்று அப்பா கேட்டார்.

"நான் முன்னே இரண்டு மூணு தரம் வந்தப்போ நீ சீட்லே இல்லே."

"நான் துரைகிட்டே போயிருப்பேன்."

நான் மேற்கொண்டு பேசவில்லை. கௌஸ் முகம்மது, சலீம், குதிரை மூவருக்கும் நாய்க்கடி ஆஸ்பத்திரிக்குப் போவது அலுத்துப் போயிருக்கலாம். அப்பா மீண்டும் முகம்மது உஸ்மான் கடைக்குப் போகவில்லை.

சுப்பிரமணியனுக்குப் பதினான்கு ஊசியும் முடிந்ததும் அவன் திரும்பப் பொலாரம் போவதாக ஏற்பாடாயிற்று. அவன் கைப்புண்ணுக்கு மட்டும் அங்கேயே கட்டுப்போட்டுக்கொள்ள வேண்டும்.

எங்களை விட்டுப் பிரிவது சுப்பிரமணியனுக்கு மிகவும் துக்கம் தருவதாக இருந்தது. அவனுடைய அப்பா சலீமுக்காகவாவது பத்து ரூபாய் தர வேண்டுமென்று விரும்பினார். அவருக்கு சலீமையும் தெரியாது, முகம்மது உஸ்மானின் கடையையும் தெரியாது. கடையைத் தேடிக் கண்டுபிடித்துவிடலாம். ஆனால், அங்கே யாருக்கும் அவரைத் தெரியாது.

எனக்கு வருத்தமாக இருந்தது. மாமாவை அழைத்துப் போகும் சாக்கில் சலீமைப் பார்க்கலாம். அந்தக் குதிரையைப் பார்க்கலாம். ஆனால், அப்பா வாயே திறக்கவில்லை.

ஒரு வாரம் கழித்து மாமா ஒரு போஸ்ட்கார்டு போட்டிருந்தார். சுப்பிரமணியனுக்கு நாய்க்கடி ஊசி போடாமல் கூட இருந்திருக்கலாம். நைட்ரிக் அமிலம் போட்டதுதான் தப்பு. அந்தத் தெரு நாய் ஓர் உபாதையும் இல்லாமல் ஊரைச் சுற்றி வந்துகொண்டிருக்கிறது.

ஆனால் எங்கள் வீட்டு அருகாமையில் இருந்த டாக்டர் 'நாய்க்கடி விஷயத்தில் நாம் அதிக ஜாக்கிரதையாக இருப்பது தவறில்லை' என்றார். பையன் கையில் நாயின் இரு பற்கள் பதிந்து ரத்தமும் வந்திருக்கிறது. பதினான்கு ஊசி என்பது சித்திரவதைதான். ஆனால், உயிரே போயிருக்குமே அந்த ஊசி போடாமல் இருந்தால்?

சுப்பிரமணியனுக்கு அவன் சாகும்வரை கையில் ஒரு வெற்றிலை அளவில் நைட்ரிக் அமிலக் காயத்தின் அடையாளம் இருந்தது. அவன் கைத் தோல் மூடுவதற்கு மாதக் கணக்கில் ஆயிருக்க வேண்டும்.

ஏன் சொல்லாமல் கொள்ளாமல் சலீம் வருவதை நிறுத்திவிட்டான்? நான் ஒருமுறை அப்பாவைக் கேட்டேன். "மறுபடியும் ஸ்டேஷன் ரோடு போகிறபோது கேட்கலாம்" என்றார்.

அந்த மாதம் மழைக் காலம். குறிப்பாக மாலை நேரங்களில் மழை பெய்தது. சிறு தூறல் இருந்தாலே எனக்கு மூக்கு ஒழுகும். அப்பாவுக்கும் குடையைப் பிடித்துக்கொண்டு மைல் கணக்கில் நடப்பது பிடிக்காது.

சுப்பிரமணியன் பொலாரம் போய்ச் சேர்ந்து ஒரு மாதம்கூட இருக்கும். நானும் அப்பாவுமாக அரிசிக் கடைக்குப் போனோம். அங்கே அரிசியோடு வேறு மளிகைப் பொருட்களும் வாங்கிக் கொண்டு வரலாம். எல்லாவற்றையும் தூக்கி வர அரை ரூபாய் கொடுத்தால் போதும்.

அந்தக் கடைக்கு ஸ்டேஷன் ரோடு வழியாகத்தான் போக வேண்டும். முகம்மது உஸ்மான் கடையருகே போனபோது நாங்கள் இருவரும் கடைக்குள் பார்த்தோம். கௌஸ் முகம்மது இருந்தார். அவர் எங்களையும் பார்த்துவிட்டார்.

நாங்கள் உள்ளே போனோம். அப்பா ஒரு ஸ்டூலில் உட்கார்ந்தார். நான் கடையிலுள்ள ரிப்பன், சீப்பு, பொம்மைகளைப் பார்த்தபடி நின்றேன்.

கௌஸ் முகம்மது அப்பாவைத் தினமும் பார்த்து வருபவர் போலப் பேசிக்கொண்டிருந்தார். அப்பா சலீம் பற்றிக் கேட்கவில்லை. நான்தான் மெதுவாக அப்பா காதில், "சலீம்" என்றேன்.

அப்பாவுக்கு சலீம் என்றது புரியவில்லை. கௌஸ் முகம்மது, "என்ன சலீம்?" என்று கேட்டார்.

நான் மீண்டும் அப்பா காதில் "டாங்காப்பா" என்றேன்.

இப்போது அப்பாவுக்கு நினைவுக்கு வந்துவிட்டது. "கடைசி நான்கு நாட்கள் டாங்கா வரவில்லை. நல்ல வேளையாக வேற வண்டி கிடைத்தது" என்று கௌஸ் முகம்மதுவிடம் சொன்னார்.

"உங்களுக்கு சலீம் பற்றித் தெரியாதா?"

"யார் சலீம்?"

"அதான் உங்கள் வீட்டுக்கு டாங்கா ஓட்டி வருபவன்."

"முதல் நாள் பார்த்தேன். ஆனால், அவன் பெயரைக் கேட்டுக் கொள்ளவில்லை."

"அவன் இப்போது இல்லை."

"வேலையை விட்டுவிட்டானா?"

"இல்லை, செத்துப் போய்விட்டான்."

நான், "ஐயோ ..!" என்று கத்திவிட்டேன்.

கௌஸ் முகம்மது என்னைத் தழுவிக் கொண்டார். என்னைத் தடவிக் கொடுத்தபடியே, "அவன் எப்படிச் செத்தான், தெரியுமா?" என்று கேட்டார்.

"தெரியாது."

"நாய் கடித்து. எப்பவோ அது கடித்திருக்கிறது. திடீரென்று ஒரு நாள் வாயெல்லாம் நுரை வந்து செத்துப் போய்விட்டான்."

ஓம் சக்தி தீபாவளிமலர், 2010

உங்கள் வயது என்ன?

ஆண்டவன் படைப்பைத் துவக்கிவிட்டு யோக நித்திரையில் ஆழ்ந்துவிட்டார். அவர் விழித்தெழும்போது பல நூறு நூற்றாண்டுகள் கழிந்து விட்டன. உலகில் பெரிய நெருக்கடி. காரணம், கடவுள் உயிரினங்களுக்கு வயதை நிர்ணயிக்கவில்லை. இப்போது செய்தேயாக வேண்டிய நெருக்கடி.

ஒவ்வொரு வகைக்கும் வயது நிர்ணயிக்கப் பல காலம் பிடித்தது. கடவுளுக்கே போதும் போதும் என்றிருந்தது.

எல்லாவற்றையும் முடித்தாகிவிட்டது – மூன்றைத் தவிர. அவை மனிதன், கழுதை, நாய். மூன்றின் பிரதிநிதிகளும் கடவுள் முன் நின்றன.

"மனிதன், கழுதை, நாய். இனி ஆளுக்கு நாற்பது ஆண்டுகள்."

மூன்றும் பதில் பேசவில்லை. அதே நேரத்தில் தீர்ப்பு முடிந்தது என்று திரும்பிப் போகவில்லை.

"என்ன?" என்று கடவுள் கேட்டார். கழுதை பேசியது. "ஆண்டவனே! என் மீது சுமையை நான் நாற்பதாண்டுகள் சகிக்க வேண்டுமா? தயவு செய்து என் வயதை இருபதாக்கிவிடுங்கள்."

அப்போது மனிதன் குறுக்கிட்டு, "அந்த இருபதை எனக்குக் கொடுத்து விடுங்கள்" என்றான்.

"சரி" என்றார் ஆண்டவன்.

இப்போது நாய்க்குத் தைரியம் வந்தது. "கடவுளே, என் வயதையும் பாதியாகக் குறைத்துவிடுங்கள்."

மனிதன் மீண்டும் குறுக்கிட்டு "சாமி…" என்று இழுத்தான்.

"அப்படியே ஆகட்டும்" என்று கூறிக் கடவுள் மறைந்து விட்டார்.

அன்றிலிருந்து மனிதன் நாற்பது ஆண்டுகள் மனிதனாக வாழ்ந்து, அடுத்து இருபது ஆண்டுகள் கழுதைபோல வாழ்ந்து, கடைசி இருபது ஆண்டுகள் நாயாய் அலைய வேண்டியதாயிற்று.

(ஓர் இந்தியக் கர்ண பரம்பரைக் கதை)
குமுதம், நவம்பர் 2010

கொடுத்த கடன்

என் அப்பா இறந்தபோதுதான் அவர் ஆரோக்கிய சாமிக்குப் பணம் கொடுத்திருக்கிறார் என்று தெரிந்தது. இதுகூட நேரிடையாகத் தெரியவில்லை. என் அப்பாவும் குறிப்பு ஏதும் எழுதி வைக்கவில்லை. ஆனால் குமாரசுவாமி என்பவர் அப்பாவிடம் எண்ணூறு ரூபாய் வாங்கியிருந்தார் என்று அம்மாவுக்குத் தெரியும். நான் குமாரசுவாமியைத் தேடிப் போனேன் அவர் ஐதராபாத்தின் அன்றைய விமான நிலையத்தில் வேலை பார்த்து வந்தார். "நீ எப்படி வந்தாய்?" என்று ஆச்சரியத்துடன் கேட்டார்.

"சைக்கிளில் வந்தேன்."

"அப்பா செத்துப் போய்விட்டார் என்று தெரிந்து மிகவும் வருத்தமாயிருந்தது. நான் இந்த வாரம் வரலாமென்று இருந்தேன்."

"நீங்கள் அப்பாவிடம் பணம் வாங்கியிருக்கிறீர்களாம்."

"ஆமாம். ஆனால் திருப்பிக் கொடுத்து விட்டேனே?"

"எண்ணூறு ரூபாயையுமா?"

"ஆமாம். நான் கணக்கு வைத்திருக்கிறேன்."

குமாரசுவாமி உள்ளே போய் ஒரு டைரி கொண்டு வந்தார். அதில் கடைசியில் ஒரு பக்கத்தில் என் அப்பா பெயர் எழுதி வரிசையாகத் தேதி போட்டுப் பணம் குறித்திருந்தார்.

"நான் பாக்கி இல்லை. ஆரோக்கியசாமிதான் இன்னும் தர வேண்டும் என்று அப்பா சொல்லியிருக்கிறார்."

"யார் அது ஆரோக்கியசாமி?"

"எனக்குத் தெரியாது. உங்கள் வீடு இருக்கும் தெருவிலேயே இருக்கிறார் என்று நினைக்கிறேன்."

என் அம்மா நம்பவில்லை. நான் கணக்கைப் பார்த்ததாகச் சொன்னேன்.

"அது அப்பா எழுதினதா?"

"இல்லை. அது குமாரசுவாமி டைரி."

குமாரசுவாமி வீட்டுக்கு வந்து அம்மாவிடம் துக்கம் விசாரித்தார். வேறு வீடு பார்த்துத் தருவதாகச் சொன்னார். அதையும் அவர் திறம்பட அவருடைய நண்பர் மூலம் பூர்த்தி செய்தார். புத்தம் புது வீடு. முதல் மழைக்கு ஒழுகினாலும் உடனே சரி செய்யப்பட்டது. கிணற்றில் நன்கு இனிக்கும் தண்ணீர்.

ஆரோக்கியசாமி யார்? அம்மாவுக்கும் தெரியவில்லை. எங்கள் வீட்டுக்கு ஜோதிடர் ஒருவர் வருவார். அவரை அம்மாவுக்குப் பிடிக்காது. அவர் வந்தால் ஒரு வேளையாவது சாப்பிடாமல் போக மாட்டார். அம்மா சனீசுவரன் வந்துடுத்து, சனீசுவரன் வந்துடுத்து என்று முணுமுணுத்துக்கொள்வாள். அப்பா செத்தது தெரியாமல் அவர் ஒருநாள் வந்தபோது அவருக்கு நம்ப முடியவில்லை. "அவருக்கு இப்போ சாவில்லையே?" என்று சொல்லிக்கொண்டே இருந்தார்.

"உங்களுக்குப் பணம் ஏதாவது கொடுத்திருந்தாரா?"

"இல்லையேம்மா. அவர்தான் எங்கிட்டே அப்பப்போ பத்து, இருபது வாங்கிப்பார். கொடுத்துடுவார். இன்னியத் தேதிக்கு நானும் அவருக்குத் தர வேண்டாம். அவரும் எனக்குத் தர வேண்டாம்."

"யார் யாருக்குக் கொடுத்திருக்கிறாரோ?"

"ஆமாம்மா... அவர் மோதிரத்தைக் கொடுத்து ஆரோக்கியசாமிக்குப் பணம் கொடுத்தார். அவன் வீட்டு முன்னாலே போலீஸ் காத்திண்டிருந்தது."

"யார் ஆரோக்கியசாமி?"

"உங்களுக்குத் தெரியாது. அவர் ஒருத்தர்தான் இந்த ஊரிலே நம்ப பாஷை பேசி நகை பண்ணுவார்."

"ஆச்சாரியா?"

"ஆமாம். ஆனால் கிறிஸ்துவர்."

"இப்படிப் பணம் கொடுத்ததை ஏன் எங்கிட்டே சொல்லலே?"

ஜோசியர் பதில் கூறவில்லை. ஆனால் சிறிது பொறுத்து அவர் பேசினார். "உங்க வீட்டுக்காரர் உபகாரி. எல்லாம் சின்னச் சின்ன தொகைதான். மோதிரம் ஒண்ணரைப் பவுன் போல. அதை உடனே அடகு வைச்சு ஆரோக்கியசாமிக்குப் பணம் கொடுத்தார். மோதிரத்தை அவரா மீட்டுட்டார். ஆனா ஆரோக்கியசாமி பணம் அப்படியே நிக்கறது."

ஜோசியர் அழுத்தம் திருத்தமாகப் பேசினார். "நான் ஆரோக்கியசாமியை உங்களை வந்துப் பாக்கச் சொல்றேன்" என்று சொல்லிவிட்டுக் கிளம்பிவிட்டார்.

"நாம எப்போ காலி பண்ணணும்?"

"சனிக்கிழமை வண்டிக்குச் சொல்லியிருக்கு" நான் சொன்னேன்.

கொடுத்த கடன்

"அதுக்குள்ளே ஆரோக்கியசாமி வந்தாத் தேவலை."

அம்மா பேசிக்கொண்டிருக்கும்போதே ஒருவர் வந்தார். "அம்மா, நான்தான் ஆரோக்கியசாமி" என்றார்.

"நீங்க அவருக்குப் பணம் தரணுமாமே?"

"அம்பது ரூபாய் தரணும்."

"இப்போ கொண்டுவந்திருக்கீங்களா?"

"இல்லேம்மா. இரண்டு ஜோடி வளையல் செய்து முடிக்கணும். அதைச் செஞ்சா கூலி கிடைக்கும். உடனே கொடுத்துடுவேன்."

"எப்போ முடியும்?"

"எப்படியும் பதினைஞ்சு நாளாகும்."

"நாங்க வீட்டைக் காலி பண்ணிடுவோமே?"

"அதனாலே என்னம்மா? நான் கொண்டுவந்து கொடுத்துடறேன்."

ஆரோக்கியசாமியும் மிகவும் உறுதியாகப் பேசினார். அவர் பணம் தரவேண்டுமென்று ஒத்துக்கொண்டதே பெரிய விஷயம்.

நாங்கள் வேறு வீடு போய் ஒரு மாதமாயிற்று. ஆரோக்கியசாமி வரவில்லை. ஜோசியர் மட்டும் இடம் விசாரித்துக்கொண்டு வந்தார். சிறிது அத்வானமான இடம்தான். இருந்த சாதத்தை அவருக்கு இலையில் போட்டு இருந்த மோரை அவருக்கு அம்மா ஊற்றினார். நாங்கள் வீடு மாறின போதே குமாரசுவாமி சொன்னார்: "நான் வாரம் பத்து நாளைக்கு ஒருமுறை வந்து விசாரிக்கிறேன். இங்கே வீட்டுக்கு யாராவது வந்து போகிற மாதிரிதான் நல்லது. மனிதர்கள் யாருமில்லை என்பது போலத் தோன்றிவிட்டால் அவ்வளவு பத்திரம் இல்லை."

குமாரசுவாமிக்கு சைக்கிள் உண்டு. அவர் எங்கள் புது ஜாகைக்கு வர ஒரு கால்மணி நேரம் சைக்கிளை மிதிக்க வேண்டும். அவ்வளவுதான். ஆனால் ஜோசியருக்கு சைக்கிள்விடத் தெரியாது. பஸ்ஸில் வந்து போக ஆறணாவாவது ஆகும். மேலும் ஜோதிட நுணுக்கங்களை அப்பாவிடம் விவாதிக்கலாம். அப்பா இல்லாதபோது அவர் ஏன் வர வேண்டும்? அவரும் அப்போதைக்கு அப்போது கிடைக்கும் பணத்தை வைத்துத்தான் குடும்பத்தை நடத்த வேண்டும்.

ஆரோக்கியசாமியிடம் சொல்வதாக வாக்களித்து விட்டு ஜோசியர் போய்விட்டார். ஆரோக்கியசாமி வரவில்லை.

நாங்கள் இன்னும் ஒரு மாதம் காத்திருந்தோம். ஆரோக்கியசாமி வரவில்லை. நான் ஒரு விடுமுறை நாளன்று சைக்கிளை எடுத்துக்கொண்டு ஆரோக்கியசாமி வீட்டுக்குப் போனேன். நாங்கள் முன்பு இருந்த தெருவிலேயே ஒரு வீட்டின் பின் பகுதியில் அவர் இடம் என்று விசாரித்துக் கொண்டு போனேன். வீடு பூட்டியிருந்தது. அது ஞாயிற்றுக்கிழமை. அவர் கோயிலுக்குப் போயிருக்கலாமல்லவா?

"ஏன்டா, யாரையாவது விசாரிக்கக்கூடாதா?"

"விசாரிச்சுண்டுதாம்மா... அவர் வீட்டுக்குப் போனேன்..."

அதற்கடுத்த ஞாயிற்றுக்கிழமை மழை கொட்டித் தீர்த்துவிட்டது. இரு நாட்கள் கழிந்து அதிகாலையிலேயே கிளம்பி ஆரோக்கியசாமி வீட்டுக்குப் போனேன். இந்த முறை முன் வீட்டுக்காரரிடம் ஆரோக்கியசாமி வீடு பூட்டியே இருப்பது பற்றிக் கேட்டேன்.

"நீ சின்னப் பையன். இதெல்லாம் வேண்டாம்."

"அவர் எங்கப்பாகிட்டேந்து பணம் வாங்கியிருக்கார். எங்கப்பா செத்துப் போயிட்டார்."

"உங்க பணம் வராது."

"ஏன்?"

"அந்த மனுஷன் இருந்த தங்கத்தை எல்லாம் சுருட்டிண்டு எங்கேயோ போயிட்டான்."

"அவர் வீட்டிலே வேறே யாரும் இல்லையா?"

"எல்லாம் உண்டு. அவன் இன்னொரு அம்மாளை இழுத்துண்டு எங்கேயோ ஓடிப்போயிட்டானாம். அவன் வீட்டிலே ஒண்ணுமே இல்லை. இருந்த ஒண்ணு இரண்டு பாத்திரங்களையும் அவனுடைய சம்சாரம் தூக்கிண்டு அவ அம்மா வீட்டுக்குப் போயிட்டா. இங்கே வாடகை நாலு மாசமா நிக்கறது."

அவர் இன்னும் ஏதேதோ சொல்லிக்கொண்டு போனார். அவர்தான் வீட்டுக்காரராக இருக்க வேண்டும்.

என் அம்மா கடுமையான சாபங்களை எங்கேயிருக்கிறார் என்று தெரியாத ஆரோக்கியசாமி மீது வீசினார். ஆரோக்கியசாமி அப்பாவுடைய அன்புக்குப் பாத்திரமாக இருந்திருக்க வேண்டும். இல்லாது போனால் கையில் பணமில்லாதபோது கை மோதிரத்தை அடகுவைத்து அப்பா பணம் கொடுத்திருப்பாரா?

நாட்கள் போகப் போக எல்லாமே மறந்து போய்விட்டது. நாங்கள் இருந்த வீட்டுக்குச் சரியான எண்ணோ, அங்கே தெரு ஒன்றும் முறையாகப் பெயரோ இல்லாததால் 'துர்காபாய் வீட்டருகில்' என்று தபால்காரரே சொல்லி அதைத்தான் எங்கள் முகவரியாக வைத்துக்கொண்டிருந்தோம். துர்காபாய் என்பது ஒரு பெரிய ஜமீந்தாரிணி.

எங்கள் வீட்டுக்கு ஐந்தாறு மைல் தூரத்தில் ஒரு ஜமீந்தாரின் வயலில் ஆளுயரப் புல் வகை ஒன்று வளர்த்து வந்தார்கள். மிகவும் திட்டமாக அறுத்து இருபது கட்டுகள் கட்டி வைத்திருப்பார்கள். சரியான நேரத்துக்குப் போனால் ஒரு கட்டு வாங்கி வரலாம். கட்டு அரைரூபாய்.

நான் அன்று காத்திருந்து அந்தப் புல்கட்டை வாங்கி சைக்கிள் பின்னால் கட்டி வந்தேன். வீட்டுக்கு வந்தவுடனேயே அம்மா, "உன்னைத் தபாலாபீசுல கூப்பிட்டாளாம். உடனே போ" என்றார்.

அது ஒரு மைல் தள்ளியுள்ள இடம். நான் அங்கு போவதற்குள் இரண்டு மணியாகிவிட்டது. எங்கள் தபால்காரனைக் காணோம்.

நான் காத்திருந்தேன். மூன்று மணிக்கு அவர் வந்தார். "உங்க அப்பா பேருக்கு மணியார்டர் வந்திருக்கு. நீ அப்பா செத்துட்டார்னியே" என்றார்.

"என்னது?"

அந்த மனிதன் மணியார்டரைக் காட்டினார். அதில் என் அப்பா பெயர் எழுதி, முன்னால் மிஸஸ் என்றிருந்தது. நான் காண்பித்தேன்.

தபால்காரர் மிகவும் வருந்தினார். என்னைத் தமிழில் கையெழுத்திடச் சொன்னார். அறுபது ரூபாய் கொடுத்து ஒரு சிறு சீட்டை அந்தப் படிவத்திலிருந்து கிழித்துக் கொடுத்தார். நான் பணத்தையும் அந்தச் சீட்டையும் வீட்டுக்கு எடுத்து வந்தேன். அந்தச் சீட்டை வைத்துக்கொண்டு அது என்னதென்று புரிந்துகொள்ள முயன்றேன். ஒரு மூலையில் 'ஆ' என்று எழுத்து தெரிந்தது. திரும்பத் திரும்பப் பார்த்ததில் புரிய ஆரம்பித்தது. அது நாக்பூரிலிருந்து வந்திருந்தது. பணத்தை அனுப்பியவர் ஆரோக்கியசாமி.

அவருக்கு எப்படி எங்கள் முகவரி கிடைத்தது என்று எனக்கு இன்றும் தெரியாது. பணத்தை அவர் வீட்டுக்கு அனுப்பியிருக்கலாமே என்றும் தோன்றியது.

விஜயபாரதம், அக்டோபர் 2010

கோயில்

அவனுடைய அப்பா பிறந்து வளர்ந்து இருபத்திரண்டு ஆண்டுகள் அந்தத் தெருவில்தான் இருந்திருக்கிறார் என்று நினைத்தபோது, அவனுக்குத் துக்கமும் மகிழ்ச்சியும் தோன்றியது. அவனுடைய அப்பா இறந்தே இருபது ஆண்டுகள் முடிந்து விட்டன. எழுபது, எண்பது ஆண்டுகளுக்கு முன்பு இத்தெரு எப்படி இருந்திருக்கும்?

"எங்க ஊரே அந்த இரண்டு தெருதான்னு சொல்லிடலாம். நூல் பிடித்துக் கட்டின மாதிரி அந்த இரண்டு தெருக்களும் முக்கால் மைல் தூரத்துக்கு நேர்க்கோடுகளாக இருக்கும்" என்று எப்போதோ அப்பா சொல்லியிருந்தார். இப்போதும் அந்த இரு தெருக்களும் நேர்க்கோடுகளாக இருந்தன. வேறு பல தெருக்களும் தோன்றி ஊர் பெரிதாகிப் போய்விட்டது. அப்பா சொன்ன அந்த இரண்டு தெருக்கள் உற்சாகமாக இல்லை. நிறைய வீடுகள் வீழ்ந்துவிட்டன. டஜன் கணக்கில் இருந்த வீடுகளில் மூன்றோ நான்கோதான் வெள்ளையடிக்கப்பட்டுச் சற்றுப் பார்க்கும்படியாக இருந்தன. அடுத்தடுத்துத் தரித்திரம்தான் தாண்டவமாடியது.

அவனுடைய அப்பா இருந்த வீடும் மிகவும் மோசமான நிலையில் இருந்தது. அப்பாவின் உறவுக்காரர்கள் இன்னமும் அந்த வீட்டில் இருந்தார்கள். இரண்டு, மூன்று தலைமுறையாக அந்த வீடு தாயாதிகளுக்குள் பாகம் பிரிக்கப்படவில்லை. பார்க்கப்போனால் அவனும் அந்த வீடுமீது உரிமை கொண்டாட லாம். ஏதாவது பயனுள்ளதாக இருக்குமா? பெரியவர்கள் இருந்தபோதே முடியாதது இப்போது சாத்தியமா? அந்த வீட்டின் கதியும் விரைவில், அந்தத் தெருவில் செடியும் புதருமாகக் கிடந்த பல வீடுகள் போலாகிவிடும். 'பாழாகப் போ' என்று சபிப்பது மனிதர்களைவிட வீடுகளுக்குத்தான் பொருந்தும்.

அவன் அந்த வீட்டினுள் நுழைந்தான். மண்டை இடித்தது. அந்தநாள் வழக்கப்படி வாயிற் கதவைக் குட்டையாக அமைத் திருந்தார்கள். ஆனால் சுவர் தடிமன் ஓரடி, ஒன்றரையடி கூட இருக்கும். வெளியிலிருந்து தெரியாது. ஆதலால் சாஸ்திரப்படி

கட்டப்பட்ட வீடுகளுக்குள் நுழையும்போது தாழ்வாரம் அடையும் வரை தலையைக் குனிந்தே வைத்துக்கொள்ள வேண்டும். அது அவனுக்குத் தெரியவில்லை. முற்றம் தந்த வெளிச்சத்தில் யாரோ ஒரு மூலையில் புடைவையை உதறி உலர்த்த முயன்று கொண்டிருந்தது தெரிந்தது.

"காமாட்சி!" என்று அழைத்தான். அவள் அவனை உற்றுப் பார்த்தாள்.

"காமாட்சிதானே நீ – நீங்க?" என்று கேட்டான்.

"நீங்க யாருன்னு தெரியலையே?"

"நான் அப்பு."

"பெரியப்பா பிள்ளை அப்புவா?"

"ஆமாம்."

"வாங்கோண்ணா. மன்னி, குழந்தைகள் வந்திருக்காளா?"

"இல்லை. நான் மட்டும்தான் வந்திருக்கேன்."

"பெரியம்மா போனது நாலு நாள் கழிச்சுத்தான் தெரிஞ்சது. பத்து நாள் தீட்டு இல்லையா?"

"எனக்கு இங்கே ஒரு நாளைக்கு வேலையிருக்கு. இங்கே தங்கலாமோ? ராத்திரி பதினொரு மணி எக்ஸ்பிரஸ்லே போயிடுவேன்."

"ஒரு நாள் என்ன, நாலு நாள் இருந்துட்டுப் போ அண்ணா. அம்மா உள்ளே சமையல் பண்ணிண்டிருக்கா. காது கேக்கலை. நடக்கறதும் ரொம்பக் கஷ்டம். இந்த வீட்டிலே ஒவ்வொரு வாசல்படியும் முழம் உசரமாயிருக்கு."

"ரகுவுக்கு இன்னும் கல்யாணம் ஆகலை இல்லையா?"

"உங்களுக்கெல்லாம் தெரியாதபடி எப்படி நடக்கும் அண்ணா? அவனுக்குச் சீயாழிக்கு மாத்தலாயிடுத்து. இங்கேந்து தினம் பஸ்லேதான் போயிட்டு வரான். பொண்ணுக்கு இங்கேயே காலேஜிலே பி.ஏ.ஹிஸ்டரி கிடைச்சுடுத்து. அவளும் பஸ்லேதான் போயிட்டு வரா. அவ மூணு மணிக்கு வந்துடுவா. ரகுவுக்குத்தான் இருட்டி ஏழு எட்டு மணிகூட ஆயிடறது."

"சின்ன ஊர் பாங்க்லே எல்லாம் இப்படித்தான்."

"உள்ளே வா. இவ்வளவுதான் சாமானா? முதல்லே காஃபி சாப்பிடு."

"குளிச்சுட்டாக்கூடத் தேவலை. வண்டி ரொம்ப லேட்."

"கிணத்தங்கரையிலேயே குளிச்சுடலாம். குளிக்கிற ரூம் கூரை விழுந்துடுத்து. கை, கால் கழுவிக்கப் பின்னாலே சுவர்கிட்டே தடுப்பு இருக்கு. ராணிகூட வந்துட்டுப் போயிட்டா."

"யாரு ராணி?"

"அதெல்லாம் சுத்தம் பண்ணறவ. இந்த வீட்டுக்கு இன்னும் ஃபிளஷ்ஷவுட் வரலை."

அவனுக்கு இதெல்லாம் வியப்பளிக்கவில்லை. அவர்களாகவே வீட்டுக் கென்று செலவழித்து என்ன பயன்? பங்கு கேட்பவர்கள் இந்தச் செலவை எல்லாம் கணக்கில் எடுத்துக்கொள்ள மாட்டார்கள்.

கொல்லைப்புறம் ஓரளவு சுத்தமாகவே இருந்தது. வீட்டை இடித்துத்தான் புதிதாகக் கட்ட வேண்டும். கட்டிய வீட்டிலும் முற்றம்போல அமைப்பு வைத்தால்தான் வெளிச்சம் வரும். யார் செய்யப் போகிறார்கள்? எந்த ஜன்மத்தில் செய்யப் போகிறார்கள்?

சித்தி சமையல் மிகவும் நன்றாக இருந்தது. அவள் பங்குக்குப் பல விஷயங்களை விசாரித்தாள். எல்லாவற்றுக்கும் சுருக்கமாக உரத்துப் பதில் தந்தான். ஒரு சொல் வீணாகாதது குறித்து அவனுக்கு ஆச்சர்யமாக இருந்தது. மேடைகளில் பேசுகிறவர்கள் உரத்துத்தான் பேசுகிறார்கள். கத்துகிறார்கள் என்று கூடக் கூறலாம். ஆனால் கூடைக்கணக்கில் வீணான சொற்கள்.

ஊரைச் சுற்றிப் பார்க்க முடியாத போதிலும், பஸ் ஸ்டாண்டு போவதற்குள் பல விஷயங்கள் கண்ணில் பட்டன. நிறையப் பட்சணக் கடைகள். நிறைய ஜோசியக் கடைகள். ஊரில் வயதானவர்கள் எண்ணிக்கை அதிகரித்திருக்க வேண்டும். தின்பண்டக் கடைகளில் அவர்கள்தான் போய் நிற்கிறார்கள். கணவன், மனைவி இருவரும் உத்தியோகத்துக்குப் போகிற மாதிரி குடும்பங்களும் அதிகரித்திருக்க வேண்டும்.

அவன் போக வேண்டிய அலுவலகத்தைத் தேடிப் போய்ச் சேர்ந்தபோது உணவு இடைவேளை. அது நல்லதாகப் போயிற்று. அவன் பார்க்க வேண்டிய அதிகாரி அவனையும் உணவருந்தக் கூப்பிட்டு விட்டதில் அரை மணி நேரத்துக்கும் மேலாக அவருடன் பேச வாய்ப்புக் கிடைத்தது. உணவுக்குப் பிறகு அவர் உடனுக்குடனேயே உத்தரவையும் எழுத்து மூலம் கொடுத்து விட்டார். அவன் தகப்பனாரின் ஊர் அவனுக்கு இன்னமும் நன்மை செய்து கொண்டிருப்பதாகத் தோன்றிற்று.

காமாட்சி அவனுக்கும் தோசை வார்த்து வைத்திருந்தாள். அவளுடைய பெண் மீனா உயரமாக வளர்ந்திருந்தாள். இந்தக் குழந்தைகள் வளர்ந்து பெரியவர்கள் ஆவதைப் பார்க்க, அவர்கள் தந்தைக்குக் கொடுத்து வைக்கவில்லை. குழந்தைகளும் கொடுத்து வைக்காதவர்கள்தான். ரகு, மீனா இருவரும் அவரவர்கள் குடும்பங்களை அமைக்கும்வரை இந்தப் பாரம்பரிய வீட்டிலிருந்து யாரும் அவர்களை விரட்டிவிடக் கூடாது.

இருட்டிக்கொண்டிருக்கும்போது காமாட்சி ஓர் அகலில் சிறிது எண்ணெயும் ஒரு திரியும் வைத்தபடிக் கிளம்பினாள். அவள் போனபிறகு மீனாவைக் கேட்டான்: "அம்மா எந்தக் கோயிலுக்குப் போறா?"

"நம்மூர் சுவாமி கோயிலுக்குத்தான். நீங்க அம்மன் கோயிலுக்குப் போனதில்லையா?"

"ஞாபகம் இல்லை. சின்னக் குழந்தையாக இருந்தபோது போயிருக்கலாம்."

"பெரிய கோயில். நீங்க எப்போ ரயிலுக்குப் போகணும்? கோயில் பேரே பெரியகோயில்."

"பத்து மணிக்குப் போனாப் போதும். அந்த வேளைக்கு வண்டி கிடைக்குமில்லையா?"

“ஆட்டோ கிடைக்காது. ஒம்பதரைக்குக் கிளம்பினா சரியாயிருக்கும்.”

“கோயிலுக்குப் போயிட்டுவர நேரமிருக்கும்?”

“போயிட்டு வந்துடலாமே. இப்போ கிளம்பினாக்கூட ஏழரை, ஏழே முக்காலுக்கு வந்துடலாம்.”

“நான் கோயிலுக்குப் போயிட்டு வந்துடறேன். எங்க அப்பா, அவரோட அப்பா, அவரோட அப்பா போன கோயில்.”

மீனா பேசாது இருந்தாள். அவன் கிளம்பும்போது, “உங்கம்மாவோடயே நான் போயிருக்கணும்,” என்றான்.

கோயிலுக்கு அவனுக்கு வழி தெரியாது. தெருவில் ஒருவரைக் கேட்டுப் போனான். நூல்கட்டி அமைத்த தெருக்களைக் கடந்து அது ஒரு தனி வழியில் இருந்தது. அந்த ஊரில் தெரு விளக்குகள் பழைய மாதிரி பல்புகள். மிகவும் மங்கலாகத்தான் இருந்தன. சட்டென்று கோபுரம் நிழலாகத் தெரிந்தது. நல்ல உயரம். அவனைக் கவ்விப்பிடிக்கத் தயாராக இருந்த பூதம் போல அந்த அரை இருட்டில் தெரிந்தது.

அவன் எதிரே காமாட்சி வந்தாள். “எங்கேண்ணா, கோயிலுக்கா? என்னோடு வந்திருக்கலாமே?”

“நீ கூப்பிடலியே?”

“தப்புத்தான். சீக்கிரம் போயிட்டு வாண்ணா. இன்னெக்கென்னமோ எனக்குச் சரியில்லே. ஏதோ பயமாயிருந்தது. உன்னை அழைச்சுண்டு போயிருக்கலாம்.”

காமாட்சி போய்விட்டாள். அவன் பெரிய கோபுரம் வழியாகவே கோயிலுக்குள் நுழைந்தான். வெளிச்சமே போதாது. அப்படியும் வெளிப் பிராகாரத்தை ஒருமுறை பிரதட்சணம் செய்து அடுத்த பிராகாரத்துக்குள் நுழைந்தான். வலது கால் கட்டை விரல் வலித்தது. அவன் காலில் ரத்தம்கூட வந்திருந்தது.

அது சுவாமி சன்னிதி. பிராகாரங்களில்தான் ஓரிரு பல்பு மின்விளக்குகள் இருந்தனவே தவிர, சன்னிதிகளுக்கு எண்ணெய் விளக்குகள்தான். அன்று அம்மனுக்குக் கொண்டை வைத்து மீனாட்சியம்மன் போல அலங்கரித் திருந்தார்கள். அவயம், மீனாட்சி, காமாட்சி, விசாலாட்சி என்ற பெயர்கள்தான் அந்த ஊரில் முக்கால்வாசிப் பெண்களுக்கு வைத்துவிடுவார்கள்.

முதல் பிராகாரத்திலேயே ஓரிடத்தில் நவக்கிரகமும் இருந்தன. தட்சிணாமூர்த்தி விக்கிரகமும் சுவரோடு பதிக்கப்பட்டிருந்தது. காமாட்சி, தட்சிணாமூர்த்திக்குத் தான் எண்ணெய் விளக்கு வைக்கப் போயிருப்பாள். அன்று வியாழக்கிழமை.

கால் காயத்தில் ரத்தம் உறைந்து போயிருந்தது. அவனுடைய முன்னோர்கள் தினமும் இந்தக் கோயிலுக்குப் போயிருப்பார்கள். அவர்கள் காலத்தில் இந்த ஒன்றிரண்டு மின் விளக்குகள்கூட இருந்திருக்காது. எண்ணெய் விளக்குகள், ஒரு பிராகாரத்துக்கு ஒரு தீவட்டி என்றிருக்கலாம். அவர்கள் எவ்வளவு முறை காலை இடித்துக்கொண்டிருப்பார்கள், எவ்வளவு ரத்தம் அந்தக் கோயிலில் சிந்தியிருப்பார்கள்?

அவன் முதலில் அப்படியே வீடு திரும்பி விடலாமென்றுதான் நினைத்தான். இன்னொரு முறை வர முடியுமா? அதற்கு எவ்வளவு ஆண்டுகள் தேவைப்படும்? அவனுக்கு வர முடியாமல் போய்விடக்கூடிய அபாயம்கூட இருந்தது.

சன்னிதிகளுக்கு அடுத்த உள் பிராகாரம் மிகவும் நீளமாக இருந்தது. அவ்வளவு நீண்ட பிராகாரத்துக்கு மிக உயரத்தில் கூரை. அந்த உயரமே இருட்டை அதிகரித்தது போலிருந்தது.

அவன் நொண்டியபடியே ஒரு பக்கம் முடித்து அடுத்த பக்கத்துக்கு வந்தான். இந்தப் பிராகாரம் கூட ராமேஸ்வரப் பிராகாரத்துக்குச் சமமாக இருக்கக் கூடும்.

இன்னும் இரு பக்கங்கள் முடித்தால் அவன் வீட்டுக்குத் திரும்ப முடியும்.

அவன் கடைசிப் பக்கத்தை அடைந்தான். காமாட்சி இந்தப் பக்கத்துக்கு வந்திருக்க வேண்டும். அவ்வளவு நீளப் பிராகாரத்துக்கு ஒரு விளக்குக் கூடக் கிடையாது. அதுதான் அவளுக்குப் பயம் எழும்பியிருக்கக் கூடும்.

அவனுக்கும் பயமாகத்தான் இருந்தது. இன்னும் இருபது இருபத்தைந்து அடிகள் இருக்கும். மூன்று திசைகளில் போனபோதும் ஆளரவமே இல்லை. ஏதோ சிறிது வெளிச்சம் இருந்தது. இங்கு அதுவும் கிடையாது.

அவன் எதிரே ஒருவர் தூரத்தில் வந்து கொண்டிருந்தார். அவன் அவரையே பார்த்தபடி நின்றான். எல்லாம் நிழல் போலத்தான். அவர் பஞ்சகச்சம் கட்டி இடுப்பின் மேல் வேஷ்டியைக் கட்டியிருந்தார். ஆண்கள் கோயிலுக்கு அப்படித்தான் போக வேண்டும். அவன் சட்டையை மேல் வேஷ்டியாக நினைத்துக்கொள்ளலாம். ஆனால் சட்டையை இடுப்பில் கட்டிக்கொள்ள முடியாதே. ஆனால் மனிதன் அப்பிரதட்சணமாக வருகிறாரே? விஷயம் தெரிந்த மனிதர்கள் அப்படிச் செய்ய மாட்டார்களே?

அந்த மனிதர் ஐந்தாவது அடி தூரத்தில் இருந்தார். அவர் அவனைப் பார்த்தபடியே முன்னேறிக்கொண்டிருந்தார். ஆயிற்று. இருவரும் எதிரும் புதிருமாக நின்றார்கள்

அவன் நெற்றி சுருங்கியது, யார் அது? யார்?

கன்னத்தில் அறைந்தது போல அடையாளம் தெரிந்தது. இருபது ஆண்டு களுக்கு முன்பு இறந்த அப்பாதான் அவன் முன் நின்றுகொண்டிருந்தார். "அப்பா!" என்று கத்தினான்.

அவன் அன்று இரவு பதினொரு மணி எக்ஸ்பிரஸ் ரயிலைப் பிடிக்க முடியவில்லை.

"கோயிலாக இருந்தால் என்ன? பழைய கட்டடங்களுக்கெல்லாம் தனியாகப் போகக்கூடாது" என்று சித்தி சொல்லிக்கொண்டிருந்தாள்.

கல்கி, 2010

கோயில்

குழந்தைகள் இறக்கும்போது . . .

மணி காலையில் எழுந்தபோது அறைக்கதவு வெளியிலிருந்து தாழிட்டிருந்தது. அவனுடைய இரு அக்காக் களும் அதே அறையில் இருந்தார்கள். "ஏன் நம்பளைப் பூட்டி வைச்சிருக்கு?" என்று மணி கேட்டான்.

"அம்மாதான் பூட்டி வைச்சிருக்கா."

"ஏன்?"

"சம்பா ..."

"சம்பாக்கு என்ன?"

பெரிய அக்கா ஒரு கணம் தயங்கினாள். ஆனால் அறை வெளியேயிருந்து அழுகுரல் கேட்டது. அக்கா சொன்னாள், "சம்பா செத்துப் போயிடுத்து."

"ஐயையோ, நான் சம்பாவைப் பாக்கணுமே!"

"அம்மா நாம யாரும் பாக்க வேண்டாம்னு சொல்லிட்டா."

மணிக்கு அழுகை பொங்கிக்கொண்டு வந்தது. அவன் தங்கை சம்பாவை இனி அவன் பார்க்கவே முடியாது.

மணியுடைய அண்ணன்கள் இருவர் அடுத்தடுத்து இறந்து விட்டார்கள். அதிலும் ஒருவன் சாகும்போது பதிமூன்று வயது. வீட்டில் எங்குப் பார்த்தாலும் அவனுடைய பாடப் புத்தகங்கள், சட்டைத் துணிமணிகள் இருந்தன. அவனுக்கு முன்னால் இறந்தது அவனைவிடப் பத்து வயது குறைவான குழந்தை. அப்போது மணியும் குழந்தைதான். ஆதலால் இன்னொரு குழந்தை என்று தெரிந்தபோது அது பிள்ளையாக இருக்கக் கூடாதா என்று வேண்டிக் கொண்டார்கள். ஆனால் பிறந்தது பெண். இனிமேல் குழந்தையே வேண்டாம் என்று அவளுக்குச் சம்பூர்ணம் என்று பெயர் வைத்தனர். ஆனால் அந்தக் குழந்தை தன் சிரிப்பாலும் பேச்சாலும் விளையாட்டாலும் எல்லாருக்கும் பிடித்தவளாகப் போய் விட்டாள். உறவினர் யாராவது

வந்தால்கூட அவர்கள் முதலில் சம்பா பற்றித்தான் விசாரிப்பார்கள். அவளுடன் கொஞ்ச உட்கார்ந்துவிடுவார்கள்.

சம்பாவுக்கு இரண்டு வயது முடிந்த நாளில் ஒரு சிணுங்கல் வந்தது. அப்புறம் அது சிறிது சிறிதாக அதிகரித்து, குழந்தை எப்போதும் அவதிப்படும் நிலை தெரிய உட்கார்ந்தே இருந்தது. உடலெல்லாம் மஞ்சள் தெரியவந்தது. இந்தக் குழந்தைக்கும் கட்டி வந்துவிட்டது. மணியின் அப்பா ஜம்மி வெங்கடரமணாவுக்குக் கடிதம் எழுதினார். அவர்கள் பெஜவாடாவுக்குப் போய் ஒரு வைத்தியரைப் பார்க்கச் சொன்னார்கள். அப்பாவும், அம்மாவும் குழந்தையை எடுத்துக்கொண்டு பெஜவாடா சென்றார்கள். அவர் தெலுங்கு வைத்தியர். ஜம்மி வெங்கடரமணாவிடம் பயிற்சிபெற்றவர். அவர் மருந்து கொடுத்தார். அதை வாங்கிக்கொண்டு மணியின் பெற்றோர்கள் ஊர் திரும்பினார்கள். சம்பாவுக்கு ஏகப்பட்ட பத்தியம். அவளுக்குச் சாப்பிடவே பிடிக்கவில்லை. அடுத்த முறை மணியும் அப்பாவும் மட்டும் பெஜவாடா வைத்தியரைப் பார்க்கப் போனார்கள். அந்த ஒருநாள் அவர் வீட்டிலேயே தங்கிச் சாப்பிட்டுவிட்டுக் கிளம்பினார்கள். அப்பா பேசவேயில்லை. ஆனால் வட்டியும் முதலுமாக இப்போது குமுறிக் குமுறி வாய்விட்டு அழுதுகொண்டிருந்தார். குழந்தைகளைப் பூட்டிவைத்திருந்த அறையிலும் அந்த அழுகைச் சத்தம் கேட்டது.

வெளியே இன்னும் யார்யாரோ வந்திருந்ததை அவர்கள் பேச்சு மூலம் தெரிந்துகொள்ள முடிந்தது. சுமார் எட்டரை மணிக்கு எல்லோரும் வெளியே போவதையும் உணர முடிந்தது. அப்போது அம்மா ஓவென்று கதறி அழுதாள். "இவ்வளவு பேச்சும் சிரிப்பும் நீ போயே போயிடறதுக்கா?" என்று திரும்பத் திரும்பப் புலம்பினாள். இங்கே அறையில் மணியும் சகோதரிகளும் விம்மி விம்மி அழுதார்கள். அம்மா வீட்டைத் தண்ணீர்விட்டுக் கழுவிவிட்டு அவர்கள் அறைக் கதவைத் திறந்தாள். யாருக்கும் யாரையும் நேருக்கு நேர் பார்க்க முடியவில்லை. எல்லோரும் கட்டிக்கொண்டு அழுதார்கள். அந்த அழுகை யிலும் அம்மா அவர்கள் தலையில் தண்ணீர் விட்டுக் குளிக்க வைத்தாள். சம்பா எப்போதும் உட்கார்ந்திருக்கும் இடம் காலியாக இருந்தது. அங்கே போயும் எல்லோரும் சேர்ந்து அழுதார்கள்.

நல்ல வெயிலில் அப்பா திரும்பி வந்தார் ஈரத்துணியோடு. "என்னைக் கொள்ளி போட வைச்சுட்டாம்மா" என்று அழுதார். மணியின் அண்ணன்கள் இறந்தபோது மணிக்கு அதிக விவரம் தெரியாது. இப்போது ஒன்பது வயது. சுகம், துக்கம், கவலை, வேதனை எல்லாம் தெரியத் தொடங்கிவிட்டன.

பெரியண்ணன் சாவைவிடச் சம்பாவின் மரணம் மணியின் பெற்றோரை உலுக்கிவிட்டது. இவ்வளவு எளிதாக நோய் கண்டு மூன்றே மாதத்தில் குழந்தை இறந்து விடுமானால் என்னதான் செய்வது? எப்படிக் குழந்தைகளைக் காப்பாற்றுவது?

அப்பா, அம்மா இருவருக்கும் ஒரு பீதி வந்து விட்டது. அதே நேரத்தில் ஒரு விரக்தி மனப்பான்மையும் வந்துவிட்டது. இருவர் முகத்திலும் சிரிப்பே போய்விட்டது. அப்பாவுக்கு அலுவலகம் இருந்தது. ஆதலால் சில மணி நேரம் வீடு, குழந்தைகள் தவிர மனத்தை நிரப்ப வேறு பொறுப்புகள் இருந்தன. ஆனால், அம்மா இருபத்தி நான்கு மணி நேரமும் வீட்டைப்

பற்றியும், குழந்தைகள் பற்றியும்தான் நினைத்து நினைத்துத் துவள வேண்டும். ஒரு சமயம் அவர்கள் சாப்பிடுவதைக் கவளம் கவளமாகக் கவனிப்பாள். இன்னொரு வேளை ஒழுங்காகச் சமையல் கூடச் செய்திருக்க மாட்டாள். மணியின் அக்காக்களுக்காகப் பாட்டுச் சொல்லிக் கொடுக்க வரும் ஆழ்வாரை அடுத்த வருஷம் பார்த்துக்கொள்ளலாம் என்று சொல்லிப் பாட்டு வகுப்பை நிறுத்திவிட்டாள். மணியின் அக்காக்களுக்குப் பாட்டு என்பதைவிட ஆழ்வார் அவர்களுக்குப் பாடம் சொல்லித் தருவது அவனுக்கு ஒரு வேடிக்கையான அனுபவமாக இருந்தது. வீட்டில் நிலவும் இறுக்கத்தில் அவர்கள் பாண்டி ஆடுவது, பல்லாங்குழி ஆடுவது போன்றதும் நின்றுவிட்டது.

சம்பாவைப் புகைப்படம் எடுக்கவில்லை. ஆதலால் அவள் முகம் கூடச் சிறிது சிறிதாக மனத்தில் தெளிவற்றுப் போயிற்று. ஆனால் அவளை நினைவுபடுத்த அவளுடைய சிரிப்பும் ஒவ்வொருவரையும் அவளுடைய மழலையில் கூப்பிட்டதும் எளிதில் மறக்க முடியவில்லை. அண்ணா என்று அவளால் சொல்ல முடியவில்லை. ஆனால் னா னா வென்பாள். அதே போல அக்காக்களையும் கா கா என்று சொல்வாள்.

சம்பா செத்துப் போய் ஒரு மாதம் ஆன பிறகு மணியின் அம்மாவுக்கு ஜுரம் வந்தது. ராம்கோபால் டாக்டர் வந்து பார்த்துவிட்டு உடனே ஆஸ்பத்திரிக்குக் கொண்டுபோகச் சொன்னார். அம்மாவுக்கு டபுள் நிமோனியா. இரு நுரையீரல்களிலும் நீர்.

அந்த நாளில் பெனிசிலின், ஸ்டெராய்டு போன்றவை பயனில்லை. மணியின் அம்மாவுக்கு மார்பு முழுக்கப் பற்றுப் போட்டிருக்கிறார்கள். அம்மா நாளெல்லாம் முனகிக்கொண்டே இருந்தாள். ஒருமுறை கண் விழித்தவள், “ஐயோ, சம்புவுக்கு மருந்து தரணுமே!” என்று கத்தியிருக்கிறாள்.

மணிக்கும் அவனுடைய அக்காக்களுக்கும் அம்மாவின் நோயின் தீவிரம், அவள் நினைவிழந்து கிடப்பது எதுவும் தெரியாதபடி அப்பா பார்த்துக்கொண்டார். ஆஸ்பத்திரிக்குப் போய்விட்டு வேலையும் செய்தார். அலுவலகத்துக்கும் போனார். அந்த நாளில் நோயாளியுடன் யாரும் இருக்க முடியாது. காலையில் காஃபி தர வேண்டும் என்றால் கூட வராண்டா அருகில் நின்றுகொண்டு, நர்ஸ் யாராவது வந்தால் அவளிடம் கொடுத்தனுப்ப வேண்டும்.

அம்மாவை ஆஸ்பத்திரியின் பெரிய டாக்டரே பார்த்தார் என்று பின்பு தெரிந்தது. பதினைந்து நாட்கள் போராட்டத்துக்குப் பிறகு அம்மாவின் ஜுரம் குறைய ஆரம்பித்தது. ஒரு நாள் மாலை நான்கு மணிக்குக் குழந்தைகளைத் தயாராக இருக்கும்படிச் சொல்லிவிட்டு அப்பா அலுவலகத்துக்குப் போய் விட்டார். சரியாக நான்கு மணிக்கு வீட்டுக்கு வந்தார். காஃபி கலந்து ஃபிளாஸ்கில் விட்டார். நான்கு பத்துக்கு எல்லோரும் கிளம்பிவிட்டார்கள்.

மணியும் அவன் சகோதரிகளும் பதினைந்து நாட்கள் கழித்து அம்மா வைப் பார்க்கிறார்கள். இறந்துபோன குழந்தையை அவர்கள் பார்க்கக் கூடாது என்று பூட்டி வைத்த அம்மாவை அவள் கண் திறக்காமல் ஜுரமாக இருந்த நாட்களில், அவர்கள் பார்க்க வேண்டாம் என்று அப்பா தீர்மானித்து விட்டார். தப்பித்தவறி அவர்களாகப் போயிருந்தாலும் ஆஸ்பத்திரியில் உள்ளே போகவிட்டிருக்க மாட்டார்கள். அங்கே கூட்டம்

கூடக் கூடாது என்பதைவிட நோய்த் தடுப்புத் தான் முக்கியக் காரணம். இருக்கிற நோய் போதாது என்று வெளியிலிருந்து வருபவர்கள் புது நோயைக் கொண்டுவந்துவிட்டால்?

அவர்களுக்கு அம்மாவை அடையாளமே தெரியவில்லை. அம்மா பேசவில்லை என்றாலும் கண்களிலிருந்து கண்ணீர் பெருகிக்கொண்டிருந்தது.

யாருமே பேசவில்லை. ஏதோ விநோதப் பிராணியைப் பார்ப்பது போல வாய் திறக்காமல் நின்று கொண்டிருந்தார்கள். அம்மா, மணியைக் கட்டிலில் உட்காரச் சொன்னாள். ஆனால் அப்பா அவனைப் பிடித்திழுத்துவிட்டார். யாரையும் படுக்கையை நெருங்கவிடவில்லை.

அப்பா காஃபியைக்கூட நர்ஸிடம் தான் தந்தார். அந்த அறையில் இருபது படுக்கைகள்கூட இருக்கும் ஆனால் பேச்சுக் குரல் ஏதோ ரகசியம் பேசுவது போல இருந்தது.

பத்தே நிமிடம். அப்பா அவர்களை வெளியே அழைத்து வந்துவிட்டார்.

"அம்மா எப்போ வீட்டுக்கு வருவா?" என்று மணி கேட்டான்.

"இன்னும் பத்துப் பதினைஞ்சு நாளாகும். நான் ரைட்டர் மாமா மாமியை வரச் சொல்லியிருக்கேன். அப்போ நீங்க ஸ்கூலுக்குப் போகலாம்" ரைட்டர் மாமா என்பவர் அப்பாவைவிட ஓரிரண்டு ஆண்டுகள் சிறியவர். உள்ளூரில் வேலை கிடைக்காமல் ஒரு குஷ்ட நோய் ஆஸ்பத்திரியில் வேலைக்குப் போய்விட்டார். அது ஜெர்மன் பாதிரிகள் நடத்தியது. அன்று குஷ்டம் தொட்டாலே ஒட்டிக்கொள்ளும் என்று நினைத்த நாட்கள். ஆதலால் ஆஸ்பத்திரியை அத்துவானத்தில் அமைத்திருந்தார்கள். உடனுக்குடனே கடைக்குப் போக முடியாது என்று மாட்டுப் பண்ணை, கோழிப் பண்ணை, காய்கறித் தோட்டம் எல்லாவற்றையும் நடத்தினார்கள். ரைட்டர் மாமி அவர்களைப் பார்த்துக்கொள்ள வந்தால் அவர்கள் அப்பா போல ரைட்டர் மாமா அவர் சமைத்து அவருடைய குழந்தைகளுக்கு உணவூட்ட வேண்டும்.

அது பொது மருத்துவமனை. அப்படியிருந்தும் அம்மாவை ஒன்றரை மாதங்களுக்குப் பிறகுதான் வீட்டுக்கு அனுப்பித்தார்கள். வீட்டிலும் இன்னும் ஒரு மாதம் போலப் படுக்கையிலேயே இருக்க வேண்டும் என்று கண்டிப்பாகச் சொல்லியிருந்தார்கள். அம்மா ஒரு வாரம்தான் அப்படி இருந்தாள். அதன் பிறகு சிறிது சிறிதாக வீட்டு வேலையும் செய்யத் தொடங்கினாள். ரைட்டர் மாமா மாமி இருந்தது அவளுக்குப் பெரிய துணையாக இருந்தது. எல்லாம் சில நாட்களுக்குத்தான். மீண்டும் வீடு சத்தமே இல்லாத இடமாக மாறியது.

ஏப்ரல் மாதத்தில் பெரிய பரீட்சை வந்தது. மணி, அவனுடைய அக்காக்கள் இருவருக்கும் அப்பா அவரால் முடிந்த அளவு சொல்லிக் கொடுத்தார். மூவரும் பரீட்சைகளில் தேறிவிட்டார்கள்.

விடுமுறை நாட்களில் மணி போகக்கூடிய இடங்கள் இரண்டு இருந்தன. ஒன்று, ரைட்டர் மாமா வீடு. இன்னொன்று சித்தப்பா வீடு. சம்பா இறந்த ஆண்டு யாருமே ஊருக்குப் போகவில்லை. ரைட்டர் மாமாவை நிறையத் தொந்தரவு கொடுத்தாயிற்று என்று மணியின் அப்பா சொன்னார். ரைட்டர்

மாமா அப்படி நினைப்பவரே இல்லை. உண்மையில் அப்பாவுக்குக் குழந்தைகளை எப்போதும் கண்ணெதிரேயே வைத்துக்கொள்ள வேண்டும்.

ஒருநாள் மணியும் அவனுடைய அம்மாவும் மட்டும் வீட்டிலிருந்தார்கள். சம்பா செத்துப் போவதற்கு முன்பு அம்மா உட்கார்ந்தபடிக் கண்களை மூடிக் கொண்டால் அம்மா உட்கார்ந்தபடியே தூங்குகிறாள் என்று அப்பா சொல்வார். அப்படி இல்லை என்று அவர் சொல்லும்போதே அம்மா கண்களைத் திறந்துகொள்வாள். இன்று அப்படித்தான் மணி அம்மாவைக் கூப்பிட்டான்: "அம்மா".

அம்மா கண்களைத் திறந்து கொண்டாள்.

"அன்னிக்கு ஏம்மா எங்களைப் பூட்டி வைச்சே?"

அம்மா பதில் சொல்லவில்லை.

"நான் சம்பாவைப் பார்க்க வேண்டாமா? பெரியக்கா இப்பவும் அழுதுண்டே இருக்கா."

அம்மா சிறிது நேரம் மௌனமாக இருந்தாள். திடீரென்று பொத்துக் கொண்டு கதறினாள். "நான் குழந்தை குழந்தையா வாரிக் கொடுத்தேன்டா. வாரி வாரிக் கொடுத்தேன்டா. அதை நீங்களும் பார்க்கணுமா?"

மணிக்கு, அம்மா எதை வாரி வாரிக் கொடுத்தாள் என்று சரியாகப் புரியவில்லை. சட்டென்று அவன் அண்ணன்கள் நினைவு வந்தது. அம்மா வாரிக் கொடுத்தது என்பது அவர்களையும்தான்.

"நான் சம்பாவைப் பார்க்க வேண்டாமா? எனக்கும் உன் மாதிரிதான் அழுகை வந்தது. இனிமேல் எங்களை ரூம்லே வைச்சுப் பூட்டிடாதேம்மா."

அம்மா, மணியைக் கட்டிக்கொண்டாள். அவனுக்கு இதமாக இருந்தது. அம்மாவுக்கும் இருந்திருக்க வேண்டும். ஆனால், மணிக்கு சம்பாவைப் பார்க்காத வருத்தம் குறையவில்லை.

கல்கி, 2010

ஜோதிடம் பற்றி இன்னொரு கர்ண பரம்பரைக் கதை

கர்ண பரம்பரைக் கதைகளில்தான் எவ்வளவு ஜோதிடர்கள்!

இந்த ஜோதிடரும் பெரும் பாண்டித்யம் பெற்றவர். அவருடைய விரல் நுனிகளில் எண்களும் நவகிரகங்களும் விளையாடும். நவகிரகங்களோடு விளையாடுபவர்கள் கடும் விலை தரவேண்டும். ஜோதிடர் வீட்டில் எப்போதும் இல்லாமை.

குழந்தைக்காக ஏங்கிப் போயிருந்த ஜோதிடருக்கு மகன் பிறந்தான். விடிவு காலம் வந்துவிட்டது என்று ஜோதிடர் எண்ணினார். குழந்தை பிறந்தவுடன் ஜாதகப் பலன் பார்க்கக் கூடாது என்பது கடும்விதி. ஜோதிடருக்கு அசாதாரண ஆர்வம். பலன் பார்த்தார். எல்லாம் நல்லதுதான். ஆனால் மகன் திருமணம் முடித்த மறுநாள் உதயம் பார்க்க மாட்டான்.

ஜோதிடர் இடிந்து போய்விட்டார். இதை வெளியே சொல்லாமல் மகன் சிறப்பாக வளர்வதைக் கண்டு ஆறுதல் அடைந்தார்.

மகனுக்குப் பதினெட்டு வயது. அவன் அறியாதது ஏதுமில்லை என்று பெரும்புகழ் பெற்றான். நீ நான் என்று பலர் பெண் கொடுக்க வந்தார்கள். ஜோதிடர் திருமணப் பேச்சை மட்டும் வளர்க்க மாட்டார்.

ஊருக்கெல்லாம் சந்தேகம். இந்தப் பையனுக்கு இந்த ஜன்மத்தில் கல்யாணம் ஆகாது என்று முடிவு செய்தார்கள்.

பக்கத்து ஊர் ஜோதிடர். அவரும் ஏழைதான். மகா புத்திசாலியான மகள். ஊரார் பேச்சை உதறித் தள்ளிவிட்டு அவர் ஜோதிடர் மகனுக்குப் பெண்ணைத் தர முன்வந்தார்.

"உங்களைச் சந்தித்ததில் மிகுந்த மகிழ்ச்சி. உங்கள் பெண் எங்கள் வீட்டு, மருமகளாவதற்கு நாங்கள் கொடுத்து வைத்திருக்க வேண்டும். ஆனால் முடியாது."

"ஏன்?"

"என் மனசாட்சி இடம் தராது."

"தங்கள் மகனுக்கு ஏதாவது தீராத நோயோ?"

"அப்படியிருந்தால்கூடப் பரவாயில்லை. மருத்துவம் செய்யலாம். குணப்படுத்தியும் விடலாம். அப்படி இல்லையே?"

"சரி, ஜாதகத்தைக் கொடுங்கள்."

"எனக்கு மனம் ஒப்பவில்லை."

"பையனைப் பார்த்துவிட்டேன். ஜாதகத்தைக் கொடுங்கள்."

"எப்படிச் சொல்வது? வாய் கூசுகிறது."

"சொல்லுங்கள்."

"அவனை மணந்துகொள்பவள் திருமணத்துக்கு அடுத்த நாள் விதவையாகிவிடுவாள்."

"என் பெண்ணுக்கு நல்ல மாங்கல்ய பலம் இருக்கிறது. சரி என்று சொல்லுங்கள்."

திருமணம் நடந்தது.

அன்றிரவு மணமகனுக்கு வயிறு சரியில்லை. மணமகளிடம் கூறிவிட்டுக் கொல்லைப்புற இருட்டில் போனான். கைகால் கழுவிக்கொண்டு திரும்ப இருந்தபோது அவன் முன் ஒரு பெரிய மலைப்பாம்பு.

"நீ தர்மவான். உன் தந்தை மாமனார் எல்லாருமே தர்மவான்கள். இருந்தாலும் நீதான் இன்று எனக்கு உணவு. உன்னை விழுங்கப் போகிறேன்."

"நான் தாலி கட்டி இன்னும் அறுபது நாழிகை கூட ஆகவில்லை."

"என்ன செய்வது? ஆனால் நீதான் இன்று என் உணவு."

"அந்தப் பெண் விஷயம் தெரியாது தவித்துவிடுவாள். நான் அவளிடம் சொல்லிக்கொண்டு வந்து விடுகிறேன்."

மலைப்பாம்புக்கு மனிதர்களின் நேர்மையை எடையிட முடியும். "சரி" என்றது.

மணமகன் மனைவியிடம் விஷயத்தைச் சொன்னான்.

"வாக்குத் தவறக் கூடாது. எதற்கும் உங்கள் கூட நான் வருகிறேன்." ஒரு சிறு குடத்தில் ஓர் அகல்விளக்கை ஏற்றிவைத்துக்கொண்டு கிளம்பினாள்.

இருவரும் பாம்பிடம் சென்றார்கள். பாம்பு மணமகனை விழுங்க வாயைத் திறந்தது.

அப்போது மணப்பெண் அகல் விளக்கை அணைத்துவிட்டாள். "ஐய்யோ!" என்று பாம்பு அலறியது. அந்தப் பெண்ணை உற்றுப் பார்த்தது.

உணவருந்தும்போது விளக்கு அணைந்துவிட்டால் மேற்கொண்டு உண்ணக் கூடாது என்பதும் கடும் விதி. "நீங்கள் நீடுழி வாழுங்கள்!" பாம்பு சென்றுவிட்டது.

அடுத்த நாள் காலை. மகனும் மருமகளும் மலர்ந்த முகத்தோடு வெளியே வந்தார்கள். இரவு என்ன நடந்தது என்று வேறு யாருக்கும் தெரியாது.

ஜோதிடருக்கு மகன் உயிரோடு இருப்பதில் மகிழ்ச்சி இருந்தாலும் ஜோதிடம் பொய்யா என்று மனம் கலங்கியது. ஆயுள் முழுதும் ஏதோ ஒன்றை நம்பி வாழ்ந்தது திடீரென்று அது ஆதாரமற்றதென்றால்?

அவருடைய மகனின் மாமனார், "நீங்கள் கடைசி வரை ஜாதகமே தரவில்லை. எதற்கு என்று தெரியும். ஆனால் இப்போது தரலாமல்லவா?" என்றார். மேலும் அவர் கூறினார்.

"தங்கள் மகனுக்கு மரண அபாயம் இருந்தது உண்மைதான். ஆனால் நீங்கள் என் மகளின் ஜாதகத்தையும் பார்த்திருக்க வேண்டாமா?"

ஜோதிடர்கள் கிரகங்களையும் ராசிகளையும் ஆராய்ந்துகொண் டிருந்தார்கள். எங்கோ தூரத்தில் ஒரு மலைப்பாம்பு இரையைத் தேடிப் போய்க்கொண்டிருந்தது.

***அமுதசுரபி*, பிப்ரவரி 2011**

ஹார்மோனியம்

தெருவில் பாட்டு. ராமச்சந்திரன் ஓடிப்போய் வாசலருகே நின்றான். மஞ்சள் வேட்டி கட்டிய ஒருவன் ஒரு சைக்கிள் ரிக்‌ஷா போன்றதில் ஷீர்டி சாய்பாபா படத்தை வைத்து ஒரு நடமாடும் கோயில் போலச் செய்திருந்தான். அவனுடன் அவன் மனைவியாக இருக்கக் கூடியவள் ஒரு சிறு குழந்தையை முதுகில் தொங்கப் போட்டு மஞ்சள் வேட்டிக்காரனுடன் சென்று கொண்டிருந்தாள். வண்டியிலிருந்து ஒரு ஒலிபெருக்கி, சாய்பாபா பஜன் பாடலை ஒலித்துக் கொண்டிருந்தது.

ராமச்சந்திரன் மஞ்சள் வேட்டிக்காரனிடம் ஒரு ரூபாய் கொடுத்தான். “டேப்ரிக்கார்டர்தான் இருக்கிறதே, ஏன் ஹார்மோனியம்?” என்று தெலுங்கில் கேட்டான்.

“வண்டியைத் தள்ளிண்டு போறபோதுதான் ரிக்கார்டு பாட்டு. தெரு முனையிலே நாங்கள் பாடுவோம்.”

“இப்போ கொஞ்சம் பாட முடியுமா?”

“இன்னும் ரொம்பத் தெருவுக்குப் போகணும்...”

“நான் அஞ்சு ரூபாய் கொடுக்கறேன்.”

அவன் ஒரு புதுப்பாட்டுப் பாடினான். அவ்வப்போது குழந்தையுடன் இருந்தவளும் சேர்ந்துகொண்டாள். பாட்டு மிக உருக்கமாகவும் இருந்து இருவரும் உருக்கத்தோடு மூடிய கண்களோடு பாடினார்கள். ஹார்மோனியம் அவன் விரல்களில் விளையாடியது என்று சொல்வது தவறாகாது. ஏதோ நான்கைந்து கட்டைகளை மட்டும் அழுத்துவதாக இருந்தது. ஆனால் பாட்டின் முழு வடிவமும் வந்தது. ஓரிரு சந்தர்ப்பங்களில் ஹார்மோனியம் பின்னணி போல ஒலித்தது.

ராமச்சந்திரன் பத்து ரூபாய் கொடுத்தான். அவன் கேட்காமலே மஞ்சள் வேட்டிக்காரன் இன்னுமொரு பாட்டுப் பாடினான். சாய்பாபாவை அவன்போல அழைக்க முடியாது.

இரண்டாவது பாட்டை முடித்துவிட்டு அவன் நகர்ந்தான். உடனே டேப் ரிக்கார்டர் ஒலிபெருக்கியில் ஒலி எழுப்பியது.

அவன் பாட்டுக்குப் பரிகாரம் போல அந்த ஒலிபெருக்கி கர்ண கடூரமாக ஒலித்தது.

இந்த இளைஞனுக்கு யார் இசை கற்றுக் கொடுத்தார்கள்? யார் ஹார்மோனியம் வாசிக்கக் கற்றுக் கொடுத்தார்கள்? சில நாட்களுக்கு முன்புதான் ஒரு சிறு பையன் அலங்கரிக்கப்பட்ட காளை மாட்டோடு வந்தபோது, "ஏம்பா, நீ படிக்க வேண்டாமா? உனக்கு அப்பா அம்மா இருக்காங்களா?" என்று கேட்டபோது, பையன் ஒரு ரூபாயை வாங்கிக் கொண்டு "இருக்காங்க" என்றான்.

"அப்பா என்ன பண்ணறார்?"

"அவரும் பூம்பூம் மாடு"

ராமச்சந்திரனுக்கு வருத்தமும் ஆச்சர்யமும் ஒருசேர வந்தது. காளை மாடு மிகவும் கட்டை குட்டையாக இருந்தால் கூடப் பட்டினி கிடப்பது போலத் தோன்றவில்லை. ஒரு சிறிய பையனை நம்பி அவனுடைய அப்பா ஒரு காளை மாட்டைக் கொடுத்திருக்கிறார்! இவனும் இவனுடைய அப்பா, அம்மாவும் நிச்சயம் நகரில் வசிக்க முடியாது. எங்கோ சுற்றுவட்டாரத்திலுள்ள கிராமத்திலிருந்து வந்திருக்க வேண்டும். மாட்டை அழைத்துக் கொண்டு பஸ்ஸிலோ புறநகர் ரயிலோ பயணம் செய்ய முடியாது. ஆதலால் மைல் கணக்கில் பையன் நடந்து இந்தப் பேட்டைக்கு வந்திருக்கிறான். தனி வீடாக, சிறிய வீடாக இருந்தால் இவனுக்கு யாராவது காசு போட வழி உண்டு. ஆனால் அடுக்கு மாடிக் கட்டடங்களில் வாய்ப்பே இல்லை. தான தருமத்தையே ஒழித்துவிடுவது போலத்தான் அடுக்குமாடி வீடுகள் அமைகின்றன. இப்போது அந்த வீடுகளில் நிறையத் திருட்டு நடக்கிறது. கொலை கூட நடக்கிறது. நாற்றம் வந்த பின்தான் யாராவது முயற்சி செய்து கதவைத் திறக்கிறார்கள். உள்ளே பிணம் கோரமாகத் தொங்கிக்கொண்டிருக்கும்.

அடுக்கு மாடிக்காரர்களுக்கு இன்னொரு சங்கடமும் உண்டு. உணவு மீந்தால் யாருக்கும் தர முடியாது. 'அம்மா … சோறு போடுங்க' என்று கூவிக் கொண்டிருப்பவர்களை இப்போது காண முடியவில்லை. ஒரு வாட்சுமேன் எவ்வளவு வீட்டுச் சோறையும் குழம்பையும் உண்பான்? ஆதலால் ஏகப்பட்ட பணம் கொடுத்து வாங்கிய மளிகை மற்றும் காய்கறிகளைக் கொண்டு சமைத்ததைக் குப்பையில் கொட்ட வேண்டும். பத்திரமாக பிளாஸ்டிக் பையில் போட்டு, குப்பைத் தொட்டியில் போட வேண்டும். முதல் நாள் மனம் குறுகுறுக்கலாம். ஆனால் நாளாவட்டத்தில் இதுவும் மரத்துப் போய்விடும். இந்த பூம்பூம் பையனுக்கு ஒரு பிடிசோறு கொடுத்தால் நன்றாக இருக்கும். ஆனால் இதற்குள் எல்லாமே குப்பைத் தொட்டிக்குப் போயிருக்கும்.

ஹார்மோனியம் சுமந்து போகும் இந்த சாய்பாபா பக்தனுக்கு அவனுடைய அப்பாதான் ஹார்மோனியம், இந்தப் பிழைப்பு எல்லாம் பழக்கிவிட்டிருக்க வேண்டும், ஏன் உங்கள் மகனைப் படிக்க வைக்கவில்லை, இப்படித் தேசாந்திரியாக்கி விட்டீர்களே என்று கேட்டால், "எல்லாம் சாய்பாபா பார்த்துக்கொள்வார்," என்று சொல்லிவிடுவார். இதை பக்தி என்பதா, மூடநம்பிக்கை என்பதா? அந்த மகனுக்கும் ஒரு குடும்பம்

பெண்ணைக் கொடுத்திருக்கிறது. சாய்பாபா பக்தன் எதிர்காலம் பற்றிக் கவலைப்படவில்லை. இவன் எதற்குக் கவலைப்பட வேண்டும்?

ராமச்சந்திரன் மாடி ஏறி அவனுடைய இருப்பிடத்துக்கு வந்தான். பூம்பூம் மாட்டுப் பையன், சாய்பாபா பக்தன் இருவரும் ஒரே வர்த்தகத்தைச் சேர்ந்தவர்கள். அவர்களை விரட்டியடிப்பவர்கள் மீது தனி துவேஷம் கிடையாது. பிச்சை போடுகிறவர்களிடம் விசேஷ நன்றி கிடையாது. அந்த சாய்பாபா பாடகன் இதற்குள் பத்து ரூபாய் வாங்கியதை மறந்திருப்பான். அவன் அறியாதது ஒன்றிருந்தது. ராமச்சந்திரன் அவனைப் பாடச் சொன்னது சாய்பாபா வழிபாட்டுக்காக அல்ல. ஹார்மோனியம் வாசித்துக் கேட்பதற்கு. அந்த இளைஞன் அந்தப் பெட்டியிலிருந்து எழுப்பும் இசைக்காக.

ஒரு காலத்தில் எல்லா வட இந்திய மற்றும் தெலுங்குப் பாடகர்களும் ஹார்மோனியத்தைப் பயன்படுத்துவதை இழிவாகக் கருதியதில்லை. நாடகங்களில் பின்னணி இசை ஹார்மோனியம்தான். அது அரிச்சந்திர மயான காண்டமாக இருக்கும். ஆனால் மேடையோரத்தில், காலால் பெல்லோஸ் போடும் ஹார்மோனியக்காரர், அனைவர் பார்வையிலும் படுவதாக உட்கார்ந்திருப்பர். உண்மையில் பல ஹார்மோனியக்காரர்கள் நாடக நட்சத்திரங்கள். கதாநாயகன் பிருகாவாக வாரி இறைக்க, ஹார்மோனியக்காரர்கள் அதற்குப் போட்டி போலக் கூடுதல் சங்கதிகள் போட்டு வாசிப்பார்கள். எந்த சைகல் பாட்டில் ஹார்மோனியம் இல்லாமல் போனது? பியானோவும் இருக்கும் ஹார்மோனியமும் இருக்கும்! பங்கஜ் மல்லிக், ஜூதிகா ராய், கே.சி.டே... இந்த டே கண் தெரியாதவர் என்பார்கள். பிறவிலேயே அப்படி நேர்ந்துவிட்டதா, ஏதாவது விபத்தில் பார்வை போய்விட்டதா? எது எப்படியானாலும் அவருடைய மிகப் புகழ்பெற்ற பாட்டு "பாபா, மன்கி ஆங்கே கோல்," அதாவது, ஐயனே, மனக் கண்ணைத் திறந்துவிடு. இந்தப் பாட்டை ஜவஹர்லால்நேரு கேட்டிருக்க மாட்டார். ரவீந்திரர் கேட்டிருப்பார். ரவீந்திர சங்கீதத்தில் ஹார்மோனியத்துக்கு இடம் உண்டு. ஆனால் ரவீந்திரருக்கு ஹார்மோனியம் பிடிக்காது.

ஹார்மோனியம் தமக்குப் பிடிக்காது என்று எழுத்து மூலமே தெரிவித்திருக்கிறார் ஜவஹர்லால். எவ்வளவு ஏழைக் கலைஞர்களுக்கும் எளியவர்களுக்கும் பிச்சைக்காரர்களுக்கும் ஹார்மோனியம் ஒரு வாழ்க்கை சாதனமா இருந்திருக்கிறது! இது ஜவஹர்லாலுக்குத் தெரியாது. எவ்வளவோ விஷயங்களும் தெரியவில்லை. அவர் இலக்கியவாதி என்று பெயர். ஆனால் பக்கம் பக்கமாக எழுதிய அவரால் ஒரு இலக்கிய மேற்கோளைப் பளிச்சென்று கூற முடியாது. அவருக்கு அவருடைய மகள் எவ்வளவோ மேல். என்னதான் இருந்தாலும் சாந்தி நிகேதனில் பயின்றவளில்லையா? அவளுக்குத் தெரியும் ஆர்.கே. நாராயண் குடும்பமே நேருவை வெறுப்புக்குரியவராக நினைத்தது என்று. அப்படி இருந்தும் நாராயணின் எல்லா நூல்களையும் வாங்கிக்கொண்டு நாராயணைத் தம் இருப்பிடத்துக்கு அழைத்து தேநீர் கொடுத்து அவ்வளவு நூல்களிலும் நாராயணின் கையெழுத்தை வாங்கிக்கொண்டார். நாராயணும் ஜனாதிபதியால் நியமிக்கப்பட்ட ராஜ்யசபை அங்கத்தினராக இருந்திருக்கிறார். பணம் சம்பாதிக்கவில்லை. துஷ்பிரயோகம் செய்யவில்லை. ஆனால் மிக நெருங்கியவர்களுக்குக் கூட ஒரு

நற்சான்றுக் கடிதம் கூடக் கொடுத்ததில்லை. அவருக்கும் ஹார்மோனியம் பிடிக்கவில்லை.

ராமச்சந்திரன் எவ்வளவு முறை ஆந்திரப் பிரதேசம் வழியாக ரயிலில் போகும்போது ஹார்மோனியப் பாடகர்களைக் கேட்டிருக்கிறான்? ஹார்மோனியத்தையும் வைத்துக்கொண்டு ஒரு ரயில் பெட்டியிலிருந்து இன்னொன்றுக்கு ரயில் நல்ல வேகத்தில் போகும்போதே தாவுவார்கள். உயிரை பணயம் வைத்துப் பிச்சை! தெலுங்குப் பாட்டுகள்தான். எவ்வளவு உருக்கமாகப் பாடுவார்கள்! எவ்வளவு சிறப்பாக ஹார்மோனியம் வாசிப்பார்கள்! இப்போது பாட்டுக்காரர்களையும் குருட்டுப் பிச்சைக்காரர்களையும் துரத்திவிட்டார்கள். ஆனால் அரவாணிகளை ஒன்றும் செய்யமுடியவில்லை. போலீஸ்காரர்களையே சங்கடப்படுத்திவிடுவார்கள். லட்டி அடிக்குப் பயப்படும் அரவாணிகள் ஓடிவிடுவார்கள். ஒளிந்துகொண்டு விடுவார்கள். ஆனால் அவர்களில் தைரியமாக இருப்பவர்களை போலீஸ்காரர்களால் எளிதில் சமாளிக்க முடியாது.

ஹார்மோனியம். ஹார்மோனியம். ஹார்மோனிகாவின் பரிணாமம். சில நூறு ஆண்டுகளாகப் பயன்படுத்தப்பட்டு வரும் வாத்தியம். ஹார்மோனிகாவும் பிச்சைக்காரர்கள் வாத்தியம். ஐரோப்பிய நகரங்களில் தெருவோரமாக ஹார்மோனிகா வாசித்தபடி பிச்சை கேட்பார்களாம். ஹார்மோனிகா ஒரு இசைக் குழுவே இருப்பது போன்ற இசை எழுப்பும். ஹார்மோனியமும் அப்படித்தான். பாட்டு கற்றுக் கொடுப்பதே ஹார்மோனியமும் கையுமாகத்தான். சரிகமபதநிச சநிதபமகரிச.

ஹார்மோனியத்துக்கு தலைமுறை தலைமுறையாக எதிரிகள். பாரதியாருக்கு என்ன வந்தது? அவருடைய படைப்புகளில் சிறப்பானவற்றில் எல்லாப் பாடல்களையும் சேர்த்துவிடலாம். அவருக்கு ஹார்மோனியம் பிடிக்காது. அவருக்குப் பிடிக்காது என்று கட்டுரையே எழுதியிருக்கிறார்!

பாரதியார் காலத்தில் சாய்பாபா பக்தர்கள் கிடையாது. இருந்தால் அவர் ஹார்மோனியத்தை வெறுத்திருக்கமாட்டார்.

ரவீந்திரர் காலத்தில் சாய்பாபாவின் மகிமை பிரபலமாகிவிட்டது. ரவீந்திரருக்கு சாய்பாபா பிடிக்காதவராக இருந்திருக்கலாம். ரவீந்திரர் பரமஹம்சரையும் கேசவ் சந்திர சென்னையும் ஒருசேரச் சுமப்பவராக இருந்திருக்கிறார். “வீசிப் போடு உன் ஜபமாலையை! கடவுள் அங்கே கல்லுடைப்பவனிடமும் வயலில் உழுது கொண்டிருப்பவனிடமும் இருக்கிறார்!” ரொம்பச் சரி... ஆனால், அதெ கடவுள் சாய்பாபா பஜன் பாடும் ஹார்மோனியக்காரனிடமும் இருக்கிறார். ஏன், ஹார்மோனியத்திலேயே இருக்கிறார்.

2011

நண்பனின் தந்தை

அன்று காலை சபேசன் என் வீட்டுக்கு வந்தான். அவனுக்கு எப்படி என் முகவரி கிடைத்தது என்று எனக்கு ஆச்சரியமாக இருந்தது. ஏதோ முக்கியமான விஷயமாக இருக்க வேண்டும்.

"வாங்க, வாங்க, உக்காருங்க" என்று உள்ளே அழைத்தேன். ஆனால் சபேசன் தெருவிலேயே நின்றுகொண்டு, "ஒரு நிமிஷம்" என்றான்.

நான் அவனருகே சென்றேன். அவன் தழைந்த குரலில், "இன்னிக்கு எங்க வீட்டுக்கு வர முடியுமா?" என்று கேட்டான்.

"வரேனே. எங்கே திருமலைப்பிள்ளை ரோடுதானே?"

"ஆமாம். எட்டரை மணி ஒன்பதுக்குள்ளே வந்துடணும்."

"ராத்திரியா?"

"ஆமாம். சைக்கிள் வேண்டாம். பஸ்ஸுலே வந்துடு."

"சரி."

"ரொம்பக் கஷ்டம் இல்லியே?"

"அதெல்லாம் ஒண்ணுமில்லை. நான் எட்டரைக்கே வந்துடறேன்."

"எட்டே முக்காலுக்குக் கூட வந்தாப் போதும்."

"சரி, நீங்க பஜனைக்கு வருவேளா?"

"இன்னிக்கா? எனக்கு பஜனைகளைவிட வேறு முக்கிய வேலை இருக்கு."

சபேசன் போய்விட்டான். அவனுக்கு என் வயதுதான் இருக்கும். ஆனால் அதற்குள் அவனுக்கு கல்யாணம் நடந்து விட்டது. அவனுடைய அப்பா கட்டிய பங்களா திருமலைப் பிள்ளை சாலையிலேயே மிகப் பெரியது. அவன் என்ன உத்தியோகம் செய்தான் என்று தெரியாது. ஆனால் எங்கள்

பஜனைக் குழுவுக்கு அடிக்கடி வருவான். அவன் 'ராதா ராதா ராதாகிருஷ்ண ராதா' என்று பாடும்போது ஏதோ மந்திரம் சொல்வது போல இருக்கும். நாங்கள் (ஓரிருவரைத் தவிர) மிகவும் சாதாரணமாக சங்கீத ஆற்றல் உடையவர்கள். ஆனால் குழுவில் ஒருவர் நன்றாகப் பாடினால்கூட எல்லாருக்குமே அந்தத் தரத்தை எட்டத் தோன்றும். பஜன் குழுவிலிருந்தவரை எனக்கு எப்போதுமே ஏதாவது ஒரு அடி திரும்பத் திரும்ப மனதுக்குள் ஒலித்துக் கொண்டிருக்கும். சபேசன் என் வீட்டுக்கு அன்று காலை வந்து இன்று ஐம்பது ஆண்டுகள் முடிந்துவிட்டன. ஆனால் அவனுடைய 'ராதா ராதா' பாட்டு இன்றும் என் காதில் ஒலித்துக் கொண்டிருக்கிறது.

அன்று அலுவலகத்திலிருந்து நேராக வீட்டுக்கு வந்துவிட்டேன். சைக்கிளில் போகிறவர்களுக்குத் திடீரென்று ஒருநாள் பஸ்ஸில் போக வேண்டுமென்றால் அவர்கள் செய்யக்கூடாததைச் செய்வது போல இருக்கும். சபேசன் குறிப்பாக சைக்கிள் வேண்டாம், பஸ்ஸில் வா என்று கூறியிருந்தான்.

ஐம்பது ஆண்டுகளுக்கு முன்பு திருமலைப்பிள்ளை சாலை பொழுது சாய்ந்தவுடனேயே ஜன நடமாட்டமே இல்லாது போய்விடும். எப்போதோ ஒரு பஸ் அல்லது ஒரு சைக்கிள் போகும். நடப்பவர்களே இருக்க மாட்டார்கள். பெரிய பெரிய மாளிகைகள். பெரிய தோட்டத்திற்குப் பின் கட்டடம். மாளிகையில் ஓரிரு விளக்குகள் எரியும். அன்று ரேடியோ ஒன்றுதான் ஒலியெழுப்பக் கூடியது. அதுகூட மிகச் சில வீடுகளில்தான் ஒலிக்கும்.

சபேசன் வீடு ஒரு இருட்டில் இருந்தது. சில மாதங்களாகவே அந்த வீடு சரியில்லை. எனக்கு அப்பக்கம் போக அதிக வாய்ப்புகள் கிடையாது. சபேசன் அழைத்து அந்த வீட்டிற்குப் போவது இதுவே முதல்முறை. இவ்வளவு நன்றாகப் பாடுகிறான், ஏன் அவன் வீட்டில் ஒரு முறையாவது பஜன் ஏற்பாடு செய்யவில்லை என்று எனக்குத் தோன்றியது உண்டு. பஜன் குழு என்று ஆரம்பித்த பிறகு நான் பிறர் வீட்டுக்குப் போவதே அங்கு பஜனையில் பங்கு பெறுவதற்குத்தான்.

சபேசன் வீட்டு வாசல் கேட்டைத் திறந்துகொண்டு முன் வராண்டாவில் காலை வைத்தேன். என்னைப் பார்த்துவிட்ட சபேசன் சப்தமே எழுப்பாமல் என்னை உள்ளே அழைத்துப் போனான்.

அது மிகப்பெரிய ஹால். இருநூறு பேர் எளிதாக அங்கு உட்கார்ந்து சாப்பிடக்கூடியது. சபேசன் அப்பா ஒரு காலத்தில் அப்படித்தான் மாதத்தில் பத்துப் பதினைந்து நாட்களுக்கு சாப்பாடு போடுவார் என்று கேள்விப்பட்டிருக்கிறேன். பேருந்து சேவை நாட்டுடைமையாக்கப்படுவதற்கு முன்பு அவரே மூன்று முக்கிய வழித்தடங்களை நடத்தியிருக்கிறார். பேருந்து நிறுத்தங்களுக்கு அவரே நேரில் போய்ப் பணிகளின் குறைகளையும் தேவைகளையும் விசாரிப்பார். அவரை அயோக்கியன் என்றும் பெரிய வேதாந்தி என்றும் பிறர் சொல்லக் கேட்டிருக்கிறேன். அவரிடம் பணிபுரிந்த ஓர் ஆங்கிலோ இந்தியப் பெண்ணை இந்தியாவின் மிகச் சிறந்த ஆன்மிகத் தலைவியாக்க அவர் முயன்றார். அவளுக்கு துர்கா என்று பெயர் வைத்து தினமும் மஞ்சள் பூசிக் குளிக்க வைத்தார். கோயில்களுக்கு அழைத்துப்

போனார். ஆனால் திடீரென்று ஒரு நாள் அவளைக் காணோம். அவள் புரசைவாக்கம் போய்விட்டாள். ஆத்மாவின் அழைப்பை விட அவளுக்குப் பழக்கப்பட்ட உணர்வின் குரல் அவளுக்கு உரத்துக் கேட்டது. சீரும் சிறப்பும் நல்லெண்ணமும் உலகுக்கு ஒவ்வாத மனப்போக்கும் கொண்ட அவர் பஸ் ஓட்டினார். பெரிய வீட்டைக் கட்டினார், ஏராளமானோருக்கு அன்னமிட்டார், இப்போது இருண்ட அறையில் எங்கோ மூலையில் கிடக்கிறார்.

அவ்வளவு பெரிய அறைக்கு ஒரே ஒரு மங்கலான விளக்கு. சபேசன் சப்தமே செய்யாமல் என்னை அந்த அறையின் மூலைக்கு அழைத்துப் போனான். அங்கே தரையில் ஒரு பழைய வேட்டி விரித்து அதன் மேல் சேபசனின் தந்தை படுத்திருந்தார். அவர் மயக்கத்தில் இருந்தது போலிருந்தது. அந்த அறையில் நானும் சபேசனும்தான்.

"என்னாயிற்று?" என்று தழைந்த குரலில் கேட்டேன்.

"அப்பாக்கு டிஸண்ட்ரி. ஆஸ்பத்திரிக்கு எடுத்துப் போகணும்."

"உன்னுடன் கூடப் பிறந்தவர்கள் யாருமில்லையா?"

"உண்டு. பெண்கள். அம்மா செத்துப் போய் அப்பா மேரியைப் புடவை கட்டிப் பார்க்க ஆரம்பித்ததிலிருந்து அவர்கள் யாரும் வருவதில்லை. அண்ணா முதலிலேயே அப்பாவோடு சண்டை போட்டு பம்பாய் போய் கடை வைத்திருக்கிறான். தம்பி டி.வி.எஸ்.ஸில் வேலை. அவன்தான் வண்டி கொண்டுவரப் போயிருக்கிறான்."

"உங்களுக்குக் கல்யாணம் ஆனதாகச் சொன்னார்கள்."

"அந்தப் பேச்செலலாம் இப்போ வேண்டாமே. அப்பாவை ஜெனரல் ஆஸ்பத்திரியில் சேர்த்தவுடன் நீ வீடு திரும்பிவிடலாம். பதினொண்ணே முக்கால் வரை எலெக்ட்ரிக் டிரெய்ன் இருக்கு."

"ஏன் இப்படி அப்பாவைக் கீழே போட்டிருக்கு? ஒரு கட்டில் இல்லையா?"

"எல்லாம் சாமானும் போயாச்சு. இந்த ஹாலின் மூலையையும் அடுத்த வாரம் காலி செய்ய வேண்டும்."

"இந்த வீடு உங்களதுதானே?"

சபேசனுக்கு என் கேள்விகள் எரிச்சலூட்டின என்று தெரிந்தது. அதே நேரத்தில் நான் ஒருவன்தான் அவனுடைய உதவிக்கு அங்கிருந்தவன்.

"அப்பாவை ஆஸ்பத்திரியில் சேர்த்தப்புறம் எல்லாம் விவரமா சொல்லறேன்."

எனக்கும் வயதும் அனுபவமும் கிடையாது. அதே நேரத்தில் தோற்றத்துக்கும் உண்மைக்கும் எவ்வளவு பெரிய இடைவெளி! பஸ் ஓட்டியவர், எங்கள் பேட்டையிலேயே மிகப் பெரிய பங்களா கட்டியவர் ரத்தபேதி வந்து

தரையில் ஒரு பழைய வேட்டி விரிப்பில் படுத்திருக்கிறார். ஒரு மகன்தான் இப்போது பக்கத்தில் இருக்கிறான். அவனும் வேலை, சம்பாத்தியம் ஒன்றுமில்லாதவன் என்றுதான் நினைக்கவேண்டும். அதனால்தான் ராதா கிருஷ்ணா என்று பஜன் பாடுகிறானோ? அவனுடைய மனைவி அவனை விட்டுப் போய்விட்டாளோ?

அன்று அந்த வீட்டில் எல்லாமே சப்தமெழுப்பாது செய்யப்பட்டன. சபேசனின் தம்பி ஒரு 'பேபி' டாக்ஸி கொணர்ந்திருந்தான். டாக்சி ஓட்டுபவர் வீட்டினுள்ளேயே வந்துவிட்டார். கீழே படுத்துக் கொண்டிருந்தவரைப் பார்த்துவிட்டு வெளியே போய்விட்டார். சபேசனின் தம்பி வெளியே சென்று டாக்சிக்காரருடன் ஏதோ ரகசியம் பேசினான். இருவருமாக சேர்ந்து வெளிக்கேட்டை மெதுவாகத் திறந்தனர். வண்டி உள்ளே வந்தது.

நானும் சபேசனுமாக நோயாளியைத் தூக்கினோம். அவருடைய முனகல் கூட மிகப் பலகீனமாக இருந்தது. அவருடைய வேட்டி, கீழே விரித்திருந்த வேட்டி, இரண்டிலுமே அங்கங்கே இரத்தக் கறைகள்.

சபேசனின் தம்பி டாக்சியின் இரு பக்கக் கதவுகளையும் திறந்து வைத்திருந்தான். நாங்கள் சபேசனின் தந்தையை உள்ளே நுழைத்தபோது, தம்பி மறுபக்கத்தில் அவர் காலைப் பிடித்து மெல்ல இழுத்து, பிறகு மடித்துக் கதவை மூடினார்.

டாக்சிக்காரர், "மூணு பேரும் எப்படி வருவீங்க" என்று கோபத்துடன் கேட்டார்.

சபேசன், "ஸ், மொள்ள, மொள்ள. இரண்டு பேர்தான் வரோம். என் தம்பி அவனே போயிடுவான்" என்றான்.

எனக்கு சபேசனின் அப்பா உருண்டு விழாமல் இருக்க வேண்டுமே என்று கவலையாக இருந்தது. டாக்சிக்காரர் பேச்சுதான் மனதைத் துன்பப்படுத்துவதாக இருந்ததே தவிர, வண்டியை நிலைமையறிந்து மெதுவாக ஓட்டினார். அன்று பல வண்டிகளில் ஸ்டியரிங் கியர் இருந்தது. ஆனால் அந்த வண்டியில் கையால் மாற்றவேண்டிய கியர். சபேசனும் நானும் எங்களை மிகவும் குறுக்கிக்கொண்டு உட்கார்ந்தோம்.

சென்னை சென்ட்ரல் நிலையம் தெரிய வந்ததும் டாக்சிக்காரர் முன் விளக்குகளை அணைத்துவிட்டு வண்டியை ஆஸ்பத்திரியின் முதல் கேட்டினுள்ளேயே செலுத்தினார்.

நானும் சபேசனுமாக அவனுடைய தந்தையை ஆஸ்பத்திரி பெஞ்ச் ஒன்றில் கிடத்திவிட்டு ஆளுக்கொரு புறமாக, யாராவது கண்ணில் தென்படுவார்களா என்று தேடினோம். ஐந்து நிமிடங்களுக்குப் பிறகு ஒருவர் வந்தார். "என்ன, தேள் கடியா?" என்று கேட்டார்.

"இல்லை. டிசண்டரி."

"இதுக்கெல்லாம் அட்மிட் பண்ணமாட்டாங்களே? மருந்து கொடுத்து அனுப்பிச்சுடுவாங்க. காலையிலே ஏழு மணிக்கு வாங்க."

நண்பனின் தந்தை

“நாங்க மாசிலாமணி டாக்டர்கிட்டே சொல்லியிருக்கோம்.”

“ஏன் அதை முதல்லியே சொல்லலே?”

அந்த மனிதர் உள்ளே சென்று இரண்டு படிவங்களை எடுத்து வந்தார். சபேசனுடைய அப்பா பெயர் சங்கரன்.

“நீங்கள் என்ன பணம் கட்டுறீங்களா?”

“கஷ்டம்.”

அந்த ஆள் சங்கரனுடைய தொழில் கூலி என்று எழுதினார். வயது, முகவரி எழுதிவிட்டு உள்ளே போய் இன்னொருவரை அழைத்து வந்தார். அந்த ஆள், “பெட் இல்லேப்பா. கீழேதான் போடணும்.”

சபேசனுடைய அப்பாவுக்கு ஆஸ்பத்திரியிலும் தரைதான். புது ஆள் ஒரு படுக்கை வண்டி கொணர்ந்தார். சபேசன் அவனுடைய அப்பாவைத் தூக்கி அந்த வண்டியில் படுக்க வைத்தான். அவர் கண்களை மூடியபடியே முனகினார்.

முதல் ஆள் கேட்டார், “உங்க இரண்டு பேர்லே யார் அவருடைய மகன்?”

சபேசன் தான்தான் என்று மார்பில் கை வைத்தான். “நீங்க அங்கே மரத்தடிக்குப் போங்க. பெரியவரை அரை மணியிலே டாக்டர் வந்து பார்ப்பாரு. எதுக்கும் நீங்க அங்கே மரத்தடியிலேயே இருங்க. ரிக்ஷாவுக்கு ஏதாவது சொல்லியிருக்கீங்களா?”

“ரிக்ஷா எதுக்கு?”

“வேண்டாம் ஜட்கா தேவலை. எதிர்லே ஸ்டேஷன்லேந்து பிடிக்கலாம்.”

அதுவரை நிதானமாக இருந்த சபேசன் திடீரென்று குலுங்கக் குலுங்க அழ ஆரம்பித்தான்.

அந்த ஆள் சொன்னார். “என்ன செய்யறது? இங்கே குணமாறமாதிரி நோயாளிங்க வரதில்லே. போங்க, அந்த மரத்தடியில் படுத்துக்குங்க. அங்கே இன்னும் ஏழெட்டுப் பேர் இருக்காங்க. பர்ஸ், கடியாரம் பத்திரம்.”

“நீ வீட்டுக்குப் போ” என்று சபேசன் என்னிடம் சொன்னான். அப்போதே மணி பதினொன்று இருக்கும். எனக்கு அவனைத் தனியாக விட்டுப் போக மனதில்லை.

“நீ இனிமே ஒண்ணும் செய்ய வேண்டாம். அப்பாவை ஆஸ்பத்திரியிலே சேக்கறதுக்கு நான் மட்டும் போதாது. இப்போதைக்கு வேலை என்று ஒன்றிருப்பது என் தம்பிக்குத்தான். அவனுக்கு ஷிப்ட் டியூட்டி. அதான் அவன் நம் கூட வரலை.

"எனக்குப் புரியலை. எப்படி உங்களுக்கு இப்படி ஒண்ணுமில்லாமல் போச்சு?"

"என்ன போச்சு? நீ இருக்கியே. பேசாம வீட்டுக்குப் போய்த் தூங்கு."

எனக்கு சபேசனுடைய நிதானம் வியப்பளித்தது. அவனுடைய அப்பா முன்னிலையில் அவரை விவாதிப்பது அவனுக்குப் பிடிக்கவில்லை. அதனால்தான் அவனுடைய வீட்டில் அவன் என்னுடன் சரியாகப் பேசவில்லை.

நான் மின்சார ரயில் ஏறி என் வீட்டை அடைந்தேன். என் மனதை மிகவும் வருத்திய காட்சிகளை அன்றிரவு நான் கண்டிருந்தாலும் நான் தூங்கிப் போய்விட்டேன்.

ஆஸ்பத்திரி ஆள் ஒருவர் என் வீட்டைத் தேடி வந்துவிட்டார். அதிகாலை நான்கு மணிக்கு சபேசனின் தந்தை இறந்துவிட்டார். என்னை மீண்டும் ஆஸ்பத்திரிக்கு வரும்படி சபேசன் கேட்டுக் கொண்டிருந்தான்.

அதற்குத் தேவையில்லை. தகவல் அறிந்து ஆஸ்பத்திரியில் பெரிய கூட்டம். இவ்வளவு நன்மதிப்பு பெற்றவரை ஏன் சபேசன் அநாதையாக உயிரை விட வைத்தான்.

2011

கட்டைவண்டி

நான்கு வீடுகளில் வீட்டு வேலை செய்து, பால் பாக்கெட்டுகள் விநியோகம் செய்தே ராமலட்சுமி அவளுடைய ஐந்து பெண்களில் நால்வருக்குத் திருமணம் செய்துவிட்டாள். முதல் மூன்று மருமகப் பிள்ளைகளும் உறவிலேயே முடித்தாகிவிட்டது. உறவினர்களில் அதற்கு மேல் யாரையும் கண்டெடுக்க முடியவில்லை. நான்காவது பெண்ணுக்கு உறவு வளையத்துக்கு வெளியிலிருந்துதான் திருமணம். அவர்கள் பதினைந்து பவுன் நகை போடு என்பதற்கு மேல் வேறு பெரிய நிபந்தனைகள் போடவில்லை. பையனுக்கு முறையான தொழில். பெரிய அலுவலகங்கள், கடைகளில் பயன்படுத்தப்படும் அலுமினிய ஜன்னல்கள், கதவுகள், அறைத்தடுப்புகள் செய்யும் வேலை. வெகு நாட்கள் முன்பே மாதச் சம்பளமாக இரண்டாயிரம் கிடைத்தது. அந்த நிறுவனமே ஒரு ஸ்கூட்டர் வாங்கிக் கொடுத்திருந்தது. பெட்ரோல் செலவுக்கு முதலில் நூறு ரூபாய்தான் கொடுத்தது. அது ஒரே வாரத்தில் தீர்ந்துவிடும். சரியாகத் தொழில், வேலை நடக்க வேண்டும் என்றால் அந்த ஃபேப்ரிகேட்டர் நான்கு இடத்துக்கு அலையத்தான் வேண்டும் ராமலட்சுமி முதல் ஆறுமாதம் பயத்துடன்தான் இருந்தாள். ஆனால் அந்த நான்காவது மருமகன் அவளிடமிருந்து எதையும் எதிர்பார்க்கவில்லை.

ராமலட்சுமி இப்படி மாடாக உழைப்பதைக் கண்டு, "உன் கணவர் குடும்பத்துக்கு ஒத்தாசையாக இருக்க மாட்டாரா?" என்று கேட்டால், "அவர் என்ன பண்ணுவார்? கட்டைவண்டி ஓட்டுவார்" என்று பதில் வரும். கட்டை வண்டி ஓட்டுவது என்றால் நிஜமாக இரண்டு மாடு பூட்டிய கட்டை வண்டியை ஓட்டுபவராக இருக்கலாம். ஆனால் சென்னை மாதிரி நகரங்களில் இந்த மாதிரி வண்டிகள் சுமார் ஐம்பது வருடங்களாகக் கிடையாது.

ஒரு காலத்தில் சென்னை சால்ட் கோட்டர்ஸ் சரக்கு நிலையத்தில் லாரி இருக்கும். கட்டைவண்டி இருக்கும்.

இப்போது நகர எல்லைக்குள் மாடு வைத்துக்கொள்வது எளிதல்ல. ஒரு காலத்தில் மயானங்களில் கட்டையை விட வரட்டியைத்தான் தேர்ந்தெடுப்பார்கள். இன்று மாட்டுச் சாணத்தை எரிபொருளாகப் பயன் படுத்தினால் அபராதம் கூட விதிக்கப்படும். ஆதலால் ராமலட்சுமி ‘கணவன் மாட்டு வண்டி ஓட்டுகிறான்’ என்று சொன்னது வேலையே செய்வதில்லை என்பதைத்தான் குறிக்கச் சொல்லியிருக்கிறாள் என்று எடுத்துக்கொள்ள வேண்டும்.

ஒருநாள் அவருக்கு உடல்நிலை சரியில்லை. முதலில் அரசு ஆஸ்பத்திரி யில் சேர்த்தாலும் இரண்டாம்நாள் அவரைத் தனியார் ஆஸ்பத்திரியில் சேர்த்தார்கள். பத்தாயிரம் ரூபாய் செலவுக்குப் பின் அவர் இறந்துவிட்டார். இறுதி ஊர்வலம் தாரை, தப்பட்டை, வெடி, தெருவாட்டம் என்று நிறைய செலவு செய்து அவரை வழியனுப்பி வைத்தது. எல்லா மருமகன்களும் பங்கு பெற்றார்கள். ராமலட்சுமி மாதக் கணக்கில் இடிந்து போய்க் கிடந்தாள்.

வீட்டு வேலையை அந்த வீட்டுக்காரர்கள் சற்று ஒத்திப்போட்டு, பாதி வேலையை அவர்களே செய்துவிடலாம், ஆனால் பால் பாக்கெட் விநியோகத்தை எப்படி ஒத்திப் போடுவது? ராமலட்சுமியின் பேரன் பேத்திகள் ஒரு மாதிரி சமாளித்தார்கள். சில நாட்களில் பால் லாரி வருவதற்கே மிகவும் நேரமாகிவிடும். ஐந்து, ஐந்தரை மணிக்கு வரவேண்டிய லாரி எட்டு மணிக்கு வந்து குழந்தைகள் மிகவும் அல்லல்படும். வீடு தவறிப் போய்விடும். நாலு பாக்கெட்போடும் இடத்தில் இரண்டு போட்டு, ஒரே பாக்கெட் வாங்குபவர் வீட்டில் நான்கு போய்விடும். அந்நதந்த வீட்டுக்காரர்களுக்குப் பால் கார்டு வாங்க வேண்டிய அலுவலகம் தெரியும். ஆனால் லாரி எந்த இடத்தில் நின்று அவர்களுக்கான பாலை இறக்குகிறது என்று தெரியாது. ராமலட்சுமியின் பேரன், பேத்திகள் லாரியிலிருந்து பால் பாக்கெட்டுகள் வாங்கத் தாமதமானால் அவர்கள் பங்குக்கு பால் ஒழுகும் பாக்கெட்டுகளாகக் கிடைக்கும்.

இதற்குள் ராமலட்சுமிக்கு கடும் சுரம் வந்துவிட்டது. கடைசிப் பெண்தான் முதலில் பார்த்துக்கொண்டாள். சுரம் இறங்காததால் ஆஸ்பத்திரியில் சேர்க்க வேண்டியிருந்தது. நிறையப் பேருடைய உதவியும் நிறையப் பணமும் தேவைப்பட்டது. மருமகப் பிள்ளைகளில் எல்லாராலும் உதவமுடியவில்லை. ராமலட்சுமிக்கு நினைவு வருவதும் தவறுவதுமாக இருந்தது. ஒரு முறை நான்காவது பெண்ணின் கையைப் பிடித்துக்கொண்டு அழுதாள். “உங்களுக்கெல்லாம் பெரிய துரோகம் பண்ணிட்டேண்டி. நீயாவது உன் குழந்தைகளைப் படிக்க வை” என்றாள். “இன்னொருமுறை, கல்யாணம் பண்ணனும், கல்யாணம் பண்ணனும்னு உங்களைப் படிக்க வைக்காம மாறிமாறி வீட்டு வேலைக்கு அனுப்பினேன். இப்போ ஆஸ்பத்திரி பெயரைக் கூட யாருக்கும் ஒழுங்காகச் சொல்ல முடியலை” என்று அழுதாள்.

அவள் அழுததில் உண்மையில்லாமல் போகவில்லை. முதல் இரண்டு பெண்கள் கைநாட்டுப் போடுபவர்களாகவே இருந்துவிட்டனர். முதல் பெண்ணின் கணவனை ஒருமுறை போலீஸ் பிடித்துக்கொண்டு போனபோது

அவள் போலீஸ் அதிகாரிக்கு ஒழுங்காக மனு எழுதமுடியவில்லை. யாரோ தப்பும் தவறுமாக எழுதிய மனுவில் இடதுகை கட்டைவிரலைப் பதிப்பித்தாள். காவல் நிலையத்தில் ஒரே சிரிப்பு. நான்கு நாட்கள் காவல் நிலையத்திலிருந்து விட்டுத்தான் அவள் கணவன் வெளியே வந்தான். எப்படி வந்தான், யார் சொல்லி அவனை விடுவித்தார்கள் என்று தெரியாது.

ராமலட்சுமிதான் அவள் வீட்டு வேலை செய்யும் ஒரு வீட்டின் குடும்பத் தலைவர் காலில் விழுந்து, அவர் ஒரு உயர் போலீஸ் அதிகாரியிடம் பேசி, பின் அந்த அதிகாரி விசாரிக்கவே காவல் நிலையக்காரர்களுக்குச் சந்தேகம் வந்து அவனை விடுவித்தார்கள். கொலை ஒன்று நடந்தபோது அவன் வயற்காட்டில் ஒரு சொம்புத் தண்ணீர் வைத்துக்கொண்டு உட்கார்ந்திருந்தான். அவனைக் கொலைக்கு உடந்தை என்று இழுத்துப் போய்விட்டார்கள். கிராமந்தரங்களில் கொலை, கொள்ளை நடந்தால் இவன்தான் செய்தான், அவன்தான் செய்தான் என்று ஆளாளுக்கு சொல்லுவார்கள். ஆனால் வழக்குப் பதிவுத் தருணத்திலேயே இது ஒன்றும் பயன்படாது என்று தெரியும். ஆனால் போலீஸ் இழுத்துக்கொண்டு போனதால் நேரடிப் பாதிப்பை விட மறைமுக பாதிப்புகள் அதிகம்.

இதை எல்லாம் ராமலட்சுமி சுரவேகத்தில் சொல்லி அழுதாள். அவள் அழுதபடி சொல்லியதை யாரும் பெரிதாக எடுத்துக் கொள்ளவில்லை. எல்லாக் குற்றங்களையும் அவளே செய்தது போல அழுதாள். குழந்தைகளைப் படிக்க வைப்பதில் அப்பனுக்கும் பொறுப்புண்டு என்று அவளுக்கு நினைக்க முடியவில்லை.

மீண்டும் சில ஆயிரங்கள். யார் கொடுத்தார்கள். எப்படிப் பணம் வந்தது? ராமலட்சுமி துவண்டுவிட்டாள். ஆஸ்பத்திரியிலிருந்து வீட்டுக்கு வந்த இரண்டாம் நாளே பால் பாக்கெட்டுகளை விநியோகிக்க ஆரம்பித்தாள்.

ஐந்தாவது பெண்ணுக்கு எளிதில் ஒருவன் கிடைக்கவில்லை. யாரும் முறையாகத் தேடவில்லை. அவள் ஒருத்திதான் ராமலட்சுமியின் ஐந்து பெண்களில் இருபது வயதாகியும் கல்யாணமாகாதபடி நின்றாள். அவள் வீட்டு வேலைக்குப் போகாமல் ஒரு கடையில் வேலைக்குப் போனாள். அந்தக் கடையில் முதலில் கூட்டிக் கழிக்கும் இயந்திரம்தான் இருந்தது. சீக்கிரமே கணினி வந்துவிட்டது. கடை வரையில் அந்தப் புது இயந்திரத்தில் பொருள்களின் பெயர்கள், விலை, பொருள் வாங்கியவர் தரவேண்டிய தொகை முதலியதுதான் சாத்தியமாக இருந்தது. ஆனால் அந்தப் பெண் தன் வேலையுடன் ஒரு கணினிப் பயிற்சி நிலையத்திற்கும் போக ஆரம்பித்தாள்.

அவளுக்கு இன்னும் திருமணமாகவில்லை. ஒழுங்காக ஒரு பள்ளிச் சான்றிதழ் இல்லாததால் பெரிய சம்பளம் கிடைக்கவில்லை. ஆனால் ஆறு மாதத்தில் அவளுக்கென்று ஒரு சைக்கிள் வாங்கிக்கொள்ள முடிந்தது. ஒரு டி.டி.பி. நிலையத்தில் அவள் ஓரளவு கணினிப் பயிற்சி பெற முடிந்தது. நம்பிக்கைக்குரியவளாக இருந்ததால் அவளே தினசரி வசூலை வங்கியில் போட்டு வந்தாள். அவளுக்கும் ஒரு வங்கிக் கணக்கு ஆரம்பித்துக் கொண்டாள்.

நான்கு இடங்களுக்கு அவள் விரைவாகச் சென்று வேலையை முடித்து வருவதைப் பார்த்து ராமலட்சுமிக்கு அந்தப் பெண்ணைப் பால் பாக்கெட் விநியோகம் செய்யச் சொன்னால் என்ன என்று ஒருமுறை தோன்றியது. உடனே 'தப்பு, தப்பு' என்று கன்னத்தில் போட்டுக்கொண்டாள்.

வெகு நாட்களுக்குப் பிறகு அவள் ஒரு மாலை கடைத் தெருவுக்குச் சென்றாள். அங்க ஒரு பெரியவர் அவளைப் பார்த்து, "ராமலட்சுமிதானே?" என்று கேட்டார்.

ஆம் என்று ராமலட்சுமி தலையை ஆட்டினாள். பல ஆண்டுகளுக்கு முன்பு அவர் வீட்டில் அவள் வீட்டுவேலை செய்திருக்கிறாள்.

பெண்களெல்லாம் சௌகரியமாக இருக்காங்களா?"

"இருக்காங்க."

"புருஷன் என்ன செய்யறாரு?"

ராமலட்சுமி ஒரு கணம் தயங்கினாள். பிறகு, "எப்பவும் போலக் கட்டைவண்டி ஓட்டுகிறார்" என்றாள்.

2011

ஒரு நண்பனைத் தேடி . . .

நான் அந்த ஊரைவிட்டு வந்த பிறகு மீண்டும் அங்கு போக வேண்டிய அவசியம் பல ஆண்டுகள் கழித்தே வந்தது. என் நண்பர்கள், உறவினர்கள் பலர் என்னைப் போலவே எங்கெங்கோ போயிருந்தார்கள். எனக்கு ஆச்சரியமாக இருந்தது. நான் பிறந்து வளர்ந்த ஊரில் ஒரு பழைய நண்பனும் கிடைக்க வில்லை!

ஒரு காலத்தில் ஊரின் ஒவ்வொரு சந்து பொந்திலும் எனக்குத் தெரிந்தவர்கள் இருந்தார்கள். இன்று பல சந்துகள் அகலப்படுத்தப்பட்டுவிட்டன. தெருக்களும் விசாலமாகி விட்டன. அதனால் பல வீடுகள் இடித்துத் தள்ளப்பட்டிருக்கும். போக்லின் வண்டி, லாரிகள், போலீஸ், சண்டை, கைது, வைதல், தெருவில் சாமான்கள் இரைபட்டிருப்பது . . . நகர வளர்ச்சி என்பது ஈவிரக்கமற்றது. நாம் எதற்காக இத்தகைய வளர்ச்சியைத் தேடிப் போகிறோம்? இருக்கும் ஊரை அப்படியே விட்டுவிட்டு நகரத்தை விரிவாக்க முடியாதா?

எனக்கு அதிக நேரம் இல்லை. ஐந்து மணிக்கு ரயிலைப் பிடிக்க வேண்டும். அதற்குள் பள்ளிச் சினேகிதன் அல்லது கல்லூரி நண்பன் ஒருவனையாவது சந்திக்க வேண்டும். ஏன் ஒரு முழுநாள் இதற்கு ஒதுக்கும்படியாக எனக்கு நேரவில்லை?

நான் கீஸ் பெண்கள் பள்ளியருகே நின்றுகொண்டு என்ன செய்வதென்று புரியாது விழித்தேன். அந்தப் பள்ளியில்தான் என் சகோதரிகளில் ஒருத்தி படித்தாள். பள்ளி ஆண்டு விழாவில் அவள் பாடும் நிகழ்ச்சி ஒன்று இருந்தது. அதற்காக எங்கள் வீட்டுக்கு இரண்டு இலவச டிக்கட் கொடுத்திருந்தார்கள். நானும் என் அம்மாவுமாகப் போனோம்.

ஆனால் ஊரில் போக்கிரிகள் என்று அறியப்பட்ட நபர்கள் பத்து பேராவது இருந்தார்கள்! இவர்களுக்குச் சீட்டு யார் கொடுத்தது? இப்படி யார் வேண்டுமானாலும் நுழைந்துவிடலாம் என்று தெரிந்திருந்தால் அப்பாவையோ அக்காவையோ அழைத்து வந்திருக்கலாம். ஒரே இரைச்சல்.

அதற்கு நடுவில் என் அக்கா மீரா பஜன் பாடினாள். எங்கள் வரை அது மிகவும் நன்றாக இருந்தது. ஆனால் யாரும் கேட்க முடியாதபடி ஒரே கூச்சல், குழப்பம். ஒரு பெண்கள் பள்ளியில் இப்படி எல்லாம் நடக்கக்கூடும் என்று அறிய எங்களுக்குப் பயமாக இருந்தது.

அன்று சாதாரண நாள். கீஸ் பள்ளியில் ஒழுங்காக வகுப்புகள் நடந்துகொண்டிருந்தன. எனக்கு ஆண்டு விழாதான் நினைவில் இருந்தது. அவ்வளவு குழப்பத்துக்கிடையில் பாட ஒத்துக்கொண்ட என் சகோதரி முழுப் பாட்டையும் பாடியிருக்கிறாள்!

அந்த நாற்சந்தி அருகில் யாரோ உண்டே? எனக்கு மதன் நினைவு வந்தது. ஐந்தே நிமிடங்களில் அவன் வீடு இருந்த இடத்துக்குப் போய்விட்டேன்.

ஆனால் அவன் எங்களோடு விளையாடிய நாட்களில் இருந்தபடி அவன் வீடு இல்லை. அன்று அது மிக விசாலமான இடம். பெரிய கேட். அது ஒரு பக்கம் உடைந்து எப்போதும் திறந்தே இருக்கும். நுழைந்த உடனே ஒட்டியபடி இரு வீடுகள். ஓட்டு வீடு என்றாலும் உறுதியாக, அழகாக இருக்கும். சற்றுத் தள்ளி இன்னும் இரு வீடுகள். அதில்தான் மதனும் அவன் அம்மா, அக்காவும் இருந்தார்கள். நன்றாக இருந்த இடத்தை இரு சட்டைக்காரக் குடும்பங்களுக்கு வாடகைக்கு விட்டிருந்தார்கள். எந்த நேரமும் இடிந்துவிழும் என்ற இடத்தில் மதன் குடும்பத்தார் இருந்தார்கள்.

நான் மதன் வீட்டிற்கு மூன்று, நான்குமுறை போயிருப்பேன். அப்பா கிடையாது. மதனின் அம்மா அவருடைய இரண்டாம் மனைவி. நான் மதனின் சகோதரிகளைப் பார்த்திருக்கிறேன். அவர்கள் எல்லாருமே வித்தியாசமாக இருந்தார்கள். வம்பு பரப்புவதில் மன்னன் என்று பாலுதான் சொன்னான். அந்தக் குடும்பத்தில் எல்லாருக்கும் குஷ்டம்!

நான் என் அப்பாவைக் கேட்டேன். “சர்ச்சுக்கு எதிர் வீடுதானே, அவங்களுக்கு வெண்குஷ்டம். அவ்வளவுதான்” என்றார்.

எனக்கு அப்போதும் பெரிதாகப் புரியவில்லை. ஒன்றைக் கவனித்தேன். மதன் எப்போதும் முழுக்கைச் சட்டைதான் போடுவான். அவன் சகோதரி களுக்கு முகத்திலும் வெண்மை பரவியிருந்தது. ஆனால் இலட்சணமாகவும் மரியாதையாகவும் இருப்பார்கள். அவர்கள் அதிகம் வெளியே வருவதில்லை. எல்லாருடைய படிப்பும் பாதியில் நின்றது.

மதனும் நான் படித்த பள்ளியில் படிக்கவில்லை. ஆனால் நாங்கள் மைதானத்தில் விளையாடக் கூடினவுடன் எங்கிருந்தோ ஓடி வந்துவிடுவான். அவனால் எல்லா ஆட்டங்களையும் நன்றாக ஆட முடிந்தது. எப்போதும் அவன் இருக்கும் கோஷ்டி ஜெயித்துவிடும்.

அவன் வசித்த இடம் இப்போது மிகவும் மாறியிருந்தது. கேட் போய் விட்டது. மூன்று நான்கு புதிய மாடிக் கட்டடங்கள் எழும்பியிருந்தன. மதனைப் பற்றி யாரை விசாரிப்பது?

நான் அங்கு சுற்றிச் சுற்றி வந்தேன். நான் ஒரு பகல் திருடன் என்றுகூட யாராவது நினைத்திருக்கக்கூடும்.

அப்போது காவல்காரன் என்று சொல்லக்கூடிய ஒருவன் வந்தான். “யாரைத் தேடுகிறீர்கள்?” என்று கேட்டான்.

“இந்த இடத்தின் பழைய சொந்தக்காரர்கள் என்று யாராவது இருக்கிறார்களா?”

“எல்லாம் ஃப்ளேட்ஸ். நீங்க சொல்லறபடி எனக்குத் தெரியாது.”

“இங்கே யார் ரொம்ப வயசானவங்க?”

“இப்போ தூங்கிண்டு இருப்பாங்க.”

“நான் இன்னும் இரண்டு மணியில் ஊரை விட்டுக் கிளம்ப வேண்டும். எந்த மாடின்னு சொன்னா நான் விசாரிக்கறேன்.”

அந்த ஆளுடன் ஒரு வீட்டின் மாடிக்குச் சென்றேன். அவன்தான் மணியை அழுத்தினான். ஒரு வயதான அம்மாள் கதவைத் திறந்தாள். “இவரு யாரையோ தேடிண்டு வந்திருக்கிறாரு.”

“யார் வேணும்..?”

“மதனகோபால். அவன் இங்கேதான் பத்துப் பதினைந்து வருஷங்கள் முன்னாலே இருந்தான். அவன் அம்மா, மூணு அக்கா...”

“அம்மா பேர் பார்வதி.”

“அது தெரியாது. அவங்க யாருமே எங்கேயுமே வெளியே போக மாட்டாங்க.”

“நீங்க யாரு..?”

“நான் மதனுக்கு நண்பன்.”

அந்த அம்மாள் என்னை ஏற இறங்கப் பார்த்தாள்.

“உங்களுக்கு ரெஜிமெண்டல் பஜார் போஸ்ட் ஆபீஸ் தெரியுமா?”

“தெரியும்.”

“அங்கே போங்க. உங்க மதன் அங்கே போஸ்டல் ஸார்ட்டராக இருக்கிறார்.”

நான் அந்த போஸ்ட் ஆபீஸுக்கு ஓடினேன். “இப்போ ரிஜிஸ்ட்ரேஷன் மூடியாச்சு” என்று ஒருவர் சொன்னார்.

“நான் மதனகோபாலைத் தேடிக்கொண்டு வந்தேன்.”

“மதனகோபால்..!” என்று அவர் அழைத்தார். போஸ்ட் ஆபீஸ் உடையில் மதன் வந்தான்.

“மதன்..!”

மதனுக்கு என்னை அடையாளம் சொன்னேன். "எப்படி இருக்கே? அம்மா அக்காவெல்லாம் எங்கே இருக்காங்க? நீ ஏன் இங்கே இப்படி... அந்த வீடே உங்கள் வீடுதானே."

"வா, டீ குடிக்கிறீங்களா..?"

"அது என்ன நீங்கள் நாங்கள்? முதல்லே உன் விஷயத்தைச் சொல்லு."

"அதெல்லாம் உங்களுக்கு எதுக்கு?"

"அதென்ன அப்படிச் சொல்லறே? அம்மா சௌக்கியமா? ஏன், நான் வந்தது சரியில்லையா? என்னைப் பாக்கப் பிடிக்கலையா?"

"எங்க அம்மா இரண்டாம் மனைவி. தெரியுமில்லே?"

"ஏதோ கொஞ்சம் தெரியும்..."

"எங்க பெரியம்மா வீட்டுக்காரங்க எங்களை அங்கேந்து துரத்திட்டாங்க. நாங்க வேறே வீடு பாத்தோம். ஆனா அது ஊர் நடுவிலேதான் கிடைச்சது. முதல்லெ நாங்க இருந்த மாதிரி ஒதுக்குப்புறமா இருக்காது. நீ எங்க பழைய வீட்டுக் கிணத்தைப் பாத்திருக்கே, இல்லே?"

"தெரியாது. நான் பாத்ததில்லெ."

"வெளிலேந்து தெரியாது. ரொம்பப் பின்பக்கம். ரொம்பப் பெரிய கிணறு. நிறையத் தண்ணி."

மதன் சிறிது நேரம் மௌனமாக இருந்தான். திடீரென்று விம்மி விம்மி அழ ஆரம்பித்தான். நான் "அழாதே... அழாதே..." என்று மட்டும் சொன்னேன்.

"நாங்க சாமானெல்லாம் அனுப்பிச்சிட்டோம். காலையிலே பாத்தா எங்க அக்கா யாரையும் காணோம். யாரோ கிணத்துப் பக்கம் போயிருக்காங்க. 'ஓ'ன்னு கத்தினாங்க. நான் ஓடிப் போய்ப் பாத்தேன். மூணு பேரும் ஒத்தரை ஒத்தர் கட்டிண்டு கிணத்துலே கிடந்தாங்க."

நான் திகைத்து நின்றேன். மதன்தான் பேசினான். "அவுங்களுக்கு ஊர் நடுவிலே இருக்கறது பிடிக்கலை. இந்த வெள்ளையா அங்கே இங்கே எனக்கும்தான் இருக்கு. ஆனா அவுங்க பெண்ணில்லையா?"

"உனக்கு உங்க பெரியம்மா வீட்டிலேந்து பணம் ஒண்ணும் தரலியா?"

"எங்களுக்கு அதெல்லாம் தெரியாது. நானும் அம்மாவும் இருக்கோம்."

"நீ ரொம்ப நன்னா ஆடுவே."

நான் சொன்னது பொருத்தமே இல்லை என்று எனக்குத் தெரியும். ஆனால் நண்பனைப் பற்றி அப்போது அது ஒன்றுதான் முன்னே நின்றது.

"டீ சாப்படறியா..?"

நாங்கள் இருவரும் சேர்ந்து டீ சாப்பிட்டோம். அவன் முதன்முறையாக என்னைக் கேட்டான். "நீ ஏன் ஊரை விட்டே போயிட்டே?"

"இதுக்குப் பதிலே கிடையாதுப்பா."

இரண்டு பேரும் சங்கடப்பட்டுக் கொண்டிருந்தோம். "சரி, நான் வரேன்" என்றேன்.

"நான் கூட வரணுமா?"

"வேண்டாம். ரூம்லே இன்னும் இரண்டு பேர் இருக்காங்க. கணக்கு வழக்கு எல்லாம் இருக்கு."

ரயில் கிளம்பிய பிறகுதான் நினைவுக்கு வந்தது. நான் அவனை அந்த போஸ்டாபீஸ் முகவரியில் எப்போது வேண்டுமானாலும் தொடர்பு கொள்ளலாம். அவன் என் முகவரியைக் கேட்டுக்கொள்ளவில்லை.

ஓம் சக்தி தீபாவளி மலர், 2012

அகோரத் தபசி

எனக்கு இருபத்தைந்து வயதாகும்போது என் நண்பர்களைவிட என் உறவினர் வீடுகளைத்தான் நான் அதிகம் நாடிப் போக வேண்டியிருந்தது. ஒரு காலகட்டத்தில் என் நெருங்கிய நண்பர்களாக இருந்தவர்களில் பலர் அற்பாயுளில் இறந்திருக்கிறார்கள். சிலர் வேறூரில் வேலை தேடிப் போயிருக்கிறார்கள். என்னை என் வீட்டில் வந்து பார்க்கும் நண்பர்கள் மிகவும் குறைவு. ஆனால் நான் மீண்டும் சந்திக்கத் தேவையே இல்லாத தற்செயல் சந்திப்பு மனிதர் ஓரிருவர் என்னிடம் ஏதேதோ எதிர்பார்த்து வீடு தேடி வந்து விடுவார்கள்.

அந்த நாளில் நான் ஒன்றடுத்து ஒன்றாக ஆன்மிகவாதி களைச் சந்திப்பது கிட்டத்தட்ட முழுநேரப் பணியாகியிருந்தது. என் சிக்கல்கள் சில தீரவே தீராது என்பது போலத் தோன்றின. ஒரு கணம் நடப்பது நடந்தே தீரும் என்று நான் இருந்தாலும் இன்னொரு கணம் ஏதோ சக்தி இச்சிக்கல்களைத் தீர்த்து விடாதா என்றும் நினைக்கத் தோன்றும். ஆன்மிகவாதிகள் மூலம் பிரச்சனை தீர்ந்தது என்று சொல்வோர் நிறையவே இருந்தார்கள். பிரச்சனை தீர்ந்துவிட்டால் ஏன் மீண்டும் மீண்டும் வருகிறார்கள்? வருபவர்களில் முக்கால்வாசி ஒரு ஆன்மிகவாதியிடமிருந்து மிகவும் மாறுபட்ட இன்னொரு ஆன்மிகவாதியிடமும் காணப்படுவார்கள். நான் எல்லோரும் ஓர் இலக்கை நோக்கித்தான் பயணிக்கிறார்கள் என்று நம்பினேன். தியானம், ஜபம் என்று உட்கார்ந்தவர்களைவிட உரக்கத் தோத்திரம் செய்யும் குழுக்களையும் இறைவனைப் புகழ்ந்து பாடுபவர்களையும் நான் நாடிச் சென்றேன். இது யதார்த்தத்திலிருந்து தப்பிச் செல்வது என்று கூறலாம். ஆனால் யதார்த்தம் அவ்வளவு துல்லியமாகத் தெரிந்துவிடுகிறதா?

நான் அந்த மனிதனை ஒரு பஜனை மடத்தில்தான் பார்த்தேன். எல்லோரும் கிருஷ்ணா ராமா என்று பாடினால் இவன் சைகல் பாட்டுகளைப் பாடினான். சைகல் பாட்டு இந்தி அல்லது உருதுவில். எதைப் பற்றிக் கூறுவதாக இருந்தாலும் அந்த மனிதன் அப்பாட்டுகளைப் பாடும்போது கேட்போர்

மனதை அவை எங்கெங்கோ அழைத்துச் சென்றன. அதிலும் அவன் ‘பாபுலு மோரா’ என்ற பாட்டைப் பாடும்போது மனம் அன்றுவரை அறியாத எல்லைகளுக்கு இழுத்துச் செல்லப்படும்.

கண்ணன்தான் ஓடி ஒளியும் கடவுள். அவன் கடவுள் மட்டும்தானா? நண்பன், சேவகன், காதலன், எஜமானன், குழந்தை... பாபுலு மோரா, நீ எங்கு இருக்கிறாய், நீ என்னையும் அழைத்துப் போடா, எனக்கு வழிகாட்டு, என் குருட்டுக் கண்களைத் திறந்துவிடு...

என் மூடிய கண்களிலிருந்து தாரை தாரையாகக் கண்ணீர் பெருகிக் கொண்டிருந்தது. எனக்கு மட்டும் என்றில்லை, வேறு பலரும் அவன் பாட்டைக் கேட்டு அவர்களையறியாது கண்ணீர் உகுத்துக் கொண்டிருந்தார்கள்.

எனக்கு இந்த அனுபவத்தைத் தந்தது அவன்தானா? இல்லை நான் காலம் காலமாகக் கண்ணனுக்கு ஏங்கிக் கொண்டிருந்ததாலா? பாடியவன் வெறும் ஒரு கருவிதான். வேறு எவனாவது மிகவும் மோசமாக இப்பாட்டைப் பாடியிருந்தால்கூட என் கண்ணில் கண்ணீர் பெருகியிருக்குமோ?

சத்ய ஸாய் பாபா சென்னை வந்திருந்தார். முந்திய முறை அவர் முர்ரேஸ் கேட் சாலையில் தங்கியிருந்தார். அவர் வரும்போதெல்லாம் விரிவான கோஷ்டி கானம் நடக்கும். அவர் இம்முறை ஆபட்ஸ்பரியில் தங்கித் தரிசனம் தந்துகொண்டிருந்தார். ஆபட்ஸ்பரி செல்ல தி. நகர் பஸ் நிலையத்திலிருந்து போவது எளிது.

நான் அங்கு சென்றபோது அந்த சைகல் மனிதன் அவன் மனைவி, மக்களுடன் காத்துக்கொண்டிருந்தான். நான் இலேசாகப் புன்னகை புரிந்தேன். அவன் அதைக் கவனிக்கவில்லை. நாங்கள் எல்லோரும் ஒரே பேருந்தில் ஏறினோம், ஒரே நிறுத்தத்தில் இறங்கினோம். அவன் என்னைக் கவனித்ததாகவே காட்டிக்கொள்ளவில்லை. ஓரளவுக்கு மேல் நானும் அதைப் பொருட்படுத்தவில்லை.

அன்று ஸாய் பாபா அவராகவே விபூதி கொடுத்தார். அங்கு தொடர்ந்து பஜனை நடந்து கொண்டிருந்தது. ஆனால் சைகல் பாட்டுக்கு வாய்ப்பில்லை. அவன் மனைவி என்னைக் கவனித்தது தெரிந்தது. நான் வீடு திரும்பக் கிளம்பியபோது அவனும் அதே நேரத்தில் கிளம்பினான். இப்போது அவன் என்னைக் கவனித்தேயாக வேண்டியிருந்தது.

“நல்ல தரிசனம் இல்லே?” என்றான்.

“நீங்க சைகல் பாட்டு ரொம்ப நன்னாப் பாடுறீங்க” என்றேன்.

நான் சொன்னது ஒரு பொருட்டல்ல என்பது போல அவன் சப்புக் கொட்டினான்.

ஒரு வாரம் நான் எங்கும் போக முடியாதபடி காய்ச்சல். அன்று அலுவலகம் போகலாம் என்று தயாராகிக் கொண்டிருந்தேன். அந்த மனிதனின் மகன் வந்தான். எப்படி என் வீட்டைத் தெரிந்துகொண்டு வந்தான்? நான் ஏதாவது கேட்பதற்கு முன் அவன், “உங்களை அம்மா உடனே அழைத்து வரச் சொன்னா” என்றான்.

“உங்க வீடு எங்கே?”

“கோட்ஸ் ரோடிலே.”

“கொஞ்சம் தூரம்.”

“அம்மா உடனே அழைச்சுண்டு வரச் சொன்னா.”

அவன் கலவரத்துடன் காணப்பட்டான். ஒன்பது பத்து வயதுப் பையனுக்கு இப்படிக் கவலையா?

“வா, போவோம்“ என்றேன்.

என் வீட்டிலிருந்து கோட்ஸ் ரோடு ஒரு கிலோமீட்டர் இருக்கும். நாங்கள் கால் மணிநேர நடைக்குப் பிறகு அவன் வீட்டை அடைந்தோம். அந்த வீட்டை வெளியிலிருந்து பார்த்தால் ஓரளவு சௌகரியமான குடும்பம் வசிப்பதாகத்தான் காணப்பட்டது. பழங்கால வீடு. முன்னால் பெரிய வண்டிகள் நிறுத்தக்கூடிய அளவுக்கு வெற்றிடம். வீட்டில் காலெடுத்தவுடன் ஒரு பெரிய வெராண்டா. அதற்கடுத்துப் பெரிய ஹால். அப்புறம் தனித்தனி அறைகள், சமையல் அறை முதலியன இருக்கும். ஹாலில் நுழைந்தபோதே வீட்டில் தரித்திரம் கவிந்திருப்பதை அறிய முடிந்தது.

எனக்காகவென்றே அவன் மனைவி காத்துக்கொண்டிருந்தாள் என்று தெரிந்தது. அவளுக்கு என் வயதுதான் இருக்கும். ஆனால் பையனுக்கு ஒன்பது பத்து வயது. மிகக் குறைந்த வயதிலேயே கல்யாணம் செய்து வைத்துவிட்டார்கள்.

எனக்கு அவளுடன் என்ன பேசுவதென்று தெரியவில்லை. ஒரு விதத்தில் நானும் சிறுவன்தானே.

“ரெண்டு நாளா அவரைக் காணோம்.”

“யாரு?”

“பசுபதி. இவா அப்பா.”

“எனக்கு அவரை ரொம்பத் தெரியாது. அன்னிக்குப் பாபாவைப் பாக்கப் போனப்போதான் ரெண்டாம் தடவை.”

“ரெண்டு நாளாக் காணோம். நானும் எனக்குத் தெரிஞ்சவாகிட்டே யெல்லாம் கேட்டுட்டேன். நீங்க அவர் பாடறதைப் பத்திச் சொன்னேள்.”

“இந்த வீட்டிலே நீங்க மட்டும்தானா?”

“நிறையப் பேரு. எல்லோரும் காலி பண்ணிட்டா. அவரோட கூடப் பொறந்தவா ஆறுபேர். நிறையப் பணம் காசோட சௌக்கியமா வேறே வேறே இடங்கள்ளே இருக்கா. இப்போ வீட்டை வித்துப் பாகம் பிரிக்கணும்கறா. இவருக்கு இந்த வீட்டை விட்டா எங்கே போறதுன்னு கவலை.”

எனக்கு ஏதும் சொல்லத் தோன்றவில்லை. ஏழு பேர் ஒரே முடிவுக்கு வர முடியுமா?

“இவர் முந்தானேத்து ஏதோ பூஜைன்னு போனவர் இன்னும் வரவில்லை.”

நான் ஏன் அழைக்கப்பட்டேன் என்று விளங்கிவிட்டது. “எனக்கு ஒரு வாரமா சுரம். வெளியிலேயே கிளம்ப முடியலை.”

அவள் முகத்தில் ஏமாற்றம் தெரிந்தது.

“எங்கே பூஜைன்னு சொன்னார்? எங்கே வேலை பாக்கறார்?”

அவள் அழுதுவிடுவாள் போலிருந்தது. “அவர் வேலை போய் ரெண்டு வருஷமாறது.”

“எல்லாரும் சாமியார்களைப் பாக்கப் போறதே கஷ்டம் தீரறதுக்குத்தான்.”

“இவர் பூஜை சாமான்லாம் எடுத்துண்டு போனார். எப்பவும் எங்களையும் அழைச்சுண்டு போவார். ஆனா இந்த முறை இல்லை.”

“எங்கேன்னு தெரியுமா?”

“ஏதோ கிருஷ்ணாம்பேட்டைன்னு காதிலே விழுந்தது.”

“அது எங்கே இருக்கு?”

“எனக்குத் தெரியாது. நீங்க கேட்டுப் பாக்க முடியாதா?”

“சரி. நான் விசாரிச்சுண்டு அங்கே யாராவது சாமியார் வந்திருக்காரான்னு கேட்டுச் சொல்றேன்.”

“எப்போ சொல்லுவேள்?”

“சாயந்திரம்தான் முடியும்.”

“நான் காத்துண்டே இருப்பேன்.”

நான் அலுவலகம் போனவுடன் பார்த்த முதல் மனிதனை, கிருஷ்ணாம் பேட்டை எங்கேயிருக்கு என்று கேட்டேன்.

அந்த ஆள் விநோதமாகப் பார்த்து, “என்ன துரை, கிண்டலடிக்கிறையா?” என்று கேட்டான்.

“ஏன், என்ன?”

“இந்த ஊரிலே இருக்கிற ரொம்பப் பெரிய சுடுகாடு அங்கேதான் இருக்கு. இந்து, முஸ்லிம் என்ன ஜாதியானாலும் அங்கே போய்ப் படுத்துக்கலாம். கிருஷ்ணாம்பேட்டைன்னாலே சுடுகாடுன்னுதான் அர்த்தம்.”

பசுபதிக்கு கிருஷ்ணாம்பேட்டையில் எந்த சாமியார் கிடைச்சார்? நான் இயன்றவரை அந்தப் பேட்டையில் சாமியார் யார் என்று விசாரித்துப் பார்த்தேன். யாரும் கிடைக்கவில்லை.

கிருஷ்ணாம்பேட்டையிலே விசாரித்தால் என்ன?

நான் கிருஷ்ணாம்பேட்டையில் நுழைந்தபோது எனக்கு மலைப்பாக இருந்தது. இவ்வளவு பெரிய ஸ்மசானமா? உலகத்தில் உள்ளவர்கள் எல்லாரையுமே அங்கு சமாதி கட்டிவிடலாம் போலிருந்தது. எங்கெங்கோ பிணங்கள் எரிந்து கொண்டிருந்தன. எங்கெங்கோ புதைக்கப் பள்ளங்கள் தோண்டப்பட்டிருந்தன. அங்கு தரையே ஒரே மேடு பள்ளமாக இருந்தது.

பகலிலேயே திகிலூட்டுவதாக இருந்தது. இந்தப் பூமியில் சிவன் பேயாண்டியாக ஆடிக்கொண்டிருப்பார். இல்லாதுபோனால் பிரபஞ்சமே தன்னுள் அடக்கி மோனத்தில் இருப்பார்.

என் கண்ணில் பட்ட ஒருவரை, “இங்கே யாரு காவல்?” என்று கேட்டேன். அந்த மனிதனைப் பார்க்கவே அச்சமாக இருந்தது.

“இங்கே காவல் என்ன, வெட்டியாந்தான். எப்போ பாடி கொண்டு வரே? எல்லாம் தயாரா வச்சிருக்கேன். ஐயரா?”

“அதுக்கெல்லாம் இல்லே. இங்கே நேத்து முன்தினம் கருத்த மனுஷரா ஒத்தர் வந்தாரா?”

“நூறு பேர் வந்தாங்க. நாங்க பொணத்தத்தான் பாப்போம். ஆணா பொண்ணா..?”

“இவரு பூஜை சாமான் கொண்டு வந்திருப்பாரு. கருப்பா உசரமா...”

“கருப்பா உசரமா ஒத்தன் எலும்பு திருட வந்தான். அப்போ இங்கே போலீஸ் வந்தது... ஒரு பொண்ணு தூக்குப் போட்டுண்ட கேஸ். அப்ப இவனையும் வைச்சு லொள்ளி, போலீஸ் கொண்டு போயிடுத்து.”

“அந்த ஆள் பேரு ஏதாவது சொன்னாரா?”

“எலும்பு திருடறவனுக்குப் பேர் என்ன?”

“ஏன், உனக்குப் பேர் இல்லியா?”

“என்ன பேரு சின்ன வெட்டியான், அண்ணன் பெரிய வெட்டியான்.”

“அந்த ஆளை எந்தப் போலீஸ் ஸ்டேஷனுக்குக் கொண்டு போனாங்க?”

“இங்கே ஒரே டேஷந்தான். ஐஸ் ஹவுஸ்.”

நான் ஐஸ் ஹவுஸ் போலீஸ் ஸ்டேஷனுக்குப் போனேன். அங்கே பசுபதி இருந்தான். அவனாக யாருக்கும் டெலிபோன் செய்து இருக்க முடியாது. அந்த நாட்களில் பெரிய செல்வந்தர்கள் வீட்டில்தான் போன் இருக்கும்.

அங்கு ரைட்டர்தான் இருந்தார். “என்ன?” என்றார்.

“இவர் என்ன குத்தம் பண்ணினாரு?”

“கேட்ட கேள்விக்குச் சரியா பதில் இல்லை. என்னவோ பூஜைன்னாரு, பலீன்னாரு.”

பசுபதி லாக்கப்பிலிருந்து, “நான் பெர்மிஷன் வாங்கியிருக்கேன்” என்று கத்தினான்.

“எங்கே?”

“வீட்லே மறந்துட்டேன்.”

ரைட்டர் என்னைப் பார்த்து, “இது என்ன பதிலுப்பா?” என்றார்.

நான் பசுபதியைக் கேட்டேன், “எங்கே வைச்சிருக்கே?”

“மேஜை டிராயர்லே, அடீலே.”

நான் அவன் வீட்டுக்கு ஓடினேன். ஏறின பஸ்ஸிலே கூட முன்பக்கத்தில் நின்றேன்.

அவன் மனைவி வெராண்டாவிலேயே நின்றுகொண்டிருந்தாள். “கிடைச்சுட்டாரா” என்று ஆவலுடன் கேட்டாள்.

“உங்க வீட்டு மேஜை எங்கேயிருக்கு?”

“உள்ளே.”

நான் அந்த வீட்டினுள் ஓடினேன். ஒரு பழைய, சிறிய மேஜை. ஒரு டிராயர். நான் அதை அப்படியே வெளியே இழுத்துக் காகிதங்களை வெளியே எடுத்துப் பார்த்தேன். என் அவசரத்தில் அது எப்படி இருக்குமென்றுகூடக் கேட்கவில்லை. ஒரு பழுப்புக் காகிதத்தில் சென்னை கார்ப்பரேஷனிடமிருந்து ஸ்மசானத்தில் பூஜை செய்ய அனுமதி.

நான் மேஜையைச் சரி செய்யாமல் மீண்டும் ஓடினேன். இம்முறை ரைட்டர் இல்லை. உதவி இன்ஸ்பெக்டர் இருந்தார். அவரிடம் காகிதத்தைக் கொடுத்தேன். அவருக்கு ஒன்றுமே புரியவில்லை. “இது என்னது?” என்று கேட்டார்.

“இந்த மனிதர் சுடுகாட்டிலே சுத்திண்டிருந்தார்னு பிடிச்சுப் போட்டிருக்காங்க.”

“சுடுகாட்டுக்கு யார் வேணா போலாமே. செத்தவங்ககூடப் போகலாம்.”

“அப்ப இவரை நான் அழைச்சுண்டு போலாமா?”

“இவரு மேல என்ன கேஸு? ஒண்ணுமே இல்லையே!”

நான் அவனை வெளியே அழைத்து வந்து, “என்ன இதெல்லாம் பைத்தியக்காரத்தனம்?” என்று கோபமாகக் கேட்டேன்.

“உனக்கு ஒண்ணும் தெரியாதுடா. நான் அகோரத் தபசி.”

“அகோரத் தபசி! வீடு வேணும், பொண்டாட்டி வேணும். எனக்கு ஒண்ணும் தெரியாது. உனக்கு மட்டும் தெரியுமாடா? சுடுகாட்டிலே பூஜையாம். அப்பொ ஏண்டா பஜனுக்கு வந்தே? ஸாய் பாபாவுக்கு வந்தே?”

அவனுக்கு நிற்கவும் சக்தியில்லை. இரு நாட்களாக அவன் ஏதும் உண்ணவில்லை என்று தெரிந்தது. அந்த நாளில் ஆட்டோ கிடையாது. நான் ஒரு பேபி டாக்ஸி பிடித்தேன். அவனை அழைத்து அவன் வீட்டில் கொண்டுபோய் விட்டேன். அவன் கைப்பையைக் கீழே போட்டுவிட்டுத் தள்ளாடியபடியே கிணற்றங்கரைக்குச் சென்றான். பையில் தேங்காய் ஊதுபத்தி மட்டும் ஒழுங்காக இருந்தது. அவன் தலைமுழுகி மறுபடியும் வெராண்டா வந்தான்.

நான் டாக்ஸிக்குப் பணம் கொடுத்துவிட்டு என் அலுவலகத்துக்கு ஓடினேன். ஒரு வாரத்துக்குப் பிறகு கோட்ஸ் ரோடு சென்றேன். அந்த வீடு பூட்டுப் போட்டிருந்தது. ஒரு மாதத்திற்குப் பிறகு காலி வீட்டை யாரோ வெள்ளை அடித்துக் கொண்டிருந்தார்கள். ஏழு பேரும் சேர்ந்து கையெழுத்துப் போட்டுவிட்டார்கள் என்று ஊகித்துக்கொண்டேன்.

***தினமணி* தீபாவளி மலர், 2013**

வாடிக்கை!

இந்த முறை சரவணனிடமிருந்து நான் தப்ப முடிய வில்லை. அவன் சம்பள தினத்தன்று எங்கள் பாக்டரி வாசலில் பிற்பகல் மூன்று மணிக்கே வந்து காத்திருப்பான். சற்று வயதானவர்கள் தமிழ்நாட்டு ஈட்டிக்காரன் வந்துவிட்டான் என்பார்கள். எங்களில் முக்கால்வாசிப் பேர்களுக்கு ஈட்டிக்கார னென்றால் யார் என்று தெரியாது. ஈட்டிக்காரர்கள் இப்போது வேறு உருவத்தில் வந்துவிட்டார்கள்.

சரவணன் அப்படி ஒன்றும் ஈவிரக்கமற்றவனல்ல. நான் பலமுறை தவணை தப்பியிருக்கிறேன். கடைசியில் இரட்டை வட்டி கொடுத்து ஒரு கடனை முடிப்பேன். அடுத்த மாதமே மீண்டும் அவனிடம் ஐநூறு ரூபாய் வாங்குவேன். நான் சென்ற மாதம் சால்சாப்பு சொல்லித் தவணையைக் கட்டவில்லை. அது மறந்துபோய் இந்தச் சம்பள நாள் அவன் கண்ணில் பட்டுவிட்டேன்.

"எங்கே உன் சம்பளக் கவர்?" என்று சரவணன் கேட்டான்.

"இந்த மாசம் விட்டுடு. அடுத்த மாசம் கட்டிடறேன்."

"போன மாசப் பாக்கி நானூறு. அதுக்கு வட்டி நாப்பது ரூபா. இந்த மாசம் நானூறு. அது அடுத்த மாசத் தவணையும் சேந்து ஆயிரத்துக்கும் மேல போயிடும். அடுத்த மாசம் உனக்கு என்ன போனஸா?"

"இல்லே..."

"எனக்குத் தெரியும் உன்னாலே முடியாதுன்னு. உன் கவரை நீட்டு."

அதற்கு மேல் நான் பேசவில்லை. என் சம்பளக் கவரை அவனிடம் எடுத்துக் கொடுத்தேன். அவன் அதிலிருந்து எண்ணூறு ரூபாய் மட்டும் எடுத்துக் கொண்டு கவரைத் திருப்பிக் கொடுத்தான்.

"பாலு, என் வீட்டுக்கும் உன் வீட்டுக்கும் போக்குவரத்து இருக்கு. நேத்திக்குக்கூட உன் சம்சாரம் எங்க வீட்டுக்கு வந்து

ஏதோ பணியாரம் பண்ணிக் காமிச்சிருக்கா. என் குழந்தைகள்ளாம் அக்கா அண்ணீன்னு அவகிட்ட அவ்வளவு பிரியமா இருக்குங்க. போயும் போயும் நானூறு அறுநூறுக்காக அவங்க உறவை வெட்ட வேண்டாம். நான் கடைன்னு வைக்கலே ஒழிய, என் பொழப்பு லேவாதேவமும் அடகும்தான். நீ ஒவ்வொரு தரமும் கடன் கேக்கறப்போ எனக்கு வேதனையாப் போயிடறது. இதுதான் கடைசி. இனிமே நீ வேற எங்காவது பாத்துக்கோ."

"இப்படிப் பேசறவன் வட்டி வாங்க வேண்டாமே?"

"வட்டியா? எனக்கு முதல் வந்தாப் போறாதா? இனிமே உனக்கும் எனக்கும் பண விஷயமே வேண்டாம்."

எனக்கும் கஷ்டமாகத்தான் இருந்தது. சரவணன் மட்டுமில்லை, இன்னும் இரண்டு இடத்தில் எனக்குக் கடன் இருந்தது. என் மனைவிக்குத் தெரியாமல் என் கல்யாணத்துக்குப் போட்ட மோதிரத்தை விற்று ஒரு தடவை எல்லாக் கடனையும் அடைத்தேன். ஒரு தீபாவளி வந்தது, மறுபடியும் கடன் வந்தது.

என் மனைவியும் நான் எப்போதும் பணமுடையில் இருக்கிறவன் என்று தெரிந்தவள்தான். இரண்டு குழந்தைகளும் தொலைக்காட்சியில் படத் துணுக்குகள் பார்த்து திருப்தி அடைந்துவிடுவார்கள். தீவுத்திடல் பொருட்காட்சி வந்தால் ஒருமுறை அழைத்துப் போவேன். தின்பண்டங்கள், தண்ணீர் கையோடு எடுத்துப் போய்விடுவோம். இவ்வளவு சிக்கனமாக ஒரு நகரில் குடித்தனம் நடத்த முடியாது.

எங்கள் பாக்டரியில் என் மாதிரி முப்பது ஊழியர்கள் இருந்தார்கள். சம்பளத்தில் பெரிய வித்தியாசம் கிடையாது. ஒரு சிலருக்குக் குடும்ப வீடு அல்லது வேறு சொத்து இருந்தது. அவர்கள் அதிக நெருக்கடியில் இருப்பதாகக் காணப்பட மாட்டார்கள். ஆனால் சம்பளத்தையே நம்பிய வர்கள் சரவணனை அல்லது அவன் போன்றோரை நாடிப் போவார்கள்.

அடுத்த மாதம் சரவணனைக் காணோம். நான் அவன் வீட்டுக்குச் சென்று நானூறு ரூபாய் கொடுத்துவிட்டு வந்தேன். வீட்டில் யாரும் இல்லை. நான் கேட்டேன்: "வீட்டில் யாரும் இல்லையே, ஏதாவது கல்யாணத்துக்குப் போயிருக்காங்களா?"

அதற்குப் பதில் சொல்லாமல் அவன் பணத்தை மட்டும் வாங்கி வைத்துக்கொண்டான்.

"ஏன் ஒரு மாதிரி இருக்கே?"

"ஒண்ணுமில்லையே."

"சரி." நான் கிளம்பினேன்.

"பாலு, ஒரு நிமிஷம்."

"நான் சொல்லற விஷயத்தை யாரிட்டையும் சொல்ல வேண்டாம். நான் இந்த ஊரைவிட்டுப் போகப்போறேன்."

அவன் சொன்னது எனக்கு முதலில் புரியவில்லை. "எந்த ஊருக்குப் போறே?"

"இந்த ஊரை விட்டே போகப் போறேன்."

"எதுக்குப்பா?"

"இங்கே வீட்டுல ஒரே சண்டை."

"இது எல்லாக் குடும்பத்திலேயும் இருக்கிறதுதானே."

"என் சம்சாரத்துக்கு நான் செய்யறது எதுவுமே பிடிக்கலே. அவ சீட்டு பிடிக்கறா. கடன் கொடுக்கறா. ஆனா இதையே நான் செய்யறது பிடிக்கலை."

எனக்கு அது வியப்பாக இல்லை. சரவணனுக்கு அந்த ஊரில் ஒரு அந்தரங்கமான நண்பன் இருப்பானா என்று எனக்குச் சந்தேகம்தான். ஆனால் அவன் மனைவியும் அதே வகை மனுஷி என்று தெரியாது.

"ஏம்ப்பா, இந்த வயசிலே நீ புதுசா எந்த வேலைக்குப் போக முடியும்?"

"ஒண்ணும் முடியாதது இல்லேப்பா. ஆனா பையன் ஒம்பது, பொண் ஏழாம் கிளாசிலே படிக்கறா. இப்போ போய் இவ அம்மா வீட்டிலேயே இருக்கேன்றா. இது என்ன பைத்தியக்காரத்தனம்?"

"எங்கே போயிருக்கா?"

"வேலூர்."

"உன் மாமியாரு வீடு என்ன தெருலே இருக்கு?"

"சம்பங்கித் தெரு, ஏன்?"

"சும்மா கேட்டுண்டேன். எந்த முடிவுக்கும் வராதே. இரண்டு நாள் டைம் கொடு."

"ஒரு வாரம் ஆறதப்பா."

"ஆகட்டுமே. குழந்தைங்க மேலே அவளுக்கு மட்டும் அக்கறை இருக்காதா? ஒரு வாரம் பொறு."

நான் என் மனைவியிடம் சொன்னேன். "என்னிக்காவது ஒரு நாள் இப்படி ஆகும்னு எனக்குத் தெரியும்" என்று அவள் சொன்னாள்.

"ஒரு காரியம் பண்ணணும்."

"என்ன?"

"நாம ரெண்டு பேருமா வேலூர் போகணும்."

"அவ நாம சொல்லிக் கேக்கற மனுஷியா?"

"அதான் நானும் வரேனே. காலைலே கிளம்பினா மத்தியானம் வந்துடலாம். நாளைக்கு."

"நாளைக்குத்தான் ரேஷனுக்குப் போகலாம்னு இருந்தேன்."

"இது பெரிய ரேஷன். இன்னிக்கே முடிச்சுடு."

"என்ன திடீர்னு உங்க சினேகிதர் மேலே இவ்வளவு கரிசனம்?"

"அவன் எனக்கு எவ்வளவோ உதவி பண்ணியிருக்கான். அதெல்லாம் எதுக்கு? அந்தக் குழந்தைங்க படிப்பு கெடக் கூடாது."

"ஏங்க, அது அவுங்களுக்குத் தெரியாதா?"

"தெரிஞ்சா அந்த அம்மா ஏன் அம்மா வீட்டிலே போய் உட்கார்ந்திருக்கா?"

நான் ஒரு நாள் லீவு போட்டு என் மனைவியையும் அழைத்துக்கொண்டு வேலூர் சென்றேன். எனக்குப் பழக்கமான ஊர்தான். சம்பங்கித் தெருவைப் பத்து நிமிடத்தில் கண்டுபிடித்துவிட்டோம். ஆனால் சரவணன் மாமியார் வீட்டை லேசில் கண்டுபிடிக்க முடியவில்லை. சரவணன் மனைவி பெயர்கூட அங்கு யாருக்கும் தெரியவில்லை. விருந்தாளி பெயர் சொல்லிப் புது ஊரில் எப்படி விசாரிக்க முடியும்? நாங்கள் விடவில்லை. குழந்தைகள் பெயர் சொல்லி விசாரித்தோம். பலன் இருந்தது.

சரவணனின் மாமியார் வீட்டில் குறைந்தது பத்து பேராவது இருப்பார்கள். உண்மையில் அங்கு யாரும் ரகசியம் பேச முடியாது. மாமியார் ஒரு சர்வாதிகாரியாக இருந்தாள். எங்களால் யாருடனும் எதையும் பேசமுடியவில்லை. சரவணன் மனைவியே அங்கு சங்கடத்துடன் இருப்பது தெரிந்தது. எங்கள் முன்னாலேயே அவளுடைய தம்பி அவளுடைய பையனை அடித்தான்.

எங்கள் வருத்தத்தில் நான் சரவணனைப் பார்க்கப் போகவில்லை. ஆனால் நாங்கள் வேலூர் சென்று திரும்பிய மூன்றாம் நாள் அவனே மலர்ந்த முகத்துடன் என்னைப் பார்க்க வந்தான். "உனக்கு எப்படி நன்றி சொல்லறதுன்னே தெரியலே" என்றான். நான் புரியாமல் நின்றேன். "அவ வந்துட்டாப்பா" என்றான். "நீ என்ன சொன்னயோ தெரியாது, நேத்து பொழுது சாயற நேரத்திலே வந்துட்டா."

"குழந்தைங்க?"

"அவுங்களும்தான். என்னமோ வாயைத் திறக்காமயே இருக்கா."

"கோபம் இல்லையே?"

"அதெல்லாம் ஒண்ணுமில்லே. நீ என்ன சொன்னே?"

"நான் என்ன சொன்னா என்ன, ஏதோ காரியம் முடிஞ்சது."

"இனிமே நான் வேலை தேடணும். அதுக்கும் நீதான் ஒத்தாசை பண்ணணும்."

"பாக்கலாம்."

"சரி. நான் வரேன்."

"ஒரு நிமிஷம்."

"என்ன?"

"எனக்கு ஒரு ஐநூறு ரூபா தேவைப்படுது."

சரவணன் என்னைப் பார்த்த பார்வை சரியாக இல்லை.

விஜய பாரதம், 2012

இன்றும் நண்பர்கள்

இரு நண்பர்கள். ஒருவனுக்குச் சுமார் முப்பது, முப்பத்தைந்து வயதிருக்கும். இன்னொருவன் பெரியவனை விடக் குறைந்தது ஐந்து வயது சிறியவன். இருவரும் ஒரே நிறுவனத்தில் பணிபுரிந்து கொண்டிருந்தார்கள். நிறுவனம் நல்ல நிலையில் இல்லை. இருவர் உத்தியோகமும் ஒரே நாளில் போய்விட்டது. அந்த நாளில் எளிதில் வேலை கிடைக்காது. நாடே பெரிய நெருக்கடியில் இருந்தது.

இருவரும் திருவல்லிக்கேணி கோஷா ஆஸ்பத்திரியைத் தாண்டிச் சென்று கொண்டிருந்தார்கள். அப்போது, சுரங்கப் பாதை கட்டப்படவில்லை. நடப்போர் கூட்டந்தான் நிறைய இருந்தது. இருவரும் நேரே கடற்கரைக்குப் போனார்கள். கடல் நீரில் காலை நனைத்துக்கொண்டபடி பத்து நிமிடங்கள் நின்றார்கள்.

மூத்தவன் கேட்டான், "நடக்கலாமா?"

"இப்பவேயா?"

"இன்னிக்கி ஒரு விளம்பரம் பாத்தேன். அப்ளிகேஷன் எழுதணும். ராத்திரியே முடித்துவிடலாம்னு எண்ணம்."

"என்ன கம்பனி?"

"பாய்லர்ஸ் லிமிடெட்."

"எனக்குத் தெரியும் நான் ஒரு தரம் போயிட்டு வந்துட்டேன். சுகமில்லே. நூறு ரூபா தரேன்னுவான். இது இரண்டாவது விளம்பரம்."

"நூறு ரூபா கிடைச்சாக்கூடத் தேவலை."

"அப்புறம் எங்கே எப்போ போனாலும் நூறு ரூபாதான் தருவேன்னுவான்."

"கஷ்டம்தான்."

“ஒண்ணு பண்ணேன். நான் போட்டிருக்கற இடத்துக்கு நீ அப்ளிகேஷன் போடேன். நம்ம இரண்டு பேர்ல யாருக்குக் கிடைச்சாலும் நல்லதுதான்.”

“ஒனக்குப் போட்டியா நான் வரணுமா?”

“போட்டியே இருக்காது. அவன் டிரைவிங் தெரியணும்றான்.”

“நீதான் லைசன்ஸ் வாங்கிட்டியே”

“அது என்ன லைசன்ஸ்? அந்த மாஸ்டர் வாங்கிக் கொடுத்ததுதானே. எனக்குப் பழக்கமே போறாது. தினம் விடணும். அதுக்கு வழியில்லை.”

“எனக்கு மனசு இடம் தரலே.”

“நீ போட்டுத்தான் வையேன். ஏதோ மூணாம் மனுஷனுக்குக் கிடைக்கறதுக்கு உனக்குக் கிடைச்சா நல்லதுதானே.”

“நாம நடக்கலாமா?”

“சரி. நீ அப்ளிகேஷன் போடு. ஒண்ணும் தப்பில்லே. என்னை செலக்ட் பண்றது ரொம்பக் கஷ்டம். இன்னும் மூணு நாள் டைம் இருக்கு. கட்டாயம் போடு.”

மூத்தவன் பதில் சொல்லவில்லை. இருவரும் தண்ணீர் காலில் படும்படியாகவே மைலாப்பூர் திசையில் நடந்தார்கள். அப்போது, புது லைட்ஹவுஸ் வரவில்லை. அந்த இடம் வந்தவுடன் அவர்கள் சாலைக்கு வந்தார்கள். பெரியவன், “சரி, நான் வரேன்,” என்று சொல்லிவிட்டு நேர் எதிர்ச்சந்தில் சென்றான். இளையவன் சாந்தோம் பேருந்து நிறுத்தத்துக்குச் சென்றான்.

தண்ணீரில் அரை மணிநேரம் நடந்ததற்கு விளைவு இருந்தது. சின்னவனுக்குச் சுரம். “ஏன் இந்த மாதிரி ஊர் சுற்றிவிட்டு உடம்புக்கு வரவழைத்துக் கொள்றே? திங்கக்கிழமை இன்டெர்வியூ.” அம்மா கோபித்துக் கொண்டாள்.

அவளுக்கு எப்படித் தெரிந்தது? இன்னும் என்னென்ன தெரியுமோ? இவ்வளவுக்கும் அவன் வீட்டில் அவனுக்கு வேலை போய்விட்டதைச் சொல்லவில்லை! அவன் கார் ஓட்டக் கற்றுக்கொள்வது யாருக்கும் தெரியாது என்றுதான் நினைத்திருந்தான். ஆனால், அதுவும் அவளுக்குத் தெரிந்திருக்கும்.

இன்டர்வியூவுக்கு ஒருவாறு போய்விட்டான். எல்லாத் தகுதியும் சரியாக இருந்தது. கடைசியாக, டிரைவிங் லைசென்ஸைக் காட்ட வேண்டும். அதிகாரி பார்த்தார். “போன வாரந்தான் வாங்கியிருக்கீங்க…” என்றார்.

“லைசன்ஸ் வாங்கினப்புறம் எங்கேயாவது வண்டி ஓட்டியிருக்கீங்களா?”

“இல்லை…”

அதிகாரி உதட்டைப் பிதுக்கினார். “நாங்க சொல்லியனுப்பறோம்,” என்றார். அவனுக்கு அப்போதே ரிஸல்ட் தெரிந்துவிட்டது.

வெளியே வந்தான். மீண்டும் பத்திரிகைகளில் விளம்பரங்கள் பார்க்க வேண்டும். எனக்கு வேலை தா என்று கெஞ்ச வேண்டும்.

சுரத்தின் தாக்கம் இன்னும் இருந்தது. சற்றுத் தள்ளாடியபடி பேருந்து பிடித்தான். வீட்டை அடைந்தவுடன் படுத்துத் தூங்கிவிட்டான். மறுபடியும் நல்ல சுரம். டைபாய்டு என்று டாக்டர் சொன்னார். இப்படி இருக்கும்போது எதற்கு வெயிலில் போனாய் என்று கோபித்துக்கொண்டார்.

அந்த நாளில் டெலிபோன் வசதி மிகவும் குறைவு. எங்கேயோ ஒரு பெட்டிக் கடையில் இருக்கும். முதலில் சில்லறையை எடுத்து வைக்க வேண்டும். அப்புறம்தான் போனைத் தொட முடியும். போன் செய்யலாமா வேண்டாமா என்று சிறிதுநேரம் யோசித்தான். "ரொம்ப நேரம் டெலிபோனண்டெ இருந்தா மத்தவங்க பேசவேண்டாம்?" என்று கடைக்காரர் கோபித்துக்கொண்டார். அவன் இன்டர்வியூ போன இடத்தின் எண்ணைத் திருப்பினான்.

"குட் ஆஃப்டெர்னூன். ஹூ இஸ் காலிங்க்?"

அவன் பெயரையும் அவன் பேச வேண்டிய அதிகாரியின் பதவியும் சொன்னான். அந்த அதிகாரி, "யார்? என்ன வேண்டும்?" என்று கேட்டார்.

அவன் சொன்னான். "அந்த அப்பாயின்ட்மென்ட் முடிந்துவிட்டது. நாங்கள் வேறு ஒருவரை செலக்ட் பண்ணிவிட்டோம். சாரி" என்று சொல்லி அவர் தொலைபேசியை வைத்துவிட்டார்.

வெகு நாட்களாக அவன் நண்பன் வரவில்லை. அவன் வீட்டுக்குப் போனான். நண்பனின் மனைவிதான் வீட்டில் இருந்தாள். மகிழ்ச்சியுடன், "உங்க நண்பருக்கு வேலை கிடைச்சுடுத்து" என்று சொன்னாள். "நீங்கள் தான் சொன்னீர்களாம்" என்றும் சொன்னாள்.

இந்த ஒருமுறை அவன் நண்பன் அவன் யோசனையை ஏற்றுக் கொண்டிருக்கிறான். அந்த மூன்று நாட்களுக்குள் விண்ணப்பம் அனுப்பி இன்டெர்வியூவுக்குப் போயிருக்கிறான். வேலையும் கிடைத்துவிட்டது! எவ்வளவு மகிழச்சிகரமான விஷயம்!

ஆனால், அவனிடம் ஒரு வார்த்தை சொல்லியிருக்கலாம். சொல்ல வில்லை. கூச்சமாக இருந்திருக்குமோ? அந்த நேரத்தில் இப்படித் தன்னிடம் கூட அந்த நண்பன் கூச்சப்பட்டிருக்கிறானே என்ற எண்ணந்தான் வருத்தமளித்தது.

விகடன் தீபாவளி மலர், 2012

சகுனம்

சரளாவுக்கு சகுனங்கள் கண்டு பயம். சகுனங்களில் நல்லதும் உண்டு என்று அவள் நம்பியதில்லை. அவள்வரை சகுனம் என்றாலே கெட்டது நடக்கப்போகிறது என்பதற்கு அறிகுறி. அன்று காலை முதல் இருமுறை பொருள்களைத் தவறவிட்டாள். எது விழுந்தாலும் பரவாயில்லை. ஆனால் ஸ்பூன் தவற விட்டாள். ஸ்பூன் பற்றிய நம்பிக்கை மேலை நாட்டுடையது. நிச்சயம் கெடுதல் ஏதோ நடக்கப்போகிறது.

அவள் கணவன் பலமுறை இப்படிப் பொருள்களைத் தவற விடுவது சகஜம். கை தவறுவது எல்லோருக்கும் நடப்பது தான் என்று முதலில் நயமாகவும் பிறகு எரிச்சலுடனும் கூறியிருக்கிறான். ஆதலால் அவளுக்கு அவனிடம் சொல்லி ஆறுதல் பெற முடியாது.

ஜான்ஸன் காலை உணவுக்குத் தயாராகிவிட்டான். அவர்கள் இருவரும் பணியில் இருந்தாலும் அந்தச் சிறிய வீட்டைவிடப் பெரியதற்குப் போகமுடியாத நிலை. ஒரு சிறிய மடக்கு மேஜை இருந்தது. அதை விரித்துப் போட்டுத்தான் அவர்கள் உணவு அருந்துவது, எழுதுவது, துணிக்கு இஸ்திரி போடுவது எல்லாம். ஊர் நடுவில் பெரிய வீடு கிடைக்காது என்றில்லை. வாடகை இரண்டத்தனையுடன் முன் பணம் ஆறு மாத வாடகைக்குக் குறையாது. அன்று பகல் உணவும் தயாரித்து லன்ச் பேகில் வைத்து, இட்லியும் தயாரிக்க முடியவில்லை. ஆதலால் பிரெட்தான். இருவரும் ஒருவருக்கு ஒருவர் முதுகைக் காட்டிக்கொண்டு மடிப்பு உடை உடுத்திக்கொண்டார்கள். ஆளுக்கு ஒருமுறை கண்ணாடியில் பார்த்துக்கொண்டார்கள். பிறகு வீட்டைப் பூட்டிக் கொண்டு வெளியே வந்தார்கள்.

ஜான்ஸன் பக்கத்து வீட்டிலிருந்து மோட்டார் சைக்கிளை எடுத்து வந்தான். அவர்கள் இருந்த வீட்டில் வீட்டுக்காரருடைய ஸாண்ட்ரோ கார் தவிர இதர குடித்தனக்காரர்களின் நான்கு டூ வீலர்கள் இருந்தன. ஜான்ஸன்தான் கடைசியாக டூ வீலர் வாங்கினான். அவனுடைய வண்டிக்கு இடமில்லை. வைத்தால்

தெருவில் வைக்க வேண்டும். அப்படிப் பலர் கார்களையே வைத்திருந்தார்கள். சரளா பக்கத்து வீட்டு மாமியுடன் பேசி, கணவன் மோட்டார் சைக்கிளை அங்கு வைக்க அனுமதி பெற்றிருந்தாள். அன்று சரளா புடைவை கட்டியிருந்தாள். மோட்டார் சைக்கிள் பின்சீட்டில் இடது புறமிருந்து ஏறி உட்கார்ந்தாள். வண்டி கை சுவிச் தட்டலில் கிளம்பவில்லை. சரளா கீழே இறங்கினாள். ஜான்ஸன் இருமுறை கிக் ஸ்டார்ட்டரை உதைத்த பிறகு கிளம்பியது. இதுகூட கெட்ட சகுனமாகச் சரளாவுக்குத் தோன்றியது.

சைதாப்பேட்டை வரை அதிக நெரிசலில்லாமல் இருந்தது. அதன் பிறகு, மெட்ரோ ரயில் தடுப்புகளால் அங்குலம் அங்குலமாகத்தான் முன்னேற முடிந்தது. சரளா அவளுடைய கைபேசியை முதலிலேயே ஸ்விட்ச் ஆஃப் செய்திருந்தாள். ஜான்ஸன் சப்தமிடாதபடி வைத்திருந்தான். யாரோ தொடர்ந்து கூப்பிட்டுக் கொண்டிருந்தார்கள். ஜான்ஸன் நெரிசல் முடியும்வரை கைபேசியைத் தொடவில்லை. ஆனால் மறைமலையடிகள் பாலம் வந்த பிறகு நெரிசல் சிறிது குறைந்தது. பாண்ட் பையிலிருந்து அதை வெளியே எடுத்தான். யார் என்று பார்த்து 'இப்போது முடியாது, அப்புறம் பேசுகிறேன்' என்று பொத்தானை அமுக்க நினைத்தான். ஆனால் கைபேசி சரளாவின் அம்மா பெயரைக் காண்பித்தது.

மறுபடியும் நெரிசல். அதோடு அடுத்தடுத்து இரு போலீஸ்காரர்கள். ஜான்ஸன் 'அப்புறம் பேசுகிறேன்' பொத்தானை அழுத்திவிட்டு ஷர்ட் பையில் போட்டுக் கொண்டான். மறுபடியும் மாமியார். இம்முறை 'சரி' பொத்தானை அமுக்கி "ஹலோ," என்றான். மாமியார் கடகடவென்று பேசினாள். காதிலே போட்டுக்கொள்ளாதபடி கைபேசியைச் சரளா பக்கம் நீட்டினான். பக்கவாட்டில் உட்கார்ந்திருந்த சரளா அதைக் கவனிக்கவில்லை. அவளுடைய கவனம் அவர்களைத் தொடர்ந்து வந்த பேருந்துமீது இருந்தது.

"ஸரள்," என்று ஜான்ஸன் கத்தினான். அவனும் ஒரு பேருந்து, ஒரு சைக்கிளைக் கடக்க முயற்சி செய்து கொண்டிருந்தான். அந்த நெரிசலில் அவனாக ஏதும் செய்ய முடியாது. திடீரென்று வேகமாகப் போகவேண்டிவரும். சில கஜங்களுக்குப் பிறகு மீண்டும் அடி அடியாகப் போகவேண்டும். துளி கவனம் தவறினாலும் விளைவு மருத்துவமனை வாசம்தான். பெரிய விஷயம் என்றில்லை. அதே நேரத்தில் அற்பம் என்றும் உதறிவிட முடியாது. சரளாவின் சகோதரன், தன் வேலை நிமித்தமாக சென்னை வந்திருக்கிறான். சில மணிநேரமே அம்மா வீட்டில் இருப்பான். சரளா பகல் இடைவேளையில் ஒருமுறை புரசைவாக்கம் வந்து போக முடியுமா?

சரளா 'சரி!' என்று கத்தினாள். அது ஜான்ஸனின் கைபேசி. பொதுவாகச் சரளா அதைத் தொடக்கூட மாட்டாள். பத்தாயிரம் ரூபாய். அவள் அதை ஜான்ஸன் பக்கம் நீட்டினாள், வலது கை கொண்டுதான். சைகிள் ஜான்ஸனோடு போட்டி போட்டுக்கொண்டிருந்தது. ஜான்ஸன் பின்புறம் பாராமலே இடது கையை நீட்டினான். சரளா கைபேசியை அவன் கையில் வைத்தாள். ஜான்ஸன் உடனே கையை மூடவில்லை. கைபேசி கீழே விழ ஆரம்பித்தது.

சரளா "ஐயோ!" என்று கத்தி கீழே விழும் கைபேசியைப் பிடிக்கச் சாய்ந்தாள். அவள் விழுவதால் மோட்டார் சைக்கிள் ஓட்டிக்கொண்டிருந்த ஜான்ஸன் நிலை தவறி அவனும் சரளா பக்கம் விழுந்தான். மோட்டார் சைக்கிள் எதிர்ப்பக்கம் விழுந்தது. பின்னால் வந்த பேருந்து மிகவும் மெதுவாகத்தான் வந்தது என்றாலும் அதன் இடது முன் சக்கரம் தம்பதியர் இருவர் மீது ஒருமுறை ஏறியிறங்கிய பிறகுதான் நிற்க முடிந்தது. சரளாவுக்குத் தன் உயிர் போனதுகூடத் தெரியாது. அவளுடைய கணவனின் விலை உயர்ந்த கைபேசி ஒரு சேதமும் இல்லாமல் சற்றுத் தூரத்தில் கிடந்தது.

அமுதசுரபி, நவம்பர் 2012

அடுத்த முறை

“ஏன்டா, நாளைக்கு எத்தனை மணிக்கு வீட்டை விட்டுக் கிளம்பணும்?”

“ராத்திரி 10 மணிக்குக் கிளம்பினா சரியா இருக்கும்மா.”

“டாக்ஸிக்குச் சொல்லிவெச்சாச்சா?”

“ரமா வீட்டுல சொல்லிவெச்சிருக்கேன். காரை 8 மணிக்கே அனுப்பிடுவா.”

“அவ வீட்டுல எல்லாரும் சௌக்கியமா?”

“உனக்கு அவ வீட்டுல யாரைத் தெரியும்?”

“ஏன் தெரியாது? ஏன்டா, சம்பந்திகள் இல்லையா?”

ஸ்ரீகுமார் பேசவில்லை.

“ஏன்டா, நான் ரமாவைப் பாக்க வேணாமா? என் பேரக் குழந்தையைப் பாக்க வேணாமா?”

அம்மா கெஞ்சலாகக் கேட்டாள்.

“இப்போ நான் மட்டும்தாம்மா வந்திருக்கேன்.”

“நீ இதுக்கு முன்னால ஒவ்வொரு தடவையும் அவளையும் அழைச்சுட்டுதான் வந்தாயாமே? இங்கே அழைச்சிட்டு வரவே இல்லை.”

“நான் இதுக்கு முன்னால ஒரே ஒரு தடவைதான் வந்திருக்கேம்மா.”

“அப்போ அழைச்சிட்டு வந்திருக்கக் கூடாதா?”

“அடுத்த முறை அழைச்சுட்டு வரேன்.”

“அடுத்த முறையா?”

அம்மாவுக்கு நம்பிக்கை இல்லை. நான்கு ஆண்டுகளுக்கு முன்பு அவன் அம்மாவைப் பார்க்க வந்தபோது, அம்மா மிகவும் பருத்து இருந்தாள். முகம் நன்றாகவே இல்லை. இந்த முறை

இன்னும் மோசம். எழுந்து உட்கார முடியாதபடி ஊதிப்போயிருந்தாள். அடுத்த முறை என்று ஒன்று இருக்க வேண்டும்.

அம்மா இப்போது சம்பந்தி உறவு கொண்டாடுகிறாள். மருமகளையும் பேரனையும் பார்க்க ஆசைப்படுகிறாள். ஆனால், அவனும் ரமாவும் மாலையும் கழுத்துமாக வடபழனி கோயிலில் இருந்து வந்தபோது என்னவெல்லாம் நடந்தன? அம்மா எப்படி எல்லாம் கத்தினாள்? அவளுக்கு முதலில் ஒன்றுமே புரியவில்லை. யார் இந்தப் பெண்? தன்னுடைய மகன் ஏன் மாலையிட்டுக்கொண்டு இருக்கிறான்? அவளும் மாலையிட்டுக்கொண்டு இருக்கிறாளே? இருவரும் ஒரே மாதிரி மாலை... சட்டென்று அவளுக்குப் புலப்பட்டது. அவ்வளவுதான். அவள் போட்ட கூச்சலில் தெருவே கூடி விட்டது. அவளுக்குத் தெரியாமல் அவளுடைய உதவாக்கரை மகன் கல்யாணம் செய்துகொண்டுவிட்டான். அந்தப் பெண் அவன் சம்பளத்துக்கு வேலை செய்யும் கடை முதலாளியின் பெண். வேறு சாதி. ஆனால், அந்தப் பெண்ணைச் சாதிவைத்துத் தரம் பிரிக்க முடியுமா? அவளுக்கு மட்டும் அப்பா, அம்மா இல்லையா என்ன? குடும்பம் இல்லையா? அவளுக்குப் பணம், படிப்பு, பெரிய பதவிகளில் இருக்கும் உறவினர்கள் உண்டு. அவளே இன்னும் ஏழெட்டு மாதங்களில் அமெரிக்கா செல்லப்போகிறவள் – இவை எல்லாம் ஒரு பொருட்டல்ல என்று பி.ஏ. கூடத் தேறாதவனைக் கல்யாணம் செய்துகொண்டவளை, அப்படிப்பட்ட ரமாவைக் கண்ணீரும் கம்பலையுமாக்கினாள் அம்மா. அன்று போனவள்தான் ரமா. திரும்ப அந்த வீட்டுப் பக்கம் வரவே இல்லை.

ரமா வீட்டிலும் வருத்தம்தான். ரமாவின் அப்பா சொன்னார், “என்கிட்ட சொல்லி இருந்தா, நான் எல்லாருடைய சம்மதத்தையும் கேட்டுப் பத்திரிகை வெச்சுக் கல்யாணம் செய்திருப்பேனே, தம்பி. ஏன் இந்தத் திருட்டுக் கல்யாணம்? உங்க அப்பா, அம்மாக்குச் சொன்னியா?”

ஸ்ரீகுமார் ஒரு மணி நேரத்தில் வீடு திரும்பி வந்துவிட்டான். ஆனால், கல்யாணம் நடந்தது நடந்ததுதான்.

“நீ வேலைக்குப் போக வேணாம். மறுபடியும் உன் கடைக்காரன் பொண்ணு மூஞ்சியில முழிக்க வேணாம்” என்று அம்மா சொன்னாள். அந்தக் கடை வெற்றிலை பாக்கு விற்கும் கடை அல்ல; பளபளவென்று இருக்கும் சூப்பர் மார்க்கெட். அவன் பதில் சொல்லவில்லை. அம்மாவே மேலும் சொன்னாள், “நான் உனக்கு நல்ல பொண்ணாப் பாக்கறேன்.” அன்று ஸ்ரீகுமார் அவனுடைய அம்மாவின் முகத்தை நேருக்கு நேர் பார்த்தான்.

“அம்மா, நீ அப்பாவைச் சித்ரவதை பண்றதோடு நிறுத்திக்கோ.”

அன்று அப்படி அவன் சொன்னபோது அப்பாவும் வீட்டில்தான் இருந்தார். அது மட்டுமல்ல; அம்மாவின் அப்பா, அம்மாவும் இருந்தார்கள். ஸ்ரீகுமார் பதில் சொன்னவுடன் வீடு நிசப்தம் ஆயிற்று. அம்மாவை அப்பா கல்யாணம் செய்துகொண்ட நாளில் இருந்து தன்னுடைய மாமனார் வீட்டிலேயே அப்பா தங்கிவிட்டார். அப்பாவின் அம்மா எங்கேயோ தனியாக ஒரு வீட்டில் இருந்தாள். “ரெண்டு நாள், நாலு நாள்ல ஒருதடவை

வந்து பாத்துட்டாவது போயிட்டிரு. நீ சந்தோஷமா இருந்தாப் போதுண்டா" என்று அப்பாவிடம் சொல்லியிருந்தாள் பாட்டி.

ஸ்ரீகுமார் பிறந்த பிறகும் அம்மாவுக்குப் பயந்துகொண்டு மாமியார் வீட்டோடே அப்பா இருந்தார். மாதத்தில் 20 நாட்கள் டூர் போகும் பிரிவுக்கு அவரே அலுவலகத்தில் எழுதிக்கொடுத்தார். அவருடைய அம்மா செத்த போது, அவர் நாகர்கோவிலில் இருந்தார். அந்த நாளில் ஐஸ் பெட்டி வசதி எல்லாம் கிடையாது. புரோகிதர் முகத்தை மூடித்தான் பாடை கட்டச் சொன்னார். அப்பாவுக்குத் தன் மனைவியை ஒரு வார்த்தை, ஒரு கேள்வி கேட்கத் தெரியவில்லை. ஒன்றுக்கும் உதவாதவனாக வளர்ந்த மகன் அதைச் செய்துவிட்டான்.

அன்றுமுதல் வீடே மாறிப்போயிற்று. ரமா சொல்லிச் சொல்லி ஸ்ரீகுமார் மீண்டும் பி.ஏ. பரீட்சைக்குப் பணம் கட்டினான். இந்த முறை உறுதியாகப் படித்தான். அதற்குள் ரமா அமெரிக்கா சென்றுவிட்டாள். தினமும் போன் செய்தாள். அவன் மேலும் மேலும் படிக்க யோசனை சொல்லியவண்ணம் இருந்தாள். வேறு சில பரீட்சைகளும் எழுதச் சொன்னாள். பாஸ்போர்ட்டுக்கு விண்ணப்பிக்கச் சொன்னாள். அமெரிக்காவில் கடை வைத்து நடத்திக்கொண்டு இருந்த அவளுடைய சித்தப்பாவை உத்தியோகம் தரச் செய்து, கல்யாணம் நடந்த இரண்டாண்டுக்குள் ஸ்ரீகுமாரை அமெரிக்கா அழைத்துக் கொண்டுவிட்டாள். புராண காலத்தில்தான் இத்தகைய பெண்கள் பற்றிக் கதைகள் இருக்கின்றன. ஆனால், இந்த 20ஆம் நூற்றாண்டிலும் உண்டு என்று ரமா நிரூபித்துவிட்டாள்.

ஸ்ரீகுமார் அமெரிக்கா போகப்போகிறான் என்று அப்பாவுக்குத் தெரியும். ஆனால், ஊருக்குப் போகும் நாள் அன்றுதான் அவன் அம்மாவிடம் சொன்னான். அவளுக்கும் ஏதோ நடந்துகொண்டு இருக்கிறது என்று தெரியும். ஆனால் மகன் வீட்டைவிட்டு, நாட்டைவிட்டே போகப்போகிறான் என்று தெரிந்தவுடன் அதிர்ந்துவிட்டாள்.

இப்போது எவ்வளவோ வருஷங்கள் ஆகிவிட்டன. அப்பா, அம்மா செய்ய முடியாததை ஒரு பெண் செய்துவிட்டாள். உருப்படமாட்டான் என்று இருந்தவனை அமெரிக்காவில் ஒரு சிற்றுண்டிச்சாலைக்குச் சொந்தக்காரனாக்கிவிட்டாள்.

ஸ்ரீகுமார் அப்பாவிடம் தனியாகக் கேட்டான். "அம்மா ஏதாவது மருந்து சாப்பிடறாளா?"

"எப்பவும்தான் ஏதாவது சாப்பிட்டுட்டே இருப்பா. அவள் தங்கையே டாக்டர்தானே."

"அது இல்லே. டிரக்ஸ் மாதிரி..."

"10 வருஷமாவே ஏதேதோ மருந்து சாப்பிடறாளே? அதில் ஒண்ணு வேலியம்னு தெரியும்."

"அதெல்லாம் இப்போ தர்றதே இல்லையே?"

"எனக்குத் தெரியாதுப்பா. நீயே கேளேன்."

அடுத்த முறை

"கேக்கத்தான் போறேன். ஏன் உடம்பு பூதமாப் போயிருக்குன்னாவது தெரிஞ்சுக்க வேண்டாமா? அம்மாவால நகரவே முடியலையே?"

"எனக்கு ஒண்ணுமே தெரியாது."

"எப்படியப்பா உன்னால ஒண்ணுமே தெரிஞ்சுக்க முடியாம இருக்க முடியறது?"

அப்பாவிடம் ஒரு சிறு புன்னகை. "இப்போ 60 வயசாகப் போறது. நான் கேக்காத கேள்வியா, போடாத சண்டையா? ஒண்ணும் பிரயோசனம் இல்லை. பொண்டாட்டி வேண்டும், வீட்டுச் சாப்பாடு வேணும்னா அதுக்கு விலை இருக்கு. என்கூட வேலை பண்ணினவங்க எல்லாரும் ஆபீஸராயிட்டாங்க. நான் இன்னும் பொட்டியைத் தூக்கிண்டு இன்ஸ்பெக்‌ஷன் டியூட்டி போட்டுண்டு இருக்கேன். ஏன், நீகூடத்தான் ஒன் பொண்டாட்டி பின்னால போயிட்டே. ஒரு நாளைக்கு எனக்குனு ஒரு கடிதாசு போட்டிருக்கியா? ஒரு போன் பண்ணி இருக்கியா?"

"நான் போன் பண்ணினா அம்மாதான் எடுப்பா. எனக்குப் பேசப் பிடிக்கல."

"என்னோட பேசலாமே."

"நீ ஊர்ல இருக்கிறதில்ல. அதோட என்ன பேசறது? அப்பவே டுடோரியல் காலேஜ் போறேன்னு சொன்னேன். உனக்குப் படிப்பு வராது வராதுனு கிடைச்ச வேலையில சேரச் சொன்னே."

"அந்த வேலையில சேரலேன்னா, நீ அமெரிக்கா போயிருப்பியா?

"அந்த மாதிரி ஆகலேன்னா? அம்மா மாதிரி ஒரு பொண்ணை என் தலையில கட்டியிருப்பே. உனக்கு டூர் போற வேலை. எனக்கு அதுக்கு வழியே இல்லையேப்பா. இதெல்லாம் என்னைக்காவது யோசிச்சி இருக்கியா? இல்லேப்பா, நீ எனக்குச் செய்ய வேண்டியது ஒண்ணுமே சரியாச் செய்யலை."

அப்பா அழுதுவிடுவார் போலிருந்தது.

"வேண்டாம்பா. எதுக்கு இப்போ இதெல்லாம்? வேண்டாம். நான் அடுத்த முறை வர்றத்துக்கு அஞ்சு வருஷம்கூட ஆகும். இதெல்லாம் விட்டுடலாம்."

"அஞ்சு வருஷமா?"

"உங்களுக்கு ஒண்ணும் ஆகாது. இந்த நாள்ல எண்பது வயசெல்லாம் ரொம்பச் சாதாரணம். உங்க இரண்டு பேருக்கும் அறுபதுகூட ஆகலியே. எனக்குப் பணம் கொஞ்சம் சேரட்டும். உங்களையும் அம்மாவையும் ஒரு தடவை அங்கே அழைச்சுண்டு போறேன். இருந்தாலும் அம்மா பத்திதான் கவலையாயிருக்கு."

அப்பா மீண்டும் புன்னகை புரிந்தார்.

ஸ்ரீகுமாருக்கு ஆச்சர்யமாக இருந்தது. எவ்வளவு புதிர்கள் அந்த வீட்டில் இருந்தன.

அம்மாவிடம் மருந்து பற்றிக் கேட்பது அவ்வளவு எளிதாக இல்லை. அவன் அம்மாவிடம் 'நீ எப்படி இருக்கிறாய்' என்று என்றைக்குமே கேட்டது இல்லை. ஒரு காலத்தில் அம்மாவும் அவனுக்கு உணவு ஊட்டியிருப்பாள். கொஞ்சி இருப்பாள். எல்லாமே மறந்துவிட்டது. அவனுக்கு வயது இன்னும் முப்பது ஆகவில்லை. அதற்குள் இவ்வளவு மறதியா? ஞாபகம் வைத்துக் கொள்ளக் கூடாது என்றே மறந்த மாதிரி இருக்கிறது.

அம்மா பதில் சொல்லவில்லை. "ஏன், நீயுந்தான் ஏதேதோ மருந்து சாப்பிடறே" என்றாள்.

"நான் சாப்பிடறது எல்லாம் வைட்டமின்ஸ். மருந்து கிடையாது. ஆனா, உன்னுடையது சரியான டிரக்ஸ். உனக்கு யார் இதெல்லாம் எழுதித் தர்றா? மைக்கேல் ஜாக்சன் இதெல்லாம் சாப்பிட்டுத்தான் செத்தான்."

"நானும் செத்துப்போறதுக்குத்தான் சாப்பிடறேன்னு வெச்சுக்கோயேன்."

"என்ன பேசறம்மா?"

"எனக்குத் தூக்கம் போயிடுச்சு. இந்த மருந்தெல்லாம் இல்லைன்னா, இப்பவேகூடச் செத்துப்போயிடுவேன் ... துடிதுடிச்சு."

"நீ ஒழுங்கா டாக்டர்கிட்ட இருந்து மருந்து எழுதி வாங்கிக்கணும்மா. இப்பகூட நானே உன்னை அழைச்சுண்டுப் போறேன். எனக்கு இன்னைக்கு வேற வேலை இல்லை. நாளைக்கு ராத்திரிவரை இங்கேதான் இருக்கப்போறேன்."

"எனக்கு இருக்கிற மருந்து போதும். டாக்டர்கிட்ட போறதை அப்புறம் வெச்சுக்கலாம். உனக்குக் குழம்புப் பொடி, ரசப் பொடி திரிச்சுவெச்சிருக்கேன். இங்கே எனக்கு ஒத்தாசைக்கு ஆள் இல்லை. ஏதோ முடிஞ்சதைப் பண்ணியிருக்கேன்."

"இதெல்லாம் அங்கேயே கிடைக்குதும்மா. நீ கஷ்டப்படவே வேண்டாம்."

"வேணும்றயா, வேண்டாமா? ஏன், அவளுக்குப் பிடிக்கலயா?"

"அப்படியெல்லாம் இல்லம்மா. போன தடவை எடுத்துண்டு போனேனே, ரமா நீ எப்படிப் பண்ணறேனு எழுதிண்டு வரச்சொன்னா."

"இப்போ சொல்றே நீ."

"மறந்துட்டது."

அம்மா பதில் சொல்லாமல் அவள் அரைத்து வைத்த பொடிகளைக் கொண்டுவந்தாள். மிகுந்த அக்கறையோடு கட்டுக் கட்டிவைக்கப்பட்டு இருந்தது.

அம்மா குளிக்கப் போனபோது, அவன் அம்மா மருந்துகளைப் புரட்டிப் பார்த்தான். அவன் அதற்கு முன் அந்த மருந்துகளைப் பார்த்தது இல்லை.

இந்தியாவில்தான் எவ்வளவு சுதந்திரம்? அங்கே எதற்கும் டாக்டர் சீட்டு வேண்டும். இங்கே ஒரு பனியன் போட்டுக்கொண்டு காலம் தள்ளிவிடலாம். அங்கே சட்டை மேலே சட்டை. கோட்டு. கோட்டுக்கு மேலே கோட்டு. கழுத்துக்கு மஃப்ளர். ஸ்ரீகுமாருக்கு மீண்டும் இந்தியாவுக்கு வந்துவிட வேண்டும்போல இருந்தது. ஆனால், இப்போது முடியாது. அப்பாவைப் போல அவனும் ஒரு கைதிதான்.

கிளம்ப வேண்டிய நேரம் வந்துவிட்டது. அம்மா அவனைக் கட்டிக் கொண்டாள். அழுத மாதிரி தெரியவில்லை.

"அடுத்த வருஷம் உங்க ரெண்டு பேருக்கும் டிக்கெட் அனுப்பறேன். பாஸ்போர்ட்டுக்கு இப்பவே ஏற்பாடு செய்யணும். நீங்க ஒண்ணும் செய்ய வேண்டாம். எமிரேட்ஸ் மணிகிட்ட சொல்லியிருக்கேன். அவன் எல்லாத்தையும் செஞ்சுடுவான்" – இதைச் சொல்லும்போது அவனே மிகவும் பலவீனமானவனாக உணர்ந்தான். படுத்த படுக்கையாக இருந்த பாட்டியிடம் சென்றான். அவள் தூங்கிக்கொண்டு இருந்தாள்.

ரமா வீட்டு டிரைவர் பெட்டியைப் பின்னால் வைத்தார். அது மிகப் பெரிய கார். மூன்று வரிசை சீட்டுகள். ஸ்ரீகுமார் வண்டியில் ஏறி உட்கார்ந்தான். அப்பா விரும்பினால் விமான நிலையம்வரை வந்திருக்கலாம். ஆனால், வீட்டு வெளி வாசல்படி வரைகூட வரவில்லை.

"நீ தனியாத்தான் வரயா, குமார்" – கார் பின்னால் இருந்து குரல் கேட்டது. ரமாவின் அப்பா.

"உங்களுக்கு ஏன் இந்த நடுராத்திரியில தொந்தரவு? ஒரு மணி நேரமா கார்லியா உக்காந்திருந்தீங்க? வீட்டுக்கு வந்திருக்கலாமே. அம்மா – அப்பா ரெண்டு பேரும் இருந்தாங்க."

"பரவால்ல குமார். நான் நாலு மாசம் முன்னாலகூட டெலிபோன் பண்ணிப் பாத்தேன். சரியான பதில் கிடைக்கல."

"அம்மாவா?"

"இல்லை. ஆண் குரல்."

அவர் வருஷம் ஒருமுறை அமெரிக்கா வருகிறவர். அமெரிக்காவெல்லாம் அவருக்கு உறவினர்கள். ஆனால், சென்னையில் மாப்பிள்ளை வீட்டில் அனுமதி இல்லை.

நட்டநடுநிசியில் விமானம் கிளம்பியது. உணவு வேண்டாம் என்று சொல்லிவிட்டு, ஸ்ரீகுமார் தூங்கிவிட்டான். துபாயில் விமானம் மாற வேண்டும். நேரம் காலம் தெரியாமல் எப்போதோ அமெரிக்கா போய்ச் சேரும். மீண்டும் விமானம் மாறி அவன் ஊருக்குப் போக வேண்டும்.

அவன் ஊர் போய்ச் சேர்ந்தவுடன் ரமா வரவேற்றது எப்போதும்போல இல்லை. "உங்கள் அம்மா போய்விட்டாள்" என்றாள்.

"என்ன சொல்ற? நேத்தித்தான் பாத்தேன்."

"நேத்து இல்லை. முந்தாநேத்து. உங்க அப்பா போன் பண்ணினார்."

"எப்போ?"

"நீங்க சென்னையிலேந்து கிளம்பின அடுத்த நாள்."

ஸ்ரீகுமார் மலைத்து நின்றான்.

"தூக்கத்திலேயே போயிட்டாங்களாம். அன்னிக்கே எடுத்துட்டாங்க."

"அம்மா" என்று சொல்லியபடி ஸ்ரீகுமார் விமான நிலையத்திலேயே ஒரு நாற்காலியில் உட்கார்ந்தான். அவனுக்குத் துக்கமாகவும் இருந்தது, எங்கோ ஒரு மூலையில் ஆறுதலாகவும் இருந்தது. அதெப்படிச் சொல்லிவைத்த மாதிரி அவன் கிளம்பின இரவே உயிரை விட்டிருக்கிறாள். பாவம், அப்பா. ஒன்றும் புரியாமல் சாஸ்திரிகள் சொல்வதைத் திருப்பிச் சொல்லிக் கொள்ளி போட்டிருப்பார்.

அம்மா ஒரேயடியாகப் பருத்திருந்தாளே தவிர, சாகப் போகிறவளாகத் தெரியவில்லை. அவளாக அடுத்தமுறை இல்லை என்று தீர்மானித்துவிட்டாள். அப்பாவுக்குப் புரியாமல் இருக்கலாம். ஆனால், அவனால் யூகிக்க முடிந்தது. பத்து நாட்கள் சாப்பிட வேண்டிய மருந்தை ஒரே இரவில் சாப்பிட்டிருக்கிறாள்.

ஆனந்த விகடன், 05.09.2012

வண்டு

"டாக்டர், என் தலையை ஒரு வண்டு கடித்தது. அப்படியே என் தலையைக் குடைந்து உள்ளே போய்விட்டது. உள்ளே குடைந்தபடியே இருக்கிறது. அதை எடுத்துவிடுங்கள்."

மருத்துவர் பார்த்தார். அந்த மனிதன் பைத்தியம் அல்ல. வண்டு தலையில் புகுந்துவிட்டது என்று கூறியதைத் தவிர அவன் ஒரு சாதாரண, பொறுப்புள்ள குடிமகனாகத்தான் காணப்பட்டான்.

"உங்கள் தொழில் என்ன?"

"நான் ஒரு பழ வியாபாரி."

"தலையில் எந்தப் பக்கம் அது குடைகிறது?"

"இங்கே."

டாக்டர் தலையைச் சோதித்துப் பார்த்தார். அந்த மனிதன் தலையில் அந்த இடம்தான் சொட்டை விழாமல், மயிர் நரைக்காமல், ஆரோக்கியமாக இருந்தது.

"ஆபரேஷன் செய்ய வேண்டும்."

"நீங்கள் இன்றேகூடச் செய்துவிடலாம். வண்டு குடைவதைச் சகிக்க முடியவில்லை."

"இங்கு வருவதற்கு முன்பு வேறு யாரிடமாவது காட்டினீர்களா?"

"பத்து பேரிடம் காட்டிவிட்டேன்."

"என்ன சொன்னார்கள்?"

"ஒன்றும் சொல்லவில்லை. விழுந்து விழுந்து சிரித்தார்கள்."

"நான் வண்டை எடுத்துவிடுகிறேன். ஆனால் இதை ரகசியமாக வைத்துக்கொள்ள வேண்டும்."

"சரி. வண்டு ஒழிந்தால் போதும். ஆனால் இதில் ரகசியம் எதற்கு?"

"என்னைப் பார்த்து விழுந்து விழுந்து சிரிப்பார்கள்."

"இப்போது எடுத்து விடுகிறீர்களா?"

"உங்களுக்கு முழு மயக்க மருந்து தரவேண்டும். நாளை வெறும் வயிற்றுடன் வாருங்கள்."

"எனக்கு மயக்கம் தெளிந்த பிறகு வண்டைக் காட்ட வேண்டும்."

"அவசியம் காட்டுகிறேன். இந்த ஆபரேஷனையே சில புகைப்படங்களாக எடுத்துக் காட்டுகிறேன்."

அடுத்தநாள் அந்த மனிதன் ஐந்து மணிக்கே வந்துவிட்டான். "எடுத்து விடுங்கள். எடுத்து விடுங்கள். என்னால் வண்டு குடைவதைப் பொறுக்க முடியவில்லை."

டாக்டர் அவனைப் படுக்கவைத்து மூக்கு மீது ஒரு சாதனத்தை வைத்தார். அரை நிமிடத்தில் அவன் மயக்கம் அடைந்துவிட்டான்.

அவன் மயக்கம் தெளிந்து எழுந்தபோது தலைக்குப் பெரிய கட்டு கட்டி அவன் கண்ணையே திறக்க முடியாதபடி மூடியிருந்தது.

"டாக்டர்! டாக்டர்!" என்று கத்தினான்.

டாக்டரும் இன்னொருவரும் வந்ததை உணர முடிந்தது...

"என் கண்ணைத் திறந்துவிடுங்கள்."

"ஒருநாள் பொறுங்கள். சில விஷயங்களைத் தயாரிக்க வேண்டியிருக்கிறது."

"வண்டை எடுத்துவிட்டீர்களா?"

"நாளை காட்டுகிறேன். அது என்ன வண்டு? குளவி மாதிரிதான் ஒன்று கிடைத்தது."

"இருக்கலாம். நான் பார்ப்பதற்குள் தலைக்குள் போய்விட்டது."

"தூங்குங்கள். எல்லாம் நாளை பார்க்கலாம்."

அந்த மனிதனைப் படுக்கவைத்து நர்ஸ் தூக்க மருந்து கொடுத்தாள். நடு இரவில் அவன் ஒருமுறை எழுந்தான். வெளியே கதவு பூட்டி இருந்தது. அவன் மீண்டும் படுத்துவிட்டான்.

அடுத்த நாள் காலை டாக்டர்தான் அவனை எழுப்பினார். "முதலில் பல் துலக்கிவிட்டு வாருங்கள். உங்கள் ஆபரேஷன் புகைப்படங்களைக் காட்டுகிறேன்."

"வண்டு?"

"அதையும் காட்டுகிறேன்."

அந்த மனிதன் அவசரம் அவசரமாக அவனுடைய காலைக் கடன்களை முடித்துக்கொண்டு வந்தான்.

டாக்டர் குளவி ஒன்றைக் காட்டினார். "இதுதான், இதுதான்," என்று அந்த மனிதன் சொன்னான். "ஆனால் செத்துப் போயிருக்கிறதே?"

"நான் கிடுக்கி கொண்டு எடுத்தேன். அது செத்துவிட்டது. இதோ பாருங்கள், உங்கள் ஆபரேஷன் புகைப்படங்களை."

ஒரு மனிதத் தலை. ஒரு பக்கமாகப் பிளந்து இருக்கிறது. அடுத்தபடம் ஒரு கிடுக்கியில் குளவி.

அந்த மனிதன் டாக்டரின் கையைப் பற்றிக் கொண்டான். "எவ்வளவு தர வேண்டும்?"

"அறை வாடகை இரண்டாயிரம். நர்ஸ் மூன்றாயிரம்..."

அவர் முடிப்பதற்குள் அவன் அவர் முன் இருபதாயிரம் வைத்தான். தலைக்கட்டுடன் வெளியே மகிழ்ச்சியோடு ஓடினான்.

அந்த நாட்டில் கலாச்சாரப் புரட்சி. டாக்டருக்குத் தோட்ட வேலை உத்தரவிடப்பட்டது. கத்தி பிடித்த கை மண்வெட்டியைப் பிடித்தது.

வருடங்கள் நகர்ந்தன. டாக்டருக்கு மண்வெட்டியும் கடப்பாரையும் உறுதுணையாகிப் போய்விட்டன. ஆனால், மனத்தில் ஒரு குற்ற உணர்ச்சி வாட்டி வதைத்தது.

ஒருநாள் தெருவில் ஒருவன் குடை ரிப்பேருக்கான சாதனங்களை எடுத்துப் போய்க்கொண்டிருந்தான். டாக்டர், "குடை ரிப்பேர்! குடை ரிப்பேர்!" என்று அவனிடம் ஓடிச் சென்றார். கலாசாரப் புரட்சியில் அவன் குடை சரிபார்ப்பவனாகப் போய்விட்டான். "என்னைத் தெரிகிறதா?" என்று டாக்டர் கேட்டார்.

"டாக்டர்."

"அது முந்தைய பிறவியில். அப்போது புரிந்த ஒரு மோசடி என்னை வாட்டி எடுக்கிறது."

"எல்லா மோசடியும் என்னைக் குணப்படுத்தியதில் ஒழிந்து போய் விட்டிருக்கும்.

"அங்கேதான் என் மோசடி."

"என்ன அது?"

"உங்கள் தலையிலிருந்து குளவி எடுத்தது."

"அன்றிலிருந்து நான் ஒரு நோய் நொடிவு இல்லாமல் இருக்கிறேன். எவ்வளவு குடைகள் ரிப்பேர் செய்திருக்கிறேன், தெரியுமா?"

"உங்கள் தலையை நான் ஆபரேஷனே செய்யவில்லை."

"என்ன?"

"அந்தப் புகைப்படங்கள் ஒரு மருத்துவப் புத்தகத்திலிருந்து எடுத்தவை."

"அந்தக் குளவி?"

"அதை நானும் நர்ஸுமாக மிகவும் கஷ்டப்பட்டுப் பிடித்து வந்தோம். அது அவளைக் கொட்டிவிட்டது. அதனால்தான் அவள் அடுத்தநாள் வரவில்லை."

அந்த மனிதன் டாக்டரை உற்றுப் பார்த்தபடியே நின்றான். அவன் முகம் மாறியது. தலையைப் பிடித்துக் கொண்டு, "ஐயோ, வண்டு குடைகிறதே! வண்டு குடைகிறதே! வலி தாங்க முடியவில்லையே!" என்று கூவியபடி தெருவில் ஓடினான்.

இந்தச் சீன மருத்துவக் கதைகளுக்கு ஆதாரம் ஒன்றும் கிடையாது. இவை இந்தியக் கதைகளாகவும் இருக்கலாம். ஐரோப்பியக் கதைகளாகவும் இருக்கலாம். குறைந்தது முன்னூறு ஆண்டுகள் பழையதாக இருக்கக்கூடும்.

கல்கி, 2013

கண்டம்

அவள் ‘வேண்டாம் வேண்டாம்’ என்றுதான் சொன்னாள். இதுவரை பிறந்ததில் மூன்றில் இரண்டைப் பறிகொடுத்தாகிவிட்டது. இரண்டும் ஆண் குழந்தைகள். இப்போது பிறந்திருப்பதும் ஆண்தான். இன்னும் இருபது நாட்கள் ஆகவில்லை. அதற்குள் ஜாதகம் எதற்கு?

அவர், அவள் கணவனுக்கு மிகவும் வேண்டியவர்தான். ஜோசியர் இல்லை. அந்த ஊரில் மிகுந்த செல்வாக்குடைய காண்டிராக்டர். அந்த ஊரில் இருந்த ஐந்தாறு மோட்டார் சைக்கிள்களில் அவருடையதுதான் சக்தி மிகுந்தது. ஆனால் அவர் ஜாதகம் சரியில்லை. மனைவி அற்ப ஆயுளில் போய் விட்டாள். அவர் வேறு ஒரு பெண்ணை வீட்டுக்கு அழைத்து வந்துவிட்டார். அவர் மனைவி திடீரென்று போனதற்கு இதுதான் காரணமோ?

அவர் என்ன வேண்டுமானாலும் நினைத்துக்கொள்ளட்டும் என்று சமையல் அறைக் கதவருகே வந்து, “இப்போ வேண்டாம், முடியிறக்கினப்புறம் பார்த்துக்கொள்ளலாம்” என்று சொன்னாள். “அப்புறம் எனக்கு ஒய்ச்சல் இருக்காது” என்றார்.

“அப்படியானால் அவர் இருக்கும்போது வாருங்கள்” என்றாள்.

இது சுருக்கென்று பட்டிருக்க வேண்டும். அவர் உடனே எழுந்து போய்விட்டார்.

இன்னும் பிரசவக் களைப்பு தீரவில்லை. முதல் இரு பிரசவங்கள் அம்மா உதவியோடு நடந்தது. மூன்றாவதும் நான்காவதும் இங்கே தெரிந்தவர்கள் பார்த்துக் கொண்டார்கள். பிள்ளைக் குழந்தை இப்போது. இந்த நான்கு வாரக் குழந்தைதான். உடல் கஷ்டத்தைவிட இதுவாவது தங்க வேண்டுமே என்று விழித்திருந்த போதெல்லாம் கவலைப்பட்டுக் கொண்டிருக்கையில் ஜாதகம் எதற்கு?

மூத்தது ஆண்தான். அவள் கணவனே ஒரு பிரபல ஜோசியரிடம் சென்று ஜாதகம் கணித்துக் கொண்டு வந்தான். அவரிடம் கட்டணம் கொடுக்கப் போனபோது சொல்லியிருக்கிறார்: "நீங்கள் வந்துவிட்டீர்கள், நானும் எழுதிக் கொடுத்துவிட்டேன். ஆனால் குழந்தைக்கு ஒரு வருஷமாவது ஆவது நல்லது" என்றாராம்.

அன்று பல குடும்பங்களில் நான்கு பிறந்தால் இரண்டுதான் தங்கும். அந்த நாளில் குழந்தைகளுக்கு என்றே மூன்று நான்கு வியாதிகள். அதில் மிகத் தீவரமானது ஈரல் குலைக்கட்டி. அந்த ஒரு வியாதியை மட்டும் மிகக் குறைந்த செலவில் வைத்தியம் பார்த்தவர் சென்னையில் ஊர் நடுவில் மூன்று மாடிக் கட்டடம் கட்டிவிட்டார். ஆனால் அவரிடம் வைத்தியம் பார்த்த குழந்தைகளும் பல இறந்துவிட்டிருக்கின்றன. அவர் சொல்வார்: "அம்மா, நம்ம யத்தினத்தில் முடிந்தது எல்லாம் செய்து பார்த்தாகிவிட்டது. பகவான் மனதில் வேறு இருந்தால் நாம் என்ன செய்ய முடியும்?"

அவள் கணவன் அன்று மாலை வீடு திரும்பியதும் "காண்டிராக்டர் வந்தாரா?" என்று கேட்டான்.

"ஆமாம்."

"குழந்தை பொறந்த வேளை சொன்னயா?"

"சொன்னேன். அவர் என்ன, ஜாதகம் உடனே கணிக்க ஆரம்பித்து விட்டார்? அவரை யார் ஜாதகம் கணிக்கணும்னு சொன்னது? இதுவரை பட்டது போதாதா? பெத்தவ வயிறு எரியறது உங்களுக்குத் தெரியலையா? மறுபடியும் மறுபடியும் இப்படிப் பண்றேளே?" அவள் ஓவென்று அழ ஆரம்பித்தாள்.

ஜோசியர் ஒரு வயதாவது ஆகட்டுமே என்று மட்டும் சொல்லவில்லை. குழந்தைக்கு ஐந்து வயதுக்குள் ஒரு ஜலகண்டம் இருப்பதுபோலத் தெரிகிறது என்றும் சொன்னார். அதை அவன் அவளிடம் சொல்லவில்லை.

அவர்கள் ஊரில் கிணறுகூடக் காணக் கிடைக்காது. பிள்ளையார் சதுர்த்திக்குப் பிறகு களிமண் பிள்ளையாரைத் தண்ணீரில் போட்டு வருவது பெரும் பாடாகிவிடும். அதனால் ஜலகண்டம் என்று சொன்னபோது அது தனக்குச் சம்பந்தமே இல்லாதது போல இருந்துவிட்டான்.

ஆனால் குழந்தைக்கு ஒரு வயதில் முடி இறக்க வேண்டி இருந்தது. அவர்கள் குடும்பத்தில் மாயவரம் அருகில் உள்ள வைத்தீஸ்வரன் கோயிலில் முதல் முடி; இரண்டாவது, திருப்பதி. இரு இடங்களுக்கும் அவன் வேலை பார்த்து வந்த இடத்திலிருந்து செல்வது கடினம். குறைந்தது பத்து நாள் லீவு போட வேண்டும். அவ்வளவு லீவு வருடத்தில் ஒரு முறைதான் கிடைக்கும். ஆதலால் முடி இறக்குவதோடு அப்பக்கம் உள்ள உறவினர்களைப் பார்த்துவிட்டும் வரத் திட்டம் போட வேண்டும்.

வைத்தீஸ்வரன் கோயில் போய் முடி இறக்கியாகிவிட்டது. பத்து வருடங்கள் கழித்துக் கோயிலைப் பார்க்கிறான். எவ்வளவு பெரிய கோயில்? எவ்வளவு அழகான கோயில்! அவர்கள் அங்கேயே ஒரு நாள் முழுதும் தங்கிப் பலமுறை சுவாமி தரிசனம் செய்தார்கள்.

குழந்தை முதல் முறையாக யானையைப் பார்க்கிறான். முதலில் பயந்தவன், இரண்டாவது, மூன்றாவதுமுறை பார்க்கும்போது யானையிடம் கொண்டு போ என்றான். மனம் நிறைவாக இருந்தது. வைத்தீஸ்வரன் கோயில் போனால் சீர்காழி போகாமல் இருக்கலாமா? அங்கும் பெரிய கோயில், பெரிய குளம்... அங்கும் குளித்துவிட்டுப் போகலாம் என்று அவன் சொன்னான்.

முதலில் அவன் மனைவி குளித்தாள். அப்புறம் அவள் குழந்தையைக் குளிப்பாட்டினாள். அவன் மறுபுறம் பார்க்க அவள் புடவையைச் சரியாகப் போர்த்திக் கொண்டாள். அவள் திரும்பிப் பார்த்தாள், "குழந்தை எங்கே?" என்று கேட்டாள்.

"அய்யையோ, குழந்தையைக் காணோமே? எங்கே என் குழந்தை! எங்கே என் செல்லம்!" அவள் கத்தினாள்.

குழந்தையை யாரும் தூக்கிப் போகவில்லை. அது சற்று நகர்ந்து தண்ணீரில் விழுந்திருந்தது. தலை முடியிருந்தால் பிடித்து இழுத்துப் போட்டிருக்கலாம். அவர்களும் மற்றவர்களுமாக அதை வெளியே எடுத்தபோது குழந்தை உடல் நீலம் பாய்ந்துவிட்டது.

அவர்கள் ஊர் திரும்பி வெகுநாட்கள் கழித்துத்தான் அவனுக்கு ஜோசியர் சொன்ன இரண்டாம் தகவல் நினைவுக்கு வந்தது. அதை முன்னமேயே அவளிடம் சொல்லி இருந்தால் அவள் எல்லா நேரமும் குழந்தையைக் கையில் வைத்துக் கொண்டிருந்திருப்பாள்.

அவனும் அந்தக் காண்டிராக்டரிடம் வேண்டாமே என்றுதான் சொன்னான். அவராகவே வீட்டுக்கு வந்து அவளை அழ வைத்துவிட்டார்! ஆனால் அவனுக்குப் பார்க்க வேண்டும் போலவும் இருந்தது. இதற்குக் கண்டம் இருந்தால்? அவன் கடவுளை வேண்டிக்கொண்டான்: "எந்தக் குழந்தைக்குக் கண்டம் இல்லாமல் பார்த்துக்கொள்."

ஓம் சக்தி தீபாவளி மலர், 2013

ஒரு நண்பன்

ஹரிகோபால் என்னை எச்சரித்தான்: "இதோ பார், நீ ரொம்ப 'ரெட்' ஆகுற. போலீஸ் பிடிச்சா என்ன ஆகும் தெரியாது!"

அவன் சொன்னதில் தவறு கிடையாது. ஆனால் இவன் யார், எப்போது பார்த்தாலும் என்னை இதைச் செய்யாதே அதைச் செய்யாதே என்று சொல்வது? விவிலியத்தில் கெய்ன், கர்த்தரிடம் சொல்வான்: 'நான் என்ன என் சகோதரனைக் காவல் காப்பவனா?' இதை அவன் சகோதரன் ஏபல்லைக் கொன்ற பிறகு சொல்கிறான். என்ன நெஞ்சழுத்தம்!

ஹரிகோபால், இந்த மாதிரி என் விஷயங்களில் தலையிடுவது இது முதல்முறை அல்ல. நான் இன்ஸ்பெக்டர் செண்பகராமனுடன் சினிமாவுக்குப் போனது, அவர் ஒருமாடி வீட்டுக்குப் போனபோது நான் அவருடன் இருந்தது எல்லாம் எப்படியோ தெரிந்துகொண்டு, "இதோ பார், நீ அந்தப் போலீஸ்காரனுடன் சுத்தினே. உனக்கும் சீக்கு வந்து அவன் மாதிரி ஆஸ்பத்திரில சாவே" என்று சொன்னான்.

செண்பகராமன், என்மீது எவ்வளவு அன்பு கொண்டிருந்தார் என்று அவனுக்கு எப்படித் தெரியும்? எப்படிப் புரியவைப்பது? அவர் அந்த மாடி வீட்டுப் பெண்ணிடம் கொண்டிருந்த அன்பும் அவள் அவர்மீது கொண்டிருந்த அன்பும் அவனுக்கு என்ன தெரியும்? இப்போது ஹோமி ஃபிரம்ரோஸுடன் நான் ஒருமுறை பேசியதை எப்படியெல்லாம் விமர்சிக்கிறான்?

எனக்கு முதல் நாளிலிருந்தே ஹோமி பற்றி வியப்பு. நான், இன்டர்மீடியேட் முதல் வருடம். அவன், இரண்டாம் வருடம். என் உயரம்தான் இருப்பான். முகத்தில் லட்சிய வேகம் பளிச்சென்று தெரியும். அவனை நான் எந்த அசட்டுத்தனமான சூழ்நிலையிலும் பார்க்கவில்லை. அவனாக என்னிடம் பேச வந்தபோது, ஹரிகோபால் குறுக்கிடுகிறான்!

இந்தியா, சுதந்திரம் அடைந்துவிடும் என்று தெரிந்துவிட்டது. ஆனால், மிகவும் கொண்டாடிவிட முடியாது. நாடெல்லாம் கலவரம். சாவுகள் ஆயிரக்கணக்கில். கொள்ளை, தீயிடுதல், பெண்களை நிர்மூலமாக்குதல். எங்கள் ஊரில் ஓரளவுக்குத்தான். ஆனால், வட இந்தியாவில், பஞ்சாபில், வங்காளத்தில், டெல்லியில் சொல்லி முடியாது. இதில் காந்தி வேறு உண்ணாவிரதம் இருக்கிறார்.

எங்கள் ஊரில் வெளியூர் செய்திப் பத்திரிகைகளுக்குத் தடை. ஆனால் வானொலியைத் தடைசெய்ய முடியாதே? எங்கள் நிஜாம் அரசின் ரேடியோவைக் கேட்கக் கூடாதா? யார் என்ன சொன்னாலும் நிஜாம் ரேடியோவில் 'ஃபர்மாயிஷ்' ஒலிபரப்பு மிகவும் நன்றாக இருக்கும். நூர்ஜஹான், சுரைய்யா, ஜோரா பேகம் பாட்டுகளாக ஒலிபரப்பும். எனக்கு அந்தப் பாடகர்களைப் பிடிக்கும். எங்கள் வீட்டில் ரேடியோ கிடையாது. ஆனால், பக்கத்தில் காஸிம் வீட்டில் நான்கு தெருக்களுக்குக் கேட்கும்படி ரேடியோ வைப்பார்கள். எனக்கு ஒரு சந்தேகம். அவர்கள் தங்களுக்குள் பேசிக்கொள்வதை யாரும் கேட்கக் கூடாது என்றுதான் ரேடியோவை உரக்கவைக்கிறார்களோ?

சுதந்திரம் வந்துவிட்டது, எங்களுக்குத் தவிர. ஹோமி இப்போது இன்னும் பரபரப்பானான். எவ்வளவு கூர்மையான புத்தி? எங்கள் கல்லூரியில் மிகச் சிறப்பாகப் பேசக்கூடிய நான்கைந்து பேர்களில் அவன்தான் முதல் இடம். எங்கள் கல்லூரியில் நல்ல பேராசிரியர்கள், ஆங்கிலத்துக்கும் ஐரோப்பிய வரலாற்றுப் பாடங்களுக்கும்தான். இந்தக் காரணத்தினால் நிறைய விவாதங்கள், நிழல் பாராளுமன்றம், நிழல் ஐ.நா. சபை என வருடத்தில் ஐந்தாறு பெரிய நிகழ்ச்சிகள் நடக்கும். நானும் பங்குபெறுவேன். என்றாலும் ஹோமி அளவுக்கு நான் பங்காற்ற முடியாது. அவன் எப்படி இவ்வளவு பொதுவுடைமை நூல்களைப் படித்தான் என்று நான் வியப்பேன். எனக்கு காந்தி, அகிம்சை, சத்தியாகிரகம் இதற்கு மேல் ஒன்றும் தெரியாது.

அன்று ஹரிகோபால் கல்லூரிக்கு வரவில்லை. நான் ஹோமியிடம், "நீ படிக்கும் புத்தகங்களில் ஏதாவது எனக்குப் படிக்கக் கொடுப்பாயா? இரண்டே நாட்களில் படித்துவிட்டுத் தருகிறேன்" என்றேன்.

"உனக்குப் புரியாதே..." என்றான்.

"நான் படிப்பேன்" என்றேன்.

அவன் புன்முறுவல் செய்தான். அவனுக்குக் களையான முகம். அதில், அன்றுதான் முதல்முறை அவன் சிரித்து நான் பார்த்தேன். அவன் தணிந்த குரலில், "அவற்றை இங்கு கொண்டு வர முடியாது" என்றான்.

என் முகம் வாடிவிட்டது. "நீ இதற்கெல்லாம் அழுதுவிடுகிறாயே. இன்னும் எவ்வளவு போராட்டங்களைச் சந்திக்க வேண்டிவரும் தெரியுமா?" என்று கேட்டான்.

நாங்கள் எங்கள் வகுப்புகளுக்குப் போய்விட்டோம்.

மறுநாள் மாலை பஸ் ஸ்டாப்பில் அவன் என்னைத் தனியாக அழைத்து, "என் வீட்டுக்கு வருகிறாயா?" என்று கேட்டான்.

"ராணி கஞ்ச்தானே?"

"உனக்கு எப்படித் தெரியும்?"

"எனக்குத் தெரியும்."

"நாளை காலை வருகிறாயா? இது ரொம்ப ரகசியம்."

"நான் யாருக்கும் தெரியாமல் படிக்கிறேன்."

இதைச் சொல்லித் திரும்பிப் பார்த்தேன். ஹரிகோபால் எங்களையே கவனித்துக்கொண்டிருந்தான்.

ஹோமி ஃபிரம்ரோஸ் வீட்டுக்கு நேர் வழி, ஆக்ஸ்போர்டு தெரு வழியாகச் சென்று ஜேம்ஸ் தெருவில் திரும்பி நேராக ராணி கஞ்ச் அடைவது. நான் அன்று செகண்ட் பஜார் வழியாகச் சென்றேன். அது மிகவும் குறுகலான கடைத் தெரு. அது செகண்ட் பஜார் என்றால், எது முதல் பஜார்? தெரியாது. எனக்கு மட்டும் இல்லை, நான் விசாரித்த யாருக்குமே தெரியவில்லை.

அது ஒரு பழைய மாடிக் கட்டடம். எப்போதோ பல ஆண்டுகளுக்கு முன்பு வெளிச் சுவருக்கு நீல நிறம் அடித்திருந்தார்கள். அது மிகவும் மங்கிப்போயிருந்தது. கீழே ஏதோ மோட்டார் உதிரிப் பாகங்கள் கடை. அதை ஒன்பது, ஒன்பதரை மணிக்குத்தான் திறப்பார்கள். கட்டடத்தின் பக்கத்தில் ஒரு சிறு சந்து. அதன் வழியாகப் போனால் ஒரு சின்னக் கதவு. அங்கு மாடிப்படிகள் இருந்தன. காலையிலும் அங்கு இருட்டு. நான் தட்டுத் தடுமாறி மாடியை அடைந்தேன். கதவு மூடியிருந்தது. நான் மூன்று, நான்குமுறை ஹோமி பெயரைச் சொல்லிக் கூப்பிட்டேன். வயதான அம்மாள் கதவைத் திறந்தாள்.

"ஹோமி ஃபிரம்ரோஸ் இருக்கிறானா?"

"நீ யார்?"

"ஹோமியோடு நிஜாம் காலேஜில் படிப்பவன்."

"நீ சின்னப் பையனாக இருக்கிறாயே?"

"அவனுக்கு ஒரு வருஷம் ஜூனியர்."

அந்த அம்மாள் உள்ளே போனாள். நான் கதவருகே நின்றுகொண்டிருந்தேன்.

ஹோமி வந்தான். அவன் வெள்ளைச் சட்டை பைஜாமா அணிந்திருந்தான். என்னைப் பார்த்துவிட்டு உள்ளே போனான். தடிப் புத்தகம் ஒன்றைக் கொண்டுவந்தான்.

"பை ஏதாவது கொண்டு வந்திருக்கிறாயா?" என்று கேட்டான். அவன் மீண்டும் உள்ளே சென்று தடியானத் துணிப்பை ஒன்றைக் கொண்டுவந்தான். புத்தகத்தைப் பையில் போட்டுத் தணிந்த குரலில், "இதை யாரிடமும் காட்டாதே. உன் வீட்டில் யார் யார் இருக்கிறார்கள்?" என்றான்.

"எனக்கு இரண்டு அக்கா. அப்புறம் தம்பி தங்கை..."

"ஒரு அக்கா பி.ஏ.மேத்ஸ்., சரியா?"

"ஆமாம். உனக்கு எப்பிடித் தெரியும்?"

"இதை யாரிடமும் காட்டாதே. திரும்பக் கொண்டுவரும்போதும் பையில் போட்டுக் கொண்டுவா."

"உன் வீட்டில் யார் யார்?"

"அம்மா, அப்பா. அண்ணன் பம்பாயில் இருக்கிறான். அவன் எங்களோடு சண்டை."

"அம்மா நல்லவங்களாக இருக்கிறாளே?"

"அவன் 'வீட்டை விற்றுப் பணம் கொடு' என்கிறான். என் அப்பாவுக்கு பராலிசிஸ். இந்த வீடு மாதிரி எங்களுக்கு வேறே கிடைக்காது. சரி, நீ போ. புத்தகம் ஜாக்கிரதை. யாரிடமும் காட்டாதே."

நான் அன்று கல்லூரிக்குப் போகவில்லை. ஹோமி கொடுத்த புத்தகத்தைப் படிக்க முயற்சி செய்தேன். அவன் சொன்னது சரி. அதன் நடை, சொற்கள் புரியவில்லை. சியாங் கே ஷேக்கைத் திட்டுவது தெரிந்தது.

நான் அடுத்த நாள் கல்லூரி போனபோது ஹரிகோபால் என்னை வெற்றிக் களிப்போடு பார்த்தான். "நான் சொன்னேன்ல, உன் சிவப்பு நண்பனைப் போலீஸ் இழுத்துண்டுப் போயிட்டாங்க."

"ஐய்யோ!"

"இப்போ ஐயோ சொல்லி என்ன? அனந்தகிருஷ்ண ரெட்டி தெரியும்ல, அதான் மேட்ச்சல் ஜமீன்தார். அவன் மர்டர்லே இவனும் இருக்கான்."

"இவனுக்கு அவனைத் தெரியவே தெரியாதே!"

"ஏன் தெரியணும்?" இவன்தான் எல்லா ஜமீன்தாரையும் கொல்லணும்னு சொல்றானே..."

எனக்கு அழுகை அழுகையாக வந்தது. ஹோமி ஃபிரம்ரோஸ் கொலை செய்கிறவன் இல்லை. ஆனால், இதை யாரிடம் சொல்வது?

நான் ஹோமி வீட்டுக்குப் போனேன். அவன் அம்மா என்னைக் கட்டிக்கொண்டு அழுதாள். அப்புறம் ரகசியமாக "நீ இங்கே வராதே. உன்னையும் போலீஸ் பிடிச்சுண்டு போயிடும்" என்றாள்.

நான் நேராக ஜேம்ஸ் ஸ்ட்ரீட் போலீஸ் ஸ்டேஷனுக்குப் போனேன். செண்பகராமன் உயிரோடு இருந்தபோது அங்கு நிறையப் போயிருக்கிறேன். அவர் கீழ் வேலை செய்த ஒரு சப் – இன்ஸ்பெக்டரைப் பார்த்தேன்.

"ஏமி பாபு?" என்று கேட்டார்.

"என் நண்பனை போலீஸ் கொண்டுபோய்விட்டார்கள்."

"பேரு ஏமி?"

நான் சொன்னேன்.

"இங்கே யாரும் அப்படி இல்லையே? அது ஹைடராபாட் போலீஸாக இருக்கும்."

"உங்களுக்குத் தெரிந்தவங்க அங்கே இருக்காங்களா?"

"ஹைடராபாட் போலீஸ், நாங்க இருக்கவே கூடாதுங்கிறாங்க. நான் சொன்னா கேட்பாங்களா?"

நான் கல்லூரிக்குப் போனேன். ஆங்கில வகுப்பில் என் பக்கத்தில் உட்கார்ந்து 'பீம்! பீம்!' என்று சத்தம் எழுப்பி என்னை வம்பில் மாட்டிவிடும் மஸூத்தின் அப்பா, ஒரு பெரிய அதிகாரி. நான் ஒருமுறை போலீஸ் தடியடியில் மாட்டிக்கொண்டபோது அந்த மனிதன்தான் தடியடி ஆர்டர் கொடுத்தார்.

நான் மஸூத்திடம் "ஹோமி ஃபிரம்ரோஸைப் போலீஸ் கொண்டுபோயிடுத்தாம்" என்றேன்.

"யார்... அந்தக் கம்யூனிஸ்ட்தானே?"

"அது தெரியாது. அவன் என் தோஸ்த்."

"நான் உன் தோஸ்த் இல்லையா?"

"நீயும் தோஸ்த்தான். அதனால்தான் உன் உதவியைக் கேட்கிறேன்." மஸூத் யோசித்தான். "உனக்கு மஷீராபாத் ஜெயில் தெரியுமா?"

"தெரியும்."

"உனக்கு எப்படித் தெரியும்?"

"அதன் பக்கத்தில் இருக்கும் ஒரு தர்ஜிதான் எனக்கு பேன்ட் தைப்பார். அவர் என் அப்பாவுக்கு ரொம்பத் தெரியும்."

மஸூத், அவன் நோட்டுப் புத்தகத்திலிருந்து ஒரு சிறு துண்டு கிழித்தான். அதில் உருதுவில் இரு சொற்கள் எழுதினான். "இதைக் கொண்டுபோய்க் காண்பி. முடியுமானால் ஏற்பாடு செய்வார்கள்."

நான் கல்லூரியிலிருந்து நேராக மஷீராபாத் போனேன். அது ஒரு கோட்டை. மிகப் பெரிய கதவில் ஒரு சிறு கதவு. அதுவே பெரிதாக இருக்கும். அங்கு இருந்த காவலாளியிடம் அந்தச் சிறு துண்டுக் காகிதத்தைக் கொடுத்தேன்.

அரைமணி கழித்து நீல நிற உடை அணிந்த ஒரு போலீஸ்காரன் என்னை உள்ளே அழைத்துப் போனான். அது மிகப் பெரிய சிறை. இருட்டில் ஓர் அறையில் ஹோமி கிடந்தான். நான் "ஹோமி" என்று மெதுவாகக் கூப்பிட்டேன். அவன் திடுக்கிட்டுத் திரும்பினான்.

"போ போ! இங்கே வராதே!" என்றான். அவனால் நிற்க முடியவில்லை. முகம், உடல் எல்லாம் காயம்.

"போ! வராதே இங்கே!" என்று மீண்டும் கத்தினான். நான் அழுதுகொண்டே திரும்பினேன். அவன் மெதுவாக "உஸ்" என்றான். நான் திரும்பினேன்.

அவன் மிகவும் மெதுவாக, "நான் கொடுத்ததை எங்கேயாவது புதைத்து வை" என்றான்.

நான் வீடு திரும்பி வீட்டுப் பப்பாளி மரத்தடியில் ஒரு பெரிய குழி தோண்டினேன்.

"என்னடா?" என்று அம்மா கேட்டாள்.

"ஒரு செடிக்காக..." என்றேன்.

அன்று இரவு ஹோமி கொடுத்த புத்தகத்தைப் புதைத்து வைத்தேன்.

ஹோமி, திரும்பி வரவே இல்லை. போலீஸ்காரர்கள் 'அவன் தப்பித்து ஓடிவிட்டான்' என்றார்கள். அது இல்லை என்று எனக்குத் தெரியும். அவன் இரு கால்களையும் உடைத்துவிட்டிருந்தார்கள். அங்கே மஷீராபாத்திலேயே கொன்று புதைத்திருப்பார்கள். திடீரென்று எங்கள் அப்பா இறந்துவிட்டார். இரு மாதங்களில் நாங்கள் சென்னை வந்துவிட்டோம்.

இது எல்லாம் நடந்து 65 ஆண்டுகள் சென்றுவிட்டன. ஹோமி ஃபிரம்ரோஸ் மஷீராபாத்தில் மண்ணோடு மண்ணாக மக்கிப்போயிருப்பான். அவன் கொடுத்த புத்தகம், பப்பாளி மரத்தடியில் மக்கிப் போயிருக்கும். நான் மக்கிப்போகக் காத்திருக்கிறேன்!

ஆனந்த விகடன், 2013

தந்தி

அங்கு எல்லாக் கடைகளும் மூடிக்கிடந்தன. ஆளரவமே இல்லை.

ஒரே ஒரு பிச்சைக்காரன் சட்டென்று விழித்துக்கொண்டு சங்கரனைப் பார்த்துவிட்டான். "ஐயா, ஓரணாதாங்க. ஒரு டீ குடிக்கறேன்," என்றான்.

"நான் தரேன், தந்தி ஆபீஸ் எங்கே இருக்குன்னு தெரியுமா?"

"அது இங்கேந்து போய் எவ்வளவோ நாளாறதே?"

"இப்போ எங்கேருக்கு தெரியுமா?"

"எங்கேயோ சன் தியேட்டராண்ட போச்சுன்னாங்க. டீக்கு காசு தாங்க. சாமி."

அங்கேயும் இதே நிலைமை. கேட்க ஒரு ஆள் இல்லை. இரவில் நகரம் இப்படித்தான் இருக்குமா? மிகவும் பழக்கமான இடங்கள் புதிதாகத் தோன்றின. சில திசைகளில் பயமாகக் கூட இருந்தது.

வேறு வழியில்லாமல் ஒரு வீட்டின் கதவைத் தட்டிக் கேட்டான். அவர்கள் கோபிப்பார்கள் என்று உள்ளூர பயந்தான்.

பக்கத்து வீடு என்று ஒரு முதியவர் சொன்னார்.

அவன் தந்தி ஆபீசைக் கண்டுபிடித்து அதை அடைந்தபோது காலை மணி இரண்டாகியும் தந்தி ஆபிசில் இருந்த இருவரும் நன்கு விழித்திருந்தனர்.

"ஒருவர், என்ன, சீரியசா?" என்று கேட்டார்.

சங்கரன் "அம்மா செத்துட்டாங்க" என்றான்.

"எவ்வளவு தந்தி?"

"இரண்டு, இல்லை மூன்று."

தந்திக்காரர் மூன்று படிவங்கள் கொடுத்தார். மாமாவுக்கு 'அம்மா இறந்துவிட்டாள்' என்று எழுதி முழு முகவரியும் கொடுத்தான்.

"இன்னும் இரண்டையும் எழுதிடுங்க. சேர்ந்து அடிச்சுடலாம்" என்றார் தந்திக்காரர்.

இரண்டாவது அவ்வளவு எளிதில்லை. அது அவன் தம்பிக்கு. தம்பி எங்கிருக்கிறான் என்று அவ்வளவு தெளிவாகத் தெரியாது. சர்க்கார் உத்தியோகம். இருந்தால் என்ன? வீட்டில் சொல்லிப் போவதில்லை. அம்மா திடீரென்று போய்விட்டாள்... தம்பி நாளை பிற்பகலுக்குள் வந்துவிட வேண்டும். அதற்கும் மேல் பிணத்தை வைத்திருக்க முடியாது.

தம்பி மத்தியத் தொழிலாளர் நலப் பிரிவில் வேலை செய்துகொண் டிருந்தான். திருவனந்தபுரம் போயிருக்கலாம். எங்கு தங்கி இருக்கிறான் என்று தெரியாது. ஆதலால் அந்த அலுவலகம் முகவரிக்கு அனுப்பலாம். ஆனால் அந்த முகவரியும் தெரியாது. ஆனால் மத்திய அரசு அலுவலகம் ஆனதால் தபால்காரர்கள் கொண்டு சேர்த்துவிடுவார்கள். ஆனால் அது காலை பத்து மணிக்கு மேல்தான். அம்மா போன துக்கம் போதாது என்று இப்படியொரு சோதனையா?

தம்பி பெயர், சென்னையிலிருந்து வந்தவன், அலுவலகம், திருவனந்தபுரம் என்று மட்டும் முகவரி எழுதினான். தந்திக்காரரிடம் கொடுத்தான். முதல் தந்தியில் சங்கடமில்லை. அவர் முகவரியில் ஒரு சொல் எடுத்துவிட்டார். பின் கோட் போதும், என்றார். இரண்டாவதைப் பார்த்து, "இது போகவே போகாதே!" என்றார்.

"சார், தம்பி ஊருக்குப் போகும்போது எங்கே, என்ன என்று சொல்லி விட்டுப் போகவில்லை."

"இது அந்த ஆபீசுக்குப் பத்து பன்னிரண்டு மணிக்குத்தான் போகும். உங்க அம்மா எப்போ போனாங்க?"

"எட்டு மணிக்கு. நான் பக்கத்திலே இல்லே."

"ஏன், சினிமாக்குப் போயிருந்தாங்காளா?"

"டாக்டர் வீட்லே காத்திருந்தேன். ஒரு ஆள் இன்னொரு ஆள்னு அவர் எட்டேகால் வரைக்கும் காக்க வைச்சுட்டார்."

"நீங்க சீரியஸ்னு சொல்லலையா?"

"எனக்குத் தெரியாது. எப்பவும் போலத்தான்னு நினைச்சேன்."

"நான் இப்பவே அடிச்சுடறேன். ஆனா இது போய் உங்க தம்பி திருவனந்தபுரத்திலேந்து நாளைக்குள்ளே வந்துடுவார்னு நான் பிரார்த்தனை பண்ணலாம். வசதி இருந்தா ஐஸ் கட்டி வாங்கி அது மேலே வைக்கலாம். ஆனா வீட்லே கால் வைக்க முடியாது."

தந்திக்காரர் அவராகவே சில சொற்கள் எடுத்து, சில சேர்த்துத் தந்தி அடிக்கப் போனார். "சங்கரன், சார், அர்ஜன்ட் தந்தி கொடுத்துடுங்க" என்று சொன்னான்.

"நீங்க சொல்லாட்டாலும் அர்ஜன்ட்டாத்தான் போகும்."

சாவென்றால் பலருக்கு உதவத் தோன்றுகிறது. நள்ளிரவு தாண்டி இரண்டு மணிநேரம் கழித்தும் ஒரு தந்திக்காரருக்கு இவ்வளவு அனுதாபம் கொள்ளத் தோன்றுகிறது.

அவர் அந்த இரண்டு தந்தியும் அடித்துவிட்டு, "மூணுன்னு சொன்னீங்களே?" என்று கேட்டார்.

எனக்கு மறந்துவிட்டது.

"என்னங்க, இப்போ போய் மறந்திட்டதுன்னு சொல்றீங்களே. வீணா பொல்லாப்பு வந்திடுங்க."

"ஐயோ, சித்தப்பாங்க."

அதையும் எழுதிக் கொடுத்தான்.

எல்லாம் அர்ஜன்ட். முப்பது நாற்பது ரூபாய் ஆகும் என்று எதிர்பார்த்தான்.

தந்திக்காரர் கணக்குப் போட்டு, "ஆறு ரூபாய் அஞ்சணா" என்றார்.

"அர்ஜன்ட்டுக்கா?"

"ஆமாங்க. சாவு, சீரியஸ்னா சாதா ரேட்டுதான்."

சங்கரனுக்கு வியப்பாக இருந்தது. அவன் வெளியே வந்தான். இலேசாகத் தூறல் போட்டுக்கொண்டிருந்தது. அம்மாவைத் தூக்கிப்போகையில் மழை இல்லாமல் இருக்க வேண்டும்.

உடலை வைத்திருந்தார்கள். அந்த நாளில் திருவனந்தபுரத்திலிருந்து சென்னை வர வாரத்தில் மூன்று நாட்கள்தான் விமானம் உண்டு. அன்று அது சென்னை வரும் முறை. பகல் பன்னிரண்டு மணிக்கு வரும். விமான நிலையத்திலிருந்து வீடு வந்துசேர ஒரு மணிநேரம் ஆகும். அதுவரை காத்திருக்கலாம்.

ஆனால் தம்பிக்கு இதெல்லாம் தோன்ற வேண்டும். அதன் பிறகு விமானக் கட்டணத்திற்குப் பணம் இருக்க வேண்டும். இல்லையென்றால் யாரிடமாவது கடன் வாங்கிவர வேண்டும். வெளி ஊரில் இதெல்லாம் சாத்தியமா?

ஆனால் காத்திருந்தது வீண் போகவில்லை. திருவனந்தபுர அலுவலகத்தில் இரவு இரண்டரைக்கு அவசரத் தந்தி என்றதும் அலுவலகக் காவல்காரருக்குச் சந்தேகம் வந்துவிட்டது. தந்தியை எடுத்துக்கொண்டு மானேஜர் வீட்டுக்கு ஓடியிருக்கிறார். அவர் தம்பிக்குத் தந்தியைக் கொடுத்து விமான டிக்கெட்டும் ஏற்பாடு செய்துவிட்டார்.

தம்பி ஒரு மணிக்கு வந்துவிட்டான். அதுவரை சங்கரனுக்கு வராத அழுகை பொத்துக்கொண்டு வந்தது.

ஏதேதோ எப்போதோ நிகழ்ந்த துக்கங்களுக்கும் சேர்த்து இப்போது அழுதான்.

***விஜயபாரதம்*, நவம்பர் 2013**

வைரம்

வீட்டில் 15 வயது, 13 வயதில் பெண்கள் இருந்தால் பாத்திரங்களும் நகைகளும் சேர்க்கத் தொடங்கிவிடுவார்கள். என் பெரிய அக்காவுக்குப் பார்த்த முதல் வரனே நாங்கள் வைரத் தோடு போடுவோமா என்று கேட்டதில் ஒன்றாவது வாங்கி வைத்துவிடுவது நல்லது என்று அப்பாவும் அம்மாவும் வைரத் தோடுக்குப் பார்க்கத் தொடங்கினார்கள்.

எங்கள் ஊரில் அன்று நகைக்கடை என்று கிடையாது. நகை செய்யும் கடைகள் நான்கு ஐந்து இருந்தன. அவர்களாகத் தங்கம் போட்டு நகை செய்யமாட்டார்கள். பழைய நகையை அழித்துப் புது நகை செய்வார்கள். வைரம் வாங்க வேண்டுமானால் ஹைதராபாத் போக வேண்டும்; அல்லது பட்டணம் போக வேண்டும். ஆனந்த விகடனில் வாராவாரம் சுரஜ்மல்ஸ் என்ற கடையின் விளம்பரம் வரும். பட்டணம் போக வேண்டும் என்றால் இன்னும் ஆறு மாதங்கள் காத்திருக்க வேண்டும்.

எங்கள் வீட்டில் வைரத் தோடு பார்க்கிறோம் என்ற செய்தி எப்படியோ வெளியே போய்விட்டது. யார் யாரோ வந்து "வைரத் தோடு பார்க்கறேளாமே. பாத்து வாங்குங்கோ" என்று புத்திமதி கூறிவிட்டுப் போனார்கள். இது என்ன புத்திமதி? எங்களுக்குப் புரியவில்லை.

ஊரில் எங்களுக்குத் தெரிந்தவர்கள் யாரும் வைரத் தோடு வாங்கவில்லை. ஊரில் ஒரு ஹைஸ்கூல் நிறையப் பெண்கள். பதினைந்து வயது தாண்டினால் வரன் தேட வேண்டும். எப்படி எங்கு வைரம் வாங்குவது என்று யாருக்கும் தெரியவில்லை? ஒருத்தியில்லை, இரண்டு பெண்களுக்குப் பார்க்க வேண்டியிருக்கிறது. பட்டணம் போனால் உடனே கிடைத்துவிடுமா? அங்கேயும் தேடி அலைய வேண்டுமே. இதெல்லாம் சித்திரை வைகாசிக்குள் முடியுமா? எங்கள் வீட்டில் பெரிய கவலை வந்துவிட்டது.

என் அம்மாவுக்கு அவர் அப்பா வைரத் தோடு போடவில்லை. என் அத்தைகள் யாருக்கும் வைரத் தோடு

போடவில்லை. வைரமென்ன, நகையே போடவில்லை என்றுகூடச் சொல்லலாம். ஆனால் என் அக்காவுக்குக் கல்யாணம் என்றால் வைரத் தோடு!

நாங்கள் தமிழ்நாட்டிலேயே இருந்தால் இந்தத் தோடு விஷயத்தில் இவ்வளவு கவலைப் பட்டிருக்கமாட்டோம். ஓரளவு தமிழ்நாட்டிலிருந்து விலகிப் போனதால் மிகச் சிறு விஷயங்களில் என்ன செய்வதென்று புலப்படாமல் திண்டாடுவோம், மனதைப் போட்டு வருத்திக்கொள்வோம்.

எங்கள் ஊரில் இரண்டு தபால் அமைப்புகள். ஒன்று, (ஆங்கில அல்லது) இந்தியத் தபால். இரண்டாவது, நிஜாம் தபால். இரு வேறு வேறு தபால்காரர்கள். இதில் நிஜாம் தபால்காரர் சொன்னார்: "நீங்கள் ஜெயகோபால் பங்களாவுக்குப் போங்கள்."

"அங்கே என்ன?"

"அவர்களுக்கு வைர வியாபாரமும் உண்டு."

"எங்கே இருக்கிறது ஜெயகோபால் பங்களா?"

"பட்னீ கம்பனிக்கு எதிரில்."

"போஸ்ட் ஆபீஸ் பக்கத்தில் இருக்கிறதே, அதுவா?"

"ஆமாம். ஆக்ஸ்போர்ட் தெருவில் பட்னிக்கு எதிர்வீடு ஜெயகோபால் பங்களா."

அந்தத் தபால்காரர் சொன்ன பங்களாவை என் ஸ்கூலிலிருந்து பார்க்க முடியும். நான் பலமுறை தெருவிலிருந்து எட்டி எட்டிப் பார்ப்பேன். அது மிகப் பெரிய காம்பவுண்டு. தெருவிலிருந்து பங்களா தெரியாது. ஆனால் நான் அம்மாவிடம், "எனக்கு அந்த வீடு தெரியும்" என்றேன்.

அன்று மாலையே நானும் அப்பாவும் அங்கு போனோம். ஆக்ஸ்போர்ட் தெருவில் இருந்த கேட் வழியாக உள்ளே ஒரு ஃபர்லாங்க் போனால் அங்கு ஒரு மிகப் பெரிய பங்களா இருந்தது. ஓர் உள்ளூர் ஆள்தான் காவல்காரன். ஜெயகோபால் இருக்கிறாரா என்று கேட்டோம்.

"சின்ன பாபுவா? விளையாடப் போயிருக்கிறார். வர நேரம்தான்."

கால் மணிநேரம் கழித்து என் வயதுள்ள – அதாவது பத்து வயதுள்ள – பையன் வந்தான். "என்ன?" என்று கேட்டான்.

"ஜெய்கோபாலைப் பார்க்க வேண்டும்."

"என்னையா?"

"இங்கே யாரோ வைரம் . . ."

அந்தப் பையனுக்குக் கோபம் பொத்துக்கொண்டு வந்தது. "பீமா!" என்று கத்தினான். ஒரு பத்து வயதுப் பையன் ஒரு பெரிய ஆளைப் பார்த்து இப்படிக் கத்தி நான் பார்த்ததில்லை.

அந்த காவல்காரன், "பெரிய எஜமானனைப் பார்க்க வேண்டும் என்று ஏன் சொல்லவில்லை?" என்று எங்களைக் கோபித்துக்கொண்டான்.

நாங்கள் பார்க்க வேண்டியது ஜெய்கோபாலின் தாத்தாவை. அவர் பெயர் ராம்கோபால். அவரிடம் விஷயத்தைச் சொன்னோம்.

"நாங்கள் வியாபாரத்தை விட்டு மூன்று வருடங்கள் ஆகின்றன. குடும்பத்தில் ஒரு தோடு இருக்கிறது. அதைத்தான் கொடுத்துவிட எண்ணம்."

"பார்க்கலாமா?"

அந்த பங்களாவின் வெராண்டாவில் எங்களை உட்காரச் சொல்லிவிட்டு அவர் உள்ளே போனார். பத்து நிமிடம் கழித்து ஒரு சிறு வெல்வெட் பை கொண்டுவந்தார். அதை என் அப்பாவிடம் கொடுத்தார். அப்பா பையிலிருந்ததை எடுத்துப் பார்த்தார். எங்களுக்கு வைரம் பற்றி என்ன தெரியும்?

"என்ன விலை?" என்று அப்பா கேட்டார்.

"ஐநூறு," என்று பெரியவர் சொன்னார். அவர் என்ன வேண்டுமானாலும் சொல்லியிருக்கலாம்.

"நான் பணம் கொண்டு வரவில்லை," என்று அப்பா சொன்னார்.

"பரவாயில்லை. நீங்கள் எடுத்துப் போங்கள்."

அப்பாவுக்குப் புரியவில்லை. பெரியவர் சொன்னார். "நீங்கள் ஒரு வாரம் பத்து நாட்கள் கழித்துக் கொடுக்கலாம்."

எனக்கு வைரம் பற்றிச் சிந்தனையில்லை. நான் அவரை, "இந்தத் தெருக்கோடியில் சிலை இருக்கிறதே, அது நீங்களா?" என்று கேட்டேன்.

"திவான் ராம்கோபால் ஸ்டாச்சுவா? இல்லை, இல்லை. அவர் பரோடாக்காரர். நாங்கள் ஸூரத். அவர் செத்துப்போயே ஐம்பது, அறுபது வருடங்கள் ஆகப் போகிறது. எனக்கு ஸ்டாச்சுவெல்லாம் வராது." இதைச் சிரித்துக்கொண்டே சொன்னாலும் ஒரு வருத்தமும் இருந்தது போலிருந்தது.

"நீங்கள் கிளம்புங்கள். எனக்கு ஒரு சின்ன பூஜை இருக்கிறது."

அப்பா தோட்டுப் பையைப் பெரியவரிடம் கொடுத்தார். பெரியவர், "உங்களுக்குத் தோடு பிடிக்கவில்லையா?" என்று கேட்டார்.

"பார்க்கத்தான் வந்தேன், பணம் கொண்டுவரவில்லையே."

பெரியவர் சொன்னார். "நீங்கள் எடுத்துப்போய் ஒரு வாரம் பத்து நாட்கள் கழித்துக் கொடுங்கள். வைரமெல்லாம் காய்கறி வாங்குவது போலில்லை. பார்த்துதான் செய்ய வேண்டும். வைரத்தில் புது வைரம் பழைய வைரம் என்று கிடையாது. இதுவே ஆயிரம் வருஷம் பழையதாக இருக்கலாம். இதை நாங்கள் எங்கள் மருமகளுக்குப் போட்டோம்."

"பின் ஏன் விற்கிறீர்கள்?"

"அவள் செத்துப் போய்விட்டாளே?"

"எப்படி?"

"யாராவது நம்புவார்களா? பிளேக் வந்து போய்விட்டாள்."

"அப்போது வேண்டாம்."

“அப்படிச் சொல்ல வேண்டாம். வைரம் அவளுக்கு ஒத்து வரவில்லை என்பதால் உங்களுக்கும் ஒத்து வராது என்று சொல்ல முடியாது. எடுத்துப் போங்கள். ஒரு வாரம் பத்து நாட்கள் பாருங்கள். வீட்டில் எல்லாம் சரியாக இருந்தால் எடுத்துக்கொள்ளுங்கள். இல்லாது போனால் திருப்பிக் கொடுத்துவிடுங்கள். எனக்கு ஒரு வியாபாரியிடம் கொடுப்பதைவிட ஒரு சம்சாரியிடம் கொடுப்பதில் சந்தோஷம். வியாபாரியிடம் நான் இரண்டாயிரம் என்று சொல்வேன். அவனும் கொடுத்துவிடுவான். அடுத்த நாளே நாலாயிரத்துக்கு விற்றுவிடுவான்.”

நாங்கள் வீடு திரும்பும்போது இருட்டிவிட்டது அம்மாவுக்கு ஆச்சரியம். “வாங்கிண்டே வந்துட்டேளா?”

“வர வாரம் தர வேண்டும்.”

“எவ்வளவு?”

“ஐநூறு.” ராம்கோபாலின் மருமகளைப் பற்றி ஏதும் சொல்லவில்லை.

“என்னிடம் இருநூறு இருக்கு.”

“முதல்லே இது வைரம்தானான்னு விசாரிக்க வேண்டாமா?”

“ஔஎஸ்ஸாரைக் கேக்கலாம்.”

“ஔஎஸ்ஸாரையா? நீயா சொல்றே?”

“அவர்தான் கொஞ்சம் ஜோசியம் தெரிஞ்சவர். அந்த மாதிரி மனுஷாளுக்கு வைரம் பத்தித் தெரியும்.”

அம்மாவுக்கு ஔஎஸ்ஸாரைக் கண்டாலே பிடிக்காது. அவராக எங்கள் வீட்டுக்கு வந்து பிறந்த குழந்தைகளுக்கு ஜாதகம் கணித்ததால்தான் எனக்கு முன்பு பிறந்த இரண்டு ஆண் குழந்தைகள் செத்துப்போயின என்று சாபமிட்டு அழுவாள். எனக்கும் அந்த மனுஷரைப் பிடிக்காது. அவர் எந்த வீட்டுக்குப் போனாலும் சிகரெட் குடிப்பார்.

அன்றிரவே ஔஎஸ்ஸாருக்குச் சொல்லியனுப்பியது. அவரும் அவருடைய ஓட்டை மோட்டார் சைக்கிளில் வந்தார். “எங்கே?” என்று கேட்டார். அம்மா அந்தச் சிறு வெல்வெட் பையைக் கொடுத்தாள். ஔஎஸ்ஸார் எடுத்துப் பார்த்தார். “இவ்வளவு பெரிய தோடா? வைரமே ஒன்றரை காரட் இருக்கும் போலிருக்கே?” என்றார். ராம்கோபால் மருமகளைத் தன் மகளாகத்தான் நினைத்திருக்கிறார்.

“ஃபிர்ஸ்ட் கிளாஸ் ப்ளூ ஜாகர்,” என்று ஔஎஸ்ஸார் சொன்னார்.

“அப்படீன்னா?”

“வைரத்திலேயே ரொம்ப ஒஸ்தி. இதைப் பாருங்கோ – நீல டால் அடிக்கிறதா?”

எனக்கு ஒன்றும் தெரியவில்லை. என் அக்காக்கள் ஆவலோடு தோடைப் பார்த்தார்கள்.

“கண்ணை மூடிண்டு வாங்கிப் போடுங்கோ. நீங்க வாங்கலேன்னா நான் வாங்கிக்கறேன்.”

நாங்கள் அன்று மாலையே ராம்கோபாலைப் பார்த்தோம். "என்ன அவசரம்? ஒரு வாரம் வீட்டில் வைத்துப் பாருங்கள். வைரம், நீலம், கெம்பு எல்லாம் எல்லாருக்கும் ஒத்துப் போகாது. நான் அன்றைக்கே சொன்னேனே?"

"இல்லை, நாங்க முடிவு பண்ணிவிட்டோம். வீட்டில் எல்லாருக்கும் பிடித்துவிட்டது."

"ஈசுவரனுக்குப் பிடிக்க வேண்டுமில்லையா?"

இதையெல்லாம் மீறித்தான் நாங்கள் அந்தத் தோடை வாங்கினோம். அடுத்த ஆண்டு, முதல் அக்காவுக்குக் கல்யாணம். ராம்கோபால் தோடைக் கொடுக்க மனதில்லாமல் வேறு தோடு வாங்கிப் போட்டோம். எங்கள் சித்தி எங்களுக்காக இரண்டு ஜதையாக வாங்கிக் கொடுத்தாள். அவளுக்குக் குழந்தைகள் கிடையாது.

மூன்று ஆண்டுகளுக்குப் பிறகு இரண்டாவது அக்காவுக்குக் கல்யாணம். அவளுக்கும் வைரத் தோடு. சித்தி வாங்கிக் கொடுத்தது.

ஆனால் வீடு சுகப்படவில்லை. பெரிய மாப்பிள்ளை நகைகளையெல்லாம் பிடுங்கி வைத்துக்கொண்டு ஒரு பாசஞ்சர் டிக்கெட்டை வாங்கி மாயவரத்திலிருந்து அக்காவைத் திருப்பி அனுப்பினான். உடம்பெல்லாம் கட்டை கொண்டு அடித்த காயங்கள். இது போதாதென்று இரண்டாம் கல்யாணம் வேறு செய்துகொண்டான்.

இரண்டாமவன் குடையை வைத்து என் அக்காவை எங்கள் முன்னாலேயே அடிப்பான்.

எனக்கு வயது பதினைந்து. வீடே எப்போதும் வேதனையிலும் திகிலிலும் இருந்தது. அப்பாவுக்கு மார்புச் சளி. நானும் அப்பாவும் ஒரு வைத்தியரிடம் போகும்போது அப்பாவிடம் சொன்னேன். "அந்த வைரத் தோடுக்காரர் அப்பவே சொன்னார். அவர் தோடு நம்ம வீட்டுக்குச் சரியில்லை. அவர் எப்பொ வேணாத் திருப்பிக் கொடுக்கலாம்னார். நாம அதை அவரிடமே திருப்பிக் கொடுத்தால் என்ன?"

அப்பா பதில் சொல்லவில்லை. ஆனால் அடுத்த நாள் என்னையும் அழைத்துக்கொண்டு அந்த ராம்கோபால் வீட்டுக்குப் போனார். அப்பா மனதுக்குள்ளே தவித்துக்கொண்டிருந்தது தெரிந்தது.

அதே காவல்காரர். "என்ன?"

"ராம்கோபால் சாபைப் பார்க்க வேண்டும்."

பீமா சிரித்தார். "ஏம்பா?" என்று அப்பா கேட்டார்.

"அவர் செத்துப்போய் இரண்டு வருஷங்களாகிவிட்டது."

"எப்படி?"

"யாரும் நம்ப மாட்டார்கள். பிளேக் வந்து போயிட்டார்."

***தி இந்து* பொங்கல் மலர், 2014**

கோட்டை

முதல் வரிசையில் பன்னிரண்டு வீடுகள். இரண்டாவதில் ஏழு. முதலாம் உலக யுத்தத்தில் பிரிட்டிஷ் துருப்புகள் தங்குவதற்காகக் கட்டப்பட்டது. சீமை ஓடு போட்ட கூரை. சூடு அதிகம் தெரியக்கூடாது என்று மிக உயரமான சுவர்கள். யுத்தம் முடிந்து பல வருடங்கள் காலியாகவே இருந்திருக்க வேண்டும். நிஜாம் தன் சமஸ்தானத்தில் இருந்த ரயில்வேயைப் பிரிட்டிஷ்காரர்களிடமிருந்து வாங்கியபோது லான்சர் பாரக்ஸையும் சேர்த்து வாங்கிவிட்டார். அந்தப் பத்தொன்பது வீடுகளில் பதினெட்டு 'ரன்னிங்க் ஸ்டாஃப்' என்று அறியப்படும் கார்ட், டிக்கெட் எக்ஸாமினர் போன்றவர்களுக்கு. ஒரே ஒரு வீடு ரயில்வே காரியாலயத்தில் பணி புரிபவருக்கு. எங்கள் தகப்பனார் இருபது ஆண்டுகள் காத்திருந்து பெற்ற வீடு.

முதல் சில மாதங்கள் ஒரு தொந்திரவு இல்லை. ஆனால் எங்கள் வீட்டில் மாடு வந்தவுடன் நாங்கள் பதினெட்டு வீட்டாருக்கும் வேண்டாதவர்கள் ஆகிவிட்டோம்!

மாட்டை வைத்துக்கொண்டு நாங்கள் பட்டபாடு யாருக்கும் தெரியவில்லை. உலகிலேயே நாங்கள் மட்டும்தான் கறந்த பாலைக் குடிப்பதுபோல எல்லாரும் முகத்தைத் திருப்பிக் கொண்டார்கள். நாங்கள் பல நாட்கள் எங்கள் அண்டை அயல் வீட்டாருக்கு இலவசமாக மோர் கொடுத்திருக்கிறோம். மோருக்கு முதலில் பாலைக் காய்ச்ச வேண்டும். பால் ஆறிய பிறகு துளி தயிர் விட்டு அதைத் தயிராக்க வேண்டும். அப்புறம் தயிர் கடைய வேண்டும். மிகுந்த நேரமும் பொறுமையும் தேவைப்படும் பணி அது.

அந்த லான்ஸர் பார்க்ஸில் எல்லாருடைய வீடுகளிலும் மாடு வைத்துக் கொள்ளும்படி கொல்லைப்புறம் இருந்தது. பலர் கோழி, ஆடு வளர்த்தார்கள். ஒருவர் வீட்டில் புறா இருந்தது என்று நினைக்கிறேன். ஆனால் மாடு நாங்கள் மட்டும்தான்.

நாங்கள் லான்ஸர் பார்க்ஸில் இருந்த பதின்மூன்று ஆண்டுகளில் பன்னிரண்டு ஆண்டுகள் மாடுகளும் எங்கள்

குடும்பத்தில் பங்கு பெறுபவையாக இருந்தன. எங்கள் கண் முன் ஒரு பசு மாடு, ஓர் எருமை உயிரை விட்டிருக்கின்றன. கன்றுகளும்தான். மாட்டுப் பிரசவங்கள் ஏழு எங்கள் கொல்லைப்புறத்தில் நிகழ்ந்திருக்கின்றன. நாங்கள் மாடுகளினால் எவ்வளவு கவலைப்பட்டிருக்கிறோம், கண்ணீர் விட்டிருக்கிறோம் என்று எங்களுக்குத்தான் தெரியும். மாடு சிறிது காலாறட்டும் என்று நீண்ட கயிறுகொண்டு வெளியே மரத்தில் கட்டிவைத்தால் யாரோ அதை அவிழ்த்து விட்டுவிடுவார்கள். யாரோ ஒரு நல்லவன் பிளேட் கொண்டு மாட்டைக் காயப்படுத்தியிருப்பான். ஒருவன் ஆணி கொண்டு மாட்டின் வயிற்றில் குத்தியிருப்பான். நாங்கள் மாட்டைத் தேடி அலைவதை இந்து முஸ்லிம் கிருத்துவர் என்ற பாகுபாடு இல்லாமல் ரசித்திருக்கிறார்கள்.

மாடுகள் தொலைந்து போக வேண்டுமென்று ஓடிப் போவதில்லை. பால் கொடுக்கும் மாட்டை இருவேளை கறக்காவிட்டால் அது சித்திரவதைக்கு ஒப்பாகும். ஆனால் அதற்குப் புது இடங்களைப் பார்ப்பதில் ஆர்வம். பசு மாடுகள் அதிக தூரம் போகாது. ஆனால் எருமைமாடு பல மைல்கள் போனபிறகுதான் வீட்டையும் அங்கே காத்திருக்கும் கன்றைப் பற்றியும் நினைக்கும்.

இந்தமுறை எங்கள் வீட்டில் இருந்த எருமை மாடு காணாமல் போய்விட்டது. பதினைந்து அடி நீளமுள்ள கயிறு கொண்டு மரத்தில் கட்டியிருந்தோம். யாரோ அவிழ்த்து விட்டிருக்கிறார்கள். வழக்கம்போல அதைத் தேடிக்கொண்டு நான் போனேன்.

வீட்டிலிருந்து அரை மைல் தூரத்தில் இருந்த குட்டையைப் பார்த்தேன். இல்லை. குன்றுகள் திசையில் போனேன். அங்கும் இல்லை.

லான்ஸர் பார்க்ஸின் கிழக்கு திசையில் அந்த நாட்களில் மைல்கணக்கில் கட்டாந்தரை மேடும் பள்ளமுமாகப் பரந்து கிடக்கும். குட்டைக்கு எதிரே எப்போதும் பூட்டியிருக்கும் ஓர் இடுகாடு. மாட்டுக்கு உண்மையிலேயே வழி தெரியாமல்தான் போயிருக்கும்.

நான் மேடு பள்ளமாயிருந்த பகுதியெல்லாம் தாண்டி வெகு தூரம் வந்துவிட்டேன். இதுவரை அந்தத் திசையில் அவ்வளவு தூரம் நான் போனதில்லை. எனக்குத் தூரம் பற்றிக் கவலை இல்லை. ஆனால் சைக்கிளுக்கு ஏதாவது ஆகிவிட்டால் அதைத் தள்ளிக்கொண்டு வீடு போய்ச் சேர மணிக்கணக்கில் நேரம் பிடிக்கும்.

நான் ஒரு கிராமத்தை அடைந்தேன். பரம ஏழைகள் உள்ள கிராமம். சில குடிசைகளில்தான் அடுப்பு புகைந்தது.

அந்தக் கிராமத்தையும் கடந்து சென்றேன். பெரிய சாலை. சாலைக்கு மறுபுறத்தில் பெரிய மேடு. மேட்டின் மீது சிதிலமான கோட்டை.

நான் எருமை மாட்டைத் தேடாமல் அந்த மேடுமீது ஏறினேன். கோட்டை என்னைப் பிடித்திழுத்தது.

அதை மேடு என்று சொல்வது சரியில்லை. ஒரு குன்று. கோட்டை கட்ட எவ்வளவு பேர் வேண்டியிருந்ததோ? சுண்ணாம்புக் காரையை எங்கு அரைத்தார்கள்? பாறைகளையும் செங்கல்களையும் எப்படிக் குன்று

மீது கொண்டு சேர்த்தார்கள்? ஒரு விதத்தில் வியப்பு. ஒரு விதத்தில் இது என்ன வெட்டிவேலை என்றும் தோன்றியது.

கோட்டை நடுவில் சிறிய அரண்மனை. கதவு ஜன்னல் எல்லாவற்றையும் யாராரோ எடுத்து அடுப்பு எரியப் பயன்படுத்தியிருப்பார்கள். அப்படியும் அரண்மனை திகைக்க வைப்பதாக இருந்தது. ஒரு காலத்தில் இங்கு நிறையப் பேர் வசித்திருக்க வேண்டும். எப்படி எல்லாரும் காணாமல் போய் விட்டார்கள்? அந்த ராஜாவையோ ஜாகிர்தாரையோ யாரோ கொன்றிருக்க வேண்டும். கோட்டைகள் எல்லாம் தாக்குதல் ஏதும் இல்லாதவரைதான் பாதுகாப்பு. தாக்குகிறவர்கள் காவல் நிற்பவர்களைக் கொன்றுவிட்டுக் கோட்டைக்குள் புகுந்துவிட்டால் கோட்டைக்குள் இருப்பவர்கள் பலி ஆடுகளாகிவிடுவார்கள்.

நானும் பல கோட்டைகள் பார்த்திருக்கிறேன். சூறையாடல் இந்தக் கோட்டையின் ஒவ்வொரு பகுதியிலும் நிகழ்ந்தது தெரிந்தது. இந்த மனிதன், அவன் ஆட்சிக்கு உட்பட்டவர்களைச் சித்திரவதை செய்து சேர்த்த பணம், நகை எல்லாம் ஒரு தாக்குதலில் போய்விட்டிருக்கும். அவன் குழந்தைகள், ஆசை நாயகிகள் எல்லாரும் சிதைந்து போயிருப்பார்கள். கோட்டைச் சுவர்கள் மட்டும் மனிதனின் முட்டாள்தனத்தையும் குரூரத்தையும் நினைத்து நினைத்துச் சிரித்துக்கொண்டே இருப்பதுபோலப் பல நூற்றாண்டுகள் நின்று கொண்டிருக்கும்.

சிறிது நேரம் வெயிலையும் பொருட்படுத்தாது குட்டிச் சுவரான அந்த அரண்மனையில் உட்கார்ந்திருந்தேன். பிறகு கீழே இறங்கினேன்.

கிராமத்தில் ஒரு குடிசைக்காரரிடம், “இது யாருடைய கோட்டை?” என்று கேட்டேன். அந்த மனிதர் கையை விரித்தார். “ரொம்ப நாளாக இப்படித்தான் கிடக்கிறது.”

“பேர் ஏதும் கிடையாதா?”

“எனக்குத் தெரியாது. நாங்கள் யாருமே அங்கே போவது கிடையாது. ஆடுகள் மட்டும் ஏறிப்போகும். அங்கே புழுக்கை போட்டுவிட்டு இறங்கும்.”

எனக்கு எங்கள் வீட்டு எருமை நினைவுக்கு வந்தது. “இங்கே எருமை மாடு ஏதாவது வந்ததா?”

“ஆமாம். கட்டிப்போட்டிருக்கிறோம். அது கோட்டைக்குள் போக இருந்தது.”

“ஐயய்யோ, அது கறவை மாடு.”

“தெரியும். நீ வராவிட்டால் நாங்கள் கறந்திருப்போம். ஆனால் ஜாதி மாடு. லேசில் கறக்க விட்டிருக்காது. நீ எங்கிருந்து வருகிறாய்?”

நான் சொன்னேன். அந்த இடமெல்லாம் அந்த மனிதருக்குத் தெரியாது. மாட்டை ஒரு கட்டை வண்டிச் சக்கரத்தில் கட்டியிருந்தார்கள். எங்கள் கயிறுதான். மாடு என்னைப் பார்த்து அலைபாய்ந்தது.

“இங்கே யாராவது என் கூட வரமுடியுமா? மாட்டை ஏன் கோட்டையில் ஏற விடவில்லை?”

"கோட்டை நல்ல இடம் இல்லை. அப்பன் பிள்ளையைக் கொன்றிருப்பான். பிள்ளை அண்ணாவைக் கொன்றிருப்பான். அம்மாக்காரி யார் யாருக்கோ விஷம் வைத்திருப்பாள். கோட்டை நல்ல இடமே இல்லை."

"மாட்டை நான் ஒருவனாக ஓட்டிப் போக முடியாது. யாராவது என்னுடன் வந்தால் என் அம்மாவிடம் சொல்லி மோர் தரச் சொல்லுவேன்."

"நானே வருகிறேன். சோறும் தரவேண்டும்."

நாங்கள் இருவருமாக மாட்டை ஓட்டி வந்தோம். நான் கோட்டை பற்றிக் கேட்டபோதெல்லாம் பதில் இருக்காது. நாங்கள் லான்சர் பார்க்ஸை நெருங்கிவிட்டோம். மாட்டிற்கு வீடு தெரிந்தவுடனே எங்களிடமிருந்து ஒரு பாய்ச்சலில் விடுவித்துக்கொண்டு வீட்டிற்கு ஓடியது.

"ஜாதி மாடு. இதைப் போய் நீங்கள் தொலைத்து விடுகிறீர்களே?"

நான் பதில் சொல்லவில்லை.

வீட்டிலும் யாரும் வாயைத் திறக்கவில்லை.

நான் மீண்டும் ஒருமுறை அந்தக் கோட்டையைப் பார்க்க வேண்டுமென்று நினைத்துக்கொண்டேன், அது முடியாமல் போய்விட்டது. அந்தக் கோட்டைக்கு ஒரு விபரீதமான வரலாறு இருந்திருக்க வேண்டும். அந்தக் கிராமத்து மனிதனுக்கு எல்லா விவரமும் தெரிந்திருக்க வேண்டும். மாடு காணாமல் போன நாளன்றே அதை நான் நன்றாகச் சுற்றிப் பார்த்திருக்க வேண்டும். இனிமேல் முடியவே முடியாது என்றிருந்த நீண்ட பட்டியலில் அந்தக் கோட்டையும் சேர்ந்துகொண்டது.

சொல்வனம், 2014

இரண்டு விரல் தட்டச்சு

நிஜாம் ரயில்வேயில் முப்பது நாற்பது ஆண்டுகள் பழையதான பொருள்களை 'கண்டம்ண்டு' என்று வந்த விலைக்கு விற்றுவிடுவார்கள். என் அப்பா அப்படித்தான் ஒரு மிகப் பெரிய மேஜையை வாங்கி வந்திருக்கிறார். பாதி அறை அதற்குப் போயிற்று. நாற்காலிகள் நான்கு. ஒவ்வொன்றும் ஒரு மாதிரி. வீட்டில் இடமே இல்லை. ஒரு நாற்காலியை எப்போதும் சுவரில் சாய்த்து வைக்க வேண்டும். கொஞ்சம் அதிகப்படி சாய்ந்தால் அப்படியே பின்னால் விழ வேண்டும். அப்பா அலுவலகத்தில் ஒரு மகா தைரியசாலிதான் அதில் உட்கார்ந்திருக்க வேண்டும். அப்புறம் ஒரு நாள் ஒரு பெரிய ஜாதிக்காய்ப் பலகை பெட்டியை இருவர் தூக்கி வந்து, "இதை எங்கே வைக்க வேண்டும்?" என்று கேட்டார்கள்.

"என்னது?" என்று அம்மாவும் நானும் கேட்டோம்.

"தெரியாது. சார்தான் கொண்டுபோய் வைச்சுட்டு வரச் சொன்னார்."

மேஜைமீது வைக்கச் சொன்னோம். கனமாகக் கனத்தது. அவர்கள் போனபிறகு நான் ஒரு ஸ்குரூ டிரைவர் கொண்டு பெட்டி மேல் பலகையை எடுத்தேன். உள்ளே ஒரு டைப்ரைட்டர்.

அதை எப்படி வெளியே எடுப்பது என்று தெரியாமல் குழம்பினோம். அப்பா வந்தபிறகு பெரிய ஜாதிக்காய்ப்பலகை பெட்டி வந்ததைச் சொன்னோம். தேவையே இல்லை. "நான்தான் வாங்கினேன்," என்றார்.

"இப்படி பழைய சாமானாக வாங்கி வீட்டை அடைக்கறேளே?" – அம்மா கேட்டாள்.

"புது டைப்ரைட்டர் ஐநூறு ரூபா. இது நாப்பத்தஞ்சு."

"மலிவுன்னு உபயோகமில்லாததை வாங்கி என்ன செய்யறது?"

“இது ஒண்ணு வீட்டிலே இருந்தா நிறையப் பிரயோசனம் உண்டு.”

அம்மா அதற்கு மேல் பேசவில்லை. ஆனால் அவளுக்கு ஏதோ தோன்றியிருக்கிறது. டைப்ரைட்டரை மட்டும் அல்ல, கணவன் வாங்கிய இந்த ஏல சாமான்களும் தூரப் போட்ட சாமான்களுமாக வீட்டை நிரப்புவது பயமெழுப்பியிருக்கிறது.

அப்பா அவசரப்படவில்லை. ஆற அமரப் பெட்டியை இரவில் திறந்தார். “அட, திறந்தே இருக்கே!” என்றார்.

மூச்சைப் பிடித்துக்கொண்டு மெல்ல டைப்ரைட்டரைப் பெட்டியிலிருந்து எடுத்து மேஜை மீது வைத்தார். அது ரெமிங்டன் ரேண்ட் 14 என்று பின்புறத்தில் குறித்திருந்தது. இப்போது மேஜையை டைப்ரைட்டர், பெட்டி இரண்டும் சேர்ந்து அடைத்தது.

“ஸ்குரூடிரைவர் கொண்டா” என்றார். பெட்டியைப் பலகை பலகையாகப் பிரித்துக் கொல்லைப்புறத்தில் போடச் சொன்னார். அந்தப் பெட்டி ஆணி ஸ்குரூ இல்லாமல் செய்யப்பட்டது! அப்பா ஒரு தாளை டைப்ரைட்டரில் பொருத்தித் தட்டச்சு செய்ய ஆரம்பித்தார்.

“நீ எப்போ கத்துண்டே?” என்று நான் கேட்டேன்.

“இந்த ஊருக்கு வந்தப்புறம்தான். இது தெரிஞ்சுக்கலேன்னா நம்பளுக்கு ஒரு வேளை சாப்பாடு கிடைக்குமான்னு சொல்ல முடியாது.”

“நான் கொஞ்சம் அடிக்கிறேன்.”

“ரொம்ப அழுத்தி அழுத்தி அடிக்காதே. இது பழசு. ஒரு குழந்தை மாதிரி இதை வச்சுக்கணும். இதுபோல உபயோகமான பொருள் உலகத்திலேயே கிடையாது.”

இப்படித்தான் எங்கள் வீட்டில் ஒரு டைப்ரைட்டர் வந்து சேர்ந்தது. அவ்வளவு பெரிய மேஜையே அப்பா வாங்கினது டைப்ரைட்டருக்குத்தானோ என்று தோன்றியது. அப்பா எவ்வளவு சொல்லியும் எனக்கு இரண்டு விரல் கொண்டுதான் அடிக்க வந்தது. “நீ அடிக்கறதைப் பாத்தா ஒனக்கு எவனும் வேலை தர மாட்டான்,” என்று அப்பா ஒருமுறை கோபித்துக்கொண்டார். நானும் எவ்வளவோ முயன்றேன். மோதிர விரல், சுண்டு விரல் விரைத்து நின்றன.

ஒருநாள் அப்பா ஆபீசிலிருந்து திரும்பியவுடன், “கிளம்பு. நாம ஒரு இன்ஸ்டிடியூட்டுக்குப் போறோம்,” என்றார். எனக்கு ரயில்வே இன்ஸ்டிடியூட் தெரியும். அங்கு இரு பெரிய அறைகள். ஒன்றில் ஒரு மிகப்பெரிய மேஜை மீது நிறையப் பத்திரிகைகள் இருக்கும். சுவரோரமாக அலமாரிகள். ஆயிரக்கணக்கில் புத்தகங்கள். இன்னொரு அறை பில்லியர்ட்ஸ் ஆடும் இடம். அங்கு ஆடுபவர்கள் பில்லியர்ட்ஸ் நன்றாக ஆடுகிறார்களோ இல்லையோ விடாமல் புகை பிடித்த வண்ணம் இருப்பார்கள். அங்கு கிருஸ்துமஸ் வாரத்தில் அறைகள், வெற்றிடங்கள் எல்லாவற்றையும் தோரணங்கள் கட்டி அலங்காரம் செய்திருப்பார்கள். பெரிய அறையில் மேஜை நாற்காலிகள்

எல்லாவற்றையும் அகற்றிவிட்டு நடன நிகழ்ச்சிக்குத் தயாராக ஏற்பாடு செய்துவிடுவார்கள். வாத்திய இசைக்குழு பத்துப் பன்னிரண்டு பேர் வெராண்டாவில் அமர்ந்து வாசிப்பார்கள். அறையிலும் திறந்த வெளியிலும் சட்டைக்காரர்களும் சோல்ஜர்களும் ஒருவரை ஒருவர் அணைத்தபடி அவர்களுக்குத் தெரிந்த நடனத்தை ஆடுவார்கள். ஆங்கிலப் படங்களில் இந்த நடனக் காட்சி மிகவும் அழகாக இருக்கும். அன்று நான் சிறுவன். பல விஷயங்கள் புரியவில்லை. சற்றுக் கறுப்பாக உள்ள பெண்கள் என்ன தான் இலட்சணமாக இருந்தாலும் அவர்கள் அருகில் சோல்ஜர்கள் வர மாட்டார்கள். அவர்கள் நடனம் காட்டுமிராண்டித்தனமாக இருக்கும். அந்த டாமீஸ் என்பவர்கள் நம் சாதாரண சிப்பாய்களுக்குச் சமம். ஆனால் நடனம் ஏற்பாடு செய்யப்பட்ட இரவில் அவர்கள் எங்கோ ஆகாயத்திலிருந்து இறங்கியது போலக் கறுப்பர்களை நடத்துவார்கள்.

ஆனால் அப்பா ரயில்வே இன்ஸ்டிடுயூட் பக்கம் போகவில்லை. மாரட்பள்ளி பக்கம் என்னை அழைத்துப் போனார். எனக்கு அங்கு தெருவுக்குத் தெரு தெரிந்தவர்கள். ஆனால் எனக்குத் தெரிந்து அப்பா மாரட்பள்ளி பக்கம் போனதில்லை. அப்பாவுக்குப் பணக்காரர்கள் பற்றி உள்ளூர நம்பிக்கை கிடையாது என்று இன்று எனக்குப் புரிகிறது. அவர் நட்புடன் பழகியவர் முகம்மது உஸ்மான் கடை உரிமையாளர் கௌஸ் முகம்மது. ஆனால் பள்ளிக்கூடத்தில் படிக்கும்போது பையன்கள் எல்லாரும் சமம். நான் அங்கு பலர் வீட்டிற்குப் போயிருக்கிறேன்.

மாரட்பள்ளியில் மிக நன்றாகக் கட்டப்பட்ட வீடுகள் இருந்தாலும் மாடி வீடு என்று அன்று ஏதும் கிடையாது. எல்லாம் தனித்தனி வீடுகள். ஒரு வீடு கருங்கல்லால் கட்டப்பட்டது போலிருந்தது. எனக்கு அந்த வீட்டில் நண்பன் யாரும் கிடையாது. அப்பா அந்தத் தெருவில் திரும்பியபோது அந்தக் கருங்கல் வீட்டுக்கு அப்பா போகக்கூடாதா என்று நினைத்தேன். ஆனால் அப்பா கோடி வீட்டுக்குப் போனார்.

மாரட்பள்ளியில் நான் போன வீடுகள் எல்லாவற்றிலும் கேட் முன்னால் ஒரு கோலம், உள்ளே போனவுடன் ஒரு கோலம் என்றிருக்கும். இந்த வீட்டில் கோலம் இல்லை. உள்ளே எரிந்துகொண்டிருந்த மின்விளக்குகள் மிகவும் மங்கலாக இருந்தன. அப்பா "மிஸஸ் சிம்ஸன்," என்று கூப்பிட்டார். யாரும் வரவில்லை. அப்பா மறுபடியும் கூப்பிட்டார்.

ஃபிராக் போட்ட பெண் ஒருத்தி வந்தாள். பொதுவாக நாங்கள் அதைக் கவுன் என்போம்.

"யார் வேண்டும்?"

"மிஸஸ் சிம்ஸன்."

அந்தப் பெண் உள்ளே போனாள். சற்று நேரத்திற்குப் பின் ஃபிராக் போட்ட அம்மாள் ஒருத்தி வந்தாள். அந்த இருட்டிலும் அவள் நல்ல கறுப்பாக இருந்தது தெரிந்தது. முகத்தைத் தூக்கி, "யார்?" என்று கேட்டாள். அப்பா தன் பெயரைச் சொன்னார்.

"ஓ!" என்று அந்த அம்மாள் கத்தினாள். என் அப்பாவைக் கட்டிக் கொண்டாள். "எவ்வளவு வருஷங்கள் போய்விட்டன?" என்று சொன்னாள். "வா வா. உள்ளே வா? பையன் யார்? உனக்கு ஆண் குழந்தைகள் இரண்டு மூன்று செத்துப் போய்விடவில்லை?"

"இவன் ஒருவன் தங்கினான். நீ எப்படி இருக்கிறாய்?"

"வரவு செலவு அப்படி இப்படி இழுத்துக்கொள்ளும்."

நாங்கள் உள்ளே போனோம். முதலில் ஒரு சிறிய அறை. அதில் ஒரு நாற்காலி, ஒரு ஸ்டூல், ஒரு சின்னக் கட்டில். கட்டிலில் படுக்கையைச் சுருட்டி வைத்திருந்தது.

"இது உன் இடம், இல்லையா?"

"ஆமாம். நான் காவல்காரியாகவும் இருக்க வேண்டியிருக்கிறதல்லவா? ஏன், நீங்கள் முன்னாலேயே வரவில்லை? இதெல்லாம் உங்கள் தயவல்லவா?"

அப்பா அவள் சொன்னதைக் கண்டுகொள்ளவில்லை. "உள்ளே போகலாமா?"

அடுத்த அறையில் எங்கள் வீட்டில் உள்ளது போலவே ஒரு பெரிய மேஜை. நான்கு பக்கங்களிலும் நான்கு டைப்ரைட்டர்கள். அப்போது யாரும் தட்டச்சு செய்யவில்லை.

"மார்கரெட்!" என்று மிஸஸ் சிம்ஸன் கூப்பிட்டாள்.

நாங்கள் முதலில் பார்த்த பெண் வந்தாள்.

மிஸஸ் சிம்ஸன் அவளிடம் சொன்னாள், "விருந்தாளிகள் வந்திருக் கிறார்கள் என்று சொல்." அப்புறம் எங்களிடம் சொன்னாள். "எல்லாரும் பெண்கள் ... அவர்களுக்குத் தெரிய வேண்டுமல்லவா?"

வரலாம் என்று உள்ளேயிருந்து ஒரு குரல் கேட்டது. நாங்கள் மூவரும் உள்ளே போனோம். அதுவும் ஒரு சிறிய அறை. வரிசையாக மூன்று படுக்கைகள். கொசுவலை கட்டியிருந்தது. அதற்குப் பக்கத்து அறையிலும் மூன்று படுக்கைகள்.

அப்பா கேட்டார், "படுக்கையெல்லாம் எதற்கு?"

"எல்லாரும் வெளியூர் பெண்கள். அவர்கள் எல்லாரும் இங்கேயே தங்கி செகரட்டேரியல் வேலை கற்றுக்கொள்ளலாம். மூன்றே மாதத்தில் முதல் பரிக்ஷைக்கு அனுப்புகிறேன். சாப்பாடு டிரெயினிங் எல்லாவற்றுக்கும் மாதம் நாற்பது ரூபாய். அதிகமா?"

"சரியென்றுதான் தோன்றுகிறது."

"வெறும் பெண்கள் மட்டும்தான். அதில் சில சௌகரியங்களும் உண்டு, அபாயங்களும் உண்டு. நான் குடிகாரர்களின் பெண்களைச் சேர்த்துக் கொள்வதில்லை. பார்த்தால் பரிதாபமாக இருக்கும். ஆனால் சேர்த்துக்

கொண்டால் அப்பாக்காரன் பணம் ஒழுங்காகத் தரமாட்டான். குடித்துவந்து இங்கே என்னை மிரட்டுவான். ஒருவன் நான் பிராத்தல் நடத்துகிறேன் என்று கத்தினான். நான் குடிகாரனோடு பாடுபட்டது போதாதா?" மிஸஸ் சிம்ஸன் அழுதாள்.

"சிம்ஸன் பற்றித் தகவல் ஏதும் இல்லையா?"

"எனக்குப் பெயரைக் கொடுத்துவிட்டு எங்கோ ஓடிவிட்டான். அவன் கல்கட்டாவில் இருக்கிறானாம்."

திடீரென்று மிஸஸ் சிம்ஸன் சிரித்தாள். "ஒரு ராஜா ஒரு மிஸஸ் சிம்ஸனுக்காக ராஜ்யத்தையே வேண்டாம் என்றானாம். இங்கே நான் வேண்டாம் என்று ஒரு ராஜா ஓடிப்போகிறான்."

நாலைந்து பெண்கள் எங்களையே பார்த்துக்கொண்டிருந்தார்கள். அப்பா சொன்னார், "வா, நாம் முன்னறைக்குப் போவோம்."

நாங்கள் டைப்ரைட்டர் அறையில் உட்கார்ந்தோம். ஒரு பெண் ஒரு தட்டில் பிஸ்கட்டுகள் கொண்டுவந்து வைத்தாள். அப்பா, "டீ காபி எதுவும் வேண்டாம்," என்றார்.

மிஸஸ் சிம்ஸன் என்னைப் பார்த்து, "பையா, இந்த டைப்ரைட்டர், டேபிள் எல்லாம் உன்அப்பா தயவால் முப்பதுக்கும் நாற்பதுக்கும் வாங்கியது. உன் அப்பா அந்த நாளில் உதவி செய்யாவிட்டால் நான் பிச்சை எடுத்துக் கொண்டிருப்பேன்."

"சிம்ஸன் என்னுடன் வேலை பார்த்தானே?"

"என்ன பார்த்தான், என்னைத் தெருவில் விட்டான்."

"அதெல்லாம் இப்போது எதற்கு?"

நாங்கள் கிளம்பினோம். "கட்டாயம் மறுபடியும் வர வேண்டும். பகல் வேளையில் கிளாஸ் நடக்கும்போது நீ வர வேண்டும்."

நாங்கள் சிறிது தூரம் பேசாமல் வந்தோம். திடீரென்று அப்பா சொன்னார், "இந்த ஊர்லே பையங்களுக்கு இந்த மாதிரி ஒரு இன்ஸ்டிடியூட் இல்லையே?"

"இங்கே சேர முடியாதா?"

அப்பா பேசாமல் நடந்தார். நான் கேட்டேன், "மிஸஸ் சிம்ஸன் ஏதோ ராஜா ராணின்னு சொன்னாளே?"

"அதுவா, இப்போ இங்கிலாண்டு ராஜா யார் தெரியுமா?"

"ஜார்ஜ் ஆறு."

"அதுக்கு முன்னாலே எட்வேர்ட்னு ஒத்தன் இருந்தான். அவன் ஒத்தியைக் கல்யாணம் பண்ணிக்கணும்னு சொன்னான். அந்தப் பெண்

பேர்தான் மிஸஸ் சிம்ஸன். இங்கிலாண்டு பார்லிமெண்ட் கூடாதுன்னு சொல்லித்து. எட்வேர்ட் ராஜ்யமே வேண்டாம்னு போயிட்டான். அப்படித் தான் இப்ப இருக்கிற ஜார்ஜ் ராஜாவானார்."

"அந்த அம்மா சொன்னபடி நீதான் அந்த டேபிள், டைப்ரைட்டர் எல்லாம் வாங்கிக் கொடுத்தயா?"

"ஆமாம். ஆனா அவ இன்ஸ்டிடுயூட்டை ரொம்ப நன்னா நடத்தறா."

"சிம்ஸன் யாரு?"

"ஒரு கார்ட். அவளுக்கு ஒரு விஷயம் தெரியாது. சிம்ஸன் என்கிட்டே சொல்லிட்டுத்தான் போனான்."

நான் எந்த இன்ஸ்டிட்யூட்லேயும் சேரவில்லை. அப்பாவே இரண்டு மாதத்தில் செத்துப் போய்விட்டார். டேபிள், நாற்காலி, டைப்ரைட்டர் எல்லாம் போய்விட்டது. ஆனால் என் இரண்டு விரல் தட்டச்சுப் பழக்கம் போகவில்லை.

***சொல்வனம்*, 2014**

தோல் பை

நீண்டநாள் சந்தாதாரனாக இருந்ததற்காக அந்த வாரப்பத்திரிகை எனக்கு ஒரு பரிசு அனுப்பியிருந்தது. அது ஒரு பை. அதைத் தோள் பை என்றும் கூறலாம், முதுகுப் பை என்றும் கூறலாம். என் மகனின் மகளிடம் கொடுத்தேன். "எனக்கு வேறு நல்ல பை இருக்கிறது" என்று சொல்லித் திருப்பிக் கொடுத்துவிட்டாள். நான் பையைச் சற்றுக் கவனமாகப் பார்த்தேன். அது தோலினால் செய்யப்பட்டது. முரட்டுத் தோல். எருமை மாட்டுத் தோல்.

எங்கள் வீட்டுக்கு முதலில் வந்தது ஒரு எருமை மாடுதான். கன்று கிடையாது. நீண்ட நேரம் மடியைத் தண்ணீர் தெளித்துக் காம்பை இழுத்து மாட்டைச் சுரக்க வைக்க வேண்டும். நான்கைந்து மாதங்கள் பால் கொடுத்தது. அப்புறம் சிறிது சிறிதாகக் குறைந்து, பிறகு நின்றேவிட்டது. சினைக்கு விட வேண்டும் என்று ஒரு கிராமத்திற்கு ஓட்டிப் போயிற்று. எந்த நேரமும் கன்று போடலாம் என்றிருந்தபோது மீண்டும் வீட்டுக்கு வந்தது.

அம்மா மூன்று காம்புகளை ஒட்டக் கறந்துவிட்டு நான்காவதைப் பாதி கறந்துவிட்டுக் கன்றுக்குட்டியை அவிழ்த்து விடுவாள். இரக்கமே இல்லாமல் அம்மா இருக்கிறாள் என்று நான் நினைத்துக்கொள்வேன். கன்றுக்கு இன்னும் ஒழுங்காக நிற்கத் தெரியவில்லை. ஒருநாள் அம்மாவுக்குக் கையில் இருப்புக்கரண்டி சுட்டுவிட்டது. "டேய், ஒட்டக் கறந்துண்டு வா," என்று அம்மா சொன்னாள். மாடு சீக்கிரமே சுரப்பு விட்டுவிட்டது. மூன்று காம்புகளைக் கறந்தேன். நான்காவதைக் கன்றுக்கு விட்டுவிட்டேன். அன்று மாலையே கன்று ஏகமாகக் கழிந்து படுத்துவிட்டது. அப்புறம் எழுந்திருக்கவேயில்லை. அம்மா அழுதாள். "ஏண்டா, பாலை ஒட்டக் கறக்கலையா? எனக்குத் தெரியாதா கன்னுக்கு எவ்வளவு பால் விடணும்னு? பார், ஒரு பச்சைக் குழந்தையைக் கொன்னுட்டியே!"

கன்றில்லாமல் மாடு இலேசில் பால் கறக்கவிடவில்லை. ஒருவர் சொன்னார், கன்றின் உடலை வைக்கோல் திணித்து மாடு முன்னால் வைக்கலாம். நாங்கள் அப்படிச் செய்யவில்லை. அழுதுகொண்டே கருவேப்பிலை மரத்தடியில் கன்றைப் புதைத்தோம்.

மறுபடியும் மாடு மரத்துப்போய், மறுபடியும் சினைக்கு விட்டது. மாடும் கன்று போட்டது. இம்முறையும் கடா. நாங்கள் கன்றுக்குப் பால் விடுவதில் மிகவும் ஜாக்கிரதையாக இருந்தோம். பாதி வயிறு என்றாலும் உயிரோடு இருக்கட்டும் என்று பிரார்த்தித்தபடி இருந்தோம். பதினைந்து நாட்களில் ஒருமாதிரி மாடு, கன்று இரண்டுக்கும் அளவு தெரிந்துவிட்டது. கன்றும் சிறிது சிறிதாகப் பச்சைக்கீரை, தழை முதலியன கடிக்க ஆரம்பித்தது. மேயவும் ஆரம்பித்துவிட்டது.

எங்கள் வீட்டுக்கு முன்புறம் மேடு. கொல்லைப்புறம் பள்ளம். பத்து படிகள் இறங்க வேண்டும். நாங்கள் படுக்கை போட்டுக்கொண்டிருந்தோம் ஒரு மாத எருமைக் கன்று பத்து படி ஏறிவந்து ஒரு படுக்கையில் படுத்துக்கொண்டுவிட்டது. கன்றைக் கீழே கொண்டு போய்விட்டோம். கதவைத் தாளிட்டோம். ஆனால் ஐந்து நிமிடங்களில் கதவை முட்டியது.

அந்த கதவு வெளிப்புறமாகத் திறப்பது. நாங்கள் திறந்தால் கன்றைப் பத்து படி கீழே தள்ளிவிடும். நான் வாசற்கதவு வழியாக வெளியே சென்று சுவரேறிக் கன்றைப் பிடித்துக்கொண்டேன். எங்கள் படுக்கைக்குப் பக்கத்தில் ஒரு சாக்குத் துணியை விரித்து அதில் கன்றைப் படுக்கவிட்டோம். அரை மணியில் அது எங்கள் படுக்கைக்கு வந்துவிட்டது.

போகப் போகக் கன்றுக்கு அதன் தாயின் அருகில் இருப்பதன் சௌகரியம் தெரிந்தது. அவிழ்த்து வெளியே விட்டால் இருந்த இடத்திலேயே துள்ளித் துள்ளிச் சுற்றும் தாவும். பிடிக்கப் போனால் ஆட்டம் காட்டும். ஒரு கட்டத்தில் தாயைப் பாலுக்காகத் தொந்தரவு செய்யாமல் புல் மேய முயற்சி செய்யும். வைக்கோல் மெல்லும்.

ஒருநாள் மாடு புல் தின்னவில்லை. பாலும் கறக்கவிடவில்லை. படுத்தது, அப்படியே சாய்ந்துவிட்டது. அந்த ஊரில் இருந்த ஒரே கால்நடை வைத்தியரை அழைத்து வந்தோம். மாட்டின் வயிற்றில் ஏதோ தொந்தரவு என்று கூறி ஒரு மெல்லிய குழாயும் ஆணியும் சேர்ந்திருந்த ஒரு சாதனத்தை மாட்டின் வயிற்றில் குத்தி, ஆணியை எடுத்துவிட்டார். குழாய் வழியாகச் சிறிது காற்று வந்தது. பெரிய முன்னேற்றம் இல்லை. அடுத்த நாள் மாடு செத்தேவிட்டது. மாட்டை மேய்த்து வரும் சிறுவனிடம் கூறினோம். அவன் செருப்பு தைப்பவர்களிடம் கூறுங்கள் என்று சொல்லிவிட்டான். செத்த மிருகத்தை அவனுடைய உறவினர்கள் தொட மாட்டார்கள்! ரயில் நிலையம் அருகில் உள்ள செருப்பு தைப்பவர்களிடம் சொன்னோம். அவர்கள் ஒரு திறந்த ஒற்றை மாட்டு வண்டியைக் கொண்டுவந்தார்கள். மாட்டின் கால்கள் நான்கையும் சேர்த்துக் கட்டி அதைத் தூக்கினார்கள். மாடு உயிரற்றதுதான். ஆனால் அவர்கள் அதைத் தூக்கி வண்டியில் போட்டபோது இவ்வளவு முரடர்களாக இருக்கிறார்களே என்று அழுகை வந்தது. கன்றுக்குட்டி அதற்கு எந்த சம்பந்தமும் இல்லாதது மாதிரி பார்த்துக்கொண்டிருந்தது.

மாட்டைத் தூக்கிப் போனவர்களிடம் பின்னர் கேட்டோம். மாட்டின் வயிற்றில் பந்து போலத் தலைமுடி இருந்திருக்கிறது.

அதன் பிறகு இன்னொரு எருமை மாடு வந்தது. இதற்கும் கன்றில்லை. ஏராளமாகப் பால் கொடுத்தது. ஒருநாள் எங்கோ ஓடிப் போய்விட்டது. மாடு ஓடவில்லை. ஒரு மாட்டுத்திருடன் வேலை என்றார்கள். மாடு போனது போனதுதான்.

இந்த முறை ஒரு பசு மாடு வாங்கலாம் என்று பார்த்தது. அலெக்ஸாண்ட்ரியா சாலையில் உள்ள காரிஸன் என்ஜினீர் ஆபீஸில் உள்ளவர் ஒருவர் வேறூர் போவதால் அவருடைய பசு மாட்டை விற்பதாகச் சொன்னார். மாடு மிகவும் அழகாக இருந்தது. ஆனால் மிகவும் பெரியது. எங்களால் சமாளிக்க முடியாது என்று அவரிடமே கொண்டு போய்விட்டோம். கடைசியில் சுந்தர் என்ற பசு மாடு வந்து சேர்ந்தது. இது ஒன்றுதான் மாடும் கன்றுமாக எங்கள் வீட்டுக்கு வந்தது. ஆரம்பத்தில் பாடாய்ப் படுத்தியது. சில மாதங்களுக்குப் பிறகு அது எங்களை ஏற்றுக்கொண்டுவிட்டது.

சுந்தரும் படியேறி வீட்டினுள் வந்துவிடும். அது கால் வழுக்கிக் கீழே விழுந்துவிடப் போகிறதே என்று நாங்கள் கவலைப்படுவோம். உண்மையில் அதுதான் எங்களைப் பற்றிக் கவலைப்பட்டுக் கொண்டிருந்ததோ என்று இப்போது தோன்றுகிறது.

ஐந்தாறு மாதங்களில் அது மரத்துப் போய்விட்டது. சுந்தரை நாங்கள் வாங்கி வந்த குஜராத்தி அம்மாளிடம் விட்டு வந்தோம். அவள் வீட்டு உள்ளே எண்ணெய்ச் செக்கு. ஆதலால் மரம் மரத்தோடு உராயும் சத்தம் நாளெல்லாம் கேட்டவண்ணம் இருக்கும். அவள் வீடு எதிரே மிகப் பெரிய காய்கறிச் சந்தை. ஒரு வாரம் பொறுத்து நான்தான் மாட்டை ஓட்டிவந்தேன்.

சுந்தர் எந்த நேரத்தில் என்ன செய்யும் என்று சொல்ல முடியாது. குஜராத்தி வீட்டுக்கு ஓடிப் போய்விடும். பிறகு அதுவாகவே திரும்பி வரும். சில நாட்கள் மேய்ச்சலுக்குப் போகும். சில நாட்கள் அரை மணி நேரத்தில் திரும்பி வந்துவிடும். அது அப்படி நிலை தெரியாமல் இருந்ததற்கு இப்போது காரணம் உண்டு போலத் தோன்றுகிறது. அப்பாவாக அதனிடம் கொஞ்சியது கிடையாது. ஆதலால் இருவருக்கும் பெரிய உறவு கிடையாது. ஆனால் என் அப்பாவைப் பார்த்துவிட்டால் அது ஏதேதோ முனகும். நாங்கள் யாராவது அதன் கழுத்தைச் சொரிந்து கொடுத்தால் சமாதானம் அடைந்த மாதிரி இருக்கும். மீண்டும் முனக ஆரம்பித்துவிடும்.

சுந்தர் கன்று போட்டது. மீண்டும் கடாதான். வீட்டில் ஒரு மாடு, மூன்று கன்றுகள். அதில் ஒன்று எருமைக் கன்று. அதற்குக் கொம்பு முளைக்கத் தொடங்கிவிட்டது. வீட்டில் ஏன் எருமைக்கடாவை வைத்துக் கொண்டிருக்கிறீர்கள் என்று எங்கள் வீட்டுப் பக்கம் வருகிறவர்கள் போகிறவர்கள் கேட்பார்கள். அது எருமை மாடாக இருந்தால் கொடுத்திருக்கலாம். ஆண் கன்றைக் கொடுத்தால் ஒன்று, கசாப்புக்

கடை; இல்லாதுபோனால் இன்னும் சிறிது வளர்ந்தவுடன் உழவுக்கு ஏர் பூட்டிவிடுவார்கள். அந்த நாளில் டிராக்டர்கள் கிடையாது. விவசாயம் என்றால் கலப்பை கொண்டு உழத்தான் வேண்டும். எருமைக்கடாவாகப் பிறந்தவுடன் அதன் தலையில் மாட்டுவண்டி, கலப்பை அல்லது கசாப்புக்கடை என்றுதான் எழுதி வைத்திருக்கும். எங்கள் வீட்டில் ஒரு குழந்தைபோல வளர்ந்ததைப் பிரிய மனம் வரவில்லை. என்றாவது ஒருநாள் பிரிந்துதான் ஆகவேண்டும் என்று தெரிந்தும் நாங்கள் அதை வீட்டிலேயே வைத்திருந்தோம்.

ஒருநாள் ஏதோ சரியில்லை என்று அப்பா ரயில்வே ஆஸ்பத்திரியில் அவரே போய்ச் சேர்ந்துகொண்டார். அப்பாவுடன் நான் போனவன் தனியாகத் திரும்பியவுடன் அம்மா, “அப்பா எங்கேடா?” என்று கேட்டாள்.

“அப்பா ஆஸ்பத்திரியிலேயே இருக்கா. சாயந்திரம் வரச் சொன்னா,” என்று பதில் சொன்னேன்.

அன்று சுந்தர் என்னை முட்ட வந்தது. அப்பாவுக்கு இரவுக்கு மட்டும் சாப்பாடு கொண்டு போவோம். அப்பா சாதாரணமாக இருந்த மாதிரிதான் எங்களுக்குத் தோன்றியது. எந்த டாக்டரும் விசேஷமாக ஏதும் சொல்லவில்லை. ஆனால் ஒரே வாரத்தில் அப்பா செத்துப் போய்விட்டார்.

சுந்தரின் சுபாவம் மிகவும் மாறிப்போய்விட்டது. பால் கறக்கும். ஆனால் அதன் துள்ளல், விஷமம் எல்லாம் போய்விட்டது.

வீடு ரயில்வே கொடுத்தது. காலி பண்ண வேண்டும். வீடு நிறைய சாமான். எல்லாம் விலை கொடுத்து வாங்கியது. அவ்வளவு சாமானுக்கும் ஸாலார்ஜங் அரண்மனைதான் சரியாக இருக்கும்.

சுவரில் தொங்கிக்கொண்டிருந்த படங்களை எடுப்பதற்கே இரு நாட்கள் வேண்டியிருந்தது. சாமான்களை ஏலக்கடையில் நான்கு வெவ்வேறு நாட்களில் கொண்டுபோய்ப் போட்டு வந்தேன். வீடு பார்க்கையில் ஒரு பசு மாடும் மூன்று கன்றுகளையும் வைத்துக்கொள்ளக் கூடியதாகப் பார்க்க வேண்டியிருந்தது. இது என்ன பைத்தியக்காரத்தனம் என்று எல்லாரும் கேட்டார்கள். கடாக் கன்றுகளை எப்படிக் கொடுப்பது?

ஊருக்கு வெளியில்தான் வீடு கிடைத்தது. இன்று அதை ஊர் நடுவில் என்றுதான் கூறுவார்கள். அன்று பள்ளமான ஒரு கட்டாந்தரையில், ஐந்தாறு சிறு வீடுகளுக்கிடையில் இருந்தது. எங்கள் வீட்டில் இரண்டு குடித்தனங்கள். ஒரு பொது வெளிக்கதவு. கதவு திறந்தவுடனேயே கிணறு. ஒரு சிறு வெராண்டா. அப்புறம் இரு சிறு அறைகள். வெராண்டாவில் சுந்தரையும் கன்றுகளையும் கட்டிப்போட்டோம். அந்த வீடு, தெருவுக்குப் பெயர் எண் என்று ஏதும் கிடையாது. ‘துர்காபாய் மாளிகைக்கு அருகில்’ என்றுதான் முகவரி. தபால்காரர் நல்லவர். என்னை ஒரு அலுவலகத்துக்கு அழைத்துப் போய் ரேஷன் அட்டை வாங்கிக் கொடுத்தார். சுந்தரைத் துர்காபாய் மாளிகையில் காலையில் கட்டி வைப்போம். மூன்று கன்றுகளையும் அவிழ்த்து விட்டுவிடுவோம். எருமைக் கன்று தானாகத் தலைமை

ஏற்றுக்கொண்டது. அது முன்னே போக மூன்றும் ஓர் ஊர்வலமாகப் போய்ப் பகல் ஒரு மணிக்குக் கதவை முட்டும். வாளி நிறையத் தண்ணீர் குடிக்கும் கிணற்றருகில் உட்கார்ந்துவிடும்.

நாங்கள் அந்த ஊரை விட்டு வரும்போது சுந்தரையும் மூன்று கன்றுகளையும் மீண்டும் ஒரு குஜராத்திக் குடும்பத்திடம் ஒப்படைத்தோம். வெளிப்படையாகவே சொன்னோம். கன்றுகளைக் கசாப்புக் கடைக்குக் கொடுக்கக் கூடாது. "அந்த பயம் வேண்டாம். மூன்றுமே எங்காவது ஒரு கிராமத்துக்குத்தான் போகும்," என்றார்கள்.

இன்று என் கையில் ஓர் எருமை மாட்டுத் தோல் பை. கறவை மாடா கடாவா? எவ்வளவு செல்லமாக வளர்த்தாலும் மாடுகள் இப்படித்தான் முடிய வேண்டியிருக்கிறது. நான் பையைத் தடவினபோது அது எங்கள் வீட்டு எருமைக்கன்று போலிருந்தது.

ஓம் சக்தி, 2014

இன்று வேண்டாத கிணறு

அவனுக்கு முதலில் நம்ப முடியவில்லை. முப்பது நாற்பது வருஷமாக இருந்த கிணற்றையா மூடப்போகிறார்கள்?

"கிணறை மூடாம புது வீட்டைக் கட்ட முடியாதா?"

"முடியாதாம்ப்பா. கிணத்தை மனை நடுவில தோண்டி இருக்கு. பத்துப்பதினைந்து அடி அடிபட்டுப் போயிடும். புது வீடும் ரொம்பச் சின்னதாயிடும்."

அவனுக்கு வருத்தமாக இருந்தது. அந்தக் கிணற்றின் வரலாறு மகனுக்குத் தெரியாது. அதற்கு அந்த மனையின் வரலாறு தெரிந்திருக்க வேண்டும்.

அந்த மனை வாங்கியபோது சுற்றுவட்டாரத்தில் வீடுகளே கிடையாது. முதலில் எது யாருடைய மனை என்றும் சொல்ல முடியாது. ஒரு மைல் சென்று ஒரு கடையில் நான்கு கருங்கல் தூண்களை வாங்கி ஒரு கைவண்டி வைத்து மனைக்கு எடுத்து வந்தான். வேலி கட்டத் தூண் வாங்கியாயிற்று. ஆனால் எப்படி அவற்றைப் புதைப்பது?

கல்லைப் புதைப்பதற்கு மீண்டும் ஆளைத் தேடிப் போனான். கல்லை எடுத்து வந்த வண்டிக்காரர் கடப்பாறை இருந்தால் அவரே புதைத்து விடுவேன் என்றார். அவன் கடப்பாறைக்கு எங்கு போவான்?

எல்லைக் கற்களை வாங்கிய கடைக்கு மீண்டும் போனான். சாப்பாட்டு நேரமென்று கடையை மூடிக்கொண்டு போய் விட்டார்கள். மூன்று மணி வரை காத்திருந்தான். மனையில் எல்லைக் கற்களைப் பதித்துவிட்டு, வீடு திரும்பியபோது மணி இரவு ஒன்பது.

அப்படிப் பாடுபட்டுப் பதித்து வைத்த தூண்களை ஒரே வாரத்தில் ஒரு அடாவடிக் கும்பல் பிடுங்கிப் போட்டதாக அறிந்தான். அவன் மனையோடு இன்னும் பத்துப்பன்னிரண்டு மனைகள் வேறு யாருக்கோ சொந்தமாம்! யார் அது? அவனுக்கு மனையை விற்றவர் பத்து ஆண்டுகளுக்கு மேலாக அந்தச்

சொத்தை அவரிடமே வைத்திருந்தார். அப்போதில்லாத வில்லங்கம் இப்போது எப்படி வந்தது?

அவன் குடி இருந்த வீட்டுக்கும் மனை இருந்த இடத்துக்கும் பத்து மைல் இருக்கும். ஒரு தடவை போய்ப் பார்ப்பதற்கு இரு வாரங்கள் முன்பே திட்டமிட வேண்டும். ஆனால் அந்த இடம் நான்கைந்து ஆண்டு களுக்குள் பெரிதாக வளர்ந்துவிடும் என்று விஷயம் தெரிந்த எல்லாரும் சொன்னார்கள். நில அபகரிப்பு செய்யும் கூட்டத்துக்கும் இது தெரிந்திருக்கும். பத்துப்பேர் கொண்ட கூலிப்படை! ஆளுக்குப் பத்து ரூபாயென்றாலும் நூறு ரூபாய்! நூறு ரூபாய் செலவழித்து ஒருவன் எல்லைக் கற்களைப் பிடுங்கிப் போட்டிருக்கிறான். இந்த 1990ஆம் ஆண்டில் பலருக்கு அது ஒரு மாதச் சம்பளம்.

நிலம் வாங்கியதே தவறு, வீண் என்று ஒரு மாதிரி மனத்தைச் சமாதானப்படுத்திக் கொள்ளச் சில காலம் ஆயிற்று. ஒருநாள் ஏதோ தோன்றி மனைப் பக்கம் போனான். சுற்றுவட்டாரத்தில் இரண்டு வீடுகள் பாதி கட்டப்பட்ட நிலையில் காணப்பட்டன. விசாரித்தான். ரவுடிகள் விஷயம் போலீசுக்குப் போய் கோர்ட்டுக்கும் போய் நில அபகரிப்புக்காரர்கள் விரட்டி விடப்பட்டார்கள். இனி எந்தத் தொல்லையும் இல்லை.

மீண்டும் ஒருமுறை கருங்கல் தூண்கள் வாங்கி வந்து இம்முறை கம்பி வேலியே கட்டிவிட்டான். அதன் பிறகுதான் கிணறு வெட்டத் தீர்மானித்தது.

மனை சற்றுப் பெரிய மனை. பிற்காலத்தில் ஒரு பாதியை விற்கவும் விற்கலாம். அதை மனத்தில் வைத்துக் கிணற்றுக்கு இடம் தேடியது. கடைசியில் அந்த நிபுணர் ஓரிடத்தைத் தேர்ந்தெடுத்தார். வேறு எந்த இடத்தில் தோண்டினாலும் மிகவும் கீழே போய்விடும் என்றார்.

அவர் உண்மையிலேயே நிபுணர். பத்தே அடியில் தண்ணீர் வந்தது. வாளி வாளியாக இறைத்துக் கொட்டித்தான் இன்னும் பத்தடி தோண்டியது.

ஆனால் அதை அனுபவிக்க உடனே வீடு கட்ட முடியவில்லை. வருடக்கணக்கில் அந்தக் கிணறு ஊராருக்குத்தான் தண்ணீர் கொடுத்தது. தினம் வண்டி கொண்டுவந்து எடுத்துப் போவார்கள் என்று சொன்னார்கள். அவனே ஒரு சிறு வீடு கட்டத் தொடங்கியபோதும் தண்ணீர் வண்டிகள் வந்தவண்ணம் இருந்தன. அவற்றைத் தடுத்து நிறுத்தச் சிறிது காலம் பிடித்தது.

வீடு சின்னதுதான். ஆனால் முன் வாயிலிலிருந்தே வீட்டுக்குப் பின்னால் இருக்கும் கிணறு தெரியும். அதை மிகவும் விசேஷமாக எல்லாரும் சொன்னார்கள். முறையான வீடு என்றால் வாசலில் இருந்து பார்த்தால் கிணறு தெரிய வேண்டும். சின்னதானாலும் சௌகர்யமான வீடு.

அவனுக்குச் சொந்த வீட்டில் வசிக்கும் யோகம் இல்லை. அவன் ஆபீசுக்குப் போவதற்கும் இரு மகன்கள் ஒரு மகள் கல்லூரிகளுக்குப் போவதற்கும் அவர்கள் வசித்து வந்த வாடகை வீடுதான் வசதியாக இருந்தது. ஆதலால் கட்டின வீட்டை வாடகைக்குத்தான் விட வேண்டியிருந்தது.

அது லேசில் சாத்தியமாகவில்லை. முக்கியக் காரணம், பொறுப்பாக வீட்டைக் காட்டி வாடகை பேச அங்கு யாரும் கிடைக்கவில்லை. ஒருமுறை

ஒரு ஞாயிற்றுக்கிழமை அவனே அங்கு திண்ணையில் நாளெல்லாம் உட்கார்ந்திருந்தான். யாரும் வரவில்லை. வீடு மாதக்கணக்கில் பூட்டியிருந்ததில் மின்சார இணைப்பை வெட்டிவிட்டார்கள். கடைசியில் ஓர் உறவினரே வந்தார். அவருக்கு அந்த வீடு போதும். அவரே அபராதம் கட்டி மின் இணைப்பைப் பெற்றார். வாடகை குறைவுதான். ஆனால் வீட்டைப் பற்றிக் கவலை இல்லாமல் இருக்கலாம்.

உண்மையில் அவர் எந்தத் தொந்தரவும் தரவில்லை. 'தண்ணீர் இழுப்பது சிரமமாக இருக்கிறது, நானே மோட்டார் போட்டுக்கொண்டு வாடகையில் கழித்துக் கொள்கிறேன்' என்றார். அப்படியே ஒரே வாரத்தில் ஒரு சின்டெக்ஸ் டாங்க் பொருத்தி ஐந்தாறு இடங்களில் குழாய் போட்டுக்கொண்டார். அவர் வாங்கின மோட்டார் அப்போது பிரபலமாக இருந்த ஒரு நிறுவன மோட்டார். அவரிடம் மோட்டாரை மட்டும் வீட்டுக்கு உள்ளேயே போட்டுக்கொள்ளச் சொன்னான். 'நானே அப்படித்தான் நினைத்திருந்தேன்', என்று அவர் சொன்னார். அவர் அருகிலிருந்த தொழிற்சாலையில் வேலை பார்த்துக்கொண்டிருந்தார். அதற்கு முன்பு ஒரு வீட்டில் ஒரு சிறு பகுதியில் குடி இருந்த அவருக்கு ஒரு தனி வீட்டில் வசிக்க வந்ததில் மிகுந்த மகிழ்ச்சியும் பெருமையும் இருந்தது. மேலும் அவர் முன்பு கொடுத்த வீட்டு வாடகையில் இப்போது பாதிகூடக் கிடையாது. ஆனால் அக்கம் பக்கத்துக்காரர்களுக்குத்தான் வருத்தம். அவர் மோட்டார் போட்ட உடனேயே கிணற்று ராட்டினத்தை எடுத்துவிட்டார். இனி வெளியார் யாரும் முன்பு போலத் தண்ணீர் பிடித்துக்கொண்டு போக முடியாது.

பத்தாண்டுகள். மகன்கள் படித்து ஒருவன் வெளிநாட்டில் வேலை பார்க்கிறான். பெண் பெங்களூருவில் இருக்கிறாள். சொத்து பிரிப்பதைப் பற்றி நினைக்கும் நேரம். வீட்டை இடித்து நான்கு ஃப்ளாட்டுகளாகச் செய்துவிடலாம் என்று மகன்கள் தீர்மானித்து ஒரு வீடு கட்டும் கான்டிராக்டரையும் ஏற்பாடு செய்துவிட்டார்கள்.

அவனுக்கு வாடகைக்காரரைக் காலி செய்யச் சொல்ல மிகவும் வருத்தமாக இருந்தது. எவ்வளவு பொறுப்போடு வீட்டைப் பார்த்துக் கொண்டார்! வாடகை குறைவு என்பார்கள். ஆனால் அவர் செய்திருந்த உதவிக்கு வாடகையே வாங்கக் கூடாது.

மூன்று மாதங்கள் அவகாசம் கேட்டார். ஆனால் இரண்டே மாதங்களில் காலி செய்துவிட்டார். அவர் போன வீட்டுக்கு மூன்றத்தனை வாடகை. ஆனால் அவர் சொன்ன பேச்சு தவறவில்லை.

உடலே சரியில்லை. எப்போதும் லேசாக ஜுரம் அடித்துக்கொண்டிருந்தது. டீபீயாகக்கூட இருக்கலாம். யாரிடமும் சொல்லிக்கொள்ளாமல் இடிக்கப் போகிற வீட்டைக் கடைசி முறையாகப் பார்க்கப் போனான்.

அந்த இடத்தை நெருங்கும்போது அவன் உடல் பதறத் தொடங்கியது. அவன் எல்லைக் கற்களைப் பதித்த நாளன்று எப்படி எல்லாம் தவித்தான்!

எல்லைக் கற்களைப் பிடுங்கிப் போட்டார்கள் என்று அறிந்தபோது எப்படியெல்லாம் அவதிப்பட்டான்! கிட்டத்தட்ட நாற்பது ஆண்டுகள் ஆகிவிட்டன. எவ்வளவு நீண்ட காலம்!

வீடு பூட்டிக் கிடந்தது. சுற்று முற்றெல்லாம் ஒரே புல்லும் புதருமாக இருந்தது. ஒரு மாதந்தான் காலியாக இருந்திருக்கிறது. ஆனால் அதற்குள் பாழ் வீடு மாதிரியாகிவிட்டது.

அவன் கிணற்றைப் பார்த்தான். சுற்றுச் சுவர்மேல் கம்பி போட்டு மூடியிருந்தது. அந்த வெயிற்காலத்திலும் கிணற்றில் தண்ணீர் இருந்தது. மோட்டார், வீட்டு உள்ளே இருக்கும். அவன் அந்தக் கிணற்றிலிருந்து சிறிது தண்ணீர்கூட எடுத்துக் குடிக்க முடியாது.

அவன் வீட்டைச் சுற்றி வந்தான். வீட்டைக் கட்டும்போது பத்து மைல் இரண்டு பேருந்து மாறி ஏகப்பட்ட தூரம் நடந்தும் எவ்வளவு முறை வந்திருப்பான்! இப்போது அந்த வீடு தரைமட்டமாகப் போகிறது.

அவன் மீண்டும் கிணற்றை எட்டிப் பார்த்தான். கிணற்றை மூடிக் கம்பி போடாமல் இருந்தால் அவன் ஒருவேளை கிணற்றுக்குள் குதித்திருக்கவும் கூடும்.

அவன் கிணற்றுப் பக்கத்தில் உட்கார்ந்தான். அதுதான் எவ்வளவு லட்சம் பேருடைய தாகம் தீர்த்திருக்கிறது, எவ்வளவு பேர் இந்தத் தண்ணீரை வைத்துச் சமையல் செய்திருப்பார்கள்! குளித்திருப்பார்கள்! இன்னும் சில நாட்களில் அந்தக் கிணற்றை மூடிவிடப் போகிறார்கள்.

கடைசி முறையாக, கிணற்றை எட்டிப் பார்த்தான். பிறகு வீடு திரும்பப் பேருந்து நிலையம் திசையில் நடந்தான். உடலில் முன்பு இருந்த விறுவிறுப்பு இப்போது இல்லை. நினைத்துக்கொண்டான். கிணற்றுக்கு நாற்பது வயது என்றால், அவன் வயதும் நாற்பது ஆண்டுகள் கூடிவிட்டிருக்குமல்லவா!

கல்கி, 22.07.2014

முதல் குண்டுவீச்சு

இரவு பத்தரை மணிக்குத் தொலைபேசி மணி அடித்தால் அது சாதாரண விஷயத்துக்காக இருக்காது. "வேண்டாம், அவர்கள் மீது எரிந்து விழாதே" என்று என் சகோதரனிடம் சொல்லிவிட்டு நான் தொலைபேசியை வாங்கிக்கொண்டேன். "என்ன விஷயம்?" என்று கேட்டேன்.

"டீ.எஸ்.ஆர். செத்துப் போய்விட்டார்."

"எப்போது?"

"சாயந்திரம் நாலு மணி இருக்கும். பேசிக்கொண்டே இருந்தவர் அப்படியே சாய்ந்துவிட்டார். உடனே உங்களுக்குச் சொல்லப் பார்த்தோம். உங்கள் நம்பர் அட்ரஸ் எதுவும் கிடைக்கவில்லை."

"எப்போது எடுக்கப்போகிறீர்கள்?"

"எல்லாரும் இங்கேதான் இருக்கிறார்கள். பத்து மணிக்கு எடுக்கலாம்."

"வெயில் ஆகிவிடாது?"

"அவருக்குத் தெரிஞ்சவர், தூரத்திலே இருக்கிற ஒருவர் வரவேண்டும்."

சாவுச் செய்தி சொல்கிறவரிடம் எவ்வளவு நேரம் பேசிக் கொண்டிருப்பது? அவர் இன்னும் யார் யாருக்கு ஃபோன் பண்ண வேண்டுமோ?

காலை எட்டு மணிக்கு ராமசாமி வீட்டுக்குப் போனேன். ராமசாமியைக் கீழே கிடத்தி வைத்திருந்தது. முகத்திலிருந்து ஏதும் தெரியவில்லை. எங்கோ ஒரு மூலையில் ஓர் ஏளனச் சிரிப்பு தெரிந்த மாதிரி இருந்தது. 'எல்லாம் எனக்குத் தெரியும்பா,' என்று சொல்கிறமாதிரி இருந்தது. அடுத்த விநாடி அது போய்விட்டது.

எங்கள் இருவருக்கும் கிட்டத்தட்ட ஒரே வயது. அவன் பம்பாயில் இருந்தவன். நான் சென்னையில் படித்து

வேலைக்குப் போனேன். அவனுக்கு அரசு வேலை. நான் ஒரு தனியார் கம்பனியில் என்னவென்று திட்டவட்டமாகச் சொல்லமுடியாத வேலை. ஒரு பொது உதவியாளன். அவனுக்கு வேலை கிடைத்தவுடனேயே திருமணம் நடந்துவிட்டது. அவன் திடீரென்று ஒரு நாள் எங்கள் கம்பனியில் சேர்ந்தான். அவனும் ஓர் உதவியாளன்தான். ஆனால் அவனுக்குத் தமிழ், ஆங்கிலத்துடன் இந்தியும் மராட்டியும் தெரியும்.

ஒரு வாரம் நாங்கள் ஒருவரை ஒருவர் சந்திக்க நேர்ந்தபோது ஒரு புன்னகையோடு நிறுத்திக்கொள்வோம். கொஞ்சம் பரிச்சயமானவுடன் நான் கேட்டேன்: "ஏன் கவர்ன்மெண்ட் வேலையை விட்டுவிட்டு இதில் சேர்ந்தீர்கள்?"

ராமசாமி கொஞ்சம் சங்கடப்பட்ட மாதிரி இருந்தது.

"சொந்தக் காரணம் இருந்தால் சொல்ல வேண்டாம்."

"கொஞ்சம் சங்கடம்தான். என் மாமனார் ஒரேயடியாக பம்பாயை விட்டுவிட்டு இங்கே வந்துவிட்டார்."

"உங்களுக்கு அங்கு இருக்க வீடு இருந்தது அல்லவா?"

"அந்த இடத்தை இன்னொருவருக்குக் கொடுத்துவிட்டு நான் மாமனாருடன் இருந்தேன்."

எனக்குக் கண்ணைக் கட்டிக் காட்டில் விட்ட மாதிரி இருந்தது.

"என் அம்மாவுக்கு வருத்தந்தான். விஷயம் என்னவென்றால் என் மாமியார் திடீரென்று செத்துப்போய்விட்டாள்."

"உங்களுக்கு உறவா?"

"மாமியார் உறவு. மாமனாரால் தனியாக இருக்க முடியவில்லை. என் மனைவி ஒரே பெண். அவரோடு போய் இருந்துவிடலாம் என்றாள். மாமனார் பெரியதாகச் சத்தம் போட்டுப் பேசினால் ஏதோ ஸாம்ஸன் மாதிரி இருக்கும். உண்மையில் அவர் ரொம்ப சாது. ஆறு மாதம் ஆயிற்று. திடீரென்று பம்பாயில் இருக்கவே முடியாது என்று இங்கே சென்னையில் ஒரு வீடு வாங்கிக்கொண்டு வந்துவிட்டார்."

"அதற்காக நீங்கள் வேலையை விட முடியுமா?"

"நான் செய்ததைத் தவிர வேறு எதுவும் செய்ய முடியாது. அப்படி வைத்துக்கொள்ளுங்கள்."

நான் அதற்கு மேல் ஒன்றும் கேட்கவில்லை. சில நாட்கள் கழித்து ராமசாமி, "உங்களுக்கு யாராவது நல்ல லேடி டாக்டர் தெரியுமா?" என்று கேட்டான்.

"உங்கள் வீடு எங்கே?"

அவன் சொன்னான்.

"ஆந்திர மகில சபா போகலாம். இல்லாது போனால் கல்யாணி ஆஸ்பத்திரி," என்று சொன்னேன்.

"வீட்டிலே நானும் மாமனாரும்தான். மனைவிக்கு ஆறு மாதம்."

"நீங்கள் அம்மாவைக் கூப்பிடுங்கள்."

"பெரிய சண்டையெல்லாம் போட்டபிறகு..."

"அம்மா வருவாள். விஷயத்தைச் சொல்லி அம்மாவுக்கு எழுதுங்கள். அம்மா கட்டாயம் வருவாள்."

அவனுக்கு நம்பிக்கை இல்லை. ஆனால் நான் அவனிடம் ஒரு இன்லண்ட் லெட்டரைக் கொடுத்து எழுதச் சொன்னேன். தயங்கித் தயங்கித்தான் எழுதினான். ஆனால் அவன் அம்மா வந்துவிட்டாள்!

நான் இப்போதுதான் அவன் வீட்டுக்குப் போனேன். அவனுக்கு ஒரு மணமான சகோதரி, வேலைக்குப் போகும் ஒரு தம்பி உண்டு என்று அப்போதுதான் தெரியும். மாமனார் வீட்டில் ஒரு மாடி அறை இருந்தது. அங்கு வந்த புதிதில் அவனுடைய அம்மா தனியாகச் சமைத்துக்கொண்டாள். கீழே ராமசாமியின் மனைவி சமையல். ராமசாமியின் கல்யாணமே நிறையச் சண்டைகளுக்குள் நடந்திருக்கிறது. பல காரணங்களில் ஒன்று ராமசாமியின் அப்பா.

ராமசாமியின் அப்பா பர்மாவில் அரசு வேலை. ராமசாமியும் அவன் தம்பியும் ரங்கூனில் பிறந்தவர்கள். இரண்டாம் யுத்தம் பர்மாவுக்கும் வந்துவிட்டது. குடும்பம் மொத்தத்திற்கும் ஒரே கப்பலில் இடம் கிடைக்கவில்லை. ராமசாமி, அவன் அம்மா, அக்கா, தம்பி ஆகிய நால்வர் மட்டும் இந்தியாவுக்குக் கப்பல் ஏறினார்கள். அவன் அப்பா அடுத்த கப்பலில் வருவதாக ஏற்பாடு. ரங்கூனிலிருந்து கல்கத்தாவுக்கு முப்பது மணி நேரப் பயணம். ராமசாமி கல்கத்தா அடைந்தவுடன் கேட்ட முதல் செய்தி, அவர்கள் கப்பல் கிளம்பி ஒரு மணி நேரத்துக்குள் ரங்கூன் மீது குண்டு விழுந்தது.

யுத்தம் முடிந்து பல ஆண்டுகள்வரை ராமசாமியின் தந்தை பற்றி யார் யாரிடமோ விசாரித்த வண்ணம் இருந்திருக்கிறார்கள். ராமசாமி குடும்பத்தினர் வசித்த தெருவில் பெரிய குண்டு விழுந்து வெடித்து ஐம்பது பேர் உடல் சிதறி இறந்திருக்கிறார்கள். அந்த ஐம்பதில் ராமசாமியின் அப்பாவும் ஒன்றாக இருந்திருக்க வேண்டும்.

இல்லை என்றும் ஒரு சந்தேகம் வந்தது. குண்டு விழுந்தபோது ராமசாமி இருந்த வீடு பூட்டி இருந்திருக்கிறது. ஆதலால் அந்தத் தெருவில் குண்டு விழுந்தபோது ராமசாமியின் அப்பா வீட்டில் இல்லை. அவர் அலுவலகத்திலும் இல்லை. அவர் எங்கு போனார் என்று தெரியவில்லை. 'கண்டுபிடிக்கப்படவில்லை' என்று அறிவித்து பர்மா அரசு பத்தாயிரம் ரூபாயை ராமசாமியின் அம்மாவுக்குக் கொடுத்தது. அப்போது அவர்கள் பம்பாயில் வசித்து வந்திருக்கிறார்கள். ராமசாமிக்கு வேலை கிடைத்தவுடன் ஒரு பெண் ஜாதகம் வந்திருக்கிறது. அவர்கள் அம்மாவையே அப்பா பற்றி விசாரித்திருக்கிறார்கள். அம்மா மனம் மிகவும் வேதனைப்பட்டிருக்க வேண்டும். சூது வாது கொண்ட மனிதர்கள், வேண்டாம் என்று அம்மா சொல்லியிருக்கிறாள். ஆனால் ராமசாமிக்கு இன்னொரு பெண் பார்க்க மனதில்லை.

ராமசாமி சென்னை வந்த புதிதில் இருந்த சங்கடங்கள் கிடுகிடுவென்று விலகின. மாமனார் முதலில் தனக்கு ஒரு வீடு வாங்கியவர், ராமசாமிக்கும் அருகில் ஒரு மனை ஏற்பாடு செய்தார். அவருடைய உறவினர்கள் என்று ஒரு தம்பியின் குடும்பம் வந்து சேர்ந்தது. ராமசாமிக்கு மாமனாரிடமிருந்து ஒரு சிறிய அளவில் விடுதலை கிடைத்தது.

அந்த நாளில் ரேடியோ சிலோன் மிகவும் விரும்பப்பட்டது. எங்கள் வீட்டில் ஒரு ரேடியோ இருந்தாலும் ஓர் அற்பக் காரணத்திற்காகப் பயன்படுத்தவில்லை. அதற்கு லைசென்ஸ் கிடையாது! நான் ஒவ்வொரு புதன் மாலை ஏழே முக்காலுக்கு ராமசாமி வீட்டுக்குப் போய்விடுவேன். எட்டு மணியிலிருந்து ஒன்பது வரை அவன் அம்மா (அவன் மனைவிகூட) கடனே என்று இந்தி நிகழ்ச்சி கேட்பார்கள். நிகழ்ச்சியின் பெயர் 'பினாகா கீத் மாலா.' இப்போது ஆயிரம் ரூபாய் கொடுத்தால்கூட பினாகா பற்பசை கிடைக்காது. ஆனால் பல ஆயிரம் கொடுத்தால்கூட அந்த நிகழ்ச்சி எங்களுக்குத் தந்த பரவசம் கிடைக்காது.

ராமசாமிக்கு இந்திப் படத் தகவல்கள் அவன் விரல் நுனியில் இருந்தன. எனக்கு ஓரளவு இந்தி தெரியுமே தவிர நிறைய இடங்கள் இருட்டறையாகத்தான் இருக்கும். ராமசாமி இருந்ததால் எனக்கு இந்தி திரைப்படங்களின் நுணுக்கங்கள் நன்கு புரிந்தன. முதலிலிருந்தே இந்தி திரைப்படப் பாட்டுகள் எனக்கு விசேஷமாகத் தோன்றின. அன்று பாதி தமிழ்த் திரைப்பாட்டுகள் இந்தி டியூன்களைத் தயக்கமில்லாமல் பயன்படுத்தின.

நான் வேலையை விட்டவுடன் ராமசாமியுடைய தொடர்பு விட்டுப் போயிற்று. என் மகன் திருமணத்திற்கு அழைத்திருந்தேன். அவன் வரவில்லை.

எங்கள் சந்திப்பு மீண்டும் பல வருடங்கள் கழித்து நடந்தது. எனக்கும் வேலை இல்லை. அவன் ஓய்வு எடுத்துக் கொண்டுவிட்டான். பேசுவதற்கு நிறைய இருந்தது. ஆனால் அதை அவன் வீட்டில் இருந்தவர்கள் ரசிக்கவில்லை என்றும் புரிந்துகொள்ள முடிந்தது. அப்புறம் அவனுடன் பேச வாய்ப்பு கிடைத்தபோது நிறைய விஷயங்கள் புரிந்தன. அவனுடைய எல்லாக் குழந்தைகளும் ஒரே மாதிரி இல்லை. மாமனார் தவறிப்போய்ப் பல வருடங்கள் கடந்தபிறகும் அவன் எதெற்கெல்லாமோ கட்டுப்பட வேண்டியிருந்தது. ஒரு முறை என்னிடம் திடீரென்று, "எனக்குச் சாவு வந்தால் கூடத் தேவலை" என்றான். குரு தத் படங்களை இந்தச் சாவு அம்சத்துக்காகவே நாங்கள் கேலி செய்வோம். 'தேவதாஸ்' எங்களுக்கு ஒரு காமெடிப் படமாகத் தெரியும். அந்த ராமசாமி இப்போது சாவு வரக்கூடாதா என்று கண்ணீர் விடுகிறான்! அதன் பிறகு நான் அவனைப் பார்த்தது, வடக்கு தெற்காகத் தரையில் கிடத்தி வைத்த தினத்தன்றுதான்.

பொதுவாக அவன் மனநிலை பற்றித்தான் நான் தெரிந்து கொள்ள முடிந்தது. நடுவில் பல ஆண்டுகள் எங்கள் தொடர்பு விட்டுப் போனாலும் அவன் என்னை மறக்கவில்லை, நானும் மறக்கவில்லை. கடைசி வரை நான் ஒரு விஷயத்தை அவனிடம் சொல்லவில்லை.

மண்டலேயிலிருந்து ஒரு பர்மா எழுத்தாளர் என்னைச் சந்திக்க வந்தார். நாங்கள் ரங்கூன் முதல் குண்டுவீச்சு பற்றிப் பேசினோம். பர்மாவில்

வெள்ளைக்காரர்கள் சண்டையே போடாமல் உள்ளூர் துருப்புகளைக் கொண்டு ஜப்பானியரை எதிர்க்கப் பார்த்திருக்கிறார்கள். பர்மாவை வென்று மூன்றாண்டுகள் ஜப்பானியர்கள் பர்மியர்களைக் கொன்று குவித்தார்கள். நேதாஜி சுபாஷ் சந்திர போஸால் இந்தியர்கள் மட்டும் தப்பினார்கள். இந்திய தேசியப் படை என்று வெள்ளைக்காரர்களிடமே போரிடக்கூடிய ராணுவமாக மாறினார்கள். நான் ராமசாமியின் அப்பா பற்றி விசாரித்தேன். முதலில், "அந்த மாதிரி ஆயிரம் பேர் உண்டு" என்றார். மேலும் சில தகவல்களைக் கேட்ட பிறகு, "வெயிட், வெயிட். அவர் பெயர் சீனிவஸ்ஸானா?" என்று கேட்டார்.

"ஆமாம்."

"அவர் ரங்கூனில் இருந்த தெரு முதல் குண்டு வீச்சில் முழுதுமாக அழிந்துவிட்டது."

"ஆமாம்."

"அவர் மனைவி இங்கு இருக்கிறாளா?"

"இருந்தாள். இப்போது உயிருடன் இருக்கிறாளா என்று தெரியாது."

"உயிருடன் இருந்தால் நான் சொல்கிற விஷயத்தைச் சொல்ல வேண்டாம்."

"சரி."

"குண்டுவீச்சில் அந்த வஸ்ஸானுக்கு நிறைய விஷயங்கள் மறந்து போய்விட்டது. அவன் ஒரு பர்மா பெண்ணை மணந்துகொண்டு ஒரு கிராமத்திலேயே வசித்து, செத்தும் போய்விட்டான். அவன் பற்றி எங்கள் மொழியில் ஒரு பெரிய நாவல் இருக்கிறது. பெயர் தெரியுமா? மறந்துபோன மதராஸி."

கலைமகள் தீபாவளி மலர், 2014

உறுப்பு அறுவடை

சரவணன் வாசலில் நின்றுகொண்டிருந்தான். சரவணன் என் மகனின் மகள் வித்யாவைப் பள்ளிக்கு அழைத்துச்சென்று திரும்பக் கொண்டுவிடும் வான் உரிமையாளன்.

"என்ன?" என்று கேட்டேன்.

"இந்த மாசம் பணம் தரலையே? தேதி மூணு ஆறது."

"மூணாந்தேதிதானே?"

"என்ன மூணாந்தேதிதானே? டீசல் எல்லாம் சும்மா வந்துடுமா?"

"நீ எப்படி வந்திருக்கே?"

"பைக்லே."

"என்னை இந்தத் தெருக்கோடிக்குக் கொண்டுபோய்க் கொண்டுவந்து விடறியா? மகன் ஊர்லே இல்லை. நான் ஏடிஎம்லேந்து எடுத்துக் கொடுத்துடறேன். எவ்வளவு?"

"ஆயிரம் ரூபாய்"

"எழுநூத்து அம்பது இல்லே?"

"அந்தக் காலமெல்லாம் மலையேறிப்போச்சு."

நான் சிறிது சிரமப்பட்டுத்தான் மோட்டார் சைக்கிள் பின்னால் ஏறி உட்கார்ந்தேன். ஏடீஎம்முக்குப் போய் ஆயிரம் ரூபாய் எடுத்துச் சரவணனுக்குக் கொடுத்தேன். அவன் அதை வாங்கிப் பையில் திணித்துக்கொண்ட விதம் சரியில்லை.

"நானே பாத்துக்கிறேன். வண்டியிலே வர்ரது சரியா யில்லை." சரவணன் போய்விட்டான்.

சரவணன் பள்ளி வண்டியை ஓட்டுவதில்லை. வேறு டிரைவர்தான். ஆனால் அந்த டிரைவரும் அது சிறு குழந்தைகளை ஏற்றிச் செல்லும் வண்டி என்ற நினைப்பில்லாமல் ஓட்டுவதாக எனக்குத் தோன்றியது. பள்ளிக்கூடம் ஒரு கிலோமீட்டர் தூரம் இருக்கும். நிறைய வண்டிகள் அந்த வழியில் போகும் என்பதைத் தவிர ஒரு பெரிய சாலையைக் கடக்க வேண்டும். இதெல்லாம் பன்னிரண்டு வயதுப் பெண் சமாளிக்க முடியுமா? அவள் தானே போகிறேன், சைக்கிளில் போகிறேன் என்றுதான் சொல்கிறாள். ஆனால் அது சாத்தியமில்லை என்று விவரம் அறிந்த யாரும் சொல்வார்கள் என்றாலும், இந்த வான்கள் எந்த அளவுக்கு உத்தரவாதம்? சரவணன் காலையிலேயே நிதானமில்லாமல் மோட்டார் சைக்கிள் ஓட்டிக்கொண்டு வந்துவிடுகிறானே?

எனக்கு வேதனையாக இருந்தது. இரண்டு வருடங்களாக சரவணன் வண்டிதான். ஒருவேளை வான் சரியில்லை என்று தோன்றித்தான் வித்யா அவளே போகிறேன் என்றாளோ? நான் இவ்வளவு நாட்கள் வான் பற்றி அதிகம் யோசித்ததில்லை. ஆனால் சரவணனுடன் அவனுடைய மோட்டார் சைக்கிளில் போய்வந்த பிறகு வேறெதைப் பற்றியும் யோசிக்க முடியவில்லை. உண்மையில் ஒவ்வொரு நாளும் ஆபத்தோடுதான் குழந்தை பள்ளிக்குப் போய்விட்டு வருகிறது.

பகல் மூன்று மணியளவில் தெருவில் பரபரப்பு. வித்யா பள்ளியருகில் ஒரு வான் பள்ளத்தில் இறங்கி நான் கு குழந்தைகளுக்குக் காயம். டிரைவருக்கு நல்ல காயம்.

நான் கதவைப் பூட்டிக்கொண்டு பள்ளிப் பக்கம் ஓடினேன். வீட்டில் வேறு யாரும் இல்லை. அது வித்யா செல்லும் வான் அல்ல. பத்து நபர் களாக வண்டியைத் தெருவில் தூக்கி வைத்துவிட்டார்கள். மிகப் பெரிய விபத்தாகியிருக்க வேண்டியது காயங்களோடு தப்பித்தது. போலீஸ்காரர்கள் வந்தார்கள். தற்செயலாக நேர்ந்த விபத்து, தெரு ஓரம் மின்வாரிய கேபிள் மாற்றி மண்ணை அள்ளிப் போட்டிருகிறார்கள், அந்த மண்ணில் ஒரு சக்கரம் இறங்கிவிட்டது.

குழந்தைகளை டிரைவர் வேறு வானில் அனுப்பிவிட்டுப் போலீஸ் போவதற்காகக் காத்திருந்தான். நான் அவனைப் பார்த்தேன். எலும்பு முறியவில்லை என்றாலும் கை கால் இரண்டிலும் ரத்தக்காயம். அது தற்செயலாக நிகழ்ந்த விபத்து. தெரு மிகவும் குறுகல். எதிர் வண்டிக்காக ஒதுங்கியதில் வான் இன்னமும் இறுக்கமாகாத பள்ளத்தில் இறங்கிவிட்டது.

எனக்குக் கவலை வந்துவிட்டது. என் தலைமுறையில் பள்ளிக்கு வண்டி என்று ஏதும் கிடையாது. அவரவர்கள் இருக்கும் வீட்டருகேயுள்ள பள்ளியில் சேர்த்து விடுவார்கள். வீடு மாறினால் அந்த வீட்டருகே உள்ள பள்ளியில் சேர்த்து விடுவார்கள். அரைப் பரீட்சை முடிந்த பிறகுகூடப் பள்ளியிலிருந்து விலகலாம், சேரலாம். வித்யாவை இந்தப் பள்ளியில் சேர்ப்பதற்கு ஓராண்டு முன்னரே சொல்லிவைத்திருந்தது; தினம் குழந்தையை யார் பள்ளியில் கொண்டுபோய் விடுவது, அழைத்து வருவது?

பள்ளிக்கூடத்திற்கே மூன்று வண்டிகள் இருந்தன. மாதம் ஆயிரம் ரூபாய். முதலில் ஒரு ஆட்டோரிக்ஷா அமர்த்தியது. பெரிய வகுப்பு வந்தபோது ஒரு ஆட்டோவில் ஐந்து மாணவர்கள் போக முடியவில்லை. சரவணன் வண்டிக்கு மாறியபோது நாங்கள் அதைப் பள்ளிக்கூட அலுவலகத்தில் பதிவு செய்யவில்லை. அதற்கு ஒரு எச்சரிக்கைக் கடிதம் வித்யாவிடம் கொடுத்துவிட்டிருந்தார்கள். இவ்வளவு தடபுடல் செய்யும் பள்ளியால் தெருவோரப் பள்ளம் பற்றிப் புகார் செய்ய முடியவில்லை. நான்கு குழந்தைகளுக்கு அடி. வண்டி டிரைவருக்கு நல்ல அடி.

ஒரு வாரகாலத்தில் வான் விஷயம் மனதில் பின்னுக்குப் போய்விட்டது. அப்புறம் மழைக்காலம் குளிர்காலம் முடிந்து பெரிய பரீட்சைக்கு வித்யா மும்முரமாகத் தயார் செய்துகொண்டிருந்தாள். அப்போது ஒருநாள் காலை ஒரு பெண் வந்தாள். அவள் உடுத்தியிருந்த புடவை, அவள் முகம் எல்லாம் தொடர்ந்து இல்லாமையும் கவலையும் அனுபவித்து வருவதைக் காட்டின. "அவர் இருக்காரா?" என்று கேட்டாள்.

"யார், என் மகனா?"

"ஆமாம்."

"நீங்க யாரு?"

"உங்க வீட்டுக் குழந்தையை அழைத்துப்போகும் வான்காரர் சம்சாரம்."

"சரவணன் சம்சாரமா? நாங்க முதல் தேதியே பணம் கொடுத்துட்டோமே?'

"அதுக்கில்லேங்க. ஒரு வாரம் முன்னாலே அவரை ஆஸ்பத்திரிக்கு எடுத்துப் போனோம்."

"என்னாச்சு?"

"வயிறு வீங்கி வலியிலே துடிச்சார். முதல்லே பக்கத்துல இருக்கிற ஆஸ்பத்திரிக்குத்தான் எடுத்துப் போனோம். அவுங்க கவர்ன்மெண்ட் ஆஸ்பத்திரிக்கு எடுத்துப் போகச் சொன்னாங்க. இப்போ அவர் அங்கேதான் இருக்காரு. உங்க மகன் வீட்டிலே இருக்காரா?"

"பின்னே தினம் வான் வறதே?"

"ஒத்தர் எழுதி வாங்கியிருக்கார், உங்க மகன் எப்போ வருவார்?"

"நிச்சயமா சொல்ல முடியாது. போன இடத்துலே வேலை முடியணும். ஆஸ்பத்திரி ரொம்பச் செலவில்லே?"

"அரசு ஆஸ்பத்திரியிலே செலவு ரொம்ப இல்லே. போயிட்டுப் போயிட்டு வரதுதான் ரொம்பக் கஷ்டம். வீட்டிலே ஆள் இருந்தாத்தான் ஆஸ்பத்திரியெல்லாம் சரிப்படும்."

"வீட்லே பெரியவங்க இல்லையா?"

"அவங்க அம்மா கோச்சுண்டு போயிட்டாங்க. எங்க கல்யாணம் நாங்க ஆசைப்பட்டுப் பண்ணிண்டது. இப்போ ஆஸ்பத்திரியிலே யாரும் இல்லே. நாந்தான் டாக்டரைக் கேட்டேன். ரொம்ப சீரியஸ்னு சொல்றாரு... அவர் லிவர் ரொம்பக் கெட்டுப் போயிடுத்தாம்."

"எதுனாலே?"

"உங்களுக்குத் தெரியாதா?" என்று சொல்லி அவள் வலது கைக் கட்டை விரலைக் காட்டினாள்.

"உங்க மகன் சொன்னா அவருக்கு டிரீட்மெண்ட் செய்வாங்க" என்றாள்.

"நாளைக்கு வந்துடணும். நான் சொல்றேன்."

"நானே வரேன். ரொம்பக் கஷ்டப்படறாரு."

அவள் போய்விட்டாள். ஏன் காலம் காலமாகக் கணவன் உயிருக்குப் போராடும் பெண்கள் இருக்கிறார்கள்? எவ்வளவோ மனிதர்கள் மிடாக்குடியர்களாக இருந்து முதிர்ந்த வயதில் சாகிறார்கள். சரவணனுக்கு அதிகம் போனால் நாற்பத்தைந்து இருக்கும்.

குழந்தைகளுக்கும் கல்லீரல் கெட்டுப்போய்ப் பார்த்திருக்கிறேன். சிரித்து விளையாடிய குழந்தை மஞ்சள்காமாலை கண்டு எந்நேரமும் சிணுங்கியபடியிருந்து துடிதுடித்துச் சாகும். குழந்தைகள் கல்லீரல் நோய் கண்டு சாவதற்கு யார் பொறுப்பு? நிச்சயமாக அந்தக் குழந்தை காரணமில்லை. சரவணன் விஷயத்தில் அவன் தெரிந்தே சிக்கிக் கொண்டது. அவனும் எண்பது வயது குடிகாரர்களைப் பார்த்திருப்பான்.

என் மகன் வந்தவுடன் வேறெந்த விஷயமும் சொல்லாதபடி சரவணன் பற்றிச் சொன்னேன். அவனுக்கும் முதலில் புரியவில்லை. புரிந்தபோது, "நன்னா இருந்த நாளிலே என்ன ஆட்டம் போட்டான்!" என்றான்.

"அந்தப் பொண்ணைப் பாத்தா ரொம்பப் பரிதாபமா இருக்கு."

"நான் தகவல் கேட்டுண்டு சொல்றேன்."

நான் நினைத்துப் பார்த்தேன். இந்த வியாதி சரவணன் மனைவிக்கு ஏற்பட்டிருந்தால் சரவணன் யாரையாவது உதவிக்குத் தேடிப் போவானா?

என் மகன் அன்றே சரவணன் பற்றி விசாரித்துவிட்டான். அவனை வீட்டுக்கு அழைத்துப்போய்க் கஞ்சி, காய்கறி வேகவைத்த தண்ணீர் மட்டும் கொடுத்து ஒரு வாரம் பொறுத்து வரச் சொல்லியிருக்கிறார்கள். அவனுக்கு மாற்று ஈரல் ஒன்றுதான் வழி. அது மிகுந்த செலவு. அதோடு மாற்று ஈரல் கிடைக்க வேண்டும். அதாவது யாராவது பாதி ஈரல் தர ஒப்புக்கொள்ள வேண்டும், இல்லாவிட்டால் சாகவேண்டும். அந்த நபரின் உறவினர்கள் இறந்தவரின் உடலை உறுப்பு அறுவடைக்கு உட்படுத்த அனுமதிக்க வேண்டும். அப்போது இறந்தவரின் ஈரல் சரவணனுக்கு ஒத்துப் போகுமா என்று சோதிக்க வேண்டும். அதன்பின் அறுவை சிகிச்சை.

ஆனால் ஆஸ்பத்திரி ஒரு கொள்கை ரீதியாகக் குடியால் ஈரல் கெட்டுப் போனவர்களுக்குச் செய்வதில்லை. மாற்று ஈரல் கிடைப்பதே மிகவும் கடினம். அதைக் குடிகாரர்களுக்குப் பொருத்துவது ஏற்கத்தக்கதில்லை.

நானும் என் மகனும் ஒருநாள் சரவணனின் குடும்பத்தையே அதிகாரியிடம் அழைத்துச் சென்று மாற்று ஈரல் அறுவை சிகிச்சைக்கு அனுமதி வாங்கிவிட்டோம். அந்த அதிகாரி சொன்னார், "எவனோ ஒழுங்கானவன் உங்க ஆளுக்காக இன்னும் நாலு மாசம் வலியிலே தவிக்கணும். முதல்லே அவன் அடுத்த ஈரல் கிடைக்கற வரைக்கும் உசிரோட இருக்கணும்."

எங்கள் இருவருக்கும் மிகவும் வேதனையாக இருந்தது. குற்ற உணர்ச்சியும் சேர்ந்து கொண்டது. சரவணன் மனைவி வாயே திறக்கவில்லை.

சரவணன் சங்கடம் வைக்கவில்லை. மாற்று ஈரல் கிடைக்கும்வரை அவன் காத்திருக்கவில்லை...

காலச்சுவடு, 2014

ஆவிகள்

நான் இருக்கும் வீட்டிலிருந்து சுமார் மூன்று அல்லது நான்கு கிலோமீட்டர் தூரத்தில் பள்ளிப்பேட்டை என்றொரு குடியிருப்பு இருக்கிறது. அங்கே ஒருவர் பல ஆண்டுகளாக அவருக்குத் தெரிந்த ஜோதிடம் சொல்லி அடக்கமாக வாழ்க்கை நடத்தி வந்திருக்கிறார். அவர் நல்ல ஜோதிடரா இல்லையா என்று யாரும் பெரிதாக விமரிசித்ததில்லை. ஒரு சிறு குடிசையில் ஒரு மண்டையோடு, இரு எலும்புகளுடன் தனியாக வாழ்ந்து வந்தார். ஜோதிடம் கேட்க வந்தவர்கள் கொண்டு வந்ததை உண்டு வாழ்ந்தார் என்று நினைக்கிறேன். எப்போதும் பீடி புகைத்துக் கொண்டிருப்பார் என்பார்கள். அவர் யாருக்கும் எந்தத் தொந்திரவும் தந்ததாகத் தெரியவில்லை. அவர் மீது யாரும் குறை கூறியதாகவும் தெரியவில்லை.

ஒரு நாள் அவரிடம் ஜோதிடம் கேட்க ஒரு பெண் வந்திருக்கிறாள். அவளுக்கு அப்பா அம்மா உண்டு. பிளஸ் டூவில் நல்ல மதிப்பெண்கள் வாங்கியிருந்தாலும் மருத்துவக் கல்லூரியில் இடம் கிடைக்கவில்லை.

எப்படியும் டாக்டர் ஆக வேண்டும் என்று ஹோமியோபதி படித்து அதில் பட்டமும் வாங்கிவிட்டாள். ஹோமியோபதி படித்தவர்களுக்கு உத்தியோகம் என்று கிடைக்காது. சுயமாகத் தான் தொழில் புரிய வேண்டும். அப்படித்தான் செய்துகொண் டிருந்தாள் என்று நினைக்கிறேன். யாரோ சொல்லி இந்தப் பள்ளிப்பேட்டை ஜோதிடரிடம் வந்தாள். அந்த ஜோதிடர் பரிதாபகரமான தோற்றம்தான் கொண்டிருப்பார். வயது ஐம்பதிலிருந்து அறுபதுக்குள் இருக்கும். தாடியும் மீசையுமாக ஒரு பிச்சைக்காரன் போலத்தான் இருப்பார். பீடி சாமியார் என்றும் பெயர். ஹோமியோபதிப் பெண்ணுக்கு இருபத்தைந்து இருக்கும். பார்க்க இலட்சணமாக, குடும்பப்பாங்காக இருப்பாள் அவள் ஜோதிடருக்கு சிஷ்யையாகி அவருடனேயே தங்கி விட்டாள்!

ஊரில் ஒரே பரபரப்பு. பீடி சாமியாருக்கு ஏகக் கிராக்கி. வரிசையில் நின்று ஜோதிடம் கேட்டுப் போவார்கள். உண்மையில்

அவர்கள் வந்த காரணம் அந்தப் பெண்ணைப் பார்க்கத்தான். பத்திரிகையில் தினம் தினம் செய்தி. யார் என்ன சொன்னார்கள் என்று தெரியவில்லை. போலீஸ் வந்தது. அவர் மேல் ஏதும் சொல்லக்கூடிய குற்றம் இல்லை. அப்புறம் தொலைக்காட்சி. பதினைந்து நாட்களுக்கு அந்த இடத்தில் ஏகப் பரபரப்பு. தொலைக்காட்சி மூலம்தான் எனக்கு இதெல்லாம் தெரிந்தது.

சாமியார் நல்ல ஜோதிடராக இல்லாமல் போகலாம். அந்தப் பெண் மனமுவந்து அவருடன் வாழவந்திருக்கிறாள். அவள் வயது வந்தவள். ஆனால் பத்திரிகைக்காரர்கள் தொந்தரவு, தொலைக்காட்சிக்காரர்கள் துரத்தல் இதெல்லாம் பொறுக்க முடியாமல் அவர்கள் இருவரும் ஒரு நாள் விஷம் அருந்தி இறந்து விட்டார்கள். அந்த இருவரின் தன்மானத்துக்கு அவர்கள் கடுமையான சாட்சியத்தை நாடியிருக்கிறார்கள். எனக்கு ஜோதிடத்தின் மீது நம்பிக்கை இருக்கிறது, இல்லை என்று சொல்ல முடியாது. பலர் சொல்லிக் குடும்பப் பிரச்சனைகளுக்காக நாடி சோதிடத்தை நாடிப்போயிருக்கிறேன். சில தகவல்களைக் கேட்டு வியந்திருக்கிறேன். எங்கள் வீட்டுப் பக்கம் வரும் குடுகுடுப்பைக்கரர், பூம் பூம் மாட்டுக்காரர், சாய்பாபா பாட்டு பாடிக்கொண்டு வருகிற தம்பதிகள் – இவர்களுக்கு தவறாமல் ஏதாவது பணம் தருவேன். என் கவலை இவர்கள் எதை நம்பிக்கொண்டு வாழ்கிறார்கள்? எப்படி வாழ்கிறார்கள்? இன்று முறையான படிப்பு படித்தவர்களுக்கே உத்தியோக நிலைமை பெரிய நம்பிக்கை தருவதாக இல்லை. பூம்பூம் மாட்டுக்காரர்கள் அவர்களுக்கு உணவு தேடுவதோடு மாட்டுக்கும் சேர்த்து உணவு தேட வேண்டும்.

நான் பள்ளிப்பேட்டைக்குச் சென்றேன். ஜோதிடரைப் பற்றி விசாரித்தேன். அந்தக் குடிசை பிய்த்துப் போடப்பட்டிருந்தது. அந்தக் குடிசையின் தரை மட்டும் சிமெண்ட் போடப்பட்டது அப்படியே இருந்தது. அந்த மனிதன் எவ்வளவு நாள் அந்தச் சின்னஞ்சிறு குடிசையில் காலம் தள்ளினானோ? அவருக்கு மந்திரவாதி என்றும் அடையாளம் இருந்திருக்கிறது. கடைசி நாட்களில் துணைவி வேறு. நான் அந்த மனிதரைப் பார்த்ததில்லை. பத்திரிகையில் வந்த புகைப்படங்கள்தான். அந்தப் பெண் ஒரு தொலைகாட்சி பேட்டி கொடுத்திருந்தாள். "என் முழு மனதோடுதான் அவருக்குத் தொண்டு செய்ய வந்திருக்கிறேன்," என்றாள். அவளுக்கு என்ன வாழ்க்கை கிடைத்திருக்கும்? ஒழுங்காகச் சமையல் செய்யக்கூடப் பாத்திரங்கள் இருக்காது. அப்படிச் சமைக்க வேண்டுமானால் மூன்று செங்கல்களும் சுள்ளிக் கட்டைகளும்தான். ஆனால் அந்தப் பெண் அந்தச் சூழ்நிலையில் ஒரு பிச்சைக்காரன் போன்ற தோன்றம் கூடிய மனிதனோடு வாழ வந்திருக்கிறாள்!

நான் அந்தப் பெண் எங்கிருந்து வந்தாள் என்று விசாரித்தேன். பீடி ஜோதிடரைத் தெரிந்த அளவுக்கு அவளை பற்றித் தெரியவில்லை. அவள் அங்கு வந்ததே உயிரை விடுவதற்குத் தானோ என்று நினைக்கும்படி இருந்தது எனக்கு மிகவும் துக்கமாக இருந்தது. ஏதோ ஒரு விதத்தில் மக்களுக்கு உதவ வேண்டும் என்றுதான் அவள் ஹோமியோபதி படித்திருப்பாள். எனக்கு யாரை வைவது என்று தெரியவில்லை.

தொலைக்காட்சிப் பேட்டியில், "நானாகத்தான் இவரிடம் வந்து சேர்ந்தேன்," என்றும் சொன்னாள். வந்து சேர்ந்தேன்! எனக்கு இதுவும்

வேறெதையோ குறிக்கிறதோ என்று தோன்றியது. அவள் மேலும் கூறினாள். "இங்குதான் என் ஆன்மா சாந்தமாக இருக்கிறது." தலைவர்கள் யாராவது இறந்து போனால் தவறாமல் இறந்தவருடைடைய ஆன்மா சாந்தியடைவதாக என்று முடிப்பார்கள். இந்த ஆன்மா என்றால் என்ன?

ஆன்மாவைப் பார்த்தவர்கள் யார்? ஒரு முறை ஓர் ஆன்மிக சபை நூலில் ஒரு மனிதனை விட்டு ஆவி பிரிவது போல ஒரு படம் இருந்தது. அதில் அந்த ஆவியை எளிதில் வர்ணிக்க முடியாது. ஆனால் அதற்கு மனிதமுகம் இருந்தது. ஆவிதான் ஆன்மாவா?

அந்தப்படம் தலையிலிருந்து இடுப்பு வரை மனிதனாக இருந்து, பின்னர் உருக்குலைந்து ஒரு திரவச் சொட்டு போல இருந்தது. எனக்கு நம்பிக்கை வரவில்லை. ஏழெட்டு ஆண்டுகளுக்கு முன்பு என் கைப்பிடியில் இரண்டு மனிதர்கள் உயிரை விட்டார்கள். ஒருவர் என் கடைசி மகனின் மாமனார். ஒரே மாதத்தில் புற்றுநோயால் இறந்தார். நான் அவரைத் தூக்கிப் பிடித்தேன். கிடுகிடுவென்று உடற்சூடு குறைந்து அவர் உயிரற்றவரானார். இரண்டு மாதங்கள் கழித்து, "ஐயோ, யாராவது வாருங்களேன்" என்று பக்கத்து ஃப்ளேட்டிலிருந்து கூக்குரல். அவருக்கு என் வயது இருக்கும். தூக்கிப் பிடித்தேன். சூடு விரைவாகக் குறைந்து, கடைசியில் உயிரற்றவரானார். என்னால் போகிற உயிரை நிறுத்த முடியவில்லை. இருவரும் என் கைப்பிடியில். இதே மாதிரி என் சகோதரி என் கையில் இறந்தாள். தூக்கி மருத்துவமனைக்குப் போகலாம். ஆனால் உயிர் போய்விட்டது என்று தெரிந்த பிறகு என்ன செய்வது? உயிர் போவது தெரிகிறது, ஆனால் எது எப்படி உடலை விட்டு விலகுகிறது என்று தெரியவில்லை.

சமீபத்தில் நூறு வயதில் காலமான வி.ஆர். கிருஷ்ண ஐயர் பற்றி ஒரு நண்பர் சொன்னார். கிருஷ்ண ஐயருடைய துணைவியார் நாற்பது ஆண்டுகளுக்கு முன்பு திருவனந்தபுரத்தில் இறந்தபோது கிருஷ்ண ஐயர் நிலைகுலைந்து போய் விட்டார்.

திருவனந்தபுரத்தில் பலர் மத்தியில் ஒரு பேச்சு நிலவியது. அன்றிலிருந்து அந்த ஊரிலும் புதுடில்லியிலும் கிருஷ்ண ஐயர் தீர்ப்புகளை எழுதும்போது அவருடைய மனைவியின் ஆவிசேர்ந்து எழுதும்! கிருஷ்ண ஐயர் இம்மாதிரி நம்பிக்கைகளுக்கு ஆட்படக்கூடியவர் அல்ல. அவர் நம்பினாரோ இல்லையோ அவருடைய சகாக்கள் அன்று இதை நம்பினார்கள். கிருஷ்ண ஐயர் பாலக்காட்டு பிராமணர். ஆனால் தீவிர இடதுசாரிப் போக்கு. நான் அவரை ஒரு முறை காந்திகிராம் பல்கலையில் சந்தித்து இருக்கிறேன்.அங்கு நடந்த ஒரு கருத்தரங்கில் இருவரும் பேசினோம். தலைப்பு, ஊரை முடங்க வைக்கும் 'பந்த்' சமூகத் தேவையா? நான் பந்த் சமூகத் தேவை அல்ல, அதைத் தடை செய்தால்கூடத் தவறில்லை என்றேன். கிருஷ்ண ஐயர் ஒத்துக்கொண்டார். ஆனால் வேலைநிறுத்தத்தைத் தடை செய்யக்கூடாது. அது தொழிலாளிகளின் உரிமை. அவ்வளவு தெளிவுள்ள மனிதரின் வாழ்க்கையில் இப்படி ஒரு மர்மம்.

தென்னிந்தியாவிலுள்ள பிராமணர்கள், பாலக்காட்டு பிராமணர்கள் உட்பட, வடஇந்திய ஆசாரத்தைப் பின்பற்றுபவர்கள் அல்ல. இங்குமடி, ஆசாரம், இறந்தோருக்குப் பிண்டம் போடுவது போன்ற கிரியைகள்

கடுமையானவை. பிராமணர்கள் ஆண் அல்லதுபெண்ணாக இருந்தால் கூட முதல் பத்து நாட்கள் ஆவியாக வீட்டையே சுற்றி வருவார்கள் (என்பார்கள்.) பதினொன்றாவது நாள் கிரியைகள் ஆவியைத் தயார்ப்படுத்துவது. பன்னிரண்டாம் நாள் அந்த ஆவி பித்ரு உலகம் சென்றடைந்து விடும். அங்கே மூன்று தலைமுறைகளுக்குத்தான் இடம் உண்டு.

இப்போது கிருஷ்ண ஐயர், அவருடைய தந்தையார், அப்புறம் அவருடைய தந்தை – அதாவது கிருஷ்ண ஐயருடைய தாத்தா. பெண்கள் தரப்பில், கிருஷ்ண ஐயருடைய மனைவி, தாய், மூன்றாவதாகத் தந்தை வழிப்பாட்டி. ஆதலால் கிருஷ்ண ஐயரின் மனைவி பித்ரு உலகம் சென்றிருக்க வேண்டும். இதுதான் பல நூற்றாண்டுகளாக நம்பப்படுவது. ஆனால் பித்ரு உலகத்திலிருந்து அவள் ஆவி தொடர்ந்து கிருஷ்ண ஐயர் தீர்ப்பு எழுதும் போது அவர் மீது ஆதிக்கம் செலுத்தியது! நிஜம் எது என்று தெரியக்கூடிய ஒரே வழி உயிரை விடுவதுதான். அந்தப் பெண் இது போன்ற விஷயங்கள் பற்றிய உண்மையை அறியத்தான் தற்கொலை செய்து கொண்டாளோ? அப்படிப் பார்த்தால் அந்த பீடி சாமியார் சுமார் பத்துப் பதினைந்து ஆண்டுகள் அங்கு வாழ்ந்திருக்கிறார். அவர் வாழ்க்கை ஒரு வகையில் சீராக ஓடிக்கொண்டிருந்தது. ஒரு பெண் வந்து அவர் தன்னையே அழித்துக் கொள்ளும்படிச் செய்து விட்டாள்.

உலகத்தில் அபவாதம் எதிர்கொள்ளாத மனிதனே இருக்கமுடியாது. பள்ளியில் ஆசிரியரிடம் அடிபடுகிறார்கள். மாணவர்களே ஒருவரை ஒருவரை ஒருவர் அடித்துக் கொள்கிறார்கள். பள்ளிச் சுவரில் ஏதேதோ எழுதுகிறார்கள். பெரியவர்களாகி விட்டால் வேறு விதமானஅபவாதங்கள். மனிதர்கள் தப்ப முடியாதது இரண்டு – சாவு, வரி. இப்போது மூன்றாவதாக இன்னொன்றைச் சேர்த்துகொள்ள வேண்டும். அபவாதம்.

நான் ஓயாமல் விசாரித்த வண்ணம் இருந்தேன். பெண் வடசென்னை யிலிருந்து வந்தவள். வடசென்னையில் இலட்சக்கணக்கான பெண்கள் இருக்கிறார்கள். அப்புறம் ஹோமியோபதி. இந்தத் தகவல்களை வைத்து நான் கண்டவர்களையெல்லாம் அப்பெண் பற்றி விசாரித்தேன். ஒரு விவரம் தெரிந்தது. அந்தப் பெண்ணின் பெயர் திவ்யா.

நான் மீண்டும் மீண்டும் விசாரித்ததில் ஒரு சிறு தடயம். பீடி சாமியார், திவ்யா இருவரும் தெலுங்கு மொழி சார்ந்தவர்கள்.

நான் நாற்பது ஆண்டுகள் முன்பு ஒரு திரைப்பட ஸ்டூடியோவில் பணி புரிந்தேன். அப்போது இந்திப்படங்கள் எடுக்கும்போது வட இந்திய முகங்கள் வேண்டும் என்று ஏழெட்டு நபர்களைத் தேர்ந்து வைத்திருந்தது. அவர்கள் கும்பல் வேஷத்திற்கு வந்தாலும் வேறு தொழில் புரிகிறவர்கள். சிலர் வசதி படைத்தவர்கள். கும்பல் காட்சிகளுக்கு ஐந்து ரூபாய்க்கும் பத்து ரூபாய்க்கும் வருவது அவர்களுக்கு ஓர் அலாதியான பொழுதுபோக்கு. அவர்களில் பலரை எனக்கு நன்றாகவே தெரியும். தேவராஜமுதலித் தெருவுக்குப் போனேன்.

அன்றே அந்தத் தெருவில் கோடிக்கணக்கில் பணம் புரளும் என்பார்கள் "சார்! சார்!" என்று யாரோ கூப்பிட்டார்கள். திரும்பினேன். ஈஷ்வர்லால்!

நானும் என் நண்பர்களும் ஈஷ்வர்லாலைக் கிண்டல் செய்வோம். அவனுக்கு எப்போதும் 'ஜாஸூஸ்' வேஷம்தான் கிடைக்கும். "ஈஷ்வர்லால், நீ நிஜமாகவேயாருக்கோ உளவு பார்க்கிறாய்," என்று கேலி செய்வோம்.

எனக்குப் பெரும் உற்சாகம். "ஈஷ்வர்லால்!" என்றேன்.

"இங்கே எங்கே வந்தீங்க?"

"ஒரு வேலையா வந்தேன். நீ கூட உதவலாம்."

"வாங்க, முதல்லே டிபன் சாப்பிடுவோம்"

"நீ என்ன பண்றே?"

"நம்ப கடை இருக்கு."

"என்ன கடை?"

"இங்கே வேறென்ன கடை? எல்லாம் கண்ணாடிக் கடைதான்."

"பெரிய கடையா?"

"இங்கே பெரிய கடை சின்னக் கடைன்னு கிடையாது. கோடௌன் வேறே இடத்திலே இருக்கும். முதல்லே டிபன் சாப்டுங்க, சார்."

ஈஷ்வர்லால் ஒரு கடை முன் நின்றான். "சார், கடைவெளீலே பாத்து எதோ நினைச்சுக்காதீங்க. இங்கே கிடைக்கிறமாதிரி கா(ன்)டியா எங்கேயும் கிடைக்காது."

"அது என்னது?"

"சாப்டுப் பாருங்க."

அது தெருவோரக் கட்டடம். கட்டடத்தையொட்டிப் படிக்கட்டு. ஐந்தாறு படிகள் ஏறினால் ஒரு சின்ன அறை. அந்த அறைக்குப் பக்கத்தில் சமையலறை இருந்ததை உணர முடிந்தது.

நான்கு சின்ன மேஜைகள். அந்த மேஜைகளைச் சுற்றிக் குட்டிக் குட்டி நாற்காலிகள்.

"ஈஷ்வர்லால், இதுநல்ல இடம்தானா? நான் இப்பத்தான் டைபாயிட் வந்து எழுந்தவன்."

"ஒண்ணும் பண்ணாது, சார். இது மாதிரி எங்கேயுமே கிடைக்காது."

கடை முதலாளி கொண்டு வைத்தது ரிப்பன் பகோடா மாதிரி இருந்தது. ஆனால் வாயில் கரைந்தது.

"நிஜமா ரொம்ப நன்னாருக்கு, ஈஷ்வர்லால்."

டீயும் சாப்பிட்டு முடித்தோம். "கடைக்குப் போலாமா, சார்?"

"எனக்கு ஒரு வேலை இருக்கு, ஈஷ்வர்லால்."

"என்ன வேலை?"

"எங்க வீட்டுப் பக்கம் ஒரு பொண்ணு விஷம் குடிச்சுச் செத்துப்போச்சு."

"எக்ஸாம்லே ஃபெயிலா?"

"இல்லேப்பா. அது டாக்டர்."

"திவ்யாவா?'

"ஒ, ஒனக்குத் தெரியுமா?"

"மிண்டிஸ்ட்ரீட். டாக்டர் திவ்யா."

"என்ன?"

"மிண்ட் ஸ்ட்ரீட்."

"பக்கத்துத் தெருவில்லே?"

"ஆமாம். ரொம்ப நல்ல டாக்டர். பணம் நாமா கொடுத்தாத்தான்."

"அதெப்படிப்பா?"

"அது தெரியாது, சார். மருந்து கூட அதே கொடுத்துடும். இவ்வளவு சின்ன வயசிலே இவ்வளவு தர்ம சிந்தனை."

"என்னை அங்கே கூட்டிண்டு போறையா?"

"அந்த வீட்டு முன்னாலே விட்டுடறேன். மூணாவது மாடி."

"காமி."

"சார், அவுங்களைப் பாக்கப் போறீங்களா?"

"எனக்கு ரொம்ப துக்கமா இருக்கு, ஈஷ்வர்லால். என்னாலே நிம்மதியா இருக்க முடியலே."

"அதுக்கு அவங்க என்ன பண்ணுவாங்க, சார்? அவுங்களே ரொம்பத் துக்கத்திலே இருக்காங்க, சார். வேணாம், சார்."

"பணக்காரங்களா?"

"ரொம்ப சாதாரணம், சார். இல்லேன்னா மூணாவது மாடியிலே குடியிருப்பாங்களா?"

"கூடப் பொறந்தவங்க இருக்காங்களா?"

"எல்லாரும் இருக்காங்க, சார். அவுங்களுக்கே தெரியலே, எப்படி இந்தப் பொண்ணு ஒரு பிகாரியோட ஓடிப் போச்சுன்னு."

"அவன் இங்கே வந்தானா?"

"அப்படித்தான் சொல்லிக்கிறாங்க. ஏதோ மாஜிக் பண்ணிருக்கான் போலேயிருக்கு. அடுத்த நாளே பொண்ணைக் காணோம்."

வீட்டைக் காண்பிக்கிறேன் என்று சொன்னவன், "சார், நீங்களே போங்க. நம்பர் 300."

நான் அந்த வீட்டை அடைந்தேன். மாடிப்படிகள் மிகவும் குறுகலோடு உயரமானவை. ஒருவாறு மூன்றாவது மாடிக்குப் போய்விட்டேன். அந்த

ஜோதிடன் அல்லது மந்திரவாதி எப்படி இப்படிகளை ஏறி அந்தப் பெண்ணை மயக்கினான்?

மாடியில் வெராண்டா. இரு வீடுகள். முதல் கதவின் மீது ‘டாக்டர் திவ்யலோசனி’ என்றிருந்தது.

நான் வெராண்டாவிலிருந்து தெருவைக் குனிந்து பார்த்தேன். தலை சுற்றியது. இந்த வீட்டை எப்படிக் கொத்தனார்கள் கட்டினார்களோ? .

ஒரு கதவு பூட்டியிருந்தது. திவ்யா வீட்டுக் கதவு மூடியிருந்தது.

நான் காத்திருந்தேன். ஒரு சிறுமி மாடிப்படியேறி திவ்யா வீட்டுக் கதவைத் தட்டினாள். கதவு திறந்தது. ஓர் அம்மாள் சிறுமியை உள்ளே போகவிட்டாள்.

என்னைப் பார்த்து, “யார்வேணும்?’ என்று கேட்டாள்.

நான் தயங்கினேன். அவள் புரிந்து கொண்டாள்.

“போறும் ஐயா, போறும். திவ்யா விஷம் குடிச்சு சாகலை.”

“அப்படியா!”

“அவளுக்கு இதயத்திலே ஒரு துவாரம் இருந்தது. எப்ப வேணா சாவான்னு தெரியும். ஆனா ஒரு பிச்சைக்காரன் கூட ஓடிப்போக வேண்டாம்.”

“அந்த ஆள் மந்திரவாதிங்கறாங்களே?”

“இருக்கலாம். நான், அவ அப்பா, எல்லாருமாப் போய்க் கேட்டோம். என் புருஷன் – அதான் அவ அப்பா – அந்தப் பிச்சைக்கரனை அடிக்கக்கூட அடிச்சுட்டாரு. நாங்கதான் தடுத்தோம். அவன் செத்து வெச்சான்ன? இப்ப பொண்ணே போய்ட்டா. இனிமே என்ன?” அந்த இடத்திலே ஆவி, பிசாசு ஏதாவது இருந்ததோ என்னவோ? அவனே ஒரு பிசாசு மாதிரி இருந்தான்.”

இவ்வளவு சொல்லிவிட்டு அவள் உள்ளே சென்று தடாலென்று கதவை மூடினாள்.

தாளிடும் சப்தம் கேட்டது.

நான் சில நிமிடங்கள் அங்கேயே நின்றிருந்தேன். பிறகு படியிறங்க ஆரம்பித்தேன். நானே அறியாமல் அழுதேன். என் துக்கத்தின் காரணம் அப்பெண்ணை விட உயிரோடு இருந்தபோதே ஓர் ஆவி போல் இருந்த அந்த ஜோதிடன்தான் என்று தோன்றிற்று.

***ஆனந்த விகடன்,* 2015**

வெளிச்சம் ஜாக்கிரதை

திடுக்கிட்டு எழுந்திருப்பது வழக்கமாகிவிட்டது. டார்ச் விளக்கை, கடிகாரம் பக்கம் திருப்பினேன். மணி இரண்டு.

நான் இந்த வீட்டுக்கு வந்து இரண்டு மூன்று மாதங்களுக்குப் பிரச்சனை ஏதும் தோன்றவில்லை. அதன் பிறகு ஓர் இரவு கடிகாரத்தைப் பார்த்தேன்... மணி இரண்டு. அடுத்த இரவு எழுந்தேன்... மணி இரண்டு. அடுத்த இரவு, அடுத்த இரவு... என வாரக்கணக்கில், மாதக்கணக்கில் போய்க்கொண்டிருந்தது. எது காரணமாக இருக்கும்? சீக்கிரம் சாப்பிட்டுப் படுத்தேன். அப்போதும், இரண்டு மணி. தாமதமாகச் சாப்பிட்டுத் தூங்கப் போனேன். அப்போதும் இரண்டு மணிக்கு விழிப்பு வந்தது. என் படுக்கையைத் திசை மாற்றிப் போட்டேன். இரண்டு தலையணைகள் வைத்துப் பார்த்தேன். தலையணையே இல்லாது படுத்துப் பார்த்தேன். அப்போதும் நட்டநடு நிசியில் விழிப்பு வந்தது. சட்டென எனக்குப் புலப்பட்டது. பக்கத்து வீட்டு ஜன்னலில் இருந்து வந்த வெளிச்சம், நான் படுக்கக்கூடிய ஒரே அறையைப் பட்டப் பகலாக்கியபோது எப்படித் தூங்க முடியும்?

மின் கட்டணம் உயர்த்தப்பட்டிருந்தது. சுமார் 200 ரூபாய் செலவழித்து, டியூப் லைட் இணைப்புகளை எல்லாம் மாற்றி புதிதாக வந்திருந்த பல்புகளை மாட்டியிருந்தேன். வீட்டில் வெளிச்சம் மிகவும் மாறிப்போய்விட்டது. ஆனால், படிக்க முடிந்தது. எனக்குத் திரைச்சீலைகளில் நம்பிக்கை இல்லை. அவை தூசியோடு கொசுக்களுக்கும் வசதியானவை என்பது என் அனுபவம். என் அறை வெளிச்சம் அக்கம்பக்கத்தாரைச் சங்கடப்படுத்தாது. ஆனால், இந்தப் பக்கத்து வீட்டு மனிதன், அவன் வீட்டில் வெளிச்சம் போட்டே என்னைத் தூங்க முடியாமல் செய்துவிடுகிறான்.

நான் என் வீட்டு ஜன்னலை மூடினேன். அதிக மாற்றம் இல்லை. இந்த நாளில் ஜன்னல்களின் கதவுகளில் பெரும்பான்மை கண்ணாடிதான். வெளியே இருப்போருக்கு நாம் இருப்பதை ஓரளவு நிழல் மாதிரிக் காண வைக்கலாம். ஆனால், வெளிச்சத்தை மறைக்க முடியாது. என் அறையில்தான் குறைந்த ஒளியுள்ள விளக்கு. மேலும் இந்தப் பக்கத்து வீட்டுக்காரனுடையதுபோல ஜன்னல் பக்கத்திலேயே பொருத்தப்பட்டது அல்ல.

எனக்கு வெளிச்சத்தைக் கண்டாலே வெறுப்பு ஏற்பட்டது. என்ன வேண்டியிருக்கிறது மின்சார விளக்குக்கு? கண்ணுக்குக் கெடுதல், உடலுக்குக் கெடுதல், உலகம் சூடாகிவிடுகிறது, சர்வநாசம் விளையப்போகிறது; பிரளயம் நேரப்போகிறது. எனக்கே என் சிந்தனை ஓட்டம் பைத்தியக்காரத்தனமாகப் பட்டது. பக்கத்து வீட்டில் ஒருவர் விளக்குப் போட்டுக்கொண்டு ஏதோ வேலை செய்துகொண்டிருக்கிறார், உடனே பிரபஞ்சமே அழிந்துவிடப்போகிறது என நினைப்பதா?

என்னவெல்லாம் சமாதானம் சொல்லிக்கொண்டாலும் அது எனக்குத் தூக்கத்தைத் தரவில்லை. என் கண்களின் அடியில் சதை பை போல தொங்க ஆரம்பித்தன. இது வெளிப்புற அறிகுறி. ஆனால், என் மனதுக்குள் ஏற்பட்டுக்கொண்டிருந்த மாற்றங்களைப் பிறர் அறிய, சில காலம் பிடித்தது. யாராவது ஏதாவது கேட்டால் அது முதல்முறையில் எனக்குப் புரியாது. 'என்ன?' என நான் கேட்டு அவர் இரண்டாம் முறை சொல்லவேண்டும். உடனே பதில் தோன்றாது. இது பலருக்கு நான் ஏதோ மறைக்கிறேன், பொய் சொல்கிறேன் எனக்கூடத் தோன்றும். 40 வயதுகூட ஆகவில்லை, காதுகள் மந்தமாகிக்கொண்டிருந்தன. அதோடு பக்கத்துவீட்டு அகால வெளிச்சம் புறஉலகம் பற்றிய என் கவனிப்பையே மாற்றிவிட்டது.

நாம் அக்கம்பக்கத்துக்காரர்கள் பற்றி வீட்டினுள் பேசிக்கொள்ளலாம். ஆனால் வெளி மனிதர் யாரிடமும் விசாரித்தால், அதற்கு நிச்சயம் நோக்கம் கற்பிக்கப்படும். நான் அந்த இடத்துக்குப் புதிது.

ஆனால் என் தயக்கம், கூச்சம் எல்லாவற்றையும் ஒதுக்கிவைத்துவிட்டு எங்கள் குடியிருப்புக் காவலாளியைக் கேட்டேன். இன்று நகரப் பகுதிகளில் 'வாட்ச்மேன்' என்ற புதிய வேலைவாய்ப்பு தோன்றியிருக்கிறது. குடியிருப்பவர்களைவிட இவர்கள்தான் அதிகப்படி தலைமயிர் கருக்கும் வண்ணத்தை வாங்குகிறார்கள். ஆனால், வயது என்பது தலை மயிர் ஒன்றை மட்டும் சம்பந்தப்பட்டதா? எங்கள் அடுக்குமாடி வீட்டு வாட்ச்மேனுக்கு 70 வயதுகூட இருக்கும்.

"நான் கவனிக்கலியே?" என்றார்.

"இன்னைக்குக் கவனிச்சுப் பாருங்க. அந்த வீட்டு விளக்கு எப்போது எரியத் தொடங்குதுனு சொன்னாப் போதும்."

நான் அவரிடம் பேசிய தினம், இரவில் அவர் சரியாகத் தூங்கவில்லை என அடுத்த காலையில் தெரிந்தது.

"ஒண்ணும் எரியிலீங்களே ..!" என்றார்.

"நீங்க எந்த ஜன்னலைப் பாத்தீங்க?"

"நீங்க காமிச்ச ஜன்னலைத்தான்."

"நான் எதைக் காமிச்சேன்?"

அவர் ஒரு ஜன்னல் காட்டினார். அது தவறானது.

"அது இல்லீங்க... ஒண்ணு, ரெண்டு, மூணு அந்த மூணாவது ஜன்னல்."

"அது எப்பவும் மூடியிருக்குமே? அங்கே மனுஷாளுங்களே கிடையாது."

"பின்னே எப்படி விளக்கு எரியும்?"

"எரியலீங்களே ..!"

எனக்கு இதை இப்படித்தான் புரிந்துகொள்ள முடிந்தது. அவர் முன்னிரவில் கண்விழித்துப் பார்த்திருக்கிறார். ஆனால், பார்க்கவேண்டிய நேரத்தில் தூங்கிவிட்டார்.

இன்னும் இரு தினங்களுக்குப் பிறகு அடுத்த வீட்டு வாட்ச்மேனையே கேட்டுவிடலாம் என, அந்த மனிதனைத் தேடிப் போனேன். அந்த வீட்டுக்கு இரு வாட்ச்மேன்கள். பகல் ஆள் காலை 6 மணியில் இருந்து இரவு 8 மணி வரை. இரவுக்காரரை நான் பார்க்கவேண்டும் என்றால் அதிகாலை 5–5:30–க்குள் அந்தச் சந்திப்பை முடித்துவிட வேண்டும்.

நடுநிசிக்குப் பிறகு எனக்குத் தூக்கம் ஏது? காலை 5 மணிக்கே வீட்டு வெளியே வந்து, அந்த வாட்ச்மேனுக்காகக் காத்திருந்தேன். தெருவில் பால் போடுகிறவர்கள்தான் காலை 5 மணிக்குக் கண்களில் படுவார்கள். அப்போது இரண்டு வாட்ச்மேன்கள் சேர்ந்து வந்தார்கள். யார் யார் வீட்டு வாட்ச்மேன் எனத் தெரியாது.

நான் அன்று கேட்கவில்லை. தூங்கி மாதக்கணக்கில் ஆகிறது. இன்னும் ஒருநாள் காத்திருந்தால் என்ன குடிமுழுகிப்போய்விடப்போகிறது?

'என்ன குடிமுழுகிப்போய்விடப்போகிறது?' என அந்த ஜன்னல் விளக்கு பற்றிக்கூடத் தோன்றியது. ஆனால், ஓரளவு முயற்சி செய்தாயிற்று. யாருக்குத் தெரியும் விஷயம் இவ்வளவு சங்கடமானது என?

அடுத்த நாள் அடுத்த வீட்டு வாட்ச்மேன் ஒரு பெஞ்சில் தூங்கிக் கொண்டிருப்பது தெரிந்தது. அந்த பெஞ்ச் அந்த வீட்டை இரு பாகங்களாகப் பிரிக்கும் வெராண்டாவில் போடப்பட்டிருந்தது. பொதுவாக இந்த மாதிரி வெராண்டாக்கள் இரு பக்கங்களும் பூட்டக்கூடியதாக இருக்கும். அந்த வீட்டில் இல்லை. சற்றுப் பழைய வீடு. கட்டி 30 – 40 வருடங்கள்கூட இருக்கும். இந்தப் பக்கம் நான்கு அந்தப் பக்கம் நான்கு என எட்டு குடியிருப்புகள், அந்த நாளில் சாதாரண சைக்கிள்தான் முக்கிய வாகனம். அதற்கு ஏற்றாற்போல வீடு கட்டப்பட்டிருந்தது. ஒரு மோட்டார் வண்டி நிறுத்தக்கூட இடம் இல்லை.

நான் அந்த வீட்டு வாட்ச்மேன் எழுந்திருக்கும் வரை தெருவில் உலா போவதுபோல அந்த வீட்டு முன்னாலேயே குறுக்கும் நெடுக்குமாகப் போய்க்கொண்டிருந்தேன். எனக்கு அந்த வாட்ச்மேனைப் பார்த்து பொறாமையாகக்கூட இருந்தது. ஒரு காலத்தில் நானும் இப்படி ஆழ்ந்து தூங்கியிருக்கக்கூடும்.

அவர் தூக்கம் கலைந்து தெருவுக்கு வரக் கால் மணியாயிற்று.

"எனக்கு ஒரு தகவல் தெரியணும். நீங்கதான் சொல்ல முடியும்."

"பக்கத்து வீட்டுக்காரர்தானே? நேத்தே சாம்சன் சொன்னார். ஏதோ வெளக்கு வெளிச்சம் வருதுனு சொன்னீங்களாம். ஏங்க, வெளக்கு போட்டா வெளிச்சம் வராதா? வெளக்கே வெளிச்சத்துக்குத்தானே?"

இந்த உண்மைக்கு எதிராக யார் என்ன சொல்ல முடியும்? நான் பேசாமல் நின்றேன்.

அந்த மனிதர் அவர் வேலையைக் கவனிக்கப்போனார். நான் அந்த வீட்டு வாசல் வெளியே என்ன செய்வது, யாரிடம் கேட்பது எனப் புரியாமல் நின்றுகொண்டிருந்தேன்.

என்னை இப்படி அலையவைத்த பக்கத்துக்கு வீட்டில் தரைதளத்தில் இருப்பவர் என்னை நோக்கி வந்தார். கடுமையாகவே, "யார் நீங்க? இங்கே சும்மா சும்மா வாட்ச்மேன்களை விசாரிச்சுண்டு? இது அத்துமீறல், டிரெஸ்பாஸ், தெரியுமா?"

"உங்க வீட்டு விளக்கு என்னைத் தூங்க விடாமச் செய்யிறது. அது அத்துமீறல் இல்லை, நான் தெருவிலே நின்னு பேசுறது டிரஸ்பாஸ்." – நானும் உரக்கக் கத்தினேன்.

"உங்களுக்கு என்ன வேணும்?"

"எங்க வீட்டை ஒட்டி இருக்கிற பக்கத்தில் நாலாவது மாடிக்காரரை அவர் வீட்டு ஜன்னலுக்கு ஒரு திரையாவது போடணும். விளக்கு இடத்தையே மாத்தினா ரொம்ப நல்லது. செலவை நான் கொடுத்துருறேன்."

அவர் விழித்தார்.

"கொஞ்சம் உள்ளே வாங்க."

அவரை என் வீட்டுக்குள் அழைத்துப்போனேன். என் அறையில் இருந்து அவர் வீட்டு மாடி ஜன்னலைக் காண்பித்தேன். அவர் என்னைச் சந்தேகமாகப் பார்த்தார்.

"அந்த ஜன்னலா?" எனக் கேட்டார்.

"ஆமாம்."

"அங்கே யாருமே இல்லையே? எனக்குத் தெரிஞ்சு ரெண்டு வருஷமா பூட்டியே இருக்கு. இன்னும் பாக்கப்போனா அந்த வீட்டுக்கு

எலெக்ட்ரிசிட்டியே கிடையாது. அந்த இடத்துல டூ பெட்ரூம் ஃப்ளாட் ஒண்ணு வருஷக்கணக்காக் காலியாக இருக்கு.”

“பின்னே விளக்கு எரியுது?”

“நீங்க எதையோ பாத்துட்டுச் சொல்றீங்க. அந்த வீட்டுச் சொந்தக்காரங்க தான் அங்கே இருந்தாங்களாம். என்னமோ தெரியலை, இப்போ யாருமே இல்லை. இரண்டு வருஷமா கூட்டலே, பெருக்கலே... வீடே பாழாயிருக்கும்.”

அவர் போய்விட்டார். எல்லாருமாகச் சேர்ந்து என்னைப் பைத்திய மாக்குகிறார்கள். அந்த ஜன்னலில் விளக்கு எரிகிறது . . . எரிகிறது . . . எரிகிறது.

நான் ஒரு முடிவுக்கு வந்துவிட்டேன். அந்த வீட்டுக்கே போய்ப் பார்த்துவிட வேண்டும்.

அன்று என் வேலையெல்லாம் தப்பும் தவறுமாக இருந்தது. கோப்பு களை எல்லாம் தவறான இடங்களில் வைத்துவிட்டேன். வரும் வாரங்களில் என் அலுவலகத்தில் படாதபாடு படுவார்கள். அதெல்லாமே பலர் கையாளுவதால் யார் தவறான இடத்தில் வைத்தது என எளிதில் கண்டுபிடிக்க முடியாது.

இரவுக்காகக் காத்திருந்தேன். இரவு 1 மணி அளவில் விளக்கு எரிய ஆரம்பித்தது. நான் சுவர் ஏறிக் குதித்து அந்த வீட்டு வெராண்டாவின் பின்புறம் அடைந்தேன். வெரண்டா நடுவில் மாடிப்படி... 54 படிகள். மிகவும் கஷ்டப்பட்டு ஏறி நான்காவது மாடியை அடைந்தேன். மாதக்கணக்கில் என்னை வாட்டிவதைத்த வீட்டை அடைந்துவிட்டேன். ஆள்காட்டி விரலால் மிகவும் மெதுவாகக் கதவைத் தட்டினேன். இரண்டாம் முறை தட்டியபோது கதவு திறந்தது ஒரு பெண். 30 வயதுக்குள் இருக்கும். நான் அயலான் எனத் தெரிய சில நொடிகள் ஆகின.

“என்ன?” எனக் கேட்டாள்.

“நான் அடுத்த வீட்டில் கீழே ஒரு சிங்கிள் பெட்ரூம் வீட்டில் இருக்கிறேன். உங்கள் வீட்டு ஜன்னலில் இருந்து வெளிச்சம் நேரே என் அறையில் விழுகிறது. தூங்க முடியாமல் மிகவும் அவதிப்படுகிறேன். உங்கள் வீட்டு விளக்கை என் செலவில் மாற்றி வைத்துவிடுகிறேன். நீங்கள் அனுமதித்தால் . . .”

அவள் ஒரு நிமிடம் பேசாமல் இருந்தாள்.

“அந்த ஒரு ஜன்னல்தான் வீட்டு வெளியே இருந்து தெரியும். அந்த விளக்கு எரியத்தான் செய்யும்.”

“அதுதான் நான் மாற்றித்தருகிறேன் என்றேனே. அறைக்கு வெளிச்சம் வேண்டும் . . . அவ்வளவுதானே!”

“என் கணவர் வந்தால் நான் வீட்டில் அவருக்காகக் காத்துக்கொண் டிருக்கிறேன் எனத் தெரிய அந்த விளக்கு அங்கேதான் இருக்க வேண்டும்.”

"அவர் பெயர் என்ன?"

"ராமச்சந்திர ராவ். கமர்ஷியல் டேக்ஸஸ் ஆபீஸர்."

"அவரோ... நீங்களோ... போன் செய்துகொள்ளலாமே?"

"எங்களுக்கு போன் கிடையாது. சீதை, ராமனுக்குக் காத்திருக்க வில்லையா? 'ராமன் வருவானா?' எனத் தெரியாது. அப்படி இருந்தும் அவள் காத்திருந்தாள். இந்த உலகத்தில் எவ்வளவு சீதைகள் இப்படிக் காத்திருக்கிறார்களோ?"

எனக்கு மயிர்க்கூச்சல் ஏற்பட்டது. காலம் காலமாக எவ்வளவு பெண்கள் கணவன் திரும்பி வருவதற்காக வாசற்படியில் காத்திருந் திருக்கிறார்கள்!

இருட்டாக இருந்தாலும், நான் மாடிப்படியை மூன்று நான்காகத் தாண்டி என் வீடு அடைந்தேன்.

தன்னைத் தூக்கிப்போனவன் யார், எங்கே சிறை வைத்திருக்கிறான் என ராமனுக்குத் தெரிய வழி இல்லை. தெரிந்தாலும் ராமன் வருவான் என என்ன நிச்சயம்? அப்படியும் சீதை காத்திருந்தாள்.

என் அலுவலகம் நவநாகரிகமாக இருக்க, அதற்குப் பக்கத்துக் கட்டடம் முதுமை தோன்ற, பழையதாகத் தெரியும். நான் இதுவரை அதைப் பற்றி யோசித்தது இல்லை. அது ஒரு கமர்ஷியல் வரி அலுவலகம். வாட்ச்மேன்களோடு பழகினால் யாரிடமும் பேசத் தோன்றும். நான் உணவு இடைவேளையில் உள்ளே நுழைந்தேன். அந்தப் பழைய கட்டடத்தை நம்பி எத்தனை ஆத்மாக்கள்? எல்லாம் அவர்களுக்குள் வம்பு பேசிக் கொண்டிருந்தார்கள். என்னை யாரையும் பொருட்படுத்தவில்லை.

நான் உள்ளே சென்று ஒருவர் மேஜை எதிரே நின்றேன்.

"சார், இது லன்ச் டைம்" என ஒருவர் சொன்னார்.

"நான் ஆபீஸ் விஷயமாக வரவில்லை. ஒருவரைப் பற்றி தகவல் தெரிய வேண்டும்."

"இந்த ஊர்லே ஏகப்பட்ட ஆபீஸ்."

"ஏதோ தெரியுமா பாருங்க. அவர் பெயர் ராமச்சந்திர ராவ்."

"ஏம்ப்பா, நம்ம டிபார்ட்மென்ட்ல யார் ராவ்? அவர் தெலுங்கா... ராயரா?"

அந்தப் பெண் பேசியதை வைத்து என்ன சொல்வது? அவள் ராமாயணக் காலத்து சீதையாகக்கூட இருக்கலாம். நான் சொன்னேன் "தெலுங்கா இருக்கலாம்."

"ஏம்ப்பா, சிந்தாதிரிப்பேட்டையில இருந்த ஒரு சி.டி.ஓ பேர் ராமச்சந்திர ராவ்... இல்ல?"

“நான் கேட்பவர் ஆபீஸர்.”

“ஆமாம். சி.டி.ஓ–னா ஆபீஸர்… அவர்தானேப்பா?” – அந்த மனிதர் தன் சக ஊழியரிடம் கேட்டார்.

“அந்த சூசைட் கேஸ்தானா? ஏன் சார், அவர் வீடு எங்கே இருக்கு… தெரியுமா?”

நான், என் தெரு பேர் சொன்னேன்.

“ஆமாம். அதே கேஸ்தான். சார், இந்த ஆபீஸ் போலீஸ் ஆபீஸ் மாதிரி. ஒவ்வொருத்தன் மேலேயும் ஒரு கேஸாவது இருக்கும். என்னவோ அந்த மனுஷன் பொண்டாட்டியோடு விஷம் சாப்பிட்டுச் செத்துப்போயிட்டான்.”

“அவர் மனைவி இருக்காளே..!?”

“அவங்க ரெண்டு பேரும் சேர்ந்துதான் செத்துப்போனாங்க. அந்த மனுஷர், தன் குடும்பத்தை எதிர்த்து அநாதைப் பெண் ஒருத்தியைக் கல்யாணம் பண்ணிருக்கார். சாவுக்கு ஒருத்தர்கூட வெளியூரில் இருந்து வரலை. உள்ளூர்ல இருந்து ஒரு கிழவர் மட்டும் வந்தார். போஸ்ட்மார்ட்டம், கிரிமேஷன் எல்லாம் நாங்கதான் ஏற்பாடு பண்ணினோம். வீட்டுக்குக்கூட எடுத்துப்போகலை. ராமச்சந்திர ராவ் நல்ல கறுப்பு; அந்த அம்மா நல்ல சிவப்பு. போஸ்ட்மார்ட்டம்ல ஏதோ கோணிப்பையைத் தைக்கிற மாதிரித் தெச்சுக் கொடுத்தாங்க.”

“ஆமாம்… போஸ்ட்மார்ட்டம்னா அப்படித்தான்.”

“இது தெரியுது. அவங்க செத்தது உங்களுக்குத் தெரியலியே?”

“ஆனா, அந்த அம்மா இருக்காங்க.”

அவர்கள் என்னை ஏதோ மாதிரி பார்த்தார்கள். விளக்கு எரிவது பற்றி எனக்கு ஏற்பட்ட அனுபவத்துக்குப் பிறகு இன்னொரு நகைப்புக்கு நான் தயாராக இல்லை.

அன்று இரவு நன்றாகத் தூங்கினேன். விளக்கு எரிந்தது. நான் யார்… ஒரு சீதை, ராமனுக்காகக் காத்திருப்பதைத் தடுக்க?

எதிர்வீட்டு விளக்கு, பக்கத்துவீட்டு விளக்கு தொந்தரவாகப்போவதை வைத்து சத்யஜித் ராய் ஒரு கதை எழுதியிருக்கிறார். கல்கத்தாவில் பெரிய பெரிய மாளிகைகள் இருக்கும். தெருக்கள், சந்து அளவுதான் இருக்கும். ‘சாகிப் பீபி குலாம்’ கதை நிகழும் மகா மாளிகை, ஒரு சந்தில்தான் இருந்தது. சந்தை விரிவாக்கிச் சாலை போட மாளிகையை இடிக்கும்போதுதான் அந்தக் குடும்பம் மருமகளைக் கொன்று புதைத்த மர்மம் தெரியவந்தது.

சத்யஜித் ராய் கதையில், ஓர் இளம் எழுத்தாளனை எதிர்வீட்டு விளக்கு வேலையே செய்யவிடாமல் தடுக்கிறது. அவன் அந்த வீட்டுக்குப் போகிறான். முன் அறையில் யாரும் இல்லை. ‘சார், சார்’ எனக் குரல் கொடுக்கிறான்.

ஒரு மனிதன் மாடியில் இருந்து இறங்கிவந்தான். உயரமாக இருந்தான். மிகவும் தீவிரமான முகம்.

"என்ன வேண்டும்?"

"உங்கள் வீட்டு விளக்கு இரவெல்லாம் எரிகிறது என்னால் ஒரு வேலையும் செய்ய முடியவில்லை."

"என் வேலை இரவில்தான். விளக்கு எரியத்தான் செய்யும்."

"என்ன வேலை?"

"நான் ஓவியன். நான் முகங்களை நேரே பார்த்து வரைவது..."

"பகல்தானே விசேஷம்?"

"நான் படம் வரைபவர்கள் இரவில்தான் வருவார்கள்."

"உங்கள் ஓவியங்களைப் பார்க்கலாமா?"

"வாருங்கள்... அவை பார்ப்பதற்குத்தானே?"

ஓவியன், இளம் எழுத்தாளனை மாடிக்கு அழைத்துச் செல்கிறான். அங்கே கண்ட இடமெல்லாம் ஓவியங்கள் இரைந்து கிடந்தன. ஓர் ஓவியம் அடையாளம் தெரிந்தது.

இரு நாட்கள் முன்பு இறந்த கவிஞர். இளைஞன் கேட்டான், "என்னை ஓவியம் வரைவீர்களா?"

ஓவியன் முகத்தில் மிகவும் லேசான புன்னகை. "நீங்கள் இன்னும் தயாராகவில்லையே?"

இளைஞன் திரும்பிவிடுகிறான். அன்று அவன் தேசிய நூலகத்துக்குப் போகவேண்டியிருக்கிறது. வங்காள எழுத்தாளர்கள் வாழ்க்கை வரலாறு என ஒரு தடி புத்தகத்தை, தூக்க முடியாமல் தூக்கி மேஜை மீது வைத்துப் பார்க்கிறான். அவனுடைய எதிர்வீட்டு ஓவியன் வரைந்த முகங்கள் பல இருந்தன. எல்லாம் வெவ்வேறு ஓவியர்கள் வரைந்தது... அல்லது புகைப்படங்கள்.

திடீரென அவனுக்கு ஒரு விஷயம் புலப்படுகிறது. அந்த ஓவியன் வரையும் எழுத்தாளர்கள் எல்லாரும் இறந்தவர்கள். அவன் இறந்த எழுத்தாளர்களை மட்டுமே வரையும் ஓவியன்!

இந்த உண்மை அறிந்த மகிழ்ச்சியில் தெருவில் பக்கம் பாராது கடக்க முயலுகிறான். ஒரு குதிரை வண்டி மோதி, ஒரு சக்கரம் அவன் மீது ஏறி இறங்குகிறது. அந்த இடத்திலேயே அவன் உயிர் போய்விடுகிறது.

அன்றிரவு அந்த இளம் எழுத்தாளன் ஓவியன் வீட்டுக்குப் போகிறான். அவனிடம், 'அப் மை தயார் ஹூம்' என அறிவிக்கிறான்.

நான் ராமச்சந்திர ராவின் மனைவியைச் சந்தித்து ஒரு மாதத்துக்குள் நான்கைந்து பேர் கடப்பாறை, பெரிய பூட்டுடன் ராமச்சந்திர ராவ் வீட்டுக் கதவைத் திறந்து, சுத்தம் செய்கிறார்கள். என்னிடம் சண்டை போட்ட மனிதர் வாயைப் பொத்திக்கொண்டு இருந்துவிட்டார். வாட்ச்மேன் கேட்டிருக்கிறான். வந்தவர்கள் ராமச்சந்திர ராவின் சகோதரன் கிருஷ்ண ராவின் ஆட்கள். கிருஷ்ண ராவும் நல்ல அடர் கறுப்பு. அவன் சகோதரன் விட்டுச்சென்ற வரி நிலுவைத் தொகை, மின்சாரப் பாக்கி எல்லாவற்றையும் கட்டிவிட்டு வீட்டைச் சுத்தம் செய்தான். அந்த ஜன்னல் அறைக்கு வெளிர் நீல வண்ணம் அடித்தான். நிறையக் கொசுக்கள் வரும் என நினைத்துக்கொண்டேன். ஒரு மாத காலத்துக்குள் அங்கு ஒரு குடும்பம் குடியேறியது. மூன்று குழந்தைகள். வீடு கலகலவென மாறியது.

சீதையைக் காணோம். எங்கே போயிருப்பாள்? அசோகவனம். அது தான் அவள் யுகம் யுகமாக ராமனுக்குக் காத்திருக்கக்கூடிய இடம்!

ஆனந்த விகடன், 2015

பாண்டிபஜார் பீடா

"ரெண்டு நிமிஷம் வெயிட் பண்ணுங்க... முதல் போணியாகட்டும்" என்று பீடாக்கடை கோபாலகிருஷ்ணா சொன்னான்.

"ஏன்... என்னுதே முதல் போணியா இருக்கட்டுமே?" என கடைக் கண்ணாடி அலமாரி மீது ஒரு ரூபாயை எடுத்து வைத்தார் வெங்கையா.

இரண்டு ஸ்பெஷல் பீடாக்களை ஒரு காகிதத் துண்டில் பொட்டலம் கட்டி வெங்கையாவிடம் கொடுத்தான் கோபால கிருஷ்ணா. கடை கல்லாப்பெட்டியில் சில்லறை இல்லை. அவன் சட்டைப் பையில் இருந்து அரை ரூபாய் நாணயத்தை எடுத்து, வெங்கையாவிடம் கொடுக்க வந்தான்.

"உன்கிட்டேயே இருக்கட்டும். நாளைக்குப் போணி" எனச் சொல்லிவிட்டு, பாண்டிபஜார் பக்கம் வந்தார் வெங்கையா.

அப்போதுதான் ஒவ்வொரு கடையாகத் திறந்து கொண்டிருந்தார்கள். கீதா கபேயும் அதன் பக்கத்தில் இருந்த வெற்றிலை பாக்குக் கடையிலும் மட்டும், ஜனங்கள் அதிகம் தென்பட்டார்கள். 'பீடாக்கடைக்காரனிடம் வீம்பு காட்டியிருக்க வேண்டாம்' என, வெங்கையாவுக்குத் தோன்றியது. அந்த எட்டணா இருந்தால், டிபன் – காபி சாப்பிட்ட பிறகு பீடா வைப் போட்டுக்கொள்ளலாம். வெங்கையா காத்திருந்தார்.

பிரமாண்டமான பழைய கார் ஒன்று, தடபுடவென சத்தம் போட்டுக்கொண்டு கீதா கபே முன்னால் வந்து நின்றது. சி.எஸ்.ஆர் இறங்கினான். வெங்கையாவைப் பார்த்துவிட்டான். வெங்கையா அவனிடம் சென்றார்.

"இன்னும் இந்தக் கார் உன்னை விட மாட்டேங்குது" என்றார்.

காரை ஓட்டி வந்த டிரைவர் சி.எஸ்.ஆரிடம், "சார், சரியா ஒம்பது மணிக்கு என்னை விட்டுடணும். இல்லாட்டி வண்டியை இங்கேயே விட்டுட்டுப் போயிடுவேன்" என்றான்.

"பயப்படாதே. காபி சாப்பிட்ட அப்புறம் வீட்டுக்குப் போயிடலாம்" என்றான் சி.எஸ்.ஆர்.

"ஒவ்வொரு தடவையும் இதையேதான் நீ சொல்ற!" சி.எஸ்.ஆர்., வெங்கையா பக்கம் திரும்பினான்.

"ஐயா, நமஸ்காரம்."

"உனக்கும் வீட்ல காபி கிடைக்கலையா?"

"பணம் சம்பாதிச்சுண்டு வந்தா, வீட்ல காபி என்ன, பூரிக்கிழங்கே கிடைக்கும். இப்போதைக்கு எனக்கு 'ராம – ஹனுமான் யுத்தம்' படம் மட்டும்தான் இருக்கு. இன்னும் ஒரு படம் வந்தா, இந்தக் காரை வித்துத் தொலைச்சுடுவேன். ஆயிரம் ரூபா கிடைக்கும்."

இருவரும் கீதா கபேயினுள் நுழைந்தார்கள். அங்கு இருந்த இரண்டு மூன்று பேர் அவர்களைப் பார்த்து 'யார் இவர்கள்?' என நினைவுபடுத்திக் கொள்ள முயல்வது தெரிந்தது.

சி.எஸ்.ஆர் சொன்னான் ...

"நம்ம புரொடியூசர்களுக்கு நம்ம நினைவே வராமல் இருக்கலாம். ஆனா, பப்ளிக்குக்கு நாம இன்னும் ஸ்டார்கள்தான்."

"எனக்குத் தெரியும்பா. 'ஜீவிதம்' வந்தப்போ, அந்த வசுந்தரா பொண்ணைவிட உன்னைத்தான் எல்லாரும் நினைச்சு நினைச்சுச் சிரிச்சாங்க."

'முகூர்த்தமெப்புடு பொம்மக்கா?'

"அதோ ஆள் வந்துட்டார். சி.எஸ்.ஆர்., எங்கிட்ட ஒரு காசு கிடையாது."

"பயப்படாதே. நான் பாத்துக்கிறேன். அப்பா கண்ணா ... இரண்டு பிளேட் இட்லி, சாம்பார்."

"இப்போ பீடாக்கடைக்காரன்கூட, நான் நெருங்கினாலே கடனுக்குனு தான் நினைக்கிறான். நீ சொல்றே ஸ்டார்னு ... நல்ல ஸ்டார்!"

இட்லி, சாம்பார் வந்தது. சி.எஸ்.ஆர். இன்னும் கொஞ்சம் சாம்பார் வரவழைத்து, இட்லியை சாம்பார் சாதம் மாதிரி செய்தான். பிறகு, அரை அரை ஸ்பூனாக எடுத்துச் சாப்பிட்டான். வெங்கையாவுக்கு வருத்தமாக இருந்தது. பணம் வந்தபோது, ஏன் கொஞ்சம் ஜாக்கிரதையா இல்லை? வெங்கையாவாவது மூன்று படங்கள் எடுத்தார். சி.எஸ்.ஆர்., அவனாக ஒரு படம்கூட எடுக்கவில்லை.

இருவரும் ஒரு கப் காபி சொல்லி அதை டம்ளரும் டபராவுமாகக் குடித்தார்கள். பில்லுக்குப் பணம் கொடுத்தான் சி.எஸ்.ஆர். இருவருமாக வெளியே வந்தபோது ஒரு பிச்சைக்காரன், "ஐயா தர்மதுரைங்களா ... பிச்சை போடுங்க" என்றான்.

சி.எஸ்.ஆர்., வண்டி அருகே சென்றான்.

"வர்றீங்களா, உங்களை வீட்ல விட்டுட்டுப் போறேன்."

"இன்னும் கொஞ்ச நேரம் இங்கே நிக்கிறேன். எவனாவது கர்ணன் மாதிரி வருவான்."

சி.எஸ்.ஆர் போய்விட்டான். வெங்கையா இன்னும் சிறிது தூரம் நடந்து கேரளா ஹேர் டிரெஸ்ஸர்ஸ் கடை அருகே சென்றார். அவர் கடைக்குச் சென்று முடி வெட்டிக்கொண்டு மாதக்கணக்கில் ஆயிற்று. அங்கே முடி வெட்டிக்கொள்ள வரும் இளைஞர்களில் பாதிப்பேர் அந்த சலூனில் சிதறிக்கிடக்கும் சினிமா பத்திரிகைகளுக்குத்தான் வருவார்கள். இளைஞர்கள், பெரியவர்கள் அனைவருக்கும் சினிமா என்றால் அவ்வளவு பைத்தியம்.

"ஐயா!"

வெங்கையா திரும்பிப் பார்த்தார். பளிச்சென்ற சட்டை – பேன்ட் அணிந்துகொண்டு ஓர் இளைஞன், அவர் கால்களைத் தொட்டு வணங்கினான்.

"என்னப்பா இது ... தெருவுல எல்லாம் ..."

"உங்களை எங்கே பார்த்தாலும் இப்படி வணங்கலாம் ஐயா. நேத்துகூட வணங்கினேன். நீங்க கவனிக்கல."

"நேத்தா?"

"ஆமா ... ஐயா."

வெங்கையா சற்றுச் சங்கடமாக உணர்ந்தார்.

"ஐயா ... நீங்க ஏன் இந்த 'மீசைக்காரனுக்கு மீசைக்காரன்' மாதிரி படத்துல நடிக்க வர்றீங்க? உங்க அருமை பெருமை தெரியாதபடி பத்து கௌபாய்களோடு உங்களையும் ஒரு கௌபாயா நிக்கவெச்சுட்டாங்க."

வெங்கையா, "உனக்கு எப்படித் தெரியும்?" என்று கேட்டார்.

"நான் ரங்காராவ் அசிஸ்டென்ட் ... சவுண்டு இன்ஜினீயர் ரங்காராவ்."

வெங்கையா திகைத்து நின்றார்.

"ஆமா ஐயா. அவரும் ரொம்ப வருத்தப்பட்டுண்டார்."

"அவர் புதுசா?"

"ரெண்டு மூணு வருஷங்கள் இருக்கும். அவர் அமெரிக்காவுல படிச்சுட்டு வந்தவர். அங்கே உங்க படங்களைத்தான் பாடமா சொல்லித்தருவாங்களாம்."

"நான் பெரிசா என்ன பண்ணிட்டேம்பா? பாடுவேன் ..."

"அதான் ஐயா ... அங்கே பாட்டுனா தனியா நிக்கும். நீங்க பாடி எல்லார் மனசையும் உருக வெச்சுடுறீங்க. பால்முனியெல்லாம் ஆச்சர்யப்பட்டாங்களாம். உங்களைக் கூப்பிடுறதா இருக்காங்களாம்."

"உன் பேர் என்ன?"

“சிட்டிபாபு.”

“சிட்டிபாபு, இப்படி ஓரமா வா. இந்த மாதிரி பேச்செல்லாம் நான் நிறையக் கேட்டிருக்கேன். இதுக்கெல்லாம் அர்த்தமே கிடையாது.”

“எங்க அம்மாவுக்கு நீங்கதான் யோகி வேமனா.”

வெங்கையாவுக்கு எரிச்சலாக இருந்தது.

“ரொம்ப சரி . . . இப்போ வேமனாவும் ஒண்ணுதான் கௌபாயும் ஒண்ணுதான். நேத்து அந்த புரொடியூசர் என் பாட்டுக்கும் நடிப்புக்கும் கூப்பிடலை. அவருக்கு என் மேலே ரொம்ப மரியாதை உண்டு. எனக்கு ஒரு காதுல இருந்து இன்னொரு காது வரைக்கும் மீசை வெச்சு, பேன்ட், கட்டம் போட்ட சட்டை எல்லாம் போடுறதுக்கு ரொம்ப வருத்தப்பட்டார். அவர் எடுக்கிற படங்கள் எல்லாம் பைத்தியக்காரத்தனமாத்தான் இருக்கும். நேத்து எனக்கு மட்டும் நூறு ரூபா கொடுத்தார். மளிகைக் கடை, வீட்டு வாடகை எல்லாம் தீர்த்து, கொஞ்சம் பருப்பும் உப்பும் வாங்கிப்போட முடிஞ்சது. பால் பாக்கிதான் இருக்கு.”

“அதை நான் தீர்த்திடுறேன் ஐயா. இப்போ எங்கே இருக்கீங்க . . . திருமலைப்பிள்ளை வீடுதானே?”

“அதெல்லாம் போய் ரொம்ப நாள் ஆச்சு. இப்போ கமலா கோட்னிஸ் வீட்ல ஒரு ரூம்ல இருக்கேன். நல்ல பொண்ணு. அந்த வீடும் போயிடப்போறது. வெளிக் கதவுல நோட்டீஸ் ஒட்டிட்டான்.”

“நீங்க பேங்க் லோன் வாங்கித்தான் கஷ்டப்பட்டீங்கனு சொன்னாங்க.”

“உனக்கு இன்னிக்கு வேலை கிடையாதா?”

“இன்னிக்கு ரங்காராவ் சாருக்கு கால்ஷீட் இல்லை. நான் அடுத்த தெருவுல இருக்கிற மேன்ஷன்லதான் இருக்கேன். ஐயாவைப் பார்த்துட்டு ஓடிவந்தேன்.”

“சந்தோஷம். நான் கிளம்புறேன்.”

“ஐயா . . . சின்ன உதவி.”

“நான் என்ன உதவி பண்ண முடியும்?”

“ஒண்ணு, உங்க பால் கணக்கைத் தீர்க்க எனக்கு அனுமதி தரணும். ரெண்டு, எங்க வீட்டுக்கு வரணும்.”

“நீ ரூம்லதானே இருக்கே?”

“எங்க வீடுனா சித்தூர்ல ஐயா. உங்க ஊர்தான். எங்க சார் கார்லயே போயிட்டு வந்துடலாம். எங்க அப்பா – அம்மா ரொம்ப சந்தோஷப்படுவாங்க.”

“நீ அப்பா – அம்மா மேல இவ்வளவு பக்தி வெச்சிருக்கியே! உன் குடும்பம் பேர் என்ன?”

“என் அப்பா – அம்மாவைப் பார்த்தா உங்களுக்குத் தெரிஞ்சுபோயிடும்.”

"உன்கிட்டே ஒண்ணு சொல்லிடணும். நான் பேங்க் லோன் வாங்கி, அதைச் சரியாத் திருப்பித் தராததுனால, அந்த மேனேஜருக்குத்தான் ரொம்பக் கஷ்டம். அவரை ஒரு சின்ன ஊருக்கு மாத்திட்டாங்க. அவருக்குத் தெரியும், தெய்வத்துக்குத் தெரியும் நாங்க யாரையும் ஏமாத்தலைனு. படத்தை உடனே ரிலீஸ் பண்ண முடியலை. அவர் உதவி பண்ணலைன்னா, 'பக்த ராம்தாஸ்' படம் வந்திருக்காது."

"எங்க அம்மாவுக்கு நீங்கதான் ராம்தாஸ், வேமனா, ரமண மகரிஷி எல்லாம்."

"ரமண மகரிஷியைப் பார்த்திருக்கியா?"

"இல்லை ஐயா."

"நீ குழந்தையா இருக்கிறப்பவே, அவர் சமாதி ஆகிருப்பார்."

"ஆமா ஐயா. எங்க குடும்பமே அவரை சாமியா கும்பிடுவாங்க."

"நீ ஒரு சினிமாக்காரப் பையனாவே இல்லையே!"

"ஒரு நிமிஷம் இருங்க ஐயா. எங்கிட்டே மோட்டார் சைக்கிள் இருக்கு. உங்களை வீட்டுல விட்டுட்டு, பாலுக்கு ஏற்பாடு பண்றேன். ஆனா, எனக்கு ரெண்டு மூணு நாள் ஆஃப் இருக்கிறப்ப, நீங்க சித்தூர் வரணும். முடிஞ்சா நம்ம சவுண்டு இன்ஜினீயரையும் கூட்டிண்டு போகலாம்."

"அவரை எதுக்குத் தொந்தரவு பண்ணணும்?"

"அவர் ரொம்பப் பெருமையா நினைப்பார் ஐயா."

வெயில் தெரிய ஆரம்பித்ததோடு அவர்களைச் சுற்றி ஒரு கூட்டம் சேர ஆரம்பித்தது.

"சிட்டிபாபு, நான் கிளம்புறேன். இன்னொரு நாள் பார்ப்போம்."

"ஒரு நிமிஷம் இருங்க ஐயா. இதோ மோட்டார் சைக்கிள் கொண்டுவந்துடுறேன்."

பத்து நிமிடங்கள் கழிந்தது. சிட்டிபாபுவைக் காணோம். அவன் வர மாட்டான். ஆனால், என்னவெல்லாம் பேசிவிட்டான்! வெங்கையா, வீட்டுப் பக்கம் நடக்க ஆரம்பித்தார். பிரகாசம் தெருவும் கிழக்கு மேற்கு. நல்ல வெயில் தொடங்கிவிட்டது. முடிந்தவரை நிழலாகப் போனார்.

ஆனால் அவன் வந்தான்.

ஆனந்த விகடன், 2015

அப்பாவின் சைக்கிள்

ராமு சைக்கிளுக்கு அவசரமாகக் காற்று அடித்துக் கொண்டிருந்தான்.

"டேய், உன் சைக்கிளை வைச்சுட்டு என்னுதை எடுத்துண்டு போய் ரிபேர் பண்ணிண்டு வா." அப்பா அரைத் தூக்கத்தில் சொன்னார்.

"நான் காலேஜுக்குப் போறப்போ எடுத்துண்டு போறேம்ப்பா."

"நான் சொல்றேன், நீ முடியாதுன்றியா? ஏண்டா, நான் வெளிலே போணண்டா."

"அப்பா, இப்பொ மணி நாலரை. ஒரு கடையும் இருக்காது. உனக்குத்தான் அண்ணன் சைக்கிள் இருக்கே? அவன் நாளைக்கோ அதுக்கு அடுத்த நாள்தானே திரும்பி வரான்?"

ராமு சைக்கிளுடன் வெளியே வந்தான். அப்போதே நேரம் ஆகிவிட்டது. தாமதமாக வரும் புதிய பத்திரிகைகள்கூட இதற்குள் வந்திருக்கும்.

ராமு பிள்ளையார் கோவில் பால் பூத்துக்குப் போனான். பால் பூத்தை மூடிப் பல மாதங்களாகியும் அங்கேதான் வான்கள் பத்திரிகைகளை இறக்கி வைக்கும்.

முக்கிய காரணம் அங்கு ஒரு தெரு விளக்கு இருந்தது. அன்று ஏனோ இந்து பேப்பரும் வரவில்லை. ராமு அவனுக்காக வைத்திருந்த இதர பத்திரிகைகள் கட்டை ஒரு மாதிரி பிரித்து வைத்துக்கொண்டான். குமாரைக் காணோம்.

குமார் அந்தப் பேட்டையில் பெரிய ஏஜண்ட். மாதச் சம்பளத்தில் நான்கு பேர். அத்துடன் தன்னுடைய டிவிஎஸ் 50இல் நிறைய வீடுகளுக்கு வார, மாதப் பத்திரிகைகள் போடுவார்.

ராமுவுக்கு அநேகமாக எல்லா வீடுகளில் ஆங்கில *இந்து* உண்டு. ஒரு சிலருக்கு *டைம்ஸ் ஆஃ இந்தியா* பத்திரிகையும் சேர்த்துப் போடவேண்டும்.

ஒருவருக்கு மட்டும் 'பிஸினெஸ்லைன்.' பல வீடுகளில் ஏதாவது ஒரு தமிழ் பத்திரிகையும் வாங்குவார்கள்.

இந்து வந்துவிட்டது. ராமு சைக்கிளில் காரியரில் வைக்கும்போது மறுபடியும் பிரித்து வைத்துக்கொண்டு விட்டான், ஆனால் முதல் வீட்டிலேயே புகார். "பையா, நேத்து நீ 'பிஸினெஸ்லைன்' போடலே." ஒரு தாத்தா கத்தினார்.

"மெட்ரோப்ளஸ் நடுவுலே வைச்சுப்போட்டேன். பாருங்க." ராமு வண்டியை ஓட்டிக் கொண்டு போய்விட்டான்.

பத்தொன்பது வீடுகளில் மாடி ஏறவேண்டும். இரண்டு வீடுகளில் கூடுதல் மாடிப்படி. சற்று ஆசுவாசமாக இருக்க முடிவது எல்லாப் பத்திரிகை களையும் போட்டுவிட்டு வீடு திரும்பும்போதுதான்.

வீடு திரும்பியபோது மணி ஆறரை. முந்தின நாள் நடந்தத் தொழில்முறை வணிகப் பாடத்தை திரும்பத் திரும்பப் படித்துக் கொண்டான். புரியத்தான் இல்லை.

பரிட்சைக்குப் பணம் கட்ட வேண்டிய சலான் முழ நீளம் இருந்தது. அப்பா தீர்மானமாகக் கல்லூரிப் படிப்பு வேண்டாம் என்றவர். மூத்த மகனை அவர் போலவே கார் ஓட்டும் உரிமம் பெற்று அப்புறம் லாரிகள் ஓட்டும் உரிமமும் பெற வைத்து விட்டார். முப்பதினாயிரம் ரூபாய் செலவழித்தால் மாநிலப் போக்குவரத்து இலாகாவில் தற்காலிக டிரைவர் எனப் பதிவு செய்து கொள்ளலாம். ஆனால் அண்ணன் உயரம் கம்மி. கார்களில் நாற்காலியை முன்னுக்கிழுத்துப் போட்டுக்கொண்டு உட்கார்ந்து சமாளித்து விடலாம். பெரிய வண்டிகளில் முடியுமா? அவனுக்கு மாறாக ராமு நல்ல உயரம். ஆனால் அவனுக்கு டிரைவர் வேலை பிடிக்கவில்லை. வீட்டு டிரைவர் அதிகம் சம்பாதிக்க முடியாது. ஆனால் ஒரு மதிப்பு இருக்கும். லாரி டிரைவர் என்றான பிறகு எவ்வளவு மன உறுதி இருந்தாலும் சில பழக்கவழக்கங்கள் வந்து விடும். பேச்சே மாறிவிடும். 'ஏண்டா பொறம்போக்கு' என்றுதான் திரும்பத் திரும்ப வாயில் வரும்.

எட்டு மணி வரை அவன் பாடத்தைப் பார்த்துவிட்டு அம்மா கொடுத்த மோர் சாதத்தை சாப்பிட்டுவிட்டு அவன் கல்லூரி நோட் புத்தகங்களுடன் அப்பாவின் சைக்கிளை எடுத்துப் போனான். இரண்டு சக்கிரங்களும் தொளதொளவென்று ஆடிக்கொண்டிருந்தன. இரண்டு சக்கிரங்களுக்கும் பால்பேரிங், பால்ஸ் மாற்ற வேண்டும் என்று கத்துக்குட்டி சைக்கிள் ரிபேர்காரர் கூடச் சொல்லிவிடுவார்.

ஒரு காலத்தில் அவன் வீட்டுப் பக்கத்து வீடே சைக்கிள் ரிபேர் கடை தான். அந்த வரிசை வீடுகள் எல்லாவற்றுக்குமே ஒரு காலத்தில் சைக்கிள்தான் பெரிய சொத்து.

வீட்டுக்குக் கொல்லைப்புரம் பெரிதாக இருக்கும். அந்தப் பேட்டை நூறாண்டுப் பழையது. எல்லாருக்கும் சொந்த வீடுகள். அந்த இடம் ஒரு கிராமமாக இருந்தபோது இதெல்லாம் சரியாக இருந்தது. இப்போது அங்கு ஊசி குத்தும் நிலமும் தங்கம்.

அந்த வரிசை வீடுகள் ஒரு மெயின் ரோடில் இருந்தன. பலர் நல்ல விலைக்கு வீட்டை விற்று வேறு இடங்களுக்குப் போய்விட்டார்கள். மூன்று நான்கு வீடுகளாகச் சேர்த்து பெரிய கடைகளாக வந்து விட்டன. ஆனால் இருந்த மூன்று சைக்கிள் ரிபேர் கடைகள் மட்டும் காணாமல் போய் விட்டன.

"என்ன, மறுபடியும்அப்பா சைக்கிளைக் கொண்டு வந்திருக்கே?" என்று பெருமாள் கேட்டார். ராமு வீட்டிலிருந்து அவன் கல்லூரி இரண்டு மைல் என்றால் அவர் கடை சரியாக நடுவில் இருந்தது.

"நான் இன்னிக்கு சீக்கிரமாக் கிளம்பிட்டேண்ணா, அப்பா ரொம்ப கத்தறாரு."

"அதுக்கு அவர் சைக்கிளைத் தள்ளிண்டு வந்தா?"

"அதைச் சரி பண்ணணும்."

"பாத்தா தெரியுதே? ஆனா நாலஞ்சு நாளாவது ஆகும்பா. இப்பெல்லாம் தினம் ஒருமாடல் வரது. முன்னே சைக்கிள்னா அநேகமா எல்லா கம்பெனியும் ஒரேமாதிரி சைக்கிள்தான் பண்ணுவாங்க. இப்போ எங்கே எங்கேயோ ஸ்பிரிங்க், எங்கே எங்கேயோ ஃபிரீவீல். இந்த கியர் புரியரதே இல்லை. இந்த ஊர்லே கியர்லே போற மாதிரியா டிராஃபிக் இருக்கு?"

"இது பழைய மாடல்தானே?"

"பண்ணிடலாம். ஒரு வாரம் முன்னாலே அவரே கொண்டுவந்தார். அப்பவே நான் சொன்னேன் லேட்டாகும்னு."

"அவர் மறுபடியும் என்னத்தான் திட்டுவார். இன்னிக்குள்ள பாருங்களேன்."

"ஸ்பேர் பார்ட்ஸெல்லாம் வாங்கிண்டுதான் வரணும். நான் தனி ஆள்ப்பா. பெரிய ரிபேர்னு எடுத்துக்கவே முடியலை. அடுத்த மாசம் என்ன பண்ணுவேன்னு தெரியாது."

"இப்படியெல்லாம் நீங்க பேசவே மாட்டீங்களே? ஏன், என்னாச்சு?"

"என்ன பண்ணறுதப்பா? ஒரு ஆள் வரமாட்டேங்கறான். தங்கச்சி பையன் இருந்தான். கடைக்கு நூறு பேர் வந்தாங்கன்னா முக்கால்வாசி காத்து அடிக்கத்தான். பையன் காத்து அடிச்சு, பங்சர் போட வந்தவங்க வீல்லேந்து டயர் கழட்டி எங்கே காத்து போறதுன்னும் கண்டுபிடிச்சுடுவான். நன்னா சம்பாதிச்சுண்டு இருந்தான்.

அவன் வீட்டுக்கும் உதவியாயிருந்தது. திடீர்னு போலீஸ் வந்து அவனை ஸ்கூலுக்கு அனுப்பணும், இல்லேன்னா என் மேலே கேஸ் போடுவேனாங்க. அவ்வளவுதான். நான் என்ன செய்வேன்? அவனை ஊருக்கு அனுப்பிச்சிட்டேன். அவன் கிராமத்துலே மட்டும் பள்ளிக்கூடம் இருக்கா? பத்து மைல் தள்ளிப் போணுமாம். இப்போ நான் இங்கே வரவங்க கிட்டே காத்து அடிக்க முடியாது, நீங்களே அடிச்சுக்குங்கன்னு சொல்ல வேண்டியிருக்கு. அவங்க தெரியாமே திண்டாடறப்போ நாமதான் காத்தடிக்கப் போக வேண்டியிருக்கு. இப்படியே போச்சுன்னா நானும் கடையை இழுத்து மூடி வேறே வேலைக்குப் போகணும். சொந்தக் கடை வைச்சிருந்த எனக்கு எவன் என்ன வேலை தருவான்?"

ராமுவுக்கு மிகவும் வருத்தமாக இருந்தது. அவனுக்கு நேரமாகிக் கொண்டிருந்தது.

"அண்ணா, சைக்கிளை வச்சுட்டுப் போறேன். காலேஜ் முடிஞ்சு வரேன்."

அவன் ஓடினான். பெருமாள் அவன் குடும்பத்துக்கு உறவு. அவர் வாயிலிருந்து ஒரு தவறான சொல் வராது. அவ்வளவு கட்டுப்பாடானவர். இப்போது சட்டம் மூலமாக அவருக்குக் கஷ்டம்.

அப்பா கொஞ்சம் உதவியாக இருக்கலாம். இப்போது அவர்கள் வட்டாரத்தில் கையில் நான்கு காசு உடையவர் அவர்தான். அவராகவே பையனை மேல்படிப்புக்கு அனுப்பியிருக்க வேண்டும். ஏனோ குழந்தைகள் அதிகம் படிப்பதில் சம்மதமில்லை.

டிரைவர் ஆகவேண்டும், எல்லாரும் டிரைவர் ஆக வேண்டும்... ஒரு நாள் டிரைவர் ஆவதற்கு பட்டப்படிப்பு முடித்திருக்க வேண்டும் என்று சட்டம் வந்தால்? பல குடும்பங்களில் கல்லூரி போகிறவன் அவன் என்று பெருமைப்படுகிறார்கள்.

அவன் வீட்டிலேயே பல விஷயங்களுக்கு ஆயிரக்கணக்கில் செலவாகிக் கொண்டிருந்தது. இருபது பவுன் நகை போட்டு அவன் தங்கைக்குக் கல்யாணம். ஆனால் ராமுவுக்கு ஒரு காசு கிடையாது. அவனுக்குக் கல்லூரியே சலுகை கொடுத்திருந்தது.

ஆனால் இன்னும் ஆயிரத்து நானூறு வேண்டும்.

கல்லூரி வாசலில் கூட்டம். ஆனால் அதைவிடக் கூட்டம் பகல் ஒன்றரை மணிக்கு. அந்த ஒரு வேளையில் அந்தக் கல்லூரியில் படிக்கும் மாணவர்களில் முக்கால்வாசிப் பேரைப் பார்த்துவிடலாம். அது காலை, மாலை என்று செயல்படும் கல்லூரி. என்றோ ஒரு நல்லவர் அந்த இடம் அத்துவானமாக இருந்தும் கூட அங்கு ஒரு கல்லூரி தொடங்கிவிட்டார். இன்று அதிகம் செலவழிக்க முடியாதவர்களுக்கு அதுதான் புகலிடம். கல்லூரியின் விளையாட்டு மைதானத்தில் நகரத்தின் சிறந்த ஆட்டக்காரர்கள் பெரிய போட்டிகளை நடத்துவார்கள்.

ராமு அவன் பக்கத்தில் உட்காருகிற பையனைக் கேட்டான். 'நீ உன் சைக்கிளை எங்கே ரிபேர் செஞ்சுக்கிறே?"

"நானே கொஞ்சம் டூல்ஸ் வாங்கி வைச்சிருக்கேன். பெரிய ரிபேர்னா கஷ்டம்தான்."

"சைக்கிள் விக்கிற கடையிலே பண்ணமாட்டானா?"

"கேட்டுப் பாக்கணும். ஏன், உன் சைக்கிள் நன்னாருக்குமே?"

"நானும் உன் மாதிரி சின்னச் சின்ன அட்ஜஸ்ட்மெண்ட் எல்லாம் பண்ணிப்பேன். ஃபுட்பம்ப் வைச்சிருக்கேன். ஆனா ஆக்ஸில் வேலை பண்ணமுடியாது.

பெருமாளால் அன்று ராமுவின் அப்பா சைக்கிளைச் சரி பண்ண முடியவில்லை. அந்த மாதிரி சைக்கிளே இப்போது தயாரிப்பில் இல்லை. உதிரி பாகங்கள் ஏதாவது காயலான் கடைக்குப் போய்தான் வாங்கி வர வேண்டும். இப்போது சைக்கிள்களும் 'யூஸ் அண்ட் த்ரோ' என்றாகி விட்டன. ஆனால் எங்கே எறிவது?

ராமு, பெருமாள் இருவரும் தேடினார்கள். இதற்கிடையில் ஆயிரத்து நானூறு. யாரிடம் கேட்கலாம், எப்படிக் கிடைக்கும்?

ராமு குமாரைக் கேட்டுப் பார்த்தான். குமார் சொன்னார், "நான் ஒரு விஷயம் சொல்றேன், கேட்டுப் பாக்கறியா"

"என்ன?"

"ஒத்தர் 'பிசினெஸ்லைன்' வாங்கிறாரே?"

"அவரை நான் சரியாப் பாத்தது கூடக் கிடையாதே?"

"அவருக்குத் தெரியும். அவருக்கு ஒம்மேலே மதிப்பு உண்டு. பேப்பரும் போட்டுண்டு பி.ஏ.யும் எப்படிப் படிக்கறான்னு என்னைக் கேட்டார். இவ்வளவு பெரிய தொகை அவர் மாதிரி மனுஷனாலேதான் முடியும்."

"அவர் என்ன பண்ணறாரு?"

"வயசானவரு. கேட்டுப் பாரு."

அந்த வீட்டுக்குத் தெருப்பக்கம் பால்கனி உண்டு. திறந்த பால்கனி. ராமு கீழே இருந்தபடியே அவருடைய பத்திரிகைகளைச் சுருட்டி விட்டெறிவான். இன்று அவனே மாடிக்குப் போனான்.

"பத்திரிகையை விட்டெறிஞ்சுட்டுப் போவே, என்னாச்சு இன்னிக்கு?"

"சார், ஒரு உதவி."

"என்ன?"

“ஒரு லோன் வேணும். கடன். ஜுலை, ஆகஸ்ட்லே திருப்பிக் கொடுத்துடுவேன்.”

“லோன்னா பாங்க் கிட்டே போணம். எவ்வளவு?

“காலேஜுக்குக் கட்டறது ஆயிரத்து நானூறு குறையுது.”

கிழவர் அவனை உற்றுப் பார்த்தார். ஒரு நிமிடம் இருவரும் கண்ணிமைக்கவில்லை.

“இது யார் ஐடியா?”

“எது சார்?”

“என்னைக் கேக்கணும்கறது?”

“குமார் சார், சார்.”

“நியூஸ் ஏஜெண்ட் குமார்தானே?”

“ஆமாம், சார்.”

“அவன் எனக்கு எவ்வளவு தரணும், தெரியுமா?”

“தெரியாது, சார்”

“பத்தாயிரம். இப்பொ உன்னை அனுப்பிச்சிருக்கான். ஆமாம், இது யாருக்கு?”

“எனக்குத்தான், சார்.”

“எதோ புதுப் பத்திரிகைக்கு டெபாஸிட் கட்டணும், அது நன்னா போகும்னான். மூணாவது இஷ்யூ வரலை.”

ராமு பதில் சொல்லாமல் நின்றான்.

கிழவர் ராமுவைத் தட்டிக் கொடுத்தார். “கவலைப்படாதே. நீ டிகிரி முடிக்கறே. ஆமாம், டிகிரீக்கப்புறம் ஏதாவது ஐடியா வைச்சுருக்கயா?”

“உடனே வேலை கிடைக்கறது ஏதாவது சூப்பர்மார்கட். அதுலே சேந்து ஐடி கோர்ஸ் ஒண்ணு பார்ட் டைம் பண்ணப் பாக்கறது.”

“இதெல்லாம் ஆகிற காரியமா?”

“எங்கப்பாவுக்கு நான் படிக்கறதே பிடிக்கலே. திட்டுவாங்கிண்டே இவ்வளவு நாள் தாக்குப் பிடிச்சுட்டேன். முடியணும், சார். என் பக்கத்து வீட்டுப் பையன் காடெரிங் கோர்ஸ் பண்ணி ஜாவாவும் முடிச்சுட்டான், சார்.”

“சரி, நாளைக் காலேல வா. எங்கிட்டே ரசீது காட்டணும்.”

ராமு குமாரைத் தேடிக்கொண்டு போனான். அவன் கிடைக்கவில்லை. பெருமாள் கடைக்குப் போனான். "பெருமாளண்ணே, நான் காலேஜ் பணத்துக்கு ஏற்பாடு பண்ணிட்டேன். இப்பொ அப்பா சைக்கிள் ஒண்ணு தான் நான் சரி பண்ணணும்."

"அதுக்குத் தேவை இருக்காதுன்னு நினைக்கிறேன்."

"பார்ட்ஸ் கிடைச்சுட்டதா? அப்பா கூட மறுபடியும் ஒங்ககூட ஒரு நாள் தேட வந்தாராமே?"

"அது நல்லதாப் போச்சு..

"எப்படி?"

"சைக்கிளை நல்ல விலைக்கு வித்துடுன்னார்."

"ஓடினாத்தானே விக்க முடியும்?"

"இன்னோண்ணும் சொன்னாரு. இந்த இடம் ரொம்ப நல்ல இடம், போனா கிடைக்காது. அதுனாலே கடையை விட வேண்டாம், நானே எடுத்துக்கறேன்னார். டூவீலர் சர்விஸ் ஆரம்பிக்கறதா எண்ணம்."

"யார் பாத்துப்பாங்க? அதுக்கெல்லாம் சரியான ஆளு எல்லாம் வேணுமில்லே?"

"ஒங்கண்ணனைத்தான் கடையை பாத்துக்க விடறதா எண்ணம்."

***கல்கி*, 2015**

ரகுவின் அம்மா

நான் அப்போதிருந்த வீட்டில் நான் உட்காரும் இடத்திலிருந்து தெரு நன்றாகத் தெரியும். முந்தைய தினங்கள் போலவே ரகுவின் அம்மா காலை பதினொரு மணிக்குக் கையில் ஒரு பெரிய பையுடன் மெதுவாகத் தி.நகர் பேருந்து நிலையம் நோக்கிப் போனாள். அங்கிருந்து தடம் 11 பேருந்தில் ஏறி சென்ட்ரல் ரயில் நிலைய நிறுத்தத்தில் இறங்குவாள். அந்த நாளில் – அதாவது ஐம்பது ஆண்டுகளுக்கு முன்பு – அது சி.எல்.எஸ். அருகே சௌகார்பெட் தபால் நிலையம் எதிரே நிற்கும். அங்கு இறங்கி சாலையைக் கடந்து ஆஸ்பத்திரிக்குள் போவாள். இதெல்லாம் எனக்கு உடனே தெரியாது. பல நாட்கள் கவனித்ததிலிருந்து தெரிய வந்தது.

அந்த நாளில் ஆஸ்பத்திரி என்றால் அரசு பொது மருத்துவமனைதான். அங்குதான் எப்பேற்பட்ட தலைவர்களுக்கும் தனவந்தர்களுக்கும் சிகிச்சை நடக்கும். அங்குதான் பெரிய பெரிய அரசியல் தலைவர்கள் உயிரை விட்டிருக்கிறார்கள். சத்தியமூர்த்தி அங்குதான் காலமானார். ராஜாஜி அங்குதான் இறந்தார். ஆனால் ஆயிரக்கணக்கனோர் உடல் நலம் பெற்று வீடு திரும்பியிருக்கிறார்கள். என் மகனுக்கு இருமுறை தோள்பட்டை முறிவு ஏற்பட்டது. அரசு பொது மருத்துவமனையில்தான் கட்டு போட்டுக்கொண்டோம். என் ஒன்று விட்ட சகோதரி கணவனுக்கு அங்குதான் வைத்தியம் நடந்தது. என் சித்தி மகன் ஒருவனுக்கு முதுகுத்தண்டு– கழுத்தருகில் அறுவை சிகிச்சை. அன்று நான் அறுவை சிகிச்சை வாசற்படியில் ஐந்து மணி நேரம் நின்றேன். அந்த அறுவை சிகிச்சை வெற்றி பெறவில்லை. அவனுக்கு மலையாளப் பிழிச்சல் மருத்துவம் செய்து ஒரு மாதிரி எழுந்து உட்கார்ந்தான்.

அதே போலப் பிள்ளை பெறுகிற ஆஸ்பத்திரி என்றால் அது சென்னை பாந்தியன் சாலையில் இருக்கும் அரசு பிரசவ ஆஸ்பத்திரி. கண் ஆஸ்பத்திரி என்றால் போலீஸ் விளையாட்டரங்கம் அருகில் உள்ள அரசு ஆஸ்பத்திரிதான். நான் போன ஒரு நாள் திமுக தலைவர் அங்கு வந்து கண்ணைக்

காண்பித்துக் கொண்டிருந்தார். அவருக்கு ஒரு கண் போயே போய் விட்டது என்பார்கள். பொதுவாக ஏதாவது சுரம், ரத்தக் காயம் என்றால் முதலில் கார்ப்பரேஷன் டிஸ்பென்ஸரி. அடுத்தபடி அரசு ஆஸ்பத்திரிதான். வட சென்னைக்காரர்கள் ஸ்டான்லி ஆஸ்பத்திரி; இல்லாது போனால் சேத்துப்பட்டு அரசு ஆஸ்பத்திரி. இன்று அரசு மருத்துவமனைகள் கனவில் கூடத் தோன்றுவதில்லை. எம்ஜிஆர் அப்போலோ. முக அப்போலோ. இன்னொருவர் ராமச்சந்திரா. இன்னொருவர் மியாட். ஆனால் உலகிலேயே இல்லாத பலகோடி பெறும் இயந்திரம் பொது மருத்துவமனையில் நிறுவப்பட்டிருக்கிறது, பணி தொடங்கியாயிற்று என்றெல்லாம் பத்திரிகைச் செய்திகள் வரும். பல கோடி ரூபாய் செலவில் பிரசவ ஆஸ்பத்திரி புதுப்பிக்கப்படுகிறது.என்றும் செய்திகள் வந்து கொண்டே இருக்கும்.

அந்த நாளில் ஜெனரல் ஆஸ்பத்திரியில் லிஃப்ட் கிடையாது. ரகுவின் அம்மா மூன்று மாடி ஏறி அங்குள்ள பொது வார்டில் கிடந்த ரகுவின் அண்ணனுக்குப் பகல் உணவு தருவாள் நோயாளிகளுக்கென ஒரு சாய்வு 'படிக்கட்டு' உண்டு. அதில் படுக்கை வண்டி அல்லது நாற்காலி வண்டியில் அவர்களைத் தள்ளிக் கொண்டு போவார்கள்.

ரகு பள்ளியில் படிக்கும் பன்னிரண்டு வயதுப் பையன். அவன் ஒருவன் பெயர்தான் எங்களுக்குத் தெரியும். ஆதலால் அந்தக் குடும்பத்தில் உள்ள அனைவரையும் அவன் உறவைக் குறிப்பிட்டுத்தான் நாங்கள் அடையாளம் சொல்வோம். ரகுவின் அப்பா, ரகுவின் மூத்த அண்ணா என்று அந்தக் குடும்பத்தில் இருந்த ஆறு பேரையும் குறிப்பிடுவோம் ஆஸ்பத்திரியில் இருக்கும் அண்ணா ரகுவின் மூன்றாவது அண்ணா. முதல் இரண்டு பேர் ஒன்பது மணிக்கே வேலைக்குப் போய் விடுவார்கள். மூன்றாவது அண்ணன் ஜெயின் கல்லூரியில் பி.ஏ.வுக்குச் சேர்ந்திருந்தான். அவனுடைய ஒரு நண்பனிடம் சுவேகா என்றொரு வண்டி இருந்தது. அதை வண்டி என்று சொல்வது மிகையாகும். ஆனால் பலர் அதை வைத்துக்கொண்டு அவதிப்பட்டார்கள். ரகுவின் அண்ணாவும் அவன் நண்பனும் சுவேகா வண்டியில் போயிருக்கிறார்கள். கீழே விழுந்திருக்கிறார்கள். நண்பனுக்குப் பெரிய அடி இல்லை. ஆனால் ரகுவின் அண்ணாவுக்குப் பின்தலையில் அடி.

அந்த நாளிலும் தலை அறுவை சிகிச்சை இருந்திருக்கிறது. அடி பின்மண்டைக்கு அடியில். ஆதலால் மண்டை ஓட்டை ஏதும் செய்யவேண்டியதில்லை. ஆனால் அறுவை சிகிச்சையின் போது இரத்தம் நிறைய சேதமாகும்.

அறுவை சிகிச்சை செய்து முடித்தாயிற்று. ஆனால் அவனால் சரியாக நிற்க முடியவில்லை. உடல் அடிக்கடி உதறிக்கொண்டது. அவன் படுத்த படுக்கையாக இருக்க வேண்டியிருந்தது. ஆதலால் எதில் தவறு என்று கண்டுபிடிக்க அவன் தொடர்ந்து ஆஸ்பத்திரியில் இருக்கவேண்டியிருந்தது.

அடிபட்டவன் அவன் மட்டும் அவதிக்குள்ளாவதில்லை. ரகுவின் அம்மாவுக்கு ஐம்பது வயதிருக்கும். இப்படி தினம் காலையில் அவசரம் அவசரமாகச் சமையல் செய்து மூன்று பேருக்கு பகலில் சாப்பிட சாப்பாடும் கட்டிக்கொடுத்துவிட்டு வீட்டில் தனியாக அரை மணி நேரம்

இருக்கும்போது அவளுக்குச் சாப்பிடவேண்டும் என்று தோன்றுமா? எனக்குத் தோன்றவில்லை. ஏதோ சாப்பிட்டேன் என்று இரு கவளை வாயில் போட்டுக்கொண்டு உடனே ஆஸ்பத்திரியில் இருக்கும் மகனுக்குச் சாப்பாடு எடுத்து வைப்பாள். வீட்டைப் பூட்டிகொண்டு பேருந்து நிலையத்திற்குச் செல்வாள்.

அவள் சாப்பாடு எடுத்துச் செல்வதைப் பார்க்கக்கூடாது என்று தீர்மானம் செய்து கொள்வேன். இன்று அவன் வீட்டில் அம்மா பரிமாறச் சாப்பிடுவான்... அவன் உடல்நிலை சரியாகி விட்டது... இப்படியெல்லம் கற்பனை செய்து கொள்வேன். இல்லை. அந்த அம்மாள் பதினொரு மணிக்கு என் வீட்டைக் கடந்து செல்வாள்.

எனக்கு அரசு மருத்துவமனை தெரியாத இடமல்ல. மேலும் எனக்குத் தெரிந்த இளைஞன் அங்கு ஹவுஸ் ஸர்ஜன்ஸி செய்துகொண்டிருந்தான். அவனைப் பார்த்து அந்த அம்மாளின் ஓய்வில்லாத அலைச்சலுக்கும் உழைப்புக்கும் ஏதாவது பரிகாரம் தேட முடியுமா? பொதுவாக ஆரம்ப ஆண்டுகளில் அந்த இளைஞன் போன்றவர்களை 'அவுட் பேஷண்ட்' வேலைக்குப் போட்டுவிடுவார்கள்.

அன்று அந்த அம்மாள் போன பத்து நிமிடங்களுக்குப் பிறகு நான் கிளம்பினேன். சையத் என்ற அந்த இளைஞன் அவுட்பேஷண்ட் பிரிவில் நிஜமாகவே ஈ ஓட்டிக்கொண்டிருந்தான். அவன் உட்கார்ந்த இடத்திற்கு மின்விசிறி கிடையாது. அவுட் பேஷண்ட் வார்டில் குறைந்தது நூறு நோயாளிகளையாவது பார்த்து அவர்கள் சொல்லும் சம்பந்தம் இருப்பது, சம்பந்தம் இல்லாதது எல்லாவற்றையும் கேட்டுக் கொண்டு அவனாக அவர்களுடைய உபாதையைப் புரிந்து கொண்டு மருந்து எழுதிக் கொடுப்பான் நான் அவனை ஒரு சாமியார் மடத்தில் பார்த்தேன். அவனுக்குச் சாமியாரிடம் வேலை இல்லை. ஆனால் அவனுடைய இரு நண்பர்களுக்கு இருந்தது. எல்லாரும் படிப்பு முடித்து ஹவுஸ் ஸர்ஜன்ஸி செய்து கொண்டிருந்தார்கள் நண்பனுக்கு அவன் கேட்ட துறையில் இடம் கிடைக்கவில்லை. ஒரு வருடம் காத்திருக்கலாமா, அல்லது இப்போதே கிடைக்கும் துறையில் சேர்ந்து விடலாமா? இது அவன் பிரச்சனை. இரண்டாம் நண்பன் பெண். நல்ல வரன் வந்திருக்கிறது. பெற்றோர்கள் அவளைக் கல்யாணம் செய்து கொண்டு மேற்படிப்பு படிக்கலாம் என்று கூறுகிறார்கள். திருமணம் என்றாகி விட்டால் மேலே படிக்க முடியுமா? இது அவள் பிரச்சனை.

சையது இரண்டு பேருக்கும் அந்தரங்கமான நலம் விரும்பி. ஆதலால் அவனையும் மடத்திற்கு அழைத்துச் சென்றிருக்கிறார்கள். அவன் நண்பர்கள் சாமியாரைப் பார்க்க உள்ளே போயிருக்கையில் அவன் என்னோடு பேசிக்கொண்டிருந்தான். அவன் பெரிய நீதிபதியுடைய மகன். ஆனால் எவரிடமும் மிகவும் மரியாதையுடனும் அக்கறையுடனும் நடந்து கொள்வான். என் உறவினன் கழுத்து அறுவை சிகிச்சை போது அவன் உதவியாளனாக இருந்திருக்கிறான். சாமியார் திரும்பத் திரும்ப அவர்களை வரச் சொன்னார். ஐந்தாறு முறைக்குப் பிறகு அவர்கள் வருவதை நிறுத்தி விட்டார்கள். ஆனால் சையத் எனக்கு நெருங்கிய நண்பனாகிவிட்டான்.

நான் போய் விஷயத்தைச் சொன்னவுடன் அவன் ஒரு வார்ட் உதவியாளனிடம், "நோயாளிகள் யாராவது வந்தால் இருக்கச் சொல்லு. நான் பத்து நிமிடங்களில் வந்து விடுவேன்' என்று சொல்லிவிட்டு என்னுடன் வந்தான். மூன்றாவது மாடி போனோம். ஒரு பெரிய ஹாலில் இருபது படுக்கைகள். எல்லாருமே அறுவை சிகிச்சை நோயாளிகள். ரகுவின் அம்மா ஒரு படுக்கை அருகே கண்ணை மூடிக்கொண்டு உட்கார்ந்திருந்தாள். காரணம், அவள் மகன் தூங்கிக்கொண்டிருந்தான்.

"அதுதான்," என்று நான் தழைந்த குரலில் சொன்னேன்.

"பட்டாபிராம்."

"என்ன பட்டாபிராம்?"

"அந்த நோயாளியின் பெயர்."

"அந்த அம்மாள் தினம் என் வீட்டைத் தாண்டித்தான் மகனுக்குச் சாப்பாடு எடுத்துச் செல்வாள். அவள் படும் துக்கத்தைக் கண்டு என் மனம் தாங்க முடியவில்லை. அந்தப் பையனுக்கு எப்போது சரியாகும்?"

"அந்த அறுவை சிகிச்சையின் போது நானும் இருந்தேன். எனக்குச் சந்தேகம் அவனுக்குத் தையல் போடும்போது ஏதோ வெளிபொருள் உள்ளேயே இருந்து விட்டது."

"அப்படியா?"

"அவனுக்குத் தூக்கித் தூக்கிப் போடுகிறதை எங்களால் புரிந்து கொள்ள முடியவில்லை."

"அறுவை சிகிச்சையில் இப்படி அஜாக்கிரதையாக இருப்பார்களா?"

"கூடாததுதான். வேண்டுமென்று இல்லை. ஆயிரத்தில், பத்தாயிரத்தில் ஒன்று இப்படி நடக்கக் கூடும். நான்தான் இப்படி இருக்கலாம் என்று சொன்னேன். நாளை தையல் பிரிக்கவேண்டும். இன்னும் நம் நாட்டில் தையலையே பிரிக்காத சிகிச்சை வரவில்லை. நாளை அவனை மீண்டும் ஆபரேஷன் தியேட்டருக்கு எடுத்துச் செல்லவேண்டும். அந்த அம்மாவிடம் சொன்னார்களோ என்னவோ? தினம் காலை பட்டாபிராமனின் அப்பா வருவார். அவரிடம் சொல்லியிருப்பார்கள். இது இலவச வார்ட்."

"அதற்காக அஜாக்கிரதையாக இருக்கலாமா?"

"இது வேண்டுமென்று நடக்கவில்லை. நாளைக்கு மூன்று மணிக்கு நீ வரமுடியுமா?"

"அந்த அம்மாளை ஒரு நிமிடம் பார்த்து வருகிறேன்"

நான் அந்தப் படுக்கையருகே போனவுடன் ரகுவின் அம்மா விழித்துக் கொண்டாள்.

"நாளைக்குத் தையல் பிரிக்கப் போகிறார்கள்."

"எனக்கும் சொன்னாங்க. நாளைக்கு இவன் அப்பாதான் வருவார்."

"எனக்கு ஒரு டாக்டரைத் தெரியும். அப்போ சரியாகிவிடுமாம் அவன் தைரியமாகத்தான் சொல்கிறான்."

என்னால் இவ்வளவுதான் சொல்ல முடிந்தது. பட்டாபிராமன் நன்றாகத் தூங்கிக் கொண்டிருந்தான். அந்த நேரத்தில் அவனை நோயாளி என்று சொல்ல முடியாது.

நான் கீழே சையத்தைப் பார்த்தேன். "நான் நாளை பத்து மணிக்கு வருகிறேன்," என்றேன்.

"தேவையே இல்லை. இரண்டு மணிக்கு வா."

சையத் நினைத்தது சரி. துளி பஞ்சுடன் ஒரு குட்டி வளையம் இருந்தது. கத்தி வைத்து தோலை அரிந்தவுடனேயே இரத்தம் பெருகும். அனுபவமிக்க நர்ஸ் அல்லது ஒரு மருத்துவரே துடைத்துக் கொண்டே இருப்பார். பஞ்செல்லாம் 'ஸ்டெரிலைஸ்' செய்தது. எப்படி அறுவை சிகிச்சைக்குச் சம்பந்தமே இல்லாத பொருள் அவன் தலையில் புகுந்தது? அவன் கீழே விழுந்தபோது சாலையில் கிடந்த அந்த உலோகத் தூள் அவன் தலைக்குள் புகுந்து விட்டதோ? பஞ்சில் இருந்திருக்குமோ?

ஒரு வாரத்தில் அவனை வீட்டுக்கு அழைத்துப் போகலாம் என்று சொல்லிவிட்டார்கள். அந்த நாளில் எல்லாத் தகவல்களையும் நோயாளிக்குத் தெரிவிக்க வேண்டும் என்ற கட்டாயம் இல்லை. எனக்குக் கூட என் அப்பா ஏன் செத்தார், எப்படிச் செத்தார் என்று தெரியாது. செத்தால் இதயம் நின்று விடும். என் அப்பா மரண சர்டிஃபிகேட்டில் அப்படித்தான் அந்த ரயில்வே வைத்தியர் எழுதித் தந்தார்.

ரகுவின் குடும்பம் பட்டாபிராமன் வீடு திரும்பிய பின் ஒரு மாதம்தான் அந்த வீட்டில் இருந்தது. அப்புறம் அவர்கள் வீடு மாறிப் போய் விட்டார்கள். முன்பு சொன்னபடியே, இது ஐம்பது ஆண்டுகள் கதை. ஆனால் இப்போதும் ஏதாவது ஓர் அம்மாள் பகல் பதினொரு மணியளவில் தெருவில் ஒரு பையைத் தூக்கிக் கொண்டு போனால் எனக்கு வயிற்றைக் கலக்குகிறது.

கல்கி தீபாவளி மலர், 2015

லாலாகுடாவை நோக்கி

டிஜ௵ஸா அவ்வளவு கத்தியிருக்க வேண்டாம். அப்பா அப்படி என்ன செய்யக்கூடாததைச் செய்து விட்டார்? மருந்து வாங்கி வரச் சொன்னார். "போ, உங்க அப்பாவை லாலாகுடாவுக்குப் போகச் சொல்லு, போ. என்னால் இரண்டு நாட்களுக்குத்தான் மருந்து தர முடியும். அது கொடுத்தாகி விட்டது."

நான் வீட்டைவிட்டுக் கிளம்பும்போதே சிங்கப்பெருமாள் டாக்டர் இருக்க வேண்டும் என்று பிரார்த்திக் கொண்டுதான் கிளம்பினேன். ஆனால் இருந்தது டிஜ௵ஸா. சிங்கப்பெருமாள் டாக்டரும் இதைத்தான் சொல்லியிருக்கலாம். ஆனால் அவர் எரிந்து விழ மாட்டார்.

ரயில்வேக்காரர்களுக்கு சில்கல்குடா முதலுதவி செய்யும் இடம். அதற்கு டிஸ்பென்ஸரி என்று பெயர் வைத்திருந்தாலும் டிஜ௵ஸாவும் சிங்கப்பெருமாள் டாக்டரும் கண்ணை நாக்கைப் பார்த்துவிட்டு மருந்து எழுதித் தருவார்கள். நானறிந்து அங்கு அதிகம் தரப்படும் மருந்துகள் கார்மினாடிவ் கலவையும் மாக் ஸல்ஃப் என்ற உப்பும்தான். முதல் மருந்தில் இலேசான சுரம், உடல் வலி, தலை வலி போய்விடும். மூன்று வேளை மருந்து, ஆறு வேளை மருந்து என்று கொடுத்தாலும் இரண்டாவது தடவை மருந்து குடிக்கும்போதே சுரம் வலி போய்விடும். மாக் ஸல்ஃப் என்பது மக்னீஷியம் ஸல்ஃபேட்டின் சுருக்கம். அது பேதி மருந்து. மாதம் ஒரு ஞாயிற்றுக்கிழமை எங்கள் அம்மா எங்களெல்லாருக்கும் விளக்கெண்ணை அல்லது உப்பு கொடுத்து விடுவாள். ஆரம்பத்தில் நானும் முரண்டு பிடித்திருக்கிறேன். ஆனால் விளக்கெண்ணையைத் தவிர்க்க முடியாது. மூச்சைப் பிடித்துக் கொண்டு குடித்து விடுவேன். அதன் பிறகு என் வேலை, மரத்தின் மீது ஏறி உட்கார்ந்திருக்கும் என் தம்பியை இறக்கி இழுத்து வரவேண்டும். என் அப்பா அம்மாவை விட நான் அவனிடம்தான் அதிகம் அடி உதை வாங்கியிருக்கிறேன். அவ்வளவு அடி உதை தருபவன் உடலெல்லாம் ஊசிகளும் டையாலிஸிஸ் குழாய்களுமாக

இருபது ஆண்டுகளுக்கு முன்பு இராயப்பேட்டை ஆஸ்பத்திரியில் உயிரை விட்டான். இன்று எந்த டாக்டரும் மிக்ஸ்சர் தருவதில்லை. மருந்து எழுதிக் கொடுப்பார்கள். நாம் மருந்துக் கடையில் வாங்கிக் கொள்ள வேண்டும். மாக் ஸல்ஃப் என்பது போயே போய் விட்டது. இப்போது எந்தக் குடும்பத்தில் குழந்தைகளுக்குப் பேதி தருகிறார்கள்?

அப்பாவுக்கு எப்போதிலிருந்து, எதனால் உடல் நிலை சரியில்லை என்று எனக்குத் தெரியும். மாப்பிள்ளகள். ஆனால் தெரியும் என்பதால் நோயும் தீருவதில்லை, துன்பமும் தீருவதில்லை.

டிஜூஸா சொன்னதற்கிணங்க அப்பா ரயில்வே பெரிய ஆஸ்பத்திரியான லாலாகுடாவுக்குப் போகத் தயாரானார். அதற்கு முந்தின இரவு கூட அவருடைய மார்புக்கும் முதுகுக்கும் ஒத்தடம் தரவேண்டியிருந்தது.

நான் சில்கல்குடாவுக்குப் போன அடுத்த நாள் காலை ஏழரை மணிக்கே அப்பாவும் நானும் லாலாகுடாவுக்குக் கிளம்பினோம். எங்கள் வீட்டிலிருந்து சில்கல்குடா ஒரு மைல் என்றால் லாலாகுடா இரண்டு மைல். இரண்டு இடத்திற்கும் நடந்துதான் போகவேண்டும்.

அப்பா திறந்த வெளியில் உற்சாகமாகவே இருந்தார். எங்கள் கிரிக்கெட் மைதானத்தைத் தாண்டிப் போகும்போது ரஜாக்கார் ஞாபகம் வந்தது. அவர்கள் ஹாக்கித்தடியால் எங்களை அடித்துத் துரத்தினார்கள். பத்து என்ற பையன் தலையில் இரத்தக் காயம். அவன் அப்பாவுக்கு மாரெட்பள்ளியில் பெரிய வீடு. அவர் பெரிய இஞ்ஜினீர். ஆனால் அன்று வாயே திறவாமல் மகனுக்கு மருந்து போட்டார். நாங்கள் மைதானம் சென்று கிரிக்கெட் விளையாடுவது நின்று போயிற்று.

மைதானம் தாண்டியவுடன் தலை மேல் ரயில் பாலம். அது தாண்டிய வுடன் சாலை வலது இடதாகப் போகும். வலப்பக்கம் போனால் சில்கல்குடா, செகந்தராபாத் ரயில் நிலையம், இடப்பக்கம் மெட்டுகட்டா, லாலாகுடா என்று போகும். மெட்டுகட்டாவில் என் நண்பன் ஒருவன் இருந்தான். பாண்டுரங்கம் என்று பெயர். நாங்கள் பத்து பதினைந்து பேர்களில் அவனிடந்தான் மோட்டார் சைக்கிள் இருந்தது. அவன் எல்லோரையும் போல இருந்தாலும் ஏதோ ஒன்று அவனைக் கேலி செய்ய வைக்கும். நாங்கள் கேலி செய்ததில்லை. ஆனால் மஸூத் அவனுக்கு எம்.எல்.ஏ. என்று பெயர் வைத்தான். பாண்டுரங்கத்திடம் பேசும்போதே, "கியாரே எம்.எல்.ஏ, தும்ஹாரே பாஸ் அவுரேக் கலம் ஹை?" என்று சொல்லியபடியே பாண்டுரங்கத்துடைய பேனாவை எடுத்துப் போய்விடுவான். கிளாஸ் முடிந்த பிறகு தருவான். மஸூத்திடம் யாரும் வம்பு வைத்துக் கொள்ள முடியாது. பெரிய பயில்வான் மாதிரி இருப்பான். அவன் ஆங்கில வகுப்பில் மாணிக்கம் புரபஸரை அழ வைத்து விட்டான். அவனுக்காக நான் ஆங்கில வகுப்பு முழுவதும் ஹால் வெளியே இருந்தேன். மஸூத் மன்னிப்புக் கேட்டுக் கொண்டான். நான் தனியாக மஸூத்திடம் கேட்டேன் பாண்டுரங்கம் என்றவுடனேயே அவன் விழுந்து விழுந்து சிரித்தான். கல்லூரியில் சேர்ந்த போது பாண்டுரங்கம் மொட்டை அடித்துக் கொண்டிருந்தான். தலைக்கு ஒரு கறுப்புத் தொப்பி வைத்துக் கொண்டிருந்தான். மஸூத்துக்கு அவன் எம்.எல்.ஏ. ஆகிவிட்டான்!

நானும் அப்பாவும் லாலாகுடா ஆஸ்பத்திரியை அடைந்து விட்டோம். உதவி மெடிகல் ஆபீஸருக்குக் காத்திருந்தோம். அந்த ஆஸ்பத்திரிக்குத் தலைவர் ஒரு வெள்ளைக்காரர். ஏழடி உயரம் இருப்பார். இரு முறை எங்கள் அப்பா வெளியூர் சென்றிருந்த நாட்களில் நான் என் தம்பியை அவரிடம் அழைத்துச் செல்ல வேண்டியிருந்தது. என்ன கேட்கிறார், என்ன சொல்கிறார் என்று ஒன்றுமே புரியாது. உதவி மெடிகல் ஆபீஸர் இந்தியர். டாக்டர் ரெட்டி. இங்கிலாந்தில் படித்து வந்தவர். அவர் சொல்வது புரியும். ஆனால் அவரைத் தவிர இதர மனிதர்கள் எல்லாரும் அற்பப் பதர்கள் என்பது போல நடந்து கொள்வார். ஏழடி மனிதன் ஒரு முறை என் தொண்டையில் ஒரு அறுவை சிகிச்சை செய்தார். டான்ஸில்ஸ். பாதி விட்டு விட்டார். ஒரே மாதத்தில் அது பழைய அளவுக்கு வளர்ந்து விட்டது. என் அப்பா போய்க் கேட்டார். பேச்சே புரியாத மனிதனிடம் என்ன பேச்சு? இப்போது டாக்டர் ரெட்டிக்காக அப்பாவும் நானும் காத்திருந்தோம். எங்கள் குடும்ப நண்பரான ராம்கோபாலிடமோ புருஷோத்தம் டாக்டரிடமோ போகலாம். ஆனால் அந்த டாக்டர்கள் செர்டிபிசேட்டுக்கு ரயில்வேயில் இலேசில் லீவு தர மாட்டார்கள்.

கடைசியில் டாக்டர் ரெட்டி வந்தார். என் அப்பாதான் முதல் நோயாளி. நானும் அப்பா கூடப் போனேன். ரெட்டி என்னை வெளியே போகச் சொல்லிவிட்டார். அரை மணி கழித்து அப்பா வெளியே வந்தார். தொப்பி, கோட் கழட்டி என்னிடம் கொடுத்தார். “பத்து பத்தரைக்குச் சாப்பாடும் ஃபிளாஸ்கில் வென்னீரும் கொண்டு வா. நாலு அஞ்சு மணிக்கு அம்மாவைக் கொஞ்சமாக ரசம் சாதம் கொண்டு வரச் சொல்லு. நாலஞ்சு நாள் இருக்கணும் போலே இருக்கு.”

நான் வீட்டுக்கு ஓடினேன். அப்பா சொன்னபடி பத்தரைக்கு ஆஸ்பத்திரி போய்விட்டேன். அப்பாவை ஏழடி டாக்டர் வந்து பார்த்திருக்கிறார். வயிறு, மார்பு எல்லாம் பார்த்து விட்டு வாயே திறக்காமல் போய் விட்டார். எங்கப்பா கேட்டாரா என்று தெரியாது. அந்த நாளில் நோய், சிகிச்சை பற்றி நோயாளியிடம் தெரிவிக்க வேண்டும் என்ற நிர்ப்பந்தம் இல்லை.

காலையில் காபி, பகல் சாப்பாடு என் பொறுப்பு. அம்மா மாலை டீ, இரவுக்கு ரசம் சாதம். நான் ஆஸ்பத்திரிக்கு மீண்டும் ஏழு மணிக்குப் போய் அம்மாவை அழைத்து வருவேன்.

அப்பா நான் எப்போது போனாலும் தூங்கிக் கொண்டிருந்தார். தொடர்ந்து மயக்க மருந்து கொடுத்துக் கொண்டிருக்கலாம். அப்பா வலியில் அவதிப்படவில்லை. குடும்பத்தில் வருடக்கணக்கில் கவலையால் ராத்தூக்கம் போனதை ஈடு செய்து கொண்டிருக்கலாம். ஆனால் எனக்கோ அம்மாவுக்கோ இரண்டும் இரண்டும் நான்கு மைல் நடக்க வேண்டியிருந்ததைத் தவிர வேறு ஏதும் பயம் தோன்றவில்லை. சாப்பிட்டாலும் சாப்பிடாது போனாலும் லாலாகுடா ஆஸ்பத்திரியில் ஒரு பாதி சீமை ரொட்டியும் இரண்டு தம்ளர் பாலும் கொடுத்து விடுவார்கள். அப்பாவுக்கு ரொட்டி பிடிக்காது. பாலும் அதிகம் சாப்பிட மாட்டார். எங்கள் வீட்டிலேயே அப்போது ஒரு பசு மாடு எருமை மாடு இரண்டும் பால் கொடுத்து, அதை விநியோகம் செய்வது பெரிய வேலையாக இருந்தது.

என் சித்தப்பா ஒருவர் சில்கல்குடா டிச்பென்ஸரிக்கு எதிரே இருந்த இரு ரயில்வே வீடுகளில் ஒன்றில் இருந்தார். அதே வீட்டில் நாங்களும் பதினைந்து ஆண்டுகளுக்கு முன்பு இருந்திருக்கிறோம் ஒரு மிகச் சிறு வெராண்டா, இரு மிகச் சிறு அறைகள். பின்னால் ஒரு குட்டிக் கட்டடத்தில் ஒரு குளியலறை, கழிப்பிடம். இவை இரண்டும் வீட்டுக்கு வெளியே இருந்ததால் ஒருவர் வெளியே காவல் இருக்க வேண்டும். ஹரிக்கேன் விளக்குதான். ஆனால் அங்கே நாங்கள் மிகுந்த மகிழ்ச்சியோடு இருந்ததாக ஞாபகம். நானாகச் சித்தப்பா வீட்டுக்குப் போனேன். சித்தப்பாவுடைய மாப்பிள்ளை வந்திருந்தார். அந்த மனிதரும் எங்களுக்கு வாய்த்த மருமகன்கள் போலத்தான். நான் சிறியவன். அந்த மனிதர் என்னைப் பார்த்து, "உங்களுக்கு ரொம்ப தைரியம்," என்றார். நான் சிறியவன். எனக்கு அந்த மனிதர் சொன்னதன் பொருள் புரியவில்லை. சித்தியிடம் அப்பா ஆஸ்பத்திரியில் இருப்பதைச் சொல்லிவிட்டு நான் கிளம்பினேன். என் சித்தப்பா இரு முறை கால் முறிந்து மாதக் கணக்கில் அந்த ஆஸ்பத்திரியில் இருந்திருக்கிறார். நானும் அப்பாவுமாகப் போய்ப் பார்த்துவருவோம். என் கண்களுக்குச் சித்தப்பா ஆஸ்பத்திரியில் மிகவும் மகிழ்ச்சியாக இருந்ததாகத் தோன்றியது. இன்று புரிகிறது. காலுடைந்து ஒவ்வொரு காரியத்துக்கும் ஓர் அயலார் உதவி நாட வேண்டியிருந்தது பெரும் கொடுமை. அந்த விதத்தில் அப்பா அவரே எழுந்து பாத்ரூம் போய் விட்டு வந்து விடுவார். ஆனால் அவர் ஆஸ்பத்திரியில் நாட்கணக்கில் படுத்திருக்க என்ன காரணம்? ஏழடி, ரெட்டி இருவரும் முதலில் வந்து பார்த்ததுதான். அப்புறம் வரவில்லை. என்னதான் வியாதி? நான் அந்த வேளையில் ஒரு சிறுவன். அம்மாவுக்குக் கேட்கத் தெரியாது. மாலை நான்கு மணிக்குப் பிறகு ஒரு வைத்தியரும் இருக்க மாட்டார். பார்க்கப் போனால் வார்ட் பாய், நர்ஸ் கூடக் கண்ணில் தென்பட மாட்டார்கள்...அவ்வளவு நிச்சயம், பார்வையாளர்கள் நேரத்தில் யாருக்கும் ஒன்றும் நேர்ந்து விடாது.

எங்கள் அப்பாவை ஆஸ்பத்திரியில் சேர்த்து ஒரு வாரத்துக்கும் மேலாகிவிட்டது. இன்னும் இரு நாட்களில் சங்கராந்தி. பொங்கல். அப்பா கரும்பு, பொங்கல் இதர பொருட்களுடன் சூரிய பூஜை புரிவார். அதன் பிறகுதான் நாங்கள் சாப்பிட முடியும். கரும்பை அப்பா கணு கணுவாக வெட்டித்தர அம்மா துண்டு துண்டாக நறுக்கித் தருவாள். எங்கள் வீட்டில் நிறைய வேதனை வந்த பிறகு கூடப் பண்டிகைகளைக் கைவிட்டதில்லை.

இந்த வருடம் அப்பா ஆஸ்பத்திரியில் இருக்கும்போதே ஏதோ ஓரளவுக்குப் பொங்கல் பண்டிகை கொண்டாடினோம். அப்பாவுக்கு இரண்டு வடையும் கொஞ்சம் பொங்கலும் எடுத்துப் போனேன். அப்பா தூங்கிக் கொண்டிருந்தார். எழுப்பி நான் வந்திருப்பதைச் சொன்னேன். அப்பா மறுபடியும் தூங்கப் போய்விட்டார். அன்று ஞாயிற்றுக் கிழமை. எப்போதும் கண்ணில்படும் நர்ஸும் காணவில்லை. பக்கத்துப் படுக்கைக்கார ரிடம் கேட்டேன். "இங்கே யாரும் ஆளோ டாக்டரோ வரதே இல்லப்பா. ஸ்டேஷன் பக்கம் இருக்கிற ஆஸ்பத்திரியிலே சேக்கறதானே? இது சாகிறதுக்குதான் இடம்,"

"ஏண்டா எல்லாத்தையும் திருப்பிக் கொண்டிருக்கே?" என்று அம்மா கேட்டாள்.

“அந்த வார்டிலே வெறும் பேஷண்ட்ஸ்தான் இருக்கா. பக்கத்துப் படுக்கைக்காரரிடம் கொடுத்து வரமுடியலை. அவர் என்னென்னமோ பேசறார்.”

அன்று மூன்று மணிக்கே அம்மா கிளம்பி விட்டாள். நான் ஆறரை மணிக்குக் கிளம்பினேன். அம்மா நடந்துதான் போக வேண்டும். அந்த இடங்களில் டாங்கா குதிரை வண்டி அவ்வளவு எளிதாகக் கிடைக்காது. நான் சைக்கிளில் போய் விடுவேன். ஆனால் அம்மா அப்பாவை ஒரு நாளைக்கு ஒரு முறையாவது பார்க்க வேண்டாமா?

என்னைப் பார்த்து அம்மா சொன்னாள், “அப்பா கண்ணே திறக்கலயாமே? யாரையாவது கேட்டுண்டு வரயா?”

நான் அந்த ஆஸ்பத்திரியின் மூலை முடுக்கெல்லாம் சுற்றி வந்தான். ஒரு குட்டி டாக்டர் கண்ணில் தென்பட்டான். அவனிடம் அப்பா பற்றிச் சொன்னேன். அரை மணியில் வருவதாகச் சொன்னான். இல்லை. ஏழு மணி வரை வரவில்லை.

“சித்தப்பா வீட்டிலேந்து யாரையாவது அழைச்சுண்டு வரயா?”

நான் இருட்டில் கன வேகமாகச் சித்தப்பா வீட்டுக்குப் போனேன். வீடு பூட்டி இருந்தது. பக்கத்து வீட்டில் கேட்டேன். வீட்டு மாப்பிள்ளையுடன் எல்லாருமாக சினிமா போயிருந்தார்கள்.

நான் மீண்டும் ஆஸ்பத்திரி வந்தபோது அம்மா அழுது கொண்டிருந்தாள். “உயிர் போயிடுத்தாண்டா?”

நான் அப்பாவின் வயிறைத் தொட்டுப் பார்த்தேன். சூடு இருந்த மாதிரி தோன்றியது. “அம்மா, வயிறு சுடறதேம்மா,” என்றேன்.

“அப்பா, என் வயிறுலே பால் வாத்தேடா,” என்றாள்.

உயிர் போன பிறகும் வயிற்றுச் சூடு போவதற்கு அரை மணியாகுமாம். அப்பா செத்தது செத்ததுதான். நான் சித்தப்பா வீட்டுக்குப் போயிருந்தபோது அந்தக் குட்டி டாக்டர் வந்திருக்கிறான். அவன் வந்தபோதே உயிர் போக ஆரம்பித்து இருந்தது. இந்த நாளில் அந்தக் கட்டத்தை ’தங்க நேரம்’ என்கிறார்கள். ஆனால் அந்தக் குட்டி டாக்டருக்கு அவ்வளவு தெரியாது. நான் மீண்டும் அவனைத் தேடிக்கொண்டு போனேன். இப்போது அவன் அறையில் இருந்தான். நான் போனவுடனே ஒரு சீட்டை நீட்டினான். அது அப்பாவின் மரண செர்டிபிகேட். அப்பா செத்ததற்கு ‘ஹார்ட் ஃபெயில்’ என்று போட்டிருந்தது. என்னுடைய அனுபவமின்மை ஒரு கேள்வி கேட்காமல் அதை வாங்கிக் கொண்டேன்.

“இதோ பார், இறந்து ஒரு மணி நேரம்தான் வார்டில் இருக்கலாம். ஆதலால் ஒன்பது மணிக்கு எடுத்துப் போய்விடு.”

“எப்படி?”

“மாட்டு வண்டி.”

“மாட்டு வண்டி இங்கே எங்கே கிடைக்கும்?”

"லாலாகுடா ஸ்டேஷனிடம்."

"ஸ்டேஷன் எங்கே இருக்கிறது?"

அந்த டாக்டருக்குப் பொறுமை போய் விட்டது. இரண்டு மூன்று பெயர்கள் கத்தினான். ஓராள் வந்தான்.

"இந்தப் பையனுக்கு லாலாகுடா ஸ்டேஷன் எங்கே இருக்கிறது என்று சொல்லு," என்று தெலுங்கில் கத்தினான். நாங்கள் வெளியே போகும்போது, "வண்டி பிணத்திற்கு என்றே முன்னமேயே சொல்லி விடு," என்றான்.

அம்மா அப்பா தலையைத் தன் மடியில் வைத்துக் கொள்ள வண்டி வீடு போய்ச் சேரப் பத்து மணிக்கு மேலாகி விட்டது. ஆஸ்பத்திரிக்குப் போகும்போது நடந்து போன அப்பா திரும்பி வரும்போது கட்டை வண்டியில் வந்தார். எங்களுக்குப் பிணத்தை எந்தத் திசையில் கிடத்த வேண்டும் என்று தெரியவில்லை. அம்மா கால் கட்டை விரல்களை சேர்த்துக் கட்டினாள். அந்த அறையில்தான் அப்பா எவ்வளவு நாட்கள் என் சகோதரிகள் கஷ்டம் தீர கிரந்த அச்சில் இருந்த சுந்தர காண்டம் பாராயாணம் செய்திருக்கிறார்? சுரம், சளி இருந்தபோதுகூடக் குளித்து மடி வேஷ்டி கட்டிக்கொண்டு அரை மணி நேரம் படித்திருக்கிறார்? இப்போது மடி, சளி இதற்கெல்லாம் அப்பாற்பட்டுப் பூஜை அலமாரி முன் கிடந்தார். நாங்கள் மௌனமாகப் பிணத்தை ராக்காத்தோம். எங்களுக்கு அழக்கூடத் தெரியவில்லை.

ஓம் சக்தி தீபாவளி மலர், 2015

அந்த விநாயக சதுர்த்தி

அந்த ஆண்டு விநாயக சதுர்த்தி வெள்ளிக்கிழமையன்று வந்தது. வெள்ளிக்கிழமை காலை பத்தரையிலிருந்து பன்னிரண்டு வரை ராகு காலம். ஆதலால் பூஜையைப் பத்தரை மணிக்கு முன் முடிக்க வேண்டும். அல்லது பன்னிரண்டு மணிக்கு மேல் ஆரம்பித்து முடிக்க வேண்டும்.

யாருக்கும் பண்டிகை உற்சாகம் இல்லை. வருடா வருடம் நானும் அப்பாவுமாக முந்தின நாளே மோண்டாவுக்குச் சென்று பிள்ளையாரையும் பூஜைக்கு வேண்டிய பூ, பழம், பத்திரம் எல்லாம் வாங்கி வருவோம். இந்த வருடம் பண்டிகை தினத்தன்று பார்த்துக் கொள்ளலாம் என்று யாரும் வெளியே போகவில்லை. நான்கு வாரங்களுக்கு முன்புதான் எங்கள் அக்காவை அவள் கணவன் மதுரையிலிருந்து அவள் நகைகளையெல்லாம் பிடுங்கிக் கொண்டு கையில் பதினைந்து ரூபாய் கொடுத்து வீட்டை விட்டு விரட்டிவிட்டிருக்கிறான். அந்த நாளில் ரயில் கட்டணங்கள் குறைவு என்றாலும் பதினைந்து ரூபாயில் பாசஞ்சர் வண்டியில்தான் மதுரையிலிருந்து செகந்தராபாத்துக்குப் பயணம் செய்ய முடியும். பாசஞ்சர் வண்டியில் மதுரையிலிருந்து சென்னைக்கு முப்பத்தாறு மணி நேரப் பயணம். காரணம், அது தஞ்சாவூர் மாயவரம் வழியாகச் சென்னை எழும்பூர் ரயில் நிலையத்தை அடையும். அங்கிருந்து செண்டிரல் நிலையம் சென்று இன்னொரு பாசஞ்சர் வண்டியில் பெஜவாடா சென்றடையவேண்டும். அதற்குப் பிறகு இன்னொரு பாசஞ்சர் வண்டியில் காஜிப்பேட்டை. அங்கிருந்து இன்னொரு பாசஞ்சர் வண்டியில் செகந்தராபாத். நான்கு நாட்கள் சோறு தண்ணீர் இல்லாமல் பயணம் செய்து வீடு வந்து சேர்ந்தாள். நான்தான் முதலில் பார்த்தேன். இருட்டில் அவள் தூக்க முடியாமல் ஒரு பெட்டியைத் தலை மீது சுமந்து கொண்டு வந்தாள். அவள் ஒரு வார்த்தை சொல்லவில்லை, ஒரு சொட்டுக் கண்ணீர் விடவில்லை. அவள் உடலில் உயிர் ஒன்றுதான் இருந்தது.

அப்பா கடிதம் எழுதினார். அதற்கு அப்பாவுக்குப் பதில் வரவில்லை. அம்மாவைத் திட்டி எழுதியிருந்தான். கடித

ஆரம்பம்: நிஜாம் ரயில்வே குமஸ்தா மனைவிக்கு. ஏதோ வக்கீல் நோட்டீஸ் மாதிரி ஆரம்பித்து, அதன் பிறகு பொருத்தமே இல்லாமல் 'ஹே பேயே, பிசாசே! உன்னை நாயிழுத்துப் போக. உன் கண் அவிஞ்சு போக...' எனச் சாபங்கள். அப்பா மீண்டும் கடிதம் எழுதினார். "ஏ குமஸ்தாவே, திரும்பத் திரும்பக் கடிதம் எழுதி என் நேரத்தை வீணாக்காதே..." இத்யாதி.

அவனை ராணுவத்திலிருந்து வேலையில்லை என்று அனுப்பியபோது உடனே செகந்தராபாத் வந்து விட்டான்.

அப்போது நிஜாம் அரசே பம்பாய்க்கு விமானம் ஓட்டி வந்தது. அதில் என் அப்பா அவனுக்கு வேலை வாங்கித் தந்தார். அவனுக்கென்று ஒரு பழைய சைக்கிள் வாங்கித் தந்தார். ஏழெட்டு மாதம் வேலை செய்தான். அவனுக்காக அம்மா முக்கால் படி வெண்கலப் பானையில் சாதம் வடிப்பாள். திடீரென்று ஒரு நாள் "என்னால் தினம் இவ்வளவு தூரம் சைக்கிளில் போக முடியாது," என்று வேலையை ராஜினாமா செய்தான். அக்காவையும் அழைத்துக் கொண்டு மதுரை போனான். என் அத்தை யார் யாரிடமோ சொல்லி அவனுக்குச் சோழவந்தான் மின்சாரத் துணை நிலயத்தில் துணை குமஸ்தா வேலை பிடித்துத் தந்தாள். அவனே அத்தை வீட்டில் வாடகை ஏதும் தராமல் தங்கி, அந்த வீட்டில் குடியிருந்த இதர குடும்பங்களுடன் சண்டை போட்டு, அத்தை கேஸ் போடுவதுபோலப் பிராது கொடுத்து விட்டு அவன் சோழவந்தான் போய் விட்டான். அத்தைக்கு தினம் ஒரு சம்மன், இல்லாவிட்டால் வக்கீல் நோட்டீஸ் என்று வர ஆரம்பித்தது. அவளுக்கு வந்து கொண்டிருந்த ஐந்து, பத்து ரூபாய் வாடகையும் நின்றுவிட்டது. அத்தை பரிதாபமாக அப்பாவுக்குக் கடிதம் எழுதினாள். அப்போது அப்பாவால் போக முடியவில்லை. அத்தை – எழுபது வயதுக்காரி – அயோக்கியன்கள் கால்களில் விழுந்து அந்த வழக்கு களைத் திரும்ப வாங்க வைத்தாள்.

இதற்குள் என் அக்காவிடமிருந்து ஒரு கார்டு வந்தது. "இங்கே எடுத்தற் கெல்லாம் அடி, உதை." ஒரு வாரத்தில், "என்னை அவர் அக்காவும் அம்மா வும் இருக்கும் கிராமத்தில் கொண்டு போய் விட்டிருக்கிறார். இப்போது இவர்கள் ஒவ்வொரு தினமும், கிணற்றில் விழு. குளத்தில் விழு என்கிறார்கள்." என் அக்காவின் மாமியார், நாத்தனார் இருவரும் விதவைகள்.

எங்களுக்குத் தபால் என்றாலே வயிற்றைக் கலக்கியது. தபால்காரரைப் பார்த்தால், "ஐயோ, தபால் ஏதும் இல்லாது இருக்க வேண்டுமே' என்று பிரார்த்திப்போம். கடைசியில் அவன் இரண்டாம் கல்யாணம் செய்து கொண்டு அக்காவை வீட்டை விட்டு விரட்டிவிட்டான்.

○

சுமார் ஒன்பது மணிக்கு அப்பா என்னையே பிள்ளையார் பூஜைத் திரவியங்களை வாங்கி வரச் சொன்னார். அம்மா ஒரு ரூபாய் கொடுத்தாள். நான் மோண்டாவுக்குப் போனேன். எங்கள் வீட்டிலிருந்து மோண்டா சந்தை ஒரு மைலுக்குச் சற்று அதிகமாக இருக்கும்.

செகந்தராபாத் ஒரு கண்டோன்மெண்ட் இடம். நடைபாதையாக இருக்கும் ஓரங்களில் செருப்பு ரிப்பேர் செய்பவர்களைத் தவிர வேறு யாரும்

கடை விரிக்க முடியாது. தெரு முனைகள் பிச்சைக்காரர்களுக்கு. விநாயக சதுர்த்தி தினம் காய்கறி விற்பவர்களே பிள்ளையார் கடையும் போடுவார்கள். அக்கம் பக்கத்துக் கிராமப்புறத்திலிருந்தும் சிலர் வந்து மோண்டாவில் கடை போடுவார்கள். பொதுவாக, நாங்கள் அச்சுப்பிள்ளையாரை வாங்கியதில்லை. ஒவ்வொரு பிள்ளையாராகச் செய்பவர்களிடமிருந்துதான் வாங்குவோம்.

நான் பிள்ளையார் கடைகளில் முதலில் விசாரித்தேன். தனித்தனியாகப் பிள்ளையார் செய்பவர்கள் அதிகம் கேட்பது போல இருந்தது. அச்சுப் பிள்ளையாரை விசாரித்தேன். அரை ரூபாய். உடனே ஒன்றை வாங்கிவிட்டேன்.

அந்த நாளில் பைகளில் தனியாக அடி, பக்கச்சுவர்கள் என்று கிடையாது. சஞ்சய் காந்தி முன்னுதாரணம் காட்டிய ஜோல்னா பை வந்த பிறகு பைகளில் ஒரு புரட்சியே நடந்தது. அன்று இரு செவ்வகத் துணித் துண்டுகளை மூன்று பக்கம் தைத்து, தைக்காத பக்கங்களில் இரு பிடிகளைத் தைத்து விடுவார்கள். நான் பிள்ளையார் வாங்கிவரப் போன அன்று அத்தகைய பையைத்தான் எடுத்துப் போனேன்... வேறு திரவியங்கள் வாங்கிய பிறகுக் கடைசியாகப் பிள்ளையாரை வாங்கியிருக்க வேண்டும். அன்று நான் வாங்கிய அச்சுப் பிள்ளையார் நசுங்காமல் இருக்க மிகவும் சிரமப்பட்டேன். அப்படியும் கிரீடத்தில் ஒரு சிறு பகுதி நசுங்கி விட்டது. நானாக அதை ஒரு மாதிரியாகச் சரி செய்து வீட்டுக்குச் சென்றேன். யாரும் கவனிக்கவில்லை. ஆனால் அம்மா பார்த்து விட்டாள். மூளிப் பிள்ளையார் வீட்டிற்கு நல்லதல்ல என்று சொல்லி மஞ்சள் பொடியை ஒரு கூம்பு செய்து, அதைத்தான் பிள்ளையாராகப் பூஜை செய்தோம். அப்பா அதற்கு முன்பு பட்டு கட்டிக் கொண்டு சுந்தர காண்டம் ஒரு சர்க்கம் பாராயணம் செய்தார். இராமாயணத்தில் சுந்தர காண்டத்திலிருந்து நல்ல அறிகுறிகள் தோன்றும். அனுமன் அசோகவனம் அடைவார். சீதாப்பிராட்டியாரைப் காண்பார், சீதைக்கு மீட்சி தோன்றும். ராமருக்குச் சீதை அக்னிப்பிழம்பாக இருக்கிறாள் என்று தெரிய வரும்...

◯

அன்று விநாயக சதுர்த்தி பூஜை முடிய இரண்டு மணியாயிற்று. மிகவும் சாதாரணமான நிவேதனை. கொழுக்கட்டை அம்மா செய்தால் அந்தச் சொப்பு முறுக்கு அவ்வளவு சீராகவும் அழகாகவும் இருக்கும். அன்று கோணலும் மாணலுமாக இருந்தது. வழக்கமாகச் செய்யும் இட்லி, வடை அன்று கிடையாது. சுந்தர காண்டம் ராமருக்கும் சீதைக்கும் சுபசகுனங்களை ஏற்படுத்தியிருக்கலாம். எங்கள் வீட்டில் இல்லை. அடுத்த ஆண்டு நாங்கள் பண்டிகையே கொண்டாட முடியாது போய்விட்டது. விநாயக சதுர்த்தி ஆவணி மாதம். மாசி மாதக் கடைசித் தேதி அப்பா செத்துவிட்டார்.

அமுதசுரபி, 2015

புகைப்படம்

சிறிய படந்தான். அந்தச் சுவரில் அது மட்டும் ஆணி அடித்து மாட்டியிருந்தது. ஒரு சின்ன முகம். ஏதோ புகை நடுவிலிருந்து தெரிவது போலப் புகைப்படக்காரர் அதைப் பிரதி எடுத்திருந்தார்.

"போட்டோவைப் பாத்துண்டு இருந்தா போனவன் வந்துடுவானா? போடி, உள்ளே! போய் வீட்டுக் காரியத்தைப் பாரு. வண்டிக் காரியம் இருக்கு." கற்பகத்தின் மாமியார் சொன்னாள். வண்டிக் காரியம் என்று அவள் சொன்னது கற்பகத்துடைய அம்மாவைக் குறி வைத்து. அவள் இரு நாட்கள் பெண்ணுடன் இருக்க வேண்டும் என்று வந்திருக்கிறாள். தினம் இருவருக்குச் சமைப்பதோடு இன்னும் ஒருவருக்குச் சமைக்க வேண்டும். அது பெரிய காரியம் இல்லை. மாமியார், அம்மா இருவரும் இரவில் பலகாரம். அந்த வீட்டில் என்ன, எவ்வளவு வேலை இருக்கப் போகிறது? ஆனால் மாமியாருக்கு அவளைத் துரத்திக்கொண்டே இருக்க வேண்டும். எரிந்து விழுந்துகொண்டே இருக்க வேண்டும்.

புகைப்படம் அவளை அம்மா என்று அழைக்கக்கூடியவனுடையது. அவளுடைய கணவனின் முதல் மனைவியின் மகன். அவனைச் சரியாகக் கூட அவள் பார்த்ததில்லை. ஆனால் அவளுக்குக் கல்யாணப்போதில் எதைத்தான் பார்க்க முடிந்தது? ஒரு மாதத்துக்கெல்லாம் அவளுக்குப் பகலே இல்லாமல் போய்விட்டது. மகன் காணாமல் போனதில் கணவன் நோய்வாய்ப்பட்டுப் படுத்த படுக்கையாக இருந்த மாதங்களில் கணவனிடம் ஏற்படும் ஒவ்வொரு மாற்றத்தையும் அவள் கவனிக்க வேண்டியிருந்தது. தினம் ஒரு முறை வைத்தியர் வந்தபோது அவள் இந்த மாற்றங்களை ஒன்று விடாமல் கூறுவாள். நடுநடுவே மாமியார் சம்பந்தமே இல்லாதபடி குறுக்கிட்டாலும் அவள் கணவன் ஒரு கையைத் தூக்கி அவளை அடக்கி விடுவார். அவருக்குச் சற்றுப் பெரிய உடம்பு. நோய் கண்டு உடல் வாட்டம் இருந்தாலும் கற்பகத்தால் அவரைத் தூக்கி எழுப்பி முற்றத்துக்கு அழைத்துச் செல்வது

கடினமாகத்தான் இருந்தது. ஒரு நாள் அவருடைய படுக்கையை வாசலைப் பார்க்கும்படி போடச் சொன்னார். கணவன் சொன்னார் என்று கப்பு அப்படியே போட்டாள். பத்து நிமிடம் கழித்து மாமியாரின் இரைச்சல். “ஏண்டி, எம் பையனை இப்பவே சுடுகாட்டுக்குத் தயாராகக் கிடத்தி விட்டயா?” பதினாறு வயது முடியாத கற்பகத்துக்குப் புரியவில்லை. கணவன் கையசைக்க, படுக்கையைக் கிழக்கு மேற்காகப் போட்டாள். கணவன் பார்வை வாசற்பக்கமே திரும்பி இருந்தது. மாதக் கணக்கில் படுத்த படுக்கையாக இருந்தார். கண்கள் வாயிற்பக்கம். ஆனால் மகன் வரவேயில்லை.

கற்பகத்துக்குக் கல்யாணமே நடக்காது என்றுதான் சொல்லிக்கொண் டிருந்தார்கள். அவளுடைய அப்பா செத்துப்போய்விட்டார். குடும்பத்தலைவ னான பெரிய அண்ணாவுக்கு நீரிழிவு வியாதி முற்றிப் போய் முதலில் பாதத்தை வெட்டினார்கள். அப்புறம் முழங்கால் வரை. அதற்கு மேல் வெட்டத் தேவையில்லாமல் நாற்பத்தாறே வயதில் அண்ணன் போய்விட்டார். அம்மா ஓயாமல் யாரையாவது சாபம் கொடுத்துக் கொண்டிருப்பாள். அந்த வீட்டில் தம்பிகள் பள்ளிப்படிப்பை முடிப்பதற்கே மிகவும் அவதிப் பட்டது. இப்படியிருக்கையில் எப்படி இன்னும் இரண்டு பெண்களுக்குக் கல்யாணம் நடக்கும்?

ஆனால் கற்பகத்துக்கு நடந்தது. அடுத்தவளுக்கும் நடந்தது. இரண்டும் வயதுப் பொருத்தமே இல்லாத இரண்டாம் தாரம்தான். ஆனால் என்ன? கற்பகத்துக்கு வாய்த்த கணவனுக்கு வக்கீல். அவருக்குத் தொழிலில் நல்ல பெயர். நிறைய சம்பாதித்துக் கொண்டிருந்தார். மனிதனை நேரில் பார்த்தால் நாற்பது வயது மாதிரிதான் தெரிந்தது. இறந்து போன முதல் மனைவி மூலம் ஒரே ஒரு பிள்ளை. பத்தாவது படித்துக் கொண்டிருந்தான். விவரம் தெரிந்தவன். மாமியார் உண்டு. அவளைத் தவிர வேறு பிக்குப் பிடுங்கல் இல்லாத குடும்பம்.

ஆனால் வக்கீல் இரண்டாம் கல்யாணம் செய்து கொண்ட அடுத்த நாள் மூத்தாள் மகன் கோபுவைக் காணோம். எங்காவது உறவினர் வீட்டுக்குப் போயிருப்பான் என்று நினைத்தார்கள். ஆனால் ஒரு வாரம் ஆகியும் ஒரு தகவலும் இல்லை. அப்போது யுத்தம் நடந்து கொண்டிருந்தது. ஒருவர் அவன் பட்டாளத்தில் சேர்ந்திருப்பான் என்றார். கோபுவுக்கென்று தனி அறை கிடையாது. ஒரு மேஜை, ஒரு பீரோ, அவ்வளவுதான். எதிலும் அவன் குறிப்பு ஏதும் விட்டுப் போகவில்லை. அப்பாவின் மறுமணத்தில் அவனுக்கு விருப்பம் இல்லை என்று அவன் காண்பித்துக் கொண்டதே இல்லை. கற்பகத்தின் மாமியாருக்கு ஒரு சிறு பெண்ணைப் பழிக்கிறோமென்று தோன்றவில்லை. “மகராசி, வீட்டிலே காலெடுத்து வைத்த உடனே ஒரே பையனை ஓட்டி விட்டாயே!” என்று மாதக்கணக்கில் வைது கொண்டிருந்தாள். அவள்தான் கற்பகத்தின் அம்மாவைத் திரும்பத் திரும்ப வீடு தேடி வந்து தன் மகனுக்கு ஒரு புது மணப்பெண் வேண்டும் என்று கல்யாணத்துக்கு ஏற்பாடு பண்ணினாள். இப்போது அவளை யாரும் குற்றம் சொல்லக்கூடாதென்றால் வேறு யார் மீதாவது பாய வேண்டும்.

ஆனால் இதெல்லாம் மீறிக் கற்பகத்துக்கு அந்த போட்டோ பையனைச் சுற்றிச் சுற்றி நினக்கத் தோன்றியது. சின்ன படம். ஸ்டூடியோவில் எடுத்தது. அந்த முகத்தை பார்த்து வயதை ஊகிக்க முடியவில்லை. எட்டிலிருந்து

பன்னிரண்டு வயது வரை எதுவாகிலும் இருக்கலாம். அவளுடைய மாமியாருக்கே அவன் எப்போது பிறந்தான் என்று சொல்லத் தெரியவில்லை. கொல்லையில் வாழை, குலை போட்டபோது என்றாள். கொல்லை முழுக்க வாழைதான். ஒரு பந்தல் திடமாகப் போட்டிருந்தது. வக்கீலின் முதல் மனைவி அங்கு அவரை புடலை போடிருக்கலாம்.

கற்பகத்தின் அம்மா அவள் வீட்டுக்குக் கிளம்பிக் கொண்டிருந்தாள். நாலு தெரு தள்ளி. அங்கே அவளுக்கு என்ன காத்திருக்கிறது? பெரியவன் போய் விட்டான். இரண்டாமவன் மாமனார் வீட்டில் இருக்கிறான். அவன்தான் அம்மாவுக்குச் செலவுக்கு மாதம் பத்து ரூபாயாவது அனுப்புவான். கடைசி இரண்டு பையன்கள் ஒரு மாதிரி பத்தாவது முடித்தார்கள். வேலை தேடி வடக்கே எங்கோ போயிருக்கிறார்கள்.

கற்பகத்துக்கு அம்மாவை வழியனுப்பப் பிடிக்கவில்லை. அம்மாவால் அப்பாவைச் சரியாகப் பார்த்துக் கொள்ளத் தெரியவில்லை. அப்பா அவ்வளவு அற்பாயுளில் போகக் கூடியவரல்ல. அவரிருந்தவரை குடும்பப் பொறுப்பைத் தட்டிக் கழித்ததில்லை.

கற்பகத்துக்கு அந்தப் புகைப்படம் ஏதோ சக்தி வாய்ந்ததாகத் தோன்றியது. வருடக் கணக்கில் அந்தப் படத்தையே பார்த்து வந்ததில் அது வெறும் ஜடப் பொருளாகத் தோன்றவில்லை அந்தப் படத்தைப் பார்த்து, “திரும்பி வந்துடும்மா. திரும்பி வந்துடறா, கோபு. உனக்குப் பிடிச்சதெல்லாம் சமைச்சுப் போடறேன்,” என்று மனதுக்குள் வேண்டிக்கொள்வாள். அவளால் அதுதானே முடியும்? சில நாட்களில் அவளுக்கு அந்தப் படமே தெய்வம் போலத் தோன்றியது. ‘கோபு, நீதான் என்னைக் காப்பாத்தணும். உன் அப்பா பணம், மூணு வீட்டு வாடகைப் பணம் எல்லாம் தம்படி குறையாம கணக்கு வைச்சுருக்கேன். உன் பாட்டி அதுக்கே என்னை வைதுண்டே இருக்கா. சீக்கிரம் வந்துடறா, கண்ணா’ என்று வேண்டிக் கொள்வாள்.

ஒரு நாள் காலை கற்பகம் வாசல் தெளித்துவிட்டுக் கோலப் பொடி எடுத்து வர உள்ளே போனாள். வெளியே அவள் மாமியார் யாரையோ விரட்டுவது கேட்டது. ”போடா, காலங்கார்த்தாலே பிச்சைக்கு வந்து நிக்கறே!”

கற்பகம் கோலமாவுடன் வாசலுக்கு வந்தாள். தாடியும் மீசையுமாக ஓர் இளைஞன். மாமியார் அவனைக் கட்டை கொண்டு அடித்து விடுவாள் போலிருந்தது. திடீரென்று கற்பகம் கத்தினாள். “கோபூ! கோபூ! நீ எங்கேடா போயிட்டே? “ கற்பகம் விக்கி விக்கி அழுதாள். “உன் அப்பா செத்துப் போயிட்டார்டா! எங்கேடா போயிட்டே!”

கற்பகத்தின் மாமியார் ஒன்றும் புரியாமல் திகைத்து நின்றாள். பக்கத்து வீட்டுக்காரர்கள் இரண்டு மூன்று பேர் வந்தார்கள். கற்பகம் விக்கி விக்கி அழுது கொண்டு, ”எங்கேடா போயிட்டே? உன்னையும் அப்பாவையும் பாத்துக்கத்தானே நான் இந்த வீட்டுக்கு வந்தேன்? எங்கேடா போயிட்டே?”

ஒருவர் சொன்னர், “இவன் இரண்டு மூணு நாளாவே கண்ணிலே பட்டிண்டிருக்கானே?”

“கோபு! எம்பிள்ளை கோபு!” கற்பகம் கத்தினாள்.

அந்த இளைஞன் கற்பகத்தைப் பார்த்து, "அம்மா," என்றான்.

துக்கம் தாங்க முடியாமல் கற்பகம் திண்ணைத் தூண் மீது சாய்ந்தாள்.

"அம்மா, அழாதேம்மா. இனிமே நான் எங்கேயும் போயிட மாட்டேன். அம்மா, அம்மா, அழாதேம்மா."

கற்பகத்தின் மாமியார் மலைத்துப் போயிருந்தாள். ஒருவர் சொன்னார், "பதினைஞ்சு வருஷம் வளர்த்த கிழவிக்கு அடையாளம் தெரியலை. நேத்து வந்த ஒரு மரப்பாச்சி சொல்லறது."

கோபு வீட்டு விவகாரங்களைத் தன் வசம் எடுத்துக் கொண்டான். வீடு கலகலவென்று ஆயிற்று. கற்பகம் இப்போது அவனுக்குப் பெண் பார்த்துக் கொண்டிருந்தாள்

ஒரு நாள் கோபுவே கேட்டான். "யாருக்கும் தெரியலை. உனக்கு எப்படீம்மா என்னை அடையாளம் தெரிஞ்சது?"

"உன் போட்டோ."

"அது எப்பவோ எடுத்தது. கண்ணுக்கு என்ன தெரியும்"

"கோபு, கண்ணாலே மட்டும்தான் பாக்க முடியுமா?"

அவன் பதில் சொல்ல முடியவில்லை.

***கலைமகள்*, 2015**

டெரன்ஸ் சிரித்தான்

"க்யா ரே டபுள் காம் கறாரே!" இதுதான் டெரன்ஸுடைய கோபத்தின் உச்சம். அதாவது ஒட்டிக்கு இரட்டை வேலையாகச் செய்துவிட்டாயே என்று அர்த்தம் கொள்ள வேண்டும். உண்மையில் நான் இன்னும் சற்று கவனமாக இருந்திருக்க வேண்டும். அவசரமாக அரிவாளை அழுத்திவிட்டேன். நாங்கள் கில்லிக்காக வைத்திருந்த மூங்கில் துண்டு நீளவாட்டில் இரண்டாகப் பிளந்துவிட்டது. புதுத் துண்டு தேட வேண்டும், .

நாங்கள் கில்லி தாண்டுல் விளையாட்டைத் தீவிரமாக விளையாடுவோம். கடுமையான சட்ட திட்டங்கள். இரு பிரிவுகள்—கூடுமானவரை சமபலம் கொண்டதாகப் பிரித்துக் கொள்வோம். டெரன்ஸ் பிரிவுக்கு அவன்தான் நிரந்தரத் தலைவன். நான் எப்போதும் எதிர்க்கட்சியில் இருப்பேன். முதலில் 'பார்' என்று ஒரு கோடு கிழித்துக்கொள்வோம். குழி எங்கள் ஊரில் 'கோயி' என்போம். ஒருவன் ஆட்டத்தைத் தொடங்கக் கோயிலிலிருந்துதான் துவங்க வேண்டும். கில்லியின் நுனியைத் தட்டி அது மேலே கிளம்பியவுடன் அதை அடிக்க வேண்டும். அடிக்கத் தவறிவிட்டால் அந்த ஒரு ஆட்டக்காரனின் ஆட்டம் போய்விடும். அடித்தால் 'பார்' கோட்டைத் தாண்டி விழும்படியாக அடிக்கவேண்டும். கோட்டைத் தாண்டவில்லை யென்றாலும் அவன் ஆட்டம் போய்விடும். கோட்டைத் தாண்டும்படி அடித்து, கில்லியை எதிர்க்கட்சிக்காரர்கள் பிடித்துவிட்டால் கில்லி அடித்தவன் கோஷ்டி மொத்தத்துக்கும் ஆட்டம் போய்விடும். சரி, ஒரு பையன் கில்லியைக் கோட்டைத் தாண்டும்படி அடித்து எதிர்க்கட்சிக்காரர்கள் பிடிக்கவில்லை. அப்போது அது விழுந்த இடத்திலிருந்து ஒருவன் கோயிப் பக்கம் போடுவான். அது கோயிக்கு ஒரு தாண்டுல் இடைவெளிக்குள் விழுந்தால் அடித்தவன் ஆட்டம் போய்விடும். அப்படி இல்லாமல் ஆடுபவன் அதைத் தாண்டுலால் அது தரையைத் தொடு முன் அடிக்கலாம். இப்போது யாராவது கில்லியைப் பிடித்துவிட்டால் ஆடுபவன் ஆட்டம் போய் விடும்.

இப்படியெல்லாம் நடக்காது கில்லி கீழே விழுந்தால் அதை மூன்று முறை எவ்வளவு தூரம் அடிக்க முடியுமோ அடிக்கலாம். மூன்றாவது முறை அடித்தபின் இருபது முப்பது நூறு இருநூறு என்று கோயியிலிருந்து அவன் தாண்டுல் அளவாகக் கொண்டு கேட்கவேண்டும். எதிர்க்கட்சி 'தியே' என்றால் அது உங்கள் கணக்கில் சேரும். 'கினே' என்றால் அவர்கள் அளக்கப் போகிறார்கள். அளக்கும்போது கொஞ்சம் தில்லுமுல்லுவுக்கு வாய்ப்பு உண்டு. நூறு வந்தால் அது பாங்க். எதிர்க்கட்சி 'ஸ்கோர் எவ்வளவு?' என்று கேட்டபோது சரியாகச் சொல்ல வேண்டும். தப்பாகச் சொன்னால் 'பாங்க்' இருக்கும். ஆனால் நான்கு பான்க் எழுபது என்றால் இந்த எழுபது போய் விடும். இவ்வளவு கடுமையான சட்டதிட்டங்கள் வைத்துக்கொண்டு பத்து பாங்க், அதாவது, ஆயிரம் ஸ்கோர் வருவதற்கு ஒரு மாலை முழுதும் வேண்டியிருக்கும். இந்த ஆட்டம் ஆடுவதற்கு ஓரளவு விசாலமான இடம் வேண்டும். லான்ஸர் பாரெக்ஸில் இடத்திற்கு என்ன குறைவு?

நாங்கள் பத்து பேர் ஆடினாலும் எங்களிடம் உள்ளது ஒரு கில்லி தாண்டுல்தான். அதில் கில்லி அவ்வளவு சரியில்லை. கோயிலிருந்து அடித்தால் மேலே துள்ளி எழும். ஆனால் சாதாரணத் தரையிலும் பாதி யளவாவது துள்ளவேண்டும். இல்லை. நுனி தேய்ந்துவிட்டது.

மாலையில் பத்துப் பன்னிரண்டு பையன்கள் விளையாட வந்தாலும் பகலில் அந்த இடம் ஜனசந்தடியற்று இருக்கும். எல்லாரும் பள்ளிக்குப் போய்விடுவார்கள் – டெரன்ஸ், மாரிஸ் தவிர.

நானும் சிறுவன்தான். கில்லி தாண்டுல் ஆடும் நாட்களில் என் வயது பன்னிரண்டு, பதிமூன்று இருக்கும். எனக்கு இந்தச் சட்டைக்காரப் பையன்கள் பள்ளிக்குப் போகாமலிருப்பது வியப்புடன் ஒரு பயத்தையும் ஏற்படுத்தும். அவனுடைய அப்பாவைப் பார்த்தால் இவ்வளவு ஒல்லியாக இருந்து இவர் எப்படி கார்ட் வேலை பார்க்கிறார் என்று தோன்றும். எங்கள் லான்ஸர் பாரெக்ஸில் முக்கால்வாசிப் பேர்கள் கார்ட் வேலை பார்ப்பவர்கள். நான்கைந்து பேர் டிக்கட் பரிசோதகர்கள். இவர்களை 'ரன்னிங் ஸ்டாஃப்' என்பார்கள். இதை அப்படியே மொழிபெயர்த்தால் 'ஓடிக்கொண்டே பணி புரிபவர்கள்' என்றாகும். இவர்கள் எல்லோரும் அரை பயில்வான்களாக இருப்பார்கள். ஓடாத பணியாளர்கள் என் அப்பாவும் மறு கோடியிலிருந்த சந்தானத்தின் அப்பாவும்தான். என்னை கிரிக்கெட் ஆட வைத்தவன் அவன்தான். ஏனோ அவனுக்கு வேறு பையன்களுடன் ஒத்துப் போகமுடியவில்லை. படிப்பிலும் பெரிய கில்லாடியில்லை. நான் ஒரு கட்டத்தில் அவனோடு பேசுவதையே விட்டுவிட்டேன். அவன் போல டெரன்ஸ், மாரிஸ்ஸூம் பாரெக்ஸை விட்டு வெளியே வரமாட்டார்கள். இதற்கெல்லாம் ஏதாவது காரணம் இருக்க வேண்டும். எனக்கு அப்போதும் தெரியவில்லை. இப்போதும் தெரியவில்லை.

டெரன்ஸின் அக்காக்களும் புதிர்தான். வெளியிலேயே போக மாட்டார்கள். அவர்கள் யாரைக் கேட்டாலும் 'சீனியர் கேம்பிரிட்ஜ் படிக்கிறேன்' என்பார்கள்.

மாரிஸ் கில்லி தாண்டுல் விளையாட்டுக்கு வரமாட்டான். கிரிக்கட் ஆட்டத்திற்கும் வர மாட்டான். ஜாட் பந்தர் என்ற ஒரு விளையாட்டுக்குத்தான் எங்களோடு கலந்துகொள்வான். ஆனால் எப்போதும் மகிழ்ச்சி தோன்ற

இருப்பான். ஊரில் டார்ஜான் படம் வந்தால் நாங்களிருவரும் சேர்ந்து போவோம். அவனுக்கு டார்ஜான் கூவல் நன்றாக வரும். நினைத்த போதெல்லாம் ஆ... ஆ என்று கத்துவான்.

இதற்கு நேர் எதிர் டெரன்ஸ். அவன் எல்லா ஆட்டங்களிலும் கலந்து கொள்வான். மிகத் தீவிரமாக ஆடுவான். அவன்தான் தலைவனாக அவனாகவே நியமித்துக் கொள்வான். எல்லா ஆட்டத்திலும் படு மோசமாகத் தோற்பான். இவ்வளவு கஷ்டப்பட்டுக் கில்லி தாண்டுல் தயார் செய்தாலும் அவன் கட்சிக்காரர்கள் அவனை முதலில் ஆட விடமாட்டார்கள். முதல் முறையே கில்லியைத் தூக்கியடித்து 'கேச்' கொடுத்து அவனுடைய கட்சி ஆட்டக்காரர்கள் அனைவரின் ஆட்டத்தையும் பறிகொடுத்து விடுவான்.

எனக்கு மாரிஸைப் பிடித்தாலும் டெரன்ஸ் மீது ஒரு பச்சாத்தாபம் உண்டு. அவன் எதைச் செய்தாலும் மிகுந்த அக்கறையோடு செய்வான். இந்த கில்லியை அவன்தான் செய்ய வேண்டும் என்று இல்லை. எல்லாப் பையன்களும்தான் ஆடுகிறார்கள். ஆனால் எவனிடமும் ஒரு மூங்கில் துண்டு கொண்டு வா என்றால் மறந்துவிட்டேன் என்பார்கள். நாங்கள் மிகவும் ஜாக்கிரதையாக சீவிக் கொண்டிருந்த கட்டையை என் அஜாக்கிரதையினால் பிளந்துவிட்டேன்.

"டெரன்ஸ், ஒரு மணி நேரம் பொறுத்துக் கொள். நான் ஒரு துண்டு கொண்டு வருகிறேன்," என்று சொன்னேன்.

"எப்படி?"

"அது என் கவலை. ஆனால் உன்னிடம் இருக்கும் சின்ன ரம்பத்தைத் தரவேண்டும்."

"அது என் அப்பாவுடையது ஆயிற்றே?"

"அது கொடுத்தால் பத்து நிமிடங்களில் ஒரு துண்டு மூங்கில் கொண்டு வருகிறேன்."

எனக்கு அவன் அப்பா பற்றி அதிகம் தெரியாது. என் அப்பா என்னை எவ்வளவு இடங்களுக்கு அழைத்துச் சென்றிருக்கிறார், அந்த இடங்கள் பற்றிக் கூறியிருக்கிறார்! அந்த மாதிரி டெரன்ஸையோ மாரிஸையோ அவன் அப்பா அழைத்துச்சென்று நான் பார்க்கவில்லை. இரண்டு நாட்களுக்கு ஒருமுறை அவருடைய சீருடையை அணிந்துகொண்டு இரயில் நிலையம் பக்கம் போவார். ஒரு ஹமால் அவருடைய கறுப்புப் பெட்டியைத் தலை மேல் வைத்துக்கொண்டு அவரைப் பின் தொடருவான். வீட்டிலிருக்கும் நேரங்களில் அவருடைய மனைவி திட்டிக்கொண்டே இருப்பாள். என் அப்பாவும் அம்மாவும் சண்டை போட்டுக்கொள்வார்கள். ஆனால் வீட்டு வேலை நடந்தபடி இருக்கும். டெரன்ஸ் அவன் அப்பாவிடம் கொண்டிருந்த பயம் எனக்குப் புதிரானதாக இருந்தது.

ஏதோ கஜானாவைத் திருடியதுபோல டெரன்ஸ் ஒரு குட்டி ரம்பத்தைக் கொண்டுவந்து கொடுத்தான்.

"பத்து நிமிடங்களில் திருப்பித் தருகிறேன்," என்று சொல்லி நான் என் வீட்டுப் பக்கம் ஓடினேன்.

எங்கள் பாரக்ஸ் வீடுகள் ஒரு நீண்ட கட்டிடத்தைப் பன்னிரண்டாகப் பிரித்தவை. கூரையை அண்ணாந்து பார்க்கவேண்டும். இதனால் எந்த வீட்டிலும் மின் விசிறிகள் கிடையாது. மின்விளக்குகள் சுவரில் பதிக்கப் பட்டிருக்கும். புடைவை உலர்த்தக் கொடி எப்படி கட்டுவது? நாங்கள் சுவரில் ஆணி அடித்து இரு எதிர்எதிர் ஆணிகளுக்கு நடுவில் கம்பி கொண்டு கெட்டி மூங்கிலைக் கட்டியிருப்போம். நான்கு கொடிகள். ஏதாவது கொடியில் மூங்கில் நீண்டிருக்கும். அதிலிருந்து ஆறு அங்குலம் வெட்டி எடுத்துவிடலாம்.

அம்மா தூங்கிக் கொண்டிருந்தாள். நான் ஒரு ஸ்டூல் போட்டுக்கொண்டு ஒரு கொம்பை ரம்பத்தினால் வெட்ட முயற்சி செய்தேன். வெட்டியும் விட்டேன். அப்போது ரம்பம் உடைந்துவிட்டது.

என்னால் டெரன்ஸைச் சமாதானப்படுத்த முடியும். ஆனால் அவன் அப்பாவை?

டெரன்ஸ் இரண்டாம்முறையாக, "கியா ரே டபுள் காம் கறாரே," என்றான்

"இன்று மாலைக்குள் உனக்கு வேறு ரம்பம் தருகிறேன்," என்றேன்

எனக்குத் தச்சு வேலை செய்பவர்கள் யாரும் தெரியாது. எங்களுக்கு வீட்டில் வந்து தைத்துக் கொடுக்கும் நரசிம்மாவிடம் போனேன். அவன் எனக்குத் தையல் கற்றுக்கொடுப்பான். நான் பெடலைத் தப்பாகப் போடும்போதெல்லாம் 'துன்னப்பொத்து! துன்னப்பொத்து!' என்பான். துன்னப்பொத்து என்றால் எருமை என்று அர்த்தம். ஆனால் எருமை மாடுகள் போன்ற நுண்ணிய அறிவுடைய ஜீவன்கள் மிகவும் குறைவு என்று அவனுக்குத் தெரியாது.

"நரசிம்மா, இன்று மாலைக்குள் எனக்கு ஒரு ரம்பம் வேண்டும்."

"கத்திரியா?"

"இல்லை. ரம்பம்." நான் கையால் காட்டினேன்.

"நீ என்ன, என்னென்னமோ செய்கிறாயே?"

"உன் மாதிரி ஒரு நண்பன். அவனுடைய ரம்பம் உடைந்துவிட்டது. அவன் அப்பா அடிப்பார்."

"பழைய ரம்பம் பரவாயில்லையா?"

"உம்."

அவன் வீட்டிலிருந்தே ஒரு ரம்பம் கொண்டு வந்தான்.

"இது பெரிதாக இருக்கிறதே? உனக்கு வேண்டாமா?"

"வேண்டாம். இது இருப்பதே எனக்குப் போன வாரம்தான் தெரியும். பெரிதாக இருந்தால் என்ன? ரம்பம் வளர்ந்துவிட்டது என்று சொல்."

நான் டெரன்ஸிடம் போனேன். அவனும் என் கேள்வி கேட்டான். நான் பதில் சொன்னவுடன் அவன் சிரித்துவிட்டான்.

நாங்கள் புது கில்லி செய்து பட்டம் சீஸன் வரும்வரை பல நாட்கள் ஆடினோம்.

டெரன்ஸுடைய அப்பாவும் கேட்டிருக்கிறார். டெரன்ஸ் நான் சொன்ன பதிலைத்தான் சொல்லியிருக்கிறான். அவரும் சிரித்துவிட்டார்.

அன்று டெரன்ஸ் மிகுந்த மகிழ்ச்சியோடு என்னிடம் தகவல் சொன்னான். "என் அப்பா சிரித்தார். அப்பா சிரித்து ரொம்ப நாளாயிற்று," "ஏன், நீயும்தான்," என்றேன்.

தினமணி கதிர், டிசம்பர் 2015

பிரிவுபசாரம்

"துரை கூப்பிட்றாரு," என்று பங்கா ஆட்டும் ஹமால் காந்திமதி சொன்னான்.

சங்கரலிங்கம் அவன் மேஜையிலிருந்து எழுந்து ஜில்லா கலெக்டர் மால்கம் ஸ்காட் அறைக்குச் சென்றான்.

"சங்கர்லிங்கம், எனக்கு ரொம்ப வருத்தமாக இருக்கிறது. தி டைம் ஹாஸ் கம் டு பார்ட்," என்றான்.

"என்ன மாஸ்டர்?"

"என்னை மாஸ்டர்னு கூப்பிடாதேன்னு எவ்வளவு தரம் சொல்லிவிட்டேன்? இனிமேல் நான் சொல்லத் தேவை இருக்காது."

"ஏன்?"

"என்னை ஃபோர்ட் செயிண்ட் ஜார்ஜுக்கு மாற்றி விட்டார்கள்."

"ரொம்ப சந்தோஷம், மா ... சார்."

"உனக்கு இதில் சந்தோஷத்திற்கு என்ன இருக்கிறது?"

"உங்களுக்கு நல்ல வீடு கிடைக்கும். நிறைய உங்கள் நாட்டு நண்பர்கள் கிடைப்பார்கள். நல்ல உதவியாளர்கள் கிடைப்பார்கள்."

"அப்பாடா, என்னை இன்றைக்கே அனுப்பிவிடுவாய் போலிருக்கிறதே?"

"அப்படி இல்லை, சார் ... இது என்னதான் ஜில்லா தலைநகரம் என்றாலும் பட்டிக்காடுதானே?"

"நான் வந்தபோது அப்படித்தான் நினைத்தேன். இங்கிலாந்திலிருந்து என் கப்பல் மூன்று வாரங்கள் தாமதமாக வந்தது. என்னை இப்படி டின்னவேலிக்கு அனுப்பியதை நான் முதலில் தண்டிக்கப்படுவதாக நினைத்தேன். இல்லை. எங்கும்

கிடைக்க முடியாத அறிவாளி எனக்கு உதவியாளனாகக் கிடைத்தான். நான் உன்னை எப்படியெல்லாம் விரட்டினேன்..."

"அதெல்லாம் இப்போது எதற்கு, சார்?"

"இல்லை. இதெல்லாம் எனக்கு முதலில் தெரியவில்லை. எதைப் பார்த்தாலும் யாரைப் பார்த்தாலும் எரிச்சல் வந்தது. உண்மையில் நாங்கள் காட்டுமிராண்டிகளாக அலைந்து திரிந்த காலத்திலேயே இந்த நாடும் ஊரும் சட்ட திட்டங்கள் கொண்ட முறையான சமூகமாக இருந்தது. இதெல்லாம் எங்கள் பாடப் புத்தகங்களிலேயே இருந்தது நான் மனதில் ஏற்றுக்கொள்ளவே இல்லை. சங்கரலிங்கம், நான் உனக்கு எவ்வளவோ கடமைப் பட்டிருக்கிறேன்.

"நான்தான் கடமைப்பட்டிருக்கிறேன். ஒரு சாதாரண ஹமாலாக இருந்த என்னை குமாஸ்தா ஆக்கினீர்கள்."

"சங்கரலிங்கம், நீ எப்படியும் முன்னுக்கு வந்துவிடுவாய். சர்க்கார் வேலை இல்லாது போனால்கூட நீ எப்போதும் ஓர் அறிவாளியாக, ஒரு தலைவனாக இருப்பாய். எனக்கு அதில் சந்தேகம் இல்லை. நான் வெறும் பரிட்சை எழுதி இங்கு வந்து உட்கார்ந்திருக்கிறேன்."

"எனக்கு என்ன சொல்வது என்று தெரியவில்லை."

"ஏதாவது சொல்லவேண்டும் என்றால் இப்போதே சொல்லிவிடு. நாளைக்கே எனக்குப் பதில் வேறு ஒருவன் வரப் போகிறான். அவனுக்கு இருபத்துமூன்று வயதுதானாம்."

"அவரும் ஐ.சி.எஸ்.தானே?"

"சங்கரலிங்கம், பிரிட்டிஷ்காரன் இந்தப் பரிட்சையில் தேற நிறையச் சலுகைகள் உண்டு. ஓர் இந்தியன் அவ்வளவு எளிதில் தேற முடியாது."

"ஏன், சார்?"

"பிரிட்டிஷ்காரனுக்குத் தேர்வு நடப்பது அவன் சொந்த நாடு.. இந்தியனுக்கு இங்கிலாந்து வேறிடம். அதைத் தவிர மதிப்பெண் தருவதிலும் வேறுபாடு இருக்கிறது. வெள்ளைக்காரன் ஐம்பது சத வீதம் பெற்றால் போதும். இந்தியன் நூற்றுக்கு நூறு வாங்க வேண்டும்."

"அப்போது சுபாஷ் போஸ், ஆர்.சி.தத், அரவிந்த கோஷ் போன்றவர்கள் இவ்வளவு கடுமையான விதிகளையும் தாண்டியா தேர்வு பெற்றார்கள்?"

"எனக்கே இதெல்லாம் தெரியாது. நான் ஒருமுறை கல்கத்தா சென்றிருந்தேன். அப்போது நீ சொன்ன ரொமேஷ் தத்தைச் சந்திக்க வேண்டியிருந்தது. அவர் சொன்னார். எனக்கு ஐ.சி.எஸ். என்று சொல்லிக் கொள்ளவே வெட்கமாயிருந்தது."

"சார், நீங்கள் இப்படி கூறுகிறீர்கள். ஆனால் இது அவர்களுடைய உரிமை என்றபடி இருந்த பலரை நான் பார்த்திருக்கிறேன். உங்களுக்கு முன்பு இருந்த கலெக்டர்தான் நாங்கள் எல்லோரும் குதிரை பின்னால் ஓடி வர வேண்டும் என்று உத்தரவு போட்டார்."

"என்ன அநியாயம்! நானும் அப்படித்தான் ஆரம்ப நாட்களில் இருந்தேன். என்னைப் போன்று இரு மடங்கு வயதானவர்களை ஓடி வர வைத்திருக்கிறேன். சங்கரலிங்கம். உன்னைக் கூட நான் அப்படி ஓட வைத்திருக்கிறேன்."

"மாடமுக்கு விவரம் தெரியுமா?

"எது?"

"உங்களை மெட்ராஸுக்கு மாற்றியிருப்பது."

"நான் இன்னும் அவளிடம் சொல்லவில்லை. இந்த ஊரை விட்டுப் போக என்னை விட அவள்தான் வருத்தப்படுவாள்."

"இல்லை, சார். அவளுக்குப் புது இடம் போவது மகிழ்ச்சியாக இருக்கும்."

"தெரியாது. உண்மையில் இந்த ஊரில் என்னை விட அவளுக்குத்தான் நிறைய நண்பர்கள். நான் முதலில் ஒரு வருடத்திற்காகத்தான் டின்னவேலிக்கு வந்தேன். ஆனால் இரண்டு ஆண்டுகள் இருந்துவிட்டேன். முதல் வருடம் நான் யாரிடமும் பேசாமல், யாரிடமும் எந்த உறவும் வைத்துக்கொள்ளாமல் இருந்துவிட்டேன். ஆனால் உலகம் என்பது இங்கிலாந்து மட்டும் அல்ல என்று தெரிவதற்கு அந்த ஓராண்டு தேவைப்பட்டது."

"நீங்கள் தேவை இல்லாமல் நிந்தித்துக்கொள்கிறீர்கள்."

"இதெல்லாம் நான் சொல்ல இன்று விட்டால் வேறு சந்தர்ப்பம் கிடைக்காது. வருகிறவன் சரியான வெள்ளைக்காரன். எங்கள் ஊரில் ஸ்காட்லண்டுக்காரர்கள் என்றால் கொஞ்சம் இளப்பம்."

"பாஸ்வெல்லே சொல்லியிருக்கிறார்."

"அப்படியா? எங்கே?"

"ஜான்ஸன் வாழ்க்கை வரலாற்றில்."

ஸ்காட் சங்கரலிங்கம் கையைப் பிடித்துக்கொண்டான். "நீ படித்திருக் கிறாயா? சங்கர்லிங்கம், நீயும் என்னோடு மெட்ராஸ் வந்துவிடு."

சங்கரலிங்கம் பதில் பேசாமல் இருந்தான்.

"இல்லை, சங்கரலிங்கம். எங்கள் கவர்னர் முன் நாங்கள் அடிமைகள் போலத்தான் இருக்க வேண்டும். உண்மையில் இதை ஒரு வெள்ளைக்காரன் எதிர்க்கவில்லை. ஆனால் நிறைய இந்தியர்கள் எதிர்த்திருக்கிறார்கள். நீயும் வேண்டாம், உன் வேலையும் வேண்டாம் என்று உதறி எறிந்திருக்கிறார்கள். எனக்குப் பாண்டிச்சேரி சென்று அரவிந்த கோஷைப் பார்க்க வேண்டும் போலிருக்கிறது. ஆனால் முடியாது."

"சார், உங்களைத் தனியே விட்டுச் செல்கிறேன். நீங்கள் இவ்வாறெல்லாம் ஒரு குமாஸ்தாவிடம் பேசக் கூடாது."

"நான் உன்னை என் நண்பனாக, ஒரு வழிகாட்டியாக நினைத்துப் பேசுகிறேன். இன்று விட்டால் அப்புறம் சந்தர்ப்பமே கிடைக்காது."

பிரிவுபசாரம்

"நீங்கள் சென்னை சென்றால் அரவிந்தரை விட ரமணரைப் பார்ப்பது நல்லது. அரவிந்த கோஷ் ஐ.சி.எஸ். ஞாபகத்தில் உங்களோடு பழைய ஐ.சி.எஸ்.காரர்கள் பற்றி விசாரித்துக் கொண்டிருக்கும் அபாயம் இருக்கிறது. ரமணர் பழைய ஞாபகமே இல்லாமல் உங்களோடு பேசக் கூடும். இல்லை, உங்களுடன் அவர் பேசாமலேயே போனாலும் போய்விடலாம். மலையைச் சுற்றிக்கொண்டிருப்பார்."

"எங்கே அது?"

"திருவண்ணாமலை. ஒன்றுமே வேண்டாம். நீங்கள் உங்கள் பொறுப்புகளைப் பார்த்துக்கொள்ளுங்கள்."

"சங்கரலிங்கம், நான் உன் வீட்டுக்கு வர ஆசைப்படுகிறேன். அழைத்துப் போக முடியுமா?"

"சார், கலெக்டர் குமஸ்தா வீட்டுக்கெல்லாம் போகக் கூடாது. மேலும் என் வீடு இருபது மைல் தள்ளி இருக்கிறது."

"ஊர் பெயர் என்ன?"

சங்கரலிங்கம் சொன்னான்.

ஸ்காட் முகம் கறுத்தது "அங்குதான் நானும் என் மனைவியும் மண்டி யிட்டு மன்னிப்பு கேட்டோம்."

"நீங்கள் எங்கள் கிராமத்துப் பெண்ணிடம் அப்படி நடந்து கொண்டிருக்கக் கூடாது. மாட்டுக்கும் மனிதனுக்கும் வித்தியாசம் தெரியாதா? என்ன செய்வது? கிராமத்தார்கள் கொதித்துப் போய்விட்டார்கள்."

"தவறுதான். பெரிய தவறுதான்."

"அன்று அவர்கள் உங்களையும் மாடமையும் உயிரோடு கொளுத்த இருந்தார்கள்."

"அந்த நாளை நினைத்து நான் பல இரவுகள் தூங்காமல் இருந்திருக்கிறேன். நீ அன்று அவர்களுடன் பேசி சமாதானப்படுத்தாமல் இருந்தால் நாங்கள் இன்று உயிரோடு இருந்திருக்க மாட்டோம்."

"நானும் பயந்துவிட்டேன். விஷயம் இவ்வளவு தீவிரமாகப் போய் விடும் என்று நான் நினைக்கவில்லை."

"அந்த நாளில்தான் சுயகௌரவம் என்பது வெள்ளைக்காரனின் ஏகபோகம் அல்ல என்று நான் தெரிந்துகொண்டேன்."

"சார், இப்போது நான் உங்களிடம் ஒரு விஷயம் சொல்லவேண்டும்."

"என்ன?"

"நானும் பயந்து விட்டேன். இருநூறு பேர் கூடிவிட்டார்கள். கொளுத்த வருவார்கள் என்று தெரியாது. நானும் அந்த நாளை நினைத்துப் பல இரவுகள் தூங்காமல் விழித்திருந்து அவதிப்பட்டிருக்கிறேன்."

“வட இந்தியாவில் வெள்ளைக்காரர்களைத் துப்பாக்கியால் சுட்டிருக்கிறார்கள். குண்டு எறிந்திருக்கிறார்கள். ஆனால் உயிரோடு கொளுத்தியதில்லை.”

“இங்கேயும் ஒரு துரையை ஒருவர் சுட்டுக் கொன்றிருக்கிறார்.”

“இங்கேதான் – மணியாச்சியில்.”

“உங்கள் விஷயத்தில் இவ்வளவு தீவிரமாக இருப்பார்கள் என்று நான் நினைக்கவில்லை. நான் தவித்துப் போய்விட்டேன். தெய்வத்தை வேண்டினேன்.”

“நீ எதற்கு அவ்வளவு தவிக்க வேண்டும்?”

“அன்று அந்தக் கிராமத்தாரைக் கூட்டியது யார் தெரியுமா?”

“தெரியாது,” சங்கரலிங்கம் ஒரு கணம் ஸ்காட் முகத்தையே உற்றுப் பார்த்தான். பிறகு சொன்னான். “நானும் விஷயம் இவ்வளவு மோசமாகப் போகும் என்று நினைக்கவில்லை. குளத்தில் துணி தோய்த்துக்கொண்டிருந்த பெண்ணிடம் ஆறுதல் கூறினேன். அவள் சமாதானமாகிவிட்டாள். நீங்கள் உங்களை தொடர்ந்து வரச் சொல்லிவிட்டுக் குதிரையில் போய் விட்டீர்கள்.”

இருவரும் மௌனமாக இருந்தார்கள்.

சங்கரலிங்கம் சொன்னான். “நான் உங்களைப் பின்தொடரவில்லை.”

ஸ்காட் கண்களை விரித்துப் பார்த்தான்.

“கிராமம் சென்று விஷயத்தைச் சொன்னது நான்தான்.”

‘அகில இந்திய வானொலி’, சென்னை, 29.12.2015

அத்தை

செப்டம்பர் 1, 1939 நாங்கள் சின்ன கிராமம் போய்ச் சேர்ந்தோம். எனக்கு வயது எட்டு. செப்டம்பர் 3ஆம் தேதி இரண்டாம் உலக யுத்தம் தொடங்கியது. ஐந்தாம் தேதி எங்கள் அத்தையின் கணவர் சுப்பையருக்கு சஷ்டிஅப்தபூர்த்தி. அத்தை என் அப்பாவின் மூன்று அக்காக்களில் மூத்தவள். அவளுடைய இரண்டு தங்கைகளும் விதவைகள்.

முன்பு 'மெயின் லைன்' என்று சொல்லப்படும் இரயில் மார்க்கமாகச் சென்றால் மாயவரம் தாண்டி அடுத்த இரயில் நிலையம் மல்லியம். அங்கிருந்து ஒரு கட்டை வண்டி பிடித்து எட்டு மைல் சென்றால் சின்ன கிராமம் என்றொரு கிராமம் வரும். அங்குதான் எங்கள் அத்தை இருந்தாள்.

சின்ன கிராமம் ஒத்தைத் தெரு அக்கிரகாரமும் ஐந்தாறு தெருக்கள் விவசாயத் தொழிலாளர்கள் இருந்த ஒரு குடியிருப்பு. சின்ன கிராமம். அக்கிரகாரத்துக்கு ஒரு முனையில் ஒரு பெருமாள் கோவில். இன்னொரு முனை வீட்டுக்காரர்தான் கிராமத்து தபால் அதிகாரி. தபால்காரர் என்று யாரும் கிடையாது. அந்தக் கிராமத்துக்குக் கடிதம் வருவது எப்போதோ ஒரு முறை. அந்தக் கடிதத்தை அவரே உரியவரிடம் கொடுத்துவிடுவார். அவர்தான் அந்தக் கிராமத்துக்குப் பள்ளி ஆசிரியர். ஐந்தாறு பையன்களுக்கு ஒரே வகுப்பாக நடத்திவிடுவார். முறையான பள்ளி என்றால் மல்லியத்துக்குத்தான் போகவேண்டும். அப்படிப் போய்ப் படித்து ஒரு மாணவன் சீமைக்குப் போய் ஐ.சி.எஸ். பட்டம் கூட வாங்கினான்.

அத்தைக்கு எழுதப் படிக்கத் தெரியாது. ஆனால் அவள் வீட்டில் எப்போதும் விருந்தினர்கள். அண்ணன்மார்கள் இருவரும் நீரிழிவு வியாதி கண்டு உயிரை விட்டாலும் அவர்கள் மகன்கள் நான்கு பேரில் யாராவது ஒருவன் அத்தை வீட்டில் பத்துப் பதினைந்து நாட்கள் இருந்து விட்டுப் போவார்கள். அத்தைக்கு என் அப்பாவையும் சேர்த்து மூன்று தம்பிகள். அத்தையின் கணவர் சுப்பைய்யர் – நாங்கள் அத்திம்பேர் என்று

அழைப்போம் – அவருக்கும் எழுதப் படிக்கத் தெரியாது. வீட்டிலேயே இருக்க மாட்டார். காலையில் பழையது உண்டுவிட்டு வயலுக்குப் போய் விடுவார். பகல் ஒரு மணிக்கு வருவார். அத்தை வீட்டுக் கிணறுக்கு நீண்ட மூங்கில் வைத்த ஏற்றம் போன்ற ஏற்பாடு. அத்திம்பேர் வாளி வாளியாக எடுத்துத் தலையில் கொட்டிக்கொள்வார். அப்புறம் சாப்பிடுவார். உடனே மீண்டும் வயலுக்குப் போய் விடுவார். விளைவு, வீட்டில் இரண்டு பெரிய குதிர்கள். ஒன்று சாணம் பூசிய செங்கல் குதிர். இன்னொன்று மரத்தினால் ஆனது. இரண்டும் பத்தடி உயரம் இருக்கும். மேலே அழுத்தமாக மூடும் மூடி. ஏணி போட்டுத்தான் நெல்லைக் குதிரில் கொட்டுவார்கள். நெல்லை எடுப்பதற்கு குதிர் அடிப்பாகத்தையொட்டி ஒரு சிறு துவாரத்தை ஒரு சிறு மரப்பலகையால் தடுத்திருப்பார்கள். நெல் வேண்டும்போது தரையில் ஒரு முறத்தை வைத்துப் பலகையைத் தூக்குவார்கள். நெல் மளமளவென்று விழும். ஒரு தடவைக்கு நான்கு முறம் எடுத்த பிறகு மரப்பலகையைக் கீழே தள்ளிவிடுவார்கள். நெல் விழுவது நின்று விடும். நெல்லைக் குத்தி அரிசி எடுத்துச் சமைப்பார்கள். இதனால் அரிசி எப்போதும் பழையதாக இருக்கும். சாப்பிடுவது வாழை இலையில். சிறுவர்களுக்கு மட்டை இலைகள். வாழை மரத்தை வெட்டியவுடன் தண்டைப் பட்டை உரிப்பார்கள். இப்படி உரித்த பட்டைகளையும் சீராக வெட்டி இரண்டு பட்டைத்துண்டுகளை ஈர்க்கு கொண்டு தைத்துவிடுவார்கள். அநேகமாக அது சதுரமாக இருக்கும். சதுரத் தட்டில் சாப்பாடு!

அத்தைக்குக் குழந்தை இல்லை. கடைசித் தம்பியின் குழந்தையைச் சுவீகாரம் எடுத்துக்கொண்டாள். ராமநாதன் என்ற பெயர்கொண்ட அந்தப் பையனுக்கும் படிப்பு வரவில்லை. அவனுக்கு உடுப்பும் பிடிக்காது. கோவணத்தைக் கட்டிக்கொண்டு வயல், குளம் என்று கிராமத்தைச் சுற்றிச்சுற்றி வருவான். அவன் மீது அத்தையும் அத்திம்பேரும் உயிரையே வைத்திருந்தார்கள்.

எங்கள் அக்காவுக்குத் திருமணம் நிச்சயமாகிச் சென்னை தியாகராயநகர் ராகவையா சாலையில் ஒரு மாளிகையை மூன்று நாட்களுக்கு வாடகைக்கு எடுத்துக்கொண்டோம். அந்த வீடு அழகப்ப செட்டியாருடையது. வாடகை ஒன்றும் வேண்டாம், பத்து நாட்கள் இருங்கள் என்று செட்டியார் சொல்லி விட்டார். அவருக்கு வள்ளல் என்ற பெயருண்டு. எங்கள் வரை அவர் வள்ளல்தான்.

கல்யாணத்திற்கு நான்கு நாட்கள் முன்பே அத்தை, அத்திம்பேர், ராமநாதன் மூன்று பேரும் வந்துவிட்டார்கள். பங்களாவில் இருந்த எல்லா மரங்கள் மீதும் ராமநாதன் ஏறி விளையாடினான். அடுத்த நாள் அவன் காணாமல் போய்விட்டான்.

அத்திம்பேர் பைத்தியம் பிடித்தவர்போல ஏதேதோ புலம்பினார். அத்தை திரும்பத்திரும்ப மாளிகைக் கிணற்றைப் பார்த்தபடி இருந்தாள். எங்கள் அப்பாவும் ஊருக்குப் புதிதுதான். அக்கம்பக்கத்தில் தேடியபிறகு போலீஸில் மனு கொடுத்தார். அன்றிரவு யாருமே தூங்கவில்லை.

அடுத்த நாள் அதிகாலையில் ஒரு போலீஸ்காரர் வந்தார். "மவுண்ட் ரோடு போலீஸ் ஸ்டேஷனில் ஒரு பையன் கிடைத்திருக்கிறான். பெயர் கூடச் சொல்லத் தெரியவில்லை. உங்கள் பையனா என்று பார்க்கிறீர்களா?"

அத்திம்பேர் அப்பாவை வா, உடனே என்று அதட்டினார். இருவரும் ஓட்டமும் நடையுமாக வாலாஜா சாலை சென்றார்கள்.

அது ராமநாதன்தான். எப்படி நான்கு மைல் போனான், எதற்குப் போனான் என்று தெரியவில்லை. காவல்நிலையத்தில் அவனுக்கு பிஸ்கோத் கொடுத்திருக்கிறார்கள். அப்பாவையும் அத்திம்பேரையும் பார்த்து, "நான் ஒண்ணும் வரமாட்டேன், போ!" என்றிருக்கிறான். காவல் நிலைய எழுத்தர் சந்தேகத்துடன்தான் பையனை அனுப்பித்தார். என் அப்பாதான் உறுதிமொழி எழுதிக்கொடுத்திருக்கிறார். கல்யாணத்துக்கு இல்லாமல் அத்திம்பேர், அத்தை, ராமநாதன் மூவரும் உடனே பகல் வண்டியில் ஊருக்குத் திரும்பிவிட்டார்கள்; யாரும் அவர்களைத் தடுக்கவில்லை..

வாரம் ஒரு முறை நெல் குத்திப் பிரித்த அரிசி, தோட்டத்து வாழைக் காய், வாழைப்பூ, வாழைத்தண்டு, சேனை, கருணை, ராமநாதன் என்றிருந்த அத்தை – அத்திம்பேர் வாழ்க்கையில் மாறுதல் வரத் தொடங்கியது. சஷ்டி அப்த பூர்த்திக்குத்தான் எவ்வளவு உறவினர்கள் வந்தார்கள்! கண் பட்டது போலக் காரணமே தெரியாமல் சுப்பைய்யர் முதுகில் ஒரு சிறு புண் தோன்றியது. அது சிறிது சிறிதாகப் பெரிதாகிச் சீழ் வடிய ஆரம்பித்தது. இது நடந்தபோது அத்தை வீட்டில் விருந்தினர் யாரும் இல்லை. தபால்காரர் என் அப்பாவுக்குக் கடிதம் எழுதினார்.

என் அப்பாவுக்கு ஒரு வாரம்தான் விடுப்பு கிடைத்தது. எங்களூரிலிருந்து சின்ன கிராமம் செல்ல இரண்டரை நாட்கள் ஆகும். அத்திம்பேர் நிலைமை சற்று மோசம்தான். ஒரு நாட்டு வைத்தியர் வாரம் இருமுறை சீழ் அகற்றிக் கத்தக்காம்பும் மஞ்சளும் சேர்த்துக் குழைத்துப் புண்ணை அடைத்துக் கட்டுக் கட்டுவார். அவர் சீழ் எடுக்கும்போது என் அப்பாவுக்கு அழுகையே வந்துவிட்டது என்று சொன்னார். ஒரு மெல்லிய மூங்கில் குச்சி நுனியில் துணி சுற்றி வைத்தியர் புண்ணில் நுழைத்துக் குடைவாராம்.

என் அப்பாவால் இரு தினங்களுக்கு மேல் சின்ன கிராமத்தில் இருக்க முடியவில்லை. திரும்பி வந்துவிட்டார். அவருடைய தம்பிகளை நான்கைந்து நாட்கள் இருந்துவிட்டு வரச் சொன்னார். அப்பாவுக்கும் அவருடைய தம்பிகளுக்கும் ஒரு பிரச்சனைதான். ஒரு வாரத்திற்குமேல் விடுப்பு கிடைக்காது. ஒரு வாரத்தில் ஐந்து நாட்கள் பயணத்தில் போய் விடும்.

சுப்பையர் இறந்துவிட்டார். இன்று அந்தப் புண்ணைப் புற்று நோய் என்று கண்டறிந்து வைத்தியம் செய்வார்கள். எல்லாம் இன்றும் வாய்த்தான் பிழைத்தான் கதைதான். அத்திம்பேர் இறந்ததோடு அத்தைக்கு இன்னொரு சூழ்நிலை மாற்றம். சுப்பையருக்கு ஒரு தம்பி உண்டு என்று எங்களுக்கெல்லாம் தெரியாது. அவர் சஷ்டி அப்தபூர்த்திக்கு வரவில்லை. அந்தத் தம்பியும் இறந்துவிட்டார். அவருக்கு மனைவி, ஒரு பெண் இருந்திருக்கிறாள். பெண்ணைக் கல்யாணம் செய்து கொடுத்துவிட்டார்கள். தம்பி மனைவி சின்ன கிராமத்துக்கு வந்து பங்கு கேட்டாள். அத்திம்பேருக்கு எழுதப் படிக்கத் தெரியாததால் ஒரு பத்திரமும் வைத்துக்கொள்ளவில்லை. ஆனால் கிராமத்தில் அவருக்கு மிகவும் மதிப்பு உண்டு. அவரே வயலில் இறங்கி உழுது, உரமிட்டு, விதை விதைப்பார். அறுவடைக்கு மட்டும் ஆட்கள்

அமர்த்திக்கொள்வார். கிராமத்துக் கணக்குப் பிள்ளை இரண்டு வயல்களைக் காட்டி இதுதான் அவருடையது என்று சொன்னார். கிராமமே அதைத்தான் சொல்லியது. அத்தை ஒரு வயலைத் தன் சகோதரன் மனைவிக்குக் கொடுத்து விட்டாள். வீட்டில் ஒரு அறையை ஒழித்துக் கொடுத்தாள். சமையலறை பொது. இரண்டு சமையல் வேண்டாம் என்றும் சொல்லிவிட்டாள். அவளுடைய ஓரகத்திக்கு மிகுந்த வியப்பு. எழுதப் படிக்கத் தெரியாத அத்தை உலக விவகாரங்களிலும் எவ்வளவு தெளிவாக இருக்கிறாள்!

ஓரகத்தி சின்ன கிராமத்தில் வந்து வசிப்பதில் அத்தைக்கு ஒரு சௌகரியம். வந்தவளை வீட்டையும் விவசாயத்தையும் பார்த்துக்கொள்ளச் சொல்லிவிட்டு, ராமநாதனை அவன் பெற்றோர்கள் வீட்டில் விட்டாள். அது செகந்திராபாத்திலிருந்து ஐம்பது அறுபது மைல் தூரத்தில் இருக்கும் சின்ன இரயில் நிலையம். அங்குதான் என் சித்தப்பா ஸ்டேஷன் மாஸ்டராக இருந்தார். அத்தை எங்கள் வீட்டில் ஒரு மாதம் இருப்பதாக வந்தாள்.

எங்களுக்கெல்லாம் மிகுந்த உற்சாகம். அத்தை சமையல் சரியான தஞ்சாவூர் சமையல். நாங்களெல்லாம் போட்டி போட்டுக்கொண்டு அத்தையின் சமையலை ரசித்தோம்.

ஒருநாள் அப்பாவிடம் அத்தை, "ஏண்டா சபேசா, உங்கிட்டே ஒண்ணு கேக்கணும்," என்றாள்.

"என்ன அக்கா?"

"என் ரெண்டு கை விரல்களும் என்னவோ மாதிரி இருக்கு. இங்கே நல்ல டாக்டர் யாரையாவது கேக்கலாமா?"

"சாயங்காலம் போலாமா?"

அப்பா அத்தையை ராம்கோபால் டாக்டரிடம் அழைத்துப்போனார். நானும் கூடப்போனேன்.

டாக்டர் வீட்டிலில்லை. அவர் ரயில்வே ஸ்டேஷனுக்குப் பக்கத்தில் இருந்த கே.ஈ.எம். ஆஸ்பத்திரியில் காலை ஒன்பது மணியிலிருந்து மாலை ஆறுமணி வரை டியூட்டியில் இருப்பார். ஆஸ்பத்திரியே அவருக்கு ஆஸ்பத்திரிக்கு மிக அருகாமையில் வீடு கொடுத்திருந்தது. ஊரில் மிகுந்த செல்வாக்கு உடைய டாக்டர். அந்த நாளிலேயே அவர் கார் வைத்திருந்தார். அவருக்குக் கொடுத்திருந்த வீட்டில் கார் வைக்க இடமில்லை. ஆதலால் காரை ஆஸ்பத்திரி காம்பவுண்டிலேயே வைத்திருந்தார். அப்பா அந்த இடத்துக்குப் போய்ப் பார்த்தார். கார் இல்லை.

"ஏண்டா, சகுனம் சரியில்லையே?" என்று அத்தை கேட்டாள்.

"அதெல்லாம் ஒண்ணுமில்லே, அக்கா. நாம இங்கே அவர் வீட்டிலே தானே உக்காந்திருக்கோம்? ஏதாவது அவசர கேஸ் இருக்கலாம். வந்துடுவார்."

ராம்கோபால் எட்டரை மணிக்கு வந்தார். "அஞ்சு நிமிஷம் இருங்கோ," என்று சொல்லிவிட்டு உள்ளே போனார். கால்மணி கழித்து வந்தார். "ஸாரி, உங்களை ரொம்பக் காக்க வைச்சுட்டேன்," என்று சொல்லியபடியே, "யாரிது? உங்க உறவா?" என்று கேட்டார்.

“என் அக்கா.”

“நமஸ்காரம்மா. என்ன உங்களுக்கு?”

அத்தைக்குச் சட்டென்று ஒன்றும் சொல்லத் தோன்றவில்லை. அப்பா தான் சொன்னார், “அவ கையைப் பாருங்க. ஏதோ மாதிரி இருக்குன்னு சொல்லறா.”

ராம்கோபால் அத்தை இரண்டு கைகளையும் மேலும் கீழுமாகப் புரட்டிப் பார்த்தார். எங்கே வைத்திருந்தார் என்று தெரியவில்லை. ஒரு இஞ்செக்ஷன் ஊசி கொண்டு அத்தை கையின் ஒரு விரலைக் குத்தினார்.

நான் “ஓ” என்று கத்திவிட்டேன். அத்தை சாதாரணமாக இருந்தாள்.

ராம்கோபால் சொன்னார், “சபேசையர், உங்க அக்காவுக்குக் கையிலே உணர்ச்சியே இல்லை.”

“மரத்துப் போயிருக்கா?”

“இருக்கலாம். அல்லது வேறே ஏதாவது இருக்கலாம். நான் ஒண்ணு சொல்றேன், கேக்றேளா?”

“அதுக்குத்தானே வந்திருக்கோம்.”

“புருஷோத்தம் டாக்டர்கிட்டே காண்பியுங்கோ.”

“அவர் நாட்டு டாக்டர்தானே?”

“அவர் எல்.ஐ.எம். நானும் எல்.ஐ.எம்தான். அவருக்கு இந்த மாதிரி விஷயங்களிலே அனுபவம் ஜாஸ்தி.”

புருஷோத்தம் டாக்டர் அருகில்தான். பஞ்சாபி கால்ஸா சத்திரத்துக்குப் பக்கத்து கடை. சாதாரணமாக ஒன்பதுமணி வரை இருப்பார். அன்று எட்டு மணிக்கே வீட்டுக்குப் போய்விட்டார்.

அடுத்த நாளும் நான் போனேன். அத்தைக்கு ஆர்வம் போய்விட்டது. “என்னடாது! இருக்கிறவனுக்கு ஒண்ணும் தெரியலை. இன்னொருத்தன் எவ்வளவு நாழி காக்க வைப்பானோ?”

“இவரை உடனே பாத்துடலாம், அக்கா. ராம்கோபால் வீட்டுலே யாரையும் பாக்கிறதில்லே. அதுனாலேதான் லேட்டாச்சு. புருஷோத்தம் டாக்டர் கடை வைச்சிருக்கார்.”

“கடையா?”

“யார்துன்னு தெரியலை. அங்கே வரிசையா ஒரே கடையா இருக்கும். ஆனா புருஷோத்தம் டாக்டர் பக்கா டிஸ்பென்ஸரி வைச்சிருக்கிறார். என் மூத்தவ வயத்துவலி வயத்துவலீன்னு துடிச்சா. புருஷோத்தம் டாக்டர்தான் ஒரு மருந்து எழுதிக் கொடுத்தார். உடனே சரியாச்சு.”

அத்தைக்கு நம்பிக்கை வரவில்லை. வேண்டா வெறுப்பாகத்தான் வந்தாள். அன்றும் நான் இருந்தேன்.

புருஷோத்தம் டாக்டர் அத்தையின் கைகளுடன் கால்களையும் பார்த்தார். "ஐயர், கொஞ்சம் இந்தப் பக்கமா வரீங்களா?" என்று தனியாக அழைத்தார். என் அப்பாவுடன் நானும் போனேன். "நீங்க அக்காவுக்கு வைத்தியம் பண்ணனும்னா டிச்பள்ளி கொண்டு போவணும்," என்றார். டிச்பள்ளி செகந்திராபாத்திலிருந்து தொண்ணூறு மைல் தூரத்தில் இருந்தது. அங்கு ஜெர்மன் பாதிரிமார்கள் ஓர் ஆஸ்பத்திரி அமைத்திருந்தார்கள். அங்கு எங்கள் அப்பாவின் சினேகிதர் எழுத்தர் வேலை பார்த்துக்கொண்டிருந்தார். அந்த ஆஸ்பத்திரி குஷ்ட ரோகிகளுக்கு. நான் என் அப்பாவின் சினேகிதருடன் அதைச் சுற்றிப் பார்த்திருக்கிறேன். எல்லாருமே குஷ்டரோகிகள். பரம ஏழையிலிருந்து சிறிது வசதி படைத்தவர்களும் அங்கிருந்தார்கள். யாரைப் பார்த்தாலும் பயமாக இருக்கும். இரண்டாம் உலக யுத்த காலத்தில் அங்கே பிரிட்டிஷ் ஒற்றர்கள் இருந்ததாகச் சொல்வார்கள்

"இல்லை, வேணாம். உங்க அக்கா மடி ஆசாரம் பாக்கிறவங்க. வயசு எழுவது இருக்குமா?"

"எழுபத்திரண்டு."

"இப்போ போய் அங்கே போட வேண்டாம். இப்படியே ஜாக்கிரதையாகப் பாத்துங்க. முக்கியமா அவங்க தூங்கறப்போ கை கால் விரல்களை மூடிக்கணும். எலி வந்து கடிச்சுடும்."

"எலியா?"

"ஆமாம். பின்னே ஏன் விரல்லாம் குட்டையாறது?"

"எலி கடிச்சா?"

"ஆமாங்க. இது ரொம்ப பேருக்குத் தெரியறதில்லை."

சிறிது நேரம் நாங்கள் பேசாமல் நின்றோம். அதற்குள் டாக்டருக்கு இன்னொரு நோயாளி வந்துவிட்டார்.

நாங்கள் வீடு திரும்பினோம். "என்னடா, வைத்தியர் என்ன சொன்னார்?" என்று அத்தை கேட்டவண்ணமே இருந்தாள்.

"ஒண்ணுமில்லே. நீ இனிமே நன்னாப் போத்திண்டு படுக்கணும்."

"எனக்கு வேத்துவேத்துக் கொட்டுமே?"

"பரவாயில்லே. ஆனா நீ நன்னாப் போத்திண்டுதான் படுத்துக்கணும்."

எங்கள் வீட்டில் நாங்கள் பார்த்துக்கொண்டு விடுவோம். ஆனால் சின்ன கிராமத்தில் அத்தையை யார் போர்த்திவிடுவார்கள்?

அத்தை ஊருக்குப் போய்விட்டாள். என் அப்பா அவருடைய மாப்பிள்ளைகளால் பல விசித்திரமான சிக்கல்கள். தாங்கமுடியாத வேதனையுடன் உயிரை விட்டார். அப்பா வம்சத்திலேயே ஒரு ஆண் கூட ஐம்பத்தைந்து வயதைத் தாங்கவில்லை. நான் குடும்பத்துடன் சென்னைக்கு வந்தேன். என் அப்பாவை அடுத்து அவர் தம்பிகளும் அற்பாயுளில் உயிரை விட்டார்கள். ராமநாதன் பிறந்த குடும்பம் கும்பகோணத்திற்குப் போய் விட்டது. அத்தையும் சின்ன கிராமத்திலிருந்து அங்கே போய் இருந்தாள்.

ஆனால் ஒரு நாள் படுத்தவள் எழுந்திருக்கவே இல்லை. இந்த அனாயாச மரணம் அத்திம்பேருக்குக் கிட்டவில்லை. ராமநாதன்தான் அத்தைக்குக் கொள்ளி போட்டிருக்கிறான்.

நான் அத்தையின் பத்தாவது நாள் கிரியைகளுக்குக் கும்பகோணம் சென்றிருந்தேன்.

அத்தைக்கென்றுதான் போயிருந்தேன். ஆனால் என் முன்னோர்களுக்குத் தான் எள்ளும் தண்ணீரும் விட வேண்டியிருந்தது.

சாப்பாடாகி நான் ஈரத் துணிகளை ஒரு பையில் போட்டுக் கொண் டிருந்தேன். ராமநாதன் வந்தான். “என்னையும் அழைச்சிண்டு போ,” என்றான்.

எனக்குத் தூக்கிவாரிப் போட்டது.

நான் பதில் சொல்லவில்லை. முதலில் என் அம்மாவுக்கு என் அப்பாவின் இரு தம்பிகளையும் சுத்தமாகப் பிடிக்காது. ஒரு காரணம் என் அப்பா ஒரு வேலையில் அமர்ந்துவிட்டார் என்று தெரிந்தவுடன் அவர்களும் செகந்திராபாத் வந்துவிட்டார்கள். அவர்களுக்கு வேலை கிடைக்க ஆறு மாதங்களுக்கு மேல் ஆகியிருக்கிறது. அம்மா சொல்வாள்: “ஆறு மாசம் இரண்டு தடியன்களுக்கும் சோத்தை வடிச்சுவடிச்சுக் கொட்டினேன்.” ஆதலால் அவள் ராமநாதனை அத்தையின் சுவீகாரப் பிள்ளையாகப் பார்க்க மாட்டாள். அவன் அப்பாவின் பிள்ளையாகத்தான் பார்ப்பாள்.

சிறிது நாட்கள் கழித்து ராமநாதனும் செத்துப் போய்விட்டான். அவனுக்கு அத்திம்பேர் இறந்தபோதே பாதி உயிர் போயிருக்கும்.

இதெல்லாமே எப்போதோ நடந்து முடிந்தவை. இதன் பிறகுதான் என் திருமணம் நடந்தது. ஆனால் என் வரை அத்தை நினைவுகள் எதுவுமே மறையாது போலிருக்கிறது. என் எழுபத்தைந்தாவது வயதில் நான் என் முதல் மகன் வீட்டில் இருக்கிறேன். இதைத் தற்செயல் என்று கூற முடியாது. அவன் வீடு சென்னைத் தியாகராயநகரில் இருக்கிறது. அதுவும் என் அக்கா திருமணம் நடந்த வீட்டெதிரிலேயே இருக்கிறது. அதாவது, அந்த வீட்டில்தான் என் அத்தையும் அவள் கணவரும் கதறிக் கதறித் தவித்தபோது ராமநாதன் மவுண்ட் ரோடு போலீஸ் ஸ்டேஷனில் பிஸ்கோத் சாப்பிட்டுக்கொண்டிருந்தான்.

***ஆனந்த விகடன்*, 10.02.2016**

ஒரு மாஜி இளவரசனின் கவிதை வேட்கை

எங்கள் வம்சத்தில் நான் பத்தாவது நவாப். ஒரு காலத்தில் ஐரோப்பாவில் இருந்த ஏராளமான ராஜ்யங்கள் போல எங்களுக்கு இந்தியாவில் இருந்தது. இரண்டாம் உலக யுத்தம் முடிந்த கையோடு எங்கள் அரசு முடிந்தது. எங்களைப் பற்றி நிறைய நூல்கள் வந்துவிட்டன. ஏழாவது நவாப் ஒரு காலத்தில் உலக மஹா செல்வந்தர் என்று அறியப் பட்டார். அவரோடு எங்கள் அரசு முடிந்தது.

என் அம்மா ஒன்பதாவது நவாபின் இரண்டாவது மனைவி. ஆஸ்திரேலியப் பெண். இரண்டே ஆண்டுகளில். நவாப் என் அம்மாவை விவாகரத்து செய்துவிட்டார். அவருக்கு வேறு ஆண் வாரிசு கிடையாது. நான் நவாப் ஆகிவிட்டேன்!

என் அம்மாவுக்குக் கலை கலாச்சாரத்தில் ஈடுபாடு. ஆஸ்திரேலியாவில் விவசாயம் தான் செய்வேன் என்ற அந்த நவாபுடன் என் அம்மா எப்படிக் காலம் தள்ளுவாள்? விவாகரத்துக்குப் பிறகுகூட அந்த மனிதனின் உடைமை களை ஒழுங்குபடுத்த வேண்டும் என்று அவளாக இந்தியா சென்று ஹைதராபாத்தில் சிதிலமடைந்து கிடந்த ஓர் அரண்மனையை தன் செலவில் புதுப்பித்து மியூசியம் நடத்த நன்கொடை கொடுத்துவிட்டு வந்தாள். இன்று அந்த அரண்மனையைப் பார்க்க நபருக்கு நூறு ரூபாய் அனுமதிக் கட்டணம்!

நானும் நவாப் வரிசையில் இருக்கிறேன் என்று எப்படிக் காட்டுவது? கவிதை எழுத வேண்டியதுதான். அதுவும் உருது என்ற மொழியில். கொஞ்சம் கற்றுக்கொண்டேன்.

எனக்கு உருது மிகவும் பிடித்துப்போய்விட்டது. மேலை மொழிகள் எல்லாம் இடமிருந்து வலம். உருது வலமிருந்து இடம். நான் இடக்கைக்காரன் என்று தனியாகச் சொல்லத் தேவையில்லை.

உருதுக் கவிதை எழுத வேண்டும் என்றால் இந்தியா வின் பழைய இந்தி மொழி சினிமாப் பாடல்கள், மற்றும் மிர்ஜா காலிப் தெரிந்தால் போதும் என்றார்கள்.

நான் 'காலிப் கவிதைக'ளைப் படிக்க ஆரம்பித்தேன்.

மிர்ஜா காலிப் 19ஆம் நூற்றாண்டில் டில்லியில் வாழ்ந்த ஒரு கவிஞர். அப்போது முகலாய சாம்ராஜ்யம் டில்லி செங்கோட்டைக்குள் சுருங்கிவிட்டது. ஆனால் அரசவை உண்டு. அரசவை என்றால் அரசவைக் கவிஞர் இல்லாமலா? பத்தாண்டுகள் பஹதூர் ஷா ஜாஃபர் அரசவையில் காலிப் கவிஞராக இருந்தார். செங்கோட்டைக்கு எதிரே இருந்த சாந்தினி சவுக் என்ற குடியிருப்பில் இருந்தார். அந்த இடத்தில் இன்றும் குறுகலான தெருக்கள். இஸ்லாமியக் கலாசார தலைநகர் என விளங்கிய லக்னோவிலும் நிறைய சந்து பொந்துகள். உருதுக் கவிதைகளிலேயே திரும்பத் திரும்ப 'கலி' என்ற சொல் வரும். கலி என்றால் சந்தாம். சந்துகள் உலகமெல்லாம் இருக்கின்றன. அன்றைய முகலாய அரசில் சாந்தினி சவுக்கில் ஒரு சந்தில் இருப்பது அகௌரவமானது அல்ல. காலிப் எப்படியோ சிப்பாய்ப் புரட்சி போராட்ட நாட்களை சாந்தினி சவுக்கிலேயே இருந்து கழித்துவிட்டார்.

இந்தித் திரை இசையின் பொற்காலம் என்று அறியப் படும் 1935 – 1985 ஆண்டுகளில் முன்னணிக் கவிஞர்கள் இஸ்லாமியர்கள். அவர்களில் அனைவருமே இடதுசாரிக் கவிஞர்கள். இதற்கு ஒரு முக்கியக் காரணம், பிரிட்டிஷார் 1857 – 58 புரட்சியை முஸ்லிம்கள்தான் வழிநடத்திச் சென்றார்கள் என எண்ணினார்கள். புரட்சிக்காரர்கள் தொண்ணூறு வயது பஹதூர் ஷாவைத் தலைவராகக் கொண்டாடினார்கள். போராட்டத்தைத் தீவிரமாக எல்லாருமாகத்தான் நடத்திச் சென்றார்கள். ஆனால் முதல் படுகொலை டில்லியில் நடந்தது. இன்றும் உலகம் இந்திய வரலாறுக்கு வெள்ளைக்கார ஆய்வாளர்களைத்தான் நம்புகிறது. ஆனால் பெண்கள், குழந்தைகள் என்று பாராமல் படுகொலை டில்லியிலும் லக்னோவிலும் நடந்ததற்கு இன்றும் சான்றுகள் உள்ளன. லக்னோ ரெசிடென்சி இடிபாடுகள். நான் இந்தியா சென்றபோது பார்த்தேன்.

ஆனால் காலிப் புரட்சியைச் சமாளித்துவிட்டார். காதல் என்று நினைத்துவிட்டால் உடனே காதலனுக்கும் சரி, காதலிக்கும் சரி, மனம் அனாதையாகிவிடும்! ஏன் அப்படி? எனக்குப் புரியவேயில்லை. காலிப்பும் 'தில் – எ – நாதான்' பாடியிருக்கிறார். இந்தித் திரை இசைப் பொற்காலத்தில் மனம் அனாதையாகிக்கொண்டே இருக்கும். துணை இல்லாமலும் போய்விடும். அதுவும் புரியவில்லை. 'அப் மேரா கோன் சஹாரா' என்ற பாட்டை இன்றும் இந்திய சினிமா ரசிகர்கள் விரும்பிக் கேட்கிறார்கள். இது 1950ஆம் ஆண்டில் வெளிவந்த 'பர்ஸாத்' என்ற ராஜ்கபூர் படத்தில் வருமாம். ராஜ்கபூர் யார்? அவர் ஒரு திரைபடத் தயாரிப்பாளர். தயாரிப்பாளரே கதாநாயகன் வேஷம் போட்டுக்கொள்வது இந்திய மரபு போலும்!

பாரசீக மொழியில் பல நூற்றாண்டுக் கவிதைப் பாரம்பரியம் இருக்கிறது. அநேகமாக எல்லாமே ஆண்கள் பார்வையிலிருந்து. மது,

மாதுவுடன் விதியும் ஒரு முக்கிய இழை. என் பரிச்சயம் திரைப்படப் பாடல்களோடுதான். அநேகமாக எல்லாப் பாடல்களும் ஆண்கள் எழுதியது. ஹப்பா காடுன் என்றொரு காஷ்மீரக் கவிதாயினி 15, 16ஆம் நூற்றாண்டில் கவிதைகள் எழுதியிருக்கிறார். கடந்த 19ஆம் நூற்றாண்டில் உம்ராவ் ஜான் எழுதியிருக்கிறார். நான் அவரின் சுயசரிதை போல எழுதப்பட்ட 'உம்ராவ் ஜான் அதா' என்ற நூலைப் படித்திருக்கிறேன். துவே உருதுவில் எழுதப்பட்ட முதல் நாவலாகவும் கருதப்படுகிறது. படிக்கப் பரிதாபமாக இருக்கும். ஒரு சின்ன மனத்தாங்கலால் ஒருவன் பக்கத்து வீட்டுக்காரரின் பெண் குழந்தையைத் தூக்கிச் சென்று லக்னோவில் ஒரு விபசார விடுதியில் விற்றுவிடுகிறான். குழந்தை தன் பெற்றோர் யார் என்று தெரியாமல் அந்த 'கோட்டா'வில் வளர்கிறது. இசை, நடனம், கவிதை அனைத்திலும் சிறந்து வளரும் அக்குழந்தைதான் உம்ராவ் ஜான். அவள் தன் பூர்வீகத்தைக் கண்டுபிடித்து விடுகிறாள். ஆனால் அவளுடைய குடும்பத்தார் அவளை ஏற்பதில்லை. நான் உம்ராவின் சில கவிதைகளைப் படித்தேன். எனக்கு அதிகம் புரியாத போனாலும் ஒன்று தெரிந்தது. ஆண் கவிஞர்களுக்கு ஆண்களே உலகம்; அவர்களுக்காகப் பெண்கள் ஏங்குவார்கள். ஆனால் உம்ராவ் ஜானின் கவிதைகளில் அவளுடைய துக்கம் தெரியும். காதலனுக்காக அசட்டுத்தனமாக ஏங்குவது போலிருக்காது.

எல்லாக் கவிதைகளும் காதல் கவிதைகளென்று கிடையாது ஏச்சுப் பாட்டு கோஷ்டிக் கானமாகப் பாடப் படுமாம். அன்று பல முஸ்லிம் கதைகள் திரைப்படங்களாக ஆக்கப்பட்டனவாம். கவாலி என்றொரு வகை. இதற்குத் தாளம் உண்டு. இந்த எண்பது ஆண்டுப் பேசும் படங்களில் 1946இல் எடுக்கப்பட்ட 'ஜீனத்' என்ற படத்தில் வரும் கவாலிதான் மிகச் சிறந்தது என்று இந்திய நிபுணர்கள் கருதுகிறார்கள். நான் கேட்டேன். சுமாராகத்தான் இருக்கிறது.

'உம்ராவ் ஜான்' பல இடங்களில் அவளுடைய புத்தி சாதுர்யத்தால் புரட்சி நாட்களில் தப்புகிறாள். புரட்சியும் படுகொலையும் ஏனோ அவள் கவிதைகளில் இடம் பெற்றதாகத் தெரியவில்லை. ஆனால் அவள் தன்னை ஒரு கவிதாயினியாகத்தான் அடையாளம் காண்கிறாள்.

இந்திய விடுதலைப் புரட்சி பற்றி காலிப் பாடி யிருப்பதாகத்தான் சொல்கிறார்கள். எனக்குக் கிடைத்த நூலில் அப்படி ஒரு தகவலும் கிடைக்கவில்லை. ஆனால் 'தப்பும் வழி' என்று ஒரு நூல் இருக்கிறது. சுதந்திர இந்தியாவில் 'நெருக்கடி நிலை' என்று ஒன்று பிரகடனப்பட்டபோது பல கவிதைகள் பூடகமாக எழுதப்பட்டன. மானவேந்திர பந்தோபாத்யாய என்பரின் ஒரு கவிதை. அதில் ஒரு முரட்டு நாயும் அதை விட முரடான அதன் குட்டியும் பாத்திரங்கள்.

உருது மொழியே மிகப் பழையதல்ல. அது ஒரு கவிதை மொழியாக வளர்ந்தது இந்திய சுதந்திரப் போராட்ட காலத்தில். திரைப்படம் பேசத் தொடங்கிய பின் இந்தி அல்லது உருதுவில் பல கவிஞர்கள் தெரிய வந்தார்கள்.

எந்த உலக மொழியிலும் கவியரங்கம் நடத்தினால் அதற்கு சினிமாப் பாடலாசிரியர்களைக் கூப்பிடுவதில்லை. ஆனால் இந்தி அல்லது உருதுவில் கூப்பிடுகிறார்கள். மஜ்ரூ சுல்தான்புரி என்ற சினிமாக் கவிஞருக்கு ஏதோ பால்கே விருது என்று வழங்கியிருக்கிறார்கள். அது இந்தியாவில் நோபல் பரிசுக்குச் சமானமாம்.

இந்திய சுதந்திரப் போரின் விவரங்களுக்கு நாமும் சரி, இந்தியர்களும் சரி, நான் முன்பே சொன்னபடி இன்னும் அயல் ஆய்வாளர்களையே நம்ப வேண்டியிருக்கிறது. சாவர்க்கர் என்ற புரட்சிக்காரர் ஒரு வரலாறு எழுதி யிருக்கிறார். பாரபட்சமற்றதுதான். ஆனால் சில இடங்களில் மிகையோ என்று தோன்றும்.

ஒரு நல்ல வரலாறைப் புனைகதை வடிவத்தில் படித்தேன். 'தி ஃபிளைட் ஆஃப் தி பிஜன்ஸ்' என்ற சிறு நாவலை ரஸ்கின் பாண்ட் என்ற ஆங்கிலோ இந்தியர் எழுதியிருக்கிறார். அவருடைய படைப்புகள் எல்லாமே முஸ்ஸோரி என்ற இமய மலைச் சாரலில் உள்ள இடத்தைச் சார்ந்து இருக்கின்றன. ஆனால் இது லக்னோ. எப்படி? அவரிடம் ஒரு பழைய தஸ்தாவேஜு கிடைத்திருக்கிறது. அதில் ஒரு நவாப் ஓர் ஆங்கிலப் பெண்ணையும் அவள் தாயையும் பல மாதங்கள் புரட்சிக்காரர்கள் கையில் சிக்காமல் பாதுகாக்கிறான். அதற்காகவே அவன் கொல்லப் படுகிறான். அந்தப் பெண்ணும் கன்னிமாடத்தில் சேர்ந்து விடுகிறாள்.

இப்போது எனக்கு உருதுக் கவிதை எழுத எல்லா யோக்கியதாம்சங்களும் இருப்பதாக நினைக்கிறேன். கவிதைதான் எழுத வேண்டும். வலமிருந்து இடம்.

என் கவிதைகளைப் படிக்கப்போகும் உங்களுக்கு என் அனுதாபங்கள்.

***அமுதசுரபி தீபாவளி மலர்*, 2016**

அமானுஷ்ய நினைவுகள்

என் தகப்பனார் இரயில்வேயில் பணிபுரிந்ததால் ஒவ்வொரு ஆண்டும் நான்கு வாரம் சுற்றுப்பயணம் திட்டமிடுவார். அவர் திடீரென்று இறந்த பிறகு சென்னையில் குடியேறினோம். நான் ஓரளவு எழுத்தாளனாக அறியப்பட்டேன். தகப்பனார் இருந்திருந்தால் முன் வசித்த இடத்திலேயே மாதச் சம்பளத்திற்கு எனக்கு வேலை தேடிக் கொடுத்திருப்பார். என் தந்தை யின் இழப்பால் நான் புது ஊரில் யார் யார் முன்னிலையிலோ என் சான்றிதழ்கள், படைப்புகள் தொகுப்பைக் காட்டி வேலை தேடிக்கொண்டிருக்க வேண்டியிருந்தது. கடைசியில் ஒரு சின்ன வேலை கிடைத்தது. ஆனால் நான் வீடு திரும்ப எட்டு ஒன்பது மணியாகிவிடும்.

அந்த நாளில் என்னிடம் ஒரு நூல் இந்திப்படுத்துவதற்காகக் கொடுக்கப்பட்டது. அதுவே ஒரு ஜெர்மானிய நாடகத்தின் ஆங்கில மொழிபெயர்ப்பு. அந்த நாடகத்தைத் தமிழ்ப்படுத்த வேண்டும். இந்த மாதிரித் தழுவல்களுக்கு ஒரு நீண்ட பாரம்பரியம் உண்டு. அந்த நூல், வுல்ஃப்காங் கதே படைத்த 'டாக்டர் ஃபாஸ்ட்.' இக்கதை நம்மிடையே உள்ள ஏராளமான வாய்வழிக் கதைகள் போல ஒரு ஜெர்மானியப் பாரம்பரியக் கதை. ஃபாஸ்ட் ஒரு விஞ்ஞான ஆய்வாளன். எவ்வளவோ கற்றுணர்ந்தும் அவனுக்குத் திருப்தி ஏற்படவில்லை. அப்போது சாத்தான் அவன் முன் தோன்றுகிறான். சாத்தான் ஃபாஸ்டுக்கு அவன் வேண்டுவதெல்லாம் கொடுப்பதோடு எல்லா இன்பங்களையும் அளிக்கத் தயாராக இருக்கிறான். ஃபாஸ்டு அவன் ஆத்மாவைச் சாத்தானுக்குத் தந்துவிட வேண்டும். நம் விஞ்ஞானி ஒத்துக்கொள்கிறான்.

எனக்குச் சாத்தானின் அடையாளத்தைக் குறிப்பிடச் சங்கடம் ஏற்பட்டது. சாத்தானுக்கு விவிலியத்தின் பழைய ஏற்பாட்டிலிருந்தே இடம் இருக்கிறது. புதிய ஏற்பாட்டில் ஏசு அவனை 'என் கண்முன் நிற்காதே!' என்று ஒருமுறை கூறுவார் (*Get the behind me*). அவனை ஏன் கடவுள் சகித்துக் கொள்கிறார்? சாத்தான் அவ்வளவு சக்தி வாய்ந்தவனா?

மனித வரலாற்றில் சாத்தான் பெயரைச் சொல்லி லட்சக்கணக்கில் ஏழை, எளிய பெண்கள் சூனியக்காரிகள் என்று உயிரோடு கொளுத்தப்பட்டிருக்கிறார்கள். அதில் ஜோன் என்ற ஒருத்தி மட்டும் அவள் எரிக்கப்பட்டு ஐந்நூறு ஆண்டுகளுக்குப் பிறகு புனிதவதி என்று ஏற்றுக் கொள்ளப்பட்டாள்.

ஒரு வருடத்திற்குப் பிறகு நூலைக் கொடுத்தவர்களே வாங்கிப் போய்விட்டார்கள். அதற்குப் பிறகு அது ஆங்கிலத்திலேயே அரங்கேற்றப்பட்டது. மெட்ராஸ் பிளேயர்ஸ் புகழ் ஏ.வி. தனுஷ்கோடி அவர்கள் இயக்கி யிருந்தார். தனுஷ்கோடி என்னுடைய சில சிறுகதை களை ஆங்கிலத்தில் மொழிபெயர்த்திருக்கிறார். மூன்று ‘சதுரங்கா’ கதைகளையும் அவர்தான் ஆங்கிலப்படுத்தி யிருக்கிறார். மிகவும் கடினமான நானும், ஜே. ரங்கராஜுவும் சேர்ந்தெடுத்த சினிமாப் படம். தனுஷ்கோடி சிறப்பாக மொழிபெயர்த்திருப்பார். ‘டாக்டர் ஃபாஸ்ட்’ நாடகத்தை அவரிடம் கொண்டு சென்றிருப்பார்கள். அவரும் அதைத் தமிழ்ப்படுத்த முடியாது என்று கூறியிருப்பார் என்று நினைக்கிறேன். அதன்பின் ஆங்கிலத்திலேயே அரங்கேற்ற முடிவு செய்திருப்பார்கள்.

புத்தகப் பிரதி என்னிடமிருந்துத் திரும்ப வாங்கப்பட்ட பிறகு ஒரு நண்பர் யோசனைக் கூறினார். “கதாநாயகனை இந்தியக் கிருத்துவராகக் காட்டியிருக்கலாமே?” நான் கிருத்துவத்தில் நல்ல பரிச்சயம் உடையவனாக இருந்தால் தான் கிருத்துவ மதத்தைச் சார்ந்த ஒரு விஞ்ஞான மேதை சாத்தானிடம் அடக்கலமாவதை ஓரளவு நம்பகத்தன்மை உடையதாகச் செய்ய முடியும்.

கதே அவர் ஆயுட்காலம் முழுதும் தன் நாடகத்தில் திருத்தங்கள் செய்துவந்தார் என்று சொல்கிறார்கள். ஷேக்ஸ்பியர் காலத்தில் இருந்த மார்லோ என்பவரும் ஃபாஸ்ட் நாடகம் எழுதியிருக்கிறார். அது திரைப்படமாக வந்தபோது சென்னையில் மூன்றே நாட்கள் ஓடியதாம். எலிசெபத் டெய்லர், ரிச்சர்ட் பர்டன் இருந்தும்கூடப் படம் திருப்தி அளிக்கவில்லை.

சாத்தான் எப்படி இருப்பான்?

சாத்தானை எப்போதும் முகத்தில் எக்காளம் தெரிபவ னாகவும், தலையில் இரண்டு கொம்புகள் இருப்பவனாகவும் பல படங்கள் வெளியாகி இருக்கின்றன. மைக்கேல் ஆஞ்சலோ புனித பீட்டர் தேவாலயத்தில் வரைந்திருக்கும் கடவுள் சற்றுத் தீவிரமான தோற்றம் கொண்டிருக்கிறார். ஆனால் சாத்தான் முகத்தில் எப்போதும் எக்காளம்!

ஆண்ட்டி க்ரைஸ்ட் என்றொரு பதம் இன்று அநேகர் அறிந்தது. நன்மை செய்பவருக்கு அவன் தீமை செய்வான். கொன்றேவிடுவான். அதற்கும் முன் உடலில் ஆவி புகுந்துவிடக்கூடும் என்ற எண்ணம் உலவிவந்தது. எங்கே? பிராக்மாடிஸம் (ஒருவித யதார்த்தவாதம்) உருவான அமெரிக்காவில்! வில்லியம் பிலாட்டி என்பவர் எழுதிய ஒரு நாவல் 1972 அளவில் திரைப்படமாக எடுக்கப்பட்டது. திரைப்படத்தை அத்துறையைச்

சார்ந்தவர்கள் மிகவும் கேவலமாக எடைபோட்டனர். ஆனால் அது ஏராளமாகப் பணம் குவித்தது.

மேலும் சமூகப் பாதிப்பு ஏற்பட்டது. திடீரென்று அமெரிக்காவில் நூற்றுக்கணக்கில் பெண்கள் தங்கள் உடலில் ஆவி புகுந்துவிட்டது என்று உண்மையாகவே நம்பினர். என்னுடைய வாழ்நாளில் 'எக்ஸார்சிஸ்ட்' மற்றும் 'ஓமன்' ஆகிய இரு திரைப்படங்கள் மேலைநாடுகளில், குறிப்பாக, அமெரிக்க மத்தியதர வர்க்கத்தை மனதளவில் பாதித்த மாதிரி மர்லின் மன்றோ படங்கள்கூடச் செய்ய வில்லை.

அமானுஷ்ய உறவு ஏன் பல மனிதர்களைக் கவருகிறது? அல்லது நினைக்க வைக்கிறது? வீட்டில் ஒருவருக்குச் சித்தம் பேதலித்துவிட்டால், அதைப்போன்ற சித்திரவதை இருக்க முடியாது. வீட்டார் அனைவருமே பாதிக்கப் படுவார்கள். வெளியார் ஆளுக்கொன்று சொல்வார்கள். "இது துருக்கப் பிசாசு. ஆதலால் முஸ்லிம் மந்திரவாதி யிடம்தான் போக வேண்டும்" என்பார்கள். பிடிக்கிற பிசாசுக்கு மதம், ஜாதி என்று உண்டா?

தமிழ்நாட்டில் ஏர்வாடி என்னும் இடத்தில் மனம் பேதலித்தவர்களைச் சங்கிலி போட்டுக் கட்டிப் போடுவார்களாம். அது அங்கு ஒரு பெரிய தீ விபத்து நடந்தபோது தெரியவந்தது. ஏராளமானோர் தீயிலிருந்து தப்பிக்க முடியாமல் உடல் கருகிச் செத்திருக்கிறார்கள். கேரளாவில் சோட்டானிக்கரை என்னுமிடத்தில் பேய் பிடித்த மனிதரிடமிருந்து பேயை விலக்கி ஒரு மரத்தில் ஆணி அடித்து அடக்குவார்கள் என்பார்கள். இதற்கெனத் தனி மாந்திரீகர்கள்.

இப்போது இன்னொரு கேள்வியும் எழுந்தது. பேய் என்றால் என்ன? உலகத்திற்கெல்லாம் ஒரே சாத்தான் இருப்பதுபோல ஒரே பேயா, பல பேய்களா? ஒருமுறை என் பெரிய சகோதரி 'அரபிக் கதைகள்' படித்து விட்டுத் தூங்க முடியாமல் இரவெல்லாம் விளக்கை ஏற்றிவைத்துக் கொண்டு திண்டாடினாள். அரபிக் கதைகளில் வருவது பூதங்கள். அப்போது பூதங்கள் யார்?

ஒரு பழைய நண்பன் கண்ணில் நான் தென்பட்டேன். அவன் வீடு, கடைகளுக்கு அலங்காரம் செய்து வாழ்க்கை நடத்திக்கொண்டிருந்தான். என் முகவரி தெரிந்துகொண்டு நான் வீட்டில் இல்லாதபோது, அவனாக என் வீட்டை நவராத்திரிக்கு அலங்கரிப்பதாகச் சொல்லி ஒரு முன் அறையைச் சிவப்பு வண்ணம் அடித்துவிட்டான். நான் மாலை வீடு திரும்பியபோது பயமாக இருந்தது.

"ஏன்னப்பா, வீட்டை மந்திரவாதி குகை மாதிரி செய்திருக்கிறாயே?" என்று கேட்டேன்.

"வீடு முழுக்க ஒரே பிசாசுப்பா" என்றான்.

"நீ பிசாசைப் பார்த்திருக்கையா?"

அவன் பதில் சொல்லவில்லை.

சிறிது பொறுத்துச் சொன்னான். "நீ தினம் டியுடி முடித்து ஒன்பது, பத்து மணிக்கு வீட்டுக்கு வறே. நீ வர ஜி.என். செட்டி ரோடு முனையிலே ஒரு முனீசுவரன் கோயில் இருக்கு, தெரியுமா?" என்றான்.

"தெரியாது. அதற்கென்ன?"

"ஜாக்கிரதையாகப் போ. அவ்வளவுதான் சொல்வேன்."

"உனக்கென்னாச்சு? வீட்டை மாரியம்மன் கோவில் மாதிரி பண்ணிட்டே. ஆபீஸ் போற வழியிலே முனீசுவரன்னு பயம் காட்டறே? போறும்பா, இனிமே உன் சகவாசமே வேண்டாம். போறும்."

ஆனால் இரவில் வீடு திரும்பும்போது முனீசுவரன் ஞாபகம் வந்தது. நான் அந்த வழியைத் தவிர்த்தால் பெரிய சாலையில் இரண்டு மைல் அதிகமாகப் போக வேண்டும். இருட்டு வேளையில் கார்களும் லாரிகளும் கனவேகத்தில் போகும். சாலையைக் கடக்க நான் சைக்கிளிலிருந்து இறங்கித் தள்ளிக்கொண்டு போக வேண்டும்.

ஜி.என். செட்டி சாலை அண்ணா சாலையைச் சந்திக்கும் இடத்தில் ஒரு சின்னக் கோயில் இருக்கிறது என்பதைத் தவிர நான் அதிகம் அதைக் கவனித்தது கிடையாது. இன்று பார்த்தேன். குட்டிக் கோயில். ஒரு சிறு அகல் விளக்கு எரிந்துகொண்டிருந்தது. கொஞ்சம் பயமாகத்தான் இருந்தது.

நான் சிறுவனாக இருந்தபோது 'ஃபிளாஷ் கார்டனின் செவ்வாய்க் கிரக விஜயம்' என்றொரு படம் பார்த்தேன். அப்படத்தைத் திரைப்படம் என்ற மரியாதை தராமல் சீரியல் என்றார்கள். உடலோடு ஒட்டிய டீ ஷர்ட், ஸ்விம்மிங் உடை அணிந்துகொண்டு ஃபிளாஷ் கார்டன் ஆகாயத்தில் பறப்பான். அவன் ஏறி வந்த விண்வெளி விமானத்திலேயே ஒரு பொறாமைக்காரன் இருக்கிறான். அவன் கதாநாயகனை விண்வெளியில் தவிக்கவிடுவான். ஆனால் நம் நாயகன் நீச்சல் உடையுடன் பறந்து தன் கலத்தை அடைந்துவிடுவான். நான் சில நாட்களுக்கு என் உடையுடனேயே பறக்க முயன்றேன். இதெல்லாம் பைத்தியக்காரத்தனமாக இன்று தோன்றலாம். ஆனால் அன்று எவ்வளவு சிறுவர்கள் செவ்வாய் விஜயம் பார்த்து விட்டுக் கை காலை உடைத்துக்கொண்டார்களோ?

நாம் பார்க்காத, பார்க்க முடியாததை நினைத்து ஏன் பயப்படுகிறோம்? நான் முனீசுவரர்கள் பற்றி விசாரித்தேன். என்னைக் கிண்டல் செய்தார்கள். சிவ, விஷ்ணு ஆலயத்தில் ஒரு முதியவரைக் கேட்டேன். "அவங்க ஏம்ப்பா தொந்தரவு பண்ணப் போறாங்க? தபஸ் பண்ணி அது முடியாதப்போ ஏதாவது கோயிலைச் சுத்திண்டு இருப்பாங்கன்னு சொல்வாங்க. நீயா எது எதையோ நினைச்சுண்டு திண்டாடாதே" என்று சொன்னார். ஏழை எளியவர்கள்தான் சாலையோரக் கோயில்களைப் பராமரிக்கிறார்கள். அவர்களும் பயத்தால்தான் அப்பணியைச் செய்கிறார்களா?

அம்மா கோவித்துக்கொண்டாள். "ஏண்டா பேயறைஞ்சவன் மாதிரி உக்காந்துண்டே இருக்கே? ஆபீஸ்லே ஏதாவது பிரச்னையா? உன் பைத்தியக்கார சிநேகிதன் அலங்காரம் செய்யறேன்னு இப்படிக் காவி அடிச்சுட்டுப் போயிருக்கானே, முதல்லே அதைச் சரிபண்ணு... எல்லாம் சரியாயிடும்."

அந்த அறையைச் சரி பண்ண ஒரு மாதம் ஆயிற்று. ஆனால் என்னால் ஆவிகளைப் பற்றி நினைக்காமல் இருக்க முடியவில்லை. என தகப்பனாரை ஆஸ்பத்திரி எடுத்துச் சென்றாலும் சரியான கவனிப்பு இல்லாமல் காலமானார். அவருக்குத்தான் எவ்வளவு தெரியும்! எவ்வளவு இடங் களுக்கு எங்களை அழைத்துப் போயிருக்கிறார்!

ஷில்லாங்க், குவஹாத்தி முதலிய இடங்களில் நேர்த்தியான கல்லறைகள் உள்ளன. அங்கு இந்தியரோடு ஜப்பானியரும் அடக்கம் செய்யப்பட்டிருக்கிறார்கள். ஜப்பானியர்கள் மிகவும் ஆக்ரோஷமாகச் சண்டையிடுவர் என்று கூறப்படுகிறது. ஆனால் எல்லாக் கல்லறைகளும் ஒரே மாதிரி அமைதியாக இருந்தன. நானும் அப்பாவும் அவற்றை நன்கு சுற்றிப் பார்த்தோம். அப்பா கூட இருந்த போது ஒரு பயமும் தோன்றவில்லை. இப்போது நான் பாதிக் கிழவன். ஆனாலும் பயம் வந்துவிட்டது.

அப்பா, நீ ஒருமுறை வந்து முனீசுவரன் பற்றிச் சொல்கிறாயா என்று நான் மனதுக்குள் கெஞ்சினேன்.

ஆனால் எப்போதோ கண்ணை மூடியவர் எப்படி வர முடியும்?

ஓம்சக்தி தீபாவளி மலர், **2016**

துரோகங்கள்

இதற்கு முன்னர் பல முறை அந்த பங்களா கேட்டைத் தாண்டியபோது அவனை மீறி வந்த காய்ச்சல் உணர்வு இப்போது இல்லை. தோட்டத்தைத் தாண்டி பங்களா போர்ட்டிகோவில் நிறுத்தப்பட்டிருந்த கறுப்பு நிற பெரிய காரைச் சுற்றிக்கொண்டு அவன் பங்களா வராண்டாவை அடைந்தான்.

"சார் . . . சார் . . ." என்று அழைத்தான்.

தோட்டத்தில் வேலை செய்துகொண் டிருந்த ஆள் ஓடிவந்தான். நீலகண்டனைப் பார்த்து, "சின்ன அம்மாவைக் கூப்பிட்டீங் களா?" என்று தெலுங்கு மொழியில் கேட்டான்.

"இல்லை. பெரிய ஐயாவைப் பார்க்கணும்" என்றான்.

"பெரிய ஐயாவையா? சரி, சேர்ல உக்காருங்க. நான் சொல்லிட்டு வரேன்."

நீலகண்டன் வராண்டாவில் போடப் பட்டிருந்த நாற்காலியில் உட்கார்ந்தான். சிறிது நேரம் பொறுத்து சதாசிவம் வந்தார். அப்போதுதான் குளித்து, திருநீறு அணிந்திருந்தார். நீலகண்டனைப் பார்த்து, "என்னப்பா, ரஞ்சனியைப் பார்க்க வந்தியா? இவ்வளவு நாளாகியும் இன்னும் மல்லையாவுக்குத் தெரியலை. ரஞ்சனி . . ." என்று குரல் கொடுத்தார்.

"இல்லை சார். உங்களைத்தான் பார்க்க வந்தேன்."

"என்னையா? வா, உள்ளே வா. இப்போ மணி எட்டு ஆறது. என்னை அரை மணியிலே விட்டுடுப்பா."

நீலகண்டன், சதாசிவத்தைப் பின் தொடர்ந்தான். அது வராண்டாவுக்கு அடுத்த ஹால். நிறைய சோபாக்கள் போடப்பட்டிருந்தன.

"உக்காரு."

இருவரும் உட்கார்ந்தார்கள். "இப்போ சொல்லு."

"நான் ரஞ்சனியைக் கல்யாணம் பண்ணிக்கணும்."

"என்ன . . !"

"நான், ரஞ்சனியைக் கல்யாணம் பண்ணிக்கணும்."

சதாசிவம் சிறிது நேரம் நீலகண்டனையே உற்றுப் பார்த்துக்கொண்டிருந்தார். மிகுந்த அக்கறையுடன், "நீலகண்டன், நீ தெரிஞ்சுதான் பேசுறியா?"

"ஆமாம் சார். எனக்கு உங்க மேலே இருக்கிற நம்பிக்கையில்தான் சொல்றேன். நான் ரஞ்சனியைக் கல்யாணம் பண்ணிக்கணும்."

சதாசிவம், மீண்டும் சிறிது நேரம் நீலகண்டனையே பார்த்தவண்ணம் இருந்தார்.

"உனக்கு என்ன வயசு?"

"பதினெட்டு."

"ரஞ்சனி வயசு தெரியுமா?"

"என்னைவிட ஒரு வயசு பெரியவளா இருப்பா."

"உன்னைவிடப் பெரியவளையா கல்யாணம் பண்ணிக்க விரும்புறே?"

"எனக்கு அவ சின்னப் பெண்ணாத்தான் தெரியுறா."

"எங்க ஜாதி தெரியும்ல . . ?"

"தெரியும் சார். முதலியார்."

"நீ . . . சரி, அவகிட்ட கேட்டுட்டியா?"

"முதல்ல உங்ககிட்டயும் ரஞ்சனி அம்மாகிட்டயும் அனுமதி கிடைச்சதுக்கு அப்புறம்தான் அவகிட்ட கேக்கலாம்னு இருக்கேன். முதல்ல உங்க சம்மதம் வேணும். எனக்கு எல்லோருடைய சம்மதம் கிடைச்சப் பிறகுதான் அவகிட்ட பேசப்போறேன்."

"உங்க அப்பா அம்மாகிட்ட கேட்டுட்டியா?"

"இல்லை சார். உங்க ரெண்டு பேர் சம்மதம் கிடைச்ச அப்புறம்தான் அப்பா – அம்மாகிட்ட கேக்கப்போறேன். இப்பவே கேட்டா, அவங்க குழம்பிடுவாங்க."

"ரொம்பத்தான் யோசிச்சு வெச்சிருக்கே. மீனாட்சி . . . மீனாட்சி . . !"

சிறிது நேரம் பொறுத்து, ரஞ்சனியின் தம்பிகளில் ஒருவன் வந்தான்.

"என்னன்னு அம்மா கேக்கச் சொல்லிச்சு."

"முக்கியமான விஷயம்னு சொல்லு. மீனாட்சி . . !"

ரஞ்சனியின் அம்மா வந்தாள்.

"என்னங்க?"

"நம்ம நீலகண்டன் ஒரு புது விஷயம் சொல்றான்."

"என்னது?"

சொல்லுப்பா. அவங்ககிட்டயே நேரா சொல்லு."

நீலகண்டன் எழுந்து நின்றான்.

"அம்மா ..."

"என்ன தம்பி?"

"நான் ரஞ்சனியைக் கல்யாணம் பண்ணிக்க உங்க சம்மதம் வேணும்."

"என்ன ... என்ன?"

"ரஞ்சனியை நான் கல்யாணம் பண்ணிக்கணும்."

"என்ன பேத்தறே? படிச்சுண்டு இருக்கீங்க, இப்பத்தான் டிகிரி கிளாஸ்ல சேர்ந்திருக்கீங்க. இப்போ கல்யாணம் பண்ணிண்டு என்ன பண்ணுவீங்க? குழந்தை பொறந்தா என்ன பண்ணுவீங்க? நிதானமாத்தான் இருக்கியா? அவ பணக்காரின்னு காதல் வந்துடுத்தா?"

சதாசிவம் குறுக்கிட்டார். "அப்படி எல்லாம் பேசாதே மீனாட்சி. அவன் சொல்லறதை முதல்ல கேளு."

"அம்மா, இப்போ கல்யாணம்தான் ஆகுமே தவிர, அவ உங்க வீட்லதான் இருப்பா; நான் எங்க வீட்ல இருப்பேன். நாள், கிழமைக்கு அவ எங்க வீட்டுக்கு வருவா; நாங்களும் உங்க வீட்டுக்கு வருவோம். பரீட்சை முடிஞ்சு நாங்க பாஸ் பண்ணி நான் வேலைக்குப் போகணும். எங்க அப்பா, எனக்கு எப்படியும் ரயில்வேயில வேலை வாங்கித் தருவார்."

"ரயில்வே எதுக்குத் தம்பி? நீ என்னோட சேர்ந்துட லாம்."

"இதுக்கு எல்லாம் அப்புறம்தான் அவ என் வீட்ல வந்து குடித்தனம் பண்ணுவா."

சதாசிவத்தின் மனைவி கேட்டாள்:

"ரஞ்சனியைக் கேட்டியா?"

"நீங்க எல்லாரும் 'சம்மதம்'னு சொன்ன அப்புறம்தான் அவகிட்ட பேசணும்."

"இதென்ன புதுசா இருக்கு? புத்தகத்துல படிக்கிற காதல் கதை மாதிரி இல்லையே!"

"அம்மா, உங்க எல்லோருடைய சம்மதத்தோடு தான் இந்தக் கல்யாணம் நடக்கணும். உங்க மனுஷாளுங்க எல்லாரும் வரணும். என் மனுஷாளுங்க ரொம்ப ஐதீகமா இருக்கிறவங்க, வர மாட்டாங்க. நாங்க ஜாதி, குலம், கோத்திரம் எல்லாம் பார்த்துக் கல்யாணம் பண்ணின அக்காவை, அந்த மனுஷன் தள்ளிவெச்சிருக்கான். அதுக்காக நான் சாதி விட்டு சாதி போறேன்னு இல்லை. உங்க சம்மதம், என் மனுஷாள்

எல்லோருடைய சம்மதத்தோடு தான் எனக்கும் ரஞ்சனிக்கும் கல்யாணம் நடக்கணும்."

"ரஞ்சனி ... ரஞ்சனி .. !"

ரஞ்சனி வரச் சிறிது நேரமாயிற்று. வந்தாள். பாவாடை மேலாக்கு அணிந்து இருந்ததில், அவள் பள்ளி மாணவி போல் இருந்தாள்.

மீனாட்சி அம்மாள் கேட்டாள், "ஏண்டி, இந்தப் பையனை எவ்வளவு நாளா தெரியும்?"

"நீலகண்டன்மா ... என் கிளாஸ்தான். ரெண்டு வருஷமா தினமும் பார்க்கிறவன்தான். இப்பதான் ஒரு வாரமாப் பார்க்கலை. காலேஜ் பக்கம் எல்லாம் ஒரே ரயட்ஸ், லட்டி சார்ஜ்னு இருக்கு. அதான் நாங்க யாருமே போகலை. ஆனா, காலேஜுக்கு முன்னாடியேகூட அவன் அக்காவைத் தெரியும்."

"யார் இவன்? அவன் வீட்டுக்குப் போயிருக்கியா?"

"போயிருக்கேன். ஏன் கேக்கறே?"

"அவன் வீட்டுக்கே போயிருக்கியா?"

"ஆமாம்மா. நீலகண்டனும் நம்ம வீட்டுக்கு நிறைய முறை வந்திருக்கானே? நம்ம பிரின்சிபால் கல்யாணிக்குட்டி அம்மாவை, நம்ம கார்ல அவன்தானே ஆஸ்பத்திரிக்கு அழைச்சுண்டு போனான்!"

"இதெல்லாம் எனக்குத் தெரியும். ஒழுங்கான பையன் தானா?"

"என்னம்மா திடீர்னு இப்படி எல்லாம் கேக்குறே? அவனை எல்லாருக்கும் பிடிக்கும். ஹைதராபாத் இன்ஸ்பெக்டர் ஜெனரல் பையன், இவனை அவன் வீட்டுக்கு அழைச்சுண்டு போய் அவன் அம்மாகிட்ட எல்லாம் காட்டியிருக்கான்."

"அவன் இப்ப எதுக்கு வந்திருக்கான் தெரியுமா?"

"தெரியாது."

"உன்னைக் கல்யாணம் கட்டிக்கணுமாம்."

ரஞ்சனிக்கு சிரிப்பு வந்தது.

"இதென்னம்மா இது ... நிஜமாவா?"

"ஆமாம் ... கேளு அவனை."

அவள் நீலகண்டனையே புன்னகையோடு ஒரு நிமிடம் பார்த்தாள்.

"ஏண்டா, நீலகண்டன் நிஜமாவா?"

நீலகண்டன் தலையை மட்டும் அசைத்தான்.

ரஞ்சனிக்குச் சிரிப்பு மீண்டும் பீரிட்டு வந்தது. பெற்றோர் முன்னிலையிலேயே அவன் கன்னத்தை லேசாகக் கிள்ளினாள். "ஏன்டா என்கிட்ட முன்னமே சொல்லலை?" என்றாள்.

அவள் பெற்றோரிடம், "நீங்க 'சரி'னா எனக்கும் சரி" என்றாள். மீண்டும் நீலகண்டனைப் பார்த்துப் புன்னகை புரிந்தபடி உள்ளே சென்றாள்.

சதாசிவத்தின் முகம் கருத்தது; மீனாட்சி திகைத்து நின்றாள்.

நீலகண்டன், "நான் சாயந்திரமா வரட்டுமா?" என்று கேட்டான்.

சதாசிவம், "பத்து நாள்... இல்லை இல்லை, ஒரு மாசம் பொறுத்து வாங்க" என்றார்.

அவர் ஏன் அவனிடம் பன்மையில் பதில் சொன்னார் என அவனுக்குத் தெரியவில்லை. நீலகண்டன், தன்னுடைய சைக்கிளை எடுத்துக்கொண்டு வீட்டுப்பக்கம் சென்றான். ஆரம்பத்தில் இருந்த சுமுகம் இப்போது மாறிவிட்டதுபோல தோன்றியது. ஒன்று நிச்சயம், ரஞ்சனிக்கு அவனைப் பிடித்திருக்கிறது. அது அவளுடைய பெற்றோருக்குப் பிடிக்கவில்லை.

அடுத்த வாரம் ஊர் சட்டம் – ஒழுங்கு நிலைமையில் முன்னேற்றம் இருந்தது. அவன் கல்லூரிக்குப் போக ஆரம்பித்தான். ரஞ்சனி வரவில்லை.

பற்களைக் கடித்துக்கொண்டு முப்பது நாட்கள் காத்திருந்தான். ஒருநாள்கூட அவள் வீட்டுப் பக்கம் போகவில்லை. ஒரு மாதம் கழித்து அவள் வீட்டுக்குப் போனான். ஜன்னல் எல்லாம் சாத்தியிருந்தன. வேலைக்காரர்கள்போல் இருந்த மூன்று நான்கு பேர் போர்டிகோவில் உட்கார்ந்துகொண்டு ஆடு புலி ஆட்டம் ஆடிக்கொண்டிருந்தார்கள்.

"வீட்ல யாரும் இல்லையா?" என்று நீலகண்டன் கேட்டான்.

"எல்லோரும் மெட்ராஸ் போயிருக்கிறார்கள்" என்று ஒருவன் சொன்னான்.

"எப்போ திரும்பி வருவாங்க?"

"'ஒரு மாசத்துல அய்யா வந்திடுவார்'னு சொன்னாங்க."

"மத்தவங்க?"

"தெரியலை. வந்தா எல்லோரும்தானே வருவாங்க? என்னமோ தெரியாது. அய்யா மட்டும்னுதான் சொன்னாங்க."

நீலகண்டன், கல்லூரியில் விசாரித்தான். ரஞ்சனி டி.சி. வாங்கிக்கொண்டு போய்விட்டதாகத் தெரிந்தது. அவள் கட்டியிருந்த பணத்தில் பாதியை. அவள் கொடுத்த முகவரிக்கு அனுப்பியிருக்கிறார்கள். பணம் திரும்பி வந்துவிட்டது.

எத்தனையோ நாட்கள், அவள் வீட்டுக்குப் போயிருக் கிறான்; அவள் அப்பாவுடன் பேசியிருக்கிறான். அவர் என்ன தொழில் செய்கிறார், எங்கு வணிகம் நடத்துகிறார் என்று தெரிந்துவைத்துக்கொள்ளவில்லை. கல்யாணிக்குட்டி அம்மாவிடம் விசாரித்தான். அவளைக் காலிசெய்யச்

சொல்லியிருக்கிறார்கள். வீட்டையே விற்கப்போகிறார்கள். அதற்குள் விற்றுவிட்டார்களோ, என்னவோ.

அந்த ஊரில் இரண்டே வங்கிகள். பிறர் கணக்கு விஷயங்களை ஒரு பையன் போய் விசாரித்தால் சொல்லி விடுவார்களா? அவனுடைய தந்தையின் நண்பர் ஒருவர் மூலம் விசாரித்தான். சதாசிவம், வீட்டை விற்று அந்தப் பணத்தை ஒரு வங்கியில் போட்டு, அந்தக் கணக்கையே முடித்துவிட்டார். அவர்களும் அவர் மெட்ராஸ் போயிருக்கிறார் என்றுதான் தெரிவித்திருக்கிறார்கள். 'ஐயோ, அவர்கள் ஊரில் இருந்தபோது அவர்களுடைய உறவினர்கள் யார் யார் என, பேச்சுவாக்கிலாவது தெரிந்து கொண்டிருக்கலாம். அதைச் செய்யவில்லையே' என வருந்தினான்.

நீலகண்டன், கல்லூரியிலேயே ரஞ்சனிக்கு நெருக்க மாக இருந்ததுபோல் தெரிந்த இந்திரகுமாரியைக் கேட்டான். அவள் வட இந்தியப் பெண். அவளுக்கு, ரஞ்சனி நினைவே இல்லை. அப்புறம் "இந்த வருஷம் பார்க்கவே இல்லையே!" என்றாள்.

"அவள் சொந்த விஷயம், உறவுக்காரர்கள் பற்றி எல்லாம் பேசிக்கொள்ள மாட்டீர்களா?"

"நானும் கேட்டது கிடையாது, அவளும் சொன்னது இல்லை."

"அப்புறம் என்னதான் பேசிக்கொள்வீர்கள்? நிறையச் சிரித்துச் சிரித்துப் பேசிக்கொள்வீர்களே!"

இந்திரகுமாரிக்குக் கோபம் வந்துவிட்டது. "இதெல்லாம் கேட்க நீ யார்? நான் பிரின்சிபாலிடம் உன்னைப் பற்றி ரிப்போர்ட் செய்வேன்."

நீலகண்டனுக்கு வியப்பாக இருந்தது. இரண்டு ஆண்டுகள் இந்திரகுமாரியும் அவனைக் கவனித்திருப்பாள். கல்லூரி விழா ஒன்றில் அவன் ஒரு பாட்டு பாட, அதன் பிறகு அவள் சிதார் வாசித்தாள். கல்லூரிப் பையன்கள் அவளை வாசிக்கவே விடாமல் கிண்டலடித்தார்கள். நீலகண்டன்தான் அவளிடம் சென்று எதையும் லட்சியம் செய்யாமல் வாசிக்கச் சொன்னான். அந்த விழா முடிந்த பிறகு அவளே அவனிடம் வந்து, "உனக்கு நான் நன்றிக்கடன் பட்டிருக்கிறேன்" என்று சொல்லியிருக்கிறாள்.

ரஞ்சனிக்கு உறவுக்காரர்கள் இருக்கக்கூடும் என்ற இடங்களில் விசாரித்தான். பலருக்கு அவன் சொன்ன அடையாளங்கள் புரியவே இல்லை.

அவர்கள் ரஞ்சனியை ரஞ்சனாக்கி, "அப்படி ஒரு பையன் எனக்குத் தெரிஞ்சு இல்லையேப்பா!" என்றார்கள்.

அவர்கள் இருந்த ஊரில் பெரிய பங்களாவில் வசித்து, ஊரிலேயே மிகப்பெரிய கார் வைத்திருந்தவர்கள். அடையாளமே இல்லாது மறைந்துவிட்டார்கள். இந்தச் சின்ன ஊரிலேயே தேடிக் கண்டுபிடிக்க முடியாதபோது, மெட்ராஸ் போன்ற மிகப்பெரிய நகரில் எப்படிக் கண்டுபிடிக்க முடியும்?

நாட்கள் சென்றுகொண்டே இருந்தன. ஒருநாள் அவன் அப்பா, "என்னோடு கொஞ்சம் ஹாஸ்பிட்டல் வா" என்றார்.

அன்று ஹாஸ்பிட்டல் போன அப்பா, உயிரோடு திரும்பி வரவில்லை. நீலகண்டன், அம்மா மற்றும் உடன் பிறந்தோருடன் ஊருக்குச் சற்று வெளியே குடிபோனான். வீட்டுக்கு, மின் இணைப்பு கிடையாது. ஆனால், விசேஷ மான தண்ணீர் கொண்ட கிணறு. நீலகண்டனுக்கு மூன்று சின்னச் சின்ன உத்தியோகங்கள். மாடு, கன்றுடன் வாழ்க்கை சீராகப் போய்க்கொண்டிருந்தது. ரஞ்சனி யின் நினைவு தூங்கவிடாமல் செய்தது. எவ்வளவு எளிதாக ரஞ்சனியின் பெற்றோர் அவனைத் தோற்கடித்து விட்டார்கள்? இல்லை, அவர்களும் பெரிய விலை கொடுத்திருக்கிறார்கள். எவ்வளவோ ஆண்டுகள் அவர்கள் வாழ்ந்துவந்த ஊரையும் வீட்டையும் துறந்திருக்கிறார்கள்.

ரஞ்சனியும் துடிதுடித்துப்போயிருப்பாள். அவளும் அவனை நினைத்துக் கண்ணீர் விட்டிருப்பாள். பெற்றோர் எதிரிலேயே ஓர் இளைஞன் கன்னத்தில் செல்லமாகக் கிள்ளிவிட்டுப் போனவளுக்கு, அவன் மீது எவ்வளவு பாசம் இருந்திருக்க வேண்டும்!

வழக்கம்போல நீலகண்டன் இரவில் ஒரு பெரிய மைதானத்துக்குப் போய், உரக்கக் கத்தி அழுதான். இதற்குள் அவளுக்குக் கல்யாணம் நடந்திருக்கக்கூடும். அவள் கணவன் அவளைக் 'கறுப்பி' என வேதனையூட்டிக் கொண்டிருக்கக்கூடும். அந்த எண்ணம், அவனைப் பித்துப் பிடிக்கவைப்பதாக இருந்தது. அவன் கைகால்களை உதறிக்கொண்டு கதறினான். அவள் இன்று மாயமாகி விட்டாலும் என்றாவது அவன் முன் நிற்பாள் என்ற நம்பிக்கை, அவனை தற்கொலை பற்றி நினைக்கவிடவில்லை.

மூன்று ஆண்டுகள் முழுதாக முடிந்துவிட்டன. ஒருநாள் பளபளவென்ற உறையில் அவனுக்கு மெட்ராஸில் இருந்து ஒரு கடிதம் வந்தது.

அவனுக்கு, அவனுடைய அப்பாவின் சிநேகிதர்கள் அனைவரையும் தெரியும்; இந்த மெட்ராஸ் நண்பரையும் தெரியும். அவனுடைய அப்பாவின் மரணத்தைத் தெரிவித்து, அவன் உறவினர், அப்பாவின் நண்பர்கள் என முப்பது பேருக்குத் தபால் அட்டையில் தகவல் தெரிவித்திருந்தான். பலர் நேரில் வந்து அவனையும் அவன் அம்மாவையும் துக்கம் விசாரித்தார்கள். சிலர், அப்பா அவர்களுக்குக் கைமாத்தாகக் கொடுத்தது என்று பத்து இருபது ரூபாயைக் கொடுத்தார்கள். வெளியூர்களில் இருந்தவர்கள், பதில் கடிதம் போட்டார்கள். அவர்கள் தப்புத் தப்பாக முகவரி எழுதிய கடிதங்கள் அனைத்தும் வந்து சேர்ந்தன. ஒருவரிடமிருந்து மட்டும் தகவல் ஏதும் இல்லை. இப்போது வந்த கடிதம் அவருடையது. விஷயம் இதுதான். 'மெட்ராஸுக்கு வா. உனக்கு நான் வேலை தருகிறேன்.'

மெட்ராஸ்! ரஞ்சனி இருக்கக்கூடிய நகரம். ஆனால், இத்தனை ஆண்டுகளில் அவளுடைய வாழ்க்கையில் எவ்வளவோ மாறுதல்கள்

நடந்திருக்கலாம். கல்யாணம் நடந்து, குழந்தைகள் இருக்கலாம். அவர்களின் பூர்வீகத்தை அவன் கேட்டுத் தெரிந்துகொள்ளவில்லை. ஆனால், மெட்ராஸ் மாதிரி நகரங்களுக்குச் சென்றவர்கள் அவர்களாக வேறு இடம் போவார்களா?

அவனுடைய தந்தையுடன் அவன் அநேகமாக வருடம் ஒருமுறை மெட்ராஸ் போயிருக்கிறான். ஒருமுறை அவருடைய நண்பரைப் பார்க்க ஓர் இடம் அழைத்துச் சென்றார். அது சிந்தாதிரிப்பேட்டை. அங்கு வசித்தவர்கள் எல்லோரும் முதலியார்கள். அப்பா பார்க்கச் சென்றதே ஒரு முதலியாரைத்தான். நாட்டு டாக்டர். அந்தத் தெருவுக்கே அவர் பெயரைத்தான் வைத்திருந்தனர். அவர், அவனுடைய அப்பாவை எவ்வளவு வாஞ்சையோடு வரவேற்றார்! மனைவியை விசேஷமாக தோசை செய்யச் சொன்னார். அந்த அம்மாள் அப்பாவிடம் சொன்னாள், "இதில் நிறைய வெந்தயம் போட்டிருக்குங்க. ருசியாவும் இருக்கும்... உடம்புக்கும் நல்லது."

டாக்டர் நண்பர் அப்பாவிடம் சொன்னார், "டவுனுக்குப் போனா ஒரு துலாம் புனுகு வாங்கி, தம்பி பருவுக்குத் தடவு."

நீலகண்டனிடம் கேட்டார், "ஏன் தம்பி, நீ கோவணம் கட்டுவதுண்டா? முதல்ல அரைஞாண்கயிறு கட்டிக்க. அப்புறம் கோவணம். தினமும் குளிக்கிறதுக்கு முன்னாடி, உன் கோவணத்தாலே முகத்தைத் தொடைச்சுக்க. அதுக்கு அப்புறம்தான் கோவணத்தை நனைக்கணும்."

மெட்ராஸ் போனால் அவரைப் போய்க் கேட்கலாம்...

இரு நாட்களுக்குப் பிறகு நீலகண்டன் மெட்ராஸுக்கு ரயில் ஏறினான்.

அப்பாவின் நண்பர் ஒரு வேகத்தில் கடிதம் எழுதி விட்டாரே தவிர, நீலகண்டனுக்கு என்ன வேலை தருவது என்ற முடிவுக்கு அவரால் வர முடியவில்லை. அவனிடம் நூறு ரூபாய் கொடுத்துவிட்டு, "நீ உன் காரியங்கள் எல்லாம் முடிக்கப் பார். நான் ஓரிரு மாதங்களில் தகவல் தருகிறேன்" என்றார்.

அவர் வீட்டில் இருந்து அவனாகத் தட்டுத் தடுமாறி சிந்தாதிரிப்பேட்டை சென்றான். அவன் கடைசியாக மெட்ராஸ் வந்து மூன்று ஆண்டுகள் முடிந்து, நகரில் பல மாற்றங்கள் நிகழ்ந்திருந்தன. ஆனால், சிந்தாதிரிப்பேட்டை பழையபடிதான் இருந்தது. அப்பாவின் நாட்டு வைத்திய நண்பர் இறந்துவிட்டிருந்தார். ஆனால், அவருடைய மனைவி நீலகண்டனை அடையாளம் கண்டுகொண்டுவிட்டாள். அவளிடம் சதாசிவம் பற்றி விசாரித்தான்.

அவள் சொன்னாள், "நீ சொல்றதைப் பாத்தா, அவங்க வசதிப்பட்டவங்கன்னு தெரியுது. அவங்க இந்த மாதிரி இடத்துக்கு வர மாட்டாங்க. நீ புரசைவாக்கம், வேப்பேரி, கீழ்ப்பாக்கம் மாதிரியான இடத்துல விசாரிச்சுப் பாரு. என்ன விஷயம் தம்பி?"

"எனக்கு அந்த வீட்டுல எல்லாரையும் நன்னாத் தெரியும். திடீர்னு எங்கிட்ட சொல்லிக்காம மெட்ராஸ் வந்துட்டா."

“விசாரிச்சுப் பாரு. நீ சொல்றதைப் பாத்தா இப்ப அவங்களே சரியான மெட்ராஸ்காரங்களா ஆகிருப்பாங்க.”

அவன் ஊர் திரும்பி, மெட்ராஸில் குடிபோக ஆயத்தங்கள் செய்ய ஆரம்பித்தான். இரு மாதங்களில் அப்பாவின் நண்பரிடம் இருந்து கடிதம் வந்தது. பதினைந்து நாட்களில் அவன் சென்னைவாசியாகிவிட்டான்.

முதலில் சென்னையில் இருந்த அவன் உறவினர்களை ஒவ்வொருவராகப் பார்த்தான். பேச்சோடு பேச்சாக ‘சதாசிவ முதலியார் என்று அவர்களுக்குத் தெரிந்தவர் யாராவது இருக்கிறாரா?’ என்று விசாரித்தான். ஒருவர் சொன்னார், “இன்கம்டாக்ஸ் ஆபீஸில் எனக்குத் தெரிந்த ஒரு பையனின் தகப்பனார் பெயர் சதாசிவம். அவர்கள் முதலியாரா என எனக்குத் தெரியாது. அந்த ஆபீஸ் நுங்கம்பாக்கம் ஹைரோட்டில் ஒரு அரண்மனையில் இருக்கும். நீ வேண்டுமானால் விசாரித்துப்பார்.”

“உண்மை. ஆனால், அவர் வேறு சதாசிவம்.”

நீலகண்டன், தன்னுடைய அக்காவை அழைத்துக் கொண்டு, தண்டையார்பேட்டையில் இருந்த அவளுடைய கணவன் வீட்டில் கொண்டுவிட, அவளுடைய துணிமணிகள் கொண்ட பெட்டியோடு சென்றான். அனுபவம் இன்மையால் ரயிலில் சென்று, அங்கு இருந்து நடத்தி அழைத்துப் போனான்.

அந்த அயோக்கியன், பெட்டியைத் தெருவில் வீசி எறிந்து, அக்கா–தம்பியை வெளியே தள்ளிக் கதவைத் தாழிட்டுக்கொண்டான். வேறு வழியே தெரியாமல் அவனுடைய ஒரு நண்பனின் வக்கீல் தந்தையுடன் வழக்கு போட்டான். மாதம் தவறாமல் ஈரங்கி இருக்கும். அக்காவும் தம்பியுமாக நின்றுகொண்டே இருப்பார்கள். அக்கா பெயர் கூப்பிடும்போது இருவரும் சாட்சிக் கூண்டு அருகே ஓடுவார்கள். “வக்கீல் வர மாட்டார். அம்மாவுக்கு உடல்நிலை சரியில்லை. புரசைவாக்கம் டாணா தெருவில் உள்ள டாக்டரிடம் அழைத்துப் போ” என்றார்கள். டாக்டர், நீலகண்டனிடம் சொன்னார், “உங்க அம்மாவுக்கு ரெண்டு பெரிய கம்ப்ளைன்ட். ஒண்ணு, தைராய்டு. ரெண்டாவது ஹார்ட். சாதாரணமா நீங்க செய்யக்கூடிய வைத்தியத்திலே ஒரு வருஷம் தாண்டினா பெரிய காரியம். அவ நீ கல்யாணம் பண்ணிக்கணும்றா. பெரிய பிள்ளையா அதை நிறைவேத்தி வை.”

அவன் சென்னைக்கு வந்த பதினோராவது ஆண்டு அவனுக்குக் கல்யாணம் ஆயிற்று. அடுத்த வருடம் அவனுடைய அம்மா காலமானாள். அடுத்த ஆண்டு அவன் வேலையை ராஜினாமா செய்தான். சின்னச் சின்ன வேலைகள். ஒன்றடுத்து ஒன்று. அவனுடைய மகன் அவனாகப் படித்து ஒரு வேலையில் சேர்ந்து நல்ல பெயர் எடுத்தான். அவன் வேலை பார்த்த இடத்திலேயே கார் கொடுத்தார்கள். மகள் பட்டப்படிப்புப் படித்து சி.ஏ.வும் முடித்துவிட்டாள். மகன், மகள் இருவருக்கும் கல்யாணம் செய்ய வேண்டும்.

இப்போது எல்லாம் நீலகண்டன், சதாசிவம் பற்றி விசாரிப்பது இல்லை. இந்த 35, 40 ஆண்டுகளில் அவர் இறந்திருப்பார். அவர் மனைவி இருக்கலாம். பெரிய சொத்தை நிர்வகித்துக்கொண்டு நிறையக் குழந்தைகளுடன் ரஞ்சனி ஒரு சாம்ராஜ்ஜியம் நடத்திக் கொண்டிருப்பாள்.

நீலகண்டனுக்கு அறுபது வயது முடிந்ததைக் கொண்டாட வேண்டும் என்று மகனும் மகளும் விரும்பினார்கள். நீலகண்டனுக்கு நூறு வயதான களைப்பு. அவனுடைய தம்பி மற்றும் அனைத்து சகோதரிகளும் இறந்துவிட்டார்கள். அவனுக்கு மட்டும் முடிவு வரவில்லை. எப்போதாவது அவன் இளமையில் வாழ்ந்த ஊர்த் தகவல்கள் வரும். அவனுடைய இந்து, முஸ்லிம் நண்பர்கள் பலர் இறந்துவிட்டார்கள். கரும்பாக இனித்த கிணறைத் தூர்த்து அடுக்குமாடி வீடு வந்து விட்டதாக ஒருவர் சொன்னார். அந்த இடமே பெரும் செல்வந்தர் குடியிருப்பாக மாறிவிட்டது. அவனுடைய பெற்றோர் முகங்கள்கூட மறந்துவிட்டன. அவனுடைய முகத்தையும் கற்பனை செய்துகொள்ள முடியவில்லை. முகச்சவரம் செய்துகொள்ளும்போது முகம் தெரிவது இல்லை. கண்ணாடியை என்றோ ஒருநாள் தனியாகப் பார்த்துக்கொண்டால் அது வேறு யார் முகம் போல இருக்கும். ஏன் முகம்கூட இல்லாததுபோல் ஆகிவிடுகிறது? எண் சாண் உடம்புக்கு சிரசே பிரதானம் என்று யாரோ சொல்லியிருக்கிறார். சிரசு, முகத்தைக் கொண்டது இல்லையோ?

அறுபது ஆண்டு பூர்த்தி விருந்துக்கு வந்த ஒருவர், நீலகண்டனிடம் இறந்த அவன் சகோதரி பெயர் கேட்டார்.

நீலகண்டன், "எதற்கு?" என்று கேட்டான்.

"என் பக்கத்து பங்களாவுல பெரியவங்களும் குழந்தை களும் கலந்த இருபது பேர் இருக்காங்க. ஒரு அம்மா மட்டும் கொஞ்சம் வயதானவங்க. யாரையாவது பார்த்தா இதைக் கேப்பா. உங்க அக்கா பேர், அவங்க விசாரிக்கிற பேரா இருக்கு."

இரண்டு நாட்கள் கழித்து அவர், "சார், ஒருநாள் எங்க வீட்டுக்கு வர்றீங்களா? அந்த அம்மாகிட்ட நீங்களே சொல்லிடலாம்" என்றார்.

"பார்க்கலாம்."

"கட்டாயம் வாங்க சார். அந்த அம்மா பரபரத்துப் போயிட்டாங்க."

"அப்ப அவங்களே வரலாமே?"

"அவங்களைப் பார்த்தா நீங்க இப்படிச் சொல்ல மாட்டீங்க."

அடுத்த ஞாயிறு அன்று, அந்த மனிதர் வீட்டை நீலகண்டன் தேடிப் போனான். அந்தச் சாலையில், நாட்டு ஜனாதிபதிகளில் ஒருவரின் மாளிகை இருந்தது. அவர் மெட்ராஸில் இருந்தபோது ஒரு பெரிய கோஷ்டியோடு நீலகண்டனே ஒரு மகஜர் கொடுக்கப் போயிருந்தான்.

அவன், தேடிப் போனவர் வீட்டைக் கண்டுபிடித்து விட்டான். அது, அந்தச் சாலையில் ஒரு குத்துச்சந்தில் இருந்தது. அவர் தேகப்பயிற்சிக்காகக் கடற்கரைக்குப் போயிருந்தார். நீலகண்டனை நீண்ட நேரம் காத்திருக்க வைத்துவிட்டார். இந்த வயதில் இவ்வளவு நீண்ட நேர உடற்பயிற்சி!

கடைசியாக, பத்து மணிக்கு வந்தார். வந்தவர், "என்ன . . . காலங்கார்த்தாலேயே வந்திட்டீங்க?" என்றார்.

"நீங்க 'கட்டாயம் வாங்க'னு சொன்னது னாலேயே வந்தேன். நான் வந்தப்போ மணி ஒன்பது. நான் வந்தது தப்பு. நான் போறேன்."

"கோவிச்சுக்காதீங்க சார். இவ்வளவு தூரம் வந்து நீங்க போயிட்டீங்கன்னு அவங்களுக்குத் தெரிஞ்சா, ரொம்ப வருத்தப்படுவாங்க. இதோ ரெண்டு நிமிஷத்துல வந்துடுறேன்."

அவர் குளித்து, தலைவாரி வேறு ஷர்ட் போட்டுக் கொண்டு வர இன்னும் கால் மணி நேரம் ஆயிற்று.

"வாங்க சார்" என்று சொல்லி எதிர்வீட்டுக்குப் போனார்.

"ராமலிங்கம்!" என்று கூப்பிட்டார்.

ஒரு பையன் வந்து, "அப்பா, கிளப்புக்குப் போயிருக்கார்" என்றான்.

"அவரைக்கூடப் பார்க்க வேண்டாம். உங்க அத்தைப் பாட்டியைப் பார்க்கணும்."

அது பெரிய பங்களா. பழங்கால வீடு. மூன்று பக்கங் களில் வாசற்படிகள் இருந்தன. ஒவ்வொரு வாசற்படிக்கும் வராண்டா, போர்ட்டிகோ. தரைக்கு சிவப்பு ஆக்ஸைடு போட்டுப் பளபளவென இருந்தது. உண்மையில் சிறுவனின் அத்தைப் பாட்டி இருந்த இடம்தான் முன்புறம். நேர் எதிரே சாலை.

"பாட்டி!" என்று பையன் அழைத்தான். வயதான அம்மாள் உள்ளே இருந்து வந்து "வாங்க" என்றாள்.

பக்கத்து வீட்டுக்காரர், "நான் சொன்னவர் இவர்தான். இவர் அக்கா பெயர் சாந்தியாம்."

நீலகண்டன் சொன்னான், "என் அக்கா பேர் சாந்தி. ஆனா, அவ போன வருஷம் போயிட்டா."

"நீங்க சாந்தியக்கா தம்பி?"

"ஆமாம்."

"நீலகண்டன்."

"ஆமாம்."

"நீலகண்டன், என்னை அடையாளம் தெரியலை யாடா?" அந்த அம்மாள் அலறினாள்.

"ரஞ்சனி!"

நொடிப்பொழுதில் அந்த அம்மாள் நீலகண்டனைக் கட்டிக்கொண்டு விம்மி விம்மி அழுதாள் . . . கதறினாள். "என்னை விட்டுட்டு எங்கேடா போயிட்டே? என்னைத் தனியா விட்டுட்டுப் போயிட்டியேடா! உனக்கு எத்தனை கடுதாசி போட்டேன். எல்லாமே திரும்பி வந்துட்டுதேடா.

அப்பாவும் அவர் சாகுறதுக்கு முந்தின வருஷம் அங்கே வந்து விசாரிச்சிருக்கார். எங்கெங்கையோ தேடி விசாரிச்சார். நீ மெட்ராஸ் போயிட்டதா சொன்னாங்களாம். ஏண்டா, நீ இவ்வளவு வருஷம் இந்த ஊர்லேதான் இருந்தியா? இவ்வளவு நாள் எங்கே ஒளிஞ்சிண்டு இருந்தேடா?"

"ரஞ்சனி. நான் எங்கேயும் ஒளிஞ்சிண்டு இல்லை. உங்க அப்பா 'முப்பது நாள் கழிச்சு வா'னு சொன்னதை நம்பினேன்."

"அதுக்காக, நடுவுல ஒருநாள் வரக் கூடாதா? நான் அப்பவே உன்கூட வந்திருப்பேனே? எங்க அப்பா நீ வந்து போனதுல பயந்துபோயிட்டார். ஏதோ அர்த்தமே இல்லாத கிலி. அவர் கம்பெனியில் அவர் டைரக்டர். உடனே மெட்ராஸ் டிரான்ஸ்ஃபர் வாங்கிண்டார்."

"என்ன கம்பெனி?"

"கிரைஸ்லர் இண்டியா. எங்க மூணு பேருக்கும் அவரே போய் டி.சி. வாங்கிண்டு வந்தார். வீட்டை வெஸ்லி கில்ட்காரங்க ரொம்ப நாளாவே கேட்டிண்டிருந்தாங்க. அதை வித்திட்டு உடனே இங்கே வாங்கினார்."

"எல்லாம் நன்னா இருக்கிறபோ, நாம எவ்வளவோ காரியங்களைச் செய்யாம இருந்திடுறோம். எனக்கு, உங்க அப்பா என்ன கம்பெனின்னு தெரியாது; உங்க உறவுக்காரங்க தெரியாது. அங்கே மூணு வருஷம் தேடினேன். அப்புறம் இங்கே வந்து பத்து வருஷம் வீதி வீதியா வீடு வீடாத் தேடினேன். முதலியார்னு பேர் இருந்தா, ஒரு தடவைக்கு ரெண்டு தடவையா விசாரித்தேன். முருகேச முதலியார் என்ற ஒருவர் என்னை 'ஏன்... எதற்கு?'னு கேட்டார். ஏதோ அவரிடம் சொல்லணும்னு தோணித்து. அவர் சொன்னார், யூ ஆர் அ பார்ன் லூஸர் *(You are a born loser.)*. நிறையப் பேர், அவங்க உங்களுக்கு வீடு பிடிச்சுத் தந்த மாதிரி கீழ்ப்பாக்கம்னாங்க."

"என்ன சாப்பிடுறே நீலகண்டன்? காபி வேண்டாம். சாப்பிட்டுடு. உன்னோட வந்திருந்தவரைக் கவனிக்கவே இல்லை."

ரஞ்சனி, நீலகண்டனைக் கட்டிக்கொண்டு அழ ஆரம்பித்தவுடனேயே அவர் நழுவிவிட்டார். சின்னப் பையன் அவன் வீட்டில் சொல்லி, அங்கிருந்து இரண்டு பேர் வந்துவிட்டார்கள்.

"என்ன ஆச்சு அத்தை? நீ ஒன்னு அழுதாயாம்!"

"இதெல்லாம் உங்களுக்கு வேண்டாம். போங்க எல்லாரும்." அவள் கோபத்தைக் கண்டு அவர்கள் பயந்த மாதிரி இருந்தது.

"உம் . . ."

அவர்கள் போய்விட்டார்கள்.

"நீலகண்டன். இனிமே இதுதான் உன் வீடு. நான் என் கையாலே உனக்குப் பிடிச்சதை எல்லாம் சமைச்சுப் போடுறேன். ஏன் நின்னுண்டே இருக்கே? உக்காரு. இல்லை, வீட்டைப் பார்க்கிறியா? முதல்ல முழு

வீட்லயும் நான் இருந்தேன். தம்பிங்க ரெண்டு பேருக்கும் கல்யாணம் ஆன உடனே அவங்களைத் தனித்தனியா வெச்சேன். ஏண்டா, நான் செய்தது சரிதானே?"

"நீ செய்றது சரியாத்தான் இருக்கும் ரஞ்சனி."

"அப்பாடா, இன்னொரு தரம் என் பேரைச் சொல்லிட்டே. உன்னைக் கொண்டுவந்த மனுஷனை எங்கே பிடிச்சே? நல்ல சுபாவம் இல்லை. இத்தனை வயசாறது, இன்னும் பெண்டாட்டியை அடிக்கிறான். இவனை எங்கே பிடிச்சே?"

"என் மகன், மகள் ரெண்டு பேரும் எனக்கு அறுபது வருஷக் கல்யாணம் பண்ணினாங்க. இவர் என் பையன் கீழே வேலை பார்க்கிறார்."

"உனக்கு ஒரு மகன், ஒரு மகளா?"

"ஆமாம். உனக்கு?"

"எனக்கா ..." என்று ரஞ்சனி இழுத்தாள்.

"இங்கே ஏகப்பட்ட பையங்க, பெண்களைப் பார்த்தேன்."

"எனக்கு குழந்தை இல்லை நீலகண்டா."

"ஏன் ... ஏதாவது டாக்டரைப் பார்க்கலையா?"

ரஞ்சனி சிறிது நேரம் பேசாமல் இருந்தாள்.

"என்ன, ரஞ்சனி?"

ரஞ்சனி கண்களில் இருந்து தாரைதாரையாக நீர் வழிந்தது.

"எனக்கு உன்னோட ஆன கல்யாணம்தான்டா."

"ஐயோ ... ஏன்? உன் அப்பா – அம்மா ..."

"இல்லைடா. என் அம்மாவாவது அப்பப்போ 'அவன் இல்லைன்னா என்னாச்சு? வேறே எவ்வளவோ நல்ல பையங்க இருக்காங்க'னு சொல்வாங்க. நீலகண்டன், நான் உன்னை அன்னிக்கே கல்யாணம் பண்ணிண்டுட்டேனே. மறுபடியும் எப்படிடா வேறே யாரையோ தொட முடியும்? அதை அப்பா புரிஞ்சுண்டுட்டாரு. 'துரோகம் பண்ணிட்டேன்டி ரஞ்சனி. உனக்கும் அந்தப் பையனுக்கும் துரோகம் பண்ணிட்டேன்'னு புலம்பிண்டே உயிரை விட்டார்.

"நான் உன் பேரைச் சொல்லி தேடினா, நீ ஏதோ திருடிண்டு போயிட்டேன்னு நினைப்பாங்க. அதான் உங்க அக்கா பேர் சொல்லித் தேடச் சொன்னேன். உக்காருடா. தட்டு போடுறேன். முதல்ல சாப்பிடு. உன்னை எப்படி எல்லாம் தேடினேன் தெரியுமா? யார் யாரையோ விசாரிச்சேன்! இந்திரகுமாரியைக்கூடக் கேட்டேன்."

"நானும் அவளைக் கேட்டேன் ரஞ்சனி. அவ 'பிரின்சிபால்கிட்ட ரிப்போர்ட் பண்ணுவேன்'னு சொன்னா."

"அவளுக்கு ரொம்ப டிஸ்டர்ப்ட் மைண்ட். அவ புருஷனுக்கு ஏகப்பட்ட கூத்தியாளுங்களாம். அவ ராஜ்புத். ஆனா, நீயும்தான் ஏமாத்தித்தினேடா. நீயும் துரோகம் பண்ணிட்டே. ஏன்டா, நீ நிஜமாவே உங்க அம்மாவுக்காகவா கல்யாணம் பண்ணிண்டே? உங்க அம்மா உயிரைக் காப்பாத்திட்டியா? எல்லாம் சாக்குப்போக்குடா. சரி, முதல்ல சாப்பிடு. இது உங்க அம்மா சமையல் இல்லை. நாற்பது வருஷம் உனக்காகவே காத்திண்டிருந்த பைத்தியக்காரி சமையல்."

நீலகண்டன் சாப்பிட்டான். அது ரஞ்சனி சமையல் அல்ல. ஒரு சமையக்கார அம்மா சமைத்தது. அவனுக்கு சற்றும் பிடிக்காத பூண்டைத் தாராளமாகப் பயன் படுத்தியது. இனி ரஞ்சனியோடு வாழவேண்டும் என்றால், பூண்டைச் சகித்துக்கொள்ளக் கற்றுக்கொள்ள வேண்டும். சதாசிவத்தைப் பார்த்த தினமே அவளை வீட்டுக்கு அழைத்து வந்திருக்க வேண்டும்.

ரஞ்சனி, பெருமையோடும் மிகுந்த அன்போடும் ஒவ்வொன்றையும் பரிமாறினாள். அவனுக்கு அடிக்கடி கண்ணீர் வந்தது. அவள் வரை அவன்தான் அவளுடைய கணவன். இந்தக் கணவன்-மனைவி உறவுதான் எவ்வளவு விசித்திரமானது! சீதை ஒரு வருடம் ராமனுக்குக் காத்திருந்தாள்; ரஞ்சனி நாற்பது வருடங்கள் காத்திருக்கிறாள்!

"உன் மகன், மகள் பெரியவங்க. அவங்க வாழ்க்கையை அவங்க பார்த்துப்பாங்க. நீ உன் பெண்டாட்டியை அழைத்துக்கிட்டு இங்கே வந்துடு."

"ரஞ்சனி, நாம செய்யவேண்டிய எவ்வளவோ விஷயங்களை இந்த 40, 50 வருஷங்கள்ல செய்யலை. நீயும் யோசி. நானும் யோசிக்கிறேன். இப்போ நாம ரெண்டு பேரும் அறுபது வயதுக் கிழவங்க. இப்போ போய்த் தடுமாறக் கூடாது. நீ சொன்னது நிஜம்தான் ரஞ்சனி. நான் உனக்கு துரோகம் பண்ணிட்டேன். அப்போ தெரியலை, ரொம்பப் பெரிய துரோகம். எனக்கு உன் முன்னாடி நிக்கிறதுக்கு வெட்கமாயிருக்கு."

ரஞ்சனி மீண்டும் அவனைக் கட்டிக்கொண்டு விம்மினாள். கதவு திறந்து இருந்தது. சாலையில் இருந்து கூட அவர்களைப் பார்க்க முடியும். அவளுடைய தம்பிகளின் குடும்பத்தினர் இப்போது ஒட்டுக்கேட்டுக் கொண்டிருப்பார்கள். ஆனால், ரஞ்சனிக்கு எதுவும் ஒரு பொருட்டு அல்ல. அவள் வருஷக்கணக்கில் காத்திருந்தவன் வந்துவிட்டான்!

"ரஞ்சனி, நான் இப்போ போகணும்."

"உன் அட்ரஸ் எழுதிக் குடுடா. நான் காரை அனுப்புறேன். இன்னிக்கு டிரைவர் லீவு. வேற டிரைவருக்கு ஏற்பாடு பண்றேன்."

"வேண்டாம் ரஞ்சனி. நான் கொஞ்சம் தனியா இருக்கணும். என் அட்ரஸ் இதோ. இது என் மகன் விசிட்டிங் கார்டு. நான் அவனோடுதான் இருக்கேன்."

"நாளைக்கு நானே வர்றேன்டா. அவங்க எல்லாருக்கும் வேட்டி – சேலை வாங்கிண்டு வர்றேன்."

நீலகண்டன் சாலைக்கு வந்தான். உச்சி வெயில் சுளீரென அடித்துக்கொண்டிருந்தது. வலதுபுறம் நகரம், அவன் வீடு, அவன் மனைவி, அவன் குடும்பம். இடதுபுறம் எல்லா துரோகங்களையும் கழுவக்கூடிய நீலக்கடல். எவ்வளவு பொருத்தம்... நீலகண்டன், நீலக்கடல். நீலகண்டன் கடற்பக்கம் போனான்!

ஆனந்த விகடன், 2016

நிழலும் அசலும்

"மாஃப் கர்னா தோஸ்த்" என்று சொல்லியபடியே மஸூத் அலிகான் என் பக்கத்தில் இடுக்கிக்கொண்டு உட்கார்ந்தான். நான் அவனைத் தவிர்க்கவே இரண்டாம் வரிசையில் ஒரு கோடியில் உட்கார்ந்திருந்தேன். அப்படியும் அவன் என்னை விடவில்லை.

"மஸூத், நீ இங்கே உட்கார்ந்தால் பின்னாலிருப்பவர்கள் புரஃபஸரைப் பார்க்க முடியாது. நீ கடைசி வரிசைக்கே போய் விடு." மஸூத் ஆறரை அடி உயரம்.

"தோஸ்த், அவங்க புரஃபஸரை எதுக்குப் பாக்கணும்? கேட்டாப் போதாதா?"

"சரி, நான் பழைய இடத்திலேயே உக்கார்றேன்."

"ரொம்பக் கோபமா இருக்கே, தோஸ்த். ஆமாம், நீ எப்போ எம்.எல்.ஏ. ஆனே?" யாராவது மடிப்புத் தொப்பி அணிந்திருந்தால் அவன் மஸூதுக்கு எம்.எல்.ஏ.வாகத் தெரிவான். என் தலைத் தொப்பியைத் தூக்கிப் பார்த்தான். தலை காயம் தெரிய வேண்டாம் என்று தொப்பியைப் போட்டுக்கொண்டிருந்தேன். பெரிய காயம்.

"என்ன தோஸ்த். நான் ஓடி வந்து சொன்னேனே, அந்த சத்யாக்ரஹாவுக்குப் போகாதே, போகாதேன்னு. நல்ல அடியா?"

"ஆறு தையல்."

"நான் உனக்காகத்தான் அன்னிக்கு அவ்வளவு சீக்கிரம் வந்தேன். நீ அந்த ஊர்வலத்துக்குப் போயிருக்கக்கூடாது. முதல் ஊர்வலத்தை வார்னிங் கொடுத்துப் போகச் சொன்னாங்க. இரண்டாவது லாட்டி சார்ஜ். மூணாவது இருந்தா ஃபைரிங். நல்ல வேளை, இல்லை."

"புரஃபஃசர் வந்துட்டார்."

"தையல் என்னிக்குப் பிரிக்கிறாங்க?"

"ஒரு வாரம் ஆகும்."

அதற்குள் மாணிக்கம் புரஃபசர் எங்களைப் பார்த்து விட்டார். "நீங்க ஏன் சேந்து சேந்து உக்கார்றீங்க?" என்று கேட்டுவிட்டு என்னை முதல் வரிசையில் உட்காரச் சொன்னார். அதற்குள் எங்கிருந்தோ 'பீம்!' என்ற சத்தம் கேட்டது.

"மஸூத் அலிகான்! கெட் அவுட் ஆஃப் தி கிளாஸ்!" மாணிக்கம் கத்தினார். மஸூத் எழுந்து நின்று, "நான் ஒண்ணுமே பண்ணலே, சார்!" என்றான்.

"அதற்குத்தான் வெளியிலே போ என்று சொன்னேன்.!"

மஸூத் முணுமுணுத்துக்கொண்டே வெளியே போனான். அப்போது வகுப்பிலிருந்து மறுபடியும் 'பீம்!' என்று சப்தம் வந்தது.

மாணிக்கம் புரஃபசருக்கு அன்று பாடமே சொல்லித் தர முடியவில்லை. என்னை வகுப்பை விட்டு வெளியே போகச் சொன்னால் நான் வாசல் அருகேயே நின்று கொண்டிருப்பேன். மஸூத் நேராக ராஜைய்யா டீக் கடைக்குப் போய்விட்டான்.

எனக்கு கிளாஸுக்கு வெளியே நிற்பதில் பெரிய மானப் பிரச்னை கிடையாது. மாணிக்கம் நல்லவர். இன்னொரு ஆங்கிலப் பேராசிரியர் ராகவன், நிறைய அலட்டிக்கொள்வர். அவருக்கு நாங்கள் 'ஓல்ட் ஜான் ஆஃப் காண்ட்' என்று பெயர் வைத்திருந்தோம். அது தெரியாதபடி அவர் அந்த ஷேக்ஸ்பியர் நாடகத்தை நடித்துக் காட்டுவார். நாங்கள் சிரிப்பது அந்த பாடத்தின் நகைச்சுவைக்கு என்று அவர் நினைத்துக்கொண்டு இன்னும் ஆர்வத்துடன் நடித்துப் பாடம் சொல்லித் தருவார். மஸூத் என் பக்கத்தில் உட்கார்ந்துகொண்டு உதடு அசையாமல் பேசிக்கொண்டிருப்பான். ஆனால் எனக்கு ராகவனையும் பிடிக்கும். அவர் ஒரு நாள் என்னைக் கூப்பிட்டு, "நீ ஏன் இந்தக் கணக்கைக் கட்டிக்கொண்டு மாரடிக்கிறாய், ஆங்கிலத்துக்கு வந்துவிடு" என்று சொன்னார்.

"ஒரு வருஷம் ஆயிடுத்தே, சார்?"

"அதனால் என்ன? இங்கே நிறையப் பேர் ஏழு வருஷம், எட்டு வருஷம் படிக்கிறாங்க. உன் பக்கத்திலே உக்கார்றானே மஸூத் சிபாரிசுலே நாலு வருஷமா காலேஜ் வந்து இண்டெர்மீடியேட் படிச்சான்."

"நான் அப்பாவைக் கேட்டுச் சொல்றேன்."

நான் அப்பாவைக் கேட்கவில்லை . . . அப்பாவுக்கு நான் சயன்ஸ் குரூப்பிலேதான் படிக்க வேண்டும் என்பதில் மிகவும் கண்டிப்பு எங்கள் கல்லூரியில் ஆங்கிலத்துக்கு இருந்த ஆசிரியர்கள் போல சயன்ஸுக்கு அமைய வில்லை. சரோஜினி நாயுடுவின் தந்தை அகோர்நாத்

சட்டோபாத்யாயாதான் எங்கள் கல்லூரியின் முதல் பிரின்சிபால். அவரின் பங்களாவில்தான் அவருடைய பேரன் டாக்டர் என்.எம். ஜெயசூர்யா ஹோமியோபதி மருத்துவமனை நடத்தி வந்தார். அவருடைய மனைவி ஒரு ஜெர்மன் பெண்மணி. இரண்டாம் யுத்த காலத்தில் கணவன், மனைவி, குழந்தைகள் எல்லாரும் காவலில் வைக்கப்பட்டார்கள். எனக்கு ஒன்பதாம் வகுப்பிலிருந்து ஒவ்வொரு ஆண்டும் எங்கள் ஆங்கிலப் பாடத்தில் ஒரு சரோஜினி நாயுடு கவிதையாவது இருக்கும். எனக்கும் ஆங்கிலம் தனிப்பாடமாக உள்ள ஆர்ட்ஸ் பிரிவில் சேர ஆசைதான். ஆனால் முடியவில்லை.

மஸூத்துக்கு வாயே திறக்காமல் 'பீம்' என்று கத்தத் தெரியும். போலீஸ் சூப்ரண்டெண்டின் மகனாக இருந்து கொண்டு ஆங்கில வகுப்பில் ஐந்தாறு பேரை வகுப்புக்கு வெளியே நிற்க வைத்துவிட்டான்.

ஒரு நாள் வகுப்புகள் முடிந்த பிறகு நான் கேட்டேன். "நீ ஒரு பெரிய அரண்மனையில் இருக்கிறாயாமே, உன் அரண்மனையை நான் பார்க்கலாமா?"

மஸூத் அப்படியொரு விண்ணப்பத்தை எதிர் பார்த்திருக்கவில்லை. நான் சொன்னேன், "நீ எங்கள் வீட்டுக்கு வரலாம். என் அம்மா உனக்கு டீ போட்டுத் தருவாங்க."

"நான் கேட்டுச் சொல்றேன், தோஸ்த்."

"இது என்ன கேட்கறது?"

"தோஸ்த், என் வீட்டுக்கு வரணும்னு யாரும் கேட்ட தில்லை."

"நீ எச் எஸ் சி எங்கே படிச்சே?"

"இங்கேதான்."

"இங்கேன்னா நிஜாம் காலேஜ்லயா?"

"ஆமாம், தோஸ்த். இங்கேயே தனியா மதரசே அலியா இருக்கு, தெரியுமா?"

"ஓ, நிஜாம் பேரங்க படிக்கற ஸகூல்."

"ஆமாம்."

"அப்போ நீ பெரிய நவாப். நான் உன்னோட பேசவே கூடாது."

இதைச் சொல்லிவிட்டு நான் சைக்கிள் ஸ்டாண்டுக்கு போனேன். என்னை மஸூத் பின்தாடர்ந்து வந்திருக்கிறான் என்று தெரியாது. நான் சைக்கிளை எடுக்கும்போது அவன் சொன்னான்.

"தோஸ்த், இன்னிக்கு முடியாது. அம்மாவிடம் சொல்லிவிட்டு உன்னை அழைத்துப் போகிறேன்."

"நீ அழைத்துப் போகவேண்டாம். அட்ரஸ் சொன்னா நானே வந்துவிடுவேன்."

அடுத்த நாள் நான் முன்னதாகவே வந்து முதல் வரிசையில் உட்கார்ந்துவிட்டேன். அவன் ஏதும் கேட்க வில்லை. ஆனால் முகத்தில் வழக்கமான விஷமப் புன்னகை இல்லை. ஆங்கில வகுப்பு முடிந்த பிறகு மாணவர்கள் இரு கோஷ்டியாகப் போவார்கள். நாங்கள் சயின்ஸ் பிளாக் போவோம். மஸூத் மாடிக்கு இங்கிலாந்து வரலாறு வகுப்புக்குப் போவான். அன்று அவன் ஓடி வந்து, "இன்னிக்கு வா, தோஸ்த். நான் அம்மா கிட்டே சொல்லியிருக்கிறேன்" என்றான்.

"எனக்கு நாலு மணி வரைக்கும் பிராக்டிகல்ஸ் இருக்கு. உன் வீட்டுக்கு நாலரை மணிக்கு வருவேன்."

"என் கார்லே போயிடலாம், தோஸ்த்."

"அப்போ என் சைக்கிள்? நீ முன்னாலே போ. நான் வந்துடறேன்."

ஆனால் பிராக்டிகல்ஸ் முடிந்த பிறகு மஸூத் விஷயம் எனக்கு மறந்துவிட்டது. அடுத்த நாள் தொங்கும் முகத்தோடு என்னை வந்து பார்த்தான். "தோஸ்த், நேத்திக்கு ஏமாத்திட்டே. அம்மா ரொம்ப வருத்தப்பட்டாள்."

"சாரி, மஸூத், இன்னிக்கு வரேன்."

"இன்னிக்கு வேண்டாம். தோஸ்த். நான் கேட்டுச் சொல்றேன். அன்னிக்கு வா."

எனக்கு இது விநோதமாகப் பட்டது. முதல் நாளிலும் கேட்டுச் சொல்கிறேன் என்றான். இப்போதும் கேட்டுச் சொல்வதாகச் சொல்கிறான்!

கடைசியில் ஒரு வியாழக்கிழமை தினத்தன்று நான், அவன் போவதாக ஏற்பாடு. அன்று எனக்கு மூன்று மணிக்கே வகுப்புகள் முடிந்துவிட்டன. நான் நான்கு மணி வரை காத்திருந்து அவன் வீட்டிற்குப் போனேன். நான் கேள்விப்பட்டிருந்தபடி அது ஒரு அரண்மனைதான். சர்தாஜ் மெஹல். ஆனால் மிகமிகப் பழையது.

ஹைதராபாத் வீடுகள் எவ்வளவு சிறியதாக இருந்தாலும் முன்புறம் ஒரு வெராண்டா இருக்கும். அங்கிருந்த நாற்காலிகள் ஒன்றில் மஸூத் உட்கார வைத்தான். உள்ளே போனான்.

வீட்டில் யாருமே இல்லாதது போலிருந்தது ஆனால் நிச்சயம் ஒன்றிரண்டு போலீஸ்காரர்கள் எங்காவது இருப்பார்கள்.

உயரமானதொரு அம்மாள் உள்ளேயிருந்து வந்தாள். உற்சாகமான வாழ்க்கை வாழ்பவளாகத் தெரியவில்லை. என்னை ஒரு பார்வை பார்த்துவிட்டு, "அரே மஸூத்!" என்று கூப்பட்டாள்.

உள்ளே மஸூத் குரல் கேட்டது.

"அவன் பொம்மன்னு ஏண்டா எங்கிட்டே முன்னாலியே சொல்லலை?"

"பொம்மனா இருந்தா என்ன?"

"நாம அவனுக்கு எதுவும் கொடுக்கக் கூடாது. அவனும் சாப்பிட மாட்டான்."

"டீ கொடுக்கலாம்மா..."

சிறிது நேரம் பொறுத்து மஸூத் ஒரு கப் - சாசரில் டீ கொண்டுவந்து கொடுத்தான். பின்னால் அவனுடைய அம்மாவும் வந்தாள். "சக்கரையெல்லாம் சரியாயிருக்கா?"

டீ ஒரு மாதிரிதான் இருந்தது. சரியாக இருப்பதாகச் சொன்னேன்.

"கொஞ்சம் நல்ல புத்தி சொல்லேன். தினம் அப்பா விடம் திட்டு, அடி வாங்குகிறான்."

எனக்கு ஆச்சரியமாக இருந்தது. ஆறடி வளர்ந்த பையனை அடிக்கும் தந்தையை என்ன சொல்வது? ஆனால் ஊர்வலங்களைக் கலைக்கத் தடியடி உத்தரவிடுபவர் அல்லவா? அடித்தாலும் அடிப்பார்.

"அவன் நல்ல பையன் அம்மா. கிளாசிலே கொஞ்சம் கம்மத் காட்டுவான். நல்ல பையன் அம்மா."

நான் வணக்கம் சொல்லிவிட்டுக் கிளம்பினேன். என்னுடன் மஸூத் கேட் வரை வந்தான். "நிஜமாக உன் அப்பா உன்னை அடிப்பாரா?"

ஆமாம் என்று தலையசைத்தான். "அப்பாவுக்கு நான் சிவில் சர்விஸ் எக்ஸாம் எழுதணும்னு ஆசை. எனக்கு என் அப்பா மாதிரி ஆகிறதிலே ஆசை இல்லை."

"உனக்குக் கூடப் பிறந்தவர்கள் எவ்வளவு பேர்?"

"ஒரு அக்கா, நாலு தங்கை. மூணு பேருக்குக் கல்யாணம் ஆயிடுத்து. இப்போ போய் அப்பா டைவர்ஸ் கேக்கறார்."

எனக்கு முதலில் புரியவில்லை. அன்று எனக்கு முஸ்லிம் வழக்கங்கள் அவ்வளவு தெரியாது. எல்லாரும் ஒரே மாதிரிதான் என்று நினைத்திருந்தேன். ஆனால் போகப் போகத்தான் தெரிந்தது, பல நுணுக்கமான விஷயங்களில் வேறுபாடுகள் உண்டு என்று.

"இன்னிக்கு அவர் பீபீநகர் போயிருக்கார். அங்கு இரண்டு நாளாக ரெய்ட்ஸ்."

"செகண்டிராபாடில் பாதி ஊர் காலி. ஜேம்ஸ் ஸ்டிரீட்லே ஏழெட்டுப் பேர் இருப்பாங்க."

“அங்கே வேறே போலீஸ்.”

“இந்த ஹைடராபாட் ஸ்டேட்டை யார் ஆளறான்னு தெரியலை.”

“எங்களுக்கும் புரியவில்லை. வீடெல்லாம் ஒழுகுகிறது, பீபீநகருக்குக் காசிம் ரஜ்வியே போனதில போலீஸ் கையைக் கட்டிப் போட்ட மாதிரி ஆயிடுத்து.”

“டைவர்ஸ்னா என்ன?”

“அப்பா – அம்மா இரண்டு பேரும் தனித்தனி. அவர் சாதாரண வேலையிலிருந்தா அவர் டைவர்ஸ் இல்லாம லேயே இன்னொரு கல்யாணம் பண்ணிக்கலாம். எச்.பி.எஸ். ஆஃபீசர்ஸ் முடியாது போலே இருக்கு. அவருடைய அக்கா தம்பிகளுக்கும் இதெல்லாம் பிடிக்கலே.”

அவன் சொன்னது எனக்கு முழுக்கப் புரிந்தது என்று சொல்ல முடியாது. ஆனால் அவன் குடும்பத்தில் நிறையக் குழப்பம். அவன் கல்லூரியில் தரும் தோற்றத்திற்கும் நிஜ வாழ்க்கைக்கும் சம்பந்தமே இல்லை.

அடுத்த நாள் நாங்கள் இருவரும் சேர்ந்து கடைசி வரிசையில் உட்கார்ந்தோம். மாணிக்கம் புரஃபசர் வந்தவுடன் எங்களைத்தான் முதலில் பார்த்தார். அவர் சொல்வதற்கு முன் நான் முன்வரிசைக்குப் போய் உட்கார்ந்தேன். மாணிக்கம் பாடத்தைத் தொடங்கினார்.

ஒரு வரி முடித்திருக்க மாட்டார். ‘பீம்’ என்ற சத்தம் கேட்டது.

குமுதம் லைஃப் தீபாவளி மலர், **2016**

ஆட்டுக்கு வால்

நீராவி இஞ்சின்களே ரயில்களை இழுத்த காலம். விரைவு வண்டிகளிலேயே மிக அதிகப்படியாகப் பதின்மூன்று பெட்டிகளே இருக்கும். அதில் ஒன்று கார்டுப் பெட்டி. ஒன்று அல்லது இரண்டு பார்செல் பெட்டிகள். பயணிகளுக்கு நான்கு வகுப்புகள். கடைசி வகுப்புக்கு இரண்டு பெட்டிகள் இருந்தால் பெரிய காரியம்.

பெஜ்வாடா வரை போகும் ஒரு மூன்றாம் வகுப்புப் பெட்டியில் ஒழுங்காக உட்கார முடியாத கூட்டத்தில் ராமநாதன் மட்டும் விழித்திருந்தார். சற்று தூரத்தில் அவருடைய மனைவி ஜானகி வேறு யார் பெட்டி மீதோ தலையை வைத்து அயர்ந்து தூங்கிக்கொண்டிருந்தாள். அடுத்த நாள் பகல் முழுதும் வேறொரு ரயிலில் பயணம் செய்ய வேண்டும். பகல் நேரமாதலால் வண்டியில் ஏறுபவர்கள், இறங்குபவர்கள் இருப்பார்கள். பயணம் இன்னும் கடினமாகப் போய்விடும். குடிக்கத் தண்ணீர் பிடித்து வருவதே பெரும்பாடாக இருக்கும். உணவு கிடைத்தால் தான் உண்டு. இம்மாதிரித் தென்னாட்டுக்குப் பயணம் மேற்கொண்டால் பெரிய டிஃபன் காரியர் முழுதும் தயிர் சாதமும் எலுமிச்சை சாதமுமாக இருக்கும். இம்முறை தண்ணீர் கூஜா கூடக் கொண்டு வர மறந்துவிட்டது.

ராமநாதனுக்கு இவையெல்லாம் கவலை ஏற்படுத்த வில்லை. சென்னை சென்று எழும்பூர் நிலையத்தில் மாயவரம் செல்லும் வண்டியிலும் ஏறி கோமல் அடைந்த வுடன் அவர் எதிர்கொள்ள வேண்டிய அனுபவத்தை நினைத்துப் பார்க்க முடியவில்லை. நினைக்காமலும் இருக்க முடியவில்லை. அவருடைய மருமகன் அவர் பெண்ணைத் தள்ளி வைத்துவிட்டு இன்னொரு பெண்ணை மணந்து கொண்டுவிட்டான். அந்த அயோக்கியனை நேருக்கு நேர் பார்த்து, ‘ஏண்டா பாவி, என் பெண் கதி என்ன?’ என்று கேட்க வேண்டும். ஆனால் அதை எப்படிச் செய்து முடிப்பது? அதனால் அவருக்கு நேர்ந்த இதயத்தைப் பிழியும் அனுபவத்தின் தன்மை மாறிவிடுமா?

அவன் ஒரு வருட காலமாகவே தகராறு செய்த வண்ணம் இருந்தான். கிராமத்தில் ராமநாதனின் பெண்ணை அவனுடைய விதவைத் தாயார், விதவை சகோதரியிடம் விட்டுவிட்டு அவனெங்கோ மதுரை அருகே போய்விட்டிருந்தான். அவர் பெண்ணின் திருமணத்தின் போதே ஓரிரு உறவினர், மிலிடரியில் இருப்பவனுக்குப் பெண் கொடுக்கலாமா என்று கேட்டார்கள். ஆனால் அவனின் மூதாதையர் உயர்ந்த குலத்தைச் சேர்ந்தவர்கள் என்று சொன்னோரும் உண்டு. ஆதலால் குலம் கோத்திரம் அறிந்துதான் பெண்ணைக் கொடுத்தது. ஆனால் அவனைப் பற்றித் தெரியாமல் போய்விட்டதே.

ராமநாதன் நன்றாகத் தூங்கிக்கொண்டிருந்த மனைவியைப் பார்த்தார். அவளும்தான் எவ்வளவு வேதனைப்பட்டிருப்பாள். அவள் எப்போதும் தன் பெண்களைக் கோபித்துக்கொண்டே இருப்பாள். அப்படி வளர்த்ததால் அவளுடைய மகள்கள் வீட்டைப் பார்த்துக் கொள்வதிலும் சமைத்துப் போடுவதிலும் நிபுணர்களாக இருந்தார்கள். இரண்டாவது பெண்ணுக்குப் படிப்பும் நன்றாக வந்தது. அவளுக்கு வரன் பார்க்க வேண்டும். ஆனால் முதல் பெண்ணின் கணவன் ஒரு போக்கிரியாக வந்த மாதிரி இரண்டாவதற்கும் நேர்ந்தால்?

ராமநாதன் கண்களை மூடிக்கொண்டார்.

வண்டி ஒரு ஸ்டேஷனில் நின்றது. ராமநாதன் மட்டும் தூங்கிக்கொண்டிராவிட்டால் அவருக்கு நல்ல இடம் கிடைத்திருக்கும். புதிதாக ஏறிய பயணி அந்த இடத்தில் உட்கார்ந்தார். வண்டியில் கூட்டமே இல்லையே என்றுகூட அவர் நினைத்திருக்கக்கூடும்.

பொழுது விடிந்தது. கழிப்பறை அருகே நெருங்க முடியாதபடி பெரிய பெரிய மூட்டைகள். அதே ரயிலில் பெஜ்வாடா அடைந்தவுடன் வேறொரு பெட்டியில் ஏற வேண்டும். அவர்கள் முதலில் பயணம் செய்த பெட்டியைக் கழட்டிவிடுவார்கள். அதே ரயிலில் வேறொரு பெட்டியில் ஏற வேண்டும். இப்படியெல்லாம் ரயில்கள் ஓடினவா என்று வியப்பாக இருக்கும்.

பெஜ்வாடாவில் சௌகரியமாகவே இடம் கிடைத்தது. பல இடங்களில் குடிதண்ணீரும் கிடைத்தது. ராமநாதன் ஓங்கோல் என்னும் இடத்தில் ஒரு ரூபாய்க்கு மண் கூஜாவொன்று வாங்கினார். இவற்றையெல்லாம் அவர் நல்ல சகுனங்களாகக் கருதினார். ஆனால் இந்த நல்ல சகுனங்கள் தள்ளி வைக்கப்பட்டவள் என்ற நிலையிலிருந்து அவர் பெண்ணைக் காப்பாற்றுமா?

மாலை ஆறரை மணிக்கு ரயில் சென்னை சென்ட்ரல் வந்தடைந்தது. உடையெல்லாம் கரி. அழுக்கு. சென்ட்ரல் நிலையத்தில் முகம் மட்டும் கழுவிக்கொண்டு நிலையத்துக்கு வெளியே வந்தார்கள். ஜட்காக்காரர்கள் பாய்ந்து வந்தார்கள். பெட்டி படுக்கையோடு வந்தவர்களைத் தர தரவென்று இழுத்துப் போனார்கள். ஒரு சிறு பெட்டி, மண் கூஜாவோடு வந்த ராமநாதனை யாரும் லட்சியம் செய்யவில்லை. ஒரு ஜட்காக்காரர்

மட்டும் எழும்பூர் ஒரு அணா என்று சொல்லிக்கொண்டே இருந்தார். அந்த ஜட்காவில் ராமநாதனும் ஜானகியும் ஒரு மாதிரி ஏறி உட்கார்ந்தார்கள்.

"எப்போ போகும்பெ?" என்று ராமநாதன் கேட்டார்.

"இன்னும் ஒரு ஆளாவது வரட்டும். என்ன அவசரம் பத்து மணிக்குத்தானே உங்க வண்டி."

"எப்படித் தெரியும்?"

"மூஞ்சியைப் பாத்தாலே தெரியும். மாயவரம் வண்டிக்குப் போறீங்க. இன்னும் ஒரு ஆள் வரட்டும், கிளம்பிடலாம்."

அந்த ஒரு ஆள் வந்தார். "ஏம்பா, ட்ராம்லே அரையணாதானே?"

"போங்க. தாராளமாப் போங்க. ரெண்டு தரம் மாடிப்படி ஏறி இறங்குங்க. நான் ஸ்டேஷன் வாசல்லே இறக்குவேன். இல்லே, மூணாம் பிளாட்பாரத்திலேயே இறக்கிவிட்டுடுவேன்."

பதில் பேசாமல் அந்த மனிதர் வண்டியில் ஏறிக் கொண்டார். வண்டி கிளம்பியது.

காந்தி–இர்வின் பாலம் ஏறி இறங்க குதிரை சிறிது சிரமப்பட்டது. ஆனால் மூன்று பயணிகளையும் பத்திரமாக மூன்றாம் வகுப்புக்கான இடத்தில் கொண்டு சேர்த்து விட்டது. ஆளுக்கு ஓரணா வாங்கிய ஜட்காக்காரர் விரக்தியோடு சொன்னார்: "சாயந்திரம் வேளையிலே எழும்பூர் வந்தா காலி வண்டியோடதான் திரும்பணும்."

"ஏன், இங்கேந்து சவாரி வராதா?" மூன்றாவது பயணி கேட்டார்.

"சென்ட்ரல்லேந்து எல்லா வேளையும் சவாரி வரும். எழும்பூர்லே காலேலே மட்டுந்தான். அந்த ஒரு வேளைதான் இங்கே எல்லா வண்டியும் வருது. சென்ட்ரல்ல நாள் பூரா வண்டி வந்துண்டே இருக்கும்."

ஜானகியைப் பிளாட்பாரத்தில் விட்டுவிட்டு ராமநாதன் ஸ்டேஷன் எதிரே இருந்த சைவ உணவு விடுதியில், "ஒரு சாப்பாடு டிபன் காரியரிலே தர முடியுமா?" என்று கேட்டார்.

"சாப்பாடு எட்டணா. காரியர் டெபாசிட் பத்து ரூபா."

ராமநாதன் பத்து ரூபாய் எடுத்துக் கொடுத்தார்.

விடுதிக்காரர் கேட்டார், "எந்த வண்டி?"

"திருத்துறைப்பூண்டி வண்டி."

"மூணாவது பிளாட்பாரம். நீங்க போங்க. நான் பிளாட்பாரத்திலே எங்க சர்வரை வந்து பரிமாறச் சொல்றேன். இரண்டு இலை போறுமா?"

ராமநாதன் மனைவியுடன் நிம்மதியாகச் சாப்பிட்டார். எட்டணா எடுத்துக்கொடுத்தார். காரியரோடு வந்தவர் பத்து ரூபாய் எடுத்துக் கொடுத்தார்.

அந்த வண்டியின் பெயர் திருத்துறைப் பூண்டி எக்ஸ்பிரஸ் என்றிருந்தாலும் அது பல நிலையங்களில் நின்று நின்று சென்றது. ராமநாதன் கவலையே இல்லாத மனிதனாகத் தூங்கினார். முந்திய இரவுதான் எப்படி யெல்லாம் சித்திரவதைப்பட்டார்?

மாயவரத்தில் இருவரும் ரயிலிலேயே காபி குடித்தார்கள். பேரளம் வந்தபோது ராமநாதனே இறங்கிப் போய் வடை வாங்கிவந்தார். வண்டி பூந்தோட்டம் அடைந்தவுடன் தம்பதியர் இறங்கினர். அங்கே இருந்த கட்டை வண்டியை அமர்த்திக்கொண்டு ஏறி உட்காந்தார்கள். ராமநாதனுக்கு வயிறு மீண்டும் பிசைய ஆரம்பித்தது. அந்த அயோக்கியன் அக்கா அம்மாவுக்கு அவனுடைய இரண்டாம் மனைவியைக் காட்ட வந்திருந்தால்? புதிதாக ஓர் இளம்பெண் முன்னிலையில் அவனோடு வலுவாக வாக்குவாதம் செய்ய முடியுமா?

அவர் கவலைப்பட்டிருக்க வேண்டியதே இல்லை. கோமலில் யாருக்கும் அந்த அயோக்கியனைத் தெரிந்திருக்க வில்லை. உண்மையான கவலை – அவனுடைய விதவை சகோதரி, அம்மாவையும் தெரிந்திருக்கவில்லை.

ராமநாதன் கலங்கி நின்றார். முகவரியே இல்லாத படுகுழியிலா அவருடைய ஆசை மகளைத் தள்ளி இருக்கிறார்? அந்தக் கிராமத்துக்குத் தபாலாபீஸ் கிடையாது. தபால் தலை விற்பவர் ஒருவர் இருந்தார். அவரிடம் ராமநாதன் விசாரித்தார். “இங்கேந்து மூணாவது வீட்டுக்கு வருஷத்துக்கு இரண்டு முறை மணியார்டர் வரும். நீங்க விசாரிக்கிற ரெண்டு பேர் அவங்களா இருக்கலாம்.”

அது சரியான தகவலாயிருக்க வேண்டுமே என்று ராமநாதன் வேண்டிக்கொண்டார். அவர் தேடி வந்தது இரு பெண்மணிகளானாலும் கதவைத் தட்டி, “சார், சார்,” என்று அழைத்தார். நார்மடி கட்டிய ஒரு மத்திய வயது மாது வந்தாள். ஜானகி பாய்ந்து சென்றாள். அந்த அம்மாள், “இதைப் பாருடி. இங்கே வந்து ரகளை பண்ணாதே. ஒன் பெண்ணைக் கட்டிண்டவர் கிட்டே ஒன் சமத்தைக் காட்டு. ஆட்டுக்கு வாய் அளந்துதான் இருக்கும்னு நீதானே சொன்னியாம். ஒன் வாலை ஒட்ட அறுத்துட்டான்.”

“வருஷக் கணக்கிலே வீட்டிலே ஒக்காந்து மூணு வேளை சோத்தைக் கொட்டிண்டாண்டி.”

“இங்கே ஒண்ணும் நான் கணக்கக் கேக்கலை. அவன் எங்கே இருந்தாலும் வண்டி சோத்தைக் கொட்டிப்பான். எல்லாம் நாங்களும் அனுபவிச்சிருக்கோம். அவன் இன்னோரு கல்யாணம் பண்ணிண்டான்னு ஒரு உறவுக் காரர் சொன்னதுதான். ஒன் சமத்தை அவன் இருக்கிற இடத்திலே காட்டு.”

“என் பொண் எங்கேடி?”

“மாயவரத்தில அவ அத்தை இருக்களாமே. அந்த மனுஷாதான் அவளை அழைச்சிண்டு போனா.”

இதைச் சொல்லிவிட்டு அந்த அம்மாள் உள்ளே சென்று கதவைத் தாளிட்டுக்கொண்டாள். ராமநாதன் ஜானகியுடன் மீண்டும் மாயவரம் அடைய மாலை ஆறு மணியாயிற்று அங்கே அவர் சொந்த சகோதரி இறந்து விட்டாள். இருந்தது அவருடைய பெரியப்பா பெண். அவள்தான் விஷயம் தெரிந்து அவளுடைய மகளை அழைத்துப் போயிருக்கிறாள்.

ராமநாதன் அந்த வீட்டை அடைந்தார் “சௌந்தரா சௌந்தரா!” என்று அழைத்தார். எலும்பும் தோலுமாக ஒரு பெண் எட்டிப் பார்த்தாள்.

அதுவரை அடக்கமாக இருந்த ராமநாதன் “சௌந்தரா” என்று அந்தப் பெண்ணைக் கட்டிக் கொண்டார். “அம்மாடீ” என்று அப்படியே தெருவில் உட்கார்ந்துகொண்டு விக்கி விக்கி அழத் தொடங்கினார்.

***தினமணி தீபாவளி மலர்*, 2016**

நான் கிரிக்கெட் கோஷ்டிக்கு காப்டன் ஆன வரலாறு

ஆங்கிலத்தில் இதை 'பாப்புலர் மிஸ்கன்சப்ஷன்ஸ்' வகையில் சேர்ப்பார்கள். எல்லா கன்னடிகர்களும் ஒன்று சேர்வார்கள், எல்லா மலையாளிகளும் ஒன்று சேர்வார்கள், ஆனால் தமிழர்கள் மட்டும் மூலைக்கு ஒருவராகப் போய்விடுவார்கள். நிஜாம் ரயில்வேயாக எங்கள் ஊரில் அதன் முக்கிய இரண்டாம் நிலைப் பணியாளர்களுக்கு ஏற்படுத்திக் கொடுத்த குடியிருப்புகளில் முக்கியமானவை இரண்டு. லான்சர் பாரக்ஸ், காவல்ரி பாரக்ஸ். இவை முதலாம் யுத்த காலத்தில் கட்டப்பட்டவையாக இருக்கும். மொத்தம் மூன்று வரிசைகள். இருத்திமூன்று வீடுகள். இருபத்திமூன்று குடும்பங்கள். அதில் மூன்று பால்காட் அல்லது பாலக்காட்டுக் குடும்பங்கள். அவர்கள் தமிழை விட மலையாளம் நன்கு அறிவார்கள். அவர்களை மலையாளிகள் என்று அழைப்பதில் தவறேதும் இருக்காது. ஆனால் பண்டிகை மற்றும் நவராத்திரியின் போதுகூட ஒருவர் வீட்டுக்கு ஒருவர் போக மாட்டார்கள். இவ்வளவுக்கும் குடும்பத் தலைவர்கள் மூவரும் ஒரே இலாகா. ஒரு முக்கியக் காரணம் இருவருக்கு லான்சர் பாரக்ஸ் வீடுகள். ஒருவருக்குக் காவல்ரி பாரக்ஸில் வீடு. லான்சர் பாரக்ஸ் வீடுகளுக்கு முன்புறம் தோட்டம், பின்புறம் மாடு வைத்துக்கொள்ளும் அளவுக்குக் கொல்லைப்புறம். காவல்ரியில் முன்புறம் நான்கைந்து விசாலமான படிகள். பின்புறம் பெயருக்கு ஒரு கொல்லைபுறம். ஆனால் இந்த இருபத்தி மூன்று குடும்பத் தலைவர்களில் யாருக்கு மிக உயரிய பதவியோ அவருக்குத்தான் மிகச் சிறிய வீடு.

இது அதுவாக நேர்ந்ததுதான். யாரும் திட்டமிட்டது கிடையாது. லான்சர் பாரக்ஸில் நிறைய வீடுகள். நிறையப் பையன்கள், பெண்கள், சண்டைகள். காவல்ரியில் நான்கே நான்கு. அந்த வீடுகளில் இருப்பவர்கள் பாதி நாளை

முன்படிக்கட்டில் போக்குவார்கள். எனக்கு முதல் வீட்டில் ஆதிசேஷன் என்பவன் நண்பன். அவன் வீட்டு முன்னால் நின்று அவனைக் கூப்பிடுவேன். கோடி – அதாவது, நான்காவது வீட்டுக்காரரின் தாயார், எப்போதும் படிக்கட்டில் உட்கார்ந்திருப்பாள். "ஏண்டா, நீ சுந்தரத்தின் பிள்ளைதானே, இங்கே வா," என்றழைத்து, "போ உள்ளே," என்பாள். அதுவும் தெரிந்தவர் வீடுதான் என்றாலும் எனக்கு நண்பர்கள் என்று அங்கு கிடையாது. நான் உள்ளே போய்த் திருதிருவென்று முழிப்பேன். அப்போது ஆதிசேஷன் வெளியே வந்து பார்க்கையில் கோடிப் படிக்கட்டில் பாட்டி மட்டும் இருப்பாள். ஆதிசேஷன் அவன் பெயர் சொல்லிக் கூப்பிட்டுவிட்டு ஒளிந்து கொள்பவனை வாயார வைதுவிட்டுப் போவான். பாட்டி, "ஏண்டா, அவன் வைது விட்டுப் போகிறானே?" என்பாள். நான் அந்த வீட்டை விட்டு வெளியே வருவதற்குள் ஆதிசேஷன் உள்ளே போய்விடுவான். அந்தப் பாட்டி தான் மூன்றாவது பாலக்காட்டுக்காரரின் தாயார் ராமப் பிரியாவின் பாட்டி. அவள் புத்தி நிலை சரியில்லை. இளமையில் ஆதரவற்ற நிலையில் ஒரு குழந்தையோடு விதவையானது, கணவன் வீட்டார், அவள் வீட்டார் இருவரும் அவளைக் கரித்துக் கொட்டியபடியே இருந்தது, இதெல்லாம் அவளை என்னவோ செய்துவிட்டது. எப்போதும் யாரோ யாரையோ வைதுகொண்டிருப்பது போல அவளுக்குத் தோன்றும்.

ராமப்பிரியா எங்கள் ஊர் பெண்கள் எல்லாரையும் போலத் தமிழ் உள்ள ஒரே ஹைஸ்கூலில் படித்தாள். ஒவ்வொரு ஆண்டும் அந்தப் பள்ளியில் ஒரு 'வெரைட்டி' நிகழ்ச்சி நடத்துவார்கள். என் அக்கா அதே பள்ளியில் படித்ததால் ஒரு அனுமதிச் சீட்டு இலவசம். ஆனால் அந்த ஒரு சீட்டில் எங்கள் குடும்பமே நிகழ்ச்சிக்குப் போகும். ஆசிரியர்களும் மறுப்புச் சொல்ல மாட்டார்கள். அவர்கள் கவலை பெண்கள் பள்ளி என்பதால் ரவுடிப் பையன்கள் நிகழ்ச்சிக்கு வந்து கலாட்டா செய்யக்கூடாது. சாதாரணமாகப் பத்தாவது படிக்கும் பெண்கள் கடைசிச் சிறப்பு நிகழ்ச்சியாக ஒரு நாடகம் போடுவார்கள். அந்த வருடம் 'வள்ளி' நாடகம். அதில் ராமப்பிரியாதான் வள்ளி. அவளுடைய அழகு விசேஷமாக இருந்தது. அந்த நாடகத்தை ராமானுஜனும் பார்த்திருக்கிறான் என்று எனக்குப் பின்பு தெரிந்தது. அவன் என்னிடம் 'பிராமிஸ்' வாங்கிக்கொண்டான். நவராத்திரிக்கு ராமப்பிரியா எங்கள் வீட்டுக்கு வரும்போது நான் அவனுக்குத் தகவல் தர வேண்டும். ரொம்பச் சிக்கல். எதாவது மந்திர சக்தி இருந்தால்தான் இதெல்லாம் சாத்தியம்.

இந்த ராமானுஜன் யார் என்று கேட்கக்கூடும். தந்தையை இழந்தவன் ஆதலால் அவன் இருக்கும் ஊரும் வீடும் அடிக்கடி மாறும். எங்கள் ஊரில் ஆறு மாதங்கள் தான் இருந்தான்.

- பாலக்காடு என்பதற்கான விசேஷ அடையாளங்கள் ராமப்பிரியாவிடம் கிடையாது. ஆனால் லான்சர் பாரக்ஸ் பக்கமே வர மாட்டாள். அங்கு இரண்டு 'எனிமி' பாலக்காட்டுக் குடும்பங்கள். நவராத்திரியின் போது அவள் எங்கள் வீட்டுக்கு மட்டும் ஒரு முறை வந்துவிட்டுப் போய்விடுவாள்.

- எங்கள் வீட்டு கொலுவுக்குப் பெரிய அலங்காரம் இருக்காது. திட்டமும் இருக்காது. ராமர் பக்கத்தில் ஒரு வெள்ளைக்காரர் நிற்பார். கரடி பக்கத்தில் பிள்ளையார் உட்கார்ந்திருப்பார். கீழ்த்தட்டில் குட்டிக் குட்டி மரப்பாச்சிகள். பெரிய மரப்பாச்சி களில் மானம் காக்க ஆண், பெண் எல்லா பரப்பாச்சி களுக்கும் வேஷ்டி போலக் கட்டிவிடுவோம். இன்று இப்படி ஒரு கொலு பார்த்தால் சிரித்துவிடுவார்கள். ஆனால் அன்று இந்தக் கொலுவுக்கு ஊரில் தமிழ், தெலுங்கு பேசும் எல்லாக் குடும்பங்களையும் நானும் என் இரண்டாவது அக்காவுமாக வீடு வீடாகப் போய்க் கூப்பிட்டு வருவோம். பல வீடுகளில் எங்களைப் பாடச் சொல்வார்கள். நாங்கள் இரண்டாவது அழைப்புக்குக் காத்திராமல் ஒரு பாட்டு பாடிடுவோம். 'அசோக்குமார்' படதில் தியாகராஜ பாகவதர் 'பூமியில் மானிட ஜன்மம் அடைந்தும் ஓர் புண்ணியம் செய்து உறங்குவதோ' பாட்டைக் கூடப் பொறுத்துக்கொள்வார்கள். ஆனால் ஒரு வீட்டில் 'ஈ ஜென்மம் எந்துகோ, ஓ ராகவா' என்று பாட ஆரம்பித்தபோது நிறுத்தி வேறு பாட்டு பாடச் சொன்னார்கள். எங்களுக்குப் புரியவில்லை.

கல்லூரி போக ஆரம்பித்தபோதுதான் நண்பர் வட்டம் விரிந்தது. அப்போது அந்த ஊரில் இருந்த அவனுடைய மாமா வீட்டில் தங்கியிருந்த ராமானுஜன் என் நண்பனானான். அவனால்தான் நான் கிரிக்கெட் ஆட ஆரம்பித்தேன். அதிர்ஷ்டக்கட்டையான ராமானுஜத்துக்கு ஏனோ ஊர் வம்பு பேசப் பிடிக்கும். ராமப்பிரியா வள்ளி வேடத்தில் நடித்ததிலிருந்து அவன் தினம் அவளைப் பற்றியே பேசிக்கொண்டிருப்பான். ஒருநாள் "ராமப் பிரியாவை இழுத்துண்டு ஜேம்ஸ் ஓடிட்டான்' என்று சொன்னான். எனக்கு முதலில் ஏன் ஓட வேண்டும், யாராவது துரத்தினார்களா, எதற்குத் துரத்தினார்கள் என்றெல்லாம் கேள்விகள் எழுந்தன.

ஆனால் விஷயம் தீவிரமடைந்துவிட்டது. என் அம்மா கேட்டாள், "ஏண்டா, உங்க காலேஜிலே ஜேம்ஸ்னு பையன் படிக்கிறானா?"

"பையங்க ரொம்ப கிரிஸ்சியன்ஸ் எனக்குத் தெரிந்து இல்லை. ஒத்தன் இல்லை இரண்டு பேர், இருக்காங்க. ஆனா அவங்க பேரு ஜேகப். சுந்தர் சிங் ஜேகப். இன்னொருத்தன் ஸேவியர் டேவிட்."

"அந்தப் பாலக்காட்டு ஆபீசர் பொண்ணு. வள்ளியா நடிச்சாளே, அவ்ளைக் காணுமாம்."

"இன்னிக்குப் பாத்தேனே. அவ எங்கேயும் போயிட முடியாது. எல்லாப் பையன்களும் அவளயே பாத்துண்டு இருப்பாங்க."

"அவ ஒன் கிளாசா?"

"ஆமாம். ஆனா வேறே பாச். வேறே செட்."

அம்மா உள்ளே போனாள். நான் அவளைத் தொடர்ந்து உள்ளே போனேன். எங்கம்மாவாக வெளியே போவது கிடையாது. அம்மாவை

தினம் பார்க்க வருபவள் ஜானகி பாய். அவள் குஜராத் அல்லது ராஜஸ்தானைச் சேர்ந்தவள். வம்பு, ஒரு வேளை, அவள் ஊரில் பேசக்கூடும். ஆனால் எங்கள் வீட்டுக்கு வந்தால் அம்மாவுக்குத் தையல் மிஷின் பயன்படுத்துவது, எம்ப்ராய்டரி போடுவது போன்ற விஷயங்களைக் கற்றுக் கொடுப்பாள். அவள் கணவன் ராம்லால்தான் எங்கள் வீட்டில் எருமை மாட்டைக் கட்டிவிட்டுப் போனவன்.

"உனக்கு யார் சொன்னா?" என்று கேட்டேன்.

"யாரோ சொன்னா. பின் வரிசை பாலக்காட்டு மாமிதான் சொன்னான்னு வச்சிக்கோயேன்" என்று சொன்னாள்.

"நான் விசாரிச்சுண்டு வந்து சொல்லறேன்."

அன்று மாலை நான் காவல்ரி பாரக்ஸ் போனேன். அன்றும் கோடி வீட்டில் படிக்கட்டில் ராமப்பிரியாவின் பாட்டி உட்கார்ந்திருந்தாள். நான் பாட்டியைத் தாண்டிச் சென்று ராமப்பிரியா வீட்டுக்குப் போனேன். ராமப்பிரியாவுக்கு ஒரு அண்ணன், ஒரு தம்பி, ஒரு தங்கை. நான் உள்ளே போனபோது ராமப்பிரியாவின் அம்மா பொரிந்து தள்ளிக் கொண்டிருந்தாள். ராமப்பிரியா அழுதுகொண்டிருந்தாள். என்னைப் பார்த்தவுடன் ராமப்பிரியா அழுகையை நிறுத்தினாள். அவள் அம்மா, "ஏண்டா, உனக்கு இங்கே என்ன வேலை?" என்று கேட்டாள்.

"மாமி, ஜீ எம் ஆஃபீஸ் சுந்தரம், நான் அவரோட பிள்ளை."

"தெரியும். இப்போ இங்கே என்ன வேலை?"

"நான் பிரியாவோடு பேசணும். நானும் அவளும் ஒரே கிளாஸ்."

"உனக்கு அவளோட என்ன பேச்சு? போ, வெளியே!"

நான் ஒரு கணம் தயங்கினேன். அந்த அம்மாள், "போடா வெளியேன்னு சொல்றேன், நிக்கறயே. உனக்குச் சூடு சுரணை இருக்கா?" என்று கேட்டாள்.

நான் வெளியே வந்துவிட்டேன். அப்போது ராமப் பிரியாவின் பாட்டி, "ஏண்டா, அவ உன்னை வைது கொண்டிருக்காளே?" என்று கேட்டாள்.

நான் ஆதிசேஷன் வீட்டு முன்னால் போய் அவனைக் கூப்பிட்டேன். அவன் வந்தான். அவனிடம், "இந்த ஊர்லே யாருடா ஜேம்ஸ்?" என்று கேட்டேன். அவன் பக்கத்து வீட்டைக் காண்பித்தான்.

"யார்?'

"இஞ்சின் டிரைவர்."

"அவர் என்னவோ ராமப்பிரியாவை இழுத்துண்டு ஓடிட்டாராம்."

"என்ன உளர்றே? அவருக்கு நடக்கறதே கஷ்டம்."

"பின்னே யார் அந்த ஜேம்ஸ்?"

"அவர் பிள்ளையைக் கேக்கறயா? சரியான தடிமாடு. சட்டைக்காரப் பசங்களோடயே சுத்திண்டு இருப்பான்."

"ஏண்டா, அவன் ராமப்பிரியாவுக்கு ஃபிரண்டா?"

"யாரு? கோடி வீட்டு ரமணி மாமா பொண்ணா? அவ கோடி வீட்டுலே இருக்கா. இவன் என் பக்கத்து வீடு. அந்தத் தடியன் வீட்டிலேயே இருக்க மாட்டானே? அவனுக்கு எப்படியும் ரயில்வேலே ஃபையர்மன் வேலை கிடைச்சுடும்னு தைரியம்."

உண்மையில் யாரும் யாருடனும் ஓடிப் போகவில்லை. ஆனால் ஊர் முழுதும் யாரோ இதைப் பரப்பியிருக்கிறார்கள். தேவையோ நியாயமோ இல்லாமல் ஒரு பெண்ணின் மானம் பறிபோயிருக்கிறது. ராமானுஜனேகூட இதைச் செய்திருக்கக்கூடும். அல்லது பாலக்காட்டுக்காரர்களின் புண்ணியமாக இருக்கும்.

விளைவு, ஒரு வாரத்திற்குள் அந்தக் காவல்ரி பாரக்ஸ் பாலக்காட்டு மனிதர் தன் பெண் ராமப்பிரியாவை விசாகப்பட்டினத்தில் ஹாஸ்டல் உள்ள பெண்கள் கல்லூரியில் சேர்த்துவிட்டார். ராமப்பிரியா எங்கள் வீட்டுக்கு வந்து அழுதுவிட்டுப் போனாள்.

ராமானுஜனுக்கு நான் சொல்லவில்லை. அவனோடு பேசுவதையும் விட்டுவிட்டேன். அவனும் திடீரென்று ஊரை விட்டுத் திருச்சிக்குப் போக வேண்டியதாயிற்று. விளைவு, விக்கட்டுக்கு நேராகப் பந்து வந்தால் அவுட்டாகிவிடும் நான் கிரிக்கெட் கோஷ்டிக்குத் தலைவனாகிவிட்டேன்.

காலம், 2017

பாட்டு வாத்தியார் ஆழ்வார்

செப்டம்பர் 11, 1948 அன்று இந்தியத் துருப்புகள் பல முனைகளிலிருந்து நிஜாம் சமஸ்தானத்தின் எல்லைகளைக் கடந்தன. அதற்கு இரு தினங்கள் முன்புகூட நிஜாமின் மறைமுக ஆதரவு பெற்ற ஒருவர், "டில்லி செங்கோட்டையில் அஸஃப் ஜாஹி கொடி பறக்கும் நாள் அதிக தூரத்தில் இல்லை" என்றார். செப்டம்பர் 18ஆம் தேதி நிஜாம் சமஸ்தானம் இந்தியாவுடன் இணைந்தது. அரசியல்ரீதியாக மட்டுமல்லாமல் சமூக வாழ்க்கையிலும் பல மாறுதல்கள் ஏற்படத் தொடங்கின.

○

எனக்கு நினைவு தெரிந்து நாங்கள் இருந்த மூன்று வீடுகளிலும் காலையிலேயே பாட்டு சொல்லிக்கொடுக்க ஆழ்வார் வந்துவிடுவார். வயது 50க்கு மேல் இருக்கும். வேட்டியைப் பஞ்சகச்சம் கட்டி, கையில் ஒரு பை, குடை இவற்றுடன் வீடு வீடாகச் சென்று பாட்டு கற்றுத் தருபவர். எங்கள் ஊர் ஒரு முனையி லிருந்து இன்னொன்றுக்கு சுமார் மூன்று மைல்கள் இருக்கும். பல இடங்களுக்கு பஸ் கிடையாது. உதாரணத்துக்கு, எங்கள் வீடு – சில்கல்குடா, புது போய்குடா அல்லது லான்சர் பாரக்ஸ் – மூன்றிலிருந்தும் நாங்கள் ஆபீஸ், பள்ளிக்கூடம், மளிகைக் கடை, காய்கறிக் கடை, சினிமா எதற்கானாலும் போய்வர நடைதான். ஒரு மாதம், இரு மாதங்கள் வெளியூர் போகும்போது மட்டும் ரயில் நிலையத்துக்கு டாங்கா அமர்த்திக்கொண்டு போவோம். காரணம், மூட்டை முடிச்சுகள். படுக்கைக்குள் பல சிறு மூட்டைகளாகப் பருப்பு வகைகள், ஒரு மாதத்துக்கு 7 பேருக்கு வேண்டிய துணிமணி, பெரிய தண்ணீர் கூஜா, பெரிய டிபன் காரியர் – இவ்வளவையும் ஏற்றிய பிறகு எங்களையும் நுழைத்துக்கொள்வோம். இரு மாதங்களுக்கு வர வேண்டாமென்று ஆழ்வாரிடம் சொல்லிவிடுவோம். அவருக்கு நஷ்டம்தான். ஆனால், அவர் "திரும்பி வந்த

வுடன் சொல்லி அனுப்புங்கள்" என்பார். அவர் வீடு எது, எங்கிருக்கிறது என்று என் அப்பாவுக்கே தெரியாது என்று நினைக்கிறேன். அவருக்குக் குடும்பம் என்று கிடையாது, அவரே சமைத்துச் சாப்பிடுகிறார் என்று மட்டும் தெரியும். ஆதலால் மீண்டும் பாட்டு கிளாசைத் தொடங்க அவர் பாட்டு சொல்லித்தரும் வீடுகள் ஒன்றில் சொல்ல வேண்டும்.

ஆழ்வார் தெலுங்குக்காரர் என்று நினைக்கிறேன். அவர் என் அக்காக்களுக்கு ஒரு தமிழ் பாட்டுகூடச் சொல்லித் தரவில்லை. தெலுங்கில் ழ உண்டா? ஆனால் ஊரில் அவரை ஆழ்வார் என்றுதான் அழைத்தார்கள். எங்கள் வீட்டில் இருவர் பாட்டு கற்றுக்கொண்டாலும் ஒரு சம்பளம்தான் வாங்கிக்கொள்வார். "ஒரே பாட்டைத்தானே கற்றுத் தருகிறேன்?" என்பார். அவர் காலையில் வீட்டுக்கு வந்தவுடன் நான் ஜமக்காளத்தை விரித்து ஹார்மோனியத்தையும் கொண்டு வைத்துவிடுவேன். என் அக்காக்கள் ஒவ்வொருவராக வந்து உட்காருவார்கள். என் இரண்டாவது அக்கா கல்லூரியில் படித்துவந்ததால் காலையிலேயே குளித்துவிடுவாள். பெரிய அக்காவுக்குப் படிப்பு வரவில்லை என்று அப்பா அம்மா இருவரும் தீர்மானித்துவிட்டதால் அவள் அம்மாவுக்குச் சமையலில் உதவி புரிய வேண்டும். பாட்டு வாத்தியார் வந்துவிட்ட சாக்கில் அவள் முதலில் ஜமக்காளத்தில் உட்கார்ந்து விடுவாள். அவளுக்குத் திடீர் திடீரென்று சிரிப்பு வந்து விடும். இந்தச் சிரிப்பு ஒரு தொற்று நோய்போல. அவளை எல்லோரும் கோபித்துக்கொள்வார்கள், அதே நேரத்தில் அவர்களும் சிரிப்பார்கள். அவளுக்கேகூட அவள் எதற்குச் சிரிக்கிறாள் என்று காரணம் சொல்ல முடியாது. ஒரு வேளை, பிற்காலத்தில் அவளுக்கு அடுத்தடுத்து நேர்ந்த துக்கங்களுக்கு இது ஒரு அறிகுறியோ?

இந்த அசட்டுச் சிரிப்பு வந்தவுடன் ஆழ்வார் ஒரு சின்னக் குச்சி கொண்டு என் அக்காக்கள் இருவரையும் அடிப்பார். இருவருக்கும் பாட்டில் பெரிய முன்னேற்றம் அடைய முடியவில்லை. எங்கள் வீட்டிலிருந்த கிராமபோனால் என் பெரிய அக்கா கோவலன் நாடகம், அல்லி – அர்ஜுனா நாடகம் ஆகியவற்றில் உள்ள பாட்டுகளைப் பாடுவாள். இரண்டாவது அக்கா எம்.எஸ்., என்.சி. வசந்தகோகிலம் பதிவு செய்த பாட்டுகளைப் பாடுவாள். பள்ளிக்கூடத்திலும் கல்லூரியிலும் அவளுக்கு இரண்டாவது எம்.எஸ். என்று பெயர். அவளுக்குச் சங்கீதம் கடைசி நாள் வரை சாத்தியமாயிற்று. ஆனால் அத்துடன்கூட எங்கள் வம்சத்துப் பெண்களுக்கே சாபம் என்பதெல்லாம் அவளுக்கும் இருந்தது. அதெல்லாம் இன்று நினைக்கக்கூட வேதனையாக இருக்கிறது.

ஆழ்வார் 'ஸ்ரீ ராம பாதமா' என்ற பாட்டைச் சொல்லிக் கொடுக்கும்போது, மூன்று பேரும் யாரோ கண்ணுக்குத் தெரியாத அரக்கனுடன் சண்டை புரிவதுபோல் இருக்கும். தடால் தடால் என்று என் அக்காக்களும் தொடையை அடித்துக்கொண்டு தாளம் போடும்போது சித்திரவதை

செய்துகொள்வதுபோல இருக்கும். பரம சாதுவாகத் தெருவில் தோற்றம் தரும் ஆழ்வார் இரு சிறு குழந்தைகளைச் சாட்டை கொண்டு அடிப்பது போல இருக்கும்.

பெரிய அக்காவுக்கு 'அல்லி அர்ஜுனா' டிராமா இசைத்தட்டு செட் பாட்டுகளோடு 16 வயதில் கல்யாணம். இரண்டாவது உலக மகா யுத்தம் உச்சக்கட்டத்தை நெருங்கிக்கொண்டிருந்த 1941ஆம் ஆண்டு. சவரன் 28 ரூபாய் ஆகிவிட்டது என்று கவலைப்பட்டுக்கொண்டிருந் தார்கள். நாங்கள் வெளியூரிலிருந்து வந்து சென்னையில் கல்யாணம் செய்கிறோம் என்று தெரிந்து அழகப்பச் செட்டியார் அவர் தி.நகர் வீட்டில் நடத்திக்கொள்ளலாம் என்றார். நாங்கள் 10 நாட்கள் அங்கு இருந்தோம். ஆனால் ஒரு கல்யாண மண்டபத்துக்கு உள்ள சில அடிப்படைத் தேவைகள் அங்கில்லை. மின் இணைப்பைப் புதுப்பிக்க வேண்டியிருந்தது. குழாய்த் தண்ணீரைப் பெரிய தொட்டியில் சேமித்துவைக்க வேண்டியிருந்தது. ஆனால், மாப்பிள்ளை அழைப்பு ஊர்வலம், கல்யாணம் முடிந்த பிறகு ஊர்வலம் எல்லாம் பிரமாதமாக நடந்தன.

நாங்கள் ஊர் திரும்பிய பிறகு ஆழ்வாருக்குச் சொல்லி அனுப்பினோம். இப்போது அவருக்கு ஒரு மாணவிதான். மறுபடியும் வாய்ப்பாட்டு வேண்டாமே என்று அப்பா சொன்னார். ஆழ்வாருக்குக் காது மந்தம் என்பார்கள். ஆனால், அவருடைய காது சில விஷயங்களை அவருக்குத் தெரிவித்துவிடும். "ஒரு வயலின் வாங்கலாம்" என்றார். ஜேம்ஸ் ஸ்டிரீட் போலீஸ் ஸ்டேஷன் அருகே ஒரு சங்கீதக் கடை இருக்கும். அந்தக் கடைக்காரரிடம் சொல்லி ஒரு பழைய வயலின் வாங்கினோம். வாத்தியங்களில் பழையது, புதிது என்று கிடையாது, நாதம் ஒன்றுதான் முக்கியம் என்றார்கள். இன்று எனக்கு அது மிகவும் சரியான கருத்து என்று தோன்றுகிறது. நாங்கள் வாங்கிய வயலின் சிரம தசையில் உள்ள ஆங்கிலோ இந்தியக் குடும்பம் ஐம்பது ரூபாய்க்கு விற்றது. அதை ஆழ்வார் சுருதி சேர்த்து வாசித்தால் கணீரென்று இருக்கும். நாங்கள் யாராவது அதன் வில்லை இழுத்தால் அழுவது போலவே இருக்கும். அதையும் ஹார்மோனியம் வைத்துத்தான் ஆழ்வார் சுருதி சேர்ப்பார். மூன்று நான்கு மாதங்களில் என் இரண்டாவது அக்கா சுருதி சேர்க்கக் கற்றுக்கொண்டுவிட்டாள். அப்போது ஒரு கம்பி அறுந்துவிட்டது. மறு தந்தி கிடைப்பதற்குள் முதலாண்டுப் பரீட்சை வந்துவிட்டது. ஆழ்வார் வாழ்ந்த பகுதியில் தினம் கலவரம். ஆழ்வார் யாரிடமும் சொல்லிக்கொள்ளாமல் மார்ச் மாதம் அவர் ஊருக்குப் போய்விட்டார்.

எங்கள் பக்கத்து வீட்டில் ரயில்வே கார்டு காசிம் வீடு, அதில் காசிமுடைய தம்பி பாஸித்தின் குடும்பமும் சேர்த்து 6 பேர். ஏப்ரல் 1948 அளவில் அந்த வீட்டில் இன்னும் 15 பேர், ஆண்களும் பெண்களும் சேர்ந்து கொண்டார்கள். அவர்களில் யார் சமைத்தார்கள், எவ்வளவு சமைத்தார்கள், எப்படிக் கடும் வெயிற்காலத்தில் அவர்கள் படுத்தார்கள்? ஆனால், பக்கத்து வீட்டுக்காரர்களுக்குக் கிலி ஏற்படுத்துவதற்கு அந்த என்ணிக்கை போதும்.

இரு வீடுகள் தாண்டி ஜாஃபர் அலி வீடு. ஜாஃபர் அலிக்குக் குழந்தைகள் கிடையாது. அக்கம் பக்கமுள்ள குழந்தைகளைக் கண்டாலும் பிடிக்காது. அந்த 1948 நெருக்கடி நாளில் அவனுக்கு எங்கள் வீட்டு மாட்டால்தான் அவன் வீட்டில் செடி வளரவில்லை என்ற எண்ணம் வந்துவிட்டது. ஒரு முறை கல்கத்தாவில் கலவரமென்று அவன் அக்கா 3 பையன்களோடு அவன் வீட்டில் வந்து தங்கினாள். ஒரு வருடத்தில் அவளுடைய பையன்களை அடித்தே அந்தக் குடும்பம் மீண்டும் கல்கத்தாவுக்கே போய்விட்டது. இந்தச் சூழ்நிலை எங்களுக்கும் மிகுந்த வேதனையையும் கிலியையும் கொடுத்தது.

ஆனால், அந்த ஆண்டு செப்டம்பர் 18–க்குப் பிறகு நிலைமை ஒரு பலகையைத் திருப்பிப் போட்ட மாதிரியாகி விட்டது. காசிம் வீட்டில் அடைந்து கிடந்த ஆண்கள் எனக்கு ஆதாப் சொன்னார்கள். ஜாஃபர் அலி 'குட் மார்னிங், பாபு' என்றான். ஆனால் என் வரை மிகப் பெரிய மாற்றம் எங்களூருக்கு ஒரு புது பாட்டு வாத்தியார் வந்தார்.

புது வாத்தியார் ஆழ்வாரைவிட 20 வயதாகிலும் சிறியவர். யார் மூலமோ ஆழ்வார் பாட்டு சொல்லிக் கொடுத்த வீடுகளைத் தெரிந்துகொண்டு ஒவ்வொரு வீட்டுக்கும் சென்று, "என்னங்க, நீங்கள்ளாம் தமிழங்க. ஒரு தமிழ்ப் பாட்டாவது பாட வேண்டாமா?" என்று சொல்லி அவர் பாட்டு வாத்தியார் ஆகிவிட்டார். ஆனால் அவர் சொல்லிக் கொடுத்த ஒரே தமிழ்ப் பாட்டு 'சிந்தையறிந்து வாடி.' அது 'ஸ்ரீ வள்ளி' என்ற படத்தில் வந்த பாட்டு. எங்கள்வரை அது தமிழ்ப் பாட்டு, அவ்வளவுதான். ஆனால், ஷண்முகசுந்தரம் – அது புது பாட்டு வாத்தியாரின் பெயர் – அடுத்து சொல்லிக் கொடுத்தது தியாகய்யரின் 'மரியாத காதையா.' ஸ்வரம், சுருதி இதெல்லாம் பெரிதாகப் பொருட்படுத்தாமல் பாட்டுகளாகச் சொல்லிக்கொடுத்தார். நான் என் அடுத்த ஸ்கௌட் 'கேம்ப் ஃபையர்' நிகழ்ச்சியில் 'மரியாத காதையா' பாடி பெரிய அப்ளாஸ் பெற்றேன்.

இப்போது ஷண்முகசுந்தரம் எங்கள் ஊரில் நன்றாகக் காலை ஊன்றிக்கொண்டுவிட்டார். முன்பு ஏதோ அறையில் இருந்தவர் ரெஜிமெண்டல் பஜாரில் ஒரு சிறு வீடு அமர்த்திக்கொண்டு அவருடைய மனைவி குழந்தையை அழைத்துக்கொண்டு வந்துவிட்டார். வாய்ப்பாட்டுதான் ஒரு குழந்தைக்குப் பத்து ரூபாய் சம்பளம், ஆழ்வாரின் சம்பளம் ஒரு வீட்டுக்கு 5 ரூபாய். ஆனால், எங்கள் ஊர்க்காரர்கள் இந்தச் சம்பள உயர்வைப் பொருட்படுத்தவில்லை. சரியாகவோ தவறாகவோ அவர்கள் குழந்தைகள் மாதம் இரு புதுப் பாடல்களைக் கற்றுக்கொண்டார்கள் அதோடு அந்த மனிதர் கால் மணி நேரம் பாட்டு கற்பித்தால் முக்கால் மணி நேரம் தமிழ் சினிமா வம்பு. இது ஒவ்வொரு வீட்டிலும் பாட்டி முதல் பள்ளிக் குழந்தை வரை லட்டு போல. இன்று திருப்பி நினைக்கும்போது, அந்த மனிதர் நிறையக் கதை விட்டிருக்கிறார் என்று தோன்றுகிறது. கதையும் வம்பும் பிடிக்காதவர் யார்?

ஷண்முகசுந்தரம் எங்கள் ஊருக்கு வந்து ஐந்தாறு மாதங்கள் இருக்கும். ஒரு நாள் எங்கள் வீட்டில் ஒரு பாட்டின் பல்லவி கற்றுக்கொடுத்த பிறகு

தமிழ் சினிமா வம்பை ஆரம்பித்துவிட்டார். வாசலிலிருந்து பார்த்தால் என் அக்கா ஹார்மோனியம் வைத்திருப்பது மட்டும் தெரியும். பாட்டு வாத்தியார் தெரியாது. அப்போது திடீரென்று ஆழ்வார் வந்தார். வந்தவர் ஷண்முகசுந்தரம் பேசிக்கொண்டிருக்கும் தோரணையைப் பார்த்தார். “ஐயோ!” என்றார். தலையில் அடித்துக்கொண்டு அப்படியே திரும்பிப் போய்விட்டார். எனக்கு, அம்மாவுக்கு, என் அக்காவுக்கு அதிர்ச்சி என்றால் ஷண்முகசுந்தரத்துக்குப் பெரிய குழப்பம். அவரும் ஒரு வார்த்தை சொல்லாமல் கிளம்பிப் போய்விட்டார்.

விஷயத்தை ஆபீஸிலிருந்து திரும்பிய அப்பாவிடம் சொன்னோம். அவர் டீ குடித்துவிட்டு ஆழ்வாரைத் தேடிக்கொண்டு போனார். வழக்கம்போல நானும் அவருடன் போனேன். இஸ்லாமியா ஹைஸ்கூல் மோண்டாவுக்குப் பின்னால். அங்கு பலரைக் கேட்டோம். அந்த மாதிரி மனிதர் அங்கு இருந்ததாகவே அவர்களுக்கு நினைவில்லை. அன்று வீடு திரும்பினாலும் நானும் அப்பாவும் அவரைத் தொடர்ந்து தேடிக்கொண்டிருந்தோம். அப்போதுதான் ஆழ்வார்மீது என் அப்பா எவ்வளவு மதிப்பு வைத்திருந்தார் என்று எனக்குத் தெரிந்தது.

இது நடந்து ஒரு வாரம் பொறுத்து ஷண்முக சுந்தரம் வந்தார். பாட்டு கிளாஸ் நடந்தது. சினிமா வம்பு இல்லை.

ஒரு நாள் நானும் அப்பாவுமாக ஒரு நண்பரைத் தேடி மாரெட்பள்ளி சென்றோம். அந்த நண்பரைப் பார்த்துப் பேசிய பிறகு வீடு திரும்ப அலெக்ஸாண்டிரியா ரோடில் திரும்பினோம். பத்தடி தூரத்தில் ஆழ்வார் போய்க்கொண்டிருந்தார்! என் அப்பா, “ஆழ்வார்! ஆழ்வார்!” என்று கத்திக்கொண்டு ஓடினார். ஆழ்வாருக்கு நிஜமாகவே காது மந்தம். பாட்டு கற்றுக்கொடுக்கும் போது மட்டும் அதன் ஆற்றல் கூடிவிடும். அப்பா ஓடிப் போய் ஆழ்வாரின் இரு தோள்களையும் பிடித்துக் கொண்டார். “ஏன் நீங்க வரதில்லே?” என்று கேட்டார்.

“குளுக் குளுக்குனு சிரிக்குமே, அந்தக் குழந்தைங்க அப்பாதானே?” ஆழ்வார் கேட்டார்.

“ஆமாம். நீங்க ஏன் வரதில்லே?”

“அங்கே வேறே ஒரு மனுஷன் இருந்தாரே?” ஆழ்வார் போய்க்கொண்டே இருந்தார். மறுபடியும் அப்பா ஓடிப் போய்ச் சொன்னார், “ஏன் வர மாட்டேன்றீங்க? நீங்கதான் எங்க வீட்டுக்குப் பாட்டு வாத்தியார்.”

ஆழ்வார் போய்க்கொண்டே இருந்தார். மறுபடியும் நானும் அப்பாவும் அவர் முன்பு நின்றோம்.

ஆழ்வார் என் அப்பாவை ஏறிட்டுப் பார்த்தார். “இப்பல்லாம் பாட்டைச் சாக்கா வச்சுண்டு என்னென்னமோ பேசறாங்க. இல்லே, என்னென்னமோ பேசிட்டுப் பாடறாங்க. அந்த மனுசனும் நானும்

ஒண்ணு தான். நான் தெலுங்கு. அவன் தமிழ். ஆனா சங்கீதம்னா சங்கீதம் மட்டும்தான். அது சரஸ்வதி பிரசாதம். அதுலே போய் வாய்க்கு வந்த பேச்செல்லாம் கலக்கறது பாபம்."

இதைச் சொல்லிவிட்டு ஆழ்வார் போய்விட்டார். நாங்கள் வீடு திரும்பினோம்.

அன்று முழுவதும் என் அப்பா யாரிடமும் பேசவில்லை.

தமிழ் இந்து பொங்கல் மலர், 2017

பின்னிணைப்பு

ஆசிரியரின் முன்னுரைகள்

சமர்ப்பணம்

இத்தொகுதியில் எனக்குப் பிடித்த பல கதைகள் ஒன்றுசேர்ந்து கொண்டிருக்கின்றன. இவை அநேகமாக எல்லாமே இந்த நான்கைந்து ஆண்டுகளில் எழுதப்பட்டிருக்கின்றன என்பது எனக்கு ஒரு தனி திருப்தி.

காரணம், இவ்வளவு ஆண்டுகளாக எழுதிட இன்றும் எழுத முற்படும்போது ஒரு தயக்கவுணர்வு பிடித்திழுக்கிறது. எந்தத் தொழிலிலும் பழக்கம் ஒரு தேர்ச்சியைக் கொடுத்து விடுகிறது. நாட்களும் அனுபவமும் கூடிபோகத் தொழிலைச் செய்து முடிப்பது எளிதாகிக்கொண்டே போகிறது. ஆனால் படைப்பிலக்கியம் என் வரையில் அப்படியில்லை. ஒவ்வொரு கதை எழுதி முடித்த பிறகும் அதன் தன்மையும் தரத்தையும் பற்றி உடனே நிர்ணயிக்க முடியாத நிலையில்தான் இருக்க நேரிடுகிறது. அது யாராவது ஒருவராலாவது படிக்கப்பட்டு, அது அவரிடம் ஏற்படுத்தும் பாதிப்பைக் கொண்டுதான் ஓர் அனுமானம் கொள்ள இயலுகிறது. உண்மையில் ஒரு கதை நன்றாக அமைந்திருக்கிறதா இல்லையா என்று அதன் ஆசிரியனே தெரிந்துகொள்ளக்கூட ஒரு கால இடைவெளி தேவைப்படுகிறது.

'உண்மை வேட்கை', நர்மதா பதிப்பகம் (1979)

~ ~ ~

வரிசைப்படுத்துவதற்காக இந்தப் பதினெட்டு கதைகளை மீண்டுமொருமுறை படித்தபோது ஒன்று புலப்பட்டது: இவை தனித்தனி தலைப்புகள் கொண்டிருந்தாலும் தனிக்கதைகள் அல்ல. வரிசையை ஒரு குறிப்பிட்ட விதமாக மாற்றினால் எல்லாம் சேர்ந்து ஒரு நீண்ட கதையாக மாறிவிடுகிறது. பாத்திரங்கள் பெயர் மட்டும் பகுதிக்குப்பகுதி வேறுபட்டிருக்கும். ஆனால் இக்கதைகளும் பாத்திரங்களும் வாசிப்பவர் நினைவில் இருக்குமானால் அது பெயர் காரணம் கொண்டு இருக்காது.

'தந்தைக்காக', நர்மதா பதிப்பகம் (1983)

~ ~ ~

ஒரு முன்னுரை

இந்த பார்க்கில் காலை வேளையில் ஒரு மணி நேரமாவது உட்கார்ந்து எழுதச் சௌகரியமாக ஒரு பெஞ்சு தான் இருக்கிறது. இன்று கிடைக்கவில்லை – வேறு யாரோ உட்கார்ந்திருக்கிறார்கள். ஒருவிதத்தில் நல்லதுதான். மார்கழி மாதப்பனியில் திறந்தவெளியில் அதிக நேரம் இருக்க வேண்டியதில்லை.

இப்படித் திறந்தவெளியில் எழுதப் பழக்கமானது சுமார் ஏழெட்டு ஆண்டுகளுக்கு முன்பு. காந்தி பற்றி ஒரு முழுநீள நாடகத்தைச் சுவர்களாலும் கூரையாலும் அடைத்திருக்கும் இடத்தில் உட்கார்ந்து எழுத மனம் இடம் தரவில்லை. அந்த நாடகம் இன்னும் முடிவு பெறவில்லை. ஆனால் திறந்த வெளியில், அதுவும் இந்த பார்க்கின் இந்த பெஞ்சில் உட்கார்ந்து எழுதுவது பழக்கமாகிவிட்டது.

இந்த ஏழெட்டு ஆண்டுகளில் இந்த பார்க்கில் எவ்வளவோ மாறுதல்கள் ஏற்பட்டுவிட்டன. பல மேடுகள் சமதளமாக்கப்பட்டிருக்கின்றன. பல பள்ளங்கள் மூடப்பட்டிருக்கின்றன. பல செடிவரிசைகள் மாற்றப்பட்டிருக்கின்றன. புல்வெளிக்கு நீளமான ரப்பர் குழாய்கள் கொண்டு நீர் பாய்ச்சும் போது அக்குழாய்களின் பொத்தல்கள் வழியாகவும் தண்ணீர் பீறிட்டு வரும். இப்பொத்தல்கள் அதிகரித்தும் குறைந்தும் பார்த்திருக்கிறேன். கோடைகாலங்களில் பசுமை இடைவெளி விட்டே இருக்கும். கோடை கடுமையாகக் கடுமையாக இடைவெளிகள் எண்ணிக்கையிலும் பரப்பிலும் அதிகரித்தபடி இருக்கும் – புல்வெளியில், பூச்செடி வரிசைகளில், மரங்களில், அரும்பாடுபட்டுத் தண்ணீர் பாய்ச்சினால்கூட எல்லாவற்றையும் கண்ணில் படா குண்டோதரன் ஒருவன் உறிஞ்சிவிட்டுச் செடிகளையும் மரங்களையும் தவிக்க விட்டுச் செல்வதுபோலத் தோன்றும். இது குளிர்காலம். கோடை நாட்களின் நிர்தாட்சண்யம் இல்லை, நேற்றிரவு மழை பெய்து இன்று மழை பெய்யப்போகிறது என்ற உற்சாகப் பூரிப்பும் இல்லை. ஒரு நிர்ப்பந்த அமைதி. வெளியே சலனம் காட்டாத வாழ்க்கைத் துடிப்பு வாழ்ந்தே தீருவோம் என்ற மௌனப் பிடிவாதம். உரிமை வலியுறுத்தல்.

இந்த மௌனமும் இந்தப் பிடிவாதமும் இந்த உரிமையும் இந்த வலியுறுத்தலுமே இந்தப் பத்துக் கதைகளும் என்று தோன்றுகிறது. வெளியே உறைபனி குவிந்து கொண்டிருக்கையில் ஒரு தனி அறையின் கதகதப்பில் எழுதிய ‘பிரத்யட்சம்’ என்ற கதையைத் தவிர மற்ற ஒன்பது கதைகளும் திறந்த வெளியில், இந்த பார்க்கில், வெவ்வேறு பருவங்களில், வெவ்வேறு தோட்டக்காரர்கள் மத்தியில், காலை உடற்பயிற்சிக்கு வருபவர்களிடையில், வேறொன்றும் வேறெங்கேயும் போகத் தோன்றாமல் பொது இடத்தில் நேரம் செலவிட வந்தவர்கள் மத்தியில், ஒரு ஜோஸ்யர், தனக்குத்தானே எந்நேரமும் பேசிக்கொண்டிருக்கும் இளைஞன், வேலை கிடைக்காமல் கந்தல் துணி விரித்துக் கண்மூடிப் படுத்த தச்சுத் தொழிலாளி, பரீட்சைக்குப் படிக்கும் மாணவர்கள், உத்தியோகத்திலேயே இருந்துகொண்டு சில பரீட்சைகள் எழுத நிர்ப்பந்தம் ஏற்பட்டிருக்கும் நடுவயதுக்காரர்கள், குடித்தன நெரிசலில் அந்தரங்கமாக இரு வார்த்தைகள் பரிமாறிக்கொள்ள இயலாமல் பூங்காவில் ஒரு பெஞ்சுக்காகத் தேடிப் போகும் தம்பதியர், குழந்தைகள், விளையாடும் குழந்தைகள், வீடு வாசலில்லாக் குழந்தைகள்,

பறவைகள், அணில்கள், தும்பிகள், புழுக்கள், எறும்புகள், வெவ்வேறு விதமான எறும்புகள் – இவை நடுவில் கிடைத்த நாட்களில் அந்தச் சௌகரியமான பெஞ்சில் உட்கார்ந்துகொண்டு, அந்த பெஞ்சு கிடைக்காத நாட்களில் வேறு இடங்களில் பொருத்திக்கொண்டு, சில நாட்களில் எழுத முடிந்து, அநேக நாட்களில் மர உச்சிகளையும் ஆகாயத்தையும் மட்டும் பார்த்தபடி காலம் கழித்து உற்சாகம், மகிழ்ச்சி, எதிர்பார்ப்பு, பரபரப்பு, ஏக்கம், துக்கம், செயலிழந்த தன்மை – இவற்றை மாறி மாறி அனுபவித்துக் கொண்டு கதையின் வரிகள், நாவல் அத்தியாயத்தின் வரிகள், கடிதங்கள், கட்டுரைகள், வீட்டுக் கணக்கு – எல்லாம் இந்த பார்க்கில் ஏழெட்டு ஆண்டுகளில் சாத்தியமாயிருக்கிறது.

இதோ என் பெஞ்சு காலியாகிறது. (என் பெஞ்சு! ஒரு பொதுப் பூங்காவின் பொது மேடையானால்கூட சில ஆண்டுகள் பழக்கத்தில் ‘என்னுடையது’ ஆகிவிடுகிறது.) இந்த பெஞ்சு இருக்குமிடத்தில்தான் சிறிது நிழலிருக்கிறது. அதுவும் சில நிமிடங்களுக்குத்தான். அப்புறம் இங்கும் வெயில் வந்துவிடும். வெயிலில் எழுதுவது என்றில்லாமல் உட்கார்ந்திருப்பதே அசாத்தியமானது. இந்தச் சில நிமிடங்களுக்குள் பயன்படத்தக்க வகையில் ஏதாவது எழுத முடியுமா? இது ஒரு போட்டி. இப் போட்டிக்கென யாரும் விதிமுறைகள் அமைக்கவில்லை. அதுவாக நிகழ்வதை ஓர் அமைப்புக் கொடுத்து போட்டியாக மாற்றியிருக்கிறது. இதுபோல மழை நாட்களிலும் போட்டி உண்டு. பெரிதாகக் கொட்டும் மழையில் ஒன்றும் செய்ய முடியாது. ஆனால் வானம் இருண்டிருக்கும்போது, மேக மூட்டத்துடன் இருக்கும்போது சிறிது வாய்ப்பு இருக்கிறது. மழை தொடங்குமுன் ஏதாவது உருப்படியாக எழுத முடியுமா? இதுவும் ஒரு போட்டிதான். இந்தப் போட்டி பல சமயங்களில் பரிதாபகரமாக முடிந்திருக்கிறது. இந்தக் காகிதமும் இந்த மசியும் சாசுவதமானவை அல்லதான். ஆனால் வெயில் உடனே அழித்துவிடுவதில்லை. மழையால் முடியும். பெரிதாகப் பத்து துளிகள் விழுந்தாலே, போதும். எழுதியது கரைய ஆரம்பித்துவிடும்.

இப்படி எழுத்துக்கள் கரைவதைப் பார்த்தபடி பல சமயங்களில் நின்றிருக்கிறேன். நான் எழுதியதைத் திருத்துவதுபோல மழைத்துளிகள் எழுத்துக் கோடுகளை விரைவாக மாற்றும். புள்ளிகள் கோடாகும். கோடுகள் பரப்பளவு கொண்ட வடிவங்களாகும். இவ்வடிவங்கள் ஒன்றோடொன்று இணைந்து கொண்டு இன்னும் பல விசித்திர வடிவங்கள் உண்டுபடுத்தும் விவரிக்க முடியா இவ்வடிவங்கள் உண்டுபடுத்தும் அனுபவம் போன்று எழுத்தால் முடியவில்லையே என்ற ஏக்கம் உண்டாகும். ஒரு முறை இப்படி மழை என் எழுத்தைக் கரைத்தபோது அந்தக் கதையை அத்துடனேயே முடித்தாலென்ன என்று தோன்றிற்று. அப்படி முடிவுபெற்றதுதான் ‘மணல்’.

இப்போது சுள்ளெனச் சில சூரியக் கதிர்கள் மரஉச்சிகளினூடே என் மீதும் இத்தாள் மீதும் விழுகின்றன. இன்னும் ஐந்து நிமிடங்கள். இப்படித் திட்டவட்டமாக ஒன்றின் முடிவு தெரியும்போது ஓர் ஆவலும் எதிர்பார்ப்பும் தானாகவே எழுகின்றன. ஒரு பரபரப்பு, ஒரு கிளர்ச்சி. இந்த பார்க் பெஞ்சில்தான் எவ்வளவு கதைகள் முடிவுறும்போது இந்தக் கிளர்ச்சி அடைந்திருக்கிறேன். வாரக்கணக்கில் திடமாக இருந்த விரல்கள் ஒரு கதை முடியப்போகும் நாளன்று நடுங்கும். பேனாவைக் கீழே தவற விடும். கோணலும் மாணலுமாகக் கீறல்களைத் தோற்றுவிக்கும். விரல்களுக்கென

ஒரு தனி வாழ்க்கை, ஒரு தனி இயக்கம் உண்டோ என்று எண்ண வைக்கும். இன்றும் ஓரளவுக்கு அப்படித்தான். ஆனால் இது கதையில்லை. ஒரு முன்னுரை. இதோ வெயில் நேராக அடிக்கிறது. இனியும் இங்கு உட்கார்ந்து எழுத முடியாது.

எப்போதாவது முடிந்தால் காலை வேளையில் பார்க் பக்கம் வாருங்கள். நேர்ந்தால் சந்தித்துப் பேசுவோம்.

'காலமும் ஐந்து குழந்தைகளும்', ஞானச்சேரி பதிப்பகம் (1988)

~ ~ ~

இத்தொகுப்பிலுள்ள கதைகளைத் திரும்பப் படிக்கையில் அவை நான் நினைவுபடுத்திக் கொள்ளக்கூடிய வாழ்க்கை முழுதையும் என் கண்முன் நிறுத்துவதாக இருக்கிறது. இதை என் எழுத்துலக வாழ்க்கைக்கும் கூறலாம். நான் எழுதிய முதல் தமிழ்க்கதை இதில் இடம்பெற்றிருக்கிறது! அது கிடைக்காது (கிடைக்க வேண்டாம்) என்று மறந்துவிட்டிருந்த எனக்கு அதை முப்பதாண்டுப் பழங்கட்டுகளிலிருந்து தேடி எடுத்துத்தந்த *மஞ்சரி* நிர்வாக ஆசிரியர் எஸ்.லெட்சுமணன் (லெமன்) அவர்களுக்கு நான் மிகவும் கடமைப்பட்டிருக்கிறேன். அதே போல எழுத்தாளர் திலகவதி அவர்களுக்கும் நான் மிகவும் கடமைப்பட்டிருக்கிறேன். சென்ற ஆண்டு ஏற்பட்டதொரு அனுபவத்துக்குப் பிறகு இனி நூலேதும் வேண்டாமோ என்றிருந்த எனக்கு இக்கதைகளின் பிரதிகளை ஒன்றுசேர்த்து வரிசைப்படுத்தித் தந்தவர் அவர்தான்.

இக்கதைகள் அனைத்தும் எனக்கு அந்தரங்கமானவை. இவற்றால் அந்த உணர்வை ஓரளவாவது வாசகருக்கும் தர இயலுமானால் என் எழுத்து பயனற்றுப் போகவில்லை என்று மகிழ்ச்சி அடைவேன்.

'ஒரு கிராமத்து அத்தியாயம்', நர்மதா பதிப்பகம் (29 ஆகஸ்டு, 1990)

~ ~ ~

ஒரு நிமிடம்

ஐந்து ஆண்டுகளுக்கு முன்பு என் சிறுகதைகளின் 'முழு'த் தொகுப்பு வெளிவந்தது. உண்மையில் அது முந்தைய ஐந்து தொகுப்புகளுக்குப் பின் எழுதப்பட்டவையின் மூன்று பாகங்கள் கொண்ட தொகுப்பு. இரண்டாம் முறை 'முழு'த் தொகுப்பை 2003ஆம் ஆண்டு இறுதியில் 200 கதைகளையடக்கிய இரு பெரிய பாகங்கள் கொண்டதாகக் கவிதா பதிப்பகம் திரு. சேது சொக்கலிங்கம் அவர்கள் வெளிக்கொணர்ந்தார்கள். அந்த 'முழு'த் தொகுப்புக்குப் பிறகு எழுதப்பட்ட கதைகளே இந்த நூலில் உள்ளன.

பௌதிகத்தில் பொருளின் குணங்களை விவரிக்கையில் 'பொருள் அழிக்க முடியாதது' என்றொரு சூத்திரம் உண்டு. 'அழிவற்றது' என்ற தலைப்பு அதிலிருந்துதான் தோன்றியது. அந்தத் தலைப்பு உடைய கதை

என் நண்பராகிய டி.எஸ். ரமேஷ் அவர்களுக்காகவே எழுதியது. அவர் பெரும் பாடுபட்டு எனக்காக ஒரு எழுத்தாளரின் வாழ்க்கைக் குறிப்பை எடுத்துவந்தார். இந்தியாவில் எழுத்தாளர் சந்திப்பு என்று வாரத்திற்கு மூன்று நடக்கிறது. ஆனால் மேலை நாடுகளில் எழுத்தாளர்களை இலேசில் சந்திக்க முடியாது. பல எழுத்தாளர்கள் தொலைபேசிகூட வைத்துக் கொள்வதில்லை.

சமூகவியல் ஆய்வாளர் – இலக்கிய ஆவணத் தொகுப்பாளர் ஆ. இரா. வேங்கடாசலபதி அவர்களும் இத்தொகுப்புக்கு ஒரு காரணம். இந்தப் பத்தாண்டுகளில் பல முக்கியத் தமிழ் நூல்கள் அவருடைய முயற்சியால் வெளிவந்திருக்கின்றன. ஒரு விதத்தில் இந்தத் தொகுப்பும் அவருடைய உந்துதலின் விளைவு என்று கூற வேண்டும்.

காலச்சுவடு பதிப்பகத்திற்கும் இந்த நூலைப் பதிப்பிப்பதில் அக்கறை கொண்டிருந்த அரவிந்தன் அவர்களுக்கும் என் மனமார்ந்த நன்றி.

'அழிவற்றது', காலச்சுவடு பதிப்பகம் (6 ஏப்ரல், 2005)

~ ~ ~

இக்கதைகள் கடந்த பதினைந்து மாதங்களில் எழுதப்பட்டவை. இவை எனக்களித்த மனநிறைவை வாசகர்களும் பெறக் கூடுமானால் நான் மிகுந்த மகிழ்ச்சியடைந்தவனாவேன்.

'1945இல் இப்படியெல்லாம் இருந்தது', காலச்சுவடு பதிப்பகம் (பிப்ரவரி, 2011)

~ ~ ~

என் முதல் சிறுகதைத் தொகுப்பான 'வாழ்விலே ஒரு முறை' வெளிவரும்போது என் வயது நாற்பது. அப்போது இன்னொரு தொகுப்புக்குச் சிறுகதைகளும் குறுநாவல்களும் இருந்தன. அன்று சிறுகதைத் தொகுப்புகளை வெளியிடப் பதிப்பாளர்கள் தயங்கினார்கள். நாவல்களே விற்கும் என்பது அவர்கள் நம்பிக்கை. என்வரையில் ஒரு சிறுகதைத் தொகுப்பில் வெளிப்படும் பரிமாணங்கள் அதே எழுத்தாளனின் நாவலில் வருவதில்லை.

'வாழ்விலே ஒரு முறை' முதல் பதிப்பில் ஐந்நூறு பிரதிகளே வெளியிடப் பட்டன. அதுதான் முடிந்தது. பின்னர் நண்பர் ராமலிங்கத்தின் நர்மதா பதிப்பகம் ஒரு பதிப்பு கொணர்ந்தது. இந்நூல் தொடர்ந்து நாற்பது ஆண்டுகளுக்கும் மேலாக வாசகர்கள் நினைவில் இருந்துவருவதற்கு ராமலிங்கம், கலைஞன் பதிப்பகம், நந்தன், கவிதா பதிப்பகம் சொக்கலிங்கம் ஆகியோருக்கு நான் நன்றி தெரிவிக்கக் கடமைப்பட்டிருக்கிறேன்.

இப்போது ஒரு சிறப்பு வெளியீடாகக் 'காலச்சுவடு' பதிப்பகம் வெளிக்கொணர்வதில் நான் மிக்க மகிழ்ச்சியடைகிறேன்.

'வாழ்விலே ஒரு முறை', காலச்சுவடு பதிப்பகம் (8.9.2013)

~ ~ ~

நதிமூலம்

*ச*மீபத்தில் எழுதப்பட்ட கதைகளைக் கொண்ட இத்தொகுப்பில் ஐந்து 2014இல் எழுதப்பட்டன. இரு கதைகள் 'சொல்வனம்' என்ற இணையதளப் பத்திரிகைக்காக எழுதப்பட்டவை. முதல் கதை வெளியிட்டவுடன் திரு. வேலுமணி எனும் வாசகர் நான் பெயர் குறிப்பிடாது எழுதிய கோட்டை எது என்று கண்டுபிடித்துவிட்டார். திரு. ராஜேஷ் என்ற வாசகர் பொதுவாக என் எல்லாக் கதைகளையும் ஆராய்ந்து, என் முக்கிய உந்துதல் எதுவாக இருக்கும் என்று அவருடைய ஊகத்தைத் தெரிவித்திருந்தார். என் கதைகளில் முப்பத்தொன்று நான் என் சிறுபிராயத்தைக் கழித்த ஊரைக் களமாகக் கொண்டவை என்று கூறி, அக்கதைகளைப் பட்டியலிட்டிருந்தார்! அக்கட்டுரை எழுத அவர் எவ்வளவு நேரம் யோசித்திருக்க வேண்டும், தகவல்களைக் குறிப்பிட்டுக் கூற எவ்வளவு முயற்சி மேற்கொண்டிருக்க வேண்டும்? அக்கட்டுரையை எந்த அச்சுப் பத்திரிகை வெளியிட்டிருக்கும் என்று யோசித்தபோது எனக்கு உடனே விடை ஏதும் தோன்றவில்லை. திரு. வேலுமணி இன்னொன்றும் கூறினார்: நான் பிறந்த ஊரை விட்டு வந்திருக்கக் கூடாது.

பொதுவாக, புனைகதைகளைப் புனைகதைகளாகவே கருதுவதுதான் எக்காலத்துக்கும் ஏற்றது. புனைகதை அரைநிஜத்தைத்தான் கூறுகிறது. அரைநிஜம் நிஜமாகாது. ஆனால் புனைகதையின் ஒரு தனிக்குணமான அந்த அரைநிஜம்தான் புனைகதைக்கு உயிரூட்டுகிறது.

'இரண்டு விரல் தட்டச்சு', காலச்சுவடு பதிப்பகம் (23.10.2014)

~ ~ ~

அசோகமித்திரன்

வாழ்க்கைக் குறிப்பு

இயற்பெயர் ஜ. தியாகராஜன்.

செப்டம்பர் 22, 1931ஆம் ஆண்டு செகந்தராபாத்தில் பிறந்தார். தந்தையின் மறைவுக்குப்பின் இருபத்தொன்றாம் வயதில் குடும்பத்துடன் சென்னைக்குக் குடியேறினார். மெஹ்பூப் கல்லூரியிலும் நிஜாம் கல்லூரியிலும் ஆங்கிலம், இயற்பியல் மற்றும் வேதியியல் படித்தார். ஜெமினி ஸ்டூடியோவில் பணிபுரிந்துவந்த இவர் *கணையாழி* மாத இதழின் ஆசிரியராகவும் பல ஆண்டுகள் பணியாற்றியுள்ளார்.

1951 முதல் தமிழ் மற்றும் ஆங்கிலத்தில் எழுதிவருகிறார். சிறுகதை, குறுநாவல், நாவல், கட்டுரை, விமர்சனம், சுய அனுபவப் பதிவு என்ற பிரிவுகளில் 60 நூல்களுக்கு மேல் எழுதியிருக்கிறார்.

இந்தியாவில் உள்ள அனைத்து மொழிகளிலும் சில ஐரோப்பிய மொழிகளிலும் இவரது நூற்கள் மொழிபெயர்க்கப்பட்டு வெளிவந்துள்ளன.

இவருடைய படைப்புகள் இந்தியாவிலும் வெளிநாட்டிலும் பிரசுரமான பல தொகுதிகளில் இடம்பெற்றுள்ளன.

இந்தியாவிலும் வெளிநாட்டிலும் பல கருத்தரங்குகளில் கட்டுரைகள் வாசித்துள்ளார். 1973இல் அமெரிக்காவின் அயோவா பல்கலைக்கழகத்தில் நடைபெற்ற எழுத்தாளர்களுக்கான சிறப்புப் பயிலரங்கில் கலந்துகொண்டவர்.

இவர் பெற்ற விருதுகளும் பாராட்டுகளும்:

பாரதிய பாஷா பரிஷத் விருது (2013)

சாகித்திய அக்காதெமி விருது – 1996
('அப்பாவின் சிநேகிதர்' சிறுகதைத் தொகுப்பு)

தமிழ்நாடு அரசின் திரு.வி.க. விருது

என்.டி.ஆர். தேசிய இலக்கிய விருது (2012)

ராம்தயாள் டால்மியா ஹார்மோனி விருது
சாந்தோம் விருது
இலக்கிய சிந்தனை விருது (1977, 1984)
அக்னி அக்ஷரா விருது (1996)
தேவன் நினைவு விருது
Doctor of Letters awarded by World Academy of Art & Culture
உறுப்பினர், தமிழ்த் திரைப்பட தகுதிச் சான்று குழு (1978 – 1983)
ஜூரி, தேசிய திரைப்பட விழா, புதுடெல்லி, 1987

இவர் தனது 85வது வயதில், 23.03.2017 அன்று சென்னை வேளச்சேரியில் காலமானார்.